ஹீரா பிஜ்லி

வரலாற்று நாவல்

கலைச்செல்வன்

பாரதி
புத்தகாலயம்

Heera Bijli (In Tamil)
Kalaiselvan
First Published : December, 2022
Published by
BHARATHI PUTHAKALAYAM
7, Elango Salai, Teynampet, Chennai - 600 018
Email: bharathiputhakalayam@gmail.com | www.thamizhbooks.com

ஹீரா பிஜ்லி
கலைச்செல்வன்
முதற் பதிப்பு : டிசம்பர், 2022
வெளியீடு
பாரதி புத்தகாலயம்
7, இளங்கோ சாலை, தேனாம்பேட்டை, சென்னை - 600 018.
தொலைபேசி : 044 24330024, 24330024 விற்பனை: 24332924.
விற்பனை நிலையங்கள்
அருப்புக்கோட்டை: கதவுஎண் 49 A/4 மெயின் ரோடு, தெற்கு தெரு - 9994173551
ஈரோடு: 39: 39 ஸ்டேட் பாங்க் சாலை - 9245448353
கரூர்: நாரத கானசபா அருகில் (TNGEA OFFICE)- 9442706676
காரைக்குடி : 12, 2 வது தெரு, கம்பன் மணிமண்டபம் பின்புறம் - 9443406150
கும்பகோணம்: 352, ரயில் நிலையம் எதிரில் - 9443995061
கோவை: 77, மசக்காளிபாளையம் ரோடு, பீளமேடு - 8903707294
சிதம்பரம்: 22A / 18B தேரடி கடைத் தெரு, கீழவீதி அருகில் - 9994399347
செங்கல்பட்டு: 1 D ஜி.எஸ்.டி சாலை - 044 27426964
சேலம்: 15, வித்யாலயா சாலை சாலை | பாலம் 35, அத்வைத ஆஸ்ரமம் சாலை 0427 2335952
தஞ்சாவூர்: காந்திஜி வணிக வளாகம் காந்திஜி சாலை - 9655542400
திண்டுக்கல்: பேருந்து நிலையம் - 9942331105, 9976053719
திருச்சி: வெண்மணி இல்லம், கரூர் புறவழிச்சாலை - 9994289492
திருநெல்வேலி: 25A, ராஜேந்திரநகர் - 9442149981
திருப்பூர்: 447, அவினாசி சாலை - 9486105018
திருவண்ணாமலை: முத்தம்மாள் நகர்
திருவல்லிக்கேணி: 48, தேரடி தெரு - 9444428358
திருவாரூர்: 35, நேதாஜி சாலை - 9442540543
நாகர்கோவில்: 699 கே.பி.ரோடு R.V.புரம் - 9443450111
நெய்வேலி: பேருந்து நிலையம் அருகில், - 9443659147
பழனி: பேருந்து நிலையம் அருகில் - 7010760693
பாண்டிச்சேரி : கிழக்கு கடற்கரைச்சாலை, இலாசுப்பேட்டை, 9486102777
பெரம்பூர்: 52, கூக்ஸ் ரோடு - 9444373716
மதுரை: 37A, பெரியார் பேருந்து நிலையம் - 045 22324674 & சர்வோதயா மெயின்ரோடு
வடபழனி: பேருந்து நிலையம் எதிரில் அடையார் ஆனந்தபவன் மாடியில் - 9444476967
விருதுநகர்: 131, கச்சேரி சாலை - 0456 2245300
வேலூர்: பேஸ் III, சத்துவாச்சாரி - 9442553893

நினைத்த நூல்கள்... நினைத்த நேரத்தில்... BharathiTV | www.bookday.in
thamizhbooks.com 8778073949

ரூ. 990/-
அச்சு : மணி ஆப்செட், சென்னை - 600 077.

1

திடீரென்று வானில் ஒரு நீண்ட கோடாக மின்னல் மின்னியது. அடுத்த மின்னலில் நீண்ட கோட்டிலிருந்து நாலைந்து சிறு கோடுகள் சீறிப்பாய்ந்து மறைந்தன. அதன்பின்னர் இடிச்சத்தம் காதைத் துளைத்தது. வானம் நீர்த் துளிகளை வாரித் தெளிக்கத் தொடங்கியது. அதுவரை திருநெல்வேலிச் சீமையில் அப்படிக் கோடையில் மழை வருவதைப் பார்த்தறியாத இளம் ஆங்கில இராணுவ அதிகாரி, தன் குதிரையில் இருந்து கொண்டு அருகே குதிரையில் வந்துகொண்டிருந்த இந்தியச் சிப்பாயிடம் குழப்பத்தோடு கேட்டான். ''ஜமேதார் சுப்பையா, இந்த சீசன்ல ரெய்ன் வருது?''

நடுத்தர வயதான சுப்பையா மரியாதையான குரலில் பதிலளித்தான், ''எஸ் சார். எப்பவாச்சும் கோடைமழை வரும். அதோட....''

''என்ன இழுக்கறே... வாயைத் தொறந்து சொல்லுமேன்'', என்றான் அதிகாரி. ''பூலித் தேவருக்கு காலையில இருந்து ஒருவாய்த் தண்ணி கூடத் தராம இழுத்துக்கிட்டு வர்றோம். அவரு சாமிக்கிட்ட வேண்டிக் கிட்டு இருப்பாருங்க'' என்றார் சுப்பையா. ''வாட் நான்சென்ஸ். அவரு கேட்டா உடனே ரெய்ன் வருமா? பூலித்தேவர் என்ன மந்திரவாதியா'', கிண்டலாகக் கேட்டான் ஆங்கில அதிகாரி.

''தெக்கத்திச் சீமை முழுக்க அப்படித்தாங்க நம்பறாங்க'', என்றார் சுப்பையா. அதிகாரி திரும்பிப் பார்த்தான். ஆற்காட்டு நவாப் முகம்மது அலியின் இசுலாமிய வீரர்கள் எட்டுப்பேர் முன்னும், பின்னும் நான்கு பேர்களடங்கிய வரிசைகளில் வர, நடுவே பூலித்தேவர் சோர்வோடு தடுமாறி நடந்துவந்தார். அவரின் இருபுறமும் இரண்டு தமிழ்ச் சிப்பாய்கள் அவரைத் தாங்கிப் பிடித்து இழுத்து வந்தனர். அதிகாரி குதிரையிலிருந்தபடியே மழைக்கு ஒதுங்க இடம் தேடினான். ''பக்கத்தில ஒரு கோயில் இருக்குங்க, சங்கர நயினார் கோயில். அங்கே ஒதுங்கலாமுங்க'' என்றார் சுப்பையா.

''சங்கரலிங்கனார் கோயில் இங்கேயா இருக்கு?'' என்றான் அதிகாரி.

“சங்கரலிங்கனார் கோவில் இல்லீங்க. இது சங்கர நயினார் கோயில். ஒரு குட்டிக் கோயிலுங்க. ஆனால் இந்தப்பக்கம் ரொம்பப் பேருக்கு குலதெய்வக் கோயிலுங்க. பூலித்தேவருக்குக் கூட அதுதான் குலதெய்வமுங்க” என்றார் சுப்பையா.

மழை கனமாகியது. அதிகாரி சரியெனத் தலை அசைத்தான். அகன்ற பாதையிலிருந்து விலகி ஒற்றையடிப் பாதை ஒன்றில் சுப்பையாவின் குதிரை செல்லத் துவங்கியது. அனைவரும் பின் தொடர்ந்தனர். சற்று நேரத்தில் சுற்றிலும் மரங்களடர்ந்த ஒரு கற்கோவில் கண்களுக்குப் புலப்பட்டது. அவர்கள் வந்தது நல்ல நேரம் போலும், கோவிலருகே பந்தலமைத்து அதன் கீழே ஏழெட்டுப் பேர் தடபுடலாகச் சமையல் செய்து கொண்டிருந்தனர். அவர்களை வியப்புடன் பார்த்த அதிகாரியிடம் சுப்பையா விளக்கினார், “இன்னைக்கு நல்ல நாளு சார். குலதெய்வத்துக்குப் படையல் வைக்கிறாங்க.”

இவர்கள் அருகில் வந்தவுடன் பந்தலில் இருந்தவர்கள் மரியாதையாக எழுந்து நின்றனர். அசைவச் சமையல் வாசனை மூக்கைத் துளைத்தது. குதிரையிலிருந்து இறங்கிய அதிகாரிக்கும் ஒரு அடர்ந்த மரத்தருகே ஓலைக்கீற்றைப் போட்டு உட்கார வசதி செய்தனர். மழை நின்று விட்டிருந்தாலும் பயணக்களைப்பால் சற்று நேரம் ஓய்வெடுக்க முடிவு செய்தான் அதிகாரி.

“ஓகே, இங்கேயே கேம்ப் போடு”, என்று உத்தரவிட்டான்.

பின்பு மரத்தில் முதுகைச் சாய்த்துக் கொண்டு கால்களைத் தரையில் நீட்டி அமர்ந்தான். வறுத்த ஆட்டுக்கறியையும், கோழிக்கறியையும் தட்டில் வைத்து சமையல்காரர் அதிகாரியிடம். நீட்டினார். “சமைக்கிறதில மட்டும் தமிழ்க் காரனுங்களை மிஞ்ச ஆளே கிடையாது” என்று தனக்குள் சொல்லிக் கொண்டே அதிகாரி தட்டை வாங்கிக்கொண்டான். சற்று நேரத்தில் சுப்பையா கள்ளுக் கலயத்துடன் வந்தார். அதிகாரிக்குக் கள் ஒன்றும் புதிதல்ல என்றாலும் அது கோவில் வாசலில் கிடைத்தது வியப்பாக இருந்தது. அதிகாரியின் சிந்தனையை ஊகித்துவிட்ட சுப்பையா தானாகவே பதிலளித்தார்.

“பெரிய கோயிலுங்கள்ளலான் சார் சைவமெல்லாம். குலதெய்வம் கோயிலுன்னாலே, கள்ளும், கிடாக்கறியும் தான் விசேசமுங்க”

அவர்கள் பேசிக்கொண்டிருக்கும் போதே தேவருடன் இருந்த தமிழ்ச் சிப்பாய் அவர்கள் அருகே வந்து “தேவரய்யா சாமி கும்புட அனுமதி கேக்குறாருங்க” என்றான்.

“அதெல்லாம் முடியாதுன்னு சொல்லு போடா” என்று அதட்டினார் சுப்பையா.

அதிகாரி சற்று சிந்தித்தான். சுப்பையாவைத் தன்னுடன் வருமாறு சைகை காட்டிவிட்டு எழுந்து கோவிலை நோக்கிச் சென்று சுற்றிப் பார்த்தான். கோவிலுக்குப் பின்புற வாசல் எதுவும் இல்லை என்பதை உறுதிசெய்து கொண்டான். கோவிலின் உள்ளே தலையை நீட்டிப்பார்த்தான். கோவிலுக்குள்ளும் மனிதர்கள் யாரும் இல்லை.

“ஓகே, தேவர் சாமி கும்பிட, நான் அனுமதி தாரேன். நாங்க எவ்ளோ நாகரிகமானவங்கன்னு உங்க ஆளுங்களுக்குத் தெரியட்டும்” என்றான் அதிகாரி, தன் முகத்தில் பெருமை பொங்க.

“ஆனால் கைவிலங்கை எடுக்காதே. துப்பாக்கியோட முஸ்லிம் சிப்பாய் ஒருத்தன் கூடப் போ” என்று சொல்லி முடித்தான்.

பூலித்தேவர் கைவிலங்கோடு தடுமாறி எழுந்து கோவிலின் எதிர்ப்பக்கம் சென்றார். சுப்பையா ஓடிச்சென்று பூலித் தேவரைத் தடுத்து நிறுத்தினார்.

“சாமி கும்பிடறதுக்கு முன்னால குளிக்கணும்பா” என்றார் தேவர்.

“தூறல்ல நனைச்சீங்கள்ல அதுபோதும். சீக்கிரம் போயி சாமி கும்பிட்டு வாங்க” என்று கூறியவாறே பூலித்தேவரை கோவிலை நோக்கித் தள்ளினார் சுப்பையா.

ஊர்க்காரர்களில் ஒருவனும், சமையலுக்கு உதவியாக இருந்த ஒரு பத்து வயதுச் சிறுவனும் தேவரின் கூடவே கோயிலுக்குள் செல்ல முயன்றனர். அதிகாரி அவர்களைக் கோபமாகப் பார்த்துக் கத்தினான், “நோ, நோ, கைதி கூட யாரும் போகக்கூடாது”.

“தீபம் ஏத்த ஆள் வேணும் துரை. இந்தக் கோயில்ல சாமி சிலையெல்லாம் கிடையாதுங்க. குத்து விளக்கு மட்டும் ஏத்திக் கும்புடுவாங்க” என்றார் ஊர்க்காரர்களில் ஒருவர்.

“ஓகே... அந்த பாய் மட்டும் போகட்டும்”, என்றான் அதிகாரி.

பூலித்தேவரும், சிறுவனும், இசுலாமியச் சிப்பாயும் கோயிலிருகே வந்தனர். இந்துக் கோயிலுக்குள் செல்ல விரும்பாத இசுலாமியச் சிப்பாய், வாசலருகே இருந்த உயரமான பாறையில் துப்பாக்கியுடன் அமர்ந்துகொண்டான். தூறல் மீண்டும் பலமாகியது. ஆங்கில அதிகாரி கள்ளையும், கறியையும் ரசித்தவாறு கண்களைக் கோவிலின் மீதே வைத்திருந்தான். இடையில் மற்ற சிப்பாய்களுக்கும்

கள்ளும், கறியும் தாராளமாக வழங்கப்பட்டன. கோவிலின் உள்ளிருந்து மணி ஒலித்தது. வாசனைப்புகை வரத்தொடங்கியது. திடீரென்று பூலித்தேவரின் பாடும் குரல் ஒலிக்கத் துவங்கியது. அந்த முரட்டு உருவத்தின் கம்பீரமான குரலில் இசையமைதியோடு பக்திப்பாடல் அப்பகுதியெங்கும் ஒலிக்கத் துவங்கியது. அதனால் வியப்படைந்த அதிகாரிக்குப் பாடலின் பொருள் புரியவில்லையென்றாலும், இசையமைதியில் மெல்ல உறக்கம் வரத் தொடங்கியது.

பயணக்களைப்பும் சேர்ந்து கொள்ளத் தூக்கத்தில் ஆழ்ந்த அதிகாரிக்கு மெல்ல நினைவுகள் பின்னோக்கி ஓடின. கிழக்கிந்தியக் கம்பெனியில் வேலைக்கு ஆட்கள் எடுப்பதாகக் கேள்விப்பட்டு அதன் லண்டன் அலுவலகத்திற்கு ஓடினான். அங்கே அவனைப்போன்ற பல இளைஞர்கள் ஆவலுடன் வந்து குவிந்தனர். சற்று நேரத்தில் அங்கு வந்த அதிகாரி, துறைமுகத்திற்கு அருகே நிற்கும் கப்பலில் நேர்காணல் ஏற்பாடு செய்திருப்பதாகத் தெரிவித்தார். இளைஞர்கள் அனைவரும் கப்பலைத் தேடி ஓடினர். கப்பலில் இருந்தவர்கள் அனைவரையும் காத்திருக்கச் சொல்லிவிட்டுத் தேநீர் வழங்கினர். தேநீரைக் குடித்த சிறிது நேரத்தில் இளைஞர்கள் அனைவரும் உறக்கத்தில் ஆழ்ந்தனர். கண்விழித்துப் பார்க்கும் பொழுது கப்பல் ஆழ்கடலில் சென்று கொண்டிருந்தது. புரியாமல் விழித்த இளைஞர்களைப் பலமான குரல் ஒன்று வரவேற்றது.

"நான் கப்பலின் கேப்டன் பேசுகிறேன். பிரிட்டிஷ் கிழக்கிந்தியக் கம்பெனியின் ராணுவச் சேவைக்கு ஆவலுடன் முன்வந்துள்ள இளைஞர்களை வரவேற்கிறோம்".

கூடவே மற்ற மாலுமிகளின் கைதட்டல் ஒலித்தது.

"ராணுவச் சேவையா?" ஒரு இளைஞன் பதறினான், "அலுவலக வேலை என்றல்லவா கூறினார்கள்."

கேப்டனின் குரல் தொடர்ந்தது, "இந்தியாவை நோக்கிய உங்கள் பயணம் இனிதாக அமைய வாழ்த்துகள்."

மீண்டும் மாலுமிகளின் சிரிப்பொலி கேட்டது.

"இந்தியாவிற்கெல்லாம் நாங்கள் செல்ல விரும்பவில்லை", அதிகாரிக்குத் தன் குரல் அடையாளம் தெரிந்தது.

"உங்கள் விருப்பம்", கேப்டனின் குரல் தொடர்ந்தது. "இந்தியா சேர்வதற்கு எப்படியும் மூன்றிலிருந்து ஆறு மாதங்கள்

வரை ஆகலாம். வரவிருப்பமில்லாதவர்கள் எப்பொழுது வேண்டுமானாலும் கப்பலிலிருந்து இறங்கிக்கொள்ளலாம்." அதைத்தொடர்ந்து மாலுமிகளின் பலமான சிரிப்பு.

இளைஞர்கள் சுற்றும் முற்றும் பார்த்தனர். கண்ணுக்கு எட்டிய தூரம் வரை நாலாபுறமும் நீலக்கடல் பரந்து விரிந்து சென்றது. கேப்டனின் குரல் தொடர்ந்தது. "பயப்படாதீர்கள், மாதம் பத்து பவுண்ட் சம்பளம், இலவச உணவு, உடை, இருப்பிடம். அதோடு வேண்டிய மட்டும் விஸ்கி கிடைக்கும்" சொல்லிவிட்டுக் கேப்டன் சென்று விட்டார்.

மாலுமிகளில் ஒருவர் சற்று மெல்லிய குரலில் முணுமுணுத்தார். "அது மட்டுமல்ல, இந்தியாவில் போரில் கொள்ளையடிக்கும் பொழுது இந்தியச் சிப்பாய்களின் பங்கு போல் இரண்டு மடங்கு ஆங்கிலச் சிப்பாய்களுக்குத் தரப்படும்."

இந்தியா வந்து சேர்ந்ததும்தான், கிழக்கிந்தியக் கம்பெனியின் ஆங்கிலச் சிப்பாய்களில் பெரும்பாலோனோர் தங்களைப் போலவே கடத்தி வரப்பட்டவர்கள் என்பதை அந்த இளைஞர்கள் கண்டறிந்தனர். அதிகாரியின் கனவில் மெல்லக் காட்சி மாறியது. பாளையங் கோட்டைச் சிறையின் முக்கிய கைதியான பூலித்தேவரைப் பாதுகாக்கும் பொறுப்பு புதிதாக அதிகாரியான தனக்குத் தரப்பட்டிருந்த பெருமையில் மிதந்து கொண்டிருந்தான். திடீரென்று மேலதிகாரியிடமிருந்து அழைப்பு வந்தது. சென்று விரைவாகச் சல்யூட் அடித்து விறைப்பாக நின்றான்.

மேலதிகாரி மெல்லிய குரலில் பேசினார். "பூலித்தேவரை இனியும் இங்கு வைத்திருப்பது ஆபத்து. சிறையைத்தாக்கி அவரை விடுவிக்க அவரது ஆதரவாளர்கள முயல்வார்கள். நாளை ரகசியமாக வேறு இடத்திற்கு மாற்றப்போகிறோம். அதிகாலையில் புறப்படத் தயாராக இரு."

மறுநாள் புறப்படும் பொழுது மேலதிகாரி மீண்டும் எச்சரித்தார். "மிகவும் கவனமாகச் செல்லவேண்டும். கைதிக்கு மந்திரவித்தையெல்லாம் தெரியும்".

இளம் அதிகாரியின் உதடுகளில் புன்னகை நெளிந்தது. "நான் மந்திரத்தையெல்லாம் நம்புபவன் அல்ல", என்றான்.

மேலதிகாரி கோபமாக உறுமினார். "மந்திரமோ, தந்திரமோ வழியில் எங்கும் நிற்கக்கூடாது. கண்களில் தூசி விழுந்தால் கூட கண்களை மூடக்கூடாது."

அதிகாரி திடுக்கிட்டு விழித்தான். “அடடா, கண்களை மூடிவிட்டோமே” என்று நினைத்துக் கொண்டே கோவிலைப் பார்த்தான். ஏதோ ஒன்று குறைவதுபோல் தோன்றியது. ஆம், பூலித் தேவரின் பாடல் இப்பொழுது ஒலிக்கவில்லை. கோவிலில் இருந்து வந்த புகை மண்டலமும் மறைந்திருந்தது. சுற்றிலும் பார்த்தான். அவனுடன் வந்த ராணுவவீரர்கள் அனைவரும் உறங்கிக்கொண்டிருந்தனர். கோவிலின் வாசலருகே காவலில் இருந்த இசுலாமியச் சிப்பாயும் உறங்கிக் கொண்டிருந்தான். குலதெய்வத்திற்குப் படையல் செய்து கொண்டிருந்த தமிழர்கள் ஒருவரையும் காணவில்லை. தன் கைத்துப்பாக்கியால் வானத்தை நோக்கிச் சுட்டு அனைவரையும் எழுப்ப நினைத்துத் தன் இடுப்பில் கையை வைத்தான் அதிகாரி. அவன் கைத்துப்பாக்கியைக் காணவில்லை. கீழே கழுவப்படாமல் கிடந்த பாத்திரங்களைக் காலால் எட்டி உதைத்தான். உருண்டோடிய பாத்திரங்களின் ஒலியில் சிப்பாய்கள் அனைவரும் திடுக்கிட்டு எழுந்தனர். ஜமேதார் சுப்பையாவும், அதிகாரியும் கோவிலை நோக்கி ஓடினர். வாசலில் இசுலாமியச் சிப்பாய் இன்னும் உறங்கிக் கொண்டிருந்தான். கையில் துப்பாக்கிக்குப் பதில் விறகுக்கட்டையை இறுக்கமாகப் பற்றியிருந்தான். அதிகாரி கோபமாக அவனை எட்டி உதைத்தான். சிப்பாய் துள்ளி எழுந்து வேகமாக விறகுக்கட்டையைத் துப்பாக்கிபோல் தோளில் ஏந்தினான். அந்த நிலையிலும் மற்ற சிப்பாய்களால் சிரிப்பை அடக்க முடியவில்லை. ஒரே ஒரு சிப்பாயால் மட்டும் சிரிக்க முடியவில்லை. ஏனென்றால் அவனது துப்பாக்கியும் காணாமல் போயிருந்தது.

அதிகாரியும், ஜமேதாரும் கோயிலுக்குள் சென்றனர். அங்கே பூலித்தேவரையும் காணவில்லை, பத்து வயதுச் சிறுவனையும் காணவில்லை. நிறைய நெய் ஊற்றப்பட்ட குத்து விளக்கு மட்டும் நன்றாக எரிந்துகொண்டிருந்தது. அதனடியில் தேவரின் கையில் மாட்டப்பட்டிருந்த கைவிலங்கு உளியால் பூட்டு உடைக்கப்பட்டு கீழே எறியப்பட்டிருந்தது. சுப்பையா கூறினார், “நம்மகிட்ட இருந்த ரெண்டு துப்பாக்கிகளையும் எடுத்துக்கிட்டுப் போயிட்டாங்க” .

அதிகாரி கூறினார், “அத்தோட என் கைத்துப்பாக்கியையும் திருடிக்கிட்டாங்க”.

மற்றொரு சிப்பாய் ஓடிவந்து கூறினான், “நம்ம குதிரைங்களையும் திருடிக்கிட்டுப் போயிட்டாங்க.”

"அவங்க ரொம்ப தூரம் போயிருக்க முடியாது. வாங்க நாலு குழுக்களாகப் பிரிஞ்சு தேடுவோம்" என்று கூச்சலிட்டான் அதிகாரி.

2

மழை முற்றிலும் நின்று விட்டிருந்தது. சிறுவன் ஒரு குதிரையில் வழிகாட்ட, பூலித்தேவர் மற்றொரு குதிரையில் அவனைப் பின் தொடர்ந்து கொண்டிருந்தார். கோவிலருகே வந்த பொழுது இருந்த களைப்பு, தடுமாற்றம் எதுவும் இப்பொழுது அவரிடமில்லை. குதிரையில் கம்பீரமாகச் சென்று கொண்டிருந்தார். இருள் கவியத் தொடங்கும் நேரத்தில் இரண்டு குதிரைகளும் ஒரு குளக்கரை அருகே வந்து சேர்ந்தன. நீரின்றிக் குளம் தூர்ந்துபோய்க் கிடந்தது. சிறுவன் குதிரையிலிருந்து தாவி இறங்கினான். அவனை வியப்போடு பார்த்த பூலித்தேவர், இவன் எதிர்காலத்தில் சிறந்த வீரனாக வருவான் என்று மனதிற்குள் எண்ணிக்கொண்டே தானும் குதிரையிலிருந்து கீழே குதித்தார். அவர்கள் இறங்கும் பொழுதே மரத்திலிருந்து நெடிய உருவம் ஒன்று கீழே குதித்தது. எச்சரிக்கை அடைந்த பூலித்தேவர் தன் இடுப்பிலிருந்த அதிகாரியின் கைத்துப்பாக்கியை உருவிக்கொண்டு ஒலிவந்த திசையில் விரைவாகத் திரும்பினார்.

"தேவருக்கு எப்பவும் முதுகில ஒரு கண்ணு" என்று சிரித்துக் கொண்டே அருகில் வந்த உருவத்தை தேவர் அடையாளம் கண்டு கொண்டார்.

"சங்கிலிக் கருப்பனுக்கு எல்லாமே விளையாட்டுத்தான்", என்று சொல்லிக்கொண்டே துப்பாக்கியை மீண்டும் இடுப்பில் சொருகிக்கொண்டார். நிலவொளியில் சங்கிலிக் கருப்பனை அடையாளம் கண்டுகொண்ட சிறுவனின் முகத்தில் மகிழ்ச்சி பரவியது.

அருகில் வந்ததும், பூலித்தேவரைக் கட்டியணைத்துக் கண்ணீர் சிந்தினார் சங்கிலிக் கருப்பன். பிறகு மகிழ்ச்சியான குரலில், "புலியைக் கூண்டுக்குள்ள அடைக்க முடியும்னு நெனச்ச தொப்பிக்காரங்க சுத்த முட்டாப்பசங்க" என்றார்.

"யானையைப் பூனையா நினைக்கிற நாமதான் அவங்களை விடப் பெரிய முட்டாளுங்க" என்று பெருமூச்சு விட்டார் பூலித்தேவர்.

தூரத்தில் மாட்டுவண்டி ஒன்று மெல்ல வரும் ஒலி இருட்டில் தெளிவாகக் கேட்டது. சிறுவனை மட்டும் மரத்தடியில் நிற்கவைத்து விட்டுப் பூலித்தேவரும், சங்கிலிக்கருப்பனும் ஆளுக்கொரு மரத்தின் பின்னே மறைந்து கொண்டனர். வண்டி குளக்கரை அருகே வந்து நின்றது. வண்டி ஓட்டுபவன் வண்டியிலேயே அமர்ந்திருக்க, ஒல்லியான இளைஞன் ஒருவன் வண்டியிலிருந்து கீழே குதித்தான். உருவத்தை அடையாளம் கண்டு கொண்ட பூலித்தேவரும், சங்கிலிக் கருப்பனும் மறைவிலிருந்து வெளியே வந்தனர்.

“பாவம் மணிவாசகம், சொகுசா சென்னைப்பட்டணத்தில இருக்கறவன். இன்னைக்கி நமக்காகக் காட்டில அலையறான்” என்றார் பூலித்தேவர்.

“காடு என்னய்யா? உங்களை மீட்கறதுக்காகப் பாளையங்கோட்டைச் சிறைக்குள்ளேயே வரவும் நான் தயாராத்தான் இருந்தேன்” என்றான் மணிவாசகம். பின் அவனே தொடர்ந்து “சரக்கு ஏத்த நான் தஞ்சாவூர் வந்திருந்தேன். உங்களை எடம் மாத்தப் போறதா, ஜமேதார் சுப்பையா தகவல் அனுப்புனார். நான் உடனே சங்கிலிக் கருப்பனுக்குத் தகவல் அனுப்பிச்சேன். அப்புறம் திட்டம் தீட்டி விடுவிச்சதெல்லாம் சங்கிலிதான். அவன்மட்டும் வெள்ளைக்காரங்க படையில சேர்ந்திருந்தா, இந்நேரம் கான்சாகிப் மாதிரி அதிகாரி ஆயிருப்பான்”. என்று சொல்லி முடித்தான்.

“ஏம்பா, இருக்கற துரோகிங்க போதாதா? தெற்கத்திச்சீமையை வெள்ளைக்காரனுக்குப் புடிச்சுக்குடுக்க அலையற கான்சாகிப்கூட என்னையும் சேர்க்கிறே”, என்றார் சங்கிலி சற்றுக் கோபமாக.

அதுவரை பெரியவர்கள் பேசுவதை ஆர்வமாகக் கேட்டுக் கொண்டிருந்த சிறுவன் கோபமாகக் கத்தினான், “கும்மந்தான் சாகிப் ஒரு துரோகி, கோழை.”

சிறுவனைப் பார்த்து லேசாகப் புன்னகைத்த தேவர், “பையா யூசுப்கான் துரோகிதான், ஆனால் கோழை இல்லை. எதிரியைக் கொறைச்சு மதிப்புப் போடற பழக்கத்தை மொதல்லே நிறுத்து” என்றார்.

“அவரு பேரு யூசுப்கானா? வெள்ளைக்காரச் சிப்பாய்ங்க கூட அவருக்கு அடங்கி வேலை செய்வாங்களாமே, அவரு எந்த ஊர்க்காரரு ஐயா” என்று சிறுவன் ஆவலோடு கேட்டான்.

சிறுவனை மேலும் வியப்புடன் பார்த்த தேவர், “தம்பி உனக்குப் பத்துவயசு இருக்குமா? அதுக்குள்ள இவ்வளவு விவரம்

தெரிஞ்சு வச்சிருக்கியே! யூசுப்கான்கிறதுகூட அவரு மொதப்பேரு இல்லை. வீட்டில வச்சபேரு மருதநாயகம், மதுரைப்பக்கம் தான், இதோ நிக்கற மணிவாசகம் பிள்ளை அவங்க ஆளுதான்" என்றார்.

"பையன் யாரு?" என்றான் மணிவாசகம்.

சங்கிலிக்கருப்பனின் குரலில் சோகம் படர்ந்தது, "என்னத்தைச் சொல்ல? பையன் ஊரு ஆரல்வாய் மொழிப் பக்கத்தில இருக்க நெலக்கோட்டை".

நிலக்கோட்டை என்ற பெயரைக்கேட்டதுமே தேவரும் மணிவாசகமும் திடுக்கிட்டுச் சிறுவனைப் பார்த்தனர். சில ஆண்டுகளுக்கு முன்புதான் ஆங்கிலக் கிழக்கிந்தியக் கம்பெனிப் படைத்தளபதி கர்னல் ஹெரானும், ஆற்காட்டு நவாபின் மகன் மாபூஸ்கானும் தங்கள் படையுடன் நிலக்கோட்டையில் வெறியாட்டம் நடத்தியிருந்தனர்.

கருப்பன் சிறுவனைப்பார்த்து "நடந்ததை நீயே சொல்லு" என்றார்.

சிறுவன் கண்கள் தூரத்தில் வெறித்துப்பார்க்க உணர்ச்சியற்ற குரலில் சொல்லத் தொடங்கினான், "எங்க அப்பாவும் அம்மாவும் வயல்ல வேலை செஞ்சிக்கிட்டிருந்தாங்க ஐயா. நான் மரத்தில ஏறி வெளையாடிக்கிட்டு இருந்தேன். திடீர்னு வெள்ளைக்காரச் சிப்பாய்ங்க திபுதிபுன்னு குதிரையில ஊருக்குள்ள நுழைஞ்சாங்க. வயல்ல வேலை செஞ்சிக்கிட்டிருந்த எல்லாரையும் களத்து மேட்டுக்கு வெரட்டி அடிச்சாங்க. பெரிய அதிகாரி பேரு ஹெரான்னும், தொரை பக்கத்திலிருந்தவன்தான் மாபூஸ்கான்னும் பின்னால தெரிஞ்சிக்கிட்டேன் ஐயா. மாபூஸ்கான் கத்தினாரு, "இங்கே யார்ரா தலையாரி". எங்கப்பா துணிச்சலா முன்னால வந்து, "நான்தான்" அப்படின்னார். "ஏண்டா ரெண்டு வருசமா வரிகட்டல", மாபூசுகான் சத்தம் போட்டாரு. "ரெண்டு வருசமா மழையில்லை சாமி. நண்டு நத்தைங்களைத் தின்னு உயிரோட இருக்கோம்" னாரு எங்கப்பா. அதுக்குள்ள ஊருக்குள்ள போன சிப்பாய்ங்க கூட்டம் வீட்டுக்குள்ள இருந்த பொம்பிளைங்க, வயசானவங்க, புள்ளைங்க எல்லாரையும் களத்து மேட்டுக்கு விரட்டிக்கிட்டு வந்து சேர்த்தாங்க. அந்த சிப்பாய்கள்கிட்ட பேசிட்டு மாபூசுகான் கோபமா ஹெரான் தொரைகிட்ட வந்தான். "சிப்பாய்ங்க ஒரு எடம் விடாமத் தேடிட்டாங்களாம். ஊருக்குள்ள எவன் வீட்டிலயும் ஒரு கைப்பிடி அரிசிகூட இல்லையாம். இவ்வளவு தூரம் வந்ததே வீண் செலவு"ன்னாரு. அதுக்கு ஹெரான்

தொரை, “வெள்ளைக்காரன் வீண் செலவு செய்யமாட்டான். இந்த ஊர்க்காரங்களுக்கு நாம குடுக்கற தண்டனையைப் பார்த்து, மத்த ஊர்க்காரங்க தலையை அடகு வச்சாவது வரிகட்டுவாங்க பாரு”,ன்னு சொல்லிட்டு, சிப்பாய்ங்களைப் பார்த்து என்னமோ கத்தினான். வெள்ளைக்கார சிப்பாய்ங்க எல்லாரும் அடுத்த நிமிசம் கத்திங்களை உருவிக்கிட்டு எங்க ஊர்ச்சனங்க மேல பாஞ்சு வெட்டித் தள்ளினாங்க. பொம்பள, வயசானவங்க, பச்சைக் குழந்தைங்கன்னு யாரையும் விடல. தப்பிச்சி ஓடினவங்களைக் குதிரையில தொரத்திக்கிட்டுப் போய் வெட்டிச் சாய்ச்சாங்க. எங்க ஊர்ல ரத்த ஆறு ஓடாத எடமே இல்லை.” அதற்குமேல் சொல்லமுடியாமல் சிறுவன் குலுங்கிக்குலுங்கி அழ ஆரம்பித்தான் சிறுவனைத் தன்னோடு அணைத்துக்கொண்ட கருப்பன் பேசினார் “இவன் ஒருத்தன் மட்டுந்தான் தப்பிச்சு எங்க ஊர்ப்பக்கம் ஓடிவந்தான். நாங்க எடுத்து வளர்க்கிறோம்”.

“பேரு என்ன?” பூலித்தேவர் கேட்டார். “அவங்க அப்பா அம்மா வச்ச பேரு சுப்பிரமணிங்களாம். நாங்க சுருக்கமா வேலன்னு கூப்பிடுவோம். அதுவும் ஏன் தெரியுமா? பத்து வயசிலயே வேலைக் குறிபார்த்து எறியிற ஒரே பையன் இவன்தானுங்க. அதினாலதான் இப்ப ஒங்களை விடுவிக்கிற திட்டத்திலயும் இவனைச் சேர்த்துக்கிட்டோம்” என்றார் கருப்பையா. பூலித்தேவரும் மணிவாசகமும் சிறுவனை ஆர்வத்தோடு பார்த்தனர்.

“என் கைவிலங்கைக் கோயில்ல ஒடைச்சப்பவும், சிப்பாய்ங்க கையில வெறகுக்கட்டையை வைச்சிட்டுத் துப்பாக்கியைத் திருடறப்பவும், அதிகாரி இடுப்பில இருந்து கைத்துப்பாக்கியை அலுங்காம உருவுறப்பவும், அவன் திறமையை நான் நேரிலயே பார்த்திட்டேன்” என்றார் பூலித்தேவர்.

“படிப்பிலயும் ரொம்பச் சுட்டிங்க, ஏகப்பட்ட பாடத்தை மனப்பாடமாச் சொல்லுவானுங்க. எழுத்து, கணக்கு எல்லாம் கூட அவங்க அப்பா சொல்லிக் குடுத்திருக்காருங்க” என்றார் கருப்பையா பெருமையுடன்.

சிறுவனைத் தட்டிக் கொடுத்த பூலித்தேவர் மணிவாசகத்திடம் திரும்பினார், “நமக்கு நேரம் ரொம்ப இல்லை. இந்நேரம் சிப்பாய்ங்க தெற்கத்திச்சீமையையே சல்லடைபோட்டுச் சலிச்சிக்கிட்டிருப்பானுங்க. சொல்லுப்பா மணி, உங்க மொதலாளி சுந்தரலிங்கம் மொதலியார் எப்படி இருக்காரு?” என்றார்.

“நல்லா இருக்காருங்க. இதை உங்ககிட்ட குடுக்கச் சொன்னாருங்க” என்று சொல்லிக்கொண்டே, வண்டியிலிருந்து பட்டுத்துணியாலான ஒரு அழகிய பையை எடுத்து வந்து பூலித்தேவரிடம் நீட்டினான் மணிவாசகம். பூலித்தேவர் பையைத் திறந்து பார்த்தார். உள்ளிருந்து தங்கக்காசுகள் மின்னின. “இப்போ பணப்புழக்கம் கொஞ்சம் கம்மிங்க”, மணிவாசகம் தொடர்ந்தான், “கல்கத்தாக்காரச் சேட்டுக்கிட்ட இருந்து எங்க சரக்குக்கு உண்டி வந்திருக்குங்க. அந்தப் பணம் கையில கெடச்சதும், உங்களுக்குத் திரும்பவும் பணம் ஏற்பாடு செய்யுறேன்னு சொல்லச் சொன்னாருங்க”, என்று சொல்லிமுடித்தான்.

“ஜகத்சேத், இங்கிலீஷ் கம்பெனி கூட ரகசியமாக் கூட்டு வச்சிருக்கான் போல இருக்கே” என்று இழுத்தார் பூலித்தேவர்.

“இதுல ரகசியமெல்லாம் ஒண்ணும் இல்லீங்க. கல்கத்தாவில எல்லா வியாபாரிங்களும் கம்பெனி பக்கம்தான்”, என்றான் மணிவாசகம்.

“வங்காளத்தில மட்டும் இல்ல, நம்ம தமிழ் வியாபாரிங்களும் வெள்ளைக்காரன் பக்கம் போயிட்டாங்க” என்றார் கருப்பன் வருத்தமான குரலில்.

“பிரெஞ்சுக்காரங்க நெலமை என்ன?” கேட்டா பூலித்தேவர்.

“போற போக்கைப்பாத்தா புதுச்சேரியையே இங்கிலீசுக்காரன் புடிச்சுருவான் போல இருக்குங்க”, என்றார் கருப்பன்.

“டில்லி பாதுஷா ஏன் பார்த்துக்கிட்டுச் சும்மா இருக்காரு. வெள்ளைக்காரங்களை வெரட்டி அடிக்கமாட்டாரா?” என்று சிறுவன் கேட்டான்.

பூலித்தேவர் வாய்விட்டுச் சிரித்து விட்டார். “தம்பி வேலா, டில்லியில பாதுஷா ஆட்டமெல்லாம் அவுரங்கசீப்போட முடிஞ்சு போச்சு. இப்போ ஒரு நாளைக்கு ஒருத்தன் பாதுசா ஆகுறான்”.

மணிவாசகம் இடையில் பேசினான். “மைசூர்காரங்களும் நமக்கு ஒதவுற நெலமையில இல்லை. வடக்கே இருந்து மராத்திக் காரங்களும், கெழக்கே இருந்து ஹைதராபாத் நிசாமும் ஹைதர் அலியை விடாமத் தாக்கிக்கிட்டே இருக்காங்க ஐயா” என்றான்.

தேவர் நீண்ட பெருமூச்சு விட்டார்.

“வியாபாரம் பண்ண வந்த வெள்ளைக்காரங்களுக்கு, எப்பிடி அய்யா இவ்வளவு தைரியம் வந்துச்சு”, என்றான் சிறுவன்.

“கோவப்படாதே வேலா, கடலைக் கடந்து வரத் தைரியம் இருக்கவனுக்கு, நாட்டைப்பிடிக்க ஏன் தைரியம் வராது. நம்ம ஆளுங்கதான் கடலக்கடந்தா பாவம்னு சாஸ்திரம் எழுதி வச்சிக்கிட்டு, குண்டு சட்டியிலயே குதிரை ஓட்டிக்கிட்டு இருக்கானுங்க”, என்றார் பூலித்தேவர்.

“நம்ம சோழ ராசாக்களும் ஒரு காலத்தில ஏழு கடலையும் தாண்டிப்போனவங்கதானே” என்றான் மணிவாசகம்.

“அந்த மூவேந்தருங்கள்லாம் எங்கய்யா போனாங்க”, எனச் சிறுவன் கேட்டான்.

தம்பி வேலா, அவங்க ஒருத்தரோட ஒருத்தர் அடிச்சிக்கிட்டு அழிஞ்சுபோயி ஏகப்பட்ட காலங்கள் ஆச்சு. டில்லி சுல்த்தானுங்க படையெடுப்பு, மதுரை சுல்த்தானுங்க வெறியாட்டம், விஜயநகரத்தோட ஆட்சி, நாயக்கர் ஆட்சி எல்லாம் முடிஞ்சு, கடைசியா ஹைதராபாத் நிசாம் பேரை சொல்லிக்கிட்டு ஆற்காட்டு நவாப் கொள்ளையடிச்சிட்டு இருந்தான். அவன் பேரைச் சொல்லிக்கிட்டுத்தான் வெள்ளைக்காரக் கம்பெனி இப்போ நம்ம தமிழ் தேசத்தைப் பிடிக்கப் பார்க்கிறான்” என்று சொல்லி நிறுத்தி மூச்சு வாங்கினார்.

“இந்தத் தொப்பிக்கார நாய்ங்களைத் தொரத்தமுடியுமா, முடியாதாய்யா?”, கேட்டார் சங்கிலிக்கருப்பன் கோபமாக.

“ஒரு வாய்ப்பு வந்துச்சு, ஆனா கோட்டை விட்டுட்டோம்” என்றார் தேவர்.

“ஆமாய்யா, நாம மதுரையையே பிடிச்சிருக்கலாம். துரோகி யூசுப்கான் கெடுத்தான்”, என்றார் கருப்பன்.

“கெடுத்தது துரோகிகள் மட்டும் இல்லை கருப்பா, நண்பர்களும் தான்.” பூலித்தேவரை அனைவரும் ஆச்சர்யத்தோடு பார்த்தனர். பூலித்தேவர் தொடர்ந்தார், “கஷ்டப்பட்டு கேரளாக்காரனை நம்ம கூட்டணியில சேர்த்திருந்தோம். நம்ம வடகரையாரு அவன் பாளையத்திலேயே கொள்ளையடிச்சாரு, அவன் கோபமா யூசுப்கான் பக்கம் போயிட்டான்.”

“பிரஞ்சுக்காரங்களாச்சும் வாக்குக்குடுத்த மாதிரி உதவி செய்வாங்களாய்யா” என்று கேட்டான் மணிவாசகம்.

“முடிஞ்சா கட்டாயம் செய்வானுங்க. ஆனால் அவங்களும் நாடுபிடிக்கத்தான் இங்கே வந்திருக்கானுங்கங்கறதை மறந்திடக் கூடாது. மொதல்லே எல்லாப் பாளையக் காரங்களையும் திரும்ப ஒண்ணு சேர்க்கணும்”, என்ற தேவர் பெருமூச்சுடன், “அதுக்குள்ள

எத்னைபேரு எதிரிப்பக்கம் போயிட்டானுங்களோ'', என்றார்.

"நம்பிக்கையில்லாமப் பேசுறீங்களே ஐயா'', என்றான் மணிவாசகம்.

"தம்பி மணி, நண்பர்களைவிடத் துரோகிங்க அதிகமாயிட்டாங்கப்பா. புலிமாதிரி இருந்த பாளையக்கரான்லாம் எலி மாதிரி ஆயிட்டான். பூனை மாதிரி இருந்த வெள்ளைக்காரன் யானை மாதிரி ஆயிட்டான்'', என்று பெருமூச்சு விட்டார் பூலித் தேவர்.

"அப்போ ஏய்யா சண்டைக்குப் போறீங்க?'' என்றான் சிறுவன்.

தேவர் முகத்தில் மகிழ்ச்சி பொங்கச் சிறுவனைப் பார்த்தார். "சபாஷ்டா தம்பி, இந்தக் கேள்வியைத்தான் எதிர்பார்த்துக்கிட்டு இருந்தேன். நான் பூலித்தேவன்டா, புலி பசிச்சாலும் புல்லைத் திங்காது. என் ஆயுசுக்குள்ள இங்கிலீசுக்காரனை வெரட்ட முடியாதுன்னு தெரிஞ்சு போச்சு. ஆனால் உன் தலைமுறையில அது நடக்கும். நடக்க வைக்கணும். அதுக்கு என்ன செய்யணும் தெரியுமா?'' தேவர் சொல்லி முடிப்பதற்குள் சிறுவன் குறுக்கிட்டான்.

"என்ன செய்யணும் சொல்லுங்கய்யா, நான் உயிரைக் குடுக்கவும் தயாராயிருக்கேன்.''

தேவர் மீண்டும் பெருமூச்சு விட்டார். "தம்பி வேலா, உயிரைக் கொடுக்கறதுனாலயும் எடுக்கறதுனாலயும் மட்டும் நம்ம தேசத்துக்கு விடுதலை கெடச்சுடாது. நாம ரொம்ப நாளாத் தவறவிட்ட ஒரு வெசயத்தைத் திரும்பவும் கண்டுபிடிச்சுக் கொண்டு வரணும்'', என்றார்.

"என்ன வெசயம் அது'', மூவரும் ஒரே சமயத்தில் கேட்டனர்.

"அறிவு'', பூலித்தேவர் தாமதமின்றிக் கூறினார். "அறிவு, படிப்பறிவு. அதைத்தான் எப்பவோ அடகு வச்சிட்டோம். நம்மைப்பத்தி, கடல் கடந்து வந்த வெள்ளைக்காரனுக்குத் தெரிஞ்ச அளவுகூட நமக்கே தெரியாது'', என்றார் தேவர்.

"ஒரு காலத்தில தமிழர்களும் அறிவுக்கும் படிப்புக்கும் மதிப்புக் குடுத்துக்கிட்டுத்தான் இருந்தோம். ஆனால்'', என்று இழுத்தான் மணிவாசகம்.

"அப்பால, நம்ம பாட்டன் பூட்டன் சேர்த்து வச்சிருந்த ஏடு எழுத்தாணியைக் கூட ஐதீகம்னு ஆத்தில தூக்கிப் போட்டோம். படிச்ச ஆளுங்களையெல்லாம் ஆதரிக்காம பல்லைக் காட்டிப் பிச்சையெடுக்க வச்சோம். அவங்க பட்டினி கெடந்தே செத்துட்டாங்க. இப்போ பாரு, பக்கத்துப் பாளையக்காரன்

அப்பன் பேரு கூட நமக்குச் சரியாத் தெரியாது. ஆனால் இங்கிலீசுகாரன் ஒவ்வொரு பாளையக் காரனோட பத்துத் தலைமொறையப் பத்தியும் குறிப்பு எழுதி வச்சிருக்கான்", என்றார் தேவர்.

சற்று மூச்சு வாங்கிய பூலித்தேவர் மணிவாசகத்தைப் பார்த்தார். "தம்பி மணி, இந்தப் பையன் வேலனை நீ உன்கூட சென்னைப் பட்டணத்துக்குக் கூட்டிக்கிட்டுப்போ", என்றார்.

"நான் உங்க கூட இருந்து சண்டை போடப் போறேன்யா", என்றான் சிறுவன்.

"கத்தியைத் தீட்டிக்கிட்டு என்கூட வர ஆயிரம் பேர் இருக்காங்க வேலா. ஆனால் புத்தியைத் தீட்டிக்கிட்டு வரத்தான் உருப்படியா ஒருத்தன் கூட இல்லை", என்ற தேவர், "யூசுப்கான் துரோகின்னு உனக்குத் தெரியும். ஆனால் அவனுக்கு எத்தனை மொழி தெரியும்னு உனக்குத் தெரியுமா? அவன் படிக்காத மொழியே இல்லை, பழகாத ஆயுதம் இல்லை. நீயும் அவனைப்போல நெறயப் படிக்கணும். சண்டைக்குப்போறதுக்கு முன்னால, வெள்ளைக்காரன் மாதிரி, எதிரியப்பத்தி முழுசாத் தெரிஞ்சுக்கணும்", என்றார் தேவர்.

மணிவாசகம் வேலனைப் பார்த்து "கவலைப்படாதே வேலா, நான் உனக்கு படிப்போட, வாள் வீசவும் சொல்லிக் குடுக்க ஆள் ஏற்பாடு பண்றேன்" என்றார்

பொழுது நள்ளிரவைத் தாண்டிவிட்டதை உணர்ந்த பூலித்தேவர் சட்டென்று குதிரையில் பாய்ந்து ஏறினார். உடனே சங்கிலிக்கருப்பனும் தன் குதிரையில் ஏறினான். இரண்டு உருவங்களும் கம்பீரமாக இருளில் மறைந்தன. தங்கள் மரணத்தை நோக்கி ஆவலோடு விரையும் இரண்டு விடுதலை வீரர்களையும் மணிவாசகமும், சிறுவன் வேலனும் வியப்பு கலந்த சோகத்தோடு பார்த்துக் கொண்டிருந்து விட்டு மாட்டு வண்டியில் ஏறினர்.

வண்டி சென்னைப்பட்டணத்தை நோக்கி நகரத் தொடங்கியது.

3

மதுரையின் கோட்டையைச் சுற்றி முற்றுகையிட்டிருந்த ஆங்கிலப்படைகளைக் கோட்டை மதில் சுவரிலிருந்து வேடிக்கை பார்த்துக் கொண்டிருந்தான் வேலன். மணிவாசகத்தின் செல்வாக்கால் சுவரில் ஏறிப்பார்க்க அனுமதி பெற்றிருந்தான் சற்று நேரத்தில் ஆங்கிலப்படைகள் முகாமில் இருந்து வெளியே வந்த மணிவாசகம்,

கோட்டையை நோக்கி நடந்தார். அவர் கதவருகே வந்ததும் கதவு திறக்கப்பட்டு, அவர் உள்ளே நுழைந்ததும் உடனே மூடப்பட்டது.

அதற்குள் சுவரிலிருந்து கீழே இறங்கிய வேலன் மணிவாசகத்திடம் கேட்டான், "கம்பெனி அதிகாரிங்க என்ன சொல்றாங்க?"

"நமக்கு கடவுச்சீட்டு குடுத்துட்டாங்க. ரெண்டுபேரும் எப்ப வேணும்னாலும் கோட்டையை விட்டு வெளியேறிக் கம்பெனிப் படையைத் தாண்டிப்போகலாம்", என்றார் மணிவாசகம்.

"எப்போ போகப் போறோம்?", என்றான் வேலன்.

"யூசுப்கான்கிட்ட இருந்து நம்ம சரக்குக்குப் பணம் கெடச்சவொடனே", என்ற மணிவாசகம், "வா, நாம விடுதிக்கு உள்ளே போய்ப்பேசுவோம்" என்றார். பதினைந்து வயதில், இருபது வயது வாலிபனைப் போல் உயரமாக வளர்ந்திருந்த வேலன் பின்தொடர, மணிவாசகம் அவர்கள் தங்கியிருந்த விடுதிக்குள் வந்தார். தங்கள் அறைக்குள் சென்றதும் வேலன் பேச்சைத் தொடங்கினான்.

"மதுரைக்குப் போகப் போறோம்னவொடனே நான் ஏதேதோ கனவு கண்டேன். இங்கே என்னடான்னா மதுரையே வெறிச்சோடிக் கெடக்கு" என்றான்.

"என்ன செய்யறது வேலா? நாம சரக்கு ஏத்திக்கிட்டு வந்த ரெண்டாவது நாளே, திடீர்னு வெள்ளைக்காரங்க படை மதுரையைச் சுத்தி முற்றுகை போட்டுடுச்சு" என்றார் மணிவாசகம்.

"ஒருவேளை, வேற சமயத்தில வந்திருந்தா, மதுரை ஒரே கலகலப்பா இருந்திருக்குமோ" என்றான் வேலன்.

"நீ எதிர்பார்க்கிற மதுரையோட மவுசெல்லாம் போய் ஏகப்பட்ட நாளாச்சு. எல்லாம் நாயக்கர் ஆட்சியோட முடிஞ்சு போச்சு. இப்போ இது ஒண்ணும் அவ்வளவு முக்கியமான பட்டணம் இல்லை", என்றார் மணிவாசகம்.

"ஏன் அப்படி ஆயிப்போச்சு?", என்று கேட்டான் வேலன்.

"சுத்திக் கள்ளர் தேசம், ஒழுங்கா வரிவசூல் ஆகாது. வரவைவிடச் செலவு அதிகம்".

"பின்னே ஏன் அதைக் கைப்பத்த யூசுப்கானுக்கும் கம்பெனிக்கும் சண்டை நடக்குது?"

"சென்னைப் பட்டணத்தையும், தெற்கத்திச் சீமையையும் மதுரை இணைக்கிறதினாலதான் கம்பெனிக்காரன் இதைப் பிடிக்க நினைக்கிறான். திருநெல்வேலிச் சீமைக்கு அஞ்சுலட்சம்,

மதுரைக்கு இரண்டு லட்சம்னு மொத்தம் ஏழு லட்சத்துக்கு யூசுப்கான் குத்தகைக்கு எடுத்தாரு. அவரு வந்தப்பறம் தான் வரியும் ஒழுங்கா வசூல் ஆச்சு", என்றார் மணிவாசகம்.

"அப்புறம் கம்பெனி ஏன் அவரோட சண்டை போடுது", என்றான் வேலன்.

"ஆற்காட்டு நவாப்புக்கு, யூசுப்கான் பேரைக்கேட்டாலே கோபம் வரும். நம்மகிட்ட வேலையில இருந்த பய, இன்னைக்கு கம்பெனி அதிகாரி ஆகி, குத்தகைக்காரனாவும் ஆகிட்டானே. சீக்கிரம் நமக்கே போட்டியா வந்துருவானோன்னு பயம். நவாப் கேட்டுக்கிட்டதுனாலதான் கம்பெனிக்காரங்க படைஎடுத்து வந்திருக்காங்க. யூசுப்கானைத் தூக்கில போடறேன் பாருன்று நவாப் சபதம் போட்டிருக்கான்", என்று சொல்லிமுடித்த மணிவாசகம், "சரி, நாம போய் யூசுப்கானைப் பார்த்துப் பேசலாம் பொறப்படு", என்றார்.

இருவரும் விடுதியை விட்டு வெளியேறினர். கான் சாகிப்பின் அலுவலகத்திற்குச் சென்று வெளியே காத்திருந்தனர். உள்ளே கான் சாகிப்பைச் சுற்றி அவனது தளபதிகள் இருவர் நின்று பேசிக் கொண்டிருந்தனர். அந்த இருவரில் ஒருவரான பிரெஞ்சு அதிகாரி மார்சந்த், வெளியே நின்ற மணிவாசகத்தைச் சுட்டிக்காட்டி கான்சாகிப்பிடம் ஏதோ கூறினார். கான்சாகிப் அவர்களை உள்ளே வரச்சொல்லிச் சைகை காட்டினார்.

கமாண்டர் சாகிப் என்றும் கான் சாகிப் என்றும் கும்மந்தான் சாகிப் என்றும் பல்வேறு பெயர்களால் அழைக்கப்பட்ட யூசுப்கானின் பெயர் மருதநாயகம் என்பது வேலனுக்குத் தெரியும். அவரை நேரில் சந்திக்க வேண்டுமென்பது வேலனின் நெடுநாள் கனவு. அன்று அவர் அருகில் சென்று பார்த்த பொழுது வேலனுக்கு வியப்பாக இருந்தது. "அப்படி ஒன்றும் வாட்டசாட்டமான தோற்றமோ, உயரமோ இல்லாத கான் சாகிப்பிற்குள் என்ன சக்தி இருக்கிறதென்று பூலித்தேவரே பாராட்டினார் என்று மனதிற்குள் நினைத்துக்கொண்டான்", மெல்லிய, ஆனால் உறுதியான குரலில் கான்சாகிப் பேசத்தொடங்கினார்.

"மணிவாசகம், ரெண்டு மூணு ஷராப்புங்ககிட்ட மார்சந்த் பேசிக்கிட்டு இருக்காரு. எல்லாம் பகல் கொள்ளைக்காரங்க. பாதிக்குப்பாதி கமிசன் கேட்கறாங்க. எப்பிடியும் நாளைக்குள்ள ஒங்க சரக்குக்கான பணமோ, இல்ல உண்டியோ வாங்கிக் கொடுத்திடறேன்", என்றார்.

மரியாதையாகக் கரம் கூப்பிவிட்டு வெளியேறத் தொடங்கிய மணிவாசகத்தையும், வேலனையும் கான் சாகிப்பின் குரல் தடுத்து நிறுத்தியது. "இது யாரு உங்க கூட, சின்னப்பையனா இருக்கானே".

"எனக்கு உதவிக்கு வச்சிருக்கறனுங்க. சுந்தரலிங்கம் மொதலியாருக்குச் சொந்தக்காரப் பையன். தொழில்கத்துக்க என்கூட அனுப்பிச்சிருக்காரு", என்றார் மணிவாசகம்.

"வியாபாரம் கத்துக்கறானா? ஆளைப்பார்த்தா மறவ நாட்டான் மாதிரியில இருக்கான். சரி போங்க", என்றார் கான்சாகிப்.

அலுவலகத்தைவிட்டு வெளியே வந்ததும் வேலன் மெல்லிய குரலில் மணிவாசகத்திடம் முனகினான், "கான் சாகிப்புக்குக் கழுகுக் கண்ணு. சீக்கிரம் என்னை யாருன்னு கண்டு பிடிச்சிருவாரு".

"கண்டுபிடிச்சிட்டார். சீக்கிரம் உனக்கு அழைப்பு வந்தாலும் வரலாம்", என்றார் மணிவாசகம். வெளியே வந்தபொழுது கோட்டையின் மதில் சுவர்களில் இருந்து பீரங்கிக் குண்டுகள் சுடப்படும் ஒலி கேட்கத் தொடங்கியது.

"கம்பெனிக்காரங்க கோட்டையைப் பிடிக்க வர்றாங்களோ?", வேலன் கேட்டான், "கோட்டையில இருந்து குண்டு சுடுறாங்களே?"

"அதப்பத்தியெல்லாம் கம்பெனிப்படைங்க அலட்டிக்கப் போறதில்லை. குண்டு விழற தூரத்துக்கு அப்பாலதான் அவங்க முகாம் போட்டிருக்காங்க. கோட்டையைத் தாக்கிப்பிடிக்கறது அவங்க திட்டம் இல்லை. உள்ளே இருக்கவங்களைப் பட்டினி போட்டே சரணடைய வைக்கிறதுதான் திட்டம்.

"யூசுப்கான் என்ன திட்டம் வச்சிருப்பாரு?", என்றான் வேலன்.

"இன்னும் கொஞ்சநாள் தாக்குப் பிடிச்சிட்டா, மழைக்காலம் வந்துடும். கம்பெனிப்படை திரும்பிப் போயிடும். பின்னால சமாதானம் பேசிக்கலாம்கறது தான் அவரு திட்டமா இருக்கும்", என்றார் மணிவாசகம்.

"அப்போ நெறைய அரிசி பருப்பை யூசுப்கான் இருப்பு வச்சிருக்காரா?" என்று வேலன் தொடர்ந்து கேட்டான்.

"அதுதான் இல்லை. இது ஒரு எதிர்பாராத படையெடுப்பு. நாம கொண்டு வந்ததுதான் கடைசியா வந்த சரக்கு. அது பட்டாளத்துக்கே பத்தாது. இனி ஒரு வண்டியும் உள்ளே வரமுடியாது. பணக்காரங்க மட்டும் தான் அரிசியைப் பதுக்கி வச்சிருக்காங்க. ஏழைங்கள்லாம் ஏற்கனவே பட்டினியால கஷ்டப்படறாங்க", என்றார் மணிவாசகம்.

அவர்கள் விடுதிக்குள் போய்ச்சேர்வதற்குள் ஊரெங்கும் அரிசி, மளிகைப் பொருட்களை வாங்கிப் பதுக்குவதும், கொள்ளையிடுவதும், பறிப்பதும் தொடங்கி விட்டிருந்தது. ஆனால் பணக்காரர்கள் தங்கும் அவர்களது விடுதிக்குள் பஞ்சம் எதுவும் இல்லை. இரவு உணவு முடிந்து உறங்கப் போகும் நேரத்தில் சில சிப்பாய்கள் வந்து அவர்களின் அறைக்கதவைத் தட்டினர். வெளியே எட்டிப்பார்த்த மணிவாசகத்திடம்,

"கமாண்டர் சாகிப் கையோட கூட்டிக் கிட்டு வரச் சொன்னாரு", என்று வன்மையான குரலில் சிப்பாய்களில் ஒருவன் உறுமினான்.

மணிவாசகம் உடனே அறையை விட்டு வெளியே வந்தார். சிப்பாய் உடனே, "உங்களை இல்லை. அந்தப் பையனை", என்றான். மணிவாசகத்திற்கு வியர்க்கத் தொடங்கியது.

"நானே கூட்டிக்கிட்டு வர்றேன்", என்றார்.

"பயப்படாதீங்க மாமா, நான் தனியாவே போயிட்டு வர்றேன்" என்று புன்சிரிப்போடு சொல்லிக் கொண்டு வேலன் வெளியே வந்தான். அவனது துணிச்சல் சிப்பாய்களுக்கே வியப்பாய் இருந்தது. நடத்தியே வேலனைக் கான்சாகிப்பின் இருப்பிடத்திற்கு அழைத்துச் சென்றனர். அது கான்சாகிப் ஓய்வெடுக்கப் பயன்படுத்தும் தோட்ட வீடு. தோட்டத்தின் வாசலில் காவல் இருந்த சிப்பாய்கள் வேலனைச் சோதனை போட்டனர். அவனிடம் ஆயுதம் எதுவும் இல்லை என்பதை உறுதி செய்து கொண்டு, அவனை மட்டும் வீட்டிற்குள் தனியே செல்லுமாறு கூறினர். அவனைக் கூட்டி வந்த சிப்பாய்களைத் திருப்பி அனுப்பினர். அதுவரை வேலனை ஏதோ தண்டனைக் கைதி என்று நினைத்துக்கொண்டிருந்த அந்தச் சிப்பாய்களுக்கு அது மேலும் வியப்பாயிருந்தது.

தோட்டத்திற்குள் கான் சாகிப்பிற்குப் பணிவிடை செய்ய ஒரே ஒரு சிப்பாய் மட்டுமே இருந்தான். ஆங்கிலேயரைப் போலவே, மேஜையில் உணவருந்திவிட்டு, விலை உயர்ந்த ஒயினை அருந்திக்கொண்டிருந்த கான் சாகிப் முன்னால் வேலன் சென்று பின் நின்றான். அவனை ஏற இறங்கப் பார்த்துவிட்டு கான்சாகிப் உறுமினார்,

"நீ உளவு பார்க்கத்தானே வந்திருக்கே?"

"ஆமா", வேலன் சற்றும் தயக்கமின்றிப் பதிலளித்தான். அவனது பதிலின் விரைவு கான்சாகிப்பையே ஆச்சர்யப்படுத்தினாலும்,

முதல் கேள்வியிலேயே உண்மையைக் கண்டுபிடித்து விட்ட மகிழ்ச்சியுடன் கான்சாகிப் கேட்டார்,

"யாரு அனுப்பிச்சது? ஆற்காட்டு நவாபா? கம்பெனியா?".

"பூலித்தேவர்", மீண்டும் விரைவாகப் பதிலளித்தான் வேலன்.

"என்னது, பூலித்தேவர் உயிரோட இருக்காரா? எங்கே?", கான்சாகிப் பதற்றத்துடன் கேட்டார்.

"தெரியாதுங்க ஐயா", வேலன் சோகமான குரலில் கூறினான். "பல வருசங்களுக்கு முன்னால அவரை மொதலும் கடைசியுமாச் சந்திச்சேன்."

"அப்போ, அவரு தப்பிச்சுப்போக உதவுன பையன் நீதானா?" கான்சாகிப் பலமான குரலில் உறுமினார். இதைக் கேட்டுக் கொண்டிருந்த சிப்பாய், ஒருவேளை வேலன் தப்பி ஓட முயற்சிக்கலாம் என்ற எண்ணத்தில் ஓடிவந்து அவனைப் பிடித்துக் கொண்டான். ஆனால் வேலன் தப்பி ஓட எந்த முயற்சியும் செய்ய வில்லை.கான்சாகிப் கடகட வென்று சிரித்தார்.

"கருப்பையா, பாவம் ரொம்ப நேரமா வேலையில இருக்கே, போயிட்டு காலையிலே வா. நான் இந்தப் பையன்கிட்ட கொஞ்சம் தனியாப் பேசணும்", என்றார். வேலனால் கான்சாகிப்பிற்கு ஏதாவது ஆபத்து ஏற்படலாம் என்று பயந்த கருப்பையா தயங்கினான். ஆனால் கான்சாகிப் கோபமாகப் பார்த்ததும் விரைவாக வெளியேறினான். "பேரு என்ன வேலனா? ரொம்ப நேரமா நிக்கிறியே உட்காரு", என்றார் கான்சாகிப். வேலனும் தயக்கமின்றி நாற்காலியில் சென்று அமர்ந்தான்.

கான்சாகிப் மீண்டும் கேள்வி கேட்பதற்கு முன்பாக வேலன் தானே பேசத் தொடங்கினான், "நான் ஔவு பார்க்க வந்தது எனக்காகத்தான். உங்ககிட்ட இருந்து கத்துக்க வேண்டிய விஷயங்கள் நெறைய இருக்குன்னு தேவர் ஐயா சொன்னாரு. அதனால உங்களை நேரில பார்க்கணும்னு ஆசைப்பட்டேன்."

"நீ எந்த ஊரு? நெற்கட்டாஞ்சேவலா?" என்று கேட்டார் கான்சாகிப்.

"இல்லை ஐயா. நெலக்கோட்டை", என்றான் வேலன்.

நிலக்கோட்டை என்ற பேரைக்கேட்டதும் அதிர்ச்சியடைந்த கான்சாகிப், "நெலக்கோட்டையில நடந்த படுகொலையில நான் கலந்துக்கலை. ஆயுதம் இல்லாத ஆளுங்களை நான் ஒரு நாளும் கொன்னதில்லை" என்றார் சற்று நடுங்கிய குரலில்.

“தெரியும் ஐயா. ஆற்காட்டு நவாபும், கர்னல் ஹெரானும் தான் அதை நடத்தினாங்க. அப்போ எனக்கு அஞ்சு இல்லாட்டி ஆறு வயசு இருக்கும். மரத்துமேல ஒளிஞ்சிருந்து எங்க அப்பா அம்மாகூட, கிராமமே பட்டாக்கத்திகளுக்குப் பலி ஆனதைப் பார்த்துக்கிட்டு இருந்தேன்”, வேலனும் நடுங்கும் குரலில் சொல்லிமுடித்தான்.

வேலன் அமைதியாகும்வரை காத்திருந்த கான்சாகிப் கேட்டார், “என்னைப்பத்தி பூலித்தேவர் என்ன சொன்னாரு?”.

“நீங்க ஏதோ பாண்டிய ராஜா வம்சத்தில பொறந்தவரு, உங்கபேரு மருதநாயகம்னு சொன்னாரு” என்றான் வேலன்.

“இருக்கலாம். ஆனால் எங்க அப்பா எந்த நாட்டையும் ஆளல, விவசாயம்தான் பண்ணிக்கிட்டிருந்தாரு. எங்க குடும்பப் பேரை மீட்டெடுக்கனும்னா போர்வீரனாகனும்னு நெனச்சுத்தான் சின்ன வயசிலே வீட்டைவிட்டுப் பாண்டிச்சேரிக்கு ஓடினேன். அங்கே செய்யாத தொழில் இல்லை. அப்புறம் மார்சந்தைச் சந்திச்சேன், வாழ்க்கையே மாறிப் போச்சு. ஹைதராபாத்தில என் குருவைச் சந்திச்சேன். அவரு பேருதான் யூசுப்கான். பின்னே, ஆற்காட்டு நவாப் படையில சேர்ந்தேன். என் திறமையைப் பார்த்து ராபர்ட் கிளைவ் என்னை அவரு கூடவே வச்சுக்கிட்டாரு. இப்போ தெற்குச் சீமையையே ஏலம் எடுத்து ஜமீன்தார் ஆயிட்டேன். சீக்கிரத்தில மொத்த தமிழ் நாட்டையும் குத்தகைக்கு எடுத்துடுவேன். என்கூட இருந்தா நீயும் சீக்கிரம் பெரிய ஆளாகலாம். உன்கிட்ட வீரம் இருக்கு, புத்திசாலித்தனம் இருக்கு, நல்லா யோசி”, என்று சொல்லிக்கொண்டே மது மயக்கத்தில் தூக்கத்தில் ஆழ்ந்தார் கான்சாகிப். வேலன் கை தட்டி வாசலில் இருந்த சிப்பாய்களை வரவழைத்தான்.

சிப்பாய்கள் கான்சாகிப்பைத் தூக்கிச் சென்று படுக்கையில் கிடத்தினர். சிப்பாய்களோடு வந்த கருப்பையா வேலனிடம் கூறினார், “கான்சாகிப் அதிகாரிகளை நம்ப மாட்டார். ஆனால் சிப்பாய்ங்களை நம்புவார்.”

“தெரியுது, நீங்க அவருக்காக உயிரையும் குடுக்கத் தயங்க மாட்டீங்கன்னும் புரியுது”, என்றபடியே வேலன் நடையைக் கட்டினான். கருப்பையா அவனைக் கூப்பிட்டார். “தம்பி! ஊரில எல்லாம் பஞ்சம், கொலை கொள்ளை தலைவிரிச்சு ஆடுது. எதுக்கும் ரெண்டு சிப்பாய்களை உனக்குத் துணைக்கு அனுப்பறேன்”, என்றார்.

“வேண்டாம். என் பாதுபாப்புக்கு இது போதும்”, என்று தன் உடைகளுக்குள் மறைத்து வைத்திருந்த குறுவாளை எடுத்துக் காட்டினான் வேலன். கருப்பையா திடுக்கிட்டுப் போனார்.

“அடப்பாவி... ஆயுதத்தை மறைச்சு வச்சுக்கிட்டாடா கமாண்டர் சாகிப்கூடப் பேசிக்கிட்டு இருந்தே?” என்றவர், மற்ற சிப்பாய்களைப்பார்த்து, “என்னடா சோதனை போட்டீங்க?”, என்று கத்தினார்.

அவர்களைப் பற்றிக் கவலைப்படாமல் வேலன் வீட்டைவிட்டு வெளியேறி விடுதியை நோக்கி நடந்தான். அவன் மனதை அரித்துக்கொண்டிருந்த கேள்வியெல்லாம், ”மதுரை நகரின் உள்ளே பஞ்சம், வெளியே ஆங்கிலேயர் முற்றுகை. இந்த நிலைமையில் கான்சாகிப்பிடம் கொடுத்த சரக்குகளுக்குப் பணம் கிடைக்குமா? என்பதுதான்.

4

மதுரை மாநகரமெங்கும் உணவுப் பஞ்சம் தலைவிரித்து ஆடத் தொடங்கியது. யூசுப்கானிடமிருந்து பணம் வசூலாவதற்கான அறிகுறி எதுவும் தென்படவில்லை. விடுதிக்குள்ளேயே முடங்கி யிருந்த வேலன், மணிவாசகத்திடம் கேட்டான்,

“மாமா, இந்த நேரத்தில, கான்சாகிப்பால நம்ம பணத்துக்கு ஏற்பாடு செய்ய முடியுமா?”

“ஷராப் யாராச்சும் நிச்சயம் கடன் கொடுப்பாங்க”, என்றார் மணிவாசகம்.

“அது யார் மாமா ஷராப்?” வேலன் புரியாமல் கேட்டான்.

“பணம் கொடுக்கல் வாங்கல் தொழில் செய்யறவங்களோட ஏஜண்டுங்கதான் ஷ்ராப். நமக்கு யூசுப்கான் ஆயிரம் ரூபா தரணும் இல்லையா? இந்த ஷ்ராப்புங்க அதுக்கு ஒரு உண்டியல் எழுதித் தருவாங்க. அதைக் கொண்டு போய் அவங்களோட சென்னைப்பட்டணம் ஏஜண்டுக்கிட்ட கொடுத்தா, உடனே பணம் கொடுத்திடுவாங்க. ஆனால் கான்சாகிப் அவங்களுக்கு கடன்பத்திரம் தரகோட சேத்து எழுதித் தரணும்”, என்றார் மணிவாசகம்.

“தரகு எவ்வளவு இருக்கும்”, என்றான் வேலன்.

“சாதாரண நேரத்தில பத்து விழுக்காடு, போர்சமயத்தில நூறுவிழுக்காடு கூடக் கேப்பாங்க” என்றார் மணிவாசகம்.

"யூசுப்கான் போர்ல செத்துப்போயிட்டா?", என்றான் வேலன். அவன் சொத்தை வித்து வசூல் பண்ணிக்குவாங்க. சொத்து எதுவும் இல்லைன்னா பணம் போனது போனதுதான்", என்றார் மணிவாசகம்.

"ஆயிரம் ரூபாயையும் எழந்திடுவாங்களா?", நம்பமுடியாமல் கேட்டான் வேலன்.

"ஆயிரம் என்ன? லட்ச ரூபாயை இழக்கிறது கூட அவங்களுக்கு சாதாரணம். பம்பாயில மராத்திக்காரங்க, கல்கத்தாவில ஜகத்சேத் இவங்கள்ளாம் கோடிக் கணக்கில வட்டித் தொழில் செய்யறாங்க. போர் வந்தால்தான் இவங்க அதிக வட்டிக்குப் பணம் குடுக்க முடியும். நம்ம ஜமீன்தாருங்க, மகாராஜாக்கள், ஏன் வெள்ளைக்காரன் கம்பெனி கூட இவங்ககிட்ட கடன் வாங்கித்தான் தொழில் பண்றாங்க, போரும் செய்யறாங்க", என்றார் மணிவாசகம்.

இவர்கள் பேசிக்கொண்டிருக்கும் பொழுதே சிப்பாய் ஒருவன் இவர்களைத் தேடி வந்து தபால் ஒன்றைக் கொடுத்து விட்டுப் போனான். வேலன் பிரித்துப் பார்த்தான். உள்ளே ஆயிரம் ரூபாய்க்கு உண்டியும், முற்றுகை விலக்கிக்கொள்ளப்பட்டவுடன் மீண்டும் உணவுப் பொருட்கள் கொண்டு வருமாறு ஒரு கடிதமும் இருந்தது.

"முற்றுகையை வெலக்கிடுவாங்கன்னு கான்சாகிப் எப்பிடி உறுதியா நம்பறாரு?" என்றான் வேலன்.

"பழைய கவர்னர் பெய்கூட், யூசுப்கான் மேல நெறைய மதிப்பு வச்சிருந்தார். அவரு உதவி செய்ய வருவாருன்னு நம்பலாம்", என்றார் மணிவாசகம்.

"வெள்ளைக்காரங்க குடுத்த கடவுச்சீட்டு இல்லாமப் போனால், வெள்ளைக்காரன் நம்மைப் போக விடமாட்டானா?", என்றான் வேலன்

"அப்படி விட்டான்னா, ஊரே காலியாயிடும். மக்கள்லாம் பட்டினி தாங்காம கான்சாகிப்பை எதிர்த்துக் கலகம் பண்ணனும்கிறதுதான் வெள்ளைக்காரன் திட்டம். பட்டினியை முக்கிய ஆயுதமாப் பயன்படுத்தறதுக்குப் பேரு தான் முற்றுகை", என்றார் மணிவாசகம்.

"வேலனும் மணிவாசகமும் கோட்டைக் கதவருகே சென்று வேடிக்கை பார்த்தனர். கதவைத் திறக்க அனுமதியில்லை என்று காவலர்கள் வெளியேற முயன்ற மக்களைத் திருப்பி அனுப்பிக் கொண்டிருந்தனர். உள்ளே நகரமெங்கும் கடைகள் உடைக்கப்பட்டுச்

சூறையாடப் பட்டுக்கொண்டிருந்தன. சாலைகளில் அங்கொன்றும் இங்கொன்றுமாகப் பட்டினிச் சாவில் மடிந்தவர்களின் பிணங்கள் விழுந்துகிடந்தன. இன்னும் சில நாட்கள் முற்றுகை நீடித்தால் தெருவெங்கும் பிணக்குவியல்களாகக் கிடக்கும் என்று மணிவாசகம் கூறினார். இருவரும் விடுதிக்குத் திரும்பினர்.

"நான் போய் கான்சாகிப்பை நேரே பார்த்து அனுமதிச் சீட்டு கேட்கறேன்", என்றான் வேலன்.

"அவரு இருக்கிற நிலமையில உன்னையெல்லாம் இனிமே சந்திக்க மாட்டாரு", என்றார் மணிவாசகம்.

"எதுக்கும் முயற்சி பண்ணிப் பார்க்கிறேன்" என்று சொல்லிவிட்டு, யூசுப்கான் வழக்கமாக அலுவலகம் நடத்தும் மெயின்கார்ட் பகுதியை நோக்கிச் சென்றான் வேலன்.

அலுவலகத்தின் உள்ளே காரசாரமாக விவாதம் நடந்து கொண்டிருந்தது. ஏற்கனவே வேலனுக்குப் பழக்கமாகிவிட்ட கருப்பையா, வேலனை வெளியே அமருமாறு கூறினான். "உள்ளே யார்" என்று கேட்டான் வேலன்.

"உள்ளே கமாண்டர் சாகிப்புக்கு ரொம்ப நம்பிக்கையான மூணு பேர் இருக்காங்க, கமாண்டர் மார்சந்த், திவான் சீனிவாசராவ் அப்புறம் டாக்டர் பாபாசாகிப்", என்றார் கருப்பையா.

"டாக்டரா? கான்சாகிப்பே ஒரு நாட்டுமருத்துவர்னு சொல்லு வாங்களே?"என்றான் வேலன். அதற்குள் உள்ளே ஒரு குரல் பலமாக ஒலித்தது,

"ராமநாதபுரம், சிவகங்கை, புதுக்கோட்டைன்னு ஒரு பாளையக்காரனும் நமக்கு உதவிக்கு வரத் தயாரா இல்லை. எல்லோரும் உங்க மேல கோபத்தில இருக்காங்க". அடுத்துப் பேசிய கான்சாகிப்பின் குரலை வேலனால் அடையாளம் கண்டு கொள்ள முடிந்தது.

"அரசியல்ல என்ன கோபம்? எதிரி, நண்பன். இன்னைக்கு நிலைமையில, நம்மகூடச் சேர்றதுதான் நல்லதுங்கிறதை அவங்களுக்கு நீங்க புரிய வைச்சிருக்க மாட்டீங்க".

பழைய குரல் மீண்டும் ஒலித்தது, "அவ்வளவு அரசியல் தெரிஞ்ச பாளையக்காரன் இப்போ எவனும் இல்லை. பூலித்தேவர் மட்டும் இப்போ அதிகாரத்தில இருந்தால், நீங்களும் அவரும் ஒண்ணாச் சேர்ந்து, கம்பெனிப்படையை மதுரையை விட்டு மட்டும் இல்ல; தமிழ் நாட்டை விட்டே வெரட்டியிருப்பீங்க".

திடீரென்று ஒரு சிரிப்பொலி கேட்டது. "அது மார்சந்த்", என்று முணுமுணுத்தான் கருப்பையா. அடுத்துப் பேசிய மார்ச்சந்தின் குரலில் கேலி தொனித்தது.

"பூலித்தேவரை அழிச்ச பெருமையே உனக்குத்தான். சரி விடு, சரணடைஞ்சா உயிரோட விடுறதா, மேஜர் கேம்ப்பெல் உத்திரவாதம் கொடுத்திருக்கார். என்ன சொல்றே?".

"என்ன சொல்றேனா?", கான் சாகிப்பின் உறுமலான குரலுக்குப்பின் அறைக்குள் பயங்கர சத்தம் கேட்கவே, கருப்பையா உள்ளே ஓடினான். கூடவே வேலனும் ஓடினான். உள்ளே மார்சந்தை, கான்சாகிப் தன் கையிலிருந்த பிரம்பால் பலமாக அடித்துக் கொண்டிருந்தார். மார்சந்த் துளியும் அசையாமல் கோபத்துடன் கான்சாகிப்பையே வெறித்துப் பார்த்துக் கொண்டிருந்தார். அருகிலிருந்த திவான் சீனிவாச ராவும், டாக்டர் பாபா சாகிப்பும் கான் சாகிப்பின் கோபத்திற்குப் பயந்து குறுக்கிடாமல் நின்றனர். அதற்குள் பிரம்பு உடைந்தே விட்டது. அதை வீசி எறிந்து விட்டு கான்சாகிப் உள்ளிருந்த அறைக்குள் சென்றார். கருப்பையா கான்சாகிப்பின் பின்னால் ஓடினார்.

மார்சந்த் உறுமலுடன் பேசினார், "ஒரு பிரெஞ்சு ஆபீசரைக் கை நீட்டி அடிக்கிற அளவுக்குத் துணிஞ்சிட்டானா? ஏத்திவிட்ட ஏணியையே காலால எட்டி ஒதைக்கிறானா? நான் யாருன்னு காட்ட வேண்டிய நேரம் வந்துடுச்சு", சொல்லிக் கொண்டே வாசலை நோக்கி விரைவாக நடந்தார் மார்சந்த். சீனிவாச ராவும் பாபா சாகிப்பும் அவர்பின்னால் ஓடினர். குழப்பத்தில் நின்ற வேலனை நோக்கி கருப்பையா உள்ளிருந்து வந்தார். "வேலா, உன்னை கான்சாகிப் காலையில வரச்சொன்னார்".

அத்தனை பிரச்சினைகளுக்கு நடுவிலும், கான் சாகிப் தன்னை அடையாளம் கண்டுகொண்டு மறுநாள் வருமாறு கூறியது வேலனுக்கு ஆச்சர்யமாயிருந்தது. மறுநாள் பொழுது புலரும் பொழுதே வேலன் கான் சாகிப்பின் வீட்டை நோக்கி நடந்தான். வழியெங்கும், கடைகள் அனைத்தும் சூறையாடப்பட்டிருந்தன. வன்முறையில் இறங்க முடியாத ஏழைப் பெண்களும், குழந்தைகளும் தெருக்களில் பிணமாகவோ, அரை உயிராகவோ கிடந்தனர். இன்னும் இரண்டு நாட்கள் தாண்டினால், சிப்பாய்களைத் தவிர மற்றவர்கள் அனைவரும் பிணமாகக் கிடப்பார்கள் என்று மணிவாசகம் கூறியது நினைவிற்கு வந்தது. முற்றுகை இன்னும் ஒருவாரம் நீடித்தால் சிப்பாய்களும்கூடப் பிணம்தான் என்று

மனதிற்குள் நினைத்துக்கொண்டே வேலன் கான்சாகிப்பின் தோட்ட வீட்டிற்கு வந்து சேர்ந்தான்.

வழக்கமாக ஏழெட்டுப்பேர் கான்சாகிப் வீட்டு வாசலில் காவல் இருப்பார்கள். அன்று இருவர் மட்டுமே இருந்தனர். அவர்களும் சோர்ந்து போய் சுவரில் சாய்நது கொண்டிருந்தனர். வேலனை அடையாளம் கண்டுகொண்ட ஒருவன் வேடிக்கையாகக் கேட்டான்,

"தம்பி... காவல் வேலைக்கு உன்னை அனுப்பிட்டாங்களா?"

மற்றொரு காவலாளியும் சிரித்துக் கொண்டே கேட்டான், "அதுவும் எட்டுப்பேர அனுப்பனுமே? எட்டுப்பேர் வேலையை நீ ஒரு ஆளே செய்யப் போறியா?" என்றான்.

குழப்பத்துடன் அவர்களை நோக்கிய வேலனிடம், ஒரு காவலாளி, முதல் நாள் நள்ளிரவில் புதிதாக எட்டு சிப்பாய்கள் வந்து தங்களை விடுவித்திருக்க வேண்டும், அவ்வாறு யாரும் வராததால் இவர்கள் இருவரையும் மட்டும் காவலில் வைத்து விட்டு மற்றவர்கள் சென்று விட்டனர் என்பதை விளக்கினான்.

"என்னைக் காலையில கான்சாகிப் வரச் சொன்னாரு", என்று சொல்லிவிட்டு வேலன் வீட்டிற்குள் நுழைந்தான். காவலர்கள் அவனைத் தடுக்கவில்லை.

தோட்டத்தைத் தாண்டி உள்ளே சென்று வீட்டை எட்டிப் பார்த்தான். வெளி அறையில் கான்சாகிப் தொழுகையில் ஈடுபட்டிருந்தார். வேலன் ஒரு மரத்தடியில் அமர்ந்தான். லேசாக உறக்கம் கவ்வியது. மதநம்பிக்கையிலும், குடும்ப வாழ்விலும் கான்சாகிப் மிக ஒழுக்கமானவர் என்று வேலன் கேள்விப்பட்டிருக்கிறான். முன்பு மணிவாசகத்திடம் தான் பேசியது நினைவிற்கு வந்தது.

"மருதநாயகம் பிள்ளை ஏன் யூசுப்கானா மாறுனாரு? ஆற்காட்டு நவாப்கிட்ட வேலைக்குச் சேரவா."

"அது தான் இல்லை. மருதநாயகத்துக்கு ஹைதராபாத்தில மருத்துவம் கத்துக்குடுத்தது மொகம்மது கமால்னு ஒரு முஸ்லீம் குரு. அவருமேல இருந்த மரியாதையிலதான் மதம் மாறி, பேரையும் மாத்திக்கிட்டாரு", என்றார் மணிவாசகம்.

"ஒரு வேளை நாலு பொண்டாட்டி கட்டிக்கலாமேங்கிற ஆசையில இசுலாத்துக்கு மாறியிருப்பாரோன்னு நெனச்சேன்", என்றான் வேலன் கிண்டலாக.

"இதில இசுலாம் என்ன? இந்து என்ன? நம்ம ஆளுங்கள்லயும் தான் நெறையப் பேரு வீட்டில ரெண்டு பொண்டாட்டி, ஊருக்கு ஒரு வைப்பாட்டின்னு சீரழியுறாங்க. யூசுப்கான் ஒரு அழகான ஐரோப்பியப் பொண்ணைக் காதலிச்சுக் கல்யாணம் பண்ணிக்கிட்டாரு. வேறு எந்தப் பொண்ணையும் அவரு ஏறெடுத்துப் பார்த்ததுகூடக் கெடையாது" என்றார் மணிவாசகம்.

"ஓ... அந்த பொண்ணுதான் அவருக்கு ஐரோப்பிய மொழியெல்லாம் கத்துக் குடுத்துச்சா?" என்றான் வேலன்.

"அதுக்கு முன்னால, இவரு பாண்டிச்சேரி கவர்னர்கிட்ட வேலை பார்க்கறப்போ, அங்கே ஒரு அதிகாரியா இருந்தவர் மார்சந்த். சின்னப்பையனா இருந்த யூசுப்கானோட சுறுசுறுப்பைப் பார்த்துட்டு, அவருக்கு ஏகப்பட்ட விஷயங்களைக் கத்துக்கொடுத்திருக்கான். அதுக்கப்புறம் தஞ்சாவூர் ராஜாக்கிட்ட வேலை செய்யறப்போ கேப்டன் பிரஸ்டன்கிற இங்கிலீசுக்காரன் கிட்டவும் நெறைய விஷயம் கத்துக்கிட்டிருக்கார்", என்றார் மணிவாசகம்.

"ஓ... கான் சாகிப், நீங்க மட்டும் பூலித்தேவருக்கு எதிரா இல்லாம, அவரு கூடச் சேர்ந்து போராடி இருந்தா, தமிழ் நாடு மொத்தத்தையும் நீங்களும் தேவரும் சேர்ந்து ஆண்டுக் கிட்டிருக்கலாம். கம்பெனிக்காரங்க எப்பவோ ஓடிப்போய் இருப்பாங்க. எங்க கிராமத்திலயும் அந்த அநியாயம் நடந்திருக்காது. நானும் அனாதை ஆகியிருக்க மாட்டேன். மாபூஸ்கான் படையோட ஊருக்குள்ள நுழைஞ்சதை இன்னும்கூட என்னால மறக்க முடியல என்ன ஒரு பயங்கரமான சத்தம்", என்று அரைத்தூக்கத்தில் நினைத்துக்கொண்டிருந்தவன், உண்மையிலேயே பலர் ஓடிவரும் காலடிச்சத்தம் கேட்டுத் திடுக்கிட்டு எழுந்தான்.

பத்துப்பதினைந்து சிப்பாய்கள் உருவிய வாட்களுடன் வர, அவர்களுக்கு முன்னால் தளபதி மார்சந்த், திவான் சீனிவாசரவாவ் மருத்துவர் பாபா சாகிப் ஆகியோர் வீட்டிற்குள் நுழைத்து கொண்டிருந்தனர். கான்சாகிப்பைக் கொல்லத்தான் வருகிறார்கள் என்று ஊகித்த வேலன், கான்சாகிப்பை எச்சரிக்கை செய்வதற்காக வீட்டிற்குள் ஓடினான். வேலன் உள்ளே ஓடுவதைக் கண்ட சிப்பாய்கள் அவனைத் துரத்திக் கொண்டு உள்ளே ஓடினர். காலடிச் சத்தங்களால், தொழுகையில் இருந்த கான்சாகிப் கண்களைத் திறப்பதற்குள் சிப்பாய்கள் அவரைச் சூழ்ந்து கொண்டனர். வேறு சில சிப்பாய்கள் வேலனைக் கெட்டியாய்ப் பிடித்துக் கொண்டனர்.

வீட்டின் உள்ளே இருந்து கான் சாகிப்பின் மனைவி ஓடிவந்தாள். சிப்பாய்கள் ஓடிச்சென்று அவளை அறைக்குள் வரவிடாமல் தடுத்தனர். நிலமையைப் புரிந்து கொண்ட கான்சாகிப் நிதானமான குரலில்,

"மார்ஷா, பயப்படாம... நீ வீட்டுக்குள்ள போ" என்றார்.

தயங்கிநின்ற மார்சியாவை வீரர்கள் வீட்டின் உட்புறத்தில் தள்ளிக் கதவைத் தாழிட்டனர். "யூசுப்கானைப் புடிச்சிக் கட்டுங்கடா", உறுமினார் மார்சந்த்.

"இவனை என்ன பண்றது?", என்று வேலனைப் பார்த்துக் கையைக் காட்டினார் பாபாபசாகிப். "அவனையும் கட்டுங்கடா", என்றார் திவான் அலட்சியமாக.

சிப்பாய்கள் யூசுப்கானையும் வேலனையும் கை கால்களைச் சேர்த்து மிக இறுக்கமாகக் கயிறுகளால் கட்டினர். "கான்சாகிப்பைக் கைது பண்ணிட்டோம்னு தெரிஞ்சா சிப்பாய்கள் ரொம்பப் பேரு நம்மை எதிர்த்துக் கலகம் பண்ணுவாங்க" என்றார் திவான் சீனிவாச ராவ்.

"துரோகம் பண்ண முடிவு பண்ணீட்டியா மார்சந்த்", கட்டப்பட்டு தரையில் வீழ்ந்து கிடந்த கான்சாகிப் கேட்டார். அருகில் விழுந்து கிடந்த வேலனுக்கு, அந்த நிலையிலும் கலக்கமடையாமல் கான்சாகிப் பேசுவது பெருமிதத்தை உண்டு பண்ணியது.

"நீ தான் உன்னை நம்புன மக்களைப் பட்டினி போட்டுச்சாகடிச்சுத் துரோகம் பண்றே. அவங்களைத் காப்பாத்தத்தான் நாங்க தியாகம் பண்றோம்", என்றார் மார்சந்த்.

"உங்களுக்கு வசதியான நேரத்தில தியாகியாகுறீங்க. உங்கள்ல யாரு என்னைக் கொல்லப் போறீங்க?", என்றார் கான்சாகிப்.

"உங்களை நாங்க கொல்றதா! ஆண்டவா!" என்றார் மருத்துவர் பாபாபசாகிப்.

"உங்களைப் பத்திரமா மேஜர் சார்லஸ் கேம்ப்பெல்கிட்ட ஒப்படைச்சு, மதுரை நகரம் பட்டினி கெடந்து அழிஞ்சு போகாமக் காப்பாத்தப்போறோம், அவ்வளவு தான்", என்றார் திவான்.

"சிவகங்கை பாளையக்காரனும், ராமநாதபுரம் பாளையக்காரனும் என்கூடச் சேர்ந்திருந்தா?", என்று உறுமினார் கான்சாகிப்.

"இங்கிலீஸ்காரனுக்கு இந்தத் திட்டமெல்லாம் போட்டுச் கொடுத்ததே சிவகங்கை தளபதி தாண்டவராயப்பிள்ளை தான்.

அவரு உங்களைப் பார்க்க வந்தப்போ, நீங்க அவமதிச்சீங்க. அதுக்குப் பழிக்குப்பழி வாங்கிட்டாரு", என்றார் திவான்.

"கவலைப்படாதே யூசுப்கான். நீ பாளையக்காரங்ககிட்ட இருந்தும், பிரெஞ்சுக்காரங்க கிட்ட இருந்தும் காப்பாத்தின இங்கிலீஸ் கம்பெனி, உன்னை மரியாதையாத்தான் நடத்துவாங்க" என்று கூறிய மார்சந்த், "இவங்க ரெண்டு பேரையும் யாரு கண்ணிலயும் படாம தூக்கிட்டுப்போகணுமே", என்று முனகினார்.

சிப்பாய்களில் ஒருவன் வீட்டிற்குள் சென்று இரண்டு பாய்களுடன் திரும்பிவந்தான். இருவரின் வாய்களிலும் துணிவைத்துக் கட்டிய பின், இருவரையும் பாய்களில் சுருட்டி மீண்டும் கட்டினர். வெளியில் தயாராக இருந்த வண்டியில் வேலனையும் கான்சாகிப்பையும் தூக்கிவந்து போட்டனர். வண்டி எங்கெங்கோ சுற்றுவதை இருவராலும் உணரமுடிந்தது. இறுதியாக ஏதோ ஒரு வீட்டின் இருட்டறைக்குள் இருவரும் உருட்டிவிடப்பட்டனர்.

5

காலையில் இருந்து இருட்டில் வீசப்பட்டவர்களுக்குத் தண்ணீர் கூடக் கொடுக்கப் படவில்லை. பசியிலும் தாகத்திலும் வேலன் மயங்கி விட்டான். இரவு முடிந்ததும் பாயில் சுற்றி மறைக்கப் பட்டிருந்த கான்சாகிப்பையும், வேலனையும் மீண்டும் வண்டியில் தூக்கி வைத்தனர். வேலன் விழித்துக் கொண்டான். "என்ன கனம் கனக்குதப்பா" என்று முனங்கினான் கான் சாகிப்பைத் தூக்கிச் சென்றவர்களில் ஒருவன். "இதுவுந்தான் பொணம் கனம் கனக்குது" என்றான் வேலனைத் தூக்கி வந்தவர்களில் ஒருவன். "ரெண்டு பேரும் ஏற்கனவே பொணமாயிட்டாங்களோ என்னவோ", என்றது மூன்றாவது குரல். லேசான சிரிப்பொலி பரவியது. வண்டியின் அசைவில் வேலனுக்கு விழிப்பு வந்தது. கோட்டைக்கதவுகள் திறக்கப்படும் ஒலி தெளிவாகக் கேட்டது. கோட்டையைக்கடந்த சிறிது நேரத்திலேயே வண்டி நிறுத்தப்பட்டது. வேலன் கீழே இறக்கி வைக்கப்பட்டான். பின்பு தெளிவற்ற குரல்கள் ஆங்கிலத்தில் பேசுவது கேட்டது. மார்சந்தின் குரலை அவனால் அடையாளம் கண்டுகொள்ள முடிந்தது. சிறிது நேரத்தில் பாய் அகற்றப்பட்டு வேலனின் கட்டுகள் அவிழ்த்து விடப்பட்டன.

கம்பெனிப்படைகளின் முகாமில் தான் இருப்பதை வேலன் உணர்ந்தான். இருள் இன்னும் முழுதாகக் கலையவில்லை.

ஆயினும் தீவட்டிகள் ஏற்றி வைக்கப்பட்டிருந்தன. கான்சாகிப், கட்டுகள் அவிழ்த்து விடப்பட்டு நாற்காலியில் அமரவைக்கப் பட்டிருந்தார். அவரைப் பார்க்கும் ஆவலில் நிறைய ஆங்கிலச் சிப்பாய்கள் முண்டியடித்துக்கொண்டு கூடியிருந்தனர். ராபர்ட் கிளைவோடு பணிபுரிந்தவர், பிரெஞ்சுப் படையெடுப்பிலிருந்து சென்னையைக் காப்பாற்றியதில் முக்கியப் பங்கு வகித்தவர் என்பதால் அவர்மேல் ஆங்கில அதிகாரிகளுக்கு நிறைய மதிப்பு உண்டு. கான்சாகிப் எதிரே நாற்காலியில் அமர்ந்திருந்த அதிகாரிதான் மேஜர் கேம்பெல்லாக இருப்பார் என்று வேலனுக்குத் தோன்றியது. கான்சாகிப்பிடம் கேம்பெல் ஒரு சாராயப் போத்தலை நீட்டினார். கான்சாகிப் வேண்டாமென்று தலை அசைத்தார். “மிஸ்டர் யூசுப்கான், உங்களைச் சந்திக்க வேண்டுமென்று நான் நீண்ட நாளாக ஆசைப்பட்டேன். ஆனால் உங்களை என் கைதியாகச் சந்திக்க வேண்டி உள்ளது” என்றார் கேம்ப்பெல் ஆங்கிலத்தில்.

“அதனால் என்ன? தவறாகக் குற்றம்சாட்டப்படுவது எனக்கு இது முதன்முறையல்ல. விசாரணையின் முடிவில் கவர்னர் என்னை மன்னித்து விடுவார். விரைவில் நாம் இருவரும் மீண்டும் சந்திப்போம்” என்றார் கான்சாகிப்.

“நீங்களாகச் சரணடைந்திருந்தால் அது சாத்திமாயிருக்கலாம். ஆனால் இப்பொழுது காலம் கடந்து விட்டது”, என்றார் கேம்பெல். தூரத்தில் பல குதிரைகள் வேகமாக வரும் ஒலி கேட்டது. வருவது ஆற்காட்டு நவாப் முகம்மது அலியும், அவன் ஆட்களும் என்பதை உடனே கான்சாகிப் புரிந்து கொண்டார். திடீரென்று அவர் முகத்தில் கலவரம் பரவியது. விரைவாக எழுந்து கேம்ப்பெல்லின் முழங்கால்களைப் பிடித்துக்கொண்டு,

“மேஜர்,என்னைச் சென்னைக்கு அழைத்துச் சென்று என்ன வேண்டுமானாலும் செய்து கொள்ளுங்கள். முகம்மது அலியிடம் மட்டும் ஒப்படைக்காதீர்கள்”, என்று கெஞ்சினார். ஒரு மாவீரன் கெஞ்சுவதை காண்பது சுற்றியிருந்த அனைவருக்குமே பரிதாபமாயிருந்தது. கேம்ப்பெல் டக்கென்று எழுந்து திரும்பி நடந்து சென்றார். மற்ற ஆங்கிலச் சிப்பாய்கள் அவரைப் பின்பற்றினர். அதற்குள் ஆற்காட்டு நவாபும், அவர் குதிரை வீரர்களும் கான் சாகிப்பையும், வேலனையும் சூழ்ந்து கொண்டனர். கான்சாகிப் குதிரையிலிருந்த முகம்மது அலியை நிமிர்ந்து பார்த்தார்.

"ஆற்காட்டிற்கு நான் கடந்தகாலத்தில் ஆற்றிய சேவைகளை மறந்துவிடாதீர்கள் முகம்மது அலிகான் வாலாஜா" என்று கான்சாகிப் உருது மொழியினால் கூறினார்.

"நான் எதையும் மறக்கவில்லை. உன் சேவைகளுக்கான பரிசைத் தரத்தான் சம்மட்டிபுரத்திற்கு அழைக்கிறேன்", என்று உருதுவிலேயே பதில் சொன்னார் ஆற்காட்டு நவாப். கான்சாகிப்பின் கைகளைக் கயிற்றில் கட்டி, கயிற்றை நவாபின் குதிரையோடு இணைத்துக் கட்டினர் நவாபின் வீரர்கள். "இவனை என்ன செய்வது", என்று வேலனைக் காட்டிக் கேட்டான் ஒரு வீரன்.

"நான் ஒரு குதிரைவீரன் பிரபு. என்னையும் ஒங்க படையில சேர்த்துக்குங்க", என்றான் வேலன் பரிதாபமான குரலில்.

"அவனையும் இழுத்துக்கிட்டு வாங்க. அப்புறம் முடிவுபண்ணலாம்", என்று சொல்லிவிட்டு குதிரையை மெதுவான நடையில் ஓட்டிச்சென்றார் ஆற்காட்டு நவாப். அதனோடு கயிற்றால் பிணைக்கப்பட்டிருந்த கான்சாகிப் மௌனமாக நடந்தார். வேலனது கைகளையும் கட்டிவிட்டு அவனையும், வேறொரு குதிரைக்குப் பின்னால் கட்டி இழுத்துச் சென்றனர்.

சம்மட்டிபுரம்வரை இருவரையும் நடக்க வைத்தே இழுத்துச் சென்ற நவாப், சம்மட்டிபுரம் நெருங்கியதும் குதிரையிலிருந்தது கீழே குதித்தார். மற்ற வீரர்களும் குதிரைகளிலிருந்து குதித்தனர். ஏற்கனவே தேர்ந்தெடுக்கப்பட்டிருந்த மரத்தில் கான்சாகிப்பைத் தூக்கிலிடும் வேலையில் இறங்கினர். கைகள் கட்டப்பட்ட நிலையிலேயே அவரைக் குதிரையில் அமரவைத்து மரக்கிளை அருகே கொண்டு சென்றனர். சிப்பாய் ஒருவன் மரத்தில் ஏறி கான்சாகிப்பின் கழுத்தில் தூக்குக்கயிற்றை மாட்டினான். கான்சாகிப் கண்களை மூடிக்கொண்டார். அவர் உதடுகள் ஏதோ முனகின. சிப்பாய்கள் குதிரையின் பின்னாலிருந்து `ஹாய்` என்று பலமாக ஒலி எழுப்பினர். குதிரை பாய்ந்து ஓடியது. யூசுப்கானின் உடல் தூக்குக்கயிற்றில் ஊஞ்சலாடியது. ஒரு நொடிதான், மறுநொடி மரத்தின் கிளை முறிந்து, யூசுப்கான் கீழே விழுந்தார். சிப்பாய்கள் ஒரு கணம் மிரண்டுபோய் நின்றனர். ஒரு சிப்பாய் உடனே கூறினான், "கும்மந்தான் சாகிப் ஏதோ மந்திரம் போட்டுட்டாரு"

"முட்டாளுங்களா, பெரிய கிளையாப்பார்த்துத் தொங்கவிடுங்கடா", கோபத்தில் கத்தினார் முகம்மது அலி. மீண்டும் வேறொரு பெரிய கிளையில், முன்பு போல் கான்சாகிப்பைத் தூக்கிலிட்டனர். இம்முறை கிளை ஒடியவில்லை,

தூக்குக்கயிறு அறுந்து விழுந்தது. "இற்றுப்போன கயிற்றை எடுத்து வந்திருப்பார்கள் போலும்" என்று வேலன் நினைத்துக்கொண்டான். அவனை அருகே ஒரு மரத்தோடு சேர்த்துக் கட்டி வைத்திருந்தனர்.

கான்சாகிப் கீழே விழுந்ததும், நவாபின் சிப்பாய்கள் சிதறி ஓடினர்.

"நல்ல கயிறாப் பார்த்து எடுத்துக்கிட்டு வாங்கடா, சோதாப்பசங்களா", என்று மீண்டும் கத்தினார் நவாப்.

ஆனால் சிப்பாய்கள் யாரும் கான்சாகிப்பின் உடலை நெருங்கத் துணியவில்லை. நவாப் கைத்துப்பாக்கியை எடுத்துச் சிப்பாய்களை நோக்கிக் குறிவைத்தார். சிப்பாய்கள் பயந்து போய் மீண்டும் கான்சாகிப்பைத் தூக்கிலிட்டனர். இம்முறை கான்சாகிப்பின் உடல் கீழே விழவில்லை. கால்கள் வெட்டியதால் முதலில் பலமாகக் கயிற்றில் ஆடிய அவரது உடல், பின்பு மெதுவாக இரவையும், நிலவையும் ரசித்து ஊஞ்சலாடுவதுபோல் ஆடத்தொடங்கியது. ஆனாலும் சிப்பாய்கள் சற்று தூரத்திலேயே நின்று, அச்சத்துடன் கான்சாகிப்பின் உடலைப் பார்த்துக்கொண்டிருந்தனர்.

"கீழ எறக்குங்கடா, ஆற்காட்டுக்குத் தூக்கிட்டுப்போய், கோட்டை வாசல்ல தொங்க விடணும்", என்றார் நவாப். ஆனாலும் சிப்பாய்கள் அசையவில்லை. இம்முறை நவாபின் கைத்துப்பாக்கி மிரட்டலால் கூட அவர்களை அசைக்கமுடியவில்லை. சிப்பாய்களில் மூத்தவன், நவாப் அருகே சென்று முணுமுணுத்தான்,

"கான்சாகிப் மந்திரவித்தை எல்லாம் தெரிஞ்சவர். திரும்பவும் உயிரோடு வந்து அவரு உடலை எவன் மொதல்லே தொடறானோ அவனை அடிச்சு, ரத்தம்கக்கிச் சாகவைப்பார். அப்புறம் நம்மை எல்லாம் ஒவ்வொருத்தனா ஆவியா வந்து பழிவாங்குவார்"

நவாப் மூத்த சிப்பாயைக் கோபமாகப் பார்த்தாலும், தானும் கான்சாகிப்பின் உடலைவிட்டுச் சற்று விலகிச் சென்றார். பின்பு மூத்த சிப்பாயே நவாபிற்குச் சிக்கலைத் தீர்க்கும் வழியையும் கூறினான்.

"கான்சாகிப் உடலைத் துண்டுதுண்டா வெட்டி, வேறவேற ஊர்ல புதைச்சிட்டா, அவரால திரும்ப உயிரா வரமுடியாது."

"ஆனால், ஆவியா வந்தான்னா?" நவாப் அச்சத்துடன் கேட்டார்.

மூத்தசிப்பாய் மகிழ்ச்சியான குரலில் பதில் சொன்னான், "யாரு அவரு தலையை வெட்டுறானோ அவனை மட்டும்தான் தேடி அலைவாரு"

நவாபிற்கு இந்த யோசனை பிடித்திருந்தது. ஆனால் அதிலும் ஒரு சிக்கல். என்ன பரிசு கொடுத்தாலும் கான்சாகிப்பின் உடலை மரத்திலிருந்து இறக்குவதற்கோ, தலையை வெட்டுவதற்கோ, எந்தச் சிப்பாயும் முன்வரவில்லை. இதை வேடிக்கை பார்த்துக் கொண்டிருந்த வேலன் அடக்க முடியாமல் வாய்விட்டுச் சிரித்து விட்டான். அனைவர் கவனமும் வேலன் மீது திரும்பியது. அவனை அருகே அழைத்து வருமாறு நவாப் உத்தரவிட்டார். சிப்பாய்கள் ஓடிச்சென்று வேலனது கட்டுகளை அவிழ்த்து விட்டு அவனை நவாப் அருகே அழைத்துச் சென்றனர். நவாப், வேலன் முன்னே சில தங்கக்காசுகளை வீசி எறிந்தார். வேலன் நவாபிற்குச் சலாம் வைத்து நன்றி செலுத்தி விட்டுக் காசுகளை எடுக்கப் போனான். “நில்” என்று அதட்டிய நவாப், தன் உடைவாளை உறையோடு வேலன் முன்னால் எறிந்தார். எதற்கு என்பதை வேலன் உடனே புரிந்துகொண்டான். இம்முறை மேலும் பலமாகச் சிரித்துக்கொண்டே நவாபின் அழகிய, வேலைப்பாடுகள் நிறைந்த வாளைக் குனிந்து எடுத்தான். உறையின் மேலும் வாளின் கைப்பிடியிலும் வெள்ளியால் வேலைப்பாடுகள் செய்யப்பட்டிருந்தன. வாளை உறையிலிருந்து உருவித் தடவிப் பார்த்தான். மிக உறுதியான உலோகத்தால் செய்யப்பட்டிருப்பது புரிந்தது. மீண்டும் பலமாகச் சிரித்துக் கொண்டே அருகில் நின்ற குதிரையில் ஏறினான். அவன் சிரித்தது, கிடைக்கப்போகும் தங்கக்காசுகளுக்காக என்றுதான் நவாபும் சிப்பாய்களும் நினைத்தனர். ஆனால் வேலனின் சிரிப்பிற்குக் காரணமே வேறு. பூலித்தேவரை அழித்த முகம்மது யூசுப்கான் என்ற மருதநாயகத்தின் தலையைத் தன் கையாலேயே வெட்டிப் பழிக்குப்பழி வாங்க வேண்டுமென்று வேலன் எத்தனையோ நாள் கனவு கண்டிருக்கிறான். அந்தக் கனவு இப்படி விசித்திரமான சூழலில் நிறைவேறுமென்று வேலன் எதிர்பார்த்திருக்கவில்லை.

குதிரையில் ஏறித் தூக்குக் கயிற்றில் லேசாக ஆடிக்கொண்டிருந்த கான்சாகிப்பின் உடலருகே சென்றான் வேலன். வாளால் ஒரே வெட்டில் தூக்குக்கயிற்றை வெட்டினான். கான்சாகிப்பின் உடல் பொத்தென்று கீழேவிழுந்தது. சிப்பாய்கள் மேலும் பல அடிகள் பின் வாங்கினார். குதிரையிலிருந்து கீழே குதித்த வேலன், மீண்டும் ஒரே வெட்டில் தரையில் கிடந்த கான்சாகிப்பின் தலையை உடலிலிருந்தது துண்டித்தான். உடல் ஏற்ற, இறக்கமான இடத்தில் கிடந்ததால், வெட்டுண்ட தலை, நவாபும், வீரர்களும் இருந்த இடத்தை நோக்கி மெல்ல உருண்டது. நவாபும்,

சிப்பாய்களும் மேலும் சற்றுப் பின்வாங்கினர். வேலன் சென்று நவாப் தரையில் எறிந்திருந்த தங்கக்காசுகளை எடுத்துக் கொண்டான். அப்பொழுது மூத்த சிப்பாய் ஓடிவந்தான். "தம்பி, கான்சாகிப்போட கை, காலையெல்லாம் தனித்தனியா வெட்டி இந்தச் சாக்குப் பையில போடு", என்று சொல்லிக்கொண்டே நான்கு சாக்குகளை வேலன் காலடியில் எறிந்தான். வேலன் பதிலேதும் சொல்லாமல் மீண்டும் கான் சாகிப்பின் உடலருகே சென்றான். முழங்காலிட்டு அமர்ந்து வாளை ஓங்கினான். சிப்பாய்களும், நவாபும் மேலும் சற்றுதூரம் விலகிச் சென்றனர்.

வேலன் பலமான சிரிப்பொலியுடன், கான்சாகிப்பின் கைகளையும் கால்களையும் துண்டித்தான். கான்சாகிப்பின் விரலில் ஒரு அழகிய வைர மோதிரம் இருப்பதைக் கவனித்தான். ஓசையின்றி அதை எடுத்துத் தன் சட்டைப்பைக்குள் மறைத்துக்கொண்டான். உடல் துண்டுகளைச் சாக்குகளில் திணித்தான். ராமநாதபுரம் பனையூரில் ஆரவாரமின்றித் தொடங்கிய மருத நாயகத்தின் கதை, யூசுப்கானாக தமிழ்நாட்டையே அதிரவைத்து, மீண்டும் ஆரவாரமின்றிச் சம்மட்டிபுரத்தில் முடிந்தது. சாக்குகளை நவாபின் காலடியில் தூக்கிப்போட்டான் வேலன்.

"என்னை இப்பொழுது உங்கள் படையில் சேர்த்துக்கொள்வீர்களா சாகிப்", என்று நவாபை நோக்கி உருதுமொழியில் கேட்டான் வேலன்.

மூத்த சிப்பாய் கத்தினான், "வேண்டாம் சாகிப். இனி இவன் எங்க போனாலும் கான் சாகிப்போட ஆவி தொரத்திக்கிட்டு வரும்".

மூத்த சிப்பாயையும், வேலனையும் மாறி,மாறிப்பார்த்த நவாப், மேலும் சில தங்கக் காசுகளை வேலன் முன்பு எறிந்தார்.

"ஓ... படையில் சேருவதற்கு முன்பணமா நன்றி சாகிப்", என்றான் வேலன்.

"முட்டாள்... நான் பணம் கொடுப்பது அதற்கல்ல", நவாப் உருதுமொழியில் உறுமினார். "நீ இனிமேல் ஆற்காட்டுப்பக்கம் தலைவைத்துக் கூடப் படுக்கக் கூடாது."

"அப்படியே செய்கிறேன் சாகிப்", என்று பணிவோடு கூறிய வேலன் நவாபின் வாளை உறையிலிட்டு அவரிடம் நீட்டினான். கான் சாகிப்பின் ரத்தம் இன்னும் சொட்டிக் கொண்டிருக்கும்

வாளை வாங்கத் துணிச்சல் இல்லாத ஆற்காட்டு நவாப் விரைவாகச் சென்று ஒரு குதிரையில் ஏறிப் புறப்பட்டார். மற்ற வீரர்களும் குதிரைகளில் ஏறினார். ஒரு குதிரையில் இரண்டு வீரர்கள் ஏறிச்செல்வதைக் கண்டு வேலன் திரும்பிப் பார்த்தான். கான்சாகிப்பின் உடலைத் தாங்கிய தூக்குக் கயிற்றை வெட்டுவதற்குத்தான் ஏறி நின்ற குதிரையையும் நவாபின் ஆட்கள் பயந்துபோய் விட்டுச் சென்றிருப்பதைக் கண்டான். அதன் வேலைப்பாடுகள் நிறைந்த சேணத்திலிருந்து அது நவாபின் குதிரையாகத்தான் இருக்குமென்றும் வேலன் ஊகித்தான். நவாபும், இந்தச் சிப்பாய்களும் இனி வாழ்நாள் முழுவதும் கான்சாகிப்பின் ஆவியை நினைத்துப் பயந்து கொண்டிருப்பார்கள் போலும் என்று நினைத்துச் சிரித்துக்கொண்டே, நவாபின் அழகிய வாளை மீண்டும் ஒரு முறை பார்த்தான். “யார் கண்டது நவாப், இதே வாள் உங்கள் தலையையும் ஒருநாள் வெட்டலாம்” என்று லேசாக முனகினான். வாளை இடுப்பில் கட்டிக்கொண்டு குதிரையில் ஏறி மதுரையை நோக்கி விரைந்தான்.

வேலன் கோட்டையை நெருங்கும்போது, பொழுது நன்றாகப் புலர்ந்திருந்தது. கோட்டைக் கதவுகள் அகலத் திறந்திருந்தன. நகரமெங்கும் கம்பெனிச் சிப்பாய்கள் அங்குமிங்கும் போய்க் கொண்டிருந்தனர். மதுரை நகரம் கம்பெனியின் கட்டுப்பாட்டில் வந்துவிட்டதைப் புரிந்துகொண்ட வேலன் விடுதியை நோக்கி நடந்தான். அறைக்குள், நாள் முழுவதும் வேலனைக் காணாமல் தவித்துப்போயிருந்த மணிவாசகத்தின் முகத்தில் அப்பொழுதுதான் உயிர்வந்தது. என்ன நடந்தது என்று வேலனை வினவினார்.

“போற வழியில சொல்றேன், மொதல்லே கௌம்புவோம்”, என்றான் வேலன். இருவரும் வாசலுக்கு வந்தபின்,

“நான் போய் நம்ம வண்டிங்களைக் கூட்டிக்கிட்டு வர்றேன்”. என்றார் மணிவாசம்.

“நடந்து போக வேண்டாம், ரெண்டு பேரும் குதிரையிலயே போவோம்”, என்று வாசலருகே கட்டப்பட்டிருந்த குதிரையைக் காட்டினான் வேலன். குதிரையை வியப்புடன் கவனித்த மணிவாசகம், வேலனின் இடுப்பில் புதிதாக அழகிய வாள் ஒன்று தொங்குவதையும் கவனித்தார். அவர் பார்வையைப் புரிந்து கொண்ட வேலன் புன்சிரிப்போடு கூறினான்,

“ரெண்டுமே ஆற்காட்டு நவாப் முகம்மது அலிகான் வாலாஜா எனக்குப் பரிசாக் கொடுத்தது”

6

யூசுப்கானின் மரணத்தை மறக்க, சென்னைப்பட்டணம் திரும்பிய பிறகும், வேலனுக்குப் பல மாதங்கள் பிடித்தன. தன் முதலாளியும், வளர்ப்புத் தந்தையுமான சுந்தரலிங்க முதலியாரிடம், கிடங்கில் வேலை செய்யும் பொழுது அதைப் பற்றிப் பேசினான்.

“கான்சாகிப்பும், பூலித்தேவரும் ஒண்ணு சேர்ந்திருந்தாங்கன்னா நிச்சயம் வெள்ளைக்காரங்களை வெரட்டியிருப்பாங்க”, என்றான் வேலன். “வீணாக் கனவு காணாத. பாளையக்காரங்க படையை மட்டும் திரட்டித்தான் போராடுனாங்க, மக்களைத் திரட்டலை, வியாபாரிங்களை ஆதரிக்கலை”, என்ற சுந்தரலிங்கம் வேலனின் குழப்பத்தைக் கண்டு மேலும் விரிவாகப் பேசினார்.

“வேலா, தெற்கத்திச் சீமையில வெவசாயிங்க நெலமை தெரியுமா?, பாளையக்காரங்களுக்கு ஒருத்தன், நவாபு ஆளுங்களுக்கு ஒருத்தன், விஜயநகரப் பேரரசோட ஆளுங்கன்னு சொல்லிக்கிட்ட இன்னொரு கூட்டம், வரிவாங்க வருவாங்க. வடக்கையோ நிலைமை இன்னும் மோசம். மராத்திக்காரங்க வேற கொள்ளையடிக்க வருவாங்க”, என்றார் சுந்தரம். “வியாபாரிங்களைப் பத்தி என்னவோ சொல்ல வந்தீங்க ஐயா”, என்றான் வேலன்.

“ஒரு நாடு செல்வச் செழிப்பா வளரணும்னா, வியாபாரிகளுக்குத் திருடங்ககிட்ட இருந்து ராஜா பாதுகாப்புக் குடுக்கணும். பாளையக்காரங்களோ, அவங்களே திருடுவாங்க, வியாபாரிகளை மெரட்டிப் பணம் பறிப்பாங்க, வியாபாரம் எப்படி வளரும்?”, என்றார் சந்தரம்.

அப்பொழுது அவர்களை நோக்கி மணிவாசகம் கிடங்கிற்குள் ஒரு வெள்ளையனையும் கூட்டிக்கொண்டுவந்து சேர்ந்தார். வந்த வெள்ளையர் ஆங்கிலத்தில் காலை வணக்கம் கூறினார். அவருக்கு ஆங்கிலத்திலேயே பதில் வணக்கம் கூறினர் சுந்தரமும், வேலனும். சுந்தரலிங்கம் அவரை அலுவலக அறைக்குள் கூட்டிச்செல்லுமாறு மணிவாசகத்திடம் கூறினார். மணிவாசகமும், வெள்ளைக்காரரும் அலுவலகத்திற்குள் சென்றபிறகு வேலன் கேட்டான்

“இந்த வெள்ளைக்காரரு, இங்கிலாந்து நாட்டுக்காரரு மாதிரி தெரியலயே”.

“நீ நினைக்கிறது சரிதான், அவர் டேனிஸ் நாட்டுக்காரர் மாதிரி இருக்காரு” என்றார் சுந்தரம். “எனக்கு ரொம்ப நாளா ஒரு

சந்தேகம் ஐயா. இங்கிலீசுக் கப்பலைத் தவிர வேற எந்த நாட்டுக் கப்பலும் இந்தியாவுக்குள்ள வரவிடாத இங்கிலீசுக்காரன், டென்மார்க் நாட்டுக் கப்பலை மட்டும் ஏய்யா தாராளமா அனுமதிக்கிறான்''

லேசான சிரிப்புடன் சுந்தரம் பதிலளித்தார், " இங்கிலீஷ் கம்பெனி அதிகாரிங்க திருட்டுத்தனமாச் சம்பாதிக்கறதை, அவங்க நாட்டுக் கப்பல்லயே கொண்டு போக முடியாதே. அதனால தான்''. பேசிக்கொண்டே இருவரும் அலுவலகத்திற்குள் நுழைந்தனர். மணிவாசகம் ஏற்கனவே அனைவருக்கும் சூடாகத் தேநீர் வரவழைத்திருந்தார். வெள்ளைக்காரரை `பிலிப்` என்று அறிமுகப்படுத்தினார்.

"தங்களுக்கு நாங்கள் எவ்வாறு உதவமுடியும் மிஸ்டர் பிலிப்ஸ்'', என்று வேலன் ஆங்கிலத்தில் கேட்டான்.

"எனக்கு நிறைய சால்ட் பெட்ரே வேண்டும்'', என்றார் பிலிப்ஸ்.

"நீங்கள் தவறான இடத்திற்கு வந்து விட்டீர்கள் மிஸ்டர் பிலிப்ஸ். தஞ்சாவூரில் ஒரு வேளை கிடைக்கலாம். சென்னையில் சால்ட் பெட்ரே யாரும் விற்பதில்லை'', என்றார் சுந்தரம். துப்பாக்கி, பீரங்கிகளில் பயன்படுத்தப்படும் வெடிமருந்து தயாரிப்பதற்கு மூலப்பொருளான வெடி உப்பைத்தான் ஐரோப்பியர்கள் சால்ட் பெட்ரே என்றும் சால்ட் பீட்டர் என்றும் அழைத்தனர் என்பதைத்தவிர வேலனுக்கு அதைப்பற்றி எதுவும் தெரியாது. எனவே மற்றவர்களின் பேச்சை ஆவலோடு கேட்டுக்கொண்டிருந்தான். பிலிப்ஸ் மீண்டும் பேச்சைத் தொடங்கினார்.

"வங்காளத்தில் தாராளமாகக் கிடைத்தது. ஆனால், திடீரென்று சில மாதங்களாகச் சரியாகக் கிடைப்பதில்லை என்று எங்கள் கல்கத்தா அலுவலகம் கடிதம் எழுதியுள்ளது. உங்களுக்குத் தெரிந்த வங்காள வியாபாரிகள் மூலமாக நீங்கள் வாங்கிக்கொடுத்தால் உங்களுக்குப் பத்து விழுக்காடு தரகு தருகிறோம்''. நீண்ட பேச்சு வார்த்தைக்குப்பின் பிலிப் ஒரு லட்ச ரூபாய் மதிப்புள்ள தங்கக் கட்டிகளைச் சுந்தரலிங்கத்திடம் கொடுத்துவிட்டுச் சென்றார். சுந்தரலிங்கம் தங்கக் கட்டிகளை மணிவாசகத்திடம் கொடுத்து, கல்கத்தாவிற்கு ஒரு லட்சத்திற்கு வேலன் பெயருக்கு உண்டிவாங்கி வருமாறு வேலனையும் உடன் அனுப்பினார்.

"ஜகத்சேத் ஆபிசிலயா?'' என்றார் மணிவாசகம்.

"வேண்டாம். இந்த விஷயம் ஜகத்சேத்துக்குத் தெரிஞ்சா கம்பெனிக்குத் தெரிஞ்சிடும். மராத்தி வியாபாரிங்க ஆபீசில வாங்குங்க", என்றார் சுந்தரம்.

மறுநாள் டேனிஷ் கப்பலில் வேலன் கல்கத்தா நோக்கிப் புறப்பட்டான். பூலித்தேவரின் அறிவுரைப்படி வேலன் கல்வியில் அதிகக் கவனம் செலுத்தியிருந்தான். மணிவாசகமே அவனுக்கு ஆங்கிலமும், பிரெஞ்சும் கற்றுக்கொடுத்திருந்தார். கிடங்கில் வேலை செய்யும் ஊழியர்கள் உதவியோடு உருது, இந்தி ஆகியவற்றையும் கற்றிருந்தான். கப்பலுக்குள் ஒரே வெள்ளையர் மயமாயிருப்பர் என்று எண்ணிவந்த வேலனுக்குப் பெரிய ஆச்சர்யம் காத்திருந்தது. கப்பலில் கிட்டத்தட்டப் பாதிப்பேர் இந்தியர்கள். பெரும்பாலும் வங்காளம், மகாராஷ்ட்ரா, கேரளா மற்றும் தமிழ்நாட்டைச் சேர்ந்தவர்கள். கப்பல் தலைவனே ஒரு தமிழர்தான். அவரிடமே இதுபற்றி வேலன் கேட்டான்.

"ஆப்பிரிக்காவில இருந்து, பருவக்காத்தை வச்சு இந்தியாவுக்குக் கப்பலோட்ட ஐரோப்பாக்காரங்களுக்குச் சொல்லிக் கொடுத்ததே நம்ம இந்திய மாலுமிங்கதான்", என்றார் கேப்டன்.

"இருந்தாலும் உலகம் முழுக்க, கடல் கடந்து வியாபாரம் பண்ணவந்திருக்க இங்கிலீசுக்காரங்களைப் பாராட்டித்தான் ஆகணும்," என்றான் வேலன்.

"அப்படிப் பாராட்டறதா இருந்தா மொதல்லே டச்சுக்காரங்களைத் தான் பாராட்டணும். அவங்களைவிடப் பெரிய வியாபார நிறுவனத்தை இதுவரை யாரும் கட்டலை".

குரல் கேட்டு கேப்டனும், வேலனும் திரும்பிப்பார்த்தனர். கப்பலின் மேல்தளத்தில் நின்று பேசிக்கொண்டிருந்த அவர்கள் அருகே பிலிப் நின்றுகொண்டிருந்தார்.

"எனக்குத் தமில் கொஞ்சம், கொஞ்சம் தெரியும்", என்று அவரே தொடர்ந்தார். அவர் வசதிக்காக வேலன் ஆங்கிலத்தில் கேட்டான்.

"உண்மையாகவா?". பிலிப் தொடர்ந்தார்,

"ஆமாம். ஒரு காலத்தில் டச்சு கிழக்கிந்தியக் கம்பெனியிடம் இருநூற்று ஐம்பது சரக்கு கப்பல்கள், நாற்பது போர்க்கப்பல்கள் இருந்தன. ஐம்பதாயிரம் ஊழியர்களும், பத்தாயிரம் போர் வீரர்களும் இருந்தனர். பங்குதாரர்களைச் சேர்த்து வணிகம்

நடத்திய முதல் நிறுவனமும் உலகிலேயே அதுதான். ஆண்டுக்கு நாற்பது விழுக்காடு லாபம் ஈட்டியது."

"இப்பொழுது ஏன் அந்த நிறுவனம் காணாமல் போனது?", என்றார் கேப்டன்.

"கடல் மீது ஆட்சி செலுத்தினாலும், தரைமீது ஒரு பலமான அரசு வேண்டும். தரையில் டச்சுக்காரர்கள் ஆட்சியை இழந்த நேரம், கடல் ஆதிக்கமும் அழிந்தது" என்றார் பிலிப்." "எங்க சோழ அரசைப்போல", என்றார் கேப்டன். வேலன் தனது இன்னொரு ஐயத்தைக்கேட்டான்.

"ஹாலந்துக்கும், டச்சுக்காரங்களுக்கும் என்ன தொடர்பு?".

"எல்லாம் ஒண்ணுதான். ஹாலந்து, நெதர்லாந்து ரெண்டும் ஒரே நாடுதான், அவங்க பேசற மொழி டச்", என்றார் பிலிப்.

"இங்கிலாந்து எப்படி கடல்வாணிகத்தில, எல்லோரையும் விரட்டி அடிச்சிட்டு முன்னுக்கு வந்துச்சு?" என்றார் கேப்டன்.

"கொள்ளையடிச்சுத்தான்", தயக்கமின்றிக் கூறினார் பிலிப். வேலனும் அழகப்பனும் இதைக் கேட்டு வியப்படைந்தனர். பிலிப் உற்சாகமாகத் தொடர்ந்தார்,

"இங்கிலாந்து அரசு மத்த நாடுங்க மேல போர் அறிவிக்கும். உடனே மத்த நாட்டுக் கப்பலையெல்லாம் இங்கிலாந்து வியாபாரிங்களும், கப்பல்படையும் சேர்ந்து, கடல்ல மறிச்சுக் கொள்ளையடிப்பாங்க. அந்தப் பணத்தில கட்டினதுதான் பிரிட்டிஷ் கிழக்கிந்தியக் கம்பெனி".

"இது கடல் கொள்ளை இல்லையா?" என்றான் வேலன்.

"தனிமனுசங்க தாக்கினா கொள்ளை, அரசாங்கமே தாக்கிக் கொள்ளையடிச்சா, அது போர். உலகம் முழுக்க, காலம் காலமா இதுதான் உண்மை", என்று கூறிவிட்டு பிலிப் அங்கிருந்து அகன்றார். கப்பல் அலைகளால் பலமாக ஆடுவதைக்கண்ட வேலன், கேப்டனிடம் கேட்டான்,

"கடல் கொந்தளிப்பாயிருக்கே". கேப்டன் கடகடவென்று சிரித்தார்.

"இன்னைக்கி கடல் அமைதியாய் இருக்கு. உலகத்திலேயே கொந்தளிப்பான கடல்பகுதி இதுதான். புயல் அடிக்கிறப்போ பாரு தெரியும்", என்று கூறிவிட்டு அவரும் மேல்தளத்தைவிட்டுச் சென்றுவிட்டடார். சிறிதுநேரம் கடலின் ஆர்ப்பரிப்பை ரசித்துவிட்டு வேலனும் தன் அறைக்குச் சென்றான்.

டேனிஷ் கப்பல் வங்காளத்தை அடையும் பொழுது பருவமழை தொடங்கி ஒரு மாதம் ஆகியிருந்தது. தமிழகத்தைப் போலல்லாமல் வங்காளத்தில் மழை, சிறிய அளவில் ஆனால் விட்டுவிட்டுப்பெய்துகொண்டே இருந்தது. சால்ட் பெட்ரே என்ற வெடியுப்பு தாராளமாகக்கிடைக்கும் காலமும் அதுதான் என்பதைக் கணக்கில் கொண்டே டேனிஷ் கப்பல் கல்கத்தாவிற்கு வந்திருந்தது. வேலன், முதல்நாள் டேனிஷ் நிறுவனத்தின் அலுவலகத்தில் தங்கிவிட்டு, மறுநாள், சுந்தரலிங்க முதலியாரோடு வணிகத் தொடர்பிலிருந்த முகுல் ராயின் அலுவலகம் சென்றான். பிலிப் உடன் வரவில்லை. வெடியுப்பை வாங்கி கப்பலில் ஏற்றுவதுவரை வேலனின் பொறுப்பாகும்.

வேலனை, முகுல்ராய் மகிழ்ச்சியோடு வரவேற்றார்.

"இதுவரை உங்கள் கடிதங்களைத்தான் படித்திருக்கிறேன். இன்று நேரில் சந்திப்பதில் மகிழ்ச்சி மிஸ்டர் வேலன்", என்று ஆங்கிலத்தில் வரவேற்றுப் பேசினார் முகுல் ராய். வழக்கமான உபசரிப்புகள் முடிந்தபின் முகுல்ராய் கேட்டார்,

"முக்கியமான காரணமாகத்தான் கல்கத்தா வந்திருப்பீர்கள். என்னவென்று தெரிந்து கொள்ளலாமா".

"நிச்சயமாக. உங்கள் உதவியால்தான் அந்தக் காரியம் முடியும்", என்றான் வேலன்.

"உங்களுக்கு இல்லாத உதவியா? சென்னைப் பட்டணத்திற்கு நான் வரும் போதெல்லாம் மிஸ்டர் சுந்தரலிங்கம் முதலியார் எனக்கு நிறைய உதவிகள் செய்திருக்கிறார். சொல்லுங்கள் வேலன், என்ன வேண்டும்?", என்றார் முகுல்ராய்.

'நிமக் ஹோரா', சொல்லி நிறுத்தினான் வேலன். சால்ட் பெட்ரோவின் இந்திப் பெயரான நிமக் ஹோரா என்ற சொல்லைக் கேட்டதும் முகுல் ராயின் முகத்திலிருந்த உற்சாகம் நொடியில் மறைந்தது.

"கல்கத்தா சந்தையில் நிமக் ஹோராவை யாரும் விற்பதில்லை. ஆங்கில அதிகாரிகள் அனைத்தையும் வாங்கி இங்கிலாந்திற்கு அனுப்பி விடுகிறார்கள்", என்றார் முகுல்ராய். "நிமக்ஹோரா விற்பதற்கு ஆங்கிலக் கம்பெனி தடை எதுவும் விதித்திருக்கிறதா?", என்று வேலன் கேட்டான்.

"வெளிப்படையாகத் தடை எதுவும் இல்லை. ஆனால் தட்டுப்பாட்டை ஏற்படுத்தி விட்டனர்", என்றார் முகுல்ராய்.

பிறகு அவரே மாற்றுவழியும் கூறினார். “பாட்னாவிற்கே நேரடியாகச் சென்று வாங்கலாம். ஆனால் மொத்தமாகக் கிடைக்காது. பலமுறை சென்றுவரவேண்டும். விலையும் அதிகம். முன்பணம் வேறு கொடுக்க வேண்டும்” என்றார். வேலன் அனைத்து நிபந்தனைகளையும் ஒப்புக்கொண்டான். மராத்திய நிறுவனத்தில் மாற்றுவதற்காக வைத்திருந்த ஒரு லட்ச ரூபாய் உண்டியை அவரிடம் காட்டினான்.

மறுநாள் காலை வேலன் மராத்திய ஷ்ராப்பின் அலுவலகத்திற்குச் சென்று உண்டியைக் காட்டினான். வேலனிடம், சுந்தரலிங்கத்தைப் பற்றி பல கேள்விகள் கேட்டு உறுதி செய்து கொண்டனர். உண்டியில் இருந்த சென்னை ஷ்ராப்பின் கையெழுத்தையும், அவர்கள் பதிவிலிருந்த வேலனின் கையொப்பத்தையும் பரிசோதித்தனர். இறுதியாக, எல்லாம் சரியாய் இருப்பதாக ஒத்துக்கொண்டவர்கள் மூன்று நாள் கழித்து வருமாறு கூறினர். அதற்கு ஒப்புக்கொண்ட வேலன், மொத்தமும் தங்கக் காசுகளாக இல்லாமல், பாதி வெள்ளிக் காசுகளாக வேண்டுமென்றான். கிராமம் கிராமமாகச் சிறு வியாபாரிகளிடம் வெடிஉப்பு வாங்கப் போவதால் அவ்வாறு வேண்டுமென்று முகுல்ராய் கூறி இருந்தார்.

“எடை அதிகமாக இருக்குமே, வண்டி ஏற்பாடு செய்ய வேண்டுமா? என்று கேட்டார் மராத்திய ஷ்ராப்.

“வேண்டாம். நான் பார்த்துக்கொள்கிறேன்”, என்று கூறிவிட்டு. வேலன் டேனிஷ் அலுவலகத்திற்குச் சென்று விட்டான்.

மறுநாள் முகுல்ராயின் அலுவலகம் சென்று அங்கிருந்து துப்பாக்கி ஏந்திய காவலர்களுடன் குதிரை வண்டியில் மராத்திய ஷ்ராப் அலுவலகத்திற்குச் சென்றான் வேலன். முகுல்ராயின் ஆட்களை அடையாளம் கண்டு கொண்ட ஷ்ராப் வேலனையும் மற்றவர்களையும் அலுவலகத்தின் உட்பகுதிக்குள் அழைத்துச் சென்றார். வெளியே சிறிய வீடுபோல் தோன்றிய அலுவலகம் உள்ளே மிகப்பெரியதாய் இருந்தது. வேலன் ஏற்கனவே கேட்டுக் கொண்டிருந்தபடி தங்க, வெள்ளிக் காசுகளை பட்டுத்துணியால் ஆன சிறிய மூட்டைகளில் கட்டி வைத்திருந்தனர். முகுல்ராயின் ஆட்கள் அனைத்து மூட்டைகளையும் பிரித்து, பொறுமையாக எண்ணி அரக்கில் முத்திரை பதித்தனர். காசு மூட்டைகளை வண்டியில் ஏற்றிக் கொண்டு முகுல்ராய் அலுவலகத்திற்கு வந்து சேர்ந்தனர். பணத்தைப் பெற்றுக்கொண்டபின் முகுல்ராய் கேட்டார், “எங்கே தங்கப்போகிறீர்கள்? டேனிஷ் அலுவலகமே

வசதியாய் இருக்கிறதா, இல்லை ஏதாவது பெரிய விடுதி ஏற்பாடு செய்யட்டுமா?"

"இரண்டு இடங்களுமே ஆங்கிலக் கம்பெனியின் கழுகுப்பார்வையில் இருக்கும். எனவே எளிமையான, சிறிய விடுதி ஒன்றை ஏற்பாடு செய்யுங்கள்", என்று வேலன் கேட்டுக் கொண்டான். குதிரை வண்டியிலேயே டேனிஷ் அலுவலகம் சென்று தன் பொருட்களை எடுத்துக்கொண்டான். தோலால் செய்த நீண்ட பெட்டியும், தோளில் போட வசதியாக இருபுறமும் பொருட்களை முடிந்த துணி மூட்டையும் தான் அவனது மொத்தச் சுமையும். வண்டி வேலனை, கடைத்தெருவிலிருந்த ஒரு இனிப்புக்கடையின் பின்வாசலில் இறக்கிவிட்டுச் சென்றது. கடையின் பின்புறக் கதவைத் திறந்து கொண்டு உள்ளே சென்றதும் அருகருகே இரண்டு அறைகள் இருந்தன. அதில் ஒன்றைத்தான் வேலன் வாடகைக்கு எடுத்திருந்தான். தன் அறைக்கதவைத் திறக்கப்போகும் பொழுது பக்கத்து அறையிலிருந்து வெளியே வந்த ஆறரை அடி உயர உருவத்தைக் கண்டு வேலன் திகைத்தான்.

அந்த உருவம் புன்னகையுடன், .

"என் பெயர் சிராஜ் கான். காபூல் வியாபாரி. பாதாம், பேரீட்சை வியாபாரம் செய்கிறேன்",என்று இந்தியில் தன்னை அறிமுகப் படுத்திக் கொண்டது. வேலன் உடனே, "நான் முத்துவியாபாரி. சென்னைப்பட்டணம்" என்று இந்தியிலேயே அறிமுகப் படுத்திக் கொண்டான். இருவர் மனதிலும் அப்பொழுது ஒரே எண்ணம் தான் ஓடியது.

"இவன் நிச்சயம் வியாபாரி அல்ல- எச்சரிக்கையுடன் இருக்க வேண்டும்."

7

வேலனும், சிராஜ்கானும் ஒருவரையொருவர் நம்பாவிடினும் விரைவில் நண்பர்களாகிவிட்டனர். அடிக்கடி சேர்ந்தே கல்கத்தாவைச் சுற்றினர். சிராஜ்கானுக்கு கல்கத்தா நகரத்தை நன்கு தெரிந்திருந்தது. குறிப்பாக எங்கெங்கு நல்ல உணவுவகைகள் கிடைக்குமென்பதைத் தெரிந்து வைத்திருந்தார். தாராளமாகச் செலவு செய்தார். இருவரும் நிறைய அரசியல் பேசினர். சிராஜ்கானின் இந்திய அரசியல் அறிவு வேலனை வியக்க வைத்தது. இளைஞனான வேலனின் உலக அறிவு சிராஜ்கானையும்

வியப்பிலாழ்த்தியது. நாற்பது வயது சிராஜ்கானுடன் வேலன் மரியாதையாகப் பின்செல்வதைப் பார்ப்பவர்கள், வேலனின் நிறம் மட்டும் வெளுப்பாயிருந்திருந்தால் அப்பாவும், பிள்ளையும் என்றே நினைத்திருப்பார்கள். ஆனால் இருவரும் மறந்தும் தங்கள் வியாபாரம் பற்றி மட்டும் ஒருவருடன் ஒருவர் பேசவில்லை.

கிட்டத்தட்ட ஒரு மாதம் அந்த நட்பு தொடர்ந்தது. ஒருநாள் டேனிஷ் அலுவலகமெல்லாம் சுற்றிவிட்டு, மாலை வெகுநேரத்திற்குப்பின் வேலன் வீடு திரும்பினான். தனது குறுகிய தெருவின் ஒரு முனையில் முரட்டு உருவம் ஒன்று நின்று கொண்டிருந்தது. அந்த ஆளின் இடுப்பில் தொங்கிய வாளிலிருந்தே, சண்டைப்பயிற்சி பெற்றவனாயிருப்பான் என்று வேலனுக்குத் தோன்றியது. சந்தேகத்தோடு தெருவை நன்றாகப் பார்த்தான். தெருவின் மற்றொரு முனையிலும் ஒரு முரடன் நின்று கொண்டிருந்தான். வேலன் தங்கியிருந்த வீட்டின் கதவருகேயும் ஒரு ஒல்லியான உருவம், தன் உடலைக் கம்பளியால் போர்த்திக் கொண்டு நின்றது. அன்று அப்படி ஒன்றும் குளிராக இல்லை. நிச்சயமாக ஏதோ ஆயுதத்தை மறைக்கத்தான் அப்படி நிற்கிறானென்று தோன்றியது. தன்னிடம் பெரிதாக பணம் எதுவும் இல்லை, தனக்கு அந்த ஊரில் எதிரிகள் யாரும் இல்லை. அப்படியானால் வந்தவர்கள் சிராஜ்கானைத் தேடித்தான் வந்திருக்க வேண்டும் என்று ஊகித்தான் வேலன். பின்புற தெரு வழியாக வீட்டிற்குள் செல்லாமல், பக்கத்துத் தெருவில் வீட்டின் முன்புறத்தில் இருந்த இனிப்புக்கடைக்குச் சென்றான். கடைக்காரரின் முகமே அவர் அச்சத்திலிருப்பதைக் காட்டியது. என்ன நடக்கிறது என்று வேலன் மெல்லிய குரலில் கேட்டான்.

“சிராஜ்கானைத் தேடி அலைகிறார்கள். அவர் வீட்டிற்குள்ளும் நான்குபேர் ஆயுதங்களோடு ஒளிந்திருக்கின்றனர். என்னையும் கண்காணித்துக் கொண்டுதான் இருக்கிறார்கள்” என்றார் கடைக்காரர் நடுக்கத்துடன். சந்தேகம் ஏற்படாமலிருப்பதற்காக வேலன் கையில் இனிப்புகள் அடங்கிய ஒரு சிறிய மண்சட்டியைக் காய்ந்த இலையால் மூடிக்கொடுத்தார். வேலன் அங்கிருந்து விரைவாக நடந்து இரண்டு தெருக்கள் தள்ளியிருந்த பான், சுபாரிக் கடைக்குப் போனான். சிராஜ்கான் பெரும்பாலும் இரவு உணவை வெளியிலேயே முடித்துவிட்டு, வரும் வழியில் அந்தக் கடையில் சுபாரி பான் வாங்கி மென்று கொண்டே வீடு திரும்புவது வழக்கம். அதனால் கடையருகே சென்று காத்திருந்தான்.

திடீரென்று அவனது தோளில் ஒரு கை விழுந்தது. திடுக்கிட்டுத் திரும்பினான். புன்னகையோடு சிராஜ்கான் நின்றிருந்தார்.

"என்ன மதராசி, நீயும் பான்போட ஆரம்சிச்சிட்டியா, இல்லை உன்னைத் தேடி விருந்தாளிங்க யாரும் வந்திருக்காங்களா", என்று உற்சாகமான குரலில் கேட்டார். லேசாகக் குடித்திருப்பார்போல் தோன்றியது.

"ஓ... விருந்தாளிங்க நிறையப்பேர் வந்திருக்காங்க. ஆனால் என்னைத் தேடி இல்ல, உங்களைத் தேடி",. ஒரு நொடியில் சிராஜ்கானின் போதை மாயமானது. முழுவிவரத்தையும் வேலனிடம் கேட்டுமுடித்தார். இப்பொழுது அவர் முகத்தில் சினம் பரவியது.

"ஓடி ஒளிஞ்சாலும் தேடி வர்றாங்க. இனி அட்டாக் பண்ணித்தான் விரட்டணும்", என்று லேசான குரலில் கூறினார். திரும்பி சுபாரிக் கடைக்காரனின் காதுகளில் ஏதோ முணுமுணுத்தார். கடைக்காரன், கடைக்குள் மறைத்துவைத்திருந்த ஒரு நீண்ட துணிப்பையை எடுத்து சிராஜ்கானிடம் கொடுத்தான். தெருவில் சற்று இருட்டாக இருந்த இடத்தை நோக்கி நகர்ந்தார். வேலனும் பின்தொடர்ந்தான். இருட்டான இடத்தில் துணிப்பையைப் பிரித்தார். உள்ளே பல குறுவாட்களும், இரண்டு பெரிய வாட்களும் இருந்தன. "நான் நினைத்தது சரிதான். இவர் பெரிய போர் வீரர்தான்", என்று வேலன் தன் மனதிற்குள் நினைத்துக் கொண்டான். குறுவாட்களைத் தன் உடைகளுக்குள் பல இடங்களில் மறைத்துக் கொண்ட சிராஜ்கான் ஒரு வாளை இடுப்பில் கட்டிக்கொண்டு மற்றொரு வாளை மீண்டும் துணிப்பைக்குள் வைத்துக் கட்டப் போனார்.

"அந்த வாள் என்னிடமிருந்தால், உங்களுக்கு என்னால் உதவமுடியும்", என்றான் வேலன். வேலனை ஏற இறங்கப் பார்த்த சிராஜ்கான்,

"இது சாதாரண விளையாட்டு இல்லை. உயிரோடு வெளையாடுற வெளையாட்டு" என்றார். "அதனாலதான் இந்த வெளையாட்டு எனக்கு ரொம்பப் புடிக்கும்", என்றான் வேலன்.

"நான் நினைச்சது சரிதான். நீயும் ஒரு சிப்பாய் தான்" என்று வாய்விட்டே கூறிய சிராஜ்கான், அதற்குமேல் நேரத்தை வீணடிக்கவில்லை. அனுபவப்பட்ட ஒரு படைத்தலைவன் போல் கடகடவென்று தன் திட்டத்தை விளக்கினார். "தெருவில, வீட்டுக்கு இடதுபக்கம் நிக்கிறவனையும், வாசல்கிட்ட

நிக்கிறவனையும் நான் கவனிச்சிக்கிறேன். நீ தெருவைச் சுத்தி வந்து வீட்டுக்கு வலதுபக்கம் தெருவில நிக்கிறவனைக் கவனிச்சுக்கோ. வீட்டுக்குள்ள ரெண்டு பேரும் ஒண்ணா சேர்ந்து நுழைவோம். அப்புறம், முடிஞ்ச வரைக்கும் ரத்தம் சிந்த வேண்டாம்'', கூறிவிட்டு விரைவாக நடந்தார்.

“வேலன் தெருவைச் சுற்றிக்கொண்டு வரும்பொழுது இருட்டத்தொடங்கியிருந்தது. வீடுகளின் ஜன்னல் வழியே லேசாக விளக்கு வெளிச்சங்கள் தெருவில் விழுந்தன. வேலன் மிக அருகில் வரும்வரை அங்கு காவலில் நின்ற முரடன் அவனைக் கவனிக்கவில்லை. அவன் சப்தம் கேட்டுத் திரும்பிய பொழுது வேலனின் வாளின் கைப்பிடி பலமாக அவன் தலையில் மோதியது. கீழே விழுந்தவனைத் தாண்டிக்கொண்டு வேலன் வீட்டை நோக்கி நடந்தான். வாசலில் சிராஜ்கான் உருவிய வாளுடன் நின்று கொண்டிருந்தார். அங்கு போர்வை போர்த்திக்கொண்டு காவலில் நின்றவன் கீழே பேச்சு மூச்சின்றி விழுந்து கிடந்தான். அவனது இடுப்பில் குறுவாள் இருப்பதை வேலன் கவனித்தான். தூரத்தில் தெருமுனையில் காவலிருந்த முரடனும் அவ்வாறே கீழேவிழுந்து கிடந்தான். நல்ல வேளையாக அந்த தெருவில் ஆள் நடமாட்டம் எதுவும் இல்லை.

சிராஜ்கான் தன் வாளை உயர்த்திப் பிடித்தபடி “கதவைத் திற'' என்று மெல்லிய குரலில் ஆணையிட்டார். வேலன் கதவை மெல்லத் திறந்தான். வெளிக் கதவருகே யாரும் இல்லை. சிராஜ்கானின் அறைக்குள் விளக்கு வெளிச்சம் தெரிந்தது. பலர் உரக்கப் பேசிக்கொள்ளும் ஒலியும் கேட்டது. வாசலில் காவல் இருந்தவர்களின் எச்சரிக்கைக் குரலுக்காக அலட்சியமாகக் காத்திருக்கிறார்கள் போலும் என்று வேலனுக்குத் தோன்றியது. சிராஜ்கான் கதவின் அருகே ஓங்கிய வாளுடன் சென்றார். அவருக்கு அருகே வேலனும் தன் வாளை ஓங்கிக்கொண்டு நின்றான்.

சிராஜ்கானின் ஒரே உதையில் அறையின் கதவுகள் அகலத் திறந்தன. உள்ளே அங்குமிங்கும் ஆயுதங்களோடு நான்கு பேர் அமர்ந்திருந்தனர். கதவுதிறந்த ஒலியில் வாட்களுடன் உடனே எழுந்தனர். ஆனால் அவர்களது வீரம் ஒரு நொடிக்கு மேல் தாக்குப்பிடிக்கவில்லை. ஆயுதமேந்திய சிராஜ்கானை அவர்கள் எதிர்பார்த்திருக்கவில்லை. கூடவே துணைக்கு ஒரு வீரனும் இருப்பதைக்கண்டதும், வாட்களைக் கீழே எறிந்துவிட்டுச் சரணடைந்தனர்.

“உன் கத்தியை என்னிடம் கொடு, நால்வரின் ஆயுதங்களையும் எடுத்து வெளியே எறி”, என்று கட்டளையிட்டார் சிராஜ்கான். வேலன் உடைவாளை அவரிடம் கொடுத்துவிட்டு நால்வரின் ஆயுதங்களையும் காலால் எட்டி மூலையில் தள்ளினான். பிறகு குனிந்து எடுத்து அவற்றை அறைக்கு வெளியே வீசினான்.

“நான்கு நாய்களையும் கட்டிப்போடு”, என்று உறுமினார் சிராஜ்கான். இரண்டு கைகளிலும் வாட்களோடு சிராஜ்கான் காவலிருக்க, நால்வரின் தலைப்பாகை, சட்டைகள், திரைச்சீலைகளால் அவர்களின் கைகால்களையும், வாய்களையும் கட்டியபின் அவர்களைத் தரையில் உருட்டி விட்டான் வேலன். அப்பொழுதுதான் சிராஜ்கானின் அறைமுழுவதும் பொருட்கள் இரைந்து கிடப்பதைக் கவனித்த வேலன், அதனை சிராஜ்கானிடம் சுட்டிக் காட்டினான்.

“ஒரு பைசாக்கூட அவங்களுக்குக் கெடைச்சிருக்காது. நான் வீட்டில எப்பவும் பணம் வைக்கிறதில்லை”, என்றார். சிராஜ்கான், முதன்முறையாகப் புன்சிரிப்புடன். அதுவும் ஒரு நொடிதான்.

“இனிமேல் இந்த இடம் நமக்கு ஆரோக்கியமானதல்ல, சீக்கிரம் உன் பொருட்களை எடுத்துக்கொண்டு வா”, என்றார் வேலனிடம். நான்கு முரடர்களையும் சிராஜ்கானின் அறைக்குள்ளேயே அடைத்துவிட்டு இருவரும் தங்கள் பொருட்களுடன் வெளியேறினர். இருவரிடமுமே பெரிதாகப் பொருட்கள் எதுவும் இல்லை. இருட்டிலேயே வெகுதூரம் பல தெருக்களையும் பொட்டல் வெளிகளையும் கடந்து ஊரின் மறுபுறம், சற்று ஒதுக்குப் புறமாயிருந்த ஒரு பெரிய வீட்டின் முன்பு வந்து நின்றனர் இருவரும். கதவைத் திறந்து கொண்டு எட்டிப்பார்த்த உருவத்திற்கும் சிராஜ்கானைப் போலவே கிட்டத்தட்ட நாற்பது வயதிருக்கலாம். ஆளும் வாட்ட சாட்டமாகத்தான் இருந்தார். சிராஜ்கானை அடையாளம் கண்டு கொண்ட அந்த உருவம்,

“ஆ சிராஜ் சாகிப்! நள்ளிரவில் என் வீடு தேடி வந்திருக்கிறீர்கள்” என்றது.

“சந்தனு, முதலில் கதவைச் சாத்து, பிறகு பேசிக்கொள்ளலாம்”, என்று அதிகாரமாகக் கூறிவிட்டு வீட்டிற்குள் நுழைந்தார் சிராஜ்கான். வேலனும் அவரோடு உள்ளே நுழைந்தான். கதவை உடனே சார்த்தித் தாழிட்டுவிட்டு சந்தனு அவர்களைப் பின்தொடர்ந்தார். உள்ளே சாப்பிட வசதியாக மேஜைநாற்காலிகள்

போடப்பட்டிருந்தன. அதில் களைப்புடன் அமர்ந்தனர் சிராஜ்கானும், வேலனும்.

"சந்தனு, நீ இப்போ வீட்டை விடுதியா மாத்திட்டேன்னு கேள்விப்பட்டேன். எத்தனை அறைங்க இருக்கு", என்று சிராஜ்கான் வினவினார்.

"நாலே அறைங்கதான் சிராஜ்சாகிப். நாலும் காலியாத்தான் இருக்கு. நீங்க எந்த அறையை வேணும்னாலும் எடுத்துக்கலாம்", சந்தனு மரியாதையாகப் பதிலளித்தார்.

"நாலையும் நானே எடுத்துக்கறேன். இரண்டுநாள் தங்கிட்டு ரோகில் கண்டுக்கே திரும்பிப் போகப்போறேன்", என்றார் சிராஜ்.

"உங்க விருப்பம் சாகிப். இப்போ சாப்பிட ஏதாச்சும்", என்று இழுத்தார் சந்தனு. சிராஜ்கான் வேலனைப் பார்த்தார். வேலன் தனக்கு எதுவும் வேண்டாமென்று தலையை ஆட்டினான். இருவரையும் தனித்தனி அறைகளுக்கு அழைத்துச் சென்றார் சந்தனு. வேலனின் அறையில் கட்டில், மெத்தை எல்லாம் சொகுசாக இருந்தன. வாடகையும் சொகுசாகத்தான் இருக்கும் என்று நினைத்துக்கொண்டே வேலன் படுக்கையில் சாய்ந்தான்.

வேலன் கண் விழிக்கும்பொழுது, நன்றாகப் பொழுது புலர்ந்திருந்தது. வெளியே வரவேற்பறையில் சிராஜ்கானும், சந்தனுராயும் தேநீர் பருகிக்கொண்டே நன்றாகச் சிரித்துப் பேசிக் கொண்டிருந்தனர். வேலனைக் கையசைத்து மேஜைக்கு அழைத்தார் சிராஜ்கான், "வேலன் வா, வா... தேநீர் குடி", என்றவர் சந்தனுவைக் காட்டி,

"இவர்தான் சந்தனுராய்", என்றார். "நேற்று நீங்கள் பெயர் சொல்லிக் கூப்பிடும் பொழுதே அதைத் தெரிந்து கொண்டேன்", என்ற வேலன்,

"ஆனால் அவர் ஆளைப் பார்த்தால் சிப்பாய் போலல்லவா இருக்கிறார்", என்றான். "உன்னைப் பார்த்தால்கூடத்தான் முத்து வியாபாரி மாதிரி எனக்குத் தெரியவில்லை" என்றார் சந்தனு.

"நாம் மூவருமே ஓரினம்தான்", என்றார் சிராஜ் சிரித்துக்கொண்டே. பிறகு தொடர்ந்து அவரே பேசினார்,

"வேலா.. நேற்று நீ எச்சரிக்கை செய்திராவிட்டால், நான் இப்பொழுது உயிரோடு இருந்திருக்க மாட்டேன். என்னை நிச்சயம் கொன்றிருப்பார்கள்."

“எனக்கென்னவோ அவர்கள் உங்களைக் கடத்திச்செல்லத்தான் வந்திருப்பார்களென்று தோன்றுகிறது. கொல்வதற்கு இத்தனைபேர் தேவையில்லையே”, என்றான் வேலன்.

“வேலன், உனக்கு சிராஜ்கானின் வாள்வீசும் திறமையைப் பற்றித் தெரியாது. பத்துப்பேர் வாட்களோடு வந்தாலும் கூடச் சமாளிப்பார்”, என்றார் சந்தனு ராய்.

“கடத்தவும் வந்து இருக்கலாம்”, என்று கூறியவாறே சிந்தனையில் ஆழ்ந்த சிராஜ்கான், “ஆனால் அனுப்பியது நிச்சயம் ஓமிசந்த் தான்” என்றார்.

“இந்த இடம் பாதுகாப்பானதுதானா?”, என்று வேலன் கேட்டான்.

“நானும், சிராஜ்சாகிப்பும் ஒரு காலத்தில் தோளோடுதோள் நின்று போரிட்டவர்கள்”, என்றார் சந்தனு பெருமையாக.

“நேரம் கிடைக்கும்பொழுது பழைய கதைகளைப் பேசலாம் சந்தனு”, என்று சந்தனுவின் பேச்சைப் பாதியில் நிறுத்திய சிராஜ்கான்,

“நான் இரண்டொரு நாளில் என் சொந்த நாடு, ரோகில்கண்டிற்குப் போகப்போகிறன். அதுவரை இங்கேயே தங்கியிருப்போம். வீணாக உன்னையும் ஆபத்தில் மாட்டி வைத்து விட்டேனே”, என்று வருத்தமான குரலில் கூறினார்.

“எனக்கு ஒரு ஆபத்தும் வரப்போவதில்லை”, என்றான் வேலன்.

“நான் புறப்படுவதற்குள் நீ தங்குவதற்கு வேறு ஒரு பாதுகாப்பான இடத்தை ஏற்பாடு செய்கிறேன்”, என்றார் சிராஜ்.

“வீணாகக் கவலைப்படாதீர்கள். எனக்குத் தங்குவதற்கு வேறு இடத்தை நானே ஏற்பாடு செய்து கொள்கிறேன்”, என்றான் வேலன்.

“சரி என் அன்பளிப்பாக இதை வைத்துக்கொள்” என்று, ஒரு பளபளப்பான சிறிய பையை வேலனிடம் நீட்டினார். வேலன் பையைத் திறந்து பார்த்தான். பைநிறையத் தங்கக்காசுகள் மின்னின. பையை சிராஜ்கானிடமே திருப்பிக்கொடுத்தான் வேலன்.

“உங்களது நட்புக் கிடைத்ததே போதும், பரிசு எதுவும் வேண்டாம். நான் உண்மையிலேயே வியாபாரிதான். ஆனால் முத்துவியாபாரி அல்ல. ‘நிமக்க்ஷேரா’ வாங்குவதற்காக வந்திருக்கிறேன்”, என்றான்.

"நிமக்க்ஷேரா தயாரிப்பதில் எங்கள் நாட்டு நூனியாக்கள்தான் திறமைசாலிகள். பீகாரிலிருந்து, ராஜபுதனம் வரை அவர்கள் தான் சென்று தயாரிக்கின்றனர். கிழக்கேயிருந்து போவதால் அவர்களைப் பூர்பியாக்கள் என்றும் அழைப்பார்கள்", என்றார் சந்தனு பெருமையோடு.

"இந்த வெள்ளையர்களுக்கு எப்பவும் வெடிமருந்து நினைப்புத்தான். இந்தியர்களின் பலம் வாள்தான்" என்றார் சிராஜ்கான், தன் வாளை உயர்த்தியபடி.

"அதுதான் இனி இந்தியர்களின் பலவீனம் என்று எனக்குத் தோன்றுகிறது", என்றான் வேலன்.

8

காலையிலேயே வெளியே புறப்பட்டுவிட்டார் சிராஜ்கான். சற்று நேரத்தில் வேலனும் புறப்பட்டு முகுல்ராய் அலுவலகம் சென்றான். பின் அங்கிருந்து டேனிஷ் அலுவலகம் சென்று பிலிப்பைச் சந்தித்தான். கப்பலில் வெடிஉப்பு ஏற்றும் வேலை தாமதமாவதாகத் தகவல் தெரிவித்தனர். வேலன் மீண்டும் சந்தனுவின் வீடு திரும்பும் பொழுது நண்பகல் ஆகியிருந்தது. ஆனால் வீடு பூட்டியிருந்தது. வேலன் வரும்பொழுதே உணவருந்தி விட்டு வந்திருந்தான். லேசாகப் படுத்து எழுந்திருக்கலாம் என்று நினைத்தவனுக்கு வீடு பூட்டி இருந்தது ஏமாற்றமாயிருந்தது. வீட்டிற்கு எதிரே ஒருகுதிரை லாயம் இருந்தது. அப்பொழுது அங்கு குதிரைகள் எதுவும் இல்லை. அவசரத்திற்கு அந்த இடமே போதும் என்று நினைத்தவன் குதிரை லாயத்திற்குள் சென்று தரையில் படுத்துக் கண்களை மூடினான். அரைமணி நேரம் நன்றாகத் தூங்கியபின் விழிப்பு வந்தது. அந்த நேரம் யாரோ தூரத்தில் நடந்து வரும் சத்தம் கேட்டது. சந்தனுராய்தான் வந்து கொண்டிருந்தார். கடைக்குப்பொருட்கள் வாங்கச்சென்றிருப்பார் போலும் என்று எண்ணிக்கொண்டவனுக்கு, மீண்டும் மூளையில் சுரீர் என்று ஒரு விஷயம் உறைத்தது. சந்தனுவின் கையில் பொருட்கள் எதுவும் இல்லை. அதற்குள் சந்தனு வீட்டிற்குள் சென்று விட்டார். சற்று நேரம் சிந்தனையில் ஆழ்ந்த வேலன், பின்பு வீட்டருகே சென்று வாயில் கதவைத் தட்டினான். பலமுறை தட்டியபின் சந்தனுராய் கதவைத் திறந்தார். கொட்டாவியை அடக்கிக்கொண்டே வேலனைப் பார்த்தவர்,

“ஓ வேலன் வாங்க, வாங்க. வந்து ரொம்ப நேரமாத் தட்டிக்கிட்டு இருக்கீங்களா?”, என்று கேட்டுக்கொண்டே வரவேற்பறைக்குச் சென்றார். வேலனும் உள்ளே நுழைத்தான். காலை உணவு சாப்பிட்ட தட்டுகள் கூடக் கழுவப்படாமல் மேஜையில் இருந்தன. வேலனின் பார்வையைப் புரிந்து கொண்ட சந்தனு, ”நீங்க ரெண்டு பேரும் வெளியே போனதும் தூங்க ஆரம்பிச்சவன், இப்போ நீங்க கதவைத் தட்டினப்பறம் தான் எந்திரிச்சேன். நேத்து ராத்திரி சரியாத் தூங்கலை இல்லையா அதுதான்”, என்றார் அசட்டுச் சிரிப்புடன்.

“இவர் ஏன் வெளியே போய்வந்ததை என்னிடம் மறைக்க வேண்டும்”, என்று வேலன் மனது சந்தேகப்பட்டது. அதற்குள் சந்தனு மீண்டும் பேசினார், “சாப்பாடு தயார் பண்ணட்டுமா?”.

“சாப்பிட்டுத்தான் வந்தேன்”, என்று சொல்லிவிட்டு வேலன் தன் அறைக்குள் சென்றான். எதற்கும் பாதுகாப்பாக இருப்போம் என்ற எண்ணத்துடன் அறைக்கதவை உட்புறம் தாழ்போட்டு விட்டு உறங்கத் தொடங்கினான். ஆனால் உறக்கம் விரைவில் அவனை விட்டு ஓடியது. “ஏதோ சரியில்லை” என்ற உணர்வு, மனதிற்குள் எச்சரிக்கை மணி ஒன்றை ஒலித்துக்கொண்டே இருந்தது. எழுந்து கதவைத் திறந்து கொண்டு வெளியே வந்தான். சந்தனுவைக் காணவில்லை. காலியாயிருந்த ஒரு அறையிலிருந்து குறட்டை ஒலி கேட்டது. காலையிலிருந்து உறங்கியதாகப் பொய் சொல்லிவிட்டு இப்பொழுதுதான் உறங்குகிறார் என்று புரிந்து கொண்டான். தண்ணீர் குடிக்கலாம் என்று சமையலறைக்குள் சென்றான். தண்ணீர் குடித்துவிட்டுப் பீங்கான் குவளையைக் கீழே வைத்து பொழுது, மரப்பலகை மேல் பளபளப்பாக இருந்த பொருள் ஒன்று அவன் கவனத்தைக் கவர்ந்தது. பீங்கானால் ஆன ஒரு அழகிய மருந்துக்குப்பி. காற்று உள்ளே நுழைய முடியாமல் இறுக்கமான மூடியுடன் கூடியது. அதுபோன்று பல மருந்துக் குப்பிகள் வேலனிடமே இருந்தன. கல்கத்தா செல்வதால் நோய் எதிர்ப்புத் தன்மை உடையவை என்று தமிழ் மருத்துவர் கொடுத்தனுப்பி யிருந்தார். ஆனால் இந்த மருந்துக் குப்பியை முதல் நாளோ அன்று காலையிலோ கூடச் சமையலறையில் பார்த்ததாக வேலனுக்கு நினைவில்லை. சிந்தனையுடன் மீண்டும் தன் அறைக்குள் சென்ற வேலன் மீண்டும் உறக்கத்தில் ஆழ்ந்தான்.

வரவேற்பறையில் சிராஜ்கானின் கம்பீரமான ஒலிகேட்டு வேலன் விழித்தெழும் பொழுது இரவு நெருங்கியிருந்தது.

சாப்பாட்டு மேஜையில் அமர்ந்து ஒரு உயர்ரக மது பாட்டிலை ரசித்துக் கொண்டிருந்தார்.

"சிராஜ்கான் சாகிப், என்ன அதற்குள் பாதி பாட்டிலைக் காலிசெய்துவிட்டீர்களே", என்று கேட்டுககொண்டே வேலன் மேஜை அருகே வந்து அமர்ந்தான்.

"நான் இன்னும் குடிக்கவே ஆரம்பிக்கலை. சந்தனுகிட்ட இருந்ததே பாதிபாட்டில் தான். வா, வா ரெண்டு பேருக்கும் இது போதும்", என்றார் சிராஜ். சமையலறையிலிருந்து வேர்க்க விறுவிறுக்க வெளியே வந்த சந்தனு மேஜையில் சூடான சமோசாக்களை வைத்துவிட்டுச் சென்றார். அவர் சென்றதும் வேலன் மெல்லிய குரலில் சிராஜ்கானிடம் பேசினான். "அப்படியா" என்றவர் அந்த நேரம் வெளியே வந்த சந்தனுவைப் பார்த்து "சந்தனுவிடமே கேட்டு விடுகிறேனே", என்றார். சந்தனு குழப்பத்துடன் இருவரையும் பார்த்தார். சிராஜ் கேட்டார், "சந்தனு, நீயும் எங்களோட குடிக்க மாட்டியான்னு வேலன் கேட்கிறான்".

"ஐயோ, என் கமாண்டர் முன்னாலயா?", என்றார் சந்தனு.

"இப்போ ரெண்டுபேருமே ராணுவத்தில இல்லை. இனிமே என்ன கமாண்டர். சந்தனு, நீயும் வந்து உட்கார்", என்றார் சிராஜ். சற்று சிந்தித்த சந்தனு உள்ளே சென்று ஒரு மண்கலயத்தை எடுத்து வந்தார்.

"இது என்ன?", என்றான் வேலன்.

"இதுதான் ஏழைங்க சாராயம். வேகவச்ச அரிசியிலயிருந்து தயாரிக்கிறது. வெள்ளைக்காரன் சாராயம் உங்களுக்கே பத்தாது. நான் இதைக் குடிக்கிறேன்", என்றார் சந்தனு. ஒரு குவளையில் சாராயத்தை ஊற்றி வேலனிடம் நீட்டினார் சிராஜ். வேலனுக்குக் குடிப்பதில் விருப்பம் இல்லை என்றாலும் அன்று லேசாகக்குடிப்பது என்று முடிவுசெய்தான். சிராஜ்கான் உற்சாகமான மனநிலையில் இருப்பதால் தனக்கு உள்ள சந்தேகங்களை அப்பொழுது கேட்டு விடலாம் என்றும் முடிவு செய்த வேலன் முதல் கேள்வியைக் கேட்டான்.

"நீங்கள் இருவரும் யாருடைய படையில் வேலை செய்தீர்கள்?".

"முதலில் சிராஜ் உத் தௌலாவின் படையில் ஒன்றாக வேலை செய்தோம். பின்பு நான் ஓமிசந்திடம் சேர்ந்து விட்டேன். சந்தனு ஜகத்சேத்திடம் சேர்ந்துவிட்டான்", என்றார் சிராஜ். "வணிகர்களும்

ராணுவம் வைத்திருந்தார்களா, ராஜாக்கள் மட்டும் தானே ராணுவம் வைத்திருப்பார்கள்", என்றான் வேலன்.

"ராஜாக்கள் ராணுவம் கொள்ளை அடிப்பதற்கு, வணிகர்களின் ராணுவம் கொள்ளையிலிருந்து தப்புவதற்கு", என்றார் சந்தனு.

"கொள்ளையரிடம் இருந்து காப்பதற்குத் தான் ராஜா இருக்கிறாரே?", என்று வேலன் கேட்டான்.

"ராஜாவே கொள்ளைக்காரன் ஆவதும் உண்டு. சிராஜ் உத் தெளலாவும் அப்படிப்பட்ட ஒரு ராஜாதான்" என்றார் சந்தனு. வேலனின் வியப்பை ரசித்த சிராஜ்கான் பேசத் தொடங்கினார்,

"சிராஜ் உத் தெளலாவின் தாய்மாமன் அலிவர்திகான் தான் வங்காளம்,பீகார், ஒரிஸ்ஸாவை வங்காள தேசமாக வலிமையாக் கட்டி அமைத்தவர். வெள்ளைக்காரக் கம்பெனிகளோடும், இந்திய வணிகர்களோடும், தில்லி பாதுஷாவோடும் நட்பாக இருந்தார். இடையில் குறுக்கிட்ட சந்தனு,

"மராத்தியர்கள் மட்டும் வருடம் தவறாமல் கொள்ளையடிக்காமல் இருந்திருந்தால் எங்கள் வங்காளத்தில் வறுமை என்பதே வந்திருக்காது", என்றார்.

சிராஜ் தன் பேச்சைத்தொடர்ந்தார்,

"அலிவர்த்திகானால் செல்லமாக வளர்க்கப்பட்ட சிராஜ் உத்தெளலா விற்குக் கொள்ளை அடிப்பதில் ரொம்ப விருப்பம். ஆங்கிலேயரோடு மோதல் வந்ததும் வில்லியம் கோட்டையைத் தாக்கினார். ஆனால் அத்தோடு அங்கிருந்த இந்திய வணிகர்களின் வீடுகளிலும் புகுந்து, அவர் படைகள் கொள்ளையிட்டன."

"சொந்த நாட்டு மக்களிடமேயா?" என்றான் வேலன் வியப்புடன்.

"சொந்த வீட்டிலேயே கொள்ளையடித்தவனுக்கு இது என்ன பெரிய விஷயம்?" என்ற சந்தனு, "சிராஜ் உத் தெளலா ஆட்சிக்கு வந்ததும் செய்த முதல் காரியமே தன் ஒன்றுவிட்ட அண்ணன் சௌகத் ஜங்கைக் கொன்று தன் பெரியம்மா கசோட்டி பேகத்தைச் சிறையில் தள்ளி, அவர்களிடமிருந்த கோடிக் கணக்கிலான செல்வங்களைக் கொள்ளையடித்ததுதான்", என்றார்.

சிராஜ் தன் பாட்டுக்குப் பேசிக்கொண்டிருந்தார்.

"வணிகர்கள் ஒன்று கூடித் திட்டமிட்டுப் பணம்கொடுத்துத்தான் ராபர்ட் கிளைவை வரவழைத்தனர். அதற்கு மூளையாகச் செயல்பட்டதே", என்று நிறுத்தினார் சிராஜ்.

“ஜகத்சேத் குடும்ப நிறுவனமா?” என்றான் வேலன்.

“அதுதான் இல்லை, ஓமிசந்த். அவர்தான் அன்று கம்பெனிக்கும் நவாபிற்கும் பாலமாக இருந்தார். ஆனால் இறுதியில் ராபர்ட் கிளைவிடம் ஏமாந்து போனார்”, என்றார் சிராஜ்.

“எப்படி ஏமாந்தார்?” என்று வேலன் கேட்டான். சிராஜ் தொடர்ந்தார்,

“பேராசைதான். ஆங்கிலப்படையின் உதவியுடன் போர்தொடுப்பது. சிராஜ் உத்தௌலாவின் தளபதி மீர்ஜாபரை நவாப் ஆக்குவது என்பது திட்டம். அதற்கு உதவுவதற்காக யாருக்கு எவ்வளவு தரவேண்டும் என்று பேரம் பேசப்பட்டு ஒப்பந்தம் தயார் செய்தார் கிளைவ்”. “வெள்ளைக்காரர்கள் திருட்டையும் முறைப்படி ஒப்பந்தம் போட்டுத்தான் செய்வார்கள்”, என்றார் சந்தனு. சிராஜ் தொடர்ந்தார்,

“ஓமிசந்துக்கு மூணுலட்சம் தருவதாகப் பேச்சு. ஆனால் கடைசி நிமிஷத்தில், எனக்கு முப்பது லட்சம் வேண்டும், அதோடு, மூர்சிதாபாத் கஜானா முழுவதும் வேண்டும். இல்லையென்றால் சதித்திட்டத்தை நவாபிடம் சொல்லிடுவேன் என்று மிரட்டினார் ஓமிசந்த். கிளைவ் உடனே, ஓமிசந்த் நிபந்தனைகளை ஏற்றுக்கொண்டதாகப் பொய்யாக ஒரு ஒப்பந்தம் எழுதி ஓமிசந்திடம் காட்டினார். ஆனால் பிளாசிப்போர் முடிந்தபின், ஓமிசந்த்துக்கு ஒரு பைசாக்கூடத் தரப்படவில்லை. அன்றிலிருந்து ஓமிசந்த் அரைப்பைத்தியமாக ஆகிவிட்டார். அந்த கோபத்தில்தான் என்னையும் கொல்ல அலைகிறார்”.

“கிளைவ் செஞ்ச துரோகத்துக்கு உங்கமேல ஏன் கோபப்படறாரு?”, என்றான் வேலன். அன்னைக்கு கம்பெனிக்கும், ஓமிசந்துக்கும் இடையில தகவல் சொல்ற வேலைய நான்தான் செஞ்சுக் கிட்டிருந்தேன். நானும் கிளைவோட சேர்ந்து அவரை ஏமாத்திட்டதா நம்பறாரு. எப்படியோ போகட்டும், நான் ரோகில்கண்டுக்கே போயிடறேன்” என்று முடித்தார் சிராஜ் கான் ரோகில்லா.

“அதென்ன ரோகில் கண்ட்?”, என்றான் வேலன் விடாமல்.

“அதை நான் சொல்றேன், “ஆப்கன், பதான், பலூச்சின்னு பல இனத்தைச் சேர்ந்தவங்க மொகலாயர் படையில வந்து சேர்ந்தாங்க. அவங்க எல்லாம், ஆக்ராவுக்கு வட மேற்கே இருக்கிற மலைப்பகுதிகள்ல குடியேறுனாங்க. பின்னால அதுதான்

ரோகில்கண்டுன்னு ஒரு நாடாகவே ஆகிப்போச்சு", என்றார் சந்தனு. சற்று நேரம் சிந்தனையில் ஆழ்ந்த வேலன், சிராஜ்கானிடம் கேட்டான்,

"ஆங்கிலக் கம்பெனிகிட்ட அப்போ அவ்வளவு படைகிடையாது. ஆனால் அவங்க எப்படி லட்சக்கணக்கில படை வச்சிருந்த நவாபைத் தோற்கடிச்சாங்க?".

கேள்வியைக்கேட்டு சந்தனு வாய் விட்டே சிரித்தார். "ஆமா நவாபுகிட்ட அப்போ மூணுலட்சம் படை வீரர்கள் இருந்தாங்க, ஆனால்", சிராஜ் தொடர்ந்தார்

"தில்லியைப் புடிச்ச அகமத் ஷா அப்தாலி அடுத்து வங்காளத்தை நோக்கி வர்றாருன்னு ஒரு செய்தி வந்ததால, ஒரு லட்சம் படையை வடமேற்கு எல்லையில நிறுத்துனாரு வங்காள நவாப். மராத்தியர்கள் வழக்கம் போல கொள்ளையடிக்க வர்ற செய்தி வந்ததால, ஒரு லட்சம் படையைத் தென்மேற்கு எல்லையில நிறுத்தினாரு, மிச்சப்படையில பாதியை தளபதி மீர்ஜாபரும், மீதியை நவாப் சிராஜ் உத் தௌலா நேரடியாவும் தலைமை தாங்கிப் பிளாசிக்கு வந்தாங்க.

"கம்பெனிகிட்ட எவ்வளவு படை இருந்துச்சு?" என்று வேலன் கேட்டான்.

"அதிகம் போனா, மூவாயிரம் பேரு தேறுவாங்க.ஆனால் நவாப்கிட்ட இல்லாத ஒரு பெரிய விஷயம் கம்பெனிகிட்ட இருந்துச்சு" என்று சொல்லி நிறுத்தினார் சந்தனு.

"அது என்ன பெரிய விஷயம்?" என்றான் வேலன்.

"அனுபவப்பட்ட தளபதிங்க", என்றார் சிராஜ்.

"ஆமாம். மூணு பெரிய தளபதிங்க, இந்திய நிலைமையை நல்லாத் தெரிஞ்ச ராபர்ட் கிளைவ், கப்பல்படை சிப்பாய்ங்களோட வந்த அட்மிரல் வாட்சன், போரைக் கலையாப் படிச்சிட்டுவந்த சர் ஐர்கூட். இவங்க கையில மூவாயிரம் பேரு இருந்தால் போதாதா. நவாபோட மூணு லட்சம் படையையும் சமாளிப்பாங்களே" என்றார் சந்தனு. "எப்படிப் பார்த்தாலும், மூவாயிரம் பேரால ஒரு லட்சம் பேரை எதிர்க்க முடியாது", என்றான் வேலன்.

"சாதாரணமா எதிர்க்க முடியாது, ஆனால் கம்பெனிகிட்ட நாலாவதா ஒரு பெரிய ஆயுதம் இருந்தது", என்றார் சிராஜ்.

"என்ன அது? பீரங்கிப்படையா?" என்றான் வேலன்.

“உண்மையில, நவாபுகிட்டத்தான் பெரிய பீரங்கிகள் நெறைய இருந்துச்சு”, என்றார் சந்தனு. “ஆமாம்”, என்று ஆமோதித்த சிராஜ்கான்,

“இங்கிலீஸ் கம்பெனிகிட்ட இருந்ததே எட்டுப் பீரங்கிகள் தான், நவாபுகிட்ட ஐம்பது பீரங்கி இருந்துச்சு. அதைச் சுடுறதுக்கு இருநூறு பிரெஞ்சுக்காரங்க இருந்தாங்க”, என்று முடித்தார். “அப்போ இங்கிலீசுகாரன்கிட்ட இருந்த பெரிய ஆயுதம் தான் என்ன?” என்று கேட்டான் வேலன் வியப்பை அடக்க முடியாமல்.

“துரோகம், நம்பிக்கைத் துரோகம்”, என்றார் சிராஜ்கான் பலமாக. சந்தனு திடுக்கிட்டு சிராஜ்கானைப் பார்த்தார். “ஆமா துரோகம்தான் அந்தப் பயங்கரமான ஆயுதம்”, சிராஜ் தொடர்ந்ததார், “சண்டை எப்பிடி நடந்ததுன்னு சொல்றேன், அப்போ நீயே புரிஞ்சுக்குவே”. சிராஜ் மீண்டும் தொடங்குவதற்குள் சந்தனு,

“எனக்கு தலை சுத்துது, நீங்க சொல்லி முடிச்சிட்டு என்னை எழுப்புங்க சிராஜ் சாகிப்” என்று முனகிக்கொண்டே மெல்லத் தலையைச் சாய்த்தார்.

“இவன் இப்பிடித்தான், ரெண்டுவாய் குடிக்கறதுக்குள்ள மயங்கிடுவான், தூங்கட்டும் விடு”, என்று கிண்டலடித்துவிட்டு சிராஜ்கான் பிளாசிப்போரைப்பற்றித் தொடர்ந்தார். “ஓமிசந்த் தோட்டத்திலதான் சிராஜ் உத் தௌலா தங்கினாரு. ஐம்பதாயிரம் படையோட வந்திருந்தாரு. போர் ஆரம்பிச்சுக் கொஞ்ச நேரத்தில திடீர்னு இன்னொரு ஐம்பதாயிரம் படையோட தளபதி மீர்ஜாபர் வந்து வெள்ளைக்காரங்களை மிரளவைக்கணும்னு திட்டம். ஆனால் இருட்டுற வரைக்கும் மீர்ஜாபர் படையோட வரவே இல்ல. மழைதான் வந்தது. நவாபோட வெடிமருந்தெல்லாம் பாழாச்சு. வெள்ளக்காரங்க, அவங்க வெடிமருந்தைப் பத்திரமா தண்ணிபடாம மூடிவச்சிருந்து அப்புறம் தாக்குதல் தொடுத்தாங்க. நவாப்போட நம்பிக்கையான தளபதி மீர்மதன் போரில எறந்து போனாரு. அப்புறமா ஐம்பதாயிரம் படையோட வந்தாரு மீர்ஜாபர். ராத்திரிக்குள்ள என்ன பண்ணறேன் பாருன்னு சவால் விட்டாரு.

“ராத்திரி மீர்ஜாபர் என்ன பண்ணினார்?” என்று ஆவலோடு கேட்டான் வேலன்.

“தன் மொத்தப்படையோட வெள்ளைக்காரங்க பக்கம் போய்ச் சேர்ந்திட்டாரு. குடும்பத்தோட தப்பிச்சு ஓடின நவாப் சிராஜ் உத் தௌலாவை, மீர்ஜாபர் மகன் மீர்மீரான் கண்டுபிடிச்சுக் கொன்னு,

பிணத்தை ஊருக்குள்ள இழுத்துக்கிட்டு வந்தான். துரோகத்தில எல்லாம் பெரிய துரோகம் நம்பிக்கைத் துரோகம்தான்", சொல்லிக் கொண்டே கண்களைமூடி உறக்கத்திலாழ்ந்தார் சிராஜ்கான். வேலன் ஏற்கனவே தூங்கி விட்டிருந்தான். ஆனால் ஏற்கனவே தூங்குவது போல் நடித்துக் கொண்டிருந்த சந்தனுராய் சட்டென்று எழுந்து மயங்கிக் கிடந்த இருவரையும் வெற்றிப்புன்னகையுடன் பார்த்தார்.

9

"ஓமிசந்தின் மருந்து சக்தி வாய்ந்ததுதான்", என்று சொல்லிக் கொண்டே வேலனையும், சிராஜ்கானையும் தட்டி எழுப்பிப்பார்த்தார் சந்தனுராய். வேலன் அசையவில்லை, சிராஜ்கான் மட்டும் அரைகுறையாகக் கண் விழித்து சந்தனுவைப்பார்த்து முனகினார்,

"சந்தனு, நாயின் மகனே, பணத்துக்கு ஆசைப்பட்டு எனக்கு விஷம் கொடுத்திட்டியா?"

"சிராஜ்சாகிப், நான் அப்படிச் செய்வேனா? வெறும் மயக்க மருந்துதான். கண்விழிக்கறப்போ ஓமிசந்த் மாளிகையில விருந்தாளியா இருப்பீங்க. அவரு உங்ககிட்ட பேசணுமாம்" என்றார் சந்தனு.

"இனிமே என்கிட்ட ஓமிசந்த் என்ன பேசப்போறார்?" என்றார் சிராஜ்.

"ஹீரா பிஜ்லி" என்றார் சந்தனு.

"ஓ", என்றார் சிராஜ்.

"ஹீராபிஜ்லி எங்கே இருக்குங்கற ரகசியத்தைச் சொல்லிட்டீங்கன்னா எல்லோருக்கும் லாபம்", என்றார் சந்தனு. அதற்குள் சிராஜ்கான் மீண்டும் மயங்கி விழுந்தார். "எதுக்கும் ரெண்டு பேரையும் கட்டிப் போட்டிடுறேன்", என்று தனக்குள் பேசிக்கொண்டே சமையலறைக்குள் சென்று நீண்ட கயிற்றுடன் திரும்பினார் சந்தனு. திரும்பியவருக்கு அதிர்ச்சி காத்திருந்தது. மயக்கமெதுவும் இல்லாமல் சிராஜ்கான் புன்னகையோடு அமர்ந்திருந்தார். வேலன் எங்கே என்று சந்தனுவின் கண்கள் தேடின. அறையின் மூலையில் சார்த்தி வைக்கப்பட்டிருந்த நீண்ட விறகுக்கட்டை ஒன்றை எடுத்துக்கொண்டு வந்த வேலன் சந்தனுவின் பின்தலையில் கட்டையால் ஓங்கி அடித்தான். சந்தனு சிராஜ்கானின் காலடியில் சென்று விழுந்தார். லேசான அடிதான். சந்தனு நினைவை இழக்கவில்லை.அவரைத்தூக்கி நாற்காலியில்

அமரவைத்தார் சிராஜ்கான். வேலன் தன் அறைக்குள் சென்று ஒரு மருந்துக் குப்பியுடன் திரும்பினான்.

"சந்தனு நாயே, நீ மருந்து வச்சிருக்கறத வேலன் பார்த்து மாத்திவச்சிட்டான்", சிராஜ் சொல்லிக் கொண்டிருக்கும் போதே வேலன் குப்பியிலிருந்த மருந்தைக் குவளையில் கொட்டித் தண்ணீர் ஊற்றிக் கலக்கி சிராஜ் கானிடம் நீட்டினான்.

"இந்தா, உன் மயக்க மருந்தை நீயே குடி", என்று குவளையை வாங்கிச் சந்தனுவிடம் நீட்டினார் சிராஜ்.

"வேண்டாம், ஓமிசந்தை நம்ப முடியாது. ஒரு வேளை அது விஷமா இருந்தா?", புலம்பினார் சந்தனு.

"அதைக் கண்டு பிடிக்கத்தான் உன்னைக் குடிக்கச் சொல்றோம்" என்றார் சிராஜ். சந்தனு தலையை ஆட்டிக்குடிக்க மறுத்தார். வேலன் மீண்டும் விறகுக்கட்டையை ஓங்கினான். சந்தனு அலறினார்,

"சரி,சரி குடிக்கறேன். ஹீரா பிஜிலி ரகசியம்தெரியற வரைக்கும் ஓமிசந்த் உங்களைக் கொல்ல நினைச்சிருக்க மாட்டாரு", சொல்லிக்கொண்டே சந்தனு மருந்து கலந்த தண்ணீரைக்குடித்து விட்டுக் குவளையை வைத்தார். சிறிது நேரத்தில் கண்களை மூடினார். "இது விஷமா, மயக்க மருந்தா?", வேலன் சந்தேகத்தோடு கேட்டான்.

"சந்தனு எந்திரிச்சதும் அவன்கிட்டயே கேட்டுருவோம்", என்றார் சிராஜ் பலமான சிரிப்புடன். சிரித்தவாறே தன் அறைக்குள் சென்று வாளுடன் திரும்பினார். "வேலா, இந்தத் தடவை இங்கே ரத்த ஆறு ஓடப் போகுது. நீ இப்பவே இங்கேயிருந்து போயிரு", என்றார். வேலன் மௌனமாகத் தன் அறைக்குள் சென்று, தன் வாளுடன் திரும்பி வந்தான்.

"சுயநலவாதியாக இருக்காதீர்கள். எனது வாளுக்கும் தாகமெடுக்கிறது", என்றான் வேலன். வேலனின் வேலைப்பாடு நிறைந்த வாளை வியப்புடன் பார்த்த சிராஜ்,

"இத்தனை அழகான வாளை எங்கே வாங்கினாய்" என்று கேட்டார்.

"வாங்கியது இல்லை சிராஜ்சாகிப், ஆற்காட்டு நவாபின் அன்பளிப்பு. நேரம் கிடைக்கும் போது விளக்குகிறேன்", என்றான்.

"சரி வேலா, ஓமிசந்த் ஆளுங்க பக்கத்திலதான் எங்கேயாவது ஒளிஞ்சிருக்கணும். நாம மயங்கிட்டோம்னு சந்தனு அவங்களுக்கு

சைகை குடுக்கணும். என்ன சைகை குடுக்கத் திட்டம் போட்டிருப்பான்", என்றார் சிராஜ் சிந்தனையுடன்.

"இருட்டில சைகையை வெளிச்சத்தாலதான் குடுக்க முடியும்" என்ற வேலனின் கண்கள், சந்தனுவை அடிக்கப் பயன்படுத்திய விறகுக்கட்டை மீது விழுந்தது. அதன் ஒரு முனையில் துணி சுற்றப்பட்டிருந்தது. "பார்த்தீங்களா, சந்தனு தீப்பந்தம் தயார் பண்ணி வச்சிருக்காரு" என்றவன், "நான் இதைப் பத்தவச்சு சைகை செய்யட்டா?" என்றான்.

"இப்போ வேண்டாம் உட்காரு. விடியறதுக்குக் கொஞ்சம் முன்னால கொடுப்போம். விடிஞ்சபிறகு வெளியே போனால் யாருக்கும் சந்தேகம் வராது" என்றார் சிராஜ். "சரி அப்போ வங்காளத்தைப்பத்திப் பேசுவோம். மீர்ஜாபர் எப்படி ஆட்சி பண்றாரு?" என்று வேலன் கேட்டான்.

"மீர் ஜாபரே இப்போ ஆட்சியில இல்லை. கம்பெனியும், கிளைவும் சேர்ந்து நவாபோட கஜானா மொத்தத்தையும் கொள்ளை அடிச்சிட்டு, வருஷத்துக்கு மூணுகோடி கப்பமும் கேட்டாங்க. மீர்ஜாபரால முடியல. திரும்பவும் லஞ்சம் வாங்கிக்கிட்டு மீர்ஜாபர் மகன் மீர்மீரான்கிட்ட பதவியைக் கொடுக்கப்பார்த்தாங்க. மீர்மீரான் செத்துப்போயிட்டார். மருமகன் மீர்காசிம் கம்பெனி அதிகாரிங்களுக்கு அதிக லஞ்சம் கொடுத்து இப்போ வங்காள நவாப் ஆயிட்டார்.

"பாதுஷா ஃபிர்மான் கொடுத்தால்தானே நவாப் ஆகமுடியும்", என்று கேட்டான் வேலன். பாதுஷாவுக்கே பாதுகாப்பு இல்லை, அதிகாரம் ஏது?", என்றார் சிராஜ்.

"தில்லி பாதுஷாவுக்கே பாதுகாப்பு இல்லையா?", என்று ஆச்சர்யத்துடன் கேட்டான் வேலன்.

"மொதல்லே, அவர் தில்லியிலயே இல்லை. தில்லி மராத்தியர் கட்டுப்பாட்டில இருந்தப்போ, அவங்களுக்குப் பயந்து ஷா ஆலம் தப்பிச்சு ஆவாத் வந்துட்டார். தளபதி நஜீப்கான் ரோகில்லாவும், வாசிர் சுஜா உத் தௌலாவும், பிரெஞ்சுக் காரங்களோட சேர்ந்து இங்கிலீசுக்காரனை எதிர்க்கத் தயாராயிக்கிட்டு இருக்காங்க. சரி, போய் சைகை செய்யலாம் வா, இதுதான் சரியான நேரம்", என்றார் சிராஜ்.

வேலன் துணி சுற்றப்பட்ட விறகுக்கட்டையைச் சமையலறைக்கு எடுத்துச்சென்று அங்கிருந்த கடுகு எண்ணெயில் நன்றாக அமிழ்த்தி எடுத்து, தீப்பற்ற வைத்துக்கொண்டு வந்தான். வாசலில் நின்று

தீப்பந்தத்தை இருட்டில் ஆட்டிக் காட்டினான். அவர்கள் எதிர்பார்த்தது போலவே குதிரைகளின் குளம்படி ஓசை கேட்கத்தொடங்கியது. கதவைத்திறந்து வைத்து விட்டு இருவரும் ஆளுக்கொரு கதவின் பின்னே மறைந்து கொண்டனர். லேசாக எட்டிப்பார்த்த சிராஜ், ஆறு குதிரைகள் வருவதாகத் தெரிவித்தார். வந்தவர்கள் குதிரைகளை வெளியே கட்டிவிட்டு அலட்சியமாக உள்ளே நுழைந்தனர். மயங்கிக் கிடக்கும் சிராஜ்கானை எளிதில் தூக்கிச் செல்லலாம் என்று நினைத்தவர்களுக்கு அதிர்ச்சி காத்திருந்தது.

"கதவைச் சாத்து" என்று வேலனுக்குக் கட்டளையிட்டு விட்டு சிராஜ்கான் வாளோடு, உள்ளே நுழைந்தவர்கள் மீது பாய்ந்தார். கதவைச் சார்த்துவதில் நேரத்தை வீணடிக்க விரும்பாத வேலன், கதவருகே நின்ற இருவரை நோக்கித் தன் வாளைச் சுழற்றினான். இருவர் தலைகளும் தரையில் உருண்டன. அடுத்து சிராஜ்கானுக்கு உதவலாம் என்று அவர்பக்கம் திரும்பினான். ஆனால் சிராஜ், வேலனுக்கு வேலை வைக்கவில்லை. மற்ற நான்கு பேரும் காயங்களுடன் தரையில் விழுந்து கிடந்தனர். சிராஜ்கான் புன்னகையுடன் வேலன் பக்கம் திரும்பி, "உன்னைக் கதவை மூடு என்று தானே சொன்னேன்", என்றார். "பிறகு என் வாளுக்கு ஒரு தலை கூடக் கிடைத்திருக்காதே. உங்கள் வாள்வீச்சின் வேகத்தில் ஆறுபேருமே பிணமாயிருப்பார்கள்", என்றான் வேலன்.

"உனது வாளும் மின்னல் போல்தான் பாய்கிறது. நீ ஒரு காலத்தில் உன் வாள் முனையால் உலகையே வென்றாலும் ஆச்சர்யமில்லை", என்றார் சிராஜ்கான்.

"வாள் முனைகளால் உலகை வென்ற காலம் எல்லாம் முடிந்து விட்டது சிராஜ் சாகிப். நானே கம்பெனிப்படையில் சேர்ந்து, பீரங்கிகளை இயக்கக் கற்றுக்கொள்ளலாமா என்று நினைத்துக் கொண்டிருக்கிறேன்", என்றான் வேலன். வேலனை ஏற இறங்கப் பார்த்த சிராஜ் பலமான சிரிப்புடன், "சிப்பாய், அப்படியானால் என்னோடு வா, நான் அதற்கு ஏற்பாடு செய்கிறேன்", என்றார். இருவரும் ஏற்கனவே தங்கள் பொருட்களை மூட்டை கட்டி வைத்திருந்தனர். அவற்றைத் தோளில் போட்டுக்கொண்டு வெளியேறினர். வாசலில் கட்டப்பட்டிருந்த குதிரைகளில் ஆளுக்கொரு குதிரைகளில் ஏறி அமர்ந்ததோடு மற்ற நான்கு குதிரைகளையும் தங்களோடு இழுத்துச்சென்றனர்.

கல்கத்தாவின் வில்லியம் கோட்டையைப் பலப்படுத்தும் கட்டுமான வேலைகள் முழுவீச்சில் நடந்து கொண்டிருந்தன. ஆறு

குதிரைகளுடன் உள்ளே சென்ற சிராஜ்கானையும், வேலனையும் யாரும் தடுக்கவில்லை. சிராஜ்கான் அலுவலகப் பகுதிக்குள் சென்று குதிரைகளை விற்பனை செய்ய வந்திருப்பதாகத் தெரிவித்தார். அவரோடு இரண்டு இளம் அதிகாரிகள் வந்து குதிரைகளைப் பார்வையிட்டனர். சற்று நேரத்தில் அவர்களது மேலதிகாரி ஒருவர் வந்து சேர்ந்தார். குதிரைகளைப் பரிசோதித்த இளம் அதிகாரிகள் குதிரைகள் நன்றாக இருப்பதாகக் கட்டை விரலை உயர்த்திக் காட்டினர். குதிரைகளிடமிருந்து பார்வையை சிராஜ்கான் பக்கம் திருப்பிய அதிகாரியின் கண்கள் வியப்பால் விரிந்தன.

"தளபதி சிராஜ்கான் குதிரை வியாபாரத்தில் இறங்கிவிட்டாரா?", என்றார் முகத்தில் புன்முறுவலுடன்.

அவரை அடையாளம் கண்டுகொண்ட சிராஜ்கானின் முகத்திலும் புன்சிரிப்புத் தவழ்ந்தது, "எல்லாம் காலத்தின் கோலம் பீட்டர் சாகிப், குதிரைகளுக்கு நல்ல விலை போட்டுத் தாருங்கள்", என்றார்.

"குதிரைகளை விட முக்கியமான விஷயம் ஒன்று உங்களிடம் பேச வேண்டும், வாருங்கள்" என்று சிராஜ்கானையும் வேலனையும் தனது அறைக்கு அழைத்துச் சென்று அமரவைத்தார். தேநீர் கொண்டுவர ஆணையிட்டார். "வங்காளத்தில் மீண்டும் போர் மேகம் சூழ்ந்திருப்பது தெரியுமா?" என்று கேட்டார் பீட்டர்.

"மீர்காசிம் நவாப் ஆனபிறகு அமைதி நிலவியதே", என்றார் சிராஜ்.

"மீர்காசிம் தலைநகரை முங்கேருக்கு மாற்றிக்கொண்டு விட்டார். ஐரோப்பிய முறையில் படை ஒன்று கட்டுகிறார். துப்பாக்கி,பீரங்கிகள் தயாரிக்க ஆரம்பித்துவிட்டார்", என்றார் பீட்டர்.

"அதுதான் அஞ்சுகிறீர்களா?", என்றார் சிராஜ்கான்.

"ஆயுதங்களை மட்டும் வைத்து வெற்றிபெற்றுவிட முடியாது. எங்களிடம் போரைக் கலையாய்க் கற்ற தளபதிகளும், நூற்றாண்டு களாகத் தொடர்ந்து களம் கண்ட வீரர்ளும் உள்ளனர். போர்க்களத் திற்கே போய் அறியாத பைத்தியக்காரன் மீர்காசிமால் என்ன செய்ய முடியும்?", என்றார் பீட்டர்.

"மீர்காசிம் சிறந்த நிர்வாகி என்று பெயெரெடுத்தவர் ஆயிற்றே. அவரைப்போய்ப் பைத்தியம் என்கிறீர்களே", என்றார் சிராஜ்.

“இப்பொழுது மீர்காசிம் பைத்தியம் மட்டுமல்ல, வெறிபிடித்தவன். தன் நிழலையே நம்பாதவன். முதலில், அவனது படைகளுக்கு ஐரோப்பிய முறையில் பயிற்சி அளித்த தளபதி கோர்ஜின்கான் தலையை வெட்டினான். அடுத்து அவன் போருக்குப் பண உதவி செய்த ஜகத்சேத் குடும்பத்தினர் மாதங்க ராவையும், ராஜா ஸ்வரூப் சந்தையுமே வெட்டிக்கொன்றான்”, என்றார் பீட்டர்.

“அதனால் ஆங்கிலக் கம்பெனிக்கு என்ன கோபம்?”, என்று கேட்டான் அதுவரை பேசாதிருந்த வேலன்.

“பாட்னாவில் நடந்தது உங்களுக்குத் தெரியாதா? எங்கள் படை மீர்காசிமிடமிருந்து கோட்டையைப் பிடிக்கப்போகும் சமயத்தில் மீர்காசிம் தப்பி ஓடிவிட்டான். போவதற்கு முன்பு கோட்டையில் கைதிகளாக இருந்த ஆயுதமேந்தாத இருநூறு வெள்ளையர்களை வெட்டியெறிய உத்தரவு பிறப்பித்தான். அவனது கூலிப்படைத் தளபதி, ஜெர்மன் நாட்டுக்கார வால்ட்டர் ரெயின் ஹார்ட் சாம்ப்ரே, துளியும் இரக்கமில்லாமல் தன் கூலிப்படை மூலம் இருநூறு ஆங்கிலேயர்களையும் வெட்டிப் படுகொலை செய்து விட்டான். இது போன்ற கொடுமையைக் கேள்விப்பட்டிருக்கிறாயா?”, என்றார் பீட்டர் கோபத்துடன்.

“கண்ணாலேயே பாத்திருக்கேனே, எங்கள் கிராமத்தில் அதுதானே நடந்தது”, என்று சொல்ல வேலனின் உதடுகள் துடித்தாலும் அடக்கிக் கொண்டான். அதற்குள் இளம் அதிகாரி குதிரைகளுக்கான பணத்தை எடுத்துவந்தான். அதை சிராஜ்கானிடம் கொடுத்துவிட்டு ரசீதில் கையெழுத்து வாங்கிச் சென்றான். அதற்குள் கோபத்தை மறந்து சாதாரண நிலைக்குத் திரும்பிய பீட்டர், சிராஜ் கானிடம்,

“மீண்டும் உனது நண்பர் ராபர்ட் கிளைவ் கல்கத்தா வரப்போகிறார், வங்காளத்தின் கவர்னராக. மேஜர் கோலியத் இங்கே பெரும்படை திரட்டிக்கொண்டிருக்கிறார். எங்களது பலவீனமெல்லாம் குதிரைப்படைதான். நீ எங்கள் படையில் சேரச் சம்மதித்தால் மேஜர் கோலியத் உன்னையே குதிரைப்படையின் தளபதி ஆக்கிவிடுவார்”, என்றார் பீட்டர். “இல்லை பீட்டர் சாகிப், எந்தப் படையிலும் மீண்டும் சேரும் விருப்பம் இல்லை”, என்றார் சிராஜ்.

”நன்றாக யோசித்துச் சொல். நான் சற்று நேரத்தில் வருகிறேன்”,. என்று சொல்லிவிட்டு வெளியேறினார் பீட்டர். சிராஜ்கான்

வேலனைப் பார்த்துக் கேட்டார், "நீ என்ன நினைக்கிறாய் வேலா?"

"ராபர்ட் கிளைவிற்கே நீங்கள் நண்பரா? நீங்கள் இவ்வளவு பெரிய ஆள் என்று தெரியாமல் போயிற்றே", என்றான் வேலன்.

"அப்படியெல்லாம் ஒன்றுமில்லை. சரி, விஷயத்திற்கு வா. படையில் சேர்ந்துவிட்டால் கொஞ்ச நாட்களுக்கு ஓமிசந்தின் தொல்லை இருக்காது", என்றார்.

"அதுமட்டுமல்ல, ஆங்கிலேயரின் போர்த்தந்திரங்களைக் கற்றுக் கொள்ளலாம். யார் கண்டது? ராபர்ட் கிளைவையே நேரில் சந்திக்கக்கூட வாய்ப்புக் கிடைக்கலாம். கம்பெனிக்குச் சேவை செய்ய நான் தயார்", என்று கண்களைச் சிமிட்டினான் வேலன்.

10

அன்று ஆயிரத்து எழுநூற்று அறுபத்து நான்காம் ஆண்டு, அக்டோபர் இருபத்து இரண்டாம் நாள்.கங்கைநதியோரத்தில், பீகார், வங்காள எல்லையிலிருந்த, பக்சார் கோட்டையிலிருந்து யானையிலமர்ந்து கம்பீரமாகப் போர்க்களத்திற்கு வந்தார் தில்லி பாதுஷா இரண்டாவது ஷா ஆலம். அவருக்கு முன்பாக அவரது படைகள், தளபதி மீர்சா நஜாப்கான் தலைமையில் இடதுபுறம் கம்பீரமாக அணிவகுத்து நின்றன. தில்லிப்படைகளுக்கு அருகே, மையப்பகுதியில், ஆவாத் நாட்டு நவாப், சுஜா உத் தௌளலாவின் பெரும் படைகள் நின்றன. சாம்ப்ரே என்ற பட்டப்பெயரில் அழைக்கப்பட்ட ஜெர்மானியன் வால்ட்டர் ரெய்ன் ஹார்ட், முற்றிலும் ஐரோப்பியர்கள் அடங்கிய தன் கூலிப்படையுடன் ஆவாத் படைகளுக்கும் முன்னால் நின்றிருந்தான். சுஜா உத் தௌளலாவின் காலாட் படைகளுக்குப் பின்னே கண்ணைக் கவரும் நூற்றி ஐம்பது பீரங்கிகள் காலை வெயிலில் மின்னிக்கொண்டிருந்தன. அவற்றிற்குத் தேவையான வெடி மருந்துகளுடன் எண்ணற்ற மாட்டுவண்டிகள், பீரங்கிகளின் பின்னே நின்று கொண்டிருந்தன. சுஜா உத் தௌளலாவின் படைகளுக்குச் சற்றும் குறைவில்லாமல் அவர்களின் வலதுபுறம் மீர்காசிமின் வங்காளப் படைகள் அணிவகுத்து நின்றன. அவற்றின் வலதுபுறம், தூரத்தில் சற்று மறைவாக, ரோகில்லா மற்றும் துரானி குதிரைப்படை வீரர்கள் நின்றனர். இவை அனைத்திற்கும் பின்னால் பல யானைகள் முதுகில் பெட்டிகளுடன் நின்றன.

ஒரு யானையின் முதுகில் இருந்த அலங்காரமான அம்பாரத்திற்குள் வசதியாகச் சாய்ந்து அமர்ந்துகொண்டு, "எப்படியும் நம் வீரர்கள் ஐம்பதாயிரம் பேர் தேறுவார்கள்" என்று கணக்குப்போட்டார் வங்காள நவாப் மீர்காசிம். அதிர்ஷ்ட வசமாக அவர் கணக்குப் போடுவதில் வல்லவர். துரதிர்ஷ்ட வசமாக அவர் கணக்குப்போடுவதில் மட்டும் தான் வல்லவர். அத்தனை வீரர்களுக்கும் சம்பளம் கொடுப்பவரும் அவர்தான். அவரைச் சுற்றியிருந்த யானைகளில் இருந்தவை எல்லாம் அவருடைய செல்வங்கள் தான். மூன்று கோடியாவது தேறும் என்று அவற்றைப் பார்த்து சுஜா உத் தௌலாவும் ஒரு மனக்கணக்குப் போட்டார். எதிரே ஆங்கிலப் படைகள் அப்பொழுதுதான் வந்து கொண்டிருந்தன. முதல்நாள் இரவே படைகளின் அணிவகுப்பை ஹெக்டர் மன்ரோ திட்டமிட்டு, அனைத்துத் தளபதிகளுக்கும் தெரிவித்திருந்ததார். ஆனால் ஆங்கிலப்படைகள் அணிவகுக்கும் முன்பே, சுஜா உத் தௌலாவின் பீரங்கிப்படைகள் குண்டு மழை பொழியத் துவங்கின. குண்டுகள் ஆங்கிலப்படைகள் நின்ற தூரம் வரை வராததால் ஆங்கிலப்படையினர் அலட்சியமாகத் தங்களது இடங்களில் சென்று நிற்கத் தொடங்கினர். திடீரென்று மீர்சா நவாப்கானின் குதிரைப்படைகள் ஆங்கிலேயரை நோக்கி முன்னேறத் தொடங்கின. இதனைச் சற்றும் எதிர்பாராத ஆங்கிலப் படைகள் தங்கள் அணிவகுப்பை விரைவுபடுத்தின. இருபதே நிமிடங்களில் படம் வரைந்தாற் போன்று ஆங்கிலப் படைகள் முதல் நாள் திட்டமிட்டபடி அணிவகுத்து நின்றன.

நடுவில் தங்களது முப்பது பீரங்கிகளையும் இரண்டு பிரிவுகளாக நிறுத்தி, அதன் முன்பாக ஆறு படைப்பிரிவுகளையும், பின்புறம் ஐந்து படைப்பிரிவுகளையும் நிறுத்துவதுதான் ஆங்கிலத் தளபதி ஹெக்டர் முன்றோவின் திட்டம். அதிலும் மற்றொரு ஒழுங்கு இருந்தது. சென்னை, மற்றும் பம்பாயிலிருந்து வரவழைக்கப்பட்ட இந்தியச் சிப்பாய்களடங்கிய படைகள் வலது, இடது ஓரங்களிலும், முற்றிலும் ஆங்கிலச் சிப்பாய்களால் ஆன வங்காளப் படைகள் மையப்பகுதியிலும் நிறுத்திவைக்கப்பட்டன. நடுவில் இருந்த பீரங்கிப்படைகளுக்குப் பாதுகாப்பாக ஆங்கியேயரின் குதிரைப்படை நின்றது. இடதுபுறப் படைகளுக்கு மேஜர் ஸ்டிப்பெர்ட்டும், வலது புறப்படைகளுக்கு மேஜர் சாம்பியனும் தலைமை தாங்கினர். மூன்றாவது வரிசைக்குப் பின் மேஜர் பெம்பில் நின்றிருந்தார். இவை அனைத்திற்கும் பின்னால் மேஜர் ஹெக்டர் முன்றோ தன் தலைமையகத்தை அமைத்திருந்தார். அதன்

அருகே சிராஜ்கான் தலைமையிலான குதிரைப்படைகள் மறைவாக நிறுத்தி வைக்கப்பட்டிருந்தன. இவை அனைத்திற்கும் பின்னே இருந்த ஒரு சிறு கிராமத்தில் ஆங்கிலேயரின் உணவு மற்றும் வெடிமருந்துகள் பத்திரப்படுத்தி வைக்கப்பட்டு இருந்தன. அவற்றைப் பாதுகாக்கும் பொறுப்பும் சிராஜ்கானிடமே விடப்பட்டிருந்தது.

சிராஜ்கான் குதிரையின் அருகே மற்றொரு குதிரையில் அமர்ந்திருந்த வேலன் சிராஜிடம் கேட்டான், "சிராஜ் சாகிப், ஆங்கிலப்படைகள் போல் நவாபின் படைகள் ஐந்து மடங்கு இருக்கும் போலிருக்கிறதே, எப்படி ஆங்கிலப் படைகள் பயந்து ஓடாமல் நிற்கின்றன?"

"பயிற்சிதான்", என்றார் சிராஜ்கான்.

"என்ன?", என்றான் வேலன்.

"ஆங்கிலப் படைச் சிப்பாய்கள் அனைவரும் முறையாகப் பயிற்சி பெற்றவர்கள். ஆங்கில ராணுவ அதிகாரிகள் போரை ஒரு கல்வியாகப் படித்து வந்தவர்கள். எதிரே நவாபின் படையிலோ பயிற்சிபெற்ற வீரர்கள் நூறுபேர் கூடத் தேறமாட்டார்கள்", என்ற சிராஜ் தொடர்ந்து, "யானைமேல் அலங்காரமாக வீற்றிருக்கும் வங்காள நவாப் மீர்காசிம் இப்பொழுது என்ன செய்து கொண்டிருப்பார் என்று நினைக்கிறாய்", என்றார் சிராஜ்கான். "ஆங்கிலப்படைகளை எப்படித் தோற்கடிப்பது என்று கணக்குப் போட்டுக் கொண்டிருப்பார்", என்றான் வேலன்.

"நிச்சயம் கணக்குத்தான் போட்டுக்கொண்டிருப்பார், போரைப் பற்றி அல்ல, போர்ச் செலவைப்பற்றி. அவருடைய கவனமெல்லாம் தன்னிடம் உள்ள செல்வத்தைப் பாதுகாப்பதில்தான் இருக்கும்" என்றார் சிராஜ்.

"ஆங்கிலப் படைகளிடமிருந்தா?", என்றான் வேலன்.

"ஆங்கிலப் படைகளிடமிருந்து மட்டுமல்ல, சுஜா உத் தெளலாவின் ஆட்களிடமிருந்தும். நவாப் சுஜா உத் தெளாலாவும் ஆங்கிலேயரைத் தோற்கடிப்பதைவிட, நவாப் மீர் காசிமின் செல்வத்தை கொள்ளையடிக்க வாய்ப்புக் கிடைக்குமா என்று தான் சிந்தித்துக் கொண்டிருப்பார்.", என்றார் சிராஜ்.

"தில்லி பாதுஷா, ஷா ஆலம் யானை மீதிருந்து என்ன சிந்தித்துக் கொண்டிருப்பார்", என்றான் வேலன்.

"ஏதாவது கவிதை யோசித்துக்கொண்டிருப்பார். தன்னைக்

கவிஞன் என்று சொல்லிக்கொள்வதில் தான் அவருக்கு விருப்பம் அதிகம்'', என்றார் சிராஜ்கான் சிரிப்புடன். சிராஜ்கான் வேடிக்கையாகச் சொன்னாலும் யானை மீதிருந்த பாதுஷா, ஷா ஆலம், உண்மையில் ஒரு கவிதையைத்தான் சிந்தித்துக் கொண்டிருந்தார். திடீரென்று தன் அருகே இருந்த உதவியாளர் கலீப்பிடம், ''கலீப், முடிவு தெரிந்துவிட்டது'' என்றார்.

''போரின் முடிவில், வெற்றி நமக்குத்தானே'', என்றார் கலீப்.

''முட்டாள், நேற்று இரவு பாதியில் நிறுத்தியிருந்த உருதுக் கவிதையின் கடைசிவரிகள் மனதில் உருவாகி விட்டன'', என்றார் ஷா ஆலம் மகிழ்ச்சியுடன்.

''போரின் முடிவு என்னவாகும்?'' என்று கவலையுடன் கேட்டார் கலீல்.

''கலீல்! சில்லறை விஷயங்களைப் பற்றி எல்லாம் ஏன் கவலைப்படுகிறாய்? சரி நீ ஆசைப்படுவதால் போரின் முடிவைச் சொல்கிறேன். யார் ஜெயிக்கிறார்களோ, அவர்கள் என்னைக் கைதியாகப் பிடித்து வைத்துக் கொள்வார்கள். அவர்களது அரசுரிமையை அங்கீகரித்து ஃபிர்மான் தருமாறு கேட்பார்கள்'', என்றார் ஷா ஆலம் அலட்சியமாக.

அதே நேரம் கவிதைகளில் அத்தனை அக்கறை இல்லாத தளபதி மீர்சா நஜாப் கான் தன் குதிரைப் படைகளுடன் ஆங்கிலேயரின் படைகளை நோக்கி விரைந்தார். அவரது குதிரைப் படைகளுக்கும், வலதுபுறம் நின்ற மேஜர் சாம்பியனின் படைகளுக்கும் நடுவில் ஒரு சிறிய கிராமம் இருந்தது. திறந்த வெளியில் குதிரைப்படையின் தாக்குதலில் மாட்டிக் கொள்ள விரும்பாத சாம்பியன், தன் படைப்பிரிவுகளுடன் விரைந்து சென்று, கிராமத்தைக் கைப்பற்றினார். சுவர்களின் பின்னால் பாதுகாப்பாக நின்று கொண்டு சுடுமாறு தன் சிப்பாய்களுக்கு ஆணையிட்டார். நஜாப்கானின் படைகள் சீர்குலைந்து ஓடின. இதற்கிடையே மையப் பகுதியில் இருந்து சுஜா உத் தௌலாவின் படைகள் முன்னேறின. அவை அருகே வரும் வரை அசையாதிருந்த மேஜர் ஸ்டிப்பர்ட், குண்டுகள் பாயும் தூரத்திற்குள் எதிரிப் படைகள் வந்தவுடன், திடீரென்று இடது புறம் தன் படைகளுடன் விலகினார். அவரின் பின்னே மறைந்திருந்த ஆங்கிலேயரின் பீரங்கிகள் முழங்கத் தொடங்கின. இடதுபுறமிருந்து மேஜர் ஸ்டிப்பர்டின் படைகளும் சுடத்தொடங்கின. வலது புறம் தப்பியோட முயன்றவர்களுக்கு அடுத்த ஆபத்து காத்திருந்தது.

மேஜர் சாம்பியனின் படைகள் வெற்றிகரமாக நஜாப்கானின் குதிரைப்படைகளைச் சிதறடித்துவிட்டு, கிராமத்தைச் சுற்றிக்கொண்டு வந்து, சுஜா உத் தௌலா படைகளின் வலப்புறம் நின்று சுடத்தொடங்கின, ஆங்கிலப்டைகள் சுடுவதிலும் ஒரு ஒழுங்கு இருப்பதை வேலன் கவனித்தான். முதல் வரிசை தரையில் அமர்ந்தும், இரண்டாம் வரிசை முழங்காலிட்டும் இருந்தன., மூன்றாம் வரிசை நின்றுகொண்டிருந்தது. நின்ற வரிசை சுட்டு முடித்துவிட்டுத் தரையிலமர்ந்து மீண்டும் துப்பாக்கியில் குண்டை நிரப்பியது. அந்த இடைவெவளியில் முழங்காலிட்டிருந்த படை எழுந்து சுட்டது. அது அமர்ந்து குண்டும் நிரப்பும் பொழுது மூன்றாவது படை எழுந்து சுட்டது. எதிரியின் மேலோ, குண்டுகள் இடைவெளியின்றிப் பாய்ந்த வண்ணம் இருந்தன. நிலைமை மோசமாவதை உணர்ந்த மீர்காசிம், தூரத்தில் நின்ற ரோகில்லா மற்றும் துரானி குதிரைப் படைகளைத் தாக்குதலில் இறங்குமாறு கட்டளையிட்டான். அரை மனதுடன் அந்தக் குதிரைப்படைகள் முன்னேறின. அதற்காகத் தான் காத்திருந்தவர் போல் ஹெக்டர் மன்ரோ, சிராஜ்கான் தலைமையிலிருந்த மொகலாயர் குதிரைப் படைக்குத் தாக்குதல் நடத்துமாறு உத்தரவிட்டார். சிராஜ்கானும், வேலனும் தங்கள் குதிரைப் படைகளுடன் மின்னல் வேகத்தில் பாய்ந்தனர். இவர்கள் வருவதைத் தூரத்தில் பார்த்த உடனேயே நவாபின் குதிரைப்படைகள் திரும்பி ஓடி, கண்ணுக்குத் தெரியாத தூரத்தில் மறைந்தன. அத்தோடு மீர்காசிமின் துணிச்சலும் ஓடி மறைந்தது. மீதிப்போரை சுஜா உத் தௌலாவும், ஷா ஆலமுமே நடத்தட்டும் என்ற நினைப்புடன் தன் செல்வங்களைச் சுமந்து வந்த யானைகளைப் போர்க்களத்திலிருந்து திருப்பி ஓட்டச் சொன்னார். யானைகள் திரும்பி நடை போட்டன. ஒரு குறுகிய பாலம் வழியாக ஆற்றைக் கடந்து ஆவாத் பகுதிக்குள் சென்றன. மீர்காசிம் தன் செல்வங்களுடன் தப்பிச்செல்வதைக் கண்ட நவாப் சுஜா உத் தௌலா, உடனே யானைகளைப் பின் தொடருமாறு தன் படைகளில் ஒருபிரிவிற்குக் கட்டளையிட்டார். தன்னிடம் இருந்த வெடிமருந்து ஆங்கிலேயரிடம் சிக்கி விடக்கூடாது என்பதற்காகவோ அல்லது ஆங்கிலேயர் தங்களைப் பின் தொடரக் கூடாது என்பதற்காகவோ, இன்னொரு பிரிவுடன் சேர்ந்து தனது வெடிமருந்து வண்டிகளைக் கொளுத்தினார். அதனால் ஆங்கிலப்படைகள் அவர்கள் அருகில் வரமுடியாமல் நின்றன.

அந்த இடைவெளியில், தன் படைகளுடன் மீர்காசிம் தப்பிச் சென்ற அதே குறுகிய பாலத்தின் வழியாகப் போர்க்களத்தில்

இருந்து பின்வாங்கிய சுஜா உத் தௌலாவின் படைகள், பாலத்தைக் கடந்ததும், பாலத்தின் மேலும் வெடிமருந்தைக் கொட்டி, நெருப்பு வைத்துப் பாலத்தைத் தகர்த்து விட்டுத் தப்பிச் சென்றன. பாவம், பாதுஷா ஷா ஆலம் மட்டும் எங்கும் தப்பிச் செல்லமுடியாமல் மாட்டிக்கொண்டார். அவரது விசுவாசமான தளபதி மீர்சா நஜீப்கான், தன் எஞ்சியிருந்த படைகளுடன் ஷா ஆலமிற்குச் சுற்றிலும் பாதுகாப்பாக நின்று கொண்டார். ஆனால் ஆங்கிலேயர் ஷா ஆலமை அழிப்பதில் கவனம் செலுத்தவில்லை. மன்றோ தன் ஆங்கிலக் குதிரைப்படைப்பிரிவை அழைத்து சுஜா உத் தௌலாவைப் பிடிக்க முயற்சிக்குமாறு அனுப்பி வைத்தார். சிராஜ்கானை அழைத்து மொகலாயக் குதிரைப் படையுடன் சென்று மீர்காசிமைத் தேடிப்பிடித்து வருமாறு அனுப்பினார். அதன்பின்பு தான் ஷா ஆலமை நோக்கிச் சென்றார். ஷா ஆலம் கம்பீரம் சிறிதும் குறையாமல் தன் யானைமேல் அம்பாரத்தில் வீற்றிருந்தார். மன்றோ தன் அதிகாரிகளில் ஒருவரை அழைத்து, ஷா ஆலமைச்சுற்றி இருந்த படைகளில், கம்பெனிப்படையில் சேர விரும்புவோர் ஆயுதங்களை எறிந்து விட்டு உடனே சரணடையுமாறு அறிவிக்கச் சொன்னார். அதிகாரி உரத்த குரலில் அவ்வாறு அறிவித்ததும், நஜாப் கானும், ஒரு சில வேலைக்காரர்களும் மட்டுமே ஷா ஆலமைச் சுற்றி நின்றனர். பாதுஷாவுடன் அலகாபாத்திற்குச் சென்று காத்திருக்குமாறு நஜாப்கானிடம் கட்டளையிட்டுவிட்டுத் தன் தலைமையகத்திற்குத் திரும்பினார் மன்றோ.

ஆங்கிலேயரின் இரண்டு குதிரைப்படைப்பிரிவுகளும் ஆழமில்லாத பகுதியைக் கண்டுபிடித்து ஆற்றைக் கடந்தன. சிராஜ்கான் தன் படையைச் சிறு, சிறு குழுக்களாகப் பிரித்து நவாப் மீர் காசிமை உயிரோடு பிடித்து வருமாறு அனுப்பினார். தன்னுடன் வேலனை மட்டும் அழைத்துக் கொண்டு அருகிலிருந்த கிராமங்களில் சென்று தேடத் தொடங்கினார். சற்று நேரத்தில் தூரத்தில் பெரிய கூச்சல் கேட்டது. அடர்ந்த புதர்களுக்கு அப்பாலிருந்து கூச்சல் கேட்டதால் வேலனும், சிராஜ்கானும் தங்கள் குதிரைகளை அங்கேயே கட்டிப் போட்டு விட்டுப் புதர்களிடையே புகுந்து சென்றனர். புதர்கள் முடிந்த இடத்தில் பெரிய பொட்டல் ஒன்று இருந்தது. மீர்காசிமின் அனைத்து யானைகளும் அங்கே நிறுத்திவைக்கப்பட்டிருந்தன. இருவரும் புதர்களின் பின்னே மறைத்துநின்று எட்டிப் பார்த்தனர். பொட்டலின் நடுவே மீர்காசிம், கண்களில் கண்ணீர் வழிய,

தன்னை விட்டுவிடுமாறு, சுற்றி நின்ற சுஜா உத் தௌலாவின் தளபதிகளிடம் கெஞ்சிக் கொண்டிருந்தார். கோடிக்கணக்கில் அவரிடமிருந்த செல்வங்களைக் குறி வைத்துத் துரத்தி வந்தவர்களின் நெஞ்சில் இரக்கம் எப்படி இருக்கும்? தூரத்தில் இருந்ததால் சிராஜ்கானுக்கும், வேலனுக்கும் அவர்கள் பேசுவது அரைகுறையாகத்தான் கேட்டது.

"என்ன செய்யலாம்?", என்றான் வேலன். "இரண்டு படைப்பிரிவுகளை எதிர்த்து நாம் இருவர் மட்டும், ஒன்றும் செய்ய முடியாது, என்ன நடக்கிறதென்று வேடிக்கை மட்டும் பார்ப்போம்" என்றார் சிராஜ். சற்று நேரத்தில் பேச்சுவார்த்தை முடிந்தது. அங்கிருந்த யானைகளில் நொண்டியாக இருந்த யானை ஒன்றிலிருந்த பெட்டிகள் இறக்கப்பட்டன. நவாப் மீர்காசிம் அதில் ஏறுவதற்கு உதவி புரிந்தனர் சிப்பாய்கள். நொண்டி யானையுடன் காட்டிற்குள் மறைந்தார் மீர்காசிம். அவருடைய கோடிக்கணக்கான செல்வங்களுடன் யானைகளை ஓட்டிக்கொண்டு சுஜா உத் தௌலாவின் தளபதிகள் எதிர்த்திசையில் சென்றனர்.

"நாம் என்ன செய்வது? குதிரைகளில் ஏறிச் சென்று மீர்காசிமைக் கைது செய்யலாமா?", என்று கேட்டான் வேலன்.

"சற்று யோசிக்க வேண்டும்", என்ற சிராஜ்கான், "மீர்காசிமைக் கைது செய்து, கம்பெனியிடம் ஒப்படைத்தால் என்ன கிடைக்கும்?" என்று கேட்டார்.

"கம்பெனி தங்களுக்கு நிச்சயம் பரிசு கொடுக்கும், பட்டமும் கொடுக்கும்", என்றான் வேலன். "இனிமேல் எனக்குப் பரிசும் வேண்டாம், பட்டமும் வேண்டாம். நான் கேட்பது, மீர்காசிமிற்கு என்ன கிடைக்கும்" என்றார் சிராஜ்கான்.

"வெள்ளையர்கள் அவரைத் தூக்கில் போடுவார்கள்", என்றான் வேலன்.

"அப்படி நிச்சயமாகச் சொல்ல முடியாது" என்ற சிராஜ்கான் தொடர்ந்து பேசினார், "புதிதாக ஒருவரை நவாப் ஆக்கிவிட்டு, மீர்காசிமை வீட்டுக் காவலில் வைப்பார்கள்".

"அவரைப் பாதுகாத்து வைப்பதில் வெள்ளையருக்கு என்ன லாபம்?", என்றான் வேலன். "அதுதான் வெள்ளையரின் அரசியல்", தொடர்ந்தார் சிராஜ், "புதிய நவாபை அதிக வரி வசூலிக்கச் சொல்லிக் கட்டாயப்படுத்துவார்கள். அதனால் மக்களிடையே கொந்தளிப்பு வரும். உடனே அந்த அப்பாவியை விரட்டி விட்டு, மீர் காசிமை மீண்டும் நவாப் ஆக்கி மக்களின்

கோபத்தைக் குறைப்பார்கள்", என்றவர் மீண்டும் கேட்டார், "மீர்காசிமைத் தப்பிக்க விட்டுவிட்டால், அவனுக்கு என்ன ஆகும்?". வேலனுக்கு, சிராஜ்கானின் சிந்தனை புரியத் தொடங்கியது.

"கையில் காசில்லாமல் பிச்சைக்காரனைப் போல் வாழ வேண்டும். பிறந்ததிலிருந்து சொகுசு வாழ்க்கையே வாழ்ந்த மீர்காசிமிற்கு, அது ஒரு நரக வேதனையாக அமையும்", என்றான் வேலன்.

"இன்ஷா அல்லா" என்று சொல்லிவிட்டுத் தன் குதிரையை நோக்கி நடந்தார். "நீங்கள் சொல்லியதன் பொருள் என்ன?" என்று வேலன் கேட்டான். "கடவுளின் விருப்பம்", என்றார் சிராஜ்கான்.

11

வேலனும், சிராஜ்கானும் படையிலிருந்து விலகி, கல்கத்தா திரும்பியிருந்தனர். வேலனுக்குப் புதிய சிக்கல் உருவாகி இருந்தது. டேனிஷ்கப்பல் வெடிஉப்புடன் திரும்பிச் சென்று விட்டது. சென்னையிலிருந்து வந்தவர்கள் மூலம் சுந்தரலிங்கம் அனுப்பியிருந்த கடிதமும், மேலும் ஒரு லட்ச ரூபாய்க்கான உண்டியும் முகுல்ராயிடம் வந்து சேர்ந்திருந்தது. மீண்டும் கப்பல் வரும் என்றும், அதில் மீண்டும் வெடிஉப்பு வாங்கி அனுப்புமாறும் முதலியார் எழுதியிருந்தார். வேலன் உண்டியைப் பணமாக மாற்றி முகுல்ராயிடம் கொடுத்துவிட்டு, டேனிஷ் அலுவலகத்திற்குச் சென்று அடுத்த கப்பல் எப்பொழுது வரும் என்று விசாரித்தான். எப்படியும் ஒரு மாதம் ஆகுமென்று அவர் கூறினர். மாலையில் தங்கும் விடுதிக்கு வந்து சிராஜ்கானிடம் விவரம் கூறினான்.

"நாளை உனக்கு வேலை ஒண்ணும் இல்லையே?" என்று கேட்டார் சிராஜ்.

"நாளை மட்டுமல்ல, ஒரு மாதத்திற்கு வேலை ஒன்றும் இல்லை", என்றான் வேலன். அப்படியானால் நல்லதாகப் போயிற்று, நாளை வில்லியம் கோட்டைக்குப்போகிறேன். விரும்பினால் நீயும் கூட வரலாம் என்றார்.

"மீண்டும் கம்பெனிப்படையில் சேரப்போகிறீர்களா? அழைப்பு விடுத்துள்ளார்களா?" என்று கேட்டான் வேலன்.

"பீட்டர் அழைப்பு விடுப்பதென்னவோ உண்மைதான், அதுவும் பீரங்கிப்படையில் சேருமாறு, ஆனால் எனக்கு விருப்பமில்லை", என்றார் சிராஜ்.

“ஓ... நீங்கள் பீரங்கிப் படையிலும் சிப்பாயாகப் பணி புரிந்திருக்கிறீர்களா?” என்றான் வேலன். “ஆம், ஆனால் சிப்பாயாக அல்ல, படைத்தலைவனாக. சின்ன வயதிலிருந்தே என் விருப்பமெல்லாம் போர்க்களம் தான்”, என்றார் சிராஜ்.

“கம்பெனிப்டையில் சேர விருப்பம் இல்லையென்றால், பிறகு ஏன் கோட்டைக்குப் போகிறீர்கள்?”, என்றான் வேலன்.

“கவர்னர் ராபர்ட் கிளைவைச் சந்திக்க”, என்றார் சிராஜ்.

“ராபர்ட் கிளைவ் உங்களுக்கு அறிமுகம் ஆனவர் என்பதையே மறந்து விட்டேன். கட்டாயம் வருகிறேன். ஒரு வகையில் அவர் எங்கள் ஊர்க்காரரர் ஆயிற்றே”, என்றான் வேலன். மறுநாள் மாலை ராபர்ட் கிளைவின் மாளிகைத் தோட்டத்திற்குச் சென்று, ராபர்ட் கிளைவைச் சந்திக்க அனுமதி கேட்டனர்.

சிராஜ்கான் என்ற பெயரைக் கேட்டதுமே, “உடனே உள்ளே அனுப்பு” என்றார் கிளைவ். சிராஜ்கான், வேலனையும் அழைத்துக்கொண்டு தோட்டத்திற்குள் சென்றார். கிளைவ் நாற்காலியில் அமர்ந்து ஒரு இளம் ஆங்கில அதிகாரியுடன் பேசிக்கொண்டிருந்தார்.

வேலனோடு வரும் சிராஜ்கானைக் கண்டதும் கிளைவ் மிக மகிழ்ச்சியான குரலில்,

“ஆஹா, மாபெரும் குதிரை வீரன் சிராஜ்கான் வருகிறான். வா,வா பார்த்து எத்தனை வருடங்கள் ஆகிவிட்டன?” என்றார். வேலனைத் தூரத்தில் நிறுத்திவிட்டு மேஜை அருகில் சென்ற சிராஜ்கான் “எட்டு வருடங்கள் ஆகிவிட்டன பிரபு” என்றார்.

“ஆமாம். ஆனால் நீ அன்று பார்த்தது போலவே இருக்கிறாயே! உன் தோற்றத்தில் மாற்றமே இல்லயே!” என்றார் கிளைவ்.

“எல்லாம் அல்லாவின் கருணை” என்ற சிராஜ் “ஆனால் நீங்கள் நிறைய மாறிவிட்டீர்கள். கவர்னராக ஆகி விட்டீர்கள், உயர்குலப் பிரபு என்று பட்டம் கொடுக்கப்பட்டதாகச் சொல்கிறார்கள்”, என்றார் சிராஜ்கான்.

“இங்கிலாந்தில் பிரபுகுலப் பட்டங்கள் கொடுக்கப்படுவதில்லை சிராஜ். விலை கொடுத்துத்தான் வாங்க வேண்டும். சரி உட்கார், தேநீர் அருந்தலாம் என்றார்.

“என்ன, கவர்னர் பிரபு முன்பு, நான் அமர்வதா?”, என்று பதற்றத்துடன் கேட்டார் சிராஜ்கான். “நான் கவர்னர் ஆகியிருக்கலாம், பிரபுவும் ஆகியிருக்கலாம், ஆனால் அனைவரையும் சமமாக

நினைப்பவன், நண்பர்களை மறக்காதவன் என்பது உனக்குத் தெரியுமல்லவா, உட்கார்" என்று சிராஜ்கானின் தோள்களைப் பிடித்துத் தள்ளி நாற்காலியில் அமரவைத்தார். "உங்களது குணத்தில் மாற்றமில்லை பிரபு, ஆனால்..",

சொல்லத் தயங்கி நிறுத்தினார் சிராஜ் கான். "உடல் மட்டும் ஏன் தளர்ந்து போய்விட்டது என்று தானே கேட்க வருகிறாய்? தைரியமாகக் கேள். எனக்கு நரம்புத் தளர்ச்சி நோய் இருப்பது உலகறிந்த விஷயம். ஓய்வெடுக்கலாம் என்றுதான் இங்கிலாந்து திரும்பினேன். மூன்று வருடங்களுக்குள் அரசாங்கமும், கம்பெனியும் சேர்ந்து கட்டாயப்படுத்தி மீண்டும் இந்தியாவிற்கு அனுப்பிவிட்டனர்", என்றார் கிளைவ் உற்சாகம் குறையாமல்.

"நீங்கள் லண்டன் செல்லாமல் இங்கேயே இருந்திருந்தால், மீர் காசிம் போர் செய்யவே துணிந்திருக்க மாட்டார்", என்றார் சிராஜ்கான்.

"மீர்காசிம் தானாகப் போரை ஆரம்பித்திருக்காவிட்டால், ஏதாவது சாக்குப்போக்குச் சொல்லி நாங்கள் போரை ஆரம்பித்திருப்போம்" என்றார் கிளைவ். கிளைவ் கூட இருந்த இளம் அதிகாரி, கிளைவிடம், தூரத்தில் நின்ற வேலனைச் சுட்டிக் காட்டினார். வேலனை அருகில் அழைத்த கிளைவ், புன்னகை மாறாமல் ஆனால் கூர்ந்த பார்வையால் அவனை அளவெடுத்தார். பின் சிராஜ்கானிடம் திரும்பி, இளம் அதிகாரியைச் சுட்டிக்காட்டி,

"இவர்தான் வாரன்ஹேஸ்டிங், எனது வலது கை. கிழக்கிந்தியக் கம்பெனியின் புதிய நம்பிக்கை நட்சத்திரம்", என்று அறிமுகப்படுத்தியவர் தொடர்ந்து, "இப்பொழுது நீ உன் உதவியாளனை எங்களுக்கு அறிமுகப்படுத்துகிறாயா?" என்றார்.

வேலனைச் சைகை காட்டி அருகில் அழைத்த சிராஜ்கான், ஓமிசந்த் ஆட்களிடமிருந்து வேலன் தன்னைக் காப்பாற்றியதைச் சுருக்கமாகச் சொல்லி முடித்தார்.

"ஓ! ஓமிசந்திடம் உன் கொடுக்கல், வாங்கல் இன்னும் முடியவில்லையா?, என்றவர், "அவனுக்குப் பைத்தியம் பிடித்து விட்டதென்று கேள்விப்பட்டேனே?" என்றார்.

"எல்லாம் தங்கள் கருணையால் தானே பிரபு", என்றார் சிராஜ் புன்சிரிப்புடன். திடீரென்று கிளைவின் முகம் இருண்டது.

"நான்தான் ஓமிசந்தை ஏமாற்றினேன் என்று நீயும் நினைக்கிறாயா? நீ மட்டும் என்ன, எங்கள் நாட்டிலேயே

அப்படித்தான் குற்றம் சுமத்துகின்றனர். அன்றுமட்டும் நான் தந்திரமாக நடந்துகொள்ளாமல் இருத்திருந்தால், வெறிபிடித்த நவாப் சிராஜ் உத் தௌலா, அவன் அரண்மனையிலிருந்த ஆங்கில அதிகாரிகள் அனைவர் தலையையும் வெட்டித் தள்ளி இருப்பான். நாங்கள் தயாராவதற்கு முன்பே படையெடுத்து வந்திருப்பான்", என்று உரத்த குரலில் கத்தினார்.

"நான் என்றும் உங்கள் பக்கம் தானே பிரபு. அன்று மட்டும் நீங்கள் அனுமதி கொடுத்திருந்தால் ஓமிசந்தின் தலையை நானே வெட்டித்தள்ளியிருப்பேனே", என்றார் சிராஜ்கான்.

"அப்படிச் செய்திருந்தாலும், சிராஜ் உத் தௌலாவிற்கு சந்தேகம் ஏற்பட்டு நம் திட்டத்தைத் தெரிந்து கொண்டிருப்பான், காரியமே கெட்டிருக்கும்", என்றார் கிளைவ். அதற்குள் வாரன் ஹேஸ்டிங் கிளைவின் காதிற்குள் ஏதோ முணுமுணுத்தார். "ஆமாம் நானும் அப்படித்தான் நினைத்தேன்" என்ற கிளைவ், மீண்டும் வேலனைக் கூர்ந்து கவனித்து விட்டு, "உன் நண்பனைப் பார்த்தால் உங்கள் ஊர்க்காரன் மாதிரித் தெரியவில்லையே என்றார் கிளைவ்.

"ஆமாம் பிரபு, அவன் வட இந்தியாவைச் சேர்ந்தவனல்ல, உண்மையில் சிப்பாய் கூட அல்ல, சென்னைப்பட்டினத்து வணிகன்", என்றார் சிராஜ்.

"சென்னைப்பட்டினம் கூட அல்ல, இன்னும் தெற்கே, நான் சொல்வது சரிதானே?" என்று வேலனைப்பாத்துக் கேட்டார் கிளைவ்.

"ஆமாம் பிரபு", என்று தலையாட்டிய வேலன், "திருநெல்வேலிச் சீமை", என்றான். "நினைத்தேன்", என்ற கிளைவ் "சரி உட்கார்", என்றார். ஒரு மரியாதைக்குக் கூட மறுக்காமல், உடனே நாற்காலியில் அமர்ந்து கொண்டு "நன்றி பிரபு", என்றான் வேலன். அவனது துணிச்சலைக்கண்டு கிளைவும், ஹேஸ்டிங்கும் ஒருவரை ஒருவர் பார்த்துக்கொண்டனர். அப்பொழுது சேவகன் ஒருவன் அங்குவந்து அனைவருக்கும் தேநீர் பரிமாறினான்.

வேலனை மீண்டும் பார்த்த கிளைவ் "யூசுப்கான் சாகும்பொழுது என்னைப்பற்றி எதுவும் கூறினானா?", திடீரென்று கேட்டார். வேலனுக்குத் தூக்கி வாரிப் போட்டது. "ஆம் பிரபு, நீங்கள் இருந்திருந்தால் எப்படியும் காப்பாற்றியிருப்பீர்கள் என்று நம்பினார்", என்றான் வேலன்.

“முட்டாள், நான் அருகிலேயே இருந்திருந்தாலும், கம்பெனி நலனுக்கு எதிராகச் செயல்பட்டவனைக் காப்பாற்றியிருக்க மாட்டேன்”, என்றார் கிளைவ்.

“யூசுப்கானின் மரணத்தின்பொழுது, நான் அவர் அருகே இருந்தது தங்களுக்கு எப்படித் தெரிந்தது பிரபு?”, என்று வியப்பை அடக்க முடியாமல் வேலன் கேட்டான்.

“யூசுப்கானின் மோதிரத்தை விரலில் அணிந்திருக்கிறாய். ஆற்காட்டு நவாபின் வாளை இடுப்பில் அணிந்திருக்கிறாய். சரி, யூசுப்கானின் மரணம் பற்றி விவரமாகச் சொல்”, என்றார் கிளைவ். வேலன் நடந்தவற்றைச் சுருக்கமாகக் கூறினான். அதுவரை பேசாமலிருந்த ஹேஸ்டிங் இப்பொழுது பேசினார்,

“இந்த இளைஞன் காரணமில்லாமல் எதையும் செய்வதில்லை என்று தெரிகிறது. இங்கு எதற்காக வந்திருப்பான்?” என்றார். சிராஜ், தானே முந்திக் கொண்டு பதிலளித்தார். “உங்களின் போர்க்கலையைக் கற்றுக் கொள்ள வேண்டுமாம். அதனால்தான் என்னோடு பக்சாரில் குதிரைவீரனாகச் சேர்ந்தான்”.

“ஆஹா, ஒரு ஒற்றனை அல்லவா கூட்டி வந்திருக்கிறாய்”, என்றார் ஹேஸ்டிங்.

“நான் ஒற்றன் அல்ல பிரபு, மாணவன்”, என்றான் வேலன்.

“எங்கள் வெற்றியின் ரகசியத்தைத் தெரிந்துகொண்டு விட்டாயா?” என்று கிளைவ் கேட்டார். “இல்லை பிரபு, குழப்பம் தான் அதிகமாகிறது. நீங்கள் பங்கெடுத்த பிளாசிப்போரில் இரண்டாயிரம் வீரர்களை வைத்துக் கொண்டு எப்படி வெற்றி பெற்றீர்கள்?”, என்றான் வேலன்.

“வீரம், விவேகம், சரியான ஆயுதங்கள், இவை மூன்றும்தான் எங்கள் வெற்றியின் ரகசியம்”, என்றார் கிளைவ்.

“நீங்கள் வீரர் என்று தமிழ்நாட்டில் அனைவருக்கும் தெரியும். பிரெஞ்சுக் கப்பற்படையிடம் சென்னை சரணடைந்த பொழுது துணிச்சலாகக் கடலூருக்குத் தப்பிச் சென்றவர் நீங்கள்”, என்றான் வேலன்.

“என்னைப்பற்றித் தமிழ்நாட்டில் வேறென்ன கேள்விப்பட்டாய்?” என்று உற்சாகமாகக் கேட்டார் கிளைவ்.

“ஸ்டிரிங்கர் லாரன்சிடம் போர்க்கலையைக் கற்றுக் கொண்டீர்கள். ஆனால் பின்பு அவரையே வேலையிலிருந்து விரட்டி அடித்து விட்டீர்கள்” என்றான் வேலன். ஹேஸ்டிங் திடுக்கிட்டு வேலனைப் பார்த்தார். ஆனால் கிளைவ் கோபப்படவில்லை.

“நீ சொல்லியதில் இரண்டு விஷயங்கள் தவறு. போர்க்கலையைப் புத்தகங்களைப்படித்து நானாகத்தான் கற்றுக்கொண்டேன். தளபதி ஸ்ட்ரிங்கர் லாரன்ஸ் என்னை ஊக்குவித்தார். கம்பெனி தரும் ஊதியம் குறைவு என்று அவராகத்தான் பதவி விலகினார். இப்பொழுது அவரது குடும்பத்திற்கு நான் என் சொந்தச் செலவில் ஓய்வூதியம் கொடுத்துக் கொண்டிருக்கிறேன்'', என்றார் கிளைவ். வேலன் தன் கேள்விகளைத் தொடர்ந்தான். “கம்பெனியின் வெற்றிக்குக் காரணம் சரியான ஆயுதங்கள் என்றீர்கள். வங்காள நவாப் சிராஜ் உத் தௌலாவிடம் தான் அதிக எண்ணிக்கையில், பெரிய, வலிமையான பீரங்கிகள் இருந்ததாக சிராஜ்கான் கூறினார்'', என்றான் வேலன். கிளைவ் புன்னகையோடு வேலனைப் பார்த்துக் கொண்டே,

“ஆம் மிகப்பெரிய பீரங்கிகள் நவாபிடம் இருந்தன. ஆனால் திறந்தவெளியில் பெரிய பீரங்கிகளால் என்ன பயன்? கோட்டையைத் தகர்ப்பதற்குத்தான் அவை பயன்படும்'' என்றார். வேலன் அடுத்து கேட்பதற்காக `பிரபு` என்று ஆரம்பித்துவிட்டு, டக்கென்று நிறுத்திக் கொண்டான். “தைரியமாகக் கேள்... என்ன கேட்க வந்தாய்?'' என்றார் கிளைவ்.

“பிளாசிப் போரில் கம்பெனியின் வெற்றிக்குக் காரணம், மீர் ஜாபர் இழைத்த துரோகம் என்றல்லாவா பேசிக்கொள்கிறார்கள்.''

“நீங்கள் துரோகம் என்பதை நாங்கள் விவேகம் என்கிறோம்'', என்று பேச்சில் கலந்து கொண்ட வாரன் ஹேஸ்டிங் தொடர்ந்து, “பக்சார் போரில் நீயே கலந்து கொண்டிருக்கிறாய். அங்கும் கம்பெனியின் படைகள் குறைவுதானே? அங்கு இந்தியர் தரப்பிலிருந்து யாரும் எங்கள் பக்கம் வரவில்லையே, பின் எப்படி வெற்றி பெற்றோம்'', என்று கேட்டார்.

“ஆமாம் பிரபு, அன்று ஆங்கிலேயரின் படையைப் போல் ஆறு மடங்கு பெரிய படை இந்தியர்களிடம் இருந்தது. அதனால் தான் என் குழப்பம் அதிகமாகிறது'', என்றான் வேலன்.

“அதுவரை அமைதியாயிருந்த சிராஜ்கான் பேசினார். “வேலா, இந்தியரின் படை திரட்டும் முறைதான் காரணம் என்று எனக்குத் தோன்றுகிறது. பாபர் காலத்திலிருந்து மான்சப்தாரி முறையைத்தான் பயன்படுத்துகிறோம். நிலையான ராணுவம் கிடையாது. தினக்கூலியும், கொள்ளையில் பங்கும் தான் சிப்பாய்களுக்கு. அதிகாரிகள் நிலைமையோ அதைவிட மோசம். போரில் இறந்துவிட்டால் அவன் சொத்துகளை பாதுஷாவோ, நவாபோ

பறித்துக்கொள்வார்கள். அதனால்தான் இந்தியப்படைகள் ஓடுபவர்களை விரட்டுவதில் மட்டும் அக்கறை காட்டுகிறார்கள். எதிரி எதிர்த்து நின்றாலோ அஞ்சி ஓடுகிறார்கள்", என்றார்.

"சபாஸ் சிராஜ்கான். நல்ல வேளை நீ எங்கள் பக்கம் இருக்கிறாய்", என்றார் வாரன்.

."ஒரு தமிழ்நாட்டு இளைஞன் சரளமாக இந்தியும், ஆங்கிலமும் பேசுவதுதான் எனக்குப் பெரிய ஆச்சர்யம்", என்றார் கிளைவ்.

"அது மட்டுமல, பிரஞ்சு, உருது, பெர்சியன் மொழிகள் கூட ஓரளவு புரிந்து கொள்வான்", என்றார் சிராஜ்கான்.

"அப்படியென்றால் நீ உண்மையிலேயே ஒற்றன் தான். ஏன் இத்தனை மொழிகளைக் கற்றுக்கொள்ளவேண்டும்?", என்றார் கிளைவ்.

"நான் ஒரு வணிகன் என்பதை மறந்துவிட்டீர்களா பிரபு?" என்றான் வேலன்.

"நல்லது, மிக நல்லது, என்று முணுமுணுத்த ராபர்ட் கிளைவ், சிராஜ்கானிடம் திரும்பி, "சிராஜ்கான், நீ இப்பொழுது உன் ஊருக்குப்போக முடியாது, எனது மெய்க்காப்பாளனாக அலகாபாத் வரவேண்டும்'' என்றார்.

''அது எனக்கு மிகவும் பெருமையான விஷயம் பிரபு", என்றார் சிராஜ்.

"நீ மட்டுமல்ல, கூடவே இந்த இளைஞனும் வரவேண்டும்", என்றார் கிளைவ்.

"உங்கள் நம்பிக்கைக்கு நன்றி பிரபு", என்றான் வேலன்.

"ஆனால் இருவரும் சிப்பாய்களாக வரக்கூடாது. சாதாரண வேலைக்காரர்களாக வரவேண்டும். வேலன், உனது பன்மொழித் திறமையைப் பயன்படுத்திக்கொள்ளப்போகிறேன். நீ தமிழைத் தவிர வேறு எந்த மொழியும் தெரியாதவன் போல் நடிக்க வேண்டும்", என்றார் கிளைவ். வேலனுக்கு ஓரளவு கிளைவின் எண்ணம் புரியத் தொடங்கியது.

"கவர்னரின் முதுகுக்குப்பின்னே, யார் என்ன பேசுகிறார்கள் என்பதைக் கவனமாகக் கேட்டுத் தினமும் அவரிடம் தெரிவிக்க வேண்டும்", என்றார் வாரன் ஹேஸ்டிங்.

"ஆமாம்", என்பது போல் தலையை ஆட்டினார் கிளைவ்.

"இருவருக்குமிடையே நல்ல புரிதல் இருக்கிறது", என்று எண்ணிக்கொண்ட வேலன், "எதிரிகள் பேசிக்கொள்வதையா" என்றான்.

"எதிரிகள் மட்டுமல்ல, எங்கள் அதிகாரிகள் பேசிக் கொள்வதையும் தான், துரோகிகள் எல்லா நாட்டிலும் உண்டு", என்றார் ஹேஸ்டிங்.

"அலகாபாத்தில் ஒரு போர் தொடங்கப்போகிறதா பிரபு?", என்றான் வேலன்.

"போர் அல்ல, உனக்குப் பிடித்த வியாபாரம். போர்களின் காரணமும், வழியும், முடிவும் வியாபாரம் தான்", என்றார் வாரன் ஹேஸ்டிங், பலத்த சிரிப்புடன்.

12

அலகாபாத் மாளிகையில் வேலனும், சிராஜ்கானும் பார்த்தது முற்றிலும் வேறுபட்ட ராபர்ட் கிளைவையும், வாரன் ஹேஸ்டிங்கையும். துணைக்குப் பல கணக்கு அதிகாரிகளை வைத்துக்கொண்டு உறக்கத்தை மறந்து ஆவாத் நாட்டின் வரவு, செலவுகளைத் துல்லியமாக ஆய்வு செய்தனர்.

தில்லி பாதுஷா, இரண்டாவது ஷா ஆலம் அவர்களை எப்படிக் கையாள்வது என்பது முதலில் தீர்மானிக்கப்பட்டது.

"அவரைச் சிறையில் தள்ளிவிட்டால் என்ன?" என்றனர் சில இளம் ராணுவ அதிகாரிகள். வாரன் ஹேஸ்டிங்க்கும், கிளைவும் பொறுமையாக விளக்கினர்.

"நாம் வாள்முனையால் வங்காளத்தையும், பீகாரையும், ஒரிசாவையும் வென்றிருக்கலாம். ஆனால் பாதுஷாவின் கட்டளையின் கீழ் ஆள்வது போன்ற ஒரு தோற்றத்தை ஏற்படுத்த வேண்டும். அதற்கு ஆலமின் மதிப்பை மக்களின் முன்பு மிகைப்படுத்த வேண்டும். தில்லியிலிருந்து தப்பி ஓடிவந்து நாடோடியாக அலைகிறார். அவருக்கு முதலில் ஒரு அரண்மனை வேண்டும். அலங்காரத்திற்காவது சிறிய படைவேண்டும்".

போர்ச் செலவுகளை யாரிடமிருந்து வசூலிப்பது என்று அடுத்த கேள்வி எழுந்தது. "மீர்காசிம் ஓடிவிட்டதால் இனி முடிந்தவரை ஆவாத் நவாப் சுஜா உத் தௌலாவிடமிருந்து மட்டுமே பணம் வாங்க முடியும்", என்று விளக்கினார் ஹேஸ்டிங். அந்த இரண்டு கொள்கைகளின் அடிப்படையில் அலகாபாத் ஒப்பந்தம் தீட்டப்பட்டது. ஆகஸ்ட் பன்னிரண்டாம் தேதி ஒப்பந்தத்தில் பாதுஷா ஷா ஆலம் கையெழுத்திடுவது என்றும், சில நாட்களுக்குப்பின் ஆவாத் நவாப் சுஜா உத் தௌலா அதில்

தனியாகக் கையெழுத்திடுவது என்றும், பின்பு கல்கத்தாவில் கிழக்கிந்தியக் கம்பெனியின் இயக்குநர்கள் கையெழுத்திடுவார்கள் என்றும் முடிவு செய்யப்பட்டது. பன்னிரண்டாம் தேதி, பாதுஷாவின் தளபதி நஜாப் கான், அரண்மனைக்குள்ளிலிருந்து பாதுஷாவின் பெருமைக்கு ஏற்ற அலங்காரமான கூடாரம் ஒன்றை, கோட்டைச் சுவர் அருகே அமைத்தார். கூடாரத்தின் விலைஉயர்ந்த பட்டுத் துணிகள் நைந்து போயிருந்தன. பல இடங்களில் கிழிந்து தொங்கின. அத்தோடு பாதுஷாவின் ஆட்கள் போய்விட்டனர். ஏற்பாடுகள் முடிந்து விட்டதா என்று பார்க்க வந்த வேலனும், சிராஜ்கானும், பாதுஷா அமர்ந்து கையெழுத்திட இருக்கையே இல்லாததைக் கவனித்தனர். தங்கமும், கோகினூர் வைரமும் இழைத்த மயிலாசனத்திலிருந்து ஆட்சி நடத்திய தைமூர் பரம்பரையில் வந்த ஷா ஆலம் நின்று கொண்டே கையெழுத்துப் போடுவது சரியல்ல என்று நினைத்த சிராஜ்கானும், வேலனும் ஆங்கிலேயர் முகாமிற்குத் திரும்பி, ஒப்பந்தத்தை வாரன் ஹேஸ்டிங்குடன் அமர்ந்து மீண்டும், மீண்டும் சரிபார்த்துக் கொண்டிருந்த ராபர்ட் கிளைவிடம் அப்பிரச்சினையைக் கொண்டு வந்தனர்.

“சிறிது காலம் பொறுத்தால், ஆப்கானியர்கள் கொள்ளையடித்துச் சென்ற மயிலாசானத்தையே கொண்டு வந்து விடுவோம். ஆனால் இன்றைக்கு இதை வைத்துச் சமாளியுங்கள்”, என்று பக்கத்து அறையிலிருந்த தன் சாப்பாட்டு மேஜை, நாற்காலிகளைக் காட்டினார் ராபர்ட் கிளைவ்.

வேலனும், சிராஜ்கானும், கிளைவின் சாப்பாட்டு மேஜையைப் பந்தலுக்கு அடியில் கொண்டு வந்து வைத்தனர். அதன்மேல் ஒரு நாற்காலியையும் போட்டனர். நஜாப்கானின் ஆட்கள் தரையில் சுருட்டி வைத்திருந்த திரைச்சீலைகளை எடுத்து, மேஜைநாற்காலிகள் மேல் போர்த்தி அலங்கரித்தனர். இந்திய வரலாற்றையே, சரியாகச் சொன்னால் உலக வரலாற்றையே மாற்றியமைக்கப்போகும் அலகாபாத் ஒப்பந்தம் கையெழுத்தாக மேடை தயாரானது. வேலனும், சிராஜ்கானும் கிளைவின் அறைக்குத் திரும்பும்பொழுது பல பக்கங்கள் கொண்ட ஒப்பந்தத்தையும், அது சம்பந்தமான மற்ற விவரங்கள் அடங்கிய காகிதங்களையும் ஹேஸ்டிங் ஒரு பெரிய தோல்பைக்குள் வைத்துக் கொண்டிருந்தார். கவர்னர் கிளைவ் சோம்பல் முறித்துக்கொண்டிருந்தார். அவர்கள் இருவருமே முதல்நாள் இரவு முழுவதும் தூங்காமல் விவாதித்துக் கொண்டி ருந்தனர் என்பது வேலனுக்கு நினைவிற்கு வந்தது. ஆயினும்

கிளைவ் மிக உற்சாகமான மனநிலையில் இருப்பது புரிந்தது. அதைப் பயன்படுத்திக் கொள்ள நினைத்த வேலன், அவரை நெருங்கி,

“பிரபு எனக்கு ஒரு சந்தேகம்'' என்றான்.

“அரசியல் பற்றி என்றால் தாராளமாகக் கேள். அது எனக்கு மிகவும் பிடித்த விஷயம்'' என்றார் கிளைவ்.

“நமது வெற்றியின் ரகசியங்களையெல்லாம் இந்த இளைஞன் திருடப் பார்க்கிறான்'', என்றார் ஹேஸ்டிங் வேடிக்கையாக.

“வீரம், விவேகம், வியர்வை, இவை மூன்றும் தான் நமது வெற்றியின் ரகசியம், யார் வேண்டுமானாலும் அதைத் தாராளமாகப் பயன்படுத்திக் கொள்ளட்டும்'' என்றார் கிளைவ். “இவை மூன்றும் மட்டும் இருந்தால் எப்பொழுதுமே போரில் வெற்றி பெறமுடியுமா?'' என்று கேட்டான் வேலன்.

“அதுதான் முடியாது. நான்காவதாக ஒன்றும் வேண்டும்'', என்று சொல்லி நிறுத்தியவர், “நல்ல நேரம் மிகவும் முக்கியம்'', என்றார்.

“நீங்களும் பஞ்சாங்கம் பார்த்துத்தான் போருக்குப் போவீர்களா?''என்று நம்பமுடியாமல் கேட்டான் வேலன்.

“நாங்கள் நல்ல நேரத்தை முடிவு செய்வது பஞ்சாங்கத்தைப் பார்த்தல்ல, பலத்தையும், பலவீனத்தையும் பார்த்து. நமது அணி ஒற்றுமையாகப் பலமாக இருக்க வேண்டும். எதியியின் அணி ஒற்றுமை குலைந்து, பலவீனமாயிருக்க வேண்டும். அதுதான் போர் செய்வதற்கு நல்ல நேரம்'', என்றார் கிளைவ். வேலன் முகத்தில் தெளிவு பிறக்காததைக் கண்ட ஹேஸ்டிங் வேலனைப் பார்த்துக் கேட்டார்,

“நீயும், சிராஜ்கானும் பக்சார் போரில் கலந்து கொண்டீர்களல்லவா? அன்று ஆங்கிலப் படைகளுக்குத் தலைமை தாங்கியது யார்?''

“மேஜர் ஹெக்டர் முன்ரோ'', என்று உற்சாகமாக விவாதத்தில் கலந்து கொண்டார் சிராஜ்கான்.

“சரியாகச் சொன்னாய். அன்று இந்தியப் படைகளுக்குத் தலைமை தாங்கியது யார்?'', என்று மீண்டும் வினவினார்.

“பாதுஷா ஷா ஆலம், இல்லை. இல்லை மீர்சா நஜாப் கான்'', என்றார் சிராஜ்.

“இல்லை. சுஜா உத் தெளலா அல்லது மீர் காசிம்” என்றான் வேலன்.

“ஆங்கில கூலிப்டைகளுக்கு மட்டும் சாம்ப்ரே தலைமை தாங்கினார்”, என்றார் சிராஜ். “ரோகில்லா குதிரைப்படைகளுக்கு யார் தலைமைதாங்கியது என்றே தெரியவில்லை”, என்றான் வேலன்.

“இதுதான் அன்று எதிரியின் பலவீனம். பார்ப்பதற்குப் பெரும் படைபோல் இருந்தாலும், அவை ஒரே தலைமையின் கீழ் கட்டமைக்கப்படாத சிறுசிறு குழுக்கள். சிறிய பின்னடைவு ஏற்பட்டாலும் சிதறிவிடும்.'' ஒரு கணம் நிறுத்திவிட்டு ஹேஸ்டிங் மேலும் தொடர்ந்தார், “அன்று அனைத்து இந்தியப் படைகளுக்கும், அனுபவம் மிக்க நஜாப் கானைத் தளபதியாக நியமித்திருந்தால், போரின் முடிவே கூட மாறியிருக்கலாம்”.

“அப்படி ஒரு கெளரவம் தன் தளபதிக்குக் கிடைப்பதை, பாதுஷா ஷா ஆலமே கூட விரும்பியிருக்க மாட்டார்”, என்றார் சிராஜ்.

ஹேஸ்டிங்க கிண்டலாக, “ஒரு நாள் கூலியை முன்பணமாகக் கொடுக்க முடிந்தால், இன்று யார் வேண்டுமானாலும் இந்தியாவில் ஒரு படையைக் கட்டிவிட முடியும். அதை வைத்துக்கொண்டு, மற்ற இந்திய மன்னர்களை வேண்டுமானால் வெல்லலாம். ஆனால் நீண்ட பயிற்சியும், நிரந்தர ஊதியமும் பெறும் ஆங்கிலப்படைகளை அவற்றால் ஒருபோதும் வெல்ல முடியாது”, என்றார். வேலன் அமைதியாயிருந்தான்,

“எனக்கு இன்னும் சரியாகப் புரியவில்லை”, என்றார் சிராஜ்கான்.

“எனக்குப் புரிகிறது. ஒரு நாட்டின் பெயரால் போராடும் படைகளை, கூலிப்படைகளை மட்டும் வைத்துக்கொண்டு ஒருபோதும் வெல்ல முடியாது”, என்றான் வேலன்.

“மிக நல்லது, இந்தப் புரிதல் மட்டும் சுஜா உத் தெளலாவிற்கு ஏற்பட்டிருந்தால், முரண்டு பிடிக்காமல் இன்றே ஒப்பந்தத்தில் கையெழுத்துபோட வந்திருப்பார்”, என்ற ராபர்ட் கிளைவ் சிராஜ்கான் பக்கம் திரும்பி,

“சுஜா உத் தெளலாவைப் பற்றி நீ என்ன நினைக்கிறாய் அல்லது கேள்விப்பட்டிருக்கிறாய்?'' என்று கேட்டார்.

“அவர் உருது மொழியில் குட்டிக் கவிதைகள் பிரம்மாதமாக எழுதுவார் என்று கேள்விப்பட்டிருக்கிறேன்”, என்றார் சிராஜ்கான் வேடிக்கையாக.

"வாரன்... இதை மறக்காமல் குறித்து வைத்துக்கொள்", என்ற கிளைவ் தொடர்ந்து, "பாதுஷா ஷா ஆலமும் கவிதை எழுதுவராம். ஒப்பந்தம் முடிந்தபின் ஐரோப்பியக் கவிதைப் புத்தகங்களை ஒரு கப்பல் நிறைய வரவழைத்து இருவருக்கும் கொடுக்க ஏற்பாடு செய். கவிதை உலகை அவர்கள் ஆளட்டும். வங்காளம்,பீகார், ஒரிசாவை மட்டும் நாம் ஆளலாம்", என்று முடித்தார். ஹேஸ்டிங்கோடு, வேலனும் சேர்ந்து வாய்விட்டுச் சிரித்தான். ஆனால் சிராஜ்கான் சிரிக்கவில்லை.

"உங்களுக்கு இது வேடிக்கையாகத் தெரியலாம் பிரபு, ஆனால் பாபரில் இருந்து தைமூர் வம்ச ராஜாக்கள் அனைவரும் கவிதை எழுதுவதிலும் வல்லவர்கள்", என்றார்.

"அப்படியா, அவர்கள் எழுதியதில் உனக்குப்பிடித்த கவிதை ஒன்றைச் சொல் கேட்போம்", என்றார் ராபர்ட் கிளைவ்.

''நான் பெரிய படிப்பாளி அல்ல. ஆனால், ஷாஜகான், அவர் மகன் அவுரங்கசீப்பிற்கு எழுதிய ஒரு கவிதை எனக்கு ரொம்பப் பிடிக்கும், தெரிந்தவரை சொல்கிறேன்'' என்றார்.

"ஓ... சிராஜ்கானின் முரட்டு உருவத்திற்குள்ளும், ஒரு ரசிகன் ஒளிந்திருக்கிறான்", என்று வேலன் நினைத்துக் கொண்டான்.

''ஆட்சியைப்பிடிக்கும் முயற்சியில் அவுரங்கசீப், தனது தந்தை ஷாஜகான் இருந்த ஆக்ரா கோட்டையை முற்றுகையிட்டார். தந்தையை அடிபணிய வைப்பதற்காக, அவுரங்கசீப் ஆக்ரா கோட்டைக்குத் தண்ணீர் செல்வதைத் தடுத்துவிட்டார். அப்பொழுது ஷாஜகான், மகனுக்கு எழுதினாராம்,'' தொண்டையைக் கனைத்துக் கொண்டு சிராஜ்கான் முழங்கினார்,

''மகனே, இந்துக்கள் நல்லவர்கள்

இறந்துபோன தந்தைக்கும் தண்ணீர் ஊற்றுகின்றனர்

உயிருள்ள தந்தைக்கே நீ

தண்ணீர் தர மறுக்கிறாய்.''

கவிதையை கிளைவோ, ஹேஸ்டிங்கோ பெரிதாக ரசித்தது போல் தெரியவில்லை. அதற்குள் வெளியிலிருந்து சிப்பாய்கள் ஓடிவந்தனர். அவர்களுடன் வந்த ஷா ஆலத்தின் உதவி ஆள், பாதுஷா, ஷா ஆலம் கோட்டையிலிருந்து வந்து ஆங்கிலேயருக்குத் தரிசனம் தருவதற்காகத் தர்பாரில் அமர்ந்திருப்பதாக உரத்த குரலில் அறிவித்தார். ராபர்ட் கிளைவும், வாரன் ஹேஸ்டிங்கும் புறப்பட்டனர். ஒப்பந்தமும், மற்ற ஆவணங்களும் அடங்கிய

தோல்பையை சிராஜ்கான் எடுத்துக்கொண்டார். அறை முழுவதும் நிறைய ஆவணங்கள் இருந்ததால், வேலனை அங்கேயே காவல் இருக்குமாறு கூறிவிட்டனர். கிளைவின் அறையைப் பூட்டிவிட்டு, அறைக்கு வெளியே, காலை நீட்டித் தரையில் அமர்ந்தான் வேலன். தூக்கம் கண்களைச் சுழற்றினாலும் தூங்காமல் சமாளித்தான். சற்று தூரத்தில் ஆங்கிலச் சிப்பாய்கள் நின்றனர். "சரி, பிறகென்ன பயம்", என்று நினைத்துக் கொண்டு கண்களை மூடினான். சிறிது நேரத்தில் தன் தோளைத் தொட்டு யாரோ எழுப்புவது போலிருந்தது. விழித்துப் பார்த்தான். "வேலன், கதவைத் திற", என்று சொல்லிக்கொண்டு அவன் முன்னே சிராஜ்கான் நின்றிருந்தார்.

தூக்கத்தை விரட்டிவிட்டுக் கதவைத் திறந்து கொண்டு சிராஜ் கானுடன் மீண்டும் அறைக்குள் சென்றான் வேலன். சுவர்க் கடிகாரத்தைப் பார்த்து, தான் அரைமணிநேரம் தூங்கி விட்டிருந்ததை உணர்ந்தான். பின் சிராஜ்கானிடம் திரும்பி அலகாபாத் ஒப்பந்தம் எத்தனை மணிக்குக் கையெழுத்தாகப்போகிறது என்று கேட்டான்.

"ஆகப்போகிறதா, ஆகிவிட்டது. இந்தா, இதைப் பத்திரமாகப் பெட்டிக்குள் வைத்துப் பூட்டு. அதற்குத்தான் நான் வந்தேன்" என்று சொல்லிக் கொண்டே ஒரு தோல்பையை வேலனிடம் கொடுத்தார் சிராஜ்கான். வேலனால் தன் காதுகளையே நம்பமுடியவில்லை.

"என்ன, அரைமணி நேரத்திற்குள் பேரம் முடிந்துவிட்டதா?" என்றான்.

"ஆமாம். ஒரு கோவேறு கழுதையை விற்பதற்குக்கூட இதைவிட அதிக நேரம் பேரம் நடந்திருக்கும்", என்றார் சிராஜ் புன்சிரிப்புடன். அலகாபாத் ஒப்பந்தத்தின் முக்கிய நிபந்தனைகள் அனைத்தும் வேலனுக்கு நன்றாகத் தெரியும். தன் மனதிற்குள் நினைவுபடுத்திப் பார்த்துக்கொண்டான்.

இன்று முதல் வங்காளம், பீகார், ஒரிசா பகுதிகளின் வரிவசூல் உரிமையான திவானி உரிமையை நேரடியாக கிழக்கிந்தியக் கம்பெனி எடுத்துக்கொள்கிறது.

கம்பெனி வணிகம் செய்யும் பொருட்கள் அனைத்திற்கும் வரிவிலக்கு தரப்படுகிறது.

ஆவாத் நவாப் சுஜா உத் தௌலாவிற்கு ஆவாத் திரும்பத் தரப்படுகிறது. கம்பெனிக்குப் போர்ச்செலவு இழப்பீடாக ஐம்பது லட்சம் ரூபாய்கள் தரவேண்டும. உடனே பன்னிரண்டு லட்சம்

பணமாகவும், எட்டு லட்சம் நகைகளாகவும் கொடுக்கவேண்டும். அடுத்தமாதம் ஐந்து லட்ச ரூபாய் தரவேண்டும். அதற்கு அடுத்தடுத்த மாதங்களில் ஐந்து லட்சம் வீதம் மீதிப்பணத்தைத் தரவேண்டும்.

பாதுஷா இரண்டாவது ஷா ஆலம் அவர்களின் மேன்மையைக் காப்பாற்ற அலகாபாத், கோரா பிரதேசங்கள் அவருக்குத் தரப்படுகின்றன. அவர் விரும்பினால் திரை செலுத்திவிட்டு வாரணாசியையும் எடுத்துக்கொள்ளலாம்.

பாதுஷா அவர்களின் அரசவை நிர்வாகத்திற்காக கிழக்கிந்தியக்கம்பெனி, வங்காள வருமானத்திலிருந்து, ஆண்டிற்கு இருபத்தாறு லட்சரூபாய்களைப் பன்னிரண்டு மாதத் தவணைகளாகத் தரும்.

பாதுஷாவின் பாதுகாப்பிற்காக அவரது தளபதி மீர்சா நஜாப் கான் ஒரு படையை நிர்வகிப்பார். அதற்கான செலவு தொகையாக பாதுஷா, ஆண்டிற்கு இரண்டு லட்சம் ரூபாய்கள் தரவேண்டும்.

“அத்தனை நிபந்தனைகளையும் பாதுஷா அரைமணிநேரத்தில் படித்துமுடித்து விட்டரா? நான்கு கோடி ரூபாய் வரிவசூல் வரும் வங்காளத்தை வெறும் இருபத்து ஆறு லட்ச ரூயாய்க்கு எழுதித்தரச் சம்மதித்துவிட்டாரா?” என்று நம்பமுடியாமல் மீண்டும் கேட்டான் வேலன்.

“சில ஆண்டுகளுக்கு முன்பு, ஆண்டிற்குப் பன்னிரண்டு லட்சத்திற்கு, மொத்த இந்திய நாட்டையே எழுதித்தரத் தயாராயிருந்தவர்தான் பாதுஷா, ஷா ஆலம். ஆங்கிலேயர் தான் வேண்டாமென்று சொல்லிவிட்டார்கள். ஏனென்றால், பிறகு மற்ற இந்திய அரசர்கள் வெள்ளையரோடு மோதத் தொடங்கி விடுவார்கள். மேலும் கடற்கரை ஓரங்கள்தான் தங்களுக்குப் பாதுகாப்பானது என்று வெள்ளையர்கள் அப்போது நினைத்தனர்”, என்றார் சிராஜ்கான்.

“எனக்கு மற்றுமொரு சந்தேகம். சுஜா உத் தௌலாவால், கம்பெனி கேட்கும் ஐம்பது லட்சம் பணத்தைக் கொடுக்க முடியுமா?” என்றான் வேலன்.

“அதற்காகத்தான் சுஜா உத் தௌலாவோடு, ஆங்கிலப் பிரதிநிதியாக, ஒரு படையுடன் வாரன் ஹேஸ்டிங் லக்னோ செல்கிறார். இருவரும் சேர்ந்து ஆவாத்தின் பணக்காரர்களை யெல்லாம் கொள்ளையடிக்கப் போகிறார்கள்”, என்றார் சிராஜ்.

“சுஜா உத் தௌலாவின் அம்மாவும், பாட்டியும் அரசியல் செல்வாக்கு மிகுந்தவர்கள் என்று கேள்விப்பட்டேனே. அவர்கள் இந்தக் கொள்ளையை அனுமதிப்பார்களா”, என்று சந்தேகத்துடன் கேட்டான் வேலன்.

“இவர்கள் இருவரும் கொள்ளையை ஆரம்பிக்கப்போவதே பாட்டி வீட்டிலிருந்துதான் என்பது என் ஊகம்”, என்றார் சிராஜ். சற்று நேரம் அமைதியாக இருந்த வேலன், “சிராஜ் சாகிப், அரசியலை இவ்வளவு நுணுக்கமாக அறிந்து வைத்திருக்கிறீர்கள், பிறகு ஏன் கிளைவ் மற்றும் ஹேஸ்டிங் முன்பு அவர்கள் கூறுவது புரியாதது போல் நடித்தீர்கள்”, என்று கேட்டான்.

“வேலா, எந்த மன்னரும், மேலதிகாரியும் தன் கீழே இருப்பவன் புத்திசாலியாக இருப்பதை வரவேற்பதில்லை. தனக்கே விரைவில் போட்டியாக வந்துவிடுவான் என்று அஞ்சுவார்கள். அந்த சந்தேகத்தால் விஷம் வைத்துக்கொல்லப்பட்ட தளபதிகள் வரலாற்றில் எண்ணற்றவர்கள்”, என்று சொல்லிவிட்டு சிராஜ்கான் வெளியேறினார்.

வேலன் பெட்டகத்திற்குள் அலகாபாத் ஒப்பந்தத்தை வைத்துப் பூட்டினான். அவன் வைத்துப்பூட்டியது வெறும் காகிதமல்ல, இரண்டு கோடி வங்கதேச மக்களின் வாழ்க்கை என்பதை வேலன் அன்று உணர்ந்திருக்கவில்லை. அது வங்காளத்தை மட்டுமல்ல; இந்தியாவின் இருபது கோடி மக்களின் வாழ்க்கையையே மாற்றப்போகிறது என்பதை ராபர்ட் கிளைவ் கூட அன்று உணர்ந்திருக்கவில்லை. இந்தியாவை மட்டுமல்ல, உலக வரலாற்றையே அது மாற்றப் போகிறது என்பதை லண்டனிலிருந்த கிழக்கிந்தியக் கம்பெனியின் இயக்குநர்களும் அன்று கற்பனை கூடச் செய்திருக்க மாட்டார்கள்.

13

கல்கத்தா வில்லியம் கோட்டையில் குதிரைப்படை வீரர்களுக்கு ஊதியம் வழங்கப்பட்டது. வேலனும் சிராஜும், தங்களது ஊதியத்தைப் பெற்றுக்கொண்டு வெளியே வந்து கொண்டிருந்தனர்.

“ஊதியம் எந்த அடிப்படையில் கணக்கிடப்படுகிறது”, என்று சிராஜ்கானைக் கேட்டான் வேலன்.

“நாம் சொந்தக் குதிரைகளுடன் சென்றதால் ஒரு நாளைக்கு ஐந்து ரூபாய் வீதம் தருகிறார்கள். இல்லையென்றால் ஒரு

நாளைக்கு இரண்டு ரூபாய்கள் தான் தருவார்கள். போரில் கொள்ளை எதுவும் அடித்திருந்ததால். முறைப்படி கணக்கிட்டு அதிலும் நமக்குப் பங்கு கொடுத்திருப்பார்கள்", என்றார் சிராஜ்கான்.

"கொள்ளையடிப்பதற்கும் ஆங்கிலேயர் சட்டதிட்டங்கள் வகுத்து வைத்திருக்கிறார்களா?" என்றான் வேலன்.

"இதில் ஆங்கிலேயர், ஐரோப்பியர், இந்தியர் என்றெல்லாம் வேறுபாடு கிடையாது. இந்தியர்கள் தரையில் மட்டும் கொள்ளையடிக்கிறோம், அவ்வளவு தான்", என்றார் சிராஜ்கான்.

"மன்னர்களே கொள்ளையடித்தால் மக்களை யார் காப்பாற்றுவது?", என்றான் வேலன். "ஆனால் அதுதான் உண்மை நிலை. மன்னர்களின் ஆதரவின்றிக் கொள்ளையர்கள் இல்லை. கொள்ளையர்களின் உதவியை நாடாத மன்னர்களும் இல்லை. பாதுஷா அவுரங்கசீப் காலத்தில்தான் பிண்டாரிகள் உருவாயினர். வங்காள நவாப் சிராஜ் உத் தௌலா, தன் சிப்பாய்களை விடப் பிண்டாரிகளைத்தான் அதிகம் நம்பினார். பிண்டாரிகள் இன்று மராத்திய மன்னர்களின் ஆதரவால் செழித்து வளர்கின்றனர். தக்கிகளோ ராஜபுதனத்தில் இருந்து மைசூர் வரை, மராட்டியத்திலிருந்து வங்காளம் வரை அச்சமின்றி மன்னர்களின் ஆதரவுடன் உலாவுகின்றனர்", என்றார் சோகமான குரலில்.

"யார் இந்த பிண்டாரிகள், தக்கிகள்?" என்று கேட்டான் வேலன்.

"அவர்களை நாம் காணமுடியது. ஆனால் அவர்கள் எப்பொழுதும் நம்மைக் கண்காணித்துக் கொண்டே இருப்பார்கள். தனியே அகப்பட்டு விட்டால், வெறும் ஐந்து ரூபாய்க்காகக் கூடத் தயங்காமல் கொல்லுவார்கள்", என்றார் சிராஜ். அப்பொழுது தன் ஊதியத்தை வாங்கிக்கொண்டு இவர்கள் இருவரையும் நோக்கி வந்த சிப்பாய் ஒருவன், "சிராஜ் சாகிப், நீங்கள் இங்கே இருக்கிறீர்களா? உங்கள் இருவரையும் கவர்னர் சாகிப் அழைத்ததாகக் கமாண்டர் தேடினாரே", என்று சொல்லி விட்டுப்போனான்.

மாலை இருள் கவியத்தொடங்கிய நேரத்தில், வேலனும், சிராஜும் கிளைவின் மாளிகைத் தோட்டத்திற்குச் சென்றனர். அது கிளைவ் தன் அலுவல்களை முடித்து விட்டுத் தேநீர் அருந்தும் நேரம். சிராஜ்கானைக் காவலர்களுக்குத் தெரிந்ததால் உடனே

உள்ளே அனுமதித்தனர். இவர்களைக் கண்டதும் கிளைவின் வாடியிருந்த முகத்தில் சற்று உற்சாகம் தொற்றியது.

“என்ன இளைஞனே, எங்கள் வெற்றியின் ரகசியத்தைத் தெரிந்து கொண்டு விட்டாயா?” என்றார் கேலியாக.

“இல்லை கவர்னர் சாகிப், குழப்பம் அதிகமாகிவிட்டது. இந்தியர்களின் பெரும்படையைக் கண்டும், ஆங்கிலப்படைச் சிப்பாய்கள் அஞ்சாமல் நிற்பது எப்படி?” என்றான் வேலன். “ஆங்கிலத் தளபதிகள், ஒருகாலத்திலும் படை வீரர்களைக் கைவிட்டு அஞ்சி ஓடமாட்டார்கள் என்று சிப்பாய்களுக்குத் தெரியும்”, என்றார் கிளைவ் பெருமிதமான குரலில்.

“ஆனால் ஹைதர் அலி படைஎடுத்துவந்த போதும், பிரெஞ்சுக் கடற்படைத்தளபதி பூர்தானே படையெடுத்து வந்த போதும் சென்னையை விட்டுவிட்டு ஆங்கில அதிகாரிகள் கடலூருக்குத் தப்பி ஓடியதாகக் கேள்விப்பட்டேனே?” என்றான் வேலன். அவன் எதிர்பார்த்தது போல் ராபர்ட் கிளைவ் கோபப்படவில்லை.

“அவையெல்லாம் விதிவிலக்குகள். அன்று நான் படைத்தளபதி அல்ல. ஒரு ராணுவ வீரன் கூட அல்ல. வெறும் எழுத்தர். ஆமாம் இதெல்லாம் உனக்கு யார் சொல்லிக் கொடுத்தது? உன் முதலாளி சுந்தரலிங்க முதலியாரா?” என்றார் கிளைவ். வேலன் திடுக்கிட்டுக் கவர்னரைப் பார்த்தான்.

“பிரபு அதற்குள் என்னைப்பற்றி விசாரித்து விட்டீர்கள் போலிருக்கிறதே”, என்றான் வேலன் தன் பதற்றத்தை மறைத்துக்கொண்டு.

“தகவல் திரட்டுவதுதான் எங்கள் வெற்றியின் முதல் ரகசியம். இங்கிலாந்து நாடு எங்கிருக்கிறது என்றுகூட இந்திய மன்னர்களுக்குத் தெரியாது. ஆனால் இந்தியாவின் அனைத்து மூலை முடுக்குகளும் எங்களுக்குத் தெரியும்”, என்று கூறிச் சிரித்த கிளைவ் தொடர்ந்து, “நீ டச்சுக்காரர்களுக்கு வெடி உப்பு வாங்கித் தருவதற்காக முகுல்ராய் வீட்டோடு தொடர்பிலிருக்கிறாய், சரி தானா?”, என்றார்.

“உண்மைதான் பிரபு. ஆனால் டச்சுக்காரர்களுக்கு அல்ல, டேனிஷ் காரர்களுக்கு”, என்றான் வேலன்.

“டச்சோ, டேனிஷோ, இனி எவருக்கும் வெடிஉப்புக் கிடைக்கவிட மாட்டேன்”, என்றார் கிளைவ்.

“ஏன் பிரபு, வெடிஉப்பு ஏற்றுமதியால் நிறைய வரி கிடைக்கும். அது அனைத்தும் இனிமேல் உங்கள் கம்பெனிக்குத்தானே”, என்றான் வேலன்.

“வெடி உப்பின் அரசியல் இந்தியர்களுக்குப் புரியாது. நான் வங்காளத்தின் மேல் காதல் கொண்டதன் முதற் காரணமே அதுதான்”, என்றவர், “சரி விடு, சென்னைப்பட்டினம் எப்படித் திரும்பப் போகிறாய். நான் உதவி செய்யட்டுமா”, என்றார். “நன்றி பிரபு, டேனிஷ் கப்பலில் செல்வதற்கு ஏற்பாடு செய்து விட்டேன்”, என்றான் வேலன்.

“அப்படியென்றால் நீ வந்த வேலை முடிந்து விட்டது. வெடிஉப்புக் கப்பலில் ஏற்றப்பட்டு விட்டது என்று பொருள். பரவாயில்லை, உன் முதலாளி சுந்தரலிங்க முதலியாரை நான் கேட்டதாகச் சொல்”, என்றார் கிளைவ்.

“ஓ... என் முதலாளி உங்களுக்கு அறிமுகமானவரா?”, என்றான் வேலன் வியப்புடன். “நான் செயிண்ட் ஜியார்ஜ் கோட்டையின் கொள்முதல் அதிகாரியாக இருந்தவன் என்பதை மறந்து விட்டாயா, கோட்டைக்கு உணவுப்பொருட்கள் விற்பதில் முன்னணி வணிகர் சுந்தரலிங்க முதலியார் தானே”,என்றார் கிளைவ். சொல்லி முடித்து விட்டு லேசாக இருமினார். சிராஜ்கான் கவலையுடன் கேட்டார்,

“சாகிப்... உங்கள் உடல்நலம் முன்புபோல் இல்லையே?”

ஒரு கணம் அமைதியாக இருந்த கிளைவ், “என் இதயம் துடிக்கும் வேகத்திற்கு உடல் இயங்க மறுக்கிறது. இரவெல்லாம் உறக்கமின்றித் தவிக்கிறேன்” என்றார் சோர்வாக. “அபின் அதிகம் பயன்படுத்துகிறீர்களென்று கேள்விப் பட்டேன்”, என்றார் சிராஜ்.

“ஒரு மனிதன் சற்று நேரமாவது உறங்க வேண்டாமா சிராஜ்கான்? எத்தனை பெரிய சுமைகளை என் தோள்களில் ஏற்றி வைத்திருக்கிறார்கள் தெரியுமா?” என்றார் கிளைவ். “அதற்கு வெகுமதிகளும் கோடிக் கணக்கில் கிடைத்ததாக அல்லவா பேசிகொள்கிறார்கள்”, என்றான் வேலன்.

“வேலன், நீ அதிகம் பேசுகிறாய். கவர்னர் சாகிப்பிற்குக் கோபம் வந்தால்”, என்று சிராஜ்கான் சொல்லிமுடிப்பதற்குள் கிளைவ் குறுக்கிட்டார்.

“எனக்கு இப்பொழுதெல்லாம் கோபமே வருவதில்லை சிராஜ்கான். எனது நாட்டினரே என்னைப் பார்த்துப் பொறாமைப் படுகின்றனர். பிச்சைக்காரனாகச் சென்று, கோடீசுவரனாகத் திரும்பியது எப்படி என்று பத்திரிக்கைகளில் எழுதுகிறார்கள். என்னால் கம்பெனிக்குக் கிடைத்த லாபத்தில் ஒரு விழுக்காடு தான் நான் என் பங்காக எடுத்துக்கொண்டிருப்பேன். நன்றி கெட்ட

உலகம்" என்றார். அவர் கோபம் வேலன் மேலல்ல, தன் சொந்த நாட்டின் மீது தான் என்பது வெளிப்படையாகத் தெரிந்தது.

சிராஜ்கான் குறுக்கிட்டு, "தங்களுக்கு எதிரிகள் நிறைய உருவாகி விட்டார்கள், கவனமாக இருங்கள் சாகிப்", என்றார்.

"அதற்காகத்தான் லண்டன் சென்றேன். பயப்படாதே சிராஜ் கான், யாராலும் என்னை அசைக்க முடியாது. கம்பெனிப் பங்குகளில் கணிசமான பகுதியை எனது ஆட்கள் பெயரில் வாங்கிவிட்டேன். எனது ஆட்கள் பலர் கம்பெனியில் இயக்குநர்களாக உள்ளனர். பாராளுமன்றத்தில் பல உறுப்பினர்கள் எனது ஆதரவாளர்கள், எனது பண பலத்தால் உறுப்பினர் ஆனவர்கள்", என்றார் கிளைவ்.

வேலனுக்குக் கண்ணைக்கட்டிக் காட்டில் விட்டதுபோல் இருந்தது.

"உங்கள் நாட்டு மன்னர் நினைத்தால், உங்களைத் தண்டிக்க முடியாதா?" என்று கேள்வி கேட்டான். பலமாகச் சிரித்த கிளைவ்,

"பையா, எங்கள் நாட்டு அரசர்களின் அதிகாரங்களைக் குறைத்து ஒரு நூற்றாண்டு கடந்து விட்டது. நடப்பது மக்களாட்சி. மக்களால் தேந்தெடுக்கப்பட்ட பாராளுமன்ற உறுப்பினர்களால் ஆட்சி நடத்தப்படுகிறது. ஆனால். பாராளுமன்ற உறுப்பினர்களுக்குப் பண உதவி செய்யும் வணிகர்களின் ஆட்சிதான் உண்மையில் நடைபெறுகிறது. அதனால்தான் பாராளுமன்றஉறுப்பினர்களுக்கும், கம்பெனி இயக்குநர்களுக்கும், பணத்தைத் தாராளமாக வாரிக் கொடுத்துக் கொண்டிருக்கிறேன். செல்வத்தைச் சேர்ப்பதை விட, அதைப் பாதுகாப்பது பல மடங்கு கடினமானது", என்றார் கிளைவ்.

"உங்கள் அரசாங்கம், கம்பெனித் தலைமையகம் அனைத்தும் ஊழல் என்கிறீர்கள். ஆனால் ஊழலை ஒழிக்கத்தான் உங்களை இங்கே அனுப்பியிருப்பதாகச் சொல்கிறார்களே?" என்று விடாமல் கேட்டான் வேலன்.

"வேலா, போகலாம் நேரமாகிறது", என்றார் சிராஜ்கான். ஆனால் அலட்டிக்கொள்ளாமல் கிளைவ் பதிலளித்தார்.

"ஊழலில், அதன் அளவு முக்கியமானது. கல்கத்தாக் கம்பெனி நிர்வாகத்தில் வளர்ந்துவிட்ட ஊழல், கம்பெனியின் இயக்கத்தையே முடக்கும் அளவிற்குப் பெரிதாகிவிட்டது. கம்பெனிக்குக் கிடைக்கும் வருவாயைவிட அதிகாரிகளுக்குக் கிடைக்கும் லஞ்சம்

அதிகமாகிவிட்டது. அதனால் சில அதிரடி நடவடிக்கைகள் எடுக்கப்போகிறேன்" என்றார்.

சிராஜ்கானுக்கு மனதிற்குள் அச்சம் பரவத் தொடங்கியது. இப்படியே போனால், இந்த இளைஞன் ஏதாவது கேட்டு கிளைவிற்குக் கோபம் வந்து விட்டால் என்ன செய்வது என்று எண்ணிக் கொண்டிருந்தார். வேலனோ விடாமல்,

"பிரபு, ஒரே ஒரு சந்தேகம்", என்றான். ஏதோ சிந்தனையில் கண்களை மூடியிருந்த கிளைவ், விழித்துக்கொண்டு கேட்டார்

"எதைப்பற்றி?"

"யூசூப் கானைப் பற்றி. ஒருவேளை நீங்கள் இங்கு இருந்து இருந்தால் யூசுப்கானைக் காப்பாற்றிருப்பீர்களா? ஒரு காலத்தில் சென்னையைப் பிரெஞ்சுப் படையெடுப்பிலிருந்து காப்பாற்றியவர். தெற்கத்திச் சீமைப் பாளையக்காரர்களைக் கம்பெனிக்கு அடிபணிய வைத்தவர். உங்களால் பயிற்றுவிக்கப்பட்டவர்", என்றான் வேலன்.

"யாராயிருந்தால் என்ன? எப்பொழுது கம்பெனியை எதிர்த்து நிற்கத் துணிந்து விட்டானோ அன்று முதல் அவன் என் எதிரி. ஒரேஒரு இந்தியன் துணிந்து எதிர்த்து நின்றாலும், கம்பெனிமேல் இந்தியர்களுக்கு உள்ள அச்சம் போய் விடும். இந்தியர்களின் அச்சம்தான், எங்களின் மிகப்பெரிய ஆயுதம். மற்ற ஆயுதங்கள் அப்புறம் தான்", என்றார். தொடர்ந்து, "இதிலெல்லாம் சமரசம் என்ற பேச்சுக்கே இடமில்லை. சரி கிளம்புங்கள். இன்று எனக்கு அபின் இல்லாமேலே உறக்கம் வருகிறது" என்று சொல்லிவிட்டு எழுந்து வீட்டை நோக்கி நடந்தார் ராபர்ட் கிளைவ். அவர் உள்ளே செல்லும்வரை பார்த்துக் கொண்டிருந்துவிட்டுத் தோட்டத்தை விட்டுவெளியே வந்த வேலனும், சிராஜும் தங்கள் குதிரைகளில் ஏறினர்.

"என்ன வேலா, உன் சந்தேகங்களெல்லாம் தீர்ந்தனவா?" என்றார் சிராஜ்.

"ஒரே ஒரு சந்தேகம் சிராஜ் சாகிப். அதை நீங்கள் தான் தீர்த்து வைக்க வேண்டும்", என்றான் வேலன்.

"நானா? நான் கவர்னர் சாகிப்பைப் போல் படித்தவன் அல்ல. பரவாயில்லை, கேள், என்ன உன் சந்தேகம்", என்றார் சிராஜ்கான்.

"ஹீரா பிஜிலி என்றால் என்ன?", என்று கேட்டான் வேலன். குதிரை மேலேயே உறைந்து போனார் சிராஜ்கான். வேலனின் கேள்விக்குப் பதிலேதும் சொல்லாமல் சிராஜ்கான் குதிரையை

ஓடவிட்டார். வேலனும் மௌனமாக அவரைத் தன் குதிரையில் பின் தொடர்ந்தான்.

14

இம்முறை அவர்கள் கல்கத்தா நகருக்கு வெளியே ஒரு கிராமத்தில் தங்கி இருந்தனர். சிராஜ்கானுக்கு எங்கெங்கும் நண்பர்கள் இருந்தனர். தான் வாழ்நாளெல்லாம் சம்பாதித்தது நல்ல நண்பர்களை மட்டுமே என்று அவரே அடிக்கடி கூறுவார். அவர்கள் தங்கியிருந்த வீட்டுச் சொந்தக்காரரும் முன்பு சிராஜ்கானிடம் சிப்பாயாகப் பணியாற்றிவர்தான். இப்பொழுது விவசாயத்தில் இறங்கியிருந்ததோடு, சரக்குகளை ஏற்றிச் செல்ல ஒரு குதிரை வண்டியும் வைத்திருந்தார். கிராமம் கண்ணில் தென்படத் தொடங்கியதும், சிராஜ்கான் தன் குதிரையின் விரைவைக் குறைத்தார். அதைப்பார்த்து வேலனும் தன் குதிரையை மெதுவான நடையில் செலுத்தினான். அவர்கள் தங்கியிருந்த வீடு கண்ணிற்குப் புலப்பட்டதும், குதிரையை நிறுத்திவிட்டுக் கண்களை இடுக்கிக்கொண்டு கிராமத்தைக் கூந்து கவனித்தார். வேலனும் கவனித்தான். வீடும், கிராமமும் அமைதியாக இருந்தது.

“அனைத்தும் அமைதியாக இருக்கிறது சிராஜ்சாகிப், ஆபத்து ஒன்றுமில்லை”, என்றான் வேலன்.

“அமைதியாக இருப்பதுதான் ஆபத்து”, என்ற சிராஜ்கான் தொடர்ந்து, “மாலை நேரத்தில் கிராமம் ஆரவாரமாக அல்லவா இருக்க வேண்டும்”,என்றார். இருவரும் குதிரைகளை மெதுவான நடையில் செலுத்தி, மேலும் அருகில் சென்றனர். வீட்டுக்காரரின் குதிரை வீட்டுக்கு முன்னாலிருந்த மரத்தில் கட்டப்பட்டிருந்தது. “குதிரையைக் கவனித்தாயா வேலா?”,. என்றார் சிராஜ்கான்.

“ஆமாம், அதனாலென்ன... அது வீட்டுக்காரரின் குதிரைதானே” என்றான் வேலன்.

“அது இந்நேரம் அதன் தொழுவத்தில் அல்லவா கட்டப்பட்டிருக்க வேண்டும்”, என்றார் சிராஜ்.

“அப்படியென்றால்?” என்று குழப்பத்துடன் கேட்டான் வேலன்.

“தொழுவத்தில் ஆபத்தான ஆட்கள் ஒளிந்திருக்கிறார்கள் என்று பொருள். அதனால் தான் கிராம மக்களும் வீடுகளுக்குள் முடங்கிக் கிடக்கின்றனர்”, என்றார் சிராஜ்கான். “வந்த வழியே திரும்பி விடலாமா?” என்றான் வேலன்.

"முடியாது, நம் உடமைகள் அங்கே உள்ளன. மேலும் என்னைப் பின்தொடர்வது ஆபத்தான வேலை என்று மீண்டும் ஓமிசந்தின் ஆட்களுக்குப் புரிய வைக்க வேண்டும்", என்றார் சிராஜ்கான்.

"அப்படியென்றால்?" உற்சாகமாகக் கேட்டான் வேலன், "மோதிப்பார்த்து விடலாமா?"

கத்தியைத் தீட்டாதே, புத்தியைத் தீட்டு என்று பூலித்தேவர் கூறிய அறிவுரையை வேலன் எப்பொழுதும் மதித்தே நடந்து வந்தாலும், வாளுக்கு வேலை கிடைக்கப் போகிறது என்றவுடன், தன் உடலெங்கும் இரத்தம் வீறு கொண்டு ஓடுவதை அவனால் கட்டுப்படுத்த முடியவில்லை.

"நீ கிராமத்தின் பின்புறமாகச் சுற்றிக் கொண்டு தொழுவத்திற்கு வா. நான் எதுவும் தெரியாதது போல் வீட்டிற்குள் செல்கிறேன்", என்று கூறிவிட்டு சிராஜ்கான் நேரே வீட்டை நோக்கிச் சென்றார். வேலன் சுற்றுவழியில் கிராமத்தின் பின்புறம் சென்றான். தூரத்திலேயே குதிரையைக் கட்டிவிட்டுப் பூனை நடையில் தொழுவத்தின் பக்கவாட்டில் வந்து எட்டிப்பார்த்தான். ஆறுபேர், ஆயுதங்களுடன் உள்ளே இருப்பது தெரிந்தது. சுவர்களுக்குள்ளிருந்து பேசும் குரல்கள் கேட்டன,

"புறப்படலாமா? சிராஜ்கான் வீட்டிற்குள் போய்ப் பத்து நிமிடங்கள் ஆகி விட்டன", என்றது ஒரு குரல்.

"இன்னும் சிறிது நேரம் காத்திருக்கலாம். அவர் உடை வாளைக் கழற்றி வைத்து விட்டு, கஞ்சா அல்லது சீமைச்சாராயத்தில் மூழ்கட்டும். அப்பொழுதுதான் சமாளிப்பது எளிது", என்றது மற்றொரு குரல். வேலன் தனக்குள் சிரித்துக்கொண்டான். ஏனென்றால்,சிராஜ்கான் உடல் நலனில் மிகவும் அக்கறை செலுத்துபவர், அவருக்குக் கஞ்சா புகைக்கும் வழக்கமே கிடையாது, மது அருந்துவதும் அரிதாகத்தான்.

லேசாக இருட்டத் தொடங்கியது. ஆறு உருவங்களும் வாட்களை உருவிக்கொண்டு தொழுவத்தைவிட்டு வெளியேறுவது மங்கலாகத் தெரிந்தது. ஒருவனை வீட்டின் பின்புறம் காவலுக்கு அனுப்பினர். வீட்டின் முன்புற வாயிலிலும் ஒரு உருவம் காவலில் வைக்கப்பட்டது. மீதி நான்கு பேரும், உருவிய வாட்களுடன் வீட்டின் கதவைத் திறந்துகொண்டு திடீரென்று உள்ளே நுழைந்தனர். கதவு மூடப்பட்டது.

"பாவம், சிராஜ்கானின் வாளின் வேகம் தெரிந்திருந்தால், ஆறு பேரும் ஒன்றாகவே உள்ளே நுழைந்திருப்பார்கள்", என்று மனதிற்கு எண்ணிக்கொண்ட வேலன், தொழுவத்தில் கிடந்த ஒரு விறகுக் கட்டையைத் தோளில் சுமந்துகொண்டு, இருட்டில், வீட்டின் பின்புறம் சென்றான். பின்புறம் காவல் நின்றவன், யாரோ கிராமத்து ஆள்தான் செல்கிறான் போலும் என்று நினைத்துக் கொண்டான். தன் முகத்தைக் கிராமத்து ஆள் பார்க்க வேண்டாம் என்ற நினைப்புடன் மறுபுறம் திரும்பி நின்று கொண்டான். சிறிது நேரத்தில், கட்டுச் சுமந்து வருபவன் தன்னைக் கடந்து சென்று விடுவான் என்று நினைத்துக்கொண்டு, மறுபுறம் திரும்பியபடியே நின்றவன் திடீரென்று விறகுக் கட்டு தன் காலருகே விழுவதைக் கண்டு, திடுக்கிட்டுத் திரும்பினான். அதற்குள், கட்டிலிருந்து கனமான ஒரு விறகை மட்டும் உருவிக் கையில் வைத்திருந்த வேலன், விறகால் அந்த உருவத்தின் தலையில் ஓங்கி அடித்தான். ரத்தம் சொட்ட மயங்கிக் கீழே விழுந்தது அந்த உருவம். இனி வீட்டின் முன்புறம் இருப்பவனைக் கவனிக்கலாம் என்று வந்த வழியே திரும்பினான் வேலன். அதற்குள், வீட்டிற்குள்ளிருந்து வாட்கள் உரசும் ஒலியும், தனது ஆட்கள் அலறும் ஒலியும் கேட்டதால் முன்வாசலில் நின்றவன் பயந்து போனான். அச்சத்தில் தொழுவத்தை நோக்கி ஓடித் தன் குதிரையைத் தொழுவத்திலிருந்து அவிழ்க்க முயன்றான்.

"ஆபத்தில் நண்பர்களைக் கைவிடுவது கொஞ்சம் கூடச் சரியில்லை", என்று இருட்டில் ஒரு குரல் கேட்டது. வேலனின் உருவத்தை அந்த ஆள் முழுமையாகப் பார்ப்பதற்குள் அவன் தலையில் விறகுக்கட்டை பலமாக இறங்கியது. அவனும் ஓசையின்றிக் கீழே விழுந்தான். வேலன் வாளை உருவிக் கொண்டு சிராஜ்கானுக்கு உதவ வீட்டை நோக்கி ஓடினான். அதற்குள் வீட்டின் கதவைத் திறந்து கொண்டு நான்கு உருவங்களும் கையில் வாட்களின்றி ஓடிவந்தன. எதிரே வேலன் வருவதைக் கண்டதால், குதிரைகளை விட்டுவிட்டுத் தப்பிச் சென்றனர். வேலன் வீட்டுக்குள் நுழைந்தான், உருவிய வாளுடன் சிராஜ்கான் வீட்டின் நடுவில் நின்றுகொண்டிருந்தார். சுற்றிலும் வீட்டுப்பொருட்கள் சிதறியும், உடைந்தும் கிடந்தன. அவரது தோளில் வெட்டுக்காயம் இருப்பதையும், அதிலிருந்து லேசாக ரத்தம் வழிவதையும் வேலன் கவனித்தான். அவனது பார்வையைப் புரிந்து கொண்ட சிராஜ்கான், "என்ன பார்க்கிறாய் வேலா, வெறும் கீறல்தான்" என்றார்,

ரத்தத்தை ஒரு துணியால் துடைத்துக்கொண்டே. கீழே நிறைய ரத்தம் சிந்திக் கிடந்தது. அது தாக்க வந்தவர்களின் ரத்தமாக இருக்கும் என்று ஊகித்த வேலன்,

“சிராஜ்கானின் தோளையே பதம்பார்த்த வாளுக்குச் சொந்தக்காரன் யாராயிருப்பான் என்று தான் யோசிக்கிறேன்”, என்றான்.

“வாள்வீச்சில் திறமையைப்போலவே அதிர்ஷ்டத்தின் பங்கும் அதிகம். வாள் யாரை வேண்டுமானாலும் பதம் பார்க்கும். அதற்குக் கத்துக் குட்டி, பயற்சி பெற்றவன் என்று வேறுபாடெல்லாம் கிடையாது”, என்று சொல்லிவிட்டுக் களைப்போடு நாற்காலியில் அமர்ந்தார். வேலன் தனது அறைக்குள் சென்று மூட்டை முடிச்சுக்களைக் கட்டத் தொடங்கினான். சாதாரணமாகவே சிராஜ் எங்கும் அதிக நாட்கள் தங்குவதில்லை. எதிரிக்கு அந்த இடம் தெரிந்துவிட்டதால் இனி நொடியும் அங்கு தாங்கமாட்டார் என்று நினைத்தான் வேலன். ஆனால் அவன் கூடத்திற்கு வந்த பொழுது, உணவு மேஜையில் ஆவிபறக்க, அரிசிச் சோறும், மீன் குழம்பும் பரிமாறப்பட்டிருந்தன. சிராஜ் கான் எற்கனவே ரசித்துச் சாப்பிட்டுக்கொண்டிருந்தார். அருகே வீட்டு உரிமையாளர் சக்கரவர்த்தி மரியாதையாக நின்று கொண்டிருந்தார்.

“உட்கார் வேலா, சாப்பிட்டு விட்டு அதிகாலையில் போகலாம். நம்மைத் தாக்க வந்தவர்கள் வெறும் காலுடன் ஓடியிருக்கிறார்கள். அவர்கள் கல்கத்தா போய்ச்சேர எப்படியும் நாளை, நண்பகல் ஆகிவிடும்”, என்றவர் நினைவு வந்தவராக,

“கேட்க மறந்துவிட்டேனே, வெளியே எத்தனை பேர் இருந்தனர்? அவர்கள் என்ன ஆனார்கள்?” என்றார்.

“எனக்கு அதிர்ஷ்டமில்லை சிராஜ்சாகிப், இரண்டே பேர் தான் அகப்பட்டனர். அதற்கு ஏன் வாளைக் கறைப்படுத்த வேண்டுமென்று இருவருக்கும் விறகுக் கட்டையால் மந்திரம் போட்டேன். மயக்கம் தெளிவதற்குள் பொழுது விடிந்து விடும்” என்றான் வேலன் சிரித்துக்கொண்டே.

“நீ பயங்கரமான ஆள்தான்”, என்றவர் ஓரத்தில் நின்ற வீட்டுக் காரரைக் காட்டி, ”சக்கரவர்த்திக்கு நாம் இதுவரை எதுவுமே கொடுக்கவில்லையே?” என்றார். வேலன் ஒரு தங்க நாணயத் தைப் பையிலிருந்து எடுத்து நீட்டினான். சிராஜ்கான் இரணடு விரல்களைக் காட்டினார். வேலன் உடனே இரண்டு தங்கக்

காசுகளை எடுத்துச் சக்கரவர்த்தியுடம் நீட்டினான். சக்கரவர்த்தி வாங்க மறுத்துத் தலையாட்டினார். "வேண்டாம் சிராஜ் சாகிப், என் வீட்டில் நீங்கள் விருந்தினராகத் தங்கியதே எனக்குப் பெருமை", என்றார்.

"நான் பணம் தருவது உன் வீட்டில் தங்கியதற்காக அல்ல, உனது வீட்டில் எங்களால் சேதமான பொருட்களுக்காக" என்றார் சிராஜ். சக்கரவர்த்தி அரைமனதாகக் காசுகளை வாங்கிக்கொண்டு அறையை விட்டு வெளியேறினார். வேலனும் கைகழுவி விட்டுச் சாப்பிட அமர்ந்தான். வங்காள மற்றும் தில்லி அரசியலைப்பற்றி நிறைய விஷயங்களைப் பேசினார் சிராஜ்கான். ஆனால் மறந்தும் ஓமிசந்த் பற்றியோ, ஹீரா பிஜ்லி பற்றியோ பேசவில்லை. ஒரு வேளை சக்கரவர்த்தியின் காதில் விழுந்துவிடக் கூடாது என்று நினைக்கிறாரோ என்று தனக்குள் வேலன் சமாதானம் செய்து கொண்டான். சிராஜ்கான் சாப்பிட்டு முடித்த பிறகும் பேச்சை நிறுத்தவில்லை, "பார்த்தாயா வேலா, ஓமிசந்திற்குச் செலவு வைக்க வேண்டுமென்று திட்டமிட்டேன். கடைசியில் நமக்குத்தான் இரண்டு தங்கக் காசுகள் செலவாகிப் போயின", என்றார் வருத்தமான குரலில்.

இரண்டு தங்கக் காசுகளைப் பெரிதாக நினைக்கிறாரென்றால் சிராஜ்கானிடம் இப்பொழுது பணம் அதிகம் இல்லை என வேலன் ஊகித்தான்.

"அப்படிச் சொல்ல முடியாது சிராஜ் சாகிப். ஓமிசந்த் ஆட்கள் உங்களுக்காக ஆறு குதிரைகளை விட்டுச் சென்று இருக்கிறார்களே", என்றான் வேலன். சிராஜ்கான் பலமாகச் சிரித்தார்.

"அப்படியா? நாளை முதல்வேலையாக அவற்றை வில்லியம் கோட்டையில் விற்று விடலாம்", என்றார் மகிழ்ச்சியுடன். மறுநாள் காலையில் புறப்பட்டு, ஆறு குதிரைகளையும் இழுத்துக்கொண்டு வில்லியம் கோட்டைக்கு வேலனும், சிராஜ்கானும் வந்து சேர்ந்தனார். பீட்டரைச் சந்தித்துக் குதிரைகளை வாங்கிக் கொள்ளுமாறு கேட்டனர். அவரது ஏற்பாட்டால், குதிரைகளைப் பார்வையிட்ட இளம் அதிகாரிகள், குதிரைகள் மிகவும் தரமாக இருப்பதாகப் பீட்டரிடம் சொல்லி விட்டுக் குதிரைகளுடன் உள்ளே சென்றனர்.

"சரி, என் அலுவலகத்தில் காத்திருக்கலாம் வாருங்கள்", என்று வேலனையும், சிராஜ்கானையும் உள்ளே அழைத்துச் சென்றார் பீட்டர். அலுவலகத்தில் இருவரையும் அமரச் சொன்ன பீட்டர்,

“என்ன சிராஜ்கான், குதிரை வியாபாரத்தில் பெரிய அளவில் இறங்கி விட்டாய் போலிருக்கிறதே. அதுவும் இது போன்ற தரமான குதிரைகளை எங்கிருந்து வாங்கி வந்தாய்?” என்றார்.

“ஓமிசந்த் எப்பொழுதும் தரமான குதிரைகளைத்தான் வாங்குவார் போலும்”, என்று முணுமுணுத்தான் வேலன். நல்ல வேளையாக இந்தியில் முணுமுணுத்தான். இந்தி அரைகுறையாக மட்டுமே தெரிந்த பீட்டர்,

“ஓமிசந்தைப் பற்றி என்ன சொல்ல வருகிறாய்?” என்று ஆங்கிலத்தில் கேட்டார். “ஒன்றுமில்லை, இந்தக் குதிரைகளை ஓமிசந்திடம் விற்றால் நல்ல விலை கிடைக்குமென்கிறான் வேலன்”, என்று சமாளித்தார் சிராஜ். அதற்குள் இரு இளம் அதிகாரிகளும் ஒரு பையில் வெள்ளிக் காசுகளும், கைநிறையக் காகிதங்களும் கொண்டுவந்தனர்.

“ரசீதில் கையெழுத்துப் போட்டுவிட்டுப் பணத்தைப் பெற்றுக்கொள்ளுங்கள்” என்றார் பீட்டர்.

“கம்பெனியின் பெரிய செலவே காகிதம் வாங்குவதுதான் போலும்”, என்றான் வேலன், ஆங்கிலத்தில்.

“உண்மையைச் சொன்னால், மொகலாயர்கள்தான் எங்களைவிடக் காகிதத்தை அதிகம் பயன்படுத்துபவர்கள், நாட்டின் ஒவ்வொரு பகுதி அதிகாரியும், தன் பகுதியில் நடப்பது அனைத்தையும், தினமும் அரசருக்கு கடிதம் மூலம் தெரியப்படுத்த வேண்டும். அதனால் தான் அவர்களது ஆட்சியையே காகஸ் ராஜ் என்று கிண்டல் செய்வார்கள்” என்றார் பீட்டர். கையெழுத்திட்டு விட்டுப் பணத்தை வாங்கிக்கொண்டு எழுந்தார் சிராஜ்கான். “சிராஜ்கான், மீண்டும் எங்கள் ராணுவத்தில் சேருவதாக இருந்தால், எப்பொழுது வேண்டுமானாலும் வரலாம்” என்றார் பீட்டர்.

“இல்லை, இல்லை, நான் ரோகில் கண்டிற்குச் செல்வதாக முடிவு செய்துவிட்டேன்”, என்றார் சிராஜ்கான்.

“ரோகில் கண்டிற்கா, இல்லை, சாம்ப்ரேயைப் பழிவாங்கத் தேடிச் செல்கிறீர்களா?” என்று சிரித்துக்கொண்டே கேட்ட பீட்டர், “எனது பேச்சை சிராஜ்கான் ரசிக்கவில்லை போல் தெரிகிறதே, சாம்ப்ரே மேல் அத்தனை கோபமா?” என்றார்.

“அப்படியெல்லாம் ஒன்றுமில்லை. நண்பர்களாகத்தான் பிரிந்தோம். அனைத்தையும் ஆண்டவன் தான் முடிவு செய்கிறான்”, என்று சொல்லிவிட்டு வெளியே வந்தார். வேலனும் பின்

தொடர்ந்தான். குதிரைகளுக்காகக் கிடைத்த பணத்தை வேலனிடம் நீட்டினார்.

"எனக்காக மூன்று முறை ஆபத்துகளைச் சந்தித்திருக்கிறாய், இதை முழுவதுமாக நீயே வைத்துக்கொள்'' என்றார். அதை வாங்காமல் தன் குதிரையில் ஏறிய வேலன் "வேண்டாம் சிராஜ் சாகிப். நான் உண்மையிலேயே ஒரு வணிகன். பணத்திற்குப் பஞ்சம் எதுவும் இல்லை. எனக்கு ஏதாவது உதவி செய்ய வேண்டுமென்று நினைத்தால், ஹீரா பிஜ்லி பற்றிச் சொல்லுங்கள்", என்றான்.

சிராஜ்கான் பதில் எதுவும் சொல்லாமல் வேகமாகத் தன் குதிரையை விரட்டினார். வேலன் சிரித்துக்கொண்டே பின் தொடர்ந்தான்.

15

இம்முறை சிராஜ்கான் கல்கத்தா நகரின் வெளியே செல்லவில்லை. நகரின் உட்புறத்திலேயே குறுகிய தெருக்களின்வழியே அழைத்துச்சென்றார். அங்கிருந்த சிறிய ஓட்டு வீடுகளைப் பார்த்தவுடனேயே அவை ஏழைத் தொழிலாளர்கள் வாழும் பகுதி என்பது வேலனுக்குப் புரிந்தது. பாலைவனச்சோலைபோல், அச்சிறிய வீடுகளின் நடுவே அழகான ஒரு மசூதியும், அதன் அருகே பழைய ஆனால் பெரிய ஒரு ஓட்டு வீடும் தென்பட்டன.

குதிரையிலிருந்து இறங்கிய சிராஜ்கான் வீட்டின் மரக்கதவைத் தட்டினார். முக்காடிட்ட, வயதான இசுலாமியப் பெண்மணி ஒருவர் தடுமாற்றத்துடன் கதவைத்திறந்து எட்டிப்பார்த்தார். இடுங்கிய கண்களால் வேலனையும், சிராஜையும் மேலும், கீழும் பார்த்துவிட்டு,

"இந்த ஏழை காஜியின் வீட்டிற்கு வருகை தரும் விருந்தினர்கள் யாரோ", என்று உருது மொழியில் கேட்டார்.

"காஜிமுகம்மது கயாமைத் தேடி, சிராஜ்கான் வந்திருப்பதாகக் கூறுங்கள் அம்மா", என்றார் சிராஜ்கான். அதற்குள் ஒரு வயதான ஆண் உருவம் வெளியே எட்டிப்பார்த்து,

"கமாண்டர் சாகிப்பிற்கு, இந்த ஏழை முகம்மது கயாமையெல்லாம் நினைவிருக்கிறதா", என்று கேட்டுக் கொண்டே சிராஜ்கானின் அருகில் வந்தார்.

“பெற்ற தந்தையை மறந்தாலும், கற்பித்த ஆசிரியரை மறக்கமுடியுமா?” என்று கூறிக்கொண்டே முகம்மது கயாமைக் கட்டித் தழுவிக்கொண்டார் சிராஜ்கான். ‘சரி உள்ளே போய்ப் பேசலாம் வாருங்கள்’ என்று அனைவரையும் உள்ளே அழைத்துச்சென்றார் கயாம். உள்ளே சென்றதும் கயாம் தன் வயதான மனைவியைப்பார்த்து,

“நம் விருந்தினர்களுக்கு ஏதாவது உணவு தயார் செய். பாவம் பசியோடு வந்திருப்பார்கள்”, என்றார். அந்த அம்மையாரின் முகத்தில் கலவரம் பரவியது. அந்த வீட்டில் பஞ்சம் தலைவிரித்தாடுகிறது என்று வேலனுக்குப் புரிந்தது. சிராஜ்கானும் அதை ஊகித்தே, வரும் வழியிலேயே இரவு உணவை வாங்கி வந்திருந்தார். காய்ந்த இலைகளில் கட்டித், துணியால் சுற்றப்பட்டிருந்த உணவுப் பொட்டலத்தை வேலன் எடுத்து அப்பெண்மணியிடம் நீட்டினான். “அம்மா, நாங்கள் வழியில் அனைவருக்கும் சாப்பாடு வாங்கி வந்து விட்டோம்” என்று உருது மொழியில் கூறினான்.

அந்த அம்மையாரின் முகத்தில் மீண்டும் உயிர்வந்தது. உடனே அவற்றை வாங்கிச்சென்று, சிறிது நேரத்தில் விலை உயர்ந்த அழகான பீங்கான் தட்டுகளில் வைத்துப் பறிமாறினார். ஒருகாலத்தில் முகம்மது கயாம் வசதியாகத்தான் வாழ்ந்திருக்கிறார் என்று வேலன் ஊகித்தான். உணவருந்திக்கொண்டே சிராஜ்கான் கேட்டார்,

“காஜி முகம்மது கயாம் சாகிப், கல்கத்தா வந்தபிறகும் உங்களை வறுமை விடவில்லை போலிருக்கிறதே?”. காஜி புன்னகையோடு பதிலளித்தார்,

“சிராஜ், உமர் கயாமின் கவிதைகளெல்லாம் சொல்லிக் கொடுத்தேனே நினைவிருக்கிறதா?” என்றவர், “உலகின் வடக்கேயிருந்து தெற்கே வரை, கிழக்கேயிருந்து மேற்கேவரை; வறுமையோடு இணையாத ஒரு அறிஞனை நான் பார்த்ததே இல்லை”, என்றார். மேலும் சிரித்துக்கொண்டே, ‘‘ஏதோ அல்லாவின் கருணை உன் வடிவில் இன்று விருந்துச் சாப்பாடு கொண்டு வந்துள்ளது. இல்லையென்றால் வெறும் கஞ்சிதான் எங்கள் உணவு. எங்கள் மசூதிக்கு வருபவர்கள் எல்லாம் ஏழைத்தொழிலாளர்கள். அவர்களால் என்ன காணிக்கை தரமுடியும்?” என்றார். “இங்கும்தான், பேய் விரட்டுகிறேன், பில்லி சூன்யம் எடுக்கிறேன் என்று நடித்தால் பணக்காரர்கள் எல்லாம் ஓடோடி வருவார்கள்”, என்றார் கயாமின் மனைவி.

"சூரியன் மேற்கே உதித்தாலும் உதிக்கலாம், ஆனால் எங்கள் ஆசிரியர் ஒருநாளும் பொய் சொல்லமாட்டார்", என்றார் சிராஜ் பெருமிதமான குரலில். உணவு முடிந்ததும் படுக்கத் தயாராயினர். வெறும் தரையில், கிழிந்து, நைந்து போன கம்பளங்கள்தான் விரிக்கப் பட்டிருந்தன. கல்லிலும், முள்ளிலும் உறங்கிப் பழகிய போர் வீரர்களான சிராஜ்கானிற்கும், வேலனுக்கும் அது ஒன்றும் பிரச்சினையாக இல்லை.

உறங்கப்போகும் முன்பு கயாம் கேட்டார், "சிராஜ், என்ன விஷயமாக என்னைத் தேடிவந்தீங்க?".

"இரண்டு நாட்கள் ஓமிசந்த் ஆட்களின் கண்களில் படாமல் மறைந்திருக்க வேண்டும். இந்த சென்னைப்பட்டண இளைஞனும் பாவம், என்னைக் காப்பாற்றப்போய் அவனும் ஆபத்தில் மாட்டிக்கொண்டான். அவன் பத்திரமாகக் கப்பலேறியதும், நான் ரோகில்கண்ட் திரும்பப் போகிறேன்", என்றார் சிராஜ்கான்.

"சென்னைப்பட்டணமா?", என்று ஒருகணம் சிந்தித்த கயாம், "உங்கள் பகுதியெல்லாம் ஆங்கிலக் கம்பெனியின் நிர்வாகத்தின் கீழ் வந்து விட்டதாகக் கேள்விப்பட்டேனே?", என்றார்.

"அப்படிச் சொல்ல முடியாது. ஆற்காட்டு நவாபின் சார்பாக கம்பெனி வரி வசூல் செய்கிறது", என்றான் வேலன். மேலும் ஒருமுறை தாடியைச் சொரிந்து கொண்ட கயாம், "பாதுஷாவின் வாசிர், இமாம் உல் முல்க், தில்லியிலிருந்து தக்காணம் சென்றார். மராத்தியரின் ரகசிய ஆதரவுடன், ஹைதராபாத்தில் புதிய அரசை நிறுவி, தன்னை நிசாமாக அறிவித்துக்கொண்டார். அவரால் நியமிக்கப் பட்டவர்தான் ஆற்காட்டு நவாப். சரிதானா?" என்று கேட்டார்.

"கல்கத்தாவின் ஒரு மூலையில் முடங்கிக் கிடந்தாலும், உங்கள் அரசியல் அறிவு என்னை வியப்படைய வைக்கிறது. ஆனால், அதெல்லாம் பழைய கதை", என்றான் வேலன்.

"நீயும் தான் உன் வயதிற்கு அதிகமாக அரசியல் தெரிந்து வைத்திருக்கிறாய்" என்று சிராஜ் கூறினார்.

"சரி, இப்பொழுது ஆற்காட்டுப் பிரதேசம் யாருடைய கட்டுப்பாட்டில் இருக்கிறது?", என்று கேட்டார் கயாம்.

"இப்பொழுது ஒரே சமயத்தில் பலர் சொந்தம் கொண்டாடுகின்றனர். விஜயநகரப் பேரரசின் காலத்தில் உருவாக்கப்பட்ட பாளையக் காரர்கள் ஒருபுறம், ஆற்காட்டு நவாப்

சார்பாக ஆங்கில அதிகாரிகள் மறுபுறம், ஆண்டு தவறாமல் கொள்ளையிட வரும் மராத்தியப் படைகள், விஜய நகர சாம்ராஜ்யமே அழிந்தபின்னும், அதன் பெயரைச் சொல்லி வரிவசூலில் இறங்கும் கும்பல்கள், மொத்தத்தில் தடி எடுத்தவன் தண்டல்காரன் என்ற நிலை உள்ளது. இது போன்ற ஒரு கொடுமை எந்தப்பகுதி மக்களுக்கும் நேர்ந்திருக்காது", என்றான் வேலன். அவனைக் கூர்ந்து பார்த்துக்கொண்டிருந்த கயாம்,

"இளைஞனே, விளக்கை எடுத்துக்கொண்டு என்னோடு வா", என்று சொல்லிவிட்டுத் தட்டுத்தடுமாறி நடந்து மற்றொரு பெரிய அறைக்குள் புகுந்தார். அவரைப் பின்தொடர்ந்து சிராஜ்கானும், கையில் விளக்குடன் வேலனும் அறைக்குள் சென்றனர். அதுதான் அவரது படிப்பறை என்று தெரிந்தது, மேஜை, நாற்காலிகள் இருந்தன. அவர் அலமாரியில் நிறையப்புத்தகங்களை அடுக்கி வைத்திருந்தார். வேலன் அவற்றைப் புரட்டிப் பார்த்தான். அனைத்தும் கையால் படி எடுக்கப்பட்டவை. பல புத்தகங்கள் தோலால் பாதுகாக்கப் பட்டிருந்தன.

"புத்தகங்களைப் படி எடுத்துக்கொடுப்பதுதான் எப்பொழுதுமே என் தொழில். முக்கியமான புத்தகங்களை மட்டும் கூடவே எனக்கும் ஒரு பிரதி எடுத்து வைத்துக்கொள்வேன். தொழிலாளர்கள் இலவசமாக தோலில் உறை தைத்துத் தருவார்கள்" என்ற கயாம், ஒரு புத்தகத்தைத் தேடி எடுத்துக்கொண்டு மீண்டும் படுக்கை அறைக்கு வந்தார். சுவரில் சாய்ந்து அமர்ந்துகொண்டு பேசத் தொடங்கினார்.

"ஒருவகையில் உங்கள் பகுதி மக்கள் கொடுத்து வைத்தவர்கள். அங்கே ஜீவநதிகள் கிடையாது. சிந்து, கங்கைச் சமவெளியில் விளைவதைப்போல் நான்கில் ஒரு பங்குதான் உங்கள் நிலப்பரப்பின் விளைச்சல். அதனால் தான் கொள்ளையர்களின் எண்ணிக்கையும் குறைவு. செல்வத்தில் புரளும் தில்லி மக்கள் மீது நடத்தப்பட்ட கொடுமைகளை உங்களால் கற்பனைகூடச் செய்து பார்க்க முடியாது. நானும், சிராஜ்கானும் ஒரு காலத்தில் தில்லியில் வாழ்ந்தவர்கள்தான். ஆனால், நான் இப்பொழுது சொல்லப் போவது எங்களுக்கும் முன்னூற்று ஐம்பது ஆண்டுகளுக்கு முன்பு நடந்த நொண்டி தைமூர் படையெடுப்புப் பற்றியது. அப்பொழுது தில்லியில் துக்ளக் வம்சத்தின் கடைசி அரசர் நசருதீன் முகம்மத் ஷா ஆட்சி செய்தார். சாமர்கண்டிலிருந்து நொண்டி தைமூர் படையெடுத்து வந்தார். சிராஜ் ஆவலோடு குறுக்கிட்டார்,

“கயாம் சாகிப், நொண்டி தைமூர் இசுலாம் மதத்தைப் பரப்பத்தானே படையெடுத்தார்?”.

கயாம் வெறுப்போடு சிரித்தார், “பேராசைதான் தைமூரின் மதம், பேரழிவுதான் அவன் ஆயுதம்.தன் தந்தையின் இனமான மங்கோலிய இனத்தின் மீது நடந்த தாக்குதல்களுக்குப் பழிவாங்குவதாகக் கூறி ஈரான், ஈராக், துருக்கி என்று வரிசையாக இசுலாமிய அரசுகளை அழித்தான். தன் தாயின் இசுலாம் மதத்தைப் பரப்புவதாகக் கூறி இந்திய இசுலாம் அரசுமீது படையெடுத்தான். தில்லி அரசு இசுலாமைச் சரியாகப் பின்பற்றவில்லை என்று காரணம் கூறிக் கொண்டான். அவன் லாகூரிலிருந்து ஒவ்வொரு பகுதியாகப் படையெடுத்து வந்து ஆயிரக்கணக்கில் மக்களைக் கொன்று குவித்துக் கொண்டிருந்த போதும், மக்களைக் காப்பதாகப் பெருமையடித்துக் கொண்டிருந்த தில்லி சுல்தான் தலைநகர் தில்லியை விட்டு வெளியே வரவில்லை. தில்லிக்கு அருகே தைமூர் வந்து விட்டதும், வேறு வழியின்றிப் போருக்கு வந்தார் நாசருதீன் துக்ளக். ஒரே நாளில் தோற்று ஓடிப்போனார். தில்லிக்குள் நுழைந்தான் நொண்டி தைமூர். ஆனால் அவனது படையினரின் அட்டூழியங்களைத் தில்லி நகர மக்கள் திரண்டு எதிர்த்தனர். அப்பொழுது வெறியாட்டம் ஆடிய தைமூரும், அவன் வீரர்களும் இருபது லட்சம் தில்லி மக்களைக் கொன்று குவித்தனர். தலைகளைக் கொய்து தெருவிற்குத் தெரு கோபுரங்கள் போல் குவித்து வைத்தனர். உடல்களைக் கழுகுகளுக்கும், நாய்களுக்கும், நரிகளுக்கும் உணவாக வீசினர். போரில் சரணடைந்த வீரர்கள் ஒருலட்சம் பேரையும் கூட வெட்டி வீழ்த்தினர். அன்று உலகிலேயே செல்வம் மிகுந்த நகரமாகத் திகழ்ந்த தில்லியில் வெறும் குட்டிச் சுவர்கள்தான் மிஞ்சின. தில்லி மீண்டெழுவதற்கு ஒரு நூற்றாண்டு ஆனது” என்று சொல்லி முடித்தார் கயாம்.

“கற்பனை செய்து பார்க்கும் பொழுதே உடல் நடுங்குகிறது”, என்றான் வேலன்.

“இதற்கே நடுங்கினால் எப்படி?, கயாம் சாகிப், வேலனுக்கு நாதிர் ஷாவின், கத்தில் ஏ ஆம் பற்றிச் சொல்லுங்கள்”, என்றார் சிராஜ். கயாம், புத்தகத்தில் வேறொரு ஒரு பக்கத்தைப் புரட்டியவாறே சொல்லத் தொடங்கினார், “நொண்டி தைமூரின் வெறியாட்டம் முடிந்து முன்னூறு ஆண்டுகள் கழித்து நடந்த சம்பவம் இது. பாரசீக மன்னன் நாதிர் ஷா, தன் ஐம்பதாயிரம் வீரர்களுடன் தில்லியை நோக்கிப் படை எடுத்தான். மக்களைச்

சுரண்டி ஆடம்பர வாழ்க்கை நடத்திக்கொண்டிருந்த தில்லி பாதுஷா, முகமத் ஷாவின் மூன்று லட்சம் படைவீரர்களும் தோற்று ஓடினர். பாதுஷா சரணடைந்து, நாதிர் ஷாவை அழைத்துக்கொண்டு தில்லிக்குள் நுழைந்தார். நாதிர்ஷாவின் படைகள் கொள்ளையடிக்கத் தொடங்கின. அதையும்கூடத் தில்லி நகர மக்கள் பொறுத்துக் கொண்டார்கள். ஆனால் தங்கள் கண்முன்னே, தங்கள் மனைவிகளும், மகள்களும், தாய்களும் கூட்டாகக் கற்பழிக்கப்படுவதைக் காணமுடியாமல் திரண்டு எழுந்தனர். மூவாயிரம் பாரசீக வீரர்களைக் கொன்று குவித்தனர். கோபம் கொண்ட நாதிர்ஷா `கத்தில் ஏ ஆம்` நடத்த ஆணையிட்டான். “கத்தில் ஏ ஆம் என்பதன் பொருள் என்ன?, என்று வேலன் கேட்டான்.

“பொது ஜனங்களைக் கொலை செய்யுங்கள் என்பது தான் அதன் பொருள்”, என்றார் சிராஜ்கான். கயாம் தொடர்ந்தார்,

“மறுநாள் காலை சாந்தினி சௌக் கடைத் தெருவிற்குத் தன் வாத்தியக்குழுக்கள் புடை சூழ வந்தான் தைமூர். கூடவே தில்லி பாதுஷா முகமத் ஷாவும் அழைத்துவரப்பட்டார். சாந்தினி சௌக்கின் மையப்பகுதியில் உள்ள சுனேரி மசூதி முன்பு இரண்டு இருக்கைகள் போடப்பட்டன. நாதிர் ஷாவும், முகமத் ஷாவும் எதிரெதிரே அமர்ந்தனர். நாதிர் ஷா வாத்தியக்குழுவை நோக்கித் தன் வாளை உயர்த்தி, `கத்தில் ஏ ஆம்` என்று கூவினான். உடனே முரசுகளும், தாரை, தப்பட்டைகளும் பலமாக முழங்கத் தொடங்கின. அதுதான் பாரசீகப்படைகளுக்குக் கொடுக்கப்பட்ட ஒலிக்குறியீடு. உடனே நாதிர்ஷாவின் படைகள் தில்லி நகரமெங்கும் வெறியாட்டத்தை துவக்கின. வீடுவீடாகப் புகுந்து மக்களை வெட்டித்தள்ளினர். இந்துக்கள், இசுலாமியர் என்று எந்த வேறுபாடும் காட்டவில்லை. தெருவெல்லாம் பிணக்குவியல்கள். அந்த விலங்குகளின் கையில் சிக்கிவிடக்கூடாதென்று பலர் தங்களது மனைவி, குழந்தைகளைத் தாங்களே வெட்டித் தள்ளினர்.”, சொல்லி நிறுத்தினார் கயாம்.

“இறந்தவர்கள் கொடுத்து வைத்தவர்கள். பத்தாயிரம் பெண்களையும், குழந்தைகளையும் பின்பு அடிமைகளாகப் பாரசீகத்திற்குப் நாதிர்ஷா இழுத்துச் சென்றான். ஆறுமணிநேரம் கழித்து நாதிர்ஷா ஓங்கிய வாளை இறக்கினான். வாத்தியக்குழுவினர் வாசிப்பதை நிறுத்தினர். வெறிஆட்டம் ஓய்ந்தது. தில்லி நகரமெங்கும் முப்பதாயிரம் பிணங்கள் சிதறிக்கிடந்தன.

அப்பொழுதுதான் தில்லி அரண்மனையிலிருந்து மயில் ஆசனமும், அதில் பதித்திருந்த கோகினூர் மற்றும் தரியானூர் வைரங்களும் கொள்ளை அடிக்கப்பட்டன", சிராஜ் சொல்லிமுடித்து விட்டு லேசாக இருமினார்.

வேலன் குறுக்கிட்டான், "மயிலாசனம் மிகவும் விலை உயர்ந்ததாமே? என்றான்.

"விலை மதிப்பற்றது. அதில் இருந்த தங்கத்தின் மதிப்பு மட்டும் ஒரு கோடி பெறும். வைரங்களின் மதிப்பு ஒரு கோடி. மயிலாசனத்தைச் செய்வதற்கே ஏழு ஆண்டுகள் பிடித்தனவாம். அந்த உழைப்பையும் கணக்கிட்டால் மூன்று கோடி ஆகிறது. அந்தப் பணத்தால் கிட்டதட்ட இரண்டு தாஜ்மகால்கள் கட்ட முடியும்", என்றார் கயாம்.

"அல்லது அன்றைய இந்துஸ்தானத்தின் இருபதுகோடி மக்களுக்கும் இரண்டு வருடங்களுக்கு உணவு, உடை, வீடுகள் கொடுத்திருக்க முடியும்", என்றான் வேலன். "உண்மைதான். அதனால் தான் நாதிர் ஷா அடுத்த மூன்று வருடங்களுக்குப் பாரசீகத்தில் வரியே விதிக்கவில்லை'' என்றார் சிராஜ்கான்.

"அந்த வைரங்களின் பெயர்களே வித்தியாசமாக உள்ளனவே", என்றான் வேலன். "ஆம். கோகினூர் என்றால் ஒளிமலை, தரியானூர் என்றால் ஒளிக்கடல், உலகின் மிகப்பெரிய வைரங்கள். மயிலாசனத்தின் கண்களாகப் பதிக்கப்பட்டவை. இன்று, அவை மட்டுமே பல கோடிகள் பெறும்", என்ற கயாம் தொடர்ந்து, "நாதிர் ஷாவிற்குத் தன் கொள்ளைப் பொருட்களை எடுத்துச் செல்ல மட்டுமே எழுநூறு யானைகள், நான்காயிரம் ஒட்டகங்கள், பன்னிரண்டாயிரம் குதிரைகள் தேவைப்பட்டனவாம்", என்று சொல்லிமுடித்தார்.

"நாதிர் ஷாவாவது இந்தியாமீது ஒருமுறைதான் படையெடுத்தான். அவனது தளபதியாய் வந்த அகமத் ஷா அப்தாலி எத்தனை முறை கொள்ளையடித்தான் என்பதைச் சொல்லுங்கள்", என்றார் சிராஜ். ஆனால் அதற்குள் காஜி முகம்மது கயாமின் கண்கள் உறக்கத்தில் ஆழ்ந்தன. சிராஜ்கானும் உறங்கத் தொடங்கினார். வேலனின் உறக்கத்தை மட்டும் ஒரு கேள்வி தடுத்துக்கொண்டே இருந்தது, ''ஹீரா பிஜ்லி வைரத்தின் மதிப்பு எவ்வளவு இருக்கும்?''.

16

மறுநாள் காலையில் எழுந்து, வேலனும், சிராஜ்கானும் கல்கத்தா நகரை நோக்கிச் சென்றனர். டேனிஷ் அலுவலகம் சென்று பிலிப்பைச் சந்தித்தான் வேலன். ''கப்பல் இரண்டொரு நாளில் புறப்பட்டு விடும், எனவே தங்களது அலுவலகத்தில் வந்து தங்கிக்கொள்வது நல்லது'' என்றார் பிலிப். மறுநாள் வந்து விடுவதாகக் கூறிவிட்டு இருவரும் டேனிஷ் அலுவலகத்தை விட்டு வெளியே வந்தனர்.

நேரே கல்கத்தா நகரின் சத்தம் நிறைந்த கடைத்தெருவிற்கு அழைத்துச் சென்றார் சிராஜ்கான். வீட்டிற்குத் தேவையான உணவுப்பொருட்களாக வாங்கிக் குவித்தார். அனைத்தும் ஆசிரியர் கயாமின் வீட்டிற்கு என்று வேலனால் ஊகிக்க முடிந்தது. பின் அங்கேயே குதிரைவண்டி ஒன்றை ஏற்பாடு செய்து அனைத்தையும் எற்றிக்கொண்டு, கயாமின் வீடு நோக்கிச் சென்றனர். இவர்கள் வீட்டிற்குள் சென்றபொழுது கயாம் மசூதிக்குச் சென்றிருந்தார். வீட்டிற்குள் மூட்டைமூட்டைகளாக உணவுப்பொருட்கள் இறக்கப் படுவதைப் பார்த்து கயாமின் மனைவி பதறினார்.

“இது என்ன சிராஜ்? என் கணவருக்குக் கோபம் வரப்போகிறது” என்றார்.

“தெரிந்தால்தானே தாயே கோபம் வரும். வீட்டில் நேற்று உணவுப்பொருட்கள் எதுவும் இல்லை என்பதுகூடத்தான் அவருக்குத் தெரியவில்லை”, என்றார் சிராஜ். கயாமின் மனைவிக்கு அது போதுமான சாக்காகத் தெரிந்தது. அதற்கு மேல் மறுப்பேதும் சொல்லவில்லை. தன் நன்றியைத் தெரிவிப்பதற்காகவும், தன் சமையல் திறமையைக் காட்டுவதற்காகவும், இரவு உணவைத் தடபுடலாகத் தயாரிக்கத் தொடங்கினார்.

இரவு கயாம் வந்ததும் பெருமையாக அனைவருக்கும் உணவு பறிமாறினார் அவர் மனைவி. கயாமோ அந்தத் தடபுடல் எதையும் உணர்ந்ததாகத் தெரியவில்லை. அவருக்குக் கஞ்சியும் ஒன்றுதான், கபாபும் ஒன்றுதான். உணவு முடிந்ததுமே வேலன் கேட்டான்,

“கயாம் சாகிப், அகமத் ஷா அப்தாலி பற்றிக் கூறுவதாக வாக்களித்திருந்தீர்கள்”.

கயாம் சிரித்துக் கொண்டார். “நீ கேட்காமல் விடமாட்டாய் என்று தெரியும். அதனால் காலையிலேயே புத்தகங்களைப் புரட்டிப்பார்த்து நினைவுபடுத்திக்கொண்டேன்”, என்றவர்

தொடர்ந்தார், "நாதிர் ஷா பாரசீக உள்நாட்டுக் கலகத்தில் கொல்லப்பட்டார். அகமத், தன் அப்தாலி இன வீரர்களுடன் ஆப்கானிஸ்தானில் தனி அரசை நிறுவி ஷா ஆனான். இந்தியாவின் செல்வச் செழிப்பை ஏற்கனவே அறிந்திருந்ததால் கொள்ளையடிக்கும் நோக்குடன் பெரும் படையைத் திரட்டிக்கொண்டிருந்தான். அதற்குள் சீக்கியர்களிடமிருந்து தன்னைக் காப்பாற்றுமாறு பஞ்சாபின் இசுலாமியக் கவர்னரிடம் இருந்து அவனுக்கு ஒரு அழைப்பு வந்தது. அந்தச் சாக்கில், அன்றில் இருந்து, வருடாவருடம் இந்தியாவிற்குள் புகுந்து கொள்ளையடிக்கத் தொடங்கினான்."

"தில்லி பாதுஷா அவனை எதிர்க்கவில்லையா?" என்றான் வேலன்.

"எதிர்ப்பதா? மராத்தியர் பிடியில் இருந்து தன்னைக் காப்பாற்றும்படி பாதுஷா இரண்டாவது ஆலம் கிர் என்ற அசீஸ் உத் தீனும் அப்தாலிக்குத் தூது அனுபியிருந்தார்.

அந்தச் சாக்கில் தில்லி, மதுரா, பிருந்தாவன் அனைத்தையும் கொள்ளையடித்தான் அப்தாலி. முப்பதாயிரம் பெண்களை அடிமைகளாக இழுத்துச் சென்றான். அதில் பாதுஷா வீட்டுப் பெண்களும் இருந்தனர், பாமரப் பெண்களும் இருந்தனர். பெண்களை இழிவுபடுத்துவதில் மட்டும் சாதி, மத வேறுபாடே கிடையாது", என்றார் கயாம்.

"துரானியர்கள் கொள்ளையை யாருமே எதிர்க்கவில்லையா?" என்றான் வேலன்.

"துணிந்து மராட்டியர்கள் மட்டும் எதிர்த்தார்கள், ஆனால் கொள்ளையை அல்ல. துரானியர்களை விரட்ட வந்த மராத்தியரும், பின்பு மராத்தியரை விரட்டவந்த ஜாட் அரசர் சூரஜ்மாலும் மாறி, மாறித் தில்லியைக் கொள்ளையடித்தனர்", என்றார் கயாம். வேலன் சிந்தனையில் ஆழ்ந்தான். கயாம் தொடர்ந்தார்,

"இளைஞனே! நீ என்ன நினைக்கிறாய் என்று தெரியும். மக்களிடம் இருந்து வரி என்ற பெயரில் சிற்றரசர்கள் கொள்ளையடிக்கின்றனர். அவர்களிடமிருந்து கப்பம் என்ற பெயரில் பேரரசர்கள் கொள்ளையடிக்கின்றனர். செல்வம் குவிந்து பேரரசர்கள் போதையில் மூழ்கியதும், மதம் அல்லது இனத்தின் பெயரால் அண்டை நாட்டுப் பேரரசர்கள் மொத்தமாகக் கொள்ளையடித்துச் செல்கின்றனர். இதுதான் இன்று வரை உலக வரலாறு".

அப்பொழுது கதவு தட்டப்படும் ஒலி கேட்டது. வேலனும் சிராஜ்கானும் உடனே தங்கள் ஆயுதங்களைத் தேடினார். முகம்மது கயாமோ எவ்விதப் பதற்றமும் இன்றி எழுந்தார். "யாருக்காவது உடல்நலம் மோசமாயிருக்கலாம். அதனால் தான் இரவில் வந்து கூப்பிடுகிறார்கள்", என்று சொல்லிக் கொண்டே சென்று கதவைத் திறந்தார். வாசலில் நின்ற உருவத்தைப் பார்ப்பதற்காக வேலன் விளக்கை எடுத்துக்கொண்டு கயாம் அருகே வந்து நின்று விளக்கை உயர்த்திப் பிடித்தான். வந்தவனை வேலன் உடனே அடையாளமும் கண்டு கொண்டான். அவர்கள் மதியம் உணவுப்பொருட்களை ஏற்றிவர வாடகைக்கு எடுத்த குதிரை வண்டியின் சொந்தக்காரன்தான் வாசலில் நின்றிருந்தான்.

"சாகிப், நாளைக்கும் வண்டி வேண்டுமா? என்று கேட்கத்தான் வந்தேன்", என்றான்.

"யார் நீ? எங்கிருந்து வருகிறாய்?" என்று கேட்டர் கயாம். அதற்குள் வாசலுக்கு வந்த சிராஜ்கான், "நீயாக வந்தது நல்லதாகப் போயிற்று. நாளை மதிய உணவிற்குப் பின் புறப்படப் போகிறோம் கட்டாயம் வந்து விடு", என்றார்.

"நன்றி சாகிப், கட்டாயம் வருகிறேன்", என்று பதில் கூறிவிட்டு இருட்டில் மெல்ல நடந்து மறைந்தான் குதிரை வண்டிக்காரன். இது தனக்குச் சம்பந்தம் இல்லாத விஷயம் என்று கருதிய கயாம் தன் படுக்கைக்குச் சென்று சாய்ந்து அமர்ந்தார்.

"முன்பணம் எதுவும் கொடுக்காமல் அனுப்பிவிட்டீர்களே, கட்டாயம் நாளை வருவானா?" என்று கேட்டான் வேலன்.

"கட்டாயம் வருவான். முன்பணமும் நிச்சயம் வாங்கி இருப்பான்", என்றார் சிராஜ்கான். "யாரிடம் வாங்கியிருப்பான்?" என்றான் வேலன். குழப்பத்துடன்.

"ஓமிசந்த் ஆட்களிடம் வாங்கியிருக்கிறான். வண்டிக்காரன் இந்தப்பகுதியைச் சேர்ந்தவன் அல்ல. அப்படி இருந்தால், கயாம் சாகிப்பிற்கு அடையாளம் தெரிந்திருக்கும். சரி, இதைப்பற்றி கயாமிடம் எதுவும் சொல்லாதே", என்று சொல்லிக் கொண்டே கதவைத் தாழிட்டார் சிராஜ்.

"அப்படியென்றால் இரவு மாறி, மாறிக் காவல் இருப்போமா?", என்றான் வேலன் "தேவையில்லை. கயாம் சாப் ஏழையாக இருக்கலாம். ஆனால் சுற்றியுள்ள ஏழைகளின் மதிப்பைப் பெற்றவர். அவர் வீட்டிற்குள் யாரும் தாக்குதல் நடத்தத் துணிய

மாட்டார்கள்'', என்றார் சிராஜ். அவர்கள் இருவரும் படுக்கையை நெருங்கியதும் கயாம் பேச்சைத் தொடங்கினார்.

“என்ன சிராஜ்கான். உன் சென்னைப்பட்டண இளைஞனின் கடைசிக் கேள்விக்கும் பதில் சொல்லி விடுவோமா?'' என்றார்.

“நான் புதிதாகக் கேள்வி எதுவும் கேட்கவில்லையே'' என்றான் வேலன்.

பல நாட்களாகக் கேட்டுக்கொண்டுதானே இருக்கிறாய், ஹீரா பிஜ்லியைப்பற்றி'', என்றார் சிராஜ்கான்.

“ஓ! இப்பொழுது சொல்வது என்று முடிவெடுத்து விட்டீர்களா?'', என்றான் வேலன்.

“ஆமாம். அகமத் ஷா அப்தாலி கொள்ளையடித்தவைகளிலேயே விலை உயர்ந்த பொருட்கள் என்ன தெரியுமா?'' என்று கேட்டார் கயாம்.

வேலன் சற்று சிந்தித்து விட்டுக் கூறினான், “மயிலாசனம், கோகினூர், டரியானூர்''.

“அவற்றை விட அளவில் சற்றுக் குறைந்ததும் ஆனால் தரத்தில் அவற்றுக்குச் சற்றும் குறைவில்லாததும் தான் ‘ஹீரா பிஜ்லி' என்ற வைரம்.'' என்றார் கயாம்.

“ஓ... அதையும் அகமத் ஷா அப்தாலி தான் கொள்ளையடித்தாரா?'' என்றான் வேலன். “அதுதான் இல்லை. அப்படி மின்னல் போன்ற ஒரு வைரம் இருப்பதே அகமத் ஷா விற்கு மட்டுமல்ல; தில்லி பாதுஷாக்களுக்கே தெரியாது'', என்றார் கயாம்.

“அது எப்படி?'', என்றான் வேலன்.

“அதை நான் சொல்கிறேன்'', என்று தொடங்கினார் சிராஜ்கான்.

“ஹீரா பிஜ்லியைக் கோல்கொண்டாவில் கொள்ளை அடித்தான் அவுரங்கசீப்பின் ஒரு தளபதி. யாருக்கும் தெரியாமல் அதைத் தில்லிக்கு எடுத்து வந்து விட்டான். அவன் நோய்வாய்ப்பட்டு இறக்கும் நேரத்தில், மதுராவிலிருந்த ஒரு இந்து வணிகனான தன் நண்பனிடம் மறைத்து வைக்குமாறு கொடுத்தான்'', சொல்லி நிறுத்தினார் சிராஜ்.

வேலன் குறுக்கிட்டான், “அதைத் தன் குடும்பத்தினரிடம் கொடுக்காமல், ஏன் மறைத்து வைக்க வேண்டும்?''

கயாம் சிரித்தார், “அது தான் மான்சப்தாரி முறையில் உள்ள குறைபாடு. ஒரு படைத்தலைவன் இறந்தால் அவன் சொத்துகள்

அரசாங்கத்திற்குச் சொந்தமாகி விடும். அதனால் தான் இசுலாமியத் தளபதிகள் யாரும் போரில் சாக விரும்புவதில்லை", என்றார். சிராஜ்கான் தொடர்ந்தார், "பின்பு அந்தப் படைத்தலைவன் குடும்பத்திற்கு என்ன ஆயிற்றென்று தெரியவில்லை. வணிகர் குடும்பம் ஹீரா பிஜ்லியைத் தம் வழிபாட்டு அறையில் வைத்து வழிபட்டது. அப்தாலி மதுராவைக் கொள்ளையிட்ட பொழுது அந்தக் குடும்பமும் தாக்குதலுக்கு உள்ளானது. ஆண்களும், குழந்தைகளும் கொல்லப்பட்டனர். வணிகரின் மனைவி அடிமையாக இழுத்துச் செல்லப்பட்டார். எப்படியோ ஹீரா பிஜ்லியையும் ரகசியமாக எடுத்துச் சென்றுவிட்டார். பஞ்சாப் வழியாகச் செல்லும் பொழுது ஆப்கானியரிடமிருந்து தப்பி விட்டார்", சிராஜ்கான் நிறுத்தினார்.

"துணிச்சலான பெண்மணிதான்", என்றான் வேலன்.

கயாம் குறுக்கிட்டார், "அந்தப் பெண்மணி தானாகத் தப்பவில்லை. சீக்கியர் கல்சா ஒன்று உதவியது".

"சீக்கியர்கள் ஏன் உதவ வேண்டும்?", என்றான் வேலன்.

"பெண்களைக் காப்பாற்றுவது அவர்களது குரு இட்ட கட்டளைகளில் ஒன்று. அப்தாலி திருடிச் சென்ற செல்வங்களை, வழியில் சீக்கியர் கல்சாக்கள் தாக்கி முடிந்தவரை கொள்ளையடித்தன. அதே சமயம் ஆப்கானியர்களால் இழுத்துச் செல்லப்பட்ட அடிமைகளையும் விடுவித்தனர். அந்தப் பெண்ணிற்கு சீக்கிய வீரர் ஒருவர் தன் வீட்டில் அடைக்கலம் கொடுத்தார். ஆனால் அந்தப் பெண் அதிக நாள் உயிர் வாழவில்லை. இறக்கும் நேரத்தில் ஹீரா பிஜ்லியைத் தன்னைக் காப்பாற்றிய சீக்கியரிடம் கொடுத்து விட்டார். சீக்கியர் அதை ஒரு ரகசியமான இடத்தில் மறைத்து வைத்து விட்டார்", சொல்லி நிறுத்தினார் சிராஜ்கான்.

"இப்பொழுது அந்த சீக்கியர் உயிரோடு இருக்கிறாரா?", என்றான் வேலன்.

சிராஜ்கான் மீண்டும் சொல்லத் தொடங்கினார், "பாவம் அந்தச் சீக்கிய வீரர். ஹீரா பிஜ்லியைப்பற்றி அரைகுறையாக ஊருக்குள் தெரிந்துவிட்டது. பலர் அதை அடைய முயன்றனர். அவர் தன் நான்கு மகன்களிடம் மட்டும் ஹீரா பிஜ்லி இருக்கும் இடம் பற்றிய ரகசியத்தைக் கூறி இருந்தார். ஒரு நாள் அவர் வீடு தாக்கப்பட்டது. அந்த வீரர் கொல்லப்பட்டார். நான்கு மகன்களும், ஆளுக்கு ஒரு பக்கமாகத் தப்பி ஓடிவிட்டனர்". சிராஜ் நிறுத்தியதும் கயாம் தொடர்ந்தார்,

“அதில் ஒரு சீக்கியன் ஓமிசந்தின் படையில் சேர்ந்தான். ஒரு தாக்குதலில் காயம்பட்டுச் சிகிச்சையில் இருந்த பொழுது இந்த விவரங்கள் அனைத்தையும் தன் தளபதியிடம் கூறினான்”.

“யார் அந்தத் தளபதி?”, என்றான் வேலன்.

“நான்தான் அந்தத் தளபதி”, என்றார் சிராஜ் புன்சிரிப்புடன்.

“ஓ, அப்படியென்றால் ஹீரா பிஜ்லியின் மறைவிடம் உங்களுக்குத் தெரியுமா?” என்று கேட்டான் வேலன்.

“அது தான் இல்லை. ஹீரா பிஜ்லியை மறைத்து வைத்துள்ள இடத்தை அந்தச் சீக்கியன் சொல்வதற்குள், அந்த ரகசியத்தைத் தெரிந்து கொள்வதற்காக, ஓமிசந்தின் ஆட்கள் அவனைத் தூக்கிச் சென்றனர். அவனோ வழியிலேயே இறந்து விட்டான். ஆனால் எனக்கு நிச்சயம் தெரிந்து இருக்கும் என்று ஓமிசந்த் நம்புகிறார். அதனால் தான் என்னைப் பிடிக்கத் துடிக்கிறார்”, என்றார் சிராஜ்.

“பயனற்ற கற்களுக்காகத்தான் எத்தனை உயிர்கள் பலியாகின்றன?”, என்றான் வேலன். “அப்படியல்ல, அந்த வைரத்தை வைத்து இருப்பவர்களை அதிர்ஷ்டம் தானே தேடி வரும்”, என்றார் கயாம். வேலனால் சிரிப்பை அடக்க முடியவில்லை.

“வைரத்தை வெட்டி எடுக்கும் தொழிலாளர்கள் வாழ்நாளெல்லாம் ஏழையாகவோ, அடிமையாகவோதான் உள்ளனர். அதை வழிபட்ட இந்துக் குடும்பம் அடிமையானது, சீக்கியர் கொல்லப்பட்டார், இதுவா அதிர்ஷ்டம்?” என்றான் வேலன்.

“அதிர்ஷ்டம் இருக்கிறதோ இல்லையோ, ஆனால் ஆங்கில அதிகாரிகளுக்கு எப்பொழுதுமே வைரத்தின்மேல் ஏனோ ஒரு மோகம் உண்டு” என்றார் சிராஜ்.

“தாங்கள் திருட்டுத்தனமாக இந்தியாவில் சம்பாதிப்பதை எல்லாம் திருட்டுத்தனமாக இங்கிலாந்திற்கு எடுத்துச் செல்வதற்காக வைரங்களாக மாற்றுகிறார்கள்”, என்றார் கயாம். “அது இருக்கட்டும் யார் இந்த ஓமி சந்த்?”, என்றான் வேலன்.

“மறந்து விட்டாயா? ஒரு காலத்தில் சிராஜ் உத் தௌலாவிற்கும், ஆங்கிலேயருக்கும் இடைத்தரகராக இருந்த பெரிய வியாபாரி. பின்பு சிராஜ் உத் தௌலாவை வீழ்த்த ராபர்ட் கிளைவிற்கே திட்டம் தீட்டிக்கொடுத்தவரும் அவர்தான். இன்று மூளை குழம்பிப்போய் உள்ளார்”, என்றார் கயாம்.

“ஏன் மூளை குழம்பியது?” என்று கேட்டான் வேலன்.

“திட்டம் வெற்றி பெற்று, மூர்சிதாபாத் கருவூலத்தைக் கைப்பற்றியதும், யாருக்கு எவ்வளவு பங்கு தரப்படும் என்று மீர்ஜாபர், கிளைவ், ஜகத்சேத், ஆங்கிலக் கம்பெனி நால்வரும் இணைந்து ஒப்பந்தம் போட்டிருந்தனர். கடைசிநிமிடத்தில், தனக்கு கருவூலத்தில் உள்ளவற்றில் சரிபாதிப் பங்கு வேண்டும், இல்லையென்றால் சதித்திட்டத்தை சிராஜ் உத் தௌலாவிடம் சொல்லி விடுவேன் என்று மிரட்டினார் ஓமிசந்த். ராபர்ட் கிளைவ் பயந்து போய் புது ஒப்பந்தம் ஒன்றைத் தயார் செய்து, தன் ராணுவத் தளபதியின் கையெழுத்தையும் தானே பொய்யாகப்போட்டு ஓமிசந்திடம் காட்டினார். திட்டம் முடிந்ததும் அப்படி ஒரு பத்திரமே இல்லையென்று சொல்லி ஏமாற்றிவிட்டார்”, என்றார் சிராஜ்கான்.

“அத்தனை சுலபமாக ஓமிசந்த் ஏமாந்தாரா?”, என்றான் வேலன்.

“அவர் சுலபமாக ஒன்றும் ஏமாந்து விடவில்லை. ராபர்ட் கிளைவைக் கண்காணிக்க, கிளைவின் அலுவலகத்திலேயே ஒரு இசுலாமிய எழுத்தரை ரகசியமாக ஏற்பாடு செய்திருந்தார் ஓமிசந்த். ஆனால் அந்த ஒற்றனையும் ராபர்ட் கிளைவ் விலைக்கு வாங்கி, அவன் மூலம் தவறான தகவல்களை ஓமிசந்திற்கு அனுப்பி ஏமாற்றினார்”, என்றார் சிராஜ். அதைக் கேட்டு கயாமும், வேலனும் பலமாகச் சிரித்தனர். ஆனால் சிரிக்காமல் தொடர்ந்தார் சிராஜ்கான்,

“தன்னை ஏமாற்றியதில் எனக்கும் ஏதோ பங்கு இருப்பதாக ஓமி சந்த் நினைக்கிறார். அதனால்தான் என்னைக் கொல்லத் துடிக்கிறார். ஹீரா பிஜ்லி ரகசியம் தெரிந்துவிட்டால், அடுத்த நொடியே என்னைக் கொல்வதாகத் திட்டம் வைத்திருப்பார்”, என்றார்.

“உங்களை ஏன் சந்தேகிக்கிறார்?”, என்றான் வேலன்.

“அன்று ராபர்ட் கிளைவிற்கும், ஓமி சந்திற்கும் ரகசியத் தூதுவனாக இருந்தவன் நான்தான்”, என்ற சிராஜ்கான், “சரி நேரமாகிவிட்டது, சற்று நேரம் உறங்குவோம்”, என்று சொல்லிக்கொண்டே உறக்கத்தில் ஆழ்ந்தார். கயாம் எற்கனவே நன்றாக உறங்கிக் கொண்டிருந்தார்.

மறுநாள் ஓமிசந்தின் ஆட்களை எப்படிச் சமாளிக்கப்போகிறோம் என்ற சிந்தனையால் வேலனுக்கு மட்டும் உறக்கம் வர மறுத்தது.

17

சற்று நேரம்தான் தூங்கியது போலிருந்தது, வேலனின் தோளில் யாரோ தட்டினர். கண்விழித்துப் பார்த்தால், சிராஜ்கான் உடையணிந்து புறப்படத் தயாராக இருந்தார். “புறப்படு வேலா”, என்றார் சிரிப்புடன். வேலன் கண்களைக் கசக்கிக்கொண்டு பார்த்தான். பொழுது அப்பொழுதுதான் புலரத்தொடங்கியிருந்தது. “மதிய உணவிற்குப்பின் தானே போவதாகச் சொன்னீர்கள்”, என்றான் வேலன்.

“அது ஓமிசந்தின் ஆட்களை ஏமாற்றுவதற்காக”, என்றார் சிராஜ். அதற்குமேல் வேலன் கேள்விகேட்டு நேரத்தை வீணாக்கவில்லை. மளமளவென்று மூட்டை முடிச்சுகளைக் கட்டத் தொடங்கினான். உறங்கிக் கொண்டிருந்த முகம்மது கயாமை எழுப்பித் தொந்தரவு செய்யாமல் இருவரும் வீட்டைவிட்டு வெளியேறினர். சிராஜ்கான் ஏற்கனவே இரண்டு குதிரைகளுக்கும் சேணம் பூட்டித் தயாராக வைத்திருந்தார். நெடுந்தூரம் இருவரும் குதிரைகளில் அமைதியாகச் சென்றனர்.

“வேலன், கோபமாக இருக்கிறாயா என்ன?”, என்றார் சிராஜ்.

“கோபம் ஒன்றுமில்லை, சிறிய ஏமாற்றம். இன்று என் வாளுக்கு வேலை கிடைக்கும் என்று எதிர்பார்த்துக் கொண்டிருந்தேன்”, என்றான் வேலன்.

“உன் வயது அப்படி, சண்டைபோட ஏங்குகிறது. என் வயதோ முடிந்தவரை சண்டைகளைத் தவிர்க்கிறது”, என்ற சிராஜ் தொடர்ந்து, “என் மகன் உயிருடன் இருந்திருந்தால், அவனுக்கும் உன் வயதுதான் ஆகியிருக்கும். அவனும் இப்படித்தான் துடித்திருப்பான்”, என்றார். அதுதான் முதல்முறையாக அவர் தன் குடும்பத்தைப்பற்றிப் பேசியது.

“அப்படியென்றால் தங்கள் மகன் உயிருடன் இல்லையா?”, என்று வேலன் கேட்டான். “மகன் மட்டுமல்ல, என் குடும்பத்தினர் யாருமே உயிருடன் இல்லை. சிராஜ் உத் தௌலா தோற்று ஓடுவதற்கு முன் அவனது ஆட்கள் என் குடும்பத்தினரை உயிரோடு கொளுத்தி விட்டனர்”, என்றார் உணர்ச்சியற்ற குரலில். அதன்பிறகு சிறிது நேரம் இருவருமே பேச விரும்பவில்லை. அதற்குள் டேனிஷ் அலுவலகத்தை நெருங்கி விட்டனர். வேலனும், சிராஜ்கானும் குதிரைகளிலிருந்து இறங்கினர். வேலன் சென்று அலுவலகத்தின் கதவைத் தட்டினான். கதவைத் திறந்த வேலையாள்

வேலனை அடையாளம் கண்டுகொண்டான். உங்களுக்காக ஏற்கனவே அறை தயாராக இருக்கிறது என்று கூறிவிட்டு வேலனது உடமைகளை எடுத்துக்கொண்டு உள்ளே சென்றான். வேலனைக் கட்டித் தழுவிக்கொண்டு விடைபெற்ற சிராஜ் கானின் விழியோரம் லேசாக ஈரம் இருப்பதை வேலன் கவனித்தான். “அட, சிராஜ்கானுக்கு கண்ணீர்கூட வருமா?”, என்றான் கேலியாக

“வேலனுக்கே கண்ணீர் வரும் பொழுது, வயதான எனக்கு ஏன் வராது?”, என்று சமாளித்துக்கொண்டு கேட்டார் சிராஜ்கான். அப்பொழுதுதான் தனது கண்களிலும் கண்ணீர் வழிவதைக் கவனித்த வேலன் அவசரமாக அதைத் துடைத்துக்கொண்டே,

“நீங்களாவது நடுத்தர வயதில்தான் குடும்பத்தை இழந்தீர்கள். நான் என் குடும்பத்தைச் சிறிய வயதிலேயே இழந்தவன்”, என்றான். பிறகு தொடர்ந்து, “யார் கண்டது சிராஜ்சாகிப்? மீண்டும் ஒருமுறை நாம் சந்தித்தாலும் சந்திக்கலாம்”, என்றான்.

“இன்ஷா அல்லா”, என்று சொல்லிவிட்டுத் தன் குதிரையில் ஏறிய சிராஜ்கான், மற்றொரு குதிரையையும் இழுத்துக்கொண்டு விரைவாக அங்கிருந்து மறைந்தார். வேலன் டேனிஷ் அலுவலகத்தின் உள்ளே சென்றான்.

வேலன் உடை மாற்றிக்கொண்டு உணவு மேஜை அருகே வரும் பொழுது அங்கே ஏற்கனவே பிலிப்பும் இன்னொருவரும் உணவருந்திக் கொண்டிருந்தனர். புதியவரின் உடையிலிருந்து அவர் கப்பல் தலைவனாக இருக்கலாம் என்று ஊகித்தான் வேலன். பிலிப் உற்சாகமாக ஆங்கிலத்தில் வரவேற்றார்.

“மிஸ்டர் வேலன், வாருங்கள், இவர்தான் நமது கப்பலின் கேப்டன் அழகப்பன். இவரும் உங்கள் தமிழ் நாட்டுக்காரர்தான்”, என்றார். வேலனை ஏற இறங்கப்பார்த்த கேப்டன் அழகப்பன்,

“உங்களப் பார்த்தா தமிழ் வியாபாரி மாதிரி தெரியல, தெற்கத்தி மறவன் மாதிரி இருக்கீங்க”, என்றார்.

“நீங்க நெனக்கிறது சரிதான். பொறந்தது தெற்கே, இப்போ சென்னைப்பட்டினத்தில வியாபாரி சுந்தரலிங்க மொதலியார் கிட்ட வேலை செய்யறேன்”, என்றான்.

“நல்ல வேலையாத் தேர்ந்தெடுத்திருக்கீங்க. ஒரு வியாபாரிக்குக் கெடைக்கிற உலக அறிவும், அனுபவமும், வேறு எந்தத்தொழில் செய்யறவங்களுக்கும் கெடைக்காது”, என்றார் கேப்டன்.

"நீங்கள் இருவரும் ஆங்கிலத்தில் பேசினால், நானும் இணைந்து கொள்வேன்", என்றார் பிலிப்.

உடனே இருவரும் ஆங்கிலத்தில் உரையாடத்தொடங்கினர். கேப்டன் கூறினார், "வேலன், நீங்க சீக்கிரம் வந்தது நல்லதாப் போச்சு. நீரோட்டம் நல்லா இருக்கு, உடனே கப்பலை எடுத்திடலாம்."

"அது என்ன நீரோட்டம்?", என்று விளக்கம் கேட்டான் வேலன்.

"மிஸ்டர் வேலன்", என்று தொடங்கினார் கேப்டன்.

"என்னை வேலன்னே நீங்க கூப்பிடலாமே", என்றான் வேலன்.

"ஓகே வேலன், கடற்கரை ஓரத்தில தண்ணி மட்டம் எப்பவும் ஒரே மாதிரி இருக்காது. அது நல்லா உயரமா இருக்கப்போ தான் கப்பல் துறைமுகத்திலிருந்து ஆழத்தை நோக்கி அசைய முடியும். அது இயல்பா காலையும், மாலையும் நடக்கும். நம்ம வசதிக்காக வராது", என்றார் கேப்டன்.

"ஓ... அதனால தான், நேரமும், நீரோட்டமும் யாருக்காகவும் நிற்காதுன்னு சொல்றாங்களா?", என்றான் வேலன். அதற்குள் குறுக்கிட்ட பிலிப்,

"நான் எதிர்பார்த்ததைவிட ரெண்டுமடங்கு வெடிஉப்பு வாங்கிக் கொடுத்திட்டீங்க. ரொம்ப நன்றி. பணம் எப்படி ஏற்பாடு செஞ்சீங்க", என்றார்.

"என் முதலாளியின் பெயருக்கு உள்ள மதிப்பால்தான். வரும்பொழுதே, ஐந்து லட்சத்திற்கு உண்டி எடுத்துவந்தேன். இன்னொரு ஐந்து லட்சத்திற்கு யானைத் தந்தங்களும், சந்தனக் கட்டைகளும் அனுப்புவதாக ஒப்பந்தத்தில் கையெழுத்துப் போட்டுள்ளேன்", என்றான் வேலன்.

"நாகப்பட்டினத்திலிருந்து தங்கக்கட்டிகளாக முதலியாருக்கு அனுப்ப நான் ஏற்கனவே இப்ராகிம் ராவுத்தர் மூலம் ஏற்பாடு செய்து விட்டேன்", என்றார் பிலிப்.

"நன்றி மிஸ்டர் பிலிப்" என்ற வேலன், "அது இருக்கட்டும், இந்த வெடிஉப்பைக் கப்பலின் மூலைமுடுக்கெல்லாம் நிரப்பி வைத்திருக்கிறீர்களே. சிறு நெருப்புப்பொறி பட்டாலும் அது வெடித்து விடும் ஆபத்தில்லையா?" என்றான்.

பிலிப் வாய்விட்டுச் சிரித்தார். அழகப்பன் புன்னகையுடன்,

"சிறுபொறி அல்ல, எரிகின்ற ஒரு தீப்பந்தத்தையே வேண்டுமானாலும் அதன்மேல் போடலாம், நெருப்புப் பற்றாது. வெடிஉப்பு மகா சாது", என்றவர், "இதுவே வெடிமருந்தாக மாறிவிட்டால் பேயாட்டம் ஆடும்" என்று சொல்லி முடித்தார். அதற்குள் வேலையாள் வந்து, வண்டிவந்து விட்டதாக பிலிப்பிடம் கூறினான். "வெடிஉப்பைப்பற்றிப் பேசுவது எனக்கு மிகவும் பிடிக்கும். அதை வைத்துத்தான் நான் முன்னேறினேன். ஆனால் பிறகு கப்பலில் பேசிக்கொள்ளலாம். சீக்கிரம் காலை உணவை முடித்துவிட்டுப் புறப்படுங்கள்" என்றார்.

அப்பொழுதுதான் மேஜையில் இருந்த உணவையே வேலன் கவனித்தான். வட இந்திய முறையில் பரோட்டா, பருப்பு, காய்கறிகள் இவற்றோடு ஆவிபறக்கும் தேநீரும் இருந்தது. "கப்பலில் ஏறிவிட்டால், காய்ந்த ரொட்டிகளும், பதப்படுத்திய இறைச்சித் துண்டுகளும் தான் கிடைக்கும்", என்று கூறிக்கொண்டே உணவை ரசித்துச் சாப்பிட்டார் கேப்டன் அழகப்பன். அவரைப் பின்பற்றி வேலனும் உணவை ஒரு கை பார்த்தான். வண்டியில் கடற்கரைக்குச் சென்று, ஒரு சிறு படகின் மூலமாகக் கப்பலில் ஏறியதும் வேலன் பிலிப்பிடம் கேட்டான், "நாகப்பட்டினம் சேர எத்தனை நாட்களாகும்?".

"காற்று சாதகமாக இருந்தால் ஒரு மாதமாகலாம்", என்றார் பிலிப்.

கேப்டன் அழகப்பன் கப்பலில் ஏறியதும், மளமளவென்று கட்டளைகள் பிறப்பிக்கத் தொடங்கினார். பாய்கள் விரிந்தன, சரியான கோணங்களில் திருப்பப்பட்டன. சிறிது நேரத்தில் கப்பல் ஒய்யாரமாகப் பயணத்தைத் தொடங்கியது. ஆனால் சிறிது நேரத்தில் கப்பல் அதிகமாக ஆடத் தொடங்கியது.

"இங்கேயே இவ்வளவு ஆடுகிறதே, நீங்கள் பெருங்கடல்களை எப்படித் தாண்டிவந்தீர்கள்", என்று வேலன் கேட்டான்.

"இந்தியக் கிழக்குக் கடல்பகுதிகளில்தான் உண்மையில் ஆட்டம் அதிகம்", என்றார் பிலிப். அப்பொழுது அங்கு வந்த அழகப்பன் வேலனின் தடுமாற்றத்தைப் பார்த்துவிட்டு,

"தரையில் தான் மறவர்கள் புலி, கப்பலில் ஏறிவிட்டால் வெறும் பூனைகள்", என்றார்.

"அப்படிச் சொல்லமுடியாது, தமிழகத்திலிருந்து, இலங்கைக்கு நீந்தியே செல்லும் ஆட்களும் உள்ளனர்" என்றான் வேலன்.

“சோழர்கள் காலத்தில் கடலையே கட்டி ஆண்டவர்கள் நாம்தான். பிறகு வந்ததுதான், கடல் கடந்தால் பாவம் என்ற வட இந்தியர் வேதம். மொகலாயர்களோ, வெளிநாட்டு வியாபாரிகளிடம் வரிவசூலிப்பதில் மட்டுமே குறியாக இருந்தார்கள். நமது வியாபாரிகளின் கடல் வணிகத்தைத் துளியும் ஊக்குவிக்கவில்லை”, என்றார் பெருமூச்சுடன். தானும் உரையாடலில் கலந்து கொண்ட பிலிப் பெருமையான குரலில்,

“உயிரைப் பணயம் வைத்து இந்தியாவிற்குக் கடல்வழிகளைக் கண்டறிந்த எங்களை நீங்கள் பாராட்டித்தான் ஆகவேண்டும்” என்றார்.

“ஆனால் ஆப்பிரிக்காவரைதான் ஐரோப்பியர்கள் வழி கண்டுபிடித்தனர். ஆப்பிரிக்காவிலிருந்து, அரேபியாவிற்கும், இந்தியாவிற்கும் வரும் கடல் வழியையும், காற்றோட்டங்களையும் இந்திய மாலுமிகளிடமிருந்துதான் ஐரோப்பியர் கற்றுக்கொண்டனர்” என்றார் அழகப்பன். சாதுவான பிலிப்பிற்கே லேசாகக் கோபம் வந்தது.

“இந்தியாவின் மூலைமுடுக்கெல்லாம் எங்களுக்குத் தெரியும். ஆனால் ஐரோப்பா எங்கே இருக்கிறதென்று கூட இந்தியர்களுக்குத் தெரியாது”. என்று உரக்கக் கூறினார்.

“ஏன், கேப்டன் அழகப்பன் போன்றவர்கள் பார்த்திருப்பார்களே?”, என்றான் வேலன். அதற்குள் பிலிப் அங்கிருந்து போய்விட்டிருந்தார்.

“இல்லை வேலா”, அழகப்பன் சோர்வான குரலில் பதிலளித்தார், “தென்ஆப்பிரிக்கா வரையில்தான் இந்திய மாலுமிகளைப் பயன் படுத்துவார்கள். இதில் அனைத்து மேல்நாடுகளும் ஒன்றுபட்டுச் செயல்படுகின்றன” என்றார். அதற்குள் பிலிப் மீண்டும் வந்து விட்டார். பேச்சை மாற்ற நினைத்த வேலன் திடீரென்று,

“மேலைநாட்டுக் கப்பல்கள் ஏன் அரபுநாட்டவர் கப்பல்களைவிடப் பெரிதாகவும், கனமாகவும் கட்டப்படுகின்றன?” என்று கேட்டான்.

“நீண்ட தூரம் வருகிறோம். வழியில் கடற்கொள்ளையர்கள்வேறு”, என்றார் பிலிப்.

“அது மட்டும் காரணமில்லை. மேலைநாடுகள், கீழை நாடுகளைப் பிடிக்கும் நோக்கத்துடனேயே வருகின்றனர். அதனால் தான் அவற்றின் வணிகக்கப்பல்களும் கூடப் போர்க்கப்பல்களைப் போன்றே கனமாகக் கட்டப்படுகின்றன”, என்றார் அழகப்பன்.

பின்பு அழகப்பனும், பிலிப்பும் கப்பலைச் சுற்றிப் பார்க்கப் புறப்பட்டனர். வேலன் தன் அறைக்குள் சென்று முடங்கினான். மதிய உணவிற்குக் கூடச் செல்லவில்லை.

மாலைக்குள் கப்பலின் தள்ளாட்டம் பழகிவிட்டிருந்தது. எழுந்து வெளியே வந்தவன், மெல்ல கேப்டனின் அறையை நோக்கி நடக்க ஆரம்பித்தான். அங்கே பிலிப்பும், அழகப்பனும் உல்லாசமாக மது அருந்திக் கொண்டிடிருந்தனர். வேலனுக்கும் அழைப்பு விடுத்தார் அழகப்பன். மறுத்துத் தலையாட்டிக்கொண்டே அவர்களோடு சென்று அமர்ந்த வேலன்,

“வெடி உப்பைப் பற்றிப் பிறகு கூறுவதாகச் சொன்னீர்களே, இப்பொழுது பேசலாமா” என்றான். உற்சாகமாகத் தலையாட்டிய பிலிப்பிடம், “நிமக்ஷோரா, சால்ட் பெட்ரே, சால்ட் பீட்டர் மூன்றுக்கும் என்ன வேறுபாடு?”, என்றான் வேலன்.

“மூன்றும் ஒன்றுதான், பொட்டாசியம் நைட்ரேட் என்ற வெடி உப்பு”, என்றார் பிலிப் சிரிப்புடன். பின்பு தொடர்ந்து, “வெடிஉப்போடு, கரித்தூளையும், கந்தக அமிலத்தையும் சேர்த்தால் அது வெடிமருந்தாக மாறிவிடும்” என்றார்.

“ஆமாம், வெடிமருந்தின் உடல் கரித்தூள், உயிர் கந்தகம், ஆத்மா வெடிஉப்பு என்று நானும் கேள்விப்பட்டிருக்கிறேன்”, என்ற அழகப்பன், “எனக்கும் ஒரு சந்தேகம். இதை முதலில் கண்டுபிடித்தது யார் இந்தியர்களா, சீனர்களா, பாரசீகமா?” என்றார்.

“இந்தியாவாகத்தான் இருக்கவேண்டும். ஏனென்றால் இந்தியப் பழங்குடியினர் சிலர் அம்புகளின் பின்புறம் வெடிமருந்தை வைத்து வேட்டைக்குப் பயன்படுத்துவதாகக் கேள்விப்பட்டிருக்கிறேன்.” என்ற பிலிப், “ஆனால் மூவருமே சக்தி குறைந்த வெடிமருந்தையே தயாரித்தனர். ஐரோப்பிய அறிவியல் அறிஞர்கள் தான் சக்தி மிகுந்த வெடிமருந்து தயாரிக்கும் முறையைக் கண்டு பிடித்தனர்” என்றார்.

“இரண்டிற்கும் என்ன வேறுபாடு?” என்று வேலன் கேட்டான். “அது மேலை நாடுகளின் ரகசியம்”, என்றார் பிலிப்.

“பெரிய ரகசியம் ஒன்றும் இல்லை. ஆசிய நாட்டு வெடிமருந்து களில் வெடிஉப்பும், கரித்தூளும் சரிபாதி கலந்து, சிறிது கந்தக அமிலம் சேர்த்தனர். ஆனால் மேலை நாட்டினர் எழுபத்தி ஐந்து விழுக்காடு வெடிஉப்பு, பதிமூன்று விழுக்காடு கந்தகம், பன்னிரண்டு விழுக்காடு மட்டுமே கரித்தூள் சேர்த்து மலைகளையே

பிளக்கும் சக்தி வாய்ந்த வெடிமருந்தைத் தயாரிக்கின்றனர்'', என்றார் அழகப்பன்.

''சரி, இத்தனை கண்டுபிடித்த மேலைநாட்டு அறிவாளிகள், வெடிஉப்பையும் தங்கள் நாட்டிலேயே தயாரித்துக் கொள்ள முடியாதா?'' என்றான் வேலன்.

''அதுதான் முடியாது, ஐரோப்பாவிலும், அமெரிக்காவிலும் குகைகளில், பறவைகள் மற்றும் வௌவால்களின் எச்சத்திலிருந்து சிறிதளவு கிடைக்கின்றன. அவையும் தரமானவை அல்ல'', என்றவர் தொடர்ந்து, ''வெடி உப்பின் அடிப்படையான நைட்ரஜன் உற்பத்தி நடக்க மாட்டுச் சாணம், மூத்திரம், ஆகியவை ஈரமான மண்ணில் வினைபுரிவது அவசியம். இந்துஸ்தானத்திலோ ஆயிரமாயிரம் ஆண்டுகளாக மாட்டுச் சாணம் உரமாகப் பயன் படுத்தப்பட்டு வருகிறது. அதனால், மழை அதிகம் பொழியும், பீகாரிலும், ஒரிசாவிலும், வங்காளத்திலும் மழைக்காலத்தில் பொட்டாசியம் நைட்ரேட் மண்ணிற்கு அடியில் உருவாகிறது. அதைப் பிரித்தெடுக்கும் திறமையுள்ள நூனியாக்கள் அல்லது பூர்பியாக்கள் என்ற சாதியினரும் இருக்கின்றனர்'' என்றார்.

ராபர்ட் கிளைவ் தனக்கு வங்காளத்தின் மீது ஆசை வர முதல் காரணமே வெடிஉப்புத்தான் என்று கூறியது வேலனுக்கு நினைவிற்கு வந்தது. அத்தோடு எழுந்து, உறக்கம் வருவதாகக் கூறிவிட்டு அகன்றார் பிலிப். வேலன் கேப்டன் அழகப்பனிடம் பேச்சைத் தொடந்தான், ''கேப்டன், வெள்ளைக்காரனுங்களுக்கு ஏன் வைரங்கள் மேல அப்பிடி ஒரு மோகம்?''.

''இங்கே திருட்டுத்தனமா சம்பாதிக்கிறதை மறைச்சு அவங்க நாட்டுக்குக் கொண்டுபோக வசதியா இருக்கறதால தான். இந்தியாவில வைரம் கெடைக்கலைன்னா, தங்கமா எடுத்துக்கிட்டுப் போய் தென் ஆப்பிரிக்காவில வைரமா மாத்திக்குவானுங்க'', என்றார் அழகப்பன். அழகப்பனுக்கும் தூக்கம் வந்துவிட்டதைக் கண்ட வேலன் தன் அறைக்குத் திரும்பினான்.

ஹீரா பிஜ்லியைத் தேடி ஏன் ஓமிசந்த் போன்றவர்கள் அலை கிறார்கள் என்று வேலனுக்குப் புரிந்தது. ஆனால் வேடிக்கையாக, வைரங்கள் மேல் துளியும் ஆசையில்லாத சிராஜ்கானிடம் போய் ஹீரா பிஜ்லியின் ரகசியம் சேர்ந்திருக்கிறது. எது எப்படியோ, எனக்கு ஹீரா பிஜ்லியின் மீது ஆசையில்லை என்று மனதிற்குள் எண்ணிக்கொண்டே படுக்கையில் வீழ்ந்தான். ஆனால் ஹீரா பிஜ்லிக்கு அவன்மேல் ஆசையிருப்பது அவனுக்குத் தெரியாது.

18

வேலனுக்கு உறக்கம் வராததால் கப்பலின் மேல்தளத்திற்குச் சென்று கடலை வேடிக்கைபார்த்தான். காற்று மெதுவாகத் தெற்குநோக்கி வீசிக்கொண்டிருந்தது. நிலவு மெல்லத் தலை காட்டத் தொடங்கியது. அதைப்பற்றிக் கவலைப்படாமல் விண்மீன்களின் வெளிச்சமே எங்களுக்குப் போதும் என்பதுபோல் மாலுமிகள் கப்பலைச் செலுத்திக் கொண்டிருந்தனர். பெரும்பாலான மாலுமிகள், இந்தியர்களாக இருப்பதை வேலன் கவனித்தான். கடல்வணிகத்தில் தமிழர்கள் கொடிகட்டிப் பறந்த காலம் போய் இன்று வெள்ளையர்களின் கப்பல்களில் வேலை செய்ய வேண்டிய நிலைமை நமக்கு வந்துவிட்டதே என்று எண்ணிக்கொண்டிருந்தவன் வடக்கே ஒரு வெளிச்சம் தெரிவதைப் பார்த்தான். அது விரைவாகப் பெரிதாகிக் கொண்டே வந்தது. அது என்னவாக இருக்கும் என்று குழம்பிக் கொண்டு இருக்கும் பொழுது, மாலுமிகள் தடதட வென்று கப்பலில் அங்கும் இங்கும் ஓடத்தொடங்கினர். சிறிது நேரத்தில் பிலிப்பும், கேப்டன் அழகப்பனும் பரபரப்பாக மேல்தளத்திற்கு வந்தனர். அவர்களது போதை எல்லாம் பறந்து போயிருந்தது.

"ஏதோ ஆபத்து போலிருக்கிறதே?", என்று வேலன் கேட்டான்.

"பேராபத்து, ஏதோ ஒரு கப்பல் நம்மைத் துரத்துகிறது" என்றார். கேப்டன்.

"நாம் விரைவாகச் சென்று விட்டால் என்ன?", என்றான் வேலன்.

"முடியாது, கப்பலில் நிறையச் சரக்கு ஏற்றி இருக்கிறோம்", என்று மீண்டும் பதிலளித்தார் கேப்டன்.

"துரத்துவது கடற்கொள்ளையராகத்தான் இருக்க வேண்டும்", என்றார் பிலிப்.

"நம் கப்பலில் பத்து வீரர்கள் மட்டுமே பாதுகாப்பிற்கு உள்ளனர். மாட்டிக் கொண்டால் அனைவரின் உயிருக்கும் ஆபத்து", என்று உணர்ச்சியற்ற குரலில் கூறினர் கேப்டன் அழகப்பன்.

"பேசாமல் சரணடைந்து விடுவதுதான் நல்லது", என்றார் பிலிப்.

அவரைக் கோபமாகப் பார்த்த அழகப்பன், "வேறொரு வழியும் இருக்கிறது. நாம் கல்கத்தாவிலிருந்து நெடுந்தூரம் வந்துவிட வில்லை. மீண்டும் கல்கத்தா நோக்கிப் பயணித்தால் விடிவதற்குள்

துறைமுகத்திற்குள் போய்விடலாம். கடற் கொள்ளையர்கள் துறைமுகத்தின் உள்ளே வர மாட்டார்கள்'', என்றார் அழகப்பன்.

“அது எப்படி முடியும், கல்கத்தா வடக்கே இருக்கிறது. காற்று தெற்கு நோக்கி அல்லவா வீசுகிறது?'', என்றார் பிலிப்.

“காற்றை எதிர்த்துக் கப்பலைச் செலுத்த வேண்டியதுதான்'', என்றார் கேப்டன்.

“ஆனால் அத்திசையிலிருந்து தானே கொள்ளையர்களின் கப்பல் வருகிறது'', என்றார் பிலிப். “வரட்டும். காற்றை எதிர்த்துச் செல்லும்பொழுது கப்பல் திசை மாறி, மாறி அரைவட்டம் அடிக்கும், கொள்ளையர்களால் எளிதில் நெருங்க முடியாது'', என்றார் அழகப்பன்.

“எனக்கு நம்பிக்கையில்லை, முயற்சி செய்யுங்கள்'', என்றார் பிலிப்.

“காற்றை எதிர்த்துப் பாய்மரக்கப்பலை எவ்வாறு செலுத்தமுடியும்?'' என்றான் வேலன். “ஆப்பிரிக்காவில் காற்று அடிக்கடி திசைமாறும். கப்பலின் பாய்களையும், அடிப்பாகத்தையும், காற்றிற்குச் செங்குத்தான கோணத்தில் வைப்பதன் மூலம் காற்றை எதிர்த்து மெல்லமெல்லச் செல்ல முடியும்'', என்ற அழகப்பன் தலைமை மாலுமிகளை அழைத்து உத்தரவுகள் பிறப்பிக்கத் தொடங்கினார். மாலுமிகள் கப்பலின் பாய்களைத் திசைமாற்றிக் கொண்டிருக்கும் பொழுது, அழகப்பன் தானே சென்று சுக்கானைப் பிடித்துக் கப்பலைத் திருப்பத்தொடங்கினார். கப்பலை வடமேற்கிலும், வடகிழக்கிலும் மாற்றி, மாற்றித் திருப்பினார். கப்பல் முன்னும்,பின்னுமாக அரை வட்டமடித்துச் சிறிது சிறிதாக கல்கத்தாவை நோக்கி முன்னேறத் தொடங்கியது. ஆயினும் கொள்ளைக் கப்பல் விரைவாக இவர்களை நெருங்கி கொண்டிருந்தது. வேலன் கப்பலை இயக்கிக்கொண்டிருந்த கேப்டன் அழகப்பனிடம் சென்றான்.

“கேப்டன், கொள்ளையரிடமிருந்து தப்பிக்க முடியுமென்று நினைக்கிறீகளா?'', என்றான். “சந்தேகம்தான்'', என்றார் அழகப்பன்.

“சரணடைந்துவிட வேண்டியதுதான்'' என்றார் அருகில் நின்ற பிலிப்''.

“சண்டை போட்டால் என்ன?'', என்றான் வேலன்.

“நம்மிடம் பத்துப் போர்வீரர்கள்தான் உள்ளனர். கொள்ளையர்கள் வழக்கமாக ஐம்பது பேராவது இருப்பார்கள்'', என்றார் பிலிப்.

“கொள்ளையர்கள் நம் கப்பலில் குதித்ததும், ஓநாய்களைக் கண்ட ஆட்டு மந்தைகள் போல், நமது வீரர்களும், மாலுமிகளும் சிதறி ஓடுவார்கள்”, என்றார் அழகப்பன். “சிங்கங்களைக் கண்டால் ஓநாய்கள் ஓட்டம் பிடிக்காதா?”, என்றான் வேலன்.

பிலிப்பும், அழகப்பனும் பதில் எதுவும் சொல்லாமல் நின்றனர். அதையே சம்மதமாக எடுத்துக்கொண்ட வேலன், கப்பலில் இருந்த போர்வீரர்கள் அனைவரையும் கீழ்தளத்திற்கு அழைத்தான். பத்துப் போர்வீரர்கள் மட்டுமின்றி, முன்பு ராணுவ வீரர்களாக இருந்த மாலுமிகள் பலரும் உற்சாகமாக ஓடிவந்தனர். துணிச்சலான ஒரு தலைவன் கிடைத்ததில் அவர்கள் அனைவரும் மகிழ்ச்சியாயிருந்தனர். வேலன் தனது போர்த் திட்டத்தை அவர்களுக்கு விளக்கினான்.

பத்துத் துப்பாக்கிகளும் மாலுமிகளிடம் தரப்பட்டன. போர்வீரர்கள் நீண்ட வாட்களை எடுத்துக்கொண்டனர். மற்ற மாலுமிகள் கைத்துப்பாக்கிகள், குறுவாட்கள் அல்லது கப்பலில் இருந்த கனமான சுத்தியல் போன்ற கருவிகளுடன் போருக்குத் தயாராயினர். அனைவரையும் மறைந்திருக்கச் சொல்லிவிட்டு வேலன் காத்திருந்தான். கொள்ளையர்கள் கப்பல் டேனிஷ் கப்பலை நெருங்கியதும், அழகப்பன் வெள்ளைத்துணியைக் கொடிபோல் ஆட்டித் தாங்கள் சரணடைவதாகக் கத்தினார். கொள்ளையர்கள் கப்பலிலிருந்து கொக்கிகள் லாகவமாகப்பறந்து வந்து டேனிஷ் கப்பலைப் பற்றி இழுத்தன. இரு கப்பல்களும் ஒன்றோடொன்று ஒட்டிய நிலையில், சுமார் இருபது கொள்ளையர்கள் அலட்சியமாக டேனிஷ் கப்பலுக்குள் வாட்கள், மற்றும் துப்பாக்கிகளுடன் குதித்தனர்.

அவர்கள் அனைவரும் உள்ளே வந்ததும், மறைவில் இருந்த வேலன் “அட்டாக்” என்று பெரும் குரலில் கட்டளையிட்டான். கொள்ளையர்கள் என்ன நடக்கிதென்று புரிந்துகொள்வதற்குள் நான்கு புறங்களிலிருந்தும் மாலுமிகளின் துப்பாக்கிகளிலிருந்து குண்டுகள் அவர்களை நோக்கிச் சீறிப் பாய்ந்தன. கொள்ளையர்களில் பலர் அடிபட்டு வீழ்ந்தனர். மீதிப்பேர் தரையோடு தரையாகப் படுத்தனர்.

அதே சமயம் வேலன் “மார்ச் ஃபார்வர்ட்” என்று குரல் கொடுத்துக்கொண்டே உருவிய வாளுடன் கொள்ளையர் கப்பலில் குதித்தான். அவனைத் தொடர்ந்து, கப்பலின் போர்வீரர்களும், பல மாலுமிகளும் ஓடிச்சென்று கொள்ளையரின் கப்பலில் குதித்தனர்.

மற்றவர்கள் கப்பலில் குதித்தே பழகிய கொள்ளையர் கப்பலின் மாலுமிகள், அதைக்கண்டு திடுக்கிட்டனர். தாக்குதலுக்குச் சென்ற அவர்களது வீரர்களெல்லாம் டேனிஷ் கப்பலில் தரையில் படுத்துச் சரணடைந்து கொண்டிருந்தனர். இங்கோ, வழியில் எதிர்த்து நின்ற அனைவரையும் வெட்டிச் சாய்த்துக்கொண்டு வேலனின் குழு, கொள்ளையர் கப்பலின் அடித்தளத்தை நோக்கிச் சென்றது. வேலன் வாசலருகே காவலாக நின்று கொண்டான். அடித் தளத்தின் உள்ளே சென்ற குழுவினர் வெடிமருந்துப் பீப்பாய்களை உடைத்துக், கப்பலின் அடித்தளமெங்கும் பரப்பிவிட்டு மேலே வந்தனர். இரண்டு பேர் தீப்பந்தங்களைத் தேடி எடுத்து வந்தனர். வெள்ளைக்காரனான கொள்ளையர்களின் தலைவனுக்கு சுமார் நாற்பது வயதிருக்கலாம். தீப்பந்தங்கள் அடித்தளத்திற்குள் எறியப்பட்டால் தங்கள் கப்பல் சுக்குநூறாக உடைந்துவிடும் என்பதை உணர்ந்ததும், பதற்றத்துடன் வேலனை நோக்கி ஓடிவந்தான். ஒரு நொடி எந்த மொழியில் பேசுவது என்று குழம்பினான். வேலன் தானே ஆங்கிலத்தில் பேசினான்.

“நீ ஏதாவது சொல்ல விரும்புகிறாயா?”.

சற்று நிம்மதியுடன் கடற்கொள்ளையர் தலைவன் ஆங்கிலத்தில் பேசினான், “தயவு செய்து கப்பலுக்குத் தீ வைத்து விடாதே”.

“ஆமாம், இது வாடகைக்கு எடுக்கப்பட்ட கப்பல்”, என்றான் அருகிலிருந்த வெள்ளைக்கார இளைஞன். வேலனுக்குக் குழப்பத்தோடு சிரிப்பும் வந்தது.

“உன் ஆட்களை ஆயுதங்களைக் கீழே எறியச் சொல்”, என்றான். ஆனால் தலைவனின் கட்டளைக்காக அவனது ஆட்கள் காத்திருக்கவில்லை. ஏற்கனவே கைகளை மேலே தூக்கிச் சரணடைந்திருந்தனர். இளைஞன் மீண்டும் பேசினான்,

”பார்த்தீர்களா, நாங்கள் கண்ணியமான கடற்கொள்ளையர்கள், பேச்சுவார்த்தைக்கு நாங்கள் தயார்”, என்றான். அவர்கள் இருவரையும் மட்டும் தங்கள் கப்பலுக்குப் போகுமாறு கட்டளையிட்ட வேலன், மற்ற வீரர்களை அங்கேயே நிறுத்திவிட்டுத் தான் மட்டும் டேனிஷ் கப்பலுக்குத் திரும்பினான். கொள்ளையர் கப்பல் கேப்டனை பிலிப் மரியாதையாகக் கைகுலுக்கித் தன் அறைக்குள் அழைத்துச் சென்றார். அவனோடு உடன்வந்தவனை வெளியே நிற்கச்சொல்லிவிட்டார். அறைக்குள் செல்ல முயன்ற வேலனை கேப்டன் அழகப்பன் தடுத்தார்.

“வேண்டாம் வேலன், ரெண்டு கொள்ளைக்காரங்களும் பேசி ஒரு முடிவுக்கு வரட்டும்”, என்றார் தமிழில்.

“ரெண்டு கொள்ளைக்காரங்களா, பிலிப் வியாபாரிதானே?”, என்றான் வேலன்.

“ஐரோப்பாக்காரங்களைப் பொறுத்த வரைக்கும் ரெண்டும் ஒண்ணுதான். ஒரேசமயத்தில வியாபாரமும் பண்ணுவாங்க, கொள்ளையும் அடிப்பாங்க. உனக்கு ஒரு விஷயம் தெரியுமா? பிரெஞ்சு வியாபாரக் கப்பலுங்களைக் கொள்ளையடிச்ச பணத்திலதான், இங்கிலாந்து கிழக்கிந்தியக் கம்பெனியே தொடங்கினானுங்க”, என்றார் அழகப்பன்.

“நானும் கேள்விப்பட்டிருக்கேன். அதை அவங்க அரசாங்கம் குற்றமாப் பார்க்காதா”, என்றான் வேலன்.

“அதுதான் இல்லை. பிரெஞ்சு நாட்டு மேல போர் அறிவிச்சு, எதிரிநாட்டுக் கப்பலுங்களைக் கொள்ளையடிக்க அனுமதிச்சீட்டு எழுதிக்குடுத்ததே இங்கிலாந்து அரசாங்கம்தான்”, என்றவர், “ஆனால் ஒரு விஷயம் எனக்குக் குழப்பமா இருக்கு. கொள்ளைக்காரங்க அரபிக்கடலைத் தாண்டி வந்ததை இப்பத்தான் முதல் முறையா பார்க்கறேன்”, என்றார். பின்பு கொள்ளையர் கப்பலில் இருந்து வந்தவனிடம் திரும்பி, “உன்பேரென்ன, நீங்க எந்த நாடு?”, என்றார் ஆங்கிலத்தில்.

“நாங்க எல்லோரும் ஐரிஷ் காரங்க. என் பேரு ஆஸ்கார், எங்க கேப்டன் பேரு பேட்ரிக்”, என்றான் கொள்ளையன்.

இந்தப் பகுதியில எவ்வளவு நாளாக் கொள்ளையடிக்கிறீங்க”, என்றார் கேப்டன் அழகப்பன். “ஒரு மாதமாத்தான். வழக்கமா, இந்தியப் பெருங்கடலைத் தாண்டி வரமாட்டோம். அங்கே போட்டி இப்போ அதிகமாயிடுச்சுன்னுதான் இந்தப் பக்கம் வந்தோம்”, என்றான்.

“ஏன் போட்டி அதிகம் ஆயிடுச்சு”, என்றான் வேலன்.

“ஐயர்லாந்து முழுக்க இங்கிலாந்துக் காரங்களோட தோட்டம் ஆயிடுச்சு. விவசாயம் குறைஞ்சு போச்சு. அதனாலதான் நிறையபேர் அமெரிக்கா ஓடுனாங்க. கொஞ்சப் பேரு கொள்ளைக்காரங்களா ஆயிட்டோம்”, என்றான் ஆஸ்கார்.

பிலிப்பும், பேட்ரிக்கும் அறைக்குள்ளிருந்து வெளியே வந்தனர். அதன் பின்னர் பிலிப் வேலனைத் தேடவில்லை. தானே

தலைமைப் பொறுப்பை மீண்டும் ஏற்றுக் கொண்டார். தன் மாலுமிகளை அழைத்து, கொள்ளையர் கப்பலில் இருந்த விலை உயர்ந்த பொருட்கள் அனைத்தையும் டேனிஷ் கப்பலுக்கு மாற்றச் சொன்னார். தங்கள் கப்பலில் உணவும் குடிநீரும் குறைவாக இருப்பதாக ஆஸ்கார் தெரிவித்தான். உடனே பிலிப் பெருந்தன்மையோடு தனது கப்பலிலிருந்து தாராளமாக உணவுப்பொருட்களும், தண்ணீரும் எடுத்துச் செல்ல அனுமதித்தார். கொள்ளையர் அனைவரும் தங்கள் கப்பலுக்குத் திரும்பினர். சிலர் காயம் அடைந்திருந்தனர். யாரும் இறந்திருக்கவில்லை. இறந்து போனது போல் நடித்திருந்தனர். கடைசியாகத் தன் கப்பலில் ஏறப்போன கொள்ளையர் தலைவனிடம் பிலிப் கேட்டார், "மிஸ்டர் பேட்ரிக், கடற்கொள்ளையனாக மாறுவதற்கு முன்பு என்ன செய்து கொண்டீருந்தீர்கள்?". ஆஸ்கர் முந்திக் கொண்டு பதில் கூறினார்,

"நான் இங்கிலாந்து கப்பல்படையில் வேலைசெய்தேன். ஆனால் மிஸ்டர் பேட்ரிக் பிரபுக் குடும்பத்தைச் சேர்ந்தவர். வணிக நிறுவனம் நடத்திக் கொண்டிருந்தார்" என்றான்.

சற்று நேரம் சிந்தித்த பிலிப், "மிஸ்டர் பேட்ரிக், கடற் கொள்ளையில் இப்பொழுது ஆபத்து அதிகம். ஐரோப்பிய நாடுகள் கொள்ளையர்களை வேட்டையாடுகின்றன. அதற்குப் பதிலாக, ஆப்பிரிக்காவிலிருந்து ஆட்களைக் கடத்தி, தென் அமெரிக்காவில் விற்கலாம். ஆனால் லாபம் அதிகம் வேண்டுமென்றால், இந்தியாவிலிருந்து சீனாவிற்கு அபின் கடத்தலாம். அந்தப் பணத்தில் சீனாவிலிருந்து தேயிலை வாங்கி அமெரிக்காவிற்குக் கடத்தலாம். பின்பு அமெரிக்காவிலிருந்து சர்க்கரை வாங்கி ஐரோப்பாவிற்குக் கடத்தலாம்'' என்றார். "இவற்றையும் தான் இங்கிலாந்து அரசு தடைசெய்து சட்டம் இயற்றி இருக்கிறதே?", என்றான் பேட்ரிக்.

"எல்லாம் பெயரளவில்தான். ஆங்கிலேயக் கிழக்கிந்தியக் கம்பெனியே திருட்டுத்தனமாக இதைத்தான் செய்கிறது', என்றார் பலமாகச் சிரித்துக்கொண்டே.

பேட்ரிக் சிந்திப்பதைக் கண்ட பிலிப் தொடர்ந்து, "கடத்தல் தொழிலுக்கு நிதி உதவி தேவைப்பட்டால் எங்களது கல்கத்தா அலுவலகத்தைத் தொடர்பு கொள்ளுங்கள். மற்ற எந்த ஐரோப்பிய நாட்டையும்விடக் குறைந்த வட்டிக்குப் பணம் ஏற்பாடு செய்வோம்", என்றார். பேட்ரிக் கை குலுக்கிவிட்டுத் தன்

கப்பலில் குதித்தான். கொள்ளையர் கப்பல் மெல்ல இருட்டில் மறைந்தது. பிலிப் மாலுமிகள் இருந்த அடித்தளத்திற்கு விரைவாகச் சென்றார். வேலன் நினைவு வந்தவனாக கேப்டன் அழகப்பனிடம் கேட்டான்,

“ஆமா, கொள்ளையர் கப்பல்ல இருந்து விலைஉயர்ந்த பொருளை எல்லாம் நம்ம கப்பலுக்கு மாத்தினோமே, அதை என்ன பண்றது?”.

“அதைச் சட்டப்படி பங்கு போடத்தான் பிலிப் கீழ போயிருக்காரு”, என்றார் அழகப்பன். “அதுக்குக் கூடச் சட்டம் இருக்கா?”, என்றான் வேலன் வியப்புடன்.

“ஆமா.. நகைகள்லாம் அதிகாரிங்களுக்கு, காசு, சின்னப்பொருளுங்க எல்லாம் மாலுமிகளுக்கு. அதிலயும் ஆயுதம் எடுத்துப் போரடினவங்களுக்கு ரெட்டைப் பங்கு”, என்றார் அழகப்பன். சற்று நேரத்தில் மேலே வந்த பிலிப் அழகப்பனிடம் ஒரு பையை நீட்டினார். அழகப்பன் நன்றி சொல்லிவிட்டு வாங்கிக் கொண்டார். பின்பு பிலிப் தன் பையிலிருந்து பெரிய சிவப்புக் கல் பதித்த தங்க மோதிரத்தை எடுத்து வேலனிடம் நீட்டினார். வேலன் மறுத்துத் தலையாட்டினான்.

பிலிப் கூறினார், “மிஸ்டர் வேலன், இதை நீங்கள் கட்டாயம் ஏற்றுக் கொள்ள வேண்டும். தங்களின் படைத்தலைவன் என்ற முறையில், மாலுமிகள் உங்களுக்குத் தரும் மரியாதை இது”. வேறு வழியின்றி அதை வாங்கி அணிந்து கொண்டு வேலன் தன் அறைக்குச் சென்று கட்டிலில் வீழ்ந்தான். “தேடாதவர்களைத்தான் வைரங்கள் தேடிவரும் போலும்”, என்று முனகிக்கொண்டே உறக்கத்தில் ஆழ்ந்தான்.

19

சென்னைக் கோட்டைக்கு அனுப்பவேண்டிய உணவுப் பொருட்களை ஆறு திறந்த மாட்டு வண்டிகளில் தொழிலாளர்கள் ஏற்றிக் கொண்டிருந்தனர். வேலன் எண்ணிக்கையைச் சரி பார்த்துக்கொண்டிருந்தான். எல்லா மூட்டைகளையும் ஏற்றி முடித்ததும், வில்வண்டி என்ற மூடிய ஒற்றை மாட்டு வண்டியில் ஏறி அமர்ந்தான் வேலன். அங்கு வந்த சுந்தரலிங்கமுதலியார் வேலனைக் கீழே இறங்குமாறு சைகை காண்பித்தார். வேலன் குதித்து இறங்கினான். “உன்கிட்ட ஒரு விஷயம் சொல்லணும்” என்று சொல்லிக் கொண்டே அவனைச் சற்றுத் தனியே அழைத்துச்

சென்றார். தன் அலுவலக அறை அருகே வந்ததும், "வேலா, நீ போற வழியில, முத்தம்மான்னு பொண்ணு ஒருத்தி வருவா, நம்ம திருவேங்கடம் பிள்ளை அனுப்பிச்ச ஆளு, அவளையும் கோட்டைக்குள்ள கூட்டிக்கிட்டுப் போகணும்'' என்றார்.

"அந்த முத்தம்மாவுக்குக் கோட்டைக்குள்ள என்ன வேலை?", என்றான் வேலன்.

"அங்கே இருக்க சர்ச்சைக் கூட்டிப் பெருக்கற வேலைதான்", என்றார் சுந்தரலிங்கம்.

"இந்த வேலைக்குத் திருவேங்கடம் பிள்ளை சிபாரிசா? அவருகிட்டயே ஏகப்பட்ட எடுபிடி ஆளுங்க இருக்காங்களே?", என்றான் வேலன்.

"நல்லாத்தான் யோசிக்கிறாய், உன் கேள்விக்குப் பதிலையும் நீயே சீக்கிரமாத் தெரிஞ்சுக்குவே. ஏன்னா, இனிமே அந்தப் பெண்ணை நீ அடிக்கடி சந்திக்க வேண்டியிருக்கும்", என்றார் சுந்தரலிங்கம்.

"வெடி உப்புக்கேட்டு டேனிஷ்காரங்க திரும்ப வந்ததா மணிவாசகம் சொன்னாரே?", என்று கேட்டான் வேலன்.

"ஆமாம், அனேகமா நீ திரும்பக் கல்கத்தா போக வேண்டி இருக்கும்", என்றார் சுந்தரலிங்கம். அப்பொழுது வெளிவாசல் அருகே ஒரு வெள்ளைக்கார இளைஞன் நடந்து வருவது தெரிந்தது. அவனைத் தூரத்திலேயே அடையாளம் கண்டு கொண்ட சுந்தரலிங்கம், வேலனிடம் அவனைச் சுட்டிக்காட்டிப் பேசினார்.

"அதோ வர்றான் பாரு, அவன்தான் பால் பென்பீல்டு. இப்போ கோட்டையெல்லாம் அவனைப் பத்தித்தான் பேச்சு", என்றார்.

"ஏன்? பெரிய அதிகாரியா?",என்றான் வேலன்.

"வெறும் உதவி எஞ்சினீயர் தான். மாதம் இருநூறு ரூபா தான் சம்பளம். ஆனால் கட்டிடம் கட்டுறதில அவனுக்கு மிஞ்சி ஆள் கிடையாது. பாவம், வேலையில் இருந்து தூக்கிட்டாங்க", என்றார் சுந்தரலிங்கம்.

"ஏன் திறமையானவனைத் தூக்கறாங்க?", என்று கேட்டான் வேலன்.

"கை நீளம். கம்பெனிப் பணத்தைத் திருடுறதிலயும் தன்னோட திறமையைக் காண்பிச்சிட்டான்", என்றார் முதலியார் சிரித்துக்கொண்டே. அதற்குள் பென்ஃபீல்டு அருகில்

வந்துவிட்டதால் பேச்சை மாற்றிய முதலியார், "இது வேலன், என் மேனேஜர்", என்று ஆங்கிலத்தில் அறிமுகப்படுத்தினார்.

"உன்னைச் சந்திப்பதில் மகிழ்ச்சி", என்று ஆங்கிலத்தில் கூறி வேலனுடன் கைகுலுக்கிய பென்ஃபீல்டு, உடனே சரளமாகத் தமிழில், "மொதலியார், மொதல்லே நீங்க கைகுடுங்க. சர்ச் ரிப்பேர் காண்ட்ராக்டை உங்க பேருக்கு வாங்கிட்டேன்", என்றான். முதலியார் முகத்தில் மகிழ்ச்சி பொங்கினாலும், சற்று தயக்கத்துடன்,

"உங்களைக் கம்பெனியில இருந்து விலக்கிட்டதாச் சொன்னாங் களே", என்றார். "உண்மைதான், ஆனா அதெல்லாம் பழைய கதை. பார்க்க வேண்டிய ஆளுங்களைப் பார்த்து, குடுக்க வேண்டியதைக் குடுத்து, திரும்ப வேலையில சேர்ந்திட்டேன். கம்பெனியையும் இப்பத்தான் புரிஞ்சுக்கிட்டேன்", என்றான்.

"என்ன புரிந்துகொண்டீர்கள் மிஸ்டர் பால்?", என்றான் வேலன் ஆங்கிலத்தில்.

"மிஸ்டர் வேலன். நம்ம ரெண்டு பேருக்கும் கிட்டத்தட்ட ஒரே வயசுதான் இருக்கும். அதனால நாம ஒருத்தரை ஒருத்தர் பேர் சொல்லியே கூப்பிட்டுக்கலாமே. இன்னொரு உதவி, நான் தமிழ் நல்லாப் பேசக் கத்துக்கணும். அதனால என்கிட்ட தமிழிலயே பேசு, சரியா", என்றான் பால் பென் பீல்டு. ஒரு ஆங்கிலேயன் தன்னுடன் சமமாகப் பழகவிரும்புவது வேலனுக்கு வியப்பாக இருந்தது. சிந்தித்துக் கொண்டிருந்த வேலனிடம் பால் மீண்டும் பேசினான்,

"என்ன கேட்டே வேலா, கம்பெனியைப் பத்தி என்ன புரிஞ்சிக்கிட்டேன்னுதானே. சொல்றேன் கேளு. எங்க கம்பெனி அதிகாரிங்களுக்குச் சில்லரைத் திருட்டெல்லாம் பிடிக்காது. அவங்களுக்கும் பங்கு கெடைக்கறமாதிரி, பெரிய அளவில திருடணும்", என்று சொல்லிவிட்டுக் கடகடவென்று சிரித்தான் பால். வேலனாலும், முதலியாராலும் கூடச் சிரிப்பை அடக்க முடியவில்லை. பால் தொடர்ந்தான், "சரி மொதலியார். உங்களுக்கு காண்ட்ராக்ட் வாங்கிக்கொடுத்திட்டேன். எனக்குத் தரவேண்டிய கமிசனைக் குடுங்க".

"ஒப்பந்தம் இன்னம் கைக்கு வரலியே?", என்று இழுத்தார் முதலியார். பென் பீல்டின் முகம் வாடுவதைக் கண்ட வேலன்,

"வராம எங்க போயிடும். இப்போ அட்வான்சா ஏதாவது கொடுக்கலாமே", என்று கூறிவிட்டு அலுவலகத்திற்குள் சென்றான்.

"நன்றி வேலா, நன்றி. முதலியார், ரெண்டு மாசமா நான் சம்பளம் வாங்கலை தெரியுமில்லையா", என்றான். அதற்குள் வேலன் கையில் சிறிய பணப்பையுடன் வந்து, அதை பென்பீல்டிடம் கொடுத்துக்கொண்டே, "இதில ஆயிரம் ரூபா இருக்கு. மீதிப்பணம் காண்ட்ராக்ட் கைக்கு வந்ததும் கிடைக்கும்", என்றான். பணப்பையை வாங்கித் தன் கோட்டுக்குள் திணித்துக்கொண்ட பால், வேலன் ஏற இருந்த வண்டியைப் பார்த்தான், "கோட்டைக்குள்ள தானே போறே, நானும் வர்றேன்", என்று கூறிக்கொண்டே, வண்டியில் தாவி ஏறிக் கொண்டான். வேலன் வண்டியில் ஏறி ஓட்டத் தொடங்கினான். சரக்கு ஏற்றிய மற்ற இரட்டைமாட்டு வண்டிகளும் பின் தொடர்ந்தன.

"தமிழ் நல்லாப் பேசுறீங்களே", என்றான் வேலன்.

"எனக்கு இங்கிலீசே மறந்து போச்சு. ரெண்டுமாசமா வேலையில்லாம கருப்பு டவுன்லதானே சுத்திக்கிட்டு இருக்கேன்", என்றான் பால்."கருப்பு டவுன்ல உங்களுக்கு என்ன வேலை?", என்றான் வேலன்.

"பாட்டுக் கேட்கறதும், டான்சு பார்க்கறதும் தான்", என்றான் பால் பலத்த சிரிப்புடன்.

"ஏன்... கோட்டைக்குள்ளதான் பேண்டு வாத்தியத்தோட அடிக்கடி பார்ட்டி நடக்குதே", என்றான் வேலன்.

"ஓ... கோட்டைக்குள்ள பார்ட்டி நடக்கும், பார்ட்டியில டான்சாடப் பொண்ணும் கெடைக்கும். ஆனால் கருப்பு டவுன் பொண்ணுங்க மாதிரி யாருக்கும் சதிராட்டம் ஆடத்தெரியாதே. அதனால நாங்க ஒரு செட்டு ராத்திரியானா, கருப்பு டவுன்லதான் சுத்துவோம்", என்றான் பால் பெருமிதமான குரலில்.

வண்டிகள் அதற்குள் திருவேங்கடம் பிள்ளை வீட்டின் அருகே உள்ள சாலைக்கு வந்திருந்தன. தூரத்தில், ஒரு கருப்பான, உயரமான பெண், கையில் துணி மூட்டையுடன் நின்று கொண்டிருந்தாள். இவள்தான் தன் முதலாளி கூறிய பெண் முத்தம்மாவாக இருக்க வேண்டும் என்று வேலன் நினைத்தான். வேலனின் பார்வையைக் கவனித்த பால், தானும் முத்தம்மாவை எட்டிப் பார்த்தான்.

"ஆ என்ன ஒரு உடம்பு?", என்றான் பால்.

"இது சதிராடற பொண்ணு இல்ல. வேலை பார்க்கிற பொண்ணு. அவ கையைக் கவனிச்சுப் பாருங்க", என்றான்

வேலன். அதற்குள் வண்டி அந்தப் பெண்ணுக்குச் சற்று அருகில் வந்திருந்தது. அப்பெண்ணின் கைகள் முறுக்கேறி வலிமையாகத் தோற்றம் அளித்தன.

“ஓ உனக்குத் தெரிஞ்ச பொண்ணா? நான் என்ன சொல்ல வந்தேன்னா? கருப்பா இருந்தாலும் செதுக்கி வச்ச சிலை மாதிரி இருக்கா”, என்று இழுத்தான் பால்.

“ஆமா, இது கோயில் சிலை, வேலை செஞ்சு முறுக்கேறின கை, எதுக்கும் கொஞ்சம் விலகியே இருங்க”, என்றான் வேலன். வேலன் வண்டியின் விரைவைக் குறைப்பதற்குள் ஓடிவந்து, தன் மூட்டையைத் தூக்கி வண்டிக்குள் எறிந்துவிட்டு, ஒரு ஆணைப்போல் அலட்சியமாக வண்டிக்குள் தாவி ஏறி அமர்ந்தாள் முத்தம்மா. வண்டியை நிறுத்த முயன்றுகொண்டிருந்த வேலனிடம்,

“வண்டியை நிறுத்த வேணாம், போய்க்கிட்டே இருங்க. நான்தான் முத்தம்மா” என்று தானே அறிமுகப்படுத்திக் கொண்டாள். முத்தம்மாவை ஆச்சர்யத்துடன் பார்த்துக்கொண்டிருந்த பால்,

“ஓ நீயும் எங்க கூட வர்றியா?”,என்று மகிழ்ச்சியோடு கேட்டான். அவளது அழகிய முகத்திலிருந்து கண்களை விலக்க முடியாமல் தவித்த வேலனுக்கு, பால் தடுமாறுவது புரிந்தது. “பாவம் பால் மட்டும் என்ன செய்வான்? நானும் கூடத் தான் தடுமாறிப் போயிருக்கிறேன். இப்படி ஒரு பேரழகியா, கூட்டிப் பெருக்கும் வேலை செய்யப் போகிறாள்?”, என்று மனதிற்குள் நினைத்துக் கொண்டான். அவனது சிந்தனையை முத்தம்மாவின் இனிய குரல் கலைத்தது,

“ஆமா தொரை, கோட்டை மேரியம்மா கோயில்ல, வேலைக்குச் சேரப் போறேன்”, என்றாள். “நல்லது, ரொம்ப நல்லது. அந்த சர்ச் ரிப்பேரை நான்தான் சூப்பர்வைஸ் பண்ணப்போறேன்”, என்றான் பால் மகிழ்ச்சியான குரலில். அதுதான் சமயம் என்று வேலன் கேட்டான்,

“பால், உங்களுக்கு இருநூறு ரூபாதான் சம்பளம்னு கேள்விப் பட்டேன். உங்க திறமைக்கு இதே சம்பளத்தை உங்க நாட்டிலயே வாங்க முடியாதா? கடல்கடந்து வரணுமா?.”

“ஓ இதைவிட ரெண்டு மடங்கு சம்ப்ளம் கூடக் கெடைக்கும். ஆனால், சம்பளம் மட்டும் தான் கிடைக்கும். ராபர்ட் கிளைவ் இப்போ கல்கத்தா கவர்னர். அவர் மெட்ராசுக்கு வர்றப்போ சம்பளம் எவ்வளவு தெரியுமா? வெறும் நூறு ரூபாதான். பின்னால அதைவிடக் கொறைச்ச சம்பளத்துக்கு ஸ்டிரிங்கர் லாரன்சுக்கிட்ட,

தானே விரும்பி சோல்ஜரா சேர்ந்தாரு. இப்போ அவரு, இங்கிலாந்திலேயே பெரிய கோடீஸ்வரர்", என்றான் பால்.

"ஓ கோடீஸ்வரன் ஆகணும்கிற கனவோட தான் இந்தியாவுக்குக் கப்பலேறி இருக்கீங்க", என்றான் வேலன்.

"அதுவும் சுலபமா ஏறிடலை வேலா. கிழக்கிந்தியக் கம்பெனியில சிப்பாயா எவன் வேணும்னாலும் சேரலாம். ஆனால் நிர்வாகத்தில அவங்க ஆளுங்க மட்டும்தான் சேரமுடியும்", என்றான் பால்.

"அவங்க ஆளுங்கன்னா யாரு?", என்று முத்தம்மாள் கேட்டாள்.

"பிரபுக் குடும்பத்தைச் சேர்ந்தவங்கதான் அவங்க ஆளு. அடுத்த சான்ஸ், கம்பெனி பெரிய அதிகாரிங்க புள்ளைங்களுக்கு", என்றான் பால்.

"ரெண்டில நீங்க எந்த வகை?", என்றாள் முத்தம்மாள்.

"ரெண்டும் இல்லை, பெரிய தொகையை லஞ்சமாக் குடுத்து இந்த வேலையை வாங்கினேன். விட்டதைப் பிடிக்கறப்போத்தான் மாட்டிக் கிட்டேன்", என்றான் பால்.

"திரும்ப எப்பிடி வேலையில சேர்ந்தீங்க?", என்றான் வேலன்.

"வேலா, கம்பெனியில திருடனைப் பிடிக்கிறது, திருட்டை நிறுத்த இல்லை. மாட்டிக்காமத் திருடனும்னு எச்சரிக்கை செய்யத்தான். கீழே இருக்கறவன் திருடலைன்னா, மேல இருக்கறவனுக்கு ஏது வருமானம்", என்று கூறிவிட்டுச் சிரித்தான்.

"அதிகாரிங்க கொள்ளையடிச்சா, கம்பெனிக்கு நஷ்டம் வராதா, இது அநியாயம் இல்லையா?", என்றான் வேலன்.

"அடிக்கிறது கொள்ளை! இதில நியாயம் என்ன, அநியாயம் என்ன? நான் வேற, நாடு வேற இல்லை. நான் நல்லா இருந்தா நாடும் நல்லாயிருக்கும். நான் என்ன எங்க நாட்டுப் பணத்தையா திருடறேன். எல்லாம் இந்திய மக்களோட பணம்தானே?", என்றான் பால் சற்றுக் கோபமாக.

"நீங்க வித்தியாசமான ஆள்தான். நிச்சயம் பெரிய அதிகாரியா வருவீங்க. அப்போ எங்க கம்பெனியை மறந்திடாதீங்க", என்றான் வேலன்.

"உங்க கம்பெனியை மறந்தாலும், உன்னை மறக்கமாட்டேன். நீ எதைப் பேசினாலும் உணர்ச்சி வசப்படாமப் பேசறே. என்னோட எதிர்காலத் திட்டத்தில நிச்சயம் உன்னையும் சேர்த்துக்குவேன்", என்றான் பால். பேச்சில் கலந்து கொள்ளாமல் இருந்த முத்தம்மா களுக்கென்று சிரித்தாள்.

“நா என்ன சொல்லிட்டேன்னு, இந்தப் பொண்ணு இப்படிச் சிரிக்கிறா?” என்றான் பால். “மன்னிச்சுக்கங்க தொரை. நான் முன்னால வெள்ளைக்காரங்க வீட்டில வேலை பார்த்திருக்கேன். அப்போ அவங்க சொன்னது ஒண்ணு ஞாபகம் வந்து சிரிச்சிட்டேன்”, என்றாள்.

“அப்படி அவங்க என்ன சொன்னாங்க?”, என்று ஆவலோடு வேலனும் கேட்டான்.

“தொரை கோடீஸ்வரனா ஆகணும்னு சொன்னாரில்ல. அதுக்கு ஒரு குறுக்கு வழி இருக்குன்னு சொல்லுவாங்க”, என்றாள் முத்தம்மா.

“அது என்ன எனக்குத் தெரியாத குறுக்கு வழி?” என்று ஆர்வத்துடன் கேட்டான் பால். “விதவையாப்போன பெரிய அதிகாரிங்க பொண்டாட்டிய கல்யாணம் பண்ணிக்கிட்டா பணம், பதவி எல்லாம் உடனே கெடைச்சிரும்னு பேசிக்குவாங்க”, என்றாள் முத்தம்மா. அதையும் ஒரு நிமிடம் தீவிரமாகச் சிந்தித்த பால்,

“இந்த பால்பென் ஃபீல்டு பணத்துக்காகக் கல்யாணம் பண்ணிக்க மாட்டான். கல்யாணத்துக்காகப் பணம் சம்பாதிக்கப் போறான். என்கிட்ட இருக்கிற பணத்துக்காக பிரபுக் குடும்பத்துப் பொண்ணுங்க என்னைத் தேடி வந்து கல்யாணம் பண்ணிக்கணும்”, என்றான் உறுதியான குரலில். அவனை வியப்புடன் வேலனும், முத்தம்மாவும் பார்த்தனர். அதற்குள் வண்டி கோட்டை வாசலை நெருங்கியது. வேலனை நன்கு தெரிந்த காவலர்கள் வண்டியை உள்ளே அனுமதித்தனர். ஆனால் பின்புறம் முத்தம்மா இருந்ததைக் கண்ட தலைமைக் காவலர் வண்டியை நிறுத்தச் சொல்லிவிட்டுப் பின்புறம் வந்து எட்டிப்பார்த்தார். உள்ளே பால்பென்பீல்டு இருப்பதைப் பார்த்ததும் டக்கென்று சல்யூட் அடித்துவிட்டு வண்டியைப் போக அனுமதித்தார். ஏதோ புரிந்து கொண்டவர்போல் அவர் முகத்தில் குறும்பான புன்னகை பரவியது. சிறிது தூரம் உள்ளே சென்றதும், மீண்டும் சந்திப்போம் என்று கூறிவிட்டு பால் விடை பெற்றான்.

மூட்டையோடு வண்டியிலிருந்து குதித்த முத்தம்மா, நன்றி கூடச் சொல்லாமல் நடையைக் கட்டினாள். அதற்குக் காரணமிருந்தது. அவளது மனதிற்குள் மத்தாப்பு பொறிந்து கொண்டிருந்தது. இத்தனை அழகான இளைஞனைத் தன் வாழ்வில் சந்திப்போம் என்று அவள் கனவில்கூட நினைத்ததில்லை.

பேசினால் தன்குரல் மனதைக் காட்டிக் கொடுத்து விடுமோ என்று பயந்தாள். “இலட்சியவாதியின் வாழ்க்கையில் காதல், கத்திரிக்காய்க்கெல்லாம் இடமில்லை”, என்று முணுமுணுத்துக்கொண்டே நடந்தாள். அவளுக்கு என்ன தெரியாதென்றால், அத்தனை அழகான பெண் தன் வாழ்வில் குறுக்கிடுவாள் என்று வேலனும் எதிர்பார்த்ததில்லை. ஒரு லட்சியவாதி, காதல், திருமணம் என்றெல்லாம் நினைப்பதுகூடத் தவறு என்று தனக்குள் சொல்லிக் கொண்டே வண்டியை ஓட்டினான்.

20

அன்று ஞாயிற்றுக்கிழமை ஆதலால் சுந்தரலிங்க முதலியாரிடம் சொல்லிவிட்டுத் திருவேங்கடம் பிள்ளையின் வீட்டை நோக்கிப் புறப்பட்டான் வேலன். முடிந்தவரை கால்நடையாகச் சுற்றுவதில் உள்ள ஆர்வத்தால் நீண்டதூரத்தையும் நடந்தே சென்றான். வெளிப்புறம் கிடங்கும், உட்புறம் சுற்றுச் சுவருக்குள் மாளிகையுமாயிருந்த திருவேங்கடம் பிள்ளையின் கிடங்கு சுந்தரலிங்கத்தின் கிடங்கிலிருந்து முற்றிலும் மாறுபட்டது. சுந்தரலிங்கத்தின் கிடங்கு பெரியது, வீடு சற்று சிறியது. திருவேங்கடம் பிள்ளையின் வீடு பெரியது, கிடங்கு சிறியது. ஆனால் மதிப்பில், திருவேங்கடம் பிள்ளை பல மடங்கு பெரிய வணிகர். சந்தனக்கட்டைகள், யானைத் தந்தங்கள், வைரம் மற்றும் வைடூரியக் கற்களில் வணிகம் செய்து வந்தார். வேலன் கிடங்கிற்குள் செல்லாமல் நேரே வீட்டிற்குள் சென்றான். முதலில் அவன் கண்ணில்பட்ட திருவேங்கடம் பிள்ளையின் மனைவி வேலனை முகமலர்ச்சியோடு வரவேற்றார்.

“ஓ... எங்களையெல்லாம் கூட ஞாபகம் வச்சிருக்கியா வேலா”. என்றார். “கோபப்படாதீங்கம்மா, நான் கொஞ்ச நாளா, ஊர்லயே இல்லை”, என்றான் வேலன்.

“சரி... இன்னைக்கு வந்திட்டே இல்ல. கண்டிப்பா சாப்பிட்டுத்தான் போகணும்” என்றாள் கோபம் தணிந்தவளாக.

“கண்டிப்பா. உங்க வீட்டுச் சாப்பாட்டை விட்டிருவனா?”, என்றான் வேலன். அதற்குள் திருவேங்கடம் பிள்ளை வந்து விட்டார்.

“வா சாப்பிட்டு அப்புறம் பேசலாம்”, என்று வேலனை உள்ளே அழைத்துச் சென்றார். வழக்கம்போல் அவர் வீட்டில் தடபுடலான சாப்பாடு. மதிய உணவிற்குப் பின், தன் அறைக்கு வேலனை

அழைத்துச் சென்ற திருவேங்கடம் பிள்ளை, தன் மேஜையின் மேல், அடியில் கருப்பு பட்டுத்துணி தைத்த மரச்சட்டம் ஒன்றை எடுத்து வைத்தார். அதன்மேல் இரண்டு மோதிரங்களை எடுத்து வைத்தார். ஒன்று, யூசுப்கானின் விரலில் இருந்து வேலன் எடுத்துக்கொண்ட வைர மோதிரம். மற்றொன்று, கடல் கொள்ளையர்களை விரட்டியபொழுது, மாலுமிகள் பரிசளித்த பெரிய சிவப்புக்கல் பதித்த மோதிரம். கருப்புத் துணியின் பின்னணியில் இரண்டு கற்களும் மின்னல்கள் போல் ஒளிர்ந்தன. திருவேங்கடம் ஜன்னலை நன்றாகத் திறந்துவிட்டு அவற்றின் ஒளிச்சிதறலை அதிகப்படுத்தினார். பிறகு பேசத் தொடங்கினார்.

"யூசுப்கான் மோதிரத்தில இருக்கிறது சின்ன வைரம். ஆனால் மாசு, மருவில்லாதது, நெறமில்லாதது. அதனால மதிப்பு அதிகம். ரெண்டாவது மோதிரத்தில் உள்ளது சிவப்புக்கல், ஆனால் வைரத்திற்குக் கொஞ்சமும் மதிப்பில குறைவில்லாதது" என்றார்.

"நாக மணின்னு சொல்றாங்களே, இந்தச் சிவப்புக்கல் அந்த வகையைச் சேர்ந்ததா?", என்று வேலன் கேட்டான்.

"நாங்க பரம்பரையாக வைரவியாபாரம் செய்யறோம். ஆனால் நாகமணின்னு ஒண்ணைப் பார்த்ததில்லை", என்றார் திருவேங்கடம்.

"நாகப்பாம்பு தன்னோட நாகமணி வெளிச்சத்தில இருட்டில எரைதேடும் அப்படீன்னு எல்லாம் கேள்விப்பட்டு இருக்கேனே", என்றான் வேலன்.

"எல்லாம் கட்டுக்கதைங்க. இப்போ பாரு", என்று சொல்லிவிட்டுச் சன்னல் கதவுகளைச் சார்த்தினார் திருவேங்கடம். அறையில் இருந்த மங்கலான ஒளியில் மோதிரங்கள் இருப்பதே தெரியவில்லை. "பார்த்தியா, வைரக்கல்லுக்குச் சொந்தமா வெளிச்சம் எதுவும் இல்லை. வைரம் மலையில, பாறைகளுக்கு நடுவே இடுக்குகள்ள கெடைக்குது. அங்கேதான் பாம்புகளும் வசதியா ஒளிஞ்சிக்கிட்டிருக்கு. அதனால மனுசங்க, மொட்டைத் தலைக்கும், மொழங்காலுக்கும் முடிச்சுப் போட்டுட்டாங்க என்றார்.

"சரி... இது ரெண்டும் என்ன வெலைபோகும்?", என்றான் வேலன்.

"ரெண்டையும் அழகாச் செஞ்சிருக்காங்க. ஒண்ணொன்னும். ஒண்ணு, ஒன்றரை லட்சம் தேறும். பொறுமையா வச்சிருந்து வித்தா ரெண்டையும் சேர்த்து அஞ்சு லட்சத்துக்குக் கூட விற்கலாம்", என்றார் திருவேங்கடம்.

"எனக்கு எந்த அவசரமும் இல்லை. ரெண்டும் உங்ககிட்டேயே இருக்கட்டும்", என்று சொல்லிவிட்டு, "உங்ககிட்ட இன்னொரு விஷயமும் கேட்கணும். ஹீரா பிஜ்லிங்கற வைரத்தைப் பத்திக் கேள்விப்பட்டிருக்கீங்களா?" என்றான் வேலன்.

"ஓ... அடிக்கடி அதைப்பத்தி யாராவது வியாபாரிங்க, வெள்ளைக் காரங்க கேட்டுக் கிட்டுத்தான் இருக்காங்க. என்ன வெலைன்னாலும் தர்றேன். அந்த மின்னல் வைரத்தை எப்படியாச்சும் வாங்கிக் குடுங்கன்னு கெஞ்சறாங்க. ஆனால் நாகமணி மாதிரி, அதுவும் ஒரு கட்டுக்கதைன்னுதான் நான் நினைக்கிறன்", என்றார் திருவேங்கடம்.

"சரி, நேரமாச்சு புறப்படறேன்", என்று எழுந்த வேலன், சற்று தயங்கி நின்றான். அவனது தயக்கத்தைப் புரிந்துகொண்ட திருவேங்கடம்,

"ஏன் தயங்கறே வேலா, முத்தம்மாவைப் பத்திக் கேட்கணும்னு நினைக்கிறே, சரிதானே" என்றவர், "நான் அதை உனக்கு எப்பவோ சொல்லியிருக்கணும்" என்று சொல்லிவிட்டு அறைக்கதவுகளைச் சாத்தினார். ஜன்னலை மட்டும் லேசாகத் திறந்து வைத்து விட்டுச் சற்று மெல்லிய குரலில், "அவள் மைசூர் அரசுக்கு உளவு வேலை பார்க்கறா. ஹைதர் அலியோட ஆளுங்க சிலர் கோட்டைக்குள்ல உளவுவேலை பார்க்கறாங்க. அவங்க தகவலை முத்தம்மாகிட்ட குடுத்துடுவாங்க. முத்தம்மா மூலமா அது மைசூர் போய்ச் சேர்ந்துடும்", என்றார்.

"முத்தம்மா உங்க வீட்டிலே வளர்ந்த பொண்ணுன்னு கேள்விப் பட்டேன்", என்றான் வேலன்.

"ஏற்கனவே விசாரிக்கத் தொடங்கிட்டியா?", என்ற திருவேங்கடம், "அவள் என் வீட்டில வளர்ந்த பொண்ணு இல்லை. என் ஆதரவுல, எனக்குத் தெரிஞ்ச ஒரு வாத்தியார் வீட்டில வளர்ந்த பொண்ணு" என்றார்.

"பாடம் சொல்லிக் கொடுக்கற வாத்தியாரா?", என்று கேட்டான் வேலன்.

"இல்ல... சிலம்பம், கத்திச்சண்டை எல்லாம் சொல்லிக் கொடுக்கற வாத்தியாரு. அவளும் உன்ன மாதிரியே வெள்ளைக்காரங்க கொடுமையால அனாதை ஆனவ", என்றார்.

"சரியான ஆளாத்தான் தேர்ந்தெடுத்திருக்கீங்க. சரி, அவகிட்ட இருந்து செய்தி எப்பிடிக் கோட்டையை விட்டு வெளியே போகும்? யார் எடுத்திட்டுப்போவா?" என்றான் வேலன்.

“நீ தான்”, என்றார் திருவேங்கடம் சாதாரணமாக.

“நானா?”, என்று அதிர்ச்சியுடன் கேட்டான் வேலன்.

“வேலா, கம்பெனிக்கு எதிரா, ஹைதர் அலிக்கு உதவுறதுன்னு வியாபாரிங்க கொஞ்சப்பேரு முடிவு செஞ்சிருக்கோம். அதுக்குத் தான் முத்தம்மாவை அனுப்பிச்சிருக்கோம். வாராவாரம், நீ கோட்டைக்குள்ள போறப்போ முத்தம்மாவைப் பார்த்துச் செய்தியை வாங்கிட்டு வரணும். கோட்டைக்கு வெளியே மைசூர் ஆளுங்க வந்து உன்கிட்ட அதை வாங்கிப்பாங்க”, என்றார் திருவேங்கடம்.

“இதுக்கு நான் சம்மதிப்பேன்னு எப்படி முடிவு செஞ்சீங்க?” என்றான் வேலன்.

“நீயும் வெள்ளைக்காரங்களை வெறுக்கிறவன்தானே?”, என்றார் திருவேங்கடம்.

“நான் வெள்ளைக்காரங்களை வெறுக்கலை. நம்மோட அடிமைத் தனத்தைத்தான் வெறுக்கறேன். வெள்ளைக்காரங்ககிட்ட இருந்து கத்துக்க வேண்டிய விஷயம் நிறைய இருக்கு”, என்றான் வேலன்.

“நல்லதாப் போச்சு. அரசியல் கத்துக்க, உளவாளியா வேலை செய்யறதும் ஒரு வசதிதானே”, என்றார் திருவேங்கடம்.

“சரி அய்யா. நீங்க சொல்றதால ஒத்துக்கறேன். ஆனால் இன்னொரு சந்தேகம். வெள்ளைக்காரங்களோட சேர்ந்த பெறகு தானேய்யா உங்க வியாபாரம் பெருகுச்சு”, என்றான்.

“நீ சொல்றது உண்மைதான். ஆனால் வங்காளத்தில அரசு அதிகாரம் அவங்க கைக்கு முழுசாவந்ததும், இந்திய வியாபாரிங்களை ஒழிக்கிற நடவடிக்கையில கம்பெனி இறங்கிடுச்சு. தமிழ்நாட்டிலயும் அந்த மாதிரி ஆயிடக்கூடாது”, என்றார் வேங்கடம்.

“அதுவும் சரிதான்”, என்றான் வேலன்.

“ஆமா, நீ யாரோ ஒரு வெள்ளைக்கார அதிகாரியோட நெருங்கிப் பழகறதாக் கேள்விப்பட்டேனே” என்றார் திருவேங்கடம்.

“பால் பென் ஃபீல்டு ஒரு நிர்வாக அதிகாரி இல்ல, வெறும் எஞ்சினீயர். நானும் கவனமாத்தாய்யா பழகறேன், நெருப்புகிட்ட பழகற மாதிரி”, என்றான் வேலன்.

“அதுவும் சரிதான், நெருப்பை விட்டு ரொம்ப வெலகினா குளிர்காய முடியாது, ரொம்ப நெருங்கினா சுட்டுடும்”, என்றார்

திருவேங்கடம். அத்தோடு அவரிடம் விடை பெற்றுக்கொண்டு வீட்டை நோக்கி நடந்தான் வேலன். மாலை ஆகி, லேசாக இருட்டத் தொடங்கி யிருந்தது.

திடீரென்று குதிரைவண்டி ஒன்று விரைவாக அருகே வந்து நின்றது. குதிரைவண்டியிலிருந்து ஒரு ஆங்கிலச் சிப்பாய் கீழே குதித்தான். வேலனே ஆறடி உயரம். ஆங்கிலச் சிப்பாயோ வேலனை விட உயரமாக இருந்தான். வயதும் தன் வயது தானிருக்கும் என்று நோட்டம் விட்ட வேலன், மீண்டும் நடக்கத் தொடங்கினான்.

"டேய் நில்றா, இந்த நேரத்தில எங்கேடா போறே?", என்று அரைகுறைத் தமிழில் அதட்டினான் சிப்பாய்.

"எந்த நேரத்தில, நான் எங்கே போனால். உனக்கென்ன துரை. இது கோட்டை இல்லை, எங்க டவுனு", என்றான் வேலன்.

"இடியட், ஒரு வெள்ளைக் காரன்கிட்ட எப்படிப் பேசணும்னு கூடத் தெரியல?", என்று கோபமாகச் சொல்லியவாறே வேலனின் கன்னத்தை நோக்கிப் பலமாகத் தன் கையை வீசினான் ஆங்கிலேயன். வேலன் அந்தக் கையைப் பிடித்தது தான் தெரியும், வெள்ளையன் மண்ணில் உருண்டு கொண்டிருந்தான்.

"சபாஷ் வேலா, சபாஷ்", என்று குரல் கொடுத்துக்கொண்டே வண்டியிலிருந்து குதித்தான் பால்பென்பீல்டு. "உன்னை மிரட்டறேன்னு சவால் விட்டான் டேவிட். பந்தயம் கூடக் கட்டினான். எனக்கு இப்போ ஒரு ரூபா லாபம்", என்று பலமாகச் சிரித்துக்கொண்டே கூறினான் பால்.

"நான் துப்பாக்கியோட எறங்கியிருக்கணும். அப்போ இந்தக் கருப்பன் டிரெஸ்ஸிலயே யூரின் போயிருப்பான்" எழுந்து தூசியைத் தட்டிக் கொண்டே முனகினான் டேவிட். "அதெல்லாம் இந்தக் கருப்பன்கிட்ட நடக்காது. அவன் ஏதோ வர்மக் கலையெல்லாம் தெரிஞ்சவனாம். துப்பாக்கியக் காட்டி மிரட்டியிருந்தா உன் கை, கால் எதையாச்சும் ஒடிச்சிருப்பான்" என்ற பென் பீல்டு, "சரி கோபத்தை விடு டேவிட். இந்தக் கருப்பன் என்னோட பிரண்டு, அதனால இனி உனக்கும் பிரண்டு", என்றான். குழம்பிப்போய் நின்ற வேலனிடம், "இவன் பேர் டேவிட். எனக்கு பிரெண்ட் மட்டும் இல்லை, என் பாதுகாப்பும் அவன்தான். குறிபார்த்துச் சுடுறதில பெரிய ஆளு", என்று அறிமுகப் படுத்தினான். வேலனும், டேவிட்டும் சிரித்துக்கொண்டே

கைகுலுக்கினர். “வலிமையான கைகள்”, என்று இருவருமே மனதிற்குள் சொல்லிக்கொண்டனர்.

“ஒரு சிப்பாய் பாதுகாப்புக்கு வர்ற அளவுக்குப் பெரிய ஆள் ஆயிட்டீங்க” என்றான் வேலன். “பாதுகாப்பு எனக்கில்லை வேலா, பணத்துக்கு”, என்றான் பால். குழப்பத்துடன் விழித்த வேலனிடம், “வண்டியில ஏறு வெவரமாச் சொல்றேன்”, என்றான். வேலன் வண்டியிலேறி அமர்ந்தான். டேவிட் வண்டியை ஓட்டத் தொடங்கினான். வண்டியிலிருந்த ஒரு மூட்டையைக் காட்டி, “இந்தப் பணப்பைக்குத்தான் பாதுகாப்பு எல்லாம்”, என்றன் பால். “ஓ, கட்டிட வேலைக்கு எடுத்துட்டுப் போறீங்களா?”, என்றான் வேலன்.

“இல்லை கடன்குடுக்க எடுத்துட்டுப்போறேன்”, என்றான் பால். சிறிது நாட்களுக்கு முன்பு வெறும் ஆயிரம் ரூபாய்களுக்காக பால்பென் பீல்டு, முதலியாரிடம் தலையைச் சொறிந்துகொண்டு நின்றது வேலனுக்கு நினைவு வந்தது. “கடன் குடுக்கிற அளவுக்குப் பணக்காரன் ஆயிட்டீங்களா?”, என்றான் வேலன்.

“நோ, நோ... இன்னும் அந்த அளவு வளரலை. ஆனால் சீக்கிரம் வளருவேன். சென்னைப் பட்டிணத்திலேயே, ஏன், ஐரோப்பிலேயே பெரிய பணக்காரனா ஆகிறனா இல்லையா பாரு” என்ற பால் தொடர்ந்து, “ஆனால் இந்தப் பணம் கோட்டையில இருக்கற மத்த அதிகாரிங்க பணம்”, என்றான்.

“யாருக்குக் கடனாக் குடுக்கப் போறீங்க?”, என்றான் வேலன்.

“ஆற்காட்டு நவாப், முகம்மது அலிகான் வாலாஜா பத்திக் கேள்விப்பட்டிருக்கியா?”, என்று பால் கேட்டான். யூசுப்கானின் மரணமும், குதிரையில் இருந்து கொண்டே தன் வாளைத் தூக்கி எறிந்து, யூசுப்கானின் தலையை வெட்டச்சொன்ன இளைஞன் முகம்மது அலியின் பயங்கரமான தோற்றமும் வேலனுக்கு நினைவிற்கு வந்தது. அனைத்தையும் மனதிற்குள் புதைத்துவிட்டு,

“ஓ தமிழ்நாட்டையே ஆளற நவாப்பை எப்படித் தெரியாமப்போகும்? ஆனா, அவரு ஏன் கம்பெனி அதிகாரிங்ககிட்ட கடன் வாங்கணும்”, என்றான் வேலன்.

“அவருக்கு வரவைவிடச், செலவு அதிகம். சிப்பாய்ங்களுக்குச் சம்பளம் குடுக்கப் பணம் இல்லையாம். அதோட, அவருக்கு கோட்டைக்குள்ளேயே பாதுகாப்பா ஒரு மாளிகை கட்டணுமாம்”, என்றான் பால். அதற்குள் ஒரு சிறிய மாளிகையை வந்தடைந்தது வண்டி. கீழே இறங்கிக்கொண்டே பால் கூறினான்,

“இதுவும் அவரு மாளிகைதான். நீ அவரை நேரில பார்க்கணும்னு ஆசைப்பட்டால், என் வேலைக்காரன் மாதிரி கூடவே வா”, என்றான். முகம்மது அலியை மீண்டும் பார்க்கும் ஆசையில் வேலன் உடனே ஒப்புக்கொண்டான். தன் சட்டையைக் கழற்றி வண்டியில் வைத்துவிட்டு, பணப்பையைச் சுமந்து கொண்டு பாலின் பின்னால் சென்றான். டேவிட் மிடுக்காகப் பாலின் கூடவே சென்றான். முன்பு குதிரையில் பார்த்த மிடுக்கான முகம்மது அலி, ஆடம்பரமான ஆடைகளுடன் ஆடம்பரமான அறையில் ஆடம்பரமான இருக்கையில் அமர்ந்திருந்தார். ஆனால் அவரிடம் பழைய மிடுக்கு இல்லை. உடல் தளர்ந்து வயதானவர் போல் இருந்ததார்.

“வா, பென் ஃபீல்ட், கோட்டைக்குள்ள எனக்கு மாளிகை கட்ட எடம் பார்த்திட்டியா”, என்றார். “கோட்டைக்குள்ள நீங்க கேட்கற அளவுக்கு எடம் இல்லை ஹைனஸ். வேணும்னா, சேப்பாக்கத்தில கட்டலாம்”, என்றான் பால். “யாராச்சும் படைஎடுத்துவந்தா எனக்குப் பாதுகாப்பு?”, என்றார் நவாப். “அந்த நேரத்துக்கு மட்டும் கோட்டைக்குள்ள போயிடலாம் யுவர் ஹைனஸ்”, என்றான் பால்.

“சரி யோசிச்சு சொல்றேன்”, என்றவர், பென்பீல்டு நீட்டிய பத்திரத்தில் கையெழுத்துப்போட்டார். பென்பீல்டு வேலனைப் பார்த்துத் தலை அசைத்தான். வேலன் பணப்பையை நவாப்பிடம் கொடுத்தான். நவாப் வேலனை ஏறெடுத்துக் கூடப் பார்க்காமல் பையை வாங்கிக் கொண்டார்.

“எண்ணிப் பார்த்துக்குங்க”, என்றான் பென்பீல்டு.

“உன்னைத் தெரியாதா பென்பீல்டு. நீ யாரையும் ஏமாத்தவும் மாட்டே, ஏமாறவும் மாட்டே”, என்ற நவாப் தொடர்ந்து, “சரியா நான் கேட்ட இரண்டு லட்சம் ரூபாதான் வச்சிருப்பே. வேறஎன்ன ஹீரா பிஜ்லிலையையா வச்சிருக்கப்போறே?”, என்றார். வேலனுக்குத் தூக்கிவாரிப்போட்டது.

வெளியே நடந்து வரும் போது பாலிடம் வேலன் கேட்டான்,

“இரண்டு லட்சத்திற்கு வட்டி எவ்வளவு?”

“அதெல்லாம் ஒண்ணுமில்லை. நட்புக்காக நவாபுக்கு வட்டியில்லாக் கடன். பணத்தைத் திருப்பிக்கொடுக்கற வரைக்கும் அஞ்சு கிராமத்து வரிவசூல் உரிமையை மட்டும் எழுதிக்குடுத்திருக்காரு”, என்றான் பால். “வரிவசூல் எவ்வளவு வரும்?”, என்றான் வேலன் விடாமல்.

"அஞ்சு கிராமத்துக்கும் சேர்த்து வருசத்துக்கு அம்பதாயிரம் ரூபா தேறும்", என்றான் பால். "ஓ, அது இருபத்தஞ்சு விழுக்காடு வட்டி", என்று வாயைப் பிளந்தான் வேலன்.

இருவரும் வண்டிக்குள் அமர்ந்தவுடன் வேலன் கேட்டான், "மிஸ்டர் பால், அது என்ன ஹீரா பிஜ்லி?"

"அது ஏதோ, பெரிய வைரமாம். டில்லியில யார்கிட்டயோ இருக்காம். அதுமட்டும் கெடைச்சா தமிழ் நாட்டையே எழுதித் தர்றதா நவாப் சொல்றாரு", என்றான் பால்.

21

முத்தம்மாவைச் சந்திக்க வேண்டியது கட்டாயமானதால், இப்பொழுது வேலன் ஒவ்வொரு சனிக்கிழமையும் இவசமாகச் சில உணவுப்பொருட்களைத் தன் சிறிய தட்டுவண்டியில் ஏற்றிக்கொண்டு தேவாலயத்திற்குச் செல்லத் தொடங்கினான். ஒரு சனிக்கிழமை அதுபோல், கோட்டையில் தன் வேலைகளை முடித்துவிட்டு, மாலை தேவாலயம் நோக்கி வண்டியைத் திருப்பினான். முத்தம்மா அவனுக்காகக் காத்திருந்து உணவுப்பொருட்களைப் பெற்றுக் கொண்டாள். முத்தம்மா எளிய உடையில் இருந்தாலும் அழகாக அலங்கரித்துக் கொண்டிருப்பதை வேலன் கவனித்தான். வேலன் தன்னை உற்றுக் கவனிப்பதையும், அதன் காரணத்தையும் புரிந்துகொண்டாலும் முத்தம்மா, தன் மகிழ்ச்சியை மறைத்துக்கொண்டு, "என்ன நான் பூ வச்சிருக்கிறதைப்பார்த்து அப்பிடி மொறைக்கிறே, நீயும் தான் இப்பவெல்லாம் வெள்ளையும்,சள்ளையுமா வேட்டி சட்டை போட்டுக்கிட்டு வர்றே",என்றாள்.

"பார்க்கிறவங்க, நாம காதலிக்கறதா நெனச்சிடப்போறாங்க", என்றான் வேலன்.

"அதுதான் நமக்கு வேணும். நம்மோட உண்மையான நோக்கம் தெரியாம இருக்கணும்", என்றாள் முத்தம்மா. எளிமையான உடையில் சிலைபோன்ற அவள் உடற்கட்டு மேலும் அழகாகத் தெரிந்தது.

"ஒருவேளை உண்மையாவே நமக்குள்ள காதல் வந்திடுச்சின்னா", என்றான் வேலன்.

"காதல் வந்தா காதலிப்போம். நாம போற பாதையில மரணம் எல்லா நேரமும் எட்டிப் பார்த்துக்கிட்டே இருக்கும். அதுவரை

சந்தோஷமாத்தான் வாழ்ந்துட்டுப்போவோமே", என்றாள் முத்தம்மா அலட்சியமாக.

"இவள் அனைத்தையும் முன்கூட்டியே சிந்தித்து வைத்திருக்கிறாள்", என்று தனக்குள் சொல்லிக்கொண்டே வேலன், புறப்படத் தயாரானான். முத்தம்மா தன் உடலுக்குள் மறைத்துவத்திருந்த சில காகிதங்களை வேலனிடம் கொடுத்தாள்.

"இதை நான் படிச்சுப் பார்க்கலாமா?" என்றான் வேலன்.

"இங்கே இல்லைன்னாலும், வழியில எங்கேயாச்சும் படிக்கத்தான போறே" என்றாள் முத்தம்மா சிரித்துக்கொண்டே. வேலன் கடிதங்கள் அனைத்தையும் விரைவாகப்படித்து முடித்துவிட்டு அவற்றைத் தன் தலைப்பாகைக்குள் மறைத்து வைத்துக்கொண்டான். "வேலா, எனக்கு ஒரு சந்தேகம். பிரெஞ்சுக்காரங்க உதவியோட தமிழ்நாட்டைப் பிடிக்க ஹைதர் அலி முயற்சி பண்றாரு. இதில நம்ம தமிழ்மக்களுக்கு என்ன லாபம்?" என்றாள் முத்தம்மா.

"ஆற்காட்டு நவாப் பேரைச் சொல்லி, தமிழ்நாட்டையே விழுங்கப் பார்க்குது, இங்கிலீஷ் கம்பெனி. அதை ஹைதர் அலி தடுத்து நிறுத்துவார்", என்றான் வேலன்.

"அப்புறம் ஹைதர் அலியோ, அவரு பேரைச்சொல்லி பிரெஞ்சுக் காரங்களோ தமிழ் நாட்டைப் பிடிச்சுக்கப் போறாங்க, அதனால தமிழ் மக்களுக்கு என்ன லாபம்?", என்று மீண்டும் கேட்டாள் முத்தம்மா.

"ஆற்காட்டு நவாப் நிர்வாகத்தை விட மைசூர் நிர்வாகம் சிறப்பா இருக்கறதாச் சொல்றாங்க", என்றான் வேலன்.

"ஆனால் கடைசியில பிரெஞ்சு நிர்வாகம் தான் வரப்போகுது. நம்ம ஆளுங்களுக்குள்ள குட்டையக் குழப்பி, அதில மொதல்ல மீன்பிடிக்க ஆரம்பிச்சதே பாண்டிச்சேரி கவர்னர் டூப்ளேதான். அவங்கிட்ட இருந்துதான் இங்கிலீஷ்காரங்களே இந்தத் தந்திரத்தைக் கத்துக்கிட்டதா என் அப்பா சொல்லியிருக்காரு", என்றாள் முத்தம்மா.

"இருக்கட்டுமே, ரொம்ப வருசமா பிரெஞ்சுக்காரனும், இங்கிலீஷ் காரனும் எதிரி. எதிரிக்கு எதிரி என் நண்பன். அதனால தான் பூலித்தேவர் பிரெஞ்சுக்காரங்களோட கூட்டுச் சேர்ந்தார். பின்னால ஹைதர்அலி கூடக் கூட்டு சேர்ந்தார். வியூகம் சரியாத்தான் இருக்கு", என்றான் வேலன்.

“ஆனால் எனக்கு என்னமோ, மண் குதிரையை நம்பி ஆத்துக்குள்ள இறங்கற மாதிரிதான் தெரியுது”, என்றாள் முத்தம்மா.

“நீ எதையோ மனசில வச்சுக்கிட்டுப் பேசறே, என்ன அது”, என்றான் வேலன்.

“எனக்கு அப்போ அஞ்சாறு வயசிருக்கும். புதுச்சேரிக்குப் பக்கத்திலதான் எங்க கிராமம். திடீர்னு இங்கிலீஷ்காரங்க புதுச்சேரியைப் புடிக்க வந்தாங்க. ரெண்டு வெள்ளைக்காரங்களும் மாறி, மாறிக் குண்டு வீசுவாங்க, நடுவில கிராமத்துச் சனங்க தான் அதிகம் சாவாங்க. அது மட்டும் இல்லை. ராத்திரியில கோட்டைக் குள்ள இருந்து பிரெஞ்சுப் படையோட இந்தியச் சிப்பாய்ங்க திடீர்னு வெளியே வந்து இங்கிலீசுப் படைங்களைத் தாக்கும். எல்லாம் பேருக்குத்தான். உண்மையில அவங்க கிராமத்து சனங்களைத்தான் தாக்கிக் கொடுமைப் படுத்துவாங்க, கொள்ளையடிப்பாங்க. என் அம்மாவைத் தூக்கிட்டுப் போகப் பார்த்தானுங்க. எதிர்த்துப் போராடின கிராமத்துச் சனங்களைக் கொன்னுட்டாங்க. அதனால தான் சொல்றேன், வெள்ளைக்காரங்க எல்லாம் ஒரே மாதிரிதான். தமிழன்னா அவங்களுக்கு ஆடுமாடு கோழிமாதிரி” என்று சொல்லிவிட்டு அமைதியானாள் முத்தம்மா. முத்தம்மாவைச் சமாதானப் படுத்துவதற்காக, தான் அனாதையான கதையை விவரித்தான் வேலன். பிறகு அவளிடம்,

“இறந்த காலத்தை நினைச்சு எதிர்காலத்தைப் பாழாக்கிக்க வேண்டாம். இன்னைக்கு இங்கிலீஷ்காரங்களும், பிரெஞ்சுக்காரங் களும், உலகம் முழுக்க மோதிக்கிட்டு இருக்காங்க. அதனாலதான் ஹைதர் அலி அவங்ககூடக் கூட்டுச் சேர்ந்திருக்காரு”, என்றான்.

“சேரட்டும், தாராளமா சேரட்டும். ஆனால் பிரிட்டிஷ் சாம்ராஜ்யத்தை அவங்களால அசைக்கக்கூடமுடியாது”, என்று ஒரு குரல் கேட்டது. வேலனும், முத்தம்மாவும் திடுக்கிட்டுத்திரும்பினர். பால் பென் பீல்டு அவர்களை நோக்கி வந்து கொண்டிருந்தான். எவ்வளவு நேரம் தாங்கள் பேசியதைக் கேட்டுக்கொண்டு இருந்திருப்பான்? ஒரு வேளை தாங்கள் இருவருமே உளவாளிகளுக்கு உதவுவதைக் கண்டுபிடித் திருப்பானா? என்று இருவர் மனதிலும் கேள்விகள் எழுந்தன. வேலனின் கை மெல்ல, தன் இடுப்பில் மறைத்து வைத்திருந்த குறுவாளை நோக்கிச் சென்றது. அப்பொழுதுதான் முத்தம்மாவும் தன் இடுப்பை நோக்கிக் கையை மெல்ல நகர்த்துவதைப் பார்த்தான். ஆனால் சற்று தூரத்தில்

இரண்டு குதிரைகளுக்கு நடுவே இடுப்பில் துப்பாக்கியுடன் டேவிட் நிற்பதைக் கவனித்ததால் இருவர் கைகளும் அப்படியே உறைந்தன. இவர்களின் அதிர்ச்சியைக் கண்டு கொள்ளாமல் பால் லேசான தள்ளாட்டத்துடன் அருகில் வந்தான். அவன் குடித்திருக்கிறான் என்பதை இருவரும் புரிந்து கொண்டு தங்கள் முகத்தில் புன்சிரிப்பை நெளியவிட்டனர். பென்பீல்டு உற்சாகமான குரலில் தொடர்ந்தான்,

“ஹேய், முத்தம்மாதானே உன் பேரு? ஆமா, அமெரிக்காவில, ஆப்பிரிக்காவில, ஐரோப்பாவிலன்னு எல்லா எடத்திலயும் பிரெஞ் சுக்காரங்க ஏழெட்டுவருசமா எங்க கூட மோதித் தோத்துக் கிட்டுத்தான் இருக்கானுங்க. ஹைதர் அலியால மட்டும் என்ன செய்ய முடியும்”, சொல்லிவிட்டுத் தன் தடுமாற்றத்தைச் சமாளிக்க, வேலனின் தோள்மீது கையைப்போட்டுக் கொண்டான் பால்.

“ஹைதரலிக்கிட்ட ஒருலட்சம் சிப்பாய்ங்க இருக்கலாம், ஆனால் அவங்க கையில வெறும் கத்தியும், ஈட்டியும் தான் இருக்கு. எங்க சிப்பாயிங்க வெறும் ஆயிரம் பேர் துப்பாக்கியோட வந்தா போதும், ஹைதர் அலியை ஓடஓட வெரட்டிருவோம்”, என்றவன் தொடர்ந்து, “உங்களுக்கு இன்னொரு விஷயம் தெரியுமா? கர்நாடகம் மொத்தமும் ஆற்காட்டு நவாபுக்குத் தான்னு டில்லி பாதுஷா, ஃபிர்மான் எழுதிக் குடுத்திருக்கார். அதுக்காகத் தான் அவருக்குக் கம்பெனி வருஷத்துக்கு இருபத்தி ஆறு லட்சம் ரூபா தருது”. என்று முடித்தான்.

“வங்காளம், பீகார், ஒரிசாவெல்லாம் வரி வசூலிக்கிற உரிமையை எழுதிக் குடுக்கத்தானே, கம்பெனி பாதுஷாவுக்கு இருபத்தி ஆறு லட்சம் குடுத்தது”, என்றான் வேலன்.

“சபாஷ் வேலா. இவ்வளவு அரசியல் தெரிஞ்சு வச்சிருக்கியே. நீ சொல்றதெல்லாம் சரிதான். அதோட இலவசமாவே, கர்நாடகத்தையும் ஆற்காட்டு நவாபுக்கு எழுதிக் குடுத்துட்டாரு ஷா ஆலம்”.

“கர்நாடகத்தை எழுதிக் குடுக்க தில்லிக்கு என்ன உரிமை இருக்கு. கடைத் தேங்காய எடுத்து வழிப் பிள்ளையாருக்கு ஒடைச்ச மாதிரி”, என்றாள் முத்தம்மா.

அதைக் கண்டுகொள்ளமல் பால் தொடர்ந்தான், “இன்னொரு விஷயம் தெரியுமா? உங்க ஹைதராபாத் நிசாம்கிட்ட உருப்படியா ராணுவமே கிடையாது, ஆனால் அவருக்கு மைசூரைப் பிடிக்க ஆசை. எங்க கம்பெனிப் படையைக் கடனா வாங்கிக்கிட்டு,

மராத்திக்காரங்ககூடக் கூட்டு சேர்ந்துட்டு போருக்குப் போறார்", என்றான். "ஆனால் மராத்திக்காரங்களுக்கு முப்பதுலட்சம் ரூபா லஞ்சம் கொடுத்து, அந்தக் கூட்டணியை ஹைதரலி முறியடிச்சிட்டாரே", என்றாள் முத்தம்மா. சொல்லிவிட்டு நாக்கைக் கடித்துக் கொண்டாள்.

"ஒரு வேலைக்காரிக்கு இவ்வளவு வெவரம் தெரியுதே", என்று முணுமுணுத்தான் பால். "அது ஒலகத்துக்கே தெரிஞ்ச விஷயம் தானே தொரை", என்று சமாளித்தாள் முத்தம்மா. "ஆனால் ஹைதர் அலிக்கு மராத்திக்காரங்களைப் பத்தி சரியாத் தெரியல. அவங்கள்ல ஒரு கூட்டம் பணத்தை வாங்கிட்டுப் போயிடுச்சு. ஆனால் ஜெனரல் முராரிராவ் தலைமையில இன்னொரு மராத்திப்படை மைசூரைப் பிடிக்கப் போயிக்கிட்டு இருக்கு. தனியா இல்லை, ஹைதராபாத் நிசாம், ஆற்காட்டு நவாப் எல்லாம் கூடப் போறாங்க. கம்பெனிப்படை ஒண்ணு வடக்கே பாம்பேயில இருந்து வருது, மெட்ராசில இருந்தும் ஒண்ணு போகுது. இதெல்லாம் தெரியாம ஹைதரலி மலபாருக்குப் படையெடுத்துப் போயிருக்கான்", என்று சொல்லிவிட்டுக் கலகல வென்று சிரித்தான் பால். மீண்டும் தொடர்ந்தான், "இந்தத் தடவை ஹைதர் அலி தப்பிக்கவே முடியாது. நீங்க வேணாப் பாருங்க, நம்பவே முடியாத செய்தி ஒண்ணு சீக்கிரம் சென்னைக்கு வரும்", என்றான். முத்தம்மாவும், வேலனும் சிரமப்பட்டுத் தங்கள் கலவர உணர்வு முகத்தில் பரவிவிடாமல் மறைத்தனர்.

"நேரமாச்சு பாஸ்", என்று தூரத்திலிருந்தே கத்தினான் டேவிட்.

"சரி வேலா, நானும், டேவிட்டும் கருப்பு டவுனுக்குப் போறோம். மல்லிகா வீடு தெரியுமா உனக்கு? சதிரும் ஆடுவா, எங்க நாட்டு டான்சும் ஆடுவா", என்று தொடங்கிய பால் நினைவு வந்தவனாக "அடடா... முத்தம்மாவை வச்சுக்கிட்டு இதெல்லாம் சொல்லிட்டனே சாரி, ஐயாம் வெரி சாரி, நான் வர்றேன்", என்று கூறிவிட்டுத் தள்ளாடியபடியே டேவிட்டை நோக்கிச் சென்றான். இருவரும் குதிரையில் ஏறி மறைந்தனர். அவர்கள் இருவரும் குதிரைகளில் சென்றதும், முத்தம்மா பரபரப்பாக,

"வேலா, கோட்டைக்கு வெளியே மைசூர் ஆளுங்க உன்னை வந்து பார்ப்பாங்க. கடிதத்தை கொடுக்கறப்பவே இப்போ பென் பீல்டு உளறினதையும் அவங்களுக்கு மறக்காமச் சொல்லிடணும்" என்றாள்.

“இவன் உளர்னதுல எத்தனை உண்மையாயிருக்கும்னு தெரியல. ஆனாலும் மொத்தத்தையும் சொல்லிடுறேன். சரி வர்றவங்களை எப்படி அடையாளம் கண்டு பிடிக்கிறது?” என்றான் வேலன்.

“நீ சிரமப்பட வேண்டாம். அவன் உன்னைக் கண்டு பிடிச்சிக்குவான்”, என்று சொல்லிவிட்டுத் தேவாலயத்தை நோக்கி நடந்து உள்ளே சென்றாள் முத்தம்மா. வேலன் தன் ஒற்றை மாட்டு வண்டியிலேறிக்கொண்டு கோட்டையை விட்டு வெளியே வந்தான். வெளியே நன்றாக இருட்டத் தொடங்கியிருந்தது. மைசூர் ஆட்கள் தன்னைச் சந்திக்க வேண்டும் என்பதற்காக வண்டியை மெதுவாகவே ஓட்டிச் சென்றான். ஆனால் கிடங்கிற்கு வந்து சேரும்வரை யாரும் வந்து சந்திக்கவில்லை. காவலாளி கிடங்குக் கதவைத் திறந்துவிட்டான். உள்ளே வேலைக்காரனிடம் வண்டியை ஒப்படைத்து விட்டு அலுவலக அறையை நோக்கிச் சென்றான் வேலன். வாசலிலே இருந்த அகல் விளக்கை ஏற்றிய பொழுதுதான், சுவற்றில் சாய்ந்து, கால்களைத் தரையில் நீட்டி அமர்ந்திருந்த சாமியார் உடையிலிருந்த உருவம் வேலனின் கண்ணில்பட்டது. வேலன் அதட்டுவதற்குள் அந்த உருவம் தன் உதட்டில் கையை வைத்து, ‘சத்தம் செய்ய வேண்டாம்’ என்று சைகை காட்டியது. பிறகு மெல்லிய குரலில்,

”வேலன் ஐயா, முத்தம்மாவோட செய்திக்காக வந்திருக்கிற மைசூர் ஆளு நான்” என்றது.

“காவலாளிக்குத் தெரியாம எப்படி உள்ள வந்தாய்?”, என்றான் வேலன் வியப்போடு. “காவலாளி அனுமதியோடதாய்யா வந்தேன். நான் எப்போ வந்தாலும் அவன் அனுமதிப்பான். அவனும் எங்க ஆதரவாளன் தான். என்னை அனுமதிக்கச் சொல்லி அவனுக்கு உத்தரவும் போட்டிருக்கு”, என்றான் சாமியார்.

“உத்தரவு யார் போட்டது?” என்றான் வேலன்.

“உங்க மொதலாளி சுந்தரலிங்கமொதலியார் தான்”, என்றவன், “நேரம் ஆகுதுங்கய்யா, முத்தம்மா குடுத்து அனுப்பிச்ச கடிதங்களை யெல்லாம் குடுங்க”, என்றான். வேலன் தன் தலைப்பாகையிலிருந்து, கடிதங்களை எடுத்துச் சாமியாரிடம் கொடுத்தான். அவற்றைத் தன் தலைப்பாவிற்குள் மறைத்துக்கொண்ட சாமியார், “அப்போ பொறப்படுறேன் ஐயா”, என்றான்.

“இரு, இரு, உன்கிட்ட ஒரு முக்கியமான விஷயம் சொல்லணும்”, என்று சாமியாரை நிறுத்திய வேலன், பென்பீல்டு

மூலம் கிடைத்த தவல்களைச் சொல்லிவிட்டு, "நாளைக்கே ஹைதர் அலியைப் பத்தி நம்ப முடியாத தகவல் சென்னைக்கு வரும்னுவேற சொல்றான்", என்றான் வேலன்.

"நிச்சயம் நாளைக்குக் காலையிலே, சுல்த்தானைப்பத்தி, வெள்ளைக் காரங்களே நம்பமுடியாத ஒரு தகவல் மெட்ராசுக்கு வரும் ஐயா", என்று சொல்லி விட்டு வெளியேறினான் சாமியார்.

23

சாமியார் கூறியது போலவே மறுநாள் காலை, ஹைதரலியைப் பற்றிய புதிய செய்தியைக் கேட்டது மெட்ராஸ். ஹைதர் அலி பெரும் குதிரைப்படையுடன் மின்னல் வேகத்தில் சென்னையைப் பிடிக்க வந்து கொண்டிருக்கிறார் என்ற செய்திதான் அது. மூன்று நாட்கள் முன்புதான் ஈரோட்டில் கம்பெனிப்படைகளோடு மோதி விட்டு, பெங்களூரைக் காப்பாற்றுவதற்காக மேற்கு நோக்கிச் சென்ற ஹைதர் அலி, திடீரென்று எப்படி சென்னைப் பட்டினத்தைப் பிடிக்க வந்தார் என்று கம்பெனி அதிகாரிகள் தலையைப் பிய்த்துக் கொண்டனர். கோட்டைக்குள் ஆயிரம் சிப்பாய்கள் கூட இல்லை. அனைத்துப்படைகளும் ஹைதர் அலியைத் துரத்திக்கொண்டு பெங்களூர் சென்றிருந்தன. சாதாரண ஆங்கிலேயக் குடிமக்கள் அனைவரும் மூட்டை முடிச்சுகளுடன் ஓடிக் கப்பல்களில் ஏறினர். "பெங்களூரில் ஹைதர் அலி கொல்லப்படுவாரா, கைது செய்யப் படுவாரா, சரணடைவாரா", என்று பந்தயம் கட்டிக்கொண்டிருந்த ஆங்கில ராணுவ அதிகாரிகள் செய்வதறியாது திகைத்து நின்றனர்.

வேலனும், சுந்தரலிங்க முதலியாரும் சிறிய மாட்டு வண்டியிலேறி, திருவேங்கடம் பிள்ளையின் வீட்டிற்கு வந்தனர். அங்கே வேறுசில வணிகர்களும் கூடி இருந்தனர். நடுநாயகமாக நின்ற பக்கீர் ஒருவன் உற்சாகமாகப் போரை விளக்கிக் கொண்டிருந்தான்.

"பெங்களூருக்கு சுல்தான் ஹைதர் அலி போவாருன்னு கணக்குப் போட்டு இங்கிலீஷ் கம்பெனி, நிசாம், மராத்தா எல்லோரும் படையை அங்கே கொண்டு போய்க் குவிச்சாங்க. ஆனால், அவ்வளவு பெரிய படையை முறியடிக்க முடியாதுன்னு கணக்குப்போட்ட சுல்தான், திப்பு தலைமையில கொஞ்சப் படைகளை மட்டும் பெங்களூருக்கு அனுப்பிட்டு, தான் பெரிய படையோட, மூணுநாள் ஓய்வே எடுக்காம நகர்ந்து, சென்னைப்

பட்டணத்துக்கு வந்துட்டாரு! ஏன் தெரியுமா?", சொல்லி நிறுத்தி விட்டுத் தொடந்தான் பக்கீர், "ஏன்னா, சென்னைக் கோட்டையில படையே இல்லை". கூட்டத்திலிருந்து ஒரு குரல் கேட்டது, "கம்பெனிப் படை இல்லைன்னா என்ன? மொத்த கர்நாடகத்துக்கும், தில்லி பாதுஷாக்கிட்ட இருந்து ஆட்சி உரிமை வாங்கின ஆற்காட்டு நவாப், சேப்பக்கத்திலதானே இருக்காரு". கூட்டத்தில் கொல்லென்று சிரிப்புப்பரவியது.

"தப்பிக்கிற விஷயத்தில மட்டும், ஆற்காட்டு நவாபை மிஞ்ச ஆள் கிடையாது. எப்படியோ, ராத்திரியோட ராத்திரியாக் காணாமப் போயிட்டாரு. அவரு எங்கே இருக்காருன்னு கம்பெனி ஆளுங்களுக்குக்கூடத் தெரியாது. ஆனால் ஒரு கடிதம் எழுதி வச்சிட்டுப் போயிருக்காரு", என்றான் பக்கிரி.

"என்ன எழுதியிருக்காரு ஆற்காட்டு நவாப்", என்றன குரல்கள்.

"என் உயிருக்கு ஏதாவது ஆபத்து நேர்ந்தா, அதுக்கு இங்கிலீஷ் கம்பெனிதான் கடவுளுக்குப் பதில் சொல்லணும்னு எழுதியிருக்கார்", என்றான் பக்கிரி. மீண்டும் சிரிப்பலை பரவியது.

"இந்தத் துரோகக் கதைக்கு முடிவே கெடையாதா?", என்று ஆரம்பித்தார் திருவேங்கடம் பிள்ளை, " ஒரு காலத்தில, பூலித்தேவர் கம்பெனியை வெரட்டிருவாருன்னு நெனச்சோம். கட்டபொம்மன், யூசுப்கான் கூட்டுத் தலைமையில கிழக்குப் பாளயக்காரன்லாம் ஒண்ணாச் சேர்ந்து பூலித்தேவருக்கு எதிரா நின்னானுங்க". .

"வங்காளத்தில கூட இப்படித்தான் நடந்துச்சு", வேலன் பேசினான், "சிராஜ் உத் தெளலா கம்பெனியை எதிர்த்துச் சண்டை போடறப்போ, வடக்கேயிருந்து அப்தாலி, மேற்கே இருந்து வழக்கம்போல மராட்டி, தெற்கேயிருந்து சுஜா உத்தெளலா, எல்லாம் ஒரே சமயத்தில, சிராஜ் உத்தெளலாவை எதிர்த்துச் சண்டைக்கு வந்தாங்க", என்றான் வேலன்.

"இது எதுவுமே தற்செயலா நடந்தது இல்லை. கம்பெனிக்காரன் பஞ்சாங்கம் பார்த்துச் சண்டைக்குப் போறதில்ல, கணக்குப்போட்டுக் காயை நகர்த்திட்டுத்தான் சண்டைக்குப்போவான்" என்றார் சுந்தர லிங்கம். அவற்றைக் கவனமாகக் கேட்டுக்கொண்டிருந்த பக்கீர் தன் பேச்சைத் தொடர்ந்தான்,

"எதிரிங்க எப்படிக் காய் நகர்த்துவாங்கன்னு சுல்தான் சரியாத் தான் கணக்குப்போட்டாரு. ஆனா, அவரு சொந்தப்படையே

அவரை ஏமாத்திடுச்சு. இல்லைன்னா, எதிரிங்களை எப்பவோ ஓட,ஓட வெரட்டியடிச்சிருப்பாரு", என்றான் பக்கிரி.

"அவருக்கு யார் துரோகம் பண்ணினாங்க", என்றது ஒருகுரல்.

"ஹைதர் அலி, நெறையச் சம்பளம் குடுத்து, முழுக்க, முழுக்க ஐரோப்பியர்களை வச்சு ஒரு குதிரைப்படையும், ஒரு கப்பல்படையும் கட்டியிருந்தாரு. ஆனால் ரெண்டு படைகளுமே, போர் தொடங்கினவுடனே கூண்டோட இங்கிலீஷ்காரங்க பக்கம் சேர்ந்துட்டாங்க", என்றான் பக்கிரி.

"ஹைதர் அலி, சென்னைப்பட்டினத்தைச் சூறையாடப்போறாரா?" என்று கவலையுடன் கேட்டது இன்னொரு குரல்.

"பயப்படவேண்டாம், சுல்தான் பட்டணத்துக்குள்ளேயே வரப் போறதில்லை. இங்கிலீஷ் கம்பெனி கூடப் போர்நிறுத்த ஒப்பந்தம் போடப்போறாரு" என்றார் பக்கிரி.

"என்னென்ன கண்டிஷன் போடப்போறாரு?", என்றான் வேலன்.

"நீ மைசூர் ராஜ்யத்தை விட்டுப் படையை விலக்கு, சென்னைப் பட்டணத்தை நான் விட்டுட்டுப் போறேங்கறதுதான் உருப்படியான கண்டிஷன். மத்ததெல்லாம் சும்மாதான்", என்றான் பக்கீர்.

"வேற என்னென்ன கண்டிஷன்", என்று விடாமல் கேட்டான் வேலன்.

"எனக்குத் தெரிஞ்சவரைக்கும் சொல்றேன்", என்று ஆரம்பித்தான் பக்கீர், "மைசூர் அரசும், இங்கிலீஷ் கம்பெனியும் ஆபத்து நேரத்தில ஒருத்தருக்கு ஒருத்தர் உதவிசெய்யணும், மைசூருக்குத் தேவையான வெடிமருந்தை இங்கிலீஷ்காரங்க வரவழைச்சுத் தரணும்".

"ஓ, இந்த வெடிமருந்து தயாரிக்க மட்டும் நமக்குத் தெரிஞ்சா, இவனுங்களை ஓட ஓட வெரட்டலாமே", என்று முனகினான் வேலன்.

"இந்தக் கண்டிஷனுக்கெல்லாம், கம்பெனி சம்மதிக்குமா?",என்றார் திருவேங்கடம். "நிச்சயமா மொதல் கண்டிசனை ஏத்துக்குவாங்க. இங்கிலீஷ் படைகளை மைசூரில இருந்து இப்போ வெலக்கிக்கிட்டு மெட்ராசைக் காப்பாத்திக்குவாங்க. மத்த வாக்குறுதியெல்லாம் தண்ணியில எழுதின மாதிரிதான்", என்றார் சுந்தரலிங்க முதலியார்.

அப்படித்தான் நடந்தது.ஹைதரின் படைகள் சென்னை நகரத்திற்குள் நுழையாமல் போனதால் சென்னை நகர மக்கள் நிம்மதிப் பெருமூச்சு விட்டனர். வணிகர்களின் பிரச்சினை தீர்ந்தாலும், வேறு சிலருக்குப் பிரச்சினைகள் தொடங்கின. கோட்டைக்குள்ளிருந்த மைசூர் ஒற்றன் பிடிபட்டு விட்டான். தேவாலயத்தில் யாரோடோ அவனுக்குத் தொடர்பு இருக்கிறது என்பதையும் கண்டுபிடித்துவிட்டனர்.

ஒரு நாள் வேலனது வண்டிகள் கோட்டையிலிருந்து வெளியேறும்பொழுது, ஆண் உடையில் வந்து வண்டியில் ஏறிக் கிடங்கிற்கு வந்துவிட்டாள் முத்தம்மா. வேலன் அவளை மறுநாள் அலுவலகத்திற்கு அழைத்துச் சென்றான். அங்கே சுந்தரலிங்க முதலியாரும், திருவேங்கடம் பிள்ளையும் காத்துக்கொண்டிருந்தன. அவர்கள் கேட்காமலேயே முத்தம்மா பேசத் தொடங்கினாள்.

“இரண்டு நாட்களாகவே மைசூர் ஒற்றன் ஒருவன் பிடிபட்டு விட்டதாக சர்ச்சில் பேச்சு அடிபட்டது. ஒருநாள் சில சிப்பாய்கள் சர்ச்சை நோக்கிவந்தனர். நான் ஓசையில்லாமல் ஆண் உடைக்கு மாறி, சர்ச்சிலிருந்து வெளியேறி விட்டேன்”, என்றாள் படபடப்புடன்.

“ஏன் இங்கிலீஷ்ல பேசுறே?”, என்றான் வேலன்.

“சர்ச்சில, ஆங்கிலோ இந்தியன்னு சொல்லித்தான் வேலைக்குச் சேர்ந்தேன். பாதர்கிட்ட இங்கிலீஷ்லதான் பேசுவேன். அதே ஞாபகத்தில இங்கேயும் பேசிட்டேன்”, என்றாள் முத்தம்மா.

“உன்னை அங்கே வேலைக்கு அனுப்புனது திருவேங்கடம் பிள்ளைதான்னு, யாருக்கும் தெரியுமா?, என்று கேட்டார் சுந்தரலிங்கம்.

“நான் யாரு பேரையும் சொல்லலை. ஆங்கிலோ இந்தியப் பொண்ணுன்னு சொல்லித்தான் சேர்ந்திருக்கேன்”, என்றாள்.

“நல்லதாப் போச்சு, உடனே உன்னை, ஏதாவது தூரத்து ஊருக்கு அனுப்பிட வேண்டியதுதான்”, என்றார் சுந்தரலிங்கம்.

“அவளை மட்டும் இல்லை கொஞ்ச, நாளைக்கு, வேலனையும் கூட வெளியூருக்கு அனுப்பிடலாம்” என்றார் மணிவாசகம்.

“காரணமில்லாம நான் தலைமறைவு ஆனா, என் மேல சந்தேகம் வரும்”, என்றான் வேலன்.

“காரணத்துக்கா பஞ்சம்? வெடியுப்புக் கேட்டுத் திரும்பவும் டேனிஷ்காரன் பிலிப் வந்திருக்கான். அவங்க கப்பல்ல கல்கத்தா

போயிடு. இதைவிட என்ன காரணம் வேணும்?'' என்றார் சுந்தரம். அடுத்து பேச்சு முத்தம்மாவைப் பற்றித் திரும்பியது.

“நீ தலைமறைவான விஷயம் இந்நேரம் சர்ச்சில தெரிஞ்சிருக்கும், உன்னைத் தேட ஆரம்பிச்சிருப்பாங்க'', என்றான் வேலன்.

“அப்படிச் சொல்ல முடியாது, எனக்கு ஒடம்பு சரியில்லை, லீவு வேணும்னு ரெண்டு நாளாவே பாதர்கிட்ட சொல்லி வச்சிருந்தேன்'' என்றாள் முத்தம்மா.

“சரி இந்த விஷயம் எல்லாம் ஆறிப்போற வரைக்கும் முத்தம்மாவை எங்கே அனுப்பலாம்?'', என்றார் திருவேங்கடம்.

“நானும் கல்கத்தா போறேம்பா'', என்றாள் முத்தம்மா. அனைவரும் வியப்போடு பார்த்தனர். முத்தம்மா தொடர்ந்தாள். “எனக்கும் இந்தி இங்கிலீசு, எல்லாம் தெரியும். ஆனாலும் வெளியே போனதில்லை. அதிகமா பெங்களூர் வரைக்கும்தான் போயிருக்கேன். இந்துஸ்தானத்தைப் புரிஞ்சுக்க இது ஒரு அருமையான வாய்ப்பு'', என்றாள்.

“முத்தம்மாவை அவ போக்கில விடறதுதான் நல்லது'', என்ற திருவேங்கடம், “கப்பல்ல வேலைக்குச் சேரப்போறியா?'' என்றார்.

“இல்லை ஐயா, வேலனுக்கு உதவியாளா இப்படி ஆம்பள வேசத்திலயே போறேன்'', என்று தன் பொய் மீசையை முறுக்கியவள், “வேலனும் பாவம் பயம் இல்லாம வருவாரில்ல'' என்றாள். அனைவரும் கலகலவென்று சிரித்து விட்டனர்.

“சரி, பொறப்படற வரைக்கும், திருவேங்கடம் வீட்டில தலைமறைவா இரு. நான் பிலிப்புக்கிட்டப் பேசி, நீயும் வேலனும் கப்பல்ல போக ஏற்பாடு பண்றேன்'', என்றார் சுந்தரலிங்கம். அனைவரும் கலைந்து சென்றனர். மறுநாள் காலை கோட்டைக்குள் செல்வதை வேலன் தவிர்த்து விட்டான். அவனுக்குப் பதில் மணிவாசகம் சென்றுவந்தார். அலுவலகத்திலும், கணக்கு வழக்குகள் எழுதும் வேலைகள் நிறைய இருந்தன. மாலை வரை அதிலேயே வேலன் மூழ்கி விட்டான். கோட்டைக்குள் சென்ற சரக்கு வண்டிகள் திரும்பி வந்தன. வேலைகளை முடித்துவிட்டு, அலுவலகத்தைப் பூட்டிவிட்டு வேலன் வெளிவாசலருகே வந்தான். அவனை நோக்கி பால் பென் பீல்டும், டேவிட்டும் குதிரைகளில் வந்து கொண்டிருந்தனர். வேலன் தன் அச்சத்தை மறைத்துக்கொண்டு இருவரையும் வரவேற்று, மீண்டும் அலுவலக அறைக்குள் சென்றான்.

“என்ன வேலா, உங்க வண்டி வந்துச்சு, நீ வரலயே”, என்றான் பால்.

“கணக்கு வழக்கெல்லாம் ரொம்பத் தேங்கிப்போச்சு, அது தான் ஆபீசிலயே உட்கார்ந்திட்டேன்”, என்றான் வேலன்.

“நீ பெரிய ஆளுதான், கத்தியும் வீசுறே, கணக்கும் பார்க்கிறே”, என்ற டேவிட், கண்களைச் சிமிட்டிக்கொண்டே, “முத்தம்மாவைக் கணக்கும் பண்றே” என்றான்.

முத்தம்மாவை நோக்கிப் பேச்சு திரும்புவதை விரும்பாத வேலன், “பிரபுவை விடவா! அருமையாக் கட்டிடமும் கட்டறாரு, அழகா பைனான்சும் பண்றாரு”, என்றான்.

“அதனால அதிகாரிங்களுக்குத்தான் லாபம். எனக்கு மிஞ்சுறது எலும்புத்துண்டுதான். வட்டி ஒழுங்கா வசூல் ஆகலைன்னா, என்னை ஜெயில்லயே போட்டிருவானுங்க”, என்ற பால் லேசான சிரிப்புடன், “ஆற்காட்டு நவாப் ஆசியால எனக்கு அந்த பாக்கியமும் கூடச் சீக்கிரம் கெடைக்கலாம்” என்றான்.

“முகம்மது அலிக் கிட்ட, இனிமே கம்பெனிக்கு எழுதிக்குடுக்க கிராமமே மிச்சம் இல்லை, மொத்தத் தமிழ்நாட்டையுமே அடகு வச்சிட்டாருன்னு பேச்சு அடிபடுதே பால்”, என்றான் வேலன்.

“அது என்னவோ உண்மைதான். பெரிய படை திரட்டிக்கிட்டுப் போய் ஒரு நாட்டைப் பிடிக்கிறதைவிட, ஆட்சியில இருக்கிறவனுக்குக் கடன் குடுத்தே நாடுகளை அடிமையாக்கலாம்னு இப்பத்தான் எங்க அதிகாரிகளுக்குப் புரிஞ்சு இருக்கு”, என்று பலத்த சிரிப்புடன் தொடங்கிய பால், “யார் கண்டது? எதிர்காலத்தில, கடன் கொடுத்தே நாடு பிடிக்கிறதுதான் புதுப் போர்த்தந்திரமாகப் போகுது”, என்று சொல்லி முடித்தான். பிறகு நினைவு வந்தவனாக, “அதுகெடக்கட்டும் வேலா. தஞ்சாவூர் ராஜாக்கிட்ட பெரிய வைரம் ஒண்ணு இருக்கிறதாக் கேள்விப்பட்டேனே. அது உண்மை தானா?” என்று கேட்டான்.

“உண்மைதான். வைரம் பெரிசு. ஆனால் உருவம் தட்டை. அதனால பிரகாசம் கம்மி”, என்றான் வேலன்.

“அதை விக்கிறதா இருந்தா எவ்வளவு தேறும்?”, என்றான் பால்.

“பத்து லட்சம் தேறலாம். ஆனால் தஞ்சாவூர் ராஜாவுக்கு அதை விக்க வேண்டிய அவசியம் இல்லையே. அவருக்கு வரி வசூல் மட்டுமே வருசத்துக்கு ஒரு கோடி வருதே”, என்றான் வேலன்.

பாலும், டேவிட்டும் வியப்போடு வேலனைப் பார்த்தனர்.

"அவ்வளவு வருமானமா வருது?" என்றான் பால்.

"பிரபு கவனமெல்லாம் இனிமே தஞ்சாவூர் மேலதான்" என்றான் டேவிட்.

"சந்தேகமில்லாம. அதுக்கு முன்னால நான் வந்த விஷயத்தைப் பேசிடறேன். வேலா, ஹீரா பிஜ்லியைப் பத்தி நீ என்ன நினைக்கிறே?",என்றான்.

"நானும் வைர வியாபாரிங்ககிட்ட கேட்டுப் பார்த்திட்டேன், எல்லாம் கட்டுக் கதைங்கிறாங்க", என்றான் வேலன்.

பால் கோபமாக எழுந்து வேலனின் சட்டையைப் பிடித்தான், "நோ", என்று உரக்கத் கத்தினான். தொடர்ந்து, "ஹீரா பிஜ்லி நிச்சயம் இருக்கு. அதைக் கண்டுபிடிச்சிட்டுத்தான் இந்தியாவை விட்டுப் போவேன்", என்று மீண்டும் கத்தினான்.

வழக்கமாக எல்லா விஷயங்களையும் வேடிக்கையாகவே எடுத்துக்கொள்ளும் பால் பென்பீல்டு, ஹீரா பிஜ்லி விஷயத்தில் மட்டும் நிலைதடுமாறுவது வேலனுக்கு வியப்பாக இருந்தது.

"அப்படி ஹீரா பிஜ்லிக்கு என்னதான் மதிப்பு இருக்கும்?" என்றான் வேலன். "கோடிக்கணக்கில", என்று உறுமிவிட்டு, வேலனின் சட்டையை விட்டுக் கையை எடுத்தான் பால்.

"இன்னைக்கி வந்ததில இருந்தே பிரபுவுக்கு வைரக்கனவாவே இருக்கே?" என்றான் வேலன்.

"இன்னைக்கு வந்த கனவு இல்லை வேலா. நான் இந்தியாவை நோக்கி, இங்கிலாந்தில இருந்து எப்போ கப்பலேறினேனோ, அப்பவே வந்த கனவு. வாழ்க்கையில எனக்கு மூணே லட்சியங்கள் தான். மொதல்லே கோடீஸ்வரன் ஆகணும்".

பால் நிறுத்தியவுடன் டேவிட் கேலியாகத் தொடர்ந்தான், "ரெண்டாவது, ஒரு கோடீஸ்வரியைக் கல்யாணம் பண்ணிக்கணும்".

"நோ", என்று மீண்டும் கோபமாகக் கத்தினான் பால். "ஏழையாப் போன பிரபுக்கள் குடும்பத்துப் பொண்ணைக் கல்யாணம் பண்ணி, நானும் பிரபுக்குலம் ஆகணும்", என்றான். "அதுவும் நல்ல ஐடியா தான் பாஸ், உங்க மூணாவது லட்சியம் என்ன?", என்றான் டேவிட்.

"என் குடும்பப் பேர்ல ஒரு விலைமதிக்க முடியாத வைரம் இருக்கணும். அதுக்குத்தான் ஹீரா பிஜ்லியைத் தேடுறேன்",

என்றவன், ஒரு கடிதத்தை எடுத்து வேலனிடம் கொடுத்து, "நீ கல்கத்தா போனதும் ஓமிசந்துகிட்ட இந்தக் கடிதத்தைக் குடு. அவரு ஹீராபிஜ்லியைப் பத்தி விவரம் சொல்லுவாரு", என்றான் பால்.

"நான் கல்கத்தா போறேன்னு உங்களுக்கு எப்படித் தெரியும்?" என்றான் வேலன், அச்சம் கலந்த வியப்போடு.

"எங்க அனுமதியில்லாம டேனிஷ் கப்பல் சென்னைக்கு வந்துட்டுப் போக முடியுமா வேலா?" என்றவன், "அப்புறம், உன் முத்தம்மாவைப் பார்த்தா, உடனே கம்பெனிக்குத் தகவல் குடு. அவ யாருக்கோ உளவு வேலை பார்க்கிறாளாம்" என்று கூறிவிட்டு டேவிட்டுடன் வெளியேறினான் பால்..

23

கப்பலில் மூட்டைமுடிச்சுகளோடு ஏறிய வேலனைக் கை குலுக்கி வரவேற்ற பிலிப், அவன் பின்னால் பெட்டிகளைத் தூக்கிக்கொண்டு ஏறிய முத்தம்மாவை வியப்போடு பார்த்தார். முத்தம்மாவின் கருப்பு நிறமும், உறுதியான கைகளும், அவளது ஆண் வேடத்திற்கு நன்றாக உதவின.

"சென்ற முறை ஆபத்தில் மாட்டிக்கொண்டதால் துணைக்குச் சிப்பாயுடன் வருகிறீர்களா? கப்பலிலேயே சிப்பாய்கள் இருக்கிறார்களே", என்றார் பிலிப் ஆங்கிலத்தில்.

"இவன் சிப்பாய் இல்லை, எனது உதவியாளன் முத்து", என்று ஆங்கிலத்தில் அறிமுகப்படுத்தி வைத்தான் வேலன்.

அவர்களது அறையைக் காண்பித்து விட்டு பிலிப் கூறினார், "நீங்கள் உதவியாளோடு வருவீர்கள் என்று எதிர்பார்க்கவில்லை. இருவரும் ஒரே அறையில்தான் தங்க வேண்டியிருக்கும்", என்றார் பிலிப்.

"அதுதான் நல்லது. இந்தப் பையன் தனியே தங்கப் பயப்படுவான், ஆங்கிலமும் அரைகுறையாகத்தான் பேசுவான். ஒரு அறையே போதும்", என்றான் வேலன்.

அத்தோடு பிலிப் வேறு வேலையாகப் போய்விட்டார். கப்பல் புறப்படத் தொடங்கியது. முத்தம்மாவிற்குக் களைப்பாயிருந்தது.

"வேலா, நான் சிறிது நேரம் படுத்திருக்கிறேன்", என்று சொல்லிவிட்டு, அவன் பதிலுக்காகக் காத்திராமல் கட்டிலில்

சாய்ந்தாள். வேலன் கதவைச் சார்த்திவிட்டு மேல்தளத்திற்கு வந்தான். அங்கே பிலிப்பும், கப்பல் கேப்டனும் நின்று கடற் பரப்பைப் பார்த்துக் கொண்டிருந்தனர். இம்முறை கேப்டனாக அழகப்பன் வந்திருக்கவில்லை. வெள்ளைக்காரர் ஒருவர் வந்திருந்தார். வேலனைக் கவனித்த பிலிப், அவன் அருகில் வந்ததும்,

“மிஸ்டர் வேலன், எங்கள் கேப்டன் மிஸ்டர் ஜோசுவாவைச் சந்தியுங்கள்” என்று அறிமுகப்படுத்தினார்.

“வட இந்திய வணிகர்களைப்போல் பைஜாமா, ஜிப்பாவில் நின்ற வேலனை ஏற, இறங்கப் பார்த்துவிட்டு, நீட்டிய அவன் கைகளைக் குலுக்காமலேயே, ஒப்புக்கு ஒரு புன்னகையை மட்டும் வீசி விட்டு அங்கிருந்து அகன்றுவிட்டார் கேப்டன் ஜோசுவா. அவரது திமிரான நடத்தையால் சங்கடத்திற்கு உள்ளான பிலிப்,

“தப்பாக நினைக்காதீர்கள். கேப்டன் ஜோசுவா போர்ச்சுகீசியர். இந்தியர்களோடு அதிகம் பழகமாட்டார்”, என்றார்.

“அதனால் இழப்பு இந்தியர்களுக்கு அல்ல”, என்று கூறிய வேலன் தொடர்ந்து, “இம்முறை வெடிஉப்பு வாங்குவது மேலும் கடினமாக இருக்கும்”, என்றான்.

“தெரியும், அதனால்தான் உங்கள் உதவியைத் தேடி வந்திருக்கிறோம்”, என்றார் பிலிப். “அப்புறம் இன்னொரு விஷயம்”, என்ற வேலன், “அவசரமாகப் புறப்பட்டதால், இம்முறை உண்டி எடுத்து வரவில்லை. பணத்திற்கு உங்கள் கல்கத்தா அலுவலகம் மூலம் ஏற்பாடு செய்ய முடியுமா?” என்று கேட்டான்.

“சரி, எப்படியாவது ஏற்பாடு செய்கிறேன்”, என்றார் பிலிப். சிறிது நேரம் பேசிவிட்டுப் பிலிப் சென்று விட்டார். இரவு உணவிற்கான நேரம் வரை மேல்தளத்தில் சுற்றித் திரிந்து விட்டு, உணவருந்த கீழ்த் தளத்திற்கு வந்தான் வேலன். முதலில் முத்தம்மாவை எழுப்பி வருவோம் என்று தன் அறைக்குச் சென்றான். அறைக்கதவு பூட்டியிருந்தது. பிறகு உணவு மேஜைக்கு வந்தான். அங்கே உற்சாகமாக அமர்ந்திருந்தாள் முத்தம்மா. வேலனைப் பார்த்ததும்,

“வாங்க மொதலாளி. சாப்பாடு என்ன வேணும்னு கேட்டாங்க, மீன் கொழம்பும் சோறும் கெடைக்குமாம், வேண்டான்னா சோறும், பருப்பும்தான் கெடைக்குமாம். நான் ரெண்டு பேருக்கும்

மீன் கொழம்பே சொல்லிட்டேன்'', என்றாள். அவள் சொல்லி முடிப்பதற்குள் வேலையாட்கள் உணவுத் தட்டுகளைக் கொண்டு வந்து மேஜையில் பரப்பிவிட்டுச் சென்றனர். கடல் சற்று அமைதியாக இருந்ததால் மேஜை ஆடவில்லை. அவர்கள் சாப்பிடத் தொடங்கிச் சிறிது நேரத்திற்குள் இரண்டு வெள்ளையர்கள் கையில் மதுக்கோப்பைகளுடன் இவர்களது மேஜைக்கு வந்தனர். இருவரும் வெள்ளையர்கள் என்பதோடு அவர்களது ஒற்றுமை முடிந்திருந்தது. உருவத்திலோ இருவருக்கும் பெருத்த வேறுபாடு. ஒருவன் உயரமாக வாட்டசாட்டமாக இருந்தான். மற்றவன் சராசரி உயரத்தில் ஒல்லியாக இருந்தான். இவர்கள் அருகில் வந்ததும் உயரமாக இருந்தவன் வேலனிடம்,

''நாங்கள் இங்கு அமரலாமா? என் பெயர் பீட்டர்'', என்று சொல்லிக் கொண்டே அனுமதிக்குக் காத்திராமல் அமர்ந்தான். அவனைத் தொடர்ந்து ஒல்லியாயிருந்தவன்,

''ஷமப்பேல் சார்லஸ்'', என்று கூறிக்கொண்டே தானும் அமர்ந்தான்.

''ஓ உங்கள் பெயர் சார்லஸா?'', என்றான் வேலன் ஆங்கிலத்தில்.

''உனக்குப் பிரெஞ்சு புரியுமா? அப்படியென்றால் நீ ஒரு நாகரிகமான மனிதன்'', என்றான் சார்லஸ் மகிழ்ச்சியான குரலில்..

''ஆமாம்,பிரெஞ்சுக்காரர்கள் நாகரிகமானவர்கள். அதனால் தான் பிரிட்டிஷ்காரர்களிடம் உலகெங்கும் அடிமேல் அடிவாங்கிக்கொண்டு இருக்கிறார்கள்'', என்றான் பீட்டர் கிண்டலாக.

''ஆங்கிலேயருக்கும், பிரஞ்சுக்காரர்களுக்கும் இந்தக் கப்பலுக் குள்ளேயும் போர் தொடங்கியாச்சு'', என்று முத்தம்மாவிடம் தமிழில் கூறினான் வேலன். இரண்டு வெள்ளையர்களும் தமிழ் புரியாமல் விழிப்பதைப்பார்த்த வேலன்,

''என் அசிஸ்டெண்டு முத்துவுக்கு, இங்கிலீஷ் அரைகொறையாத் தான் தெரியும்'', என்றான். ஆங்கிலத்தில். இருவர் தட்டிலும் இருந்த மீன்களைப் பார்த்து வியப்படைந்த சார்லஸ்,

''ஓ... மீனை ரசிச்சு சாப்பிடுறீங்களே, தமிழ் வியாபாரிங்க எல்லாம் வெறும் காயும், பருப்பும் தானே சாப்பிடுவாங்க'', என்றான். குரலை முடிந்தவரை கரகரப்பாக்கிக்கொண்ட முத்தம்மா, ''நாங்க தெற்கேயிருந்து வந்தவங்க. சாப்பாட்டுல எதுவும்

எங்களுக்குத் தள்ளுபடி இல்லை'' என்றாள். வேலன் அதை ஆங்கிலத்தில் மொழி பெயர்த்தான்.

"உன் அசிஸ்டெண்டு குரலுக்கு என்ன ஆச்சு?", என்றான் பீட்டர்.

"கடல் பயணம் ஒத்துக்கலை, சீக்கிரம் சரியாயிடும்", என்றான் வேலன். பின்பு பேச்சை மாற்றுவதற்காக, "நீங்க ரெண்டு பேரும், கப்பல் மாலுமிகளா?'' என்றான்.

"இல்லை, இல்லை, பாதுகாப்புக்கு வந்திருக்க சோல்ஜர்ஸ்", என்றான் பீட்டர்.

"ஒருத்தன் இங்கிலீஷ்காரன், இன்னொருத்தன் பிரெஞ்சுக்காரன். ரெண்டு பேரும் எப்பிடி டேனிஷ் கப்பலுக்கு வேலைக்கு வந்தாங்க?", என்று வேலனிடம் கேட்டாள் முத்தம்மா. வேலன் மொழி பெயர்க்காமலேயே முத்தம்மாவின் கேள்வியை இருவரும் புரிந்து கொண்டனர்.

"நீ முதலில் சொல்லலாமே", என்று சார்லசிடம் கூறினான் பீட்டர். சார்லஸ் சிரித்துக்கொண்டே, தன் தொண்டையை ஒருமுறை கனைத்துவிட்டு, சுற்றும். முற்றும் பார்த்துவிட்டுத் தொடங்கினான், "எங்க பிரான்சு நாட்டில நெறையப்பேர் புதுசு, புதுசாக் கேள்விகள் கேட்கத் தொடங்கிட்டாங்க? இந்த ராஜா யாரு? நிலப்பிரபு யாரு? சர்ச்சுக்கும், ஆட்சிக்கும் என்ன தொடர்பு? ஏன் பாடுபடறவனெல்லாம் ஏழையா இருக்கான், சோம்பேறிங்கள்ளாம் வசதியா இருக்காங்க?".

வேலனும், முத்தம்மாவும் ஒருவரையொருவர் பார்த்துகொண்டனர். இது போன்ற கேள்விகளைத் தமிழ்நாட்டில் யாரும் அதுவரை கேட்டதில்லை. சார்லஸ் தொடர்ந்தான், "நாட்டில புரட்சி வந்துரும்னு பயந்து, கேள்வி கேட்டவங்களையெல்லாம் புடிச்சு ஜெயில்ல போட ஆரம்பிச்சாங்க. அதில தப்பிச்சு இங்கிலாந்துக்கு ஓடினேன், வேற வேலை கிடைக்காம இங்கிலீஷ் கம்பெனி ராணுவத்தில சேர்ந்திட்டேன்", என்றான். அவன் நிறுத்தியதும் பீட்டர் தொண்டையைக் கனைத்தான்.

உடனே சார்லஸ், "இப்போ பீட்டர் பேச ஆசைப்படறான். அவனும் உண்மையில இங்கிலாந்துக்காரன் கிடையாது. அவன் செவப்புத் தல முடியையும், ஊதா நிறக் கண்ணையும் வச்சே யாருன்னு நீங்க கண்டு பிடிச்சிருக்கணுமே. அவன் ஒரு அயர்லாந்துக்காரன்" என்றான். அதற்குள் பேசத்தொடங்கிய பீட்டர்,

"நான் சொல்றதுக்குப் பெரிசா என்ன இருக்கு? எங்க அயர்லாந்தில நெலமெல்லாம் இங்கிலீஷ்காரங்களுக்குச் சொந்தம்.

அதில பாடுபடறவன் மட்டும் தான் அயர்லாந்துக்காரன். ஓட்ஸ் ரொட்டியும், உருளைக்கிழங்கும் தான் எங்களைக் காப்பாத்திக்கிட்டு இருந்துச்சு. ஒரு வருஷம் கடுமையான பனி. ஓட்சும் கிடைக்கல, உருளைக் கிழங்கும் கிடைக்கல. கொத்துக்கொத்தா மக்கள் செத்து விழுந்தாங்க. எப்படியும் அஞ்சு லட்சம் பேரு செத்துப்போயிருப்பாங்க. கப்பல் டிக்கட் எடுக்கக் காசிருந்தவங்க, புது உலகம்னு அமெரிக்காவுக்கு ஓடிப் போனாங்க. முடியாதவங்க வேலை தேடி இங்கிலாந்துக்கு ஓடினோம். அப்படி இங்கிலாந்துக்கு வந்த குடும்பம்தான் எங்க குடும்பம். ஐரிஷ்காரனுக்கு பெரும்பாலும் வேலை கிடைக்காது. அதனால நானும் கம்பெனிப் படையில சேர்ந்திட்டேன்'', என்றான்.

“டேனிஷ் கப்பலுக்கு எப்படி வந்தீர்கள்'', என்றான் வேலன்.

“இங்லீஷ் கம்பெனிப் படையிலதான் ரெண்டு பேரும் சந்திச்சோம். ஏதாவது இந்திய நாட்டுப்படையில சேர்ந்தா அதிகச் சம்பளம் கிடைக்கும்னு, கம்பெனிப்படையை விட்டு ஓடிட்டோம். அப்போ டேனிஷ் கப்பலுக்கு சோல்ஜர்ஸ் தேவைன்னாங்க. உடனே சேர்ந்துட்டோம்'' என்றான் சார்லஸ். அதற்குள் வேலனும், முத்தம்மாவும் சாப்பிட்டு முடித்துவிட்டதால், வெள்ளையர்களிடம் விடைபெற்றுக்கொண்டு தங்கள் அறைக்கு வந்தனர்.

அறைவாசலுக்கு வந்ததும், “வேலா, கொஞ்ச நேரம் வெளியே நில்லு, நான் மொதல்லே போய் இந்த ஆம்பள உடையைக் கழட்டி எறியறேன்'', என்றாள் முத்தம்மா. சிறிது நேரத்தில் முத்தம்மா சத்தமாக வேலனை அழைத்தாள். வேலன் உள்ளே செல்லும்பொழுது முத்தம்மா அங்கிருந்த ஒரே கட்டிலின் ஒரு ஓரத்தில் உடலெங்கும் போர்வையால் போர்த்திக்கொண்டு படுத்திருந்தாள். வேலன் தன் தலைப்பாகையை மட்டும் கழற்றி மூலையில் வைத்துவிட்டுக் கட்டிலில் அமர்ந்தவன், நினைவு வந்தவனாக,

“ஆமா, நாம பெண்கள் ஆடை எதுவும் எடுத்துக்கிட்டு வரலையே, இப்போ எந்த உடையைப் போட்டுக்கிட்டு இருக்கே?'', என்றான்.

“நான் எந்த உடையும் போட்டுக்கிட்டு இருக்கலை'', என்று கூறிக் கண்களைச் சிமிட்டினாள் முத்தம்மா.

“ஓ... என்மேல அவ்வளவு நம்பிக்கையா?'', என்று பெருமிதமாக் கேட்டான் வேலன்.

“ஆமா, நீ ஒரு அசடுங்கறதில, எனக்கு, ஒரு அசைக்க முடியாத நம்பிக்கை”, முனகிக்கொண்டே உறக்கத்தில் கண்களை மூடினாள் முத்தம்மா.

“சராசரி மனுசனா மாறி, உன்கூட வெளையாட எனக்கு மட்டும் ஆசை இல்லையா என்ன? அதுக்கும் ஒரு காலம் வரும்”, என்று தனக்குத்தானே முனகிக் கொண்டு உறக்கத்தில் ஆழ்ந்தான் வேலன்.

நள்ளிரவில் திடீரென்று தூக்கம் கலைந்து எழுந்தான் வேலன். கப்பலின் ஆட்டம் அதிகமானதால் தூக்கம் போய்விட்டிருக்குமோ என்று நினைத்துக்கொண்டு கண்களைக் கசக்கினான்.

“வேலா, கப்பல் ஏன் நின்னுடுச்சு?”, என்று முத்தம்மாவின் குரல் கேட்டது. அப்பொழுதுதான் அதை வேலனும் கவனித்தான். கப்பல் அசைவின்றி இருந்தது. வேலன், தன் முந்தைய அனுபவத்தை வைத்துக் கூறினான்,

“முத்தம்மா, காத்து எதிர்த்திசையில அடிச்சாக் கூடக் காத்தை எதிர்த்துக் கப்பலை ஓட்டிடலாம். ஆனால், காத்தே இல்லைன்னா மாலுமிங்களால ஒண்ணும் செய்ய முடியாது”.

“நாம இப்போ என்ன செய்யணும்?” என்றாள் முத்தம்மா.

“நான் மொதல்லே வெளியே போய்ப் பார்த்திட்டு வர்றேன்”, என்று சொல்லிவிட்டு வேலன் அறையிலிருந்து வெளியேறினான். வெளியே மேல்தளத்தில் மாலுமிகள் அங்குமிங்கும் சிறுசிறு கூட்டங்களாக அரை இருட்டில் நின்று அசைவற்ற கடலை உற்றுப் பார்த்துக் கொண்டிருந்தனர். தூரத்தில் தனக்குத் தெரிந்த இரண்டு உருவங்கள் ஒரு மரப்பெட்டியைத் தூக்கிக் கொண்டு ஒரு மூலையில் மறைவது தெரிந்தது. வேலன் அவர்களைப் பின் தொடர்ந்தான். அவன் நினைத்ததுபோல் அவர்கள் பீட்டரும், சார்லசும் தான். வேலனைத் தங்கள் அருகில் வருமாறு இருவருமே சைகை செய்தனர்.

அருகில் சென்றதும், சார்லஸ், “மிஸ்டர் வேலன், காற்று அழுத்தம் குறையுது. திடீர்னு, பெரிய புயலா மாறுனாலும் மாறலாம்”, என்றான். அங்கே ஒரு படகு கட்டி வைக்கப்பட்டிருப்பதையும், அவர்கள் இருவரும் தூக்கி வந்த ஒரு பெட்டி அப்படகில் ஏற்றப்பட்டிருப்பதையும் கவனித்தான் வேலன்.

“அப்போ படகில ஏறித் தப்பிக்கணுமா?”, என்றான் வேலன்.

"ஆமா, புயல் பலமா வந்தா நிச்சயம் படகிலதான் ஏறித் தப்பிக் கணும்", என்ற பீட்டர், "ஆனால் அதிலயும் ஒரு சிக்கல், தப்பிக்கிற நேரத்தில மாலுமிங்க ஒருத்தரை ஒருத்தர் விட்டுக் குடுக்கமாட் டாங்க. ஆனால் நம்ம மாதிரி வெளி ஆளுங்களைக் கண்டுக்க மாட்டாங்க. அதனாலதான் நாங்க முன்னேற்பாடா இந்தப் படகு பக்கத்திலயே நிற்கப்போறோம்" என்றான் பீட்டர்.

"மிஸ்டர் வேலன், இந்தப் படகில நாலுபேர் போகலாம். நாங்க பொறப்படறதுக்குள்ள நீயும், உன் அசிஸ்டெண்டும் இங்க வந்திட்டா, படகில ஏத்திக்குவோம்'' என்றான் சார்லஸ். "ஆனால், ஒரு நொடி கூட உங்களுக்காகக் காத்துக்கிட்டு இருக்க மாட்டோம்", என்றான் பீட்டர்.

"பெட்டியில என்ன, பாதுகாப்புக்கு ஆயுதங்களா?", என்று கேட்டான் வேலன். இருவரும் கடகடவென்று சிரித்தனர்.

உங்களுக்கு ராணுவத்தில அனுபவம் இல்லைன்னு தெரியுது மிஸ்டர் வேலன். ஆபத்து நேரத்தில ஒரு அனுபவமுள்ள சோல்ஜர் ஆயுதத்தைப் பதுக்கமாட்டான்", என்றான் சார்லஸ்.

"வேற எதைப் பதுக்கியிருக்கீங்க பெட்டியில?", என்றான் வேலன்.

"ரொட்டித் துண்டுகளும், தண்ணீரும்", என்று விறைப்பான குரலில் சொன்னான் பீட்டர்.

வேலன் மீண்டும் தன் அறைக்குத் திரும்பினான். ''என்ன நடக்குது'' என்று கேட்டாள் முத்தம்மா.

"புயல் வந்தாலும் வரலாம். அதனால நாம எதுக்கும் மூட்டை முடிச்செல்லாம் கட்டலாம். நீ சீக்கிரம் ஆம்பள உடைக்கு மாறு", என்றான். முத்தம்மா தன் போர்வையைத் தூக்கி எறிந்து விட்டுச் சிரித்தாள். அவள் ஏற்கனவே ஆணுடைக்கு மாறி இருந்தாள். "முண்டாசு கட்ட வேண்டியதுதான் பாக்கி", என்று கூறிக்கொண்டே தன் நீண்ட தலைமுடியை மறைத்து முண்டாசு கட்டினாள். இருவரும் அறையைவிட்டு வெளியேறினர்.

அதற்குள் புயலும், மழையும் லேசாகத் தொடங்கியிருந்தன. காற்றில் பாய்கள் படபடத்தன. மாலுமிகள் சிறிதும் அஞ்சாமல் பாய்மரங்களில் ஏறிப் பாய்களை விரித்தும், சுருட்டியும், திசை மாற்றியும் காற்றோடு போராடிக் கொண்டிருந்தனர். அவர்களின் திறமையையும், வீரத்தையும், வேலன் கண்கொட்டாமல் பார்த்துக்கொண்டிருந்தான். திடீரென்று முத்தம்மா வேலனின்

கையைப்பிடித்து இழுத்தாள். அவள் காட்டிய திசையில் பீட்டரும், சார்லசும் நின்று இவர்களைப் பார்த்துக் கையை அசைத்தனர். இவர்கள் இருவரும் கப்பலின் அந்த மூலைக்குச் செல்லும் முன்பே படகு தண்ணீரில் இறக்கப்பட்டிருந்தது. பீட்டரும், சார்லசும் படகில் இறங்கியிருந்தனர். நான் படகில் இறங்கி, கயிற்றை ஆடாமல் உனக்காகப் பிடித்துக் கொள்கிறேன்'', என்றான் வேலன். அவன் சொல்லிமுடிப்பதற்குள் ஒரு குரங்கு போல் கயிற்றைப் பிடித்துச் சரசரவென்று இறங்கி, படகில் குதித்திருந்தாள் முத்தம்மா. வேலனும் படகில் இறங்கியதும், வானம், இடி, மின்னலுடன் கண்களை மறைக்கும் பெருமழையைப் பொழியத் தொடங்கியது.

24

கடும்புயலில் இரவா, பகலா, எங்கு செல்கிறோம் என்பது எதுவும் புரியவில்லை. கப்பல் எங்கு போனது என்றும் தெரியவில்லை. திசை தெரியாமல் துடுப்பு போடுவது வீண் என்பதால், படகு கவிழ்ந்து விடாமல் நிலை நிறுத்த மட்டும் துடுப்பைப் பயன்படுத்தினர். இயற்கையை எதிர்த்த மனிதர்களின் போராட்டத்தில் இயற்கைதான் அன்று வென்றது. படகு குப்புறக் கவிழ்ந்தது. ஒருபுறம் வேலனும், முத்தம்மாவும், மறுபுறம் பீட்டரும், சார்லசும் கவிழ்ந்த படகை இறுகப் பிடித்துக்கொண்டனர். ஆனாலும் அலைகள் மீண்டும் மீண்டும் உயரமாக எழும்பி அவர்களைப் பிரிக்க முயற்சித்தன. பல மணி நேரப் போராட்டத்திற்குப் பிறகு மழை மறைந்தது, காற்றின் வேகம் குறைந்தது, வெகுதூரத்தில், கரை கண்ணுக்குத் தெரிந்தது. கவிழ்ந்த படகைப் பிடித்துக் கொண்டே கரையை நோக்கி நீந்திச் செல்ல நால்வரும் முயற்சித்தனர். எப்படியும் உயிர் பிழைத்து விடுவோம் என்று அவர்கள் மனதில் நம்பிக்கை துளிர்த்த நேரத்தில் பேரலை ஒன்று அவர்களை நோக்கி வந்தது. நான்கு மனிதர்களும், படகும் எடையற்ற இறகுகள்போல் காற்றில் தூக்கி வீசப்பட்டனர். வேலனின் விழிகள் மூடின. உலகம் இருண்டது.

இருண்ட உலகம் படிப்படியாக வெளிச்சமடைவது போல் வேலனுக்குத் தோன்றியது. உடலில் சூடு பரவுவது போல் உணர்ந்தான். கண்களைத் திறந்து பார்த்த பொழுது காலைக் கதிரவன் ஒளியில் கண்கள் கூசின. கடல் அலைகளைத் தாண்டி சற்று தூரத்தில், தான் கிடப்பதை உணர்ந்தான். தடுமாறி எழுந்து நின்றான். மற்ற மூவரும் தூரத்தில் விழுந்து கிடப்பது தெரிந்தது.

தான் உயிரோடு இருப்பதால், அவர்களும் உயிரோடுதான் கரை சேர்ந்திருக்க வேண்டும் என்ற நம்பிக்கையுடன், தனக்கு அருகில் கிடந்த பீட்டரையும், சார்லசையும் தட்டி எழுப்பினான். பிறகு மூவரும் தூரத்தில் அலைகள் அருகில் கிடந்த முத்தம்மாவை நோக்கி ஓடினர். அவளைத் தூக்கி வந்து கரையில் சேர்த்தனர். முத்தம்மா லேசாகக் கண் விழிக்கத் தொடங்கினாள். இரண்டு வெள்ளையர்களும் அவளை வியப்போடு உற்றுப்பார்த்துக் கொண்டிருந்ததனர். தன் ஆடைகள் ஈரமாயிருப்பதை உணர்ந்த முத்தம்மா தன்னையறியாமலேயே கைகளைத் தன் மார்புக்குக் குறுக்கே வைத்து மூடிக் கொண்டாள்.

அவர்கள் இருவரும் உற்றுப்பார்ப்பதற்குக் காரணம் இருந்தது. அவர்கள் ஆண் என்று நினைத்துக் கொண்டிருந்த முத்தம்மாவின் தலைப்பாகை காணாமல் போனதால், அழகிய நீண்ட கருங்கூந்தல் மணலில் பரந்து கிடந்தது. கடல் நீரில் நனைந்திருந்த உடைகள் அவளது சிலை அழகை வெளிப்படுத்திக் கொண்டிருந்தன. தங்களோடு இருப்பது ஒரு ஆணல்ல, அழகிய பெண் என்பது வெட்ட வெளிச்சமாகத் தெரிந்தது. சார்லஸ் லேசாக முனகினான், “முத்துவின் குரல் பெண்குரல்போல் ஒலிக்கிறதே என்று எனக்கு எப்பொழுதுமே ஒரு சந்தேகம் இருந்தது”.

“எனக்கும்கூடத்தான்” என்ற பீட்டர், “ஆனால், இவள் சாதரணப் பெண் அல்ல, புயலை அச்சமின்றி எதிர் கொண்ட பெண்புலி”, என்றான். அதற்குள் முத்தம்மா எழுந்து நிற்க உதவிய வேலன், “வாருங்கள் முதலில் நமது சொத்து மதிப்பைக் கணக்கிடுவோம் என்றான்”. கடற்கரையில் நால்வரும் தேடினர். வேலனின் உடை வாளும் அதோடு கட்டிவைக்கப் பட்டிருந்த தோல்பையும் முதலில் கண்களில் பட்டன. முகம்மது அலி கொடுத்த வாள் என்னை விட்டுப் போகவே போகாது போலும் என்று தனக்குள் முனகிக்கொண்டே அவற்றை எடுத்து இடுப்பில் இறுகக் கட்டிக்கொண்டான் வேலன். தன் உடைகளைச் சோதித்த முத்தம்மா, தன் இரண்டு குறுவாட்களும் பத்திரமாக இருப்பதைக் கண்டு, அவற்றை எடுத்துக்காட்டினாள். “ஓ, ஆபத்து வந்தால் உயிரை மாய்த்துக் கொள்ளவும் தயாரான பெண் இவள்”, என்றான் சார்லஸ்.

“இல்லை சார்லஸ்... ஆபத்தில் உயிரைக் கொடுக்கின்ற ரகமல்ல, உயிரை எடுக்கின்ற ரகம் நான்”, என்று கூறிக்கொண்டே இரண்டு குறுவாட்களையும் ஒயிலாகச் சுழற்றிக் காட்டினாள் முத்தம்மா.

“தெளிவாக ஆங்கிலம் பேசுகிறாளே”, என்றான் பீட்டர்.

“ஆங்கிலம் மட்டுமல்ல, பிரெஞ்சு மொழியிலும் பேசுவேன். நான் பிறந்து வளர்ந்ததே புதுச்சேரியில் தான்”, என்றாள் முத்தம்மா.

“ஓ, பாண்டிச்சேரியில வளர்ந்தியா? பிரெஞ்சுக்காரங்க மேல ரொம்ப மதிப்பு வச்சிருப்பியே”, என்றான் பெருமிதமான குரலில் சார்லஸ்.

“புதுச்சேரியில வளர்ந்ததால, பிரஞ்சுக்காரங்களை நான் நம்பறதே இல்லை”, என்றாள் முத்தம்மா எரிச்சலாக. பீட்டர் பலமாகச் சிரித்தான்.

“சரி, அதைப்பத்தியெல்லாம் அப்புறம் பேசுவோம், வேற என்னென்ன கெடைக்குமுன்னு பார்க்கலாம் வாங்க” என்றான் வேலன். வெள்ளையர்கள் சிரமப்பட்டுப் படகில் ஏற்றிய ரொட்டித்துண்டுகளும் குடிநீரும் கண்ணில் படவேயில்லை. படகு உடைந்து கிடந்தது. இரண்டு துடுப்புகள் கிடைத்தன. “வல்லவனுக்குப் புல்லும் ஆயுதம்” என்றான் வேலன்.

வெள்ளையர்கள் துடுப்புகளை எடுத்து, துப்பாக்கிகள் போல் தங்கள் தோள்களில் சார்த்திக் கொண்டனர். “நமது மொத்தச் சொத்துகளும், ஒரு வாள், இரண்டு குறுவாட்கள், இரண்டு துடுப்புகள்”, என்றாள் முத்தம்மா. இவற்றைவிடக் குறைவான சொத்துகளுடன் சாம்ராஜ்யங்களே நிறுவப்பட்டிருக்கின்றன, புறப்படுவோம்”, என்றான் வேலன்.

நால்வரும் கலகலவென்று சிரித்துக்கொண்டே நடக்கத் தொடங்கினர். கரையை ஒட்டி இருந்த அலையாத்திக் காடுகளில், உணவோ, குடிநீரோ கிடைக்க வாய்ப்பில்லை என்பதால் முடிந்த அளவு விரைவாக அதைக் கடந்து செல்லத் தொடங்கினர். இது எந்தப் பகுதியாயிருக்கும் என்று வேலன் கேட்டான்.

“வங்காளத்தின் தென்பகுதி அல்லது ஒரிசாவின் வடபகுதியாக இருக்க வேண்டும்”, என்றான் பீட்டர்.

அலையாத்திக் காடுகளைத் தாண்டி ஒரு கிராமத்தின் அருகே வந்து சேர்ந்தனர். முதலில் அங்கொன்றும், இங்கொன்றுமாகக் களிமண் குடிசைகள் கண்ணில் பட்டன. பெரும்பாலான குடிசைகள் காலியாகவே இருந்தன. சில குடிசைகளின் கதவுகள் இவர்களைப் பார்த்தவுடன் பட்டென்று மூடிக்கொண்டன. சில வீடுகளில் ஜன்னல்கள் வழியே மட்டும் மக்கள் எட்டிப்பார்த்தனர். பின்பு

சற்று தூரத்தில் வயல் வெளிகள் கண்ணில் பட்டன. வயல்களில் மண் வெடித்துப் பாளம், பாளமாகக் காட்சி அளித்தது. “மழையைப் பார்த்து இரண்டு வருடங்களாவது ஆகியிருக்கும்”, என்றான் வேலன்.

சற்று நேரத்தில் வீடுகள் நெருக்கமாக உள்ள பகுதிக்கு வந்து சேர்ந்தனர். “இதுதான் கிராமத்தின் மையப் பகுதியாக இருக்கும்”, என்றான் வேலன். கிராமத்தின் தொடக்கத்திலேயே அகன்ற கிணறு ஒன்று இருந்தது. கிணற்றில் தண்ணீர் எடுத்துக்கொண்டிருந்த பெண்கள் கூட்டம் இவர்கள் நால்வரும் வருவதைப் பார்த்தவுடன் தங்கள் குடங்களுடன் ஓடத் தொடங்கினர். மரவாளியும், தாம்புக் கயிறும் வைத்திருந்த ஒரு பத்து வயதுச் சிறுமி மட்டும் பீட்டரிடம் பிடிபட்டு அழத் தொடங்கினாள். உடனே முத்தம்மா அச்சிறுமியின் கையைப் பிடித்து ஆங்கிலம், இந்தி, தமிழ் எல்லாம் கலந்து பேசிப்பார்த்தாள். அச்சத்தில் நடுங்கியே சிறுமியோ அழுகையை நிறுத்துவதாயில்லை. “சரி போ”, என்று சிறுமியின் கைகளை விடுவித்தாள் முத்தம்மா. தப்பித்தோம், பிழைத்தோம் என்று சிறுமி ஊருக்குள் ஓடி மறைந்தாள். மரவாளியின் உதவியுடன் சார்லஸ் கிணற்றிலிருந்து இறைத்த நீரை நால்வரும் தாகம் தீரப் பருகினர். அனைவரும் கிணற்றோரம் அமர்ந்தனர்.

“நம்மிடமோ பணம் இல்லை. கிராமத்து மக்களோ விருந்தினர்களை வரவேற்கத் தயாராயில்லை”, என்று தொடங்கினான் சார்லஸ்.

“எனவே உணவை மிரட்டித்தான் பெற வேண்டும்”, என்று முடித்தான் பீட்டர். அவர்களது முடிவை ஆதரிக்கவும் முடியாமல், எதிர்க்கவும் முடியாமல் குழம்பினர் வேலனும், முத்தம்மாவும்.

“வாருங்கள், முதலில் ஊரின் முக்கியா வீட்டைக் கண்டு பிடிப்போம்” என்றான் பீட்டர். “முக்கியான்னா?”, என்றாள் முத்தம்மா.

“ஊர்த் தலைவரைத்தான் அப்படிச் சொல்கிறான்”, என்றான் வேலன்.

வெள்ளையர்கள் இருவரும், மீண்டும் துடுப்புகளைக் கம்பீரமாகத் தோள்களில் சார்த்திக்கொண்டு புறப்பட்டனர். வேலனும், முத்தம்மாவும் பின்தொடர்ந்தனர். மண்குடிசைகள் குறைந்து ஓட்டு வீடுகள் தென்படத்தொடங்கின. அந்த நேரத்தில் தெருவின் மூலையிலருந்து சிறிய உருவம் ஒன்று இவர்களை நோக்கி ஓடிவந்தது.

“அட, பயந்து ஓடிப்போன பொண்ணு, திரும்ப வர்றாளே?”, என்றாள் முத்தம்மா. மற்ற மூவரும் கூடச் சிறுமியை அடையாளம் கண்டுகொண்டனர். அந்தச் சிறுமி கைகளால் சைகை காட்டி அவர்களைத் தன்னுடன் வருமாறு அழைத்தாள். நால்வரும் சிறுமியைப் பின்தொடர்ந்தனர். இவர்கள் சென்ற தெருக்களில் எல்லாம் பட்டென்று வாசற்கதவுகள் மூடப்பட்டன. அதே சமயம் ஜன்னல்கதவுகளை லேசாகத் திறந்து நால்வரையும் பயம் கலந்த வியப்போடு கிராம மக்கள் உற்றுப் பார்த்தனர். இவர்களிடம் துப்பாக்கிகூட இல்லை. வேலனின் இடுப்பில் மட்டும் உடைவாள் இருந்தது. ஆயினும் ஏன் அஞ்சுகிறார்கள் என்று முத்தம்மா திகைத்தாள். அவளது பார்வையிலேயே, கேள்வியைப் புரிந்து கொண்ட வேலன்,

“நமது நண்பர்களின் வெள்ளை நிறத்தைக் கண்டுதான் அஞ்சி ஒளிகின்றனர்”, என்று ஆங்கிலத்தில் கூறினான். தெருக்கள் முடிந்து குளக்கரையும், பெரிய மரங்களும், கோயிலும் இருந்த பகுதிக்கு வந்தனர். குளம் வறண்டு கிடந்தது. குளத்திலிருந்து சற்று தூரத்தில் பெரிய ஓட்டுவீடு ஒன்று தென்பட்டது. அந்த கிராமத்திலேயே அவர்கள் பார்த்தவரை, அதுதான் பெரிய வீடு. வீட்டைப் பார்த்ததுமே,

“முக்கியா வீடு வந்து விட்டது”, என்றான் சார்லஸ். சிறுமி வேகமாக வீட்டிற்குள் ஓடினாள். சுமார் ஐம்பது வயது மதிக்கத்தக்க, ராணுவவீரர் போன்ற தோற்றமுடைய ஒருவர் கிராமத்து உடையில் வந்து இவர்களைக் கை கூப்பி வணங்கினார்.

“வணக்கம். மங்கல்பூர் கிராமத்தின் சார்பாக உங்களை வரவேற்கிறேன். இந்த அடிமைதான் மங்கல்பூரின் முக்கியா, கிட்டண்ணா”, என்றார் தெளிவான இந்தியில். நால்வருக்குமே இந்தி ஓரளவு தெரியுமாதலால், புன்னகை புரிந்து தலைகளை ஆட்டினர். நால்வரையும் தன் வீட்டிற்கு அழைத்துச் சென்றார் கிட்டண்ணா. வீட்டின் பெரிய கூடத்தில் இரண்டு மர நாற்காலிகள் மட்டுமே இருந்தன. இரண்டிலும் வெள்ளையர்களை அமரச் சொன்ன கிட்டண்ணா, தரையில் கோரைப் பாயை விரித்து வேலனையும், முத்தம்மாவையும் அமரச் சொன்னார். உள்ளே சமையல் அறையில், கிட்டண்ணாவின மனைவி அவசரம் அவசரமாகச் சமையல் வேலையில் ஈடுப்பட்டிருப்பதைக் கவனித்தாள் முத்தம்மா. அவள் உதவிக்கு அந்தச் சிறுமியைத் தவிர வேறு யாரும் இல்லை. உடனே முத்தம்மா நேராக சமையலறைக்குள் சென்று, தானாகவே

சமையல் வேலைகளில் உதவத் தொடங்கினாள். முதலில் வீட்டுக்காரரின் மனைவி தயங்கினாலும், பின்பு, முத்தம்மாவின் வரவால் மகிழ்ச்சியடைந்து புன்னைகைத்தாள். சிறுமியும் அச்சம் நீங்கிச் சிரிக்கத் தொடங்கினாள்.

பாயில் அமர்ந்த வேலன் கிட்டாண்ணாவிடம், "நாங்கள் சென்னைப் பட்டணத்திலிருந்தது, கல்கத்தாவிற்குக் கப்பலில் போய்க்கொண்டிருந் தோம். வழியில் புயலில் சிக்கிக் கொண்டோம். இது என்ன பகுதி?" என்று கேட்டான் இந்தியில்.

"இது வங்காளம் அருகே உள்ள ஒரு ஒரியா கிராமம்", என்று இந்தியில் கூறிய கிட்டண்ணா, "எனக்கும் தமிழ் தெரியும். என் தாய் மொழி தெலுங்கு. ஆனால் பொறந்து வளர்ந்ததெல்லாம் சென்னைப் பட்டணம் தான். கம்பெனியில சிப்பாயா ரொம்பநாள் இருந்தேன்", என்று தமிழில் பேசத் தொடங்கினார். வேலனும் மகிழ்ச்சியுடன் தமிழுக்கு மாறினான்.

"மெட்ராஸ்காரரு, ஒரிசாவில எப்பிடி ஊர்த்தலைவர் ஆனீங்க?" என்று கேட்டான்.

"எங்க மாமாதான் இங்க ஊர்த்தலைவரா இருந்தார். அவருக்கு ஒரே பொண்ணு. வீட்டோட மாப்பிள்ளையா நான் வந்திட்டேன்", என்றார். திடீரென்று நினைவு வந்தவராக, "நாம தமிழில பேசறதை, உங்க அதிகாரிங்க தப்பா நெனைக்கப் போறாங்க", என்றார் கிட்டண்ணா. "இங்க அதிகாரிங்க யாரும் கிடையாது. நாங்க நாலு பேருமே நண்பர்கள் தான்", என்றான் வேலன்.

"அந்தப் பொண்ணு" என்றார், கிட்டண்ணா தயக்கத்துடன்.

"முத்தம்மா, அவளும் ஒரு நண்பர்தான்", என்றான் வேலன். கிட்டண்ணாவிற்கு எல்லாமே புதுமையாகத் தெரிந்தது.

"நீங்க என்ன விஷயமாக் கப்பல்ல போய்க்கிட்டிருந்தீங்க", என்றார்.

"வெடிஉப்பு வாங்கறதுக்காகக் கல்கத்தா போயிக்கிட்டிருந்தோம்", என்றான் வேலன். "வெடிஉப்பு வாங்கினாலும், அதை வெள்ளைக்காரங்க ஊருக்கு அனுப்பித்தானே வெடிமருந்து ஆக்கணும்", என்றார் கிட்டண்ணா.

"ஆமாம், அதுதான் நம்ம பலவீனம்", என்ற வேலன் தொடர்ந்து, "நான் ஒரு வியாபாரி, டேனிஷ் கப்பலுக்கு வெடிஉப்பு வாங்கிக் குடுக்கறேன் அவ்வளவுதான்", என்றான். பிறகு, "ஊரெல்லாம் வறண்டு கெடக்குதே, என்ன விஷயம்?", என்றான்.

“அதை ஏன் கேட்கறீங்க, போன வருஷம் மழையே இல்லை. இந்த வருஷமும், மழை தள்ளிப்போயிக்கிட்டே இருக்கு”, என்றவர், “ஒரிசாவிலயாச்சும் பரவாயில்லை, வெதை நெல்லாச்சும் மிச்சம் இருக்கு, வங்காளத்தில நெலமை இதைவிட மோசம்னு கேள்விப் பட்டேன்” என்றார் கிட்டண்ணா.

“அப்போ, வெதை நெல்லை வச்சுத்தான் எங்களுக்குச் சாப்பாடு போடுறீங்களா?”, என்றான் வேலன் சங்கடத்துடன். அதற்குள் உணவுத் தட்டுகளுடன் கிட்டண்ணாவின் மனைவி வந்துவிட்டாள். முத்தம்மாவும், சிறுமியும் அவளுக்கு உதவியாய் வந்தனர். பீங்கான் தட்டுகளில், கரண்டிகளோடு பெருமையாக உணவை எடுத்து வந்தாள் கிட்டண்ணாவின் மனைவி. தட்டில் இருந்ததெல்லாம், அரிசிச்சோறும், பருப்பும், ஏதோ கிழங்கும் தான். ஆனால் அதன் வாசனையிலேயே நால்வருக்கும் உயிர் திரும்பி வந்தது போலிருந் தது. அவர்கள் சாப்பிட்டு முடித்ததும்,

“உங்களுக்குப் பாய்கள் எடுத்து வருகிறேன்”, என்று புறப்பட்டார் கிட்டண்ணா.

ஆனால், அவர் கூடத்தை விட்டுப் போவதற்குள் நால்வரும் தரையில் படுத்து உறங்கத் தொடங்கி விட்டனர்.

25

புயலில் சிக்கி, பின் நீண்ட நடைப்பயணத்தில் களைத்துப்போய் உறங்கிய நால்வரும் விழித்தெழும் பொழுது மறுநாள் நண்பகல் ஆகியிருந்தது. இப்பொழுது பயம் முற்றிலும் நீங்கி விட்ட அந்த வீட்டுச் சிறுமி தன் தாயுடன் சேர்ந்து அனைவருக்கும் தேநீர் வழங்கினாள்.

“உன் பெயரென்ன?”, என்று கேட்டாள் முத்தம்மா. மொழி புரியாவிட்டாலும் கேள்வியைப் புரிந்து கொண்ட சிறுமி மகிழ்ச்சியுடன் தன்னைச் சுட்டிக்காட்டி, “சந்திரம்மா” என்றாள். பின் தன் தாயைச் சுட்டிக்காட்டி “லட்சம்மா” என்றாள். அந்நேரம் வாசலில் ஏதோ ஆரவாரம் கேட்டது. கிட்டண்ணா வெளியே சென்றார். சற்று நேரத்தில் திரும்பி வந்து வேலனிடம்

“அவங்க எல்லாரும் உங்களைப் பார்க்கணுமாம்” என்றார்.

“எங்களையா?”, என்று வியப்புடன் கேட்டான் வேலன்.

“ஆமா, உங்ககிட்ட கோரிக்கை வைக்கணுமாம்”, என்றார்.

“எங்ககிட்ட ஏன் கோரிக்கை வைக்கிறாங்க?”, என்றாள் முத்தம்மா.

"ஒங்களைக் கம்பெனி அதிகாரிங்கன்னு நெனைக்கிறாங்க", என்றார் கிட்டண்ணா. வேலனுக்கும்,முத்தம்மாவிற்கும் சிரிப்பை அடக்க முடியவில்லை. வேலன் கேட்டான், "அது சரி, என்ன கோரிக்கை?"

"நெல் வெலையைக் கொறைக்கணுமாம்" என்றார் கிட்டண்ணா.

"நெல்லு இங்க என்ன வெலை விக்குது?", என்று கேட்டாள் முத்தம்மா.

"முன்னால ரூபாய்க்கு எட்டுப் படி வித்தாங்க, இப்போ நாலுபடி தான் தர்றாங்க", என்றார் கிட்டண்ணா.

"சரி அவங்களை, சாயந்திரம் ஊர்க் கூட்டத்துக்கு வரச்சொல்லுங்க. அதுக்கு முன்னால பஞ்சத்தைப்பத்தி எங்களுக்கு விளக்கமாச் சொல்லுங்க", என்றான் வேலன். அதுவரை வீட்டைச் சுற்றிப் பார்க்கச் சென்றிருந்த சார்லசும், பீட்டரும் கூடத்திற்குள் நுழைந்தனர். "மாட்டுக் கொட்டகையில, ஒரு ஆயுதக் குவியலே இருக்கே?", என்றான் பீட்டர். "பிண்டாரிங்க வந்தா, அவங்களை வெரட்டத்தான் அந்த ஆயுதமெல்லாம்", என்றார் கிட்டண்ணா?

வெள்ளையர்கள் இருவரும், சரிதான் என்பது போல் தலைகளை ஆட்டினர். வேலனுக்கும், முத்தம்மாவிற்கும் ஒன்றும் புரியவில்லை. அந்தக் கிராமத்தினருக்குக் காலை உணவு உண்ணும் பழக்கம் இல்லை போலும். மதிய உணவைச் சீக்கிரமே தயாரித்து அளித்தாள் லட்சம்மா. ஊரின் நடுவே வழக்கமாகப் பஞ்சாயத்துக் கூட்டங்கள் நடக்கும் அரசமரத்தடிக்கு, நால்வரையும் அழைத்து வந்தார் கிட்டண்ணா. இடம் அமைதியாக இருந்தது.மரத்தைச் சுற்றி அமர்வதற்கு வசதியாக, செங்கலால் கட்டப்பட்டிருந்த மேடையில் ஐவரும் அமர்ந்தனர். கிட்டண்ணா பேச்சைத்தொடங்கினார்.

"எங்களுக்குப் பஞ்சம் புதிசில்ல. ஒரு பருவம் மழை தவறுனாலும், ஏரி, கொளத்தில இருக்க தண்ணியை வச்சு சமாளிப்போம். வெள்ளைக்காரங்க ஆட்சிக்குக் கீழ வந்ததில இருந்து, ஏரிகொளம் எல்லாம் பராமரிப்பே இல்லாமப்போச்சு. முன்னால வெளச்சல்ல அஞ்சில ஒரு பங்குதான் வரியாக் குடுத்தோம். பஞ்சம் வந்தாலும், வீட்டில தானியம் இருப்பு இருக்கும். இப்போ, கம்பெனிக்கு நாலில ஒரு பங்கு, பார்க்கீஸ்களுக்கு ஒரு பங்கு, மிஞ்சினது தான் எங்களுக்கு. அதினால யாரு வீட்டிலையும் சேமிப்பே இல்ல, பஞ்சம் வந்தா, பட்டினிச் சாவுதான்" என்று முடித்தார் கிட்டண்ணா.

"யார் அந்த பார்கீஸ்?" என்று வேலன் கேட்டான்.

"அதைப்பத்தி சார்லஸ்கிட்ட கேளு, இந்துஸ்தானத்தைப்பத்தி அவன்தான் ஆராய்ச்சி செஞ்சுக்கிட்டு இருக்கான். பிரெஞ்சு மொழியில புத்தகம் எழுதப்போறானாம்", என்றான் பீட்டர். மற்றவர்கள் கேட்கும் வரை காத்திராமல் சார்லஸ் தொடங்கினான்.

"மறைந்திருந்து திடீர்த் தாக்குதல் நடத்தும் முறையை மராத்தியர்கள் பயன்படுத்துவது உங்கள் அனைவருக்கும் தெரியும் என்று நினைக்கிறேன். அதுதான் அவர்களின் தனித்தன்மை" என்றான்.

அவங்களுக்கு மட்டும் அது தனித்தன்மை இல்லை. உலகத்தில பல இடங்கள்ள அதைப் பயன்படுத்தியிருக்காங்க. தென்பாண்டி நாட்டில பூலித்தேவரும் அதைப் பயன்படுத்தினார். பின்னால அதைவிட்டுட்டு மரபுவழிப் போருக்குப் போனதினாலதான் தோல்வியடைஞ்சார்" என்றான் வேலன்.

"இந்து ராஷ்ட்ரத்தை உருவாக்கிறதுக்காக, சத்ரபதி சிவாஜி, மகாராஷ்ட்ரத்தில மறைஞ்சிருந்து தாக்கிட்டு மீண்டும் மறைஞ்சு போற போர்முறையைக் கண்டுபிடிச்சாருன்னும், அதனால் அவருக்கு மலை எலின்னு", ஔரங்கசீப் பட்டப்பேர் வச்சாருன்னும் நானும் கேள்விப் பட்டிருக்கேன்", என்றாள் முத்தம்மா.

"நீ சொல்றதில ரெண்டு தவறு இருக்கு", என்றான் சார்லஸ். தொடர்ந்து, "சத்ரபதி சிவாஜி வெறும் இந்து ராஷ்டிரத்தைக் கட்ட விரும்பலை. அப்போ மராத்தாவில இருந்ததும் முழுசா முஸ்லீம் ராஜ்யம் இல்லை. முஸ்லீம் கவர்னருக்குக் கீழே மேல்சாதி இந்து நிலப்பிரபுக்கள் ஆட்சிதான் நடந்துக்கிட்டு இருந்துச்சு. நிலப்பிரபுக் களும், கவர்னரும் இல்லாம, அரசாங்கத்துக்கு மக்கள் நேரடியா வரி கொடுக்கற, ஏழை எளிய மக்களுக்கான, ஒரு சாம்ராஜ்யத்தைத்தான் சிவாஜி கட்டினார். ஆனால் அது அவரு மகன் சம்பாஜியோட முடிஞ்சு போச்சு. பேஷ்வாக்கள் தலைமையில மேல் சாதி நிலப்பிரபுக்கள் ஆட்சி திரும்பவும் வந்திடுச்சு", என்று முடித்தான். பிறகு அவனே தொடர்ந்து, "மகாராஷ்ட்ராவில மறைச்சிருந்து தாக்கிற போர் முறையை அறிமுகப் படுத்தினவர் மாலிக் ஆம்பர்", என்றான்.

"யார் இந்த மாலிக் ஆம்பர்?" என்றாள் முத்தம்மா வியப்போடு.

ஆப்பிரிக்காவில இருந்து இந்தியாவுக்கு அடிமையா விற்கப்பட்ட ஒரு கறுப்பு இனத்துப் பையன். தன் திறமையால அகமத் நகருக்கே பிரதம மந்திரி ஆனார்.

"பின்னால ராஜா ஆனாரா?", என்று கேட்டாள் முத்தம்மா.

"அவரு ராஜா ஆகலை, பல ராஜாக்களை உருவாக்கினாரு. ஷாஜகான் ஆட்சிக்கு வர்றதுக்கே உதவுனார்.", என்றான் சார்லஸ்.

"ஷாஜகானுக்கு இவரு உதவி ஏன் தேவைப்பட்டுச்சு", என்றாள் முத்தம்மா.

"ஷாஜகானோட சித்தி நூர்ஜஹானுக்குத் தன்னோட மாப்பிள்ளையத் தான் பாதுஷா ஆக்கணும்னு கனவு. அப்போ ஷாஜகானுக்கு ஆதரவா மாலிக் ஆம்பர் நின்னாரு. பின்னால ஷாஜகானாலேயே அழிஞ்சாரு. அவரு தான் தில்லி பாதுஷாக்களை எதிர்த்து, மறைஞ்சு தாக்கற போர்முறையை ஆரம்பிச்சார். சிவாஜியோட அப்பா ஷாஹா ஜி போன்ஸ்லேயும் இவரு கூடச் சேர்ந்து சண்டை போட்டார். அது தான் சத்ரபதி சிவாஜியோட போராட்டத்துக்கு அடித்தளம்", என்றான் சார்லஸ்.

"சரி, பார்கீஸ் விஷயத்துக்கு வா", என்றான் பீட்டர்.

"மராத்தியப் படையில சொந்தக் குதிரையோட வந்து சேர்றவங்களை 'ஷில்லேதார்'னு சொல்வாங்க. அரசாங்கத்துக்குச் சொந்தமான குதிரையில வந்து சண்டைபோடறவனை 'பார்கீஸ்'ன்னு சொல்லுவாங்க" என்றான் சார்லஸ்.

மீண்டும் கிட்டண்ணா தொடர்ந்தார், "மழையாவது சில வருஷம் தவறும், ஆனா இந்தப் பார்கீஸ் ஒரு வருஷமும் தவற மாட்டாங்க. சூறாவளி மாதிரி வருவாங்க. கொள்ளை அடிப்பாங்க, தடுத்தா கொலை செய்வாங்க", என்றார்.

"உங்க நாட்டு நிசாம், நவாப் எல்லாம் என்ன பண்ணிக்கிட்டு இருந்தாங்க? லட்சக்கணக்கில படை வச்சிருந்தாங்களே", என்றாள் முத்தம்மா.

"பார்கீஸ் தான் நேரடிப் போருக்கு வர்றதே இல்லையே?", என்ற கிட்டண்ணா தொடர்ந்து, "ஆரம்பத்தில பார்கீஸ், முஸ்லீம்களை மட்டும் தாக்கினாங்க. இசுலாமியர் எல்லாம் இந்தப் பகுதிகளை விட்டுட்டு, ரொம்ப தூரம் கிழக்கே டாக்கா, சிட்டகாங்குன்னு ஓடிப் போயிட்டாங்க. அதனால இந்து, ஜெயின், பிராமணர், சூத்திரர்னு எந்த வேறுபாடும் பார்க்காம எல்லோரையும் பார்கீஸ் கொள்ளையடிக்க ஆரம்பிச்சாங்க. எவ்வளவு பேரைக் கொன்னு இருப்பாங்கன்னு கணக்கே கிடையாது" என்றார்.

"யாரு சொன்னாங்க, கணக்கே கெடையாதுன்னு? டச்சுக்காரங்க கணக்கெடுத்து வச்சிருக்காங்க. ஏழு வருசத்தில கிட்டத்தட்ட நாலு லட்சம் விவசாயிகளைச் கொன்னுருக்காங்க", என்றான் சார்லஸ்.

“வெவசாயம் மட்டும் இல்லை, பட்டு, பருத்தி நெசவுத் தொழில் எல்லாமே பார்கீஸால வங்காளம் வரைக்கும் அழிஞ்சு போச்சு. மக்கள் ஓடிப்போனதால வெவசாய நெலமெல்லாம் காடாகிப்போச்சு. வெள்ளைக்காரங்க வர்றவரைக்கும் பார்கீஸை யாராலையும் தடுத்துநிறுத்த முடியலை”, என்றார் கிட்டண்ணா சோகமான குரலில்.

“கம்பெனி ஆட்சியில தடுத்து நிறுத்தினாங்களா இல்லையா?”, என்றான் பீட்டர்.

“ஆமா, கொஞ்ச நாளைக்கு திரும்பவும் வெவசாயம் தலையெடுத்துச்சு, நெசவுத் தொழில் துளிர்விட ஆரம்பிச்சுது. ஆனால், உடனே, இன்னொரு கூட்டம் வர ஆரம்பிச்சுது. பார்கீஸை விடப் பத்துமடங்கு மூர்க்கத்தனமான பிண்டாரிகள் கூட்டம்”, சொல்லும் பொழுதே கிட்டண்ணா குரலில் கோபம் கொப்பளித்தது.

“யார் இந்தப் பிண்டாரி, எந்த மதம், எந்த நாடு?”, என்று முத்தம்மா கேட்டாள்.

“நாடும் கெடையாது, மதமும் கெடையாது. கொள்ளையடிக்கிறதும், அந்தப் பணத்தில கும்மாளம் போடறதும்தான் வேலை. சரியா, தசரா சமயத்தில மகாராஷ்ட்ராவில இருந்து பொறப்பட்டு, நர்மதா நதியைத் தாண்டி வங்காளம் வரைக்கும் வருவாங்க. பகலெல்லாம் கொள்ளையடிப்பாங்க, மக்களை சித்ரவதை பண்ணுவாங்க, ஒரு கிராமத்திலேயே ஒரு வாரம் கூடத் தங்கியிருப்பாங்க. ராத்திரியெல்லாம் பெண்களைச் சீரழிப்பாங்க, இதுக்குப் பயந்து போயே கிராமத்து மக்கள் குடும்பத்தோட தீயில குதிச்சுத் தற்கொலை கூடப் பண்ணிக்குவாங்க”, என்று சொல்லி நிறுத்தினார் கிட்டண்ணா.

“கம்பெனிப்படை அவங்களைத் தடுக்கலையா?”, என்றான் வேலன்.

“கம்பெனியாலயும் முடியலை. இவங்க இருபது, இருபத்தி அஞ்சு பேரு சேர்ந்த சின்னச் சின்னக் கும்பலா வருவாங்க. ஊர்க் கோடியில ஒரு கோபுரம் இருக்கே தெரியுதா, அங்கே இருந்து புகையால சைகை அனுப்புவோம். செய்தி ஊர் ஊராப் பரவி கம்பெனிப்படை வர்றதுக்குள்ள பிண்டாரிங்க கொள்ளையடிச்சு முடிச்சிட்டு, நர்மதா வைக் கடந்து திரும்பவும் மகாராஷ்ட்ராவுக்குள்ள போயிடுவாங்க. அத்தோட மழைக் காலம் தொடங்கி, நர்மதாவில

வெள்ளம் வந்து நிரம்பிடும்'', என்றார் கிட்டண்ணா உற்சாகமற்ற குரலில்.

''நீங்க புகை மூலம் தகவல் அனுப்பறமாதிரி, எங்க சீமையில, பறையடிச்சுத் தகவல் குடுப்போம். அதுவே ஒரு தனி மொழி'', என்றான் வேலன்.

''மராத்தி ராஜாக்கள் பிண்டாரிகளைத் ஒடுக்க மாட்டங்களா?'', என்றாள் முத்தம்மா.

''மாட்டாங்க. கொள்ளையடிக்கிற உரிமைக்காக மராத்தியருக்கு பிண்டாரிங்க வரி கொடுக்கறாங்க'', என்றான் சார்லஸ்.

''கொள்ளையடிக்கிற உரிமைக்கு வரியா? என்று வியப்புடன் கேட்டாள் முத்தம்மா.

''மொதல்லே மராத்திய நாடுங்கறது ஒரே அரசு இல்லைங்கறதை நீ ஞாபகம் வச்சிக்கணும். போன்ஸ்லே, சிந்தியா, ஹோல்கர். கெய்க்வாட் இந்த நாலு அரசுகளோட அவங்களுக்குத் தலைமையா நாக்பூர்ல பேஷ்வா அரசு இருக்கு. இது மொத்தத்தையும் சேர்த்துத்தான் மகாராஷ்டிரம்னு சொல்றோம்'', என்றான் சார்லஸ்.

''மராத்தியர்கள், தங்களோட தூசிப்படையா பிண்டாரிகளைப் பயன்படுத்திக்க ஆரம்பிச்சாங்க. சரியாச் சொன்னா, மொதல்லே, மொகலாயர் தான் பிண்டாரிகளை உருவாக்கினாங்க. இப்போ குறிப்பா ஹோல்கரும், சிந்தியாவும் அவங்களை ஆதரிக்கிறாங்க'' என்றான் பீட்டர்.

''மொகலாயர் உருவாக்கினவங்கன்னா, இசுலாமியராத்தானே இருப்பாங்க. இந்து சாம்ராஜ்யத்தை உருவாக்கறவங்களுக்கு அவங்களோட என்ன தொடர்பு?'', என்றாள் முத்தம்மா.

''சாதாரண மக்களுக்குத்தான் சாதியும், மதமும். ராஜாக்களுக்கும், திருடங்களுக்கும் அதெல்லாம் முக்கியமில்லை'', என்றான் சார்லஸ் கிண்டலாக. பிறகு தொடர்ந்து, ''மொகலாயப் படைகளுக்கும், அவங்க குதிரைகளுக்கும் உணவு சேகரிக்க வந்தவங்கதான் பிண்டாரிகள். அப்படியே உளவு பார்க்க ஆரம்பிச்சாங்க. அப்புறம் கொள்ளையடிக்க ஆரம்பிச்சாங்க. தில்லி அரசு ஆட்டம் கண்டவுடனே, மராத்திய ராஜாக்களோட சேர்ந்திட்டாங்க''. சொல்லி முடித்தான் சார்லஸ்.

''அவங்களை எதிர்க்கத்தான் உங்க வீட்டில இருக்கற ஆயுதக் குவியலா? என்று கேட்டான் வேலன்.

“ஆமாம், எங்க கிராமத்து மக்களைக் கூட்டி, நம்மை நாமே பாதுகாத்துக்கலாம்னு நான்தான் யோசனை சொன்னேன். ஒரே ஒரு தடவை பிண்டாரிகளை எதிர்த்து நின்னோம். பத்துப் பதினைஞ்சு ஈட்டி கூட எறிஞ்சிருக்க மாட்டோம். துப்பாக்கியோட வந்தவனுங்க கூட வந்த வழியே திரும்பி ஓடிப்போயிட்டானுங்க அதுக்கப்பறம் பிண்டாரிங்க எங்க ஊர்ப்பக்கம் தலைவச்சிக் கூடப் படுக்கறதில்லை”, என்றார் கிட்டண்ணா பெருமிதமாக.

“ஓ, உங்க மண்ணிலேயே வீரம் இருக்கு”, என்றாள் முத்தம்மா.

“தலைமை தாங்க, ராணுவப்பயிற்சியோட கிட்டண்ணாவும் இருக்கார், சரி; அரிசிப் பிரச்சினைக்கு வாங்க”, என்றான் வேலன்.

“முன்னே அரிசிப்பஞ்சம் வந்தா, வெளியூர் வியாபாரிங்க அரிசி கொண்டு வந்து விப்பாங்க. ஆனால் கம்பெனி நிர்வாகம் இப்போ அதைத் தடை பண்ணியிருக்கு. கம்பெனி ஏஜெண்டுங்க மட்டும் தான் அரிசி விக்கலாம்”, என்றார் கிட்டண்ணா.

“வேலா, ஐரோப்பாவில சண்டை நடக்கிறதால, இந்தியாவில இருந்து கப்பல் கப்பலா அரிசியை ஐரோப்பாவுக்கு அனுப்பிடறாங்க. இங்கே வெலை ஏறிப் போகுது”, என்றான் சார்லஸ்.

“எங்க சுத்துவட்டாரம் முழுக்க வரி வசூல் செய்யறது, தானியம் விக்கிறது ரெண்டுக்கும் ஒரே ஏஜெண்ட், ஜமீன்தார் வெங்கடேச ரெட்டிதான். சாதாரணமாவே திமிர் புடிச்சவன். கண்ணில படற பொண்ணையெல்லாம் கடத்திக்கிட்டுப் போய்ச் சீரழிச்சிட்டு குப்பை மாதிரி அரண்மனைக்கு வெளியே தூக்கி எறிவான். அந்த மாதிரி ஆளுங்களைத்தான் கம்பெனி ஆதரிக்குது. அவங்க ஆதரவு கெடச்சதில இருந்து ரெட்டி தலைகால் புரியாம ஆடறான்”, என்ற கிட்டண்ணாவின் குரலில் மீண்டும் கோபம் கொப்பளித்தது.

“பிண்டாரிகளையே பின்னங்கால் பிடறியில பட ஓடவச்ச உங்களால, உள்ளூர் ஜமீன்தாரை எதிர்க்க முடியலையா?”, என்றான் வேலன்.

“அது எப்பிடி முடியும். பிண்டாரிங்க, அதிகம் போனால் இருபத்தி அஞ்சு பேரு. ஜமீன்தாருகிட்ட சிப்பாய்ங்க ஆயிரம் பேருகிட்ட இருக்காங்க. துப்பாக்கி, பீரங்கி எல்லாம் கூட வச்சிருக்காரு, அதோட, கோட்டைக்குள்ள பத்திரமா இருக்காரு”, என்றார் கிட்டண்ணா. சற்று நேரம் சிந்தனையில் ஆழ்ந்த வேலன், ஒரு முடிவிற்கு வந்தவனாகத் தன் நண்பர்களைப் பார்த்தான். பிறகு கிட்டண்ணாவிடம் திரும்பி,

“வேற வழியில்லை, கிட்டண்ணா. அடுத்த அறுவடை வரைக்கும் உங்க கிராமத்துக்கு ரெட்டிகாருதான் சோறு போடணும்”, என்றான்.

“அந்த கஞ்சப்பயலா, அவன் எச்சிக் கையால காக்கை ஓட்ட மாட்டானே”, என்றார் கிட்டண்ணா.

“அவருகிட்டப் பக்குவமாப் பேசி, நான் ஏற்பாடு பண்றேன். இன்னைக்குச் சாயந்தரம் ஊர்க் கூட்டத்துக்கு ஏற்பாடு பண்ணுங்க”, என்றான் வேலன்.

வேலன் கூறியதில் கிட்டண்ணாவிற்குத் துளியும் நம்பிக்கை பிறக்கவில்லை. இருந்தாலும் தலையை ஆட்டிவிட்டுச் சென்றார்.

“என்ன செய்யப்போறோம் வேலா”, என்றாள் முத்தம்மா. அதே கேள்வி முகத்தில் தெறிக்க பீட்டரும், சார்லசும் வேலனை ஆவலோடு நோக்கினர்

“நாமளோ, கல்கத்தா வரைக்கும் போகணும். அதுக்கு உணவும் வேணும், பணமும் வேணும். அது ரெண்டும் கிராமத்து மக்களுக்கும் வேணும். அதனால, ரெட்டியார் அரண்மனையைக் கொள்ளையடிக்கப் போறோம்”, என்றான் வேலன். பீட்டரும், சார்லசும் ஒருநொடி திடுக்கிட்டாலும்,

“ஓ... நாங்க ரெடி”, என்றான் பீட்டர் மகிழ்ச்சியான குரலில். ஆனால் அவர்களின் உற்சாகம் முத்தம்மாவிடம் தொற்றவில்லை.

“அங்கே ஆயிரம் சிப்பாய்கள் ஆயுதங்களோட இருக்கறதை மறந்திட்டியா வேலா?”, என்றாள்.

“அதனால என்ன, நாமளும் ஒரு படை திரட்டுவோம்”, என்றான் வேலன். தொடர்ந்து, “அதுக்கு முன்னால நீங்க மூணுபேரும் போய், ரெட்டிகாரு அரண்மனையை நல்லாச் சுத்திப் பார்த்திட்டு வரணும்”, என்றான்.

“அது சின்ன வேலை வேலா. ஆனால், அரண்மனையைப் பிடிக்கப்படை வேணும், ஆயுதம் வேணும், கேடயம் வேணும்”, என்றாள் முத்தம்மா

“மக்களே ஆயுதம், மக்களே கேடயம்”, என்று கூறிச் சிரித்துக்கொண்டே எழுந்து கிட்டண்ணாவின் வீட்டை நோக்கிப் புறப்பட்டான் வேலன்.

26

பகல் உணவிற்கு கிட்டண்ணா வீட்டிற்குச் சென்றனர். லட்சுமம்மா இம்முறை தனியே கஷ்டப்படவில்லை. ஊர்ப்பெண்கள் பலர் அவளுக்கு உதவிக்கு வந்திருந்தனர். அந்தப் பஞ்சத்திலும், ஏதோ காய்கறிகள், கிழங்குகளைத் தேடிக் கண்டுபிடித்துச் சமைத்துக் கொண்டிருந்தனர். வெல்லத்தை வைத்து ஏதோ இனிப்பும் கூடத் தயாரித்துக் கொண்டிருந்தனர். ஊரைப் பஞ்சத்திலிருந்து காப்பாற்ற, ஊர்த்தலைவர் கிட்டண்ணா முயற்சி செய்து, அந்த நால்வரையும் வரவழைத்திருக்கிறார் என்று ஊர் முழுவதும் செய்தி பரவிக் கொண்டிருந்தது.

சாப்பிட்டு முடித்ததும் ஆண் உடைக்கு மாறினாள் முத்தம்மா. அவளது கம்பீரமான தோற்றத்தை மகிழ்ச்சியோடு பார்த்துக்கொண்டிருந்தாள் சிறுமி சந்திரம்மா. முத்தம்மாவின் சைகையைப் புரிந்து கொண்டு தன் தந்தையின் தலைப்பாகையை எடுத்துக் கொடுத்தாள். கூந்தலை மறைத்துத் தலைப்பாவைக் கட்டிக் கொண்டு, இடையில் குறுவாட்களை மறைத்துக்கொண்டு வெளியேறினாள் முத்தம்மா.

அங்கே அவளுக்காக சார்லசும், வழி காட்டுவதற்காக ஒரு உள்ளூர் இளைஞனும் கையில் நீண்ட ஈட்டிகளுடன் நின்றிருந்தனர்.

“உன் பெயரென்ன”, என்று இந்தியில் கேட்டாள் முத்தம்மா.

“லட்சுமணன்”, என்றான் அந்த இளைஞன். ஏதோ சாகசம் செய்யப்போகிறோம் என்ற துடிப்பு அவன் முகத்தில் பரவியிருந்தது.

“சரி போகலாம்”, என்றாள் முத்தம்மா. அவர்கள் மூவரும் கோட்டையின் மறுபக்கம் செல்வதால் முன்னதாகப் புறப்பட்டுப் போயினர். அவர்கள் சென்ற சிறிது நேரம் கழித்து, பீட்டரை மட்டும் அழைத்துக் கொண்டு புறப்பட்டான் வேலன். வெங்கடேசரெட்டியின் அரண்மனை, எந்தக் கோட்டைக்கும் தான் சளைத்ததில்லை என்பது போல் உயரமான செங்கல் சுற்றுச் சுவருடன் கம்பீரமாக நின்றது. சுற்றிலும் அகழி இல்லை, ஆனால் புதர்கள் மண்டிக் கிடந்தன. ஆட்கள் நடந்து செல்லக் கூடிய அளவிற்கு அகலமான மதிற்சுவர்கள் இல்லை. நான்கு மூலைகளிலும் கொத்தளங்கள் அமைக்கப் பட்டிருந்தன. அப்பொழுது அதில் காவலர்கள் யாரும் இல்லை. அரண்மனையின் வாசல் கிழக்குப்புறம் இருந்தது. அங்குதான் முத்தம்மா சென்றிருந்தாள். மேற்குப்புறம் பீட்டரும், வேலனும் சென்று சுற்றிப்பார்த்தனர். அங்கே கோட்டைச் சுவரை ஒட்டிச் சிறிய மண்டபம் ஒன்று இருப்பதைப்

பார்த்தனர். அந்த இடம் சற்று மேடாக இருந்தது. புதர்கள் அதிகமாக மண்டிக்கிடந்தன. பீட்டரும், வேலனும் வீச்சரிவாள்கள் வைத்திருந்தனர். புதர்களை வெட்டி வழி ஏற்படுத்திக்கொண்டே மண்டபத்தின் அருகே சென்றனர். மண்டபத்திற்கும், சுவருக்கும் இடையே ஆறடி இடைவெளி இருந்தது. மண்டபத்தின் முன்புறத்திலும், அரண்மனைச் சுவரின் பின்புற வாசல் இருந்த இடத்திலும் பெரிய மரக்கதவுகள் இருந்தன.

"கோட்டையின் பின்புறப் பாதுகாப்பிற்காக ஏதோ ஏற்பாடு செய்திருக்கிறார்கள். ஆனால் நீண்ட காலமாகப் பயனற்றுக் கிடக்கிறது", என்றான் வேலன்.

மண்டபத்தின் கதவைத் திறந்து கொண்டு உள்ளே சென்றனர். வழியெங்கும் சிலந்திப் பூச்சிகள் தங்கள் நெசவுத்திறமையைக் காட்டிக் கொண்டிருந்தன. உள்ளே, மண்டபத்தின் ஒரு மூலையில் இரும்புக்கம்பிகளால் இரண்டடுக்குச்சட்டம் அமைக்கப்பட்டிருந்தது. அதன் கீழே கரியடுப்பு ஒன்றில் கரியும், சாம்பலும் சிதறிக்கிடந்தன. கம்பிகளின் மேல், முழு நிலா போன்ற வட்ட வடிவிலான மிகக் கனமான இரும்புக் குறடு ஒன்று கிடந்தது. பீட்டர் சுற்றிலும் பார்த்துவிட்டு, வேலனை, மண்டபத்தின் வேறொரு மூலைக்கு இழுத்துச் சென்றான். அங்கே பீரங்கிக் குண்டுகள் குவியலாகக் கிடந்தன. பீட்டர் மூன்றாவது மூலைக்குச் சென்று சிலந்தி வலைகளை அகற்றிவிட்டுத் தேடினான். அவன் தேடியபொருள் அங்கே கிடைத்தது. வழக்கத்தைவிடக் கனமான பீரங்கி, நகர்த்து வதற்கு வசதியாக இரண்டு சக்கரங்கள் கொண்ட வண்டியின் மேல் வைக்கப்பட்டிருந்தது.

"நான் நினைத்தது சரிதான். இது ஒரு பீரங்கி மண்டபம்", என்றான் பீட்டர். வேலன் பீரங்கியையும், குண்டுகளையும் உற்றுப் பார்த்தான். நான்காவது மூலையில் வெடிமருந்து மூட்டைகள் அடுக்கி வைக்கப் பட்டிருப்பதையும் கண்டுபிடித்தான். பீட்டர் ஒரு குண்டைக் கையில் தூக்கிப் பார்த்துவிட்டு, "பன்னிரண்டு பவுண்ட் இருக்கும்", என்றான்.

"இவற்றை வைத்துப் படைகளை விரட்டமுடியும், மதிற்சுவர்களை இடிக்க முடியாதே", என்றான் வேலன்.

"இது சாதாரண பீரங்கி அல்ல, ஹாட் ஷாட் பீரங்கி", என்றான் பீட்டர் வியப்பான குரலில்.

"அது என்ன வெப்பக் குண்டு பீரங்கி", என்றான் வேலன்.

“பழுக்கக் காய்ச்சிய இரும்புக்குண்டுகளை வீசி, எதிரியின் கப்பல்களைத் தீப்பிடிக்க வைக்கப் பயன்படுத்தப்படும் பீரங்கி”, என்றான் பீட்டர்.

“தரையில் அதனால் என்ன பயன்?”, என்று கேட்டான் வேலன்.

“எதிரியின் கூடாரங்களை, வெடிமருந்துக் கிடங்குகளைத் தாக்கலாம்”, என்றான் பீட்டர்.

“ஒருவேளை ஆங்கிலேயர்கள் ரெட்டியின் பாதுகாப்பிற்காகக் கொடுத்திருப்பார்களா?”, என்றான் வேலன்.

“ஆங்கிலேயர், பிரஞ்சு, டச்சுக்காரர்கள் யார் வேண்டுமானாலும் கொடுத்திருக்கலாம். அல்லது அவர்கள் உதவியுடன் இந்தியாவிலேயே செய்யப்பட்டிருக்கலாம்”, என்றான் பீட்டர். “அடியில் சக்கரம் இருக்கிறது, எளிதாக நகர்த்திக்கொள்ளலாம்”, என்றான் வேலன். “பீரங்கியை நகர்த்தலாம். ஆனால் மண்டபத்தை நகர்த்த முடியாதே. குண்டுகளை அந்த இரும்பு மேடையில் வைத்துத்தான் சூடாக்கவேண்டும். எனவே மண்டபத்தை விட்டுப் பீரங்கி வெகுதூரம் சென்று விட முடியாது. மேலும் இந்தப்பகுதி மேடாக உள்ளது. கோட்டைக்கு உள்ளே குண்டுவீச நமக்கு வசதியான இடம்”, என்ற பீட்டர் தொடர்ந்து, “எங்கள் உதவிக்குச் சிலரைக் கொடுத்தால் போதும். சார்லஸ் இதை இயக்குவதில் நல்ல அனுபவம் உள்ளவன். நாங்கள் இருவரும் இந்தப் பீரங்கிக்கு உயிர் கொடுத்து விடுவோம்” என்றான். அவனது குரலில் உற்சாகம் பொங்கியது. மண்டபத்தை விட்டு வெளியேறி கிராமத்தை நோக்கி நடக்கத் தொடங்கினான் வேலன். அவனைப் பின்தொடர்ந்த பீட்டர், “சார்லஸ் குழுவினர் வரும்வரை காத்திருக்க வேண்டாமா?”, என்றான்.

“நமக்கு அவசர வேலைகள் உள்ளன. அவர்களைப்பற்றிக் கவலைப் படாதே, அவர்கள் பத்திரமாக வந்து சேருவார்கள்”, என்றான் வேலன்.

“சார்லசின் மேல் அத்தனை நம்பிக்கையா?”, என்றான் பீட்டர்.

“இல்லை, முத்தம்மாவின் மேல் அவ்வளவு நம்பிக்கை”, என்றான் வேலன். இருவரும் கிராமத்திற்கு வந்து சேர மாலை ஆகிவிட்டது. அரசமர மேடையின் அருகே, வேலன் கேட்டுக் கொண்டதுபோல் மூங்கில் கம்புகளையும், தென்னங் கீற்றுக்களையும் வைத்து பெரிய பந்தல் ஒன்று போட்டு வைத்திருந்தார் கிட்டண்ணா. அலுவலகம் போல், பந்தலின் உள்ளே இரண்டு

மேஜைகளையும், நான்கு நாற்காலிகளையும் போட்டு வைத்திருந்தார்.

உள்ளே நுழைந்த பீட்டரின் கண்களில் மூலையில், மணற் குவியல்மீது வைக்கப்பட்டிருந்த தண்ணீர்ப் பானை பட்டது. ஆனால் அதன் மேல் குவளை எதுவும் இல்லாததால், சுற்றும், முற்றும் தேடினான். வேலன் அலட்சியமாக, பானையைத் திறந்து, இரு கைகளாலும் அப்படியே பானையைத் தூக்கித் தாகம் தீரத் தண்ணீர் குடித்து விட்டுக் கீழே வைத்தான். வேலனின் முன்மாதிரியைப் பின்பற்றி, பீட்டரும், தட்டுத் தடுமாறி, அவ்வாறே தண்ணீர் குடித்து முடித்தான். சிறிது, சிறிதாக ஊர்மக்கள் திரள ஆரம்பித்தனர். பீட்டர் சந்தேகமான குரலில் வேலனிடம் கேட்டான்,

"இது என்ன? இவ்வளவு பேரா இந்தக் கிராமத்தில் இருக்கிறார்கள்?". அதற்குள் கிட்டண்ணா உள்ளே நுழைந்து வேலனை அழைத்தார். பீட்டரை நாற்காலியிலேயே இருக்கச் சொல்லிவிட்டு, வேலனும், கிட்டண்ணாவும் அரசமரத்தடியிலிருந்த மேடையில் ஏறினர். ஊர்த் தலைவரான கிட்டண்ணா தயக்கமின்றிப் பேச்சைத் தொடங்கினார். அவர் பேசியது அரைகுறையாக வேலனுக்குப் புரிந்தது.

"மகா ஜனங்களே, நம்ம கிராமத்தில இருந்த அரிசி, பருப்பு எல்லாம் கிட்டத்தட்ட தீர்ந்து போச்சு. அடுத்த அறுவடைக்கு எப்பிடியும் மூணு மாசமாவது ஆகும்." அவர் சொல்வதை ஆமோதித்துப் பலர் தலையாட்டினர். கிட்டண்ணா தொடர்ந்தார், "நம்ம சுற்று வட்டாரத்தில அரிசி, பருப்பு இருக்க ஒரே இடம் ஜமீன்தார் வாளு வெங்கடேச ரெட்டிகாரு அரண்மனை மட்டும் தான்."

"ஓ, ரெட்டிகாரு தர்மம் தரப்போறாரா?", என்றது ஒரு குரல்.

"காசு குடுத்தாவே ரூபாய்க்கு மூணுபடிதான் தருவாரு", என்றார் கிட்டண்ணா. "வரியா வாங்கறப்போ மட்டும், ரூபாய்க்கு எட்டுப்படி கணக்குப் பண்ணி வாங்கினாரே?', என்றது இன்னொரு குரல்.

"நம்மகிட்டதான் தம்பிடிக் காசு கூட இல்லையே, இதில கணக்குப் போட்டு ஏன் கவலைப்படறீங்க. இனிமேல் தர்மம். நியாயம் எல்லாம் பார்த்தா ஒத்துவராது. ஜமீன்தார் வீட்டைத் தாக்கி, அரிசி மூட்டைங்களைத் தூக்கிட்டு வரப்போறோம். அதுக்குத் தலைமை தாங்கத்தான் இவங்க வந்திருக்காங்க", என்று

வேலனையும், பீட்டரையும் காட்டினார் கிட்டண்ணா. கூட்டத்தில் சிறிது நேரம் மரண அமைதி நிலவியது. கிட்டண்ணாவின் காதிற்குள் வேலன் ஏதோ முணுமுணுத்தான். தொண்டையைக் கனைத்துக் கொண்டு கிட்டண்ணா மீண்டும் பேசினார்.

"அந்தப் படையில சேர்றவங்களுக்கு, ரெண்டு ரூபா கூலி, ரெண்டு மூட்டை அரிசி. அதுபோக மீதியை, எல்லாரு வீட்டுக்கும் பங்கு போட்டுக் குடுத்திடுவோம். விருப்பம் இருக்றவங்க, உள்ளேயிருக்ற தொரைக்கிட்டப்போய் பேருகுடுங்க" என்றார். உடனே இளவட்டங்கள் அனைவரும் விழுந்தடித்துக்கொண்டு பீட்டரிடம் ஓடினர். பீட்டர் தன் குறிப்பேட்டில் பெயர்களை எழுதத்தொடங்கினான். அவர்கள் ஓடிச் செல்வதை வியப்புடன் பார்த்துக்கொண்டிருந்த வேலனிடம்,

"அவங்களுக்கு ஜமீன்ல மாதக்கூலியே இரண்டு ரூயாய் தான்", என்றார் கிட்டண்ணா. அதற்குள் கூட்டத்தில் ஏதோ சலசலப்புக் கேட்டது. ஒரு வயதானவர் ஏதோ சத்தமாகப் பேசுவதும், அவரை மற்றவர்கள் கேலி செய்வதும் கேட்டது. வேலன் அந்த வயதானவரைப் பார்த்து,

"உங்கள் பெயரென்ன?", என்றான் இந்தியில்.

"ராமச்சந்திரன்", என்றார் பெரியவர் உறுதியான குரலில்.

"சரி, மேடைக்கு வந்து உங்க சந்தேகத்தை எல்லார் காதிலயும் விழற மாதிரிக் கேளுங்க", என்றான் வேலன். ராமச்சந்திரன் தயங்காமல் மேடையில் ஏறித் தன் சந்தேகத்தை உரக்கக் கேட்டார். கிட்டண்ணா வேலனுக்குத் தமிழில் மொழிபெயர்த்தார்.

"இவங்க நாலு பேரும் ஊரைவிட்டுப் போனப்பறம், ரெட்டிகாரு நம்ம கிராமத்தில ஒருத்தரையும் உயிரோட விடமாட்டாரு."

"சபாஷ்", என்றான் வேலன். "ஐயா கேட்கிறது சரியான கேள்வி. அத்தோட ஐயாவுக்கு இன்னொரு முக்கியமான சந்தேகமும் வந்திருக்கணுமே?" என்றான் வேலன். கிட்டண்ணா உதவியுடன் அதைப் புரிந்துகொண்ட ராமச்சந்திரன் தானே அதையும் கேட்டார்.

"ரெட்டி காருகிட்ட ஆயிரம் சிப்பாய்ங்க, பீரங்கி, துப்பாக்கி, குதிரைப்படை எல்லாம் இருக்கு. எட்டடி உயரத்துக்கு மதில் சுவர் இருக்கு. அதெல்லாம் தாண்டி நாம எப்படி அரண்மனைக்குள்ள போகப்போறோம்?" என்றார்.

“இந்த ரெண்டு கேள்விகளுக்கும் என்கிட்ட பதில் இருக்கு. ஆனால் இப்போ அதை வெளியே சொல்லமுடியாது. ஒண்ணு மட்டும் நிச்சயம். அரண்மனையைக் கொள்ளையடிக்கலைன்னா இன்னும் ஒரு மாசத்துக்குள்ள பட்டினி கெடந்தே கிராமம் அழிஞ்சு போகும்”, என்றான் வேலன். கிட்டண்ணா மொழிபெயர்த்தார். பல குரல்கள் ஒன்றாக ஒலித்தன.

“ஒரு வாரம் கூடத் தாக்குப்பிடிக்க மாட்டோம், இப்பவே ரொம்பப்பேர் அரைப்பட்டினிதான் என்கின்றனர்”, என்றார் கிட்டண்ணா.

உடலில் வலிமை இருந்த அத்தனைபேரும் படையில் சேர ஆர்வத்தோடு பீட்டர் முன்பு வரிசையில் நின்று பெயர் கொடுத்தனர். அந்த நேரத்தில், தூரத்தில் ஓட்டமும், நடையுமாக லட்சுமணனும் சார்லசும், வந்து கொண்டிருப்பது தெரிந்தது. ஏதோ ஆபத்து என்பதை உணர்ந்த வேலன், கிட்டண்ணாவிடம் “நீங்க போய்ப் பேர் எழுதுங்க, பீட்டரை என்கிட்ட அனுப்புங்க”, என்றான்.

கிட்டண்ணா உள்ளே சென்று அமர்ந்து கொண்டு, பீட்டரை வேலனிடம் அனுப்பினார். தூரத்தில் சார்லஸ் ஓடிவருவதைப் பார்த்ததுமே ஏதோ ஆபத்து என்று பீட்டரும் புரிந்து கொண்டான். இருவரும் முன்னேறிச் சென்று அவர்களைச் சந்தித்தனர்.

“என்ன விஷயம்?” என்று கேட்டான் வேலன்.

“முத்தம்மா எங்கே?”, என்று கேட்டான் பீட்டர். சிறிது நேரம் சார்லசும், லட்சுமணனும் மூச்சிறைக்க நின்றனர். பின்,சார்லஸ் ஆங்கிலத்தில் படபடத்தான்,

“நாங்கள் மூவரும் கோட்டையின் மூன்று பக்கங்களும் சென்று சுற்றிப்பார்த்தோம். புறப்படுவதற்கு முன்பு, கோட்டை வாசலை மீண்டும் ஒரு முறை பார்க்க வேண்டுமென்று நான் நினைத்தேன். அதனால் நானும், லட்சுமணனும் கதவிற்கு அருகே சென்றோம்.”

“முத்தம்மா உங்களோடு வரவில்லையா?”, என்றான் பீட்டர்.

“இல்லை, முத்தம்மா மீண்டும் இடதுபுறச் சுவரைப்பார்த்து விட்டு வருவதாகக் கூறி இடதுபுறம் சென்றாள்”, என்றான் சார்லஸ். அவனுக்கு மூச்சு வாங்கியதால் லட்சுமணண் இந்தியில் கூறினான்.

“திடீரென்று கோட்டைக் கதவுகள் திறந்தன. உள்ளிருந்து குதிரைகளில் இரண்டு பேர் வெளியே வந்தனர். பார்த்தால்

முகம்மதியச் சிப்பாய்கள் போல் தெரிந்தனர். ஒருவன் நல்ல உயரம். இன்னொரு வன் குட்டையாய்க், கட்டையாய் இருந்தான். நாங்கள் இருவரும் ஆளுக்கொருபக்கம் புதருக்குள் மறைந்து கொண்டோம். அவர்கள் இருவரும் எங்களைத் தாண்டிச் சென்றுவிட்டனர். சிறிது தூரம் சென்று விட்டுத்திரும்பினர். பிறகு ஒருவன் வலதுபுறமும், மற்றவன் இடதுபுறமும் சென்று தேடினர்.'' அப்பொழுது தான் முத்தம்மா அவர்களிடம் மாட்டிக்கொண்டாள் என்றான்.

“முத்தம்மா மாட்டிக்கொண்டாளா?'' பதற்றத்துடன் கேட்டான் பீட்டர்.

“ஆமாம். காற்றில் தலைப்பாகை அவிழ்ந்துவிட்டது போலும். அதைக் கையில் சுருட்டிக்கொண்டு நாங்கள் இருந்த இடத்தை நோக்கி வந்து கொண்டிருந்தாள் முத்தம்மா. அவளது தலைமுடி நீண்டு தொங்கியதால் இடதுபுறம் சென்ற முரடனுக்கு அவள் பெண் என்பது தெரிந்து விட்டது. உடனே குதிரையில் விரைவாகச் சென்று அவளை அப்படியே தூக்கித் தோளில் போட்டுக்கொண்டு நாங்கள் ஒளிந்திருந்த இடத்தருகே வந்தான்'', என்றான் சார்லஸ்.

“அவளது அலறல் குரல் கேட்ட மற்றொரு சிப்பாயும், குதிரையைத் திருப்பிக் கொண்டு அங்கு வந்து சேர்ந்தான்'' என்றான் லட்சுமணன்.

“முத்தம்மா எதிர்த்துச் சண்டை போடவில்லையா?'', என்று கேட்டான் வேலன்.

“இல்லவே இல்லை. அது மட்டுமல்ல, அடுத்து நடந்தது எனக்கு இன்னும் குழப்பமாக இருக்கிறது'', என்றான் லட்சுமணன். “குதிரைகளைத் திருப்பிக்கொண்டு இருவரும் கோட்டைக்கதவை நோக்கிச் சென்றனர். முத்தம்மாவைத் தோளில் சுமந்து சென்றவனின் குதிரை பின்னால் சென்று கொண்டிருந்தது. அவன் முதுகை நோக்கித் தன் ஈட்டியை எறியக் குறி வைத்தான் லட்சுமணன். அப்பொழுதுதான் அது நடந்தது'', என்றான் சார்லஸ்.

“மயங்கியது போல் முரடனின் தோளில் தொங்கிக் கொண்டிருந்த முத்தம்மா திடீரென்று தலையைத் தூக்கி எங்களைப் பார்ப்பது போல் இருந்தது. லட்சுமணனைப் பார்த்து, ஈட்டியை எறிய வேண்டாம் என்று கையால் சைகை செய்தாள்'', என்றான் சார்லஸ்.

“எங்களைப் பார்த்து அக்கா கண்ணடித்து லேசாகச்சிரிப்பது போல் கூடத் தோன்றியது. எப்படியோ அக்காவைக்

கடத்திக்கொண்டு போய்விட்டார்கள்'', என்றான் லட்சுமணன். பீட்டர் கலவரத்துடன் வேலனைப் பார்த்தான். வேலனோ பலமாகச் சிரிக்கத் தொடங்கினான். சிரித்துவிட்டுக் கூறினான், "பயப்படாதீர்கள். சிப்பாய்கள் முத்தம்மாவைக் கடத்தவில்லை. முத்தம்மாதான் சிப்பாய்களைக் கடத்தியிருக்கிறாள். முத்தம்மாவை உயிரோடு கடத்தும் ஒருவன் உலகில் இதுவரை பிறக்கவில்லை'', என்றான்.

27

முத்தம்மாவின் நிலைபற்றி வேலன் கவலைப்படாவிட்டாலும், சார்லஸ் கவலையடைந்தான். "அரண்மனைக்குள் தனியாக மாட்டிக்கொண்டுவிட்டாளே நாம் எப்படிக் கண்டு பிடிப்பது? என்றான்.

"செயிண்ட் ஜியார்ஜ் கோட்டையிலிருந்தே தப்பியவளுக்கு, இந்த ரெட்டியார் அரண்மனை ஒரு தூசு'', என்ற வேலன், "தேவைப்படும் பொழுது அவளாகவே நம்மைத் தொடர்பு கொள்வாள்'', என்றான். மீண்டும் அலட்சியமாக. லட்சுமணன் மற்றும் சார்லசிடம், பீரங்கி மண்டபத்தைப் பற்றிச் சொல்லத் தொடங்கினான். சார்லசின் முகத்தில் மகிழ்ச்சி பரவியது. அங்கே நிறையப்பேர் கிட்டண்ணா முன்பு வரிசையில்நின்று தங்கள் பெயர்களைச் சொல்லிக் கொண்டிருந்தனர். திடீரென்று கூட்டத்தில் ஒரு சலசலப்பு பரவியது. அனைவரும் பந்தலை விட்டு விழுந்தடித்துக்கொண்டு ஓடினர். இறுதியில் பீட்டர், சார்லசுடன் கிட்டண்ணாவும், லட்சுமணனும் மட்டுமே நின்றனர். வேலன் வெளியே எட்டிப்பார்த்தான். இரண்டு குதிரைவீரர்கள் தோள்களில் துப்பாக்கிகளுடன் பந்தலை நோக்கி வந்து கொண்டிருந்தனர். "ஜமீன்தாரின் சிப்பாய்கள்'', என்றார் கிட்டண்ணா.

''முத்தம்மவைத் தூக்கிச் சென்றவர்கள் இவர்கள் தானா?'' என்றான் வேலன். ''இல்லை'' என்று தலையாட்டினான் லட்சுமணன்.

அதற்குள் பந்தல் அருகே வந்துவிட்ட சிப்பாய்கள் குதிரைகளிலிருந்து இறங்கி லட்சுமணனை அழைத்தனர். லட்சுமணன் சற்று நடுக்கத்துடன் அவர்களின் அருகில் சென்றான். அவனிடம் குதிரைகளை மரத்தில் கட்டுமாறு கூறிவிட்டுப் பந்தலின் உள்ளே நுழைந்து, கிட்டண்ணாவிடம் ஏதோ கேட்டனர். அவர் வெள்ளையர்களைக் கையைக் காட்டினார். இரண்டு

சிப்பாய்களும் வெள்ளையர்களிடம் சென்றனர். அவர்கள் மேஜையின் மேல் அலட்சியமாக அமர்ந்து இருந்த வேலனிடம் பேசுமாறு கைகாட்டினர். ஒரு இந்தியன் வெள்ளையர்களுக்கு மேலதிகாரியாக இருப்பது அவர்கள் இருவருக்கும் புதுமையாக இருந்தது. இருப்பினும் வேலன் முன்பு வந்து நின்று விரைப்பாகச் சல்யூட் அடித்தனர். அதற்குள் வேலனிடம் வந்த கிட்டண்ணா,

"இரண்டு பேரும் ரெட்டியாருகிட்ட வேலைபார்க்கிற சிப்பாய்ங்க. நாம அரண்மனையைத் தாக்கப்போறோம்னு அவங்களுக்கு ரகசியத் தகவல் கெடைச்சுதாம்", என்றார்.

"ஓ, நம்மளை மிரட்டறதுக்கு வந்திருக்காங்களா?" என்றான் வேலன். "அவங்களையும் நம்ம படையில சேர்த்துக்கணும்னு விண்ணப்பம் போட வந்திருக்காங்க", என்றார் கிட்டண்ணா மகிழ்ச்சியான குரலில். பந்தலில் சிரிப்பொலி பரவியது.

"ஏன் திடீர்னு நம்ம பக்கம் வர்றாங்க?", என்றுகேட்டான் வேலன். சிப்பாய்களிடம் பேசிவிட்டுக் கிட்டண்ணா கூறினார்,

"சிப்பாய்ங்களுக்கு மூணுமாசச் சம்பளம் பாக்கியாம். கேட்டா, ரெட்டியாரு, விருப்பமில்லாதவங்க வெலகிக்கலாம்னு மெரட்டறாராம்."

"ரெட்டியார்கிட்டே மொத்தம் எத்தனை சிப்பாய்ங்க இருக்காங்க", என்று கேட்டான் வேலன்.

"இந்தியில பேசலாமா?", என்று கேட்டான் சிப்பாய்களில் ஒருவன். வேலன் தலையை அசைத்ததும் அந்தச் சிப்பாய் தொடர்ந்தான், "ஒரு காலத்தில ரெட்டியார்கிட்ட ஆயிரம் சிப்பாய்ங்க இருந்தாங்க. படிப்படியா, செலவைக் கொறைக்கிறதுக்காகச் சிப்பாய்ங்களைக் கொறைச் சிட்டார். வெளியூர்க்காரங்க நூத்தி ஐம்பது பேரும், உள்ளூர்காரங்க ஐம்பது பேரும் மிச்சம் இருந்தோம். உள்ளூர் காரங்களும் ரெண்டு நாளா அரண்மனைக்குப் போறதை நிறுத்திட்டோம்", என்றான்.

"வெளியூர் சிப்பாய்ங்கன்னா, இந்துவா, முஸ்லீமா, வெள்ளைக் காரங்களா?", என்று கேட்டான் வேலன்.

"வெள்ளைக்காரங்க யாரும் இல்லை. ரெண்டு முஸ்லீம் தளபதிங்க. மத்தபடி இந்து, முஸ்லீம், சீக்கியர் கூட இருக்காங்க", என்றான்.

"அப்போ சுலபமாக் கோட்டையைப் பிடிச்சிடலாமே, எங்க ஊர்க்காரங்களே அதைவிட அதிகமா இருப்போமே", என்றான்

லட்சுமணன். "முடியாது, முறையாப் பயிற்சி பெற்ற சிப்பாய்ங்களுக்கும், ஊர் ஜனங்களுக்கும் நெறைய வித்தியாசம் இருக்கு. யோசிச்சுத்தான் காயை நகர்த்தணும்", என்றான் வேலன். பிறகு சிப்பாய்களிடம்,

"உள்ளூர் சிப்பாய்ங்க ஐம்பது பேர்கிட்டேயும் துப்பாக்கி இருக்கா?", என்று கேட்டான். "இருக்கு. இன்னும் ஆயுதங்களை ஜமீன்தார்கிட்ட ஒப்படைக்கலை. சம்பளப்பாக்கியைத் தந்தப்புறந்தான் ஒப்படைப்போம்", என்றான் மற்றொரு சிப்பாய்.

"நீங்க ஐம்பது பேரும் எங்களோட சேர்ந்திட்டா, சம்பளப் பாக்கியும் கெடைக்கும், துப்பாக்கிகளையும் நீங்களே வச்சிக்கலாம்", என்றான் வேலன். இருவரும் சரியென்று தலையாட்டினாலும், தலையைச் சொறிந்துகொண்டே நின்றனர். வேலன் புரிந்து கொண்டான்.

"ரெட்டியார் உங்களுக்கு எவ்வளவு சம்பளம் தந்தாரு?" என்றான்.

"மாதம் இருபது ரூபா, மூணுமாசம் பாக்கி", என்றான் ஒரு சிப்பாய்.

"சரி, மூணுமாத சம்பளப் பாக்கியையும் நாளைக்குத் தர்றேன். கூடவே, உங்களால தூக்க முடிஞ்ச அளவு அரிசி, பருப்பைத் தூக்கிட் டுப் போகலாம்", என்றான் வேலன். இருவராலும் தங்கள் முகத்தில் படர்ந்த மகிழ்ச்சியை மறைக்க முடியவில்லை. அவர்கள் இருவரும் குதிரையில் ஏறிச் சென்றதும், கூட்டம் மெல்லப் பந்தலுக்குத் திரும்பியது. என்ன நடந்தது என்பதைக் கிட்டண்ணாவும், லட்சுமணனும் கூறியதும் பலமான சிரிப்பொலி எழுந்தது. கிட்டண்ணா கோபமாகக் கத்தினார். "என்ன விஷயம்" என்றான் வேலன். "சிப்பாய்ங்க நிலைமையைப் பார்த்துச் சிரிக்காதீங்க. அவங்களும் பிள்ளை, குட்டிக்காரங்கதான்னு சொன்னேன்" என்றார் கிட்டண்ணா.

"சரியாச் சொன்னீங்க, அப்படியே இன்னொரு விஷயத்தையும் எல்லாருக்கிட்டயும் சொல்லிடுங்க. நாளைக்குத் தேவையில்லாம யாரையும் கொல்ல வேண்டாம்". வேலனை மிக மரியாதையோடு பார்த்த கிட்டண்ணா, "சரி, வாங்க சாப்பிடப்போகலாம் என்றார்.

லட்சுமம்மா மிகவும் மகிழ்ச்சியோடு இரவு உணவு தயாரித்துக் கொண்டிருந்தாள். தன் கணவரின் தலைமையில் ஊரே உற்சாகமாகத் திரள்வதில் மகிழ்ச்சி. ஜமீன்தாரின் சிப்பாய்கள் தன் கணவருக்கு

சல்யூட் அடித்துவிட்டுச் சென்றனர் என்ற செய்தியைக் கேள்விப் பட்டதால் வந்த பெருமையும் சேர்ந்து கொண்டிருந்தது. உணவு உண்டு முடிந்ததும் அனைவரையும் விரைவாக உறங்க அனுப்பி விட்டான் வேலன். வாசலில் ராமய்யா என்ற வயதான சிப்பாயைக் காவல் வைத்து விட்டுக் கூடத்தில் அமர்ந்தான். சுற்றிலும் பீட்டரும், சார்லசும், லட்சுமணனும் அமர்ந்து இருந்தனர். பீட்டரின் குறிப்பேட்டில் படம் வரைந்து, மறுநாள் அமைக்கப்போகும் வியூகத்தை விளக்கிக் கொண்டிருந்தான் வேலன். திடீரென்று காவலில் இருந்த ராமய்யா உள்ளே ஓடிவந்து உட்புறமாகக் கதவைச் சார்த்தினார்.

“வேலன் ஐயா, ஏகப்பட்ட குதிரைங்க வந்துக்கிட்டிருக்கு”, என்றார் தமிழில் படபடப்பாக. “யார், ஜமீன்தார் ஆளுங்களா?” என்று கேட்டான் வேலன்.

“இல்லை, ஐயா, அவங்க வச்சிருக்க நீளமான ஈட்டியைப் பார்த்தா மராத்திச் சிப்பாய்ங்க மாதிரி இருக்கு”, என்றார்.

“சரி, கதவைத் தொறங்க போய்ப் பார்க்கலாம்”, என்றான் வேலன்.

“ஐயய்யோ, மராத்திக்காரங்க பொல்லாதவங்க ஐயா, வெளியே போனால் நம்ம உசுருக்கே ஆபத்து”, என்றார் ராமையா.

“வீட்டுக்குள்ளேயே இருந்தால் மட்டும் விட்டுருவாங்களா?”, என்று கேட்டுச் சிரித்துக்கொண்டே வேலன் தானே சென்று கதவைத் திறந்தான். பீட்டர், சார்லஸ், லட்சுமணன் மூவரும் பின்தொடர்ந்தனர். வீட்டிற்குள்ளிருந்து கிட்டண்ணாவும் வெளியில் ஓடிவந்தார்.

ராமய்யா பயந்ததைப்போல் ஏகப்பட்ட குதிரைகள் வரவில்லை. ஐந்தே குதிரை வீரர்கள் தான் வந்திருந்ததனர். ஐவரும், பந்தலின் அருகே சென்று, அங்கு யாரும் இல்லாததால் குழம்பி நின்றனர். அதற்குள் அவர்கள் அருகே வேலன் வந்து விட்டான். ஐவரும் முதலில் வெள்ளையர்களிடம் சென்றுவிட்டுப் பிறகு வேலனிடம் வந்தனர். வேலன் இந்தியில் பேசினான்.

“நீங்கள் வந்த காரணத்தைத் தெரிந்து கொள்ளலாமா?”.

ஐவரில் ஒருவன் முன்னே வந்து, “நான் ராமண்ணா, நாங்கள் அனைவரும் முராரிராவ் சாகிப் படையில் சிப்பாய்களாக இருக் கிறோம்”, என்றான். அனைவருக்கும் தூக்கிவாரிப் போட்டது. முராரி ராவைப்பற்றி அனைவருக்குமே தெரியும். தமிழ், தெலுங்கு,

கன்னட மொழிபேசும் மூன்று இன மக்களும் ஒன்று கூடும் "குட்டி" என்ற பகுதியில் இருந்த மராத்திய ஜெனரல். திருச்சியை வென்று இரண்டு ஆண்டுகள் அங்கு ஆட்சி செய்தவர். சந்தா சாகிப்பின் படுகொலைக் குக்கூட அவர்தான் காரணம் என்று பேச்சு அடிபட்டது. எங்கே போர் நடந்தாலும், பணம் கொடுத்தால், யார் பக்கம் வேண்டுமானாலும் நின்று போரிடுவார். ஆனால் எப்பொழுது எந்தப் பக்கம் மாறுவார் என்பது அவருக்கே தெரியாது. அதனால் அவரைக் கொஞ்ச நாளாக அனைவரும் தவிர்த்தனர்.

"உன்னைப் பார்த்தால் மராத்தியன் போல் தெரியவில்லை, உன் பெயரும் தெலுங்கு இனப் பெயராகத் தெரிகிறதே", என்றான் வேலன்.

"ஜெனரல் முராரிராவ் படையில் மராத்தியர்களைவிட, வட இந்திய முசல்மான்களும், தமிழ், தெலுங்கு, கன்னட வீரர்களும்தான் அதிகம்", என்றான் ராமையா.

"சரி வந்த விஷயத்தைச் சொல்லுங்கள்", என்றான் வேலன்.

"இங்கு ஆங்கிலேயர்கள் படைதிரட்டுவதாகச் செய்தி வந்தது. தகுந்த சன்மானம் கொடுத்தால் ஒருலட்சம் குதிரை வீரர்களுடன் ஜெனரல் முராரிராவ் அதில் கலந்து கொள்ளளத் தயாராக இருக்கிறார்", என்று ராமண்ணா கூறினான்.

கேட்ட அனைவருக்கும் மீண்டும் தூக்கிவாரிப்போட்டது.

"ராமண்ணா, நாங்கள் ஒரு சிறிய வேலையாகப் போகிறோம். போதுமான ஆட்கள் எங்களிடமே உள்ளனர்", வியப்பை மறைத்துக் கொண்டு வேலன் பேசினான், "ஜெனரல் முராரிராவ் சாகிப்பிற்கு எங்களது நன்றியைத் தெரிவியுங்கள்", என்று சொல்லி முடித்தான்.

ராமண்ணா சென்று தன்னோடு வந்திருந்த மற்ற நான்கு பேரிடமும் பேசினான். மீண்டும் தயக்கத்தோடு வேலனிடம் வந்தான்.

"அவங்க அஞ்சு பேருமே தெலுங்கு பேசறவங்கதான்", என்றார் கிட்டண்ணா. அதற்குள் அருகில் வந்துவிட்ட ராமண்ணா,

"நாங்க மாசக் கணக்கா வேலையில்லாம இருக்கோம். எங்கள் ஊரில இருந்து ஒரு ஐம்பது பேரை மட்டுமாவது உங்க படையில சேர்த்துக்க முடியுமா?", என்றான் பரிதாபமாக. "முடியாது", என்று தீர்மானமாக மறுத்த வேலன், "நான் சொல்றதைச் செஞ்சா, உங்க அஞ்சுபேரை மட்டும் சேர்த்துக்கிறேன்", என்றான். ராமண்ணா முகத்தில் கொஞ்சம் நிம்மதி பரவியது,

" நாங்க உயிரைக் கொடுக்கவும் தயங்கமாட்டோம் சாகிப்", என்றான்.

"உயிரெல்லாம் கொடுக்கவும் வேண்டாம், எடுக்கவும் வேண்டாம். எனக்கு வேண்டியதெல்லாம் உடைகள், மராத்தியச் சிப்பாய்களின் உடைகள். கிழிந்த பழைய உடைகளாயிருந்தாலும் பரவாயில்லை. இருநூறு உடைகளாவது ஒருநாள் வாடகைக்குக் கொடுத்தால் போதும். மொத்தமா வாடகை ஐநூறு ரூபாய் தருகிறேன். அத்தோடு உங்களால் தூக்க முடிந்த அளவு அரிசி மூட்டைகளெல்லாம் தூக்கிச் செல்லலாம்", என்றான் வேலன். ஐவரின் முகத்திலும் பரவிய மகிழ்ச்சியை அவர்களால் மறைக்க முடியவில்லை.

"நீங்கள் தரும் பணத்திற்குப் புது உடைகளையே தந்து விடுவோம் சாகிப். நாளை பொழுது விடிவதற்குள் வந்து சேருகிறோம்", என்று கூறிவிட்டு ஐவரும் குதிரைகளில் ஏறிப் பறந்தனர்.

"கூலி அதிகம் தான் பேசி இருக்கிறீர்கள்", என்றார் கிட்டண்ணா.

"அவர்கள் கொண்டு வரப்போகும் மராத்திய ராணுவ உடைகள் நமது கிராமத்தின் பாதுகாப்பிற்கு முக்கியமானது", என்றான் வேலன்.

"மராத்தியச் சிப்பாய்களின் உடைகளை வைத்துக்கொண்டு என்ன செய்யப்போகிறாய்?", என்றான் பீட்டர்.

"நேத்து ராமச்சந்திரன் ஐயா கேட்ட கேள்வி ஞாபகம் இருக்கா?" என்றான் வேலன். அனைவரும் குழப்பத்துடன் நிற்க, ராமையா உடனே பதிலளித்தார்,

"ஓ ஞாபகம் இருக்கே, இன்னைக்கு அரண்மனையைக் கொள்ளையடிச்சாலும், நாளைக்கு வெள்ளைக்காரங்க போனப்பறம், பண்ணையாரு ஊரையே கொளுத்திடுவாரேன்னாரு". "அதுக்குத்தான் இந்த ஏற்பாடு. ஊர் மக்கள் மராத்தியச் சிப்பாய்ங்க உடையில வரட்டும். மராத்தியர் கொள்ளையடிக்க வந்திட்டதா ஜமீன்தார் நெனக்கட்டும்" என்றான் வேலன்.

"போதுமான உடைகள் கிடைக்கலைன்னா அல்லது இப்போ போனவங்க நாளைக்கு வராமலே போயிட்டா என்ன பண்றது?", என்றார் கிட்டண்ணா.

"ஏற்கனவே நான் வேற திட்டம்தான் வச்சிருந்தேன். அந்தத் திட்டப்படி போக வேண்டியதுதான்", என்றான் வேலன்.

“அது என்ன திட்டம்”, என்றான் சார்லஸ்.

“ஊர் ஜனங்க எல்லாம், மேல் சட்டை போடாம, பிண்டாரிங்க மாதிரி, வேட்டி, தலைப்பாகையோட வரணும். ஜமீன்தார் நம்மை பிண்டாரிங்கன்னு நெனச்சிக்கணும்”, என்றான் வேலன்.

“அது ஒண்ணும் கஷ்டம் இல்லை. ஊர்ல ஏற்கனவே நெறையப்பேரு சட்டை இல்லாமத்தான் இருக்கோம்”, என்றான் லட்சுமணன்.

“வேலன் சாகிப், நீங்க புத்திசாலிதான், ஆனால் எனக்கு ஒரே ஒரு சந்தேகம். மராத்திக்காரங்க வர்றாங்கன்னு தெரிஞ்சும், எப்பிடிப் போய்த் துணிச்சலாக் கதவைத் தொறந்தீங்க”, என்றார் ராமையா.

“மராத்திச் சிப்பாய்ங்க கொள்ளையடிக்க வரலைன்னு எனக்கு நிச்சயமாய்த் தெரிஞ்சுது”, என்றான் வேலன்.

“அது எப்படி நிச்சயமாத் தெரிஞ்சுது”, என்றார் ராமையா விடாமல்.

வேலன் சிரித்துக்கொண்டே கூறினான், ”மொதல்லே இந்தக் கிராமத்தில கொள்ளையடிக்க எதுவும் இல்லை. ரெண்டாவதா, மராத்தியர் ராத்திரியில கொள்ளையடிக்க வரமாட்டாங்க. அவங்களைப் பார்த்து எல்லோரும் பயந்து ஓடணும்னு நினைப்பாங்க. அதனால பகல்ல தான் வருவாங்க”. ராமையாவிற்கு வேலனின் பதில் சரியாகத் தோன்றியதால் அத்தோடு கேள்வி கேட்பதை நிறுத்தினார்.

“ஜெனரல் முராரிராவ் நிலைமை இப்படி ஆயிருக்கக்கூடாது”, என்றான் பீட்டர்.

“முராரி ராவ் மட்டும் இல்லை, பக்கத்து நாடுகளைக் கொள்ளையடிச்சு ஆட்சியைத் தக்க வச்சுக்கிற எல்லா ராணுவ சர்வாதிகராங்களுக்கும் இதுதான் முடிவு. படிப்படியா சுற்றுவட்டாரமே அழிஞ்சு போயிரும். கொள்ளயடிக்க ஒரு நாடும் மிச்சம் இருக்காது. இவங்க கட்டின ராட்சத ராணுவ எந்திரமோ போர் இல்லாம உயிர்வாழ முடியாது. அந்த நேரத்தில கூலிப்படைங்க சொந்த நாட்டு மக்களையே கொள்ளையடிக்க ஆரம்பிக்கும். சொந்தநாடும் அழியும், அதனால ராட்சத எந்திரமும் அழிஞ்சுபோகும். தைமூர், செங்கிஸ்கான் எல்லார் கதையும் இப்படித்தான் முடிஞ்சது”, என்றான் சார்லஸ்.

“சரி, நாளைக்குத் தாக்குதலை அதிகாலையிலே ஆரம்பிக்கணும்.

கொஞ்ச நேரம் தூங்கலாம்'', என்றான் பீட்டர்.

“அதிகாலையிலயா? ராத்திரியில தாக்கினால் தான், சிப்பாய்ங்க தூங்கிட்டு இருப்பாங்க'', என்றான் சார்லஸ்.

“இரண்டும் இல்லை. நாளை மதிய உணவுக்கு அப்புறம் தான் தாக்குதலை ஆரம்பிக்கப் போறோம்'', என்றான் வேலன்.

“மத்தியானமா?'' என்றார் கிட்டண்ணா வியப்போடு.

“ஆமா கிட்டண்ணா, நீங்களும் சிப்பாயா இருந்தவருதானே யோசிச்சிப்பாருங்க. சிப்பாய்ங்க ராத்திரி கூட உஷாரா இருப்பாங்க, ஆனால் மத்தியானச் சாப்பாட்டுக்கு அப்புறம் அரைத்தூக்கத்தில தான் இருப்பாங்க. இதுக்கு உலகத்தில எந்த நாட்டுப் படையும் விதிவிலக்கு இல்லை'', என்று உரத்த சிரிப்புடன் கூறினான் வேலன்.

28

மறுநாள் காலையிலிருந்தே கிராமம் எங்கும் பரபரப்புத் தொற்றிக் கொண்டது. வேலன் முதலில் பீட்டரையும் சார்லசையும் அழைத்து வெப்பக்குண்டு பீரங்கியைத் தயார் செய்யப் போகுமாறு கூறினான். ‘இன்னும் நாலைந்து பேராவது வேண்டும்’ என்றான் பீட்டர். முதல் நாள் வழிகாட்டியாக வந்த இளைஞன் லட்சுமணன், தானே பீரங்கிப் படைக்குப் போக விரும்பினான். அந்த நேரத்தில் ஜமீன்தார் படையிலிருந்த சிப்பாய்கள் இருவரும் வந்து சேர்ந்தனர். அவர்களுடன் சுமார் இருபத்து ஐந்து குதிரை வீரர்கள் வந்தனர். அனைவரிடமும் துப்பாக்கிகள் இருந்தன.

“எங்கே, பாதிப்பேரைக் காணோமே?'', என்று கேட்டான் வேலன்.

“வேலை தேடி எங்கெங்கேயோ போயிட்டாங்க பிரபு'', என்றான் அவர்களில் தலைமை தாங்கியவன். அந்தச் சிப்பாய்களில் நான்கு பேரைத் தேர்ந்தெடுத்து, அவர்களோடு லட்சுமணனையும் சேர்த்து பீட்டர், மற்றும் சார்லசுடன் ஏழுபேர் கொண்ட பீரங்கிப் படையை உருவாக்கினான் வேலன். முதல் குழுவாக அந்த ஏழுபேரும் புறப்பட்டுச் சென்றனர். மண்டபத்தைச் சுற்றிலும் புல், புதர்கள் மண்டியிருந்ததால் அவற்றை அகற்றுவதற்காக வீச்சரிவாள், கடப்பாரை மற்றும் கோடாரிகளையும் எடுத்துச் சென்றனர். சிறிது நேரத்தில் மராத்தியச் சிப்பாய்கள் ஐந்து குதிரைகளில் வந்து சேர்ந்தனர். கூடவே மராத்தியச் சிப்பாய்களின் உடைகளைக் குவியலாய் ஏற்றிக்கொண்ட மாட்டுவண்டி ஒன்றும் வந்தது.

“குதிரைகளிலேயே உடைகளை எடுத்து வந்திருக்கலாமே?”, என்றான் வேலன். உரத்த சிரிப்புடன் கிட்டண்ணா கூறினார்,

“சுமக்க முடிந்த வரை தானிய மூட்டைகளை எடுத்துச் செல்லலாம் என்று சொன்னோமல்லவா, அதற்குத் தான் இந்த வண்டி. பசி, மனிதர்களின் சிந்தனையைக் கூராக்குகிறது”.

“ஒருத்தன் சாகுறவரைக்கும் கூடத் தன்னோட பசியைப் பொறுத்துக் குவான். ஆனால் தன்னோட புள்ள குட்டிங்க பசியைப் பொறுத்துக்க மாட்டான். பாருங்க, எங்க கிராமத்து சனங்க மட்டும் இல்லை, சுற்றுவட்டாரத்துக் கிராமத்து சனங்களும் வந்திட்டாங்க”, என்று கிராமத்தில் நிரம்பி வழிந்த கூட்டத்தைக் காட்டினார் ராமையா.

“ரொம்ப நல்லது, எல்லோரையும் அரசமரத்துக்கிட்ட வரச்சொல்லுங்க”, என்று சொல்லிவிட்டு அகன்றான் வேலன். அனைவரும் அரசமரத்தருகே கூடியபின் பெரியவர் ராமச்சந்திரனை மேடைக்கு அழைத்தான். பின்பு மராத்தியர் வண்டியைச் சுட்டிக் காட்டி,

”நேற்று இந்தப் பெரியவர் ,கிராமத்து ஜனங்கதான் தாக்குனாங்கன்னு அடையாளம் தெரியக்கூடாதுன்னார். அதுக்குத்தான், இந்த மராத்தியச் சிப்பாய்ங்க உடை”, என்றான். கிட்டண்ணா மொழி பெயர்த்தார். உடனே கூட்டம் ஆரவாரத்துடன் வண்டியை நோக்கி ஓடியது. ஆனால் அங்கு அனைவருக்கும் போதுமான உடைகள் இல்லை. ஏமாற்றத்துடன் நிறையப் பேர் மீண்டும் அரசமரத்திற்கு வந்தனர். உடனே கிட்டண்ணா தன் சட்டையைக்கழற்றி விட்டு, வேட்டியை பிண்டாரிகள் போல் கட்டிக் காட்டினார். ராமச்சந்திரன் ஒரியா மொழியில் கூறியது மொழிபெயர்க்கப்படாமலேயே வேலனுக்குப்புரிந்தது,

“இதுவும் பொருத்தமாத்தான் இருக்கிறது. மராத்தியர் படைகளுடன் எப்பொழுதும் பிண்டாரிகளும் வருவார்கள்”.

சற்று நேரத்தில் மொத்தக் கிராமமும் மராத்தியச் சிப்பாய்களும், பிண்டாரிகளும் அடங்கிய கூட்டம் போல் மாறியது. “நம்மிடம் ஆயுதங்கள்தான் குறைவு”, என்றார் கிட்டண்ணா.

“என் திட்டத்திற்கு, இருக்கின்ற ஆயுதங்களே போதும். மூங்கில் கம்புகளை எடுத்துக் கொள்ளுங்கள், தூரத்தில் இருந்து பார்த்தால் ஈட்டிகள் போன்றே தோன்றும்” என்றான் வேலன். பிறகு கிராம மக்களைப் பல குழுக்களாகப் பிரித்தான். வில் அம்பு

பயிற்சியுள்ளவர்கள், ஓரளவு ராணுவப்பயிற்சி உள்ளவர்களிடம் மட்டும் ஆயுதங்கள் தரப்பட்டன. மற்றவர்களிடம் விவசாயக் கருவிகளும், முனை கூராகச் சீவப்பட்ட மூங்கில் கம்புகளும் மட்டுமே இருந்தன. அவர்களைப் பின்வரிசையில் நிற்க வைத்தான். ஜமீன்தாரின் வீரர்களையும், மராத்தியச் சிப்பாய்களையும் படைத்தலைவர்கள் ஆக்கினான். யார்யார் கோட்டையின் எந்தப் பக்கம் செல்ல வேண்டும் என்பதை மண்ணில் கோடு வரைந்து தளபதிகளுக்கு விளக்கினான். கடைசியாகத் தளபதிகளில் ஒருவன் கேட்டான், "தாக்குதலை எப்போது தொடங்குவது?"

"நான் கட்டளையிட்ட பின்பு. நான்கு கொத்தளங்களிலும் காவல் இருப்போரைப் பார்த்துச் சுடுங்கள். குறிபார்த்துச் சுட வேண்டாம். அவர்கள் அஞ்சி ஓடினால் போதும். உயிர்களைக் காப்பாற்றத்தான் போருக்குப் போகிறோம், எடுக்க அல்ல" என்றான் வேலன்.

"நல்லது, உங்கள் கட்டளை எந்த வடிவில் வரும்" என்றான் இன்னொரு தளபதி.

"பீரங்கி சுடும் சத்தம் கேட்கும், அதுதான் கட்டளை", என்றான் வேலன். தொடர்ந்து, "நடுப்பகலுக்கு மேல்தான் புறப்படப் போகிறோம். அதுவரை உங்கள் பிரிவில் உள்ள சிப்பாய்களை அறிமுகம் செய்து கொள்ளுங்கள்", கூறிவிட்டு, கிட்டண்ணாவை அழைத்துக்கொண்டு பீரங்கி மண்டபத்தை நோக்கிப் புறப்பட்டான்.

பீரங்கி மண்டபத்திற்கு, காலையிலேயே சென்று சேர்ந்த பீட்டரும், சார்லசும் பீரங்கியைச் சுத்தம் செய்யத் துவங்கினர். லட்சுமணன், நான்கு ஜமீன் சிப்பாய்களையும் அழைத்துக் கொண்டு புதர்களை அகற்றப் புறப்பட்டான். வீரர்கள் துப்பாக்கிகளை மண்டபத்தின் வாசலில், சுவற்றில் சார்த்தி வைத்து விட்டு, வீச்சரிவாள்கள், கடப்பாரைகளுடன் வெளியே புதர்களை அகற்றத் தொடங்கினர். சிறிது நேரத்தில், வேலனும், கிட்டண்ணாவும் அங்குவந்து சேர்ந்தனர். உள்ளே பீரங்கி தயார் செய்யப்படுவதைப் பார்த்துவிட்டு வெளியே வந்தனர். லட்சுமணனைப் பீரங்கி சுத்தம் செய்ய உள்ளே அனுப்பினான் வேலன். வெளியே இருந்த சிப்பாய்கள் குதிரைகளைத் தூரத்தில் மறைவாய்க் கட்டி இருந்தனார். நால்வரில் இருவரைத் தனியே அழைத்த வேலன், "நீங்க ரெண்டு பேரும் மண்டபத்தைக் குதிரையில சுத்தி வாங்க. யாராச்சும் இந்தப் பக்கம் வந்தா, உடனே வந்து சொல் லுங்க", என்றான். அவர்கள் இருவரும் குதிரைகளில்

ஏறிப் புறப்பட்டனர். மற்ற இரண்டு சிப்பாய்களையும் அருகில் அழைத்தான். இருவருக்கும் உருவ ஒற்றுமை இருப்பதைக் கவனித்துவிட்டுக் கேட்டான், "நீங்க ரெண்டு பேரும், அண்ணன் தம்பிங்களா?". அவர்களில் ஒருவன் முன்வந்து,

"ஆமாம் கமாண்டர்சாப், நான் அண்ணன் முரளி, இவன் என் தம்பி முராரி", என்றான். "சரி, வாங்க நாம செடி வெட்டலாம்", என்று கூறிய வேலன் தன் சட்டையைக் கழற்றி எறிந்துவிட்டு வீச்சரிவாளுடன் வேலையில் இறங்கினான். வேலனைப் பின் பற்றி கிட்டண்ணாவும் சட்டையைக் கழற்றிவிட்டுச் செடிவெட்டத் தொடங்கினார். சிப்பாய்களும் புதர்களை அகற்றும் வேலையைத் தொடர்ந்தனர். சுமார் ஒரு மணிநேரம் சுறுசுறுப்பாக வேலை செய்திருப்பார்கள், காவலுக்கு அனுப்பப்பட்டிருந்த இரண்டு சிப்பாய்களும் குதிரையில் வேகமாக அங்கு வந்துசேர்ந்தனர்.

"கமாண்டர் சாகிப், கோட்டையில இருந்து சிப்பாய்ங்க இந்த மண்டபத்தை நோக்கி வந்துக்கிட்டிருக்காங்க", என்றான் ஒருவன்.

"எத்தனை பேர் வர்றாங்க", என்று கேட்டான் வேலன்.

"பத்துப்பேர், ஜமேதார் மல்லய்யாவோட வர்றாங்க", என்றான் மற்றொருவன். "யாரு இந்த மல்லய்யா?" வேலன் கேட்டான்.

"ஜமீன்தார்படை மொத்தத்துக்கும் பஞ்சாபி சுபேதார் ராம்சிங்தான் கமாண்டர். அப்துல்லா, ரெஹ்மான்னு ரெண்டு ஜமேதார் இருக்கா னுங்க. அவனுங்க ஜமீன்தாரு கூடத்தான் எப்பவும் சுத்துவானுங்க. மூணாவதா இருக்ற ஜமேதார்தான் மல்லய்யா", என்றான் முரளி. அதற்குள் முராரி முன்னால் வந்து, ஒற்றறையடிப்பாதையில் ஒரு குறுகிய வளைவான திருப்பம் இருந்த இடத்தைக் காட்டினான். அதன் இருபுறமும் மரங்கள் இருந்தன.

"அங்கே வர்றப்போ குதிரைங்க திருப்பத்தில மெதுவா வரும். நாம அங்கே மறைஞ்சு நின்னு தாக்கலாம்", என்றான். வேலன் மறுத்துத் தலையசைத்தான்.

"அவங்க குதிரைமேல இருக்கறப்போ தாக்கறது ஆபத்து. நீங்க நாலுபேரைத்தான் சுட முடியும். மிச்சம் ஆறு பேருகிட்ட நாம மாட்டிக்குவோம். அவங்களைச் சமாளிக்க என்கிட்ட வேற திட்டம் இருக்கு", என்றான். அனைவரும் ஆவலுடன் வேலனைப் பார்த்தனர். வேலன் தன் திட்டத்தை விவரித்தான். அனைவரும் ஆமோதித்துத் தலையாட்டினர். ஆனால் கிட்டண்ணா மட்டும்,

“ஒரு வேளை, நீங்க சொல்றதை அவங்க நம்பலைன்னா?”, என்றார்.

“வேற வழியில்லை. தாக்குதல்தான். என்னைக் கவனிச்சிக்கிட்டே இருங்க. நான் தாக்குதலை ஆரம்பிச்ச அடுத்த நொடி நீங்க எல்லோரும் தாக்குதலை ஆரம்பிங்க” என்றான்.

“ஆனால் துப்பாக்கி நாலு தானே இருக்கு”, என்றார் கிட்டண்ணா.

“பக்கத்தில நின்னு சண்டைபோட இந்த வீச்சரிவாள் போதாதா, தலையை நுங்குமாதிரி சீவி எறியுமே”, என்றான் வேலன். கிட்டண்ணா தன் கையிலிருந்த கடப்பாரையைக் கவனித்தவராக,

“இந்தக் கடப்பாரையும் பயங்கரமான ஆயுதம்தான். தலையைச் சுக்கு நூறா உடைச்சிடும்”, என்றார். நான்கு சிப்பாய்களும் தங்கள். துப்பாக்கிகளில் குண்டை நிரப்பினர். தங்கள் இடுப்பில் இருந்த குறுவாட்களையும் சரிபார்த்துக்கொண்டனர். இரண்டு சிப்பாய்களை மட்டும் பீரங்கி மண்டபத்தின் வாசலில் நிறுத்திவிட்டு, மற்ற இருவரையும் புதர்களில் மறைந்து கொள்ளச் சொன்னான் வேலன். பின்பு கிட்டண்ணாவுடன் புதர்களை அகற்றும் வேலையைத் தொடர்ந்தான். ஜமீன்தாரின் சிப்பாய்கள் அருகில் வந்தனர். மண்டபத்தின் அருகே முட்செடிகள் அதிகம் இருந்ததால், சற்று தூரத்தில் மரங்கள் இருந்த திருப்பத்தில் குதிரைகளைக் கட்டிவிட்டு, இரண்டு சிப்பாய்களைக் குதிரைகளுக்குக் காவலாக வைத்து விட்டு, ஏழு சிப்பாய்களும், ஜமேதார் மல்லையாவும் மண்டபத்திற்குக் கால்நடையாய் வந்தனர். ஜமேதாரைப்பார்த்து முரளியும், முராரியும் சல்யூட் அடித்தனர்.

“இங்கே என்ன நடக்குது?”, குழப்பத்துடன் கேட்டார் மல்லய்யா.

“ஜமீன்தாருவாளு, மண்டபத்தைச் சுத்தம் பண்ணச் சொன்னாரு” என்ற முரளி, “சுபேதார் அப்துல்லாவும், ரஹ்மானும் எங்கே? கண்ணுலயே படலியே”, என்று பேச்சை மாற்ற முயற்சித்தான். மல்லய்யா அருகில் நின்ற சிப்பாய் பலமான சிரிப்புடன்,

“புதுசா நடனக்காரி யாரையாவது கண்டுபிடிச்சு, ஜமீந்தாரோட அவ வீட்டில கெடப்பாங்க. பொம்பள விஷயத்தில மட்டும் மூணுபேரும் பங்காளிங்களாச்சே”, என்றான்.

“அவங்க மூணுபேரும் அரண்மனைக்குள்ளயே தான் ஜல்சாப் பண்ணிக்கிட்டு இருக்காங்க. யாரோ ஒரு பொண்ணை நேத்து அப்துல்லா தூக்கிட்டு வந்திருக்கான்” என்றான் மல்லய்யா.

"அப்போ நேத்து ராத்திரியில இருந்தே மூணுபேரும் பங்கு போட்டுக்கிட்டு இருப்பாங்க", என்றான் முரளி. அருகில் புதர்வெட்டும் வேலையில் மும்முரமாக இருப்பதுபோல் நடித்துக் கொண்டிருந்த வேலனுக்கு, முதல் முறையாக முத்தம்மாவை நினைத்துப் பயம் வந்தது. அவன் கைகள் வீச்சரிவாளை இறுக்கிப்பிடித்தன. இதைக் கவனித்த கிட்டண்ணாவும் கடப்பாரையை இறுகப் பற்றினார். சரியாக அந்த நேரம் பார்த்து மண்டபத்தின் உள்ளிருந்து பீட்டரும், சார்லசும், லட்சுமணனும் வெளியே வந்தனர். அதுவும் சும்மா வரவில்லை. சார்லஸ் ஒரு பீரங்கிக்குண்டைத் துணியால் துடைத்துக்கொண்டே வந்தான். லட்சுமணன் கையில், பீரங்கியின் வெடி மருந்தைப் பற்ற வைக்கும் நீண்ட கருவி இருந்தது. பீட்டரின் கையிலோ, சூடான வெடிகுண்டைத் தூக்குவதற்கான கனமான இரும்புக்குறடு இருந்தது. வெள்ளையர்களைப் பார்த்ததும் மல்லய்யா விற்குக் குழப்பம் அதிகம் ஆனது.

"யார் இவர்கள்? இங்கே என்ன செய்கிறார்கள்?", என்று இந்தியில் கத்தினான்.

"ஜமீன் பீரங்கி மண்டபத்தைச் சுத்தம் செஞ்சு, பீரங்கியைச் சரிபண்றதுக்காக, கம்பெனி எங்களை அனுப்பிச்சிருக்கு", என்றான் வேலன்.

வேலனைச் சந்தேகத்தோடும், எரிச்சலோடும் பார்த்த மல்லய்யா, "ஏதோ சரியில்லையே, உள்ளே போய்ப் பார்க்கணும்", என்று முனகிக்கொண்டே, மண்டபத்தின் வாசலில் காலைவைத்தான்.

"கமாண்டர் சாப் உள்ளே ஒரே தூசி நீங்க போகாதீங்க", என்று வேலன் ஓடிவந்து, வழியை மறைத்தான்.

"யார் இந்தப் பைத்தியம்? தள்ளுடா", என்று சொல்லிக் கொண்டே வேலனைப் பலமாக இடதுபுறம் தள்ளிவிட்டு, மண்டபத்தின் உள்ளே கழுத்தை நீட்டிப்பார்த்தான் மல்லய்யா.

"சரி, அப்போ நல்லா உள்ளே போய்ப் பாருங்கய்யா", என்று சொல்லிக்கொண்டே அவன் கழுத்தில் அரிவாளை வீசினான் வேலன். மல்லய்யாவின் தலை தனியே உருண்டு மண்டபத்தின் உள்ளே சென்றது. அதிர்ச்சியடைந்த மற்ற சிப்பாய்கள் உதவிக்கு ஓடி வருவதற்குள், வேலனின் நான்கு சிப்பாய்களும் சரியாகக் குறி பார்த்து மல்லய்யாவின் நான்கு சிப்பாய்களைச் சுட்டு வீழ்த்தினர். பீட்டர் தன் கையிலிருந்த கனமான குறடால் ஒரே அடியில் ஒரு எதிரியை வீழ்த்தினான். சார்லஸ் பீரங்கிக்குண்டை

இப்படியும் பயன்படுத்த முடியும் என்பதுபோல் மற்றொரு எதிரியின் நெஞ்சில் எறிந்து அவனை வீழ்த்தினான். லட்சுமணன் தன்னிடமிருந்த நீண்ட, பீரங்கி பற்றவைக்கும் கருவியை, வாளுடன் ஓடிவந்த கடைசிச் சிப்பாயின் காலில் மாட்டிக் கீழே விழவைத்தான். கீழே விழுந்த சிப்பாயின் தலைப்பாகை கழன்று ஓடியது அதற்காகவே காத்திருந்தவர் போல் கிட்டண்ணா தன் கடப்பாரையால் அந்தச் சிப்பாயின் மண்டையை உடைத்தார்.

குதிரைகளுக்குக் காவலாக நின்ற இரண்டு சிப்பாய்களும், இவை அனைத்தையும் தூரத்திலிருந்து மிரட்சியுடன் கவனித்தனர். இருவரும் ஒருவரையொருவர் பார்த்துக்கொண்டனர். ஓடிவிடுவ தென்று பார்வையிலேயே முடிவு செய்தனர். இருவரும் ஆளுக் கொரு குதிரையை அவிழ்த்துக்கொண்டு, குதிரையில் விரைவாக ஏறினர். வேலன் சற்று உயரமான இடத்திற்குச் சென்று இரண்டு சிப்பாய்களும் குதிரையில் ஏறிச்செல்வதைப் பார்த்தான். அவனது ஆட்கள் அனைவரும் வேலன் இருக்கும் இடத்திற்கு ஓடி வந்தனர். வேலனின் சிப்பாய்களில் ஒருவன் துப்பாக்கியில் தோட்டாவைப் போட்டுச் சுடத் தயாரானான். வேலன் கை நீட்டி அந்தத் துப்பாக்கி யைத் தான் வாங்கிக் கொண்டு குறிபார்த்தான். உடனே மற்றொரு சிப்பாய் தனது துப்பாக்கியிலும் தோட்டாவை நிரப்பினான். அந்தத் துப்பாக்கிகளில் ஒரு சமயத்தில் ஒரு குண்டுதான் போட முடியும். எனவே வேலனுக்கு, அடுத்து தன் துப்பாக்கியைத் தரத் தயாரானான். ஆனால், வேலனுக்கு இரண்டு குண்டுகள் தேவைப்படவில்லை. தப்பிச்செல்லும் இரண்டு குதிரைவீரர்களும் ஒரே நேர் கோட்டில் வரும் வரை காத்திருந்து, விசையை அழுத்தினான். பத்தடி தூரத்திலேயே இருந்ததால் இரண்டு சிப்பாய்களையும் ஒரே குண்டு துளைத்துச் சென்றது. ஒரு கணம் அனைவரும் வியப்பில் ஆழ்ந்தனர். முராரி ராவ் முன்னே வந்து,

“சாகிப்... உங்களிடம் பணிபுரிவதைப் பெருமையாகக் கருதுகிறோம்”, என்றான்.

பலத்த சிரிப்போடு கிட்டண்ணா, “வேலன் சாகிப், தேவையில்லாமல் கொல்ல வேண்டாமென்று எங்களுக்குச் சொல்லிவிட்டு, தப்பியோடுபவர்களைக் கூட, விடாமல் வேட்டையாடுகிறீர்களே?”, என்றார்.

“தேவையில்லாமல் கொல்வது தவறு. தேவைப்படும் பொழுது கொல்லாமல் விடுவது அதைவிடத் தவறு. ஒரு சிப்பாய் தப்பிக் கோட்டைக்குள் போயிருந்தாலும், நமது திட்டம் மொத்தமும் பாழாகிவிடும்” என்றான் வேலன், சிரிக்காமல்.

பீரங்கி மண்டபம் முழுவதும் வெப்பம் பரவியிருந்தது. தகதகவென்று கரி அடுப்பு எரிந்து கொண்டிருந்தது. மேலே, சற்றுச் சாய்வாக அமைக்கப்பட்டிருந்த கம்பிமேடையில் வரிசையாகப் பல குண்டுகள் பரப்பி வைக்கப்பட்டுச் சூடாகிக்கொண்டிருந்தன. கிராமத்திலிருந்து அனைவருக்கும் கேழ்வரகு ரொட்டிகள் வந்திருந்தன. அவற்றையும், கம்பி மேடையில் வைத்துச் சூடாக்கிக்கொண்டே சார்லஸ் கூறினான்,

“குண்டுகள் மேலிருந்து கண்களை அகற்றக்கூடாது. அதிகமாகச் சூடாகிவிட்டால், குண்டு பீரங்கியிலேயே ஒட்டிக் கொண்டுவிடும். பின் சுடும்பொழுது பீரங்கியே வெடித்து விடும்”, என்றான்.

ரொட்டி கொண்டுவந்தவனிடம் வேலன், “கிராமத்திலிருந்து அனைவரும் புறப்பட்டுவிட்டார்களா?”, என்று கேட்டான். “கால்நடையாய் வந்து கொண்டிருக்கிறார்கள். நான் ஒரு மராத்தியச் சிப்பாயின் குதிரையில் ஏறிச் சீக்கிரம் வந்துவிட்டேன்”, என்றான். “சரி நீ போய், நமது ஆட்கள் வந்து சேர்வதைப் பார்த்துவிட்டு எங்களுக்குத் தகவல் சொல்லு” என்றான் வேலன்.

கேழ்வரகு ரொட்டிகளை வெறும் கைகளில் வைத்தே காலி செய்த அனைவரும் பீரங்கியை நகர்த்தத் தொடங்கினர். சக்கரங்கள் இருந்தாலும், வாசற்படி மற்றும் நிலைகளில் பீரங்கியைத் தூக்கிவைக்க வேண்டியிருந்தது. பீரங்கி சிறியதானாலும் சாதாரணப் பீரங்கிகளைவிட இரண்டு மடங்கு கனமாயிருந்தது. அப்பொழுதுதான் மண்டபத்தின் மூலையிலிருந்த கனமான, அகலமான பலகை அவர்கள் கண்களில் பட்டது. அதைச் சாய்வுப் பலகையாக வைத்துப் பீரங்கியைச் சுலபமாக நகர்த்தி வெளியே கொண்டுவந்து அதை மேடையில் ஏற்றினர். சார்லசின் உத்திரவுப்படி மேடையின் வெவ்வேறு மூலைகளில் குண்டுகளையும், வெடிமருந்துப் பைகளையும் அடுக்கினர். உள்ளே சென்று சூடாகிக் கொண்டிருக்கும் குண்டுகளைப் பார்வையிட்ட சார்லஸ்,

“இன்னும் அரைமணி நேரத்தில் குண்டுகள் சிவந்து விடும், அதற்கு முன்பாக சூடேற்றப்படாத சாதாரண குண்டுகளைச் சுடத் தொடங்கலாம்” என்றான்.

வேலன் மறுத்துத் தலையை ஆட்டினான். ஏன் தாமதிக்கிறான் என்று அனைவரும் குழப்பத்தில் ஆழ்ந்தபொழுது, முன்பு

இவர்களுக்கு உணவு கொண்டு வந்தவன் ஓடிவந்தான். “கமாண்டர் சாப், நம்ம ஆளுங்க கோட்டைக்கு நாலு பக்கமும் சுத்தி நிக்கிறாங்க”, என்றான். “கொத்தளத்தில எத்தனைபேர் காவல் இருக்காங்க?”, என்றான் வேலன்.

“ஒரு கொத்தளத்துக்கு ரெண்டு பேரு தான் டூட்டி. அவங்களும் நல்லாத் தூங்கிக்கிட்டு இருக்காங்க”, என்றான் வந்தவன்.

“நான் சொன்னது சரிதானா, மதிய உணவுக்கு அப்புறம் தூங்காத சிப்பாயே உலகத்தில கிடையாது”, என்று சிரித்துக்கொண்டே கூறிய வேலன், இனிச் சுடத் தொடங்கலாம்”, என்றான் சார்லசிடம். பீரங்கிக்குள் வெடி மருந்தை நிரப்பி, அதை நீண்ட மரக்கட்டையால் இறுக்கமாகக் அழுத்திக் கெட்டித்தான் சார்லஸ். பீட்டர், சூடேற்றப் படாத குண்டைத்தூக்கி வந்து பீரங்கி வாயின் உள்ளே திணித்து மேலும் இறுக்கமாக அழுத்தினான். சார்லஸ் பீரங்கிக் குழாயின் கோணத்தைக் குத்துமதிப்பாக உயர்த்தினான். லட்சுமணன் பீரங்கி பற்றவைக்கும் திரியைப் பற்றவைத்து அந்த நீண்ட கம்பியைக் கொண்டு வந்தான். தன் வாளை உயர்த்தியபடி நின்றுகொண்டு இருந்த வேலன் அனைத்தும் சரியாயிருக்கிறதா என்றுபார்த்தபின் ஆங்கிலத்திலேயே “ஃபையர்” என்று கட்டளையிட்டுவிட்டு வாளைக் கீழே இறக்கினான். லட்சுமணன் திரியைப் பீரங்கியின் மேல்புறம் இருந்து துளையில் திணித்து வெடிமருந்தைப் பற்ற வைத்தான். பயங்கரச் சத்தத்துடன் பீரங்கி குண்டைத் துப்பியது. குண்டு பறந்து சென்று கோட்டைச் சுவரின் மேல் பகுதியில் மோதி விழுந்தது. பீரங்கி சற்றுப் பின்னோக்கி நகர்ந்தது. அந்தப் பண்ணிரண்டு பவுண்டு குண்டால் அரண்மனையின் மதிற்சுவரில் சிறிய கீறல் கூடப் போட முடியவில்லை. கிட்டண்ணாவின் முகத்தில் ஏமாற்றம் வெளிப்படையாகத் தெரிந்தது.

“வேலன் சாகிப், இந்தப்பீரங்கியால இன்னைக்கு முழுக்கச் சுட்டாலும், சுவத்தில ஒரு ஓட்டைகூடப்போடமுடியாது”, என்றார்.

“தெரியும், ஓட்டை போடறதுக்காக இந்தப் பீரங்கியைத் தயாரிக்கலை, கொஞ்சம் பொறுத்திருந்து பாருங்க ”,என்றான் வேலன்.

அதற்குள் பீரங்கியின் ஒலியால் கொத்தளத்தில் காவல் இருந்த வர்கள் விழித்தெழுந்தனர். கோட்டையின் நான்குபுறமும் திரண்டி ருந்த மராத்தியச் சிப்பாய்களையும், பிண்டாரிகளையும் கண்டு

ஒரு கணம் மிரண்டு போயினர். பின்பு துணிவை வரவழைத்துக் கொண்டு அவர்களை நோக்கிச் சுடத்தொடங்கினர். உடனே, கிராமத்தினரும் திருப்பிக் கொத்தளங்களை நோக்கிச் சுட்டனர். இரண்டு தரப்பினரின் துப்பாக்கிகளுமே சுமார் நூறடி தூரம்தான் சுடும் திறன் உடையவை. கூட்டமோ, வேலனின் ஆணைப்படி, அரண்மனைச் சுவர்களில் இருந்து இருநூறு அடிகள் தள்ளி நின்றன. இரு தரப்பினரின் குண்டு களும் யாருக்கும் பாதிப்பின்றி மண்ணில் விழுந்தன. ஆயினும் வேலன் எதிர்பார்த்தது போல் கொத்தளத்திலிருந்த சிப்பாய்கள் விழுந்தடித்துக் கொண்டு இறங்கி உள்ளே ஓடினர்.

மண்டபத்தின் அருகே பீரங்கியை மீண்டும் நிலைநிறுத்திய சார்லஸ், பீரங்கியின் கோணத்தை மேலும் சற்று உயர்த்தினான். பீட்டர் ஒரு கட்டையை எடுத்துவந்து பீரங்கி நகராமல், அதன் சக்கரங்களின் பின்னே வைத்து முட்டுக் கொடுத்தான். இரண்டாவது முறை சுட்ட போது, குண்டு மதில் சுவரைத்தாண்டி உள்ளே சென்று விழுந்தது. பின்பு சார்லஸ், ஜமீன்தார் படையிலிருந்து வந்த முரளியையும், முராரியையும் அழைத்து,

"கோட்டைக்குள்ள வெடிமருந்துகிடங்கு எங்கே இருக்கு?", என்றான். முரளி தரையில் ஒரு குச்சியால் படம் வரைந்து காட்டினான்.

"ஓ, இப்போ குண்டு விழுந்த இடத்துக்கு இடதுபக்கம், அஞ்சடி தள்ளி இருக்கா", என்று கேட்ட சார்லஸ், பீரங்கியின் உயர் கோணத்தை மாற்றாமல் பீரங்கியை இடதுபுறம் லேசாகத் திருப்பினான். பீரங்கி அசையாமல், மீண்டும் கட்டைகளை வைத்து நிலை நிறுத்தியபின், மீண்டும் வெடிமருந்தையும், குண்டையும் திணித்து இன்னொரு முறை சுட்டனர். முரளியும், முராரியும் ஆமோதிப்பது போல் தங்கள் தலைகளை ஆட்டினர்.

"வெடிமருந்து வச்சிருக்கிறது பழைய ஓட்டுக் கட்டடம், இந்நேரம் கூரையே உடைஞ்சு சிதறியிருக்கும்", என்றான் முரளி. சார்லஸ், பீட்டரைப் பார்த்தான். பீட்டரும், லட்சுமணனும் மண்டபத்திற்குள் சென்றனர். பீட்டர் தன் வலிமையான கரங்களில் பற்றுக்குறடின் உதவியுடன் சூட்டில் சிவந்து தகதகத்த குண்டை எடுத்துவந்தான். அதற்குள் பீரங்கியில் வெடிமருந்தை நிரப்பிப் பின் தண்ணீர்ப் பாத்திரத்தில், கனமான சாக்கு ஒன்றை நனைத்து, அதிலிருந்த தண்ணீர் வடிந்ததும், அதைப் பீரங்கிக்குள் நுழைத்தான் சார்லஸ்.

“இது எதற்கு?’, என்ற வேலனிடம், “குண்டின் சூட்டில் வெடிமருந்து பற்றி விடாமல் இருக்கத்தான்” என்றான் சார்லஸ். இம்முறை வெப்பத்தில் தகதகத்த இரும்புப் பீரங்கிக் குண்டு, கோட்டைக்குள் சென்று விழுந்தது. சிறிய இடைவெளி விட்டு அடுத்தடுத்து வெப்பக் குண்டுகளைச் சுடத்தொடங்கினான் சார்லஸ்.

அதற்குள் அரண்மனைக்குள் சிப்பாய்களும், சிப்பந்திகளும் மிரண்டு போய் அங்கும், இங்கும் ஓடிக்கொண்டிருந்தனர். வெளியே மராத்தியச் சிப்பாய்கள், உள்ளேயோ ஜமீன்தாரையே காணவில்லை. அவரோடு முக்கிய தளபதிகளான ஜமேதார்கள் அப்துல்லா, ரஹ்மான், மல்லய்யா மூவரையுமே காணவில்லை. வயதான சுபேதார் ராம்சிங் மட்டும், அங்குமிங்கும் ஓடும் வீரர்களைச் சத்தமாகத் திட்டி, வாசல் கதவருகே அணி திரளச் சொல்லிக்கொண்டிருந்தார். ஆனால் யாரும் அவர் பேச்சைக் கேட்பதாக இல்லை. அப்பொழுது கூரையை உடைத்துக்கொண்டு வெடிமருந்து மூட்டைகளின்மேல் விழுந்தது ஒரு வெப்பக்குண்டு. அடுத்த நொடி, பயங்கரச் சத்தத்துடன் அந்த ஓட்டுவீடே வெடித்துச் சிதறியது. அதுவரை யார் சொல்வதையும் கேட்காமல் ஓடிக்கொண்டிருந்த சிப்பாய்கள், வெடிச்சத்தத்தில் அதிர்ச்சியடைந்து அசைவற்று நின்றனர். பின்பு மெல்ல நடந்து கோட்டைக்கதவருகே சென்று, ராம்சிங் கட்டளையிட்டபடி அமைதியாக நின்றனர். ராம்சிங் இரண்டு வீரர்களைக் கதவருகே சுவற்றில் ஏறி, வெளியே தப்பிச் செல்ல வழியுள்ளதா என்று பார்க்கச் சொன்னான். சுவற்றில் ஏறியவர்களில் ஒருவன் கத்தினான்.

“ஜமேதார் சாப், நம்ம சிப்பாய்ங்க ரெண்டு பேர் குதிரையில, கோட்டைக்கு வர்றாங்க.”

“அவங்க பக்கத்தில வந்த உடனே கதவைத்திறந்து உள்ளே விட்டுட்டு, உடனே மூடுங்க”, என்றார் ராம்சிங். அவ்வாறே முரளியும், முராரியும் உள்ளே நுழைந்தபின் கோட்டைக்கதவு உடனே மூடப்பட்டது.

“வெளியே என்ன நடக்குது? மராத்தியச் சிப்பாய்ங்ககிட்ட இருந்து எப்பிடித் தப்பிச்சு வந்தீங்க?”, என்று பல குரல்கள் ஒரே சமயத்தில் ஒலித்தன. குரல்கள் அடங்கும் வரை காத்திருந்த முரளி,

“அவங்க தான் எங்களை அனுப்பிச்சாங்க. ஆயுதத்தை எறிஞ்சிட்டுச் சரணடைஞ்சா. உயிரோட போக அனுமதிக்கறதாச் சொல்றாங்க” என்றான். சில சிப்பாய்கள் ஆயுதங்களை உடனே தரையில் எறிந்தனர். மற்றவர்கள் தயங்கி நின்றனர்.

“நம்ம அஞ்சுமாதச் சம்பளப்பாக்கியத் தர்றாங்களாம்” என்றான்.

. “நாலுமாதச் சம்பளம் தானே பாக்கி?” என்றார் ராம்சிங்.

“நாங்க அந்த மாதிரிப் பொய் சொல்லி வச்சிருக்கோம்”, என்றான் முரளி சிரிப்புடன்.

இவர்கள் உரையாடல் முடிவதற்குள் அனைத்துச் சிப்பாய்களும் ஆயுதங்களைத் தரையில் எறிந்திருந்தனர்.

“எங்க கூட வாங்க”, என்று கூறிவிட்டு முரளியும் முராரியும் அனைவரையும் இரண்டு வரிசைகளில் நடக்க வைத்துக் கோட்டையை விட்டு வெளியே அழைத்து வந்தனர். மரியாதைக்காக ராம்சிங்கை மட்டும் குதிரையில் வர அனுமதித்தனர். அனைத்துச் சிப்பாய்களை யும், கோட்டையின் பக்கவாட்டில் திருப்பி, பீரங்கி மண்டபத்திற்குக் கொண்டுவந்து சேர்த்தனர்.

“சம்பளப் பாக்கியைத் தருவார்களா? இல்லை கொன்றுவிடுவார்களா?” என்று எண்ணித் தயக்கத்துடன் வந்து கொண்டிருந்த ராம் சிங், அங்கே நின்ற இரு வெள்ளையர்களையும் பார்த்தான். நம்பிக்கை வந்தவனாகக் குதிரையிலிருந்து கீழே இறங்கி, வெள்ளையர்கள் முன்னால் சென்று விறைப்பாக சல்யூட் அடித்தான். அவர்கள் இருவரும் வேலனிடம் பேசுமாறு சைகை செய்தனர். ராம்சிங்கிற்குக் குழப்பமாக இருந்தது. ஒரு இந்திய அதிகாரியிடம் பேசச் சொல்லித் தன்னை அவமதிக்கிறார்களே என்ற எண்ணத்துடன் வேலன் அருகே வந்து நின்றான். ஆனால் சல்யூட் அடிக்கவில்லை.

“தங்கள் பெயரைத் தெரிந்து கொள்ளலாமா சர்தார் சாகிப்”, என்று இந்தியில் கேட்டான் வேலன்.

வேலனின் மரியாதையான பேச்சால் கோபம் தணிந்த ராம்சிங், தன் பெயரைச் சொன்னான். “ஜமேதார் ராம்சிங், ஜமீன்தார் உங்களுக்கு எத்தனை மாதச்சம்பளம் பாக்கி வைத்திருக்கிறார்?” என்று கேட்டான்.

“நான்கு மாதச் சம்பளம் பாக்கி, மாதம் இருபது ரூபாய்”, என்றார் ராம்சிங்

முரளி தடுமாற்றத்துடன், “இல்லை வேலன் சாகிப். ஒருவேளை அவருக்கு மட்டும் ஜமீன்தார் சம்பளம் கொடுத்திருக்கலாம்”, என்றான்.

“எங்களுக்கெல்லாம், அஞ்சு மாதச்சம்பளம் பாக்கி”, என்றான் முராரி.

ராம்சிங் உறுதியான குரலில், "இல்லை, வேலன் சாகிப். நான் சொல்வதுதான் உண்மை. எங்களுக்கு நான்கு மாதச் சம்பளம் தான் பாக்கி", என்றார்.

"பாவம், ராம்சிங் சாகிப், பொய் சொல்லத் தெரியாதவர்", என்ற வேலன் தொடர்ந்து, "இருந்தாலும் பரவாயில்லை, பேசியபடி உங்கள் அனைவருக்கும் ஐந்து மாதச் சம்பளத்தை இன்னும் சற்று நேரத்தில் தருகிறோம். அத்தோடு கலைந்து சென்றுவிட வேண்டும்" என்றான். சிப்பாய்களின் கூட்டத்திற்குள் பல குரல்கள் அதை ஆமோதித்தன.

"சரி நீங்கள் அனைவரும் மண்டபத்தின் அருகிலேயே காத்திருங்கள்", என்றான் வேலன். ராம்சிங் தனியே அமர்ந்தார். மற்ற சிப்பாய்கள் அனைவரும் தரையில் ஆங்காங்கே சிறு,சிறு கும்பல்களாக அமரத்தொடங்கினர்.

"நாம் அரண்மனைக்குள் போகலாம். முரளி, முராரி, நீங்கள் இருவரும் போய் மக்களை அரண்மனைக்குள் அழைத்து வாருங்கள், நாங்கள் முன்னால் போகிறோம்", என்றான் வேலன்.

பீட்டர் தயக்கத்துடன், " சரணடைஞ்ச இந்தச் சிப்பாய்ங்களுக்கு யாரையாவது காவல் வச்சிட்டுப் போவோம்" என்றான்.

"அவங்க எங்கே போகப் போறாங்க? அவங்க நெஞ்சு மேலே துப்பாக்கியை வச்சு மிரட்டினாலும் சம்பளப் பாக்கிய வாங்காமப் போகமாட்டாங்க", என்றான் வேலன்.

"துப்பாக்கி என்ன, நெஞ்சுமேலே பீரங்கியை வச்சு மெரட்டினாலும் சம்பளப்பாக்கியை வாங்காம இங்கே இருந்து நாங்க போக மாட்டோம்", என்றார் ராம்சிங் கோபமான குரலில்.

வேலனும், அவன் ஆட்களும் அரண்மனைக்குள் நுழைந்தனர். லட்சுமணனையும், கிட்டண்ணாவையும் அழைத்து, ஊர் மக்கள் உதவியுடன் அரண்மனைக்குள் இருக்கும் உணவுபொருட்களை வண்டிகளில் ஏற்ற ஏற்பாடு செய்யுமாறு கூறிவிட்டு, பீட்டர், சார்லசு டன் 'ஜல்சாகர்' எங்கிருக்கிறது எனத் தேடத் தொடங்கினான் வேலன். ஏற்கனவே அரண்மனையில் பணிபுரிந்திருந்தாலும் கூட முரளிக்கும், முராரிக்கும் ஜல்சாகர் எங்கிருக்கிறது என்று சரியாகத் தெரியவில்லை. அதற்குள் அரண்மனைக்குள் நுழைந்த ஊர்மக்கள் தங்களுடன் கொண்டு வந்திருந்த வண்டிகளில் உணவுபொருட்களை ஏற்ற ஆரம்பித்தனர். அரண்மனையில் இருந்த வண்டி, மாடுகளையும் பயன்படுத்திக்கொள்ளலாமே என்று லட்சுமணனுக்கு

யோசனை வந்தது. உள்ளே சென்று தேடியவன் விரைவில், ஜமீன்தாரின் அழகான மாட்டு வண்டியையும், இரண்டு பெரிய காளை மாடுகளையும் இழுத்து வந்து அதில் உணவுப் பொருட்களை ஏற்றினான்.

முரளியும், முராரியும் ஒரு வழியாக ஜல்சாகர் இருக்கும் பகுதியைக் கண்டு பிடித்தனர். ஜமீன்தார் தன் வீட்டிலிருந்து வெகு தூரத்தில் ஒரு மண்டபத்தைக் கட்டியிருந்தார். மொகலாய அரசர் களைப்போல், ஆடல் பாடல்களுக்காகத் தானும் ஒரு ஜல்சாகர் கட்ட வேண்டும் என்று நினைத்தார் போலும். ஆனால் அவரால் கட்ட முடிந்ததெல்லாம் அகலமான ஒரு மண்டபம் தான். அதற்குச் சற்று தூரத்தில் தான் வெடிமருந்துக் கிடங்கு வெடித்துச் சிதறிக்கிடந்தது. நல்ல வேளையாக, அதனால் ஜல்சாகர் பாதிப்படைய வில்லை. அதன் பலமான மரக்கதவு மட்டும் உடைந்து கிடைந்தது. வாசலைத் தாண்டிச் சற்று தூரம் உள்ளே சென்றதும், ஒரு சிறிய அறை. அதன் உள்ளே மீண்டும் ஒரு பலமான கதவு மூடிக் கிடந்தது. வாசலில் முத்தம்மாவின் உடைகள் மட்டும் தரையில் கிடந்தன. ஆனால் ஆட்கள் யாரையும் காணவில்லை. வேலன் தன் கலவரத்தைச் சிரமப்பட்டு அடக்கிக்கொண்டான். ஆனால் சார்லஸ் சத்தமாக ஆங்கிலத்தில் கேட்டான்,

“ஆ, முத்தம்மாவிற்கு என்ன ஆயிருக்கும்?”.

30

தங்களுக்கு முன்பிருந்த கனமான கதவைத் தட்டிப்பார்த்தான் வேலன். அதனால் பலன் எதுவும் ஏற்படவிலை. பீட்டரும், சார்லசும் வேலன் அருகே வந்தனர். மூவரும் மாறி,மாறிக் கதவை உதைத்தனர். சிறிது நேரத்தில் கதவு பட்டென்று திறந்து கொண்டது. அவர்கள் அறைக்கு உள்ளே கண்டகாட்சி வியப்பாக இருந்தது. தரையெங்கும் வழுவழுப்பான கற்கள், சுவர்களில் அழகிகளின் ஓவியங்கள், பின்புறச் சுவரை ஒட்டி ஒரு நாட்டிய மேடை. ரெட்டியும் கலை ரசிகர்தான் என்று முணுமுணுத்துக்கொண்டே உள்ளே நுழைந்த வேலனின் கண்களில் மெதுவாக மனித உருவங்கள் பட்டன. மூன்று தூண்களில், தூணிற்கு ஒருவராக, தூணின் மறுபுறம் கைகளை இணைத்துக் கயிறுகளால் இறுக்கிக் கட்டியிருந்தது. மூவரும் குப்புறப்படுத்திருந்தனர். உடை மற்றும் தோற்றத்திலிருந்து மூவரும் சுபேதார்கள் அப்துல்லா, ரெஹ்மான்

மற்றும் ஜமீன்தார் வெங்கடேச ரெட்டி ஆகியோர் தான் என்று ஊகித்தனர். நான்காவது தூணில், சாய்ந்தபடி தரையில் அமர்ந்து முத்தம்மா உறங்கிக் கொண்டிருந்தாள். அவளது அழகிய நடனக்காரியின் உடையையும், கையருகே கிடந்த இரண்டு சவுக்குகளையும் மூவரும் வியப்புடன் பார்த்தனர். அப்பொழுது தான் தூண்களில் கட்டப்பட்டிருந்த மூவரின் முதுகுகளிலும் உடைகள் கிழிந்து, கோடு கோடாக ரத்தம் உறைத்திருப்பதைக் கவனித்தனர். கதவு உடைந்த ஒலியால் தூக்கம் கலைந்த முத்தம்மா, வேலனைக் கண்டதும், பதற்றமடையாமல் கொட்டாவி விட்டுக்கொண்டே எழுந்தாள். மூவரின் குழப்பமான முகங்களையும் குறும்பாகப் பார்த்தாள். முகத்தில் நிம்மதி பரவிய வேலன். நீ ஏன் நேத்தே தப்பிக்க முயற்சிக்கலை" என்றான்.

"நீங்க கோட்டையைத் தாக்கறப்போ, நான் உள்ளே இருந்தா உங்களுக்கு உதவியா இருக்கும்னு தோணிச்சு", என்றாள்.

"இது என்ன நாட்டியக்காரி வேஷம்", என்றான் வேலன்.

"ஏன் இந்த வேஷத்தில நான் அழகா இல்லையா?" என்றாள் முத்தம்மா கோபமாக.

"அழகாத்தான் இருக்கே, ஆனால் பார்க்கிறவங்க மனசில தப்பான எண்ணம் வரும்", என்றான் வேலன்.

"வேலன் மனசிலயும் தப்பான எண்ணம் வந்திருச்சு போல இருக்கு", என்று மகிழ்ச்சியோடு தனக்குள் முனகிக்கொண்டவள்,

"குறுக்கே பேசாமக் கேளு. ஞாபகப்படுத்திப் பார்த்துட்டுச் சொல்றேன்" என்றாள். "இவங்க மூணு பேரையும் யாரு கட்டிப் போட்டது?", என்றான் பீட்டர்.

"நான் தான்", என்றாள் முத்தம்மா.

"நீ ஒரே ஆள் மூணு ஆம்பிளைங்களையும் கட்டிப்போட்டியா", என்றான் சார்லஸ். "அவங்களும் கொஞ்சம் உதவிசெஞ்சாங்க", என்றாள் புன்சிரிப்புடன்.

"அவங்களைக் கட்டிப்போட, அவங்களே எப்பிடி உதவ முடியும்", என்று பீட்டர் குழப்பத்தோடு கேட்டான்.

"அதுக்குத்தான் குறுக்க பேசாமக் கேளுங்கன்னு சொன்னேன்", என்று நடந்ததை முழுமையாக விவரித்தாள் முத்தம்மா.

கோட்டையை உளவு பார்க்கச் சென்ற போது ஜமேதார் அப்துல்லா முத்தம்மாவைத் தோளில் போட்டுக்கொண்டு

ரெஹ்மானோடு நேரே ஜல்சாகர் உள்ளே கொண்டு வந்தான். ஜல்சாகர் மண்டபத்தில் ரெட்டியார் கணக்கு வழக்குகளைப் பார்த்துக் கொண்டிருந்தார். தன் ஆட்கள் அழகான பெண்ணைக் கடத்திவந்ததைப் பார்த்ததும் அவரது மகிழ்ச்சிக்கு அளவேயில்லை. அறையைப் பார்த்ததுமே முத்தம்மாவிற்குப் புரிந்து போயிற்று, ரெட்டி ஒரு அரைகுறைக் கலாரசிகரென்று.

நேரே போய் அவர் காலில் விழுந்து வணங்கிய முத்தம்மா தமிழில், “ஜமீன்தாரையா, நான் ஒரு சதிராட்டக்காரி, உங்க ஆதரவைத் தேடித்தான் வந்திருக்கேன்”, என்றாள்.

“பலே, பலே, சரியான எடத்துக்குத்தான் வந்திருக்கே. ஆமா, கூட யாரையும் காணோமே?” என்றார் தமிழ் நன்றாகப் பேசத் தெரிந்த ரெட்டியார்.

“பக்கத்தில தாய்யா இருந்தாங்க. உங்க ஆளுங்க என்னைத் தூக்கிட்டு வந்ததைப் பார்த்ததினால பயந்து ஓடிட்டாங்கய்யா. என்கிட்ட மாத்திக்க டிரெஸ்கூட இல்லை ஐயா”, என்றாள் முத்தம்மா.

“அதனால என்ன? நம்மகிட்ட இல்லாத டிரஸ்ஸா?”, என்று இந்தியில் சொல்லிக் கொண்டே பக்கத்து அறைக்குச் சென்று பளபளப்பான நாட்டிய உடை ஒன்றை எடுத்து வந்தான் ரஹ்மான்.

“இப்போ உன் திறமையைக் காட்டு”, என்றான் அப்துல்லா.

“ஐயா… வாத்தியக்காரங்க எல்லாம் இல்லாம, எப்படிய்யா?” என்று தப்பிக்க முயற்சித்தாள்.

அப்துல்லா பலமாகச் சிரித்தான். “ரெட்டிகாரு இருக்கறப்போ தபேலா வாசிக்க வேற ஆள் வேணுமா என்ன?” என்று கூறியவாறே ஒரு மூலையில் துணியால் மூடிவைக்கப்பட்டிருந்த தபேலாக்களை எடுத்து வந்து மேடையில் வைத்ததோடு, பெரிய சக்கரம் போலிருந்த தாம்போரின் ஒன்றையும் எடுத்து வந்து தானே அடித்துக் காட்டினான். ஜமீந்தாரும் தபேலாவை நன்றாக வாசித்துக் காட்டினார்.

“நான் போய் உடையை மாத்திக்கிட்டு வர்றேன்”, என்று முத்தம்மா வெளி அறைக்குச் சென்றாள். அவளோடு வந்த ரெஹ்மான்,

“நீ உடையை மாத்து, நான் அதுக்குள்ள பிரியாணி எடுத்துக்கிட்டு வர்றேன்”, என்று முத்தம்மாவைப் பார்த்துக் கண்களைச் சிமிட்டி விட்டு, கவனமாக, வெளிக்கதவைச் சார்த்தி வெளிப்புறம் தாழிட்டு

விட்டுச் சென்றான். இவர்களிடமிருந்து, சுலபமாகத் தப்ப முடியா தென்று புரிந்து கொண்ட முத்தம்மா, மனதிற்குள் தன் திட்டத்தை மாற்றிக் கொண்டாள். உடைமாற்றுவதுபோல் வெளியே ஓடிச்சென்று, அரண்மனைக்குள் எங்காவது ஒளிந்து கொண்டு, மறுநாள் தாக்குதல் தொடங்கும் பொழுது வெளியே வரலாம் என்றுதான் திட்டமிட்டிருந்தாள். இப்பொழுது நாட்டியக்காரி உடையணிந்து, மேடை அருகே சென்றாள். எளிய உடையிலேயே அழகாகத் தெரியும் முத்தம்மா, அந்தப் பளபளப்பான உடையில் தேவதையைப் போல் மின்னினாள். வாயெல்லாம் பல்லாகச் சிரித்த ரெட்டியாரும், அப்துல்லாவும் வெளிநாட்டு மதுவைக் குடிக்கத் தொடங்கினர்.

"வா,வா நீயும் குடி, உன் பேரு என்னன்னு சொல்லவே இல்லயே?" என்றார் ஜமீன்தார். "மெட்ராஸ் பட்டணத்தில என்னை ரத்னான்னு கூப்பிடுவாங்க, இங்க வேணும்னா, ரத்னம்மான்னு வச்சுக்குங்க", என்றாள். அப்துல்லா உற்சாகமாக மதுக்குவளையை அவளிடம் நீட்டினான். "இப்பவே குடிச்சா ஆட முடியாது, தள்ளாடத்தான் முடியும்", என்று மறுத்தாள். அதற்குள் ஆவிபறக்கும் பிரியாணியோடு உள்ளே நுழைந்தான் ரெஹ்மான். உடனே தாமதிக்க வழி கண்டு பிடித்துவிட்டாள் முத்தம்மா.

"ஆனால், பசி வயித்தைக் கிள்ளுதய்யா", என்றாள் பரிதாபமாக. உடனே தட்டில் பிரியாணியை எடுத்து, முத்தம்மாள் முன்னே மேஜையில் வைத்தான் ரெஹ்மான். அவள் நின்றுகொண்டே சாப்பிடத்தொடங்கினாள்.

"ஓ ரத்னா, இனிமே நமக்குள்ள எந்த வித்தியாசமும் பார்க்கக் கூடாது. வா,வா நீயும் உட்கார்ந்து சாப்பிடு", என்றார் ஜமீன்தார்.

முத்தம்மாவும் மேஜையில் சென்று அமர்ந்ததோடு, முடிந்தவரை மெதுவாகச் சாப்பிடத் தொடங்கினாள். அவர்கள் மூவருக்கும் போதையேறும் வரை தாமதப்படுத்துவதுதான் அவளது திட்டம். தன் தட்டில் இருந்த பிரியாணி தீர்ந்ததும், "இன்னும் கொஞ்சம் பிரியாணி எடுத்துக்கவா?" என்றாள்.

"இது என்ன கேள்வி? போய் எவ்வளவு வேணும்னாலும் எடுத்துக்கோ ரத்னா" என்றான் ரெஹ்மான். பிரியாணி எடுக்கச் சென்றவள், அப்படியே காலியான மதுபாட்டிலை மேஜையிலிருந்து அகற்றிவிட்டு, மூலையில் இருந்த மரப்பெட்டியிலிருந்து புதிதாக ஒரு பாட்டிலை உருவி எடுத்து வந்து மேஜையில் வைத்தாள். மகிழ்ச்சியோடு அதை வாங்கித்திறந்த அப்துல்லா, "ரத்னா, உனக்கு என்ன டான்சு தெரியும்?" என்றான்.

“சதிராட்டம், ஒயிலாட்டம், மயிலாட்டம் தெரியும் சாகிப்”, என்றாள்.

“எல்லாம் தஞ்சாவூர் வரிசை தானா?”, என்றார் ஜமீன்தார்.

“கிராமத்து நடனமும் தெரியும் ஐயா. அதோட எங்கிட்ட, காட்டு வாசிங்க ஸ்பெஷல் டான்சு ஒண்ணும் இருக்குய்யா”, என்றாள்.

“பலே,பலே. அது என்ன காட்டுவாசிங்க ஸ்பஷல்?” என்றார் ஜமீன்தார்.

“சவுக்கு டான்சு. எதிரியைக் கட்டிவச்சு அடிக்கிற மாதிரி ஒரு டான்சுய்யா. ஆனால், அதுக்கு ஒரு சவுக்கு வேணும்”, என்றாள்.

“சவுக்குக்கா பஞ்சம், குதிரை விரட்டற சவுக்கு எங்க ரெண்டு பேர் கிட்டயுமே இருக்கே”, என்று கூறிய ரெஹ்மான் வாசலருகே சுவரில் மாட்டியிருந்த இரண்டு குதிரை விரட்டும் சவுக்குகளையும் எடுத்து வந்து மேடையில் எறிந்தான். அவன் சவுக்கைத் தேடிக் கொண்டிருந்த நேரத்தில் மேஜையில் காலியாகி விட்டிருந்த மதுப் புட்டியை மாற்றிப் புதிய புட்டியை வைத்தாள் முத்தம்மா. பின்பு மேஜையிலிருந்து எழுந்து மேடையருகே சென்றாள். “யாராச்சும் ஒருத்தர் இந்தத் தூணுக்கிட்ட வாங்க, கைதி மாதிரி நடிக்கணும்”, என்றாள். “உடனே அப்துல்லா, ரஹ்மானைப் பார்த்துக் கட்டளையிட்டான்,

“டேய் நீ போடா, போய் ரத்னா சொல்ற இடத்தில நில்லு”, என்றான். ரஹ்மான் தூண் அருகே வந்ததும், அவனை, தூணைக் கட்டிப் பிடித்து இரு கைகளையும் முன்னே நீட்டச் சொன்னாள்.

“ஒரு சின்னக் கயித்தை வச்சு இவரு ரெண்டு கையையும் சேர்த்துக் கட்டணும் ஐயா” என்றாள். உடனே அப்துல்லா ஒரு கயிறைத் தேடி எடுத்து வந்து ரெஹ்மானின் கைகளை மகிழ்ச்சியோடு கட்டத் தொடங்கினான்.

“அப்துல்லா, மெதுவாக் கட்டுடா”, என்று அலறினான் ரெஹ்மான். அப்துல்லா ஒரு குரூரமான மகிழ்ச்சியுடன் ரெஹ்மானின் கைகளை இறுக்கமாகக் கட்டியபின், எஞ்சியிருந்த கயிற்றைக் குறுவாளால் வெட்டி எறிந்து விட்டு இருக்கையில் சென்று அமர்ந்தான்.

“ஜமீன்தார் மேஜையை விட்டு எழுந்து மேடைக்கு வந்து தபேலாக்களுடன் அமர்ந்தார். அவற்றைத் தட்டிப்பார்த்துச் சரிசெய்யத் தொடங் கினார். “உன் டான்சுக்கு எந்தத் தாளம் சரியா வரும்?” என்றார்.

“உங்களுக்குத் தெரிஞ்சதெல்லாம் வாசிங்க ஐயா, எது பொருத்தமா இருக்கும்னு நான் சொல்றேன்”, என்றாள் முத்தம்மா. ஜமீன்தார் உற்சாகமாப் பல்வேறு தாளங்களைத் தபேலாவில் தட்டிக் காண்பித்தார். அப்பொழுது ரஹ்மான் குறுக்கிட்டான்,

“எவ்வளவு நேரம் நிக்கறது. தாளமே இல்லாமத்தான் ஆடேண்டி”, என்றான்.

“தாளமே இல்லாம எப்பிடி சாகிப் டான்ஸ் ஆடுறது? நல்லா இருக்காது”, என்றாள் அவள். “தாளம் இல்லாம என்ன, நீ டிரெஸ்ஸே இல்லாம ஆடினால் கூடத்தான் இன்னும் நல்லா இருக்கும்”, என்றான் ரெஹ்மான்.

முத்தம்மாவால் கோபத்தை அடக்க முடியவில்லை. அப்துல்லா வின் அருகே உறையோடு கிடந்த அவன் உடைவாளை எடுத்துவந்து ரெஹ்மானின் தலையில் ஓங்கி அடித்தாள். ஆவென்று அலறியபடி தடுமாறி தரையில் அமர்ந்தான் ரெஹ்மான். அவன் தலையில் லேசாக ரத்தம் கசியத் தொடங்கியது. ஜமீன்தாரும், அப்துல்லாவும், ரெஹ்மானின் உதவிக்கு வருவார்கள் என்று எதிர்பார்த்த முத்தம்மா, வாளின் கைப்பிடியை இறுகப் பற்றினாள். ஆனால் மது மயக்கத்திலிருந்த அவர்கள் இருவருமோ குலுங்கிக், குலுங்கிச் சிரித்தனர்.

“ரெஹ்மான் பயலுக்கு வாய் சொஞ்சம் நீளம் தான்”, என்ற ஜமீன்தார். “சரி, இந்தத் தாளம் சரியா வருமா பாரு”, என்று விரைவான தாளம் ஒன்றை வாசித்துக்காட்டினார்.

“இது சரியாயிருக்கும். ஆனால் இன்னும் கொஞ்சம் வேகத்தைக் கூட்டணும் ஐயா”, என்றவள், ஐயய்யோ... இந்த ஆளு கீழே விழுந்துட்டானே, தூண்ல வேற யாரையாச்சும் கட்டணுமே”, என்றாள். ஜமீன்தார் தயக்கமின்றி அப்துல்லாவப் பார்த்துக் கூறினார்,

”டேய் நீ போய் தூண்கிட்ட நில்லு”. தடுமாறி எழுந்துவந்து நின்ற அப்துல்லாவைக் கீழே கிடந்த கயிற்றால் கைகளைக் கட்டினார் ஜமீன்தார். முத்தம்மா அப்துல்லா இடுப்பிலிருந்த குறுவாளை உருவி, மீதிக்கயிற்றை வெட்டி எறிந்தாள். அப்படியே குறுவாளையும் தன் இடுப்பில் மறைத்துக் கொண்டாள். ஜமீன்தார் கீழே சென்று அமர்ந்து, தபேலாவில் தாளத்தை வேகமாகப் போட்டுப் பார்த்தார்.

“என்ன ரத்னா, இது சரியா இருக்கா?”, என்றார்.

" எல்லாம் சரியா இருக்குய்யா, அப்படியே கீழே குனிஞ்சு பாருங்க", என்றாள். ஜமீன்தார் கீழே குனிந்து பார்த்துவிட்டு, "கீழே ஒண்ணும் இல்லையே, எதுக்குக் குனியச் சொன்னே?", என்றார்.

"இதுக்குத்தாய்யா", என்றவாறே, தான் கையில் வைத்திருந்த அப்துல்லாவின் உடைவாளால் ஜமீன்தார் தலையில் ஓங்கி அடித்தாள். ஜமீன்தார் அலறலுடன் கீழே சரிந்தார். போதையிலிருந்த அப்துல்லாவால் சிரிக்காமல் இருக்க முடியவில்லை.

"அந்தக் கெழவனை நானே ஒரு நாளைக்கு அப்படித்தான் சாத்தனும்னு இருக்கேன்" என்று சொல்லியபின்பு தான், முத்தம்மா அதே வாளுடன் தன்னை நோக்கி வருவதைக் கவனித்தான். ஆபத்தை உணர்ந்து, கைகளை விடுவித்துக்கொள்ள முயன்றான். ஆனால் அதற்குள் வாளும், உறையும் அவன் தலையையும் பதம் பார்த்தது. பாவம், முத்தம்மாவைப் பாராட்டத்தான் இம்முறை யாரும் இல்லை. "அப்புறம் ஜமீன்தாரை நானே இழுத்துக்கிட்டுப் போய், மூணாவது தூணில கட்டிப்போட்டேன்", என்று சொல்லி முடித்தாள்.

"அவங்க முதுகில என்ன காயம்?", என்றான் வேலன்.

"சவுக்கு டான்ஸ் ஆடிக்காட்டறேன்னு வாக்குக்குடுத்தேன்ல, குடுத்த வாக்கைக் காப்பாத்த வேணாமா? அதனால, பொம்பளங்களை அவமதிக்கிற மூணுபேர் முதுகிலயும், ராத்திரியெல்லாம் சவுக்கு டான்ஸ் ஆடினேன். கைவலிச்சுது. கொஞ்சம் ஓய்வு எடுப்போம்னு தூணில சாஞ்சேன், தூக்கம் தானா வந்திடுச்சு. கண்விழிச்சுப்பார்த்தா கதவை ஒடைச்சிக்கிட்டு நீங்க மூணுபேரும் வந்து நிக்கறீங்க", என்றாள் முத்தம்மா.

"இவங்க மூணுபேரும் உன்கிட்ட மாட்டிக்கிட்டதால, வெளியே அவங்க படை நிலைகுலைஞ்சு போச்சு, சுலபமா சரணடைஞ்சிட்டாங்க", என்றான் வேலன்.

சற்று தூரத்தில் மேஜையில் அமர்ந்து எஞ்சியிருந்த உணவையும், மதுவையும் ரசித்துக்கொண்டிருந்தனர் பீட்டரும், சார்லசும்.

"முத்தம்மா சாதாரணப் பெண் அல்ல, பெண்புலி", என்றான் பீட்டர் ஆங்கிலத்தில்.

"கவனமாகப் பேசறது நல்லது. இது வேலனோட புலி" என்றான் சார்லஸ்.

"அடுத்தவன் புலி எனக்கு வேண்டாம். கல்கத்தா போனப்புறம், எனக்கும் ஒரு வங்காளப் புலி கிடைக்காமலா போயிடும்",

என்றான் பீட்டர். சார்லஸ் நினைவு வந்தவனாக, "வேலன், எல்லோருக்கும் சம்பளம் குடுக்கப் பணம் வேணுமே?" என்றான்.

"எல்லாம் ரெட்டிகாரு தயவுபண்ணுவாரு", என்ற வேலன். "அவங்க மூணு பேரையும் தூணில இருந்து அவுத்து நாற்காலியில உட்கார வையுங்க", என்று சொல்விவிட்டு, மூலையில் இருந்த கணக்குப் புத்தகங்களை ஆராயத்தொடங்கினான். முத்தம்மா, சார்லஸ், பீட்டர், மூவரும், தூணில் கட்டப்பட்டிருந்த மூவரையும் இழுத்து வந்து நாற்காலிகளில் உட்கார வைத்தனர். மூவர் முகத்திலும் தண்ணீரை எடுத்து ஊற்றினாள் முத்தம்மா. மூவரும் லேசாகக் கண் விழித்தனர். அவர்கள் கண்ட காட்சி அத்தனை நல்லதாகத் தெரியவில்லை. அப்துல்லா கழுத்தில் பீட்டரும், ரெஹ்மான் கழுத்தில் சார்லசும் குறுவாட்களை வைத்திருந்தனர். ஜமீன்தாரின் முன்னால் முத்தம்மா ஆண் உடையில், ஒரு ஓங்கிய வாளுடன் நின்றாள். சார்லஸ்,

"மணி, டப்பு, துட்டு, பணம்", எங்கே இருக்கு", என்று கத்தினான்.

ஜமீன்தார் அலறினார், "சிப்பாய், இவங்களைக் கைது செய்யுங்க".

31

"ஜமீன்தார்காரு, அமைதி, அமைதி. நீங்க கரடியாக் கத்தினாலும் சத்தம் வெளியே கேட்காது. இந்த மண்டபத்தை அப்படிக் கட்டினதே நீங்கதானே", என்றான் வேலன். "அப்படியே வெளியே சத்தம் கேட்டாலும் ஒண்ணும் ஆகப்போறது இல்லை. உங்க சிப்பாய்ங்க எல்லாம் சரணடைஞ்சிட்டாங்க. இப்போ அரண்மனை எங்க கையில" என்றாள் முத்தம்மா. முத்தம்மாவை முறைத்துப்பார்த்த ஜமீன்தார்,

"நீ எங்களை ஏமாத்தி மோசம் பண்ணிட்டே" என்றார்".

"உங்களை உயிரோட விட்டு வச்சிருக்றதை நினைச்சு சந்தோசப் படுங்க ரெட்டிகாரு. பணப்பெட்டியை எங்கே வச்சிருக்கீங்க, அதை மட்டும் சொல்லிட்டா, நாங்களும் உங்களை ஒண்ணும் செய்ய மாட்டோம்", என்றான் வேலன்.

"என் உயிரே போனாலும் சொல்லமாட்டேன். என் மேல கைவச்சா, கம்பெனி உங்களைச் சும்மா விடாது", என்றார் ஜமீன்தார். அதற்குள் ஆளுக்கொரு சாட்டையை எடுத்துக்கொண்டு

அப்துல்லாவையும், ரெஹ்மானையும் விளாசத்தொடங்கிய சார்லசும், பீட்டரும், "மணி, டப்பு, காசு, துட்டு" என்றனர்.

"வீணா அவங்களை அடிக்க வேண்டாம். அவங்களுக்கு உண்மையிலேயே பணப்பெட்டி இருக்கற எடம் தெரியாது", என்றான் வேலன்.

"வெள்ளைக்காரப் பசங்களுக்கு எங்களைப் பத்தித் தெரியலை", என்றான் அப்துல்லா.

"ஆனால் எனக்குத் தெரியும். பணப்பெட்டி இருக்கிற இடம் தெரிஞ்சிருந்தா, இந்நேரம் நீங்களே தூக்கிக்கிட்டு ஓடி இருக்க மாட்டீங்களா?", என்று கூறிச் சிரித்தான் வேலன். அவனோடு சேர்ந்து பலமாகச் சிரித்த அப்துல்லாவும், ரெஹ்மானும் ரெட்டி முறைப்பதைப் பார்த்துச் சட்டென்று வாயை மூடிக்கொண்டனர்.

"துரோகிகளா, நன்றி கெட்டவங்களா", என்று கத்தினார் ஜமீன்தார்.

"அவங்களைத் துரோகிங்கிறீங்க, ஆனால் உங்க சிப்பாய்ங்களுக்கு மூணுமாசமா நீங்க சம்பளமே தரலையாமே?", என்றான் வேலன்.

"சிப்பாய்ங்களுக்காவது மூணுமாசம்தான் பாக்கி, எங்க ரெண்டு பேருக்கும் ஆறுமாசச் சம்பளம் பாக்கி", என்றான் அப்துல்லா கோபமான குரலில்.

"அதெல்லாம் இப்போ செட்டில் பண்ணனும், நேரத்தை வீணாக்காம பணப்பெட்டி எங்கே இருக்குன்னு சொல்லுங்க" என்றான் வேலன்.

உடனே ரெஹ்மான், "கமாண்டர் சாகிப், அப்போ எங்க சம்பளப் பாக்கியையும் செட்டில் பண்ணுங்க, நாங்க தில்லிக்கே ஓடிடறோம்", என்று சொல்லிக்கொண்டே ஓடிவந்து வேலன் காலில் விழுந்தான்.

"நிச்சயமா உங்க சம்பளப்பாக்கியையும் செட்டில் பண்றோம். நீங்க ரெண்டு பேரும் அரண்மனைக்கு வெளியே, பழைய பீரங்கி மண்டபத்துக்கிட்ட இருக்கிற மத்த சரணடைஞ்ச சிப்பாய்ங்களோட போய் உட்காருங்க", என்றான் வேலன்.

இருவரும் மகிழ்ச்சியோடு எழுந்து கதவை நோக்கித் திரும்பினர்.

"இவங்க தப்பிச்சு ஓடிடாம நாங்க கூடப் போகவா", என்றான் சார்லஸ் ஆங்கிலத்தில்.

அதைப்புரிந்து கொண்ட அப்துல்லா, “பாக்கியை வாங்காமப்போக நாங்க என்ன பைத்தியமா?” என்றான்.

“இந்த வெள்ளக்காரனுங்களுக்கு நம்மைப்பத்திக் தெரிஞ்சது அவ்வளவுதான்”, என்று சிரித்த ரெஹ்மான், “ராம்சிங், மல்லய்யா வையும் சேர்த்து நாங்க நாலு பேரு இங்கே ஆபிசர். எங்களுக்கு மாசம் முப்பது ரூபா சம்பளம், ஆறுமாதம் பாக்கி” என்றான். “மூணு பேருக்கும், ஆளுக்கு இருநூறு ரூபாயா தரச்சொல்றேன், ஆனால் மல்லய்யா சம்பளம் வாங்க வரமாட்டாரு” என்றான் வேலன்.

“வேலையை விட்டு ஓடிட்டானா, நெனச்சேன்” என்றான் அப்துல்லா. அப்துல்லாவும், ரெஹ்மானும் அறையை விட்டு வெளியேறினர்.

தன் கவனத்தை ஜமீன்தாரிடம் திருப்பிய வேலன் “ரெட்டிகாரு, நேரம் ஆகுது, பிடிவாதம் பிடிக்காதீங்க”, என்றான்.

“என்கிட்ட உண்மையிலேயே பணம் இல்ல. ரெண்டு வருசமா மழை இல்லாததினாலே வசூல் கொறைஞ்சு போய், நானே என் கைப்பணத்தைப் போட்டு, கம்பெனிக்குக் குத்தகைப்பணம் கட்டிக்கிட்டிருக்கேன்”, என்றார் ஜமீன்தார்.

“மழை இல்லேங்கறது உண்மைதான். ஆனால் மக்களை மெரட்டி வரிவசூல் முழுசாப் பண்ணீட்டிங்க. கம்பெனிக்கு அதைக் கட்டாம ஏமாத்திட்டீங்க” என்றான் வேலன்.

“யாரைப் பார்த்து என்ன சொல்றே. நீ சொல்றது எதையும் கம்பெனி நம்பாது. நாங்க பரம்பரைக் குத்தகைக்காரங்க. தில்லி பாதுஷா வந்தாலும் சரி, வெள்ளைக்காரக் கம்பெனி வந்தாலும் சரி. ஒரிசா, ஆந்திரா, திருப்பதி உண்டியல்ல இருந்து திருநெல்வேலிச் சீமை வரைக்கும் வரி வசூல் ஏஜெண்டு எங்க சொந்தக்காரங்கதான்”, என்றார் ஜமீன்தார் பெருமிதமான குரலில்.

“எல்லாம் சரிதான் ரெட்டிகாரு. ஆனால் உங்க கணக்குப் புத்தகம் வேற மாதிரிச் சொல்லுதே. உண்மையான வரிவசூல்ல, பாதியைத் தான் கம்பெனிக்குக் காட்டியிருக்கீங்க. உங்க கணக்குப் புத்தகத்தையெல்லாம் கம்பெனிக்காரங்ககிட்ட காட்டினால் போதும். அப்புறம் உங்களுக்கு மட்டுமில்ல, உங்க சொந்தக்காரங்க யாருக்கும் இனிமே குத்தகை கிடைக்காது, என்ன சொல்றீங்க?”, என்றான். ஜமீன்தார் சற்று பயந்து போய் யோசிக்கத் தொடங்கினார்.

மேஜையில் இருந்த மதுபாட்டிலை எடுத்துவந்து ஜமீன்தாரிடம் கொடுத்த வேலன்,

"நல்லா யோசிங்க ஜமீன்தார்", என்றான். பிறகு பீட்டரையும், சார்லசையும் அழைத்த வேலன், "நீங்க வெளியே போய்க் கூட்டத்தை ஒழுங்கு படுத்துங்க. நாங்க ரெண்டு பேரும் ஜமீன்தாருகிட்ட தனியே பேசணும்" என்றான். பீட்டரும், சார்லசும் வெளியேறினர். மதுபாட்டிலில் கொஞ்சம்தான் மது இருந்தது. ஜமீன்தார் அதை ஒரே மூச்சில் குடித்து முடித்தார். முத்தம்மா ஓடிச்சென்று பெட்டியிலிருந்து புதிய மதுபாட்டில் ஒன்றை எடுத்து வந்து ஜமீன்தாரிடம் கொடுத்தாள். ஆங்கிலக் கம்பெனிக்கு உண்மை தெரிந்தால், தன் தொழிலே போய்விடும் என்பதைக் கொஞ்சம், கொஞ்சமாகப் புரிந்து கொண்ட ஜமீன்தார், தன் காலடியில் இருந்த கம்பளத்தை எரிச்சலுடன் எட்டி உதைத்தார். உடனே வேலன் அந்தக் கம்பளத்தைச் சுருட்டினான். அவன் எதிர்பார்த்தது போலவே தரையின் பளிங்குக் கற்களில் ஒன்று மற்ற கற்களுடன் சற்று சரியாகப் பொருந்தாமல் கோடு போன்று இடைவெளியுடன் இருந்தது. வேலன் கல்லை நகர்த்தினான். ஒரு ஆள் நுழையும் அளவிற்கு இடைவெளியில் படிக்கட்டுக்களும், கீழே நிலவறையும் இருந்தன. ஒல்லியான முத்தம்மா சுலபமாக உள்ளே இறங்கினாள். உள்ளே பெரிய இரும்புப்பெட்டி, பூட்டப்படாமலேயே இருந்தது. அதைத்திறந்துபார்த்த முத்தம்மா அசந்து போனாள். பெரிய துணி மூட்டைகளாக நிறைய மூட்டைகளில் நாணயங்கள் இருந்தன. பெட்டியைத் தூக்கிவந்து வேலனிடம் கொடுத்தாள். வேலன் பெட்டியி லிருந்தவற்றை ஒவ்வொன்றாக வெளியே எடுத்தான். அனைத்திலும் வெள்ளிக் காசுகளும், அடியில் இரண்டு பைகளில் மட்டும் தங்கக் காசுகளும் இருந்தன. கடைசியாக பெட்டியின் ஒரு மூலையில் சிறிய நகைப் பெட்டி ஒன்று இருந்தது. அதைப்பார்த்ததும் ஜமீன்தார்,

"அது செத்துப்போன என் பொண்டாட்டியோட நகைங்க", என்றார். முத்தம்மா அதைத் தன் இடுப்பில் வைத்துத் துண்டால்சுற்றிக் கட்டிக் கொண்டாள். சாதாரணப் பெண்களைப்போல் முத்தம்மாவிற்கும் நகை மேல் ஆசையிருப்பது வேலனுக்குச் சற்று வியப்பாயிருந்தது. ஆயினும் வெளியில் காட்டிக்கொள்ளவில்லை. முத்தம்மா, கடைசியாகப் பெட்டியிலிருந்து ஒரு பெரிய துணி மூட்டையை வெளியே எடுத்தாள். அந்தத் துணி, சீக்கியர்கள் அணியும் சாதாரணத் தலைப்பாகைத் துணிபோலிருந்தது.

“இது என்ன?”, என்று வியப்போடு கேட்டான் வேலன்.

“யாருக்குத் தெரியும்”, என்று கூறிய ஜமீன்தார், மேலும் கொஞ்சம் மதுவை உறிஞ்சிவிட்டு, “என் அப்பா காலத்தில இருந்து பஞ்சாபி ஒருத்தன் இங்கே சுபேதாரா இருந்தான். காய்ச்சல் வந்து செத்துப் போயிட்டான். என் தம்பிங்க கட்டாயம் தேடி வருவாங்க, அப்போ அவங்கக்கிட்ட இதைக் குடுத்திருங்கன்னு, சாகறப்போ கேட்டுக் கிட்டான். அந்த மூட்டைதான் இது. நான் இதுவரைக்கும் அதைப் பிரிச்சுக்கூடப் பார்த்ததில்லை” என்றார்.

“அதற்குள் முத்தம்மா, ஜன்னல் திரைகளை எடுத்து வெள்ளிக் காசுமூட்டைகளை இருபுறமும் வைத்துக் காவடி போல் கட்டினாள். வேலன், வேறு ஒரு துணியில் ஒருபுறம் தங்கக்காசுகளையும், மறுபுறம் பஞ்சாபியின் பழைய மூட்டையையும் கட்டினான். அதனை முத்தம்மாவிடம் கொடுத்த வேலன்,

“நீ இதை எடுத்துக்கிட்டு கிராமத்துக்குப் போ, இது நம்ம பங்கு. நான் மத்த வேலைகளையெல்லாம் முடிச்சிட்டு வர்றேன்” என்றான். முத்தம்மா உடனே புறப்பட்டாள். வெள்ளிக் காசுகள் அடங்கிய மூட்டையைத் தன் தோளில் வைத்துக்கொண்டு புறப்பட்ட வேலன், ஜமீன்தாரிடம் சென்று, “ரெட்டிகாரு, இப்போ வெளியே போனால் எங்க ஆளுங்ககிட்ட மாட்டி, உங்க உயிருக்கே ஆபத்தாயிடலாம். நாளைக் காலையிலே வெளியே போங்க”, என்றான். கண்கள் சொக்கிய நிலையிலிருந்த ஜமீன்தார், லேசாகத் தலையை ஆட்டினார். ஆனால் மதுபாட்டிலை மட்டும் உறுதியாகப் பிடித்திருந்தார். அவர் இருக்கும் மனநிலையில் இன்னும் பல நாட்களுக்கு அறையை விட்டு வெளியே போகமாட்டார். தன் இழப்புகளை மறப்பதற்காக நீண்ட நேரம் குடிக்கப்போகிறார் என்று வேலனுக்குத் தோன்றியது. பாவம், அப்படியாவது நிம்மதி அடையட்டும் என்று அவரை அங்கே விட்டு விட்டு வேலன் வெளியேறினான்.

வெளியே அரண்மனையில், கிடைத்ததையெல்லாம் கொள்ளை யிட்டு வண்டிகளில் ஏற்றும் வேலை சுறுசுறுப்பாக நடந்து கொண் டிருந்தது. இந்த வேகத்தில் போனால் அரண்மனையில் வெறும் சுவர்கள் தான் மிஞ்சும் என்று மனதிற்குள் எண்ணிக் கொண்ட வேலன், குதிரையில் ஏறி, பீரங்கி மண்டபத்தை நோக்கிச் சென்றான். மராத்திய வீரர்கள் தங்கள் மாட்டு வண்டி நிறையப் பொருட்களை ஏற்றி வைத்துவிட்டு, வேலனின் வருகைக்காக ஆவலுடன் காத்திருந்தனர். மறுபுறம் ஜமீன்தாரின் குதிரை

வீரர்களும், சாதாரணச் சிப்பாய்களும், ராம்சிங், அப்துல்லா மற்றும் ரெஹ்மான் தலைமையில் அமைதியாகக் காத்திருந்தனர்.

“கிட்டண்ணாவையும், லட்சுமணனையும் அருகில் அழைத்து, சற்றுத் தூரமான இடத்திற்குச் சென்றான் வேலன். சார்லசும், பீட்டரும் குதிரைகளில் அங்கு வந்து சேர்ந்தனர். வேலன் கிட்டண்ணாவிடம்,

“இனி, அவர்களின் சம்பளத்தையும் கணக்குப் பார்ப்போம்”, என்றான்.

“தேவையில்லை, வேலன் சாகிப், எல்லாவற்றையும் நான் கணக்குப் போட்டு விட்டேன்”, என்று கூறியவாறே லட்சுமணன் ஒரு சிறிய குறிப்புப் புத்தகத்தைக் காட்டினான்.

“சபாஷ் லட்சுமணா, உன்னைப்போல ஒரு ஆளு உதவிக்கு இருந்தா. இந்த ஜமீன் என்ன? தில்லியையே ஒருநாள் பிடிச்சிடுவேன்”, என்றான் வேலன்.

“தில்லியைப் பார்க்கணும்னு எனக்கும் ஒரு ஆசை இருக்கு வேலன் சாகிப்”, என்றான் லட்சுமனண்.

“சரி, இந்த வெள்ளி ரூபாயெல்லாம் பிரிச்சு சம்பளப்பாக்கியைக் குடுங்க. ஒவ்வொரு பையா எடுத்துக்கிட்டுப்போங்க, மிச்சப் பையெல்லாம் எங்க பாதுகாப்பிலேயே இருக்கட்டும்”, என்றான் வேலன். கிட்டண்ணா உடனே,

“அந்த வேலை கூட நமக்கு வேண்டாம்” என்று கூறிக்கொண்டே, மராத்தியர்களின் மொத்தப்பணத்தையும் எண்ணி அவர்களின் தலைவனிடமும், ஜமீன்தார் ஆட்களின் பணத்தை மொத்தமாக எண்ணி ராம் சிங்கிடமும் கொடுத்துவிட்டு வந்தார். பணத்தைப் பிரித்துக்கொள்வதில் சண்டை சச்சரவு ஏற்படாமல் இருப்பதற்காக வேலன், பீட்டர், சார்லஸ் மூவரும் குதிரையிலேயே அமர்ந்திருந்தனர். ஆனால் எந்தச் சச்சரவும் ஏற்படவில்லை. மராத்தியச் சிப்பாய்களின் தலைவன், வேலன் அருகில் வந்து சல்யூட் அடித்து விட்டு, “திரும்பவும் சிப்பாய்ங்க வேணும்னா, கண்டிப்பா எங்க கிராமத்துக்குச் சொல்லி அனுப்புங்க, கமாண்டர் சாகிப்”, என்றான்.

“கட்டாயம் சொல்றேன்”, என்று கூறி அவனை அனுப்பி வைத்தான் வேலன். அதே போல் ஜமீன்தார் சிப்பாய்களிடம் இருந்தும் பலர் வந்தனர். வேலனிடமோ, சார்லசிடமோ அல்லது பீட்டரிடமோ நன்றி தெரிவித்து விட்டு, மறக்காமல் வேலையும் கேட்டுச் சென்றனர். மூவரில் யார் தளபதி என்பதில் அவர்களுக்கு

இன்னும் குழப்பம் தீரவில்லை. "உழைப்பவர்களைவிடக் கொள்ளையடிப்பவர்களின் எண்ணிக்கை அதிகமாகிவிடும் போலிருக்கிறதே", என்று தனக்குள் முனகிக்கொண்டான் வேலன்.

அனைத்துச் சிப்பாய்களும் அங்கிருந்து சென்றுவிட்டனர். கிராமத்து மக்கள் பத்து மாட்டு வண்டிகளிலும், லட்சுமணன் ஜமீன்தார் வீட்டில் கண்டு பிடித்த மாட்டு வண்டியிலும் பொருட்களை ஏற்றிக்கொண்டு கிராமத்தை நோக்கிச் சென்று விட்டனர். சற்று முன்புவரை போர்க் களமாக இருந்த இடம் இப்பொழுது அமைதியாக இருந்தது. அரண்மனை அருகே நரிகள் ஊளையிடத் தொடங்கி விட்டன.

"ஜமீன்தாரின் அரண்மனையே அழிந்துவிட்டது போலிருக்கிறதே", என்றான் வேலன். "எங்கள் இங்கிலாந்து நாட்டில் ஜமீன்தார் என்ற இனமே அழிந்து, வணிகர்களாக மாறிவிட்டனர்", என்றான் பீட்டர்.

"எங்கள் பிரான்சு நாட்டிலும் ஜமீன்தார் இனத்தை எதிர்த்துத்தான் புரட்சி நடக்கிறது. பெரு வணிகர்கள்தான் புரட்சியை வழிநடத்து கின்றனர். ஆனால் தொழிலாளர் புரட்சி போன்ற ஒரு தோற்றத்தை ஏற்படுத்தியுள்ளனர்", என்றான் சார்லஸ்.

"அப்படியானால் எங்கள் நாட்டிலும் விரைவில் அதுதான் நடை பெறப்போகிறது", என்றான் வேலன். மூவரும் கிராமத்திற்கு வந்து சேர்ந்தனர். கிட்டண்ணாவும், லட்சுமணனும், கிராம மக்களுக்கு அரிசி மூட்டைகளையும், பணத்தையும் பிரித்துக் கொடுக்கும் வேலையில் நள்ளிரவு வரை பந்தலில் இருந்தனர். ஒரு வழியாக அனைவரும் அவரது வீடு சென்று உறக்கத்தில் ஆழ்ந்தனர். மறுநாள் காலையில் தேநீருடன் அனைவரையும் எழுப்பினான் லட்சுமணன். அன்றே கிராமத்திலிருந்து சென்று விட்டால்தான் கிராம மக்கள்மீது ஜமீன்தாருக்குச் சந்தேகம் வராது என்று வேலன் சொல்லியிருந்தான். கிட்டண்ணா, லட்சுமணனைக் காட்டி,

"இவன் முன்னாலேயே கொஞ்ச நாள் கல்கத்தாவில வேலை பார்த்து இருக்கான். இப்போ உங்களோட வரணும்னு ஆசைப்படறான்" என்றார். லட்சுமணனோ வேலனின் பதிலுக்காகக் கூடக் காத்திராமல் ஜமீன்தாரின் மாட்டு வண்டியில் உணவுப்பொருட்களையெல்லாம் ஏற்றித் தயாராக வைத்திருந்தான்.

"சீக்கிரம் சாப்பிட்டீங்கன்னா, போய்க்கிட்டே இருக்கலாம்", என்றான். கிட்டண்ணாவின் மனைவி லட்சுமம்மா அனைவருக்கும்

பீங்கான் கிண்ணங்களில் உணவு பரிமாறினாள். “இது தான் மிச்சம்”, என்று வெள்ளிக்காசுகள் அடங்கிய இரண்டு பைகளைக் கிட்டண்ணா வேலனிடம் கொடுத்தார். அவற்றில் ஒன்றை மட்டும் வேலன் எடுத்துக்கொண்டான். ஆண்கள் உடை அணிந்து வந்த முத்தம்மா,

“சந்திரம்மா எங்கே?”, என்றாள். சிறுமி அவளிடம் ஓடிவந்தாள். தன் இடுப்பில் கட்டிவைத்திருந்த நகைப்பெட்டியைத் திறந்து முத்தம்மா அதிலிருந்த நகைகளை சிறுமிக்குப்போட்டு அழகு பார்த்தாள். கிட்டண்ணாவிடம், “கொஞ்ச நாளைக்கு நகைகளை மறைத்தே வைத்திருங்கள்” என்று சொல்லிட்டுத் தன் குதிரையில் ஏறினாள். லட்சுமம்மாவின் கண்களில் நீர் கசிந்தது. தன் பெண் வளர்ந்து மணக்கோலத்தில் நிற்பது போல் கனவு கண்டாள். வேலனும் அவன் குழுவினரும் புறப்பட்டனர். ஜமீன்தாரின் மாட்டுவண்டியில் உற்சாகமாக அவர்களைப் பின் தொடர்ந்தான் லட்சுமணன்.

32

நீண்ட பயணம் போவதால் மாற்றுக் குதிரைகள் அவசியம் என்று நினைத்தான் வேலன். அதனால் ஜமீன்தார் அரண்மனையிலிருந்து நிறையக் குதிரைகளைத் திருடிக்கொண்டு வந்திருந்தனர். வேலன், முத்தம்மா, பீட்டர், சார்லஸ் நால்வரும் ஏறிவந்த குதிரைகள் போக மீதமிருந்த இரண்டு குதிரைகளை, மாட்டு வண்டியின் பின்புறம் கட்டினர். வெள்ளைத் தோலின் மேல் இந்தியர்களுக்கு இருந்த அச்சத்தையே தங்களுக்குப் பாதுகாப்புக் கவசமாகப் பயன்படுத்திக் கொள்ள நினைத்த வேலன், பீட்டரையும், சார்லசையும் வண்டியின் முன்னால் குதிரைகளில் கம்பீரமாகச் செல்ல வைத்தான். வேலனும் முத்தம்மாவும், குதிரைகளில் வண்டியைப் பின்தொடர்ந்தனர். முத்தம்மா ஆண் உடைக்கு மாறியிருந்தாள். அனைவருமே சிப்பாய்கள் உடையில் இருந்தனர்.

சாட்டையையே பயன்படுத்தாமல், பெரும்பாலும் குரலால் அதட்டியே வண்டியை லட்சுமணன் ஓட்டுவதைக் கவனித்த வேலன், குதிரையை வேகப்படுத்தி அவன் அருகே சென்று பேச்சுக் கொடுத்தான்.

“மாடுங்களோட உனக்குப் பேசத் தெரியுமா? நீ சொல்றபடி எல்லாம் கேட்குதுங்களே”, என்றான். அதற்குள் வண்டியின் மறுபுறம் முத்தம்மாவும் வந்துவிட்டாள்.

“வேலன் சாகிப், இது ரெண்டும் ரொம்பப் புத்திசாலி மாடுங்க. அது தெரியாம ஜமீன்தார் ஆளுங்க அதுங்களை அடிச்சுச் சித்திரவதை பண்ணியிருக்காங்க. நம்மகூட வந்ததுதான் அதுங்களுக்கும் விடுதலை”, என்றான் லட்சுமணன். மீண்டும் தானே பேச்சைத் தொடர்ந்தான், “மழை சரியாப் பெய்யலை. வழியில குடிக்கத் தண்ணி கூடக் கெடைக்காது. அதனாலதான் கல்கத்தா போற வறைக்கும் வர்ற மாதிரி அரிசி, பருப்பெல்லாம் ஏத்திக்கிட்டு வந்திட்டேன்”, என்றான். மேலே செல்லச் செல்ல அவன் கூறியது எத்தனை உண்மை என்று புரியத் தொடங்கியது. ஆனாலும், வெறிச்சோடிய கிராமங்களைத் தாண்டி, பிரச்சினைகள் எதுவும் இல்லாமல் வங்காள எல்லைக்குள் நுழைந்துவிட்டனர். வங்காளத்தின் உள்ளே செல்லச் செல்ல, நிலப் பரப்பு வேறுமாதிரி இருந்தது. முதலாண்டு மழைபொய்த்துப் பஞ்சத்திலடிபட்ட பகுதிகளில், அடுத்த ஆண்டு அறுவடைக்கு முன்பே மழை பெய்து, பயிர்கள் வயலிலேயே அழுகிப் போயிருந்தன. ஒரிசாவை விட வங்காளத்துக் கிராமங்கள் மேலும் வெறிச்சோடிக்கிடந்தன.

“மக்களெல்லாம் எங்கே போயிருப்பாங்க?”, என்றாள் முத்தம்மா.

“எல்லாரும் நகரங்களைத் தேடி ஓடியிருப்பாங்க” என்றான் லட்சுமணன். மறுநாள் நீர்நிறைந்த ஒரு குளத்தைக் கண்டதும், அங்கே முகாமிட்டனர். குளத்தோரம் அடுப்பு மூட்டி, மண்பானையில் சமையலைத் தொடங்கினான் லட்சுமணன். வேலனும், முத்தம்மாவும், அவனோடு சேர்ந்து வேலை செய்யத் தொடங்கினர். சற்று தூரத்தில் இருந்த மாமரங்களை நோக்கிச் சார்லசும், பீட்டரும், குதிரைகளை ஓட்டிச் சென்றனர். நீண்ட கயிறுகளால் குதிரைகளை மாமரங்களில் கட்டினர். அங்கு அடர்ந்து வளர்ந்திருந்த புற்களைக் குதிரைகள் ஆவலோடு மேயத்தொடங்கின. வெள்ளையர்கள் ஜமீன்தார் வீட்டிலிருந்து கடத்தி வந்திருந்த மதுபாட்டில்களில் ஒன்றைத் திறந்து ருசிபார்க்கத் தொடங்கினர்.

திடீரென்று சமையல் செய்துகொண்டிருந்தவர்கள் மீது கற்கள் விழத் தொடங்கின. திடுக்கிட்ட மூவரும் சுற்றும் முற்றும் பார்த்தனர். அவர்களைச் சுற்றிலும் நின்ற ஆண்கள், பெண்கள், குழந்தைகள் அடங்கிய பெரும் கூட்டம் ஒன்று மூவர் மீதும் கற்களையும், கட்டை களையும் வீசி எறிந்து ஏதோ கூச்சலிட்டனர். அவர்களை விரட்டக் கூடத் தோன்றாமல் வேலன் வெறித்துப்பார்த்தான். அத்தனை பேரும் கிட்டத்தட்ட எலும்புக்

கூடுகள் போல் காட்சியளித்தனர். லட்சுமணன் குனிந்து அடுப்பில் எரிந்து கொண்டிருந்த நீண்ட விறகுக் கட்டை ஒன்றைக் கையால் உருவி எடுத்து ஓங்கினான். அதற்குள் துப்பாக்கிக் குண்டுகள் முழங்கின. பீட்டரும், சார்லசும் கையில் துப்பாக்கிகளோடு இவர்களை நோக்கி ஓடி வந்து கொண்டிருந்தனர். வெடிச் சத்தத்தாலும், வெள்ளைச் சிப்பாய்களைக் கண்டதாலும் கூட்டம் மிரண்டு போய் ஓடியது. அத்தனை அச்சத்திலும், ஒருவன் உயிரைப் பணயம் வைத்து, லட்சுமணனை நோக்கி ஓடி வந்தான். ஓடி வந்தவன், அடுப்பில் பொங்கி வழிந்து கொண்டிருந்த, சூடான பானையைத் தன் வெறும் கைகளால் தூக்கிக்கொண்டு ஓடினான். லட்சுமணன் நினைத்திருந்தால் தன் கையிலிருந்த விறகுக் கட்டையால் அந்த ஆளை ஒரே அடியில் சாகடித்திருக்க முடியும். ஆனால் லட்சுமணன் அந்த எலும்பும், தோலுமான தோற்றத்தை அருகில் கண்டதால் திகைத்து நின்றான். பாவம் அந்த ஆள், கொஞ்ச தூரம் கூட ஓடியிருக்க மாட்டான், தடுமாறிக் கீழே விழுந்தான். மண்பானை உடைந்து, சோறு புல்தரையெங்கும் சிதறியது. அதுவரை மிரண்டு ஓடிக்கொண்டிருந்த கூட்டம், இதைப்பார்த்ததும் திரும்பி ஓடிவந்து சிதறிக்கிடந்த சோற்றின் மீது விழுந்தது. சில நிமிடங்களுக்குள், அங்கு சோறு சிதறிய அறிகுறியே இல்லாமல் சுத்தமாகக் காலிசெய்து விட்டு, கூட்டம், விழுந்தடித்து ஓடியது. இதனை வேலனும், மற்றவர்களும் வெறித்துப் பார்த்துக் கொண்டிருந்த பொழுது குதிரைகள் கனைக்கும் ஒலி கேட்டது. அனைவரும் குதிரைகள் கட்டியிருந்த இடத்தைத் திரும்பிப் பார்த்தனர். சோற்றைத் திருட வந்ததைவிட ஒரு பெரிய கூட்டம், இவர்களின் குதிரை ஒன்றை அவிழ்த்து இழுத்துச் சென்றுகொண்டு இருந்தது.

“இது குதிரை திருடி விற்கும் கூட்டமா? என்றான் வேலன்.

“இல்லை சாகிப். குதிரை திருடித் தின்னும் கூட்டம்”, என்றான் லட்சுமணன். சொல்லிவிட்டு மீண்டும் சமையலில் இறங்கினான். இனிமேல் யாராவது ஒருவரை எப்பொழுதும் குதிரைகளுக்குக் காவல் வைப்பது என்று முடிவு செய்தனர். ஒரு வழியாகச் சாப்பிட்டு விட்டுப் பயணத்தைத் தொடர்ந்தனர். வங்காளத்தின் உள்ளே செல்லச் செல்ல அவர்கள் கண்ட காட்சிகள், மேலும் அவர்களது உள்ளத்தைப் பதைபதைக்க வைத்தன. கிராமங்கள் வெறிசோடிக் கிடந்தன. அங்கொன்றும் இங்கொன்றுமாகச் சாலைகள் ஓரம் கிடந்த பிணங்களை நாய்களும், நரிகளும் தின்று

கொண்டிருந்தன. பெரும்பாலும் அவை வயதானவர்களின் பிணங்களாகவே இருந்தன. நகரங்கள்வரை செல்ல முடியாமல் தங்கிவிட்ட, வயதானவர்களின் பிணங்கள் என்று வேலன் ஊகித்தான். வயல்களில் சாவியாகிப்போன பயிர்கள் அழுகிக்கிடந்தன. வங்காளத்தை நோக்கிச் செல்லச்செல்ல சிறு நகரங்கள் தென்பட ஆரம்பித்தன. பிணங்களின் எண்ணிக்கையும் அதிகமாகின. ஆள் நடமாட்டமே இல்லாவிட்டாலும், திடீர், திடீரென்று பட்டினிக் கும்பல்கள் அவர்களைத் தாக்க முயன்றதால், திறந்த வெளியில் முகாமிடுவதையே தவிர்த்தனர். இரவுப் பயணத் தையும் தவிர்த்தனர். மாலையானதும் காலியாக இருந்த வீடுகள் ஏதாவது ஒன்றில் முகாமிடத் தொடங்கினர். காலி வீடுகளுக்கு மட்டும் பஞ்சமேயிருக்கவில்லை.

ஒரு நாள் அப்படிக் காலியாகக் கிடந்த சிறிய அரண்மனை போன்ற வீடு ஒன்றைக் கண்டுபிடித்தனர். நிச்சயமாக அது அந்தப் பகுதி ஜமீன்தாருக்குச் சொந்தமானதாய் இருந்திருக்க வேண்டும் என்று அனைவராலும் ஊகிக்க முடிந்தது. மனிதர்கள் கைவிட்டதை இயற்கை மீண்டும் சொந்தம் கொள்ளத் துவங்கியிருந்தது. தோட்டங்களெல்லாம் முட்புதர்களாக மாறியிருந்தன. வீட்டின் உள்ளே சிலந்திப்பூச்சிகள் தங்கள் ஆக்கிரமிப்பைத் தொடங்கியிருந்தன. நாய்களின் கூட்டம் ஒன்று வீட்டைச் சொந்தமாக்கிக் கொண்டிருந்தது. மனிதர்கள் நுழைவதைப் பார்த்ததும் நாய்கள் ஒருமுறை குரைத்துப் பார்த்தன. அவர்கள் அஞ்சாமல் உள்ளே வருவதைக் கண்டதும், தோல்வியை ஒப்புக்கொண்டு வெளியே ஓடின. தோட்டத்தில் வண்டியை நிறுத்திவிட்டு, சமையலறையைக் கண்டு பிடித்தான் லட்சுமணன். அனைவரும் சேர்ந்து அதனைச் சுத்தம் செய்தனர். கிணற்றைக் கண்டுபிடித்துத் தண்ணீர் எடுத்து வந்தனர். மாடுகளுக்கும், குதிரைகளுக்கும் தேவையான பசும்புற்கள் தோட்டத்திலேயே கிடைத்தன. நீண்ட கயிறுகளில் கட்டி அவற்றை மேயவிட்டனர். லட்சுமணன் மும்முரமாக சமையல் வேலையில் ஈடுபட்டான். பீட்டரும், சார்லசும் கையில் துப்பாக்கிகளுடன் காவலுக்காக மாளிகைக்கு வெளியே சென்று சுற்றிப்பார்க்கத் தொடங்கினர். முத்தம்மாவும் வேலனும், பங்களாவின் மற்ற அறைகளை உள்ளே சென்று ஆராயத் தொடங்கினர். கூரையில் தொங்கிய அலங்கார விளக்குகளும், சுவரில் மாட்டியிருந்த ஓவியங்களும், அந்த வீடு கலையார்வம் மிகுந்த ஒருவரின் வீடாகத் தான் இருக்கும் என்று ஊகிக்க வைத்தது. கூடத்தின் நடுவிலிருந்து கம்பீரமாக அமைக்கப்

பட்டிருந்த படிகளில் ஏறி மாடியின் முதல் அறைக்குள் நுழைந்தனர். எங்கிருந்தோ ஒரு குண்டு சீறிப்பாய்ந்து வேலனின் அருகே இருந்த பொம்மையைச் சிதறடித்தது. குண்டு வெடித்த ஒலி கேட்டதுமே வேலனும், முத்தம்மாவும் தரையோடு தரையாகப்படுத்து விட்டனர். தொடர்ந்து கரகரப்பான ஆண்குரல் ஒன்று வங்காள மொழியில் ஏதோ கத்தியது. அது வங்காள மொழி என்பதைப் புரிந்து கொள்ளும் அளவுதான் வேலனுக்கு வங்காளம் தெரியும். எனவே இந்தியில், "யார் நீ, உடனே வெளியே வா", என்றான்.

எதற்கும் இருக்கட்டுமென்று முத்தம்மா ஆங்கிலத்தில், "நீ தூக்கிய கைகளுடன் வெளியே வராவிட்டால், உன்னை நாங்கள் தாக்க வேண்டியிருக்கும்", என்றாள்.

உடனே அந்த மர்மக்குரல் தெளிவான ஆங்கிலத்தில், "என்ன துணிச்சல் உனக்கு? என் சொந்த வீட்டிலேயே என்னை மிரட்டு கிறாயா?" என்றது. அதற்குள் பீட்டரும், சார்லசும் துப்பாக்கிகளுடன் மாடிக்கு ஓடி வந்தனர். மீண்டும் மர்மக்குரல் ஒலித்தது. இப்பொழுது அதன் குரலில் கோபத்தைவிடக் கேலி அதிகமிருந்தது,

"மிக நன்றாயிருக்கிறது. இப்பொழுது வெள்ளையர்களும் வீடு புகுந்து கொள்ளையடிக்கத் தொடங்கி விட்டீர்களா?". அப்பொழுது லட்சுமணன் மாடிக்கு ஓடி வந்தான். அவன் கையில் சோறு பொங்கிக் கொண்டிருந்த மர அகப்பை மட்டுமே இருந்தது. உரக்க வங்காளத்தில் ஏதோ கத்தினான். உடனே ஒரு கையில் பிஸ்டலுடன் சோபாவிற்குப் பின்புறமிருந்து, சுமார் நாற்பது வயது மதிக்கத்தக்க உருவம் ஒன்று தள்ளாடி வந்து சோபாவில் அமர்ந்தது. "அப்படி நீ என்ன சொன்னாய்?", என்று லட்சுமணனிடம் வேலன் வியப்போடு கேட்டான். "சமையல் முடிந்து விட்டது, எல்லோரும் சாப்பிட வரலாம் என்றேன்", என்று லட்சுமணன் பதில் கூறினான். அனைவரும் ஆளுக்கொரு நாற்காலியையோ, முக்காலியையே இழுத்துப்போட்டுக்கொண்டு அந்த உருவத்தைச் சுற்றி அமர்ந்தனர். ஆங்கிலேயர்களைப்போல் ஆடம்பரமான; ஆனால் கசங்கிய உடையணிந்திருந்த அந்த நடுத்தரவயது மனிதர்,

"என் பெயர் ரவீந்திர குமார் பேனர்ஜி. உங்கள் அனைவரையும் சந்திப்பதில் மிக்க மகிழ்ச்சியடைகிறேன்", என்று ஆங்கிலத்தில் தன்னை அறிமுகப்படுத்திக் கொண்டார்.

லட்சுமணன் ஒரு பீங்கான் கிண்ணத்தில் உணவை வைத்து சிறிய கரண்டி போட்டு ரவீந்திரகுமாரிடம் நீட்டினான். அன்றைய உணவு வேறொன்றுமில்லை, வேக வைத்த அரிசிச் சோறில்,

வேகவைத்துத் தாளித்த பருப்பைக் கலந்திருந்தான். அதைக் கையில் வாங்கிய ரவீந்திரநாத் முதலில் ஆவலோடு, ஆசை தீர முகர்ந்து பார்த்தார். உணவின் வாசனையிலேயே அவர் முகத்திலிருந்த மரணக்களை மறைந்து, படிப்படியாக முகம் ஆராக்கியமான நிறத்திற்கு மாறுவது போல் அனைவருக்கும் தோன்றியது. முதலில் அவசரம் அவசரமாகச் சாப்பிடத் தொடங்கியவர் பின்பு சற்று வேகத்தைக் குறைத்து மெதுவாகச் உணவை ரசித்துச் சாப்பிட்டார். அதற்குள் லட்சுமணன் அனைவருக்கும் பீங்கான் தட்டுகளிலும், கிண்ணங்களிலும் உணவு கொண்டு வந்து கொடுத்தான். சாப்பிட்டு முடிக்கும் வரை ரவீந்திர குமார் பேசவேயில்லை. உணவு முடிந்ததும் அனைத்துத் தட்டுகளையும் எடுத்துக்கொண்டு லட்சுமணன் கீழே சென்றான். பீட்டரும், சார்லசும் காவல் பணிக்காக வெளியே சென்றனர். வேலனும், முத்தம்மாவும் மட்டுமே ரவீந்திர குமார் அருகில் அமர்ந்திருந்தனர். சிறிது நேரத்தில் ரவீந்திரகுமார் தானாகப் பேச ஆரம்பித்தார்.

“சுற்று வட்டாரத்தில் உள்ள ஐம்பது கிராமங்களுக்கும் எங்க குடும்பம் தான் பரம்பரை ஜமீன்தார், வெள்ளைக்காரங்க ஆட்சி வர்ற வரைக்கும்”, என்றார்.

“இப்போ நீங்க ஜமீன்தார். இல்லையா?”, என்றான் வேலன்.

“பஞ்சகாலத்தில வரி வசூலிக்க முடியாதுன்னு சொன்னதினால, ஜமீனை வட்டிக் கடைக்காரங்களுக்கும், வியாபாரிங்களுக்கும் கம்பெனி குத்தகைக்கு விட்டுடுச்சு”, என்றார் ரவீந்திரகுமார்.

“அவங்களால மட்டும் எப்படிப் பஞ்சகாலத்தில வரிவசூலிக்க முடியும்”, என்றான் வேலன். “சில மிருகங்களை அடியாட்களாக் கூட்டிக்கிட்டு வருவாங்க. ஆம்பிளங்களைச் சித்திரவதை பண்ணுவாங்க, பொம்பிளைங்க முலைக்காம்பை மூங்கில் குச்சியால திருகுவாங்க, நிர்வாணமா புருஷன், புள்ளைங்க முன்னாலேயே வெளியே வெயில்ல படுக்கவச்சு பிறப்பு உறுப்பில மொளகாப் பொடி தூவுவாங்க”, முத்தம்மாவை ஆணென்று நினைத்துக்கொண்டு ரவீந்திரநாத் பேசினார். “நல்ல வேளை, எனக்குப் பொண்ணுயில்லை, பொண்டாட்டியும் எப்பவோ செத்துப் போயிட்டா”, என்றவர் தொடர்ந்து, “இந்த ஜமீனே வேணாம், மூர்ஷிதாபாத் போய் ஜவுளி வியாபாரத்தில இறங்கலாம்னு போனேன். அங்கேயோ நிலைமை இதைவிட மோசமா இருந்தது.”.என்று சொல்லி நிறுத்தினார் ரவீந்தர்.

"மூர்ஷிதாபாத், வங்காளத்தோட தலைநகரம்", என்றான் வேலன்.

"ஒரு காலத்தில இருந்துச்சு. இப்போ எல்லாமே கல்கத்தா தான். ஜவுளி வியாபாரத்தையும் வெள்ளைக்காரங்க மட்டும்தான் செய்ய முடியும்னு ஆகிப்போச்சு", என்றார் ரவிந்திரநாத், பின் அவரே தொடர்ந்து, "வெள்ளைக்கார வியாபாரிங்களும், மறைமுகமா அதிகாரிங்க ஆளுங்களும், ஏஜெண்டுகளோட வருவாங்க. கிராமத்தில இருக்கற நெசவாளிங்க எல்லாரு வேட்டியிலயும், ஒரு ரூபாயையோ, ரெண்டு ரூபாயையே கட்டாயமா முடிஞ்சிட்டு, பேப்பர்ல கைநாட்டு வாங்கிக்குவாங்க. அப்பவில இருந்து, வெள்ளைக்காரனுக்கு நெசவுத் தொழிலாளி அடிமை. வெள்ளைக்காரன் சொல்ற வெலையில, சொல்ற நீளத்துக்கு, சொல்ற நேரத்துக்குள்ள, துணிநெஞ்சு குடுத்தே ஆகணும், தவறினா?" என்றார் ரவீந்தர்.

"தவறினா என்ன ஆகும்?", என்றாள் முத்தம்மா. அவளது கீச்சுச்குரலை வியப்போடு கவனித்த ரவீந்திரநாத் தொடர்ந்தார்,

"தவறுனா, அடியாளுங்களோட பியூனு வருவான். தொழிலாளியைக் கட்டிவச்சு அடிப்பான். அடிச்சதுக்கான கட்டணத்தையும் வசூல் பண்ணிக்கிட்டுப் போவான்.", என்றார்.

இந்த நிலைமையில நெசவுத் தொழிலாளிங்க எப்படி வேலை செய்ய முடியும்?", என்று கோபமாகக் கேட்டாள் முத்தம்மா.

"அதனால தான் சிலர் ஊரைவிட்டே ஓடுனாங்க, பலர் கட்டை விரலை வெட்டிக்கிட்டாங்க. அந்த நேரம் பார்த்துப் பஞ்சம் வந்துச்சு. உதவி செய்ய வேண்டிய கம்பெனி அதிகாரிங்க, தானியங்களைப் பதுக்கி அதிக வெலைக்கி வித்து லாபம் சம்பாதிச்சாங்க. அதுதான் இப்போ வங்காளம் முழுக்க நீங்க பார்க்கிற பஞ்சம். வங்காள மக்கள்ல, ஒரு கோடிப்பேர் பட்டினியில செத்துப்போனதாக் கம்பெனிக்காரங்களே சொல்றாங்க", என்றார் ரவீந்தார்.

"வங்காள நவாப் இதில குறுக்கிடலயா?", என்றான் வேலன்.

"வங்களா நவாப், வெள்ளைக்காரன் உருவாக்கி வச்ச ஒரு பொம்மை. பட்டினிச்சாவு கொள்ளை நோயா மாறுச்சு. திரும்பற பக்கமெல்லாம் பிணக்குவியல். நான் உயிர் பிழைக்க கிராமத்துக்கே திரும்ப ஓடி வந்திட்டேன்", சொல்லிவிட்டு நீண்ட பெரு மூச்சுடன் சோபாவில் சாய்ந்த ரவீந்திரகுமார் உறங்கத் தொடங்கி விட்டார்.

33

மறுநாள் அதிகாலையில் வேலன் பயணத்தைத் தொடங்கிய பொழுது, ரவீந்திரகுமாரும் அவர்களோடு புறப்பட்டு, லட்சுமணன் அருகே வண்டியில் அமர்ந்து கொண்டார். கல்கத்தாவில் இருக்கும் தன் தூரத்து உறவினர்களைத் தேடிப்பிடித்து, அங்கேயே நிரந்தர மாகத் தங்கிவிடப் போவதாகக் கூறினார். லட்சுமணன் அவரிடம் பேச்சுக் கொடுக்கத் தொடங்கினான்.

“சாப்பாட்டுக்கு இத்தனை நாளா என்ன பண்ணிணீங்க?”.

“என்னத்தைச் சொல்றது. நான் வீட்டைப் பூட்டிட்டுப் போறப்போ, சமையலறையிலயும், ஸ்டோர் ரூமிலேயும், அரிசி, பருப்பு எல்லாம் நிறையத்தான் இருந்துச்சு, திரும்பி வர்றப்போ எல்லாம் கொள்ளை போயிருந்துது. தரைக்கு அடியில ஒரு ரகசிய அறை வச்சிருக்கோம். நல்ல வேளையா அதில ஒரு மூட்டை அரிசி இருந்துது. அதுவும் தீர்ந்தபிறகு அந்த அறையிலேயே இருந்த பேரிச்சம்பழம், பாதாம் பருப்பு, காய்ஞ்ச திராட்சை இதெல்லாம் வச்சு சமாளிச்சேன். நல்ல வேளையா ஒருபெட்டி வெளிநாட்டுச் சாராயமும் இருந்துச்சு, அதை இப்போ என்கூடவே எடுத்துக்கிட்டு வந்திட்டேன். உங்களுக்கெல்லாம் மது தாராளமாக் கெடைக்கும்”, என்று சொல்லிக்கொண்டே தன் அருகிலிருந்த மரப்பெட்டியைத் தட்டிக் காண்பித்தார்.

“அதை வெள்ளைக்காரங்களுக்கு வேணும்ணா குடுங்க, எங்க மூணுபேருக்கும் குடிக்கிற பழக்கம் இல்லை” என்றான் லட்சுமணன்.

“அந்த லேடி, முத்தம்மா ஏன் சிப்பாய் மாதிரி ஆம்பள டிரெஸ்லயே இருக்காங்க”, என்றார் ரவீந்திரகுமார்.

“சிப்பாய் மாதிரி இல்லை. அவங்க பத்துச்சிப்பாய்ங்களுக்குச் சமம்”, என்றான் லட்சுமணன். மேலும் ஒருநாள் பயணத்திற்குப்பின் முதல் சுங்கச் சாவடி குறுக்கிட்டது.

“அப்படியென்றால் கல்கத்தா நெருங்கிவிட்டது”, என்று முணு முணுத்தார் ரவீந்த்ரகுமார். வேலன், ரவீந்திர குமாருடன் சென்று சாவடியை எட்டிப்பார்த்தான். ஒரு பழைய செங்கல் கட்டிடம். ஒரு மூலையில் நாற்காலிகளில் அமர்ந்து இரண்டு வெள்ளைச் சிப்பாய்கள் அரட்டையடித்துக் கொண்டிருந்தனர். அவர்கள் அருகே சுவற்றில் ஆங்கிலத்தில் எழுதிய, கம்பெனி முத்திரை இடப்பட்ட

கடிதம் ஒன்று ஒட்டப்பட்டிருந்தது. கட்டிடத்தின் முன்பாக ஒரு மேஜை போட்டுக் கணக்குப்புத்தங்களுடன் இந்தியர் இருவர் அமர்ந்திருந்தனர். வரிசையாக வண்டிக்காரர்கள் மேஜையின் முன்னே சென்று, சுங்கவரி செலுத்தி ரசீது வாங்கிக் கொண்டு இருந்தனர். ஆனால் பாதிப் பேருக்கு மேல், ரசீது வாங்காமல், மேஜையில் இரண்டு வெள்ளிக் காசுகளை வைத்துவிட்டுச் சென்றனர்.

“ரசீது கொடுக்காமல் வாங்கப்படும் பணம் யாருக்குப் போகிறது?”, என்று வேலன் ரவீந்திரகுமாரைக் கேட்டான்.

“கம்பெனி இயக்குநர்களுக்கு. வங்காளத்தில் ஆண்டிற்கு இரண்டு கோடி கம்பெனிக்கு வருமானம், திருட்டுத்தனமாக இயக்குநர்கள் சம்பாதிப்பது ஆண்டிற்கு ஒரு கோடி”, என்றார். “இங்கே பணம் செலுத்தி ரசீது வாங்கிவிட்டால் கல்கத்தா வரை பயணம் செய்யலாமா?”, என்றான் வேலன். “அதுதான் இல்லை. கல்கத்தா சேருவதற்குள் இன்னும் ஐந்தாறு சாவடிகளாவது வரும். அனைத்திலும் பணம் கட்ட வேண்டும்”, என்றார் ரவீந்திரகுமார்.

அப்பொழுது சில வண்டிகள், வரிசையில் நிற்காமல் கடந்து செல்வதையும், அவற்றைச் சாவடி ஊழியர்கள் இலவசமாகச் செல்ல அனுமதிப்பதையம் வேலன் கவனித்தான். அவனது பார்வையைக் கவனித்த ரவீந்திர குமார், “மிஸ்டர் வேலன். அவையெல்லாம் கம்பெனிச் சரக்குகளை அல்லது கம்பெனி ஏஜெண்டுகளின் சரக்குகளை ஏற்றிச் செல்பவை. அவர்கள் இலவசமாகச் செல்ல ‘தஸ்தக்’ என்ற அனுமதிச்சீட்டு கொடுக்கப்பட்டுள்ளது”, என்றார்.

வேலன், ரவீந்திரகுமாருடன் வண்டிக்குத் திரும்பினான். வண்டியை வரிசையில் நிறுத்தாமல், நேரே சாவடி வாசலை நோக்கி ஓட்டச் சொன்னான். சுங்கச் சாவடி ஊழியன், வேலனை ஒன்றும் புரியாமல் பார்த்தான். பிறகு வேலன் அருகே குதிரைகளில் இருந்த இரண்டு வெள்ளையர்களையும் குழப்பத்துடன் பார்த்தான். வேலன் தன் இடுப்பிலிருந்து ஆங்கிலத்தில் எழுதிச் சென்னைக் கோட்டையின் சீல் வைக்கப்பட்டிருந்த ஒரு கடிதத்தை எடுத்து நீட்டினான். சுங்கச் சாவடிக் காவலன் அதை மேலும் கீழும் பார்த்துவிட்டுப் பணம் வசூலித்துக் கொண்டிருந்தவர்களிடம் அதைக் காட்டினான். அவர்களுக்கும் ஆங்கிலம் படிக்கத் தெரியவில்லை. மூலையில் இருந்த வெள்ளையர்களைச் சுட்டிக் காட்டினார். காவல்காரன் கடிதத்தை அந்த வெள்ளையர்களிடம்

நீட்டினான். அவர்கள் திருதிருவென்று விழித்ததிலிருந்தே அவர்களுக்கும் படிக்கத் தெரியவில்லை என்பது புரிந்தது. கம்பெனியின் ஆங்கிலச் சிப்பாய்களில் பெரும்பாலோர் எழுதப்படிக்கத் தெரியாதவர்கள் என்பது வேலனுக்குத் தெரியும். சாவடியிலிருந்த வெள்ளையர்கள் இருவரும் எழுந்து வெளியே எட்டிப் பார்த்தனர். கம்பீரமாகக் குதிரையில் இருந்த சார்லசையும், பீட்டரையும் பார்த்து நட்புறவோடு கையசைத்து விட்டு, அவர்கள் வண்டியைச் செல்ல அனுமதிக்குமாறு காவலனுக்குச் சைகை செய்தனர். காவலன் பயபக்தியோடு கடிதத்தை வேலனிடம் திருப்பிக் கொடுத்து விட்டு, வழியை மறைத்திருந்த நீண்ட மூங்கில் கம்பத்தின் கயிற்றை அவிழ்த்து, கம்பத்தை உயர்த்தி, வேலனின் வண்டி செல்ல அனுமதித்தான். சற்று தூரம் வந்ததும் முத்தம்மா கேட்டாள், “அப்படி எதைக் காட்டினாய்?”.

வேலன் சிரித்துக்கொண்டே கூறினான். “அது ஓமிசந்துக்கு, பால் பென்பீல்டு எழுதியுள்ள கடிதம். சாவடி ஊழியர்களுக்கு வேண்டிய தெல்லாம் ஏதாவது முத்திரை பதித்த கடிதம். அதுவும் ஆங்கிலத்தில் இருந்துவிட்டால் அதைக்கடவுளின் கட்டளைபோல் மதிப்பார்கள்.”

மறுநாள் அதிகாலையில் அடுத்த சுங்கச்சாவடிக் கட்டிடம் தென் பட்டது. ஆனால் அதில் மேஜை நாற்காலிகள் மட்டுமே இருந்தன, ஆட்கள் யாரும் இல்லை. அதற்குக் கதவுகூட இல்லை. “இன்று வேறெங்கோ சென்றுவிட்டார்கள் போலும்” என்றார் ரவீந்திரநாத். அருகே கிணறு ஒன்று இருப்பதைக் கண்ட லட்சுமணன்,

“இங்கேயே கொஞ்சநேரம் முகாம் போடலாமே” என்றான். வண்டி மாடுகளை அவிழ்த்து மேயவிட்டான். தங்களது குடங்களில் தண்ணீர் நிரப்ப ஆரம்பித்தான். அப்பொழுது ரவீந்திர நாத் வேலன் அருகே வந்தார்.

“மிஸ்டர் வேலன் எனக்குப் பணக்கஷ்டம் இருப்பது உங்களுக்கே தெரியும். நீங்கள் ஒரு உதவி செய்ய முடியுமா?”, என்று கேட்டார்.கொஞ்சம் எச்சரிக்கையடைந்த வேலன்,

“பண உதவி கேட்கமாட்டீர்களென்று நம்புகிறேன்” என்றான்.

“நீங்கள் பணம் தரவேண்டாம். கிடைக்கும் பணத்தில் பாதியை நான் உங்களுக்குத் தருகிறேன்”, என்றார்.

வேலன் குழப்பத்தோடு அவரைப் பார்த்தான். அதற்குள் லட்சுமணன் உட்பட அனைவரும் அங்கு வந்துவிட்டனர்.

ரவீந்திரகுமார் மெதுவாகத் தன் திட்டத்தை விளக்கினார். அவர் சொல்லி முடித்ததும் வேலன் உட்பட அனைவரும் பலமாகச் சிரித்தனர். "இது வெற்றி பெறாது", என்றான் வேலன்.

"ரெண்டு வெள்ளைக்காரங்களை வச்சுக்கிட்டு ஒரு படையையே திரட்டினீங்களே, உங்களால இது மட்டும் முடியாதா என்ன?", என்றான் லட்சுமணன். ரவீந்திரகுமாரின் திட்டம் என்னவோ அனைவருக்கும் பிடித்திருந்தது.

"அதையும் தான் பார்த்து விடுவோமே", என்றாள் முத்தம்மா.

"ஒரு நாள் ரெஸ்ட் எடுத்த மாதிரியும் இருக்கும்", என்றான் சார்லஸ். பீட்டரும் சரியென்று தலையாட்டினான். அனைவரும் சுங்கச் சாவடியின் உள்ளே புகுந்து சுத்தம் செய்தனர். வேலன் வைத்திருந்த பென்பீல்டின் கடிதத்தைச் சோற்றுப்பசை தடவிச் சுவரில், வரி வசூலிக்கும் உரிமம் போல் ஒட்டினான் லட்சுமணன். முந்தைய சுங்கச் சாவடியில் பார்த்தது போலவே பீட்டரும், சார்லசும் சாவடியின் ஒரு மூலையில் நாற்காலிகளில் அமர்ந்து கொண்டனர். சாவடிக்குள் தேடிக் கம்பெனியின் கொடி ஒன்றைக் கண்டுபிடித்தாள் முத்தம்மா. சாவடியின் வெளியே கம்பெனிக் கொடியைக் கம்பீரமாகப் பறக்கவிட்டான் லட்சுமணன். மேஜையில் சார்லசின் குறிப்பேட்டை ரசீது புத்தகம் போல் வைத்துக்கொண்டு ரவீந்திரகுமார் அருகே முத்தம்மா அமர்ந்தாள். வேலன் சென்று, வழியை மறைத்த நீண்ட மூங்கில் கம்பத்தை எடுத்துக் கட்டி, வழியை மறைத்துவிட்டு, அங்கேயே நின்று கொண்டான். லட்சுமணனுக்குத்தான் அனைத்திலும் முக்கியமான வேலை.

சற்று நேரத்தில் வண்டிகள் வரத் தொடங்கின. முதல் வண்டியிலிருந்து ஆள் இறங்கியதும், லட்சுமணன் அந்த ஆளிடம் சென்று ரகசியமான குரலில் பேசிவிட்டு இரண்டு விரல்களை உயர்த்திக் காட்டினான். புரிந்து கொண்டு தலையை ஆட்டிய வியாபாரி நேரே சென்று, ரவீந்தகுமார் முன்பு இரண்டு வெள்ளிக் காசுகளை மேஜையில் வைத்தான். முத்தம்மா அவற்றை எடுத்து ஒரு பையில் போட்டுக் கொண்டு வேலனைப்பார்த்து, தடுப்பை உயர்த்தும்படி கட்டை விரலை உயர்த்திக் காட்டினாள். பீட்டரும், சார்லசும் அதைக் கண்டுகொள்ளாமல் பேசிக் கொண்டிருப்பது போல் நடித்தார்கள். வேலன் தடுப்பை நீக்கி, வண்டி கடந்து செல்ல அனுமதித்தான். சற்று நேரத்தில் லட்சுமணனுக்கே வேலை வைக்காமல், ஒவ்வொரு வண்டிக்காரரும், மற்ற வண்டிக்காரர்களுக்கு அந்தச் சாவடியில் லஞ்சம் இரண்டு ரூபாய் என்பதை ரகசியமாகச்

சொல்லிப் போனார்கள். வணிகர்களுக்கு, வேலை விரைவாகவும், மலிவாகவும் முடிந்ததால் உண்மையில் மகிழ்ச்சிதான். நண்பகல்வரை நிறைய வண்டிகள் வந்தன. அனைத்து வண்டிக்காரர்களுமே லஞ்சம் கொடுத்து விரைவாகச் செல்வதையே விரும்பினர். மாலைக்கு மேல் வண்டிகள் வருவது குறையத் தொடங்கி, இருள் கவ்வும்போது முற்றிலும் நின்று போனது. வேலன் மறக்காமல் சென்று பென்பீல்டு கொடுத்த கடிதத்தைச் சுவற்றிலிருந்து எடுத்துப் பத்திரப் படுத்திக் கொண்டான். லட்சுமணன் சமையலில் இறங்கினான். பீட்டரும், சார்லசும் ரவீந்தரகுமார் கொடுத்த மதுபாட்டிலை ருசிக்கத் தொடங்கினர். முத்தம்மா பெருமையாக மேஜையில் வெள்ளிக் காசுகளைக் கொட்டினாள்.

“அனைவருக்கும் சமமாக நீயே பிரித்துக்கொடு”, என்றார் ரவீந்திர குமார் முத்தம்மாவிடம். “எனக்கு எதுவும் வேண்டாம். நான் வெறும் விளையாட்டாகத்தான் கலந்து கொண்டேன்”, என்றாள் முத்தம்மா. “எனக்கும் இதில் எதுவும் வேண்டாம். வங்காளத்தில் ஊழல் எவ்வளவு ஊடுருவியிருக்கிறது என்பதைத் தெரிந்து கொள்ளத்தான் நானும் இதில் கலந்துகொண்டேன்”, என்ற வேலன், “இதில் ஒரு பாதியை நீங்கள் எடுத்துக்கொண்டு, மீதியை லட்சுமணன், பீட்டர், சார்லஸ் மூவருக்கும் பிரித்துக் கொடுத்து விடுங்கள்”, என்றான்.

“இதைத்தான் தடியெடுத்தவன் தண்டல்காரன்னு நம்ம ஊர்ல சொல்லுவாங்க”, என்று சொல்லிக்கொண்டே சமையல் வேலையில் உதவச் சென்றாள் முத்தம்மா. சற்று நேரத்தில், வேலன் சொல்லிய வாறே மூவருக்கும் பணத்தைப் பிரித்துக் கொடுத்துவிட்டு, மீதியைப் பையில் போட்டுக்கொண்ட ரவீந்திரநாத்,

“நீண்ட நாட்களுக்கு அப்புறம், இப்பொழுதுதான் மீண்டும் ஒரு ஜமீன்தாராக உணர்கிறேன்”, என்றார் மகிழ்ச்சியான குரலில்.

மறுநாள் பயணத்தைத் தொடர்ந்தனர். நண்பகல் ஆகியும் ஒரு சுங்கச்சாவடிகூடக் கண்ணில் படவில்லை. ஒரு வேளை வழிதவறி விட்டோமா என்று அனைவருக்கும் சந்தேகம் வந்தது. அப்பொழுது வழியில் ஒரு நீர்நிரம்பிய குளம் தென்பட்டதால் அங்கே முகாமிடு வதென முடிவு செய்தனர். தூரத்தில் பல குடிசை வீடுகள் இருப்பது தெரிந்தது. பாதுகாப்பிற்காகச் சுற்றுவட்டாரத்தை ஆராய முடிவு செய்தனர். லட்சுமணன் சமையல் வேலையில் மும்முரமானான். பீட்டரும், சார்லசும் ஒருபக்கமும், வேலனும், ரவீந்திரகுமாரும்

எதிர்ப்புறமும் சென்றனர். வண்டிக்கும், குதிரைகளுக்கும் காவலாக முத்தம்மா அங்கேயே நின்று கொண்டாள்.

குடிசைகள் இருந்த பகுதிக்குச் சற்று அருகே சென்ற வேலனும், ரவீந்திரகுமாரும், அருகே புதர்களுக்குள் ஏதோ பலமான சப்தம் கேட்டு ஓடிச் சென்று பார்த்தனர். எலும்பும், தோலுமான இரண்டு உருவங்கள் தரையில் புரண்டு சண்டையிட்டுக்கொண்டிருந்தன. அவை ஆண்களா, பெண்களா என்பதைக் கூட வேலனால் உறுதியாகச் சொல்ல முடியவில்லை. இருவரும் ஒரு மாமிசத் துண்டிற்காகச் சண்டை போட்டுக் கொண்டு இருந்தனர் என்பது மட்டும் தெரிந்தது. அது நாய் அல்லது குரங்கின் மாமிசமாக இருக்கும் என்று அதன் அளவை வைத்து முடிவெடுத்தான் வேலன். ரவீந்திரகுமார் கோபமாக ஏதோ கத்திவிட்டுத் தன் பிஸ்டலால், வானத்தை நோக்கிச் சுட்டார். இரண்டு உருவங்களும் மாமிசத்தைப் போட்டு விட்டு ஓடின. வேலனும், ரவீந்தரும் சற்று அருகில் சென்று பார்த்தனர். ரவீந்திரகுமார் அப்படியே நெஞ்சை அழுத்திக்கொண்டு தரையில் அமர்ந்து விட்டார்.

அந்த மாமிசம் நாயோ, குரங்கோ அல்ல, ஒரு மனிதக் குழந்தையின் பிணம். ஏற்கனவே பாதி தின்னப்பட்டிருந்தது. அதற்குள் ஓடிச் சென்ற உருவங்களில் ஒன்று மெல்ல, மெல்ல ரவீந்தருக்குப் பின் னால் வந்து, மீண்டும் குழந்தையின் பிணத்தைத் தூக்கிக் கொண்டு ஓடியது. மற்றொரு உருவமும், புதருக்குள்ளிருந்து வெளிப்பட்டு, முதல் உருவத்தைக் குழந்தை மாமிசத்திற்காகத் துரத்தத் தொடங்கியது. ரவீந்திரகுமாரை எழுப்பி வேலன் வண்டி அருகே அழைத்து வந்தான். ரவீந்திரகுமார் ஆங்கிலத்தில் உரத்த குரலில் வானத்தை நோக்கிக் கத்தினார்,

“கடவுளே, வருடம் மூன்று அறுவடைகள் செய்யும் என் வங்காளத்திற்கா இந்தக் கதி”. குலுங்கிக் குலுங்கி அழ ஆரம்பித்தார். அழுகையினூடே கூறினார், “எத்தனையோ அரசர்கள் வங்காளத்தை ஆட்சி செய்தனர் .எத்தனையோ முறை மழை பொய்த்திருக்கிறது. ஆனால் இதுபோன்ற ஒரு நிலைமைய நான் கண்டதில்லை. மக்கள் வேறு என்ன செய்வார்கள். விதை நெல்லைத் தின்றார்கள். ஆடுமாடுகளைத் தின்றார்கள். குழந்தைகளை அடிமையாக விற்றார்கள். பின்பு அவற்றை வாங்கவும் கூட ஆளில்லை”.

“கம்பெனி நிர்வாகம் உதவிசெய்யவில்லையா?”, என்றான் பீட்டர்.

“அவுரி பயிரிடச்சொல்லி அரிசி உற்பத்தியைக் குறைத்ததே கம்பெனிதான். வரியாக வசூலித்த அரிசியில் பெரும்பகுதியைப் பிரிட்டனின் போர்க்களங்களுக்கு அனுப்பி விட்டனர். இங்கே இருப்பில் இருக்கும் சொற்ப அரிசியையும் கொள்ளை லாபத்திற்கு நகரப் புறங்களில் விற்கின்றனர். இதுதான் உங்கள் கம்பெனி செய்யும் உதவி”, என்றார் கோபமாக.

“ஆனால் கட்டாயம் கம்பெனி வேறு ஒன்றும் செய்திருக்கும். யாராவது பாதிரியாரைப்பிடித்துப் ‘பஞ்சத்திற்குக் காரணம் கடவுளின் கோபம்’ என்றும், பொருளாதார நிபுணரைப்பிடித்து, ‘நிர்வாகச் சீர்திருத்தத்தால்தான் வரிவசூல் அதிகமானது, கடுமையான சித்திரவதைகளால்’ அல்ல என்றும், ஒரு வரலாற்று ஆசிரியரைப் பிடித்து, ‘இந்தியாவில் பஞ்சம் வருவது வழக்கம் தான்’ என்றும், மூன்று புத்தகங்கள் வெளியிட்டிருப்பார்கள்”, என்றான் சார்லஸ்.

“இந்தியர்களை ஏமாற்றவா?”, என்று கேட்டாள் முத்தம்மா.

“இல்லை, இங்கிலாந்தின் ஜனநாயக உணர்வுள்ள மக்களை ஏமாற்ற”, என்றான் சார்லஸ்.

34

அன்று காலைப்பொழுது புலரும்பொழுது ஒரு அதிசயம் நடக்கு மென்று வேலன் எதிர்பார்க்கவிலை. கல்கத்தா சென்று சேர்ந்ததும், முதலில் டேனிஷ் அலுவலகத்திற்குச் சென்றனர். பீட்டர் சென்று கதவைத் தட்டினான். கடைசியாகப் புயலடிக்கும் பொழுது அவர்கள் கப்பலில் பார்த்த பிலிப்பே வந்து கதவைத் திறந்தார். ஆனந்தமாக பீட்டரிடமும், சார்லசிடம் கைகுலுக்கி நலம் விசாரித்தார். பிறகு தான் சற்று தூரத்தில் நின்ற வேலனையும், மற்றவர்களையும் கவனித்தார். ஓடிவந்து வேலனின் கையைக் குலுக்கினார். முத்தம்மாவிடம் நலம் விசாரித்தார். பின்பு அவர்களை அலுவலகத்தின் பின்புறத் தெருவில் இருந்த ஒரு விடுதிக்கு அழைத்துச் சென்றார். தோட்டத்துடன் கூடிய பெரிய வீடு அது. “நாங்கள் பெரும்பாலும் இங்குதான் தங்குவோம். இதுபோல் பக்கத்தில் இன்னொரு விடுதி உள்ளது. அதிலும் எங்கள் கம்பெனி ஆட்கள் தான் தங்கியுள்ளனர், நானும் அங்கு தான் இப்பொழுது தங்கியிருக்கிறேன். நீங்கள் அனைவரும் இங்கே தங்குங்கள்”, என்ற பிலிப், “புயலிலிருந்து எப்படித் தப்பித்தீர்கள்?” என்று கேட்டார். பீட்டரும், சார்லசும் மாறி, மாறித் தாங்கள் தப்பி

வந்த கதையைக் கூறினர். ஆனால் வேலன் முன்பே எச்சரித்திருந்ததால் ரெட்டியின் அரண்மனையைத் தாக்கியதைப் பற்றி எதுவும் கூறவில்லை.

“நீங்கள் எப்படித் தப்பினீர்கள்?”, என்று பிலிப்பிடம் பீட்டர் கேட்டான்.

“கேப்டனும், நானும், சில மாலுமிகளும் ஒரு படகிலும், மற்ற மாலுமிகள் வேறொரு படகிலும் ஏறிக்கொண்டு கடலில் சென்றோம். இருட்டில் படகுகள் வெவ்வேறு திசைகளில் பிரிந்து சென்றன. மறுநாள் காலையில் ஒரு ஆங்கிலக்கப்பல் எங்களை மீட்டது. மற்றொரு படகு என்ன ஆனதென்றே இதுவரை தெரியவில்லை”, என்றார் பிலிப். அவர்களை ஓய்வெடுக்கச் சொல்லிவிட்டு பிலிப் சென்று விட்டார். விடுதிக் காப்பாளர், அவர்களுக்கு அறைகள் ஏற்பாடு செய்தார். பிலிப்பும், சார்லசும் ஒரு அறையிலும், லட்சுமணனும், ரவீந்திரகுமாரும் மற்றொரு அறையிலும் தங்கினர். சற்றுப் பெரியதாக இருந்த அறை வேலனுக்கும், முத்தம்மாவிற்கும் கொடுக்கப்பட்டது. நீண்ட பயணக் களைப்பிலிருந்த அனைவருக்கும், வட இந்திய முறையில் பரோட்டாவும், காய்கறிகளும் வழங்கினார் விடுதிக்காப்பாளர். சாப்பிட்ட வேகத்தில் படுக்கையில் வீழ்ந்தவர்கள், மதிய உணவிற்காகக் கதவு தட்டப்படும் வரை விழிக்கவில்லை. அரிசிச் சோறும், மீன் குழம்பும் பரிமாறினார் காப்பாளர்.

“இங்கு பஞ்சத்தின் சுவடே தெரியவில்லையே?”, என்று காப்பாளரிடம் கேட்டான் வேலன். “கல்கத்தாவில் ஏது பஞ்சம். பணம் இருந்தால் போதும், எல்லா நாட்களிலும் உணவு கிடைக்கும்”, என்றார் காப்பாளர்.

“பஞ்சமெல்லாம் பயிர் செய்யும் விவசாயிகளுக்குத்தான்”, என்றான் லட்சுமணன். “நகரங்கள் உழுவதுமில்லை, விதைப்பதுமில்லை, ஆனால் ஒருநாளும் உணவுப்பொருட்களுக்குப் பஞ்சம் ஏற்படுவதும் இல்லை”, என்றார் ரவீந்திரநாத்.

“நகரங்களில் உணவுப்பொருட்கள் குவிவதால்தான் கிராமங்களில் பஞ்சம் வருகிறது”, என்றான் வேலன். உணவு முடிந்ததும் லட்சுமணன், மாடு, குதிரைகளை கவனிக்கச் சென்று விட்டான். தங்கள் நண்பர்களைச் சந்திப்பதற்காக பீட்டரும், சார்லசும் பக்கத்து விடுதிக்குச் சென்றனர். தன் உறவினர்களைச் சந்திக்கச் சென்றுவிட்டார்.

ரவீந்திரநாத். முத்தம்மாவோடு தனியே விடப்பட்ட வேலன், “முத்தம்மா, ஒரு முக்கியமான விஷயம் பேசணும், நாம அறைக்குப்போகலாம் வா” என்றான். அவர்கள் எழுந்திருப் பதற்குள் பிலிப் உள்ளே நுழைந்தார். நலமெல்லாம் விசாரித்து முடித்த பிலிப், பின்பு விஷயத்திற்கு வந்தார்.

“மிஸ்டர் வேலன், என்ன முயற்சிசெய்தும் என்னால் வெடிஉப்பு வாங்க முடியவில்லை. முதலாவதாக, பணம் புரட்டுவதில் ஒரு சிக்கல் உள்ளது. இரண்டாவதாக, கல்கத்தாவிலிருந்து வெடிஉப்பே காணாமல் போய்விட்டது. அனைத்தையும் ஆங்கியேக் கம்பெனி வாங்கி, இங்கிலாந்திற்கு அனுப்பி விட்டது என்கிறார்கள்”, என்றார் சோர்வாக. உடனே அவருடன் மராத்திய வணிகரைக் காணச் சென்றான் வேலன். மராத்திய வணிகர் வேலனையும், பிலிப்பையும் வரவேற்றார். ஆனால் நிமக்க்ஷோரா வாங்கத் தன்னால் உதவ முடியாது என்றார். நிமக்க்ஷோரா வாங்க வேண்டு மென்றால் ஒரே ஒரு வழிதான் இருக்கிறது. நேரடியாக, நிமக்ஷோரா தயாரிக்கப்படும் பீகார் கிராமங்களுக்கே செல்ல வேண்டும். கையோடு பணம் கொடுத்து வாங்க வேண்டும். ஆனால் எங்கள் நிறுவனத்தின் நிதிநிலைமை இப்பொழுது சரியில்லை என்றார்.

“வியப்பாக இருக்கிறதே! வங்காளத்தில் ஜகத்சேத்திற்கும், ஓமிசந்திற்கும் அடுத்த பெரிய நிறுவனம் உங்களுடையது தானே?”, என்றான் வேலன்.

“ஜகத்சேத்துக்களின் நிலைமையே இப்பொழுது மோசம் தான். ஓமிசந்த் கொஞ்நாளாக வியாபாரத்தில் விருப்பமின்றி இருக்கிறார்.”, என்றார் மராத்தி வணிகர்.

“ஏன் இந்த நிலைமை?”, என்றான் வேலன்.

“நவாப், சிராஜ் உத் தௌலா அடிக்கடி வியாபாரிகளை மிரட்டிப் பணம் பறித்தான். அதனால் தான் அவரை எதிர்த்துப் போரிட ஆங்கிலக் கம்பெனிக்கு உதவினோம். அந்தக் கடன்தொகையைக் கம்பெனி இன்னும் முழுமையாகத் திருப்பித் தரவில்லை. இப்பொழுது தொடர்ந்து பஞ்சம் வேறு, அதுதான் காரணம்”, என்றார் மராத்திய வணிகர்.

“பணத்திற்கு நான் வேறு ஏற்பாடு செய்து கொள்கிறேன். பீகாருக்கு உங்கள் ஆள் ஒருவரை எங்களோடு அனுப்புங்கள். வியாபாரத்தில் இரண்டு விழுக்காடு உங்கள் நிறுவனத்திற்குத் தருகிறேன்”, என்றான் வேலன். அதற்கு மராத்திய வணிகர்

மகிழ்ச்சியோடு சம்மதித்தார். பேச்சோடு பேச்சாக வேலன் கேட்டான், "பஞ்சத்தால் வணிகர்கள் கொள்ளை லாபம் அடிப்பதாக அல்லவா கேள்விப்பட்டேன்".

"உண்மைதான். ஆனால் லாபம் சாதாரண வணிகர்களுக்கு அல்ல. உணவுப்பொருள் விற்கும் உரிமை கம்பெனி ஏஜெண்டுகளுக்கு மட்டுமே உள்ளது. கம்பெனி இயக்குநர்களுக்கு லஞ்சம் கொடுத்தால் தான் ஏஜென்சி கிடைக்கும்", என்றார் மராத்திய வணிகர்.

இருவரும் அங்கிருந்து புறப்பட்டு விடுதிக்கு வந்து சேரும்பொழுது மாலையாகி விட்டிருந்தது. விடுதிக்காப்பாளன் தேநீர் கொண்டு வந்தான். தேநீர் அருந்தும் பொழுது முத்தம்மாவும் வந்து சேர்ந்து கொண்டாள்.

"மிஸ்டர் பிலிப், நானே பணத்திற்கு ஏற்பாடு செய்து கொண்டு, வெடி உப்பு வாங்கி கல்கத்தா துறைமுகத்தில் உள்ள உங்கள் கிடங்கில் சேர்த்து விடுகிறேன். வெடிஉப்பின் விலையோடு, வட்டியாக எட்டு விழுக்காடு எங்களுக்குத் தரவேண்டும்", என்றான் வேலன்.

பிலிப் உடனே சம்மதித்தார். "நாகப்பட்டிணத்திலிருந்து உங்களுக்குத் தங்கமாகவோ அல்லது வெள்ளியாகவோ கிடைக்க ராவுத்தர் மூலம் ஏற்பாடு செய்கிறேன்", என்றார்.

அவரை வழியனுப்ப வெளியே சென்ற வேலன், தெருமுனையில் நின்று யாரோ ஒருவன் விடுதியைப் பார்த்துக் கொண்டிருப்பதைக் கவனித்தான். பிலிப் விடைபெற்றுச் சென்றதும், மீண்டும் பார்க்கும் பொழுது அந்த ஆள் காணாமல் போயிருந்தான். அவனை இதற்கு முன்பு எப்பொழுதோ பார்த்திருக்கிறோம் என்று தோன்றியது. ஆனால் எங்கே எப்பொழுது என்று நினைவு வரவில்லை. மீண்டும் கூடத்திற்குச் சென்று, முத்தம்மாவோடும், லட்சுமணனோடும் பேசிக்கொண்டிருந்தான். அப்பொழுது பீட்டரும், சார்லசும் உள்ளே வந்தனர். கூடவே சோர்வாக ரவீந்திரகுமாரும் வந்தார்.

"உங்கள் உறவினர்களைப் பார்த்து விட்டீர்களா?", என்று முத்தம்மா ரவீந்திரகுமாரிடம் இயல்பாகக் கேட்டாள். ரவீந்திரகுமார் கோபமாக முகத்தைத் திருப்பிக்கொண்டார். பீட்டரும், சார்லசும் பலமாகச் சிரித்தனர். சார்லஸ் கூறினான்,

"மிஸ்டர் ரவீந்திரகுமாரின் உறவினர்கள் வீட்டிற்குள் இருந்து கொண்டே வெளியே சென்று விட்டதாக வேலைக்காரனிடம்

சொல்லி அனுப்பி விட்டார்கள். நல்லவேளையாக நாங்களும் துணைக்குச் சென்றிருந்தோம். இல்லையென்றால், எப்பொழுதும் கைத்துப்பாக்கி வைத்திருக்கும் ரவீந்திரகுமார், கோபத்தில் ஏதாவது முட்டாள்தனமாகச் செய்து கொண்டிருப்பார்", என்றான் பீட்டர்.

"அவரைச் சாந்தப்படுத்தி, எங்களோடு, மாலுமிகளைக் காண அழைத்துச் சென்று விட்டோம். அவர் கோபத்தைத் தணிக்க, மாலுமிகள் மருந்தும் கொடுத்து விட்டனர்", என்றான் சார்லஸ். அப்பொழுதுதான் அவர்கள் மூவரும் நன்றாகக் குடித்திருப்பதை மற்ற மூவரும் கவனித்தனர்.

"இந்த உறவினர்கள் என் கிராமத்திற்கு வந்த பொழுதெல்லாம் நான் அவர்களை எப்படிக் கவனித்துக் கொள்வேன் தெரியுமா?", என்று உறுமினார் ரவீந்திரகுமார்.

"பஞ்சத்தால் உங்களைப் போலவே பலர் அவர்களின் உதவியை நாடி வந்திருக்கலாம். அதனால் இப்படி நடந்து கொள்கிறார்கள் போலும்", என்று சமாதானப்படுத்தினான் வேலன்.

"டேனிஷ் கம்பெனியில் ஒரு வேலைவாங்கித் தரமுடியுமா? எனக்கு நன்றாகக் கணக்கு வழக்குகள் பார்க்கத் தெரியும்", என்று கெஞ்சினார் ரவீந்திரகுமார்.

"நானும் அதைத்தான் கேட்கலாமென்று இருந்தேன். எனக்கும் ஒரு வேலை கேளுங்கள்", என்றான் லட்சுமணன் ஆவலோடு.

"நிச்சயமாக, ஆனால் அதற்கு முன்பு நீங்கள் இருவரும் எனக்கு ஒரு வேலை செய்ய வேண்டும்", என்றான் வேலன்.

"நீ என்ன கேட்டாலும் செய்கிறேன்", என்றார் ரவீந்திரகுமார்.

"நாம் நிமக்க்ஷாரா தேடிப் பீகார் செல்ல வேண்டும். தயாரிக்கும் இடத்தைக் கண்டுபிடித்து, கொஞ்சம் கொஞ்சமாக அதை வாங்கி, டேனிஷ் கம்பெனியின் கிடங்கில் சேர்க்க வேண்டும். அதற்குப் பல மாதங்கள் பிடிக்கும்", என்றான் வேலன். லட்சுமணனின் மகிழ்ச்சிக்கு அளவேயில்லை. "கல்கத்தா வந்தால் எனக்கு நல்ல காலம் பிறக்கும் என்று ஊரிலிருந்து இருந்து புறப்படும்போதே தெரியும்" என்றான்.

"மிஸ்டர் ரவீந்திரகுமார், நீங்கள் ஒரு ஜமீன்தார். இதெல்லாம் உங்களுக்கு ஒத்துவருமா?", என்று முத்தம்மா கேட்டாள்.

"ஏன் ஒத்துவராது? ஜமீன்தார்கள் என்றாலே சோம்பேறிகள் என்று தப்பாக நினைக்கிறீர்கள். பல நூற்றாண்டுகளாகக் கிராமங்களை நாங்கள்தான் நிர்வகித்தோம், நீர் மேலாண்மையைக்

கவனித்துக் கொண்டோம், விவசாயத்தை வளர்த்தோம். வெள்ளைக்காரர்கள் வந்துதான் எல்லாவற்றையும் கெடுத்தார்கள்'', என்றார் ரவீந்திரகுமார்.

“வெள்ளையர்கள் வந்து நிர்வாகத்தைச் சீர்திருத்தியதாக அல்லவா சொல்லிக் கொள்கிறார்கள்'', என்றான் வேலன்.

“நடந்ததைச் சொல்கிறேன். அவர்கள் சொல்வது உண்மையா, பொய்யா என்று நீங்களே முடிவு செய்து கொள்ளுங்கள். இந்து மன்னர்களின் ஆட்சியில் விளைச்சலில் ஆறில் ஒருபங்கை வரியாக வசூலித்துக் கொடுத்தோம். பின்பு இசுலாமியர் ஆட்சியில் விளைச்சலில் ஐந்தில் ஒரு பங்கை வரியாக வசூலித்தோம். மழைபொய்த்தால் வரிவசூலை ரத்து செய்வோம். விவசாயிகளுக்கும், நெசவாளர்களுக்கும் கடன் கொடுப்போம். ஆனால் கம்பெனி நிர்வாகத்தில், எல்லாம் தலைகீழ். விளைச்சலில் பாதியை வரியாகக் கேட்கிறார்கள். பஞ்சம் வந்தாலும் கட்டியாக வேண்டும். விவசாயிகளுக்காக வரிகட்டியே ஜமீன்தார்கள் பலர் ஏழையாகிப்போயினர். வரிகட்ட முடியாத ஜமீன்களை ஏலம் விட்டு விடுவார்கள். வட்டிக்கடைக்காரர்கள் ஜமீனை ஏலம் எடுத்துப் புதிய ஜமீன்தார்களாக ஆகிவிட்டனர். அவர்களுக்கு விவசாயத்தைப் பற்றியோ, நீர்ப்பாசனம் பற்றியோ எதுவும் தெரியாது. கல்கத்தாவிலிருந்து அடியாட்களை அனுப்பி விவசாயிகளைச் சித்திரவதை செய்யத்தான் தெரியும். நெசவுத் தொழிலாளர்களையோ, ஆடுமாடுகள் போல் வெள்ளை முதலாளிகள் தங்களுக்குள் விற்றுக் கொள்கிறார்கள். இதுதான் நிர்வாகச் சீர்திருத்தமா?'', என்று படபடப்புடன் சொல்லி முடித்தார் ரவீந்திரநாத். பின்பு, தன் ஐரோப்பிய நண்பர்களைக் கோபப்படுத்தி விட்டோமோ என்று பீட்டரையும், சார்லசையும் பார்த்தார்.

சார்லஸ் அலட்சியமாக, “அதுமட்டுமல்ல, நெல் பயிரைக் குறைத்து, கஞ்சாவும், அவுரியும் பயிரிடச் சொல்லிக் கட்டாயப்படுத்துகின்றனர். உணவுப்பஞ்சத்திற்கு உண்மையான காரணம் அதுதான். பஞ்சத்தில் சுமார் ஒரு கோடிப் பேர் இறந்திருக்கிறார்கள். அது வங்காளத்தின் மக்கள் தொகையில் மூன்றில்ஒருபங்கு'', என்றான்.

பேச்சை மாற்ற நினைத்த பீட்டர், “வேலன், எங்களையும் உன் வியாபாரத்தில் சேர்க்க ஏன் மறந்து விட்டாய்?'', என்றான்.

“யார் மறந்தது? உன்னையும், சார்லசையும் நம்பித்தான் இந்தத் திட்டமே போட்டிருக்கிறேன். நீங்கள் இருவரும் எங்களோடு

வருகிறீர்கள். இதற்கு ஏற்கனவே பிலிப்பிடம் அனுமதியும் வாங்கிவிட்டேன்'', என்றான் வேலன்.

“ஓ நன்றி வேலன், நன்றி. பிலிப்பென்ன அனுமதி கொடுப்பது, நாங்கள் இருவரும் உன்னோடு எங்கு வேண்டுமானாலும் வரத் தயார்'', என்றான் சார்லஸ்.

“சரி; ரவீந்திர குமாரை முதலில் அறைக்கு அழைத்துச் செல்லுங்கள். கொஞ்சம் தடுமாறுகிறார்'', என்றான் வேலன்.

“அவர் மட்டுமென்ன... நாங்களும் தான்'', என்று கூறிக்கொண்டே பீட்டரும் சார்லசும் எழுந்து, தங்கள் அறைக்குச் சென்றனர். ரவீந்திரகுமாரை அழைத்துக்கொண்டு லட்சுமணன் தங்கள் அறைக்குள் சென்றான்.

“ஜமீன்தார் என்று ஒரு இனமே இந்தியாவில் இல்லாமல் அழிந்து போய்விடும்'', என்று முனகிக்கொண்டே அவனுடன் சென்றார் ரவீந்திரகுமார். வேலனும் முத்தம்மாவுடன் தங்களது அறைக்குள் சென்றான். முத்தம்மா கேட்டாள்,

“மதியம் ஏதோ முக்கியமான விஷயம் பேச வேண்டுமென்றாயே?''.

“ஆம்'', என்று கூறிவிட்டு, ரெட்டியார் அரண்மனையிலிருந்து கொண்டு வந்திருந்த மூட்டையைப் பிரித்தான் வேலன். அதில் தங்கக் காசுகள் கட்டியிருந்த இரண்டு பைகளை எடுத்துத் தனியே வைத்துக்கொண்டே முத்தம்மாவிடம் கூறினான்,

“முதலில் இவற்றில் பாதியை, நாளை வெள்ளிக்காசுகளாக மாற்றிக் கொள்ள வேண்டும்.''

“அப்படியே பயணத்திற்கு வேண்டிய உணவுப் பொருட்களையும் வாங்கி வந்து விடுவோம்'', என்றாள் முத்தம்மா.

அப்பொழுது அவள் கண்ணில் ரெட்டியார் வீட்டிலிருந்து எடுத்துவந்த இறந்துபோன சீக்கியரின் மூட்டை கண்ணில்பட்டது. அதை எடுத்துப் பிரித்துப் பார்த்தாள். உள்ளே “கிருபான்'' என்றழைக்கப்படும் சீக்கியர் களின் குறுவாளும், ஒரு பட்டையான வளையமும் இருந்தன. அதன் விட்டம் சுமார் ஒரு அடி இருக்கும். தகடு சுமார் இரண்டு அங்குல அகலமிருந்தது. அதன் அடிப்புறம் தட்டையாகவும், மேற்புறம் முதுகு போன்று உயரமாகவும் இருப்பதைக் கண்ட வேலன்,

“அட, நம்ம ஊர் வளைதடிக்கும் இப்பிடித்தான் ஒருபக்கம் முதுகு இருக்கும்'', என்றான். அதன் உட்புறம் மழுங்கலாகவும்,

வெளிப்புறம் கூர்மையாகவும் இருப்பதைக் கண்ட முத்தம்மா, வளையத்தை ஒரு விரலால் சுழற்றி விளையாட்டாக எறிந்தாள். அது அழகாகக் காற்றில் மிதந்து சென்று எதிரேயிருந்த நாற்காலியின் காலில் பதிந்து நின்றது "இது ஏதோ பயங்கர ஆயுதம் தான்", என்றாள் முத்தம்மா. நாற்காலியிலிருந்து அதைப் பிடுங்கியெடுத்து மேலும் கவனமாகப் பார்த்தான் வேலன். அதன் தட்டையான பகுதியில் வளைவான கோடுகள் நடுவே, "*ALL GODS ARE MERCIFUL*` என்று ஆங்கிலத்தில் பொறிக்கப்பட்டிருந்தது.

"எல்லாக் கடவுள்களும் கருணை வடிவானவர்களே" என்று எழுதியிருக்கிறது, என்றாள் முத்தம்மா. "ஆனால் அது ஏன் பஞ்சாபியிலோ, இந்தியிலோ எழுதப்படாமல் ஆங்கிலத்தில் எழுதப்பட்டிருக்கிறது" என்று கேட்டான் வேலன்.

35

காலையில் லேசான இருட்டு இருக்கும் பொழுதே மராத்திய வணிகரின் ஏஜெண்டான விஸ்வநாத் வந்து சேர்ந்தார். வெடி உப்பு வாங்கும் முயற்சிக்கு ஆங்கிலக் கிழக்கிந்தியக் கம்பெனி தடங்கல் செய்யக்கூடும் என்பதால் இருட்டோடு இருட்டாக வேலன் தலைமையில் புறப்பட்ட கூட்டம், பொழுது நன்றாக விடிந்தபொழுது கல்கத்தா நகருக்கு வெளியே வந்துவிட்டது. வழக்கம்போல் மாட்டுவண்டிக்கு முன்புறம் சார்லசும், பீட்டரும் குதிரையில் வந்தனர். விஸ்வநாத் குதிரையில் வர விரும்பாததால், லட்சுமணன் குதிரையில் வந்தான். வண்டியை விஸ்வநாத்தே ஓட்டிவந்தார். அருகே ரவீந்திரகுமார் அமர்ந்திருந்தார். நண்பகலில், வழியில் நிழலான இடம் கிடைத்ததால் வண்டியை நிறுத்திவிட்டு முகாமிட்டனர். புதிதாகச் சமையல் எதுவும் செய்யவில்லை. காய்கறிகளை உள்ளே வைத்துச் சுடப்பட்ட பரோட்டாக்களை எல்லோரும் சாப்பிடத் தொடங்கினர்.

"இப்பொழுது சொல்லுங்கள், நாம் எங்கே போகிறோம்?" என்று கேட்டான் லட்சுமணன்.

"வழக்கமாக பாட்னாவிற்குத்தான் செல்ல வேண்டும். ஆனால் ஆங்கிலக் கம்பெனி அங்கு கிடைக்கும் வெடிஉப்பு மொத்தத்தையும் வாங்கி விடுவதால், பாட்னாவிற்கு அருகே உள்ள ஒரு கிராமத்திற்குப் போகிறோம்", என்றார் விஸ்வநாத்.

"ஆங்கிலக் கம்பெனிக்கு ஏன் வெடி உப்பு மீது இவ்வளவு ஆசை?" என்றான் லட்சுமணன்.

"அதுதான் எனக்கும் புரியவில்லை? ராபர்ட் கிளைவ் வங்காளத்தைப் பிடித்ததற்கு உண்மையான காரணமே வெடி உப்புத்தான் என்று கூடப்பேச்சு அடிபடுகிறது", என்றார் ரவீந்திரகுமார்.

"இதில் நீங்கள் ஆச்சர்யப்படுவதற்கு எதுவுமில்லை", என்று பேச்சில் கலந்து கொண்டான் பீட்டர். "பிரான்சிற்கும், இங்கிலாந்திற்கும் இடையே, இந்தியாவிற்குள் மட்டுமல்ல, உலகெங்கும் போர்கள் நடக்கின்றன. மற்ற ஐரோப்பிய நாடுகளும் அதில் ஏதாவது ஒரு பக்கம் கலந்து கொள்கின்றன", என்று சொல்லி நிறுத்தினான்.

"சண்டைகள் எதற்கு? வியாபாரப்போட்டியா, அரசியல் காரணங் களாலா?" முத்தம்மா கேட்டாள்.

"இரண்டும் ஒன்றுதான். ஒன்றில்லாமல், மற்றொன்று இல்லை", என்றான் சார்லஸ்.

"போர் என்றால் குவியல், குவியலாக வெடிமருந்து வேண்டும். அதைத் தயாரிக்க வெடியுப்பு வேண்டும்", என்றான் பீட்டர்.

"ஏன் உங்கள் நாட்டில் வெடிஉப்புக்கிடைக்காதா?", என்றான் வேலன்.

"கொஞ்சம் தான் கிடைக்கும். வவ்வால் மற்றும் பறவைகளின் எச்சத்தால் குகைகளில் உருவாகிறது. அதுவும் ஐரோப்பாவை விட, சிலிபோன்ற தென்னமெரிக்க நாடுகளில் தான் அதிகம் கிடைக்கிறது. ஆனால், அது சக்திகுறைந்த பொட்டாசியம் நைட்ரேட். இந்தியாவிலோ மலைமலையாகக் கிடைக்கிறது, அதுவும், மிகவும் சக்திவாய்ந்த பொட்டாசியம்நைட்ரேட்" என்றான் சார்லஸ்.

"இவன் என்ன ஏதோ புரியாத பேரைச் சொல்கிறான்?" என்றாள் முத்தம்மா.

"புரியாத அந்தப் பெயர்கள்தான் விஞ்ஞானிகள் வைத்த ரசாயனப் பெயர்கள்", என்றான் சார்லஸ். தனக்குப் பிடித்தமான பொருளான வெடிஉப்பைப் பற்றி உரையாடல் திரும்பியதால் உற்சாகமாகப் பேசத்தொடங்கினான்.

"வெடி மருந்தைக் கண்டுபிடித்தவர்கள் சீனர்களா, இந்தியர்களா? எனக்கு நீண்ட நாளாகவே இந்தச் சந்தேகம் இருக்கிறது", என்று கேட்டார் விஸ்வநாத்.

"சீனர்கள் என்றுதான் பலரும் நினைக்கின்றனர். ஆனால் அது தவறு. இந்தியாவிலிருந்துதான் சீனாவிற்கும், பாரசீகத்திற்கும் வெடிமருந்தைப்பற்றிய அறிவு பரவியிருக்கிறது, நாளந்தாப் பல்கலைக்கழகத்தில் வெடிமருந்து தயாரிப்பதைப் பற்றிய புத்தகங்கள் இருந்ததாகப் படித்திருக்கிறேன்", என்றான் சார்லஸ்.

"பிறகு ஏன் இந்திய மன்னர்களெல்லாம் வெடிமருந்திற்காக ஐரோப்பியரிடம் கையேந்துகின்றனர்", என்று வேலன் கேட்டான்.

"வெடிஉப்பை, வெடிமருந்தாக மாற்றும் கலையையும் இந்திய மக்கள் அறிந்திருந்தது உண்மைதான். காட்டுவாசிகள் கூட அதை அம்புகளின் பின்புறம் கட்டி வேட்டையாடப் பயன்படுத்தியுள்ளனர். ஆனால் அவை சக்தி குறைந்த வெடிமருந்துகள். அதை மேலும் சக்தியுடையதாக்கத் தவறிவிட்டீர்கள்", என்றான் சார்லஸ்.

"இந்தியா எப்படி அறிவியலைக் கோட்டை விட்டது?" என்றாள் முத்தம்மா.

"அறிவியில் வளர, கல்வி பரவலாக அனைத்து மக்களிடமும் சென்றடைய வேண்டும். ஜைன, புத்த மதங்களை அழித்து, அனைவருக்கும் கல்வி பரவுவதைத் தடுத்ததுதான் இந்தியாவில் அறிவியல் வளராமல் நின்றுபோனதற்குக் காரணம் என்பது என் கருத்து", என்றான் சார்லஸ்.

"அதைவிடு, வெடிமருந்தைப்பற்றிப் பேசுவோம்", என்ற பீட்டர், "வெடிஉப்பு வெடிமருந்தாக மாற, மேலும் இரண்டு பொருட்களைச் சேர்க்க வேண்டும், கரித்தூளும், கந்தகமும், சரிதானா?", என்றான்.

"சரியாகத்தான் சொல்கிறாய், வெடிமருந்தின் உடல் கரித்தூள், உயிர் கந்தகம், ஆத்மா வெடிஉப்பு என்பார்கள். அவற்றைச் சரியான விகிதத்தில் கலப்பதில் தான் அதன் ஆற்றல் இருக்கிறது. இந்தியாவில் தயாரிக்கப்பட்ட வெடிமருந்துகளில் வெடிஉப்பும், கரித்தூளும் அளவில் சரிபாதி இருந்தன. அத்தோடு, சிறிது கந்தகம் கலந்தனர். அதனால் அதன் ஆற்றல் குறைவாக இருந்தது", என்றான் சார்லஸ்.

"ஆனால் இங்கிலாந்தில் எழுபத்து ஐந்து விழுக்காடு வெடிஉப்பும், பதினைந்து விழுக்காடு கரித்தூளும், பத்துவிழுக்காடு கந்தகமும் கலந்து மிகவும் ஆற்றல் வாய்ந்த வெடிமருந்தைத் தயாரிக்கிறோம். இப்பொழுது புரிகிறதா ஆங்கிலேயரின் அறிவியல் அறிவு", என்றான் பீட்டர் பெருமையாக.

“ரொம்பவும் பெருமையடித்துக் கொள்ளாதே. வெடிமருந்தை நன்றாக ஆராய்ந்து மேம்படுத்தியது எங்கள் பிரெஞ்சு நாடு தான். எங்களிடம் இருந்துதான் இங்கிலாந்து கற்றுக்கொண்டது”, என்றான் சார்லஸ்.

“பிறகு ஏன் உலகெங்கும், பிரெஞ்சு நாடு, இங்கிலாந்திடம் தோற்று ஓடுகிறது”, என்றான் பீட்டர் கோபமாக.

“அதுவும் நியாயமான கேள்விதான்”, என்றார் ரவீந்திரநாத்.

“போரின் வெற்றி தோல்வியில், ஆயுதங்களைவிட முக்கியப்பங்கு வகிப்பது, அரசியல் அமைப்பு. முற்போக்கான வணிக மூலதனத்தால் ஆளப்படும் இங்கிலாந்திடம், பிற்போக்கான நிலப்பிரபுத்துவத்தால் ஆளப்படும் பிரான்சு தோல்வி அடைகிறது. இல்லையென்றால் இந்தியாவில் மட்டுமல்ல, உலகமெங்கும் இங்கிலாந்தைத் தோற்கடித்திருப்போம். லண்டனில் பிரெஞ்சுக் கொடி பறந்து கொண்டிருக்கும்”, என்றான் சார்லஸ். அவர்கள் சண்டையை நிறுத்த விரும்பிய வேலன்,

“சார்லஸ்... நேரமாகிவிட்டது பயணத்தைத் தொடரலாமே”, என்றான். சிக்கல் இல்லாமல் பயணம் தொடர்ந்தது. ஆனால் பல நாட்களுக்குப் பின், இரவு உணவின் போது மீண்டும் வெடிஉப்பு பற்றிய விவாதம் கிளம்பியது. இம்முறை அதை வேலனே தொடங்கிவைத்தான். “இந்தியாவில் மட்டும் ஏன் நிமக்க்ஷோரா நிறைய உருவாகிறது?” என்று கேள்வியெழுப்பினான். ஆர்வமாக சார்லஸ் பதிலளித்தான்.

“மண்ணிலிருந்து பொட்டாசியம் நைட்ரேட் உருவாக அத்துடன் உயிர்த்துடிப்புள்ள ஏதாவது ஒரு பொருள் கலக்க வேண்டும். மாட்டுச்சாணம் இதில் சிறப்பு வாய்ந்தது. இந்தியாவிலோ ஆயிரமாயிரம் ஆண்டுகளாக மாட்டுச் சாணம் மண்ணில் கலந்து கொண்டிருக்கிறது. அத்துடன் மழைநீரும் கலந்தவுடன் வெடிஉப்பு மேற்பரப்பிற்கு வருகிறது. அதனைக் கவனமாகப் பிரித்தெடுத்தால் வெடிஉப்புக் கிடைக்கும்”, என்றான் சார்லஸ்.

“யார் பிரித்தெடுப்பது, இந்திய விஞ்ஞானிகளா?” என்றாள் முத்தம்மா.

“இந்தியாவில் ஏது விஞ்ஞானிகள்? சிந்திக்கச்சொன்ன ஜைனர் களைக் கழுவில் ஏற்றியவர்களாயிற்றே நீங்கள்?” என்றான் சார்லஸ்.

அதற்குள் விசுவநாத் குறுக்கிட்டு, “நூனியாக்கள் என்ற ஏழைச் சாதியினர்தான் அதைக் காலம்காலமாகச் செய்து வருகின்றனர்.

அவர்கள் கிழக்கிலிருந்து ராஜபுதனம் போன்ற இடங்களுக்கும் செல்வதால் அவர்களைப் பூர்பியாக்கள் என்றும் அழைப்பார்கள். மழைக்காலம் முடிந்தவுடன் கிராமம், கிராமமாக வருவார்கள். வெடிஉப்பு கிடைக்கும் வயல்வெளிகளைக் கண்டுபிடித்து அந்த இடத்தைக் குத்ததைக்கு எடுத்து வெடிஉப்புத் தயாரிப்பார்கள்" என்றார்.

"வெடிஉப்புத் தயாரிப்பதை நேரில் பார்க்க வேண்டும் என்பது என் நீண்ட நாள் ஆசை", என்றான் பீட்டர்.

"உங்கள் ஆசை நிறைவேறும் நாள் வந்து விட்டது. நாளை நாம் அந்தக் கிராமத்தில் இருப்போம்", என்றார் விஸ்வநாத். மறுநாள் நண்பகலில் ஒரு பெரிய மாந்தோப்பிற்கு வந்து சேர்ந்தனர். அங்கு அனைவரையும் நிற்கச் சொன்ன விஸ்வநாத் தூரத்தில் கையைக் காட்டி, "அதோ பார்த்தீர்களா, அதுதான் நாம் தேடி வந்த கிராமம்", என்றார். அப்படியானால் இன்னும் ஒரு மணி நேரத்தில் அங்கு போய் விடலாமே?" என்றான் லட்சுமணன். "வேண்டாம். கல்கத்தாவில் இருந்து நாம் வெளியேறியதைப் போலவே, இங்கும் ரகசியமாக, மாலை நேரத்தில் உள்ளே நுழைவோம். மற்ற கிராமத்தின ருக்கு நாம் செல்வது தெரிய வேண்டாம்", என்றார் விஸ்வநாத். காரணத்தைப் புரிந்து கொண்டு அனைவரும் தலையாட்டினர். அங்கேயே முகாமிட்டு, மதிய உணவை முடித்துக்கொண்டு சற்று நேரம் ஓய்வெடுத்தனர். மாலைநேரத்தில் அனைவரும் அந்த ஊரின் சிறிய கோவில் மண்டபம் அருகே சென்றனர். அனைவரையும் அங்கு காத்திருக்கச் சொல்லிவிட்டு வேலனையும், ரவீந்திரகுமாரையும் மட்டும் கூட்டிக்கொண்டு, அந்த ஊரில் இருந்த பெரிய வீட்டிற்குச் சென்றார் விஸ்வநாத்.

விஸ்வநாத்தை அடையாளம் கண்டு கொண்ட வீட்டுக்காரரர், அனைவரையும் வரவேற்று உள்ளே அழைத்துச் சென்றார். "நான் ராய்சவுத்ரி, ஊரின் பிரதான்", என்று அறிமுகப்படுத்திக் கொண்ட வீட்டுக்காரர், விஸ்வநாத்திடம் திரும்பி, "எதற்காக இந்த ஏழையைத் தேடி வந்திருக்கிறீர்கள் என்று தெரிந்து கொள்ளலாமா?" என்றார்.

"எல்லாம் நிமக்க்ஷேரா வாங்கத்தான். எங்களுக்கு நிமக்க்ஷேரா நிறைய வேண்டும். கல்கத்தாவிலும், பாட்னாவிலும் எங்கு தேடியும் கிடைக்கவில்லை", என்றார் விஸ்வநாத். "அடடா! தாதா, நீங்க பெரிய மராத்திய வணிகரின் ஏஜெண்ட் என்று தெரியும்.

ஆனால் சில நாட்களுக்கு முன்பு தான் எல்லா நிமக்க்ஷோராவையும் கம்பெனி ஏஜெண்டுகள் வாங்கிச் சென்று விட்டனர்'', என்றார் ராய் சவுத்ரி.

''அதனால் என்ன. நிமக்க்ஷோரா தயாரிக்கும் வேலை நடந்து கொண்டு தானே இருக்கிறது. நாங்கள் சில நாட்கள் காத்திருந்து வாங்கிச் செல்கிறோம்'', என்றார் விஸ்வநாத்.

''அதுவும் முடியாதே, ஆங்கிலக் கம்பெனியின் ஏஜெண்டுகள் விரைவில் வந்து இனித் தயாரிக்கப் போவதையும் வாங்கிக் கொள்வதாகச் சொல்லியுள்ளனரே'', என்றார் ராய்.

விஸ்வநாத் என்ன சொல்வதென்று தெரியாமல் திகைத்தார். ரவீந்திரகுமார் தன்னை அறிமுகப்படுத்திக்கொண்டு,

''நான்தான் வெடிஉப்பு வாங்கி விற்கும் வியாபாரத்தைத் தொடங்கியிருக்கிறேன். இனிமேல் வருடா வருடம் நேரடியாக வந்து கொள்முதல் செய்யப் போகிறேன். நீங்கள் மறுக்காமல் கட்டாயம் எங்க ளுக்கே தர வேண்டும்'', என்றார். ரவீந்திரகுமார் ஒரு ஜமீன்தார் என்றதும் எழுந்து மரியாதையாக நின்ற ராய்சவுத்ரி,

''இவ்வளவு பெரிய மனிதர் என் வீட்டிற்கு வந்தது என் கௌரவம். நீங்களும், விஸ்வநாத் தாதாவுடன் என் வீட்டிலேயே விருந்தினராகத் தங்க வேண்டும்'', என்றார். ''அதற்கென்ன நிச்சயம் தங்குகிறேன். வெடியுப்பு விஷயத்திற்கு வாருங்கள்'', என்றார் ரவீந்திரநாத்.

''அதில் மட்டும் என்னால் உதவ முடியாது சர்க்கார். கம்பெனி ஏஜெண்டுக்கு வாக்குக் கொடுத்து விட்டேன்'', என்றார் ராய்சவுத்ரி பிடி கொடாமல். தான் தலையிடாமல் ராய்சவுத்ரி பிடி கொடுக்க மாட்டார் என்று வேலன் உணரத் தொடங்கினான். வணிகங்கள் இரக்கத்தின் அடிப்படையில் நடைபெறுவதில்லை என்று வணிகனான வேலனுக்கு நன்றாகத் தெரியும். அவன் உடனே எழுந்து, தன் சட்டைப்பையிலிருந்த தங்கக் காசுகள் அடங்கிய பையை எடுத்து அங்கிருந்த முக்காலியில் வைத்தான். அதிலிருந்து பத்துத் தங்கக் காசுகளை எண்ணி முக்காலியில் வைத்துவிட்டுப் பையை மீண்டும் சட்டைக்குள் வைத்துக் கொண்டான். ஜன்னல் வழியாக அறைக்குள் விழுந்த மாலைச்சூரிய ஒளியில் தங்கக்காசுகள் மின்னின.

''இதை முன்பணமாக வைத்துக் கொள்ளுங்கள். ஒவ்வொருமுறை வெடிஉப்பு வாங்கும் பொழுதும், கையோடு பணம் கொடுத்துவிட்டுத் தான் வாங்குவோம்'', என்றான். ராய்சவுத்ரியால்

தன் முகத்தில் விரிந்த புன்னகையை மறைக்க முடியவில்லை. பணம் உடனே கிடைக்கும் என்றவுடன் அவர் மனமும் உடனே மாறியது.

"விஸ்வநாத் தாதா கேட்டு, மாட்டேன் என்று சொல்வது நன்றாயிருக்காது. இனிமேல் தயாரிக்கும் நிமக்க்ஷாரா முழுவதையும் உங்களுக்கே விற்கிறேன்", என்றார். பின்பு அவர்களை அழைத்துக் கொண்டு, வெடிஉப்பு தயாரிக்கும் ஓட்டு வீட்டின் அருகே சென்றார். தூரத்தில் பல மனித உருவங்கள், வேட்டி மட்டும் அணிந்து சட்டையணியாத மனிதஉருவங்கள், நெருப்பு மூட்டிச் சமையல் செய்வது தெரிந்தது.

"அவர்கள்தான் நூனியாக்கள். காலையில் உங்களுக்கு அறிமுகப் படுத்தி வைக்கிறேன்", என்றார் ராய்சவுத்ரி. அருகே மலைபோல் மூன்று குவியல்கள் இருந்தன.

"ஓ! நிறைய வெடி உப்பு வைத்திருகிறீர்கள்", என்றான் வேலன்.

"இதில் ஒரு குவியல்தான் நிலச் சொந்தக்காரனான எனக்குச் சொந்தம். இரண்டாவது பங்கு எங்கள் ஜமீன்தாருக்கு வரி, மூன்றாவது பங்கு நூனியாக்களுக்குச் சொந்தம்", என்றார் ராய். "அவர்களும் விற்கத்தானே போகிறார்கள். அவற்றையும் நானே வாங்கிக்கொள்கிறேன்", என்றான் வேலன்.

"அதை அவர்களிடேமே நேரடியாகத்தான் நீங்கள் பேச வேண்டும்", என்றார் ராய் சவுத்ரி.

வெடி உப்பைக் கையில் எடுத்துப்பார்க்கப் போன ரவீந்திரநாத் சட்டென்று மனதை மாற்றிக்கொண்டு கையை இழுத்துக் கொண்டார். அவரது பயத்தைப்புரிந்து கொண்ட ராய் சவுத்ரி தன் கையால் வெடி உப்பை அள்ளி எடுத்துக் காட்டினார். "இதில் பயப்பட எதுவுமில்லை. தோலில் பட்டால் லேசாக அரிக்கும் அவ்வளவு தான்", என்றார்.

"இப்படி வெயிலில் கொட்டி வைத்திருக்கிறீர்களே, ஆபத்தில்லையா", என்றார் விஸ்வநாத். "ஆபத்தெல்லாம் ஒன்றுமில்லை. இது பயங்கர சாது. நெருப்பைக் கொளுத்தி அதன்மேல் போட்டால் கூட எரியாது", என்றார் ராய்சவுத்ரி.

"ஆமாம், கரித்தூளும், கந்தகமும் சேர்ந்தபின்பு தான் அரக்கனாக மாறிவிடும் என்று கேள்விப்பட்டிருக்கிறேன்", என்றான் வேலன்.

36

பிரதான்ராய் சவுத்ரியின் வேண்டுகோளின்படி விஸ்வநாத்தும், ரவீந்திரகுமாரும் சவுத்ரியின் வீட்டிலேயே தங்கினர். வேலனையும் மற்றவர்களையும் அழைத்துக்கொண்டு போய் ராய்சவுத்ரி, சிறிய தோப்புக்குள்ளிருந்த அழகான இரண்டு வீடுகளைக் காட்டினார். "இவை இரண்டையும் நீங்கள் பயன்படுத்திக் கொள்ளுங்கள்", என்றார்.

"வீடும் தோட்டமும் கொள்ளை அழகு" என்ற முத்தம்மா, "இந்த வீடுகளும் உங்களுடையவை தானா?" என்று கேட்டாள்.

"ஆமாம், என் அண்ணனுடைய வீடுதான் இது. எனக்கு முன்னால் அவர்தான் கிராமத்தின் பிரதானாக இருந்தார்", என்றார் சவுத்ரி.

"இப்பொழுது உங்கள் அண்ணன் குடும்பத்தினர் எங்கே", என்று கேட்டான் வேலன். ராய்சவுத்ரியின் முகத்தில் துயரம் படிந்தது.

"அதைப்பற்றிப் பின்னால் பேசலாமே", என்றார் பட்டென்று.

இரண்டு வீடுகளுமே நீண்ட நாட்களாகப் பயன்படுத்தப்படாமல் இருந்தன. பெரிதாக இருந்த வீட்டில் பீட்டர், சார்லஸ், லட்சுமணன் மூவரும் தங்குவது என்றும், சற்று சிறியதாக இருந்த வீட்டில் வேலனும், முத்தம்மாவும் தங்குவது என்றும் முடிவெடுத்தனர். "வீட்டை எப்படிச் சுத்தம் செய்வது?", என்று அனைவரும் மலைத்து நின்றபோது அவர்களை நோக்கிக் கையில் துடைப்பம் மற்றும் கயிறு, வாளியோடு குட்டையான உருவம் ஒன்று வந்து சேர்ந்தது. உயரம் குறைவாக இருந்தாலும், வலிமையான உடலமைப்புடன் இருந்த அந்த மனிதனைப் பார்த்ததுமே அவன் ஏதோ பழங்குடி இனத்தைச் சேர்ந்தவனாக இருப்பான் என்று வேலன் நினைத்தான்.

"வீட்டைச் சுத்தம் செய்ய, பிரதான் அனுப்பி வச்சாரு", என்று இந்தியில் பேசினான் அந்த மனிதன்.

"நீ யாரு?", என்றான் லட்சுமணன்.

"நான் பிரதான் வீட்டு வேலைக்காரன்", என்றான் வந்தவன்.

"வேலைக்காரனுக்கும் ஒரு பேரு இருக்குமே?", என்றான் வேலன்.

வந்தவனின் முகத்தில் லேசாக மகிழ்ச்சி தெரிந்தது. "என் பேரு லோடா பாய்", என்றான். "உன்னைப்பார்த்தா, இந்த ஊர் ஆள் மாதிரி தெரியலயே?", என்றான் சார்லஸ்.

"ஆமாம் நான் ஒரு காட்டுவாசி, பில் இனத்து ஆளு", என்றான் லோடா பாய்.

தன் தலைப்பாகையை அவிழ்த்து, கூந்தலைப் படியவிட்டவாறே முத்தம்மா பேசினாள், "லோடா பாய் வீட்டில தூசி நெறைய இருக்கு, ஒரு துடைப்பம் பத்தாது" என்றாள். "உங்களுக்கு ஏன் மேடம் துடைப்பம்? எல்லாம் நான் பார்த்துக்கிறேன்", என்றான் லோடா. "துடைப்பம் மேடத்துக்கு மட்டுமில்ல, எங்க எல்லோருக்குமே வேணும். நாங்க எல்லோரும் உன்னோட சேர்ந்து வீட்டைச் சுத்தப்படுத்தப்போறோம்", என்றான் வேலன். லோடா பாய் முகத்தில் மகிழ்ச்சி பரவியது. ஓடிச் சென்று மேலும், துடைப்பங்கள் மற்றும் வாளிகளுடன் வந்தான். தன்னைச் சமமாக நடத்தும் வேலன் குழுவினருடன் அப்பொழுதே நண்பனாகி விட்டான்.

ஆனால் நூனியாக்கள் அத்தனை சுலபமாகப் பழகி விடவில்லை. இவர்கள் தொழிற்சாலைக்குச் சென்றால் உடனே வேலையை நிறுத்திவிட்டு ஒன்றும் பேசாமல் நிற்பார்கள்.

"ஒரு வேளை, அவங்க தொழில் ரகசியத்தைக் கண்டு பிடிச்சிரு வோம்னு பயப்படறாங்களோ?", என்றாள் முத்தம்மா.

ஆனால் அந்த விலகல் அதிக நாள் நீடிக்கவில்லை. லோடாபாயை, வேலன் வீட்டிலேயே முழுநேரம் வேலை செய்யுமாறு அனுப்பிவிட்டார் ராய் சவுத்ரி. அவர் அனுப்பும் உணவுப்பொருட்களை வைத்து லோடாபாயும், லட்சுமணனும் வீட்டின் முன்னால் அடுப்பு மூட்டிச் சமையல் செய்தனர். சற்றுப்பழகியதும், ஒரு நாள் லோடாபாய் காட்டிலிருந்து முயல் ஒன்றைப் பிடித்து வந்தான். பின்பு தினமும் ஏதாவது ஒரு விலங்கை வேட்டையாடிக் கொண்டுவரத் தொடங்கினான். ரவீந்திரநாத்தின் மதுபாட்டில்கள் தீர்ந்து விட்டதால் சோகமாக அமர்ந்திருந்த பீட்டர், மற்றும் சார்லசிடம் ஒருநாள் ஒருமது பாட்டிலை நீட்டினான் லோடாபாய். ஆனால் அதற்குள் இருந்தது நாட்டுச் சாராயம். அதை ரசித்துக் குடித்த இருவரும், அது எப்படித் தயாரிக் கப்பட்டது என்று கேட்டனர். தூரத்தில் இருந்த மரத்திலிருந்து மகிழம்பூ போன்ற ஒரு பூவைப்பறித்து வந்து காட்டினான் லோடா.

“அது பேரு மகுவா, நாங்க காட்டில அதை வச்சுத்தான் சாராயம் தயாரிப்போம்”, என்றான். இரண்டு நாள் கழித்து, பாட்டிலில் வெள்ளை நிறச் சாராயத்துடன் மீண்டும் வந்தான்.

“இது என்ன சாராயம்?”, என்றான் பீட்டர்.

“அரிசியை காய்ச்சித் தயாரிக்கற சாராயம்” என்றான் லோடாபாய்.

“ஓ இதுவும் காட்டில தயாரிக்கிற சாராயமா?”, என்றான் சார்லஸ்.

“இல்லை, இல்லை. இது நூனியா ஆளுங்க தயாரிச்சது”, என்றான்.

நன்றி சொல்வதற்காக லோடாபாயை அழைத்துக்கொண்டு, சமையல் செய்து கொண்டிருந்த நூனியாக்களை நோக்கி பீட்டரும், சார்லசும் சென்றனர். வெள்ளையர்கள் தங்களுடன் நட்பாகப் பேசுவதால் மகிழ்ச்சியடைந்த நூனியாக்கள், அவர்களையும் தங்களோடு சாப்பிட வருமாறு அழைத்தனர். அன்று தொடங்கிய நட்பு, தினம், தினம், மாலையில் சாராயத்தோடு வளர்ந்தது. சில நாட்களுக்குள் சார்லசும், பீட்டரும் நூனியாக்களின் நெருங்கிய நண்பர்கள் ஆகிவிட்டனர். தங்களது தொழில்செய்யும் முறையைப் பார்க்க பீட்டரையும், சார்லசையும், லட்சுமணனையும் அனுமதித்தனர். கடைசியாக நூனியாக்கள் தங்கள் தொழிற்சாலைக்குள் வேலனையும், முத்தம்மாவையும் கூட அனுமதித்தனர். தொழிற்சாலை என்றவுடன் ஏதேதோ சக்கரங்கள் சுழன்று கொண்டிருக்கும் என்று நினைத்திருந்த வேலனும், முத்தம்மாவும் ஏமாந்து போயினர்.

தொழிற்சாலையின் முதல்பகுதி, பொட்டல் வெளியில் ஒரு மேடை தான். மேடையில் ஒரு செவ்வகத்தொட்டி களிமண்ணால் கட்டப் பட்டிருந்தது. அருகே மலைமலையாக வயலில் இருந்து வெட்டி எடுத்துவரப்பட்டிருந்த களிமண் குவியல்கள் இருந்தன. தொட்டியின் நீளமும் அகலமும் ஏழுக்கு ஆறு இருக்கும் என்றான் வேலன்.

“அளவெடுத்தமாதிரி சரியா சொல்றியே” என்று பாராட்டிய சார்லஸ். “தொட்டி கொஞ்சம் மேல இருந்து கீழே சாய்வா இருக்கறதைக் கவனிச்சியா”, என்றான்.

தொட்டி சாய்வாக இருந்ததுடன், அடியில் சிறிய ஓட்டை ஒன்றும் இருந்தது. ஓட்டைக்குக் கீழே இருப்புச்சட்டி போன்ற

பெரியபாத்திரம் ஒன்று வைக்கப்பட்டிருந்தது. இடுப்பு வேட்டி மட்டும் அணிந்து வேலைக்கு வந்த நூனியாக்கள், வேலன் குழுவினரை ''வாங்க, வாங்க'' என்று நட்புறவோடு வரவேற்றுவிட்டுத் தம் வேலையில் இறங்கினர். முதலில் தொட்டியின் அடியில் செங்கற்களைப் பரப்பினர். அதன் மேல் சிறிய சுள்ளிகளைப் பரப்பினர். அதன்மேல் கனமான சாக்குகளை விரித்தனர். களிமண்ணைச் சாக்குக்களின் மேல் சுமார் ஒரு அங்குல உயரத்திற்கு நிரப்பினர். அவர்களில் வயதான தொழிலாளி, களிமண்ணை வெறும் கையால் லேசாக அழுத்திக் கெட்டியாக்கினார். பின்பு சரி மட்டமாகத் தடவிவிட்டார். வேலை செய்யும் பொழுதே, மற்ற தொழிலாளர்களிடம் கூறினார்,

"கெட்டியா இல்லைன்னா தண்ணியில உடனே கரைஞ்சிடும், ரொம்பக் கெட்டியா ஆயிடுச்சின்னா, தண்ணியே இறங்காது". மற்ற இளம் தொழிலாளர்கள் புரிந்து கொண்டு தலையாட்டினர்.

"சரி... நிமக்க்ஷோரா எங்கே இருக்கு?", என்றாள் முத்தம்மா.

"இந்தக் களிமண்ணுக்குள்ள தான் இருக்கு. ஒரு மந்திரம் போட்டு வெளியே கொண்டுவரப் போறோம்", என்றார் முதியவர். பின்பு களிமண்ணைச் சாக்குகளால் மூடி, அதன்மேல் ஒரு அங்குல உயரத்திற்கு நிற்குமாறு தண்ணீர் நிரப்பினார்.

"இந்தத் தண்ணிதான் மந்திரம்", என்றார் சிரித்துக்கொண்டே. அது போல் பல தொட்டிகளை நிரப்பினர் நுனியாக்கள். அவற்றை அப்படியே விட்டுவிட்டு, பக்கத்து வரிசையில் முதல்நாள் இதுபோல் களிமண் நிரப்பிய தொட்டிகள் அருகே சென்றனர். அங்கு இரவெல்லாம் தண்ணீர் களிமண்ணில் கலந்து, கீழே இருந்த துளை வழியாக வடிந்து, அடியில் இருந்த இருப்புச் சட்டிகளில் பழுப்பு நிறத் திரவங்களாகத் தேங்கியிருந்தன.

"இப்போ, ஷோரா இதுக்குள்ள ஜோரா இறங்கிடுச்சு", என்று கூறிய முதியவர், அவற்றை எடுத்து 'கோத்திகள்' என்ற பெரிய அடுப்புகளில் ஏற்றுமாறு தன் ஆட்களுக்குக் கட்டளையிட்டார். சற்றுத் தள்ளி கூரைவேய்ந்த குடிசைகளுக்குள் அடுப்புகள் இருந்தன. விறகுக்கட்டைகளால் நெருப்பு மூட்டித் தாங்கள் கொண்டுவந்த திரவம் நிரம்பிய இருப்புச் சட்டிகளை நெருப்பில் ஏற்றினர். நன்றாகக் கொதித்து ஆறிய பின் அப்படியே இறக்கி ஆற வைத்தனர். ''ஓ இது ஆறிட்டதும், நிமக்ஷோரா ஆயிடுமா?'', என்று முத்தம்மா கேட்டாள். ஏற்கனவே முதல் நாள் ஆறவைக்கப்பட்டிருந்த இரும்புச்சட்டிகளில் இருந்த பொடி போன்ற பொருளைக் காட்டிய முதியவர்,

“இது ஷோரா இல்லை, ஷோராவோட அம்மா, ‘ஜாரியா’’ என்றார் சிரித்துக்கொண்டே. ஜாரியாவை எடுத்துக் கொஞ்சம் தண்ணீரில் கரைத்து அழுக்குகளை நீக்கினர். பின்பு நிறையத் தண்ணீர் ஊற்றி நன்றாகக் கரைத்து பக்கத்திலிருந்த குடிசைகளுக்குள் கொண்டு சென்றனர். அங்கு அவற்றை மீண்டும் இரும்புச்சட்டிகளில் ஊற்றி அடுப்புகளில் ஏற்றினர். விறகுக்கட்டைகளுடன், மாட்டுச் சாணத்தில் வைக்கோல் கலந்து செய்த காய்ந்த வறட்டிகளையும் அதிகம் பயன் படுத்தினர். அவற்றைக் கொதிக்க விட்டு விட்டு, ‘‘வாங்க சாப்பிடப் போகலாம்’’ என்றார் முதியவர். நூனியாக்களின் உணவாக அன்று அரிசிச்சோறும், முயல்கறியும் பரிமாறப்பட்டது.

‘‘முயல், மான் எல்லாம், லோடாபாய் வேட்டையாடிக்கொண்டு வர்றதுதான். அவனைமாதிரி ஒரு வேட்டைக்காரனை நான் இது வரைக்கும் பார்த்ததில்லை’’, என்றார் முதியவர்.

உணவிற்குப்பின், திரவம் கொதித்துக் கொண்டிருந்த குடிசைக்குத் திரும்பினர். திரவம் நீர்வற்றித் திரளத் தொடங்கியிருந்தது.

“இதைச் சரியான பதத்தில காய்ச்சணும்’’, என்றார் முதியவர். “அதைப் பரிசோதிக்க ஏதாவது கருவி வேணுமே’’. என்றான் சார்லஸ். முதியவர் சிரித்துக்கொண்டே தன் விரலைக் காட்டினார்,

“சாகிப்... என் விரல்தான் பதம்பார்க்கிற கருவி’’, என்றார். திரவத்தை ஒரு கரண்டியால் எடுத்து, அது சற்று குளிர்ந்ததும், தன் விரலைத் திரவத்திற்குள் நனைத்து எடுத்தார். விரலிலிருந்து திரவம் சொட்டுச் சொட்டாகக் கீழே விழுந்தது. கெட்டியானது போதாது என தலையை ஆட்டினார். தன் உதவியாளர்களை அழைத்து ஏதோ கத்தினார். உடனே அவர்கள் பெரிய கரண்டிகளால் திரவத்தின் அடிப்பாகத்தில் கட்டியாகத் தேங்கியிருந்த வெள்ளையான ஒரு பொருளை எடுத்து மரப்பலகையின்மேல் பரப்பினர்.

“ஓ, சோடியம் குளோரைட்’’, என்றான் பீட்டர்.

“என்ன சொன்னாய்?’’, என்று குழப்பத்துடன் கேட்டான் வேலன்.

“உப்பு, நாம சாப்பாட்டில போட்டுக்கற உப்பு’’, என்றான் சார்லஸ். மீண்டும் திரவத்தைப் பரிசோதித்தார் முதியவர். இப்பொழுது திரவம் விரலிலிருந்து வழியாமல் கெட்டியாக நின்றது. முதியவர் ‘‘சரி,சரி’’ என்பது போல் தலையை ஆட்டினார். உதவியாட்கள் அத்திரவத்தை மரத்தொட்டிகளில் ஊற்றி ஆறவைத்தனர். பல மணிநேரம் அப்படியே அதைக் கிளறிக்கொண்டு

இருந்தனர். பின்பு, அடியில் மூங்கில் குழாய் வைத்த ஒரு பாத்திரத்தில் ஊற்றினர். திரவம் குழாய் வழியாக கீழே இருந்த மரவாளியில் விழுந்தது. கட்டிகளாகிப்போன அடிப்பகுதி சிறிது திரவத்துடன் பாத்திரத்திலேயே ஒட்டிக் கொண்டிருந்தது. மேலாக வடித்தெடுத்த திரவத்தை வெயிலில் கொண்டு போய் வைத்தனர். ‘‘அடுத்தவாரம், இது காய்ந்ததும் நிமக்ஷோரா ஆகிவிடும்’’, என்றார் முதியவர்.

“யப்பா, இதில இவ்வளவு வேலையிருக்கா?”, என்றாள் முத்தம்மா.

“அத்தோட வேலை முடியாது. அந்தப் பொடியைத் திரும்பவும் தண்ணியில கரைச்சு, மூங்கில் ஜல்லடையில அழுக்கெல்லாம் வடிகட்டிட்டு, திரும்பவும் காய வைக்கணும் என்றார் முதியவர். திடீரென்று பீட்டர் சிரித்தான்.

“என்ன ஆச்சு பீட்டர்?”, என்றான் வேலன்.

“இவ்வளவு தொழில் நுட்பம் தெரிஞ்சவங்களை, எங்க நாட்டில, யாரும் தொடமுடியாத உயரத்தில வச்சிருப்போம்”, என்றான் பீட்டர்.

“இங்கே மட்டும் என்ன? இவங்களை யாரும் தொடக்கூடாத ஜாதியாத்தானே வச்சிருக்கோம்”, என்றான் லட்சுமணன். வடிகட்டியபின் பழைய மரவாளியில் மிஞ்சி இருந்த அழுக்கான பழுப்புநிறத் திரவத்தைப் பானைகளில் ஊற்றுவதைக் கவனித்த முத்தம்மா, “அதை என்ன பண்ணப்போறீங்க?” என்றாள்.

“கொஞ்சம் தள்ளி நில்லுங்கம்மா, அது ஆபத்தானது. அதை வாங்கச் சிலசமயம் வேற ஆளுங்க வருவாங்க”, என்றார் முதியவர்.

“எனக்குத் தெரியும், அதை வச்சுக் கந்தக அமிலம் தயாரிக்கலாம்”, என்றான் சார்லஸ்.

அப்பொழுது ஆடம்பரமான குதிரைவண்டி ஒன்று கிராமத்தை நோக்கி வந்து கொண்டிருந்தது. அதன் இருபுறமும் இரு குதிரை வீரர்கள் காவலாக வந்தனர். வேலன் உட்பட அனைவரும் வண்டியை வேடிக்கை பார்த்தனர். வண்டி எங்கும் நிற்காமல் நேராக ராய் சவுத்திரியின் வீடு நோக்கிச் சென்றது. சற்று நேரத்தில் லோடாபாய் வேலனை நோக்கி ஓடி வந்தான்.

“குதிரை வண்டியில வந்திருக்கறது யாரு?”, என்றாள் முத்தம்மா.

"அமர்நாத் தாதா வந்திருக்கார். சுத்தி இருக்ற இருபத்தி அஞ்சு கிராமத்துக்கும் ஜமீன்தாரு. அவரு உங்களைப் பார்க்கத்தான் வந்திருக்காரு, வேலன் சாகிப்", என்றான் லோடாபாய்.

வேலன் எழுந்து லோடாபாயுடன் நடந்து சென்றான். ராய் சவுத்ரி வேலனை வரவேற்று அமரச்சொன்னார். கூடத்தில் ஏற்கனவே அமர்நாத் அருகே விஸ்வநாத்தும், ரவீந்திரகுமாரும் அமர்ந்திருந்தனர். ராய் சவுத்ரி அறிமுகப்படுத்தி வைப்பதற்குள் வேலனே முந்திக்கொண்டு, "தாதா அமர்நாத்திற்கு என் வணக்கம்", என்றான்.

தாதா அமர்நாத்தும் நேரத்தை வீணாக்க விரும்பவில்லை. "எனக்கு உடனடியாகப் பணம் கிடைக்குமா? பிரதான் ராய் சவுத்திரிக்குக் கொடுக்கும் அதே விலைக்கு, என் பங்கு வெடிஉப்பை எடுத்துக் கொள்ளுங்கள்", என்றார்.

"சம்மதம்" என்ற வேலன், "ஆனால் அடுத்து ஒவ்வொரு முறையும், சரக்கை கல்கத்தாவிற்கு அனுப்பி, பணம் வந்த பின்புதான் அடுத்த வண்டிக்கான பணத்தை என்னால் தரமுடியும்" என்றான். தன்னிடம் பணம் நிறைய இருப்பதை வெளியே சொல்லி ஆபத்தை வரவழைத்துக்கொள்ள வேலன் விரும்பவில்லை.

"சம்மதம்" என்று எழுந்து அமர்நாத் வேலனின் கையைக் குலுக்கினார்.

"ஒரு வியாபாரம் இவ்வளவு விரைவாக முடிவானதை நான் இதுவரை பார்த்ததில்லை", என்றார் விஸ்வநாத்.

"நான் பார்த்திருக்கேன்", என்ற வேலன் தொடர்ந்து, "தமிழக கிராமங்களை கிழக்கிந்தியக் கம்பெனிக்கு எழுதிக்கொடுக்க ஆற்காட்டு நவாபிற்கு இதைவிடக் குறைவான நேரம் தான் ஆனது", என்று சொல்லி முடித்தான்.

"மழை பொய்த்ததால் எனது ஜமீன் விவசாயிகளால் வரி கட்ட முடியவில்லை. கம்பெனியோ எங்களிடம் கெடுபிடி செய்கிறது. என் இருபத்து ஐந்து கிராம விவசாயிகளுக்காகவும் நான்தான் வரிகட்டப் போகிறேன். அதனால் தான் பணத்திற்கு அவசரம்", என்றார் அமர்நாத். பலமாகச் சிரித்த ரவீந்திரநாத்,

"என் ஐம்பது கிராமத்து விவசாயிகளுக்கும் வரி கட்டித்தான் நான் ஏழையானேன். விரைவில் நீங்களும் அப்படி ஆகிவிடுவீர்கள். கல்கத்தா வருவதாக இருந்தால் என்னை வந்து பாருங்கள். எனக்கும் ஒரு நல்ல பார்ட்னர் தேவைதான்", என்றார்.

37

நூனியாக்களும் தங்கள் பங்கு வெடிஉப்பை வேலனுக்கே விற்கச் சம்மதித்து விட்டதால், அவற்றையும் வண்டிகளில் ஏற்ற ஏற்பாடு செய்துவிட்டு, கல்கத்தா செல்லத் தயாரானான் வேலன். முத்தம்மாவுடன், பணம் எடுப்பதற்காகத் தன் வீட்டிற்குள் சென்றான். தேவையான பணத்தை எடுத்துக்கொண்டு, மீண்டும் மூட்டை கட்டும் பொழுது, சீக்கியனின் வளையத்தை உள்ளே வைக்க முத்தம்மா மறந்துவிட்டாள். வேலன் அதை எடுத்து முத்தம்மாவிடம் நீட்டினான். அப்பொழுது உள்ளே நுழைந்த லோடா பாய்,

"ஆஹா, சாலிக்கர்", என்றான். அதற்குள் பணமூட்டையை மறைத்துவிட்டாள் முத்தம்மா. வேலன் புரியாமல் கேட்டான்,

"இதன் பெயர் சாலிக்கரா?".

"ஆமாம். சீக்கியர்கள் இதை சக்கர் அல்லது சாலிக்கர் என்று தான் அழைப்பார்கள்", என்று சொல்லிக்கொண்டே லோடாபாய் வளையத்தைக் கையில் வாங்கிப்பார்த்தான். "அருமையான வேலைப்பாடு, ஆனால் கொஞ்சம் நெளிந்து போய் இருக்கிறது" என்றான். "இது என்ன, அவர்கள் மதம் சம்பந்தப் பட்டதா அல்லது போர் சம்பந்தப் பட்டதா?", என்று கேட்டாள் முத்தம்மாள்.

"சீக்கியர்களின் மதமே போராட்டம் தான். ஆனால் இது வழிபாட்டுப் பொருள் அல்ல, எதிரிகளை வெட்டித் தள்ளும் ஒரு அற்புதமான ஆயுதம்", என்றான் லோடாபாய்.

"இதை உனக்குப் பயன் படுத்தத் தெரியுமா?' என்று கேட்டான் வேலன்.

"ஓ நன்றாகத் தெரியும். காட்டுகிறேன் வாருங்கள்", என்று வேலனையும், முத்தம்மாவையும் வெளியே தோட்டத்திற்கு அழைத்துச் சென்றான் லோடா. ஏற்கனவே அங்கு அமர்ந்து பேசிக் கொண்டிருந்த பீட்டர், சார்லஸ், லட்சுமணனும் இவர்களுடன் சேர்ந்து கொண்டனர்.

லோடா, தூரத்திலிருந்த மரத்தைக் காட்டி, "அது எவ்வளவு தூரமிருக்கும்?" என்றான். "சுமார் நூறு அடி இருக்கு", என்றான் வேலன்.

லோடாபாய் தன் கட்டை விரலுக்கும், சுட்டு விரலுக்கும் நடுவே வளையத்தை இறுகப்பற்றிக்கொண்டு மரத்தை நோக்கிச் சுழற்றி வீசினான். வளையம் விர்ரென்ற ஒலியுடன் பறந்து சென்று மரத்தின் இடதுபுறம் விழுந்தது. லோடா ஓடிச் சென்று அதை எடுத்து வந்து, கல்லில் தட்டி அதன் நெளிந்திருந்த விளிம்புகளைச் சரி செய்தான். பின்பு மீண்டும் எறிந்தான். இம்முறை வளையம் சரியாக மரத்தில் சென்று பதிந்தது. அனைவரும் கை தட்டினர்.

“இது ஒன்றும் பெரிய விஷயம் இல்லை. பயிற்சி பெற்ற சீக்கியர்கள் முந்நூறடி தூரம் வரை கூடக் குறிபார்த்து எறிவார்கள்”, என்றவன் வளையத்தை மரத்தில் இருந்து எடுத்துவந்து, “எதிரி அருகில் வந்துவிட்டால் துல்லியமாகக் குறிபார்த்து எறிய வேறு ஒரு வழியும் இருக்கிறது”, என்றான். பின்பு வளையத்தின் நடுவே தன் சுட்டு விரலை நுழைத்து வளையத்தை விரைவாகச் சுழற்றி விட்டுத் திடீரென்று விரலை வயைத்தின் அடிப்புற வழியாக வெளியே இழுத்துக்கொண்டான். வளையம் இம்முறை, ‘‘விஷ் என்ற ஓசையுடன் காற்றில் மிதப்பது போல் சுழன்று சென்று அருகிலிருந்த மலர்ச் செடிகளை வெட்டித் தள்ளியது. மீண்டும் அதை எடுத்து வந்தவன், “இத்தோடு முடியவில்லை. எதிரிகள் அதிக தூரத்தில் வரும்பொழுதே இதைப் பயன்படுத்த வேறு ஒரு வழியும் இருக்கிறது”, என்று கூறிவிட்டு, ஒரு மூங்கில்கம்பை எடுத்து வளையத்தின் நடுவில் நுழைத்துப் பலமுறை சுழற்றி வேகத்தை அதிகப்படுத்தினான். திடீரென்று மூங்கிலைக் கீழே இழுத்து வளையத்தை விடுவித்தான். இம்முறை வளையம் பலத்த ஒலியுடன் சுமார் இருநூறு அடி தூரம் சென்று விழுந்தது. “இப்பொழுது என்ன சொல்றீர்கள்?”, என்றான்.

“இதில் ஆயுதத்தின் கொல்லும் தூரம் அதிகமாகிறது. ஆனால் குறிபார்க்கும் திறன் குறைகிறது”, என்றான் பீட்டர்.

“நம்மைத் தாக்க ஒரு கூட்டமே வரும்பொழுது அதில் எவன் தலை போனால் என்ன?”, என்றான் லோடாபாய்.

“தமிழ் நாட்டில் நாங்கள் பயன்படுத்தும் வளரியும் கிட்டத்தட்ட இதைப்போன்றது தான். இரண்டு கத்திகளின் அடிப்பாகங்களைச் செங்குத்தாக இணைத்தது போலிருக்கும். அதனைக் கிடைமட்ட மாகவும் அல்லது செங்குத்தாகவும் எறியலாம்”, என்றான் வேலன். மேலும் தொடர்ந்து, “எதிரிகள் அருகில் வந்து விட்டால் அதை வாளாகவும் பயன் படுத்தலாம்” என்றான்.

“இந்தச் சக்கரத்தையும் வாளாக மாற்றிக் கொள்ள முடியும்” என்ற லோடா, ஒரு மூங்கில் கழியின் முனையைப் பிளந்து அதில் சக்கரத்தைப் பதித்து வாள்போல் சுழற்றிக் காட்டினான்.

“சக்கரம் எறிய நீ எங்கே கற்றாய்?”, என்றாள் முத்தம்மா.

“இந்த விரிந்த உலகைச் சுற்றிப் பார்க்க வேண்டும் என்ற ஆசையில் நான் என் காட்டைவிட்டுச் சிறுவனாக இருந்த பொழுதே வெளியேறி விட்டேன். அப்பொழுது சிறிது காலம் சீக்கியர் படையில் பணி புரிந்தேன்”, என்றான் லோடா.

“சீக்கியர் கற்றுக் கொடுத்தார்களா?”, என்றான் வேலன்.

“அவர்கள் எதையும் கற்றுக் கொடுக்கவில்லை. அவர்களைப் பார்த்தும், நானாகப் பயிற்சி செய்தும் கற்றுக் கொண்டேன்”, என்றான் லோடா. பின்பு, “சீக்கியர் படையில் என்னை அம்பு வீசவே சேர்த்துக் கொண்டார்கள். அது தான் எங்கள் குலத்தொழில். நான் பில் இனத்தைச் சேர்ந்தவன்”, என்றான்.

“பில் இனத்தவர்கள் குறிபார்த்து அம்பு எய்வதில் திறமையான வர்கள் என்று நானும் கேள்விப்பட்டிருக்கிறேன். ராஜஸ்தான் மன்னர் ராணா சங்கா எதிரிகளிடம் சிக்கி அடிபட்டுக்கிடந்த போது, அவரது மெய்க்காப்பாளர்கள் அவரைக் கைவிட்டுவிட்டு ஓடிவிட்டதாகவும், பில் இனத்தினர் தங்கள் வில்வித்தையால் அவரைக் காப்பாற்றி, அடர்ந்த காட்டிற்குள் அவரை ஒளித்து வைத்து, மூலிகைகளால் குணப்படுத்தியதாகவும் படித்திருக்கிறேன்”, என்றான் சார்லஸ்.

“ஆமாம். அதனால் ராஜபுத்திர அரசர்கள் எங்களுக்கு நிறையச் சலுகைகள் தருவார்கள்”, என்றான் லோடாபாய்.

“உங்கள் குறிபார்க்கும் திறனின் ரகசியம் என்ன?”, என்றான் பீட்டர்.

“நாங்கள் வில், அம்பு தயாரிக்கும் முறையில்தான் அந்த ரகசியம் உள்ளது. வாருங்கள் எங்கள் பரம்பரை ஆயுதங்களைக் காட்டுகிறேன். நீங்களே புரிந்து கொள்வீர்கள்”, என்றான். அனைவரையும் ஊரின் கோடியிலிருந்த ஒரு குடிசைக்கு அழைத்துச் சென்றான் லோடா. அதுதான் அவன் தங்குமிடம் என்பது புரிந்தது. அதன் அருகே இருந்த மற்றொரு குடிசை தான் அனைவரின் கவனத்தையும் அதிகம் கவர்ந்தது. அது முன்பு ஒரு கொல்லன் உலைக்களமாக இருந்திருக்க வேண்டும் என்பதை அனைவராலும் ஊகிக்க முடிந்தது.

“நான் இந்த ஊருக்கு வரும் பொழுது இந்தக் குடிசையும், உலையும் காலியாகக் கிடந்தன. இதில்தான், நான் என் ஆயுதங்களைத் தயாரித்து வேட்டையாடுகிறேன்”, என்றான் லோடா. “சரி உன் வில்லைக் காட்டு”, என்றான் சார்லஸ். லோடாபாய் ஓடிச் சென்று உலைக் களத்தின் சுவர்களில் மாட்டியிருந்த பல வில்களில் ஒன்றை எடுத்து வந்து காட்டினான்.

“இவ்வளவுதானா? இதை யார் தான் செய்ய முடியாது”, என்றான் லட்சுமணன். அகலமான மூங்கில் பட்டையின் நடுவில் துளையிட்டு அதன் இரு முனைகளையும் வளைத்து, மூங்கில் நார்களையே நாணாக வைத்துக்கட்டியிருந்தது.

“இது தான் எங்கள் பில்”, என்றான் லோடா பெருமையாக.

“தமிழில் நாங்கள் இதை வில்”, என்கிறோம்’’ என்றாள் முத்தம்மா. லோடாபாய் உள்ளே சென்று தோளில் மாட்டிக்கொள்ளும் ஒரு மூங்கில் கூடையை எடுத்து வந்தான். அது நிறைய அம்புகள் இருந்தன.

“இது போன்ற அம்புகளை உலகத்தில் எங்கள் பில் இனத்தவர் களால் மட்டுமே செய்ய முடியும்”, என்றான் பெருமையாக. அனைவரும் ஆளுக்கொரு அம்பைக் கையில் எடுத்துப்பார்த்தனர். அவைகளும் மூங்கில் குச்சிகளால்தான் செய்யப்பட்டிருந்தன. அடிப்புறத்தில் பறவைகளின் இறகுகள் மரப்பிசினால் ஒட்டப்பட்டிருந்தன.

“அவை அம்புகள் காற்றில் சுழலாமல் பார்த்துக்கொள்ளும்”, என்றான் லட்சுமணன். அம்புகளின் முனைகள் மட்டும் இரும்பால் செய்யப் பட்டிருந்தன. அவற்றைச் செய்யத்தான் லோடாபாய்க்குக் கொல்லன் உலைக்களம் தேவைப்பட்டிருக்கிறது என்பது வேலனுக்குப்புரிந்தது. லோடபாய் ஒரு வில்லை எடுத்து, வரிசை யாகப் பல அம்புகளைத் தொடுக்க ஆரம்பித்தான். அவை குறி தவறாமல் இலக்குகளைத் தாக்கின. அனைவரும் மலைத்து நின்றனர். வேலன் தன் கையிலிருந்த அம்பின் முனையை மீண்டும் கூர்ந்து கவனித்தான். அம்புமுனையின் அடிப்பக்கம் வழு, வழுவென்று தட்டையாக இருந்தது. மேற்புறமோ, விளிம்பு மெல்லியதாகவும், முதுகு போல் வளைந்து நடுப் புறம் உயரமாகவும், அரை உருளைவடிவத்தில் இருந்தது. அதனை அனைவரிடமும் சுட்டிக்காட்டிய வேலன், ‘‘இந்த வடிவம் தான் அம்பு திசை மாறாமல் காற்றைக் கிழிந்துக்கொண்டு சென்று இலக்கைத் துல்லியமாகத் தாக்க உதவுகிறது’’ என்றான். இப்பொழுது லோடா பாய் வியப்பில் ஆழ்ந்தான்.

"எங்கள் இனத்திற்கு மட்டுமே தெரிந்த ரகசியத்தை எப்படிக் கண்டு பிடித்தீர்கள்?" என்றான். "அறிவு எந்த ஒரு இனத்திற்கு மட்டுமே சொந்தமில்லை லோடா. எங்கள் நாட்டு வளரிகளும் இந்த வடிவத்தில் தான் செய்யப்படுகின்றன", என்றான் வேலன்.

"இன்னொரு ஒற்றுமையும் நினைவிற்கு வருகிறது", என்ற சார்லஸ், "சாலிக்கர்களும் இப்படித்தான் செய்யப் படுகின்றன", என்றான். தன் கையில் வைத்திருந்த சீக்கிய வளையத்தைத் தடவிப்பார்த்தாள் முத்தம்மா. அந்தச் சக்கர் ஆயுதத்திலும் அடிப்புறம் தட்டையாகவும், மேற்புறம் உருளையாகவும், வெளிப்புற விளிம்பு கூராகவும், உட்புற விளிம்பு வழுவழுப்பாகவும் செய்யப்பட்டு இருந்தது.

"மூன்று பகுதிகளைச் சேர்ந்த ஆயுதங்களிலும் ஒரே வடிவமைப்பு பயன்படுத்தப்பட்டுள்ளது ஆச்சர்யம்தான்", என்றான் சார்லஸ்.

"அதைவிட ஆச்சர்யமான ஒற்றுமை ஒன்றைக் கவனித்தீர்களா?" என்றான் பீட்டர். அனைவரும் கேள்விக்குறியோடு பீட்டரைப் பார்த்தனர். வேலனையும், லோடாபாயையும் கவனித்துப்பாருங்கள், "உயரத்தை மறந்துவிட்டால், இருவரும் ஒரே இனத்தைச் சேர்ந்தவர் கள் போல் தான் காட்சியளிக்கின்றனர்", என்றான் பீட்டர். அப்பொழுது லோடாபாயின் அருகில்தான் வேலன் நின்று கொண்டிருந்தான்.

"அட.... ஆமாம்", என்றாள் முத்தம்மா வியப்போடு.

அனைவருமே அது சரிதான் என்று தலையாட்டினர். "இந்தியாவின் வடமேற்குப் பகுதியில் இருக்கும் பில் இனத்தவருக்கும், தென்கிழக்குக் கோடியில் இருக்கும் தமிழர்களுக்கும் எப்படி உருவ ஒற்றுமை வந்தது?", என்று வேலனே வியப்பில் ஆழ்ந்தான்.

பல வாரங்கள் கடந்தன. வெடிஉப்பு உற்பத்தி விறுவிறுப்பாக நடந்தது. நூனியாக்கள் தங்களது பங்கையும் மகிழ்ச்சியோடு வேலனுக்கு விற்றனர். விரைவில் பக்கத்துக் கிராமங்களிலிருந்தும் வெடிஉப்பைக் கொண்டு வந்து வேலனிடம் விற்க ஆரம்பித்தனர். ஒரு மாட்டு வண்டி போதாதென்று முடிவு செய்த வேலன், கிராமத்திலிருந்த மற்ற மாட்டு வண்டிகளையும் வாடகைக்கு அமர்த்தினான். அதை ஓட்டி வரவும் வண்டிக்கு இருவரை அமர்த்தினான். அவ்வாறு ஐந்து வண்டிகளுடன், லட்சுமணன்

வண்டியும் சேர்ந்து ஆறு வண்டிகளில் வெடியுப்பை ஏற்றிக்கொண்டு கல்கத்தா நோக்கிப் புறப்பட்டனர். முதல் வண்டியில் கம்பெனியின் கொடியும், அதன் முன்னே குதிரை களில் சார்லசும், பீட்டரும் வந்ததால் எந்தச் சுங்கச் சாவடியிலும் அவர்கள் தடுத்து நிறுத்தப்படவில்லை. அவ்வாறு இரண்டு முறை கல்கத்தா சென்று வந்தனர். இரண்டாவது முறை சென்ற பொழுது பிலிப் வேலனிடம் அதிக நேரம் பேசினார். கப்பலில் மற்ற சரக்குகளும் ஏற்றி இருக்கிறோம். எனவே இன்னும் ஒரு முறையோடு நிறுத்திக் கொள்ளுங்கள், பிறகு நாம் புறப்பட்டு விடலாம்'' என்றார். ரவீந்திரகுமார் மற்றும் லட்சுமணன் ஆகியோர் வேலை கேட்பதைப் பற்றிக் கூறினான் வேலன்.

‘‘எங்கள் நிறுவனத்தில் நிரந்தரப் பணியாளர்கள் யாரும் புதிதாகத் தேவையில்லை. ஆங்கிலக் கிழக்கிந்தியக் கம்பெனியின் தயவில் நாலைந்து கப்பல்களைத்தான் இயக்கிக் கொண்டு இருக்கிறோம்'', என்ற பிலிப் சற்று யோசித்து விட்டு, ‘‘ஒன்று செய்யலாம். கப்பல்களுக்கு உணவு, குடிநீர் போன்ற பொருட்களை ஏற்பாடு செய்து தரும் நிறுவனம் ஒன்றை ரவீந்தர் தொடங்கட்டும். அதுபோல் சரக்குகளைக் கப்பலிலிருந்து எங்கள் கிடங்கிற்குக் கொண்டுசெல்ல மாட்டுவண்டிகள் தேவைப் படுகின்றன. அந்த வேலையை லட்சுமணனுக்குத் தருகிறோம்'', என்றார்.

‘‘உங்கள் கப்பல் வராத நாட்களில்?'', என்றான் வேலன்.

‘‘வேறு கம்பெனிகளுக்கு வேலை செய்யட்டும்'', என்றார் பிலிப்.

‘‘ரவீந்திரநாத் வெடிஉப்பை வாங்கி விற்கும் முகவராக மாற விரும்புகிறார்'', என்றான் வேலன்.

‘‘தாராளமாக, எவ்வளவு வெடிஉப்புக் கொண்டு வந்தாலும் உடனே எங்கள் கிடங்கில் சேர்க்கட்டும். அதல்லாமல் வேறு என்ன தேவைப் பட்டாலும் அவர் மூலம் வாங்கிக்கொள்கிறோம்'', என்றார் பிலிப்.

பேச்சு வெற்றிகரமாக முடிந்ததை ரவீந்திரகுமாரிடமும் லட்சுமணனிடமும் மாலையில் தெரிவித்தான் வேலன்.

‘‘ஆகா, இனிமேல் நான் முதலாளி. அடுத்த ஒரு பயணத்தோடு என் தொழிலாளி வாழ்வு முடிந்தது'', என்றான் லட்சுமணன்.

‘‘என் ஜமீன்தார் வாழ்வும் தான். இன்னும் ஒரு முறை வெடிஉப்புக் கொண்டு வந்து சேர்த்தபின், ஜமீன்தார் ரவீந்திரகுமார்

மறைந்து, வியாபாரி ரவீந்திரகுமார் பிறக்கப்போகிறார்'', என்றார் ரவீந்திரகுமார்.

“வருத்தப்படுகிறீர்கள் போலிருக்கிறதே?'', என்றாள் முத்தம்மா.

“வருத்தமா? எனக்காவது புதிய வாழ்க்கை கிடைத்துள்ளது. வங்காள மெங்கும், விவசாயம் தவிர வேறெதுவும் தெரியாததால், ஜமீனை இழந்தபின் பிச்சைக்காரர்கள் போல் இங்குமங்கும் அலைந்து கொண்டிருக்கின்ற ஜமீன்தார்கள் ஏராளம்.'', என்றார் ரவீந்திரகுமார்.

மறுநாள் ஆறுவண்டிகளும் மீண்டும் கிராமத்தை நோக்கிப் புறப்பட்டன. திரும்பும்பொழுது வண்டிகளில் சுமைகள் இல்லாததால் விரைவாகச் சென்றனர். வண்டிகளில் இருந்ததெல்லாம், கிராமத்தினர் கல்கத்தாவில் அலைந்து தங்கள் குடும்பத்தினருக்காக வாங்கிய துணிமணிகளும், சிறு,சிறு பொருட்களும் மட்டுமே. கிராமத்திலிருந்து வண்டிகள் அரைநாள் பயண தூரத்தில் இருக்கும் பொழுது, கிராமம் இருந்த திசையில் புகை உயர எழும்புவதைக்கண்டனர். “அறுவடைக்குப்பின், பயிர்களின் அடிப்பாகத்திற்கு நெருப்பு வைப்பார்கள் என்று கேள்விப்பட்டிருக்கிறேன். அதுவாக இருக்குமா?'', என்றாள் முத்தம்மா.

“அதற்கான பருவம் இல்லையே?'', என்றான் வேலன். வண்டிகளை ஊருக்கு வெளியே இருந்த மாந்தோப்பிற்குள் ஓட்டுமாறு கலவரத் துடன் கூறினார் ரவீந்திரகுமார். வண்டியிலிருந்து இறங்கிய ரவீந்திர குமாரை அனைவரும் சூழ்ந்து நின்றனர். புகை வருவதன் காரணம் என்னவாயிருக்கும் என்று கேட்டான் வேலன்.

“பிண்டாரிகள் தான், நிச்சயமாக கிராமத்திற்குள் பிண்டாரிகள் நுழைந்துவிட்டனர்'' என்றார் ரவீந்திரகுமார். சுற்றியிருந்த வண்டிக் காரர்கள் முகத்தில் கலவரம் படிந்தது. சிலர் தலையில் கைவைத்துக் கொண்டு தரையில் அமர்ந்தனர். ஒரு சிலர் கைகால்களை உதைத்துக்கொண்டு தரையில் உருண்டு கதற ஆரம்பித்தனர்.

38

“பிண்டாரிகள் வந்தால் ஏன் புகைவரவேண்டும்?'', என்று முத்தம்மா கேட்டாள். “கொள்ளையடிக்கும் வீடுகளுக்கு நெருப்பு வைப்பார்கள்'' என்றான் ஒரு வண்டி ஓட்டி. “தங்கள் இருப்பிடத்தை மற்ற பிண்டாரிகளுக்குத் தெரிவிக்கவும், பிண்டாரிகள் வீடுகளையும் வயல்களையும் கொளுத்துவார்கள்'', என்றார் ரவீந்திரகுமார்.

"பிண்டாரிகளின் கையில் சிக்கிச் சித்திரவதைக்கும், கற்பழிப்பிற்கும் ஆளாவதை விடச் சாவதே மேல் என்று கிராமத்தினரே குடும்பத்தோடு நெருப்பில் பாய்ந்து உயிர் விடுவதும் உண்டு", என்றான் லட்சுமணன்.

"பிண்டாரிகளைப்பற்றி நன்றாகத் தெரிந்தவர்கள், விளக்கமாகச் சொல்லுங்கள். மொகலாயர் படைகளுக்கும், கால்நடைகளுக்கும் உணவு முதலியவற்றைச் சேகரித்து வருவதற்காக அமர்த்தப்பட்ட, எடுபிடி இசுலாமிய வேலையாட்கள்தான் பிண்டாரிகள், என்பதுவரை எனக்குத் தெரியும் என்றான் வேலன்.

"ஆனால் பின்பு படிப்படியாக வளர்ந்து உளவு சொல்பவர்களாகவும் கொள்ளைக்காரர்களாகவும் மாறினர். எதிரியைப் பயமுறுத்த வசதியாயிருந்ததால் மொகலாயப்படையினரும் அதை ஊக்குவித்தனர். அத்தோடு பிண்டாரிகளுக்குச் சம்பளம் கொடுப்பதையும் நிறுத்திவிட்டனர்", என்று சொல்லி முடித்தான் சார்லஸ்.

"அப்படியானால் இவர்களுக்குப்பின்னால் பாதுஷாவின் படைகள் வருகின்றனவா?" என்று கேட்டான், ஒரு கிராமத்து இளைஞன்.

"பாதுஷாவிற்கு இப்போது ஏது படைகள்? ஔரங்கசீப் காலத்தோடு பாதுஷாக்களின் படையெடுப்புக்களெல்லாம் குறையத்தொடங்கி விட்டன. இப்பொழுது முற்றிலும் நின்றுவிட்டது. பிண்டாரிகளை இப்பொழுது ஆதரிப்பது, மராத்திய மன்னர்கள்", என்றான் சார்லஸ்.

"என்னது... மராத்தியரா? பிண்டாரிகள் இசுலாமியர் என்றல்லவா நினைத்துக் கொண்டிருந்தேன்", என்றாள் முத்தம்மா.

"நீ நினைப்பது சரிதான், பிண்டாரிகள் இசுலாமியர்தான். ஆனால் மராத்தியர்கள்தான் அவர்களை ஆதரிக்கிறார்கள்", என்றான் சார்லஸ்.

"சாதியும், மதமும் சாதாரண மக்களுக்குத் தான் போதிக்கப்படும். மன்னர்களுக்கும், கொள்ளையர்களுக்கும் அதெல்லாம் கிடையாது", என்ற ரவீந்திரகுமார், "பிண்டாரிகளின் பெயர்களே அவர்கள் எந்த மராத்திய மன்னரைச் சார்ந்து இருக்கின்றனர் என்பதைப் பொறுத்துத் தான். சிந்தியா மன்னரின் ஆதரவில் வாழ்பவர்களைச் சிந்தியாசாஹி என்பார்கள், ஹோல்கரின் ஆதரவில் வாழ்பவர்களை ஹோல்கர் சாஹி என்பார்கள். ஆனால் எல்லா மராத்திய

மன்னர்களுமே தங்களுடன் சில பிண்டாரிக் குழுக்களை வைத்துள்ளனர்", என்றார்.

"ஒருவேளை பாதுஷாக்களைவிட, மராத்திய மன்னர்கள் பிண்டாரிகளுக்கு அதிகச்சம்பளம் கொடுக்கிறார்கள் போலும்", என்றான் லட்சுமணன்.

சார்லஸ் சிரித்தான். "மராத்திய மன்னர்கள் பிண்டாரிகளுக்குச் சம்பளம் எதுவும் கொடுப்பதில்லை என்பது மட்டுமல்ல, பிண்டாரிகள் அடிக்கும் கொள்ளையிலும் ஒரு பங்கை வரியாக வாங்கிக் கொள்கின்றனர்", என்றான்.

"ஒரு குழுவில் எத்தனைபேர் இருப்பார்கள்", என்றான் வேலன்.

ரவீந்திரநாத், "நான் விளக்கமாகச் சொல்கிறேன்" என்று பேசத்தொடங்கினார், "தசரா முடிந்ததும், வெள்ளம் குறைந்த நர்மதா நதிக்கரையில் கூடுவார்கள். ஒரு லுபாரில், அதாவது குழுவில், பெரும்பாலும் இருபது பேர், இருப்பார்கள். இசுலாமியர் மட்டுமல்ல; இந்துக்களும் இருப்பார்கள். படித்த பண்டிட்டுக்கள், முல்லாக்கள் கூட இருப்பார்கள். ஆனால் தலைமை தாங்குவது மட்டும் ஒரு அனுபவம் வாய்ந்த இசுலாமியத் தளபதியாயிருப்பான். கட்டாயமாக ஒரு லுபாரில் இரண்டு குதிரைகளும், இரண்டு துப்பாக்கி வீரர்களும் இருப்பார்கள்."

"படித்தவர்களுக்குக் கொள்ளைக்கூட்டத்தில் என்ன வேலை?", என்றாள் முத்தம்மா. "உளவுபார்க்க, விலை உயர்ந்த பொருட்களை விற்றுக்கொடுக்க, கணக்குப் பார்த்துப் பிரித்துக்கொடுக்க, இதற்கெல்லாம் படித்தவர்களின் உதவி தேவைப்படுகிறதே", என்ற ரவீந்தர், "எண்ணற்ற லுபார்களாகப்பிரிந்து நர்மதை நதியைக் கடந்து தெற்கே வருவார்கள். பின் குஜராத்திலிருந்து, வங்காளம் வரை, தெற்கே ஹைதராபாத் வரை சென்று கொள்ளையடிப்பார்கள். கொள்ளை முடிந்ததும் மீண்டும் நர்மதை நதிக்கரையில் கூடுவார்கள். அங்கே இவர்களுக்காக நகரத்து வியாபாரிகள் காத்திருப்பார்கள். கொள்ளை அடித்த பொருட்களை அவர்களிடம் விற்றுவிட்டு, விற்றபணத்தை ஆனந்தமாகச் செலவு செய்துவிட்டு, நர்மதையில் மீண்டும் வெள்ளம் வருவதற்குள், ஆற்றைக்கடந்து வடக்கே சென்று விடுவார்கள். இதுதான் ஒவ்வொரு ஆண்டும் நடக்கிறது", என்று சொல்லி முடித்தார் ரவீந்தரகுமார்.

"மக்கள் ஊரைவிட்டு ஓடி விடமுடியாதா?" என்றாள் முத்தம்மா.

"ஓ, தாராளமாக ஓடலாம். காட்டிற்குள் போய்ப் பட்டினியால் சாகலாம், விலங்குகளின் பட்டினியைப் போக்கலாம்", என்றான் லட்சுமணன்.

"ஓடாவிட்டாலோ, ஆண்களைச் சித்திரவதை செய்வார்கள், பெண்களின் கற்பைச் சூறையாடுவார்கள், குழந்தைகளை அடிமைகளாக விற்றுவிடுவார்கள்'' என்றார், ரவீந்திரநாத். "வேலா, பெண்களை அவமதிப்பவர்களைச் சும்மா விடக்கூடாது. நமக்கு வேலை வந்துவிட்டது'', என்றாள் முத்தம்மா கோபமாக.

அதற்குள் வண்டிக்காரர்கள் கூட்டத்தில் சலசலப்புக் கேட்டது. ரவீந்தரும், வேலனும் அவர்களருகே சென்று விசாரித்தனர். வண்டிக்காரர்களில் நாலைந்து பேர், உடனே கிராமத்துக்குச் சென்று தங்கள் குடும்பத்தினரைக் காப்பாற்ற வேண்டும் என்றனர். ஆனால் வேறு சிலரோ, உடனே வண்டிகளை வந்தவழியே திருப்பிக்கொண்டு ஓடிவிடலாம் என்றனர். வேலன் உடனே, முத்தம்மா, சார்லஸ், பீட்டர், லட்சுமணன் ஆகியோரைக் குதிரையில் ஏறச்சொன்னான். பிறகு உரத்த குரலில் கூறினான்.

"நாம் எங்கும் தப்பி ஓடப்போவதில்லை. பிண்டாரிகளை எதிர்த்து விரட்டி, கிராமத்தைக் காப்பாற்றப் போகிறோம்''.

"என்ன, பிண்டாரிகளை நாம் எதிர்ப்பதா? என்று பல குரல்கள் வியப்போடு முணுமுணுத்தன.

"ஏன் முடியாது. நம்ப முடியாவிட்டால் இவனைக் கேளுங்கள்'', என்று லட்சுமணனைக் காட்டினான் வேலன். உடனே லட்சுமணன்,

"எங்கள் கிராமத்திற்குப் பிண்டாரிகள் வந்தபோது துணிச்சலாக எதிர்த்து நின்றோம். பிறகு அவர்கள் எங்கள் கிராமத்துப்பக்கம் எட்டியே பார்ப்பதில்லை'' என்றான். அவன் சொல்லியதைக் கிராமத்தினரால் நம்ப முடியாவிட்டாலும் வேலன், முத்தம்மா ஆகியோரது உறுதியான பேச்சும், துப்பாக்கிகளுடன் இரண்டு வெள்ளைக்காரர்கள் இருப்பதும் நம்பிக்கையை வரவழைத்தது.

"சரி, நீங்கள் என்ன சொல்றீங்களோ, அப்படியே செய்யறோம்'', என்று முணுமுணுத்தனர்.

அனைவரையும் அங்கே முகாம் போடச் சொல்லி விட்டு, திட்டம் வகுப்பதற்காகத் தனது குழுவினருடன் வேலன் சற்று தூரத்தில் ஒதுங்கினான். அவர்கள் பேசிக் கொண்டிருந்த பொழுது திடீரென்று அவர்கள் முன்னே லோடாபாய் வந்து நின்றான். "மாயமனிதன் போல் எப்படித் திடீரென்று வந்தாய்?'', என்றாள் முத்தம்மா.

"காட்டு விலங்குகளால் கூட எங்கள் நடமாட்டத்தைக் கண்டு பிடிக்க முடியாது, உங்களால் எப்படி முடியும்?'' என்ற லோடாபாய், "நேற்றே பிண்டாரிகள் ஊருக்குள் நுழைந்துவிட்டனர்.

ஊரின் மறுகோடியில் முகாம் போட்டுள்ளனர். அனைத்து வீடுகளிலிருந்தும் ஒரு ஆள் விடாமல் அத்தனை ஆண்களையும் கைதிகளாக இழுத்துச் சென்று விட்டனர். கிராமத்தில் இப்போது இருப்பதெல்லாம் பெண்களும், குழந்தைகளும்தான்'', என்றான்.

“எத்தனை பிண்டாரிகள் காவலில் நிற்கிறார்கள்?'' என்றான் வேலன்.

“ஒருத்தன் கூட இல்லை. தங்கள் வீட்டு ஆண்கள் கைதிகளாக இருப்பதால், பெண்கள் தப்பி ஓட மாட்டார்களல்லவா?'' என்றான் லோடாபாய்.

“உன்னை மட்டும் ஏன் விட்டுவிட்டார்கள்?'', என்றாள் முத்தம்மா.

“ஒரு பில் இனத்தவனைக் கைதியாகப் பிடிக்கும் பிண்டாரி இன்னும் பிறக்கவில்லை. பிண்டாரிகள் வரும்போது நூனியாக்களோடு இருந்தேன். நூனியாக்கள் காட்டிற்குள் ஓடிவிட்டனர். நான் மறைந்திருந்து நடந்ததையெல்லாம் பார்த்துக்கொண்டிருந்ததேன்'' என்றான் லோடா.

“பிண்டாரிகள் எத்தனை பேர் இருக்கிறார்கள்?'' என்றான் வேலன்.

“வந்திருப்பது ஒரு லுபார் இல்லை. இரண்டு லுபார்கள். இரண்டும் சேர்ந்து சுமார் ஐம்பது பேர் இருக்கிறார்கள். கொள்ளையடித்த பொருட்களைச் சுமக்கப் பக்கத்துக் கிராமங்களில் இருந்து சுமார் ஐம்பது ஆண்களைக் கைதிகளாக வைத்துள்ளனர். சுமார் இருபது கோவேறு கழுதைகள் உள்ளன. துப்பாக்கி ஏந்தியவர்கள் நான்குபேர், குதிரைகள் நான்கு'', என்று ஒரே மூச்சில் கடகடவென்று சொல்லி முடித்தான் லோடாபாய்.

“நீ ஒரு ராணுவ அதிகாரியாகப் பணியாற்ற வேண்டியவன்'', என்றான் பீட்டர். “உங்கள் ராணுவத்தில் இந்தியர்களை அதிகாரிகள் ஆக்குவது இல்லையே'', என்றான் லோடாபாய்.

“அப்படிச் சொல்ல முடியாது. யூசுப்கான் என்று ஒருவரைக் கர்நாடகத்தில் அதிகாரியாக வைத்திருந்தனர்'', என்றான் சார்லஸ்.

“யூசுப்கான் ஒரு விதிவிலக்கு. அவர் பிறப்பால் மேல்சாதியைச் சேர்ந்தவர் என்பதால் தான் தளபதி ஆக முடிந்தது. இல்லையென்றால் மற்ற இந்தியச் சிப்பாய்களே அவரைத் தளபதியாக ஏற்றுக் கொண்டிருக்க மாட்டார்கள்'', என்றான் வேலன்.

“ஓ இந்த சாதியும், மதங்களும்?'', என்றாள் முத்தம்மா எரிச்சலுடன். வேலன் கைதட்டி அனைவரையும் அருகே அழைத்தான்.

“அனைவரும் எங்களுக்குக் கட்டுப்பட்டு நடந்தால் பிண்டாரிகளை விரட்டி விடலாம்”, என்றான்.

ரவீந்திரகுமார் முதலில் பேசினார்,

“நீங்கள் ஐந்து பேர் மட்டும் சேர்ந்து, ஐம்பது பிண்டாரிகளை விரட்டி விடுவீர்களா?”, என்றார்.

“நிச்சயம் முடியாது, ஊர்மக்கள் அனைவரும் எங்களோடு சேர்ந்து போராட வேண்டும்”, என்றான் வேலன்.

“நாங்களா? நாங்கள் சாதாரண விவசாயிகள்”, என்றன பலகுரல்கள்

“நல்லது”, லோடாபாய் கிண்டலான குரலில் கூறினான், “பேசாமல் சரணடைந்து விடுங்கள். பிண்டாரிகளுக்கும் சுமைதூக்க ஆட்கள் வேண்டும். உங்களை நிச்சயம் கொல்ல மாட்டார்கள். அரைப்பட்டினியாக மூட்டைகளைத் தூக்கிக்கொண்டு வரச்சொல்லி மகாராஷ்டிரா வரை இழுத்துச் செல்வார்கள். கால்கள் கயிறுகளால் கட்டப்பட்டிருக்கும். யாரும் தப்பி ஓட முடியாது. நர்மதா நதிக்கரை சேர்வதற்குள் பாதிப்பேர் இறந்திருப்பீர்கள். மிச்சம் இருப்பவர்களை வியாபாரிகளி டம் அடிமைகளாக விற்று விட்டு, நர்மதா நதியைக் கடந்து சென்று விடுவார்கள்”, சொல்லி முடித்தான் லோடா.

நேற்று வரை ஊர்ப் பிரதானின் வேலைக்காரனாக இருந்த ஒரு காட்டுவாசி தங்களைக் கிண்டல் செய்ததால் வண்டிக்காரர்கள் பலருக்குக் கோபம் பொங்கியது. ஆனால் அவன் கூறியவற்றைக் கற்பனை செய்து பார்த்ததால் பயமும் வந்தது.

“போராடலாம் என்று நினைப்பவர்கள் என்னோடுவந்து நில்லுங்கள்”, என்று உரத்த குரலில் கத்தினான் வேலன். தயக்கமில்லாமல் முத்தம்மா, லட்சுமணன், பீட்டர், சார்லஸ், லோடா பாய் ஆகியோர் அவன் பின்னே சென்று நின்றனர். ரவீந்திரகுமாரும் ஓடிச் சென்று நின்றார். சிறிது தயக்கத்துடன் ஒரு சில வண்டிக்கார இளைஞர்கள் வேலன் பின்னே சென்று நின்றனர். சிறிது நேரத்தில் அனைவருமே அவன் பின்னே சென்று நின்றனர். லேசாக இருட்டத் தொடங்கி யிருந்தது. திடீரென்று அவர்களை நோக்கித் தீப்பந்தங்களை ஏற்றிக் கொண்டு ஒரு பெரிய கூட்டம் வந்து கொண்டிருந்தது. தீவட்டிகள் அருகில் வர, வர அவற்றை ஏந்தி வந்த நூனியாக்களின் உருவங்கள் புலப்பட்டன. வேலனும், முத்தம்மாவும் புன்னகையுடன் தங்கள் வாட்களை மீண்டும்

உறையில் செருகினர். பீட்டரும் சார்லசும் பலத்த சிரிப்புடன் தங்கள் துப்பாக்கிகளைத் தோள்களில் இருந்து இறக்கினர். லட்சுமணன் பெருமூச்சுடன், தன் கையிலிருந்த வேலைத் தரையில் ஊன்றினான்.

"ஓ நூனியாக்கள் தானா?", என்று சொல்லிக்கொண்டே லோடாபாய், தன் கையில் எடுத்திருந்த கல்லைக் கீழே எறிந்தான். அவனது குரல் கேட்டபின்பே, அங்கங்கே ஓடி ஒளிந்திருந்த வண்டியோட்டிகளும், ரவீந்திரகுமாரும் மெல்ல வெளியே வந்தனர். அதுவரை பயத்தில் நடுங்கிக் கொண்டிருந்த ரவீந்திரகுமார் இப்பொழுதுஅதட்டினார்,

"இந்த நேரத்தில் நீங்கள் இங்கே என்ன செய்கிறீர்கள்?". நூனியாக் களின் தலைவரான முதியவர் சிவ்சங்கர், ரவீந்திரகுமாரை அலட்சி யம் செய்துவிட்டு வேலனிடம் வந்தார். "வேலன் சாகிப், நாங்கள் அனைவரும் காட்டுக்குள் செல்லப்போகிறோம். காடு எங்களுக்குப் பழக்கமான ஒன்றுதான். விரும்பினால் நீங்கள் அனைவரும் எங்களோடு வரலாம்", என்றார். வேலன் சற்றும் தாமதிக்காமல், "நாங்கள் ஓடப் போவதில்லை, சிவ்சங்கர்ஜி", என்றான். "பிறகு என்ன செய்யப்போகிறீர்கள்", என்று வியப்புடன் கேட்டார் சிவ்சங்கர்.

"ஒரு பிண்டாரி விடாமல் அனைவரையும் கொல்லப்போகிறோம்", என்று சிரித்துக்கொண்டே கூறினாள் முத்தம்மா. அவள் சிரிப்பு உண்மையில் அச்சமூட்டுவதாக இருந்தது. நூனியாக்கள் தங்களுக் குள் சிறிது நேரம் கலந்தாலோசித்தனர். பின்னர் வேலனிடம் மீண்டும் வந்த சிவ்சங்கர், "பிண்டாரிகளைக் கொல்லுவதில் எங்களுக்கும் பங்கு கிடைக்குமா?" என்றார்.

"ஏன் உங்களுக்குப் பிண்டாரிகளைப் பார்த்தால் பயம் இல்லையா?", என்றார் ரவீந்திரகுமார். தரையில் அலட்சியமாகக் காரி உமிழ்ந்த சிவ்சங்கர், "இந்தப் பிண்டாரிகளுக்கு ஓடுபவர்களைத் துரத்தித்தான் பழக்கம். எதிர்த்து நிற்பவர்களைக் கண்டால் அஞ்சி ஓடும் கோழைகள். அதனால்தான் எங்களைப்போன்ற கீழ் சாதியினர் இருக்கும் கிராமங்களை அவர்கள் தாக்குவதே இல்லை", என்றார்.

"உங்களிடம் கொள்ளையடிப்பதற்கு அப்படி என்ன இருக்கிறது?" என்றார் ரவீந்திரகுமார். "உழைப்பு இருக்கிறது, வெடிஉப்புத் தயாரிக்கும் தொழில் நுட்பம் இருக்கிறது, பெண்கள் இருக்கிறார்கள், அடிமைகளாக விற்கக் குழந்தைகள் இருக்கிறார்கள். பிண்டாரி

களுக்கு அது போதாதா?", என்றாள் முத்தம்மா கோபமாக. வேலன் அனைவரையும் அமைதிப்படுத்திவிட்டு உறுதியான குரலில்,

"நீங்கள் எங்களோடு இணைந்து போர்செய்ய வருவது உண்மையில் மிகவும் மகிழ்ச்சியான விஷயம்".

நூனியாக்களுக்குள் சலசலவென்று பேச்சொலி பரவியது. முகங்களில் மகிழ்ச்சி பரவியது. அனைவரும் ஆமோதித்துத் தலைகளை ஆட்டினர். மீண்டும் வேலன் பேசினான்,

"நமது கிராமத்திற்கு வந்துள்ளது இரண்டு லுபார்கள். எண்ணிக்கை அதிகம். எதிரிகளைத் துல்லியமாகத் திட்டமிட்டுத்தான் வீழ்த்த முடியும். எனது தலைமையை ஏற்று, எனது கட்டளைகளைச் செயல் படுத்துவதாக இருந்தால் மட்டும் எங்களோடு சேருங்கள். இல்லையென்றால் உங்கள் விருப்பம்போல் காட்டுக்குள் செல்லுங்கள்". "உங்கள் கட்டளைக்குக் கீழ்ப்படிகிறோம் கமாண்டர் சாகிப்", என்றார் சிவசங்கர் மகிழ்வாக. அவர் உடலெங்கும் உற்சாகம் பரவியிருந்தது. அனைத்து நூனியாக்களுமே உற்சாகத்தில் இருந்தனர்.

"இவர்கள் ஒரு காலத்தில் சத்திரிய இனமாக இருந்தனர் என்று சொல்லப்படுவது உண்மைதான் போலும்", என்று சார்லஸ் முணுமுணுத்தான்.

"சரி... உன் திட்டம் என்ன?" என்று கேட்டார் ரவீந்திரகுமார்.

"அதை இப்பொழுது சொல்லமுடியாது, காலையில் சொல்கிறேன்", என்றான் வேலன். திட்டத்தை அப்பொழுதே ஏன் சொல்ல முடியாது என்று நல்லவேளையாக ரவீந்திரகுமார் கேட்கவில்லை. கேட்டிருந்தாலும் உண்மையான காரணத்தை வேலனால் வெளியே சொல்லி இருக்க முடியாது. ஏனென்றால், அந்த நிமிடம் வரை வேலனிடம் எந்தத் திட்டமும் இல்லை.

39

அன்று இரவு முழுவதும் தன் குழுவினரை மட்டும் அழைத்து வேலன் பேசிக்கொண்டிருந்தான். லோடாபாய் மண்தரையில் கோடு கிழித்து, பிண்டாரிகள் முகாமிட்டிருக்கும் இடத்தை வரைந்து காட்டினான். காலையில் அனைவரும் வந்து திட்டம் என்ன என்று கேட்ட பொழுதும், பதில் சொல்ல முடியாத வேலன், "முதலில் ஊருக்குத் திரும்புவோம், திட்டத்தைப் பின்பு

சொல்கிறேன்'' என்று சமாளித்தான். அனைவரும் புறப்பட்டு கிராமத்திற்குள் நுழைந்தனர். லோடாபாய் கூறியது போலவே, கிராமம் வெறிச்சோடிக்கிடந்தது. பிரதான் ராய் சவுத்ரியின் வீட்டில் தான் பெண்கள் அனைவரும் குழுமி இருந்தனர். வெளியே நான்கு ஆண்கள் மட்டும் நின்றனர். உள்ளே முற்றத்தில் ஒரு பெரிய பித்தளைத் தட்டைச் சுற்றி அமர்ந்து பெண்கள் அனைவரும் கூக்குரலிட்டு அழுது கொண்டு இருந்தனர். அவர்களின் நடுவில் ராய் சவுத்திரியின் மனைவி விம்மலோடு அமர்ந்திருந்தாள்.

மற்றவர்களை வெளியே நிறுத்திவிட்டு ரவீந்திரநாத் மட்டும் உள்ளே சென்றார். வண்டிக்காரரர்கள் அனைவரும் தங்கள் வீடுகளுக்கு ஓடியிருந்தனர். நூனியாக்கள் தங்கள் தொழிற் கூடத்திற்குள் சென்றிருந் தனர். வேலன் தன் குழுவினருடன் ராய் சவுத்ரியின் வீட்டிற்கு வெளியே நின்றான். ரவீந்திரநாத் வீட்டிற்குள் சென்றதும் ராய்சவுத்ரியின் மனைவி பெரும் குரலெடுத்து அழுது புலம்பினாள். சற்று நேரத்தில் வெளியே வந்தார் ரவீந்திர குமார்.

“நேற்றே ஆண்கள் அனைவரையும் கைதிகளாக முகாமில் அடைத்து வைத்துள்ளனராம்'', என்றார். “இவர்கள் நான்கு பேரை மட்டும் ஏன் அடைத்து வைக்கவில்லை?'', என்று வாசலில் நின்று கொண்டிருந்த நான்கு ஆட்களையும் சுட்டிக்காட்டினாள் முத்தம்மா. “அவர்களிடம் தங்கள் நிபந்தனைகளைக் கிராமத்துப் பெண்களுக்குச் சொல்லியனுப்பியிருக்கிறார்கள்'', என்றார் ரவீந்தர்.

“அந்தத் தட்டில் என்ன இருக்கிறது?'', என்றாள் முத்தம்மா.

“ரவீந்தர், கிராமத்து ஆட்களில் ஒருவனை அனுப்பி பித்தளைத் தட்டை வெளியே எடுத்துவரச்சொன்னார். அந்தப் பெரிய தட்டின் நடுவில் மட்டும் ஏதோ கிடந்தன. தட்டை வேலன் முன்பு வைத்த பின்புதான் அதில் இருந்தவை தெளிவாகத் தெரிந்தன. துண்டிக்கப் பட்டு, ரத்தம் உறைந்த ஏழெட்டு கைவிரல்கள் தட்டில் கிடந்தன.

“இவை அனைத்தும் கடத்திச் செல்லப்பட்டவர்களில், பணக்காரர்களின் விரல்கள். சித்திரவதை செய்யும் பொழுது வெட்டியிருப்பார்கள் போலும்'' என்றார் ரவீந்திரகுமார். “எதற்காகச் சித்திரவதை செய்கிறார்கள்?'', என்று கேட்டாள் முத்தம்மா.

“பணம், நகைகளை ஒளித்து வைத்திருக்கும் இடத்தைக் கேட்டுத்தான் சித்திரவதை செய்திருப்பார்கள்'', என்றார் ரவீந்தர்.

“பெண்களிடம் பிண்டாரிகள், என்ன நிபந்தனைகள் விதித்திருக் கிறார்கள்?'', என்றான் வேலன்

இன்று மாலை நன்றாகக் குளித்து, அலங்கரித்துக்கொண்டு, கையில் உணவுத் தட்டுகளையும், தலையில் சாராயக் கலயங்களையும தூக்கிக் கொண்டு அத்தனை பெண்களும் பிண்டாரிகளின் முகாம்களுக்குச் செல்ல வேண்டுமாம்'', என்றார் ரவீந்தர்.

“சென்று'', என்று கோபத்தோடு கேட்டாள் முத்தம்மா.

“சென்று, பிண்டாரிகளுக்கு விருந்து பரிமாற வேண்டுமாம். பின்பு இரவெல்லாம் பெண்கள் பிண்டாரிகளுக்கு விருந்தாக வேண்டுமாம். தவறினால், பித்தளைத்தட்டில் விரல்கள் வராதாம், தலைகள் வருமாம். ராய் சவுத்ரியின் தலையிலிருந்து தொடங்கப் போகிறார்களாம்'', என் றார் ரவீந்தர். முத்தம்மாவின் முகம் கோபத்தில் சிவந்தது. “இதை இன்று ஒரே ஒரு நாள் மட்டுமல்ல, பல நாட்கள் தொடருவார்கள். நன்றாக ஓய்வெடுத்த பின்புதான் கொள்ளையடிக்கத் தொடங்குவார்கள்'', என்று சொல்லி முடித்தார் ரவீந்தர். முத்தம்மாவின் உடல் கோபத்தில் விம்மியது. ரத்தம் கொதித்தது.

கோபமாக வாளைஉருவினாள். “வேலா, இனியும் பொறுக்கமுடியாது. உடனே அந்த நாய்களின் தலைகளைச் சீவப்போகிறேன்'', என்றாள்.

“ஆத்திரக்காரனுக்குப் புத்திமட்டு. வாளை இப்பொழுது உறையில் வை. இன்று இரவிற்குள் ஒன்றல்ல, பல தலைகளை மண்ணில் உருட்ட, உன் வாளுக்கு வாய்ப்புக் கிடைக்கும்'', என்றான் வேலன். அதுவரை வேலன் மனதிற்குள் அரைகுறையாய் இருந்த திட்டம் அந்த நொடியிலேயே முழுமை பெற்றுவிட்டது.

ஊரின் வட கோடியில் பிண்டாரிகள் முகாமிட்டிருந்தனர். எனவே தென்கோடியிலிருந்த நூனியாக்களின் தொழிற்சாலைக்குள் அனைவரையும் வரவழைத்துத் தன் திட்டத்தை விளக்கினான் வேலன்.

“நினைவில் வைத்துக்கொள்ளுங்கள். ஒரு பிண்டாரியும் உயிரோடு தப்பிச்செல்லக் கூடாது. தப்பிவிட்டால் மற்ற குழுக்களுடன் சேர்ந்து மீண்டும் தாக்குதல் தொடுப்பார்கள். அவர்களை நம்மால் சமாளிக்க முடியாது. எதிர்பாராமல் கொடுக்கும் முதல்அடியிலேயே அவர்களை முற்றாக ஒழித்துவிட வேண்டும்'', என்றான். எல்லோரும் ஆமோதித் துத் தலையாட்டினர். பின் யார் எங்கே நிற்க வேண்டும், என்னென்ன செய்ய வேண்டும் என்பதையெல்லாம் விளக்கினான். என்ன நடந்தா லும் சரி, நான் குரல் கொடுக்கும் வரை தாக்குதலைத் தொடங்கக் கூடாது'', என்றான்.

கிராமத்து ஆட்கள் சிலர் வேலனிடம் வந்தனர். "ஆனால், வேலன் சாகிப், எங்களிடம் ஆயுதங்கள் எதுவும் இல்லையே", என்றனர்.

"ஆயுதங்கள் இருந்தால் தான் என்ன செய்து விடுவீர்கள்? உங்களது வெட்டுவாட்களையும், கோடாரிகளையும் எடுத்துக்கொள்ளுங்கள். அவைதான் உங்களுக்குப்பழக்கமான ஆயுதங்கள்", என்றான் வேலன்.

அடுத்து நூனியாக்களுடன் பேசிக்கொண்டே அவர்கள் குடிசைக்குள் நுழைந்தான். அங்கு குவிக்கப்பட்டிருந்த வெடிஉப்பைப் பார்த்துக் கொண்டே, "இதை மட்டும் வெடிமருந்தாக மாற்ற நமக்குத் தெரிந்தி ருந்தால்?" என்று பெரு மூச்சுவிட்டான். அப்பொழுது அங்கு மண்கலயங்களில் இருந்த அடர்த்தியான திரவத்தைச் சுட்டிக் காட்டிய சிவ் சங்கர், "இவற்றில் வெடிமருந்தை விடப் பயங்கரமான அமிலங்கள் உள்ளன" என்றார். உடனே வேலன், அவரிடம் மெல்லிய குரலில் சற்று நேரம் பேசி, "அவ்வாறு செய்ய முடியுமா" என்றான்.

"ஓ... கட்டாயம் செய்கிறோம். எப்படியும் அவற்றைக் கீழே தானே கொட்டப் போகிறோம்", என்றார் சிவ்சங்கர்.

அதற்குள் லட்சுமணனோடு அங்கு வந்த லோடா பாய், வேலனைத் தன் உலைக் களத்திற்கு அழைத்து வந்தான். அவனது குடிசையும், உலைக்களமும், உண்மையில் ஆயுதக்கிடங்குகள் போல் காட்சிய ளித்தன. "வேலன் சாகிப், நான் நேரம் கிடைக்கும் பொழுதெல்லாம் எங்கள் பில்முறைப்படி விற்களும், அம்புகளும், அம்புமுனைகளும் நிறையத் தயாரித்து வைத்துள்ளேன். வெறும் பொழுது போக்காகத் தான் அவற்றைச் செய்தேன். உங்கள் தயவால் அவற்றிற்கு வேலை வரப்போகிறது. எனது அம்பிலிருந்து எந்தப் பிண்டாரியாலும் தப்பி ஓடமுடியாது", என்றான் பெருமையாக.

"பிண்டாரிகள் உன்னிடமிருந்து ஓடப்போவதில்லை, உன்னை நோக்கி ஓடிவரப்போகிறார்கள்", என்றான் வேலன்.

"அப்படியானால் நீளம் குறைந்த பில்லைத்தான் பயன்படுத்த வேண்டும். ஓடுபவர்களை நோக்கி, நீண்ட தூரம் குறிபார்த்து அடிக்கத்தான் நீளமான பில் வேண்டும்", என்றவன், "எதற்கும் இரண்டுவகைப் பில் களையுமே கொண்டுவருகிறேன்", என்றான்.

"பிண்டாரிகள் கூட்டத்தின் வலது புறத்தில் பீட்டரும், இடதுபுறத்தில் சார்லசும் மறைந்து இருப்பார்கள். லோடாபாய்

பின்புறம் இருப்பான். சரி, பிண்டாரிகளின் தலைவர்கள் இருக்கும் முன்புறம் யார் நிற்பது?" என்று தன் சந்தேகத்தைக் கேட்டான் லட்சுமணன்.

"நீயும், நானும்தான், என்ன உனக்குச் சம்மதம் தானே?" என்றான் வேலன் புன்னகையோடு. "ஓ... இதை விட வேறென்ன பெருமை வேண்டும். நீங்கள் அனுமதித்தால் தாக்குதலை முதலில் தொடங் கும் பெருமையையும் நானே எடுத்துக்கொள்கிறேன்", என்றான் லட்சுமணன். "தாக்குதலை முதலில் தொடங்கும் பெருமை, இன்று உனக்கும் கிடைக்காது, எனக்கும் கிடைக்காது", என்றான் வேலன். "பிறகு யாருக்குக் கிடைக்கப்போகிறது" என்றான் லட்சுமணன்.

"பொறுத்திருந்து பார்", என்றான் வேலன்.

அங்கிருந்து ராய் சவுத்ரியின் வீட்டிற்குச் சென்ற வேலனைப் பார்த்ததும், முத்தம்மா வெளியே வந்தாள். "வேலா, இப்பொழுதாவது சொல், உன் திட்டப்படி நான் வாள் ஏந்த வேண்டுமா, துப்பாக்கி ஏந்தவா?" என்றாள். "இரண்டும் இல்லை. சாப்பாட்டுக்கூடைதான் ஏந்த வேண்டும்", என்றான் வேலன்.

"என்ன... விளையாடுகிறாயா?", என்ற முத்தம்மாவிடம் மெல்லிய குரலில் தன் திட்டத்தை விவரித்தான். நொடியில் முத்தம்மாள் முகத்திலிருந்த கோபமெல்லாம் மறைந்தது. "சொல்லி விட்டாயல்லவா, அதை எப்படி நிறைவேற்றுகிறேன் பார்", என்றாள் உற்சாகமாக. அதற்குள் ரவீந்திரநாத் தலைமையில், வீட்டிற்குள் அழுது கொண்டிருந்த பெண்கள் அனைவரும் வேலனிடம் வந்தனர். அவர்கள் கேட்கும் முன்பாகவே வேலன் பேசினான். "நீங்கள் அனைவரும் பிண்டாரிகளுக்கு விருந்து சமைக்கத் தொடங்குங்கள். ஏற்கனவே நேரமாகிவிட்டது" என்றான்.

"பிண்டாரிகள் சொல்லியதுபோல் நாங்கள் அவர்கள் முகாமிற்கு இரவு போகத்தான் வேண்டுமா", என்றாள் ராய்சவுத்ரியின் மனைவி.

"உங்கள் கணவர் உயிர் முக்கியம் என்றால் போகத்தான் வேண்டும்", என்றான் வேலன்.

"எங்களையெல்லாம் நீங்கள் காப்பாற்றப் போகிறீர்கள் என்றல்லவா நினைத்துக் கொண்டிருந்தோம்", என்றாள் ராய் சவுத்ரியின் மனைவி. அதற்குள் ஒரு பெண், "நம்மை யெல்லாம் பவானி தேவிதான் காப்பாற்ற வேண்டும்", என்றாள்.

“சரியாகச் சொன்னாய், உங்களைக் காப்பாற்ற உங்களோடு இன்று பவானி அம்மன் வரப்போகிறார்”, என்றான் வேலன். ரவீந்தருக்கு உடனே புரிந்துவிட்டது. சரியான திட்டம் என்பதுபோல் தன் கட்டை விரலை உயர்த்திக் காட்டியவர், அங்கே நின்று கொண்டிருந்த கிராமத்து ஆட்களிடம். “ஒரு வீடுவிடாமல் தேடி, நீங்கள் வைத்துள்ள சாராயத்தையெல்லாம் எடுத்து வாருங்கள்”, என்றார். பின் வேலனிடம் திரும்பி, “சாராயத்தைப் பற்றிக் கவலைப்பட வேண்டாம். அரிசியை வைத்துச் சாராயம் தயாரிப்பதில் இந்த ஊர்க்காரர்கள் மிகத் திறமைசாலிகள்”, என்றார். திடீரென்று அவருக்கு இன்னொரு யோசனை வந்தது. “மிஸ்டர் வேலன், பேசாமல் சாப்பாட்டிலோ, சாராயத்திலோ பிண்டாரிகளுக்கு விஷம் கலந்து கொடுத்து விட்டால் என்ன?” என்றார். புதிய, சுலபமான வழி ஒன்றைக் கண்டுபிடித்த பெருமை அவர் முகத்தில் பொங்கி வழிந்தது.

“ரவீந்திரகுமார் சாகிப், பிண்டாரிகள் முரடர்கள்தான், முட்டாள்கள் அல்ல. சாப்பாட்டையும், சாராயத்தையும் உங்களைப் போன்ற பெரிய மனிதர்களுக்கு முதலில் கொடுத்துப் பரிசோதிப்பார்கள்”, என்றான்.

“ஐயோ வேண்டாம் இந்த விஷப்பரீட்சை. விருந்தைப் பிரம்மாதமாகத் தயாரிக்கச் சொல்கிறேன்”, என்று அலறினார் ரவீந்திரகுமார்

“பெரிதாக அலட்டிக்கொள்ளாதீர்கள். இன்று இரவு பிண்டாரிகளுக்குச் சாப்பாட்டில் அவ்வளவு ஆர்வம் இருக்காது”, என்றான் வேலன்.

“ஏதாவது மாற்றி, மாற்றி உளறிக்கொண்டே இருக்கிறாயே”, என்று ரவீந்திரநாத் குழப்பத்துடன் கேட்டபோது, தூரத்தில் குதிரைகள் வரும் ஒலி கேட்டது. ரவீந்தரும், வேலனும், முத்தம்மாவும் தொழுவத்தின் பின்னால் சென்று மறைந்து கொண்டனர். இசுலாமியப் போர்வீரர்கள் போன்ற உடையில் இரண்டு பிண்டாரிகள் வந்து கொண்டிருந்தனர்.

வீட்டு வாசலுக்கு வந்ததும், குதிரையிலிருந்து இறங்காமல், “ஏய் முட்டாள் பெண்களே, எல்லோரும் வெளியே வாருங்கள்”, என்று ஒருவன் கத்தினான். இருவர் தோள்களிலும் ஆடுகள் தொங்கின. வெளியே வந்த பெண்களிடம் அவற்றை எறிந்த பிண்டாரிகள், “சமையல்ல உங்க திறமையைக் காட்டுங்க. எங்க லுபார் தலைவர் அப்துல்லாவுக்கு, `கபாப்`னா உயிரு”, என்றான் ஒருவன்.

“ஆனா எங்க தலைவர் ஷேர்கானுக்கு, கபாபும் வேண்டாம், சாராயமும் வேண்டாம். கட்டிப்பிடிக்கப் பொண்ணுங்கதான் வேணும்”, என்று சொல்லிச் சிரித்தான் மற்றவன். பெண்கள் அழ ஆரம்பித்தனர்.

“அடடா முட்டாள்களே, ஏன் வீணா அழறீங்க? நீங்க ஒரு விருந்து கொடுத்தா, நாங்க பதிலுக்கு ஒரு விருந்து தரப்போறம். நெஜமான ஆம்பளயோட வேகம் என்னன்னு இன்னைக்கு ராத்திரிதான் தெரிஞ்சுக்கப்போறீங்க”, என்றான் முதலாமவன் கண்சிமிட்டலுடன். “கல்யாணம் ஆகியும் பிள்ளையில்லாத பொம்பளங்கள்ளாம் எங்களுக்கு நன்றி சொல்லணும். பொறக்கப் போற புள்ளைக்கு மறக்காம எங்க பேரை வையுங்க” என்றான் இரண்டாமவன்.

அதற்குள் முதல் ஆள் குறுக்கிட்டு, “ஆமா... பிரதான் பொண்டாட்டியை எங்கே காணோம், வீட்டுக்குள்ள ஒழிஞ்சிக்கிட்டிருக்காளா?”, என்றவன், “அவகிட்ட சொல்லுங்க, பிரதான் நாளைக்கு சூரியனைப் பார்க்கறது, அவன் பொண்டாட்டி ஷேர்கானை இன்னைக்கு குஷிப் படுத்தறதிலதான் இருக்கு”, சொல்லிவிட்டு இருவரும் பலமாகச் சிரித்துக் கொண்டே குதிரையைத் திருப்பிக்கொண்டு சென்றனர்.

மாட்டுக்கொட்டிலில் ஒளிந்திருந்த முத்தம்மாவின் கை பரபரத்தது. அப்பொழுதே இருவரையும் துண்டு துண்டாக வெட்டிச்சாய்க்க வேண்டும் போலிருந்தது. பல்லைக் கடித்துக் கோபத்தை அடக்கிக் கொண்டாள். வீட்டிற்குள்ளிருந்து வந்த பெண்களின் கூக்குரல் அதிகமாகியது. “நான் போய் அவங்களைச் சமாதானப்படுத்தறேன்”, என்றாள் முத்தம்மா. “வேண்டாம். அழுகை நின்னு போனால், பிண்டாரிகளுக்குச் சந்தேகம் வந்துடும்”, என்றான் வேலன்.

வேலன் குழுவினர் அனைவரும் அவர்கள் தங்கியிருந்த வீட்டிற்குத் திரும்பினர். வேலன் மூட்டையிலிருந்து ஆற்காட்டு நவாபின் வாளை வெளியே எடுத்தான். கூடவே பல குறுவாட்களையும் எடுத்தான். எல்லாவற்றையும் வியப்போடு பார்த்துக்கொண்டிருந்த லோடாபாய் திடீரென்று, “வேலன்சாப், அந்த பஞ்சாபி சக்கர் எங்கே? அதையும் உபபோகப்படுத்திப் பார்க்கலாமே” என்றான்.

“வேண்டாம், அதுக்கு வேற வேலை இருக்கு”, என்றான் வேலன்.

அப்பொழுது இன்னொரு மூட்டையைப்பிரித்துக் கொண்டிருந்த முத்தம்மாவைப் பார்த்த லோடாபாய், ஓ, மேடம், அதை ஆயுதமாப் பயன்படுத்தப் போறாங்களா?", என்றான்.

"இதுதான் இன்று என் ஆயுதம்", என்று தன் கையிலிருந்த பளபளப்பான நடன உடைகளை உயர்த்திக் காட்டினாள் முத்தம்மா.

"மேம் சாப். இது உடல் அழகைக் காட்டத்தான் வசதியானது", என்றான். லோடாபாய் சிரிப்புடன்.

"உடல் வலிமையைக் காட்டவும் வசதியானது தான்", என்றாள் முத்தம்மா. ரெட்டியார் அரண்மனையிலிருந்தது கொண்டுவரப்பட்ட உடைகள் அவை என்பது லட்சுமணனுக்கு நினைவு வந்தது.

"ஓ... மேடம் இன்று சாட்டை நடனம் ஆடப்போகிறார்கள்", என்றான்.

"என்ன நடனம் என்பது இரவுதான் தெரியும்", என்றாள் முத்தம்மா.

40

மாலைநேரம் நெருங்க நெருங்க கிராமத்துப்பெண்களின் இதயங்கள் மேலும் படபடத்தன. காட்டுக்குள் ஓடிவிடலாமா, கிணற்றில் குதித்து விடலாமா என்றெல்லாம் பலவாறு சிந்தித்தனர். ஆனால் பிண்டாரிகள் கிராமத்து ஆண்களையெல்லாம் சிறைப்பிடித்துச் சென்றிருந்த தால் எந்த முடிவுக்கும் வரமுடியாமல் தவித்தனர்.

வேலனின் வீட்டிற்குள்ளிருந்து முத்தம்மா வெளியே வரும் ஒலி கேட்டுத் திரும்பிய வேலன் ஒருகணம் முத்தம்மாவின் அழகில் மெய்மறந்து நின்றான். வழக்கமாக அலங்காரத்தைப் பற்றியெல்லாம் அலட்டிக்கொள்ளாத முத்தம்மா, அன்று நடன உடையோடு, லேசாக அலங்கரித்துக்கொண்டிருந்தாள். அவன் தடுமாறியது ஒருநொடிதான். ஆனால் முத்தம்மா அதைக் கவனிக்கத் தவறவில்லை. அவள் மனதிற்குள் ஒரு மகிழ்ச்சி பரவியது. ஆனால் அடுத்த நொடியே இருவரும் சொல்லி வைத்தாற்போல் அந்த உணர்விலிருந்து வெளிவந்து விட்டனர். இரவில் திட்டமிட்டிருந்த தாக்குதலில் வேலனின் கவனம் சென்றது. பிண்டாரிகளைத் துண்டு துண்டாக வெட்டி எறிய வேண்டும் என்ற வெறி முத்தம்மாவின் உடலெங்கும் பரவியது.

“முத்தம்மா, முடிஞ்சவரை எல்லோரும் தாமதமா வாங்க. நம்ம திட்டத்தில இருட்டுத்தான் முக்கியமான ஆயுதம்”, என்று சொல்லி விட்டு லட்சுமணனுடன் நடக்கத் தொடங்கினான் வேலன். அவனது இடையில் வாள் மட்டுமே இருந்தது. லட்சுமணன் நீண்ட, மராத்திய ஈட்டியுடன் சென்றுகொண்டிருந்தான். ‘‘குறுவாட்களை இருவருமே உடைகளுக்குள் மறைத்து வைத்திருப்பார்கள்”, என்று எண்ணிக் கொண்டாள் முத்தம்மா. ஆனால் அவளோ ஒரு குறுவாள் கூட எடுத்துச்செல்லவில்லை. ஆயுதங்களை எதிரியிடம் இருந்தே எடுத்து கொள்ளத் திட்டமிட்டிருந்தாள்.

ராய்சவுத்திரியின் வீட்டுக்குச் சென்றாள் முத்தம்மா. அதுவரை புலம்பிக் கொண்டே உணவுத் தட்டுகளை முற்றத்தில் பரப்பிக் கொண்டிருந்த பெண்கள் நடன உடையோடு வந்து நின்ற முத்தம்மாவைப் பார்த்து ஒரு கணம் திகைத்தனர்.

“இதோ உங்களைக் காப்பாற்றப் பவானி தேவியே வந்துவிட்டார்”, என்று மகிழ்ச்சியான குரலில் உரக்கக் கூவினார் ரவீந்திரகுமார். வீட்டின் வெளியே சாராயக் கலயங்களுடன் கிராமத்து ஆண்கள் பலர் அமர்ந்திருந்தனர். “புறப்படலாமா?”, என்றார் ரவீந்திரகுமார்.

“அவசரம் ஒன்றுமில்லை. பெண்கள் அனைவரும் சென்று கொஞ்சமாவது அலங்கரித்துக்கொண்டு வாருங்கள்”, என்றாள் முத்தம்மா. பெண்களுக்கு அதில் விருப்பமில்லையென்றாலும், வீட்டுக்குள் சென்றனர். “அலங்கரித்துக்கொண்டு போனால் பிண்டாரிகளுக்கு இரக்கம் வந்து விடும் என்று நினைக்கிறாயா?”, என்றார் ரவீந்திரநாத்.

“இல்லை தாதா, தாமதித்தால் இருட்டு வந்து விடும் என்று நினைக்கிறேன்” என்றாள் முத்தம்மா.

மறுபுறம் வேலனும், லட்சுமணனும் ஊரைச் சுற்றிக்கொண்டு, பிண்டாரிகள் முகாமிட்டிருந்த பகுதியை நோக்கிச் சென்றனர். அவர்களுக்கு முன்பாகவே பீட்டரும், சார்லசும், லோடாபாயும் தாங்கள் மறைந்திருப்பதற்கு வசதியான இடங்களைத் தேர்ந்தெடுக்கப் போய்விட்டனர். தன் கையிலிருந்தத ஈட்டியைப் பெருமையுடன் பார்த்துக்கொண்டே லட்சுமணன் கூறினான். “மராத்தியரின் இந்த இருபது அடிநீள ஈட்டிதான் எனக்குப் பிடித்த ஆயுதம். குதிரைமேல் வந்து தாக்குவதற்கும் மிக வசதியான ஆயுதம்”, என்றான்.

“தென் தமிழ்நாட்டில் இருபத்தி ஒரடி ஈட்டியைப் பயன்படுத்துவோம். குதிரை மீது வருபவர்களை நிலை குலையச்செய்ய அது அற்புதமான ஆயுதம். அது மட்டுமல்ல முட்புதர்கள் மீது நடக்கவும் நன்றாக உதவும்”, என்றான் வேலன்.

“நடக்க, ஈட்டி எப்படி உதவும்”, என்று லட்சுமணன் கேட்டான்.

“இன்று இரவுதான் அதைக் கண்ணால் பார்க்கப் போகிறாயே, பேச்சை நிறுத்திவிட்டு அமைதியாக வா”, என்றான் வேலன். அவர்கள் புதர்கள் அடங்கிய முகாமின் பின்பகுதியை அடைவதற்குள் மாலைநேரம் ஆகியிருந்தது. ஆனால் இருள்கவியத் தொடங்கவில்லை. இருவரும் ஆளுக்கொரு பக்கமாகப் பிரிந்து, முகாமைச் சுற்றிவந்தனர். முகாமிற்குச் சற்றுத்தூரத்தில், சில குறுகிய பாதைகளும், பெரிய பொட்டல் வெளியும் இருந்தது. பிண்டாரிகள் அனைவரும் பொட்டல்வெளியில் ஓய்வெடுத்துக் கொண்டிருந்தனர். பிண்டாரித் தலைவர்கள் யாரும் அங்கு இருப்பது போல் தெரியவில்லை. அங்கிருந்த ஒற்றையடிப் பாதை காட்டிற்குள் சற்றுத்தூரம் சென்று கிராமத்தின் குளத்தை அடைந்தது. குளத்தின் அருகே இரண்டு முகாம்கள் ஆடம்பரமாக வண்ணத் துணிகளால் அமைக்கப்பட்டிருந்தன.

“அங்க தான் ஷேர்கானும், அப்துல்லாவும் இருக்காங்கன்னு நினைக்கிறேன்”, என்றான் வேலன்.

“மொதல்லே அங்கே போவோமா?” என்றான் லட்சுமணன்.

“மொதல்லே எதிரியோட வலிமை கொறைஞ்ச எடத்திலதான் தாக்கணும். பொது முகாமுக்குப் பின்னாலே காவல் இருக்கே பார்த்தியா”, என்றான் வேலன். இல்லையென்று தலையாட்டிய லட்சுமணனை அழைத்துச் சென்று காட்டினான் வேலன். முகாம்களுக்குப் பின்னால் சிறிது தூரம் தள்ளி நின்ற ஒரு மரத்தின் அருகே நான்கு பிண்டாரிகள் இருந்தனர். இருவர் சிப்பாய் உடைகளில் இருந்தனர். ஒருவன் மரத்தில் சாய்ந்து கொண்டிருந்தான். மற்றொருவன் சற்றுத் தள்ளியிருந்த பாறையில் சாய்ந்து கொண்டிருந்தான். வெறும் வேட்டியும் முண்டாசுமாயிருந்த மற்ற இரு பிண்டாரிகள், இரண்டு சிப்பாய்களுக்கும் நடுவில், மண்தரையில் கோடு கிழித்து ஆடுபுலி ஆட்டம் ஆடிக்கொண்டு இருந்தனர்.

“இந்த நாலு பேரையும் விடுவிக்கணும்” என்றான் வேலன்.

“விடுவிக்கிறதா?” என்று குழப்பத்துடன் கேட்டான் லட்சுமணன்.

“ஆமாம், பாவம் செய்யறதில இருந்து”, என்று சொல்லிக்கொண்டே கழுத்தைச் சீவுவது போல் விரலைக் காட்டினான் வேலன்.

“அவங்க நாலுபேரு, நாம இரண்டு பேரு”, என்றான் லட்சுணன்.

“அதனால, நாம திடீர்னு தாக்கணும். சொல்றதைக் கவனமாக் கேளு. சிப்பாய் உடையில இருக்கிற ரெண்டு பேரும் தான் ரொம்ப ஆபத்தான வங்க. அதனால நீ ஒளிஞ்சு போய், சிப்பாய் சாஞ்சிக்கிட்டு இருக்கிற மரத்துக்குப்பின்னால நில்லு, நான் பாறைக்குப் பின்னால போறேன். ரெண்டுபேரும் ஒரே சமயத்தில அவங்க கழுத்தை அறுக்கணும்”, என்றான் வேலன்.

“நீங்க சத்தம்போட்டு உத்தரவு தருவீங்களா?” என்றான் லட்சுமணன்.

“மூச்சுவிடக்கூடாது. நான் பாறைக்குப்பின்னால இருந்து பாஞ்ச உடனே, நீயும் பாஞ்சிடணும்”, என்றான் வேலன்.

“சரி”, என்று சொல்லிவிட்டுப் புறப்பட்டான் லட்சுமணன்.

“இரு... அவசரப்படாதே. இவங்களைத் தாக்குற சத்தத்தில, ஆடுபுலி ஆடற ரெண்டு பேரும் உஷாராயிடுவாங்க. அவங்க எழுந்து ஆயுதங் களை எடுக்க ரெண்டு நொடி ஆகும். அவ்வளவு தான் நமக்கு நேரம். நீ வழுக்கைத் தலையா இருக்கவனைக் காலி பண்ணு, நான் மத்தவனைக் காலி பண்றேன்” சொல்லி முடித்தான் வேலன். லட்சுமணன் தலையாட்டி விட்டுப் பூனைபோல் நடந்து, சிப்பாய் சாய்ந்திருந்த மரத்தின் பின்னால் சென்ற ஒளிந்து கொண்டான். பின்பு வேலன் தவழ்ந்து பாறையின் பின் சென்றான். திடீரென்று எழுந்து பாறையில் சாய்ந்திருந்த சிப்பாயின் வாயை ஒரு கையால் மூடிவிட்டுத் தன் மறுகையிலிருந்த, குறுவாளால் அவன் கழுத்தை அறுத்து, அவனைக் கீழே தள்ளினான். அத்தோடு தாமதிக்காமல், அதிர்ச்சியடைந்து எழுந்து வந்த மற்றொரு பிண்டாரியின் மேலும் விழுந்து அவன் கழுத்தையும் அறுத்தான். ஆனால் லட்சமணன் ஒரு நொடி தாமதித்து விட்டான். மரத்தில் சாய்ந்திருந்த சிப்பாயின் கழுத்தை அறுத்துவிட்டு வருவதற்குள், உஷாரான வழுக்கைத் தலையன், தரையில் இருந்த தன் வாளை எடுத்து லட்சுமணன் மீது ஓங்கினான். அதற்குள் வழுக்கைத் தலையன் கழுத்திற்குத் குறி வைத்த வேலனின் குறுவாள் சரியாக இலக்கைச் சென்று அடைந்தது. அந்த இடைவெளியில், அவனைக் கட்டிப்பிடித்து அவன் வயிற்றில் தன் குறுவாளையும்

பாய்ச்சினான் லட்சுமணன். பிணங்களை இழுத்துப் புதர்களின் பின்னே மறைத்தனர்.

“என் உயிரைக் காப்பாற்றி விட்டீர்கள்”, என்றான் லட்சுமணன். வாயில் விரலைவைத்து, அவனைப் பேசவேண்டாமென்று எச்சரித்த வேலன். அங்கிருந்த ஒரு முகாமைக் காட்டினான். இருவரும் மெதுவாக நடந்து சென்று மெதுவே தலையைமட்டும் நீட்டி, உள்ளே பார்த்தனர். உள்ளே கண்ட காட்சி அவர்கள் நெஞ்சைப் பதைபதைக்க வைத்தது. ஒருவனது கைகளைத் தலைக்கு மேல் சேர்த்துக்கட்டி கூடாரத்தின் உச்சியில் கட்டியிருந்த கயிற்றில் தொங்கவிட்டிருந்தனர். பாவம், நுனி விரல்களால் நின்று கொண்டிருந்தான். புகையும், நெடியும் வந்து கொண்டிருந்த சிறிய சாக்குப்பை ஒன்றை அவன் மூக்கோடு சேர்த்துக் கட்டியிருந்தனர். அவன் பின்னே இரண்டு பேர் நின்று கொண்டு அவன் முதுகில் ஓங்கிக் குத்திக்கொண்டே,

“பைசா, தௌலத், சோனா கஹாங் ஹை” என்று கத்தினர்.

“பையில் என்ன இருக்கும்”, என்றான் வேலன்.

“கனன்று கொண்டிருக்கும் மரத்துண்டுகள், கரி, அதன்மேல் காய்ந்த மிளகாய்”, என்றான் லட்சுமணன். அடிவாங்கிக் கொண்டிருந்தவனோ, பதில் கூடச் சொல்லமுடியாமல் மூச்சுத் திணறிக்கொண்டிருந்தான். அருகில் பலகையின் மீது ஒரு கிராமத்து ஆளை மல்லாந்து படுக்க வைத்து, அவன்மேல் வேறு ஒரு கனமான பலகையைப்போட்டு இரண்டு பேர் மாறி மாறிக் குதித்துக் கொண்டிருந்தனர். அவர்களும் விடாமல், “பைசா, தௌலத், சோனா கஹாங் ஹை”, என்று கத்திக் கொண்டிருந்தனர். கூடாரத்தின் மறுமூலையில் கைகால்கள் கட்டப் பட்டு, வாயில் துணி திணிக்கப்பட்டிருந்த கிராமத்தினர் நால்வர் தரையில் கிடத்தப்பட்டிருந்தனர்.

காவலில் இருந்த சிப்பாயின் உடைவாளை, லட்சுமணன் கையோடு எடுத்து வந்திருந்தான். அத்தோடு வலது கையில் ஈட்டியும் வைத்திருந்தான். வேலன் தன் உடைவாளை உருவிக்கொண்டு, பலகையில் குதித்துக் கொண்டிருந்தவர்களுடன் தான் சண்டையிடுவதாகவும், மற்ற இருவருடன் லட்சுமணன் மோதவேண்டுமென்றும் சைகை காட்டினான். லட்சுமணன் அடுத்த நொடியே உள்ளேநுழைந்து, முதல் ஆளின் அடிவயிற்றில் ஈட்டியைப்பாய்ச்சி விட்டு, வாளுடன் அடுத்த ஆள்மீது பாய்ந்தான். வேலன் கட்டையில் குதித்துக்கொண்டிருந்த இருவரையும் நோக்கி

ஓடினான். வேலனின் வாள்வீச்சிற்கு முன்னால் அந்த இருவரும், ஒரு நிமிடம் கூடத் தாக்குப்பிடிக்க முடியாமல் பிணமாய்ச் சாய்ந்தனர். ஆனால் லட்சுமணனின் வாள்வீச்சு அத்தனை சிறப்பாக இல்லை. இரண்டாவது ஆள் லட்சுமணனின் வாளை எளிதாகக் கீழே தட்டிவிட்டு, வெட்டுவதற்கு வாளை ஓங்கினான். மீண்டும் வேலன் ஓடிவந்து தான் லட்சு மணனைக் காப்பாற்ற வேண்டி இருந்தது.

"என் உயிரை இரண்டு முறை காப்பாற்றி விட்டீர்கள்", என்றான் லட்சுமணன். "முதலில் இந்த இரண்டு உயிர்களையும் காப்பாற்றுவோம்", என்றான் வேலன். கயிற்றில் தொங்கிக் கொண்டிருந்தவனைக் கீழே இறக்கினர். ஆனால் அவன் மூச்சுத்திணறி இறந்து போயிருந்தான். பலகையிலிருப்பவனையாவது காப்பாற்ற முடியுமா என்று மேலிருந்த பலகையைத் தூக்கிப் பார்த்தனர். அவனோ விலா எலும்புகள் ஒடிந்து, மூக்கில் ரத்தம் வழிய இறந்து கிடந்தான்.

மறு மூலையில், கைகால்கள் பிணைக்கப்பட்டு, வாயில் துணியுடன், தரையில் கிடந்தவர்கள் அருகே சென்றனர். அவர்களது உடைகளை வைத்தே அந்த நால்வரும் கிராமத்துப் பணக்காரர்கள் என்று தெரிந்து கொள்ள முடிந்தது. கட்டை அவிழ்க்கப்போன லட்சுமணனைத் தடுத்து நிறுத்தினான் வேலன்.

"வேண்டாம். இவர்கள் இப்பொழுது தப்பி ஓடினால், நம் காரியம் கெட்டுவிடும்" என்றான். "அதுவும் சரிதான், இந்தப் பெரிய மனிதர்கள் எப்படியும் சண்டையில் நமக்கு உதவமாட்டார்கள்", என்றான் லட்சுமணன். இருவரும் பக்கத்துக் கூடாரத்திற்குள் சென்று எட்டிப் பார்த்தனர். அங்குதான் மற்ற கிராமத்து ஆட்கள் ஒரு நீண்ட கனமான மரத்துண்டில் கட்டிவைக்கப்பட்டிருந்தனர். "அவர்களை விடுவிக்கலாமா" என்று கேட்டான் லட்சுமணன்.

"இப்பொழுது நேரமில்லை, முத்தம்மாவும், மற்ற பெண்களும் வரும் நேரமாகிவிட்டதே" என்ற வேலன், "சரி, ஒரு ஆளை விடுவித்து, மற்றவர்களை அவன் மூலம் விடுவிக்கச்சொல். ஆனால் துப்பாக்கி சுடும் சத்தம் கேட்கும் வரை வெளியே வரக்கூடாது என்று சொல்லி விடு", என்றான். வேலன் அத்தோடு வெளியேறி பொட்டலை நோக்கி நடந்தான். அங்கே பொட்டல், தீப்பந்தங்களின் ஒளியில் ஒரு பெரிய நடன அரங்கம் போல் மாறியிருந்தது. ஒரு பாறையின் பின்னே நின்றுகொண்டு

பொட்டலை முழுவதுமாக ஆராய்ந்தான் வேலன். வேலன் நின்ற பாறைக்குச் சற்றுத் தள்ளி இருந்த இரண்டு பாறைகள் மீதும் வண்ணத்துணிகள் போட்டு அரண்மனை இருக்கைபோல் அலங்கரித்திருந்தனர். அவை இரண்டின் மீதும் அமர்ந்திருந்த நெடிய உருவங்களின் ஆடம்பரமான ஆடைகளை வைத்தே அவர்கள் தான் லுபார்களின் தலைவர்களாக இருப்பார்கள் என்று முடிவு செய்தான் வேலன். இரண்டு தலைவர்களும் கையில் நீண்ட துப்பாக்கிகள் வைத்திருந்தனர். அதற்குள் லட்சுமணன் வேலனிடம் வந்து சேர்ந்து "அடுத்து என்ன செய்யப்போகிறோம்", என்று கேட்டான்.

"முத்தம்மா வரும் வரை காத்திருக்க வேண்டும்", என்றான் வேலன்.

"வேலன் சாகிப், ஒரு சந்தேகம் கேட்கலாமா?" என்றான் லட்சுமணன்.

"ஓ... நேரம் இருக்கிறது கேள்", என்றான் வேலன்.

"அங்க கூடாரத்தில சித்திரவதையால செத்தாங்களே, அவங்க ரெண்டு பேரையும் பார்த்தாலே ஏழைங்கன்னு தெரியுது. அவங்க பதில் சொல்லக்கூட வாய்ப்புக் கொடுக்காம ஏன் சித்திரவதை செஞ்சாங்க?", என்று கேட்டான் லட்சுமணன்.

"ஏழைகளைக் கொல்றது, பணக்காரங்களை மெரட்டுறதுக்காக", என்ற வேலன். தொடர்ந்து, "பணக்காரங்களைக் கொல்லமாட்டாங்க. அவங்ககிட்ட, அடுத்த வருசமும் கொள்ளையடிக்க வேண்டாமா? லட்சுமணா, இப்போ எனக்கு ஒரு சந்தேகம். ஏதோ மகராஜாக்கள் மாதிரித் திமிராய் உட்கார்ந்திருக்கிற ரெண்டு பேர்ல, யாரு ஷேர்கான், யார் அப்துல்லாவாக இருக்க முடியும்?" என்று கேட்டான் வேலன்.

"ஷேர்கானுக்கு ஒரு கண்ணு கிடையாதுன்னு சொன்னான் லோடா", என்றான் லட்சுமணன். "ஓ, இடதுபுறம் இருக்கவன், ஒரு கண்ணை மறைச்சுத் துணி கட்டியிருக்கான், அப்போ அவன்தான் ஷேர்கானாக இருக்கணும்" என்றான் வேலன்.

"அதனால வலதுபக்கம் இருக்கவன்தான் அப்துல்லா. ஆனால், அதோ அந்த ரெண்டு பேரும் யாராயிருக்கும்?", என்றான் லட்சுமணன்.

லட்சுமணன் சுட்டிக்காட்டிய இருவரையும் கவனித்தான் வேலன். இரண்டு லுபார் தலைவர்களுக்கும் சற்று முன்பாகத்,

தரையில் வண்ணத்துணிகள் விரித்து அதில் இருவர் அமர்ந்திருந்தனர் அவர்களின் உடைகளை வைத்தே ஒருவர் இந்து, மற்றவர் இசுலாமியர் என்பது தெரிந்தது. இருவரும், படித்தவர்கள் போன்றும், மதப் பிரச்சாரம் செய்பவர்கள் போன்ற மென்மையான தோற்றத்துடனும் இருந்தனர். “ரவீந்திரகுமார் சொன்னாரே, முல்லா, பண்டிட்டுகளும் இருப்பாங்கன்னு”, என்று நினைவு படுத்தினான் வேலன்.

“சபாஷ், இங்கே ஒருபண்டிட்டும், ஒரு முல்லாவும் இருக்காங்க. கொள்ளைக்காரங்களுக்கு மதபோதனைசெஞ்சு பாவமன்னிப்புக் கொடுக்கிறாங்க போல”, என்றான் லட்சமணன்.

“சரி, மைதானத்தைக் கணக்கெடுக்கலாம்”, என்றான் வேலன். பொட்டலெங்கும் ஒழுங்கில்லாமல் பிண்டாரிகள் குழுமி இருந்தனர். சிலர் நின்றுகொண்டும், சிலர் காலை நீட்டி அமர்ந்தும், சிலர் குத்துக் காலிட்டும் சிறுசிறு குழுக்களாகக் கூடிப் பேசிக்கொண்டிருந்தனர். ஆங்காங்கே, சாராயக் கலயங்கள் தாராளமாக வைக்கப்பட்டிருந்தன. சிலர் சிப்பாய் உடையிலும், பெரும்பாலோர் வேட்டி, தலைப்பாகை மட்டும் அணிந்தும் இருந்தனர். மைதானத்தின் இடதுபுறம், பிண்டாரிகளால் கைதிகளாக இழுத்து வரப்பட்ட சுமார் ஐம்பது பேர் கால்கள் ஒரே கயிறால் பிணைக்கப்பட்டு நிற்க வைக்கப்பட்டிருந்தனர். “கைதிகளுக்கு, மிச்சம் மீதிச் சாப்பாட்டைத் தருவாங்க போல”, என்றான் வேலன். அப்பொழுது கைதிகளுக்குப் பின்னால் இருட்டில் ஒரு மாட்டு வண்டி நிற்பது தெரிந்தது. “வண்டிக்காரங்க சொன்னபடி வந்துட்டாங்க”, என்றான் லட்சுமணன். திடீரென்று ஒரே கைதட்டலும், விசில் ஒலிகளும் மைதானமெங்கும் அதிர்ந்தன. தூரத்தில் முத்தம்மா தலையில் ஒரு கூடையுடன், நாட்டியக்காரி உடையில் வந்து கொண்டிருந்தாள். அவள் பின்னே உணவுத் தட்டுகளுடன் கிராமத்துப் பெண்களும், பெண்களுக்குப் பின்னால் சாராயக் கலயங்களுடன் பல ஆண்களும் வந்து கொண்டிருந்தனர்.

41

தீப்பந்தங்களின் ஒளியில், பளபளப்பான நாட்டிய உடையில் தேவதை போல் வந்து கொண்டு இருந்தாள் முத்தம்மா. ஆவென்று வாயைப் பிளந்தது பிண்டாரிகள் கூட்டம். அவளது தலையில் இருந்த அழகான மூங்கில் கூடையில் வெளிநாட்டுச் சாராய

பாட்டில்கள் இரண்டும், இரண்டு அழகிய கண்ணாடிக் குவளைகளும் இருந்தன. அவள் பின்னே வந்த பெண்கள் அனைவரும் உணவு நிறைந்த தட்டுகளை எடுத்து வந்தனர். அவர்களைத் தொடர்ந்து சாராயக் கலயங்களுடன் சில கிராமத்து ஆண்கள் வந்தனர். ஆண்களின் கடைசி வரிசையில் நூனியாக்களும் மண்பானைகளோடு வந்து கொண்டு இருந்தனர். நூனியாக்கள் பிண்டாரிகளின் பின்புறம் சென்று மண்கலயங்களை இறக்கி வைத்துவிட்டு நின்றனர். உணவுகளையும், சாராயக் கலயங் களையும் கிராமத்தினர் கூட்டத்தின் முன்னே தரையில் இறக்கி வைத்தனர். பிண்டாரிகள், தலைவர்களின் அனுமதிக்காகக் காத்திருக்கவில்லை. உணவும், சாராயமும் உடனே விரைவாகக் காலியாகத் தொடங்கியது. இதையெல்லாம் கவனிக்காமல் தன் கையிலிருந்த கூடையுடன் ஒயிலாக நடந்து சென்ற முத்தம்மா, கூடையை முதலில் ஷேர்கானிடம் நீட்டினாள். ஷேர்கான் புன்னகையோடு ஒரு சாராய பாட்டிலையும், கண்ணாடிக் குவளையையும் எடுத்துக் கொண்டான். கூடையை அப்துல்லாவிடம் நீட்டினாள். அப்துல்லா குவளையை எடுத்துப் பாறையின் மேல் வீசி உடைத்தான். பின்பு சாராயப் பாட்டிலின் மூடியை வெறும் பற்களாலேயே கடித்துத் திறந்து சாராயத்தைத் தண்ணீர்போல் ஒரு மூச்சு குடித்து முடித்தான். பக்கத்திலிருந்த ஷேர்கானோ, தன் இடையிலிருந்து எடுத்த குறுவாளால் பாட்டிலின் மூடியைத் திறந்து விட்டு, அழகாகக் குவளையில் மதுவை ஊற்றி மெல்ல உறிஞ்சினான். உயர்ந்த ரகச் சாராயத்தின் சுவையை ரசிக்காமல் குடித்த அப்துல்லா, பின் முத்தம்மாவிடம் திரும்பி,

“ஏய்... நீ தான் ராய்சவுத்ரி பொண்டாட்டியா, இது என்ன கப்படா, எங்களுக்கு டான்ஸ் பார்க்க எல்லாம் பிடிக்காது. சாராயம், சாப்பாடு, ஜல்சா. புரியுதா?” என்றான் பலமான சிரிப்போடு. “அவனைப் பற்றிக்கவலைப்படாதே, கலை உணர்வே இல்லாதவன், உனக்கு என்னென்ன நடனங்கள் தெரியும்?”, என்றான் ஷேர்கான்.

“சாகிப், எனக்கு சாஸ்த்ரீய சங்கீதமும், நடனமும் தெரியும். கூடவே சாட்டை டான்ஸ், கத்தி டான்ஸ், துப்பாக்கி டான்ஸ் கூட ஆடுவேன்”, என்றாள் முத்தம்மா பணிவாக. “அதென்ன துப்பாக்கி டான்ஸ்?” என்று கேட்டான் ஷேர்கான். தூரத்தில் மறைந்திருந்து இதை வேடிக்கை பார்த்துக்கொண்டிருந்த வேலன், லட்சுமணனிடம்,

“உன் ஈட்டியைக் குடு, அதைவச்சு முள்ளுச்செடியில எப்படி

நடக்கிறதுன்னு காட்டறேன்", என்றான். லட்சுமணன் ஒன்றும் புரியாமல் ஈட்டியை வேலனிடம் நீட்டினான்.

அங்கே முத்தம்மா, "ஆடிக் காட்டறேன் சாகிப்", என்று சொல்லிக்கொண்டே திடீரென்று அப்துல்லா முன்பிருந்த துப்பாக்கியை எடுத்துக் கையில் பிடித்துக்கொண்டு, ஒயிலாக வளைந்து நின்றாள். துப்பாக்கி தனது தலையையே குறிபார்க்குமாறு வைத்திருந்தாள். அப்துல்லா அலறினான்,

"பேவகூப் லடுக்கி, அதில குண்டு இருக்கு. பொம்மைத் துப்பாக்கி இல்லை, நெஜ துப்பாக்கி." அப்துல்லாவின் அலறலை ரசித்த ஷேர்கான், "ஆமாம் பெண்ணே, நாங்கள் எப்பவும் துப்பாக்கியைச் சுடுவதற்குத் தயாராகத்தான் வைத்திருப்போம். அதை வைத்து விடு. எனது துப்பாக்கியை வைத்து ஆடு. கோலியை எடுத்துவிட்டுத் தருகிறேன்," என்றவன் குனிந்து தனது துப்பாக்கியிலிருந்த குண்டை வெளியே எடுத்தான். அந்த இடைவெளியில் முத்தம்மா, தன் கையிலிருந்த அப்துல்லா துப்பாக்கியின் பாதுகாப்புப் பூட்டைத் தள்ளியதை யாரும் கவனிக்கவில்லை.

"ஐயய்யோ, உள்ளே குண்டு இருக்கா சாகிப்?", என்று பதறிப்போய் முத்தம்மா துப்பாக்கியை அப்துல்லாவிடம் நீட்டினாள். "பேவகூப் லடுக்கி", என்று திட்டிக்கொண்டே தன் துப்பாக்கியை வாங்கக் கையை நீட்டினான் அப்துல்லா. அதுவரை பயத்தால் நடுங்கியது போல் நடித்துக்கொண்டிருந்த முத்தம்மாவின் உடல் திடீரென்று கம்பிபோல் விறைப்பானது. துப்பாக்கியின் குழலால் அப்துல்லாவின் நெற்றிப் பொட்டில் குறிபார்த்து, துப்பாக்கியின் பின்புறத்தைத் தன் தோளில் இறுக அழுத்திக்கொண்டு, விசையைத் தட்டினாள். மிக அருகிலிருந்து சுட்டதால், குண்டு அப்துல்லாவின் தலையைத் துளைத்துக்கொண்டு சென்றது. ஓசையின்றி அப்துல்லாவின் பிணம் தரையில் விழுந்தது. ஒரு கணம் மைதானம் முழுவதும் திகைத்து நின்றது. ஒரே ஒரு நொடி தான்.

அடுத்த நொடி, ஷேர்கான் துள்ளி எழுந்து தன் உடைவாளை எடுத்து, முத்தம்மாவை வெட்டுவதற்கு ஓங்கினான். ஆனால் அந்த ஒருநொடி இடைவெளியில், ஈட்டியின் அடிப்பக்கத்தைத் தரையில் நெம்புகோல் போல் ஊன்றிய வேலன், அவனுக்கும் ஷேர்கானுக்கும் இடையே இருந்த முட்புதரைத் தாண்டி, ஷேர்கானை எட்டி உதைத்தவாறே மைதானத்தில் குதித்தான். ஷேர்கான்

சமாளித்துக்கொண்டு எழுந்து வேலனை நோக்கி ஓடிவந்தான். வேலன் உருவிய வாளுடன் ஷேர்கானைச் சந்திக்கத் தயாராயிருந்தான். வேலனை ஒரே வீச்சில் இரண்டு துண்டுகளாக்கி விடலாம் என்று கோபமாக ஓடிவந்தவன், வேலன் நிதானமாகக் காத்திருப்பதைக் கண்டதும், தானும் எச்சரிக்கையடைந்தான். எதிரியும் பயிற்சி பெற்ற வாள் வீரன் என்பதை இருவரும் உணர்ந்தனர். நிதானமாகச் சண்டையிடத் தொடங்கினர்.

தலைவருக்கு உதவுவதற்காகப் பிண்டாரிகளில் சிலர், வெட்டு வாட்களுடன் ஷேர்கான் அருகே ஓடிவர முயன்றனார். ஆனால் அதற்குள் அப்துல்லாவின் வாளுடன் முத்தம்மாவும், தன் மராத்திய ஈட்டியுடன் லட்சுமணனும் அவர்களை எதிர்கொள்ளத் தயாராக நின்றனர். ஒருகணம் பிண்டாரிகள் தயங்கிநின்றனர். முத்தம்மாவும், லட்சுமணனும் நொடியும் தயங்கவில்லை. நரிகளின் கூட்டத்தில் புகுந்த புலிகளைப்போல் கண்ணில் பட்டவர்களையெல்லாம் வெட்டியும், குத்தியும் மண்ணில் சாய்க்கத் தொடங்கினர். கூட்டம் பயந்துபோய்ப் பின்வாங்கியது. முத்தம்மாவின் துப்பாக்கிச் சத்தம் கேட்ட உடனேயே வேலனின் ஆட்கள் தாக்குதலைத் தொடங்கினர். அடிமைகளின் அருகே துப்பாக்கிகளுடன் காவலுக்கு நின்ற இரு பிண்டாரிகளையும், சார்லசும், பீட்டரும் குறி பார்த்துச் சுட்டு வீழ்த்தினர். அதே சமயம் நூனியாக்கள் தாங்கள் சுமந்து வந்து கீழே வைத்திருந்த கனமான மண்கலயங்களைத் தங்கள் முன்னே தரையில் அமர்ந்திருந்த பிண்டாரிகளின் தலைகளில் போட்டு உடைத் தனர். அவற்றிலிருந்த கந்தக அமிலம் கலந்த திரவம், பிண்டாரிகளின் கண்களையும், தோலையும் எரிக்கத் தொடங்கியது. வலி தாங்காமல் பிண்டாரிகள் மண்ணில் புரண்டு கதறினர்.

எஞ்சிய பிண்டாரிகள் அலறித் அடித்துக் கொண்டு இருபுறமும் சிதறி ஓடினர். ஆனால் இருபுறமிருந்தும் தொடர்ந்து குண்டுகள் சீறிப் பாய்ந்தன. பீட்டரும், சார்லசும் ஆளுக்கு இரண்டு துப்பாக்கிகளுடன் வந்திருந்தனர். தங்களுக்குத் துப்பாக்கியில் குண்டு நிரப்பிக் கொடுக்க உதவிக்கு ஆளுக்கொரு நூனியாவை வைத்து இருந்தனர். எனவே குண்டுகள் இடைவிடாது வந்து கொண்டிருந்தன. அதுவும், ஒரு குண்டைக் கூட வீணாக்காமல் குறிபார்த்துச் சுட்டனர். தப்பித் தென்புற மாக ஓடமுயன்ற பிண்டாரிகளை, வில்லோடு காத்திருந்தலோடா பாயின் அம்புமழை வரவேற்றது. அம்புகளும் ஒன்று கூட வீணாகாமல் பிண்டாரிகளின் மார்புகளில் பாய்ந்தன. ஏற்கனவே திட்டமிட்ட படி

வண்டியோட்டிகள், அடிமைகளைக் கட்டியிருந்த கயிறுகளை வெட்டி எறிந்தனர். வண்டியில் இருந்த கோடாரி, வெட்டுவாட்கள், கடப்பாரைகளை அந்த அடிமைகள் முன்பு தூக்கி எறிந்தனர்.

வேலனும், ஷேர்கானும் சண்டையிடுவதைப் பார்ப்பதற்காக ஆவலுடன் பின்னால் திரும்பினாள் முத்தம்மா. ஆனால் அதில் யார் சிறந்த வாள்வீரன் என்று அவள் தெரிந்து கொள்வதற்கு முன்பாகப் பீட்டர் தன் துப்பாக்கியால் ஷேர்கானைச் சுட்டு வீழ்த்தினான். சரி, பிண்டாரிகளை மீண்டும் ஒரு கை பார்க்கலாமென்று முத்தம்மா அவர்கள் பக்கம் திரும்பினாள். ஆனால் அங்கும் அவளது வாளுக்கு வேலை கிடைக்கவில்லை. அடிமையாக இழுத்து வரப்பட்டிருந்தவர்கள், விவசாயிகள் கொடுத்த ஆயுதங்களுடன் பிண்டாரிகளின் மீது பாய்ந்தனர். அதனால் பீட்டர், சார்லஸ், லோடாபாய், லட்சுமணன் அனைவருமே தங்கள் தாக்குதல்களை நிறுத்த வேண்டியதாயிற்று. பல மாதங்களாகத் தங்களை விலங்குகள் போல் அடித்து, உதைத்து, அரைப்பட்டினி போட்டு, சுமைதூக்கி வரவைத்த பிண்டாரிகளை அந்த அடிமைகள் கூட்டம், விவசாயக் கருவிகளுடன் வெறிகொண்டு தாக்கியது. அடிமைகளின் கண்களில் தெரிந்த வெறியைப் பார்த்ததுமே பிண்டாரிகள் பயந்து போய் மண்டியிட்டு உயிர்ப்பிச்சை கேட்டனர். ஆனால் மன்னிக்கின்ற மனநிலையில் அடிமைகள் இல்லை. ஒரே சமயத்தில் ஒவ்வொரு பிண்டாரியின் மீதும் பல வெட்டுக்கத்திகளும், கோடாரிகளும், கடப்பாரைகளும் தாக்கின. இறந்து போனவர் களையும்கூட விடாமல் தாக்கிக் கூறு போட்டுக்கொண்டு இருந்தனர்.

லட்சுமணன் முத்தம்மாவிடம், கிராமத்து ஆட்கள் கூடாரத்தில் கைதிகளாக இருப்பதைக் கூறினான். கட்டுகளை அவிழ்த்து விட்டிருந்தும் ஏனோ அவர்கள் வெளியே வரவில்லை. முத்தம்மா, ஓரமாய் ஒளிந்து கொண்டிருந்த ராய்சவுத்திரியின் மனைவியையும், மற்ற பெண்களையும் அழைத்துச் சென்று கூடாரத்தைக் காட்டினாள். கிராமத்துப் பெண்கள் அனைவரும் விழுந்தடித்துக்கொண்டு கூடாராத்திற்குள் ஓடினர். அங்கிருந்த ஆட்கள் ஏன் வெளியே வரவில்லை என்பதற்கு விடை கிடைத்தது. பாவம், இரண்டு நாட்களாகப் பட்டினி கிடந்ததால், அவர்கள் யாராலும் நடக்கக்கூட முடியவில்லை. அவர்களைப் பெண்கள் தாங்கிப்பிடித்து அழைத்து வந்தனர். சில பெண்கள் கூடாரத்திற்குள் பெருங்குரலெடுத்து அழத்தொடங்கினர். சித்திரவதை செய்து கொல்லப்பட்ட இருவரின் குடும்பத்தினராய் இருப்பார்களென

வேலன் ஊகித்தான். அதற்குள் ராய்சவுத்திரியின் மனைவியும், ரவீந்திரகுமாரும் வேலனிடம் ஓடிவந்தனர். "வேலன், எங்கே தேடியும் ராய் சவுத்திரியைக் காணோம்", என்றார் ரவீந்திரகுமார். ராய்சவுத்ரியின் மனைவியோ பெருங்குரலில் அழத்தொடங்கி விட்டாள்.

"ரவீந்திரகுமார்ஜி, பொன் முட்டையிடற வாத்தைப் பிண்டாரிங்க கொல்ல மாட்டங்க", என்ற வேலன் லட்சுமணனிடம், "நாம குளத்தங்கரையில பார்த்த இரண்டு கூடாரத்திலதான் அவரை எங்கேயாவது ஒளிச்சு வச்சிருக்கணும், வா போகலாம்", என்றான்.

"ஒரு குறுக்கு வழி இருக்கு, வாங்க, நான் கூட்டிக்கிட்டுப்போறேன்" என்றான் லோடா. "நானும் வர்றேன்", என்று சொன்ன முத்தம்மா, "இவனுங்க ரெண்டு பேரும் எங்கே போனாங்க", என்று காலியாக இருந்த தரைவிரிப்புக்களைக் காட்டினாள். பண்டிட்ஜியும், முல்லாவும் மாயமாகியிருந்தனர்.

"அதைவிடு, மொதல்லே ராய்சவுத்திரியைக் காப்பாத்துவோம்", என்ற வேலனுடன் லட்சுமணனும், முத்தம்மாவும் புறப்பட்டனர். ரவீந்திர குமாரும், பிரதானின் மனைவியும் அவர்களுடன் சேர்ந்து கொண்டனர். லோடா பாய் அவர்களை முட்புதர்களின் நடுவே குறுக்கு வழியில் ஐந்தே நிமிடங்களில், வண்ணக் கூடாரங்கள் இருந்த இடத் திற்கு அழைத்துச் சென்று விட்டான். கூடாரங்கள் காலியாயிருந்தன. கொள்ளையடித்த பொருட்களில் வேலைப்பாடுள்ள கம்பளம் போன்ற விலை உயர்ந்த பொருட்கள் அங்கே அடுக்கி வைக்கப்பட்டிருந்தன. ஒரு கூடாரத்தின் நடுமரத்தில், ராய்சவுத்ரி கட்டிவைக்கப் பட்டிருந்தார். ஆனால் அவருக்கு உணவு, தண்ணீரெல்லாம் ஒழுங்காகக் கொடுத்திருந்தார்கள் போலும். அவர் அத்தனை களைப்பாக இல்லை.

"சொன்னேன் இல்லையா, பொன்முட்டையிடற வாத்தைக் கொல்ல மாட்டாங்க", என்றான் வேலன். ராய்சவுத்ரியை விடுவித்து அவரது மனைவி மற்றும் ரவீந்திர குமாருடன் அனுப்பி வைத்தபின் வேலனிடம் முத்தம்மா கேட்டாள் முத்தம்மா, "கொள்ளையடிச்சது இவ்வளவு தானா, ரொம்பக் கொஞ்சமாத் தெரியுதே?"

லட்சுமணன் பதில் சொன்னான், "கிராமத்து ஆளுங்களை அடைச்சு வச்சிருந்த எடத்துக்குப் பக்கத்தில மூணாவது கூடாரம் ஒண்ணு இருந்துச்சு. அதிலதான் கொள்ளையடிச்ச பொருளையெல்லாம் அடுக்கி வச்சிருந்தாங்க."

“ஓ எல்லாம் அங்கே தான் இருக்கா?” என்றாள் முத்தம்மா.

“இப்போ இல்லை. நாம விடுவிச்ச அடிமைகள், ஆளுக்கொரு மூட்டையைத் தூக்கிக்கிட்டு ஓடிட்டாங்க”, என்றான் லட்சுமணன்.

“ஒருவேளை அதையெல்லாம் நாம எடுத்துக்குவோம்னு பயந்தாங்க போல இருக்கு”, என்றான் லோடா பாய்.

அப்பொழுது முட்புதர்களில் ஆட்கள் ஓடிவரும் சத்தம் கேட்டது. வேலன் அனைவரையும் மறைந்து கொள்ளச் சொல்லிவிட்டுத் தானும் மறைந்து கொண்டான். முல்லாவும், பண்டிட்டும் ஓடிவந்து கொண்டிருந்தனர். இருவரும் ஆளுக்கொரு கூடாரத்திற்குள் புகுந்தனர். பண்டிட்ஜி நுழைந்த கூடாரத்திற்குள் தான் ராய்சவுத்ரி கைதியாக வைக்கப்பட்டிருந்தார். அங்கே ராய்சவுத்ரி தப்பிச் சென்றிருப்பதைப் பார்த்த பண்டிட், அதைப்பற்றி அலட்டிக் கொள்ளாமல், கூடாரத்தின் ஒரு மூலையில் இருந்த கம்பளத்தைச் சுருட்டித் தள்ளினார். வேலனும், முத்தம்மாவும் கூடாரத்தின் வாசலில் இருந்து தலையை மட்டும் நீட்டி எட்டிப் பார்த்தனர். அதே போல் லோடா பாயும், லட்சுமணனும் முல்லா சென்ற கூடாரத்தை எட்டிப்பார்த்தனர். முல்லா, பண்டிட் இருவருமே, இரண்டு கூடாரங்களிலும் தரைக்கு அடியில் புதைக்கப்பட்டிருந்த பெரிய மூட்டைகளைப் பத்திரமாக எடுத்துத் தோளில் வைத்துக்கொண்டு வெளியே வந்தனர்.

வெளியே வேலனும், மேலும் மூவரும் நிற்பதைக் கண்டு திகைத்தனர். பண்டிட் துணிவை வரவழைத்துக் கொண்டு பேசினார், “வேலன் சாகிப், நான் பண்டிட் விஸ்வநாத், ஒரு பிரமாணன். ஒரு பிராமணன் மேல கைவச்சா, அந்தப் பாவம் உங்களை ஏழு பிறவி எடுத்தாலும் விடாது” என்றார்.

“என் பேரு எப்படித் தெரியும், பண்டிட்ஜி?”, என்றான் வேலன்.

“சண்டை நடந்த எடத்தில எல்லோரும் உங்க பேரைத் தானே சொல்லிக்கிட்டு இருந்தாங்க சாகிப்”, என்ற முல்லா, “நானும் கடவுளோட சேவகன். என் மேல கைவச்சா அல்லாஹ் உங்களைக் கட்டாயம் நரகத்தில தள்ளுவார்”, என்றார். “கடவுளோட சேவகர்கள், பிண்டாரிகள் கூட்டத்தில என்ன சேவை பண்றீங்க?”, என்றாள் முத்தம்மா.

“அவங்க கணக்குவழக்குப் பார்க்க, நல்ல நேரம் பார்த்துச் சொல்ல, எங்களை அடிமைகளா வச்சிருந்தாங்க”, என்றார் பண்டிட்.

“சுத்தப்பொய். இந்தச் சாமியாருங்கதான் ஊர்ல எவன்கிட்ட எவ்வளவு பணம் இருக்குன்னு உளவு சொல்றவனுங்க”, என்று ரவீந்திர குமாரின் குரல் கேட்டது. அனைவரும் பின்னால் திரும்பிப் பார்த்தனர். ரவீந்திரகுமாரோடு கிராமத்து ஆட்கள் நிறையப் பேர் வந்து கொண்டிருந்தனர்.

“மொதலாளியோட பணத்தைத் திருடிக்கிட்டுப் போறது தப்பில்லையா?” என்றான் வேலன்.

“இது என்னோட பங்கு மட்டும் தான்”, என்றார் பண்டிட்.

“இது பங்கு கூட இல்லை சாப், எங்க கூலி”, என்றார் முல்லா.

“எதுவா இருந்தாலும், இதில ஒண்ணாச்சும் எனக்கு வேணும்” என்றான் வேலன்.

“ஏழை பிராமணன்கிட்ட இருந்து பறிக்கறது பாவம். நீங்க, அந்த முல்லாவோட மூட்டையைப் பறிச்சிக்குங்க” என்றார் பண்டிட்.

“அரே வேலன் சாப், நான் ஒரு பக்கீர், பிச்சைக்காரன். பண்டிட்ஜிக்கு ஊரில வீடு, நெலமெல்லாம் இருக்கு”, என்றார் முல்லா.

“சரி, யாருகிட்ட இருந்து பறிக்கறதுன்னு நான் முடிவு பண்ணிக் கிறேன். லோடா பாய், கொஞ்சம் முன்னால வா”, என்றான் வேலன். லோடா பாய் தன் தோளில், நீண்ட வில்லை மாட்டியிருந்தான்.

“லோடா பாய், உன்னால எவ்வளவு தூரம் அம்பு எறியமுடியும்? குளத்துக்கு அந்தக்கரை வரைக்கும் எறியமுடியமா?” என்றான்.

“அவ்வளவு முடியாதுன்னு நினைக்கிறேன், முயற்சி பண்ணலாம், முக்கால்வாசித் தூரம் போகும்”, என்றான்.

“சரி, இப்போ பண்டிட்ஜிக்கும், முல்லா சாகிப்புக்கும் தப்பிக்க ஒரு வாய்ப்புக் குடுக்கப் போறேன். அவங்க குளத்தோட பாதி தூரத்தைத் தாண்டற வரைக்கும், நீ அவங்களை ஒண்ணும் செய்யக் கூடாது. அதுக்கப்புறம் குறிபார்த்துக் கொல்லலாம்”, என்றான் வேலன். “அடடா, எங்கிட்ட ஒரே ஒரு அம்புதானே இருக்கு”, என்றான் லோடா.

“அது போதும். ஒரு மூட்டைதான் எனக்கு வேணும். வேகமா முன்னால ஓடுறவன் மூட்டையோட உயிர் பிழைச்சுப் போகட்டும்.

ஓட முடியாமச் சாகிறவன் மூட்டை நமக்கு. என்ன சொல்றே?'', என்றான். கூடியிருந்தவர்கள் பலமாகக் கைதட்டினர். தங்களுக்குள், பண்டிட்டா, முல்லாவா? யார் பிழைப்பார்கள் என்று விவாதிக்கத் தொடங்கினர். சிலர் ரவீந்தரிடம் பந்தயமே கட்டத் தொடங்கினர்.

"ம், ஓடுங்க'', என்றான் வேலன். கடவுளின் சேவகர்கள் இருவரும் மூட்டைகளோடு ஓடத்தொடங்கினர்,

42

கடவுளின் சேவகர்களாக நடித்தவர்கள் ஓடத்தொடங்கும் முன்பே கிராமத்தினர் ஆரவாரம் செய்யத்தொடங்கி விட்டனர். இருவரில் யார் உயிரோடு தப்புவார்கள் என்று தெரிந்து கொள்வதில் மக்களுக்கு அத்தனை ஆர்வம். சற்று முன்புவரை தாங்கள் இருந்த அவலநிலையெல்லாம் மறந்து, ஓடுபவர்களை உற்சாகப்படுத்தத் தொடங்கினர். மத வேறுபாடின்றி முல்லாவிற்கும், பண்டிட்ஜிக்கும் ஆதரவாளர்கள் சேர்ந்து கூச்சலிட்டனர். இவர்கள் கூச்சலைவிட, உயிர்பிழைக்கும் ஆசை இருவரையும் ஓடவைத்தது. கொஞ்ச தூரம் ஓடும்பொழுதே பண்டிட், முல்லாவின் காலைத் தட்டிவிட்டார். கீழேவிழுந்த முல்லாவின் பணமூட்டையையும் பண்டிட் எடுத்துக்கொண்டு ஓடினார். முல்லா எழுந்து, தலையில் மூட்டை இல்லாததால் விரைவாக ஓடிச்சென்று, மூட்டைகளுடன் ஓடிக்கொண்டிருந்த பண்டிட்டின் காலைத் தட்டிவிட்டார். பண்டிட் தரையில் உருண்டு கொண்டிருக்க, இப்பொழுது முல்லா இரண்டு மூட்டைகளையும் சுமந்து கொண்டு ஓடினார். பண்டிட்டும் சுலபமாக விடுவதாக இல்லை. மீண்டும் ஓடிச்சென்று முல்லாவைப் பிடித்துக் கொண்டார். இருவரும் கட்டிப்புரண்டு சண்டையிட்டனர். மற்றவனைக் கீழே தள்ளிவிட்டுத் தான் முதல் ஆளாகச் சென்று தப்பி விடலாம் என்றே இருவரும் எண்ணினர். அதற்குள் அவர்கள் குளத்தின் பாதிதூரத்தைக் கடந்து விட்டதால், லோடாபாய் வில்லில் அம்பைப் பூட்டினான். கூட்டம் ஆர்வத்தில் கை தட்டியது. உடனே திரும்பிப் பார்த்த முல்லாவும், பண்டிட்டும், பகையை மறந்து, மூட்டைகளையும் மறந்து, அடுத்த கரையை நோக்கி உயிர்பிழைக்க ஓடினர். குளத்தின் மறுகரையைச் சேர்ந்தபின்புதான் மூச்சு வாங்குவதற்கு நின்றனர். இருவருக்கும் பணமூட்டைகளின் நினைவுவந்தது. இனிமேல் கொல்லமாட்டார்கள் என்று நினைத்து இருவரும் பணமூட்டைகளை எடுக்கத் திரும்பினர்.

“இப்போதும் என்னால் அவர்களில் ஒருவனைக் கொல்லமுடியும், யாரைக்கொல்ல?” என்றான் லோடாபாய்.

“பண்டிட்டைக் கொல்” என்று சிலரும், “முல்லாவைக்கொல்” என்று சிலரும், அவரவர்கள் பந்தயம் கட்டியிருந்ததற்கு ஏற்பக் கத்தினர்.

அதற்குள் துப்பாக்கியைத் தோளில் உயர்த்திய பீட்டர், “லோடா, நீ யாரை வேண்டுமானாலும் கொல், எஞ்சியிருப்பவனை நான் சுட்டுத் தள்ளுகிறேன்”, என்றான். “யாரையும் கொல்லவேண்டாம், வானத்தை நோக்கிச் சுடு”, என்றான் வேலன். பீட்டர் விசையை அழுத்தினான்.

வெடிச்சத்தத்தில் முல்லாவிற்கும், பண்டிட்டிற்கும் மீண்டும் ஞானோதயம் பிறந்தது. பணத்தைவிட உயிர்தான் முக்கியம் என்று முடிவு செய்து இருட்டில் ஓடி மறைந்தனர். லோடாபாயும், லட்சுமணனும் சென்று மூட்டைகளை எடுத்து வந்தனர். “ஏன் கொல்லாம விட்டீங்க? ரெண்டு பேரும் பழிவாங்கத் திரும்பி வருவாங்க என்றார் ரவீந்தர்.

“இல்ல, வேலன்சாப் செஞ்சது தான் சரி. இந்த ரெண்டுபேரும் இந்தக் கிராமத்தை நினைச்சுப் பயந்து சாவாங்க. அவங்க கதையைக் கேட்டப்பறம் எந்தப் பிண்டாரியும் இந்தக் கிராமத்துப் பக்கம் வர ஆசைப்படமாட்டான்”, என்றார் நூனியாக்களின் தலைவர் சிவ்சங்கர்.

அனைவரும் கிராமத்தை நோக்கித் திரும்பினர். வழியில் இறந்து கிடந்த பிண்டாரிகளின் உடல்களைப் பார்த்துக் கொண்டிருந்த ராய் சவுத்ரி, “இந்தக் காட்சியைக் காண வைத்த கடவுளுக்கு நன்றி”, என்றவர் வேலனிடம் திரும்பி, “எங்கள் அண்ணன் வீட்டினர் எங்கே என்று கேட்டீர்களல்லவா? முன்பு இதேபோல் வந்த பிண்டாரிகள் கூட்டம் அவர்களைக் கொன்றுவிட்டது” என்றார்.

அத்தனை குழப்பத்திலும், அனைவரும் பசியாயிருப்பார்கள் என்பதை உணர்ந்த கிராமத்துப் பெண்கள், கூட்டாக அமர்ந்து கோதுமை ரொட்டிகளை அடுப்பில் வாட்டி அனைவருக்கும் கொடுக்கத் தொடங்கினார். அவற்றை வெறும் கையாலேயே வாங்கிச் சாப்பிடத் தொடங்கிய வேலனிடம் முத்தம்மா கூறினாள்,

“எல்லாப் பொம்பளைங்க மொகத்திலயும், எவ்வளவு சந்தோஷம் பாரு. ஒவ்வொருத்தியும் தன்னை, எமன்கிட்ட இருந்து

கணவனை மீட்ட சாவித்திரின்னு நெனச்சிக்கிறா போல இருக்கு'' என்றாள்.

"அது உண்மையயோ, இல்லையோ, கிராமத்துப் பொண்ணுங்க எல்லாரும் நீதான் அவங்களைக் காப்பாத்தின பவானி தேவின்னு பேசிக்கிறாங்க'', என்றான் வேலன் மகிழ்ச்சியான குரலில்.

"அப்பிடியா, சரி நீ என்ன நெனச்சே'', என்றாள் முத்தம்மா.

"நீ கத்தியோட பாயறப்போ தேவதை மாதிரி இல்லை, பத்ரகாளி மாதிரி இருந்தே'', என்றான் வேலன். முத்தம்மா பொய்க்கோபத்துடன் எழுந்து சென்றாள்.

"கோபப்படாதே, பத்ரகாளிதான் எனக்கு ரொம்பப் புடிச்ச தேவதை'', என்று சமாதானப் படுத்த முயன்றான் வேலன். கோபமாக அவன் பக்கம் திரும்பிய முத்தம்மா,

"நான்தான் ரொம்பப் புடிச்ச தேவதையா, அப்போ கொஞ்சம் புடிச்ச தேவதைங்க யார்யாரு இருக்கா?'', என்றாள். வேலனால் உடனடியாகப் பதில்சொல்ல முடியவில்லை. முத்தம்மா வீட்டை நோக்கிச் சென்று விட்டாள். வேலன் ராய் சவுத்ரியிடம் சென்று, மறுநாள் காலை பிண்டாரிகளின் பிணங்களைப் புதைக்க ஏற்பாடு செய்யச் சொல்லிவிட்டு வீடு திரும்பினான். அறையில் முத்தம்மா களங்கமற்ற குழந்தை முகத்துடன் அயர்ந்து தூங்கிக் கொண்டிருந்தாள். சற்று முன்பு, சண்டைநடக்கும் போதுதான் இந்த முகத்தில் எத்தனை வீரமும், கோபமும் பொங்கியது என்று எண்ணும்போதே வேலனுக்கு வியப்பாக இருந்தது. அருகே சென்று கலைந்திருந்த அவளது ஆடைகளைச் சரி செய்துவிட்டு, மெல்லிய போர்வையால் அவளை மூடினான். பின்பு தானும் பக்கத்துக் கட்டிலில் படுத்து, மறுகணமே உறக்கத்தில் ஆழ்ந்தான். அவனது குறட்டைச்சத்தத்தால் தூக்கம் கலைந்து விழித்துக் கொண்ட முத்தம்மா தன்மேல் போர்வை போர்த்தியிருப்பதையும், அருகே வேலன் அயர்ந்து உறங்குவதையும் பார்த்துவிட்டு மீண்டும் உறக்கத்தில் ஆழ்ந்தாள். அவளது முகத்தில் லேசான புன்னகை அரும்பியிருந்தது.

மறு நாள் காலை வேலன் விழித்தபின், முதல் வேலையாக லோடா பாயைத் தேடிப் பிடித்து பிண்டாரித் தலைவர்களின் பணமூட்டையை என்னசெய்தாய் என்று கேட்க நினைத்தான். அதற்குள் லட்சுமணனும் லோடாபாயும், ரவீந்திரகுமாரோடு வேலனை நோக்கி வந்து கொண்டிருந்தனர். அவர்களிடம் பிண்டாரிகளின் பணமூட்டைகள் இருந்தன. இரண்டையும்

வேலனின் காலடியில் வைத்தான் லோடாபாய். "இது ரெண்டும் உனக்கும், முத்தம்மாவுக்கும்", என்றார் ரவீந்திரநாத்.

"என்ன, திருட்டுப்பொருள் எங்களுக்கா?", என்றான் வேலன்.

"வேறென்ன செய்ய முடியும், எது எந்த ஊர்ல கொள்ளை அடிச்சதுன்னு யாருக்குத் தெரியும்?", என்றார் ரவீந்திர குமார். சற்று நேரம் வேலன் சிந்தனையில் ஆழ்ந்தான். அவர்கள் பேசுவதைக் கேட்டுக் கொண்டே அங்கே வந்த முத்தம்மா,

"அதை நாம எல்லோரும் பங்கு போட்டுக்கலாம்", என்றாள்.

"அது வழக்கம் இல்லை. கமாண்டருக்குத் தான் கொள்ளையில மொதல் பங்கு. எங்களைப் பத்திக் கவலைப்படாதீங்க, எங்க பங்கை நாங்க ஏற்கனவே எடுத்துக்கிட்டோம்", என்றார் ரவீந்திரகுமார். குழப்ப மடைந்த வேலனையும், முத்தம்மாவையும் பார்த்து லோடாபாய் விளக்கினான், திரும்ப ஒரு தடவை ஷேர்கான், அப்துல்லா கூடாரங்கள்ல நல்லாத் தேடினோம். பணம் பொருள் எல்லாம் நெறைய இருந்துச்சு, அதை நாங்க பங்கு போட்டுக்கிட்டோம். ரவீந்திரநாத் தாதா தான் பங்கு பிரிச்சிக் குடுத்தார்", என்றான் லட்சுமணன்.

"ஆமா, பாதியைச் சிவசங்கர் கிட்ட குடுத்து நூனியாக்களுக்குப் பிரிச்சுக் கொடுக்கச் சொல்லிட்டேன். இன்னொரு பாதியை நம்ம குழுவுக்குப் பிரிச்சுக் குடுத்திட்டேன்", என்றார் ரவீந்தர். வேலன் முகத்தில் படர்ந்த குழப்பத்தைக் கண்டு, "நம்ம குழுன்னா, நான் லோடாபாய், , லட்சுமணன், பீட்டர், சார்லஸ்" என்றார்.

"என்ன லோடாபாய், எங்க கொள்ளைக் கும்பல்ல நீயும் சேர்த்திட்டியா?" என்றான் வேலன்.

"இப்போ மட்டும் இல்லை வேலன் சாகிப், நிரந்தரமா உங்களோட கல்கத்தா வந்திடலாம்னு இருக்கேன்", என்றான் லோடா.

"ஓ... தாராளமா வா", என்றாள் முத்தம்மா.

"ஆனா அது அவ்வளவு சுலபம் இல்லை. நான் முன்னால வேற ஒரு ஜமீன்தாருக்கிட்ட அடிமையா இருந்தேன். அந்த ஜமீன்தார் ஒரு மோசமான ஜென்மம். ராய்சவுத்ரிதான் பணம் கட்டி எனக்கு விடுதலை வாங்கிக் குடுத்துக் கூட்டிக்கிட்டு வந்தாரு" என்றவன், "இப்போ உங்க தயவாலே என் கையில பணம் இருக்கு. சவுத்ரி தாதாக்கிட்ட நீங்க பேரம் பேசி எனக்கு விடுதலை வாங்கிக் கொடுக்க முடியுமா?" என்று கெஞ்சும் குரலில் கேட்டான்.

"நிச்சயமா நீ எங்களோட வர்றே", என்றான் வேலன். "கொஞ்ச நேரத்தில ராய் சவுத்ரி வீட்டுக்கு நான் வர்றேன்னு சொல்லுங்க", என்று ரவீந்திரகுமாரிடம் சொல்லி அனுப்பினான். லட்சுமணன் கொடுத்த தேநீரைக் குடித்துவிட்டு, உடை மாற்றிக் கொண்டு லோடாபாயுடன் பிரதான் ராய் சவுத்ரியின் வீட்டுக்குச் சென்றான் வேலன். முத்தம்மாவிற்கு முக்கியமான வேலைகள் இருந்தன. தங்கள் வண்டியில் வெடி உப்பை ஏற்றுவதற்காக லட்சுமணனை அழைத்துக்கொண்டு நூனியாக்கள் இருந்த இடத்திற்குச் சென்றாள். முத்தம்மாவைப் பார்த்தவுடனேயே நூனியாக்கள், 'தீதி', 'தீதி' என்று அன்போடும், மரியாதையோடும் கூவினர். "கிராமத்து ஆளுங்க எல்லாம் பொணங்களைப் பொதைக்கப்போயிட்டாங்க, வண்டியில நிமக் ஷோராவை ஏத்த உதவி செய்ய முடியுமா, கூலி தந்திடறேன்" என்றாள். "கூலியும் வேண்டாம், ஒண்ணும் வேண்டாம் தீதி", என்று சொல்லியபடியே நூனியாக்கள் உற்காகமாக வெடிஉப்பை மூட்டை களாக் கட்டி வண்டியில் ஏற்றத் தொடங்கினார்.

வேலனைத் தன் வீட்டில் மலர்ந்த முகத்துடன் வரவேற்ற ராய் சவுத்ரி, "வேலன் சாகிப், நீங்க என்னை விடச் சின்ன வயசுக்காரர், இல்லைன்னா உங்க கால்ல விழுந்து என் நன்றியைத் தெரிவிப் பேன்", என்றார். சின்ன வயதினளான, ராய் சவுத்ரியின் மனைவி ஓடிவந்து வேலனின் காலைத் தொட்டு வணங்கிவிட்டுச் சென்றாள்.

"அதையெல்லாம் விடுங்க பிரதான்ஜி, நிமக்ஷோரா பத்திப் பேசுவமா, நான் நாளைக்குப் புறப்படப் போறேன்", என்றான்.

"இதில பேசுறதுக்கு என்ன இருக்கு? என் பங்கு ஷோராவை மட்டும் இல்லை, ஜமீன்தார் பங்கையும் சும்மாவே எடுத்துக்குங்க. அவருக்கு நான் பணம் குடுத்துக்கறேன்", என்றார். "அப்படியெல்லாம் எடுத்துக்க முடியாது. இது வியாபாரம். நான் கணக்குப் போட்டுப் பணம் எடுத்துக்கிட்டு வந்திருக்கேன்", என்று சொல்லி அவரிடம் தங்கக் காசுகள் அடங்கிய பையை நீட்டினான் வேலன். அவர் அதைப் பிரித்துக்கூடப் பார்க்காமல் அப்படியே மனைவியிடம் கொடுத்து விட்டார். பின்பு வேலன் மீண்டும் பேச்சைத் தொடங்கினான், "அப்புறம், லோடா பாயைப் பத்தி ஒரு விஷயம் பேசணும்", என்றான். உடனே ராய் சவுத்ரி கோபமான குரலில் லோடா பாயைப் பார்த்துக் கத்தினார்.

"உன் விஷயம் எனக்குத் தெரியும். ரவீந்தர்குமார் தாதா காலை யிலே சொல்லிட்டார். அதை நீயே என்கிட்ட நேரே வந்து

கேட்டிருக்கலாமில்லையா'', என்றார். அவர் கோபத்தை முதலில் தவறாகப் புரிந்து கொண்ட வேலன்,

"லோடா பாயை விடுவிக்கிறதுக்கு எவ்வளவு பணம் வேணும்னு சொல்லுங்க நானே குடுத்திடறேன்'', என்றான்.

"பணமா? நான்தான் அவனுக்குக் கடன்பட்டிருக்கேன். சொல்லு லோடாபாய், என் ஞாபகமா உனக்கு என்ன பரிசு வேணும்'', என்றார். அதற்காகவே காத்திருந்தவன் போல் லோடாபாய் உடனே கேட்டான்,

"உங்க மாடும், வண்டியும் வேணும் தாதா. எப்படியும் வேலன் சாகிப்புக்கு இன்னோரு வண்டி வேணும். உங்க வண்டியில ஏத்திக் கிட்டுப்போய் குடுத்திட்டுக் கல்கத்தாவிலேயே தங்கிடலாம்னு இருக்கேன்'', என்றான்.

"இவ்வளவு தானா? தாராளமா எடுத்துக்க'', என்றார் ராய்சவுத்ரி. பின்பு, "இன்னைக்கி ராத்திரி எங்க வீட்டில உங்களுக்கெல்லாம் விருந்து. கட்டாயம் வந்திடனும்'', என்றார் வேலனிடம்.

"புதுசா என்ன விருந்து கொடுக்கப் போறீங்க, தினமும் உங்க வீட்டுச் சாப்பாட்டைத்தானே சாப்பிடறோம்'', என்றான் வேலன்.

"இன்னைக்கு விருந்து எங்க வீட்டில இருந்து மட்டும் இல்லை. எங்க கிராமமே சேர்ந்து ஏற்பாடு பண்ணுது'', என்றார். சரியென்று தலையாட்டிவிட்டு நூனியாக்களிடம் வந்தான் வேலன். சிவசங்கர் அவனை வரவேற்றுப் பேசினார்.

"என்ன வேலன் சாப், நூனியாக்களும் ஒரு காலத்தில சத்திரியர் களா இருந்தவங்கதான்கிறதை இப்போ ஒத்துக்கிறீங்களா?'', என்றார்.

"ஓ, உங்க வீரத்தைத்தான் நேத்துக் கண்ணால பார்த்தோமே'', என்ற வேலன், "அது இருக்கட்டும், உங்க பங்கு நிமக்க்ஷாராவும் எனக்கு வேணும்'', என்றான்.

"அதெல்லாம் ஏற்கனவே மூட்டை கட்டி வண்டியில ஏத்திட்டோம். இலவசமாவே எடுத்துங்குங்க'', என்றார் சிவசங்கர்.

"ஒரு வியாபாரி எதையும் இலவசமா எடுத்துக்க மாட்டான். அதுக்குச் சரியான விலை கணக்குப்போட்டு வச்சிருக்கேன்'', என்று அவர் கையில் காசுகளடங்கிய பை ஒன்றைக் கொடுத்தான் வேலன். மறுக்கமுடியாமல் அதை வாங்கிக்கொண்டார் சிவசங்கர். அதற்குள் தனக்குச் சொந்தமாகி விட்ட மாட்டுவண்டியை முழு வேகத்தில் ஓட்டிக்கொண்டு அங்குவந்து சேர்ந்தான் லோடாபாய்.

அவன் வண்டியிலும் வெடிஉப்பை ஏற்றச் சொல்லிவிட்டு, வேலன் குழுவினரைச் சாப்பிட அழைத்தார் சிவசங்கர். அன்று லோடாபாய் வேட்டைக்குச் செல்ல முடியாததால் எளிமையாக, அரிசிச்சோறும், பருப்பும் மட்டும்தான் நூனியாக்களால் தர முடிந்தது. அதற்கு வருத்தப்பட்டார் சிவ்சங்கர். "வயிறு கொஞ்சம் காலியாவே இருக்கட்டும், ராத்திரிக்குத்தான் கிராமமே விருந்து தரப் போகுதில்ல", என்றான் வேலன்.

"என்கிட்ட யாரும் சொல்லவே இல்லையே", என்றாள் முத்தம்மா.

"எங்களுக்கு எப்பவோ தகவல் வந்திடுச்சு", என்றார் சிவ்சங்கர். ஆனால் அவர் முகத்தில் உற்சாகம் எதுவும் இல்லை. பாவம், இரவெல்லாம் உறங்காததால் களைத்துப் போயிருப்பார் போலும் என்று நினைத்துக் கொண்ட வேலனும் முத்தம்மாவும், ஓய்வெடுப் பதற்காகத் தங்கள் வீட்டிற்குத் திரும்பினர்.

மாலை விருந்தில் கலந்து கொள்வதற்கு, வேலனிடமோ, முத்தம்மாவிடமோ ஆடம்பரமான உடைகள் எதுவுமில்லை. "நடனக்காரி உடையிலேயே வந்திடவா?", என்றாள் அவள். "ஐயய்யோ, அப்புறம் சவுக்கு நடனம் ஆடணும்பாங்க", என்றான் வேலன். அதற்குள் ரவீந்திரநாத் லோடாபாயுடன் அங்கு வந்து சேர்ந்தார்.

"சவுத்ரி பொண்டாட்டி இதை உன்கிட்ட குடுக்கச் சொன்னாங்க", என்று வெள்ளைப்பட்டுத் துணியால் ஆன புடவை சட்டைகளை முத்தம்மாவிடம் நீட்டினார்.

"நல்ல வேளை பிழைச்சேன்", என்று சொல்லிக்கொண்டே உடைகளை அணிந்து கொள்ள வீட்டிற்குள் சென்றாள் முத்தம்மா.

"வேலன் சாகிப், உங்களையும் நான் மறந்திடல, இது என் டிரெஸ்சு. உங்களுக்குக் கிட்டத்தட்ட சரியா இருக்கும்", என்று தன் வெள்ளை பைஜாமா, ஜிப்பாவை வேலனிடம் நீட்டினார். வேலனும் சென்று உடைமாற்றிக்கொண்டு வெளியே வந்தான். வெள்ளை உடையில் வேலனும், முத்தம்மாவும் வெளியே அழகாக வருவதைப் பார்த்த லட்சுமணன், வழக்கமாக 'சாகிப்' என்று அழைப்பதை மறந்து, "வேலன் அண்ணா, உங்க ரெண்டு பேரு கழுத்திலயும் பூமாலையைப் போட்டுட்டா, பொண்ணு, மாப்பிள்ளை போலவே இருப்பீங்க", என்றான். முத்தம்மாவின் முகத்தில் ஒரு கணம் நாணத்தின் ரேகை ஓடி மறைவதை அனைவரும் பார்த்தனர்.

பீட்டர் ஆங்கிலத்தில், "லட்சுமணன், நீ சொல்வது சரிதான்", என்றவன், "வேலன், உண்மையிலேயே அப்படி நடந்தால், உன் மாப்பிள்ளைத் தோழனாக என்னை வைத்துக்கொள்ள மறக்காதே" என்றான். "ஏமாந்து விடாதே. மாப்பிள்ளைத் தோழனாக வருவதே மணப்பெண்ணின் தோழியைத் திருடிச் செல்லத்தான். இது ஐரோப்பியர் வழக்கம்", என்றான் சார்லஸ்.

அனைவரும் ராய் சவுத்ரியின் வீடு நோக்கிச் சென்றனர். ராய்சவுத்ரி வாசலில் நின்று வரவேற்று அனைவரையும் கூடத்திற்குள் அழைத்துச் சென்றனார். அங்கே சில மேஜை நாற்காலிகளும் ஏற்பாடு செய்திருந்தார். கூடத்திற்குள் சென்ற வேலன், முத்தம்மா, ரவீந்திர குமார், பீட்டர், சார்லஸ் ஆகியோர் நாற்காலிகளில் உட்கார வைக்கப் பட்டனர். வீட்டின் உள்ளே பெண்கள் அமர்ந்து பாடும் ஒலி கேட்டது.

கடைசியாக வந்த லட்சுமணனைத் தடுத்து நிறுத்திய சவுத்ரி, லோடாபாயின் காதிற்குள் ஏதோ சொன்னார். உடனே லோடாபாய் லட்சுமணனைக் கூட்டிக்கொண்டு வெளியேறினான். அதைக் கவனித்த முத்தம்மா, "அவங்க ரெண்டு பேரும் எங்கே போறாங்க?", என்றாள் சாதாரணமாக. ஆனால் அதைக்கேட்ட ராய்சவுத்திரியும், ரவீந்திரகுமாரும், ஒருவர் முகத்தை ஒருவர் பார்த்துக்கொண்டு திருட்டு விழி விழித்தனர்.

43

அதுவரை பீட்டருடன் சிரித்துப் பேசிக்கொண்டிருந்த வேலன் திரும்பி. "என்ன ஆச்சு பிரதான்ஜி, ஏன் தடுமார்றீங்க?", என்றான்.

"அது வந்து, வேலன் சாகிப், லோடாபாயும், லட்சுமணனும் நூனியாக்களோட சாப்பிடப் போறாங்க", என்றார் ராய்.

"ஓ, நூனியாக்களைக் கூட்டிக்கிட்டு வரச்சொல்லி அனுப்பி இருக்கீங்களா", என்றான் வேலன்.

"மிஸ்டர் வேலன், நூனியாக்களை இங்கே எப்படிக் கூப்பிடமுடியும்? அவங்க தீண்டக்கூடாத ஜாதி. வீட்டுக்குள்ல எல்லாம் சேர்க்க முடியாது", என்றார் ரவீந்திரகுமார்.

"வாட் நான் சென்ஸ்?", வேலன் கோபமாக எழுந்தான்.

"அவங்க நேத்து அப்படி நெனச்சிருந்தா, நீங்க இன்னைக்கு உயிரோடவே இருந்திருக்க முடியாது", என்றான் வேலன்.

"உங்க குடும்பமும் அழிஞ்சு போயிருக்கும், இந்த ஊரும் அழிஞ்சு போயிருக்கும்", என்றாள் முத்தம்மா.

“வேலன் சாகிப், நீங்க சொல்ற எல்லாத்தையும் நான் ஒத்துக்கறேன். இந்த ராய்சவுத்ரி எல்லா மனுசங்களையும் சமமா மதிக்கறவன்தான். ஆனால் இந்த ஊர் பிரதானா, நீங்க சொல்றதை நான் ஏத்துக்க முடியாது. நானே ஏத்துக்கிட்டாலும் ஊர்ஜனங்க ஏத்துக்க மாட்டாங்க. ஒரு வேளை என் வார்த்தைக்குக் கட்டுப்பட்டு, இந்த ஊர் ஜனங்களே ஏத்துக்கிட்டாலும், சுற்றுவட்டாரக் கிராமம் எல்லாம் எங்க கிராமத்தையே தீண்டத்தகாத கிராமமா ஒதுக்கி வச்சிடுவாங்க”, என்றார் ராய்சவுத்ரி பரிதாபமான குரலில்.

“புரியுதா மிஸ்டர் வேலன்? அவங்களை எங்களால இங்க அனுமதிக்க முடியாது”, என்றார் ரவீந்திரநாத்.

“ஓ நன்றாகப் புரிகிறது. ஆனா அவங்க எங்களை அனுமதிப்பாங்க. நாங்களும் அவங்க கூடப்போய்ச் சாப்பிடறோம்”, என்று கூறிவிட்டு வெளியே கிளம்பினான் வேலன். உடனே முத்தம்மா, சார்லஸ், பீட்டர் மூவரும் வேலனோடு வெளியேறினர். ராய்சவுத்ரியும், ரவீந்திர குமாரும் செய்வதறியாது திகைத்தனர்.

நூனியாக்களின் தொழிற்சாலைக்கு வந்தபொழுது அவர்கள் ஆனந்தமாகப் பாடிக்கொண்டு சமையல் செய்து கொண்டிருந்தனர். விருந்திற் கான சமையல் பொருட்கள், ஆடு, கோழிகள் உட்பட அனைத்தும் அவர்களுக்குத் தாராளமாக வழங்கப்பட்டிருந்தன. வேலன் தன் கூட்டத்தோடு அங்கே வந்ததும், நூனியாக்கள் மகிழ்ச்சியாக `தீதி`,`தீதி` என்று கூச்சலிட்டனர். “முத்தம்மாவிற்குக் கோவிலே கட்டிவிடுவார்கள் போலிருக்கிறதே”, என்றான் சார்லஸ்.

“நாங்களும் உங்க கூடச் சாப்பிட வரலாமா?”, என்றாள் முத்தம்மா. நூனியாக்கள் ஓடிச்சென்று, பிரம்பினால் ஆன மோடாக்களை எடுத்து வந்து போட்டு, வேலனும், மற்றவர்களும் அமர ஏற்பாடு செய்தனர். முதியவர் சிவ்சங்கர் வேலன் அருகே வந்து அமர்ந்தார்.

“வேலன் சாகிப். எங்களுக்காக பரிந்து பேசினீர்கள் என்று கேள்விப் பட்டேன். நன்றி. அதற்காகப் பெரிதாகக் கவலைப்படாதீர்கள். ராய் சவுத்ரி மிகவும் நல்ல மனிதர்தான். ஆனால், அவராலும் மரபை மீறி ஒன்றும் செய்ய முடியாது”, என்றார்.

“அதற்குள் சாராயக் குவளையைத் தட்டில் வைத்து நீட்டினான் ஒரு நூனியா. வேலன் மறுத்துத் தலையசைத்தான்.

“கொஞ்சம் குடியுங்கள், கோபம் தணியும்”, என்றார் சிவ்சங்கர்.

“நம்ம கமாண்டர் சாகிப் எப்பொழுதுமே குடிப்பதில்லை”, என்றாள் முத்தம்மா. “உண்மையில் நான் கோபமாகவும் இல்லை சிவசங்கர் தாதா, சிந்தித்துக்கொண்டுதான் இருந்தேன். தில்லி சுல்தான்கள், பின்பு மொகலாயர்கள் இப்பொழுது ஐரோப்பியர்கள் இப்படி இந்தியா மாறிமாறி ஆயிரம் ஆண்டுகளாக அடிமையாயிருப்பதற்குப் பல காரணங்கள் உள்ளன. ஆனால் முதன்மையான காரணம் சாதிப் பிரிவினையும் அதை நியாயப்படுத்துகின்ற மதமும் தான்”, என்றான் வேலன் எரிச்சலான குரலில். அதற்குள் இரண்டு உணவுத் தட்டுகளை எடுத்து வந்து முத்தமாவிடமும் வேலனிடமும் நீட்டினான் ஒரு நூனியா. அவற்றை வாங்கிக்கொண்ட முத்தம்மா,

“எங்கே மத்தவங்க எல்லாம்?”, என்றாள். தூரத்தில் நெருப்பின்மேல், பெரிய கம்பில் கட்டி வாட்டப்பட்டுக்கொண்டிருந்த இறைச்சியை மோப்பம் பிடித்தபடியே பாறைகளிலும், மரங்களிலும் ஓய்வாகச் சாய்ந்து கொண்டு, மற்ற நூனியாக்களுடன் மகிழ்ச்சியாகச் சாராயத்தை ருசிபார்த்துக் கொண்டிருந்த பீட்டர், சார்லஸ், லட்சுமணன், லோடாபாய் நால்வரையும் சிவ்சங்கர் சுட்டிக்காட்டினார்.

“ஒரு வகையில் இங்கு வந்தது அவர்களுக்கு நல்லதாகப் போயிற்று. அவர்களுக்கு இது தான் உண்மையான விருந்து”, என்றாள் முத்தம்மா. வேலனும் இறுக்கம் தளர்ந்து கலகலவென்று சிரித்தான்.

மறுநாள் வேலன் தன் குழுவினரோடு புறப்படும்பொழுது ஊர்மக்கள் அவர்கள் அருகில் வரத் துணிச்சலின்றித் தூரத்திலேயே நின்றனர். அடுத்த ஆண்டும் வெடியுப்பு வாங்க வருவதாக ராய்சவுத்ரியுடம் உறுதி கூறிவிட்டு ரவீந்திரகுமார் மாட்டுவண்டியில் லட்சுமணன் அருகே வந்து அமர்ந்தார். வண்டியின் முன்புறத்தில் வழக்கம்போல் சார்லசும், பீட்டரும் குதிரைகளில் சென்றனர். லட்சுமணனின் வண்டிக்குப் பின்னே லோடாபாய் உற்சாகமாகத் தனது வண்டியை ஓட்டி வந்தான். அதற்குப் பின்னால் நூனியாக்களும் தங்கள் வண்டியில் பின்தொடர்ந்தனர். மூன்று வண்டிகளுக்கும் பின்னால், வேலனும், ஆண்உடையில் முத்தம்மாவும் குதிரைகளில் சென்றனர். பிற்பகலில், பயணத்தை நிறுத்தாமலேயே ஊர்மக்கள் தயாரித்துக்கொடுத்திருந்த கனமான ரொட்டிகளைக் காலிசெய்தனர். குளக்கரை ஒன்றைத் தேடி, அதனருகே இரவு முகாமிட்டனர்.

ரவீந்திரநாத் லட்சுமணனிடம், "நாளைக்குப் புறப்படறதுக்கு முன்னால மறக்காம கம்பெனிக் கொடியை நம்ம வண்டி மேலே கட்டு", என்றார். "சுங்கச்சாவடியில், நம் தஸ்தக்கைக் காட்டச் சொல்லிக் கேட்பார்களா?", என்றான் பீட்டர்.

"எப்படிக் கேட்பார்கள்? கம்பெனிக் கொடியுடன் போகும் வண்டி, அதுவும் இரண்டு வெள்ளைச் சிப்பாய்களின் காவலோடு. அதை நிறுத்தினால் கம்பெனி இயக்குநர்களையே அவமதிப்பதுபோல் ஆகிவிடுமே", என்றான் சார்லஸ்.

"வெள்ளையர் கொடியைப்பார்த்தாலே இன்று வங்காளிகள் நடுங்குகின்றனர். விரைவில் இந்துஸ்தானமே நடுங்கப்போகிறது பார்", என்றார் ரவீந்திரகுமார்.

"சிராஜ் உத் தௌலா ஏன் பரிதாபமா வங்காளத்தைப் பறி கொடுத்தாரு?", என்று கேட்டாள் முத்தம்மா.

"சிராஜ் உத் தௌலா, ஆத்திரப்பட்டார், அவசரப்பட்டார், ஆசைப்பட்டார், ஆனால் திட்டமே போடலையே. கம்பெனிக்காரங்க, பல வருஷமாத் திட்டம் போட்டு சந்தர்ப்பம் சரியா இருக்கறப்போ தாக்கினாங்க", என்றான் வேலன்.

"நாட்டில இவ்வளவு நடக்கறப்போ தில்லி பாதுசா என்னதான் பண்ணிக்கிட்டிருக்காரு?", என்றாள் முத்தம்மா.

"தில்லியில ஒரு நாளைக்கு ஒருத்தன் அதிகாரத்தைப் பிடிக்கிறான். நேத்து ஈரானி, இன்னைக்கு துரானி. நாளைக்கு ஏதாச்சும் ஒரு பிரியாணி. ஆனால் எல்லோருமே ஷா ஆலம் பேரால தான் ஆட்சி நடத்தறாங்க. ஷா ஆலமோ, அலகாபாத்தில பதுங்கி இருந்துகிட்டு, "என்னை எப்படியாச்சும் தில்லிக்குக் கூட்டிக்கிட்டுப் போங்கன்னு", கம்பெனிக்கிட்ட கெஞ்சிகிட்டு இருக்கார்", என்றார் ரவீந்திரகுமார்.

"என்ன இருந்தாலும் சொந்த மண் ஞாபகம் வராம இருக்குமா?", என்றான் வேலன். "பாதுஷாவுக்கு நிச்சயம் ஞாபகம் வரும். ஆனால் சொந்த மண்ணு இல்லை. தன்னோட ஒரு டசன் பொண்டாட்டிங்களும், ரெண்டு டசன் குழந்தைங்களும்", என்றார் ரவீந்தர் கேலியாக. "எங்க நாட்டில பூலித்தேவர் சொல்லுவாரு, முள்ளைச் சின்னச் செடியா இருக்கப்பவே பிடுங்கி எறிஞ்சிடணும்னு. நமக்குள்ள ஒற்றுமை இல்லாம, கம்பெனியை இப்போ மரமா வளர விட்டுட்டோம்", என்றான் வேலன்.

"அதைத்தான் ராணி அகல்யாபாயும் சொல்லிக்கிட்டு இருந்தாங்க, யாரு கேட்கறா? பேஷ்வா கூடக் கேட்கலை", என்றார் ரவீந்தர் சோகமான குரலில்.

"யாரு அகல்யாபாய், என்ன சொன்னாங்க?", என்றாள் முத்தம்மா.

"உன்னை மாதிரி வீரமான பொண்ணு, இந்தூர் ராணி அகல்யாபாய் ஹோல்கர். "கம்பெனிக்காரங்க பம்பாய், மெட்ராஸ் கல்கத்தான்னு மூணுபக்கமும் கோட்டைகட்டி கரடிமாதிரி நம்மைப் பிடிக்க வர்றாங்க. கரடியைத் தூரத்தில பார்த்தவொடனேயே சாகடிக்கணும். பக்கத்தில வந்து நம்மைக் கட்டிப்பிடிச்சிட்டா அப்புறம் நாம தப்பிக்கவே முடியாதுன்னு பேஷ்வா பட்நாவிசுக்கு எழுதினாங்க. ஆனா பேஷ்வா, கம்பெனிகூடக் கூட்டுச் சேர்ந்துக்கிட்டு மைசூரை அழிக்கற திலயே குறியா இருந்தாரு", என்றார் ரவீந்திரகுமார். அதற்குள் இரவு கவியத் தொடங்கவே, நூனியாக்கள் இருவரைக் காவலில் வைத்து விட்டு அனைவரும் தூங்கத் தொடங்கினர். மறுநாள் நூனியாக்கள் பிரிந்து தங்கள் வழியில் சென்றனர்.

ரவீந்திர குமார் அவர்களிடம், "மீண்டும் வெடிஉப்பு வாங்க நிச்சயம் வருவோம். தொடர்பி லிருங்கள்", என்று கேட்டுக்கொண்டார். கல்கத்தா வந்து சேர்ந்ததும், இரண்டொரு நாட்களில் புறப்படத் தயாராயிருக்குமாறு பிலிப் வந்து சொல்லிவிட்டுச் சென்றார். அவர் வெளியே சென்றதும் ரவீந்திர குமார் பேசத் தொடங்கினார்,

"இனிமே பழைய ஜமீன்தார் இனமே வங்காளத்தில இருக்காது. வரிவசூலைக் குத்தகைக்கு எடுக்கிறவன்லாம் ஜமீன்தாரு, ராஜா, மகாராஜான்னு பட்டம் வச்சிக்கிறான். அதனால நான் வியாபாரி ஆகறதுன்னு முடிவுக்கு வந்திட்டேன். அதுக்கு நீங்க எல்லாம் உதவிசெய்யணும்", என்றார்.

"ஓ... நிச்சயமா. இங்க டேனிஷ் கம்பெனி உங்களுக்கு ஏற்கனவே உதவி செய்யறதாச் சொல்லி இருக்கு. நானும் மதராஸ்ல இருந்து ஏதாவது உதவி செய்ய முடிஞ்சாச் செய்யறேன்", என்றான் வேலன்.

"நன்றி. ஆனால் எனக்கு இங்கே, கல்கத்தாவில வேற மாதிரி உதவி வேணும். கட்டாயமா பீட்டரும், சார்லசும், லட்சுமணனும், லோடா பாயும், என்கூடப் பார்ட்னராச் சேரணும்" என்றார்.

"என்னது...? ஜமீன்தார் கூட நாங்க பார்ட்னரா?", என்றான் லோடாபாய்.

"எங்க ரெண்டு பேருக்கும் ஓகே", என்றான் பீட்டர்.

“அப்போ எங்களுக்கும் சம்மதம் தான்”, என்றான் லட்சுமணன்.

“அப்படீன்னா, கல்கத்தாவிலயே நிரந்தரமாத் தங்கப் போறீங்களா?”, என்றாள் முத்தம்மா

“ஆமா, ஒரு வங்காளத்துப் பெண்புலியைக் கண்டுபிடிச்சுக் கல்யாணம் பண்ணிக்கணும்னு சார்லசுக்கு ரொம்ப நாளா ஆசை”, என்றான் பீட்டர்.

“பொய் சொல்றான். அந்த ஐடியாவைச் சொன்னதே பீட்டர் தான்”, என்றான் சார்லஸ். அடுத்த நாள் வேலனிடம் முத்தம்மா கேட்டாள்,

“வேலா, இன்னைக்குச் சும்மாதானே இருக்கோம். வா, கல்கத்தா கடைத்தெருவை எனக்குச் சுத்திக்காட்டு”, என்றாள் முத்தம்மா. கடைத்தெருவில் சும்மா சுற்றிக்கொண்டிருந்தவள் திடீரென்று, “வங்காளத்துச் சேலைகள் ரொம்ப அழகா இருக்குமாமே, பார்க்கலாமா?”, என்றாள். இருவரும் அருகில் இருந்த துணிக்கடைக்குள் நுழைந்தவுடன், “வேலா, எனக்குச் சேலையெல்லாம் ஒண்ணும் வேண்டாம். நம்ம பின்னாலயே ஒருத்தன் தொடர்ந்து வர்றான். அதைச் சொல்லத்தான் உள்ளே கூப்பிட்டேன்”, என்றாள்.

“எனக்கும் தெரியும், அதுவும் ஒருத்தன் இல்லை, ரெண்டு பேரு. சரி கடைக்குள்ள வந்திட்டோம், சேலை கொஞ்சம் வாங்கு. நான் கடை மொதலாளிக்கிட்டப் பேசிட்டு வர்றேன்”, என்றான்.

முத்தம்மாவைப் பார்த்ததும் கடை விற்பனையாளர்கள், வாரணாசிப் பட்டுப் புடவைகளாக மேஜையில் விரித்தனர். முத்தம்மா பெரிதாக அலட்டிக் கொள்ளமல் கையில் வந்த ஐந்தாறு புடவைகளை எடுத்து மூட்டை கட்டச் சொன்னாள். கடை ஆட்கள் விடாமல், “மேம் சாகிப், எங்க ஊர் பருத்தி நெசவும் ரொம்ப அழகாயிருக்கும் பாருங்க”, என்று பருத்திப் புடவைகளை விரித்துக் காட்டினர். அவற்றிலும் அலட்சியமாகச் சில புடவைகளை எடுத்துக் கட்டச் சொன்னாள் முத்தம்மா. அவள் கடையாட்களிடம் பேசிக்கொண்டிருக்கும் போதே, முதலாளி இருந்த பக்கத்து அறைக்குள் வேலன் திடீரென்று நுழைந்தான்.

“சாகிப், என்கிட்ட பணம் எதுவும் இல்லை. காலையில இருந்து ஒரு ரூபாய்க்குக் கூட வியாபாரம் நடக்கல”, என்று பயந்த குரலில் அலறினார் முதலாளி. வேலனின் இடுப்பிலிருந்த வாள் அவரைப் பயமுறுத்தியது போலும்.

“பயப்படாதீங்க. நாங்க திருடங்க இல்லை. எங்களுக்கு ஒரு உதவி செய்ய முடியுமா?” என்று கேட்டான் வேலன்.

“என்ன வேணாலும் செய்யறேன் சாகிப்”, என்றார் கடை முதலாளி.

“எங்களை ரெண்டு பேர் தொரத்திக்கிட்டு வர்றாங்க. உங்க பின்வாசல் வழியா நாங்க தப்பிச்சுப்போக உதவிசெய்யணும்”, என்றான் வேலன். அதற்குள் கடை ஆட்களும், முத்தம்மாவும் புடவை மூட்டைகளுடன் அறைக்குள் நுழைந்தனர். கடை ஆள், முதலாளியைக் குழப்பத்தோடு பார்த்தான். முதலாளியின் முன்னால் இரண்டு தங்கக் காசுகளைத் தூக்கி எறிந்தான் வேலன். முதலாளியின் வெளுத்துப் போயிருந்த முகமெங்கும் மீண்டும் நிறம் வந்தது. தன் வேலையாளை அருகில் அழைத்து அவன் காதிற்குள் உத்தரவு கொடுத்தார். வேலையாள் புடவை மூட்டையைத் தலையில் சுமந்துகொண்டு, இருவரையும் அழைத்துக்கொண்டு, கடையின் பின்வாசல் வழியாகச் சென்றான். அத்தோடு நிற்கவில்லை. ஒவ்வொரு தெருவிலும் இருந்த கடைகளில் நுழைந்து, அக்கடைகளின் பின்வாசல் வழியாக வெளியேறினான். கடைக்காரர்கள் யாரும் அவனைத் தடுக்கவில்லை. ஐந்தே நிமிடங்களில் கடைவீதிக்கு வெளியே வந்து விட்டனர். வேலன் ஒரு வெள்ளிக்காசை எடுத்து வேலையாளிடம் நீட்டினான். மூட்டையை முத்தம்மா வாங்கிக் கொண்டாள். வேலன் நீட்டிய காசை மிக மரியாதையாக இரண்டு கைகளையும் நீட்டிப் பெற்று கொண்டு, “சுக்ரியா சாகிப்”, என்று சொல்லிவிட்டுச் சென்றான் வேலையாள்.

வீட்டிற்குள் நுழைந்ததும் முத்தம்மா, “நீ பயந்து ஓடுவேன்னு எதிர்பார்க்கலை, என்னாச்சு? ரொம்ப சாதுவா மாறிட்டே”, என்றாள்.

அவளை வேடிக்கையாய்ப் பார்த்துக் கொண்டே, “நீ பக்கத்திலே இருக்கறப்போ, நான் பயப்படுவனா. ஆனால் இது கம்பெனி கட்டுப்பாட்டில இருக்ற பகுதி. ஏதாவது சண்டை நடந்தா, நாளைக்கு நாம கப்பல் ஏற முடியாது. சரி, முத்தம்மா, நீ ஓய்வெடுத்துக்க, நான் அவங்களைச் சந்திக்கப் போறேன்”, என்றான்.

“நம்மைத் துரத்திக்கிட்டு வந்தவங்களையா? அப்போ நானும் கூட வர்றேனே”, என்றாள். “நான் தனியே தான் போயாகணும். அந்தப் பஞ்சாபி வளையத்தை எடு”, என்றான் வேலன்.

“உண்மையில நீ யாரைச் சந்திக்கப்போறே?”, என்று கேட்டுக்கொண்டே வளையத்தை எடுத்து நீட்டினாள். “இப்போ துரத்திக்கிட்டு வந்தவங்க மொதலாளி நிச்சயமா ஓமிசந்தாத் தான் இருக்கணும். அவரைப் பார்க்க நானும் ஆவலா இருக்கேன். அப்படியே, பால்பென் பீல்டு கொடுத்த கடிதத்தையும் எடு”, என்றான்.

வேலன் வெளியே எட்டிப்பார்த்த பொழுது, அவன் எதிர்ப்பார்த்தது போலவே தெருவின் இரண்டு கோடியிலும், இரண்டு ஆட்கள் நின்று கொண்டிருந்தனர். நேராக வலதுபுறம் நின்றுகொண்டிருந்த முதல் ஆளிடம் சென்றான்.

“நான் ரெடி, ஓமிசந்த்தைப் பார்க்கப் போகலாம்”, என்றான். அந்த ஆள் திடுக்கிட்டான். அவனுக்கு உதவி செய்வதற்காக, தெருவின் மறுகோடியிலிருந்தவன் ஓடிவந்தான். ஆனால் வேலன் சிரித்துப் பேசிக்கொண்டிருப்பதைப் பார்த்துக் குழப்பமடைந்து நின்றான். இருவரும் தங்களுக்குள் பேசிக்கொண்ட பின் வேலனை அழைத்துச் செல்லச் சம்மதித்தனர். வேலன் தன் குதிரையில் வருவதாகக் கூறிவிட்டுச் சென்று குதிரையோடு வந்தான். மற்ற இருவரும் மறைவாகக் கட்டி வைத்திருந்த தம் குதிரைகளில் ஏறிக்கொண்டனர். மூன்று குதிரைகளும், ஆள் நடமாட்டம் குறைவான பகுதிகள் வழியாக, ஒரு பெரிய மாளிகையின் முன்பு வந்து சேர்ந்தனர். “அடேயப்பா, உங்க மொதலாளி அரண்மனை இவ்வளவு பெரிசா இருக்கே?”, என்றான் வேலன்.

“அரண்மனையா? இது அவரு தோட்டவீடு. அரண்மனை இது மாதிரிப் பத்துமடங்கு பெருசு”, என்றான் ஒருவன். அவர்களைக் காவலர்கள் யாரும் தடுக்கவில்லை. தோட்டத்தில் நாற்காலி போட்டு அமர்ந்திருந்த ஒரு வயதான நபரிடம் வேலனைக் கூட்டிச் சென்றனர்.

“ஓமிசந்த் சாகிப், நீங்க சொன்ன ஆள் இதோ”, என்றான் ஒருவன்.

“சபாஷ், யாரு அவனைப் பிடிச்சது. ஆபத்தான ஆளாச்சே?”, என்றார் ஓமிசந்த், வேலனை நிமிர்ந்து பார்த்துக்கொண்டே.

“யாரும் அவரைப்பிடிக்கலை சாகிப். அவராத்தான் உங்களைப் பார்க்கணும்னு வந்திருக்கார்”, என்றான் இரண்டாமவன்.

ஓமிசந்த் திடுக்கிட்டு, வேலனை ஏற இறங்கப் பார்த்தார்.

“நீயா வந்து மாட்டிக்கிட்டியா? உனக்கென்ன பைத்தியமா?” என்று வேலனைப் பார்த்துக் கேட்டார் ஓமிசந்த்.

“எனக்குப் பைத்தியம் இல்லை தாதா. ஆனால் ராபர்ட்கிளைவ் ஏமாத்தினதில இருந்து உங்களுக்குத்தான் மூளை குழம்பிப் போயிட்டதாப் பேசிக்கிறாங்க”, என்றான் வேலன். ஓமிசந்த் கோபமடைவார் என்று வேலன் எதிர்பார்த்தான். அவரோ கலகலவென்று சிரித்தார்.

“எந்த முட்டாள் அப்படிச் சொன்னான். சிராஜ்கானா? வியாபாரத்தில லாபமும் வரும், நஷ்டமும் வரும். ஆனால் அந்த ராபர்ட கிளைவ் தான், மூளையில புழுவந்து தூங்க முடியாமத் துடிக்கிறதாக் கேள்விப்பட்டேன்”, என்றார்.

“நீங்க பேராசைப்பட்டு, பேசினதைவிட அதிகப்பணம் கேட்டதாலதான் கிளைவ் உங்களை ஏமாத்தினாராமே”, என்றான் வேலன்.

அதற்கு மேல், அடியாட்கள் முன்னால் பேச விரும்பாத ஓமிசந்த் அடியாட்களைப்பார்த்து, “நீங்க இங்கே இன்னும் என்ன பண்ணிக்கிட்டிருக்கீங்க, போய் வேலையைப் பாருங்க”, என்றார். இருவரும் தயக்கத்துடன் அகன்றனர்.

“யாரு பேராசைக்காரன்? நான் பரம்பரைக் கோடீஸ்வரன். இருநூறு ரூபா சம்பளத்துக்கு இந்தியாவுக்கு வந்த சாதாரண குமாஸ்தா ராபர்ட் கிளைவ். இப்போ இங்கிலாந்தில அவன் ஒரு கோடீஸ்வரன்”, என்றார் ஓமிசந்த்.

“அதாவது, கம்பெனிக்கு ஆதரவா வேலைசெய்ய மொதல்லே மூணு லட்ச ரூபா பேசிட்டு, அப்புறம் மூர்ஷிதாபாத் கருவூலத்தில இருந்த பணத்திலயும் பாதிப்பங்கு கேட்டீங்களாமே”, என்றான் வேலன் மெதுவான குரலில்.

“இதை நீ, உன் சிராஜ்கான்கிட்டேயே கேட்டிருக்கலாமே. விஷயத்தை முழுசாத் தெரிஞ்சுக்க. சிராஜ் உத் தௌலா வங்காள வியாபாரிகளை மிரட்டிப் பணம் கேட்டுக்கிட்டே இருந்தான். அவன் தொல்லை தாங்க முடியாமத்தான் ஜகத்சேத் குடும்பமும், நானும், மத்த பெரிய வியாபா ரிங்களும் ஒண்ணு சேர்த்து, சிராஜ் உத்தௌலாவை ஒழிக்கத் திட்டம் போட்டோம். கம்பெனிக்காக நாங்க செலவுபண்ணின பணத்தைத்தான் திருப்பிக் கேட்டோம்.

கருவூலத்தைக் கொள்ளையடிக்கிறதா மொதல் திட்டத்தில இல்லை. பின்னால அதையும் சேர்த்ததால, அதிலயும் பங்கு கேட்டேன். கிளைவ் என்ன பண்ணினான்? ஒரு போலி உடன்படிக்கையைத் தயாரிச்சு, அவங்க தளபதி ஐர்கூட் கையெழுத்த போலியா அவனே போட்டு, என்கிட்டக் காட்டி ஏமாத்திட்டான். இப்போ சொல்லு யாரு செஞ்சது அநியாயம்?", என்றார் ஓமிசந்த்.

"மக்களைக் கசக்கிப்பிழிஞ்சு, அரைப்பட்டினி போட்டுக் கருவூலத்தை நிரப்புறீங்க. எவனோ படையெடுத்துக்கிட்டு வந்து அதைக் கொள்ளையடிச்சிட்டுப் போயிடறான். இதில யார்பக்கமும் நியாயம் இல்லயே", என்றான் வேலன்.

இம்முறையும் ஓமிசந்த் கோபப் படவில்லை. "சபாஷ், இதுதான், காலங்காலமா உலக அரசியல். இவ்வளவு தெளிவா புரிஞ்சு வச்சிருக்க நீ, என் பக்கம் சேர்ந்திடலாமே", என்றார்.

"அதுக்குத்தான் வந்திருக்கேன் ஓமிசந்த் தாதா. இந்தக் கடிதத்தைப் பாருங்க", என்றவாறே பால்பென் ஃபீல்ட் ஓமிசந்திற்கு எழுதிய கடிதத்தைக் கொடுத்தான் வேலன். அதைப்படித்த ஓமிசந்த், "ஹீரா பிஜ்லியைப் பத்திப் பென்பீல்டுக்கு எப்படித் தெரிஞ்சுது?", என்றார்.

"பென்பீல்டு மட்டும் இல்லை, ஹீரா பிஜ்லியைத்தேடி நெறையப்பேர் அலையறாங்க. ஆனால் அது உண்மை தானாங்கறதே எனக்குச் சந்தேகமா இருக்கு", என்றான் வேலன்.

"சிராஜ்கான்கிட்ட வேலை செஞ்ச ஒரு சர்தார் தான் இதைப்பத்தி உளறினான். ஆனால் அவன் ரகசியத்தை முழுசாச் சொல்லாமலே செத்துப் போயிட்டான்", என்றார் ஓமிசந்த்.

"அந்த சர்தார்ஜி உடைமைகளை நல்லாத் தேடிப்பார்த்தீங்களா?", என்றான் வேலன்.

வேலனைச் சற்று நேரம் உற்றுப்பார்த்த ஓமிசந்த், வீட்டுக்குள் தானே சென்று ஒரு துணி மூட்டையுடன் வந்தார். "இதுதான் அந்தச் சர்தாரோட மொத்த உடமையும். இதில ஹீரா பிஜ்லியைப் பத்தி எதுவும் இல்லை", என்று சொல்லிக்கொண்டே மூட்டையை அவிழ்த்துத் தன் முன்னால் இருந்த மேஜையில் கொட்டினார். உபயோகமற்ற பல பொருட்களுடன் மேஜையில் ஓசை செய்துகொண்டே ஒரு சீக்கியர் சக்கரம் வந்து விழுந்தது. திகைத்துப் போன வேலன் அதைக் கையில் எடுத்துப் பார்த்தான். பத்து அங்குல விட்டமிருந்த அந்தச் சாலிக்கரின் ஒருபுறம் 'கமல் சராய்' என்ற எழுத்துகள் பொறிக்கப்பட்டிருந்தன.

“அது ஒண்ணுமில்லை, ஒரு சீக்கிய சாலிக்கர்'' என்றார் ஓமிசந்த்.

“இல்லை தாதா, இது ஹீராபிஜ்லி ரகசியத்தோட ஒரு சாவி”, என்றவாறே தன் உடையில் மறைத்து வைத்திருந்த பன்னிரண்டங்குல விட்டமுடைய சக்கரத்தை வெளியே எடுத்தான் வேலன். இரண்டு சக்கரங்களும் ஒன்றுக்குள்ளொன்று இடைவெளியின்றிப் பொருந்தின. ஓமிசந்த் வேலனின் சக்கரத்தை எடுத்துப் பார்த்தார்.

“அனைத்துக் கடவுள்களும் கருணை வடிவானவர்களே”, என்று ஆங்கிலத்தில் எழுதியிருக்கிறது என்றார். அதைக் கீழே வைத்துவிட்டுத் தன்னிடம் இருந்த வளயத்தை எடுத்துப்பார்த்தார். அதில் `கமல் சராய்` என்று ஆங்கிலத்தில் பொறிக்கப்பட்டிருப்பதைக் கவனித்தார். “ஒண்ணும் புரியலயே?” என்றார்.

“இன்னும் சில வளையங்கள் கிடைச்சாத்தான் புரியும் தாதா. அப்படி உங்களுக்குக் கிடைச்சா பென்பீல்டுக்கு எழுதுங்க, ஹீரா பிஜ்லியை நாம சேர்ந்தே தேடுவோம்”, என்றான். சொல்லிக்கொண்டே தான் கொண்டுவந்த வளையத்தை எடுத்துச் சட்டைக்குள் வைத்துக் கொண்டு நடக்கத் தொடங்கினான். ஓமிசந்த் அவனைத் தடுக்க வில்லை. தனது வளையத்தையே உற்றுப் பார்த்துக்கொண்டிருந்தார்.

ஆனால் சென்னை சேர்ந்த பின்பு, வேலன் ஹீராபிஜ்லியை முற்றிலும் மறந்து விட்டான். எதிர்பாராமல் கிடைத்த தன் பணத்தையும், முத்தம்மாவின் பணத்தையும் சேர்த்து, சுந்தரலிங்க முதலியாரின் நிறுவனத்தில் முதலீடு செய்து பங்குதாரர் ஆனான். அத்தோடு நிறுவனத்திற்குச் சற்று தூரத்திலிருந்த பழைய வீட்டை வாங்கி, அங்கு குடியேறினான். வீடு அத்தனை பெரியதில்லை என்றாலும், அகன்ற தோட்டம் இருந்தது. நகைகளைத் திருவேங்கட முதலியாரிடம் கொடுத்து நல்லவிலை வரும்போது விற்கச் சொல்லி இருந்தான். முத்தம்மா மீண்டும் பறங்கிமலையில், ஒரு ஆங்கில ராணுவ அதிகாரியின் வீட்டில் வேலைக்காரியாகச் சேர்ந்திருந்தாள்.

மாற்றங்கள் இவர்களோடு நிற்கவில்லை. அவர்களது நண்பன் பால்பென் பீல்டும் தலைகீழாக மாறியிருந்தான். கோட்டையைப் புதுப்பிக்கும் வேலை, அதிகாரிகளுக்கு வீடு கட்டிக் கொடுக்கும் வேலை என்று அவனைத் தேடிப் பொறுப்புக்கள் குவிந்தன. ஆனால் பென்பீல்டு அவற்றைவிடத் தன் வட்டித் தொழிலில்தான்

அதிகக் கவனம் செலுத்தினான். கம்பெனி இயக்குநர்கள், அதிகாரிகளின் பணத்தை, இந்திய வணிகர்களுக்கும், ராஜாக்களுக்கும் கடன் கொடுக்கும் ஏஜெண்டாகியிருந்தான். அதனால், பென்பீல்டுக்குத் தெரியாமல் சென்னைக் கோட்டையில் எதுவும் நடப்பதில்லை. ஒரு வழியில் அது வேலனுக்கு வணிகத்தில் வசதியாகத்தான் இருந்தது. பென்பீல்டிற்காகக் கறுப்பு நகரத்தில் ஒரு வீட்டை வேலன் வாடகைக்கு எடுத்துக் கொடுத்தான். சனிக்கிழமையானால் தனக்குச் சிரித்து மகிழ ஒரு இடம் வேண்டும் என்பதற்காக, அதை ரகசியமாக ஏற்பாடு செய்யச் சொல்லி இருந்தான் பென்பீல்டு. ஒரு சனிக்கிழமை அந்த வீட்டில் சந்தித்தபொழுது வேலன்,

“பால், நீ ஏன் பணம், பணம்னு அலையறே? நீ கட்டற கட்டிடங்களே இன்னும் நூறு வருசத்துக்கு உன் பேரைச் சொல்லுமே?” என்றான்.

“கட்டிடம் கட்டறதில, என்னைவிடப் பெரிய மேதையெல்லாம், லண்டன்ல வேலையில்லாம அலையறாங்க. பணமும், செல்வாக்கும் இல்லைன்னா, நம்ம திறமையை வெளிக்காட்ட வாய்ப்பே கிடைக்காது”, என்றான் பால்.

அதற்கப்புறம் பென்பீல்டைப் பார்ப்பதே கடினமானது. எப்பொழுதும் ராணுவத் தலைமை அதிகாரி ஸ்டூவர்ட் கூடவே சுற்றிக்கொண்டு இருந்தான். பென்பீல்டின் உதவியாளன், டேவிட் மூலம்தான் வேலன் தன் வேலைகளை முடித்துக்கொண்டான். டேவிட் ஆங்கிலச் சிப்பாயாகவே சேர்ந்திருந்தாலும், பொறியியல் படித்தவன் என்பதால் பென் பீல்டு அவனைத்தன் கூடவே வைத்துக்கொண்டிருந்தான். ஆனால் பென்பீல்டின் வளர்ச்சி சில இயக்குநர்களுக்குப் பிடிக்கவில்லை. அவர்கள் ரகசியமாக லண்டனுக்குத் தகவல் கொடுத்துக்கொண்டே இருந்தனர். குறிப்பாக, ஆற்காட்டு நவாப்பிற்குக் கடன் கொடுத்து விட்டு, அதற்கு ஈடாகத், தமிழ்நாட்டுக் கிராமங்களின் வரிவசூலை ஒவ்வொன்றாகப் பறித்துக்கொண்டிருந்தனர், பென்பீல்டும், தளபதி ஸ்டூவர்ட்டும். அதனால் கம்பெனிக்கு வரவேண்டிய வருமானம் குறையத் தொடங்கியது. அப்பொழுது உலகெங்கும் போர் மேகங்கள் சூழ்ந்திருந்ததால், லண்டனிலிருந்த கம்பெனியின் தலைமையும் உடனடியாக நடவடிக்கை எடுக்கமுடியாமல் தவித்தது.

திடீரென்று ஒரு நாள் இரவு வேலனைத்தேடி முத்தம்மா வந்தாள். "என்னைக் கூட ஞாபகம் வச்சிருக்கியா?", என்று வேலன் கேட்டான்.

"என்பணமெல்லாம் உன்கிட்டத்தானே இருக்கு, எப்படிமறக்க முடியும்?" என்றாள் முத்தம்மா. "ஓ பணத்தில பங்கு கேட்கத்தான் வந்தியா?", என்றான் வேலன்.

"பின்னே, வாழ்க்கையில பங்குகேட்டா தந்திடப்போறியோ?", என்றாள் முத்தம்மா. "யாரு கண்டது, நம்ம கனவு கூட ஒரு நாள் நிறைவேற லாம்", என்றான் வேலன். இருவரும் நீண்ட பெரு மூச்சுவிட்டனர். "சரி வந்த விஷயத்தைச் சொல்லு", என்றான் வேலன்.

"சின்னமலையைப் பத்திக் கேள்விப்பட்டிருக்கியா?", என்றாள் முத்தம்மா. "அரைகுறையாத்தான் தெரியும். மைசூர் ஆதரவாளர், கம்பெனிக்கு எதிரா இளைஞர்களைத் திரட்டிக்கிட்டு இருக்காரு. எந்த நாட்டுக்கும் பாளையக்காரர் இல்லை. ஆனால் கொங்கு நாட்டுக்கே முடிசூடா மன்னர். உண்மையான பேரு தீர்த்தகிரிக் கவுண்டர், சர்க்கரை மன்றாடியார் பரம்பரை", என்றான் வேலன்.

"அடேயப்பா, இவ்வளவு விவரம் தெரிஞ்சு வச்சிருக்கியா?", என்றவள்" சரி, அப்போ, அவருக்குச் சின்னமலைன்னு ஏன் பட்டப்பேரு வந்தது? சொல்லுபார்ப்போம்!" என்றாள். வேலன் தனக்குத் தெரியாதென்று தோள்களைக் குலுக்கினான். முத்தம்மா உற்சாகமாகத் தொடங்கினாள்.

"கொங்குநாடு, முன்னால மைசூர் சுல்தான் ஹைதர் அலிக்குக் கீழே இருந்துச்சு. மைசூர் ஆளுங்க வந்து கெடுபிடியா வரிவசூல் பண்ணிட்டுத் திரும்பிக்கிட்டு இருந்தாங்க. மழை இல்லாம மக்கள் கஷ்டப் படற நேரத்தில வரிவசூலிச்சதால, தீர்த்தகிரிக் கவுண்டருக்குக் கோபம் வந்திடுச்சு. அவர் கூட எப்பவும் ஒரு இளைஞர் பட்டாளம் தடிக்கம்புகளோட சுத்திக்கிட்டு இருக்கும். அதில எல்லாச் சாதி இளைஞர்களும் இருப்பாங்க. தீர்த்தகிரி, கூட்டத்தோடபோய், திவானோட ஆளுங்களை மறிச்சு, வசூல் பண்ணின வரியையெல்லாம் பறிச்சு, மக்களுக்கே திருப்பிக் குடுத்திட்டார்", என்றாள் முத்தம்மா.

"சாதி வேறுபாடு இல்லாத படையா?", என்று சிந்தனையில் ஆழ்ந்தான் வேலன். கவனிக்காமல் தொடர்ந்து பேசினாள் முத்தம்மா.

“பயந்துபோன மைசூர் ஆளுங்க, பணம் எங்கேன்னு சுல்தான் கேட்டா, என்ன சொல்றதுன்னு கேட்டாங்களாம். “அதோ அந்தச் சென்னிமலைக்கும், இந்தச் சிவன்மலைக்கும் நடுவே இருக்கற ஒரு சின்னமலை எடுத்துக்கிட்டான்னு சொல்லுங்க”ன்னாராம் கவுண்டர். அதிலயிருந்து அவர் பேரு சின்னமலை ஆயிடுச்சு. கம்பெனியை எதிர்க்கிறதுக்காக இப்போ மைசூரோட கூட்டுச் சேர்ந்துட்டாரு. அவரு மூலமா எனக்கு ஒரு தகவல் வந்தது, அதை உனக்குச் சொல்லத் தான் அவசரமா வந்தேன்” என்றாள்.

“மைசூர் சுல்தான், கொங்கு நாட்டுச் சிங்கம் சின்னமலை மாதிரிப் பெரிய ஆளுங்ககூடவெல்லாம் தொடர்பு வச்சிருக்கிற உளவாளிக்கு, நான் என்ன உதவி செய்ய முடியும்”, என்றான் வேலன்.

“வெடி மருந்து. வண்டி, வண்டியா வெடிமருந்து வேணும். சின்ன மலைக்கும் வேணும், மைசூர் சுல்த்தானுக்கும் வேணும்”, என்றாள்.

“பழைய ஒப்பந்தப்படி, கம்பெனி மைசூர் சுல்த்தானுக்கு வெடிமருந்து விற்கணுமே”, என்று சிரித்துக்கொண்டே கேட்டான் வேலன்.

“இங்கிலீசு கம்பெனியும் தர்றதில்லை, பிரெஞ்சுக் கம்பெனியும் கைவிரிச்சிட்டாங்க” என்றாள் முத்தம்மா.

“இதில சாதாரண வியாபாரி, நான் என்ன செய்யணும்னு எதிர்பார்க்கிறே”, என்றான் வேலன்.

“உன் ஃபிரண்டு, பால் பென்பீல்டுதான் கோட்டையையே ஆட்டி வைக்கிறானே, அவன்மூலம் திருட்டுத்தனமா”, என்று இழுத்தாள். சற்றுச் சிந்தனையில் ஆழ்ந்த வேலன்,

“அதுவும் முயற்சி செஞ்சு பார்க்கலாம். லஞ்சம் கொடுத்தா, சொந்த நாட்டையே அடகு வைக்கிற அதிகாரிங்க அங்கயும் இருக்கறாங்க”, என்ற வேலன், “பறங்கி மலையில உன் வேலை எப்படி நடக்குது”, என்றான். நான் எதிர்பார்த்ததை விடச் சுலபமா நடக்குது. ராத்திரியானாப் போதும், யாராச்சும் ஒரு அதிகாரி வீட்டில விருந்து. நான் அந்த வீட்டுக்கு வேலை செய்யப் போயிடுவேன். சாதாரண வேலைக்காரிக்கு இங்கிலீஷ் தெரியாதுங்கற நெனப்பில, அவனுங்க பாட்டுக்கு உளறிக்கிட்டு இருப்பானுங்க”, என்றாள்.

“அப்படி என்னதான் பேசிக்கிறாங்க? சொஞ்சம் சொல்லு”, என்றான்.

“கம்பெனி, இப்போ வியாபாரத்தை மட்டும் நம்பி இல்லை, இந்தியாவையே பிடிக்கிற நோக்கத்திலதான் இருக்கு”, என்றாள்.

“அப்படின்னா, அவங்க தில்லியை எப்பவோ பிடிச்சிருக்கலாமே. பக்சார் போருக்கு அப்புறம் ஆவாத் அவங்க காலடியில கிடந்துச்சு. ஆனால் அதை சுஜா உத் தௌலாக்கிட்டயே திருப்பிக் குடுத்திட் டாங்களே”, என்றான் வேலன்.

“நீ சொல்றமாதிரி தான், உடனே டில்லியைப் பிடிக்கணும், பூனாவைப் பிடிக்கணும்னு கொஞ்சம் ராணுவ அதிகாரிங்கள்லாம் குடிச்சிப்புட்டுக் கத்துவானுங்க. ஆனால் லண்டன்ல இருந்து 'ரிங்பென்ஸ்' பாலிசி தான் கொஞ்சநாளைக்குன்னு ஆர்டர் வந்திருச்சாம்”, என்றாள்.

“அது என்ன வட்ட வேலிக் கொள்கை?”, வியப்புடன் கேட்டான்.

“கடற்கரை ஓரமா, மெட்ராஸ், பாம்பே, கல்கத்தான்னு மூணுவட்டம் வச்சிருக்காங்க. அந்த மூணு வட்ட வேலிக்குள்ளதான் கம்பெனி கொஞ்ச நாள் இருக்குமாம். அப்பத்தான் ஏதாச்சும் ஆபத்து வந்தாக் கப்பல்ல ஏறித் தப்பிச்சிடலாமாம்”, என்றாள் முத்தம்மா.

“எப்ப மொத்த இந்தியாவையும் பிடிப்பாங்க?”, என்றான் வேலன்.

“மைசூர் சுல்த்தானும், ஹைதராபாத் நிசாமும், மராத்தா பேஷ்வாவும் அவங்களுக்குள்ள மோதி, மோதி வலிமை கொறையணும். அவங்க நாடுங்களுக்குள்ள, அடுத்த வாரிசு யாருன்னு போட்டி வரணும். அந்த நேரத்தில அவங்கள்ல யாராச்சும் கம்பெனியை உதவிக்குக் கூப்பிடு வாங்க. அப்போ கம்பெனி சண்டையில கலந்துக்கிட்டு, ஒவ்வொரு ராஜ்யமாக் காலிபண்ணும். தென்னிந்தியா மொத்தத்தையும் புடிச்சப் புறம்தான், வட இந்தியாவைப் பிடிக்கணுமாம். இதுதான் அவங்க திட்டம்”, என்றாள் முத்தம்மா.

“அதைத்தான் இந்தூர் ராணி அகல்யாபாய் ஹோல்கரும் அப்பவே சொன்னாங்க. மராத்தா பேஷ்வாதான் புரிஞ்சிக்க மாட்டேங்கறாரு”, என்றான் வேலன்.

“பொம்பளை சொன்னா யாரு கேட்கறாங்க?”, என்றாள் முத்தம்மா.

“உன் கருத்தை மைசூரு கேட்கறதில்லையா?” என்றான் வேலன்.

“தகவலை மட்டும் தான் கேட்பாங்க. ராணி அகல்யாவையே மதிக்காத ஆம்பளைங்க, முத்தம்மா கருத்துக்கா மதிப்புக் குடுக்கப்

போறாங்க?'' என்றாள். பின்பு, வேலனைக் குறும்பாகப் பார்த்துக் கொண்டே, ''சரி, நேரமாச்சு. நான் பொறப்படறேன்'', என்றாள்.

''உன் பணத்தை கேட்க வந்ததாச் சொன்னியே?'' என்றான் வேலன்.

''வெடி மருந்து வாங்குறதுக்கு அந்தப் பணத்தைப் பயன்படுத்திக்க. அப்புறம் வேலா, இனிமேல் உன் பணம் என் பங்கு அப்படின்னு பிரிச்செல்லாம் பேசாதே'', என்றாள்.

''அப்போ உடனே நாம கல்யாணம் பண்ணிக்கலாம். சொத்து ஒண்ணாயிடும்'', என்றான் வேலன் வேடிக்கையாக. அவன் திடீரென்று அப்படிக் கேட்டதால், முத்தம்மா திடுக்கிடவில்லை. மனதளவில் அவர்கள் காதல் வளர்ந்து கொண்டுதான் இருந்தது.

''நான் மைசூர் உளவாளிங்கறது வெளியே தெரிஞ்சா என் தலை தரையில உருளும். உளவாளி குடும்பத்தை மட்டும் விட்டு வச்சிருவாங்களா, ஜாக்கிரதை'', என்றாள். பிறகு லேசான புன்னகையுடன், ''ஓ இன்னைக்கி நான் சேலைகட்டிப், பொம்பளை டிரெஸ்லே வந்திருக்றதால உனக்கு இந்த மாதிரிக் கனவெல்லாம் வருதா?'' என்றாள்.

''உண்மைதான், ஆனால் காரணம் அது மட்டும் இல்லை. என் மூளை கொளம்பிப் போறதுக்கு முக்கியமான காரணம் மேல இருக்கு பார்'', என்றான் வேலன்.

முத்தம்மா வானத்தை நிமிர்ந்து பார்த்தாள். முழுநிலா அவர்களைப் பார்த்துச் சிரித்துக் கொண்டிருந்தது. ''வாழ்க்கை எந்த நொடியும் முடிஞ்சு போகலாம்கிற நிலைமையில இருக்ற என்னால நீலவானம், நிலா பத்தியெல்லாம் எப்படி யோசிக்க முடியும்?'', என்று முணு முணுத்த முத்தம்மா, ''ஆனால், இந்த இரவு முழுக்க நம்ம கையில தான் இருக்கு. வா, நாம ஒருத்தருக்கு ஒருத்தர் இன்னக்கு மட்டும் துணையா இருக்கலாம்'', என்று வேலன் அருகில் வந்தாள்.

இரவும், நிலவும் இரும்பு இதயங்களையும் இளக்கி விடும் என்பதை அன்று அவர்கள் இருவரும் புரிந்து கொண்டனர்.

45

அன்று ஞாயிற்றுக்கிழமை. காலையில் சென்றால் எப்படியும் கறுப்பு நகரத்தில் பால்பென் பீல்டைப் பார்த்துவிடலாமென்ற நம்பிக்கையில் வேலன், வைகறையிலேயே குதிரையில் பால் வீட்டை நோக்கிப் புறப்பட்டான். வழியில், கோட்டையிலிருந்து குதிரையில் டேவிட்டும் வந்து கொண்டிருந்தான். இருவரும் சேர்ந்து பென்பீல்டைப் பார்க்கச் சென்றனர். வேலன் தனக்கு நீண்டநாளாக உள்ள ஒரு சந்தேகத்தை டேவிட்டிடம் கேட்டான். "டேவிட், நீ பேசுற இங்கிலீசும், பால் பேசுற இங்கிலீசும் ஒண்ணு தானே, ஆனாலும் ஏதோ வித்தியாசமா காதில விழுகுதே, ஏன்?" என்றான்.

"பால் இங்கிலாந்து, நான் அயர்லாந்துக்காரன்", என்றான் டேவிட்.

"ஓ ரெண்டும் வேற,வேற நாடா", என்றான் வேலன்.

"ரெண்டு இல்லை, இங்கிலாந்துங்கறது, இங்கிலாந்து, ஸ்காட்லாந்து, அயர்லாந்துன்னு மூணு நாடுங்க சேர்ந்தது. ஆனால் இப்போ எல்லாம் ஒரே நாடுதான். மூணு நாட்டு ஏழைகளும், இங்கிலாந்து பிரபுக்களுக்கு அடிமையாட்டோம்", என்றான் டேவிட்.

"நாங்க என்னவோ, இந்தியாவிலதான் பிரிஞ்சு கெடக்கறோம், ஐரோப்பாக்காரங்களுக்குள்ள சண்டைசச்சரவு இல்லைன்னு நினைச்சிக்கிட்டு இருக்கோம்", என்றான் வேலன்.

"இந்தியாவில நடக்கிறதை விடக் கடுமையான சண்டை ஐரோப்பாவில நடக்குது. நீங்க இன்னும் கத்தி, ஈட்டி, குட்டிப் பீரங்கிகளை வச்சுக்கிட்டு சண்டை போடறீங்க. ஐரோப்பாவில புதுசா, புதுசா துப்பாக்கி, வெடிமருந்து, எடை குறைஞ்ச, ராட்சத பீரங்கின்னு கண்டுபிடிச்சுக்கிட்டோ இருக்கோம். நாட்டுக்கும், நாட்டுக்கும் சண்டை, ஒரு நாட்டுக்குள்ளயே ஏழைங்களுக்கும், பிரபுக்களுக்கும் சண்டை", என்றான் டேவிட். "பிரபுக்களோட, ஏழைங்களுக்கு என்ன சண்டை?", என்று கேட்டான் வேலன்.

"நீ இங்கிலீஷ் படிக்கிறப்போ, பாபா, பிளாக் ஷீப்னு ஒரு கொழந்தைங்க பாட்டை மொதல்லே பாடியிருப்பியே", என்று கேட்டான் டேவிட்.

"ஆமா ஆடே, ரோமம் இருக்காங்கிற பாட்டு", என்றான் வேலன்.

"அது உண்மையில கொழந்தைங்க பாட்டு இல்லை. அயர்லாந்து விவசாயிகளோட ஒப்பாரி", ஒரு கணம் நிறுத்திவிட்டுத் தொடர்ந்

தான் டேவிட், “ஊரில இருக்ற எல்லா நெலமும் பிரபுக்களுக்குத்தான் சொந்தம்னு பறிச்சிக்கிட்டாங்க. வயலுக்கு வேலிபோட்டு அதுக்குள்ள ஆடு வளர்த்து, கம்பளி ஏற்றுமதி பண்ணினாங்க. விவசாயிகளோ, விவசாயத்துக்கு நெலமில்லாம பட்டினியால செத்தாங்க. முடிஞ்சவன் கப்பலேறி புது உலகத்துக்குக்கு போனான்.”, என்றான் டேவிட்.

“புது உலகமா?” என்றான் வேலன்.

“ஆமா, அமெரிக்காதான் புது உலகம். கப்பல் ஏறக் காசில்லாதவங்க, என்னை மாதிரிச் சிப்பாயாச் சேர்ந்து, இந்தியா மாதிரி நாடுங்களுக்கு வந்தாங்க”, என்றான் டேவிட்.

“ரெண்டு மாதிரிச் சிப்பாய்ங்க இருக்கீங்களே”, என்றான் வேலன்.

“ஆமாம், இங்கிலாந்து அரசாங்கத்தோட சிப்பாய்களும் இருக்காங்க. என்னை மாதிரி, கம்பெனியோட சிப்பாய்ங்களும் இருக்கோம்”, என்றான் டேவிட்.

“கம்பெனிச் சிப்பாய்ங்க கொஞ்சப்பேரு தானே”, என்றான் வேலன்.

“ஆனால் போற போக்கைப் பார்த்தா, அரசாங்கத்தோட சிப்பாய்ங்களைவிட, கம்பெனியோட சிப்பாய்ங்க அதிகம் ஆயிடுவோம்”, என்றான் டேவிட். அதற்குள் பென்பீல்டின் வீட்டருகே வந்துவிட்டனர்.

வீடு சிறியதாக இருந்தாலும், பென்பீல்டு அதைப் புதுப்பித்து அழகாக வைத்திருந்தான். நல்ல உடைகள் அணிந்து வெளியே புறப்படத் தயாராயிருந்தான்.

“பிரபு, சர்ச்சுக்குப் புறப்பட்டீங்க போல இருக்கே. வரவர, பக்திமானா மாறிட்டீங்க”, என்றான் வேலன். அதற்குள் வீட்டிற்குள்ளிருந்து புடவை அணிந்த அழகிய பெண்ணொருத்தி எட்டிப் பார்த்தாள்.

“எல்லோருக்கும் டீ போடு”, என்று அவளிடம் சொல்லிட்டு, “பக்தி இருக்கோ, இல்லையோ? கோட்டையில இருக்ற மேலதிகாரிகளோட பழகணும்னா ஞாயிற்றுக் கிழமையாவது சர்ச்சுக்குப் போறதுதான் நல்லது”, என்றான் பால்.

“வீட்டு வேலைக்குக்கூட நீங்களே ஆள்வச்சிட்டீங்க போல இருக்கே” என்றான் வேலன். “வேலைக்காரியா! அவள் ஒரு அற்புதமான டான்சர்”, என்றான் பால். பிறகு, “ஏன் பிரபு, பிரபுன்னு கூப்பிட்டு உயிரை எடுக்கறே, பழைய மாதிரி என் பேரைச் சொல்லியே கூப்பிடலாமே”, என்றான்.

“சரி, நண்பா பால், கோட்டையில இருந்து எனக்கு வரவேண்டிய பணமெல்லாம் அப்படியே நிக்குது. அதுக்கு உதவி கேட்கத்தான் உன்னைத் தேடி வந்தேன்”, என்றான் வேலன்.

“இப்போ கோட்டையில, பத்து விழுக்காடு கமிஷன் குடுக்காம எந்த வேலையும் நடக்காது. அதை நேரடியாவும் வாங்க மாட்டானுங்க. என் மூலமாத்தான் குடுக்கணும்”, என்றான் பால் சிரித்துக்கொண்டே.

“இதில உனக்கு கமிசன் எவ்வளவு?” என்றான் வேலன்.

“பணம் ஒரு பெர்சென்ட், பழி நூறு பெர்சென்ட். ஏதாவது விசாரணை வந்தா, பழிய என்மேல மட்டும் போட்டுட்டு எல்லோரும் தப்பிச்சிருவானுங்க”, என்றான் பால் கோபமாக. வேலன் ஒரு சிறிய பணப் பையை எடுத்து நீட்டினான்.

“வேலன் எப்பவுமே சுறுசுறுப்பு”, என்று சொல்லிக்கொண்டே, அதை வாங்கி மேஜையில் வைத்துவிட்டு, “நாளைக்குக் கோட்டைக்குப் போ, உனக்கு வரவேண்டிய பணம் மொத்தமும் கெடைச்சிடும்”, என்றான். அதற்குள் வீட்டின் உள்ளிருந்த பெண்ணின் குரல் கேட்டது. டேவிட் உள்ளே சென்றான். அதுதான் சமயம் என்று, டேவிட் இல்லாத நேரத்தில், வெடி மருந்தைப் பற்றிப் பேச்சை எடுத்தான் வேலன். அதைக் கேட்டவுடன் பென்பீல்டிற்கு முதலில் கோபம் வரும், சமாதானப்படுத்த வேண்டும் என்று தயாராயிருந்தான்.

ஆனால் பென்பீல்டோ அலட்சியமாக, “பொறு, டேவிட் வரட்டும்”, என்றான். டேவிட் தேநீருடன் வந்து சேர்ந்தான். பால் உடனே, “டேவிட், கோட்டையில இருந்து வெடிமருந்து கடத்த முடியுமான்னு வேலன் ஐயா கேட்கிறாரு. யாருக்காக இருக்கும்?” என்றான்.

“தஞ்சாவூர் ராஜாவுக்கும், ஆற்காட்டு நவாபுக்கும் கம்பெனி கூட நட்பா இருக்கற பாளையக்காரங்களுக்கும், கம்பெனியே வெடிமருந்து அனுப்பிச்சிக்கிட்டு இருக்கு. நிச்சயமா, கம்பெனியோட எதிரிங்களுக்காகத்தான் வேலன் ஐயா வெடி மருந்து கேட்கிறாரு”, என்றான் டேவிட்டும் சாதாரணமாக.

“மாட்டிக்கிட்டா என்ன தண்டனை கெடைக்கும்?”, என்றான் பால்.

“தேசத்துரோகக் குற்றம்”, என்று சொல்லிக்கொண்டே தன் கழுத்தில் கையை வைத்து, வெட்டப்படுவது போல் காட்டினான் டேவிட்.

"ஆபத்து அதிகம், புரியுதா வேலா? அதினால கிடங்கு அதிகாரிக்கு ரெண்டு மடங்கு வெலை குடுக்கணும். அது போக எனக்கு கமிசன் இருபது பெர்செண்ட், என்ன சொல்றே?", என்றான் பால். தொடர்ந்து, "என்ன வேலா, நான் உடனே சம்மதிப்பேன்னு எதிர்பார்க்கலையா?" என்றான் பலத்தசிரிப்புடன்.

வேலன் மேஜையில் இன்னுமொரு பெரிய மூட்டையை வைத்தான். "பால், இதில ஒரு லட்சம் ரூபா இருக்கு, மீதிப்பணத்தை சீக்கிரம் ஏற்பாடு பண்றேன்'' என்றான்.

"அது தானே பார்த்தேன், சுறுசுறுப்பில நம்ம வேலனை யாரும் மிஞ்ச முடியாது. டேவிட், பணத்தை எடுத்துப் பத்திரமா வை" என்ற பால் தொடர்ந்து, "இன்னும் ஒரு வாரத்துக்குள்ள ஏற்பாடு பண்றேன். கோட்டையில சரக்கு இறக்கிட்டுப்போற உன் வண்டியிலேயே ஏத்திக்கிட்டுப் போயிடலாம். தஞ்சாவூருக்கோ, புதுக்கோட்டைக்கோ ஏத்திக்கிட்டுப் போறமாதிரி போலியா ஒரு அனுமதிச்சீட்டும் வாங்கித் தந்திடறேன்" என்றான்.

"வேலைன்னு வந்திட்டா உன் சுறுசுறுப்பை மிஞ்ச உலகத்திலேயே ஆள் கிடையாது" என்றான் வேலன். மூவரும் வீட்டு வாசலுக்கு வந்து குதிரைகளில் ஏறினர்.

"வேலா, நீயும் சர்ச்சுக்கு வாயேன், வேடிக்கை பார்க்கலாம்", என்று அழைத்தான் பால்.

அப்பொழுது ஆங்கிலச் சிப்பாய் ஒருவன் வேகமாக இவர்களை நோக்கிக் குதிரையில் வந்து கெண்டிருந்தான். குதிரை இவர்கள் அருகில் வந்ததும், வந்தவனை பால் உடனே அடையாளம் கண்டு கொண்டு பலமாகச் சிரித்தான்.

"ஏய், உன் கல்யாணப் பொண்ணு உன்னைப் பார்க்க சிப்பாய் டிரெஸ்சில ரகசியமா வர்றா பாரு", என்றான் வேலனிடம். முத்தம்மா பாலையும், டேவிட்டையும் பார்த்து ஒரு சிரிப்பை மட்டும் வீசிவிட்டு, வேலனிடம் படபடப்பான குரலில் பேசினாள்,

"வேலா, ஒரு அப்பாவிப் பொண்ணு உயிருக்கு ஆபத்து", என்றாள்.

"வேலன் பக்கத்தில இருக்கிறப்போ உனக்கு என்ன ஆபத்து வர முடியும்?" என்றான் டேவிட்

"டேவிட், அவ அப்பாவிப்பொண்ணுக்கு ஆபத்துன்னு தானே சொன்னா?", என்றான் பால். முத்தம்மாவோ இவர்களது கேலிப்

பேச்சைக் காது கொடுத்தும் கேளாமல் படபடவென்று பேசினாள், "ஒரு கோமுட்டிச்செட்டியார் செத்துப் போயிட்டாராம். அவர் பொண்டாட்டியை அவர் கூடவே வச்சு எரிக்கப் போறாங்களாம்".

"ஓ... சதியா! இதெல்லாம் வட இந்தியாவில தானே பண்ணுவாங்க", என்றான் பால். வேலன் சிந்தனையில் ஆழ்ந்தான்.

"எனக்கும் ஆச்சர்யமா இருக்கு. இந்த சதிக்குப் பின்னால ஏதோ சதியிருக்குன்னு தோணுது. நீங்க ரெண்டு பேரும் என் கூட வந்தா. அந்த அப்பாவிப் பொண்ணைக் காப்பாத்திடலாம்" என்றான் வேலன் .

"வேலா, கம்பெனியில நான் வெறும் எஞ்சினீயர். கவர்னர் இல்லை" என்றான் பால்.

"நானும் ராணுவத் தளபதி இல்லை", என்றான் டேவிட்.

"அதெல்லாம் ஒண்ணும் தேவையில்லை. உங்க ரெண்டு பேரோட வெள்ளைத்தோல் போதும். நீங்க ரெண்டுபேரும், குதிரையில இருந்து கூட எறங்க வேண்டாம். நான் பேசுறதைச் சும்மா வேடிக்கை பாருங்க", என்றான் வேலன்.

"டேவிட். வேலன் என்ன பண்றான்னு பார்க்கலாமா? சர்ச்சுக்குப் போறதைவிட இது வேடிக்கையாயிருக்குமே?" என்றான் பால்.

"பாதிரியார் அடிக்கிற லெக்சர்ல இருந்து எஸ்கேப்பா, அப்போ நான் ரெடி", என்றான் டேவிட். முத்தம்மா முன்னால் சென்று வழிகாட்ட, மூவரும் அவளைப் பின் தொடர்ந்தனர்.

கருப்பு நகரத் தெருக்களைத் தாண்டி, வெகு தூரத்தில் இருந்த ஒரு பெரிய குளத்தை நோக்கி மூவரையும் முத்தம்மா அழைத்துச் சென்றாள். வேறொரு சமயமாயிருந்தால் வேலன் குளத்தின் அழகை ரசித்திருப்பான். நான்கு மூலைகளிலும் ஆல், அரசு, வேப்ப மரங்கள் நடப்பட்டு செழித்து வளர்ந்திருந்தன. அதன் ஒரு மூலையில் தான் பெரும் கூட்டம் கூடியிருந்தது. அதன் மற்றொரு மூலையை அடைந்ததும் வேலன், பால் மற்றும் டேவிட்டிடம், "நீங்க ரெண்டு பேரும் இங்கேயே மரத்துக்குப் பின்னாடி கொஞ்சம் மறைவா இருங்க. நாங்க ரெண்டு பேரும் பக்கத்தில போயி, நிலைமையைத் தெரிஞ்சுக்கறோம். நான் கையை உயர்த்திக் காட்டின உடனே ரெண்டு பேரும் வேகமா அங்கே வந்து சேருங்க", என்றான். "எஸ் கமாண்டர்", என்றான் பால் வேடிக்கையான குரலில்.

வேலனும், முத்தம்மாவும் குதிரைகளில் மெதுவாகச் சென்று கூட் டம் இருந்த இடத்தை அடைந்தனர். நிறைய ஆண்களும், பெண்களும் கூடி இருந்தனர். இறுதிச் சடங்கிற்கு வந்த கூட்டம் போல் யாருடைய முகத்திலும் துயரத்தின் ரேகைகளே இல்லை. திருவிழாக் காண வந்த கூட்டம் போல் இருந்தனர். சாவுக்கு அடிக்கும் தாரை, தப்பட்டைகளுக்குப்பதில், மங்களகரமாகத் தவிலும், ஷெனாயும் முழங்கிக்கொண்டிருந்தன. ஒருபுறம் விறகு மற்றும் வரட்டிகள் அடுக்கிய சிதையில் வெள்ளைத் துணியால் மூடிய ஒரு பிணம் கிடத்தி வைக்கப்பட்டிருந்தது. வழக்கத்திற்கு மாறாகச் சிலர் பிணத்திற்கு மந்திரம் ஓதிக் கொண்டிருந்தனர். சிதைக்கு வெகு தூரத்தில், பட்டுப்புடவை கட்டி நின்ற ஒரு சின்னப் பெண்ணை அலங்கரித்துக் கொண்டிருந்தார்கள். சில பெண்கள் அவளுக்கு உடலெங்கும் நகைகளை அணிவித்துக்கொண்டு இருந்தனர். இடையிடையே பலபெண்கள் சென்று அந்த இளம் பெண்ணின் காலில் விழுந்து வணங்கி எழுந்தனர். அந்தப் பெண்ணிற்கு அதிகம் போனால் பதினாறு வயதிருக்கலாம். அவளும் மிடுக்காக, அனைவரின் தலையையும் தொட்டு வாழ்த்தினாள். பெண்ணிற்கு அருகே உருவிய வாட்களுடன் இரண்டு இளைஞர்கள் நின்று கொண்டிருந்தனர். அவர்களுக்குப் பின்னே நாலைந்துபேர் தடிக்கம்புகளுடன் நின்றனர். வாட்களுடன் நின்றவர்கள் இருவரும் இறந்த போனவரின் தம்பிகள் என்றும், அடியாட்களாக நின்றவர்கள் அவர்களின் வேலைக்காரர்கள் என்றும், கூட்டத்தினரின் பேச்சிலிருந்து வேலனால் ஊகிக்க முடிந்தது. குளத்தின் எதிர் மூலையில் ஒரு வயதான தம்பதியரும் அவர்களோடு ஒரு சிறுமியும் அமர்ந்திருப்பதை முத்தம்மா வேலனிடம் காட்டினாள்.

“நீ போய் அவங்களை விசாரிச்சிட்டு வா”, என்றான் வேலன். முத்தம்மா மெதுவாகக் குதிரையில் அவர்களை நோக்கிச் சென்றாள். மூவரின் உடைகளிலிருந்தே கொஞ்சம் வசதியான குடும்பம் என்று தெரிந்தது. அந்த சிறுமிக்குப் பத்து வயது இருக்கலாம். முத்தம்மாவைப் பார்த்ததும் முதலில் பயந்து எழுந்து நின்றனர். முத்தம்மா தன் தலைப்பாகையை அவிழ்த்துக் கூந்தலைப் புரள விட்டதும், அவர்களின் பயம் குறைந்து வியப்புத் தொற்றியது.

“நீங்க யாரு? ஏன் தூரத்திலயே இருக்கீங்க'' என்றாள், முத்தம்மா.

"அங்கே நெருப்பில தள்ள அலங்காரம் பண்ணிக்கிட்டு இருக்காங்களே, அது எங்க பொண்ணுதாம்மா", என்று சொல்லும்பொழுதே அந்த அம்மாவிற்குக் கண்ணீர் வழியத் தொடங்கியது. "அப்புறம் ஏன் பொண்ணைக் காப்பாத்தாம நிக்கிறீங்க", என்றாள் முத்தம்மா.

"எங்க பொண்ணு சம்மதத்தோடதாம்மா எல்லாம் நடக்குது", என்றாள் அந்த அம்மா பரிதாபமாக.

"பொண்ணு சாகறதுக்கு ஏன் சம்மதிச்சா?", என்றாள் முத்தம்மா.

"அவளை மிரட்டியே மூளையைக் கொழப்பிட்டானுங்க. நீ விதவையாயிட்டா தலையை மொட்டை அடிச்சு, வெள்ளைப்புடவை கட்டி, ஒரு மூலையில உட்கார வச்சு, நாய்க்குக் கஞ்சி ஊத்தறமாதிரி ஒரு வேளைக் கஞ்சிதான் ஊத்துவோம். நாள்முழுக்க மாடுமாதிரி வேலை செய்யணும். புருஷங்கூடவே நெருப்பில குதிச்சிட்டியின்னா, சாமி ஆயிடுவேன்னு சொல்லிச் சம்மதிக்க வச்சிட்டாங்க", என்றாள் தாய்.

"அப்போ, அக்கா வயத்தில இருக்ற குழந்தையும் சாமி ஆயிடு மாம்மா", என்றாள் சிறுமி. "குழந்தையா? வயித்தில குழந்தையைச் சுமந்துக்கிட்ட இருக்ற பொண்ணையா நெருப்பில தள்ளறாங்க?" என்றாள் முத்தம்மா கோபமாக.

"என் பொண்ணு கர்ப்பமா இருக்கறதனால தாம் கொல்லப் போறாங்க", பெண்ணின் தந்தை வாயைத்திறந்தார்.

"எங்க சாதிவழக்கப்படி பொண்ணு விதவையாயிட்டா பொறந்த வீட்டுக்குத் திருப்பி அனுப்பணும். நாங்க போட்ட நகை, செஞ்ச சீரு, குடுத்த வரதட்சணை எல்லாத்தையும் திருப்பிக் குடுக்கணும். அதை ஏமாத்தத்தான் இப்பிடிப் புதுசா ஒரு பழக்கத்தைத் திணிக்கிறாங்க", என்றாள் தாய்.

"நகைபணமெல்லாம் நீங்களே வச்சுக்கங்க, பொண்ணை மட்டும் கூட்டிக்கிட்டுப் போறோம்னு கேட்டோம். மொதல்லே சம்மதிச்சிட்டானுங்க. அந்த நேரம் என் பொண்ணு வாந்தி எடுத்தா. கர்ப்பமா இருக்கறாங்கறது தெரிஞ்சவொடனே, அவளை உடன் கட்டை ஏத்தியே தீருவோம்னு வெறிபிடிச்சு அலையறாங்க", என்றார் தந்தை.

"மாமனார், மாமியாரும் இதுக்கு ஒத்துக்கிறாங்களா?" என்று கேட்டாள் முத்தம்மா. "மாப்பிளையோட அப்பா, அம்மா உயிரோட இல்ல. கூடப்பொறந்தவங்களும் யாரும் இல்லை.

அவரு சித்தப்பா பசங்க ரெண்டு பேரும்தான், புள்ளை பொறந்திட்டா சொத்துகு வாரிசு வந்திடுமேன்னு, புதுசா ஒரு பழக்கத்தைத் திணிக்கிறாங்க. சாதி, சனம் எல்லாம் பணக்காரன் பேச்சுக்குத்தான் தலையாட்டுது. பணக்காரன் எழுதுறது தான் சாஸ்திரம் போல இருக்கு'', என்றார் பெண்ணின் தந்தை சோகமாக.

“பயப்படாதீங்க, உங்க பொண்ணு உயிரை வேலன் காப்பாத்துவான்'', என்றாள் முத்தம்மா.

“நாங்களும் சாமிகிட்ட அழுது, புரண்டு, மன்றாடிக்கிட்டுத்தாம்மா இருக்கோம், ஆனா எந்தச் சாமியும் காப்பாத்தலயே'', என்றாள் பெண்ணின் தாய்.

“இந்த வேலன் கட்டாயம் காப்பாத்துவான்'', என்று சொல்லிவிட்டுக் குதிரையில் வேகமாக வேலனை நோக்கிச் சென்றாள் முத்தம்மா.

46

மறைவிடத்திலிருந்து டேவிட் தன் தொலைநோக்கியால், முத்தம்மா வேலன் அருகே செல்வதைக் கவனித்தான். முத்தம்மா, குளத்தின் மறுகரையிலிருந்தவர்களைச் சுட்டிக்காட்டி வேலனின் காதருகே ஏதோ சொல்லிக்கொண்டிருந்தாள். டேவிட் தொலைநோக்கியைப் பால் பென்பீல்டிடம் கொடுத்து, “பாருங்க பாஸ். எப்படியும் கூட்டத்தில இருநூறு பேர் இருப்பாங்க. நம்ம கிட்டயும் ஆயுதம் எதுவும் இல்லை. வேலனால எப்படி அந்தப் பொண்ணைக் காப்பாத்த முடியும்?'', என்றான். “உனக்கு வேலனைப் பத்தித் தெரிஞ்சது அவ்வளவுதான்'', என்று கூறிக்கொண்டே தொலைநோக்கி வழியாகக் கூட்டத்தைப் பார்த்தான் பால்.

பெண்ணிற்கு அலங்காரங்கள் முடிந்தன. அவளை இரண்டு பெண்கள் ஊர்வலமாக கூட்டத்தின் நடுவே இழுத்துச் சென்றனர். கூட்டம் முண்டியடித்துக்கொண்டு அப்பெண்ணின் காலைத் தொட்டு அருளாசி பெறமுயன்றது. அப்பெண்ணும், தாராளமாகக் கைகளை மக்களின் தலையில் வைத்து ஆசி வழங்கினாள். அப்பெண் பிணத்தின் அருகே அழைத்துச் செல்லப்பட்டாள். அவளை அலங்கரித்த இரண்டு பெண்களும், இப்பொழுது பெண்ணின் நகைகளை ஒவ்வொன்றாகக் கழற் றத் தொடங்கினர். இறந்தவனின் தம்பிகள் இருவரும் தங்கள் வாட்களை உறையில் செருகிவிட்டு, ஒரு பெரிய நகைப்பெட்டியுடன் அருகில் வந்து.

நகைகளை வாங்கிப் பெட்டிக்குள் வைத்தனர். நகைகள் இல்லாமல் வெறும் கழுத்துடனும், அந்த அப்பாவிப் பெண் அழ காக இருந்தாள். இன்னும் பெருமை பொங்கச்சிரித்துக் கொண்டுதான் இருந்தாள். நகைகளைக் கழற்றிய பெண்கள், அவற்றைப் பெட்டி யில் போட்டு வாட்களுடன் நின்றவர்களிடம் கொடுத்து விட்டு அகன் றனர். நகைப்பெட்டியை எடுத்துச்சென்று மரப்பொந்தில் வைத்து, ஒரு துணியைப் போட்டு மறைத்து விட்டு வந்தனர், சகோதரர்கள் இருவரும். சகோதர்கள் தலையசைத்ததும், அந்தணர்கள், மந்திரங்களை வேகமாக ஓதத் தொடங்கினர். அவர்களில் மூத்தவன் தீப்பந்தம் எடுத்துவந்து, சிதைக்குத் தீ வைத்தான். சிதை லேசாக எரியத் தொடங்கியது. சிதையைச் சுற்றி வருமாறு அப்பெண்ணுக்குக் கட்டளையிட்டனர். அப்பெண்ணும் கூப்பிய கரங்களுடன் எரியும் சிதையைச் சுற்றி வந்தாள். இப்பொழுது நெருப்பு நன்றாகப் பற்றி எரியத் தொடங்கியது. அதன் வெப்பத்தை உணர்ந்த பெண்ணின் முகத்தில் கலவரம் பரவியது. இரண்டாம் முறை சிதையைச் சுற்ற மறுத்துத் தலையை ஆட்டினாள். இரண்டு சகோதரர்களும் அவளது இரு தோள்களையும் முரட்டுத் தனமாகப் பிடித்துச் சிதையைச் சுற்றி இழுத்து வந்தனர். மூன்றாவது முறை அவளை இழுத்துவர முயற்சித்தபோது, அவள் திமிறி ஓட முயன்றாள். வேடிக்க பார்த்துக் கொண்டிருந்த பெண்களில் சிலர் குலவையிட்டனர். பெண்ணோ நடக்க மறுத்தாள். ஆனால் சகோதரர்கள் விடுவதாயில்லை. அவளை இருபுறமும் பிடித்துத் தூக்கித் தரதரவென்று சிதையைச் சுற்றி இழுத்து வந்து மூன்றாவது சுற்றை முடித்தனர்.

தொலைநோக்கியில் அனைத்தையும் பார்த்துக்கொண்டிருந்த பாலிடம் டேவிட் கேட்டான், “என்ன ஆச்சு? பொண்ணை நெருப்பில தள்ளப்போறாங்க, வேலன் சும்மா இருக்கானே, பயந்திட்டானா?”

“வேலன் கையைக் காட்டிட்டான், வா போகலாம்'' என்றான் பால். பாலும், டேவிட்டும் குதிரைகளை அதட்டி வேகமாகப் பாய்ந்தனர். அந்தப் பெண்ணை வலுக்கட்டாயமாக நெருப்பில் தூக்கி எறியச் சகோதரர்கள் தயாராயினர். நெருப்போ யாரும் அருகில் நிற்கக் கூட முடியாமல் தகித்தது. பெண்ணோ பெருங்குரலெடுத்து அலறத் தொடங்கினாள். அந்தக் கூச்சலை மறைப்பதற்காக மந்திரம் ஓதுபவர்கள் பெருங்குரலில் முழங்கத் தொடங்கினார்.

திடீரென்று கைத்துப்பாக்கி ஒன்று முழங்கியது. அனைத்து ஒலிகளும் சட்டென்று நின்றன. கைத்துப்பாக்கியை முத்தம்மாவிடம் கொடுத்து விட்டு வேலன் குதிரையில் சிதை அருகே சென்றான். முத்தம்மா விரைவாகக் கைத்துப்பாக்கியில் மீண்டும் தோட்டாவை நிரப்பிக் கொண்டு தன் குதிரையில் வேலனைப் பின்தொடர்ந்தாள்.

“நிறுத்துங்கள்”, என்று கத்தினான் வேலன். இரண்டு சகோதரர்களும், அவர்களது அடியாட்களும் ஆயுதங்களோடு கடுங்கோபத்துடன் வேலன் மற்றும் முத்தம்மா அருகே வந்தனர்.

“யார் நீ? என்ன தைரியம் இருந்தா, புனிதச்சடங்கை நிறுத்துவே?” என்றான் மூத்தவன். கூட்டத்திலிருந்து முண்டியடித்துக்கொண்டு முன்னால் வந்த வயதான பெரிய மனிதன் ஒருவன் கத்தினான்,

“ரெண்டு பேரையும் புடிச்சு மரத்தில கட்டுங்கடா”,

ஆனால், முத்தம்மா கையிலிருந்த துப்பாக்கி அடியாட்களைப் பயமுறுத்தியது.

“நான் வெறும் துபாஷி, புரியுதா? கோட்டை அதிகாரிங்களுக்கு நீங்க பேசறதை இங்கிலீஷ்ல சொல்லப்போறேன். இங்கே சதி நடத்த யார் ஏற்பாடு செஞ்சது?” என்று அதிகாரமான குரலில் வேலன் கேட்டான்.

“எங்க சாதி வழக்கத்தை நீ எப்படிக் கேள்வி கேட்கலாம் என்றான்”, ஒரு நடுத்தர வயதுக்காரன்

“நீ ஜாமீன் குடுக்கிறியா?’, என்றான் வேலன் அவனிடம்.

நடுத்தரவயதுக்காரன் குழம்பினான், “ஜாமீனா, எதுக்கு?” என்றான்.

“இந்தக் குடும்பத்தோட வரி, வாய்தா அபராதத்துக்கெல்லாம் நீ ஜவாப்தாரி ஆகுறியா?” என்றான் வேலன்.

“நான் ஏன் ஜாமீன் தரணும்? நான் ஒண்ணும் சொந்தக்காரன் இல்லை”, என்றவாறு மெல்லக் கூட்டத்திற்குள் நழுவினான் அந்தப் பெரிய மனிதன். சகோதரர்கள் இருவரும் உருவிய வாட்களை உறையிலிடாமலேயே அருகில் வந்தனர். மூத்தவன் பேசினான்,

“எங்க சாதி, மதம், சம்பிரதாயங்கள்ல கம்பெனி தலையிடற வழக்கம் இல்லையே, இப்போ என்ன திடீருன்னு?” என்றான். அப்பொழுது டேவிட்டும், பால் பென்பீல்டும் அருகில் வந்து

விட்டனர். வேலன் அவர்கள் அருகே குதிரையில் சென்றான். இரண்டு வெள்ளைக் காரர்களையும் பார்த்தவுடன் கூட்டத்தின் வீரம் கோபம் எல்லாம் நெருப்பில் எரிந்த கற்பூரம்போல் நொடியில் மாயமானது. மொத்தக் கூட்டமும் லேசாகப் பின் வாங்கியது. அடியாட்கள் கம்புகளைக் கீழே எறிந்து விட்டுக், கூட்டத்தோடு கூட்டமாகக் கலந்தனர். வேலனிடம், பால் ஆங்கிலத்தில், தாழ்ந்த குரலில்கேட்டான்,

"நாங்கள் என்ன சொல்ல வேண்டும்?".

"கொஞ்ச நேரம் தமிழ் தெரியாதது போல நடிக்கணும்", என்று வேலன் பணிவாக ஆங்கிலத்தில் கேட்டுக்கொண்டான்.

சகோதரர்கள் இருவர் மட்டுமே குதிரைகளின் அருகில் நின்றனர். அவர்களும் வாட்களைக் கீழே போட்டிருந்தனர். மூத்தசகோதரன் சற்றுத் துணிச்சலாகப் பேசினான்.

"சதியைத் தடை செஞ்சதா தண்டோரா எதுவும் போடலயே?".

தமிழ் புரியாதது போல் நடித்த டேவிட், "என்ன சொல்கிறான் இவன்?" என்றான் ஆங்கிலத்தில். மேலதிகாரியாக நடிப்பது அவனுக்கு மிகவும் பிடித்திருந்தது. மூத்த சகோதரனின் பேச்சை வேலன் ஆங்கிலத்தில் மொழிபெயர்த்தான். பிறகு வேலனே,

"அறிவிப்பு சீக்கிரம் வரப்போகுது. அதுவரைக்கும் இதெல்லாம் நடத்தணும்னா, கவர்னர்கிட்ட அனுமதி வாங்கணும்", என்றான்.

"அதுக்கு யாரைப் பார்க்கணும்?", என்றான் இளைய சகோதரன். வேலன் பென்பீல்டைக் காட்டினான்.

"அவருகிட்டத்தான் மனு கொடுக்கணும். நான் உங்களுக்காகப் பேசிப் பார்க்கிறேன்", என்றவன் பென்பீல்டின் காதிற்குள் பேசுவதைப் போல் நடித்துவிட்டு, "வரி கட்டினா அனுமதி தர்றேன்னு சொல்றாரு", என்றான்.

"வரியா, எவ்வளவு?", என்றான் மூத்தவன்.

வேலன் மீண்டும் பென்பீல்டிடம் பேசிவிட்டு, "செத்துப்போனவன் குடும்பச் சொத்தில பாதியைக் கம்பெனிக்குக் குடுக்கணுமாம்" என்றான். பின்பு முத்தம்மாவைப் பார்த்துச் சைகை காட்டினான். அவளும், வேலனும் கீழே இறங்கி, சகோதரர்கள் கீழே போட்டிருந்த வாட்களை ஆளுக்கொன்றாக, எடுத்துக்கொண்டு, இரு சகோதரர்களையும் மையமாக வைத்து மண்ணில் வாட்களால் பெரிய வட்டம் போட்டனர். வேலன் கூட்டத்தின் அருகே சென்றான்.

“குடும்பத்தோட சொத்து மதிப்பை, வீடுவீடா வந்து கணக்குப்பண்ணி வரிபோடப் போறோம். செத்துப்போனவரோட குடும்பத்து ஆளுங்க எல்லாம் வந்து வட்டத்துக்குள்ள நில்லுங்க”, என்றான் உரத்த குரலில். கூட்டம் உடனே இரண்டடி பின் வாங்கியது. பின்பு மெல்ல, ஒவ்வொருவராக, அங்கிருந்து நழுவத்தொடங்கினர். இரண்டே நிமிடங்களில் மொத்தக் கூட்டமும் காணமல் போனது. டேவிட் சிரிப்பை அடக்க முடியாமல் தவித்தான். இரண்டு சகோதரர்கள் மட்டும் பரிதாபமாக வட்டத்திற்குள் நின்றனர். வேலன் அவர்களிடம் சென்று, “சரி பொறப்படுங்க, உங்க வீடு, நெலம் எல்லாம் அளந்து பார்த்துக் கணக்குப் போடணும்”, என்றான்.

உடனே மூத்தவன், “நீங்க எங்களைத் தப்பாப் புரிஞ்சுக்கிட்டீங்க. நாங்க செத்துப் போனவனுக்கு சொந்தத் தம்பிங்க இல்லை. அவரு எங்க பெரியப்பா புள்ளதான்” என்றான்.

“அடடா... இதை மொதல்லே சொல்லியிருக்கக்கூடாதா? இப்போ அதிகாரிங்க நம்பறது சந்தேகம். இருங்க கேட்டுச் சொல்றேன்”, என்றான். பென்பீல்டிடம் மீண்டும் ஆங்கிலத்தில் பேசிவிட்டுத் திரும்பி வந்தான். “எல்லாம் ஒரு குடும்பம்தான், வரி போட்டே ஆகணும்னு சொல்றாரு அதிகாரி” என்றான் வேலன்.

இளைய சகோதரன் மெதுவாக வட்டத்திலிருந்து நழுவ முயன்றான். ஒரு கையில் வாளும், இடுப்பில் கைத்துப்பாக்கியுமாக இருந்த முத்தம்மாள், “ஹேய்” என்று கூச்சலிட்டு விட்டு, வட்டத்திற்குள் திரும்புமாறு தம்பிக்குச் கைகை காட்டினாள்.

“தம்பி, அவசரப்படாதடா, நான்தான் பேசிக்கிட்டு இருக்கேன்ல”, என்று தம்பியை அதட்டிய அண்ணன், சற்றுத் தாழ்வான குரலில், “இங்கே பாருங்க துபாஷி. என்ன இருந்தாலும், நம்ம ரெண்டு பேரு உடம்பிலயும் ஓடறது தமிழ் ரத்தம். எப்படியாச்சும் வெள்ளக்கார அதிகாரிங்க கிட்டப்பேசி, எங்களை விடச்சொல்லுங்க”, என்றான்.

“நிச்சயமாச் செய்யறேன். தமிழனுக்குத் தமிழன் இதுகூடச் செய்ய மாட்டேனா? ஆனால் அதிகாரிங்கக்கிட்ட வெறுங்கையாலே முழம்போட முடியாது, புரியுதா?” என்றான் வேலன்.

மூத்தவன் தடுமாறுவதைப் பார்த்த வேலன், “கையில காசில்லைன்னாப் பரவாயில்லை, கழுத்தில இருக்ற சங்கிலியைக் கழட்டிக் குடுங்க போதும்”, என்றான். உடனே அண்ணன்

விரைவாகத் தன் கழுத்தில் இருந்த தங்கச்சங்கிலியைக் கழற்றிக் கொடுத்தான். “இதில எனக்கு ஒண்ணும் இல்லைன்னாக் கூடப் பரவாயில்லை, ஆனால் அதிகாரிங்க ரெண்டு பேராச்சே”, என்றான் வேலன். உடனே அண்ணன், தம்பியின் தங்கச் சங்கிலியையும் கழற்றச் சொல்லி வாங்கி வேலனிடம் கொடுத்தான். சங்கிலிகளுடன் டேவிட் அருகே சென்ற வேலன், “டேவிட், இப்பொழுது அவர்கள் இருவரையும் விடச்சொல்லி, முத்தம்மாவிடம் ஆங்கிலத்தில் உத்தரவு கொடு”, என்று ஆங்கிலத்தில் கூறினான். டேவிட்டும் உடனே கம்பீரமாக,

“ஹேய், அவர்களைப் போகவிடு”, என்று முத்தம்மாவைப் பார்த்து ஆங்கிலத்தில் கத்தினான். முத்தம்மா மரியாதையாக விலகி வழிவிட்டாள். சகோதரர்கள் இருவரும் மெல்ல நடந்து வட்டத்திற்கு வெளியே வந்தனர். சற்றுத்தூரம் விரைவாக நடந்தனர். பிறகு ஒரே ஓட்டமாகத் தப்பித்தோம், பிழைத்தோம் என்று ஓடினர். அதுவரை குளத்தின் மறு கரையிலேயே தயங்கி நின்ற பெண்ணின் குடும்பத்தினர், சிதை அருகே மயங்கி விழுந்து கிடந்த பெண்ணை நோக்கி ஓடினர். பெண்ணைத் தூக்கித் தன் மடியில் கிடத்தினார் தாயார். சிறுமி ஓடிச் சென்று தண்ணீர்ப்பானை ஒன்றை எடுத்து வந்தாள். தந்தை தண்ணீரைக் கையால் பிடித்துப்பெண்ணின் முகத்தில் தெளித்தார். பெண் கண்விழித்து மிரண்டு போய்ப் பார்த்தாள். கணவனோடு தானும் விண்ணுலகத்திற்குப் போய்விட்டதாக நினைத்தாள் போலும். பின்பு தன் குடும்மபத்தினரைப் பார்த்து சுய நினைவு வரப்பெற்றவள், ஓவென்று பெருங்குரலெடுத்து அழுதாள். பெண்ணின் தாயும் அதை விடப் பெருங்குரலில் அழுதாள். தந்தையும் கூட விக்கி, விக்கி மெல்லிய குரலில் தன் இயலாமையை நினைத்து அழுதார். ஆனால் அழாமல் பலமாகச் சிரித்தாள் பெண்ணின் தங்கை. கலகலவென்று மகிழ்ச்சி பொங்கச் சிரித்த அந்தச் சிறுமி, தன் அக்காவிடம் தூரத்தில் இருந்த வேலனையும் மற்றவர்களையும் காட்டி அவளுக்குத் தெரிந்தவரை நடந்ததை விவரமாகச் சொன்னாள்.

அந்த நேரத்தில் வேலன் இரண்டு தங்கச் சங்கிலிகைளையும் எடுத்துக்கொண்டு சென்று ஒன்றை டேவிட்டிடமும், மற்றொன்றை பென்பீல்டிடமும் கொடுத்து, “உங்களது உதவிக்கு நன்றி”, என்றான்.

பென்பீல்டு டேவிட்டைக் கூப்பிட்டான். “ஹேய் டேவிட், இதையும் நீயே வச்சுக்க”, என்று சங்கிலியை அவனிடம் வீசினான்.

டேவிட்டின் மகிழ்ச்சிக்கு அளவேயில்லை. "வேலன், அடுத்த ஞாயிறும், ஏன் எல்லா ஞாயிறுமே எங்களை வந்து எங்கேயாச்சும் கூட்டிட்டுப் போ", என்றவன் பென்பீல்டிடம் திரும்பி, "பார்த்தீங்களா பாஸ், இந்த வாரம் ரெண்டு தங்கச் சங்கிலி, அடுத்தவாரம் என்ன குடுக்கப்போறானோ?", என்றான். அதற்குள் எரிக்கப்படவிருந்த பெண்ணும் அவள் குடும்பத்தினரும் எழுந்து இவர்களை நோக்கி வந்தனர்.

இவர்கள் யாருடைய உணர்வுகளைப் பற்றியும் கவலைப்படாமல் செத்தவனின் பிணம் எரிந்து சாம்பலாகி, சிதை மெல்ல அணைந்து கொண்டிருந்தது. பெண்ணின் குடும்பத்தினர் மொத்தமும் அருகே வந்து ஆங்கிலேயர்கள் குதிரைகளின் முன்பு தரையில் விழுந்து வணங்கினர். முத்தம்மா ஆங்கிலத்தில் முணுமுணுத்தாள்,

"பார்த்தாயா வேலா, காப்பாற்றியதெல்லாம் நீ. வேடிக்கை பார்த்துக் கொண்டிருந்தவர்களைக் கடவுளாக்கி விட்டனர்", என்றாள்.

"பொது வாழ்க்கையில் இதுபோல் எண்ணற்ற முறை நடக்கும். இதைவிட மோசமாகவும் நடக்கும். சிலசமயம் நம்மால் காப்பாற்றப்பட்டவர்களே, தவறாகப் புரிந்துகொண்டு, நம்மைத் தூக்கிலும் போடலாம்", என்று ஆங்கிலத்தில் கூறிச்சிரித்தான் வேலன்.

டேவிட் முத்தம்மாவிடம், "முத்தம்மா, மரத்தடியில, அந்தத் துணிக்குக் கீழே பார், ஒரு புதையலே இருக்கு" என்றான். முத்தம்மாள் ஓடிச்சென்று, அனைவரும் மறந்து விட்டுச் சென்றிருந்த நகைப் பெட்டியை எடுத்து வந்த பெண்ணின் தந்தையிடம் கொடுத்தாள். வேலன் அவரிடம் கூறினான்,

"பெரியவரே, அந்தக் கொலைகாரப் பசங்க கண்ணில படாம தூரமா எங்கேயாவது போயிடுங்க. உங்க பொண்ணுக்கு சுகமா பிள்ளை பிறக்கற வரைக்கும், அவங்க யார் கண்ணிலயும் படாம கவனமா இருங்க", என்றான்.

"நாங்க திருப்பதிக்குப் போயிடுவோம். அது எங்க எடம். இந்தப் பயலுக அங்கே வாலாட்ட முடியாது", என்றார் தந்தை. அவர்கள் மூவரும் செல்வதைப் பார்த்துக் கொண்டிருந்த பால்,

"டேவிட், நகைகளை நீயே திருடிக்கலாம்னு உனக்குத் தோணலயா", என்று கேட்டான். "பாஸ்... நான் திருட்டுக் குடும்பத்தில பிறக்கலை. ஒரு ஐரிஷ் தொழிலாளி குடும்பத்தில பொறந்தவன்", என்றான் டேவிட் உறுதியான குரலில்.

“சதியைத் தடை செய்யப் போறதாப் பொய் சொல்லிச் சமாளிச்சிட்டே”, என்றான் பென்பீல்டு வேலனைப் பார்த்து.

“நான் பெரிசாப் பொய் சொல்லிடலை பால். சதி மாதிரி பழக்கத்தையெல்லாம் இந்தியாவில தடை செய்யணும்னு உங்க நாட்டிலயே சிலர் பிரச்சாரம் பண்றதாக் கேள்விப்பட்டேன்”, என்றான் வேலன்.

“டேவிட் பார்த்தியா! இந்தியாவில என்ன நடக்குதுங்கறது கூட இந்தியர்களுக்கே தெரியாத காலம் போய், நம்ம நாட்டில என்ன நடக்குதுங்கிறதை நமக்கே இந்தியர்கள் சொல்லித் தெரிஞ்சிக்கற காலம் வந்திடுச்சு”, என்றவன், மீண்டும் வேலனிடம், “இந்தத் தகவலை உனக்கு யார் சொன்னது?” என்றான்.

“என் நண்பர், ஒரு பாதிரியார் சொன்னார்”, என்றான் வேலன்.

“அதனாலதான் பாதிரியாருங்க யாரும் கம்பெனி ஏரியாவுக்குள்ளே காலை வைக்கக் கூடாதுன்னு தடை பண்ணி வச்சிருக்காங்க”, என்றான் பால் பென் பீல்டு.

47

கோட்டைக்குச் சரக்குகளை ஏற்றிச் செல்லும் வண்டிகள் கிடங்கை விட்டு வெளியேறி வேலன் வீட்டருகே வந்தன. வாசலில் நின்று வேலன் அவற்றைக் கவனித்துக் கொண்டிருந்தான். கடைசி வண்டி வேலன் அருகே வந்ததும் நின்று விட்டது. அதை ஓட்டி வந்தவன் கீழே இறங்கி, வேலனுக்கு வணக்கம் செலுத்தி விட்டுப் போய் விட்டான். அன்று வேலனும் அந்த வண்டியில் ஏறவில்லை. ஆண் உடையில் வீட்டிற்குள்ளிருந்து வெளியே வந்த முத்தம்மா ஏறினாள்.

“ஏதாவது ஆபத்து வந்தா அவசரப்பட்டு எதுவும் செஞ்சிடாத. நான் அங்கே இல்லைன்னாலும், காப்பாத்த உதவி வரும்”, என்றான் வேலன். தலையை ஆட்டிக் கொண்டே வண்டியை விரைவாக ஓட்டி, மற்ற வண்டிகளுடன் சேர்ந்து கொண்டாள் முத்தம்மா.

கோட்டையில் உணவுப் பொருட்களை இறக்கி விட்டு, ரசீது வாங்கிக் கொண்டிருந்தாள். அப்பொழுது அங்கு வந்த சிப்பாய் ஒருவன் அவள் கையில் ஒரு சீட்டைக் கொடுத்துவிட்டுப் பதிலுக்குக் காத்திராமல் சென்று விட்டான். முத்தம்மா காலியான வண்டிகளை ஓட்டிக் கொண்டு வெடி மருந்துக் கிடங்கிற்குள்

சென்றாள். வெடி மருந்துக் கிடங்கின் அதிகாரி அவளிடம் சீட்டு எதுவும் கேட்கவில்லை. வண்டிகளை உள்ளே ஓட்டச் சொன்னார். வண்டிகளைக் கிடங்கின் உள்ளே நிறுத்தியதும், வண்டியோட்டிகளைப் பகல் உணவிற்கு அனுப்பி விட்டு முத்தம்மா மட்டும் உள்ளே நின்றாள். வண்டிகளில் மூட்டைகள் ஏற்றப்பட்டு மேலே துணிவிரித்து மூடப்பட்டன. சற்று நேரத்தில் திரும்பி வந்த வண்டியோட்டிகளோடு, வண்டிகளை எடுத்துக்கொண்டு கோட்டை வாசலுக்கு வந்தாள் முத்தம்மா. சிப்பாய் தன்னிடம் கொடுத்த சீட்டைக் காவலாளிகளிடம் காட்டினாள். அறையிலிருந்து வெளியே வந்த அதிகாரி, சீட்டை கவனமாகப் பார்த்தான். வண்டிகளை ஒரு முறை சுற்றிப் பார்த்தான். பிறகு தன் அறைக்குள் சென்று அமர்ந்து கொண்டு, தலைமைக் காவலனை அனுப்பி, முத்தம்மாவை உள்ளே அழைத்துவரச் சொன்னான். வழக்கமாகச் சீட்டில் உடனே கையெழுத்துப்போட்டு அனுப்பும் அதிகாரி ஏன் இன்று உள்ளே அழைக்கிறான் என்ற குழப்பத்துடனேயே வண்டியிலிருந்து இறங்கி உள்ளே சென்றாள் முத்தம்மா.

“உன் பேர் என்ன?”, என்று கேட்டான் அதிகாரி.

“முத்தையா எசமான்”, என்று பயந்தகுரலில் பதில் சொன்னாள்.

“சீட்டில என்ன போட்டிருக்கு?”, என்று சீட்டை அவள்முன் நீட்டினான்.

“எனக்குப் படிக்கத் தெரியாது எசமான்” என்றாள் முத்தம்மா. அவளை மீண்டும் நன்றாக உற்றுப்பார்த்துவிட்டுத் தலைமைக் காவலனைக் கூப்பிட்டான் அதிகாரி. “சங்கரன், வண்டிக்காரன் எல்லாரையும் கீழே எறக்கு, அவங்களைச் சுத்திக் காவல் போடு”, என்றான் பலத்த குரலில். தலைமைக் காவலன் சங்கரன் வெளியே சென்று, வண்டி ஓட்டி வந்தவர்கள் அனைவரையும் கீழே இறங்கச் சொல்லிக் காவல் கட்டுப்பாட்டு அறைக்கு அருகே தரையில் அமரவைத்தான். அங்கிருந்த ஆறு சிப்பாய்களையும் சுற்றிலும் காவல் வைத்தான். உள்ளே அதிகாரி விசாரணையைத் தொடர்ந்தான்.

“முத்தையா, உன் குரலுக்கு என்ன ஆச்சு?”, என்றான் அதிகாரி. சின்னவயசில இருந்தே அப்படித்தான் எசமான்”, என்றாள் முத்தம்மா.

“சீட்டுல வெடியுப்புன்னு போட்டிருக்கு. ஆனா வண்டியில வெடி மருந்து சிதறிக் கிடக்கே, ஏன்?” என்றான் அதிகாரி.

“வெடிமருந்துதான் ஏத்திக்கிட்டுப்போறோம் எசமான். அது ரகசியமா இருக்கணும்கறதுக்காகச் சீட்டில எப்பவும் வெடியுப்புன்னு தான் எழுதுவாங்க”, என்றாள் முத்தம்மா.

“டாஞ்சூர் ராஜாவுக்கு எதுக்கு வெடிமருந்து?” என்றான் அதிகாரி.

“பெய்கூட் பிரபு பிரசிடெண்டா இருந்த காலத்திலயே போட்ட ஒப்பந்தமாம் எசமான்”, என்றாள் முத்தம்மா.

“எழுதப்படிக்கத் தெரியாதுங்கறே, ஆனால் இவ்வளவு வெவரம் சொல்றியே”, என்றவன், “டாஞ்சூரைத்தான் கம்பெனி கட்டுப்பாட்டில கொண்டு வந்தாச்சே, இனிமே அந்த ராஜாவுக்கு எதுக்கு வெடி மருந்து?”, என்றான் அதிகாரி.

“அதெல்லாம் எனக்குத் தெரியாது, எசமான்” என்றாள் முத்தம்மா.

“சரி அப்படிப் போய் மூலையில நில்லு”, என்று சொல்லிவிட்டு தலைமைக் காவலனை உள்ளே அழைத்தான். உள்ளே வந்து சல்யூட் அடித்த சங்கரனிடம், “இதை எடுத்துக்கிட்டுப் போய் ஸ்டோர் ஆபீசர் கிட்ட காட்டிச் செக்பண்ணிட்டுவா” என்று கூறிச் சீட்டைச் சங்கரன் கையில் கொடுத்துவிட்டு நாற்காலியில் அமர்ந்தான் அதிகாரி.

முத்தம்மாள் அறையை நோட்டம் விட்டாள். அறைக்குள் இளம் அதிகாரி மட்டும் தான் இருந்தான். அவன் இடுப்பில் பிஸ்டல் இருந்தது. தலைமைக் காவலன் வெளியே போய்விட்டான். வெளியே சற்றுத் தூரத்தில் வண்டி ஓட்டுபவர்களைச் சுற்றிலும் ஆறு ஆயுதமேந்திய இந்தியச் சிப்பாய்கள் காவல் நின்றனர். முத்தம்மாவிடம் இருந்ததெல்லாம் இடுப்பில் மறைத்து வைத்திருந்த ஒரு குறுவாள் மட்டுமே. “அதிகாரியின் கழுத்தை அறுத்து, பிஸ்டலைப் பறித்துக் கொள்ள அதுபோதும். ஆனால், ஆறு ஆயுதமேந்திய சிப்பாய்களை எப்படிச் சமாளிப்பது. தான் மட்டும் தப்பி ஓடிவிடலாம். ஆனால் வண்டிக்காரர்களும், வெடிமருந்தும் மாட்டிக்கொள்ளுமே. ஒரு வேளை, வேலன் கூட இருந்தால், ஆறு சிப்பாய்களையும் எளிதில் சமாளிக்கலாம்” என்று எண்ணியவளுக்கு, காலையில் வேலன் கூறியது நினைவில் வந்தது. “அப்படி என்ன பாதுகாப்பு ஏற்பாடு செய்திருப்பான்”, என்று யோசித்தாள். அதற்குள் தலைமைக்காவலன் சங்கரன், ஒரு வெள்ளை அதிகாரியுடன் கட்டுப்பாட்டு அறை நோக்கி வந்து கொண்டிருந்தான். அவர்கள் அருகே வந்ததும், மிடுக்கான

உடையில் வந்த வெள்ளையனை முத்தம்மா அடையாளம் கண்டு கொண்டாள். "அட,நம்ம டேவிட்!", என்று தனக்குள் சொல்லிக் கொண்டாள். டேவிட்டைப் பார்த்ததும் காவலில் இருந்த அதிகாரி எழுந்து நின்று வரவேற்றான்.

"அடேயப்பா, பென்பீல்டோட வேலைக்காரனுக்கே இந்த மதிப்புன்னா, பென்பீல்டுக்கு எவ்வளவு மதிப்புக் குடுப்பாங்க. மதராஸ் கோட்டையில எப்பவும் காண்ட்ராக்டர் ராஜ்யம் தான் போல இருக்கு", என்று மனதிற்குள் நினைத்துக்கொண்டாள்.

டேவிட் அலட்சியமாகச் சென்று நாற்காலியில் அமர்ந்தான். அதிகாரியும், தலைமைக் காவலனும் நின்று கொண்டிருந்தனர். "வில்லியம்", டேவிட் அதிகாரியைப் பெயர் சொல்லி அழைத்தான், "உன் சந்தேகங்களை எல்லாம் தீர்த்து வைக்கத்தான் நானே நேரில வந்தேன்", என்றவன் காவலன் சங்கரனைப் பார்த்துவிட்டு, "பாவம் சங்கரனை ஏன் இங்கே நிற்க வச்சிக்கிட்டு இருக்கே? போய் டியூட்டி பார்க்கச் சொல்லு", என்றான். அதிகாரியின் உத்தர விற்குக்கூடக் காத்திராமல் வெளியே சென்றான் சங்கரன். அவன் வெளியே செல்லும்வரை காத்திருந்துவிட்டு டேவிட் பேசினான், "வில்லியம், பெரிய இடத்து விஷயத்தில எல்லாம் ஏன் மூக்கை நுழைக்கிறே? இது டாஞ்சூர் போற வெடிமருந்துதான். எதிரிகளை ஏமாத்துறதுக்காக வெடிஉப்புன்னு சீட்டில எழுதுவோம்", என்றான்.

"அப்படியா மிஸ்டர் டேவிட்! ஆனால் டாஞ்சூர் தான் நமது கட்டுப் பாட்டில் இருக்கிறதே, பிறகு அந்த ராஜாவிற்கு எதற்கு வெடிமருந்து தரவேண்டும். அங்கே இருக்கும் நமது படைத்தளபதி பெயருக்குத் தானே வெடி மருந்தை அனுப்ப வேண்டும்? என்று சந்தேகம் வந்தது", என்றான் வில்லியம்.

"நல்லது, மிக நல்லது. நன்றாகத்தான் சிந்திக்கிறாய். ஆனால், ராஜாவின் பெயரில் சீட்டு எழுதினால் தான், அவரது செலவுக் கணக்கில் இதைச் சேர்க்க முடியும். இல்லையென்றால் கம்பெனி யின் கணக்கில் சேர்ந்து விடும், புரிகிறதா?" என்றான் டேவிட். "இப்பொழுது புரிகிறது மிஸ்டர் டேவிட். ஆனால் இதுவரை இதைப்பற்றி யாரும் எனக்குச் சொல்லவில்லை", என்றான்.

"அதைச் சொல்கின்ற உயரத்திற்கு நீ இன்னும் வளரவில்லை", என்ற டேவிட், "ஆமாம், உன் பதவி உயர்வு என்னாயிற்று, சென்ற ஆண்டே உன் பெயர் அடிபட்டதே", என்றான். "நான் என்ன சொல்ல முடியும். பணக்காரக் குடும்பத்தில் நான் பிறக்காதது தான்

என் ஒரே குற்றம்'', என்றான் வில்லியம் சற்றுக் கோபமான குரலில்.

"வில்லியம்! கம்பெனியில வெறுங்கையால முழம்போடமுடியாதுன்னு, தெரியாதா? நீ பத்தாயிரம் ரூபா கொடுக்கத் தயாரா இருந்தா, இந்த வருஷம் உனக்குப் பதவி உயர்வு நிச்சயம்'', என்றான் டேவிட்.

"அவ்வளவு பணம் தர எனக்கு வசதி இல்லை மிஸ்டர் டேவிட்'', என்றான் வில்லியம். "பணத்தைப்பத்திக் கவலைப்படாதே, அதை எங்க பாஸ், பால் பென்பீல்டு பார்த்துக்குவாரு. ஆனால், அவரு எதையும் இலவசமாச் செய்யமாட்டாரு'', என்றான் டேவிட்.

"அவருக்கு நான் என்ன செய்யணும் சொல்லுங்க? எது வேணும்னாலும் செய்யறேன்'', என்றான் வில்லியம்.

"பத்தாயிரம் ரூபாயை, வருசத்துக்கு பத்து பெர்சண்ட் வட்டியோட ரெண்டு வருசத்துக்குள்ள திருப்பிக் குடுக்கணும்'', என்றான் டேவிட்.

"எனக்கு முழுசம்மதம்'', என்றான் வில்லியம்.

"எப்படித் திருப்பித் தருவே? உன் சம்பளத்தில வட்டிகட்டறதே கஷ்டம். கவலைப் படாதே. உன் வருமானத்துக்கும் நாங்க ஏற்பாடு செய்வோம், நாங்க சொல்றபடி கேட்டால்'', என்றான் டேவிட்.

"நான் என்ன செய்யணும்?'', என்றான் வில்லியம் ஆவலோடு.

"மொதல்லே, அந்த வண்டியெல்லாம் வெளியே அனுப்பிட்டு வா, கொஞ்சம் ஆற அமரப் பேசலாம்'', என்றான் டேவிட். உற்சாகமாக வெளியே சென்ற வில்லியம், தலைமைக் காவலன் சங்கரனைக் கைதட்டி அழைத்து, "அந்த வண்டிகளைப் போகவிடு'' என்று கத்தினான். மீண்டும் உள்ளே நுழையும் பொழுதுதான், முத்தம்மா அறையின் மூலையிலேயே நின்று கொண்டிருப்பதைக் கவனித்தான். "இங்கே என்ன செய்து கொண்டிருக்கிறாய்? நீ போகலாம்'', என்றான் ஆங்கிலத்தில். முத்தம்மா, அவன் கூறியது புரியாததுபோல் நடித்தாள். வண்டிக்காரனுக்கு ஆங்கிலம் தெரியாது என்பதால் நிம்மதி அடைந்தான் வில்லியம். அதற்குள் டேவிட் தமிழில்,

"நீ போகலாம்னு அதிகாரி சொல்றாரு'', என்றான் முத்தம்மாவிடம். முத்தம்மாள் இருவருக்கும் வணக்கம்

வைத்துவிட்டு விரைவாக வெளியேறினாள். வண்டிகள் கோட்டையைவிட்டு வெளியேறின. அதற்குள் மாலை நேரம் படரத் தொடங்கியது.

மரங்களடர்ந்த பகுதியில் வந்து கொண்டிருந்த பொழுது, வண்டிகளை நிறுத்தி விட்டு, முத்தம்மா கீழேகுதித்தாள். மரத்திற்குப் பின்னால் ஒளிந்து கொண்டிருந்த உயரமான ஆள் ஒருவன் வெளியே வந்தான். முத்தம்மா அவனருகே சென்று வண்டி ஓட்டும் சாட்டையை அவன் கையில் கொடுத்து விட்டு,

"தங்கையா அண்ணேன், இனி உங்க பொறுப்பு" என்றாள்.

"உங்களுக்கு சுல்தான் நிச்சயம் பரிசு தருவார்", என்றான் தங்கையா.

"எனக்குப் பரிசு ஒண்ணும் தரவேண்டாம். அடுத்த முறை தமிழ் நாட்டு மேல படைஎடுத்தா, வெவசாய நெலத்தையெல்லாம் பாழாக்கிட்டுப் போகக் கூடாதுன்னு சொல்லுங்க" என்றாள் முத்தம்மா.

"எதிரிக்குப் புல்லுக்கூடக் கெடைக்காம பண்றதும் ஒரு போர்த் தந்திரம். இல்லைன்னா ஜெயிக்க முடியாது", என்றான் தங்கையா.

"அப்பாவி மக்களைப் பட்டினி போடாத ஒரு போர் முறையைக் கண்டுபிடிக்கச் சொல்லுங்க", என்று கூறிவிட்டு மரத்திற்குப்பின் சென்றாள் முத்தம்மா. தங்கையா வண்டியில் ஏறினான். வண்டிகள் பாதைமாறி நகரைவிட்டு வெளியே செல்லும் பாதையில் போயின. முத்தம்மா எதிர்பார்த்தது போலவே அங்கு மறைவில் ஒரு குதிரை கட்டப்பட்டிருந்தது. அதன் சேணத்தில் ஒரு பட்டுப்பை தொங்கவிடப் பட்டிருந்தது. பையைக் குலுக்கிப் பார்த்தாள் முத்தம்மா. காசுகளின் ஒலி கலகலவென்றது. குதிரையில் ஏறி அமர்ந்து வேலனின் வீட்டை நோக்கி விரைந்தாள்.

வேலன் வீட்டிற்குள் முத்தம்மா நுழைந்து குதிரையைக் கட்டிவிட்டுப் பணப்பையுடன் உள்ளே நுழையும்போது நன்றாக இருள் சூழ்ந்திருந்தது. ஏதேதோ சிந்தனையுடன் முற்றத்தின் அருகே வந்த பின்புதான், விளக்கொளியில், வேலன் முன்பு இரண்டு வெள்ளையர்கள் அமர்ந்திருப்பதைக் கவனித்தாள். ஓசையில்லாமல் திரும்பிச் சென்று விடலாமா என நினைத்த பொழுது பென்பீல்டின் குரல் பலமாக ஒலித்தது.

"கடத்தல்காரி முத்தம்மா, பயப்படாம வா. நண்பர்கள் தான் இருக்கோம்". முத்தம்மா சிரித்துக்கொண்டே சென்று நாற்காலியில்

அமர்ந் தவள், மேஜையில் பணப்பையை வைத்தாள். ஆவலோடு அதன் முடிச்சை அவிழ்த்துப் பார்த்தான் டேவிட். தங்கக்காசுகள் மின்னின.

"எண்ணிப் பார்க்கவா பாஸ்?", என்றான் டேவிட்.

"வேலன் விஷயத்தில கூடவா?", என்றான் பால்.

"அப்போ பொறப்படலாம்", என்று பையுடன் எழுந்தான் டேவிட்.

"என்ன அவசரம் டேவிட்? கொஞ்ச நேரம் வேலன்கிட்டேயும், முத்தம்மாகிட்டயும் பேசிக்கிட்டு இருப்போமே", என்றான் பால்.

"வேலன் மிஞ்சிப்போனா, டீ போட்டுத் தருவான். டீ குடிக்கற நேரமா இது?", என்றான் டேவிட் எரிச்சலாக.

"டீயும் வெளி ஆளுங்க வந்தாத்தான். இல்லைன்னா, மோரும், சுக்கு கசாயமும் தான் வேலன்கிட்ட கிடைக்கும்", என்றாள் முத்தமா.

"வேலா, கஞ்சத்தனத்தினாலே, உன் காதலுக்கே ஆபத்து வரப்போகுது", என்றான் பால்.

"பால், உங்களை ஒண்ணு கேட்டாக் கோபப்பட மாட்டீங்களே?", என்று தயக்கத்துடன் கேட்டாள் முத்தம்மா.

"கோபமா, அதுவும் உன்கிட்டயா? தாராளமா என்ன கேள்வி வேணும்ணாலும் கேளு", என்றான் பால்.

"வெடிமருந்து கடத்த எங்களுக்கு உதவி செய்யறதினால, உங்க தேசத்துக்குத் துரோகம் செய்யறோம்னு, உங்களுக்குத் தோணாதா?" என்று தயங்கிக் கொண்டே கேட்டாள்.

"என் தேசத்துக்கு இதினால ஆபத்து வந்தாத்தானே தேசத்துரோகம். எங்ககிட்ட மலை. மலையா வெடிமருந்து குவிஞ்சு கெடக்கு. அதில உனக்குக் கொஞ்சம் குடுக்கறதால, எங்களுக்குப் பெரிசாப் பாதிப்பு எதுவும் வந்திராது", என்றான் பால்.

"அது எப்படி? புதிய ஆயுதங்களும், வெடிமருந்தும் தானே உங்க பலம்?", என்றான் வேலன்.

"வெற்றி, வெடிமருந்தாலயும் பீரங்கியாலயும் மட்டும் வர்றதில்லை வேலா. கம்பெனியை விட அதிகமான பீரங்கிகள் சிராஜ் உத்தெளலா கிட்ட இருந்தது. ஆனா இந்திய ராணுவ அமைப்பு சரியில்லாததால கம்பெனிகிட்டத் தோத்துப்போனார்

வங்காள நவாப். அக்பர் கொண்டு வந்த மான்சப்தாரி ராணுவ அமைப்பு எப்பவோ காலாவதி ஆகிப் போச்சு. உங்க ராஜாக்கள்லாம் ஏனோ இன்னும் அதைக்கட்டிக்கிட்டு அழறாங்க. ராணுவத்தளபதி செத்துப்போனா அவன் சொத்தெல்லாம் அரசாங்கத்துக்குச் சொந்தம்னா, எந்தத் தளபதி நாட்டுக்காக உயிரைக் குடுப்பான்", என்றான் பால்.

"நீ சொல்றதும் சரிதான்" என்றான் வேலன்.

"இந்திய ராணுவமுறை மட்டுமில்ல, அரசாட்சி முறையும் காலாவதி ஆகிப்போச்சு. ஐரோப்பாவில இப்போ, ராஜாக்களோட ராணுவ சர்வாதிகாரம் கிடையாது. உண்மையில, வியாபாரிங்க தான் ராஜாவைக் கட்டுப்படுத்தறாங்க. முடிவுகளை ஒரு தனி ஆள் எடுக்கறதில்லை", என்றான் பால் மீண்டும்.

"கேள்விப்பட்டேன், இதை ஆழமா யோசிக்கணும்", என்றான் வேலன்.

"நல்லா யோசி, நாங்க பொறப்படறோம்", என்று கூறிவிட்டு, டேவிட் பின் தொடர வெளியேறினான் பால்.

"அப்போ நானும் பொறப்படறேன். உன் ஆழமான யோசனைக்கு நான் இடைஞ்சலா இருக்க விரும்பலை", என்றாள் முத்தம்மா.

"நான் இன்னைக்கு ஆழமா யோசிக்கப் போறது உன்னைப் பத்தித் தான்", என்றான் வேலன். "என்னைப் பத்திப் புதுசா என்ன யோசிக்கப் போறே?", என்றாள் முத்தம்மா.

"புதுசா என்னென்னவோ யோசனையெல்லாம் வருது, உள்ள வா சொல்றேன்", என்று சொல்லிவிட்டு வீட்டிற்குள் சென்றான் வேலன். குறும்புச் சிரிப்புடன் அவனைப் பின்தொடர்ந்தாள் முத்தம்மா.

48

அடுத்தடுத்துப் பலமுறை வெடிமருந்து கடத்தப்பட்டது. ஆனால், கோட்டை வாசலில் மீண்டும் எந்தப் பிரச்சினையும் எழவில்லை. காவல் அதிகாரிகள் மாறினாலும், இவர்கள் வெடிமருந்து ஏற்றிச் செல்லும் பொழுதெல்லாம், தலைமைக் காவலனாகக் கோட்டை வாசலில் சங்கரன் கட்டாயம் இருந்தான். வழக்கமாக அதிகாரிகள் யாரும் வெளியே வந்து சோதனை செய்வதில்லை. அதனால், சங்கரன் எளிதாக முத்தம்மாவின்

வண்டிகளை வெடிமருந்துடன் வெளியே செல்ல அனுமதித்தான். இதற்கிடையில் மதராஸ் பட்டணம் முழுவதும், குறிப்பாக வணிகர்கள் மத்தியில், காட்டுத் தீ போல் ஒரு செய்தி பரவியது. சென்னைக் கோட்டைக்குப் புதிய கவர்னர் வரப்போகிறார் என்ற செய்திதான் அது.

ஒரு நாள் பால்பென்பீல்டு டேவிட்டுடன் வேலனைத் தேடி வீட்டிற்கு வந்தான். கோட்டையில் பேசக்கூடாத விஷயங்களை, வீட்டில் வந்து பேசுவது வழக்கம். "சொல்லு பால், என்ன விஷயம், இவ்வளவு தூரம் வந்திருக்கே", என்றுகேட்டான் வேலன். "எனக்கு நீ உடனடியா ஒரு உதவி செய்யணும்", என்றான் பால்.

"கட்டாயமா, என்ன... பண விஷயமா?", என்றான் வேலன்.

"பணமா? அதை நாங்க தானே கோட்டை முழுக்க அள்ளிக் குடுத்துக்கிட்டு இருக்கோம்", என்றான் டேவிட் பெருமையாக.

"புது கவர்னர் கோட்டைக்கு வரப்போறாரு", என்றான் பால்.

"ஓ தெரியுமே, வியாபாரிங்க எல்லாம் அதைத்தானே பேசிக்கிட்டு இருக்கோம். யாரு வந்தா என்ன, உன் செல்வாக்கை அசைக்க முடியாதே", என்றான் வேலன்.

"ஜியார்ஜ் பெய்கூட் திரும்ப கவர்னரா வர்றதே என்னை அசைக்கத் தான்", என்றான் பால். "பெய்கூட்டா, அதே பேர்ல பன்னிரண்டு வருஷம் முன்னால ஒரு கவர்னர் இருந்ததாக் கேள்விப் பட்டிருக்கேனே", என்று குழப்பத்துடன் கேட்டான் வேலன்.

"அதே பேர்ல இல்ல வேலா, அதே பெய்கூட் தான் இப்போ, ஜியார்ஜ் பெய்கூட் பிரபுவாத் திரும்பவும் வர்றாரு", என்றான் பால்.

"அவர் பேரில ஒரு வைரமே இருக்கே, பெய்கூட் வைரம். சரி, இதில சாதாரண வியாபாரி நான் என்ன உதவி செய்யணும்? உனக்கு அவரால என்ன பிரச்சினை?", என்றான் வேலன். "தனிப்பட்ட பிரச்சினை எதுவுமில்லை. ஆனால், பெய்கூட் எப்பவுமே தஞ்சாவூர் ராஜாவுக்கு ஆதரவாளர். நாங்க தஞ்சாவூரைப் பிடிச்சது தெரியும் இல்லையா?", என்று கேட்டான் பால்.

"தமிழ் நாட்டில யாருக்குத்தான் தெரியாது. ஆற்காட்டு நவாப் முகம்மது அலியால உங்ககிட்ட வாங்கின கடனைக் கொடுக்க முடியலை. அதனால நவாப் பேரால, தஞ்சாவூர் மேல படை

எடுத்துப் பிடிச்சிக் கிட்டீங்க. இப்போ தஞ்சாவூர் நாட்டு வரிவசூலை எல்லாம் உங்க கடனுக்கு வரவு வைக்கிறீங்க”, என்றான் வேலன்.

“ஆனால் தஞ்சாவூரைப் பிடிச்சது தப்பு, அதைத் திருப்பிக் குடுக்கணும் கிறதுக்காகத்தான் பெய்கூட் திரும்பவும் கவர்னரா வர்றார். மெட்ராஸ் கவுன்சில்ல எனக்குப் பல எதிரிகளும் இருக்காங்க. அவங்க எல்லாம் அவர்கூடச் சேர்ந்துக்கிட்டு, என்னை ஜெயில்ல தள்ள முயற்சி பண்ணுவாங்க” என்றான் பால்.

“ஓ... நிலைமை இவ்வளவு மோசமா? சொல்லு பால், உனக்கு இதில நான் என்ன உதவி செய்யணும்”, என்றான் வேலன்.

“பெரிய விஷயம் ஒண்ணும் இல்லை. நீ சிப்பாய் வேஷத்தில கோட்டைக்கு வரணும். கவுன்சில் கூட்டத்தில என் எதிரிங்க என்ன பேசிக்கிறாங்கன்னு ஒட்டுக் கேட்கணும். ஏன்னா, கவுன்சில் கூட்டம் நடக்கிற அறைக்குள்ள நானும் போகமுடியாது, கர்னல் ஸ்டூவர்ட்டும் போக முடியாது”, என்றான் பால்.

“நான் மட்டும் எப்படிப் போக முடியும்?”, என்றான் வேலன்.

“சிப்பாயா வா, கூட்டத்துக்குப் பாதுகாப்புக் குடுக்கற சிப்பாய்ங்களோட உன்னையும் சேர்க்க ஏற்பாடு பண்றேன்”, என்றான் பால்.

“இதுக்கு என்னை ஏன் அனுப்ப முடிவு செஞ்சீங்க”, என்றான் வேலன்.

“படிப்பறிவே இல்லாதவன் மாதிரி தெரிஞ்சாத்தான். உன்னைப்பத்திக் கவலைப்படாம உளறுவாங்க”, என்றான் பால்.

“உன்னைப் பார்த்தாலே, இவனுக்கு இங்கிலீசு தெரியாது, படிப்பே வராதுன்னு முடிவு பண்ணிடுவாங்க”, என்றான் டேவிட் கிண்டலாக.

“வேடிக்கையாச் சொன்னாலும் அது உண்மைதான். மீசை பெரிசா இருந்தாலே மூளை சின்னதா இருக்கும்னு நெறையப்பேர் நம்பறாங்க. ஆனால், இதை என்னைவிடச் சிறப்பாச் செய்ய இன்னொரு ஆள் இருக்கு. மாறு வேடமும் போட வேண்டாம். முத்தம்மாவை பணிப்பெண்ணாவே அனுப்பிடலாம்”, என்றான் வேலன்.

“அதுவும் நல்ல யோசனைதான். அவளையும் அனுப்புவோம். நீயும் கட்டாயம் வரணும். அங்க எதுவும் நடக்கலாம்”, என்றான் பால்.

மறுநாள் ஒரே குதிரையில் சிப்பாய் உடையில் வேலனும், பணிப் பெண் உடையில் முத்தம்மாவும் செயின்ட் ஜியார்ஜ் கோட்டைக்குள் சென்றனர். இவர்களுக்காக வாசலில் காத்திருந்த சுபேதார் சங்கரன் இருவரையும் உள்ளே அழைத்துச் சென்று இவர்களுக்காகக் காத்திருந்த கர்னல் ஸ்டூவர்ட்டின் முன்னால் நிறுத்தினான். முத்தம்மாவை மேலும், கீழும் ரசித்துப்பார்த்த ஸ்டூவர்ட், வேலனை மட்டும் அழைத்துக் கொண்டு வேறுபுறம் சென்றான். சங்கரன் முத்தம்மாவை, அன்று கூட்டம் நடைபெற இருந்த அறையில் விட்டுவிட்டு வந்தான். ஸ்டூவர்ட், வேலனைக் கோட்டைத் தளபதி ராபர்ட் ஃபிளெட்சரிடம் கூட்டிச் சென்று காட்டினான். அவர் தூரத்தில் இருந்தே தலையசைத்தார். பின் ஏற்கனவே அங்கு காத்திருந்த நான்கு சிப்பாய்களையும் அழைத்துக்கொண்டு ஸ்டூவர்ட் கூட்டம் நடக்கும் அறையை நோக்கி நடந்தார். அறை வாசலுக்குச் சென்று, சங்கரன், வேலன் அடங்கிய ஆறு சிப்பாய்களையும் அங்கு காவலில் வைத்தார். சற்று நேரத்தில் இயக்குநர்கள் ஆறுபேர் கொண்ட குழு ஒன்று அறையை நோக்கி வந்தது. வீரர்கள் சல்யூட் அடித்தனர். அந்தக்குழு அறைக்குள் சென்றதும் சங்கரன் வேலன் காதில் முணுமுணுத்தான்,

"இவங்க எல்லாம் நம்ம பென் பீல்டு ஆளுங்க. முன்னால போற ஸ்ட்ராட்டனும், புரூக்கும்தான் ரொம்ப வெவரமான ஆளுங்க. அவங்ககூடப் போற மத்தவங்களைப் பத்தி அதிகம் தெரியாது".

"நான் சொல்றேன். புளோயர், பால்மர், ஜெர்டான், மெக்கே, ராணுவ உடையில போறது, தளபதி ராபர் ஃப்ளட்சர்", என்றான் வேலன்.

"அது தானே, கோட்டையில காண்ட்ராக்டருங்களுக்குத் தெரியாத அதிகாரிங்களா?", என்று முணுமுணுத்தான் சங்கரன். அதற்குள் மற்றொரு கூட்டம் உள்ளே சென்றது.

"இதெல்லாம் பென்பீல்டுக்கு எதிரா வேலை செய்யற டைரக்டருங்க", என்ற சங்கரன், "நான் போய் கவர்னரைக் கூட்டிக்கிட்டு வர்றேன்" என்று ஓட்டமும் நடையுமாக விரைந்தான். சற்று நேரத்தில், சங்கரன் பின் தொடர, இருபது வயது இளைஞனைப்போல் கம்பீரமாக நடைபோட்டு வந்தார், அறுபது வயதான கவர்னர் மற்றும் இயக்குனர் குழுவின் தலைவரான 'ஜியார்ஜ் பெய்கூட் பிரபு'.

“நேரே அறைக்குள் செல்லாமல், காவலர் அனைவரையும் ஒரு முறை பார்வையிட்டார். பின் உள்ளே சென்று கூட்டத்திற்கான ஏற்பாடுகளைப் பார்வையிட்டார். மற்ற இயக்குநர்கள் எழுந்து நின்று மரியாதை செலுத்தினர். பெய்கூட் அவர்களை அலட்சியப் படுத்தி விட்டு, அவர்களது காலைச் சிற்றுண்டியாக, ரொட்டி, முட்டை, வெண்ணை ஆகியவை வைக்கப்பட்டிருந்த மேஜைக்குச் சென்றார். முத்தம்மா ரொட்டிகளில் வெண்ணெய் தடவிக் கொண்டிருந்தாள். நேரே முத்தமாவிடம் சென்ற பெய்கூட்,

“உன் பெயரென்ன?”, என்று உரத்த குரலில், ஆங்கிலத்தில் கேட்டார். முத்தம்மா ஆங்கிலம் தெரியாதது போல் திருதிருவென்று விழித்தாள். பின்பு புரிந்து கொண்டவள் போல் சிற்றுண்டித் தட்டை எடுத்து அவரிடம் நீட்டினாள்.

“நான் உன் பேரு என்னன்னு கேட்டேன்”, என்று தமிழில் அதட்டினார்.

“ஜக்கம்மா பிரபு”, என்றாள் முத்தம்மா நடுங்கிக் கொண்டே.

“உனக்கு உதவிக்கு யாரையும் போடலயா?” என்றார் பெய்கூட்.

“அந்த ஆளுக்கு உடம்பு சரியில்லாமப் போச்சு பிரபு”, என்றாள்.

“ஒரு கூட்டத்தைக் கூட ஒழுங்கா ஏற்பாடு செய்யத்தெரியாது, கமிசன் வாங்க மட்டும் தான் தெரியும்”, என்று ஓரக் கண்ணால் ஜியார்ஜ் ஸ்ட்ராட்டனைப் பார்த்துக் கொண்டே முணுமுணுத்தார் பெய்கூட். பின்பு கதவைத் திறந்து கொண்டு வெளியே வந்தார். தெளிவான ஆங்கிலத்தில்,

“ஆங்கிலம் தெரிந்த சிப்பாய்களெல்லாம் கையைத் தூக்குங்கள்” என்றார். வேலனைத் தவிர அனைத்துச் சிப்பாய்களும் பெருமை யாகத் தங்கள் கைகளை உயர்த்தினர். வேலன் மட்டும் ஒன்றும் புரியாததுபோல் விழித்துக்கொண்டிருந்தான். அவனைக் கையைக் காட்டி அருகே அழைத்த பெய்கூட்,

“நீ காவல் காத்தது போதும், உள்ளே போய் வேலைக்காரிக்கு உதவி பண்ணு” என்று தமிழில் கூறினார். வேலன் உள்ளே ஓடினான். வேலனும், முத்தம்மாவும் அனைவருக்கும் உணவுத் தட்டுகளை வழங்குவதைச் சற்றுநேரம் வேடிக்கை பார்த்தார். தானும் சாப்பிடத் தொடங்கியவர் வேலனைப் பார்த்து,

“நீ எந்த ஊரு?”, என்றார்.

“தெக்கத்திச் சீமைங்க”, என்றான் வேலன் பணிவோடு.

“மூஞ்சியைப் பார்த்தாலே தெரியுது”, என்றார் எரிச்சலான குரலில். வேலன் சற்றுப் பயந்து பின்வாங்கினான். அவனது பயத்தைப் புன்னகையோடு ரசித்துக்கொண்டே சாப்பிட்டு முடித்தார். வேலைக்காரர்கள் கொண்டுவந்த தேநீரை வாங்கி அனைவருக்கும் வேலனும், முத்தமாவும் வழங்கினர். இயக்குநர்கள் தேநீர் குடித்துக் கொண்டே சலசலவென்று பேசிக் கொண்டிருந்தனர். அவர்கள், இரண்டு குழுக்களாகப் பிரிந்தே அமர்ந்திருந்தனர். இடையில் முத்தம்மா கேட்டாள், “கவர்னருக்கு உன்மேல ஏன் ஸ்பெசலா கோபம்?”.

“அவரு கோபம் என்மேல இல்லை. என் மீசை மேல”, என்றவன் சுற்றும் முற்றும் பார்த்துவிட்டு மெல்லிய குரலில் முத்தம்மாவிடம், “நேத்துத்தான் முழுசா இவரைப் பத்தி மணிவாசகம் ஐயாகிட்ட விசாரிச்சேன். நாப்பது வருசத்துக்கு முன்னால கம்பெனியில ரைட்டராச் சேர்ந்தாராம். அப்போ ராபர்ட் கிளைவும் ரைட்டர்தான். ரெண்டு பேரும் திருச்சிக்குப் போயிட்டு வர்ற வழியில பாளையக்காரங்ககிட்ட மாட்டிக்கிட்டாங்களாம். பாளையக்காரங்க பணத்தையும் பறிச்சிக்கிட்டு, ரெண்டுபேரையும் நல்லா ஒதைச்சு வெரட்டியிருக் காங்க. அதனால தான் இவருக்கு தெற்கத்தி ஆளுங்களைப் பார்த் தாவே கோபம் வரும்”, என்றான்.

பெய்கூட் தொண்டையைக் கனைத்தார். வேலனும், முத்தம்மாவும் ஓடிச் சென்று உணவுத்தட்டுகளையும், தேநீர்க் கிண்ணங்களையும் மேஜைகளிலிருந்து அகற்றி மூலையில் வைத்தனர்.

ஜியார்ஜ் ஸ்ட்ராட்டன் எழுந்து கவர்னரை வரவேற்று வாழ்த்துத் தெரிவித்தார். பெய்கூட் புகழ்ச்சிப் பேச்சுக்கெல்லாம் மயங்குபவராகத் தெரியவில்லை. நேரே விஷயத்திற்கு வந்தார். “நன்றி, மிஸ்டர் ஜியார்ஜ் ஸ்ட்ராட்டன். தஞ்சாவூர் நமது நட்பு நாடு. அதற்கு ஆபத்து வந்தால் கம்பெனிப்படைகளை அனுப்புவதாக நான் முன்பு இங்கே தலைவராக இருந்த பொழுதே ஒப்பந்தம் போட்டிருக்கிறோம். அது அனைவருக்கும் தெரியுமல்லவா?”, என்றார். “நன்றாகத் தெரியும் பிரபு. அதற்காகத்தான் உங்களுக்கு ஒரு விலை உயர்ந்த வைரம் கூட, டாஞ்சூர் ராஜாவால் பரிசளிக்கப்பட்டது”, என்றது ஒரு குரல்.

“நான்சென்ஸ் மிஸ்டர் புரூக், அது வெறும் வதந்தி. வைரம், நான் விலைகொடுத்து வாங்கியது. தஞ்சாவூர் பிரச்சினைக்கு

வருவோம். நமது ஒப்பந்தத்திற்கு மாறாக அதன்மீது படையெடுத்து, அதை ஆற்காட்டு நவாபிடம் ஒப்படைத்திருக்கிறீர்கள். யார் அதற்கு அனுமதி கொடுத்தது?'', என்றார்.

"யார் அனுமதியும் எனக்குத் தேவையில்லை. அது ஒரு அவசரகால ராணுவ நடவடிக்கை. டச்சு மற்றும் பிரெஞ்சுக்காரர்களோடு சேர்ந்து நமக்கு எதிராக ஒரு கூட்டணியை உருவாக்க டாஞ்சூர் முயன்றது. அதனால் உடனடியாக ராணுவ நடவடிக்கை எடுத்தேன்'', என்றார் கோட்டையின் தளபதி சர் ராபர்ட் ஃப்ளெட்சர்.

"லண்டனில் அனுமதி வாங்கியிருக்க வேண்டும் சர் ஃபிளட்சர்'', என்றார் பெய்கூட்

"லண்டனில் இருந்து அனுமதி வாங்கிக் கொண்டா வங்காளத்தை ராபர்ட் கிளைவ் பிடித்தார். எப்படியும் இந்தியா முழுவதையும் பிடிக்கப்போகிறோம். ஏன் இந்தச் சின்ன விஷயத்தைப் பெரிது படுத்துகிறீர்கள்?'', என்றார் பிளட்சர்

"நீங்கள் தஞ்சாவூரைப் பிடித்ததன் உண்மைக் காரணம் எனக்குத் தெரியும். முகம்மது அலியால் பென்பீல்டின் கடன்களைத் திருப்பித் தர முடியவில்லை. அதனால் ஆற்காட்டு நவாபின் பெயரால் தஞ்சாவூரைப் பிடித்து, பென்பீல்டு கடனை வசூல் செய்து தருகிறீர்கள். இதை இனியும் அனுமதிக்க முடியாது. தஞ்சாவூரின் அரசுரிமையை மீண்டும் ராஜாவிற்கே திருப்பிக் கொடுக்கிறோம். அதற்கான தீர்மானத்தையும் இன்றே நிறைவேற்றுகிறோம்'', என்றார் கவர்னர்.

"மேன்மை தங்கிய கவர்னர் அவர்களே'', கெஞ்சலான குரலில் பேசினார் ஸ்ட்ராட்டன், "பென்பீல்டு கடனாகக் கொடுத்ததெல்லாம் அவர் பணம் மட்டுமல்ல; எங்கள் அனைவரின் பணமும்தான். பிரசிடென்சியின் நிலைமை தெரியாமல் பேசுகிறீர்கள்'', என்றார்.

"மதராசைப்பற்றி எனக்குத் தெரியாதா?'', கடகடவென்று சிரித்தார் கவர்னர். "நான் நாற்பது ஆண்டுகளுக்கு முன்பு இதே கோட்டையில் ரைட்டராகச் சேர்ந்தபொழுது, உங்களில் பலர் பிறந்திருக்கக்கூட மாட்டீர்கள். பிரெஞ்சுக்காரர்கள் முற்றுகையிட்டபொழுது, நான் இங்கு தலைவராகவும், தளபதியாகவும் இருந்து இந்தக் கோட்டையைக் காப்பாற்றிய பொழுது நீங்கள் கம்பெனியில் சேர்ந்திருக்கக்கூட மாட்டீர்கள்'', என்றார் பெய்கூட்.

“உங்கள் பெருமையை எல்லாம் நாங்கள் மறக்கவில்லை. ஆனால், தஞ்சாவூரை நாம் பிடித்தது ஒரு ராணுவ நடவடிக்கை. நான் கம்பெனியின் சிப்பாய் அல்ல, இங்கிலாந்து அரசு ராணுவத்தின் தளபதி. இதில் நீங்கள் தலையிடாதீர்கள்”, என்றார் பிளெட்சர்.

“சர் பிளெட்சர், நீங்கள் இங்கிலாந்து அரசாங்கம் அனுப்பிய தளபதியாகவே இருந்தாலும் இங்கே, கம்பெனியின் கட்டளைக்குக் கீழ்ப்படிய வேண்டும். அப்படி எனக்குப் பணிய மறுத்த தளபதி அயர்கூட்டின் கதி என்னவாயிற்று என்று உங்களுக்குத் தெரியும் என்று நினைக்கிறேன்”, என்றார் பெய்கூட். பிளெட்சர் கோபத்தை அடக்கிக்கொண்டு அமர்ந்தார். “அப்படி அயர் கூட்டுக்கு என்ன நடந்தது?”, மெல்லிய குரலில் கேட்டாள் முத்தம்மா. “பிரெஞ்சுக்காரங்களைத் தோற்கடிச்சு, பாண்டிச்சேரியையே புடிச்ச மாவீரர் அயர்கூட். பாண்டிச்சேரியை இங்கிலீஷ் கம்பெனி நிர்வாகத்துக் கிட்ட ஒப்படைக்கனும்னாரு, அப்போ இங்கே தலைவரா இருந்த இதே பெய்கூட். “முடியாது, என் நேரடி கண்ட்ரோல்ல ஆங்கில அரசாங்கத்தின் சார்பா பாண்டிச்சேரியை நானே ஆளப் போறேன் னாரு அயர்கூட். சரி அப்படின்னா உன் படைக்குச் சம்பளமும் தரமாட்டேன், சாப்பாடும் போடமாட்டேன்னாரு பெய்கூட். கடைசியா அயர் கூட்தான் பணிஞ்சு போனாரு”, என்றான் வேலன்.

அதுவரை அமைதியாயிருந்த புரூக் எழுந்தார்.

“கவர்னர் அவர்களே, தஞ்சாவூர் விவகாரம் முடிஞ்சு போச்சு. இனிமேல், தஞ்சாவூரை நிர்வகிக்க யாரை அனுப்புறதுங்கறதுதான் முக்கியம். நான் கர்னல் ஸ்டூவர்ட்டை அனுப்பலாமென்று முன் மொழிகிறேன்”, என்றார்.

நொடியும் தாமதிக்காமல், “நான் அதை வழிமொழிகிறேன்”, என்றார் ஸ்ட்ராட்டன். “ஸ்டூவர்ட் உங்க கடன்னைத்தான் வசூல் பண்ணுவான், கம்பெனி வரியை வசூல் பண்ணமாட்டான்”, என்றார் ரஸ்செல்.

“கரெக்ட், பென்பீல்டால கம்பெனிக்கு வருமானம் கொறைஞ்சுபோச்சு. அதைச் சரிசெய்யத்தான் என்னை கவர்னரா அனுப்பிச்சிருக்காங்க. நான் ஏற்கனவே முடிவும் பண்ணிட்டேன். தஞ்சாவூர் நிர்வாகப் பொறுப்பை ரஸ்செல் கிட்டத்தான் கொடுக்கப் போறேன்”, என்றார் கவர்னர் உறுதியான குரலில்.

“அப்படி நீங்க தன்னிச்சையா முடிவெடுக்க முடியாது பிரசிடெண்ட், வாக்கெடுப்பு நடத்தணும்”, என்றார் புரூக். தீர்மானம் வாக்கெடுப்பிற்கு விடப்பட்டது. கர்னல் ஸ்டூவர்ட்டை அனுப்புவதற்கு ஒரு வாக்கு அதிகம் கிடைத்தது. வெற்றிச் சிரிப்போடு எழுந்த ஸ்ட்ராட்டன் தன் கையிலிருந்த காகிதம் ஒன்றை எடுத்து கவர்னரிடம் நீட்டினார்.

“என்ன இது?”, என்றார் கவர்னர் கோபமாக.

“ஸ்டூவர்ட்டைத் தஞ்சாவூர் நிர்வாகியா நியமிக்கிற ஆர்டர். நாங்க ஏற்கனவே ரெடி பண்ணிட்டோம். நீங்க கையெழுத்து மட்டும் போட்டாப் போதும்”, என்று சொல்லிக்கொண்டே அந்த ஆணையை மீண்டும் பெய்கூட்டின் கையில் கொடுத்தார் ஸ்ட்ராட்டன். அதை வாங்கிப் படித்துக்கூடப் பார்க்காமல் கிழித்தெறிந்தார் பெய்கூட். “எனக்குச் சம்மதம் இல்லாத எந்த ஆர்டர்லயும் நான் கையெழுத்துப் போடமாட்டேன்”, என்று கத்தினார்.

“ஆனால், உங்க சார்பா நாங்க கையெழுத்துப்போட்டு, ஏற்கனவே அந்த ஆர்டரை பிரசிடென்சி முழுக்க அனுப்பிட்டோம். எங்க கூட ஒத்துழைக்கிறதுதான் உங்களுக்கு நல்லது. நெருப்போட விளையாடாதீங்க மிஸ்டர் பெய்கூட்”, என்றார் ஸ்ட்ராட்டன் கோபமாக.

“யாரு நெருப்புங்கறதை நாளைக்கு மீட்டிங்கில காட்டுறேன். இந்த மீட்டிங்கை இத்தோட ஒத்திவைக்கிறேன்”, என்று கூறிவிட்டு வேகமாக வெளியேறினார் கவர்னர் சர் ஜியார்ஜ் பெய்கூட்.

49

கவர்னர் பெய்கூட்டைத் தொடர்ந்து அவரது ஆதரவாளர்களும் வெளியேறினர். ஸ்ட்ராட்டன் மற்றும் புரூக் தலைமையிலான குழு அங்கேயே அமர்ந்து விவாதிக்கத் தொடங்கியது. சற்று நேரத்திற்குள் கர்னல் ஸ்டூவர்ட்டும், பால் பென்பீல்டும் அறைக்குள் நுழைந்தனர். நுழையும் பொழுதே ஸ்டூவர்ட் கணீர் குரலில்,

“இயற்கை இயற்கைதான், செயற்கை செயற்கைதான்”, என்று ஆங்கிலத்தில் சொல்லிக்கொண்டே அமர்ந்தான்.

“இவன் எதைப் பற்றிச்சொல்கிறான்” என்று அனைவரும் குழம்பிக் கொண்டிருந்த பொழுது ஸ்டூவர்ட் முத்தம்மாவைக் காட்டினான்.

“அந்தப் பெண் அணிந்துள்ள எளிமையான இந்திய உடையைப் பாருங்கள். அவளது இயற்கை அழகை அது அப்படியே

காட்டுகிறது. ஆனால் நம்நாட்டு உடைகள் அப்படி அல்ல. செயற்கையாக, உடலை இறுக்கி, பெரிய தொப்பையைச் சிறிதாக்கி, சிறிய மார்பகங்களைப் பெரிதாக்கிக் காட்டுகின்றன", என்றான். ஆங்கிலம் தெரியாதது போல் நடித்த முத்தமாவும், வேலனும் பதில் பேசமுடியாமல் நின்றனர்.

"பேசாமல் ஒரு இந்தியப் பெண்ணைத் திருமணம் செய்துகொண்டு இந்துவாகவே மாறி விடு", என்றார் ஒரு இயக்குனர்.

"அப்படித்தான் செய்யப்போகிறேன். இந்து மதம் எனக்கு மிகவும் பிடித்திருக்கிறது. தீவிரமாகப் படித்துக்கொண்டிருக்கிறேன். அது ஒரு கடல்", என்றான் ஸ்டூவர்ட்.

"தஞ்சாவூரில் அதைப் பற்றிச் சொல்லித்தர உனக்கு நிறையப் பண்டிதர்கள் கிடைப்பார்கள்", என்றான் பால்பென்பீல்டு.

"என்னைத் தஞ்சாவூருக்கு அனுப்பும் ஆணையைக் கவர்னர் கிழித்தெறிந்து விட்டாராமே", என்றான் ஸ்டூவர்ட்.

"என்ன துணிச்சலில் அப்படிச் செய்கிறார்?", என்று கேட்டார் ஒரு இயக்குனர்.

"பெய்கூட்டின் குடும்பமே புகழ்பெற்ற குடும்பம். அவரது ஒரு தம்பி தரைப்படையிலும், மற்றொரு தம்பி கப்பற் படையிலும் உயர் அதிகாரிகள். இவரோ இங்கிலாந்து பாராளுமன்றத்திலும் உறுப்பினராக இருந்தவர். கிழக்கிந்தியக் கம்பெனியைக் கண்காணிக்கும் அரசாங்க வாரியத்தின் உறுப்பினர்களில் பெரும்பாலோர் பெய்கூட்டின் நண்பர்கள்", என்றார் தளபதி ராபர்ட் பிளெட்சர்.

"ஆனால் வணிகர்களின் ஆட்சியில் வட்டிதான் கடவுள். கடன் பத்திரம்தான் வேதம். இதைப் பிரபுக்களுக்குப் புரிய வைக்க வேண்டிய நேரம் வந்து விட்டது. நமது அடுத்ததிட்டம் செயல் பாட்டுக்குத் தயாராகட்டும்" என்றான் பென் ஃபீல்டு

"எதைச் செய்தாலும், சட்டப்படிதான் செய்ய வேண்டும். அவற்றை நாங்கள் பார்த்துக் கொள்கிறோம்", என்று சொல்லிவிட்டு வெளியேறினார் ஸ்ட்ராட்டன். கூடவே புரூக்கும் வெளியேறினார்.

"கர்னல் ஸ்டூவர்ட், நாளை கூட்டம் முடியும் வரை நீயே வாசலில் காவல்காரானாக இருக்க வேண்டும்" என்று சொல்லிவிட்டு பிளெட்சர் வெளியேறினார். அவரைத் தொடர்ந்து மற்ற இயக்குநர்களும் வெளியேறினர். அனைவரும் சென்றபின் வேலன் கேட்டான்,

“பால்... இப்போ நடந்ததெல்லாம் உண்மையா இல்லை கனவா?”, என்றான். “அதுக்குள்ள ஆச்சர்யப்பட்டா எப்பிடி? நாளைக்குத்தான் பெரிய அதிசயமே நடக்கப் போகுது”, என்றான் பால் சிரித்தபடியே.

“நாளைக்கு என்ன நடக்கப் போகுது பால்?”, என்றாள் முத்தம்மா.

“நாங்கள் சரித்திரம் படைக்கப் போகிறோம். அதில் நீங்களும் பங்கு பெறப்போகிறீர்கள்”, என்று ஆங்கிலத்தில் கூறிவிட்டு, வெடிச்சிரிப்புச் சிரித்தான் பால் பென்பீல்டு. “அதனால நீங்க இன்னைக்குக் கோட்டைக்குள்ளேயே தங்குங்க. நான் அதுக்கு ஏற்பாடு செய்யறேன்”, என்று சொல்லிவிட்டு அவன் வெளியேறினான்.

மறுநாள் காலையில் கூட்டம் நடக்கும் அறைக்குள் வேலனும், முத் தம்மாவும் சிற்றுண்டிகளுடன் செல்லும் பொழுது, வாசலில் சிப்பாய்களின் எண்ணிக்கை அதிகமாய் இருப்பதையும், ஜமேதார் சங்கரன் பக்கத்தில் கர்னல் ஸ்டூவர்ட்டும் நிற்பதையும் வேலன் கவனித்தான். இயக்குநர்கள் அனைவரும் உள்ளே நுழைந்தபின் சங்கரன் சென்று கவர்னரை அழைத்து வந்ததான். சிற்றுண்டி வழங்கப்பட்டது. அன்று பெரிய கேக்குகள் வைக்கப்பட்டிருப்பதைக் கண்ட பெய்கூட்,

“அதுவும் பொருத்தம் தான். கசப்பு மருந்திற்கு முன்னால் ஒரு இனிப்பு”, என்றார். கூட்டம் அமைதியானது. ஸ்ட்ராட்டன் எழுந்து,

“நேற்றுக் கொண்டு வந்த தீர்மானத்தையே மீண்டும் கொண்டு வருகிறேன். தஞ்சாவூருக்கு நிர்வாகியாக கர்னல் ஸ்டூவர்ட் நியமிக்கப் படுகிறார்”,என்றார். கவர்னர் பெய்கூட் மறுப்பேதும் சொல்லவில்லை.

“ஓ, தாராளமாகத் தீர்மானத்தை ஓட்டுக்கு விடலாம். பெரும்பான்மை முடிவிற்கு நான் கட்டுப்படுவேன். அதற்கு முன்னால் ஒரு அறிவிப்பு, ரஸ்செல்... தயவு செய்து அதைப் படியுங்கள்”, என்றார் பெய்கூட். ரஸ்செல் எழுந்து கையிலிருந்த ஆவணத்தைப் படித்தார். “பிரித்தானியக் கிழக்கிந்தியக் கம்பெனியின் நலன்களுக்கு எதிராகச் செயல் பட்டதால், இயக்குநர்கள் புரோக்கும், ஜியார்ஜ் ஸ்ட்ராட்டனும் தற் காலிகப் பணிநீக்கம் செய்யப்படுகிறார்கள். ஒப்பம், சென்னை பிரசி டென்சி கவர்னர் மற்றும் தலைவர் சர் ஜியார்ஜ் பெய்கூட்”.

ரஸ்ஸல் படித்து முடித்ததும் கூட்டத்தில் மரண அமைதி நிலவியது. “இப்பொழுது வாக்கெடுப்பு நடத்தலாம். ரஸ்செலை நிர்வாகியாகத் தேர்ந்தெடுப்பதை ஆதரிப்பவர்கள் கைகளைத் தூக்கலாம்”, என்றார் கவர்னர். கவர்னரின் ஆதரவாளர்கள் கைகளைத்தூக்கினர்.

பெய்கூட் பேசினார், “ஸ்ட்ராட்டனுக்கும், புரூக்கிற்கும் இனிமேல் ஓட்டுரிமை கிடையாது. மீதிப்பேரின் ஆதரவு வாக்குகளும், எதிர் வாக்குகளும் சமமாக உள்ளன. நான் எனது தீர்மானிக்கும் வாக்கை, ரஸ்ஸலுக்கு ஆதரவாகத் தருகிறேன். எனவே பெரும்பான்மை ஓட்டுகளுடன் தீர்மானம் நிறைவேறுகிறது”, என்று அறிவித்தார். அவரது அதிரடி நடவடிக்கை வேலனை ஆச்சர்யப்பட வைத்தது. “இவர் கம்பெனி விவகாரங்களில் புலிதான்”, என்று நினைத்துக் கொண்டான். பெய் கூட்டின் குரல் மீண்டும் கேட்டது. “தீர்மானத்தில் அனைத்து இயக்குநர்களிடமும் கையெழுத்து வாங்குங்கள் ரஸ்செல்”, அவரது குரலை இடையில் நிறுத்தியது ராபர்ட் பிளட்சரின் கம்பீரமான குரல்.

“சற்றுப் பொறுங்கள் சர் ஜியார்ஜ் பெய்கூட், இப்பொழுது மிஸ்டர் புரூக் ஒரு ஆவணத்தைப் படிக்கப்போகிறார். அதைக் கேட்டபின் நாம் மற்ற வேலைகளைத் தொடரலாம்”, என்றார். “வாட் நான்சென்ஸ்? ஒரு இயக்குநர். கூட்டத்தின் நெறிமுறைகள் கூட உனக்குத் தெரியாதா? எப்படி நீ குறுக்கே பேசலாம்? இங்கே யார் கவர்னர்?”, என்றார் பெய்கூட். “அதை முடிவு செய்யத்தான் ஒரு தீர்மானம் நேற்றே நிறைவேற்றப்பட்டு, பெரும்பான்மையினர் கையெழுத்திட்டு, நோட்டரியிடம் சான்றும் பெறப்பட்டு விட்டது. தீர்மானத்தைப் படித்துக் காட்டுங்கள் மிஸ்டர் புரூக்” என்றார் தளபதி ராபர்ட் ஃபிளட்சர்”.

“என்ன உளறுகிறாய்?”, என்று கத்திக் கொண்டே புரூக்கின் கையிலிருந்த பத்திரத்தை வாங்கிப் படித்துப் பார்த்து விட்டு ஒரு கணம் அதிர்ச்சியில் உறைந்தார் பெய்கூட்.

“இப்பொழுது உங்கள் நிலைமையைப் புரிந்து கொண்டிருப்பீர்கள் என்று நம்புகிறேன். சர் ஜியார்ஜ் பெய்கூட்டிற்குப்பதில், ஜியார்ஜ ஸ்ட்ராட்டன் மெட்ராஸ் பிரசிடென்சி கவர்னராகப் பெரும்பான்மை இயக்குநர்களால் தேர்ந்தெடுக்கப்பட்டு விட்டார். இந்தத் தீர்மானம் நேற்றே நிறைவேற்றப்பட்டு விட்டதால், நீங்கள் இன்று கவர்னர் இல்லை. உங்களால் யாரையும் தற்காலிகப் பணிநீக்கம் செய்யமுடியாது”, என்று தெளிவான குரலில் பாடம் எடுப்பது போல் விளக்கினார் பிளெட்சர்.

வேலனால், கண் முன்னே நடப்பது எதையும் நம்ப முடியவில்லை. அதுவரை நாற்காலியில் அமர்ந்திருந்த பெய்கூட் திடீரென்று எழுந்து, பெரும் குரலில் கத்தினார், "கர்னல் ஸ்டூவர்ட்". ஸ்டூவர்ட் தன் சிப்பாய்களுடன் உள்ளே ஓடிவந்தார்.

"ஸ்டூவர்ட், அவரைக் கைதுசெய். ராபர்ட் பிளெட்சரை உடனே கைது செய். கம்பெனி நலனுக்கு எதிராகச் செயல்படுவதால் அவரைச் சிறையில் தள்ளுமாறு ஆணையிடுகிறேன். அடுத்த கப்பலிலேயே அவரைக் கைதியாக இங்கிலாந்திற்கு அனுப்பு. அவருக்குப் பதில் செயிண்ட் ஜியார்ஜ் கோட்டையின் தளபதியாக இப்பொழுதே உன்னை நியமிக்கிறேன்", என்றார் கவர்னர் பெய்கூட். குழப்பத்துடன், தன் மேலதிகாரியான பிளெட்சரைப் பார்த்தார் ஸ்டூவர்ட்.

"ஏன் தயங்குகிறாய் கர்னல் ஸ்டூவர்ட்?", பிளெட்சர் தீர்மானமான குரலில் கூறினார். "நீதான் இப்பொழுது கோட்டையின் தளபதி ஆகிவிட்டாயே. இனி யாரை வேண்டுமானலும் கைது செய்யலாம். புரிகிறதா? யாரை வேண்டுமானலும் கைது செய்யலாம்", என்றார். ஸ்டூவர்ட் என்ன செய்யலாம் என்பது போல் குழப்பத்துடன் நின்றுகொண்டிருந்த பொழுது பால் பென்பீல்டு திடீரென்று உள்ளே நுழைந்தான். கர்னல் ஸ்டூவர்ட்டைப் பார்த்து,

"கர்னல் ஸ்டூவர்ட், கம்பெனி நலனுக்கு எதிராக யார் செயல்பட்டாலும் அவர்களைக் கைது செய்வது உன் கடமை" என்றான். புரிந்து கொண்டு ஸ்டூவர்ட் கத்தினான், "சிப்பாய்களே, கம்பெனி நலனுக்கு எதிராகச் செயல்படும் ஜியார்ஜ் பெய்கூட்டைக் கைது செய்யுங்கள்". பிளெட்சரால் முன்பே கட்டளையிடப்பட்டிருந்த சிப்பாய்கள் உடனே ஓடிச்சென்று பெய்கூட்டைச் சுற்றி நின்றனர். பெய்கூட் மயங்கி நாற்காலியில் விழுந்தார். வேலனும் முத்தம்மாவும் ஓடிச்சென்று அவர் முகத்தில் தண்ணீர்தெளித்து எழுப்பினர். சிப்பாய்கள் அவரைக் கைதியாகக் கோட்டையெங்கும் இழுத்துச் சென்றனர். விலங்கிடவில்லை. அவர் அதிகாரம் பறிக்கப்பட்டுவிட்டதைக் கோட்டையெங்கும் அறியச் செய்வதுதான் ஸ்ட்ராட்டனின் நோக்கம். சிப்பாய் வேடத்திலிருந்த வேலனும் அவர்களோடு சுற்றினான். மாலையானதும் பெய்கூட்டை வண்டியிலேற்றிக் கோட்டைக்கு வெளியே கொண்டு சென்றனர்.

குதிரைகளில் சிப்பாய்கள் பின்தொடர்ந்தனர். ஆங்கில அதிகாரிகளின் வீடுகள் இருந்த பறங்கிமலையில், ஒரு வீட்டைக்

கவர்னரை வீட்டுச் சிறையில் வைக்கத் தயார் செய்திருந்தனர். கவர்னர் உள்ளே அடைக்கப்பட்டதும், ஸ்ட்ராட்டன் தலைமையில் ஒரு குழுவினர் அவருடன் பேச்சுவார்த்தை நடத்த உள்ளே சென்றனர். சிப்பாய்கள் அனைவரும் வீட்டிற்கு வெளியே புல்வெளியில் ஓய்வெடுத்துக் கொண்டிருந்தனர். மரத்தில் சாய்ந்து, ஒரு நிமிடம் கண்களை மூடித் திறந்தான் வேலன். எதிரே முத்தம்மா நின்று கொண்டிருந்தாள்.

“அட.... நீயும் புது எடத்துக்கு வந்திட்டியா?”, என்றான் வேலன்.

“இது உனக்குத்தான் புது இடம். நான் பக்கத்து வீட்டில தான் வேலைக்காரியா இருக்கேன்”, என்றாள் முத்தம்மா. அப்பொழுதுதான் அவளது கையில் பெரிய கூடையும், கூடையில் நீண்ட மற்றும் பிறைவடிவான ரொட்டிகளும் இருப்பதைக் கவனித்தான். பசியில் ரொட்டி ஒன்ற எடுத்துக் கடித்தவன்,

“இங்கே யார் வீட்டில வேலை செய்யறே இப்போ?” என்றான்.

“அதுதான் வேடிக்கை. அந்த வீட்டில ஆளே இல்லை. அந்த ராணுவ அதிகாரி வேற ஊர்ல இருக்கானாம். அதை ஒரு கேளிக்கை விடுதி மாதிரி ஆக்கிட்டாங்க. பொழுது போனால் போதும், ஒருநாள் விடாம பார்ட்டிதான்”, என்றாள்.

“ஓ... அங்கே இருந்துதான் ராணுவ ரகசியத்தையெல்லாம் மைசூருக்கு கடத்துறியா?” என்றான் வேலன். முத்தம்மா திடீரென்று,

“ரொட்டி போதுமா?”, என்று பேச்சை மாற்றி விட்டு, அங்கிருந்து அகன்றாள். சற்று தூரத்தில் ஜமேதார் சங்கரன் வந்து கொண்டிருந்தான். அவன் கையில் ஒரு மதுபாட்டில் இருந்தது. “பென்பீல்டு நமக்கு, ஆளுக்கு ஒண்ணு கொடுக்க ஏற்பாடு பண்ணியிருக்காரு”, என்று சொல்லிக்கொண்டே வேலனிடம் பாட்டிலை நீட்டினான்.

“எனக்கு வேண்டாம். அதையும் நீயே வச்சுக்க”, என்றான் வேலன்.

“ஆமா, ஆமா, பெரிய வியாபாரிக்கு, இந்தச் சாதாரணச் சரக்கெல்லாம் பிடிக்குமா?”, என்றான் சங்கரன் கிண்டலாக.

“இது சாதாரணச் சரக்கில்ல, விலையுயர்ந்ததுதான். ஆனால், எனக்குக் குடிப்பழக்கம் இல்லை”, என்றான் வேலன்.

“அப்போ சரி”, என்று மகிழ்ச்சியோடு பாட்டிலை எடுத்துக்கொண்டு கிளம்பிய சங்கரன், “ புதுசாச் சிப்பாய்ங்க வந்துக்கிட்டு இருக்காங்க. அவங்க வந்த உடனே நாம போயிடலாம்”, என்று சொல்லிவிட்டுச் சென்றான். சங்கரன் சென்றதும் மீண்டும் வந்தாள் முத்தம்மா.

“கொஞ்ச நேரத்தில பால் பென்பீல்டு வெளியே வந்திருவான். நீ, அவன் கண்ணில பட்டிராதே”, என்றான் வேலன்.

“கண்ணில பட்டா என்ன? இங்கே என்ன வேலைக்குச் சேர்த்து விட்டதே அவன்தான். அதிகாரிங்களைப் பத்தி நான் அவனுக்கு மட்டும் உளவு சொல்றதா அவன் நம்பிக்கிட்டிருக்கான்” என்றாள்.

“அப்போ இனிமேல் கவர்னரைப் பார்த்துக்கிற பொறுப்பையும் உன் கிட்டத் தரப்போறான். வேலை அதிகமாயிடும்”, என்றான் வேலன். “அதுதான் பயமா இருக்கு. ஏற்கனவே சீக்கியனுக்கு வேற சாப்பாடு தரணும்”, என்றாள் முத்தம்மா.

“அது யார் சீக்கியன்?”, என்று வியப்போடு கேட்டான் வேலன்.

“தூரத்தில தனியா ஒரு வீடு இருக்கு. அங்கே ஒரு சீக்கியனைக் கைதிமாதிரி வச்சிருக்கான் பால். அவனுக்கும் நான் தான் சாப்பாடு கொண்டு போய்க் குடுக்கணும்”, என்றாள். “காவல்ல எத்தனைபேர் இருக்காங்க”, என்றான் வேலன்.

“யாருமே காவல் இல்லை. அவனே ஏதோ காய்ச்சல்ல விழுந்து, எழுந்து நடமாட முடியாமக் கெடக்கறான். அடிக்கடி பென்பீல்டு வந்து பார்ப்பான். சில சமயம் டேவிட் வந்து பார்ப்பான். அங்கே வேறயாரும் வர்றதில்லை. வீடு நல்லா மறைவா இருக்கறதால, அந்தப் பக்கம் ஆளுங்க நடமாடறதும் இல்லை”, என்றாள் முத்தம்மா. பிறகு, “அங்கே டேவிட் வர்றதுதான் எனக்குப் பிடிக்கலை”, என்றாள்.

“அவன் எப்படி வராம இருப்பான்? பென்பீல்டுக்கு வலது கையாச்சே”, என்றான் வேலன். “அந்த வலதுகையோட இடது கண்ணு, என்னைப் பார்க்கிறப்ப வெல்லாம் துடிக்குது”, என்றாள் முத்தம்மா.

“அழகா இருந்தாலே இந்தமாதிரிப் பிரச்சினை வரத்தானே செய்யும்”, என்றான் வேலன். “அடப்பாவி... உன் காதலி மேல ஒருத்தன் கண்ணு வைக்கறான். நீ பதட்டமே இல்லாமப் பேசுறியே?” என்றாள் முத்தம்மா கோபமாக.

“யார் சொன்னது பதட்டம் இல்லைன்னு. அந்த முட்டாப்பய உயிருக்கு ஆபத்து வந்திடுமோன்னு, பதறிக்கிட்டுத்தான் இருக்கேன்”, என்றான் வேலன் சிரித்துக்கொண்டே. அவனோடு சேர்ந்து சிரித்த முத்தம்மா, “அதுசரி, இது மாதிரி வேடிக்கையை இதுக்கு முன்னால பார்த்திருக்கியா. நேத்து கவர்னர், இன்னைக்குத் கைதி”, என்றாள். “பார்த்ததில்லை, கேள்விப்பட்டிருக்கேன். இதே மதராசை முப்பது வருசத்துக்கு முன்னே பிரெஞ்சுக்காரங்க பிடிச்சாங்க. பாண்டிச்சேரி கவர்னரா அப்போ இருந்தது டூப்ளே. ரொம்ப நாளாத் திட்டம் போட்டாராம். ஆனா, மெட்ராசைப் பிடிச்சதோ, பிரஞ்சுக் கப்பல் படையோட வந்த பூர்தானே. அப்போ ராபர்ட் கிளைவ் வெறும் ரைட்டர். தப்பிச்சுக் கடலூருக்கு ஓடிப்போனாரு. கோட்டையைத் தன் படைக்கிட்ட ஒப்படைக்கச் சொல்லி பூர்தானேகிட்ட டூப்ளே கேட்டாரு. பூர்தானே மாட்டேன்னுட்டான்”, மூச்சு வாங்க நிறுத்தினான் வேலன்.

“பிரெஞ்சுக் காரங்க அவ்வளவு சுலபமா மெட்ராஸ் கோட்டையைப் பிடிச்சிட்டாங்களா?”, என்றாள் முத்தம்மா வியப்புடன்.

“அது இன்னும் வேடிக்கையான கதை. பிரெஞ்சுக் கப்பல்ல இருந்து சுட்ட பீரங்கிக்குண்டு கோட்டையில சாராயம் அடுக்கிவச்சிருந்த கட்டிடத்தை நொறுக்கிடுச்சாம். இங்கிலீஸ் சிப்பாய்ங்க ராத்திரியெல்லாம் ஆசைதீரக் குடிச்சிக்கிட்டே இருந்தாங்களாம். காலையிலே பிரெஞ்சுப்படை உள்ளே நுழையறப்போ, ஒரு இங்கிலீஷ் சிப்பாய் கூடச் சுய நினைவில இல்லை. கவர்னரா இருந்த நிக்கோலஸ் மோர்ஸ் மரியாதையாச் சரணடைஞ்சிட்டாரு”, என்றான் வேலன்.

“சரி, பூர்தானே கிட்ட இருந்து டூப்ளே எப்படி மெட்ராசை வாங்கினாரு?”, என்று கேட்டடாள் முத்தம்மா.

“டூப்ளே பாண்டிச்சேரியில இருந்து பெரிய படையை அனுப்பிச்சாரு”, வேலன் தொடர்ந்தான், “உடனே பூர்தானே கோட்டையை ஒப்படைக்க ஒத்துக்கிட்டாரு. அன்னைக்கு ராத்திரி எல்லோரையும் தன் பிறந்த நாளைக் கொண்டாடக் கப்பலுக்குக் கூப்பிட்டாரு. கப்பல் உள்ளே நுழைஞ்ச ராணுவ அதிகாரிங்க எல்லோரையும் இது மாதிரித்தான் கைது பண்ணிக் கப்பல்லயே அடைச்சு வச்சிட்டாரு. மறுநாள், இங்கிலீஷ் கவர்னருகிட்ட பெரிய தொகையை லஞ்சமா வாங்கிக்கிட்டு, கோட்டையையே திருப்பிக் கொடுத்திட்டார். லஞ்சப்பணத்தோட கப்பல்ல ஏறி,

இங்கிலாந்துக்கே போயி தஞ்சமடைஞ்கிட்டாரு. சரித்திரத்தில நடக்காத அதிசயமே இல்லை", என்றான் வேலன்.

"சரி நேராமாச்சு நான் போறேன்", என்று சொல்லியவாறே இருட்டில் மறைந்தாள் முத்தம்மா. வீட்டிற்குள்ளிருந்து வெளியே வந்த இயக்குனர்கள் வண்டிகளிலும், குதிரைகளிலும் ஏறிப் புறப்பட்டனர். புதிதாக வந்த சிப்பாய்கள் காவல் பொறுப்பை ஏற்றுக் கொண்டதால், பழைய சிப்பாய்களும் புறப்பட்டனர். வேலன் புறப்படப்போகும் பொழுது, அவனை நோக்கி பால் பென் பீல்டு வந்தான்.

"வேலா... உன் உதவிக்கு நன்றி. நேரமாச்சு, நீ புறப்படலாம். உனக்கு என்ன பதில் உதவி வேணும்னாலும் கேளு", என்றான் பால்.

"பதில் உதவி இருக்கட்டும். இப்போ லண்டன்ல இருந்து உங்க மேல நடவடிக்கை எடுக்கமாட்டாங்களா?", என்று கேட்டான் வேலன்.

"இந்தத் தகவல் இங்கிலாந்து போயி, அவங்க முடிவெடுத்து, பதில் வர்றதுக்கு ஒரு வருசமாவது ஆகும். அதுக்குள்ள எங்க கடனை வசூல் பண்ணி முடிச்சிடுவோம்", என்றான் பால்.

"ஒரு வருசத்துக்கு அப்புறம்?", என்றான் வேலன்.

"அப்புறம்தான் என்ன பண்ணிடுவாங்க? அவங்க பண்ணாத திருட்டுத் தனமா? அதில்லாம, கம்பெனியைக் கட்டுப்படுத்தற, முதலாளிகள் வாரியத்தில, என் பினாமிங்க இருக்காங்க. வாரியத்தையே கட்டுப் படுத்தற பாராளுமன்றத்திலயும் பத்து உறுப்பினருங்க, என் ஆளுங்க, என் பணத்தால ஜெயிச்சவங்க. இந்தப் பினாமி கண்ட்ரோல்தான், நான் கிளைவ்கிட்டயும், ஹேஸ்டிங்கிட்டயும் கத்துக்கிட்ட பாடம்", என்றான் பால் சிரித்துக்கொண்டே.

"வாரன் ஹேஸ்டிங்ன்னு சொன்னவொடனே, எனக்கு வேற ஒரு விஷயம் ஞாபகத்துக்கு வருது. சென்னை பிரசிடென்சி, கல்கத்தாவுக்குக் கட்டுப்பட்டது தானே. கவர்னர் ஜெனரல் வாரன் ஹேஸ்டிங்கால உங்களைக் கைது செய்ய முடியாதா?" என்றான் வேலன்.

"முடியும், ஆனால், செய்யமாட்டார். வேலா, ஆற்காட்டு நவாப்புக்கு, நாங்க மட்டும் கடன் குடுக்கலை, புரியுதா?', என்றவன், "அதுவும் இல்லாம, அதைவிட வேறொரு முக்கியமான

காரணமும் இருக்கு. கவர்னர் ஜெனரல், மைசூர் மேல படைஎடுக்கத் தயாராயிட்டார். இந்த நேரத்தில பிளெட்சர், ஸ்டூவர்ட் மாதிரி அனுபவப்பட்ட ராணுவ அதிகாரிங்களை அவர் பகைச்சுக்க மாட்டாரு'', என்றான் பால்.

“ஓகோ, சரி அதைவிடு, எனக்கு ஒரு வேலை போட்டுத் தரமுடியுமா பால்?'' என்றான் வேலன்.

“வேலையா, இவ்வளவு பெரிய வியாபாரிக்கு நான் என்ன வேலை தரமுடியும். காண்டிராக்டுன்னா கேளு, எத்தனை வேணும்னாலும் ஏற்பாடு பண்றேன்'', என்றான் பால்.

“அதெல்லாம் வேண்டாம் பால். இதே சிப்பாய் வேலை, ஆனால் அந்தச் சீக்கியன் வீட்டு வாசல்ல, என்ன சொல்றே?'' என்றான் வேலன். பென்பீல்டு அதிர்ச்சியோடு வேலனைப் பார்த்தான்.

50

வீட்டுச்சிறைக்கு ஜியார்ஜ் பெய்கூட் பழக்கப்பட்டு விட்டார். இயக்குனர் குழுவின் நிர்வாகத்திற்குச் சென்னைப் பிரசிடென்சியும் பழக்கப் பட்டு விட்டது. இடையில், தன்னைக் கடலோரம், கோட்டைக்கு அருகே சிறைவைக்குமாறு பெய்கூட் கேட்டுக்கொண்டார். கோரிக்கை உடனே நிறைவேற்றப்பட்டது. பெய்கூட் எதிர்பார்த்ததுபோலவே அவரை உடனே விடுதலை செய்து, லண்டனுக்கு அனுப்பி வைக்கும்படி லண்டன் இயக்குநர்கள் ஆணையிட்டனர். ஆனால் விடுதலை செய்யும் உத்தரவு சென்னைக்கு வந்து சேருவதற்குள் பெய்கூட்டின் உயிர் மட்டும் தானே விடுதலை செய்து கொண்டு உடலை விட்டுப் பிரிந்தது. அந்தச் சூழலில் ஒரு நாள் பென்பீல்டு வேலனைப் பார்க்க வந்து சேர்ந்தான். முதலில் தொழில் முறைக் கொடுக்கல், வாங்கலெல்லாம் பேசிய பின் வேலன் கேட்டான்,

“மைசூர் போருக்குத்தானே கம்பெனி ஏற்பாடு பண்ணிக்கிட்டு இருந்துச்சு. திடீர்னு அதை விட்டுட்டு இப்போ மராத்தியர் கூட ஏன் சண்டைக்குப் போறீங்க,'', என்றான்.

“மைசூர் அரசாங்கத்தில வாரிசுச் சண்டை எதுவும் இல்லை. ஆனால், மராத்தியத்தில, தலைமையமைச்சர் பட்நாவிஷ் தலைமையில இயங்கற மந்திரி குழுவுக்கும், பேஷ்வா ரகுநாத் ராவுக்கும் இடையே சண்டை நடக்குது. எதிரி பலவீனமாப் பிளவு பட்டு இருக்கறப்போ, அந்தப் பிளவில கம்பெனி நுழையும்'', என்றான் பால்.

“இது சந்தர்ப்ப வாதம்”,என்றான் வேலன்.

“நாங்க அதை ராஜ தந்திரம்னு சொல்றோம்”, என்றான் பால்.

“மகாராஷ்ட்ராவைப் பிடிக்கப் போறீங்களா?”, என்றான் வேலன்.

“இல்லவே இல்லை. மைசூர் அரசைத் தட்டிக் கேட்க, மராத்தியர் இல்லைன்னா, வேற ஆளே இல்லாமப்போயிடும். உதவிங்கற பேர்ல நிர்வாகத்துக்குள்ள புகுத்திடுவோம், அவ்வளவுதான். மராத்தியர்கள் பிரிட்டிஷ் கம்பெனிக்குக் கடவுள் குடுத்த வரம். அவங்களை வச்சுத் தான் மொத்த இந்தியாவையே பிடிக்கப் போறோம்”, என்றான் பால்.

“மராத்தியர் உங்களுக்கு உதவி செய்வாங்களா?”, என்று வேலன் வியப்புடன் கேட்டான்.

“ஏற்கனவே நிறைய செஞ்சுக்கிட்டுத்தானே இருக்காங்க. யோசிச்சிப் பாரு, மராத்தியர் படை எடுப்பால தான், வங்காள நவாப் சிராஜ் உத்தௌலா வலிமை கொறைஞ்சு எங்ககிட்ட தோத்துப் போனான். ஆவாத் நவாப் சுஜா உத் தௌலாவும், ஹைதராபாத் நிசாமும் மராத்தியருக்குப் பயந்ததுதான் எங்க கூட துணைராணுவ ஒப்பந்தம் பண்ணிக்கிட்டாங்க. மராத்தியருக்குப் பயந்துதான் ஆற்காட்டு நவாப், செயின்ட் ஜியார்ஜ் கோட்டைக்குள்ளேயே ஒளிஞ்சுக்க இடம் கேட்கறாரு”, என்றான் பால்.

“மராத்தியர் விழிச்சிக்கிட்டு, மத்த இந்திய ராஜாக்களோட கூட்டுச் சேர்ந்தாங்கன்னா?” என்றான் வேலன்.

“அது ஒரு நாளும் நடக்காது. ஒவ்வொரு மராத்திய ராஜாவும் லட்சக் கணக்கில படைதிரட்டி வச்சிருக்காங்க. மத்த இந்திய நாடுகளைக் கொள்ளையடிச்சு, சுகமா வாழப் பழக்கி வச்சிருக்காங்க. அதனால அவங்களால படையெடுப்பை நிறுத்த முடியாது. நிறுத்தினா, அவங்க படைகளெல்லாம் சொந்த நாட்டிலேயே கொள்ளையடிக்க ஆரம்பிச்சிடும்”, என்றான் பால்.

“ஏற்கனவே மைசூரையும், ராஜபுதனத்தையும் தவிர, மராத்தியர் கொள்ளையடிக்க நாடுகளே மிச்சம் இல்லையே”, என்றான் வேலன்.

“ஆமா, மைசூரையும் நாங்க பிடிச்சிட்டோம்னா, அப்புறம் மராத்தியர் சொந்த நாட்டிலேயே கொள்ளையடிச்சு, மக்கள் ஆதரவை இழந்திடுவாங்க. அப்போத்தான் கம்பெனி

மகராஷ்ட்ராவை முழுசாப் பிடிக்கும்'', என்ற பால், "அதைவிடு வேலா, நான் வேற ஒரு முக்கியமான விஷயம் பேச வந்திருக்கேன்'', என்றான்.

"சீக்கியனைப் பத்தியா?'', என்றான் வேலன். "சரியாத்தான் ஊகிக்கிறே, ஆமாம், அவனைப் பத்தி உனக்கு என்ன தெரியும்?'' என்று கேட்டான் பால்.

"அவனுக்கு நீ வைத்திய உதவி செய்யறேங்கறதைத் தவிர வேற எதுவும் தெரியாது'', என்றான் வேலன்.

"சரி, முழுவெவரமும் சொல்றேன். அவன் வங்காளத்தில சிராஜ் உத்தௌலா படையில இருந்து, கம்பெனிகிட்ட சரண் அடைஞ்சவன். மதராசுக்கு கம்பெனி வங்காளப் படைப் பிரிவோட வந்தான். காய்ச்சல் வந்ததனால இங்கேயே விட்டுட்டுப் போயிட்டாங்க.''

"அவனைத் தனியே வச்சு வைத்தியம் பார்க்கற அளவுக்கு அவன் மேல உங்களுக்கு என்ன அக்கறை?'', என்று கேட்டான் வேலன்.

"ஹீரா பிஜ்லி'' என்று சொல்லி நிறுத்திவிட்டு வேலனின் முக பாவத்தைக் கூர்ந்து கவனித்தான் பால். வேலன் அதிர்ச்சி எதுவும் அடையாமல், "நானும் அப்படித்தான் நினைச்சேன். அதைப் பத்தி அவன் என்ன சொல்றான்?'', என்றான். "உருப்படியா இதுவரை எதுவுமே சொல்லலை. காய்ச்சல் அதிகமாகறப்போ, ஹீரா பிஜ்லி, ஓமிசந்த், சிராஜ் அப்படீன்னு மாத்தி, மாத்தி ஒளறிக்கிட்டிருப்பான். ஹீராபிஜ்லின்னா, மின்னல் வைரம்னு புரியது, ஓமிசந்த் வங்காளத்தில இருக்ற பெரிய வியாபாரி, நானே அவரைப் பார்க்கச் சொல்லி உன்னை அனுப்பிச்சேன். இந்த சிராஜ் யாரு? வங்காள நவாப் சிராஜ் உத் தௌலாவாத்தான் இருக்கணும்'', என்றான் பால்.

"ஓ அதுக்காகத்தான், சீக்கியனைப் பத்தி விவரம் சொல்லாமயே, ஓமிசந்தைப் பார்த்திட்டு வரச்சொல்லி என்னை அனுப்பினியா?'' என்றான் வேலன்.

"ஆமா. ஆனால், நீதான் அதை அலட்சியப்படுத்திட்டே. வேலா, எனக்கு வாழ்க்கையில மூணே லட்சியம்தான், பெரிய பணக்காரனாகனும், எப்பவோ ஆயிட்டேன். ஏழையாப் போன ஒரு பிரபு குடும்பத்துப் பெண்ணைக் கல்யாணம் பண்ணி நானும் பிரபு ஆகணும், சீக்கிரம் ஆயிடுவேன். அந்த மாதிரிப் பொண்ணுங்க

கப்பல் கப்பலா வந்து இறங்கறாங்க. ஆனால் மூணாவது ஆசை வைரம், கிளைவ் வைரம், பெய்கூட் வைரம் மாதிரி என் குடும்பப் பேரில ஒரு வைரம் இருக்கணும். அதுக்காக எத்தனை கோடிகள் வேணும்னாலும் செலவு பண்ணத் தயாரா இருக்கேன்'', என்றான் பால்.

சற்று நேரம் மௌனமாயிருந்த வேலன், "ஓகே, பால், நானும் உன்கிட்ட சில ரகசியங்க ளைச் சொல்லப் போறேன். முதலாவதா, ஹீராபிஜ்லி இருக்கறது உண்மைதான். அது எங்கேயோ வட இந்தியாவில ரகசியமா இருக்ற ஒரு புதையல்'', என்றான். பென்பீல்டின் முகத்தில் அத்தனை மகிழ்ச்சியை அதுவரை வேலன் கண்டதில்லை. அதை ரசித்துக்கொண்டே வேலன் மீண்டும் தொடர்ந்தான்,

"ஓமிசந்துக்கிட்ட ஒரு வளையம் இருக்கு''.

"வளையமா?'' என்றான் பால் குழப்பத்துடன். வேலன் உள்ளே சென்று தன்னிடமிருந்த வளையத்தை எடுத்து வந்து, "இது மாதிரி'', என்று சொல்லிப் பென்பீல்டிடம் காட்டினான். பென்பீல்டு ஒன்றும் புரியாமல் அதை இருபுறமும் திருப்பிப்பார்த்தான். "பால், ஓமிசந்தைப் பார்க்க நானாப் போகாட்டியும், அவரே என்னைத் தேடி ஆள் அனுப்பிச்சாரு. அவருகிட்ட வேலை பார்த்த ஒரு சீக்கியன்கிட்ட இதேமாதிரி ஒரு வளையம் இருந்தது. அவன் இறந்து போயிட்டான். இப்போ அந்த வளையம் ஓமி சந்துக்கிட்டத்தான் இருக்கு. இன்னொரு வளையம் உன் சீக்கியன்கிட்ட இருக்கலாம். தேடிப்பார்?'' என்றான் வேலன்.

"நல்லாத் தேடிப்பார்த்துட்டேன். அவன் கிட்ட அப்படி எதுவுமே இல்லை'', என்றான் பால். "அப்போ, எங்கயோ மறைச்சு வச்சிருக்கனும். அவனை என்கிட்ட அனுப்பு, ஒருவேளை அவன் தமிழ் வைத்தியத்தில குணமாகலாம். அப்புறம் பேசிப் பார்க்கறேன். அவன்கிட்ட நிச்சயம் வளையம் இருக்கு'' என்றான் வேலன்.

"அது கிடைச்சிட்டா, ஹீராபிஜ்லி இருக்ற எடத்தைக் கண்டுபிடிச் சிடலாமா? என்றான் பால். "நாலு சக்கரத்தை ஒண்ணா அடுக்கினா, புதையல் இருக்கற இடத்தைப்பத்திக் குறிப்பு இருக்கும்னு நினைக்கிறேன்'', என்றான் வேலன்.

"நாலு வளையமா? அப்போ நாலாவது வளையம்? ஒருவேளை அது சிராஜ் உத் தௌலா கிட்டே இருந்திருக்குமோ'', என்றான் பால்.

வேலனுக்கு மூளையில் பொறி தட்டியது. சிராஜ் உத் தெளலா இல்லை பால், அது சிராஜ்கான். நிச்சயம் சிராஜ்கான் தான். அதனாலதான் ஓமிசந்தும் சிராஜ்கானைத் தேடறாரு" என்றான்.

"அது யார் சிராஜ்கான்? உனக்கு நல்லாப் பழக்கமானவர் மாதிரிப் பேசறே", என்றான் பால். "சிராஜ்கான் ஒரு ரோகில்கண்ட் வீரர், அனுபவமுள்ள தளபதி. பீரங்கிப்படை, குதிரைப்படை ரெண்டிலையும் தளபதியா இருந்திருக்காரு. எனக்கு வாள்வீச்சில புதுசா சில வித்தையெல்லாம் சொல்லிக்கொடுத்தாரு, எனக்கு நண்பரும் கூட", என்றான் வேலன் மகிழ்ச்சியாக.

"அப்போ நம்ம வேலை சுலபமா முடிஞ்சிடும். உடனே நீ அவரைப் போயிப்பாரு", என்றான் பால், அதைவிட மகிழ்ச்சியான குரலில்.

"அது அவ்வளவு சுலபம் இல்லை பால். அவரு கிட்டத்தட்ட ஒரு முனிவர் மாதிரி. எதிலையுமே ஆசை இல்லாதவர். எங்கே இருக்காருன்னு கண்டு பிடிக்கறதே கஷ்டம்", என்றவன், "அதை அப்புறம் பார்க்கலாம். மொதல்லே உன்கிட்ட இருக்ற சீக்கியனை, இந்த வீட்டுக்கு அனுப்பி வை", என்றான் வேலன்.

"அதுக்கு உடனே ஏற்பாடு பண்றேன்", என்றான் பால்.

"அப்புறம் இன்னொரு முக்கியமான விஷயம் பால். ஹீராபிஜ்லி, சீக்கியர் குடும்பத்துக்குச் சொந்தம்", என்றான் வேலன்.

"சீக்கியர் குடும்பத்துக்குத் தாராளமாய்ப் பணத்தைக் குடுத்திட்டுத்தான் வைரத்தை எடுத்துக்கப் போறேன்", என்றான் பால். புறப்படலாம் என்று அவன் திரும்பியபோது முத்தம்மா வந்து கொண்டிருந்தாள்.

பால் பென் பீல்டின் முகத்தில் தெரிந்த மகிழ்ச்சியைக் கவனித்த முத்தம்மா, "பிரபு மொகத்தில சிரிப்புப் பொங்குதே, அப்படி வேலன் என்ன மந்திரம் போட்டான்", என்றாள். "ஹீராபிஜ்லி", என்ற பால், "வேலா, முத்தம்மா உதவியோடதான் ஹீராபிஜ்லியைக் கண்டு பிடிக்கப் போறே. அதினால அவளுக்கும் ரகசியத்தைச் சொல்லிட லாம்", என்றான். "எனக்கு ஏற்கனவே ஹீரா பிஜ்லியைப் பத்திக் கொஞ்சம் தெரியும் பால். சீக்கியன் உளர்றத நான் தானே அதிகம் கேட்கறேன்", என்றாள் முத்தம்மா.

"நல்லதாப் போச்சு. சரி பறங்கி மலையில என்ன விசேஷம்", என்றான் பால். "என் வேலை போச்சு, அதுதான் விசேஷம்.

வெளியூர்ல இருந்த அதிகாரி வீட்டுக்குக் குடும்பத்தோட திரும்பி வந்திட்டார். கூடவே ஒரு வேலைக்காரியையும் கூட்டிக்கிட்டு வந்திட்டார். அதினால என்னை வேண்டாம்னு அனுப்பிச்சிட்டாங்க" என்றாள். "அதுவும் நல்லது தான். சீக்கியனை இங்கே கூட்டிக்கிட்டு வரப்போறோம். எப்படியாச்சும் அவன்கிட்ட இருந்து ஹீராபிஜ்லியைப் பத்தின முழு விவரத்தையும் நீ கேட்டு வாங்கிடு", என்றான் பால்.

"புரியுது, ஆனால் மொதல்லே அவன் சுயநினைவுக்கு வரணும்", என்றாள் முத்தம்மா.

"ஓ பொறுமையாக் கண்டுபிடி, நான் இங்கிலாந்துக்குப் போறேன். வர எப்படியும் ஒரு வருஷத்துக்கு மேல ஆகும்" என்றான் பால்.

"என்ன விஷயம் பால்?", என்றான் வேலன்.

"எல்லாம் கவர்னர் பெய்கூட்டை ஜெயில்ல தள்ளின விவகாரம்தான். அவரு தம்பிங்க ரெண்டுபேரும் ராணுவத்தில பெரிய அதிகாரிங்க இல்லையா, புகார் குடுத்திருக்காங்க. விசாரணை நடக்கப்போது", என்றான் எரிச்சலான குரலில். "அப்போ இங்கே உன் விவகாரத்தை யெல்லாம் யார் கவனிக்கப்போறாங்க", என்றான் வேலன்.

"உன் காண்ட்ராக்ட் விஷயம் எல்லாம் டேவிட் கவனிச்சிப்பான். என் இந்திய விவகாரங்களைக் கவனிக்க, ஒரு நிறுவனம் தொடங்கி, சில அதிகாரிகளை நியமிக்கப் போறேன்" என்றான் பால்.

"விசாரணையினால, உனக்குப் பெரிய பாதிப்பு எதுவும் வந்திடாதே?", என்றாள் முத்தம்மா. "ஆமா, பெரிய விசாரணை! ராபர்ட் கிளைவ் மேல கூடத்தான் விசாரணை நடந்துச்சு. கடைசியில ஒண்ணும் இல்லாமப்போச்சு. ஒரு குண்டு கூடச் சுடாம, தஞ்சாவூர் சீமையைக் கம்பெனிக்குப் பிடிச்சுக் குடுத்திருக்கேன். அதுக்கு அவங்கதான் எனக்குப் பட்டமும், பரிசும் தரணும்", என்றான் பால்.

"தஞ்சாவூர் சீமை மட்டுமா, ஆற்காட்டு நவாப்புக்குக் கடன் கொடுத்து, கடன் பத்திரம் மூலமா, தமிழ் நாட்டையே கம்பெனிக்குச் சொந்தமாக்கியிருக்கே. இப்படி நடக்கிறது, உலகத்திலேயே இதுதான் முதல் தடவைன்னு நினைக்கிறேன்", என்றான் வேலன். "உலகத்திலேயே இதுதான் முதல் தடவையான்னு

எனக்குத் தெரியாது. ஆனால் நிச்சயமா இது கடைசித் தடவையா இருக்காது. கடன் கொடுத்தே நாடுகளைப் பிடிக்கிற தந்திரத்தை எதிர்காலத்தில இனிப் பலர் பயன்படுத்தப் போறாங்கன்னு நம்பறேன்", என்றான் பால்.

"சரி பால், ஹீரா பிஜ்லியைக் கண்டுபிடிச்சுக் கொடுத்தா எங்களுக்கு என்ன தரப்போறே", என்றாள் முத்தம்மா.

"எத்தனை கோடி வேணும், பணமா வேணுமா, துப்பாக்கியா, பீரங்கியா, வெடிமருந்தா? எப்படி வேணும்?", என்றான் பால்.

"அலட்சியமாகப் பேசுறியே? தாய்நாட்டுக்குத் துரோகம் செய்றோம்னு யோசிக்க மாட்டியா?", என்றாள் முத்தம்மா வியப்பான குரலில்.

"தாய்நாட்டுக்குத் துரோகமா? என் தாய் நாட்டு மேலயா படை எடுக்கப் போறீங்க? என் தாய் நாடு எங்கே இருக்குன்னு கூட உங்களுக்குத் தெரியாது. கம்பெனிக்கு எதிரா ஒரு வேளை நீங்க பயன்படுத்தலாம். கம்பெனி என் தாய் நாடு இல்லை. அது ஒரு வணிக நிறுவனம். அதோட வளர்ச்சியில தான் என் வளர்ச்சியும் அடங்கியிருக்கு. ஆனால், என் நலனா, இல்லை, கம்பெனியோட நலனான்னு கேள்வி வந்தா, நிச்சயம் என்னோட நலனைத்தான் தேர்ந்தெடுப்பேன்", என்றான் பென்பீல்டு சற்றுக் கோபமாக.

"எல்லாத்துக்கும் தெளிவா ஒரு தத்துவம் வச்சிருக்கே", என்றான் வேலன். தன்னுடைய வார்த்தைகளால் பென்பீல்டு அமைதியடை வான் என்று எதிர்பார்த்த வேலன் ஏமாந்து போனான். பென்பீல்டின் கோபம் அதிகமாகியது. வெளியே செல்ல இருந்தவன் மீண்டும் நாற்காலியில் வந்து அமர்ந்தான்.

"தேசபக்தியைப் பத்தி நீங்க தெரிஞ்சிக்க வேண்டிய விஷயம் நிறைய இருக்கு. பிரெஞ்சுக் கவர்னர் டூப்ளே ஞாபகம் இருக்கா? ஆயிரம் இந்தியப் படைகளை விரட்ட ஐம்பது ஐரோப்பியப்படைகளே போதும்னு நிரூபிச்ச முதல் ஐரோப்பியர். திவாலாயிக்கிட்டிருந்த பிரெஞ்சுக் கிழக்கிந்தியக்கம்பெனியைத் தன்னோட சொந்தப்பணத்தை முதலீடு பண்ணிக் காப்பாத்தினவர். ஆனால் சாகறப்போ, தேசத் துரோகி, ஊழல்பேர் வழிங்கற பட்டத்தோட கடன்காரனாச் செத்தார்.

"அப்படியா?", என்ற முத்தம்மா, "பொட்டாட்டி பேச்சைக் கேட்டுக்கிட்டுத் தமிழர்களைச் சித்திரவதை பண்ணின டூப்ளேக்கு அது சரியான தண்டனைதான்", என்றாள். அதைக் கவனிக்காமல் பால் தன் பேச்சைத் தொடர்ந்தான்.

“ஜெனரல் லாலி ஞாபகம் இருக்கா? மெட்ராஸைப் பிடிக்க முயற்சி பண்ணி, பாண்டிச்சேரியையே பறிகொடுத்தவன். பாண்டிச்சேரியில இருந்த பிரெஞ்சு அதிகாரிங்க பண்ணின ஊழலை ஒழிக்க முயற்சி பண்ணினதால, படையெடுப்புக்கு அவங்க ஒத்துழைப்புக் கிடைக்காம தோத்துப்போனான். கடைசியில அவனுக்கு என்ன பரிசு கெடைச்சது தெரியுமா? ஊழல் செஞ்சவங்கல்லாம் ஒண்ணுசேர்ந்து ஜெனரல் லாலியையே ஊழல் குற்றவாளி ஆக்கிட்டாங்க. பிரெஞ்சு அரசு, நடுத்தெருவில வச்சு, ஜெனரல் லாலி தலையைச் சீவுச்சு. இப்போ புரியுதா, தேசபக்திக்கு மதிப்பு என்னன்னு”, என்றான் பால்.

“பாண்டிச்சேரி முற்றுகை நடந்தப்போ, அதுவரைக்கும் பிரெஞ்சுக் காரங்களுக்கு விசுவாசமா வேலை செஞ்சுக்கிட்டிருந்த தமிழ்த்தொழிலாளிங்களைக் குடும்பத்தோட வெளியே வெரட்டினான் லாலி. வெளியே நாலு பக்கமும் இங்கிலீஷ் படைங்க. ரெண்டு படைகளுக்கும் நடுவிலே, வயல்வெளியில மாட்டிக்கிட்டுப் பட்டினியால செத்தவங்க ஏகப்பட்டவங்க. அதில எங்க குடும்பமும் ஒண்ணு. லாலிக்குக் கிடைச்சது சரியான தண்டனை தான்”, என்றாள் முத்தம்மா.

பேச்சு திசைதிரும்புவதை நிறுத்த விரும்பிய வேலன், “தேசபக்தியைப் பத்தி, இன்னொரு சமயம் பேசலாமே” என்றான். ஆனால் பால் விடுவதாயில்லை. “இன்னொரு விஷயத்தையும் கேளு. லஞ்சம் வாங்கிக்கிட்டு மெட்ராசை இங்கிலீஷ் கவர்னர்கிட்டயே திருப்பிக் குடுத்த பிரெஞ்சுத் தளபதி பூர்தானே இன்னைக்குப் பாரிஸ்ல பெரிய பணக்காரன், பெரிய தேசபக்தன். நான் என்ன சொல்ல வர்றேன்னா? அரசியல்ல, பணம் இருந்தால் தேசபக்தன், ஏழையாயிட்டா தேசத்துரோகி, புரியுதா?” என்றான். பிறகு, “சரி நேரமாச்சு”, என்று எழுந்த பால், “வேலன், நீ ஏன் இன்னும் முத்தம்மாவைக் கல்யாணம் பண்ணிக்காம இருக்கே. இந்த மாதிரி ஒரு பொருத்தமான வாழ்க்கைத் துணை கெடைக்கறது அபூர்வம்”, என்றான். அவன் குரலில் லேசாகப் பொறாமை கூடத் தொனிப்பதாக வேலனுக்குத் தோன்றியது. “வேலா, கேட்டியா? நீ என்னடான்னா பாதிரியார்களோடவே சுத்திக்கிட்டு இருக்கே” என்றாள் முத்தம்மா.

“அவங்க சும்மா சுத்திக்கிட்டு இருக்கல. பள்ளிக்கூடம் கட்டப் பணம் வாங்க வர்றாங்க”, என்றான் வேலன்.

“பேசாம அந்தப் பாதிரியாருங்களையே சாட்சியா வச்சுக் கல்யாணம் பண்ணிக்கலாம். பால் பென்பீல்டையே தலைமை தாங்கச் சொல்லுவோம்”, என்றாள் முத்தம்மா.

"தலைமை தாங்க நான் ரெடி", என்று சொல்லிக்கொண்டே வெளியேறினான் பால் பென்பீல்டு.

"சரி, அதை இப்பவே முடிவு பண்ணலாம். படுக்கையறைக்குள்ள ஒரு போட்டி வச்சுக்குவோம். தோற்கிறவங்க சொல்றதை ஜெயிக்கறவங்க கேட்கணும்", என்றான் வேலன்.

"இது என்ன விசித்திரமான போட்டி? தோற்கிறவங்க தான் ஜெயிச்சவங்களா?'' என்றாள் முத்தம்மா. "ஆமா, இந்த விளையாட்டில மட்டும் காலங்காலமா இப்பிடித்தான். விளையாட்டும் விசித்திரமானது தான். உள்ளே போகலாம் வா", என்றான் வேலன்.

51

வேலன் அன்று வீட்டிலிருந்தபடியே கணக்குப்புத்தங்களில் மூழ்கி இருந்தான். முத்தம்மா மதிய உணவைத் தயாரித்து முடித்து விட்டு, ஒரு தட்டில் உணவுடன் சீக்கியன் இருந்த தோட்ட வீட்டை நோக்கிச் சென்றாள். தோட்டத்தின் மரங்களடர்ந்த பகுதியைத் தாண்டி, மூலையில் இருந்த ஒரு சிறிய வீட்டில்தான் சீக்கியன் வைக்கப் பட்டிருந்தான். வைத்தியர் செவத்தையா அவ்வப்பொழுது வந்து மருத்துவம் பார்த்துக்கொண்டிருந்தார். சீக்கியன் கட்டிலருகே உணவை வைத்து விட்டு, கதவைச்சாத்தி விட்டுத் திரும்பினாள் முத்தம்மா. வேலனும், முத்தம்மாவும் சாப்பிடத் தயாராகும் பொழுது. தோட்ட வீட்டில் ஜன்னல் திறந்து, உடனே மூடப்படும் ஒலி கேட்டது. "இரு, என்னன்னு பார்த்திட்டு வர்றேன்", என்று சொலிவிட்டு வேலன் வெளியேறினான்.

சீக்கியன் படுத்திருந்த வீட்டின் பின்புற ஜன்னலருகே சென்று பார்த்தான் வேலன். அவன் எதிர்பார்த்தது போலவே சாப்பாடு வெளியே எறியப்பட்டிருந்தது. கதவைத் திறந்துகொண்டு அறைக்குள் நுழைந்தான் வேலன். சீக்கியன் கண்களை மூடிக்கொண்டு தூங்குவது போல் நடித்தான். "ஜஸ்வந்த் சிங், நீ தூங்கவில்லை என்று தெரியும். கண்ணைத் திற, என்றான் வேலன் இந்தியில். காய்ச்சல் முற்றிலும் நீங்கி இருந்தாலும், எலும்பும் தோலுமாய்ப் படுத்திருந்த ஜஸ்வந்த் சிங் கண்களைத் திறந்து வேலனைப் பார்த்தான். "நீ உடம்பு தேறாதது மாதிரி நடிக்க வேண்டாம். நல்லா சாப்பிட்டு உடம்பு தேறினவுடனே பஞ்சாபுக்குப் போ", என்றான் வேலன்.

"என் உடம்பு தேறினவுடனே, ஹீராபிஜ்லி ரகசியத்தைக் கேட்கப் போறீங்க. அதைச் சொன்னவொடனே என்னைக்

கொல்லப்போறீங்க. உங்க திட்டம் எல்லாம் எனக்குத் தெரியும்”, என்று தமிழில் பதில் கூறினான் ஜஸ்வந்த்.

“ஜஸ்வந்த்... நீ ஒன்றைக் கவனித்திருக்கிறாயா? இந்த வீடு வெளிப் புறம் பூட்டப்படுவதே இல்லை. நீ எப்பொழுது விரும்பினாலும் வெளியேறலாம். நீயாகச் சொல்லும் வரை உன் வளையத்தைப் பற்றிக் கேட்க மாட்டோம்”, என்றான் வேலன்.

“வளையமா?”, என்று திடுக்கிட்டுக் கேட்டான் ஜஸ்வந்த்.

வேலன் தன் உடைக்குள்ளிருந்து, ஒரிசாவிலிருந்து கொண்டு வந்திருந்த வளையத்தை ஜஸ்வந்திடம் நீட்டினான். “இது போன்ற வளையம் ஒன்று உன்னிடமும் இருக்குமே?”, என்றான் வேலன்.

வேலன் கையிலிருந்த வளையத்தைத் தன் நடுங்கும் கைகளால் ஜஸ்வந்த் வாங்கிக் கொண்டான்.

அதை இரு புறமும் திருப்பிப் பார்த்த ஜஸ்வந்த், “அண்ணனை எங்கே வச்சிருக்கீங்க?”, என்றான்.

“உன் அண்ணன் இறந்துபோய் ரொம்ப நாளாகுது. அவரு கடைசியா ஒரிசாவில வேலைபார்த்த ஜமீன்தாருக்கிட்ட இருந்து இது என்கிட்ட வந்தது”, என்றான் வேலன். “ஐயோ, எங்க அண்ணன் இறந்துட் டாரா?”, என்று கண்ணீருடன் அலறினான் ஜஸ்வந்த்.

“அவரு மட்டுமில்லை, சிராஜ்கான்கிட்ட வேலைபார்த்த உன்னோட இன்னொரு அண்ணனும் போரில இறந்து போயிட்டான். அந்த வளையம், கல்கத்தாவில ஓமிசந்த் கையில இருக்கு”, என்றான் வேலன். அதிர்ச்சியில் சற்று நேரம் அமைதியானான் ஜஸ்வந்த். அந்த நேரத்தில் முத்தம்மா மீண்டும் உணவுடன் உள்ளே நுழைந்தாள்.

“ஹேய் சர்தார்ஜி, என் சமையல் சுமாராத்தான் இருக்கும், அதுக் காகக் கோபப்படாதே”, என்றாள் இந்தியில். கையிலிருந்த தன் வளையத்தை மறைக்க முயன்றான் ஜஸ்வந்த். “பயப்படாத ஜஸ் வந்த், எனக்குத் தெரிஞ்ச எல்லா ரகசியங்களும், முத்தம்மாவுக்கும் தெரியும்”, என்ற வேலன் முத்தம்மாவைப் பார்த்து, “வா நாம போகலாம்”, என்றான்.

“வளையம்”, என்றாள் முத்தம்மா. வளையம் ஜஸ்வந்தின் கையில் தான் இருந்தது. “அவங்க குடும்பச் சொத்தை அவன்கிட்டே ஒப்ப டைச்சிட்டோம். இனி அதை என்ன பண்றதுன்னு அவன்தான் முடிவு பண்ணணும்”, என்றான் வேலன். முத்தம்மா

பதில் பேசாமல் உணவை முக்காலியில் வைத்துவிட்டு வெளியேறினாள். கதவைத் திறந்தபடியே விட்டுவிட்டு, வேலனும் வெளியேறினான். வேலனும், முத்தம்மாவும் சாப்பிட அமர்ந்தனர். "அடடா, எல்லாம் ஆறிப் போச்சே, கோபப்படாதே வேலா", என்றாள் முத்தம்மா.

"கோபமா? சாப்பாடே கெடைக்காம எத்தனையோ உயிருங்க துடிக் குது, நமக்குச் சாப்பாடாவது கெடைக்குதே, அதுக்கு சந்தோஷப் படணும்", என்றான் வேலன்.

"ஆஹா, இந்த மாதிரி யோசிக்கிற ஆம்பளங்க அபூர்வம். வேலா, பேசாம, இந்த உளவு வேலையெல்லாம் விட்டுட்டு, உன்னைக் கல்யாணம் பண்ணிக்கிட்டு, குடும்பம் நடத்தலாமான்னு தோணுது", என்றாள் முத்தம்மா சற்று வேடிக்கையான குரலில்.

"நான் என்ன நெனைக்கிறேன் தெரியுமா? பேசாம இந்த வியாபாரத்தை எல்லாம் விட்டுட்டு, உன் கூடச் சேர்ந்து போராட்டத்தில இறங்கிடலாம்னு தோணுது", என்றான் வேலன்.

"நல்ல யோசனைதான், யாரு உன்னைத் தடுக்கறா?", என்றாள்.

"பூலித்தேவர் சொன்னதுதான் என்னைத் தடுக்குது. கத்தியைத் தீட்டாதே பையா, புத்தியைத் தீட்டு. வெள்ளைக் காரங்களைப்பத்தி நமக்குத் தெரிஞ்சதைவிட நம்மைப்பத்தி வெள்ளைக் காரனுக்கு அதிகம் தெரிஞ்சு இருக்கறதாலதான் அவன் ஜெயிச்சிக்கிட்டே இருக்கான். நீ அவங்களைப்பத்தி ஆராய்ச்சி பண்ணுன்னு சொன்னாரு", என்றான் வேலன்.

"ஆமா, நீ உன் வாழ்க்கை முழுக்க ஆராய்ச்சிதான் பண்ணிக்கிட்டு இருக்கப்போறே", என்றாள் முத்தம்மா.

"உண்மையைச் சொன்னா, என் ஆராய்ச்சி, என் ஆயுசுக்குள்ள கூட முடியாது", என்ற வேலன், "சரி மைசூர் ஒற்றனே, புதுசா ஏதாச்சும் தகவல் இருக்கா", என்றான்.

"ஆமா, போர் முரசு சீக்கிரம் கொட்டப்போகுது. மெட்ராஸ் ஒப்பந்தத்தை இங்கிலீஷ் கம்பெனி மதிக்கலை. ஹைதர் அலி ரொம்பக் கோபமா இருக்காரு", என்றாள் முத்தம்மா.

"மதிக்கிறதா? ஒரு இந்தியப் படையைப் பார்த்து மிரண்டு ஓடினமேன்னு இங்கிலீஷ் தளபதிங்களே கோபத்தில இருக்காங்க", என்றான் வேலன்.

"பிரெஞ்சுக்காரங்களுக்கும், இங்கிலீஷ்காரங்களுக்கும் இடையில சண்டையைத் தூண்டப்போறாரு ஹைதர் அலி. எப்பிடி வியூகம்?", என்றாள் முத்தம்மா.

"ஆனால் எனக்குக் கிடைச்ச தகவலே வேற. பிரெஞ்சுக்காரங்களுக்கும் இங்கிலீஷ் காரங்களுக்கும் எப்பவோ ஐரோப்பாவிலேயே சண்டை தொடங்கிடுச்சாம். அவங்கதான் நம்ம நாட்டு ராஜாக்களையெல்லாம், அவங்க போரில பகடைக்காயாப் பயன்படுத்திக்கிறாங்க", என்றான் வேலன்.

"மதராசை விட்டே நகராம, இவ்வளவு விஷயங்களை எப்படித் தெரிஞ்சிக்கறே?", என்றாள் முத்தம்மா.

"இங்கிலாந்து நாடு எவ்வளவு பெரிசு தெரியுமா? நிலப்பரப்பிலயும் சரி, மக்கள் தொகையிலயும் சரி, இந்தியா அது மாதிரி பத்துமடங்கு பெரிசு. அந்தச் சின்னத் தீவில ஒரு சின்ன நிறுவனம்தான் இந்தக் கிழக்கிந்தியக் கம்பெனி. அதில நிரந்தரமான ஊழியர்களே முப்பத்தி அஞ்சு பேருதான். ஆனால் இந்தியா மாதிரி பத்து மடங்கு பெரிய நிலப்பரப்பையும், மக்களையும் தோற்கடிச்சு, உலகம் முழுக்க ஆட்சி செய்யுறாங்க, லண்டனை விட்டு நகராமயே", என்றான் வேலன். அதற்குள் சாப்பிட்டு முடித்து எழுந்தாள் முத்தம்மா. "நான் கிடங்குக்குப் போகணும், நிறையச் சரக்கு வந்திருக்கு, ராத்திரி வர நேரமாகும்", என்றான் வேலனும் எழுந்து கொண்டே.

"நீ, வா, வராமப்போ. நானும் வெளியே போகணும். ராத்திரிக்குள்ள திரும்பி வர்றதே சந்தேகம்தான்", என்று சொல்லிக்கொண்டே ஆணுடைக்கு மாறத் தொடங்கினாள் முத்தம்மா.

வேலன் நினைத்தது போலவே கிடங்கிலிருந்து வர நள்ளிரவாகி விட் டது. முத்தம்மா அதுவரை வரவில்லை. வேலன் களைப்பில் உறங்கிப்போனான். மறுநாள் சுள்ளென்று வெயிலடிக்கும் நேரத்தில்தான் எழுந்தான். லேசாக ஜன்னலைத் திறந்து அறைக்குள் வெளிச்சம் வர வைத்தான். கட்டிலின் மறுபுறம் முத்தம்மா அமைதியாக உறங்கிக் கொண்டிருந்தாள். அவளைச் சற்று நேரம் வியப்போடு பார்த்தான்.

"நகரமோ, கிராமமோ, காடோ, மலையோ, பகலோ, இரவோ, அச்சமின்றித் தனியே சுற்றுகிறாள். உறங்கும் பொழுதோ ஒரு குழந்தைபோல் களங்கமற்ற முகத்துடன், கலக்கமின்றி உறங்கு கிறாள். இவளது சின்னஞ்சிறு இதயத்திற்குள் என்னதான் வெறி இருந்து இவளை ஆட்டி வைக்கிறது", என்று நினைத்துக் கொண்டே அறையை விட்டு வெளியேறினான். சற்று நேரத்தில்

ஆவிபறக்க, பால்கலக்காத தேநீரையும், குவளைகளையும் கொண்டு வந்து முற்றத்தில் மேஜையில் வைத்துவிட்டு, முத்தம்மாவை எழுப்பினான். முத்தம்மாவும் முகத்தைக் கழுவிக்கொண்டு தேநீர் அருந்த வந்து விட்டாள். ‘‘ஒரு வேளை அவளும் இரவு, உணவு அருந்தவில்லை போலும்’’, என்று வேலன் நினைத்துக்கொண்டான். சரியாக அந்த நேரத்தில் மருந்துப் பெட்டியுடன் வைத்தியர் செவத்தையா உள்ளே நுழைந்தார். மேஜையில் தேநீர் தயாராக இருப்பதைப் பார்த்தவர்,

‘‘சரியான நேரத்துக்குத்தான் வந்திருக்கேன்’’, என்று சொல்லிக் கொண்டே, தானே தேநீரைக் குவளையில் ஊற்றிக்கொண்டு பருகத் தொடங்கினார்.

‘‘என்ன முத்தம்மா, பஞ்சாபிக்காரன் எப்படி இருக்கான்?’’, என்றார்.

‘‘உங்க வைத்தியத்துக்குக் கட்டுப்படாத காய்ச்சலா? இப்போ ஆள் தெம்பில்லாம இருக்கான், அவ்வளவுதான்’’, என்றாள் முத்தம்மா. சொல்லிவிட்டு மீண்டும் வீட்டிற்குள் சென்று விட்டாள். அவளது கலைந்த உடையையும், கூந்தலையும் கண்டு வைத்தியர் வேறு ஒரு முடிவிற்கு வந்திருந்தார்.

‘‘வேலா, ராத்திரியெல்லாம் நரம்பு முறுக்கேற ஒரு லேகியம் இருக்கு. தயார் பண்ணிக் கொண்டு வரட்டுமா?’’, என்றார்.

‘‘நரம்பு முறுக்கேற லேகியம் எதுக்கு அய்யா? காதலி ஒரு ஓரப் பார்வை பார்த்தாப் போதாதா?’’ என்று சொல்லிவிட்டு வேலனும் வீட்டிற்குள் சென்றான்.

‘‘உன் இளவயசுக்கு லேகியமெல்லாம் தேவையில்லை. என் வயசுக்கு லேகியம் இருந்தாலும் பிரயோஜனம் இல்லை’’, என்றவர், தேநீரைக் குடித்து முடித்துவிட்டு, சீக்கியனைப் பரிசோதிப்பதற்காகத் தோட்ட வீட்டை நோக்கிச் சென்றார். வேலன் உடைகளை மாற்றிக் கொண்டு வெளிய வரும்போது மேஜையில் பால்பென்பீல்டும் டேவிட்டும் அமர்ந்திருந்தனர். பென்பீல்டின் முகத்தில் வழக்கமாகப் பொங்கி வழியும் உற்சாகம் அன்று குறைந்திருந்தது. அவர்களை உற்சாகத்தோடு வரவேற்ற வேலன், ‘‘டீ போட்டுக்கிட்டு வர்றேன், கொஞ்சம் இருங்க’’, என்று எழுந்தான். அதற்குள், தேநீர் பாத்திரம், பீங்கான் குவளைகளோடு முத்தம்மா வந்து கொண்டிருந்தாள்.

‘‘இந்தியாவுக்கு டீயை அறிமுகப்படுத்தினதே நாங்க தான். ஆனாலும் முத்தம்மா போடறமாதிரி எங்களால அதைப் போட

முடியலயே", என்றான் பென்பீல்டு தேநீரைப் பருகிக்கொண்டே.

"சீனாவில இருந்து தேயிலையை இந்தியாவுக்கு மொதல்ல இறக்குமதி பண்ணினது தான் நீங்க. ஆனால், வங்காளத்திலயும், வடகிழக்குப் பகுதியிலயும் ஏற்கனவே தேயிலை வெளஞ்சுக் கிட்டுத்தான் இருந்திச்சு", என்றான் வேலன்.

"வேலா, பாஸ் சீக்கிரம் லண்டன் போகப்போறார். அதைப் பத்திப் பேசத்தான் வந்திருக்கோம்", என்றான் டேவிட்.

"நான் எதிர்பார்த்த மாதிரியே பெய்கூட்டோட தம்பிங்க குடுத்த புகார் மேல விசாரணைக்கு ஏற்பாடு ஆயிருக்கு. விசாரணை முடியற வரைக்கும் எங்க கடன் வசூல் தள்ளிப்போகும்", என்றான் பால்.

"கடனையே ரத்துப் பண்ணிட்டா என்ன பண்ணுவீங்க?", என்றாள் முத்தம்மா.

"அப்படி எதுவும் நடந்திடக் கூடாதுன்னு தான், நானே நேரில போறேன். அதில்லாம எனக்கு பாரிசிலயும் ஒரு வேலை இருக்கு", என்றான் பால்.

"பாரிசு உங்க எதிரி நாட்டுத் தலைநகராச்சே", என்றான் வேலன்.

"போர் ஒருபக்கம் நடந்தாலும், இன்னோரு பக்கம் வியாபாரமும் நடந்துக்கிட்டேதான் இருக்கும். என் பிரெண்டு 'வால்டர் பாயிட்' பாரிசில பைனான்சியரா இருக்கான். அவனோட சேர்ந்து புதுசா ஒரு பைனான்ஸ் கம்பெனி தொடங்கப்போறேன். பிரான்சுக்கும், இங்கிலாந்துக்கும் போர் நடக்கறதால, போர்ச் செலவுக்காக ரெண்டு நாடுகளும் கடன் பத்திரங்கள் வெளியிடப்போறாங்க. அதில பெரிய அளவில முதலீடு செய்யப்போறோம்", என்றான் பால்.

"இங்கிலாந்து கடன் பத்திரத்திலயா?", என்றாள் முத்தம்மா.

"மொதலாளிங்க வியாபாரத்தில தேசபக்தியெல்லாம் பார்க்க மாட்டோம்", என்றான் பால்.

"எந்த நாடு ஜெயிக்கும்னு நினைக்கிறாங்களோ, அந்த நாட்டுப் பத்திரத்தில முதலீடு செய்வீங்க, சரியா பால்?", என்றான் வேலன்.

"அதுவும் தப்பு, நாங்க ரெண்டு நாட்டுக் கடன் பத்திரங்களிலையும் முதலீடு செய்வோம். போர் கடுமையாகறப்போ, செயற்கையா விலையை ஏத்துவோம். அந்தந்த நாட்டு மக்கள், தேசபக்தியால போட்டி போட்டுக்கிட்டுப் பத்திரங்களை எங்ககிட்டு இருந்து

வாங்குவாங்க. நாங்க நல்ல வெலைக்கு வித்திட்டு கொள்ளை லாபத்தோட வெளியேறிடுவோம். லாபமும், நஷ்டமும் பொது மக்களுக்குத்தான்'', என்றான் பென்பீல்டு.

“எனக்குத் தலை சுத்துது'', என்றாள் முத்தம்மா. “எனக்கும் தான்'', என்றான் வேலன்.

“ஆனால் பஞ்சாபிக்காரனுக்குத் தலைகிலை எதுவும் சுத்தலை. நல்லாத்தான் இருக்கான். ஒழுங்கா மருந்து சாப்பிட்டான்னா, ஒரு மண்டலத்தில எழுந்து நடக்க ஆரம்பிச்சிடுவான்'', என்றார், தோட்ட வீட்டில் இருந்து வந்து கொண்டிருந்த செவத்தையா. பென்பீல்டைப் பார்த்து ஒரு கும்பிடு போட்டு விட்டு நாற்காலியில் அமர்ந்தார். பென்பீல்டின் முகத்தில் மகிழ்ச்சி பொங்கியது.

“வேலா, ஹீரா பிஜ்லியைப் பத்தி ஜஸ்வந்த்சிங் எதுவும் சொன்னானா?'', என்றான்.

“இல்லை. இனிமேல தான் சொல்லப் போறேன்'', என்று தெளிவான தமிழில் சொல்லிக் கொண்டே, அவர்களை நோக்கி வந்தான் ஜஸ் வந்த் சிங். “மன்னிக்கனும், நிற்க எனக்குச் சக்தி இல்லை'', என்று சொல்லிக்கொண்டே நாற்காலியில் அமர்ந்தவன், தன் போர்வைக்குள்ளிருந்த வளையத்தை எடுத்து மேஜையில் வைத்தான்.

“வேலன் சாகிப், நான் உங்களை நம்பறேன். ஹீரா பிஜ்லியைப் பத்தி எனக்குத் தெரிஞ்வரைக்கும் சொல்றேன்'', என்றான்.

“பயப்படாம சொல்லு ஜஸ்வந்த். நான் நிச்சயமா உனக்கு நியாய மான விலை குடுத்திட்டுத் தான் வைரத்தை வாங்கிக்கப் போறேன்'', என்றான் பால்.

“எனக்கு வைரமும் வேண்டாம், பணமும் வேண்டாம். என் தம்பியைக் கண்டுபிடிச்சிக் குடுங்க போதும்'', என்று சொல்லும் போதே, ஜஸ்வந்தின் கண்களில் நீர் வழிந்தது. முத்தம்மா ஒரு குவளையில் தேநீர் நிரப்பி அவனிடம் நீட்டினாள்.

“ஜஸ்வந்த், உன் தம்பியைக் கண்டுபிடிக்க, மொதல்லே சிராஜ்கானைக் கண்டு பிடிக்கணும்'', என்றான் வேலன்.

“சிராஜ்கானை உங்களுக்கு நல்லாத் தெரியுமா?'', என்றான் ஜஸ்வந்த்.

“தெரியும். எனக்கு நிச்சயம் உதவி செய்வார்'', என்றான் வேலன்.

“அப்போ எனக்குத் தெரிஞ்ச விவரத்தைச் சொல்றேன்”, என்று தேநீரைப் பருகிக்கொண்டே தொடங்கினான் ஜஸ்வந்த். “ஹீரா பிஜ்லி, கோகினூர் வைரத்தை விடக் கொஞ்சம் தான் மதிப்பிலயும், அளவிலயும் கொறைஞ்சதுன்னு எங்க அப்பா சொல்லுவாரு. கோல்கொண்டாவிலதான் அதுவும் கெடச்சுதாம். அவுரங்கசீப் காலத்தில, யாரோ ஒரு முஸ்லீம் தளபதி அதைப் பறிச்சுக்கிட்டுப் போயிட்டான். அவன் குடும்பத்திலேயே அது ரகசியமா இருந்ததாம். அவனுக்கு ஆபத்து வந்தப்போ அவனுக்குத் தெரிஞ்ச ஒரு இந்து வியாபாரிக்கிட்டக் குடுத்திட்டுச் செத்துபோயிட்டான். மதுராவில இருந்த அந்தக் குடும்பம் அகமத் ஷா அப்தாலி படையெடுத்து வந்தப்போ பாதிக்கப்பட்டுச்சு”, என்று சொல்லி நிறுத்தி மூச்சு வாங்கினான்.

“அந்தக் குடும்பத்து ஆண்களை எல்லாம் கொலைபண்ணிட்டு, அவர் மனைவியைக் கைதியா இழுத்துக்கிட்டுப் போனாங்க சரிதானா?”, என்ற வேலன், “அந்த அம்மா எப்படியோ ஹீரா பிஜ்லியையும் ரகசியமா எடுத்துக்கிட்டுப் போயிட்டாங்க”, என்றான்.

“ஆமா, அப்போ எங்க சீக்கியர் கல்சா புகுந்து அப்தாலி கொள்ளையடிச்சுக்கிட்டுப்போன செல்வங்களைத் திருப்பிப் பறிச்சாங்க, அடிமைகளையும் விடுவிச்சாங்க. அப்படி விடுவிச்ச ஒரு கல்சாவோட தலைவர், எங்க அப்பா. அந்த அம்மா உடம்பு சரியில்லாம எங்க வீட்டில தங்கியிருந்தாங்க. இனிமேல் பிழைக்க மாட்டோம்கிற நிலைமையில ஹீராபிஜ்லியை எங்க அப்பாக்கிட்ட ஒப்படைச்சிட்டுச் செத்துப்போயிட்டாங்க. எங்க அப்பா அதையும், ஏற்கனவே கொள்ளையடிச்சு வச்சிருந்த பணம், நகைகளோட மறைச்சு வச்சிட்டு மூத்த அண்ணன்கிட்ட மட்டும் விவரம் சொன்னாரு” என்று நிறுத்தினான்.

“அடடா, உங்க மூத்த அண்ணன் ஒரிசாவில இறந்துபோயிட்டாரே”, என்றான் வேலன். அப்படி ஏதாச்சும் நடக்கலாம்கறதுக்காகத்தான், நாலு வளையங்கள் பின்னாலேயும், ஹீரா பிஜ்லி இருக்ற எடத்தை வரைஞ்சு, சில ரகசியக் குறிப்புக்களையும் பொறிச்சு ஆளுக்கொரு வளையத்தைக் குடுத்தாரு”,என்றான் ஜஸ்வந்த். உங்க நாலு பேருகிட்டயும் வளையங்களைக் குடுத்துட்டு, உங்கப்பா வயசாகி இறந்து போட்டாரா?”, என்றாள் முத்தம்மா.

“இல்லை, ஹீராபிஜ்லியைத் தேடி வந்த ஒரு கும்பல் அவரைக் கொலை செஞ்சிடுச்சு. நாங்க நாலு பேரும் ஊரைவிட்டே தப்பிச்சு ஓடிட்டோம்”, என்றான் ஜஸ்வந்த்.

52

ஒரு முடிவிற்கு வந்தவனாக பென்பீல்டு எழுந்தான். "இதோ பார் ஜஸ்வந்த் சிங். நீ, வேலனோட சேர்ந்து ஹீரா பிஜ்லியைக் கண்டுபிடி உன் தம்பியும் கிடைப்பான். நான் அந்த வைரத்துக்கு ஐம்பது லட்சம் பணமும் தருவேன், என்ன சொல்றே?", என்றான்.

"நான்தான் ஏற்கனவே சம்மதிச்சிட்டேனே, பிரபு" என்றான் ஜஸ்வந்த்.

"வேலா நீ என்ன சொல்றே" எனக்காக இதைச் செய்ய மாட்டியா?", என்றான் பால். வேலன் முத்தம்மாவைப் பார்த்தான். "முத்தம்மா, திரும்ப ஒரு தடவை வட இந்தியா போகலாமா?", என்றான்.

"ஓ... நம்ம பழைய நண்பர்களையும் கல்கத்தாவில சந்திக்கலாம்", என்றாள் முத்தம்மா.

"ஓகே, தேவைப்பட்டா பழைய நண்பர்களையும் சேர்ந்துக்குங்க. கூடவே உங்க உதவிக்கு டேவிட்டும் வருவான்", என்றான் பால்.

"ஏன் டேவிட்டை வீணாத் தொல்லை பண்றீங்க?", என்றாள் முத்தம்மா.

"அவன் வீண் தொல்லையில்லை. குறிபார்த்துச் சுடறதில பெரிய ஆளு. உங்களுக்கு நிச்சயம் உதவியா இருப்பான்", என்றான் பால். டேவிட் வேலனைப் பரிதாபமாக பார்த்தான். "ஒரு வெள்ளைக்காரன் கூட இருக்கறதும், பல வழியில உதவிதான்", என்றான் வேலன். "டேவிட்டைச் சேர்த்தா, மூணு வெள்ளைக்காரங்க ஆயிடுவாங்க", என்றாள் முத்தம்மா.

"அது யார், வேற இரண்டு பேர்?", என்றான் டேவிட். "எங்க பழைய நண்பர்கள்னு சொன்னேன் இல்லையா? அவங்க தான்", என்ற முத்தம்மா, "சரி டேவிட், நீயும் வா", என்றாள். அதுவரை பேசாதிருந்த வைத்தியர் குறுக்கிட்டார்,

"பஞ்சாபி இன்னும் ஒரு மண்டலம் மருந்து சாப்பிடணும்".

"சரி, அதுக்கப்புறம் புறப்படலாம்", என்ற வேலன், "ஜஸ்வந்த், உன் வளையத்தை எங்கே வச்சிருக்கேன்னு சொல்லவே இல்லையே", என்றான். ஜஸ்வந்த் தலை குனிந்து கொண்டே ஏதோ முணுமுணுத்தான். மற்றவர்கள் காதில் சரியாக விழாவிட்டாலும் அருகிலிருந்த டேவிட்டிற்குத் தெளிவாகக் கேட்டது. "என்ன சதிராட்டக்காரிக்கிட்ட அடகு வச்சிட்டியா?, அப்போ கருப்பு

நகரத்தில தான் இருக்கணும். அவ பேரு, அட்ரஸ் எல்லாம் சொல்லு", என்றான் டேவிட்.

"அட்ரஸ் எல்லாம் சொல்லத் தெரியாது. அவ பேரு ஒச்சம்மா. நகர மேற்கு மூலையில சின்ன ஓட்டுவீடு", என்றான் ஜஸ்வந்த்.

டேவிட்டின் முகத்தில் மகிழ்ச்சி பரவியது. "ஓ… ஒச்சம்மாவா? இப்போ அவ பெரிய மாளிகையில இருக்கா. ரதிதேவின்னு பேரையும் மாத்திக்கிட்டா", என்றான் உற்சாகமாக.

"நம்ம ஊர் விபச்சாரிங்களைப் பத்திக்கூட, நம்மை விட, வெள்ளைக்காரங்களுக்குத்தான் அதிகம் தெரியுது", என்றான் வேலன்.

"பார்த்தியா, இதுக்குத்தான் டேவிட்டை உங்ககூடக் கூட்டிட்டுப்போகச் சொன்னேன்", என்றான் பால். முத்தம்மா சற்றுக் கோபமான குரலில்,

"வேலா, ஜஸ்வந்த் விபச்சாரின்னு சொல்லலை, சதிராட்டக்காரின்னு தான் சொன்னான்", என்றாள். அரிதாக வாயைத் திறக்கும் வைத்தியர் முனகினார், "கருப்பு நகரத்தில ரெண்டுக்கும் பெரிய வித்தியாசம் இல்லை. எல்லா விபச்சாரிகள்கிட்டயும் கொஞ்சம் கலையும் இருக்கும். கலைஞர்கள்கிட்ட கொஞ்சம் விபச்சாரமும் இருக்கும்".

அடுத்த நிமிடம் பால் பென்பீல்டு, வேலன், ஜஸ்வந்த்சிங் மூவரும், குதிரையிலேறி டேவிட்டைத் தொடர்ந்தனர். டேவிட் எந்தக் குழப்பமுமில்லாமல் நேரே ரதிதேவியின் வீட்டிற்கு அனைவரையும் கூட் டிச் சென்றான். அவன் கூறியது போல், அது பெரிய மாளிகையல்ல. அகலமான, பழையகாலத்து ஓட்டு வீடு. கருப்பு நகரின் மையப் பகுதியில் இருந்தது. நடனக்காரிகளின் வீட்டிற்குப் பகல் பொழுதுதான் ஓய்வு நேரம். எனவே அப்பொழுது அங்கு ஆரவாரம் எதுவும் இல்லை. ஒரு இளம்பெண் கலைந்த ஆடைகளும், தலையில் காய்ந்து தொங்கும் பூச்சரமுமாய்க் கதவைத் திறந்துகொண்டு வெளியே வந்தாள். வாசல் தெளிக்கத்தான் அத்தனை தாமதமாக வந்தாள் போலும். திடீரென்று நான்கு குதிரைகள் வீட்டின் முன்னே வந்து நின்றவுடன் பயந்துபோய்க் கதவை மூடிக்கொண்டு உள்ளே ஓடிவிட்டாள். டேவிட், கம்பீரமாக இறங்கிச் சென்று, அந்த வீட்டின் பழைய மரக்கதவை ஓங்கி ஓர் உதைவிட்டான். தாழ்ப்பாள் படாரென்று விலகிக் கதவு திறந்தது. நல்ல வேளை, அந்தப்பெண் சரியாகத் தாழ்ப்பாள் போடவில்லை. போட்டிருந்தால் டேவிட் விட்ட உதையில் கதவே உடைந்து

விழுந்திருக்கும். நால்வரும் உள்ளே நுழைந்து கொண்டிருக்கும் பொழுதே, வீட்டின் உட்புறத்திலிருந்து சுமார் முப்பது வயதுப் பெண் ஒருத்தி ஓடிவந்தாள். அவளுடைய ஆடைகள் பளபளப்பாய் இருந்தாலும், கசங்கி இருந்தன. அவள் தலையிலும் மல்லிகைப்பூச்சரங்கள் காய்ந்து தொங்கின. அதிகாரமாக நான்கு பேர், அதிலும் இரண்டு வெள்ளையர்கள், உள்ளே நுழைவதைக் கண்டு அவளும் முதலில் பயந்தாலும், அதில் டேவிட்டையும், ஜஸ்வந்த் சிங்கையும் உடனே அடையாளம் கண்டு கொண்டாள். அச்சம் மறைந்து குழப்பத்திற்கு ஆளானாள். பால் பென்பீல்டு நேரே விஷயத்திற்கு வந்தான். "இந்தப் பஞ்சாபியோட வளையத்தை எடுத்துக்கிட்டு வா", என்று அதட்டினான்.

முதலில் "வளையமா?" என்று இழுத்தவள், தன் சாகசம் எல்லாம் இவர்களிடம் செல்லாது என்று முடிவுக்கு வந்தவளாக, "நீங்களே ஒரு நியாயத்தைச் சொல்லுங்க பிரபு, இந்தப் பஞ்சாபிக்காரன் ஒரு நாள் விடாம எங்க வீட்டில வந்து சுத்திக்கிட்டு இருப்பான், எப்பப் பாரு, மூக்குமுட்டக் குடிச்சிப்புட்டு, `பல்லே, பல்லே`ன்னு டான்ஸ் ஆடிக்கிட்டே இருப்பான். சம்பளம் வாங்கன்னைக்கு ஏதாச்சும் பணம் குடுப்பான். அடுத்த நாள்ல இருந்து கடன்", என்றாள். "வளையத்தை ஏன் வாங்கி வச்சே, அதை விற்கக்கூட முடியாதே?", என்றான் வேலன். "அவன்கிட்ட வேற ஒண்ணுமே உருப்படியாயில்லையே. இது ஏதோ அவங்க சாமி சம்பந்தப்பட்டது, அதினால கண்டிப்பா பணம் குடுத்து மீட்டுக்குவான்னு நெனச்சேன்", என்றாள் ரதிதேவி.

"சரி அதை எடுத்துக்கிட்டுவா", என்று அதட்டினான் டேவிட்.

ரதிதேவி உள்ளே சென்று, விரைவில் வளையத்தோடு வந்தாள். அவள் சாதாரணமாக நடந்து செல்லும் பொழுது கூட, ஒயிலாக நடப்பதை வேலன் கவனித்தான். பென்பீல்டு வளையத்தை வாங்கி மேலும், கீழும் பார்த்தான்.

"வீட்டில போய்ப் பார்த்துக்கலாம் பால்", என்றான் வேலன். நால்வரும் வெளியேறினர்.

"பிரபு, பஞ்சாபிக்காரன் தர வேண்டிய கடன் பாக்கி", என்று உயிரே போனது போல் கத்தினாள் ரதிதேவி. வேலன் திரும்பி வந்து ஒரு தங்கக்காசை எடுத்து நீட்டினான். இரு கைகளாலும் அதை மரியாதையாக வாங்கிக் கண்களில் ஒற்றிக் கொண்ட ரதிதேவி, வாயெல்லாம் பல்லாக, "பிரபு, நீங்க சாயந்தரம் இங்கே

கட்டாயம் வரணும். என்னை முழு அலங்காரத்தோட பார்க்கணும்'' என்றாள்.

“தேவையில்லை ரதிதேவி, இனிமே நாம சந்திக்க வேண்டிய அவசியம் வராது'', என்றான்.

“ஓட்டு வீட்டில இருக்கறதுனால, என்னை மட்டமா நினைக்கிறீங்க. நானும் மொறையா எல்லா நடனமும் கத்துக்கிட்டவதான். ஒரு நாள் ராத்திரி வந்துதான் பாருங்களேன்'', என்றாள். அவளது தலையிலிருந்து, காய்ந்து சருகான மல்லிகைச்சரம் தரையில் விழுந்தது. ரதிதேவி, அதைக் காலால் எட்டி உதைத்து மூலையில் தள்ளினாள். அவள் நிமிர்ந்ததும் வேலன் பதில் கூறினான், “உன்னை மட்டமா நினைக்கல ரதிதேவி. உன் ஒயிலையும், நடையையும் பார்த்தாலே, உனக்குள்ள ஒரு கலைமகள் ஒளிஞ்சிக்கிட்டிருக்கான்னு தெரியுது. அந்தக் கலைமகளை, விலைமகளாப் பார்க்க நான் விரும்பல'', என்று சொல்லிவிட்டு வேலன் வெளியேறினான். முதலில் கோபமாகத் தன் முகத்தை ரதிதேவி திருப்பிக்கொண்டாலும், தன் கண்களில் நீர் துளிர்ப்பதை அவளால் நிறுத்த முடியவில்லை.

வீடு வந்து சேர்ந்ததும் பென்பீல்டு அவசரமாக இரண்டு வளையங்களையும் பொருத்திப்பார்த்தான். வேலன் வைத்திருந்த வளையத்தின் விட்டம் பன்னிரண்டு அங்குலம். இப்பொழுது அவர்கள் கொண்டு வந்திருந்த வளையத்தின் விட்டமோ எட்டு அங்குலம்.

“வளையங்களின் அடியில் வெறும் கோடுகள்தான் இருக்கின்றன. ஒரு அடி வளையத்தின் மேற்புறம் *ALL GODS ARE MERCYFULL* என்று பொறிக்கப்பட்டுள்ளது'', என்றான் டேவிட்.

“அனைத்துத் தெய்வங்களும் கருணை வடிவானவர்களே'' என்று மொழி பெயர்த்தாள் முத்தம்மா

“எட்டு அங்குல வளையத்தில், “*RESPECT YOUR ELDERS*'' என்று இருக்கிறது'' என்றான் பால். “மூத்தவர்களுக்கு மதிப்புக்கொடுங்கள்'', என்று மொழி பெயர்த்தாள் முத்தம்மா.

“உங்கப்பா என்ன, உங்களுக்கு நீதி போதனை எழுதிக் கொடுத்துட்டுப் போனாரா?'' என்று ஜஸ்வந்திடம் கத்தினான் பால்.

“ரெண்டு வளையங்களுக்கும் நடுவே, ரெண்டங்குலம் இடைவெளி இருக்கே?'', என்றான் டேவிட்.

“அதில, ஓமிசந்துகிட்ட இருக்க வளையம் கச்சிதமாப் பொருந்தும். அதோட விட்டம் பத்து அங்குலம்”, என்றான் வேலன்.

“அதில என்ன எழுதி இருந்துச்சு?”, என்று கேட்டான் பால்.

'KAMAL SARAI' என்றான் வேலன்.

“கமல் சராய்ங்கறது ஏதோ இடமா இருக்கணும்”, என்றாள் முத்தம்மா.

“ஒரு மடமா இருக்கணும். சராய்ன்னா, மடம்”, என்றான் ஜஸ்வந்த்.

“பதட்டப்படாதே பால், நாலு வளையத்தையும் ஒண்ணா வச்சுப் பார்த்தால் தான் ஹீரா பிஜ்லி இருக்ற இடத்தைக் கண்டுபிடிக்க முடியும்”, என்றான் வேலன்.

“சரி, அப்படியே செய்வோம்” என்ற பால், முத்தம்மாவிடம் திரும்பி, “முத்தம்மா நீ திரும்பவும் கொஞ்ச நாளைக்கிப் பறங்கி மலைக்குப் போனா, எனக்கு உதவியா இருக்கும். பழைய வீட்டுக்குப் பக்கத்திலேயே காலியா இருந்த இன்னொரு வீட்டைப் பார்ட்டி ஹாலா மாத்திட்டேன்”, என்றான்.

“ஓகே பாஸ். பழையபடி உங்க எதிரிங்க பேசுறதையெல்லாம் ஒட்டுக்கேட்க ஆரம்பிச்சிடறேன்”, என்றாள்.

“இப்போ முன்னைவிட எதிரிங்க அதிகம். அதனால, முன்னைவிடக் கவனமாக் கேளு. ஒருத்தன் கீழே விழறமாதிரி இருந்தா அவனைத் தள்ளிவிடப் போட்டி போட்டுக்கிட்டு வருவாங்க” என்று சொல்லிவிட்டு டேவிட்டோடு பால் வெளியேறப் போனான்.

“சாகிப்” என்று உயிர் போவது போல் கதறிக்கொண்டு ஜஸ்வந்த், பாலிடம் ஓடி வந்தான். “சாகிப்” என்று ஒருகையை நீட்டிக்கொண்டே, மறுகையால் தலையைச் சொறிந்தான். “அட்வான்சா ஏதாவது பணம்”, என்று இழுத்தான். பென்பீல்டு தன் பைக்குள் கையைவிட்டுத் துழாவினான். கைநிறைய வெள்ளிக்காசுகள் வந்தன. அவற்றை அப்படியே ஜஸ்வந்தின் கைகளில் திணித்துவிட்டு வெளியேறினான். ஜஸ்வந்த் மகிழ்ச்சியாக சல்யூட் அடித்துவிட்டுத் தன் தோட்ட வீட்டை நோக்கி நடந்தான். முத்தம்மா வேலனைப் பார்த்து, “வேலா, எனக்கு வேலை வந்திருச்சு, நாளைக்குப் பறங்கிமலைக்குப் போறேன்”, என்றாள்.

“உனக்கு விருப்பம் இல்லைன்னா போகாதே”, என்றான் வேலன்.

“விருப்பம் இல்லையா? மைசூருக்குத் தகவல் குடுக்க முடியாம நானே தடுமாறிக்கிட்டிருக்கேன். இந்த வாய்ப்பை விடுவேனா?” என்றவள், வேலன் முகத்தில் வழக்கமான உற்சாகம் இல்லாததைக் கண்டு, “என்ன ஆச்சு வேலா?”, என்றாள்.

“நாங்க கருப்பு நகரத்துக்குப்போய், சீக்கியனோட சக்கரத்தை வாங்கிட்டு வந்தோம் இல்லையா, அதை வச்சிருந்த ரதிதேவி நினைப்பு என் மனசை விட்டுப் போக மாட்டேங்குது” என்றான்.

“ஏன் அவ்வளவு அழகோ? கடைசியா எல்லா ஆம்பிளங்களும் ஒண்ணுதான்”, என்றாள் முத்தம்மா. ஆனால் அதை அவள் கோபமாகச் சொல்லவில்லை. வேலனைப் புரிந்து கொண்டவளா னதால் சிரித்துக் கொண்டே சொன்னாள்.

“இது சிரிக்கிற விஷயம் இல்லை முத்தம்மா, சிந்திக்க வேண்டிய விஷயம். அந்த ரதிதேவி ஒரு கலைமகளா ஒசந்திருக்க வேண்டியவதான், ஆனால் நம்ம பண்பாடு அவளை ஒரு விலைமகளா மாத்திடுச்சு. கலைஞர்களைப் பட்டினி போட்டு இழிதொழில் செய்ய வைக்கிறோம். புலவர்களைப் பட்டினிபோட்டுக் கஞ்சப் பிரபுக்களை வள்ளல்னு எழுத வைக்கிறோம். அறிஞர்களைப் பட்டினி போட்டு சமுதாயத்தில அறிவே வளராமப் பார்த்துக்கறோம். நாடு அடிமையாப் போனதுக்கு இதுவும் ஒரு முக்கிய காரணம்”, என்றான். வேலனின் கோபத்தை மாற்ற விரும்பிய முத்தம்மா, “சரி வா... சாப்பிடலாம்”, என்றாள்.

சரியான சமயத்தில்தான் முத்தம்மா மீண்டும் பறங்கிமலைக்குச் சென்றிருந்தாள். இங்கிலாந்தோடு அமெரிக்காவில் மோதிக்கொண்டிருந்த பிரெஞ்சுக்காரர்கள், இந்தியாவில் ஆங்கிலேயரோடு மோதுமாறு ஹைதர் அலியைத் தூண்டிவிட்டிருந்தனர். காரைக்கால், மாகே துறைமுகங்கள் மூலம் பிரெஞ்சு, டச்சுக் கப்பல்கள் ஹைதர் அலிக்கு ஆயுதங்களும் வெடிமருந்துகளும் கொண்டுவந்து சேர்த்தன. அந்த நேரத்தில் ஆங்கிலப்படைகளின் நடமாட்டத்தைப்பற்றிய தகவல்கள் முத்தம்மா மூலம் ஹைதர் அலிக்குச் சென்றன. ஒரு முறை முத்தம்மாவைச் சந்திக்கும் பொழுது வேலன் கேட்டான்,

“கம்பெனிக்குக் காஞ்சீபுரத்துக் கிட்ட பலமான அடியாமே?”.

“அதை ஏன் கேட்கற?”, என்று உற்சாகமாகச் சொல்லத் தொடங்கினாள் முத்தம்மா. “ஆற்காட்டில இருந்து ஹைதர்

அலியை வெரட்டறதுக்காக, கர்னல் ஹெக்டர் முன்றோ தலைமையில, அஞ்சாயிரம் வீரர்களைக் கம்பெனி அனுப்புச்சு. அவரு பின்னாலயே, கர்னல் வில்லியம் பெய்லி தலைமையில இன்னும் இரண்டாயிரம் சிப்பாய்களை அனுப்பிச்சு. ஆனால் இதை யாரோ ஹைதர் அலிக்குச் சொல்லிட்டாங்க'' என்றாள்.

“பெண் ஒற்றனா இருக்குமோ?'' என்றான் வேலன்.

“அப்படித்தான் வச்சுச்கோயேன்'', என்ற முத்தம்மா தொடர்ந்தாள், “உடனே ஹைதர் அலி, திப்பு சுல்த்தானை அனுப்பிச்சி, கம்பெனிப் படைகள் ரெண்டும் ஒண்ணு சேர்ந்திடாமத் தடுக்கச் சொன்னாரு. ஆனால், திப்பு சுல்தான் படை போய்ச் சேர்றதுக்குள்ள, ரெண்டு இங்கிலீஷ் படைகளும் ஒண்ணாச் சேர்ந்தது மட்டும் இல்லை. சதுரவியூகம் அமைச்சு; திப்புவோட படைகளை, நாலுபக்கமும் சுத்தி வளைச்சிக்கிச்சு. ஒரு ஈ எறும்பு கூட வியூகத்தைத் தாண்டித் தப்பிச்சுப் போக முடியாது.''

“திப்பு சுல்தான் தப்பிச்சுக்கிட்டாருன்னு சொன்னாங்களே, எப்படி?'', என்றான் வேலன்.

“ஈ எறும்புதான் வரமுடியாது, ஆனா மைசூர் ராக்கெட்டு வரும். வெள்ளைக்காரன் வெடிமருந்தைவச்சு மைசூர்க்காரங்க தயாரிச்ச ராக்கெட்டு அது. விட்டால், ஒரு மைல் தூரத்துக்குப் பாயுமாம். சரம், சரமா வெடிச்சதைத் தாங்க முடியாம கம்பெனிப்படைங்க சிதறி ஓடிடுச்சு. ரெண்டாயிரம் இங்கிலீஷ் சிப்பாயிங்க செத்துப் போயிட்டாங்களாம். கர்னல் பெய்லியையும், இருநூறு கம்பெனிச் சிப்பாய்ங்களையும் திப்பு சுல்தான் கைது பண்ணிட்டாராம். பொழிலூர்கிட்ட இந்தச் சண்டை நடந்ததாம்'', என்று முடித்தாள் முத்தம்மா.

“கர்னல் முன்றோ தப்பிச்சிட்டாராமே?'', என்றான் வேலன்.

“ஆமா, தன் பீரங்கிகளெல்லாம் திப்புவுக்குக் கெடைச்சிடாம காஞ்சீபுரத்தில ஒரு கொளத்தில தள்ளிவிட்டுட்டு, மதராசுக்கு ஓடிவந்துட்டாரு'', என்றாள்.

“கம்பெனிப் படைங்களுக்குப் பெரிய சேதம் தான்'', என்றான் வேலன்.

“இது என்ன பெரிய சேதம். தஞ்சாவூர்ல கம்பெனிச் சிப்பாய்ங்க ஆயிரக் கணக்கில செத்துப் போயிட்டாங்க. நூத்துக்கணக்கில ஹைதர் அலிக்கிட்ட கைதியா இருக்காங்க. அதில, கர்னல் பிரெத் ஒயிட்டைச் சேர்த்து ஆபீசருங்க மட்டும் இருபது பேராம்'' என்றாள்.

மறுமுறை வேலனைச் சந்திக்கவந்த போது முத்தம்மாவிடம் உற்சாகம் குறைந்திருந்தது. ஹைதர்அலி முதுகுப் புற்றுநோயால் இறந்து போனதால், ஆட்சியைத் தக்க வைத்துக் கொள்ளத் திப்பு சுல்தான் போரை நிறுத்திவிட்டு மைசூர் விரைந்திருந்தார் என்றாள்.

"அது மட்டும் இல்ல வேலா, இப்போ கம்பெனிப் படைங்களுக்குத் தலைமை தாங்கறது யாரு தெரியுமா?", டேவிட்டின் குரல் கேட்டு நிமிர்ந்து பார்த்தனர் வேலனும், முத்தம்மாவும். "ஜெனரல் அயர்கூட். கம்பெனித் தளபதி இல்லை. இங்கிலாந்து ராணுவத்தோட அனுபவம் உள்ள தளபதி, அதனாலதான் மைசூர் படைங்க அடிமேல அடி வாங்குது", என்றான் டேவிட்.

"பிரெஞ்சுக்காரங்க பண்ற துரோகம்தான் திப்பு சுல்தான் கஷ்டத்துக்கெல்லாம் காரணம். இந்தியாவில சண்டையைத் தூண்டிவிட்டுட்டு, ஐரோப்பாவில, இங்கிலீஷ்காரங்ககூட சமாதான ஒப்பந்தம் போட்டுக் கிட்டாங்களாம். அதனால திப்பு சுல்தான் இப்போ இங்கிலீஷ்காரங்களை ஒத்தை ஆளா நின்னு சமாளிக்கிறாரு" என்றாள் முத்தம்மா.

அதற்கு அடுத்தமுறை முத்தம்மா, வேலனைச் சந்தித்த போது, டேவிட்டைக் காணவில்லை, பால் மட்டும்தான் வந்திருந்தான். வழக்கம்போல் உணர்ச்சிவசப்படாமல் பேசிய பால், "உங்க திப்பு சுல்த்தானைப் பாராட்டத்தான் வேணும். ஆற்காட்டில, அயர் கூட்டை ஜெயிக்க முடியாதுன்னு தெரிஞ்சதும், திடீர்னு போய், பாதுகாப்பு இல்லாம இருந்த மங்களூரைப் பிடிச்சிக்கிட்டார். ஏகப்பட்ட கம்பெனி ஆளுங்க உள்ளே மாட்டிக்கிட்டாங்க. அவங்க உயிரைக் காப்பாத்தறதுக்காக மங்களூருக்குப் போயிருக்காரு மெட்ராஸ் கவர்னர்."

"படையெடுத்தா?", என்றாள் முத்தம்மா.

"இல்லை, மங்களூர் ஒப்பந்தத்தில கையெழுத்துப் போடப் போயிருக்காரு" என்றான் பால். வேலனால் தன் காதுகளையே நம்பமுடியவில்லை. "ஒரு இங்கிலீஷ் கவர்னர் நேரில போய் ஒரு இந்திய ராஜாவோட ஒப்பந்தத்தில கையெழுத்துப் போடப் போறாரா?. ஔரங்கசீப் காலத்துக்கு அப்புறம், இதுவரைக்கும் நடக்காத அதிசயம்", என்றான்.

"இது மட்டுமா அதிசயம். இதுவரைக்கும் இவ்வளவு கம்பெனிச் சிப்பாய்ங்க எந்தப் போரிலயும் செத்ததே இல்லே. கம்பெனி ஒரு

முடிவுக்கு வந்திடுச்சு. பழைய மாதிரி குறைவான வெள்ளைச் சிப்பாய்ங்களை வச்சு திப்பு சுல்த்தானைப் பிடிக்க முடியாது. அதனால இனிமே திப்புக்கிட்ட இருக்கறதை விட ரெண்டு மடங்கு சிப்பாய்களைத் திரட்டிக் கிட்டுத்தான் மைசூரோட மோதும்", என்றான் பால்.

"புதுசா நிறையப் பேரைக் கம்பெனிப் படையில சேர்க்கப் போறீங்களா?" என்றான் வேலன். "அதெல்லாம் வீண் செலவு", என்ற பால் தன் வழக்கமான சிரிப்புடன், "மைசூர்ப் புலியை அடக்க மராத்தியச் சிங்கத்தோட கம்பெனி கூட்டு சேரப்போகுது", என்றான்.

53

சீக்கியன் விரைவில் குணமாக வேண்டும் என்று நம்பி கைநிறையக் காசைத் தந்துவிட்டுச் சென்றான் பால் பென்பீல்டு. ஆனால் அது எதிர் மறையாக வேலை செய்யும் என்று யாரும் எதிர்பார்க்க வில்லை. ஒரு வாரம் கழித்து, சீக்கியனைப் பார்த்து விட்டு வேலனிடம் வந்த வைத்தியர்,

"என்னால நம்பவே முடியலயே. பஞ்சாப்காரன் நல்லாத் தேறிகிட்டே வந்தான். திரும்பவும் லொக்குலொக்குன்னு இரும ஆரம்பிச்சிட்டானே" என்றார்.

"முத்தம்மா இப்போ இங்கே இல்லை. அவன் வெளியேதான் போய்ச் சாப்பிட்டு வர்றான். ஒருவேளை, கடைச் சாப்பாடு ஒத்துக்கலையோ", என்ற வேலன், "சரி, நான் அதைக் கவனிச்சிக்கிறேன்", என்றான்.

"வடக்கே போறதுக்கு முன்னால, என்கிட்ட சொல்லிட்டுப் போங்க. நான் பயணத்தில வியாதி வந்தா சாப்பிடறதுக்கு சூரணம், பொடி எல்லாம் தயார் பண்ணிக்கிட்டு இருக்கேன்", என்றார் வைத்தியர்.

"நிச்சயமா, உங்ககிட்ட சொல்லிக்கிட்டுத்தான் போவோம்", என்றான் வேலன். வைத்தியர் சென்று விட்டார். அன்று மாலை முத்தம்மா வந்தாள். வேலன் வருத்தத்தோடு அவளிடம் "கிடங்கு அதிகாரி, அவங்க நாட்டுக்கே திரும்பிப் போகப்போறாரு. புது அதிகாரி வந்து, நமக்குப் பழக்கமாகிற வரைக்கும், வெடிமருந்து கிடைக்கிறது சந்தேகம்தான்னு டேவிட் வந்து சொல்லிட்டுப் போனான்", என்றான்.

“தெரியும், அவனை நானும் பார்த்தேன்”, என்ற முத்தம்மா, “ஏற்கனவே நாம கொடுத்திருக்ற பணத்துக்கு, கடைசியா இரண்டு வண்டி வெடிமருந்து மட்டும் எப்படியும் ஏற்பாடு பண்ணிடறதாச் சொல்லியிருப்பானே”, என்றாள்.

“ஆமாம்”, என்று தலையாட்டினான் வேலன்.

“அப்படியே, ஜஸ்வந்த்சிங் பத்தியும் தகவல் சொன்னானா?”, என்றாள் முத்தம்மா. “இல்லையே”, என்றான் வேலன்.

“இல்லையா? ஜஸ்வந்த்சிங் திரும்புவும் கருப்பு நகரத்தில சுத்திக்கிட்டுத் திரியிறானாம்”, என்ற முத்தம்மா. “சரி வேலா, அதை விடு. நான் ஒரு முக்கியமான விஷயம் பேசறதுக்காக வந்தேன்”, என்றாள்.

“பறங்கிமலையில ஏதாச்சும் ஆபத்தா?”, என்றான் வேலன்.

“அதெல்லாம் ஒண்ணுமில்லை. உன்னை நேரில பார்க்கணும்னு ஒருத்தர் ஆசைப்படறாரு. நானும் உன்னைக் கூட்டிக்கிட்டு வர்றேன்னு சொல்லிட்டேன். என்கூட ஒரு வாரம் வெளியூர் வரமுடியுமா?”, என்றாள்.

“பெரிய மனுசன் யாரு? திப்பு சுல்த்தானா?”, என்றான் வேலன்.

“உனக்குப் பேராசைதான். நானே அவரைப் பார்த்ததில்லை. ஆனால் நாம சந்திக்கப் போறவரு, வீரத்திலயும், விடுதலைப் போராட்டத்திலயும், திப்புவுக்குத் துளியும் கொறைஞ்சவர் இல்லை”, என்றாள்.

“அப்போ, கட்டாயம் வர்றேன். பேரைச் சொல்லாட்டியும், ஊரையாவது சொல்லு”, என்றான். “கொங்கு நாடு”, என்றாள் முத்தம்மா.

“வசதியாப்போச்சு. ஏலக்காய், மிளகு வாங்கப்போறதாச் சாக்குச்சொல்லிக்கலாம்”, என்றான் வேலன். அடுத்த வாரம் கோட்டைக்குச் செல்லும்போது, தானும் வருவதாகச் சொல்லிவிட்டு முத்தம்மா சென்று விட்டாள். வேலன் அன்று கிடங்குக்குச் செல்லவில்லை. கணக்குப் புத்தகங்களை வீட்டிற்கு எடுத்துவரச்சொல்லி, இரவுவரை சரிபார்த்துக் கொண்டிருந்தான். வெளிவாசல் இரும்புக் கதவு திறக் கப்படும் சத்தம் கேட்டது. நிமிர்ந்து பார்த்தான். வாசலில் இருந்து தள்ளாட்டத்துடன் ஜஸ்வந்த் சிங் வந்து கொண்டிருந்தான். அவன் வாய் `பல்லே`, `பல்லே` என்று தானாக முணுமுணுத்துக் கொண்டிருந்தது. முற்றத்தில் விளக்கு எரிவதைப் பார்த்ததும், ஓசைப்படாமல் நழுவ முயற்சித்தான். வேலன் உரத்த குரலில் கூப்பிட்டான்,

“ஜஸ்வந்த், இங்கே வந்திட்டுப் போ”. திருட்டு விழி, விழித்துக் கொண்டே ஜஸ்வந்த் வேலனின் அருகே வந்தான்.

“ஜஸ்வந்த், நீ சாகறதுக்கு முன்னால கடைசியா யாரைப் பார்க்க விரும்புறே?”, என்றான் வேலன். “என் தம்பியைத்தான் வேலன் சாகிப், ஒரு தடவையாச்சும் அவனை என் கண்ணால பார்த்திடணும்”, என்றான் ஜஸ்வந்த்.

“ஆனால், நீ, இப்போ நடந்துக்கிறதைப் பார்த்தா, கடைசியா நீ பார்க்கப் போறது ரதிதேவியைத் தான்னு நினைக்கிறேன்”, என்றான் வேலன். ஜஸ்வந்த் திருதிருவென்னு விழித்தான். பின்பு ஒன்றும் சொல்லாமல் தன் அறையை நோக்கி நடந்தான். வேலன் உறங்கச் சென்றான். ஆனால், உறக்கம் தான் வரவில்லை. இரவெல்லாம் ஜஸ்வந்த் சிங்கைப் பற்றி நினைத்துக் கவலையில் புரண்டு கொண்டு இருந்தான். “இவனை நம்பி மிகப்பெரிய திட்டங்கள் எல்லாம் தீட்டிக் கொண்டு இருக்கும் பொழுது, இவன் பொறுப்பில்லாமல் உடல்நலத்தைக் கெடுத்துக்கொள்கிறானே, என்ன செய்யலாம்?” என்று சிந்தித்துக் கொண்டு இருந்தான். ஆனால் காலையில் தானாக அதற்குப் பதில் கிடைத்தது. சமையலறையில் இருந்து ஏதோ சுகமான வாசனை வருகிறதே, ஒரு வேளை முத்தம்மா வந்திருப்பாளோ” என்று நினைத்துக்கொண்டே வேலன் தூக்கத்திலிருந்து எழுந்தான். தேநீருடன் ஜஸ்வந்த்சிங் வந்து நின்றான்.

“சாகிப், வீட்டைவிட்டு எங்கேயும் போகமாட்டேன். நாம ஊருக்குப் போற வரைக்கும் உங்களுக்கும் சேர்த்து நானே சமையல் பண்ணப் போறேன். அப்புறம், வேளாவேளைக்கு மருந்து சாப்பிட்டுத் தூங்கிடுவேன். எனக்குத் என் தம்பிதான் வேணும்”, என்றான். “அப்பாடா”, என்று நிம்மதியுடன் கிடங்கை நோக்கிச் சென்றான் வேலன். ஒரு பிரச்சினை முடிந்ததென்று அவன் நினைத்துக் கொண்டிருக்கையில், அதைவிடப் பெரிய பிரச்சினை உருவாகிக் கொண்டிருந்தது.

உணப்பொருட்களைக் கிடங்கிலிருந்து கோட்டைக்கு அனுப்ப வண்டிகளில் ஊழியர்கள் ஏற்றிக் கொண்டிருந்த பொழுது, ஆண் உடையில் குதிரையில் ஏறி முத்தம்மா வந்து சேர்ந்தாள். “வெடி மருந்து கடத்துறது இது தான் கடைசித்தடவை. இன்னும் கொஞ்ச நாளைக்கு எதுவும் திருட முடியாது”, என்றான் வேலன்.

“தெரியும், தெரியும்”, என்று தலை ஆட்டினாள் முத்தம்மா.

“இரண்டாவது வண்டியில இருக்கிறவரு சண்முகம் ஐயா, ரொம்ப நம்பிக்கையானவரு. உன் வண்டியிலயும். அவரு வண்டியிலயும் மட்டும் வெடி மருந்து ஏத்திக்கிட்டு வாங்க”, என்றான் வேலன். அதற்கும் தலையாட்டிவிட்டு முதல் வண்டியில் ஏறி அமர்ந்தாள் முத்தம்மா. வண்டிகள் அனைத்தும் வெளியே போகும்வரை கிடங்கு வாசலில் வந்து நின்று பார்த்துக் கொண்டிருந்தான் வேலன். அனைத்தும் தெருமுனையில் திரும்பியபின், கிடங்கிற்குள் செல்லத் தானும் திரும்பினான். சற்று தூரத்தில் குதிரை கனைக்கும் ஒலி கேட்டது. திடுக்கிட்டு மீண்டும் சாலையைப் பார்த்தான். அங்கே சாலையில் இருந்த ஒரு மரத்தின் பின்னாலிருந்து குதிரை ஒன்று வெளியே பாய்ந்தது. அதில் இருந்த உருவம் குட்டையாய் இருந்தது என்பதைத் தவிர வேலனால் வேறொன்றும் அடையாளம் காண முடியவில்லை. குதிரையில் சென்ற உருவம், தெருமுனைவரை சென்று, பின், வண்டிகள் சென்ற திசைக்கு எதிர்திசையில் சென்றது. வேலன் சிந்தனையுடன் கிடங்கிற்குள் சென்றான்.

கோட்டையில் சரக்குகளை இறக்கி முடித்ததும் வழக்கம் போல், மதிய உணவிற்காக அனைவருக்கும் ஓய்வு கொடுத்து அனுப்பினாள் முத்தம்மா. பின் தனது வண்டியையும், சண்முகம் ஓட்டி வந்த வண்டியையும் எடுத்துக்கொண்டு வெடிமருந்துக்கிடங்கை நோக்கிச் சென்றாள். முத்தம்மா காட்டிய சீட்டைப் பார்த்த காவல் சிப்பாய் வண்டிகளை உள்ளே அனுமதித்தான். வழக்கம்போல், டேவிட் உள்ளே நின்று வண்டிகளில் வெடிமருந்துகளை ஏற்ற உதவினான். மூட்டைகளைத் துணிபோட்டு மூடிவிட்டு, வண்டிகளை வெளியே ஓட்டிவந்தனர். வாசலில் இவர்களுக்காக வேலன் காத்துக் கொண்டிருந்தான். முத்தம்மா ஆச்சர்யத்துடன், “நீ இன்னைக்கு வரமுடியாதுன்னு சொன்னியே”, என்றாள். தன் வாயில் விரலை வைத்து, ‘பேச வேண்டாம்’ என்று அவளை எச்சரித்த வேலன்,

“சண்முகம் ஐயா, வண்டியை நான் ஓட்டிக்கிறேன். நீங்க மத்த வண்டிங்களோட சேர்ந்து வாங்க” என்றான். சண்முகம் பதிலேதுவும் பேசாமல் இறங்கி, மற்ற வண்டிகள் நிறுத்தப்பட்டிருந்த இடத்தை நோக்கி நடக்கத் தொடங்கினார்.

வேலன் வண்டியிலமர்ந்து, அதனைக் கோட்டையின் பின் வாசலை நோக்கி ஓட்டினான். முத்தம்மா தனது வண்டியில் அவனைப் பின்தொடர்ந்தாள். கோட்டையின் பின்வாசலில் குறைந்த எண்ணிக்கையிலேயே சிப்பாய்கள் இருந்தனர்.

அவர்களும் வேலனை அடையாளம் கண்டுகொண்டு, சோதனையிடாமல் வெளியே செல்ல அனுமதித்தனர். வண்டி கோட்டையைவிட்டுச் சிறிதுதூரம் வந்தபிறகு, வழி காட்டுவதற்காகத் முத்தம்மா தன் வண்டியில் வேலனை முந்திக் கொண்டு சென்றாள். வெகுதூரம் வந்த பின் ஒரு மரங்களடங்கிய பகுதியில், சற்று மறைவாக வண்டியை நிறுத்தினாள். இருவரும் வண்டியிலிருந்து இறங்கினர். "என்ன, உன் ஆளுங்களைக் காணோம்?", என்றான் வேலன். "வருவாங்க, நாமதான் வழக்கத்தை விடச் சீக்கிரமாய் வந்திட்டோம்", என்றவள், "அது சரி, இன்னைக்கு, ஏன் பின்வாசல் வழியா கூட்டிக்கிட்டு வந்தே? கோட்டைக்கு வர முடியாதுன்னு சொன்னவன் ஏன் திடீர்னு வந்தே?" என்றாள்.

"காலையில நம்ம வண்டியெல்லாம் கிடங்கில இருந்து புறப்படற சமயத்திலேயே, யாரோ மரத்துக்குப் பின்னால மறைஞ்சு இருந்து பார்த்துக்கிட்டு இருந்தாங்க. ஏதோ ஆபத்துன்னு எனக்குத் தோணுச்சு. அதுதான் பின்வாசல் வழியாக் கூட்டிக்கிட்டு வந்தேன். அந்தவழியா எல்லோரையும் அனுமதிக்க மாட்டாங்க, அதனாலதான் நானே நேரில வந்தேன்", என்றான் வேலன்.

"உன்னைமட்டும் எப்படி அனுமதிக்கிறாங்க?", என்றாள் முத்தம்மா.

"பின்வாசலுக்கு ஆங்கிலத்தில பேரு தெரியுமா?", என்றான் வேலன்.

சற்று யோசித்து விட்டு, "விக்கெட் கேட்", என்றாள் முத்தம்மா.

"ஆமா, அது பேரே திருட்டு வாசல். அரண்மனையில இருக்கறவங்க, திருட்டுத்தனமா யாரையாவது சந்திக்கணும்னா பயன்படுத்தற வாசல்" என்றான் வேலன்.

"திருட்டு வாசல் வழியா உன்னை மட்டும் ஏன் அனுமதிச்சாங்க. அப்போ நீயும் ஒரு திருடனா", என்றாள் முத்தம்மா.

"பல கம்பெனி அதிகாரிங்களுக்கு உதவியா இருக்ற திருடன். இங்கிலீஷ் கம்பெனிக்கே தெரியாம, இங்கிலீஷ் அதிகாரிங்களே பல தொழில்கள் பண்றாங்க. அந்தச் சரக்கையெல்லாம் டச்சு, டேனிஷ் கப்பல்ல ஏத்த நான் தான் உதவி செய்யறேன். அதனால தான் பின் வாசல்ல என்ன யாரும் தடுக்க மாட்டாங்க", என்றான் வேலன்.

"சரி, நமக்கு யாரால ஆபத்து வந்திருக்கும்", என்றாள்.

"மைசூருக்கு மதராஸ்ல ஒற்றன் இருக்க மாதிரி, மதராசுக்கு மைசூர்ல ஒற்றன் இருக்கலாம்", என்றான் வேலன்.

"ஆமா, இருக்கலாம்" என்றாள் முத்தம்மா.

"அல்லது, பால்பென் பீல்டோட எதிரிங்க யாரோ, அவனை மாட்டி வைக்கச் சதி பண்ணலாம்", என்றான் வேலன்.

"இதனால உன் உயிருக்கு எதுவும் ஆபத்து வந்திராதே?", என்று சற்றுக் கலக்கத்துடன் கேட்டாள் முத்தம்மா.

"அதை நான் பார்த்துக்கறேன். நீ கொஞ்சநாளைக்கு யாரு கண்ணிலயும் படாம மறைஞ்சிருக்கணுமே", என்றான் வேலன்.

"அது என்ன கஷ்டம். பறங்கி மலைக்குப்போய் சேலைக்கு மாறிட்டா, அதோட இந்த உருவம் மறைஞ்சி போயிடும்", என்றாள் முத்தம்மா. அதற்குள் அவர்கள் எதிர்பார்த்துக் கொண்டிருந்த இரண்டு குதிரைகள் வந்து சேர்ந்தன.

வந்தவர்கள் வணக்கம் சொல்வதற்குள் வேலன்,

"இந்த ரெண்டு வண்டிகளையும் ஒருவேளை கம்பெனி ஆளுங்க தேட ஆரம்பிக்கலாம். எங்கேயாவது மறைச்சு வச்சி, ரெண்டு நாள் கழிச்சு, ஆராவாரம் எல்லாம் அடங்கினப்புறம், மதராஸை விட்டு வெளியே எடுத்துக்கிட்டுப்போக முடியுமா?" என்றான்.

வந்தவர்களில் ஒருவன், "வேண்டாம் ஐயா, அதைவிட நல்ல யோசனை இருக்கு. கிராமங்கள் வழியா குறுக்கு வழிகள் இருக்கு. பொழுது விடியறதுக்குள்ள, ரெண்டு வண்டிகளும் பட்டணத்தைவிட்டு ரொம்ப தூரம் போயிடும்", என்றான்.

"சரி, அப்போ உடனே பொறப்படுங்க", என்றாள் முத்தம்மா. வந்த இருவரும் வண்டிகளில் ஏறி ஓட்டிச் சென்றனர். வேலனும் முத்தமாவும் குதிரைகளில் ஏறி, வெவ்வேறு பக்கங்களில் பறந்தனர். கிடங்கிற்கு வந்து சேர்ந்த வேலன், மற்ற வண்டிகள் அனைத்தும் பத்திரமாக வந்து சேர்ந்துவிட்டதைப் பார்த்து நிம்மதியானான். பின் சண்முகத்தை அழைத்து, "சண்முகம் ஐயா, திரும்பி வர்றப்போ வழியில ஏதாவது பிரச்சினை இருந்திச்சா?", என்றான்.

"ஆமாம் தம்பி, வாசல்ல ரொம்ப நேரம் நிக்க வச்சுட்டாங்க. புதுசா ஒரு ஆபீசரு வந்து வண்டிகளையெல்லாம் துருவித் துருவி சோதனை போட்டான்", என்றார்.

“சரி, ஐயா. இன்னைக்கு நீங்க என்னோட வீட்டுக்கு வாங்க. வாசல்ல காவலுக்கு ஒரு விவரமான ஆள் வேணும்”, என்றான்.

“ஏதாவது ஆபத்து வருமுன்னு எதிர்பார்க்கிறீங்களா தம்பி. வேணும்ணா, வண்டிக்காரங்க மொத்தப் பேரையும் இன்னைக்கு உங்க வீட்டில படுக்கச் சொல்லவா?”, என்றார் சண்முகம். “அதெல்லாம் தேவையில்லை ஐயா, ராத்திரி சில விருந்தாளிங்க வருவாங்க. அவங்க அவசரத்தில வெளிக் கதவை உடைச்சிடாம, நீங்களே தொறந்து விட்டிடுங்க போதும்”, என்றான் வேலன்.

வீடு சென்றதும், சண்முகத்தை வெளிக் கதவருகே இருக்கச் சொல்லிவிட்டுக் கட்டிலுக்குச் சென்றான் வேலன். “ஏன் தூங்குவது போல் நடிக்க வேண்டும், உண்மையாகவே தூங்குவோமே” என்று சொல்லிக்கொண்டே கட்டிலில் விழுந்தான்.

நள்ளிரவில் அந்தத் தெருவில் நாலைந்து குதிரைகள் வரும் ஓசை பலமாகக் கேட்டது. தூக்கத்திலிருந்து வேலன் உடனே விழித்துக்கொண்டான். விளக்குகளை ஏற்றிவிட்டு, சண்முகம் கதவைத் திறந்தார். நிலவொளி பளிச்சென்று இருந்ததால், குதிரைகளில் இரண்டு வெள்ளைச் சிப்பாய்களும், இரண்டு இந்தியச் சிப்பாய்களும் மற்றும் ஒரு வெள்ளை அதிகாரியும் இருப்பதைத் தெளிவாகக் காணமுடிந்தது. அதற்குள் வீட்டிலிருந்து வெளியே வந்துவிட்ட வேலன், அந்த அதிகாரியைத் தான் இதுவரை கண்டதேயில்லையே என்று தனக்குள் முனகிக்கொண்டான்.

அதிகாரி அருகிலிருந்த சிப்பாயைப் பார்த்தான். சிப்பாய் உடனே, “கோட்டையில ஒரு கைதி தப்பிச்சிட்டான். ஒருவேளை உங்க வண்டிக்குள்ள ஒளிஞ்சு, இங்கே வந்திட்டானோன்னு தேடி வந்திருக்கோம். உங்க வீட்டைச் சோதனை போடப் போறோம்”, என்றான்.

வேலன் நேரே அதிகாரியிடம் சென்று தெளிவான ஆங்கிலத்தில், “எனது பிரபுவே, இது உங்க வீடு. நான் உங்க சேவகன். விருப்பம் போலச் சோதனை போட்டுக்குங்க”, என்றான்.

“வண்டிங்கல்லாம் கிடங்கில இருக்குங்களே”, என்றார் சண்முகம்.

“நாங்க ஏற்கனவே அங்கே தேடீட்டோம்”, என்றான் சிப்பாய். அதற்குள் மற்ற சிப்பாய்கள் தேடுதலைத் தொடங்கி விட்டனர். தோட்டத்துப்பக்கம் சென்ற சிப்பாய்கள் இருவர் ஓடிவந்து அதிகாரியிடம் ஏதோ முணுமுணுத்தனர்.

அதிகாரி வேலனிடம், "நீயும் என் கூடவே வா", என்று கட்டளை இட்டுவிட்டுத் தோட்டத்தை நோக்கி நடந்தான். தோட்ட வீட்டின் அருகில் வந்து, அதைச் சுட்டிக்காட்டி, "இதன் உள்ளே என்ன இருக்கிறது?" என்றான் அதிகாரி. அதற்குள் சிப்பாய்களில் ஒருவன் ஓடிச்சென்று, கதவை எட்டி உதைத்தான். திடீரென்று தன்னைச்சுற்றி நிறையப்பேர் நிற்பதைக் கண்டு படுக்கையிலிருந்த ஜஸ்வந்த் திறுதிறுவென்று விழித்தான்.

"யார் இது? ஏன் இவனை ஒளித்து வைத்திருக்கிறாய்?", என்று கத்தினான் அதிகாரி. அந்தநேரம் பலமாக இருமினான் ஜஸ்வந்த்.

"ஒளிச்சு வைக்கல பிரபு, இவன் உங்க சிப்பாயா இருந்தவன் தான். நீங்க வேலையைவிட்டு எடுத்திட்டீங்க. அதனால எங்ககிட்ட வேலைக்குச் சேர்ந்தான். உடம்பு சரியில்லாததால, தனியே வச்சிருக்கோம்", என்றான் வேலன். ஜஸ்வந்த் மேலும் பலமாக இருமினான். "அவனுக்கு என்ன பிராப்ளம்", என்றான் அதிகாரி.

"என்னவோ கபம்கிறாங்க, பித்தமுங்கறாங்க. சிலர் காசநோய்ங்கிறாங்க, ஒண்ணுமே புரியலை பிரபு", என்றார் கூட வந்திருந்த சண்முகம்.

'காசநோய்' என்ற பேரைக் கேட்டவுடன் சிப்பாய்களும், அதிகாரியும் பத்தடி பின்வாங்கினர். பிறகு சென்று தமது குதிரைகளில் ஏறினர்.

அதிகாரி உருமினான், "சந்தேகப்படறமாதிரி யாராவது கண்ணில பட்டா, உடனே கோட்டையில வந்து சொல்"

"சொல்றதா? கைகாலைக் கட்டி நாங்களே கோட்டைக்குத் தூக்கிட்டு வந்து, பிரபு கால்ல போட்டுருவோமில்ல", என்றார் சண்முகம்.

அனைவரும் சென்றபின், "நிச்சயம், சந்தேகத்தில ஜஸ்வந்தைப் பிடிச்சுக்கிட்டுப் போயிடுவாங்கன்னு தான் நெனைச்சேன்" என்றார்.

"பிடிக்க மாட்டாங்க ஐயா. அவங்க தேடி வந்தது ஆளை இல்லை. வெடிருந்து ஏத்தின ரெண்டு வண்டிங்களை", என்றான் வேலன்.

54

வெடிமருந்து கடத்தல் முடிந்த எட்டாம் நாள் முத்தம்மா மீண்டும் வீடுவந்து சேர்ந்தாள். பயணத்திற்கு உணவு கூட எடுத்துவர வேண்டாமென்று சொல்லிவிட்டாள். அதற்கான

தேவையும் வழியில் ஏற்படவில்லை. கிட்டத்தட்ட எல்லா ஊர்களிலும், அவளுக்குத் தெரிந்தவர்கள் இருந்தனர். அனைவரும் மைசூர் ஒற்றர்களின் ஆதரவாளர்கள் போலும் என்று நினைத்துக் கொண்டான் வேலன். ஒவ்வொரு வீட்டிலும் முத்தம்மா வெவ்வேறு பெயர்களில் அறியப்பட்டிருந்தாள். ஆனால், எல்லா இடங்களிலும் ஆண்வேடமணிந்த பெண்ணாகவே அறியப்பட்டிருந்தாள். கொங்கு நாட்டின் காடுகளை அடைந்ததும், “இனியாவது யாரைச் சந்திக்கப்போறோம்னு சொல்லுவியா?”, என்று கேட்டான் வேலன்.

“நீயேதான் கண்டுபிடியேன்”, என்றாள் முத்தம்மா.

“திப்புசுல்தான் இல்லைன்னு சொல்லிட்டே. பழசிராஜாவோட உனக்குத் தொடர்பு இருக்க வாய்ப்பு இல்லை. அதனால நிச்சயம் ‘சின்னமலையாத்தான் இருக்கணும்” என்றான்.

“சரியாச் சொல்லிட் டியே, கொங்குநாட்டு மன்னர், சின்னமலையைத்தான் நாம சந்திக்கப் போயிக்கிட்டு இருக்கோம். இவ்வளவு நாள் நாம கடத்தின வெடி மருந்தெல்லாம் அவருக்காகத்தான்”, என்றாள் முத்தம்மா.

“எல்லாம் சரி, ஆனா அவரு எந்த நாட்டுக்கும் மன்னர் இல்லையே?”, என்றான் வேலன். “கொங்கு நாட்டு மக்கள் மனசில அவருதான் மாமன்னன்”, என்றாள் முத்தம்மா.

அதற்குள், பல இளைஞர்கள் அங்கு குதிரையில் வந்து சேர்ந்தனர். “நம்மளைக் கூட்டிக் கிட்டுப்போக ஆளுங்க வந்தாச்சு”, என்றாள் முத்தம்மா. வந்தவர்களில் ஒரு இளைஞன், ஒரு கருப்புத்துணியை எடுத்துக்கொண்டு வேலனிடம் வந்தான். முத்தம்மா ‘தேவையில்லை’ என்று தலையாட்டினாள். அனைவரும் அடர்ந்த காட்டுப்பகுதிக்குள் சென்றனர். திடீரென்று மரங்கள் குறைந்து ஒரு பெரிய பொட்டல் வெளியும், ராணுவ முகாம் போன்று பல கூடாரங்களும் கண்ணில் பட்டன. ஆனால் சிப்பாய்கள் தான் யாருமில்லை. கிராமத்து இளைஞர்கள்தான் அங்குமிங்கும் சுற்றிக்கொண்டிருந்தனர். பெரும்பாலோர் மடித்துக்கட்டிய வேட்டியுடனும், சிலர் இசுலாமியச் சிப்பாய்கள் உடையிலும், சிலர் கம்பெனிச் சிப்பாய்கள் உடையிலும் கூட இருந்தனர். சீருடைகளும் முழுமையாக இல்லை.

“இது எந்த நாட்டு ராணுவம்?”, என்றான் வேலன்.

“எங்க சின்னமலையோட விடுதலைப்படைதான். பெரும்பாலானவங்க புதுசாச் சேர்ந்தவங்க, பயிற்சிக்காக இங்க

வந்திருக்காங்க'', என்றாள் முத்தம்மா. இளைஞர்களின் உடைகளை வேலன் கூர்ந்து கவனிப் பதைப் பார்த்துவிட்டுச் சொன்னாள், "தாக்குதல் நடத்துற இடத்தில இருந்து கெடைக்கிற உடைகளைப் போட்டுக்குவாங்க''.

சிறிய கூடாரங்களுக்கு மத்தியில் அகலமான இரண்டு கூடாரங்கள் இருந்தன. இருட்டத்தொடங்கி விட்டதால் ஆங்காங்கு தீப்பந்தங்கள் ஒளிர்ந்தன. பெரும்பாலான இளைஞர்கள் நெருப்பைச் சுற்றியமர்ந்து, தாமரை இலைகளில் உணவருந்திக் கொண்டிருந்தனர். இரண்டு பெரிய கூடாரங்களும் தலைவர்களின் கூடாரங்களாக இருக்குமென்று எளிதில் ஊகிக்க முடிந்தது. அவற்றில் ஒன்றின் உள்ளே வேலனையும், முத்தம்மாவையும் அழைத்துச் சென்றனர். கூடாரம் பெரியதாக இருந்தாலும், உள்ளே ஆடம்பரம் எதுவும் இல்லை. ஏழெட்டு நாற்காலிகள் போடப்பட்டிருந்தன அவ்வளவுதான். ஒரு நாற்காலியில் கிட்டத்தட்ட வேலன் வயதுடைய ஒருவர் அமர்ந்திருந்தார். அவர் யாரென்று யாரும் அறிமுகப்படுத்த வேண்டிய தேவை இருக்கவில்லை. அந்தக் கம்பீரமான முகமே தெரியப் படுத்தியது, அவர்தான் சின்னமலை என்று. முத்தம்மாவும் வேலனும், வணக்கம் செலுத்தினர். சின்னமலை எழுந்து வந்து வேலனைக் கட்டித் தழுவி வரவேற்றார். "எங்க போராட்டத்துக்கும், பயிற்சிக்கும் நீங்க அனுப்பிச்ச வெடிமருந்து ரொம்ப உதவியாயிருக்கு. சரியாச் சொன்னா அதை நீங்க ஏற்பாடு பண்ணலைன்னா, எங்க பயிற்சியே நின்னுபோயிருக்கும்'', என்றார் சின்னமலை.

"அதை மைசூருக்கு அனுப்பறதா நான் நம்பிக்கிட்டு இருந்தேன்'', என்றான் வேலன்.

"திப்பு சுல்தான் அதை எங்களுக்காகத்தான் ஏற்பாடு பண்ணினாரு'', என்றார் சின்னமலை.

"உங்க பேரு கோட்டை அதிகாரிகள் மத்தியில அடிக்கடி பேச்சில அடிபடும். அப்போ எல்லாம் உங்களை நேரில பார்க்கணும்னு ஆசைப்பட்டேன்'', என்றான் வேலன்.

"உங்களைப் பத்தி முத்தம்மா சொன்னதில இருந்து உங்களை நேரில சந்திக்கணும்னு எனக்கும் ஆசை. கம்பெனியில செல்வாக்கா இருக்ற ஒரு வியாபாரி, கம்பெனிக்கு எதிரான போராட்டத்துக்கு ஆதரவாச் செயல்படறது ஆச்சர்யமா இருக்கு'', என்றார் சின்னமலை.

“இதில நான் சின்ன ஆளு. என் மொதலாளியும், இன்னும் சில வியாபாரிங் களும் தான், பெரிய அளவில உதவி செய்யறாங்க. ஆனால் வியாபாரிங்களுக்கு உரிய மதிப்பை நம்ம ராஜாக்கள்தான் குடுக்கறதில்லை”, என்றான் வேலன்.

“மைசூர் புலியைச் சந்திச்சிங்கன்னா அந்த முடிவை மாத்திக்குவீங்க”, என்றார் சின்னமலை.

“ஆமா, அவர் விவசாயம், தொழில், வியாபாரம் எல்லாத்திலயும் கவனம் செலுத்தறதினாலதான் மைசூர் பணக்கார நாடா இருக்குன்னு எங்களுக்குத் தெரியும். பட்டுப்புழுவைக் கொண்டுவந்து, பட்டு நெசவுத் தொழிலைக் கூட மைசூரில தொடங்க முயற்சி பண்றாருன்னு செய்தி வந்தது”, என்றான் வேலன்.

“திப்பு சுல்தான் பிரான்சுக்கு ஒரு தூதுக்குழுவை அனுப்பும்போது கூடவே, நாம பிரான்சோட என்னென்ன பொருள் வணிகம் செய்ய லாம்னு பார்த்துக்கிட்டுவர தனியே ஒரு குழுவையும் அனுப்பிச்சாரு”, என்றார் சின்னமலை. அப்பொழுது உள்ளே நுழைந்த ஒருவர்,

“நாங்கள்லாம் மொதல்லே அவரை மற்ற ராஜாக்கள் மாதிரிதான் நினைச்சோம். ஆனால் திப்புசுல்தான் புதுமையானவர், பெரிய படிப்பாளி. நிலத்துக்கு வரிகட்ட முடியாமப் போச்சுன்னா என்ன தண்டனை தெரியுமா? அடுத்த வருசம் சேர்த்துக் கட்டணும், இல்லை; ஐம்பது மரக்கன்றுகளை நட்டு ரெண்டு வருசம் தண்ணி ஊத்தணும். அப்போ வரிபாக்கியை ரத்து பண்ணிடுவாரு”, என்றார்.

“அது கருப்பையா சேர்வை” என்று அறிமுகப்படுத்தி வைத்தார் சின்னமலை. “சரி சாப்பிட்டுக்கிட்டே நாம பேசுவோமே”, என்று தான் முதலில் கைகழுவினார். மற்ற அனைவரும் கைகழுவி விட்டு அமர்ந்தனர். அதற்குள் தாமரை இலைகளில் உணவுடன் இளைஞர்கள் வந்தனர். “எளிமையான உணவுதான் இங்கே கிடைக்கும்”, என்றார் சின்னமலை. எளிய உணவாயினும் சுவையாகத்தான் இருந் தது. உணவருந்திக்கொண்டே சின்னமலை கேட்டார், “என்னைப் பத்திக் கோட்டையில என்ன பேசுறாங்க?”.

“முத்தம்மா கொடுக்காத தகவலயா நான் குடுத்திடப்போறேன்”, என்றான் வேலன். “முத்தம்மா எங்க ஆதரவாளர். ஆனால் அவங்க தகவல் குடுக்கறது எல்லாம் மைசூருக்குத் தான்”, என்றார் சின்ன மலை.

வேலன் சிரித்துக்கொண்டே,

"உங்களை வெள்ளை அதிகாரிங்க, உட்கார்ற இடத்தில குத்தின முள்ளுன்னு ஆங்கிலத்தில கோபமாத் திட்டுவாங்க", என்றான்.

"திட்டாம எப்படி இருப்பாங்க? சேலத்தில இருக்கிற கம்பெனிப்படை, கேரளாவில இருக்க கம்பெனிப்படை கூடச் சேர முடியாம, நாங்க குறுக்கே நிற்கிறோமே", என்றார் சின்னமலை.

வேலன் தொடர்ந்து, "இப்போ அவங்க கவனமெல்லாம் மைசூர் மேல இருக்கு. திப்பு சுல்தானை ஒழிச்சிட்டா, தமிழ்நாட்டுப் பாளையக்காரங்க எல்லோரையும் சுலபமா ஒழிச்சிடலாம்னு நினைக்கிறாங்க. அதிலயும், உங்களை ஒழிக்கறதில தான் ரொம்ப அக்கறையா இருக்காங்க", என்றான்.

"ஆங்கில அதிகாரிகள் என்மேல அதிக அக்கறை காட்டக் காரணம் என்ன?", என்றார் சின்னமலை.

"நீங்க எல்லாச் சாதி மக்களையும் ஒண்ணுசேர்த்துப் போராடுறீங்க. அதுதான் வெள்ளைக்காரங்க வயித்தில புளியைக் கரைக்குது. எதிரியைப் பிளவுபடுத்தறது தான் அவங்களோட முதல் தந்திரம். இந்தியாவை ஒடுக்கறதில சாதிதான், கம்பெனியோட முதல் ஆயுதம். அதனாலதான், சாதி வேறுபாடு பார்க்காம, மக்களை இணைச்சுப் போராடற உங்களையும், கேரள வர்மா பழசிராஜா வையும் பார்த்து அதிகம் பயப்படறாங்க", என்றான் வேலன்.

பல்வேறு விஷயங்களைப் பேசிக்கொண்டே நடு இரவாகிட்டது. திடீரென்று கூடார வாசலில் நிழலாடியது. உடனே எழுந்து நின்றார் சின்னமலை. அவரைத் தொடர்ந்து அங்கிருந்த கருப்பசேர்வை, வேலன், முத்தம்மா அனைவரும் எழுந்து நின்றனர். உள்ளே நுழைந்த ஐரோப்பியனை, ஒரு பிரெஞ்சு ராணுவ அதிகாரி என்று அடையாளம் கண்டுகொண்டதால் வேலன் திடுக்கிடவில்லை. ஆனால், கூடவே சாதாரண இசுலாமியச் சிப்பாய் உடையில் வந்த திப்புசுல்தானை வேலனாலும், முத்தம்மாவாலும் உடனே அடையாளம் கண்டுகொள்ள முடியவில்லை. தெரிந்ததும் திடுக் கிட்டனர். அதுவரை படங்களில் மட்டுமே பார்த்திருந்த திப்பு சுல்தானை, ஒரு நாள் நேரில் பார்ப்போமென்று அவர்கள் எதிர்பார்த்திருக்கவில்லை. ஆங்கிலேயரின் சிம்ம சொப்பனமான திப்பு சுல்தான் பாதுகாப்பிற்குச் ஒரு சிப்பாய் கூட இல்லாமல் வந்திருப்பதை நம்ப முடியவில்லை. "ஒருவேளை பாதுகாப்பு வீரர்கள் தூரத்தில் இருக்கலாம்", என்று

வேலன் நினைத்தான். அனைவரையும் அமருமாறு கைகாட்டி விட்டுத் திப்புசுல்தான், தானும் அமர்ந்தார்.

நேரே முத்தம்மாவைப் பார்த்து, "உன்னைப்பத்திக் கேள்விப்பட்டிருக்கேன். உன் சேவையைப் பாராட்டுறேன்", என்றார் தமிழில். அதிர்ச்சியில் ஒரு கணம் என்ன சொல்வதென்று புரியாமல் திகைத்த முத்தம்மா, "நன்றி மகாராஜா" என்றாள்.

"நான் மகாராஜா இல்லை, சாதாரண பேஷ்வா. மைசூரோட ஒரு சேவகன்", என்றார் திப்பு. அடுத்து அவர் வேலனைப்பார்த்து, "நீங்கதான், மிஸ்டர் வேலனா இருக்கணும். மதராஸ்ல பெரிய வியாபாரி, கோட்டையில ரொம்பச் செல்வாக்கு உள்ளவர், சரிதானா?", என்றார்.

"சரிதான் சாகிப், ஆனால் நான் பெரிய வியாபாரி இல்லை. ஒரு சின்ன வியாபாரிதான்", என்றான் வேலன்.

"ஆனால் இங்கிலீஷ் கோட்டையில இருந்தே வெடிமருந்து திருடி எங்களுக்குக் கொடுக்கற அளவுக்கு வெள்ளைக்காரங்களை வெறுக்கிற தமிழன்", என்றார் திப்பு.

"இல்லை சாகிப்", வேலன் மீண்டும் மறுத்துத் தலையாட்டினான். "வெள்ளைக் காரங்களை நான் வெறுக்கலை. பல விஷயங்கள்ல அவங்களை மதிக்கிறேன். வெள்ளைக்காரங்க ஆட்சியை மட்டும்தான் வெறுக்கிறேன்", என்றான் வேலன். அவனைச் சற்றுக் கூர்ந்து பார்த்து விட்டுத் திப்பு சுல்தான்,

"நீங்க ஏன் உங்களை மாதிரியான மற்ற மதராஸ் வியாபாரிங்களை ஒண்ணு சேர்த்து, கம்பெனிக்கு எதிரா, ரகசியமா ஒரு அமைப்பைக் கட்டக் கூடாது", என்றார்.

"அது இப்போ நடக்காத காரியம் சாகிப். மதராஸ் வியாபாரிங்கள்ல ஒருசிலர் மட்டும்தான் கம்பெனியோட உண்மையான நோக்கத்தை நல்லாப் புரிஞ்சிக்கிட்டு இருக்கோம். பெரும்பாலான வியாபாரிங்க கம்பெனியை ஆதரிக்கிறாங்க. கம்பெனி ஆட்சிதான் தங்களுக்கு நல்லதுன்னு நம்புறாங்க" என்றான் வேலன்.

"நீங்க மட்டும் ஏன் அப்படி நம்பலை?", என்றார் திப்பு.

"முழு அதிகாரமும் கைக்கு வந்தவொடனே, கம்பெனியோட கோர முகம் வெளிப்படறதை, நான் வங்காளத்தில பார்த்திருக்கேன். தமிழ் நாட்டிலயும், ஏழைவிவசாயிங்களை ஆடுமாடு மாதிரி வெட்டிக் கொல்றதைப் பத்து வயசிலேயே பார்த்திருக்கேன்",

என்றான் வேலன். திப்புசுல்தான் அருகே அமர்ந்திருந்த பிரெஞ்சு அதிகாரி பேசினார்.

“மிஸ்டர் வேலன், ராணுவத் தகவல் திரட்டறதுக்காக, பிரெஞ்சுச் சிப்பாய் ஒருத்தனை கோட்டைக்குள்ள வேலைக்குச் சேர்க்க முடியுமா?” என்றார்.

“முடியும். ஆனால் இங்கிலாந்தோட, ஐரோப்பாவில, ஏதாச்சும் ஒப்பந்தம் போட்டுக்கிட்டு, இந்தியாவில இருக்கி எங்களைக் காட்டிக் குடுத்திட மாட்டீங்களே”, என்றான் வேலன். திப்பு சுல்தான் முகத்தில் புன்னகை அரும்பியது. பிரெஞ்சு அதிகாரியும் கோபப்படவில்லை. “பயப்படாதீங்க, நான் ஒரு ஜாக்கோபின், உலக மக்களுக்காகப் போராடறவன்”, என்றார். “ஆமாம், மக்களுக்காகப் போராடறதாலதான் ஜாக்கோபின்ஸ் நெறையப்பேரு மைசூருக்கு ஆதரவாச் செயல்படறாங்க”, என்றார் திப்பு சுல்தான்.

“மக்களுக்காகப் போராடுற பழசிராஜாவை ஏன் எதிரியா நினைக்கறீங்க?”, என்றான் வேலன்.

திப்பு சுல்தான் லேசான எரிச்சலுடன் வேலனைப் பார்த்தார். “மிஸ்டர் வேலன். பழசிராஜா கம்பெனியை சப்போர்ட் பண்றார், மைசூரோட சண்டை போடறார்”, என்றார்.

“சாகிப், பழசிராஜா கேரள மக்களுக்காத்தான் எப்பவும் போராடுறார், கம்பெனிக்காக இல்லை. அவரு மைசூர்மேல படையெடுக்கலை. மைசூர்படைதான் கோட்டயத்தையும், வயநாட்டையும் தாக்குச்சு”, என்றான் வேலன். திப்பு கோபமடையாமல் ஒரு கணம் சிந்தித்து விட்டு, “நீ என்ன சொல்ல வர்றே?”, என்றார்.

“நம்மகூடச் சேர்த்துட்டா, மலபாருக்கும், மைசூருக்கும் நடுவே பழசிராஜா ஒரு தடுப்பு அரணா இருப்பாரு”, என்றான் வேலன்.

“நல்ல வேளை, நீ எங்க பக்கம் இருக்கே”, என்று சிரித்துக்கொண்டே சொல்லிவிட்டு வெளியேறினார் சுல்தான். திடீரென்று வந்ததைப் போலவே, திடீரென்று இருளில் மாயமானார். உறங்குவதற்கு அங்கே கட்டில் மெத்தை எதுவும் இல்லை. சின்னமலை உட்பட அனைவருக் கும் தென்னங்கீற்றுக்களால் பின்னப்பட்ட கோணிகள்தான் இருந்தன.

வைகறை அமைதியைச் சிறிய ஆரவார ஒலிகள் குலைத்தன. படிப் படியாக ஒலிகள் அதிகமாகி, துப்பாக்கிகள் வெடிக்கும் ஓசை கேட்டது. வேலனும், முத்தம்மாவும் விழித்தெழுந்து கூடாரத்திற்கு

வெளிய வந்து பார்த்தனர். வெளியே இளைஞர்கள், வாள்வீச்சு, சிலம்பம், மல்யுத்தம் என்று பயிற்சிகளில் ஈடுபட்டிருந்தனர். மறுபுறம், பிரெஞ்சு அதிகாரியின் தலைமையில் துப்பாக்கி சுடும் பயிற்சிகள் நடந்து கொண்டிருந்தன. சின்னமலையை எங்கும் காணவில்லை. “முகாமிலிருந்து போய்விட்டார் போலும்”, என்று நினைத்துக் கொண்டனர் வேலனும், முத்தம்மாவும். இவர்கள் இருவரும் எழுந்து வெளியே வருவதைப் பார்த்த கருப்ப சேர்வை, ஒரு இளைஞனிடம் ஏதோ சொல்லி அனுப்பி வைத்தார். இளைஞன், சற்று தூரத்தில் சமையல் வேலையில் ஈடுபட்டிருந்த ஒரு பெண்ணையும் அழைத்துக்கொண்டு வந்தான். காலைக் கடன்களை முடிப்பதற்காக அந்தப் பெண்ணுடன் முத்தம்மா சென்றாள். தூரத்தில் இருந்த குளத்திற்கு வேலனை இட்டுச் சென்றான் இளைஞன். செல்லும் வழியில் ஒரு கூடாரத்திற்குள் சில பீரங்கிகள் மறைத்து வைக்கப் பட்டிருப்பது வேலன் கண்ணில் பட்டது. “பீரங்கிப் பயிற்சியும் நடக்குமா?”, என்று இளைஞனைக் கேட்டான் வேலன்.

“ஓ... நடக்குமே. ஆனால் அந்த மாஸ்டர் வெளியூர் போயிட்டார். அது தான் பீரங்கிகளையெல்லாம் உள்ளே வச்சிருக்கோம்”, என்றான் அந்த இளைஞன். வேலனும், முத்தம்மாவும் உடைமாற்றிக்கொண்டு வந்து பயிற்சிகளை வேடிக்கை பார்த்தனர். காலை உணவு என்று அங்கு எதுவும் வழங்கப்படவில்லை. ஆனால் மதிய உணவு, அங்கிருந்த பெண்களால் சீக்கிரமே தயாரித்து வழங்கப்பட்டது.

மதிய உணவின்போது வேலன், முத்தம்மாவுடன், கருப்பசேர்வையும், பிரெஞ்சு அதிகாரியும் சேர்ந்து கொண்டனர். கருப்பசேர்வை கூறினார், “வெடிமருந்து மட்டும் நெறையக் கெடைச்சா, கோயம்புத்தூரை நாளைக்கே புடிச்சிருவேன்.”

“அது தான் கொடுமை. வெடிஉப்பு ஏற்றுமதி பண்ணுற நமக்கு, அதை வெடிமருந்தா மாத்தத்தெரியல”, என்றாள் முத்தம்மா.

“மைசூர் ராக்கெட்டைப்பத்தி இங்கிலாந்தில ஆராய்ச்சி பண்ணத் தொடங்கிட்டாங்க. ஆனால் சக்தி அதிகம் உள்ள வெடிமருந்தைத் தயார் பண்ண நாம ஆராய்ச்சியில இறங்கல”, என்றான் வேலன்.

அதுவரை வேடிக்கை பார்த்துக்கொண்டிருந்த பிரெஞ்சு அதிகாரி, “அது ரசாயன ஆராய்ச்சி, இரண்டு நூற்றாண்டா ஐரோப்பாவில நடக்குது. நீங்க படிக்கிறதை நிறுத்தியே ரெண்டு நூற்றாண்டு

ஆகுது. பாட்டு எழுதவும், கணக்கு எழுதவும் தவிர வேறஎதையும் மக்களுக்குச் சொல்லிக் குடுக்கறதில்லை. அப்புறம் எப்படி ஆராய்ச்சி வளரும். உங்களுக்கு ஒண்ணு தெரியுமா? எங்க நாட்டு வெடிமருந்து மட்டும் போகலைன்னா, அமெரிக்காவில, விடுதலைப் போராட்டமே தொடங்கியிருக்காது" என்றார்.

வேலன் கேட்டான், "விடுதலைக்காக இங்கிலாந்தை எதிர்த்து அமெரிக்கா வெற்றிகரமாப் போராடுறதாச் சொல்றாங்க. எங்களால மட்டும் அது ஏன் முடியலை? எங்ககிட்ட அமெரிக்காவை விட ஏகப்பட்ட படைகள் இருக்கு. ஆனாலும் ஏன் தோத்துக்கிட்டே இருக்கோம்?".

"அமெரிக்காவில இருக்கறவங்களும், ஐரோப்பாவில இருந்து போனவங்கதான். அவங்ககிட்டேயும் அடிப்படைக் கல்வி இருக்கு, அறிவியல் அறிவு வளர்ந்திருக்கு. மொதலாளிங்க ஆட்சி பண்றாங்க. இந்தியாவில இன்னும் ராஜாக்கள் தலைமையில பிரபுக்கள்தான், சர்வாதிகாரம் பண்ணிக்கிட்டு இருக்காங்க. சாதாரண மக்களுக்கு கல்வி கிடைக்கிறதில்லை", என்றார் ஜாக்கோபின் அதிகாரி.

அப்பொழுது மரத்தின் உச்சியில் இருந்த இளைஞன் குலவை ஒலி எழுப்பினான். அனைவரும் திரும்பிப் பார்த்தனர். இளைஞன் இறங்கிக் கருப்ப சேர்வையிடம் ஓடி வந்தான்.

"என்ன ஆபத்து சின்னய்யா?, என்று கேட்டார் கருப்ப சேர்வை.

"பெரிய கம்பெனிப் பட்டாளம் ஒண்ணு, நம்ம முகாமை நோக்கி வந்திக்கிட்டு இருக்கு" என்றான் சின்னையா.

55

கம்பெனிப்படை ஒன்று தங்களை நோக்கி வருகின்றது என்ற செய்தியைக் கேட்டதும் இளைஞர்கள் ஓடிச்சென்று ஆயுதங்களை எடுத்தனர். கருப்ப சேர்வை அனைவரையும் அழைத்தார். "இது நாம போருக்குப் போற நேரம் இல்லை. படாலிக் காட்டுக்குள்ள பயிற்சி நடக்கறது ரகசியமா இருக்கணும்" என்றார்.

"நாம ஓடிப்போனாலும், ஆயுதங்கள், பீரங்கிகள்லாம் மாட்டிக்குமே, கூடாரங்களையெல்லாம் அவங்க வர்றதுக்குள்ள பிரிக்க முடியாதே", என்றான் சின்னையா.

"கம்பெனிப்படைங்க வழக்கமாப் போற வழியிலயா, பயிற்சி முகாம் வச்சிருக்கீங்க?", என்று கேட்டான் வேலன்.

“இந்த வழியா அவங்க வர்றது இதுதான் முதல்தடவை. நிச்சயமா இது நம்மைப்பிடிக்க வர்ற படையில்லை. பிடிக்கிறதாயிருந்தா இதை விடப் பெரிய படையாத் திரட்டிக்கிட்டு வந்திருப்பாங்க”, என்றார் கருப்பசேர்வை. “வழக்கமாப் போறவழியில, ஏரிக்கரை உடைஞ்சு சேறாய் இருக்கிறதா நேத்துச் சொன்னாங்க. அதனால இந்த வழியா வந்திட்டாங்க போல”, என்றான் ஒரு இளைஞன்.

“நாம ஓடவும் முடியாது, மோதவும் முடியாது, என்னதான் பண்றது”, என்றான் சின்னய்யா. “வரவேற்க வேண்டியதுதான். கூப்பிட்டு விருந்து வச்சிடுவோம்”, என்றான் வேலன். “அவ்வளவு சுலபமா ஏமாந்திடுவாங்களா?”, என்றார் கருப்ப சேர்வை.

“நான் அந்த மாதிரிப் பத்துவயசிலேயே ஏமாத்தி இருக்கேன்”, என்ற வேலன் தூரத்தில் இருந்த மரத்தையும், அதன் கீழே இருந்த சாமி சிலையையும் காட்டினான். “அது தான் நம்ம குலதெய்வம். அது முன்னால கல்யாணம் நடத்தத்தான் நாமெல்லாம் வந்திருக்கோம்”, என்றான். அப்பொழுது அங்கு வந்துவிட்ட பிரெஞ்சு அதிகாரி,

“நான் சண்டை போட அருமையான பிளான் தர்றேன்”, என்றார்.

“இல்லை ஐயா, ஒரு கல்யாண விருந்துக்கு ஏற்பாடு பண்ணிக்கிட்டு இருக்கற மாதிரி நடிக்கப் போறோம்”, என்றார் கருப்ப சேர்வை.

“அருமையான ஐடியா. நாடகத்தில நடிக்கணும்னு எனக்கு எப்பவுமே ஒரு ஆசை. நான் என்னவா நடிக்கணும்?”, என்று உற்சாகமாகக் கேட்டார் ஜாக்கோபின்.

“நீங்க மாயாவியா நடிக்கணும். கூடாரத்துக்குள்ளேயே ஒளிஞ்சு இருக்கணும்” என்று பிரெஞ்சு மொழியில் கூறினார் கருப்ப சேர்வை. ஜாக்கோபின் அதிகாரி வருத்தத்தோடு போய்விட்டார். அதற்குள் அங்கு கூடிவிட்ட பெண்களில் ஒருத்தி,

“கல்யாணம்னா பொண்ணு, மாப்பிள்ளை வேண்டாமா?”, என்றாள்.

“கட்டாயமா. நானும், முத்தம்மாவும்தான் மாப்பிள்ளையும், பொண்ணும் ”, என்றான் வேலன். கூட்டத்தினரிடையே கலகலவென்று சிரிப்பொலி எழுந்தது. “நெஜமாத்தான் சொல்றேன். கருப்பசேர்வை தலைமையில நாங்க ரெண்டு பேரும் கல்யாணம் பண்ணிக்கப் போறோம்”, என்றான் வேலன்.

“ஏய், தப்பிக்க வழிசொல்றியா, இல்லை, அந்தச் சாக்கில என் கழுத்தில தாலி கட்டப் பார்க்கிறியா?”, என்றாள் முத்தம்மா கோபமாக.

“ரெண்டும் தான்”, என்று கண்களைச் சிமிட்டினான் வேலன். மீண்டும் சிரிப்பொலிகள் எழுந்தன.

இனித் தாமதிக்க நேரமில்லை என்பதை உணர்ந்த கருப்பசேர்வை. உங்க கல்யாணத்தை நடத்திவைக்கிறது எனக்குப் பெருமையான விஷயம்”, என்றதோடு, “ம் சீக்கிரம் கல்யாணத்துக்கான ஏற்பாடு களைப் பண்ணுங்க. இன்னும் அரைமணிநேரத்துக்குள்ள, கம்பெனிப் படை இங்கே வந்து சேர்ந்திடும்”, என்றார். அத்தோடு நிற்காமல் யார், யார் என்ன வேலைகளைச் செய்ய வேண்டும் என்று அடுக்கடுக்காய் உத்திரவுகளைப் பிறப்பித்தார்.

“சில இளைஞர்கள் குதிரைகளில் ஏறி, பக்கத்துக் கிராமத்திற்கு விரைந்தனர். சில பெண்கள் சமையல் வேலையில் மூழ்கினர். மற்ற பெண்கள் மலர்களைத் தேடிச் சென்றனர். இளைஞர்கள் சாமி சலை அருகே தரையில் மூங்கில் கம்பங்களை நட்டு, இரவு படுப்பதற்குப் பயன்படுத்திய தென்னந்தட்டிகளால் பந்தல் போடத் தொடங்கினர். ஒரு பெண் மீண்டும் சந்தேகத்தைக் கிளப்பினாள்.

“ஆமா... இவங்க ஆம்பளை உடையிலயில்ல இருக்காங்க. கல்யாணப் பொண்ணுக்குப் புடவை வேண்டாமா?”, என்றாள். முத்தம்மாள் சிரித் துக்கொண்டே, “நான் பொடவை கட்டிக்கிட்டு வர்றேன்”, என்று சொல்லிவிட்டு முதல் நாள் உறங்கிய கூடாரத்திற்குள் சென்றாள். அங்குதான் அவர்களது உடமைகளை வைத்திருந்தாள். இதற்கிடையே கருப்ப சேர்வையும், வேலனும் இளைஞர்களுடன் சேர்ந்து ஆயுதங்களையெல்லாம் கூடாரங்களுக்குள் மறைத்து வைக்கத் தொடங்கினர். ஆங்கிலப்படைகள் இவர்கள் அருகே வரும்போது கிட்டத்தட்ட, ஒரு கல்யாணம் நடப்பது போன்ற தோற்றத்தை ஏற்படுத்தி விட்டனர். பொய்க் கல்யாணமோ, பொம்மைக் கல்யாணமோ, அவர்கள் அனைவர் மனதிலும் கல்யாண வீட்டின் பரபரப்பும், மகிழ்ச்சியும் தொற்றிக்கொண்டது.

கருப்பையா சேர்வை சில இளைஞர்களுடன், மிக மரியாதையாக, அருகே வந்து விட்ட ஆங்கிலப்படைகளின் அருகே சென்று, “வெல்கம். வெல்கம். எங்க குல தெய்வம் கோயில். மை பிரதர் கல்யாணம்”, என்று அரைகுறை ஆங்கிலத்தில் அதிகாரியை வரவேற்றார். மிகச் சோர்வாகக் காணப்பட்ட அதிகாரி,

“மே காட் பி ளெஸ் யூ. இங்கே வாட்டர், தண்ணி, தண்ணி கெடைக்குமா?”, என்றான். கருப்ப சேர்வை இரண்டு இளைஞர்களை அதிகாரியுடன் அனுப்பினார். இளைஞர்கள் வெள்ளைப் படையினரைச் சற்று தூரத்தில் இருந்த ஓடைக்கு அழைத்துச் சென்றனர். அங்கு சென்றதும் முதல் வேலையாக வயிறு நிறையைத் தண்ணீர் குடித்த கம்பெனி அதிகாரியும், சிப்பாய்களும் காலணிகளைக் கழற்றி விட்டு, “அப்பாடா” என்று புல்தரையில் கால்களை நீட்டி அமர்ந்தனர். இரண்டு சிப்பாய்கள் அதிகாரியிடம் வந்து, “கேம்ப் இங்கே போடலாமா சார்?”, என்றனர். அதற்குள், பிரெஞ்சு அதிகாரியிடம் கேட்டு வாங்கி வந்த மதுபாட்டிலுடன் கருப்ப சேர்வை அங்கு வந்தார். மிக மரியாதையாக அதை அதிகாரியிடம் நீட்டியவர்,

“நீங்க எல்லோரும் கல்யாண விருந்து சாப்பிட்டுத்தான் போகணும்”, என்றார். மகிழ்ச்சியோடு மதுபாட்டிலை வாங்கிக் கொண்ட அதிகாரி, “ஓகே, ஓகே”, என்றான்.

“இங்கிலீஷ் ஆபிசர் கமிங். எங்க கௌரவம், ஹானர்”, என்று பாதி சைகையும், பாதிப் பேச்சுமாய்ச் சொல்லிவிட்டுச் சென்றார் கருப்ப சேர்வை. கிராமத்திற்குச் சென்றிருந்த இளைஞர்கள் சமையலுக்குச் சில கோழிகளைத் தூக்கிக்கொண்டு வந்திருந்தனர். கூடவே கொண்டுவந்திருந்த கள்ளுக் கலையங்களைச் சிப்பாய்களிடம் கொடுத்தனர். சிப்பாய்களின் மகிழ்ச்சிக்கு அளவேயில்லை.

உடைமாற்றிக் கொள்வதற்காகக் கூடாரத்தின் உள்ளே சென்றான் வேலன். உள்ளே கண்ட காட்சி அவனை மயங்க வைத்தது. ஆண் உடையிலும், வேலைக்காரி உடையிலுமே வலம்வரும் முத்தம்மா, முதல் முறையாக நீலநிறப் பட்டுப்புடவையில் தேவதை போல் தோன்றினாள். ஒரு பெண் அவளுக்குத் தலையில் அழகாகக் கொண்டை போட்டு, பூச்சரத்தை அதில் வைத்தாள்.

“ஐயோ, பொண்ணுக்குப்போட உருப்படியா நகை எதுவும் இல்லையே?”, என்றாள் ஒரு பெண். கல்லில் செதுக்கிய சிலை போன்றிருந்த முத்தம்மாவிற்கு அழகைக் கூட்ட நகைகள் எதுவும் தேவையில்லை என்றே வேலனுக்குத் தோன்றியது.

வேலன் உடைமாற்றப்போகிறான் என்பதால் மற்ற பெண்கள் அனைவரும் வெளியே சென்றனர். வேலன் கேட்டான்,

“இது கல்கத்தாவில வாங்கின பனாரஸ் பட்டுப் புடவை தானே?”.

“நல்லாத்தான் ஞாபகம் வச்சிருக்கே. அப்பவே திட்டம் போட்டுத் தான் வாங்கிக் கொடுத்தியோ”, என்றாள் முத்தம்மா. அது பொய்க் கோபம் என்று வேலனால் உணர முடிந்தது, ஏனென்றால், அதுபோன்ற ஒரு மகிழ்ச்சியான மனநிலையில் முத்தம்மாவை வேலன் பார்த்ததே இல்லை. முத்தம்மா வெளியே போய்விட்டாள். வேலன் மூட்டையிலிருந்து, இருப்பதிலேயே குறைவாகக் கசங்கியிருந்த வேட்டி சட்டைகளைத் தேடினான். கோட்டைக்குச் செல்வதற்காக அவன் உடுத்தும் சரிகை வைத்த வேட்டி, சட்டைகள் கிடைத்தன.

“எப்பிடியோ, நானும் பொருத்தமான உடையிலதான் போறேன்”, என்று சொல்லிக் கொண்டே அவைகளை அணிந்து கொண்டு பந்தலை நோக்கிச் சென்றான். அதற்குள் பெண்கள் மணமக்களுக் காகத் தொடுத்திருந்த மாலைகளை இருவருக்கும் அணிவித்தனர். வழக்கமான திருமண மாலைகள் போலல்லாமல், காட்டில் கிடைத்த ஏதேதோ பூக்களை வைத்து மாலை தொடுத்திருந்தனர். ஆனால் அவற்றில் தாழம்பூவும் இருப்பது மூக்கைக் துளைத்த வாசனையால் தெரிந்தது. வேலன் மணப்பந்தல் அருகே சென்றபோது, வெள்ளை அதிகாரியும் சிப்பாய்களும் அங்கே நின்று கொண்டு இருந்தனர். மதுவின் மயக்கம் அதிகாரியிடமும், சிப்பாய்களிடமும் லேசாக வெளிப்பட்டது. “அளவோடுதான் குடித்திருக்கிறார்கள். இவர்களிடம் கவனமாக இருக்க வேண்டும்”, என்று தனக்குள் முணுமுணுத்துக்கொண்டான் வேலன். அதிகாரி, கருப்ப சேர்வையிடம் வந்தான்.

“கல்யாண மியூசிக் எங்கே? `டும்டும் பீப்பி`என்று சைகை காட்டினான்.

“தொரை அதெல்லாம் டவுன்ல. காட்டில மியூசிக் இங்கே இருக்கு”, என்று சொல்லித் தன் கழுத்தைக் காட்டினார் கருப்ப சேர்வை. புரியாமல் குழம்பினான் வெள்ளை அதிகாரி. கருப்பசேர்வை கூட்டத்தைப் பார்த்து, “ம் குலவை போடுங்க”, என்றார். பெண்களும், ஆண்களும், நாக்கை மடித்துப் பெருங்குரலில் `லு,லு,லு,லு` என்று காடே அதிரக் குலவையிட்டனர். வேலன் கையில், நடுவில் மஞ்சள் துண்டு கட்டிய மஞ்சள் கயிற்றைக் கொடுத்தார் கருப்ப சேர்வை. குலவையிடத் தெரியாத வெள்ளை அதிகாரி கைகளைத் தட்டி “கமான், கமான்” என்றான். வேலன் முத்தமாவின் கழுத்தில் தாலிகட்டி முடித்தான். இருவரும் மாலை மாற்றிக்கொண்டனர்.

நேரத்தை வீணாக்க விரும்பாத கருப்ப சேர்வை, முதலில் கம்பெனிப் படைகளுக்கு விருந்து படைக்கக் கட்டளையிட்டார். தாமரை இலைகளில் பரிமாறப்பட்ட கோழிக்குழம்பு ஊற்றிய சாதம் மட்டும்தான் கல்யாணச்சாப்பாடு. ஆனால் காட்டுக்குள் அது கிடைத்ததே கம்பெனிப் படைகளுக்கு ஆனந்தமாயிருந்தது. வேலனும், முத்தம்மாவும் தங்கள் கூடாரத்தின் பின்புறம் சென்று கிடைத்த இடத்திலமர்ந்து சாப்பிடத் தொடங்கினர். சட்டையைக் கழற்றிவிட்டு வெற்று உடம்புடன், பிரெஞ்சு அதிகாரியும் அவர்களுடன் சேர்ந்து கொண்டார். சற்று நேரத்தில் சின்னய்யாவும், கருப்பசேர்வையும் கையில் உணவுடன் அங்கு வந்து சேர்ந்தனர்.

கருப்ப சேர்வை எரிச்சலான குரலில், "சாப்பிட்ட உடனே போயிடுவாங்கன்னு பார்த்தா, அவன் அவன் நீட்டி நிமிர்ந்து படுத்திட்டான். அவங்க போற வரைக்கும் நீங்களும் போக முடியாது", என்றார் வேலனிடம். "அதனால் ஒண்ணும் இல்லை. சரி, இப்போ கொங்கு நாட்டுக்கும், மைசூருக்கும் உறவு எப்பிடியிருக்கு?", என்று கேட்டான் வேலன்.

"இது மைசூர் அரசுக்குக் கப்பம் கட்டுற பகுதி. நாங்க கப்பத்தை வசூல்பண்ணி அதிலதான் இளைஞர் படையை உருவாக்குறோம்", என்றார் கருப்பசேர்வை.

"என்னென்னவெல்லாம் சொல்லித் தர்றீங்க?", என்று கேட்டாள் முத்தம்மா.

"கத்திச்சண்டை, கம்புச்சண்டை, துப்பாக்கி சுட, பீரங்கி சுட, எல்லாமே கத்துக்கறோம்", என்றான் சின்னையா உற்சாகமாக.

"எழுதப்படிக்கவும் சொல்லித் தர்றாங்களா?", என்றான் வேலன்.

"எழுதப்படிக்கவா? நாங்க என்ன கணக்கப்பிள்ளை வேலையா பார்க்கப்போறோம்", என்று சிரித்தான் சின்னையா.

"கணக்குப்பிள்ளைக்கு மட்டும் தான் படிக்கத் தெரியணுமா?", என்றான் வேலன். "நாங்க போர்வீரர்களா ஆகப்போறோம், அதுக்குப் படிப்பு எதுக்கு?", என்றான் சின்னய்யா.

"ஒரு போரோட வெற்றி கத்தியில இல்லை, கத்தி பிடிக்கறவன் புத்தியிலதான் இருக்கு. லட்சக் கணக்கான சிப்பாய்ங்க இருந்தும் வங்காளத்தில, ரெண்டாயிரம் கம்பெனிச் சிப்பாய்ங்ககிட்ட சிராஜ் உத்தௌலா தோத்து ஓடினார்", என்றான் வேலன்.

"இதைப்பத்தித்தான் நானும் யோசிச்சிக்கிட்டு இருக்கேன்.

ஐரோப்பாக்காரங்களை வச்சு அவங்க மாதிரியே படை கட்டறார் திப்பு சுல்தான். கம்பெனி மாதிரியே மாதச் சம்பளம் குடுக்கிறார். அவரு மட்டுமில்லை, ஆவாத்ல சுஜா உத்தௌலா, தில்லியில நஜாப்கான், மராத்தியரும் கூட ஐரோப்பியர் மாதிரியே நம்ம படைகளையும் கட்டிக்கிட்டு இருக்காங்க. ஆனால் அதனால கம்பெனியை எங்கேயும் ஜெயிக்கலயே ஏன்", என்றார் கருப்ப சேர்வை.

"உங்க ஆளுங்களுக்கு எத்தனை தடவை சொன்னாலும் புரிய மாட்டேங்குது. என்ன திட்டம் போட்டுட்டுப் போனாலும், சண்டை நடக்குறப்போ எதிரி ரொம்ப தூரத்தில இருக்கும் போதே சுட ஆரம்பிச்சிடறாங்க. குண்டு வீணாப்போறது தான் மிச்சம்", என்றார் பிரெஞ்சு அதிகாரி. "எங்க ஆளுங்களுக்கு என்ன சண்டை போடத் தெரியாதுன்னு சொல்றீங்களா?" என்றார் கருப்ப சேர்வை கோபமாக.

"அவர் சொல்றதும் சரிதான். நாம திட்டம் போடறதே இல்லை. அப்படியே போட்டாலும் அதுபடி நடக்கறதும் இல்லை. இரண்டு லட்சம் மராத்திய வீரர்கள், வெறும் ஐம்பதாயிரம் ஆப்கானிஸ்தான் வீரர்கள்கிட்ட, ஏன் தோத்துப்போனாங்க, பானிபட்டில? மராத்தியர்கள் கிட்ட வீரம் இருந்துச்சு. ஆனால் வீரம் மட்டும் தான் இருந்துச்சு. தலைமைக்கு கட்டுப்படுற ஒழுங்கு இல்லை", என்றான் வேலன்.

"கீழ்ப்படிதலுக்கும் சேர்த்துத்தான் பயிற்சி குடுக்கறோம்", என்றார் கருப்பசேர்வை.

"ஆனால், ஐரோப்பியப் படைங்க, அகமத் ஷா அப்தாலி படைகளை விட ஆபத்தானவங்க. ஐரோப்பாவில எல்லோரும் பள்ளிக் கூடத்தில படிச்சிட்டுத்தான் படையில சேர்றாங்க", என்றான் வேலன்.

"எல்லோரும்னு சொல்லமுடியாது. ஆனால் பெரும்பாலான வீரர்கள் ஓரளவு படிச்சவங்க தான். அப்பத்தான் புதுப்புது ஆயுதங்களையும், தந்திரங்களையும் பயன்படுத்திச் சண்டை போடக் கத்துக்க முடியும்" என்றான் பிரெஞ்சு அதிகாரி.

"யார் இந்த வெள்ளைக் காரன்?", என்று அதட்டலான குரல் கேட்டது. அனைவரும் திடுக்கிட்டு நிமிர்ந்தனர். அங்கே கம்பெனிப் படையின் அதிகாரி நின்று கொண்டிருந்தான். தூரத்தில் அவனுடைய வீரர்கள் புறப்படுவதற்குத் தயாராயிருந்தனர்.

"நன்றி சொல்ல வந்திருப்பான் போலும்", என்று முணுமுணுத்தாள் முத்தம்மா.

பட்டென்று பதில் சொன்னான் சின்னையா. "அவரு எங்க மாஸ்டர்".

"மாஸ்டரா, என்ன மாஸ்டர்?", என்றான் ஆங்கில அதிகாரி.

பிரெஞ்சு அதிகாரி எழுந்து, ஆங்கிலத்தில், "கடவுள் உன்னை ஆசீர்வதிக்கட்டும் மகனே. ஏசுவின் பாதையை இவர்களுக்குக் காட்டுவதற்காக என்னை இந்தியாவிற்குக் கடவுள் அனுப்பி இருக்கிறார்", என்றார்.

"ஓ... பாதரா?", என்ற வெள்ளை அதிகாரி, "பாதர்... நான் உங்களைக் காட்டிக் குடுக்க மாட்டேன். ஆனால் கம்பெனிப் பகுதிகள்ல பாதிரியாருங்க வரக்கூடாது", என்றான்.

"ஏன் மகனே அப்படி?", என்றார் பிரெஞ்சு அதிகாரி.

"இந்துக்கள் மதம் மாறக்கூடாது. அவங்க இந்துக்களாகவே, சாதி, சனம்னு பிரிஞ்சு இருக்கிறதுதான் கம்பெனிக்கு நல்லது. அதனால தான் முஸ்லிம் ராஜாக்களும் இந்துக்கள் மதவிஷயத்தில தலையிட றது இல்லை", என்றவன், "சரி, நேரமாகுது கிளம்புறேன். உங்க எல்லாரு உதவிக்கும் நன்றி", என்று சொல்லிவிட்டுப் புறப்பட்டான்.

"இது அவங்க கட்டுப்பாட்டுப்பகுதியே இல்லை. மைசூரைச் சேர்ந்தது. இருந்தாலும் எவ்வளவு திமிராப் பேசிட்டுப்போறான் பாரு?', என்று கொதித்தார் கருப்ப சேர்வை.

"சரி, நாங்களும் பொறப்படறோம்", என்றாள் முத்தம்மா.

"அது புத்திசாலித்தனம் இல்லை. இப்போத்தான் கம்பெனிப்படை போகுது. நீங்களும் அவங்க பின்னாலே போனால். எங்கேயாவது வழியில அவங்களைச் சந்திக்கிறமாதிரி ஆயிடும். இருட்டப்போகுது, தூங்கிட்டுக் காலையில போங்க", என்றார் கருப்ப சேர்வை. "சரி" என்று தலையாட்டிவிட்டுக் கூடாரத்திற்குள் சென்றாள் முத்தம்மா,. வேலன் மற்றவர்களுடன் சற்று நேரம் பேசிக்கொண்டிருந்தான். இருட்டாகி விட்டதால் அவர்கள் கூடார வாசலிலும் ஒரு தீப்பந்தம் ஏற்றி வைக்கப்பட்டது. உள்ளே நுழைந்த வேலன், முத்தம்மா இன்னும் உறங்காமல் தலைக்குக் கீழே கைகளை வைத்து ஏதோ சிந்தனையில் ஆழ்ந்திருப்பவள் போல் படுத்திருப்பதைப் பார்த்தான். அவளது கோபத்தைக் குறைக்க நினைத்த வேலன்,

"முத்தம்மா, ஏமாத்தித் தாலிகட்டிட்டேன்னு கோபமா?", என்றான்.

“இல்லை” என்று அவனைப்பார்த்து முறைத்தவள், “தாலி கட்டிட்டும் ஏமாத்தறியேன்னு தான் கோபம்” என்று சொல்லி விட்டுக் கலகல வென்று சிரித்தாள். வேலன் புன்னகையோடு தீப்பந்தத்தைப் பிடுங்கி, தரையில் அழுத்தி அணைத்தான்.

56

சென்னைக்குவந்த மறுநாளே பறங்கிமலைக்குப் புறப்பட்டுச் சென்று விட்டாள் முத்தம்மா. வேலனின் மனதிலோ ஒரே சிந்தனை. வெடி மருந்து திருடுவதை விட, வெடிமருந்து தயாரிக்கும் தொழில் நுட்பத்தை எப்படியாவது திருட வேண்டும் என்று நினைத்தான். அதற்கு ஏற்றாற் போல் மைசூருக்கே வெடிமருந்து கிடைப்பது அரிதாகி விட் டிருந்தது. மாகே, நாகப்பட்டினம் துறைமுகங்களைக் கைப்பற்றியதன் மூலம் மற்ற ஐரோப்பிய நாடுகள் திப்புசுல்தானுக்கு வெடிமருந்து தரவிடாமல், ஆங்கிலேயர் வெற்றிகரமாகத் தடுத்துவிட்டனர். அதைப் பற்றிப் பேசுவதற்காக ஒரு ஞாயிற்றுக்கிழமையில் கூட்டம் ஏற்பாடு செய்திருந்தான் வேலன். சனிக்கிழமை இரவே முத்தம்மா வந்து விட்டாள். அவள் தோற்றத்தைக் கண்டு வேலன் அசந்து போனான். குட்டையாக முடிவெட்டி ஆங்கிலோ இந்தியப் பெண்களைப்போல் கௌன் அணிந்து வந்திருந்தாள்.

“இது என்ன புதுசா, சட்டைக்காரி வேஷம்”, என்றான் வேலன்.

“பென்பீல்டு என்னை புதுசா ஒரு பெரிய அதிகாரி வீட்டில சேர்த்து விட்டுட்டான். அவரோ வேலைக்காரிங்ககூட ஆங்கிலோ இந்தியப் பொண்ணாத்தான் இருக்கணும், ஏசப்பாவைத்தான் கும்பிடணும்கிறார், அதனாலதான் கௌன், சிலுவை, உனக்குப்பிடிச்சிருக்கா” என்றாள்.

“ஓ உனக்குப் பொருத்தமா இருக்கு. குதிரையேற வசதியாக்கூட இருக்கும்னு நினைக்கிறேன்”, என்றான். “வசதிதான். நீ வேற, எப்போ பாதிரியாரா மாறப்போறியோ தெரியலை. அதனால நான் இப்பவே தயாராகுறேன்”, என்றாள். “உடையெல்லாம் கூட ஒசத்தி துணிகளா இருக்கே” என்றான் வேலன்.

“எல்லாம் துரைசானி அம்மாவோட பழைய துணிங்கதான். அந்த அதிகாரி பொண்டாட்டிக்கு நல்ல துணியா எடுத்துக் குடுத்திருக்காரு. சில புருசனுங்க பொண்டாட்டிக்குத் துணியே எடுத்துத் தர்றதில்லை”, என்றாள் பொய்க் கோபத்துடன்.

"என் கம்பெனியில பாதி, உண் பணத்தில தான் ஓடுது. இதில நான் என்ன எடுத்துக் தரணும். நீயே எப்போ வேணும்னாலும் துணி எடுத்துக்கலாமே", என்றான் வேலன்.

"உன் மரமண்டைக்கு இதெல்லாம் புரியாது", என்று முற்றுப்புள்ளி வைத்தாள் முத்தம்மா. மறுநாள் பகலில், முதலில் மணிவாசகம் வந்தார். மணிவாசகத்திடம் தன் திட்டத்தை விளக்கினான் வேலன்.

"நீ நினைக்கிறது நடக்காதுன்னு தோணுது. மொதல்லே ஹீரா பிஜ்லியைக் கண்டுபிடிக்க முடியுமாங்கறதே நிச்சயம் இல்லை. அப்படியே கண்டுபிடிச்சாலும், நீ போடற நிபந்தனைக்கு பால் ஒத்துக்கவே மாட்டான். ஒத்துக்கிட்டாலும் அவனால நிறைவேத்தவே முடியாது" என்றார் மணிவாசகம். சிறிது நேரத்திற்குப்பின் பால் பென்பீல்டும், டேவிட்டும் வந்து சேர்ந்தனர். பால் முத்தம்மாவிடம்,

"என்ன ஸ்டெல்லா, வேலைக்குச் சேர்ந்திருக்ற வீடு பிடிச்சிருக்கா?" என்றான். குழப்பமடைந்த வேலனிடம், "இப்போ பறங்கிமலையில அதுதான் என் பேரு", என்றாள் முத்தம்மா. பிறகு, "நல்லாத்தான் நடத்தறாங்க. அவரு பொண்டாட்டிக்கிட்ட பேசறதில இருந்தே நெறைய தகவல் கிடைக்குது. ஆனால் அவங்க கடவுள் பக்திதான் தாங்க முடியலை", என்றாள்.

"ஆமாம். அதில கணவனும், மனைவியும் ஒரே மாதிரி. அதனால, அவங்ககிட்ட பேசறதுக்கே கோட்டையில எல்லோரும் பயப்படுவாங்க", என்றான் பால். டேவிட் இடையில் புகுந்து, "ஞாயித்துக்கிழமை ஒரு நாள் சர்ச்சுக்குப் போறதே கஷ்டமாயிருக்கு, பாவம் முத்தம்மா", என்றான்.

"சரி, விஷயத்துக்கு வருவோம் பால், ஜஸ்வந்த் சிங்குக்கு உடம்பு சரியாயிடுச்சு, இனியும் தாமதிக்காம ஹீரா பிஜ்லியைத் தேடிப் போகலாம்னு நினைக்கிறேன்", என்றான் வேலன். "நான் இங்கிலாந்து போயிட்டு வர்றதுக்குள்ள நீ வைரத்தை எப்படியாவது கண்டுபிடிச்சிக் கொண்டு வரணும்", என்றான் பால்.

"நிச்சயமாக் கண்டுபிடிச்சிருவேன். ஆனால் நாம முன்னே போட்ட ஒப்பந்தத்தை மாத்தணும்", என்றான் வேலன்.

"என்ன... அதிகப் பணம் வேணுமா?", என்றான் பால்.

"எனக்கும் முத்தம்மாவுக்கும் பணமேவேண்டாம், ஜஸ்வந்துக்கு மட்டும் குடுத்தாப்போதும்", என்றான் வேலன்.

"ஓ... வெடிமருந்தாவோ, ஆயுதங்களாவோ கேட்கிறியா? ஒரு கப்பல் நிறைய வெடிமருந்தும், ஆயுதங்களுமா டேனிஷ் கப்பல்ல

ஏத்தி ஐரோப்பாவில இருந்தே அனுப்பிடறேன்'', என்றான் பால் பென்பீல்டு.

“அவ்வளவு சிரமம் உனக்கு வேண்டாம் பால். ரெண்டே ரெண்டு ஆட்கள், வெடிஉப்பை வெடிமருந்தா மாத்தத் தெரிஞ்ச ரெண்டு பேரை இங்கிலாந்தில இருந்து அனுப்பு போதும்'', என்றான் வேலன்.

ஒரு கணம் அதிர்ந்துபோய் அனைவரையும் பார்த்த பென்பீல்டு, ‘‘எங்க பிரதம மந்திரியைக் கூடக் கடத்திக்கிட்டு வந்திடலாம், ஆனால் வெடிமருந்து நிபுணர்களைக் கடத்த முடியாது. அவங்களா வரவும் மாட்டாங்க. மாட்டிக்கிட்டா தேசவிரோதின்னு சொல்லிச் சுட்டுத் தள்ளிடும் எங்க அரசாங்கம்'', என்றான் பால்.

“அமெரிக்காவில எப்படி வெடிமருந்து தயாரிக்கிறாங்க?'', என்றாள் முத்தம்மா.

“அங்கே போய்க் குடியேறினவங்களும், அறிவியல் தெரிஞ்ச ஐரோப்பியர்கள் தானே'', என்றான் டேவிட்.

“பிரான்சுநாடும், கப்பல், கப்பலா அமெரிக்கப் படைகளுக்கு வெடி மருந்து அனுப்பிச்சிக்கிட்டு இருக்கு'', என்றான் பால்.

மணிவாசகம் இடையில் புகுந்து, “பிரான்சில இருந்து யாரையாவது விலை பேசிக் கூட்டிக்கிட்டு வந்திட்டா என்ன?'' என்றார்.

“அது ஒண்ணும் அவ்வளவு சுலபம் இல்லை. எந்த ஐரோப்பியநாடும் வெடிமருந்து தயாரிக்கிற ரகசியத்தை வெளியே விடாது. அதை வச்சுத்தானே ஆசியா, ஆப்பிரிக்கா, அமெரிக்காக் கண்டங்களையெல் லாம் ஆட்டிப்டைச்சிக்கிட்டு இருக்கோம்'', என்றான் டேவிட். பால் திடீரென்று, “ஒரே ஒரு வழி இருக்கு. பிரான்சில ஜாக்கோபின்ஸ்னு ஒரு கூட்டம் இருக்காங்க. எல்லா நாட்டு மக்கள் விடுதலைக்கும் உதவிசெய்யறது அவங்க கொள்கை. அதில நெறையப்பேரு அதிபுத்திசாலிங்க, அறிவாளிங்க, விஞ்ஞானிங்க, அவங்களைப் பத்திக் கேள்விப்பட்டு இருக்கியா?'', என்றான்.

படாலிக்காட்டில் தான் சந்தித்த பிரெஞ்சு அதிகாரி வேலனுக்கு நினைவிற்கு வந்தார். “தெரியும், பாதிரியாருங்க சொல்லியிருக்காங்க'' என்றான். பால் சற்று யோசித்து விட்டு, “அது ஒருவழி தான் இருக்கு. எனக்கு வால்ட்டர் பிராய்டுன்னு பாரிஸ் நகரத்தில ஒரு பிரண்ட் இருக்கான்'', என்றான் பால்.

"ஓ, பிரெஞ்சுக்காரனா?", என்றாள் முத்தம்மா.

"இல்லை, இங்கிலாந்துக்காரன்தான். இப்போ பாரிசில பைனான்ஸ் கம்பெனி, பேங்கெல்லாம் நடத்தறான்", என்றான் பால்.

"அவர் மேல ஏதோ மோசடிக் கேசு நடந்து, அதனால தான் பாரிசுக்கு ஓடிட்டாருன்னு கேள்விப்பட்டிருக்கேனே", என்றான் டேவிட்.

"அது ஒரு காலம். இப்போ இங்கிலாந்து பிரதமரோட தேர்தல் செலவுக்கே பணம் தர்றது அவன்தான்", என்றான் பால்.

"என்னது, இங்கிலாந்து பிரதம மந்திரி தேர்தல் செலவுக்கு, பாரிசில இருக்கவன் பணம் கொடுக்கறானா?", நம்பமுடியாமல் கேட்டார் மணிவாசகம். "ரெண்டு நாடுகளும் எதிரி நாடுங்க இல்லையா?", என்று கேட்டாள் முத்தம்மா.

"எதிரி, நண்பன், தேசபக்தன், தேசத்துரோகி இதெல்லாம் ஏமாளி ஏழைங்களுக்குதான், மொதலாளிங்களுக்கும், அரசியல்வாதிங்களுக்கும் இல்லை", என்ற பால், "விஷயத்துக்கு வருவோம், ஜாக்கோபின் வட்டத்தில இருந்து ஒரு வெடிமருந்து நிபுணரை இந்தியாவுக்கு ரகசியமா அழைச்சிக்கிட்டு வரமுடியும்", என்றான்.

"அதை மட்டும் செஞ்சிரு, எவ்வளவு செலவானாலும் பரவாயில்லை", என்றான் வேலன். "அவங்கள்லாம் ஒரு அரைப்பைத்தியம், காசு, பணத்தைப்பத்திக் கவலைப்படவே மாட்டாங்க", என்றான் பால்.

அதன்பின் பயண ஏற்பாடுகள் விரைவாக நடந்தன. உடனடியாக கல்கத்தா புறப்படத் தயாராயிருந்த ஒரு ஆங்கிலேயர் கப்பலில் வேலன் பயணிக்க ஏற்பாடு செய்யப்பட்டது. கிறித்தவத்திற்கு மாறிவிட்ட ஒரு இந்திய வியாபாரியும், அவனது மனைவியும் போல், வேலனுக்கும், முத்தம்மாவிற்கும் அனுமதிச்சீட்டுத் தயார் செய்யப்பட்டது. ஆங்கிலேயரைப் போல் வேலனுக்குக் கோட்டு, சூட்டு எல்லாம் தைக்க வேண்டியதாயிற்று. முத்தம்மா ஸ்டெல்லாவாக எளிதில் மாறினாள். ஜஸ்வந்த்சிங், தன் சொந்தப்பெயரிலேயே, மிஸ்டர் மைக்கேலாக மாறிவிட்ட வேலனின், வேலைக்காரனாக வந்துவிட்டான். டேவிட், இவர்களுக்குச் சம்பந்தம் இல்லாதது போல், அரசு வேலையாக, கவர்னர் ஜெனரல் கார்ன் வாலிசுக்குச் சென்னைக் கோட்டையில்

இருந்து கடிதங்களைக்கொண்டு செல்லும் ஒரு அலுவலக உதவியாளன் ஆனான். ஆங்கிலேயரின் வணிகக்கப்பல் மதராசைவிட்டுக் கல்கத்தா நோக்கிப் புறப்பட்டது. இம்முறை வேலனுக்கு வாந்தி மயக்கம் எதுவும் ஏற்படவில்லை. காலை உணவிற்காக அமர்ந்திருக்கும் பொழுது வேலன் சொன்னான்,

“முத்தம்மா, உனக்கு கௌன் போடறது விடுதலை, ஆனால் எனக்கு கோட்டுப் போடறது தண்டனை. கை, காலையெல்லாம் கட்டிப் போட்ட மாதிரி இருக்கு. சரி, இந்த ஐரோப்பியர் ட்ரெஸ்சு எனக்குப் பொருத்தமா இருக்கா?” என்றான்.

“ஓ... அப்படியே அச்சு அசலா சோளக் கொல்லைப் பொம்மை மாதிரியே இருக்கே”, என்றாள்,” லேசான சிரிப்போடு. ஜஸ்வந்த் சிங் வாய்விட்டே சிரித்துவிட்டான். “நல்லவேளை நான் பொழைச்சேன், எங்க பஞ்சாபி டிரெஸ்சிலயே வரமுடிஞ்சுது”, என்றான்.

அப்பொழுது மிடுக்காக அவர்களை நோக்கி வந்தான் டேவிட். “என்ன இது? ஓவராத் தேவையில்லாத பேச்சும் சிரிப்பும், நாம முடிஞ்ச அளவு யார் கண்ணிலயும் படாம இருக்கணும். இப்போ எதுக்குச் சிரிச்சீங்க?”, என்றான். தன்னைத் தலைவனாக அறிவித்துக் கொள்கிறான் என்பதை உணர்ந்த வேலன், தானும் அதற்கேற்ப நடிக்கத் தொடங்கினான்.

“அது வந்து பாஸ், இந்த வெள்ளைக்காரங்க டிரஸ்சைப்போட்டுப் பழக்கம் இல்லை, அதுதான் கொஞ்சம் தடுமாற்றம்”, என்றான்.

“கவலைப்படாத நான் இருக்கேன்ல, உங்களுக்கு நாகரிகமெல்லாம் சொல்லித்தாரேன்”, என்றவன், “ஆமா, உங்களுக்கு யாரும், சாப்பிட எதுவும் கொண்டு வரலையா?” என்றான். “எங்களையெல்லாம் யாரும் மதிக்கவே மாட்டாங்கறாங்க பாஸ்” என்று முத்தாவும், வேலனின் விளையாட்டில் கலந்து கொண்டாள்.

“கவலைப்படாதீங்க, நான் போடற சத்தத்தில, பிரேக்பாஸ்ட் தானா வரும் பாருங்க”, என்று சொல்லிக்கொண்டே கோபமாக எழுந்தான்.

“சீக்கிரம் ஏதாவது பண்ணுங்க பாஸ். உங்களை நம்பித்தான் நாங்க மூணுபேரும் வந்திருக்கோம்”, என்று கூறித் தானும் விளையாட்டில் கலந்துகொண்டான் ஜஸ்வந்த்சிங். டேவிட் அங்கிருந்து சென்றதும் முத்தம்மா எரிச்சலோடு சொன்னாள்,

“கட்டுச்சோத்தில எலியை வச்சுக் கட்டின மாதிரி, நம்மகூட இவன் வர்றதுக்கு ஏன் ஒத்துக்கிட்டே வேலா? அவன் பார்வையே சரியில்லேன்னுதான் முன்னாலயே உன்கிட்ட சொல்லியிருக்கேன்ல”, என்றாள். அதற்குள் கப்பல் பணியாளர்கள் மேஜையில் வெண்ணெய் தடவிய ரொட்டிகளைக் கொண்டுவந்து வைத்தனர். வெற்றிப் புன்னகையோடு மேஜையில் அமர்ந்த டேவிட்,

“சீக்கிரம் சாப்பிட்டு அறைக்குள்ள போயிடுங்க. கப்பல்ல இருக்ற யார் கூடவும் பேச வேண்டாம்”, என்றான்.

“பாஸ் சொல்றது கேட்குதா? சீக்கிரம் சாப்பிடலாம் வாங்க”, என்றான் வேலன். ஜஸ்வந்தும், முத்தம்மாவும் தங்கள் சிரிப்பைச் சிரமப்பட்டு அடக்கிக்கொண்டனர்.

“வேலா, நீ மட்டும், இங்கேயே இரு. நாம பிளான் பண்ண வேண்டியது நெறைய இருக்கு” என்றான் டேவிட். “ஓகே பாஸ்”, என்று சொல்லிட்டுச் சாப்பாட்டில் கவனம் செலுத்தினான் வேலன். தன்னைத்தவிர அனைவரும், கத்தி, முட்கரண்டிகளை மூலையில் வைத்துவிட்டு, வெறும் கைகளால் சாப்பிடுவதை ஏளனப் புன்னகையோடு பார்த்துக்கொண்டே சாப்பிட்டான் டேவிட். சற்று நேரம் சில்லறை விஷயங்களைப் பேசிவிட்டு,

“சரி, பாஸ் நீங்க ரெண்டு பேரும் பிளான் போடுங்க, நாங்க அறைக்குப் போறோம்”, என்றாள் முத்தம்மா. அவர்கள் இருவரும் சென்றதும் டேவிட் பேசினான். “வேலா, கல்கத்தா போனதும், வில்லியம் கோட்டைக்குள்ளேயே நீங்க தங்கறதுக்கும் ஒரு இடம் எப்பிடியாச்சும் ஏற்பாடுபண்றேன்”, என்றான்.

“வேண்டாம் பிரபு. நீங்க மட்டும் வேணும்னா கோட்டைக்குள்ள தங்குங்க. நாங்க வர்றது ரககசியமாவே இருக்கட்டும். நாங்க தங்கறதுக்கு நான் ஏற்கனவே எடம் ஏற்பாடு பண்ணிட்டேன்”, என்றான் வேலன்.

“அப்போ சரி, போனதும் முதல் வேலையா ஓமிசந்தைச் சந்திக்கணும். தேவைப்பட்டா, நான் கவர்னர் ஜெனரல் கார்ன் வாலிஸ் பிரபுகிட்டே இருந்தே, ஒரு சிபாரிசுக் கடிதம் வாங்கிட்டு வர்றேன்”, என்றான் டேவிட். “அப்படியே ஆகட்டும் பிரபு. ஓமிசந்தைப் பார்க்க, உங்க வேலைக்காரன் மாதிரி நானும் கூட வர்றேன்”, என்றான் வேலன். “நோ,நோ, அவரு கிட்ட நைசாப்பேசி, வளையத்தை வாங்கணும். அவரு உன்னை அடையாளம் கண்டுபிடிச்சிட்டாருன்னா, சிக்கலாயிடுமே?”, என்றான் டேவிட்.

“இவ்வளவு வருசம் கழிச்சு, என்னையெல்லாம் ஞாபகம் வச்சிருக்க மாட்டாரு. அப்பவே அவரு அரைக் கிறுக்கு”, என்றான் வேலன்.

“ரொம்ப ஆசைப்படறே, சரி, உன்னையும் கூட்டிக்கிட்டுப்போறேன்” என்று சொல்லிவிட்டுக் கம்பீரமாக எழுந்து நடந்தான் டேவிட். மதிய உணவும், இரவு உணவும் அவன் கப்பலின் கேப்டனோடு சாப்பிடச் சென்று விட்டான். ‘தலைவலி மிச்சம்’ என்று நிம்மதியாக உறங்கச் சென்றாள் முத்தம்மா. ஆனால் உறக்கம்தான் வர மறுத்தது. சற்று எழுந்து நடக்கலாம் என்று வெளியே வந்தாள். வேலன் ஆழ்ந்து உறங்கிக்கொண்டு இருந்தான். முத்தம்மா, மேல் தளத்தில், நல்ல நிலவொளியில் நின்று கடலை வேடிக்கை பார்த்துக் கொண்டிருந் தாள். லேசான தடுமாற்றத்துடன் மேல் தளத்தில் யாரோ நடந்து வருவதை உணரமுடிந்தது. ஒரு கம்பத்தைப் பிடித்துக்கொண்டு, கப்பலின் விளிம்பருகே நின்றுகொண்டிருந்தவள், தலையை நிமிர்த்திப் பார்த்தாள்.

டேவிட்தான் தள்ளாட்டத்துடன் வந்து கொண்டிருந்தான். “கேப்டன் உங்களை நல்லாத்தான் கவனிச்சிக்கிறார்”, என்றாள் முத்தம்மா.

“முத்தம்மா, நிலா வெளிச்சத்தில நீ ஒரு கருப்பு முத்து மாதிரி இருக்கே” என்றான் டேவிட். “பிரபுவுக்குக் கருப்பு நகரம் தான் ரொம்பப் பிடிக்கும்னு தெரியும்” என்றாள்.

“எல்லாம் காசுக்காக ஆடறவங்க. அங்கே காதல் கிடைக்காது”, என்றான் டேவிட். “செயின்ட் ஜியார்ஜ் கோட்டையில, அது தாராளமாக் கெடைக்கும்னு, கேள்விப்பட்ருக்கேன்” என்றாள் முத்தம்மா.

“கோட்டைக்குள்ள சாப்பாட்டுக்குப் பஞ்சம் வந்தாலும் வரலாம். சாராயத்துக்கும், காதலிகளுக்கும் மட்டும் பஞ்சமே வராது. ஆனால் அதெல்லாம் திருட்டுக் காதலிங்க. வயசான அதிகாரிங்களோட பொண்டாட்டிங்க. எனக்கு இந்தக் கருப்பு முத்துத்தான் வேணும்”, என்றான் டேவிட்.

“நானும் கல்யாணம் ஆனவள் தான் பிரபு, வேலனோட பொண் டாட்டி”, என்றாள் முத்தம்மா. “அதைப்பத்தியெல்லாம் எனக்குக் கவலையில்லை”, என்று கூறிவிட்டுக் கட்டி அணைக்கும் நோக்கத் துடன் அவள் அருகில் சென்றான் டேவிட். அதனை எதிர்பார்த்துக் கொண்டிருந்த முத்தம்மா, அவனைக் கவனிக்காதது போல் அங்கி

ருந்து விலகினாள். டேவிட் கம்பத்தில் மோதிக் கொண்டான். நெற்றியில் லேசாக ரத்தம் வழிந்தது. அத்தோடு தடுமாறி, கப்பலிலிருந்து கடலில் விழப்போனான். முத்தம்மா ஓடிச்சென்று அவனது ஒரு கையைப் பிடித்தாள். எங்கிருந்தோ அங்கு ஓடிவந்த ஜஸ்வந்த், டேவிட்டின் மற்றொரு கையைப் பிடித்தான். அவனை மெல்லக் கீழ்த்தளத்திற்கு இழுத்து வந்தனர். டேவிட்டை ஒரு நாற்காலியில் உட்கார வைத்தாள் முத்தம்மா. ஜஸ்வந்த் சிங் ஓடிச்சென்று மருந்துப்பெட்டி ஒன்றைக் கண்டுபிடித்து எடுத்துவந்தான். முத்தம்மா, காயத்திற்கு மருந்து போட்டுக் கட்டினாள். "என் மேல உனக்கு அக்கறை இருக்கு", என்று முணுமுணுத்தான் டேவிட்.

"ஆமாம் பிரபு. ஆனால், நான் மறக்குலத்துப்பொண்ணு, வேலனுக்குத் துரோகம் பண்ண மாட்டேன்", என்றாள் சிரிக்காமல்.

"ஓ.. அந்த வேலனைக் கழுத்தை நெறிச்சுச் கொன்னுட்டா?", என்று கத்தினான் டேவிட். "நான் உங்க பொண்டாட்டி ஆயிடுவேன்", முத்தம்மா பட்டென்று பதிலளித்தாள். அவள் பதிலைக் கேட்டு டேவிட்டே திடுக்கிட்டான்.

"ஆமாம் பிரபு, ஒரு மறத்தி கணவனை ஏமாத்தத்தான் கூடாது. கணவன் இறந்து போயிட்டா இரண்டாவது கல்யாணம் பண்ணிக் கலாம். வேலனை நீங்க ஒரு சண்டைக்கு இழுத்துக் கொன்னுடுங்க. அப்புறம் நான் உங்க பின்னாடியே லண்டன், பாரிஸ்னு எங்க வேணும்னாலும் வர்றேன். என்னென்னவோ கனவெல்லாம் வருது", என்றாள் முத்தம்மா. அப்பொழுது அவர்களின் பேச்சொலி கேட்டு வேலனே அங்கு வந்துவிட்டான்.

"ஆகா பிரபு, வாய்ப்பு உடனே வருது, சீக்கிரம் சண்டைக்குக் கூப்பிடுங்க", என்றாள் முத்தம்மா ரகசியக்குரலில்.

"என்ன நடக்குது இங்கே?", என்றான் வேலன்.

"உன்கூடச் சண்டை போட்டு டேவிட் உன்னைக் கொன்னுட்டா, நான் டேவிட்டைக் கல்யாணம் பண்ணிக்கிறதா வாக்குக் கொடுத்திட்டேன்", என்றாள் முத்தம்மா.

"பிரபு, அவசரப்பட்டு எதுவும் செஞ்சிடாதீங்க", என்று பயந்தவன்போல் நடித்தான் வேலன். "கல்யாணம் பண்ணிக்கிறேன்னு நான் எப்போ சொன்னேன்?". என்று உறுமினான் டேவிட். "ஓஹோ, அப்படியா விஷயம். மன்னிச்சிருங்க பிரபு. மறத்தி ஒரு நாளும் எவனுக்கும் வப்பாட்டியாக மாட்டா. என்னை

மறந்திடுங்க". என்று சொல்லி முடிப்பதற்குள் டேவிட் கோபமாக அங்கிருந்து சென்று விட்டான்.

"துரை உங்களை மறக்கவே மாட்டாரு", என்றான் ஜஸ்வந்த் சிரித்துக் கொண்டே. "கட்டின புருஷன்தான் மறந்திட்டாரு, அவனாவது நினைக்கிறானே", சொல்லிக்கொண்டே முத்தம்மா அங்கிருந்து சென்றாள்.

"வேலன் சாகிப், திரும்பவும் டேவிட் சாகிப், பிரச்சினை பண்ணுவாரா?", என்றான் ஜஸ்வந்த். "ஆமாம், நீ கொஞ்சம் பத்திரமாப் பார்த்துக்க", என்றான் வேலன்.

"கவலைப் படாதீங்க சாகிப், நான் இங்க இருக்கற வரைக்கும் மேம் சாகிப்புக்கு எந்த ஆபத்தும் வராது". என்றான் ஜஸ்வந்த் வீரமாக.

"ஜஸ்வந்த், நான் பத்திரமாப் பாத்துக்கச் சொன்னது, டேவிட்டை. முத்தம்மாவுக்குக் கோபம் வந்தா என்ன வேணாலும் நடக்கலாம்", என்றான் வேலன் உண்மையான கவலையோடு.

57

கல்கத்தாவில் கப்பலில் இருந்து இறங்கியதும் டேவிட், வேலனை அறிமுகம் இல்லாதவன்போல், கண்டுகொள்ளாமல் வில்லியம் கோட்டையை நோக்கிச் சென்றுவிட்டான். வேலன், முத்தம்மா மற்றும் ஜஸ்வந்தை லோடாபாயும், லட்சுமணனும் மாட்டு வண்டியில் வந்து, தங்களின் வீடாகவும், அலுவலகமாகவும், கிடங்காகவும் பயன்பட்ட பெரிய பழங்கால வீட்டிற்கு அழைத்துச் சென்றனர். பத்துவருட இடைவெளிக்குப்பின் அவர்களைச் சந்திப் பதற்காக வீட்டிலேயே ரவீந்திரகுமாருடன், பீட்டரும், சார்லசும் ஆவலோடு காத்திருந்தனர். வீடு ஆங்காங்கே சிதைவடைந்திருந் தாலும், ஒரு காலத்தில் வசதியான வீடாக இருந்திருக்க வேண்டும் என்று தோன்றியது. சுமாரான வீடும், பெரிய தோட்டமும் நிறைந்த அந்த வீடு, முன்பு ஒரு பெரிய ஜமீன்தாருக்குச் சொந்தமாயிருந்ததாகக் கூறினார் வேலனை உற்சாகமாக வரவேற்ற ரவீந்திரகுமார். அவரிடம் முன்பு இருந்த சோர்வெல்லாம் போய், உண்மையில், பத்து வயது குறைந்தவர் போல் காட்சியளித்தார். சட்டைகளில் பாலிஷ் செய்யப்பட்ட பித்தளைப் பொத்தான்கள் மின்னின. உடல் எடையும் கூடியிருந்தது. பீட்டரும் சார்லசும்கூடச் சற்று விலை உயர்ந்த ஆடைகள் அணிந்திருந்தனர். அவர்கள் நடுத்தரவயதை எட்டிவிட்டதை உடல் பருமன்கள் அறிவித்தன.

லோடாபாயும், லட்சுமணனும், கவலையற்ற விடலைகளைப் போல் இப்பொழுது தோற்றம் அளிக்கவில்லை. மாறாக, அவர்களின் பேச்சும், நடத்தையும், பொறுப்புள்ள இளைஞர்களைப் போல் இருந்தன.

“ரவீந்திரகுமார் தாதாவுக்குப் பழைய ஜமீன்தார் களை வந்திடுச்சே. உங்க பழைய ஜமீனைத் திரும்ப எடுத்துக்கிட்டீங்களா”, என்றாள் முத்தம்மா. “நல்ல வேளை நான் அந்தத் தப்பைச் செய்யலை. வியாபாரியா மாறினதுனால தான் தப்பிச்சேன். இந்த மாளிகை கூட ஒரு முன்னாள் ஜமீன்தாரோட மாளிகை தான். வந்த விலைக்கு வித்துட்டுத் தலைமறைவாயிட்டார்”, என்றார் ரவீந்தர்குமார்.

“ஏன் தலைமறைவானார்?”, என்றான் வேலன்.

“இல்லைன்னா பழைய வரிபாக்கியைக் கட்டச் சொல்லி, அந்தப் பணத்தையும் கம்பெனி ஏஜெண்டுங்க பறிச்சிக்கிட்டு இருப்பாங்க”, என்றார் ரவீந்தர்.

“கம்பெனியில எல்லோரும் பார்ட்னரா?”, என்றாள் முத்தம்மா.

“எல்லாம் பின்வாங்கிட்டாங்க. ஒருத்தர் கூட என் திறமையை நம்பிப் பார்ட்னராச் சேரல. நான் மட்டும்தான் மொதலாளி. மத்தவங்க எல்லாம் தொழிலாளிங்க தான்”, என்றார் ரவீந்தர்.

“ஆனா, எங்களுக்கு வருமானத்துக்கு ஒண்ணும் பஞ்சம் இல்லை. மத்த கம்பெனிங்களுக்கும் லோடு ஏத்தறோம். வெடிஉப்பு ஏத்தப் போனா, சார்லசும், பீட்டரும் கூட வர்றாங்க”, என்றான் லட்சுமணன்.

“ஆனால் வெடிஉப்புக் கிடைக்கிறதுதான் முன்னைவிடக் கஷ்டமா இருக்கு. நூனியாக்களோட நமக்குப் பழக்கம் இருக்கறதால, நாங்க மட்டும் எப்படியாச்சும் கொஞ்சம் வாங்கி, விற்கறோம். ஆனால், அதில லாபம் அதிகம்”, என்றார் ரவீந்திரகுமார்.

“ரொம்பநாளைக்கு அப்புறம், நாங்களும் கொஞ்சம் ஓய்வை அனுபவிக்கிறோம்”, என்றான் சார்லஸ். “இங்கேயே செட்டில் ஆகறதா முடிவு பண்ணிட்டேன்”, என்றான் பீட்டர். “நீங்க தேடின வங்காளப் பெண் புலிகள் கிடைச்சுடுச்சா?”, என்று கேட்டாள் முத்தம்மா.

“இங்கேயே செட்டில் ஆகிடலாம்கிற முடிவுக்கே இப்பத்தான் வந்திருக்கோம். இனித் தேட ஆரம்பிச்சிடுவோம் என்றான் சார்லஸ்.

“ஆனால் எல்லோருக்கும் முன்னால தாதா கல்யாணம் பண்ணிக் குவாரு போல இருக்கு. அவரு சொந்தக்காரங்கள்லாம்

அடிக்கடிவந்து பேசிட்டுப்போறாங்க", என்றான் லட்சுமணன். "இந்தப் பஞ்சாபி யாரு? எங்களுக்குச் சொல்லவே இல்லையே. என்று கேட்டான் லோடாபாய். வேலன் ஒருமுறை தொண்டையைக் கனைத்துக்கொண்டு, "அவரு தான் ஹீரா பிஜ்லிக்குச்சொந்தக்காரர். அவரு உதவியோட அந்தப் புதையலைக் கண்டு பிடிக்கத்தான் இங்கே வந்திருக்கோம். எங்க பயணத்தில கலந்துக்க விரும்பறவங்க கலந்துக்கலாம். ஆனால், அது உயிருக்கே ஆபத்தான பயணமா, நம்மோட கடைசிப் பயணமாக் கூட அமையலாம்", என்றான் வேலன்.

நொடியும் தாமதிக்காமல் விசிலடித்துக் கையை உயர்த்தினான் பீட்டர். "என்னையும் கணக்கில சேர்த்துக்கோ", என்றான் சார்லஸ். எங்க ரெண்டு வண்டிகளும் எப்படியும் தேவைப்படுமில்லையா?" என்றான் லட்சுமணன். "நீங்க ரெண்டுபேரும் வேணும். ஆனால், ஒரு வண்டி போதும். லோடாவோட வண்டியை மட்டும் எடுத்துக்கலாம்", என்றான் வேலன். "லோடாவையும், லட்சுமணனையும் கூட்டிக் கிட்டுப் போறதுன்னா போங்க. நான் வெளி ஆளுங்களை வச்சு கொஞ்ச நாளைக்குச் சமாளிச்சிக்கறேன்", என்றார் ரவீந்தர்.

"எங்க மேல எல்லாரும் வச்சிருக்கற நம்பிக்கைக்கு நன்றி", என்றாள் முத்தம்மா நெகிழ்வோடு. பிறகு ஹீரா பிஜ்லியின் வரலாற்றை விரிவாகக் கூறினான் வேலன். "முதல் வேலையா நாம, ஓமிசந்துக்கிட்ட இருக்க வளையத்தை வாங்கணும், ஜஸ்வந்த்சிங் தம்பியைக் கண்டு பிடிக்கணும், அதுக்கு மொதல்லே நாம சிராஜ்கானைக் கண்டுபிடிச்சாகனும்", என்று சொல்லி முடித்தான்.

தடபுடலான மதிய உணவிற்குப்பின் ஓய்வெடுக்கச்சென்றனர். மாலையில் டேவிட் வந்து சேர்ந்தான். வேலன் தன் நண்பர்களை டேவிட்டிற்கு அறிமுகப்படுத்தி வைத்தான். இன்னும் கம்பெனி அதிகாரி மிடுக்கில் இருந்து விடுபடாத டேவிட்,

"சரி எல்லோரையும் போகச் சொல்லு. உன்கிட்ட தனியா பேசணும்", என்றான் வேலனிடம். "டேவிட், இங்கே இருக்க எல்லோரும் சேர்ந்து தான் ஹீராபிஜ்லியைக் கண்டுபிடிக்கப்போறோம். நமக்குள்ள இனிமே எந்த ஒளிவுமறைவும் வேண்டாம்", என்றான் வேலன். "அப்போ சரி, எல்லோருமே கேளுங்க", என்று ஆரம்பித்தான் டேவிட். உண்மையில் பலர் முன்னிலையில் சொல்வதில் அவன் அதிக மகிழ்ச்சி யடைந்தான். "இன்னைக்கு

வில்லியம் கோட்டையில என்ன நடந்தது தெரியுமா? கவர்னர் ஜெனரல் கார்ன் வாலிஸ்பிரபுவை நேரில சந்திச்சு, முழுசாப் பத்துநிமிஷம் பேசிக்கிட்டிருந்தேன்'',

தனது சாதனையின் முழுப்பரிமாணமும் கேட்பவர்களின் மனதில் பதிவதற்காகச் சற்று இடைவெளிவிட்டு மீண்டும் பேசினான் டேவிட், ''நீங்கள்ளாம் ஒரு கவர்னர் ஜெனரலைத் தூரத்தில இருந்துகூடப் பார்த்து இருக்க மாட்டீங்க'', என்றான். முத்தம்மா அடக்க முடியாமல் சிரித்து விட்டாள். ''இதுக்கு ஏன் சிரிப்பு வருது?'', என்று கோபமாகக் கேட்டான் டேவிட்.

''அது ஒண்ணும் பெரிய விஷயம் இல்லை பாஸ். நான் ஒரு காலத்தில, கவர்னர்கிட்ட வேலை பார்த்தது முத்தம்மாவுக்கு ஞாபகம் வந்திருக்கும்'', என்றான் வேலன். ஒரு நிமிடம் தயங்கிய டேவிட், ''கவர்னர்கிட்டத் தானே வேலை பார்த்தே, நான் இன்னைக்குச் சந்திச்சது கவர்னர் ஜெனரலை'', என்றதோடு, ''சரி, யாருகிட்ட எப்போ வேலை பார்த்தே?'', என்றான். ''அதெல்லாம் பத்து வருசம் முன்னால, அலகாபாத் ஒப்பந்தம் கையெழுத்தானப்போ'', என்ற வேலன், இனியும் மறைக்க முடியாதென்பதால், ''பக்சார் சண்டை நடக்கறப்போ, நானும் கம்பெனிப் பீரங்கிப்படையில வேலைபார்த்தேன். சிராஜ்கான் அந்தப் பீரங்கிப்படைக்குத் தலைவர். அவரு, ராபர்ட் கிளைவுக்குப் பழைய நண்பரும் கூட. அதனால, அலகாபாத் ஒப்பந்தம் கையெழுத்தாகறப்போ அவங்களுக்கு உதவியா, எங்க ரெண்டு பேரையும் கூட்டிக் கிட்டுப்போனாரு வங்காள கவர்னர் கிளைவ். கவர்னர் ஜெனரல்னு ஒரு பதவியே அப்போ இந்தியாவில கிடையாது'', என்றான் வேலன். ''அவங்களுக்குத் துணையான்னா, யார்,யாருக்கு?, என்றான் டேவிட்.

''கவர்னர் ராபர்ட் கிளைவுக்கும், அவரோட உதவியாளரா வந்த வாரன் ஹேஸ்டிங்குக்கும் தான். அப்போ வாரன் ஹேஸ்டிங்தான் ராபர்ட் கிளைவுக்கு வலது கை. ஒப்பந்தத்துக்கு அப்புறம், வாரன் ஹேஸ்டிங் சுஜா உத் தௌலா அரண்மனைக்கு ரெசிடண்ட் ஆபீசராப் போயிட்டாரு'', என்றான் வேலன்.

''இவ்வளவும் உண்மையா?'', என்று நம்ப முடியாமல் கேட்டான் டேவிட். தான் வேலனைப் பற்றிக் குறைவாக எடைபோட்டிருந்ததை உணரத்தொடங்கினான்.

''அவ்வளவும் உண்மைதான் பிரபு. அலகாபாத் ஒப்பந்தத்தில கையெழுத்துப் போடறப்போ, பாதுஷா, ஷா ஆலத்துக்கு உட்காரச்

சிம்மாசனம் கூட உருப்படியா இல்லை. அவசரமா அதைத் தயார் பண்ணினதே நாங்க தான்", என்றான் வேலன்.

"நீங்களே சிம்மாசனம் தயார் பண்ணுனீங்களா?", என்று நம்ப முடியாமல் கேட்டான் டேவிட். "ஷா ஆலம் ஒப்பந்தத்தில கையெழுத்துப் போடறதை ஓவியமா நான் பார்த்திருக்கேனே. அதில சிம்மாசனம், அழகான பந்தல் எல்லாம் இருக்கே?" என்றான்.

"மக்களை நம்ப வைக்கிறதுக்காக, இந்தியாவையே பார்க்காத ஒரு ஓவியனை வச்சு, லண்டன்ல வரைஞ்ச கற்பனை ஓவியம் அது. உண்மையில அன்னைக்கு, கிளைவோட சாப்பாட்டு மேஜையையும், நாற்காலியையும் துணிபோட்டு அலங்கரிச்சு, மேடையும், சிம்மாசனமுமா ஆக்கினோம்", என்றான் வேலன். வேலன் சொன்னதைக் கேட்டு டேவிட் மட்டுமல்ல, அனைவருமே வியப்பில் மூழ்கினர். "இது ஒண்ணும் பெரிய விஷயம் இல்லை. ஓவியங்கள் மூலமாவும், காவியங்கள் மூலமாவும் திரிக்கப்பட்டதுதான் வரலாறு" என்று சொல்லி முடித்தான் வேலன்.

மறுநாள் மாலை டேவிட்டின் விருப்பப்படி, குதிரை வண்டி ஒன்றை ஏற்பாடு செய்து அதை வேலனே ஓட்டிக்கொண்டு, ஓமிசந்த் மாளிகைக்கு இருவரும் சென்றனர். ஓமிசந்த் இப்பொழுதெல்லாம், எல்லா நேரங்களிலும் தன் தோட்ட வீட்டிலேயே இருப்பதாகக் கேட்டறிந்ததால் நேராக அங்குதான் சென்றனர். வெளிவாசலில் அவர்களைக் காவலர்கள் தடுக்கவில்லை. சொகுசான குதிரைவண்டியும், அதில் ஒரு ஆங்கிலேயனையும் பார்த்தவுடன், உடனே உள்ளே அனுமதித்தனர். முன்பு வேலன் ஓமிசந்தைச் சந்தித்த வீடு பழுதடைந்து கேட்பாரற்றுக் கிடந்தது. கதவுகளில் துருப்பிடித்த பூட்டுக்கள் தொங்கின. சற்றுத் தள்ளி, புதிதாக, பெரிய வீடொன்று கட்டப்பட்டிருந்தது. அதன் வாசலில் ஏழெட்டுச்சிப்பாய்கள் காவல்நின்றனர். காவல்கட்டுப்பாட்டு அறையும் இருந்தது. அதில் இரண்டு ஐரோப்பியர் காவல் அதிகாரிகளாக அமர்ந்திருந்தனர். வண்டியைப் பழைய வீட்டின் அருகே நிறுத்திவிட்டு, வேலன் அங்கேயே நின்றுகொண்டான். வண்டியிலிருந்து கீழேயிறங்கிய டேவிட் கம்பீரமாகக் காவல் கட்டுப்பாட்டு அறையை நோக்கி நடந்து சென்றான்.

"டேவிட், நம் இருவரிடமும் ஆயுதங்கள் இல்லை. ஓமிசந்திடம் கவனமாகப் பேசு", என்று எச்சரித்தான் வேலன்.

“ஒரு இந்தியனிடம், வெள்ளைக்காரன் எப்படிப் பேசவேண்டும் என்று எனக்குச் சொல்லித்தருகிறாயா? என் கையில் இருப்பது கவர்னர் ஜெனரல் கொடுத்த பரிந்துரைக் கடிதம்”, என்று வேலனிடம் சொல்லி விட்டு அலட்சியமாக நடந்தான் டேவிட். ஓமிசந்த் வீட்டு முன்பாகக் காவலில் இருந்தவர்கள் டேவிட்டின் கடிதத்தை வாங்கிப் பார்த்தனர். மரியாதையாக டேவிட்டை அழைத்துச் சென்று நாற்காலியில் அமரவைத்தனர். கடிதம் உள்ளே எடுத்துச்செல்லப்பட்டது. சற்று நேரத்தில் உயரமான பித்தளை டம்ளரில் டேவிட்டிற்கு குடிப்பதற்கு பானம் வழங்கப்பட்டது. சர்பத்தாக இருக்குமென்று வேலன் ஊகித்தான். பின் நெடுநேரம் ஒன்றும் நடக்கவில்லை. டேவிட் பொறுமையை இழந்து கொண்டிருந்தான். வேலன், பாழடைந்து கிடந்த பழைய கட்டிடத்தைப் பார்த்தான். முன்பு ஓமிசந்தின் வளையத்தை அங்கு வைத்துப் பார்த்ததெல்லாம் நினைவில் ஓடியது. மெல்ல நடந்து பாழடைந்த வீட்டின் பின்புறம் சென்றான்.

நெடுநேரமாகக் காத்திருந்ததால் கோபம் தலைக்கேறிய டேவிட், நாற்காலியை உதைத்துக் கொண்டு எழுந்து வாசலை நோக்கி நடக்க ஆரம்பித்தான். காவல் அறைக்குள்ளிருந்து வெளிப்பட்ட ஐரோப்பியர் இருவரையும் பார்த்து, “இன்னும் எவ்வளவு நேரம் என்னைக் காத்திருக்க வைப்பீர்கள்?”, என்று கத்தினான். கோபப்படாதீர்கள் மிஸ்டர் டேவிட், “எங்கள் முதலாளி ஓமிசந்த் உறங்கிக் கொண்டிருக்கிறார். அவர் மேஜையில் உங்கள் கடிதம் வைக்கப்பட்டிருக்கிறது. அவர் எழுந்தவுடன் உங்களைச் சந்திப்பார்”, என்றான் ஒருவன்.

“உன் பெயர் என்ன?”, என்று மிரட்டலாகக் கேட்டான் டேவிட்.

“என்னை நீங்கள் ஹென்றி என்று அழைக்கலாம்”, என்றான் அவன்.

“மிக நல்லது, ஹென்றி. ஓமிசந்தை எழுப்பி, கவர்னர் ஜெனரல் அனுப்பிய தூதுவன் வந்திருப்பதாகச் சொல்”, என்றான் டேவிட்.

“கவர்னர் ஜெனரலே வந்தாலும், தன்னை எழுப்பக்கூடாது என்று எங்கள் முதலாளி கட்டளையிட்டிருக்கிறார்”, என்றான் ஹென்றி.

“சரி, உனக்கு ஏன் வீண் சிரமம், நானே எழுப்புகிறேன்”, என்று சொல்லியவாறே, ஹென்றியைப் பிடித்துக் கீழே தள்ளிவிட்டு, வீட்டிற்குள் நுழைய முயன்றான் டேவிட். ஹென்றியின் கூச்சலைக்

கேட்டுக் காவலாளிகள் ஓடிவந்து டேவிட்டை இறுகப் பிடித்துக் கொண்டனர். அனைவரையும் அலட்சியமாகக் கீழே உதறி எறிந்தான் டேவிட். டேவிட்டிற்கு உதவுவதற்காக வேலன் ஓடிவந்தான்.

"அந்த முட்டாளை விடுங்கள்", என்று அதட்டலான ஒரு குரல் கேட்டது. கலைந்து போன இரவு உடையுடன் வயதான ஓமிசந்த் வந்துகொண்டிருந்தார். வேலன் தூரத்திலேயே நின்றுவிட்டான். ஓமிசந்த் டேவிட் அருகே வந்து,

"மிஸ்டர் டேவிட், உங்க வயசில தூக்கம் எப்ப வேணும்னாலும் வரும். என் வயசில எப்பவாச்சும் தான் வரும். அந்தத் தூக்கத் தையும் தவற விட்டா மூளை கொழம்பிப் போயிடும். அப்புறம் உங்க பழைய கவர்னர் ராபர்ட் கிளைவ் மாதிரி, தற்கொலை பண்ணிக்கத் தோணும்", என்றார்.

"ராபர்ட் கிளைவ் மூளை கொழம்பித் தற்கொலை பண்ணிக்கலை. தலைவலி தாங்காம, மயக்க மருந்தை அதிகமாச் சாப்பிட்டதால தான் செத்துப்போனாரு", என்று பட்டென்று சொல்லிவிட்ட வேலன் பின்பு நாக்கைக் கடித்துக் கொண்டான். ஓமிசந்த் கண்களை இடுக்கிக் கொண்டு வேலனைப் பார்த்தார். சைகை செய்து அருகே அழைத்தார்.

"யார் நீ?", என்று கேட்டார்.

"பிரபுவோட வேலைக்காரன் தாதா", என்று டேவிட்டைக் காட்டினான் வேலன். "ஆனால் உன் குரலை எப்பவோ கேட்ட மாதிரி இருக்கே?" என்றார் ஓமிசந்த். "இப்போத்தான் தமிழ்நாட்டை விட்டு முதல் தடவையா வெளியே வந்திருக்கேன் தாதா. இதுக்கு முன்னால என்னை நீங்க சந்திச்சிருக்க முடியாது", என்றான் வேலன்.

"தமிழ்நாட்டுக்காரனா? அப்போ, பிரெஞ்சு கிழக்கிந்தியக் கம்பெனியையே தூக்கி நிறுத்தின கவர்னர் டூப்ளே எப்படிச் செத்தான்னும் உனக்குத் தெரிஞ்சிருக்கணுமே. ராபர்ட் கிளைவ் ஏழையாப் பொறந்து கோடீஸ்வரனாச் செத்தான். டூப்ளே கோடீஸ்வரனாப் பொறந்து கடன் காரனா ஒளிஞ்சு, திரிஞ்சு செத்தான்", என்றார் ஓமிசந்த் ஏளனமாக.

"அவரு சாவே பரவாயில்லை தாதா. பாண்டிச்சேரியில ஊழலை ஒழிக்கிறேன்னு வந்த பிரெஞ்சு ஜெனரல் லாலியை, அவனே ஊழல் செஞ்சான்னு பொய்சொல்லிப் பாரிஸ்ல, முச்சந்தியில

வச்சுத் தலையை வெட்டினாங்களாம். லாலியோட தாக்குதல்ல இருந்து இங்கிலீஷ்காரங்க தப்பிக்க காரணமா இருந்த யூசுப்கானை இங்கிலீஷ் காரங்களே கைது பண்ணி ஆற்காட்டு நவாபுக்கிட்ட ஒப்படைச்சாங்க. நவாப் முகம்மது அலி, யூசுப்கானைத் தூக்கில போட்டு, அப்புறம் உடலைத் துண்டு துண்டா வெட்டி நாலைஞ்சு ஊரில புதைச்சான்'', என்றான் வேலன் சோகமான குரலில்.

“பார்த்தியா உன் வேலைக்காரன் உன்னைவிடப் புத்திசாலியா இருக்கான்'', என்ற ஓமிசந்த், “உன்னை மாதிரி ஒரு புத்திசாலி இளைஞனைப் பத்து வருசத்துக்கு முன்னால சந்திச்சிருக்கேன். அவனும் தமிழ்நாட்டுக்காரன்தான்'', என்றார்.

“சரி, நான் வந்த விஷயத்தை மறந்திட்டீங்களே மிஸ்டர் ஓமிசந்த். உங்ககிட்ட இருக்க வளையத்தைக் குடுத்தா, நான் ஹீரா பிஜ்லியைக் கண்டுபிடிச்சு உங்களுக்கும் பங்கு தருவேன்'', என்றான் டேவிட்.

“**ஹீ**ரா பிஜ்லி? வளையம்?'', என்று கண்களை இடுக்கிக் கொண்டு டேவிட்டைப் பார்த்த ஓமிசந்த், திடீரென்று வேலன் பக்கம் திரும்பினார். “ஏய், நீ வேலன் தானே, மீசையைப் பெரிசா வச்சிக்கிட்டா, உன்னை அடையாளம் கண்டுபிடிக்க மாட்டேன்னு நெனச்சியா? மத்த எல்லா வளையங்களும் கெடைச்சப்பிறகு தானே என்னை வந்து பார்க்கிறதாச் சொல்லிட்டுப்போனே? அப்போ, எல்லா வளையங் களும் கிடைச்சிடுச்சா?'' என்றார்.

“இல்லை தாதா, இன்னும் ஒரு வளையம் மட்டும் கெடைக்கலை. அதுக்காகத்தான் சிராஜ்கானைத் தேடிக்கிட்டு இருக்கோம்'', என்றான் வேலன். “அந்தத் துரோகி, ரோகில்கண்டுக்குப்போய் சபிதாகான்கூடச் சேர்ந்து, போரில கைதி ஆயிட்டதாக் கேள்விப்பட்டேன். அனேகமா ஷா ஆலம் அவனை ஜெயில்ல போட்டிருப்பாரு. போ, போய் அந்தத் துரோகிக்கிட்ட இருந்து எப்படியாச்சும் கடைசி வளையத்தையம் கேட்டு வாங்கிட்டு வா, அப்புறம் நாம ஒண்ணாவே தேடுவோம்'', என்று சொல்லிவிட்டுப் பதிலுக்குக் கூடக் காத்திராமல் வீட்டுக்குள் சென்று விட்டார் ஓமிசந்த்.

டேவிட்டுடன் குதிரைவண்டியில் வீடு வந்து சேர்ந்தான் வேலன். தன் முயற்சியில் தோல்வி அடைந்திருந்தாலும், அதை வீராவேசக் கதையாக மாற்றி, நடந்ததை அனைவரிடமும் கூறினான் டேவிட். “கிழவன், தானா வளையத்தைத் தரமாட்டான்.

வேற பிளான்தான் போடணும்'', என்றான் கவலையோடு.

“நீ ஒரு பிளானும் போட வேண்டாம். இதோ பார் அந்த வளையம்'', என்றவாறே, ஓமிசந்த் வீட்டில் தான் திருடிய வளையத்தை மேஜையில் வைத்தான் வேலன். அனைவரும் வியப்போடு பார்த்தனர்.

“இது எப்படிக் கெடச்சது?'', என்று வியப்போடு கேட்டான் டேவிட்.

“புது வீட்டில உன் வீரத்தை நீ காட்டிக்கிட்டிருந்தப்போ, பழைய வீட்டுக்குள்ள சத்தமில்லாமப் போய் நான் தேடி எடுத்தேன்'', என்றான் வேலன்.

58

டேவிட் உட்பட அனைவரும் வேலனின் திறமையைப் பாராட்டிக் கைதட்டினர். வேலன் மீண்டும் பேசினான். “ஆனால் நமக்கு ஆபத்தும் தொடங்கியாச்சு. ஓமிசந்துக்குத் திடீர்னு சந்தேம்வந்தா, வளை யத்தைத் தேடுவார். அதற்குள்ள நாம இங்கேயிருந்து ரொம்ப தூரம் போயிடனும்'', என்றான் வேலன்.

“எங்கே போறது?'', என்றாள் முத்தம்மா. “தில்லிக்கு, சிராஜ்கான் அங்கே தான் இருக்கணும்'', என்றான் வேலன்.

பயண ஏற்பாடுகள் மளமளவென்று நடந்தன. ஆயிரம் மைல்கள் பயணம் செய்யவேண்டும் என்பதால் வண்டி நிறைய உணவுப் பொருட்களை ஏற்றிக்கொண்டனர். புதிதாகக் குதிரைகள் வாங்கினர். மறுநாள் பொழுது புலரும் முன்பே, யார் கண்ணிலும் படாமல் கிளம்பினர். வண்டியின் முன்னால் கம்பீரமாக மூன்று வெள்ளையர்களும் குதிரைகளில் வந்தனர். பின்புறம், வேலன், முத்தம்மாவுடன், ஜஸ்வந்த்சிங்கும் குதிரையில் வந்தான். அவனுடைய நோயெல்லாம் மறைந்துபோய் வலிமையான சீக்கியச் சிப்பாயாக மாறி இருந்தான். லட்சுமணன் வண்டியை ஓட்டி வந்தான். லோடா பாய்க்குப் புதிய வேலை ஒன்றைக் கொடுத்திருந்தான் வேலன். இருப்பதிலேயே சிறந்த குதிரையை அவனிடம் கொடுத்து, வண்டிக்கு முன்னேயும், பின்னேயும் சென்று வழியில் ஆபத்து உள்ளதா, எதிரிகள் பின்தொடர்கிறார்களா என்பதைக் கண்காணிக்கும் பொறுப்பை லோடாவிற்குக் கொடுத்திருந்தான். முதல் இரண்டு நாட்கள் பயணம் இடையூறின்றிச் சென்றன. பீட்டர் மற்றும் சார்லசிடம் நண்பனாகி விட்ட டேவிட்,

வழியில் குறிப்பிட்டான், “பார்த்தீர்களா, இந்தியர்கள் நம்மை வெறுக்கிறார்கள். ஆனால் இந்தக் காட்டுமிராண்டிகளுக்கு எவ்வளவு நன்றாகச் சாலை அமைத்துக் கொடுத்திருக்கிறோம்”.

“அப்படிச் சொல்ல முடியாது நண்பா. மொகலாயர்கள் காலத்திலேயே, சிட்டகாங்கிலிருந்து, டெல்லி வழியாக, கராச்சி நகரம் வரை போடப்பட்ட சாலையில்தான் நாம் சென்று கொண்டிருக்கிறோம்”, என்ற பீட்டர், “சரியாகச் சொல்லுவதானால், மன்னர் ஷேர் ஷா சூரி காலத்திலேயே இந்தச் சாலை போடப்பட்டு விட்டது”, என்றான்.

“இன்னும் சரியாகச் சொல்லுவதானால் இந்தியாவின் குறுக்கும், நெடுக்கும் நீண்ட சாலைகள் போடும் வழக்கம் மௌரியப்பேரரசின் காலத்திலேயே தொடங்கி விட்டது”, என்றான் சார்லஸ்.

“இந்தியாவைப்பற்றி இவ்வளவு தெரிந்து வைத்திருக்கிறீர்களே?”, என்றான் டேவிட் வியப்புடன். “ஆம், இந்தியாவைப்பற்றி ஆராய்ச்சி செய்வதுதான் எங்கள் பொழுது போக்கு”, என்றான் சார்லஸ்.

“இதுவரை என்னென்னவெல்லாம் இந்தியாவைப் பற்றிக் கண்டுபிடித்தீர்கள்”, என்றான் டேவிட். “எவ்வளவோ படித்தோம், படித்துக் கொண்டே இருக்கிறோம். அதனால் ஒரு முடிவிற்கும் வந்து விட்டோம்”, என்றான் பீட்டர்.

“என்ன முடிவு?”, என்றான் டேவிட் ஆவலோடு.

“இத்தனை நாகரிக முதிர்ச்சி அடைந்த மனிதர்களை விட்டுவிட்டு, ஏன் அடிதடி நிறைந்த ஐரோப்பாவிற்குத் திரும்பிச் செல்லவேண்டும். எனவே, இந்தியாவிலேயே நிரந்தரமாகத் தங்கி விடுவதென்று முடிவு செய்து விட்டோம்”, என்றான் சார்லஸ்.

“நாகரிகமா? இந்தியர்கள் என்ன கண்டுபிடித்தார்கள், துப்பாக்கியா, பீரங்கியா, வெடிமருந்தா? என்றான் டேவிட்.

“மனிதர்களை அழிப்பதற்கான கண்டுபிடிப்புக்கள் தான் நாகரிகம் என்றால், ஐரோப்பாவை அதில் யாரும் மிஞ்ச முடியாது. ஆனால், மனிதர்கள் வாழ்வதற்குத் தேவையான பொருட்களை உற்பத்தி செய்வது நாகரிகமென்றால், இந்தியாவையும், சீனாவையும் உலகில் எந்த நாடும் மிஞ்ச முடியாது. இதில் எது நாகரீக வளர்ச்சி என்று சிந்தித்துப்பார்”, என்றான் சார்லஸ். லோடா பாய் விரைந்து வந்து, சற்று தூரத்தில் சிற்றாறு ஒன்று ஓடுவதைத் தெரிவித்தான். அங்கு உடனே முகாமிட்டனர். மதிய உணவு

முடிந்து பாத்திரங்களைக் கழுவி வண்டியில் வைத்துக்கொண்டிருக்கும் பொழுது திடீரென்று நாய்கள் குரைக்கும் ஒலி கேட்டது. ஏழெட்டுப்பேர் இரண்டு நாய்களோடு ஓடி வந்து கொண்டிருந்தனர். அதில் இருவரின் தோள்களில் நீண்ட துப்பாக்கிகள் தொங்கின. நாய்கள் வண்டியைச் சுற்றிச் சுற்றி வந்து குறைத்தன. வந்தவர்கள் கோபமாக ஏதோ கத்த, லோடா பாயும் ஏதோ கோபமாகப் பதில் சொன்னான். "என்ன கேட்கிறார்கள்?", என்றான் வேலன்.

"நாய்கள் ஏன் குரைக்கின்றன? என்று கேட்டார்கள், பசியில் வண்டியில் இருக்கும் சோற்றைப் பார்த்துக் குறைக்கின்றன என்றேன்", என்று இந்தியில் பதில் சொன்னான் லோடா பாய். கும்பலின் தலைவன் வேலன் முன்னே வந்து இந்தியில்,

"வில்சன் சாகிப் எஸ்டேட் சிப்பாய்ங்க நாங்க. எங்க அடிமைங்க ரெண்டுபேர் தப்பிச்சு இந்தப்பக்கம் ஓடிவந்தாங்க. உங்க வண்டியைச் சோதனை போடணும்", என்றவன், இவர்களின் பதிலுக்குக் காத்திராமல் தன் ஆட்களிடம், "ம்... வண்டியில ஏறிச் சோதனை போடுங்க" என்றான். "எடுறா கையை. எங்க வண்டியில அனுமதியில்லாம கை வச்சா அப்புறம் உனக்குக் கையே இருக்காது", என்றான் லட்சுமணன். அதைப் பற்றிக் கவலைப்படாமல் மூட்டைகளின் மேல் கைவைத் தான் ஒருவன். விறகு வெட்டுவதற்காக வண்டியில் வைத்திருந்த கோடாரியின் பின்புறத்தால் அந்தக் கையில் பயங்கரமான வேகத்துடன், ஓங்கி அடித்தான் ஜஸ்வந்த்சிங். கையை வைத்தவன் பயங்கரமான சத்தத்துடன் அலறிக்கொண்டு, தரையில் விழுந்து கையைப் பிடித்துக்கொண்டு துடித்தான். கும்பலின் தலைவனால் நடப்பதை நம்பமுடிய வில்லை. வில்சன் சாகிப்பின் சிப்பாய்களை யாரும் எதிர்த்துப்பேசிக்கூட அவன் அதுவரை பார்த்ததில்லை. துப்பாக்கியுடன் நின்ற இரண்டு சிப்பாய்களையும் பார்த்துக் கத்தினான். "என்னடா வேடிக்கை பார்த்துக்கிட்டு இருக்கீங்க, ம், சுட்டுத் தள்ளுங்க". ஆனால் துப்பாக்கியுடன் இருந்த இருவரும் புத்திசாலிகளாயிருந்தனர். முத்தம்மா மற்றும் வேலன் இடுப்புக்களில் வாட்கள் தொங்குவதையும், அவர்கள் தங்கள் இருவரையுமே கவனித்துக் கொண்டிருப்பதையும் உணர்ந்ததால், தோளில் தொங்கிய துப்பாக்கிகளை நோக்கி அவர்களின் கைகள் அசைய மறுத்தன. அதற்குள் மூன்று ஐரோப்பியர்களும் குதிரைகளில் கும்பலை நோக்கி வந்தனர். அருகில் வரும்பொழுதே குதிரைச் சவுக்கால் கும்பலை அடித்து விரட்டிய டேவிட், "என்ன துணிச்சல்

இருந்தால், கம்பெனி வண்டியைத் தடுத்து நிறுத்துவீர்கள்?'', என்று ஆங்கிலத்தில் உறுமினான்.

"கம்பெனி வண்டியா, எங்களை மன்னித்து விடுங்கள் சாகிப்'', என்றான் கும்பலின் தலைவன். லோடாபாய் குறுக்கிட்டு, "நீங்க தேடற ஆளுங்க, குட்டையா, கருப்பா, மேல்சட்டை இல்லாம இருப்பாங்களா?'', என்றான்.

"ஆமா, ஆமா'', என்று தலையாட்டினான் கும்பலின் தலைவன். லோடா பாய் தூரத்தில் கையைக் காட்டி, "அந்தப்பக்கம், அந்த மாதிரி ரெண்டுபேர் ஓடிக்கிட்டு இருந்தாங்க'', என்றான். கும்பல் அவன் கை காட்டிய திசையில் ஓடியது. இவர்களது வண்டி ஓடத்தொடங்கியது. சுமார் அரைமைல் தூரம் போனதும் வண்டியை நிறுத்தினான் லட்சுமணன். வண்டியின் மூட்டை முடிச்சுக்கள் இடையே, கருப்பாய், குட்டையாய், மேலாடை இல்லாமல் ஒளிந்திருந்த இரண்டு உருவங்கள் கீழே குதித்தன. ஐரோப்பியர்கள் மூவரும் அவர்களை ஆச்சர்யத்துடன் பார்த்தனர். ஆனால் இதை ஊகித்திருந்த வேலனுக்கோ, முத் தம்மாவிற்கோ அது வியப்பைத் தரவில்லை. அந்த ஏழைகளைச் சாலையோரம் அழைத்துச்சென்று அமரச் சொன்ன இலட்சுமணன், வண்டியில் மீதமிருந்த சோற்றுப் பானையை அவர்களிடம் கொடுத்தான். அவர்கள் குத்துக் காலிட்டு அமர்ந்து, வெறும் சோற்றையே நம்பமுடியாத விரைவில் சாப்பிட்டு முடித்தனர். அவர்களது உடல்களெங்கும் சாட்டையால் அடிபட்ட தழும்புகள் நிறைந்திருப்பதை வேலன் கவனித்தான். அவர்கள் வங்க மொழியில் பேசியதை லோடாபாய் இந்தியில் விளக்கினான்.

"நாங்க ரெண்டு பேரும், எங்க குடும்பங்களும், வில்சன் சாகிப் எஸ்டேட்ல அடிமைங்களா இருக்கோம்'', என்றான் ஒருவன்.

"எப்படி அடிமை ஆனீங்க, எங்கேயிருந்து வந்து அடிமை ஆனீங்க?'', என்றான் வேலன். "நாங்க பொறந்ததே அந்த நிலத்திலதான். நாங்க ரெண்டுபேரும் அண்ணன் தம்பிங்க. அந்த ஐஞ்சு ஏக்கர் நிலமும் எங்க பரம்பரை நிலம் தான். ரெண்டு வருசம் முன்னால வில்சன் சாப் எங்க கிட்ட வந்து நீலா கச்சா போடுங்க, நெறைய லாபம் வருமுன்னார்'', சொல்லி நிறுத்தினான் மூத்தவன்.

"அதென்ன நீலா கச்சா'', என்றான் வேலன்.

"அவுரி, அதாவது, இண்டிகோ. அதில இருக்க நீலக் கலரைச் சாயமாக்கி, எங்க இங்கிலாந்து நாட்டு, மான் செஸ்டர் நகரத் துணி

ஆலைங்களுக்கு அனுப்பறாங்க, துணிகளுக்குச் சாயம் போட”, என்றான் பீட்டர்.

“வில்சன் சாகிப் பத்திரத்தில கையெழுத்து வாங்கிக்கிட்டு, செடி, முன்பணம் எல்லாம் கொடுத்தாரு. நல்லாத்தான் விளைஞ்சது. ஆனால் என்னவோ கணக்குப்போட்டு, நிலத்தைப் பறிச்சிக்கிட்டார். நாங்க குடும்பத்தோட அடிமையாயிட்டோம். சித்திரவதை தாங்க முடியாமத் தப்பிச்சி வந்திட்டோம்”, என்றான் இளையவன்.

“உங்க குடும்பம் எல்லாம் என்னாகும்?”, என்றாள் முத்தம்மா.

“தப்பிக்கிறதுன்னு முடிவு பண்ணி ரொம்ப நாளாச்சு. வில்சன் சாகிப் கல்கத்தா போயிட்டார். நாங்க ரெண்டு பேரும், வேணும்னுதான் காவல்காரங்க கண்ணில படறமாதிரியே இந்தப்பக்கம் வந்தோம். இப்போ தோட்டத்தில யாரும் இல்லை. எங்க குடும்பம் எல்லாம், எங்க திட்டப்படி, இந்நேரம் தப்பிச்சு மூர்ஷிதாபாத் பக்கம் போயிருப்பாங்க. அங்கே போய் அவங்களோட சேர்ந்துக்குவோம்.

“உங்க நிலம்? அதை எப்படி மீட்பீங்க?”, என்றான் வேலன்.

“நிலமும் வேணாம், வீடும் வேணாம். கூலிவேலை செஞ்சு பொழைச்சுக்குவோம். நிலம் வச்சிருக்கறவங்களும் தான் வரிகட்ட முடியாமச் சிரமப்படறாங்க”, என்றான் அண்ணன். “நீலாகச்சா போட்ட நிலத்தில, திரும்பவும் வேறஎதுவுமே வெளையாது”, என்றான் தம்பி. “எங்க வண்டியில எப்படித் தைரியமா ஒளிஞ்சீங்க?” என்றான் வேலன். இருவரும் ஜஸ்வந்த் சிங்கைக் கையைக் காட்டினர். “அவருதான் ஒளிஞ்சிக்கச் சொன்னார்”.

அவர்களுக்குக் கொஞ்சம் பணம் கொடுத்து அனுப்பினாள் முத்தம்மா.

“வேலன் சாகிப், என் மேல கோபப்படாதீங்க. அடிமைகளை விடுவிக்கிறது சீக்கியர் கடமை” என்று வேலனிடம் கெஞ்சினான் ஜஸ்வந்த். “இதை நீ மட்டும் தனியாச் செய்யலை, மூணுபேரும் சேர்ந்துதான் ஒளிச்சு வச்சிருக்கீங்க”, என்று பொய்க் கோபத்துடன் சொல்லிவிட்டுச் சென்றான் வேலன்.

“கவலைப்படாத ஜஸ்வந்த். நீ அவங்களைக் காப்பாத்தலைன்னா தான் நாங்க கோபப்பட்டிருப்போம்”, என்றாள் முத்தம்மா.

அவர்கள் பயணம் தொடர்ந்தது. வங்காளத்தின் உட்புறம் செல்லச் செல்லக் கிராமங்கள், மக்கள்நடமாட்டமின்றி வெறிச்சோடிக்கிடந்தன.

“முன்னால பஞ்சம் வந்த காலத்திலதான் இப்பிடிப் பார்த்தோம். ஆனா, இப்போ பஞ்சம் எதுவும் இல்லையே. ஏன் இப்படி நாடெல்லாம் திரும்பக் காடாகுது?”, என்றாள் முத்தம்மா. மேலும் சில நாட்கள் பயணத்திற்குப்பின் அதற்கான பதில் கிடைத்தது. பலநாட்களுக்குப்பின், ஒரு கிராமத்தின் வானத்தில் புகை வந்தது. நெருப்பில்லாமல் புகை வராது. மனிதர்கள் இல்லாமல் நெருப்பு வராது. எனவே இங்கு உணவுப்பொருட்கள் வாங்கிக் கொள்ளலாம் என்று முடிவு செய்தனர். முகாமிட்டு, உணவருந்தியபின் கிராமத்திற்குள் செல்லலாம் என்று, ஒரு நீர்நிலையைத் தேடிப்பிடித்து அருகே முகாமிட்டனர். சாப்பிட்டு முடித்தபின், பாத்திரங்களைக் கழுவ லோடாபாயும், லட்சுமணனும் சென்றனர். மற்றவர்கள் ஓடையில் கைகழுவிக் கொண்டிருந்தனர். இவர்களுக்குத் தள்ளியிருந்த மரத்தில் ஏதோ கிளை ஒடியும் சத்தம் கேட்டது. உடனே வேலனும் முத்தம்மாவும் மரத்தைப் பார்த்தனர். மரத்தில் ஒளிந்து கொண்டிருந்த ஒரு உருவம் கிளைகள் ஒடியப் பொத்தென்று தரையில் விழுந்தது. அதனை நோக்கி அனைவரும் ஓடினர். அந்த உருவம் தடுமாறி எழுந்து தன் கைகளைக் கூப்பிக்கொண்டே,

“சர்க்கார்... இனிமே ஓட மாட்டேன், கொன்னுடாதீங்க”, என்று இந்தியில் கத்தியது.

”நாங்க ஏன் உன்னைக் கொல்லப்போறேம்?” என்றான் வேலன். கண்களைத் திறந்து மிரட்சியுடன் பார்த்த அந்த மனிதனுக்கு, எப்படியும் ஐம்பது வயதிருக்கும்.

“ஓ, நான் ரகீம் ஆளுங்ககிட்டத்தான் மாட்டிக்கிட்டேன்னு நெனச்சேன்”, என்றது.

“யார் நீங்க, யாரது ரகீம்?”, என்றான் வேலன்.

“சாகிப், நான் பக்கத்துக் கிராமத்துத் தலைவர் ஹரிதாஸ். வரி வசூல் செஞ்சு குடுக்காததால, தண்டனை குடுக்க பைரம்கான் அவனோட ஆளுங்களை அனுப்பிச்சிருக்கான்”, என்றார். “தண்டனை குடுக்க வந்தவன் பேர் தான் ரகீமா?”, என்று கேட்டாள் முத்தம்மா.

“ஒருத்தன் ரகீம், எங்க இந்துக் கிராமத்துக்கு தண்டனை குடுப்பான். இன்னொருத்தன் சிவதாஸ், அவன் பக்கத்தில இருக்க முசல்மான் கிராமத்துக்குத் தண்டனை குடுப்பான்”, என்றார் ஹரிதாஸ்.

“ஆகா, அற்புதமான வேலைப்பிரிவினை. முசல்மான்களைத் தண்டிக்க ஒரு இந்து, இந்துக்களைத் தண்டிக்க ஒரு முசல்மான்”, என்றான் சார்லஸ்.

“ஒரே ஒரு ஆளில்ல பிரபு. ஒவ்வொருத்தன் கீழேயும் பத்து அடியாளுங்க, கூடவே ஒரு டவாலிக்காரன்”, என்றார் ஹரிதாஸ்.

“நீங்க ஏன் வரி பாக்கி வச்சிருக்கீங்க?” என்றாள் முத்தம்மா.

“போன வருஷம் மழை பேயலை. இந்த வருஷம் நல்லா வெளைஞ்சதால நெல்லுக்கு, வெலை குறைஞ்சு போச்சு” என்றார் ஹரிதாஸ்.

“ரெண்டு கிராமமும் பைரம் கானுக்குத்தான் வரிகுடுக்கணுமா?” என்று கேட்டான் வேலன்.

“சுத்தி இருபத்தி அஞ்சு கிராமத்தை பைரம்கான் தான் ஏலம் எடுத்து இருக்கான். வெவசாயத்தைப்பத்தி ஒண்ணுமே தெரியாத பய. திருட்டுத் தொழில் பண்ணிக்கிட்டு இருந்தவன். வெவரம் தெரியாம அதிகத் தொகைக்கு ஏலம் எடுத்துட்டு, இப்போ எங்களைப் போட்டுக் கசக்கிப் பிழியறான்”, என்றார் ஹரிதாஸ்.

“நீங்க மட்டும் தப்பிச்சு ஓடிவந்தீங்களா, மொத்தக் கிராமமே ஓடிப் போச்சா?” என்றான் வேலன். “மொத்த கிராமமும் அப்படியே தான் வெயில்ல நிக்குது. நான் மட்டும் தான் அவங்க பண்ணப்போற அநியாயத்தைக் கண்ணால பார்க்கக் கூடாதுன்னு தப்பிச்சு ஓடி வந்தேன்”, என்றார் ஹரிதாஸ் பரிதாபமாக.

“என்ன பண்ணுவாங்க? அடிச்சு ஒதைப்பாங்களா”, என்றான் லட்சுமணன். “ஏழைப்பொண்ணுங்களுக்குத் தான் அந்தத் தண்டனை. ஊர்த்தலைவர் பொண்டாட்டி, பொண்ணுங்களை வீட்டு ஆம்பளங்க கண்ணு முன்னாலேயே கற்பழிப்பாங்க. சகிக்க முடியாம கண்ணை மூடினாக்கூட, எங்களைச் சாட்டையால அடிப்பானுங்க”, சொல்லும் பொழுதே அவருக்குக் குரல் கம்மியது.

“என்ன?”, முத்தம்மாள் குரல் வெடித்தது. அங்கிருந்த அனைவருமே கோபமடைந்தனர். லோடா பாயைத் தவிர. இதைவிடக் கொடுமைகளையெல்லாம் அனுபவித்த காட்டு வாசியாதலால் அவன் மட்டும் அமைதியாயிருந்தான். அப்பொழுது தூரத்தில் இரண்டு குதிரைகள் இவர்களை நோக்கி வந்தன.

“அதோ, ரகீமும், சிவதாசும் வந்திட்டாங்க”, என்று சொல்லும் பொழுதே ஹரிதாசின் உடல் நடுங்கத் தொடங்கியது.

“ஐரோப்பியர் மூணுபேரும் புதருக்குள்ள ஒளிஞ்சுக்குங்க, வர்றவங்க தோளில துப்பாக்கி தொங்குது. நீங்களும் உங்க துப்பாக்கியில குண்டை நிரப்பி வையுங்க. மத்தவங்க எல்லாம்

இங்கேயே நிக்கலாம். அவங்ககிட்ட நான் மட்டும் பேசறேன்", என்றான் வேலன்.

நொடிகூடத் தயங்காமல், வேலன் கட்டளைகள் பிறப்பித்தது அனைவருக்கும் வியப்பாயிருந்தது. "சில சமயம், சிராஜ்கானோட ஆவி என் உடம்புக்குள்ள புகுந்திடுது", என்றான் வேலன் சிரித்துக்கொண்டே. குதிரையிலிருந்து அலட்சியமாக இறங்கிய ரகீமும், சிவதாசும் நேரே ஹரிதாசிடம் வந்தனர். வேலனையும், மற்றவர்களையும் ஒரு பொருட்டாகவே அவர்கள் மதிக்கவில்லை.

"என்ன ஹரிதாஸ் தாதா, யாரு இவங்கள்ளாம்?", என்றான் சிவதாஸ். மற்றவர்கள் மௌனமாக இருந்தனர். "நாங்களும் வரிபாக்கியை வசூல் பண்ண வந்திருக்கோம்", என்றான் வேலன். "இது பைரம் கான் கிராமம் ஆச்சே. வழி தவறி வந்துட்டீங்களா?", என்றான் ரகீம். "ஆமாம்", என்று தலையாட்டினான் வேலன். "எப்பிடியோ, எங்க ஹரிதாஸ் தாதாவைப் பிடிச்சு வச்சீட்டிங்க. தாதா, நீங்க இந்தப் பக்கம்தான் வந்திருப்பீங்கன்னு, உங்க ஊர்க்காரங்களே காட்டிக் குடுத்துட்டாங்க. எங்க ஆளுங்கள்லாம் உங்க வீட்டில பசியோட காத்துக்கிட்டு இருக்காங்க. உங்க வீட்டுக் கோழிங்க தோலை எல்லாம் உரிச்சு வச்சிட்டாங்க. ஆனால் உங்க முன்னால தான் சாப்பிடணுமாம்", என்றான் சிவதாஸ். முத்தம்மாவின் முகம் சிவப்பதைக் கண்டான் வேலன்.

"வீட்டு ஆம்பளங்க பார்க்காமக் கற்பழிக்கிறதில என்ன சுகம் இருக்கு?", என்றான் ரகீம். முத்தம்மாவின் கை அவள் வாளை நோக்கிச் சென்றது. வேலன் ரகசியமாக அவளது கையைத் தன் கையால் அழுத்தி, அமைதிப் படுத்தினான். பிறகு சிவதாசிடம்,

"இந்தத் தடவை எச்சரிக்கை மட்டும் பண்ணிட்டுப்போங்க, அடுத்த வருசம் சேர்த்து கட்டிடுவாங்க", என்றான்.

"எச்சரிக்கை பண்ணத்தான் கற்பழிக்கப்போறோம். இல்லைன்னா உயிரையே எடுத்திட மாட்டோமா?', என்று சொல்லிவிட்டுக் கடகடவென்று சிரித்தான் ரகீம். அதற்கு மேலும் பொறுக்க முடியாமல், ரகீமை ஓங்கி அறைந்தாள் முத்தம்மா. கீழே விழாமல், தடுமாறிப் பின் சமாளித்து நின்றான் ரகீம். சிவதாஸ் கத்தினான்,

"என்ன துணிச்சல் இருந்தா பைரம் கான் ஆளுங்க மேலே கை வைப்பீங்க? அவருக்கு கவர்னர் ஜெனரல் வரைக்கும் செல்வாக்கு இருக்கு தெரியுமா?".

ரகீம் பதற்றமடையாமல் முத்தம்மாவைப்பார்த்துக் கூறினான், "நாயே, என் கால்ல விழுந்து மன்னிப்புக் கேளு, இல்லைன்னா

உன்னைச் சுட்டுத் தள்ளிடுவேன், நாய் மாதிரியே". ரகீம், சிவதாஸ் இருவரும் துப்பாக்கிகளைத் தோள்களில் ஏற்றினர். அதற்குள் புதரிலிருந்து பீட்டரும், சார்லசும் வெளிப்பட்டனர்.

"என்னைக் கூடச் சுட்டுருவியா?", என்றான் பீட்டர் மிரட்டும் தொனியில்.

"வெள்ளைக்கார நாயாவே இருந்தாலும் எங்களுக்குப் பயமில்ல, சுடுவோம்", என்றான் சிவதாஸ். அடுத்தநொடி தூரத்திலிருந்த புதருக்குள்ளிருந்து துப்பாக்கி வெடித்தது. நெஞ்சைப்பிடித்துக் கொண்டு சுருண்டு விழுந்தான் சிவதாஸ். கலவரத்துடன் சுற்றும், முற்றும் பார்த்தான் ரகீம். ஆனால் சில நொடிகள்தான். மீண்டும் புதருக்குள்ளிருந்து துப்பாக்கி ஒலித்தபோது, ரகீமும் தன் நெஞ்சைப் பிடித்துக்கொண்டு விழுந்தான்.

புதருக்குள்ளிருந்து குழல்கள் நுனியில் புகை சூழ்ந்த இரண்டு துப்பாக்கிகளைத் தன் இரண்டு கைகளிலும் தூக்கிக்கொண்டு வேகமாக வந்தான் டேவிட். அத்தோடு நிற்கவில்லை. கீழே கிடந்த ரகீம், மற்றும் சிவதாசின் உடல்களை மாறி, மாறி மிதித்தான்.

"என்ன தைரியம் இருந்தா, வெள்ளைக்காரங்களை நாயின்னு சொல்லுவீங்க", என்று முனகினான். கண்முன் நடப்பதை நம்ப முடியாமல் ஹரிதாஸ் பார்த்துக்கொண்டிருந்தார். அடுத்து என்ன செய்யப் போறோம்?" என்று குழப்பத்துடன் கேட்டாள் முத்தம்மா. "இந்த விளையாட்டைத் தொடங்கக் கூடாது, தொடங்கினால் பாதியில விட்டுட்டுப்போக முடியாது. மொதல்லே ரெண்டு பொணத்தையும் பொதைக்கலாம் வாங்க", என்றான் வேலன்.

சிவதாசையும், ரகீமையும் ஒரே குழியில் போட்டுப் புதைத்தனர்.

59

"**இ**வனுங்க கும்பல்ல இனி ஒருத்தனைக்கூட நாம உயிரோடு விடக் கூடாது. ஒருத்தன் தப்பிச்சாலும் அப்புறம் பைரம்கான் ஆளுங்க நம்மை வழியெல்லாம் தொந்தரவு செய்வாங்க", என்று அறிவித்துவிட்டுத் தன் கூட்டத்தை இரண்டாகப் பிரித்தான் வேலன். "முத்தம்மா நீ, பீட்டர், சார்லஸ், லட்சுமணன் மூணுபேரையும் கூட்டிக்கிட்டு முஸ்லிம் கிராமத்துப் போ. ரெண்டு பேரு கிராமத்துக்குள்ள போய்த் தாக்கணும், மத்த ரெண்டு பேரும், அடியாளுங்க தப்பிச்சு வர்ற வழியில ஒளிஞ்சிருந்து துப்பாக்கியால

சுடணும். இந்துக் கிராமத்தில வேலை முடிஞ்சதும் நாங்களும் உங்க உதவிக்கு வருவோம். அதுவரைக்கும் பொறுமையா இருங்க'', என்றான் வேலன்.

“அப்போ நாங்க உன்கூட வரணுமா?'', என்றான் டேவிட்.

“ஆமா, உன்கூட லோடாபாயும் வருவான். செத்துப்போனவங்க துப்பாக்கிகளையும் எடுத்துக்குங்க. நானும் ஜஸ்வந்தும் கிராமத்துக் குள்ள போறோம்'' என்றான் வேலன்.

நடப்பதை நம்பமுடியாமல் பார்த்துக்கொண்டிருந்த ஹரிதாசிடம், ''ரெண்டு கிராமத்துக்கும் வழி காட்டுங்க'' என்றான் வேலன். அனைவரையும் கால்நடையாக அழைத்துக்கொண்டு நடந்தார் ஹரிதாஸ். தூரத்தில் ஒரு கிராமம் தெரிந்தது. அதற்குச் சற்று முன்னால் இருந்த மாமரத்தின் அருகே வந்ததும்,

“நேரே போனா எங்க கிராமம், இடது பக்கம் இருக்கிற பாதையில போனா முசல்மான் கிராமம்'', என்றார் ஹரிதாஸ். தன்னோடு லட்சுமணன், பீட்டர், சார்லஸ் ஆகியோரை அழைத்துக்கொண்டு, முசல்மான்கள் கிராமத்தை நோக்கிச் சென்றாள் முத்தம்மா. மற்றவர்களை அழைத்துக்கொண்டு, ஹரிதாசோடு இந்துக்கள் கிராமத்தை நோக்கி வேலன் புறப்பட்டான். கிராமத்திற்கு இன்னும் சற்று அருகே வந்ததும், சாலையோரம் இருந்த செடிகளைப்பார்த்த டேவிட்,

“நாங்க மறைஞ்சுக்க இந்த எடம் சரியா இருக்கும்னு நினைக்கிறேன்'', என்றான். வேலன் தலையாட்டினான். டேவிட்டும், லோடா பாயும், புதர்களின் பின்னே சென்று மறைந்தனர். வேலனும், ஜஸ்வந்தும், ஊர் நடுவே வெயிலில் நின்றிருந்த ஊர்மக்களின் பின்புறம் மெல்ல மறைந்து நின்று அங்கே நடப்பதைக் கவனித்தனர். சற்று மேடாக இருந்த பகுதியில் இருந்த வீட்டை ஹரிதாஸ் சுட்டிக்காட்டினார்,

“அதுதான் என் வீடு''. கதவு இறுக மூடப்பட்டிருந்தது.

“உங்க குடும்பம் உள்ளே பத்திரமா இருக்கா?'', என்று மெல்லிய குரலில் கேட்டான் வேலன். “உள்ளே சிவதாஸ் ஆளுங்களும் இருக்காங்க'', என்றார் ஹரிதாஸ் கலக்கத்துடன். கீழே, சற்றுத் தாழ்வாக இருந்த இடத்தில், நடு நாயகமாக, கையில் ஒரு குறிப்பேட்டுடன், டவாலி அணிந்த கம்பெனிச் சேவகன் ஒருவன் நின்று கொண்டிருந்தான். அவன் அருகே ஒரு மட்ட நாற்காலியில் ஒரு பித்தளைத்தட்டு வைக்கப்பட்டிருந்தது. அதில்

கால் ரூபாய் நாணயங்கள் சிதறிக் கிடந்தன. அவனுக்குச் சற்றுத் தள்ளி, ஒருவரையொருவர் பார்த்தவாறு இடதுபுறம் மூவரும், வலதுபுறம் மூவருமாக, நடுவே ஒரு ஆள் செல்லும் அளவு இடைவெளிவிட்டு, ஆறு அடியாட்கள் கையில் சவுக்குகளுடன் நின்றனர். சேவகன் ஒரு பெயரை உரக்கப்படித்தான். கூட்டத்திலிருந்து ஒருவன் நடுக்கத்துடன் சேவகன் அருகில் வந்தான். ‘‘ஒரு வருஷவரிதான் பாக்கி. சரி உள்ளே போ’’, என்றான் சேவகன். வந்தவன் தயங்கி நிற்பதைப் பார்த்த சேவகன், அவனை இழுத்துக் கொண்டு போய்ச் சவுக்கு வைத்திருந்தவர்களின் நடுவே நிறுத்தி னான். சவுக்கு வைத்திருப்பவர்கள் அனைவரும் தலையில் சிவப்புத்துணியால் முண்டாசு கட்டியிருப்பதைக் கவனித்தான் வேலன். ‘‘டேவிட்டிற்கும், லோடாவிற்கும், யாரைச் சுடுவது என்று குழப்பம் வராது’’, என்று மனதிற்குள் நினைத்துக் கொண்டான்.

டவாலிச்சேவகன் பொறுமையிழந்து, தயங்கி நின்றவனின் பின் புறம் எட்டி உதைத்தான். உதைவாங்கியவன் சவுக்குகளின் நடுவே ஓடினான். அவன் ஓடி மறுமுனை சேரும் வரை, ஆறுசவுக்குகளும் அவனை விளாசித் தள்ளின. அவன் காயங்களில் ரத்தம் வழிய, மெல்ல நடந்து சென்று சேவகனின் அருகில் இருந்த தட்டில் இரண்டு, கால்ரூபாய்க் காசுகளைப் போட்டுவிட்டுச் சென்றான்.

“தட்டில ஏன் பணம்போடறான்?”, என்றான் ஜஸ்வந்த்.

“சவுக்கால அடிச்சதுக்குக் கூலி. கால்ரூபா சேவகனுக்கு, கால்ரூபா அடியாளுங்களுக்கு”, என்றார் ஹரிதாஸ்.

“காசு போடலைன்னா?”, என்று கேட்டான் வேலன்.

“காசு போட்டா, அரைரூபாயோட முடிஞ்சிடும். போடலன்னா, ஒரு ரூபாயாக் கடன்ல ஏத்திடுவாங்க” என்ற ஹரிதாஸ், “மொதல்லே என் குடும்பத்தைக் காப்பாத்துங்க”, என்றார். வேலன், ஜஸ்வந்த்தைக் கூட்டிக்கொண்டு, ஹரிதாசோடு மேட்டிலிருந்த வீட்டின் வாசலருகே சென்றான். கதவின் இருபுறமும் உருவிய வாட்களோடு வேலனும், ஜஸ்வந்த்சிங்கும் நின்று கொண்டு, கதவைத்தட்டுமாறு ஹரிதாசிடம் கூறினர். கீழே நின்றவர்கள் இவர்களைக் கவனிக்கவில்லை. ஹரிதாஸ் கதவைப் பலமாகத் தட்டினார். கதவு திறந்தது.

“ஹரிதாஸ் தாதா, உங்கவீட்டுக் கோழிங்க தோலையெல்லாம் உரிச்சுவச்சிட்டு எவ்வளவுநேரம் காத்துக்கிட்டிருக்கறது. சீக்கிரம்

உள்ள வாங்க", என்றது ஒரு குரல். ஹரிதாஸ் வெளியிலேயே தயங்கி நின்றார். உள்ளிருந்து சிவப்பு முண்டாசு கட்டிய தலை ஒன்று வெளியே நீண்டது. ஒரு கையை நீட்டி, ஹரிதாசின் சட்டையைப்பிடித்து வீட்டிற்குள் இழுத்தது. அந்த வாய்ப்பிற்காகத்தான் காத்திருந்தது போல் ஜஸ்வந்த்சிங் வெளியே நீட்டிய தலையை ஒரே வீச்சில் வெட்டித் தள்ளினான். தலை கீழே உருண்டு சென்று, கூட்டத்தின் நடுவே, டவாலிச் சேவகனின் காலில் மோதியது. அதற்குமேல் காத்திருக்காமல் வேலனும், ஜஸ்வந்தும் வீட்டிற்குள் பாய்ந்தனர். வேலன் உள்ளே நுழைவதற்குள்ளேயே ஜஸ்வந்த்சிங் இரண்டு பேரை வெட்டி வீழ்த்தியிருந்தான். எஞ்சியிருந்தவனின் கதையை முடித்துவிட்டுச் சுற்றிலும் பார்த்தான் வேலன். அந்த வீட்டுப் பெண்கள் அனைவரும், குழந்தைகள் உட்பட, ஆடைகளின்றி மூலையில் பதுங்கி இருந்தனர். "இதைத்தான் கோழிக்குத் தோலுரிச்சிட்டோம்னு சொல்றாங்களா?", என்று முனகிக்கொண்டே வெளியே பாய்ந்தான். ஹரிதாஸ் உள்ளே ஓடினார். ஜஸ்வந்த்சிங்கும் வெளியே வந்திருந்தான். தன் காலடியில் உருண்டு விழுந்த தலையை, வியப்போடு பார்த்தான் டவாலிச் சேவகன். தனது அடியாட்கள்தான் அவசரப்பட்டு யாரோ கிராமத்து ஆளின் தலையை வெட்டியிருப்பார்கள் என்று தான் முதலில் நினைத்தான். தலையோடு வந்து, தரையில் நீண்டு விழுந்து கிடந்த சிவப்பு முண்டாசைப் பார்த்ததும்தான், அவனுக்கும் மற்ற அடியாட்களுக்கும் அது தங்களது ஆளின் தலைதான் என்று உறைத்தது.

டவாலிச் சேவகன் முதலில் கத்தினான், "இது நம்ம ஆளோட....". அவனால் முழுவதையும் சொல்லி முடிக்க முடியவில்லை. வீட்டுவாசலிலிருந்து கீழே குதித்த ஜஸ்வந்த், தன் வாளால், டவாலிச்சேவகனின் தலையையும் தரையில் உருளச்செய்தான். கையில் சவுக்குகளுடன் இருந்த ஆறுபேரும் திகைத்து நின்றனர். அவர்களது கையில் வேறு ஆயுதங்கள் இல்லை. என்ன செய்வதென்று அவர்கள் முடிவெடுக்கும்வரை வேலனும், ஜஸ்வந்தும் காத்திருக்கவில்லை. அடியாட்க ளில் மூவர் அவர்களின் வாட்களுக்கு இரையாயினர். வாட்களுக்குத் தப்பி கிராமத்தை விட்டு ஓடிய மற்ற மூன்று அடியாட்கள் மட்டும் ஒரு நிமிடம் அதிக நேரம் உயிரோடிருந்து, அடுத்தடுத்துக் கேட்ட மூன்று வெடிச்சத்தங்களில் கீழே விழுந்து இறந்தனர். வேலன் அவர் கள் அருகே வந்தபோது புதர் மறைவிலிருந்து டேவிட்டும், லோடா பாயும் வெளியே வந்தனர். டேவிட் தன் கையில் இரண்டு

துப்பாக்கிகளை ஏந்தி வந்தான். விழுந்து கிடந்தவர்கள் உண்மையிலேயே இறந்து விட்டார்களா, இல்லை நடிக்கிறார்களா என்று லோடாபாய் அவர்களின் உடல்களைக் கால்களால் உதைத்துத் திருப்பிப் பார்த்தான். மூவருமே நெஞ்சில் குண்டு பாய்ந்து இறந்து கிடந்தனர். “லோடா பாய், நீயும் சுடறதில பெரிய ஆள்தான்”, என்றான் டேவிட். முசல்மான் கிராமத்துக்குப்போக அனைவரும் விரைவாக நடந்தனர். வேலன் ஜஸ்வந்திடம் கேட்டான், “ஜஸ்வந்த்சிங், எப்பவும் இப்படித்தான் அரக்கன் மாதிரிச் சண்டை போடுவியா?”. ஜஸ்வந்த் சற்றுச் சோகமான குரலில் கூறினான்,

“பொம்பளைங்களை அவமானப்படுத்தறதை சீக்கிய வீரர்கள் தாங்கிக்க மாட்டோம் சாகிப். அதனால மனசுக்குள்ள ஒரு வெறி வந்திடுச்சு”. முசல்மான்கள் கிராமத்தில் அடியாட்கள் அதிகம் இருந்தால், தான் வரும் வரை பொறுத்திருக்குமாறு முத்தம்மாவிடம் வேலன் கூறி இருந்தான். ஆனால் அதற்கான தேவை இருக்கவில்லை. முத்தம்மா குழுவினர் மொத்தமும் மாமரத்தின் அடியில் இவர்களுக்கு முன்பே வந்து காத்திருந்தனர்.

“என்ன நடந்தது, யாரையும் உயிரோட தப்பிக்க விடலயே?”, என்று முத்தம்மாவைக் கேட்டான் வேலன். “இல்லை”, என்பது போல் தலையை மட்டும் ஆட்டிவிட்டு முன்னே நடந்தாள் முத்தம்மா. சார்லஸ் வேலனிடம் வந்து,

“அங்க நடந்த கொடுமையை ஒரு பொண்ணால வாய்விட்டுச்சொல்ல முடியாது. கொஞ்சம் பொறு, நான் சொல்றேன்” என்றான். முத்தம்மா வேகமாக முன்னே நடந்து சென்றாள். மற்றவர்கள் அவள் பின்னே சென்றனர். சார்லஸ் மட்டும் பின் தங்கி, முசல்மான்கள் கிராமத்தில் என்ன நடந்தது என்பதை வேலன் கூட்டத்தினருக்கு விளக்கினான்.

முத்தம்மா தன் ஆட்களோடு முசல்மான்கள் கிராமத்தை நெருங்கும் பொழுது, அங்கு ஊர் மொத்தமும் ஒரு மரத்தடியில் நின்று கொண்டிருந்தது. புதர்கள் அடங்கிய மறைவான பகுதி மரத்திலிருந்து பத்து அடி தூரத்தில் தான் இருந்தது. நால்வருமே அங்கே மறைந்து நின்று கொண்டு நடப்பதைக் கவனித்தனர். கூட்டத்தின் நடுவே ஆறு இளம்பெண்கள் நடுக்கத்துடன் நின்றுகொண்டிருந்தனர். அவர்களின் கைகள் பின்புறம் கட்டப்பட்டிருந்தன. அவர்களின் முதுகுகளை, நான்கு பேர் மாறி மாறிச் சவுக்கால் விளாசிக்கொண்டிருந்தனர். கை ஓய்ந்தபின்

அவர்கள் ஓய்வெடுக்கச்செல்ல, வேறு நான்கு அடியாட்கள் அருகே வந்தனர். டவாலிச் சேவகன் அவர்களிடம் ஓரடி நீள முள்ள மூங்கில் கம்புகளைத் தூக்கி எறிந்தான். அவற்றை வைத்து மீண்டும் பெண்களை அடிக்கப் போகிறார்கள் என்று தான் நினைத் தனர். ஆனால் நடந்ததோ வேறு. சொல்லி நிறுத்தினான் சார்லஸ். அப்படி என்ன நடந்திருக்கும்? ஓரடி நீளமுள்ள மூங்கில் கம்புகளை வைத்து என்ன பெரிதாகச் சித்திரவதை செய்திருக்க முடியும்? என்று வேலனால் ஊகிக்க முடியவில்லை. சார்லஸ் மீண்டும் தொடர்ந் தான். "பிறகுதான் கவனித்தோம், மூங்கில் கம்புகள் ஒரு முனையில் இரண்டாகப் பிளக்கப்பட்டிருந்தன. இளம் பெண்களிடம் சென்ற முரடர்கள், பெண்களின் சேலைகளை அவர்கள் மார்பிலிருந்து முரட்டுத் தனமாக விலக்கினர். பெண்கள் யாரும் சட்டை அணியவில்லை. திறந்த மார்பகங்களோடு நின்றனர். முரடர்கள் அருகே சென்று ஏதேதோ கேலியாகப் பேசிக்கொண்டே பெண்களின் மார்பகங்களைக் கிள்ளினர், வருடினர், பலமாகச் சிரித்தனர். பெண்களோ கண்களை மூடிக்கொண்டு அனைத்தையும் பொறுத்துக்கொண்டிருந்தனர். ஊர்க் கூட்டமோ ஆடாமல், அசையாமல் உயிரற்ற பொம்மைகள் போல், உணர்ச்சியற்ற பிணங்களாக, வாய்மூடி அந்தச் சித்திரவதைகளைப் பார்த்துக் கொண்டு நின்றது.

டவாலிச்சேவகன் மீண்டும் ஏதோ கட்டளையிட்டான். முரடர்கள் உடனே தங்கள் கைகளிலிருந்த மூங்கில் கம்புகளின் பிளவுபட்ட நுனிகளைக் குறடு போல் பயன்படுத்தி, பெண்களின் முலைக்காம்புகளில் மாட்டி இழுக்கத் தொடங்கினர். பெண்கள் பல்லைக் கடித்துக் கொண்டு வலியைப் பொறுத்துக்கொண்டனர். டவாலிச் சேவகன் அத னால் கோபமடைந்தவன்போல், மீண்டும் ஏதோ கத்தினான். முலைக் காம்புகளைப் பிடித்து நசுக்கிக் கொண்டிருந்த மூங்கில்கழிகளை முரடர்கள் அழுத்திப்பிடித்துச் சுழற்ற ஆரம்பித்தனர். மேலும் வலிதாங்க முடியாமல் பெண்கள் ஓவென்று கதறித்துடித்தனர். அவர்களது மார்பகங்களிலிருந்து ரத்தம் வழியத்தொடங்கியது. சில பெண்கள் மயக்கமடைந்து கீழே விழுந்தனர். அதன்பிறகுதான் கோபமாயிருந்த டவா லிச் சேவகனின் முகத்தில் லேசான புன்னகை அரும்பியது. புன்னகை சிரிப்பானது, பின்பு வெடிச்சிரிப்பானது. அவன் குலுங்கிக் குலுங்கிச் சிரித்தான். அதற்குமேல் கோபத்தை அடக்க முடியாத முத்தம்மா லட்சுமணனிடமிருந்த ஈட்டியைப்பறித்து, டவாலிச் சேவகனை நோக்கி எறிந்தாள். ஈட்டி சரியாக அவன் கழுத்தில்

பாய்ந்தது. கத்தமுடியாமல், ஈட்டியைக் கைகளால் பிடித்துக்கொண்டே கீழே விழாமல் நின்றான். முத்தம்மா வாளுடன் அடியாட்கள் கூட்டத்தில் பாய்ந்தாள்.

லட்சுமணன் ஓடிச்சென்று, "என் ஈட்டியைக் குடுறா", என்று சொல்லிக் கொண்டே டவாலியின் கழுத்திலிருந்து ஈட்டியைப் பிடுங்கிக் கொண்டு அவனை உதைத்துக் கீழே தள்ளினான். சில நிமிடங்கள் யார் அதிகம் பேரைக் கொல்வது என்று தங்களுக்குள் போட்டிபோடுபவர்கள்போல் முத்தாவும், லட்சுமணனும், அடியாட்களை வெட்டியும், குத்தியும் மண்ணில் சாய்த்தனர். ஈட்டியை எத்தனை திறமை யாகப் பயன்படுத்த முடியும் என்பதை இலட்சுமணன் நிரூபித்தான். சார்லஸ் சொல்லி நிறுத்தியதும் வேலன் கேட்டான், "நீயும், பீட்டரும், மீதிப் பேரைச் சுட்டுத் தள்ளுனீங்களா?"

"அதுதான் இல்லை", மௌனமா யிருந்த பீட்டர் ஆவலோடு சொல்லத் தொடங்கினான். அதுவரைக்கும் பொணம் மாதிரி நின்னுக்கிட்டிருந்த கூட்டத்துக்குத் திடீர்னு உயிரு வந்திடுச்சு, சரியாச்சொன்னா, வெறி வந்திடுச்சு. ஆம்பளைங்க, பொம்பளைங்க எல்லோரும் அடியாளுங்க மேல பாய்ஞ்சாங்க. மிச்சம் இருந்த அடியாளுங்களைத் தங்களோட கைகளாலயும், கால்களாலயும், அடிச்சும், மிதிச்சுமே கொன்னாங்க.

"ஒரு வகையில பார்த்தா, நானும், தீதியும் கொன்னவங்க அதிர்ஷ்டசாலிங்க, வலி அதிகமில்லாம, சீக்கிரமே செத்துப்போனாங்க", என்றான் லட்சுமணன்.

வேலன் கூட்டத்தோடு தங்கள் முகாமுக்குச் சென்றான். லேசாக இருட்டத் தொடங்கியது. லோடாபாய் கேட்டான், "சமையலைத் தொடங்கலாமா? சாப்பிட்டுக் கொஞ்சம் ஓய்வெடுத்தா நல்லாயி ருக்குமே". அவன் சொல்லி முடிப்பதற்குள் உணவுகளுடன் ஹரிதாசும், அவர் கிராமத்து ஆட்களும் அங்கு வந்து சேர்ந்தனர்.

"இது ஏழைக்கிராமம் சாகிப், எங்களால முடிஞ்சது இதுதான்", என்று உணவுப்பாத்திரங்களை அவர்கள் முன்பு வைத்தனர். அவர்களோடு வந்தவர்களில் ஒருவன், கூடைநிறைய சாராயப்பாட்டில்களையும் அவர்கள் முன்னே வைத்தான். இதெல்லாம் பைரம்கான் ஆளுங்க வச்சிருந்தது. அவங்க குதிரைங்க, அதில இருந்த பொருள், பணம் எல்லாத்தையும் உங்ககிட்ட கொண்டு வந்து ஒப்படைச்சிடறோம். இனிமே அது எல்லாம் உங்களுக்குத்தானே சொந்தம்", என்றார் ஹரிதாஸ்.

களைப்பாயிருந்த வேலனின் ஆட்கள் சாராய பாட்டிலை ஆவலோடு எடுத்துக்கொண்டனர்.

வேலன் ஹரிதாசிடம், "எப்பிடியும் சீக்கிரம், பைரம்கானுக்குத் தகவல் தெரிஞ்சிடும். அவன் இன்னும் அதிக ஆட்களோட, கிராமத்தையே கொளுத்தறேன்னு வருவான். அதுக்கு முன்னாலே, நீங்க கொஞ்சப்பேரு கல்கத்தாபோய் கம்பெனியில புகார் குடுத்திருங்க", என்றான்.

"கம்பெனிகிட்ட புகார் குடுத்து எங்களுக்கு ஒண்ணும் ஆகப்போறதில்லை சர்க்கார். பைரம்கானுக்கு உதவியாச் சிப்பாய்ங்களை வேணும்னா அனுப்புவாங்க", என்றார் ஹரிதாஸ்.

"பொம்பளைங்களைச் சித்திரவதை செய்யணும்னு, பைரம்கானுக்கு ஏன் தோணுது?", என்றாள் முத்தம்மா.

"வரி வசூல் கொறைஞ்சா, பைரம்கான் பொண்டாட்டி, புள்ளைங்களையே கம்பெனி ஏலம் விட்டுடும்", என்றார் ஹரிதாஸ். பின்தொடர்ந்து, "அதனால நாங்க ஒரு முடிவு பண்ணிட்டோம். இரண்டு கிராமமும் ஊரைக் காலிசெஞ்சிட்டு, மூர்சிதாபாத் போகப் போறோம். கொஞ்சநாள் கழிச்சு கிராமத்துக்குத் திரும்புவோம்", என்றார்.

"சரி, அடியாளுங்களோட பணம், குதிரைங்க எல்லாம் நீங்களே எடுத்துக்குங்க. ஆயுதங்களை மட்டும் நாங்க எடுத்துக்கிறோம்", என்றான் வேலன். ஹரிதாஸ் தன் அருகில் இருந்தவனிடம் ஏதோ கட்டளையிட்டார். அவன் தலையாட்டி விட்டு ஓடினான்.

முத்தம்மா கேட்டாள், "தூரத்தில தீவட்டி வெளிச்சத்தில ரொம்ப நேரமா ஏதோ கூட்டம் நடக்குதே, அவங்க உங்க ஊர் ஆளுங்களா?".

"அது ரெண்டு ஊர் ஆளுங்களும் கலந்த கூட்டம். ஒரு பெரிய பிரச்சினையைப் பத்தி, அவங்க ஊர் முல்லா, எங்க ஊர் பண்டிட், எல்லாம் கலந்து பேசிக்கிட்டு இருக்காங்க", என்றார் ஹரிதாஸ்.

"எதைப்பத்திப் பேசறாங்க, ஊரைக் காலிபண்றதைப் பத்தியா?", என்றான் வேலன்.

"இல்லை சர்க்கார். அது சின்னப் பிரச்சினை. ஏற்கனவே நாங்க பலமுறை அப்பிடி ஊரைக் காலி செஞ்சுட்டு ஓடியிருக்கோம். ஆனால், இன்னைக்குப் பிரச்சினை, ரொம்பப் பெரிய பிரச்சினை. இந்துக்கள் ஊரில செத்துக் கிடக்கற அடியாளுங்க எல்லாம் முசல்மான், முசல்மான் ஊர்ல செத்துக்கிடக்கிற அடியாளுங்க

எல்லாம் இந்து. இப்போ எந்தக் கிராமம், யாரை அடக்கம் பண்றது. எப்படிச் சடங்கு சம்பிராதாயமெல்லாம் பண்றது? இதைப் பத்தித்தான் தர்க்கம் நடக்குது", என்றார் ஹரிதாஸ்.

அருகிலிருந்த சார்லஸ் கடகடவென்று சிரித்தான். "ஹரிதாஸ், அடியாளுங்களோட தலைவர்கள் சிவதாசையும், ரகீமையும் நாங்க ஒரே குழியில போட்டுப் பொதைச்சிட்டோமே! அவங்களுக்கு யாரு, எப்பிடி, என்ன சடங்கு பண்ணுவீங்க?", என்றான். முகத்தில் கலவரத்துடன் எழுந்த ஹரிதாஸ், "ஐய்யய்யோ, இதுக்கு எங்க பண்டிட்டும், அவங்க முல்லாவும் தான் வழி கண்டுபிடிக்கணும், கடவுளே", என்று முனகிக்கொண்டே சென்றார்.

60

இரு கிராமத்தினரும் கூடி ஒருவழியாக, இசுலாமியர் பிணங்களை இசுலாமியரும், இந்துப்பிணங்களை இந்துக்களும் புதைப்பதென்று முடிவு செய்தனர். ஆனால் இந்துக்கள் இறந்தது இசுலாமியர் கிராமத்தில் என்பதால், பண்டிட்டுக்கான காணிக்கைகளை இசுலாமியர் தரவேண்டுமென்றும், அதேபோல் முல்லாவிற்கான காணிக்கைகளை இந்துக்கள் தரவேண்டும் என்றும் முடிவாயிற்று. இரண்டு தலைவர்களும் ஒன்றாகப் புதைக்கப்பட்ட சவக்குழியில் தலைப் பகுதியில் பண்டிட்டும், கால்பகுதியில் முல்லாவும் பிரார்த்தனை செய்து ஆத்மாக்களைச் சாந்தியடையச் செய்தனர்.

இரவு நேரமாகி விட்டதால், காவலுக்கு ஏற்பாடு செய்யாமலேயே, வேலனும், அவன் கூட்டத்தினரும் நிம்மதியாக உறங்கிவிட்டனர். மறுநாள் சூரியன் சுள்ளென்று சுட்டெரித்த போதுதான் அனைவரும் விழித்தெழுந்தனர். ஊர்ப்பக்கமிருந்து ஒலி எதுவும் கேட்கவில்லை. ஆனால் தூரத்தில் வண்டிகள் போய்க் கொண்டிருப்பது தெரிந்தது. தங்கள் வண்டி அருகே மூட்டைகளும், பாத்திரங்களுமாய்க் கிடப்ப தைச் சுட்டிக் காட்டினாள் முத்தம்மா. தங்கள் வறுமையிலும், கிரா மத்தினர் ஒவ்வொருவரும் இவர்களுக்காக, ஏதாவது ஒரு உணவுப் பொருளை விட்டுச் சென்றிருந்தனர்.

எல்லாவற்றையும் வண்டியில் எடுத்துப் பத்திரப் படுத்திய இலட்சுமணன்,

"நல்லதாப்போச்சு, இனி வாரணாசி வரைக்கும் நமக்கு எதுவும் வாங்க வேண்டியிருக்காது", என்றான். டேவிட் சற்றுக் கோபமான

குரலில் சொன்னன், “வேலா, இந்த மாதிரி வழியெல்லாம் வம்புச் சண்டை போட்டுக்கிட்டே இருந்தா, நாம டெல்லி போய்ச்சேர ஒரு வருஷம் ஆயிடும்”.

“நீ சொல்றதும் சரிதான். இனிமே நேரத்தை வீணாக்காமப் போய்க்கிட்டே இருப்போம்”, என்றான் வேலன். வேலனும் அவன் ஆட்களும் கிளம்பக்கூட இல்லை. அதற்குள் காலியான வீடுகளுக்குள் நரிகள் புகுந்து ஊளையிடத் தொடங்கின.

“இப்படியே போனா, இன்னும் ரெண்டு வருசத்துக்குள்ள வங்காளமே திரும்பக் காடாயிடும் போல இருக்கே?”, என்றாள் முத்தம்மா. மாலை வரை வண்டியை எங்குமே நிறுத்தாமல் பயணத்தைத் தொடர்ந்தனர். மாலை முகாமிடும் வரை முத்தம்மா யாரிடமும் சரியாகப் பேசாமலேயே வந்தாள். ஓய்வு நேரத்தில் சார்லஸ் முத்தம்மாவிடம், “நீ இன்னும் அதிர்ச்சியில இருந்து, மீளவே இல்லை போல இருக்கே?” என்றான்.

“நேத்து நடந்தது உண்மையா, இல்லை கெட்ட கனவான்னு இன்னும் குழம்பிக்கிட்டிருக்கேன்”, என்றாள் முத்தம்மா.

“நீ வரலாறு படிச்சிருந்தா இப்படி அதிர்ச்சி அடைஞ்சிருக்க மாட்டே. சித்திரவதை செய்யறதையே ஒரு கலையா வளர்த்தெடுத்திருக்கு மனிதகுலம். எல்லாச் சித்திரவதைக் கருவிகளையும் வச்சு ஒரு சிறைக்கூடத்தையே சாம்ராட் அசோகர் கட்டினாராம், வெளியே இருந்து பார்த்தா அவ்வளவு அழகா இருக்குமாம். அதனால அதுபேரே 'சிங்காரச் சிறை'. ஆனால் அதுக்கு உண்மையான பேரு 'அசோகரின் நரகம்' என்றான் சார்லஸ்.

“அசோகர் மைலுக்கு ஒரு சத்திரம் கட்டினதாத்தானே படிச்சிருக்கேன்”, என்றாள் முத்தம்மா.

“அது கலிங்கப்போருக்கு அப்புறம். மொதல்லே, தன் ஆறு சகோதரர்களைக் கொன்னுட்டுத்தான் ஆட்சியைப் பிடிச்சாரு அசோகர். தமிழ்நாட்டைத்தவிர இந்தியாவில அவரு தோற்கடிக்காத நாடே இல்லை”, என்றான் சார்லஸ்.

“அந்த சிங்காரச் சிறை இன்னும் இருக்கா?” என்று கேட்டாள் முத்தம்மா. “நல்ல வேளையா, புத்த மதத்துக்கு மாறினப்புறம், அதை அவரே இடிச்சுச் தள்ளிட்டாராம்”, என்றான் சார்லஸ்.

“எங்க தமிழ்நாட்டில இந்தக் கொடிய பழக்கமெல்லாம் கிடையாது”, என்றாள் முத்தம்மா. “மதுரையில, சமணர்களைக்

கழுவில ஏத்தற படங்களையெல்லாம் நீ பார்த்ததில்லையா?. ஜெயின் துறவிகளை ஆசனவாய் வழியாக் கூரான இரும்புக் கம்பிகள்ள குத்தி வச்சிடுவாங்க. துறவிகள் உடல்கள் சொந்த எடையாலயே, கொஞ்சம், கொஞ்சமாக் கீழே இறங்கி, ஈட்டி கடைசியா வாய் வழியா வந்து நிற்கும். அதுக்கு ரெண்டு நாளாவது ஆகும்", என்றான் சார்லஸ்.

"நான் அந்தப் படங்களை ஆவுடையார் கோயில்ல பார்த்திருக்கேன்", என்றான் வேலன். "எங்க நாட்டுக்காரங்க கொடூரமானவங்கன்னு சொல்றியா?", என்றாள் முத்தம்மா. "ஐரோப்பாவில இருந்த சித்திர வதைக் கருவிகளையெல்லாம் உங்களால கற்பனை செஞ்சுகூடப் பார்க்க முடியாது. நான் சொல்ல வந்தது, மனிதர்களைவிடக் கொடூர மான ஒரு விலங்கு உலகத்திலேயே இல்லை", என்றான் சார்லஸ்.

"தமிழ் மன்னர்கள் சமணர்களைக் கழுவேத்தினாங்க. ஆனால் பின்னால தமிழர்களையும் ஒரு சுல்தான் கழுவேத்தினான். அது தெரியுமா?", என்றான் வேலன் சார்லசிடம்.

"இது என்ன புதுக்கதையா இருக்கு, ஆற்காட்டு நவாபா?" என்றாள் முத்தம்மா. "மதுரை சுல்தான்களைப் பத்தித்தானே சொல்றே?", என்றான் சார்லஸ். "எங்க வரலாறு உங்களுக்குத்தான் அத்துபடி" என்றான் வேலன். அதுவரை விலகியிருந்த பீட்டர் உடனே, "ஒரு நாட்டுக்குள்ள நாங்க போறதுக்கு முன்னே எங்க பாதிரியார்கள் அந்த நாட்டைப்பத்தி அரைகுறையாவாவது ஆராய்ச்சி பண்ணுவாங்க. உள்ளே போனப்பறம் வியாபாரிகள் முழுசா ஆராய்ச்சி பண்ணுவாங்க", என்றான்.

"மதுரை சுல்தான்களைப் பத்திச் சொல்லு", என்றாள் முத்தம்மா.

"சோழர் ஆட்சி அழிஞ்சு, திரும்பவும் பாண்டியர் ஆட்சி வந்தது, அவங்களும் வாரிசுச் சண்டை போட்டுக்கிட்டு 'முகம்மது பின் துக்ளக்' பாதுஷாகிட்டப் பஞ்சாயத்துக்குப் போனாங்க. அவன் ஒரு தளபதியை அனுப்பி, மதுரையைப் பிடிச்சிக்கிட்டான். அப்படி வந்தவங்கதான் மதுரை சுல்தான் பரம்பரை. ஐம்பதுவருஷம் மதுரையில இருந்து ஆட்டிப் படைச்சாங்க. அது மாதிரி ஒரு கொடுமையான காலகட்டம் அதுக்கு முன்னாலயோ, பின்னாலயோ தமிழ்நாட்டுக்கு வந்ததில்லைன்னு சொல்லுவாங்க", என்றான் வேலன்.

"ஓ... நீயும் தெளிவா வரலாறு படிச்சிருக்கே", என்றான் சார்லஸ்.

"எல்லாம் பாதிரியாருங்க சொல்லிக் கொடுத்ததுதான். முடிஞ்சா நீ விவரமாச் சொல்லு", என்றான் வேலன். சார்லஸ் உற்சாகமாகத் தன் குறிப்பேட்டைப் பிரித்துப் படித்தான். "பதினாலாம் நூற்றாண்டில மதுரை சுல்த்தானுங்க ஆட்சிக்கு வந்தாங்க. அம்பது வருசத்துக்குள்ள எட்டுப்பேர் ஆட்சி பண்ணினாங்க. எட்டுப் பேரிலயும் மோசமானவன் கியாசுத்தீன். ஹோய்சளராஜா வீரவல்லாளனைத் தோற்கடிச்சு, அவன் உடம்பை மதுரைக்கோட்டைச் சுவரில தொங்கவிட்டவன். அவன் காலத்திலதான் `இபன் பதூதா`ங்கற மொராக்கோ நாட்டு ஆராய்ச்சியாளர் மதுரைவந்திருந்தார். அவரு எழுதி வச்ச குறிப்பைத்தான் நான் இப்போ படிக்கப் போறேன்". குரலைக் கனைத்துக்கொண்டு படித்தான் சார்லஸ்.

"இன்னைக்கு காஜியும், நானும், சுல்தானுக்கு இரண்டு பக்கமும் உட்கார்ந்து சாப்பிட்டுக்கிட்டு இருந்தோம். சிப்பாய்ங்க ஒரு இந்து, அவன் மனைவி, ஏழு வயசு மகன் மூணு பேரையும் கொண்டுவந்து சுல்தான் முன்னால நிறுத்தினாங்க. சுல்தான் சாப்பிடறதை நிறுத்தாம, கையாலேயே மொதல்லே கணவன். இரண்டாவது மனைவி, மூணாவது பையன் அப்பிடீன்னு சைகை காண்பிச்சார். எங்க முன்னாலயே, வரிசையா ஒவ்வொரு தலையா, தரையில உருண்டது". அதைக் கேட்டு முத்தம்மா அதிர்ந்து போனாள். அதற்குள் சார்லஸ் மீண்டும் படித்தான், "இன்னொரு நாள் சாப்பிடறப்போ, ஒரே ஒரு இந்துவை மட்டும் இழுத்துக்கிட்டு வந்தாங்க. நான் சகிக்க முடியாம எழுந்திருச்சு தொழுகைக்குப் போயிட்டேன். திரும்பி வந்தப்போ அந்தஆளு தலையை வெட்டாம, கை, காலை மட்டும் வெட்டிப் போட்டிருந்தாங்க. உடம்பு அவன் ரத்தத்திலேயே மிதந்துக்கிட்டு இருந்தது".

"சரி படிச்சது போதும்", என்றாள் முத்தம்மா. சார்லஸ் விடுவதாக இல்லை. "கியாசுதீனை எதிர்த்துக் கலகம் பண்ணினா, அந்தச் கிராமத்தில இருக்க ஆம்பிளைங்களையல்லாம் கைது பண்ணி, நாலு, நாலு பேரா, வரிசையாக் கழுமரத்தில ஏத்துவானாம். அவங்களோட பொண்டாட்டிங்க அழுதுக்கிட்டு ஓடிவந்தா, அவங்களையும் கொன்னு, அவங்க தலைமுடியாலயே, அதே கழுமரத்தில கட்டிப் போடுவானாம். பொண்டாட்டிங்க கையில குழந்தை இருந்தா, அதையும் கொன்னுட்டுத் திரும்ப அவங்க கையிலேயே வச்சிட்டுப் போவானாம்".

சற்று நேரம் மௌனமாயிருந்த முத்தம்மா கேட்டாள், "அந்தக் கொடுமைக்கெல்லாம் யாருதான் முடிவு கட்டினாங்க?".

“ஐம்பது வருசத்துக்கு அப்புறம், விஜயநகர சாம்ராஜ்யம் வந்து முடிவுகட்டுச்சு. ராஜா கம்பண்ணாவோட மனைவி கங்காதேவி, இந்தக் கொடுமையையெல்லாம் கவிதையா எழுதினாளாம். அதுக்கப்பறம்தான் கம்பண்ணா படையெடுத்து வந்து, மதுரை, திருச்சி எல்லாத்தையும் விஜயநகர அரசாங்கத்துக்குக் கீழே கொண்டு வந்தார். பின்னால அது நாயக்கர் ஆட்சியா மாறிடுச்சு”, என்றான் சார்லஸ்.

“ஓ அப்படித்தான் தமிழ்நாடு, நாயக்கர் ஆட்சிக்குக் கீழே வந்துச்சா?” என்றாள் முத்தம்மா. “கங்கா தேவி எழுதின கவிதையைப் படிச்சுக் காட்டட்டா என்ற சார்லஸ், அவள் பதிலுக்குக் காத்திராமல் படிக்கத் தொடங்கினான்.

“மதுரை மாநகரின் சோலைகளில்
இப்பொழுது நிற்பவை தென்னை மரங்களல்ல,
உச்சியில் மண்டைஓடுகள் ஊஞ்சலாடும் கழுமரங்கள்.
நீராடும் மடந்தையர் மார்பகங்களில் பூசிய
சந்தனம் கரைந்ததால் தாமிரபரணி,
வெண்மை நிறத்தில் விரைந்தோடியது
அன்று. கரையோரங்களில் வெட்டப்படும் காராம் பசுக்களின்
இரத்தம் கலந்ததால் செந்நிறத்தில் சீறுகிறது
தாமிரபரணி இன்று.
மாநகர் மதுரையின் சாலைகளில்,
அழகிய பெண்களின் கொலுசுகள் அதிர்ந்தன அன்று;
கைதிகளாகக் கட்டி இழுத்து வரப்படும்
அந்தணர்களின் விலங்குகள் அதிர்கின்றன இன்று.

“சரி மொத்தத்தில் நீ என்ன சொல்ல வருகிறாய்? இந்தியர்கள் நாகரிகமடையாதவர்கள் என்கிறாயா?” என்றான் வேலன்.

“அப்படிச்சொல்ல நான் ஒரு ஐரோப்பியப் பிரபு அல்ல. புரட்சிக்கு ஆதரவு தெரிவித்ததால் விரட்டியடிக்கப்பட்ட ஒரு பிரெஞ்சுத் தொழிலாளி. நான் சொல்வதெல்லாம், அதிகாரத்தில் இருப்பவர்கள் அதைத் தக்க வைத்துக் கொள்வதற்காக எந்தக் கொடுமையையும் செய்வார்கள். இதில் இந்து, முஸ்லிம், கிறித்தவர், புத்தமத்தினர், இந்தியர், ஐரோப்பியர், அராபியர், என்று எந்த வேறுபாடும் கிடையாது”, என்றான் சார்லஸ்.

“பிரான்சில் புரட்சி நடக்கிறதா? அதற்குப்பின் அமையும் அரசு எங்கள் விடுதலைக்கு உதவுமா?”, என்று ஆவலுடன் கேட்டாள் முத்தம்மா.

“புரட்சியில் போராடிச் சாவது மட்டும் தான் தொழிலாளர்கள். அதிகாரமெல்லாம் வணிகர்கள் கையில். புரட்சி வெற்றிபெற்றாலும் வணிகர்கள் தலைமையிலான ஒரு ராணுவ சர்வாதிகாரம்தான் பிரான்சில் வரப்போகிறது”, என்றான் சார்லஸ் வெறுப்பான குரலில். அப்பொழுது அங்கு வந்த டேவிட், “என்ன ரொம்ப நேரமாக் காரசாரமாப் பேசிக்கிட்டு இருக்கீங்க?”, என்றான்.

“போரைப் பத்தியும், வியாபாரத்தைப் பத்தியும் பேசிக்கிட்டிருக்கோம்”, என்றான் பீட்டர். “எங்க பாஸ் பால்பென்பீல்டு எனக்குத் தெளிவாச் சொல்லிக் கொடுத்திருக்கார், எல்லாப் போருமே ஒரு வியாபாரம் தான், எல்லா வியாபாரமுமே ஒரு போர்தான்”, என்றவன், “சரி, மிச்சம் இருந்த சாராயப் பாட்டிலெல்லாம் எங்கே போச்சு?” என்றான். உடனே சார்லஸ் எழுந்து பீட்டரோடு சென்றான். அவர்கள் சென்ற சிறிது நேரத்தில் லோடாபாய் அங்கு வந்தான். அவன் கூடவே லட்சுமணணும் வந்தான். இருவரும் வேலனையும், முத்தம்மா வையும் சற்று தூரம் அழைத்துச் சென்றனர். தூரத்தில் நெடுஞ் சாலை ஓரத்தில், புகைவருவதைச் சுட்டிக் காட்டினான் லோடாபாய்.

“புகை வந்தா, யாரோ முகாம் போட்டிருக்காங்க. நெடுஞ்சாலை ஓரத்தில இது வழக்கம் தானே”, என்றான் வேலன்.

“ஆனால் அந்த இடத்தில தண்ணி வசதி இல்லை. நாம அதைக் கடந்துதான வந்தோம்”, என்றான் லோடாபாய்.

“நீ என்ன சொல்ல வர்றே?”, என்றான் வேலன்.

“அவங்க நம்மைப் பின்தொடர்ந்து வர்றாங்கன்னு நினைக்கிறேன். அதனாலதான் நம்மைக் கடந்து போகாம, நாம முகாம் போட்ட உடனேயே அவங்களும் முகாம் போட்டுட்டாங்க”, என்றான் லோடா.

“நம்மளை யார் தொடர்ந்து வருவா? பைரம்கானுக்கு அதுக்குள்ள கிராமத்தில நடந்தது தெரிஞ்சிருக்குமா?”, என்றாள் முத்தம்மா.

“அஞ்சாறு குதிரைங்கதான் நிக்குது. நான் மரத்து மேல ஏறிப்பார்த்தேன்”, என்றான் லோடா. “நம்மைப்பத்தித் தெரிஞ்சவங்களா இருந்தா நிச்சயம் இவ்வளவு குறைவான ஆட்களோட நம்மைத் தாக்க வரமாட்டாங்க”, என்றான் வேலன்.

“ ராத்திரி நாம தூங்கறப்போ தாக்கலாம். அல்லது ரெண்டு நாளில வாரணாசி நகரம் வரப்போகுது. அங்கே அவங்களுக்கு இன்னும் ஆளுங்க இருக்கலாம்”, என்றான் லோடாபாய்.

“சரி, அப்போ ராத்திரிக்கு மாத்தி, மாத்திக் காவல் இருப்போம். நீங்க ரெண்டு பேரும் காவலை ஆரம்பிக்கிறீங்களா”, என்றான் வேலன். அதற்குள் ஐரோப்பியர்கள் மூவரும் அங்கு வந்து விட்டனர். அவர்களிடம் நிலைமையை விளக்கினான் வேலன். “எங்களுக்குக் காவல் வேலை, காலையில வர்ற மாதிரிக் குடுங்க. அப்போ நாங்க சமையலையும் முடிச்சிடுவோம்”, என்றான் லட்சுமணன். வேலனும், டேவிட்டும் காவலைத் தொடங்கினர்.

அவர்கள் பயந்துபோல் இரவில் எதுவும் நிகழவில்லை. மறு நாள் காலையில் புறப்படத் தயாராகும் பொழுது மீண்டும் லோடாபாய் வேலனிடம், “வேலன் சாகிப், நாம வாரணாசி உள்ளேயே போகாம, கிராமத்து வழியாச் சுத்திக்கிட்டுபோயிடலாமே”, என்றான்.

“என்னது? வாரணாசியைப் பார்க்கணும்னு நான் எவ்வளவு ஆசையா இருக்கேன்”, என்றாள் முத்தம்மா. “ஆச்சர்யமா இருக்கே?”, என்றான் லட்சுமணன்.

“என்ன ஆச்சர்யம்?”, என்றாள் முத்தம்மா

நீங்களும், வேலன் சாகிப்பும் சாமிகும்பிட்டோ, பிரார்த்தனை பண்ணியோ நாங்க பார்த்ததே இல்லையே”, என்றான் லட்சுமணன்.

“நண்பா லட்சுமணா! எங்களுக்கு ஒரு லட்சியம் இருக்கு. அந்த லட்சியம் தான் எங்க தெய்வம். அதுக்குப் பாடுபடறதுதான் எங்க பிரார்த்தனை”, என்றான் வேலன்.

“வாரணாசி பழம்பெரும் நகரம், பெரிய வியாபார மையமாச் சேன்னுதான் பார்க்க ஆசைப்பட்டேன்” என்றாள் முத்தம்மா.

“அங்கே கம்பெனிப்படைங்க நெறைய இருக்கு. ஒரு வேளை நம்ம பின்னால வர்றது பைரம்கான் ஆளுங்களா இருந்தா, கம்பெனிப்படை உதவியோட நம்மளை ஜெயில்ல தள்ளுறதுக்கும் அங்கே ஜெயில் வசதியா இருக்கு”, என்றான் லோடா பாய்.

“என்ன உளர்ற? கம்பெனிப்படை நம்மைக் கைது பண்ணாது. கவர்னர் ஜெனரல் குடுத்த லெட்டரே என்கிட்ட இருக்கே?”, என்றான் டேவிட்.

“கவர்னர் ஜெனரல் லெட்டரா? மதராஸ்ல கவர்னரையே தூக்கி ஜெயில்ல போட்டாங்களே. பெய்கூட் விஷயம் மறந்து போச்சா?”, என்றான் வேலன்.

“அப்படியே எதுவும் ஆயிட்டாலும், எங்க பாஸ் பால்பென்பீல்டுக்கு லண்டன் வரைக்கும் செல்வாக்கு இருக்கு”, என்றான் டேவிட்.

“ஆனால் லண்டன்ல இருந்து உத்தரவு வர்ற வரைக்கும் நாம உயிரோட இருக்கணுமே. பெய்கூட் மாதிரியே நாமளும் அதுக்குள்ள போய்ச் சேர்ந்திட்டா?”, என்றான் வேலன்.

“வரி வசூல் விஷயத்தில தலையிடறதை எந்தக் கவர்னர் ஜெனரலும் அனுமதிக்க மாட்டாரு. நட்பு எல்லாம் கம்பெனியில, வரிவசூலுக்கு அப்புறம்தான்”, என்றான் பீட்டர். “வாரணாசியில, நமக்கு வேண்டிய சாமான்களையெல்லாம் வாங்கிட்டுப் போயிடலாம்னு, நான் திட்டம் போட்டிருந்தேன். சரி நேரமாகுது கிளம்புவோம். இந்த விஷயத்தை நாளைக்கு யோசிப்போம்” என்றான் வேலன். மீண்டும் பயணம் தொடர்ந்தது, மாலை வரை சென்றது. அன்று இரவும் முறைவைத்துக் காவலில் இருந்தனர். பின்தொடர்ந்தவர்களும் முன்பு போலவே இவர்கள் முகாமிட நின்றதும், அவர்களும் தூரத்தில் நின்றுவிட்டனர்.

“வர்றது ஒரு வேளை ஓமிசந்த் ஆட்களாக்கூட இருக்கலாம்”, என்றான் வேலன்.

“யாரா இருந்தாலும், அத்தனை பேரையும் நானே சுட்டுத்தள்ளப் போறேன். ரெண்டு நாளா என் தூக்கத்தைக் கெடுக்கறாங்க”, என்று கோபமாய்க் கத்தினான் டேவிட். அத்தோடு எழுந்து சென்று துப்பாக்கிகளைத் துடைத்துத் தயார் செய்யத் தொடங்கினான்.

“அது உருப்படியான வேலை” என்றவாறே பீட்டரும் துப்பாக்கிகளைத் துடைக்கச் சென்றான். உடனே சார்லசும், ஜஸ்வந்த்சிங்கும் அவர்களுக்கு உதவிக்குச் சென்றனர். “வர்றவங்க பைரம்கானோட ஆளுங்களோ, ஓமிசந்தோட ஆளுங்களோ, நிச்சயம் ஆபத்தான ஆளுங்கதான்”, என்றான் லட்சுமணன்.

உண்மையில் அவர்களைப் பின்தொடர்ந்தவர்கள், அவர்கள் எதிர்பார்த்ததைவிட நூறு மடங்கு ஆபத்தானவர்கள். அதை அவர்கள் யாரும் கற்பனை கூடச் செய்யாவிட்டாலும் ஒருவனுக்கு மட்டும், காட்டுவாசியான லோடாபாய்க்கு மட்டும், ஒரு சந்தேகம் இருந்தது.

61

மறுநாள் புறப்படப்போகும் நேரத்தில் இலட்சுமணன் வேலனிடம் வந்தான். “எப்படியும் வாரணாசி போயாகணும், தில்லி போறவரைக்கும் தேவையான அரிசி பருப்பு நம்மகிட்ட இல்லை”, என்றான். அருகில் நின்ற லோடாபாயின் முகத்தில் கலவரம் பரவியது. “ஆக்ராவில வாங்கிக்கலாமே”, என்றான்.

“நம்ம பின்னாலயே வர்றவங்க முகாமைக் கலைச்சிட்டாங்களா பாரு”, என்றான் வேலன்.

“இன்னும் அவங்க முகாமைக் கலைக்கல”, என்றான் லோடாபாய்.

“லோடாபாய் நீ இதுக்கு முன்னால வாரணாசிக்குப் போயிருக்கியா?”, கேட்டான் வேலன். “ஒரு தடவை போயிருக்கேன்”, என்றான் லோடா.

“சரி, அப்போ நீ வாரணாசிக்குப் போய் நமக்கு வேண்டிய சாமான்களையெல்லாம் வாங்கிக்கிட்டு தில்லிச் சாலை வழியா வெளியே வா. நாங்க குறுக்கு வழியா, வாரணாசிக்கு அந்தப்பக்கம் போய் ஒரு மைல் தூரத்துக்குள்ள எங்கேயாவது முகாம் போட்டு உனக்காகக் காத்திருக்கோம்”, என்றான் வேலன். லோடா பாய் முகத்தில் கலவரம் மேலும் அதிகமாவதைப் பார்த்த வேலன், “நீ தனியாப் போக வேண்டாம். வெள்ளைக்காரங்க மூணு பேரையும் உன் கூடக் கூட்டிக்கிட்டுப்போ”, என்றான். லோடாபாய் அரைமனதாகச் சம்மதித்தான். நெடுஞ்சாலை வழியாக லோடாபாயும் மூன்று வெள்ளையர்களும் குதிரைகளில் ஏறிப் புறப்பட்டனர். கிராமங்களை நோக்கிச் சென்ற சிறிய வண்டிப்பாதையில் இலட்சுமணன் வண்டியை ஓட்டத் தொடங்கினான். முன்புறம் ஜஸ்வந்த் செல்ல, முத்தம்மாவும், வேலனும் வண்டியின் பின்புறம் குதிரைகளில் பயணத்தைத் தொடர்ந்தனர். கிட்டத்தட்ட நண்பகல் நேரத்தில் அவர்களின் பின்னே குதிரைகள் விரைவாக ஓடிவரும் சத்தம் கேட்டது. ஆறு குதிரைகள் அவர்களை நோக்கி வந்து கொண்டிருந்தன. இலட்சுமணன் வண்டியை நிறுத்திவிட்டு, ஈட்டியைக் கைக்கு அருகே எடுத்து வைத்துக் கொண்டான்.

வந்த ஆறுபேரின் உடையையும், உயரத்தையும் வைத்தே யார் தலைவனாயிருக்கும் என்று எளிதில் ஊகிக்க முடிந்தது. அதற்குள் ஜஸ்வந்த்சிங்கும் வேலன் மற்றும் முத்தம்மா அருகே, வந்து

சேர்ந்தான். ஐந்துபேர் சிப்பாய்கள் தோற்றத்தில் இருக்க ஆறாவது ஆள் மட்டும் அவர்களோடு சம்பந்தம் இல்லாதவன் போல் குடுமி வைத்துப், பூணூல் அணிந்திருந்தான். அவர்களின் தலைவன் இவர்களின் அருகே, வந்து, "சலாம் சாகிப், என் பேர் காசிம். நீங்க வாரணாசி போகாம, ஏன் சுத்துவழியில போறீங்க?" என்றான்.

"அதினால உனக்கெதுவும் பிரச்சினையா காசிம்?", என்றான் வேலன்.

"இல்லை சாகிப், ஏதோ ஆபத்துன்னு நினைச்சோம்", என்றான் காசிம்.

"என் பேர் வேலன். ஆபத்தெல்லாம் எதுவும் இல்லை", என்றான்.

"சாகிப், என் பேர், பண்டிட் பிரேம் பட்டாச்சார்யா, திரிவேதி, மூணு வேதங்களையும் மூச்சுவிடாமச் சொல்லுவேன். ஜோசியம், பரிகாரம் எல்லாம் நல்லாத் தெரியும்", என்று அறிமுகப்படுத்திக் கொண்டான் பூணூல் அணிந்திருந்தவன். காசிம் மீண்டும் பேசினான், "உங்களைப் பார்த்தா, ஹைதராபாத் பக்கம் இருந்து வர்றவங்க மாதிரி தெரியுதே, சர்தார் சாகிப் உங்க வழிகாட்டியா?", என்றான்.

"நாங்க ஹைதராபாத்துக்கும் தெற்கே, மதராஸ்ல இருந்து வர்ற வியாபாரிங்க. ஆக்ரா, டெல்லி எல்லாம் வியாபார சம்பந்தமாப் போய் பார்க்கப்போறோம்", என்றான் வேலன். "நேத்தே பதிலை யோசிச்சு வச்சிட்டான் போல இருக்கு", என்று மனதிற்குள் நினைத்துக் கொண்டாள் முத்தம்மா.

"உங்க கூட இருந்த இன்னும் கொஞ்சப் பேரைக் காணோமே?", என்றான் காசிம்.

"ஓ அவ்வளவு கவனிச்சீங்களா? அவங்க யாரோ வாரணாசி போற வங்க, பாதுகாப்புக்காக எங்க கூட ஒண்ணா வந்தாங்க, இப்போ வாரணாசி போயிட்டாங்க", என்றாள் முத்தம்மா.

"உங்க குரலுக்கு என்னாச்சு", என்றான் பண்டிட்.

"இந்த ஊர்த் தண்ணி ஒத்துக்கலை", என்று சமாளித்தாள். முத்தம்மா பற்றியபேச்சை மாற்ற நினைத்த வேலன். "நீங்கள்லாம் யாரு, எங்கே போறீங்கன்னு தெரிஞ்சுக்கலாமா?" என்றான். "வண்டியை ஏன் நிறுத்திட்டீங்க, போய்க்கிட்டே பேசலாம். ஒண்ணாப்போனா ரெண்டு பேருக்கும் பாதுகாப்புத்தானே",

என்றான் காசிம். வேலன் இலட்சுமணனைப் பார்த்துத் தலையசைத்தான். வண்டி ஓடத் தொடங்கியது. ஜஸ்வந்த் எச்சரிக்கையாக, வேலன், முத்தம்மாவோடு வண்டியின் பின்புறமே பயணித்தான். காசிம் பேச்சைத் தொடங்கினான், "வேலன் சாகிப், நாங்க எல்லாம் வங்காள நவாப் படையில கடைசிவரை விசுவாசமா இருந்தவங்க. இப்போ வரி வசூலைக் கம்பெனியே எடுத்துக் கிட்டாங்க. எங்களுக்குச் சம்பளம் குடுக்க முடியாம, நவாப் எங்க படையைக் கலைச்சிட்டாரு. தில்லி பாதுஷா, படைக்கு ஆள் எடுக்கறாருன்னு கேள்விப்பட்டோம். அதில சேரத்தான் தில்லிக்குப் போயிக்கிட்டிருக்கோம்", என்றான்.

"ஓ, திரிவேதி பிரேம் பட்டாச்சார்யா, சண்டையும் போடுவாரா?" என்றாள் முத்தம்மா. "ஐயய்யோ, நான் எந்த உயிரையும் கொல்ல மாட்டேன். பாதுஷாக்கிட்ட பண்டிட் வேலைதான் கேட்கப்போறேன். பரிகாரம், தோஷம்னு வர்றப்போ யாரும் எந்த மதம், எந்த சாமின்னு கேட்கறதில்லையே", என்றான் பண்டிட். வேலனும், மற்றவர்களும் நீண்ட உடைவாட்களுடன் இருப்பதைக் கவனித்த காசிம்,

"வேலன் சாகிப், நீங்க கத்தி வீசறதில திறமையானவர் போல இருக்கே?" என்றான். "அதெல்லாம் ஒண்ணும் இல்லை, ஜஸ்வவந்த் சிங்கைத்தவிர, எங்க யாருக்கும், கத்தியை எந்தப்பக்கம் பிடிக்கற துன்னு கூடச் சரியாத் தெரியாது. வழியில திருடங்களைப் பயமுறுத்துறதுக்காக கத்திகளை இடுப்பில தொங்க விட்டிருக்கோம்", என் றான் வேலன். காசிமும் அவன் ஆட்களும் வாய்விட்டுச் சிரித்தனர். அன்று மாலை நேரத்தில் வாராணாசியின் மறுபுறம் வேலனும், மற்றவர்களும் வந்து சேர்ந்து விட்டனர். தூரத்தில் வாரணாசி நகரம் தெரிவதை ஏக்கத்துடன் பார்த்த முத்தம்மா, "நம்ம நாட்டுக் காஞ்சிபுரம் மாதிரி, வாரணாசி கோயில்களுக்குப் பேர்வாங்கின ஊருன்னு சொல்லுவாங்க", என்றாள். "திரும்பி வர்றப்போ கண்டிப்பா நகரத்துக்குள்ளே போவோம்", என்றான் வேலன்.

அப்பொழுது அவர்கள் அருகே வந்த பண்டிட், "முகாம் போடறதுக்கு வசதியான இடத்தை நான் காட்டுறேன் வாங்க. வாரணாசி எனக்குப் பழக்கமான இடம்", என்றான். "ஆமா, பண்டிட்டுக்குத் தெரியாத வாரணாசியா?", என்ற முத்தம்மா, "பண்டிட்ஜி, உங்களுக்கு இங்கே கிடைக்காத வருமானமா தில்லியில கெடச்சிடப்போகுது?", என்றாள். "இங்கே எல்லாமே

பொய். உண்மையா வேதம் தெரிஞ்சவனுக்கு மதிப்பே இல்லை. ஒரு வேதம் கூட உருப்படியாச் சொல்லத் தெரியாதவனெல்லாம், சதுர்வேதின்னு பேரு வச்சுக்கிட்டு ஏமாத்திக்கிட்டுத் திரியறாங்க", என்றான் சோகமான குரலில். அனைவரும், சிறிது நேரத்தில் அழகான சோலைபோன்று மரங்களடர்ந்த, சிற்றாறு ஓடிய, ஒரு இடத்திற்குப் போய்ச் சேர்ந்தனர். முகாமிட அதை விடச் சிறந்த இடம் கிடைக்காது என்று வேலன் ஒத்துக் கொண்டான். ஒரே ஒரு சிக்கல். ஏற்கனவே அங்கே ஒருகுழு முகாமிட்டிருந்தது.

"சரி, வேற இடம் பார்ப்போம்", என்றான் இலட்சுமணன்.

"இன்னும் ரொம்ப தூரம் போனாத்தான் இது மாதிரி இடம் கிடைக்கும்", என்றான் பண்டிட். அதுவரை அவர்களை விட்டுப் பிரிந்து சென்றிருந்த காசிம் திரும்பி வந்தான்.

"வேலன் சாகிப், நமக்கு நல்ல நேரம். அங்கே முகாம்ல இருக்கறதும், எங்களை மாதிரி, தில்லிக்கு வேலை தேடிப்போற சிப்பாய்ங்கதான். நாங்க அவங்க கூடவே ஒண்ணாத் தங்கிடறோம். நீங்க இங்கயே பக்கத்தில முகாம் போட்டுக்குங்க" என்றான்.

"எனக்கு ஒரு சந்தேகம். கல்கத்தாவில இங்கிலீசுக் கம்பெனியும் புதுசா சிப்பாய்ங்களைச் சேர்த்துக்கிட்டு இருக்கே, நீங்க ஏன் அங்கே வேலைக்குச் சேரலை", என்றான் வேலன்.

"கம்பெனியை எதிர்த்துக் கடுமையாச் சண்டை போட்டவங்க நாங்க. கம்பெனிக்கிட்ட மாட்டினா தூக்குத்தான். அதனாலதான் வாரணாசிக்குள்ளேயே நுழையாம, சுத்திக்கிட்டுப் போறோம்", என்றான் காசிம்.

பின்பு அந்தச் சிற்றாறின் அருகிலேயே வேலன் தன் குழுவினருடன் முகாம் அமைத்தான். அன்று பகல் உணவு முடிந்து, நால்வரும் உறங்கி எழும்பொழுது மாலையாகி விட்டிருந்தது. அதுவரை, வாரணாசி நகரத்தின் உள்ளே சென்றவர்கள் வந்து சேரவில்லை. அந்த நேரத்தில் காசிம், பண்டிட்டுடன் இவர்களைத் தேடிவந்தான். "வேலன் சாகிப், ராத்திரி நல்லாத் தூங்கிட்டு, காலையில, கொஞ்சம் இருட்டோடவே புறப்பட்றலாம்", என்றான்.

"எங்களைப்பத்திக் கவலைப்படாம நீங்க போங்க. நாங்க வாரணாசி நகரத்துக்கு நாளைக்குப் போறதாத் திட்டத்தை மாத்திட்டோம்", என்றான் வேலன். காசிமும், பண்டிட்டும் அவனை ஒருநொடி அதிர்ச்சியோடு பார்த்தனர். முத்தம்மா, ஜஸ்வந்த், லட்சமணனுக்கும் கூட அது புதிய செய்தியாயிருந்தது.

ஒருவேளை, ஐரோப்பியர்களும், லோடாபாயும் வரத் தாமதமாவதால், வேலன் அவ்வாறு முடிவெடுத்திருப்பான் என்று நினைத்தனர். உண்மையும் அதுதான். காசிமின் முகத்தில் ஏமாற்றம் வெளிப்படையாகத் தெரிந்தது.

“பரவாயில்லை சாகிப், உங்க விருப்பம். ஆனால் ராத்திரி கட்டாயம் எங்ககூட விருந்து சாப்பிடணும்”, என்றான் காசிம். மறுக்க முடியாமல் தலையாட்டிய வேலன், “கட்டாயம் வருவோம்”, என்றான்.

அவர்கள் சென்றபின் வேலன், “யாராச்சும் ஒருத்தர் இங்கே காவல் இருக்கணும். முத்தம்மாவை முகாமிலயே விட்டுட்டுப்போகலாம்” என்றான். உடனே ஜஸ்வந்த்சிங், “வேண்டாம் சாகிப், மேடத்தைக் கூட்டிக்கிட்டுப்போங்க. நான் காவல் இருக்கேன்”, என்றான். “நன்றி ஜஸ்வந்த், ஆனால் காவல் வேலையில இருக்றவங்க குடிக்கக் கூடாது” என்றான் வேலன். ‘‘ஆகா, யோசிக்காம மாட்டிக்கிட்டோமே என்று நினைத்த ஜஸ்வந்த்சிங், வேறு வழியில்லாமல்,’’ சரி என்று தலையை ஆட்டினான்.

“கவலைப்படாத, விருந்துச் சாப்பாடை உனக்கும் கட்டி எடுத்துக்கிட்டு வந்திடறேன்”, என்றான் இலட்சுமணன்.

அன்று லேசாக இருட்டுகின்ற நேரத்தில் வேலன், முத்தம்மாவையும், இலட்சுமணனையும் அழைத்துக்கொண்டு சிப்பாய்களின் கூடாரத்தை நோக்கிப் புறப்பட்டான். சிப்பாய்களின் கூடாரத்தை அவர்கள் அடையும் பொழுது நன்றாக இருட்டி விட்டது. நிலவொளியும் அரைகுறையாகத்தான் இருந்தது. நான்கைந்து கூடாரங்களின் நடுவே நெருப்பு மூட்டி ஒருபுறம் சமையல் நடந்து கொண்டிருந்தது. மற்ற மூலைகளில், கூட்டம் கூட்டமாக அமர்ந்து பலர் பேசிக்கொண்டிருந்தனர். ஒரு குழுவில், வீரன் ஒருவன் பாட, மற்றவர்கள் ரசித்துத் தாளம் போட்டுக்கொண்டு இருந்தனர். பாட்டுப்பாடும் கும்பலோடுதான் காசிமும், பண்டிட்டும் அமர்ந்திருந்தனர். வேலன் தன் ஆட்களுடன் அங்கே நுழைந்ததும், காசிமும், வேறுசிலரும் எழுந்து வந்து, இவர்களை வரவேற்றனர். காசிம் கேட்டான், “மூணுபேர்தான் இருக்கீங்க, சர்தார் சாகிப் வரலையா?”

“இல்லை, அவனுக்குக் காவல் வேலை குடுத்துட்டு வந்திட்டோம்”, என்றான் வேலன். அதற்குள் பலர் ஓடிவந்து

இவர்கள் மூவரும் அமருவதற்காகப் புல்தரையில் பழைய கம்பளம் ஒன்றை விரித்தனர். சாராய பாட்டில்களுடன் ஒருவன் ஓடிவந்தான். வேலனும், முத்தம்மாவும் வேண்டாம் என்று தலையசைத்தனர். அவர்கள் முன்னால் குடிக்க விரும்பாத இலட்சுமணன், தனக்கும் வேண்டாம் என்று தலையாட்டினான். “இசுலாமியர்கள் குடிக்க மாட்டீங்கன்னு நெனச்சேன்”, என்றான் வேலன்.

“சிப்பாய்ங்களுக்குப் பழக்க வழக்கம் கொஞ்சம் மாறித்தான் இருக்கும்”, என்றான் காசிம். பண்டிட் அருகேவந்து, “மூணு பேரும் இடுப்பில இவ்வளவு பெரிய கத்திங்களை வச்சுக்கிட்டு வசதியா உட்கார முடியாதே. என்கிட்ட குடுங்க சாகிப். நான் பத்திரமா வச்சிருந்து நீங்க போறப்பத் திருப்பித் தர்றேன்”, என்றான்.

“நாங்க கத்தி வச்சிருக்கறதே அலங்காரத்துக்குத் தான், பரவாயில்லை, எங்ககிட்டேயே இருக்கட்டும்”, என்றான் வேலன். காசிம் ஏதோ பண்டிட்டின் காதில் சொல்ல, பண்டிட் அங்கிருந்து போய் விட்டான். இலட்சுமணன் கேட்டான்,

“எங்க கூட வரும்போது, உங்க கூட்டத்தில இருந்த ரெண்டு பேரை இப்போ காணோமே?”. காசிம் வியப்புடன் இலட்சுமணனைப்பார்த்துக் கொண்டே, “சாமான் வாங்கிட்டு வர்றதுக்காக, வாரணாசிக்குப் போய் இருக்காங்க, இப்போ வந்திடுவாங்க”, என்றான். பிறகு வேலனிடம் திரும்பி, “நீங்க குடிக்காட்டிப் பரவாயில்லை சாகிப், எங்க ஆளுங்க குடிச்சிட்டுப் பாடுவாங்க, ஆடுவாங்க, அதை வேடிக்கை பாருங்க. அதுக்குள்ள சமையல் முடிஞ்சிடும்” என்றவாறே காசிம் கை தட்டினான். தூரத்தில் பாடிக்கொண்டிருந்த குழு இவர்கள் முன்னே வந்து ஆடிப்பாடத் தொடங்கியது. அந்த முகாமிலிருந்த அனைவரும் வந்து வேலன் குழுவினரின் பின்புறம் அமர்ந்து கொண்டனர். காசிம் மட்டும், பாட்டுப்பாடுபவர்களின் அருகே நின்று, ஒரு பெரிய டேப்பில் தாளம் தட்டிக் கொண்டிருந்தான்.

முத்தம்மா முடிந்தவரை பேசுவதைத் தவிர்த்தாள். தன் குரல் தன் னைப் பெண் என்று காட்டிக் கொடுத்துவிடலாம் என்று பயந்தாள். அதனால் கூட்டத்தை உன்னிப்பாகக் கவனித்துக் கொண்டிருந்தாள். எப்படியும் காசிமின் முகாமில் இருபது பேருக்கு மேலிருப்பார்கள் என்று கணக்குப் போட்டாள். இலட்சுமணனுக்குப் பின்னால் நான்கு பேர் அமர்ந்திருப்பதையும், அதில் உயரமாயிருந்தவன் இடுப்பில் உருமால் எனப்படும்

வண்ணத்துணியாலான துண்டைக் கட்டியிருப் பதையும் கவனித்தாள். அப்படியே தங்களின் பின்புறம் திரும்பிப் பார்த்தவள் ஆச்சர்யமடைந்தாள். தனக்கும் வேலனுக்கும் பின்புறமும்கூட அதேபோல் நான்குபேரடங்கிய குழுக்கள் இருப்பதையும், அவற்றிலும் இரண்டு உருமால் கட்டிய உயரமான ஆட்கள் அமர்ந்து இருப்பதையும் கவனித்தாள். அவளுக்கு இன்னொரு விஷயமும் விசித்திரமாகத் தோன்றியது. தங்களோடு வந்த காசிம், இப்பொழுது மொத்த முகாமுக்கும் தலைவன் போல் செயல்பட்டான். வேலனிடம் தமிழில் கேட்டாள், "வேலா, இன்னைக்குத்தானே நம்மகூடவந்த காசிமோட கூட்டம், ஏற்கனவே இங்கே முகாம் போட்டிருந்த கூட்டத்தைச் சந்திச்சுது. அதற்குள்ள எப்படி காசிம் இரண்டு கூட்டத்துக்கும் தலைவன் ஆயிட்டான்.

"ஒருவேளை, வங்காளத்திலேயே ஒண்ணா வேலை செஞ்சவங்களா இருக்கலாம்", என்றான் வேலன். இவர்கள் பேசிக் கொண்டிருக்கும் போதே அவர்களை நோக்கி, பண்டிட் பின் தொடர, ஜஸ்வந்த் சிங் வந்து கொண்டிருந்தான்.

"ஆகா, விருந்துக்கு ஆசைப்பட்டு, காவல் வேலையை விட்டுட்டு, ஜஸ்வந்த் சிங்கும் வந்திட்டான்", என்றான் லட்சுமணன்.

"வரட்டும், ஏன் வந்தான்னு நான் கேட்கறேன்", என்றான் வேலன் கோபமாக. ஆனால் அதற்குள் ஜஸ்வந்த்சிங்கே வேலனிடம் கேட்டான், "ஏன் சாகிப், என்னை உடனே வரச்சொன்னீங்க?".

இவர்கள் பேசிக்கொண்டிருக்கும்போதே, உருமால் கட்டிய ஒருவன் உள்பட நான்குபேர் ஜஸ்வந்த்சிங்கின் பின்னே சென்று நிற்பதை முத்தம்மாள் கவனித்தாள். "இதில் ஏதோ சரியில்லை", என்று வேலனை எச்சரிக்கப் போனாள். ஆனால் அதற்குள் அதுவரை தாளம் போட்டுக்கொண்டிருந்த காசிம், தாளத்தை நிறுத்திவிட்டு, "ஜெய் பவானி", என்று கத்தினான். "ஜெய் பவானியா? இசுலாமியன் ஏன் இந்து தெய்வத்தின் பெயரைச் சொல்கிறான்", என்று வேலனுக்குப் பொறி தட்டியது. ஆனால் அதற்குள் காசிமின் ஆட்கள் திட்டமிட்டபடி தாக்குதலைத் தொடங்கினர்.

உருமால் கட்டியிருந்தவர்கள் திடீரென்று அதை வேலன் குழுவினர் நால்வரின் கழுத்திலும் போட்டு இறுக்கினர். உருமாலில்

சிக்கிக் கொண்டவர்களின் இருபுறங்களிலும் நின்ற ஆட்கள் ஆளுக்கு ஒரு கையை அசைக்க முடியாமல் பிடித்துக்கொண்டனர். ஒருவன் பின் புறமிருந்து கால்களை வாரி விட்டான். நால்வரும் குப்புற விழுந்த னர். கழுத்தை நெறித்தவர்கள், நால்வரின் முதுகுகளிலும் அமர்ந்து மேலும் பலமாக உருமாலை இறுக்கினர். தங்களது, உடல் பலமும், வாள் வீச்சும் பயனற்றுப்போனதை நால்வரும் உணர்ந்தனர். கண்கள் தெறித்து வெளியே விழுந்து விடுவது போல் வலித்தன. நால்வருக் கும் மூச்சு மெல்ல, மெல்லக் குறைந்து உலகம் இருளானது.

62

இருண்டு கொண்டே வந்த உலகத்தில் வேலனுக்கும், அவன் குழுவி னருக்கும், திடீரென்று ஒளி தோன்றியது. சரியாகச் சொன்னால் முதலில் ஒலிபிறந்தது. மூன்று துப்பாக்கிக் குண்டுகள் சீறிப்பாய்ந்து வந்தன. கூடவே ஒலியின்றி வந்த ஒரு அம்பும் தன் வேலையைச் செய்தது. உருமாலால் கழுத்தை நெறித்துக் கொண்டிருந்த நான்கு முரடர்களும் அலறலுடன் மண்ணில் சாய்ந்தனர். மற்றவர்களின் பிடி ஒரு நொடி தளர்ந்தது. அந்த ஒரு நொடி வேலனுக்கும், முத்தம்மாவிற்கும், ஜஸ்வந்த்சிங்கிற்கும், இலட்சுமணனுக்கும் தங்கள் எதிரிகளை உதறி எறியப் போதுமானதாயிருந்தது. அவர்கள் எழுந்து நின்று மூச்சு வாங்கினர், முரடர்கள் கலக்கத்துடன் குண்டுகள் எங்கிருந்து வருகின்றன என்று நாலாபுறமும் பார்த்தனர். அந்த இடைவெளியில் முரடர்கள் மீது மேலும் விரைவாக அம்புகள் பாயத் தொடங்கின. காசிமும், மற்றவர்களும், வேலன் குழுவினர் மீது வாட்களுடன் பாய்ந்தனர். ஆனால் அவர்களில் சிலர் மட்டுமே ஆயுதம் வைத்திருந்ததனர். இலட்சுமணின் வாள்வீச்சு சுமார்தான் என்றாலும், வேலனும், முத்தம்மாவும், ஜஸ்வந்த் சிங்கும் சேர்ந்து தாக்கியபொழுது செந்நாய்களின் கூட்டத்தில் சிங்கங்கள் புகுந்தது போல் இருந்தது. காசிம்தான் ஆபத்தானவன் என்பதை உணர்ந்த வேலன் தன் முழுக்கவனத்தையும் அவன்மீது செலுத்தினான். ஆயுதம் இல்லாதவர்கள் நாலாபுறமும் சிதறித் தப்பி ஓட முயன்றனர். திடீரன்று குண்டுகளும், அம்புகளும் தப்பி ஓட முயன்றவர்கள் மீது பாய்ந்தன. ஐந்து நிமிடங்கள் தான் முரடர்கள் தாக்குப்பிடித்தனர். எரிந்து கொண்டிருந்த நெருப்பைச் சுற்றிலும் பத்துப் பதினைந்து பிணங்கள் கிடந்தன. காசிம் தப்பி ஓடியிருந்தான். இருட்டில்

மேலும் நாலைந்துபேர் தப்பி ஓடியிருக்கலாம் என்று தோன்றியது. சண்டையிடும் ஒலி முற்றிலும் நின்றபின், நான்கு புறங்களிலும் மறைந்திருந்த டேவிட், பீட்டர் சார்லசுடன் தோளில் வில்அம்பு களுடன் லோடாபாயும் முகாமிற்குள் வந்தனர்.

“நான்தான் சொன்னேன்ல வேலனுக்கு நம்ம உதவி தேவையில்லை, எத்தனை பேரை வெட்டித்தள்ளியிருக்கான் பாருங்க”, என்றான் சார்லஸ். அவனை நிமிர்ந்து பார்த்த வேலன், “இன்னும் ஒரு நொடி நீங்கள் தாமதமா வந்திருந்தால் கூட, நாங்கள் நான்கு பேருமே பிணமாகியிருப்போம்”, என்றான்.

“கத்தி, துப்பாக்கி எதுவுமில்லாம, ஒரு குழந்தையைக் கொல்ற மாதிரி எவ்வளவு சுலபமாக் கொல்றாங்க, என்று ஒரு உருமாலைக் கையில் எடுத்துப் பரிசோதித்தபடியே கூறினாள் முத்தம்மா. அப்பொழுது அந்த உருமாலின் ஒரு முனைக்கு அருகே காசு வைத்து முடிச்சுப் போடப்பட்டிருப்பதைக் கவனித்தாள்.

“இதில ஏன் காசு வச்சு முடியுறாங்க? சாகிறவங்க நெத்தியில காசு வைக்கிறமாதிரி ஏதாவது பழக்கமா?”, என்றான் வேலன். காசைத் தன் கையில் வாங்கிப்பார்த்த லோடா பாய், “உருமாலை கழுத்தைச் சுத்தி ஒரு கையால வீசி இன்னொரு கையால பிடிக்கப்போறப்போ உருமால் காத்தில பறக்காம இருக்கத்தான் காசு. அதோட, கழுத்தை இறுக்கறப்போ, இந்தக் காசு, தொண்டைக்குழியில படற மாதிரி வச்சு இறுக்கினா, எதிரி சீக்கிரம் செத்துப்போவான்”, என்றான். அனைவரும் லோடாபாயை வியப்புடன் பார்த்தனர்.

“இவ்வளவு விவரம் உனக்கு எப்படித் தெரியும் என்றான்?”, ஜஸ்வந்த்.

“அப்புறம் பேசலாம். மொதல்லே இந்தப்பொணங்களையெல்லாம் தூக்கிக் கூடாரத்துக்குள்ள போடுவோம்” என்றான் லோடாபாய். அவனது குரலிலிருந்த அவசரத்தை உணர்ந்த வேலனும் மற்றவர்களும் பிணங்களைத் தூக்கிக் கூடாரங்களின் உள்ளே எறிந்தனர்.,

“காசிமும், பண்டிட்டும் தப்பிச்சிட்டாங்க”, என்றான் இலட்சுமணன்

“பரவாயில்லை வா, நமக்கு இன்னொரு வேலையிருக்கு” என்ற லோடாபாய் இலட்சுமணனைக் கூட்டிக்கொண்டு, சற்றுத்தள்ளி யிருந்த கூடாரத்திற்குள் சென்றான். அனைவரும்

பிணங்களை மறைத்து முடித்தபோது, லோடாபாயும். இலட்சுமணனும் ஒரு பெரிய மரப்பெட்டியுடன் வந்தனர்.

"தக்கிகளும் சரி, பிண்டாரிகளும் சரி, பணத்தை எப்பவும் தரையிலதான் பொதைச்சு வப்பாங்க", என்றான் லோடாபாய்.

"அது யாரு தக்கி", என்றான் வேலன்.

"இதோ செத்துக்கிடக்கிற அத்தனை பேரும் தக்கிகள்தான். மொதல்லே இடத்தைக் காலிபண்ணுவோம், அப்புறமா, விவரம் சொல்றேன்", என்றான் லோடாபாய். அந்தப் பில்பழங்குடி இளைஞன் சொல்வதைக் கேட்பதுதான் நல்லது என்று உணர்ந்த வேலன், அனைவரையும் உடனே புறப்படுமாறு அறிவுறுத்தினான். கூடாரங்களின் மீது தீப்பந்தங்களை எறிந்தனர். அவர்களது வண்டியும், குதிரைகளும் அங்கிருந்து நகரத் தொடங்கின. தக்கிகளின் பணப் பெட்டியை வண்டியில் ஏற்றி இருந்தான் லோடாபாய். வண்டி சுமார் ஒரு மைல் தூரம் சென்றதும் வண்டியை நிறுத்திய லோடாபாய், "எல்லாரும் என்கூட வாங்க, இந்தத் தக்கிகளைப்பத்தி இன்னொரு முக்கியமான விஷயத்தைக் காட்டறேன்", என்றான். ஐரோப்பியர்கள் மூவரும், தாங்கள் வண்டிக்குக் காவல் இருப்பதாகக் கூறி விட்டனர். மற்றவர்களை அழைத்துக் கொண்டு லோடாபாய் ஒற்றையடிப் பாதையில் சென்றான். புதர் மண்டிய அந்தப்பாதையில் சுமார் நூறு அடிகள் சென்றதும், சிறிய குளம் ஒன்று கண்ணில் பட்டது. குளத்திற்கு மழைநீர் சென்றுசேரும் கால்வாய் அருகே இரண்டு பள்ளங்கள் புதிதாகத் தோண்டப்பட்டிருப்பதைச் சுட்டிக் காட்டினான் லோடா பாய். தோண்டப்பட்ட பள்ளங்களின் அருகேயே மண் குவியலாய்க்கிடந்தது. அதன்மேல் ஒரு மண் வெட்டி, கடப்பாறை மற்றும் இரண்டு குறுவாட்களும் கிடந்தன.

"இந்த இடத்தில வந்து யாரு பள்ளம் தோண்டியிருப்பாங்க?", என்றான் வேலன்.

"வாங்க காட்டறேன்", என்றான் லோடாபாய். வேலனும், மற்றவர்களும் மேலும் அருகே சென்று பள்ளங்களை எட்டிப் பார்த்தனர். ஒவ்வொரு பள்ளத்திலும் ஒரு பிணம் கிடந்தது. அவைகளைக் காட்டி, "இவங்க தான் வெட்டினாங்க", என்றான் லோடா பாய். பிணங்களை முத்தம்மா அடையாளம் கண்டு கொண்டாள்.

"இவங்க ரெண்டு பேரும் நம்மகூடக் குதிரையில வந்தவங்களாச்சே", என்றாள். "தங்களைப் பொதைக்கத் தாங்களே

பள்ளம் வெட்டிக்கிட்டாங்களா?'' ஜஸ்வந்த் கேட்டான். "அவங்க பள்ளம் வெட்டினது, உங்க நாலு பேரையும் போட்டுப் புதைக்கறதுக்காக. சரி வாங்க வண்டிக்குப் போவோம்'' என்ற லோடா, கீழே கிடந்த மண்வெட்டி, கடப்பாறை மற்றும் குறுவாட்களையும் தன்னுடன் எடுத்துக் கொண்டான். "லோடா பாய் புத்திசாலிதான். அதெல்லாம் நமக்கு உபயோகப்படும்'', என்றாள் முத்தம்மா. "ஒரு காட்டுவாசி தேவையில்லாம எதையும் அழிக்கவும் மாட்டான், தேவையானதை விடவும் மாட்டான்'', என்று சொல்லிக்கொண்டே நடந்தான் லோடாபாய்.

வண்டி மீண்டும் பயணத்தைத் தொடர்ந்தது. மாலை வரை தக்கிகள் யார் என்ற விவரத்தை லோடாபாய் சொல்லவில்லை. மாலையில் முகாமிட்டு, இரவு உணவெல்லாம் முடிந்து உறங்கப்போகும்பொழுது இலட்சுமணன், "லோடா, இதுக்கு மேல தக்கிகளைப் பத்தித் தெரிஞ்சுக்காம இருந்தா, என் தலையே வெடிச்சிடும்'', என்றான். "சொல்லாம இருந்தால், என் தலையும்தான் வெடிச்சிடும்'', என்றான் லோடாபாய். தனியே அமர்ந்திருந்த மூன்று வெள்ளயர்களும் புன்னகை பூத்தனர். அவர்களுக்கு லோடாபாய் தக்கிகளைப்பற்றி முன்பே சொல்லியிருப்பான் என்று ஊகித்தான் வேலன். மற்றவர்கள் அனைவரும் லோடா பாய் அருகே வந்து, அவனைச் சுற்றி அமர்ந்து கொண்டனர்.

"தக்கிங்களும் வழிப்பறிக் கொள்ளைக்காரங்கதான். ஆனால் எல்லாத் தையும் திட்டம்போட்டுச் செய்வாங்க. சாதாரணத்திருடங்க, அப்பாவிகளை நம்பவச்சுக் கழுத்தை அறுப்பாங்க. ஆனால் தக்கிங்க, நம்பவச்சுக் கழுத்தை நெறிப்பாங்க'', என்றான் லோடாபாய். கேட்டுக்கொண்டி ருந்த நால்வரும் தங்கள் கழுத்தைத் தடவிப்பார்த்துக் கொண்டனர்.

"இவங்க எல்லாம் ராஜஸ்தான் பக்கம் இருந்து வர்றவங்க. பிண்டா ரிங்க மாதிரியே தசராவுக்கு அப்புறம் ஒண்ணு கூடுவாங்க. வாரணாசியில இருந்து குஜராத் வரைக்கும் கொலை பண்ணிக் கொள்ளையடிப்பாங்க. திரும்ப மழைக்காலாம் வர்றதுக்குள்ள, நர்மதா ஆத்தைக் கடந்து ராஜஸ்தானுக்கே போயிடுவாங்க. அடுத்த தசரா வரைக்கும் விவசாயி, தொழிலாளி, வியாபாரின்னு'', ஏதாவது ஒரு வேசத்தில பொழுதைக் கழிப்பானுங்க. உள்ளூர்ல, அவங்க பொண்டாட்டி புள்ளைங்களுக்குக்கூட, இவனுங்க தக்கின்னு தெரியாது'' என்றான் லோடாபாய். அப்போது ஐரோப்பியர்களும் அருகில் வந்து அமர்ந்தனர்.

“தக்கிகள் பத்தி நான் கூட எங்கேயும் படிச்சதும் இல்லை, இதுக்கு முன்னால கேள்விப்பட்டதும் இல்லை. எப்பவில இருந்து இப்படி உருவானாங்க?”, என்றான் சார்லஸ்.

“யாருக்கும் தெரியாது. எத்தனயோ தலைமுறையா இருக்காங்களாம். ஒவ்வொரு கூட்டத்திலயும் ஒரு பண்டிட் கட்டாயம் இருப்பான். அவன்தான் விவரம் தெரிஞ்சவன். அப்படி ஒரு பண்டிட் தான் எனக்கு விவரம் சொன்னான்”, என்றான் லோடாபாய்.

“அவங்க இந்துக்களா? ஜெய் பவானின்னு தானே காசிம் கத்தினான்”, என்றாள் முத்தம்மா. ஒருகாலத்தில இந்துக்கள் தான் இந்தக் கும்பல்களை ஆரம்பிச்சாங்களாம். இப்போ இந்துக்கள் கொஞ்சப்பேர் அதில இருந்தாலும், தலைவனுங்க முசல்மான்மட்டும் தான். ஒவ்வொரு தலைவனும், பல தலைமுறையா தலைவனா இருந்த குடும்பத்தில இருந்து வந்திருப்பான்”, என்றான் லோடாபாய். “கழுத்தை நெரிக்கறதில எப்படி இவனுங்களுக்குத் திறமைவந்துச்சு?”, என்றான் பீட்டர்.

“பதினைஞ்சு வயசில இருந்தே அதுக்குப் பயிற்சி எடுத்துக்குவாங்க. அதைச் சொல்லிக்கொடுக்கறதுக்கு வாத்தியாரெல்லாம் இருக்காங்க. இந்த முறையால, ரத்தம் சிந்தாம ரெண்டே நிமிஷத்துக்குள்ள ஒரு ஆளைக்கொல்ல முடியும். மாட்டிக்கிட்ட எவனும் தப்பிப் பிழைக் கவே முடியாது”, என்றான் லோடா.

“அது என்னவோ உண்மைதான்”, என்று தன் கழுத்தைத் தடவிக் கொண்டான் இலட்சுமணன். பள்ளங்களின் அருகே இருந்து எடுத்து வந்த குறுவாட்களைத் தன் கையில் எடுத்துக் கொண்டு கேட்டான் லோடாபாய், “இது எதுக்குத் தெரியுமா?”. இவ்வளவு சின்னக் கத்தி எதுக்குன்னு, எனக்கும் சந்தேகம் இருக்கு”, என்றாள் முத்தம்மா.

செத்துப் போயிட்டான்னு நெனைச்சு இவனுங்க கெணத்துக்குள்ள தூக்கிப்போட்ட ஒருத்தன், தப்பிப் பொழைச்சு வந்து, அந்தக் கூட்டத்தையே காட்டிக் குடுத்திட்டானாம். அதில இருந்து கொலை பண்ணிப் பொதைக்கிறதுக்கு முன்னால, பொணத்தோட கண்களையெல்லாம் கத்தியால குத்திட்டுத்தான் பொதைப்பாங்க. அதுக்குத் தான் இந்த மெல்லிசான கத்தி”, என்றான் லோடாபாய். “கொலை பண்றதையே ஒரு கலையா வச்சிருக்கானுங்க”, என்றாள் முத்தம்மா.

“கலையா இல்லை மேம்சாப், கடமையா வச்சிருக்காங்க. அவங்க தெய்வம் பத்ரகாளி. உலகத்தில மனிதர்கள் எண்ணிக்கை அதிகமா யிட்டா, உலகம் தாங்காதாம். சமநிலையைக் கொண்டுவரக் கொஞ்சப்பேரைக் கொல்லணுமாம் அதுக்காகப் படைக்கப்பட்ட பத்ரகாளி பவானியோட பிள்ளைங்கதான் தக்கிகள்னு அவனுங்க நம்பறாங்க. பவானியோட பசியைப் போக்கத்தான் கொலை செய்யறாங்களாம்”, என்றான் லோடாபாய்.

“சாபாஷ், கொள்ளையடிக்கிறதை நியாயப்படுத்தறதுக்காக புதுசா ஒரு மத நம்பிக்கையையே ஏற்படுத்திக்கிட்டாங்க”, என்றான் பீட்டர்.

“எந்த மதம் அதைச் செய்யலை. நாகரிகத்தைப் பரப்பறதாச் சொல் லித்தான் ஐரோப்பிய அரசுகளும், கிறிஸ்தவ மதமும் படையெடுக்குது. மதத்தைப் பரப்பி, மக்களை நல்வழிப் படுத்தறதாச் சொல்லித் தான் இசுலாமியரும் படையெடுத்து வர்றாங்க”, என்றான் சார்லஸ். “நல்லவேளையா, இந்துமதம் அப்படி எதையும் செய்யலை”, என்றாள் முத்தம்மா. “செய்யலையா? நல்லா யோசிச்சுப் பாரு. நீ கொல்றது உடம்பைத்தான், ஆத்மாவையில்லன்னு சொல்லி, அப்பாவிங்க மூளையை மழுங்கவச்சுப் போருக்குப் போகச்சொல்றது இந்து மதம் தானே”, என்றான் சார்லஸ்.

“எங்க சீக்கிய மதம், நிலப்பிரபுக்கள் கொடுமையிலயிருந்து, ஏழை விவசாயிங்களைக் காப்பாத்துது”, என்றான் ஜஸ்வந்த் பெருமையோடு. “அது ஒரு காலத்தில. இப்போ நிலப்பிரபுக்கள்தான் சீக்கியர் கல்சாக்களுக்குத் தலைமை தாங்கறாங்க”, என்றான் சார்லஸ்.

லோடாபாய், நீ, குழப்பாம, தக்கிங்க எப்படிக் கொலை பண்ணுவாங்கங்கறதை மொதல்லே சொல்லு”, என்றான் லட்சமணன். “தக்கிங்க சின்னச் சின்னக் கூட்டங்களாப் பிரிஞ்சு ஊரூராச் சுத்துவாங்க. பண்டிட் பெரும்பாலும் கோயில், குளத்துக்குப் பயணம் போற ஆளுங்ககிட்ட பேச்சுக் குடுத்து, பணக்கார ஆளுங்களைக் கண்டுபிடிப்பான். அப்புறம் தக்கிங்க அந்தப் பயணிங்களோடவே சுத்தி அவங்களுக்கு ரொம்ப நெருக்கம் ஆயிடுவாங்க. அவங்களக் கொல்றதுக்கு பண்டிட் சகுனம் பார்த்துச் சொல்லுவான். உடனே திட்டம் போடுவானுங்க” என்றான் லோடாபாய். “என்ன திட்டம் போடுவானுங்க?” என்றான் இலட்சுமணன். “தக்கிகள் எப்பவும், பொதைக்கக் குழி

தோண்டிட்டுத்தான் கொல்லுவானுங்க, கொன்னுட்டுத்தான் திருடுவானுங்க. அதனால தான் அவங்களைப்பத்தி ஆயிரம் வருஷங்களா வெளிஉலகத்துக்கே தெரியறதில்லை. அவங்களுக்கு ரகசிய மொழியே இருக்கு. சிலரைக் குழி தோண்ட அனுப்புவாங்க, சிலர் அந்தவழியா யாரும் வர்றாங்களான்னு பார்க்கக் காவல் நிப்பாங்க. மொத்தக்கொலையும் அஞ்சு நிமிஷத்துக்குள்ள முடிஞ்சிடும். பெரும்பாலும் புனிதப் பயணம் போறவங்காளயே கொல்றதினால, மாதக் கணக்கா, ஏன், வருஷக்கணக்காக் கூடச் செத்தவங்களை யாரும் தேடவும் மாட்டாங்க", என்றான் லோடா.

"ஓவ், என்ன கச்சிதமான திட்டம்", என்றான் டேவிட்.

"அதுசரி லோடாபாய், உனக்கு எப்படி இவ்வளவு விவரம் தெரிஞ்சது. பண்டிட் யாரும் இவ்வளவு விவரம் சொல்லியிருக்க மாட்டாங்களே", என்றான் வேலன். சிறிது நேரம் மௌனமாயிருந்த லோடாபாய். "கங்கை ஆத்தில, புனிதப்பயணிகளை ஓடத்தில கூட்டிக்கிட்டுப்போய் கழுத்தை நெரிச்சுக்கொன்னு தீவுகள்ல புதைச்சிட்டுக் கொள்ளயடிக்கிற தக்கிக்கும்பல்களும் வாரணாசியில இருக்கு. அதில ஒரு தக்கி தண்ணியில தவறி விழுந்து செத்துப்போய், ஆள் பற்றாக்குறை வந்ததினால என்னைச் சேர்த்துக்கிட்டாங்க" என்றான்.

"வாரே,வா, அப்போ லோடாபாயும் நல்லாக் கழுத்தை நெறிப்பான்", என்றான் இலட்சுமணன். "என்னைக் குழிதோண்டறதுக்கும், எடுபிடி வேலைகளுக்கும்தான் வச்சிருந்தாங்க. ஊருக்குத் திரும்பறப்போ என்னைக் கொன்னுட்டுத்தான் போவாங்கன்னு எனக்குப் புரிஞ்சுது. நான் ஒரு நாள் தப்பிச்சுப் போய் ராஜாக்கிட்ட அந்தக் கூட்டத்தைக் காட்டிக்குடுத்திட்டேன். ராஜாவும், அந்தக் கும்பலைக் கைது பண்ணி ஜெயில்ல தூக்கிப் போட்டுட்டாரு. ஆனால், ராஜாவுக்கு நெறைய லஞ்சம் குடுத்து, விடுதலையாகி வந்திட்டாங்க. நான் பயந்துபோய் வாரணாசியை விட்டே ஓடிப்போயிட்டேன். அதில இருந்து வாரணாசிப் பக்கமே தலைவச்சுக்கூடப் படுக்கறதில்லை", என்றான் லோடா பாய். இப்பொழுதும் கூட அவன் கண்களில் அச்சம் தெரிந்தது.

"நேத்து என்ன நடந்திருக்கும்னு இப்போத்தான் எனக்குப்புரியுது. அவங்க கூடவே நம்மைக் கூட்டிக்கிட்டுப் போய்க் கொல்லத்தான் குழிதோண்டி வச்சிருக்கானுங்க", என்றான் வேலன்.

“ஆமா, நாம அவங்ககூட வரலைன்னு சொன்னதும், திட்டத்தை மாத்தியிருக்கானுங்க. விருந்துக்குக் கூப்பிட்டுக் கொல்லத் திட்டம் போட்டிருக்காங்க”, என்றாள் முத்தம்மா.

“என்னையும் உங்க கூடவே கொல்லணும்கிறதுக்காகத்தான், நீங்க உடனே என்னைக் கூட்டிக்கிட்டு வரச்சொன்னதா, பண்டிட் வந்து பொய் சொல்லி அங்கே வரவழைச்சிருக்கான்”, என்றான் ஜஸ்வந்த்.

“அவங்க திட்டம் தோல்வியடைஞ்சதுக்கு மூணு காரணங்கள் இருக்கு. மொதலாவதா, நாம யாரும் குடிக்கலை, இரண்டாவதா நாம யாரும் வாட்களை அலங்காரத்துக்குக்கொண்டு வரலை, மூணாவதா நம்ம கூட லோடாபாய் இருக்கான்”, என்றான் வேலன்.

“ஆமா லோடா பாய், எப்பிடி எங்களைக் காப்பாத்தச் சரியான நேரத்துக்கு வந்தே, ஒரு நிமிடம் நீங்க தாமதிச்சிருந்தாலும் எங்க வாட்களால கூட எங்களைக் காப்பாத்திக்கிட்டிருக்க முடியாதே”, என்றாள் முத்தம்மா.

“நீங்க எல்லாம் கிராமத்து வழியாப் போறதுக்கு முன்னாலேயே நாங்க வாரணாசிக்குப் புறப்பட்டோம் இல்லையா? அப்போ இருந்தே அவங்கள்ல ஒருத்தன் குதிரையில எங்களைப் பின் தொடர்ந்து வந்தான். அவன் வாரணாசியிலயும் ரகசியமா எங்களைப் பின் தொடர்ந்தான். அப்பவே எனக்குச் சந்தேகம் வந்திடுச்சு. பஜார்ல, வேணும்னே, சந்து பொந்தில புகுந்து அவன் கண்ணில படாம எல்லோரையும் கூட்டிக்கிட்டுப் போயிட்டேன். நாங்க தேவையான எல்லாச் சாமான்களையும் வாங்கிட்டோம். கடைசியா நான் மட்டும் தனியா வெல்லம் வாங்கப் போனப்போ, எங்களைப் பின்தொடர்ந்தவன், இன்னும் ரெண்டு ஆட்களோட சேர்ந்து வெல்லம் வாங்கிக் கிட்டிருந்தான். அவங்க ஆளுங்களையும், ரகசிய மொழியில அவங்க பேசறதையும், இடுப்பில் கட்டியிருந்த துணியையும் வச்சே தக்கிகள் தான்னு புரிஞ்சிடுச்சு. வெல்லம் வாங்கறதைப் பார்த்த உடனேயே உங்களைக் கொல்லத் திட்டம் போட்டுட்டாங்கன்னு உறுதி ஆயிடுச்சு”, என்றான் லோடா.

“வெல்லத்துக்கும், எங்களக் கொல்றதுக்கும் என்ன சம்பந்தம்?” என்று கேட்டான் வேலன். “அது அவங்க பரம்பரைப்பழக்கம். கொலையும், கொள்ளையும் வெற்றிகரமா முடிஞ்சவுடனே, எல்லோரும் வெல்லம் சாப்பிட்டு அதைக் கொண்டாடுவாங்க. உடனே நான் வெள்ளைக்காரங்கக்கிட்ட, உங்க உயிருக்கு

ஆபத்துன்னு சொன்னேன். நாங்க நாலு பேரும், அவங்க மூணு பேரையும் ரகசியமா பின்தொடர்ந்து வந்தோம். இங்கே முகாம் வந்தவொடனே, ஒருத்தன் முகாமுக்கு உள்ளே போயிட்டான். ஆனால், மத்த ரெண்டு பேரும், முகாமைத் தாண்டிப் போனாங்க". டேவிட் இடையில் புகுந்தான். "சார்லசையும், பீட்டரையும் உங்களுக்குப் பாதுகாப்பா மறைஞ்சிருக்கச் சொல்லிட்டு, நானும், லோடாவும் அந்த ரெண்டுபேரு பின்னாலபோனோம். ரெண்டுபேரும் குழிதோண்ட ஆரம்பிச்சானுங்க. அவங்களை நான் சுட்டுத் தள்ளறேன்னேன்", என்று சொல்லி நிறுத்தினான் டேவிட்.

"வேண்டாம் சாகிப், சுட்டா, இராத்திரியில ரொம்ப தூரத்துக்குச் சத்தம் கேட்கும்னு நான்தான் தடுத்திட்டேன். அவனுங்க குழிதோண்டி முடிச்சு, சோர்ந்து போய் மேல வர்றப்போ, அம்பு விட்டுக் கொன்னுட் டேன்", என்றான் லோடாபாய். "நல்ல வேளையா, நாங்க திரும்பி வர்ற வரைக்கும், உங்களுக்கு ஆபத்தும் எதுவும் ஏற்படலை. அவங்க உங்களைக் கொலை பண்ண முயற்சிக்கறதுக்கும், நாங்க வந்து சேர்றதுக்கும் சரியா இருந்துச்சு", என்றான் டேவிட்.

நேரமாகி விட்டதால் அனைவரும் உறங்கச் சென்றனர். ஆனால் அனைவருமே நடக்கவிருந்த பேராபத்தை நினைத்து, இறுக்கமான மனதுடனேயே படுத்தனர்.

"வேலன் சாகிப், நீங்க எதுக்கும் ஜாக்கிரதையா இருங்க. காசிம் தப்பிச்சிட்டான். அவன் உங்க மேல தான் ரொம்பக் கோபமா இருப்பான்", என்றான் ஜஸ்வந்த்.

"அப்படியே ஏடாகூடாமா எதுவும் நடந்திட்டாலும், நான் பெரிசா கவலைப்படமாட்டேன். என்னைத்தான் இரண்டாவது கல்யாணம் பண்ணிக்கிறதா டேவிட் சொல்லி இருக்கானே", என்றாள் முத்தம்மா. வேலனே வாய்விட்டுச் சிரித்தான். அவனது கலகலப்பான சிரிப்பு, டேவிட் உட்பட அனைவருக்கும் தொற்றியது. ஒரு வழியாக மன இறுக்கம் தளர்ந்து உறங்கப்போயினர்.

63

மறுநாள் ஆக்ராவை நோக்கிப் பயணம் தொடர்ந்தது. வழக்கம்போல் வண்டிக்கு முன்னதாகச் சென்று வழி பாதுகாப்பாக உள்ளதா, என்று பார்வையிடும் லோடாபாய், சாலையின் நடுவே குதிரையிலிருந்து இறங்கி நின்று கொண்டு இருந்தான். மற்றவர்கள் அருகில் வந்ததும், "காசிம்கானும், பண்டிட்ஜியும் தப்பி ஓடுனாங்க இல்லையா? அதில ஒருத்தன் பொணமாக் கெடக்கறான் பாருங்க" என்றான்.

"நெனச்சேன், தன்னோட கூட்டமே அழிஞ்சு போறதுக்குப் பண்டிட்ஜி தான் காரணம்னு நெனச்சு, அவனைக் காசிம்கான் கொன்னுருப்பான்", என்று சொல்லிக்கொண்டே முத்தம்மா குதிரையிலிருந்து இறங்கினாள். அனைவரும் சாலைஓரம், ஒரு மரத்திற்குப் பின்னே, தலை நசுங்கி முகம் அடையாளம் தெரியாமல் கிடந்த பிணத்தின் அருகே சென்றனர். முதலில் அருகில் சென்ற இலட்சுமணன் கூச்சலிட்டான், "இது பண்டிட்ஜி இல்லை, காசிம்கான்". வாட்டசாட்டமான, அந்த உடலைப்பார்த்ததுமே, அது காசிம்கானின் பிணம்தான் என்று அனைவரும் புரிந்து கொண்டனர்.

"அந்தக் குண்டன் பண்டிட், காசிம்கானைக் கொன்னுட்டானா?" என்று நம்ப முடியாமல் கேட்டான் லோடாபாய்..

"இதில நீ ஆச்சர்யப்படறதுக்கு ஒண்ணும் இல்லை. நேத்து ராத்திரி இங்கே என்ன நடந்திருக்கும்னு நினைக்கிறாய்?" என்றான் வேலன். சற்று யோசித்த லோடாபாய் "தக்கிகளுக்கு மூடநம்பிக்கைகள் அதிகம். ஒரு தாக்குதல்ல இறங்கறதுக்கு முன்னால, பவானி அம்மன் சம்மதத்தைக் கேட்பாங்க. சாமி அனுமதி குடுக்காமப் போனா, போற காரியம் தோல்வியில முடியும்னு நம்புறவங்க. சாமி கிட்ட அனுமதி கேட்டுச் சொல்றது பண்டிட் வேலை" என்றான்.

"பண்டிட் நீ நேரம் குறிக்கிறதில ஏதோ தப்புப்பண்ணியிருக்கே, அத னால தான் நமக்கு இப்படி நடந்து போச்சு", அப்பிடின்னு காசிம் கத்தியிருப்பான், சரியா?", என்றான் வேலன். "நான் சரியாத்தான் நேரம் குறிச்சுச் கொடுத்தேன். ஆனால், நீதான், தாக்குதலை மொதல் நாளே, ஆரம்பிச்சிட்டே அதனாலதான், தெய்வக்குத்தம் ஆகிப்போச்சுன்னு, பண்டிட் சொல்லியிருப்பான் சரியா?", என்றாள் முத்தம்மா.

“சரி தூங்கலாம்னு சொல்லிட்டு, நாளைக்கு, பொதைக்கிறதுக்கு வசதியான இடத்தில, பண்டிட்டைப் போட்டுத்தள்ளனும்னு காசிம் நெனச்சிருப்பான்”, என்றான் வேலன். “இவனைத் தூங்கறப்பவே போட்டுத் தள்ளிடனும், இல்லைன்னா, நம்மளப் போட்டுத் தள்ளிடுவான்னு பண்டிட் நெனச்சிருப்பான்”, என்றாள் முத்தம்மா.

“காசிம் தூங்கும்போதே, அவன் தலையில கல்லைப் போட்டுக் கொன்னுட்டான் பண்டிட்”, என்று சொல்லிவிட்டு, சற்றுத் தூரத்தில் ரத்தக்கறைபடிந்து கிடந்த பெரிய கல்லைக் காட்டினான் வேலன்.

“ரெண்டு பேரும் நேரே இருந்து பார்த்த மாதிரிச் சொல்றீங்களே?”, என்றான் சார்லஸ். “சரி, நாம போகலாம்”, என்றான் வேலன். பயணம் மீண்டும் தொடங்கியது.

“பார்த்தீங்களா, எங்க கம்பெனிப் பகுதியைத் தாண்டிட்டா, மக்களுக்குப் பாதுகாப்பே கிடையாது”, என்றான் டேவிட். “உங்க கம்பெனிப் பகுதி யில மக்களே கிடையாதே”, என்றான் சார்லஸ்.

“வங்காளத்து மேல மராத்தியர் படை எடுத்து வந்து கொள்ளையடிக்காமத் தடுத்து நிறுத்தியிருக்கது எங்க கம்பெனிதான்”, என்றான் டேவிட். “இனிமேக் கொள்ளையடிக்க வங்காளத்தில, கம்பெனி, எதை விட்டு வச்சிருக்கு?”, என்றாள் முத்தம்மா. மாலை முகாமிட இறங்கிய பொழுது டேவிட் மீண்டும் கூறினான், “கம்பெனி ஆட்சி செய்யுற பகுதியிலதான், போலீஸ் இருக்கு, கோர்ட் இருக்கு”.

லோடாபாய் சிரித்தான். “டேவிட் சாகிப், காசு இருக்கறவனுக்குத்தான் கம்பெனிப் போலீசும், கோர்ட்டும். போலீஸ் பட்டேல் திருடங்களைப் பிடிக்கறதில்லை. திருடங்களைக் காப்பாத்த அப்பாவிங்களைப் பிடிச்சு ஜெயில்ல போடுவான். லஞ்சம் குடுக்க முடியாதவன் அங்கேயே கெடந்து சாக வேண்டியது தான்”, என்றான். “உங்க கோர்ட்டு, நீதிபதியோட லட்சணமெல்லாம் ராஜா நந்தகுமார் விவகாரத் திலதான் உலகத்துக்கே தெரிஞ்சிடுச்சே”, என்றான் சார்லஸ்.

“அது யார் ராஜா நந்த குமார்?”, என்று கேட்டாள் முத்தம்மா.

“வங்காள அரசாங்கத்தில பெரிய நிர்வாகி. வங்காள நவாப்கிட்டே வேலைபார்த்தாரு. பின்னால கிளைவ் பக்கம் சாய்ஞ்சாரு. வாரன் ஹேஸ்டிங் கவர்னர் ஜெனரல் ஆனதும், அவர் பார்த்துக்கிட்டிருந்த கலெக்டர் பதவியை நந்தகுமாருக்குக்

கொடுத்தாரு கிளைவ். அதனாலதான் ராஜா பட்டமும் கொடுத்தாங்க", என்றான் வேலன்.

"ஓ இதெல்லாம் எனக்கே தெரியாதே?", என்றான் சார்லஸ். "வாரன் ஹேஸ்டிங் கவர்னர் ஜெனரல் ஆனதில இருந்தே, அவருக்கும், நந்தகுமாருக்கும் ஒத்துப்போகலை", என்றான் வேலன்.

"ஹேஷ்டிங்குக்கும், கல்கத்தா கம்பெனி டைரக்டர்களுக்கும் தானே ஒத்துப் போகலைன்னு ஊரெல்லாம் பேச்சு அடிபட்டது", என்றான் பீட்டர். "அதுவும் உண்மைதான். அதனால நந்தகுமார், ஹேஸ்டிங்கை எதிர்த்த டைரக்டர்ஸ் கிட்ட, ஹேஸ்டிங் லஞ்சம் வாங்கினதுக்கான ஆதாரங்களையெல்லாம் கொடுத்திட்டார். தானும் விசாரணையில கலந்துக்கிட்டுச் சாட்சி சொல்ல ஒத்துக்கிட்டார். "கல்கத்தாவும் மோசந்தானா? நான் மெட்ராஸ்தான் மோசம்னு நினைச்சிக்கிட்டு இருக்கேன்", என்றாள் முத்தம்மா. "அப்புறம் நடந்ததுதான் படுமோசம். ஹேஸ்டிங் மேல விசாரணை வராமத் தடுக்கறதுக்காக, நந்தகுமார் தான் ஊழல் செஞ்சதாப் பொய் வழக்குப்போட்டு ஜெயில்ல தள்ளினாரு தலைமை நீதிபதி இம்பே", என்றான் சார்லஸ்.

"குற்றச்சாட்டுக்கு ஏதாவது ஆதாரம் இருந்திச்சா?", என்று கேட்டான் டேவிட். "ஆதாரமாவது, மண்ணாவது, கவர்னர்ஜெனரல் ஹேஸ்டிங்கும், நீதிபதி இம்பேயும், பள்ளிக் கூடத்தில ஒண்ணாப் படிச்சவங்க. டைரக்டர்கள் தலையிட்டு நந்தகுமாரை விடுவிக்கறதுக்குள்ளே இம்பேயும், ஹேஸ்டிங்கும் சேர்ந்து, நந்த குமாரைத் தூக்கில போட்டுட்டாங்க. இதுதான் இங்கிலீஷ் கம்பெனியோட சட்டமும் நீதியும்", என்றான் சார்லஸ். "சரி எதுக்குப் பேசி நேரத்தை வீணாக்கறீங்க", என்றான் டேவிட். "தாராளமாப்பேசித் தீர்க்கட்டும், நாம ஆக்ரா போய்ச் சேர இன்னும் பத்து நாளாகும்", என்றான் வேலன். மேலும் ஒரு வாரம் பயணம் செய்தபின், ஆக்ராவின் உயர்ந்து வளைந்த கோபுரங்கள் கண்ணில் தெரிந்தன.

"வாரணாசியைத்தான் பார்க்கலை, ஆக்ராவையாச்சும் பார்க்கலாமா?", என்றாள் முத்தம்மா. "பார்த்துத்தான் ஆகணும். அங்கேதான், தன் னோட நண்பர், வைரவியாபாரி ஹாஜி முகம்மது இருக்கிறதாச் சிராஜ் சொல்லியிருக்காரு. அவரு மூலமாத்தான் சிராஜ்கானைக் கண்டுபிடிக்கப்போறோம்", என்றான் வேலன். "ஆக்ரா தில்லியை விடப் பெரிய ஊராமே?", என்று கேட்டாள் முத்தம்மா.

“ஒரு காலத்தில, மொகலாய அரசுக்குத் தலை நகரா இருந்தப்போ”, என்றான் வேலன். “என்ன சொல்றே, தில்லி தானே, பாதுஷா இருந்த இடம்”, என்றாள் முத்தம்மா.

“தில்லியும், ஆக்ராவும் மாறிமாறித் தலைநகரங்களா இருந்திருக்கு. அக்பர் காலத்தில பதேக்பூர் சிக்ரி கூடத் தலை நகரா இருந்திச்சு”, என்றான் இடையில் புகுந்த சார்லஸ்.

“பதேக்பூர் சிக்ரியா? அது எங்கே இருக்கு?”, என்றாள் முத்தம்மா.

“ஆக்ராவில இருந்து தில்லி போற வழியில அக்பர் புதுசா ஒரு நகரத்தை உருவாக்கினார். அது பதினைஞ்சு வருஷம் தலைநகரா இருந்துச்சு. தண்ணிப் பஞ்சத்தால திரும்பவும் தில்லிக்கே தலை நகரத்தை மாத்திட்டாங்களாம்”, என்றான் சார்லஸ்.

“இப்போ தலைநகரம் தில்லி தானே?” என்று கேட்டாள் முத்தம்மா.

“தலை நகரம் தில்லிதான். ஆனால் ஆக்ரா இன்னும் ஒரு பெரிய வியாபார நகரம், சிட்டகாங்கில இருந்து லாகூர் வரைக்கும் இருக்க வியாபாரிகள் ஒண்ணு கூடற இடம். கவலைப்படாதே, நாம நிச்சயம், ஆக்ரா, பதேக்பூர் சிக்ரி, தில்லி மூணு இடங்களையும் பார்க்கத்தான் போறோம்”, என்றான் வேலன்.

மறுநாள் ஆக்ராநகரிலேயே முகாம் இட்டு விட்டு, அனைவரும் ஓய்வெடுத்தனர். முத்தம்மாவும் வேலனும், ஜஸ்வந்தை மட்டும் கூட்டிக் கொண்டு ஆக்ரா கடைவீதி களில் அலைந்தனர். பெரிய பெரிய கடைகள், கடைகள் நிறையப் பொருட்கள். ஆனால் ஏதோ ஒன்று குறைவதை மூவரும் உணர்ந் தனர். தங்கள் மூவரையும் கடைக்காரர்கள் உற்றுப்பார்ப்பதிலிருந்தே குறைவது எது என்பதை உணர்ந்து கொண்டனர். பொருட்களை வாங்கத்தான் ஆட்கள் யாரும் இல்லை. ஒரு காலத்தில் லண்டனை விடப் பெரிய நகரமாக இருந்த ஆக்ரா, வணிகம் சிதைந்து, பொலிவி ழந்து மக்கி, மறைந்து கொண்டிருந்தது.

“வைர வியாபாரி ஹாஜி முகம்மதைக் கண்டுபிடிப்பதும் அத்தனை சுலபமாக இல்லை. கடைக்காரர்கள் அனைவரும் தெரியாதென்று கையை விரித்தனர். நண்பகல் உணவிற்காகத் தங்கள் முகாமிற்கு வந்து சேர்ந்தனர். மூவரும் மறுநாள் மீண்டும் தேடுதலைத் தொடங்க லாமென்று திட்டமிட்டிருந்தான் வேலன். ஆனால் அன்று மாலையே, குதிரையில் ஒரு சேவகர் முகாமிற்கு வந்தார். என்ன வேண்டும் என்று விசாரித்தான் வேலன்.

“நான் ஹாஜி முகம்மதுவின் வேலையாள். நீங்கள் அவரைத் தேடுவதாகச் செய்தி வந்தது. உங்கள் அனைவரையும் வீட்டிற்கு அழைத்து வருமாறு என்னை அனுப்பினார் முதலாளி”, என்று மிகப்பணிவோடு, ஏதோ அரசதூதன் போல் பேசினார் வந்தவர். வேலனும் தன் கூட்டத் தோடு உடனே அவரைப்பின் தொடர்ந்தான். தோட்டம் சூழ்ந்த சிறிய மாளிகை ஒன்றின் முன்னே சென்று நின்ற தூதுவன்,

“சாகிப், இது எங்கள் விருந்தினர் மாளிகை. நீங்கள் அனைவரும் இங்குதங்கி எங்களைக் கௌரவிக்க வேண்டும். முதலாளி உங்களை விரைவில் சந்திக்க வருவார்”, என்றார். “நன்றி”, என்ற வேலன், “உங்கள் பெயரைத் தெரிந்து கொள்ளலாமா?” என்றான்.

“பிரபு, இந்த அடிமையின் பெயர் உமர் முகம்மது”, என்றார் தூதுவர்.

“நீங்க தில்லி பாதுஷாக்கிட்ட வேலை செய்ய வேண்டிய ஆளு”, என்றான் வேலன்.

“எங்கள் முதலாளி, ஹாஜி முகம்மது, பாதுஷாவுக்குக் கொஞ்சமும் குறைந்தவரல்ல. மேலும், நான் பாதுஷா ஷா ஆலத்திடம் வேலை செய்தவன்தான். பாதுஷாவால் சம்பளம் கொடுக்க முடியாததால் விலகிவிட்டேன்”, என்றார் உமர், அதே பணிவான குரலில். அனைவரும் வண்டியைத் தோட்டத்தில் விட்டுவிட்டு மாளிகையின் உள்ளே சென்றனர். அவர்கள் தங்குவதற்கு வேண்டிய அனைத்து வசதிகளும் செய்யப்பட்டிருந்தன. இரண்டு வேலையாட்களும் நியமிக்கப் பட்டிருந்தனர். அனைவரும் குளித்து, உடைமாற்றி முடிக்கும்போது, விலை உயர்ந்த உடைகளை அணிந்த, ஒரு கம்பீரமான, உயரமான உருவம் உள்ளே நுழைந்தது. கூடவே வந்த உமர் உரத்த குரலில்,

“ஹாஜி முகம்மது உங்களச் சந்திப்பதில் மகிழ்ச்சி அடைகிறார்”, என்று முழங்கினார்., “வாங்க எல்லோரும் சாப்பிடலாம், மத்த விஷயங்களை அப்புறம் பேசுவோம்”, என்றார். வைரவியாபாரி ஹாஜி முகம்மதுவோ தடபுடலான விருந்திற்குப்பின், ஹாஜி முகம்மது வேலனிடம், “வேலன் சாகிப், இனி நாம ரெண்டு பேரும் கொஞ்சம் தனியே பேசலாமா?” என்றார். “தாராளமா, இங்கேயே பேசலாம். நாங்க ஏன் உங்களைத் தேடி வந்திருக்கோம்னு கூடத் தெரியாமலேயே எங்களுக்குத் தங்க இடம் கொடுத்திருக்கீங்க. நன்றி ஹாஜி சாகிப். என் நண்பர் சிராஜ்கானைப்பத்தியும், ஹீரா பிஜ்லியைப்பத்தியும் விசாரிக் கத்தான் உங்களைத் தேடி வந்தோம்”,

என்றான் வேலன். "சிராஜ்கான், ஹீரா பிஜ்லி?, ரெண்டுக்கும் சம்பந்தம் இருக்கா?", என்றார் ஹாஜி.

"ஆமாம், மொதல்லே ஹீரா பிஜ்லியைப் பத்திச் சொல்லுங்க", என்றான் வேலன். "அதைப்பத்தித் தெரிஞ்சதெல்லாம் வதந்திதான். அது ஒரு இந்து வியாபாரிக்குச் சொந்தம், முஸ்லீம் தளபதிக்குச் சொந்தம், சீக்கியர் குடும்பத்துக்குச் சொந்தம், இப்படிப் பலர் பல விதமாச் சொல்றாங்க. அது ஒரே வைரம், மூணு வைரங்கள் சேர்ந்த மாலை, சிறிய வைரங்களோட குவியல், இப்படியும் பல ஊகங்கள். அதோட மதிப்புக் கோடிக் கணக்கில இருக்கும்னு மட்டும் எல்லோ ரும் ஒத்துக்கறாங்க", என்றார் ஹாஜி

"அது இருக்கற இடத்தைக் கண்டுபிடிக்கத்தான் சிராஜ்கான் உதவி வேணும். கடைசியா நான் அவரைச் சந்திச்சது கல்கத்தாவில. அப்போ ரோகில்கண்டுக்குப் போறதாச் சொன்னாரு", என்றான் வேலன். "என் அருமை நண்பர் சிராஜ்கான், முயற்சி பண்ணியிருந்தா பெரிய தளபதியாகியிருக்கலாம். ஆனால் அவர், பொன்னும் வேணாம், பொருளும் வேணாம்னுட்டு, முல்லாங்க கூடவும், பக்கீருங்க கூடவும் சுத்திக்கிட்டிருந்தாரு. நான் உடனே தேடச் சொல்லி ஆளனுப்பறேன். அதுவரை என்னோட விருந்தாளியாத் தங்கி என்னைக் கௌரவப் படுத்தணும்", என்றார் ஹாஜி "நாங்க தான் உங்களுக்கு நன்றிக் கடன் பட்டிருக்கோம்", என்றான் வேலன். சற்று நேரம் மௌனமாயிருந்த ஹாஜி, "வேலன் சாகிப், ஒரு வேளை ஹீரா பிஜ்லியைக் கண்டு பிடிச்சீங்கன்னா, அதை விற்கறதுக்கு என்கிட்ட எடுத்துக்கிட்டு வாங்க. நல்ல விலைக்கு வித்துத்தர்றேன்", என்றார். வேலன் சம்மதித்துத் தலையாட்டினான்.

மறுநாள் காலையில் உமர் முகம்மது இரண்டு குதிரை வண்டிகளுடன் வந்து சேர்ந்தார். "வேலன் சாகிப் வாங்க, ஆக்ராவைச் சுத்திக் காட்டறோம்", என்றார். சார்லஸ் ஆக்ரா பற்றிய விவரங்கள் அடங்கிய ஒரு குறிப்பேட்டுடன் வண்டியில் ஏறினான். "மொதல்லே தாஜ்மகால் போறமா?", என்றாள் முத்தம்மா. "இல்லை, கடைசியாத்தான் தாஜ் மகால் போறோம். நிலா வெளிச்சத்தில பார்க்கறப்போத்தான் அதோட முழு அழகை உணரமுடியும்", என்றார் உமர். சற்று நேரத்தில் ஒரு வண்டி வந்து நின்றது. "வாங்க பச்சா தாஜ்மகாலைப் பார்க்கலாம்", என்றார் உமர். "தாஜ்மகாலுக்கு ஒரு குழந்தையா?", என்று குழப்பத்துடன் கேட்டாள் முத்தம்மா. சிறிது நேரத்தில் தாஜ்மகாலைப் போலவே தோட்டங்களுக்கு நடுவே வெண்பளிங்குக்கற்களால் அமைக்கப் பட்டிருந்த அழகான குட்டையான மாளிகையை அடைந்தனர்.

"ஓ தாஜ்மகாலைப் பார்த்து, அது மாதிரியே இதைக் கட்டினாங்களா?", என்றாள் முத்தம்மா. "தவறு, இதைப் பார்த்துத்தான் தாஜ் மகாலைக் கட்டினாங்க", என்றார் உமர்.

"சரியாச் சொன்னா, மன்னர் ஹுமாயூன் நினைவா அவர் மனைவி தில்லியில செங்கல்ல கட்டின நினைவுச்சின்னம் தான், இந்த குட்டி தாஜ், பெரியதாஜ் எல்லாத்துக்கும் முன்மாதிரி. இது ரெண்டையும் பளிங்குக் கல்லால கட்டினாங்க", என்றான் சார்லஸ்.

"ஓ, பிரபுவிற்கு என்னைவிட இதைப்பத்தி நல்லாத்தெரிஞ்சிருக்கே", என்றார் உமர். "இந்தக் குட்டி தாஜ்மகாலை 1622 ல தொடங்கிக் கட்டி முடிக்க ஆறுவருஷம் ஆச்சு. மும்தாஜோட தாத்தா, பாட்டி கல்லறை தான் இது. அவங்க பொண்ணு, ஜஹாங்கீரோட மனைவி நூர்ஜஹான் தான் இதைக் கட்டினாங்க", என்று சொல்லி நிறுத்தினான் சார்லஸ்.

"நூர்ஜஹான் கட்டினதா?" என்று கேட்டாள் முத்தம்மா வியப்புடன்.

"ஆமா, அப்போ நூர்ஜஹான் தான் உண்மையில ஆட்சியே நடத்தினாங்க" என்றார் உமர். "ஒரு பொண்ணு இந்தியாவையே நிர்வாகம் பண்ணிணாங்களா? கேட்டான் பீட்டர். "ஒரே ஒரு பொண்ணு மட்டும் இல்லை. சுல்தான்கள் காலத்தில சுல்த்தானா ரசியா, தில்லியைச் சிறப்பா ஆட்சி பண்ணியிருக்காங்க. ஜஹாங்கீரும், ஷாஜகா னும் போதைக்கு அடிமையா இருந்தவங்க. ஜஹாங்கீர் காலத்தில நூர்ஜஹான்தான் நிர்வாகத்தைக் கவனிச்சிருக்காங்க. அவங்க சொந்தக்காரப் பொண்ணுதான் மும்தாஜ். ஷாஜகான் காலத்தில மும்தாஜ் தான் நிர்வாகத்தைக் கவனிச்சிருக்காங்க. ஔரங்கசீப் காலத்திலயும், ஔரங்கசீப்போட அக்கா, ஜகன்னாரா பேகம்தான் கொஞ்சநாள் நிர்வாகத்தைக் கவனிச்சிருக்காங்க", என்றார் உமர்.

"தமிழ்நாட்டில ராணி மங்கம்மா மாதிரி. பெண்கள் ஆட்சி செஞ்சாத்தான் ஏழைங்களுக்கு நல்லது நடக்கும்", என்றாள் முத்தம்மா.

"அப்படி நிச்சயமாச் சொல்லிட முடியாது", என்ற வேலன், "உமர் சாகிப், பாதுஷா ஜஹந்தர் ஷாவோட பொண்டாட்டி லால் கன்வார், முகம்மது ஷா பொண்டாட்டி குத்சியா பேகம், அவங்களைப் பத்தியும் கொஞ்சம் சொல்லுங்க" என்றான்.

"என்னத்தைச் சொல்றது? ரெண்டு பேரும் கேளிக்கை விடுதியில நாட்டியக்காரிகளா இருந்து பேகம் ஆனவங்க. பாதுஷாக்களை

மயக்கத்திலேயே இருக்க வச்சிட்டு, தங்களோட எடுபிடிங்களை வச்சு ஆட்சி நடத்தினாங்க. சிப்பாய்ங்கள்ளாம் போராடிச் செத்துக் கிட்டிருக்கப்போ, அவங்களுக்குச் சம்பளம் கூடக் கொடுக்காம, அந்தப்புரத்தில கேளிக்கை விருந்துகளுக்கு கோடிக்கணக்கில ஆடம்பரச் செலவு பண்ணினாங்க. ஒரு காலத்தில இவங்களைக் கூட்டிக் குடுத்த பயலுகளுக்கெல்லாம் கவர்னர், மான் சப்தார்னு பட்டமும், பரிசுமா வாரி வழங்கினாங்க. அப்போ ஆரம்பிச்சது தான் மொகலாய சாம்ராஜ்யத்தோட அழிவு", என்றார் உமர் சோகமாக. "நாயைக் குளிப்பாட்டி நடுவீட்டில வச்சா அப்படித்தான் நடக்கும்", என்றாள் முத்தம்மா.

"விதி விலக்குகளும் உண்டு. நாட்டியக்காரியா வாழ்க்கையை ஆரம்பிச்சு, இந்தியாவிலேயே சிறப்பா ஆட்சி செய்யற மகாராணி, சாம்ரூ பேகமும் இருக்காங்க" என்றான் வேலன்.

64

அது முன்நிலாக் காலமாகையால், மாலையே தாஜ்மகாலைக் காண வேலனையும், மற்றவர்களையும் உமர் முகம்மது அழைத்துச் சென்றார். உமர் கூறியது போலவே நிலவொளியில் தாஜ்மகால் வானத்தில் மிதப்பதைப்போல் காட்சியளித்தது.

"இந்தக் கனவை உருவாக்க ஷாஜகான் எத்தனை கஷ்டப்பட்டிருப்பார், கற்பனை செய்து பாருங்கள்", என்றார் உமர்.

"பாராட்டப்பட வேண்டியவர்கள், ஆப்கானிஸ்தான் கட்டிடக் கலைஞர்கள் தான். இருபத்தி இரண்டாயிரம் கலைஞர்களும், தொழிலாளர்க ளும் இருபத்தி இரண்டு ஆண்டுகள் கஷ்டப்பட்டனர். நான்கு கோடி ரூபாய்கள் செலவானது. மொகலாய சாம்ராஜ்யத்தின் ஏழை விவசாயிகளும், தொழிலாளர்களும் கொடுத்த இரண்டு ஆண்டுகளின் வரிப்பணம்" என்று தன் குறிப்பேட்டைப் பார்த்துக் கடகடவென்று வாசித்தான் சார்லஸ். எரிச்சலடைந்த உமர் அதை வெளிக்காட்டாமல், "சார்லஸ் சாகிப், இத்தனை உயரமான தாஜ்மகாலைச் சுற்றி, கட்டிட வேலைக்கு உதவியாச் சுற்றுச் சுவர் எழுப்பியிருப்பார்களே, அது எவ்வளவு உயரம் இருந்திருக்கும் என்றார். "ஆம், வானளவிய சற்றுச்சுவர்களும், அவற்றின் மேல் பல தண்ணீர்த் தொட்டிகளும் கட்டப்பட்டன", என்றான் சார்லஸ். "வேலை முடிந்தபின், அவற்றை இடித்து அகற்ற எத்தனை செலவு பிடித்திருக்கும், எத்தனை காலங்கள் ஆகியிருக்கும்?" என்றார்

உமர். "லட்சக்கணக்கில் செலவும், பல வருடங்களும் பிடித்திருக்கும். ஆனால் அதைப்பற்றிக் குறிப்பு எதுவும் இல்லையே", என்றான் சார்லஸ். "அங்கே தான் ஷாஜகானோட புத்திசாலித்தனம் வேலை செஞ்சது. சுற்றுச் சுவரை உடைச்சு, அந்தக் கட்டுமானப் பொருட்களை யார் வேணும்னாலும் இலவசமா எடுத்துக்கலாம்னு அறிவிச்சாராம் ஷாஜகான். ஒரே நாளில, ஒரு செங்கல் விடாம உடைச்சு எடுத்துக்கிட்டுப் போயிட்டாங்களாம் ஏழை எளிய மக்கள்", என்றார் உமர் பெருமையாக. "பொண்டாட்டி மேல எவ்வளவு மதிப்பு வச்சிருந்தா, இவ்வளவு பெரிய நினைவுச் சின்னத்தைக் கட்டியிருப்பாரு என்றான் பீட்டர்.

"ஷாஜகானுக்கு, மும்தாஜ் பதினாறு பிள்ளைங்களைப் பெத்துக் கொடுத்ததாவும், பதினாறாவது பிரசவத்தில தான் அவங்க இறந்து போயிட்டதாவும் படிச்சிருக்கேனே. இதுதான் பொண்டாட்டியை மதிக்கற லட்சணமா", என்றாள் முத்தம்மா. அவர்கள் வீடு திரும்பும்போதே இரவாகிவிட்டது. ஹாஜி முகம்மதுவும் வந்து விருந்தில் கலந்து கொண்டார். உணவு முடிந்து அனைவரும் உறங்கச் செல்லும் நேரத்தில் ஹாஜி முகம்மது, "வேலன் சாகிப், உங்களைச் சந்திப்பதற்கு ஒருவரை அழைத்து வந்திருக்கிறேன். தனியாகச் சந்திக்க முடியுமா?" என்று கேட்டார்.

"நான் தான் ஏற்கனவே சொல்லியிருக்கேனே, எங்களுக்குள்ள எந்த ஒளிவு மறைவும் இல்லை. அவரை இங்கேயே, என் நண்பர்களோடவே சந்திக்கிறேன்" என்றான் வேலன்.

"**வே**லன், தன்னோட ஆட்களை விட்டுக் கொடுக்கமாட்டான்னு எனக்குத் தெரியும்", என்று சொல்லிக்கொண்டே ஒரு உயரமான உருவம், வீட்டின் இருட்டான பகுதியிலிருந்து மெல்ல வெளிச் சத்திற்கு வந்தது. நேரில் பார்த்திராவிட்டாலும், வேலன் சொல்லியிருந்த அடையாளங்களை வைத்து அனைவரும் முணுமுணுத்தனர், "சிராஜ்கான்".

வேலன் மகிழ்ச்சியில் கத்தினான் "ஆமாம், சிராஜ்கானே தான்". ஓடிச்சென்று வேலன் சிராஜ்கானைக் கட்டிபிடித்துக் கொண்டான்.

"அப்பனும், மகனும் மாதிரியில்ல கொஞ்சறாங்க", என்று முணு முணுத்தாள் முத்தம்மா. மற்றவர்களின் கண்கள் சிராஜ்கானை எடைபோட்டன. ஹாஜி முகம்மதின் வயதுதான் சிராஜ்கானின் வயதும். எனினும், முதுமையின் சுவடே இல்லாமல் இளைஞனைப்

போல் கம்பீரமாக இருந்தார் சிராஜ்கான். அங்கங்கே நரைமுடிகள் இல்லையென்றால், அவரை இளைஞர் என்றே அனைவரும் நம்பி யிருப்பர். அவர் நேரே விஷயத்திற்கு வந்தார்,

“வேலா, ஹீரா பிஜ்லியைப் பத்தி உண்மையிலேயே எனக்குச் சரியாத் தெரியாது. தெரிஞ்ச வரைக்கும்தான் ஏற்கனவே உனக்குச் சொல்லிட்டனே. அதுக்கு மேல ஊரில பரவியிருக்ற வதந்திகள்தான் எனக்கும் தெரியும்”, என்றார். வேலன் தன் அருகில் ஆவலோடு நின்று கொண்டிருந்த ஐஸ்வந்தைக் காட்டிக் கேட்டான், “சிராஜ் சாகிப். இந்தச் சீக்கியனை இதுக்கு முன்னால பார்த்திருக்கீங்களா?”.

சீக்கியனை நன்றாக உற்றுப் பார்த்த சிராஜ்கான், “இவனை நான் இதுக்கு முன்னால பார்த்ததில்லை. ஆனால் இவனை மாதிரியே இருந்த ரெண்டுபேரு என்கிட்ட வேலைக்கு வந்தாங்க, ரொம்ப நாள் முன்னால” என்றார். “அப்போ நான் புறப்படறேன். எனக்கு நேரமாச்சு”, என்று விடைபெற்றுச் சென்றார் ஹாஜி முகம்மது. ஐஸ்வந்த்சிங் ஆவலோடு, சிராஜுக்குப் பதில் கூறினான்,

“சிராஜ் சாகிப். அவங்க என் அண்ணனும் தம்பியும் தான்”.

“அப்படித்தான் இருக்கணும்”, என்ற சிராஜ், “அண்ணனை ஓமிசந்த் படையில என்கூட சேர்த்துக்கிட்டேன். தம்பியை ரகசியமா நவாப் சிராஜ்உத்தௌலா படையில சேர்த்துவிட்டேன். அவங்க ரெண்டுபேர் மூலமாத்தான் வங்காளநவாப் அரண்மனையில நடந்த செய்திகளை யெல்லாம் நான் தெரிஞ்சிக்கிட்டேன். ஆனால் அண்ணன் செத்துப் போயிட்டானே”, என்று நிறுத்தினார் சிராஜ்கான்.

“தெரியும் சாகிப். ஆனால் என் தம்பி மணீந்தர்சிங் எங்கே இருக்கான். அவனைத் தேடித்தான் நான் வந்திருக்கேன்”, என்றான் ஐஸ்வந்த்.

“அவன் தில்லியில இருக்கான்னு கேள்விப்பட்டேன்” என்றார் சிராஜ்.

“அப்போ, உடனே தில்லிக்குப் போகலாம்”, என்றான் ஐஸ்வந்த்.

“தேட வேண்டிய அவசியம் இருக்காது. தில்லி அரண்மனையில, சிறையில இருப்பான்னு நினைக்கிறேன்”, என்றார் சிராஜ்கான்.

“என் தம்பியைச் சிறையில போட்டிருப்பாங்களா?” என்று கேட்டு இடிந்துபோய் தரையில் அமர்ந்தான் ஐஸ்வந்த்.

“உன் தம்பி, ரோகில்கண்ட் படையோடசேர்ந்து பாதுஷாவை தாக்கப் போனான். அப்போ கைதியா மாட்டிக்கிட்டான்”, என்றார் சிராஜ்.

“ஷா ஆலமும், ரோகில்கண்டு நவாபும் சண்டை போட்டுக் கிட்டாங்களா? ரெண்டு பேரும் நண்பர்கள்னு கேள்விப்பட்டிருக்கேனே”, என்றான் வேலன்.

“வேலா, அரசியல்ல எதுவும் நிரந்தரம் இல்லை. தில்லி இப்போ மராத்தியர் கையில இருக்கு. மகாத்ஜி சிந்தியாவோட படைதான் தில்லியப் பிடிச்சு, ஷா ஆலத்தை அலகாபாத்தில இருந்து கொண்டு போய்த் திரும்ப தில்லியில உட்கார வச்சுது. மஹாத்ஜி சிந்தியா குவாலியர் போன நேரம் பார்த்து, ரோகில்லா இளவரசன் குலாம் காதிர், தில்லி மேல படையெடுத்தான். சிந்தியா விட்டுட்டுப் போயிருந்த சின்னப்படை ஒரு நாள் கூடத் தாக்குப்பிடிக்கலை”, என்றார் சிராஜ். “அப்போ தில்லியக் குலாம் காதிர் பிடிச்சிட்டானா?”, என்றான் சார்லஸ். “அதுதான் நடக்கலை. புலிபோலப் பாஞ்சு வந்தாங்க சாம்ரூ பேகம். அவங்களைப் பார்த்த உடனேயே ரோகில்லாப்படை தலைதெறிக்க ஓடிப் போச்சு”, என்றார் சிராஜ்.

“ஓ அந்தப் பேகத்தை நேரில பார்த்தாகணுமே”, என்றாள் முத்தம்மா.

“சாம்ரூ பேகத்தைப் பார்க்கத் தினமும் நெறையப்பேர் சார்தானா நாட்டுக்குப் போறாங்க. ஆனால் போர்க்களத்தில அவரை யாருமே பார்க்க விரும்பறதில்லை. அவங்க போட்டிருக்ற துப்பட்டா, மேல பட்டிட்டாக்கூடச் சாவு நிச்சயம்னு சிப்பாய்ங்க நம்பறாங்க”, என்றார் சிராஜ், பெருமிதமான குரலில்.

“மணீந்தரைப் பத்திச் சொல்லுங்க”, எனறான் ஜஸ்வந்த்.

“படையெடுத்து வந்த குலாம் காதிர் ஓடிப் போயிட்டான். ஆனால் அவன் படையில கொஞ்சப்பேரு பேகம்கிட்ட மாட்டிக்கிட்டாங்க. அப்படித் தான் உன் தம்பி மணீந்தரும் பாதுஷாக்கிட்டக் கைதியா இருக்கான்”, என்றார் சிராஜ்கான். “அப்போ, நாம உடனே தில்லி போய்த் தேடணும்”, என்றான் ஜஸ்வந்த். “தாராளமா நீ போய்த் தேடு, நான் ஏன் வரணும்?”, என்றார் சிராஜ்கான்.

“இதைப் பாருங்க”, என்று மேஜையில் அடுக்கி வைத்திருந்த மூன்று சீக்கியர் சாலிக்கர்களையும் காட்டினான் வேலன்.

சிராஜ்கான் அவற்றை ஆச்சர்யத்துடன் பார்த்தார். பன்னிரண்டு, பத்து மற்றும் எட்டு அங்குல விட்டங்களுள்ள மூன்று வளையங்களும். ஒன்றிற்குள் ஒன்று கச்சிதமாப் பொருந்தியிருந்தன. அவற்றில் ஒவ்வொன்றிலும் ஆங்கில வாசகங்கள் பொறிக்கப்பட்டிருந்தன. பின்பு அவற்றைப் பின்புறம் திருப்பி மீண்டும் அடுக்கி வைத்தான் வேலன். “பார்த்தீங்களா, சிராஜ் சாகிப், வளையங்கள்ல, ஹீரா பிஜ்லி இருக்க இடத்தை வரைஞ்சு வச்சிருக்காரு ஜஸ்வந்த்தோட அப்பா. ஆனால், கடைசி வளையமும் கிடைச்சாத்தான் அந்த இடத்தைக் கண்டுபிடிக்க முடியும். அந்தக் கடைசி வளையம் மணீந்தர் சிங்குக்கிட்ட இருக்கு”, என்றான் வேலன். “வேலனுக்கு எப்போ வைரத்து மேல ஆசை வந்தது” என்று சிரித்துகொண்டே கேட்ட சிராஜ்கான், “சரி உனக்காக நான் உதவி செய்யறேன். நாளைக்கு இங்கே இருந்து புறப்படுங்க. நான் பதேக்பூர் சிக்ரிக்கிட்ட வந்து உங்களோட சேர்ந்துக்கிறேன்” என்றார். அதற்குமேல் அவர் அதிக நேரம் இருக்கவில்லை. வேலன். தனக்கு முத்தம்மாவோடு திருமணம் நடந்ததைப் பற்றிக் கூறினான். கூட்டத்தில் உள்ள மற்ற அனைவரையும் அறிமுகப்படுத்தி வைத்தான். அதோடு சிராஜ்கான் இருட்டில் மீண்டும் மறைந்தார்.

மறுநாள் வைகறையில் தில்லியை நோக்கிப் பயணத்தைத் தொடர்ந்தனர் வேலனும் அவனது குழுவினரும். நண்பகலில் அவர்கள் பதேக்பூர் சிக்ரியை நெருங்கினர். “ஒரு காலத்தில் ஆக்ராவிலிருந்து சிக்ரி வரை இடைவெளியின்றிக் கடைத் தெருக்கள் இருந்தன. அப்பொழுது இலண்டன், பாரிஸ் போன்ற நகரங்களையும் விட ஆக்ரா பெரிய நகரமாய் இருந்தது”, என்று தன் குறிப்பேட்டைப் பார்த்துப் படித்தான் சார்லஸ். “இந்த எடத்தோட பேரு ஏன் பதேக்பூர் சிக்ரி?”, என்றாள் முத்தம்மா. “இந்தக் கிராமத்துப்பேரு சிக்ரிதான். அக்பர் பஞ்சாப் போரில வெற்றிபெற்றதைக் கொண்டாட இதுக்குப் பத்தேபூருன்னு பேரு வச்சாரு, பத்தேன்னா, வெற்றின்னு அர்த்தம்”, என்றான் சார்லஸ். பிரம்மாண்டமான கட்டிடங்கள் கண்ணில் படத் தொடங்கின, மனித நடமாட்டம் தான் இல்லை.

“இன்னொரு பாழடைஞ்ச நகரமா?”, என்றான் வேலன். “ஆனால் இது பாழடைஞ்சதுக்கு, ஐரோப்பியர் காரணமில்லை. பதினைஞ்சு வருசம் தான் சிரமப்பட்டுக் கட்டின புதிய தலைநகரத்தைப் பதினாறாவது வருசத்தில, தானே காலி பண்ணிட்டாரு அக்பர்”, என்றான் சார்லஸ்.

“ஏன் காலி பண்ணினாரு?”, என்றாள் முத்தம்மா. “தண்ணீர்பஞ்சம் ஒரு காரணம். இங்கே இருந்து தில்லி நிர்வாகத்தைக் கவனிக்க முடியலேங்கிறது முக்கியமான காரணம்”, என்றான் சார்லஸ்.

“இப்படிக் மாளிகைகள் கட்டக் கோடிகோடியாச் செலவு பண்ணின பணத்தையெல்லாம் பள்ளிக்கூடங்கள் கட்டச் செலவு பண்ணியிருந்தாங்கன்னா?”, என்று பெரு மூச்சுவிட்டான் வேலன்.

“ஐரோப்பாவை நீங்க பிடிச்சிருப்பீங்க. உலகத்தையே இந்தியா ஆட்சி செஞ்சுக்கிட்டு இருக்கும்”, என்றான் சார்லஸ்.

“ஏன், இந்தியாவில படிப்பு இல்லாமயா இருந்திச்சு, குருகுலக் கல்வி இருந்துச்சுங்கறாங்களே?”, என்று கேட்டாள் முத்தம்மா. “அதில வசதியான, மேல்சாதிங்க மட்டும் தான் படிக்க முடியும். அங்கேயும் வேதமும், வியாபாரம் பண்ணக் கொஞ்சம் கணக்கும் தான் கத்துக் கொடுத்தாங்க. கல்வி பொதுமக்களுக்குப் போய்ச் சேரலை. அதினால தான் வீட்டில முன்னோர்கள் சேர்த்து வச்சு இருந்த ஏட்டுச் சுவடி களைக்கூட ஆத்தில போட்டு அழிக்கிற புத்திசாலிகளா முன்னேறுச்சு நம்ம சமுதாயம்”, என்றான் வேலன். தூரத்தில் ஒருவர் இவர்களை நோக்கி விரைவாகக் குதிரையில் வந்து கொண்டிருந்தார் .

“வண்டியை நிறுத்து, சிராஜ்கான் வர்றார்”, என்றான் வேலன். வண்டி நிறுத்தப்பட்டது. அனைவரும் சிராஜ்கானுடன் வணக்கத்தைப் பரிமாறிக் கொண்டனர்.

“உங்களை ரெண்டு பேரு குதிரையில பின்தொடர்றாங்கன்னு நினைக்கிறேன்”, என்றார் சிராஜ்கான் வந்த வேகத்தில்.

“நாங்களும் முன்னாலயும் பின்னாலயும் பார்த்துக்கிட்டுத்தான போறோம். யாரும் எங்க கண்ணில படலயே?’, என்றான் வேலன்.

“அவங்க அரைமைல் தூரம் இடைவெளிவிட்டு வர்றாங்க. நான் வர்றப்போ ஒரு மரத்தடியில நின்னுக்கிட்டு இருந்தாங்க. அந்த இடத்தில நிற்க வேண்டிய அவசியமே இல்லை”, என்றார் சிராஜ்.

“நாங்க நின்னதும், அவங்களும் நின்னுருப்பாங்க. வாங்க போய் வரவேற்புக் குடுப்போம்”, என்றான் வேலன். சிராஜ், வேலனுடன், டேவிட்டும், முத்தம்மாவும் சென்றனர். இவர்கள் குதிரைகளில் வருவதைப் பார்த்த உடனேயே, மரத்தடியில் நின்றிருந்தவர்கள், தங்கள் குதிரைகளை ஆக்ராவை நோக்கித் திருப்பிக் கொண்டு ஓடி மறைந்தனர். அவர்களைத் துரத்திச் சென்றால் தங்கள் பயணம் கெட்டுவிடும் என்பதால் நால்வரும் வண்டிக்குத் திரும்பினர்.

"அவர்கள் யாராயிருக்கும்", என்றாள் முத்தம்மா. "எனக்கு ஆக்ராவில் எதிரிகள் யாரும் கிடையாது", என்றார் சிராஜ்கான். "எங்களுக்கும் தான். ஆனால் நம்ம ரெண்டு பேருக்கும் பொதுஎதிரி ஓமிசந்த் இருக்காரே. இந்நேரம் வளையம் திருட்டுப் போனதைக் கண்டுபிடிச்சிருப்பாரு. அதனால நாம ஹீராபிஜ்லியைத் தேடித்தான் போறோம்கிறதையும் ஊகிச்சிருப்பாரு", என்றான் வேலன். "அவருக்கு மூளை கொளம்பிட்டதாச் சொன்னாங்களே", என்றார் சிராஜ்.

"மூளை கொளம்பலை. ஞாபகசக்திதான் விட்டுவிட்டு வருது. ஒரு நேரம் தன்னை ஏமாத்தினவங்களைப் பழிவாங்கணும்னு கத்துவாரு. இன்னொரு நேரம். இந்தியா முழுக்கப் பள்ளிக்கூடங்களாக் கட்ட ணும்பாரு. நெறையக் கட்டவும் ஆரம்பிச்சிட்டாரு. அப்படிப் பார்த்தா, இந்துஸ்தானத்திலேயே ஓமிசந்த் ஒருத்தர்தான் புத்திசாலி", என்றான் வேலன். "பள்ளிக்கூடம் கட்டறது அவரு ஒருத்தர் மட்டுமில்லை. பேகம் சாம்ரூவும் தான். கல்கத்தாவில இருந்து பாதிரியாருங்களை வரவழைச்சு, சார்தானாவில சர்ச்சும் பள்ளிக்கூடமும் கட்டறாங்க", என்றார் சிராஜ்கான். அவரை வியப்புடன் கூர்ந்துபார்த்த முத்தம்மா கேட்டாள், "சிராஜ் சாகிப் நாம தில்லி போய்ச் சேர இன்னும் எத்தனை நாளாகும்?".

"இன்னும் நூத்தி ஐம்பது மைல் போகணும். மாட்டு வண்டியோட போறதால, நமக்கு எப்படியும் மூணுநாள் ஆகும்", என்றார் சிராஜ்.

"அப்போ, சாம்ரூ பேகத்தைப் பத்தித் தெளிவாச் சொல்லுங்களே" என்றாள் முத்தம்மா. சிரித்துக்கொண்டே சிராஜ், "சாம்ரூ பேகத்தைப் பத்தி நீ கட்டாயம் தெரிஞ்சுக்கணும். ஏன்னா, உன்னைப் பார்க்கறப் போவெல்லாம் எனக்கு பேகம் ஞாபகம் வரும். ஆனால், உனக்கும் அவங்களுக்கும் ரெண்டு பெரிய வித்தியாசம் இருக்கு. பேகம் காஷ்மீர் செவப்பு, நீ தமிழ்நாட்டுக் கருப்பு. நீ அஞ்சரைஅடி உயரம், பேகமோ குள்ளம், வெறும் நாலரை அடி உயரம் தான். ஆனால் சண்டைன்னு வந்திட்டா நீங்க ரெண்டு பேரும் ஒரேமாதிரிதான். பேகமும் எப்பவும் ஆம்பள உடையும், முண்டாசுமா குதிரையில பாஞ்சு ஏறுவாங்க. கத்தி, துப்பாக்கி, பீரங்கின்னு அவங்களுக்குத் தெரியாத ஆயுதமேயில்லை. அத்தனை வெள்ளைக்காரங்களையும் பின்னால தள்ளிட்டு, போர்க்களத்தில இவங்க தான் முன்னால போவாங்க.

மரணதேவதையே வருதுன்னு சிப்பாய்ங்க பயந்து ஓடுவாங்க", என்றார் சிராஜ்.

"ஓ அவங்க படையில ஐரோப்பியர்களையும் சேர்த்துகிட்டாங்களா?", என்றாள் முத்தம்மா. "ஐரோப்பியர் படையிலதான் அவங்க சேர்ந்துக்கிட்டாங்க", என்று குறுக்கே புகுந்தான் சார்லஸ். "சாம்ரூங்கற சொல்லே எங்க பிரெஞ்சு மொழிச்சொல்தான். அதுக்கு அர்த்தமே கறுப்பன் தான்", என்றவன் தொடர்ந்து, "அவன் ஜெர்மனி நாட்டுக்காரன். பிரெஞ்சுப்படையில சேர்ந்தப்போ, சாம்ப்ரேன்னு அவன் கருப்பு நிறத்தைக் கிண்டல் பண்ணுனாங்க, அதுவே அவன் பேராயிடுச்சு", என்றான்.

"அப்போ சாம்ரூ பேகம் யாரு?", என்றாள் முத்தம்மா.

"சாம்ப்ரேங்கிற ஜெர்மன்காரனோட உண்மையான பேரு வால்ட்டர் ரெயின் ஹார்ட். கடைஞ்செடுத்த சந்தர்ப்பவாதி. எந்தப்படைக்கு வேணும்னாலும், எப்ப வேணும்னாலும் மாறுவான். வங்காள நவாப் மீர்காசிம் கீழே ஒரு ஐரோப்பியச் சிப்பாய்ங்க படையை உருவாக் கினான். பாட்னாவை இங்கிலீஷ் கம்பெனி முற்றுகையிட்டப்போ, உள்ளே கைதியா மாட்டிக்கிட்ட இருநூறு இங்கிலீஷ் சிப்பாய்களை யும், ஆபீசர்களையும், மீர்காசிம் உத்தரவுப்படி இரக்கமில்லாம வெட்டிக்கொன்னுட்டான். அதனாலதான் இப்பவும், அவனை இங்கிலீஷ் கம்பெனி பரம எதிரியா நினைக்குது", என்றான் சார்லஸ்.

"இதில பேகம் சாம்ரூ, எப்படி வந்தாங்க?", என்றாள் முத்தம்மா.

"வால்ட்டர் ஒருகாலத்தில தில்லி பாதுஷாக்கிட்ட வேலை செஞ்சான். அப்போத்தான் பேகத்தைச் சந்திச்சோம்", என்றார் சிராஜ்கான்.

"சந்திச்சோமா? நீங்களும் சேர்ந்து சந்திச்சீங்களா?", என்றான் வேலன்.

"ஆமா, நான் அப்போ பாதுஷாவோட பீரங்கிப் படையில இருந்தேன். வால்ட்டரும் நானும் நண்பர்கள் ஆனோம். ரெண்டுபேரும் ஒரே சமயத்திலதான் பேகத்தை சந்திச்சோம்", என்றார். "ஓ, அப்போ பேகம் ஒரு ராஜகுமாரியா?", என்றாள் முத்தம்மா.

"ராஜகுமாரியா? பேகம் அப்போ ஒரு நாட்டியக்காரி. தில்லி விபச்சார விடுதிகள்ல ஆடிப்பாடிக்கிட்டிருந்த பதினைஞ்சு வயசுப்

பொண்ணு. காஷ்மீரில இருந்து அவங்க குடும்பம் பிழைப்புத் தேடி தில்லி வந்திருந்தது. வால்ட்டருக்கோ, கண்டதும் காதல். உடனே கல்யாணம் பண்ணிக்கிட்டான்'', என்றார் சிராஜ்.

“அப்போ வால்ட்டரை வச்சுத்தான் பேகம் முன்னேறுனாங்களா?'', என்றாள் முத்தம்மா. “அப்பிடித்தான் நிறையப்பேரு நினைக்கிறாங்க. உண்மையில, பேகத்தை வச்சுத்தான் வால்ட்டர் முன்னேறுனான். பேகத்தைத் தில்லிபாதுஷா குடும்பத்தில எல்லோருக்கும் புடிச்சிப் போச்சு. ஷா ஆலம், பேகத்தைத் தன்னோட மூத்த மகள்னே சொல்லுவாரு. மீரட் பக்கத்தில இருக்க சார்தானா ஜாகீரை சாம்ப்ரேக்கு கொடுத்து ராஜாவாக்கினாரு ஷா ஆலம். பர்சானா ஜெப் உன்னிசாவா இருந்த பேகம், ஜோயன்னா நோபிலிசா மாறி, அவனைக் கிறிஸ்தவ முறையில கல்யாணம் பண்ணிக்கிட்டாங்க'', சிராஜ்கானின் குரல் லேசாகத் தடுமாறியது. “மிச்சத்தை இன்னொரு நாள் சொல்றேன்'', சொல்லிவிட்டு வேகமாகத் தன் குதிரையை முன்னே ஓட்டிச் சென்றார் சிராஜ்கான். “வேலா, சிராஜ்கான் இதயமும் ஒரு காலத்தில காதல்ல துடிச்சிருக்கு, ஒரு தலைக்காதல்'' என்றாள் முத்தம்மா.

65

எண்ணற்ற வரலாற்று நிகழ்வுகளைக் கண்ட தில்லி மாநகரமும், இரவெல்லாம் முழங்கும் அதன் நடன விடுதிகளும் கூட உறங்கி விட்ட அதிகாலை நேரத்தில், வேலன் தன் கூட்டத்தோடு தில்லிக் குள் நுழைந்தான். தில்லியின் நகர்ப்பகுதிக்குள் நுழையாமல் வயல் வெளிகள் நிறைந்த புறநகர்ப்பகுதிக்குள் நழைந்தனர். “இதுதான் மொகலாயர் தலைநகரமா? இவ்வளவு அமைதியாயிருக்கு?'', என்றாள் முத்தம்மா. “இந்தப் பகுதியோட பேரு பாலம்'', என்றார் சிராஜ்கான்.

“இங்கேயிருந்து தில்லி எவ்வளவு தூரம்?'', என்று மீண்டும் கேட் டாள் முத்தம்மா. “ஷாஜஹானாபாத் இங்கேயிருந்து பத்துப்பதினைஞ்சு மைல் இருக்கும்'', என்ற சிராஜ்கான், “சுல்தானேட் ஏ தா ஏ ஆலம், ஆஜ் தில்லி தா ஏ பாலம்'', என்று முணுமுணுத்தார்.

“அது என்ன கவிதையா?'' என்றாள் முத்தம்மா.

“ஆமா, உருது மொழியில ஒரு கிண்டலான கவிதை. “நாட்டுக்கு சுல்தான் ஷா ஆலம், நாட்டோட எல்லை தில்லியில இருந்து பாலம்'', என்று முத்தம்மாவிற்குத் தமிழில் விளக்கினான் சார்லஸ்''.

“கழுதை தேஞ்சு கட்டெறும்பாச்சுன்னு தமிழ்நாட்டில சொல்லுவோம்'', என்றாள் முத்தம்மா.

வயல்கள் சூழ்ந்த அழகான ஒரு பண்ணை வீட்டின் முன்னே சென்று நின்றார் சிராஜ்கான். இவர்கள் வரும் ஒலி கேட்டதுமே, வாசலில் வந்து நின்ற உருவம் சிராஜ்கானின் உடன்பிறந்தவர்போல் தோன்றியது. முத்தம்மா அதைக் கேட்டே விட்டாள். சிராஜ்கான் சிரித்துக் கொண்டே, “இல்லை, இந்த வீட்டுச் சொந்தக்காரன் நபியுல்லா என் சகோதரன் இல்லை. ஆனால் அவனும் ஒரு ரோகில்லா. அதனால உங்க கண்களுக்கு அப்படித்தெரியுது”, என்றார்.

வீட்டுக்காரரின் கூடவே வந்த வேலையாட்கள், அனைவரையும் உள்ளே அழைத்துச் சென்றனர். வண்டி, மாடு மற்றும் குதிரைகளைக் கட்டுவதற்கு வீட்டின் பின்புறம் தாராளமாக இடமும், தளதளவென்று விளைந்த புற்களும் இருந்தன. இந்த ஏழையோட வீட்டில மொத்தம் நாலு அறைங்கதான் இருக்கு. சிராஜ்கான் என்கூட தங்கிக்கட்டும். மத்த மூணு அறைங்கள்ள நீங்க எல்லோரும் தங்கிக்கலாம்”, என்றார் நபியுல்லா. சிறிய அறையை வேலனும், முத்தம்மாவும் எடுத்துக் கொண்டனர். ஐரோப்பியர் மூவரும் ஒரு அறையையும், இந்தியர்கள் மூவரும் மற்றொரு அறையையும் எடுத்துக் கொண்டனர். “எல்லோரும் கொஞ்சநேரம் ஓய்வெடுங்க, அதுக்குள்ள நாஸ்தா தயார் பண்ணிடறோம்”, என்றார் நபியுல்லா. “அதெல்லாம் ஒண்ணும் வேண்டாம் நபிசாகிப், நாங்க தூங்கிட்டு, பகல் சாப்பாட்டு நேரத்துக்கு எழுந்திருக்கிறோம்”, என்று சொல்லிவிட்டு அறைக்குள் சென்றான் வேலன். அவனைப் பின்தொடர்ந்து வந்த சிராஜ்கான், “வேலா, நபியுல்லாக்கிட்டா எவ்வளவு உண்மையைச் சொல்லலாம்”, என்றார்.

“மணீந்தர்சிங்கைத் தேடி வந்ததை மட்டும் சொல்லுவோம்”, என்றான் வேலன். பின் சிராஜ்கான் நபியுல்லாவின் அறைக்குச் சென்று விட்டார். அனைவரும் நன்றாகக் களைப்புத் தீர உறங்கி எழுந்தனர். மதிய உணவிற்குப்பின், கயிற்றுக் கட்டில்களில் வீட்டு வாசலில் அமர்ந்தனர். நபியுல்லாவைக் காணவில்லை.

“வீட்டுக்காரரைக் காணோமே?”, என்றான் பீட்டர்.

“அவர் வயல் வேலையா போயிருக்காரு. என்கூடச் சிப்பாயா இருந்தவருதான். பொண்டாட்டி செத்துபோனதால, வீட்டுக்குத் திரும்பி வந்து, திரும்ப விவசாயத்தில இறங்கிட்டாரு. இப்போ அவரு பையன் சிப்பாய் ஆயிட்டான். யாரு படையில இருக்கான்னு

தான் தெரியலை", என்றார் சிராஜ்கான். அதற்குள் நபியுல்லாவும் வந்து சேர்ந்தார். சிராஜ்கான் தங்கள் நோக்கத்தை அவரிடம் கூறினர். "இந்த ஜஸ்வந்த்சிங்கோட தம்பி மணீந்தர்சிங், தில்லிக்கோட்டைக்குள்ள கைதியா இருக்கான்னு நினைக்கிறோம். அவனை விடுவிக்கறதுக்குத்தான் தில்லிக்கு வந்திருக்கோம்", என்றார். நபியுல்லா அவர்களை முழுமையாக நம்பியதாகத் தெரியவில்லை. ஆனால், அதற்கு அத்தனைபேர் ஏன் வந்துள்ளார்கள் என்று தெரிந்துகொள்ள ஆர்வமும் காட்டவில்லை. "உங்க வேலை முடியுறவரைக்கும், இதை உங்க சொந்த வீடா நினைச்சு தங்கியிருக்கணும்", என்று முடித்துக் கொண்டார். "மொதல்லே மணீந்தர் ஜெயில்ல இருக்கானாங்கிறதை உறுதிப்படுத்திக்கணும்", என்றார் சிராஜ். "அதுக்கு நீங்க எப்படியாச்சும் கோட்டைக்குள்ள போகணும்", என்றார் நபியுல்லா.

"ஆமா, பாதுஷாவோட லட்சக்கணக்கான சிப்பாய்களைத் தாண்டிக் கோட்டைக்குள்ள போறது கஷ்டமாத்தான் இருக்கும்", என்றாள், அன்று நிம்மதியாகப் பெண் உடையில் இருந்த முத்தம்மா. நபியுல்லா பலமாகச் சிரித்தார். "லட்சக் கணக்கிலயா! மிஞ்சிப்போனா அஞ்சாயிரம் பேர் இருப்பாங்க. அவங்களும் சம்பளம் வாங்கி ரொம்பநாளாச்சு. இப்போ எத்தனைபேர் மிச்சம் இருக்காங்களோ தெரியாது", என்றார். "என்ன வெறும் அஞ்சாயிரம் பேரை வச்சுக்கிட்டா. இந்துஸ்தானையே ஆட்சி செய்யறாரு", என்றாள் முத்தம்மா வியப்புடன்.

"அவரு எங்கே ஆட்சி செய்யறாரு, மராத்தா ஆட்சிதானே இங்கே நடக்குது. கிழக்கேயும், தெற்கேயும் ஆங்கிலேயராட்சி", என்றார்.

"அதாவது, ஆங்கிலக் கிழக்கிந்தியக் கம்பெனி ஆட்சி", என்று விளக்கினார் சிராஜ். "கோட்டையில மராத்தியப்படைங்க எவ்வளவு இருக்கு?", என்றான் வேலன். "வெறும் நூறு பேரை விட்டுட்டு, மகாத்ஜி சிந்தியா பூனா போயிட்டாரு. அங்கே யாரு அடுத்த பேஷ்வான்னு சண்டையாம். எதுக்கும், என் பையன் துள்ளக் வந்திடட்டும். முழு விவரம் சொல்லுவான். அவன்தான் இப்போ சிப்பாயா இருக்கான்", என்றார் நபியுல்லா. "தில்லி பலவீனமா இருந்தா, சீக்கியர் படையெ டுத்து வந்திடுவாங்களே?", என்றார் சிராஜ். "சீக்கியர் வரலை. அவங்க உதவியோட குலாம் காதிர் ரோகில்லா படைஎடுத்து வந்திட்டான்", என்றார் நபியுல்லா. "குலாம் காதிர் ரோகில்லாவா? அவனுக்கு ஏது படை?" என்றார்

சிராஜ்கான். "அவன் தாத்தா தான் ஒரு காலத்தில தில்லிக்கே தளபதியா இருந்தாருங்கறதையும், அவன் அப்பா வாசிரா இருந்தாருங்கறதையும் மறந்திட்டியா சிராஜ்", என்றார் நபியுல்லா.

"ஆனால் அவன் அப்பா சபிதாகான், தில்லிக்குத் துரோகியா மாறினதால மகாத்ஜி சிந்தியா படையெடுத்துப் போய் ரோகில்கண்டையே அழிச்சிட்டு வந்தாரே", என்றார் சிராஜ்.

"இப்போ சபிதாகான் மகன் குலாம் காதிர், சிதறிக் கிடந்த ரோகில்லா சிப்பாய்ங்களையெல்லாம் திரட்டிக்கிட்டு வந்திருக்கான். அந்தப்படையிலதான் என் மகன் துக்ளக்கும் சேர்ந்திருக்கான்", என்றார் நபியுல்லா. இவர்கள் பேசிக் கொண்டு இருக்கும் பொழுதே, நபியுல்லாவின் மகன் துக்ளக் குதிரையில் வந்து சேர்ந்தான். அவனுக்கு சிராஜ் கானையும், மற்றவர்களையும் அறிமுகப்படுத்தி விட்டு போர் நிலவரம் பற்றிக்கேட்டார் நபியுல்லா.

"என்னத்தைச் சொல்றது. குலாம் காதிர்கான் வெற்றிகரமா, இருபத்தி அஞ்சாயிரம் பேரைத் திரட்டிட்டாரு. நாங்க தில்லிக் கோட்டையைப் பிடிக்கறதை யாரும் தடுக்க முடியாதுன்னு நெனச்சோம். வெளியே காவல்நின்ன மராத்தியச் சிப்பாய்ங்க நூறு பேரும் நொடியில மாயமாய் மறைஞ்சிட்டாங்க. கோட்டையிலயிருக்க, பாதுஷாவோட சிப்பாய்ங்க தலையைக்கூட வெளியே நீட்டி, எட்டிப்பார்க்கலை. அந்த நேரம்தான் அந்தப் பயங்கரச் செய்தி வந்துச்சு", என்றான் துக்ளக்.

"என்ன சேதி, மகாத்ஜி திரும்ப வந்திட்டாரா", என்றார் நபியுல்லா.

"இல்லை, பேகம் சாம்ரூ, தன் படையோட எங்களைத் தாக்க வர்ற சேதி வந்தது. அவ்வளவு தான், எங்க படையெல்லாம் கலைஞ்சு ஓட ஆரம்பிச் சிடுச்சு. எல்லோருக்கும் முன்னால குலாம் காதிர் ஓடிட்டாரு. இப்போ பாலத்துக்குப் பக்கத்திலதான் முகாம் போட்டிருக்கார்", என்றான் துக்ளக்.

"நீங்க பயந்து ஓடற அளவுக்குப் பெரிய படையோட வந்தாங்களா பேகம்?" என்று கேட்டாள் முத்தம்மா. "ஆமா, எப்பிடியும் ரெண்டாயிரம் பேராவது இருப்பாங்க", என்றான் துக்ளக். "என்னது? ரெண்டாயிரம் பேரைப்பார்த்து இருபத்தஞ்சாயிரம் பேர் ஓடுனீங்களா?", என்று நம்பமுடியாமல் கேட்டாள் முத்தம்மா.

"ரெண்டாயிரம் பேரும் ஆங்ரேசிங்க", என்றான் துக்ளக். முத்தம்மாவின் முகத்தில் படர்ந்த குழப்பத்தைப் புரிந்தது

கொண்டு, நபுயுல்லா விளக்கினர், "ரெண்டாயிரம் பேரும் ஐரோப்பாக்காரங்க. துப்பாக்கி, பீரங்கிப் படையோட வந்திருப்பாங்க".

"பேகம் ஒரே ஒரு ஆள் மட்டுமே வந்திருந்தாக்கூட, ஓடித்தான் இருப்பாங்க", என்றார் சிராஜ்கான் சிரித்துக்கொண்டே. துக்ளக்கும் சிரித்துக்கொண்டே, "ஆனால், இப்போ அதிர்ஷ்டம் குலாம் காதிர் பக்கம் திரும்புது. யமுனை ஆத்தில வெள்ளம் வர்றதால, பேகம் சாம்ரூவோட படை ஆத்துக்கு அந்தப்பக்கம் மாட்டிக்கிச்சு. வெள்ளம் வடியறதுக்குள்ள வந்து அரண்மனையப் புடிச்சுக்கச்சொல்லி, படை திரட்ட ரகசியமா பன்னிரண்டு லட்சம் பணமும் கொடுத்தனுப்பிச் சிருக்காங்க மாலிகா ஈ சமானி", என்றான். "அப்பன் செஞ்ச பாவம் பிள்ளை மேல விழுது", என்றார் நபியுல்லா சுருக்கமாக.

"இப்போ இருக்கிற பாதுஷா இரண்டாவது ஷா ஆலத்தோட அப்பா, இரண்டாவது ஆலம்கிர். மாலிகா ஈ சமானியோட வளர்ப்பு மகன் அகமத் ஷா கண்ணைக் குருடாக்கிட்டுத்தான் அவரு ஆட்சியைப் பிடிச்சாரு. அறுபது வயசில, சமானியோட பதினைஞ்சு வயசுப் பொண்ணைக் கல்யாணம் பண்ணிக்குடுக்கச் சொல்லி மிரட்டினாரு" என்று விளக்கினார் சிராஜ்கான். "ஆலம்கிர் அரசியல் சூழ்ச்சியெல்லாம் தெரிஞ்சவரா?". என்றாள் முத்தம்மா. "ஒரு மண்ணும் தெரியாது. ஐஞ்சுவேளை தொழுகுறதைத் தவிர அவருக்கு யாரும் வேற எதையும் கத்துக்குடுக்கல. ஏன்னா பொறந்ததில இருந்து, ஜெயில்லதான் இருந்தாரு. பின்னால, பிரதம மந்திரி இமாத் உல் முல்க் தான் ஆலம் கிர்ரை பொம்மைப் பாதுஷாவா ஆக்கி, தான் ஆட்சிநடத்தினாரு. அவரே அப்புறம் பாதுஷா ஆலம்கிர்ரைக் கொலையும் செஞ்சாரு. இப்போ, தன் மகனைக் குருடாக்கின, ஆலம் கிர்ரோட மகன், இரண்டாவது ஷா ஆலம் கண்ணைக் குருடாக்கியே தீரணும்னு மாலிகா துடிக்கறாங்க", என்றார் நபியுல்லா. "அவங்க மட்டும் இல்லை. யாரோ மன்சூர் அலிகானாம். அவரும் உதவி செய்யறதாத் தகவலும், பணமும் அனுப்பிச்சிருக்காரு", என்றான் துக்ளக். "அப்போ, இனிமே குலாம் காதிரை யாரும் தடுக்க முடியாது. கோட்டை நிர்வாகத்தைக் கவனிக்கிறதே மன்சூர் அலிகான் தான். அவன் நெஜமாவே ஒரு அலி. பாதுஷாவோட வலதுகை என்றார் நபியுல்லா". "மன்சூர் அலிகான் ஏன் குலாம் காதிருக்கு உதவி செய்யுறார்", என்று கேட்டான் துக்ளக்.

"எல்லாம் ஒரு பாசம்தான். பாதுஷா பேரால, ரோகில்கண்டை மகாத்ஜி சிந்தியா படைங்க சூறையாடி, சபிதாகான் குடும்பப்

பெண் களையெல்லாம் சீரழிச்சுது. ஆண்களையெல்லாம் வெட்டி வீச றப்போ, குலாம் காதிர் சின்னப் பையன். பையனைப்பார்த்து மயங் கிட்டான் மன்சூர் அலிகான். ஷா ஆலம் கிட்டப்பேசி மன்னிப்பு வாங்கிப் பையனைத் தனக்கு உதவியா வச்சுக் கிட்டான். ரொம்ப வருஷம், ஷா ஆலம் அரண்மனையில பையன் குலாமா இருந்தான். அதனாலதான் அவன்பேரு குலாம் காதிர் ஆச்சு", என்றார் சிராஜ்கான்.

"அப்பப்பா, இந்தப் பாதுஷாக்களுக்கு, ஒருத்தன் தலையை ஒருத்தன் வெட்டறதுக்கே நேரம் சரியாப்போகுமே, ஆட்சி நடத்த ஏது நேரம்", என்றாள் முத்தம்மா. "தப்பித்தவறி நேரம் மிச்சம் இருந்தாலும், அந்தப்புரத்தில கும்மாளம் போடுவானுங்க. கலைகளை வளர்க்கிறோம்னு அதுக்காகப் பெருமையடிச்சுக்குவானுங்க", என்றான் வேலன். அதுவரை பேசாதிருந்த சார்லஸ், "பாபரும், ஹுமாயூனும், அக்பரும், கத்தியாலயும், புத்தியாலயும், இந்தியாவுக்குப் புதுசாக் கொண்டு வந்த வெடிமருந்து யுத்தியாலயும் தான் ஆட்சியைப் பிடிச்சாங்க. ஆனால், அக்பருக்கு அப்புறம் வந்தவங்க, மக்கள் வரிப்பணம் கோடிகோடியாக் கொட்ட ஆரம்பிச்சதால, போர்க்கலையையே மறந்திட்டாங்க", என்றான். "அக்பர் காலத்தில மட்டும் என்ன, படைத் தலைவர்களும், நிலப்பிரபுக்களும் தான் செல்வத்தில புரண்டாங்க. விவசாயிகளும், தொழிலாளர்களும் வறுமையிலதான் புரண்டாங்க", என்ற வேலன், நபியுல்லாவும் சிராஜ்கானும் தன்னைக் கவனிப்பதைப்பார்த்து, "உங்க பாதுஷாக்களையே திட்டறமேன்னு கோபப்படுறீங்களா", என்றான். "சீரழிஞ்ச எங்க பாதுஷாக்களை, உங் களை விடப் பக்கத்தில இருந்து பார்த்ததால நாங்க. அவங்களைச் சராசரி மனுசங்களாக்கூட மதிக்கறதில்லை", என்றார் நபியுல்லா.

"மொகலாயப்படைக்கு ஏன் போர்க்கலை மறந்து போச்சு தெரியுமா? ஔரங்கசீப் படையெடுத்துப்போனா, ஒரு லட்சம் சிப்பாய்களோட போவாராம். கூடவே மற்ற தளபதிங்க, அவங்களோட குடும்பம், வேலைக்காரன், எடுபிடி எல்லாம் சேர்ந்து. அஞ்சு லட்சம் பேர் ஆயிடுவாங்களாம். இவங்களுக்கு வேண்டிய சாமானெல்லாம் விற்கறதுக்குன்னே, முகாமுக்கு உள்ளேயே இருபது கடைத் தெருக்கள் இருக்குமாம். இவ்வளவுபேரும் போய் ஒரு நாட்டில உட்கார்ந்தாங்கன்னா, ஒரு மாசத்தில அந்த நாட்டில. போர் இல்லாமயே பஞ்சம் வந்திடும். அதுக்குப் பயந்துக்கிட்டே எல்லாச் சின்ன நாடுகளும் கப்பம்

கட்டிடுவாங்களாம். அதனால மொகலாயப் படைகளுக்குப் போர்க்கலையே மறந்து போச்சு", என்றார் சிராஜ்.

"ஔரங்கசீப் எளிமையான வாழ்க்கை வாழ்ந்தாராமே?", என்று கேட்டாள் முத்தம்மா. "எங்கே, குடிசையிலயா? எளிமையான வாழ்க்கையெல்லாம், ஏழை மக்களை ஏமாத்த, பெரிய மனுசங்க போடற நாடகம். அவர் போர் போர்னு அலைஞ்சதால நாடே சுடுகாடு ஆனதுதான் மிச்சம்", என்றான் வேலன்.

"இதில வேடிக்கை என்னன்னா, ஔரங்கசீப் சாகறப்போ, நான் ஏன் போருக்குப்போனேன்? யாருக்காக ஓய்வே இல்லாம அலைஞ்சேன்? எதுவுமே புரியலையேன்னு அழுதாராம்", என்றார் நபியுல்லா.

அதற்குள் பொறுமை இழந்த ஜஸ்வந்த்சிங், "என் தம்பி மணீந்தர் சிங்கை எப்படிக் கண்டுபிடிக்கப் போறோம்?" என்று கேட்டான். அவனை ஒன்றும் புரியாமல் பார்த்த துக்ளக்கிடம் விஷயத்தை விளக்கினார் நபியுல்லா. "இது குழப்பமான நேரம். இப்போ அரண்மனைக்குள்ள போறதுக்கு ஒரு அருமையான வழி இருக்கு. பேசாம, குலாம் காதிர் படையில சிப்பாயாக் கொஞ்சம் பேர் சேர்ந்திடுங்க. அவருக்கு நெறைய ஆள் தேவைப்படுது. நானே சேர்த்து விடறேன். எப்படியும் சீக்கிரம் தில்லிக் கோட்டையைப் பிடிச்சிடுவோம்", என்றான் துக்ளக்.

"இது நல்ல யோசனைதான். நானும் ஜஸ்வந்த்சிங்கும் நாளைக்கே குலாம் காதிர் படையில சேர்ந்திடறோம்", என்றார் சிராஜ்கான்.

"கோட்டையைப்பிடிச்சு, பாதுஷாவா முடிசூட்டிக்கப்போறானா குலாம் காதிர்? அவன் அடிமையா இருந்த அரண்மனையிலேயே பாதுஷா ஆகிறதும் பெரிய விஷயம் தான்", என்றார் நபியுல்லா.

"அப்படிப்பட்ட ஆசையெல்லாம் குலாம் காதிருக்கு இருக்காது. ஆத்தில வெள்ளம் வடிஞ்சிட்டா, சாம்ரூபேகத்தோட படைகள் கோட்டைக்குள்ள வந்திரும். மகாத்ஜி சிந்தியாவே கூட பூனாவில இருந்து திரும்பி வந்திடலாம்", என்றார் சிராஜ்கான்.

"கோட்டைக்குள்ள கோடிகோடியாப் பணமும், தங்கமும் வெள்ளியும் அங்கங்கே ஒளிச்சு வச்சிருக்காங்களாம். அதையெல்லாம் கொள்ளையடிச்சு, எங்களுக்கும் பங்கு தர்றேன்னு சொல்லி இருக்காரு குலாம் காதிர்" என்றான் துக்ளக். "நானும் ஜஸ்வந்தும் அதையெல்லாம் தேட உதவி செய்யறோம்", என்றார் சிராஜ்கான். "நீங்க ரெண்டு பேர் மட்டும் போறது சரியா வராது. நானும்,

முத்தம்மாவும் கூட வர்றோம்'', என்றான் வேலன். ''முத்தம்மாவை, ஒரு பொண்ணுன்னு குலாம் காதிர் கண்டுபிடிச்சுட்டா என்ன ஆகும் தெரியுமா? அவர் வெறிபிடிச்சவர்'', என்றான் துக்ளக்.

''ஆமா சாதாரண வெறி இல்லை. அப்பப்போ வெறிபிடிச்ச நாய் மாதிரி உறுமுவான் சரிதானா?'', என்றார் சிராஜ்கான்.

''சரியாச் சொன்னீங்க, ரொம்ப அன்பா, நல்லதனாமப் பேசிக்கிட்டே இருப்பாரு. அவரைவிட ஒரு புத்திசாலியைப்பார்க்க முடியாதுன்னு தோணும். திடீர்னு, உறுமுவாரு, அந்தநேரம் எதிர் இருக்கவன் செத்தான்'', என்றான் துக்ளக். ''குலாம் காதிருக்கு எத்தனையே வெறி இருக்கலாம். ஆனால் பொம்பளங்க மேல வெறி வராது. முத்தமா வுக்கு ஒண்ணும் ஆகாது'', என்றார் சிராஜ் கண்களைச் சிமிட்டிக் கொண்டே. ''ஆமா, ஆமா, சரியாச் சொன்னே'', என்று சொல்லி விட்டுப் பலமாகச் சிரித்தார் நபியுல்லா. அவர்களது சிரிப்பிற்குக் காரணம் புரியாமல் குழம்பிய துக்ளக் வேலனைப்பார்த்து, ''உங்க கருப்பு நெறமே நீங்க இந்தப்பகுதியைச் சேர்ந்தவரு இல்லைன்னு காட்டிக் கொடுத்திடுமே என்றான். ''நானும், முத்தமாவும் நாளைக்குக் கட்டாயமா குலாம் காதிர்கிட்ட வேலைக்குச் சேரத்தான் போறோம்'', என்று பேச்சிற்கு முற்றுப்புள்ளி வைத்தான் வேலன்.

66

மறு நாள் குலாம் காதரின் மீர்பக்சியிடம் இருவரை அல்ல, ஆறுபேரை அழைத்து வந்தான் துக்ளக். சிராஜ் ஜஸ்வந்தோடு வேலன், முத்தம்மா மட்டுமல்ல, பீட்டர், சார்லசும் வந்திருந்தனர். வயதானவங்களையெல்லாம் சேர்க்க முடியாது என்று முதலில் சிராஜ்கானை நிராகரித்தார் மீர்பக்சி என்ற படையின் கணக்காளர். சிராஜ்கான் பதில் எதுவும் சொல்லாமல் வெளியே சென்றார். ஜஸ் வந்த் சிங்கைப் படையில் சேர்த்துக் கொள்ள மீர்பக்சி உற்சாகமாகச் சம்மதித்தார். ஆங்கிலேயரான பீட்டரையும், சார்லசையும் பற்றிக் குலாம் காதிர் சாகிப் தான் முடிவெடுக்க வேண்டும் என்றார். வேலனையும், முத்தம்மாவையும் பற்றி என்ன சொல்வதென்றே அவருக்குப்புரியவில்லை.

''இவங்களை ஏண்டா கூட்டிக்கிட்டு வந்தே? இங்கே என்ன மாய மந்திர வேலையா நடக்குது?'' என்று துக்ளக்கிடம் கத்தினார். அவர் கத்துவதற்குக் காரணம் இருந்தது. வேலனும், முத்தம்மாவும் காவி உடையில் வந்திருந்தனர். முத்தம்மா காவிப்புடவையும், கையில் திரிசூலமுமாக நின்றிருந்தாள். திடீரென்று வெளியே முகாமில் இருந்த சிப்பாய்களின் பேச்சொலி நின்றது. மீர்பக்சி

சட்டென்று எழுந்து நின்றார். கம்பீரமாக உள்ளே நுழைந்தான் குலாம் காதிர். அழகான அந்த இருபத்தி ஐந்து வயது வாலிபனைப் பார்த்தால் ஒரு படைத்தலைவன்போல் கூட முத்தம்மாவிற்குத் தோன்றவில்லை. மீர்பக்சியின் உதவியாளன் என்று தான் நினைத்தாள். அவனது மென்மையான ஆனால் உறுதியான குரல், அவன்தான் அங்கே தளபதி என்பதை நிறுவியது. அவன் நுழையும்போது, கூடவே, வெளியே நின்ற சிராஜ்கானும் உள்ளே நழைந்தார். "கெழவா, உன்னைத்தான் வேண்டாம்னு சொன்னேன்ல", என்று பதற்றத்துடன் கத்தினார் மீர்பக்சி. சிராஜ்கான் அமைதியாகக் குலாம்காதிரைப் பின் தொடர்ந்து உள்ளே நுழைந்தார். பதற்றத்துடன் சிராஜ்கானை நோக்கி ஓடிவந்த மீர்பக்சியைத் தடுத்து நிறுத்தினான் குலாம் காதிர்.

"அவரு யாருன்னு உங்களுக்குத் தெரியலையா?", என்று கேட்டான் குலாம்காதிர். மீர்பக்சி குழப்பத்துடன் நிற்பதைப் பார்த்து, "அவருதான் சிராஜ்கான். ஒரு காலத்தில தில்லி பீரங்கிப்படைக்குத் தளபதியா இருந்தவர்", என்றதோடு சிராஜ்கானிடம் திரும்பி, நீங்க முன்னாலயே என்கிட்ட வந்திருந்தால் இன்னேரம் உங்க தலைமையில ஒரு பீரங் கிப்படையையே உருவாக்கியிருப்பேன். கொஞ்சம் பொறுங்க, ரோகில் கண்ட் திரும்பினதும், மொதல் வேலையா, ரோகில்கண்டில ஒரு பீரங்கிப்படையை உருவாக் கிடுவோம்", என்றான்.

"இப்போ உங்ககிட்ட பீரங்கிப்படை இல்லையா? அப்போ கோட் டையை எப்படிப் பிடிப்பீங்க" என்றார் சிராஜ்கான்.

"பீரங்கிகளைவிடச் சக்திவாய்ந்த ஆயுதங்களும் இருக்கு", என்று சொல்லிச்சிரித்தான் காதிர். "அது என்ன ஆயுதம்?', என்று வியப் போடு கேட்டார் சிராஜ்கான். "நாளைக்கு அதை நீங்களே நேரில பார்ப்பீங்க, அதுவரைக்கும் அது ரகசியமாவே இருக்கட்டும்", என்றான். பிறகு வெள்ளையர்கள் இருவரையும் பார்த்துவிட்டு, அவர்களிடம் சென்று கைகுலுக்கினான். "சிராஜ்கான், உங்க ஐரோப் பிய நண்பர்கள் ரெண்டுபேருக்கும், ரெண்டு மடங்கு சம்பளம் தர் றேன். கோட்டையைப்பிடிச்சப்பறம், கோட்டை வாசல்ல சும்மா நின்னாவே போதும். சாம்ரூ பேகத்தையும் அவங்க ஐரோப்பியர் படையையும் பார்த்து எங்க ஆளுங்க ஓடாம இருப்பாங்க" என்றான்.

"நீங்க ஒரு புத்திசாலிக் கமாண்டர். உங்களுக்குச் சேவை செய்யற தைப் பெருமையா நினைக்கிறோம்", என்றான் சார்லஸ் இந்தியில்.

“நன்றி, உங்களுக்கு ரோகில் கண்டில பயிற்சியாளனா வேலை தருவேன். எங்க சிப்பாய்களுக்கு ஆங்க்ரேசிமுறையில பயிற்சிகொடுங்க”, என்றான். இறுதியாக வேலனையும், முத்தம்மாவையும் கவனித்தவன், “இந்தப் பரதேசிங்களை ஏன் கூட்டிக்கிட்டு வந்தீங்க?” என்றான்.

“அவங்க வெறும் பரதேசிங்க இல்லை, மந்திரவாதிங்க. தில்லிக்கோட்டைக்குள்ள, பணத்தை மறைச்சு வச்சிருக்க இடத்தைக் கண்டுபிடிக்க உதவியாயிருப்பாங்கன்னு, தேடிப்பிடிச்சிக் கூட்டிக்கிட்டு வந்தேன்” என்றார் சிராஜ். குலாம் காதிர் சற்று யோசித்தான். அன்று காலை புறப்படும் பொழுதே முத்தம்மாள் சந்தேகத்தைக் கிளப்பி இருந்தாள், “வேலா, நம்ம சாமியார் வேஷம் எல்லாம் தில்லியில, முஸ்லீம்கள் கிட்டச் செல்லுபடியாகுமா?” என்றாள். “முத்தம்மா, சாமிமட்டும் தான் மதத்துக்கு மதம் வேற. பேய்பிசாசு, மாயமந்திரமெல்லாம் எல்லா மதங்களுக்கும், நாடுகளுக்கும் பொது”, என்று அவளைச் சமாதானப் படுத்தியிருந்தான் வேலன்.

“ஆனால்,கோட்டைக்குள்ள, நீங்க இந்த உடையில வர்றது சரியா இருக்காது”, என்றான் குலாம் காதிர்.

“ரெண்டு பேரும் சிப்பாய் உடையிலயே வர்றோம்”, என்றான் வேலன்.

“அது புத்திசாலித்தனம்”, என்ற காதிர், மீர் பக்சியிடம் திரும்பி, அரண் மனைக்குள்ள இவங்க எங்கே வேணும்னாலும் போகலாம்னு ஒரு அனுமதிச்சீட்டுத் தயார் பண்ணுங்க, நான் வந்து கையெழுத்துப் போட றேன்” என்றான். “எத்தனை பேருக்கு?” என்று கேட்டார் மீர்பக்சி.

“எங்க நாலுபேருக்கும்” என்று சிராஜ்கான், ஜஸ்வந்தையும் சேர்த்துக் கையைக்காட்டினார். மீர்பக்சி தலை அசைத்துவிட்டுத் தன் மேஜைக்குச் சென்றார். வந்த வேகத்தில் அதற்குள், வெளியே மறைந்து விட்டிருந்தான் குலாம் காதிர்.

ரோகில்லாவின் படையில் சேர்ந்துவிட்டாலும், செங்கோட்டையை அவன் எவ்வாறு பிடிக்கப்போகிறான் என்ற ரகசியத்தை மட்டும் இவர்களால் கண்டுபிடிக்க முடியவில்லை. அவர்களுக்கு மட்டுமல்ல, அவனது படையில் யாருக்குமே அது தெரிந்திருக்கவில்லை. இரண்டு படைப்பிரிவுச் சிப்பாய்கள் பீட்டர் மற்றும் சார்லசிடம் வந்து சேர்ந்தனர். கோட்டையைப் பிடித்தவுடன் ஆங்கிலேயர்களின் தலைமையில், முன்புறவாசலில் காவல்நிற்குமாறு சொல்லியனுப்பப் பட் டிருந்தனர். குலாம்காதிர்

அனைத்தையும் துல்லியமாகத்தான் திட்டமிடுகிறான் என்பதை வேலனால் உணரமுடிந்தது. நள்ளிரவில், புறப்படுமாறு அனைவருக்கும் கட்டளை வந்தது. குலாம் காதிரின் படைகள் கோட்டையின் பின்புறம் சென்று சேர்ந்தன. பீரங்கியை விடச் சக்தி வாய்ந்த ஆயுதம் துரோகம் என்பதை அப்பொழுதுதான் வேலனும், சிராஜ்கானும் நேரில் கண்டனர். கோட்டையின் பின்புறக் கதவுகளை, கோட்டை நிர்வாகியும், இரண்டாவது ஷா ஆலத்தின், நம்பிக்கையான நீண்டநாள் ஊழியனுமான மன்சூர் அலிகானே திறந்து விட்டான். குலாம் காதிரின் படைகள் நுழைவதைக் கண்ட துமே, கோட்டைக்குள்ளிருந்த ஷா ஆலமின் படைகள், முன் வாசல் வழியாக ஓசையின்றி வெளியேறின. தங்களைவிட ஐந்துமடங்கு பெரியபடையை எதிர்த்து நிற்குமளவிற்கு அவர்களுக்கு ஆர்வம் இல்லை. பல மாதங்களாக, ஊதியமே ஒழுங்காகத் தரப்படாத படை, எப்படி மன்னருக்காக உயிரைக் கொடுக்கும்? ஒரு சொட்டு ரத்தமும் சிந்தாமல், ஒரு தோட்டாக்கூடச் செலவிடாமல் மொகலாயர் கோட் டைக்குள் நுழைந்த குலாம் காதிர், அன்று இரவு முழுவதும், தன் படைகளை முக்கியமான இடங்களில் நிறுத்தி, தில்லிக்கோட்டையை தன் கட்டுப்பாட்டில் கொண்டு வருவதில் மும்முரமாயிருந்தான். “மறைத்து வைக்கப்பட்டிருக்கும் புதையல்களை உடனே தேட ஆரம்பிக்கிறோம்”, என்று அனுமதிகேட்டார் சிராஜ்கான்.

“வேண்டாம், ஷா ஆலமின் ஆட்கள் எங்காவது பதுங்கியிருந்தால் ஆபத்து”, என்று அவர்களைத் தடுத்து நிறுத்திய குலாம் காதிர், பாதுஷாவின் தர்பாருக்குப் பக்கத்தில் இருந்த ஒரு அலுவலக அறையில், சிராஜ் குழுவினரைத் தங்க வைத்துவிட்டுச் சென்று விட்டான். உறங்கிக் கொண்டிருந்த பாதுஷாவை அவன் சிறிதும் தொந்தரவு செய்யவில்லை. தூக்கத்திலிருந்து பாதுஷா, தானே நடு இரவில் கண்விழித்தார். தன் வேலையாட்களிடம் சத்தமாக ஏதோ கேட்டார். வேலன் எழுந்து ஜன்னல் வழியே எட்டிப்பார்த்தான். வாசலில் நின்ற ரோகில்லா வீரர்கள்களைச் சுட்டிக்காட்டித் தன் வேலையாட்களிடம் ஏதோ கேட்டார் பாதுஷா. அவர் மெல்லிய குரலில் பேசியது வேலனுக்குக் கேட்கவில்லை. ஆனால் காவலில் நிற்பவர்கள் ரோகில்லா குலாம் காதரின் ஆட்கள் என்று வேலையாட்கள் உரக்கச் சொல்லியதைக் கேட்க முடிந்தது. அதன்பின் பாதுஷா பலமான குரலில், “இன்ஷா அல்லா”, என்று வானத்தைப் பார்த்துக் கூறிவிட்டு, மீண்டும் உறங்கச் சொன்று விட்டார். அதை வியப்போடு பார்த்துக் கொண்டிருந்தான் வேலன். அவன் அலகாபாத்தில் பார்த்த அதே ஷா ஆலம் தான். இருபத்தி

இரண்டு ஆண்டுகளுக்குப் பின்பும், தன்னைச் சுற்றி நடப்பவற்றிற்கும் தனக்கும் எந்தச் சம்பந்தம் இல்லை என்பது போல் கவலையற்று உறங்கச் சென்றார். ஒரே நாளில் மன்னரிலிருந்து கைதியாவதும், கைதியிலிருந்து மன்னர் ஆவதும் அவருக்கு மிகவும் பழகிப்போன ஒன்றாயிருந்தது.

மறுநாள் பகல் வேளையில்தான் உறக்கத்திலிருந்தோ, போதை மயக்கத்திலிருந்தோ தில்லி பாதுஷா இரண்டாவது ஷா ஆலம் முழுமையாக விழித்தெழுந்தார். காவலர்கள் மூலமாகத் தகவல் தெரிவிக்கப் பட்டது போலும், குலாம் காதிர் மேலும்பல காவலர்கள் சூழ பாதுஷா வின் அறையினுள் நுழைந்தான். கம்பீரமாக அமர்ந்திருந்த பாதுஷாவிற்குப் பணிவாக வணக்கம் செலுத்தினான். வேலனும், மற்றவர்களும் இருந்த அறை பூட்டப்பட்டிருக்கவில்லை. “ஆனால் அப்பொழுது வெளியில் செல்வது நல்லதல்ல” என்று சிராஜ்கான் எச்சரித்ததால், ஜன்னல் வழியாகவே உள்ளே நடப்பதைப் பார்த்தனர்.

“பாதுஷா அவர்களே, என்னை அடையாளம் தெரிகிறதா?” என்றான் குலாம் காதிர் பணிவாக. “தெரியாமலென்ன? எனது அடிமைகளிலேயே நான் அதிகம் நேசித்த உன்னை மறக்க முடியுமா, குலாம் காதிர் ரோகில்லா?” என்றார் பாதுஷா.

“அப்படியானால், ஏன் வந்திருக்கிறேன் என்பதும்பாதுஷாவிற்குத் தெரிந்திருக்குமே?”, என்றான் குலாம் காதிர்.

“என்னைச் சிறையில் தள்ளப் போகிறாய்”, என்றார் பாதுஷா.

“யாரோ தவறாகச் சொல்லியிருக்கிறார்கள் பாதுஷா. நான் மீண்டும் உங்களுக்குச் சேவை செய்யவே வந்திருக்கிறேன். என் தந்தை சபிதா கானின் பதவியை எனக்குத் தாருங்கள் என்று கேட்கத்தான் வந்திருக்கிறேன்”, என்றான் குலாம் காதிர். பாதுஷாவின் முகத்தில் சற்று நிம்மதி பரவியது. “அப்படியே தருகிறோம். ஆனால் பிர்மான் எழுத என் வாசிர் இல்லையே”, என்றார் பாதுஷா.

“அந்தக் கவலையை விடுங்கள் பாதுஷா. உங்கள் வாசிரை அழைத்து வர எனது ஆட்கள் போயிருக்கிறார்கள்” என்றான் காதிர். அதற்குள், இன்னொரு சிப்பாய்கள் கூட்டம், குள்ளமான மனிதர் ஒருவரைத் தரதரவென்று அங்கே இழுத்து வந்தது.

“இவன் என் வாசிர் அல்ல, வாசிரின் உதவியாள் அப்துல் சமது” என நடுநடுங்கிக் கொண்டிருந்த குள்ள உருவத்தைப் பார்த்துக் கூறினார் பாதுஷா. அதற்குள், சமதை இழுத்து வந்த சிப்பாய்த் தலைவன், “உங்க வாசிர், ராத்திரியோட ராத்திரியா,

தில்லியை விட்டே ஓடிப் போயிட்டார்'', என்றான். ''பரவாயில்லை, அப்துல்சமது, இனி நீங்க தான் வாசிர், தில்லிக்கு மீர்பக்சியா என்னை நியமிச்சு ஒரு பிர்மான் உடனே எழுதி எடுத்துக்கிட்டு வாங்க'' என்றான் குலாம் காதிர். அப்துல் சமது நடுக்கத்துடன், ''வாசிர் சொல்றதைக்கேட்டு அப்பிடியே எழுதித்தான் பழக்கம். எனக்கா பிர்மான் எழுதத்தெரியாது'', என்றார்.

''முட்டாளே, ஏதாவது பழைய பிர்மானை எடுத்து அதில பேரை மாத்தி, குலாம்காதிர் பேருக்கு ஒன்னு தயார் செய்'', என்றார் பாது ஷா. அப்துல் சமது தன் அறையை நோக்கி ஓடினார். சிப்பாய்கள் கேலியாகச் சிரித்தனர்.

''தில்லி பாதுஷாக்களிலேயே அதிகம் படித்த அலி கௌகார், இரண்டாவது ஷா ஆலம் அவர்களே, ஏன் இந்த முட்டாள்களை எல்லாம் வேலைக்கு வைத்துக் கொண்டிருக்கிறீர்கள்?'', என்றான் குலாம்காதிர்.

''என்ன செய்வது? தவறான ஆட்களை வேலைக்குச் வைத்துக்கொள்ள வேண்டியது, என் தலைவிதியாகிவிட்டது'', என்றார் பாதுஷா. பாதுஷா தன்னைத் தான் குறிப்பிடுகிறார் என்பதைக் குலாம் காதிர் உணர்ந்ததாகத் தெரியவில்லை. இதற்கிடையே தன் அறைக்குள் ஓடிய அப்துல் சமது, அங்கே சிராஜ்கான், வேலன், முத்தம்மா, ஜஸ்வந்த் ஆகியோர் இருப்பதைப்பார்த்து மீண்டும் நடுங்கினார்.

''அப்துல் சமது சாகிப், நாங்க உங்க பாதுகாப்புக்காக வந்திருக்கோம்'', என்றார் சிராஜ்கான். சமதுவின் உடல் நடுங்கினாலும், மிக விரைவில் பழைய பிர்மான் ஒன்றைக் கண்டுபிடித்து, அதேபோல், குலாம்காதிரைத் தில்லி சாம்ராஜ்யத்தின் கணக்காளராக நியமிக்கும் ஆணை ஒன்றை உடனே தயாரித்துச் சென்று, பாதுஷாவிடம் கையெழுத்தும் வாங்கினார். பாதுஷா கையிலிருந்து ஆணையைப் பறித்துக்கொண்ட குலாம்காதிர், ''இனி கருவூலத்தின் சாவிகளையும் கொடுக்கலாமே'', என்றான். அப்துல் சமது ஓடிச்சென்று ஷா ஆலம் அறையிலேயே மறைத்து வைக்கப்பட்டிருந்த, பெரிய சாவிகள் அடங்கிய வளையத்தைக் கொண்டுவந்தார். சமதுவைத் தரதரவென்று இழுத்துக்கொண்டு தன் வீரர்கள் சிலருடன் வெளியேறிய குலாம் காதிர், வேலன் இருந்த அறையை எட்டிப்பார்த்து, அவர்களையும் தன்னுடன் வருமாறு சைகை செய்தான்.

சிறிது தூரம் தள்ளியிருந்த பெட்டக அறையின் கதவுகளை விரியத் திறந்துவிட்டார் அப்துல்சமது. ஆனால் குலாம் காதருக்குக்

கோபம் தான் அதிகமாகியது. அறை சுத்தம்செய்யப்பட்டுக் காலியாக இருந்தது. அவன் எதிர்பார்த்து வந்ததோ, இருபது கோடிப்பணம். அங்கோ, ஒரு செப்புக்காசு கூட இல்லை. தன்னைக் கோபமாகக் திரும்பிப் பார்த்த காதரிடம், “ஹோசூர், இந்த அறைக்குள்ள நான் இதுவரைக்கும் வந்ததே இல்லை”, என்று அவசரமாகப் பதிலளித்தார் அப்துல் சமது. ஆனால் அவர் கண்கள் அடிக்கடி ரகசியமாக ஒரு மூலைக்குச் செல்வதை வேலனுக்குச் சுட்டிக்காட்டினாள் முத்தம்மா. அந்த அறையின் சுவர்களின் அடிப்புறம், ஒரு அடி உயரம் கறுப்பு வண்ணம் பூசப்பட்டிருந்தது. அதுவும் வேலனுக்கு ஐயத்தைக் கிளப்பியது. மற்றவர்கள் பேசிக்கொண்டு இருக்கும்பொழுது, அப்துல் சமது திருட்டுத்தனமாக அடிக்கடி பார்த்த மூலையைச் சற்று அருகில் சென்று பார்த்தான் வேலன். அந்தக் கல்லில் சிறிய சாவித்துளை இருந்தது. கருப்பு வண்ணம் பூசப்பட்டிருந்ததால், சாவித்துளை பளிச்சென்று தெரிய வில்லை.

குலாம் காதிர் சிராஜ்கானிடம் திரும்பினான். “சிராஜ்கான், பணத்தை எங்கேயோ மறைச்சு வைச்சிருக்காங்க, உங்க மந்திரவாதிங்களைக் கூப்பிடுங்க”, என்றான். அதற்குள் தானே அருகில் வந்த வேலன், ஒரு வெற்றிலையில் கருப்பு மையைத் தடவிப் பார்த்தான். திருநீற்றை எடுத்து சாவித்துளையின் மேல் படுகிறாற் போல் ஊதிவிட்டான். பிறகு கத்தினான்,

“ஹோசூர், இங்கே பாருங்க”, என்று சாவித்துளையைக் காட்டினான். அந்தக் கல் உண்மையில் ஒரு கல்லே அல்ல, மரத்தினால் செய்யப் பட்ட கதவு. சமதுவிடம் இருந்து சாவிக்கொத்தைப் பிடுங்கி அதைத் திறந்தாள் முத்தம்மா. அதன் பின்னே இருந்த ரகசிய அறையில், இரண்டு பைகள் நிறையத் தங்கக் காசுகள் கிடைத்தன. அவற்றைக் கைகளில் எடுத்துக்கொண்ட காதிர், அப்துல்சமதை இழுத்துக் கொண்டு பாதுஷாவின் முன்னே சென்றான். குலாம்காதிரையும், அவன் வீரர்களையும், சிராஜ்கானும், மற்றவர்களும் பின் தொடர்ந்தனர். பாதுஷா ஷா ஆலத்தின் காலடியில் தங்கக் காசுகள் அடங்கிய இரண்டு பைகளையும் தூக்கி எறிந்தான் குலாம் காதிர்.

“கிழவா, கருவூலத்தில இருந்த இருபதுகோடிப் பணத்தை எங்கே ஒளிச்சுவைச்சிருக்கே?. நான் ஏத்திக்கிட்டுப்போக யானைகளோட வந்திருக்கேன். உண்மையைச் சொல்லு”, என்றான். ஷா ஆலம் எழுந்து, கீழே கிடந்த இரண்டு பைகளையும் தடவிப் பார்ததார். “ஓ இவ்வளவு பணம் என்கருவூலத்தில் இருந்ததா?

கண்டுபிடித்துக் கொடுத்ததற்கு நன்றி குலாம் காதிர். ஆங்கிலேயராவது ஆண்டுக்கு இருபத்து ஆறு லட்சம் கொடுத்தனர். மராத்தியர் ஒப்பந்தமோ ஆண்டிற்கு இரண்டு லட்சம்தான். அதையும் ஒழுங்காகத் தருவதில்லை”, என்றார் மென்மையான குரலில்.

“கிழவா, சாமர்த்தியமாப் பேசித் தப்பிக்கலாம்னு பார்க்காத, உன் பலமும் எனக்குத் தெரியும், பலவீனமும் தெரியும், இன்னைக்கு சூரியன் மறையறதுக்குள்ள யோசிச்சு உண்மையைச் சொல்லு”.

மறக்காமல் காசுகள் அடங்கிய துணிப்பைகளை எடுத்துக்கொண்டு குலாம் காதிர் போய்விட்டான்.

சிராஜ்கான் மற்றவர்களை அழைத்துக்கொண்டு விரைவாகச் சிறைச் சாலைக்கு ஓடினார். சிறைக்கூடத்திலோ ஒரு கைதி கூட இல்லை. சிறையில் இருந்தவர்களில் பெரும்பாலோர், முந்தைய போரில் கைதான ரோகில்லாக்கள். அதனால் குலாம் காதிர் கோட்டையைப் பிடித்ததுமே சிறைக்கதவுகளைத் திறந்து விட்டிருந்தான். எல்லாக் கைதிகளும் மீர்பக்சியிடம் சென்று மீண்டும் ரோகில்லாப்படையில் சேரப் பதிவுசெய்து கொண்டிருந்தனர். ஆனால் அந்தக் கூட்டத்தில் மணீந்தர்சிங் இல்லை. ஒரு வேளை தப்பித்து வெளியே ஓடியிருக்கலாமோ என்று கோட்டை வாசலுக்குச் சென்று, அங்கு காவல் பொறுப்பேற்றிருந்த பீட்டர் மற்றும் சார்லசிடம் கேட்டனர். தாங்கள் வந்தபின், கோட்டையிலிருந்து யாரும் வாசல் வழியாக வெளியேறவில்லை என்று இருவரும் உறுதி கூறினர்.

“ஒருவேளை, கோட்டைக்குள்ளேயே எங்காவது மறைந்திருக்கலாம், நாளை மீண்டும் தேடுவோம்” என்று தங்கள் அறைக்குத் திரும்பினர்.

இரவாகிவிட்டிருந்தது. பாதுஷாவை மிரட்டுவதற்கு குலாம் காதிர், மீண்டும் வந்து சென்றானா? என்று அறைக்குள் இருந்த அப்துல் சமதுவிடம் கேட்டனர்.

“இன்னும் ரெண்டு மூணு நாளைக்குக் குலாம் காதிர் சாகிப் இந்தப் பக்கம் எட்டியே பார்க்க மாட்டார். கோட்டையைச் சுத்தி இருக்கிற பிரபுக்கள் வீடுங்களையெல்லாம் கொள்ளையடிக்கப் படையோட போயிருக்காரு”, என்றார் சமது. “கோட்டைக் கருவூலத்தைவிட அது அவசரமா?” என்றான் வேலன். “கருவூலம் எங்கேயும் ஓடாது. ஆனால் பிரபுக்கள் ஓடிடுவாங்களே”, என்றார் அப்துல் சமது.

67

அடுத்தமுறை வேலனைச் சந்திக்கும்பொழுது, குலாம் காதிர் விசாரித்தான், "என்ன? தக்காணி மந்திரம் ஏதாவது பலிக்குதா?".

"கோட்டை முழுக்க முசல்மான் மந்திரம் சுத்திக்கிட்டிருக்கு. பூஜை போட்டு அதையெல்லாம் மொதல்ல வெரட்டணும். அதுக்கப்பறம்தான் எங்க மந்திரம் வேலை செய்யும். வெரட்ட நேரம் ஆகும்", என்றான் வேலன்.

"பரவாயில்லை, உங்க மந்திரம் வேலை செய்யாட்டியும் என் மந்திரம் கட்டாயம் வேலை செய்யும்", என்றான் குலாம் காதிர்.

"பாதுஷாவைத் திரும்பச் சித்திரவதை செய்யப்போறீங்களா?", என்றான் வேலன்.

"பாதுஷா, ஷா ஆலத்தை, நெருப்பில போட்டாக் கூடப் பொறுத்துக்குவார். அது அவரோட பலம். அதனால அவரு பலவீனத்தைப் பயன்படுத்திக்கப் போறேன்", என்றான் குலாம் காதிர். "அவருடைய பலவீனம் என்ன?", என்று கேட்டான் வேலன்.

"பாசம், குடும்பப்பாசம்", என்று காதிர் சொல்லிக் கொண்டிருக்கும் பொழுதே, மற்ற வீரர்கள் வந்து குலாம் காதிரை அவசரமாக அழைத் துச்சென்று விட்டனர். சற்று நேரத்தில் அப்துல்சமது வந்து சேர்ந்தார்.

"கோட்டைக்கு வெளியே என்ன நடக்குது?", என்று சிராஜ்கான் கேட்டார். "கொள்ளையோ கொள்ளை. சுத்தி இருக்ற பணக்கார வீடுங்களையெல்லாம் கொள்ளையடிச்சே கோடிக்கணக்கில பணம் சேர்த்திட்டார் குலாம் காதிர்", என்றார் அப்துல்சமது.

"உங்களை மட்டும் எப்பிடி வெளியே சுத்த அனுமதிக்கிறாங்க?", என்று கேட்டான் ஜஸ்வந்த். "நான் சுத்துறதே குலாம்காதிர் கூடத் தானே. வெளியே இருக்ற பணக்கார வீடுகளைக் கண்டுபிடிச்சுச் சொல்றது என்வேலை", என்றார். "உங்களை மிரட்டி வேலை வாங்கறாங்களா?", என்றாள் முத்தம்மா. "கொஞ்சம் மிரட்டல், கொள்ளையில கொஞ்சம் பங்கு. சம்பளம் இல்லாம ரொம்பக் கஷ்டப்பட்டேன். அல்லா இரக்கப்பட்டு, குலாம் காதரை அனுப்பி வச்சிருக்கார்", என்றார் அப்துல்சமது பெருமூச்சுடன்.

வேலன் தன் ஆட்களுடன் மணீந்தரைத் தேடும் முயற்சியில் மீண்டும் ஈடுபட்டான். ஆனால் எந்தத் தகவலும் கிடைக்கவில்லை. அப்படி ஒரு கைதி இருந்ததாகவே ரோகில்லாக் கைதிகள் யாருக்கும் நினைவில்லை. மாலையில் சோர்வுடன் தங்கள்

அறைக்கு வந்துசேர்ந்தனர். இரவு தொடங்கும் நேரத்தில் பாதுஷாவின் அறையில் நடமாட் டம் தொடங்கியது. ஒரு பெரிய வாத்தியக்குழு பாதுஷாவின் அறைக்குள் சென்றது. "சமதுசாகிப், பாதுஷாவுக்கு பாட்டு நடனம் ரொம்பப் பிடிக்குமா?", என்றார் சிராஜ். "பாதுஷாவுக்கு அஞ்சுவேளை தொழுகிறதும், கவிதை எழுதறதும்தான் பிடிக்கும். இது என்னவோ புதுசா இருக்கே", என்றார் சமது. சிறிது நேரத்தில் குலாம்காதிர் வீரர்கள் புடைசூழ வந்து சேர்ந்தான்.

"பாதுஷா அவர்களே, செல்வங்களை மறைத்து வைத்திருக்கும் இடத்தை இன்றாவது சொல்கிறீர்களா?", என்றான் பணிவோடு.

"முட்டாள், தில்லிக் கோட்டையில் ஒரு செப்புக் காசுகூடக் கிடையாது", என்றார் பாதுஷா அலட்சியமாக.

"நீங்க என்னத் திட்டினாலும், நான் உங்களுக்கு ஒரு பரிசு கொடுக்கப் போறேன். நடனம், யாரும் இதுவரைக்கும் பார்க்காத நடனம். இன்றைக்குத் தொடங்கும். நீங்களா ரகசிய இடத்தைச் சொல்றவரைக்கும், தினமும் தொடரும்", என்று கேலியாகச் சொல்லியவன், "பாதுஷாவை நல்லாக் கவனிங்க", என்று சொல்லிட்டு அறையின் நடுவிற்கு வந்தான். "என்ன? வாத்தியக்குழு வந்தாச்சா?", என்றான். ஒரு மூலையில் நடுநடுங்கி அமர்ந்திருந்த வாத்தியக்குழுவைக் காட்டினான் தளபதி. அப்படியே குலாம் காதிரின் காதுக்குள் ஏதோ சொன்னான். உடனே அறைவாயிலில் நின்ற சிராஜ்கான், வேலன் ஆகியோரைப் பார்த்து,

"இது பாதுஷாவுக்கு மட்டும் ஏற்பாடு பண்ற நடனம். நீங்க ஜன்னல் வழியா கொஞ்சம் எட்டிப் பார்த்துக்குங்க" என்று சொல்லிச் சிரித்தான் குலாம் காதிர். அவன் பேசிக்கொண்டிருக்கும்போதே அவனது வீரர்கள், வேலன், சிராஜ்கான், ஜஸ்வந்த்சிங், முத்தம்மா, அப்துல் சமது ஐவரையும் அறைக்குள் தள்ளி, வெளியே கதவைத் தாழிட்டனர். அதற்குள் தளபதியின் காதில் குலாம்காதிர் ஏதோ சொல்ல, தளபதியும், சில வீரர்களும் ஓடிவந்து, ஐவரும் இருந்த அறை வாசலில் ஒரு நாற்காலியைப்போட்டு, அப்துல்சமதுவை மட்டும் வெளியே இழுத்து வந்து அதில் அமரவைத்தனர். பின்பு, மீண்டும் கதவைத் தாழிட்டனர். சமது அருகே வந்த குலாம் காதிர், "அப்துல்சமது, நீங்க பாதுஷாவைப்பத்தி புத்தகம் எழுதறீங்களாமே, உண்மையா? என்றான். எழுந்து நின்ற அப்துல்சமது. "ஆமாம்", என்று நடுங்கிக்கொண்டே தலையாட்டினார், "பயப்படாதீங்க, வசதியா உட்காருங்க", என்று அவர் தோள்களைப்பிடித்து நாற்காலியில்

தள்ளிய குலாம் காதிர், "இப்போ இங்கே நடக்கப் போறதெல்லாம்?", என்று கேட்டான். "அதைப்பத்தி ஒரு வரியும் எழுத மாட்டேன்", என்றார் சமது அவசரமாக. "முட்டாள், ஒருவரி விடாம உன் புத்தகத்தில எழுதணும். அது உலகத்துக்கே தெரியணும், புரியுதா", என்றான் காதிர். புரிந்து கொண்டவர் போல் தலையாட்டிய சமது, "இப்போ என்ன நடக்கப்போகுது?', என்றார்.

"மொகலாய பாதுஷாக்கள் மாதிரி நானும் கலைக்குச் சேவை செய்யப் போறேன்", என்று சிரித்தவன், "என்ன ஆச்சு, நாட்டியக்காரிங்க ஏன் இன்னும் வரல?", என்று கத்தினான். அதேநேரம் அவர்கள் அறையை நோக்கி சுமார் இருபது இளம்பெண்களை ஆடுமாடுகள்போல் விரட்டிக் கொண்டு அவனது வீரர்கள் நுழைந்தனர். பெண்களை அறையின் நடுவில் நிற்கவைத்த குலாம் காதிர் கத்தினான், "பாதுஷா, உங்க பொண்ணுங்கதானே இதுங்க எல்லாம்?".

"எனக்கு இரண்டே பெண்கள்தான்", என்றார் பாதுஷா.

"என் சிப்பாய்ங்களுக்கு அடையாளம் தெரியலை. உத்தேசமா இருபது பேரைக் கூட்டிக்கிட்டு வந்திட்டாங்க. யாரு? யாருக்குப் பொறந்ததுன்னு ஜனானாவில தான் யாருக்குமே தெரியாதே. அங்கே நடக்கிற அசிங்கமெல்லாம் உங்களைவிட எனக்கு நல்லாத் தெரியும். நான் அங்கயே வேலை செஞ்சவனாச்சே, உங்க கட்டளைப்படி", என்றான் இன்னும் சிரிப்பு மாறாமல். "சரி, கலைச்சேவை தொடங்கட்டும்", என்று கத்தினான். யாருக்கும் ஒன்றும் புரியவில்லை. தளபதியிடம் இருந்த சாட்டையை வாங்கி, இசைக்குழுவின் பக்கம் சுழற்றினான். அவர்கள் பயந்துபோய், வேகமாகக் கருவிகளை வாசிக்கத் தொடங்கினர். "ஆடுங்கடி, ஆடுங்க", என்று இளம் பெண்களைப் பார்த்துக் காதிர் கத்தினான். இரண்டு பெண்கள் மட்டும் ஆடினர். மற்ற பெண்கள் செய்வதறியாது திகைத்து நின்றனர். ஒருத்தி அழுதுகொண்டே, "அவங்க ரெண்டு பேருக்கு மட்டுந்தான் ஆடத்தெரியும்", என்றாள்.

"அவளுங்க ரெண்டுபேரையும் பார்த்து அதுமாதிரியே ஆடுங்கடி", என்று கத்தினான் காதிர். மீண்டும் இசை தொடங்கியது. மற்ற பெண்களும் தையத்தக்கா என்று குதித்தனர். சிறிது நேரம் அதைப் பார்த்து ரசித்துவிட்டுக் கத்தினான் குலாம்காதிர், "நிறுத்துங்க". பின் அவர்க ளில் பாதிப்பேரை ஒருபுறம் தனியே வந்து நிற்கச் சொன்னவன், "என்னடி ஆடறீங்க, நானே இதைவிட நல்லா ஆடுவேன். நீங்க எடுபிடி வேலைக்குத்தான் லாயக்கு. போய் எல்லோருக்கும் சாராயம் ஊத்திக் குடுங்க", என்றான்.

“அந்தப் பத்துப்பெண்களும் தப்பித்தோம், பிழைத்தோம் என்று அங்கிருந்த வீரர்களுக்கு உணவும், சாராயமும் பரிமாறத் தொடங்கினர். சுமார் ஒரு மணி நேரம் பெண்களைச் சாட்டையால் அடித்து ஆட வைத்துக் கொண்டிருந்துவிட்டு நிறுத்தினான் குலாம் காதிர். “பாதுஷா அவர்களே! மன்னிக்கனும்! எனக்கும், சிப்பாய்களுக்கும் வேலை நிறைய இருக்கு. இன்னைக்கு நடனம் இவ்வளவுதான். நீங்க ரகசிய எடத்தைச் சொல்லலைன்னா, நாளைக்கு, கலைச்சேவை இரண்டாவது கட்டத்துக்குப்போயிடும்”, என்றான். அத்தோடு பெண்கள் அனுப்பி வைக்கப்பட்டனர். காதிர் செல்லும் பொழுது, வழியிலிருந்த அப்துல்சமதுவிடம், “சொல்லுங்க சமது, கௌஸ்கர்ல நடந்ததை விட நான் அதிகமா எதுவும் செஞ்சிடலியே?”, என்று கேட்டான்.

“இல்லை ஹோசூர்”, என்றார் சமது நடுங்கியபடி. அத்தோடு குலாம் காதிர் சென்று விட்டான். அதன்பின் கதவைத்திறந்து உள்ளே வந்த அப்துல்சமதுவிடம், “கௌஸ்கர்னா என்ன? அங்கே என்ன நடந்திச்சு?”, என்று கேட்டாள் முத்தம்மா.

“கௌஸ்கர்தான், குலாம் காதிரோட பரம்பரை அரண்மனை”, என்றவர், “அங்கே என்ன நடந்திச்சின்னு நாளைக்குச் சொல்றேன்”, என்று சொல்லிவிட்டு அவரும் போய்விட்டார். கலைச்சேவையின் இரண்டாம் கட்டம் என்னவென்று யாராலும் ஊகிக்க முடியவில்லை. பகலெல்லாம் மணீந்தரைத் தேடினர். மாலையில் வழக்கம்போல் ராஜகுமாரிகள் முதல்நாள் போலவே நடனமாடினர். ஷா ஆலம் எவ்வித உணர்ச்சியையும் காட்டாமல், தவம் செய்வதுபோல் அமர்ந்திருந்தார். சாட்டையைச் சுழற்றி திடீரென்று நடனத்தை நிறுத்திய குலாம் காதிர், “போதும், அடுத்த கட்டத்துக்குப் போங்கடி”, என்று கத்தினான். புரியாமல் நின்ற பெண்களில் ஒருத்தியின் கூந்தலைப் பிடித்திழுத்து அவளது உடைகள் முழுவதையும் கிழித்தெறிந்தான். அந்தப் பெண் உடல் நடுங்க நிர்வாணமாக நின்றாள். “நிர்வாணமா ஆடுங்கடி”, என்று கத்தினான். சகிக்க முடியாமல் முத்தம்மா அறையின் உட்புறம் சென்று மறைந்து கொண்டாள். குலாம் காதிரின் முன் மாதிரியைப் பின்பற்றி, அவனது வீரர்கள், எடுபிடி வேலை செய்து கொண்டிருந்த பெண்கள் உட்பட, அனைத்துப் பெண்களின் உடைகளையும் கிழித்தெறிந்தனர். பல பெண்கள், உடைகளைக் காப்பதற் காகத் தாங்களாகவே விரைவாக உடைகளைக் கழற்றி விட்டு நிர்வாணம் ஆயினர். அப்படியே ஆடியும் முடித்தனர். அறையில் பதற்றமடையாமல் இருந்த ஒரேயொருவர் பாதுஷா

தான். அவர் கண்கள் திறந்தே இருந்தாலும், மனதை வேறெங்கோ அனுப்பி விட்டார்.

அவர்கள் சென்றபின் முத்தம்மா மீண்டும் கேட்டாள், "கௌஸ்கரில் என்ன நடந்தது?" அன்றும் பதில் சொல்லாமல் மழுப்பிவிட்டுச் சென்று விட்டார் அப்துல் சமது.

மூன்றாம் நாள் மாலையும் கொடுமைகள் தொடர்ந்தன. "பாதுஷா அவர்களே! செல்வங்களை மறைத்து வைத்திருக்கும் இடத்தைச் சொல்கிறீர்களா, இல்லை எங்கள் கலைச்சேவையின் மூன்றாவது கட்டத்திற்கு உங்களை அழைத்துச் செல்லவா?" என்றான் காதிர். "குலாம் காதிர், இந்த அரண்மனையில் இருக்கும் மதிப்பு வாய்ந்த ஒரே பொருள் என் உடலின் உள்ளே ஒளிந்துள்ளது. என் உடலில் ஓடும் தைமூர் இன ரத்தம். புரிந்து கொள்", என்றார் பாதுஷா.

"ஓ... அப்படியா பாதுஷா?", என்று கிண்டலாகக் கேட்ட குலாம் காதிர், "சிப்பாய்களே, பாதுஷாவே அனுமதி கொடுத்திட்டாரு. தைமூர் ரத்தங்களைச்சுவை பார்க்கலாம். யார்யாருக்கு எந்தப்பொண்ணு வேணுமோ, எத்தனை பொண்ணு வேணுமோ இழுத்துக்கிட்டுப் போங்க", என்றான் அமைதியான குரலில். வெறிச்கூச்சலுடன் சிப்பாய்கள், நிர்வாணமாக நின்ற அரசகுமாரிகளை இழுத்துக் கீழே தள்ளினர். பெண்களின் கூச்சலுக்கு நடுவே அவர்களைச் சீரழிக்கத் தொடங்கினர். அப்பாவிப் பெண்களின் கதறலெல்லாம் அவர்கள் காதிலேயே விழவில்லை.

"குலாம் காதிர், நன்றி கெட்ட நாயே" என்று முதன்முறையாகக் கத்தினார் பாதுஷா. "தைமூர் வம்சத்தில் வீரமான ஆண்களே இப்போதெல்லாம் பிறப்பதில்லையாமே. அதைச் சரிசெய்யத்தான் ரோகில்லா வீரர்களை அனுப்பியிள்ளேன். நீங்கள்தான் நன்றியில்லாமல் பேசுகிறீர்கள் பாதுஷா", என்று அமைதியாகச் சொன்னான் குலாம் காதிர்.

"அல்லா, இதை எல்லாம் என் கண்களால் பார்க்க வேண்டுமா?", என்று புலம்பினார் பாதுஷா.

"நாளை கடைசி நாள். ரகசியத்தைச் சொல்லாவிட்டால், இப்போது நீங்கள் அல்லாவிடம் கேட்ட வரத்தை, நானே உங்களுக்குத் தரப் போகிறேன்", என்று சொல்லிவிட்டுப் போய் விட்டான் குலாம் காதிர். அவன் வீரர்களும், அரச குமாரிகளும் அங்கிருந்து போய், ஒலிகள் அடங்கியபின், அப்துல்சமது, தானே முத்தம்மாவிடம் வந்தார்,

“கௌஸ்கரில என்ன நடந்துச்சுன்ன கேட்டியில்ல? இதுதான் நடந்துச்சு. அப்போ மகாத்ஜி சிந்தியாவும், பாதுஷாவும் சேர்ந்து ரோகில்கண்ட் மேல படைஎடுத்தாங்க. கௌஸ்கர்ல இருந்து குலாம் காதிர் அப்பா சபிதாகான் தப்பிச்சு ஓடிட்டார். குடும்பத்தை ஒண்ணும் செய்யமாட்டாங்கன்னு நம்பினார். ஆனால் அவரு குடும்பத்தை இப்பிடித்தான் சீரழிச்சாங்க, ஆண்களை வெட்டிவீசினாங்க, குலாம் காதிரை மட்டும் தான், ரொம்பச்சின்னப் பையன்கறதால, அதுவும் மன்சூர் அலிகான் தலையிட்டதால உயிரோட விட்டாங்க. ஆனால் அவன் வாழ்க்கை சாவை விடப் பலமடங்கு மோசமாயிருந்தது”, சொல்லிவிட்டுச் சமது வெறியேறத் தயாரானார்.

“சண்டை போட்டுக்கிறது ஆண்கள், பாதிக்கப்படறது எப்பவுமே பெண்கள்”, என்று முணுமுணுத்தாள் முத்தம்மா. சிராஜ்கானிடம்,

“ஒரு விஷயத்தைக் கவனிச்சீங்களா? குலாம் காதிர் எந்தப் பொண்ணையும் ஒரு வெரலால கூடத் தொடலை”, என்றான் வேலன்.

“ஆமா... அதுதான் எனக்குக் கூட ஆச்சயர்மா இருக்கு. குலாம்காதிர் ஏன் இப்படி நடந்துக்கிட்டான்” என்றான் ஜஸ்வந்த். முதலில் சிரித்த சிராஜ், “இது சிரிக்கிற விஷயம் மாதிரித் தோணுது. ஆனால் அது குலாம் காதிர் வாழ்க்கையில நடந்த மோசமான சம்பவம். அப்துல் சமது சாகிப், நான் அரைகுறையாத்தான் கேள்விப்பட்டிருக்கேன், நீங்க தான் முழுவிவரம் சொல்ல முடியும்” என்றார்.

“அரண்மனை பூராவுக்கும் தெரிஞ்ச விஷயம்தான். பதினைஞ்சு, பதினாறு வயசிலயே குலாம் காதிர் இருபதுவயசு இளைஞன் மாதிரிக் கம்பீரமா இருப்பாரு. ரொம்ப அழகாவும் இருப்பார். அடிக்கடி ஜனானாவுக்கு அவரை ஷா ஆலம் அனுப்புவாரு”

“அது என்ன ஜனானா?”, என்று கேட்டாள் முத்தம்மா.

“அந்தப்புரம். அதுக்குள்ள பாதுஷாவைத் தவிர மற்ற ஆண்களை அனுமதிக்க மாட்டாங்க. ஆனால், சின்னப்பையன் தானேன்னு நெனைச்சு, எடுபிடியா இருந்த குலாம் காதிரை ஷா ஆலம், கூடவே அழைச்சிக்கிட்டுப் போனாரு. அப்புறம்தான் கண்டு பிடிச்சார், அவரோட ராணிங்கள்ல கொஞ்சப்பேர் குலாம் காதிரைப்பார்த்து மயங்கிட்டாங்கன்னு. எதுக்குமே கோபப்படாத ஷா ஆலம், இந்த ஒருவிஷயத்தில மட்டும் கொதிச்சுப் போயிட்டாரு. உடனே அரண்மனை மருத்துவர்களைக் கூப்பிட்டார்”, என்றார் சமது.

“மருத்துவர்கள் எதுக்கு, சிப்பாய்களைத் தானே கூப்பிடணும்”, என்றான் வேலன்.

“மருத்துவர்களை இந்த நேரத்தில கூப்பிடறதுதான் பாதுஷாக்களோட வழக்கம்”, சமது தொடர்ந்தார். “குலாம் காதிர் சாப்பாட்டில மயக்க மருந்தைக் கலந்தாங்க. தூக்கிட்டுப்போய் விதைப்பையை அறுத்து எறிஞ்சு, அலியாக்கிட்டாங்க”, என்றார் சோகமான குரலில்.

“குலாம் காதிர் ஷாவுக்கு ரொம்பப்பிடிச்ச அடிமைன்னு சொன்னாரே? அப்புறமுமா கடுமையான தண்டனை?”, என்றான் ஜஸ்வந்த்.

“ஷா ஆலத்துக்கு மென்மையான மனசு. அதினாலதான் மயக்க மருந்து கொடுத்திட்டு அறுக்கச் சொன்னார். மத்த பாதுஷாக்கள் அப்பிடியெல்லாம் கூட இரக்கப்படமாட்டாங்க”, என்றார் அப்துல்சமது.

“ஆண்களை அலியாக்கறது ரொம்ப ஆபத்தான விஷயம். பத்துக்கு ஒருத்தன் தான் பிழைப்பான். குலாம் காதிர் வலிமையான இளைஞனா இருந்ததால உயிர் பிழைச்சான்” என்றார் சிராஜ்கான்.

“அல்லா அருளால குலாம் காதிர் உயிர் பிழைச்சிட்டான். அப்புறமும் பாதுஷாக்கிட்டயே அடிமையா வேலை செஞ்சான். அந்தப்புரத்துக்குள்ள இப்போ முன்னவிடத் தாராளமா அனுமதிச்சாங்க. ஏன்னா, அதற்கப்புறம் பெண்களைத் தொடற சக்தி அவனுக்கு இல்லாமப் போச்சு”, என்று சொல்லி முடித்தார் அப்துல்சமது.

“இந்த ராஜாக்கள், மேட்டுக் குடும்பத்து ஆட்களையே இப்படிப் பழி வாங்கினாங்கன்னா, சாதாரண மக்களை என்ன பாடுபடுத்துவாங்க”, என்று கேட்டாள் முத்தம்மா.

“ஒரு வகையில பார்த்தா ராஜ குடும்பத்தில பிறக்கறதைவிட, ஏழையாவே பொறக்கலாம். ராஜாக்கள் ஒவ்வொருத்தனும், சொந்த அண்ணன் தம்பிகளையெல்லாம் கொலை பண்ணிட்டு அல்லது அவங்க கண்களைக் குருடாக்கி, ஜெயில்ல போட்டுட்டுத்தான் ஆட்சிக்கு வரமுடியும். ஔரங்கசீப்பும் அப்படித்தான், அசோகரும் அப்படித்தான். ஷா ஆலமும் அப்பிடித்தான் பாதுஷா ஆனாரு”, என்றார் சமது. “அப்பனையே கொன்னுட்டு ராஜா ஆகற வங்க, அண்ணன் தம்பிகளைக் கொல்லவா தயங்கப் போறாங்க”, என்றான் ஜஸ்வந்த்சிங். அத்தோடு அப்துல்சமது சென்று விட்டார்.

மறுநாள் காலையிலேயே ஷா ஆலத்தின் அறையை நோக்கி குலாம் காதிர் தன் வீரர்களுடன் வந்து ஆச்சர்யப்படுத்தினான்.

பாதுஷாவிடம் ஏதோ பேசிவிட்டு வேலனிடம் வந்தான். “ஏதாவது முன்னேற்றம் இருக்கிறதா?” என்று கேட்டான். வேலன் மழுப்பலாகப் பதில் சொல்லித் தப்பித்தான். “சரி, இன்னும் சில நாட்கள் முயற்சி செய்யுங்கள்”, என்றான். பின்பு சிராஜ்கானிடம் திரும்பி, “சிராஜ்கான்... இங்கே நடக்கறது எல்லாம்...”, என்று இழுத்தான்.

“ஒரு வார்த்தையும் வெளியே சொல்ல மாட்டோம்”, என்று முந்திக்கொண்டு பதில் சொன்னான் ஜஸ்வந்த்சிங்.

“முட்டாள், நடந்தது ஒண்ணுவிடாம நீ பஞ்சாபில, சிராஜ்கான் வங்காளத்தில போய்ச் சொல்லணும். இந்தத் தக்காணி மந்திர வாதிங்க, தக்காணம் முழுக்கச் சொல்லட்டும். அப்துல்சமது புஸ்தகம் மூலமா, பாரசீகம் முழுக்கத் தெரியட்டும். தைமூர் ராஜவம்சத்தை, ரோகில்லா குலாம் காதிர்கான், எப்பிடிக் கால்ல போட்டு நசுக்கினான்ங்கிறது உலகத்துக்கே தெரியணும். அதுக்காகத் தான் உங்களை இந்த அறையில தங்க வச்சிருக்கேன்”, சொல்லிவிட்டு நடந்தவன், பின்பு திரும்பி, முத்தம்மா அருகில் வந்தான்.

“என்னைப் பார்த்தா ஒரு மிருகத்தைப் பார்க்கிற மாதிரி உனக்குத் தோணுதா?”, என்றான். “இல்லை, தாங்க முடியாத துயரங்களால இதயம் கல்லாகிப்போன ஒரு குழந்தைதான் என் கண்ணுக்குத் தெரியுது. அவமானங்களால கூனிக் குறுகிப்போன ஒரு இதயத்தைப் பார்க்கிறேன்”, என்றாள். ஒரு நிமிடம் முத்தம்மாவை உற்றுப்பார்த்து விட்டு குலாம்காதிர், அப்துல் சமதுவின் பக்கம் திரும்பினான், “என்ன, என்னைப்பத்தி எல்லாத்தையும் சொல்லிட்டீங்களா?” என்றான்.

“ஐயோ, நான் எதுவும் சொல்லலை, எல்லாம் அவருதான்”, என்று நடுக்கத்துடன் சிராஜ்கானைக் கையைக் காட்டினார் சமது. சிராஜ்கான் ஆமென்று தலையை ஆட்டினார். “சபாஷ், அதையும் ஒண்ணுவிடாம உங்க புத்தகத்தில எழுதுங்க. முகம்மது ஷா ரங்கீலா மாதிரிப் பொய்யாப் படம் வரைஞ்சு நான் ஊரை ஏமாத்தப் போறதில்லை”, என்று சொல்லிவிட்டுப் பாதுஷாவின் அறைக்குள் மீண்டும் நுழைந்தான்.

“அது யார் ரங்கீலா?”, என்று முத்தம்மா கேட்டாள். அப்போது சுமார் நாற்பது வயதான ஒரு மெலிந்த உருவத்தை குலாம் காதிரின் வீரர்கள் இழுத்துக்கொண்டு வந்தனர். அதைப்பார்த்து அப்துல்சமது நம்ப முடியாமல் முனகினார், “ஆ, இளவரசர் பிதார் பக்த்”.

68

"**யா**ரது பிதார் பக்த்?", என்றாள் முத்தம்மா.

"நீ நேத்துக் கேட்ட கேள்விக்கு மொதல்லே பதில் சொல்றேன். யாரு பொய்யா ஓவியம் வரைஞ்சிக்கிட்டாங்கன்னு கேட்டியில்ல, அவரு முகமத்ஷா சதா ரங்கீலா. அவரு ஒடம்பில தைமூர் ரத்தம் ஓடினதுனால அவரையும் பாதுஷா ஆக்கினாங்க", என்றார் அப்துல்சமது.

"பேரு வித்தியாசமா இருக்கே?" என்றாள் முத்தம்மா.

அதற்குள் ஒரு படத்தைத் தேடி எடுத்துவந்து அனைவரிடமும் காட்டினார் அப்துல்சமது.

"இது தான் முகம்மது ஷா வரையச் சொன்ன ஓவியம். பேரு மட்டும் இல்லை ஆளும் வித்தியாசமானவருதான். சதா ரங்கீலான்னா எப்பவுமே களியாட்டம்னு அர்த்தம். எல்லா நேரமும் அந்தப்புரத்தி லேயே வாழ்க்கை நடத்தினவருதான் முகமத் ஷா", என்றார் சமது.

படத்தை வாங்கிப்பார்த்த முத்தம்மா அதிர்ந்து போனாள். முகமத் ஷா ஒரு பெண்ணுடன் உடலுறவு கொள்ளும் காட்சி படமாக வரையப்பட்டிருந்தது.

"இப்படி ஒரு படத்தை வரையச் சொல்ல ஏதோ காரணம் இருக்கும்", என்றான் வேலன். "குலாம்காதிர் சொன்னதுதான் உண்மையான காரணம். தனக்கு ஆண்மையில்லேங்கறதை மறைக்கிறதுக்காக இப்படிப் போலியா ஒரு படம் வரைய ஏற்பாடு பண்ணினாரு முகமத் ஷா", என்றார் சமது

"காவியங்களும், ஓவியங்களும் வரலாற்றைச் சொல்றதைவிட, வரலாற்றைத் திரிக்கிறதுதான் அதிகம்", என்றான் வேலன்.

"சரி, இப்போ பிதார் பக்த் விஷயத்துக்கு வருவோம்", என்று மீண்டும் பேச்சைத் தொடங்கினார் அப்துல் சமது. முகமத்ஷாவுக்கு அப்புறம் அகமத்ஷா ஆட்சிக்கு வந்தார். அவரைக் கைது பண்ணிட்டுத்தான் அலி கௌஹார் அப்பாவை, அதாவது நம்ம இரண்டாவது ஷா ஆலத்தைதோட அப்பாவைப் பாதுஷா ஆக்கினாங்க. பாதுஷா ஆனதும் பழைய பாதுஷா அகமத்ஷா கண்ணைக் குருடாக்கணும்னு ஆளை அனுப்பினாரு புது பாதுஷா. வேண்டாம்னு கெஞ்சினாங்க அகமத்ஷாவோட அம்மா, மாலிகா ஈ சமானி. ஆனால் ஷா ஆலம் ஒத்துக்கலை. அவரு கண்ணைக்குருடாக்கி அவரையும், அவரு பிள்ளை இந்த பிதார் பக்தையும், சலீம்கர் ஜெயில்ல தூக்கிப் போட்டுட்டாங்க. அகமத்ஷா, அங்கேயே செத்துப் போயிட்டாரு. அவரு புள்ளைக்கு

அப்போ அஞ்சு வயசு. முப்பத்தி அஞ்சு வருஷத்துக்கு அப்புறம் இப்போத் தான் சலீம்கர்ல இருந்து வெளியே கூட்டிக்கிட்டு வர்றாங்க'', என்று சொல்லி முடித்தார் சமது.

முப்பத்தி அஞ்சு வருஷம் ஜெயில்ல கெடக்க, பிதார்பக்த் என்ன பாவம் செஞ்சாரு'', என்றான் ஜஸ்வந்த்.

“அவரு உடம்பில தைமூர் ரத்தம் ஓடறதுதான் அவர் செஞ்ச ஒரே பாவம். பாதுஷா ஆகிற உரிமையிருக்கில்லயா'', என்றார் சமது.

“அதுவும் ஒரு நம்பிக்கை தான்'', என்றார் சிராஜ்கான். அதற்குள், பக்கத்து அறையிலிருந்து, குலாம் காதிரின் குரல் உரக்கக் கேட்டது,

“என்ன... பாதுஷா இன்னும் எழுந்திருக்கலையா? எழுப்பி இழுத்துக் கிட்டு வா''. பாதுஷாவின் வேலையாட்கள் ஓடினர். சிறிது நேரத்தில் பாதுஷா சற்றுத் தள்ளாடி நடந்து வந்து இருக்கையில் அமர்ந்தார்.

“இன்றாவது நல்ல முடிவு எடுங்கள் பாதுஷா'', என்றான் காதிர்.

“குலாம் காதிர், எனக்குத் தெரியாத ஒன்னை, நான் எப்படித் தர முடியும்'', என்றார் பாதுஷா. அவரது குரல் பலவீனமாயிருந்தது. லேசாகஇருமினார். அவருடைய வயதான வேலையாள் ஒருவன் தண்ணீர் எடுத்துக்கொண்டு பாதுஷாவிடம் ஓடிவந்தான். அவர்கள் இருவரையும் எட்டி உதைத்துக் கீழே தள்ளினான் குலாம் காதிர்.

“என்னோட அனுமதியில்லாம இங்கே யாரும் பாதுஷாவுக்கு எந்த உதவியும் செய்யக் கூடாது, புரியுதா?'' என்று உறுமினான். தடுமாறி விழுந்து எழுந்த வேலையாளும், மிடுக்குக் குறையாமல், “புரிகிறது, குலாம் காதிர்'', என்று சொல்லிவிட்டு அகன்றான். குலாம் காதிரை ஒருமையில் வேலையாள் அழைத்தது, வேலனுக்கு வியப்பாயிருந்தது. அப்துல் சமது முணுமுணுத்தார், “முன்னால அந்த வயசானவன் கீழே தான் குலாம் காதிரும் வேலை பார்த்தான்''.

காதிர் அதைப் பற்றியெல்லாம் அலட்டிக்கொள்ளவில்லை. கீழே குனிந்து, தரையில் கிடந்த பாதுஷா, ஷா ஆலமின் தாடியைப்பிடித்துத் தூக்கி அவரை நிற்க வைத்தான்.

“உன் அருமைப் பொண்ணுங்களையெல்லாம் இன்னைக்கு என்ன பண்ணப் போறேன்னு பாரு'', என்றவன் தன் தளபதியிடம் திரும்பி, “என்ன நான் சொன்னபடி, ராஜகுமாரிங்க எல்லோரையும், முகத்தை மறைக்காம கோட்டை மதில் சுவர்ல நிக்க வச்சிட்டீங்களா? இளவரசிகளோட அழகை தில்லி மக்களும் ரசிக்கட்டும்'', என்றான்.

“அதில தான் ஹோசூர் ஒரு சிக்கல். ராஜகுமாரிங்க, நாலு சுவத்துக்குள்ள என்ன நடந்தாலும் பொறுத்துக்குவாங்களாம். ஆனால், முகத்தை மறைக்காம, ஜனங்க முன்னால நின்னா, அரசகுல மானம் போயிடுமாம். ஒத்துழைக்க மாட்டேங்கறாங்க”, என்றான் தளபதி.

“அவங்க என்ன ஒத்துழைக்கிறது, சாட்டையைச் சொடுக்குங்க”, என்றவன், “வேண்டாம், அவங்க ஆசைப்படியே முகத்தை முக்காடு போட்டு மறைச்சிக்கட்டும். ஆனால் முகத்தை மட்டும்தான் மறைக்க அனுமதி. முகத்துக்குக் கீழே ஒரு துண்டுத் துணிகூட இருக்கக் கூடாது. நிர்வாணமா மதில் சுவத்தில ஏத்தி நிக்க வைங்க”, என்று கத்தினான் காதிர்.

“ஐயோ... இதையெல்லாம் பார்த்துக்கிட்டு நான் உயிரோட இருக்கணுமா?”, என்று முதன் முறையாகக் கதறினார் ஷா ஆலம்.

“வேண்டாம் பாதுஷா, அந்த கஷ்டத்தில இருந்து நான் உங்களை விடுவிக்கறேன். நீங்க அதைப் பார்க்கவேண்டாம். நீங்க இனி எதை யுமே பார்க்க வேண்டாம்”, என்று கூறியவாறே, தன் இடுப்பிலிருந்து கூர்மையான சிறிய கத்தி ஒன்றை உருவி எடுத்துக்கொண்டு பாது ஷாவை நெருங்கினான். மீண்டும் அவர் தாடியைப்பிடித்து இழுத்துக் கொண்டு போய் அவர் முதுகுச் சுவரில் படுமாறு மோதினான்.

என்ன நடக்கிறது என்று மற்றவர்கள் ஊகிப்பதற்குள், ஷா ஆலத்தின் கண்களில் கத்தியைவிட்டு, இரண்டு விழிப்பந்துகளையும் தோண்டி எடுத்துத் தரையில் எறிந்தான் குலாம் காதிர். பயங்கர அலறலுடன் தரையில் விழுந்து வலி தாங்காமல் புரண்டார் பாதுஷா. அவரது வேலையாட்களில் சிலர் ஓடிவந்து அவரைத் தூக்கினர். தன் உடை வாளை உருவிக்கொண்டு அவர்கள் மேல் பாய்ந்தான் குலாம் காதிர் ரோகில்லா. வேலையாட்களை ஒருவர் விடாமல் வெட்டிக் கொன்றுவிட்டு, கொஞ்ச தூரத்தில் இருந்த வேலையாட்களிடம், “என் அனுமதியில்லாம, பாதுஷாவுக்கு யாரும் உதவி செய்யக்கூடாது, புரியுதா?” என்றான். இம்முறை தூரத்தில் நின்றிருந்த வயதான வேலையாள் மீண்டும்,

“எனக்குப் புரிகிறது குலாம் காதிர்”, என்றான்.

குலாம் காதிர், பாதுஷாவின் மேலங்கியை முரட்டுத்தனமாகக் கழற்றினான். அதை மூலையில் பயந்து நடுங்கிக்கொண்டிருந்த பிதார் பக்திடம் நீட்டி, “இதை இனிமே நீங்க போட்டுக்குங்க. பாதுஷா ஷா ஆலம் குருடாயிட்டார். அதனால உங்கப்பா மாதிரியே ஆட்சி செய்யற தகுதியை இழந்திட்டார். இனிமே நீங்க தான் பாதுஷா. உங்களுக்குப் பேரு கூட முடிவு பண்ணிட்டோமே, என்ன பேரு?” என்று தன் தளபதியைப் பார்த்துக் கேட்டான் குலாம் காதிர்.

“நான்காவது ஜஹான் ஷா”, என்றான் தளபதி.

அதற்குள் ஷா ஆலத்தின் மேலங்கியை அணிந்து கொண்டிருந்தார் பிதார்பக்த். குலாம் காதிர், பாதுஷாவின் தலைப்பாகையை எடுத்து வந்து, பிதார் பக்தின் தலையில் வைத்தான்.

“இன்று முதல் இவர், தில்லி சாம்ராஜ்யத்தின் பாதுஷா”, என்று முழங்கினான். உடனே வேலனின் அருகில் நின்ற அப்துல் சமது பெருங்குரலில் கூவினார், “பாதுஷா நாசிருதீன் முகம்மது. நான்காவது ஜஹான் ஷா, ஜிந்தாபாத்”.

ரோகில்லா வீரர்கள் சிரித்துக்கொண்டே, “ஜிந்தாபாத், ஜிந்தாபாத்” என்று கூவினர். “ஆட்சியாளர்களுக்குச் சலாம் போடுவதில், அதிகாரிகளுக்குத்தான் எத்தனை தொழில் பக்தி” என்று சமதைப் பார்த்து மனதிற்குள் நினைத்துக்கொண்டான் வேலன்.

கீழே கிடந்த பாதுஷாவைத் தூக்கி நிறுத்திய குலாம் காதிர், “அலி கௌஹார், புதிய பாதுஷாவைப் பார்த்து சலாம் போடு”, என்றவன், “அடடா, உன் கண்களுக்குத்தான் இனிமேல் எதுவும் தெரியாதே”, என்றான் இரக்கப்படுவன் போல். ஷா ஆலம் அமைதியாக, “தெரிகிறது குலாம் காதிர், என் கண்களில் ஒரு காட்சி தெளிவாகத் தெரிகிறது” என்றார்.

“அப்படியா? உன் குருட்டுக் கண்களில் என்ன தெரிகிறது அலி கௌஹார்” என்றான் காதிர்.

“உன் மரணம். கொடூரமான உன் மரணம்”, ஷா ஆலம் அமைதியான குரலில் பதிலளித்தார். “கிழட்டு முட்டாள்”, என்று கத்திக்கொண்டே அவரை மீண்டும் தரையில் தூக்கி எறிந்தான். தன் தளபதியிடம், “வாங்க ராஜகுமாரிகளைக் கவனிப்போம்” என்று புறப்பட்டான்.

“ஜகான்... ஷாவை என்ன பண்றது?”, என்று கேட்டான் ஒரு காவலன்.

“ஏதாவது பக்கத்து அறையில, பாதுஷா ஓடிப்போகாம பத்திரமா அடைச்சு வையுங்க”, என்று சொல்லிவிட்டு வெளியேறினான் காதிர். அவன் முகத்தில் முதன் முறையாக ஒரு நிம்மதி பரவியிருப்பதை முத்தம்மா கவனித்தாள்.

அடுத்து இரண்டு நாட்களுக்கு அந்தப்பக்கமே குலாம்காதிர் எட்டிப் பார்க்கவில்லை. அதைப் பயன்படுத்திக்கொண்டு மணீந்தரைக் கண்டு பிடிக்க, கோட்டையையே சல்லடை போட்டுச் சலித்தனர் வேலனும், அவன் கூட்டத்தினரும். ஆயினும்

அவர்களுக்கு ஏமாற்றமே மிஞ்சியது. மூன்றாம் நாள், மேலும் தேட மனமின்றிச் சோர்ந்துபோய் அமர்ந்திருந்தபோது, அப்துல் சமது வந்து சேர்ந்தார். ஷா ஆலமின் வரலாற்றை எழுதுவதில் மும்முரமாயிருந்த அப்துல் சமதுவின் அருகில் சென்ற சிராஜ்கான், அவரிடம் நலம் விசாரித்துவிட்டு, "சமது சாகிப், குலாம் காதிர் சொல்றதும் சரிதானே. கோட்டைக்குள்ள பணம் கோடிக்கணக்கில குவிஞ்சு கெடக்கனுமே", என்றார்.

"ஜஹாங்கீர் காலம் வரைக்கும்தான் செல்வத்தைக் குவிச்சாங்க. அப்புறம் எல்லாத்தையும் அழிச்சாங்க. மிச்சம் மீதி இருந்ததை, நாதிர்ஷாவும், அப்தாலியும் கொள்ளையடிச்சிக்கிட்டுப் போயிட்டாங்க" என்றார் அப்துல் சமது.

"ஔரங்கசீப் காலத்தில வீண் ஆடம்பரமெல்லாம் கிடையாது. எளிமையான வாழ்க்கை வாழ்ந்தாருன்னு சொன்னாங்களே", என்று கேட்டாள் முத்தம்மா.

"எங்கே... குடிசையிலயா வாழ்ந்தா? எல்லாம் ஒரு நாடகம் தான். ஷாஜகானாவது பிரம்மாண்டமான கட்டிடங்கள் கட்டினாரு. ஔரங் கசீப், போருக்குப்போயே அரசாங்கத்தை ஓட்டாண்டியாக்கினாரு. அவரு காலத்துக்குப் பின்னால, மந்திரிங்க, தளபதிங்க எல்லாம் போட்டிபோட்டுக் கொள்ளையடிக்க ஆரம்பிச்சாங்க" என்றார் சமது.

"மந்திரிங்களே கொள்ளையடிச்சாங்களா? அது எப்பிடி" என்று கேட்டாள்?, முத்தம்மா.

"வாசிர், மீர்பக்ஷியா இருந்தவங்க ஒண்ணு சேர்ந்து, ஏதாவது ஒரு பொம்மை பாதுஷாவை உருவாக்கிட்டு, அரசாங்கப் பணத்தைக் கொள்ளயடிச்சாங்க. பாதுஷா குடும்பத்தையே பட்டினி போட்டும் கொள்ளயடிச்சாங்க", என்றார் அப்துல் சமது கோபமாக. "நானும் கேள்விப்பட்டிருக்கேன், ஆனால் உண்மைன்னு நம்பினதில்லை", என்றார் சிராஜ். "முழுக்க, முழுக்க உண்மை. ராஜகுமாரிங்க வெளியே போய்க் கூலிவேலை செஞ்சிருக்காங்க. ராத்திரித் திரும்பிவர நேரமாச்சுன்னா, கோட்டைக்கதவு மூடியிருக்கும். ராத்திரியெல்லாம் பனியில நனைஞ்சிக்கிட்டே ராஜகுமாரிங்க கோட்டை வாசல்ல உட்கார்ந்திருப்பாங்க. நம்ம இரண்டாவது ஷா ஆலத்தோட மூத்தமகன் மீர்சா ஜவான் பக்த், கோட்டைக்கு வெளியே போய், சொந்தக்கார வீடுங்கள்லேயிருந்து அரிசியும், கோதுமையும் வெறகும் பிச்சை எடுத்துக்கிட்டு வந்து, ஒரு காலத்தில தன் சகோதர, சகோதரிகளைக் காப்பாத்தினாரு. அப்போ ஷா ஆலம் அலகாபாத்தில இருந்தாரு", என்றார் சமது.

“ஒரு பக்கம் பாதுஷா பேரால மக்களை அரைப்பட்டினிபோட்டுக் கசக்கிப்பிழிஞ்சு வரி வாங்குறாங்க. இன்னொரு பக்கம் பாதுஷா குடும்பத்தையே பட்டினி போட்டிருக்காங்க. உண்மையான திருடங்க இந்தப் பிரபுக்கள்தான்”, என்றார் சிராஜ்கான்.

“ஆமா, பிரபுக்கள்தான் பாதுஷாக்களைப் பலவீனப்படுத்தறதுக்காக மராத்தியர், சீக்கியர், ஆப்கானியர்கள் கூட ரகசியமாப் பேசி படை எடுத்து வரச்சொல்றாங்க. அதனாலதான் பாதுஷா, ஷா ஆலம் யாராச்சும் ஒருத்தர் பாதுகாப்பிலேயே இருக்கார். அவர் ஒரு பெரிய ராஜதந்திரி”, என்றார் சமது.

“ஆமாம், தன்னையும், குடும்பத்தையும் மட்டும் காப்பாத்திக்கத் தெரிஞ்ச ராஜதந்திரி”, என்றாள் முத்தம்மா.

மூன்றாம் நாள் காலை குலாம் காதிர் வந்து எட்டிப்பார்த்தான். ஷா ஆலம் காய்ச்சலுடன் படுத்திருந்ததால் அவரைத் தொந்தரவு செய்யவில்லை. தளபதியை அழைத்து, “ஆள் அனுப்பி மன்சூர் அலிகானை இங்கே உடனே கூட்டிக்கிட்டுவா”, என்றான். “நான் ஏற்கனவே ஆள் அனுப்பிட்டேன் ஹோசூர். அதுக்கு முன்னால, உங்களைப் பார்க்கணும்னு ஏற்கனவே ஒருத்தர் காத்துக்கிட்டு இருக்காரு, உள்ளே அனுப்பவா?” என்று கேட் டான் தளபதி. குலாம் காதிர் தலையை அசைத்ததும், சற்று தயக் கத்துடன் உள்ளே நுழைந்தார் மொகலாய சாம்ராஜ்யத்தின் பதினேழாவது சுல்தான், நான்காவது ஜஹான் ஷா, என்ற பிதார் பக்த். தன் இருக்கையிலிருந்து எழாமல் பிதார்பக்தை நிற்க வைத்துக்கொண்டே குரலில் மட்டும் பணிவோடு கேட்டான் குலாம் காதிர்,

“சொல்லுங்க பாதுஷா, இந்த அடிமை உங்களுக்கு என்ன சேவை செய்யணும்?”.

பிதார்பக்த், தொளதொளவென்றிருந்த தன் உடைகளைக் காட்டினார். “இது தொளதொளன்னு இருக்கு. எனக்குப் புதுசா தர்பார் உடை தைக்கணும்”, என்றார்.

“இப்போ கோட்டையோட நிதிநிலைமை சரியில்லையே பாதுஷா. நீங்க முப்பது வருசமா ஜெயில்ல போட்டிருந்ததை விடவா இந்தச் சட்டை மோசமா இருக்கு”, என்றான் காதிர்.

“இதில ரத்தக் கறையெல்லாம் படிஞ்சிருக்கு” என்றார் பிதார் பக்த்.

“ரத்தக்கறையைப் பார்த்து தைமூர் பரம்பரை பயப்படலாமா?”, என்ற காதிர் தளபதியிடம், “ஷா ஆலத்தோட பழைய சட்டை ரெண்டு மூணு எடுத்துக்கிட்டு வந்து புது பாதுஷாவுக்குத்

கொடுத்திரு", என்றான். அதன்பின்னும் பிதார் பக்த் தயங்கி அங்கேயே நின்றார். "சொல்லுங்க பாதுஷா, வேற என்ன வேணும்?", என்றான் காதிர்.

"ஜெயில்லயாச்சும் வேளாவேளைக்குச் சாப்பாடு வந்திடும். ரெண்டு நாளா என் சாப்பாட்டைப் பத்தி யாருமே கவலைப்படலை. காவல்காரங்க மிச்சம் வைக்கிற சாப்பாட்டைச் சாப்பிட்டுச் சமாளிக்கறேன். எனக்குச் செலவுக்குப் பணம் தர்றேன்னு சொன்னதினால தானே, நான் பாதுஷா ஆகச் சம்மதிச்சேன்", என்றார் பிதார் பக்த் பரிதாபமாக.

"என்னை மன்னிக்கனும் பாதுஷா. வேலை மும்முரத்தில அதை மறந்திட்டேன்", என்று சொல்லிக்கொண்டே தன் பைக்குள் கையை விட்டுச் சில வெள்ளிக் காசுகளை எடுத்தான். "பாதுஷா, இதில நாலு காசு இருக்கு, நாலு நாளைக்கு என்னைத் தொந்தரவு பண்ணாதீங்க", என்று சொல்லிக்கொண்டே காசுகளை பிதார் பக்திடம் எறிந்தான் குலாம் காதிர். பிதார் பக்த் தரையிலிருந்து காசுகளைப் பொறுக்கிக்கொண்டு, குலாம் காதிருக்குச் சலாம் வைத்துவிட்டு, மகிழ்ச்சிபொங்க, விரைவாக நடந்து சென்றார்.

பாதுஷா பிதார் பக்த் வெளியேறிச் சிறிது நேரத்தில், கம்பீரமாக உள்ளே நுழைந்த உருவத்தை, "இவன்தான் மன்சூர் அலிகான். ஷா ஆலத்துக்குத் துரோகம் செஞ்சு, குலாம் காதிருக்குக் கோட்டையோட பின் வாசலைத் திறந்துவிட்டவன்", என்றார் சமது. மன்சூர் அலிகான் உரிமையோடு குலாம் காதிர் முன் இருந்த இருக்கையில், கால்மேல் கால்போட்டு அமர்ந்து கொண்டு கேட்டான், "குலாம் காதிர், மாலிகா ஈ சாமானிக்கிட்ட திரும்பப் பணம் வாங்கினியாமே".

"உண்மைதான் மன்சூர் அலிகான். அவங்க கேட்டுக்கிட்டபடி ஷா ஆலம் கண்களைக் குருடாக்கி, அவங்க பேரனைப் பாதுஷா ஆக்கியிருக்கேன். அப்படியும், இன்னும் கொஞ்சம் பணம் குடுக்க அவங்களுக்கு மனசு வரலை", என்றான் காதிர். வியப்போடு மன்சூர் அலி,

"அது இரும்பு இதயமாச்சே? எப்படி இளக்கினே?" என்று கேட்டான்.

"ஒரு நாள் முழுக்க நிர்வாணமா, மாலிகாவை வெயில்ல நிக்கவச்ச பிறகுதான் அந்த இரும்பு இதயம் இளக ஆரம்பிச்சது", என்றான் காதிர்.

மன்சூர் அலிகானால் சிரிப்பை அடக்கமுடியவில்லை. "நீங்க மாலிகா மாதிரி பிடிவாதம் பிடிக்க மாட்டீங்கன்னு தெரியும். உங்க

வீட்டையும் என் ஆளுங்க சோதனைபோடப் போறாங்க", என்றான் குலாம் காதிர்.

"குலாம் காதிர்! என் வீட்டிலயே கொள்ளையயடிக்கப் போறியா?", கத்தினான் மன்சூர் அலிகான்.

"மன்சூர் அலிகான் சாகிப் ஒத்துழைக்கலைன்னா என்ன பண்றது?" என்று கேட்டான் தளபதி.

"அதுக்காக அவசரப்பட்டுக் கத்தியை ஓங்கிடாதீங்க. அவரு என்னைத் தூக்கி வளர்த்தவரு. மென்மையான இதயம் படைச்சவரு. ஒத்துழைக்கலைன்னா, ஜனானா பின்னால இருக்கிற குழிக்குள்ளே தூக்கிப் போடுங்க" என்றான் குலாம் காதிர்.

"துரோகி, அது ஜனானாவோட மலக்குழி!", என்றான் மன்சூர் அலி.

"மென்மையான இதயத்துக்கு மென்மையான சாவு", என்றான் காதிர்.

"என்னால முடிஞ்சதைத் தர்றேன்", என்று கத்தினான் மன்சூர் அலிகான். சிப்பாய்கள் கூட்டம் மன்சூர் அலிகானை இழுத்துச் சென்றது. அதே நேரத்தில் தளபதி ஒருவன் ஓடி வந்தான். "ஹோசூர், ஜெய்ப்பூர்ல இருக்குன்னு நாம நினைச்சிக்கிட்டிருந்த சிந்தியாவோட படை எப்பிடியோ இப்போ திடீர்னு தில்லிக்குப் பக்கத்தில வந்துக்கிட்டிருக்கு" என்றான்.

"அவங்களைத் தடுத்த நிறுத்த நாம நிறுத்தி வச்சிருந்த படை என்னாச்சு", என்று கேட்டான் காதிர். "அவங்க இரண்டு மணி நேரம் கூடத் தாக்குப் பிடிக்கலை. கலைஞ்சு ஓடிப்போயிட்டாங்க", என்றான் செய்திகொண்டு வந்தஷேர்கான்.

"நல்லதாப்போச்சு, இரண்டு மாதச் சம்பளப் பாக்கி மிச்சம். ஷேர்கான், நீ நம்ம ரோகில்கண்டு சிப்பாய்கள் ஐநூறு பேரோட போய் சிந்தியா படையை.....", என்றான்.

"ஓட ஓட வெரட்டியடிக்கிறோம்", என்றான் ஷேர்கான்.

"ஓஹோ, ஷேர்கான், அதெல்லாம் நம்ம படைங்களால முடியாது. சிந்தியா படைகளை இங்கேயும், அங்கேயுமா இரண்டு நாளைக்கு இழுத்தடிக்கணும். அதுக்குள்ள நாங்க அரண்மனையைக் காலி செஞ்சிட்டு வெளியேறிடுவோம். நீயும் எங்களோட வந்து சேர்ந்திடு. சிந்தியாவை ரோகில்கண்டுக்குள்ள வரவழைச்சுப் பழிவாங்குவோம்" என்றான் குலாம் காதிர்.

ஷேர்கான் தலையாட்டிவிட்டு வெளியேறினான். மற்றொரு தளபதியை அழைத்த காதிர். "நீ நூறு சிப்பாய்களைக்

கூட்டிக்கிட்டுப்போய், ஷா ஆலத்தோட பத்தொன்பது மகன்களையும், இரண்டு பெண்களையும், புது பாதுஷா பிதார்பக்தையும் கைது பண்ணி, இருபத்து ரெண்டு பேரையும், நம்ம முகாம்ல கொண்டு போய் அடைச்சு வை" என்றான். அந்தத் தளபதியும் விரைவாக அகன்றான்.

கம்பீரமாக நடந்து வந்த குலாம் காதிரிடம், தன் விசுவாசத்தைக் காட்ட நினைத்த அப்துல் சமது, "நீங்க மின்னல் வேகத்தில முடிவெடுக்கிறீங்க பிரபு" என்றவர் "ஒரு சந்தேகம். மன்சூர்அலி கான் கிட்ட நீங்க கடுமையா நடந்துக்கிட்டதையும் எழுதலாமா? என்ன இருந்தாலும் அவரு உங்களுக்கு வளர்ப்புத் தந்தை, உங்கமேல ரொம்பப் பாசமா இருந்தவரு" என்றார்.

"ஆடு நனையுதேன்னு அழுத ஓநாய் அது. அதுக்குத் தேவைப்பட்டதெல்லாம் என்னோட சதை. ஒண்ணுவிடாம எழுதுங்க. இதோ நிக்கிற எல்லோரு பேரையும் அதில சாட்சியா எழுதுங்க", என்று சொல்லி விட்டு வேகமாக வெளியேறினான் குலாம் காதிர்.

"இனிமேலும் கோட்டைக்குள் இருப்பது ஆபத்து" என்றார் சிராஜ்கான். வெளியேறுவதும் பெரிய சிரமமாய் இருக்கவில்லை. பீட்டடரும், சார்லசும் தான் கோட்டை வாசலில் காவலுக்கு நின்ற தளபதிகள். அவர்களையும் சேர்த்து, ஆறுபேரும் குதிரைகளில் ஏறி, யமுனை ஆற்றின் அருகே வந்தனர்.

அங்கே கண்டகாட்சி அவர்களை உறைய வைத்தது. ஆற்றங்கரையிலும், தண்ணீரிலும் நிர்வாணக் கோலத்தில் ராஜகுமாரிகள் பிணங்களாகக் கிடந்தனர். திடீரென்று முத்தம்மா கத்தினாள், "அங்கே ஒரு பொண்ணு உயிரோட இருக்கா, கையைத் தூக்கி உதவி கேட்கிறா". அவள் காட்டிய திசையில் அனைவரும் பார்த்தனர். தூரத்தில் ஒரு பெண் ஆடையின்றி வெள்ளத்தில் அடித்துச் செல்லப்பட்டுக் கொண்டிருந்தாள். ஆனால் இடையிடையே கைகளை உயர்த்தி உதவிகேட்டாள்.

அடுத்த நொடி, முத்தம்மாவும், வேலனும், ஜோடி மீன்களைப்போல் யமுனை ஆற்றில் பாய்ந்தனர்.

69

வேலனும் முத்தம்மாவும் காப்பாற்றி இழுத்து வந்து கரையில் போட்ட அந்தப் பெண்ணிற்கு பதினைந்து அல்லது பதினாறு வயது இருக்கலாம். மெலிந்த உடலோடு ஆடைகளின்றி இருந்த அவளைத் தனது தலைப்பாகையால் மூடினாள் முத்தம்மா. நல்ல

வேலையாக உயிருடன் தான் இருந்தாள். அங்கே இருக்கும் ஒவ்வொரு நிமிடமும் ஆபத்து என்பதால் முத்தம்மா தன் தலைப்பாகையையே ஆடையாகச் சுருட்டிக் கட்டிவிட்டு அந்தப் பெண்ணைத் தன் குதிரையில் குப்புறப்படுக்கவைத்துத் தானும் ஏறிக்கொண்டாள். அனைவரும் உடனே புறப்பட்டனர். குதிரை குலுங்கிய வேகத்திலேயே அந்தச் சிறுமி குடித்திருந்த தண்ணீரெல்லாம் வெளியேறியது. பாலம் போய்ச் சேரும்வரை அவர்கள் எங்கும் நிற்கவில்லை. நபியுல்லா வீடுவந்து சேர்ந்ததும், அப்பெண்ணைக் கட்டிலில் படுக்க வைத்தனர். அவள் மயக்கத்திலிருந்தாள். கோட்டையில் நடந்தவற்றை மற்றவர் களுக்கு விளக்கினார் சிராஜ்கான்.

"இந்த ஒரு வளையம் மட்டும் நம்ம கையில சிக்கமாட்டேங்கறதே", என்றான் டேவிட்.

"என் தம்பியோட கதி என்ன ஆச்சுன்னே தெரியலயே", என்றான் ஜஸ்வந்த். அதற்குள் மயக்கம் தெளிந்து எழுந்த சிறுமி, சுற்றி நிற்பவர்களை ஒரு முறை கவனித்து விட்டு,

"இது அரண்மனையில்லையே?" என்றாள்.

"இல்லை மகளே, இது இந்த ஏழை நபியுல்லாவோட வீடு", என்றார் நபியுல்லா.

"நாங்க உயிரைப் பணயம் வச்சு, வெள்ளத்தில இருந்து உன்னைக் காப்பாத்தி இருக்கோம், உனக்குக் கண் விழிச்சவொடனே அரண்மனை ஞாபகம்தான் வருதா" என்றாள், முத்தம்மா.

சிப்பாய் உடையில் இருந்தாலும், கலைந்திருந்த கூந்தலால், அவள் பெண் என்பதைப் புரிந்து கொண்ட சிறுமி, "இல்லை, தீதி, அரண்மனையா இருந்திடக்கூடாதேங்கிற பயத்திலதான் கேட்டேன். அங்கேயிருந்து தப்பிக்கத்தானே ஆத்தில குதிச்சேன்", என்றாள்.

"குலாம் காதிர் ஆட்கள் பண்ணின அவமானத்தை யார்தான் தாங்குவா?', என்றாள் முத்தம்மா. "வெறும் அவமானம் மட்டும் இல்ல தீதி, அந்த சைத்தான் எங்களைப் பெரும்பாலும் பட்டினிபோட்டே வச்சிருந்தான்", என்றாள் சிறுமி.

"உன்பேர் என்ன மகளே?" என்றார் நபியுல்லா.

"எல்லோரும் மெகருன்னிசான்னு கூப்பிடுவாங்க பாபா", என்றாள்.

"நீ பாதுஷா, ஷாஆலத்தோட பொண்ணா?", என்றான் டேவிட். "நல்ல வேளையா நான் பாதுஷா பொண்ணு இல்லை. அவங்க

ரெண்டு பேரையும் கைதுபண்ணி இழுத்துக்கிட்டுப் போயிட்டாங்க", என்றாள்.

"அவமானம் தாங்காம ஆத்தில குதிச்சீங்களா?" என்றாள் முத்தம்மா.

"அவமானமா, ஜெனானாவில தினமும் தான் அவமானம். எல்லாம் பசியில மயங்கி விழுந்தாங்க. தெம்பு இருக்கும்போதே குதிச்சாத் தப்பிக்கலாமேன்னு சிலர் நினைச்சோம். நானும் அதுக்குத்தான் ஆத்தில குதிச்சேன்", என்றாள் சிறுமி.

"உன் அம்மா, அப்பா யாரு?" என்று ஆவலாகக் கேட்டான் டேவிட். "எனக்குத் தெரியாது. அம்மா நான் பிறக்கும்போதே இறந்துட்டாங்க. மத்த பொண்ணுங்க இரக்கப்பட்டுத் தூக்கிவளர்த்திருக்காங்க. கொஞ்சம் பெரிய பொண்ணு ஆனப்புறம், ஜெனானாவில இருக்ற பணக்காரப்பொண்ணுங்க வீட்டில எடுபிடி வேலை செஞ்சுக்கிட்டு இருந்தேன். என் அம்மாவை ராஜபுதனத்தில இருந்து இழுத்துக்கிட்டு வந்தாங்களாம்", என்றாள் மெருன்னிசா. "ஓ ராஜபுதனத்து இளவரசியா?" என்றான் டேவிட். "ராஜகுமாரியெல்லாம் இல்லையாம். எங்கம்மா ஷர்மிளா, ராஜாபுதனத்திலே பெரிய நாட்டியக்காரியா இருந்தவங்கன்னு சொல்லுவாங்க", என்றாள் மெகருன்னிசா. "அப்போ

உன் அப்பா ஒரு மொகலாய ராஜகுமாரனாத்தான் இருந்திருக்கணும்", என்றார் நபியுல்லா.

"எப்படி பாபா, சொல்ல முடியும். ஜெனானாவில யாரோட அம்மா யாருங்கறதை மட்டும் தான் உறுதியாச் சொல்ல முடியும். பாது ஷாக்களோட உண்மையான அப்பா யாருங்கறதையே நிச்சயமாச் சொல்லமுடியாது", என்றாள் மெகருன்னிசா.

"ஜெனானாவுக்குள்ள பாதுஷாவைத் தவிர, வேறு ஆண்களையே அனுமதிக்கறதில்லையே. சிப்பாய்ங்க கூட உருது பேகிங்கற பொம்பளங்கதானே", என்றார் சிராஜ்கான். சிராஜ்கானைக் கேலியாகப் பார்த்துக் கொண்டே மெகருன்னிசா கூறினாள், "காசுக்கு மயங்காத உருது பேகியும் கிடையாது. பெண்களால உடைக்க முடியாத கட்டுக்காவலும் கிடையாது. பேகிங்களும் தான் என்ன பண்ணுவாங்க? பாதுஷாவோட வாரிசுகள்லாம் பத்துப்பன்னிரண்டு வயசிலயே பொண்ணுங்களோட ஜல்சாப் பண்ண ஆரம்பிச்சிடுவானுங்க. போட்டிபோட்டு ஆட்சிக்கு வர்றதுக்குள்ள அவனுங்க ஆண்மையே நீர்த்துப் போயிருக்கும். பேகங்கள்தான் எப்படியாச்சும் முயற்சி பண்ணி வாரிசுகளை உருவாக்கிக் கொடுத்தாகணும். அது இந்துவோ, முஸ்லிமோ, சீக்கியனோ,

ராஜகுமாரனோ, தோட்டக்காரனோ, கடவுளுக்குத்தான் தெரியும்'', என்றாள் சிரித்துக்கொண்டே.

“நீ உன் வயசில பேசக் கூடாததெல்லாம் பேசுறே'', என்றார் நபியுல்லா. “நான் என் வயசில பார்க்கக்கூடாததெல்லாம் பார்த்திட்டேன் பாபா'', என்றாள் மெகருன்னிசா. “சரி அவள் கொஞ்சம் ஓய்வெடுக்கட்டும். நாம வெளியே போகலாம்'', என்றார் சிராஜ்கான். வெளியே வந்ததும் நபியுல்லா, “நீங்க சிப்பாய்ங்க மத்தியில மட்டுந் தான் மணீந்தர் சிங்கைத் தேடினீங்க. கைதிகளை வேலைக்காரங்களாகவும் பயன்படுத்துவாங்க'' என்றார். சிராஜ்கானும் வேலனும் ஒருவரையொருவர் பார்த்துக் கொண்டனர்.

“நான் ரோகில்லா முகாமில போய்த் தேடப்போறேன்'', என்றான் ஜஸ்வந்த்சிங். “தனியாப்போனால் ஆபத்து, நானும், சிராஜ்கானும் உன் கூட வர்றோம்'', என்றான் வேலன். “குலாம் காதிர் படைங்க `தோப்` பகுதி வழியாத்தான் ரோகில்கண்டுக்குப் போகும். நாம மூணுபேரும் முன்னாலே போய் வழியில காத்துக்கிட்டு இருக்கலாம்'', என்றார் சிராஜ்கான். அன்று மாலையே மூவரும் தோப் நோக்கிப் புறப்பட்ட னர். வழியில் உயரமான ஒரு மலைப் பகுதியைக் கண்ட சிராஜ்கான், அங்கே தங்கினால் குலாம் காதிரின் படைகள் தூரத்தில் வரும்பொழுதே கண்டுபிடித்துவிடலாம்'' என்றார். மூவரும் குன்றின்மேல் ஏறித் திறந்த வெளியிலேயே உறங்கத் தொடங்கினர்.

வேலனுக்குத் திடீரென்று தன் உடலில் ஏதோ குத்துவது போலிருந்தது. திடுக்கிட்டுக் கண்விழித்தான். சுற்றிலும் நீண்ட ஈட்டிகளுடன் நின்ற வீரர்கள், உறங்கிக்கொண்டிருந்த மூவரையும் ஈட்டிகளால் குத்தி எழுப்பிக்கொண்டிருந்தனர். வேலனைப் போலவே, ஜஸ்வந்தும், சிராஜ்கானும் திடுக்கிட்டு எழுந்தனர். ஈட்டியின் நீளத்தை வைத்தே அவர்கள் மராட்டிய வீரர்கள் என்பதை மூவரும் புரிந்துகொண்டனர்.

“ஏய், நீங்க குலாம்காதிர் ஆளுங்களா? எங்க படை நடமாட்டத்தை இங்கேயிருந்து கண்காணிக்கிறீங்களா?'', என்று அதட்டினான் மராத்தியப் படையின் தளபதி. “இல்லவே இல்ல சர்க்கார். நாங்க மூணுபேரும் தில்லி பாதுஷாக்கிட்ட வேலைக்குச் சேர்றதுக்காக, வங்காளத்திலயி ருந்து வர்றோம்'', என்றான் வேலன். சற்று நேரம் யோசித்த தளபதி, “சரி, மகாத்ஜி வந்து முடிவு பண்ணிக்கட்டும். தப்பிச்சு ஓட முயற்சி பண்ணிணீங்க ...?'' என்று இழுத்தான். “மகாத்ஜி சிந்தியாவே வர்றாரா? அப்போ அவரு படையிலேயே சேர்ந்திருவோமே. இது எங்களுக்கு

அதிர்ஷ்டமான நாள்”, என்றான் ஜஸ்வந்த்சிங். சிராஜ்கான் பணிவாக, “சர்க்கார், உங்க பேரைத் தெரிஞ்சிக்கலாமா?”, என்றார்.

“என் பேர் முகம்மது” என்ற தளபதி, தன் வீரர்கள் உணவுடன் வருவதைக் கண்டு, அவர்கள் மூவருக்கும் உணவு தரச் சொன்னான். வேலன் முகம்மதிடம் கேட்டான், “உங்க ஆளுங்க, எந்தத் திட்டமும் இல்லாம கூடாரங்களைப் போடறாங்க. திடீர்னு எதிரி தாக்கினால் உங்களால உடனே எதிர்த் தாக்குதலுக்குத் தயாராக முடியாது. கம்பெனிப் படையில கூடாரம் போடறதுக்கும் ஒரு முறை வச்சிருக்காங்க” என்றான். “அப்போ நீங்க மூணு பேரும், கம்பெனிப்படையில வேலைபார்த்தவங்களா? மகாத்ஜி ரொம்ப சந்தோஷப் படுவார்”, என்ற முகம்மது குரலைத் தாழ்த்தி, “எங்க மராத்திச் சிப்பாய்களுக்கு வீரம் தேவைக்கு அதிகமா இருக்கும், ஆனா தளபதிக்குக் கீழ்ப்படியறது என்னன்னே தெரியாது”, என்றான் அலுப்புடன். அவனே தொடர்ந்து, “ராத்திரிப் பூரா ஓய்வில்லாம அதிரடியா நடந்துவந்தோம்” என்றான்.

“தில்லியைவிட்டு வெளியே போறீங்க போல இருக்கே?” என்றார் சிராஜ்கான். “ஓ... உங்களுக்குத் தில்லியில என்ன நடக்குதுன்னு தெரியாதில்லையா? குலாம்காதிர் ரோகில்லா, தில்லியைப் பிடிக்க முயற்சி பண்ணினான். எங்க படை வருதுன்னு தெரிஞ்சவொடனே, எங்களை எதிர்க்கிறமாதிரி ஒரு சின்னப்பிரிவை அனுப்பி ஏமாத்திட்டு, தப்பிச்சு ரோகில்கண்டுக்குப் போகப்பார்க்கிறான். சிந்தியா சாகிப்பையா ஏமாத்த முடியும்? அவரும் ஒரு சின்னப் படைப்பிரிவை மட்டும் தில்லிக்கு அனுப்பிட்டு, மீதிப் படை எல்லாத்தையும் இந்தப் பக்கம் அனுப்பிட்டாரு. குலாம் காதிர் படை இந்த வழியாத்தான் வந்தாகணும்”, என்றான். அதற்கிடையே, நிறையப் பீரங்கிகள் குன்றின் மேலிழுத்து வரப்பட்டு, கீழே இருந்த சாலையைப் பார்த்து நிலைநிறுத்தப்பட்டன.

“நீங்க பீரங்கிப் படைத் தளபதியா?” என்று கேட்டார் சிராஜ்கான். “இல்லை, பீரங்கிப்படைத்தளபதி, சிந்தியாசாகிப் கூட அந்தப்பக்க முகாம்ல இருக்கார், வாங்க போய்ப் பார்க்கலாம்” என்றான் முகம்மது. முகம்மதுவும், சில வீரர்களும் கூடவர, அவர்களைப் பின்தொடர்ந்து கீழே இறங்கிச் சாலையின் மறுபக்கம் இருந்த முகாம்களை நோக்கி மூவரும் சென்றனர். எந்தத் தடையும் இல்லாமல் மூவரையும் தலைமையகம் போன்ற கூடாரத்தின் முன்னே கொண்டுபோய் நிறுத்திவிட்டு, உள்ளே சென்றான் முகம்மது. தங்களை உள்ளே அழைப்பார்கள் என்று மூவரும் காத்திருந்தனர். ஆனால், சற்று நொண்டிக்கொண்டே மகாத்ஜி

சிந்தியாவே வெளியே வந்தார். அவருக்குப் பாதுகாப்பாக வீரர்கள் யாரும் உடன் வரவில்லை. ஒரேயொரு தளபதி மட்டும் கூட இருந்தார். மகாத்ஜியை மூவரும் அதுவரை பார்த்ததில்லையாயினும், அந்த மாபெரும் வீரரைப்பற்றிக் கேள்விப்படாதவர்கள் அன்று இந்தியாவிலேயே இல்லை. அப்தாலியுடன் நடந்த பானிப்பட்டுப் போரால் சிதைந்து போன மராத்தியரின் புகழை மீண்டும் தூக்கி நிறுத்தி, தில்லியையே தன் கட்டுப்பாட்டில் கொண்டு வந்திருந்தார். அதனால் ஆங்கிலக் கம்பெனி அதிகாரிகளின் கலக்கத்திற்குக் காரணமாயிருந்தார். தன்னை வணங்கிய மூவரையும் சந்தேகக் கண்ணோடு பார்த்த மகாத்ஜி, "ஒரு பஞ்சாபி, ஒரு மதராசி, ஒரு ரோகில்லா, வேடிக்கையான கூட்டணி, யாரும் இளைஞர்கள் இல்லை", என்றவர், தன் அருகில் நின்றவரிடம், "இம்ரான்கான் இவங்களை எப்படி நம்புறது? ரோகில்லாவோட ஒற்றர்களாயிருந்தால்?" என்றார்.

"மத்தவங்களை நம்பாட்டியும், சிராஜ்கானை நம்பலாம். அவரும் நானும், பீரங்கிப்படையில ஒண்ணா வேலை பார்த்திருக்கோம்" என்றார் இம்ரான்கான். சிராஜ்கான் நிமிர்ந்து இம்ரான்கானைப் பார்த்தார். பழைய நண்பரை அடையாளம் கண்டுகொண்டு புன்னகைத்தார்.

"ஓ, இந்த சிராஜ்கான் ஏற்கனவே உன்கீழ வேலை செஞ்சவரா?" என்றார் மகாத்ஜி. "இல்லை சாகிப், நான்தான் அவருக்குக் கீழ வேலை செஞ்சேன். அவரு எல்லாச் சிப்பாய்களையும் அன்பா நடத்துவாரு", என்றார் இம்ரான்.

"நல்லதாப்போச்சு, இவங்க மூணுபேரையும் உன் பீரங்கிப்படையில சேர்த்துக்கிட்டு, அவருக்கு உன் திறமையைக் காட்டு", என்றார்.

"உங்களை நேரில பார்க்கணும்கிற என்னோட ஆசை நிறைவேறிடுச்சு", என்றான் வேலன். "இந்தச் சாதாரண சிப்பாயைப் பார்க்கணும்னு ஏன் ஆசைப்பட்டே?", என்று கேட்டார் சிந்தியா.

"குவாலியர் மகாராஜா ஒரு சாதாரணச் சிப்பாய் இல்லையே. ஆனால் உங்களை நேரில பார்க்கணும்னு நான் நினைச்சதுக்கு அது காரணமில்லை", என்றான் வேலன்.

"வேற எது காரணம், மதராசி?", என்றார் சிந்தியா வியப்புடன்.

"இங்கிலீஷ் ராணுவத்தை இந்தியாவில தோற்கடிச்சது மூணே புலிகள்தான். ஒருத்தரு எங்க பூலித்தேவர். இரண்டாவது மைசூர்ப்புலி ஹைதர் அலி, மூணாவது புலி நீங்க", என்றான் வேலன். தன் மகிழ்ச்சியை மறைக்காமல் சிந்தியா பேசினார், "நீ

சொல்ற பூலித் தேவர் பத்தி எனக்குத் தெரியாது. மைசூர்ப் புலியைத் தெரியும். சுத்தமான வீரர். அவரு மகன் திப்பு சுல்த்தானும் மாவீரர் தான்", என்றார் மகாத்ஜி. "மராத்தா சிங்கமும், மைசூர்ப் புலியும் ஒண்ணு சேர்ந்தா, இங்கிலீஷ் கம்பெனி ஒரு நாள் கூட இந்தியாவில இருக்க முடியாது. ஆனால், கம்பெனிக்கு ஆதரவா, மராத்திய பேஷ்வா, மைசூர் பேஷ்வாவுக்கு எதிராப் படை எடுக்கத் தயாராகிக்கிட்டு இருக்காரு", என்றான் வேலன். வேலனைக் கூர்ந்து கவனித்தார் மகாத்ஜி சிந்தியா, "நான் இருக்கவரைக்கும் அப்படி நடக்கவிட மாட்டேன். உன்னோட பொறுமையா ஒரு நாள் பேசணும். இந்தக் குலாம் காதிர் பிரச்சினை முடியட்டும்", என்று சொல்லிவிட்டு விரைவாகச் சென்று விட்டார். இம்ரான்கான் ஓடிவந்து சிராஜ் கானைக் கட்டித்தழுவிக்கொண்டார். அனைவரும் மீண்டும் சாலையைக் கடந்து பழைய குன்றிற்குத் திரும்பினர்.

"சிராஜ்கான், நீங்க ஓய்வெடுங்க. உங்க மாணவன் திறமையை இன்னைக்குப் பாருங்க" என்றார் இம்ரான். "அதெல்லாம் வேண்டாம். நாங்களும் வேலை செய்யிறோம்", என்று சொல்லிய சிராஜ்கான் பெரிய பீரங்கி ஒன்றை வேலன் மற்றும் ஜஸ்வந்த்சிங்குடன் சேர்ந்து தயார் செய்யத் தொடங்கினார். மதியம் வரை குலாம் காதிரின் படை கள் கண்ணில் படவில்லை. மதிய உணவின் பொழுது சிராஜ்கான், இம்ரானிடம் கேட்டார், "சிராஜ் உத் தெளலாதான் நம்மை மதிக்கலை. மகாத்ஜியாவது மதிக்கிறாரா?".

"ஓ மகாத்ஜி மதிக்கிறார். ஆனால் மகாத்ஜி மட்டும்தான் மதிக்கிறார். மராத்தியர்கள் நெறையப்பேரு இன்னும் பீரங்கிப்படையே தேவையில்லைன்னு நினைக்கிறாங்க. குதிரையில போய்த் தாக்கறது மட்டும்தான் வீரமுன்னு நம்பறாங்க", என்று முந்திக்கொண்டு பதில் சொன்னார் முகம்மது. "மகாராஷ்டிரத்து உயரமான மலைப் பிரதேசங்கள் குதிரைப்படை தான் நல்லது. வங்காளத்திலயும் தெலுங்கு தேசத்திலயும், தமிழ்நாட்டிலயும், கர்நாடகத்திலயும், கொள்ளையடிச்சிட்டு ஓடிப்போக குதிரைப்படைதான் வசதி. ஆனால் ராஜபுதனத்துப் பாலைவனத்திலயும், வட இந்தியச் சமவெளியிலயும், நிலைமையே வேற. இங்கே, தூரத்தில இருந்தே கொல்ற, துப்பாக்கியும், பீரங்கியும் தான் முக்கியம். பானிப்பட்டில அத்தனை அடிவாங்கியுமா மராத்தியர்கள் அதைத் தெரிஞ்சுக் கலை", என்றார் சிராஜ்கான்.

“பானிப்பட்டுப் போரை எப்பிடி நடத்தணும்னு மராத்தியப் பீரங்கிப் படைத்தலைவர் இப்ராகிம் கான் கார்டி, எற்கனவே தெளிவாத் திட்டம் தீட்டிக் கொடுத்திருந்தாரு. அதை மட்டும் மராத்தியர்கள் மதிச்சிருந்தா, பானிப்பட்டுப்போரே வேற மாதிரி முடிஞ்சிருக்கும்”, என்று பெருமூச்சுவிட்டார் இம்ரான்கான். மாலை நேரத்தில் அவர்கள் எதிர்பார்த்தது போலவே சாலையில், நெடுந்தூரத்தில் குலாம்காதிரின் படைகள் வருவது தெரிந்தது. சற்று அருகில் வரும் பொழுது “அதில எப்படியும் இருபத்தையாயிரம் பேர் இருப்பாங்க”, என்று முணுமுணுத்தார் இம்ரான்கான். பீரங்கி வீரர்கள் எழுந்து பீரங்கிகளைச் சுடுவதற்குத் தயார் நிலையில் வைத்தனர். கீழே குலாம் காதிரின் படை அவர்களைக் கடந்து சென்றுகொண்டேயிருந்தது. ஒருவேளை பீரங்கிகளைச் சுடுவதற்குக் கட்டளை மகாத்ஜியிடமிருந்துதான் வரவேண்டு மோவென்று நினைத்தான் வேலன். அவன் சந்தேகம் விரைவில் தீர்ந்தது. சரியாக, குலாம் காதிரின் பாதிப்படைகள் குன்றைக் கடந்து சென்றபின், யாருடைய கட்டளைக்காவும் காத்திராமல், பீரங்கிகளைச் சுடுமாறு ஆணையிட்டார் இம்ரான்கான். குண்டுகள் குலாம்காதிர் படைகளின் நடுவில் விழுந்து படையை இரண்டு பிரிவுகளாக்கின. இரண்டு பிரிவுகளும் எதிரெதிர்த் திசைகளில் ஓடின. அதுவரை சாலையின் மறுபக்கம் மறைந்திருந்த மகாத்ஜியின் குதிரைப்படை, தப்பி ஓடிய குலாம் காதிரின் இரண்டு படைப்பிரிவுகளையும் வேட்டையாடத் தொடங்கின.

உடனே இம்ரான்கான் சுடுவதை நிறுத்துமாறு தன் பீரங்கிப்படைக்குக் கட்டளையிட்டார். “உயிர்களையோ குண்டுகளையோ வீணாக்குவது மகாத்ஜிக்கு, பிடிக்காது”, என்றார் சிரித்துக் கொண்டே. “எதிரியைச் சுலபமாத் தப்பிச்சுப்போக விட்டுட்டீங்களே”, என்றான் வேலன். ஆனால் சிராஜ்கானோ, “அருமையான திட்டம்”, என்று பாராட்டினார். பின் வேலனுக்கு விளக்கினார். குலாம்காதிரோட நேரடியா மோதினால், மராத்தியப்படைகள் ஜெயிச்சாலும், உயிர்ச்சேதமும் பலமாயிருக்கும். இப்போப் பாரு, அவனோட படையில பாதி காணாமப்போச்சு”, என்றார்.

மெல்ல, மெல்ல எதிரியின் பலத்தைக் குறைத்துத் தனக்குச் சேதமே இல்லாமல் போரிடும் தந்திரத்தைத்தான் மகாத்ஜி தொடர்ந்து கடைப்பிடித்தார். குலாம்காதிர் தன் படையுடன் அலிகார் சென்று சேர்ந்தான். மராத்தியப் படைகள் அலிகார் கோட்டையைச் சுற்றி வளைத்தன. ஆனால், பெரிதாகத் தாக்குதல்

எதுவும் நடத்தவில்லை. குலாம் காதிரின் தளபதிகளோ, தில்லியில் கொள்ளையடித்த பணத்தில், அகப்பட்டதைச் சுருட்டிக்கொண்டு ரகசியமாகத் தப்பிக்க முயற்சித்தனர். அதற்காகவே மறைவில் காத்திருந்த மராத்தியப்படை வீரர்கள், செல்வங்களை மட்டும் பறித்துக் கொண்டு, வீரர்களைத் தப்பி ஓட அனுமதித்தனர். பல யானைகளில் கொண்டுவரப்பட்ட செல்வம் விரைவாகக் குறைந்தது. எஞ்சிய செல்வங்களைக் குதிரைகளில் ஏற்றிக்கொண்டு, மீரட்டிற்குத் தப்பிச் சென்றான் குலாம்காதிர். மீரட் கோட்டையை முற்றுகையிட்டுவிட்டு ஓய்வெடுக்கத்தொடங்கினார் மகாத்ஜி. அடிக்கடி குதிரைகளில் செல்வங்களுடன் தப்பிச் செல்ல முயன்ற தளபதிகளை வலைவிரித்துப் பிடிப்பதன் மூலமாக, குலாம் காதிர் கொள்ளையடித்த பணமெல்லாம் மெல்ல மராத்திய முகாமில் வந்து சேர்ந்து கொண்டிருந்தது. குலாம்காதிர் மராத்தியருக்குத் தூது அனுப்பிக் கொண்டேயிருந்தான். கொள்ளையடித்த செல்வங்களை யெல்லாம் தந்து விடுவதாகவும், தன்னை உயிரோடு செல்ல அனு மதிக்குமாறும் நிபந்தனை விதித்தான். ஆனால் இரு தரப்பினருமே ஒருவரை ஒருவர் நம்பவில்லை. நாற்பதாவது நாள் மிகவும் விசு வாசமான ஐநூறு பேருடன் மீரட் கோட்டையிலிருந்து தப்பிச்சென் றான் குலாம்காதிர். சிந்தியாவின் படைகளும் துரத்திச் சென்றன. இம்முறை மகாத்ஜி சிந்தியா தெளிவான கட்டளை பிறப்பித்தார்.

"அந்த ஐநூறு பேரும் குலாம்காதிருக்கு மிகவும் விசுவாசமானவர்கள். எனவே அவர்களில் ஒருவன்கூட உயிரோடு தப்பிவிடக்கூடாது. அதே போல், எக்காரணத்திற்காகவும் குலாம் காதிரைக் கொன்று விடக்கூடாது. அவன் உயிரோடு வேண்டும்".

"**அ**ந்த ஐநூறு பேரும், குலாம்காதிரும் எந்த மூலைக்குச் சென்றாலும், மராத்தியப் படைகள் கண்டுபிடித்துத் துரத்தின. படிப்படியாக ஐநூறு பேரும் ஒருவர் கூடப் பாக்கியில்லாமல் மகாத்ஜியின் கட்டளைப்படியே கொல்லப்பட்டனர். ஆனால் குலாம் காதிர் மட்டும் தப்பிவிட்டான். மலை, மலையாகக் கொள்ளையடித்த செல்வங்களில் எஞ்சியிருந்தவற்றை ஒரேயொரு குதிரையில் ஏற்றிக் கொண்டு எங்கோ மறைந்து விட்டான். தளபதிகள் தயக்கத்தோடு அதை மகாத்ஜியிடம் தெரிவித்தனர். "அவன் தன் சொந்த ஊரான கௌஸ்கருக்குத்தான்` போயிருப்பான்" என்றார் சிந்தியா. உடனே, "நாங்களும் கௌஸ்கருக்குப் போகிறோம்" என்றனர் தளபதிகள். தடுத்து நிறுத்தினார் மகாத்ஜி. "தேவையில்ல, தளபதி அலிபகதூரைப் படையோட எப்பவோ அங்கே அனுப்பிச்சிட்டேன்" என்றார்.

ஒரு நாள் அலிபகதூரின் முகாம் அருகே, உடல் மெலிந்த உருவம் ஒன்றுவந்து நின்று, தளபதியைப்பார்க்க வேண்டும் என்றது. தளபதி அலிபகதூர் உடனே வெளியே வந்தான். "ஹோசூர், நீங்க தேடற குலாம்காதிர் ரோகில்லா, எங்க ஊரிலதான், ஒரு பிராமணன் வீட்டில ஒளிஞ்சிக்கிட்டிருக்கான்" என்றது அந்த உருவம். உருவத்தைக் கோபத்துடன் பார்த்த அலிபகதூர், "எங்க எதிரிக்கு இடம் கொடுத்த அந்தப் பிராமணன் யாரு?" என்று கத்தினான். "நான் தான் ஹோசூர். என் வீட்டிலதான் குலாம் காதரை மறைச்சு வச்சிருக்கேன். நீங்க அறிவிச்ச பரிசை நிச்சயமாத் தருவீங்களா?" என்றான் அந்த ஏழை.

70

மீரட்கோட்டையில் கைதிகளாயிருந்த பாதுஷாவின் பிள்ளைகளை யும், புதிய பாதுஷா பிதார்பக்தையும் மீட்டு மதுரா சேர்க்கும் வேலை சிராஜ்கான், வேலன், ஜஸ்வந்த்சிங் மூவருக்கும் தரப்பட்டது. மீட்கப் பட்டவர்களை, மதுராவிலிருந்து அழைத்துச் செல்வதற்காக, பாதுஷா தில்லியிலிருந்து ஆட்களை அனுப்பியிருந்தார். தில்லிக்குத் திரும்பிச் செல்வதில் ஒரு கைதிக்கு மட்டும் அத்தனை ஆர்வமில்லை. புதிய பாதுஷா பிதார் பக்த் உற்சாகமின்றியே சென்றார்.

அவர்கள் சென்றபின் மகாத்ஜி சிந்தியாவின் முகாம் அருகே இருந்த, தங்கள் முகாமில் அமர்ந்து வேலன் குழுவினர் பேசிக் கொண்டிருந்தனர். "தில்லியில இப்போ ரெண்டு பாதுஷா இருக்கப் போறாங்களா?", என்றான் ஜஸ்வந்த்சிங். மகாத்ஜியின் கூடாரத் திலிருந்து வெளியே வந்த மகாத்ஜியின் குமாஸ்தா உற்சாகமாக அவர்களது உரையாடலில் கலந்து கொண்டார். "ஆமா, கோட்டையில ஒருத்தர், சலீம்கர்ல ஒருத்தர்", என்றார் குமாஸ்தா. "பாதுஷா பிதார் பக்த் நிலைமை என்னவாகும்?" என்றார் சிராஜ்கான். "ஷா ஆலம் கோபம் குறைஞ்சிருந்தா, கத்தி கண்ணில பாயும். இல்லன்னா பிதார் நெஞ்சில பாயும்", என்றார் குமாஸ்தா. "குலாம் காதிரை மட்டும் கொல்லாம ஏன் ஜெயில்ல, வச்சிருக்கீங்க", என்றார் சிராஜ்கான்.

"அவனை விடுதலை செஞ்சா நிறையப்பணம் தர்றதா, அவனோட அம்மா தூது அனுப்பியிருக்காங்க. அதைப்பத்திப் பேசத்தான் தில்லியிலிருந்து பாதுஷாவோட நிர்வாக அதிகாரி மீர்சா கலிப் இன்னைக்கு வரப்போறாரு", என்றான் குமாஸ்தா.

"மகாத்ஜியைப் பார்த்து படையைவிட்டு விலக அனுமதி கேட்கணும்", என்றான் வேலன். "இப்போ மகாத்ஜி கடிதங்களைப்

படிச்சுப் பதில் எழுதறதில மும்முரமா இருக்காரு. கொஞ்ச நேரம் கழிச்சுப் போய்ப் பாருங்க", என்றார் குமாஸ்தா. "கடிதங்களைப் படிக்க, உங்களைக் கூப்பிட மாட்டாரா?", என்றான் வேலன். "கூப்பிட மாட்டாரு. சாதாரணக் கடிதங்களுக்கு என்னைப் பதில் எழுதச் சொல்லுவாரு. முக்கியமான கடிதங்களுக்கெல்லாம், அவரு தன் கையாலேயேதான் பதில் எழுதுவாரு", என்றார் குமாஸ்தா. "எழுதப் படிக்கத் தெரிஞ்ச ராஜாக்கள் ஆபூர்வம். ஒண்ணு போர்க் கலையைக் கத்துக்குவாங்க, இல்லை படிப்பில கவனம் செலுத்துவாங்க", என்றார் சிராஜ்கான்.

"ஆமாம், திப்புசுல்தான் மாதிரி சில ராஜாக்களுக்கு மட்டும் தான் ரெண்டிலையும் திறமை இருக்கும்", என்றான் வேலன். "எங்க மகாத்ஜியும் அப்படித்தான். பத்துவயசிலேயே போர்க்களத்துக்குப் போனாரு. ஆனால், சம்ஸ்கிருதம், பாரசீகம், ரெண்டு மொழியிலயும் சரளமா எழுதுவாரு", என்றார் குமாஸ்தா பெருமையுடன். அப்பொழுது மகாத்ஜியின் கூடாரத்தை நோக்கி ஆடம்பரமாக உடையணிந்த ஒருவர் போய்க் கொண்டிருந்தார். "அதோ தில்லியில இருந்து மீர்சா கலீபே வந்திட்டார். நான் போய் என்ன பேசறார்னு கேட்கணும்", என்று சொல்லிக்கொண்டே குமாஸ்தா புறப்பட்டார். ஆனால், மகாத்ஜியின் கூடாரத்திற்குள் போகாமல், பின்புறமாகச் சென்றார். அது ஏனென்று தெரிந்து கொள்வதற்காக வேலனும் அவரைப்பின் தொடர்ந்தான். மகாத்ஜியின் கூடாரத்தை ஒட்டியிருந்த சிறிய கூடாரத்தில்தான் குமாஸ்தா தங்கியிருந்தார். மகாத்ஜி கூப்பிட்டகுரலுக்கு ஓடுவதற்கு அது வசதியாயிருந்தது. அதற்குள் இருந்து கொண்டே மகாத்ஜியின் கூடாரத்தில் பேசுவதையெல்லாம் எளிதில் ஒட்டுக்கேட்க முடியும் என்பதையும் வேலன் அன்று கண்டு பிடித்தான். வேலன் பின்தொடர் வதைப் பார்த்து அவர் திடுக்கிடவில்லை. தன் உதட்டில் விரலை வைத்து, சத்தம்போட வேண்டாமென்று மட்டும் எச்சரித்த குமாஸ்தா, "என்ன நடந்துச்சுன்னு மகாத்ஜி திரும்பவும் என்கிட்ட சொல்றதை மிச்சப்படுத்தத்தான் இந்த ஏற்பாடு", என்று மெல்லிய குரலில் வேலனிடம் கூறினார். அதற்குள் மீர்சா கலீபின் குரல் கேட்டது.

"மகாத்ஜி சிந்தியா மன்னிக்க வேண்டும். பாதுஷா ஷா ஆலம் உங்கள் மீது அதிருப்தியில் இருக்கிறார். குலாம் காதிர் விஷயத்தில் நீங்கள் அவரது கட்டளையை நிறைவேற்றத் தவறிவிட்டீர்கள்",

"அவனைச் சாதாரணத் திருடன்போல், கழுதையிலேற்றி பின்புறம் திரும்பி உட்கார வைத்து ஊர்வலமாய் இழுத்து

வந்தேன். திமிராய்ப் பேசியதால் அவன் மூக்கையும், காதுகளையும் வெட்டி விட்டேன். நாக்கையும் வெட்டி விடப் போவதாக எச்சரித்திருக்கிறேன். இதற்குமேல் பாதுஷாவிற்கு என்ன வேண்டும்?'' என்று மகாத்ஜியின் குரலும் பலமாக ஒலித்தது.

“கண்கள், குலாம் காதிரின் கண்கள் வேண்டும்'' அதைக் கொண்டு செல்லத்தான் நானே தில்லியிருந்து நேரில் வந்திருக்கிறேன்'', என்று மிடுக்காக ஒலித்தது மீர்சா கலீபின் குரல். “குலாம் காதிரை அவன் தாயாரிடம் ஒப்படைத்தால், ரகசியமாக மறைத்து வைத்துள்ள கருவூ லத்திலிருந்து, கோடிக்கணக்கில் பணம் தருவதாக ஒப்புக்கொண்டுள் ளார். எனது படைகளுக்குச் சம்பளப் பாக்கியைக்கொடுக்க அது உதவி யாக இருக்கும்'', என்றார் மகாத்ஜி. “அவனை உயிரோடு விட்டால், பாதுஷாவின் கோபத்துக்கு ஆளாவீர்கள்'', என்றார் கலீப்.

“கோபம் வந்தா, பாதுஷா என்மேல படையெடுத்து வந்திடுவாரா?'' என்று சிரித்தார் சிந்தியா.

“கோபம் வந்தால், பாதுஷா, ஷா ஆலம், பதவியைத் துறந்து, மெக்காவுக்கு யாத்திரை போயிடுவாரு'', என்றார் கலீப் அமைதியாக. சற்று நேரம் மரண அமைதி நிலவியது. திடீரென்று மகாத்ஜி, தன் குமாஸ்தாவின் பெயரைச் சொல்லிக் கூவினார். குமாஸ்தா உள்ளே ஓடினார். மகாத்ஜி தன் குறுவாளை வேகமாக உறுவினார்.

“பாதுஷாவின் விருப்பப்படியே ஆகட்டும் மீர்சா கலீப். இதோ என் குறுவாள். குலாம் காதிரின் உடலிலிருந்து எதை வேண்டுமானாலும் நீங்களே வெட்டி எடுத்துக் கொள்ளுங்கள். என் குமாஸ்தா அவனிடம் உங்களைக் கூட்டிச் செல்வார்'', என்றார்.

“இதை நீங்கள் தானே செய்ய வேண்டும்?'', என்றார் மீர்சா கலீப்.

“எதிரிகளைப் போர்க்களத்தில் கொன்றுதான் எனக்குப் பழக்கம்'', என்றார் மகாத்ஜி. ஷா ஆலமின் நிர்வாக அதிகாரி பயந்து பின் வாங்குவார் என்று தான் வேலன் எதிர்பார்த்தான். ஆனால் மீர்சா கலீபின் குரல் மகிழ்ச்சிபொங்க ஒலித்தது. “நன்றி மகாத்ஜி. இந்த கௌரவத்தை எனக்கு அளித்ததற்கு நன்றி. இதற்கான பரிசு எனக்கு பாதுஷாவிடமிருந்து கிடைக்கும்'', என்றார். பின் குமாஸ்தா வழி காட்ட, மீர்சா கலீப் மகாத்ஜியின் கூடாரத்திலிருந்து வெளியேறினார். வேலன் ஓசைப்படாமல் தனது கூடராத்திற்குத் திரும்பிச் சென்று நடந்தவற்றைத் தன் நண்பர்களிடம்

கூறினான். "மகாத்ஜி பாதுகாப் பிலதானே பாதுஷாவே இருக்காரு. அப்புறம் ஏன் மகாத்ஜி பாதுஷா வுக்குப் பயப்படணும்", என்றான் ஜஸ்வந்த். "எல்லாம் மக்களுக்காக போடற வேஷம் தான். இன்னும்,நவாப் பேரைச் சொல்லித் தானே, பிரிட்டிஷ் கம்பெனி வங்காளத்தை ஆட்சி பண்ணுது", என்றார் சிராஜ்.

"உடையார் வம்சத்தின் பெயரைச் சொல்லித்தான் திப்பு சுல்தான் மைசூரை ஆட்சி செய்யறார். ஆற்காட்டு நவாப் பேரைச் சொல்லித் தான், தமிழ்நாட்டைக் கம்பெனி ஆளுது. அதுமாதிரி, தைமூர் வம்ச பாதுஷா பேரைச் சொல்லித்தான் மகாத்ஜியும் வட இந்தியாவை ஆளனும். இல்லன்னா போட்டி நெறைய வரும்" என்றான் வேலன்.

"ஆகா, தம்பி, உன்னைக் குறைவா எடைபோட்டுட்டேன்", என்று குரல் கேட்டது. மகாத்ஜி சிந்தியாவே அங்கு நிற்பதைக் கண்டு மூவரும் திடுக்கிட்டு எழுந்து நின்றனர். மகாத்ஜி அவர்களைத் தேடிவந்து பேசுவது புதிதல்ல. மகாத்ஜி தொடர்ந்தார், "உன்னைமாதிரி ரெண்டு பேர் என்கூட இருந்தா, இந்தியா மொத்தத்தையும் சீக்கிரம் பிடிச்சிருவேன். எல்லாக் கம்பெனிகளையும் மூட்டைகட்டி ஐரோப்பாவுக்கே திருப்பி அனுப்பிச்சிடுவேன்", என்றார். "அது முடியாதுன்னு நினைக்கி றேன் மகாத்ஜி. ஐரோப்பாவில ஆட்சிமுறையே மாறிடுச்சாம். ராஜா, அவங்க பரம்பரை உரிமை எல்லாத்தையும் தூக்கி எறிஞ்சிட்டாங்களாம். சாராரண மக்களும் படிக்கலாமாம். இங்கேயோ ராஜாவீட்டுப் பிள்ளைங்களே படிக்கறதில்லை. எனக்கென்னவோ இனிமே, ஆள் பலத்தை மட்டும் வச்சு, அவங்களைத் தோற்கடிக்க முடியாதுன்னு தோணுது", என்றான் வேலன்.

"ஆமா, முள்ளை, முள்ளாலதான் எடுக்கணும். நானும் ஐரோப்பிய ராணுவ அதிகாரிங்களை வச்சு, அவங்க சிப்பாய்ங்க சண்டைபோடற மாதிரியே, நம்ம சிப்பாய்ங்களுக்கும் பயிற்சி குடுக்க ஏற்பாடு பண்ணப்போறேன்", என்றார் மகாத்ஜி. அப்பொழுது மீர்சா காலிப், குமாஸ்தாவோடு திரும்பி வந்து கொண்டிருந்தார். அவர் முகத்தில் வெற்றிப்புன்னகை தவழ்ந்தது. கையில் வேலைப்பாடுகள் நிறைந்த அழகிய, சிறிய மரப்பெட்டி ஒன்று இருந்தது.

"நான் வந்த வேலை வெற்றிகரமா முடிஞ்சது, புறப்படறேன்", என்றார் கலீப்.

"காலையிலே புறப்படலாம். உங்க பாதுகாப்புக்கான ஏற்பாடுகளைச் செய்யச் சொல்றேன்", என்றார் சிந்தியா.

“ஞாபகம் மகாத்ஜி. குலாம் காதிர் உடனே செத்திடக் கூடாது. கொஞ்சம், கொஞ்சமாத் துடிதுடிச்சுச் சாகணும்” என்றார் மீர்சா கலிப்.

அதற்குள் குமாஸ்தா குறுக்கிட்டு, “குலாம் காதிரைச் சித்திரவதை செய்யற வாய்ப்புத் தனக்குதான் வேணும்னு, அலிபகதூர் கெஞ்சறாரு” என்றார். “சரி, அவனே செய்யட்டும். ஆனால் என் கண் முன்னால வேண்டாம். எங்கேயாவது தூரத்துக்கு இழுத்துக்கிட்டுப் போகச் சொல்லு” என்றார் மகாத்ஜி எரிச்சலுடன்.

மீர்சா காலிப் சென்றதும் வேலன் மகாத்ஜியிடம், “நாங்களும் போறதுக்கு அனுமதி வேணும்”, என்று கேட்டான்.

“சரி தம்பி வேலன். நீ உன்வழியில முயற்சி பண்ணு. நான் என் வழியில முயற்சி பண்றேன். ரெண்டு பேர் லட்சியமும் ஒண்ணுதான்” என்றவர், குமாஸ்தாவிடம் திரும்பி, “இவங்க சம்பளப் பணத்தைத் கணக்குப் பண்ணிக் குடுத்திடு. நாளைக்கு மீர்சா காலீப் பாதுகாப்புக்குத் தில்லி போற சிப்பாய்ங்க கூட இவங்களையும் சேர்த்து விடு” என்றார்.

அடுத்த மூன்று நாட்களும், மூவரும் மீர்சா கலிப்பின் பாதுகாப்பு வீரர்களாகத் தில்லிக்குப் பயணம் செய்தனர். மீர்சா கலிப்புடன் அவர்கள் பேசிப்பழக எடுத்துக்கொண்ட முயற்சிகள் பெரிதாகப் பலன் தரவில்லை. அவர் சொற்களை மிகவும் அளந்து பேசினார். தில்லியில் உதவி வேண்டுமானால் தன்னை வந்து சந்திக்கலாம் என்று தாராளமாக உறுதி மட்டும் அளித்தார்.

மூவரும், மணீந்தரைத் தேடும் முயற்சி தோல்வி அடைந்த செய்தியை, நபியுல்லா வீட்டிற்குத் திரும்பிச் சென்று மற்றவர்களிடம் கூறினர். முழுவதையும் கேட்டு முடித்தபின் மெகருன்னிசா பேசினாள், “நீங்க கோட்டையில சிப்பாய்ங்கக்கிட்ட மட்டும் தானே தேடினீங்க. ஒரு வேளை ஜெனானாவில தோட்ட வேலைக்கு அனுப்பியிருக்கலாம். சலீம்கர்ல வேலை பார்க்கக்கூட அனுப்பியிருக்கலாம்.”

நபியுல்லாவின் முகத்தில் சிந்தனை ஓடியது, “ஆமா, அரசுரிமைக்குப் போட்டியா வர்றவங்களையும், மத்த ராஜ குடும்பத்துக் கைதிகளையும் அடைச்சுப் போடறதுக்காக, ஔரங்கசீப் காலத்தில இருந்தே சலீம்கர் கோட்டையைப் பயன்படுத்தறாங்க. கோட்டைக்குப் பக்கத்திலேயே, ஒரு தீவில இருக்கிற சின்னக் கோட்டை” என்றார் நபியுல்லா.

“ஓ, ஔரங்கசீப் கட்டினாரா?” என்றான் வேலன்.

“அவருக்கு இடிச்சுத்தான் பழக்கம். ஷேர் ஷா சூரியோட மகன், சலீம் ஷா சூரி, தில்லியை ஆண்டப்போ கட்டினது. ஔரங்கசீப் தன்னோட சொந்த அண்ணன், சொந்த மகன், மகள், அக்கா எல்லோரையும் அதுக்குள்ள அடைச்சிப்போட்டாரு” என்றார் நபியுல்லா.

“பிதார் பக்தைக்கூட இந்நேரம் அங்கதான் திரும்ப அடைச்சிருப் பாங்க, உயிரோட விட்டிருந்தா”, என்றார் சிராஜ். “சரி, அதுக்குள்ள எப்படிப்போறது?” என்றான் ஜஸ்வந்த். “மொதல்லே மணீந்தர் அங்கதான் இருக்கானான்னு கண்டுபிடிக்கணும், அதுக்குக் கோட்டையில நம்ம புது நண்பர் மீர்சா காலீப்பை சந்திக்கணும்” என்றார் சிராஜ்கான்.

“அவரு காசு வாங்காம வாயைத் தொறக்க மாட்டாரு” என்றான் ஜஸ்வந்த். “மராத்தியப் படைதான் இல்லையே, தில்லிக் கோட்டையையே பிடிச்சிட்டா என்ன வேலா, ரெட்டி அரண்மனையைப் பிடிச்ச மாதிரி” என்றான் சார்லஸ். “ஐம்பது சிப்பாய்ங்க இருந்தாப் போதும்” என்றான் பீட்டர். உற்சாகமாக. “அவ்வளவு சுலபம்னா, கம்பெனியே ஏன் தில்லியைப் பிடிக்காம இருக்கு” என்றான் வேலன்.

“வரவைவிடச் செலவு அதிகம்னுதான்” என்றான் சார்லஸ்.

அதற்குள் ஜஸ்வந்த்சிங்கும், லோடாபாயும், லட்சுமணனும் தங்கள் அறைக்குள் சென்று ஒரு மூட்டையுடன் திரும்பி வந்தனர். மூட்டையை அனைவரின்முன் வைத்துவிட்டு ஜஸ்வந்த் சிங் கூறினான், “இது தக்கிகள் முகாமில இருந்து எடுத்த பணம். இதை வச்சு மணீந்தரைக் கண்டுபிடிக்க முயற்சிக்கலாம்.”

சிராஜ்கான் தன் வாளை எடுத்து அந்த துணிமூட்டையின் நடுவில் ஓங்கி வெட்டினார். தங்க, வெள்ளிக்காசுகள் சிதறி ஓடின.

“பத்தாயிரம் ரூபா தேறும்” என்றான் வேலன்.

“இந்த மூட்டை போதாதா?” என்றான் ஜஸ்வந்த். சற்று நேரம் யோசித்த வேலன்,

“இந்த மூட்டையை வச்சு, வேறுசில மூட்டைகளை வாங்கலாம்” என்றான். பின் நபியுல்லாவிடம் திரும்பி “நபிசாகிப் உங்க கிடங்கில அரிசி, பருப்பு, கோதுமை எல்லாம் மூட்டை, மூட்டையா அடுக்கி வச்சிருக்கீங்களே ஏன்” என்று கேட்டான்.

“நான் விவசாயத்தோட வியாபாரமும் பண்றேன். மொத்த வியாபாரி சுலைமான் சேட்டுக்கு விற்கிறதுக்காக வாங்கி வச்சிருக்கேன். கோட்டைக்கே அவரு தான் எல்லாம் அனுப்புவாரு.

பணம் ஒழுங்கா வரலைன்னு, கொஞ்ச நாளா நிறுத்திட்டாரு'' என்றார் நபியுல்லா.

"நல்லது. நம்ம ரெண்டு பேரும் ஒரே தொழில்தான் செய்யறோம். அந்த மூட்டைங்களை எங்களுக்கு விக்க முடியுமா?'' என்றான் வேலன்.

அடுத்தநாள் தங்கள் வண்டியிலும், நபியுல்லாவின் வண்டியிலும் அரிசி, பருப்பு, கோதுமை மூட்டைகளுடன் வேலன் தில்லிக் கோட்டையை நோக்கிப் புறப்பட்டான். அருகில் ஆண் உடையில் அமர்ந்திருந்த முத்தம்மா,

"என்ன வேலா, சென்னைப்பட்டினத்துக்கே திரும்பிட்ட மாதிரி இருக்கே'' என்றாள். "எதைத் தடுத்து நிறுத்தினாலும், இதைத் தடுத்து நிறுத்த மாட்டாங்க'' என்றான் வேலன். பின்னால் வந்த வண்டியில், அதை ஓட்டிக்கொண்டு வந்த லட்சுமணனிடம் புலம்பிக் கொண்டே வந்தாள் ஆணுடையிலிருந்த மெகருன்னிசா. "எவ்வளவு கஷ்டப்பட் டுத் தப்பிச்சு வந்தேன். திரும்பவும் அதே அரண்மனைக்குள்ள கூட்டிக்கிட்டுபோறீங்களே''.

"ஜெனானா வரைக்கும் போக, உனக்கு மட்டும் தானே வழிதெரியும். நீ பயப்படாதே, அப்படி உன்னைப் பிடிக்க யாரும் வந்தால் நாங்க தில்லிக் கோட்டையையே பிடிச்சிடுவோம்'' என்றான். சற்று சமாதானமடைந்த மெகருன்னிசா, தில்லித் தெருக்களை வியப்போடு வேடிக்கை பார்க்கத்தொடங்கினாள்.

"இங்கே தான் பொறந்து வளர்ந்தேன். ஆனால் கோட்டைக்கு வெளியே எட்டிக்கூடப் பார்த்ததில்லை'' என்றவள் திடீரென்று சிந்தனையில் ஆழ்ந்தாள்.

"என்ன பலமா யோசிக்கிறே'' என்றான் லட்சுமணன்.

"என்னை மாதிரித் தப்பிச்சுப்போன மத்த அரண்மனைப் பெண்களைப் பத்தி யோசிச்சேன். எனக்காச்சும் வீட்டுவேலை செய்யத் தெரியும். அந்த ராஜகுமாரிங்களுக்கெல்லாம் அலங்காரம் பண்ணிக்கிறதைத் தவிர வேற எதுவுமே தெரியாதே'' என்றாள்.

"கவலைப்படாதே, அலங்காரம் பண்ணத் தெரிஞ்சவங்களுக்கு ஏதாவது நாட்டிய விடுதியில வேலை கிடைச்சிருக்கும் '' என்றான் லட்சுமணன் அலட்சியமாக.

வண்டி கோட்டையின் வாயிலை அடைந்தது. வாயிலில் இருந்த சிப்பாய்கள் மிடுக்காக, "அனுமதிச்சீட்டு எங்கே'' என்றனர். வேலனும் மிடுக்காக, "சரக்கை இறக்கிட்டு தப்தர்ல வாங்கிக்கச் சொல்லியிருக்காரு சுலைமான் சேட்'' என்றான்.

“சுலைமான்சேட்டா? வண்டிக்குள்ள என்ன இருக்கு” என்றான் சிப்பாய்.

“அரிசி, பருப்பு, கோதுமை” என்றான் வேலன். காவலன் வேகமாக ஓடிச்சென்று தலைமைக் காவலனை அழைத்து வந்தான். “சுலைமான் சேட்டு எப்பவும் அனுமதிச் சீட்டு இல்லாம அனுப்பமாட்டாரே” என்றான் தலைமைக் காவலன். அவனது கண்களோ பசியோடு வண்டியைப்பார்த்தன. சற்று நேரத்தில் அங்கிருந்த அனைத்துச் சிப்பாய்களுமே பசிநிறைந்த கண்களோடு வண்டியைப் பரிதாபமாகப் பார்த்தனர்.

“சர்க்கார், மீர்சாகாலிப் சாகிப்தான் அவசரமா அனுப்பச் சொல்லிக் கேட்டாரு. ஒரு வண்டி சிப்பாய்ங்களுக்கு, இன்னொரு வண்டி ஜெனானாவுக்கு. தப்தர்ல போயி, அவருக்கிட்டே மறு நாளைக்கு அனுமதிச்சீட்டும், இதுக்கு ரசீதும் வாங்கிக்கச் சொன்னாரு”, என்றான் வேலன்.

அதற்குள் வண்டியைச் சுற்றிச் சிப்பாய்கள் கூட்டம் சேர்ந்து விட்டது. இனித் தாமதித்தால் உணவிற்காகக் கலகமே மூண்டுவிடும் என்று உணர்ந்த தலைமைக் காவலன் வண்டிகளைக் கோட்டைக்குள் அனுமதித்தான். வேலன் சென்ற வண்டியைத் தங்களுடன் அழைத்துச் சென்ற காவலர்கள், தாங்களே மூட்டைகளை இறக்கத் தொடங்கினர். ஒருபுறம் சிலர் விறகுக்கட்டைகளை எடுத்து அடுப்பு மூட்டத் தொடங்கி விட்டனர். வண்டியை மூலையில் விட்டுவிட்டு, “நாங்க தப்தருக்குப்போறோம்”, என்றான் வேலன். அவன் சொல்வதைக் கேட் பதற்குக்கூட யாரும் அக்கறை காட்டவில்லை. வேலன், முத்தம்மாவுடன் பாதுஷாவின் அலுவலக அறையைத் தேடி நடந்தான்.

ஜெனானாவிற்குச் சென்ற லட்சுமணனின் வண்டியால் அத்தனை சுலபமாக அதற்குள் நுழையமுடியவில்லை. வாசலிலேயே பெண் ஒருத்தி நீண்ட ஈட்டியுடன் வழியை மறித்தாள். ஒரு பெண் தன்னைத்தடுத்து நிறுத்தியது, லட்சுமணனுக்கு அவமானமாக இருந்தது. எதிரில் நிற்பது ஆண்களை விடச் சிறப்பாகச் சண்டைப்பயிற்சி பெற்ற காஷ்மீரத்து உருதுபேகி என்பது, பாவம் லட்சுமணனுக்குத் தெரியாது.

வண்டியிலிருந்தபடியே, “முட்டாள் பெண்ணே, வழியைவிட்டு ஓடு” என்று கத்தினான். அத்தோடு, தன் நெஞ்சருகே நீட்டப்பட்ட அவளது ஈட்டியைப் பிடுங்கித் தரையில் எறிந்தான். அடுத்த நொடி மின்னல் வேகத்தில் மாட்டு வண்டியின்மேல் பாய்ந்து ஏறி, லட்சுமணனை உதைத்து மண்ணில் தள்ளிய உருது பேகி, அதே

வேகத்தில் கீழே குதித்து, ஈட்டியை எடுத்து லட்சுமணன் நெஞ்சுக்கு நேரே உயர்த்தினாள். "தீதி, வேண்டாம், வேண்டாம்" என்று கத்தினாள் மெகருன்னிசா.

71

மெகருன்னிசாவின் கூச்சலைக் கேட்டு மேலும் இரண்டு உருது பேகிகள் ஓடிவந்தனர். தலைப்பாகை அவிழ்ந்திருந்த மெகருன்னிசாவை அவர்கள் உடனே அடையாளம் கண்டுகொண்டனர். மெகருன்னிசா உருது பேகிகளின் செல்லப் பெண்ணாக வளர்ந்தவளாயிற்றே. அவர்களிடம் சுருக்கமாகத் தன் கதையைக் கூறிமுடித்த மெகருன்னிசா, அவசரம் அவசரமாகத் தலைப்பாகையைக் கட்டிக் கொண்டாள். வண்டியில் உணவுப்பொருட்கள் இருக்கின்றன என்றதும், மற்ற உருது பேகிகளும் காரசாரமாக விவாதிக்கத் தொடங்கினர். உணவுப்பொருட்களை எங்கே இறக்குவது, உருதுபேகிகள் வாழும் குடியிருப்பிலா அல்லது ராணிமார்களின் கிடங்கிலா என்று விவாதம் நடப்பதாக மெகருன்னிசா லட்சுமணனிடம் கூறினாள். தங்களது பகுதிக்கு எடுத்துச் செல்வது என்று உருது பேகிகள் முடிவு செய்தனர். ஜனானா வாசலில் இறக்கி முதுகில் சுமந்து சென்றால் நீண்ட நேரம் பிடிக்கும். அதற்குள் அரசிகளுக்குத் தெரிந்துவிடும் என்பதால், வழக்கத்தை மீறி, லட்சுமணனை வண்டியுடன் உள்ளே அனுமதித்தனர். அவர்களது குடியிருப்பில் வண்டியை நிறுத்திவிட்டு, மூட்டைகளை இறக்கிப்போடச் சென்ற லட்சுமணன், வியப்போடு நின்றான். அங்கிருந்த பெண்களே அலட்சியமாகக் கனமான மூட்டைகளை இறக்கி உள்ளே கொண்டு சென்றனர். அதற்குள் ஜெனானாவின் மற்ற பகுதிகளுக்கு எப்படியோ தகவல் தெரிந்துவிட்டது. ராணிகளும், ராஜகுமாரிகளும் கையில் கூடைகளும், சிறிய கத்திகளுமாக ஓடி வந்தனர். மூட்டைகளைக் கத்திகளால் கிழித்து, கூடைகளில் உணவுப் பொருட்களை அள்ளிக்கொண்டு ஓடினர். உருது பேகிகளால் அவர்களைத் தடுக்கமுடியாததால் முடிந்தவரை விரைவாக மூட்டைகளைத் தூக்கிக் கொண்டு தங்கள் பகுதிக்கு ஓடினர். வேடிக்கை பார்த்துக் கொண்டிருந்த லட்சுமணன் கேட்டான், "யாரு இந்தக் காவல் தெய்வங்கள், பத்ரகாளிமாதிரி இருக்காளுங்க?"

"உருதுபேகிங்க, ராணிமார்களுக்கும், பாதுஷாவுக்கும் ஜெனானாவில இவங்கதான் பாதுகாப்பு. இவங்களுக்கு உபயோகிக்கத் தெரியாத ஆயுதமேயில்லை, ஈட்டி, கத்தி, வில், வாள் எல்லாத்திலயும் பயிற்சி எடுத்தவங்க" என்றாள் மெகருன்னிசா

“இவங்களும் ராஜவம்சம் தானா?” என்றான் லட்சுமணன்.

“இல்லை. “காஷ்மீர், ஆப்கானிஸ்தான் பக்கம் இருந்து வந்து வேலையில சேர்றாங்க. உடம்புல பலம் அதிகம்” என்றாள் மெகருன்னிசா. “அதைத்தான் பார்த்தேனே” என்று சொல்லிக்கொண்டே தன் அடிபட்ட இடுப்பைத் தடவிக் கொண்டான் இலட்சுமணன்.

மெகருன்னிசா உருதுபேகிகளிடம் சென்று தோட்டவேலைக்குப் புதிதாக ஆட்கள் யாரும் வந்தனரா என்று விசாரிக்கத் தொடங்கினாள். நெடுநாட்களாக அங்கு வேலைக்கு யாரும் வரவில்லை என்றனர் உருதுபேகிகள். அதற்குள், வண்டி காலியாகிவிட்டிருந்தது.

“அரிசி முன்னால அரசியாவது, ஆண்டியாவது” என்று முனகிக் கொண்டே வண்டியில் ஏறினான் லட்சுமணன். மெகருன்னிசாவும் தாவிஏறிக்கொண்டாள். இருவரும் கோட்டை வாசலுக்கு வந்து சேர்ந்தனர். வேலனும், முத்தம்மாவும் அதுவரை வராததால், வெளிச் சுவரருகே காத்திருந்தனர். இப்பொழுது காவல் சிப்பாய்கள் அவர்களை முன்புபோல் கோபமாகப் பார்க்கவில்லை. “பருப்பு சாதம் வேண்டுமா?”, என்று கேட்டு உபசரித்தனர். பணியில் இருந்தவர்களைத் தவிர மற்ற சிப்பாய்கள் சுவரோரம் உறங்கத்தொடங்கினர். இலட்சுமணனும் சுவரில் சாய்ந்து அமர்ந்தான். மெகருன்னிசா, வண்டி உள்ளளேயே மறைந்திருந்தாள். அவளது என்னமெல்லாம் அந்தக் கோட்டையை விட்டு எப்போது செல்வோம் என்பது தான்.

அப்துல் சமதைச் சந்திப்பதற்காக உள்ளே சென்ற வேலனும், முத்தம்மாவும் வழியெங்கும் சிப்பாய்களை எதிர்கொண்டனர். ஆனால் ஒரு சிப்பாய்கூட நின்றுகொண்டு காவல்பணி செய்யவில்லை. அனைவரும் ஆங்காங்கே சுவர்களில், தூண்களில் சாய்ந்துகொண்டு அரைத் தூக்கத்தில் இருந்தனர். “இதைத்தான் கடனுக்கு வேலை செய்யறதுன்னு சொல்லுவாங்களோ” என்றாள் முத்தம்மா. “சரியாச் சொன்னே, எத்தனை மாதம் சம்பளப் பாக்கியோ” என்றான் வேலன்.

“பலநாளாச் சாப்பாடே பாக்கி போலத் தெரியுது”, என்றாள் முத்தம்மா.

“எப்பிடியும் ராத்திரிக்காவது ஒரு ரொட்டி தந்துடுவாங்க”, என்று கண்களைத் திறக்காமலேயே முனகினான் உட்கார்ந்தபடியே உறங்கிக்கொண்டிருந்த காவலன் ஒருவன். மற்றபடி அவர்களை யாரும் தடுக்கவில்லை. இருவரும் அலுவலக அறைக்குச் சென்று

கதவைத் தட்டினர். உள்ளே ஏதோ எழுதிக்கொண்டிருந்த அப்துல் சமது விரைந்து வந்து கதவைத்திறந்தார். வேலனையும், முத்தம்மா வையும் அடையாளம் கண்டு கொண்ட அப்துல் சமது வியப்புடன், "என்ன தக்காணி மந்திரவாதிங்களா, அரண்மனையில திரும்பவும் வேலைக்குச் சேர்த்திட்டீங்களா, அதுவும் எனக்குத் தெரியாம?" என்றார். அரசுஅதிகாரிகளின், காலம்காலமாக எழுதப்படாத விதியை அறிந்தவனான வேலன், ஒரு தங்கக் காசை எடுத்து அப்துல்சமதுவின் கையில் வைத்துவிட்டு, "உங்களால எங்களுக்கு ஒரு வேலையாகணும்" என்றான். "உங்களுக்கு இல்லாத உதவியா" என்று சொல்லிக்கொண்டே அவர்களைத் தன் அறையின் உள்ளே அழைத்துச் சென்றார் அப்துல்சமது.

உள்ளே அவர் எழுதிக்கொண்டிருந்த, பாதியில் நிறுத்தி வைத்திருந்த, புத்தகத்தின் பக்கத்தைப் பார்த்தான் வேலன். வேலனுக்கு ஓரளவு உருது பேசத்தெரியும். ஆனால் படிக்கத் தெரியாது. ஆயினும் இடைவெளிவிட்டு அவர் எழுதி இருந்த அழகைப் பார்த்து, "கவிதை எழுதிக்கிட்டிருக்கீங்களா சமதுசாகிப்" என்றான் வேலன். "ஆமாம், ஆனால், நான் ஒரு கவிஞன்னு இன்னும் இந்த உலகத்துக்குத் தெரியாது. என் பாதுஷாவே பெரிய கவிஞர்தான். அவரு கவிதைகளைப்படி எடுத்து வைக்கறதுதான்" என் முக்கியமான வேலை" என்றார் அப்துல் சமது.

"பாதுஷா ஒரு கவிஞர்னு ஏன் வெளியே தெரியலை" என்றாள் முத்தம்மா. "பாதுஷா, அல்டாப்புங்கற புனைபெயருல எழுதறாரு. அதினாலதான் வெளியே தெரியலை" என்றான் வேலன். "ஆனால், அது உனக்குத் தெரிஞ்சிருக்கிறது தான் அதிசயம்" என்றார் சமது.

"சிராஜ்கான் ஞாபகம் இருக்கா? அவருக்குக் கவிதைகள் ரொம்பப் பிடிக்கும். அவரு சொல்லித்தான் பாதுஷா ஒரு கவிஞர்னு எனக்குத் தெரியும்", என்றான் வேலன். "சமது சாகிப், பாதுஷாவோட கவிதைகள் ரெண்டைத் தேர்ந்தெடுத்து எங்களுக்கு இந்தியில எழுதித் தரமுடியுமா" என்று கேட்டாள் முத்தம்மா.

"அதைவிட மகிழ்ச்சியான விஷயம் வேறென்ன இருக்கு? இதைக் கேட்கத்தானா என்னைத் தேடி வந்தீங்க" என்றார் சமது.

"இல்லை சமது சாகிப். மணீந்தர்சிங்குன்னு ஒருத்தன், நடுத்தர வயசு. குலாம் காதிர் ரோகில்லா படையில இருந்து கைதியாகி இங்கே, சிறையில இருந்தான். அவனை ஒருவேளை சலீம்கா சிறைக்கு வேலையாளா அனுப்பிவச்சிருப்பாங்களோன்னு ஒரு யூகம். அவன் எங்களுக்கு ரொம்ப வேண்டியவன். அவன் சலீம்கால இருக்கானான்னு கண்டுபிடிச்சு மீட்கணும்" என்றான்

வேலன். பின் அவனே தொடர்ந்து, "மீர்சாகாலீப் மூலமாக் கண்டுபிடிக்கலாம்னு சொன்னாங்க. அவரைச் சந்திக்க நீங்க உதவி செய்யணும்" என்றான். சிறிய புன்னகையுடன் அப்துல்சமது, "அந்தத் திமிர் பிடிச்சவன் என்னையே மதிக்கமாட்டான். அப்பிடி என்னால முடியாத எதை அவன் செஞ்சிடுவான்" என்றவர். தொடர்ந்து, "நீங்க கேட்கிற தகவலை மீர்சா கலீப் அறையில தேடிக்கண்டுபிடிச்சு வைக்கிறேன். அவன் ஆக்ரா போயிட்டான். பிரச்சனை ஒண்ணும் இல்லை. அவன் இருந்திருந்தா என்னைவிட அதிகப் பணம் தான் கேட்டிருப்பான்" என்றார்.

மறுநாள் கோட்டைக்குள் வருவதற்கு அனுமதிச்சீட்டும் பாதுஷாவின் இரண்டு கவிதைகளை இந்தியில் எழுதிவாங்கிக்கொண்டும் முத்தம்மாவும் வேலனும் புறப்பட்டனர்.

"கண்டிப்பாத் தகவல் கிடைக்குமா?" என்றாள் முத்தம்மா.

"நிச்சயம் கிடைக்கும், மொகல் நிர்வாகத்தில எல்லா விஷயங்களையுமே ஆவணப்படுத்தறது கட்டாயம்" என்றார் சமது. "ஆமா, அதினாலதான் அவங்க ஆட்சியையே காகித அரசாங்கம், காகஸ்ராஜ்",னு வேடிக்கையாச் சொல்லுவாங்க" என்றான் வேலன்.

இருவரும் புறப்பட்டு வெளியே வந்து லட்சுமணனையும், மெகருன்னிசாவையும் கண்டுபிடித்தனர். இரண்டு வண்டிகளும் பாலம் பகுதியை நோக்கி நகர்ந்தன.

மறுநாள் ஒரே ஒரு வண்டியில் உணவுப்பொருட்களுடன் வேலனும் முத்தம்மாவும் மட்டும் கோட்டைக்குச் சென்றனர். இம்முறை வேறொரு கிடங்கில் மூட்டைகளை இறக்கத் தலைமைக் காவலாளி ஏற்பாடு செய்தான். வண்டியை அங்கேயே விட்டுவிட்டு, தப்தரில் ரசீது வாங்கி வருவதாகக் கூறி, வேலனும் முத்தம்மாவும் அப்துல் சமதுவிடம் வந்து சேர்ந்தனர். அவரது அறைக்குள் சென்றதும் கை நிறைய வெள்ளிக் காசுகளை எடுத்து அவரது மேஜையில் வைத்தாள் முத்தம்மா. கண்ணிமைக்கும் நேரத்திற்குள் அவற்றை எடுத்துத் தன் சட்டைப்பைக்குள் வைத்துக் கொண்ட சமது,

"நீங்க தேடற மணீந்தர்சிங்குங்கற பேர்ல ஒருத்தன், சலீம்கால இருந்தது உண்மை தான்" என்றார். வேலன் பதற்றமடைந்தான். இப்போ இல்லையா?" என்றான். "ஆமா, இப்போ மணீந்தர் சலீம்கர்ல இல்லை. அரண்மனைச் செலவைக் குறைக்கிறதுக்காக, அவனையும், வேற சில போர்க் கைதிகளையும் பேகம் சாம்ருக்கிட்ட அனுப்பிச்சிட்டாரு மீர்சா காலீப்" என்றார் அப்துல் சமது.

“பேகம் சாம்ரு அவனை விடுவிக்க முடியுமா?” என்றாள் முத்தம்மா.

“மாட்டாங்க, சட்டப்படி அவன் இன்னும் பாதுஷாவோட கைதிதான். பாதுஷா அனுமதி கொடுத்தாத்தான் பேகம் விடுவிப்பாங்க” என்றார் சமது. பின்பு, “நான் பாதுஷாக்கிட்ட சொல்லிப் பார்க்கறேன். பாதுஷா நல்ல மனநிலையில இருக்கறப்போ, நீங்கள் அவரைப் பார்த்துக் கெஞ்சினா, ஒரு வேளை அனுமதிச்சீட்டுத் தரலாம்” என்றார்.

“பாதுஷா எப்போ நல்ல மனசோட இருப்பார்?” என்றாள் முத்தம்மா.

“இப்போத்தான். இன்னைக்குக் காலையில என்னைக் கூப்பிட்டு, இன்னைக்குத் தர்பார்ல எத்தனை பேரு அவரைச் சந்திக்க விண்ணப்பம் போட்டிருக்காங்கன்னு, ஏதோ, பழைய ஞாபகத்தில கேட்டார். நான் உங்க பேரைச் சொல்லி வச்சிருக்கேன்” என்றவர் பாதுஷாவின் அறைக்குள் சென்றார். நெடுநேரமாகியும் வெளியே வரவில்லை. பொறுமையிழந்து முத்தம்மாவும் வேலனும் தலையை நீட்டிப் பார்த்தனர். உள்ளே பாதுஷா ஏதோ கவிதை சொல்ல, அப்துல் சமது அதைக் கேட்டு எழுதிக் கொண்டிருந்தார்.

“பாதுஷா நல்ல மனநிலையிலதான் இருக்கார்” என்றாள் முத்தம்மா.

சற்றுநேரத்தில் வெளியேவந்த சமது, “வாங்க, உள்ளேபோகலாம், இனி உங்க பேச்சுச் சாமர்த்தியத்தில தான் இருக்கு” என்றார்.

“அதையெல்லாம் நான் பார்த்துக்கிறேன். நான் ஒரு வியாபாரி”, என்றான் வேலன்.

இருவரையும் அழைத்துக்கொண்டு சமது, பாதுஷாவின் அறைக்குள் சென்றார். சுமார் இருபத்து மூன்று வருடங்களுக்கு முன்பு பாதுஷாவைத் தூரத்தில் இருந்து பார்த்திருக்கிறான் வேலன். இப்பொழுதுதான் அருகில் சென்று பார்த்தான். கண்கள் குருடான பாதுஷாவால் இவர்களைப் பார்க்க முடியாத நிலையில், ஹுக்காவுடன் அமர்ந்திருந்த பாதுஷாவின் உடலில் வயது மூப்பு நன்றாகப் படர்ந்திருந்தது. ஆனால் முகத்தில் மட்டும் கவலையின் ரேகைகள் எதுவும் படியவில்லை. ஒரு முனிவர் போலவே அமர்ந்திருந்தார்.

“பாதுஷாவுக்கு சலாம்” என்று சொல்லிக் கொண்டே சமதுவைப் பின்தொடர்ந்து பாதுஷா அருகே சென்றனர் வேலனும் முத்தம்மாவும்.

"உன் பேரு வேலன். பேரும் உச்சரிப்பும் தெற்குப்பகுதி மாதிரி இருக்கே, ஹைதராபாத்தில இருந்து வர்றீங்களா?" என்றார் பாதுஷா.

"இல்லை பாதுஷா, இன்னும் தெற்கே. சென்னைப்பட்டிணம்" என்றான் வேலன். "ஓ, மதராசா, சீக்கியக் கைதியை விடுவிக்கணும்னு கோரிக்கை வச்சிருக்கே, சீக்கியர் மேல மதராசிக்கு என்ன அக்கறை?" என்று கேட்டார் ஷாஆலம். வேலன் எப்படிச் சமாளிக்கப் போகிறான் என்று முத்தம்மா பயந்தே போனாள்.

"மணீந்தர்சிங்கோட அண்ணன், என்கிட்ட வேலை செய்யறான். அவனுக்காகத் தான்..." என்று இழுத்தான் வேலன். பாதுஷா கடகட வென்று சிரித்தார்.

"நீ மட்டும் இல்லை. இந்தியாவில எல்லோருமே என்னை ஒரு முட்டாள் கோழைன்னுதான் நினைக்கறாங்க. ஒரு வேலைக்காரனுக்காக தெற்கு மூலையில இருந்து தில்லிக்கு நீ அலையறதா என்னை நம்பச் சொல்றியா" என்றார் சிரிப்புக் குறையாமல்.

"இந்தக் கோட்டையில உங்களைக்கொல்ல எதிரிகள் சதி செஞ் சப்போ, சாகசமாத் தப்பிச்சுப் போன இளவரசர் நீங்க. பிரெஞ்சுக் காரங்களோட சேர்ந்து இங்கிலீஷ் கம்பெனியை எதிர்த்த மாவீரர். சீக்கியரையும், ஜாட்டுக்களையும் தோற்கடிச்சவர். ஒருநாளும் உங்களைக் கோழைன்னு நினைக்க மாட்டேன்" என்றான் வேலன்.

"நன்றி, நன்றி வேலன். ஆனால் அந்தப் பெருமை எல்லாம் என் தளபதி நஜாப்கானுக்குத் தான் சொந்தம். அவன் கட்டிவச்ச படையை, சபிதாகான் பேச்சைக் கேட்டுப் பாழாக்கின பெருமைமட்டும் தான் எனக்குச் சொந்தம். அலகாபாத் ஒப்பந்தத்தில கையெழுத்துப் போட்ட முட்டாள் நான்தானே" என்றார் பாதுஷா விடாமல்.

"அந்தப்புரத்தில, அதுவும் சலாதீன்ல, வளர்ற ராஜவாரிசுகள், எதுக்கும் லாயக்கில்லாதவங்களா இருப்பாங்க. ஆனால் நீங்க, பலமொழியில பாட்டெழுதுற கவிஞர். அலகாபாத் ஒப்பந்தத்தில கையெழுத்து நீங்க போடாட்டியும், உங்க கையெழுத்தைப் போலியாப் போட்டிருப்பார் ராபர்ட் கிளைவ்" என்றான் வேலன்.

"நான் நினைச்சதை விட அதிகம் தெரிஞ்சு வச்சுருக்கே. அது போகட்டும், நான் கவிஞுன்னு உனக்கு எப்படித் தெரியும். அப்துல் சமது சொன்னானா" என்றார். திடீரென்று முத்தம்மா பாரசீக மொழியில் பாடத் தொடங்கினாள். உண்மையில், முதல் நாள் அப்துல் சமது இந்தியில் எழுதிக் கொடுத்ததைத் தான் பார்த்துப் படித்தாள்.

“நான் இந்தக் கோட்டில் நிற்கிறேன்,

ஓரடி கூட முன் செல்லவோ, பின் செல்லவோ முடியாமல்,

எத்தனை யுகங்களாய் இதன்மேல் நிற்கிறேன்? எனக்கே தெரியாது.

இனி ஒரு நாள் கூட என்னால் இக்கோட்டில் நிற்க முடியாது

என் மூளை குழம்பிவிடும். அதன் வெண்மைகள் கருமையாகி விடும்

மனிதர்கள் வாழ்வில் உயர்வதையும், தாழ்வதையும்

வேடிக்கை பார்த்துக்கொண்டு

நான் இந்தக் கோட்டில் தான் நிற்கிறேன்.

உங்களது பொய்களால் எனது கண்கள் குருடாகிவிட்டதால்

நான் இன்னும் இந்தக் கோட்டில் தான் நிற்கிறேன்.”

“சபாஷ், நன்றாகப் பாடுகிறாய்” என்று கைதட்டிய பாதுஷா, “வேலன் எனது கவிதையை இத்தனை அழகாய்ப் பாடியது யார்? பெண் குரல் போலிருக்கிறதே?” என்றார்.

“என் மனைவி தான் பாதுஷா. தில்லி வந்ததிலிருந்து உங்களது கவிதைகளை விரும்பிப் படிக்கிறாள்” என்றான் வேலன்.

“உண்மையாகவா, எங்கே இன்னொரு கவிதையைப் பாடிக் காட்டு” என்றார் பாதுஷா. நல்ல வேளையாக இன்னொரு கவிதையும் முத்தம்மா தயாராக வைத்திருந்தாள்.

முத்தம்மாவின கம்பீரமான குரல் மீண்டும் ஒலித்தது.

“இந்த வாழ்க்கையில் நான் யார் தெரியுமா?

என் பக்கங்களை எவரேனும் படிப்பார்களா என்று ஏங்கி

மாடத்தில் காத்திருக்கும் ஒரு புத்தகம்

அன்று ஒருவர் சொன்னார். துணிச்சலாகக் குதி,

கடவுள் அருளால் பறக்க முடியும் என்று நம்பு

நம்பி ஒரு நாள்; நானும் குதித்துவிட்டேன்

வீழ்கிறேன், வீழ்கிறேன், வீழ்ந்து கொண்டே இருக்கிறேன்

மரணமாவது ஒரு நாள்

என்னைத் தாங்கிப் பிடிக்கும் என்ற நம்பிக்கையுடன்.

தூக்கத்திலும் கொடுங்கனவுகளால் துள்ளிக் குதிக்கிறேன்

பார்வையை வேறெங்காவது திருப்பிவிட முயல்கிறேன்

ஆனால் அழுவதைத்தவிர வேறெதுவும் செய்ய முடியவில்லை

அனைவருக்கும் உண்டு, அவரவர் துயர மூட்டை

எத்தனை பெரியது தெரியுமா? எனது துயர மூட்டை

மறுநாளைக் கூடக் கண்ணில் காணாவிடாத பிரம்மாண்டம், எனவே என் வாழ்வை, நொடிக்கு நொடியாக வாழ்கிறேன்."

பார்வையற்ற பாதுஷாவின் கண்களிலும் கண்ணீர் வழிந்தது. முத்தம்மாவுக்கும் வேலனுக்கும், கூட மனதைப் பிசைந்தது.

"உண்மை தான் பாதுஷா. இத்தனை கஷ்டத்தையும் அவமானத்தையும் அனுபவிச்சவர் உலகத்திலேயே நீங்க ஒருத்தா தான்" என்றான் வேலன்.

"அப்துல்சமது" என்று கம்பீரமாக அழைத்த பாதுஷா.

"இவங்க கேட்ட மாதிரி மணீந்தரை விடுதலை செஞ்சு இவங்ககிட்ட ஒப்படைக்கச் சொல்லி என் மகள் சாம்ருவுக்கு ஒரு கடிதம் எழுது" என்று உத்தரவிட்டார். பின்பு, "இன்று எனது பக்கங்கள் படிக்கப் பட்டுவிட்டன, நான் சிறிதுநேரம் சந்தோஷமாக இருக்க விரும்புகிறேன்" என்று சொல்லி விட்டு எதையோ தேடத்தொடங்கினார். வேலன் தன் பணப்பையை எடுத்து பாதுஷா முன்பு வைத்தான்.

"பாதுஷா... உங்களுக்கு எங்களால் முடிந்த பேஷ்குஷ்" என்றான். பாதுஷா தேடுவதை நிறுத்திவிட்டுத் திரும்பி "எவ்வளவு கொண்டு வந்திருக்கிறாய்" என்றார்.

"பத்தாயிரம் ருபாய்" என்றான் வேலன்.

"நன்றி, ஆனால் நான் பணத்தை தொடுவதில்லை", என்றவர், "அப்துல் சமது, இவருக்கு அரண்மனை நடைமுறைகளைப் புரிய வையுங்கள்", சொல்லிவிட்டு மீண்டும் தேடத் தொடங்கினார். அப்துல் சமது வேலனையும், முத்தம்மாவையும் ஜாடை காட்டித் தன் அறைக்கு மீண்டும் கூட்டி வந்தார்.

"பணத்தை என்கிட்ட குடுங்க" என்றார்.

"அது தான் பாதுஷா பணத்தைக் கையாலயே தொடமாட்டேன்னுட்டாருல்ல" என்றாள் முத்தம்மா. "அதுதான் அரண்மனை நடைமுறை. பெரிய மனுஷங்க பணத்தைத் தொடமாட்டாங்க. அதிகாரிகள்தான் வாங்கித் தரணும். ஆனால் கணக்கில ஒரு செப்புக் காசு கொறைஞ்சாலும் எங்க ரெண்டு கண்ணையும் தோண்டிடுவாங்க" என்றார். அதற்குமேல் பேசாமல், வேலன் பணத்தைக் கொடுத்து விட்டான். "நீங்க வர்றதுக்கு முன்னாலயே நான் பேகம் சாம்ருவுக்கு கடிதம் தயார் பண்ணி வச்சிட்டேன்.

கூடவே இதையும் தயார் பண்ணி வச்சிட்டேன்'', என்று இன்னொரு காகிதத்தில் எழுதி இருந்ததைக் காட்டினார்.

“என்ன இது?'' என்றான் வேலன்.

உங்களுக்குப் பாதுஷா தர்ற பட்டம், படிக்கறேன் கேளுங்க, “சம்சுத் உத்தௌலா அஷ்கார் உல்முல்க் வேலன் பகதூர் பத்தே ஜங்''. இதுக்கு நீங்க பெரிசா பணம் தர வேண்டாம். நான் வேலை மறந்து போயிடக்கூடாதேன்னு எழுதிப் பழகினது தான் இது. படி எடுத்த கூலி மட்டும் குடுத்தாப் போதும்'', என்றார். வேலன் மேலும் ஒரு தங்க நாணயத்தை அவர் கையில் வைத்தான். அப்துல் சமது மகிழ்ச்சியோடு அவர்களை மீண்டும் அழைத்துக் கொண்டு பாதுஷாவிடம் போனார். உள்ளே பாதுஷா ஒரு சிறிய, அழகான மரப்பெட்டிக்குள் எதையோ தடவிக்கொண்டிருந்தார். அப்துல்சமது அவரிடம் கையெழுத்துக் கேட்டார். பாதுஷாவும் கண் தெரியாத நிலையிலும்கூட இரண்டிலும் அழகாகக் கையெழுத்திட்டார். புறப்படும் பொழுது வேலன் பாதுஷாவிடம் கேட்டான்,

“பாதுஷா அவர்களே, எனக்கு ஒரு சந்தேகம். அதை உங்களைப் போன்ற ஒரு அறிஞரால் தான் தீர்த்து வைக்க முடியும். கேட்க லாமா'' என்றான்.

“அல்லாவின் அருளால் எனக்குத் தெரிந்ததைச் சொல்கிறேன் கேள்'' என்றார் பாதுஷா.

“மனிதர்களைச் சித்திரவதை செய்வதில் அரச குடும்பத்தினருக்கு ஏன் இத்தனை வெறி'' என்றான் வேலன்.

“மனிதர்கள் அனுபவிக்கும் சந்தோஷங்கள் என்னென்ன? பணம், அதிகாரம், மது, மாது. இது அத்தனையும் அரச குடும்பத்தில் பிறந்தவர்களுக்குத் திகட்டும் அளவிற்குக் கிடைத்து விடுகிறது. பின்பு எஞ்சியிருக்கும் ஒரே இன்பம் எதிரிகள் வலிதாங்காமல் துடிக்கும் கதறல்தான்'' என்றார் பாதுஷா சர்வ சாதாரணமாக.

பாதுஷாவிற்கு நன்றி சொல்லிவிட்டு வெளியே வந்த வேலன், அப்துல் சமதுவிடம் கேட்டான், “பாதுஷா துளாவிக் கொண்டிருந்த மரப்பெட்டிக்குள் என்ன இருக்கிறது''.

“ஓ... அதுவா? மீர்சா காலிப் மகாத்ஜியிடமிருந்து வாங்கி வந்த நினைவுப் பரிசு'' என்றார் சமது. மகாத்ஜி சிந்தியா முகாமில், மீர்சாகலிப் கையில் அந்தப் பெட்டியைப்பார்த்தது வேலனுக்கு நினைவிற்கு வந்தது. அப்துல் சமது தொடர்ந்தார், “அந்தப் பெட்டிக்குள் இருப்பவை குலாம் காதரின் விழிகள், காதுகள், மூக்கு''.

72

“**சா**ர்தானா போக எத்தனை நாள் ஆகும்?”, என்று நபியுல்லாவிடம் கேட்டான் வேலன். “ரெண்டு நாள்ல போயிடலாம். மீரட்பக்கத்தில தான் இருக்கு. இங்கேயிருந்து ஐம்பது, அறுபது மைல் இருக்கும். கூட ஒரு பத்து மைல் போனீங்கன்னா மீரட்டே வந்திடும்” என்றார் நபியுல்லா. “நானும், சிராஜ்கானும், ஜஸ்வந்தும் மட்டும் போறோம்” என்றான் வேலன்.

“அது தான் முடியாது. நான் சாம்ரு பேகத்தைப் பார்த்தாகனும்” என்றாள் முத்தம்மா.

“பேகம் பணக்கார கிறிஸ்தவ விதவைன்னு தெரிஞ்சதில இருந்து நம்ம மூணு துரைங்களும் அவங்களப் பார்க்கற கனவில இருக் காங்க” என்றான் இலட்சுமணன் சிரித்துக் கொண்டே.

“சிராஜ்கான் காதில் விழுந்தால் மூணுபேரு உயிருக்குமே ஆபத்து. அவருக்குள்ளையும் ஒரு காதல் கதை இருக்கு” என்றாள் முத்தம்மா. நல்லவேளையாக அப்போது உள்ளே நுழைந்த சிராஜ்கான் காதுகளில் அது விழவில்லை. “நாம எல்லோருமே புறப்படலாம், நபியுல்லாவுக்கு இனியும் தொல்லை தரவேண்டாம்” என்றார் அவர். நபியுல்லா மெகருன்னிசாவிடம், “நீ மட்டும் இங்கேயே இருந்திடேன்” என்றார் அன்பாக. “தீதி எங்கே போனாலும் நானும் பின்னாலேயே போவேன்” என்றாள் சுதந்திரக் காற்றை சுவாசிக்கத் தொடங்கியிருந்த மெகருன்னிசா. “பேகம் சாம்ரு ஏன் மதம் மாறினாங்க” என்றான் டேவிட். “போற வழியில சொல்றேன்” என்றார் சிராஜ்.

மாட்டு வண்டியும், குதிரைகளும் சார்தானா நோக்கிப் பயணத்தைத் தொடங்கின. வாக்களித்தபடி, வழியில் பேகம் சாம்ருவைப் பற்றி சிராஜ்கான் மேலும் விவரம் கூறினார்.

“ஐரோப்பியச் சிப்பாய்ங்க மாதிரி, இசுலாமியப் படைக்குப் பயிற்சி கொடுக்கிறதுக்காக, தில்லி தலைமைத் தளபதி மீர்சா நஜாப் தான் நோபிலிஸை, அதாவது சாம்ரேயை வேலையில சேர்த்தாரு. அவனைக் கல்யாணம் பண்ணிக்கிட்டு வந்த பேகம் சாம்ரு, ஷா ஆலம் குடும்பத்துக்கு ரொம்ப நெருக்கமாயிட்டாங்க. பேகம், ஷா ஆலத்தை, அப்பான்னு கூப்பிடற அளவுக்கு நெருக்கம். அப்போ சாம்ரேக்கு பரிசாக் கெடைச்சது தான் சார்தானா. சாம்ரே இறந்த பின்னால அவரோட ஐரோப்பியப் படையெல்லாம் சேர்ந்து, நீங்க தான் தலைமை தாங்கணும்னு பேகத்துக்கிட்ட கெஞ்சினாதால, ஐரோப்பியர் படைக்கும் தளபதி

ஆனாங்க. ஷா ஆலம் உத்திரவால, சார்தானாவுக்கும் ராணி ஆனாங்க" என்றார் சிராஜ்.

"அவங்க பேரு எப்பிடி மாறுச்சு" என்று கேட்டாள் மெகருன்னிசா.

"காஷ்மீர்ல அவங்க பேரு பர்சானா ஜெப் உன்னிசா. கல்யாணத் தப்போ, கிறிஸ்துவ மதத்துக்கு மாத்தி அவங்க கணவன் நோபிலிஸ் வச்ச பேரு ஜோயன்னா", என்றார்.

"ஓ... எங்க பிரெஞ்சு வீராங்கனை, ஜோன் ஆப் ஆர்க், பேரைத் தான் வச்சிருக்காங்க. ரொம்பப் பொருத்தமான பேரு" என்றான் சார்லஸ்.

"ஆனால் மக்கள் கூப்பிடறதென்னவோ, "பேகம் சாம்ரு",தான் என்றார் சிராஜ்.

மறுநாள் சார்தானாவிலிருந்து சுமார் நாற்பதுமைல் தூரத்தில் முகாமிட்டனர். அருகிலிருந்த கிராமத்து மக்கள் இவர்களுக்குத் தடபுடலாக விருந்து வைத்து உபசரித்தனர். அதற்கான காரணம் மறு நாள்தான் தெரிந்தது. கிராமத்து முக்கியா தலைமையில் ஒரு குழு அவர்களோடு சார்தானா வரவிரும்பியது. அவர்கள் சொன்ன காரணம் அதைவிட வியப்பளித்தது. தங்களது ஊரையும் சார்தானாவோடு இணைத்துக் கொள்ளுமாறு கேட்கப் போகிறோம், என்றனர். அதற்கு அவர்கள் கூறிய காரணமும் நியாயமானதாகத் தானிருந்தது. அவர்கள் கிராமம் தில்லியின்கீழ் இருந்தாலும், சீக்கியர், ஜாட்டுக்கள், மராத்தியா படைகள் மாறிமாறி வந்து வரி வசூலித்தன. "சார்தானாவோடு இணைந்துவிட்டால், பிறகு அந்தக் கிராமத்தைத் தாக்க எந்தப் படைக்கும் துணிச்சல் வராது. அது மட்டும் இல்லை. பேகம், அதிகாரிங்க மூலமா நேரடியா வரிவசூல் பண்றாங்க. இடை யில ஜமீந்தாருங்களை வச்சுக்க மாட்டாங்க. அதனால வரி அதிகம் இருக்காது. வரியிலயும் பாதிக்குமேல கிராமத்தோட வசதிகளை மேம்படுத்தறதுக்கே செலவுபண்ணிடுவாங்க" என்றார் முக்கியா. அந்த வியப்பு, ஒரு கிராமத்தோடு நிற்கவில்லை. அடுத்தடுத்து பல கிராமத்தினர் இதே காரணத்திற்காக வேலன் குழுவினருடன் இணைந்தனர். சார்தானா எல்லை சேருவதற்குள் சுமார் ஐம்பதுபேர் அவ்வாறு திரண்டு உடன் வந்தனர். சார்தானா எல்லைக்குள் நுழைந்ததும்தான் கிராம மக்களின் திட்டம் புத்திசாலித்தனமானது என்பதை வேலன் குழுவினர் உணர்ந்தனர். சார்தானா எல்லைக்குள் இருந்த அத்தனை கிராமங்களிலும், எரிகுளங்கள் நிரம்பி வயல்கள் வளம் கொழித்தன.

"பேசாம பேகத்தை தில்லிக்கே பாதுஷா ஆக்கிட்டா,

இந்துஸ்தானமே இப்படிப் பச்சை பசேல்னு ஆயிடுமே" என்றாள் மெகருன்னிசா.

சார்தானா எல்லையை நெருங்கும் பொழுதே, ஐரோப்பியர்களும், ஜாட் சிப்பாய்களும் கலந்த துப்பாக்கி ஏந்திய சிறிய படைப்பிரிவு அவர்களைத் தடுத்து நிறுத்தி விசாரித்தது. பின்பு ஒரு அகன்ற மரத்தடியில் அவர்களைத் தங்க வைத்தது. சிறிது நேரத்தில் அனைவருக்கும் உணவும், குடிநீரும் வழங்கப்பட்டன. நண்பகல், தூரத்தில் ஒரு ஐரோப்பியன் குதிரையில் வருவது தெரிந்தது. சார்தானா வீரர்களிடையே, "ஜகாசி சாப், ஜகாசி சாப்" என்று முணுமுணுப்பு எழுந்தது. ஜகாசிசாப் என்று அழைக்கப்பட்ட படைத்தலைவனின் குதிரை அருகில் வந்ததும் பீட்டர் முணுமுணுத்தான்,

"இவன் நிச்சயமா ஒரு ஐரிஸ்காரன்".

அருகில் நின்ற சிராஜ்கான் "அது உண்மைதான்" என்று தலையாட்டினார். "இவன் பேரு ஜியார்ஜ் தாமஸ். அதைத்தான் சிப்பாய்ங்க. ஜகாசி சாப்புன்னு சொல்றாங்க. பேகத்துக்கிட்டச் சேர்ந்து கொஞ்சநாள்தான் ஆகுது. ஆனால் அதுக்குள்ள பேகத்துக்கு வலது கை ஆயிட்டான். தில்லியில குலாம்காதிர் படைகளை வெரட்டினவன் இவன்தான்" என்று, ஜியார்ஜ் அருகில் வருவதற்குள் சொல்லி முடித்தார் சிராஜ்கான்.

"இதை அவரு பெருமையாகச் சொல்றாரா, சோகமாச் சொல்றாரா?" என்று வேலன் காதில் முணுமுணுத்தாள் முத்தம்மா.

"பேகத்தோட கடைக்கண் பார்வைக்குக் காத்திருக்கவங்க வரிசை நீண்டுக்கிட்டே போகுது. குலாம்காதிர் கூடத் தூது அனுப்பிச்சானாம்" என்றான் வேலன். "பேகத்துக்கிட்ட இருக்ற பணம் அவன் கண்ணை உறுத்தியிருக்கும்", என்றார் சிராஜ்.

அதற்குள் அருகில் வந்துவிட்ட ஜியார்ஜ் தாமஸ், குதிரையிலிருந்து இறங்கினான். அத்தனை பெரிய கூட்டத்தைக் கண்டு அவன் வியப் படையவில்லை. அது தினமும் நடக்கும் ஒன்றுதான் என்பதைப் போல் அலட்சியமாக "என்ன விஷயமா வந்திருக்கீங்க" என்றான். ஊர்த்தலைவர்கள் முண்டியடித்துக் கொண்டு,

"ஜகாசி சாப், எங்க கிராமத்தையும் சார்தானாவோட சேர்த்துக்கணும்" என்றனர். "சரி, அதை பேகத்துக்கிட்ட, நேரே கேளுங்க" என்றவன். தனியே நின்ற வேலன் குழுவினரிடம் வந்தான். ஐரோப்பியர், தென்னிந்தியர் வடஇந்தியர் அடங்கிய குழு அவனுக்குக் குழப்பதை ஏற்படுத்தியது, "என்ன விஷயமா

வந்திருக்கீங்க" என்றான் சற்று அதட்டலாக. "அதைப் பேகத்துக்கிட்ட மட்டும்தான் சொல்ல முடியும்" என்றார் சிராஜ்கான். "இங்கே எனக்குத் தெரியாத ரகசியம் எதுவும் இல்லை. என்கிட்ட சொல்ல மறுத்தா, நீங்க பேகத்தைப் பார்க்க நான் அனுமதிக்க மாட்டேன்" என்றான் தாமஸ்.

"எத்தனை வருஷமா பேகத்தை உனக்குத் தெரியும்?" என்றார் சிராஜ்.

"ரெண்டு வருஷமா" என்றான் தாமஸ் பெருமையாக.

"எனக்கு இருபத்தியஞ்சு வருஷமாத்தெரியும். போய் சிராஜ்கான் வந்திருக்கேன்னு சொல்லு போதும்" என்றார் கோபமாக. "அப்போ உங்களுக்குப் பேகத்தோட இறந்துபோன கணவரையும் தெரிஞ்சிருக்குமே" என்றான் தாமஸ் உற்சாகமாக. "ஆமா வால்ட்டரும், நானும் வங்காளத்திலயும், தில்லியிலயும் ஒண்ணா வேலை செஞ்சிருக்கோம்" என்றார் சிராஜ் பெருமையாக. தாமசைப் பகைத்துக் கொள்ள வேண்டாமென்று நினைத்த வேலன், ஆங்கிலத்தில்,

"மிஸ்டர் தாமஸ், உங்களுக்குத் தெரியக் கூடாத ரகசியம் ஒண்ணும் இல்லை. இந்தக் கடிதத்தைப் படிங்க புரியும்" என்று சொல்லிவிட்டு, பாதுஷா கொடுத்திருந்த கடிதத்தை தாமசிடம் நீட்டினான். விரைவாக அதைப் பிரித்துப் பார்த்துவிட்டுத், தனக்குள் ஏதோ முனகியவாறே கடிதத்துடன் குதிரையில் ஏறினான் தாமஸ்.

"இந்நேரம் தர்பார் தொடங்கியிருக்கும். வாங்க போகலாம்" என்றான். அவன் சென்ற திசையில் அனைவரும் நடந்தனர்.

அரண்மனைக் கொலுமண்டபத்தில் கம்பீரமாக வீற்றிருந்தார் பேகம் சாம்ரு. நாற்பது வயதிலும் அழகு கண்ணைப் பறித்தது. கவனமாக அலங்காரமும் செய்திருந்தார். அன்று அவருக்கு அருகே பேகம் போன்றே தோற்றமளித்த மற்றொரு நடுத்தர வயதுப் பெண்மணியும் அமர்ந்திருந்தாள். இருவருக்கும் பின்னே அதிகாரிகள் மரியாதையாக நின்றுகொண்டிருந்தனர். எதிரே கோரிக்கை மனு கொடுக்க வந்தவர்கள் அமர்ந்திருந்தனர். நிறையப் பேர் இருந்ததால் பின்வரிசையில் இருந்தவர்கள், உட்கார இடமின்றி, நின்றுகொண்டிருந்தனர். அந்தக் கூட்டத்தோடு வேலனையும் மற்றவர்களையும் நிற்கவைத்துவிட்டு, ஜியார்ஜ் தாமஸ், பேகம் இருக்கும் இடத்தை நோக்கிச் சென்றான். அப்போது ஒரு வயதானவர், பேகத்திடமிருந்து தூரத்தில் நின்று உரக்கப் பேசிக் கொண்டிருந்தார்.

"கெழவன் கத்தாம, பக்கத்தில போய்ப் பேச வேண்டியது தானே" என்றான் லட்சுமணன். "என்னது? பேகம் பக்கத்தில போய்ப் பேசறதா? பேகத்தோட துணி மேல பட்டுட்டா?" என்றான் அருகே நின்றவன் மிரட்சியுடன். "பட்டுட்டா என்ன ஆகும்" புரியாமல் கேட்ட லட்சுமணனை ஏற இறங்கப் பார்த்தவன், "பேகத்தோட துணி நம்ம மேல பட்டா சாவு நம்மைத் துரத்தும்" என்றான்.

அதற்குள் பேகம் அருகில் சென்ற ஜியார்ஜ் தாமஸ், பாதுஷாவின் கடிதத்தை பேகம் கையில் கொடுத்தான். பேகம் அதை விரைவாகப் படித்துமுடித்து நிமிர்ந்தார். தாமஸ், வேலன் நிற்குமிடத்தைப் பேகத்திற்குச் சுட்டிக் காட்டினான். பேகத்தின் பார்வை வேலன் குழுவினர் மீது விழுந்தது. தன்னையறி யாமல் சிராஜ்கானின் உடல் விறைப்பாகக், கம்பீரமாக நின்றது. ஆனால் பேகம் அவரை அடையாளம் கண்டுகொண்டதாகத் தெரியவில்லை. தாமசிடம் ஏதோ சொல்லிவிட்டுத் தன் எதிரே நின்ற வயோதிகரிடம் மீண்டும் பேசத் தொடங்கினார்.

நேரே இவர்களிடம் திரும்பி வந்த தாமஸ் வேலனிடம், "உங்க ஆளுங்களைக் கூட்டிக்கிட்டு என் பின்னால வா" என்றான். அனைவரும் தாமசைப் பின்தொடர்ந்தனர். சுமார் அரைமணி நேரம் நடந்தபின், காலியாக இருந்த ஒரு அழகிய வீட்டிற்குள் அவர்களை அழைத்துச் சென்றான். சிறியதாக இருந்தாலும், சுற்றிலும் தோட்டத்துடன் வீடு அழகாக இருந்தது. "இது விருந்தினர் மாளிகை. பேகம் உங்களை இங்க தங்க வைக்கச் சொன்னாங்க. வேலையாளுங்களை அனுப்பறேன்" என்று சொல்லிவிட்டுச் சென்றான் தாமஸ்.

"வீடும் பேகம் மாதிரியே அழகா இருக்கு" என்றாள் மெகருன்னிசா..

"பேகம் பயன்படுத்துற எல்லாப் பொருட்களுமே அழகாத்தான் இருக்கும்" என்றார் சிராஜ்கான்.

"பாதுஷா கடிதத்தைக் கொண்டு வந்ததால நமக்கு இவ்வளவு மதிப்பா?" என்றான் வேலன்.

"சிராஜ்கான் சாகிப்போட வந்திருக்கறதனால தான் இந்தமதிப்பு" என்றாள் முத்தம்மா.

இறுக்கமாயிருந்த சிராஜ்கானின் முகத்தில் சிறிய புன்னகை அரும் பியது. வேலையாட்கள் வந்து உணவு தயாரிக்கத் தொடங்கினர். பயணக் களைப்பால் உணவருந்திவிட்டு உறங்கச்

சென்றனர். மாலை எப்படியும் பேகத்தைச் சந்திக்க வாய்ப்புக் கிடைக்கும் என்று நம்பி உடைமாற்றிக் கொண்டு காத்திருந்தனர். ஆண் உடைகளையே, மெகருன்னிசாவும், முத்தம்மாவும் அணிந்திருந்தனர்.

"பேகம் எப்போ நம்மகிட்டப் பேசுவாங்க?," என்றாள் முத்தம்மா.

"தர்பார்ல இருக்ற கூட்டம் கலையறதுக்கே இன்னும் ரெண்டுநாள் ஆகும் போலயிருக்கே" என்றார் சிராஜ்கான். வேலையாட்கள் தோட்டத்தில் மேஜை நாற்காலிகளைப் போட்டு மாலை விருந்திற்கு ஏற்பாடு செய்யத் தொடங்கினார்.

"ஒரு விஷயத்தைக் கவனிச்சிங்களா? அரண்மனை வேலைக்காரங்க பொதுவா உம்முன்னு இருப்பாங்க. ஆனால் பேகத்தோட வேலைக்காரங்க சிரிச்சுப் பேசிக்கிட்டு வேலை செய்யறாங்க" என்றான் வேலன்.

"ஆமா, பேகம், வேலைக்காரங்களைக் கூடச் சந்தோஷமா வச்சிருப்பாங்க. ஆனால்..." என்று ஏதோ சொல்லவந்தவர், பேச்சை அப்படியே நிறுத்திவிட்டு உள்ளே சென்றுவிட்டார்.

"என்னவோ சொல்ல வந்தாரு போல இருக்கே?" என்றான் வேலன்.

"ஆனால் என்னைத் தவிரன்னு சொல்ல வந்திருப்பாரு" என்றாள் முத்தம்மா குறும்பாக. அனைவரும் வாசலுக்குச் சென்று தங்களுக்கு எப்பொழுது பேகத்திடமிருந்து அழைப்பு வரும் என்று ஆவலோடு எட்டிப் பார்த்துக் கொண்டிருந்தனர். திடீரென்று வேலைக்காரர்கள் ஓடிவந்து "பேகங்கள் தோட்டத்துக்கு வந்திட்டாங்க உடனே வாங்க" என்று அனைவரையும் அழைத்தனர். அனைவரும் விழுந்தடித்துக் கொண்டு தோட்டத்திற்கு ஓடினர். அங்கே தோட்டத்தில், இரண்டு பேகங்களும் சற்று எளிமையான உடையில் அமர்ந்திருந்தனர். பேகம் புன்னகையுடன் அனைவரையும் இருக்கையில் அமருமாறு கையைக் காட்டினார். சிராஜ்கானைச் சைகை செய்து அழைத்துத் தனது இருக்கைக்கு அருகில் இருந்த இருக்கையைக் காட்டி, "சிராஜ்கான், இங்கே வந்து உட்காருங்க" என்றார். தன்னைப் பேகம் மறந்து விட்டாரென்று நினைத்துக்கொண்டிருந்த சிராஜ்கானுக்கு உதடுகள் துடித்தன. பேகம் புரிந்து கொண்டு சிரித்தார்.

"இன்னும் எத்தனை வருஷம் ஆனலும் உங்க உதவிகளை மறக்க மாட்டேன் சிராஜ்கான்" என்றவர் அருகிலிருந்த உம்டாவைக் காட்டி "இவங்க உம்டா பேகம். மீரட்டில இருந்து எப்பவாச்சும்

வருவாங்க. என்னை மாதிரி இல்லை, பரம்பரை பேகம். எனக்கு உள்ளூர் அரசியலைப் புரியவச்சதே அவங்கதான்'' என்றார். பின் உம்டா பேகத்திடம் திரும்பி, "சிராஜ்கான் இறந்துபோன என் கணவரோட நெருங்கின நண்பர். எங்க கல்யாணத்துக்கு ஒரே சாட்சி'' என்றார். மேலும் தொடர்ந்து, "சிராஜ்கானும் உன்னை மாதிரிதான் உம்டா. யாரையும் ஏமாத்த மாட்டார். எதுக்கும் ஆசைப்பட மாட்டார்'' என்றார்.

"சிராஜ்கான், உங்களை நேரில சந்திக்கிறதில எனக்கு ரொம்ப மகிழ்ச்சி. உங்களைப்பத்தி ஏற்கனவே பேகம் நிறையச் சொல்லியிருக்காங்க'' என்றார் உம்டா பேகம்.

வேலன் முணுமுணுத்தான், "பேகம் தன்னோட பாதுகாப்புக்கு யாரையும் கூட்டிக்கிட்டு வரலையே''. முத்தம்மா தூரத்தில் மரத்தடியில் நின்ற ஜியார்ஜ்தாமசையும், நாலைந்து சிப்பாய்களையும் காட்டினாள். "அதோட இந்த ஊர் மொத்தமும் அவங்க கோட்டை, தனியா வேற பாதுகாப்பு எதுக்கு'' என்றாள். அதற்குள் தாமஸ் சிப்பாய்களுடன் தோட்டத்திற்குள் வந்தான். சிப்பாய்களைத் தூரத்திலேயே நிறுத்திவிட்டுத், தான் மட்டும் வீட்டின் உள்ளே சென்று வேலையாட்களை அழைத்தான். வேலையாட்கள், சிற்றுண்டிகள் மற்றும் தேநீரைப் பரிமாறினர். அனைவரும் சாப்பிட்டு முடிக்கும் வரை சிராஜ்கானுடனேயே பேகம் பழைய கதைகளைப் பேசிக் கொண்டிருந்தார். சிராஜ்கானின் முகத்தில் சிறிது சிறிதாக மகிழ்ச்சி பரவுவதை முத்தம்மா கவனித்தாள். ஜியார்ஜ் முகத்தில் சிறிது சிறிதாகக் கலவரம் பரவுவதை வேலன் கவனித்தான்.

"சரி சிராஜ்கான், உங்ககூட ஒரு வேடிக்கையான கூட்டத்தைக் கூட்டிக்கிட்டு வந்திருக்கீங்களே, அவங்களை எனக்கு அறிமுகப்படுத்தி வைக்க மாட்டிங்களா?'' என்றார் பேகம். உடனே சிராஜ்கான் "எல்லோரும் எந்திரிங்க, பேகத்துக்கிட்ட ஒருத்தர் ஒருத்தரா வந்து அறிமுகப் படுத்திக்கிங்க'' என்றார் உரத்த குரலில்.

"சிராஜ்கான், இது தாபார் இல்லை'' என்ற பேகம், தானே உம்டா பேகத்துடன் நடந்து சென்று ஒவ்வொருவராகப் பெயா விவரம் கேட்டார். டேவிட்டிடம் இருந்து ஆரம்பித்தனர். இரண்டு பேகங்களுமே ஐரோப்பியர்களுடன் மட்டுமல்லாமல் இந்தியர்களுடனும் கைகுலுக்கினார். லட்சுமணன், லோடாபாய் ஜஸ்வந்த்சிங் உட்பட அனைவருக்கும் அன்று பேகங் களுடன் கைகுலுக்கும் வாய்ப்புக் கிடைத்தது. கடைசி மேஜையில் அமாந்திருந்த வேலன் முத்தம்மா, மெகருன்னிசா அருகே வந்தார் பேகம். வேலன் எழுந்தான். "வேண்டாம் நீ உட்கார்'' என்றவர்,

முத்தம்மாவையும் மெகருன்னிசாவையும் பார்த்து "நீங்க ரெண்டு பேரும் எந்திரிங்க" என்றார். இருவரும் சற்றுப் பதற்றத்துடனேயே எழுந்து தங்கள் கைகளை நீட்டினார். பேகம் பதிலுக்குக் கைநீட்டாமல் இருவரையும் உற்றுப் பார்த்தார்.

"ரெண்டுபேரும் தலைப்பாகையைக் கழட்டுங்க" என்றார்.

இருவரும் மௌனமாக நின்றனர், "பேகம் சொல்றது காதிலவிழலை? கழட்டுங்க" என்று வாளை உருவினான் ஜியார்ஜ் தாமஸ். இரண்டு பெண்களும் வேலனைப் பார்த்தனர். வேலன் சரி என்பது போல் லேசாகத் தலையை ஆட்டினான். முத்தம்மாவும் மெகருன்னிசாவும் தலைப்பாகைகளைக் கழட்டினர். அவர்களது அழகிய கூந்தல்கள் தோள்களில் விழுந்து இருவரும் ஆண் உடையில் இருக்கும் பெண்கள் என்பதைக் காட்டிக் கொடுத்தன.

"நான் நினைச்சது சரிதான். ரெண்டு பேரும் உளவு பார்க்க மாறுவேடத்தில வந்திருக்ற பொண்ணுங்க" என்றார் சாம்ரு பேகம்.

73

"மன்னிக்க வேண்டும் பேகம் சாகிபா. அவர்கள் இருவரும் பாதுகாப்பிற்காகத்தான் ஆண் உடையில் இருக்கின்றனர். ஒற்றர்களல்ல" என்று எழுந்து நின்று கூறினான் வேலன்.

"என் கணக்கும் சரிதான். காலையிலேயே இவங்க ரெண்டு பேரும் பொண்ணுங்கதான்னு கண்டுபிடிச்சிட்டேன். அப்பவே இந்தக் கூட்டத்துக்குத் தலைவன் நீ தான், சிராஜ்கான் இல்லைங்கறதையும் ஊகிச்சிட்டேன்" என்றார் பேகம்.

"அது உண்மைதான். ஆனால் என்னை சந்தேகப்படுறீங்களா" என்றார் சிராஜ்கான் வருத்தமும் கோபமும் கலந்த குரலில்.

"நோபிலீஷ் இன்னும் சாகலை; பதுங்கியிருக்காருன்னு இங்கிலீஷ் கம்பெனி நம்புது. அதுக்காக உளவாளிங்களை அடிக்கடி அனுப்புது" என்ற பேகம், சிராஜ்கானிடம் திரும்பி, "உங்க மேல சந்தேகமில்லை சிராஜ். ஆனால் இவங்க உங்களை ஏமாத்தியிருக்கலாம் இல்லையா? நீங்கதான் சுலபமாக ஏமாறுவீங்களே" என்றார். சிராஜ்கான் முகம் சுருங்கிவிட்டது. "ஆமாம், சுலபமாத்தான் ஏமாந்துபோனேன், வாழ்க்கையில ஒரேஒரு தடவை" என்ற சிராஜ்கான், "பொம்பளைங்க ஆம்பளை உடையில வர்றது உங்களுக்கு பிடிக்காதா" என்றார். அருகிலிருந்த உம்டா பேகம் அடக்க முடியாமல் சிரித்துவிட்டார். "எங்க ஜோயன்னாவுக்கு ரொம்பப் பிடிச்சதே அது தான். ஆண் உடையில வீரமா போர்க்களத்தில குதிரையில பறக்கறது" என்றார்.

பேச்சை மாற்ற நினைத்த பேகம் ''மணீந்தருக்கும் உங்களுக்கும் என்ன சம்பந்தம்?'' என்றாள். ''அவன் என் சொந்தத் தம்பி'' என்றான் ஜஸ்வந்த் சிங் முந்திக்கொண்டு. ''உனக்காக இத்தனைபேர் ஏன் வரணும். அவங்களுக்கு என்ன லாபம்?'' என்றார் பேகம்.

''அவங்க குடும்பத்துக்குச் சொந்தமான புதையலைத் தேடிக்கிட்டு இருக்கோம். விருப்பம்னா நீங்களும்கூடச் சேர்ந்துக்கலாம்'' என்றான் வேலன். வேலனைப் பார்த்துச் சிரித்தார். பேகம். ''புதையல், தங்கம், வைரம், அந்த ஆசையெல்லாம் எப்பவோ என்னைவிட்டுப் போயாச்சு, என்னை நம்பியிருக்கிறவங்களுக்கு நல்லது செய்யறதைத் தவிர எனக்கு வேற எந்த ஆசையும் இல்லை'' என்றார் பேகம்.

''ஜோயன்னா கல்கத்தாவில இருந்து பாதிரியாருங்களைக் கூட்டிக் கிட்டு வந்து ஒரு பள்ளிக்கூடமும், ஒரு பெரிய சர்ச்சும் கட்டப் போறா'' என்றார் உம்டா பேகம்.

''என் கணவரும், எப்பவும் பள்ளிக்கூடம் கட்டறதைப்பத்தித் தான் பேசிக்கிட்டிருப்பார்'' என்றாள் முத்தம்மா.

''உன் கணவர் உன்னை ஆயுதம் தாங்க அனுமதிக்கிறாரே, அதுவே பெரிய விஷயம். நோபிலிஷ் கொடுத்த சுதந்திரத்தால உருவானவதான் நான்'' என்றார் சாம்ருபேகம். பின்பு மெகருன்னிசாவைப் பார்த்து, ''யாரு நீ? இவங்ககூட எப்படிச் சேர்ந்தே?'' என்றார்.

''தில்லி ஜெனானாவில பொறந்து வளர்ந்தவ நான். குலாம்காதிர் கிட்ட இருந்து தப்பிக்க ஆத்தில குதிச்சேன். இவங்க தான் என்னைக் காப்பாத்தினாங்க'' என்றாள் மெகருன்னிசா.

''யமுனை ஆத்தில வெள்ளம் வந்ததால என் படைகளால, அப்பாவோட உதவிக்கு உடனே வரமுடியாமப் போச்சு. துரோகி மன்சூர் அலிகான், பின்பக்கம் கோட்டைக் கதவைத் திறந்து விட்டுட்டான்'' என்றார் பேகம், வருத்தமான குரலில்.

''நீ ஏன் திரும்ப ஜெனானாவுக்குப் போகலை?'' என்று உம்டாபேகம் மெகருன்னிசாவிடம் கேட்டார்.

''திரும்ப ஏன் அந்த ஜெயிலுக்குள்ள போய் மாட்டிக்கணும்?'' என்றாள் மெகருன்னிசா.

''ஆமா, தங்கக் கூண்டுன்னாலும், ஜெயில் ஜெயில்தான்'' என்றார் சாம்ருபேகம்.

''ராணிங்களுக்கு வேணும்னா அது தங்கக்கூண்டா இருக்கலாம். அவங்களுக்கு வேலைக்காரியா இருந்த எங்களுக்கு அது இரும்புக்

கூண்டுதான். ஜெனானாவில இருக்கிறதைவிட, தில்லி கேளிக்கை விடுதியிலயே வசதியா இருக்கலாம்னு ராணிங்களே பேசிக்கு வாங்க" என்றாள் மெகருன்னிசா. "கேளிக்கை விடுதியில வாழறதுக்கு, அழகு மட்டும் பத்தாது. ஆடத் தெரியணும். பாடத் தெரியணும். அறிவு இருக்கணும்" என்ற பேகம் அனைவரும் தன்னை ஒரு மாதிரிப் பார்ப்பதைக் கண்டதும் பேச்சை மாற்றி, "மணீந்தர்சிங் இங்கே ஒரு சிப்பாயா சுதந்திரமாத் தான் இருக்கான். அவன் விரும்பினா நீங்க தாராளமாக் கூட்டிக்கிட்டுப் போகலாம்" என்றார்.

"ஆமா, ஜோயன்னா யாரையும் அடிமையாக்கறதில்லை, எந்த நாட்டையும் பிடிக்கறதில்லை. ஆனா எல்லாம் தானாவந்து சேரும்" என்றார் உம்டா பேகம். அப்பொழுது தூரத்தில் இரண்டு உருவங்கள் குதிரைகளில் வந்தன.

அவற்றில் ஒரு உருவத்தை அடையாளம் கண்ட கொண்ட வேலன், "இங்கேயிருந்த ஜியார்ஜ் தாமஸ் எப்போ வெளியே போனான்?" என்று தனக்குள் கேட்டுக் கொண்டான். உடன் வந்த மெலிந்த உருவத்தைக் கண்ட ஜஸ்வந்த் சிங்கிற்கு உடல் புல்லரித்தது. "மணீந்தர்" என்று கத்திக் கொண்டு ஓடினான். மணீந்தர் குதிரையிலிருந்து இறங்கி ஓடிவந் தான். இருவரும் கட்டித்தழுவிக் கொண்டனர். அதை ஓரக்கண்ணால் ரசித்துப் பார்த்த பேகம், "சிராஜ்கான், உங்க கோரிக்கையை நான் நிறைவேத்திட்டேன். பதிலுக்கு நீங்க எனக்கு என்ன தரப்போறீங்க?" என்று கேட்டார்.

"உங்களுக்காக சிராஜ்கான் உயிரையே கொடுப்பாரே" என்று உரத்துக் கூறிவிட்ட முத்தம்மா, பின்பு நாக்கைக் கடித்துக் கொண்டாள். எந்தச் சூழ்நிலையிலும் தன் சமநிலையைத் தவற விடாத பேகம், "அவ்வளவு பெரிய பரிசு வேண்டாம். நான் ஒரு குழப்பத்தில இருக்கேன். ஒரு ஆலோசனை சொல்லுங்க போதும்" என்றாள். உடனே சிராஜ்கானைத் தவிர மற்ற அனைவரும் வீட்டிற்குள் செல்லப் புறப்பட்டனர். மணீந்தரை அழைத்துக் கொண்டு ஜஸ்வந்த் ஏற்கனவே வீட்டுக்குள் போயிருந்தான்.

"வேலன், நீயும் இங்கே இருந்தா நல்லது" என்றார் உம்டா. வேலன் மட்டும் சிராஜ்கானோடு அங்கேயே நின்றுவிட்டான். ஜியார்ஜ் தாமஸ் பேகங்களுக்குப் பாதுகாப்பாக, அவர்கள் அருகில் வந்து நின்றான்.

"நன்றி தாமஸ், நீயும் போகலாம்" என்றார் பேகம் சாம்ரூ. தாமஸ் தயங்கி நின்றான். பேகம் சற்று கோபமாகப் பார்த்தவுடன்

தாமஸ் குதிரையிலேறிப் பறந்தான். அவனைச் சுட்டிக் காட்டி பேகம் கேட்டாள். "இவனைப் பத்தி நீங்க என்ன நினைக்கிறீங்க?

"சுத்தவீரன். உங்களுக்காக உயிரையும் குடுப்பான்" என்றார் சிராஜ்.

"உயிரைக் குடுப்பானா?, அவனைக் கல்யாணம் பண்ணிக்கச் சொல்லி பேகம் உயிரைத் தினம் எடுக்கிறான்." என்றார் உம்டா எரிச்சலோடு.

"அது பேகத்தோட விருப்பம்" என்றார் சிராஜ்கான் பட்டும் படாமல்.

"அப்படித்தான் சொல்லுவீங்கன்னு தெரியும், அதனாலதான் வேலனை இருக்கச் சொன்னேன். நீ என்ன நினைக்கறே" என்றார் உம்டா.

"ஜியார்ஜ் தாமஸ் ஒரு ஐரிஸ்காரன். வீரமாச் சண்டைபோடுவான். படிப்பறிவு இல்லைன்னு கேள்விப்பட்டேன்" என்றான் வேலன்.

"பார்த்தீங்களா சிராஜ்கான், அதுக்குள்ள எவ்வளவு விவரம் சேகரிச்சு வைச்சிருக்கான்னு" என்ற சாம்ரூ பேகம்,

"சரி, நீ என்ன சொல்ல வர்றே?" என்றார்.

"மக்களுக்குச் சேவை செய்ய நினைக்கிற உங்க லட்சியத்துக்கு, இந்தத் திருமணம் இடைஞ்சலா இருக்கலாம்" என்றான் வேலன்.

"அது யோசிக்க வேண்டிய விஷயம்தான்" என்றாள் உம்டா பேகம்.

"நான் மக்களுக்குச் சேவை செய்யறேன்னு எப்பிடி முடிவுக்கு வந்தே" என்றார் சாம்ரூ. "நீங்க சார்தானாவில, வரிகளைப் பாதியாக் குறைச்சிட்டீங்களாம். ஆனாலும், தில்லிக்கு அஞ்சுலட்சம் கிஸ்தி கட்டின சார்தானா, இப்போ பத்துலட்சம் அனுப்புதாம். இவ்வளவு சிறப்பான நிர்வாகம் இந்தியாவில வேறெங்கேயும் இல்லையே" என்றான் வேலன். உம்டா பேகம் ஆச்சரியத்தோடு வேலனைப்பார்த்து,

"நீ உளவு வேலை பார்க்கத்தான் வந்திருக்கே" என்றாள்.

"நாங்க வர்ற வழியில கிராமத்து ஆளுங்க பேசிக்கிட்டதைக் காது குடுத்துக் கேட்டேன், அவ்வளவுதான்" என்றான் வேலன்.

"சரி நேரமாச்சு போகலாம்" என்ற சாம்ரூ பேகம். "சிராஜ்கான், கொஞ்ச தூரம் எங்களுக்குத் துணையா நடந்துவர முடியுமா" என்றார். அப்படியோரு சந்தோஷத்தை சிராஜ்கான் முகத்தில் வேலன் கண்டதில்லை. சாம்ரூ பேகம், உம்டா பேகம், சிராஜ்கான், மூவரும் பேசிக் கொண்டே நடந்துசென்றனர். "சிராஜ்கான் நீங்க

உங்க ஆளுங்களுக்கு உதவுறதா வாக்குக் கொடுத்திருப்பீங்க. அதை நீங்க மீற வேண்டாம். ஆனால் அந்தவேலை முடிஞ்சவுடனே சார்தானாவுக்கு வந்து என் படையில சேர முடியுமா?" என்றார் சாம்ரு. சிராஜ்கான் ஒரு கணம் திகைத்தார். "ஜியார்ஜ் தாமஸ்.... கல்யாணம்..." என்று இழுத்தார்.

"நான் அவனைக் கல்யாணம் பண்ணிக்கலாம், பண்ணிக்காமலும் போகலாம், ஆனால் எனக்கு நம்பிக்கையான ஒரு நண்பா எப்பவும் என்கூட இருக்கணும்" என்றார் சாம்ரு.

"ஜோயன்னாவோட பாதுகாப்புக்கு உங்களைவிடப் பொருத்தமனவர் யார் இருக்க முடியும்" என்றார் உம்டா பேகம்.

"அழைப்புக் கொடுத்ததுக்கு நன்றி, சீக்கிரமே உங்க சேவையில, இந்த அடிமை வந்து சேர்ந்திடுவேன்" என்றார் சிராஜ்கான்.

பின் சாதாரண விஷயங்களைப் பற்றி அரட்டை அடிக்கத் துவங்கினர். சிறிது நேரத்தில் மூவரும் பலமாகக் குழந்தைகள் போல் சிரித்துக் கொண்டிருந்தனர். "இப்படிக் கவலையில்லாம சிரிச்சுப்பேசி ரொம்ப நாள் ஆச்சு", என்றார் உம்டா.

"சரி, நீங்க திரும்பிப் போகலாம் சிராஜ்கான். நீங்க வாக்குத் தவற மாட்டீங்கன்னு எனக்குத் தெரியும்" என்று சொல்லிவிட்டு உம்டா பேகத்துடன் மேலே நடக்கத் தொடங்கினார் சாம்ருபேகம். நன்றாக இருட்டியிருந்தது. ஆனால் இரண்டு பேகங்களும் அச்சமின்றித் தனியே நடந்து சென்றனர். அவர்கள் சென்ற திசையிலேயே பார்த்துக் கொண்டு நெடுநேரம் நின்றார் சிராஜ்கான். தன் காதல் தோல்வியில் முடிந்ததை, எப்பொழுதோ உணர்ந்து மறந்து விட்டிருந்தார் சிராஜ்கான். ஆனால் இன்று காதலைவிட உயர்ந்தவனாக, உயிர் நண்பனாகத் தன்னைப் பேகம் கருதியது அவருக்குச் சொல்ல முடியாத மகிழ்ச்சியைத் தந்தது. மெல்ல வீடுவந்து சேர்ந்தவரைப் பார்த்து முத்தம்மா, வேலனின் காதில் கிசுகிசுத்தாள், "சிராஜ்கான் சாகிப்புக்கு பாதி வயசு கொறைஞ்ச மாதிரி இருக்கு"

மறுநாள், காலை உணவின் பொழுது, திடீரென்று தனியாக வந்து வேலன் குழுவினரோடு கலந்து கொண்டு அனைவரையும் வியப்படைய வைத்தார் பேகம் சாம்ரு. உம்டாபேகம் மீரட் போய் விட்டதாகத் தெரிவித்தார். பின்பு, மெகருன்னிசாவிடம்,

"நீ என்னோட இங்கேயே இருக்கலாமே, ஏன் வீணா அலையறே. அவங்க ஆபத்தை நோக்கிப் போறாங்க" என்றார்.

"முத்தம்மா தீதி போற எடத்துக்கு எல்லாம் நானும் போவேன்" என்றாள் மெகருன்னிசா.

“முத்தம்மா நல்லா வாள்வீசுத் தெரிஞ்ச சிப்பாய்ன்னு சிராஜ்கான் சொன்னாரு. ஆனால் நீ ஜெனானாவுக்குள்ளேயே, ஒண்ணும் தெரியாம வளா்ந்தவ” என்றார் பேகம்.

“எனக்கு ஒண்ணுமே தெரியாதுன்னு முடிவு கட்டிடாதீங்க” என்ற மெகருன்னிசா திடீரென்று சிராஜ்கானின் இடுப்பிலும், வேலனின் இடுப்பிலுமிருந்த குறுவாட்களை உருவிக் கொண்டு, “நான் இப்போ பேகத்துக்கு மாம்பழம் பறிச்சுத் தரப்போறேன்” என்று சொல்லிக் கொண்டே தோட்டத்திற்குள் ஓடினாள். அனைவரும் பின் தொடர்ந்தனர். மரத்தில் இரண்டு பழங்கள் மட்டுமே தொங்கின, மற்றவை காய்கள். மெகருன்னிசா கத்திகளைக் குறிபார்த்து எறிந்து அந்த இரண்டு பழங்களையும் வீழ்த்தினாள். பழங்களைக் கொண்டுவந்து பேகத்தின் கையில் கொடுத்துவிட்டு வேகமாக வீட்டிற்குள் ஓடினாள். அங்கிருந்து லோடாபாயின் வில்அம்புகளுடன் திரும்பினாள். எங்கே குறி வைப்பது என்று அவள் தேடும் நேரத்தில் தூரத்தில் ஜியார்ஜ் தாமஸ் குதிரையில் வந்துகொண்டிருந்தான். உடனே இரண்டு அம்புகளால் அவனது தொப்பியைத் தரையில் விழ வைத்தாள். ஜியார்ஜ் பயந்து போய்க் குதிரையில் இருந்தபடியே பின்புறமாகச் சாய்ந்தான், தன் இடுப்பிலிருந்த துப்பாக்கியை எடுத்து அதன் நெம்புகோலைத் தள்ளிவிட்டுச் சுடுவதற்குத் தயாராக நிமிர்ந்தான். ஆனால் எதிரே பேகமும் மற்றவர்களும் சிரித்துக் கொணடிருப்பதைக் கண்டதும், கோபத்தை அடக்கிக் கொண்டு தானும் அசட்டுச் சிரிப்புச் சிரித்தான்.

“எங்கே கத்துக்கிட்டே இந்த வித்தையெல்லாம்” என்று வியப்புடன் வினவினார் பேகம். “உருதுபேகிகள்கிட்ட இருந்து தான். என்னைச் செல்லமாக வளா்த்தவங்க அவங்க தான்”, என்றாள் மெகருன்னிசா. பின்பு சிராஜ்கானையும், தாமசையும் மட்டும் அழைத்துக்கொண்டு தோட்டத்திற்குள் சென்று, அவர்களை அமரச்சொல்லித் தானும் அமா்ந்த பேகம், “ஜியார்ஜ், என் நண்பர் சிராஜ்கான் ரொம்ப அனுபவமுள்ள பீரங்கிப்படைத் தலைவர்” என்றார்.

“அப்புறம் ஏன் போகவிடுறீங்க மேடம். நமக்குத் தான் பீரங்கிப் படையில உருப்படியான ஆளுங்க இல்லையே” என்றான் தாமஸ்.

“திரும்பி வர்றதா வாக்குக் குடுத்திருக்காரு” என்றார் பேகம்.

“உங்க வரவுக்காக ஆவலோட காத்துக்கிட்டிருப்பேன். இப்போ எங்க பீரங்கிப்படை சொல்லிக்கிற மாதிரி இல்லை” என்றான் தாமஸ்,

“நீ நிச்சயம் பெரிய தளபதியா வருவே. நான் கட்டாயம் திரும்பி வந்து உன் படையில சேருவேன். இன்ஷா அல்லா” என்றார் சிராஜ்கான்.

“தாமஸ், நாளைக்கு இவங்க புறப்படறாங்க. அவங்களுக்குத் தேவையான உணவுப்பொருட்களைக் கொடுத்து அனுப்பு” என்றார் பேகம். பிறகு மூவரும் நெடுநேரம் சிரித்துப் பேசிக் கொண்டிருந்தனர். தாமசோடு சேர்ந்து அங்கேயே மதிய உணவையும் சாப்பிட்டு விட்டுத்தான் சாம்ருபேகம் அன்று தன் மாளிகைக்குத் திரும்பினார். அத்தோடு சிராஜ்கான் மனதும் இறுக்கம் தளர்ந்து, சுமைகள் குறைந்து அமைதியானது. மகிழ்ச்சியில் துள்ளியது என்றுகூடச் சொல்லலாம்.

வழக்கம்போல் அதிகாலையில் பயணத்தைத் தொடங்கிய வேலன் குழுவினர், மதியம் கூடச் சிறிது நேரம் தான் ஓய்வெடுத்தனர். ஏற்கனவே தயாரித்துக் கொண்டு வந்திருந்த உணவைச் சாப்பிட்டனர். மாலைதான், ஒரு சிற்றாறைக் கண்டுபிடித்து, அதனருகே முகாமிட்டனர். மெகருன்னிசா, சுறுசுறுப்பாக சமையலில் உதவி செய்தாள்.

“ராஜகுமாரிக்கு ஏன் இந்த வேலை” என்றான் டேவிட் அரைகுறை இந்தியில். “ராஜகுமாரியா? நான் எப்பவுமே வேலைக்காரிதான்” என்றாள் மெகருன்னிசா புன்சிரிப்புடன். “நோ நோ... உன் உடம்பில ஓடறது நீலரத்தம்” என்றான் டேவிட் விடாமல்.

வேலன் மணீந்தர் சிங்கை அழைத்து, தன் அருகே அமரச் சொன்னான். முத்தம்மா, ஜஸ்வந்த், சிராஜ்கான், பீட்டர், சார்லஸ் அனைவரும் அருகே வட்டமாக அமர்ந்தனர். டேவிட்டும் ஓடிவந்து அவர்களுடன் சேர்ந்து கொண்டான். அனைவரின் கண்களும் மணீந்தர் மேல் பதிந்திருந்தன. ஜஸ்வந்த்சிங் போலவே உயரமாய் இருந்தாலும், மணீந்தர் உடல் மெலிந்து போயிருந்தான்.

“சலீம்கால சாப்பாட்டுக்குக் கஷ்டப்பட்டியா?” என்றான் ஜஸ்வந்த்.

“சலீம்கால பாதிநாள் அரசகுடும்பங்களே பட்டினி. வேலைக்காரங்களைப் பத்தி யாரு கவலைப்படுவா. திருடினாத்தான் சாப்பாடு”, என்றான் மணீந்தர்.

“மணீந்தர், ஹீராபிஜ்லியைத் தேடித்தான் நாங்க வந்திருக்கோம்” என்றான் வேலன். “தெரியும், அண்ணன் சொன்னாரு. அவரு எந்த முடிவு எடுத்தாலும் எனக்குச் சம்மதம்” என்றான் மணீந்தர்.

“அப்போ அந்த நாலாவது சாலிக்கர் எங்கே? என்றான் வேலன்.

“வீட்டில, பஞ்சாப்ல இருக்ற எங்க வீட்டில, மறைச்சு வச்சிருக்கேன்” என்றான் மணீந்தர்.

“நீ எப்போ வீட்டுக்குப் போனே!” என்றான் ஜஸ்வந்த்.

“மீர்காசிம் படையிலயிருந்தேன். அவரு படையைக் கலைச்சதும் உடனே ஊருக்குத் திரும்பினேன். அங்கே யாரும் இல்லாததால ரோகில்லா படையில போய்ச் சேர்ந்தேன்” என்றான் மணீந்தர்.

“மீர்காசிம்! எங்களை ஏமாத்த நினைச்ச முட்டாள்”, என்றான் டேவிட்.

“அவரு முட்டாளும் இல்லை, ஏமாத்தவும் இல்லை. அவருதான் ஏமாந்தார்” என்றான் சார்லஸ். எல்லோர் கவனமும் சார்லஸ் பக்கம் திரும்பியது, “கம்பெனி மீர்ஜாபரை நவாப் ஆக்கி அரண்மனைக் கருவூலத்தைக் கொள்ளையடிச்சுது. அப்புறம் அவரு மருமகன் மீர்காசிமை நவாப் ஆக்கி, வங்காள ஜமீன்தார்களைக் கொள்ளையடிச்சுது. வங்காள வணிகர்களையும் கொள்ளையடிக்க விடமாட்டேன்னு தடுத்ததுக்காகத்தான், கம்பெனி மீர்காசிம் மேல, படையெடுத்துச்சு” என்றார் சார்லஸ்.

“மீர்காசிம்தான் கம்பெனியை எதிர்த்து மொதல்லே படை திரட்டினான்” என்றான் டேவிட்.

“அது உண்மைதான். உலகத்தில இருக்ற பெரிய படைத்தலைவர் களையெல்லாம் கூட்டிக்கிட்டுவந்து. கம்பெனிப்படை மாதிரியே கட்டினாரு” என்றான் மணீந்தர்.

“படைமட்டும் இருந்தா போதுமா? கம்பெனி மாதிரி துப்பாக்கி, பீரங்கி...” என்றாள் முத்தம்மா.

“அதுக்கும் பஞ்சம் இல்லை. மூர்ஷிதாபாத்தில இந்தியத் தொழிலாளிங்களை வச்சே கம்பெனி ஆயுதங்களைவிடக் கனமான துப்பாக்கி, பீரங்கியெல்லாம் தயாரிச்சாரு மீர்காசிம்” என்றான் மணீந்தர்.

“ஆள்பலம் இருக்கலாம், ஆயுதபலம் இருக்கலாம், ஆனால் அதையெல்லாம் பயன்படுத்த அனுபவம் உள்ள தளபதிங்க வேணும்” என்றார் சிராஜ்கான்.

“மீர்காசிம்கிட்டத் தளபதிங்களுக்கும் பஞ்சமில்லை. ஆர்மீனியாவில இருந்து குர்ஜீன், அப்புறம் முகம்மது தக்கிகான், ஐரோப்பாவில இருந்து மெர்காட், அர்ராட்டான், ஜெண்டில் இவங்ககூட அதி பயங்கர வால்ட்டா சாம்ரு. ஆனா, அவங்க ஒண்ணு கூடித் திட்டம் போட்டா, மீர்காசிம் சந்தேகப்படுவாரு.

அவரே அவங்களுக்குள்ள சண்டையை மூட்டி விடுவாரு. ஆ, ஊன்னா, தலையைச் சீவிடுவாரு. தளபதி குர்ஜின்கானை அவரே சதி செஞ்சு கொன்னாரு. தனக்குப் பணம் குடுத்த ஜெகத்சேத் ஆளுங்களையே, வால்ட்டர் சாம்ரேயை வச்சு சுட்டுத் தள்ளினாரு:, என்றான் மணீந்தர்.

“அதினால தான் நேபால் படையெடுப்பில தோத்துப் போனாரு” என்றார் சிராஜ்கான்.

“அரசு அதிகாரியா இருந்து நவாப் ஆனவரு. ஆனால் அவருக்கும் ஏனோ இந்த ரத்தவெறி. பாட்னாவில வால்ட்டர்கிட்ட நூறுபேருக்கு மேல கைதியா இருந்த வெள்ளை அதிகாரிங்களைக் குடும்பத்தோட வெட்டிவீசச் சொன்னாரு. மோங்கீர்ல இந்திய ஜமீன்தாருங்களையே கழுத்தில மணல் மூட்டையைக் கட்டி ஆத்தில வீசச் சொன்னாரு” என்றான் பீட்டர். “வால்ட்டா சாம்ரேயும் கச்சிதமா அதை நிறைவேத் தினான்” என்றான் டேவிட்

“நூத்தி எட்டு யானைகள் நிறையப் பணத்தோட, பக்சார்ல போருக்கு வந்தவரை, கூடவந்த சுஜாஉத்தௌலா ஆளுங்களே எல்லாத்தையும் பறிச்சிகிட்டு, ஒரு நொண்டி யானையோட வெரட்டி அடிச்சாங்க” என்றான் வேலன்.

“தில்லியில ஒரு பிச்சைக்காரனாச் செத்தாராம். அக்கம்பக்கத்தில இருந்தவங்க அவரு சால்வையை ஏலம்விட்டு, அந்தப் பணத்தில தான் அவரை அடக்கம் பண்ணினாங்களாம்” என்றார் சிராஜ்கான்.

“அவருகிட்ட பணம் இருந்தது, பதவி இருந்தது, திறமை இருந்தது. ஆனால் அவர் பக்கம் மக்கள் இல்லை. அவரு சிப்பாய்ங்க, நாட்டுக்காகப் போராட வரலை, கூலிக்காகத் தான் போர்க்களத்துக்கு வந்தாங்க” என்றார் சார்லஸ்.

74

வேலன் குழுவினர் பஞ்சாபின் பானிபட் பகுதிக்குள் நுழைந்தனர். நெடுஞ்சாலையில் இருந்த அழகிய கட்டிடத்தில் முகாமிட்டனர்.

“நமக்கு வசதியாக் கட்டி வச்சிருக்காங்க” என்றாள் முத்தம்மா.

“உண்மைதான். இதுபேரு சராய். நம்மை மாதிரி வழிப்போக்காகள் தங்கறதுக்காகக் கட்டின சத்திரம்” என்றான் வேலன். “எந்த மகாராஜா கட்டினாரு” என்று கேட்டாள் முத்தம்மா. “மகாராஜா கட்டலை, அவரு ஞாபகமா, மக்கள் கட்டினாங்க” என்றான் வேலன்.

“அப்போ இது ஒரு சரித்திரம் படைச்ச இடம்” என்றாள் முத்தம்மா.

“இந்த இடம் மட்டுமா, பானிபட்டோட ஒவ்வொரு துளி மண்ணிலயும், ஒரு ரத்தச் சரித்திரம் கலந்து இருக்கு” என்ற வேலன், தன் குறிப்புப் புத்தகத்தில் மும்முரமாக எழுதிக் கொண்டிருந்த சார்லசைக் கைதட்டிக் கூப்பிட்டான். சார்லஸ் அருகில் வந்தான். “சார்லஸ், இந்த எடத்தைப்பத்தி விவரமாச் சொல்லு. எனக்கும் அரைகுறையாத்தான் தெரியும்”, என்றான் வேலன். மகிழ்ச்சியோடு தன் குறிப்பேட்டைப் பார்த்துச் சொல்ல ஆரம்பித்தான் சார்லஸ், “தில்லி மன்னர் ஹேமசந்திர விக்ரமாதித்யா ஞாபகமாக் கட்டின சராய்தான் இது”, என்றான்.

“இந்து மன்னரா?” என்றாள் முத்தம்மா.

“ஆமா, மொகலாய சுல்தான் ஹுமாயூனைத் தோற்கடிச்ச மன்னர் ‘ஷேர் ஷா சூரி’ யோட மந்திரி. பின்னால தானே தில்லிக்கு ராஜாவும் ஆனார், அக்பர் வர்ற வரைக்கும்” என்றான் சார்லஸ்.

“ஷேர் ஷா, ஹேமு எல்லோரும் ஆட்சி செஞ்சது கொஞ்ச நாள்தான்னாலும் நிர்வாகத்தில பெரிய அளவில சீர்திருத்தம் பண்ணினாங்கன்னு கேள்விப்பட்டிருக்கேன்” என்றான் வேலன்.

“உண்மை தான். ஷேர் ஷா ஒரு மேதை. அவரு ஏற்படுத்தின நிர்வாக முறையைத்தான் இன்னைக்கு இந்தியாவில எல்லா ராஜாக்களும் பயன்படுத்தறாங்க” என்றான் சார்லஸ். “இந்த இடத்துக்கும் அவருக்கும் என்ன சம்பந்தம்?”, என்றாள் முத்தம்மா.

“அவருக்குச் சம்பந்தம் இல்லை. அவருக்கு அப்புறம் தில்லியைப் பிடிச்சு ராஜாவான, அவரு மந்திரி ஹேமச்சந்திரருக்கும், அக்பருக்கும் இங்கே சண்டை நடந்தது”. என்றான் சார்லஸ்.

“பானிபட்டில மொகலாய பாபருக்கும், தில்லி சுல்தான் இப்ராகிம் லோடிக்கும் தானே சண்டை நடந்ததாக் கேள்விப் பட்டிருக்கேன்” என்றான் பீட்டர்.

“பானிபட்டில மூணு பெரிய சண்டைகள் நடந்திருக்கு. மூணுக்கும் என்ன ஒற்றுமைன்னா, தில்லியில ஆட்சியில இருந்தவங்க பெரிய படையோட வருவாங்க. ஆனால் லாகூர்ல இருந்து வர்ற சிறிய படைகிட்டத் தோத்துப் போவாங்க” என்றான் வேலன்.

“அதுக்கு அப்புறம் வருவோம். *1526* ஆம் வருஷம் நடந்த, முதல் போரில, தில்லி சுல்தான் இப்ராகிம் லோடியை எதிர்த்துப்

படையெடுத்து வந்தவரு பாபர். லோடிகிட்ட ஐம்பதாயிரம் சிப்பாய்கள், ஆயிரம் யானைகள், பாபர்கிட்ட இருபதாயிரம் சிப்பாய்கள்தான். ஆனால், இருபது பீரங்கிகள் வச்சிருந்தாரு. முடிவில பாபர்தான் ஜெயிச்சாரு. பீரங்கிச் சத்தத்தில யானைங்க மிரண்டு, சொந்தப் படைங்களையே அழிச்சிடுச்சுங்க" என்றான் சார்லஸ்.

"ரெண்டாவது சண்டையிலதான் இந்து ராசா வந்தாரா?" என்றாள் முத்தம்மா.

"ஆமா, ஹேமசந்திர விக்ரமாதித்தர்கிட்ட ஐம்பதாயிரம் குதிரைப் படை, ஐநூறு யானைப்படை. அக்பர்கிட்ட வெறும் பத்தாயிரம் குதிரைப்படை. பீரங்கிகள், இரண்டு போர்கிட்டேயும் இருந்திச்சு. ஆனாலும் அக்பரோட படை துணிச்சலா மோதுச்சு. யானைமேலயிருந்த ஹேமு கண்ணில அம்புபட்டு விழுந்தாரு. அவரு படைங்க உடனே ஓடிப்போச்சு. நாம இப்போ நிக்கிற இடத்தில தான் அக்பர் முகாம் போட்டிருந்தாரு. அப்போ அவருக்கு வயசு பதிமூணு. இங்கே தான் ஹேமு தலையை, அக்பர் தாய் மாமன், தளபதி பைரம்கான் அக்பருக்காகன்னு வெட்டினாரு" என்றான் சார்லஸ்

"மூணாவது போரைப் பத்தி நான் சொல்றேன், இரண்டு லட்சம் மராத்தியப் படையோட, ஆப்கானிஸ்தான் மன்னர் அகமத்ஷா துரானியோட ஐம்பதாயிரம் படைங்க மோதுச்சு. அப்பவும், திட்டமும், திறமையும் தான் ஜெயிச்சுது. துரானிக்குத்தான் வெற்றி" என்றான் வேலன்.

"இங்கே மட்டுமில்லை. உலக வரலாறு முழுக்க இதுதான் வழக்கம். நாடோடியா வர்ற இனத்துக்கிட்ட, நாகரிகமடைஞ்ச இனம் தோத்துப் போகும்" என்றான் சார்லஸ்.

"உன் பார்வையே புதுசா இருக்கே? ஏன் அப்படி?" என்றான் வேலன்.

"நாகரிகம் வளர வளர, வசதிகள் பெருகப்பெருக, மக்கள் நடுவே ஏழை பணக்காரன்னு, ஏற்றத்தாழ்வும் வளருது. சோம்பேறித்தனமும் வளருது. போருக்கான தேவைகள் குறைஞ்சதனால போர்க்கலையும் மறந்துபோகும். ஆளுற கும்பலுக்கு மக்கள்மேல அக்கறையும் இல்லாமப் போயிடும். அப்போத்தான் எவன் ஆண்டா எனக்கென்னங்கற மனநிலைக்கு மக்களும் வந்திடறாங்க" என்றான் சார்லஸ்.

"மூணாவதா நடந்த சண்டையை எங்க அப்பா நேரில பார்த்தாரு. அப்தாலி, அடிமைகளா இழுத்துக்கிட்டுப்போன

பெண்களையெல்லாம் விடுதலைசெஞ்ச ஒரு சீக்கிய கல்சாவுக்கு அவரு தலைவரா இருந்தாரு" என்றான் ஜஸ்வந்த்சிங். "சீக்கியர் கல்சா மராத்தியருக்கு உதவியா வந்தாங்களா?" என்றாள் முத்தம்மா.

"மராத்தியருக்கு உதவியா இந்தியாவில யாருமே வரலை. ஏன்னா, அத்தனை பேருகிட்டேயும் மராத்தியர் அதுவரை வருஷம் தவறாமக் கொள்ளையடிச்சிக்கிட்டு இருந்தாங்க. ராஜபுத்திரர்கள் வரலை, சீக்கியர்கள் வரலை. இந்துக் கோயில்களையே மராத்தியப் படைகள் கொள்ளையடிச்சதால, ஜாட் ராஜா 'சூரஜ்மால்' கூடப் பயந்து ஒதுங்கிட்டாரு" என்றான் சார்லஸ்.

"கைதியாப் போன பெண்கள் எல்லோரையும் சீக்கியர் படையெடுத்துப் போய் விடுவிச்சாங்களா?" என்றாள் முத்தம்மா.

"சீக்கியர் முக்கியமாப் போனது, அப்தாலி படை தில்லியில கொள்ளையடிச்சதைத் திருப்பிக் கொள்ளையடிக்கிறதுக்காக. அப்படியே கொஞ்சம் பெண்களையும் காப்பாத்தினாங்க" என்றான் சார்லஸ்.

"அப்படிக் காப்பாத்தப்படாத பெண்கள் நிலைமை" என்றாள் முத்தம்மா.

"இந்நேரம் இசுலாமியப் பெண்களா மாத்தப்பட்டிருப்பாங்க. இசுலாமிய வாரிசுகளைப் பெத்திருப்பாங்க" என்றான் சார்லஸ்.

"அப்படிக் காப்பாத்தப்பட்ட ஒரு பொண்ணு மூலமாத்தான், ஹீரா பிஜ்லி எங்க குடும்பத்துக்கு வந்தது" என்றான் ஜஸ்வந்த்.

மறுநாள் தங்களை இரண்டு குழுக்களாகப் பிரித்துக் கொள்ளலாம் என்றான் வேலன். ஜஸ்வந்த், மணீந்தருடன்; வேலன், முத்தம்மா, சிராஜ்கான், டேவிட் ஆகிய நால்வரும் பஞ்சாப் செல்வது எனவும், மற்றவர்கள் சராய் இருக்குமிடத்திலிருந்து சற்றுத் தள்ளி காட்டிற்கு உள்ளே சென்று முகாமிடுவது என்றும் முடிவு செய்தனர். வேலன் குழு குதிரைகளில் பஞ்சாப் நோக்கி விரைந்தது. இரண்டாவது குழு காட்டிற்குள் சென்றது.

"நான் முன்னால போனப்பவே கிராமம் பாதி பாழடைஞ்சுகெடந்தது. இப்போ எப்பிடியிருக்கோ? அதற்கப்புறம் எத்தனை படையெடுப்புகளைச் சந்திச்சதோ" என்று சொல்லிக் கொண்டே வந்தான் மணீந்தர். இரண்டு நாட்களில் அனைவரும் அவன் கிராமத்தை வந்தடைந்தனர். மணீந்தர் பயந்தது போலவே, கிராமத்தில் பல வீடுகள் குட்டிச் சுவர்களாக நின்றன. அவர்களது ஓட்டு வீடு, கூரைகளற்று நின்றது.

“உன் சக்கரம் கிடைக்குமா? வீடே உடைஞ்சு நொறுங்கிப் போயிருக்கே?” என்றான் வேலன். “நான் சாலிக்கரைத் தரைக்கு அடியில புதைச்சு வைச்சேன்” என்றான் மணீந்தர்.

அவர்களது வீடு கிராமத்தின் கடைசியில் இருந்தது. அதற்கடுத்து, ஒரேயொரு சிறிய வீடு, அந்த வீட்டின் பின்னேயிருந்து வயல் வெளிகள் தொடங்கின. அந்தச் சிறிய வீட்டிலிருந்து வயதான ஒரு உருவம் இவர்களை நோக்கி வந்தது. அதனைப் பார்த்ததும் மணீந்தரும், ஜஸ்வந்த் சிங்கும் `காக்கா` என்று கத்திக்கொண்டு ஓடினர்.

“அது என்ன காக்கா? குருவி?”, என்றாள் முத்தம்மா.

“இந்தியில சாச்சா, நம்ம ஊர்ல மாமா” என்றான் வேலன்.

ஜஸ்வந்த் சிங்கும், மணீந்தர் சிங்கும் அந்த வயதான உருவத்தை, முகத்தில் மகிழ்ச்சி ததும்ப வீட்டிற்கு அருகே அழைத்து வந்து மற்றவர்களிடம் அறிமுகப்படுத்தினர்.

“இவரு எங்க போல்சந்த் தாதா, பக்கத்து வீட்டுக்காரரு”. போல்சந்த் அனைவரையும் தன் வீட்டிற்கு வருமாறு அழைத்தார். ஜஸ்வந்தின் வீட்டிலிருந்து பத்துநிமிட தூரத்தில்தான் போல்சந்தின் வீடு இருந்தது. வீட்டு வாசலில், போல்சந்தைப் போலவே அச்சு அசலாக இருந்த மற்றொரு உருவம் அனைவரையும் வரவேற்றது.

“இது என் அண்ணன் மூல்சந்த்”, என்று அறிமுகப்படுத்தினார் போல்சந்த். வீடு சிறியதாயிருந்தாலும் வீட்டைச்சுற்றி இடம் தாராளமாக இருந்தது. வீட்டின் அருகேயே சிற்றாறு ஒன்று ஓடிக்கொண்டிருந்தது. வெளியே நெருப்புமூட்டி அனைவருக்கும் உணவு சமைப்பதில் வயதான இரண்டு சகோதரர்களும் இறங்கினர். ஜஸ்வந்த்தும் மணீந்தரும் அவர்களுக்கு உதவி செய்யத் தொடங்கினர். ஆற்றில் குளித்துவிட்டு உடைகளை மாற்றினாள் முத்தம்மா.

“நீ தலைமுடியை மறைக்க வேண்டிய அவசியமில்ல. சீக்கியர் பெண்களுக்கு மதிப்புக் குடுக்கிறவங்க” என்றான் வேலன். அதனால் தலைமுடியை விரித்து உலர்த்திக் கொண்டே வந்தாள் முத்தம்மா. அவளைப் பார்த்துப் புன்னகைபூத்த மூல்சந்த், “மகளே நீ தான், எங்க குரு சொன்ன மாதிரி வீரமா கத்தியோட வந்திருக்கே” என்றார்.

“குரு சொன்னதையெல்லாம் நம்ம பஞ்சாப் மக்கள்தான் மறந்திட்டாங்க” என்றார் போல்சந்த். “ஆனால் உங்கபேரு பஞ்சாபி மாதிரியே இல்லையே” என்றான் சார்லஸ். “ஆமா,

நாங்க ஆக்ராவைச் சேர்ந்தவங்க. அப்தாலி கைதியா இழுத்துக்கிட்டு வந்தான். ஜஸ்வந்த்தோட அப்பாவும், அவரு கல்சாவும் தான் எங்களையும் விடுவிச்சாங்க. ஆக்ராவில எங்க குடும்பமே அழிஞ்சுபோச்சு. அதானால அங்கே திரும்பிப் போக விருப்பமில்லாம இங்கேயே நிரந்தரமாத் தங்கிட்டோம்.'' என்றார் மூல்சந்த்.

“பெண்களையும், பணத்தையும் தானே தேடி வருவாங்க? ஆண்களையுமா கைதியா இழுத்துக்கிட்டுப் போனாங்க?'' என்றான் வேலன்.

“தங்கம், வெள்ளி, பெண்கள் எல்லாத்தையும்விட மதிப்பு அதிகமானது தொழில் திறமை. நாங்க ரெண்டு பேரும் இரும்பு அடிக்கிற கொல்லனுங்க. எங்களை மாதிரித் தொழில் தெரிஞ்ச ஆயிரக்கணக்கான ஆளுங்களையும், அப்தாலி அடிமையா இழுத்துக்கிட்டுப் போனான்'' என்றார் போல்சந்த்.

“அது சரி காக்கா, பெண்களைப் பத்திச் சீக்கிய குருக்கள் என்ன சொன்னாங்க?'' என்று ஆவலுடன் கேட்டாள் முத்தம்மா.

“பெண்கள் வீரமா இருக்கணும், கட்டாயம் படிக்கணும், ஒவ்வொரு வீட்டிலயும் புத்தகம் கட்டாயம் இருக்கணும்னு சொன்னாங்க'' என்றார் மூல்சந்த்.

“இது புதுமையா இருக்கே'' என்றாள் முத்தம்மா. “இதைவிட ஆழமாச் சிந்திச்சாங்க. இந்து மதத்தில பொம்பளங்க வீட்டுவிலக்கானா அதுக்காக அவங்களை மட்டமான பிறவிம்போம். ஆனா சீக்கிய மதத்திலே, பொண்ணுக்கு மாதவிலக்கு வர்றது, கடவுள் குடுத்த வரம், அதினாலதான் வம்சம் தழைக்குது, அவங்க ஆம்பிளைங்களைவிட உயர்ந்த பிறவின்னு சொல்லுவாங்க'' என்றார் போல்சந்த்.

“எங்க தமிழ்நாட்டிலையும் முன்னால அப்படித்தான் வழக்கம். இடையிலதான் அந்தப் பழக்கம் மாறிப் பொம்பளைங்க அந்த நாள்ல கோயிலுக்கு வரக்கூடாதுன்னெல்லாம் அவமானப்படுத்த ஆரம்பிச்சாங்கன்னு கேள்விப் பட்டிருக்கேன்'' என்றான் வேலன்.

“சீக்கிய மதம் இந்து மதத்தில இருந்து வந்ததா, இசுலாம் மதத்தில இருந்து வந்ததா?'' என்று கேட்டாள் முத்தம்மா.

“ரெண்டு மதத்தையும் சேர்ந்த ஏழை விவசாயிங்க உருவாக்கின மதம்தான் சீக்கிய மதம். அதைக் காஷ்மீரி பண்டிட்டுகளும் ஆதரிச்சாங்க, இசுலாம் பக்கீர்களும் ஆதரிச்சாங்க'' என்றார்

போல்சந்த். “அதேமாதிரி, இந்து ஜமீன்தார்களும் எதிர்த்தாங்க. இசுலாம் பிரபுக்களும் எதிர்த்தாங்க. அதனாலதான் ராஜபுத்திரர்கள்கூடச் சமாதானமாப்போன ஔரங்கசீப்பால, சீக்கியாகள் கூடச் சமாதானமாப் போக முடியலை. ஏழைகளுக்கும் நிலம், பெண்களுக்கு மதிப்பு, சமூக மொத்தமும் சகோதரர்களா இருக்கணும். இந்த அடிப்படையில தான் சீக்கிய மதம் உருவாச்சு. நிலப்பிரபுக்கள் கொடுமையில இருந்து தப்பிக்கத்தான் ஆயுதமேந்த ஆரம்பிச்சாங்க” என்றார் மூல்சந்த்.

“குரு தேக்சிங், பாண்டாசிங் பகதுர், இவங்கள்ளாம் வழிப்பறித் திருடனுங்கன்னு புத்தகங்கள் எழுதியிருக்கு” என்றான் சார்லஸ்.

“கட்டாயம் எழுதியிருப்பாங்க. உண்மையில ராஜாக்களும், பிரபுக்களும்தான் ஏழைங்களை வரிங்கற பேர்ல கொள்ளையடிக்கிறாங்க. அதுக்காக அவனுங்க செய்யாத பாவம் இல்லை. அந்த ஏழைகளுக்கு எவானாவது உதவி செய்யப்போனா, உடனே அவனை, தேசத்துரோகி, திருடன், கொலைகாரன், கொள்ளைக்காரன்னு அறிவிப்பாங்க, காசுகுடுத்துப் புத்தகமும் எழுதவைப்பாங்க” என்றார் மூல்சந்த்.

“எங்க நாட்டில கூடப் பாளையக்காரங்களைத் திருடன்னு தான் இங்கிலிஷ் கம்பெனி சொல்லுது” என்றாள் முத்தம்மா.

“அது யாரு பாளையக்காரங்க?” என்றார் மூல்சந்த்.

“பின்னால சொல்றேன். குரு தேக்சிங்கைப்பத்திச் சொல்லுங்க. அவரு மேல ஔரங்கசீப்புக்கு என்ன கோபம்?” என்றான் வேலன்.

“காஷ்மீர் பண்டிட்டுங்களை மதம்மாறச் சொல்லிக் கட்டாயப் படுத்தினார் ஔரங்கசீப். அந்தப் பண்டிட்டுக்களுக்குப் பாதுகாப்பு குடுத்தாரு தேக்சிங். பேச்சு வார்த்தைக்கு வான்னு குருவை தில்லிக்குக் கூப்பிட்டாரு ஔரங்கசீப். தன்னோட மகன் கோவிந்த் சிங்கை குருவா உட்கார வச்சிட்டு, மரணத்துக்கும் தயாராத்தான் தில்லிக்கு போனாரு தேக்சிங். வழக்கம் போல ஔரங்கசீப் துரோகம் பண்ணினார்”,, என்றார் மூல்சந்த்.

“தூது வந்தவரை வஞ்சகமா ஜெயில்ல போட்டாரு. அவருகூட வந்த மூணு சீடர்களையும் சித்திரவதை பண்னினார். ஒருத்தரை ரம்பத்தை வச்சு உடம்பை ரெண்டா அறுத்தாங்க. இரண்டாவது சீடரைக் கொதிக்கற தண்ணியில போட்டு வேக வைச்சாங்க. மூணாவது சீடரை நெருப்பில தூக்கி எறிஞ்சாங்க. இவ்வளவும் குரு தேக்பகதூரை ஒரு கூண்டில அடைச்சி வைச்சிட்டு, அவரு கண்ணு முன்னால நடந்தது. அப்பவும் அவரோ, சீடர்களோ, இசுலாமியரா மாற ஒத்துக்கலை. கடைசியா, சாந்தினி சௌக்ல,

பொது மக்கள் முன்னால, அவரு தலையை வெட்டினாங்க'', என்றார் போல்சந்த்.

"இத்தனை கொடுமைகளையும், கொள்கைக்காக தாங்கிக்கிட்டு வீரமாச் சாகறவன் எப்படி ஒரு திருடனா இருக்க முடியும்? வரலாறு அத்தனையும் பொய்'' என்றாள் முத்தம்மா.

"அரசாங்கத்துக்கிட்ட கை நீட்டிக் காசு வாங்கிட்டு எழுதறவங்க, வேற எப்படி எழுதுவாங்க'' என்றான் வேலன்.

"குருதேக்சிங் கொள்ளைக்காரர் இல்லைன்னு ஒத்துக்கறேன். ஆனால் பகதுர் பாண்டாசிங் பத்தி ஆதாரங்கள் இருக்கு'' என்றான் சார்லஸ்.

"அவங்க என்ன தர்றது. நானே ஆதாரம் தர்றேன்'' என்றார் போல் சந்த். அனைவரும் போல்சந்த் பக்கம் திரும்பினர்.

"ஒரு தூரத்துக் கிராமத்தில இருந்த விவசாயிங்க திரண்டு வந்து, பாண்டாசிங்குக்கிட்ட, அவங்க பகுதி ஜமீன்தார் செய்யற கொடு மையையெல்லாம் சொல்லி அழுதாங்களாம். எப்பிடியாவது இந்தக் கஷ்டத்தில இருந்து எங்களை விடுவீங்கன்னு கெஞ்சினாங்களாம். உடனே பாண்டாசிங் கட்டாயம் விடுவிக்கிறேன்னு சொல்லிட்டுத் தன்னோட சிப்பாய்ங்களைக் கூப்பிட்டாராம், விவசாயிங்க அத்தனை பேரையும் சுட்டுத் தள்ளுங்கன்னாராம். பதறிப்போன விவசாயிங்கக் கிட்ட, "நீங்க ஆயிரம் விவசாயிங்க இருந்துக்கிட்டு ஒரு ஜமீன்தாருக்கும், அவனோட நூறு அடியாளுங்களுக்கும் பயந்தீங்கன்னா, உயிர் வாழவே லாயக்கு இல்லாதவங்கன்னு சொன்னாராம்'', என்றார். "அப்புறம் என்ன நடந்துச்சு'' ஆவலோடு கேட்டாள் முத்தம்மா.

"புரட்சி நடந்துச்சு. விவசாயிங்க கல்சாவா மாறி, ஜமீன்தாரை வெரட்டியடிச்சாங்க. லாகூர்ல இருந்து பஞ்சாப் வரைக்கும், காஷ்மீர், சிறீஹிந்த் எல்லாப்பகுதியும் தானா வந்து பாண்டா சிங்குக்கிட்டச் சேர்ந்துச்சு. உழுபவனுக்கே நிலம் சொந்தம்னு சட்டம் போட்டாரு பாண்டாசிங்'', என்றார் போல்சந்த்.

"அது ராணுவ சர்வாதிகாரத்தோட அடித்தளத்தையே அசைச்சிடுமே, பாதுஷா சும்மா இருந்திருக்க மாட்டாரே'' என்றான் சார்லஸ். "அப்போ ஔரங்கசீப்போட மகன் பகதூர்ஷா பாதுஷாவா இருந்தார். அப்பா ஔரங்சீப்பையே கொல்ல முயற்சி பண்ணினவர். ஜமீன்தார்களை நம்பித்தான் பிரபுக்கள், பிரபுக்களை நம்பித்தான் பாதுஷா. அவங்களைக் காப்பாத்த வராம இருப்பாரா? அவரு தன்னோட மொத்தப் படையையும் திரட்டிக்கிட்டுப் போய் பாண்டாசிங்கையும், அவர் கல்சாவையும், கைது பண்ணித்

தில்லிக்கு இழுத்துக்கிட்டு வந்தாரு", நிறுத்தினார் போல்சந்த்.

"போரில வெற்றியும், தோல்வியும் சகஜம்தான். ஆனால் பகதூர்ஷா ஆடின வெறியாட்டம் தான் மறக்க முடியாதது. சீக்கிய மதத்தால ஜமீன்தார்களுக்கு ஆபத்து, அதனால தன்னோட ஆட்சிக்கே ஆபத்துன்னு புரிஞ்சிக்கிட்டு, விவசாயிகளை மிரட்ட வெறியாட்டம் ஆடினார். பாண்டாசிங்கையும், எண்ணூறு சீக்கியக் கைதிகளையும் எழுநூறு வண்டிகள் நிறைய மாடுகள் மாதிரிக் கட்டிப்போட்டு தில்லிக்குக் கொண்டு வந்தார். வண்டிகளுக்கு முன்னால, இரண்டாயிரம் சீக்கியர் தலைகளை வேல் முனையில குத்தி, பஞ்சாபில இருந்து தில்லி வரைக்கும் குதிரைகள்ல ஊர்வலமா எடுத்துக்கிட்டு வந்தாங்க", என்று சொல்லி நிறுத்தினார் மூல்சந்த்.

"தில்லியில பாண்டா பகதூரை மதம் மாறச்சொல்லி மிரட்டினாங்க. இந்துக் குடும்பத்தில பிறந்த லட்சுமண்தேவ், குரு கோபிந்த்சிங் அன்பாக் கேட்டதால சீக்கியரா மாறி, பாண்டா சிங் பகதூர் ஆனார். ஆனால், எத்தனை மிரட்டியும் இசுலாமியனா மாற மறுத்திட்டார். அவர் மாறினா, சீக்கிய இயக்கமே அழிஞ்சுபோகுமுன்னு அவருக்குத் தெரியும். பாதுஷா, தினமும் பத்துப் பத்துப்பேரா சீக்கியச் சிப்பாய்களை மக்கள் முன்னால கொன்னு, ஒருவாரம் பயமுறுத்தினாரு. பாண்டாசிங் அசையல. அவரு கண்ணைத்தோண்டி, கை, கால்களை வெட்டி, உயிரோட தோலை உரிச்சு, கடைசியாத் தலையை வெட் டிக் கொன்னாங்க", என்று சொல்லி முடித்தார் மூல்சந்த். பாதுஷாக் களின் வக்கிரத்தை நம்பமுடியாமல் திகைத்தனர் அனைவரும்.

75

மறுநாள், கையில் மண்வெட்டி, கடப்பாறைகளுடன், ஜஸ்வந்தும், மணீந்தரும் முன் செல்ல, டேவிட், சிராஜ்கான், முத்தம்மா மூவரும் பின் தொடர்ந்தனர். புறப்படுவதற்கு முன்பு, தங்கள் வீட்டையொட்டி இருந்த அறையைத் திறந்து காட்டினர் சந்த் சகோதரர்கள். கொல்லர் உலையும், துருத்தியும், பாதி இடத்தை அடைத்துக் கொண்டிருந்தன. அங்கிருந்து கடப்பாரை, மண்வெட்டிகளை எடுத்துக் கொடுத்தனர். அங்கு ஒரு மூலையில் அடுக்கிவைக்கப்பட்டிருந்த சீக்கியர் சக்கரங்களைப் பார்த்து வியப்படைந்தாள் முத்தம்மா. அவளது பார்வையைப் புரிந்து கொண்ட போல்சந்த் கூறினார், "ஒருகாலத்தில இந்தச் சக்கரம் செஞ்சுதரச் சொல்லி நெறையப்பேர் கேட்பாங்க. இப்போ எல்லோரும் துப்பாக்கி தூக்க ஆரம்பிச்சிட்டாங்க" என்றார்.

மூவரும் ஜஸ்வந்தின் வீட்டை நெருங்கும் போதே, மணீந்தரும், ஜஸ்வந்தும் வீட்டின் நடுவே பள்ளம் தோண்டிக் கொண்டிருந்தனர்.

“எத்தனை அடியில பொதைச்சே” என்றான் ஜஸ்வந்த்.

“மூணு அடியில” என்றான் மணீந்தர்.

அவன் சொன்னது போலவே, சரியாக மூன்று அடிகள் ஆழத்தில் மரப்பெட்டி ஒன்று இருந்தது. இரண்டு சகோதாரர்களும் அதை வெளியே எடுத்தனர். மணீந்தர் பெட்டியைத் திறந்தான். அனைவரும் ஆவலுடன் உள்ளே பார்த்தனர். அவர்கள் தேடிவந்த நான்காவது வளையம் உள்ளே இருந்தது. கூடவே வளையத்தின் உட்புறம் கச்சிதமாகப் பொருந்திய ஒரு வட்டத்தகடும் இருந்தது.

“இது எங்கேயிருந்து கெடைச்சுது” என்றான் ஜஸ்வந்த்.

“நம்ம வீட்டுப் புஸ்தக அறையில, இந்தப் பெட்டிக்குள்ளேயே இருந்திச்சு. நான் அதுக்குள்ள வளையத்தையும் சேர்த்துப்போட்டு புதைச்சு வச்சேன்” என்றான் மணீந்தர்.

பெட்டியை மூடி, அதன்மேல் வளையத்தையும், அதன் நடுவே தகட்டையும் வைத்துப் பார்த்தான் வேலன். வளையத்தில் *RIP* என்று ஆங்கிலத்தில் பொறிக்கப்பட்டிருந்தது. தகட்டில் *V* என்ற ஒரேயொரு ஆங்கில எழுத்து மட்டும் பொறிக்கப்பட்டிருந்தது. ஏற்கனவே இருந்த வளையங்களை ஒரு துணிப்பையில் போட்டுத் தன் உடைக்குள் வைத்திருந்தாள் முத்தம்மா. “இதையும் சேர்த்துப் பையில வச்சுக்க” என்று நான்காவது வளையத்தையும் வட்டத் தகட்டையும் முத்தம்மாவிடம் கொடுத்தான் வேலன். பின்பு மற்றவர்களிடம் திரும்பி “மூல்சந்த் வீட்டுக்குப் போய் நாலு வளையத்தையும் ஒண்ணா வச்சுப் பார்த்து, ஹீரா பிஜ்லி இருக்ற எடத்தை கண்டுபிடிக்கலாம்” என்றான்.

“உங்களுக்கு ஏன் அந்தக் கஷ்டம்? அதையெல்லாம் நாங்களே கண்டு பிடிச்சிக்கறோம்” என்று வாசலில் ஒரு குரல் கேட்டது. கிட்டதட்ட அறுபது வயதான ஆள் ஒருவன், மிடுக்காகச் சிப்பாய் உடையில், கையில் நீண்ட துப்பாக்கியுடன் உள்ளே நுழைந்தான். கூடவே ஆறு சிப்பாய்கள் உருவிய வாட்களுடன் நுழைந்தனர். வேலன் சுற்றிலும் கண்களை ஓடவிட்டான். அவனும் அவனது ஆட்கள் யாரும் வாட்களை உருவியிருக்கவில்லை. டேவிட் துப்பாக்கியோடு ஒரு இடிந்த சுவரில் அமர்ந்திருந்தான். ஆனால் துப்பாக்கியில் குண்டுகள் நிரப்பியிருக்கவில்லை. வந்தவனைச் சிராஜ்கான் அடையாளம் கண்டுகொண்டார். “ஹுக்கும் சந்த், இன்னும் ஓமிசந்துக்கு விசுவாசமா வேலை செய்யற போல

இருக்கே? எங்களைப் பஞ்சாப் வரைக்கும் பின்தொடர்ந்தியா?” என்றார்.

“ஓமிசந்தும், நானும் பஞ்சாப்காரங்க தாங்கிறத மறந்திட்டியா சிராஜ்கான்? நமக்குள்ள சண்டையெதுவும் வேண்டாம். வளையங்களைக் குடுத்திட்டா நாங்க போய்கிட்டே இருப்போம்” என்ற ஹுக் கும்சந்த், தன் இடது கையால் முத்தம்மாவின் தலைப் பாகையைத் தட்டிவிட்டான்.

“நீ ஒரு பொம்பளைதான்னு எங்களுக்குத் தெரியும். உன் சிப்பாய் வேஷத்தைப் பார்த்து நான் பயப்படமாட்டேன். அந்தப் பையைக் குடு” என்றான். முத்தம்மா பையைத் தன் மார்போடு இறுக அணைத்துக்கொண்டாள். கோபமடைந்த ஹுக்கும்சந்த், துப்பாக்கியை இடது கைக்கு மாற்றிக் கொண்டு, வலது கையால் முத்தம்மாவின் கூந்தலைப் பிடித்திழுத்தான். வலி தங்காமல் முத்தம்மா அலறினாள். ஒரு நொடி அனைவர் கவனமும் அவள் மேல் சென்றது. ஆனால் அந்த ஒரு நொடியில் தன் துப்பாக்கியைத் திருப்பி இரு கைகளாலும் இறுகப் பிடித்துக் கொண்டு, அதன் பின்புறத்தால், ஹுக்கும் சந்தின் பின்புறத்தில் இடுப்பு எலும்பைக் குறிபார்த்துத் தாக்கினான் டேவிட். வலியில் துடிதுடித்துக் கீழே விழுந்தான் ஹுக்கும்சந்த். அந்த வலியிலும், “எல்லோரையும் கொல்லுங்க” என்று கோபமாகக் கத்தினான். ஆனால் அதற்கு ஒருநிமிடம் பிடித்தது. அந்த ஒரு நிமி டத்தில் சிராஜ்கான், வேலன், முத்தம்மா மூவரும் வாட்களை உரு விக் கொண்டு அருகருகே, ஒரே வரிசையில் நின்றனர். ஜஸ்வந்தும், மணீந்தரும் தங்கள் கடப்பாறை மற்றும் மண்வெட்டியையுமே ஆயுதமாக ஏந்திக் கொண்டு, சண்டைக்குத் தயாராயினர். அந்த இடைவெளியில் டேவிட் தனது துப்பாக்கி முனையில் கத்தியைச் செருகிக் கொண்டு தானும் வரிசையில் வந்து சோந்து கொண்டான்.

ஏற்கனவே திட்டமிட்டது போல், ஆறு பேரும் ஒரே வரிசையில் நின்றதைப் பார்த்ததும் ஹுக்கும்சந்துடன் வந்த ஆறு சிப்பாய்களும் தயங்கி நின்றனர். அந்த நேரம் பார்த்து வெளியிலிருந்து துப்பாக்கி சுடும் சத்தம் கேட்டது. உள்ளே சுவற்றில் குண்டு பாய்ந்தது. சிப்பாய்கள் திகைத்து வெளியே பார்ப்பதற்குள் மற்றொரு குண்டு வந்து அதே சுவற்றில் பாய்ந்தது. சிப்பாய்கள் அத்தோடு வீட்டிற்கு வெளியே ஓட்டம் பிடித்தனர். எப்படியோ தட்டுத்தடுமாறி எழுந்த ஹுக்கும்சந்தும் வெளியே ஓடினார். வெளியே நின்றிருந்த தங்கள் குதிரைகளில் ஏறி ஏழுபேரும் விரைவாக மறைந்தனர். அதுவரை ஒரு மரத்திற்குப் பின்னே ஒளிந்திருந்த மூல்சந்ததும், போல் சந்தும்

வெளியே வந்து ஆளுக்கொரு முறை தங்கள் துப்பாக்கிகளால், ஓடும் குதிரைகளை நோக்கிச் சுட்டனர். அதனால் யாருக்கும் பாதிப்பில்லை என்றாலும் குதிரைகள் மேலும் விரைவாக ஓடத் தொடங்கின. சிரித்துக் கொண்டே சாந்த் சகோதரர்கள் வீட்டிற்குள் நுழைந்தனர். சிராஜ்கான் வேலனைப் பார்த்துச் சிரித்தார்.

“வேலா, நமக்கு வயசாகிப் போச்சு. வெறும் ஏழு பேரு நம்மை மடக்கிட்டாங்க. இதுவே நாம கல்கத்தாவில இருந்த காலத்தில நடந்திருந்தா?” என்றார்.

“இந்நேரம் இங்கே ஏழு தலைங்க தரையில உருண்டிருக்கும்” என்றான் வேலன். சாந்த் சகோதரர்களின் கைகளில் இருந்த துப்பாக்கிகளை சிராஜ்கான் வியப்போடு பார்த்தார். அவரது வியப்பின் காரணத்தைப் புரிந்து கொண்ட போல்சந்த்,

“ரெண்டும் நாங்களே செஞ்ச நாட்டுத் துப்பாக்கிங்கதான்” என்றார்.

“குறிபார்த்துச் சுட முடியாது போல இருக்கே” என்றான் வேலன்.

“தாராளமாக் குறிபார்த்துச் சுடலாம். ஆனால் எங்களுக்குத்தான் யாரையும் கொல்ல விருப்பம் இல்லை” என்றார் போல்சந்த். அதற்குள் மூல்சந்த் குனிந்து, கீழே கிடந்த ஹுக்கும் சந்தின் துப்பாக்கியை எடுத்துப் பார்த்தார்.

“இது மூர்ஷிதாபாத்தில செஞ்சதுன்னு நினைக்கிறேன். என்ன சுத்தமான வேலைப்பாடு” என்றார் மூல்சந்த்.

“இது எங்களுக்குத் துப்பாக்கி செய்ய உதவியா இருக்கும், நாங்க வச்சுக்கிறோம்” என்றார் போல்சந்த். அனைவரும் அன்று மாலையே கிராமத்தை விட்டுப் புறப்பட்டனர். அனைவருக்கும் வழியில் சாப்பிடுவதற்கு ரொட்டிகளும், குடிநீரும் மட்டும் எடுத்துக் கொண்டு இரவோடிரவாகப் புறப்பட்டனர். மறுநாளும் சிறிதுநேரமே ஓவெடுத்தனர். ஹுக்கும்சந்த் மீண்டும் ஆட்களைத் திரட்டிக் கொண்டு வருவதற்குள் பானிபட் போய்ச் சேர்ந்தது விட வேண்டுமென்பதே வேலனின் நோக்கம். இரண்டாம் நாள் இரவு ஹேமுவின் சராய்க்கு வந்து சோ்ந்தனர். சாலையும், சராயும் வெறிச்சோடிக் கிடந்தன. இரவு அங்கேயே உறங்கிவிட்டு, காலையில் மற்றவர்களின் முகாமைத் தேடிச் செல்லலாம் என்றான் வேலன். முதற்சுற்றுக் காவலைத் தானும், முத்தம்மாவும் பார்த்துக் கொள்வதாகக் கூறினான். டேவிட், சிராஜ்கான், ஜஸ் வந்த், மணீந்தர் நால்வரும் மண்டபத்தில் ஆளுக்கொரு மூலையில் உறங்கத் தொடங்கினர்.

அவர்கள் உறங்கியதும், வேலன் முத்தம்மாவிடம் இருந்து வளையங்கள் அடங்கிய பையை வாங்கி, வளையங்களைத் தரையில் ஒன்றுக்குள் ஒன்றாக அடுக்கினான். தகட்டில் இருந்த *V* என்ற எழுத்துக்குப் பொருள் அவனுக்கு எளிதாகப் புரிந்தது. "இந்த சராய் மன்னர் ஹேமு நினைவாக் கட்டின சமாதி, அவரு முழுப்பேரு, ஹேமச்சந்திர விக்ரமாதித்தன், அதைக் குறிக்கத்தான் *V* போட்டிருக்கு என்றான் வேலன்.

"*RIP* ன்னு இங்கிலிஷ்காரங்க சமாதியில எழுதுறது வழக்கம்" என்றாள் முத்தம்மா.

"சரியாச் சொன்னே, ரெஸ்ட் இன் பீஸ், அமைதியாக ஓய்வெடுன்னு அர்த்தம்." என்றான் வேலன்.

"அடுத்த வளையத்தில மிகப்பெரிய போர்க்களம்னு இருக்கு அது நிச்சயம் பானிபட்தான்" என்றாள் முத்தம்மா.

"மூணையும் வச்சுப் பார்த்தா, பானிபட், விக்ரமாதித்யா, சராய்; ஆக நாம இருக்கற இந்த மண்டபம்தான் அது" என்றான் வேலன்.

"அப்போ இந்த மண்டபத்துக்குள்ள தான் ஹீரா பிஜ்லி இருக்கா?" என்றாள் முத்தம்மா.

"நிச்சயம் இருக்காது. ஆள் நடமாட்டம் இருக்ற ஒரு இடத்தில புதையலை மறைச்சு வச்சிருக்க முடியாது" என்றான் வேலன்.

"அப்போ மத்த ரெண்டு வளையங்கள்ல எழுதி இருக்கறதை வச்சுத்தான் கண்டுபிடிக்கணும், நிச்சயமா, இந்த எடத்துக்குப் பக்கத்திலதான் புதையல் இருக்கு" என்றாள் முத்தம்மா.

மற்ற வளையங்களில் ஒன்றில் "முன்னோர்களை மதி" என்றும் மற்றதில் "எல்லாக் கடவுள்களும் இரக்கமுள்ளவர்களே" என்றும் எழுதியிருந்தது. ஆனால் அவற்றை வைத்து இருவராலும் எதையும் ஊகிக்க முடியவில்லை. வளையங்களைப் பின்புறம் திருப்பி அடுக்கினாள் முத்தம்மா. திடீரென்று உற்சாகத்துடன், "வேலா, இதில ஏதோ படம் வரைஞ்சிருக்கு பார்" என்றாள். வேலனும் கவனித்தான். "இரு, மண்தரையில பெரிசா அதை வரையறேன்" என்றாள் முத்தம்மா.

"நல்லாப் படம் வரைவியா?" என்றான் வேலன்.

"படம் வரையத் தெரியாத தமிழ்ப் பெண்ணா? தினம் வாசல்ல கோலம் போடறோமே பார்த்ததில்லையா" என்றாள் முத்தம்மா.

"பார்த்திருக்கேன், கோலத்தைக் கவனிச்சதில்லை" என்றான் வேலன்.

“அப்போ, பொண்ணுங்களை மட்டும்தான் பார்த்துக்கிட்டிருந்தியா” என்று பொய்க்கோபத்துடன் கேட்ட முத்தம்மா, தரையில் ஒரு குச்சியால் படம் வரைந்தாள். நடுவில் ஒரு செவ்வகம். அதன் வடமேற்கு மூலையிலிருந்து நெளிந்து சென்ற கோடு சிறிய சதுரத்தில் முடிவடைந்தது. சதுரத்தின் அருகே ஒரு பெரிய வட்டம். வட்டத்தில் நெளி நெளியாகக் கோடுகள். வரைந்து முடித்துவிட்டு நிமிர்ந்தாள் முத்தம்மா. “ம்ஹீம். படம் எதையுமே சொல்லலையே” என்றாள்.

“படம் பல விஷயங்களைச் சொல்லுது. இந்தச் செவ்வகம்தான் நாம இருக்க சராய். இதுக்கு வடமேற்கே ஒரு கோவிலும், குளமும் இருக்கு. அதைக் கண்டு பிடிக்கணும்” என்றான்.

“சரி, மிச்சத்தை அப்புறம் யோசிப்போம்” என்று சொல்லிக் கொண்டே வளையங்களையும், தகட்டையும் பையில் போட்டான். “நீ போய்ப் படு. நான் சிராஜ்கானையும், டேவிட்டையும் எழுப்பி விட்டுட்டுப் படுக்கிறேன்” என்றான். மண்டபத்தின் பின்புறம் செடிகளில் ஏதோ அசைவது போல் சத்தம் கேட்டது. வேலனும் முத்தம்மாவும் அப்பகுதியை நோக்கி ஓடினர். ஆனால் அங்கே எதுவும் இல்லை. புதாகள் மட்டும் அசைந்தன.

“ஏதாவது காட்டு மிருகமா இருக்கலாம்” என்றான் வேலன். இருவரும் சராய்க்குத் திரும்பி வந்தனர். “வளையம் பத்திரம்” என்று சொல்லிக் கொண்டே பையை முத்தம்மாவிடம் கொடுத்தான். முத்தம்மா அதைக் கயிறு கொண்டு இடுப்பில் கட்டிக் கொண்டு உறங்கப் போனாள். வேலன் சிராஜ்கானையும் டேவிட்டையும் எழுப்பி விட்டு, “உங்களுக்குத் தூக்கம் வர்றப்போ, ஜஸ்வந்தையும், மணீந்தரையும் எழுப்புங்க” என்றதோடு, “டேவிட், பொதருக்குள்ள ஏதோ விலங்கு நடமாடுது, ஜாக்கிரதை” என்றான். அதற்கு மேல் வேலனாலும் தூக்கத்தைத் தள்ளிப்போட முடியவில்லை.

அப்பொழுது தான் கண்ணை மூடித் தூங்கியிருப்பான். யாரோ எழுப்புவது போலிருந்தது. கண்விழித்துப் பார்த்தான். எதிரே லோடாபாயும் மெகருன்னிசாவும் நின்று கொண்டிருந்தனர். சூரியன் சுட்டெரித்துக் கொண்டிருந்தது. சுற்றிலும் பார்த்தான் சிராஜ்கான், முத்தம்மா, டேவிட், மூவரும் குறட்டைவிட்டு உறங்கிக் கொண்டிருந்தனர். அதிகாலையிலேயே எழுப்பச் சொல்லி ஜஸ்வந்திடமும், மணீந்தரிடமும் சொல்லியிருந்தோமே, ஏன் அவர்கள் எழுப்பவில்லை என்று குழப்பத்துடன் எழுந்து சுற்றும் முற்றும் பார்த்தான். சீக்கியச் சகோதரர்கள் இருவரையுமே காணவில்லை.

“நீங்க வர்றப்போ, ஜஸ்வந்தும், மணீந்தரும் இங்கே இல்லையா?” என்று லோடாபாயிடம் கேட்டான்.

“இல்லையே, காவலுக்கு ஆள் வைக்காம நீங்க தூங்கிக்கிட்டு இருந்தது, எங்களுக்கே ஆச்சரியமா இருந்துச்சு” என்றான் லோடா.

அதற்குள் மற்றவர்களை எழுப்பிவிட்ட மெகருன்னிசா, “முகாமை மறைவா போட்டிருக்கோம். நீங்க தேடி அலையக் கூடாதேங்கிறதுக்காக, காலையில ரெண்டுபேர், சாயந்திரம் ரெண்டுபேர்தினம் இங்க வந்து பார்த்துட்டுப் போவோம், என்றாள். அதற்குள் தானே கண்விழித்த முத்தம்மா, “ஏன் ஜஸ்வந்தும், மணீந்தரும் நம்மைச் சீக்கிரம் எழுப்பலை” என்றாள்.

“ஓடிட்டாங்கன்னு நினைக்கிறேன். வளையங்கள் எங்கே?” என்றான் வேலன். முத்தம்மா இடுப்பைத் தடவிப் பார்த்தாள். பையோடு கட்டியிருந்த கயிறு துண்டிக்கப்பட்டு பை காணாமல் போயிருந்தது.

“ஜஸ்வந்த்சிங்கும், மணீந்தரும்தான் திருடிக்கிட்டு ஓடி இருக்கணும்” என்றாள் முத்தம்மா.

“வாங்க... அந்த நாய்களை தேடிப்பிடிச்சு உடனே சுட்டுத்தள்ளுவோம்” என்று கோபத்துடன் எழுந்தான் டேவிட். “அவங்க நினைச்சிருந்தா, நேத்து ராத்திரியே நம்ம எல்லோரையும் சுட்டுத் தள்ளிட்டுப் போயிருக்க முடியுமே. அப்படி ஏன் செய்யலை” என்றான் வேலன்.

உடனே சிராஜ்கான் தன் உடமைகளைச் சரிபார்த்தார். முத்தம்மாவும் அவ்வாறே தேடினாள். பணமோ, ஆயுதங்களோ திருட்டுப் போயிருக்கவில்லை. குண்டு நிரப்பிய டேவிட்டின் துப்பாக்கியும் கூடப் பத்திரமாக இருந்தது. ஜஸ்வந்தும், மணீந்தரும் வைத்திருந்த நாட்டுத் துப்பாக்கிகளும் கூட மூலையில் சார்த்தி வைக்கப்பட்டிருந்தன.

“திருட்டுப்போனது புதையல் ரகசியம் இருந்த பை மட்டும் தான்” என்றான் வேலன். “மணீந்தரும், ஜஸ்வந்தும் புதையலைத் தேடிப் போயிருப்பாங்க” என்றான் டேவிட். “இதில ஹுக்கும்சந்த்துக்கும் சம்பந்தம் இருக்கும்னு நினைக்கிறேன்” என்றார் சிராஜ்கான்.

“சரியாகச் சொன்னீங்க. அவன்தான் ஜஸ்வந்தையும், மணீந்தரையும் திருடச் சொல்லிக் கட்டாயப் படுத்தியிருக்கணும்” என்றான் வேலன். “அவங்களை எங்கே போய்த் தேடறது?” என்றாள் முத்தம்மா.

“நாம ஏற்கனவே ஓய்வில்லாம அலைஞ்சிருக்கோம். ஒரு நாளாவது ஓய்வெடுக்கணும். இன்னைக்கு இங்கேயே ஓய்வெடுப்போம்” என்ற வேலன். “லோடாபாய், நீ போய் முகாமைக் கலைச்சிட்டு, எல்லோரையும் இங்கே கூட்டிக்கிட்டு வா” என்றான். “ஏன் இங்கே ஓய்வெடுக்கணும். முகாமுக்கே நாம போயிடலாமே” என்றாள் மெகருன்னிசா.

“ஹுக்கும் சந்தை எப்பிடிக் கண்டுபிடிக்கறது?” என்றான் டேவிட்.

“ஹுக்கும் சந்தைத் தேடி நாம போக வேண்டாம். அவனே வருவான். அவனுக்கு முகாம் இருக்கிற இடம் தெரியாது. அதினாலதான், இங்கேயே தங்கப் போறோம்” என்றான் வேலன்.

“ஹுக்கும் சந்த் ஏன் நம்மைத் தேடி வரணும். ஹீரா பிஜ்லியைத் தேடி இந்நேரம் போயிருப்பான்” என்றாள் முத்தம்மா.

“அது தான் முடியாது. ஹீரா பிஜ்லி இருக்ற எடத்தைக் கண்டு பிடிக்க நாலு வளையங்களும் வேணும். அது எல்லாம் எங்கிட்ட இருக்கு” என்று சொல்லிக் கொண்டே தன் தலையனை அடியிலிருந்து திருடு போன பை போன்ற இன்னொரு பையை எடுத்துக் காட்டினான் வேலன். பின்பு அதைத் திறந்து அதிலிருந்து வளையங்களையும் வட்டத் தகட்டையும் தரையில் கொட்டினான். அனைவரும் வியப்போடு பார்த்தனர். “அப்போ அவங்க திருடிக்கிட்டுப் போனது” என்றார் சிராஜ்கான். “மூல்சந்த் வீட்டில இருந்த சாதாரண வளையங்கள் நாலைஞ்சு எடுத்து அதில போட்டு வச்சிருந்தேன். நேத்து ராத்திரி மர்மச் சத்தம் கேட்டவுடனேயே, முத்தம்மாகிட்ட இருந்த பையை மாத்தி வச்சிட்டேன்” என்றான் வேலன்.

“சரி, அப்புறம் ஏன் அவங்களுக்காகக் காத்துக்கிட்டு இருக்கணும். நாம ஹீரா பிஜ்லியைத் தேடிப் போகலாமே” என்றான் டேவிட்.

“முடியாது, ஜஸ்வந்த்தும், மணீந்தரும் அவங்ககிட்ட மாட்டிக்கிட்டு இருக்காங்க, அவங்களைக் காப்பாத்தணும்” என்றான் வேலன்.

“அது நியாயமான காரணம்” என்றார் சிராஜ்கான்.

“அதோட, இனிமே ஹுக்கும் சந்த் நமக்கு எதிர்பாராத அதிர்ச்சி எதுவும் குடுக்காம இருக்க, அவரை நம்மோடவே வச்சுக்கணும்” என்றான் வேலன். மற்றவர்களுக்கு ஒன்றும் புரியவில்லை. மெகருன்னிசாவும், லோடாபாயும் சென்று பீட்டர் மற்றும் சார்லசை அழைத்துக் கொண்டு முகாமைக் கலைத்து விட்டு

வண்டியுடன் சராய்க்கு வந்து சேர்ந்தனர். மறுநாள் பொழுது விடியும் பொழுதே, குதிரைகளின் காலடிச் சத்தம் கேட்டு அனைவரும் எழுந்தனர்.

76

தூரத்தில் குதிரையில் வருபவர்கள் ஹுக்கும் சந்தும் அவனது ஆட்களும்தான் என்பதை ஊகித்துவிட்ட வேலன் குழுவினர் ஆயுதங் களுடன் அவர்களை எதிர்கொள்ளத் தயாராயினர். வெள்ளையாகள் மூவரும் துப்பாக்கிகளுடன் சராயின் பின்புறத்திலும் பக்கவாட்டில் பக்கத்திற்கு ஒருவராக நின்றுகொண்டனர். மற்றவர்கள் மண்டபத்தின் முன்புறம் நின்றனர். சுமார் ஐம்பதடி துாரத்தில் ஹுக்கும்சந்தின் ஆட்களும் நின்றுவிட்டனர். அங்கிருந்து ஒரேஒரு குதிரை மட்டும் சராய் நோக்கி வந்தது. குதிரையிலிருந்து இறங்கிய ஜஸ்வந்த்சிங்கைப் பார்த்து லட்சுமணன் கத்தினான் "துரோகி". வேலன் அனைவரையும் சமாதானப் படுத்தினான். "சொல்லு ஜஸ்வந்த், நேத்து ராத்திரி என்ன நடந்துச்சு" என்று கேட்டான்.

"வேலன் சாகிப், மணீந்தர்சிங் அவங்கிட்ட மாட்டிக்கிட்டான். அவனைக் கொன்னுடுவேன்னு பயமுறுத்தி, வளையங்களைத் திருடிக் கிட்டு வரச் சொன்னாங்க" என்றான். "நினைச்சேன்" என்ற வேலன், "சரி, இப்போ அவங்க எத்தனை பேர் இருக்காங்க" என்றான் "ஹுக்கும்சந்த், அவனுக்குத் தளபதியா ரஞ்சித்சிங், கூடப் பத்து சீக்கியச் சிப்பாய்ங்க" என்றான் ஜஸ்வந்த். "இப்போ என்ன சொல்லி அனுப்பிச்சிருக்காங்க" என்றான் வேலன். "போலி வளையங்களை குடுத்து ஏமாத்திட்டேன்னு, என்னைத் திட்டறாங்க. உண்மையான வளையங்களைக் குடுத்திட்டா, நம்ம எல்லோரையும் உயிரோட விட்டுருவாங்களாம்" என்றான் ஜஸ்வந்த்.

"சரி, இனிமே நான் பேசிக்கிறேன், நீ இங்கேயே இரு" என்று சொல்லிவிட்டுத் தன் குதிரையில் ஏறினான் வேலன். "வேலா, தனியே போய் மாட்டிக்கப் போறியா" என்றார் சிராஜ்கான். "நான் போருக்குப் போகலையே, பேச்சு வார்த்தைக்குத்தானே போறேன்" என்றான் வேலன். " ஹுக்கும் சந்த் ஒரு குள்ளநரி" என்றார் சிராஜ். வேலன் சிரித்துக்கோண்டே, "அதை நம்பித்தான் போறேன். நரி, புத்திசாலி விலங்கு. எடுத்துச் சொன்னாப் புரிஞ்சுக்கும்" என்று சொல்லிவிட்டு ஹுக்கும்சந்த் கூட்டத்தை நோக்கி விரைந்தான்.

தங்களை நோக்கி வருவது ஜஸ்வந்த்சிங் என்று நினைத்த ஹுக்கும் சந்த், வேலன் தனியே வருவதைக் கண்டு வியப்படைந்தார். அவன் அருகில் வந்ததும், குதிரையைப்பிடித்து நிறுத்திய

ஆறரையடி உயர கம்பீரமான உருவத்தை யாரென்று ஊகித்துவிட்ட வேலன், "நன்றி, ரஞ்சித் சிங்" என்று சொல்லிக் கொண்டே குதிரையிலிருந்து குதித்தான். "நீ தான் சிராஜ்கானா" என்று கேட்டான் ரஞ்சித். "இல்லை ரஞ்சித்சிங், இவன் வேலன். ஆனால் சிராஜ்கானைவிட ஆபத்தானவன்" என்றார். "உனக்கு சிராஜ்கானைப் பார்க்கணும்னு ஆசையா?" என்றான் வேலன். "ஆமா, அவர் கூட வாள்வீசிப் பார்க்கணும். அதில அவர் ரொம்பத் திறமைசாலின்னு எல்லோரும் சொல்றாங்க" என்றான் ரஞ்சித். "அதுக்கு உனக்கு வாய்ப்புக் கிடைக்காது ரஞ்சித். நான் சமாதானம் பேசறதுக்கு வந்திருக்கேன்" என்றான் வேலன்.

"**வே**லன், இதில பேசறதுக்கு என்ன இருக்கு. நீ இங்கே வந்து மாட்டிக்கவேண்டிய அவசியமே இல்லை.ஜஸ்வந்த்சிங்குக் கிட்டேயே வளையங்களைக் குடுத்து அனுப்பிச்சிருக்கலாமே" என்றார் ஹுக்கும் சந்த். "நீங்க இருக்கப் போ எனக்கு என்ன ஆபத்து சேட்ஜி. மணீந்தர் சிங் எங்கே?" என்றான் வேலன். பின்புறம் கைகள் கட்டப்பட்டு, குதிரை மீது அமர வைக்கப் பட்டிருந்த மணீந்தர் சிங்கைக் குதிரையோடு இழுத்து வந்தான் ரஞ்சித். "போய் வளையங்களை எடுத்துக்கிட்டு வா, இவனை விடுதலை செய்யறோம்" என்று உறுமினான். "நான் போக வேண்டிய அவசியமில்லை. இதோ இருக்கு எல்லா வளையங்களும்" என்று சொல்லிக் கொண்டே உடைக்குள் மறைத்து வைத்திருந்த பையை எடுத்து ரஞ்சித்திடம் நீட்டினான் வேலன். உடனே அதைப் பறித்துக் கொண்ட ரஞ்சித்திற்கு, அத்தனை சுலபமாகத் தாங்கள் தேடி வந்த பொருள் கிடைத்துவிட்டதை நம்ப முடியவில்லை. பையை ஹுக்கும்சந்திடம் கொடுத்தான். ஹுக்கும் சந்த் ஆவலுடன் பையைத் திறந்து பார்த்தார்.

"பழைய வீரர்கள் எல்லாம் என்ன ஆனாங்க?" என்று ரஞ்சித் சிங்கிடம் கேட்டான் வேலன். "அந்தப் பேடிங்கள்ளாம் ஓடிப் போயிட்டாங்க. அதனாலதான் ஹுக்கும்சந்த் சாப் என்கிட்ட வந்தாரு. இவங்க மொத்தமும் என்னோட ஆளுங்க" என்ற ரஞ்சித், "பழைய ஆளுங்க மாதிரி எங்களை நினைக்காதே, நாங்க சேத்ஜிக்காக உயிரையே வேணும்னாலும் குடுப்போம். பயந்து ஓட மாட்டோம்" என்றான் பெருமையாக.

"மணீந்தர் சிங்கை விடுதலை செய்யுங்க", என்று கட்டளையிட்ட ஹுக்கும்சந்த், "வேலன், நீயும் போகலாம்" என்றார்.

"சேத்ஜி, பேச்சு வார்த்தையே இனிமேல்தான் ஆரம்பிக்கப் போறோம்" என்ற வேலன், "வளையங்களை மட்டும் வச்சு

ஹீராபிஜ்லியைக் கண்டுபிடிக்க முடியாது. முயற்சி பண்ணிப் பாருங்க" என்றான்.

வளையங்களைத் தரையில் அடுக்கிப் பார்த்த ஹுக்கும்சந்த், "ஆமா, இந்த வார்த்தைகளுக்குப் பொருள் தெரியணும்" என்றார்.

"ஆமா... பொருளும் தெரியணும், ஆள் பலமும் வேணும். நாம ரெண்டு பேரும் சேர்ந்து தேடினா என்ன? கிடைக்கிறதில ஆளுக்குப் பாதி" என்றான் வேலன். ஹுக்கும் சந்த் மனதிற்குள் ஒரு கணக்குப் போட்டுப் பார்த்தார். புதையல் கிடைத்த பிறகு இவர்களை விரட்டி யடிக்கலாம், அல்லது சிறிய தொகை மட்டும் கொடுத்துக் கொள்ளலாம். ரஞ்சித் சிங்கை மட்டும் நம்பி இருப்பதும் ஆபத்து என்று அவருக்குத் தோன்றியது. "இந்த ஹுக்கும் சந்த் சொன்ன வார்த்தை தவற மாட்டான். சரி, ஆளுக்குப் பாதி" என்று வேலனின் கையைக் குலுக்கினார். ஹுக்கும் சந்த் குழுவினர், இப்பொழுது நண்பர்களாக வேலனுடன் சராயை நோக்கி வந்தனர். ரஞ்சித்சிங்கும், சீக்கியச் சிப்பாய்களும் ஒரு தனிக் குழுவாக ஒதுங்கி நின்றனர். வேலன் தன் ஆட்கள் அனைவரிடமும் கூறினான், "இனிமே ரெண்டு குழுவும் ஒண்ணாச் சோந்து, தேடப்போறோம்".

"ஒரே குழுன்னா, யாரு தலைவர்?" என்றான் ரஞ்சித்சிங்.

"நம்ம ஹுக்கும்சந்த் சாகிப்தான்" என்றான் வேலன்.

இரண்டு குழுவினரும் ஒருவரையொருவர் சந்தேகக் கண்களுடன் பார்த்துக் கொண்டனர். ரஞ்சித்சிங் சிராஜ்கானை ஏறயிறங்கப் பார்த்தான். சிராஜ்கான் அவன் பார்வையைப் புரிந்து கொண்டு புன்னகை பூத்தார். வேலன் வளையங்களைத் தரையில் அடுக்கிவிட்டு, ஜஸ்வந்திடமும், மணீந்தரிடமும், "ஹீரா பிஜ்லி இந்த சராய்க்குப் பக்கத்திலதான் எங்கேயே இருக்குன்னு தெரியுது. மத்த ரெண்டு வளையத்தில எழுதி இருக்கறதுக்கு அர்த்தம்தான் புரியமாட்டேங்குது. உங்களுக்கு ஏதாவது அர்த்தம் புரியுதா?" என்று கேட்டான். "எங்களுக்கும் ஒண்ணும் புரியலை வேலன் சாகிப்" என்றான் மணீந்தர் சிங்.

"எங்க சொந்தக்காரங்க கிராமம் ஒண்ணு பக்கத்தில இருக்கு. எங்க தாத்தா வீடே அங்கதான் இருந்திச்சு. அங்கே வேணும்னா போய்க் கேட்டுப் பார்க்கலாம்" என்றான் ஜஸ்வந்த். "என்ன சொன்னே? தாத்தா இருந்த ஊரா....? வேலா! வளையத்தில "முன்னோர்களை மதின்னு எழுதியிருக்கு. அப்போ ஹீரா பிஜ்லி அந்த ஊரிலதான் இருக்கணும்" என்றாள் முத்தம்மா. "அந்த ஊர்ல

பெரிய கோவிலும் குளமும் இருந்துச்சா?'' என்றான் வேலன். ''ஆமா, சின்ன வயசில பார்த்திருக்கேன். ஊரை விட்டு ரொம்பத் தள்ளி இருந்துச்சு'' என்றான் ஜஸ்வந்த்.

''அப்போ நிச்சயம். அந்த குளத்துக்குள்ள தான் வைரத்தைப் பொதைச்சு இருக்கணும்'' என்றார் ஹுக்கும் சந்த்.

அதற்குமேல் தாமதிக்காமல் அனைவரும் சராயிலிருந்து, வடமேற் குத் திசையில் புறப்பட்டனர். சரியாக ஒரு நாள் பயணத்தில் ஜஸ் வந்த்சிங், அந்தக் கோவிலையும் குளத்தையும் கண்டு பிடித்தான். கோவில் அவர்கள் எதிர்பார்த்தது போல் பெரிய கோவிலல்ல. செங்கலால் கட்டப்பட்ட, ஒரு சதுரவடிவ அறை. கதவு கனமான மரத்தால் செய்யப்பட்டிருந்தது. பீடம் காலியாக இருந்தது. ''முன்னே பீடத்தில ஒரு சிலை இருந்துச்சு, ஏதோ இந்து சாமிதான். அதுக்கப்பறம் இந்த வழியா எத்தனை படை எடுப்புக்கள் நடந்ததோ, சிலையைத்தூக்கி எறிஞ்சிருக்காங்க'' என்றான் ஜஸ்வந்த்.

''இனிமே நேரத்தை வீணாக்கவேண்டாம், யார் என்ன செய்யணும்னு நான் சொல்றேன்'' என்றார் தலைவராகிவிட்ட ஹுக்கும் சந்த்.

''எல்லோரும் சேத்ஜி சொல்றதைக் கேளுங்க'' என்றான் வேலன்.

''பொம்பளைங்க ரெண்டு பேரும், ரெண்டு வேலைக்காரங்களும் சமையல் வேலையைக் கவனிங்க'' என்று தொடங்கினார். உடனே முத்தம்மாவும் மெகருன்னிசாவும் லோடாபாய். இலட்சுமணனுடன் வண்டி அருகே சென்றனர். ''ஜஸ்வந்த் சிங்கும், மணீந்தரும், பக்கத்துக் கிராமத்துக்குப் போய்ச் சமையலுக்கு வேண்டிய பொருள் எல்லாம் வாங்கிக்கிட்டு, நெறைய மண்வெட்டி, கடப்பாறைங்களும் வாங்கிட்டு வரட்டும்'' என்றார் ஹுக்கும் சந்த். உடனே ஜஸ்வந்தும், மணீந்தரும், ஹுக்கும்சந்திடம் பணம் வாங்கிக்கொண்டு குதிரைகளில் புறப்பட்ட னர். இலட்சுமணனும், லோடா பாயும் வண்டியோடு அவர்களுடன் சென்றனர். ''கோராஜி மூணுபேரும் எப்பவும் குதிரையில சுத்திவந்து, நமக்குக் காவலா இருக்கட்டும்'' என்றார் ஹுக்கும்சந்த். வெள்ளையர்கள் மூவரும் தோள்களை குலுக்கிக் கொண்டு, தலையாட்டினர்.

''ஹீரா பிஜ்லியை எங்கே தேடறது, யார் தேடறது?'' என்றார் சிராஜ்.

''குளத்தோட மையத்தில ஆரம்பிச்சு, நாலு பக்கமும் ஆறடி ஆழம் தோண்டிக்கிட்டே வருவோம். எங்க சிப்பாய்ங்க பத்துப் பேர், ஜஸ்வந்த்சிங், மணீந்தரைச் சேர்த்து, பன்னிரண்டு பேர்;

நாலு குழுக்க ளாப் பிரிஞ்சு தோண்டலாம்'' என்ற ஹுக்கும்சந்த் தொடர்ந்து, "எங்க குழு சார்பா நானும், ரஞ்சித் சிங்கும், உங்க குழு சார்பா வேலனும் சிராஜ்கானும், மேற்பார்வை பார்க்கலாம்'' என்றார்.

"சேத்ஜி நீங்க பிறவியிலேயே ஒரு தலைவர். அருமையான ஏற்பாடு. ஆனால் ஒரேயொரு மாற்றம். மேற்பார்வைக்கு நீங்களும் ரஞ்சித் சிங்கும் போதும். நான், சிராஜ்கான், ஜஸ்வந்த் சிங், மணீந்தர் நாலு பேரும் சேர்ந்து ஒரு குழுவாத் தோண்டறோம்'' என்றான். "அது உங்க விருப்பம்'' என்ற ஹுக்கூம்சந்த் ரஞ்சித்சிங்கைப் பார்த்து, எப்போ வேலையை ஆரம்பிக்கலாம்'' என்றார். ஆனால் ரஞ்சித்சிங் முகத்தில் அத்தனை உற்சாகமில்லை.

"மழைக்காலம் வந்திட்டா குளம் நிரம்பிடும். அப்புறம் நாம தோண்ட முடியாது. உடனே ஆரம்பிச்சு வேகமா, அதிகநேரம் வேலை செய்யணும். எங்களுக்குப் பத்துநாள் சம்பளம் தான் அட்வான்சாக் குடுத்திருக்கீங்க. இன்னொரு பத்துநாள் சம்பளத்தை அட்வான்சாக் குடுங்க'' என்றான். "இனிமேல் பணமெல்லாம், தோண்டிமுடிச்சப்புறம் தான்'', என்று உறுமினர் ஹுக்கும்சந்த். ரஞ்சித் கோபமாக அங்கிருந்து போய்விட்டான். "ரஞ்சித் சிங்கைக் கோபப்படுத்திட்டீங்க சேத்ஜீ'', என்றான் வேலன். "அவன் கெடக்கறான் நாயி, பஞ்சாப்ல இவனை மாதிரி ஏகப்பட்ட சிப்பாய்ங்க வேலையில்லாம அலையிறாங்க'' என்று கோபமாகச் சொல்லிக் கொண்டே சென்று விட்டார் ஹுக்கூம் சந்த்.

மறுநாள் ஹுக்கும்சந்த் திட்டமிட்டபடி, குளத்தின் நடுவில் பள்ளம் தோண்டி, அங்கிருந்து நான்கு குழுக்களாக, நான்கு புறமும் கரையை நோக்கித் தோண்டத் தொடங்கினர். கோவிலைத் தலைமை அலுவலகம் ஆக்கிக் கொண்டார் ஹுக்கும்சந்த். குதிரையில் சுற்றும் வேலை ஐரோப்பியர்களுக்கும் பிடித்திருந்தது. தோண்டுவதைவிடச் சமையல் வேலை முத்தம்மாவிற்கும் மெகருன்னிசாவிற்கும் பிடித்திருந்தது. கூடவே லோடாபாயும், இலட்சுமணனும் இருந்தனர். பல நாட்கள் வேலை நடந்தாலும், ரஞ்சித் சிங்கின் ஆட்களும், வேலனின் ஆட்களும் தனித்தனிக் குழுக்களாகவே இயங்கினர். ஆனால் ஹுக்கும்சந்த், சிராஜ்கான் மற்றும் வேலனுடன் நன்றாகப் பழகினார்.

ஒருநாள் மாலை ஓய்வாக இருக்கும்பொழுது சிராஜ் கேட்டார், "ஹுக்கும்சந்த், உன் மொதலாளி ஓமிசந்த் எப்படி இருக்காரு''.

"அவருக்குப் பைத்தியம் முத்திப்போச்சு. எல்லாப் பணத்தையும் தர்மத்துக்கு எழுதி வச்சிக்கிட்டு இருக்காரு, பள்ளிக்கூடம் கட்ட

றாராம். விசுவாசமான வேலைக்காரங்களுக்கு எதுவும் செய்ய மாட்டாரு" என்றார் ஹுக்கும்சந்த்.

"நீங்க நவாப்கிட்டே வேலைக்குச் சேர்ந்திருக்கணும்" என்றான் வேலன். "நவாப்புங்க பிறவியிலயே பைத்தியம். மீர்காசிம் பணத்தையெல்லாம் இங்கிலிஷ் கம்பெனி மாதிரி ஆயுதம் செய்றதுக்கும், அவங்க மாதிரியே சண்டை போடப் பயிற்சி கொடுக்கறதுக்கும் செலவு பண்ணினாரு. ஆனால் அவரால நேபாளத்தைக் கூடப் பிடிக்க முடியலை" என்றார் ஹுக்கும் சந்த்.

"இதைப்பத்தி நாங்க ஏற்கனவே பேசியிருக்கோம். புதுசாக் கட்டின படையைக் கவர்னர் ஜெனரலே பாராட்டினாராமே" என்றான் டேவிட். "பாராட்டினாரா? கவர்னர் ஜெனரல் வந்து பார்த்திட்டு, நவாப் நல்ல வேலை செஞ்சிருக்கீங்க. மத்த இந்தியப் படைகளோட சண்டை போட இது கொஞ்சம் ஒதவும். ஆனால் ஒரு ஐரோப்பியப் படைகூட இதை வச்சிக்கிட்டுச் சண்டை போடலாம்னு கனவுகூடக் காணாதீங்கன்னு கிண்டல் பண்ணிட்டுப் போனாராம்" என்றான் பீட்டர்.

"அவரு சொன்னது என்னமோ சரிதான். ஐரோப்பியப் படை கலைஞ்சு ஓடினாலும் கூட அதிலயும் ஒரு ஒழுங்கு இருக்கும். கொஞ்ச தூரம் போய்த் திரும்பவும் ஒண்ணு சேர்ந்திடுவாங்க" என்றான் வேலன்.

"நெறையச் செலவு பண்ணி, தன் படைகளை ஐரோப்பியப் படை மாதிரி உருவாக்கித்தான் வடஇந்தியாவையே பிடிச்சாரு மகாத்ஜி சிந்தியா. ஆனால் ஐரோப்பியப் படையோட மோதப்போனால் மட்டும், அந்தப் படையே காணாமல் போகுது" என்றார் சிராஜ்கான்.

"ஒரு இந்தியப் படையில படைத்தளபதிக்கு என்ன கிடைக்குது" என்றான் சார்லஸ். "மான்சப்தாரி முறையில, தளபதிக்குப் பல கிராமங்களை மானியமாக் குடுப்பாங்க. போரில கொள்ளையடிக்கிற பணத்திலயும், கிராமத்தில வசூலிக்கிற வரியிலயும், ஆடம்பரமா வாழ்க்கை நடத்தலாம்" என்றார் ஹுக்கும்சந்த்.

"போரில தளபதி செத்துப் போயிட்டா, மானியம் என்ன ஆகும்?" என்றான் சார்லஸ். "தளபதியின் சொத்து எல்லாம், அரசாங்கத்துக்கே திரும்பச் சொந்தமாயிடும்" என்றார் சிராஜ்கான். "செத்துப் போனா, சொத்துப் போயிடும்னா, எந்தப் படைத்தளபதி போரில சாவான்? சரி, அவன் படையில இருக்கிற சிப்பாய்ங்க என்ன ஆவாங்க, அவங்க சம்பளப்பாக்கியை நவாப் தருவாரா" என்றான் சார்லஸ்.

"நவாப்புக்கும், சிப்பாய்களுக்கும் நேரடியாத் தொடர்பு இல்லை. சிப்பாய்ங்க வேற ஒரு தளபதிக்கிட்ட வேலைக்குச் சேரலாம்" என்றார் ஹுக்கும்சந்த். "தன்னோட தளபதி செத்துப் போனா தனக்கு யாரும் சம்பளம் தரமாட்டாங்கங்கற நிலைமையில, தளபதி செத்துப் போயிட்டா, சிப்பாய்ங்க போர்க்களத்திலயிருந்து ஓடிப்போறது நியாயம் தானே. ஐரோப்பியப்படைச் சிப்பாய்களும், தளபதிகளும் தாய்நாட்டுக் காகச் சண்டை போடறாங்க. கம்பெனி அவங்களுக்குச் சம்பளம் கொடுக்கறதோட, போரில செத்துப்போயிட்டா, அவங்க குடும்பத்துக்குப் பென்சன் குடுக்கும். இப்பத் தெரியுதா? கம்பெனிப்படைகள் ஏன் போர்க்களத்திலயிருந்து ஓடறதில்லைன்னு" என்றான் சார்லஸ்.

"இதெல்லாம் எங்களுக்கும் தெரியும். அதனால தான் கம்பெனிப் படைக்கு எங்க மொதலாளி தாராளமாக் கடன் கொடுப்பாரு" என்றார் ஹுக்கும்சந்த். "நம்ம சிப்பாய்ங்களையும், நம்ம பணத்தையும் வச்சே கம்பெனி நம்ம நாடுகளை அடிமையாக்குது" என்றான் வேலன். அன்று உறங்கப் போகும் போது, லேசாகத் தூறல் போட்டது. மறுநாள் பெரிதாக மழை எதுவும் இல்லை. எனவே குளத்தைத் தோண்டும் வேலை தொடர்ந்தது.

"புதையல் கிடைக்குதோ இல்லையோ, இந்த ஊருக்கு ஆழமான குளம் கெடைக்கப் போகுது" என்றான் ஜஸ்வந்த். "நாம தனியா வந்திருந்தா இவ்வளவு தோண்டியிருக்க முடியாது. நல்ல வேளை. ஹுக்கும்சந்தோட ஒண்ணாச் சேர்ந்தோம்" என்றான் மணீந்தர்சிங். அடுத்த இரண்டு நாட்களும் லேசான தூறல்தான் போட்டது. ஆனால் தூரத்தில் இடி, மின்னலுடன் நன்றாக மழை பெய்யத் துவங்கியது. நான்காவது நாள் அவர்கள் இருந்த இடத்தில் திடீரென்று கனமான மழை பெய்யத்துவங்கியது. அவரவர் கிடைத்த இடத்தில் ஒதுங்கினர்.

வேலனும் சிராஜ்கானும், ஹுக்கும்சந்துடன் கோவிலுக்குள் ஒதுங்கினர். சாரல் அடித்ததால் கதவைச்சார்த்தித் தாழிட்ட வேலன், "நல்ல வேளையாக் கதவில ஏகப்பட்ட ஓட்டை இருக்கு, காத்து உள்ள வரும்" என்றான். மழை மேலும் பலமாகப் பெய்து சற்று நேரத்தில் ஓய்ந்தது. திடீரென்று கதவு பலமாகத் தட்டப்படும் ஓசை கேட்டது. ஓட்டைகள் வழியே தட்டுவது ரஞ்சித்சிங் என்பது தெரிந்தது. கதவைத் திறந்தான் வேலன். அங்கே ரஞ்சித்சிங் மட்டும் நிற்கவில்லை, அவனோடு ஆயுதங்களுடன் சீக்கியச் சிப்பாய்கள் பத்துப்பேரும் நின்று கொண்டிருந்தனர். ஆயுதங்கள் இல்லாமல் ஜஸ்வந்த்சிங்கும். மணீந்தரும்கூட நின்று கொண்டிருந்தனர். மழை நின்ற பின்னும் ஓவென்று இரைச்சல் கேட்டது. அப்பொழுதுதான் வேலன் அதைக் கவனித்தான்.

குளத்தின் மதகுகள் வழியாகச் சுற்று வட்டாரத்தில் பெய்த மழையெல்லாம் ஆர்ப்பரிப்போடு ஓடிவந்து குளத்தில் வெள்ளமாக விழுந்துகொண்டிருந்தது. ரஞ்சித்சிங், அதை ஹுக்கும் சந்திடம் சுட்டிக்காட்டினான்.

"சேத்ஜி குளம் நிரம்பப் போகுது, இனிமேல் தோண்டமுடியாது அதனால...", என்றான். "அதனால?" என்று கேட்டார் ஹுக்கும்சந்த்.

"எங்க சிப்பாய்களுக்குப் பேசின பணத்தையெல்லாம் உடனே குடுத்திடுங்க. நாங்க இப்பவே போகணும்" என்றான் ரஞ்சித் சிங்.

77

"ரஞ்சித்சிங், புதையல்ல உனக்குப் பங்கு வேண்டாமா" என்று அன்பான குரலில் கேட்டார் ஹுக்கும்சந்த். "உனக்கு மட்டும் ஒரு லட்சம் தாறேன்", என்றார் மறுபடியும். ஒரு கணம் ரஞ்சித்சிங் தயங்கினான். தன் சிப்பாய்களைப் பார்த்தான். அவர்களின் கோபத்தை அடக்க முயன்றால் தனக்கே ஆபத்து வரலாம் என்று தோன்றியது, "பேசின பணத்தைக் குடுங்க போதும்" என்றான். ஹுக்கும்சந்த் கோபமாக, கோவிலின் ஒரு மூலையில் மறைத்து வைத்திருந்த தன் பணப்பையை எடுத்து வந்தார்.

"ஒரு மாதச் சம்பளம்னு பேச்சு, ஒரு ஆளுக்கு ஒரு நாளைக்கு அஞ்சு ரூபா, பத்து நாள் சம்பளம் அட்வான்சாக் கொடுத்தாச்சு, மீதி……."

அவர் சொல்லிக் கொண்டிருக்கும் பொழுதே, அவரிடமிருந்து பணப்பையைப் பறித்துக் கொண்ட ரஞ்சித், அவர் முகத்தில் பலமாகக் குத்தினான். ஓசையின்றிச் சுருண்டு விழுந்தார் ஹுக்கும்சந்த்.

"கதவைச் சாத்துங்கடா" என்று சிப்பாய்களுக்குக் கட்டளையிட்டான். பிறகு நினைவு வந்தவனாக ஜஸ்வந்த்சிங்கையும், மணீந்தரையும் பார்த்து, "ஏய் நீங்க ரெண்டு பேரும் உள்ளே போங்க" என்று அதட்டினான். மணீந்தரும், ஜஸ்வந்தும் கோவிலின் உள்ளே சென்றனர். அந்தக் கனமான மரக்கதவை வெளிப்புறமாக இழுத்துத் தாளிட்டபின் ரஞ்சித்சிங் படபடவென்று கட்டளைகளைப் பிறப்பித்தான். ஆறு சிப்பாய்களைத் தனியே அழைத்து "நீங்க பதுங்கிப்போய், வெள்ளைக்கார நாய்ங்களைக் கொல்லணும்" என்றான். ஆறு சிப்பாய்களும் புறப்பட்ட னர். தன் நம்பிக்கைக்குரிய ஒரு சிப்பாயை அழைத்து, "ரண்வீர், நீ இங்கேயே காவலுக்கு நில்லு" என்றான். மீதியிருந்த மூன்று சிப்பாய்களையும் பார்த்து, "அந்த வண்டியிலயும் நிச்சயம் பணம் இருக்கும். அந்தப்

பொம்பளைங்களையும், வேலைக்காரங்களையும் விரட்டியடிச்சிட்டு, பணத்தைக் கண்டுபிடிச்சு எடுத்துக்கிட்டு வாங்க" என்றான். தங்களுக்குச் சுலபமான வேலை கொடுக்கப்பட்டதால் மூவரும் சிரித்துக் கொண்டே வண்டியை நோக்கிச் சென்றனர்.

அதுவரை தூறலுக்காக வண்டிக்கு அடியில் பதுங்கியிருந்த முத்தம்மாவும் மற்ற மூவரும் வெளியே வந்தனர். தங்களை நோக்கிச் சிப்பாய்கள் மூவர் வருவதைக் கண்டதும் எச்சரிக்கையடைந்தனர். கோவில் பக்கம் திரும்பிப் பார்த்தனர். அங்கே கதவு மூடப்பட்டு, வெளியே இருவர் காவல் நிற்பதைக் கவனித்தனர். அதே நேரம், தூரத்தில் குதிரைகளில் மூன்று ஐரோப்பியர்களும் வட்டமடிப்பதையும், அவர்களை நோக்கி கையில் வாட்களுடன் மூன்று சிப்பாய்கள் சென்று கொண்டிருப்பதையும் கவனித்தனர்.

"நாம ஆயுதம் ஏந்த வேண்டிய நேரம் வந்தாச்சு" என்றாள் முத்தம்மா. அதற்குள் அருகில் வந்துவிட்ட மூன்று சிப்பாய்களில் ஒருவன், "ஓய் குடியா, நாங்க பொம்பளைங்களைக் கொல்ல மாட்டோம், ஓடிப் போங்க" என்றான். முத்தம்மா பயந்து நடுங்குவது போல் வண்டியின் பின்னே பதுங்கினாள். அவளது நாடகத்தைப் புரிந்துகொண்ட மெகருன்னிசாவும், முத்தம்மா பின்னால் ஓடி ஒளிந்து கொண்டாள். இலட்சுமணனும், லோடாபாயும் முழங்காலிட்டனர். "சாகிப், நாங்க வெறும் வேலைக்காரங்க, எங்களை ஒண்ணும் பண்ணிடாதீங்க" என்று கெஞ்சினான் லோடாபாய்.

"சரி, அப்போ வண்டிக்குள்ள உங்க மொதலாளி பணத்தை எங்கே ஒளிச்சு வச்சிருக்கார்னு கண்டுபிடிங்க" என்றான் அடுத்த சிப்பாய்.

"தேடறோம் ஹோசூர்", என்று இருவரும் எழுந்து வண்டியின் முன்புறம் ஒருவனும், பின்புறம் ஒருவனுமாகத் தேடினர்.

"ம் சீக்கிரம் தேடுங்க" என்று அதட்டிவிட்டு மூன்று சிப்பாய்களும், வெள்ளையர்களைத் தேடிப்போன ஆறுபேரும் என்ன ஆயினர் என்று திரும்பிப் பார்த்தனர். வெகு தூரத்தில் ஒரு மணல் மேட்டின்பின்னே, மூன்று ஐரோப்பியர்களின் குதிரைகளும் மறைந்தன. உடனே, ஆறு சீக்கியச்சிப்பாய்களும் மணல்மேட்டை நோக்கி நடந்தனர். வண்டியின் முன்புறத்திலிருந்து திடீரென்று இலட்சுமணன் கத்தினான், "ஹோசூர், கிடைச்சிடுச்சு".

“என்கிட்ட கொடு” என்று அதட்டிக் கொண்டே வண்டி யின் முன்புறம் சென்றான் ஒரு சிப்பாய். அதற்குள் வண்டியின் பின் புறம் கீழே நின்று கொண்டிருந்த லோடாபாய், “எனக்கும் கிடைச்சிடுச்சு” என்று கத்தினான். “அச்சா ரெண்டு பணப்பையா, அதை இங்க கொடு” என்று வண்டியின் பின்புறம் சென்றான் மற்றொரு சிப்பாய்.

முன்புறம் சென்ற சிப்பாய் தன் அருகில் வந்ததும், கையில் தயாராக வைத்திருந்த ஈட்டியை அவன் நெஞ்சில் பாய்ச்சினான் இலட்சுமணன். அலறிக் கொண்டு விழுந்த சிப்பாயைத் திரும்பிப் பார்த்தான் பின்புறம் சென்ற சிப்பாய். அந்த நேரத்தில் லோடாபாயின் கையில் இருந்த புதுமையான ஆயுதம் ஒன்று அவன் கழுத்தில் பாய்ந்தது. அலறக்கூடக் குரலின்றிக் கீழே சாய்ந்தான் அந்தச் சிப்பாய். லோடா பாய் கையிலிருந்த ஆயுதத்தை முத்தம்மா கவனித்தாள். சீக்கியர் சக்கரம் ஒன்றை ஒரு மூங்கில் கம்பின் நுனியில், ஆணியாலடித்து ஆயுதமாக்கியிருந்தான் லோடாபாய். தன் ஆட்கள் இருவர் கொல்லப் பட்டதைக் கண்டு திகைத்த மூன்றாவது சிப்பாய் யாரைத் தாக்குவது என்று ஒரு நொடி குழப்பமடைந்தான். மெகருன்னிசாவின் கையிலி ருந்து பறந்து வந்த ஒரு குறுவாள், அவன் நெஞ்சில் பாய்ந்து குழப் பத்திற்கு முற்றுப்புள்ளி வைத்தது. இந்த அலறல்களைக் கேட்டு ரஞ்சித்சிங்கும், அவனோடு நின்ற ரண்வீரும் இவர்களை நோக்கி விரைந்து வந்தனர். லோடாபாய் அவசரமாகத் தன் வில்லையும், அம்புகளையும் தேடினான். வில்லோடு ஒரேயொரு அம்புதான் கிடைத்தது. ஆனால் ரண்வீரைக் கொல்ல அதுவே போதுமானதா யிருந்தது. மதயானை போல் பெரிய வாளுடன் இவர்களை நோக்கி வந்து கொண்டிருந்த ரஞ்சித் சிங்கை எப்படித் தாக்குவது என்று அனைவரும் குழப்பமடைந்தனர். மெகருன்னிசாவிடம் இன்னும் ஒரு குறுவாள் இருந்தது. அதை ரஞ்சித்தை நோக்கி எறிந்தாள். வாள் அவன் தோள் அருகே கையில் பாய்ந்தது. காலில் தைத்த முள்ளை எடுப்பதுபோல், குறுவாளை அலட்சியமாகப் பிடுங்கி எறிந்து விட்டு நிதானமாக அவர்களை நோக்கி வந்தான் ரஞ்சித்சிங். வண்டியிலிருந்து தன் வாளைக் கண்டுபிடித்து உருவி எடுத்துக் கொண்டு, நிதானமாக முத்தம்மா பேசினாள். “வர்றது மதயானை. கூட்டமா மோதினா யானைக்குத்தான் வசதி. நீங்க மூணுபேரும் வண்டிக்குப் பின்னால நில்லுங்க, நேரம் பார்த்துக் கோவில்ல அடை பட்டிருக்கிறவங்களைத் திறந்து விடுங்க”, என்றாள். அதற்குள் ரஞ்சித் அருகில் வந்து விட்டான். லோடாபாய், மெகருன்னிசா, இலட்சுமணன் மூவரும் வண்டிக்குப்பின்னே

மறைந்தனர். முத்தம்மா மட்டும் கையில் வாள், கேடயத்துடன் குனிந்து நிமிர்ந்து தன் தசைகளை முறுக்கேற்றிக் கொண்டிருந்தாள்.

"ஓய் குடியா, வழியை விடு. பொட்ட நாய்ங்களைக் கொல்றது எனக்குப் பிடிக்காது" என்று அதட்டினான் ரஞ்சித்

"ஆனால் ஆம்பளை நாய்ங்களைக் கொல்றது எனக்கு ரொம்பப் பிடிக்கும்" என்று பதில் கூறியவாறே துள்ளிக்குதித்த முத்தம்மா, ரஞ்சித்சிங்கின் உடலில் தன் வாளால் இரண்டு இடங்களில் கீறினாள். பலமாகச் சிரித்தான் ரஞ்சித்சிங். "உன் கத்தியால என் உடம்பில கீறல் தான் போட முடியும்" என்றான்

ஆனால், அதுவரை முத்தம்மா பேசிக் கொண்டிருக்கவில்லை. ரஞ்சித்சிங்கின் உடலில் மேலும் மேலும் பல இடங்களில் கீறல் போட்டுக் கொண்டிருந்தாள். பயங்கர வேகத்துடன் தன்னை நோக்கி வந்த ரஞ்சித் சிங்கின் வாள் வீச்சிலிருந்து, நளினமாக வளைந்து, நெளிந்து, குனிந்து தப்பித்தாள். நேரம் செல்லச்செல்லத்தான், சிறு கீறல்களும் ஆபத்தானவை என்று ரஞ்சித் உணரத் தொடங்கினான். உடலெங்கும் ரத்தம் வழிந்ததால் சக்தி குறைந்து தடுமாறத் தொடங்கினான். அவனால் முத்தம்மாவை தொடக்கூட முடியவில்லை.

"இப்போ ஓடிப்போய் நம்ம ஆளுங்களை விடுவிங்க" என்று கத்தினாள் முத்தம்மா. லோடாபாய், இலட்சுமணன், மெகருன்னிசா மூவரும் கோவிலை நோக்கி ஓடிச் சென்று, தாளை நீக்கிக் கதவைத் திறந்தனர். உள்ளிருந்து வேலன், சிராஜ்கான், ஜஸ்வந்த், மணீந்தர் நால்வரும் முத்தம்மாவை நோக்கி விரைந்தனர். ஆனால் அவர்கள் வருவதற்குள் முத்தமாவின் வாள் ரஞ்சித் சிங்கின் நெஞ்சில் பாய்ந்து அவனை நெடுமரம் போல் மண்ணில் சாய்த்தது.

"சே உனக்குக் கொஞ்சம் கூட இரக்கமே இல்லை, அவசரப் பட்டுட்டியே? சிராஜ்கானோட மோதிப்பார்க்கணும்னு ரஞ்சித் எவ்வளவு ஆசைப்பட்டான் தெரியுமா?" என்றான் வேலன். "அவரோட மோதுற அளவுக்கு, இவனுக்குத் தகுதி இல்லை" என்றாள் முத்தம்மா.

"நம்ம வெள்ளைக்கார நண்பர்களுக்கு ஆபத்து. மொதல்லே அவங்களைக் காப்பாத்தணும்" என்றார் சிராஜ்கான். அதே நேரம், வெள்ளையர்கள் மணல்மேட்டின் உச்சிக்குச் சென்று, குதிரைகளிலிருந்து கீழே இறங்கிக் கொண்டிருந்தனர். சிப்பாய்கள் வருவது தெரியாமல் வெள்ளையர்கள் கீழே இறங்கி ஓய்வெடுக்கின்றனர் என்று இவர்களுக்குத் தோன்றியது. ஏனெனில் மூவரின் குதிரைகளும் மணல்மேட்டின் மறுபுறம் மேலே

ஆட்களின்றி நின்றுகொண்டிருப்பதைக் காண முடிந்தது. லோடாபாயும், இலட்சுமணனும் எச்சரிக்கைக் குரல் கொடுப்பதற்காகத் தம் வாயருகே கைகளைக் குவித்தனர். ஆனால் அவர்கள் குரல் கொடுப்பதற்குள், திடீரென்று மணல்மேட்டின் மறுபுறத்திலிருந்து, மூன்று ஐரோப்பியர்களின் துப்பாக்கிகளும் ஒரே சமயத்தில் முழங்கின. ரஞ்சித்சிங்கின் வீரர்களில் மூவர் நெஞ்சில் குண்டு பாய்ந்து கீழே சாய்ந்தனர். மற்ற மூவரும் வந்த வழியே திரும்பி ஓட முயற்சித்தனர். ஆனால் சிறிது தூரம் ஓடுவதற்குள் அவர்கள் முதுகுகளிலும் குண்டுகள் பாய்ந்து வீழ்ந்தனர். எச்சரிக்கையா, நாலாபுறமும் பார்த்துக் கொண்டே வெள்ளையர்கள் மூவரும் வேலனும், மற்றவர்களும் இருக்குமிடத்திற்கு வந்துசேர்ந்தனர்.

“இவங்க ஆறு பேரும் வர்றதை நாங்க மொதல்லே பார்த்துட்டோம். பக்கத்தில வரட்டும்னு காத்துக்கிட்டு இருந்தோம்” என்றான் டேவிட்.

“ஹுக்கும்சந்த் ஏன் இன்னும் கோவிலுக்குள்ளேயே பதுங்கி இருக்காரு?” என்றாள் முத்தம்மா. ஜஸ்வந்தும் மணீந்தரும் கோவிலருகே சென்று பார்த்து விட்டுத் திரும்பினர். “வேலன் சாகிப், ஹுக்கும்சந்த் ஓடிப்போயிட்டார்” என்றான் மணீந்தர்.

“தலைவலி மிச்சம்” என்றான் டேவிட்.

“ஹுக்கும் சந்தை மட்டமா எடை போடாதீங்க. புதுசா ஆட்களைத் திரட்டிக்கிட்டு வருவான். ஹீரா பிஜ்லி இருக்க எடம் தெரிஞ்சிட்ட தால, நிச்சயம் இங்கே திரும்பி வருவான். ஹீராபிஜ்லியை அதுக் குள்ள நாம கண்டு பிடிக்கனும்” என்றார் சிராஜ்கான்.

“ஆனால் குளத்தில தண்ணி கொறையணும். தரைகாயணும். எப்படியும் கொஞ்ச நாளைக்குத் தோண்ட முடியாது” என்றான் இலட்சும ணன். “குளத்தில இனிமே நாம தோண்டப் போறதில்லை. அதுக்குள்ள நிச்சயமா ஹீராபிஜ்லியை மறைச்சு வைச்சிருக்க மாட்டார் ஜஸ்வந்தோட அப்பா. ஒரே ஆளா சுலபமாப் புதைக்கிறதுக்கும், திருப்பித் தோண்டி எடுக்கறதுக்கும், கோவில் மண்டபத்தைச் சுத்தி இருக்கிற எடம்தான் வசதியா இருந்திருக்கும். அனேகமா மண்டபத்துக்குப் பின்புறம்தான் மறைச்சு வச்சிருப்பாரு” என்றான் வேலன்.

“எதை வச்சு அந்த முடிவுக்கு வந்தே” என்றாள் முத்தம்மா.

“எல்லாக் கடவுள்களும் இரக்கமானவர்களே”ன்னு, மொதல் வளையத்தில எழுதி இருக்கே மறந்திட்டீங்களா, அந்த இரக்கமுள்ள

கடவுள் இருந்தது இந்தக் கோவிலாத்தான் இருக்கும்" என்றான் வேலன்.

"ஆனால் இங்கே தோண்டறதுக்கும், மண்ணு கொஞ்சம் காயணும்" என்றான் இலட்சுமணன். "சரி, கொஞ்சம் ஓய்வெடுப்போம்" என்றான் வேலன். "சமையல் சாமானெல்லாம் கிட்டத்தட்ட தீர்ந்து போச்சு, உடனே வாங்கியாகணும்" என்றான் லோடாபாய். முத்தம்மா வண்டிக்குள்ளிருந்து தங்களது பணப்பையை எடுத்தாள்.

"அடடா... பணமும் கிட்டதட்ட காலியாகிப் போச்சே" என்றாள். ஜஸ்வந்த்சிங் ஓடிச் சென்று, கீழே பிணமாக விழுந்து கிடந்த ரஞ்சித் சிங்கின் உடைகளில் தேடினான். அவன் எதிர்பார்த்தது போலவே ரஞ்சித்சிங்கிடம், ஹுக்கும்சந்தின் பணப்பை இருந்தது. அதை எடுத்து வந்து முத்தம்மாவிடம் கொடுத்தான்.

"அப்புறம் என்ன, ஹுக்கும்சந்த் கருணையால பணத்துக்குப் பஞ்சம் இல்லை. ஜஸ்வந்த், நீ மணீந்தரைக் கூட்டிக்கிட்டுப்போய்ப் பக்கத்து கிராமத்தில இருந்து சமையல் சாமான் நெறைய வாங்கிட்டு வா" என்றான் வேலன். மற்றவர்களை அழைத்து, இறந்த சிப்பாய்களின் உடல்களைப் புதைக்க ஏற்பாடு செய்தான்.

மறுநாள் மீண்டும் மழைவரலாம் என்பதற்காக, முகாம்களைச் சரி செய்தனர். விறகுகளைச் சேகரித்து வைத்தனர். தரை கொஞ்சம் காய்ந்திருந்ததால், மணீந்தரும் ஜஸ்வந்தும் கோவில் மண்டபத்தின் பின்புறம் தோண்டத் தொடங்கினர். இலட்சுமணனும் அவர்களுடன் சேர்ந்து கொண்டான். வெள்ளையர்கள் மூவரும் துப்பாக்கிகளைக் கழற்றித் துடைக்கத் தொடங்கினர். விறகு குறைவாக இருந்ததால் வேலன் அருகில் மரங்களடர்ந்திருந்த பகுதிக்குக் கோடாரியுடன் புறப்பட்டான். அந்தப் புதர்களுக்குள் நுழையும் பொழுது ஏற்கனவே யாரோ கோடாரியால் மரம் வெட்டும் சத்தம் கேட்டது. அருகில் சென்று பார்த்தான். மழையால் வேரோடு சாய்ந்திருந்த மரம் ஒன் றின் கிளைகளை, லோடாபாய் வெட்டிக் கொண்டிருந்தான்.

"லோடாபாய், வெறகு வெட்ட இவ்வளவு தூரம் வரணுமா?" என்றான் வேலன். "இது சாதாரண மரம் இல்ல சாகிப், இரும்பு மரம்" என்றான் லோடாபாய். வேலன் அந்த மரத்தைப் பரிசோதித்துவிட்டு "ஆமா... இரும்பு மாதிரியே கெட்டியா இருக்கு" என்றான் வியப்புடன்.

"என் அம்புங்களுக்கு முனை செய்ய இங்க இரும்பும் இல்லை, பட்டரையும் இல்லை. ஆனால் இந்த இரும்புமரம் கெடைச்சது நம்ம அதிஷ்டம்" என்றான் லோடாபாய்.

சற்று நேரம் யோசித்த வேலன், தானும் சில கிளைகளை வெட்டி லோடாபாயின் கத்தியின் உதவியுடன் ஆயுதங்கள் தயாரித்தான்.

"இது என்ன சாகிப்" என்றான் லோடாபாய். "எங்க ஊரில இது பேரு வளரி. வேட்டை நாயக்கருங்க, வேட்டைக்கு எடுத்துக்கிட்டுப் போவாங்க" என்றான். தூரத்தில், புதர் மறைவில் குதிரை ஒன்று கனைக்கும் சத்தம் கேட்டது. எச்சரிக்கையடைந்த வேலன் தன் கோடாரியை எடுத்து வீசுவதற்குத் தயாராக உயர்த்தினான். அவனைப் பார்த்து லோடாபாய் மரம் வெட்டுவதைத் தொடருமாறு சைகை செய்தான். வேலன் மீண்டும் மரம் வெட்டத் தொடங்கினான். லோடா பாய் தன் கையில் இருந்த சிறிய கோடாரியுடன் சுற்றுப்புறத்தைக் கூர்ந்து கவனித்தான். தூரத்தில் புதர்கள் அசைந்தன. அந்த அசைவு வந்த இடத்தை நோக்கித் தன் கோடாரியைப் பலமாக எறிந்தான். சக்கரம்போல் சுழன்று சென்று கோடாரி புதருக்குள் மறைந்தது. கூடவே "ஆ" வென்ற அலறல் சத்தமும் கேட்டது. இருவரும் அலறல் சத்தம் கேட்ட இடத்தை நோக்கி ஓடினர். அதற்குள் அங்கு மறைந்திருந்த உருவம் ஓடிவிட்டிருந்தது. தூரத்தில் குதிரை ஒன்று ஓடும் ஒலி கேட்டது. அங்கு சென்று காலடிகளை ஆராய்ந்த லோடா, "வந்தது ஒரு ஆண்தான், குதிரையில் வந்திருக்கிறான்" என்றான்.

"யாராயிருக்கும்" என்றான் வேலன்.

"அந்தக் கெழட்டுநாய் ஹுக்கும்சந்தோட ஆளாத்தான் இருக்கும். நாம என்ன செய்யறோம்னு வேவுபார்க்க வந்திருப்பான்" என்றான் லோடா. "ஹுக்கும்சந்தா, அவன் அனுப்பிச்ச ஆளா" என்றான் வேலன். "காலடியைப் பார்த்தா ஹுக்கும்சந்தேதான் வந்திருக்கான்னு தோணுது" என்றான் லோடா. பிறகு தன் கோடாரியை எடுக்கப் புதருக்குள் சென்றவன்,

"வேலன் சாப், இங்கே வாங்க" என்று கத்தினான். அருகில் சென்ற வேலன் தரையில் சிந்திக்கிடந்த ரத்தத்துளிகளைக் கண்டான்.

"ஓ, ஹுக்கும் சந்துக்குக் காயம் பட்டிருக்கு. ஆனால் பலமான காயமா இருக்காது. பலமா இருந்தா தப்பிச்சு ஓடியிருக்க முடியாதே" என்றான் வேலன். லோடாபாய் சற்று தூரத்தில் கிடந்த துப்பாக்கியைக் காட்டினான். வேலன் துப்பாக்கியை எடுத்துப் பரிசோதித்தான். குண்டு நிரப்பப்படாமல் இருந்தது. கீழே ஒரு தோட்டா கிடந்தது. இருவரும் ஒருவரை ஒருவர் பார்த்துக்

கொண்டனர். "ஹுக்கும்சந்த், வேவு பார்க்க மட்டும் வரலை. நம்மைச் சுட்டுத் தள்ளவும்தான் வந்திருக்கான். அவன் துப்பாக்கியில குண்டு நிரப்பறதுக்குள்ள உன் கோடாரி அவன் திட்டத்தைக் கெடுத்திருச்சு" என்றான் வேலன்.

78

ஹுக்கும்சந்தைப் பற்றி அனைவரையும் எச்சரிக்க வேண்டுமென்ற நோக்கத்துடன் வேலனும், லோடாபாயும் முகாமிற்குத் திரும்பினர். அங்கே ஒரு கூடாரத்தின் வாசலில் தன் வாளைத் துடைத்துக் கொண்டிருந்தாள் முத்தம்மா. சற்றுத்தள்ளி அமர்ந்து சிராஜ்கானும் தன் ஆயுதங்களைத் துடைத்துக் கொண்டிருந்தார். அவர்களுக்கு மெகருன்னிசா உதவி செய்து கொண்டிருந்தாள்.

"சிராஜ் சாகிப், நேரம் கிடைக்கிறபா உங்க வாள்வீச்சு ரகசியத்தை எனக்கும் கொஞ்சம் சொல்லிக் கொடுங்க" என்றாள் முத்தம்மா.

"புலிக்கு வேட்டையாடச் சொல்லித் தரணுமா?" என்றார் சிராஜ்கான்.

"சரியாகச் சொன்னீங்க, சிராஜ் பாபா, நீங்க எனக்குச் சொல்லிக் கொடுங்க" என்றாள் மெகருன்னிசா.

"ஒரு கத்தியைத் தூக்கற அளவுக்கு உனக்கு சக்தி வந்தவொடனே, நிச்சயம் சொல்லித் தர்றேன்" என்றார் சிராஜ்.

மெகருன்னிசா கோபமாக எழுந்து சென்று விட்டாள். அப்பொழுது அங்கு வந்த வேலனும் லோடாபாயும் காட்டிற்குள் ஹுக்கும் சந்த் தங்களைக் கொல்ல முயற்சித்ததைக் கூறினர். "மத்தவங்கள்ளாம் எங்கே" என்றான் வேலன்.

"மூணு பேர் கோவில் மண்டபத்துக்குப் பின்னால தோண்டிக்கிட்டு இருக்காங்க, வெள்ளைக்காரங்க எல்லாம் துப்பாக்கிகளைத் துடைச்சிக்கிட்டுருக்காங்க" என்றாள் முத்தம்மா. நால்வரும் மற்றவர்களைத் தேடிச் சென்றனர். மற்ற ஐரோப்பியர்களோடிருந்த டேவிட்டிடம் சென்றாள் மெகருன்னிசா. டேவிட் ஒரு மரத்தில் வட்டமாகக் கத்தியால் கீறி, வட்டத்தின் நடுவில் புள்ளி வைத்து, அதை நோக்கித் துப்பாக்கிகளைச் சுட்டுப் பரிசோதித்துக் கொண்டிருந்தான்.

"டேவிட் சாகிப், எனக்கு சுடக் கத்துக் குடுங்க" என்றாள் மெகருன்னிசா

"ஓ சந்தோஷமா, துப்பாக்கிய உன்னால தூக்க முடிஞ்ச உடனே" என்றான் டேவிட். மெகருன்னிசா வேகமாகச் சென்று ஒரு துப்பாக்கியை இரு கைகளாலும் தலைக்கு மேலே தூக்கிக் காட்டினாள்.

"சரி கோவிச்சுக்காத, இப்பவே சொல்லித் தர்றேன் வா" என்றான் டேவிட். அருகே இருந்த சார்லசும், பீட்டரும் அவளைக் கைதட்டி ஊக்குவித்தனர். டேவிட் சொல்லிக் கொடுத்தபடி துப்பாக்கியைத் தோளில் வைத்து வட்டத்தை நோக்கிச் சுட்டாள் மெகருன்னிசா. பலத்த ஓசையுடன் குண்டு சீறிப் பாய்ந்தது. அதே வேகத்துடன் துப்பாக்கியின் பின்புறம் மெகருன்னிசாவின் வலது தோள் பட்டையில் இடித்தது. மெகருன்னிசா நிலைகுலைந்து கீழே விழுந்தாள். டேவிட் பதறிப்போய் அவளைத் தூக்கி நிறுத்தினான். "எனக்கு ஒண்ணும் ஆகலை, லேசான அடிதான்" என்றாள் மெகருன்னிசா. பீட்டரும், சார்லசும் அருகே ஓடிவந்தனர். அந்த நேரம் முத்தம்மா, வேலன், சிராஜ்கான், லோடாபாய் நால்வரும் அங்கு வந்து சேர்ந் தனர். இவர்கள் அனைவரும் மெகருன்னிசாவிடம் பேசிக் கொண்டிருக்கும் போது மரத்தருகே சென்று பார்த்து டேவிட் கைதட்டினான். அனைவரும் அவன் சுட்டிக்காட்டிய இடத்தைப் பார்த்தனர். மரத்தில், டேவிட் வரைந்திருந்த வட்டத்திற்கு அரை அடி உயரத்தில் தோட்டா பாய்ந்திருந்தது. டேவிட் மகிழ்ச்சியாக "மொதல் தடவையிலேயே, இவ்வளவு நல்லாக் குறிபார்த்துக் சுட்டிருக்கா, நிச்சயம் அவ உடம்பில ராஜபரம்பரை ரத்தம் ஓடுது" என்றான். மெகருன்னிசாவின் முகத்தில் நாணம் கலந்த புன்னகை மலர்ந்தது. துப்பாக்கியை எடுத்து குண்டு நிரப்பிய சிராஜ்கான்,

"நான் துப்பாக்கி தூக்கி ரொம்ப நாளாச்சு", என்று சொல்லிக் கொண்டே, குறிபார்த்துச் சுட்டார். குண்டு சரியாக வட்டத்திற்குள் பாய்ந்தது. அனைவரும் கைதட்டினர். "என் உடம்பில ஓடறது ஒரு சாதாரணச் சிப்பாய் குடும்பத்து ரத்தம் தான்" என்றார் சிராஜ்கான்.

"ஆனால் நீங்க கம்பெனி படையில ட்ரெய்னிங் எடுத்திருக்கீங்க" என்றான் டேவிட். வேலன் துப்பாக்கியை எடுத்து, "எங்கே நானும் சுட்டுப் பார்க்கிறேன்" என்று சொல்லிக் கொண்டு, பெரிதாகக் குறிபார்க்காமலேயே சுட்டான். குண்டு சரியாக வட்டத்தின் மையப்புள்ளியில் பாய்ந்தது. அனைவரும் வேலனை வியப்போடு பார்த்தனர்.

“என் உடம்பில ராஜகுடும்ப ரத்தமும் ஓடல, நான் துப்பாக்கிசுட கம்பெனிப் படையில ட்ரெயினிங்கும் எடுத்துக்கலை” என்றான் வேலன். “இவ்வளவு திறமையாச் சுட எங்கே, கத்துக்கிட்டே” என்று கேட்டான் சார்லஸ். “மலைப்பகுதியில எங்க ஊரு காட்டு நாயக்கருங்க வேட்டைக்குப் போறப்ப, நான் சின்னப் பையனா அவங்க துப்பாக்கியைத் தூக்கிட்டுப் போவேன். அவங்களைப் பார்த்து நானாக் கத்துக்கிட்டது தான்” என்றான் வேலன்.

திடீரென்று தூறல் போடத் தொடங்கியது. அனைவரும் முகாம்களை நோக்கி ஓடினர். சற்று நேரத்தில் பள்ளம் தோண்டிக் கொண்டிருந்தவர்களும் கூட முகாமிற்குள் ஓடிவந்தனர். “புதையல் ஏதாச்சும் கண்ணில பட்டுச்சா” என்றான் வேலன். “மண்டபத்துக்கு பின்னாலயும் பக்கவாட்டிலயும் ஆறடி தோண்டிப் பார்த்திட்டோம். இனி முன்பக்கம் மட்டும் தான் தோண்டிப் பார்க்கணும்” என்றான் ஜஸ்வந்த். ஆனால் மறுநாளும் மழை விட்டுவிட்டுப் பெய்து கொண்டே இருந்ததால், முகாம்களிலேயே அனைவரும் முடங்கினர். இரண்டாம் இரவும் மழை இடைவிடாது பெய்தது. பொழுதுவிடியும் பொழுதுதான் மழை நின்றது. நன்றாக சூரியஒளி வந்ததும் அனைவரும் கோவிலைப் பார்வையிடச் சென்றனர். அங்கே அதிர்ச்சி காத்திருந்தது. கோவிலே பின்புறமாகச் சாய்ந்து விழுந்து கிடந்தது. கோவிலின் பின்புறம் மழைநீர் ஆறு போல் ஓடிக்கொண்டிருந்தது.

“அடடா, கோவிலே சாய்ஞ்சிடுச்சே” என்றாள் முத்தம்மா.

“நல்லவேளை, நான் தோண்டலை. இல்லைன்னா இந்துக் கோவிலை இடிச்ச முஸ்லீம்னு என்மேல பழிவந்திருக்கும்” என்றார் சிராஜ்கான். கோவிலின் பின்புறம் வெள்ளம் வடியத் தொடங்கியது. எல்லோரும் முகாமிற்குத் திரும்பிக் கொண்டிருந்த பொழுது மணீந்தர் கத்தினான், “எல்லாம் ஓடி வாங்க”.

அனைவரும் கோவிலருகே சென்றனர். அங்கே சுமார் ஏழடி ஆழமான பள்ளத்தில், கனத்த இரும்புப் பெட்டி ஒன்றின், மேல் பாகம் தெரிந்தது. அனைவரும் மண்வெட்டி, கடப்பாறைகளுடன் வேலையில் இறங்கினர். சேற்றில் கடுமையாகப் போராடி அப்பெட்டியை ஒரு வழியாக வெளியே எடுத்து முகா மிற்குள் கொண்டு வந்து வைத்தனர். பெட்டியின் கனத்த பூட்டைக் கடப்பாறையால் நெம்பினான் மணீந்தர் சிங். பூட்டோடு அது மாட்டியிருந்த பகுதிகளும் மொத்தமாய் உடைந்து விழுந்தன. வேலன் பெட்டியை திறந்தான். அனைவரும் ஆவலுடன் எட்டிப் பார்த்தனர். உள்ளேயிருந்து வைரங்கள் மின்னவில்லை. மொத்தப்

பெட்டியையும் அடைக்கும் அகலத்தில், நடுவில் கிருஷ்ணரும், அவரின் இருபுறமும் இரண்டு பெண்களும் நிற்பது போன்று ஒரு அழகிய களிமண் சிலை இருந்தது.

“கிருஷ்ணர், ராதா, ருக்மணி” என்றான் வேலன்.

“ஹீரா பிஜ்லியை எங்க வீட்டுக் கொண்டு வந்த அம்மா, பூஜை செய்ய வச்சிருந்த சிலையா இருக்கும்” என்றான் ஜஸ்வந்த். டேவிட் அதை எடுத்து முத்தம்மாவிடம் கொடுத்தான். “இந்தா, இனிமே நீயே இதை வச்சுப் பூஜை பண்ணு” என்றான். அந்தச் சிலைக்குக் கீழே பெரிய துணி போட்டு மூடியிருந்தது. அந்தத் துணியை அகற்றியதும், அதன் கீழே, பட்டுத் துணியாலான, சிறிய பைகளாகப் பத்துச் சுருக்குப்பைகள் ஒரு பாதியிலும், வேலைப்பாடுகள் நிறைந்த பேழை ஒன்று மறுபாதியிலும் இருந்தன. வேலன் முதலில் பைகளை எடுத்து ஒவ்வொன்றாக முத்தம்மாவிடம் கொடுத்தான். அவள் ஒரு துணியைக் கீழே விரித்துப் பைகளில் இருந்தவற்றைக் கொட்டினாள்.

ஆறு பைகளில் வெள்ளிக் காசுகளும், மூன்று பைகளில் தங்கக்காசுகளும், ஒரு பையில் நகைகளும் இருந்தன. “எங்க அப்பா நெறையத் தான் சேர்த்து வச்சிருக்கார், எல்லாம் எவ்வளவு தேறும்” என்றான் மணீந்தர் சிங். “ரெண்டு லட்சமாவது தேறும்” என்றான் வேலன். ஜஸ்வந்த்சிங் வியப்புடன், “ஓ ரெண்டு லட்சத்துக்கு எங்க கிராமத் தையே வெலைக்கு வாங்கிடலாமே” என்றான். பிறகு அவனே அனைவரும் ஆவலோடு காத்துக் கொண்டிருந்த மரப்பேழையைத் திறந்தான். அனைவருக்கும் ஒரே சமயத்தில் வியப்பும், ஏமாற்றமும் எழுந்தது. அவர்கள் எதிர்பார்த்தது போல் ஒரு பெரிய ஹீரா பிஜ்லியோ அல்லது மூன்று வைரங்களோ அதில் இல்லை. ஆனால் ஒரே அளவிலான எண்ணற்ற சிறு வைரங்கள் இருந்தன. அவற்றை ஒரு கருப்புத் துணியில் கொட்டினான் வேலன்.

“போச்சு, எல்லாமே வீண், இதுக்கா இவ்வளவு கஷ்டப்பட்டோம்” என்று கத்தினான் டேவிட்.

வைரங்களில் ஒன்றைக் கையிலெடுத்துப் பார்த்த வேலன், “எதுவும் வீண்போகலை, எல்லாம் மாசு,மருவில்லாத வெள்ளை வைரங்கள். நூறு இருக்கும்” என்றான். “அதோட மதிப்பு எவ்வளவு இருக்கும்” என்றாள் முத்தம்மா. “அதைத் தில்லி இல்லை கல்கத்தா போய் வைரவியாபாரிங்கக் கிட்டக் காட்டித்தான் கண்டு பிடிக்க முடியும்” என்றான் வேலன். “பால் பென்பீல்டு இதை வாங்கிக்க மாட்டார்” என்றான் டேவிட். “அவரு

வாங்கிக்காட்டி என்ன, வேற எத்தனையோ பேர் வாங்கிக்கத் தயாரா இருப்பாங்க" என்றான் வேலன்.

"இதை நமக்குள்ள எப்பிடிப் பிரிச்சிக்கிறது" என்றாள் முத்தம்மா. "இங்கே பிரிக்க முடியாது. கல்கத்தா போயி எல்லாத் துக்கும் மதிப்புப் போட்டப்புறம் தான் பிரிச்சிக்க முடியும்" என்றான் வேலன்.

ஜஸ்வந்த் சிங் தொண்டையைக் கனைத்துக் கொண்டு பேசினான், "வேலன் சாகிப், இனிமேயும் நானும், ஜஸ்வந்தும் அலையத் தயாராயில்லை. எங்க கிராமத்திலேயே தங்கிடறோம். எங்க ரெண்டு பேரையும் உயிரோட கொண்டுவந்து எங்க கிராமத்தில சேர்த்திட்டீங்க. அதுவே போதும். புதையல்ல எங்களுக்கு என்ன பங்கு தர்றீங்களோ அதை இங்கேயே கொடுங்க" என்றான். சிராஜ்கான் உடனே பணம், நகைகளை மூட்டையாகக் கட்டினார். வைரங்களைத் தனி மூட்டையாகக் கட்டி அனைத்தையும் மீண்டும் பேழைக்குள் போட்டு மூடினார். "பணம், நகையெல்லாம் ஜஸ்வந்தும், மணீந்தரும் வச்சுக் கட்டும். வைரங்களை நாம எடுத்துக்கிட்டுப் போவோம்" என்றார்.

"எங்களுக்கு முழுச் சம்மதம்" என்றான் ஜஸ்வந்த். மணீந்தரும் மகிழ்ச்சியாகத் தலையாட்டினான். வேலன் அனைவரையும் பார்த்தான். யாரும் மறுப்புச் சொல்லவில்லை.

"அப்படியே ஆகட்டும்" என்று சீக்கிய சகோதரர்களின் பங்கு அடங்கிய மூட்டையை ஜஸ்வந்திடம் கொடுத்தான். ஜஸ்வந்த் அதை வாங்கிக் கண்களில் ஒற்றிக் கொண்டான்.

மறுநாள் புறப்படுவதற்கான ஏற்பாடுகளில் இறங்கினர். முதலில் ஜஸ்வந்த்சிங்கையும் மணீந்தரையும் அவர்களது கிராமத்தில் சேர்த்து விடுவது என்றும், பின்பு அங்கிருந்து தேவையான உணவுப் பொருட்களை வாங்கிக் கொண்டு, கல்கத்தா நோக்கிய நீண்ட பயணத்தைத் துவக்குவது என்றும் முடிவுசெய்தனர். ஓடிப்போன சிப்பாய்களின் பல குதிரைகளை இவர்கள் கட்டிவைத்திருந்தனர். அவற்றில் இரண்டு குதிரைகளை ஜஸ்வந்திடம் கொடுத்துவிட்டு, மற்ற குதிரைகளைப் பயணத் தின் பொழுது மாற்றுக் குதிரைகளாகப் பயன்படுத்திக் கொள்ளலாம் என்றார் சிராஜ்கான். கூடாரங்களைப் பிரிக்கத் தொடங்கினர்.

லோடாபாய் குதிரையில் ஏறி, வழி பாதுகாப்பாக இருக்கிறதா என்று பார்க்கச் சென்றான். இலட்சுமணன் உயரமான ஒரு மரத்தில் ஏறிச் சுற்றிலும் பார்த்தான். சிறிது நேரத்தில் இருவரும் முகாமிற்கு

வந்து சேர்ந்தனர். “வழியில பயம் ஒண்ணும் இல்லை” என்றான் லோடா.

“ஆனால் பக்கத்துக் கிராமத்தில ஏதோ ஒண்ணு சரியில்லை” என்றான் இலட்சுமணன்.

“ஏன்... வீடுகள்ள அடுப்பு எரியற புகை வரலையா” என்றார் சிராஜ்கான்.

“புகை வழக்கத்துக்கு அதிகமா வருது” என்றான் இலட்சுமணன்.

“அப்போ வெளி ஆளுங்க தங்கி இருக்காங்க” என்றார் சிராஜ்கான்.

“ஹுக்கும்சந்த் தான், புதுசா ஆட்களைத் திரட்டிக்கிட்டு வந்திருக்கணும்” என்றான் வேலன்.

“எத்தனை பேர் இருக்கலாம்” என்றாள் முத்தம்மா.

“பத்து, இருபது பேரை வச்செல்லாம் நம்மை ஒண்ணும் செய்ய முடியாதுன்னு அவனுக்கு இப்போ தெரியும். ஐம்பது பேரையாவது கூட்டிக்கிட்டு வந்திருப்பான்” என்றார் சிராஜ்கான்.

“நாம இப்பவே இங்கேயிருந்து போயிட்டா?” என்றான் மணீந்தர்.

“மாட்டு வண்டியை ஓட்டிக்கிட்டுக் குதிரைகளை விட வேகமாகப் போக முடியாது. நாம போகும்போது வழியில தாக்கறதுதான் அவங்க திட்டமா இருக்கும்” என்றான் வேலன்.

“அதுக்கு ஏன் வாய்ப்புக் குடுக்கணும். நமக்கு வசதியான இடத்துக்கு வரவழைச்சு அவங்களை நாம தாக்கலாம்” என்றார் சிராஜ்கான்.

“அப்போ அவங்களா நம்மைத் தேடி வர்ற வரைக்கும், முகாமிலயே இருக்கலாம்னு சொல்றீங்களா பாபா?” என்றாள் மெகருன்னிசா.

“ஆமா”, என்ற சிராஜ்கான் “உன் உடம்பில ராஜபரம்பரை ரத்தம்தான் ஓடுதுன்னு நெனைக்கிறேன், சரியா ஊகிச்சிட்டியே” என்றார்.

“இதைத்தான் நான் அப்பவே சொன்னோன்” என்றான் டேவிட் புன்னகையுடன்.

“அவங்க நம்மைத்தேடி வராம, ரொம்பநாள் கிராமத்திலேயே காத்திருந்தா என்ன பண்றது” என்றான் பீட்டர்.

“அவன்கிட்ட இருக்கறது கூலிப்படை. நாள் ஆகஆகச் செலவும் அதிகமாகும். அதனால மூணு நாளைக்குள்ள நம்மைத் தேடி

வந்திடுவான்" என்றார் சிராஜ்கான். பின் அவர் அனைவரையும் அமர வைத்துத் தரையில் கோடு கிழித்து, தன் வியூகத்தையும், யார் எங்கே இருந்து தாக்குவது என்பதையும் விளக்கினார்.

"நாம பதினோரு பேருதான். அவங்க நம்மை மாதிரி அஞ்சுமடங்கு, நம்மால சமாளிக்க முடியுமா" என்றான் பீட்டர்.

"சிராஜ்கான் போட்டிருக்ற திட்டப்படி சரியாச்செயல்பட்டா, ஐம்பது பேரென்ன, நூறுபேரு வந்தாலும் சமாளிக்கலாம்" என்றான் சார்லஸ்.

"வேலன் சாகிப்பும், முத்தம்மா மேடமும் இருக்கிறப்போ, ஆயிரம் பேர் வந்தாலும் எனக்கு கவலையில்லை" என்றான் லோடாபாய். "எனக்கும் தான்" என்றான் இலட்சுமணன்.

"அது மட்டும் இல்லை. இந்த பானிபட் மண்ணுக்கு ஒரு சிறப்பு இருக்கு." என்றான் வேலன். "என்ன சிறப்பு?" என்றான் ஜஸ்வந்த் சிங்.

"இங்கே எப்பவும் விவேகமாவும் வீரமாவும் செயல்படற சிறிய படைதான் பெரிய படையைத் தோற்கடிக்கும்" என்றான் வேலன்.

"நாமும் அவங்களை நிச்சயம் தோற்கடிப்போம். எந்தக் காரணத்தினாலயும் நம்ம ஆளுங்க யாரும் வியூகத்துக்கு வெளியே மட்டும் போயிடக்கூடாது" என்றார் சிராஜ்கான். அவர் கூறியபடி, முன்புறம் இருந்த கூடாரங்களைக் கலைத்து விட்டு, பின்புறம் குளத்தினருகே புதிதாக முகாமை நிறுவத் தொடங்கினர். ஆனால், எல்லாவற்றையும் பிரிக்க வேண்டாம், ஓரிரு கூடாரங்கள் பழைய இடத்திலேயே காலி யாக நிற்கட்டும் என்று சிராஜ்கான் கூறினார்.

"நம்மகிட்ட எத்தனை துப்பாக்கி இருக்கு" எனக் கேட்டார் சிராஜ்

"ஆறு இருக்கு. வெள்ளைக்காரங்க மூணு பேரும் நல்லாச் சுடுவாங்க" என்றான் வேலன். "ஏன் எனக்கும், தம்பிக்கும் கூட நல்லாச் சுடத் தெரியும்" என்றான் ஜஸ்வந்த்.

"அப்போ என்னையும் சேர்த்து ஆறு துப்பாக்கி வீரர்கள்" என்றார் சிராஜ்கான்.

"ஆறே துப்பாக்கிகளை வச்சு, ஒரு குதிரைப் படையை விரட்ட முடியுமா?" என்று கேட்டாள் மெகருன்னிசா.

"சாதாரணமா முடியாது. ஆனா டேவிட் மாதிரிச் சுடற ஆட்கள் நம்மோட இருக்கறதால, நம்மால முடியும்" என்றார் சிராஜ்கான்.

மெகருன்னிசா வியப்போடு டேவிட்டைப் பார்த்தாள். டேவிட் முடிந்தவரை தன்னடக்கமாக இருக்க முயற்சித்தான்.

“எதிரியோட குதிரைகளைத்தடுக்க, சுத்திபள்ளம் தோண்டலாமா, இல்லை முள்ளுவெட்டிப் போடலாமா” என்று கேட்டாள் முத்தம்மா.

“அவங்களை வியூகத்துக்குள்ள வரவழைச்சுத் தாக்கறதுதான் நல்லது” என்றார் சிராஜ்கான். வண்டியையும், பொருட்களையும், குதிரைகளை யும் குளத்தருகே நகர்த்தி, அங்கே புதிய முகாம்களை நிறுவினர். லோடாபாயும், மெகருன்னிசாவும் அம்புகள் செய்து குவித்தனர். மெகருன்னிசாவிற்காக லோடாபாய் மூங்கிலை வளைத்துப் புதிய வில் ஒன்றும் செய்து கொடுத்தான். “நம்மகிட்ட துப்பாக்கிக் குண்டு கொஞ்சம் தான் இருக்கு” என்றாள் முத்தம்மா.

“அதினால நாம ஒரு குண்டைக்கூட வீணாக்கக் கூடாது” என்றான் டேவிட். அது காதில் விழுந்ததால், லோடாபாய், சீக்கிய வளையங்களையும் தேடி எடுத்து அவற்றின் விளிம்புகளைப் பாறையில் கூர்தீட்டினான்.

தினமும், மரஉச்சியில் அமர்ந்து யாராவது ஒருவர் வேவு பார்த்துக் கொண்டிருந்தனர். மூன்றாம் நாள் காலை மரத்திலிருந்து லட்சுமணன் இறங்கி முகாமிற்குள் ஓடி வந்தான். அவன் எதுவும் சொல்லாமலேயே, பானிபட் மீண்டும் ஒரு போருக்குத் தயாரானது.

79

வேலனும் அவன் ஆட்களும் செல்லும் பொழுது, வழியில் தாக்க லாம் என்று திட்டமிட்டுக் கிராமத்தில் தங்கியிருந்தார் ஹுக்கும்சந்த். வேலன் கூட்டமோ முகாமை விட்டு வெளியே வருவதாயில்லை. மூன்றாம் நாள் பொறுமையிழந்த ஹுக்கும்சந்த், வேலன் முகாமிட்டிருந்த இடத்திற்கே சென்று தாக்க முடிவெடுத்தார். சிராஜ்கான் ஊகித்தது போல் ஹுக்கும்சந்திடம் இருந்தது வெறும் ஐம்பது பேர் அல்ல. நூறு குதிரை வீரர்களும், பத்துத் துப்பாக்கிகளும் இருந்தன. வேலனிடம் இருப்பது போல் தன்னிடம் பத்து மடங்கு ஆட்கள் இருப்பதால் சுலபமாக வேலனைக் கூட்டத்தோடு அழித்துவிடலாம் என்று அவர் எண்ணியதில் வியப்பில்லை. தாக்குதலுக்கான திட்டத்தைத் தானே வகுத்துக்கொடுத்தார். அதுதான் அவர் செய்த தவறு. வேலனுக்கேயது சாதகமாக அமைந்தது. ஏனென்றால் வேலனுக்கு வியூகம் வகுத்துக் கொடுத்தவர் அனுபவம் வாய்ந்த தளபதி சிராஜ்கான். மறுநாள் காலை திடீரென்று முன்புறமிருந்த அவர்களின் கூடாரங்கள்மேல் தீப்பிழம்போடு அம்புகள் பறந்துவந்து விழுந்தன. கூடாரங்கள் பற்றி எரிந்தன. ஆனால் அதைப்பற்றி வேலன் கூட்டத்தினர் கவலைப்பட வில்லை. எதிரிகளை ஏமாற்றுவதற்காக அவர்கள் காலியாக விட்டு வைத்திருந்த கூடாரங்கள்தான் அவை.

கூடாரங்களை நோக்கி ஹுக்கூம்சந்தின் குதிரைப்படையினர் பாய்ந்து வந்தனர். சுமார் இருநூறடி தூரத்தில் அப்படை மூன்றாகப் பிரிந்தது. இருபத்தி ஐந்து குதிரைகள் இடதுபுறம் சென்றன. அடுத்த இருபத்தி ஐந்து குதிரைகள் வலது புறம் சென்றன. வலதுபுறம் சென்ற பிரிவு, அங்கிருந்த மரங்க ளின் பின்னே மறைந்தன. மற்ற குதிரைகள் ஐம்பதும் நேராகப் பாய்ச்சலைத் தொடர்ந்தன.

“பக்கவாட்டில இருக்கவங்க, தானாத் தாக்க மாட்டாங்க, நாம தப்பிச்சு ஓட முயற்சிக்கறப்பத்தான் தாக்குவாங்க” என்றார் சிராஜ். சுமார் நூற்றி ஐம்பது அடி தூரத்தில் வரும் போதே ஹுக்கும் சந்தின் படை சுடத்தொடங்கியது. சுமார் நுறு அடி தூரத்தில் இருந்த மரத்தில் முதல் நாள் டேவிட் ஒரு துணியை அடையாளமாகக் கட்டி விட்டுக் கூறியிருந்தான், “இதைத் தாண்டி வந்தப்புறம் சுட்டாத்தான் எதிரிக்கு காயமாவது படும்”.

ஹுக்கும்சந்த் தலைமையில் வந்த ஐம்பது குதிரை வீரர்களும் வேலன் குழுவினரை நோக்கிப் பயங்கரமாகச் சப்தமிட்டுக் கொண்டே பாய்ந்தனர். அவர்கள் அந்தத் துணியைக் கடக்கும் வரை காத்திருந்த டேவிட், “ஃபயர்” என்று கத்தினான். ஏற்கனவே அவன் திட்டமிட்டிருந்தது போல், முதலில் டேவிட்டும், பீட்டரும் சுட்டுவிட்டு அமர்ந்தனர். அடுத்து சார்லசும், சிராஜ்கானும் சுட்டனர். கடைசியாக மணீந்தரும் ஜஸ்வந்தும் சுட்டனர். அதற்குள் குண்டுகளை நிரப்பிக்கொண்டு முதல் இருவரும் மீண்டும் சுட்டனர். எதிரிகளைப் பொறுத்தவரை இடைவெளியின்றித் துப்பாக்கிக் குண்டுகள் வந்து கொண்டே யிருந்தன. தன் படையை முன்னால் அனுப்பிவிட்டுக் கீழேகுதித்த ஹுக்கும்சந்த், எதிரியின் இடைவிடாத குண்டு வீச்சைக் கண்டதும், அங்கிருந்த ஒரு சிறிய பாறைக்குப் பின்னே ஓடி மறைந்தார். அங்கிருந்து போரைக் கவனித்த பொழுதுதான், டேவிட்டும், மற்றவர்களும் கண்டபடி சுட வில்லை, துப்பாக்கி ஏந்தி வந்ததன் வீரர்களைத் திட்டமிட்டு முதலில் சுட்டு வீழ்த்திவிட்டனர் என்பதை உணர்ந்தார். ஒவ்வொரு குழுவிற்கும் மூன்று துப்பாக்கி வீரர்களைப் பிரித்து அனுப்பியிருந்தார். முன்புறம் தாக்கிய படையின் மூன்று துப்பாக்கி வீரர்களும் சுட்டுக் கொல்லப்பட்டிருந்தனர். அதற்குள் துணிச்சலை இழந்த அவரது மற்ற படையினர் பக்கவாட்டுகளில் பிரிந்து சென்று மீண்டும் சற்று தூரத்தில் ஒன்று கூடினர். தாக்குதல் முறையை மாற்ற நினைத்த ஹுக்கும்சந்த், வேலன் குழுவினரின் இடதுபுறம் காத்துக் கொண்டிருந்த குதிரை வீரர்களைத் தாக்குதலைத் தொடங்கச் சொல்லிக் கையை அசைத்தார்.

முன்புறமும், இடதுபுறமும் ஒரேசமயத்தில் தாக்குதல் நடத்தினால் வலதுபுறம் ஓடிச்சென்று அங்கு மரங்களின் பின்னே பதுங்கியிருக்கும் தன் மூன்றாவது பிரிவு வீரர்களிடம் எதிரிகள் மாட் டிக் கொள்வார்கள் என்பது அவரது திட்டம். ஆனால் இடதுபுறக் குதி ரைகள் தூரத்தில் வரும்பொழுதே, லோடாபாயும் மெகருன்னிசாவும் அவர்கள் மீது அம்புமழை பொழியத் தொடங்கினர். குதிரைகள் இன் னும் சற்று அருகில் வந்ததும், மணீந்தரும் ஜஸ்வந்தும் இடம்மாறி வந்து, சீக்கியா சக்கரங்களைச் சுழற்றிக் குதிரை வீரர்களை நோக்கிப் பறக்க விட்டனர். வேலனும் தான் செய்து வைத்திருந்த வளரிக் கம்பு களை வீசத்தொடங்கினான். டேவிட்டும் தன்துப்பாக்கியை இடதுபுறம் திருப்பினான். மற்றவர்களும் அவனைப் பின்பற்றி இடதுபுறம் சுடத் தொடங்கினர். அந்த ஒருங்கிணைந்த தாக்குதலால் எதிரியின் இடது புறம் பலத்த சேதம் அடைந்தது. அதற்கு மேல் தாக்குவதில் ஆர்வம் குறைந்த ஹுக்கும்சந்தின் இடதுபிரிவில் எஞ்சியிருந்தோர், உயிர் பிழைத்தால் போதும் என்று, போருக்கும் தங்களுக்கும் சம்பந்தமில் லாதது போல் மின்னல் வேகத்தில் மறைந்தனர்.

ஹுக்கும்சந்த் வலதுபுறம் இருந்த வீரர்களை பார்த்துக் கத்தினார், “எதுக்குடா இன்னும் காத்துக்கிட்டிருக்கீங்க? ம், தாக்குங்க”. ஒரு நிமி டம் வலதுபுற மரங்களிடையே சலசலப்புக் கேட்டது. அடுத்த நிமிடம் அந்த இருபத்து ஐந்து குதிரைவீரர்களும் மின்னல் வேகத்தில் புறப் பட்டனர். ஆனால் தாக்குவதற்கல்ல. ஏற்கனவே இடதுபுறம் தாக்கிய வீரர்களின் நிலைமையைக் கண்டதால், மின்னல் வேகத்தில் போர்க் களத்தை விட்டுத் தாங்களும் ஓடத் தொடங்கினர். இப்பொழுது முன் புறம் மட்டுமே குதிரைவீரர்கள் நின்றனர், அதுவும் தூரத்தில். சிராஜ்கான் எச்சரித்தார், “எப்பவும் பக்கவாட்டில வர்றவங்க, கூலிகூட இல்லாம, கொள்ளையடிக்க மட்டுமே வர்றவங்க. சின்ன ஆபத்துன்னாலும் ஓடிப்போயிடுவாங்க. ஆனால் நேரா வர்றவங்க அனுபவப்பட்ட தைரியமான சிப்பாய்ங்க, நிச்சயம் தாக்க வருவாங்க”

“தாக்க வந்தா மரணம் நிச்சயம்னு தெரிஞ்சுமா” என்றான் வேலன்.

“ஆமா, ஆனால் அவங்க குதிரைங்க அவங்களை விடப் புத்திசா லிங்க, எதிரே ஈட்டி இருந்தா தப்பிச்சு ஓடத்தான் முயற்சி பண்ணும்” என்றார் சிராஜ்.

“நம்மகிட்ட துப்பாக்கி குண்டு ஒண்ணு கூட மிச்சம் இல்லை” என்றான் டேவிட். சிராஜ் உடனே, “அதனாலென்ன, துப்பாக்கிகளை ஈட்டிகளா மாத்துவோம்” என்றார்.

சிராஜ்கான் தன் துப்பாக்கி முனையில், கத்தியைச் செருகினார். துப்பாக்கி வைத்திருந்த ஐவரும் அதையே பின்பற்றித் தங்கள் துப்பாக்கிகளை ஈட்டிகளாக்கினர். இலட்சுமணன் தன் இருபதடி ஈட்டியுடன் இருந்ததால் அனைவருக்கும் நடுவில் முதல் ஆளாக வந்து நின்று கொண்டான். முன்வரிசையைத் தாண்டி வருபவர்களைத் தாக்குவதற்குத் தயாராக வேலனும் முத்தம்மாவும் வாட்களுடன் இரண்டாம் வரிசையில் நின்றனர். மூன்றாம் வரிசையில் நின்ற லோடாபாயிடம் அம்புகள் தீர்ந்து போனதால் மூங்கிலில் பதித்த சீக்கியச் சக்கரத்தை வாள்போல் பயன்படுத்தத் தயாரானான். தன் ஆடையிலும் கையிலும் குறுவாட்களுடன் மெகருன்னிசா உற்சாகமாக அவனருகே நின்றாள். அதே சமயம், தூரத்தில் பின்வாங்கி நின்ற தன் படையைப் பார்த்து ஹுக்கும்சந்த் ஏதோ கத்தினார். “சம்பளத்தை இரட்டிப்பாக்குவதாகக் கத்தியிருப்பான்” என்றார் சிராஜ்கான்.

ஹுக்கும் சந்தின் அதட்டல் வேலை செய்தது. எஞ்சியிருந்த சுமார் முப்பது குதிரைகளும் மூன்று வரிசைகளாக ஒழுங்கு படுத்தப்பட்டு, புதிய உற்சாகத்துடன் வேலனின் ஆட்களை நோக்கிப் பாய்ந்தன. வேலன் கூட்டத்தினரிடம் குண்டுகள் தீர்ந்து போய்விட்டதைத்தான் ஹுக்கும்சந்த் தன் ஆட்களிடம் சொல்லியிருந்தார். அதனால், தாங்கள் துணிச்சலாகத் தாக்கினால் வேலனின் கூட்டம் சிதறியோடும், துரத்திச்சென்று வெட்டிவீசலாம் என்ற திட்டத்துடன் குதிரைகளில் பாய்ந்து வந்தனர். அவர்கள் இருபதடி தூரத்தில் வந்ததும், இலட்சுமணனும், மற்றவர்களும் ஈட்டியையும், கத்தி பொருத்திய துப்பாக்கிகளையும் திடீரென்று குதிரைகளின் நெஞ்சு உயரத்திற்குத் தூக்கினர். முதல்வரிசையில் இருந்த குதிரைகள் திடீரென்று பலமாகக் கனைத்துக் கொண்டு பக்கவாட்டில் சிதறியோடின. ஆனால் பின் வரிசைகளிலிருந்த குதிரைகள் வியூகத்திற்குள் நுழைந்து விட்டன. வேலன் குழுவினர் குதிரைவீரர்களை எதிர் கொண்டனர். வேலனும் முத்தம் மாவும் தங்கள் வாட்களை மின்னல் வேகத்தில் சுழற்றத் தொடங்கி னர். பத்து நிமிடங்களுக்குள் குதிரை வீரர்கள் சிங்கக் கூட்டத்திடம் மாட்டிக் கொண்ட மான்கள் போல், உயிர் பிழைத்தவர்கள் தப்பி ஓடினர். போர்க்களமெங்கும் திடீரென்று அமைதி நிலவியது.

“பானிபட்டில நடந்ததிலேயே சின்னப் போர் இதுவாயிருக்கலாம். ஆனால் எதிரிப்படை பத்து மடங்கு பெரிசு. சிராஜ்கான் சாகிப், சரித்திரம் படைச்சிட்டீங்க” என்றான் வேலன்.

“அந்தக் குள்ளநரி ஹுக்கும் சந்த் எங்கே” என்றார் சிராஜ். அதற்குப் பதில் சொல்வது போல் திடீரென்று துப்பாக்கிக் குண்டு ஒன்று சீறிப் பாய்ந்து வந்து சிராஜ்கானின் தோளில் பதிந்தது. கீழே விழுந்த சிராஜ்கான் ரத்தம் வழிந்த இடத்தைத் தன் கைவிரல்களால் அழுத்திக் கொண்டார். மீண்டும் குண்டை நிரப்பிக் கொண்டே பாறை மறைவிலிருந்து எழுந்த ஹுக்கும்சந்த், “சிராஜ்கான், உன்னைக் கொல்லாமப் போகமாட்டேன், என் திட்டத்தையெல்லாம் திரும்பத்திரும்ப நீ தான் கெடுக்கிறே” என்று சொல்லிக்கொண்டே துப்பாக்கியை உயர்த்தி சிராஜ்கானை மீண்டும் குறிபார்த்தார். வேலன், வளரிக் குவியலில் தனியாகக்கிடந்த இரண்டு வளரிகளைத் தேடியெடுத்தான். மற்ற வளரிகளைப் போலல்லாமல், அவை மிகவும் கவனமாகச் செதுக்கப்பட்டிருப்பதை முத்தம்மா கவனித்தாள். மெகருன்னிசா அவசரமாகத் தன் உடைகளில் தேடினாள். ஒரேயொரு குறுவாள் மிச்சமிருந்தது. அதற்குள் வேலன் உரக்க, “ஹுக்கும்சந்த், மொதல்லே இதுக்கு பதில் சொல்லு”, என்று சொல்லிவிட்டு முதல் வளரியைக் கிடைமட்டமாகச் சுழற்றி வீசினான். அது சக்கரம் போல் கிடைமட்டமாகவே சுழன்று கொண்டு ஹுக்கும் சந்தின் இடதுபுறம் சற்று உய ரத்தில் சென்றது. அதிலிருந்து தப்புவதற்காகப் பாறைக்குப் பின்னால் மறைந்த ஹுக்கும் சந்த், வளரி குறிதவறிச் செல்வதைக்கண்டு சிரித்துக் கொண்டே எழுந்தான். வேலன் தனது அடுத்த வளரியைச் செங் குத்தாகச் சுழற்றி எறிந்தான். மீண்டும் ஹுக்கும்சந்த் பாறைக்குப் பின் மறைந்தான். வளரி அவன் தலைக்குமேல் ஆறடி உயரத்தில் சுழன்று கொண்டு சென்றது. மேலும் பலமாகச்சிரித்த ஹுக்கும்சந்த், “துப்பாக்கி வச்சிருக்கவன்கிட்ட, விறகுக் கட்டையைவச்சுச் சண்டை போடவந்த முட்டாள் மதராசி, மொதல்லே உன்னைத்தான் கொல்லப் போறேன்” என்று சொல்லிக் கொண்டே வேலனின் நெஞ்சிற்கு நிதானமாகக் குறிபார்த்தான். அதுதான் சமயமென்று தன் குறுவாளை எறிந்தாள் மெகருன்னிசா. குறுவாள் ஹுக்கும்சந்தின் இடதுகையின் மேற்புறம் பாய்ந்து லேசாக அவனை வெட்டிக்கொண்டு சென்றது. ஒருநொடி அலறினாலும் அவன் துப்பாக்கியை நழுவவிடவில்லை. விசையை அழுத்த விரல்கள் சென்றன. அப்பொழுதுதான் அதிசயம் நடந்தது.

அவன் பின்புறம் சுழன்று சென்ற வளரி வந்த வழியே திரும்பச் சுழன்று வந்து அவன் தலையின் பின்புறம் பலத்த ஓசையுடன்

அடித்தது. பக்கவாட்டில் சென்ற வளரியும் வட்டமடித்துத் திரும்பி அவனது நெற்றிப் பொட்டில் வந்து தாக்கியது. இரண்டும் கிட்டதட்ட ஒரே சமயத்தில் நடந்தன. ஓசையின்றிக் கீழே விழுந்தான் ஹுக்கும் சந்த். அனைவரும் ஓடிச்சென்று பார்த்தனர். தலையில் பலத்த அடி பட்டுக் கிடந்தான் ஹுக்கும் சந்த். பற்கள் சிதறிக்கிடந்தன. ரத்தம் தரையில் குபுகுபு வென்று ஓடிக் கொண்டிருந்தது.

“வளரி எல்லாம் வீசி ரொம்ப நாளேச்சேன்னு பயந்தேன். குறி நல்லாத்தான் வச்சிருக்கேன்” என்றான் வேலன்.

“என்னைக் கொல்லணும்னு ஹுக்கும்சந்த் வெறிபிடிச்சு அலைஞ்சான். எப்பிடியோ என்னைச் சுட்டுட்டான். அந்த சந்தோஷத்தோடவே செத்திருப்பான்” என்றார் சிராஜ்கான்.

அதற்குள் லோடாபாயும், இலட்சுமணனும் வழக்கம் போல் இறந்தவ னின் உடைமைகளைச் சோதனையிட்டனர். ஹுக்கும்சந்தின் உடைக் குள்ளிருந்து இரண்டு பணப்பைகளைக் கண்டுபிடித்தனர். இரண்டிலும் லும் தங்கக்காசுகள் நிரம்பியிருந்தன. அவற்றை வேலனிடம் கொடுத் தனர். “தப்பிச்சுப் போன ஆளுங்க நம்மை வழியில தாக்குவாங்களா?” என்று கேட்டாள் முத்தம்மா. “இந்தியச் சிப்பாய்ங்க, ராஜாவுக்காகவோ, நாட்டுக்காகவோ சண்டை போடறவங்க இல்லை. சம்பளம் குடுக்கற தளபதியை நம்பிச் சண்டை போடறவங்க. தளபதிசாவோட படையும் கலைஞ்சு ஓடிப் போயிடும்” என்றார் சார்லஸ். “ஐரோப்பியப் படைங்க ஜெயிக்கறதுக்குக் காரணம் புரியுது” என்றார் சிராஜ்கான். அதற்குமேல் அங்கு தங்கியிராமல் உடனே ஜஸ்வந்தின் கிராமத்தை நோக்கிப் புறப்பட்டனர். கிராமத்தில் ஹீராபிஜ்லியைப் பற்றி யாரிடமும் எதுவும் சொல்ல வேண்டாமென்று ஜஸ்வந்திடமும் மணீந்தரிடமும் சொல்லி வைத்தான் வேலன்.

கிராமத்திற்குச் சென்று சேர்ந்ததும், போல்சந்த் கேட்ட முதல் கேள்வியே “என்ன, ஹீராபிஜ்லியைக் கண்டுபிடிச்சு எடுத்திட்டீங்களா?”. வேலனுக்குத் தூக்கிவாரிப் போட்டது. “உங்களுக்கு ஹீராபிஜ்லியைப் பத்தி ஏற்கனவே தெரியுமா?” என்றான் வேலன். “தெரியுமாவா? ஹீராபிஜ்லி இருக்கிற எடத்தைப் பத்தின குறிப்புப் பதிச்ச வளையங்களைச் செஞ்சதே நாங்க ரெண்டுபேரும் தானே. உள்ளூர் ஆளுங்களுக்குத் தெரியாக்கூடாதுன்னு தான், குறிப்பை இங்கிலீஷ்ல எழுதி னோம்” என்றார் போல்சந்த். “அப்போ நீங்களே ஹீராபிஜ்லியை எடுத்திட்டிருக்கலாமே” என்றான் வேலன். “வளையங்கள் தயாரிச்

சோமே தவிர ஹீராபிஜ்லி இருந்த எடத்தைப் பத்திச் சரியாத் தெரியாது. தெரிச்சுக்க விருப்பமும் இல்லை" என்றார் போல்சந்த்.

"ஆப்கானிஸ்தான்ல அடிமைகளாச் செத்திருப்போம். ஜஸ்வந்த்சிங் அப்பா உதவியால கௌரவமா, சுதந்திரமா, இந்த ஊரிலயே வாழ்ந்திட்டோம்" என்றார் மூல்சந்த்.

"எங்கப்பா உங்களைக் காப்பாத்தின மாதிரி, வேலன் சாகிப் என்னையும், மணீந்தரையும் காப்பாத்தியிருக்காரு" என்றான் ஜஸ்வந்த்.

அதற்குத் தலையாட்டிக் கொண்டே மூல்சந்த் தொடர்ந்தார், "ஜஸ்வந்தும்,மணீந்தரும் திரும்பி வந்திட்டாங்க. நாங்க செத்துப் போனதும் கௌரவமா அடக்கம் பண்ணுவாங்க. இதைவிட எங்களுக்கு வேற என்ன வேணும்?" என்றார்.

அன்று இரவு, மணீந்தரும், ஜஸ்வந்தும், லோடாபாய் மற்றும் இலட்சுமணனோடு ஊருக்குள் சென்று, வண்டிநிறைய உணவுப்பொருட்களு டன் திரும்பி வந்தனர். "நான் பிரதான்கிட்ட பேசிட்டேன். நம்ம நெலத்துக்குப் பக்கத்தில தரிசாக் கிடக்கற நிலத்தையும் நமக்கு வெலைக்கு வாங்கித்தர ஒத்துக்கிட்டாரு" என்று மூல்சந்திடம் சொல்லிக்கொண்டிருந்தான் ஜஸ்வந்த். அதைக் காதில் வாங்கிக் கொண்ட வேலன், இரவு உணவிற்குப் பின் மூல்சந்திடம் கேட்டான்,

"ஜஸ்வந்த் ஏன் அவன் நிலத்தையே வெலைக்கு வாங்கணும், அவங்க பரம்பரை நிலம் தானே அது".

"உழுதவனுக்கே நெலம் சொந்தம்கிறதெல்லாம் பாண்டாசிங் சாகிப் காலத்தோட போயாச்சு. இப்போ, தரிசாக் கெடக்கிற நெலம் எல்லாம் திரும்ப ஜமீன்தாருக்கே சொந்தமாயிடும்" என்றார் போல்சந்த்.

"எப்படித் தலைகீழா மாறிப் போச்சு பாருங்க. முன்னே மொகல் பாதுஷாவுக்கு முதுகெலும்பா இந்து ஜமீன்தார்களும், முஸ்லீம் கவர்ன ரும் இருந்தாங்க. அவங்க கொடுமைகளை எதிர்க்கத்தான் சீக்கிய மதமே உருவாச்சு. இப்போ, சீக்கிய கவர்னருக்குக் கீழ, சீக்கிய ஜமீன் தாருங்க கொடுமை. சீக்கிய குருக்கள் சிந்தின ரத்தம் எல்லாம் வீணாப்போச்சு" என்றார் மூல்சந்த்.

"குருவோட போதனைகளை சீக்கியர் மறந்திட்டாங்க. பெண்குழந்தைங்களும் கட்டாயம் படிக்கணும், அதினால ஒவ்வொரு வீட்டிலயும் கண்டிப்பா புஸ்தகம் இருக்கணும்னு

குருசாகிப் சொன்னாங்க. இப்ப சீக்கியருங்க, வீட்டுக்கொரு புஸ்தகம் கட்டாயம் வச்சிருக்காங்க. ஆனால் படிக்கறதுக்கில்லை, பூஜை செய்யறதுக்கு" மூல்சந்த் வருத்தமான குரலில் கூறினார்.

"சீக்கிய சமூகம் முன்னேறிக்கிட்டு இருக்கறதாத் தானே இந்தியா வெல்லாம் பேச்சா இருக்கு" என்றான் வேலன். "ஓ முன்னேற்றத்தில ஒண்ணும் கொறைச்சல் இல்லை. பஞ்சாப்ல இருக்ற எண்பது சதவீத இசுலாமியரையும், பத்து சதவீத இந்துக் களையும், மீதிப் பத்து சதவீத சீக்கியர்தான் ஆளறாங்க. அதினால, ஏழை விவசாயிங்களுக்குத்தான் எந்தப் பிரயோஜனமும் இல்லை. எல்லாம் பழைய மாதிரி ஜமீன்தார் ஆட்சி ஆயிப்போச்சு" என்றார் மூல்சந்த் பெருமுச்சுடன்.

இரண்டு நாட்கள் ஓய்விற்குப்பின், தில்லி நோக்கிப் பயணம் புறப்பட்டனர். தில்லி நகருக்குள் செல்லாமல் கிராமங்கள் வழியாகச் சுற்றிக் கொண்டு நபியுல்லா வீட்டிற்கு வந்து சேர்ந்தனர். மறுநாள் புறப்படும்போது மெகருன்னிசாவைத் தன்னோடு தங்கிவிடும்படி நபியுல்லா மீண்டும் கெஞ்சினார். மெகருன்னிசாவோ, "தில்லியில் இருந்து எவ்வளவு முடியுமோ அவ்வளவு தூரம் தள்ளிப்போகணும்" என்றாள் உறுதியாக. அங்கிருந்து அவர்களிடம் விடைபெற்றுக் கொண்டது நபியுல்லா மட்டுமல்ல. மறுநாள் சார்தானா செல்லப் போவதாகத் தெரிவித்தார் சிராஜ்கான். பேகம் சாம்ருவிற்குக் கொடுத்த வாக்குறுதியை நிறைவேற்ற விரும்பினார்.

"புதையல்ல உங்க பங்கை எடுத்திக்கிட்டு வர்றேன்" என்ற முத்தம்மா சிறிதுநேரத்தில் பத்துச் சிறிய வைரங்களுடன் வந்தாள். அதை வாங்கி வேலனிடம் கொடுத்த சிராஜ்கான், "இது உங்க திருமணத்துக்கு நான் தர்ற பரிசு. தங்கமும் வைரமும் எனக்கு எதுக்கு? ஏதாவது போரில வீரமரணம் அடையணும். அது மட்டும்தான் எனக்கு இனி ஒரே ஆசை" என்றார்.

"அதாவது பேகம் சாம்ருவுக்காக வீரமரணம் அடையணும்" என்றாள் முத்தம்மா குறும்பாக.

சிராஜ்கான் கோபப்படவில்லை. சிறிய புன்னகையுடன் குதிரையில் ஏறி மறைந்தார்

80

அது போன்ற ஒரு துயரமான மனநிலையை வேலன் அதுவரை உணர்ந்ததில்லை. சிராஜ்கானின் குதிரை கண்களுக்கு மறைந்ததும் மற்றவர்களை அழைத்துக்கொண்டு கல்கத்தா நோக்கிப் புறப்பட்டான். அவர்கள் பயந்ததுபோல் வழியில் யாரும் தாக்கவில்லை. “இதுவரை நடந்த தாக்குதலுக்கும் ஓமிசந்துக்கும் சம்பந்தம் எதுவும் இல்லன்னு நெனைக்கிறேன். ஹுக்கும் சந்த் அவனாத் தான் ஹீராபிஜ்லியைத் தேடிவந்திருக்கான்” என்று முத்தம்மாவிடம் வேலன் கூறினான். எந்த இன்னலும் இல்லாமல் கல்கத்தா நகரம் வந்து சேர்ந்தனர். கல்கத்தாவிலோ அவர்களுக்கு இன்ப அதிர்ச்சி கொடுத்தார் ரவீந்திரகுமார். சற்றுப்பழைய, ஆனால் அரண்மனை போன்ற ஒரு பெரிய வீட்டைச் சொந்தமாக வாங்கியிருந்தார். நடுவில் இருந்த பெரியவீடு மட்டுமல்லாமல், சுற்றுச்சுவருக்குள் பல சிறிய வீடுகளும் இருந்தன. “இனிமே பீட்டர், சார்லஸ், லோடாபாய், லட்சுமணன் எல்லோரும் உள்ளேயே ஆளுக்கொரு வீட்டில தங்கலாம். கிடங்கையும் உள்ளேயே வச்சிக்கலாம்” என்றார் ரவீந்தா ஆனந்தமாக. பயணக்களைப்பால் அதற்குமேல் வீட்டைப்பற்றி விளக்கம் கேட்க யாரும் ஆர்வமாயில்லை.

ஒருநாள் முழுமையான ஓய்விற்குப்பின் மறுநாள் வில்லியம் கோட் டைக்குச் சென்றான் டேவிட். நேரம் கழித்து எழுந்த சார்லசும், பீட்டரும் வேலனைத் தேடி வந்தனர். டேவிட் கோட்டைக்குச் சென்றுவிட்டான் என்று தெரிந்ததும், “அடடா, நாங்க ரெண்டு பேரும்கூட ஐரோப்பா திரும்பிடலாம்னு இருக்கோம். டேவிட்கிட்ட சொல்லாமப் போயிட்டேனே” என்றான் பீட்டர். உள்ளே நுழைந்த ரவீந்தரகுமார், “அப்படியெல்லாம் போகமுடியாது. கொஞ்ச நாளைக்கு அந்த முடிவைத் தள்ளிப் போடுங்க” என்றார். இரண்டு ஐரோப்பியர்களும் அவரைக் கேள்விக் குறியுடன் பார்த்தனர். அதற்குள் முத்தம்மா, “கல்கத்தாவில ஆளுக்கொரு ராஜகுமாரியைக் கண்டுபிடிக்கப் போறேன்னு சொன்னீங்க, அது என்னாச்சு” என்றாள். அவர்கள் பதில் சொல்வதற்குள் ரவீந்த்ரகுமார், “நீங்க திடீர்னு போயிட்டீங்கன்னா, நம்ம வியாபாரம் அதோட கெட்டுப் போயிடும்” என்றார். “இப்போ, எப்படிப் போகுது” என்று கேட்டான் வேலன். “வெள்ளைக்காரங்க இருக்றதால, கோட்டைக்கும், கப்பலுக்கும் தேவையான பொருட்கள் எல்லாம் வாங்கிக் கொடுக்கிற ஒப்பந்தம் எங்களுக்கு சுலபமாகக் கிடைக்குது. நூனியாக்கள் கிட்ட இருந்து

நேரடியா வெடிஉப்பு வாங்கிக்கொடுக்கற வியாபாரமும் பண்றோம்" என்றார்.

"ஆமா, வெள்ளைக்காரங்க இல்லாம வெடிஉப்பைக் கல்கத்தாவுக்குக் கொண்டுவந்து சேர்க்க முடியாது" என்றான் வேலன்.

"அது மட்டும் இல்லை" தொடர்ந்தார் ரவீந்தரநாத், "இந்த அரண்மனையை வாங்கறதுக்காக ஜகத்சேத்கிட்டேயிருந்து கடன்வாங்கியிருக்கேன். வியாபாரம் இப்போ மாதிரியே தொடர்ந்து நடந்தாத்தான் ரெண்டு வருஷத்திலயாவது கடனை அடைக்க முடியும்".

"சரி, ரவீந்தர் தாதா, நாங்க ஆளுக்கொரு ராஜகுமாரியைக் கண்டு பிடிக்கற வரைக்கும் உங்க கூட இருக்கோம்" என்றார் சார்லஸ்.

"அது மட்டும் பத்தாது, நீங்க நாலு பேரும் இனிமேயாவது கம்பெனியில பார்ட்னரா சேரணும்", என்றார்.

"பார்ட்னரா? பீட்டர்கிட்டயும் சார்லஸ்கிட்டயும் பணம் இருக்கு. என்கிட்டயும் லோடாபாய்கிட்டயும் அவ்வளவு பணம் இல்லையே" என்றான் இலட்சுமணன். ஆனால் லோடாபாய்க்கு முதலாளியாகும் யோசனை பிடித்துவிட்டது. "வேலன் சாகிப், ஹீராபிஜ்லியில எங்களுக்குத் தர்ற பங்கைப் பணமாகத் தரமுடியுமா" என்று கேட்டான். இவர்கள் பேசிக்கொண்டிருக்கும்போதே டேவிட் வந்து சேர்ந்தான்.

"போன விஷயம் என்னாச்சு" என்று ஆவலுடன் கேட்டாள் முத்தம்மா.

"நான் கவர்னர் ஜெனரலையே பார்த்துப்பேசிட்டேன். அடுத்த வாரம் ரெண்டு, மூணு கப்பலுங்க சென்னைக்குப் புறப்படுது. நாம நாலு பேரும் அதில ஏதாவது ஒண்ணில போறதுக்கு அனுமதி வாங்கிட்டேன்" என்றான். "டேவிட் சாகிப், ஒரு வேலைய எடுத்தா முடிக்காம விடமாட்டாரு" என்றாள் மெகருன்னிசா பெருமையாக. டேவிட் முகத்தில் புன்னகை அரும்பியது. "சரி, புதையலைப் பங்கு போட்டுக்கற வேலைய முடிப்போம்" என்றாள் முத்தம்மா.

"வேலன் என்ன முடிவு பண்றாரோ அதைத் தரட்டும். நாங்க யாரும் பணத்துக்கு ஆசைப்பட்டு உங்க கூட வரலை" என்றான் பீட்டர். வேலன் தன் முடிவைக் கூறினான், "லோடாபாயும், இலட்சுமணனும் பணமாக் கேட்கிறாங்க அதனால இதை ரெண்டு பேரும் சமமாப் பிரிச்சுக்கட்டும்" என்று சொல்லிக் கொண்டே

இரண்டு பைகளை எடுத்து அவர்கள் முன்னால் வைத்தான் வேலன். அவை இரண்டும் ஹுக்கும்சந்தின் பணப்பைகள் என்று அனைவருக்கும் அடையாளம் தெரிந்தது. அதை அப்படியே எடுத்து ரவீந்தர குமாரிடம் கொடுத்த இலட்சுமணன், ‘‘தாதா, இதைக் கம்பெனியில எங்க மொதலா வச்சுக்குங்க’’ என்றான். ரவீந்தர் மகிழ்ச்சியோடு தலையாட்டிக் கொண்டே அதை வாங்கிக் கொண்டார். ‘‘வைரக்கற்களை ஒரு துணியில் கொட்டிய வேலன், ‘‘இதில நூத்தி இருபது வைரக் கற்கள் இருக்கு. ஒவ்வொரு கல்லும் கொறைஞ்சது பத்தாயிரம்ரூபா வெலைபோகும். ரேகையில்லாத, சுத்தமான வைரங்கள். பீட்டருக்கும், சார்லசுக்கும் ஆளுக்குப் பத்து வைரங்கள் தரலாம்னு நினைக்கிறேன்’’ என்றான்.

‘‘ஓ அது ரொம்ப நல்லது. நாங்க பாரீஸ்ல அதை இன்னும் அதிக வெலைக்கு விக்கலாம், ரகசியமா எடுத்துக்கிட்டுப் போகவும் வசதி’’ என்றான் சார்லஸ். ‘‘நான் எடுத்துக்கிட்டுப் போகப் போறதில்லை. நான் கண்டு பிடிக்கற வங்காள ராஜகுமாரிக்கு அதில நெக்லேஸ் செஞ்சு போட்டு மயக்கிடுவேன்’’ என்றான் பீட்டர்.

‘‘ஒரு வங்காள ராஜகுமாரிக்கு ஏன் பத்து வைரம். இப்போ வங்காளத்தில ஒரு வைரத்துக்கே பத்துராஜகுமாரிங்க வாங்கலாம், நாளைக்கே நான் ஏற்பாடு பண்றேன்’’ என்றார் ரவீந்தரகுமார். ‘‘வங்காள ராஜகுடும் பங்கள் அவ்வளவு கஷ்டத்தில இருக்காங்களா’’ என்றான் வேலன்.

‘‘சந்தேகமில்லாம. நவாப் சிராஜ் உத்தௌலா, மீர்ஜாபா, மீர்காசிம் எல்லோரும் வங்காளத்தில இருந்த ராஜகுடும்பங்களையெல்லாம் ஓய்வே இல்லாமக் கொள்ளையடிச்சாங்க. கம்பெனி ஆட்சிக்கு வந்ததும் வரிமேலவரிபோட்டு ஜமீன்தார்களையெல்லாம் ஏழையாக்கிட்டாங்க. இந்த வீடே அப்படி வரிகட்ட முடியாத ஒரு ஜமீன்தாரு வித்தது தான். என் நல்ல காலம் நான் ஜமீனை விட்டுட்டு வியாபாரத்தில இறங்கிட்டேன்’’ என்றார் ரவீந்திரநாத்.

‘‘கல்கத்தாவில இருக்கிற வியாபாரிங்க எல்லாம் கம்பெனியை ஆதரிக்கிறீங்க போல இருக்கே’’ என்றான் வேலன்.

‘‘இதில என்ன தப்பு, மதராஸ்ல நீங்களும் அதைத்தானே பண்றீங்க’’ என்றார் ரவீந்தர்.

‘‘உண்மைதான். கம்பெனி, வியாபாரிங்ளை ஒழுங்கா நடத்தறதால எல்லா வியாபாரிகளும் சென்னைப்பட்டணத்துக்கோ, பாண்டிச்சேரிக்கோ வந்திடறாங்க. வேலூர், விசாகபட்டினம்

மச்சிலிபட்டினம் இப்படிப் பத்து ஊருங்க அழிஞ்சுதான் சென்னைப்பட்டணமும், புதுச்சேரியும் உருவாச்சு" என்றான் வேலன்.

"குஜராத் வியாபாரிங்களை, குஜராத் முஸ்லீம் கவர்னர் மதிக்காததாலதான், அவங்க மொத்தமா கம்பெனிப் பகுதியில, பம்பாயில போய் குடியேறினாங்க. வியாபாரத்தில பம்பாய் வளாந்திடுச்சு, குஜ ராத் அழிஞ்சு போச்சு" என்றார் ரவீந்தரகுமார்.

"அப்போ ராஜாக்கள் காலம் முடியப்போகுதா?" என்றாள் முத்தம்மா. "ஐரோப்பாவில பெரும்பாலான நாடுகள்ல முடிஞ்சிருச்சு, மத்த நாடுகள்லயும் சீக்கிரம் முடிஞ்சிடும். இனிமே உலக சரித்திரத்தையே வியாபாரிங்க மாத்தி எழுதப்போறாங்க" என்றான் சார்லஸ்.

"சரி, புதையல்ல என் பங்கு என்ன?" என்றான் டேவிட்.

"நீ, நான், முத்தம்மா, சிராஜ்கான் நாலு பேரும் தளபதிங்க. அதினால மிச்சம் இருக்க நூறு வைரங்களைச் சமமாகப் பிரிச்சுக்கணும். சிராஜ் கான் பங்கை எனக்குக் குடுத்திட்டாரு. அதினால எனக்கு ஐம்பது, உனக்கும், முத்தம்மாவுக்கும் ஆளுக்கு இருபத்தி ஐஞ்சு வைரங்கள் வர்ற மாதிரிப் பிரிச்சிக்குவோம்" என்றான் வேலன்.

சற்று நேரம் யோசித்த டேவிட், "எனக்கு முப்பது வைரங்கள் தர முடியுமா?" என்றான். "சரி எடுத்துக்க" என்றான் வேலன்.

அப்பொழுதும் டேவிட் முகத்தில மகிழ்ச்சி இல்லை.

"இன்னும் ஏன் உம்முன்னு இருக்கே" என்றாள் முத்தம்மா.

"என் முதலாளி பால்பென்ஃபீல்டுக்கு என்ன பதில் சொல்றது?" என்றான் டேவிட். "பால்பென்பீல்டு வைரங்களை விலை குடுத்துத்தான் வாங்கிக்கிறேன்னு சொல்லி இருந்தான். நம்ம நூறு வைரங்களையும் அவன்கிட்டே வித்திடுவோம்" என்றான் வேலன். "அவருக்கு இந்தச் சின்ன வைரங்கள்லாம் பிடிக்காது. பெய்கூட்வைரம், கிளைவ்வைரம் மாதிரி அவரு குடும்பப்பேரு சொல்ற, ஒரு பெரிய வைரமாத் தேடிக்கிட்டு இருக்காரு" என்றான் டேவிட்.

"அவ்வளவுதானே? கர்நாடகத்திலே அப்படி ஒரு பெரிய வைரத்தைத் தேடிப்பிடிச்சு நான் வாங்கித் தார்றேன்" என்றான் வேலன்.

"தில்லியிலயும், கல்கத்தாவிலயும் கெடைக்காத வைரம், காநாடகத்திலயா கெடைக்கப் போகுது" என்றான் டேவிட்

“கோகினூர் வைரமே கோல்கொண்டாவில தான் கெடைச்சது” என்றான் வேலன்.

சில நாட்கள் கழித்து கோட்சூட் அணிந்த ஆங்கிலோ இந்திய வேலனும், ஆங்கிலோ இந்தியப் பெண்ணாக முத்தம்மாவும் உருவமும் உடையும் மாறிக் கப்பலில் ஏறினர். அவர்களது வேலைக்காரப் பெண்ணாக மெகருன்னிசாவும் கப்பலில் ஏறினாள். அவர்களைக் கவர்னர் ஜெனரலுக்குத் தெரிந்த குடும்பம் என்று கப்பல் அதிகாரிகளிடம் அறிமுகம் செய்து வைத்தான் டேவிட். அது டேனிஷ் கப்பலல்ல, ஆங்கிலக் கம்பெனியின் கப்பல். அதுவும் நிறையப் போர் வீரர்களையும், போர்க்கருவிகளையும் ஏற்றிக் கொண்டு செல்லும் கப்பல். “சரக்குக் கப்பல்ல, ஏன் இவ்வளவு சிப்பாய்ங்க?” என்று முத்தம்மா வியப்போடு கேட்டாள். “கம்பெனி ஏதோ போருக்குத் தயாராகுதுன்னு நினைக்கிறேன். சென்னைக்குப் போறதுக்குள்ள எப்படியும் தானாத் தெரிஞ்சுடும்” என்றான் வேலன்.

கப்பல் செல்லச்செல்ல அதிகாரிகள் பழக்கமானார்கள். மெகருன்னிசா பெரும்பாலும் அறையிலேயே தங்கியிருந்தாள். வேலைக்காரி மற்றவர்களோடு மேஜையிலமர்ந்து சாப்பிடுவது சந்தேகத்தைக் கிளப்பும் என்று சொன்ன டேவிட், மெகருன்னிசாவிற்கு வேண்டிய அனைத்தையும் அவள் அறைக்கே கொண்டுபோய்க் கொடுத்தான். “சிப்பாய்ங்க கண்ணிலபடாம மெகருன்னிசாவை மறைச்சு வைக்கிறான்” என்றான் வேலன். “ஆமா, டேவிட் அவளைக் கண்ணில வச்சுக் காப்பாத்தறான். நீயும் இருக்கியே” என்றாள் முத்தம்மா. அப்பொழுது அவர்கள் இரவு உணவு அருந்திக் கொண்டிருந்தனர். டேவிட், கப்பல் கேப்டனை அவர்களது மேஜைக்குக் கூட்டி வந்தான். இருவர் கையிலும் மதுக் கோப்பைகள் இருந்தன. கேப்டனை ராபர்ட் என்று அறிமுகப்படுத்தி வைத்தான். “இவரும் ஐரிஷ்காரர்தான். அமெரிக்காவில யெல்லாம் சண்டை போட்டவரு. நம்ம கவர்னர் ஜெனரல் கார்ன்வாலிஸ் படையிலேயே இருந்தவரு” என்றான் டேவிட் பெருமையுடன்.

வேலனிடமும், முத்தம்மாவிடமும் கைகுலுக்கிய ராபர்ட், “மிஸ்டர் டேவிட் சொல்ற மாதிரி நான் பெரியஆளு இல்லை. அமெரிக்காவில சண்டைபோட்ட எங்க படைகளுக்குக் கப்பல்ல உணவுப் பொருள் ஏத்திக்கிட்டுப் போனேன்” என்றார். “ஏன்? அவ்வளவு பெரிய அமெரிக்காவில பிரிட்டிஷ் படைகளுக்கு உணவுப் பொருட்கள் கெடைக்காதா” என்றாள் முத்தம்மா வியப்போடு. “தண்ணிகூடக் கெடைக்காது. அமெரிக்கப் படைங்க

பெரும்பாலும் பிரிட்டிஷ் படைகளோட நேரடியாச் சண்டை போடவே மாட்டாங்க. வந்து சீண்டீட்டு ஓடிப் போயிடுவாங்க. அமெரிக்காவோ எல்லையே இல்லாத நிலப்பரப்பு. நாங்க தேடிக்கிட்டே இருப்போம். அவங்க வழியில இருக்ற வயல், வரப்பு எல்லாத்தையும் அழிச்சு, சாப்பிட எதுவும் கிடைக்காமப் பண்ணிட்டு ஓடிப் போயிடுவாங்க" என்றார் ராபர்ட்.

"உலகத்தையே ஆட்டிப் படைக்குது உங்க கப்பல்படை. எத்தனையோ ஆயிரம் போர்க்களங்களைப் பார்த்த அனுபவம் உங்க படைகளுக்கு இருக்கு. போரையே ஒரு கலையாப் படிச்ச அதிகாரிங்க இருக்காங்க. அப்பிடி இருந்தும் அமெரிக்காகிட்ட நீங்க தோத்துப் போனது ஏன்?" என்று கேட்டான் வேலன்.

"இப்போ நீங்க சொன்னீங்களே அதே காரணங்களால எங்க அரசாங்கமும் தப்புக்கணக்குப் போட்டது. அமெரிக்காவில கலவரம் ஆரம்பிச்சவொடனே, போய்த் தலையில ஒரு தட்டுத்தட்டி அடக்கிட்டு வாங்கடான்னு படைகளை அனுப்பிச்சாங்க. கிழக்கிந்தியக் கம்பெனிகிட்ட இருக்க அளவு படைகூட பிரிட்டிஷ் அரசாங்கத்துக்கிட்டக் கிடையாது. அவசரம் அவசரமாக ஐரிஷ்காரங்களையும், ஜெர்மன்காரங்களையும் படையில சேர்த்துக்கிட்டுப் போனாங்க"

"ஜெர்மன்காரங்களையா?" என்றான் வேலன்.

"அப்போ எங்க ராஜா தான், ஜெர்மனிக்கும் ராஜா" என்றார் ராபர்ட்.

"அமெரிக்கப் படைகள் உங்களைவிட வலிமையா இருந்திச்சா?", என்று கேட்டான் வேலன்.

"அமெரிக்காகிட்ட உருப்படியா ஒரு படையே இல்லை, தளபதிகள் இல்லை, வழிநடத்த வலிமையான அரசாங்கமும் உருவாகலை. ஆனால் எங்ககிட்ட இல்லாத வேறொன்னு அவங்ககிட்ட இருந்துச்சு" என்றார் பெருமூச்சுடன்.

"என்ன அது?" என்றாள் முத்தம்மா.

"மக்களாட்சி. ஆட்சியில அமெரிக்க மக்களுக்கு உண்மையிலயே பங்கு இருந்துச்சு. அதனால அவங்க எத்தனை காலங்கள் ஆனாலும் போரில இருந்து பின்வாங்கறதா இல்லை. எங்க படையிலயோ, ஜெர்மன், ஐரிஸ் வீரர்கள்லாம் வாய்ப்புக் கெடைச்சப்பவெல்லாம் ஓடிப் போய்க்கிட்டே இருந்தாங்க. அமெரிக்கா ஜெயிக்கப்போகுதுன்னு தெரிஞ்சவுடனே பிரான்சு, ஸ்பெயின் நாடுகளெல்லாம் அவங்கபக்கம் போயிட்டாங்க. இனிமேயும்

சண்டை போட்டா இங்கிலாந்தையே வந்து பிடிச்சாலும் பிடிச்சிருவாங்கன்னு பயந்து போய் எங்க அரசாங்கம் பின் வாங்கிடுச்சு" என்றார் ராபார்ட்.

"இதனால பிரான்சுக்கு லாபம் எதுவும் இல்லை. ஆனால் ஏகப்பட்ட செலவுன்னு கேள்விப்பட்டிருக்கேன்" என்றான் டேவிட்.

"எங்க நாட்டைப் பலவீனப்படுத்தனும்னு பிரான்சு நெனைச்சுது. அதில அவங்களுக்கு வெற்றிதான். ஆனால் அதுக்காக ஆன செலவைச் சமாளிக்க முடியாம, தன் மக்கள்மேல, பிரான்சு அரசாங்கம் வரிக்கு மேல வரி போட்டது. அதனாலதான் பிரான்சில புரட்சியே வெடிச்சது" என்றார் ராபார்ட் சிரித்துக் கொண்டே.

"ஓ... அமெரிக்க விடுதலையோட ஒரு பகுதிதான் பிரெஞ்சுப் புரட்சியா? இதை சார்லஸ் சொல்லவே இல்லையே" என்றாள் முத்தம்மா.

"அது யாரு சார்லஸ்?" என்றார் ராபர்ட்.

பேச்சை மாற்றிய வேலன், "அமெரிக்காவில தோத்துப்போய்ச் சரணடைஞ்ச கார்ன்வாலிஸ் பிரபுவை, ஏன் இந்தியாவுக்குக் கவர்னர் ஜெனரலாப் போட்டுருக்காங்க" என்றான். "கவர்னர் ஜெனரல் கார்ன்வாலிஸ் பிரபுவைக் கொறைச்சு எடை போடாதீங்க. அமெரிக்காவில அவரோட மேலதிகாரிங்க செஞ்ச தவறுகள்தான் இங்கிலாந்தோட தோல்விக்குக் காரணம். அவரு எதையும் பல தடவை திட்டம் போட்டுத்தான் செய்வாரு" என்றார் ராபார்ட்.

"திடீர்னு ஏன் திட்டமேயில்லாம திப்புசுல்தானைத் தாக்கப் போறாரு" என்றான் டேவிட். "ஓ உனக்குத் தெரியாதா? தாக்குதலை மைசூர் சுல்த்தான் தான் ஆரம்பிச்சாரு. ஆர்ச்சிபால்டு மதராசுக்கு கவர்னரா இருந்த வரைக்கும் மைசூர் சும்மா இருந்துச்சு. ஏன்னா அவரு ராணுவ அனுபவம் உள்ளவர். கவர்னர் ராணுவ அனுபவமில்லாத ஜான் ஹாலந்து வந்தவுடனே திப்புசுல்தான் சென்னை பிரசிடென்சிமேல படை எடுக்கத் தயாராயிட்டாரு" என்றார் ராபார்ட்.

"மைசூர் நவாப்பும் நேரம் பார்த்துத்தான் தாக்குறாரு" என்றான் டேவிட்.

"ஆனால் உடனே கார்ன்வாலிஸ் பிரபு, ஜெனரல் மியாடோவை மதராஸ் கவர்னர் ஆக்கிட்டு, போர் அனுபவமில்லாத ஹாலந்தைப் பதவியில இருந்து விரட்டிட்டாரு. மியாடோ, கார்ன்வாலிஸ் கீழே, அமெரிக்காவில சண்டைபோட்டவரு. அவருக்குத்தான்

இந்தக் கப்பல் நெறையச் சிப்பாய்களையும், ஆயுதங்களையும் அனுப்பறாரு. ஹைதராபாத் நிசாம் கூடவும், மகாராஷ்டிரா பேஷ்வா கூடவும் ஏற்கனவே ஒப்பந்தமும் போட்டாச்சு. திப்பு சுல்தானால எந்தப் பக்கமும், தப்பி ஓடக்கூட முடியாது" என்று கூறிப் பலமாகச் சிரித்தார் ராபாட்.

81

சென்னை வந்துசேர்ந்ததும் வேலன் மணிவாசகத்துடன் கிடங்கை நோக்கிப் போய்விட்டான். முத்தம்மாவும் மெகருன்னிசாவும் வீட்டை ஒழுங்குபடுத்துவதில் மும்முரமாக இறங்கினர். முன்பு ஜஸ்வந்த் தங்கியிருந்த தோட்டவீட்டில் மெகருன்னிசாவைத் தங்கிக் கொள்ளும்படி முத்தம்மா கூறினாள். மெகருன்னிசாவிற்கு ஆனந்தம் தாங்கவில்லை. தில்லியில் அரண்மனைக்குள் வாழ்ந்திருந்தாலும் ஜெனானாவில், குடிசைகள் போன்ற ஒற்றை அறையில்தான் வசித்து வந்தாள். சென்னை வெய்யிலை ரசித்த முத்தம்மா, "வெய்யில் சுள்ளுன்னு உடம்பில பட்டாத்தான் என்ன சுகமா இருக்கு" என்றாள்.

"தீதி, எனக்கு இந்த வெய்யிலை நெனைச்சாத்தான் பயமாயிருக்கு" என்றாள் மெகருன்னிசா. மாலையில் வேலன் வீடு வந்து சேரும் பொழுது, வீடே தலைகீழாய் மாறியிருந்தது. "நம்ம வீடா இது, அடையாளமே தெரியலையே" என்று சொல்லிக் கொண்டே வேலன் உள்ளே நுழைந்தான். மெகருன்னிசா அனைவருக்கும் தேநீருடன் வந்தாள்.

"தீதி, கொஞ்சம் ஓய்வு, அப்புறம் என் வீட்டை அலங்கரிக்கப் போறேன்" என்றாள். அதற்குள் விளக்கேற்றி வைத்தாள் முத்தம்மா.

"இன்னைக்கு நீங்க வீட்டு வேலை செஞ்சதெல்லாம் போதும், நமக்கு வேற ஒரு முக்கியமான வேலை இருக்கு" என்றான் வேலன்.

இரண்டு பெண்களும் ஆர்வத்துடன் மேஜையருகே வந்தமர்ந்தனர். வேலன் அறைக்குள் சென்று துணிப்பை ஒன்றை எடுத்து வந்தான். அதை மேஜையில் வைத்துப் பிரித்துப் பானிப்பட்டில் புதையலுடன் கிடைத்த ராதா, ருக்மணி, நடுவே கிருஷ்ணர் நிற்கும் களிமண் சிலையை வெளியே எடுத்தான்.

"வேலா! நீ எப்போ கிருஷ்ணபக்தனா மாறினே, இதைப் பத்திரமா இவ்வளவு தூரம் கொண்டு வந்திருக்கே" என்றாள் முத்தம்மா.

“எத்தனையோ வருசங்களா எத்தனையோ கை மாறியும் இது பத்திரமா இருக்குன்னா நிச்சயம் அதுக்குள்ள ஏதோ சக்தி இருக்கு” என்றான் வேலன்.

“அலாவுதீன் அற்புதவிளக்கு மாதிரி, தடவுனா பூதம் வருமா?” என்றாள் மெகருன்னிசா. வேலன் அந்தச் சிலையின் அடிப்பக்கத்தைக் காட்டினான். மற்ற பகுதிகளெல்லாம் போல அல்லாமல் அடிப்பகுதி மரத்தால் செய்யப்பட்டிருந்தது. தனது குறுவாளால் அடிப்பகுதியின் ஓரங்களைக் கவனமாகக் கீறினான். அவன் நினைத்தது போலவே அடிப்பகுதியிலிருந்த மரக்கட்டை கத்தியால்பலமாக நெம்பியவுடன் மூடிபோல் திறந்து கொண்டு தொங்கியது. சிலையை மெதுவாக நிமிர்த்தினான். மூன்று சிலைகளின் உள்ளே இருந்தும் மூன்று அழகிய மிகப்பெரிய வைரங்கள் மேஜையில் விழுந்து உருண்டன. மூவரும் வியப்பை அடக்க முடியாமல் பார்த்தனர். முத்தம்மாதான் முதலில் கூறினாள். “ஹீரா பிஜ்லி”.

“ஆமா, சரியாச் சொன்னால், “ஹீரா பிஜ்லிகள்” என்றான் வேலன்.

“ஆனா இது ஒண்ணும் தகதகன்னு ஜொலிக்கலையே? கோகினூர், டரியா நூர் வைரங்கள்ளாம் பெரிசா பளபளப்பா இருக்கும்னு சொல்லுவாங்களே” என்றாள் மெகருன்னிசா. முத்தம்மாவும் கேள்விக்குறியோடு வேலனைப் பார்த்தாள்.

“உண்மைதான். “நூர்” அப்படின்னாவே வெளிச்சம்னு அர்த்தம். “கோகி”ன்னா மலை, டரியான்னா கடல், ஒன்னு ஒளிமலை இன்னொன்னு ஒளிக்கடல்” என்றான் வேலன்.

“அதெல்லாம் தில்லி பாதுஷாக்கிட்ட இருக்கா?” என்றாள் முத்தம்மா.

“அதெல்லாம் முகம்மத்ஷா காலத்திலேயே நாதிர்ஷா பாரசீகத்துக்குப் பறிச்சிக்கிட்டுப் போயிட்டாரு” என்றான் வேலன்.

“நாதிர் ஷாவைப் பெரிய மேதைங்கிறாங்க, சிலர் கொடுமையானவங்கிறாங்க இதில எது உண்மை” என்றாள் முத்தம்மா.

“ரெண்டும் உண்மைதான் அவரு கைபர் கணவாயைக் கடந்ததே ஒரு பெரிய அதிசயம். நாதிர்ஷா படையெடுத்து வரப்போறாருன்னு தில்லிக்குத் தெரியும். கைபர் கணவாய் வழியாத்தான் வந்தாகணும். பாதுஷா உத்திரவுப்படி, ஐம்பதாயிரம் சிப்பாய்களோட பெஷாவர் கவர்னர், கைபர் கணவாய் முன்னால காத்துக்கிட்டு இருந்தாரு.

வழக்கம்போல குறுகலான கணவாய் வழியா வந்திருந்தா நாதிர்ஷா வோட இருபத்தஞ்சாயிரம் வீரர்களும் கணவாய் வாசல்லேயே பொணமாயிருப்பாங்க. ஆனால் நாதிர் ஷா, உள்ளூர் இடையர்கள் மூலமா, கணவாயைச் சுத்திக்கிட்டு வர்ற ஒரு வழியைக் கண்டு பிடிச்சார். படையை ரெண்டாப் பிரிச்சு கணவாய் வழியா பாதிப் படையை மெதுவாப் போகச்சொல்லி அனுப்பிச்சார். அவங்க வர்ற மாதிரி நடிக்கறப்போ, இவரு பன்னிரண்டாயிரம் குதிரை வீரர்க ளோட, பயங்கரமா வழுக்குற பனிமலையில, குறுகலான பாதையில, ரகசியமா மலையைச் சுத்திக்கிட்டு, பெஷாவர் படைகளுக்கும் பின்பக்கமா வந்து திடீர்னு தாக்கினார். அதே நேரத்தில கணவாய் வழியா வந்த படையும் முன்புறம் தாக்குச்சு. தந்திரத்தால தன்னை விடப் பலமடங்கு பெரிய படையைத் தோற்கடிச்சாரு" என்றான் வேலன்.

"அப்போ அவரு மேதை தான்" என்றாள் முத்தம்மா.

"அவசரப்படாத, அடுத்தடுத்து வழியில எல்லோரையும் தோற்கடிச்சிட்டுக் கடைசியா தில்லி மேல படை எடுத்தாரு நாதிர்ஷா. அங்கேயும் தன்னோட ஐம்பதாயிரம் சிப்பாய்களை வச்சுக்கிட்டு முகமத்ஷாவோட மூணுலட்சம் சிப்பாய்களைத் தோற்கடிச்சாரு".

"அப்போ மேதை தானே" என்றாள் மெகருன்னிசா.

"போர்க்கலையில மேதைதான். ஆனால், ஈவிரக்கமில்லாம கண்ணில பட்டவங்களை எல்லாம் வெட்டித் தள்ளுனாரு, வெட்டின தலைகளை மலைகளாகக் குவிச்சு வச்சு அழகு பார்த்தாரு. தில்லியில கொள்ளையடிச்ச செல்வங்களையெல்லாம் எழுநூறு யானைகள், நாலாயிரம் ஒட்டகங்கள், பன்னிரண்டாயிரம் குதிரைகள்ல ஏத்தி எடுத்துக்கிட்டுப் போனாரு. பாரசீகத்தில அடுத்த மூணு வருசத்துக்கு வரியே வேண்டாமுன்னு ரத்து பண்ணிட்டாராம்", என்றான் வேலன்.

"பாதுஷாக்கள் ஏன் அவ்வளவு செல்வத்தை, மக்களுக்குச் செலவு பண்ணாம, குவிச்சு வச்சு அழகு பார்த்தாங்க?" என்றாள் முத்தம்மா.

"முகமது ஷாவைப் பத்தி கேள்விப்பட்டிருக்கேன். அவரு பெத்த மகனையே படிக்கக்கூட வைக்காம, பிச்சைக்காரன் மாதிரி வச்சிருப்பாராம்" என்றாள் மெகருன்னிசா.

"ஆனால் அந்தப் பிச்சைக்காரன்தான், பின்னால அகமத்ஷாங்கிற பேரில பாதுஷா ஆனான். படிப்பறிவு இல்லாத, படைநடத்தத்தெரியாத பாதுஷா. அப்போ ஆரம்பிச்சது தான் தில்லி

சாம்ராஜ்யத்தோட அழிவு" என்றான் வேலன். "இந்த வைரங்கள் ஒவ்வொண்ணும் எவ்வளவு எடை இருக்கும்" என்றாள் முத்தம்மா.

"கோகினூர் வைரம் இருநூறு கேரட் எடை இருக்கும்னு சொல்லுவாங்க. நம்மகிட்ட இருக்கறதில, இந்தப் பெரிய வைரம் அறுபது கேரட் இருக்கும். சின்னது ஒவ்வொண்ணும் முப்பது கேரட் இருக்கும்" என்று சொல்லிக் கொண்டே, அவற்றைக் கையில் எடுத்துக் கவனமாகப் பரிசீலித்த வேலன், "மாசு மருவில்லை, ரேகையில்லை, நிறம் இல்லை. மூணும் அபூர்வமான வைரங்கள்" என்றான். "அபூர்வமா? பளபளப்பாவே இல்லையே" என்றாள் மெகருன்னிசா. வேலன் விளக்கை வைரங்களருகே எடுத்து வந்தான். வைரங்கள் மின்னின.

"வைரத்துக்கு உள்ளே வெளிச்சம் எதுவும் இல்லை. வெளி வெளிச்சம் பட்டாத்தான் பளபளக்கும்" என்றான். "பாம்பு வெஷம் தான் நாகமணி ஆகும், அந்த வெளிச்சத்தில பாம்பு இரை தேடும்னு எங்க கிராமத்தில சொல்லுவாங்களே" என்றாள் முத்தம்மா. "அது உண்மையா இருந்தா, ஒவ்வொரு வீட்டிலயும் ஒரு பாம்புப் பண்ணை வச்சிருக்க மாட்டாங்களா" என்றான் வேலன். அப்பொழுது வெளியே குதிரைகள் வரும் சத்தம் கேட்டது. வைரங்களை மீண்டும் சிலைக்குள் போட்டு அடிப் பாகத்தை மூடி முத்தம்மாவிடம் கொடுத்த வேலன், "இதை மாடத்தில வை, பாக்கிறவங்க சாமி சிலையை வச்சு நாம பூஜை பண்றதா நெனச் சுக்கட்டும்." என்றான். முத்தம்மா அறைக்குள் சென்று சுவற்றில் உயரமான இடத்திலிருந்த மாடத்தில் சிலைகளை வைத்துவிட்டு வந்தாள். இரண்டு குதிரைகள் உள்ளே நுழைந்தன.

அவர்கள் எதிர்பார்த்தது போல், ஒரு குதிரையில் டேவிட் இருந்தான். ஆனால் மற்றொரு குதிரையில் பால்பென்பீல்டு இல்லை. வேறொரு நடுத்தரவயது அதிகாரி இருந்தார்.

"இவரு மிஸ்டர் பீட்டர்சன். பால்பென்பீல்டு இப்போ இங்கிலாந்துக்கும், பிரான்சுக்குமா அலைஞ்சுக்கிட்டிருக்கார். அவரோட இந்திய நிதி நிர்வாகத்தையெல்லாம் மிஸ்டர் பீட்டர்சன் தான் பார்த்துக்கிறாரு, அதோட, இவரு கோட்டையிலயும் பெரிய அதிகாரி" என்று புதியவரை அறிமுகப்படுத்தி வைத்தான் டேவிட். அதற்குள் அவர்களுக்கும் தேநீர் பரிமாறினாள் மெகருன்னிசா. அவளது அழகிய தோற்றத்தைப் பார்த்துப் புன்னகைத்த பீட்டர்சன், "மிஸடர் வேலன், நீங்க வட இந்தியாவிலயிருந்து பெரிய வைரத்தைத்தூக்கிட்டு வருவீங்கன்னு பென்பீல்டு சொல்லியிருந்தாரு.

நீங்க என்னடான்னா, ஒரு அழகான ராஜகுமாரியைத் தூக்கிட்டு வந்திருக்கீங்க'' என்றார் தமிழில்.

''அவங்க ஒண்ணும் என்னைத் தூக்கிட்டு வரலை, நானாத்தான் தில்லியைவிட்டுத் தப்பிச்சு ஓடிவந்திட்டேன்'' என்றாள் மெகருன்னிசா.

''அட இந்தப் பொண்ணு அழகாகத் தமிழ் பேசுறாளே'', என்றவர், ''ஏய் சின்னப் பொண்ணு, இந்த டேவிட்கிட்ட கொஞ்சம் ஜாக்கிரதையா இரு, ஒரு ராஜகுமாரியைத்தான் கல்யாணம் பண்ணிக்கப் போறேன்னு தூக்கத்திலகூட உளறிக்கிட்டு இருக்கான்'' என்றார். மெகருன்னிசா கலகலவென்று சிரித்தாள். வேலன் அறைக்குள் சென்று திரும்பி வந்தான். மேஜைமேல் ஒரு கருப்புத் துணியை விரித்து, அதில் சிறிய வைரங்களைக் கொட்டினான். விளக்கின் ஒளியில் அவை பளபள வென்று மின்னின. ''இதில ஐம்பது வைரங்கள் இருக்கு. கொறைஞ்சது ஏழுலட்ச ரூபா தேறும். இதுக்கு வெலைய வெடிமருந்தாக் குடுக்க முடியுமா'' என்று கேட்டான் வேலன். ''நிச்சயமா'' என்ற பீட்டர்சன் அவற்றை எடுத்துக் கொள்ளுமாறு டேவிட்டைப் பார்த்துத் தலையை அசைத்தார். உடனே வீட்டிற்குள்ளிலிருந்து ஒரு அழகிய பையை எடுத்து வந்து அதில் வைரங்களைப் போட்டு டேவிட்டிடம் நீட்டினான்.

''ஆனால், பென்பீல்டு தேடறது இந்தப் பொடிவைரங்களை இல்லை. அவரு குடும்பப்பேரு சொல்ற மாதிரி, ஒரு பெரிய வைரத்தை. எப்போக் கிடைக்கப் போகுதோ'' என்றார் பீட்டர்சன். ''பணம் ஏற்பாடு பண்ண முடிஞ்சா, இப்பவே கிடைக்கும்'' என்று சொல்லிக் கொண்டே தான் மறைத்து வைத்திருந்த ஹீராபிஜ்லிகளைக் கருப்புத்துணியில் மெதுவாக, ஒன்றன்பின் ஒன்றாக வைத்தான் வேலன். டேவிட்டும் பீட்டர் சனும் வாயடைத்துப் போய்ப் பார்த்தனர்.

''இந்த வைரமெல்லாம் எங்கேயிருந்து வந்தது'' என்றான் டேவிட்.

''எனக்குத் தெரிஞ்ச வைர வியாபாரி மூலமா வந்திருக்கு'' என்றான் வேலன். ''இதோட மதிப்பு எவ்வளவு இருக்கும்'' என்றான் டேவிட்.

''ஐரோப்பாவுக்குக் கொண்டு போயிட்டா, இரண்டு கோடிக்கு விற்கலாம்'' என்றார் பீட்டர்சன். ''இங்கே இதை ஒரு கோடிக்கே விற்கத் தயாரா இருக்காங்க'' என்றான் வேலன்.

வைரங்களைக் கையில் ஒவ்வொன்றாக எடுத்துப் பார்த்த பீட்டர்சன், அவற்றைக் கருப்புத் துணியிலேயே மூட்டைகட்டினார். வைரத்தைத் தன்னுடன் எடுத்துச் செல்லப் போகிறார் என நினைத்து டேவிட் அவரைக் கலவரத்துடன் பார்த்தான். அவனது முகத்தைப் பார்த்து, அவன் நினைப்பதைப் புரிந்துகொண்ட பீட்டர்சன் கலகலவெனச் சிரித்தார், "டேவிட், என்ன ஆச்சு? உனக்கு நான் வைரங்களைப் பறிச்சிக்கிட்டுப் போயிருவேன்னு நினைச்சியா? என் உடம்பில பிரபுக்கள் குல ரத்தம் ஓடலை. வியாபாரி ரத்தம் தான் ஓடுது. வியாபாரி விலை குடுத்திட்டுத்தான் எதையும் வாங்குவான்" என்றவர், வைரங்கள் அடங்கிய கருப்புத்துணியை வேலனிடம் திருப்பிக் கொடுத்துவிட்டு,

"மிஸ்டர் வேலன், பென்பீல்டு தன்னோட பணத்தையெல்லாம் ஐரோப் பாவிலயும், இந்தியாவிலயும் முதலீடு பண்ணிட்டாரு. போர் முடியற வரைக்கும் இந்த வைரங்களை வாங்கற அளவுக்குப் பணம் திரட்ட முடியாது. அதுவரைக்கும் இந்த வைரங்களை விக்காம வச்சிருக்க முடியுமா?",என்றார்.

"நிச்சயமா, நீங்களே வேண்டாம்னு சொன்னால்தான் இதை அடுத்தவங்ககிட்ட காட்டுவேன்" என்றான் வேலன். "நல்லது நீங்க வாக்குத் தவற மாட்டீங்கன்னு தெரியும். ஆனாலும் இதை ரகசியமா வச்சிருக்கணும்" என்றார். "பொழுது விடியறதுக்குள்ளே, இந்த வைரங்கள் எல்லாம் வந்த எடத்துக்கே திரும்பப் போயிடும்" என்றான் வேலன்.

"சரி, எங்க ஏழு லட்சத்துக்கு வெடி மருந்து எப்போக் கிடைக்கும்" என்றாள் முத்தம்மா. "அது ஒண்ணும் பெரிய விஷயம் இல்லை. கோட்டை முழுக்க வெடிமருந்தாக் குவிச்சு வச்சிருக்கோம். இன்னும் கப்பல் கப்பலா வந்துக்கிட்டிருக்கு. கோட்டையில இருந்து எப்படிக் கடத்துறதுன்னு பென்பீல்டு என்கிட்ட சொல்லிட்டுப் போயிருக்காரு" என்றார் பீட்டர்சன். "என்ன சொல்லிட்டுப் போயிருக்காரு" என்றான் வேலன். "எங்களோட நட்பா இருக்கிற தஞ்சாவூர், புதுக்கோட்டை, எட்டயபுரம், ராமநாதபுரம் பாளையங்களுக்கு நாங்க வெடி மருந்து குடுத்திக்கிட்டுத்தான் இருக்கோம். அந்தமாதிரி ஒரு அனுமதிச் சீட்டு போட்டுத் தர ஏற்பாடு பண்றேன். ஆனால் கிடங்கு அதிகாரிக்குப் பணம் கொடுக்கணும். அதெல்லாம் நான் பார்த்துக்கிறேன்" என்றார்.

“கிடங்கு அதிகாரிக்குச் சந்தேகம் வந்தால்” என்றாள் முத்தம்மா.

“அவருக்குத் தெரியாதா என்ன? வெடிமருந்தைப் பாஞ்சாலங்குறிச்சி கட்டபொம்ம நாயக்கருக்கோ, சிவகங்கை மருது பாண்டியருக்கோ கொடுக்கப் போறீங்கன்னு பென்பீல்டு சொல்லியிருக்காரு. ரெண்டு மடங்கு பணம் குடுத்தால் கிடங்கு அதிகாரி கேள்வி எதுவும் கேட்க மாட்டாரு” என்றார் பீட்டர்சன்.

“மிஸ்டர் பீட்டர்சன், கோட்டை அதிகாரிங்க யாரும் சொந்தமா வியாபாரத்தில எறங்கக் கூடாதுன்னு புதுசா ஒரு உத்தரவு வந்திருக்காமே, பின்னே நீங்க எப்படிக் கடன் குடுக்கிறீங்க?” என்று கேட்டான் வேலன்.

“அதனாலதான் பென்பீல்டும், டேவிட்டும் கம்பெனியை விட்டே விலகிட்டாங்க. நாங்க இப்போ அதிகம் கடன் குடுக்குறதே தமிழ் வியாபாரிகளுக்குத்தான். உங்க பழைய மொதலாளிங்க சுந்தரம், திருவேங்கடம் எல்லோருக்கும் கடன் குடுக்குறோம்” என்றார் பீட்டர்சன்.

“எங்க மொதலாளிகளுக்குக் கூடக் கடன் கொடுக்கறீங்களா” என்றான் வேலன் நம்ப முடியாமல். ஆயிரம் ரூபாய்க்கு பென்பீல்டு சுந்தரம் பிள்ளையிடம் கெஞ்சிய காட்சி அவனுக்கு நினைவுக்கு வந்தது.

“ஒரு ராணுவத்துக்கு ஆயுதங்கள் எவ்வளவு முக்கியமோ அவ்வளவு முக்கியம் உணவு. இது எங்க கவர்னர் ஜெனரலோட கொள்கை. அதில தப்புப் பண்ணினதாலதான் அமெரிக்காவில இங்கிலாந்து தோல்வி அடைஞ்சிதுன்னு அடிக்கடி சொல்லுவாரு”, என்றார் பீட்டர்சன்.

“அதே காரணத்தினாலதான், அதாவது சாப்பாடு இல்லாததாலதான் பானிபட்டில, ஆப்கானியர்கிட்ட மராத்தியப் படைங்க தோத்துப் போச்சுன்னு நானும் கேள்விப் பட்டிருக்கேன்” என்றான் வேலன்.

“அது மாதிரி மைசூர் போரிலயும் நடந்திடக் கூடாதுன்னு தான் கவர்னர் ஜெனரல் உணவுப் பொருட்களா வாங்கிக் குவிக்கிறாரு” என்றார் பீட்டர்சன். “ஆனால் பிரபு, எனக்கு நீங்க ஒப்பந்தம் எதுவும் தரலையே” என்றான் வேலன். “அதைத்தான் சொல்ல வர்றேன்” பீட்டர்சன் தொடர்ந்தார், “இப்போ கொறைஞ்ச வெலைக்குத்தான் எடுத்துக்குவோம். நீ உணவுப் பொருளையெல்லாம் வாங்கிப் பதுக்கி வச்சிரு. போரு ஆரம்பிச்ச பின்னால எங்ககிட்டேயே அதிக வெலைக்கு விக்கலாம்” என்றார் பீட்டர்சன் “அப்படியே செய்யறேன், இது பொன்னான வாய்ப்பு” என்றான் வேலன். “நீ புத்திசாலி, புரிஞ்சுக்குவேன்னு தெரியும். அப்படியே

போதுமான மாட்டு வண்டிகளையும் வாங்கி ரகசியமா வச்சுக்க. போரு ஆரம்பிச்சிட்டா கா்நாடகத்தில இருக்க அத்தனை மாட்டு வண்டிகளையும் நாங்க போருக்காகப் பறிமுதல் பண்ணிடுவோம்'' என்றார் பீட்டர்சன்.

"அவ்வளவு வண்டிகள் தேவைப்படுமா?'' என்றாள் முத்தம்மா.

"ஆமா.. முன்னே மாதிரி பத்தாயிரம் கம்பெனிச் சிப்பாய்களோட போயி ஒருலட்சம் இந்தியச் சிப்பாய்களை முறியடிக்கிற வேலையெல்லாம், திப்புசுல்தான்கிட்ட நடக்காது. பாம்பே, கல்கத்தா, மலபார், சென்னை நாலு எடத்திலயிருந்தும் கம்பெனிப் படைகளைத் திரட்டறோம். அதோட வடக்கேயிருந்து மராத்தியரும், கிழக்கேயிருந்து நிசாமும் தாக்குதல் தொடுக்கப் போறாங்க'' என்றார் பீட்டர்சன்.

"திப்புசுல்தான்கூடச் சமாதானமா இருக்கறதா கம்பெனி போட்ட மங்களூர் ஒப்பந்தம் என்ன ஆச்சு?'' என்றாள் முத்தம்மா.

"ஒப்பந்தமா அது? கம்பெனியோட சரணாகதி. ஒரு இந்தியராஜா முன்னால மண்டிபோட்டுக் கெஞ்சி, அவன் சொன்ன எடத்தில கம்பெனி கையெழுத்துப் போட்ட அவமானம், அதைத் துடைக்கத்தான் கார்ன் வாலிஸ் பிரபு கவர்னர் ஜெனரலா இந்தியாவுக்கு வந்திருக்காரு'' என்றார் பீட்டர்சன். அத்தோடு பீட்டர்சனும், டேவிட்டும் புறப்பட்டனர். அவர்கள் சென்ற உடனேயே முத்தம்மா கோபமாகக் கேட்டாள்.

"கம்பெனிக்கு உணவுப் பொருள் குடுக்கறது தான் உனக்கு ஒரு பொன்னான வாய்ப்பா?''. "கம்பெனிப் படைகளோட நடமாட்டத்தைத் தெரிஞ்சுக்க, மைசூர் ஒற்றனுக்கு ஒரு பொன்னான வாய்ப்பு'' என்றான் வேலன் கண்களைச் சிமிட்டிக் கொண்டே.

82

வேலன் தானே வண்டியை வேலூருக்கு ஓட்டிச் செல்ல வேண்டிய கட்டாயம் ஏற்பட்டது. பத்து வண்டி உணவுப் பொருட்களுடன் வேலூர் கோட்டைக்கு உடனே வருமாறு டேவிட் மூலம் பீட்டர்சன் திடீரென்று செய்தி அனுப்பியிருந்தார். தானே முதல் வண்டியை ஓட்டிக் கொண்டு வந்தான் வேலன். அருகே உதவியாளாக ஆண் உடையில் முத்தம்மா அமா்ந்திருந்தாள். வண்டிகள் வேலூர் வந்தடைந்தன. ஆனால் கோட்டைக்குள் உடனே செல்ல முடியவில்லை. வேலூர் நகருக்குள்ளேயே செல்ல முடியவில்லை. இவர்களின் குறுக்கே வேறுஒரு பிரம்மாண்டமான ஊர்வலம் சென்றது. ஆயிரக்கணக்கான மாட்டு வண்டிகள்

சென்றன. வண்டிகளில் ஏற்றப்பட்டிருந்த மூட்டைகளைப் பார்த்தால் அவையும் உணவு தானியங்கள்தான் என்று தோன்றியது. வேலன் தனது வண்டிக்காரர்களை அழைத்து, வண்டிகளை ஓரமாக அவிழ்த்து விட்டுவிட்டு, ஓய்வெடுக்கச் சொன்னான். முத்தம்மாவுடன், வண்டிகளின் நீண்ட வரிசையை அருகில்சென்று பார்த்தான். "சந்தேகமேயில்லை, பன்சாரா ஆளுங்க தான்" என்றான் வேலன்.

"அது யாரு பன்சாரா ஆளுங்க?" என்றாள் முத்தம்மா. "ஹைதராபாத் பக்கத்தில இருக்க பன்சாரா மலைப்பகுதியில வாழுற நாடோடியினம்" என்றான் வேலன். "ஓ, மலையோட பேரு இவங்களுக்கு வந்திடுச்சா?" என்றாள் முத்தம்மா.

"இல்லை, இவங்க பேருதான் மலைக்குப் போயிடுச்சு. ஒரு காலத்தில ராஜபுத்திரர்களா பஞ்சாபில இருந்தவங்கன்னு சொல்லிக்கிறாங்க. அவங்களை மாதிரி ஒரு நாடோடி இனத்தைப் பார்க்கவே முடியாது. இவங்க தொழில், காட்டில வேட்டையாடறதில்லை, இந்துஸ்தான் முழுக்க மாட்டு வண்டியில தானியமும், உப்பும் விற்கிறது. எந்தத் திருடனும் கிட்ட நெருங்க முடியாது. அவங்க ளுக்கு வண்டி ஓட்டவும் தெரியும், வாள்வீசவும் தெரியும். இசுலாமிய பாதுஷாவா இருந்தாலும் சரி, இங்கிலீஷ் கம்பெனியா இருந்தாலும் சரி, போர்காலத்தில அரிசி, கோதுமை, பருப்பு, உப்பு வேணும்னா இவங்களைத்தான் தேடிப் போயாகணும்" என்றான்.

பன்சாராக்களின் வண்டிகள் முடிவற்றுப் போய்க் கொண்டேயிருந்தன. அந்த நேரத்தில் இவர்களைத் தேடிக் குதிரையில் வந்தான் டேவிட்.

"வேலா, உனக்காக நானும் பீட்டர்சனும் நேத்திலயிருந்தே காத்துக் கிட்டிருக்கோம். வா என்கூட", என்றான். டேவிட்டோடு ஒரே குதிரையில் அமர்ந்து கொண்டான் வேலன். வண்டிகளின் குறுக்கே மிடுக்காகக் குதிரையை ஓட்டிக் கோட்டைக்குள் வேலனை அழைத்துச் சென் றான் டேவிட். கோட்டைக்குள் அலுவலகங்கள் இருந்த பகுதிக்குச் சென்று, அங்கு ஒரு அலுவலகத்தின் முன்னே குதிரையை நிறுத்தினான். இருவரும் உள்ளே சென்றனர்.

"நேத்தே நீ வந்திடுவேன்னு நெனச்சேன்" என்றார் அறைக்குள் இருந்த பீட்டர்சன். "வண்டி ஓட்ட ஆள் கிடைக்கிறது தட்டுப்பாடாயிடுச்சு. ஏன் திடீர்னு வரச் சொன்னீங்க? இங்கே ஒண்ணும் உணவுக்குத் தட்டுப் பாடு இருக்க மாதிரித் தெரியலயே" என்றான் வேலன்.

“உன்னைக் கூப்பிட்டது வாங்கறதுக்காக மட்டும் இல்லை. கொடுக்கற துக்காக. அரிசியை எறக்கிட்டு, பத்து வண்டிகள்லயும் வெடி மருந்து ஏத்திக்கிட்டுப் போக ஏற்பாடு பண்ணியிருக்கேன்” என்றார் பீட்டர்சன்.

“வெடிமருந்து கடத்த மதராசைவிட வேலூர் வசதியா?” என்றான் வேலன். “மதராஸ் கிடங்கு அதிகாரியை விட, இப்போ வேலூர் கிடங்கு அதிகாரிக்குப் பணத் தேவை அதிகம்” என்றார் பீட்டர்சன் சிரித்துக் கொண்டே.

“வர்ற வழியில பஞ்சாரா ஆளுங்க மாட்டு வண்டிகளைப் பார்த்தேன். ஆயிரக்கணக்கில இருக்கே” என்றான் வேலன்.

“ஆயிரமா? மொத்தம் அறுபதாயிரம் வண்டி தானியங்களுக்கு ஏற்பாடு பண்ணியிருக்கார் கவர்னர் ஜெனரல். ரெண்டு நாள் முன்னால வந்திருந்தா, இரண்டாயிரம் யானைங்க, இரண்டாயிரம் குதிரைங்க போறதைப் பார்த்திருப்பே. அத்தனையும் என்ன தெரியுமா? பணம்! வெள்ளிக்காசு! சிப்பாய்களுக்குச் சத் தாமதப்படுத்தாம சம்பளம் குடுக்கறதுக்காக” என்றார் பீட்டர்சன். “தலை சுத்துது பிரபு” என்றான் வேலன்.

“ஏன்? இவ்வளவு ஏற்பாடு தேவையான்னா? போர் ஆரம்பிச்சதும் பாரு. இது எல்லாமே பஞ்சாப் பறந்திடும். அதை அமெரிக்காவில அனுபவிச்சிருக்கோம். கடைசியில காஞ்சு போன பழைய ரொட்டிதான் கப்பல்ல கிடைக்கும். உள்ளே புழு நெளியும். அதனால அதை “புழுவோட கோட்டை”ன்னு கிண்டல் பண்ணுவோம். சில சமயம் பீரங்கி வச்சுத் தான் அதை உடைக்க முடியும், போர்ல அடிபட்டுச் செத்தவங்களை விடப் பட்டினியால செத்தவங்க தான் அதிகம். நானும் செத்திருக்க வேண்டியவன். சுவரேறிக் குதிச்சுத் தப்பிச்சேன்” என்றார் பீட்டர்சன்.

“இது எனக்குத் தெரியாதே” என்றான் டேவிட்,

“நாங்க இருபதாயிரம் பே் அமெரிக்கப் படைகள்கிட்ட கைதியா ஒரு பழைய கோட்டைக்குள்ள அடைபட்டுக் கிடந்தோம். அதே மாதிரி அமெரிக்காக்காரங்க இருபதாயிரம் பேரை நாங்க கைதிகளாப் பிடிச்சு ஒரு ஓட்டைக் கப்பலுக்குள்ள அடைச்சு வச்சிருந்தோம். கொஞ்ச நாள்ல உணவுப்பஞ்சம் வந்தது. ரெண்டுபக்கமும் போர் வீரர்களுக்கே ரொட்டி இல்லை. கைதிகளைப்பத்தி யாரு கவலைப்படுவா? எல்லாக் கைதிகளும் பட்டினியாலயும், காய்ச்சலாலயும் செத்துப் போயிட்டாங்க. இப்பிடி நடக்கும்னு எதிர்பார்த்த கொஞ்சப் பேரு முன்னா லயே

தப்பிச்சு ஓடிட்டோம். அப்போ ரெண்டு பக்கமும் காவல் பலமா இல்லை" என்று சொல்லி முடித்த பீட்டர்சன், திடீரென்று கடகடவென்று சிரித்தார். டேவிட்டும் வேலனும் தன்னைக் குழப்பத்துடன் பார்ப்பதைக் கண்ட பீட்டர்சன், " ஏன் சிரிக்கிறேன் தெரியுமா? அமெரிக்காவில நாங்க சண்டை போடறப்போ ஒரு கைப்பிடி தானியத்தைக் கூட அமெரிக்க மக்கள்கிட்ட இருந்து எங்களால வாங்க முடியலை. ஆனால் இந்தியாவில பாருங்க, இந்திய மக்களே மலைமலையாத் தானியங்களைக் கொண்டு வந்து தர்றாங்க. இந்திய வியாபாரிகளே அதுக்கான பணத்தையும் தர்றாங்க. நேத்து குதிரைகள்லயும், யானைகள்லயும் வந்து இறங்கின பணமெல்லாம், இந்துஸ்தான் வியாபாரிங்க கடனாக் குடுத்தது தான்".

வண்டிகள் இருக்கும் இடத்திற்கு மீண்டும் வேலனைக் கொண்டுவந்து விட்டுவிட்டு டேவிட் கோட்டைக்குத் திரும்பிவிட்டான். மறுநாள் காலை தன் வண்டிகளோடு கோட்டைவாசலுக்குச் சென்றான் வேலன். அங்கே காத்திருக்குமாறு டேவிட் சொல்லியிருந்தான். கோட்டையைக் கண்டு பிரமித்த முத்தம்மாவின் நெஞ்சில் ஓர் அச்ச உணர்வு படர்ந்தது. "வேலா, இந்தக் கோட்டையைப் பார்க்கவே பயமா இருக்கே, எவ்வளவு பெரிய அகழி கோட்டையைச் சுத்தி" என்றாள். "முன்னே அகழி நெறையத் தண்ணி இருக்குமாம். அதில பத்தாயிரம் முதலைகள் சுத்திக்கிட்டு இருக்குமாம். இப்போ மழைத்தண்ணி வர்றப்போ மட்டும் நெரம்பும்" என்றான் வேலன்.

"இவ்வளவு அழகான கோட்டையக் கட்டினது யாரு" என்றாள் முத்தம்மா. "விஜயநகரப் பேரரசு கட்டின கோட்டை தான். மதில் சுவரைப் பார்த்தியா, ரெண்டு மாட்டு வண்டிங்க, பக்கத்தில பக்கத்தில போற அளவு அகலம். இந்தக் கோட்டையைப் பிடிக்க எத்தனையோ சண்டைங்கள்ல ரத்தம் ஆறா ஓடியிருக்கு. மொகலாயர், மராத்தியர், ஆற்காட்டு நவாபுன்னு எத்தனையோ பேரு கைகளுக்கு மாறியிருக்கு" என்றான்.

"இங்கிலீஷ் கம்பெனியும் ரத்தம் சிந்தித்தான் இதைப் பிடிச்சுச்சா?" என்றாள் முத்தம்மா.

"அது தான் காலத்தின் கோலம். கம்பெனி ஒரு துளி ரத்தம் கூடச் சிந்தாம வேலூர் கோட்டையைப் பிடிச்சிட்டாங்க. கிழக்கிந்தியக் கம்பெனி மதராசில தொழில் தொடங்கணும்னு முடிவு பண்ணினதும், அவங்க ஏஜெண்ட் பிரான்சிஸ்டே கோட்டை கட்ட இடம்பார்த்தாரு. அப்போ சாந்தோம்ல ஒரு டச்சுக்குடியிருப்பு

இருந்துச்சாம். அங்கே பிரான்சிஸ் டேக்கு ஒரு காதலி இருந்தாளாம். அதனால அவரு சாந்தோம் பக்கத்திலேயே கோட்டைக்கு இடம் வாங்க முடிவு பண்ணினாராம். எடத்துக்குச் சொந்தக்காரரா சென்னப்ப நாயக்கர். அந்த எடத்தில இசுலாமியர் மதரசா இருந்ததால, மதரசா பட்டினம்னு பேரு. பாளையத்துக்கு ராஜா, வேலூர் கோட்டையில இருந்த சந்திரகிரி பாளையக்காரர். அப்போ, இந்த வேலூர் கோட்டைதான், கம்பெனிக்குச் சென்னையில தங்க அனுமதி கொடுத்திச்சு. இப்போ ஆற்காட்டு நவாபுகிட்ட இருந்து ஒருதுளி ரத்தமும் சிந்தாம, இங்கிலீஷ் கம்பெனி வேலூரையே பிடிச்சிக்கிச்சு" என்றான் வேலன் நீண்ட பெருமுச்சுடன்.

அதற்குள் டேவிட் வேலனைத் தேடிக் குதிரையில் வந்தான். வண்டிகள் சென்று உணவுப் பொருட்களை இறக்கின. டேவிட் வழிகாட்டிச் சென்று வண்டிகளை வேறொரு கிடங்கிற்கு எதிரே நிறுத்தினான். கோட்டையெங்கும் போருக்கான பொருட்கள் திரும்பிய பக்கமெல்லாம் குவித்து வைக்கப்பட்டிருந்தன. இரண்டாவது கிடங்கின் அதிகாரி வெளியே வந்தான். பத்து வண்டிகளிலும் வெடி மருந்து ஏற்றப்பட்டது. வெளியே வேலனுடன் நின்றுகொண்டிருந்த முத்தம்மா, "வேலா, இதுக்குள்ள மாட்டினால், நாம தப்பிச்சுப் போகவே முடியாது. இந்தக் கோட்டையைப் பார்த்தாவே எனக்குப்பயமா இருக்கு" என்றாள். வேலை முடிந்து விட்டதால் வேலன் சிரித்துக்கொண்டே வண்டியிலேறினான். கோட்டை வாசலிலும் வேலன் இறங்கவில்லை. டேவிட்டே காவல் கட்டுப்பாட்டு அறைக்குள் சென்று அனுமதிச்சீட்டில் முத்திரை வாங்கி வந்து கொடுத்து விட்டுக் கோட்டைக்குள் திரும்பிச் சென்றான். வண்டிகள் கோட்டையை விட்டு வெளியேறின. கிட்டத்தட்ட ஒருமைல் தூரம் கோட்டையிலிருந்து விலகி வந்தபின்பு தான் முத்தம்மாவின் முகத்தில் கலவரம் குறைந்தது.

"என்ன ஆச்சு உனக்கு, நாம வெடிமருந்து கடத்துறது இதுதான் முதல் தடவையா, செயின்ட் ஜியார்ஜ் கோட்டையில கடத்தாததா?" என்றான் வேலன்.

"சென்னைக் கோட்டை நிலைமையே வேற. அங்கே திரும்பற பக்கம் எல்லாம் உனக்குப் பழக்கமான ஆளுங்க, ஆனால் வேலூர்ல?" என்று சொல்லி நிறுத்தினாள் முத்தம்மா. அப்போது மிக வேகமாகக் குதிரையில் அவர்களைநோக்கி வந்துகொண்டிருந்தான் டேவிட். அவனருகே மற்றொரு குதிரையில் இந்தியச் சிப்பாய் ஒருவனும் வந்து கொண்டிருந்தான். வண்டிகளை நிறுத்துமாறு

இருவரும் சைகைசெய்தனர். முத்தம்மா முகத்தில் மீண்டும் கலவரம் படர்ந்தது. மறைத்து வைக்கப் பட்டிருந்த வாளை உருவி அருகே வைத்துக் கொண்டாள். டேவிட்டும் சிப்பாயும் அருகே வந்துவிட்டனர். டேவிட் மூச்சிரைக்கப் பேசினான், “வேலா, உன்னைக் கையோட கோட்டைக்குத் திரும்பக் கூட்டிக்கிட்டுப் போகத்தான் வந்திருக்கோம். வண்டிகளை அப்படியே நிறுத்து. சிப்பாய் இங்கயே நிக்கட்டும். அவன் குதிரையில் ஏறி நீ என்கூட வா” என்றான்.

வேலனும் டேவிட்டும் குதிரைகளில் கோட்டையை நோக்கித் திரும்பினர். உள்ளே அலுவலக அறையில் பீட்டர்சன் அமர்ந்திருந்தார். “என்ன அவசரம் வேலன்? எறக்கின மூட்டைகளுக்கு ரசீது வாங்க மறந்திட்டியே” என்றவர், “இந்தா ரசீது. மதராஸ் கோட்டையில காட்டிப் பணம் வாங்கிக்க. அப்புறம், இது அடுத்த ஒப்பந்தம். சரக்கை அதில சொல்லி இருக்ற எடத்துக்கே கொண்டு போகணும்” என்று சொல்லியவாறே ரசீதையும், ஒரு கடிதத்தையும் வேலனிடம் கொடுத்தார்.

“தாங்க் யூ மிஸ்டர் பீட்டர்சன்” என்று சொல்லிக் கொண்டே வேலன் எழுந்தான். அப்பொழுது பக்கத்து அறைக்குள்ளிருந்த ஒரு அதிகாரி விரைவாக வெளியே வந்து வேலனை மேலும் கீழும் பார்த்தார், பின் பீட்டர்சனிடம் ஆங்கிலத்தில், “பீட்டர்சன் இந்த ஆளப்பார்த்தா வண்டிக்காரன் மாதிரி இருக்கான். ஆனா, ஆங்கிலம் தெளிவாப் பேசுறானே, எப்படி?” என்று கேட்டார். பீட்டர்சன் சிரித்துக் கொண்டே, “மிஸ்டர் ராபின்சன், இவரு மிஸ்டர் வேலன். மதராசில பெரிய வியாபாரி. ஆள் பற்றாக்குறையால தானே உணவுப்பொருட்களை ஏத்திக்கிட்டு வந்தார்” என்றார். தமிழும் ஆங்கிலமும் கலந்து பேசிய ராபின்சன், “சரி, ரெண்டு பேரும் என் ரூமுக்கு வாங்க” என்று சொல்லிவிட்டு நடந்தார். “மிஸ்டர் ராபின்சன், கவர்னர் ஜெனரலுக்கு ரொம்ப நம்பிக்கையான அதிகாரி. கல்கத்தாவில இருந்து மெட்ராசுக்கு மாத்தி இருக்காங்க” என்று வேலனின் காதுக்குள் முணுமுணுத்தார் பீட்டர்சன். தன் அறையில் சென்று அமர்ந்துகொண்ட பின் வேலனையும், பீட்டர்சனையும் அமரச் சொன்ன ராபின்சன்,

“பீட்டர்சன், எனக்கு ஒரு உதவி வேணும். திப்பு சுல்தான் படை நட மாட்டத்தைப் பற்றி உளவு பார்க்க ஆட்கள் வேணும். அதுக்கு இந்த வேலன் பொருத்தமா இருப்பார்” என்றார். “அவருக்குத் தன்னோட வியாபாரத்தைக் கவனிக்கவே நேரம் போதாது, வேற யாரையாவது பாருங்க” என்றார் பீட்டர்சன். உடனே குறுக்கிட்ட வேலன்,

"பிரபு என்னைக் கேட்கறதுக்கு ஏதோ காரணம் இருக்கும்னு நினைக்கிறேன். நான் ஒத்துக்கிட்டாலும், உளவு வேலைக்குப் பல ஆட்களுக்குச் சம்பளம் தரணும். நிறையச் செலவாகுமே" என்றான் வேலன்.

"அதுதான் பிரச்சினை. கார்ன்வாலிஸ் பிரபு மொத்த உளவுத்துறைக்கும் இரண்டாயிரம் ரூபாதான் ஒதுக்கியிருக்கார். அதை அப்படியே வேலன் கிட்ட கொடுத்திடறேன். அதுக்கு மேல ஆகிற செலவை வேலனே..... சரிக்கட்டிக்கணும்" என்று இழுத்தார்.

"புரியுது பிரபு, அது ஒரு பெரிய விஷயமில்லை. பிரவோட ஆதரவு மட்டும் எனக்கு எப்பவும் இருந்தால் போதும்" என்றான் வேலன்.

"வெரிகுட் நீ உடனே புரிஞ்சுக்கிட்டே. அடுத்தவாரம் பணத்தையும், நீ கம்பெனி உளவாளிங்கறதுக்கு அத்தாட்சி கடிதமும் தர்றேன். வேலையை உடனே ஆரம்பிச்சிடு" என்றார்.

"நீங்கதான் கவர்னர் ஜெனரலுக்கு நம்பிக்கையானவராச்சே, பணம் அதிகமாக் கேட்க வேண்டியது தானே? உங்களைக் கூடவா நம்பமாட் டார்?" என்று கேட்டார் பீட்டர்சன். "இப்போ இருக்க நிலைமையில கார்ன்வாலிஸ் தன் நிழலைக்கூட நம்ப மாட்டார். கம்பெனி கணக்கை யெல்லாம் சரிபார்க்க ஆரம்பிச்சிருக்கார். எதை எடுத்தாலும் ஊழல், ரெண்டு ரெஜிமெண்டுகளுக்குச் சம்பளம் கொடுக்கறதா, ரெண்டு அதி காரிங்க லட்சக் கணக்கில மாதாமாதம் பணம் வாங்கிட்டு இருக்காங்க. இன்ஸ்பெக்ஷனுக்குப் போனா, அப்பிடி ரெஜிமெண்டுகளே இல்லை. எல்லாம் பொய்க் கணக்கு". "ரெண்டுபேரையும் பயங்கரமாத் தண்டிச் சிருப்பாரே" என்றார் பீட்டர்சன்.

"அதுவும் முடியாது. ஒரு ராணுவ அதிகாரி மிஸ்டர் டூண்டாசோட சிபாரிசில வந்தவர், இன்னொருத்தர் இங்கிலாந்து மகாராஜாவோட சிபாரிசில வந்தவர். பேசாம, அடுத்த கப்பல்ல ரெண்டு அதிகாரிங் களையும் ஏத்தி இங்கிலாந்துக்கே திருப்பி அனுப்பிச்சிட்டார். அதுக் கப்பறம் கார்ன் வாலிஸ் பிரபு யாரோட சிபாரிசையும் ஏத்துக்கற தில்லை" என்றார் ராபின்சன்.

"அப்போ அவரை அதிகநாள் இந்தப் பதவியில நீடிக்க விடமாட்டாங்க" என்றார் பீட்டர்சன். "கார்ன்வாலிசும் நீடிக்க விரும்பலை. அமெரிக்காவில அவர் மேல விழுந்த பழியைத் துடைக்கணும்கிறதுக்காக மட்டும் தான், அவரு இந்தப் பதவியில நீடிக்கறார். இன்னொன்னு தெரியுமா. மைசூர் போருக்கு இந்திய

வியாபாரிகள் தர்ற கடனுகெல்லாம் அவரு சொந்த ஜாமீன் குடுத்திருக்கார்''

பீட்டர்சனிடமும், ராபின்சனிடமும் விடைபெற்றுக் கொண்டு வெளியே வந்தான் வேலன். கோட்டை வாசலருகே காத்திருந்த டேவிட்டிடமும் விடைபெற்றுக் கொண்டு சிப்பாயின் குதிரையிலேறி முத்தம்மாவும், வண்டிகளும் நின்ற இடத்திற்குப் போய்ச்சேர்ந்தான். அதுவரை இருண் டிருந்த முத்தம்மாவின் முகத்தில் மீண்டும் ஒளிபரவத்தொடங்கியது. குதிரையைப் பெற்றுக் கொண்டு சிப்பாய் புறப்பட்டான்.

"என்ன ஆச்சு முத்தம்மா, சும்மா, சும்மா பயப்பட ஆரம்பிச்சிட்டே'' என்று கேட்டான் வேலன். "எனக்கு என்னவோ வேலூர் கோட்டைக்குள்ளே உனக்கு ஆபத்து இருக்குன்னு தோணுது. திரும்பவும் இங்கே வரப்போறமா?'' என்று கேட்டாள். "இன்னும் ஒரு தடவை வரணும். வைரக்கணக்கு ஏழு லட்சமும் அதோட தீர்ந்திடும். இன்னைக்கு உன் ஆளுங்களை வரச்சொல்லிட்டியா'' என்றவன், "உன் பயத்துக்கான காரணம் என்ன தெரியுமா, உனக்கு வயசாயிருச்சு, எனக்கும் தான். நானும் இப்பவெல்லாம் உனக்கு என்ன ஆகுமோன்னு பயப்பட ஆரம் பிச்சிட்டேன்'' என்றான். "நான் மைசூருக்கு ஒற்றுவேலை பார்க்கறதால வீணா உனக்கும் ஆபத்து....'' என்றாள் முத்தம்மா. "அதனால தான் நானும் இங்கிலீஷ் கம்பெனிக்கு ஒற்றனாச் சேர்ந்துட்டேன்'' வேலன் சொல்லிவிட்டுக் கலகலவென்று சிரித்தான். "எப்படி என் ஏற்பாடு? உன்கிட்ட தகவலை வாங்கி நான் கம்பெனிக்குக் குடுக்கிறேன். என் கிட்ட தகவலை வாங்கி நீ மைசூருக்குக் குடு'' என்றான். "அது மைசூருக்குத் துரோகம் ஆகாதா'' என்றாள் முத்தம்மா. "ஆகாம நான் பார்த்துக்கறேன். மைசூருக்குத் தர வேண்டிய தகவல்களை முன்னாலயே கொடுத்திடுவோம். மைசூரைப் பத்தின தகவல்களைக் கொஞ்சம் தாமதமா இங்கிலிஷ்காரங்களுக்குக் குடுப்போம். அதனால அவங் களுக்குப் பிரயோஜனமே இருக்காது'', என்றான் வேலன்.

"இது சரியா வருமா?'', என்றாள் முத்தம்மா.

"இப்பவே உனக்கு ஒரு தகவல் சொல்லட்டா? கர்னல் மேக்ஸ்வெல் தலைமையில ஒரு படை காவேரிப்பட்டிணத்துக்கு வந்துக்கிட்டு இருக்கு'' என்றான் வேலன்.

"அது உனக்கு எப்படித் தெரியும்'' என்றாள் முத்தம்மா.

“அடுத்து நம்ம சரக்கையெல்லாம், காவேரிப்பட்டிணத்தில இறக்கிட்டு, கர்னல் மேக்ஸ்வெல்கிட்ட பணம் வாங்கிக்கச் சொல்லி ஒப்பந்தம் குடுத்திருக்காங்க பாரு”, என்று பீட்டர்சன் கொடுத்த கடிதத்தை அவளிடம் காட்டினான் வேலன். முத்தம்மாவின் கண்கள் வியப்பால் விரிந்தன. அதற்குள் வண்டிகள் பூட்டப்பட்டிருந்தன. முத்தம்மாவும் வேலனும், முதல் வண்டியில் ஏறி அமர்ந்தனர். வண்டிகள் ஓடத் தொடங்கின. ஊரை விட்டு வெளியே வந்ததும் மரங்களிடையே ஒரு இடத்தில் வண்டிகளை நிறுத்தினான் வேலன். தோப்பில் இருந்து வெளியே வந்த ஆட்கள் வேலனின் வண்டிகளில் ஏறிக் கொண்டனர். வேலன் தன் வண்டிகளில் இருந்தவர்களுடன் இறங்கித் தோப்பிற்குள் சென்றான். அங்கே மாற்று வண்டிகள் தயாராய் இருந்தன. வேலனும் அவன் ஆட்களும் மாற்று வண்டிகளில் ஏறிச் சென்னையை நோக்கிப் பயணத்தை தொடர்ந்தனர். வெடிமருந்து ஏற்றிய வண்டிகளுடன் முத்தம்மா வேறுபாதையில் பயணித்தாள்.

83

சென்னை வந்ததும் மீண்டும் உணவுப்பொருட்களை வாங்கிக் கிடங்கில் குவித்தான் வேலன். மீண்டும் ஒருமுறை வேலூருக்குப் போய்வந்தான். ஆனால் பீட்டர்சன் கொடுத்திருந்த ஒப்பந்தப்படி காவேரிப்பட்டிணத்திற்கு உணவுப்பொருள் கொண்டு செல்வதில் மட்டும் ஆர்வம் காட்டவில்லை. அவனைத்தேடி வீட்டிற்கே வந்தார் மணிவாசகம். “ஏன் தள்ளிப் போட்டுக்கிட்டே போறே” என்று வேலனிடம் கேட்டார். அவருக்கு நேரடியாகப் பதில் சொல்லாமல் வேலன் முத்தம்மாவிடம், “கர்னல் மேக்ஸ்வெல் பெரிய படையோட காவேரிப்பட்டினம் வர்றதை மைசூருக்குச் சொல்லிட்டியா” என்றான்.

“ஓ, எப்பவோ தகவல் அனுப்பிட்டேன்” என்றாள் முத்தம்மா.

“இப்போ திப்புசுல்தான் நிச்சயமா காவேரிப்பட்டினத்தைத் தாக்குவாரு, நாம அந்த நேரத்தில போய் மாட்டிக்கக்கூடாது” என்றான் வேலன்.

“போரில யாரு ஜெயிப்பா?” என்று ஆவலுடன் கேட்டாள் மெகருன்னிசா. “அது தெரிஞ்சா போரே நடக்காதே”, என்ற வேலன் தொடர்ந்து கூறினான், “திப்பு சுல்தான் அதிரடித் தாக்குதல் மூலமா எதிரியை நிலைகுலைய வைக்கிறவரு. கார்ன் வாலிஸ் பாம்பு மாதிரி எதிரியைப் பொறுமையாச் சுத்தி வளைச்சு விழுங்கறவரு. இது கீரிக்கும் பாம்புக்கும் நடக்கிற சண்டை. அதோட, அவங்க தனிப்பட்ட திறமைகள் மட்டும் வெற்றியைத்

தீர்மானிக்கிறதில்லை. வலிமையான கூட்டணி இருக்கறவங்களுக்குத்தான் வெற்றி வாய்ப்பு அதிகம். பானிப் பட்டில மராத்தியர் ஏன் தோத்தாங்க தெரியுமா?", நிறுத்தினான் வேலன். அனைவரும் ஆவலோடு அவனே பதில் சொல்லட்டும் என்று காத்திருந்தனர். வேலன் தொடர்ந்தான், "ஆப்கானிஸ்தான்ல இருந்து படையெடுத்து வந்த அப்தாலிகூட, ரோகில்லா, துரானிகள், சுஜாஉத் தௌலான்னு மராத்தியரோட எதிரிகள் அத்தனை பேரும் கூட்டணி சேர்ந்தாங்க. ஆனால் அப்தாலிக்கு எதிரியான ராஜபுத்திரர்கள், சீக்கியர், ஜாட், யாருமே மராத்தியரோட கூட்டணி சேரலை".

"ஏன்" என்றாள் மெகருன்னிசா.

"எல்லோரும் மராத்தியா படையெடுப்பால கடந்த காலத்தில பாதிக்கப்பட்டிருந்தாங்க" என்றான் வேலன்.

"திப்பு சுல்தானும் பெரிய திட்டத்தோட தான் இருக்காரு. பிரெஞ்சுக் காரங்க, மராத்தியர், நிசாம் எல்லோர்கிட்டேயும் உதவி கேட்டிருக்காரு" என்றாள் முத்தம்மா.

"மைசூரைப் பிடிச்சதும் அதில பெரும்பகுதியை மராத்தியருக்கும், நிசாமுக்கும் பங்கு போட்டுத் தர்றதா கார்ன்வாலிஸ் சொல்லியிருக் காருன்னு கோட்டையில பேசிக்கிறாங்க" என்றார் மணிவாசகம்.

"அப்போ மராத்தியரும், நிசாமும் யாரு பக்கம் சேருவாங்க?" என்று கேட்டாள் மெகருன்னிசா.

"ஜெயிக்கிற பக்கம்" என்றான் வேலன். "யாரு ஜெயிப்பா" என்றாள் மெகருன்னிசா மீண்டும். "அது இப்போ தெரியாது. மராத்தியரும், நிசாமும் தூரத்திலே நின்னு வேடிக்கை பார்ப்பாங்க. எந்தப் பக்கம் ஜெயிக்கப்போகுதுன்னு தெரியறப்போ, அந்தப்பக்கத்தோட கூட்டுச் சேருவாங்க. பிரெஞ்சுக்காரங்க மட்டும் திப்புசுல்தான் பக்கம்தான்னு உறுதியா நம்பலாம்" என்றான் வேலன்.

காவேரிப்பட்டிணத்திற்கு வேலன் அனுப்பியிருந்த ஒற்றன் மறுநாள் திரும்பி வந்து காவேரிப்பட்டினத்தில் நடந்த போர் விவரங்களை அவர்களுக்குத் தெரிவித்தான்.

"கர்னல் மேக்ஸ்வெல் வர்றதுக்குள்ள காவேரிப்பட்டிணத்தைப் போய்ப் பிடிச்சிடனும்னு திப்புசுல்தான் தானே ஒரு படையோட போனாரு. ஆனால், மேக்ஸ்வெல் அதுக்குள்ள கோட்டைக்குள்ள பத்திரமாப் போய்ச் சேர்ந்திட்டாரு. பீரங்கிகளும், நிறைய வீரர்களும் இல்லாம வெறும் குதிரைப்படைய மட்டும் வச்சு ஒரு

கோட்டையப் பிடிக்க முடியாதுன்னு திப்புவுக்குத் தெரியும். அதோட, மியாடோ தலைமையில ஒரு பெரிய படைப்பிரிவு மேக்ஸ்வெல்லோட சேர மெட்ராஸ்ல இருந்து வந்துக்கிட்டு இருந்துச்சு. அவங்க ரெண்டு பேருக்கும் நடுவில மாட்டிக்கக் கூடாதுன்னு முடிவு பண்ணி திப்புசுல்தான் படையோட திருச்சிப் பக்கம் போயிட்டாரு" என்றான் ஒற்றன்.

மறுநாள் வேலன் கோட்டைக்குச் சென்று பீட்டர்சனிடமும், ராபின்சனிடமும், தான் காவேரிப்பட்டிணத்திற்குப் புறப்படத் தயாராயிருப்பதாய்க் கூறினான். "நல்லவேளை, நீ இன்னும் போகலை. இப்போ காவேரிப் பட்டிணத்துக்குப் போக வேண்டாம். மேக்ஸ்வெல் படை, திப்புவைத் துரத்திக்கிட்டுத் திருச்சிக்குப் போயிடுச்சு" என்றார் பீட்டர்சன்.

"அப்போ நான் சரக்கையெல்லாம் திருச்சிக்குக் கொண்டு போகட்டா" என்றான் வேலன். "வேண்டாம், வேண்டாம். மேக்ஸ்வெல் திருச்சியையும் தாண்டி, திப்புசுல்தானைத் துரத்திக்கிட்டுப் பெங்களூருக்கே போயிருக்காரு" என்றார் ராபின்சன். "அப்போ நான் சரக்கை எங்கே எடுத்துக்கிட்டுப் போறது" என்று கேட்டான் வேலன். "ரெண்டு நாள்ல சொல்றேன். கவலைப்படாத, அரிசி நெறைய வேணும். எவ்வளவு லேட்டாப் போறியோ அவ்வளவு அதிக விலை கெடைக்கும்" என்றார் பீட்டர்சன்.

திருச்சியிலிருந்து திப்புசுல்தான் பாண்டிச்சேரி சென்று பிரெஞ்சுக்காரர்களின் உதவியை நாடியுள்ளார் என்று மறுநாள் தகவல் கிடைத்தது. மூன்றாம் நாள் முத்தம்மா மிகவும் கோபமாக வீடு வந்து சேர்ந்தாள்.

"பிரெஞ்சுக்காரங்களை நம்பக்கூடாதுன்னு நான் எப்பவுமே சொல்லிக்கிட்டு இருக்கேன். யாரு கேட்கிறாங்க", என்றாள் நுழையும் பொழுதே

"என்ன ஆச்சு" என்று கேட்டான் வேலன்.

"பிரான்சில புரட்சி கடுமையாயிருச்சாம். அதனால எங்களால எந்த உதவியும் செய்ய முடியாதுன்னு பாண்டிச்சேரியில பிரெஞ்சுக்காரங்க, திப்பு சுல்தானுக்குக் கையை விரிச்சிட்டாங்களாம். இப்போ அவரு படைகளோட பெங்களூரை நோக்கித் திரும்பிப் போயிக்கிட்டிருக்காரு" என்றாள் முத்தம்மா.

மறுநாள் பீட்டர்சன் வேலனைக் கூப்பிட்டனுப்பியிருந்தார். "நான் வேலூர்ல சொன்னது ஞாபகம் இருக்கா?" என்றார்.

“அது தான் சொன்னபடி திரும்பவும் வெடி மருந்து கொடுத்து ஏழு லட்சம் கணக்கையும் முடிச்சிட்டிங்களே” என்றான் வேலன்.

“அதில்ல வேலன், அவ்வளவு உணவுப்பொருளும், போர் தொடங்கினால், ஆவியாப் போயிடும்னு சொன்னேன் இல்லையா? இப்போ உடனே உணவுப்பொருளை அனுப்பு, என்ன வெலை ஆனாலும் பரவாயில்லைன்னு கவர்னர் ஜெனரல் செய்தி அனுப்பிச்சிருக்கார்”

“வேலூருக்கா” என்று கேட்டான் வேலன். “இல்லை, பெங்களூருக்கே கொண்டு போகணும்” என்றார் பீட்டர்சன்.

பிறகு ராபின்சனைச் சென்று பார்த்த வேலன், பிரெஞ்சுக்காரர்கள் திப்பு சுல்தானுக்கு உதவ மறுத்துவிட்ட தகவலைச்சொல்லி, தன் உளவு வேலையையும் காப்பற்றிக் கொண்டான்.

வேலன் சொல்லியனுப்பியிருந்ததால் பறங்கி மலையிலிருந்து முத்தம்மா மறுநாள் வீட்டிற்கு வந்து சேர்ந்தாள். மணிவாசகமும் வந்திருந்தார். “பத்து வண்டி அரிசி,பருப்போட பெங்களூருக்குப் போகணுமாம், ரெண்டு மடங்கு வெலைக்கு வாங்கிக்கிறாங்களாம்” என்றான் வேலன்.

“வேண்டாம், ஆபத்து. யாருமே போக மாட்டேங்கறாங்க. அதனாலதான் ரெண்டு மடங்கு வெலை தர்றாங்க” என்றார் மணிவாசகம்.

“ஏன் தாத்தா யாரும் போக மாட்டேங்கறாங்க? வழியில திப்புசுல்தான் குதிரைப்படை வந்து தாக்கும்னு நினைக்கிறாங்களா?” என்றாள் மெகருன்னிசா. வேலனும், முத்தம்மாவும் வியப்போடு பார்த்தனர்.

“திப்பு சுல்தான் மின்னல் வேகப்படை பத்தியெல்லாம் உனக்கு யாரு சொல்லிக் கொடுத்தது” என்றான் வேலன். “நான் தான். நீ தமிழ் சொல்லிக் கொடுக்கச் சொன்னே, நான் கூடவே அரசியலும் சொல்லிக் குடுக்கறேன்” என்றார் மணிவாசகம். “பொம்பளைங்க அரசியல் கத்துக்கிறது தில்லியிலயும் வழக்கம்தான். ஜஹாங்கீர் காலத்தில நிர்வாகத்தை நடத்தினதே பேகம் நூர்ஜகான்தான்னு சொல்லுவாங்க” என்ற மெகருன்னிசா. “அரசியல் மட்டும் இல்லை, டேவிட்கிட்ட இங்கிலீசும் கத்துக்கிறேன்” என்றாள்.

“அது தான் எனக்குப் பயமாயிருக்கு. அந்தச் சாக்கில டேவிட் அடிக்கடி இங்கேயே சுத்திட்டு இருக்கான்” என்றார் மணிவாசகம்.

“ஓ, ராஜகுமாரியைக் கல்யாணம் பண்ணிக்கிற கனவில இருந்து அவன் இன்னும் விழிக்கலை போல இருக்கு” என்றாள் முத்தம்மா.

"எதுக்கும் டேவிட் விஷயத்தில நீ ஜாக்கிரதையா இரு" என்றார் மணிவாசகம். "என்னைக் காப்பாத்திக்க எனக்குத் தெரியும்" என்றாள் மெகருன்னிசா கோபமாக.

"இன்னொரு முத்தம்மா உருவாகப் போறா" என்றார் மணிவாசகம். "அதுதான் என் இலட்சியம் தாத்தா" என்றாள் மெகருன்னிசா.

வேலன் சிரித்துக்கொண்டே முத்தம்மாவிடம், "பறங்கி மலையில அதிகாரிங்க குடிச்சிட்டு ஏதாவது ஒளர்றாங்களா" என்றான்.

"ஓ, நெறைய உளர்றாங்க, கவர்னர் ஜெனரலை ஓகோன்னு புகழுறாங்க. அவரு திட்டப்படி தான் எல்லாமே நடக்குதாம்" என்றாள்.

"சரி, இப்போ என்ன நடக்குது?" என்றார் மணிவாசகம்.

முத்தம்மா அதற்காகத் தான் காத்துக் கொண்டிருந்தாள் போல் சொல்லத் தொடங்கினாள், "மதராஸ்ல இருந்து படைகளோட போன மியாடோ, வங்காளத்தில இருந்து படைகளோட வந்த கர்னல் மேக்ஸ் வெல், ரெண்டு பேரும் இப்போ, கார்ன்வாலிஸ் கூட பெங்களூர்ல இருக்காங்க. பாம்பேயில இருந்து நாலு படைப்பிரிவு வருது. அதில ரெண்டு ,கடல்வழியா மலபார் வந்து, திருவாங்கூர் படைகளோட சேர்ந்து மைசூரைத் தெற்கே தாக்கப் போகுது", என்றாள் முத்தம்மா.

"உன் தகவல் சரிதான். ஆனால் கொஞ்சம் பழசு. பாம்பேயில இருந்து வந்த கர்னல் ஹார்ட்லிங்கோட படைங்க, கோழிக்கோட்டைப் பிடிச்சிடுச்சாம். கர்னல் அபெர்கிராம்பி தலைமையில வந்த இன்னொரு படை கண்ணனூரைப் பிடிச்சிடுச்சாம்" என்றான் வேலன்.

"எங்களுக்குக் கிடைச்சத் தகவல்படி, மிச்சம் ரெண்டு கம்பெனிப் படைகளும் பாம்பேயில இருந்து மராத்தியர் படைகள் கூடவே வர்றாங்களாம்", என்றார் மணிவாசகம்.

"ஆமா, வடக்கேயிருந்து மராத்தியர் படைப்பிரிவு ரெண்டு வருது. பரசுராம் பாவே தலைமையில முப்பதாயிரம்பேரு, ஹரிபாண்ட் தலைமையில முப்பதாயிரம்பேரு வர்றாங்க. கிழக்கே ஹைதராபாத் நிசாம், தளபதி மகாபத்ஜங் தலைமையில இரண்டு படைப்பிரிவை அனுப்பியிருக்காராம்", என்றான்.

இம்முறை திப்புசுல்தானின் நிலைமை மோசமாய் இருப்பதை அனைவரும் உணர்ந்தனர். ஒரு நிமிடம் அங்கு அமைதி நிலவியது.

வேலன் அதைக் கலைத்தான். "அதனால நாம போர்க்களத்தில இருந்தாத்தான் மைசூருக்கு நிறையத் தகவல்களை, விரைவா அனுப்ப முடியும். நாம நாளைக்குப் புறப்படத் தயாராவோம்".

"நீ சொன்ன தக வல்களையெல்லாம் மைசூருக்கு அனுப்பிட்டுக் காலையிலே வர்றேன்". சொல்லிவிட்டு அவசரமாகப் புறப்பட்டாள் முத்தம்மா.

மறுநாள் உணவுப்பொருட்கள் ஏற்றிய வண்டிகளுடன் பெங்களூர் சென்றுகொண்டிருந்த வேலனிடம், அருகிலிருந்த முத்தம்மா கேட்டாள், "தற்காப்புப் போருக்குப் பாதுகாப்பான எடம் மைசூருதான். நாலு பக்கமும் ஆறு. எங்கே ஆழம் கொறைவுன்னு மைசூர்காரங்களுக்கு மட்டும்தான் தெரியும். பலமான கோட்டை. கோட்டை நெறைய ஆயுதம். அதையெல்லாம் விட்டுட்டுத் திப்புசுல்தான் ஏன் பெங்களூரில போய்ப் பதுங்கியிருக்காரு".

வேலனுக்கும் பதில் தெரிய வில்லை. ஆனால் பெங்களூர் செல்லும் வழியில் கண்ட காட்சிகள் அவர்கள் நெஞ்சைப் பிழிந்தன. எந்தக் கிராமத்திலும் மனிதாகளோ கால்நடைகளோ இல்லை. வயல்களில் பயிர்கள் எரிந்து கருகிக் கிடந்தன. வழியெங்கும் இறந்து போன மாடுகள், குதிரைகள். யானைகளின் உடல்களும் கிடந்து அழுகிக் கொண்டிருந்தன. நீர் நிலைகளெல்லாம் சேதப்படுத்தப் பட்டிருந்தன. குடிநீரைக் கண்டுபிடிப்பதே பெரும்பாடாயிருந்தது.

"இதெல்லாம் என்ன வேலா?" என்று கேட்டாள் முத்தம்மா. "போரில இதுவும் ஒரு தந்திரமாம். துரத்திக்கிட்டு வர்ற எதிரிக்கும், அவன் மாடு, குதிரைகளுக்கும் உணவோ, தண்ணியோ கெடைக்காம வழியெல்லாம் கிராமங்களை அழிச்சிட்டுப் போறது, பயிர்களுக்கு நெருப்பு வைக்கிறது, குளம் குட்டைகளை நாசப்படுத்தறது. இதுக்குத் "தரையை எரிக்கிற தந்திரம்"னு பேர்கூட வச்சிருக்காங்க" என்றான் வேலன்.

"இதைத் திப்பு சுல்தான் கண்டுபிடிச்சாரா?" என்றாள் முத்தம்மா.

"இந்தத் தந்திரத்தை எத்தனையோ ஆயிரம் வருசங்களா எல்லா நாடுகளும் பயன்படுத்துறாங்க, இதனாலதான் அமெரிக்காவில இங்கிலாந்து தோத்துப்போச்சாம், கப்பல்ல கேப்டன் சொன்னது ஞாபகம் இல்லையா?" என்றான் வேலன்.

"பாடுபட்டுப் பயிரு வச்ச விவசாயிங்க நெலைமை?" என்றாள் முத்தம்மா. "ஊரைவிட்டு ஓடிப்போய், எங்கயோ பிச்சை எடுத்துக்

கிட்டிருப்பாங்க, ராஜாக்களுக்கு அதைப்பத்தி எல்லாம் யோசிக்க ஏது நேரம்" என்றான் வேலன்.

மிகவும் முயற்சி செய்து சிற்றோடை ஒன்றைக் கண்டுபிடித்தனர். சாலையிலிருந்து விலகிச் சென்று முகாமிட்டனர். உணவு முடிந்து ஓய்வெடுத்துக் கொண்டிருக்கையில் தூரத்தில் குதிரை ஒன்று புல்மேய்ந்து கொண்டிருப்பது முத்தம்மாவின் கண்ணில் பட்டது. வேலனிடம் அதைச் சுட்டிக் காட்டினாள். "காட்டில எப்படி குதிரை தானா அலையுது, கடிவாளம் எல்லாம் போட்டிருக்கே?" என்றாள்.

"இங்கிலீஷ் படையில இருந்த குதிரையாயிருக்கணும். சாகப் போகுதுன்னு விட்டுட்டுப் போயிருக்கலாம், இல்லை, சரியாக் கட்டிப் போடாததால தப்பிச்சு ஓடியிருக்கலாம். இப்போ அங்கங்கே திரும்பவும் புல்லு வெளையறதால, அதைத் தின்னு பிழைச்சிருக் கலாம்" என்றான் வேலன். அத்தோடு நிற்காமல் ஒரு நீண்ட கயிற்றில் சுருக்குப் போட்டு, குதிரையைப் பிடிக்கச் சென்றான். குதிரையோ வேலன் அருகில் வந்தபின்னும் ஓடாமல் அங்கேயே நின்றது. வேலன் குதிரையைத் தடவிக் கொடுத்து நண்பனாக்கிக் கொண்ட பிறகு அதன் மேல் தாவி ஏறினான். சிறிது தூரம் ஓட்டிப் பார்க்கலாம் என்று குதிரையைச் சற்று தூரத்தில் இருந்த மேடான பகுதிக்கு ஓட்டிச் சென்றான். மேடையின் மறுபுறம் தூரத்தில் அவன் கண்ட காட்சி அவனைத் திடுக்கிடச் செய்தது. வேகமாகத் திரும்பி வந்து முத்தம்மாவிடம், "திப்பு சுல்த்தானோட மின்னல் வேகக் குதிரைப் படைப்பிரிவு ஒன்னு, நம்மைத் தாண்டிப் போயிக்கிட்டு இருக்கு" என்றான். முத்தம்மாவிற் கும் நிலைமை புரிந்தது.

"நாம இங்கே முகாம் போடாம, இந்நேரம் சாலையிலே போயிக்கிட்டிருந்தா?" என்றாள். "நீ மைசூர் ஒற்றன்னு சொல்லக்கூட நேரம் குடுக்காம நம்ம எல்லோரையும் வெட்டி வீசிட்டு, வண்டிகளைப் பறிமுதல் பண்ணியிருப்பாங்க" என்றான் வேலன்.

"இது மாதிரி பத்துப் பதினஞ்சு குதிரைப்படைங்க வழியில சுத்தும்னு கேள்விப்பட்டிருக்கேன்" என்றாள் முத்தம்மா. அன்றிலிருந்து தங்கள் பயணத்திட்டத்தை மாற்றிக் கொண்டனர். பகலில் ஓய்வு, இரவில் பயணம். வேலனோ, முத்தம்மாவோ முதலில் குதிரையில் தனியே சென்று வழியில் பயமில்லை என்று தெரிவித்த பின்பு தான் பயணம் தொடங்கும்.

ஒரு வழியாக எந்தக் குதிரைப்படையின் கண்ணிலும் படாமல் பெங்களூர் அருகே வந்து சேர்ந்தனர். அதன் பின்பு தான் ஆங்கில

அதிகாரிகள் பேசியதை வைத்து, திப்புசுல்தான் ஏன் பெங்களூரில் பதுங்கினார் என்பதைக் கண்டுபிடித்தனர். திப்பு சுல்தான் பெங்களூர் சேர்ந்து ஒரு வாரத்திற்குப் பின்புதான் ஆங்கிலேயரின் படைகள் அங்கு சென்று சேர்ந்தன. ஆனால் அந்த ஒரு வாரத்திற்குள், பெங்களூரில் பதுக்கி வைத்திருந்த தனது செல்வங்கள் அனைத்தையும் எடுத்துக் கொண்டு மைசூர் போய்விட்டார் திப்புசுல்தான். பெங்களூரைக் கைப்பற்றித் தன் வசமாக்கிக்கொண்டு, பின் பாதிப்படைகளுடன் மைசூர் நோக்கிச் சென்றிருந்தார் கார்ன் வாலிஸ். உணவுப் பொருட்கள் ஏற்றிய வண்டிகளுடன் மைசூரில் கார்ன்வாலிஸ் படைகள் இருக்கும் இடத்திற்குச் செல்ல முடியுமா என்று வேலனிடம் கேட்டார் பெங்களூரில் இருந்த அதிகாரி. கூடவே பாதுகாப்பிற்கு வீரா களையும் அனுப்புவதாகச் சொன்னார்.

"வேண்டாம் பிரபு, உங்க சிப்பாய்ங்க கூட வந்தாத்தான் சுல்த்தானோட படைகளால ஆபத்து அதிகம். நாங்களே ராத்திரியில ரகசியமாப் போய்க்கிறோம்" என்றான் வேலன். மறுநாள் இரவே பத்திரமாக மைசூர் சேர்ந்தன வேலனின் வண்டிகள். முதன் முதலாக கார்ன் வாலிஸ் பிரபுவைத் தூரத்திலிருந்து பார்த்தான் வேலன். அவரது தளபதிகள், உணவுப் பொருட்கள் கிடைத்ததைப் பற்றி அடைந்த மகிழ்ச்சி சொல்ல முடியாது. சுல்த்தானின் குதிரைப்படைகளின் கண்களில் படாமல் எப்படித் தப்பி வந்து சேர்ந்தனர் என்று வேலனிடம் விசாரித்தனர். மீண்டும் பெங்களூர் சென்று உணவுப்பொருட்கள் எடுத்துவர முடியுமா என்று கேட்டனர். வேலனும் ஒத்துக் கொண்டதால் ஆங்கிலேயா முகாமிலேயே ஒரு ஓரத்தில் தங்கிக் கொள்ளுமாறு கூறினர். மெல்ல, மெல்லத் தளபதிகளின் முகாமில் இருந்த வேலையாட்களுடன் பழகி அவர்களுக்கு உதவியாட்களாக வேலனும், முத்தம்மாவும் சேர்ந்து விட்டனர். தளபதிகளுடன் நடந்த கூட்டத்தில், கார்ன்வாலிஸ் பிரபு தன் முடிவை அறிவித்தார். உணவும், கால் நடைத் தீவனங்களும் தீர்ந்து விட்டதால் மைசூர் முற்றுகையை விலக்கிக் கொள்வது என்பது தான் அவரது முடிவு.

"அப்பாடா, திப்பு சுல்தான் தப்பிச்சாரு" என்றாள் முத்தம்மா.

அப்பொழுது அவர்களைத் தேடி, விவசாயி உடையில் ஆனால் போர்வீரன் போன்ற உடலமைப்புடன் ஒருவன் கன்னடத்தில் பேசிக் கொண்டு வந்தான். அங்கிருந்த வேலைக்காரர்கள் யாருக்கும் அவன் பேசிய கன்னடம் புரியவில்லை. ஆண் உடையில் இருந்த முத்தம்மா அவனைச் சைகை காட்டி அழைத்துக்

கன்னட மொழியில் விசாரித்தாள். "உண்மையில யாரு நீ? உடம்பைப் பார்த்தா சிப்பாய் மாதிரி இருக்கே, உடையைப் பார்த்தா கிராமத்தான் மாதிரி இருக்கே, சுல்த்தானுக்கு உளவு வேலை பார்க்க வந்தியா?" என்றாள்.

"இல்லை சாகிப். நான் ஒரு விவசாயி. மராத்தியப் படைங்க எங்க ஊர்ல முகாம் போட்டிருக்காங்க. மூணு நாள் ஓய்வெடுத்துக்கிட்டு, பெங்களூருக்குப் பொறப்படப் போறாங்க. அதைப் போயிக் கம்பெனி ஆளுங்க கிட்டச் சொல்லத்தான் என்னை அனுப்பிச்சிருக்காங்க. சொன்னா பெரிய ஆபிசரு பரிசு தருவாருன்னு சொன்னாங்க" என்றான்.

வேலனிடம் விரைந்து சென்று விவரத்தைச் சொன்னாள் முத்தம்மா.

"இந்தத் தகவல் கவர்னர் ஜெனரலுக்குக் கிடைக்கக் கூடாது. மராத்தியர் வந்திட்டது தெரிஞ்சா, கார்ன்வாலிஸ் முற்றுகையை வெலக்கிக்க மாட்டாரு" என்றான் வேலன். "செய்தி கொண்டு வந்தவனை எப்படியாச்சும் தடுத்து நிறுத்தணும்" என்றாள் முத்தம்மா.

84

"**எ**ன்ன செய்யலாம்? சிப்பாயா இருந்தா தீர்த்துக் கட்டிடலாம். இவன் அப்பாவியா இருக்கானே" என்றான் வேலன். "இவனை உயிரோட கொண்டுபோய் மைசூர் உளவாளிகள்கிட்ட ஒப்படைச்சிட்டா, மராத்தியப் படைங்க நடமாட்டத்தைப் பத்தி நிறைய தகவல் கிடைக்கும்" என்றாள் முத்தம்மா. இருவரும் அதற்கான வேலையில் இறங்கினர். விவசாயியிடம் வந்த வேலன், "உன் பேர் என்ன" என்றான்.

"என் பேரு ருத்ரப்பா" என்றான் வந்தவன். "ருத்ரப்பா, எப்போ நீ கடைசியாச் சாப்பிட்டே" என்றான் வேலன். "நேத்துக் காலையில, கையோட எடுத்துக்கிட்டு வந்த, காஞ்சுபோன கேப்பை ரொட்டியை மட்டும் வர்ற வழியில தின்னு சமாளிச்சேன்" என்றான் ருத்ரப்பா.

அவனைத் தங்கள் கூடாரத்திற்கு அழைத்துச் சென்று ஆங்கில அதிகாரிகளுக்குத் தயாரித்துக் கொண்டிருந்த அசைவ உணவுகளைப் பரிமாறினர். ருத்ரப்பா ஆனந்தமாகச் சாப்பிடத் தொடங்கினான். "ருத்ரப்பா, நீ குடுத்த தகவலை பெரிய ஆபீசர்கிட்ட சொல்லிட்டேன். அவரு இதை உனக்குக் கொடுக்கச் சொன்னார்" என்ற ஒரு தங்கக் காசை எடுத்து ருத்ரப்பாவிடம் நீட்டினான் வேலன். சாப்பிட்டு

முடித்து, அவசரம் அவசரமாகக் கையைக் கழுவிவிட்டு வந்து இரண்டு கைகளிலும் தங்க நாணயத்தை வாங்கிக் கண்களில் ஒற்றிக் கொண்டான் ருத்ரப்பா. "ருத்ரப்பா, எங்களுக்கு இன்னொரு உதவிசெஞ்சா, திரும்பவும் ஒரு பரிசு கெடைக்கும்" என்றாள் முத்தம்மா. "நான் உங்க அடிமை. சொல்லுங்க என்ன செய்யணும்" என்றான் ருத்ரப்பா.

"நான் பெங்களூர் போகணும். அதுக்கு நீ துணைக்கு வந்தால் போதும். பெங்களூர்ல இருந்து நீ உன் வழியில போகலாம்" என்றாள் முத்தம்மா. ருத்ரப்பா மகிழ்ச்சியோடு ஒப்புக்கொண்டான். சற்று நேரத்தில் ருத்ரப்பாவை அழைத்துக் கொண்டு முத்தம்மா, தான் வழக்கமாக மைசூர் ஒற்றர்களைச் சந்திக்கும் கிராமத்தை நோக்கிப் புறப்பட்டாள். மறுநாள் காலை அவள் முகாமிற்குத் தனியே வந்து சேர்ந்த பொழுது, ஆங்கிலப் படையின் பீரங்கிகளைக் குளம், குட்டைகளில் மூழ்கடித்துக் கொண்டிருந்த சிப்பாய்களோடு வேலனும் இருந்தான். அருகில் வந்த முத்தம்மாவிடம், "வா, வா கம்பெனிப் படைகளை அழிக்கணும்னு எவ்வளவு நாளாக் கனவு கண்டே? இப்போ அவங்களோட பீரங்கிகளை எல்லாம் அழிக்கச் சொல்லி அவங்க கவர்னர் ஜெனரலே உத்தரவு போட்டிருக்கார். நீயும் உன்னால முடிஞ்ச அளவு பீரங்கிகளைத் தண்ணிக்குள்ள தள்ளு" என்றான் சிரித்துக் கொண்டே. அவன் தண்ணீரில் தள்ளிக் கொண்டிருந்த பீரங்கியைத் தானும் சேர்ந்து தள்ளத் தொடங்கினாள் முத்தம்மா.

"ஏன் அவங்க பீரங்கிகளை அவங்களே அழிக்கிறாங்க?" என்று கேட்டாள். "இழுத்துக்கிட்டுப் போகக் குதிரைகளோ, மாடுகளோ இல்லை. விட்டுட்டுப் போனா எதிரி கைக்குப் போயிடும், அதுக்காகத்தான்" என்றவன், "போன வேலை வெற்றிகரமா முடிஞ்சுதுன்னு நினைக்கிறேன்" என்றான். "ஆமா, மொழி தெரியாம கஷ்டப்படாதே, எல்லா வெவரங்களையும் கன்னடத்திலேயே சொல்லுன்னு, மைசூர் உளவுப்படை ஆளுங்கள்கிட்ட ருத்ரப்பாவை ஒப்படைச்சிட்டு வந்திட்டேன். அவங்களும் இனிமே யாரும் இந்தப்பக்கம் தகவல் கொண்டு வராம தடுத்திட றதாச் சொல்லி இருக்காங்க" என்றாள் முத்தம்மா. "அது தான் காலையில இருந்து மைசூர் குதிரைப்படைங்க தூரத்திலயே வட்டம் போடுதா?" என்றான் வேலன்.

வேறு உளவாளிகள் யாரும் ஆங்கிலப்படை அருகில் சென்றுவிடாமல் மைசூர் படைகள் வெற்றிகரமாகத் தடுத்தன. முற்றுகையை விலக்கிக் கொண்டு பெங்களூர் சென்று இரண்டு

நாட்களுக்குப் பிறகுதான் மராத்திப் படைகள் பெங்களூர் அருகே வந்து கொண்டிருப்பது கவர்னர் ஜெனரலுக்குத் தெரிந்தது. மராத்தியப் படைகள் நிறைய உணவுப் பொருட்களையும் கொண்டு வந்திருந்தனர். "இது மட்டும் முன்பே தெரிந்திருந்தால் மைசூர் முற்றுகையை விலக்கிக் கொண்டிருக்க மாட்டேனே?" என்ற புலம்பினார் கவர்னர் ஜெனரல்.

"உணவுப் பொருட்களுக்குப் பஞ்சமே இல்லை. எவ்வளவு வேணும்னாலும் தர்றோம்" என்று ஆங்கில அதிகாரிகளிடம் சொல்லிக்கொண்டிருந்தார் மராத்திய அதிகாரி. கார்ன்வாலிஸ் முகத்தில் நிம்மதி படர்ந்தது. ஆங்கில அதிகாரிகள், வேலனையும் அவன் வண்டிகளையும் மராத்தியர் முகாமிற்குள் அழைத்துச் சென்றனர். அங்கே பெரிய கடை வீதியே இருந்தது. உணவுப் பொருட்கள் மட்டுமல்ல, பட்டு, பருத்தித் துணிகள், கலைப்பொருட்கள், நகைகள், தங்கம், வைரம் அனைத்திற்கும் கடைகள் இருந்தன. "இவ்வளவு பொருளையும் எங்கே போய் வாங்கிட்டு வந்திருப்பாங்க?" என்று முத்தம்மா வேலனிடம் கேட்டாள்.

"பாதி அவங்களே இந்தியா முழுக்கக் கொள்ளையடிச்சது. மீதி பிண்டாரிகள்கிட்ட இருந்து சொற்ப விலைக்கு வாங்கினது" என்றான் வேலன்.

"உணவு, தானியக் கடையருகே வண்டிகளை நிறுத்திவிட்டு, மராத்திய வணிகரிடம் பேசினான் ஆங்கிலத்தளபதி. மராத்தியர் சொன்ன விலையைக் கேட்டு வேலனே அசந்து போனான்

"மராத்திய வணிகரோ ஆங்கில அதிகாரிகளிடம், "சாகிப்! எங்க நாட்டுத் தெற்குப்பிரதேசம் எல்லாம் பஞ்சம் தலைவிரிச்சு ஆடுது. அவங்க கண்ணுக்குத் தெரியாம ரொம்பக் கஷ்டப் பட்டுக் கொண்டு வந்திருக்கோம்" என்றார். வேறுவழியின்றி அதிக விலை கொடுத்து உணவுப் பொருட்களை வாங்கிக் கொண்டு ஆங்கிலேயர் முகாமிற்குத் திரும்பினர்.

"இப்படியே போனால், இங்கிலாந்தையே அடகு வச்சுத்தான், மராத்தியர்கிட்ட உணவுப் பொருள் வாங்க முடியும் போல" என்றான் ஒரு தளபதி. "நிசாம் படைகள்கிட்ட உணவுப் பொருள் கேட்கலாமா?" என்றான் மற்றொரு தளபதி. "அவங்க போரில இதுவரைக்கும் ஒரு துரும்பைக்கூட அசைக்கலை. உணவுப் பொருளும் எடுத்துக்கிட்டு வரலை. நம்ம படைகளுக்கு வச்சிருந்த உணவுப் பொருட்களைக் காலி பண்ணினதே அவங்க தான்" என்றார் மூன்றாவது தளபதி.

“மதராசில இருந்து மைசூர் வரைக்கும் சரக்கு தடையில்லாம வர்ற மாதிரி, வழியில இருக்க எல்லாக் கோட்டைகளையும் நம்ம கட்டுப் பாட்டில கொண்டு வரணும். அதுக்கப்பறம் தான் மைசூர் மேல தாக்குதல் நடத்தணும். அதுவரை ஆறுமாசத்துக்கு முற்றுகை. உள்ளே இருக்க வங்க எல்லாம் பட்டினி கெடந்து, தானே சரணடைவாங்க” என்றார் கார்ன் வாலிஸ்.

தூரத்தில் மூட்டைகளை இறக்கிக் கொண்டே வேலனும் முத்தம்மாவும் ஆங்கிலேயர் பேச்சைக் கேட்டுக் கொண்டிருந்தனர்.

“ஆறுவருசம் இவரு முற்றுகையிட்டாலும், கோட்டைக்குள்ள பஞ்சம் வராது. அவ்வளவு தயாரிப்போட இருக்காரு சுல்தான்”, வேலன் காதில் பெருமையாகக் கிசுகிசுத்தாள் முத்தம்மா.

நீண்ட முற்றுகை என்றதும், மராத்தியரும், நிசாமின்படைகளும் மீண்டும் சுற்று வட்டாரங்களில் கொள்ளையடிக்கப் புறப்பட்டு விட்டனர். ஆனால் கார்ன்வாலிஸ், தான் திட்டமிட்டபடி சென்னையிலிருந்து தடையின்றிச் சரக்குகள் வந்து சேர வழி ஏற்படுத்தினார். வேலன் தன் வண்டிகளோடு பலமுறை சென்னை போய்வந்தான். உணவுப் பொருட் களுக்குத் தமிழ் நாடெங்குமே தட்டுப்பாடு ஏற்படத் தொடங்கியது. சீரங்கபட்டிணத்தின் மீது தாக்குதலைத் தாமதப்படுத்தியதால், இங்கி லாந்திலேயே கூட கார்ன்வாலிசைப் பலர் கிண்டல் செய்யத் தொடங் கினர். எதைப்பற்றியும் கவலைப்படாமல் பருவ மழை முடியும் வரை காத்திருந்த கார்ன்வாலிஸ், அடுத்தபடியாக மைசூர் கோட்டைக்குள் ஒற்றர்களை அனுப்பி, திப்புவின் அதிகாரிகள் பலரை விலைக்கு வாங்க ஆரம்பித்தார். கோட்டையின் ஆயுதங்கள், படைகள் அனைத்தையும் கணக்கெடுத்தார். அதன்பின் தான் சீரங்கப்பட்டிணத்தைத் தாக்குவதற்குத் தயாரானார். ஐம்பதாயிரத்திற்கும் குறைவான படைகளுடன் இருந்த திப்பு சுல்தான்மேல், சுமார் ஒரு லட்சம் படைகளோடு தாக்குதல் நடத்தச் சென்றார். ஆங்கிலேயரின் ஒற்றர்படையில் முத்தம்மாவும், வேலனும், சேர்ந்துகொண்டு வேலையாட்கள் போல் பலமுறை திப்புவின் கோட்டைக்குள் சென்று வந்தனர்.

“திப்பு சுல்தான் சிப்பாய்களைவிட ராக்கெட்டுகளைத்தான் அதிகம் நம்புகிறார் போல இருக்கு, உள்ளே ராக்கெட்டாக் குவிச்சு வச்சிருக்காரே?” என்றான் வேலன். அதை அவன் ஆங்கிலத் தளபதியிடம் தெரிவித்த பொழுது, “அதுக்கெல்லாம் எங்க கவர்னர் ஜெனரல் பயப்படமாட்டார்” என்று அலட்சியமாகப் பதில் கூறினார் தளபதி.

மைசூர் ராக்கெட்டுகள் அரைமைல் தூரம்வரை சென்று தாக்குபவை என்று ஆங்கிலேயருக்குத் தெரியும். சில ராக்கெட்டுக்களை இங்கிலாந்திற்கே அனுப்பி ஆராயச் சொல்லியிருந்தனர். ஐரோப்பியரின் ராக்கெட்டுக்களைப்போல் அலுமினியத்தில் செய்யப்படாமல், இரும்புக் குழாய் களால் செய்யப்பட்டதால், மைசூர் ராக்கெட்டுகளில் அதிக வெடிமருந் தைத் திணிக்க முடிந்தது. கார்ன் வாலிஸ் தன் படைகளைக் காவிரி யாற்றின் கரையில் இருந்து அரைமைல் தூரத்திற்கு அப்பால் நிறுத் தினார். படையின் பின்புறம் சரக்கு வண்டிகளின் இடையே வேலையாட்களாக வேலனும், முத்தம்மாவும் தூரத்தில் நின்றனர்.

நான்குபுறமும் காவேரி நீரால் சூழப்பட்டிருந்த சீரங்கப்பட்டினத்துக் கோட்டைச் சுவர்களில் பீரங்கிகள் அணிவகுத்து நின்றன. ஆனால் அவை, தீவிற்குள் நுழையும் வரை ஆபத்தற்றவை. சுல்த்தானின் ஒரு படைப்பிரிவு தீவை விட்டு வெளியேறி, காவிரியாற்றின் மறுகரையில் அணிவகுத்து நின்றது. கம்பெனிப்படைகள் இன்னும் அரைமைல் தூரத்திலேயே அணிவகுத்து நின்றன.

"பாதுகாப்பா, இந்தத் தீவுக்குள்ள கோட்டையை யார் கட்டினா?" என்று கேட்டாள் முத்தம்மா. "வேலூர் கோட்டை மாதிரி, இதையும் விஜய நகரப் பேரரசுதான் கட்டிச்சு, திம்ம நாயக்கருங்கவரு இதைக் கட்டி முன்னூறு வருஷம் ஆகுது" என்றான் வேலன்.

அவன் சொல்லி முடிப்பதற்குள் மைசூர் படைகளின் ராக்கெட்டுகள் சீறிவரத் தொடங்கின. கார்ன் வாலிஸ் எதிர்பார்த்ததைப் போல் அரைமைல் தூரமல்ல, தாராளமாக ஒரு மைல் தூரம் வரை வந்து விழுந்தன. மைசூர் ராணுவத்திலிருந்த, கன்னட வெடிமருந்து நிபுணர்கள் தங்கள் அறிவு, திறமை அனைத்தையும், ராக்கெட்டுகளை விதம்விதமாக வடிவமைப்பதில் காட்டியிருந்தனர். ஒரே சமயத்தில் பத்து ராக்கெட்டுக்களை ஏவும் பொறிகளை அமைத்திருந்தனர். சில ராக்கெட்டுகள் நெருப்பைக் கக்கின. சில வெடித்துச் சிதறின. சில ராக்கெட்டுகளின் உள்ளேயிருந்து ஆணிகள் பறந்து வந்து கம்பெனி வீரர்களின் உடல்களைத் துளைத்தன. சில ராக்கெட்டுகளின் பக்கவாட் டில் கத்திகள் கட்டப்பட்டு, வழியில் நின்றவர்களின் கால்களைச் சீவிக் கொண்டு சென்றன. அடிபட்ட வீரர்கள் தரையில் விழுந்து துடிதுடித்தனர். கம்பெனிப் படைகள் சிதறி ஓடின. ஆனால் ராக்கெட் தாக்கும் தூரத்தைத் தாண்டியதும், மீண்டும் அணிவகுத்து

நின்றன. ஓடுபவர்களைத் துரத்துவதற்குத் தயாராக வந்த திப்பு சுல்த்தானின் குதிரைப் படைகள் தயங்கி நின்றன.

"வேலா, இங்கிலீஷ் ராணுவ அதிகாரிங்க திறமைசாலிங்கதான். சிதறி ஓடின படையைத் திரும்பவும் உறுதியா நிக்க வச்சிட்டாங்களே" என்றாள் முத்தம்மா.

"அவங்க நாட்டில இதைச் சொல்லிக் கொடுக்கறதுக்கே பள்ளிக்கூடமெல்லாம் இருக்காம்" என்றான் வேலன்.

அபெர்கிராம்பி தலைமையிலான மற்றொரு படைப்பிரிவு வந்து சேரும் வரை, போரைத் தொடங்க கார்ன்வாலிசுக்கு விருப்பமில்லை. இதை அறிந்து கொண்ட முத்தம்மா அந்தத் தகவலைத் தன் ஒற்றர்கள் மூலம் சுல்த்தானுக்குத் தெரியப்படுத்தியிருந்தாள். அபெர்கிராம்பியை வரும் வழியிலேயே தாக்குவதற்கு திப்பு சுல்த்தானே தன் குதிரைப்படை யோடு விரைந்தார். அபொகிராம்பியின் படை, மற்ற படைகளோடு சேர்வதற்கு முன்பாக அதைத் தனிமைப்படுத்தி அழித்துவிட வேண்டு மென்பது திப்புசுல்த்தானின் திட்டம். ஆனால் திடீரென்று நிசாமின் குதிரைப்படைகள் அபெர்கிராம்பியின் படைகளுக்கு உதவிக்கு வந்தன. கார்ன்வாலிஸ்தான் திட்டமிட்டு அனுப்பியிருந்தார். இரண்டு படைகளுக்கும் நடுவில் மாட்டிக் கொள்ள விரும்பாத திப்பு சுல்தான், தன் படைகளுடன் கோட்டைக்குத் திரும்பி விட்டார். இரவு தன் படைத்தளபதிகளை அழைத்துக் கூட்டம் நடத்தினார் கவர்னர் ஜெனரல்.

"சுல்த்தானோட பலம் என்னன்னு தெரியுதா?" என்ற கேள்வியுடன் தொடங்கினார். "மைசூர் ராக்கெட்", "துல்லியமா சுடற பீரங்கி" என்று பல குரல்கள் எழுந்தன.

"கரெக்ட், சுல்த்தானோட பலவீனம் என்ன தெரியுமா?" என்று அடுத்த கேள்வியைக் கேட்டார் கார்ன் வாலிஸ். அனைவரும் மௌனமாயிருந்தனர். பின்பு தானே பதில் சொன்னார், "அது ரெண்டையுமே இருட்டில பயன்படுத்த முடியாது. அதனால நாம இருட்டில தாக்கப் போறோம்" என்றார். தளபதிகள் முகத்தில் புன்முறுவல் பரவியது.

"ஆனா இதில நமக்கும் ஒரு பலவீனம் இருக்கு. நாமளும் பீரங்கிகளைப் பயன்படுத்த முடியாது. துப்பாக்கிகளையும், கத்திகளையும் மட்டும் தான் பயன்படுத்த முடியும்" என்றார்.

"முதல் தாக்குதல் நடத்துற பெருமையை எனக்குக் குடுங்க" என்று ஆவலாகக் கேட்டார் கர்னல் மியாடோ. "இருட்டில யாரு

மொதல்லே தாக்குவோம் அல்லது தாக்கப்படுவோம்னு இப்போச் சொல்ல முடியாது. நாலு படைப்பிரிவுகளோட மியாடோ கோட்டையோட மேற்குப் பக்கம், இன்னொரு நாலு படைப்பிரிவுகளோட கர்னல் மேக்ஸ்வெல் கிழக்குப்பக்கம், மிச்சம் எட்டுப்பிரிவுகளோட நடுப் பக்கம் நான். இதுதான் திட்டம்" என்றார் கார்ன்வாலிஸ்.

"இதை எப்படியாச்சும் சுல்த்தானுக்குத் தெரியப்படுத்தணுமே" என்று முனகினாள் முத்தம்மா. அதற்குள் கார்ன்வாலிஸின் குரல் மீண்டும் ஒலித்தது. "நம்மோட இன்னொரு பலம் என்ன தெரியுமா? திடீர்த் தாக்குதல். எதிரி நம்ம திட்டத்தை ஒற்றர்கள் மூலமா தெரிஞ்சிக்க றதுக்கு முன்னாடித் தாக்கணும்" என்றார்.

"அப்போ, தாக்குதல் அதிகாலையிலயா" என்றார் மியாடோ

"இல்லை... நடு ராத்திரியிலயா?" என்றார் மேக்ஸ்வெல்.

"இன்னும் ஒருமணி நேரத்தில, சரியா ஒன்பது மணிக்கு" என்றார் கார்ன் வாலிஸ்.

முத்தம்மாவால் தகவலை அதற்குள் அனுப்ப முடியவில்லை. தளபதிகள் விரைந்தோடிப் போய்த் தங்கள் படைப்பிரிவுகளைப் போருக்குத் தயார் படுத்தினர். ஆற்றின் ஆழமற்ற பகுதிகளில், முழங்கால் அளவு தண்ணீரில் கம்பெனி வீரர்கள் ஆற்றைக் கடக்க உள்ளூர் வழிகாட்டிகள் உதவினர். மைசூரின் தனித்தன்மை வாய்ந்த, வட்ட வடிவ மூங்கில் ஓடங்களையும் கார்ன்வாலிஸ் ஏற்பாடு செய்திருந்தார். அந்த அபூர்வ ஓடங்களின் எடை மிகக் குறைவு. ஒரு ஆள் தன் தலையில் ஒரு ஓடத்தைத் தூக்கிச் சென்றுவிட முடியும். ஆயினும் அது பத்துப்பேரை எளிதில் தண்ணீரில் சுமந்து செல்லும். அன்று அவை, கம்பெனிப் படைகளின் பீரங்கிகளை ஆற்றின் குறுக்கே சுமந்து சென்று கரை சேர்த்தன.

சரியாக இரவு ஒன்பது மணிக்குக் கம்பெனிப் படைகள் தாக்குதல் தொடுத்தன. எதிர்பாராத தாக்குதலால் நிலைகுலைந்து போன மைசூர் படைகளுக்குள் ஒருங்கிணைவு இல்லாமல் போயிற்று. சில பிரிவுகள் மட்டும் எதிர்த்தாக்குதல் நடத்தின. பெரும்பாலான வீரர்கள் பாதுகாப்பாகக் கோட்டைக்குள் ஓடினர். குழப்பத்தில் கோட்டையின் கதவு உடனே மூடப்பட்டது. சுல்த்தானின் பாதிப்படைகள் கோட்டைக்கு வெளியே மாட்டிக் கொண்டன. அவர்கள் கிடைத்த மறைவிடங்களில் பதுங்கிக் கொண்டனர்.

இருட்டு கம்பெனிப் படைகளையும் பாதித்தது. இருட்டில் மியாடோவின் படைகள் வழிதவறி, சேரும் சகதியுமான ஒரு பகுதியில் மாட்டிக் கொண்டன. அதனால் கார்ன்வாலிசுக்கு மேற்குப் புறத்தில் காவல் இல்லாமல் போயிற்று. சுல்த்தானின் படைகள் அந்தப்பக்கம் வந்து தாக்கின. கார்ன்வாலிஸ் உயிருக்கே ஆபத்து வந்தது. ஆயினும் கையில் குண்டுக் காயத்துடன் பிழைத்துக் கொண்டார். பொழுது விடிந்ததும், ஆங்கிலேயரின் பீரங்கிகள் முழங்கத் தொடங்கின. அதற்குள் கோட்டையைச் சுற்றிலும் மறைவான இடங்களில் பதுங்கிக் கொண்ட ஆங்கிலப் படைகளை மதில்மேலிருந்த திப்புவின் பீரங்கிகளால் தாக்க முடியவில்லை. திப்பு சுல்தான் சரணடைய முடிவு செய்தார். மதில் சுவரில் வெள்ளைக் கொடி பறந்தது.

" நம்பவே முடியலையே! திப்பு சுல்தான் சரணடையறாரா?" என்றாள் முத்தம்மா. "சரணடைஞ்சாலும் அதை கார்ன்வாலிஸ் ஏத்துக்குவாராங்கறது சந்தேகம்தான். இன்னும் ரெண்டு மணி நேரத்தில எப்பிடியும் இங்கிலீஷ்காரங்க கோட்டையைப் பிடிச்சிடுவாங்க" என்றான் வேலன். ஆனால் அவர்கள் எதிர்பாராத அதிசயம் நடந்தது. கார்ன்வாலிசும் வெள்ளைக் கொடியை உயர்த்தச் சொன்னார். போர் நிறுத்தப்பட்டது. பேச்சு வார்த்தைகள் தொடங்கின.

அதிகாரிகளின் வேலையாட்களோடு சேர்ந்து விட வேலனும், முத்தம்மாவும் முயற்சித்தனர். தலைமைச் சமையல்காரனுக்குச் சில வெள்ளிக்காசுகள் தந்து சுலபமாக இருவரும் வேலைக்குச் சேர்ந்து விட்டனர். கவர்னர் ஜெனரல் மற்றும் அருகிலிருந்த தளபதிகளின் கூடாரங்களுக்கு உணவு கொண்டு செல்லும் வேலையை எடுத்துக் கொண்டனர். காலைச் சிற்றுண்டியுடன் அவர்கள் நுழைந்த முதல் கூடாரமே வேடிக்கையாயிருந்தது. கூடாரமெங்கும் மரப்பெஞ்சுகளில் கணக்கு ஏடுகள் குவிந்து கிடந்தன. அந்த மலைகளின் நடுவே பல ஆங்கிலேயர்கள் அமர்ந்து குறிப்பேடுகளைப்புரட்டிக் குறிப்பெடுத்துக் கொண்டிருந்தனர். சிலர் பூதக்கண்ணாடிகள் உதவியுடன் கணக்குகளை உற்று நோக்கிக் கொண்டிருந்தனர். அருகே மைசூர் அதிகாரிகள் இருவர் பயபக்தியோடு நின்று கொண்டிருந்தனர். உள்ளே என்ன நடக்கிறது என்பது வேலனுக்குப் புரிந்தது. வெளியே வந்ததும் முத்தம்மாவிற்கு விளக்கினான்.

"மைசூர் ராஜ்யத்தோட வரிவசூலைக் கணக்குப் பண்றாங்க. அதை வச்சுத்தான் போருக்கு நஷ்டஈடு கேட்கப் போறாங்க" என்றான்.

அடுத்த கூடாரத்திற்குள் உணவோடு வேலன் மட்டும் சென்றான். உள்ளே கர்னல் மியோடோ ஒரு கையில் கைத்துப்பாக்கியோடு சோகமே உருவாக அமர்ந்து புலம்பிக் கொண்டிருந்தான், “கவர்னர் ஜெனரல் முகத்தில எப்படி விழிப்பேன். அவரு உயிரே போயிருக்கும். எல்லாத்துக்கும் நான் தான் காரணம்”.

வேலன் அவசரம் அவசரமாக, “உங்க மேல கவர்னர் ஜெனரல் குற்றம் எதுவும் சொல்லலையே” என்று ஆங்கிலத்தில் கூறினான். அவனை வியப்போடு திரும்பிப் பார்த்த மியாடோ,

“ஆனால் என் மனச்சாட்சிக்குத் தெரியும். நீ உன் வேலையைப் பாரு” என்றான். வேறு இரண்டு அதிகாரிகள் மியாடோவின் முகாமை நோக்கி வந்து கொண்டிருந்தார்கள். நிம்மதியடைந்த வேலன் உணவை வைத்து விட்டு வெளியே வந்தான். கூடாரத்திற்குள்ளிருந்து திடீரென்று கைத்துப்பாக்கி வெடிக்கும் சத்தம் கேட்டது. வேலனும் மற்ற அதிகாரிகளும் ஓடிச்சென்று பார்த்தனர். மியாடோ தன்னைத் தானே நெஞ்சில் சுட்டுக் கொண்டிருந்தான். வேலன் மருத்துவரை அழைத்துவர ஓடினான்.

மறுபுறம் பேச்சு வார்த்தைகள் நீண்டு கொண்டே போயின. “போரைவிடப் பேச்சுவார்த்தைக்கு ரொம்ப நாள் ஆகும் போல இருக்கே, ஏன்” என்று கேட்டாள் முத்தம்மா. “போர் நடக்கறப்போ ராணுவ அதிகாரிகளா இருந்த திப்புசுல்த்தானும், கார்ன் வாலிஸ் பிரபுவும் இப்போ ரெண்டு வியாபாரிகளா மாறிட்டாங்க” என்றான் வேலன்.

மியாடோ ஒருவாறு பிழைத்துக் கொண்டான். மைசூர் போரில் அவனுக்குக் கிடைத்த பணத்தையெல்லாம் தனது சிப்பாய்களுக்குப் பிரித்துக் கொடுத்து விட்டு அவன் இங்கிலாந்து திரும்பிச் செல்லத் திட்டமிட்டிருக்கிறான், என்று மாலை தகவல் கொண்டு வந்த தலைமைச் சமையல்காரன், அன்று இரவு பணிக்கு வருமாறு முத்தம்மாவிற்கும் வேலனுக்கும் உத்தரவிட்டான். இரவில் கவர்னர் ஜெனரலின் அறையில் ரகசியக் கூட்டம் நடந்தது. அவர்களுக்கு உணவுகளைப் பரிமாறிவிட்டு வெளியே நின்று முத்தம்மாவும், வேலனும் ஒட்டுக் கேட்டனர்.

“**மை**சூர் ராஜ்யத்தையே பிடிக்காம, ஏன் சமாதானத்துக்கு ஒத்துக் கிட்டீங்க” என்று எல்லாத் தளபதிகளுமே கேட்டுக் கொண்டிருந்தனர். அனைவரையும் அமைதிப்படுத்தி விட்டு, கார்ன்வாலிஸ் பேசத் தொடங்கினார். “முதலாவதா, மைசூர் அரசு இருந்தால்தான் மராத்தியர்களைக் கட்டுப்படுத்த முடியும்.

ரெண்டாவதா, போருக்கு என் சொந்த ஜாமீன்ல நெறையக் கடன் வாங்கியிருக்கேன். மைசூர் கருவூலத்தில இப்போ அவ்வளவு பணம் இல்லை. வரி வசூல் மூலமா அதைக் கொடுக்க திப்பு சுல்த்தானால தான் முடியும்" என்றார்.

"போர் நடக்கிறறப்போ எங்கேயோ கொள்ளை அடிச்சிக்கிட்டிருந்த மராத் தியரும், நிசாமும், இப்போ ஆளுக்கு முப்பது லட்சம் இழப்பீடு கேட்கிறாங்க. கூடவே நிறைய மைசூர் பகுதிகளையும் கேட்கிறாங்களே" என்றார் மேக்ஸ்வெல்.

"கொஞ்சமாவது குடுத்துத்தான் ஆகணும். அவங்க பேரைச் சொல்லித் தான் போரே நடத்திக்கிட்டு இருக்கோம். அவங்களுக்கு ஆளுக்கு முப்பது லட்சமும், மைசூர் ராஜ்யத்தில மூன்றில ஒரு பகுதியைத் துண்டு போட்டு, அதை ஆளுக்குப் பாதியாவும் கொடுக்கப்போறோம்" என்றார் கவர்னர் ஜெனரல்.

"அப்போ கம்பெனிக்கு" என்றார் மேக்ஸ்வெல்.

"சுல்த்தானோட துறைமுகங்களை மட்டும் எடுத்துக்கப்போறோம். போர் இழப்பீடாக் கம்பெனிக்கு மூணுகோடி கேட்கப்போறோம்" என்றார் கார்ன் வாலிஸ்.

"இப்போ தர்றேன்னு சொல்லிட்டுப் பின்னால தராம ஏமாத்திட்டா?" என்றார் மேக்ஸ்வெல். "திப்பு நிச்சயம் ஏமாத்துவார். அதனால அவரோட ரெண்டு மகன்களைப் பணயக் கைதியா இழுத்துக்கிட்டுப் போகப்போறோம்" என்றார் கார்ன்வாலிஸ் சிரித்துக் கொண்டே.

"இவங்க ஒரு கம்பெனியா, கடல் கொள்ளைக்காரங்களா?" என்று முனகினாள் முத்தம்மா. "ரெண்டு பேருக்கும் கொள்ளையடிக்கிற அளவில தான் வித்தியாசம்" என்று முனகினான் வேலன்.

85

கூடாரத்திற்குள்ளிருந்து கைதட்டல் ஒலி கேட்டது. உடனே வேலனும் முத்தம்மாவும் தேநீரையும் சிற்றுண்டிகளையும் எடுத்துக் கொண்டு உள்ளே சென்று அனைவருக்கும் பரிமாறினர். வேலைக்காரர்களுக்கு ஆங்கிலம் தெரியாதென்று நினைத்து அதிகாரிகள் தொடர்ந்து பேசிக் கொண்டிருந்தனர். "போர் நிறுத்தத்துக்கு அவசரப்பட்டு ஒத்துக்கிட்டோம்" என்றார் மேக்ஸ்வெல்.

"அவசரப்பட்டு இல்லை, கர்னல்மேக்ஸ்வெல். நாம மைசூரைப் பிடிச்சிருந்தா, அதை யார் ஆட்சி செய்யறது? கம்பெனியா?

மராத்தியரா? ஹைதராபாத் நிசாமா? வீணா நம்ம அணிக்குள்ளே சண்டை வந்திருக்கும்" என்றார் கவர்னர் ஜெனரல்.

"அதுவும் சரியான காரணம் தான்" என்றார் அபிகிராம்பி.

"அதுமட்டுமே காரணம் இல்லை, மராத்தியருக்கும், திருவாங்கூருக்கும், நிசாமுக்கும் திப்புசுல்தான் பெரிய தலைவலியா இருப்பாரு. அவங்க நாலு பேரும் மோதி மோதி இன்னும் பலவீனமாவாங்க"

"இது தான் முக்கியமான காரணமா" என்றார் அபிகிராம்பி.

"இது ரெண்டு மட்டும் இல்லை. நாம ஆட்சியைப்பிடிச்சு வசூலிக்கற வரியை விடப் போருக்கு இழப்பீடா அதிகப் பணம் தரச்சொல்லித் திப்புசுல்த்தானைக் கட்டாயப் படுத்தமுடியும். நம்ம கடன்களும் தீரும், அதிகமா வரி வசூல் பண்றதால திப்பு சுல்தான் மேல மக்களுக்கு வெறுப்பும் அதிகமாகும். பின்னால நாம மைசூர் ஆட்சியை எதிர்ப்பே இல்லாமப் பிடிக்க முடியும்" என்றார் கார்ன்வாலிஸ்.

"ஓ, வங்காளம் மாதிரியே" என்றார் மேக்ஸ்வெல்.

"வங்காளத்தில் என்ன நடந்துச்சு" என்றார் அபிகிராம்பி.

"கம்பெனிதான் சிராஜ் உத்தௌலாவை விரட்டுச்சு. ஆனால் ஆட்சியை கம்பெனி உடனே எடுத்துக்கலை. மொதல்லே மீர்ஜாபரை நவாப்பாக்கி வரியை அதிகப்படுத்தினோம். அவருமேல மக்களுக்கு வெறுப்பு வந்தப்புறம் மீர்காசிமை நவாப் ஆக்கினோம். அவர்கிட்டேயும் அதிக வரி போடச் சொல்லிக் கட்டாயப் படுத்தினோம். மக்களுக்கு அவரு மேலயும் வெறுப்பு அதிகமாச்சு. பின்னால ஆட்சியை நாமே எடுத்துக்க றப்போ மக்கள் யாரும் அதை எதிர்க்கலை" என்றார் மேக்ஸ்வெல். "எனக்கு அரசியல் இப்பத்தான் புரிய ஆரம்பிக்குது" என்றார் அபி கிராம்பி. "ஆனாலும், நஷ்ட ஈட்டோட, மராத்தியருக்கும், நிசாமுக்கும் இவ்வளவு நிலப்பகுதிகளையும் குடுக்க வேண்டிய அவசியம் இல்லை" என்றார் மேக்ஸ்வெல். "கொஞ்சநாள் பாதுகாத்து வைக்கட்டும். கடைசியிலே எல்லாம் கம்பெனிக்குத் தானே வரப்போகுது" என்றார் அபி கிராம்பி. "இப்போ இவன் நமக்கு. அரசியல் சொல்லித்தர ஆரம்பிச்சிட் டான்" என்றார் கார்ன் வாலிஸ்

கூடாரத்திலிருந்து வெளிவந்த முத்தம்மா, "இவங்க பண்ற சூழ்ச்சியையெல்லாம் சுல்த்தானுக்குத் தெரியப்படுத்தணும்" என்றாள். "சுல்த்தானுக்கு இந்த சூழ்ச்சிகளைப்பத்தித் தெரியாதுன்னா நினைக்கிறே. பொய்க் கணக்கை அனுப்பிச்சுக் கம்பெனியை

ஏமாத்திட்டாருன்னு ரகசியமாப் பேசிக்கிறாங்க" என்றான் வேலன். "அது என்ன பொய்க் கணக்கு" என்றாள் முத்தம்மா.

"வரி, வசூல்ல பாதியைத்தான் திப்புசுல்தான் கணக்கில காட்டியிருக்காராம். அதனால தான் மூணுகோடி இழப்பீட்டுக்குக் கம்பெனி ஒத்துக் கிட்டிருக்காம். உண்மையான கணக்குத் தெரிஞ்சிருந்தால் ஆறுகோடி கேட்டிருப்பாங்களாம். நேத்து மைசூர் அதிகாரிங்க பேசிக்கிட்டது. என் காதில விழுந்தது" என்றான் வேலன்.

சொல்லிக்கொண்டிருந்த பொழுதே மைசூர் உயரதிகாரிகள் இருவர் முகாமை நோக்கி வந்தனர். "அதோ அவங்களே வந்திட்டாங்க பாரு" என்றான் வேலன். இரண்டு அதிகாரிகளும் முகாமிற்குள் நுழைந்ததும், காதைத் தீட்டிக் கொண்டு முத்தம்மாவும் வேலனும் உள்ளே பேசிக் கொள்வதைக் கேட்டனர்.

"நீங்க போடற எல்லா நிபந்தனைகளுக்கும் சுல்தான் ஒத்துக்கறாரு" என்றார் அதிகாரி. "நல்லது, மங்களூர் ஒப்பந்தத்தில சுல்தான் போட்ட நிபந்தனைகள் எல்லாத்தையும் கம்பெனி ஏத்துக்கிச்சு, வரலாறு இப்போ தலைகீழ் ஆகுது" என்றான் கார்ன் வாலிஸ். "ஆனால் ஒரு நிபந்தனையை மட்டும்……." சற்று தயங்கினார் மைசூர் அதிகாரி

"என்ன? அவரு மகன்களைப் பணயக் கைதிகளா தர்றதைப் பத்தியா" என்றார் கார்ன்வாலிஸ். "ஆமா பிரபு" என்று தலையாட்டினார் மைசூர் அதிகாரி. "அந்த நிபந்தனையை மட்டும் விட்டுக் கொடுக்க முடியாது" என்றார் கார்ன் வாலிஸ். "அந்த நிபந்தனைக்குச் சுல்தான் மறுப்பு எதுவும் சொல்லலை பிரபு. ஆனால் உங்ககிட்ட தனிப்பட்ட முறையில ஒரு வேண்டுகோள் வைக்கிறார்" என்றார் மைசூர் அதிகாரி. "அது என்ன வேண்டுகோள்?" என்று குழப்பத்துடன் கேட்டார் கார்ன்வாலிஸ்.

"எங்க இளவரசர்கள் ரெண்டுபேரும் வசதியாத் தங்கறதுக்கு, நாங்களே மதராஸ்ல வீடு ஏற்பாடு செய்வோம். அவங்களுக்கு வேலையாட்களையும் அனுப்புவோம்" என்றார் அதிகாரி. "நல்லதாப் போச்சு, நமக்குச் செலவு மிச்சம்" என்றார் கூட இருந்த மாக்ஸ்வெல். மைசூர் அதிகாரி மீண்டும் தொடர்ந்தார், "அதோட மதராஸ்ல கைதியா இருக்கப் போற இளவரசர்களுக்கு இங்கிலீஷ் வாத்தியாருங்களை வச்சுப் பாடமும் சொல்லிக் குடுக்கணும். உங்க நாட்டுப் பழக்கவழக்கங்களையும் சொல்லித்தரணும். செலவெல்லாம் எங்க பொறுப்பு". ஒரு நிமிடம் கார்ன்வாலிஸ் பேச்சற்று நின்றார். பிறகு பலத்த சிரிப்புடன்,

“திப்பு சுல்தான் நான் நெனச்சிருந்ததைவிடப் பல மடங்கு புத்திசாலி. தோல்வியையும் உபயோகமானதா மாத்திக்கிறாரு. எல்லா இந்திய ராஜாக்களும் இதுபோல இருந்திட்டா, நாங்க இந்தியாவை விட்டே ஓட வேண்டியது தான்” என்றவர், மைசூர் அதிகாரியைப் பார்த்து, “திப்புசுல்தான்கிட்டச் சொல்லுங்க. அவரு ரெண்டு பிள்ளைங்களையும் என் சொந்தப் பிள்ளைங்க மாதிரிப் பார்த்துக்குவேன்”, என்றார்.

மார்ச் மாதம் பதினெட்டாம் தேதி, சீரரங்கப்பட்டிண ஒப்பந்தம் கையெழுத்தானது. திப்பு சுல்த்தானின் இரு புதல்வர்களும், பணயக் கைதிகளாக கார்ன்வாலிசின் கைகளில் ஒப்படைக்கப்பட்டனர். ஒப்பந்தப்படி, மூன்றுகோடி இழப்பீட்டில் பாதியை உடனடியாகத் தர வேண்டும். மீதியை மூன்று தவணைகளாகத் தர வேண்டும். சுல்த்தானும் காலம் தவறாமல் தவணைகளைச் செலுத்தினார். ஆனால், ஆங்கிலேயர் எதிபார்த்தபடி திப்புசுல்தான் மக்களிடம் வரியை உயர்த்தவில்லை. தனக்கு ஏற்கனவே பாளையக்காரர்கள் வைத்திருந்த வரிபாக்கியை வசூலித்தே கம்பெனிக்குக் கட்ட ஏற்பாடு செய்தார்.

அதற்குமேல் மைசூரில் வேலையில்லாததால், வேலனும், முத்தம்மாவும் மதராசுப் பட்டணம் திரும்பினர். கிடங்கில் சரக்கு ஏற்றப்படு வதைக் கவனித்துக் கொண்டிருந்த வேலன் புதிதாக நான்கு பேர் வேலைக்குச் சேர்ந்திருப்பதைக் கவனித்தான். மணிவாசகத்தை அழைத்து விவரம் கேட்டான். “அவங்க நாலு பேரும் வடமேற்கே யிருந்து பஞ்சம் பொழைக்க வந்திருக்காங்க” என்று பதில் கூறினார் அவர்.

ஒரு சனிக்கிழமை மாலை, வேலை முடிந்து போகும் பொழுது, “அவங்க நாலுபேரையும் நாளைக்கு வீட்டுக்குக் கூட்டிக்கிட்டு வாங்க”, என்று மணிவாசகத்திடம் சொல்லிவிட்டு, வீட்டிற்குப் புறப்பட்டான். மறுநாள் பகல் உணவிற்குச் சற்று முன்னதாக நால்வரையும் அழைத்துக் கொண்டு வேலன் வீட்டிற்குள் நுழைந்தார் மணிவாசகம். அவர்களில் ஒருவருக்கு நடுத்தர வயது. மற்ற மூவரும் இளைஞர்கள். நால்வருமே உடல் மெலிந்து இருந்தாலும், அவர்களின் உயரமான தோற்றத்தை வைத்து, ஒரு காலத்தில் வலிமையான உடலமைப்புப் பெற்றவர்களாகத்தான் இருந்திருக்க வேண்டும் என்று வேலனால் ஊகிக்க முடிந்தது. உள்ளே நுழைந்ததுமே வேலனின் முன்பு இரு கைகளையும் கூப்பிய நடுத்தர வயதுக்காரர்,

“சாகிப், கூலியை வேணும்னாலும் குறைச்சுக்குங்க, வேலையில இருந்து மட்டும் எடுத்திடாதீங்க” என்றார். அப்பொழுது வீட்டிற்குள்ளிருந்து முத்தம்மாவும், மெகருன்னிசாவும் ஒன்றாக வெளியே வந்தனர். “சாப்பாடு ரெடி” என்று கூவினாள் மெகருன்னிசா.

“உங்க பேரு என்ன?” என்று கேட்டான் வேலன்.

“என் பேரு ரகுராம், இவங்க மூணுபேரும் என் பிள்ளைங்க” என்றார் வந்தவர். “உங்களை விருந்துக்குத்தான் கூப்பிட்டேன், வாங்க சாப்பிட லாம்” என்று அழைத்தான் வேலன். அனைவரும் மதிய உணவு அருந்தியபின், “உங்களைப்பார்த்தா, சாதாரண வேலையாளுங்க மாதிரித் தெரியலையே” என்றான் வேலன்.

“உண்மை தான் சாகிப். நாங்க நெசவுத் தறி போடறவங்க, ரெய்ச்சூர்ல இருந்து வந்திருக்கோம்” என்றார் பெரியவர்.

“ரெய்ச்சூர் நெசவுக்குப் பேரு வாங்கினதாச்சே” என்றார் மணிவாசகம்.

“ஆமாம், ஒரு காலத்தில ரெண்டாயிரம் தறிகள் ஓடிக்கிட்டு இருந்துச்சு” என்றார் பெரியவர். “நெசவு மட்டும் இல்லை, எங்க ஊர்ல விவசாயமும் நிறைய” என்றான் அவரது மூத்தமகன். “ஆமா, துங்க பத்திரா, கிருஷ்ணா, ரெண்டு பெரிய ஆறுகளுக்கு நடுவே இருக்க வள மான பகுதி ரெய்சூர்” என்றார் ரகுராம். “அத்தனை வளமான பகுதியில பஞ்சம் எப்படி வந்துச்சு” என்று கேட்டாள் முத்தம்மா.

“ஏன் வராது? எங்களைச் சுத்தி மூணுபெரிய சாம்ராஜ்யங்கள் இருக்கே, வடக்கே மகாராஷ்டரா, தெற்கே மைசூர், கிழக்கே ஹைதராபாத்”, என்றான் இரண்டாவது மகன். “எங்க பகுதியை அஞ்சு பேய்ங்க பிடிச்சு ஆட்டுது” என்றான் மூன்றாவது மகன். குழப்பத்துடன் பார்த்த வேலனிடம் ரகுராம் விளக்கினார், “எப்போ யாரு ஆட்சிக்குக்கீழே நாங்க இருக்கோம்னே தெரியாது. இந்த மூணு சாம்ராஜ்யங்கள் மட்டுமில்லாம சில சமயம் கம்பெனிப் படையும் வந்து எங்க ஊரை அழிக்கும்”, என்றான் மூத்தவன். “அப்பக்கூட நாலு பேய்ங்க தானே ஆகுது” என்றாள் மெகருன்னிசா. “அஞ்சாவது பேய்தான், நெஜமான பேய். எந்தக் காலத்திலேயோ மறைஞ்சு போன விஜயநகர சாம்ராஜ்யத்தோட சிப்பாய் கன்னு சொல்லிக்கிட்டு ஒரு கும்பல், இப்பவும் வந்து மெரட்டி வரிவசூல் பண்ணுவாங்க” என்றார் ரகுராம்.

“அந்தப் பேய்ங்க திருநெல்வேலிச்சீமை வரைக்கும் கூடப்போறாங்க” என்றார் மணிவாசகம். “உழைக்கிறவங்க

ரத்தத்தை எத்தனை பேய்ங்க தான் உறிஞ்சும்" என்றாள் முத்தம்மா. "ஒவ்வொரு ராஜாவும் போருக்கு ஒவ்வொரு காரணம் சொல்றாங்க, மதத்துக்காக, இனத்துக்காக, மொழிக்காகன்னு. ஆனால் எங்க அனுபவத்தில எல்லாமே ஏழைங்க ரத்தத்தை உறிஞ்சறதுக்காகத்தான்", என்றார் ரகுராம்.

சற்றுநேரம் அமைதி நிலவியது. பிறகு ரகுராமே தொடர்ந்தார். "இத்தனையும் சமாளிச்சு வாழ்த்துக்கிட்டிருந்தோம். ஆனால் இங்கிலீஷ் வருசம் 1790 ல சுத்தமா மழைபெய்யலை, சமாளிச்சோம். அடுத்தடுத்து ரெண்டு வருசமும் சரியாப் பெய்யலை. பஞ்சம் தலைவிரிச்சு ஆட ஆரம்பிச்சிது. என்ன விலைகுடுத்தாலும் தானியம் கெடக்கலை. தஞ்சாவூர்ப் பக்கம் இருந்து வந்த அரிசியையும் கம்பெனிக்காரங்க தடை பண்ணிட்டாங்க" என்றார் ரகுராம்.

"உங்க ராஜா உதவி பண்ணலயா, அப்போ யாரு ஆட்சிக்குக் கீழே இருந்தீங்க" என்று கேட்டாள் மெகருன்னிசா. "வெளையறப்போ வரிவாங்கப் போட்டிபோட்ட அஞ்சு பேய்களும், பஞ்சம் வந்தப்போ காணாமல் போயிடுச்சுங்க" "நீங்க மராத்தா பேஷ்வாகிட்ட உதவி கேட்டிருக்கலாமே" என்றான் வேலன்.

"பேஷ்வா ஆளுங்க, இதுதான் சாக்குன்னு, வியாபாரிங்க கிட்டயிருந்த நெல்லையும், தானியங்களையும், பதுக்கிறதாப் பழிபோட்டுப் பறிமுதல் பண்ணிக்கிட்டுப் போயிட்டாங்க. ஏழைகளுக்கு எதுவும் தரலை. நாங்களாவது செத்துப்போன ஆடு, மாடுங்களைத் தின்னு பிழைச்சோம். அசைவம் சாப்பிட முடியாத ஆளுங்க, கண்ட விஷக் கிழங்குகளைத் தின்னு, வயித்தால போய்ச் செத்தாங்க" என்றான் மூத்தமகன். "பஞ்சத்துக்காகப் பெத்த புள்ளைங்களையே விக்கிறதெல்லாம் கூட நடந்தது" என்றான் இரண்டாவது மகன்.

"ஏன், செத்துப்போன குழந்தைகளைத் தின்ன குடும்பங்கள் கூட இருந்துச்சு" என்றான் மூன்றாவது மகன். "இவ்வளவு தூரம் வராம, பக்கத்தில நிசாமோட பகுதிக்குள்ள போயிருக்கலாமே" என்றார் மணிவாசகம். "எங்க பகுதியே பரவாயில்லை. ஹைதாராபாத் நிசாம், பேருக்குத்தான் ராஜா. உண்மையில ஆட்சி பண்றது கம்பெனி அதிகாரிங்கதான். அவங்க, வரிவசூல் கொறையக் கூடாதுன்னு வெதை நெல்லைக்கூடப் பறிச்சிக்கிட்டுப் போயிட்டாங்க. நிசாம் ஏரியா முழுக்க மண்டை ஓடுங்களா சிதறிக் கெடந்துச்சாம். ஹைதராபாத் நகரத்தில மட்டும் ஒரு லட்சம்

பிணங்கள் வீதியில கெடந்துச்சாம்" என்றார் ரகுராம். "இப்போ எனக்கு ஞாபகம் வந்திடுச்சு. அந்தப் பஞ்சத்துக்குப் பேரே, டோஜி போரா பஞ்சம்" என்றான் வேலன்.

"டோஜி போரான்னா" என்றாள் முத்தம்மா.

"மண்டையோட்டுப் பஞ்சம். திரும்பற பக்கமெல்லாம், பட்டினியால செத்தவங்க மண்டையோடுகளாக் கெடந்துச்சாம். கம்பெனிக்காரங்க கணக்குப்படியே, அந்தப்பஞ்சத்தில செத்தவங்க ஒரு கோடிப் பேராம்" என்றான் வேலன். "கம்பெனி ஹைதராபாத் கணக்கை மட்டும் சொல் றாங்க. மகாராஷ்ட்ரத்தில செத்தவங்க இன்னும் அதிகம். மைசூர் போர் முடிஞ்சு திரும்பிப் போன படையிலயே இருந்த பாதிச் சிப்பாய்ங்களே வழியில பஞ்சத்தில செத்துப் போயிட்டாங்க" என்றார் ரகுராம்.

"ஓ போருக்குச் சரியான நேரத்தைத்தான் கார்ன்வாலிஸ் பிரபு தேர்ந்தெடுத்திருக்காரு" என்றாள் முத்தம்மா. "பஞ்சத்தையும் போர்ல ஒரு ஆயுதமாப் பயன்படுத்தறது ஐரோப்பியரோட போர்த்தந்திரம்" என்றார் மணிவாசகம்.

"நான் உங்களை வீட்டுக்கு கூப்பிட்ட காரணத்தைச் சொல்லிடறேன். எங்க கெடங்கில எடுபிடி வேலை செய்யறதைவிட, நீங்க நெசவுத் தொழிலாளிகளா வேலைசெஞ்சா இங்கே கூலி அதிகம். எனக்குத் தெரிஞ்ச வியாபாரிகள்கிட்டச் சொல்லி நான் அதுக்கு ஏற்பாடு பண்றேன்" என்றான். வந்தவர்கள் நால்வரும் நன்றி தெரிவித்து விடைபெற்றுக் கொண்டு புறப்பட்டனர்.

"வேலா, அப்பாவிகளுக்கு உலகத்தில விடிவே கிடையாதா?" என்று கேட்டாள் முத்தம்மா. "அப்பாவிகளாவே இருக்கிற வரைக்கும் யாருக்கும் விடிவே கிடையாது" என்றான் வேலன்

மணிவாசகமும் புறப்பட்டார். மெகருன்னிசா வீட்டு வேலைகளை முடிப்பதற்காக வீட்டிற்குள் சென்றாள். முத்தம்மாவைக் கூர்ந்து கவனித்தான் வேலன். "என்ன இது, என்னை இன்னைக்குத் தான் புதுசாப் பார்க்கிறியா? என்றாள் முத்தம்மா. "நீ கொஞ்சம் ஓய்வெடுத்துக்கிட்டா நல்லதுன்னு தோணுது" என்றான் வேலன்.

"இப்போ மட்டும் என்ன வேலையா செஞ்சுக்கிட்டிருக்கேன். போருக்கு அப்புறம் மைசூர்க்காரங்க தொடர்பே விட்டுப் போச்சு" என்றாள் முத்தம்மா வருத்தமான குரலில். "ஆனால் ஓய்வில்லாமச் சுத்திக்கிட்டுத்தானே இருக்கே" என்றான் வேலன். "கொங்கு

நாட்டில இருந்து புதுசாக் கொஞ்சப் பேரு திரும்பவும் வந்து என்னைத் தொடர்பு கொள்றாங்க. திப்புசுல்த்தானால அவங்களுக்கு இப்போ பண உதவி செய்ய முடியலையாம். நம்மால முடியுமான்னு கேட்கறாங்க'' என்றாள் முத்தம்மா.“ஹீராபிஜ்லியை விக்க முடிஞ்சா, நிச்சயமா பெரிய அளவில உதவி செய்ய முடியும்'' என்றான் வேலன்.

“வேலா, நீ கம்பெனி உளவு வேலையில இன்னும் இருக்கியா'' என்று கேட்டாள் முத்தம்மா. “ஓ, இன்னும் ராபின்சன் எனக்குச் சம்பளம் குடுத்துக்கிட்டுத்தான் இருக்காரு. ஆனால் இப்போ என் வேலைதான் மாறிப்போச்சு. பெரும்பாலும் மொழிபெயர்ப்பாளனா இருக்கேன். சில சமயம் கீழே இருக்கிற அதிகாரிகளைப்பத்தி ரகசியமாத் தகவல் திரட்டச் சொல்லுவாரு. சில சமயம் மத்த அதிகாரிகள் குடுக்கற ரிப்போர்ட்டு சரிதானான்னு பார்த்திட்டு வரச்சொல்லுவாரு'' என்றான்.

“இன்னும் எவ்வளவு நாளைக்கு எந்தப் போராட்டத்திலயும் கலந்துக்காம மௌன சாட்சியாவே இருக்கப் போறே'' என்றாள்.

“என் கேள்விக்குப் பதில் கெடைக்கிற வரைக்கும்'' என்றான் வேலன்.

“உன் கேள்விதான் என்ன?'' என்று கேட்டாள் முத்தம்மா.

“இருபது லட்சம் பேர்கூடத் தேறாத ஒரு குட்டித்தீவு இங்கிலாந்து. அதில ஒரு சின்ன வியாபாரக் கம்பெனி தான் பிரிட்டிஷ் கிழக்கிந் தியக் கம்பெனி. அதில நிரந்த ஊழியாகளே முப்பத்தி அஞ்சுபோ தானாம். அவங்களால எப்படி இருபதுகோடிப் பேர் இருக்கிற இந்தியாவை அடிமையாக்க முடியுது? இது தான் என்னைத் தூங்கவிடாம அரிச்சிக்கிட்டு இருக்கிற கேள்வி,'' என்றான் வேலன். சற்று நேரம் சிந்தனையில் ஆழ்ந்த முத்தம்மா,

“ஒருவேளை அவங்க நாட்டில, நம் நாட்டை விட அதிகம் வெளை யுதோ'' என்றாள். “அது தான் இல்லை. ஒரு காலத்தில ஐரோப்பாவில பஞ்சமும் பசியும் தலைவிரிச்சு ஆடுச்சாம். ஆசிய நாடுகள்ல இருந்து அரிசியும், கோதுமையும், துணிமணிகளும் கப்பல் கப்பலாப் போய் எறங்கினப்புறம் தான் ஐரோப்பா பஞ்சத்தில இருந்து மீண்டதா சார்லஸ் சொல்லியிருக்கான்'' என்றான் வேலன்.

“நம்ம ராஜாக்கள் கிட்ட ஒற்றுமையில்லை. ஒருத்தரோட ஒருத்தர் சண்டை போட்டுக்கிட்டு வலிமை கொறைஞ்சு

போறாங்க" என்றாள் முத்தம்மா. "சின்ன வயசிலயிருந்து நானும் இப்படித்தான் நம்பிக்கிட்டு இருந்தேன். இப்போத் தான் தெரியுது, இங்கே நடக்கிறதைவிடப் பல மடங்கு கடுமையான போர்கள் ஐரோப்பிய நாடுகளுக்குள்ள நடக்குது. அப்போ அவங்கதானே நம்மைவிட வலிமை கொறைஞ்சு போகணும். அது சரியான காரணமாத் தெரியலை" என்றான் வேலன்.

"ஆ, ஞாபகம் வந்திருச்சு, ஔரங்கசீப்புக்கு அப்புறம் வலிமையான பாதுஷா தில்லியில ஆட்சி செய்யலை" என்றாள் முத்தம்மா.

"முகம்மது ஷாவில இருந்து, இப்போ இருக்கி பாதுஷா இரண்டாம் ஷா ஆலம் வரைக்கும் பெரும்பாலானவங்க நல்லாப் படிச்ச மேதைங்க தான்" என்றான் வேலன்.

"அவங்க அந்தப்புரத்திலேயே முடங்கிக் கிடந்தாங்களாமே" என்றாள் முத்தம்மா. "முடக்கப்பட்டாங்க. உண்மையான அதிகாரம் ராணுவத் தளபதிகள் கைக்குப் போயிடுச்சு. சரி, வங்காளத்திலயும், மகாராஷ்ட்ராவிலயும், மைசூர்லயும், ஹைதராபாத்திலயும் தென்னிந்தியாவிலயும் வலிமையான அரசாகள்தானே ஆட்சி செஞ்சாங்க" என்றான் வேலன். மீண்டும் சற்று சிந்தித்துவிட்டு வெற்றிப் புன்னகையுடன்.

"ஆயுதங்கள். ஆமா அதுதான் உண்மையான காரணம். ஐரோப்பியாக்காரங்க துப்பாக்கிகளையும், பீரங்கிகளையும் தூக்கிக்கிட்டுப் போருக்கு வர்றாங்க. நம்ம ராஜாக்கள் இன்னும் துருப்பிடிச்ச வேலையும், வாளையும் மட்டும்தான் நம்பி இருக்காங்க" என்றாள்.

"அதெல்லாம் இருபதுவருசத்துக்கு முன்னால. இப்போ இந்திய ராஜாக்களும், துப்பாக்கியையும் வெடிமருந்தையும் பயன்படுத்த ஆரம்பிச்சிட்டாங்க. தில்லிபாதுஷாவோட தளபதி மீர்சாநஜீப்கான், வங்காள மீர் காசிம், மைசூர்ல திப்பு சாகிப், மகாராஷ்ட்ராவில சிந்தியா, ஹோல்கா எல்லோரும் ஐரோப்பிய முறையில படைகளை உருவாக்க ஆரம்பிச்சிட்டாங்க. அதைவச்சு மத்த இந்திய ராஜாக்களைச் சுலபமாத் தோற்கடிக்கிறாங்க. ஆனால் ஐரோப்பியரை எதிர்த்து மட்டும் வெற்றி பெற முடியலை, ஏன்? ஐரோப்பியரோட வெற்றிக்குப் புதிய ஆயுதங்கள் மட்டும் காரணமில்லை."

வேலன் சொல்லிக் கொண்டிருக்கும் போது வாசலில் குதிரைகள் வரும் சத்தம் கேட்டது.

86

யார் வருகிறார்கள் என்று எட்டிப்பார்த்து விட்டுத் திரும்பி வந்தாள் முத்தம்மா. "என்ன, டேவிடும் பீட்டர்சனும் வர்றாங்களா?" என்று கேட்டான் வேலன். "எப்படிக் கண்டு பிடிச்சே" என்றாள் முத்தம்மா வியப்போடு, "ஞாயிற்றுக்கிழமையாச்சே? ஒரு ஊகம் தான்" என்றான் வேலன். "அவங்களுக்கு டீ போட்டு எடுத்துக்கிட்டு வர்றேன்" என்று சொல்லிவிட்டு வீட்டிற்குள் சென்றாள் முத்தம்மா.

டேவிட்டோடு பீட்டர்சனும் உள்ளே நுழைந்து நாற்காலிகளில் அமர்ந்தனர். வழக்கமாக உடைகளில் அதிகம் கவனம் செலுத்தாத டேவிட் அன்று தேவாலயம் செல்பவன் போல் கோட்டு சூட்டுடன் வந்திருப்பதை வேலன் கவனித்தான். தேநீருடன் முத்தம்மாவும், அவளோடு தட்டில் சூடு பறக்கும் சமோசாக்களுடன் மெகருன்னி சாவும் வரவேற்பறைக்கு வந்தனர். மெகருன்னிசாவும் அன்று பளபளப்பாக ஆடைகள் அணிந்திருப்பதை வேலன் கவனிக்கத் தவறவில்லை. சமோசாக்களின் வாசனையை ரசித்த டேவிட், "மெகருன்னிசா அவளோட சமையல் திறமையைக் காட்ட ஆரம்பிச்சிட்டா போல இருக்கே" என்றான் உற்சாகமாக. ஆனால் பீட்டர்சன் முகத்தில் அத்தனை உற்சாகம் இல்லை.

"மிஸ்டர் பீட்டர்சன் முகத்தில இன்னைக்கு உற்சாகத்தையே காணோமே", என்று வேலன் வெளிப்படையாகவே கேட்டுவிட்டான்.

"எப்படி உற்சாகம் வரும்? எங்க மொதலாளி பால்பென்பீல்டு பெரிய கஷ்டத்தில இருக்காரு" என்றார் பீட்டர்சன். "அரசாங்கங்களுக்கே கடன் குடுக்கற நிதிநிறுவன மொதலாளிக்கு அப்பிடி என்ன கஷ்டம் வந்திருக்கு?" என்றான் வேலன்.

"பென்பீல்டு ஐரோப்பாவில என்ன பண்றாரு தெரியுமா" என்று கேட்டான் டேவிட். "தெரியுமே பாய்டுங்கற பார்ட்னரோட சேர்ந்து பாயிட் அண்ட் பென்ஃபீல்டுன்னு நிதிநிறுவனம் ஒண்ணு நடத்தறாரு. ஐரோப்பிய அரசாங்கங்கள் வெளியிட்ட போர்ச்செலவுக்கான கடன் பத்திரங்களை மொத்தமா வாங்கி, பொதுமக்கள்கிட்ட அதிக விலைக்கு விற்கிறாங்க. கோட்டையெல்லாம் அதுதானே பேச்சு" என்றான் வேலன்.

"அதிலதான் பிரச்சினை. இங்கிலாந்து அரசாங்கக் கடன் பத்திரங்கள்ள பதினெட்டுக்கோடி பவுண்டும், அதே தொகைக்குப் பிரெஞ்சுப் பத்திரங்கள்லயும் முதலீடு பண்ணினாங்க. ஆனால்

ரெண்டு அரசாங்கக் கடன் பத்திரங்களுமே மார்கெட்ல சரியாப் போகலை" என்றார் பீட்டர்சன்.

"ஆஹா, ஐரோப்பிய மக்களுக்குத் தேசபக்தி குறைஞ்சு போச்சா?", என்றாள் முத்தம்மா. "வியாபாரத்தில நஷ்டம் வர்றதும் வழக்கம் தானே" என்றான் வேலன். "ஆனால் அதைவிடப் பெரிய பிரச்சனை ஒண்ணு வந்திருக்கு. ஆஸ்திரிய நாட்டு மன்னர் வாங்கின ஆறுகோடி பவுண்டு கடனுக்கு பென்பீல்டு உத்திரவாதம் கொடுத்திருக்காரு. அதுக்கு ஈடா இந்தியாவிலயிருக்கிற சொத்துகளைக் காட்டியிருக்காரு. மன்னர் இப்போ திவாலாயிட்டார்" என்றார் பீட்டர்சன்.

"ஓ, இப்போ பென்பீல்டு சொத்துகளை விற்க வேண்டி வருமோ?" என்றான் வேலன். "சொத்து இருந்தாத்தானே விற்கிறதுக்கு. இல்லாத சொத்துக்குப் போலிப் பத்திரங்களைக் காட்டியிருக்காரு. இப்போ விசாரணை நடக்குது. அவரை ஜெயில்லபோட இங்கிலாந்தில ஏற்கனவே ஒரு கும்பல் துடிச்சிக்கிட்டிருக்கு" என்றான் டேவிட் கவலையோடு.

"கவர்னர் பெய்கூட்டையே ஜெயில்ல போட்டுச் சாகடிச்சிட்டு, வெறும் ஆயிரம் பவுண்டு அபராதத்தோட தப்பிச்சவராச்சே பென்பீல்டு. இப்பவும் தப்பிச்சிருவார்" என்றான் வேலன். "நானும் அப்படித்தான் நம்பறேன். பெரிய வைரம் எதுவும் வாங்கற நிலைமையில இப்போ அவரு இல்லை. அதைச் சொல்லத்தான் வந்தேன்" என்றார் பீட்டர்சன்.

"அதனால என்ன? வேற எடத்தில விற்க முயற்சி பண்றேன். நீங்களும் முயற்சி பண்ணுங்க. ஒரு கோடிக்கு மேல விற்க முடிஞ்சா, அதெல்லாம் நம்ம கமிசனா எடுத்துக்குவோம்" என்றான் வேலன். டேவிட்டின் முகத்தில் கோபம் படர்வதைக் கண்ட வேலன், "டேவிட், நீயும் முயற்சி பண்ணு. கமிஷனை மூணுபேரும் பங்கு போட்டுக்குவோம்" என்றான். டேவிட் முகத்தில் மீண்டும் சிரிப்பு வந்தது.

அதுவரை பேச்சில் கலந்து கொள்ளாமலிருந்த முத்தம்மா, "திரும்பவும் வெடிமருந்துக்கு ஆர்டர் வந்திருக்கு, எப்போ கிடைக்கும்?" என்றாள். பீட்டர்சனும், டேவிட்டும் ஒருவர் முகத்தை ஒருவர் பார்த்துக் கொண்டனர். "கார்ன் வாலிஸ் பிரபு, நிர்வாகத்தில நெறைய மாற்றம் பண்ணிக்கிட்டு வர்றாரு. இனிமேல் வெடிமருந்து கடத்த முடியாதுன்னு நினைக்கிறேன்" என்றார் பீட்டர்சன். முத்தம்மாள் முகத்தில் உற்சாகம் குறைந்தது. பீட்டர்சன் விடைபெற்றுக் கொண்டு புறப்பட்டார். டேவிட்

அவரோடு செல்ல வில்லை. சற்றுத் தயக்கத்துடன் வேலனிடம், “வேலா, நான் உன்கிட்ட ஒரு முக்கியமான விஷயம் பேசணும்” என்றான்.

“மெகருன்னிசாவைக் கல்யாணம் பண்ணிக்கிறதைப் பத்தியா” என்றான் வேலன். டேவிட்டிற்குத் தூக்கிவாரிப் போட்டது. மெகருன்னிசா முகத்தில் சிரிப்போடு செந்நிறம் படர்ந்தது. “அது எப்பிடி உனக்குத் தெரிஞ்சது?” என்று கேட்டான் டேவிட்.

“நீங்க ரெண்டு பேரும் பண்ணியிருக்கிற அலங்காரமே சொல்லுதே” என்றான் வேலன். அப்பொழுதுதான் மெகருன்னிசாவும், டேவிட்டும் புதிய உடைகளில் இருப்பதை முத்தம்மா கவனித்தாள்.

“மெகருன்னிசா கிறிஸ்துவப்பெண்ணா மாறச் சம்மதிச்சிட்டா. சர்ச்சில வச்சு, கல்யாணம் பண்ணிக்கப் போறோம்” என்றான் டேவிட். முத்தம்மா, மெகருன்னிசாவின் கன்னத்தில் முத்தமிட்டாள். பிறகு டேவிட்டிடம், “கனவு கண்ட மாதிரியே ஒரு ராஜகுமாரியைக் கல்யாணம் பண்ணிக்கப் போறே. நீ இங்கிலாந்து திரும்பறப்போ இவளையும் கூட்டிக்கிட்டுபோவே இல்லயா?” என்றாள்.

“நான் மதராசை விட்டே போகப்போறதில்லை. என் வைரங்களை வித்து, அந்தப் பணத்தில ஒரு கட்டுமானக் கம்பெனி இங்கேயே தொடங்கப்போறேன்” என்றான் டேவிட். “கட்டுமானத்தைப் பத்தி உனக்கு என்ன தெரியும்?” என்றாள் முத்தம்மா.

“பென்பீல்டு மாதிரியே நானும் கட்டிடம் கட்டறதுக்குப் படிச்சிட்டுத் தான் இந்தியா வந்தேன். பென்பீல்டு கூடவே இத்தனை வருசம் வேலை பார்த்திருக்கேன். செயின்ட் ஜியார்ஜ் கோட்டையிலயும், வில்லியம் கோட்டையிலயும் தொடர்புகள் இருக்கு. இது போதாதா?” என்றான் டேவிட்.

“பால்பென்பீல்ட் ஒரு அற்புதமான கட்டிடக் கலைஞன், நிதிநிறுவனம் தொடங்கியிருக்கக் கூடாது” என்றான் வேலன்.

“நிதி விஷயத்திலயும் எங்க பாஸ் பெரிய ஆள்தான். பார்ட்னர் செஞ்ச தப்பாலதான் இவரு மாட்டிக்கிட்டாரு” என்றான் டேவிட்.

“டேவிட். பொண்ணோட அப்பாம்மாவா நாங்க ரெண்டுபேரும் நின்னு கல்யாணத்தைத் தடபுடலா நடத்திடறோம்” என்றாள் முத்தம்மா.

“அக்கா, உங்க கல்யாணத்தையும் உங்க அப்பா, அம்மா தடபுடலா நடத்தி வச்சாங்களா?” என்று கேட்டாள் மெகருன்னிசா.

"எங்க ரெண்டு பேரு அப்பாம்மாவும், நாங்க சின்னவயசா இருந்தப்பவே எறந்து போயிட்டாங்க. ஆனால் எங்க கல்யாணத்தில தடபுடலுக்கு ஒண்ணும் பஞ்சம் இல்லை" சொல்லிச் சிரித்தவாறே தங்களது திருமணம் படாலிக் காட்டில் எப்படி நடந்தது என்று விளக்கினாள் முத்தம்மா. டேவிட் தயங்கியவாறே, "இன்னைக்கு கோட்டைக்குள்ள ஒரு பார்ட்டியிருக்கு. மெகருன்னிசாவைக் கூட்டிக்கிட்டுப் போகலாமா" என்றான். "டேவிட், மெகருன்னிசாவோட பேசறதுக்கும், பழகறதுக்கும் நீ ஒவ்வொரு தடவையும் எங்ககிட்ட அனுமதி வாங்க வேண்டிய அவசியம் இல்லை. இனிமே அவளைப் பத்திரமாப் பார்த்துக்கறது உன் பொறுப்பு" என்றான் வேலன். டேவிட்டும், மெகருன்னிசாவும் ஒரே குதிரையில் ஏறிக் கோட்டை நோக்கிச் செல்வதைப் பார்த்துவிட்டு வேலன் முணுமுணுத்தான். "நமக்கும் ஒரு பெண்குழந்தை பொறந்திருந்தா, மெகருன்னிசா வயசுதான் இருந்திருக்கும்".

"அதுக்கு ஏன் முணுமுணுக் கிறே. நமக்கு என்ன வயசா இல்லை. வா முயற்சி பண்ணலாம்" என்று வேலனைப் பார்த்துக் கண்சிமிட்டிவிட்டு அறைக்குள் சென்றாள் முத்தம்மா. வேலனும் புன்சிரிப்போடு முத்தம்மாவைப் பின் தொடர்ந்தான்

காலங்கள் உருண்டோடின. வேலன் தன் வணிகத்தில் கவனம் செலுத்தினான். முத்தம்மா அடிக்கடி கொங்குநாடு போய்வந்தாள். ஹீரா பிஜ்லியை வாங்குவதற்கு மட்டும் யாரும் வரவில்லை. கிருஷ்ணர் பொம்மையில் தூசி கனமாகப் படிந்து கொண்டிருந்தது.

ஒரு நாள் செயின்ட் ஜியார்ஜ் கோட்டைக்குச் சென்று, பீட்டர்சனைச் சந்தித்தான் வேலன். "வேலா, முடிஞ்ச வரைக்கும் அரிசி, பருப்பு வாங்கிச் சேர்த்து வை. திரும்பவும் நிறையத் தேவைப்படப் போகுது" என்றார். "அவ்வளவு சீக்கிரமாவா திரும்பப் போர் வரப் போகுது" என்று கேட்டான் வேலன். "சொல்ல முடியாது, உடனேயும் வரலாம். பல வருசங்களும் ஆகலாம்.உன்னைப் பார்க்கணும்னு மேலதிகாரி ஒருத்தர் காத்துக்கிட்டிருக்காரு வா", என்றார்.

வேலன் எதிர்பார்த்தது போலவே வேலனை ராபின்சனிடம் தான் அழைத்துச் சென்றார். வேலனை அமரச் சொன்ன ராபின்சன், "நன்றி பீட்டர்சன்" என்றார். அவர் சொன்ன தொனியிலிருந்தே தன்னைப் போகச் சொல்கிறார் என்பதைப் புரிந்து கொண்ட பீட்டர்சன் சிறிய கோபத்துடன் நடையைக் கட்டினார். "திரும்பவும்

போருக்குத் தயாராகிறோமா?" என்று கேட்டான் வேலன்.

"திப்புசுல்தான், மூணுகோடியே முப்பது லட்சத்தையும் குடுத்து முடிச்சுத் தன் மகன்களை மீட்டுக்கிட்டார் தெரியுமா?" என்றார் ராபின்சன். "இவ்வளவு சீக்கிரமா?" என்றான் வேலன்.

"ஆமா, இதுக்கு என்ன அர்த்தம்? அடுத்த போருக்குத் தயாராகப் போறார். அதனால நாமளும் தயாராகணும்" என்ற ராபின்சன், "அதுக்குத்தான் உன்னை கூப்பிட்டு அனுப்பிச்சேன்" என்றார்.

"போன தடவை பார்த்த வேலைகளுக்கே பணம் வந்து சேரலையே பிரபு" என்றான் வேலன். ராபின்சன் சிரித்துக் கொண்டே ஒரு சிறிய பையைத் தூக்கி மேஜையில் போட்டார். பையில் காசுகள் குலுங்கும் சத்தம் கேட்டது. வேலன் பேசாமல் எடுத்து வைத்துக் கொண்டான் "எண்ணிப் பார்க்கலையா?" என்றார் ராபின்சன்.

"பிரபு என்ன கொறைச்சா குடுத்திடப் போறீங்க" என்றான் வேலன்.

"குறைவா இல்லை, ஆயிரம் ரூபா கூட வச்சிருக்கேன்" என்றார்.

"அப்போ அடுத்த வேலைக்கு என்ன அனுப்ப முடிவு செஞ்சிட்டிங்க" என்றான் வேலன். "ஆமா, நீ தமிழ்நாடு முழுக்க ஒரு சுத்துச் சுத்திட்டு வரணும். குறிப்பா தெற்குப் பாளையக்காரங்கள்ல யாரு எந்தப் பக்கம் ஆதரவா இருக்காங்கன்னு தெரிஞ்சுக்கிட்டு வரணும்" என்றார். "போர்மேகம் மைசூர்ல சூழும்னு நெனைச்சேன்" என்றான் வேலன்.

"நிச்சயமா. போர் மேகம் மைசூரில தான் மழையாப் பேயும். ஆனால் அதோட நிற்காது, தமிழ்நாடு முழுக்கச் சாரல் அடிக்கும்" என்றார் ராபின்சன். வேலனின் முகத்தில் தெரிந்த குழப்பத்தை ரசித்தவாறே ராபின்சன் மேலும் தொடர்ந்தார், "திப்புசுல்தான் இருக்கிற வரைக்கும் தான் பாளையக்காரங்க ஆட்டம் போடுவாங்க. அவரு கதையை முடிக்கற கையோட, பாளையக்காரங்க தலைவலியையும் தீர்க்கணும். எங்க முதல் குறி, பாஞ்சாலங் குறிச்சி" என்றார் ராபின்சன்.

"பாஞ்சாலங்குறிச்சி, கம்பெனிக்கு ஆதரவான பாளையம்தானே? அவங்க உதவியாலதானே பூலித்தேவரைத் தோக்கடிச்சீங்க" என்றான் வேலன். "அது பழைய கட்டபொம்மன். இப்போ இருக்கிற வீரபாண்டிய கட்டபொம்மன் வேற மாதிரி" என்ற

ராபின்சன், ஒரு நோட்டுப் புத்தகத்தை விரித்து வேலனிடம் நீட்டினார். “பார்த்தியா? இதுதான் கட்டப் பொம்மனோட குடும்ப மரம்” என்றார். வேலனும் அந்த நோட்டைப் பார்த்தான். கட்டபொம்மனின் குடும்ப உறுப்பினர்களை, யாருக்குப் பின் யார் என்று மூன்று தலைமுறைகளின் பெயர்களை ஒரு மரம் போல் வரிசையாக எழுதி வைத்திருந்தனர்.

“நல்லா ஆராய்ச்சி பண்ணியிருக்கீங்க” என்றான் வேலன்.

“எதையும் அலசி ஆராயாம, கம்பெனி போரில எறங்காது. இப்போ பாஞ்சாலங்குறிச்சிப் பாளையக்காரனா இருக்கிற கட்டபொம்மன், கம்பெனியையும் மதிக்கிறதில்லை. ஆற்காட்டு நவாபையும் மதிக்கிறதில்லை. அவன் தம்பிங்க துரைசிங்கமும், குமாரசுவாமியும் யாரையுமே மதிக்கிறதில்லை. இவங்களைக் கம்பெனிக்கு எதிராத் தூண்டி விடறவன், தானாதிபதிப் பிள்ளையாம்” என்றார் ராபின்சன்.

“பிரபு, வீரபாண்டியரைக் கருத்தையான்னும், துரைசிங்கத்தைச் செவத்தையான்னும், குமாரசுவாமியை ஊமைத்துரைன்னும் மக்கள் கூப்பிடுவாங்க. தானாதிபதிப் பிள்ளைங்கிறவரு பாளையத்தோட கணக்குப் பிள்ளை. வட இந்தியாவில திவான்னு சொல்லுவாங்களே அதுபோல ஒவ்வொரு பாளையத்திலயும் நிர்வாகத்தைக் கவனிக்க ஒரு கணக்குப் பிள்ளை இருப்பாரு” என்றான் வேலன்.

“அந்தப் பாளையத்துக்கு வரிகூட ரொம்பக் குறைச்சலாத்தான் போட்டிருக்கு. ஆனால் அதைக் கூட ஒழுங்காக் கட்டமாட்டேங்கிறான்” என்றார் ராபின்சன். “நீங்க ஆற்காட்டு நவாப் பேரால வரி கேட்கிறீங்க. தெற்கத்திப் பாளையக்காரங்க, ஆற்காட்டு நவாபையும் மதிச்சதில்லை, ஔரங்கசீப்பையும் மதிச்சதில்லை. முன்னே நாயக்க மன்னர்களை மட்டும் கொஞ்சம் மதிச்சாங்க. ஆனால் அப்பவும் மதிப்பு மட்டும் தான் குடுப்பாங்க, வரி குடுக்க மாட்டாங்க” என்றான் வேலன்.

“தெற்கே நிர்வாகமே, நடத்த முடியலை. பாளையக்காரங்க ஒருத்தரோட ஒருத்தர் சண்டை போட்டுக்கிறாங்க. ஒருத்தர் பகுதிக்குள்ளே இன்னொருத்தர் புகுந்து கொள்ளையடிக்கிறாங்க. வழியெல்லாம் காவல்கார் போட்டு சுங்கவரி வசூல் பண்றாங்க. நீ பத்து மூட்டை நெல்லை ராமநாதபுரத்தில வாங்கி, மெட்ராசுக்குக் கொண்டுவந்துபாரு. வழியில பாளையக்காரங்களுக்கெல்லாம் வரி குடுத்திட்டு, மெட்ராசுக்கு வந்து சேரும்போது ஒரு மூட்டை

மிஞ்சினாவே ஆச்சரியம். இப்படி இருந்தா விவசாயமும் முன்னேறாது, வியாபாரமும் முன்னேறாது. இதுக் கெல்லாம் ஒரு முடிவு கட்டப்போறோம். அப்புறம் பாரு, கம்பெனியோட நேரடி ஆட்சியில அந்தப் பகுதியெல்லாம் தலைகீழா மாறிடும்" என்றார் ராபின்சன். "ஓ, ஏற்கனவே அதை நான் வங்காளத்தில பார்த்திருக்கேனே" என்றான் வேலன். அவன் குரலில் இருந்த கேலியை ராபின்சன் கவனிக்கவில்லை.

"நிலவரி வசூல்ல, இடைத்தரகர்களை ஒழிச்சு ரயத்வாரி மொறைக்கு மாத்தப்போறோம்" என்றார் ராபின்சன். "திப்புசுல்தான் அதை மைசூர் முழுக்க எப்பவோ நடைமுறைப் படுத்திட்டாரு" என்றான் வேலன்.

"நல்ல வேளை ஞாபகப்படுத்தினே. நீ மைசூருக்கும் போய்த் திப்புசுல்த்தானுக்கு மக்கள்கிட்ட ஆதரவு எவ்வளவு கொறைஞ்சிருக்கும்னு பார்த்திட்டு வரணும். அப்படியே வழியில கொங்கு நாட்டில தீர்த்தகிரிக் கவுண்டர்னு ஒருத்தர் இருக்காராம்" என்று நிறுத்தினார்.

"ஜனங்க அவரைச் சின்னமலைன்னு கூப்பிடுவாங்க" என்றான் வேலன். "ஆமா, அந்த ஆளு ஒரு பாளையக்காரனே இல்லை. ஆனால் வடக்குப் பாளையக்காரங்க எல்லாரையும் திப்புசுல்த்தானுக்கு ஆதரவாத் திரட்டறான். அவனுக்கும் மக்கள் ஆதரவு இருக்கான்னு பார்த்து அறிக்கை குடுக்கணும்" என்றார் ராபின்சன். "அவ்வளவு தானா?" என்றான் வேலன். "இன்னும் ஒரே ஒரு வேலை தான். சிவகங்கைச் சீமையில மருதுபாண்டியாகள் திப்புசுல்தான் கூட ரகசியத் தொடா்பில இருக்காங்களாம்" என்றார்.

"பிரபு, சிவகங்கை மேல கம்பெனி படையெடுத்துப் போனப்போ ராஜா முத்துவடுகநாதர் போரில எறந்து போயிட்டாரு. அவரு தளபதிகளா இருந்த மருதுபாண்டியர், ராணி வேலு நாச்சியாரைப் பத்திரமா விருப்பாச்சிக்கு அழைச்சிக்கிட்டுப் போய், ஹைதர் அலி ஆதரவுல வச்சிருந் தாங்க. இதில ரகசியம் எதுவும் இல்லையே" என்றான் வேலன்.

"திரும்ப எப்படி ஆட்சியைப் பிடிச்சாங்க?" என்றார் ராபின்சன்.

"அந்தப்பக்கத்து ஜனங்க ரொம்ப மொரட்டு சுபாவம், பக்கத்தில கள்ளர் தேசம் வேற. நவாப்பால அதை நிர்வாகம் பண்ணமுடியலை. இடையில ராணி வேலுநாச்சியாரே அடிக்கடி படை எடுத்தும் வந்தாங்க. அதனால ராணிக் கிட்டக் கம்பெனி பேச்சு வார்த்தை நடத்தி, திரும்ப அவங்ககிட்டேயே ஆட்சியை ஒப்படைச்சாங்க.

அதுக்கப்பறம்தான் அந்தப்பகுதி மக்கள் நிம்மதியா இருக்காங்க" என்றான் வேலன்.

"ஓ! மக்கள் ஆதரவு இருந்தா, அசைக்கிறது கஷ்டம் தான். நீ நேரே போய்ப் பார்த்திட்டு விரிவான அறிக்கை குடு" என்றார் ராபின்சன்.

"நீங்க சொல்ற அத்தனையும் முடிக்க ஒரு வருசம் ஆயிடும். என் வியாபாரமே கெட்டுப் போயிடுமே பிரபு" என்றான் வேலன்.

"கெடாது. இன்னும் பெரிசாகும். உன் பழைய மொதலாளி சுந்தரம் பிள்ளைக்கு வயசாகிப் போச்சு. அவரு புள்ளைங்க யாரும் உருப்படியா வியாபாரத்தைக் கவனிக்கிறதில்லை. நான் சொல்ற வேலையைச் செஞ்சா, அவருக்குக் கோட்டையில இருந்து குடுத்திக்கிட்டு இருக்க எல்லா ஒப்பந்தங்களையும் உனக்கே தருவேன்" என்றார் ராபின்சன்.

"ஏற்கனவே இந்தத் தகவல் எல்லாம் உங்களுக்கு வந்துக்கிட்டுத் தானே இருக்கு, என்னை ஏன் அனுப்பறீங்க" என்றான் வேலன்.

"ஏற்கனவே எங்க ஆங்கில அதிகாரிகள் மூலமா வந்துக்கிட்டு இருக்கு. அது சரியா இருக்கான்னு பார்க்கத்தான் உன்னை அனுப்பறேன். நீ தர்ற அறிக்கையை நான் நேரடியா கல்கத்தாவுக்கு அனுப்பிடுவேன்" என்றவர், "இந்தத் தடவை செலவைப் பத்திக் கவலைப்படாதே. அதை நான் பார்த்துக்கறேன்" என்றார்.

"சரி, பிரபு, நீங்க கேட்டப்புறம் நான் மறுக்க முடியுமா" என்று கிளம்பினான் வேலன். "வேலன், ஒரு நிமிஷம், நீ வைரங்களும் விக்கிறியா? உன்கிட்ட பெரிய பெரிய வைரமெல்லாம் இருக்காமே" என்றார்.

ஒரு கணம் வேலன் திடுக்கிட்டான். பின்பு சமாளித்துக் கொண்டு "இல்லை பிரபு, ஆனால் கோட்டை அதிகாரிங்ககிட்ட வைரம் விற்க முயற்சிக்கிற வியாபாரிங்களோட எனக்குத் தொடர்பு இருக்கு. உங்களுக்கும் பெரிய வைரம் எதுவும் வேணுமா பிரபு" என்றான்.

"எனக்கா?" கடகடவென்று சிரித்தார் ராபின்சன், "எனக்கெதுக்குப் பெரிய வைரம். நான் சாதாரணக் குடும்பத்தில பொறந்தவன்", என்றார்.

"உங்க குடும்ப அடையாளமா, குடும்பப் பெருமையைச் சொல்ல ஒரு பெரிய வைரம் வேண்டாமா?", என்றான் வேலன்.

“படிப்புத் தான் எங்கக் குடும்பச் சொத்து. நாணயம்தான் எங்க குடும்பப் பெருமை” என்றார் ராபின்சன். “அப்போ யாருக்கு வைரம் வேணுமோ, அவங்களை எனக்கு அறிமுகப் படுத்தி வையுங்க பிரபு. நியாயமான வெலைக்குத் தரமான வைரங்களா வாங்கித் தர்றேன்” என்று சொல்லி விட்டுப் புறப்பட்டான் வேலன்.

87

வேலன் மணிவாசகத்திடம் பொறுப்புகளை ஒப்படைத்துவிட்டு மறுநாள் புறப்படுவதற்கான வேலைகளில் இறங்கினான். அப்பொழுது உற்சாகத்துடன் வீட்டிற்குள் நுழைந்த முத்தம்மா, “வேலா நீயும் எங்கேயோ பொறப்பிடற போல இருக்கே” என்றாள். “நான் போறது இருக்கட்டும். நீ ரொம்ப உற்சாகமா வர்றியே திரும்ப மைசூரோட தொடர்பு கிடைச்சிடுச்சா” என்றான்.

“எப்படி அவ்வளவு சரியாச் சொல்றே” என்றாள் முத்தம்மா.

“உனக்கு உலகத்திலேயே முக்கியமான விஷயம் அது ஒண்ணுதானே” என்றவன். “எனக்கும் உளவு பார்க்கற வேலை கெடைச்சிடுச்சு” என்றான். “ஓ, வசதியாப் போச்சு, முன்னே மாதிரி நாம ஒருத்தருக்கொருத்தர் தகவல் பரிமாறிக்கலாம். நீ இப்போ எங்கே போயிக்கிட்டிருக்கே” என்றாள் முத்தம்மா.

“மைசூர் நாட்டைச் சுத்திப்பார்க்கப்போறேன். திப்புசுல்த்தானோட மக்கள் செல்வாக்கு எவ்வளவு சரிஞ்சிருக்குன்னு பார்த்து ராபின்ச னுக்கு அறிக்கை குடுக்கணும்” என்றான் வேலன். “வசதியாப் போச்சு, நானும் பாதி தூரம் ஒண்ணாவர்றேன். சின்னமலையைப் பார்க்க படாலிக் காட்டுக்குப் போறேன்” என்றாள் முத்தம்மா.

“இன்னும் படாலிக் காட்டிலதான் பயிற்சி நடக்குதா” என்றான் வேலன்,

“இப்போ அதைச் சின்னமலை விலைக்கே வாங்கிட்டாரு. மைசூர்ல இருந்து ஜாக்கோபின் வீரர்கள் நெறையப்பேர் வந்து பயிற்சி குடுக்கிங்க. நெறைய இளைஞர்கள் சின்னமலை பக்கம் சேர்ந்திருக்காங்க. பீரங்கி செய்யக்கூட காட்டிலே முயற்சி நடக்குது” என்றாள் முத்தம்மா பெருமிதமான குரலில்.

மறுநாள் காலை இருவரும் ஒன்றாகப் புறப்பட்டுச் சென்றனர். பாதி தூரத்தில் பிரிந்து வேறு வழியில் சென்று, வேலன் மைசூர் முழுவதும் வியாபாரத்திற்குப் பொருள் வாங்க வந்திருப்பவன் போல் சுற்றிப் பார்த்தான். கம்பெனி நிர்வாகத்தை விடப் பல

மடங்கு மைசூர் பகுதிகள் செழிப்பாக இருந்தன. கிழக்கிந்தியக் கம்பெனியுடனான போருக் குப் பின் மைசூர் அரசின் நிலப்பரப்பு மூன்றில் ஒரு பங்காகச் சுருங்கி விட்டது. அது ஒரு வகையில் திப்பு சுல்த்தானுக்கு வசதியாக இருந்தது. நிர்வாகம் எளிதானது. விவசாயத்தில் இடைத்தரகாகளாயிருந்த மேல்சாதி ஜமீன்தார்களின் அதிகாரங்களை ரத்து செய்திருந்தார். வியாபாரிகளை ஊக்குவித்தார். அவர்களோடு நேரடித் தொடாபில் இருந்தார். அடிமைகள் விற்பனை, மது, கஞ்சா விற்பனை ஆகியவற்றை முற்றிலும் தடை செய்திருந்தார். காவிரியின் குறுக்கே, தமிழ் நாட்டின் கல்லணை போன்று மைசூரிலும் ஒரு அணைகட்டி, நீர்ப் பாசனத்தை அதிகரிக்கத் திட்டமிட்டுக் கொண்டிருந்தார்.

ஒருமாதம் கழித்துச் சென்னை திரும்பிய வேலன், தன் அறிக்கை யைத் தயார் செய்து கொண்டு ராபின்சனிடம் சென்றான். வேலன் முன்பாகவே, அறிக்கையை விரைவாகப் படித்து முடித்தார் ராபின்சன். ஏமாற்றத்தோடு அறிக்கையைத் துக்கி எறியப்போகிறார் என்று காத்திருந்த வேலன் தான் ஏமாந்து போனான். "ஆஹா அறிக்கை பிரமாதம். திப்புவை இனி சுலபமாக வீழ்ந்திடுவோம்" என்றார். "புரியலையே பிரபு. மக்கள் ஆதரவு அவருக்கு அதிகமாத்தானே ஆகியிருக்கு, நீங்க வருத்தப்படுவீங்கன்னுல்ல நெனச்சேன்" என்றான் வேலன்.

"உனக்குத் தெரிஞ்ச அரசியல் அவ்வளவுதான். ஏழைமக்கள் ஆதரவு சுல்த்தானுக்கு அதிகமாயிருக்கறது உண்மைதான். ஆனால் ஏழைகள் நேரடியாக் கம்பெனியோட போருக்கு வரப்போறதில்லை. ஐரோப்பிய மக்கள் மாதிரி, இந்திய மக்களுக்கு ஆட்சி அதிகாரத்தில பங்கு எதுவும் இல்லை. மேல் சாதிக்காரங்களுக்கு மட்டும்தான் பங்கிருக்கு. அவரு இப்போ ஜமீன்தார்களைப் பகைச்சிக்கிட்டாரு. வியாபாரிகள்ல ஒரு பகுதியையும் பகைச்சிக்கிட்டாரு. நாட்டைக் காட்டிக் கொடுக்க இந்த ரெண்டு பிரிவும் எப்பவுமே தயாரா இருப்பாங்க" என்றவர். "இந்துக்கள் அவர்மேல கோபமா இருக்காங்கன்னு கேள்விப்பட்டேனே" என்றார்.

"அப்படியெல்லாம் இல்லை பிரபு. இந்துக் கோயிலுக்கெல்லாம் மானியம் கொடுக்கிறார். சிருங்கேரி மடத்தை மராத்தியர் சூறையாடி இருந்தாங்க. அதைத் திரும்பக் கட்டறதுக்கான மொத்தச் செலவையும் திப்பு கொடுத்திருக்கார். ஆனால், பார்ப்பன நிலப்பிரபுக்கள் மட்டும் அவர் மேல கோபமா இருக்காங்க. அவங்களோட வரிச்சலுகையெல்லாம் ரத்துப் பண்ணிட்டார்" என்றான் வேலன்.

“முட்டாள், திப்பு சுல்தான் சரியான முட்டாள். பார்ப்பனர்கள் மூலமா இப்போ இந்துக்களை சுல்த்தானுக்கு எதிராத் திரட்டமுடியும். மைசூர் ராஜா உடையாரோட வாரிசுகள் பேரில போர் நடத்த முடியும்” என்றார் ராபின்சன். “உடையார் குடும்பமும் திரும்ப அதிகாரத்தைப் பிடிக்க முயற்சி செஞ்சுக்கிட்டுத்தான் இருக்கு” என்றான் வேலன்.

“கத்தியைத் தூக்காதவனுக்கு அதிகாரம் எப்பிடிக் கிடைக்கும்? ஆனால் ஆட்சி கிடைக்கும். ராஜான்னு பட்டம்மட்டும் கிடைக்கும். நாங்க குடுப்போம். அவரு பேரைச் சொல்லித்தான் போருக்கே போகப்போறோம்” என்ற ராபின்சன், “நான் வாக்குக் குடுத்தபடி கோட்டைக்கு உணவுப் பொருள் விற்பனை ஒப்பந்தம் உன் பேருக்குத் தர ஏற்பாடு பண்ணிட்டேன். போறப்போ வாங்கிட்டுப்போ” என்றார்.

“நன்றி பிரபு, இதுக்குக் கைமாறா நான் என்ன செய்யணும். பணமாவா, பொருளாவா?...” என்று வேலன் கேட்டான். ராபின்சன் வேலனைக் கோபமாப் பார்த்தார். “நான் நேர்மையான அதிகாரின்னு தெரிஞ்சுதானே பேசறே” என்றவர், “எனக்கு உதவி செய்ய நினைச்சா உடனே தெற்கே பயணம் போயி, பாஞ்சாலங்குறிச்சியையும் சிவகங்கையையும் கம்பெனிப் பக்கம் கொண்டுவர முயற்சி பண்ணு” என்றார்.

“அவங்க கம்பெனிக்கு எதிராப் போருக்கு வரலையே” என்றான் வேலன். “அப்பிடித்தான் நடிக்கிறாங்க. ஆனால் கம்பெனிக்கு எதிரா எல்லாப் பாளையக்காரங்களையும் தூண்டி விடறாங்க” என்றார்.

“சரி பிரபு, நான்போய் அவங்களைச் சந்திக்கிறேன்” என்று சொல்லிக் கொண்டே எழுந்தான் வேலன். “நீ போகாத இரு. உன்னைப் பார்க்க ஒருத்தர் வரப்போறாரு. ஆனால் எனக்கு வேலையிருக்கு நான் போறேன்.” என்று ராபின்சன் வெளியே கிளம்பினார்.

சற்று நேரத்தில் உள்ளே நுழைந்த வயதான அதிகாரியை அடையாளம் கண்டுகொண்டு மரியாதையாக எழுந்து நின்றான் வேலன்.

“என்ன வேலா, என்னை மாதிரி சின்ன அதிகாரிகளையெல்லாம் கூட ஞாபகம் வச்சிருக்கியா” என்றார் வந்தவர். “மிஸ்டர் தாமசோட பதவி சின்னதாயிருந்தாலும், அதிகாரம் பெரிசாச்சே.

வெடிமருந்துக் கிடங்கு நிரந்தரமா உங்க நிர்வாகத்தில தானே இருக்கு" என்றான் வேலன்.

"அது முடியப்போகுது. இங்கிலாந்துக்குத் திரும்பறதா முடிவு பண்ணிட்டேன்" என்றார் தாமஸ். "கார்ன்வாலிஸ் பிரபு வந்ததால உங்க சொந்த வியாபாரமெல்லாம் பாதிக்குதா?" என்று கேட்டான் வேலன்.

"அவரு ஆட்டமெல்லாம் கல்கத்தாவில தான். அவரும் கூடச் சீக்கிரமா இங்கிலாந்து திரும்பப்போறாரு. எனக்கு வயசாயிடுச்சு, ஓய்வெடுக்கலாம்னு தான் வேலையை விட்டுப் போறேன்" என்றார் தாமஸ்.

"நல்லது பிரபு. உங்களுக்கு எவ்வளவு ரூபாய்க்கு வைரம் வேணும்" என்றான் வேலன். சற்று திடுக்கிட்ட தாமஸ் "எனக்கு வைரம் வேணும்னு உனக்கு யார் சொன்னது?" என்றார். "இங்கிலாந்துக்குத் திரும்பற எல்லா அதிகாரிகளும் பணத்தை வைரமா மாத்தி எடுத்துக்கிட்டுப் போறது வழக்கம் தானே" என்றான் வேலன்.

"ஆமா, அப்போத்தான் ரகசியமா, பத்திரமா எடுத்துக்கிட்டுப் போகலாம். திறமை இருந்தா, தென்னாப்பிரிக்காவில எறங்கி, இந்தியாவைவிடக் கொறைச்ச வெலைக்கு வைரங்கள் வாங்கிட்டுப் போகலாம். சரி, எனக்கும், கல்கத்தாவில இருந்து வர்ற இன்னொரு அதிகாரிக்கும் வைரங்கள் வேணும். ஆளுக்கு நாற்பது லட்சரூபாய் மதிப்பில. ஆளுக்கு ஒரு பெரிய வைரமா இருந்தா நல்லது", என்றார்."

"ஆகா நீங்க கேட்ட மாதிரியே மூணு வைரங்கள் இருக்கு. அதுக்கு ஹீராபிஜ்லின்னு பேரு. பெரிய வைரத்தை ஒரு கோடிக்கும், கொஞ்சம் சின்ன வைரங்கள் ஒவ்வொன்னையும் ஐம்பது லட்சத்துக்கும் விக்கிறதா இருக்காங்க. என் கமிசன் பிரபுவா பார்த்துக் குடுங்க" என்றான்.

"கோடியெல்லாம் எங்களால முடியாது. ரெண்டு சின்ன வைரங்களை வாங்க நாங்க முயற்சி பண்றோம். வெலையைக் குறைச்சுக் கேட்டுப் பாரு" என்றார் தாமஸ். "வெலையில ஒருரூபா கூடக் கொறைக்க மாட்டாங்க. ஆனால்...." என்று இழுத்தான் வேலன். "வேற வழி இருக்கா?" என்றார் தாமஸ். "ஆமா, நீங்க வெடிமருந்தாக் குடுக்க ஏற்பாடு செஞ்சா வெலையைக் கூடக்கொறையப் பேசலாம்" என்றான் வேலன்.

"ஓ, நீ இன்னும் வெடிமருந்து வியாபாரத்தை விடலையா" என்றவர், பென்பீல்டு இல்லாம வெளியே எடுத்துக்கிட்டுப் போகமுடியாதே" என்றார். "அதை டேவிட் பார்த்துக்குவான் பிரபு, நீங்க தைரியமா ஏற்பாடு பண்ணுங்க. அந்த ரெண்டு அதிசய வைரங்களும் உங்க பரம்பரைப் பெருமையைப் பேசும்" என்றான் வேலன். தாமசின் கண்களில் அப்பொழுதே கனவுகள் படரத் தொடங்கின.

"முன்னே மாதிரி இல்லை, ஆனாலும் நான் ஏற்பாடு பண்றேன். இந்த விஷயத்தைப்பத்தி வேற யார்கிட்டயும் பேசாதே" என்று சொல்லிவிட்டு வெளியேறினார் தாமஸ்.

தாமஸ் வெளியே சென்றதும், வேலனும் புறப்படத் தயாரானான். அதற்குள் அறைக்குள் நுழைந்தார் ராபின்சன். "வேலா, நீ இன்னும் போகலையா, நல்லதாப் போச்சு.ஜெனரல் வெல்ஷ்கிட்ட இருந்து ஒரு உருப்படியான தகவல் வந்திருக்கு. சிவகங்கையை ஆட்சிபண்ற மருதுவுக்கு, ஆட்சியில உரிமையே இல்லையாமே" என்றார்.

"ராணி வேலுநாச்சியார் மகள் வெள்ளைச்சிக்குப் பட்டம் கட்டி வச்சிருக்காங்க. மந்திரி தாண்டவராயப்பிள்ளை செஞ்ச ஏற்பாடு. பெரிய மருது தளபதி, சின்னமருது திவான்" என்றான் வேலன் அமைதியாக.

"ஆனால், வேலுநாச்சியார் ஹஸ்பண்ட்... ராஜா முட்டு" என்றார் ராபின்சன். "அவரு பேரு முத்துவடுகநாதர்" என்றான் வேலன்.

"ஆமா, அவரு ஒரு பையனைத் தத்து எடுத்தாராமே, அவனுக்குத்தானே அரசுரிமை வந்திருக்கனும்" என்றார் ராபின்சன்.

"கம்பெனியோட சண்டை போட்டு முத்துவடுகநாதர் சாகறப்போ, அந்த வாரிசு, உயிர் பிழைச்சாப் போதும்னு போர் தொடங்கறப்பவே எங்கேயோ ஓடிப்போயிட்டான். அதனால மக்களே அவனை மதிக்கற தில்லை. காலையிலே நீங்களே சொன்னீங்களே பிரபு, கத்தியைத் தூக்காதவனுக்கு அதிகாரம் எப்படி வரும்?" என்றான் வேலன்.

"ஆனால் ராஜாவாப் பட்டம் கட்ட முடியும்னு சொன்னேன்ல. மருது, சாதிவேற, முட்டுவடுகா சாதி வேறேங்கறதும் உண்மையா" என்றார் ராபின்சன். "எல்லாம் ஒரு சாதிதான் பிரபு. ரெண்டும் முக்குலத்தோர் சாதியில உட்பிரிவு தான். முத்துவடுக நாதா மறவர் சாதி, மருதுபாண்டியர்கள் அகமுடையார்சாதி. எல்லாம் தேவர்தான்" என்றான் வேலன்.

“உனக்கு அரசியல் புரியலை. அது இருக்கட்டும், இது என்ன ஒவ்வொரு பாளையத்திலயும் ஒரு பிள்ளை உட்கார்ந்து ஆட்டி வைக்கிறான். சிவகங்கையில ஒரு தாண்டவராயன் பிள்ளை, பாஞ்சாலங்குறிச்சியில ஒரு தானாதிபதிப் பிள்ளை” என்றார் ராபின்சன்.

“கணக்கும், நிர்வாகமும் காலங்காலமா அவங்க தொழில். ஆனால் சிவகங்கையில இப்போ அதைச் சின்னமருதுவே பார்த்துக்கறாரு” என்றான் வேலன். “வேலா, நீ சிவகங்கைக்குப் போறப்போ, ஓடிப்போன பழைய வாரிசைக் கண்டுபிடி. முடியலைன்னா, முட்டு வடுகநாதர் சொந்தக்காரன் யாரையாச்சும் கண்டுபிடி” என்றார் ராபின்சன்.

“ஓ... சாதி அரசியல் பண்ணப் போறீங்களா, அப்பிடியே செய்யறேன் பிரபு. முத்துவடுகநாதா பரம்பரையில இருந்து ஒரு சுத்தமான வீரனைக் கண்டுபிடிக்கறேன்” என்றான் வேலன்.

“ஓ வேலன், நீ வியாபாரம் செய்யத்தான் லாயக்கு. எங்களுக்கு வேண்டியது வீரமான வாரிசு இல்லை, வெள்ளைக்காரங்களைப் பார்த்தாலே தொடை கிடுகிடுன்னு நடுங்கிற வாரிசு” என்றார் ராபின்சன். “புரிலையே பிரபு, ஒரு தொடைநடுங்கியினால என்ன உபயோகம்” என்றான் வேலன்.

“உங்க ஆசிய நாட்டு மூளைக்கு எங்க ஐரோப்பிய அரசியல் புரியாது. போய் நான் சொல்றதை மட்டும் செய்” என்றார். வேலன் அவரிடம் விடைபெற்றுக் கொண்டு புறப்பட்டான்.

வீட்டில அவன் வரவிற்காக முத்தம்மாவும், மெகருன்னிசாவும் ஆவலோடு காத்திருந்தனர். “கோட்டையில என்ன நடந்துச்சு” என்று கேட்டாள் முத்தம்மா. “கோமாளி வேஷம்தான் இதுவரைக்கும் போடாம இருந்தேன், இன்னைக்கு அதையும் போட்டுட்டேன்” என்றான் வேலன். “போட்டு என்ன கண்டுபிடிச்சே” என்றாள் முத்தம்மா. “கம்பெனி திப்பு சுல்த்தானுக்கு மட்டும் குறிவைக்கலை” என்றான் வேலன். “பாளையக்காரங்களுக்கும் குறி வைக்கிறாங்களா?” என்றாள் முத்தம்மா.

“மைசூர் அரசுதான் ஆணிவேரு. அதைப் பிடுங்கிட்டா அடுத்து பாளையக்காரங்க, திருவாங்கூர், ஹைதராபாத், மகாராஷ்டிரம் எல்லா அரசுகளும் தானாப் பட்டுப் போகும், சுலபமாப் பிடிச்சிடலாம்னு கம்பெனி திட்டம் போடுது. எப்படியாச்சும் சுல்தான் இவங்க எல்லாரையும் கம்பெனிக்கு எதிராத் திரட்டணும்” என்றான் வேலன். “சுல்தான்கிட்ட இப்போ போதுமான

படையோ, ஆயுதமோ இல்லை. மைசூர் ராஜ்யத்துக்குன்னு இப்போ ஒரு துறைமுகம் கூட இல்லை. அதனால மத்த ஐரோப்பிய நாடுகள்ள இருந்து வெடிமருந்து இறக்குமதி பண்ண முடியலை. சின்னமலைக்கும் வெடிமருந்து குடுக்க முடியலை" என்றாள் முத்தம்மா. "ஆனா அதுக்கு ஒரு ஏற்பாடு பண்ணிட்டு வந்திருக்கேன். சீக்கிரம் நமக்குக் கோட்டையில இருந்து திரும்பவும் திருட்டுத்தனமா வெடிமருந்து கிடைக்கப்போகுது. அதை அப்பிடியே சின்னமலைக்கு அனுப்பிடுவோம்" என்ற வேலன், கோட்டையில் நடந்ததை யெல்லாம் விரிவாகச் சொல்லி முடித்தான்.

அதன்பின் வெடிமருந்து கடத்தல் வேலைகள் விரைவாக நடந்தன. தாமஸ் தஞ்சாவூர், புதுக்கோட்டை அரசுகளுக்கு வெடிமருந்துகளை விற்பனை செய்வது போல் கணக்குக்காட்டி, டேவிட் மூலம் கொஞ்சம், கொஞ்சமாக வெடிமருந்துகளை வேலனின் வண்டிகளில் ஏற்றி அனுப்பத் தொடங்கினார். வேலனும், முத்தம்மாவும் அவற்றைக் கொங்கு நாட்டிற்கு அனுப்பி வைத்தனர். சின்ன வைரங்கள் இரண்டையும் தாமஸ் பெற்றுக் கொண்டார். ஆனால் என்ன முயன்றாலும் பெரிய வைரமான ஹீரா பிஜிலியை மட்டும் வேலனால் விற்க முடிய வில்லை. "இனியும் தாமதிக்க முடியாது, ராபின்சன் கேட்டுக் கொண்ட படி தெற்கு நோக்கிப் புறப்பட வேண்டும்", என்று முடிவெடுத்தான் வேலன். அந்த முடிவை முத்தம்மாவிடம் கூறினான்.

"கட்டாயம் போய்த்தான் ஆகணுமா" என்றாள் முத்தம்மா.

"ஆமா, அது ராபின்சனுக்காக மட்டும் இல்லை. தெற்கே நிலவரம் எப்பிடி இருக்குன்னு நாமும் தெரிஞ்சிக்கலாம்னுதான்" என்றான் வேலன். "அப்போ, நானும் கூடவர்றேன்" என்றாள் முத்தம்மா.

"என்னை மட்டும் ஏன் விட்டுட்டுப் போறீங்க. இந்தத் தடவை கட்டாயமா நானும் கூட வரப் போறேன்" என்றாள் மெகருன்னிசா. "அது முடியாது" என்றான் வேலன். "ஏன் நான் வந்தால் வீண்சுமையா இருப்பேனா" என்றாள் மெகருன்னிசா கோபமாக.

"அப்படியெல்லாம் இல்லை. உன் வீரம் எனக்குத் தெரியாதா. ஆனால் உனக்கு இங்கே முக்கியமான வேலை இருக்கு" என்றான் வேலன்.

மெகருன்னிசா ஆவலுடன், "என்ன... வியாபாரத்தைப் பார்த்துக்கணுமா, நல்லாப் பார்த்துக்குவேன். மணிவாசகம் தாத்தா

எல்லாம் கத்துக் குடுத்திருக்காரு" என்றாள். "ஆமா வியாபாரத்தைப் பார்த்துக்கணும். அதோட ஹீராபிஜ்லியையும் பத்திரமாப் பார்த்துக்கணும்" என்றான் வேலன். "அது எங்கே இருக்குன்னு கூட எனக்குத் தெரியாதே" என்றாள் மெகருன்னிசா. "எனக்கும் தெரியாதே" என்றாள் முத்தம்மா,

"நான் இப்போ காட்டாபோறேன். ஆனால் எந்தக் காரணத்துக்காகவும் நாம மூணுபேரைத் தவிர அந்த ரகசியம் வேற யாருக்கும் தெரியக் கூடாது" என்றான் வேலன்

பிறகுஅவர்கள் இருவரையும் வீட்டிற்குள் அழைத்துச் சென்றான். படுக்கையறைக்குள்தான் வேலன் எங்காவது மறைத்து வைத்திருப் பான் என்று நினைத்திருந்த முத்தம்மாவும், மெகருன்னிசாவும் ஏமாந்து போயினர். பூட்டப் படாமலிருந்த பூஜை அறைக்கு அவர்களை அழைத்துச் சென்றான் வேலன். உள்ளே பல சாமி சிலைகளுக்குப் பின்னே, ஒரு மூலையில், ஹீராபிஜ்லி மறைந்திருக்கும் கிருஷ்ணர் சிலையும் இருந்தது.

"ஹீராபிஜ்லி திரும்பவும் கிருஷ்ணர் வயித்துக்குள்ளே போயிடுச்சா?" என்றாள் முத்தம்மா. "ஆமா, அரை நூற்றாண்டாக் காவல் காத்த கிருஷ்ணரே இன்னும் கொஞ்ச நாளைக்கு ஹீராபிஜ்லியைக் காவல் காக்கட்டும்" என்றான் வேலன். "இந்த ரகசியம் டேவிட்டுக்கோ மணிவாசகத்துக்கோ கூடத் தெரியாதா?" என்று கேட்டாள் மெகருன்னிசா.

"அவங்களுக்குத் தெரிய வேண்டிய அவசியம் இல்லை" என்றான் வேலன். "அப்போ என்கிட்ட மட்டும் ஏன் சொல்றீங்க" என்றாள் மெகருன்னிசா. "ஒரு வேளை நாங்க ரெண்டுபேரும் திரும்பி வராமலே போயிட்டா?" என்றான் வேலன். "உங்களுக்கு என்ன ஆபத்து வரும்? உங்களுக்குத்தான் எல்லாப் பக்கமும் தொடாபு இருக்கே" என்று கேட்டாள் மெகருன்னிசா. "அதனால மரணம் எந்தப் பக்கத்தில இருந்து வேணும்னாலும் வரலாம்" என்றான் வேலன். மெகருன்னிசாவின் கண்களில் கண்ணீர் துளிர்த்தது.

88

நேரடியாகப் பாஞ்சாலங்குறிச்சிக்குச் செல்லாமல், திருச்செந்தூர் சென்று வேலனும், முத்தம்மாவும் கோவிலை ஒட்டிய விடுதியில் தங்கினர். “இங்கே எனக்கு யார் கூடவும் தொடர்பு இல்லையே, பாஞ்சாலங்குறிச்சிக்கு நேரடியா போயிடலாமா?” என்றாள் முத்தம்மா. “வேண்டாம். அவங்களா வந்து நம்மை கூட்டிக்கிட்டுப் போவாங்க” என்றான் வேலன். “எப்படி, உனக்குத் தொடர்பு எதுவும் இருக்கா?” என்றாள் முத்தம்மா வியப்போடு. “அப்படி எதுவும் இல்லை. ஆனால் சில பெரிய மனுசங்களைப் பத்தி நாம விசாரிக்க ஆரம்பிச்சா, அது அவங்க காதுக்கு உடனே போயிடும்” என்றான் வேலன். மறுநாள் பாளையங்கோட்டை, திருச்செந்தூர் கடைவீதிகளிட இருவரும் பொருட்களின் விலைகளை விசாரிக்கத் தொடங்கினர். பேச்சோடு பேச்சாக கட்டபொம்மனைப் பற்றி என்ன நினைக்கிறீர்கள் என்றும் கேட்டுவைத்தான் வேலன். அவர்கள் எதிர்பார்த்தது போலவே, ஒரு நாள் அதிகாலையில் நடுத்தர வயதுக்காரரர் ஒருவர் கதவைத் தட்டினார். அவரை வரவேற்று அறைக்குள் அமரவைத்ததும்,

“என் பேர் சுப்பிரமணியப் பிள்ளை” என்றார். “தானாதிபதிப் பிள்ளைக்கு உதவியா இருக்கீங்களா? என்று கேட்டான் வேலன்.

“அது எப்படி உங்களுக்குத் தெரியும்” என்றார் அவர் வியப்புடன்.

“தானாதிபதிப் பிள்ளை நிச்சயமா யாரையாவது அனுப்புவாருன்னு தான் காத்துக்கிட்டு இருக்கோம். எங்களைப் பத்தியும் இந்நேரம் விசாரிச்சிருப்பீங்களே” என்றான் வேலன்.

“மொதல்லே எங்க ஆளுங்களுக்கு உங்களைப்பத்தி ஒண்ணுமே தெரியலை. அப்புறம், ஒருத்தர் ஆம்பளை வேசத்தில இருக்கற பொம்பளைன்னு துப்புக்கெடைச்சது. மைசூர் உளவாளிங்க, முத்தம்மாவைப் பத்தி ஏற்கனவே எங்களுக்குச் சொல்லி இருக்காங்க. சரி, என்ன விசயமா வீரபாண்டியரைப் பாக்க வந்திருக்கீங்க?” என்று கேட்டார் சுப்பிரமணியம். “உண்மையைச் சொன்னா, கம்பெனியோட உளவாளியா வந்திருக்கேன். அவசரப்படாதீங்க, உங்களுக்கு மதராஸ்ல உதவி எதுவும் வேணும்னா எங்ககிட்டக் கேட்கலாம்னு சொல்லத் தான் வந்திருக்கோம். முத்தம்மா மாதிரியே நானும் கம்பெனிக்கு எதிரிதான், ஆனால் ரகசிய எதிரி” என்றான் வேலன்.

சற்று நேரம் சிந்தனையில் ஆழ்ந்த சுப்பிரமணியம், "சரி, என்கூட வாங்க. நான் உங்களை ராஜாக்கிட்டக் கூட்டிக்கிட்டுப் போறேன்" என்றார். "எப்போ நாங்க தயாராகணும்" என்று கேட்டாள் முத்தம்மா.

"இப்பவே" என்று சொல்லிவிட்டு வெளியேறினார் சுப்பிரமணியம். வெளியே அவரது குதிரை நின்று கொண்டிருந்தது. முத்தம்மாவும் வேலனும் தங்களது குதிரைகளில் ஏறி அவரைப் பின் தொடர்ந்தனர். வழியில் வயல்கள் காய்ந்து, தரிசாகக் கிடந்தன.

முத்தம்மா கேட்டாள் "இப்படிக் காஞ்சு போய்க் கெடக்கே".

"நீ வங்காளத்தையும், வட இந்தியாவையும் பார்த்த கண்ணால இதைப் பார்க்காத. அது ஜீவநதிகள் பாயுற பகுதி, இது வானம் பார்த்த பூமி. மண்ணும் கரிசல் மண்ணு. கம்போ, சோளமோ தான் பெரும்பாலும் போடமுடியும். வங்காளத்தில வருசத்துக்கு மூணுகோடி வரிவசூல் ஆகும். தஞ்சாவூர்ல ஒரு கோடி வசூல் ஆகும். இங்கே மூணு லட்சம் தேறினாலே பெரிய காரியம்" என்றான் வேலன்.

"நீங்க வட இந்தியா,வங்காளமெல்லாம் பார்த்துட்டு வந்தவங்களா?" என்று வியப்புடன் கேட்ட சுப்பிரமணி, "எங்க பாளையத்தில கொஞ்சம் வளமா இருந்த பகுதிகளை எல்லாம் எட்டயபுரம் பிடிச்சு வச்சிருக்கு" என்றார். பிறகு, "இப்போக் கொஞ்சநாளா கம்பு, சோளத்தோட, பருத்தியும் போட ஆரம்பிச்சிட்டாங்க. நல்ல வெலை கெடைக்குது. ஆனால் அதனால, தானியத்துக்குத் தட்டுப்பாடா இருக்கு", என்றார்.

சாலையை விட்டு, ஒற்றையடிப் பாதைகளில் செல்லத் தொடங்கினார் சுப்பிரமணி. வேலனும், முத்தம்மாவும் அமைதியாகப் பின் தொடர்ந்தனர். சிறிது நேரத்தில், மரத்தாலும் பனை ஓலைகளினாலும் கட்டப் பட்ட உயரமான பரண் ஒன்று, தூரத்தில் நிற்பது கண்களில் பட்டது.

"இது என்ன பரண், வயலுக்குக் காவல் காக்கிறதுக்கா" என்று கேட்டான் வேலன். "அது ஒரு காவல் கோபுரம். அது மாதிரி வழிநெடுகப் பார்க்கப் போறோம். இப்போ அங்கே தான் போய் ஓய்வெடுக்கப் போறோம்" என்றார் சுப்பிரமணி.

கோபுரத்தின் அருகில் சென்றதும், அதன் மேல் பெரிய முரசு ஒன்று வைக்கப்பட்டிருப்பதை, வேலன் சுப்பிரமணியிடம் சுட்டிக் காட்டினான்.

“அது தான் காவல்முரசு. திருச்செந்தூர் கோவில்ல மணி அடிக்கறப்பவெல்லாம்.காவல் கோபுர முரசுகள் வரிசையா பாஞ்சாலங்குறிச்சி வரைக்கும் முழங்கும்” என்றார் சுப்பிரமணி. “பாஞ்சாலங்குறிச்சியில ஒரு கடிகாரம் கூடவா இல்லை” என்றான் வேலன்.

“பிண்டாரிகள் வர்றதை ஊருக்குச் சொல்ல, வங்காளத்தில இப்பிடித்தானே உயரமா பரண்கள் கட்டியிருந்தாங்க” என்றாள் முத்தம்மா. “அது யாரு பிடாரி?” என்று கேட்டார் சுப்பிரமணி.

“பிடாரி இல்லை பிண்டாரி. வட இந்தியக் கொள்ளைக்காரங்க” என்றான் வேலன். “எங்க முரசும் அப்பிடித்தான். எதிரிங்க வர்றதைப் பாஞ்சாலங்குறிச்சிக்கு ரகசியமாத் தெரிவிக்கறதுதான் இதோட உண்மையான வேலை” என்றார் சுப்பிரமணி.

அவர்கள் காவல் கோபுரத்தை நெருங்கியதும், முறுக்கு மீசையும், வாட்டசாட்டமான உடலுமாக வந்து நின்று வரவேற்றான் ஒரு காவல்வீரன். அருகிலிருந்த குடிசையிலிருந்து பாய் ஒன்றை எடுத்து வந்து விரித்தான். “எலே செந்தூர் பாண்டி, விருந்தாளிங்களுக்கு தண்ணிகூடக் குடுக்க மாட்டியாலே” என்றார் சுப்பிரமணி.

செந்தூர்பாண்டி மீண்டும் உள்ளே சென்று சிறிய மண்கலயங்களில் தண்ணீர் கொண்டு வந்தான். முத்தம்மாவும், வேலனும் குடிசையை நோட்டமிட்டனர். மண்தரையில் சில சட்டி பானைகளைத் தவிர எதுவுமில்லை. சுவற்றில் ஆணிகளில், வாளும், கேடயமும், ஒரு சவுக்கும் தொங்கின. பாண்டி அவர்களின் பார்வையைக் கவனித்து விட்டுச் சொன்னான்,

“என்ன பார்க்கிறிய, சாப்பிட ஒண்ணும் இல்லைன்னா? என் குடிசையில சாப்பாடும் கெடையாது, சமையலும் கெடையாது. உயிரைப் பணயம் வைச்சு ஜனங்களுக்காகத் திசைக்காவல் செய்யறோம். அதனால ஜனங்கதான் மொறைவச்சு சாப்பாடு கொண்டுக்கிட்டு வருவாங்க”

“உங்களுக்குச் சாப்பாட்டுக்கென்னடா கொறை? ஊராளுங்க போட்டி போட்டுக்கிட்டுக் கொண்டு வருவாங்களே” என்றார் சுப்பிரமணி.

“இல்லை சாமி, வேண்டா வெறுப்பாத்தான் கொண்டு வர்றாங்க. என்னைக்கு அதிலயும் வெஷத்தைப் போடப் போறாங்களோ தெரியலை” என்றான் பாண்டி.

“நீங்க கையையும் காலையும் வச்சிக்கிட்டுச் சும்மா இருந்தாத் தானடா” என்றார் சுப்பிரமணி. மேலும் சிறிது நேரம் மூவரும் பேசிக் கொண்டிருந்தனர். நேரம் ஆக ஆகப் பாண்டியின் முகத்தில் கோபம் படர்ந்தது. “இந்தப்பய கருப்பையாவை ஏன் இன்னுங்காணோம்? இன்னைக்கு அவன் கெண்டைக்காலைப் பதம்பார்க்கலைன்னா, நான் ஒரு கம்பளத்தானே இல்லை” என்று சொல்லிக்கொண்டே குடிசைக்குள் சென்றவன், சாட்டையை ஆணியிலிருந்து பிடுங்கினான். அதை அடித்து ஒலி எழுப்பிக் கொண்டே தூரத்தில் குடிசைகள் தெரிந்த திசையை நோக்கிப் புறப்பட்டான்.

சரியாக அந்த நேரத்தில் ஒரு ஆணும், பெண்ணும் தலையில் ஓலைக் கூடைகளுடன் வந்து கொண்டிருந்தனர். அவர்கள் அருகில் வந்து கூடைகளை இறக்கியதும், அவர்களின் கெண்டைக்காலில் சவுக்கால் விளாசத் தொடங்கினான் பாண்டி. கூடையை வைத்து விட்டு “ஐயோ சாமி, கெடா வெட்ட நேரமாயிடுச்சு” என்று கத்திக் கொண்டே தூர ஓடினாள் அந்தப் பெண். அந்த ஆணோ அடிவிழுவதே தெரியாதவன் போல் கூடையிலிருந்த பாத்திரங்களை எடுத்து வெளியே வைத்துக் கொண்டிருந்தான். “எலே பாண்டி, இப்பத் தானடா சொன்னேன்” என்று கத்தினார் சுப்பிரமணி. அதற்குள் கிடாய்க்கறி குழம்பு வாசத்தை மோப்பம் பிடிக்க ஆரம்பித்த பாண்டி, “சாமி, விருந்தாளிங்க புண்ணியத்தில இன்னைக்குக் கறிக்கொழம்பு வச்சிருக்கானுக. இல்லைன்னா தெனம் கீரையும் பழைய சோறுந்தான்” என்றான்.

“ஊரில ஒரு கோழிக்குஞ்சுகூட விடாம நீங்க ராத்திரியில புடிச்சுத் தீச்சுத் தின்னுட்டா, நாங்க என்ன பண்றது” என்றாள் அந்தப் பெண் துணிச்சலாக. மற்றொரு கூடையில் சுப்பிரமணிய பிள்ளைக்காக பருப்பும், நெய்யும் இருந்தன. பாண்டி குடிசைக்குள் மறைத்து வைத்திருந்த கள்ளுப் பானையை எடுத்து வந்து வேலனிடமும், முத்தம்மாவிடமும் நீட்டினான். அவர்கள் வேண்டாமென்று தலையசைத்தனர். கள்ளுக்கலயத்துடன் தூரத்தில் போய் மறைந்தான் பாண்டி. சாப்பிட்டு முடிந்ததும் அருகிலிருந்த ஓடைக்குள் சென்று கைகளைக் கழுவிக் கொண்டு வந்தனர். முத்தம்மா ஓடையருகேயே நின்று தன் தலைப்பாகையை அவிழ்த்து விட்டுக் கூந்தலை ஆறவிட்டாள். பின்னாலிருந்து ஒரு பெண்குரல் கேட்டது “அடி ஆத்தி, நீங்க பொம்பிளையா?”

முத்தம்மா திரும்பிப் பார்த்தாள். அவர்களுக்கு உணவு கொண்டு வந்திருந்த பெண் சற்று தூரத்தில் அமாந்து பாத்திரங்களைக் கழுவிக் கொண்டிருந்தாள். முத்தம்மா சிரித்துக் கொண்டே, "நாங்க ரொம்ப தூரத்தில இருந்து வர்றோம். வழியில பாதுகாப்புக்காக ஆம்பிள வேசத்தில வந்திருக்கேன்" என்றாள். பிறகு அந்தப் பெண்ணிடம் "உன்பேரு என்ன?" என்றாள். "என் பேரு செவப்பி" என்றாள் அந்தப் பெண். "ஓ, செவப்பி, கருப்பையா பேரப் பொருத்தம் நல்லாத்தான் இருக்கு" என்றாள் முத்தம்மா. "உங்க பேரு என்னக்கா?" என்று கேட்டாள் சிவப்பி. "உஷ்" என்று உதட்டில் விரலை வைத்து எச்சரித்தாள் முத்தம்மா. சொல்லமுடியாதென்று தலையை ஆட்டினாள்.

சிவப்பி கோபமாகப் பேச்சை முறித்துக் கொண்டு தன் வேலையில் கவனம் செலுத்தினாள். அவளறியாமலேயே அவள் உதட்டிலிருந்து பாடல் ஒன்று புறப்பட்டது,

"அளகு போல முதுகிருக்க, கெரண்டைக்காலில் அடிச்சானே;

பாவி, கெரண்டைக்காலில் அடிச்சானே".

"அடடே, இப்போ நடந்த கொடுமையை வச்சு உடனே ஒரு பாட்டுக் கட்டிட்டியே" என்றாள் முத்தம்மா வியப்போடு. "பாட்டும் புதுசில்லை, கொடுமையும் புதுசில்லை. இது காலங்காலமா நடக்கிறதுதான்" என்றாள் சிவப்பி. "காலங்காலமா ஏன் அடிக்கறாங்க" என்று கோபத்துடன் கேட்டாள் முத்தம்மா. "என்னத்தக்கா சொல்றது, கோட்டை கட்டச் சொல்லி அடிப்பானுக, கொத்தளம் கட்டச் சொல்லி அடிப்பானுக, வெட்டி வேலை செய்யச்சொல்லி அடிப்பானுக" என்றாள் சிவப்பி. "அது என்ன வெட்டி வேலை?" என்றாள் முத்தம்மா.

"ராஜாவீட்டு வயல் வரப்பில, கூலி இல்லாம வேலை செய்யணும்" என்ற சிவப்பி தொடாந்து, "ஒரு காலத்தில எங்களுக்குக் காவல் காக்கறதுக்காகன்னு வந்தானுங்க. இப்போ எங்களை அடிமை மாதிரி நடத்துறானுங்க. எங்களை விடுங்க, பெரிய பெரிய செட்டியாருங்கள்லாம் சொத்தைக் கோவிலுக்கு எழுதி வச்சிட்டு, ஊரைவிட்டே ஓடிட்டாங்க" என்றாள். "செட்டியாருங்கன்னா வியாபாரிங்க தானே, ஏன் ஓடறாங்க" என்றாள் முத்தம்மா.

"என்னக்கா துருவித் துருவிக் கேட்கறீங்க? என்னை எதுவும் வம்பில மாட்டிவிட்டுற மாட்டீங்களே?" என்றவள், "வரி பாக்கியிருந்தா, பெரிய பெரிய வியாபாரிங்களைக்கூட வெயில்ல

முட்டிக்கால் போடவைப்பாங்க, கண்ணில கள்ளிப்பாலை ஊத்துவாங்க'' என்றாள் மெல்லிய குரலில். அதற்குள் தூரத்தில் வந்து கொண்டிருந்த கருப்பையா கோபமாகக் கூப்பிட்டான். உடனே சிவப்பி பாத்திரங்களை அள்ளிக்கொண்டு ஓடினாள். முத்தம்மா மீண்டும் தலைப்பாகையைக் கட்டிக் கொண்டு காவல் கோபுரத்திற்குத் திரும்பினாள்.

வந்தவுடன் சுப்பிரமணிய பிள்ளையிடம் கேட்டாள், "உங்க திசைக் காவல் ஆளுங்க இப்படி முரட்டுத்தனமா நடந்துக்கிட்டா, விவசாயிங்க ஊரை விட்டு ஓடிப்போயிடமாட்டாங்களா?''. "கொடுமைகொடுமைன்னு கோவிலுக்குப் போனாளாம். அங்கே ரெண்டுகொடுமை சிங்குசிங்குன்னு ஆடுச்சாம்'' என்று கூறிப் பலமாகச் சிரித்தான் செந்தூர்பாண்டி. சுப்பிரமணியம்பிள்ளை சிரிப்பிற்குக் காரணத்தை விளக்கினார்.

"எங்க பாளையத்தில பஞ்சம் வந்தா வரியை ரத்து பண்ணிடுவோம். அக்கம் பக்கம் கொள்ளையடிச்சாவது எங்க ஜனங்களுக்குப் பசியில்லாமப் பார்த்துக்குவோம். பக்கத்துப் பாளையங்கள்ல அந்தச் சலுகை யெல்லாம் கெடைக்காது''

அதற்குள் செந்தூர்பாண்டி பரண் மீது ஏறி முரசைத் தூக்கிக் கொண்டு கீழே இறங்கி வந்தான். வெறும் கைளால் அதில் தாளம் போட்டுக் காட்டினான். "இப்போ, தெம்மாங்குப் பாட்டு ஒண்ணு பாடிக்கிட்டே அடிக்கிறேன் கேட்கிறியளா'' என்றான்.

"எங்களுக்குத் தென்பாங்குப் பாட்டு வேண்டாம். உங்க முரசு பேசுமாமே, அதை அடிச்சுக் காட்டு'' என்றான் வேலன். செந்தூர் பாண்டி மிரட்சியுடன் சுப்பிரமணியைப் பார்த்தான்.

"இவங்க நம்ம ஆளுங்கதான்டா, தைரியாமாப் போடு'' என்றார்.

"என்ன சொல்லிப் போட?', என்று கேட்டான் பாண்டி. "எதிரிங்க வர்றாங்கன்னு சொல்லிப்போடு'' என்றார் சுப்பிரமணி. உடனே பாண்டி முரசில், பிரம்புக் குச்சிகளின் உதவியுடன், தன் திறமையைக் காட்டத் தொடங்கினான். ஆள் வருகிறது, எத்தனை பேர், நண்பர்களா, எதிரிகளா என்று தெரிவிக்குமளவிற்கு முரசொலியில் ஒரு மொழியையே உருவாக்கி வைத்திருந்தனர். அடித்துக் கொண்டே பாண்டி மெல்ல உறக்கத்தில் ஆழ்ந்தான். சிறிய ஓய்விற்குப்பின் சுப்பிரமணியபிள்ளை அவர்களை அழைத்துக்கொண்டு பயணத்தைத் தொடர்ந்தார். கோட்டையை அவர்கள் அடைந்தபொழுது இரவாகி விட்டிருந்தது. இரவு உணவு

எதுவும் வேண்டாமென்று சொல்லிவிட்டுத் தங்களுக்குக் கொடுக்கப்பட்டிருந்த வீட்டிற்குள் சென்று வேலனும் முத்தம்மாவும் உறங்கிவிட்டனர்.

காலையில் எழுந்து கோட்டையைத் தெளிவாகப் பார்த்த முத்தம்மா, "இது ஒண்ணும் பெரிசா இல்லையே? சுத்தியும் அரணா காடு மலை கூட எதுவும் இல்லையே" என்றாள். "அதனால தான் எதிரிங்க இதை, பாதைக்கு நடுவே கோட்டை கட்டிக்கிட்டு வழியை மறைக்கிறதாத் திட்டுறாங்க. கோட்டைக்குப் பாதுகாப்பு உள்ளே இல்லை. வெளியே இருக்கிற மக்கள் தான்" என்றான் வேலன். அதற்குள் அவர்களுக்கு அழைப்பு வந்தது. கோட்டையின் மற்றொரு புறமிருந்த அறைக்கு அழைத்துச் செல்லப்பட்டனர். அறையில் நடுவில் நெற்றியில் பட்டையாகத் திருநீறு அணிந்து வீற்றிருந்த கம்பீரமான உருவம் தான் வீர பாண்டிய கட்டபொம்மன் என்பதை எளிதில் ஊகிக்க முடிந்தது. ஆனால் அவர்கள் எதிர்பார்த்தது போல், அவர் முகத்தில் கோபமோ கடுகடுப்போ இல்லை. சிரித்த முகமாக இருந்தார். அருகில் அவரது இரண்டு சகோதரர்கள் அமர்ந்திருந்தனர். வலது புறத்தில் இருந்தவர் தான் தானாதிபதிப்பிள்ளையாக இருக்க வேண்டும் என்று ஊகித்தனர். அவரருகே இவர்களை அழைத்து வந்த சுப்பிரமணியபிள்ளை அமர்ந்திருந்தார். ஆண் உடையில் ஆனால் கூந்தலை மறைக்காமல் வந்திருந் தாள் முத்தம்மா. கட்டபொம்மன் "அமருங்கள்" என்று சொன்னதும் வேலனும், முத்தம்மாவும் நாற்காலிகளில் அமாந்தனர். தானாதிபதிப் பிள்ளையும், சுப்பிரமணியபிள்ளையும், மன்னருக்கு எதிரே நாற்காலியில் ஒரு பெண் அமர்வதைக் கண்டு முகம் சுளித்தனர். ஆனால் மன் னரோ அவரது சகோதர்களோ அதைக் கண்டு கொள்ளாததால், தாங்களும் ஒன்றும் பேசாமலிருந்தனர்.

"நீ தான் முத்தம்மாவா? மைசூர் ஆளுங்க உன்னை ரொம்பப் பெருமையாச் சொல்லுவாங்க" என்று பேச்சை ஆரம்பித்தார் கட்டபொம்மன்.

"மன்னர் பாராட்டுற அளவு நான் பெரிய ஆள் இல்லை" என்றாள் முத்தம்மா. அடுத்து வேலனை எடைபோட்ட கட்டபொம்மன், "தூத்துக்குடியில இருக்கிற வெள்ளைக்கார நண்பர் மூலமா உங்களைப் பத்தி விசாரிச்சேன். மதராஸ் கோட்டைக்கு வேண்டிய அரிசிபருப் பெல்லாம் நீங்க அனுப்புறீங்களாம். கம்பெனியைவச்சு லாபம் சம்பா திக்கற வியாபாரி, எங்களுக்கு ஏன் உதவி செய்ய வர்றீங்க" என்றார்.

“நான் பொறந்தது விவசாயக் குடும்பத்தில. என் கண் முன்னாலேயே கம்பெனிச் சிப்பாய்ங்க எங்க ஊரையும் என் குடும்பத்தையும் சேர்த்து அழிச்சாங்க. முத்தம்மா ஒரு நெசவாளி குடும்பம். அவ குடும்பமும் ஐரோப்பியப் படைகளால தான் அழிஞ்சுது” என்றான் வேலன். சற்று நேரம் சிந்தனையில் ஆழ்ந்த கட்டபொம்மன் “சுப்பிரமணிப்பிள்ளை, நீ என்ன நினைக்கிறே?” என்றார்.

“ரெண்டுபேரும் வடக்கே எல்லாம் போய் வந்திருக்காங்க. நாட்டு நெலவரம் நல்லாத் தெரிஞ்சவங்க. அவங்க நம்ம பக்கம் வர்றது, நம்ம அதிஷ்டம்” என்றார். “சரி, அப்போ நம்ம கோரிக்கையைச் சொல்லுங்க” என்றார் சிவத்தையா. “மதராஸ்ல நடக்கறதை எங்களுக்குத் தெரிவிக்க கொஞ்சப்போரை அங்கே அனுப்பப் போறோம். அதில ரெண்டு பேரையாச்சும் கோட்டைக்கு உள்ளே வேலையில சேர்க்க முடியுமா” என்றார் தானாதிபதிப்பிள்ளை.

“இரண்டு என்ன, இருபது பேரை வேணும்னாலும் கோட்டைக்குள்ள அனுப்பலாம். இப்போ கோட்டையைப் பலப்படுத்தற வேலை நடந்துக் கிட்டிருக்கு. அந்த வெள்ளைக்கார எஞ்சினியர் எங்களுக்கு ரொம்பப் பழக்கமானவரு” என்றாள் முத்தம்மா.

“அப்போ வெள்ளைக்காரங்க உங்களுக்கு நண்பர்களா?” என்றார் சிவத் தையா. “ஆமா, கிழக்கிந்திய கம்பெனி மட்டும் தான் எதிரி. வெள்ளைக்காரங்க பலர் எங்களுக்கு நண்பர்களாத்தான் இருக்காங்க” என்றாள் முத்தம்மா. “ராஜாவுக்கு தூத்துக்குடியில ஒரு வெள்ளைக்கார நண்பா இருக்கிற மாதிரி” என்றான் வேலன். “ஆமா, எல்லா இடத்திலயும் நண்பர்கள் அவசியம்” என்றார் கட்டபொம்மன்.

“இதைச் செஞ்சுகுடுக்க எங்ககிட்ட இருந்து என்ன எதிர்பார்க்கிறீங்க” என்றார் சுப்பிரமணி. வேலனும் முத்தம்மாவும் ஒருவரையொருவர் பார்த்துக் கொண்டனர். “தயங்காம கேளுங்க, எங்க ராஜா கை, தாராள மான கை” என்றார் தானாதிபதிப்பிள்ளை. “அப்புறம் என்ன நீயே கேளு” என்றான் வேலன் முத்தம்மாவிடம்.

“பொம்பளையையே நேரே கேட்கச் சொல்றானே? அவ என்ன கேட்பா? முத்துமாலையா? தங்கச்சங்கிலியா?” என்று முத்தம்மாவைப் பார்த்தனர் அனைவரும். “விவசாயிகளையும், தொழிலாளிகளையும், வியாபாரிகளையும் உங்க ஆளுங்க சவுக்கால அடிக்கறதைத் தடைசெய்யுங்க” என்றாள் முத்தம்மா

முத்தம்மாவின் துணிச்சலால் அதிர்ச்சியடைந்த அனைவரும் கட்டபொம்மனைப் பார்த்தனர். ஊமைத்துரையின் முகத்தில் மட்டும் புன்முறுவல் அரும்புவதை வேலன் கவனித்தான். கட்டபொம்மன் முகத்தில் துளியும் கோபம் துளிர்க்கவில்லை. மீண்டும் சிந்தனை ரேகைகள் தான் படர்ந்தன. பிறகு எழுந்து,

"சாட்டையைச் சொடுக்கலைன்னா சல்லிக்காசும் வசூலாகாது" என்று சொல்லிவிட்டு அறையிலிருந்து வெளியேறினார். அவர்பின்னால் சுப்பிரமணியும் தானாதிபதிப் பிள்ளையும் சென்றனர். மற்றவர்களும் எழுந்து அறைக்கு வெளியே வந்தனர்.

"நீங்க சொல்றதிலயும் நியாயம் இருக்கு, அண்ணன்கிட்ட பேசறேன்" என்றார் சிவத்தையா. ஊமைத்துரை அருகில் வந்து ,முத்தம்மா, வேலன் இருவரின் கைகளையும் தன் இரு கைகளாலும் பற்றிக் கொண்டார். பிறகு தரையில் கிடந்த வைக்கோல் துண்டுகளைத் தன் உள்ளங்கையில் வைத்துப் பலமாக ஊதினார். துண்டுகள் திசையெங்கும் சிதறின. "நாம எல்லாம் ஒண்ணு சேர்ந்தா, வெள்ளைக் காரங்களைச் சிதறடிக்க முடியுங்கறான் தம்பி" என்றார் சிவத்தையா.

"நிச்சயமாக முடியும்" என்றான் வேலன் புன்முறுவலோடு.

ஏற்கனவே ஒளி மிகுந்த ஊமைத்துரையின் கண்கள் மேலும் பிரகாசமாக மின்னின.

89

அன்று மாலையே திருச்செந்தூர் திரும்பலாம் என்று வேலனும் முத்தம்மாவும் முடிவு செய்தனர். ஆனால் மறுநாள் காலையில் போகலாம் என்றார் சுப்பிரமணியம். மறுநாள் காலையிலேயே சுப்பிரமணியம் ஒரு படைத்தளபதியை அழைத்துக் கொண்டு வந்தார்.

"எங்க தளபதி சுந்தரத் தேவர் உங்க கூடப் பாதுகாப்புக்கு வருவார்" என்றார். "திருச்செந்தூருக்குப் போக எங்களுக்குப் பாதுகாப்புத் தேவையில்லை" என்றான் வேலன். "திருச்செந்தூருக்கு இல்லை, சின்ன மருதுவைச் சந்திக்க விரும்பறீங்கன்னு ஊமைத் துரைக்கிட்ட சொன்னீங்களாமே, அதுக்கு ஏற்பாடு பண்ணியிருக்கோம்" என்றார் சுப்பிரமணி. "ஆமா, நேத்து ராத்திரியே சின்னமருதுவுக்குத் தகவல் அனுப்பிச்சிட்டோம்" என்றார் சுந்தரத்தேவர். அவரின் உயரமான உருவத்தை எடை போட்டான் வேலன்.

“இப்போ சிவகங்கைக்குப் போறோமா” என்று கேட்டான்.

“இல்லை, சின்னமருது இப்போ சிறுவயல்ல தான் தங்கி இருக்கார்” என்றார் சுந்தரத் தேவர். பகல் பொழுதில் பாஞ்சாலங்குறிச்சிக் கோட்டையை நன்றாகப் பார்த்த வேலன் கேட்டான், “இந்தக் கோட்டை நானூறுக்கு முன்னூறு அடி இருக்குமா? அவனை வியப்போடு பார்த்த சுந்தரத்தேவர் “அளந்து பார்த்த மாதிரி சொல்லிட்டீங்களே” என்றார்.

“ரொம்ப அகலமான சுவரு” என்றாள் முத்தம்மா.

“இது ரெட்டைச்சுவரு, ரெண்டு சுவருக்கும் நடுவில களிமண்ணை அழுத்தி அடைச்சிருக்கு” என்றார் சுப்பிரமணி. “வெள்ளைக்காரன் பீரங்கியால ஒரு நிமிஷத்தில உடைச்சிருவானே” என்றாள் முத் தம்மா. “அதுதான் நடக்காது. கல்சுவருதான் சீக்கிரம் உடையும். நடுவில களிமண் வச்சுக்கட்டின சுவரு அதிர்ச்சியைத் தாங்கிக்கும்” என்றார் சுப்பிரமணி.

சுந்தரத்தேவருடன் வேலனும், முத்தம்மாவும் கோட்டையை விட்டு வெளியேறினர். குடியிருப்புகளைத் தாண்டிச் சிறிது தூரம் சென்றதும், மரங்களின் மறைவிலிருந்து ஒரு குதிரை துள்ளிப் பாய்ந்து வந்து இவர்களுடன் சேர்ந்து கொண்டது.

“பார்த்தீங்களா? உங்களுக்குப் பாதுகாப்பா இளைய ராஜாவே வர்றாரு” என்று குதிரையில் வந்த ஊமைத்துரையைக் காட்டினார் சுந்தரத் தேவர். இவர்கள் மூவரையும் பார்த்து உற்சாகமாகக் கையசைத்து விட்டு அவர்களுக்கு முன்னே குதிரையில் பாய்ந்து சென்றார் ஊமைத் துரை. வழியில் பல ஊர்களில் தங்கி இளைப்பாறினர். எல்லா இடங்களிலும் ஊமைத்துரை இளைஞர்களை அழைத்துக் கொண்டு தனியே சென்றுவிடுவார். ஒரு கிராமத்தில் ஊமைத்துரை இளைஞர்களுடன் சென்ற பிறகு சுந்தரத்தேவர் கூறினார்,

“எங்க இளைய ராசாவுக்கு சாதி, மதமெல்லாம் கிடையாது. மக்களுக்காக உயிரையும் குடுப்பார். அதேமாதிரி அவரு சுண்டுவிரலை அசைச் சாப்போதும் எங்க வெடலைப்பசங்க நெருப்பில வேணும்னாலும் குதிப்பாங்க” என்றார் பெருமையுடன்.

சிறுவயல் வந்து சேர்ந்தபின், வேலன் மற்றும் முத்தம்மாவின் வியப்பு மேலும் அதிகமானது. அது ஒரு பெரிய கிராமம் அல்லது சிறுநகரம் தான். ஆனால் தெருக்களெல்லாம் திட்டமிடப்பட்டு ஒன்றை ஒன்று செங்குத்தாக வெட்டிக் கொள்ளுமாறு நேர்கோடுளில்

அமைக்கப்பட்டிருந்தன. வீடுகளுக்கிடையே நிறைய இடைவெளிவிட்டுக் கட்டப்பட்டிருந்தன. “வெளிநாட்டு நகரம் மாதிரியே திட்டம் போட்டுக் கட்டினது” என்றார் சுந்தரத்தேவர். சின்னமருது தங்கியிருந்த இடத்தை அடைந்த போது அவர்களின் வியப்பு நூறு மடங்கானது. அது ஒரு அரண்மனையே அல்ல, வசதியான ஒரு பெரிய ஓட்டு வீடு. சாதாரணமாகப் பத்தாயிரம் படைவீரர்களைப் பணியில் வைத்திருப்பதாக் கருதப்பட்ட சிவகங்கைச் சீமையின் மொத்த நிர்வாகத்தையும் கவனிக்கும் மந்திரியான சின்னமருதுவின் வீட்டைச்சுற்றி ஒருபடைவீரனோ ஒரு காவல் நாயோ கூட இல்லை. வீட்டிற்குள் இவர்கள் நுழைவதைக் கேட்பதற்குக் கூட ஆள் இல்லை.

“இதை என்னால் நம்பவே முடியலையே” என்றாள் முத்தம்மா.

“மக்களோட ஆதரவு முழுசா இருக்கறவங்களாலதான் இப்படிக் காவல் இல்லாம இருக்க முடியும்” என்றான் வேலன்.

சுவற்றில் முதுகைச் சாய்த்து, தரையில் அமர்ந்து கணக்கு வழக்குகளைப் பார்த்துக் கொண்டிருந்தவர்தான் சின்னமருதாக இருக்கும் என்பதை எளிதில் ஊகிக்க முடிந்தது. மாநிறமாக இருந்தாலும் மிக அழகான தோற்றப் பொலிவு இருந்தது. அவரது வேலைக்கு இடைஞ் சல் செய்ய விரும்பாமல், நால்வரும் அறைக்கு வெளியே ஒருஓரமாக நின்றனர். சின்னமருதுவின் முன்னே அமர்ந்திருந்தவர்களின் தோற்றத்தை வைத்து அனைவரும் ஊர்த்தலைவர்களாகவோ அல்லது கிராம நிர்வாகத்தில் முக்கியப்பொறுப்பு வகிப்பவர்களாகவோ இருக்க வேண்டும் என்பதையும் ஊகிக்க முடிந்தது. ஒவ்வொருவரும் வேலை முடிந்து விடை பெற்றுச்செல்லும் பொழுது, ஆகாயத்தைப் பார்த்துத் தலைக்குமேல் கைகளைக் கூப்பி, “மருது ராசா நீடுழி வாழணும்” என்று கூவிவிட்டுச் சென்றனர். எந்த அரசருக்கும் கிடைக்காத அந்த மரியாதையைப் புன்னகையோடு ஏற்றுக் கொண்டு, தன் வேலையிலேயே கருத்தாயிருந்தார் சின்னமருது. அவர் எதிரே இருந்த அனைவரும் சென்றபின்பு நால்வரும் அவரை நோக்கி நடந்தனர். காலடியோசை கேட்டு நிமிர்ந்த சின்னமருது ஓடிவந்து அனைவரை யும் வரவேற்றார். ஊமைத்துரையைக் கட்டித் தழுவிக் கொண்டார். இரண்டு இளைய ராஜாக்களுக்குமிடையே அரசியலையும் தாண்டி ஆழமான நட்பு இருப்பதைப் புரிந்துக் கொள்ள முடிந்தது. அனைவரையும் பக்கத்தில் வேறொரு அறைக்கு அழைத்துச் சென்று நாற்காலிகளில் அமர வைத்தார்.

வேலைக்காரனை அழைத்துப் பனை வெல்லமும், சுக்கும் கலந்த சுவைநீரை வழங்கச்சொன்னார். அவர்கள் அருந்தி முடித்ததும் வேலனிடம்,

“எங்க அண்ணன் வர்றதாயிருந்தார், ஆனால் முடியலை. மதராஸ்ல நீங்க பெரிய வியாபாரி ன்னு கேள்விப்பட்டேன். என்ன விசயமா எங்களைத் தேடி வந்திருக்கீங்க” என்று கேட்டார்.

நாற்காலியில் அமர்ந்த முத்தம்மா தலைப்பாகையை அகற்றி கூந்தலைத் தோள்களில் புரளவிட்டாள். சின்னமருது புன்னகை புரிந்தார்.

“போர் வீரன் உடையில் ஒரு பொம்பளை வந்திருக்கறது ஆச்சரியமா இருக்கா?” என்றாள் முத்தம்மா. “ராணி வேலுநாச்சியார் கூடப் போருக்குப் போனவனுக்கு அதெல்லாம் ஆச்சர்யமா இருக்குமா. எங்க ராணி வாளை அலங்காரத்துக்காக ஏந்தினவங்க இல்லை, நல்லாப் பயிற்சி எடுத்துக்கிட்டுப் போர்க்களத்துக்கு வந்தாங்க” என்றார் சின்னமருது பெருமையாக. “ஆமா, வாள்முனையாலதான், சிவகங்கையை மீட்டெ டுத்தாங்க” என்றார் சுந்தரத்தேவர். “ஆனால் அந்த ஆட்சியுரிமைக்கு ஆபத்து வரப்போகுது. மருது பாண்டியருக்கு ஆட்சியில உரிமை இல் லைன்னு கம்பெனி சொல்லுது” என்றான் வேலன்.

“அதைச் சொல்றதுக்கு இவங்க யாரு. ஒண்டவந்த நாய்ங்க” என்றார் சின்னமருது. அவரது முகம் சிவக்கத் தொடங்கியது. “ஆற்காட்டு நவாப்புக்கு கீழேதானே சிவகங்கையும் வருது. நவாப் சார்பா கம்பெனி கேட்குது” என்றான் வேலன் விடாமல். விவாதம் சூடு பிடிப்பதைக் கண்டதும், சுந்தரத்தேவரும் ஊமைத்துரையும் ஆர்வத்தோடு கவனிக்கத் தொடங்கினர். “ஆற்காட்டு நவாபாவது, ஔரங்கசீப்பாவது” என்றார் சின்னமருது. “கம்பெனிக்கு கட்டுப்பட்டு நடந்தா, உங்க ஆட்சிக்கு ஆபத்துவராது” என்றான் வேலன்.

“ஆமா ஆபத்து வராது. ராமநாதபுரம் மாதிரி பொம்மை ராஜாவா ஆகலாம், பின்னால பென்சன்ராஜா ஆகலாம்” என்று சிரித்த சின்னமருது, “பாளையங்கள் இருக்கிற வரைக்கும்தான் கம்பெனி ஆற்காட்டு நவாப்பையும் உயிரோட விட்டு வச்சிருக்கும். அது தெரியாம அவன் ஆட்டம் போடறான்” என்றார்.

“சரி, உங்க திட்டம் தான் என்ன” என்றான் வேலன். மருது சற்றுத் தயங்கினார். “தைரியமா சொல்லுங்க, நான் கம்பெனியோட சாதாரண உளவாளி” என்றான் வேலன். “என்ன” என்று

பதற்றத்துடன் கேட்டார் சின்னமருது. “பதட்டப்படாதீங்க. நான் மைசூர் ராஜ்யத்துக்கு உளவாளி” என்றாள் முத்தம்மா. “அப்புறம் ஏன் கம்பெனி உளவாளிகூடச் சுத்தறே” என்று கேட்டார் மருது. “தலைவிதி. அவரு என் கணவராச்சே” என்று சொல்லிச் சிரித்த முத்தம்மா, “ஆனால் நாங்க ரெண்டு பேருமே கம்பெனிக்கு எதிரிங்க தான்” என்றாள். “உண்மையில நீங்க ரெண்டு பேரும் யாரு பக்கம்?” என்றார் மருது.

“மக்கள் பக்கம், மக்களுக்கு ஆதரவா இருக்கறவங்க பக்கம்” என்றான் வேலன். சற்று நேரம் சிந்தித்த மருது, “சரி இப்போ எங்க திட்டத்தைக் கேளுங்க. உங்க உதவியும் கிடைச்சா அதை நிச்சயமா நடத்திக் காட்டுவோம். மதுரை நாயக்கர்வம்ச இளவரசன் ஒருத்தனை ரகசியமா எங்க பாதுகாப்பில வச்சிருக்கோம். அவன் பேரால, மதுரையில இருந்து திருநெல்வேலி வரைக்கும் உள்ள மண்ணையெல்லாம் மீட்டெடுக்கப் போறோம்” என்றார்.

“திரும்பவும் நாயக்கர் ஆட்சியைக் கொண்டு வர் றதை எந்தப் பாளையமும் ஆதரிக்காது. நிச்சயமா, திருவாங்கூர் பழையபடி ஒரு தமிழ்ப்பாளையமா மாறாது”, என்றான் வேலன். “பாளயக்காரர்கள் ஆதரிச்சாலும், பாமரமக்கள் ஆதரிக்க மாட்டாங்க. நாயக்கர் காலத்திலதான், சாதிக்கொடுமைகள் தமிழ்நாட்டில தலைவிரிச்சு ஆடுச்சு”, என்றார் சுந்தரம்.

“வெள்ளைக்காரன் தந்திரத்தையே நீங்களும் முயற்சிக்கிறீங்களா?” என் றான் வேலன். “ஆமா முள்ளை முள்ளால தான் எடுக்கணும்” என்றார் மருது. “ஆனால் வெள்ளைக்காரக் கம்பெனி தந்திரங்களை மட்டும் நம்பறதில்லை” என்றாள் முத்தம்மா. அனைவரும் அவள் என்ன சொல்ல வருகிறாள் என்று ஆவலோடு பார்த்தனர். “கம்பெனி துப்பாக்கி களையும், பீரங்கிகளையும், வெடி மருந்தையும் மலையாக் குவிக்குது. உணவுப் பொருளா வாங்கிச் சேக்குது” என்றாள்.

“அப்போ, எங்க மேல உடனே தாக்குதல் நடத்தப் போறாங்களா?”, என்றார் சின்ன மருது. “தாக்குதலயும் வெள்ளைக்காரன் சரியான நேரம் பார்த்துத்தான் ஆரம்பிப்பான். காலம் கனியாட்டி, நாமளாத் தாக்குதல் தொடுத்தாக்கூட வெலகிப் போயிடுவான்” என்று சொல்லி முடித்தாள்.

ஊமைத்துரையும் சுந்தரத்தேவரும் கைதட்டினர்.

“ஆகா இந்த மாதிரி எல்லாத் தமிழ்ப்பெண்களும் அரசியல் தெரிஞ்சிக்கிட்டா, நம்ம பலம் ரெண்டு மடங்கு ஆயிடுமே” என்றார் சின்னமருது.

"இன்னொரு முக்கிய விஷயம். கௌரிவல்லப உடையாத்தேவரோட பேச்சுவார்த்தை நடத்தலாமான்னு கம்பெனி யோசிச்சிக்கிட்டிருக்கு", என்றான் வேலன்.

உடனே சின்னமருது பலமாகச் சிரித்தார். அவரைவிடப் பலமாக சுந்தரத்தேவரும், ஊமைத்துரையும் சிரித்தனர். "அவன் கிடக்கிறான் பிள்ளைப்பூச்சி" என்ற மருது, "வாங்க, சாப்பிட்ட பிறகு பேசலாம்" என்றார். அந்தப் பிள்ளைப்பூச்சியால் எத்தகைய பேரழிவு வரும் என்பதை அவர்கள் யாருமே அன்று ஊகிக்கவில்லை.

மதிய உணவின் பொழுது, வீரத்தில் மட்டுமல்லாமல் சமையலிலும் சிவகங்கைச் சீமைக்கு ஒரு தனித்துவம் இருப்பதை முத்தம்மா உணா்ந்தாள். சாப்பாடு முடிந்ததும் வேலன், "பாருங்க எவ்வளவு லட்சியம் பேசினாலும் பசிதாங்கமுடியலையே. ஒரு ராணுவம் தன்னோட வயித்தாலதான் நடக்குதுன்னு வெள்ளைக்கார அதிகாரிங்களுக்கு அவங்க ராணுவப் பள்ளிக் கூடத்திலேயே சொல்லித் தருவாங்களாம்" என்றான். ஊமைத்துரை தன் ஒரு விரலை உயா்த்தி "நீ சொல்றது முக்கியமான விஷயம்" என்பது போல் தலையை ஆட்டினார்.

"பசங்க பயிற்சி எடுக்கிறதைப் பார்க்கலாம் வாங்க" என்றார் மருது.

"வளரி எறியறதுல நீங்க திறமைசாலின்னு கேள்விப்பட்டேன். அதை இன்னைக்குப் பார்க்க முடியுமா" என்று கேட்டான் வேலன்.

"நிச்சயமாப் பார்க்கலாம்" என்று கூறிவிட்டு நடந்தார் சின்னமருது.

ஊரின் ஒதுக்குப் புறமாயிருந்த பெரிய ஊருணிக்கரைதான் இளைஞர்களுக்கு ஆயுதப்பயிற்சியளிக்கும் இடமாகப் பயன்பட்டது. சின்னமருது மற்றவர்களை அழைத்துக் கொண்டு ஊரணியை நோக்கிச் சென்றார். தூரத்தில் வரும்போதே இவர்களை அடையாளம் கண்டு கொண்ட இளைஞர்கள், தங்கள் பயிற்சிகளை நிறுத்திவிட்டு முழக்கமிட்டனர்,

"ஊமைத்துரை வாழ்க, ஊமைத்துரை வாழ்க".

சின்னமருதுவின் இடத்தில் வேறுயார் இருந்திருந்தாலும் நிச்சயம் பொறாமைப் பட்டிருப்பார்கள். ஆனால் சின்னமருது தன் நண்பனின் செல்வாக்கைக் கண்டு பெருமைப் பட்டார்.

இளைஞர்கள் அனைவரும் இவர்களைச் சூழ்ந்து கொண்ட பின் வளரிகள் குவித்து வைக்கப்பட்ட இடத்திற்குச் சென்ற சின்னமருது,

ஒரு வளரியைத் தேர்ந்தெடுத்தார். மிகப்பெரிய அந்த ஊருணியின் மறுபக்கத்திலிருந்த மரத்தை நோக்கி எறிந்தார். சக்கரம் போல் சுழன்று சென்ற வளரி, மரத்தின் கிளைகளை வெட்டித் தள்ளியது. கைதட்டிய ஊமைத்துரை, தானும் ஒரு வளரியை எடுத்து வந்து எறிந்து காட்டினார். அது இன்னும் தூரத்திலிருந்த மரத்தில் போய்ப் பாய்ந்து நின்றது. இளைஞர்களின் கைதட்டல் மேலும் பலமானது.

"இவங்க அண்ணன் வெள்ளைமருது இல்லாமப்போயிட்டாரு. அவரு இதுமாதிரி ரெண்டு மடங்கு தூரத்துக்கு எறிவாரு" என்றார் சுந்தரத் தேவர். "ஆனால் அண்ணனுக்குப்பிடிச்ச ஆயுதம் என்னவோ வெறும் கைகள்தான். சிறுத்தைப்புலிகளைக்கூட வெறுங்கையாலயே வேட்டை யாடுவார்" என்றார் சின்னமருது.

அப்பொழுது அங்கிருந்த துப்பாக்கிகளை எடுத்து பார்த்துக் கொண்டிருந்த முத்தம்மா, ஒரு துப்பாக்கியைத் தேர்ந்தெடுத்து எதிர்க்கரையில் மரங்களில் தொங்கிய மாம்பழங்களைச் சுட்டுப் பார்த்தாள். குறி தவறியது. "இது வெள்ளைக்காரன் அச்சிலவார்த்த துப்பாக்கி இல்லை. நம்ம ஆளுங்க கொல்லுப் பட்டரையில செஞ்சது. ஒவ்வொரு துப்பாக்கிக்கும் போக்கு வேறயாயிருக்கும்" என்றான் வேலன். புரிந்து கொண்ட முத்தம்மா. மேலும் இருமுறை மரத்தின் அடிப்பாகத்தில் சுட்டுப் பார்த்து விட்டு, "ஓகோ, குண்டு கொஞ்சம் இடதுபக்கம் போகுது" என்றாள். பின்பு மீண்டும் பழங்களைக் குறிபார்த்து வரிசையாக மூன்று பழங்களைச் சுட்டு வீழ்த்தினாள். இளைஞர்களிடமிருந்து சீழ்கை ஒலி கள் பறந்தன. முத்தம்மா துப்பாக்கியை வேலனிடம் நீட்டினாள். "ஓ, வியாபாரி துப்பாக்கியும் சுடுவாரா" என்றார் சுந்தரத் தேவர். வேலன் துப்பாக்கியைக் கீழே வைத்துவிட்டு வளரிகளை நோக்கிச் சென்றான். சும்மா பார்க்கப் போகிறானென்றுதான் அனைவரும் நினைத்தனர். வேலன் மரத்தாலான சிறிய வளரி ஒன்றைத் தோ்ந்தெடுத்தான்.

"அது பறவைவேட்டைக்குப் பயன்படுத்துற வளரி" என்றார் சின்ன மருது. தெரியும் என்பது போல் தலையாட்டிய வேலன், வெடிச் சத்தத்தால் கிளைமாறி அமர்ந்திருந்த புறா ஒன்றைப் பார்த்து வளரியை எறிவது போல் பாசாங்கு செய்தான். புறா சுமார் இரண்டடி உயரம் எழும்பி மீண்டும் கிளையில் அமர்ந்தது. மறுமுறையும் எறிவதுபோல் பாசாங்கு செய்து, புறா எழும்பி மீண்டும் உட்கார எடுத்துக் கொள்ளும் நேரத்தைக் கணித்துக் கொண்டான். மூன்றாவதுமுறை பாசாங்கு செய்யாமல் வளரியைச்

சுழற்றி எறிந்தான். வளரி அரைவட்டமாகப் பறந்து புறாவைத் தாண்டிச் சென்றது. புறா வழக்கம் போல் இரண்டடி மேலே பறந்துவிட்டுக் கிளையில் மீண்டும் அமர்ந்தது. வேலன் எறிந்த வளரி வானத்திலேயே வட்டமடித்துத் திரும்பிவந்து புறாவைப் பின்புறம் அடித்துக் கீழே, அவர்கள் கால்களுக்கு அருகே விழவைத்தது. கைதட்டலும் சீழ்க்கை ஒலிகளும் காதைப்பிளந்தன.

“வேட்டை நாயக்கருங்க தந்திரத்தையெல்லாம் நீங்க எங்கே கத்துக் கிட்டீங்க” என்றார் சுந்தரத்தேவர். “நெற்கட்டுச் செவல்ல. நீங்க வெள்ளைக்காரங்க கூடச் சேர்ந்து தோற்கடிச்சீங்களே அந்த பூலித் தேவர் ஆளுங்கக்கிட்ட” என்றான் வேலன் உணர்ச்சியற்ற குரலில்.

“அப்போ நிலைமை வேற” சுந்தரத்தேவர் சற்று தடுமாற்றத்துடன் தொடர்ந்தார், “எங்க குடும்பத்து ஆளுங்க நெறையப் பேரை பணயக் கைதிகளா, பாளையங்கோட்டையில அடைஞ்சு வச்சிருந்தான் வெள்ளைக்காரன்”. அவரை அமைதியாகப் பார்த்த வேலன், “அது மட்டும் காரணம் இல்லை. நமக்குள்ள ஒற்றுமையும் இல்லை, ஒழுங்கும் இல்லை. திருவாங்கூர் நம்ம கூடச் சேர்ந்து சண்டை போடறப்பவே, அவங்க பகுதியை கொள்ளையடிச்சாரு நம்ம கூட்டணியில இருந்த விருப்பாச்சி நாயக்கர். அதனால திருவாங்கூர் யூசுப்கான் பக்கம் போயிடுச்சு” என்றவன், “இனிமேயாச்சும் அப்பிடித் தவறு நடக்காமப் பார்த்துக்கணும். முடிஞ்சா எட்டயபுரம், புதுக்கோட்டை பாளையங் களையும் நம்ம பக்கம் இழுக்கணும்” என்றான்.

“அந்தத் துரோகிங்க ஒரு நாளும் நம்ம பக்கம் வரமாட்டாங்க” என்றார் சின்னமருது. “பாளையக்காரங்க வராமப்போனால் போகட்டும். அந்தப் பகுதி மக்களை நம்ம பக்கம் வரவைக்கணும்” என்றாள் முத்தம்மா. ஊமைத்துரை பலமாகக் கைதட்டி ஆமோதித்தார்.

“நீங்க புதுக்கோட்டை வழியாத்தானே மதராஸ் போகப்போறீங்க. ஆட்களைத் துணைக்கு அனுப்பட்டுமா” என்றார் சின்னமருது. “வேண்டாம், தனியாப்போறது தான் எங்களுக்கு வசதி” என்றான் வேலன். “கவனம், கள்ளர் தேசத்தைத் தாண்டிப் போகணும்” என்றார் சுந்தரத்தேவர். “கள்ளர்களைச் சந்திக்கணும்னு எனக்கும் ஒரு ஆசை இருக்கு” என்றாள் முத்தம்மா. “அது நிச்சயம் நிறைவேறும்”, என்றார் சுந்தரத்தேவர்.

“இது கள்ளர் தேசம் நினைவிருக்கட்டும்” தனக்குத்தானே சொல்லிக் கொண்டு தன் தூக்கத்தை விரட்ட முயன்றாள் முத்தம்மா. சென்னையை நோக்கிய பயணத்தில் இரவில் உறங்குவதற்காகச் சாலையை விட்டு விலகிப் புல்தரையில் வேலனும் முத்தம்மாவும் படுத்திருந்தனர். தங்களது மூட்டைகளையே தலையணைகளாக வைத்திருந்தனர். சற்று முன்பு தான் முத்தம்மாவை எழுப்பி விட்டு வேலன் உறங்கத் தொடங்கியிருந்தான். முழுநிலா, பகல்போல் ஒளி சிந்திக் கொண்டிருந்தது. புதுக்கோட்டைக்குச் சற்று வெளியே இருந்தனர். அதுவரை கள்ளர்கள் யாரும் எதிர்ப்படவில்லை.

“ஒரு வேளை கள்ளர்கள் வழிப்பறியையே விட்டுட்டாங்களோ” என்று முத்தம்மாவிற்குத் தோன்றியது. அப்பொழுது தூரத்தில் பாறைகளில் நீண்ட நிழல்கள் விழுந்தன. நிழல்களின் அசைவு வேடிக்கையாக இருந்ததால் முத்தம்மா உற்றுக் கவனித்தாள். மனித உருவங்களின் நிழல்கள்தான். ஆனால் கால்கள் உயாந்த மரங்கள் போல் தெரிந்தன. சிறிது நேரத்தில் தெளிவாக உருவங்கள் தெரிந்தன. அவள் கால்கள் என்று நினைத்தவை கால்கள் அல்ல, நீண்ட ஈட்டிகள். சுமார் பத்து உருவங்கள். ஈட்டிகளைத் தரையில் ஊன்றிப் பாறைக்குப் பாறை தாண்டித் தாண்டி வந்தன. பாறைகளை அடுத்து இருந்த முட்புதர்களையும் குரங்குகள்போல் தாவிக் கடந்தனர். அவசரமாக முத்தம்மா வேலனை எழுப்பினாள். இருவரும் எதுவும் பேசாமல் வாட்களையும் கேடயங்களையும் எடுத்துக் கொண்டு, ஒருவர் முதுகில் ஒருவர் சாய்ந்து நின்று கள்ளர்களுடன் மோதத் தயாராயினர்.

கள்ளர்கூட்டம் அருகில்வந்து வேலனையும், முத்தம்மாவையும் வட்ட மாகச் சூழ்ந்தது. “தைரியம் இருக்கான்னு நம்மை ஆழம்பார்க்கிறாங்க” என்றாள் முத்தம்மா. கள்ளர்களிடம், இடுப்பில் இறுகக் கட்டியிருந்த வேட்டியையும், கையிலிருந்த இருபதடிநீள ஈட்டியையும் தவிர வேறு உடையோ, ஆயுதமோ இல்லை. அக்கூட்டத்தின் தலைவன் யார் என்பதைக் கூட இருவராலும் ஊகிக்க முடியவில்லை. அனைவருமே உயரமான வலிமையான உடலமைப்புடன் இருந்தனர். பத்துப்பேர் தங்க ளைச் சூழ்ந்தும், வாட்களை உறுதியாகப் பற்றியிருந்த இருவரையும் சற்று நேரம் வியப்போடு கள்ளர்கள் உற்றுப்பார்த்தனர். அதிலும் தலைப்பாகையின்றிக் கூந்தல் சரிந்து கிடந்த முத்தம்மாவை

மேலும் வியப்பாகப் பார்த்தனர். கள்ளர்களிலேயே சிறிது குட்டையாக, ஆனால் கட்டையாக இருந்தவன், இதழ்களைக் குவித்து சிறிய சீழ்கை ஒலி எழுப்பினான். கள்வர்கள் அனைவரும் ஈட்டிகளுடன் இவர்கள் இருவர் மேலும் பாய்ந்தனர். இருபது அடிநீள ஈட்டி, கூட்டம் நிறைந்த போர்க் களத்தில்தான் வசதியானது, தனிமனிதாகளோடு மோதும் பொழுது கையாள மிகவும் கஷ்டமானவை என்பதைக் கள்ளர்கள் அன்று கற்றுக் கொண்டனர்.

ஈட்டிகளிடமிருந்து எளிதில் சுழன்று தப்பித்த இருவரும் வாளாலும், கேடயத்தாலும் ஈட்டிகளை விலக்கித் தள்ளி னர். அவ்வப்பொழுது அந்த மர ஈட்டிகளின் இரும்பு நுனிகளை வெட்டியும் தள்ளினர். தலைவன் மீண்டும் நீண்ட விசில்அடித்தான். தாக்கு தலை நிறுத்தி விட்டு, மீண்டும் இருவரையும் சுற்றிக்கள்வர்கள் வட்டமாக நின்றனர். தலைவன் முத்தம்மாவை முறைத்துப்பார்த்தான். நான் அஞ்சப் போவதில்லை என்பதுபோல் முத்தம்மா புன்முறுவலுடன் தலையை இருபுறமும் அசைத்தாள். தலைவன் மீண்டும் விசிலடித்தான். கள்வர்கள் தாக்கத் தொடங்கினர். இம்முறை பலமாகத் தாக்கினர். பலரின் ஈட்டிமுனைகள் வெட்டி எறியப்பட்டிருந்ததால், பெரும்பா லான ஈட்டிகள் வெறும் கம்புகளாயிருந்தன. இம்முறையும் அவர்க ளால் வேலனையும், முத்தம்மாவையும் தொடக்கூட முடியவில்லை. அவர்களைப் பிரிக்கவும் முடியவில்லை. ஆனால் கள்ளர்களில் பல ரின் உடம்பில் கீறல்கள் விழுந்து ரத்தம் வழிந்தது. ஐந்து நிமிடம் போராடிப்பார்த்து விட்டு ஒரு நீண்ட விசிலடித்தான் தலைவன். வேலனும் முத்தம்மாவும் முன்பு போல் ஒருவர் முதுகில் ஒருவர் சாய்ந்து நின்று கொண்டனர். கள்ளர்கள் மீண்டும் வட்டமாய்ச் சூழ்ந்திருந்தனர். நான்கு கள்வர்கள் காயம் பட்டதால் ஒதுங்கியிருந்தனர். இம்முறை கள்வர்கள் தலைவன் வேலனை முறைத்துப்பார்த்தான். திருப்பி வேலன் பார்த்த பார்வையில் இருந்த கூர்மையைக் கண்டு திடுக்கிட்டான். அடுத்து மோதினால் இருபுறமும் மரணம் ஏற்படலாம் என்பதை உணாந்த தலைவன் மிக நீண்ட சீழ்க்கையொலி எழுப்பினான். கள்வர்கள் எப்படி வந்தார்களோ, அதேபோல் கம்புகளை ஊன்றிப் புதர்களையும் பாறைகளையும் தாண்டி மறைந்தனர்.

“இவர்களுக்கு எதிர்த்து நிக்கறவங்களைப் பிடிக்காது போல” என்றாள் முத்தம்மா. “பணத்துக்காக உயிரைப்பணயம் வைக்க

அவங்க விரும்பலை, புத்திசாலிங்க. சரி, இனிமேயும் இங்க இருக்க வேண்டாம்'' என்றான் வேலன். இருவரும் தூரத்தில் மரங்களிடையே கட்டியிருந்த குதிரைகளை அவிழ்த்துக் கொண்டு பயணத்தை அப்பொழுதே தொடங்கினர். அவர்கள் மீண்டும் உறங்கும் பொழுது தாக்கலாம் என்று பாறைகளின் பின்னே ஒளிந்து காத்துக் கொண்டிருந்த கள்வர்கள் ஏமாற்றத்துடன் அங்கிருந்து புறப்பட்டனர்.

இருவரும் சென்னையில் தங்கள் தோட்டத்திற்குள் நுழைந்த பொழுது வீடு பூட்டியிருந்தது, மெகருன்னிசாவைக் காணவில்லை. ஒருவேளை டேவிட்டோடு எங்காவது போயிருப்பாள் என்று நினைத்துக்கொண்டு மாற்றுச்சாவி போட்டுத் திறந்து கொண்டு வீட்டிற்குள் சென்றனர். முத்தம்மா குளித்து உடை மாற்றிக் கொண்டு வெளியே புறப்பட்டாள். வேலன் கிடங்கிற்குச் சென்று மணிவாசகத்திடம் பேசிவிட்டு ராபின்சனுக்காக அறிக்கை எழுதத் தொடங்கினான். மாலையில் தான் கோட்டைக்குள் சென்றான். வேலனின் அறிக்கையை வாங்கிப் படித்தார் ராபின்சன். பாளையக்காரர்களிடையே விடுதலை உணர்வு இருப்பது உண்மைதானென்றும், ஆனால் அவர்களிடம் பலமோ ஒற்றுமையோ இல்லையென்றும் எழுதியிருந்தான் வேலன்.

"உடனடியாப் பயப்படறதுக்கு ஒண்ணும் இல்லை'' என்று சொல்லிக் கொண்டே அறிக்கையைக் கீழே வைத்தார் ராபின்சன்.

"ஆனா உடனடியாக கவனிக்க வேண்டிய விஷயம் வேற ஒண்ணு இருக்கு. எட்டயபுரத்திலயும், புதுக்கோட்டையிலயும் திருட்டும், வழிப்பறியும் அதிகமாயிடுச்சு'' என்றான் வேலன்.

"அங்கே நிர்வாகம் சரியில்லைன்னு எங்களுக்கு ஏற்கனவே நிறையப் புகார்கள் வந்துக்கிட்டுத்தான் இருக்கு. ஆனால் அவங்க நிர்வாகத்தில நாங்க நேரடியாத் தலையிட முடியாது'', என்றார் ராபின்சன்.

"நிர்வாகம் சீர்கெட்டா, வரி வசூல் கொறையுமே'' என்றான் வேலன்.

"அது அவங்க பிரச்சனை. எங்களுக்கு வர வேண்டியது வந்திடும்'' என்ற ராபின்சன், "திப்பு சுல்தான் பிரச்சனை முடிஞ்சதும், எல்லாப் பாளையங்களையும் கம்பெனி நிர்வாகத்தில கொண்டு வந்திடுவோம்'' என்றார். "அப்போ பாளையக்காரங்க கதி'' என்றான் வேலன்.

“ஜமீன்தார் ஆக்கிடுவோம். வரிமட்டும் வசூல் பண்ணுவாங்க” என்றார்.

“புதுக்கோட்டை, எட்டயபுரம் நம்ம நட்புநாடாச்சே”என்றான் வேலன்.

“கம்பெனிக்கு நிரந்தரமான நண்பனும் கிடையாது, எதிரியும் கிடை யாது” என்றார் ராபின்சன். “அதுவும் சரிதான், ஆனால் இடையில ஆற்காட்டு நவாப் இருக்காரே” என்றான் வேலன். “திப்பு சுல்த்தானோட சண்டை போட ஒரு சாக்குதான் ஆற்காட்டு நவாப். அதுக்கப்பறம் நவாப் கம்பெனிக்கு வீண்சுமை தான். அதை விடு, டேவிட் எங்கே போனான்? இரண்டு நாளா ஆளையே காணோம். கட்டிட வேலையெல்லாம் அப்படியே நிற்குது” என்றார். “காலையிலதானே நானே வந்தேன். கண்ணில பட்டா உடனே வரச் சொல்றேன்” என்றான் வேலன். “சரி, நான் பொறப்படறேன். வெடிமருந்துக் கிடங்கில வேற ஆளு இல்லை. தாமஸ் திடீர்னு ரெண்டு நாளா லீவு போட்டுட்டார்” என்று சொல்லிக் கொண்டே வெளியேறினார் ராபின்சன்.

வேலன் வீடு திரும்பும் பொழுது இரவாயிருந்தது. வீட்டினுள்ளிருந்து சமையல் செய்யும் வாசனை வந்தது. ஒரு வேளை மெகருன்னிசா திரும்பியிருப்பாள் என்று உள்ளே சென்று பார்த்தான். முத்தம்மா மட்டும் தான் சமையல் வேலையில் இருந்தாள். சாப்பிடும் பொழுது முத்தம்மாவே கேட்டாள், “மெகருன்னிசாவைப் பத்தி தகவல் எதுவும் கெடைச்சுதா”. இல்லையென்று தலையாட்டி விட்டு எழுந்து கைகளைக் கழுவிய வேலன் திடீரென்று சாமி அறையை நோக்கி விரைவாக நடந்து சென்றான். முத்தம்மாவும் அவனைப் பின் தொடர்ந்தாள். அவன் எதிர்பார்த்தது போலவே கிருஷ்ணர் சிலையின் அடிப்பாகம் திறக்கப்பட்டு, சிலை கீழே கிடந்தது.

“அப்போ டேவிட்டும் மெகருன்னிசாவும் சேர்ந்து ஹீராபிஜ்லியைத் திருடிக்கிட்டுப் போயிட்டாங்களா” என்றாள் முத்தம்மா. “இருக்கலாம். ஆனால் இதில கிடங்கு அதிகாரி தாமசுக்கும் ஏதோ பங்கு இருக்கணும். ரெண்டு நாளா அவரும் கோட்டைக்கு வரலையாம்” என்றான் வேலன். “இப்போ மூணு பேரையும் எங்கே போய்த் தேடறது” என்றாள் முத்தம்மா. “நாம தேட வேணாம். அவங்களா நம்மைத் தேடி வருவாங்க. ஏன்னா, ஹீராபிஜ்லி இன்னும் அவங்களுக்குக் கிடைக்கலை” என்றான் வேலன்.

“ஏன் வேற எங்கேயாவது ஒளிச்சு வச்சிட்டியா” என்றாள் முத்தம்மா.

“இல்லை. நாம பொறப்படற அன்னைக்குக் காலையில ஹீராபிஜ்லியை யாரோ வெலைக்குக் கேட்கறாங்கன்னு முதலியார் ஆள் அனுப்பியிருந்தார். அதனால நானே அவர் கிட்ட கொண்டு போய்க் குடுத்திட்டேன்” என்றான் வேலன். “ஹீரா பிஜ்லி தப்பிச்சிடுச்சு, ஆனா மெகருன்னிசா” என்றாள் முத்தம்மா. “பொறியில கருவாட்டுத்துண்டை வச்சுத்தான் எலிகளைப்பிடிக்கணும்” என்றான் வேலன். “கருவாட்டுத் துண்டு எது, ஹீராபிஜ்லியா” என்றாள் முத்தம்மா. “இல்லை, நீயும் நானும் தான். ஒருத்தரு தூங்கணும், இன்னொருத்தர் வெளியே ஒளிஞ்சிக்கணும். நிச்சயமாக் கடத்தறதுக்கு ஆள் வருவாங்க. எதிர்க்காம, அவங்க கூடப் போகணும். இன்னொருத்தர் ரகசியமாப் பின்னால போய், அவங்க இடத்தைக் கண்டு பிடிக்கணும்” என்றான் வேலன்.

“ஆகா திட்டம் பிரம்மாதம். நானே கருவாட்டுத்துண்டா இருக்கேன். நீ காவல் தெய்வமா இரு” என்று சொல்லிவிட்டு நிம்மதியாக உறங்கப் போய் விட்டாள் முத்தம்மா. வேலன் வெளியே வந்து மரம் ஒன்றில் ஏறி மறைந்து கொண்டான். அதன் அகலமான கிளைகளில் முதுகைச் சாய்த்து கால்களை நீட்டி அமர முடிந்தது. அப்படியே லேசாகக் கண்ணயர்ந்தும் விட்டான். திடீரென்று கதவு பலமாகத் தட்டப்படும் ஒலி கேட்டு விழித்தான். நள்ளிரவு ஆகியிருந்தது. வீட்டிற்கு வெளியே நாலைந்து குதிரைகளும், ஒரு மூடிய மாட்டு வண்டியும் நிற்பதைக் கவனித்தான். சிப்பாய்கள் தான் கதவை இடித்துக் கொண்டிருந்தனர். உடல் களைப்பால் வேலன் உறங்கி விடக்கூடும் என்று எதிர்பார்த்த முத்தம்மா, கதவு பலமுறை தட்டப்படும் வரை வேண்டுமென்றே தாமதித்துப் பின் கதவைத் திறந்தாள். அந்தச் சிப்பாய்களை வேலன் அடையாளம் கண்டு கொண்டான். கம்பெனி புதிதாக உருவாக்கத் தொடங்கியிருந்த குதிரைப் படைச்சிப்பாய்கள். முறையான பயிற்சி கூட இன்னும் தொடங்கப்பட்டிருக்கவில்லை.

முத்தம்மாவை மிரட்டி வண்டியில ஏறச் செய்தனர். முத்தம்மாவும் பயந்தவள் போல் நடித்தாள். பின்பு வீட்டிற்குள் சென்று தேடினர். உள்ளே வேறு யாரும் இல்லாததால் உடனே குதிரைகளும், சிப்பாய்களும் அங்கிருந்து விரைந்தனர். வேலன் சற்று இடைவெளி விட்டுக் குதிரையிலேறி அவர்களைப் பின் தொடர்ந்தான். பாதி

தூரம் போகும் பொழுதே அவர்கள் பறங்கிமலையை நோக்கித்தான் செல்கின்றனர் என்று புரிந்தது. உடனே வேலன் குறுக்கு வழிகளில் புகுந்து அவர்களுக்கு முன்பாகப் பறங்கி மலையை அடைந்தான். முன்பு கவர்னர் பெய்கூட் சிறைவைக்கப்பட்டிருந்த வீடு நினைவிற்கு வந்தது. ஒதுக்குப்புறமாயிருக்கும் அந்த வீட்டைத்தான் தேர்ந்தெடுந்திருப்பார்கள் என்று முடிவு செய்தான். வீட்டின்அருகேயிருந்த இருந்த மரத்தில் ஏறி வீட்டைப் பார்த்தான். வீட்டின் அறைக்கதவு வெளியே தாழ் போடப்பட்டிருந்தது. வராந்தாவில் மேலும் கீழும் நடைபோட்டுக் கொண்டிருந்த உருவத்தை வெடி மருந்துக் கிடங்கு அதிகாரி தாமஸ் என்று வேலன் எளிதில் அடையாளம் கண்டு கொண்டான். பொழுதும் லேசாகப் புலரத் தொடங்கியது. சற்றுநேரத்தில் முத்தம்மாவைக் கடத்திவந்த வண்டியும், சிப்பாய்களும் அங்கு வந்து சேர்ந்தனர்.

வண்டியிலிருந்து முத்தம்மாவை இறங்கச் சொல்லி, வீட்டிற்குள் போகுமாறு மிரட்டினர். முத்தம்மாவும் பயந்து நடுங்கியவள் போல் வீட்டிற்குள் சென்றாள். வீட்டுக்கதவு மீண்டும் மூடி, தாள்போடப் பட்டது. மற்ற சிப்பாய்களை அங்கேயே காவல் வைத்து விட்டு, தாமசும் சிப்பாய்களின் தலைவனும் மட்டும் பேசிக் கொண்டே சிறிது தூரம் நடந்து சென்றனர். பாதி வழியில் சிப்பாய்களின் தலைவன் திரும்பி வந்து குதிரையில் ஏறி வேகமாகச் சென்றான். தாமஸ் பக்கத்திலிருந்த வீட்டிற்குள் சென்று கதவைச் சாத்திக் கொண்டார். அந்த வீட்டில் ஜஸ்வந்த் சிறை வைக்கப்பட்டிருந்தது வேலனுக்கு நினைவு வந்தது. இரண்டு வீடுகளையும் சிறைச்சாலையாகவே ஆக்கி விட்டார் கள் என்று நினைத்துக் கொண்டான். முத்தம்மா இருந்த வீட்டின் ஜன்னல் திறக்கப்படும் ஒலி கேட்டது. வேலன் கூர்ந்து கவனித்தான். ஜன்னலில் மெகருன்னிசாவின் முகம் தெரிந்தது. காவலில் இருந்த வீரர்களில் ஒருவன் அதட்டினான். மெகருன்னிசா பட்டென்று ஜன்னலைச் சார்த்திக் கொண்டாள். வேலன் சூழ்நிலையைக் கணிக்கத் தொடங்கினான். மெகருன்னிசா உள்ளே இருப்பதால், டேவிட்டும் உள்ளே இருக்க வேண்டும். ஆனால் நிச்சயமாகச் சொல்ல முடியாது. உள்ளே முத்தம்மா இருப்பதால் மெகருன்னிசாவிற்கு ஆபத்தில்லை. டேவிட் விஷயத்தை உறுதிப்படுத்திக் கொண்டு களத்தில் இறங்குவோம் என்று முடிவு செய்தான். மரத்திலிருந்து இறங்கிக் குதிரையில் ஏறி வீட்டை நோக்கி விரைந்தான்.

வீட்டிலிருந்து, வேலன் தன் கிடங்கிற்குச் சென்ற பொழுது கோட்டைக்குச்செல்ல வண்டிகள் தயாராகிக் கொண்டிருந்தன. மணிவாசகத்தைத் தனியே அழைத்து நடந்ததைச் சொன்னான். "ஆளுங்களைக் கூட்டிக்கிட்டுப் பறங்கி மலைக்குப் போய் விடுவிச்சிக்கிட்டு வருவோம்" என்றார் மணிவாசகம்.

"அது கம்பெனி வீடுங்க இருக்க பகுதி. நம்ம ஆளுங்களைக் கூட்டிக்கிட்டுப்போக முடியாது. அதோட டேவிட் யார்பக்கம் இருக்கான்னு மொதல்லே தெரிஞ்சிக்கணும். நான் வேற வழியில இதைச் சமாளிக்கிறேன்", என்று கூறிவிட்டு வண்டிகளோடு தானும் சென்றான். கோட்டையில் வண்டிகளைக் கிடங்கில் விட்டுவிட்டு ராபின்சனைத் தேடி அவர் அலுவலத்திற்குச்சென்றான். ராபின்சனே முந்திக்கொண்டு, "டேவிட்டைக் கண்டு பிடிச்சியா இல்லையா, தாமஸ் வேற இன்னும் வரலை" என்றார்.

"டேவிட்டையும் காணோம், தாமசையும் காணோம். ரெண்டுக்கும் ஏதோ தொடர்பு இருக்கிற மாதிரி இல்லையா?" என்று கேட்டான் வேலன். "நீ என்ன சொல்றே" என்றார் ராபின்சன் குழப்பத்துடன். ஹீராபிஜ்லியைப் பற்றி எதுவும் சொல்லாமல், தன்னிடம் ஒரு வைரம் இருப்பதையும் அடுத்து நடந்தவற்றையும் சுருக்கமாக ராபின்சனுக்கு விளக்கினான் வேலன். ராபின்சனின் முகம் பேயறைந்தது போல் ஆனது. "கம்பெனிக்குள்ள யாரை நம்பறதுன்னே புரியலை. தாமஸ் இங்கிலாந்துக்குத் திரும்பப் போற நேரத்தில திருட்டு வேலையில இறங்கியிருக்காரு. சரி நீ ஒரு புகார் எழுதிக்குடு. நாம சிப்பாய்களோட பறங்கி மலைக்குப் போவோம்" என்றார். "ஐயய்யோ வேண்டாம் பிரபு, தாமஸ் கம்பெனிக்காக நிறைய உழைச்சிருக்கார். எனக்கும் ரொம்ப நாளா உதவி செஞ்சிருக்கார். அதனால விஷயத்தைப் பெரிசுபடுத்தாம காதும்காதும் வச்ச மாதிரி முடிக்கணும்" என்றான் வேலன்.

"அதுவும் சரி தான். விஷயம் வெளியே வந்தால் தாமசுக்கு மட்டும் இல்ல, கம்பெனிக்கே கெட்ட பேரு ஆயிடும். நான் அஞ்சாறு சிப்பாய்களை மட்டும் கூட்டிக்கிட்டு வர்றேன்" என்றார் ராபின்சன்.

"சிப்பாய்ங்க எதுக்கு பிரபு, அந்த முட்டாள் குதிரைப்படைச் சிப்பாய்களைச் சமாளிக்க, நாம ரெண்டு பேரும் போதாதா. நீங்க உங்க கைத் துப்பாக்கியோட வாங்க, நான் என் வாளோட வர்றேன்" என்றான்.

ஒரு நிமிடம் ராபின்சன் தயங்கினார். பின்பு தன்னைக் கோழையென்று வேலன் நினைத்துவிடக் கூடாதே என்பதற்காக ஒத்துக் கொண்டார். “வா உடனே போவோம்” என்றார். “கொஞ்சம்பொறுங்க பிரபு, அழைப்பு வந்தவுடனே போகலாம்” என்றான் வேலன். “அழைப்பு எப்போ வரும்” என்றார் ராபின்சன். “அனோகமா தூதுவன் என்னைத் தேடிக்கிட்டு இருப்பான். நான் கொஞ்ச நேரத்தில திரும்பி வர்றேன்”, என்று கூறி விட்டு ராபின்சன் அறையிலிருந்து வேலன் வெளியேறினான்.

வேலன் மற்றொரு அலுவலகத்திற்குச் சென்று, தான் இறக்கிய பொருட்களுக்கான ரசீதை வாங்கிக் கொண்டு வந்து கொண்டிருந்தான். எதிரே வழிமறித்து நின்ற நெடிய உருவத்தை எங்கேயே பார்த்தது போல் இருந்தது. “நீ தானே வேலன்” என்று அதட்டியது அந்த உருவம். வேலனுக்கு நினைவு வந்தது. முதல் நாள் இரவு முத்தம்மாவைக் கடத்திச் சென்ற சிப்பாய்க் கூட்டத்தின் தலைவன்தான், வேலன் முன்னே நின்று கொண்டிருந்தான்.

“ஆமாம் எசமான். இந்த அடிமை உங்களுக்கு என்ன செய்யணும்” என்றான் பணிவோடு. “என் பேரு அகமத்கான். புதுசாக் கட்டற குதிரைப்படைக்குத் தளபதி” என்றது அந்த உருவம். “உங்களைப் பார்த்தவொடனேயே நீங்க பெரிய தளபதியாத்தான் இருப்பீங்கன்னு புரிச்சிக்கிட்டேன் எசமான்”, என்றான் வேலன். “அதுக்காகப் பயப்படாதே. நான் உனக்கு உதவி செய்யத்தான் வந்திருக்கேன். உன் குடும்பத்தில கொஞ்சப் பேர் காணாமல் போயிட்டாங்களா?” என்றான் அகமத்கான் சிரிப்போடு. “ஆமா எசமான், நான் தேடாத எடமேயில்லை” என்றான் வேலன். “கவலைப்படாத, அவங்க இருக்கிற ரகசிய எடத்துக்கு நான் உன்னைக் கூட்டிக்கிட்டுப்போறேன். ஆனால் உன்கிட்ட ஏதோ முக்கியமான பொருள் இருக்காமே, அதோடவரணும்” என்றான். “நிச்சயமா, ஆனால் பொருள் வெளியே போயிருக்கு. கேட்டு வாங்கிட்டு நானே பறங்கிமலைக்கு வர்றேன். அதுவரைக்கும் குடும்பத்தை ஒண்ணும் பண்ணிடக்கூடாதுன்னு தாமஸ் பிரபுகிட்டச் சொல்லுங்க எசமான்” என்றான் வேலன். “அதை நான் பார்த்துக்கறேன். ஆனால் என்னை ஏமாத்த நினைச்சே......” என்றான் அகமத்கான். “கனவிலயும் உங்களை ஏமாத்த நினைக்க மாட்டேன் எசமான். உங்க புத்திக் கூர்மைக்கு முன்னால என் தந்திரமெல்லாம் செல்லாதுன்னு புரியுது” என்றான் வேலன். வெற்றிச்சிரிப்புடன் அங்கிருந்து சென்றான் அகமத்கான்.

ராபின்சனின் அறைக்குச் சென்ற வேலன், "பிரபு, தூதுவன் வந்தாச்சு. நீங்க புதுசாக்கட்டற குதிரைப்படைத் தளபதி அகமத்கான் தான் அந்தத் தூதுவன். எப்படிப்பட்ட புத்திசாலிகளாப் பார்த்து உங்க படையில சேர்க்கறீங்க" என்றான்.

91

தாமஸ் இருந்த வீட்டின் கதவைத்தட்டினான் அகமத்கான். ஆவலோடு கதவைத் திறந்து கொண்டு வெளியே வந்தார் தாமஸ். அகமத்கான் வெற்றிச்சிரிப்போடு சல்யூட் அடித்தான். "முட்டாள், தனியே வந்திருக்கே? வேலன் எங்கடா" என்று கத்தினார் தாமஸ். "ஏன் சாகிப் கோபப்படுறீங்க? வேலையை எவ்வளவு புத்திசாலித்தனமா முடிச்சிட்டு வந்திருக்கேன். அந்த முட்டாள் வேலன் இன்னும் கொஞ்ச நேரத்தில நீங்க கேட்ட பொருளோட தானே வந்துடுவான். தாமஸ்கிட்ட அதுவரைக்கும் என் குடும்பத்தை ஒண்ணும் பண்ணிடாதீங்கன்னு சொல்லுன்னு என் கால்ல விழுந்து கதறினான்" என்றான் அகமத்கான். "என்ன? தாமஸ்கிட்டச் சொல்லுன்னு சொன்னானா? என் பேரைச் சொல்லிட்டியா" என்று பதறினார் தாமஸ். "நான் சொல்லுவனா? அவனாத்தான் சொன்னான். ஏன் பதற்றப்படுறீங்க சாகிப். இன்னும் கொஞ்ச நேரத்தில இங்கேயே வந்துடுவான்" என்றான் அகமத்கான்.

"இங்கேயே வந்திடுவானா? ரகசிய எடத்தையும் அவன்கிட்டச் சொல்லிட்டியா?" என்று கத்தினார் தாமஸ். "ரகசிய எடத்தைச் சொல்ல நான் என்ன முட்டாளா?" என்றான் அகமத்கான் கோபமாக. "அப்புறம் எப்பிடி வேலன் இங்கே வர்றேன்னான்" என்று மீண்டும் பதறினார் தாமஸ். "அட ஆமா, அந்த வேலனுக்கு மூளையே இல்லை. நான் உடனே போய்க் கூட்டிக்கிட்டு வர்றேன் சாகிப்" என்றான் அகமத்கான்.

"முட்டாள்" என்று கத்தினார் தாமஸ். "ஆமா சாகிப் அந்த வேலன் ஒரு முட்டாள்" என்றான் அகமத்கான்.

"நான் உன்னைத்தான்டா முட்டாள்னு சொன்னேன், திரும்பிப்பாருடா" என்றார். கதவு திறந்தே இருந்ததால் வேலனும், ராபின்சனும் உள்ளே நுழைந்தனர். மேலதிகாரியைக் கண்டதும் எழுந்து நின்றார் தாமஸ். மற்ற விஷயங்களில் அத்தனை அறிவுக்கூர்மை இல்லாத அகமத் கான் அதிகாரிகள் விஷயத்தில் மட்டும் தன் நிலைமையை உடனே புரிந்து கொண்டான். உடனே ராபின்சனின் காலில் விழுந்தான். "சாகிப், இதில எனக்கு ஒண்ணும் தெரியாது. தாமஸ் சாகிப் சொன்னதை அப்படியே செஞ்சேன்" என்றான்.

“சரி, இப்போ நான் சொல்றதை அப்பிடியே செய். உடனே போய்ப் பக்கத்து வீட்டில அடைச்சு வச்சிருக்கிறவங்களையெல்லாம் விடுவிச்சுக் கூட்டிக்கிட்டு வா” என்றார் ராபின்சன். ஆனால் அதற்குத் தேவையிருக்கவில்லை. பக்கத்து வீட்டில் காவலில் இருந்த நான்கு சிப்பாய்களையும், வரிசையாக ஒரே கயிற்றில் கட்டி, ஆடுகளைப் போல் இழுத்துக் கொண்டு வீட்டிற்குள் நுழைந்தான் டேவிட். டேவிட்டின் கையிலிருந்த கனமான தேக்குக்கட்டை, ஏதோ மேஜையில் இருந்து உடைத்து எடுத்துக் கொண்டு வந்தது போல் இருந்தது. அது நன்றாகத் தான் செயல்பட்டிருக்க வேண்டும் என்பது சிப்பாய்களின் உடலெங்குமிருந்த காயங்களால் உணரமுடிந்தது. சில காயங்கள் கத்தியால் வெட்டப்பட்டவை போலிருந்தன. டேவிட்டின் பின்னால் வந்த முத்தம்மாவின் கையிலிருந்த வாளைப்பார்த்தும் வெட்டுக் காயங்கள் எங்கிருந்து வந்தனவென்று வேலன் புரிந்து கொண்டான். ஒரு சிப்பாய் தொடையில் துணியால் கட்டுப் போட்டுக் கொண்டு நொண்டியபடி வந்தான்.

“யார் யாரைப் பிடிச்சு வச்சிருக்காங்க?” என்று குழப்பத்துடன் கேட்டார் ராபின்சன். “அதை நான் சொல்றேன்” கடைசியில் உள்ளே நுழைந்த மெகருன்னிசா முந்திக் கொண்டு பேசினாள், “எங்க மூணு பேரையும் இவங்கதான் பக்கத்து வீட்டில அடைச்சு வச்சிருந்தாங்க. முத்தம்மா அக்கா ஒரு சின்னக்கத்தியை மறைச்சு வச்சிருந்தாங்க. சாப்பாடு கொண்டுவந்தவன் கழுத்தில அதைவச்சு மிரட்டி சாவியைப் பறிச்சுக் கதவைத் திறந்தாங்க. சிப்பாயோட வாளை அக்கா எடுத்துக் கிட்டாங்க. ஒரு மேஜையை உடைச்சு அது காலை டேவிட் எடுத்துக்கிட்டாரு. எல்லோரும் வெளியே ஓடிவந்தோம். காவல்ல இருந்த சிப் பாய்களும் அஞ்சு நிமிஷம் தைரியமாப் போராடினாங்க, அப்புறம் சரணடைச்சிட்டாங்க” என்று சொல்லி முடித்தாள்.

“நொண்டிக்கொண்டு வந்த சிப்பாயைக் காட்டி “அவனுக்கு என்ன ஆச்சு” என்றார் ராபின்சன். “அவனா” மெகருன்னிசா மீண்டும் உற்சாகமாகத் தொடங்கினாள் “அவன் என் கழுத்தில கத்தியை வச்சு மிரட்டப் பார்த் தான். என் கையில அக்காவோட சின்னக்கத்தி இருந்துச்சு. ஒண்ணும் பயப்பட வேண்டாம், அவனுக்குச் சின்னக் காயம் தான்” என்றாள்.

அப்பொழுது தான் மெகருன்னிசாவின் கையில் ஒரு குறுவாள் இருப்பதை வேலனும் கவனித்தான். ராபின்சன் சிப்பாய்களைக் கோபமாகப் பார்த்தார். “சாகிப் அகமத்கான் ஆதேஷ்படி தான்

செஞ்சோம்" என்றனர் நால்வரும் ஒரே குரலில். அகமத்கான் லேசாகத் தொண்டையைக் கனைத்தான், "சாகிப் இந்த ஒரு தடவை மன்னிச்சிடுங்க. பதிலுக்கு நீங்க என்ன சொன்னாலும் செய்யறோம்" என்றான்.

"நீங்க செய்ய வேண்டியதெல்லாம் ஒண்ணே ஒண்ணுதான். உடனே இந்த ஊரைவிட்டு ஓடிப்போயிடுங்க. எவனாச்சும் என் கண்ணில பட்டீங்க. பக்கத்திலயிருக்கிற முதல்மரத்தில தூக்கில போட்டுருவேன்" என்று கத்தினார் ராபின்சன்.

அகமத்கானுக்கும் மற்ற நான்கு சிப்பாய்களுக்கும் ராபின்சன் சொல்லியது நியாயமாகத் தோன்றியது. அவர் சொல்லி முடிப்பதற்குள் அங்கிருந்து ஓடி மறைந்தனர். நொண்டிக் கொண்டு வந்த சிப்பாய் கூட எப்படியோ ஓடினான். "இவங்க போற வேகத்தை பார்த்தா, எங்கேயோ வேலை தேடிப் போறவனுங்க மாதிரி இருக்கு" என்றார் ராபின்சன்.

"உண்மையிலயே அவங்க வேலைதேடித்தான் போயிருப்பாங்க. இந்தியாவிலயிப்போ குதிரையேறத் தெரிஞ்சாவே போதும், உடனே வேலை கெடச்சிடும். ஹோல்கா, சிந்தியா, திப்புசுல்தான், நிசாம் எல்லோரும் படை திரட்டிக்கிட்டு இருக்காங்க" என்றான் வேலன்.

அதுவரை சமாளித்து நின்று கொண்டிருந்த தாமஸ், வயது முதிர்ச்சியால் நிற்க முடியாமல் தள்ளாடுவதைக் கண்ட முத்தம்மாவும் மெகருன்னிசாவும் ஓடிச் சென்று அவரைப் பிடித்து நாற்காலியில் உட்கார வைத்தனர். ராபின்சன், தானும் ஒரு நாற்காலியை இழுத்து தாமஸ் அருகே போட்டுக் கொண்டு அமர்ந்தார்.

"மிஸ்டர் தாமஸ், வேலையில இருந்து பென்சனோட ஓய்வெடுக்கப் போற நேரத்தில ஏன் இப்பிடிப் பண்றீங்க" என்றார். சற்று நேரம் அமைதியாயிருந்த தாமஸ், "வெறுங்கையோட எப்படி ஊருக்குப் போறது. இதுவரைக்கும் சேர்த்து வச்சிருந்த பணமெல்லாம் சூதாட்டத்தில் போயிடுச்சு" என்றார். "நீங்க எல்லா நேரமும் கருப்புடவுன்ல சுத்தும்போதே நெனச்சேன், இப்படி ஏதாவது நடக்கும்னு" என்ற ராபின்சன். தொடர்ந்து, "நாளைக்கே உங்க பொறுப்பையெல்லாம் பீட்டர்சன் கிட்ட ஒப்படைச்சிட்டு இங்கிலாந்துக்குப் போற முதல் கப்பல்ல ஏறி வீடு போய்ச்சேருங்க. வேலன் புகார் எதுவும் குடுக்காததால இந்த விஷயத்தை நான் இத்தோட விட்டுடறேன்" என்றார்.

“நன்றி மிஸ்டர் ராபின்சன்” என்று கூறிவிட்டு எழுந்து மெல்ல நடந்து வீட்டைவிட்டு வெளியேறினார் தாமஸ். பின் மெகருன்னிசாவைப் பார்த்த ராபின்சன், “யாரு இந்தப் பொண்ணு இவ்வளவு சுறுசுறுப்பா இருக்கா” என்று கேட்டார். “எங்க பொண்ணு மாதிரி, டேவிட்டைக் கல்யாணம் பண்ணிக்கப் போறா” என்றாள் முத்தம்மா. “டேவிட், நீ அதிர்ஷ்டக்காரன். பொண்ணு ராஜகுமாரி மாதிரி இருக்கா” என்றார் ராபின்சன். “மாதிரி என்ன, உண்மையிலேயே ராஜகுமாரிதான்” என்று மனதிற்குள் நினைத்துக் கொண்ட டேவிட், “தாங் க்யூ, சார்” என்றான்.

“நான் பாதுகாப்புக்கு ஒரு சிப்பாய்கூட இல்லாமல் வந்து உங்களைக் காப்பாத்தியிருக்கேன். டேவிட், நீ பதிலுக்குக் கோட்டையைப் பலப் படுத்தற வேலையில சுறுசுறுப்பா எறங்கணும், வா என் கூட” என்று சொல்லிக்கொண்டே டேவிட்டை இழுத்துக் கொண்டு வெளியேறினார் ராபின்சன். பின் மெகருன்னிசா நடந்தவற்றைக் கூறினாள்.

“ஒருநாள் டேவிட்டை விருந்துக்குக் கூப்பிட்டாரு தாமஸ். டேவிட் என்னையும் கூட்டிக்கிட்டு வந்தார். இங்கே டேவிட்டைக் கட்டிப்போட்டுட்டு ஹீராபிஜ்லி இருக்க எடத்தைச்சொல்லாட்டி அவரைக் கொல் லப்போறதா என்னை மெரட்டினாங்க. நான் பயந்துபோய்ச் சொல்லிட்டேன். ஆனாலும் வைரம் கெடைக்காததினால அக்காவையும் கடத்தி யிருக்காங்க”,என்றாள். “அக்காவை யாரும் கடத்தலை. உங்களைக் கடத்தி வச்சிருந்த எடத்தைக் கண்டுபிடிக்கறதுக்காக அப்பிடி நடிச்சா” என்றான் வேலன். “வைரம் என்னாச்சு” என்றாள் மெகருன்னிசா.

“அது பத்திரமா இருக்கு. அவ்வளவு சீக்கிரமா நம்மை விட்டுப்போகாது போல” என்றான் வேலன். “வேலா, ராபின்சன் சொன்னதைக் கேட்டியா? நாளையிலயிருந்து நம்ம பீட்டர்சன்தான் கிடங்குக்கு அதிகாரி. இப்போ மட்டும் ஹீராபிஜ்லியை விற்கமுடிஞ்சா. அந்தப் பணத்தில வெடி மருந்து ஏராளமா வாங்கலாம்” என்றாள். “நாளைக்கு வைர வியாபாரி கள்கிட்டத் திரும்பவும் இதைப்பத்திப் பேசறேன்” என்றான் வேலன். மூவரும் அங்கிருந்து புறப்பட்டனர்.

மறுநாள் முதலியாரிடமிருந்து செய்தி வந்தது, வைரம் விலைபோக வில்லையென்று. தானே சென்று அதைத் திருப்பி வாங்கிக் கொண்டு வீடுவந்து சேர்ந்தான் வேலன். அங்கே அவனைப் பார்ப்பதற்காக கருப்ப சேர்வையும், மணிவாசகமும்

காத்திருந்தனர். அன்று முத்தம்மாவும் வீட்டிலிருந்தாள். ஒரு மாதம் முன்பு, கருப்பசேர்வை தன்னோடு, பாஞ்சாலங்குறிச்சியிலிருந்து இருபது பேரை அழைத்துக் கொண்டு வந்தி ருந்தார். மணிவாசகமும் வேலனும் அதில் ஐந்துபேரைக் கோட்டை யில் காவலர்களாகச் சேர்த்து விட்டனர். குதிரையேறத் தெரிந்த ஐந்து பேரைக் கம்பெனி புதிதாகத் திரட்டிக்கொண்டிருந்த குதிரைப்படையில் சேர்த்து விட்டனர். மேலும் ஐந்துபேரை டேவிட்டிடம் கட்டிடத் தொழி லாளர்களாகக் கோட்டைக்குள்ளனுப்பினர். மீதி ஐந்துபேரையும், கருப்ப சேர்வையையும் கிடங்கிலேயே வைத்துக் கொண்டார் மணிவாசகம். சென்னையில் நடப்பது பாஞ்சாலங்குறிச்சிக்கு இனி உடனே தெரிந்து விடும் என்று கருப்பையா சேர்வை ஆனந்தமடைந்தார். மாறாக அடுத்தமாதம், பாஞ்சாலங்குறிச்சியில் நடந்தது கோட்டையில் எதிரொலித் தது. கட்டப் பொம்மனுக்கும், திருநெல்வேலி கலெக்டர் ஜாக்சனுக்கும் நடந்த சண்டை பற்றிய செய்திகள் கோட்டையில் அடிபட்டன. வேலன் கருப்பசேர்வையை ஒருநாள் வீட்டிற்கு வந்து விவரமாகச் சொல்லு மாறு கேட்டிருந்தான். சுற்றிலும், முத்தம்மா, மெகருன்னிசா மணிவாச கம் அனைவரும் ஆவலோடு அமர்ந்திருந்தனர்.

கருப்பசேர்வை தொடங்கினார், “எங்க கட்டபொம்மு ராசாவைக் கைதுபண்ணி மத்த பாளையக்காரங்களைப் பயமுறுத்தறதுதான் ஜாக்சன் துரையோட திட்டம். தன்னை உடனே வந்து பார்க்கணும்னு கடுதாசிமேல கடுதாசி போட்டான். எங்க ராசாவுக்கா இது புரியாது. அதனால அவரு அவனைப் பார்க்க ஆளு அம்பு சேனைகளோட போனாரு. பயந்து போன ஜாக்சன் அவரைச் சந்திக்காம ஊர்ஊரா அவரை இழுத்தடிச்சு, கடைசியா ராமநாதபுரத்துக்கு வரச்சொன்னான். அங்கதானே அவன் ஆளு, அம்பு, சேனையெல்லாம் இருக்கு. அங்கே, ஒரு படையை மாடியில ஒளிச்சு வச்சுக்கிட்டு, ராமலிங்க விலாசம் மண்டபத்துக்குள்ள கட்டபொம்முவை வரச்சொன்னான் ஜாக்சன். தனியே மாட்டிக்கிட்டாருங்கற தைரியத்தில, அவரை அவமானப் படுத்த, அவரு மடியைப்பிடிச்சு இழுத்திருக்கான் திமிரு பிடிச்ச ஒரு வெள்ளைக்காரன். அமைதியாயிருந்த சிங்கத்தைச் சீண்டிப்பார்த்திருக் கான். அடுத்த நிமிசம், தொட்டவன் கை தரையில துண்டா விழுந்து கெடக்கு. ஒளிஞ்சிருந்த வெள்ளைக்காரப் படையும் ஓடிவந்துச்சு, எங்க படையும் போச்சு. சண்டையே குடுக்காம கம்பெனிப்படை ஓடிப்போச்சு. ஆனால் பேச்சு வார்த்தைக்குப் போயிருந்த தானாதிபதிப் பிள்ளை மட்டும்

உள்ளயே மாட்டிக்கிட்டார். மதராசுக்குத்தான் கூட்டிக்கிட்டு வந்து விசாரிக்கப் போறாங்களாம். எப்பிடியாவது நீங்கதான் அவரைக் காப்பாத்தணும்'' என்று சொல்லி முடித்தார் கருப்ப சேர்வை.

"என்னால ஆன முயற்சி செய்யறேன்'' என்றான் வேலன். மறுநாள், கோட்டையில் மொழிபெயர்ப்பாளராக இருக்கும் தாமோதரம் பிள்ளையைச் சந்தித்துப் பேசினான். சரியாக, விசாரணை நாளன்று, தாமோதரம் பிள்ளைக்கு உடல்நலம் சரியில்லாமல் போய்விட்டது. எனவே தானாதிபதிப்பிள்ளையைக் கம்பெனி இயக்குநர்கள் விசாரணை செய்யும்பொழுது மொழிபெயர்ப்பாளராக வேலன் அமர்த்தப்பட்டான். தானாதிபதிப்பிள்ளை கோபமாக எதுவும் சொல்லி மாட்டிக் கொண்டு விடக்கூடாது என்று வேலன் பயந்து கொண்டிருந்தான். ஆனால் தானாதிபதிப்பிள்ளையோ மிக அனுபவம் வாய்ந்த தூதுவர் போல் பேசினார். ஜாக்சனின் ஊழல்களையும், தேவையில்லாமல் பாளையக்காரர்களை அவமதிப்பதையும் எடுத்துக் காட்டுக்களோடு விளக்கினார். இயக்குநர்களுக்கு ஜாக்சன் மீது கடுங்கோபம் எழுந்தது. கட்டபொம் மனைத் தங்களிடம் நேரில்வந்து விளக்கம் அளிக்குமாறு சொல்லி தானாதிபதியை விடுவித்தனர்.

கட்டபொம்மு தயங்கினார். "கவர்னர் எட்வர்ட் கிளைவ் நிச்சயமா வீரபாண்டியரைக் கைது செய்ய மாட்டாரு. கொடுத்த வாக்கை மீறினா அவரோட அரசியல் எதிர்காலம் பாதிக்கும்'' என்று கருப்ப சேர்வையிடம் விளக்கினான் வேலன்.

வீரபாண்டியர் ஒரு சிறிய படையோடு திருச்சிவந்து சேர்ந்தார். ஒரு முரட்டுப் பாளையக்காரனை எதிர்பார்த்திருந்த இயக்குநர்கள் வீர பாண்டியரின் அமைதியான தோற்றத்தைக்கண்டு வியப்படைந்தனர். அவர் ஒரு அனுபவமுள்ள வழக்கறிஞர் போல் தெளிவாக வாதங்களை முன்வைத்து அவர்களை மேலும் வியப்படையச் செய்தார்.

முதலில் கட்டபொம்மனின் நண்பர் டேவிட்சன் என்ற ஆங்கிலேயர் கட்டபொம்மனுக்கு ஆதரவாக எழுதி அனுப்பியிருந்த கடிதம் படிக்கப் பட்டது. பிறகு நடந்த விசாரணையில், மழை பொய்த்த காரணத்தால் தான் வரி கொடுக்க இயலவில்லை என்று விளக்கினார் கட்டபொம்மன். எட்டயபுரப்பகுதிகளில் அவரது ஆட்கள் கிடங்கிலிருந்து தானியங்களைத் திருடியதாக வைக்கப்பட்ட குற்றச்சாட்டிற்கு, பாஞ்சாலங் குறிச்சிப் பகுதிகளை எட்டயபுரம்

தவறாகச் சொந்தம் கொண்டாடி வரிவசூலித்துச் சென்றது என்றும், அதை மீட்டு வந்ததாகவும், மேலும் பாஞ்சாலங்குறிச்சிப் பகுதிகளில் புகுந்து எட்டயபுர ஆட்கள் ஆடுமாடுகளைக் கவர்ந்து செல்வதைத் தடுப்பதற்கான தாக்குதல் தான் அது என்றும் வாதாடினார். ராமலிங்கவிலாசத்தில் ஒரு ஆங்கில எழுத்தரின் கை வெட்டப்பட்டது பற்றித் தனக்கு எதுவும் தெரியாது, அங்கு நடந்த தள்ளுமுள்ளுவில் எதுவும் நடந்திருக்கலாம் என்றார். இறந்து போனவரின் குடும்பத்திற்குப் பென்சன் தருவதாக ஒத்துக் கொண்டார். வரி பாக்கியில் ஒரு பகுதியை அப்பொழுதே கட்டிவிட்டார். மீதித் தொகைக்குத் தவணை கேட்டுப் பெற்றுக் கொண்டார். முடிவில் வெற்றிவீரராகப் பாஞ்சாலங்குறிச்சி திரும்பினார்.

கலெக்டர் ஜாக்சனின் நிலைமைதான் பரிதாபமானது. ஏற்கனவே அவன்மீது ஏகப்பட்ட ஊழல் குற்றச்சாட்டுகள் இருந்தன. திமிராக நடந்துகொண்டு அத்தனை பாளையக்காரர்களின் எதிர்ப்பையும் சம்பாதித்திருந்தான். மைசூர் போர் முடியும் வரை பாளையக்காரர்களிடம் நட்புறவோடு பழகும்படி கவர்னர் அனுப்பியிருந்த ரகசிய அறிவுரையை மதிக்கத்தவறி இருந்தான். மொத்தத்தில் கம்பெனிக்கு ஜாக்சனால் வரவை விடச் செலவு அதிகம். கணக்கு வழக்குகளிலும் நிறையக் குளறுபடிகள் இருந்தன. கம்பெனி ஜாக்சனைப் பதவியிலிருந்து விரட்டி, பாளையக்காரர்களின் நல்லெண்ணத்தைப்பெற முடிவு செய்தது. ஜாக்சன் வேலையிலிருந்து இழப்பீடு எதுவுமின்றித் தூக்கி எறியப்பட்டான். அவன் இங்கிலாந்து திரும்பிச் செல்வதற்குக்கூட கம்பெனி ஏற்பாடு செய்ய மறுத்துவிட்டது. சொந்தச் செலவில் போய்க் கொள்ளும்படி கூறிவிட்டது. பாளையக்காரர்களிடையே வீரபாண்டிய கட்டபொம்மனின் புகழ் பன்மடங்கு உயர்ந்தது.

தனது நன்றியைத் தெரிவிப்பதற்காகக் கருப்ப சேர்வை வேலனின் வீட்டிற்கு வந்தார். அவர் முகத்தில் மகிழ்ச்சி வெளிப்படையாகப் பரவியிருந்ததைப் பார்த்த வேலன், “புலி பதுங்குறது பாயறதுக்காகத்தான்” என்றான்.

“ஆமா, எங்க கட்டபொம்மு ராஜா, புத்திசாலித்தனமாப் பதுங்கிட்டாரு” என்றார் சேர்வை. அருகில் இருந்த முத்தம்மாவும் மணிவாசகமும் வேலனைப் பார்த்தனர். “பதுங்கினது ராஜா மட்டுமில்லை, கம்பெனியும்தான். மைசூர்போருக்கு ஏற்பாடு நடக்கறதால, பாளையக்காரங்களோட இப்போ கம்பெனி மோத விரும்பலை” என்றான் வேலன்.

“மைசூர் போர் வரப்போகுதா” என்று கேட்டார் கருப்ப சேர்வை. “நிச்சயமா, அதுக்காகத்தான் அனுபவமுள்ள போர்த் தளபதி ரிச்சாட் வெல்லெஸ்லியை இந்தியாவுக்கு கவர்னர் ஜெனரலா கம்பெனியும், இங்கிலாந்து அரசும் அனுப்பியிருக்காங்க” என்றான் வேலன். “மைசூருக்கு அப்புறம், நம்ம பாளையங்களைத்தான் குறி வைப்பாங்க” என்றாள் முத்தம்மா.

“அப்படித் தாக்குதல் வந்தா பாளையங்களை ஒண்ணுசேர்த்து கம்பெனியை எதிர்க்க முடியுமா?” என்று கேட்டார் மணிவாசகம். “நாகலா புரம், கோல்வார்பட்டி, ஏழாயிரம் பண்ணை, காடல்குடி, குளத்தூர், ஆவுடையார்புரம் சிவகங்கைச்சீமை எல்லாம் ஏற்கனவே நம்ம பக்கம் தான்” என்றார் கருப்ப சேர்வை.

“எட்டயபுரம், புதுக்கோட்டை, சிவகிரி எல்லாம் கம்பெனி ஆதரவு” என்றாள் முத்தம்மா.

“ஆனால் சிவகிரிப் பாளைக்காரர் மகன் மாப்பிள்ளை வன்னியன் நம்ம பக்கம்”, என்ற கருப்ப சேர்வை, ஆற்காட்டு நவாப்பே இப்போ வெள்ளைக்காரங்களை எதிர்க்கிறதாக் கேள்விப் பட்டோமே” என்றார்.

“படையில்லாத ராஜா பதறினா என்ன, கதறினா என்ன? ரொம்பத் துள்ளினா, முன்னால இவரு சித்தப்பாவை வெஷம் வச்சுக் கொன்ன மாதிரியே, இவருக்கும் வெஷம் குடுத்துட்டு அந்தச் சித்தப்பாவோட மகனை நவாப் ஆக்கிடுவாங்க” என்றார் மணிவாசகம்.

92

சிறிது காலத்திற்குப் பாஞ்சாலங்குறிச்சியில் அமைதி நிலவியது. சென்னையிலும் அமைதி நிலவியது, இந்தியாவெங்குமே அமைதி நிலவியது போன்ற ஒரு தோற்றம் இருந்தது. ராமநாதபுரத்தில் ஜாக்சனுக்குப் பதில் கலெக்டராகப் பொறுப்பேற்றுக் கொண்ட லூஷிங்டன் மட்டும் வரிபாக்கியைக் கட்டும்படி அவ்வப்போது கட்டபொம்மனுக்குக் கடிதம் எழுதிக் கொண்டிருந்தார். ஆனால் அது எரிமலை குமுறுவதற்கு முன்னே நிலவும் அமைதி என்று வேலனால் உணரமுடிந்தது.

பல நாட்களுக்குப்பின் வீடு திரும்பிய முத்தம்மா கேட்டாள்,

“ஹீரா பிஜ்லியை விற்க முடிஞ்சுதா?”, அவள் குரலிலிருந்த கவலை யைக்கண்டு வேலன், “ஏன் அவசரமா? அது விஷயமாத்தான் மணிவாசகம் போயிருக்காரு, கொஞ்சநேரத்தில அவரே வந்திடு

வாரு" என்றான். அவன் சொல்லி முடிப்பதற்குள் மணிவாசகமே வந்து சேர்ந்தார், ஹீராபிஜ்லியை இன்னும் விற்க முடியவில்லை என்ற செய்தியோடு. அதைக்கேட்டு முத்தம்மாவின் முகம் மேலும் களையிழந்தது.

"சின்னமலைக்கு உடனே பணம், வெடிமருந்து, ஆயுதங்கள் வேணும். இப்போ அவர் பின்னாலவர மக்கள் நெறைய இருக்காங்க. ஆனால் முன்னால மாதிரி உதவி செய்யத் திப்பு சுல்த்தானால முடியலை" என்றாள் . "எப்படி முடியும்? மைசூர் அரசோட துறைமுகங்களையெல்லாம் கம்பெனி பறிச்சிக்கிச்சு. இப்போ அவருக்கே ஆயுதங்களும் வெடிமருந்தும் ஐரோப்பாவில இருந்து வர்றது இல்லே" என்றார் மணிவாசகம்.

"அவரோட படைபலம் எவ்வளவு இருக்கும்?" என்றான் வேலன்.

"ஐம்பதாயிரம் பேர் இருப்பாங்க. கம்பெனியோட படைகளைப்பத்தி ஏதாவது தெரியுமா?" என்று கேட்டாள் முத்தம்மா.

"தெரியாம என்ன? இருபது வருசத்துக்கு முன்னேயா இருந்தா வெறும் பத்தாயிரம் சிப்பாய்களோடு கம்பெனி போருக்குப் புறப்பட்டிருக்கும். ஆனால் மாத்தி, மாத்தி ஹைதர்கிட்டயும், திப்புக்கிட்டயும் வாங்கின அடியினால இப்போ அதிகப்படைகளைத் திரட்டறாங்க. எனக்குத் தெரிஞ்சவரைக்கும், பம்பாயில இருந்து கவர்னர் ஜெனரலோட தம்பி, கர்னல் வெல்லெஸ்லி முப்பதாயிரம் சிப்பாய்களோட கடல் வழியா மலபார்ல வந்து இறங்கப் போறார். அதே அளவு படை கல்கத்தாவில இருந்தும் வருது. சென்னையிலயும் படைகள் நெறையிருக்கு. மொத்த இங்கிலீஷ் படைக்கும் கவர்னர் ஜெனரலே தலைமை தாங்கப்போறார்." என்றான் வேலன்.

"அண்ணன், தம்பி ரெண்டு பேருமே சேர்ந்து தாக்கப் போறாங்களா?" என்றாள் முத்தம்மா. "ரெண்டு பேரு இல்லை, மூணுபேரு. கவர்னர் ஜெனரலோட கடைசித்தம்பி ஹென்றி வெல்லெஸ்லியும் அண்ணனுக்குச் செகரட்டரியா வர்றாரு" என்றார் மணிவாசகம்.

"ஹைதராபாத் நிசாமும், மராத்தியரும் இந்த முறையாவது திப்புசுல்த்தான் பக்கம் நின்னு, நாட்டை வெள்ளைக்காரன்கிட்ட இருந்து காப்பாத்துவாங்களான்னு தெரியலை. திப்பு சுல்தான் அவங்க ரெண்டுபேர் ஆதரவையும் திரட்ட முயற்சி பண்றாரு" என்றாள் முத்தம்மா.

“நிச்சயமா திப்புசுல்தான் உதவிக்கு மராத்தியர் வரமாட்டாங்க. அவங்களுக்கு எரியிற வீட்டில பிடுங்கறது லாபம். மைசூர் நாட்டில இருந்து இன்னும் எவ்வளவு பகுதிகளைப் பிடிக்கலாம்னு காத்துக்கிட்டு இருப்பாங்க. ஹைதராபாத் நிலைமையோ அதைவிடமோசம். அவங்க கம்பெனிகூடத் துணை ராணுவ உடன்படிக்கையே செஞ்சிக்கிட்டாங்க” என்றான் வேலன். “அது என்ன துணை ராணுவ உடன்படிக்கை. திப்பு சுல்த்தானுக்குக் கூட அந்தமாதிரிக் கேட்டு ஒரு கடுதாசி வந்துச்சாம். அவரு அதைக் கோபமாக் கிழிச்சிப் போட்டுட்டார்னு பேசிக்கிறாங்க” என்றாள் முத்தம்மா.

“ஏற்கனவே வடஇந்தியாவில, நடைமுறையில இருக்கு. நாட்டு நிர்வாகம் ராஜா கையில, ஆனால் ராணுவம் வச்சுக்கக் கூடாது. இங்கிலீஷ்காரன்படையைத்தான் வச்சுக்கணும். ஹைதராபாத் நிசாம்கிட்டயிப்போ சொந்தமாப் படையே கிடையாது. கம்பெனியோட ரெண்டு படைப் பிரிவுதான் அங்கே நிற்குது. நிசாமே கைதிமாதிரிதான். ஆனால் அந்தப் படைகளுக்குச் சம்பளமும் நிசாமே குடுக்கணும்” என்றான் வேலன்.

“படிப்படியா நிசாமையும் பென்சன் ராஜாவா ஆக்கிடுவாங்க” என்றார் மணிவாசகம். “அதனாலதான் திப்பு சுல்த்தானுக்கு அப்படிக் கோபம் வந்துச்சா?” என்றாள் முத்தம்மா.

“மராத்தியா, நிசாம் படைகளையும் சேர்த்தாக் கம்பெனிப்படை ஒன்றரை லட்சத்தைத் தாண்டிடும். வெறும் ஐம்பதாயிரம் பேரை வச்சு திப்புசுல்தான் எப்படிச் சமாளிக்கப் போறாரு?” என்றார் மணிவாசகம்.

“யாரு உதவிக்கு வராட்டியும், சின்னமலையும் அவரு ஆட்களும் கட்டாயமாத் திப்பு சுல்த்தானுக்கு ஆதரவாப் போராடுவாங்க. கம்பெனிப் படை போற வழியெல்லாம் தன் கோட்டைகளைப் பலப்படுத்தி வச்சிருக்காரு திப்புசுல்தான். இங்கிலீஷ்படை வர்றப்போ பயந்தமாதிரி உள் ளேயே இருக்கணும். அவங்க கடந்து போனப்பறம், பின்னால போய்த் தாக்கணும்னு ரகசிய உத்தரவு கொடுத்திருக்கார். மைசூர் எல்லையில எதிரிங்க நுழையமுடியாம அவரு குதிரைப்படைங்க மின்னல்வேகத்தில சுத்திக்கிட்டே இருக்கும், திடீர்னு வந்து தாக்கும். எல்லாத்துக்கும் மேல ராக்கெட்டுகளை மலைமாதிரிக் குவிச்சு வச்சிருக்கார். ஆள் பற்றாக்குறைய அது ஈடுகட்டிடும்” என்றாள் முத்தம்மா.

“அப்போ வெற்றி திப்புசுல்த்தானுக்குத்தான்” என்றார் மணிவாசகம்.

“எனக்கு அப்படித் தோணலை. கம்பெனிக்குப் படைபலம் இடதுகை தான். அரசியல் சூழ்ச்சிதான் வலது கை” என்றான் வேலன்.

நீண்ட இடைவெளிக்குப் பின், ஒருநாள் ராபின்சனிடம் இருந்து வேலனுக்கு அழைப்பு வந்தது.கோட்டைக்குச் சென்று அவரைச் சந்தித்தான். வழக்கத்தைவிட ராபின்சன் உற்சாகமாக இருந்தார்.

“வேலா, இந்த வியாபார வேலையெல்லாம் தூக்கி எறிஞ்கிட்டு வா, நம்ம திறமைக்கு வேலை வந்துருச்சு” என்றார். மைசூர்மேல் கம்பெனி தாக்குதல் தொடங்கப்போகிறது என்பதை ஊகித்த வேலன், “போரில நாம என்ன செய்யப்போறோம் பிரபு” என்று கேட்டான். “மைசூர்வரை கம்பெனிப்படை கூடவே போகணும். சரியாச் சொன்னா, படைக்கும் முன்னால போகணும். இதை வெற்றிகரமா முடிச்சிட்டா எனக்குப் பதவி உயர்வு நிச்சயம். உனக்கு ராவ்பகதூர் பட்டமே வாங்கிக் குடுத்திடுவேன்” என்றார் ராபின்சன்.

வீட்டில் முத்தம்மாவுடன் நிலைமையை விவாதித்தான் வேலன்.

“ரொம்ப நல்லதாப் போச்சு, நான் அப்பப்போ உன்னைச்சந்திச்சு இங்கிலீஷ் படைங்க நடமாட்டத்தைப் பத்தித் தெரிஞ்சுக்கறேன்” என்றாள் முத்தம்மா. “இனிமே அது சரியா வராது. ராபின்சன் உன்னைப் பார்த்திருக்காரு. நம்ம ரெண்டு பேருக்கும் நடுவில தூதுபோக வேற ஒரு ஆளு வேணும்” என்றான் வேலன். சிலநாட்களில் ஒரு முப்பது வயது இளைஞனோடு வீட்டிற்கு வந்தாள் முத்தம்மா. “இந்தப் பையன் பேரு முஸ்தபா, கோலார் பகுதியில இவனும் வியாபாரிதான். ஆனால் திப்பு சுல்தான் படைக்கு ஒற்றனாவும் வேலை பார்த்திருக்கான்” என்று அறிமுகப்படுத்தி வைத்தாள்.

மறுநாள் முஸ்தபாவை ராபின்சனிடம் அழைத்துச் சென்றான் வேலன். “பிரபு, இவனை என் உதவிக்கு வச்சிக்கறேன். இவன் கோலார் பகுதியில இருந்து வியாபார விஷயமா எனக்குப் பழக்கமானவன். உருது, கன்னடம், தெலுங்கு, எல்லாம் சரளமாப் பேசுவான்” என்றான்.

“இந்த மொழி எல்லாம் உனக்கே தெரியும்னுதானே உன்னைக் கூட்டிக்கிட்டுப் போறேன்” என்றார் ராபின்சன்.

“ஓ எனக்கும் தெரியும். ஆனால் எல்லா மொழியிலயும் வட்டாரத்துக்கு வட்டாரம் கொஞ்சம் வித்தியாசம் இருக்கும். அதனால இந்த சீத்தாராமன் நமக்கு அவசியம்” என்றான் வேலன். “சரி, திறமையைப் பார்த்துட்டு சம்பளத்தை முடிவு பண்ணுவோம்” என்றார் ராபின்சன். போர் தொடங்கியதும், ராபின்சனின் பயணமும் தொடங்கியது. அவர் கூடவே வேலனும் முஸ்தபாவும் சென்றனர். ஒவ்வொரு கிராமத்திலும் மக்களிடம் பேசி, திப்புசுல்தான் படைகளின் நடமாட்டம் பற்றித் தகவல் சேகரிப்பதே தங்கள் வேலையாயிருக்கும் என்றுதான் வேலன் நினைத்தான். ஆனால் நடந்ததோ வேறு.

வழியெங்கும் ஒவ்வொரு கோட்டைக்குள்ளும் படைகளைக் குவித்து வைத்திருந்தார் திப்புசுல்தான். முதல் கோட்டையை நெருங்கியதும் ஆங்கிலப்படைகள் அதை முற்றுகையிட்டன. ஆங்கிலப்படைகளோடு மோதக்கூடாது, அவை மைசூர் நோக்கிச் செல்லும் பொழுது பின்புறம் சென்று தாக்க வேண்டும் என்று கோட்டையிலிருந்த படைகளுக்கு உத்தரவிடப்பட்டிருந்தது. அதனால் மைசூர் படைகள் கதவுகளை இறுக மூடிக்கொண்டு உள்ளேயேயிருந்தனர். ராபின்சன் வேறு தந்திரத்தைக் கையாண்டார். வேலனையும், முஸ்தபாவையும் வெள்ளைக் கொடியுடன் கோட்டைக்குள் சென்று பேச்சுவார்த்தைக்கு அழைப்புவிடச் சொன்னார். குழப்பமடைந்த கோட்டைத் தலைவன், தனது கீழதிகாரிகள் சிலரை வெள்ளையர் முகாமிற்கு அனுப்பினான்.

வேலன் மற்றும் முஸ்தபா உதவியுடன் ராபின்சன் பேச்சு வார்த்தையைத் தொடங்கினார். வந்தவர்களிடம் அவரது முதல் கேள்வியே, “உங்களுக்கெல்லாம் எத்தனை மாதம் சம்பளம் பாக்கி?” வந்தவர்கள் குழப்பம் மற்றும் தயக்கத்துடன் “ஆறு மாதம்” என்றனர். “நீங்களா கோட்டையை எங்ககிட்ட ஒப்படைச்சா, ஆறுமாத சம்பளப்பாக்கியை வாங்கிக்கிட்டு நீங்க எல்லோரும் உயிரோட வெளியே போகலாம். நாங்களாக் கோட்டையைப் பிடிச்சா, அப்புறம் சரணடைஞ்சாலும் சுட்டுத் தள்ளிடுவோம். முழுசா மூணுநாள் டயம் தர்றேன்” என்றார். வந்தவர்கள் மேலும் குழப்பத்துடனும், கலக்கத்துடனும் திரும்பிச் சென்றனர்.

திரும்பிச் செல்லும் வழியெங்கும், அவர்களை மிரட்டுவ தற்காக, பெரிய பெரிய பீரங்கிகளை அணிவகுத்து நிறுத்தியிருந்தார். மூன்று நாட்களுக்குப் பின் வேலனும் முஸ்தபாவும் கோட்டைக்குள்

சென்று தலைவனைச் சந்தித்தனர். ஒருநாள் மட்டும் அவர்களுக்கு அவகாசம் கொடுத்திருந்தால், மைசூர் வீரர்கள் ஒருவேளை வீரமாகப் போரிட்டிருப்பர். ஆனால், மூன்றுநாட்களில் அவர்களின் மனஉறுதி குலைந்து போயிருந்தது. கோட்டைக்குள் ஆங்காங்கே சிப்பாய்கள் கூட்டம் கூட்டமாக காரசாரமாக விவாதத்தில் ஈடுபட்டிருந்தனர். இனியும் தாமதித்தால் கோட்டைக்குள் கலகமே மூண்டுவிடும் என்பதை உணர்ந்த கோட்டைத் தலைவன், கோட்டையை ஆங்கிலேயரிடம் ஒப்ப டைக்கச் சம்மதித்தான். ராபின்சன் வாக்குத் தவறாமல், சரணடைந்த அனைத்துச் சிப்பாய்களின் ஆறுமாத சம்பளப்பாக்கியையும் உடனே கையில் கொடுத்தனுப்பினார். பணத்திற்கு அவரிடம் பஞ்சமேயில்லை. இந்தியப் பெருவணிகாகள் மூட்டைமூட்டைகளாகப் பணத்தைக் கடனாக அனுப்பிக் கொண்டிருந்தனர். அடுத்த கோட்டையிலும் அந்தத் தந்திரம் தவறாமல் வேலை செய்தது. மூன்றாவது கோட்டையில் ஆங்கிலப் படைகளைப் பார்த்தவுடனேயே கோட்டை வீரர்கள் சம்பளப் பட்டியலுடன் வெளியே வந்து காத்திருந்தனர்.

அதற்காக, அத்தனை கோட்டைத் தலைவர்களும் உடனே சரணடைந்து விடவில்லை. ஒரு கோட்டைத் தலைவன் பேச்சுவார்த்தைக்கு வரவே மறுத்துவிட்டான். "நாங்க ரெண்டுபேரும் உள்ள போய்ப் பேசிப்பார்க்கறோம்" என்றான் வேலன். "இந்த மாதிரி ஆளுங்களை உங்களால சமாளிக்க முடியாது. அதுக்கு இங்கிலீஷ்மூளை வேணும்" என்ற ராபின் சன், அச்சமேயில்லாமல் அவர்களுடன் தானும் புறப்பட்டுக் கோட் டைக்குள் நுழைந்தார். கோட்டைத்தலைவனிடம் தானே நேரடியாகப் பேச்சுவார்த்தை நடத்தினார். பத்து நிமிடம் கூடப் பேசியிருக்கமாட்டார், கோட்டை சரணடைந்தது. ராபின்சனின் திறமையைக் கண்டு வேலனே அசந்து போனான். போர் வீரர்களின் சம்பளப் பாக்கியை உடனே கொடுப்பதோடு, கோட்டைத் தலைவனையும் வேறொரு கோட்டையில் தலைவனாக நியமிப்பதாக வாக்களித்தார், அவ்வளவுதான். ஒரு பீரங்கிக்குண்டைக் கூட வீணாக்கமலே வரிசையாக எல்லாக் கோட்டைகளையும் சரணடைய வைத்தார். கோட்டைத் தலைவர்களில் பெரும்பாலோர் வேறு கோட்டைகளுக்குத் தலை வர்களாகக் கம்பெனியின் கீழ் பணிபுரியத் தொடங்கினர். சிப்பாய் களிலும் கூட நிறையப்போ கம்பெனிச் சிப்பாய்களாக மாறினர்.

முத்தம்மாவிற்கு, முஸ்தபா மூலம் வேலன் தகவல் அனுப்பினான், "கோட்டைகள் அனைத்தும் விலைக்கு வாங்கப்பட்டு விட்டன".

மைசூரை நெருங்க நெருங்க சுல்த்தானின் பயங்கரமான, மின்னல் வேகக் குதிரைப் படைகள் திடீர் திடீரென்று கண்ணில் பட்டன. அவ்வாறு பத்தோ, இருபதோ படைகள் சுற்றிச் சுற்றிச் வந்து மைசூரைக் காப்பதாக முன்பு முத்தம்மாள் கூறியிருந்தாள். அவை ஆங்கிலேயர் முகாமின் அருகில் மிக விரைவாக வருவதும் பிறகு மறைந்துவிடுவதுமாக இருந்தன. ஆனால் ஆங்கிலப் படைகள் தாக்குதலிலோ, தற்காப்பு நடவடிக்கைகளிலோ கூட ஈடுபடவில்லை.

வேலன் ராபின்சனிடம், "பிரபு, சுல்த்தானோட குதிரைப்படைங்க ரொம்ப ஆபத்தானவை. அந்தச் சிப்பாய்ங்க அனுபவம் உள்ளவங்க. சுல்த்தானுக்கு விசுவாசமானவங்க. அவங்களை நாம குறைச்சு மதிப்புப் போடுறோம்" என்றான். ராபின்சன் கடகடவென்று சிரித்துவிட்டுக் கூறினார், "யாரு சொன்னா கொறைச்சு மதிப்புப் போடுறோம்னு?. நாங்க அடிப்படையில ஒரு வியாபாரக் கம்பெனி, எதையும் சரியா மதிப்புப் போடு வோம். மின்னல்வேகக் குதிரைப்படைகளை, என்னைவிடப் பெரிய அதிகாரிங்க மதிப்புப் போட்டு, பணமும் நெறையக் குடுத்திட்டாங்க. போர் முடிஞ்சதும் அந்தப் படைங்க எல்லாம் கம்பெனிக்காக வேலை செய்யப் போறாங்க. இப்போ சும்மா நடிக்கறாங்க"

அத்தனை பேரும் விலை போய்விடவில்லை. ஓரிரு படைகள் தாக்க முயற்சித்தன. ஆனால் கம்பெனியின் பெரும்படைக்கு முன்னால், அந்தச் சிறிய படைப்பிரிவுகளால் ஒன்றும் செய்ய முடியவில்லை.

மார்ச் மாதத் தொடக்கத்தில் பம்பாயிலிருந்து வந்து கொண்டிருந்த லெப்டினன்ட் ஜெனரல் ஜேம்ஸ் ஸ்டூவர்ட், மதராசிலிருந்து வரும் படைகளுடன் இணைவதற்காக, கூர்க் எல்லையில் தன் படைகளுடன் முகாமிட்டிருப்பதாக ஒரு தகவல் வந்தது. வேலன் அதை உடனே முஸ்தபா மூலம் முத்தம்மாவிற்கு அனுப்பினான். மதராஸ் படை களை வழிமறிக்கக் காத்துக் கொண்டிருந்த திப்புவிற்கு முத்தம்மா அதை அனுப்பினாள். திப்பு சுல்தான் உடனடியாகத் தன் படைகளில் பெரும்பகுதியை கூர்க் எல்லைக்கு அனுப்பினார். உயரமான குன்றில் பம்பாய்ப்படையின் ஒருபிரிவு லெப்டினன்ட் கர்னல் மான்ட்ரோ தலைமையில் முகாமிட்டிருந்தது.

திடீரென்று சுல்த்தானின் படைகள் அதைச் சூழ்ந்தன. தப்பியோட முயற்சித்திருந்தால் கம்பெனிப் படையின் இரண்டாயிரம் சிப்பாய்களும், மைசூரின் பன்னிரண்டாயிரம் பேர் கொண்ட குதிரைப்படையால் ஒருவர் விடாமல் கொல்லப்பட்டிருப்பார்கள். ஆனால் கம்பெனிப்படை துணிச்சலாக எதிர்த்து நின்றது. அதற்குள் செய்தியறிந்து, தாழ்வான பகுதியில் தங்கியிருந்த லெப்டினன்ட் ஜெனரல் ஸ்டூவர்ட் தலைமையிலான இரண்டு படைப்பிரிவுகளும் விரைந்து வந்து மைசூர்ப்படைகளின் பின்புறமாகத் தாக்கத் தொடங்கின. இரண்டு படைகளுக்கும் நடுவே மாட்டிக் கொள்ள விரும்பாத மைசூர்ப்படைகள் வந்த வேகத்தில் திரும்பிச் சென்று விட்டன. மழவல்லி செல்லும் படைகளுக்கு, கவர்னர் ஜெனரலின் தம்பி ஆர்தர் வெல்லெஸ்லி தலைமை தாங்கி வரும் செய்தியையும் முத்தம்மாவிற்கு வேலன் அனுப்பி வைத்தான். வேலன் சென்ற படைப்பிரிவும் ஆர்தர் வெல்லெஸ்லியின் பெரும்படையோடு சேர்ந்து கொண்டது.

“அனுபவம் இல்லாதவர் தலைமையில் போராடப் போறோம்” என்று ராபின்சன் உட்படப் பல அதிகாரிகள் முணுமுணுத்தனர். “என்ன இது? உயர் அதிகாரிமேல் நம்பிக்கையில்லாமல் பேசுகிறார்களே”, என்று வேலன் நினைத்துக் கொண்டான். முத்தம்மாவிடமிருந்து, “மழவல்லியில் சின்னமலையின் படைகளும், மைசூர்ப் படைகளோடு சேர்ந்து போரிடும்” என்ற தகவல் ஏற்கனவே அவனுக்கு வந்திருந்தது. வேலனும், முஸ்தபாவும் ராபின்சனோடு படைகளின் பின்னே, சரக்குகள் இறக்கி வைக்கப்பட்டிருந்த இடத்தில் இருந்தனர். அதிகாரிகள் தங்களுக்குள் பேசிக் கொள்வதை வேலனால் கேட்க முடிந்தது.

“நெதர்லாந்திலயெல்லாம் சண்டை போட்டு, நம்ம படைத்தலைவ ருக்கு அனுபவம் அதிகம்” என்றார் ஒரு அதிகாரி. பலமாகச் சிரித்த மற்றொரு அதிகாரி, “நெதர்லாந்தில இவரு சண்டைக்கு எங்கே போனாரு? கப்பல்ல சரக்குதான் ஏத்திக்கிட்டுப் போனாரு. அதிலயும் எதிரிக்கிட்ட மாட்டிக்கிட்டு சாக இருந்தாரு. உயிர் பிழைச்சு வந்ததே ஆச்சரியம்”, என்றார்.

“ஆனால், அந்தப் போரில நெறையக் கத்துக்கிட் டதா அவரு சொல்றாரு” என்றார் ராபின்சன். “அப்பிடி என்ன கத்துக்கிட்டாராம்?” என்றார் முதல் அதிகாரி. “ஒரு போரில என்னவெல்லாம் செய்யக் கூடாதுன்னு கத்துக்கிட்டாராம்” என்ற ராபின்சன், “சின்ன வயசிலயே இவ்வளவு பெரிய பதவிக்கு வந்திருக்காரு ” என்றார்.

"எல்லாம், குடும்பப் பேரை வச்சு வாங்கினது. இவரு போர்க்களத்துக்கே அதிகம் போனதில்லை. தளபதிகளுக்கு உதவியாளரா, ராணுவ கட்டுப்பாட்டு அறையிலேயேதான் இருப்பாரு. வெளியே போறது சூதாடறதுக்காக மட்டும்தான். அதிலயும் ஏகப்பட்ட கடனை வச்சிட்டு இங்கே ஓடி வந்துட்டாரு" என்றார் முதல் அதிகாரி.

"அப்போ பதவி உயர்வு எப்பிடி கிடைச்சுது" என்றார் ராபின்சன்.

"எல்லாம் அண்ணன் பணம் செலவு பண்ணி வாங்கிக்கொடுத்தது" என்றார் முதல் அதிகாரி..

தூரத்தில் கூடாரத்தில் இருந்த ஆர்தர் வெல்லெஸ்லிக்கு அந்த உரையாடல்கள் காதில் விழாவிடினும், அவற்றை எளிதாக ஊகிக்க முடிந்தது. பலமுறை, அவர் காதுபடவே பலர் சொல்லியவைதான்.

"என் அன்பான திப்புசுல்த்தானே, உன்னை விரைவில் சந்திக்க வேண்டும். உன்னைத் தோற்கடித்துத்தான் நான் யார் என்பதை இந்த உலகத் திற்குக் காட்டப் போகிறேன்" என்று முணுமுணுத்துக் கொண்டார்.

93

மறுநாள் மழவல்லி மலைப்பாதையைக் கடந்து செல்ல முயற்சித்த வெல்லெஸ்லியின் படைகள் திகைத்து நின்றன. எதிரே இருந்த மேடான பகுதிகளில் மைசூர் சாம்ராஜ்யத்தின் படைகள் குவிக்கப்பட்டிருந்தன. இருபது நாட்களாக எதிர்ப்பின்றி வந்த கம்பெனிப் படைகள் இன்னும் ஒருநாளில் மைசூர் சென்று விடலாமாமென்று திட்டமிட்டிருந்தன. ஜெனரல் ஹாரிஸ் மற்றும் வெல்லெஸ்லியின் படைகள் உடனே பயணத்தை நிறுத்தித் தாக்குதலைத் திட்டமிட்டன. லெப்டினன்ட் கர்னல் வெல்லெஸ்லியின் முப்பத்தி மூன்றாவது தரைப்படை மற்றும் மேஜர் ஜெனரல் பிளாயிட் தலைமையிலிருந்த குதிரைப்படை இடதுபுறமும், ஹாரிஸின் புகழ்பெற்ற பன்னிரண்டாவது தரைப்படை வலது புறமும் தாக்குவதென்று முடிவெடுத்தனர்.

ஆங்கிலப்படையின் பெரும்பிரிவு கணவாய் வழியாகச் செல்லும் பொழுது, வெல்லெஸ்லியின் படைகள் இடதுபுறக் குன்றின் மீதிருந்த பீரங்கிகளை நோக்கிச் சிரமப்பட்டு மேலேறின. ஹாரிசின் படைகள் கலக்கமடையாமல் கணவாயில் முன்னேறின. குன்றிலேறிய வெல்லெஸ்லியின் முப்பத்து மூன்றாவது பிரிவுப் படைகள், மைசூர்படைகளுக்கு சுமார் நூறு அடி தூரத்தில்

வந்ததும் துப்பாக்கிகளால் சுடத் தொடங்கின. இடையே தூரம் அதிகமிருந்ததால் மைசூர் படைகளுக்கு அதனால் பாதிப்பு எதுவுமில்லை. வருவது அனுபவமற்ற படைப்பிரிவு என்று நினைத்த மைசூர் பீரங்கிப்படையினர் அலட்சியமாக இருந்தனர். வெல்லெஸ்லியின் திட்டமும் அதுதான். திடீரென்று கட்டளை பிறப்பித்தார். துப்பாக்கி முனையில் கத்திகளுடன் வெல்லெஸ்லியின் படைகள், மைசூர் பீரங்கிப்படையை நோக்கிப் பாய்ந்து சென்றனர். இதை எதிர்பாராத மைசூர்ப் படைகள் பின்வாங்கி ஓடின. அதற்காகக் காத்திருந்த ஜியார்ஜ் பிளாயிட்டின் குதிரைப்படைகள் ஓடுபவர்களைத் துரத்தத் தொடங்கின. அனைவருக்கும் முன்னால் வெல்லெஸ்லி குதிரையில் பாய்ந்து சென்று கொண்டிருந்தார். தங்களைவிட எதிரிப் படை எண்ணிக்கையில் அதிகமாயிருப்பார்கள் என்ற தவறான பயத்தில் பீரங்கிகளை விட்டுவிட்டு மைசூர் படைகள் பின்வாங்கின. அதன் பீரங்கிகள் பயனற்றுப் போயின.

ஆனால் மைசூர் படைகளின் பெரும்பகுதி ஜெனரல் ஹாரிசை எதிர்த்து வலது புறத்தில், கணவாயில் குவிக்கப்பட்டிருந்தன. ஹாரிசின் படைகள், எதிரி தாமாக முன்னேறி வரட்டும் என்று காத்திருந்தன. மைசூர் படைகள் சுமார் முந்நூறு அடியில் வரும்போது கம்பெனிப் படைகளின் பின்னல் இருந்த ஜெனரல் ஹாரிஸ் சுடுவதற்கு உத்தரவிட்டார். முந்நூறு அடி தூரத்தில் உள்ள எதிரிக்கு அவர்களது துப்பாக்கிக் குண்டுகளால் எந்தப் பாதிப்பும் ஏற்படவில்லை. இது அவர்களுக்கு முரட்டுத் துணிச்சலை வரவழைத்தது. வேகமாக முன்னேறி வந்தனர். அதைத்தான் ஜெனரல் ஹாரிசும் எதிர்பார்த்தார். ஆனால் அவர் எதிர்பாராத வேறென்றும் நடந்தது. மைசூர்ப்படைகளின் முன்னால் பிரம்மாண்டமான யானை ஒன்று தும்பிக்கையில் பெரிய இரும்புச் சங்கிலியைச் சுழற்றிக் கொண்டு ஆங்கிலப் படைகளை நோக்கி ஓடிவந்து கொண்டிருந்தது. அதன்மேலே, அம்பாரியில் அமர்ந்திருந்தவர்கள் மிரண்டு நிற்கும் ஆங்கிலப்படைகளைக் கண்டு சிரித்தனர். தன் வீரர்களின் மிரட்சியைப் போக்குவதற்காக ஜெனரல் ஹாரிஸ் பின்புறமிருந்து ஊக்குவித்துக் குரல் கொடுத்துக் கொண்டேயிருந்தார், “பன்னிரண்டாவது பிரிவே, உறுதியாக நில். எனதருமைப் பன்னிரண்டே கலங்காதே”.

பலமான ஒலியைக் கேட்டால் யானைகள் மிரளும் என்பது அவருக்குத் தெரியும். எதிரிப்படை நூறடி தூரத்தில் வரும்போது

குரல் கொடுத்தார் ஹாரிஸ், “சுடுங்கள்”. முதல் வரிசையின் அனைத்துத் துப்பாக்கிகளும் ஒன்றாக முழங்கின. உடனே இரண்டாவது வரிசை, அடுத்து மூன்றாவது வரிசை. அதற்குள் குண்டு நிரப்பிக் கொண்டு மீண்டும் முதல் வரிசை. இடைவிடாத துப்பாக்கிச் சத்தமும், யானையின் உடலெங்கும் பாய்ந்த எண்ணற்ற குண்டுகளும் யானைக்கு வெறியூட்டின. அதன் அம்பாரியிலமர்ந்து ஓட்டிவந்தவர்கள். குண்டடிபட்டு இறந்து கிடந்தனர். வலி பொறுக்க முடியாத யானை திடீரென்று பின்புறம் திரும்பி, தன் தும்பிக்கையில் இருந்த ராட்சதச் சங்கிலியால் மைசூர் வீரர்களையே அடித்து நொறுக்கிக் கொண்டு ஓடியது. யானையின் தாக்குதலாலும், துப்பாக்கிக் குண்டுகளாலும் வீரர்கள் ஆயிரக்கணக்கில் அடிபட்டு விழுந்தனர். அப்படியும் அஞ்சாமல் மைசூரின் குதிரைப்படைகள் பாய்ந்து வந்தன. அவற்றை எதிர்க்காமல் விலகி வழிவிட்டனர் கம்பெனிச் சிப்பாய்கள். எதிர்ப்பே இல்லாமல் குதிரைகள் அவர்களைத் தாண்டிச் சென்றதும், அதுவரை பக்கவாட்டில் மறைத்து வைக்கப்பட்டிருந்த கம்பெனிப் பீரங்கிகள் அந்த குதிரைப்படைகளின் மேல் சுடத்தொடங்கின. அதே நேரம், குன்றிலிருந்த கம்பெனியின் பன்னிரண்டாவதுபிரிவும், பின்புறம் திரும்பி மைசூர் குதிரைப்படைகளின் பின்புறம் சுடத்தொடங்கின. பெரும்பா லான மைசூர் குதிரை வீரர்கள் இருபுறத் தாக்குதலில் உயிரிழந்தனர். குதிரைப் படையின் ஒரு சிறிய பிரிவு மட்டுமே துணிச்சலாக எதிரிப் படையின் உள்ளே புகுந்து உயிரோடு தப்பிச் சென்றது.

அனைத்தையும் தூரத்திலிருந்து பார்த்துக் கொண்டிருந்த வேலனின் மனதில் துயரம் படர்ந்தது. போர்க்கலையில் எத்தனைதான் அனுபவமிருந்தாலும், அறிவியல்பூர்வமாக அது கற்பிக்கப்பட வேண்டியதும் அவசியம் என்று தனக்குத்தானே சொல்லிக் கொண்டான். அன்று ஆங்கிலப் படைகளுக்கும் சேதம் இருந்தது. ஆயினும் மைசூர் படைகளுக்குத்தான் பத்துமடங்கு அதிகச் சேதம். ஆர்தர்வெல்லெஸ்லி, படைகளை முன்னால் நின்று வழிநடத்தும் அஞ்சாத தளபதி என்பது அன்றுமுதல் உறுதியானது. அதன்பின்பு மைசூர்போய்ச் சேரும்வரை கம்பெனிப் படைகள் எந்த எதிர்ப்பையும் சந்திக்கவில்லை. சுல்த்தானின் படைகள் பின்வாங்கி சிறீரங்கபட்டினம் கோட்டைக்குள் சென்றன.

ஏப்ரல் மாதம் முழுவதும் ஆங்கிலப்படைகள் சிறிதுசிறிதாக காவிரி சூழ்ந்த சிறீரங்கப் பட்டினத்தைச் சுற்றிவளைத்தன. ஒருநாள்

கர்னல் வெல்லெஸ்லி கூப்பிட்டனுப்பியதாக ராபின்சனுக்கு அழைப்பு வந்தது. வேலனுடன் பேசிக்கொண்டே வெல்லெஸ்லியின் முகாமிற்குச் சென்றார் ராபின்சன். வேலனை வெளியே நிறுத்திவிட்டு உள்ளே சென்றார். "மிஸ்டர் ராபின்சன். நீங்க ஒரு முக்கியமான பொறுப்பை எடுத்துக்க ணும்" என்றார் வெல்லெஸ்லி. "ஓ, சந்தோஷமா" என்றார் ராபின்சன்.

"இந்தத்தடவை நாம கோட்டையப் பிடிக்காமத் திரும்பிப் போகப் போறதில்லை. நிச்சயமாக் கோட்டையைப் பிடிப்போம். கருவூலத்தைக் கொள்ளையடிக்க நம்ம சிப்பாய்களே ஓடுவாங்க. அதைத் தடுக்கிற பொறுப்பு உங்களுக்கு. அதுக்கு எத்தனை சிப்பாய்ங்க வேணும் சொல்லுங்க" என்றார். "அப்புறம் சொல்றேன்" என்ற ராபின்சன், "மழவல்லியில நீங்க துணிச்சலா தாக்கினதைப் பத்தித்தான் இப்போ எல்லோரும் பேசிக்கிறாங்க. நீங்களாத் தாக்கினதும், பெரிய படை உங்கக்கிட்ட இருக்கறதா நினைச்சு மைசூர் படைங்க ஓடிடுச்சு" என்றார். "சீட்டு வெளையாடியிருக்கீங்களா மிஸ்டர் ராபின்சன். சூதாட்டத்தில, நம்மகிட்ட பலமான சீட்டு இல்லைன்னாலும், இருக்கிறமாதிரி துணிச்சலாப் பந்தயம் கட்டணும். அதில கத்துக்கிட்டது தான் இந்தத் தந்திரம்" என்றார் வெல்லெஸ்லி வெற்றிச் சிரிப்புடன்.

அதற்குள் வேறுசில அதிகாரிகள் உள்ளே நுழைந்தனர். அவர்களுடன் வெல்லெஸ்லி பேசுவது வேலன் காதில் விழுந்தது. "சரி நாளைக்கு அதிகாலையில, இருட்டோட போயிடுவோம்" என்றார் வெல்லெஸ்லி.

"அதுக்கு முன்னால கொஞ்சப்பேரை அனுப்பி சுல்தான் தோப்பை நோட்டம் பார்த்திட்டு வரச் சொல்ல வேண்டாமா" என்றான் ஒரு இளம் அதிகாரி. "வேண்டாம், நேத்துத்தான் ஜெனரல் டேவிட்பார்ட் போய், அங்கே இருந்தவங்களை எல்லாம் வெரட்டியடிச்சிட்டாரு. நாம போறதே எதிரிக்குத் தெரியக்கூடாது. போரிலயும் சரி, சீட்டாட்டத்திலயும் சரி, ரகசியம் தான் மிகப்பெரிய ஆயுதம்" என்றார் வெல்லெஸ்லி.

அங்கிருந்து திரும்பும் வழியில் வேலன் ராபின்சனிடம் கேட்டான். "கர்னல் வெல்லெஸ்லி ரொம்பத் துணிச்சலானவர் போல இருக்கே?" "ஓவர் துணிச்சலும் ஆபத்து. சுல்தான் தோப்பையும், அதைச் சுத்தியிருக்கிற கிராமங்களையும் நாளைக்கே நம்ம கட்டுப்பாட்டில கொண்டு வரப்போறாங்க. அங்கே இருந்த, மைசூர் படைங்களை நேத்தே போய் ஜெனரல் பார்ட் வெரட்டிட்டு வந்திட்டாரு" என்றார் ராபின்சன்.

“எல்லோரையும் விட, மேஜர் ஜெனரல் பார்டு தான் கோட்டையைப் பிடிக்கறதில ரொம்ப ஆர்வமா இருக்காரு” என்றான் வேலன்.

“உண்மையில அவருதான் இந்தப் படையெடுப்புக்கே தலைமைத் தளபதியா வந்திருக்கணும். இருபது வருசத்துக்கு முன்னால ஹைதர் அலிக்கிட்ட பிடிபட்டு நாலுவருசம் இதே கோட்டையில கைதியா இருந்தாரு. போன மைசூர்ப் போரிலயும் கலந்துக்கிட்டாரு. இந்தக் கோட்டையைப்பத்தி முழுவெவரம் தெரிஞ்சவரும் அவரு தான்” என்றார் ராபின்சன்.

மறுநாள் அதிகாலை ஆங்கிலேயரின் இரண்டு படைப்பிரிவுகள் புறப்பட்டன. ஒரு பிரிவு சுற்றிலும் இருந்த கிராமங்களைப் பிடிக்கச் சென்றது. கிராமத்தினரிடம் பேசுவதற்குத் தேவைப்படலாம் என்று அந்தப் படைப்பிரிவோடு ராபின்சன் வேலனையும் அழைத்துச் சென்றார். ஆனால் கிராமத்தினர் எப்பொழுதோ ஓடிப்போயிருந்தனர். அடுத்த பிரிவு வெல்லெஸ்லி தலைமையில், பொழுதுபுலரும் முன்பே சுல்த்தான் தோப்பிற்குள் முகாமிடச் சென்றது. ஆனால் அந்த இரவு திடீரென்று, சூரியன் உதிக்காமலேயே பகல் போலானது. பகலில் ஓடிப் போயிருந்த மைசூர்ப்படைகள் ரகசியமாக இரவில் திரும்பி வந்து தோப்பிற்குள் முகாமிட்டிருந்தன. அவர்கள் நீண்ட நாட்களாக, ஆவலுடன் செய்து குவித்து வைத்திருந்த மைசூர் ராக்கெட்டுக்களை ஆவல் தீரக் கொளுத்தி எறிந்தனர். நீலநிற நெருப்பைக் கக்கிக் கொண்டு, வெல்லெஸ்லியின் படைகள் மீது ராக்கெட்டுகள் பாய்ந்தன.

ராக்கெட் தயாரித்தவர்கள் பல பரிசோதனைகள் செய்திருந்தனர். சில வெடித்தபின் தரையில் விழுந்தன. சில தரையில் விழுந்தபின் வெடித்தன. சில ராக்கெட்டுகள் மொத்தப்படைகளையும் ஊடுருவிச்சென்றன. இடையிடையே சில பீரங்கிகளும் முழங்கின. வெல்லெஸ்லியின் படை இருட்டில் சிதறி வழிதெரியாமல் ஓடியது. ஒல்லியான பாக்கு மரங்களின் பின்னே ஒளியவும் முடியாமல் நிறையப் பேர் கைதிகளாயினர். வெல்லெஸ்லியின் முழங்காலில் பீரங்கிக்குண்டு துகள் பாய்ந்தது. மயிரிழையில் உயிர்பிழைத்து, கைதியாக மாட்டிக்கொள்ளாமல் எப்படியோ பக்கத்துக் கிராமத்திற்குத் தப்பிவந்தார். மறுநாள், போர்பற்றிய தன் சிந்தனையையே தலைகீழாக மாற்றிக் கொண்டார் வெல்லெஸ்லி.

“போர் வேற சூதாட்டம் வேற. எதிரியோட எடத்தை உளவுபார்க்காம போரைத் தொடங்கவே கூடாது” என்று ராபின்சனிடம் சொல்லிக் கொண்டிருந்தார். வெல்லெஸ்லி விஷயத்தை மேஜர் ஜெனரல் பார்ட்டிடம் சென்று ராபின்சன் சொன்னபோது, பார்ட் முணுமுணுத்தார், “இவன் மட்டும் கவர்னர்ஜெனரல் தம்பியா இல்லைன்னா இந்நேரம் ராணுவவிசாரனைக்கு உத்தரவுபோட்டிருப்பேன். சரி, இனிமேல்தான் உனக்கு வேலை அதிகம் வரப்போகுது. கோட்டைக்குள்ள ஏற்கனவே என்கூட ரகசியத் தொடர்பில் இருக்க வங்களையெல்லாம் இனிமே நீ தான் சந்திச்சுப்பேசணும்”, என்றார்.

“அதுக்காகத்தான், கன்னடம் பேசுற ஒரு ஆளையும் நான் கூட்டிக் கிட்டு வந்திருக்கேன்” என்று தூரத்தில் நின்ற வேலனைக் காட்டினார் ராபின்சன். பார்ட் வேலனைப் பார்த்துத் தலையசைத்துவிட்டுச் சென்றுவிட்டார்.

தன் உயிருக்கு ஆபத்து வந்ததால் கர்னல் வெல்லெஸ்லி பயந்து விடவில்லை. காயத்தால் முடங்கிப் போய்விடவுமில்லை. மறுநாள் பகலில் நான்கு படைப்பிரிவுகளுக்குத் தலைமை தாங்கிச்சென்று, சுல்தான் தோப்பைப் பிடித்தார். கோட்டையின் வட மேற்கிலிருந்த அந்தத் தோப்பிலிருந்துதான், கோட்டைச்சுவரைத் தகர்த்தெறிய ஜெனரல் ஹாரிசும், ஜெனரல் பார்டும் திட்டமிட்டிருந்தனர். மே முதல் நாளிலிருந்து கோட்டைச்சுவர்களைத் தாக்கும்பணி தொடங்கியது. வலிமையான சுவர்களாயிருந்தாலும், பீரங்கிகளின் தொடர் தாக்குதலைச் சாமாளிக்க அவற்றால் முடியவில்லை. மே மூன்றாவது நாள், பகல் ஒரு மணிக்கு, ஆங்கிலப்படையின் ஒரு சிறிய பிரிவு கோட்டையருகே சென்று, சேதத்தைப் பார்வையிட்டது. அவர்களோடு, வேலனையும் அழைத்துக் கொண்டு ராபின்சன் சென்றார். ஆற்றின் அந்த இடத்தில், முழங்காலளவுதான் தண்ணீரிருந்தது. எளிதில் அதைக் கடந்து சுவரருகே சென்றனர். இவர்களை யாரும் தாக்காதது வேல னுக்கு வியப்பாயிருந்தது. கொத்தளத்தின்மேல் ஈட்டிகளுடன் சில வீரர்கள் மட்டுமே காவலிருந்தனர். வேலனது வியப்பின் காரணத் தைப் புரிந்துகொண்ட ராபின்சன், “வேலா, இதுதான் கோட்டைக்குள்ள வீரர்கள் சாப்பிடற நேரம்” என்றார். மற்ற ஆங்கில வீரர்கள் கோட்டை மதில்சுவரை ஆராய்ந்து கொண்டிருந்த பொழுது, ராபின்சன் மட்டும் சற்றுத்தள்ளிச் சென்று வேலனுடன் நின்று கொண்டிருந்தார். திடீரென்று காகிதம்சுற்றிய கல் ஒன்று

அவர்கள் இருவருக்கும் நடுவே வந்துவிழுந்தது. வேலன் சுற்றிலும் பார்த்தான். ஆங்கில வீரர்களைத் தவிர அருகில் வேறு யாரும் இல்லை. அப்பிடியென்றால் கல்லை மதில்சுவரின் மேல் நிற்பவர்கள் தான் எறிந்திருக்க வேண்டும். கல்லை எடுத்துச் சட்டைப் பைக்குள் போட்டுக் கொண்டு, "வேலா, வந்த வேலை முடிஞ்சது போகலாம்" என்றார் ராபின்சன். மற்ற சிப்பாய்களும் புறப்பட்டனர். ஆற்றைக் கடந்தபின், ராபின்சன் மெதுவாகக் கல்லைச் சுற்றியிருந்த காகிதத்தைப் பிரித்தார். அதில் 1 என்ற எண் மட்டும் பெரிதாக எழுதப்பட்டிருந்தது. வேறெதுவும் எழுதியிருக்கவில்லை. "இது என்ன பிரபு, ஒரு கோடி தாறேன்னு சொல்றாங்களா?" என்றான் வேலன். "ஒரு மணிக்கு வரச்சொல்லி இருக்கார் மீர்சதக்" என்றார் ராபின்சன். "மீர்சாதிக் திப்புசுல்த்தானோட முதல் மந்திரியாச்சே, அவரும் நம்ம ஆளா?" என்றான் வேலன் நம்பமுடியாமல். "அவரும் நம்ம ஆளேதான்" என்று சொல்லிச் சிரித்துக் கொண்டே சென்றார் ராபின்சன்.

"இரவு ஒரு மணிக்குத் தாக்குதல் நடத்தப் போகிறார்கள், இதை எவ்வாறு சுல்த்தானுக்குத் தெரியப்படுத்துவது", என்று வேலன் குழம்பி னான். முஸ்தபாவும் அப்பொழுது அவனோடு இல்லை. இரவில் முகாமைவிட்டு வேலனால் வெளியே செல்லவும் முடியவில்லை. நல்லவேளையாக, அன்று இரவு ஒருமணிக்குத் தாக்குதல் தொடங்க வும் இல்லை. "நல்லவேளை திட்டத்தைத் தள்ளிப்போட்டு விட்டார்கள்", என்று வேலன் பெருமூச்சு விட்டான். ஒருவேளை மறுநாள் இரவு ஒருமணியாக இருக்கலாமோ என்று சந்தேகம் தோன்றியது. அதற்குள் எப்படியும் முகாமிலிருந்து நழுவி மைசூர் ஆட்களைச் சந்தித்து விடுவதென்று முடிவெடுத்தான். லேசாகக் கண்ணயர்ந்தான். சிறிது நேரத்தில் சலசலப்புச் சத்தம் கேட்டு எழுந்தான். சற்று தூரத்தில் வெள்ளைச் சிப்பாய்களில் ஒரு பிரிவினருக்குச் சாராய பாட்டில்களும், பிஸ்கட்டுகளும் வழங்கிக் கொண்டிருந்தனர். அவனுக்கு நிலைமை உடனே புரிந்தது. தாக்குதலுக்குப் படைதயாராகிறது. வானத்தைப் பார்த்தான். சூரியன் நடுவானை எட்டியிருந்தது.

"அப்படியானால் இன்று பகல் ஒரு மணிக்குக் கோட்டையைப் பிடிக்கப் போகிறார்கள்", என்று முனகினான் வேலன். சுல்தான் தோப்புப் பகுதியிலிருந்த ஆங்கிலேயரின் பீரங்கிகள், ஏற்கனவே சுவர் சற்று இடிந்திருந்த பகுதியில் மேலும் குண்டுகளைப் பொழிந்து கொண்டிருந்தன. வழக்கமாக அவர்களை எதிர்த்துக் கோட்டையின் மதில் சுவரிலிருந்து சுடும் துப்பாக்கி வீரர்களை

அப்பொழுது சுவரில் காணவில்லை. மைசூர்வீரர்கள் பகல்உணவிற்குச்செல்லும் நேரத்தை ஆங்கிலேயர் தேர்ந்தெடுத்திருக்கார்கள் என்று வேலனுக்குப் புரிந்தது. குறைந்த பட்சவீரர்கள், உணவு இடைவேளையிலும் பணியில் இருப் பார்களே? இன்று ஏன் இல்லை? என்று குழம்பிக் கொண்டிருந்தான். பீரங்கிகள் திடீரென்று அமைதியாகின. முற்றிலும் ஆங்கிலவீரர்கள் மட்டுமேயடங்கிய படைப்பிரிவு ஒன்று ஆற்றைக்கடந்து, உடைந்தி ருந்த மதில் சுவரை நோக்கி ஓடியது. எதிர்பாராதவிதமாக சுவரின் மேல் ஏழெட்டுப் பேர் ஓடி வந்தனர். மறைவிடங்களில் நின்று கொண்டு, கோட்டைக்குள் நுழைய முயன்ற ஆங்கிலப்படைகளை நோக்கி சுடத்தொடங்கினர். ஆங்கிலப்படைகள் பின்வாங்கி, ஆற்றைக் கடந்து திரும்பின. சுவரில் இருந்தவர்களில் வயதான உருவத்தை யாரென்று வேலனால் ஊகிக்க முடிந்தது. அவர்தான் திப்புசுல்த்தானின் தலைமைத் தளபதி, சாகித் அப்துல் கபார். அதற்குள், சுல்தான் தோப்பிற்குள்ளிருந்த பீரங்கிகள் மீண்டும் முழங்கின. மதில்சுவர்மேல் இருந்த வீரர்கள் அடிபட்டு விழுந்தனர். அனைவரும் இறந்திருப்பார்களா, அல்லது சிலர் மறைந்திருப்பார்களா என்று ஆங்கில வீரர்கள் தயக்கத்துடன் காத்திருக்கும் பொழுது, கோட்டைச் சுவர்மேலிருந்து யாரோ வெள்ளைத் துணியை அசைத்தனர்.

“கோட்டைக்குள் துரோகிகளுக்குப் பஞ்சமில்லை போலும்”. என்று நினைத்தான் வேலன். மறுபடியும் வெள்ளைச்சிப்பாய்கள் சுவரை நோக்கி முன்னேறினர். மீண்டும் ஒரு அதிசயம் நடந்தது. சுவர் உச்சியில் நின்று கொண்டு குண்டான உருவம் ஒன்று ஆங்கிலச் சிப்பாய்களைக் குறிபார்த்துச் சுட்டுத்தள்ளியது. அதன் அருகே இருவர் அமர்ந்து குண்டு நிரப்பிய துப்பாக்கியை அந்த உருவத்திடம் மாறிமாறிக் கொடுத்துக் கொண்டிருந்தனர். குண்டுகள் துல்லியமாகத் தாக்குவதிலிருந்து அது வேட்டைத்துப்பாக்கியாக இருக்க வேண்டும் என்று ஊகித்தான் வேலன். அத்தோடு எளிதாக இன்னொன்றையும் ஊகித்தான். சுடுபவர் வேறுயாருமல்ல, மைசூர் பேஷ்வா திப்புசுல்த்தான். அதே நேரம் உள்ளே பயங்கர வெடிச்சத்தம் கேட்டது. கோட்டையின் உள்ளேயிருந்த மண்டபம் ஒன்று வெடித்துச் சிதறியது. புகையும் நெருப்பும் வானத்தைத் தொட்டன. உள்ளிருந்து ராக்கெட்டுகள் பல வானை நோக்கிப் பறந்தன. ராக்கெட்டுகள் சேமித்து வைக் கப்பட்டிருந்த மண்டபம் தான் வெடித்துச் சிதறியிருக்க வேண்டும் என்று வேலன் ஊகித்தான். “என்ன நடந்திருக்கும்? சுல்த்தானின் ஆயுதக்கிடங்கு

ஏன் தீப்பற்றியது? ஆங்கிலேயரின் பீரங்கித் தாக்குதலாலா அல்லது உள்ளிருக்கும் துரோகிகளின் சதியாலா?", என்று குழம்பிய வேலனுக்குக் கடைசிவரை விடை கிடைக்கவில்லை.

நாலைந்து ஆங்கிலச் சிப்பாய்கள் திப்புசுல்த்தானின் குண்டுகளுக்குப் பலியாகியிருந்தனர். ஆனால், வெடிச்சத்தம் கேட்டதும் சுடுவதை நிறுத்தி விட்டுத் திப்புசுல்த்தானும் அவரோடு இருந்தவர்களும் கோட்டைக்குள் சென்றுவிட்டனர். அதற்கு பின் போர் அதிவேகமெடுத் தது. ஆங்கிலச் சிப்பாய்கள் அலைஅலையாக உடைந்த மதில்சுவர் வழியே கோட்டைக்குள் நுழைந்தனர். மொத்தத் தாக்குதலும் ஒரு மணி நேரத்தில் முடிந்தது. உடைப்பு வழியாக உள்ளே சென்ற ஆங்கிலப்படைகள் விரைவில் கோட்டையைத் தங்கள் கட்டுப்பாட்டுக்குள் கொண்டு வந்தனர். மேஜர் ஜெனரல் டேவிட் பார்டு கோட்டையின் மூலைமுடுக்கெல்லாம் சுல்த்தானைத் தேடத் தொடங்கினார். அவர் பின்பாகவே வேலன் சென்றான். ஒரு பெரிய பிணக்குவியலின் முன்பு வயதான வேலையாள் ஒருவன் அழுது கொண்டிருந்தான். அருகே இரண்டு ஆங்கிலச் சிப்பாய்கள் கையில் கைத்துப்பாக்கிகளுடன் நின்றனர். மேஜர் ஜெனரலைப் பார்த்த வேலையாள் பிணக்குவியலைக் காட்டி அழுதுகொண்டே கூறினான், "எப்படியாச்சும் தப்பிச்சிப் போயிடலாம்ன்னு நான் சாகிப்பைக் கூப்பிட்டேன். "உனக்கென்ன பைத்தியமான்னு' என்னைத் திட்டினார்". வேலன் பிணக்குவியலை விலக்கிப்பார்த்தான். அத்தனை ஆண்டுகளாக ஆங்கிலேயரின் தூக்கத்தைக் கெடுத்துக்கொண்டிருந்த மைசூர்ப் புலி திப்புசுல்தான், கைத்துப்பாக்கியால் சுடப்பட்டு, கையிலேந்திய வாளோடு இறந்து கிடந்தார்.

அங்கிருந்து வேலன், மதில் சுவரைப் பார்க்க ஓடினான். அவன் எதிர்பார்த்தது போலவே, தளபதி சாஹித் அப்துல் கப்பார் பிணமாகக் கிடந்தார். குண்டு அவர் முதுகில் பாய்ந்திருந்தது. துரோகிகள்தான் சுட்டிருக்க வேண்டும் என்பது தெளிவாகியது. அருகில் ஒருவன் காலில் அடிபட்டு, ஆனால் உயிரோடு கிடப்பதைக் கண்டுபிடித்தான் வேலன். அவசரமாக அவன் காலில் கட்டுப் போட்டு விட்டு, "நீ சரணடைஞ்சிடு, அப்பத்தான் மருத்துவ உதவி குடுத்து உன்னைக் காப்பாத்த முடியும்" என்றான். அந்தச் சிப்பாயும் சரியென்று தலையாட்டினான். அவனைத் தன் தோளில் சாய்த்தவாறே ஆங்கிலேயா முகாம் அமைக்கத்

தொடங்கியிருந்த பகுதிக்கு வந்தான் வேலன். வரும் வழியில் அந்த வீரனிடம் கேட்டான், “இரண்டு மணி நேரம் தான் உங்களால தாக்குப்பிடிக்க முடிஞ்சுதா”.

“என்னத்தைச் சொல்றது, துரோகத்தால தோத்துப் போயிட்டோம். முதல் மந்திரி மீர்சதக், திவான் பூர்ணையா, தளபதி கமர் உத்தீன் கான் எல்லோரும் கம்பெனிக்கு விலைபோயிட்டாங்க. இன்னைக்குக் காலையில சம்பளம் குடுக்கறதாச் சொல்லி, நெறையச் சிப்பாய்களை தர்பார் மண்டபத்தில உட்கார வச்சுட்டார் திவான் பூர்ணையா. திப்பு சாகிப் உயிரோட தப்பிச்சிடக்கூடாதுன்னு, பின்வாசல் கதவைப் பூட்டி வச்சிட்டான் மீர்சதக். சுல்தான் சரணடைஞ்சிருக்கலாம். ஆனால்,

“சரணடைஞ்சா நான் மட்டும்தான் பிழைப்பேன், என் லட்சியம் செத்துப்போகும். கையில வாளோட நான் செத்தா, நான் மட்டும் தான் சாவேன். என் லட்சியம் உயிரோட இருக்கும்”னு சொல்லிட்டாரு திப்பு சாகிப்” என்றான் அந்த மைசூர் வீரன்.

94

மைசூர் போர் முடிவுற்றது. அந்தப்புரத்தில் இருந்த கிருஷ்ணசாம் ராஜ்ய உடையாரை கிழக்கிந்தியக் கம்பெனியின் தளபதி வெல் லெஸ்லி பிரபு கையைப்பிடித்து அழைத்து வந்து மைசூர் அரசராக முடிசூட்டினார். அந்த ஐந்து வயதுச் சிறுவனுக்குக் காப்பாளராக பழைய திவான் பூர்ணையாவையே நியமித்து, கம்பெனி தனது விசுவாசிகளைக் கைவிடுவதில்லை என்று நிரூபித்தது. மிகச்சில தளபதிகளையும், அதிகாரிகளையும் தவிர சுல்த்தானின் மொத்த நிர்வாகமும் விலைபோயிருந்தது. அனைவருக்கும் மீண்டும், முன்புவகித்த பதவிகள் திருப்பித் தரப்பட்டன. கர்னல் பதவியிலிருந்து, மேஜர் ஜெனரலாக வெல்லெஸ்லியும் பதவி உயர்வு பெற்றார். வேலன் உடனே சென்னை திரும்பிவிட்டான். தூரப்பிரதேசங்களுக்கு ஓடிவிட்ட திப்புவின் உண்மையான ஆதரவாளர்களைச் சந்தித்துவிட்டு, பல நாட்களுக்குப் பிறகு முத்தம்மா, சென்னை வந்துசேர்ந்தாள். ராபின்சனோ ஒரு மாதம் கழித்துத்தான் திரும்பினார். திரும்பியபின் வேலனைப் பறங்கிமலையிலுள்ள தன்வீட்டிற்கு வருமாறு அழைத்தார்.

“பிரபு, என்னை வீட்டிற்கு கூப்பிட்டு கௌரவப்படுத்தறதுக்கு நன்றி” என்றான் வேலன். “மொதல்லே உட்காரு வேலா. இதுஎன் ஆபீஸ் இல்லை. இங்கே நாம நண்பர்களாவே பழகலாம்.

மைசூர்ல கிட்டத் தட்ட எல்லா வேலையும் முடிஞ்சிடுச்சு. ரெண்டு நாள் ஓய்வெடுத்துக்கிட்டுக் கோட்டைக்குப் போகப்போறேன்'' என்றார் ராபின்சன்.

"பிரபு, எனக்கு ஒரு சந்தேகம். மைசூர்ல அதிகாரம் இப்போ யாருக்கிட்ட இருக்கு, திவான் பூர்ணையா கையிலயா? இல்லை மகாராணி கையிலயா?'' என்று கேட்டான் வேலன்.

"யாருகிட்ட இருந்தா என்ன? அரண்மனையோட நாலு சுவருக்குள்ள தான் அவங்க அதிகாரமெல்லாம். அதுக்கு வெளியே, மைசூர் கவர்னர், மேஜர் ஜெனரல் வெல்லெஸ்லி கையிலதான் எல்லா அதிகாரமும்'' என்றார் ராபின்சன். "அவ்வளவுதானா? வெள்ளைக்காரங்க ஏதோ ரொம்பக் கஷ்டப்பட்டு ஒரு இந்துராஜ்யத்தை மைசூர்ல நிறுவியிருக்கறதா, இந்து வியாபாரிங்கெல்லாம் பாராட்டிக்கிட்டு இருக்காங்களே'' என்றான் வேலன். "நல்லது, மிக நல்லது. அப்பிடி நீங்க எல்லாம் நம்புற வரைக்கும் தான் நாங்க ஆட்சி செய்ய முடியும். உண்மை என்ன தெரியுமா? மைசூர் அரசு எங்ககூட துணைராணுவ ஒப்பந்தம் போட்டாச்சு. அதோட பாதுகாப்பு, நிர்வாகம் எல்லாத்தையும் நாங்கதான் இனிமே கவனிக்கப் போறோம்'' என்றார் ராபின்சன்.

"அப்பிடியா'' என்ற வேலன். "அப்புறம் பிரபு, நீங்க கேட்ட விவரத்தை ஆளனுப்பிச் சேகரிச்சிட்டேன். அதை அறிக்கையா எழுதிக்கிட்டு வந்திருக்கேன்'' என்று ஒரு உறையை அவர் கையில் கொடுத்தான். அதை விரைவாகப் படித்து முடித்தார் ராபின்சன். "நீங்க நெனச்ச மாதிரி அறிக்கை இல்லையா பிரபு'' என்றான் வேலன். "ஆமா, உள்ளூர் ஜனங்கள்ளாம் கட்டபொம்மு நாயக்கரை ஆதரிக்கறதா எழுதியிருக்கியே'' என்றார் ராபின்சன். "ஆமா பிரபு. தெற்கே மழையில்லாமப் பஞ்சம் வந்ததும், கம்பெனி ஏஜெண்டு நெல்லு வெலையைக் கண்டபடி உயாத்திட்டாராம். அவனோட கூட்டுச் சேர்ந்துக்கிட்ட கலெக்டா ஜாக்சன், வடக்கேயிருந்து மட்டுமில்ல, கப்பல்வழியாக் கூடத் தெற்குச் சீமைக்கு நெல் வந்து இறங்கிடாமத் தடைபண்ணிட்டாராம். உடனே எட்டயபுரம் களஞ்சியத்தைக் கட்டப் பொம்மன் ஆளுங்க கொள்ளையடிச்சு அந்த நெல்லை ஏழைங்களுக்குப் பிரிச்சுக் குடுத்திருக்காங்க. அதனால மக்கள் ஆதரவு கட்டபொம்மு ராஜாவுக்கு அதிகம்தான் ஆயிருக்கு. கம்பெனிக்குத்தான் ஜனங்க ஆதரவு இல்லை'' என்றான் வேலன்.

"உங்க ஜனங்க ஆதரவைப்பத்திக் கம்பெனி பெரிசாக் கவலைப்படலை. எங்க நாட்டு ஜனங்க மத்தியில கம்பெனிக்குக் கெட்டபேரு வந்திடக்கூடாதுன்னுதான் கவலை. இப்போ கட்டப் பொம்மன் ஒரு கொள்ளைக்காரன்னு நிறுவறதுக்குப் போதுமான ஆதாரம் கெடைச்சாச்சு. இதை நூறு மடங்கு ஊதிப் பெருசாக்கிடுவோம்" என்றார் ராபின்சன்.

"அப்போ கட்டபொம்மனை விசாரணைக்குக் கூப்பிடப்போறீங்களா" என்றான் வேலன். "புது கலெக்டர் லூஷிங்டன் ஏற்கனவே கட்டபொம்மனை விசாரணைக்கு வரச் சொல்லிக் கடிதம் போட்டுட்டாரு. இன்னொருபக்கம் மேஜர் பேனர் மேன் படையோட பாஞ்சாலங்குறிச்சிக்குப் பொறப்பட்டாரு", என்றார் ராபின்சன். "போர் நிச்சயம்னு முடிவே பண்ணீட்டிங்களா. ஒருவேளை கட்டபொம்மு சமாதானத்துக்கு வந்தா?" என்றான் வேலன்.

"அப்படி வந்திடக் கூடாதுன்னுதான் லூஷிங்டன் அவருக்கு ஒரு கண்டிசன் போட்டிருக்காரு. களஞ்சியத்தைக் கொள்ளையடிச்ச தானாதிபதிப் பிள்ளையைக் கட்டபொம்மனே கைது பண்ணி, கம்பெனிக்கிட்ட ஒப்படைக்கணும். கட்டபொம்மன் தன் உயிரேபோனலும், தன் ஆளுங்களை விட்டுக் குடுக்கமாட்டான். போர் நிச்சயம். செப்டம்பா அஞ்சாம் தேதி அவன்கோட்டை எங்க கையில இருக்கும்" என்றார் ராபின்சன். பிறகு அவரே பேச்சை மாற்றி, "ஆமா, நான் உன்கிட்ட ஒப்படைச்சிருந்த இன்னொரு வேலை என்னாச்சு" என்று கேட்டார். மைசூர் போருக்காக கம்பெனி மக்களிடமிருந்து பறிமுதல் செய்திருந்த ஆயிரக்கணக்கான மாட்டுவண்டிகளை எல்லாம் திருப்பிக் கொடுத்த பின்னும், நூறு வண்டிகளுக்கு மேல் கேட்பாரற்றுக் கிடந்தன. அவற்றை விற்றுத் தரும்படி கேட்டிருந்தார் ராபின்சன்.

"மாடுங்கள்லாம் போரில பட்டினி கெடந்து செத்துப் போனதினால, வெறும் வண்டிங்களை மட்டும் வாங்குறதுக்கு யாரும் வரமாட்டேங்கறாங்க" என்றான் வேலன். "வேலா பேசாம, ஏதோ ஒரு வெலை போட்டு நீயே வாங்கிடேன்" என்றார். "வாங்கி என்ன பண்றது பிரபு" என்றான் வேலன். "நான் ஒரு பெரிய திட்டம் வச்சிருக்கேன். முன்னால கோட்டைக்கு உணவுப் பொருள் வித்துக்கிட்டிருந்த கம்பெனிங்கள்லாம் காணாமப் போச்சு. நீ ஒரு ஆள் மட்டும்தான் மிஞ்சி இருக்கே. கோட்டைக்கு கட்டுமானப் பொருள் வாங்கிக் குடுக்கவும் ஆளு வேணும்.

பேசாம நான், நீ, டேவிட் மூணுபேரும் சேர்ந்து ஒரு கம்பெனி ஆரம்பிச்சு, கோட்டையோட எல்லா ஒப்பந் தங்களையும் வளைச்சுப் போட்டுட்டா என்ன?'' என்றார். "நீங்க ஒரு நேர்மையான அதிகாரியாச்சே, இதெல்லாம் ஒத்துவருமா?'' என்றான் வேலன்.

"நாம என்ன மத்த கம்பெனி அதிகாரிங்க மாதிரி, சீனாவுக்குக் கஞ்சா கடத்துறமா, ஐரோப்பாவுக்குத் தேயிலை கடத்துறமா இல்லை ஆந்திராவில இருந்து அடிமைகளைக் கடத்தி தமிழ்நாட்டிலயும், கேரளாவிலயும் விக்கிறமா? நேர்மையான வியாபாரம் தானே செய்யப் போறோம்'' என்றார்.

"சரி பிரபு, எங்களுக்கு மதிப்புக் குடுத்துக் கூட்டுச் சேர்றதுக்கு நன்றி'' என்றான் வேலன்.

"உள்ளூர் ஆளுங்களுக்கு மதிப்புக் குடுத்ததாலதான் வாரன் ஹேஷ்டிங் முன்னேறினாரு, அவரு குரு ராபர்ட் கிளைவும் முன்னேறினாரு'' என் றார் ராபின்சன். "ஆனால் அவரோட பிள்ளை, நம்ம கவர்னர் எட்வர்ட் கிளைவ், உள்ளூர் ஆளுங்களைப் பக்கத்திலயே சேர்க்கறதில்லையே'' என்றான் வேலன். "அவரு எங்களையே மதிக்கறதில்லை. ஏழையா வளர்ந்தவரு ராபர்ட்கிளைவ், பணக்காரராப் பொறந்தவரு எட்வர்ட் கிளைவ்'' என்றார் ராபின்சன். இருட்டத் தொடங்கிவிட்டதால் வேலன் விடைபெற்றுக் கொண்டு புறப்பட்டான். கட்டபொம்மனைப்பிடிக்க நடக்கும் சூழ்ச்சியை உடனே அவருக்குத் தெரியப்படுத்த வேண்டும் என்பதுதான் வேலனது உடனடி நோக்கம். நேரே கிடங்கிற்குச்சென்று மணிவாசகத்தையும் கருப்பசேர்வையும் வீட்டிற்கு வரச்சொல்லி விட்டு, வேலன் முதலில் புறப்பட்டு வீடுவந்து சேர்ந்தான். நல்ல வேளையாக முத்தம்மா ஏற்கனவே வீட்டிலிருந்தாள். மற்றவர்களும் வந்தவுடன் கட்டபொம்மன் பற்றிய செய்தியைப் பேசலாம் என்று முடிவு செய்த வேலன். மைசூரில் நடந்தவைகளைப்பற்றி மேலும் முத்தம்மாவிடம் விவரம் கேட்டான்.

"சுல்த்தானை எதிர்த்து ரொம்பநாளா சூழ்ச்சி நடந்திருக்கு. தாக்குதல் நேரத்தில படைகளைத் தேவையில்லாத பக்கம் அனுப்பியிருக்கான் மீர்சதக். சம்பளப் பாக்கியைத் தாறதா போர் நடந்த அன்னைக்குப் பெரும்பாலான சிப்பாய்களைத் தர்பார் மண்டபத்தில உட்கார வச்சிருந்தாராம் பூர்ணையா. வெடிமருந்து, ராக்கெட்டெல்லாம் இருந்த கிடங்கு வெள்ளைக்காரன்

குண்டுபோட்டதால வெடிச்சதா முன்னே நெனச்சோம், ஆனால் மீர்சதக் ஆளுங்க சதிவேலையில எறங்கி நெருப்புவச்சிட்டாங்கன்னு பேசிக்கிறாங்க" , என்றாள் முத்தம்மா.

"மீர்சதக்கைக் கொன்னது யாரு" என்று கேட்டான் வேலன்.

"அவனோட துரோகம் வெட்டவெளிச்சமாயிடுச்சு. திப்புசுல்தான் குடும்பத்தோட தப்பிச்சுப்போயிடக்கூடாதுன்னு கோட்டையோட பின்கதவைப் பூட்டிவச்சிட்டானாம். மீர்சதக்கை மைசூர் சிப்பாய்ங்களே கொன்னுட்டாங்க. மக்களுக்கும் உண்மை தெரிஞ்சதும், அவன் பொணத்தைத் தோண்டி எடுத்து, காரித் துப்பினாங்களாம். ஆனால் இதைக் கம்பெனி ஏனோ தடுக்கலை" என்றாள் முத்தம்மா.

"மீரசதக்குக்குக் குடுக்கவேண்டிய லஞ்சப்பணம் மிச்சம்னு கம்பெனி அதிகாரிங்க சந்தோஷப்பட்டிருப்பாங்க. கடைசி நாளன்னைக்கு, "வெள்ளாடா நூறு வருஷம் வாழறதைவிட, புலியா ஒரு நாள் வாழ்ந்தாலும் போதும்'னு திப்பு சுல்தான் சொன்னதா, பிரெஞ்சுக் காரங்க சொல்றாங்களே அது உண்மையா" என்று கேட்டான் வேலன்.

"அது எனக்குத் தெரியாது. ஆனால் ஹைதரலியும், திப்புசுல்த்தானும் முப்பது வருசமாக் கட்டிக்காத்த மைசூர் சாம்ராஜ்யம், மூணே மணி நேரத்தில வெள்ளைக்காரங்க கைக்குப் போயிடுச்சு, இப்போ அதை வெள்ளாடுங்க ஆட்சி செய்யுது" என்றாள் முத்தம்மா.

"ஆட்சி செய்யறது வெள்ளாடுங்க இல்லை, கறுப்பு ஆடுங்க" என்றான் வேலன். அப்பொழுது கருப்பசேர்வையுடன் மணிவாசகம் வந்தார். நேரத்தை வீணாக்காமல் வேலன் உடனே பேச்சைத் தொடங்கினான். "செப்டம்பா மாதத்தில பாஞ்சாலங்குறிச்சியைத் தாக்கக் கம்பெனி திட்டம்போடுது" என்றான். "கலெக்டா லூஷிங்டனை வந்து பார்க்கச் சொல்லித்தான கடுதாசி போட்டிருக்காங்க. முன்னே, இதைவிடப் பெரிய விஷயத்தையெல்லாம் பேச்சு வார்த்தையிலயே முடிச்சிருக் காங்களே" என்றார் கருப்பசேர்வை. "அப்போ, பாளையக்காரங்களுக்கு ஆதரவா திப்புசுல்தான் இருந்தாரு. இனிப் பாளையங்களே தேவையில்லைங்கற முடிவுக்குக் கம்பெனி வந்திட்டாங்க. சில இடங்கள் காவல் வேலையைக்கூடப்பறிச்சு, நாடாருங்கக்கிட்ட குடுத்திட்டாங்க" என்றான் வேலன். "ஆமா, எங்க சாதிப்பகையைப் பயன்படுத்திக்கிறாங்க" என்றார் கருப்ப

சேர்வை. தாமதிக்காமல் மறுநாள் காலையிலேயே கருப்பசேர்வையோடு முத்தம்மாள் பாஞ்சாலங்குறிச்சியை நோக்கிப் புறப்பட்டாள்.

பலநாட்கள் ஓய்வின்றிப் பயணம் செய்து அவர்கள் பாஞ்சாலங்குறிச்சியை அடையும்பொழுது இரவாகியிருந் தது. முத்தம்மாவைத் தன் வீட்டில் விட்டுவிட்டு, இரவிலேயே கோட்டைக்குள் சென்றார் கருப்ப சேர்வை.

மறுநாள் காலை முத்தம்மா விழிக்கும் பொழுது ஏதோ கலவரம் நடப்பதுபோல் ஓசை கேட்டது. கருப்ப சேர்வையின் மனைவியைக் காணவில்லை. எழுந்து வீட்டிற்கு வெளியே வந்தாள். வாசலில் பலபெண்கள் கூடி எதையோ வேடிக்கை பார்த்துக் கொண்டிருந்தார் கள். முத்தம்மாவும் எட்டிப்பார்த்தாள். தூரத்தில் கம்பெனிப் படைகள் அணிவகுத்து வந்துகொண்டிருந்தன. முத்தம்மா சற்று உயரமான இடத்திற்குச் சென்று கம்பெனிப் படைகளைக் கூர்ந்து கவனித்தாள். தரைப்படையும், ஒரு சிறிய குதிரைப்படையும் மட்டுமே வந்து கொண்டிருந்தன. பீரங்கிகள் ஒன்று கூட இல்லை. முத்தம்மாவிற்கு அது வியப்பாயிருந்தது. "பீரங்கியில்லாமல் கோட்டையைப் பிடிக்க வரமாட்டார்களே?" என்று நினைத்தாள். "முதல் நாள் இரவே கருப்ப சேர்வை கோட்டைக்குள் தகவலைத் தெரிவித்து விட்டாரா?" என்று கருப்ப சேர்வை மனைவியிடம் கேட்டாள் முத்தம்மா.

"நேத்தே கோட்டைக்குத் தகவல்போயி, வீட்டுக்குவீடு கிள்ளு வந்திடுச்சே" என்றாள் அவள். "கிள்ளுன்னா" புரியாமல் கேட்டாள் முத்தம்மா. அருகில் நின்ற பெண் ஒருத்தி, சிறிய பனைஓலைத் துண்டு ஒன்றைக் காட்டினாள். அதில் எதுவுமே எழுதப்பட்டிருக்க வில்லை. "கிள்ளு வந்ததும் ஆம்பிளைங்க எல்லாம் சண்டைக்குத் தயாரா கோட்டைக்குள்ள ராத்திரியே போயிட்டாங்க" என்றாள் அந்தப் பெண். சரியாக அதே நேரத்தில், கோட்டையிலிருந்த முரசு கள் அதிரத்தொடங்கின. "எங்க ஆளுங்க ரொம்பப்பேரு திருச்செந்தூர் திருவிழாவுக்குப் போயிருக்காங்க. அது தெரிஞ்சுதான் அவசரமாக் கம்பெனிக்காரன் படை வந்திருக்கு. ஆனா இன்னும் கொஞ்சநேரத்தில இவனுங்க வந்த சேதி, திருச்செந்தூர் போய்ச் சேர்ந்திடும்" என்றாள் அந்தப் பெண். முரசொலி, கிராமம் கிராமமாக, மாறிமாறி ஒலித்து, திருச்செந்தூரை நோக்கிப் பரவியது.

கம்பெனிப் படையின் சிப்பாய்களில் ஒருபிரிவு, வீடுகள் இருந்த பகுதிகளுக்குள் புகுந்தது. ஆண்கள் யாரும் இல்லாததைக் கண்டு கோபமடைந்தாலும், பெண்கள் அனைவரையும் இழுத்துச் சென்றது. பெண் உடையில் இருந்த முத்தம்மாவும் அவர்களோடு கோட்டையருகே இழுத்துச் செல்லப்பட்டாள். கோட்டை வாசல் இருந்த, வடக்குப்பகுதியில் பீரங்கி மேடை அமைக்கும் வேலையில், பெண்களை மிரட்டி வேலை செய்ய வைத்தனர் கம்பெனிச் சிப்பாய்கள். அவர்களின் வேலையை மேற்பார்வை பார்த்துக் கொண்டிருந்த ஆங்கில அதிகாரிகளின் ஆங்கில உரையாடலில் இருந்து, அப்பொழுது வந்திருக்கும் படையில் வெள்ளைச் சிப்பாய்கள் யாருமே இல்லாததால், வெள்ளைச் சிப்பாய்களும், பீரங்கிகளும் வந்துசேரும் வரை, தாக்குதலைத் தொடங்கப் போவதில்லை என்பதை முத்தம்மா தெரிந்து கொண்டாள். அந்தச் செய்தியைக் கோட்டைக்குள் அனுப்ப முடியுமா? என்று கருப்பசேர்வை மனைவியிடம் கேட்டாள். “ராத்திரி அனுப்பிச்சிருவோம்” என்றாள் கருப்பசேர்வையின் மனைவி அலட்சியமாக. ரகசியவழியாக இரவு வீடுவந்த கருப்ப சேர்வை அந்தத் தகவலைக் கோட்டைக்குள் எடுத்துச் சென்றார்.

சரணடைந்துவிடும்படி மறுநாள் கட்டபொம்மனுக்கு மேஜர் பேனர் மேன் தூது அனுப்பினார். கட்டபொம்மன் பதிலனுப்பாமல் காலம் தாழ்த்தினார். அதற்குக் காரணம் மறுநாள் புரிந்தது. திருச்செந்தூர் சென்றிருந்த கட்டபொம்மனின் ஆட்கள் அனைவரும் திடீரென்று திரும்பிவந்தனர். மின்னல் வேகத்தில், கையில் நீண்ட ஈட்டிகளுடன், உரக்கக் குலவைச் சத்தம் இட்டுக் கொண்டே, ஆங்கிலப்படைகளின் நடுவே அலட்சியமாகக் குதிரைகளுடன் பாய்ந்தனர். ஆங்கிலப் படை கள் அஞ்சிவிலகின. அவைமீண்டும் ஒன்றுசேருவதற்குள், கட்டப் பொம்மனின் ஆட்கள் கோட்டையருகே சென்றுவிட்டனர். கோட்டைக் கதவு திறந்து உடனே மூடியது. குதிரைவீரர்கள் அனைவரும் பத்திர மாகக் கோட்டைக்குள் மறைந்தனர்.

ஆங்கிலேயரின் பீரங்கிகள் மறுநாள் வந்து சேர்ந்தன. பேனர்மேன் பீரங்கிகளுடன் கோட்டைவாசல் இருந்த வடக்குப்புறம் தாக்க ஆரம்பித்தான். மற்ற பக்கங்களில் கம்பெனி வீரர்கள், ஏணிகள் மூலம் சுவர்களில் ஏற முயற்சித்தனர். ஆனால் உச்சியை அடைந்த மறுநொடியே நெஞ்சில் பாய்ந்த ஈட்டிகளோடு கீழே விழுந்தனர். அல்லது தலைகள் சுவரருகே விழுந்து உருண்டன.

சுவற்றிலிருந்த கட்டபொம்மனின் ஆட்களும் கம்பெனிச்சிப்பாய்களின் துப்பாக்கிகளுக்குப் பலியாகிக் கொண்டுதானிருந்தனர். ஆனால், கோட்டைச் சுவரின் காவலுக்கு, உடனுக்குடன் புதிய ஆட்கள் வந்து நின்றனர். மரணத்தைப் பற்றிய உணர்வே அவர்களுக்கு இல்லாதது போலிருந்தது. மறுநாள், லெப்டி ணன்ட் காலின்ஸ் ஒரு புதிய திட்டம் வகுத்தார். வடக்கே தாக்குவது போல் பாசாங்குசெய்துகொண்டே, தன் படைகளைத் தெற்கே கொண்டு சென்றார். அவர் நினைத்தது போலவே தென்பகுதிச் சுவரில் காவலே இல்லை. கம்பெனி வீரர்கள் சிலர், ஏணிகள் உதவியுடன் எளிதில் சுவ ரேறி, உள்ளே குதித்து, பின்புறக் கோட்டைக் கதவைத் திறந்தனர். பெரும் ஆரவாரத்துடன் கம்பெனிப்படைகள் கோட்டைக்குள் புகுந்தன. ஆனால் அந்தத் திட்டம் முத்தம்மா மூலம், முதல்நாள் இரவே கட்டபொம்மனுக்குத் தெரிவிக்கப்பட்டது அவர்களுக்குத் தெரியாது.

கட்டபொம்மன் தன் படைகளோடு, தெற்குப்புறம் தான் அவர்களுக்காகக் காத்துக்கொண்டிருந்தார். ஏமாந்து, பொறியில்மாட்டிக் கொண்ட கம்பெனிச்சிப்பாய்களில் அன்று உயிர்பிழைத்தவர்கள் ஒருசில அதிர்ஷ்டசாலிகளே. லெப்டினன்ட் காலின்சுக்கு அன்று அதிர்ஷ்டமில்லை. காலின்சின் மரணம் மேஜர் பேனர்மேனை மிரளச் செய்தது. மேலும் பெரிய பீரங்கிகளையும், அதிகப்படைகளையும் அனுப்புமாறு செய்தியனுப்பினார். அந்தச்செய்தியை முத்தம்மா கோட்டைக்குள் அனுப்பினாள். “உயிரே போனாலும் சரணடையக்கூடாது” என்றார் கட்டபொம்மன். “ஆனா பின்வாங்கலாம். வெளியே போய் மத்த பாளையக்காரங்களைத் திரட்டலாம். அவங்களுக்குத் தலைமை தாங்க ஒரு சிங்கம் வேணும்” என்றார் சிவத்தையா.

சுற்றியிருந்த கம்பெனிப்படைகளின் கண்களில் மண்ணைத் தூவி விட்டு, இரவோடிரவாகக் கட்டபொம்மனின் படைகளும், குடும்பத்தினரும் கோட்டையிலிருந்து மாயமாய் மறைந்தனர். பேனர்மேன் கேட்ட பெரிய பீரங்கிளும், புதியபடைகளும் வந்துசேர்ந்தன. ஆனால் கோட்டைக்குள்தான் மனிதாகள் யாரும் இல்லை. ஒருநாள் முழுவதும் கோட்டைக்குள் புகுந்து கம்பெனிப்படைகள் கொள்ளையடிக்க அனுமதி கொடுத்தான் பேனர்மேன். மறுநாள் முதல் பீரங்கிகள் முழங்கின. ஆனால் அவன் எதிர்பார்த்தது போல் அத்தனை சுலபமாக கோட்டைச்சுவர்கள் தகர்ந்து விடவில்லை. பலநாள் முயன்று கோட்டையை ஒருவழியாக இடித்துத் தரைமட்டமாக்கினர். இனி ஆங்கிலக்

கம்பெனி, தமிழகமெங்கும் மற்ற பாளையக்காரர்களின் கோட்டைகளையும் இடிக்கப் போகிறார்கள் என்பது முத்தம்மாவிற்குப் புரிந்தது. திப்பு சுல்த்தானின் மறைவு தமிழகத்தில் அத்தனை பெரிய பாதிப்பை ஏற்படுத்துமென்று முத்தம்மா எதிர்பார்க்கவில்லை.

கோட்டையைத் தரைமட்டம் ஆக்கியபின், தன் படைகளைப் பிரித்து, தேடுதல் வேட்டைக்கு அனுப்பினார் பானெர்மேன். “கம்பெனிச் சிப்பாய்ங்க நூறு வருஷம் தேடினாலும் எங்க ஆளுங்களைக் கண்டு பிடிக்கமுடியாது” என்றாள் கருப்ப சேர்வையின் மனைவி பெருமையாக. “இருக்கலாம். ஆனா கம்பெனிக்கு உதவியா நம்ம ஆளுங்க ரெண்டு பேரு இருக்காங்களே” என்றாள் முத்தம்மா கவலையோடு.

“யாரது?” என்றாள் கருப்பசேர்வையின் மனைவி. “எட்டயபுரமும், புதுக்கோட்டையும்” விரக்தியான குரலில் பதிலளித்தாள் முத்தம்மா.

95

கட்டபொம்மன் தப்பிச் சென்றபின் முத்தம்மா சென்னை திரும்பி விட்டாள். கருப்பசேர்வை கட்டபொம்மனுடன் தலைமறைவாயிருந்தார். அவர்கள் கோல்வார் பட்டியில் ஒளிந்திருந்தபோது கம்பெனிப் படைகளும், கம்பெனி ஆதரவு பாளையக்காரர் படைகளும் சூழ்ந்து கொண்டன. கட்டபொம்மனும் அவரது சகோதரகளும் தப்பினர். மற்றவர்களில் பெரும்பாலோர் மாட்டிக்கொண்டனர். மீண்டும் புதுக் கோட்டைத் தொண்டைமானின் பகுதியில் மறைந்திருந்தபோது, கட்டபொம்மனைக் கைதுசெய்து கயத்தாறு கொண்டு சென்றனர். என்ற செய்தியுடன் கருப்பசேர்வை வேலனைச் சந்தித்தார்.

“அவரு தம்பிங்க என்ன ஆனாங்க” என்று கேட்டாள் முத்தம்மா.

“மொதல்லே தப்பிச்சுப் போயிட்டாங்க. அப்புறம் கம்பெனிக்காரங்க கட்டபொம்மு ராசாக்கிட்ட சமாதானம் பேசி, உங்க தம்பிங்க சரணடைஞ்சா அவங்களை உயிரோட விட்டிருவோம்னு சொன்னாங்களாம். ராஜாவும் அதை நம்பி, தம்பிங்களைச் சரணடையச் சொல்லித் தகவல் அனுப்பிச்சிட்டாரு. இப்போ அவங்க சரணடஞ்சு பாளையங் கோட்டைச் சிறையில இருக்காங்க” என்றார் கருப்பசேர்வை.

“தானாதிபதிப்பிள்ளையைப் பத்தியும், சௌந்திர பாண்டிய நாயக்கரைப்பத்தியும் பயங்கரமான செய்திகள் வந்ததே” என்று

கேட்டார் மணிவாசகம். "அந்தக் கொடுமையை ஏன் கேட்கறீங்க. கம்பெனிக்காரங்களுக்குக் கட்டபொம்முவை விட தானாதிபதிப்பிள்ளை மேலயும், சௌந்திரபாண்டிய நாயக்கர் மேலயும்தான் கோபம் அதிகம். கட்டபொம்முவைத் தவறான பாதைக்குக் கூட்டிக்கிட்டுப் போனதே தானாதிபதிபிள்ளைதான்னு கம்பெனி நினைச்சுது. அவரு தலையை வெட்டி, கொய்யாக் கம்பில குத்தி தெற்கத்திச்சீமை யெல்லாம் ஊர்வலமா எடுத்துக்கிட்டுப் போயிட்டு, பாஞ்சாலங் குறிச்சியில, கோட்டை வாசல்ல நட்டு வச்சிருக்காங்க" என்றார் கருப்பசேர்வை.

"அறிவாளிங்க, ஆட்சி செய்யறவங்களுக்கு ஆதரவாத்தான் பேசணும். இல்லைன்னா திருட்டுப்பட்டம் கட்டறதும், பட்டினிபோடறதும், படு கொலை செய்யறதும்தான் காலம்காலமா, உலகமெல்லாம் நடக்குது" என்றான் வேலன். "சௌந்திர பாண்டிய நாயக்கருக்கு நடந்தது அதை விடக்கொடுமை. கம்பெனிக்கு எதிரா ஜனங்களை அவருதான் தூண்டி விட்டாருன்னு பேனர்மேன் நினைச்சான். அவரு தலையச் சுவத்தில மோதி மூளையைச் சிதறிடிச்சுக் கொன்னாங்க" என்றார் சேர்வை.

"இந்தக் காட்டுமிரண்டி வெள்ளைக்காரங்கதான் நமக்கு நாகரிகத்தைக் கத்துக்குடுக்கப் போறாங்களாம். வேலனே அப்படி நம்பிக்கிட்டிருக்கறதுதான் ஆச்சர்யம்" என்றாள் முத்தம்மா. "வெள்ளைக்காரங்க எல்லோரும் காட்டுமிராண்டி இல்லை. நம்ம டேவிட், பீட்டர், சார்லஸ் எல்லாம் இல்லையா. அவங்களை ஆட்சி செய்யற, அதிகாரத்தில இருக்ற கும்பல்தான் காட்டுமிரண்டிங்க. நாம வெள்ளைக்காரங்க கிட்டே இருந்து கத்துக்க வேண்டியது நிறைய இருக்கு. ஆனால் அவங்க பண்பாட்டை இல்லை" என்றான் வேலன்.

கட்டபொம்மன் மீது நியாயமான நீதிவிசாரனை நடக்கப்போகிறது என்று தண்டோராப் போட்டு அறிவிக்கப்பட்டது. கருப்ப சேர்வையும் முத்தம்மாவையும் அழைத்த வேலன், "நான் நீதி விசாரணையை நேரில பார்க்கப் போறேன்" என்றான். "உன்னை மொழிபெயாக்கக் கூப்பிட்டிருக்காங்களா" என்று கேட்டாள் முத்தம்மா. "அப்போ கட்டபொம்முராசாவை நீங்க எப்பிடியாச்சும் காப்பாத்த முடியுமா?" என்று ஆவலோடு கேட்டார் கருப்ப சேர்வை. தன் இயலாமையை மெதுவாகத் தலையாட்டி வெளிப்படுத்தினான் வேலன். "விசாரணையெல்லாம் வெறும் கண்துடைப்பு. கட்டபொம்மு ராஜாவைத் தூக்கில போட்டு, மத்த

பாளையக்காரங்களைப் பயமுறுத்தறதுதான் கவர்னர் எட்வர்ட் கிளைவோட திட்டம். இந்த நாடகம் எப்பிடி நடக்குதுன்னு பார்க்கத்தான் நான் மாறுவேஷத்தில போகப்போறேன். அதோட சுத்தவீரர் வீரபாண்டிய கட்டபொம்மனைக் கடைசியா ஒரு தடவை பார்க்கணும்கிறது என் ஆசை" என்றான் வேலன்.

"வேலா, அவரை நீ சுத்தவீரர்னு சொல்றே. ஆனால் இன்னைக்குத் தமிழ்நாடு முழுக்க அவரை அவமானப்படுத்திப் பெரிய பிரச்சாரம் நடந்துக்கிட் டிருக்கு, பல மாதிரி பேசுறாங்க" என்றாள் முத்தம்மா. "எதிரியை இழிவுபடுத்திப் பேசறதும் காலம்காலமா இருக்கிற தந்திரம் தான். அதுக்கு இங்கிலீசுக்காரன் மட்டும் விதிவிலக்கா என்ன? சரி, என்ன விஷயம்னு சொல்லு" என்றான்.

"கட்டபொம்மு நாயக்கர் தெலுங்குக்காரர், அவரு எப்பிடி நம்ம விடுதலைக்காகப் போராடுவாருன்னு, எங்க ஆளுங்களே கேட்கிறாங்க ஐயா" என்றார் கருப்ப சேர்வை. "அப்பிடி நமக்குள்ள பிரிஞ்சு இருக்கற வரைக்கும் தான் மூணாவது மனுசன் உள்ளே நுழைய முடியும். தமிழ் ராஜாக்களே சேரன், சோழன், பாண்டியன்னு மூணாப் பிரிஞ்சு சண்டை போட்டுக்கலையா. இன்னைக்கு யார் நம்ம பக்கம், யார் எதிரியோட பக்கங்கிறதைத் தெளிவாத் தெரிஞ்சு கூட்டணி சேராத வரைக்கும், அந்நிய சக்திகளுக்கு அடிமைகளாத்தான் இருப்போம்" என்றான் வேலன். "முன்னே வெள்ளைக்காரனை எதிர்த்த பூலித் தேவரு கூட்டணிக்கு, எங்க பாளையம் எதிரா நின்னுச்சுன்னு புதுக்கோட்டையும், எட்டயபுரமும் குத்தம் சொல்றாங்கய்யா" என்றார் கருப்பசேர்வை. "இப்போ வெள்ளைக்காரனை எதிர்க்கிற கூட்டணிக்கு எட்டயபுரமும், புதுக்கோட்டையும் ஆதரவா இருக்காங்களா என்ன?",

"அரசியல்ல நிரந்தரமான எதிரியும் கிடையாது, நண்பனும் கிடை யாது" என்றாள் முத்தம்மா கோபமாக. பிறகு அவளே, "ஆனா, கட்டபொம்மனை ஒரு கொள்ளைக்காரனாக் காட்ட கம்பெனி முயற்சிக்குது" என்றாள். "நேரடியாவோ, மறைமுகமாவோ கொள்ளையில இறங்காத பாளையக்காரங்க யாராச்சும் இருக்காங்களா? கட்டபொம்மு எங்க பகுதிகளை மீட்டெடுக்கத்தான், பக்கத்துப் பாளைய எல்லையோரக் கிராமங்கள்ல தாக்குதல் நடத்தினாரு" என்றார் சேர்வை.

“ஆமா, அதை ஊதிப்பெருக்கி, பிரச்சாரம் பண்ணுது கம்பெனி” என்றான் வேலன். சற்று நேரம் அமைதி நிலவியது. திடீரென்று அமைதியைக் கலைத்தாள் முத்தம்மா. “கோட்டையை விட்டு ஓடிப்போன கோழைன்னு கட்டபொம்முவைச் சிலர் கேலிபேசறாங்க” என்றாள்.

“பிரெஞ்சுக்காரன் தாக்கினப்போ, மதராஸ் கோட்டையை விட்டுட்டு இங்கிலீஷ்காரன் கடலூருக்கு ஓடலையா? தோல்வி நிச்சயம்னு தெரிஞ்சப்பறம், பதுங்கிறதுதான் சரியான போர்த்தந்திரம். முட்டாள்தனமா சாகிறவனை விட, புத்திசாலித்தனமாப் பதுங்குறவன் தான் வீரன்” என்றான் வேலன்.

கயத்தாறுக்கு மாறுவேடத்தில் வேலனோடு முத்தம்மாவும், கருப்ப சேர்வையும் சென்றனர். மாபெரும் மக்கள் கூட்டம் திரண்டிருந்தது. அனைத்துப் பாளையக்காரர்களும் வந்திருந்தனர். “பரவாயில்லையே, கட்டபொம்முராசா மேல மத்த பாளையக்காரங்க இவ்வளவு மதிப்பு வச்சிருக்காங்களே” என்று கூட்டத்திற்குள் நின்றுகொண்டு முணுமுணுத்தார் சேர்வை. “அவங்களா வரலை. கட்டாயம் வரணும்னு ஆர்டர்போட்டு வரவழைச்சிருக்கான் மேஜர் பேனர் மேன்” என்றான் வேலன்.

“ஏன் அவ்வளவு சிரமப்படறாரு பேனர்மேன்” என்று கேட்டாள் முத்தம்மா. “கட்டபொம்மனைத் தூக்கில போடறதைப் பார்த்து மிரண்டு போய் கம்பெனி சொல்றபடி எல்லாப் பாளையக் காரனும் ஆடணும். அதுதான் அவங்க திட்டம்” என்றான் வேலன்.

“இன்னும் விசாரணையே நடத்தலையே, கட்டபொம்மு ராசாவைத் தூக்கிலதான் போடப்போறாங்கன்னு என்ன நிச்சயம்?” என்று கேட்டார் கருப்ப சேர்வை. “தூக்கு மரத்தைத் தேர்ந்தெடுத்திட்டு, தூக்குக் கயிறையும் ரெடி பண்ணிட்டுத்தான் விசாரணையே ஆரம்பிக்கப் போறாங்க” என்றான் வேலன். “எங்க ராசா உயிரோட தப்பிக்க வழியே இல்லையா?” என்று கேட்டார் கருப்பசேர்வை. “நேத்து ராத்திரிகூட, “உன்னோட அரசுரிமைய விட்டுக் கொடுத்திட்டு, வெறும் வரி வசூல் மட்டும் பண்ணிக்குடு, உனக்கு ஜமீன்தார் பட்டம் தர்றோம்னு பேசிப் பார்த்தாங்களாம். உங்க ராஜா தான் அதுக்கு ஒத்துக்கலையாம்” என்றான் வேலன்.

“மத்த பாளையக்காரங்க எப்பிடி அரசு உரிமையோட இருக்காங்க?” என்றாள் முத்தம்மா. “எல்லாம் இன்னையோட முடியப்போகுது. சாகப்போறது ஒரு கட்டபொம்மன் இல்லை. மொத்த தமிழ்நாட்டுப் பாளையக்காரங்களோட அரசுரிமை.

இனிமே ஒரு பய ராஜா கிடை யாது. எல்லோரும் வெள்ளைக்காரக் கம்பெனியோட கூஜா". என்றான் வேலன். அவன் குரலில் எப்போதுவது தான் கோபம் வெடிக்கும். அன்று தான் அது மிக அதிகமாக வெடித்தது.

கட்டபொம்மன் இழுத்து வரப்பட்டார். பேனர்மேன்னின் நேர்மையான நீதிவிசாரணை தொடங்கியது. பேனர்மேன்ன் குற்றச்சாட்டுக்களை அடுக்கிக் கொண்டே போனார். பஞ்ச காலத்தில் வரி கட்டவில்லை என்பதுதான் முதன்மைக் குற்றச்சாட்டு. "பஞ்சகாலத்தில் மக்களிடம் எப்படி வரி வசூலிக்க முடியும்?" என்று கேட்டார் கட்டபொம்மன். சிவகிரிப் பாளைய விவகாரத்தில் இளவரசர் சௌந்தரபாண்டியன் சார்பாகக் கட்டபொம்மன் தலையிட்டார் என்பது அடுத்த குற்றச் சாட்டு. "பாளையங்களுக்கிடையே நடக்கும் உள்நாட்டு விவகாரத்தில் கம்பெனி தலையிடுவதுதான் தவறு" என்று மக்கள் முணுமுணுத் தனர். சிவகிரிப் பாளைய வாரிசுகளின் அழைப்பின்பேரில், சமாதானம் செய்துவைக்கவே தான் சென்றதாகக் கட்டபொம்மன் பதிலளித்தார்.

அடுத்த குற்றச்சாட்டுத்தான் மிக முக்கியமானது என்பது போல், கட்டபொம்மனுக்கு லூஷிங்டன் எழுதியிருந்த கடிதங்களையெல் லாம் ஒன்றுவிடாமல் படித்துக் காட்டச் சொன்னான் பேனர்மேன். பிறகு, "இவையெல்லாம் உமக்குக் கிடைத்தனவா? இல்லையா?" என்று மிரட்டும் தொனியில் கேட்டான் பேனர்மேன்ன். "அவ்வளவு ஞாபகம் இல்லை. சிலது கெடைச்ச மாதிரி இருக்கு" என்று அலட்சியமாகப் பதில் சொன்னார் கட்டபொம்மன். இறுதியாக, முக்கியமான குற்றச்சாட்டு வைக்கப்பட்டது. சரணடைவதற்குப் பேனர்மேன் தூது அனுப்பியும் கட்டபொம்மன் அதை ஏற்றுக் கொள்ளவில்லை என்பதே அந்த மாபெரும் குற்றச்சாட்டு. குற்றச்சாட்டின் முக்கியத்துவம் கருதி, வரிசையாகச் சாட்சிகளை வரவழைத்தான் பேனர்மேன். கம்பெனி ஏஜெண்ட் ராமலிங்க முதலியார், அவரது எடுபிடி ஹரிஹர ஐயா, பேனர் மேனின் ஆர்டர்லி இப்ராகிம்கான் மற்றும் கட்டபொம்மனின் மாமனார் ஆகியோர் தான் அந்தச் சாட்சிகள்.

"கம்பெனி ஆளுங்களே எப்பிடிசாட்சியா வரலாம். அவங்க கம்பெனிக்குச் சாதகமாத்தானே பேசுவாங்க" என்று கோபமாகக் கேட்டாள் முத்தம்மா. "சாட்சியத்தின் அடிப்படையில நேர்மையாத் தீர்ப்புச் சொல்றதா நடத்தற நாடகம் இது. தீர்ப்பை எழுதிட்டுத்தான்

விசாரணையே தொடங்கியிருப்பாங்க" என்றான் வேலன். ஆனால் சாட்சியங்களுக்காக பேனர்மேன் சிரமப்பட்டிருக்க வேண்டியதில்லை. சரணடையுமாறு அழைப்பு வந்தது உண்மைதான் என்று தானே ஒப்புக்கொண்ட கட்ட பொம்மன், "ஆனால் கவுல் வரலை" என்றார்.

"அதென்ன கவுல்" என்று கேட்டாள் முத்தம்மா. "கடிதம். சரணடைய விதிக்கப்பட்ட நிபந்தனைகளை எழுதி அனுப்பியிருக்கணும். அது தான் கவுல். ஆனால் மேஜர்பேனர்மேன் அப்பிடி எழுத்து மூலமா உத்திரவாதம் தரமாட்டேன்னுட்டான். தன் வாய்வார்த்தையை மட்டும் நம்பிச் சரணடையச் சொல்லி யிருக்கான்" என்றான் வேலன்.

வெள்ளை அதிகாரிகள் சிறிது நேரம் கூடி விவாதித்தனர். அந்த நேரம் முண்டியடித்துக் கொண்டு கட்டபொம்மன் அருகில் சென்றார் கருப்பசேர்வை. அவர் கூடவே வேலனும், முத்தம்மாவும் சென்றனர். கட்டபொம்மனின் விழிகள் அவர்களை அடையாளம் கண்டு கொண் டன. கருப்பசேர்வையைப் பார்த்து வீரபாண்டியர் உரக்கப் பேசினார், "கம்பெனிக்காரங்க சொன்னதை நம்பி என் தம்பிகளைச் சரணடையச் சொல்லித் தப்புப்பண்ணிட்டேன்" என்றார். பிறகு வருத்தமான குர லில், "கோட்டையிலேயே நின்னு சண்டை குடுத்திருக்கணும். மத்த பாளையக்காரங்க கூடவருவாங்கன்னு கணக்குப் போட்டுத் தப்பிச்சுப் போனது தப்பு. இப்படி நான் ஓடறதும், இந்த நாயிங்கள்ளாம் தொரத்தறதுமா ஆயிப்போச்சே" என்றார்.

அதைக் கேட்டுக் கூட்டத்திற்குள் சலசலப்பு எழுந்தது. பேனர்மேன் எழுந்து நின்றான். சலசலப்பு அடங்கியது. "ராஜத்துரோகக் குற்றம் செய்ததற்காகக் கட்டபொம்மனைச் சாகும் வரை தூக்கில் போட வேண்டும்", என்று தண்டனையை வாசித்தான் பேனர்மேன்.

"எவன் நாட்டில எவன் வந்து துரோகத்தைப் பத்திப் பேசறான்" என்று முணுமுணுத்தார் கருப்ப சேர்வை. அந்தச் சிறிய முணுமுணுப்பைத் தவிர கூட்டத்திலிருந்து எந்த ஒலியும் எழவில்லை. குறிப்பாக மற்ற பாளையக்காரர்கள் மத்தியில் மரணஅமைதி நிலவியது. அன்றோடு அனைத்துப் பாளையக்காரர்களுக்கும் அழிவுகாலம் தொடங்கி விட்டதை அறியும் திறன் அவர்கள் யாருக்கும் இருக்கவில்லை.

"நீ கடைசியாக எதுவும் சொல்லவிரும்புகிறாயா?" என்று மிகப் பெருந்தன்மையுடன் கேட்டான் பேனர்மேன்.

"இனிமே சொல்ல என்ன இருக்கு?" என்றார் கட்டபொம்மன்.

அவரைத் தூக்கு மேடைக்கு அழைத்துச் செல்லக் காவலர்கள் வருவதற்குள், தானே கம்பீரமாகத் தூக்குக் கயிற்றை நோக்கி நடந்து சென்றார் கட்டபொம்மன். ஒரு தடவை எட்டயபுரம், சிவகிரிப் பாளையக்காரர்களை எரிச்சலோடு பார்த்தார். மற்ற பாளையக்காரர்களுக்கு அவர் அந்த அளவு மதிப்பைக் கூடத் தரவில்லை. தூக்குக் கயிற்றைக் கம்பீரமாகத்தன் கழுத்தில் தானே அணிந்து கொண்டு தாவிக் குதித்தார்.

தமிழக வரலாற்றில் ஒரு சகாப்தம் முடிவிற்கு வந்தது.

சென்னைக்குத் திரும்பும் வழியில் முத்தம்மா கேட்டாள், "திப்பு சுல்தான் மாதிரி கையில வாளோட, தன் கோட்டைக்குள்ளேயே போரில இறந்திருந்தா, கட்டபொம்மன் சாவு இன்னும் பெருமையானதா இருந்திருக்கும் இல்லையா?".

"அப்பிடிச் சொல்லமுடியாது. அது ஒருபெருமை. இது வேறமாதிரிப் பெருமை. போரில எந்த நிமிசம் சாவுவரும்னு யாருக்கும் தெரியாது. ஆனால் சாவைத் தானே தேடிப்போய்க் கழுத்தில மாட்டிக்கிறது அதைவிடப் பெரிய விஷயம்" என்றான் வேலன்.

"கம்பெனி ஒரு தலைவலி ஒழிஞ்சதா நினைப்பாங்க", என்றாள் முத்தம்மா. "கம்பெனிக்குத் தலைவலியே இனிமேல்தான் ஆரம்பிக்கப் போகுது. இனிமே சிவத்தையாவையும், ஊமைத்துரையையும் கட்டிப்போட ஆள் இல்லை" என்றார் கருப்பசேர்வை.

"என்ன சொல்றீங்க?" என்று குழப்பத்துடன் கேட்டாள் முத்தம்மா.

"சிவத்தையா, ஊமைத்துரை, சின்னமருது இவங்க மூணுபேரும் மக்களுக்கு ரொம்பநெருக்கமானவங்க. மொதல்லே இருந்தே மக்களைப் படையாத் திரட்டணும்னு சொன்னவங்க. கட்டபொம்மு நாயக்கர் தான் அவங்களை அடக்கி வச்சிருந்தாரு. இனி அந்த மூணுபுலிகளும் ஒண்ணாக் கம்பெனிமேல பாயப்போகுது பாருங்க, அதுவும் மக்களத் திரட்டிக்கிட்டு" என்றார் கருப்பசேர்வை. அவரைச் சற்றுநேரம் உற்றுப் பார்த்த வேலன், "அது சரி, ஆனால் ஊமைத் தொரையையும், சிவத்தையாவையும் பாளையங்கோட்டை

ஜெயில்ல பத்திரமா அடைச்சு வச்சிருக்கு கம்பெனி'' என்றான். "அண்ணன் உயிருக்கு ஆபத்து வந்திடக் கூடாதுன்னுதான் ரெண்டு பேரும் இதுவரைக்கும் அடங்கியிருந்தாங்க. தாங்களே போயிச் சரணடைஞ்சாங்க. இப்போ கட்டப் பொம்மு ராசாவைத் தூக்கிலபோட்டுக் கம்பெனிக்காரன் பெரிய தப்புப்பண்ணிட்டான். தூங்குற புலிகளை மிதிச்சு எழுப்பி விட்டுட்டான்'' என்றார் கருப்பசேர்வை. "அதுக்கு ரெண்டு பேரும் ஜெயில்ல இருந்து விடுதலையாகணுமே'' என்றாள் முத்தம்மா.

"எங்க செவத்தையாவையும், ஊமைத்தொரையையும் கட்டிப்போடற ஜெயிலை, உலகத்தில எவனும் இன்னும் கட்டலை. கூட்டை ஒடைச்சிக்கிட்டுப் பட்டாம்பூச்சி வெளியே வர்றமாதிரி, ரெண்டு பேரும் வரப் போறாங்க'' என்றார் கருப்பசேர்வை மிக நம்பிக்கையான குரலில்.

96

கயத்தாறிலிருந்து திரும்பிய நாள்முதல் வேலனின் மனதில் குழப்பம் பரவத்தொடங்கியது. "உண்மையில் நான் ஆங்கிலேயாரின் தந்திரங்களைப் புரிந்துகொள்ளத்தான் அவர்களோடு வணிகம் செய்கிறேனா, இல்லை, விடுதலைப் போரில் இறங்குவதைத் தவிர்ப்பதற்காக என்னை நானே ஏமாற்றிக் கொள்கிறேனா'' என்ற கேள்வி அவனைத் துளைத்தெடுத்தது. மன உளைச்சலைத் தவிர்ப்பதற்காகப் புதுநிறுவனத்தைத் தொடங்குவதில் முழுமையாகக் கவனம் செலுத்தினான். பழைய கிடங்கு, கட்டுமானப்பொருட்களைச் சேமித்து வைக்கப் போதாததால் அருகிலிருந்த இடத்தையும் விலைக்கு வாங்கிப் புதிய கிடங்கு ஒன்றைக் கட்டத் தொடங்கினான்.

புதியநிறுவனத்தை உருவாக்கிய கையோடு மெகருன்னிசா திருமணத்தையும் எளிமையாக முடித்து வைத்தனர். மெகருன்னிசா, மரியா தெரசா டேவிட் ஆனாள். ஆங்கிலேயரோடு நெருக்கமான தொடர்பு வியாபாரத்திற்கு அவசியம் என்பதால் டேவிட் தம்பதியினர் பறங்கி மலையில் தங்கினர். ராபின்சன் உதவியால் நிறுவனத்திற்கு ஒப்பந்தங்களுக்குப் பஞ்சமே இல்லை. அந்த ஆண்டில் கோட்டைக்குப் பொருட்கள் வழங்கும் ஒப்பந்தக்காரர்களில் இவர்களது நிறுவனமே முதன்மையானதாக இருந்தது.

முத்தம்மா மட்டும், கம்பெனியின் ஆட்சியின்கீழ் மைசூர் வந்தபின்பும், முன்புபோல் ஒற்றனாகவே சுற்றிக் கொண்டிருந்தாள். சரியாகச் சொன்னால், பழைய ஒற்று அமைப்பைப் புதுப்பித்து, புதிய கலகக்காரர்களுக்காக வேலைசெய்யத் தொடங்கியிருந்தாள்.

அவளது எல்லை இப்பொழுது திருநெல்வேலியில் தொடங்கி ஷிமோக வரை விரிந்தது. கேரளவர்மா பழசிராஜாவின் ஆட்களையும் சந்தித்தாள். கொஞ்ச நாளாக "தோந்தாஜிவாக்" கின் ஆட்களைச் சந்திப்பதாகக் கூறினாள். ஓய்வெடுக்க மட்டும் எப்பொழுதாவது வீட்டிற்கு வந்தாள். அப்படி ஒருநாள் வீட்டிலிருந்தபோது கோட்டையில் கிடைத்த தகவல்களை வேலனிடம் கேட்டுப் பெற்றுக் கொண்டாள். பின்பு வேலன் அவளிடம், "திப்புசுல்தான் இல்லாத மைசூர் எப்பிடி இருக்கு?" என்றான்.

"மக்கள் திப்புவோட நல்லாட்சியை மறக்கலை. குறிப்பா மராத்திய எல்லையிலயிருக்க மக்கள் ஆதரவோட, ஹைதாகிட்ட தளபதியா இருந்த தோந்தியாவாக், இரண்டு நாடுகளுக்கும் நடுவே ஒரு புது அரசை உருவாக்கிக்கிட்டு இருக்காரு" என்றாள் முத்தம்மா. "ஆனால் தோந்தியா வாக்கைத் திப்பு சிறையில வச்சிருந்தாரே?" என்றான் வேலன். "எல்லாம் துரோகி மீர்சதக் செஞ்ச சூழ்ச்சி. கன்னடம், மராத்தி பேசற ரெண்டுபகுதி மக்கள்கிட்டேயும் செல்வாக்கு உள்ளவர் தோந்தியா வாக். அதனால அவரு மேல பொய்ப்பழி சுமத்தி ஜெயில்ல போட வச்சான். இதில திவான் பூர்ணையாவும் கூட்டு. ஆறுவருசமா, ரகசியமா ரெண்டுபேரும் கம்பெனிக்காக சதிவேலையில எறங்கியிருந் திருக்காங்க", என்றாள் முத்தம்மா கோபமான குரலில். "சரி,இப்போ அவரோட நிலமை என்ன?" என்றான் வேலன்.

"ஷிமோகாவைச் சுத்தி தோந்தாஜி புதுசா ஒரு ராஜ்யத்தையே அமைச்சுக்கிட்டாரு. திப்பு சுல்தான் படையில இருந்த சிப்பாய் களும், சாதாரண மக்களும் இப்போ அவருபின்னால திரண்டிருக் காங்க. அவரோட அஞ்சாயிரம் சிப்பாய்ங்க இருக்காங்க" என்றாள்.

பல நாட்களுக்குப்பின் மீண்டும் வீடு வந்த போது முத்தம்மா மேலும் உற்சாகமாகக் கூறினாள், "வேலா, நம்பவே முடியலை, இப்போ தோந்தியா வாக்கோட ஒரு லட்சம் சிப்பாய்ங்க இருக்காங்க". "கேரளவர்மா, பழசிராஜாவைப் பத்தி எதுவும் தகவல்தெரியுமா?" என்று கேட்டான் வேலன். "தெரியுமாவா? பழசிராஜா, மருதுராஜா, சின்னமலை, தோந்தாஜி வாக்," எல்லாரும் இப்போ ஒரே ரகசியக் கூட்டணியிலதான் இருக்காங்க. சீக்கிரம் கோயம்புத்தூர்ல தாக்குதலை ஆரம்பிக்கப் போறாங்க" என்றாள் முத்தம்மா.

“அப்படிச் செஞ்சீங்கன்னா, கம்பெனிக் குத்தான் வெற்றி. மைசூர் அவங்க கையில, நிசாமும் மராத்தியரும் அவங்க பக்கம். அதனால முழுபலத்தோட விடுதலைப் போராட்டங் களை முறியடிப்பாங்க. கம்பெனிக்கும், மராத்தியருக்கும் நிச்சயம் சீக்கிரம் சண்டை வரும். அதுவரைக்கும் இந்தக் கூட்டணி போராட்டத்தைக் தொடங்கக் கூடாது” என்றான் வேலன்.

“நீ சொல்றது சரிதான்.ஆனால் அது என் கையில இல்லை” என்றாள் முத்தம்மா. “பழசிராஜா தான் இதில சரியான பாதையில போறாரு” என்றான் வேலன். “அவரு எப்போ எந்தப் பக்கம் இருப்பாருன்னே சொல்ல முடியலையே. முன்னே கம்பெனியோட சேர்ந்து திப்பு சுல்த்தானை எதிர்த்தாரு, அப்புறம் திப்புசுல்த்தானோட சேர்ந்து கம்பெனியை எதிர்த்தாரு” என்றாள் முத்தம்மா. “பழசிராஜா எப்பவும் மக்கள் பக்கம் தான். கேரள மக்களை மைசூர் அரசு நசுக்கறப்போ திப்புவை எதிர்த் தாரு, கம்பெனி நசுக்குறப்போ கம்பெனியை எதிர்க்கிறாரு” என்றான்.

புதிய கிடங்கு கட்டிமுடிக்கப்படும் தறுவாயில், அதைப் பார்வையிடுவதற்காக ராபின்சன் வந்திருந்தார். கிடங்கு வேலையைப் பாராட்டி விட்டு “வேலா, உனக்கு விஷயம் தெரியுமா? ஷிமோகாவில 'தோந்தியா வாக்'கைத் தூக்கில போட்டுட்டோம்” என்றார். “அவருக்கு அறுபது வயசுன்னு நினைக்கிறேன். ஜெயில்ல போட்டிருக்கலாம். கொஞ்ச நாள்ல தானாச் செத்திருப்பாரு” என்றான் வேலன்.

“அவரு ஒருராஜாவோ, பாளையக்காரனோ இல்லையே. மைசூர் குதிரைப்படையில இருந்த ஒரு சாதாரணத் தளபதி. ஆனால், மக்க ளோட மக்களா பழகினவரு. அதினால பத்து மடங்கு ஆபத்தானவரு. கம்பெனியை எதிர்த்து மக்கள் கிளம்பிட்டாங்கன்னா, அப்புறம் எங்க சாம்ராஜ்யத்தோட அஸ்திவாரமே அசைஞ்சு போகும்” என்றார் ராபின்சன்.

“அப்போ கேரள வர்மா பழசிராஜாவை ஏன் விட்டுவச்சிருக்கீங்க” என்றான் வேலன். “கம்பெனியால முடிஞ்சா ஒரு நிமிஷம் கூட அவரை விட்டு வச்சிருக்க மாட்டாங்க. அவரும் உண்மையில ராஜா இல்லை. ஒரு ராஜாவுக்குச்சொந்தக்காரரு. தோந்தியா மாதிரி நேரடிப் போருக்கு வந்திருந்தா இந்நேரம் ஒழிச்சிருப்போம். அவரு திடீர்னு தாக்கிட்டுத் திரும்ப மக்களோட மறைஞ்சிருவாரு. அதனால அவரு சாதிக்காரங்க, சொந்தக்காரங்க எல்லோரையும் கம்பெனி இப்போ விலைக்கு வாங்கிடுச்சு. அவருகிட்டயும் சரணடையச் சொல்லித் தூது அனுப்பியிருக்கு” என்றார் ராபின்சன்.

அடுத்த நாள் கோட்டையில் ராபின்சனைச் சந்தித்துவிட்டுத் தன் கிடங்கிற்கு வந்தான் வேலன். சரக்குகள் அனுப்பியதற்கான பெருந் தொகை ஒன்றையும் கோட்டையிலிருந்து அன்று வாங்கிக் கொண்டு வந்திருந்தான். அவனைத் தேடித் திடீரென்று முத்தம்மாவும் கருப்ப சேர்வையும் வந்திருந்தனர். அந்நேரம் கிடங்கில் வேலையாட்கள் அனைவரும் வேலை முடிந்து சென்று விட்டிருந்தனர். இரண்டே வேலையாட்கள் மட்டும் கிடங்கைச் சுத்தம் செய்து கொண்டிருந் தனர். வேலன் அவர்களையும் அனுப்பிவிட்டு அலுவலகத்திற்குள் முத்தம்மாவையும், கருப்பசேர்வையையும் அழைத்துச் சென்றான். முத்தம்மாள் திடுதிப்பென்று கேட்டாள், “வேலா, ஹீராபிஜ்லியை விக்க முடிஞ்சுதா?”. “இல்லை. உங்களுக்கு உடனடியாப் பணம் தேவைப்படுதா?” என்று கேட்டான் வேலன்.

“ஆமா ஐயா. எங்களுக்கு உடனடியாப் பணம் வேணும். கடனாக் குடுத்தாப் போதும். வேலை முடிஞ்சவொடனே திருச்செந்தூர்ல மக்கள்கிட்ட வசூல் பண்ணித் திருப்பிக் குடுத்திடறோம்” என்றார் கருப்ப சேர்வை. “போராட்டத்தைத் தொடங்கிறதுன்னு முடிவு பண்ணீட்டிங் களா” என்று கேட்டான் வேலன். “ஆமாய்யா. அதுக்கு எங்க ரெண்டு சின்னராசாக்களையும் பாளையங்கோட்டை செயில்ல இருந்து விடு விக்கணும், படைதிரட்டணும், அதுக்கும் முன்னால பாஞ்சாலங் குறிச்சிக் கோட்டையக்கட்டி முடிக்கணும்” என்றார் கருப்ப சேர்வை.

“அதைத் திரும்பக் கட்டிமுடிக்க வருசக்கணக்காகுமே, அதுவரைக்கும் கம்பெனி வேடிக்கை பார்த்துக்கிட்டு இருக்குமா?” என்றான் வேலன் சிரித்துக்கொண்டே. “கெவர்மெண்டு ஒப்பந்தக்காரர் கட்டற கோட்டை இல்லையா, ஜனங்க தானா வந்து கட்டப்போற கோட்டை, ஒரே வாரத்தில கட்டிடுவோம்” என்றார் கருப்ப சேர்வை. வேலனுக்கு அதில் துளியும் நம்பிக்கையில்லை. “சரி, அப்படியே வச்சுக்குவோம். சிறை மீட்கறது முடியுமான்னு தெரியலையே. போனதடவை அவங்களைச்சிறை மீட்கறதுக்காகப்போன சிவகங்கையாளுங்க எல்லோரை யும் கம்பெனி கைதுபண்ணித் தூக்கிலபோட்டது மறந்து போச்சா?” என்று கேட்டான் வேலன்.

“மருது பாண்டியரைச் சுத்தி யாரோ வேவு பார்க்கறாங்க. அதனாலதான் அவங்க ஆளுங்க ஊமைத்துரையை விடுவிக்க வர்றாங்கன்னு கம்பெனிக்கு முன்னாலயே தகவல் போயிடுச்சு”

என்றார் கருப்ப சேர்வை. "இந்தத் தடவையும் அதே மாதிரி தகவல் போகாதா?" என்றான் வேலன். "போகாது. இந்த முறை நாங்க மருதுபாண்டியருக்கே சொல்லமாட்டோம். முழுக்கமுழுக்கப் பாஞ்சாலங்குறிச்சி ஆளுங்களை வச்சுச் செய்யப் போறோம். அதனால தான் உங்கக்கிட்டப் பணஉதவி கேக்கறோம்" என்றார் கருப்ப சேர்வை.

அதற்குமேல் கேள்வி எதுவும் கேட்காமல் கம்பெனியில், அன்று பெற்று வந்த பணத்தை அப்படியே மேஜையில் கொட்டினான் வேலன். "இப்போ இதை வச்சுக்குங்க. வசூல் பண்ணித் திருப்பி யெல்லாம் தரவேண்டாம். இன்னும் பணம் வேணும்னாலும், அடுத்த வாரம் வாங்க" என்றான். "இதுவே தாராளமாப் போதும் ஐயா. இது ஆரம்பச் செலவுக்குத்தான். அப்புறம்தான் வசூல் பண்ணிருவோம்ல" என்று சொல்லிக்கொண்டே எழுந்தார் கருப்பசேர்வை.

"ஜெயில்ல இருந்து விடுவிக்கிற ஆளுங்களை, எப்பிடியாச்சும் சென்னைப்பட்டினம் வரைக்கும் கொண்டுவந்து சேர்த்திட்டீங்கன்னா, இங்க அவங்க தலைமறைவா இருக்க நாங்க ஏற்பாடு பண்றோம்" என்றான் வேலன். "நன்றி ஐயா, ஆனால் புலிகள் கூண்டை உடைச்சிக்கிட்டு வர்றது, பதுங்கறதுக்காக இல்லை, பாயறதுக்காக" என்றார் கருப்ப சேர்வை. "படையே திரட்டாமப் பாயப்போறாங்களா" என்றான் வேலன். "படையும் தயாராயிடும். பாஞ்சாலங்குறிச்சிக் கோட்டையும் தயாராயிருக்கும்" என்று சொல்லிவிட்டு உற்சாகமாக நடைபோட்டு வெளியேறினார் கருப்ப சேர்வை.

"இவரு என்ன சொல்றாரு? பாஞ்சாலங்குறிச்சிக் கோட்டையைத்தான் பேனர்மேன் தரைமட்டம் ஆக்கிட்டானே?" என்றான் வேலன். "அது தான் எனக்கும் புரியலை" என்றாள் முத்தம்மா.அந்த நேரத்தில், வாசலில் காவலிருந்தவர், அலுவலக அறைக்கு வந்து, "உங்களைப் பார்க்க ஒருத்தரு வந்து காத்துக்கிட்டு இருக்காருய்யா, பார்த்தா ரொம்பத் தூரத்தில இருந்து வந்தவரு மாதிரித் தெரியுது" என்றார்.

"தோளில பெரிய பையை மாட்டிக்கிட்டு, வாட்ட சாட்டமா, உயரமா, தெற்கத்தி ஆளு மாதிரி இருக்காரா?" என்றான் வேலன். "ஆமாய்யா, மீசை மட்டும் வச்சிட்டா தெற்கத்தி ஆளுதான்" என்றார் காவலாளி.

“அவருபேரு தேவநாதன், அவருக்காகத்தான் நான் காத்துக்கிட்டு இருக்கேன். வரச் சொல்லுங்க சுப்பையாண்ணே” என்றான் வேலன். “வேலா, உன்னைக் காத்திருக்க வச்ச பெரிய மனுசன் யாரு?” என்றாள் முத்தம்மா. “தேவநாதன். தூத்துக்குடிப் பக்கம் இருந்து வர்றாரு. அவரு ஒரு கிறிஸ்தவ சாமியாரு” என்றான் வேலன்.

“நீயும் கிறிஸ்தவனா மாறப்போறியா” என்றாள் முத்தம்மா. “பயப்படாத, மெகருன்னிசா மாதிரி நீயும் உன் பேரை மாத்திக்க வேண்டி வராது. நான் எந்தச் சாமியையும் கும்பிடறது இல்லை” என்றான் வேலன். “சாமியே இல்லைன்னு சொல்ற சார்லஸ் கூடச் சேர்ந்திட்டியா” என்றாள் முத்தம்மா. “வெள்ளைக்காரங்களுக்கு முன்னாலேயே பகுத்தறிவுக்கு உட்பட்டதைத்தான் நம்புவோம்னு சொன்ன தாக்கவாதிகள் இந்தியாவிலயும் இருந்திருக்காங்க. அவங்க தத்துவத்துக்குப் பேருதான் “நியாய வாதம்” என்றான் வேலன்.

இவர்கள் பேசிக் கொண்டிருக்கும்பொழுதே, கதவை லேசாகத் தட்டி விட்டு உள்ளே நுழைந்தது அந்த நெடிய உருவம். வேலன் கூறியது போலவே அந்த உருவத்தின் தோளில் கனமான நீண்ட பை ஒன்று தொங்கியது. அதிகம் போனால் முப்பது வயதிருக்கலாம். தாடி, மீசை இல்லாத களையான முகம். முத்தம்மா தன் பையைக் கூர்ந்து கவனிப்பதை அந்த உருவம் கவனித்தது. “வாங்க தேவநாதன், உட்காருங்க. இவள் என் மனைவி முத்தம்மா” என்ற வேலன் அப்படியே முத்தம்மாவிடம் திரும்பி, “இவரு நம்ம நண்பர் தேவநாதன், கிறிஸ்தவ பாதிரியாரு” என்று இருவரையும் அறிமுகப்படுத்தி வைத்தான்.

“வணக்கம்மா” என்ற தேவநாதன், “ஏன் இவ்வளவு பெரிய பையின்னு பார்க்கறீங்களா. இதுதான் என் மொத்தச் சொத்து, வீடுவாசல் எல்லாம்” என்றார். “ஓ, சொத்தையெல்லாம் வித்துப் பணமா வச்சிருக்கீங்களா” என்றாள் முத்தம்மா. “எனக்கு எதுக்கும்மா பணம்? அதில இருக்கறது என் துணியும், சில புத்தகங்களும்தான். என் நாடோடி வாழ்க்கைக்கு அதுபோதும். போற இடத்தில மக்கள் சோறு போட்டிருவாங்க” என்றார் தேவநாதன். “முத்தம்மா, தேவநாதன் மொதல்லே ஒரு ஐரோப்பியப் பாதிரியார்கிட்ட வேலைபார்த்தவரு. இப்போ இவரும் பாதிரியார் ஆயிட்டாரு. நெறையப் படிச்சவர். மீனவர் குடும்பங்களுக்குப் பள்ளிக்கூடம் கட்டப் பணம் திரட்டத்தான்

இவ்வளவு தூரம் வந்திருக்காரு" என்றான் வேலன். "நேரா கோட்டைக்குப் போக வேண்டியது தானே. அவங்ககிட்ட இல்லாத பணமா? அவங்களே பள்ளிக்கூடம் கட்டித் தரமாட்டாங்களா?" என்று கேட்டாள் முத்தம்மா.

தேவநாதன் சிரித்துக் கொண்டே சொன்னார், "இங்கிலீஷ் கம்பெனி ஆட்சி செய்யற பகுதிக ளுக்குள்ள பாதிரியாருங்க நுழையவே தடைவிதிச்சிருக்காங்கம்மா. நானே ரகசியமாத்தான் வந்திருக்கேன்".

"ஏன் அப்படி?" என்று வியப்புடன் முத்தம்மா கேட்டாள். "நாங்க எல்லா மனுசங்களும் சமம்னு சொல்றது கம் பெனிக்குப் பிடிக்கலை. மக்களுக்கு எழுதப்படிக்கச் சொல்லிக் கொடுக்கறதையே அவங்களுக்கு எதிரான சதின்னு பார்க்கறாங்க" என்றார் தேவநாதன்.

"நீங்க எழுதப் படிக்கச் சொல்லிக் கொடுக்கிறேங்கற போல, எங்க ஜனங்களை மதம் மாத்தறதிலதானே குறியா இருக்கீங்க" என்ற முத்தம்மா, வேலனிடம் திரும்பி "நீ மதம் மாத்தறதை ஆதரிக்கிறியா" என்றாள். "நான் மதத்தையே ஆதரிக்கலை. ஆனால் இவங்க பண்ணற கல்விச்சேவையை மட்டும் ஆதரிக்கிறேன். ஏழை மீனவமக்கள், மதம் மாறியாவது படிக்க முடிஞ்சா, அதை நான் ஆதரிப்பேன்" என்றான் வேலன். அதற்கு மேல் அதைப்பற்றிப் பேச விருப்பம் இல்லாதவள் போல் மௌனமானாள் முத்தம்மா. இருந்தாலும் வேலன் தொடர்ந்து பேசினான். "உன்னையும், என்னையும் படிக்க வைக்கப் பணக்காரங்க ஆதரவு இருந்தது. ஆனால் ஏழைஜனங்க எல்லோருக்கும் அந்த வசதியும், வாய்ப்பும் கிடைக்காது. அவங்க படிக்கிறதுக்கு இப்படிக் கல்லிலையும். முள்ளிலையும் அலையற தொண்டர்களாலதான் உதவ முடியும்" என்றான் வேலன். "கல்லுமுள்ளுல மக்களுக்காக அலையறவங்கன்னா, அவங்களும் நம்மாளுகதான்" என்றாள் முத்தம்மா சற்றுத் தெளிவான குரலில்.

"நான் யாரையும் மதம் மாறச் சொல்லிக் கட்டாயப்படுத்தல. கல்வியைத்தான் பரப்பறேன். சிலர் தானா விருப்பப்பட்டு மதம் மாறிக்கிறாங்க" என்றார் தேவநாதன். "அப்படியாச்சும் சாதிக்கொடுமையில இருந்து தப்பிக்க முயற்சி பண்றாங்க" என்றான் வேலன். பிறகு தனது மேஜை அறையிலிருந்து ஒரு கடிதத்தை எடுத்து தேவ நாதனிடம் கொடுத்தான். "இந்தக் கடிதத்தை தூத்துக்குடி வியாபாரி ஒருத்தருக்கு எழுதியிருக்கேன்.

உங்க பள்ளிக்கூடம் நடத்திறதுக்கான பணம், மாதாமாதம் அவருமூலமா உங்களுக்குக் கிடைக்கும்" என்றான் வேலன். நன்றி சொல்லிவிட்டுப் புறப்பட்டார் தேவநாதன்.

வேலன் சிறிது நேரம் சிந்தனையில் ஆழ்ந்தான். பிறகு முத்தம்மாவைப் பார்த்து, "புலிகள் பாயறதை நேரில போய்ப் பார்க்கலாமா?" என்றான். "என்னை ஏற்கனவே கருப்பசேர்வை வரச்சொல்லிக் கேட்டிருக்காரு" என்றாள் முத்தம்மா. ராபின்சன் மூலமா எனக்கும் ஒரு அழைப்பை ஏற்பாடு பண்ணிக்கிறேன். ரெண்டு பேரும் சேர்ந்தே போகலாம்" என்றான் வேலன்.

97

திருச்செந்தூர்க் கோவிலின் அருகேயிருந்த சத்திரக் காப்பாளர், வேலனையும், ஆண் உடையில் வந்த முத்தம்மாவையும் மலர்ந்த முகத்துடன் வரவேற்றார். ஏற்கனவே வேலனுக்கு அறிமுகமானவர் போல் முத்தம்மாவிற்குத் தோன்றியது. அவரது விடுதியில் இரண்டே அறைகள்தான் இருந்தன. "பெரிய அறையை எடுத்துக்குங்க ஐயா" என்றார் விடுதி உரிமையாளர். "ரெண்டு அறையையும் நாங்களே எடுத்துக்கறோம்" என்றான் வேலன்.

அவர்கள் குளித்து உடை மாற்றியதும், காலை உணவும் அறைக்கு வந்தது. உணவருந்தும்போது முத்தம்மா கேட்டாள், "ராபின்சன்கிட்ட எப்பிடிக் கடிதம் வாங்கினே".

"அது ஒண்ணும் பெரிய விஷயம் இல்லை. ஊமைத்துரை தப்பிக்க முயற்சி பண்ணறதா ஒரு தகவல் வந்திருக்குன்னு உண்மையைச் சொன்னேன். அதுமாதிரி ஏற்கனவே தகவல்கள் நெறைய வந்துக்கிட்டுத்தான் இருக்கு. முடிஞ்சா, நீ நேரே போய்ப் பார்த்து எனக்கு ஒரு அறிக்கை குடுன்னு" அவரே கேட்டார்."

"அவங்ககிட்ட இல்லாத உளவாளிங்களா" என்றாள் முத்தம்மா.

"அந்த உளவாளிகள்லாம் கவர்னர் எட்வர்ட் கிளைவுக்குத் தகவல் அனுப்புவாங்க. அது கல்கத்தாவில இருக்கிற கவர்னர் ஜெனரலுக்குப் போகும். அதைச் சரிபார்க்கறதுக்காக ரகசியமா இன்னொரு அறிக்கைய ராபின்சன் நேரடியா கல்கத்தாவுக்கு அனுப்புவாரு. அதுக்குத் தான் என்னைப் பயன்படுத்திக்கிறாரு" என்று விளக்கினான் வேலன். "ஆமா, முன்னால கூடச் சொல்லியிருக்கியே, மறந்து போயிட்டேன்" என்றாள் முத்தம்மா.

பின்பு முத்தம்மா ஆண் உடைக்கு மாறினாள். இருவரும் குதிரைகளிலேறி பாளையங்கோட்டை நோக்கிப் புறப்பட்டனர்.

சிறைத் தலைமை அதிகாரி மேஜர் மெக்காலே, தன் அலுவலகத்திற்குள் வேலனை மட்டும் அனுமதித்தார். முத்தம்மாள் வாசலில் நின்றாள். ராபின்சன் கொடுத்திருந்த கடிதத்தைப் படித்துவிட்டு, "உட்கார்" என்று வேலனை அமர அனுமதித்தார். "சிறையில இருக்கிற நிலமையைப் பார்வையிட ஒரு வெள்ளை அதிகாரியை அனுப்பாம, ஏன் உங்களை அனுப்பிச்சிருக்காரு மிஸ்டர் ராபின்சன்" என்றார் குழப்பத்துடன்.

"கைதிங்க மனநிலையைத் தெரிஞ்சுக்க, தமிழ் தெரிஞ்ச ஆளை அனுப்பறது தானே நல்லது" என்றான் வேலன் ஆங்கிலத்தில்.

"ஓ... நீ நல்லா ஆங்கிலம் பேசுறியே. ஓ.கே நான் அனுமதி தர்றேன்", என்றவர், "குலாம்காதிர்" என்று குரல் கொடுத்தார். வாசலில் நின்ற சிப்பாய் வெளியே சென்று சற்று நேரத்தில் பருத்த உருவமுள்ள சிப்பாய் ஒருவனை அழைத்துக்கொண்டு வந்தான்.

"குலாம் காதிர், இவங்க செயின்ட் ஜியார்ஜ் கோட்டையில இருந்து வந்திருக்காங்க. நம்ம ஜெயில் எவ்வளவு பாதுகாப்பானதுன்னு இவங்களுக்குச் சுத்திக் காட்டு" என்றார். "ஆயியே, சாகிப் ஆயியே" என்று உற்சாகத்துடன் வேலனையும், ஆண் உடையிலிருந்த முத்தம்மாவையும் சிறைக்குள் அழைத்துச் சென்றான் குலாம் காதிர்.

"இந்த ஜெயில்ல இருந்து இதுவரைக்கும் எந்தக் கைதியும் தப்பிச்சதே இல்லை. எவ்வளவு உயர மதில் செவரு பார்த்தீங்களா. ராத் திரி, பகல் எல்லா நேரமும் காவல் போட்டிருக்கும்" என்று சொல்லிக் கொண்டே இருவரையும் உள்ளே அழைத்துச் சென்றான். வெளியே இருந்த காவல் கெடுபிடி உள்ளே இல்லை. காவலர்கள் கும்பலாக ஆங்காங்கே அமாந்து அரட்டை அடித்துக் கொண்டிருந்தனர். அலு வலகத்திலும், ஆயுதக்கிடங்கிலும் இருந்த காவலர்கள் சிலர் காசு வைத்துச் சீட்டு விளையாடிக் கொண்டிருந்னர். அவர்களைத் தூரத்திலிருந்தே பார்த்துவிட்டுச் சிறையின் மற்ற பகுதிகளுக்குச் சென்ற னர். அறைகளின் உள்ளே சிலர் வெள்ளைப் போர்வைகள் போர்த்திக் கொண்டு தூங்குவதைக் காணமுடிந்தது. வாசலில் கால்வைத்தான் வேலன். "உள்ளே போகாதீங்க சாகிப். அவங்களுக்கு மாரியம்மா வந் திருக்கு", என்றான் காதர். வேலனும் முத்தம்மாவும் பயந்து காலை வெளியே எடுத்தனர். அம்மைநோயைக் கண்டு யாருக்குத்தான் கலக்கம் வராது என்று நினைத்துக் கொண்டான் வேலன். சிறையின் பின் புறம் கைதிகள், கைகளில் விலங்குகள் இல்லாமல் சுதந்திரமாக உலவிக்கொண்டிருந்தனர்.

“கைதிகளுக்கு வெலங்கு மாட்ட மாட்டீங்களா?” என்றான் வேலன்.

“சும்மா, மாட்டி மாட்டிக் கழட்டி விடணும். அதனால முக்கியமான ஆளுங்களுக்கு மட்டும் தான் வெலங்கு” என்று தூரத்தில் மரத்தருகே அமர்ந்து, கைளில் விலங்குகளுடன் பேசிக் கொண்டிருந்த சிலரைக் காட்டினான் குலாம் காதிர். அந்தக் கூட்டத்திலிருந்தும் விலகி, ஒரே விலங்கால் இருவரின் கைகளும் இணைக்கப்பட்டு, பேசிக் கொண்டிருந்த இருவரை முத்தம்மா வேலனிடம் காட்டினாள். அந்த இரண்டு இளைஞர்களுக்கும் உடல் சற்று மெலிந்திருந்தாலும், கண்ணில் ஒளி குறையவில்லை. ஒருவர் கைகளால் சைகை செய்து பேசிக்கொண்டிருந்தார். மற்றவர் ஆமோதித்துத் தலையாட்டிக் கொண்டிருந்தார். அவர்கள் சிவத்தையாவும், ஊமைத்துரையும் தான் என்பதில் வேலனுக்குச் சந்தேகம் எதுவும் இல்லை. திடீரென்று வேலனையும், முத்தம்மாவையும் திரும்பிப் பார்த்த ஊமைத்துரையின் கண்களில் அடையாளம் கண்டுகொண்டது போல் சிறிய ஒளி பரவியது. சிறிய புன்னகை இதழ்களில் ஓடி மறைந்தது. ஒரு நொடிதான். அடுத்த நொடி சிவத்தையாவின் பக்கம் திரும்பித் தன் உரையாடலைத் தொடர்ந்தார். “ஊமைத்துரை தேர்ந்த நடிகர்தான்” என்று மனதிற்குள் நினைத்துக் கொண்ட வேலன், சட்டென்று குலாம் காதரின் பக்கம் திரும்பி, “அதென்ன அங்க ஆடு கட்டியிருக்கு” என்று கேட்டான்.

வேலன் காட்டிய திசையில் நாலைந்து பேர் சமையலுக்கான ஏற்பாட் டில் இருந்தனர். அங்கிருந்த மரத்தடியில் கிடாய் ஒன்று கட்டப்பட்டிருந்தது. “இன்னைக்கு கெடாய் அடிச்சு, சமையல் பண்ணப் போறாங்க.” சொல்லும் பொழுதே குலாம்காதிர் உடலெங்கும் மகிழ்ச்சி பரவியது. “கைதிகள் சாப்பாட்டுக்குத் தாராளமாச் செலவுபண்றீங்க” என்றாள் முத்தம்மா. “தாராளமாவா? எங்க ஆபீசருங்களா? சிப்பாய்ங்களுக்கே சாப்பாடு ஒழுங்காப் போடமாட்டானுங்க. எல்லாம் கைதிகளோட சொந்தச் செலவு சாகிப். பெரிய இடத்துப்பிள்ளைங்க. பணம் தாரளமாப் பொழங்குது” என்ற குலாம் காதிர் திடீரென்று குரலைத் தாழ்த்திக் கொண்டு, “மிச்சம் மீதிச் சாப்பாட்டை டூட்டில இருக்கிற சிப்பாய்களுக்குத் தாராளமா அள்ளிக் குடுத்திருவாங்க” என்றான் மிக மகிழ்ச்சியான குரலில்.

அப்பொழுது ஒரு உருவம் ஓடிவந்து இவர்களருகே பொத்தென்று விழுந்தது. சற்று குட்டையான, வெயிலால் அடிபட்டுக் கருத்திருந்த அந்த உருவத்தின் தோளில் இருந்த விறகுக்கட்டும் சரிந்து விழுந்து, விறகுகள் தரையில் உருண்டன. அவனைத் துரத்திக் கொண்டு வந்த சிப்பாயின் கையில் சாட்டையிருப்பதை வேலன் கவனித்தான். கீழே விழுந்து கிடந்தவனை சிப்பாய் சாட்டையால் விளாசினான். அடிபட்டவன் கதறினான். “அடிக்காதீங்க பிரபு, வெறகு வெட்டிக்கிட்டு வர்ற வழியில, பாதைமாறிப் போயிட்டேன்” என்றான். அதற்குள் கைதிகள் அவர்களைச் சுற்றி வட்டமாகக் கூடிவிட்டனர். ஊமைத்துரையும் சிவத்தையாவும், ஒன்றாக நடந்து அருகில் வந்தனர். சிவத்தையா அடித்துக் கொண்டிருந்த சிப்பாயிடம், “என்ன ஆச்சு சிக்கந்தர் சாகிப்” என்றான். ஆனால் அடிப்பதைத் தடுக்கவில்லை. சிப்பாய் சிக்கந்தா களைத்துப் போய் அடிப்பதை நிறுத்திவிட்டு, உடனே தனது தரப்பு வாதத்தைக் கோபமாக முன் வைத்தான்.

“நீங்களே நியாயத்தைச் சொல்லுங்க. வெறகு வெட்டிக்கிட்டுவர நேத்துப் போனவன், இன்னைக்குத்தான் வர்றான். இவனுக்கு ஏதாச்சும் ஆயிருந்தா, என் வேலைக்கு ஆபத்து வருமா? வராதா?” சிவத்தையா சிப்பாயிடமிருந்த சாட்டையைப் பறித்து, தானும் கீழே கிடந்தவனை இரண்டு அடி அடித்தான்,

“எலே பகடை. இப்பிடிக் கூறுகெட்டு நடந்தா, நம்ம எல்லோருக்கும் கெட்டபேருலே புரியுதா” என்றவன் கோபம் தணிந்திருந்த சிக்கந்தரிடம், “விடுங்க சிக்கந்தா சாகிப், பகடை ஒரு கூமுட்டை. மறக்காம மத்தியானச் சாப்பாட்டுக்கு வந்திடுங்க, இன்னைக்கு கிடாக்கறிக் கொழம்பு” என்றார். மகிழ்ச்சியோடு தலையை ஆட்டிவிட்டுச் சென்றான் சிப்பாய் சிக்கந்தா. அவன் போன பின்பு பகடையை ஒரு கையால் தூக்கி நிறுத்தினர் சிவத்தையா. பகடை தான் மறைத்து வைத்திருந்த ஒரு ஓலைத் துண்டை ரகசியமாகச் சிவத்தயைா கைக்குள் திணிப்பதை வேலன் பார்த்துவிட்டான். அங்கு பார்த்தது போதும் என்று முத்தம்மாவையும் அழைத்துக் கொண்டு, குலாம்காதரோடு வெளியேறினான்.

நன்றி தெரிவிப்பதற்காக மேஜர் மெக்காலேயின் அலுவலகத்திற்குள் சென்றான் வேலன். “என்ன மிஸ்டர் வேலன், சிறை பாதுகாப்பா இருக்கா”, ஆங்கிலத்தில் கேட்டார் மெக்காலே. “பாதுகாப்பாவும் இருக்கு, கைதிகளையும் கண்ட்ரோல்ல வச்சிருக்கீங்க” என்றான் வேலன். “ஆமா, தேவையில்லாம

அவங்க விஷயத்தில நான் தலையிடறதில்லை. இன்னும் ரெண்டு நாள்ல, அவங்க அப்பாவுக்கு ஏதோ தீதி குடுக்கணும்னாங்க, நான் உடனே அனுமதி கொடுத்திட்டேன்" என்றார். "ஓ, அது தீதியில்ல திதி, ஆமா அது எங்க வழக்கம் தான்" என்றான் வேலன். "நாளைக்கு நைட்டு நாங்களும் ஒரு பார்ட்டிக்கு ஏற்பாடு பண்ணியிருக்கோம், எங்க குவார்டர்ஸ்ல. நீங்க ரெண்டு பேரும்கூட வந்து கலந்துக்கலாம்" என்றார்.

"இல்லை பிரபு, நான் திருச்செந்தூர் திருவிழாவுக்குப் போகப்போறேன். அப்போ குடி, அசைவமெல்லாம் கூடாது" என்றான் வேலன். "ஓ,கே நான் மிஸ்டர் ராபின்சனைக் கேட்டதாச் சொல்லுங்க" என்று சொல்லி வேலனுக்கு விடை கொடுத்தா மேஜர் மேக்காலே.

இரவு விடுதி வந்து சேர்ந்தபின், வேலன் அமர்ந்து அறிக்கை எழுதத் தொடங்கினான். "என்ன எழுதப்போறே வேலா?" என்றாள் முத்தம்மா. "உண்மையைத்தான். கட்டபொம்மன் தம்பிங்க தப்பிக்கத் திட்டம் போடறாங்க, அவங்களுக்கு காவலைப் பலப்படுத்தணும்னு எழுதப் போறேன்" என்றான் வேலன். "துரோகி,காட்டிக் கொடுக்கப் போறியா?" என்றாள் முத்தம்மா. "அவசரப்படாதே, இந்தக் கடிதத்தை நாளைக்கு சீல்வச்சு, மேஜர் மெக்காலே ஆபிசிலயே குடுத்து மதராசுக்கு அனுப்பச் சொல்லப் போறேன். அது மதராஸ் போய்ச் சேர்றதுக்குள்ள இங்கே வெற்றியோ, தோல்வியோ, சிறை மீட்கிற முயற்சி நடந்து முடிஞ்சிருக்கும்" என்றான். "அது எப்பிடி உனக்குத் தெரியும்?" என்றாள் முத்தம்மா. "வெளியேயிருந்து சிவத்தையாவுக்குப் பகடை ஓலை கொண்டு வந்திருக்கான். அதனாலதான் நேத்து ராத்திரி அவன் வரலைன்னு நினைக்கிறேன். திருச்செந்தூர்ல திருவிழா நடக்குது. கம்பெனிப் படையில ரொம்பப்பேரு காவலுக்குப் போயிடுவாங்க. ஜெயில்ல சிப்பாய்ங்க எண்ணிக்கை கொறைவாயிருக்கும். அடுத்த ரெண்டு நாளைக்குள்ள நிச்சயம் சிறைமீட்கற முயற்சி நடக்கும்" என்றான் வேலன்.

"உன் கணக்கும் சரியாத் தான் படுது" என்று சொல்லிவிட்டுப் பக்கத்து அறைக்கு உறங்கச் சென்றாள் முத்தம்மா. காற்றுக்காக ஜன்னலைத் திறந்தவள் அந்தப்பக்கம் தெருவில் விறகுக்கட்டுகள் மற்றும் புல்லுக்கட்டுக்களுடன் வந்து கொண்டிருந்த ஒரு கூட்டத்தைக் கண்டாள். அப்பொழுது அங்குவந்த வேலனும் அவர்களைக் கவனித்தான். "ஏதோ வித்தியாசமாத் தெரியுதே"

என்றாள் முத்தம்மா. "வெறகு வித்துப் பிழைக்கிறவங்க இவ்வ ளவு வாட்ட சாட்டமா, போருக்குப் போற காளைங்க மாதிரி இருக்க மாட்டாங்க. கஞ்சிக்குச் செத்தவன் உடம்பு இப்பிடி இருக்காது" என்றான் வேலன். "அப்போ இவங்கதான் நாளைக்கு சிறையைத் தாக்கப்போற கூட்டமா" என்றாள் முத்தம்மா. "இருக்கலாம். ஆனால் இவங்க மட்டும் இல்லை. காவடி எடுத்துக்கிட்டு வந்தவங்கள்ளையும் இது மாதிரி ஒரு கூட்டத்தைக் கடைவீதியில பார்த்தேன்" என்றான் வேலன். "ஆனால் பாளையங்கோட்டை ஜெயில்ல காவல் பலமா இருக்கே. இவங்க நூறடி தூத்தில வர்றப்பவே சுட்டுப் பொசுக்கிடுவாங்களே" என்றாள் முத்தம்மா. "இந்தக் கேள்விக்கு எனக்கும் விடைதெரியாது. ஒருவேளை நாளைக்குத் தெரியலாம்" என்றான் வேலன். அத்தோடு இருவரும் உறங்கச் சென்றவிட்டனர்.

மறுநாள் காலையில் கடிதத்தை மெக்காலேவிடம் கொடுப்பதற்காக வேலன் மட்டும் பாளையங்கோட்டைக்குச் சென்றான். முத்தம்மா ஆண் உடையில் திருச்செந்தூரைச் சுற்றிப் பார்க்கச் சென்றாள். முதலில் கோவில் அருகே சுற்றினாள். அவள் தேடியது கண்ணில் படவில்லை. பின் பெரிய வீடுகள் இருந்த பகுதிக்குள் சுற்றினாள். அவள் தேடியவர்கள் அங்கே தெருக்களில் சுற்றிக் கொண்டிருந்தனர். விறகுக்கட்டும், புல்லுக்கட்டும் விற்கும் கூட்டத்தைத்தான் அவள் தேடினாள். அவர்கள் விறகு விற்கும் முறையே வேடிக்கையாய் இருந்தது. "ஒருகட்டு ஒரு வராகன்" என்பார்கள். வாங்க வந்தவர்கள் ஓடிவிடுவார்கள். மிஞ்சி யாராவது, "ஏன் இந்த அநியாய வெலை?" என்று கேட்டால், "இது சாதாரண வெறகு இல்லை சாமி. சந்தன மரம், சவ்வாது மரத்தில இருந்து வெட்டினது. வீடே கமகமன்னு வாசம் வரும்" என்பார்கள். எப்படியோ ஒருவரைக்கூட வாங்க விடாமல் விரட்டியடித்தனர். சற்று இடைவெளிவிட்டு அவர்களைப் பின்தொடர்ந்தாள் முத்தம்மா. நெடுநேரம் சுற்றிய பிறகு கடைத்தெரு அருகே வந்த விறகுவெட்டிக் கூட்டம், அங்கிருந்த ஒரு வீட்டுத் திண்ணையில் அமர்ந்தது. எதிரே எண்ணெய்ப் பலகாரங்கள் விற்ற கடையிலிருந்து, பலகாரம் கொண்டுவரச் சொல்லிவிட்டு ஓய்வெடுத்தது. முத்தம்மாவும் அந்தத் தெருவின் கடைக்கோடியிலிருந்த வேறொரு வீட்டுத் திண்ணையில் அமர்ந்துகொண்டாள். முந்தைய இரவு தூங்க நேரமானதால், இப்பொழுது தூக்கம் வந்து, கண்கள் தாமாகவே மூடிக்கொண்டன.

லேசாக உறங்கத் தொடங்கிவிட்டாள். திடீரென்று ஏதோ குரல் கேட்டு விழித்தாள்.

"பலகாரம் சாப்பிடுங்கம்மா", என கையில் வாழை இலையில் வைக்கப் பட்டிருந்த பணியாரங்களுடன் எதிரே வயதான ஒருவர் நின்றுகொண்டிருந்தார். அவரது குரல் முத்தம்மாவைப் பதற வைத்ததற்கு முக்கியமான காரணம் இருந்தது. முத்தம்மா ஆண் உடையிலிருக்கும்போது, அவர் சாப்பிடுங்கம்மா" என்று பெண்பாலில் அவளை அழைத்தார். அந்த முதியவரை முத்தம்மா மேலும் கூர்ந்து பார்த்தாள். மற்றவர்கள் விறகு சுமந்து செல்லும் பொழுது அந்த முதியவரும் சற்று நொண்டிக் கொண்டே அவர்களோடு சென்றது நினைவுவந்தது. அது மட்டுமல்ல, அவர் விறகு விற்கவில்லை. தன் கையிலிருந்த ஒரு கரித்துண்டால் சில வீடுகளைத் தேர்ந்தெடுத்து, அவற்றின் சுவர்களில் சிறிய வட்டம் வரைந்து கொண்டிருந்தார்.

"பயப்படாதீங்கம்மா, அவரு நம்ம வெள்ளையன் ஆச்சாரிதான்" என்று ஒரு பழக்கமான குரல் கேட்டது. தெருவில் கருப்பசேர்வை அவர்களை நோக்கி வந்து கொண்டிருந்தார். முத்தம்மா இறுக்கம் தளர்ந்து லோசகச் சிரித்துக் கொண்டே, பலகாரம் இருந்த வாழை இலையை வாங்கிக் கொண்டாள்.

"ஒரு சின்ன உதவிம்மா. வெள்ளையனுக்குக் கால்ல முள்ளு குத்தி நடக்கறதுக்குக் கஷ்டப்படறாரு. அவரை உங்க கூடத் தங்க வச்சுக்க முடியுமா, கொஞ்ச நேரத்துக்கு" என்றார் கருப்ப சேர்வை."நான் இங்கே தங்கியிருக்கேன்னு உங்களுக்குத் தெரியுமா" என்று கேட்டாள் முத்தம்மா. "ரெண்டு நாளா, சுற்று வட்டாரம் எல்லாம் எங்க கண்காணிப்பில தாம்மா இருக்கு. பாளையங்கோட்டையில இருந்து காவலுக்கு வந்திருக்கிற நூறு சிப்பாய்ங்களும் கோயில் சோத்தைத் தின்னுப்புட்டு நல்லா ஓய்வெடுக்கிறாங்க" என்றார். "அவங்க நூறு பேர்கிட்டேயும் துப்பாக்கி இருக்கு" என்றாள் முத்தம்மா. "அதுதானம்மா எங்களுக்கு வேணும்" என்றார் கருப்பசேர்வை சிரித்துக் கொண்டே.

வெள்ளையன் ஆச்சாரியை அழைத்துக் கொண்டு தன் விடுதிக்கு வந்து சேர்ந்தாள் முத்தம்மா. வரும் வழியிலேயே, குப்பைமேனி இலைகளைப் பறித்துத் தன் காயத்தில் வைத்துக் கட்டுப் போட்டுக் கொண்டார் வெள்ளையன். அறைக்கு வந்து சேர்ந்ததும்,

"ஐயா, மத்தியானச் சாப்பாட்டுக்கு ஏற்பாடு பண்ணட்டா?" என்று கேட்டாள் முத்தம்மா. "எனக்கு ஒண்ணும் வேண்டாம் தாயி.

வயிறு நிறையச் சாப்பிட்டா, அப்புறம் வேலை கெட்டுப்போயிடும். ராத்திரி வேலை முடியட்டும், அப்புறமாச் சாப்பிடறேன்" என்றார். "ஏன் சில வீட்டுச் சுவருங்கள்லயெல்லாம் கரியால வட்டம் போட்டுக்கிட்டே வந்தீங்க?" என்று கேட்டாள் முத்தம்மா. "அதையும் கவனிச்சீங்களா? இந்த ஊரில வசதியான ஆளுங்க யாருன்னு கண்டுபிடிக்கறது கஷ்டம். வேணும்னே வீட்டைச் சின்னதாக் கட்டுவாங்க. நான் இந்த ஊரிலே தங்கி வேலை பார்த்திருக்கேன். அதனால் யாரு பெரிய மனுஷங்கன்னு எனக்குத் தெரியும். எங்க ஆளுங்க சாமிகும்பிடப் போயிருக்காங்க. சாயந்திரம் பிரசாதத்தோட போய் நான் வட்டம் போட்ட வீட்டிலயெல்லாம், கோயில் திருவிழாவுக்குப் பணம் கேட் கப் போறாங்க" என்றார் வெள்ளையன், குறும்பான புன்னகையுடன்.

"அவங்க ஊர் கோயில் திருவிழாவை நடத்த வெளியூர் ஆளுங்களுக்கு எப்பிடிப் பணம் குடுப்பாங்க? நிச்சயம் குடுக்க மாட்டாங்க" என்றாள் முத்தம்மா. "அதெல்லாம் ஒழுங்காக் குடுத்திடுவாங்கம்மா. எங்க ஆளுங்க, கையில வேலோட போவானுகள்ல" என்று சிரித்துக் கொண்டே கூறிய ஆசாரி, கட்டிலுக்கு அருகே தன் தலையில் கட்டியிருந்த துண்டைத் தரையில் விரித்துப் படுத்து உறங்கத் தொடங்கினார்.

98

வேலன் விடுதி வந்து சேரும் பொழுது இரவாகியிருந்தது. வெள்ளையன் ஆச்சாரி போய்விட்டிருந்தார். "ஏன் இவ்வளவு நேரம்? பாளையங்கோட்டையில எதுவும் பிரச்சனையா?" என்று கேட்டாள் முத்தம்மா. "அதெல்லாம் ஒண்ணும் இல்லை. ஆனால் ஒரு வேடிக்கையான சம்பவத்தை வர்ற வழியில பார்த்துக்கிட்டிருந்தேன், அது தான் நேரமாயிடுச்சு" என்றான் வேலன். இரவு உணவு ஏற்கனவே வந்திருந்தது. சாப்பிட்டு முடித்தபின் வேலன் பேச்சைத் தொடர்ந்தான். "திருச்செந்தூர்ல சத்தமேயில்லாம ஒரு கொள்ளை நடந்துக்கிட்டு இருக்கு. நேத்து விறகுக்கட்டுத் தூக்கிக்கிட்டு வந்த கும்பல் மாதிரித் தெரியுது" என்றான். "அவங்க என்ன பண்ணாங்க?" என்றாள் முத்தம்மா. "பணக்காரங்க வீடுங்கள்ல புகுந்து, ஆளுங்களைக் கட்டிப்போட்டுட்டுக் கொள்ளையடிக்கிறாங்க. காவல்ல இருக்க வேண்டிய கம்பெனிச் சிப்பாய்ங்க, எங்கே இருக்காங்கன்னே தெரியலை" என்றான். "ஓகோ... அதைத்தான் வியாபாரிகள்கிட்ட நன்கொடை வசூல் பண்ணப் போறோம்னு கருப்பசேர்வையும், வெள்ளையன் ஆசாரியும் சொன்னாங்களோ" என்றாள் முத்தம்மா.

“தப்பு பண்றாங்க. இது வியாபாரிகளைக் கம்பெனி ஆதரவாளர்களா மாத்தும். அப்புறம் வெறகுக் கட்டுக்களோட, வேற ஒரு கும்பல் பாளையங் கோட்டைக்கு நடந்து போறதையும் பார்த்தேன்” என்றான். “நிச்சயமா அது கருப்ப சேர்வை ஆளுங்க தான். அப்போ இன்னைக்கு ராத்திரி ஜெயிலைத் தாக்கப் போறாங்க” என்றாள் முத்தம்மா. தான் கருப்ப சேர்வையைச் சந்தித்தையும், வெள்ளையன் ஆச்சாரி அறையில் தங்கியிருந்ததையும் விவரித்தாள்.

“ஜெயில்ல இருக்க கட்டுக்காவலை எப்படி முறியடிப்பாங்க? வெற்றியா தோல்வியா? எல்லாம் காலையில தெரிஞ்சுடும்” என்றான் வேலன். இருவரும் உறங்கச் சென்றனர். அவர்கள் காலைவரை காத்திருக்கத் தேவையில்லாமல், நடு இரவிலேயே அவர்களது அறைக்கதவு தட்டப்பட்டது. வேலன் கதவைத் திறந்தான். வாசலில் நின்று கொண்டிருந்த உருவத்தை அடையாளம் கண்டுகொண்ட முத்தம்மா வேலனிடம் முணுமுணுத்தாள், “வெள்ளையன் ஆச்சாரி”. அவர் உள்ளேவர வழிவிட்டு ஒதுங்கி நின்ற வேலன், அவர் அறைக்குள் நுழைந்ததும் விரைவாகக் கதவை சாத்தினான். உள்ளே நுழைந்ததுமே வெள்ளையன் ஆச்சாரி பரிதாபமாகக் கேட்டார், “சாப்பிட ஏதாச்சும் இருக்கா” “அடடா, இந்த நேரத்தில எதுவும் ஏற்பாடு பண்ண முடியாதே” என்றாள் முத்தம்மா கவலை தோய்ந்த குரலில். அப்பொழுது அவர்கள் சாப்பிட்டுவிட்டு மூலையில் மீதம் வைத்திருந்த உண வைத் திறந்து பார்த்தார் வெள்ளையன். “அட சட்டி நிறைய அரிசிச் சோறு, புளித்தண்ணி, மோரு. நான் வருவேன்னு எதிர்பார்த்தீங்களா” என்று மகிழ்ச்சியான குரலில் கூறியவர், அதற்குமேல் நேரத்தையும் வீணடிக்கவில்லை, எஞ்சியிருந்த உணவையும் வீணடிக்கவில்லை. உணவை ரசித்துச் சாப்பிட்டு முடித்தார். கைகழுவி நன்றாக ஏப்பம் விட்டவர், “பார்த்தீங்களா என்ன நடந்திச்சின்னு சொல்லாம நான் பாட்டுக்குச் சாப்பாட்டில உட்கார்ந்திட்டேன். என்ன செய்ய? அப்பிடி ஒரு பசி” என்றார். “போன காரியம் வெற்றியா?” என்றாள் முத்தம்மா.

“இந்நேரம் எங்க ஆளுங்க பாஞ்சாலங்குறிச்சிக்குப் பாதிதூரம் போயிருப்பாங்க. என்னால முள்காயத்தோட அவங்க மாதிரி வேகமா நடக்கமுடியலை. அது தான் உங்ககிட்ட வந்து சேர்ந்தேன்” என்ற வெள்ளையன், தன் இடுப்பிலிருந்து நீண்ட பை ஒன்றை எடுத்துக் கீழே வைத்தார். பைக்குள் இரும்புகள் உரசும் ஒலி

கேட்டது. வேலன் அதைக் கவனிப்பதைக் கண்டதும், பையைத் தரையில் கவிழ்த்தார். அதிலிருந்து பல விலங்குகள் தரையில் விழுந்தன. “எல்லாம் நம்ம ஆளுங்க கையில வெள்ளைக்காரன் போட்டிருந்த வெலங்கு. இதைப் பக்குவமா உடைக்கத்தான் உளி, சுத்தியலோட நான் போனேன்” என்றார் வெள்ளையன். அவற்றில் ஒன்றைக் கையில் எடுத்துப் பார்த்த வேலனின் உதட்டில் புன்னகை தானாக மலர்ந்தது. “எதுக்கு சிரிக்கிறீங்க ஐயா” என்றார் வெள்ளையன். “இதே மாதிரி பூலித்தேவர் கையில இருந்த வெலங்கை நான் உடைச்சிருக்கேன். அப்போ எனக்குப் பத்து வயசு இருக்கும்” என்றான் வேலன். “ஒடைச்ச வெலங்கையெல்லாம் ஏன் கஷ்டப்பட்டு இவ்வளவு தூரம் சொமந்துக்கிட்டு வந்தீங்க” என்று கேட்டாள் முத்தம்மா. “வெள்ளைக்காரன் இரும்பு, நல்ல கனமான இரும்பும்மா. சீர்பண்ணி வச்சுக்கிட்டா, அவங்க நம்மகிட்ட மாட்டறப்போ நாம அவங்க கையில மாட்டலாம்” என்றார் உற்சாகமாக. “சரி, ஜெயில் உள்ளே எப்பிடிப் போனீங்க” என்று கேட்டான் வேலன்.

வெள்ளையன் ஆச்சாரியின் முகத்தில் ஒரு உற்சாகம் பிறந்தது. “வெறகுக் கட்டோட ஜெயில் வாசல்ல போய் நின்னோம். அப்பவே லேசா இருட்ட ஆரம்பிச்சிருச்சு. வாசல்ல ரெண்டே சிப்பாய்ங்க தான் காவல்ல இருந்தாங்க. இன்னைக்கி நூறு சிப்பாய்ங்க திருவிழாக் கூட்டத்தைச் சமாளிக்கத் திருச்செந்தூர் வந்துட்டாங்க. அதினால சுவர் மேலயும் யாரும் காவல் இல்லை. வெள்ளைக்கார ஆபிசருங்க எல்லாம், அவங்க பெரிய ஆபீசா வீட்டுக்கு விருந்துக்குப் போயிட்டாங்க” வெள்ளையன் சற்று நிறுத்தினார்.

“ஓ. இதெல்லாம் கணக்குப் போட்டுத்தான் இன்னக்குத் தாக்குனீங்களா” என்றாள் முத்தம்மா. “ஆமா”, என்று தலையாட்டிய வெள்ளையன், “நாங்க வாசல்ல சத்தம் போட்டுக்கிட்டு நிக்கறப்ப, பகடை வாசலுக்கு வந்தான். வெறகு நாங்க தான் கொண்டாரச் சொன்னோம், நாளைக்குத் திதி கொடுக்க ணும். ஆடு, கோழி. மீனு எல்லாம் சமைக்கணும்னு சிப்பாய்ங் கக்கிட்ட சொன்னான். உடனே சிப்பாய்ங்க தாராளமாக் கதவைத் தொறந்து எங்களை உள்ள விட்டுட்டாங்க. பத்துக் கட்டு வெறகையும், ஒருகட்டுப் புல்லையும் உள்ளே கொண்டு போய்ப் போட்டுட்டு, இன்னொரு பத்துக்கட்டு வெறகையும், ஒரு கட்டுப் புல்லையும் செயிலுக்கு வெளியே இறக்கிப் போட்டோம்”.

“சிப்பாய்ங்க அதுக்கு ஒத்துக்கிட்டாங்களா?” என்று கேட்டாள் முத்தம்மா. “அவனுங்க ஒத்துக்கலை. ஏண்டா இங்கே எறக்கிப் போடு றீங்கன்னு”, அதட்டினாங்க. “சாமி, நாளைக்கு இதையெல்லாம் திருச்செந்தூருக்குக் கொண்டுபோய் வித்திட்டு கிராமத்துக்குப் போறோம். ராத்திரி இங்கேயே ஒரு ஓரமாத் தூங்கிக்கிறோம்னு கெஞ்சினோம்”

“சுலபமாச் சிப்பாய்ங்களை நம்ப வச்சிட்டீங்களே” என்றான் வேலன். “சுலபமா இல்லை சாமி. “இது சத்திரம் இல்லைடா, வேற எங்கேயாச்சும் போயிப் படுங்கன்னு”, கத்தினாங்க. “வேற எங்கேயும் படுத்தாத் திருட்டுப்பயம் அதிகமுங்க. இங்கேன்னா பயமில்லைங்க, வேணுமுன்னா, கட்டுக்கு ஒரு வெறகு காணிக்கையாத் தர்றமுன்னோம்”. “இது அருமை. மாட்டேன்னு சொல்லியிருக்கு மாட்டாங்களே” என் றாள் முத்தம்மா. “ஆமா. நாங்க ரெண்டு பேர் இருக்கோம். கட்டுக்கு ரெண்டு வெறகு உருவிப் போடுங்கடான்னாங்க. நாங்களும் தாராளமா உருவிப் போட்டோம். அப்புறம் தான் படுக்கவிட்டாங்க”. “அப்புறம் என்ன நடந்துச்சு” என்றான் வேலன்.

“நல்லா இருட்டானதும் கருப்ப சேர்வை குரல் குடுத்தாரு. “பொழுது விடிச்சிருச்சு, எல்லாம் எந்திரிங்கடா”ன்னாரு. எல்லோரும் எந்திரிச்சு, புல்லுக்கட்டைப் பிரிச்சு அது உள்ளே மறைச்சு வச்சிருந்த எங்க ஆயுதங்களை வெளியே எடுத்தோம்”. “துப்பாக்கி வச்சிருந்தீங்களா?” என்று கேட்டான் வேலன். “அதுதான் எங்களுக்குப் பஞ்சமாச்சே. எல்லாம் நம்ம ஊர் ஆயுதங்கதான். ஈட்டி, வல்லியம், குலியம், பட்டாக் கத்தி, அது போதாதா? காவல்காரங்க ரெண்டு பேரும் துப்பாக்கியைச் சுவத்தில சாத்தி வச்சுட்டு தூங்கிக்கிட்டு இருந்தானுங்க. ஒரு வேளை நாங்க படுத்துக் கெடக்கற தைரியத்திலதான் தூங்கினாங்க போலருக்கு. நாங்க எந்திரிச்ச சத்தம் கேட்டு அவனுங்களும் கண்ணு முழிச்சாங்க. பொழுது விடிஞ்சிருச்சுன்னு கருப்ப சேர்வை கத்தினது அவங்க காதில விழுந்திருக்கும் போல. எங்களைப் பார்த்து, ஒருத்தன், “என்னடா உளாறீங்க? பொழுது இன்னம் விடியலைடா” ன்னான். அதுக்குள்ள நாங்க, அவங்க துப்பாக்கிகளைப் பறிச்சிக்கிட்டு, அவங்க கழுத்தில பட்டாக்கத்தியை வச்சிட்டோம்.

“இப்போ, நாங்க சொல்றபடி கேட்கலன்னா, உங்க ரெண்டுபேருக்கும் எப்பவுமே பொழுது விடியாது”ன்னு

மெரட்டினாரு கருப்பசேர்வை. ரெண்டு பேரும் பயந்து போய்க் கதவைத் தொறந்து விட்டாங்க. உள்ள நாங்க போட்டிருந்த புல்லுக்கட்டில மறைச்சு வச்சிருந்த ஆயுதங்க உதவியோட, உள்ளே கைதியா இருந்த எங்க ஆளுங்க அதுக்குள்ள மொத்தசெயிலையும் அவங்க கட்டுப்பாட்டில கொண்டுவந்திட்டாங்க"

"கம்பெனிச் சிப்பாய்ங்க யாரும் எதிர்த்துச் சண்டை போடலயா", என் றாள் முத்தம்மா. "எல்லாம் நல்ல பசங்கம்மா, பேசாம சரணடைஞ்சிட் டாங்க. நாலைஞ்சு பேர் தான் கொஞ்சம் வீரமா மோதிப் பார்த்தாங்க. ஆனா, கை, கால்ல வெட்டு விழுந்தவொடனே அடங்கிட்டாங்க. எல்லாச் சிப்பாய்களையும் ஆபீஸ் அறையில போட்டுப் பூட்டிட்டோம். அங்கே இருந்த பணத்தையும், துப்பாக்கிகளையும் வாரிக்கிட்டோம். அஞ்சே நிமிசத்தில செயிலை விட்டு வெளியே வந்துட்டோம்", என்று சொல்லி நிறுத்தினார் வெள்ளையன்.

"உடனே பாஞ்சாலங்குறிச்சிக்குப் பொறப்பட்டாங்களா" என்றாள் முத்தம்மா. "ரெண்டு மைல்ல தான் ஆபிசருங்க விருந்து வச்சுக் குடிச்சுக் கூத்தாடிக்கிட்டு இருக்கானுங்க. போனால் இருபது வெள்ளைக்காரங்களைப் போட்டுத் தள்ளலாம்னாரு கருப்ப சேர்வை. ஆனால் செவத்தையா அதுக்கு ஒத்துக்கலை. புள்ளைகுட்டிங்க, பொம்பளைங்க இடையில வந்து வெட்டுப்பட்டுட்டா, நம்ம பாளையத்துப் பேரு கெட்டுப் போகும்னுட்டாரு.

"வண்டி எதுவும் தயாரா வச்சிருந்தீங்களா தப்பிச்சுப் போக" என்று கேட்டான் வேலன். "அதெல்லாம் எதுவும் இல்லீங்க சாமி. முப்பது மைலையும் நடந்தே போறதுன்னு தான் திட்டம். குதிரை, வண்டி எல்லாம் ஏற்பாடு பண்ணிக்கிட்டிருந்தா திட்டத்தை கம்பெனிக்காரன் மோப்பம் பிடிச்சிருப்பான்" என்றார் வெள்ளையன். களைப்பாயிருந்த வெள்ளையனிடம் அதற்குமேல் கேள்வி கேட்காமல் அனைவரும் உறங்கச் சென்றனர்.

காலையில் பொழுது விடிவதற்கு முன்பே கதவைத் தட்டும் ஒலி கேட்டது. வெள்ளையன் கட்டிலுக்கு அடியில் ஒளிந்து கொண்டார். வேலன் கதவைத் திறந்தான். வெளியே கம்பெனிச் சிப்பாய்கள் இரண்டுபேர் நின்றுகொண்டிருந்தனர். அதில் குலாம்காதரை அடையாளம் கண்டுகொண்ட வேலன் சென்று அவர்களிடம் பேசினான்.

“நேத்து ராத்திரி பெரிய கலாட்டா நடந்து போச்சு. பாளையங் கோட்டைச் சிறையில இருந்து மொதல் மொறையா காவலை உடைச்சிக்கிட்டு, கைதிங்க தப்பிச்சிப் போயிட்டாங்க” என்றான் குலாம் காதிர். “நம்பவே முடியலையே! எதிரிங்க எத்தனை பேரா வந்தாங்க” என்று கேட்டான் வேலன். “எப்பிடியும் ஐநூறு பேரு வந்திருப்பாங்க. உள்ளே நாங்க வெறும் ஐம்பதே பேரு. அதனால தான் சுலபமாத் தப்பிச்சிட்டாங்க” என்றான் குலாம்காதிர். “சரி, இப்போ என்னை ஏன் தேடி வந்தீங்க?” என்று கேட்டான் வேலன். “மேஜர் சாகிப் உங்களையும் ,உங்க வேலைக்காரனையும் குதிரை களோட பத்து மணிக்கு பாளையங்கோட்டைக்கு வரச் சொல்லியிருக் காரு” என்றான் குலாம்காதிர்.

“சரியாப் பத்துமணிக்கு நாங்க வந்திடுவோம்” என்று சொல்லி அவர்களை அனுப்பி வைத்தான் வேலன். அவர்கள் சென்றபின் உள்ளே வந்த வேலனிடம் வெள்ளையனும் முத்தம்மாவும் விவரம் கேட்டனர். “வேலா, நம்ம ரெண்டு பேரையும் சந்தேகப்படறாங்களோ, என்னவோ, உடனே இங்கேயிருந்து போயிடுவோமா” என்றாள். “அப்படி ஓடினாத்தான் சந்தேகம் வரும். ஏற்கனவே சந்தேகம் வந்திருந்தா இப்பவே கைது பண்ணியிருக்க மாட்டாங்களா?” என்றான் வேலன். பிறகு இருவரும் பயணத்திற்குத் தயாராயினர். வெள்ளையன் ஆச்சாரியிடம், “ஐயா நீங்க கொஞ்ச நாள் இங் கேயே தங்கிக் காயம் ஆறினபப்பறம் போங்க. விடுதி நடத்துறவரு நம்ம ஆளுதான். நாங்க சொல்லிட்டுப் போறோம்” என்றதோடு அவர் கையில் செலவிற்குக் கொஞ்சம் பணத்தையும் கொடுத்துவிட்டுத் தங்கள் குதிரைகளில் பாளையங்கோட்டையை நோக்கிப் புறப்பட்டனர். முத்தம்மா ஆண் உடைக்கு மாறியிருந்தாள்.

பாளையங்கோட்டை சிறைச்சாலையே அலங்கோலமாகத் திறந்து கிடந்தது. வீரர்களும், அதிகாரிகளும் அங்குமிங்கும் ஓடிக் கொண்டிருந்தனர். இவர்கள் இருவரும் தூரத்தில் வரும்போதே அடையாளம் கண்டு கொண்ட குலாம்காதிர், குதிரையிலேறிவந்து இவர்களைச் சிறைக்குள் கூட்டிச் சென்றான். ஒரு மரத்தடியில் பத்துப்பதினைந்து குதிரை வீரர்களிடம் தரையில் நின்றவாறு ஏதோ கத்திக் கொண்டிருந்த இளம் லெப்டிணன்டிடம் இருவரையும் அழைத்துச் சென்றான். இருவரும் குதிரையிலிருந்து இறங்கி அதிகாரியின் அருகில் சென்றனர். லெப்டினன்ட் நேரத்தை வீணாக்கவில்லை. “இங்கே குதிரைப் படையே இல்லை.

தேடுதல்வேட்டைக்கு உடனே ஒரு குதிரைப்படை வேணும். குலாம்காதிர் தலைமையில் ஒரு குதிரைப்படையை அவசரமாத் தயார் செய்யறோம். நீங்களும் அதில கலந்துக்கமுடியுமான்னு மேஜர் மெக்காலே கேட்கச்சொன்னாரு", என்று தமிழும் ஆங்கிலமும் கலந்து சொல்லி முடித்தான். பிறகு, "விருப்பம் இல்லன்னா வர வேண்டாம். ஆனால் உங்க குதிரைகளை மட்டும் விட்டுட்டுப் போங்க", என்றான். "நாங்கள் எப்பொழுதுமே உங்கள் சேவையில் இருக்கிறோம் பிரபு" என்று தெளிவான ஆங்கிலத்தில் பதில் சொன்னான் வேலன். லெப்டினன்ட் வேலனின் ஆங்கிலப் பேச்சைக் கேட்டு மகிழ்ச்சியடைந்தான். "சரி, இங்கேயே காத்துக்கிட்டிருங்க. சீவலப்பேரியில இருந்து, ஆற்காட்டு நவாப்போட குதிரைப்படை வருது. அது வந்தப்புறம் ஒண்ணாச் சேர்ந்து பொறப்படலாம்" என்று சொல்லிவிட்டு அவசரமாக எங்கோ கிளம்பினான் லெப்டினன்ட்.

"வேலா, பாளையக்காரங்களை எதிர்த்து நாம சண்டை போடப் போறோமா?" என்றாள் முத்தம்மா கலக்கத்துடன். "அப்பிடியெல்லாம் துளிக்கூட உனக்குச் சந்தேகம் வேண்டாம். ஆற்காட்டு நவாப் ஆளுங் களோட போகப் போறோம். ஓடறவங்களை வெரட்டமட்டும் தான் அவங்களுக்குத் தெரியும். பாஞ்சாலங்குறிச்சி ஆளுங்க ஓடப்போறதில்லை" என்றான் வேலன். தொடர்ந்து, "அப்பிடி அவங்களே ஒரு வேளை ஓடினாலும், நம்ம குதிரைப்படை துரத்தாது. ஏன் தெரியுமா?" என்று கேட்டான். "ஏன்" திருப்பிக் கேட்டாள் முத்தம்மா. "ஏன்னா நம்ம படைக்குத் தளபதி, குலாம்காதிர். ஆபிசருங்களுக்கு எடுபிடி வேலை செஞ்சே பழக்கப்பட்டவன். முட்டாள்தனமா எந்த வம்பிலயும் தானாப் போய் மாட்டிக்க மாட்டான்" என்றான் வேலன்.

தூரத்தில் சுமார் நூறு சிப்பாய்கள் தலைகளைக் குனிந்து நின்று கொண்டிருக்க, மேஜர் மெக்காலே கத்திக் கொண்டிருந்தார். வேலன் குலாம் காதிரை அழைத்து விவரம் கேட்டான். "அவங்கள்லாம், நேத்து திருச்செந்தூருக்கு பந்தோபஸ்த் டூட்டிக்குப் போனவங்க. திரும்பற வழியில தப்பிச்சுப் போயிக்கிட்டிருந்த பாளையக்காரங்கிட்ட மாட்டிக் கிட்டாங்களாம். ஊமைத்தம்பி இவங்களை மெரட்டி, ஆயுதங்களைக் கீழேபோட்டுட்டா உயிரோடபோக அனுமதிப்போம்னாராம். இவங்களும் நூறு துப்பாக்கிகளையும் கீழே போட்டுட்டு ஓடிவந்திட்டாங்க" என்றான்

குலாம்காதிர். “அடடா, எதிரிங்க எத்தனை பேர் வந்தாங்க ளாம்?” என்று கேட்டான் வேலன். “ஆயிரம் பேருகிட்ட இருந்தாங் களாம்” என்றான் குலாம் காதிர்.

குலாம் காதிர் அங்கிருந்து செல்லும் வரை முத்தம்மா சிரமப்பட்டுத் தன் சிரிப்பை அடக்கிக் கொண்டாள். அவன் சென்ற பிறகு வேலனிடம் கேட்டாள். “வேலா, வெளியே இருந்து வந்தவங்க, ஜெயில்ல இருந்து தப்பிச்சவங்க எல்லாரையும் சேர்த்தாலும் ஐம்பது பேர் கூடத் தேறமாட்டாங்க. இவனுங்க ஆயிரம்பேருன்னு பச்சையாப் பொய் சொல்லுறானுங்க”.

“பின்னே, ஐம்பது பேரைப்பார்த்து நூறு பேரு பயந்து ஓடிவந்தோம்னு ஒத்துக்கவா முடியும். எதிரி எண்ணிக் கையை அதிகமாவும், தங்களோட படை எண்ணிக்கையை குறைவா வும் குறிப்பில எழுதி வைக்கறது தான் கம்பெனியோட அரசியல் தந்திரம்” என்றான் வேலன். சற்று தூரத்தில் இரண்டு பீரங்கிகளை வீரர்கள் இழுத்துக் கொண்டு சென்றனர். “இது என்ன... சின்ன பீரங்கி களா இருக்கே” என்று முத்தம்மா கேட்டாள். “ஆமா ஆறு பவுண்டு பீரங்கி. எதிரியோட தரைப்படை, குதிரைப்படைகளைச் சிதறடிக்கும். ஆனால், இதை வச்சுக் கோட்டைச் சுவரையெல்லாம் இடிக்க முடியாது” என்றான். அவன் பேசிக் கொண்டிருக்கும் பொழுது சுமார் இருபது குதிரைவீரர்கள் ஆரவாரமாக உள்ளே நுழைந்தனர்.

“ஆற்காட்டு நவாபோட குதிரைப்படை வந்தாச்சு” என்றான் வேலன். “மொதல் தடவையா நாம ஆற்காட்டு நவாபுக்குச் சேவை செய்யப் போறமா?” என்றாள் முத்தம்மா கிண்டலாக. “உனக்குத்தான் இது முதல் தடவை. எனக்கு இது ரெண்டாவது தடவை” என்றான் வேலன். “இதுக்கு முன்னேயே ஆற்காட்டு நவாப்கிட்ட வேலை செஞ்சிருக்கியா” என்று கேட்டாள். “ஆமா அப்போ எனக்குப் பதினாறு வயசு. என் சேவையைப் பாராட்டி ஆற்காட்டு நவாப் குடுத்த பரிசு தான் இது” என்று தன் வாளை உருவிக் காட்டினான்.

99

அன்று மாலை வரை தேடுதல் வேட்டைக்குச் சென்ற படைகள் ஒவ் வொன்றாகத் திரும்பி வந்தன. தப்பிச்சென்ற பாளையக்காரர்கள் யார் கண்களிலும் படவில்லை. அதை அவர்கள் ஒரு நிம்மதிப் பெருமூச் சோடு சொல்வது போலிருந்தது. தப்பிய ஊமைத்துரையின் கூட்டத்தினர் முப்பது மைல் தூரத்தையும் ஒரே இரவில் நடந்தே

சென்று பாஞ்சாலங்குறிச்சி சேர்ந்து விட்டனர் என்பது பின்னர் தான் தெரிந் தது. சுற்று வட்டாரத்தில் இருந்த ஆங்கிலப்படைகள் அனைத்தும் திரட்டப்பட்டன. சங்கரன்கோவிலில் இருந்த படைகளுடன் மேஜர் ஹெப்பர்ட் வந்து சேர்ந்தார். சுமார் ஆயிரம் சிப்பாய்கள் சேர்ந்துவிட்டதால், கம்பெனிப்படை பாஞ்சாலங்குறிச்சியை நோக்கி விரைந்தது. இரண்டு நாட்களுக்குப் பின் லெப்டினன்ட் தலைமையிலான பிரிவு, கடையநல்லூரில் முகாமிட்டு மற்ற படைகள் வந்து சேருவதற்காகக் காத்திருந்தது. அதோடுதான் குலாம் காதிரின் குதிரைப்படையும் சென்றது. “நம்ம கத்துக்குட்டி லெப்டினன்ட் ரொம்பத் துள்ளூற மாதிரித் தெரியுதே” என்றாள் முத்தம்மா.

“துள்ளூறது உண்மை. ஆனால் புத்திசாலியா இருக்கான். ராணுவப் பள்ளிக்கூடத்தில படிச்சிட்டு வந்திருக்கான். சாதிக்கத் துடிக்கிறான். மொத்தத்தில ஆபத்தானவன்” என்றான் வேலன். மொத்தப் படைப் பிரிவிலும் வேலன் மட்டுமே ஆங்கிலத்தில் பேசியதால், லெப்டினன்ட் அடிக்கடி வேலனிடம் வந்து பேசினான்.

அதிகாரி முகாமிட ஆணை பிறப்பித்தான். முகாமிடுவது எப்பிடி என்று யாரும் சொல்லிக் கொண்டிருக்கவில்லை. அதற்கென்று, ஆங்கிலேயா ஒரு வரையறை வைத்திருந்தனர். பெரும்பாலும் அது சதுர வடிவில்தானிருக்கும். முன்புறம் வீரர்கள், வலது, இடது புறங்களில் பீரங்கிகள், பின்புறம் சரக்குகள், நடுவில் தளபதிகளின் கூடாரங்கள். அன்றும் அப்படித்தான் முகாமிட்டிருந்தனர். உணவு சமைக்க ஏற்பாடு செய்வதற்குள் திடீரென்று முன்புறம் இருந்த மணல் மேட்டின் பின்னாலிருந்து பாளையக்காரர்களின் ஆட்கள் ஓடிவரத் தொடங்கினர். பாதி தூரம் வந்ததும், அவர்களில் சிலர் இடதுபுறமும், சிலர் வலது புறமும் பிரிந்து மூன்று புறங்களிலும் முகாமைச் சூழ்ந்தனர். அதே சமயம், பின்புறம் இருந்த கிராமத்திலிருந்தும் துப்பாக்கிகள் வெடிக்கும் ஓசை கேட்டது. அதிகாரி சிறிதும் பதற்றமடையாமல், அனைவ ரையும் அணிவகுக்குமாறு கட்டளையிட்டான். வேலனிடம், குதிரைப் படையுடன் கிராமத்திற்குச்சென்று தாக்குதல் நடத்துமாறு கூறினான். வேலன் அக்கட்டளையைப் பணிவோடு குலாம் காதிரிடம் தெரிவித்தான். குலாம்காதிர் குதிரைப்படையினரை மிகமிகப் பொறுமையாக ஒன்று திரட்டினான். “முறையாப் பயிற்சி எடுத்துக்கிட்ட படையை எதிர்த்து அனுபவம் இல்லாதவங்க

தனியே வந்திருக்கக் கூடாது", பாளையக்காரர்களின் ஆட்கள் ஒழுங்கின்றி ஓடிவருவதைக் கண்ட தும் வேலன் முணுமுணுத்தான்.

தூரத்தில் வரும்போதே பாளையக்காரர்களின் துப்பாக்கிகள் முழங்கத் தொடங்கின. அதனால் கம்பெனிப் படைக்குப் பாதிப்பு எதுவும் ஏற்படவில்லை. ஆனால் முகாமின் பக்கவாட்டில், இரண்டு புறமும் பீரங்கிகளை மறைத்துநின்ற வீரர்கள் திடீரென்று பீரங்கிகளுக்குப் பின்புறம் சென்றனர். நான்கு மற்றும் ஆறு பவுண்டு பீரங்கிக்குண்டுகள் சீறிப் பாய்ந்தன. பாளையக்கார வீரர்கள் கொத்துக் கொத்தாகத் தரையில் விழுந்தனர். எஞ்சிய பாளையக்காரர்கள், துப்பாக்கிக் குண்டுகள் பாதிக்கும் எல்லைக்குள் நுழைந்தவுடன், வழக்கம்போல் மூன்று வரிசைக ளில் நிறுத்தி வைக்கப்பட்டிருந்த கம்பெனிச் சிப்பாய்கள் வரிசை மாற்றி, வரிசையாகச் சுடத் தொடங்கினர்.

வேலனின் அருகே குலாம் காதிர் கத்தினான், "புறப்படுங்கள்". பின்னாலிருந்த கிராமத்தை நோக்கிக் குதிரைப்படை விரைந்தது. கிராமத்திலிருந்து முகாமைநோக்கி வந்துகொண்டிருந்த பாளையக்காரர்களின் படை, குதிரைகளைப் பார்த்ததும் சிதறி ஓடியது. சிறிது தூரம் சென்றதும், பாளயக்கார்கள் முட்புதர்களுக்குள் ஓடி மறைந்தனர்.

"முள்ளுக்குள்ள நம்மளைப் பிடிக்கத் திட்டம் வச்சிருக்கலாம்" என்று முத்தம்மாவின் காதில் முணுமுணுத்தான் வேலன். இருவரும் படையின் கடைசியில் வந்தனர். "அப்போ நாம வேற பக்கம் போயிடுவோமா?" என்றாள் முத்தம்மா. ஆனால் அதற்கெல்லாம் குலாம் காதிர் வேலை வைக்கவில்லை. முட்புதருக்குள் சதிவேலை இருக்கலாமென்று அவனும் எதிர்பார்த்தான். படையை இடதுபுறம் திருப்பி அங்கிருந்த குளக் கரையில் கொண்டுபோய் நிறுத்தினான். "குலாம்காதிர் நாம நெனச்ச அளவுக்கு முட்டாள் இல்லை" என்றாள் முத்தம்மா.

"அவன் ஒரு அனுபவம் உள்ள சிப்பாய்" என்றான் வேலன்.

புதருக்குள் ஒளிந்திருந்த பாளையக்காரர்படை சற்றுநேரம் காத்திருந்துவிட்டு ஏமாற்றத்துடன் திரும்பிச் சென்றது. திறந்த வெளியில் குதி ரைப்படையோடு மோதுகின்ற அளவிற்குப் போதுமான வீரர்கள் அவர்களிடமில்லை. வேலனிடம் குலாம் காதிர் முனகினான், "இந்தப் புது ஆபிசருக்கு, ஆற்காட்டு நவாப் குதிரைப் படையைப் பத்தி எதுவும் தெரியாது. ஓடறவங்களை வெரட்டவும், ஆயுதமில்லாதவங்களை மிரட்டவும்தான் நவாப்

படைங்க லாயக்கு. நல்லவேளை இப்போ வந்த எதிரிங்க எதிர்த்து நிற்கலை".

"ஒருவேளை இது ஆற்காட்டு நவாப் அனுப்பிச்ச குதிரைப்படைன்னு அவங்களுக்குத் தெரியாம இருக்கலாம்" என்றான் வேலன். "அது நம்ம அதிர்ஷ்டம்" என்ற குலாம் காதிர். "திரும்பிப் போகலாம்" என்று கத்தினான்.

குதிரைப்படை திரும்பியபொழுது, போர்முடிந்து அமைதியாய் எதுவுமே நடக்காததுபோல் முகாம் சமையலில் மும்முரமாய் இருந்தது. தூரத்தில் பாளையக்காரர்களின் பிணங்கள் சிதறிக்கிடந்தன. "எத்தனை பேர் செத்திருப்பாங்க" என்று வேலனிடம் கேட்டாள் முத்தம்மா. வேலனும் முத்தம்மாவும் அங்கிருந்த பாறைகளில் அமர்ந்திருந்தனர். "நாற்பது பேரு", ஆங்கிலத்தில் பெருமையாகச் சொல்லிக் கொண்டு கையில் சாராய பாட்டிலுடன் வந்து, அங்கிருந்த உயரமான கல்லின் மீது அமர்ந்தான் லெப்டினன்ட். "கொறைஞ்சது நாற்பதுபேர் காலி. நம்ம பக்கம் ஆறே பேர்தான். நம்ம பக்கம் பத்துப் பேருக்கு காயம், அவங்க பக்கம் காயம் எத்தனை பேருக்குன்னு தெரியாது. அடிபட்டவங்களைத் தூக்கிக்கிட்டுப் போயிட்டாங்க" என்றான். அவன் குரலில் இருந்த தடுமாற்றத்தைப் பார்த்ததுமே அவனுக்கு வெற்றி போதையோடு, சாராய போதையும் ஏறியிருந்தது தெரிந்தது. "அவங்க யாரும் சோல்ஜர்சும் கெடையாது. வெறும் கிராமத்து ஆளுங்க. கம்பெனிப் படையை எதிர்த்து வந்தது தப்பு" என்றான் லெப்டினன்ட்

"ஆமா பிரபு, உங்களை மாதிரி ஒரு பெரியஆபீசரை எதிர்த்து அவங்க தாக்குதல் நடத்தினது தப்பு" என்றாள் முத்தம்மா. "முட்டாப் பசங்க. இன்னொரு ரகசியம் சொல்லட்டுமா? ஜெயில்ல இருந்து அவங்க தப்பிக்கறப்போ, இரண்டு மைல் தூரத்தில்தான் நாங்க எல்லாம் பார்ட்டியில இருந்தோம். அப்போ வந்து தாக்கியிருந்தாங்கன்னா, இருபது வெள்ளைக்காரக் குடும்பமும் குளோஸ் ஆகியிருக்கும். உங்க ஆளுங்க முட்டாளுங்க" என்றான் பெருமிதமான குரலில்.

"ஆமா பிரபு, ஆயுதம் ஏந்தாதவங்களை, பெண்கள், குழந்தைகளைக் கொல்றது பாவமுன்னு நினைக்கிற முட்டாளுங்க, தமிழனுங்க" என்றாள் முத்தம்மா. போதை ஏறியிருந்ததால் முத்தம்மாவின் குரலில் இருந்த கோபத்தை லெப்டினன்ட் கண்டு கொள்ளவில்லை. "நாளைக்குப் பாருங்க வேடிக்கையை, என்னைப்

பார்த்துப் பாஞ்சாலங்குறிச்சியே அதிரப் போகுது" சொல்லிவிட்டு லெப்டினன்ட் அங்கிருந்து அகன்றான்.

மறுநாள் கம்பெனிப் படைகள் பாஞ்சாலங்குறிச்சி சேர்ந்த பொழுது, மேஜர் மெக்காலேயும் அவனது படைகளும் தான் அதிர்ந்து போனார்கள். மேஜர் பேனர்மேனின் ஆட்கள் பல நாட்கள் கஷ்டப்பட்டு, பீரங்கிகளால் தகர்த்துத் தரைமட்டமாக்கியிருந்த கோட்டை அப்படியொரு போரே நடக்காதது போல் கம்பீரமாக நின்று கொண்டிருந்தது. கைதிகள் தப்பிவந்து ஒரு வாரம்தான் ஆகியிருந்தது. அதற்குள் கோட்டை மீண்டும் கட்டப்பட்டிருந்தது. கம்பெனிப்படைகளைப்பார்த்ததும் கோட்டைச் சுவரில் பாளையக்காரர்களின் வீரர்கள் முண்டியடித்துக்கொண்டு ஏறினர். விருந்தினர்களை வரவேற்பது போல் குலவையிட்டு வர வேற்றனர். "போருக்கு வர ஏன் இவ்வளவு தாமதம்?" என்பது போல் இருந்தது அவர்களது மகிழ்ச்சி ஆரவாரம். மதில் சுவரில் நின்றவர்கள் நூறு, இருநூறு அல்ல. ஆயிரமாயிரம் வீரர்கள் நாலாபுறமும் மதில் சுவரில் சுற்றிச்சுற்றி வந்தனர். மதில்சுவரின் உச்சியில் சில பகுதிகளில் இன்னும் கட்டு வேலை நடந்து கொண்டிருந்தது.

மேஜர் மெக்காலே மற்ற அதிகாரிகளைக் கூட்டி ஆலோசனை நடத்தினார். வழக்கம் போல் இளம் அதிகாரிகள் உடனே மோதுவதற்குத் துடித்தனர். ஆனால் அனைவரையும் பொறுமையாய் இருக்கச் சொல்லிவிட்டு, கோட்டைச் சுவரிலிருந்து ஒரு மைல் தூரம் தள்ளி முகாம் அமைக்க ஆணையிட்டார் மெக்காலே. கிராமங்களையும், கோட்டையையும் வேவுபார்க்கச் சில குதிரைவீரர்களை அனுப்பினார். மேடாயி ருந்த ஒரு இடத்தைத் தேர்ந்தெடுத்துப் பீரங்கிமேடை அமைக்கும்படி கூறினார். "திட்டமிடலில் ஆங்கிலேயரை யாரும் மிஞ்சமுடியாது" என்று நினைத்துக்கொண்ட வேலன், குதிரையிலேறி முத்தம்மாவுடன் உளவு பார்க்கக் கிளம்பினான். சிறிது நேரம் கோட்டையைச் சுற்றி விட் டுப்பின் முத்தம்மா கருப்பசேர்வையின் வீட்டிற்கு வேலனை அழைத்துச் சென்றாள். கருப்பசேர்வையின் வீடு உட்பட கிராமத்தின் வீடுகள் அனைத்தும் ஆளரவமற்று இருந்தன. "பயந்து எல்லாரும் கோட்டைக்குள்ள போயிட்டாங்களோ?" என்றான் வேலன். "எப்பிடி அவங்களோட தொடர்பு ஏற்படுத்திக்கிறது?" என்று குழம்பினாள் முத்தம்மா

"அந்தச் சிரமம் உங்களுக்கு வேண்டாம். தினமும் இதே இடத்துக்கு நாங்களே உங்களைத் தேடிவருவோம்" என்றது ஒரு

குரல். கருப்ப சேர்வையின் குரலை அடையாளம் கண்டுகொண்டு வேலனும், முத்தம்மாவும் திரும்பிப் பார்த்தனர். கருப்பசேர்வையோடு வெள்ளையன் ஆச்சாரியும் வந்திருந்தார். பாவம், இன்னும் காலில் கட்டுப் பிரிக்காமல் நொண்டிக் கொண்டிருந்தார். "உங்க குடும்பங்கள் எல்லாம் வேற ஊர் போயிட்டாங்களா?" என்று கேட்டாள் முத்தம்மா. " கோட்டைக் குள்ளதான் இருக்காங்க. அவங்கதான் கோட்டையையே கட்டுறாங்க. குழந்தைங்களை மட்டும் வெளியூர் அனுப்பிட்டோம். மதில்சுவரு மட்டும்தான் முழுசாக் கட்டிமுடிச்சிருக்கோம். உள்ளே பதுங்குகுழி எல்லாம் இப்பத்தான் கட்டிக்கிட்டு இருக்கோம். இனிமே பீரங்கிக் குண்டே உள்ள விழுந்தாலும் பயமில்லை" என்றார் கருப்பசேர்வை. "இன்னும் நாலஞ்சு நாள் கம்பெனிப்படைக்குக் போக்குக்காட்டி தாமதப்படுத்தினா போதும். அதுக்குள்ளாற கட்டு வேலையெல்லாம் முடிஞ்சுடும்" என்றார் வெள்ளையன்.

"மேஜர் மெக்காலே உடனடியாத் தாக்குதலைத் தொடங்க மாட்டாரு" என்றான் வேலன். "எப்படி உறுதியாச் சொல்றீங்க" என்றார் கருப்ப சேர்வை. "மேஜர் மெக்காலேக்கிட்ட இப்போ இருக்கறது எல்லாம் சின்னப் பீரங்கிங்க. நாலுபவுண்டும், ஆறுபவுண்டும்தான். அதை வச்செல்லாம் கோட்டைச் சுவரை உடைக்க முடியாது. திருச்சியிலயிருந்து பெரிய பீரங்கியெல்லாம் வந்துசேர்ற வரைக்கும் காத்துக்கிட்டிருப்பாரு. அதோட, அவரு படையில இப்போ இந்தியச் சிப்பாய்ங்க மட்டும்தான் இருக்காங்க. வெள்ளைச்சிப்பாய்ங்க நூறு பேராச்சும் வராம தாக்கு தலை ஆரம்பிக்க மாட்டாரு" என்று விளக்கினான் வேலன்.

"கம்பெனிப் படையில இப்போ எவ்வளவு பேரு இருக்காங்க?" என்று கேட்டார் சேர்வை. "சிப்பாய்ங்க ஆயிரம் பேரு இருப்பாங்க, குதிரைப் படை உருப்படியா ஒண்ணும் இல்லை" என்றான் வேலன். "அப்போ நாங்க நாளைக்கே வெளியே வந்து தாக்கித் தோற்கடிச்சிடலாமே, அஞ்சாயிரம் பேரு இருக்கோமே" என்றார் வெள்ளையன் உற்சாகமாக. "அஞ்சாயிரம் பேரில எத்தனைபேரு போர் வீரர்கள்" என்று கேட்டான் வேலன். "ஆயிரம் பேருதான் சண்டைபோடத் தெரிஞ்சவங்க. மத்தவங்கள்ளாம் விவசாயிங்க, பொம்பளைங்க" என்றார் கருப்பசேர்வை. "தற்காப்புக்குத்தான் அது உதவும். சின்னப் பீரங்கியால கோட்டைச் சுவரைத் தான் உடைக்கமுடியாது. திறந்த வெளியில ஒவ்வொரு பீரங்கியும் நூறுபேரைச் சமாளிக்கும்" என்றான் வேலன்.

“நமக்கு ஆதரவா மத்தசாதி ஆளுங்களையும் திரட்டிக்கிட்டிருக்கோம். சீக்கிரம் நெறையப் பேரு நம்ம பின்னால வரப்போறாங்க” என்றார் வெள்ளையன். “இந்தச் சாதி ஒற்றுமை மட்டும் முன்னேயே இருந்திருந்தா, வெள்ளைக்காரன் மட்டுமில்லை; தில்லிக்காரன் கூடத் தமிழ் நிலத்துக்குள்ள காலை வச்சிருக்க முடியாது” என்றான் வேலன். “திடீர்னு எப்படி மத்த சாதிங்க ஆதரவு வந்துச்சு” என்று கேட்டாள் முத்தம்மா. “பருத்தி கொள்முதல் விலையைக் கொறைச்சு, எல்லாச் சாதி விவசாயிங்க வயித்திலயும் அடிச்சிட்டான் கம்பெனிக்காரன். அவன் சுயரூபத்தை மக்கள் இப்போத்தான் புரிஞ்சிக் கிட்டாங்க” என்றார் கருப்ப சேர்வை. “சரி, நம்ம ஆளுங்க இன்னும் கொஞ்சப்பேர் வர்றவரைக்கும், மெக்காலே தாக்குதலைத் தொடங்காமயிருக்க ஒரு வழியிருக்கு. நம்ம படை எண்ணிக்கை அதிகம் இருக்கிற மாதிரி அவ ருக்குப் பொய்த் தகவல் போகணும்” என்றான் வேலன். “நாம போய்ச் சொல்லுவோம்” என்றாள் முத்தம்மா. “நாம சொன்னா நம்பமாட்டாரு. வெள்ளையன் ஆச்சாரியைக் கைதியாப் பிடிச்சிக்கிட்டுப்போய், அவரு வாயால சொன்னா நிச்சயம் நம்புவாரு” என்றான் வேலன். “கைதியா வர்றதைவிடக் கட்டபொம்மனால பாதிக்கப்பட்டவரா வந்தா, அதிக நம்பிக்கை வருமே” என்றாள் முத்தம்மா.

அவளின் திட்டப்படி வெள்ளையனைத் தன் குதிரையில் ஏற்றிக் கொண்டு, முத்தம்மாவோடு கம்பெனிப்படை முகாம்வந்து சேர்ந்தான் வேலன். “சபாஷ், கைதியோடு வருகிறாயே” என்றான் லெப்டினன்ட். “இவன் கைதியில்ல பிரபு, உளவாளி. கட்டப் பொம்மனால ரொம்பப் பாதிக்கப்பட்டவன். கொஞ்சம் காசு கொடுத்தால் நமக்கு நிறையத் தகவல் தருவான்” என்று ஆங்கிலத்தில் கூறினான் வேலன். தன் பையிலிருந்து ஒரு வெள்ளிக்காசை எடுத்துக் கையில் வைத்துக்கொண்டு கேட்டான் லெப்டினன்ட், “டேய் கிழவா, கோட்டைக்குள்ள சிப்பாய்ங்க எத்தனை பேரு?” என்றான். அதற்கு ஏழு எட்டாயிரம் பேரு இருப்பாங்க சாமி. கட்டுமான வேலை செய்யற பொம்பளைங்களையும் சேர்த்தா, பத்தாயிரம்பேரு இருப்பாங்க” என்றான் வெள்ளையன்.

“என்னது... அவ்வளவு பேரா? பெரிய பீரங்கி வந்தவொடனே, கோட்டைக்குள்ளேயே குண்டு போடணும்” என்றான் லெப்டினன்ட். “நாளைக்கு ராத்திரி அவங்களே வெளியேவந்து சண்டை குடுக்கப் போறாங்க” என்றான் வெள்ளையன். “இதை நான் உடனே

மேஜர்கிட்ட சொல்லணுமே" என்ற லெப்டினன்ட் கோட்டையைத் திரும்பிப் பார்த்தான். இருட்டத் தொடங்கியிருந்தது. மதில்சுவரில் பல்லாயிரம் தீப்பந்தங்கள் அங்குமிங்கும் நகர்ந்து கொண்டு இருந்தன. கையிலிருந்த வெள்ளிக்காசைச் சுண்டி எறிந்தான் லெப்டினன்ட். வெள்ளையன் ஆவலோடு அதைத் தரையிலிருந்து எடுத்துக் கொண்டு, "நீங்க நல்லா இருக்கணும் சாமி" என்றார். "வேலன், இவன் கூடத் தொடர்பிலே இரு. நான் மேஜரைப் பார்த்திட்டு வர்றேன்" என்று சொல்லிவிட்டுப் புறப்பட்டான் லெப்டினன்ட்.

"மதில் சுவர்லயே எப்படியும் மூவாயிரம் சிப்பாய்ங்க இருப்பாங்க போலயிருக்கே" என்றாள் முத்தம்மா. பலமாகச் சிரித்தார் வெள்ளையன். "அத்தனை சிப்பாய்ங்க இல்லைம்மா, வெள்ளைக்காரனை ஏமாத்தறதுக்காக சாதாரண ஆளுங்களும் ஆளுக்கு ரெண்டு தீப்பந்தங்களோட அலையறாங்க. கோட்டையைப் பிடிக்க வர்றவங்களை மெரட்ட நாங்க காலம் காலமாச் செய்யற தந்திரம் இது" என்றார். வெள்ளையனைப் பத்திரமாகத் தூரத்தில் கொண்டுபோய் விட்டான் வேலன். திரும்பி வந்ததும் முத்தம்மா கேட்டாள், "மேஜர் மெக்காலே என்ன முடிவெடுப் பார்?".

மறுநாள் காலை விடை தெரிந்தது. மொத்த படைப்பிரிவையும் நீள்சதுரவடிவில் கோட்டையைநோக்கி நிறுத்திவைத்தார் மெக்காலே. அதற்குள் மதியம் ஆகிவிட்டது. மதிய உணவு வழங்கப்பட்டது. "கோட்டையைத் தாக்க முடிவு பண்ணிட்டாரா மெக்காலே?" என்றாள் முத்தம்மா. "அப்படித்தான் தோணுது. பீரங்கிகளையெல்லாம் கோட் டையை நோக்கி முன்வரிசையில நிறுத்தி வச்சிருக்காரு. ஆனால் இங்கிலீஷ் சிப்பாய்ங்க வராம, அதுவும் கையெறிகுண்டு வீசற பிரிவு வராம, கோட்டையைத் தாக்க மாட்டாரே" என்றான் குழப்பத்துடன் வேலன். கம்பெனியின் அணிவகுப்பைப் பார்த்ததும் கோட்டைக்குள் இருந்த வீரர்கள் வெளிவரத் தொடங்கினர். சுமார் ஆயிரம் வீரர்கள் கோட்டைச்சுவர் அருகே அணிவகுத்து, கம்பெனிப் படைகளை எதிர் கொள்ளத் தயாராயினர். இரண்டு படைகளுக்கும் இடையே இயற்கை அரணாக அமைந்த முட்புதர்கள் மட்டுமே இருந்தன.

மதிய உணவு முடிந்ததும் மேஜர்தன் கட்டளையைப் பிறப்பித்தார். அது அனைவரையும் வியப்படைய வைத்தது. கம்பெனிப் படைகள் கோட்டையைநோக்கி முன்னேறவில்லை. திரும்பி வந்தவழியே பாளையங்கோட்டையை நோக்கிச் செல்லத்

துவங்கின. மற்ற படைகள் வரும்வரை பாளையங்கோட்டையிலேயே காத்திருப்பதென்று மேஜர் மெக்காலே முடிவு செய்துவிட்டார். ஆயிரம் சிப்பாய்களை மட்டும் வைத்துக் கொண்டு இந்திய மன்னர்களை மிரட்டிய காலமெல்லாம் மலையேறி விட்டது என்று மேஜர் மெக்காலேவிற்கு நன்கு தெரியும்.

100

மெக்காலேவின் படைகள் திடீரென்று பின்புறம் திரும்பிப் பாளையங்கோட்டை செல்ல ஆரம்பித்தவுடன், வேலன் நிம்மதிப் பெருமூச்சு விட்டான். "இனிமே இந்தப் படை பாளையங்கோட்டைக்குப் போயிட்டு, திருச்சியில இருந்து வர்ற படையோட ஒண்ணு சேர்ந்து வர்றதுக்கு ஒரு வாரமாவது ஆகும். அதுக்குள்ள நிறைய மக்களைத் திரட்டிக்கிட்டு பழசிராஜாமாதிரி பாளையக்காரங்க ரொம்பநாளைக்கு காடுகளுக்குள்ள மறைஞ்சிருந்து சண்டை போடலாம்" என்றான் முத்தம்மாவிடம்.

"எனக்கென்னமோ, பாளையக்காரங்க கோட்டையைவிட்டுப் போவாங்கன்னு தோணலை. பீரங்கிக் குண்டு உள்ளே விழுந்தாக்கூடச் சமாளிக்கத்தான் சுரங்கவீடு கட்டுறதாச் சொல்றாங்க" என்றாள்.

அவர்கள் பின்னே பெரும்கூச்சல் கேட்டது. கம்பெனிப் படைகள் திரும்பிச் செல்வதைக் கண்டதும் பாளையக்காரர்களுக்கு உற்சாகம் பிறந்துவிட்டது. திடீரென்று குலவைஒலி கிளம்பியது. அதைத் தொடர்ந்து, வெளியே மதில்சுவரோரம் நின்று கொண்டிருந்தவர்கள், கம்பெனிப் படைகளை நோக்கி ஆயுதங்களுடன் ஓடிவரத் தொடங்கினர். அதில் ஒரு சிலர் மட்டுமே துப்பாக்கிகள் வைத்திருந்தனர். அவைகளையும், தூரத்தில் வரும்போதே சுட்டு வீணாக்கினர். இரண்டு படைகளுக்கும் இடையே ஒரு மைல் இடைவெளி இருந்தது. அதனால், பின்வாங்கிக் கொண்டிருந்த தனது படையை நிறுத்தி உடனே தாக்குதலுக்குத் தயார் செய்ய மேஜர் மெக்காலேக்குப் போதுமான நேரம் கிடைத்தது. ஆங்கிலப்படைகள் பின்வாங்கும் பொழுது, எப்பொழுதும் பீரங்கிகள் தான் கடைசியிலிருக்கும். அதுவும், எதிரி துரத்தலாம் என்பதால் பின்புறம் நோக்கியே இருக்கும். பீரங்கிகளை நிலைநிறுத்தி கிரேப் ஷாட் எனப்படும் கொத்துக் குண்டுகளை அவற்றில் நிரப்ப மெக்காலே ஆணையிட்டார். துப்பாக்கி ஏந்திய வீரர்கள் பீரங்கிகளுக்குப்பின்னால் நின்று கொண்டு தங்களது துப்பாக்கிகளில் தோட்டாக்களை நிரப்பினர்.

லெப்டினன்ட் முன்புறம் வந்து, "கைகலப்புக்கும் தயாராகுங்கள்" என்றான். உடனே கம்பெனிச் சிப்பாய்கள் துப்பாக்கி முனைகளில் கத்திகளைப் பொருத்தினர்.

"நம்ம ஆளுங்க பெரிய தப்புப் பண்றாங்க" என்று முனகினான் வேலன். "அது என்ன கிரேப் ஷாட்" என்று கேட்டாள் முத்தம்மா. "ஒரு பைக்குள்ள சின்னச்சின்னதா இருபது முப்பது குண்டுங்க இருக்கும். கூட்டமாக வர்றவங்களை தாக்க வசதியானது" என்றான் வேலன். "அது என்ன கைகலப்பு" என்று தொடர்ந்து கேட்டாள் முத்தம்மா. "எதிரிச் சிப்பாய்களோட பக்கத்திலே போய்த் தாக்கறது" என்றான் வேலன். அவன் சொல்லியதற்கு விளக்கமளிப்பது போல் பீரங்கிகளிருந்து கிரேப்ஷாட்கள் பறந்தன. ஓடிவந்த பாளையக்காரர்களின் நடுவேவிழுந்து தரையில் மோதிச் சிதறின. அதன் உள்ளிருந்து சிறிய இரும்புக்குண்டுகள் சுற்றிலும் இருந்த வீரர்களின்மேல் பாய்ந்தன. வீரர்கள் கொத்துக்கொத்தாய் அடிபட்டு விழுந்தனர். அதிலும் தப்பி ஓடிவந்தவர்கள், துப்பாக்கிக் குண்டுகளுக்கும், கைகலப்பில இறங்கிய கம்பெனிச் சிப்பாய்களின் துப்பாக்கி முனைக் கத்திகளுக்கும் பலியாயினர். தாக்குதல் தொடங்கிய வேகத்தில் முடிவுற்றது. பாளையக்காரர்கள் நூற்றுக்கணக்கில் இறந்து கிடந்தனர். கம்பெனிப்படைக்கோ மிகச்சிறிய சேதம்தான். சிலர் காயமடைந்திருந்தனர். ஒருவர்கூட மரணம் அடையவில்லை. அதன்பின் பாளையக்காரர்கள் மீண்டும் துரத்தி வரவில்லை.

"உங்க ஆளுங்க வேடிக்கையானவங்க. போரில பின்வாங்கிறதைக் கூட நாங்க ஒரு கலையாப் படிச்சிட்டு வர்றோம்னு அவங்களுக்குத் தெரியாதா?" என்று கிண்டலாகக் கேட்டான் லெப்டினன்ட். "நிச்சயமாத் தெரியாது. அவர்களுக்குப் போர் தந்திரம் தெரியும். போர் நுணுக்கம் தெரியாது" என்றான் வேலன். லெப்டினன்ட் சென்றபின் முத்தம்மா கேட்டாள், "போர் தந்திரம் வேற போர்நுணுக்கம் வேறயா", "ஆமா, அனுபவத்தில தந்திரங்களைக் கத்துக்கறோம். அனுபவங்களை ஆராய்ச்சிபண்ணி, அடுத்ததலைமுறைக்குச் சொல்லிக்கொடுத்தா அதுவே நுணுக்கம் ஆயிடுது" என்றான் வேலன்.

"நம்ம ஆளுங்க போடாத சண்டையா?" என்றாள் முத்தம்மா. "ஆனா, அந்த அனுபவத்தைப் பத்திரமா எழுதி அடுத்த தலைமுறைக்குச் சொல்லித்தரலை" என்றான் வேலன். "நம்ம நாட்டில ஏன் சொல்லித் தரலை" என்று கேட்டாள் முத்தம்மா. "அதுக்கு மொதல்லே எல்லோருக்கும் எழுதப் படிக்கத் தெரியணும்,

கல்விவேணும். சாதிக்கு ஒரு நீதி பேசற நாட்டில கல்வி எப்பிடி வளரும்'' என்றான் வேலன் எரிச்சலோடு.

அதன்பின் எந்த இடையூறும் இல்லாமல் மெக்காலேயின் படைகள் பாளையங்கோட்டைக்குப் பத்திரமாத் திரும்பின. ஊமைத்துரை ஒரு சிற்றரசன்கூட இல்லை. ஆனால் அவரை எதிர்ப்பதற்குப் பெரும்படைகளும், பெரும்பீரங்கிளும் வேண்டுமென்று செய்தி அனுப்பிவிட்டுக் காத்திருந்தார் மெக்காலே. நூறுபேரைத் தேடுதல்வேட்டைக்கு அனுப்பினால் கலகக்காரர்களைப் பிடித்து வந்துவிடுவார்கள் என்று நம்பிக் கொண்டிருந்த கம்பெனி இயக்குனர்களுக்கு இது பேரதிர்ச்சியாக இருந்தது. எதிரியைக் குறைத்து மதிப்பிடும் வழக்கம் கம்பெனிக்குக் கிடையாது. ஆயினும் பொருட்செலவை நினைத்துச் சற்றுத் தயங் கினர். ஆனால், எப்பாடுபட்டும், எத்தனை செலவானாலும் ஊமைத் துரையையும் அவன் ஆதரவாளர்களையும் மிக விரைவாக ஒடுக்க வேண்டும். இல்லையேல் அது மக்கள் போராட்டமாக மாறிவிடும் என்று பயந்தார் எட்வர்ட் கிளைவ். அவர் பயந்தது போலவே ஊமைத்துரையின் செல்வாக்கு தமிழகமெங்கும் பரவத் தொடங்கியது. அவரது படைகள் வெளியே வந்து வெள்ளையரின் கட்டுப் பாட்டிலிருந்த பலபகுதிகளைக் கைப்பற்றத் தொடங்கின. பாளையங்கோட்டையில் தங்கியிருந்த முத்தம்மாவும், வேலனும் நடப்பதை ஆர்வத்தோடு கவனித்துக் கொண்டிருந்தனர்.

"காடல்குடி, சிறீவைகுண்டம்னு சின்னச்சின்னக் கோட்டைகளை ஊமைத்துரை பிடிச்சிக்கிட்டே போறாரு. அதனால என்ன லாபம்'' என்று கேட்டாள் முத்தம்மா. "அங்கே கம்பெனி பத்திரப்படுத்தி வச்சிருந்த ஆயிரக்கணக்கான துப்பாக்கிகளையும், வெடிமருந்தையும் பறிமுதல் பண்ணத்தான் ஊமைத்துரை படையெடுத்தாரு. அது புத்திசாலித்தனம். ஆனால் அவரு தூத்துக்குடியையும் பிடிச்சிக்கிட்டாருங்கறாங்க. அது உண்மையா இருந்தா, பெரிய தப்புப் பண்ணிட்டாரு'' என்றான் வேலன். "ஏன், தூத்துக்குடி பாளையக்காரங்க கையில இருந்தா, கடல் மூலமா எவ்வளவோ சாதிக்கலாமே'' என்றாள் முத்தம்மா. "தூத்துக்குடி டச்சுக்காரங்க கையில இருந்தது. அவங்க இங்கிலீஷ் கம்பெனிக்கு எதிரி. கிளர்ச்சிக்கு நிறைய உதவ முடியும். முன்னே உதவியிருக்காங்க'' என்றான் வேலன்.

இதற்கிடையில் பாளையங்கோட்டைக்கு மேலும் கம்பெனிச் சிப்பாய்களும், பீரங்கிகளும் வரத்தொடங்கின. ஒன்பது பெரிய

பீரங்கிகள் வந்தன. சுமார் மூவாயிரம் சிப்பாய்கள் திரண்டனர். அவர்களில் பாதிக்கும் மேற்பட்டோர் வெள்ளையர்கள். “மைசூர் போர்ல கூட வெள்ளைச் சிப் பாய்களைவிட இந்தியச் சிப்பாய்ங்கதான் அதிகம் இருந்தாங்க. பாளை யக்காரங்களைப் பார்த்துக் கம்பெனி அதிகாரிங்க நல்லா மெரண்டு போயிருக்காங்க” என்றான் வேலன். “ஆனால் குதிரைப்படை எதுவும் வரலையே” என்றாள் முத்தம்மா. அவளுக்குப் பதில் சொல்வதுபோல், மறுநாள், லெப்டினன்ட் ஜேம்ஸ் கிராண்ட் தலைமையில் முற்றிலும் ஆங்கிலேயர் அடங்கிய குதிரைப்படை ஒன்று வந்து சேர்ந்தது.

“இவங்க குதிரைப்படையா, தரைப்படையா? கத்தியும் வச்சிருக்காங்க, நீளமான கைத்துப்பாக்கியும் வச்சிருக்காங்க” என்றாள் முத்தம்மா. “குதிரையில ஏறினா குதிரைப்படை, கீழே எறங்கிச் சண்டை போட்டா தரைப்படை, ஆங்கிலேயரோட புதுக்கண்டுபிடிப்பு” என்றான் வேலன். அவர்கள் வந்ததும் முதல் வேலையாக ஆற்காட்டு நவாபின் குதிரை வீரர்களை விரட்டியடித்தார் மெக்காலே. நவாப் படையினர் ஒவ்வொருவரும் இரண்டு ஆள் சாப்பாட்டைச் சாப்பிட்டு விட்டுப் போர்க்களத்தில் ஓடி ஒளிந்து கொள்கிறார்கள் என்பது மெக்காலேயின் கோபம். இதுதான் சரியான நேரம் என்று நினைத்த வேலன் மெக்காலேயிடம் சென்று தாங்கள் மதராஸ் செல்ல விரும்புவதாகக் கூறினான்.

“உளவுபார்க்க உங்க உதவி தேவை. இந்தப் படையெடுப்பு முடியற வரை நீங்க ரெண்டுபேருங்கூட இருந்தா நல்லது” என்றார் மேஜர் மெக்காலே. வேலன் மறுப்புச் சொல்லமுடியாமல் பணியில் தொடர்ந்தான். மார்ச் இறுதிவாரத்தில், கம்பெனிப்படைகள் பாஞ்சாலங்குறிச்சியை நோக்கி மீண்டும் நடைபோடத் தொடங்கின. முத்தம்மாவும் வேலனும் உடன்சென்றனர். நாட்ராம் பள்ளியைக்கடந்து, பசுவந்தழை கிராமம்வரை எந்த எதிர்ப்புமின்றிக் கம்பெனிப்படைகள் வந்துசேர்ந்து முகாம் அமைக்கத் தொடங்கின. பாதிவேலை நடந்து கொண்டிருந்த பொழுது தூரத்தில் ஆட்களின் நடமாட்டம் தெரிந்தது. முத்தம்மாவும் வேலனும் ஆங்கிலேயரின் குதிரைப்படையில் ஒரு அங்கமாயினும், லெப்டினன்ட் கிராண்ட் அவர்களைத் தொந்தரவு செய்வதில்லை. அவர்களை வேவு பார்ப்பதற்காகவே அழைத்துவருவதாக மெக்காலே கூறியிருந்தது ஒரு காரணம், சிவிலியன்களைக் கிராண்ட் பொதுவாக மதிப்பதில்லை என்பது மற்றொரு காரணம். குதிரைப்படையில்

இருந்தாலும், அதன் கடைசிவரிசையிலேயே இருவரும் இருந்தனர். அன்று அவர்கள் கூடாரமும் கடைசியில் இருந்தது. பின்புறம் பாளை யக்காரர்கள் தாக்க வருவதை அவர்கள்தான் முதலில் பார்த்தனர். சற்று நேரத்தில் முகாமில் இருந்த அனைவரும் பார்த்து விட்டனர். மெக்காலே தனது தரைப் படையினரைத் தற்காப்புக்குத் தயாராகு மாறு கட்டளையிட்டார். "ஓ! இந்தப் பாளையக்காரர்கள் படைகள் கொசு மாதிரி. நம்மை ஓய்வெடுக்கவே விடாது" என்றார் லெப்டி ணன்ட் கிராண்ட் எரிச்சலுடன். "நாமாகச் சென்று தாக்க வேண்டாம். அருகில் வரும் பொழுது தாக்கினால் போதும்" என்றார் மேஜர் மெக்காலே. "என்ன? இந்தக் கொசுக்களுக்குப் பயந்து நாம் விழித்துக் கொண்டேயிருப்பதா? அதுவும் செயின்ட் ஜியார்ஜின் குதிரைப்படை இருக்கும்போது. நீங்கள் முகாம் அமைக்கும் வேலையைப் பாருங் கள். நாங்கள் இந்தக் கொசுக்களை அரைமணிநேரத்தில் நசுக்கிவிட்டு வருகிறோம்". சொல்லிவிட்டு, உரத்த குரலில் ஆணையிட்டார் லெப்டினன்ட் கிராண்ட், "செயின்ட் ஜியார்ஜ், உடனே புறப்படத் தயாராகு".

பெரும்பாலும் ஆங்கிலேயர்களை மட்டுமே கொண்ட, புகழ்பெற்ற அந்தக் குதிரைப்படை ஐந்தே நிமிடங்களில் தாக்குதலுக்குத் தயாரானது. அனைவரின் இடுப்பிலும் வாட்களும், கைகளில் துப்பாக்கிகளும் இருந்தன. துப்பாக்கி என்பதை விட அவற்றை நீண்ட கைத்துப்பாக்கி எனலாம். குதிரைப் படை தயாராகி முகாமைவிட்டு வெளியே வந்ததும், லெப்டினன்ட் கிராண்டின் தலைமையில் சுமாரான வேகத்தில் ஓடத்தொடங்கின. வேலனும், முத்தம்மாவும் அழைக்கப்படவில்லை. ஆயினும் சற்று இடைவெளிவிட்டுக் குதிரைப்படையை அவர்கள் பின்தொடர்ந்தனர். தன் வீரர்கள் யாரும் வேகமாச் சென்று பாளையக்காரர்களிடம் தனியே மாட்டிக் கொண்டுவிடக் கூடாது என்பதற்காக கிராண்ட், "ஜியார்ஜ்" "ஸ்டெடி" மைடியா செயின்ட் ஜியார்ஜ்" என்று மெதுவாகக் குரல் கொடுத்துக் கொண்டே வந்தார். பாளையக்காரர்களும் அச்சமில்லாமல் குதிரைகளை நோக்கி மெதுவாக நடந்து வந்த னர். அவர்கள் சுமார் நூறுபோ இருப்பார்கள் என்று தோன்றியது.

"வர்றவங்க, விவசாயிகளா இல்லை போர் வீரர்களா?" என்று கேட்டாள் முத்தம்மா. "பார்க்க விவசாயிங்க மாதிரி இருக்காங்க. ஆனால் அவ்வளவு பேரும் போர் வீரர்கள்தான். சரியா சதுர வடிவத்தில அணிவகுத்து வர்றாங்க பாரு" என்றான் வேலன். குதிரைகள் சுமார் முன்னூறுஅடி தூரம் வரும்வரை துணிச்சலாக

முன்னேறிய பாளையக்காரர்கள், திடீரென்று துணிச்சலை இழந்து, திரும்பி ஓடத் துவங்கினர். ஆங்கிலக் குதிரை வீரர்கள் மத்தியில் சிரிப்பொலி பரவியது. சற்று நேரம் அவர்கள் ஓடுவதை வேடிக்கை பார்த்துக் கொண்டிருந்த லெப்டினன்ட் கிராண்ட் திடீரென்று, "வேகம்" என்று கத்தினான். ஆங்கிலேயரின் குதிரைகள் விரைவாக ஓடின. "வேலா என்ன இது, நம்ம ஆளுங்க இப்படிப் பயந்து ஓடிட்டாங்க?" என்றாள் முத்தம்மா. "அவங்க பயந்து ஓடலை, முகாமில இருந்து குதிரைப்படையைத் தனியாப் பிரிச்சுக் கூட்டிக்கிட்டுப் போறாங்க" என்றான் வேலன்.

பாளையக்காரர்கள் ஓடிய திசையில், சற்று தூரத்தில் முட்புதர்கள் இருந்தன. அதன் உள்ளே ஓடிவிட்டால் பின்பு அவர்களைப் பிடிக்க முடியாது என்று உணர்ந்து கொண்ட லெப்டினன்ட் கிராண்ட், "செயின்ட் ஜியார்ஜ், சார்ஜ்" என்று கத்தினான். குதிரைகள் அவற்றின் அதிகபட்ச வேகத்தில் ஓடின. குதிரைகள் பக்கத்தில் வரும் வரை ஓடிக்கொண்டிருந்த பாளையக்கார வீரர்கள், திடீரென்று திரும்பி நின் றனர். தங்கள் கையிலிருந்த இருபதடிநீள ஈட்டிகளைத் தளர்வாகப் பிடித்துக் குலுக்கத் தொடங்கினர். ஈட்டிகளின் நுனியில் கட்டியிருந்த மணிகள் இணைந்து ஒலித்தன. விசித்திரமான அந்தச் சலசல ஒலியால், ஓடிவந்தகுதிரைகள் குழப்பமடைந்து மிரண்டன. வேகத்தைச் சற்று குறைத்தன. தங்களுக்குப் பத்தடி தூரத்தில் குதிரைகள் வரும் போது பாளையக்காரர்கள் அனைவரும் பயங்கரமாகக் குலவை ஒலி எழுப்பினர். ஓடிவந்தகுதிரைகளின் மிரட்சி அதிகமாகியது. ஓட்டத்தை நிறுத்த முயற்சித்த குதிரைகள் தங்களது முன்னங்கால்களை மேலே தூக்கிக் கொண்டு கனைத்தன. சரியாக அந்த நேரத்தில் பாளையக் காரர்கள் ஈட்டிகளுடன் முன்னோக்கிப் பாய்ந்தனர். குதிரை வீரர்களின் துப்பாக்கிகள் முழங்கின. பாளையக்காரர்களில் பலர் செத்து விழுந்தனர். ஆனால் மரணம் மற்ற மறவர்களைத் தடுத்து நிறுத்த வில்லை. மீண்டும் குண்டுநிரப்ப அவகாசம் இல்லாததால் கம்பெனிச் சிப்பாய்கள் வாட்களுடன் போரில் இறங்கினர். அதே சமயம் புதருக்குள் ஒளிந்திருந்த மேலும் நூறு பாளையக்காரர்கள் ஓடிவந்து குதிரைப்படையை நாலாபுறமும் சூழ்ந்துகொண்டனர். கைகலப்புப்போரில், ஆங்கிலேயாரின் வாட்களைவிட, அனுபவமுள்ள பாளையக்கார வீரர்களின் நீண்ட ஈட்டிகள் ஆபத்தானவை என்பதை அன்று ஆங்கிலேய வீரர்கள் உணர்ந்தனர். அதற்குள் மேஜர்மெக்காலே அனுப்பியிருந்த கம்பெனியின்

துப்பாக்கிப்படை வீரர்கள் சுட்டுக்கொண்டே ஓடி வந்தனர். நிலமை தங்களுக்குப் பாதகமானதை உணர்ந்துகொண்ட பாளையக்காரர்கள் புதர்களுக்குள் ஓடி மறைந்தனர்.

தரையெங்கும் நூற்றுக்கணக்கான வெள்ளையரின் பிணங்கள் சிதறிக் கிடந்தன. ஆங்கிலேயரின் புகழ் பெற்ற குதிரைப்படையில், சுமார் நூறுபேர் இறந்திருந்தனர். சுமார் நாற்பது பேர் மட்டுமே பயங்கரமான காயங்களோடு உயிர்தப்பினர். முத்தம்மாவும் வேலனும் அடிபட்டவர்கள் அருகில் சென்றனர். அதற்குள் மேஜர் மெக்காலேயும் வந்துவிட்டார். குதிரைப்படைக்குத் தலைமை தாங்கிய லெப்டினன்ட் கிராண்ட் இறந்து கிடந்தார். கிராண்ட் பிணத்தைப் பார்த்த மெக்காலேக்கு உடல் வியர்த்தது. கிராண்டின் உடலெங்கும் சுமார் இருபது இடங்களில் ஈட்டிகளால் குத்தப்பட்டிருந்தது. நெஞ்சில் குத்திய ஒரு இடத்திலிருந்து கிராண்டின் நுரையீரல் வெளியே வந்து கொண்டிருந்தது.

“இது போர் இல்லை, திட்டமிட்ட படுகொலை” என்று கத்தினார் மெக்காலே. வேலன் பிணங்களைப் பார்வையிட்ட பொழுது வேறொன்றையும் கவனித்தான். தாக்குதல் அதிகாரிகளைக் குறிவைத்து நடத்தப் பட்டிருந்தது. கிராண்டுடன் வந்த ஒரு ஆங்கில அதிகாரிகூட உயிர் தப்பவில்லை. “ஆற்காட்டு நவாப்போட சிப்பாய்ங்க, ஏன் பாளையக் காரங்களைப் பார்த்து நடுங்கறாங்கன்னு இப்போ புரியுது”, என்ற மெக்காலே, “லெப்டினன்ட் கிராண்டோட இழப்பை ஈடுகட்ட முடியாது. பயம்னா என்னன்னே தெரியாதவன்” என்றார். “கொசுக்களை விரட்ட குதிரைப்படை வந்திருக்கக் கூடாது” என்றாள் முத்தம்மா. “பாஞ்சாலங்குறிச்சியில இதுக்குப் பழிக்குப்பழி வாங்கறேன். இவங்க ஈட்டி இருபதடிதான் பாயும், எங்க பீரங்கி அரைமைல் பாயும்” என்று கோபமாக முனகிக்கொண்டே அங்கிருந்து சென்றார் மெக்காலே.

மீண்டும் கம்பெனிப்படைகள் பாஞ்சாலங்குறிச்சி சென்று சேரும்வரை வழியில் பல இடங்களில் மீண்டும்மீண்டும் பாளையக்காரர் படைகள் வந்து தூரத்திலிருந்து மிரட்டின. ஆனால் மெக்காலே மீண்டும் ஏமாறவில்லை. பாளையக்காரர்கள் நூறடி தூரத்திற்குள் வந்தால் மட்டுமே தாக்குதல் நடத்த வேண்டும் என்று கட்டளையிட்டிருந்தார். துப்பாக்கி ஏந்திய படையின் மிகஅருகே வந்து மாட்டிக் கொள்ளக்கூடாது என்பதை இப்பொழுது பாளையக்காரர்களும் உணர்ந்திருந்தனர். அதனால் பாஞ்சாலங்குறிச்சி வரை கம்பெனிப்படைகள் எந்தச் சேதமும் இன்றி வந்துசேர்ந்தன.

இம்முறை பாஞ்சாலங்குறிச்சிக் கோட்டையின் கொத்தளங்களின் உச்சியிலிருந்து சிறிய பீரங்கிகள் கக்கிய குண்டுகள் மெக்காலேயை வரவேற்றன. பீரங்கிக் குண்டுகள் எட்டாத தூரத்தில் கம்பெனி முகாமிட்டது. மெக்காலே, தானே குதிரையில் கோட்டையைச்சுற்றி வந்து, சுவரில் கட்டுவேலை பலவீனமாயிருந்த இடங்களைக் கண்டுபிடித்தார், தேர்ந்தெடுத்தார். மறுநாள் காலை, பன்னிரண்டு பவுண்டு குண்டுகள் வீசும் இரண்டு பீரங்கிகளும், பதினெட்டுப் பவுண்டு குண்டுகள் வீசும் ராட்சதப் பீரங்கி ஒன்றும், பாஞ்சாலங்குறிச்சிக் கோட்டைச் சுவர்களை நோக்கிக் குண்டுகளை வீசத் தொடங்கின.

101

கோட்டையின் வடமேற்குக் கொத்தளத்திலிருந்து மூவாயிரம் அடிதூரத்தில் இரண்டு பன்னிரண்டு பவுண்டு ஒரு பதினெட்டுப்பவுண்டு பீரங்கிகளை நிறுத்தி, காலை எட்டு மணிக்குப் பாஞ்சாலங்குறிச்சிக் கோட்டையை ஆங்கிலேயர்கள் சுடத்தொடங்கினர். மதியம் மூன்று மணிவரை தாக்குதல் தொடர்ந்தது. ஆனால், கோட்டைச் சுவரில் ஒரு கீறல்கூட விழவில்லை. பீரங்கி அதிகாரி வெல்ஸிடம் வேலன் கேட்டான், “பீரங்கி சரியில்லையா?”. “பீரங்கி சரியாத்தான் இருக்கு, கோட்டைச் சுவர்தான் வித்தியாசமாக இருக்கு. மைசூர் கோட்டையையே இந்தப் பீரங்கிகளை வச்சுத்தான் உடைச்சோம்” என்றான் வெல்ஸ்.

“பிரபு, இந்தப் பாஞ்சாலங்குறிச்சிக்காரங்க மத்த கோட்டைகள் மாதிரி முழுக்கக் கல்லால சுவரு கட்டலை. செங்கல்ல ரெட்டைச் சுவருகட்டி, ரெண்டுசுவருக்கும் நடுவே, களிமண்ணைவச்சு அமுக்கி, அதிகச்செலவும் இல்லாம, ஒரே வாரத்திலே சுவரு கட்டி முடிச்சாங்க என்றான் ஒரு எட்டயபுரம் பாளையக்காரன். ஆயிரம் வீரர்களை ஒரு வெள்ளை அதிகாரியின் தலைமையில் கம்பெனிக்கு உதவிக்கு அனுப்பியிருந்தது எட்டயபுரம் பாளையம். “அது தானே பார்த்தேன், உள்ள இருக்க களிமண்ணு இன்னும் ஈரம்காயலை. ஈரக்களி மண்ணு அதிர்ச்சியை உறிஞ்சிக்குது”, என்றான் வெல்ஸ். ஆறு பவுண்டு மற்றும் ஹோவிட் சா எனப்படும் சிறிய ரகப் பீரங்கிகளை மேலும் கோட்டைக்கு அருகே கொண்டு சென்றனர். ஹோவிட்சா குண்டுகள் கோட்டைச்சுவருக்கு அருகேகூட விழவில்லை. பீரங்கிப்படைக்கு உதவிசெய்து கொண்டிருந்த வேலன் கேட்டான், “அவ்வளவு பெரிய கோட்டைச் சுவரை

இந்தச் சின்னப் பீரங்கி உடைக்குமா?" "இந்தப் பீரங்கிகளோட வேலை சுவரை உடைக்கறதில்லை. குண்டுகளைக் கோட்டைக்கு உள்ளே வீசும்", என்றான் வெல்ஸ். "சரியாக் குறிபார்த்துச் சுடமாட்டேங் குதே", என்றான் வேலன். "இது இங்கிலாந்தில தயாரிச்சதில்ல. ஜெர்மனியில இருந்து இறக்குமதி பண்ணினது. அதோட தரம் அவ்வளவுதான்", என்றான் வெல்ஸ் எரிச்சலோடு. மதிய உணவிற்கு பின் அங்கிருந்த அதிகாரிகள் கூடிப்பேசினர். பீரங்கிகள், மேலும் கோட்டைக்கு அருகில் நகர்த்தப்பட்டன. கோட்டைச் சுவரிலிருந்து, சுமார் 1500 அடி தூரத்தில் நீண்ட மேடு ஒன்று இருந்தது. அதன் மேல் பீரங்கிகளை நிறுத்தி மீண்டும் சுடத்தொடங்கினர். மதில்மேலிருந்து வந்த பீரங்கிக் குண்டுகளிலிருந்து அந்த மணல்மேடு கம்பெனிப் பீரங்கிகளைக் காப்பாற்றியது. புதியமுயற்சி நன்றாகப் பலனளித்தது. கோட்டைச் சுவரில் விரிசல்கள் விழத்தொடங்கின. உடனே பாஞ்சாலங்குறிச்சி வீரர்கள் களிமண்ணும், பனைமரத் துண்டுகளும் கொண்டு விரிசல்களை அடைத்தனர். சீறிவரும் வெள்ளையரின் பீரங்கிக் குண்டுகளைக் கண்டு அவர்கள் துளியும் அஞ்சவில்லை. ஒருவர் அடிபட்டு விழுந்தால் உடனே வேறொருவர் அந்த இடத்தில் நின்று வேலை செய்தார். ஆனால் அவர்களையும் மீறி விரிசல்கள் பெரிதாகின.

வெள்ளையர்கள் மட்டுமே அடங்கிய இரண்டு சிறப்புப்பிரிவு வீரர்கள் சுவர்மேல் ஏறத் தயாராயினர். அரைமணிநேரத் தொடர்தாக்குதலால், சுவரின் மேல்பகுதியும், கொத்தளமும் உடைந்து வழி கிடைத்தது. அதன்வழியே கோட்டையைப் பிடித்துவிட இரண்டு சிறப்புப் படைப் பிரிவுகளும் ஓடின. சாதாரணமாக, அத்தோடு போர் முடிந்திருக்கும். கோட்டைச்சுவர் உடைந்து இரண்டு மணிநேரத்தில் மைசூர்கோட்டை பிடிபட்டது. ஆனால் பாஞ்சாலங்குறிச்சி வீரர்களில் பயந்து ஓடுபவர்களும் இல்லை, துரோகிகளும் இல்லை. விரிசல்களின் பக்கவாட்டில் மறைந்திருந்தும், மதில் சுவர்களின்மேலிருந்தும் பாளையக் காரர்கள், துப்பாக்கிகளினால் கம்பெனிப்படையினரைச் சுட்டுத் தள்ளினர். மதில் சுவருக்கு இணையாக, உள்ளே ஒரு மேடை அமைத்திருந்தனர். அங்கிருந்தும் பாளையக்காரர்கள் சுட்டுத்தள்ளினர். சுவரின் பின்னேயிருந்து பெண்கள் துப்பாக்கிகளில் குண்டுநிரப்பிக் கொடுத்தது பின்புதெரிந்தது. மூன்றுபுறமிருந்தும் சுட்ட பாளையக்கார வீரர்களை, வெளியே நின்ற கம்பெனி வீரர்களும் சுட்டுத் தள்ளினர். ஆனால் ஒரு பாளையக்காரர்

அடிபட்டு விழுவதற்கு முன்பே வேறுஒரு பாளையக்காரர் துப்பாக்கியுடன் ஓடி வந்து அந்த இடத்தில் நின்று கொண்டார். கம்பெனிச் சிப்பாய்களும் பயந்துவிடவில்ல. மற்ற சிப்பாய்கள் துப்பாக்கிவீரர்களைச் சமாளிக்கத் தொடங்கியதும், இரண்டு சிறப்புப்படைப் பிரிவுகளும் மீண்டும், உடைந்திருந்த பகுதியில் சுவற்றிலேறி உள்ளேகுதிக்க முயன்றனர். உடனே, இருபது அடி நீள ஈட்டிகள் அவர்களது உடலெங்கும் பாய்ந்தன. ஆனால், எதிரே யாருமில்லை. சுவரேறிக் குதிக்கமுயன்ற பொழுதெல்லாம், ஈட்டிகளினால் குத்தப்பட்டுப் பிணங்களாகச் சரிந்தனர். ஈட்டிகளை, யார் எங்கிருந்து பாய்ச்சுகிறார்கள் என்பதை மட்டும் வெள்ளையர்களால் கண்டுபிடிக்க முடியவில்லை. மேலும் சேதத்தை விரும்பாத மேஜர் மெக்காலே தாக்குதலைநிறுத்த உத்தரவிட்டார். கம்பெனி வீரர்கள் சற்றுத் தூரம் பின்வாங்கியதும் கோட்டைக்குள்ளிருந்து பாளையக்காரர்கள் கூட்டம் ஒன்று வெளியேவந்து சிதறிக்கிடந்த கம்பெனித் துப்பாக்கிகளையும், குண்டுகளையும் அள்ளிச்சென்றது. இறந்ததுபோல் நடித்துக்கொண்டிருந்த சில கம்பெனிச் சிப்பாய்கள் பாளை யக்காரர்கள் அருகில் வந்ததும் தாக்க முயற்சித்தனர். சுதாரித்துக் கொண்ட பாளையக்காரர்களில் ஒரு பிரிவு, நடித்துக் கொண்டிருந்த சிப்பாய்களின் நெஞ்சில் ஈட்டியைப்பாய்ச்சி நிஜமாவே சாகடிக்கத் தொடங்கியது. இந்தக் குழப்பத்தில் கம்பெனிப் படைகள், ஒரு ஹோ விட்சரை மறந்துவிட்டு ஓடின. பாளையக்காரர்கள் கூட்டம் ஒன்று அதைக் கைப்பற்ற ஓடியது. உடனே மெக்காலே ஒரு படைப்பிரிவை அனுப்பி ஹோவிட்சரை மீட்டுவரக் கட்டளையிட்டார். வாளையும், வேலையும் மட்டும் வைத்துக்கொண்டே கம்பெனிப் படைகளை ஓடஓட விரட்டும் பாஞ்சாலங்குறிச்சிப் படைகளிடம் நவீன ஆயுதங் களும் கிடைத்து விட்டால் பேராபத்து என்பதை அவர் உணாந்திருந்தார். அவர் அனுப்பிய கம்பெனிப்படையும் வீரமாகச் சண்டையிட்டு அந்த ஹோவிட்சரை மீட்டு வந்தது. ஆனால் அதற்காக அவர்கள் கொடுத்த விலைதான் அதிகம். கேப்டன் நிக்கோலஸ் மாத்யூ என்ற இளம் அதிகாரியும், ஐம்பது சிப்பாய்களும் அதனால் உயிரிழந்தனர்

மறுநாள்.கோட்டையின் வடக்குப் புறம்போர் நடந்து கொண்டிருக்கும் பொழுது, எட்டயபுரம் பாளையக்காரரின் படைகளுக்குத் தளபதியாக வந்திருந்த இளைஞன், கேப்டன் சார்லஸ், மேஜர் மெக்காலேயிடம் வந்தான். “நான் ரகசியமாகத் தெற்குப்புறம் சென்று தாக்குதல் நடத்தப் போகிறேன்”, என்றான்

“இளைஞனே, அது நல்ல யோசனை அல்ல”, என்றார் மெக்காலே. “உங்களிடம் அனுமதி கேட்கவில்லை. சரித்திரம் படைக்கப் போகிறேன், அதை யாராலும் தடுக்க முடியாது”, என்று சொல்லி விட்டு மெக்காலேயின் பதிலுக்காகக் கூடக் காத்திராமல் வெளியேறினான். எட்டயபுர ராணுவத்தைச் சேர்ந்தவன் என்பதால் மெக்காலேயால் அவனைத் தடுக்க முடியவில்லை.

தனது ஆங்கிலச் சிப்பாய்களையும், ஆயிரம் எட்டயபுரச் சிப்பாய் களையும் அழைத்துக் கொண்டு ஓசையில்லாமல் கோட்டையைச் சுற்றிக்கொண்டு தெற்குப்புறம் சென்றான், கேப்டன் சார்லஸ் மேத் யூஸ். மதில்சுவரில் ஏறுவதற்காக அவனுடைய வீரர்கள் ஏணிகள் கொண்டு சென்றனர். ஆனால் பாஞ்சாலங்குறிச்சிப் பாளையக்காரர்க ளுக்குப் பின்புறமும் இரண்டு கண்கள் போலும். மெக்காலேயால் முடியாததைத் தான் சாதித்துச் சரித்திரம் படைக்கும் கனவுடன் சென்ற கேப்டன் சார்லஸ் மேத்யூஸும், அவனது ஆயிரம் எட்டயபுரச் சிப்பாய்களும் பின்பு என்னவாயினர் என்றே யாருக்கும் தெரியவில்லை. சரித்திரம் படைக்கச் சென்றவர்கள் சரித்திரத்திலிருந்தே காணாமல் போனார்கள். பகல்முழுவதும் வேலையில் மூழ்கியிருந்த மெக்காலே மாலையில்தான் அவர்களைப் பற்றி விசாரித்தார். யாருக்கும் எதுவும் தெரியவில்லை. “அனைவரும் கொல்லப் பட்டிருக்கலாம்”, என்றாள் முத்தம்மா. எட்டயபுரம் ஆட்கள்மட்டுமாவது தப்பிக் காட்டுக்குள் ஓடி யிருக்கலாம் என்றான் வேலன். மேஜர் மெக்காலே பெரிதாக அதிர்ச்சியடையவில்லை. “இரண்டுமே நடந்திருக்கலாம். முன்பு கட்டபொம்மனோடு பேனர்மேன் சண்டையிட்ட போதும், இதே தந்திரத்தைப் பயன்படுத்த முயன்று லெப்டினன்ட் காலின்சும், நூற்றுக்கணக்கான கம்பெனிச் சிப்பாய்களும் உயிரிழந்தது எனக்குத்தெரியும். வரலாற்றிலிருந்து பாடம் கற்காவிட்டால், வரலாறு திரும்பவும் நடக்கும்” என்றார்.

இரவு கவியத் தொடங்கியது. பாளையக்காரர்கள் தங்களது ஆட்களின் பிணங்களைத் தூக்கிச் செல்லத் தொடங்கினர். கம்பெனிச் சிப்பாய் களும் தங்களது சிப்பாய்களின் உடல்களைத் தூக்கிச்செல்ல வந்தனர். பாளையக்காரர்கள் அவர்களைத் தடுக்கவில்லை. எழுதப்படாத போர் நிறுத்த ஒப்பந்தம் ஒன்று, இறந்த வீரர்களுக்கு மரியாதை செலுத்துவதற்காகத் தானாக உருவானது,

மறுநாள் வேலனை மேஜர் மெக்காலே கூப்பிட்டனுப்பினார். அவரது கூடாரத்திற்குள் சென்றபொழுது, ஒரு அதிகாரி அங்கிருந்த இருக்கையில் அமர்ந்து குறிப்பேட்டைப் படித்துக்கொண்டிருந்தார். "கோட்டையைப் பிடிக்கப் போனவங்க நூற்றியிருபது பேர், உயிரோட திரும்பினவங்க இருபது பேர்". "மொத்த சேதம் எவ்வளவு?" என்று கேட்டார் மெக்காலே. "அதிகாரிங்கள்ள செத்தது நாலுபோ, காயம்பட் டது பதிமூன்றுபோ, சிப்பாய்கள்ள செத்தது ஐம்பதுபோ, காயம்பட்ட வங்க இருநூற்று ஐம்பதுபோ. இதில எட்டயபுர வீரர்களைச் சோக்கல. அவங்க என்ன ஆனாங்கன்னே தெரியல" என்றான் அந்த அதிகாரி. "எட்டயபுரத்துக்கும், பாஞ்சாலங்குறிச்சிக்கும் பரம்பரைப்பகை. அதனால தந்திரமா உள்ளேவரவிட்டு, ஒருத்தரைக்கூட விடாமக் கொன்னுருப்பாங்களோ" என்றான் வேலன். "எத்தனையோ மகாராஜாக்களோட மோதி இருக்கோம். எங்கேயுமே இத்தனை அதிகாரிங்க பலியானதில்ல" என்றார் மெக்காலே. தனது பதவிக்கு ஆபத்து வரப்போகிறது என்பதை உணரத்தொடங்கியிருந்தார் அவர். "ஏன் இப்படி வெறிபிடிச்ச மாதிரிச் சண்டை போடுறாங்க" என்று வேலனிடம் கேட்டார்.

"வெறி எதுவும் இல்ல பிரபு. துத்துக்குடியை ஊமைத்துரை பிடிச்சதைக் கேள்விப்பட்டிருப்பீங்க. அங்கே சரணடைஞ்ச கம்பெனிப்படை வீரர்கள் எல்லோரையும் வெளியபோக அனுமதிச்சாரு ஊமைத்துரை. ஆனால் இங்கே அவரு கோட்டையே தாக்கப்படுது, எப்படி அனுமதிப் பாரு? தமிழ்நாட்டுப் பாளையக்காரங்களோட பிறவிக் குணம் இதுதான். உயிரக்குடுத்தாலும் குடுப்பாங்களே தவிர மண்ணை விட்டுக் கொடுக்கமாட்டாங்க. அவங்க எந்தக் காலத்திலயும் யாருக்கும் அடிமையாகவும் இருந்தது கிடையாது. பெரிய ஆபத்து வர்றப்போ காட்டுக்குள்ள போயிடுவாங்க. ஆபத்து விலகின உடனே திரும்ப வந்துடுவாங்க. பாதுஷா காலத்திலயும் அப்படித்தான், நாயக்கர் காலத்திலயும் அப்படித்தான்" என்றான் வேலன்.

"அதையும் பார்த்து விடுவோம்" என்ற மெக்காலே, "மிஸ்டர் வேலன், இவ்வளவு சேதத்தை நாங்க எதிர்பார்க்கல. அதனால டாக்டா யாரையும் கூட்டிக்கிட்டுவரல. போதுமான மருந்துகளும் இல்ல. ஐநூறு பேருக்கு மேல காயம்பட்டவங்க இருக்காங்க" என்றார். "உடனே பாளையங்கோட்டைக்குத் திரும்பிடலாம்" என்றான் வேலன். "நோ நோ, அப்படிப் பண்ணினா ஊமைத்துரை

தன் ஆளுங்களோட வெளியேறிக் காட்டுக்குள்ள மறைஞ்சிடலாம். அல்லது, மத்த பாளை யக்காரங்க இவங்களுக்கு ஆதரவா இங்க வந்து சேரலாம். அதனால மேலும் எங்க படைகள் வர்றவரைக்கும், இங்கேயிருந்து போகப்போறதில்ல. நாட்டுவைத்தியருங்க யாராவது கிடைப்பாங்களா?" என்றார் மெக்காலே. "நிச்சயமாகக் கிடைப்பாங்க, நான் ஊருக்குள்ள போய்த் தேடறேன்" என்றான் வேலன். "ஒரு வேளை, கம்பெனிச் சிப்பாய்களுக்கு வைத்தியம் பார்க்கமாட்டேன்னு சொன்னா, பணம் தாரளமாக தர்றோம்னு சொல்லுங்க", என்றார் மெக்காலே.

"வைத்தியர்களுக்கு நாடு, மதம், இனமெல்லாம் கிடையாது. இதுல எங்க நாட்டு வைத்தியருங்களும், உங்கநாட்டு டாக்டருங்களும் ஒரே மாதிரிதான்" என்று சொல்லிட்டு வேலன் வெளியேறினான். பின்பு முத்தம்மாவுடன் கிராமங்களில் அலைந்து ஒரு நாட்டுவைத்தியரைப் பிடித்து வந்தான். வைத்தியருக்குப் பச்சிலைகள் பறித்துவரும் சாக்கில், முத்தம்மாவும் வேலனும் பக்கத்து ஊர்களுக்குள் தினமும் சுற்றமுடிந்தது. கோட்டைக்குள் இருந்தவர்களுடன் மீண்டும் ரகசியமாகத் தொடர்பு கொள்ள முயற்சித்தனர்.

ஏப்ரல் மூன்றாம்தேதி, தனது படைகளுடன் கோட்டையிலிருந்து இன்னும் சற்றுத்தள்ளி வேறிடத்தில் முகாமிட்டார் மெக்காலே. மூன்று புறமும் நீர்த்தேக்கங்களும், முன்புறம் பெரிய மணல்மேடும் இருந்த மிகப்பாதுகாப்பான இடம். இருபுறமிருந்தும் சமாதானத் தூதுவர்கள் சென்றனர். தங்களைக் கைது செய்யாமல் இருந்தால், கிஸ்தியைக் கட்டிவிடுவதாக பாளையக்காரர்கள் தெரிவித்தனர். ஆயுதங்களைப் போட்டுவிட்டுச் சரணடைந்தால் அதுபற்றிப் பேசுவதாக மெக்காலே கூறினார். இருதரப்புமே எதிரியை நம்பவில்லை. எனவே பேச்சு வார்த்தை தோல்வியில் முடிந்தது.

சுமார் இருபது நாட்கள் இருவருக்குமிடையே முழு அளவிலான போர் எதுவும் நடைபெறவில்லை. அதற்காக ஆங்கிலேயர் சும்மா இருந்துவிடவில்லை. அவ்வப்போது கோட்டைமீது பீரங்கித் தாக்குதல் நடத்தினர். கோட்டைக்கு உள்ளே குண்டுகள் விழும்படி சுட்டுப் பார்த்தனர். ஊமைத்துரையும் சும்மா இருக்கவில்லை. திடீர் திடீரென்று ஆங்கில முகாம் மீது தாக்குதல் நடத்தினார். இருபுறமும் சிறிது சிறிதாக நூற்றுக்கும் மேற்பட்டவர்கள் காயமடைந்தனர். ஆங்கிலமுகாமில் அறுபது உயிர்கள் பலியாகியிருந்தன.

ஏப்ரல் இருபத்து இரண்டாம் நாள், வானத்தில் மின்னல் மின்னியது, தொடர்ந்து இடி இடித்து, மழை பெய்தது. அது ஓயும் பொழுது ஆங்கிலப்படைகளின் முகாம் அருகே பாளையக்காரர்களின் படை நின்றது. மழையில் வெடிமருந்துகள் பிசுபிசுத்துப் போகும் என்பதால், அந்த நேரத்தைப் பாளையக்காரர்கள் தேர்ந்தெடுத்திருந்தனர். மழையில் பீரங்கித் தாக்குதல் இயலவில்லை, துப்பாக்கியினாலும் ஒருமுறை தான் சுடமுடிந்தது. அடுத்த தோட்டாவை நிரப்புவதற்குள் பாளையக்காரர்கள் பாய்ந்து துப்பாக்கிகளைப் பறித்துக்கொண்டு ஓடினர். துப் பாக்கிகளைப் பறித்துச்செல்வதிலேயே அவர்கள் குறியாயிருந்ததால், ஆங்கிலேயருக்கு உயிர்ச் சேதம் பெரியஅளவில் இல்லை. துப்பாக்கிகளைத் தரமறுத்து, வீரமாகப்போரடிய ஆறு கம்பெனிச் சிப்பாய்கள் மட் டுமே உயிரிழந்தனர். அதன்பின் மழைவரும்பொழுதெல்லாம், பயங்கரக் குலவைச் சத்ததுடன் தவறாமல் பாளையக்காரர்களின் தாக்கு தல் நடந்த்து. பெரும்பாலும் முன்வரிசையில் இருக்கும் கம்பெனிச் சிப்பாய்கள் தம் துப்பாக்கிகளைக் கீழே எறிந்து விட்டு ஓடி உயிர் பிழைத்தனர். மழைபெய்வது போல் வானம் இருண்டாலே கம்பெனி ஆட்களுக்குப் பாளையக்காரர்களின் குலவை ஒலியும், எங்கிருந்தோ நெஞ்சில் பாயும் ஈட்டிகளும், கனவிலும் கற்பனையிலும் வந்து பயமுறுத்தின. அவர்களால் நிம்மதியாக ஓய்வெடுக்க முடியவில்லை. ஊமைத்துரையின் நோக்கமும் அதுதான். ஒரு நாள் மீண்டும் பெரிய மழைவந்தது, வழக்கம்போல குலவை ஒலியும் கேட்டது. கம்பெனிச் சிப்பாய்கள் தாக்குதலை எதிர்கொள்ளத் தயாராயினர். துப்பாக்கிகளில் குண்டுகளை நிரப்பிச் சுடத் தயாராயினர். இவர்களை நோக்கி ஓடிவந்த கூட்டத்தில் சிலர் தூரத்தில் வரும்போதே ஆங்கிலத்தில் கூச்சலிட்டனர். சுடுவது ஒரு நிமிடம் நிறுத்தப்பட்டது. அதனால் முகாமில் பெரும் உயிர்சேதம் தடுக்கப்பட்டது. ஓடிவந்து கொண்டிருந்தவர்கள் பாளையக்காரர்கள் அல்ல. சற்றுத் தூரத்தில் பீரங்கிமேடை அமைத் துக் கொண்டிருந்த, கம்பெனியின் தொழில் நுட்பப் பிரிவினர். பாளையக்காரர்கள் குலவைச் சத்ததுடன், பீரங்கி மேடையிலிருந்த கட்டுமானப் பொருட்களை வாரிச் சென்று கொண்டிருந்தனர்.

உலகையே நடுநடுங்க வைத்துக் கொண்டிருந்த ஆங்கிலேயக் கிழக்கிந்தியக் கம்பெனியின் படைகளை, பாஞ்சாலங்குறிச்சிப் பாளையக்காரர்கள், கிட்டத்தட்ட இரண்டு மாதங்களாகக் கண்ணில் விரலைவிட்டு ஆட்டிக்கொண்டிருந்தனர். இடையிடையே அவர்கள்

வெளியேறி, சுற்றுவட்டாரத்திலிருந்த சிறுசிறு கோட்டைகளையும் பிடித்தனர். மனதிற்குள் புழுங்கிக் கொண்டிருந்த மேஜர் மெக்காலேயின் வேண்டுகோளுக்கு, ஒருவழியாக மதராஸ் கவர்னரும், இயக்குனர்களும் இணங்கினர். இந்தியாவெங்கிலுமிருந்த கம்பெனிப்படைகள் திரட்டப்பட்டு, பாஞ்சாலங்குறிச்சி நோக்கிப் புறப்பட்டன. ராமநாதபுரம் மற்றும் திருநெல்வேலியின் கலெக்டர் லூஸிங்டன், தனது முயற்சியால் இலங்கையிலிருந்த படைப்பிரிவு ஒன்றை வரவழைத்து மெக்காலேயிடம் அனுப்பினார். ஆங்கிலேயருக்கு அப்போது இந்தியாவில், வேறெங்கும் போர் நடவடிக்கை இல்லாமலிருந்தது மிக வசதியாக இருந்தது. தினமும் பெரியதும், சிறியதுமாகப் பீரங்கிகள் வந்து குவியத் தொடங்கின. கம்பெனியின் தொழிலாளர்கள் கோட்டையின் மேற்குப்புறம், கோட்டையிலிருந்து இரண்டாயிரம் அடி தூரத்தில், பதினாறு அடி உயரம், இருபது அடி நீளம், பதினைந்து அடி அகலத்தில் கட்டிய பீரங்கிமேடை தயாராகியது. அதில் இரண்டு புத்தம்புதிய பன்னிரெண்டு பவுண்டு பீரங்கிகள் நிறுத்தப்பட்டன. கிட்டத்தட்டப் பத்தாயிரம்போர் ஆகிவிட்ட கம்பெனிப் படைகளைத் தன்னால் இயக்க முடியுமா? என்று மேஜர் மெக்காலேவே தயக்கமடைந்தார்.

மே இருபத்தி ஒன்றாம் தேதியன்று, மேலும் சிப்பாய்கள், குதிரைப் படைகள், பல உயரதிகாரிகள் புடைசூழ முகாமிற்கு வந்தார், கர்னல் அக்னியூ. இலங்கையிலும், பின்பு மைசூர்போரிலும் பல சாதனைகள் புரிந்த, நீண்ட அனுபவம்வாய்ந்த ராணுவ அதிகாரி. அவரது வரவால் மகிழ்ச்சியடைந்து, பொறுப்புகளை நிம்மதியாக அவரிடம் ஒப்படைத்தார் மேஜர்மெக்காலே. அக்னியூவின் முகாமிலிருந்து மேஜர் மெக்காலே வெளியேறும் பொழுது முகாமிற்குள் பலத்த சிரிப்பொலி கேட்டது. தன்னையும் தன் படைகளையும்தான் கையாலாகதவர்கள் என்று கேலி பண்ணிச் சிரித்துக் கொண்டிருக்கிறார்கள் என்பது மெக் காலேவிற்குப் புரிந்தது. அதனால் அவருக்குக் கோபமோ வருத்தமோ துளியும் எழவில்லை. பாஞ்சாலங்குறிச்சிக்குள் முதல்நாள் நுழையும் போது, தானும் அவ்வாறு ஆணவமாகச் சிரித்தது நினைவு வந்தது,

நீண்ட முயற்சிக்குப்பின் வேலனும் முத்தம்மாவும் ஒரு சிறிய ஓட்டு வீட்டில் கருப்பசேர்வையைச் சந்திக்க வாய்ப்புக்கிடைத்தது. பச்சிலை திரட்டச்செல்லும் சாக்கில் தினமும் ஒருமுறை முகாமைவிட்டுக் கிராமத்துக்குள் செல்வதை வேலனும், முத்தம்மாவும் வழக்கமாகக் கொண்டிருந்ததால், அவர்களால்

கோட்டையில் இருப்பவர்களிடம் தொடர்பு கொள்ள முடிந்தது. ஆங்கில முகாமைப்பற்றிய தகவல்களை அவ்வப்போது அனுப்ப முடிந்தது. ஆனால் சென்றமுறை, கருப்ப சேர்வையைக் கட்டாயம் நேரில் பார்க்க வேண்டுமென்று வேலன் சொல்லியிருந்தான். அதற்குக் காரணம் இருந்தது. கர்னல் அக்னியூ முகாமிற்கு வந்ததிலிருந்து, ஒரு நொடியையும் வீணாக்கவில்லை. தானே குதிரையில் ஏறிக் கோட்டையைச் சுற்றி வந்தார். தாக்குதலை மாற்றி அமைக்கப்போவதாகக் கூறியிருந்தார்.

ஊரே அரவமற்று இருந்தது. வேலனும் முத்தம்மாவும் குதிரையிலி ருந்து இறங்கி அந்த வீட்டினுள்ளே சென்றனர். ஒவ்வொருமுறையும் வேறுவேறு ஊர் அல்லது கிரமங்களில் பாளையக்காரர்களைச் சந்திப்பதை வழக்கமாகக்கொண்டிருந்தனர். ஒருவேளை ஆங்கிலேயருக்குச் சந்தேகம் வந்து பின்தொடரலாம் என்பதால் அந்த ஏற்பாடு. அவர்கள் வீட்டிற்குள் சென்றபோது கருப்பசேவை உள்ளே காத்திருந்தார். வேலனையும், முத்தம்மாவையும் உற்சாகமாக வரவேற்றார். அது ஓரளவு வசதியான வீடாக இருந்தது. பளபளப்பான மரத்தாலான மேஜை நாற்காலி, கட்டில் பீரோக்கள் இருந்தன. “இது என் சொந்தக் காரரர் வீடு தான். அவரு கோட்டைக்குள்ள இருக்காரு” என்றார் கருப்பசேர்வை. “கோட்டையை விட்டு வெளியே வர்றது சிரமமா இருக்குமே? பகலெல்லாம் கம்பெனியோட குதிரைப்படை கோட்டையைச் சுத்திக்கிட்டே இருக்கே” என்றாள் முத்தம்மா. “ஆமா, அதனால தான் நாங்க நேத்து ராத்திரியே வெளியே வந்துட்டோம்” என்றார் கருப்பசேர்வை. “நாங்களா? அப்போ உங்ககூட வேற யாரும் வந்திருக்காங்களா?” என்று கேட்டான் வேலன். “ஆமா, உங்க ரெண்டு பேரையும் நேரில சந்திச்சுப் பேசணும்னு காத்துக்கிட்டு இருக்காங்க”.

கருப்பசேவை சொல்லி முடிக்கும்போது வீட்டின் உள்ளே இருந்து வரவேற்பறைக்குள் சிவத்தையாவும், ஊமைத்துரையும் நுழைந்தனர்.

102

சிவத்தையாவும், ஊமைத்துரையும் புன்சிரிப்போடு வேலனையும் முத்தம்மாவையும் வரவேற்றுவிட்டு அமர்ந்தனர். “நீங்க செஞ்ச உதவியை வார்த்தைகளால பாராட்டமுடியாது” என்றார் சிவத்தையா. “பாராட்டு முக்கியம் இல்ல. உங்க திட்டம் என்னன்னு எனக்குத் தெரியணும்“ என்றான் வேலன். “எங்க திட்டத்தில ரகசியம் ஒண்ணும் இல்ல. இன்னும் கொஞ்ச நாள்ல

மழைக்காலம் வரப்போகுது. திறந்த வெளியில நிக்கமுடியாம கம்பெனிப்படை முற்றுகையை விலக்கிட்டுத் திரும்பிப் போயிடும். அவங்க தோல்வி இந்தியா முழுக்க எழுச்சியை ஏற்படுத்தும். மகாராஷ்ட்ரத்தில கூட மக்கள் கம்பெனிக்கு எதிராக திரள்றாங்க. மைசூர்லயும், கொங்கு நாட்டிலயும் கூட எங்களுக்கு ஆதரவு இருக்கு. தமிழ்நாட்டுப் பாளையக்காரங்க எல்லாரும் எங்க பின்னல வரப்போறாங்க. ஆற்காட்டுநவாபே கம்பெனியை எதிர்க்க ஆரம்பிச்சுட்டாரு" என்றார் சிவத்தையா. சற்று நேரம் வேலன் அமைதியாக இருந்தான். "வேலா, என்ன வாயடைச்சுப் போயிட்டியா?" என்றாள் முத்தம்மா.

"ஆமா, இந்தத் தப்புக்கணக்கையெல்லாம் பார்த்து வாயடைச்சுத்தான் போயிட்டேன். ஆற்காட்டு நவாப்பும், ஹைதராபாத் நிஜாமும் நம்ம கூட வந்தா என்ன? வராட்டி என்ன? மக்கள் மத்தியில அவங்க செல்வாக்கு எப்பவோ போயிடுச்சு. ரெண்டுபேரும் படையில்லாத மன்னர்கள். கம்பெனியோட உதவி உடன்படிக்கை பண்ணிக்கிட்டு, அவங்க ஆதரவுல இருக்காங்க" என்றான். "அவங்காள விடுங்க, தெற்கு மகாராஷ்ட்ரத்தில இருந்து தமிழ்நாடு வரைக்கும் தொடர்ச்சியாக நமக்கு ஆதரவுசக்திகள் இருக்காங்க" என்றார் கருப்பசேர்வை

"எல்லாம் நம்ம கற்பனை. தோந்தாஜிவாக்கை தெற்கு மகாராஷ்ட்ரத்தில, கம்பெனி தூக்கிலபோட்டுருச்சு. அது ஒரு மக்கள் எழுச்சியியே இல்லை. திப்பு சுல்தான் படைகள்ல இருந்த ராணுவ வீரர்களோட கலகம்" என்றான் வேலன். ஊமைத்துரை சைகை காட்டினார். அதைப் புரிந்துக் கொண்ட சிவத்தையா "ரெண்டுக்கும் என்ன வித்தியாசம்?" என்றார். "ராணுவ வீரர்கள் நடத்துற போராட்டம் தளபதி செத்தவொடனேயே முடிஞ்சு போகும். மக்கள் நடத்துற போராட்டம் தலைமுறை தலைமுறையாத் தொடரும்" என்றான் வேலன். "நம்பிக்கை இழக்காதீங்க ஐயா. கோயம்புத்தூர் மேலயே சீக்கிரம் தாக்குதல் நடத்தப்போறோம், சின்னமலை தலைமையில" என்றார் கருப்பசோ்வை. "நீங்க நினைக்கிறநிலைமையில சின்னமலை இல்லை. அவருக்கு மேற்கே மைசூர், கிழக்கே காஞ்சிபுரம். இப்போ ரெண்டுமே கம்பெனி கையில. ஓடி ஒளியக்கூட எடம் இல்லை. கம்பெனி அவரைத் தேடி, சீக்கிரம் படையை அனுப்பப் போறாங்க" என்றான் வேலன். தொடர்ந்து, "பாளையக்காரர்கள்ளையும் உங்களுக்கு நண்பர்களை விட, எதிரிகள்தான் அதிகம் இருக்காங்க. அதனால, மக்களைத் திரட்டிப் போராடுறதுதான் ஒரேவழி"

என்றான். ஊமைத்துரை மீண்டும் சைகைசெய்தார் “ஆறுமாசம் தாக்குப்பிடிச்சா, மக்கள் ஆதரவு தானா வந்துடும்கிறார் தம்பி” என்றார் சிவத்தையா

“ஆறு மாதம்இல்லை, ஆறுவருசம் மக்களுக்காகவே போராடினாலும், மக்கள் ஆதரவு தானா வராது. நாமா இறங்கிப்போய் மொதல்லே மக்கள் நடுவே பிரச்சாரம் பண்ணாம, மக்கள் நம்மை நம்பமாட்டாங்க. தன்னெழுச்சியா மக்கள் போராட்டம் வெடிக்கும்னு நம்பி பலியான வங்க சரித்திரத்தில ஏராளம்” என்றான் வேலன். “நமக்குப் பிரெஞ்சுக்காரங்களாவது உதவிக்கு வரமாட்டாங்களா?” என்றார் சேவை.

“பிரெஞ்சுப் புரட்சியை அடக்குறதுக்காக, பிரெஞ்சு முதலாளிங்க, இங்கிலாந்து முதலாளிகள் கூட ஒண்ணு சேர்ந்துட்டாங்க. இனி அவங்ககிட்ட இருந்து இங்கிலீசை எதுத்து நமக்கு எந்த உதவியும் கிடைக்காது” என்றான் வேலன். “பிரெஞ்சு நாட்டில என்னதான் நடக்குது?” என்றாள் முத்தம்மா. “பிரபுக்கள் அதிகாரத்தைப் பறிக்க துக்காக, வியாபாரிங்க, தொழிலாளர்களைத் தூண்டிவிட்டுப் புரட்சி பண்ணினாங்க. அதிகாரம் வியாபாரிங்க கைக்கு வந்திடுச்சு. இப்போ தொழிலாளர்களை வியாபாரிங்க நசுக்கிறாங்க”, என்றான் வேலன்.

“நீ என்னதான் செய்யணும்கிறே” என்றாள் முத்தம்மா கோபமாக. “எல்லோரும் கோட்டைய விட்டு வெளியேறித் தலைமறைவாகணும். சாதாரண வீரர்கள் மக்களோட மக்களாக் கலந்துடணும். தலைவர்கள் மட்டும் வடக்கே போயிடனும்” என்றான் “எங்கே வட இந்தியாவுக்கா” என்றாள் முத்தம்மா “இல்லை வடக்குப் பாளையங்களுக்கு. நம்ம கூட மதராசிலயே வந்து ஒளிஞ்சுக்கலாம். அதுக்கு ஏற்பாடு பண்றது ஒண்ணும் பெரிய விஷயம் இல்லையே” என்றான் வேலன்

“ஒளிஞ்சுக்கிறதுனால என்ன லாபம்” என்றார் சிவத்தையா. “எதிரி பலவீனமா இருக்கிற நேரத்தில, அவனோட மிகப் பலவீனமான இடத்தில தாக்குறதுதானே போர்கலையோட அரிச்சுவடி. நிச்சயமாக் கொஞ்சநாள்ல மராட்டியத்துக்கும், கம்பெனிக்கும் போர்வரப் போகுது. நாம அந்தநேரத்தில தான் தமிழ்நாட்டில போரைத் தொடங்கணும். கம்பெனியால ஒரே சமயத்துல, ரெண்டு பலமான எதிரிகளைச் சமாளிக்க முடியாது”, என்று நிறுத்தினான் வேலன் “அதுவரைக்கும்?” என்றார்

சிவத்தையா. "அதுவரைக்கும் மக்கள்கிட்ட ரகசியமாப் பிரச்சாரம் பண்ணிக்கிட்டு இருக்கணும். கம்பெனி மக்களை அதிகமாக் கொள்ளையடிக்க ஆரம்பிச்சுட்டாங்க. அது பொறுக்கமுடியாம, மக்கள் நம்ம பக்கம் வர ஆரம்பிப்பாங்க" என்றான் வேலன். "நீ சொன்னதை, நாங்க யோசிக்கிறோம்" என்று சைகை காட்டினார் ஊமைத்துரை. அத்தோடு ஊமைத்துரை, சிவத்தையா, கருப்பசேர்வை மூவரும் வெளியேறினர்

"உன் மனசுக்குள்ள இவ்வளவு திட்டம்போட்டு வச்சிருந்தியா" என் றாள் முத்தம்மா வியப்போடு. "ஆமா. ஆனால், நாம திட்டம் தான் போட முடியும். அதைச் செயல்படுத்த சிவத்தையா, ஊமைத்துரை, சின்னமலை மாதிரித் தலைவர்கள் வேணும்" என்றான் வேலன் "இப்போத்தான் தெளிவாச் சொல்லிட்டியே" என்றாள் முத்தம்மா "சொல்லிட்டேன், ஆனால் அதை அவங்க ஒத்துக்கிட்டமாதிரித் தோணல. அவங்களும் சரி, அவங்க மக்களும் சரி, கட்டபொம்மு ராஜாவைத் தூக்கில போட்டதுக்குப் பழி வாங்கத் துடிக்கறாங்க. அவங்களுக்கு நாட்டு விடுதலை எல்லாம் அதுக்கப்புறம் தான்", என்றான் வேலன். இருவரும் ஆங்கிலேய முகாம் சென்று சேர்ந்தனர்.

மே மாதம் இருபத்து மூன்றாம் தேதி, பீரங்கித் தாக்குதலில் சிறிய மாற்றம் செய்தார் கர்னல் அக்னியூ. புதிதாக மேலும் இரண்டு பன்னிரண்டு பவுண்டு பீரங்கிகளைக் கோட்டையின் தென்மேற்குக் கொத்தளத்தைக் குறிவைத்துத் தாக்கச் சொன்னார். தாக்குதல் ஓய்வின்றி நடந்தது. குதிரைப்படைத்தளபதியை அழைத்தார். குதிரைப் படையில் புதிதாக இரண்டு சிறியரகப் பீரங்கிகளும் சேர்க்கப்பட்டிருந்தன. வண்டியிலேற்றிக் குதிரைகள் மூலம் அவற்றை எங்கு வேண்டுமானாலும் இழுத்துச் செல்ல முடியும். அக்னியூவிடம் பேசிவிட்டுக் குதிரைப் படைத் தளபதி சென்றுவிட்டான்.

"வேலா, என்ன நடக்குது?" என்று மெல்லிய குரலில் கேட்டாள் முத்தம்மா. "அக்னியூ, திடீர்னு திட்டத்தை மாத்திட்டாரு. கோட்டையோட தென்மேற்குக் கொத்தளத்தை இடிச்சிட்டு, அதுவழியாப் படைகளை உள்ளே அனுப்பப் போறாரு" என்றான் வேலன். "ஏன் அப்படி?" என்றாள் முத்தம்மா "பாளையக்காரா படைகளெல்லாம் கோட்டையோட வடமேற்கு, தென்கிழக்குப் பகுதிகள்ல தான் குவிஞ்சிருக்கு. இருக்கிறதில பலவீனமான பகுதி தென்மேற்கு மூலைதான்" என்றான் வேலன்.

“எதிரியோட மிகப்பலவீனமான இடத்தில தாக்கணும்னு நீ சொன்னதைக் கம்பெனிக்காரங்க தான் சரியாச் செய்றாங்க”, என்றவள், “குதிரைப்படை என்ன பண்ணப் போகுது?” என்றாள். “தென்கிழக்கு மூலை வழியாக யாரும் தப்பிச்சுப் போயிடக்கூடாதுன்னு குதிரைப் படையை அங்கே நிறுத்தி வைக்கப்போறாங்க, அதுவும் காலோப்பர் பீரங்கிகளோட” என்றான் வேலன். “ காலோப்பர் பீரங்கிகளால புதுசா என்ன ஆபத்து வரப்போகுது” என்று கேட்டாள் முத்தம்மா. “கோட்டைக்குள்ள இருந்து மக்கள் தப்பிச்சு வெளியே ஓடுறப்போ, எந்த ஒழுங்கும் இல்லாம கும்பலா ஓடுவாங்க. அந்த நேரத்தில காலோப்பர் பீரங்கி குண்டுகளைச் சுட ஆரம்பிச்சா, மக்கள் கொத்துக் கொத்தா அடிபட்டு விழுவாங்க” என்றான் வேலன்.

முத்தம்மா முகத்தில் கலவரம் படர்ந்தது. “வேலா உடனே இந்தத் தகவல்களைக் கோட்டைக்குள்ள கடத்தியாகனும்” என்றாள். “நாம ரெண்டு பேரும் உடனே கிளம்பி எப்படியாவது கோட்டைக்குள் போயிடுவோம்” என்றான் வேலன். “கூடாது, நீ இங்கேயே இருந்து திட்டத்தில புதுசா எதுவும் மாறுதல்கள் பண்றாங்களான்னு பார்க்கணும். நான் மட்டும் உள்ளே போறேன்” என்றாள். “யாராச்சும் கிராம ஆளுங்களப் பிடிச்சு ராத்திரி உள்ள போயிடு” என்றான் வேலன். “அதுக்கெல்லாம் நேரம் இல்லை, வேலா. இப்பவே உள்ளே போகணும், அதை நான் பார்த்துக்கிறேன்”, என்று சொல்லிவிட்டுப் புறப்படத் தயாரானாள்

“கவனமாப் போ. நீ கம்பெனி ஆளுன்னு நெனச்சு மதில் மேல இருக்கிற பாளையக்காரங்க தவறுதலா உன்னைச் சுடலாம். இல்ல, பாளையக்காரன்னு நெனைச்சு கம்பெனிச்சிப்பாய்கள் சுடலாம்” என்றான். வேலனின் குரலில் இருந்த பதைபதைப்பு முத்தம்மாவிற்கு ஒருபுறம் பிடித்திருந்தது, மறுபுறம் வேடிக்கையாயிருந்தது. லேசான புன்னகையுடன் பச்சிலை சேகரிக்கும் கூடையை எடுத்துக் கொண்டு, கோட்டையின் கிழக்குச் சுவரைச் சுற்றிக்கொண்டு போனவள், ஒரு மரத்தின் மறைவில் சென்று காத்திருந்தாள். அவள் எதிர்பார்த்தது போலவே சற்று நேரத்தில் கம்பெனிச் சிப்பாய்கள் சிலர் குதிரைகளில் அப்பகுதியைச் சுற்றி வந்தனர். சற்று இடைவெளி விட்டு அவர்களின் பின் தானும் குதிரையில் சென்றாள். குண்டுகளுக்கு எட்டாத தூரத்தில் சென்றதால், கோட்டைச் சுவரில் இருந்தவர்கள் குதிரை வீரர்களை எதுவும் செய்யவில்லை. குதிரைவீரர்கள் தென்மேற்கு மூலை யில் சென்று

மேற்குப்பக்கம் திரும்பியதும், முத்தம்மா ஓசையின்றித் தன் குதிரையைத் திருப்பிக் கொண்டு கோட்டையின் தெற்கு வாசல் நோக்கிச் சென்றாள். அருகே செல்லும் பொழுது ஒற்றைக் குதிரை வருவதை மதில்மேலிருந்தவர்கள் பார்த்துக் கொண்டிருந்தனர். மிக அருகில் சென்றதும் தன் தலைப்பாகையைக் கழற்றிக் அதனை விசிறினாள். அவளது நீண்ட முடி அவிழ்ந்து தோள்களில் விழுந்து அவள் பெண் என்பதைக் காட்டியது. தெற்குப் புறம் காவலில் இருந்தவர்கள், அவள் யாரென்று சரியாகத் தெரியாவிட்டாலும் சிறிய கதவு ஒன்றைத் திறந்து அவளை உள்ளே அனுமதித்தனர். “கருப்பசோ்வையை உடனே பார்க்கணும்” என்று அவள் கூறியதும், வந்திருப்பது தங்களது ஆள் என்று புரிந்துகொண்ட வீரர்கள், அவளை உடனே கருப்பசேர்வையிடம் அழைத்துச் சென்றனர்.

மாலையாகி இருள் லேசாகக் கவியத் தொடங்கியிருந்தது. ஆயினும் பீரங்கிகளின் முழக்கம் ஓயவில்லை.வடமேற்குக் கொத்தளத்தைப் போல் அத்தனை வலிமையாகக் கட்டப்படாத தென்மேற்குக் கொத்த ளத்தில், விரைவில் விரிசல்கள் விழத் தொடங்கின. சுமார் முப்பதடி நீளத்திற்குப் பல இடங்களில் சுவர் இடிந்து ஓட்டைகள் ஏற்பட்டன. வழக்கம் போல் பாளையக்காரர்கள் ஓடி வந்து பனைமரத்துண்டுகள், சேறு மற்றும் செங்கற்களால் அவற்றை அடைக்க முயன்றனர். சீறி வரும் குண்டுகளைப் பற்றிக் கவலைப்படாமல் பழுதுபார்க்க முயன்றனர். பலா் அடிபட்டு விழுந்தாலும், மற்றவர்கள் ஓடிவந்து வேலையைத் தொடர்ந்தனர். ஆயினும், மாலைக்குள் ஓட்டைகள் பழுது பார்க்க முடியாத அளவு மிகப்பெரிதாகின

உடனே, கோட்டைக்குள் பாய்ந்து செல்ல, கையெறி குண்டுகள் தாங்கிய படைப்பிரிவினரோடு, அனுபவம்வாய்ந்த மேலும் ஒன்பது பிரிவுகளைத் தேர்ந்தெடுத்து, தயாராகச் சொன்னார் கர்னல் அக்னியூ. பத்துப் படைப்பிரிவினரும் உள்ளேநுழையத் தயாராயினர். மேஜர்மெக்காலே, கர்னல் அக்னியூவிடம் ஓடிவந்தார். “வேண்டாம், இருட்டில கோட் டைக்குள்ள நுழையவேண்டாம்”, என்று கத்திக் கொண்டே வந்தார்.

“ஏன் பயப்படறே, முன்னே மாதிரி இரண்டு பட்டாளத்த அனுப்பல, பத்துப் பட்டாளத்த அனுப்பப்போறேன்”, என்றார் கர்னல் அக்னியூ. “நீங்க நூறு பட்டாளத்த அனுப்பினாலும், சுவரைத்தாண்டி உயிரோட உள்ளே நுழைய முடியாது” என்றார் மேஜர் மெக்காலே. தன்னுடன் அழைத்துவந்திருந்த ஆங்கில

அதிகாரியைக் கூப்பிட்டார். "போனமுறை உள்ளபோக முயற்சிபண்ணின இந்த லெப்டினன்ட் ஆபிசரையே கேளுங்க, காரணம் சொல்லுவாரு", என்றார் மேஜர் மெக்காலே. "எஸ், லெப்டினன்ட், ஏன் கோட்டைக்குள் போறதத் தடுக்கறீங்க. ஏதாச்சும் உருப்படியான காரணம் இருக்கா"என்றார் கர்னல் அக்னியூ.

"எஸ் சார். போன முறை உள்ளபோக முயற்சி பண்ணின இருநூறு பேரில, இப்போ இருபதுபேருதான் உயிரோட இருக்கோம்" என்றான் லெப்டினன்ட். "போன முறை என்ன நடந்துச்சு? ஏன் அவ்வளவு உயிர்ச் சேதம்" என்று கேட்டார் கர்னல் அக்னியூ. "போனதடவை, வடமேற்குக்கொத்தளத்தை உடைச்சுக்கிட்டு உள்ளே போனோம். மூணு பக்கத்தில இருந்தும், ஒரு நிமிஷம் கூட ஓய்வில்லாம சுட்டுக்கிட்டேயிருந்தாங்க. நம்ம சிப்பாய்ங்க திருப்பிச் சுட்டாலும், மரணத்தைப்பத்திக் கவலையேபடாம அடுத்தடுத்து வேற ஆளுங்க வந்து சுட்டுக்கிட்டே இருந்தாங்க. அதைப்பத்தியும் கூடக் கவலைப்படாம, உள்ளே ஓடினோம். ஆனால் திடீருன்னு, நெஞ்சில ஈட்டிங்க பாஞ்சுது. ஆமா, எதிரே ஆட்களேயில்ல. ஆனால் எங்க ஒவ்வொருத்தா உடம்பிலயும் கணக்கேயில்லாம ஈட்டிங்க பாஞ்சுது. ஈட்டி ரகசியத்தை இன்னும் கண்டுபிடிக்கல, "என்றான் லெப்டினன்ட்.

"பகல்லயே அந்தக் கதின்னா, இப்போ இருட்டப் போகுது. இருட்டில உள்ளே நுழைய முயற்சி பண்ணினா அது பாளையக்காரங்களுக்குத் தான் வசதி" என்றார் மேஜர் மெக்காலே. ஒரு நிமிடம் சிந்தனையில் ஆழ்ந்தார் கர்னல் அக்னியூ. "மாதக் கணக்காகக் காத்திருந்தாச்சு. இன்னும் ஒரு ராத்திரிதானே" என்று தனக்குத்தானே சொல்லிக் கொண்டார். தாக்குதலுக்குத் தயாராக இருந்த படைகளை, ஓய்வெடுத்துக் கொண்டு மறுநாள் காலை தயாராகுமாறு சொல்லியனுப்பிவிட்டார்.

"இவங்க ராத்திரியோட ராத்திரியா, ஓட்டையே தெரியாம, உடைச்சதெல்லாம் திரும்பக் கட்டிருவாங்க. ராத்திரி முழுக்கப் பீரங்கிகளுக்கு ஓய்வுகொடுக்காதீங்க. ரெண்டு கொத்தளங்களையும் இடிச்சுக்கிட்டே இருங்க" என்று சொல்லிவிட்டுத் தன் கூடாரத்துக்குள் சென்று விட்டார் அக்னியூ. கம்பெனி வீரர்கள் கர்னல் கட்டளையிட்டவாறே, இரவெல்லாம் குண்டு மழை பொழிந்தனர். அதிகாலையில் எழுந்து பார்வையிட்ட கர்னல், திருப்தியடையாமல், பீரங்கிகள் சுடுவதை நிறுத்த வேண்டாமென்று கட்டளையிட்டார். அன்று மதியம் ஒரு மணிவரை பீரங்கிகள்

முழங்கிக்கொண்டேயிருந்தன.

மதியம் ஒருமணிக்குமேல் கோட்டையைப் பிடிப்பதற்காக, பத்துப் படைப்பிரிவினரும் சுவரில் ஏற்பட்டிருந்த உடைப்புகளின் வழியே உள்ளே ஓடினர். ஆனால் முன்பு போலவே சுவர் அருகிலேயே செத்துவிழுந்தனர். எஞ்சியிருந்த சுவர்களின் மறைவுகளிலும், இடி பாடுகளிலும் பாளையக்காரர்கள் ஒளிந்து கொண்டு, கம்பெனிவீரர்களை உள்ளே நுழையவிட்டுப் பின்புறமிருந்து தாக்கினர். அரைமணி நேரம் முயன்றும் கம்பெனிப் படைகளால் கோட்டையைப் பிடிக்க முடியவில்லை. ஆனால் கோட்டைக்குள் மிகப்பெரும் மக்கள்கூட்டம் இருப்பதைக் கண்டுபிடித்துவிட்டனர். உள்ளே நுழையும் முயற்சியை உடனே நிறுத்திவிட்டுக் கையெறி குண்டுகளை ஆயிரக்கணக்கில் கோட்டைக்குள் எறிந்தனர். பலர் கையெறிகுண்டுகளைத் துப்பாக்கி முனையில் பொறுத்திச் சுட்டு கோட்டையின் மூலைமுடுக்கெல்லாம் விழச்செய்தனர். ஹோவிட்சர்கள் கோட்டைக்கு அருகே இழுத்து வரப்பட்டு, கோட்டைக்குள்ளே விழுமாறு கணக்கற்ற வெடிகுண்டுகள் வீசப்பட்டன. சுமார் அரைமணி நேரம் உள்ளே விழுந்து வெடித்துச் சிதறிய குண்டுகளின் பெரும்சப்தமும், பீரங்களின் பெருமுழக்கங் களும் அந்தப்பகுதியெங்கும் செவிகளைச் செவிடாக்கும் அளவிற்கு ஒலித்தன. கோட்டையின் உள்ளேயோ, நெருப்பையும், புகையையும், இரும்புத் துண்டுகளையும் கக்கிக் கொண்டு குண்டுகள் வெடித்துச் சிதறின. பதுங்கு குழிகளுக்குள்ளும், பள்ளங்களுக்குள்ளும் பீரங்கிக் குண்டுகளும், கையெறி குண்டுகளும் உருண்டு சென்றும் வெடித்தன. சற்று நேரத்தில் பெரும் புகை மண்டலம் எழுந்தது. கோட்டையில் என்ன நடக்கிறது என்றே சிறிதுநேரம் யாருக்கும் தெரியவில்லை. புகை அடங்கியதும் கம்பெனி வீரர்கள் கோட்டைக்குள் நுழைந்தனர். ஆனால் அதற்குமேல் அவர்களின் துப்பாக்கிகளுக்கு அங்கே வேலை இருக்கவில்லை. கடைசிவரிசையில் வேலன் நுழைந்தான். உள்ளே உடல்சிதறியும், எரிந்தும், மூச்சுத்திணறியும் இறந்துகிடந்த நூற்றுக் கணக்கான பிணங்கள்தான் அவர்களை வரவேற்றன. கோட்டையின் உள்ளே நுழைந்த வேலனின் காலில், பயன்படுத்தப்படாமல் கிடந்த கையெறி குண்டு ஒன்று இடறியது. அவன் அதைக் கையில் எடுத்துப் பார்த்தான். ஆங்கில ராணுவத்தில் பணிபுரிந்திருந்தாலும், கையெறி குண்டுகளை வேலன் பயன்படுத்தியதில்லை. அவை ஆங்கிலச் சிப்பாய்களுக்கு மட்டுமே கொடுக்கப் பட்டன. பாமர

மக்களால் "கிச்சுக் குடுக்கை" என்று அழைக்கப்பட்ட அந்தக் கிரனேடுகளின் வெறியாட்டத்தை அன்றுதான் அவனும் முழுமையாகப் பார்த்தான்.

கரடுமுரடான அதன் உடலைத் தட்டிப் பார்த்துவிட்டு, அதன் கழுத்தருகேயிருந்த சிறிய, இரும்புக்கம்பியாலான வளையத்திற்குள் தன் விரலை நுழைத்தான்.

103

"முட்டாள், பின்னை இழுத்திடாத" என்ற அலறல் குரல் கேட்டுத் திரும்பினான் வேலன். இளம்அதிகாரி வெல்ஸ், வேலனின் பின்னால் நின்றுகொண்டிருந்தான். கம்பெனி ராணுவ பொறியியல் பிரிவைச் சேர்ந்த அந்த அதிகாரி பாஞ்சாலங்குறிச்சிக் கோட்டையை இரண்டு நாட்களுக்கு முன்பு படம் வரைந்து கொண்டிருந்தான். அப்போது அந்தப்பக்கம் வந்த வேலனிடம் அந்த ஊரைப்பற்றியும், மக்களைப் பற்றியும் பலகேள்விகள் கேட்டான். அதன்பின்பு ஓரளவு நட்போடு பழகத்தொடங்கிருந்தான். "அந்தப் பின்னை இழுத்திட்டா, ஆறு எண்ணறதுக்குள்ள குண்டு தானா வெடிச்சுடும்" என்றான் "தானா எப்படி வெடிக்கும்" என்று கேட்டான் வேலன் "உள்ளே நெறைய வெடி மருந்து இருக்கு. அதுக்குமேல ஒரு சின்னபாட்டில்ல ஆசிட் இருக்கு. பின்ன உருவினா, உள்ள இருக்கிற பாட்டில் உடையும். ஆசிட் வெடிமருந்துல பட்டு, மருந்து பத்திக்கும்" என்று விளக்கினான் வெல்ஷ். "இதை ஏன் கிரெனேடுன்னு சொல்றாங்க" என்று கேட்டான் வேலன். "பொமாகிரெனேடுன்னா என்னன்னு தெரியுமா" என்று கேட்டான் வெல்ஷ். "தெரியுமே, மாதுளம்பழம் " என்றான் வேலன்.

"இதுவும் மாதுளம்பழம் மாதிரி இருக்கறதால அந்தப்பேரு. பொமாகிரனேட் சுருங்கி கிரனேட் ஆயிடுச்சு" என்ற வெல்ஷ், குண்டைப் பத்திரமாகத் தன், முதுகிலிருந்த பையில் வாங்கிப் போட்டுக்கொண்டு, "வா வடமேற்குக் கொத்தளத்துக்குப் போவோம். ஈட்டிகள் மாயமாவந்த ரகசியத்தைக் கண்டுபிடிக்கணும்" என்றான். அவர்களுக்கும் முன்னே கர்னல் அக்னியூவும் மற்ற மேலதிகாரிகளும் அங்குதான் சென்று கொண்டிருந்தனர். அப்பொழுது ஒரு ஆங்கிலச் சிப்பாய் ஓடிவந்து கர்னல் அக்னியூவிடம் பரபரப்பாக ஏதோ கூறினான். அக்னியூ மற்ற ராணுவ அதிகாரிகளிடம் கோபமாகக் கத்துவது தெரிந்தது. வெல்ஷ் அக்னியூவின் அருகில் சென்று பார்த்துவிட்டு வந்தான்.

“கர்னல் பிரபு ஏன் கோபமா இருக்காரு?” என்று வேலன் கேட்டான். “ஏன் கோபப்பட மாட்டாரு. பாளையக்காரங்க தப்பிச்சுப் போகாமல் பார்த்துக்கச்சொல்லி, நேத்தே குதிரைப்படையை தென்கிழக்கே அனுப்பிச்சாரு. நேத்துத் தாக்குதலைத் தள்ளிப்போட்டதாலே குதிரைப்படை முகாமுக்கு திரும்பிடிச்சு. திரும்பக் காலையிலயிருந்து குதிரைப் படைக்கு யாரும், எந்தக் கட்டளையும் குடுக்கல. அவங்க திரும்ப காவலுக்குப் போகல. இப்போ பாளையக்காரங்க தென்கிழக்கே தப் பிச்சுப் போய்ட்டாங்களாம். கர்னல் குதிரைப்படையை அனுப்பிச்சு உடனே மறிக்கச் சொல்லியிருக்காரு” என்றான். “பிரபு நானும் குதிரைப்படையைச் சேர்ந்தவன்” என்று சொல்லிவிட்டு வேலன் விரைவாக வெளியே ஓடினான்.

குதிரைப்படையுடன் சேர்ந்து பாளையக்காரர்களைத் தாக்கும் எண்ணம் எதுவும் அவனுக்கு இல்லாததால், குதிரையில் ஏறாமல், ஓட்ட மாகக் கோட்டைச் சுவரைச்சுற்றிச் சென்று தெற்குப்புறம் என்ன நடக்கிறதென்று பார்த்தான். சுமார் மூவாயிரம் பேர் கோட்டைக்குள்ளிருந்து தப்பித்து, தெற்குவாசல் வழியாக வெளியேறி தூரத்தில் ஓடிக்கொண்டிருந்தனர். குதிரைப்படைத் தலைவன் தனது இரண்டு காலோப்பா பீரங்கிகளாலும் அந்தக் கூட்டத்தைக் குறிபார்த்து சுடத் தயாரானான். ஆனால் அவன் எதிர்பார்த்ததுபோல் தப்பிச் சென்ற பாளையக்காரர்கள் கும்பலாக விழுந்தடித்துக்கொண்டு ஓடவில்லை. அதன் தலைவர்கள், கூட்டத்தை இரண்டு நீண்ட வரிசைகளாக அமைத்து ஓட்டமும் நடையுமாகச் செல்ல வைத்தனர். சற்றுக் கூர்ந்து பார்த்தபோது இன்னொரு உண்மையும் புலப்பட்டது. இரண்டு வரிசைகளுக்கும் நடுவே பெண்கள் சென்று கொண்டிருந்தனர். வெள்ளையரின் காலோப்பா துப்பாக்கிகள் சுடத்தொடங்கின. முதல்நாள் மதில்சுவற்றைத் தாண்டிக் குண்டுகள் செல்லுமாறு, பீரங்கிகளின் வாய்கள் உயர்கோணத்தில் வைக்கப் பட்டிருந்தன. அவசரத்தில் கோணங்களை மாற்றாமலே சுட்டனர். அவற்றின் குண்டுகள் வானத்தில் பறந்து அரை வட்டவடிவில் கீழே இறங்குவதற்குப் பல நொடி கள் பிடித்தன. சரியாகக் குறிப்பார்த்துச் சுடுவதோ இயலாததா யிருந்தது. பாளையக்காரர்கள் குண்டுகள் வருவதைப் பார்த்ததும் விரைவாகத் தப்பி ஓடினர். நீளவாக்கில் அணிவகுத்துச் செல்லும் வீரர்களைப் பீரங்கிகளால் தாக்க முடியாது என்று குதிரைப்படைத் தளபதி உணர்வதற்குள், பாளையக்காரர்களில் நிறையப்பேர் புதர்களுக்குள் மறைந்து காணாமல் போயினர்.

பெண்கள் முதலில் அனுப்பப்பட்டிருந்ததால், அவர்கள் அனைவரும் தப்பி விட்டனர். உடனே குதிரைகளில் விரைந்து சென்று பாளையக்காரர்களைத் தாக்குமாறு தளபதி ஆணையிட்டான். பாளையக்காரர்களில் அனுபவம் மிகுந்தவர்கள் மட்டும் குதிரைகளில் எதிர்த்து நின்று, வெள்ளையர்களைத் தடுத்தனர். அவர்கள் போரிட்டுக்கொண்டே மற்றவர்கள் தப்பிச்செல் லக் கட்டளை யிட்டனர். கிட்டத்தட்ட இரண்டாயிரம்பேர் அவ்வாறு தப்பியிருக்கலாம் என்று வேலனுக்கு தோன்றியது. பீரங்கிகளின் கோணம் சரிசெய்யப்பட்டு மீண்டும் பாளையக்காரர்களை நோக்கிச் சுடத் தொடங்கின. சுமார் ஐநூறு பாளையக்காரர்கள் இறுதியில் ஆயுதங்களைப் போட்டுவிட்டுக் கைதிகளாயினர். வேலன் வேகமாக ஓடிச் சென்று கைதானவர்களைப் பார்த்தான். நல்ல வேளையாக அதில் முத்தம்மா இல்லை. மீண்டும் கோட்டைக்குள் வந்தான். வெல்ஷ் வடமேற்குக் கொத்தளத்தை ஆர்வத்தோடு பார்வையிட்டுக் கொண்டிருந்தான். தன்னருகில்வந்த வேலனிடம், “பாஞ்சாலங்குறிச்சி ஆளுங்களுக்கு எஞ்சினீயரிங் ரத்தத்திலே ஊறியிருக்கு. எதிரியா இருந்தாலும் பாராட்டியே தீரணும்” என்று சொல்லிக் கொண்டே, உடைந்த மதில்சுவரின் உட்பக்கம் கீழே நீளமாகத் தோண்டப்பட்டிருந்த பள்ளத்தைக் காட்டினான். பாளையக்காரர்களின் தந்திரம் வேலனுக்குப் புரியத் தொடங்கியது.

பாஞ்சாலங்குறிச்சிக் கோட்டையின் சுவர்கள் வெளியே பன்னிரண்டு அடிஉயரம் இருந்தாலும், உட்புறம் சரிவாக ஐந்துஅடிகளில் தரைமட் டம் இருப்பது போல் கட்டப்பட்டிருந்தன. உட்புறம் இருப்பவர்கள் கோட்டைச்சுவர்களில் எங்கு வேண்டுமானாலும் படிகளோ, ஏணியே இல்லாமல் ஏறி விடலாம். அந்த மேட்டில் நீண்ட கால்வாய் ஒன் றைச் சுவற்றை ஒட்டி வெட்டி இருந்தனர். கோட்டையைக் கைப்பற்ற வெளிப்புறம் இருந்து கம்பெனிச்சிப்பாய்கள் ஏறும்பொழுது அந்தக் குறுகிய கால்வாய்க்குள்ளிருந்துதான் பாளையக்காரர்கள் ஈட்டிகளை மேல்நோக்கிப் பாய்ச்சினர். கம்பெனிச் சிப்பாய்கள் என்ன நடக்கிறது என்பது புரிவதற்குள் ஈட்டிக்கு இரையாயிருந்தனர். வரிசையாக அதை வந்து பார்த்துச் சென்ற ராணுவஅதிகாரிகளும் இனிப் பாளையக்காரர்களைக் குறைவாக மதிப்பிடக் கூடாது என்று தங்களுக்குள் பேசிக் கொண்டனர். “ஓ இந்தக் கோட்டை மட்டும் கல்லால் கட்டப்பட்டிருந்தால், இரண்டு மாதங்களை வீணடித்திருக்க மாட்டோமே” என்றார் ஒரு அதிகாரி. மேலும்

கோட்டையைச் சுற்றிய போது, பள்ளங்களில் ஒளிந்திருந்து சண்டையிட்ட பாளையக்காரர்களின் மேல் பீரங்கிக் குண்டுகள் விழுந்து நசுங்கி இறந்திருப்பதை வேலன் கவனித்தான். தெற்குப்புறம் செல்லச் செல்ல பீரங்கிக் குண்டுகளிலிருந்து தப்புவதற்காகத்தரையைத் தோண்டி அமைக்கப்பட்டிருந்த சுரங்கங்கள் ஏராளம் இருந்தன. அவற்றின் உள்ளே பெரும்பாலும் பெண்களும், குழந்தைகளும் இறந்துகிடந்தனர். கையெறி குண்டுகள் வெடித்துக் காயப்படுத்தியதால் மட்டுமல்லாமல், புகையால் மூச்சுத் திணறியும் நிறையப்பேர் இறந்து கிடந்தனர். எல்லாவற்றையும் விடக் கொடுமையான காட்சி, அவர்களுக்குக் குளத்தில் காத்திருந்தது. குளம்நிறையப் பெண்கள் செத்து மிதந்தனர்.

“காட்டுமிராண்டிகள், தப்புவதற்கு முன்பு, தங்கள் வீட்டுப் பெண்களைத் தண்ணீரில் மூழ்கடித்துக் கொன்றிருக்கிறார்கள்” என்று உறுமிவிட்டுச் சென்றார் கர்னல் அக்னியூ. “வேலன், வடஇந்தியாவில, அரசகுலத்துப் பொம்பளங்கள நெருப்பிலதள்ளிக் கொல்லுவாங்க, உங்கஊர்ல தண்ணியில தள்ளிக் கொல்லுவாங்களா?” என்று கேட்டான் வெல்ஷ். “இல்லை பிரபு, செத்துப்போன பெண்களோட உடைகளைப்பார்த்தா, அரசகுடும்பத்துப் பெண்கள் மாதிரி தெரியுதா? நல்லா பாருங்க” என்றான் வேலன் “நோ, நோ இவங்க சாதாரணக் குடியானவங்க” என்றார் வெல்ஷ். “ஆமா பிரபு, பதுங்கு குழிக்குள்ள கிரெனேட் வெடிச்சதினால உடல்வெந்து, சூடுதாங்காம ஓடிவந்து குளத்தில குதிச்சிருக் காங்க” என்றான் வேலன். அதற்குள் அங்கிருந்து நகர்ந்த வெள்ளை அதிகாரிகள் சிப்பாய்கள் உதவியுடன் பிணங்களை அப்புறப்படுத்தி வரிசையாகக் கிடத்தி, கணக்கெடுத்துக் கொண்டிருந்தனர். அதைப் பார்த்துச் சிரித்த வெல்ஷ்,

“எங்க ஆளுங்க தற்கொலை பண்ணிக்கிட்டாக்கூட, அதையும் ஆவணத்தில பதிவு பண்ணிட்டுத்தான் செய்வாங்க” என்றான் வெல்ஷ். அந்த அதிகாரியிடம் செல்லும் பொழுது கூடவே வேலனும் சென் றான். “சேதம் எவ்வளவு மிஸ்டர் ஸ்மித்?”, என்றுகேட்டான் வெல்ஸ். உடனே ஸ்மித் தன் குறிப்பேட்டைப் பார்த்துவிட்டுச் சொன்னான், “வெள்ளக்காரங்கள்ல செத்தது பத்தொன்பது, காயம்பட்டது எழுபத்தி ஆறு”.

“என்னது நூத்தி இருபது வெள்ளக்காரங்க அடிபட்டாங்களா? வேற எந்தச் சண்டையிலயும் இவ்வளவு வெள்ளக்காரங்க,

இந்தியாவில பாதிக்கப்பட்டதில்லயே" என்றான் வெல்ஷ். ஸ்மித் தொடர்ந்து படித்தான், "கம்பெனியோட உள்ளூர் சிப்பாய்ங்க, சாவு இருபத்திநாலு, காயம்பட்டது தொன்னூத்தி ஆறு" என்றான். "பாளையக்காரங்க பாதிப்பு எவ்வளவு?" என்று கேட்டான் வேலன். "பொணம் மட்டும் ஐநூறுக்கிட்ட கெடக்கு, காயம்பட்டவங்க எல்லாரும் எப்பிடியோ தப்பிச்சுப் போயிட்டாங்க" என்று சொல்லிவிட்டு அங்கிருந்து அகன்றான் ஸ்மித்.

முகாமுக்குள் அதிகாரிகள் கூட்டம் ரகசியமாக நடந்தது. வேலன் அந்தக் கூடாரத்தின் ஓரமாக நின்று ஒட்டுக்கேட்டான். உண்மையில் அங்கு நடந்தது கூட்டமல்ல, கொண்டாட்டம். மதுப்புட்டிகள் தாராளமாகப் புழங்கின. மேஜர் மெக்காலேயால் இரண்டு மாதமாக முடியாததை, இரண்டே நாட்களில் சாதித்து விட்டதற்காக அனைவரும் கர்னல் அக்னியூவைப் பாராட்டிக் கொண்டிருந்தனர். பாவம் மேஜர் மெக்காலே, தன்னிடம் இருந்தது வெறும் மூவாயிரம் பேர், ஆனால் அக்னியூவோடு வந்தவர்கள் பத்தாயிரம் பேர் என்பதை ஒப்பிட்டுக் காட்டமுடியவில்லை. கடைசியாக கர்னல் அக்னியூ உரத்துச் சொல்வது காதில்விழுந்தது,

"அந்த டம்ப்பிரதர் பிடிபட்டிருந்தான்னா பாளையக்காரங்க எல்லாரும் பயந்திருப்பாங்க. சண்டை இன்னிக்கே முடிஞ்சிருக்கும். இனி இந்தச் சண்டை எத்தனை மாதத்துக்குத் தொடரப் போகுதோ? எனக்கே தெரியலை. எங்கேபோய்ப் பத்திரமா ஒளிஞ்சு தொலைச்சானோ?".

கர்னல் அக்னியூ அத்தனை கவலைப்பட்ட டம்பிரதா் என்ற ஊமைத் துரையின் நிலமையோ மிக மோசமாயிருந்தது. கோட்டைக்குள் நடந்த போரிலேயே குண்டடிபட்டிருந்தார். தப்பிச் சென்றவர்களோடு தானும் ஒரு குதிரையிலேறிக் கோட்டையைவிட்டு வெளியேறினார். அவருக்குத் துணையாக மூன்று இளைஞர்கள் கூடவே குதிரையில் வந்தனர். வெளியே ஆங்கிலேயா் குதிரைப்படைக்கும் பாளையக்காரர்களுக்கும் சண்டை நடக்கும்பொழுது ஊமைத்துரையும், அந்த மூன்று இளைஞர்களும் மற்ற பாளையக்காரர்களிடமிருந்து தனியாகப் பிரிந்து விட்டனர். திடீரென்று ஏழெட்டுக் கம்பெனி குதிரைவீரர்கள் அவர்களைச் சூழ்ந்து கொண்டனர். அவருக்குத் துணையாக இருந்த இளைஞர்களோ போர்ப்பயிற்சியற்றவர்கள். தூரத்திலிருந்து அவர்கள் படைகளால் சூழப்படுவதை முத்தம்மா கவனித்து விட்டாள். உருவிய வாளுடன் மின்னல் வேகத்தில் தன் குதிரையில் பாய்ந்து வந்தாள்.

அவளது வாளுக்கு இரண்டு சிப்பாய்கள் பலியானவுடன், மற்ற சிப்பாய்களுக்குச் சற்று ஆர்வம் குறைந்துவிட்டது. தப்பி ஓடத் துவங்கினர். அதற்குள் ஊமைத்துரை குதிரையிலேயே மயக்கமாகி விட்டார்.

இளைஞர்களில் ஒருவன், “சாமியை எங்க ஊருக்கே தூக்கிட்டுப் போயிடலாம்” என்றான். அவன் குதிரை முன்னேசெல்ல, மற்ற இரண்டு இளைஞர்களின் குதிரைகளும் ஊமைத்துரைக்கு இரண்டு பக்கமும் வந்தன. பின்புறம் வாளுடன் முத்தம்மா வந்தாள். கூட்டத்திலிருந்து பிரிந்து காட்டிற்குள் எங்கெங்கோ சுற்றிக் கொண்டு சென்றான் வழிகாட்டிச் சென்ற இளைஞன். அடர்ந்த காட்டிற்குள் சென்றபின் குதிரைகளை நிறுத்திக் கீழே இறங்கினர். குண்டுக்காயம் மட்டுமல்லாது, பல வெட்டுக் காயங்களும் ஊமைத்துரையின் உடலில் இருந்தன. முத்தம்மா அவரைக் கீழேயிறக்கி மரத்தில் சாய்த்தவாறு அமரவைக்கச் சொன்னாள். துணிகளைக் கிழித்துத் தாறுமாறகக் கட்டுப் போட்டு ரத்தப் போக்கை நிறுத்த முயற்சித்தனர்.

“உங்க கிராமம் இன்னும் எவ்வளவு தூரம்?” என்று கேட்டாள் முத்தம்மா. “இதோ பக்கம் தான்” என்றான் ஒருவன். அந்த மூவருக்கும் கூடப் பலமான காயங்கள் இருப்பதை முத்தம்மா கவனித்தாள். அந்த நேரம் பார்த்துக் குதிரைகள் ஓடிவரும் ஒலி பலமாகக் கேட்டது. ஒரு இளைஞன் மரத்தில் ஏறிப்பார்த்தான். சுமார் பத்துச் சிப்பாய்கள் காட்டுக்குள் வந்து கொண்டிருந்தனர். “பத்து எட்டயபுரத்துச் சிப்பாய்ங்க”, என்று கத்தினான் மரத்திலிருந்தவன். “கம்பெனிச் சிப்பாய்ங்கக் கிட்ட மாட்டினாக்கூட உயிரோட விடுவாங்க, எட்டயபுரத்து ஆளுங்ககிட்ட ஊமைத்துரை மாட்டினா, உயிரோட விடமாட்டாங்க” என்றாள் முத்தம்மா. வழிகாட்டிஇளைஞன் கந்தன் மீண்டும் ஒரு யோசனை சொன்னான். முத்தம்மா தன் தலைப்பாகையால் ஊமைத்துரைக்குக் கட்டுப்போட்ட பொழுதே அவளைப் பெண் என்று மூவரும் கண்டுபிடித்திருந்தனர்.

“அக்கா, நாங்க மூணு பேரும், எட்டயபுரத்து ஆளுங்களப் போக்குக் காட்டி ஏமாத்துறோம். நீங்க மட்டும் சாமிக்குக் காவலா இங்கேயிருங்க” என்றான் கந்தன். ஊமைத்துரையைப் புதருக்குள் மறைத்துவிட்டுத், தானும் மறைந்து கொண்டாள் முத்தம்மா. மூன்று இளைஞர்களும், தடுமாற்றத்துடன் குதிரையில் ஏறியமர்ந்து, எட்டயபுரத்து ஆட்கள் கண்களில் படுமாறு வேறு திசையில்

ஓடினர். எட்டயபுரத்து ஆட்கள் அவர்களைத் துரத்திச்சென்றனர். காயம் பட்டிருந்த இளைஞர்களால் நெடுந்தூரம் செல்லமுடியவில்லை. சற்று தூரத்திலேயே குதிரைகளிலிருந்து தடுமாறிக் கீழேவிழுந்தனர். ஆவலோடு அருகில் சென்ற எட்டயபுரத்து ஆட்கள், இளைஞர்கள் மட்டும் மயங்கிக் கிடப் பதைக் கண்டு எரிச்சலடைந்தனர். அவர்களைச் சிரமப்பட்டுத் தூக்கிச் செல்வதால் பரிசு ஒன்றும் கிடைக்காது என்று தெரிந்ததால், கால்களால் கோபமாக எட்டி உதைத்தனர்.

“இவனுங்களைக் கொண்டு போறதால, தம்பிடி பிரயோஜனம் இல்லை”, என்றான் அவர்களின் தலைவன். “இவங்களை என்ன பண்ணலாம்?” என்றான் ஒரு சிப்பாய். “சுட்டுத் தள்ளிட்டுப் போகலாம்” என்றான் மற்றொருவன். “தோட்டாக்களை ஏண்டா வீணாக்கனும், இவனுங்களை நாய்நரிங்க தின்னுட்டுப் போகட்டும். வாங்க காட்டை நல்லாத் தேடுவோம்” என்றான் அவர்களின் தளபதி. எட்டயபுரச் சிப்பாய்கள் சென்றபின், நடந்தது அனைத்தையும் காட்டிற்குள் ஒளிந்துபார்த்துக் கொண்டிருந்த சில பெண்கள் ஓடிவந்தனர். ஒரு பெண் கூக்குரலிட்டாள், “ஐயோ, எல்லாரும் நம்ம ஊர்ப் பசங்கடி”. அதற்குள் இன்னோருத்தி கூச்சலிட்டாள், “ராமாயி, உன்புள்ள கந்தன்”. ராமாயி என்றழைக்கப்பட்ட நடுத்தரவயதுப்பெண், “ஐயோ ராசா” என்று பெருங்கூச்சலுடன் கந்தனருகே ஓடி வந்தாள்.

“என் உசிரு கெடக்கட்டும்மா, அங்க மரத்துக்குப் பின்னால நம்ம சாமி அடிபட்டுக்கெடக்காரு. போயி அவரு உசுரக் காப்பாத்து” என்று முணங்கினான் கந்தன். பிறகுதான் பெண்கள் ஊமைத்துரையையும், முத்தம்மாவையும் கவனித்தனர். பெண்களின் உதவியுடன், ஊமைத்துரையையும் மற்ற மூன்று இளைஞர்களையும் கிராமத்திற்குள் ஒரு வழியாகக் கொண்டு வந்துவிட்ட முத்தம்மா. “உடனே ஒரு வைத்திய ரைக் கூட்டிக்கிட்டு வாங்க” என்றாள். “எங்க கிராமத்தில ஏதும்மா வைத்தியரு. ஒரேஒரு மருத்துவச்சி தான் இருக்கா” என்றனர். அந்த ஊர் மருத்துவச்சி அழைத்து வரப்பட்டாள். காயங்களுக்குப் பச்சிலை களை அரைத்துவைத்துக் கட்டுப் போட்ட மருத்துவச்சி சொன்னாள், “என்னால முடிஞ்சதைப் பண்ணிட்டேன். பசங்க பொழைச்சுக்குவாங்க. ஆனால் சாமிக்குக் காயம் பலமாயிருக்கு. பெரிய வைத்தியர் தான் வரணும்” என்றாள். முத்தம்மா எழுந்து தன் உடைகளைச் சரி செய்து கொண்டாள். தலைப்பாகையைக் கட்டிக் கொண்டு சொன்னாள், “பொழுது விடியிறதுக்குள்ள நான் வைத்தியரோட வர்றேன்”. வெளியே

சென்று தன் குதிரையில் ஏறி இருட்டில் மறைந்தாள்.

அவள் போய் ஐந்து நிமிடம் கூட ஆகியிராது. தடதடவென்று குதிரைகள் ஓடி வரும் ஓசை கேட்டது. ஏழெட்டு எட்டயப்புரத்துச் சிப்பாய்கள் கிராமத்திற்குள் நுழைந்தனர். அவர்கள், முன்பு காட்டில் வந்தவர்கள் அல்ல என்பதை ராமாயி கவனித்தாள். ஊமைத் துரையைப் பிடித்துக் கொடுக்கப் பரிசு அறிவித்திருப்பார்கள்போலும், அதுதான் எட்டயபுரத்துச் சிப்பாய்கள் காடுமேடெல்லாம் அலைகின்றனரென்று ஊகித்தாள்.

"சாமியைத் தூக்கிட்டுப் போக வர்றானுங்கடி", என்றாள் ராமாயி. "அதுவரைக்கும் நம்ம கையெல்லாம் பூப்பறிக்குமாக்கும்", என்ற மற்றொரு பெண், வீட்டிற்குள் சென்று தேடி அரிவாள்மனையுடன் வந்தாள். உடனே மற்ற பெண்களும் கையில் கிடைத்த ஆயுதங்களுடன் வந்து நின்றனர். "என்ன அறிவுடி உங்களுக்கு, வர்றவங்க சிப்பா யிங்கடி, உங்க அருவாமனைக்கெல்லாம் பயப்புடமாட்டானுங்க", என் றாள் மருத்துவச்சி. "வேற என்னக்கா பண்றது?", என்று பெண்கள் கலவரத்துடன் கேட்டனர்.

"அந்த நாலு பேரையும் துணியைப் போட்டுப் போர்த்துங்கடி" என்று கத்தினாள் மருத்துவச்சி. மற்ற பெண்கள் ஓடிச் சென்று கையில் கிடைத்த சேலைகளை வைத்து ஊமைத்துரையையும், மற்ற மூன்று இளைஞர்களையும் தலையிலிருந்து கால்வரை போர்த்தினர். எட்டயபுரச் சிப்பாய்களின் குதிரைகள் ஊருக்குள் நுழைந்தன.

104

எட்டயபுரம்பாளையக்காரர்கள் தூரத்தில் குதிரையில் வரும்பொழுதே பயத்தில் பெண்கள் அழத் தொடங்கினர். "இன்னும் சத்தமா அழுது புலம்புங்கடி, ரெண்டுபேரு போயி வேப்பிலை பறிச்சிக்கிட்டு வந்து வாசல்ல கட்டுங்கடி", என்றாள் மருத்துவச்சி. அப்பொழுதுதான் மருத்துவச்சியின் திட்டம் மற்ற பெண்களுக்குப் புரிந்தது. ஓடிச்சென்று வேப்பிலைக் கொழுந்துக்கள் பறித்து வந்து நால்வரையும் படுக்க வைத்திருந்த குடிசை வாசலில் கட்டித் தொங்க விட்டனர். அவர்கள் கட்டிமுடிக்கும் போது சிப்பாய்கள் வீட்டருகே வந்து விட்டனர்.

"ஏண்டி ஒப்பாரி வைக்கிறீங்க" என்று கத்தினான் தளபதி. "அய்யோ சாமி, ஏதோ தெய்வக் குத்தம் ஆகிப் போச்சு. ஊருக்குள்ள மாரியாத்தா வந்து இறங்கிட்டா சாமி" என்று கூக்குர லிட்டாள் மருத்துவச்சி. "ஏற்கனவே நாலு உயிரைப் பலிவாங்கிட்டா,

இன்னும் எத்தன பலி கேட்கப்போறாளே?" என்று அழுதாள் ராமாயி. "டேய், போய் துணியை விலக்கி மொகத்தைப் பாருங்கடா" என்று தன் ஆட்களுக்குக் கட்டளையிட்டான் தளபதி. "தாராளமாகப் பார்த்துக்குங்க சாமி, ஆனால் பூடுசைக் கழட்டிட்டுப் போங்க. இல்லன்னா ஆத்தா வுக்குக் கோபம் வந்துரும்" என்றாள் மருத்துவச்சி. தளபதியின் கட்டளையை நிறைவேற்ற எந்தச் சிப்பாயும் தயாராயில்லை. தானே சென்று போர்வைகளை விலக்கத் தளபதியும் தயாராயில்லை. எட்டயபுரப் பாளையக்காரர்கள், எதிரில் புலியே வந்தாலும் அஞ்சாத வீரர்கள்தான். ஆனால் அதற்காக அம்மை நோயோடு விளையாடத் தயாராய் இல்லை. தொற்றிக்கொண்டு விட்டால் மருந்துகள் இல்லை, மரணம் நிச்சயம் என்று அவர்களுக்குத் தெரியும். குதிரைகளில் ஏறி, வந்த வேகத்தில் கிராமத்தை விட்டு ஓடினர்.

மறுநாள் பொழுது புலரத் தொடங்கும் பொழுது, முத்தம்மா ஆங்கிலேயா முகாமிற்கு வந்து சேர்ந்து, வேலனிடமும், வைத்தியரிடமும் நடந்தவற்றைக் கூறினாள். "அவரை எப்படியாச்சும் தூத்துக்குடிக்குக் கொண்டுபோயிட்டா, அங்கே எனக்குத் தெரிஞ்ச இங்கிலீஷ் டாக்டா இருக்காரு" என்றான் வேலன் "அதுவரைக்கும் ஊமைத்துரை பிழைக்க மாட்டாரு" என்றாள் முத்தம்மா.

அதற்குள் வைத்தியர் புலம்பத் தொடங்கினார், "என்னை சாமிகிட்ட உடனே கூட்டிட்டுப் போங்க. அவரைத் துண்டு துண்டாக வெட்டி இருந்தாலும் பிழைக்க வைக்க, என்கிட்ட சூரணம், பஸ்பம் எல்லாம் இருக்கு" என்றார். உடனே வைத்தியரைத் தன் குதிரையில் ஏற்றிக் கொண்டு முத்தம்மா முகாமை விட்டு வெளியேறினாள். அவர்கள் இருவரும் அடிக்கடி அவ்வாறு வெளியே சென்று வருவது வழக்கமாகையால் சிப்பாய்களும் தடுக்கவில்லை. தானும் இனிமேல் அங்கிருந்து சென்றுவிடலாம் என்று முடிவுசெய்த வேலன், மேஜர் மெக்காலேயைத் தேடிச் சென்றான்

மெக்காலே கூடாரத்தைவிட்டுச் சற்றுத்தூரத்தில் கர்னல்அக்னியூ கூடாரம் இருந்தது. அவர் கூடாரத்தின் வாசலில் அதிகாரிகள் கூடியிருந்தனர். எட்டயபுரப் பிரதிநிதி ஒருவரும் நின்றுகொண்டிருந்தார். கூடாரத்திலிருந்து வெளியேவந்த கர்னல் அக்னியூவின் முதல் கேள்வியே, "டம்பி பிடிபட்டானா" என்பதுதான். இதுவரை இல்லை என்ற பதில் அவரை எரிச்சலடையவைத்தது. எட்டயபுரப் பிரதிநிதி மட்டும்தான் சற்றுத் துணிச்சலாகப் பதில் சொன்னார்,

"அவங்க அண்ணனையே தூக்கில போட்டுட்டோம். இவன் என்ன தூசி".

"நோ, நோ, அவங்க அண்ணனைவிடப் பத்து மடங்கு ஆபத்தானவன் டம்பி. கிழக்குப் பாளையங்களுக்கு வெளியே கட்டபொம்மனுக்குச் செல்வாக்கு இல்லை. ஊமைத்துரைக்கு, தமிழ்நாடு முழுக்கச் செல்வாக்கு இருக்கு. அவனைப் பிடிக்கிற வரைக்கும் இந்தப்போர் ஓயாது. உடனே பரிசுத் தொகையை ரெண்டு மடங்கு ஆக்குங்க. தமிழ்நாடு முழுக்க சல்லடை போட்டுத் தேடுங்க" என்றார் கர்னல் அக்னியூ. மற்ற அதிகாரிகள் கலைந்து செல்லத் தொடங்கினர். அக்னியூ ஹசார்ட் என்ற அதிகாரியை அருகில் அழைத்தார். "ஹசார்ட், நீங்க மூணு பட்டாலியனை உங்ககூட வச்சிக்கிட்டு, இந்தக் கோட்டையை மண்ணோடு மண்ணா இடிச்சுத் தள்ளுங்க" என்றார்.

"இடிச்சாமட்டும் போதாது பிரபு, அந்த இடத்தில உப்பைத்தூவி உழுகணும், அதுமேல முள்ளுச்செடி வெதைகளைத் தூவணும். அப்போத்தான் திரும்ப இங்கே புல்லுக்கூட முளைக்காது" என்றார் எட்டயபுரப் பிரதிநிதி.

"நல்ல யோசனைதான், உழறதுக்கு ஆளுங்க வேணுமே" என்றார் கர்னல் அக்னியூ "அதை நாங்க பார்த்துக்கிறோம் பிரபு. பாஞ்சாலங்குறிச்சிக் கோட்டைன்னு ஒண்ணு இருந்ததே மக்களுக்குத் தெரியாமப் பண்ணிடறோம்" என்றார் எட்டயபுர அதிகாரி. "உங்க செலவில உழறதுக்குக் கூலியாள் கொண்டு வர்றீங்களா", என்று கேட்டார் ஹசார்ட். "கூலியாள் எதுக்கு பிரபு. எங்க கையாலேயே அதைச் செய்யறோம். இதுக்காக எத்தனை தலைமுறையாக் காத்துக் கிட்டிருக்கோம் தெரியுமா?", என்ற எட்டயபுரம் பிரதிநிதி, "பிரபு, பாஞ்சாலங்குறிச்சிக் கிராமங்கள் எல்லாத்தையும் எங்க பாளையத் தில சேர்க்கறதா வாக்குக் கொடுத்திருக்கீங்க", என்றார்.

"பார்க்கலாம். வேறசில பாளையங்களும் இதில உதவி செஞ்சிருக்கு", என்றார் அக்னியூ. "ஆனால். அதிக பட்சம் கிராமங்கள் எங்களுக்குத் தான் தரணும்", என்றார் பிரதிநிதி. கர்னல் அக்னியூ தலையாட்டி விட்டு உள்ளே சென்றார். கோட்டையை இடிக்கும் வேலையில் பெரு மகிழ்ச்சியோடு கம்பெனிச்சிப்பாய்களுடன், எட்டயபுர ஆட்களும் சேர்ந்து கொண்டனர். பாஞ்சாலங்குறிச்சிக் கோட்டையை இடிக்க வேண்டும் என்ற எட்டயபுரப் பாயைக்காரர்களின் நெடுநாள்கனவு

அன்று நிறைவேறியது. எட்டயபுரம் உட்பட, இந்தியாவிலுள்ள அனைத்துக் கோட்டைகளையும் தகர்த்தெறிய வேண்டும் என்ற ஆங்கிலேயக் கிழக்கிந் தியக் கம்பெனியின் திட்டம் பாஞ்சாலங்குறிச்சியில் இருந்து அன்று தொடங்கியது.

கர்னல் அக்னியூ வெளியே வந்து மேஜர் மெக்காலேயை அருகில் அழைத்தார். “மேஜர் மெக்காலே, பாஞ்சாலங்குறிச்சிங்கற பேரே நம்ம ரெவின்யூ ரெகார்ட் எதிலயும் இருக்கக் கூடாது புரியுதா. கலெக்டர் லூஷிங்டனுக்கு உடனே எழுதுங்க”, என்று சொல்லிவிட்டுத் தன் கூடாரத்திற்குள் சென்றார். தன் கூடாரத்தை நோக்கித் திரும்பிக் கொண்டிருந்த மெக்காலேயிடம் வேலன் சென்று, தான் மதராஸ் செல்ல விரும்புவதாகத் தெரிவித்தான். ஏற்கனவே போரில் ஓரம் கட்டப்பட்டிருந்த மெக்காலே, “நானே நாளைக்குப் போகப்போறேன்”, என்று முனகிக்கொண்டே, உடனே வேலனுக்கு அனுமதி கொடுத்து நன்றியும் தெரிவித்தார். வேலன் முகாமைவிட்டு வெளியேறினான்.

மதராஸ் வந்துசேர்ந்து ஒரு வாரமாகியும் வேலனால் ராபின்சனுக்கு அறிக்கை எழுத நேரம் ஒதுக்க முடியவில்லை. அன்று ஞாயிற்றுக் கிழமையாதலால் எப்படியும் எழுதிமுடித்து விடுவதென்று, காலையிலேயே எழுதத்தொடங்கினான். மதியம் ஒருமணிக்குத்தான் அறிக்கையில் பாதியெழுதி முடித்தான். சரியாக அந்தநேரத்தில் முத்தம்மா சோர்வோடு வந்து சேர்ந்தாள். ஊமைத்துரை பிழைத்துவிட்ட செய்தி ஏற்கனவே வேலனுக்குக் கிடைத்திருந்தது. “ஊமைத்துரையைக் காப்பாத்தினதுக்காக உன்னைப் பாராட்டுறேன்”, என்றான் வேலன். “பாராட்டுறது இருக்கட்டும், பசி உயிர்போகுது சாப்பிடலாம் வா” என்றாள் முத்தம்மா “சமையலே இனிமேல்தான் ஆரம்பிக்கப் போறேன்” என்றான் வேலன்.

“நான் இன்னைக்கு வருவேன்னு உனக்கு எப்பிடியோ தெரியும். அவ வந்து சமைக்கட்டுமேன்னு காத்திக்கிட்டிருக்கே. இந்த விஷயத்தில எல்லா ஆம்பளங்களும் ஒண்ணு தான்” என்றாள் முத்தம்மா கோபமாக. “அப்படியெல்லாம் இல்லை. ஆனால் நீ வந்திட்டதால, கேட்டு நல்லாவே சமையல் பண்ணிடறேன்” என்றான் வேலன்.

“ஆம்பிளைங்க ஆகாயத்தைத் தொடறமாதிரிக் கோட்டை கட்டுவீங்க, கடலுக்கடியில போயி முத்தெடுப்பீங்க. ஆனால் சமைக்க மட்டும் தெரியாதுன்னு, காலங்காலமாப் பொம்பளங்களை

நம்ப வச்சிடறீங்க", என்று மீண்டும் கோபமாகப் பேசிக்கொண்டே சமையல் வேலையில் இறங்கினாள். இருவரும் சேர்ந்து விரைவாக வேலைகளை முடித்தனர். "பத்து நிமிஷத்துல எல்லாத்தையும் அடுப்பிலயிருந்து எறக்கிடு. நான் போய்க் குளிச்சிட்டு வர்றேன்", என்று வீட்டின் பின்புறம் சென்றாள்.

நீண்டநாட்களுக்குப்பின் சேர்ந்து சமைப்பதும், ஒன்றாகச் சாப்பிடுவதும் இருவருக்கும் இன்பமாயிருந்தது. அந்த நேரத்தில் அவர்களைத் தேடி மணிவாசகம் வந்து சோந்தார். முத்தம்மாவைப் பார்த்து "அடடே, அரை ஒடம்பாயிட்டியேம்மா" என்று வருத்தப்பட்டார். பிறகு, "வேலா, ஹீரா பிஜ்லியை வாங்க ஆள்கிடைச்சாச்சு. அதுவும் ஒருத்தா இல்ல ரெண்டு பேரு" என்றார். முத்தம்மாதான் அதைக்கேட்டு அதிக மகிழ்ச்சியடைந்தாள். "சின்னமலைக்கு உடனடியாக உதவி தேவை. வர்ற வெலைக்கு வித்திடலாம்" என்றாள். "யாரு அந்த ரெண்டு பேரு?" என்று கேட்டான் வேலன். "மொதலாவது ஆளு தஞ்சாவூர் ராஜா சரபோஜி", என்றார் மணிவாசகம். "அவருகிட்ட இல்லாத வைரமா" என்று கேட்டான் வேலன். "எல்லா வைரமும் ஹீராபிஜ்லி ஆயிடுமா?" என்ற மணிவாசகம், "அதை வாங்கிச் சென்னைகவர்னர் எட்வர்ட் கிளைவுக்குப் பரிசாகக் கொடுக்க நினைக்கிறாரு" என்றார்.

"அவரே ஒரு பென்சன் ராஜா, அவருகிட்ட ஏது அவ்வளவு பணம். அவருக்குக் கம்பெனி எவ்வளவு பென்சன் தாறாங்க?" என்று கேட்டாள் முத்தம்மா. "தஞ்சாவூர் வருமானத்தில அஞ்சில ஒருபங்கு குடுக்கிறதா ஒப்பந்தம்" என்றான் வேலன். "ஆனால் பழைய பாக்கி, அதுஇதுன்னு சொல்லிக் கம்பெனி ஏமாத்திடுது. குறைந்தபட்சப் பென்சன் வருசத்துக்கு ஒருலட்சம் வராகன் ஒப்பந்தப்படி கொடுத்தா கணும். அதை மட்டும் தான் ஒழுங்காக் குடுக்கறாங்க", என்றார் மணிவாசகம். "ஒரு லட்ச வராகன்னா எத்தனை ரூபாய்" என்றாள் முத்தம்மா. "இரண்டரை லட்சம் ரூபாய்" என்ற வேலன், "இதுவே அதிகம்தான். பாதுஷா ஷா ஆலம், மொத்த வங்காளம், பீகார், ஒரிசாவையும் சோத்து வருஷத்துக்கு இருபத்தி ஆறு லட்சத்துக்குத்தானே இங்கீலிஷ் கம்பெனிக்கு எழுதிக் கொடுத்தாரு" என்றான்

"அப்புறமும் ஏன் காசே இல்லைன்னு பொலம்புனாரு?" என்று கேட்டாள் முத்தம்மா. "அலகாபாத்திலயே தங்கணும்கிற நிபந்தனை யோடதான் இங்கிலீஷ் கம்பெனி பணம் குடுத்துச்சு. ஆனால் அவரு மராத்தியத்தளபதி மகாத்ஜி ஷிண்டே ஆதரவோட

தில்லிக்குப் போயிட்டாரு. அதைச்சாக்கா வைச்சு வாரன் ஹேஸ்டிங் பாதுஷாவுக்குப் பணம் குடுக்கறதை நிறுத்திட்டாரு" என்றான் வேலன்.

"ஆனா வங்காளத்தில வரிவசூல் பண்றத கம்பெனி நிறுத்தலயே", என்றார் மணிவாசகம். "மராத்தியர் பாதுஷாவுக்குப் பணம் எதுவும் குடுக்கலயா?" என்று கேட்டாள் முத்தம்மா. "வருசத்துக்குப் பத்து லட்சம் குடுக்கறதாப் பேச்சு. ஆனால் அதையும் ஒழுங்காக் குடுக்கற தில்லையாம்" என்ற வேலன், "சரி, வைரத்தை வாங்கி ஏன் கவர்னருக்குப் பரிசாக் குடுக்கிறார் சரபோஜி மன்னர்?" என்றான்

"அரசுரிமையைத் திருப்பிக் கேட்க நினைக்கிறாரோ என்னவோ", என்றார் மணிவாசகம். "கருவாடு மீனாகாது" என்றான் வேலன். "ஆர்காட்டு நவாப் அல்தத் உம்ராவும், எட்வர்ட் கிளைவ் கருணைக்குத்தான் போட்டி போடறாரு" என்றார் மணிவாசகம்.

"அரசு உரிமையைக் காப்பாத்திக்கத்தான்னு நினைக்கிறேன். புது ஒப்பந்தத்தில கையெழுத்துப் போடச் சொல்லி கம்பெனி அவரை மிரட்டிக்கிட்டு இருக்கு. உம்ராவோட மகன் அலி ஹுசேனுக்கு அதில விருப்பம் இல்லை" என்றான் வேலன்.

"இவன் ரொம்ப முரண்டு பிடிச்சா, அவன் சித்தப்பாவைச் சாகடிச்ச மாதிரியே இவனையும் சாகடிச்சுருவாங்க", என்றார் மணிவாசகம். "அவரு சித்தப்பாவை ஏன் சாகடிச்சாங்க?" என்றாள் முத்தம்மா.

"இறந்து போன ஆற்காட்டுநவாப் முகமதுஅலிக்கு மூத்த மகன் தான் இப்போ இருக்க நவாப் அல் தத் உம்ரா. இவருக்கு அல் ஆமீன் அப்பி டீன்னு தம்பி ஒருத்தன் இருந்தான். மூத்தமகன் எப்பவும் இங்கிலீஷ் காரங்ககூடச் சேர்ந்து கூத்தடிச்சிக்கிட்டு இருந்தாரு. ரெண்டாவது மகன் அதுக்கு நேரேதிரா இருந்தாரு. எப்படியாச்சும் வெள்ளக்காரங்க பிடியில இருந்து தப்பிக்கனும்னு நினைச்சாரு. அவருக்கு ஆதரவா ஆற்காட்டு அதிகாரிங்க இருந்தாங்க. முகம்மது அலிக்கு அப்புறம், அல் அமீனுக்குத்தான் பட்டம் கட்டணும்னாங்க. எதுக்கு வம்புன்னு கம்பெனி சதித்திட்டம் தீட்டி, கம்பெனி டாக்டர் மூலமா, வெஷம் குடுத்து அமீனைச் சாகடிச்சிருச்சு. அவரு புள்ள அசீம் உத்தௌலாவை மட்டும் உயிரோட விட்டுட்டாங்க", என்று நீண்ட கதையைச் சுருக்கமாகச் சொல்லி முடித்தான் வேலன். "ஆனால், அப்போ கம்பெனி உதவியால் ஆட்சிக்கு வந்த அல்தத் உம்ராவும் அவர்

மகன் அலி உசேனும் இப்போ கம்பெனி சொல்றமாதிரிக் கையெழுத்துப் போட மாட்டோம்கறாங்க'' என்றார் மணிவாசகம். “அதுக்கெல்லாம் கம்பெனி பயப்படாது. திரும்ப கம்பெனி டாக்டரைக் கூப்பிடுவாங்க. இவங்க ரெண்டு பேரையுமே காலி பண்ணிட்டு, அல்அமீன் மகன் அசீம் உத்தெளலாவை நவாப் ஆக்கிடுவாங்க. தன் அப்பா சாவுக்குப் பழிவாங்கின சந்தோஷத்தில இவரு நீட்டுற எடத்தில கையெழுத்துப் போட்டுருவாரு'' என்ற வேலன், “மைசூர் மேல படையெடுக்கவும், பாளையக்காரங்களை ஒடுக்கவும்தான் ஆற்காட்டு நவாப்னு ஒரு பிம்பத்தை வெள்ளைக்காரங்க காப்பாத்தி வச்சிருந்தாங்க. இனிமேல் அந்த பிம்பம் அவங்களுக்கு முக்கியமில்லை'' என்றான்

“யாருக்கு ஹீரா பிஜ்லியை விற்கலாம்?'' என்று கேட்டார் மணி வாசகம். “முழுப்பணத்தையும் யாரு மொதல்ல தர்றாங்களோ அவங்களுக்கு. ஆனால் ரெண்டு பேருமே அதை வாங்க மாட்டாங்கன்னு நினைக்கிறேன். எட்வர்ட் கிளைவ் திட்டமே வேற'' என்றான் வேலன்

வாசலில் குதிரைகள் வரும் சத்தம் கேட்டது. ராபின்சனும், மற்று மொரு ஆங்கிலேயரும் உள்ளே நுழைந்தனர். அந்தப் புது ஆங்கி லேயரை எங்கோ பார்த்த நினைவு வந்தது வேலனுக்கு, ஆயினும் முழுதாக நினைவு வரவில்லை. அவர்களை வரவேற்று அமர வைத்தான் வேலன். மணிவாசகத்திடம் நலம் விசாரித்தார் ராபின்சன். முத்தம்மா அப்பொழுதுதான் உள்ளே சென்றிருந்தாள். ராபின்சனை வரவேற்பதற்காக வெளியே வந்தவள் அருகிலிருந்த வெள்ளையனை உடனே அடையாளம் கண்டு கொண்டாள். அதனால் வெளியே வருவதைத் தவிர்த்தாள்.

“இவரு லெப்டினன்ட் தாமஸ், கம்பெனி குதிரைப்படை அதிகாரி'', என்று புதிதாக வந்தவனை அறிமுகப்படுத்தி வைத்தார் ராபின்சன். “இப்போ எனக்கு ஞாபகம் வந்துருச்சு பிரபு. பாஞ்சாலங்குறிச்சிப் போர்ல இவரும் இருந்தாரே'', என்றான் வேலன். “உனக்கு எப்படித் தெரியும்?'' என்றார் தாமஸ். “நானும் அப்போ அங்கதானே இருந்தேன். ஆனால், அடிப்பட்டவங்களுக்கு வைத்தியத்துக்கு ஏற்பாடு பண்ணிக்கிட்டு இருந்தேன்'' என்றான் வேலன்.

“அப்படியா, சிவிலியன்களையெல்லாம் நான் கவனிக்கறது இல்லை'',என்ற தாமஸின் குரலில் அகம்பாவம் வெளிப்பட்டது. ஆனால் அவர் உடல் மெலிந்திருந்ததோடு, வலது கை தோள்பட்டை அருகே கட்டுப்போட்டிருந்தது.

“பிரபு, ரிப்போட்டை முடிக்க இன்னும் ஒருநாள் டைம்வேணும்” என்று ராபின்சனிடம் கூறினான் வேலன். “பரவாயில்லை, அதை மெதுவா எழுதிக்கலாம். அதுக்கு முன்னால இவருக்கு ரிப்போர்ட் எழுத உதவிபண்ணு. அதுக்காகத்தான் உன்னைத் தேடி வந்தேன்”, என்றார் ராபின்சன்.

“கட்டாயமா, பிரபுவுக்கு நான் என்ன உதவி பண்ணனும்” என்றான் வேலன். “அவருக்கு அடிபட்டதினால, சென்னைக்கு அனுப்பி வச்சிட்டாங்க. அவரு கம்பெனிப் படையோட ராமநாதபுரம் வரைக்கும் போயிருக்காரு. அதை ஒரு ரிப்போர்ட்டா தரணும், அவரு சொல்றதை நீ எழுதிக்குடு போதும்” என்றார் ராபின்சன். “சந்தோஷம் பிரபு. ஆனால், கோட்டைக்குள்ள இல்லாத ஆளுங்களா?”என்றான் வேலன். “அந்த ரிப்போர்ட் கவர்னர் கைக்குப் போறவரைக்கும், வேறயாரும் பார்க்க வேண்டாம்னு நினைக்கிறேன். அதனாலதான் உன்கிட்ட கூட்டிக்கிட்டு வந்தேன்” என்றார் ராபின்சன். “சரி பிரபு, நீங்க சொல்றதாலே செய்யறேன்” என்றான் வேலன். “நான் அவசரமாப் போகணும்” என்று சொல்லி விட்டு வெளியேறினார் ராபின்சன். முத்தம்மா அறைக்குள்ளிருந்து மிகப் பணிவான குரலில், “என்னங்க... உங்களைத்தானே, இதை வந்து எடுத்துக்கிட்டுப் போங்க” என்றாள். அப்படி ஒரு பணிவான குரலில் முத்தம்மா பேசியதை அதுவரை கேட்டிராத வேலன், ஒரு நிமிடம் அதிர்ந்து போனான். சமாளித்துக் கொண்டு வீட்டிற்குள் சென்றான். “வேலா, அந்த லெப்டினன்ட் தாமசை எனக்கு நல்லாத் தெரியும். என்னை அடையாளம் கண்டுபிடிச்சுடுவான்” என்றாள்.

“அவனால ஆம்பள உடையில இருக்கிற என்னையே அடையாளம் கண்டுபிடிக்க முடியல, புடவையில இருக்கிற உன்னையா கண்டு பிடிக்கப் போறான்?” என்றான் வேலன். “எதுக்கும் நான் மணிவாசகம் வீட்டுக்குப் போயிடறேன். இத்தனை நாள் கழிச்சு வீட்டுக்கு வந்த பொண்டாட்டிய நல்லாத்தான் கவனிச்சுக்கிறே” என்று கோபமாக முணுமுணுத்தாள். வேலன் அவள் வைத்திருந்த தேநீரை எடுத்து வந்து தாமசிடம் கொடுத்தான். “உள்ளே என்ன பிரச்சனை?“ என்றான் தாமஸ். “ஒண்ணும் இல்ல பிரபு. என் பொண்டாட்டி, கோயிலுக்குப் போக அனுமதி கேட்கிறா. ரொம்பப்பயந்த சுபாவம். என்னைக் கேட்காம எங்கேயும் போக மாட்டா” என்றான் வேலன்.

சிரிப்பை மிகச்சிரமப்பட்டு அடக்கிக் கொண்டார் மணிவாசகம்.

புடவையில் மணிவாசகத்துடன் வெளியே சென்ற முத்தம்மாவை லெப்டினன்ட்தாமஸ் ஏறெடுத்தும்பார்க்கவில்லை. வேலன் கொண்டு வந்து கொடுத்த தேநீரைக்கூட அவன் தொடவில்லை. வானத்தை வெறித்துப் பார்த்துக்கொண்டிருந்தான். அவன் சொல்வதைக் குறிப்பெடுப்பதற்காக குறிப்பேடு, மை, எழுதுகோலுடன் தயாராக அமாந்த வேலன், தாமசின் இறுக்கமான மனநிலையை உணாந்து கொண் டான். தேநீர்க்குவளையைத் தள்ளி வைத்துவிட்டு வீட்டினுள்ளே சென்று, விலை உயாந்த மதுபாட்டில் ஒன்றையும் ஒரு கண்ணாடிக் குவளையையும் எடுத்து வந்தான். மதுபாட்டிலைக் கண்டதும் தாமசின் கண்களில் மின்னல் பாய்ந்தது. பாட்டிலை எடுத்துத் திருப்பிப் பார்த்தான், “இவ்வளவு விலை உயர்ந்த பாட்டில் கோட்டைக் குள்ளகூடக் குடுக்கறதில்லையே. நீ எங்கியிருந்து வாங்கிக் குடிக்கிறே” என்றான் தாமஸ். “நான் குடிக்கறதில்லை பிரபு, விற்கிறதுக்காக வாங்கி வச்சிருக்கேன். அதுக்கான வெலை கொடுத்தா கோட்டைக்குள்ளே மட்டும் இல்லை, கருப்பு டவுன்லயும் இது கெடைக்கும்” என்றான் வேலன்

அதற்குமேல் நேரத்தை வீணடிக்க விரும்பாத தாமஸ், உடனடியாகப் பாட்டிலைத் திறந்து மதுவைக் கோப்பையில் ஊற்றினான். மது உள்ளே இறங்க, இறங்க அவனது இறுக்கம் தளர்ந்து பேசத்தொடங்கினான். வேலன் முடிந்தவரை விரைவாகக் குறிப்பெடுத்தான். “பாஞ்சாலங்குறிச்சிக் கோட்டையைத் தரைமட்டம் ஆக்கின உடனே ஊமைத்துரைக்கு ஆதரவுகுடுத்த சிவகங்கா பாளையத்துக்குத்தான் போகப்போறோம்னு நினைச்சோம். ஆனால் கர்னல் அக்னியூ, நேர ராமநாதபுரம் போகலாம்னு சொல்லிட்டாரு”,

“ஏன், போர்வேண்டாம்னு கர்னல் முடிவு பண்ணிட்டாரா” என்று கேட்டான் வேலன். “நோ, நோ, மருது பிரதாஸ்கிட்ட இருபதாயிரம் சிப்பாய்கள் இருக்கறதா தகவல் வந்துச்சு. அதனால ராமநாதபுரம்போயி, இன்னும் நெறையச் சிப்பாய்களோட போகனும்னாரு கர்னல் அக்னியூ” என்றார் தாமஸ். “கம்பெனிப் படையில, அப்போ இருபதாயிரம் பேர்கிட்ட இருந்தாங்களே” என்றான் வேலன். “அதுதான் எனக்கும் ஆச்சரியமா இருக்கு. பத்தாயிரம் பேரை வச்சு ஒரு லட்சம் பேரை கம்பெனிப் படைங்க வெரட்டியடிக்கும்னு கேள்விப் பட்டிருக்கேன். மத்த சீனியா

ஆபீசாகள்கிட்ட இதை வெளிப்படையாவே கேட்டேன். அந்தக் காலமெல்லாம் மலையேறிப் போச்சு. இப்போக் கொறைஞ்சது ரெண்டு மடங்கு படையில்லாம பாளையக்காரங்கக் கிட்ட மோதறது முட்டாள்தனம்னு சொன்னாங்க" என்று நிறுத்தினார் தாமஸ். "ரிப்போர்ட்டை ராமாநாதபுரத்திலயிருந்து ஆரம்பிப்போமா?" என்று கேட்டான் வேலன். "நாக்லாபுரத்தில இருந்து ஆரம்பிக்கணும்" என்றார் தாமஸ்.

"ஓ நாகலாபுரமா" என்றான் வேலன். "ஆமா, பாஞ்சாலங்குறிச்சியில இருந்து அஞ்சுநாள்ல நாகலாபுரம் போய்ச் சேர்ந்தோம். அங்கேயிருந்து ஒரு பட்டாலியானை அனுப்பிக் கமுதிக் கோட்டையைப் பிடிச்சோம். அதுவும் ரொம்பச் சிரமப்பட்டு" என்று நிறுத்தினார் தாமஸ். "கமுதிக் கோட்டையைப் பிடிச்சீங்க, அப்புறம்" என்றான் வேலன். தாமஸ் தன் சட்டைப் பையிலிருந்து ஒரு சிறிய குறிப்பேட்டை எடுத்துப் பிரித்துப் பார்த்தார். "ஜூன் இரண்டாம் தேதி திருப்பூனம் போய்ச் சேர்ந்தோம்.

"திருப்புவனம் போய்ச்சேர்ந்தீங்க, வழியில தாக்குதல் எதுவும்...?" என்று கேட்டான் வேலன். "வெயிலைத் தவிர வேறபிரச்சனையே இல்லை. ஐயோ, என்னஒரு வெயிலு. நெறையப்பேருக்கு உடம்பெல்லாம் என்னென்னவோ வியாதியெல்லாம் வந்திருக்கு" என்றார் தாமஸ். "அந்த விஷயத்தில இங்கிலீஷ்காரங்களைப் பாராட்டணும் பிரபு. குளிர்நாட்டிலயிருந்து வந்து, வெய்யிலு, மழை எதுக்கும் பயப்படாமத் தாக்குப் பிடிச்சு, உலகத்தோட ஒவ்வொரு மூலையிலயும் போய் வியாபாரம் பண்றீங்க, போர் நடத்தறீங்க" என்றான் வேலன்.

"மாதக் கணக்கா கடல்ல போறோம். எதிரி நாட்டுக் கப்பல், கடல் கொள்ளக்காரங்க, புயல், மழை, அத்தனையும் சமாளிக்கறோம்" என்றார் தாமஸ் புன்ன கையோடு. "ஒவ்வொரு நாட்டிலயும் புதுப்புது வியாதிகளையும் சமாளிக்கிறீங்க" என்றான் வேலன். "தாங்க் யூ மிஸ்டர் வேலன்" முதன் முதலாக வேலனுக்கு மதிப்புக் கொடுக்கத் தொடங்கினார் தாமஸ். "நாங்க உலகம் முழுக்க, புதுப்புது வியாதிகளைப் பரப்பிக் கிட்டும் இருக்கோம். வடதுருவத்தில இருந்து தென்துருவம் வரைக்கும், அமெரிக்காவிலயிருந்து ஆஸ்திரேலியா வரைக்கும் போர் செய்யறோம், ஆனால் துருப்பிடிச்ச கத்தியையும், ஈட்டியையும் தூக்கிக்கிட்டுச் சண்டைக்குவர்ற பாளையக்காரங்க, எங்க கண்ணில

விரல விட்டு ஆட்டறாங்க” என்றதோடு பேச்சை நிறுத்திவிட்டு மதுவை உறிஞ்சினார். வேலன் அதற்குள் பேனாவில் மையைத் தொட்டு விரைவாகக் குறிப்புகளை எழுதினான். தாமஸ் மீண்டும் பேசினார்.

“நாகலாபுரத்திலயிருந்து ராமநாதபுரம் போறதுக்குள்ளதான் பிரச்சினை அதிகம் வந்துச்சு. போற வழியெல்லாம் பாளையக்காரங்க எங்களத் தொந்தரவு பண்ணிக்கிட்டே இருந்தாங்க. வெறும் அரையடி உயரத்துக்கு முள்ளுச் செடிங்க இருந்தாப் போதும், அதுக்குள்ள இருந்து திடீர்னு அம்பது பாளையக்காரங்க ஓடி வருவாங்க. அவங்க போடற சத்தம் இருக்கே” என்று சொல்லிக் கண்களை மூடினார் தாமஸ். மனதிற்குள் பாளையக்காரர்களின் குலவைச் சத்தம் ஒலித்தது, தாமசுக்கு மட்டுமல்ல, வேலனுக்கும். “அம்பது பேரு ஒரு பெரிய விஷயமா பிரபு. உங்க துப்பாக்கி, பீரங்கி, குதிரைகளுக்கு முன்னால, அவங்க ஒரு கொசு” என்றான் வேலன்.

“அப்படித்தான் நாங்களும் நினைச்சு ஏமாந்தோம். பெரும்பாலும் தூரத்தில இருந்து நாட்டுத் துப்பாக்கிகளால சுடுவாங்க. குண்டு ஐம்பதடி தூரம்கூட வராது. நாங்க படையை நிறுத்தித் தற்காப்பு ஏற்பாடு பண்ணுவோம். எங்க பீரங்கி சுட ஆரம்பிச்சதும் ஓடிப்போயிடுவாங்க. எங்களுக்கு அரைநாள் வீணாப் போயிடும். ஒரு கட்டத்தில பொறுக்கமுடியாம, எங்க தளபதி, பாளையக்காரங்களுக்குப் பாடம் கத்துக் கொடுத்துட்டு வாங்கன்னு, எங்க குதிரைப்படையை அனுப்பினாரு. குதிரைங்க பாஞ்சு வர்றதைப் பார்த்தவொடனே பாளையக்காரங்க தலைதெரிக்க ஓடினாங்க. அந்த முள்ளுக் காட்டுக்குள்ளே, வேங்கைப்புலி மாதிரி பாஞ்சு, பாஞ்சு ஓடறாங்க. புதரா இருந்த எடத்தைத்தாண்டி, அடர்த்தியா இருந்த காட்டுக்குள்ளே ஓடிட்டாங்க. நாங்களும் விடாம துரத்திக்கிட்டுப் போனோம். அப்பிடியே காட்டுக்குள்ள ரொம்பதூரம் போயிட்டோம்னு நாங்க புரிஞ்சிக்க, கொஞ்சநேரம் ஆச்சு. அதுக்குள்ள பாளையக்காரங்க எல்லாம் மாயமா மறைஞ்சிட்டாங்க. ஒரு ஆள் கூடக் கண்ணில படல. சரி, திரும்பிப் போவோம்னு குதிரைகளைத் திருப்பினோம். திடீர்னு காட்டுக்குள்ள ஒரு பயங்கரமான சத்தம், பாளையக்காரங்க நாக்கை சுழட்டிப் போடற சத்தம். அதுக்கப்புறம், எல்லாப் பக்கத்திலயிருந்தும் எங்களை நோக்கி கோலறி,....” சற்று நிறுத்தினான் தாமஸ்.

“நாங்க அதை வளைதடி அல்லது வளரின்னு சொல்லுவோம்” என்று திருத்தினான் வேலன். “ஆமாம் அந்த வல்ரிதான், எல்லாப் பக்கத்தில இருந்தும் வருது. எல்லாம் கனமான இரும்பு, சிலது கிடைமட்டமா வந்து கழுத்தைச்சீவுது, சிலது செங்குத்தாச் சுழண்டு வந்து தலையை உடைக்குது. நல்லவேளையா, நான் கையில காயத்தோட தப்பிச்சேன், எந்தப் பக்கம் ஓடறதுன்னே தெரியல,...” என்றார் தாமஸ்.

“அப்புறம் எப்படித் தப்பிச்சீங்க பிரபு” என்றான் வேலன். “எங்களுக்குப் பின்னால வந்த தரைப்படைச் சிப்பாய்ங்க, தூரத்தில இருந்தே சுட்டாங்க. துப்பாக்கிச் சத்தம் கேட்டவுடனேதான், காத்தில விர்விர்ருன்னு பறந்து வந்த வல்ரிகளும் நின்னுச்சு, அந்தப் பாழாப் போன கூக்குரல் சத்தமும் நின்னுது. நாங்க தப்பிப் பொழச்சுத்திரும்பி ஓடினோம். பாளை யக்காரங்க படை எந்தப்பக்கம் ஓடுச்சின்னே தெரியலை”, என்று சொல்லிச் சற்று மூச்சுவாங்கினார் தாமஸ். “எப்படியோ உயிர்ச்சேதம் இல்லாமத் தப்பிச்சீங்களே” என்றான் வேலன். “எல்லோரும் என்னை மாதிரி அதிர்ஷ்டசாலிங்கயில்லை. அன்னைக்கு எங்களுக்கு உயிரிழப்பும், காயமும் நெறைய. இன்னொரு விஷயத்தையும் கவனிச்சேன். பெரும்பாலும் வெள்ளைச்சிப்பாய்களும், அதிகாரிகளும்தான் தாக்கப்பட்டிருந்தாங்க. திட்டம்போட்டே அப்படித் தாக்கியிருந்தாங்க” என்றார் தாமஸ். “அதுக்கப் புறம், அது மாதிரி எந்த ஆபத்திலயும் ஏமாந்து மாட்டிக்காம ராமநாதபுரம் போய்ச் சேர்ந்திட்டிங்களா பிரபு” என்றான் வேலன். “அதுதான் இல்லை” தாமஸ் கடகட வென்று சிரித்துக் கொண்டே கூறினார், “எங்க தளபதியே திரும்பவும் ஏமாந்தார்.”

“அது எப்படிப் பிரபு, பாளையக்காரங்க தந்திரம்தான் உங்களுக்குத் தெரிஞ்சு போச்சே” என்று கேட்டான் வேலன்.

“பாளையக்காரங்க காட்டில இருக்கிற நரிமாதிரி, புதுசுபுதுசா யோசிச்சு எங்கள ஏமாத்திட்டாங்க. பழைய தாக்குதல் நடந்து மூணு நாள்தான் இருக்கும். இடையில பாளையக்காரங்க வந்து சீண்டுனாலும், நாங்க துரத்திக்கிட்டுப் போறதில்லை. காயம்பட்டிருந்ததாலே நான் சரக்கு வண்டியில உட்கார்ந்திருந்தேன். பக்கத்தில லெப்டினன்ட் மார்ட்டின் குதிரையில வந்துக்கிட்டிருந்தான். பாளையக்காரங்க திடீர்னு ஈட்டிகளோட ஓடிவந்தாங்க. அவங்க சிப்பாய்ங்க மாதிரி ஒழுங்கா உடைகூட உடுத்திக்கிட்டு வரல, கிராமத்தாளுங்க மாதிரிக் கும்பலா வந்தாங்க. மார்ட்டினுக்கு

உற்சாகம்தாங்கல. பழிக்குப்பழி வாங்கறேன் பாருன்னு குதிரைப்படையைத் தயாராகச் சொன்னான்".

"நீங்க தடுக்கலையா பிரபு" என்று கேட்டான் வேலன், "எனக்கு ஒரு சந்தேகம் இருந்துச்சு. ஓடி வந்தவங்க துப்பாக்கிக் குண்டுங்க எட்டாத தூரத்திலேயே நின்னாங்க. கிராமத்து ஆளுங்க மாதிரி நடிக்கிறாங்க, உண்மையில அவங்க அனுபவமுள்ள சிப்பாய்களாகத்தான் இருப்பாங்கன்னு சொன்னேன்", என்றார் தாமஸ். "அப்புறமுமா மார்ட்டின் தாக்கப்போனாரு?" என்றான் வேலன். "மார்ட்டின் மட்டுமில்ல, எங்க தளபதியும் தாக்குதலுக்கு அனுமதி குடுத்திட்டாரு. ஏன்னா அந்த இடம் ஒரு ஏரிக்கரை. கண்ணுக்கு எட்டின தூரம்வரைக்கும் ஒரே பொட்டல் காடு. ஒரு முள்ளுச்செடி கூட இல்லை".

"ஓ, பாளையக்காரங்களுக்குப் பதுங்க எடமே இல்லையா? குதிரைப்படை துரத்திக்கிட்டுப் போயிருந்தா, ஒருத்தரும் மிஞ்சியிருக்க மாட்டாங்களே?" என்றான் வேலன்.

"அப்படித்தான் மார்ட்டினும் நம்பினான். எங்க மொத்தக் கேவல்ரியும் பழிக்குப்பழிவாங்கத் துடிச்சிக்கிட்டிருந்தாங்க. மார்ட்டின் தன் கையில இருந்த விஸ்கி பாட்டில என்கிட்டக் குடுத்திட்டு, இதில உன் பங்கை நீ குடிச்சு முடிக்கறதுக்குள்ள, இங்கிலீஷ் படையைச் சீண்டினா என்ன ஆகும்னு இவனுங்களுக்குக் காட்டிட்டு, என் பாதியக் குடிக்கத் திரும்பி வந்திடுவேன்னு சொல்லிக்கிட்டே, அவன் குதிரையைத் திருப்பினான். அவன் பின்னால மத்த குதிரை வீரர்களும் உற்சாகமாகப்போனாங்க".

சற்று நேரம் அமைதியானார் தாமஸ். வேலனுக்கே பாளையக்காரர்களின் செயல் வியப்பாயிருந்தது. தாமஸ் மீண்டும் தொடர்ந்தார். "குதிரைப்படை வர்றதைப் பார்த்ததும் பாளையக்காரங்க வேகமாக ஓடி னாங்க, ஆனா, மனுஷன் குதிரைகளைவிட வேகமா ஓட முடியாதே. சீக்கிரம் எங்க குதிரைப்படை அவங்களுக்கு இருபது அடி தூரத்துக் கிட்டே போயிடுச்சு...." "ஓ, சுட்டுப் பொசுக்கியிருப்பீங்களே" என்ற வேலன் பாளையக்காரர்கள் சுடப்பட்டு வீழ்வதைக் கற்பனை செய்து பார்த்தான். "அப்படி எதுவும் நடக்கலை", தாமசின் குரலில் கோபத்தை விட, சோகமே அதிகமாயிருந்தது. அவசரத்தில காலோப்பாகண்ணை இழுத்துக்கிட்டுப் போகலை. குதிரையில இருந்தவங்க துப்பாக்கி வச்சிருந்தாங்க. ஆனாலும், எங்க சிப்பாய்ங்க, ஓடறவங்களை

வெட்டித் தள்ளக் கத்திதான் வசதின்னு, கையில கத்திகளை எடுத்தாங்க". ஓடும் பாளையக்காரர்களைக் குதிரைவீரர்கள் துரத்திச் சென்று பின்புறமிருந்து வெட்டுவதை, வேலன் தன் கண்களை மூடிக் கற்பனை செய்துபார்த்தான்.

"நீ கற்பனைபண்ற மாதிரி எதுவும் நடக்கலை", தாமசின் குரல் வேலனை விழிக்கச் செய்தது. "ஓடிக்கிட்டிருந்த பாளையக்காரங்க திடீர்னு ஓட்டத்தை நிறுத்தினாங்க. கும்பலா இருந்தவங்க, திடீர்னு நீள்சதுரமா அணிவகுத்தாங்க. கையில இருந்த ஈட்டிகளை எல்லோரும் ஒரேசமயத்தில பலமாக்குலுக்கினாங்க. ஈட்டிகள்ல கட்டியிருந்த மணிகள் மொத்தமா குலுங்குற சத்தம் தூரத்திலயிருந்த எங்களுக்கே கேட்டது. குதிரைங்க மிரண்டுபோயி, முன்னங்கால்களைத் தூக்கிக் கிட்டு, நிற்க முயற்சி பண்ணிச்சுங்க. அதே சமயத்தில, பாளையக்கா ரங்க அவங்களோட வழக்கமான பயங்கரச் சத்தத்தோட எங்க ஆளுங்கமேல பாஞ்சாங்க. எங்கசிப்பாய்ங்க யாருக்கும், ஒரு ரவுண்டு சுடக்கூட வாய்ப்புக்கெடைக்கல. ஒரு சிப்பாய் விடாம, எல்லாரு நெஞ்சிலயும் ஈட்டிகளைப் பாய்ச்சிட்டாங்க. தளபதி என்ன நடக்குதுன்னு புரிஞ்சு உதவிக்கு வேறபடைகளை அனுப்புறதுக்குள்ள, எங்க குதிரைப் படையைக் கிட்டத்தட்ட மொத்தமாக் காலி பண்ணிட்டு, அத்தனை துப்பாக்கிகளையும் தூக்கிக்கிட்டு, அவங்களுக்கு ஒரு சேதமும் இல்லாம, பாளையக்காரங்க தப்பிச்சுப் போயிட்டாங்க. குதிரைப்படையை அனுப்பாம பீரங்கியால நாங்க சுட்டிருந்தா, அன்னைக்கு முடிவே தலகீழா மாறியிருக்கும்" என்று சொல்லிப் பெருமூச்சு விட்டார் தாமஸ்.

"ஆத்திரக்காரனுக்குப் புத்தி மட்டு" என்று தமிழில் முணுமுணுத்தான் வேலன். "என்ன சொல்றே" என்று கேட்டார் தாமஸ். "அவசரம் காரியத்தைக் கெடுத்திரும்னு" ஒரு பழமொழி இருக்கு என்று ஆங்கிலத்தில் கூறினான் வேலன். "அதுக்கப்புறம் ராமநாதபுரம் போயிச் சேர்ற வரைக்கும், பாளையக்காரங்க எவ்வளவு கிண்டல் பண்ணினாலும் நாங்க விரட்டிக்கிட்டு ஓடறதில்ல. அதனால பத்திரமாப் போய்ச் சேர்ந்தோம்" என்றார் தாமஸ். "அதுக்கப்பறம் என்ன நடந்தது பிரபு?" என்று கேட்டான் வேலன். "அது எனக்குத் தெரியாது. அங்கே இருந்த காயம்பட்டவங்களையெல்லாம் திருச்சிக்கு மாத்திட்டாங்க. நான் மதராஸ் போறேன்னு கேட்டுக்கிட்டேன். சரி, ஒரு ரிப்போர்ட்டு எழுதிக் குடுத்திருன்னு சொல்லி, என்னையும், காயம்பட்ட

கொஞ்சப் பேரையும் இங்கே அனுப்பி வச்சாங்க" என்றார் தாமஸ்.

இரவு கவிழத்தொடங்கியிருந்தது. வேலன் கொடுத்த பாட்டிலை முழுவதும் காலிசெய்திருந்த தாமஸ், "நான் கோட்டைக்குப் புறப்படறேன்" என்றார். "சரி பிரபு, ரிப்போர்ட்டை எழுதி, ரெண்டுநாளுக்குள்ள நானே உங்கக் கிட்டக் கொண்டுவந்து சேர்க்கிறேன்" என்றான் வேலன்.

"மிஸ்டர் வேலன், அதோட இதேமாதிரி ரெண்டு விஸ்கி பாட்டிலும் அனுப்ப முடியுமா?, நான் அதற்கான பணத்தைத் தந்திடறேன். விலை எவ்வளவு?" என்றார் தாமஸ். "பணத்தை விடுங்க பிரபு, உங்க ஆதரவு எனக்கு இருந்தாலே போதும். ரிப்போர்ட் வரும்போது பாட்டிலும் வரும். இப்போ என்கிட்ட ஸ்டாக் இல்லை" என்றான் வேலன். குடித்ததால் எந்தத் தடுமாற்றமும் இன்றித் தன் குதிரையில் ஏறிப் புறப்பட்டார் தாமஸ்.

அவர் சென்றபிறகு வேலன், தான் எடுத்த குறிப்பு களிலிருந்து அறிக்கை தயாரிக்கும் வேலையில் இறங்கினான். எவ்வளவு நேரம் எழுத்திக் கொண்டிருந்தான் என்று அவனுக்கே தெரியாது. திடீரென்று அவன் முன்னே யாரோ நின்று தீபத்தை வாயால் ஊதி அணைத்தது போலிருந்தது. திடுக்கிட்டு நிமிர்ந்து பார்த்தான். புன்சிரிப்போடு முத்தம்மா நின்று கொண்டிருந்தாள். "எப்பிடி சத்தமில்லாம வந்தே?" என்று வியப்போடு கேட்டான் வேலன். "ஆமா, நீ பெரிய கட்டுக் காவல் போட்டு வச்சிருக்கியாக்கும்" என்றாள் முத்தம்மா. "நான் உன்ன ஏமாத்தறனான்னு உளவுபார்க்க வந்தியா?" என்றான் வேலன்.

"நீயா, ஏமாத்திறியா? கட்டின பொண்டாட்டியைக் கொஞ்சவே உனக்கு நேரம் இல்லை" என்றாள் முத்தம்மா எரிச்சலோடு. "அப்படி ஏமாத்தினாக் கோபப்படமாட்டியா?" என்றான் வேலன். " நீ இப்பிடிப் பேசிப்பேசியே நேரத்தை வீணாக்கிக்கிட்டு இருந்தா, நிச்சயமாக் கோபப்படுவேன்" என்றாள் முத்தம்மா.

மறுநாள் வேலன் அதிகாலையிலேயே எழுந்து இரண்டு அறிக்கைகளையும் இறுதிசெய்வதில் மூழ்கியிருந்தான். சற்றுநேரம் கழித்து எழுந்த முத்தம்மா, தேநீரோடு வந்தாள் “வேலா, நான் பாளையக்காரங்களுக்கு உதவ சிவகங்கைக்குப் போகப்போறேன்” என்றாள். “உன்னைப்பிரிஞ்சு நான்மட்டும் தனியா இருக்க முடியுமா? அதனால நானும் அங்கே வரலாம்னு இருக்கேன்” என்றான் வேலன். “நேரடியா களத்தில எறங்கப்போறியா” என்றாள் முத்தம்மா ஆவலோடு. “இல்லை. இந்த மண்ணையும், மக்களையும் புரிஞ்சிக்கிற முயற்சி” என்றான் வேலன்.

பின்பு கோட்டைக்குச் சென்று தனது அறிக்கையைக் கொடுத்தான் வேலன். அதை விரைவாகப் படித்து முடித்த ராபின்சன் “அப்போ தமிழ்நாட்டில, பாளையக்காரங்க கலகம் சீக்கிரம் முடிஞ்சிரும்னு நினைக்கிறியா?” என்று கேட்டார். “அவசரப்படாதீங்க பிரபு, லெப்டினன்ட் தாமசுக்காக நான் எழுதின அறிக்கையையும் படிச்சிட்டு முடிவு பண்ணுங்க” என்றான் வேலன். அந்த அறிக்கையையும் விரைவாகப் படித்து முடித்த ராபின்சன், “நான் கொஞ்ச நேரத்தில உன்னைத் திரும்பச் சந்திக்கிறேன். தாமசோட அறிக்கையை அவன்கிட்ட நீயே கொடுத்திட்டு வா” என்றார். வேலன் தாமசைக் கண்டுபிடித்து அறிக்கையையும், கூடவே தாமஸ் ஆசையோடு கேட்ட இரண்டு விஸ்கி பாட்டில்களையும் கொடுத்துவிட்டுவந்தான். மீண்டும் ராபின்சனைச் சந்தித்தபோது, “வேலா, நீ முன்னால பீரங்கிப்படையில இருந்தே இல்லையா” என்று கேட்டார் ராபின்சன்.

“ஆமாம் பிரபு. வங்காளத்தில” என்றான் வேலன். “ரொம்ப நல்லதாப் போச்சு, வங்காளத்திலயிருந்தே ஒரு பீரங்கிப்படை வந்திருக்கு, அது நாளைக்கு சிவகங்கைக்கு போகப்போகுது. அதில உன்னைச் சேர்த்து விட்டுடறேன். வழக்கம்போல எனக்கு ரகசியமா ரிப்போர்ட் அனுப்பு” என்றார். அதற்காகத்தான் வேலன் காத்திருந்தானென்றாலும் விருப்பமில்லாதாவன்போல் நடித்தான். “இங்கே வியாபாரமெல்லாம் கெட்டுப் போகும் பிரபு. நீங்களும் அதில ஒரு பார்ட்னர், மறந்திடாதீங்க” என்றான் “இதுதான் கடைசி” என்றான் ராபின்சன். “இதுதான் தமிழ்நாட்டில கடைசிப்போருன்னு நினைக்கிறீங்களா?” என்றான் வேலன்.“தெரியாது, ஆனால் எனக்கு இதுதான் கடைசி. நான்

சீக்கிரம் இங்கிலாந்து திரும்பப்போறேன்" என்றார் ராபின்சன். "அப்போ வைரம் எதுவும் தேவைப் படுமா?" என்றான் வேலன்.

"எனக்குத் தங்கமும் வேண்டாம், வைரமும் வேண்டாம். உன் கம்பெனியில இருக்கிற என் பங்கை வித்து எங்க பரம்பரை நிலத்தையும் வீட்டையும் கடன்லயிருந்து மீட்கப்போறேன், அப்புறம், என் கிராமத்தில போய் நிரந்தரமா ஓய்வெடுக்கப் போறேன்" என்றார் ராபின்சன். "நீங்க ஒரு வித்தியாசமானஅதிகாரி. இங்கிலாந்திலயிருந்து பிச்சைக்காரங்களா இந்தியாவுக்குவர்ற அதிகாரிங்கல்லாம், கோடீசுவரர்களா இங்கிலாந்து திரும்புறாங்க. நீங்க பழைய நடுத்தர வாழ்க்கைக்கே திரும் பிப்போக நினைக்கிறீங்க" என்றான் வேலன். "பணத்தைவிட நிம்மதி முக்கியம்" என்ற ராபின்சன், ஒரு கடிதத்தை வேலனிடம் கொடுத்து, "வேலா, உன்னை ஒற்றனா நான்தான் அனுப்பியிருக்கேங்கிறதுக்கு அத்தாட்சி இது. ஏதாச்சும் பெரிய ஆபத்தில மாட்டிக்கிட்டா மட்டும் தான் இதைப் பயன்படுத்தனும்" என்று கூறி விடை கொடுத்தார்,

மாலையில் வீட்டிற்குத்திரும்பிய பொழுது, அவன் சொல்லியனுப்பியிருந்தபடி மணிவாசகம், டேவிட், மெகருன்னிசா மூவரும் வந்து முத்தம்மாவிடம் பேசிக் கொண்டிருந்தனர். வேலன் உள்ளே நுழைந்தவுடன் மணிவாசகம் பேசத் தொடங்கினார். "வேலா, நம்ம வியாபாரம் பல மடங்கு அதிகமாயிருச்சு, டேவிட் எல்லா நேரமும் கோட்டையில சுத்த வேண்டியிருக்கு, எனக்குக் கிடங்கு வேலையே சரியா இருக்கு. கணக்கு வழக்குப் பார்க்கச் சரியான ஆள் இல்ல. இனிமேல் மத்த எல்லா வேலைகளையும் மூட்டைக்கட்டி வச்சிட்டு வந்து கணக்கு வழக்கைப்பாரு" என்றார். "அதைத்தான் நானும் சொல்லிக்கிட்டுருக்கேன்" என்றான் டேவிட்.

மேரியாகிவிட்ட மெகருன்னிசாவைப் பார்த்தான் வேலன். "நீ மட்டும் ஏன் எதுவும் சொல்லாம இருக்கே?" என்றான். "வியாபாரத்தைப் பத்தி எனக்கென்ன தெரியும்?" என்றாள் மெகருன்னிசா. "நாட்டையே நிர்வகிச்ச நூர்ஜகான் பரம்பரையில வந்தவளுக்கு, ஒரு சின்ன வியாபாரம் புரியாமப் போயிடுமா?" என்ற வேலன், மணிவாசகம் பக்கம்திரும்பி," ஐயா, எனக்குத் தெரிஞ்ச கணக்கு வழக்கு எல்லாம் நீங்க சொல்லிக் கொடுத்ததுதான். எனக்குக் கத்துக் குடுத்த மாதிரியே மெகருன்னிசாவுக்கும் கத்துக்குடுங்க. இனிமே மெகருன்னிசாவே வியாபாரத்தைப் பார்த்துக்கட்டும்" என்றான். எல்லோரும் வியப்புடன் வேலனைப்

பார்த்தனர். வேலன் தொடர்ந்து "வேற வழியில்ல, நானும் முத்தம் மாவும் தெற்கே போர் நடக்கிற இடத்துக்குப் போறோம்" என்றான்.

"நீங்க திரும்பிவர்ற வரைக்கும்தான, கண்டிப்பாப் பார்த்துக்குவேன். திரும்பி வந்ததும் உங்ககிட்ட பத்திரமா ஒப்படைக்கிறேன்" என்றாள் மெகருன்னிசா. "அதைத் திரும்பி வந்தா பார்க்கலாம்" என்றாள் முத்தம்மா புன்னகையோடு. அவளது புன்னகைக்குப்பின்னால் மறைந்திருந்த ஆபத்தை அனைவரும் உணா்ந்திருந்தனர். ஆனால் யாரும் அதுபற்றிப்பேச விரும்பவில்லை. நீண்டநாட்களுக்குப் பிறகு சந்தித்துக் கொண்டதால் அவர்களுக்குப் பேசுவதற்கு வேறு விஷயங்கள் நிறைய இருந்தன. கல்கத்தாவில் இருக்கும் நண்பர்களுடன் சேர்ந்து, கல்கத்தாவில் இருந்து பொருட்களை மதராசுக்கு வரவழைக்கத் தொடங்கியிருந்தனர். அது சம்பந்தமாக, தான் விரைவில் கல்கத்தா செல்லவிருப்பதாக டேவிட் கூறினான். கிட்டத்தட்ட முன்பு பால்பென்பீல்டுக்கு இருந்த அளவு செல்வாக்குத் தனக்கு இப்பொழுது கோட்டையில் இருப்பதாகப் அவன் பெருமையுடன் சொல்லிக் கொண்டான். வியாபாரத்தில் உதவப்போவதைத் தான் பெருமையாகக் கருதுவதாக மெகருன்னிசா கூறினாள்.

வங்காள பீரங்கிப்படைப் பிரிவோடு ராமநாதபுரம் வந்து சேர்ந்த வேலன், தான் ஏற்கனவே திட்டமிட்டிருந்தபடி, முகாமின் மிக முக்கியமான நபரைச் சந்தித்தான். தான் தயாராகக் கொண்டுவந்திருந்த சாராய பாட்டில்களைப் பரிசாகக் கொடுத்து அவரை நண்பராக்கிக் கொண்டான். அவர் வேறு யாருமல்ல, முகாமின் தலைமைச்சமையற்காரர். அவரிடம் வேலன் கேட்டதெல்லாம், அவ்வப்போழுது மிச்சம்மீதியிருக்கும் நல்ல சாப்பாடுதான். அதற்குத் தன்னாலான பணமும் கொடுத்து விடுவ தாகக் கூறினான். வேலனைச் சாப்பாட்டுராமன் என்று முடிவுகட்டிய தலைமைச் சமையற்காரா், "பணம் எதுவும் வேணாம், அப்பப்போ பாட்டில் எடுத்துக்கிட்டு வா" என்றார். அவரிடம் வேலையாட்கள் குறைவாயிருப்பதைக் கண்ட வேலன் தானே முன்வந்து உதவி செய்யத் தொடங்கினான். வேலன் அரைகுறையாக ஆங்கிலம் பேசுவதைக் கவனித்த சமையற்காரர், கர்னல் அக்னியூ போன்றவர்களுக்கு உணவை எடுத்துச் செல்லும் வேலையை அவனிடம் கொடுக்கத் தொடங்கினார். பீரங்கிப்படை ஓய்விலிருந்ததால், அவன் அடிக்கடி சமையல் கூடத்தில் சுற்றுவதை

யாரும் பெரிதாக எடுத்துக் கொள்ளவில்லை. ஒருநாள், கலெக்டர் லூஷிங்டனும், கர்னல் அக்னியூவும் மாலையில் சந்தித்தபொழுது, அவர்களுக்குத் தேநீர் சிற்றுண்டி கொடுத்துவிட்டு, வாசலில்நின்று ஒட்டுக் கேட்கத் துவங்கினான்.

"மருது பிரதர்ஸுக்கு ஆட்சியுரிமை எப்படி வந்துச்சு" என்று கேட்டார் அக்னியூ. "நம்மை மாதிரியே, கத்தி முனையால தான் ஆட்சியைப் பிடிச்சாங்க. அவங்களுக்குப் பரம்பரை உரிமை எதுவும் கிடையாது. பழையராஜா முத்துவடுகத்தேவரை, ஆற்காட்டு நவாபும், கம்பெனியும் சோந்து தாக்கினப்போ, போருல இறந்து போனாரு. அப்போ மந்திரியா இருந்தவரு தாண்டவராயன் பிள்ளை. மருது சகோதரர்கள் உதவியோட அவரு, ராணி வேலு நாச்சியரையும், அவங்க குடும்பத்தையும் விருப்பாச்சிக்கு ரகசியமாக் கொண்டு போயிட்டாரு. மைசூர் அரசு ஆதரவுல தலைமறைவாயிருந்தாங்க ஆற்காட்டு நவாப் சிவகங் கைக்கு ஒரு ஏஜெண்டைப்போட்டான்", லூஷிங்டன் பேசுவதை நிறுத்திவிட்டு "ஹேய்" என்று குரல் கொடுத்தார். வேலன் ஓடிச்சென்று இருவரின் குவளைகளிலும் தேநீரை மீண்டும் நிரப்பிவிட்டு வெளியே வந்தான். லூஷிங்டன் மீண்டும் சொல்லத் தொடங்கினார்.

வேலுநாச்சியாரும், மருதுபிரதர்ஸும், மைசூர்அரசு உதவியோட திரும்ப ஒரு படையத்திரட்டி, அடிக்கடி சிவகங்கைமேல படையெடுத்தாங்க, இன்னொரு பக்கத்திலயோ கள்ளர் தேசம். நாட்டில திருட்டு கட்டுக்கடங்காமப்போச்சு. நிர்வாகம் பண்ண முடியாம ஏஜெண்டு ஓடிப்போயிட்டான். ஒரு பைசா வருமானம் இல்லாமப் போச்சு.".

"ஓஹோ, இதில மருதுபிரதாஸ் எப்பிடி ராஜா ஆனாங்க?" என்றார் அக்னியூ.

"நவாபும், கம்பெனியும் வேலுநாச்சியாருக்கிட்டப் பேசி நிர்வாகத்தை அவருகிட்டயே திரும்ப ஒப்படைச்சாங்க. அதுக்குள்ள தாண்டவராயன்பிள்ளை இறந்துபோயிட்டார். அதனால, சின்னமருதுவை மந்திரியாக்கினாங்க, பெரியமருது தளபதியானார். அவங்க பொண்ணு வெள்ளச்சிக்கு ராணிப்பட்டம் கட்டினாங்க. வெங்கம் பெரிய உடையாத்தேவருன்னு, ஒரு அப்பாவழிச் சொந்தக்காரனுக்கு, வெள்ளச்சியைக் கல்யாணமும் பண்ணிக் கொடுத்திட்டாங்க" என்று முடித்தார் லூஷிங்டன்.

"அப்போ மருதுபிரதர்சுக்கு ஆட்சியில பரம்பரை உரிமையில்லையே" என்றார் அக்னியூ. "அது மட்டுமில்லை, மருது பிரதர்ஸ் சாதியே வேற. முக்குலத்தோர் சாதிக்குள்ள, கள்ளர், மறவர், அகமுடையார்னு மூணுசாதிங்க இருக்கு. ராஜா முத்துவடுகநாதர் ஒருதேவர், அதாவது மறவர்சாதி, மருதுபிரதாஸ் அகமுடையார் சாதி, சேர்வைக்காரர்கள்னு சொல்லுவாங்க", என்றார் லூஷிங்டன். "அப்போ உண்மையான வாரிசு வெள்ளச்சியா, அவ ஹஸ்பண்ட் வெங்கம் உடையாத் தேவரா?" என்று கேட்டார் அக்னியூ. "விடை சொல்றது அவ்வளவு சுலபம் இல்லை. முத்துவடுகநாதர் உயிரோட இருக்கும்போதே, ஒரு பையனை வேற தத்து எடுத்திருந்தார்" என்றார் லூஷிங்டன். "அப்போ அந்தப் பையன் தானே, உண்மையான வாரிசு, யாரு அது?" என்று ஆவலுடன் கேட்டார் அக்னியூ.

"அவன்பேரு கௌரி வல்லபத்தேவன், ஊரு நாலுகோட்டை, அதுதான் முக்கியம். நாலுகோட்டைதான், சிவகங்கை ராஜாக்களோட பரம்பரை ஆரம்பமான இடம். அதனால புதுசா வர்ற ராஜாவை அவங்கதான் ஏத்துக்கிட்டுப் பட்டம் கட்டறது வழக்கம்.

"அப்போ மருதுபிரதாசுக் கும் அவங்கதான் பட்டம் கட்டினாங்களா?" என்றார் அக்னியூ.

"நோ, அவங்க மருதுபிரதர்சை மதிக்கறதில்லை, மருதுபிரதர்சும் அவங்கள மதிக்கிறதில்லை, கௌரி வல்லபத்தேவரை மக்கள் மதிக்கிறதில்லை" என்றார் லூஷிங்டன். "ஏன் அப்பிடி?" என்று கேட்டார் அக்னியூ.

"கம்பெனியும், ஆற்காட்டு நவாபும், சிவகங்கைமேல படையெடுத்துப் போனப்போ, பட்டத்து இளவரசர், கௌரி வல்லபத்தேவர், எங்கேயோ ஓடிப்போய் ஒளிஞ்சிக்கிட்டார். அதனாலதான்", என்றார் லூஷிங்டன். "மருது பிரதாசுக்கு மக்கள்கிட்ட நல்ல பேரு இருக்கா?" என்று கேட்டார் அக்னியூ. "ரொம்ப நல்ல பேரு. திருட்டு, வழிப்பறி, பிரச்சினைகளை ஒழிச்சாங்க, நிர்வாகத்தைச் சீர் பண்ணினாங்க, ஆறு, குளம், கண்மாய் வெட்டி விவசாயத்தை விரிவு படுத்தியிருக்காங்க. திறமையான நிர்வாகிங்க", என்றார் லூஷிங்டன். "ஆனா தேவர் சாதியில்ல. அது ஒண்ணு போதும் நமக்கு. இப்போ ரெண்டு வாரிசு இருக்காங்க, வெள்ளச்சி வீட்டுக்காரன் வெங்கம் பெரிய உடையாத்தேவர், முத்து வடுகநாதா தத்தெடுத்த, கௌரி வல்லபத்தேவர். ரெண்டு பேரில, நாம யாரை சப்போர்ட் பண்ணலாம்?" என்று கேட்டார் அக்னியூ.

“வெங்கம் உடையாத் தேவர் மருது சப்போர்ட்டர், கௌரி வல்லபத் தேவருக்கோ மக்கள் ஆதரவே கிடையாது, ஆளும் பலவீனமானவர்” என்றார் லூஷிங்டன்.

“பிரமாதம், அப்படி ஒரு ஆள்தான் நமக்கு வேணும். கௌரி வல்லபத்தேவருக்குத்தான் நம்ம சப்போர்ட். அகமுடையார் சாதியும், தேவர்சாதியும் ஒருத்தரோடயொருத்தர் மோதிக்கணும். தேவர்சாதி மருதுவை எதிர்க்கணும். அதேசமயம், எல்லாருக்கும் நியாயமா நடக்கிற மாதிரி கம்பெனி நடிக்கணும். அதனால, சிவகங்கை ஆட்சியில உரிமை இருக்கவங்கள்லாம், என்னைவந்து பார்க்கலாம்னு, ஊரூராத் தண்டோராபோட ஏற்பாடு பண்ணுங்க. சிவகங்கையோட ரெவின்யூ எவ்வளவு?” என்றார் அக்னியூ. பெருமூச்சு விட்ட லூஷிங்டன், “வருசத்துக்கு அஞ்சுலட்சம் வரணும். ஒருலட்சத்து எழு பத்தஞ்சாயிரம் அதில ஆற்காட்டு நவாபுக்கு, மீதி நமக்கு. ஆனால் மருதுபிரதர்ஸ் ஒரு வருஷம்கூட ஒழுங்கா கிஸ்தி கட்டினதில்லை”, என்றார். “ஒழுங்காக் கட்டினாக்கூட, நம்ம செலவுபோக ஒரு லட்சம்தான் தேறும். இதுக்கா, இவ்வளவு செலவு பண்ணிப் படையெடுக்கிறோம்” என்றார் அக்னியூ.

“ஒரு பாளையம் மட்டும் சம்பந்தப்பட்ட பிரச்சனையில்லை. மருது பிரதர்ஸ், மொத்த இந்தியாவையுமே கம்பெனிக்கு எதிராத் திரட்டறாங்க. எல்லாச் சாதியும் ஒண்ணாச் சேர்ந்து கம்பெனியை எதிர்க்கணும்கிறாங்க. சாதிப்பிரிவு இல்லன்னா நம்மால இந்துஸ்தான்ல ஒரு நிமிஷம்கூட ஆட்சியில இருக்க முடியாது.” என்றார் லூஷிங்டன் கவலையோடு. “கவலையை விடுங்க. சாதிப்பிரச்சினையை வச்சே மருதுபிரதரச ஒழிச்சுக்கட்டிடுவோம்” என்று சிரித்தார் அக்னியூ. “அதுதான் அரசியல். எதிரி நாட்டுக்குள்ள இருக்கிற சின்னச்சின்னப் பிரிவினைகளையெல்லாம் பெருசாக்கித்தான் சாம்ராஜ்யங்களைக் கட்ட முடியும்” என்றார் லூஷிங்டன். “அதைத்தான் எங்க நாட்டில சிண்டுமுடியறதுன்னு சொல்லுவாங்க” என்று மனதிற்குள் முனகிக் கொண்டே வேலன் அங்கிருந்து விரைவாக வெளியேறினான்.

மறுநாள் பக்கத்துக் கிராமத்தில் மறைந்திருந்த முத்தம்மாவிடம் இந்தத் தகவல்களைத் தெரிவித்தான். முத்தம்மா உடனடியாக அந்தத் தகவல்களைச் சிவகங்கைக்கு அனுப்பினாள். சில நாட்களுக்குப்பின், “சிவகங்கை அரசுக்கு உரிமையுடையோர் கர்னல் அக்னியூ துரையை வந்து சந்திக்கலாம்”, என்று

சிவகங்கையின் சுற்று வட்டாரமெங்கும் முரசறையப்பட்டது. அடுத்த நாளே மருதுசகோதரர்களின் புகழ்பெற்ற ஜம்புகதீபம் அறிக்கை வெளியானது. வேலனிடம் அதைக்காட்டிய முத்தம்மா, "வேலா! சிறீரங்கம் கோயில் கம்பெனிகட்டுப்பாட்டில இருக்கு. ஆனால் அந்தக் கோவிலுக்குள்ளேயே இதை ஒட்டிட்டு வந்திட்டோம் தெரியுமா?" என்றாள் உற்சாகமாக. "இந்நேரம் இது கட்டாயம் கலெக்டர் கைக்குப் போயிருக்கும். நான் உடனே முகா முக்குப்போகணும்" என்றான் வேலன். "வெள்ளைக்காரங்க பேயறைஞ்ச மொகத்தைப்பார்க்க ஆசையாயிருக்கா?" என்றாள் முத்தம்மா. "அவங்க உணர்ச்சி வசப்படமாட்டாங்க. எதிர்நடவடிக்கை என்ன எடுக்கப் போறாங்கன்னு நாம உடனே தெரிஞ்சுக்கணும்" என்று சொல்லிவிட்டு வேலன் விரைந்தான்.

நேரம்பார்த்து, தேநீர், சிற்றுண்டிகளுடன் கர்னல் லூஷிங்டனின் அறையில் நுழைந்த வேலன், அவற்றை மேஜையில்வைத்துவிட்டு, அறை யைச் சுத்தம்செய்து, ஒழுங்குபடுத்த ஆரம்பித்தான். அவன் எதிர்பார்த்தது போலவே, மேஜையில், மருதரசர்கள் வெளியிட்டிருந்த ஜம்புகத் தீவு பிரகடனம் இருந்தது. எதிரெதிரேயமர்ந்து, லூஷிங்டனும், அக்னியூவும், காரசாரமாக விவாதித்துக் கொண்டிருந்தனர். "இதில எத்தனை ஆபத்து இருக்கு புரியுதா?" என்றார் அக்னியூ.

"எல்லாச் சாதிகளும் ஒண்ணாச்சேர்ந்து நமக்கெதிராப் போராடணும்னு அழைக்கிறாங்க, சாதிய ஒற்றுமை நம்ம சாம்ராஜ்யத்தோட அடித்தளத்தையே ஆட்டம்காண வச்சிடும்" என்றார் லூஷிங்டன்.

"தமிழ் இனம்னு ஒரு கருத்துருவாக்கத்தை ஏற்படுத்தறாங்க. இதை வளர விட்டா, இந்தியா முழுக்க ஒவ்வொரு தேசிய இனமாப் போராட்டத்தில எறங்கிடும்", என்றார் அக்னியூ.

"மூணாவது ஆபத்துத்தான் ரொம்பப் பெரிசு. கம்பெனியில இருக்கிற இந்தியச் சிப்பாய்ங்களைக் கம்பெனிக்கு எதிராத் தூண்டிவிடறாங்க" என்றார் லூஷிங்டன். "சரியாச் சொன்னீங்க. இனி ஒரு நொடிகூடத் தாமதிக்காமப் படைகளைத் திரட்டணும். படையில பாதிப்பேருக்கும் அதிகமா, வெள்ளைச் சிப்பாய்ங்கதான் இருக்கணும்" என்றார் அக்னியூ. லூஷிங்டன் புரிந்துகொண்டு தலையாட்டினார்.

“ஜம்புகதீபம் அறிவிப்பு வேலைசெய்ய ஆரம்பிச்சிருச்சு. மருதுராசாவுக்கும், ஊமைத்துரைக்கும் ஆதரவு பெருகிக்கிட்டே வருது. அவங்களும் விடாமப் பிரச்சாரம் பண்ணிக்கிட்டிருக்காங்க” என்றாள் முத்தம்மா, மீண்டும் வேலனைக் கிராமத்தில் சந்தித்தபோது. “அறிவிப்பு எதிரி முகாமிலயும் வேலை செய்ய ஆரம்பிச்சுடுச்சு. ராமநாதபுரத்திலிருந்து கம்பெனிப் படை நாளைக்கே புறப்படப் போகுது” என் றான் வேலன். “ஏற்கனவே ராமநாதபுரம் வரைக்கும் நிறையக் கோட்டைங்களை ஊமைத்துரை ஆளுங்க பிடிச்சிக்கிட்டு இருக்காங்க” என்றாள் முத்தம்மா. “தொண்டியில என்ன நடக்குது” என்று கேட்டான் வேலன். “கடல் வழியா வர்ற உணவு, தானியத்தையெல்லாம் பாளையக்காரங்க பறிமுதல் பண்ணி, பிரான்மலையில சேர்த்து வைக்கிறாங்க. நீ சொன்ன மாதிரி, நீண்ட யுத்தத்துக்குத் தயார் ஆகுறாங்க” என்றாள் முத்தம்மா. “நல்லாத்தான் திட்டம் போடறாங்க” என்ற வேலன், “சரி அடுத்து நாம திருப்பத்தூர்ல சந்திப்போம்” என்றான்.

வேலன் மாலையில் முகாம்திரும்பும்பொழுது, அக்னியூவின் அறைக்குள் சற்றுவயதான ஆங்கிலேயா ஒருவர் நுழைவதைக் கண்டான். அவரை எங்கோ பார்த்தது போலிருந்தது. தலைமைச் சமையற்காரனிடம் அது பற்றிக்கேட்டான். “அவருதான் கர்னல் மார்ட்டின் பிரபு” என்றான் சமையற்காரன். வேலனுக்கு உடனே முழுமையாக நினைவிற்கு வந்தது. ஓய்வுபெற்ற கர்னல் மார்ட்டின், பல பாளையக்காரர்களுக்கு ஆலோசகராக இருந்தார். தென்தமிழகத்தின் அரசியலையும், நிலப்பரப்பையும் நன்கு அறிந்தவர். வீட்டுவேலை செய்வதுபோல் அறைக்குள் சென்று மார்ட்டின் அக்னியூவுடன் பேசுவதை வேலன் ஒட்டுக் கேட்டான்.

“நம்ம படையைப் பார்த்தவொடனே, சிவகங்கைப்படை காளையார் கோவிலுக்குள்ள போய் ஒளிஞ்சுக்கும். காலம்காலமா அதுதான் அவங்க போர்த்தந்திரம்” என்று மார்ட்டின் சொல்வது வேலன் காதில் விழுந்தது. “போனதடவை முத்துவடுகநாதர் அப்படி ஒளிஞ்சப்போ, நாம வெற்றிகரமாக் கோயிலுக்குள்ள நுழைஞ்சதாக் கேள்விப்பட் டேனே?” என்றார் கர்னல் அக்னியூ. “ஆனால், இந்தத் தடவை நெறையத் தற்காப்பு ஏற்பாடுகள் பண்ணியிருக்காங்க. அவங்க கூட செவத்தையாவும், ஊமைத்துரையும் இருக்காங்க. அவங்க ரெண்டு பேரும், ரொம்ப

அனுபவம் உள்ள தளபதிங்க" என்றார் மார்ட்டின். "காளையார் கோவில்ல ஏன் ஒளியறாங்க" என்று கேட்டார் அக்னியூ. "கனமான, உயரமான சுவரு, கோவிலே கோட்டை ஆயிடும். சுத்தி நாற்பது சதுரமைலுக்கு முள்ளுக்காடு. குதிரைங்களுக்குப் புல்லு கூடக்கெடைக்காது. ஒருவருஷமா கோயிலுக்குள்ள ஆயுதம், வெடி மருந்தெல்லாம் சேர்த்து வச்சுக்கிட்டிருக்காங்க" என்றார் மார்ட்டின்.

சற்று நேரம் அமைதியாயிருந்த அக்னியூ, "உங்க ஆலோசனை என்ன?" என்று கேட்டார். "மொதல்ல, உணவு, புல்லுக்கட்டு எல்லாம் பக்கத்துக் கிராமங்கள்ல இருந்து பறிமுதல் பண்ணிக்கிட்டுவர ஒரு படைப்பிரிவை ஏற்பாடு பண்ணிக்கிங்க. அடுத்ததா, மேற்குப் பக்கம் தான் தாக்குதல் வரும்னு நெனைச்சு, அவங்க அந்தப்பக்கம் தற்காப்பு நடவடிக்கையப் பலப்படுத்தியிருப்பாங்க. அதனால நீங்க வேற பக்கமாப் போயி எதிர்பாராத தாக்குதல் நடத்துங்க", என்றார் மார்ட்டின்.

அந்தத் தகவலை வேலனால் உடனடியாக முத்தம்மாவிடம் சொல்ல முடியவில்லை. கம்பெனிப் படைகள் மறுநாள் புறப்பட்டுச் சென்றன. திருப்பத்தூர் அருகே, திருக்கடையூரில் முகாம் அமைத்த பொழுது தான் வேலனால் முத்தம்மாவைச் சந்திக்க முடிந்தது. "மேற்குத் திசையை விட்டா கோயிலுக்குப்போக, வேற எந்தப்பக்கமும் வழியே இல்லயே, எப்படி கம்பெனிப்படை காட்டைத்தாண்டி உள்ளே போகும்" என்று கேட்டாள் முத்தம்மா. "காட்டைவெட்டிப் புதுசா சாலைபோடப் போறாங்கன்னு நினைக்கிறேன். புதுக்கோட்டை ராஜா இரண்டாயிரம் காடுவெட்டிகளை அனுப்பிச்சிருக்காரு" என்றான் வேலன். "புதுக்கோட்டை ராஜா கம்பெனிக்கு வேற என்னென்ன உதவியெல்லாம் செய்யுறாரு" என்று கேட்டாள் முத்தம்மா. சண்டை போட ஏழாயிரம் சிப்பாய்களை அனுப்பிச்சிருக்காரு, அதே மாதிரி மணியாச்சி, எட்டயப் புரப்பாளையக்காரங்களும் ஆயிரக்கணக்காச் சிப்பாய்களை அனுப்பிச்சிருக்காங்க. வேறசில பாளையக்காரங்களும் கம்பெனிக்கு உதவியா ஆளுங்களை அனுப்பப்போறதாப்பேச்சு அடிபடுது" என்றான் வேலன். "இப்போ கம்பெனிகிட்ட எவ்வளவு படை இருக்கு" என்று கேட்டாள் முத்தம்மா. "கர்னல் ஜேம்ஸ் இன்னிங்ஸ் தலைமையில திண்டுக்கல்லுலயிருந்து வர்ற படையையும்சேர்த்து, எப்பிடியும் இருபதாயிரம்பேர் இருப்பாங்க" என்றான் வேலன். முத்தம்மா முகத் தில் கவலைப்படர்ந்தது, "மருதுபாண்டியாகிட்ட

மிஞ்சிப்போனா பத்தாயிரம் பேருதான் இருப்பாங்க'' என்றாள். "அதுக்காகத்தான் நீண்ட பிரச்சாரத்துக்கு அப்புறம் போரை ஆரம்பிக்கனும்னேன். ஆனால் இவங்க போரை அறிவிச்சிட்டுப் பிரச்சாரம் பண்றாங்க'' என்றான் வேலன். "இப்பவும் தினம் நிறையப்பேரு எங்கபக்கம் வந்து சேர்ந்துக்கிட்டுத்தான் இருக்காங்க'' என்றாள் முத்தம்மா. "ஊர்க்காவல், திசைக்காவல் உரிமையில இருந்தவங்க எல்லாம் இப்பத்தான் விழிச்சிக்கிட்டாங்க. ஆனால், அவங்களப் பிரிக்கவும் கம்பெனி சீக்கிரம் ஏதாவது சதித் திட்டம் போடும்'' என்றான் வேலன்.

"அப்புறம் இன்னொரு சேதி, நீ சொன்ன மாதிரியே ஆற்காட்டு நவாபைக் கம்பெனி ஆளுங்க ஏதோ பண்ணிட்டாங்க. ரெண்டுநாளா அவருக்கு மர்மக் காய்ச்சலாம்'' என்ற தகவலைக் கொடுத்துவிட்டு முத்தம்மா பிரிந்து சென்றாள். கம்பெனிப் படைகளோடு பாளையக்காரர்களின் முதல் மோதல் சிறுவயலில் தொடங்கியது.

ஐரோப்பிய நகரங்களைப் போல வடிவமைத்து மருது சகோதரர்கள் கட்டிய அந்த அழகிய ஊரில், முன்பு சின்ன மருதுவைச் சந்தித்தது வேலனுக்கு நினைவிற்கு வந்தது. அந்த ஊர் வாழ்வதற்குத்தான் வசதியானது, போருக்கல்ல என்பது முதல் நாளிலேயே தெரிந்தது. பாளையக்காரர் படைகள் பின்வாங்கின. ஆனால் கம்பெனிப் படைகளின் தங்குமிடமாக சிறுவயல் ஆகிவிடக்கூடாது என்பதற்காக, ஊர் முழுவதையும் தீக்கிரையாக்கிவிட்டுப் பின்வாங்கினர். ஐரோப்பியரின் போர்த்தந்திரம் எங்களுக்கும் தெரியுமென்று காட்டியிருந்தனர் பாளையக்காரர்கள். அங்கிருந்து படைகளுடன் காளையார் கோவிலின் மேற்குப் புறம் செல்லாமல், சிறுவயல் அருகிலேயே முகாமிட்ட அக்னியூ, சிறுவயலிலிருந்து, காளையார் கோவில்வரையிருந்த ஆறுமைல்கள் நீண்ட காடுகளை அழித்து. சாலையமைக்கும் பணியில் படைகளை ஈடுபடுத்தினார். அவர் நினைத்ததுபோல் அது எளிதாயிருக்கவில்லை. திடீர் திடீரென்று மருதுவின் படைகள் எங்கிருந்தோ வந்து, சாலை போடுபவர்களைக் கொன்று குவித்தன. அதனால் எப்பொழுதும் ஒரு பெரும்படையின் பாதுகாப்புடன் சாலை போடும்பணி மிக மெதுவாக நடந்தது. உணவுப் பொருட்களோ கம்பெனி முகாமில் விரைவாகத் தீரத் தொடங்கின. வேலனுக்கு மட்டும் ஒரு வசதி. பீரங்கிப்படைக்கு வேலை எதுவுமில்லாததால் தன் விருப்பம் போல் சுற்ற முடிந்தது. முகாமிற்குள், கம்பெனிப் படைகளுடன், பாளையக்காரா

படைகளும், காடுவெட்டிகளும் நிறைந்திருந்ததால், ஏதாவது சிப்பாய் உடையில் முத்தம்மா எளிதாக வந்து வேலனைச் சந்திக்க முடிந்தது. அவ்வாறு ஒருமுறை சந்திக்கும் பொழுது கூறினாள், “ஆற்காட்டு விஷயம் தெரியுமா? அல்உம்ராவும் செத்துப் போயிட்டாரு, அவரு மகனும் செத்துப்போயிட்டான். அல்உம்ரா தம்பிமகன் அசிம் உத் தௌலாவை நவாப் ஆக்கிட்டாங்க” என்றாள் முத்தம்மா. “தம்பிக்கு விஷம் வச்சுத்தான் இவரு ஆட்சிக்குவந்தாரு. இப்போ மகனோடசேர்த்து இவருக்கு, விஷம் வச்சிட்டாங்க, “என்ற வேலன், அது எனக்கு ஏற்கனவே தெரி யும். ஜூலை முப்பத்தி ஒண்ணாம் தேதி, ஆட்சிக்கு வந்த கையோட கர்நாடக ஒப்பந்தத்தில, புது நவாப் கையெழுத்தும் போட்டுட்டாரு” என்றான் வேலன். “அப்போ இன்னொரு பென்சன் ராஜா உருவாயிட்டாரா?” என்றாள் முத்தம்மா. “ஆமா, மாதம் பன்னிரண்டாயிரம் வரா கன் ஓய்வூதியம் தர்றதா ஒப்பந்தம்” என்றான் வேலன். “பன்னிரண் டாயிரம் வராகன், எத்தனை ரூபாயாகும்” என்றாள் முத்தம்மா. “ஒரு வராகன் மூனரைரூபாய், அப்படிப்பார்த்தா வருசத்துக்கு அஞ்சுலட்ச ரூபா தேறும். அதோட நம்ம பொம்மை நவாப் வரும் போதெல்லாம், இருபத்தியொரு பீரங்கிக்குண்டுகள் சுட்டு, சல்யூட் அடிப்பாங்க” என்றான் வேலன். “அடடா, நாட்டையே எழுதிக் குடுக்கறதுக்கு என்ன ஒரு மரியாதை” என்றாள் முத்தம்மா.

“இனிமே நாம ஹீரா பிஜ்லிய விற்க வேற ஆள் தேடணும். போரைப் பத்தி மருதுவோட ஆளுங்க என்ன நினைக்கிறாங்க?” என்றான். “பாளையக்காரங்களைப்பத்தி உனக்குத் தெரியாதா? எல்லாரும் ஏதோ கல்யாணத்துக்குப் போறவங்க மாதிரி சிரிச்சுப் பேசிக்கிட்டு இருக்காங்க. சாவைப் பார்த்துப் பயப்படாத ஆளுங்க”, என்றாள். வேலன் கடகடவென்று சிரித்தான். “எங்க கம்பெனி முகாம்ல எல்லாம் தலைகீழ. சிப்பாய்களோட நிலைமை மோசம், வெள்ளைச் சிப்பாய்களோட நிலைமை படுமோசம்” என்றான். “அவங்களுக்கு அப்பிடி என்ன கஷ்டம், மூணு வேளையும் மூக்குப்பிடிக்கச் சாப்பாடு போடுவாங்களே” என்றாள் முத்தம்மா. “ஆனா அதை அவங்களால சாப்பிடத்தான் முடியாது. வெயிலு தாங்காம உடம்பெல்லாம் கட்டி, மழையிலநனஞ்ச நிறையப்பேருக்குக் காய்ச்சல், தண்ணி ஒத்துக்காம ஏகப்பட்ட பேருக்கு வாந்தி, மயக்கம், கழிச்சல்” என்றான் வேலன். “அடப் பாவமே! இவ்வளவு கஷ்டமா?” என்றாள் முத்தம்மா. “அது மட்டுமில்ல, நெறையப்பேரு பயத்தில பயித்தியமாயிட்டாங்க.

திடீர் திடீர்னு தூக்கத்தில அலர்றாங்க" என்றான் வேலன். "ஏன் பைத்தியம் பிடிச்சுது?" என்று கேட்டாள் முத்தம்மா. "ஏன் பிடிக்காது? சாலை போடறப்போ, காடு வெட்டுறப்போ, சிப்பாய்களும் காவலுக்குப் போயாகணும். திடீர்னு மருதுவோட படைகள் வந்து தாக்கும். எந்த நேரம், எந்த மூலையில இருந்து குண்டு வந்து பாஞ்சு, அடிப்பட்டுச் சாகப்போறமோ, இல்ல, எந்தப் புதருக்குள்ள இருந்து வேல் வந்து நெஞ்சில் பாயுமோன்னு பயந்துக்கிட்டே வேலை செய்யறாங்க. இடையில பாம்பு கடிச்சுப் போற உசுருகளும் நெறைய. அதனால நிறையப்பேர் அரைப் பைத்தியம் ஆயிட்டாங்க" என்றான் வேலன்.

அப்போது சிப்பாய் ஒருவன் விரைவாக நடந்து வேலனிடம் வந்தான். ஏதோ சொல்ல வந்தவன் அருகில் ஆண் உடையில் இருந்த முத்தம்மாவைப் பார்த்துத் தயங்கினான். "பயப்படாத சிங்காரம், இதுவும் நம்ம ஆளுதான்" என்ற வேலன், முத்தம்மாவிடம் திரும்பி மெல்லிய குரலில், "சிங்காரமும் நம்ம ஆளுதான்" என்றான். சிங்காரமும் முத்தம்மாவும் ஒருவரையொருவர் பார்த்துப் புன்னகை புரிந்து கொண்டனர். பயம் குறைந்த சிங்காரம், "எனக்கு ரெண்டு நாளா மேஜர்ஷெப்பாட் முகாம் வாசல்ல டூட்டி" என்றான். "தெரியுமே" என்றான் வேலன். "மேஜர் ஷெப்பர்ட் கட்டுக்கட்டாக் கடிதம் எழுதிவச்சிருக்காரு. ஆனா, அதை அனுப்பமுடியல. கடிதம் எடுத்துக்கிட்டுப் போறவங்க மருது பாண்டியா ஆளுங்கக்கிட்ட மாட்டிக்கிறாங்க" என்றான் சிங்காரம். "தெரியும், அதனால அவரும் பைத்தியம்பிடிச்ச மாதிரி ஆயிட்டாரு" என்றான் வேலன். "ஆனால், இப்போ ஒரு உள்ளூர்க்காரன் வந்திருந்தான். ஆளு ஆறடிக்கு மேல உயரம், வாட்ட சாட்டமா இருந்தான், அவன் இந்தக்காட்டுக்குள்ள வேட்டையாடறவனாம். ஏகப்பட்ட ரகசிய வழிங்க தெரியுமாம். பணம் குடுத்தாக் கடிதங்களைக் கொண்டுபோய்ச் சேர்த்திடறதாச் சொன்னான்", என்றான் சிங்காரம். "மேஜர் என்ன சொன்னாரு" என்று கேட்டான் வேலன். "அவருக்குச் சந்தோசம் தாங்கல. இப்பவே பொறப்பட்டுப்போய், இவரு தர்ற லெட்டரையெல்லாம் கலெக்டர்கிட்ட சேர்க்கிறதுக்கு, ஆறு ரூபாய் முன்பணம் குடுத்திட்டாரு. கலெக்டர்கிட்ட இருந்து பதில் வாங்கிட்டு வந்து குடுத்திட்டா, இன்னொரு ஆறுரூபாய் தாறதா வாக்குக் குடுத்திருக்காரு" என்றான் சிங்காரம். வேலனும், முத்தம்மாவும் ஒருவரையொருவர் பார்த்துக் கொண்டனர். "இதை உடனே தடுக்கணும்", என்றாள் முத்தம்மா. "அதுமட்டும் பத்தாது,

வேட்டைக்காரன் கதையை முடிக்கணும். போர் நடக்கிறப்போ, கம்பெனிப் படைகளுக்கு ரகசிய வழிகளையெல்லாம் காட்டிக் குடுத்துடுவான்" என்றான் வேலன். "ரொம்ப சந்தோஷம், என் வாளுக்கு வேலைகுடுத்து ரொம்பநாளாச்சு" என்றாள் முத்தம்மா. "ஜாக்கிரதை, அவன் பெரிய முரடன்" என்ற சிங்காரம், "அதோ அவனே போறான் பாருங்க" என்று சற்று துரத்தில் சென்ற வேட்டைக்காரனை அடையாளம் காட்டினான். அந்த ஆளின் தோளில் வேட்டையாடப் பயன்படுத்தப்படும் நாட்டுத்துப்பாக்கி தொங்கியது. கூடவே வாளும், கேடயமும் வைத்திருப்பதையும் கவனித்தனர்.

"அவனைப் பார்த்தா யாருக்கும் பயப்படமாட்டான்னு தோணுது" என்றான் சிங்காரம். "அதுதான் அவன் பலவீனம்" என்றாள் முத்தம்மா சிரித்துக்கொண்டே. பிறகு "நான் இப்பவே அவனை நிழல் மாதிரி பின்தொடரணும்" என்று எழுந்தாள். "வேண்டாம் வேண்டாம், நீங்க அண்ணன்கிட்டப் பேசிக்கிட்டு இருங்க, எனக்கு வேலை முடிஞ்சுது. அவனை என் கண்காணிப்பிலயே வச்சிக்கிறேன். அவன் வெளியே போறப்ப வந்து சொல்றேன்" என்று சிங்காரம் எழுந்து சென்றான்.

வேலனின் கூடாரத்திலேயே சற்று நேரம் நீட்டி, நிமிர்ந்து படுத்துக் கால்களுக்கு ஓய்வு கொடுத்தாள் முத்தம்மா. திடீரென்று சிரித்தான் வேலன். "என்ன ஆச்சு வேலா, வெள்ளக்காரங்களோட சேர்ந்து உனக்கும் பைத்தியம்பிடிச்சிருச்சா" என்று கேட்டாள் முத்தம்மா. "முன்னே வங்காளத்தில நாலாயிரம் சிப்பாய்கள வச்சிக்கிட்டு, வங்காள நவாப்போட நாலுலட்சம் படைகளை முறியடிச்சாரு ராபாட் கிளைவ். இப்போ அவருபிள்ளை எட்வர்ட் கிளைவ், பத்தாயிரம் பாளையக்காரங்களை அடக்க, இருபதாயிரம் சிப்பாய்களை அனுப்பறாரு" என்றான். அவர்கள் பல்வேறு விஷயங்களைப் பேசி முடிப்பதற்குள் மாலையாகியிருந்தது. திடீரென்று சிங்காரம் ஓடிவந்தான். கம்பத்தில் சாய்ந்து அமர்ந்து பேசிக்கொண்டிருந்த வேலனிடம், "தபால்காரன் பொறப்பட்டான்" என்றான். படுத்திருந்த முத்தம்மா எழுந்து உடைகளைச் சரிசெய்து கொண்டு, கூந்தலை மறைத்துத் தலைப்பாகையைக் கட்டினாள். அப்போதுதான் அவள் பெண் என்பதைச் சிங்காரம் கண்டுபிடித்தான். ஆனால் அப்பொழுது அதைப்பற்றிப்பேச நேரமில்லை. வேலனையும் முத்தம்மாவையும் அழைத்துக் கொண்டு முகாமைத் தாண்டிச்சென்று ஒரு ஒற்றையடிப் பாதையைக் காட்டி னான் சிங்காரம். "இது வழியா இப்பத்தான் போறான்" என்றான். பதில்

எதுவும் சொல்லாமல் ஒற்றையடிப் பாதைக்குள் விரைந்தாள் முத்தம்மா. "அண்ணே, ஒரு பொம்பளையத் தனியா அனுப்பறீங்களே. தபால்காரன் பெரிய மொரடன். நாமளும் உதவிக்குபோவோம்", என்றான் சிங்காரம் பதற்றத்துடன். "அவனோ வேட்டைக்காரன்; மூணு பேரு கும்பலாப் பின்னால போனா நிச்சயம் மோப்பம் பிடிச்சிருவான், அப்புறம் காட்டுக்குள்ள ஓடி மறைஞ்சிருவான்" என்றான் வேலன்.

"ஒத்தையாளு பின்னால போனா மட்டும், அவனுக்குத் தெரியாமப் போயிடுமா" என்றான் சிங்காரம். "நிச்சயம் தெரியும். ஆனால் பயந்து ஓடமாட்டான்", என்றான் வேலன். சிங்காரம் இன்னும் தயங்கி நிற்பதைப்பார்த்த வேலன், "சிங்காரம், தபால்காரன் பின்னால போறது சாதாரணப் பொண்ணு இல்லை, புலி! புரியுதா? நீ நாளைக்கு அதிகாலையே ட்யூட்டிக்குப் போகணும். போய்க் கொஞ்ச நேரம் நல்லாத் தூங்கு", என்று அவனை அனுப்பி வைத்தான்.

ஆனால் சிங்காரத்திற்கு இரவெல்லாம் சரியான உறக்கமில்லை. வேட்டைக்காரனிடம் முத்தம்மா சிக்கிச் சீரழிவது போன்று கனவு வந்து கொண்டேயிருந்தது. அதனால் காலையில் சற்று அதிக நேரம் உறங்கிவிட்டான். எழுந்ததும், "இன்னைக்குச் சுபேதார்கிட்ட சரியா மாட்டப்றோம்" என்று மனதிற்குள் சொல்லிக் கொண்டே மேஜர் ஷெப்பர்டின் கூடாரத்திற்கு ஓடினான். கூடார வாசலில் பெரிய கூட்டம் நின்றது. தரையில் போர்வையால் மூடிய நீண்ட உருவம் ஒன்று கிடந்தது. அது யாராயிருக்குமென்று நடுங்கும் கைகளுடன் சிங்காரம் போர்வையை விலக்கிப் பார்த்தான். உடலெங்கும் வெட்டுக் காயங்களுடன் வேட்டைக்காரன் பிணமாகக் கிடந்தான்.

"ஓ! அப்போ புலிதான்" என்று உரக்கக் கூறினான்.

"போடா முட்டாள்! மருதுபாண்டியர் ஆளுங்ககிட்ட மாட்டியிருக்கான். எத்தனை வெட்டுக் காயம் பாரு, எப்படியும் பத்துப்பேரு சேர்ந்து தாக்கியிருப்பாங்க" என்றான் சுபேதார்.

ஆகஸ்ட்மாத இறுதியில் முத்தம்மா சிறுவயல் முகாமில் வேல னைச் சந்திக்க வந்த பொழுது, ஆங்கிலப் படைவீரர்கள் மிக உற்சா கமாக இருப்பதைக் கண்டாள். சாலைபோடும் பணியில் நல்ல முன்னேற்றம் இருந்தது. காளையார் கோவில் கண்ணுக்குத் தெரிகின்ற தூரத்திற்கு வந்துவிட்டார்கள். அங்கு மேடான இடத்தில் ஒரு புளிய மரம் இருந்துது. அந்த மேட்டிலிருந்து காளையார் கோயில் மட்டுமல்லாமல், எதிர்ப்புறம் சிறுவயலும் கண்ணுக்குத் தெரிந்தது. அங்கே பீரங்கிமேடை அமைக்கப்பட்டிருந்தது.

“என்ன உங்க ஆளுங்க ரொம்பச் சுறுசுறுப்பா இருக்காங்க? தாக்குதலை ஆரம்பிக்கப் போறீங்களா?” என்றாள் முத்தம்மா. “அதுதான் இல்லை. இந்தக் காட்டைவிட்டுத் தப்பிச்சு ஓடப்போறோம்” என்றான் வேலன். ஏன் அப்படி?” என்றாள் முத்தம்மா. “ஒரு போரில ஏற்படற சேதத்தை விட அதிகப்போ இறந்து போயிட்டாங்க. மிச்சம் இருக்கறவங்கள்ள யும் பாதிப்போ காய்ச்சல்ல இருக்காங்க. அரைப்பைத்தியமா இருக்கற வனெல்லாம் முழுப்பைத்தியமா ஆகறதுக்குள்ள காட்டை விட்டு வெளியே போயிடலாம்னு உத்தரவு வந்திடுச்சு” என்றான் வேலன். “அது மட்டுமில்லை, இன்னும் ரெண்டு நாள் இங்கே இருந்தா, எல்லா ரும் பட்டினிதான். அரிசியெல்லாம் தீர்ந்துபோச்சு” என்று சொல்லிக் கொண்டே சிங்காரம் வந்து சேர்ந்தான். “எங்கே போகப் போறீங்க?” என்று கேட்டாள் முத்தம்மா. “அதை ரகசியமா வச்சிருக்காங்க” என்றான் வேலன். “பெரிய ரகசியமெல்லாம் ஒண்ணுமில்ல, சிவகங்கைக்குத்தான் போகப்போறோம்” என்ற சிங்காரம், “என்கூட வாங்க ஒரு பெரிய வேடிக்கையைக் காட்டுறேன்” என்றான். முத்தம்மாவும் வேலனும் உடனே சிங்காரத்தின் பின்னே சென்றனர்.

மேஜர் ஷெப்பா்டின் கூடாரத்தைச் சிங்காரம் தூரத்திலிருந்து காட்டினான். அங்கே வாசலில் மூன்றுபேர் நின்றுகொண்டிருந்தனர். ஒல்லியாக நடுவில் நின்றுகொண்டிருந்த இளைஞனைக் காட்டிச் சிங்காரம் கூறினான், “அவரு தான் கௌரி வல்லபத்தேவர், வலதுபக்கம் நிக்கிறவன் அவன் அண்ணன், இடதுபக்கம் நிக்கிற ஐயருதான் அவங்க வக்கீலு”, “எப்போ வந்தாங்க” என்று கேட்டான் வேலன். “ஐயரு, தனியாப் பத்துப் பதினைஞ்சு நாளாவே வந்துக்கிட்டுத்தான் இருக்காரு. மூணுபேரும் சேர்ந்து இன்னைக்குக் காலையிலே பொழுது விடியிறப்பவே வந்திட்டாங்க.

மேஜர்ஷெப்பர்ட் இன்னைக்கு ரொம்ப நேரமாத் தூங்குறார். அதனால இவனுங்களும் கிட்டடத்தட்ட நாலுமணி நேரமா வாசல்லேயே நின்னுக்கிட்டு இருக்கானுங்க" என்றான் சிங்காரம்.

"அப்போ கர்னல் சதிவேலையத் தொடங்கிட்டாரு" என்றான் வேலன். "என்ன சதிவேலை?" என்று கேட்டாள் முத்தம்மா. "கௌரிவல்லபத் தேவரைச் சிவகங்கைக்குப் பட்டம்கட்டி, தேவர்சாதி ஆதரவை மருது பாண்டியார்கிட்டயிருந்து பறிக்கிறதுதான் கம்பெனியோட திட்டம். சிறு வயல்ல பெரிய திருவிழா நடக்கப்போகுது" என்றவன், முத்தம்மாவிடம் திரும்பி, "நீ அடுத்து அங்கே வந்து எங்களைச் சந்திக்கலாம்னு நெனைக்கிறேன்" என்றான். "எப்போ வரணும்" என்றாள் முத்தம்மா "அதை ஊர்ஊராத் தண்டோரப் போட்டுக் கம்பெனியே அறிவிக்கும்" என்றான் வேலன்.

மறுநாள் படைகளைப் பல குழுக்களாகப் பிரித்தனுப்பினார் கர்னல் அக்னியூ. ஒரு பிரிவு, ஒக்கூர் வழியாகவும், மற்றொரு பிரிவு சோழ புரம் வழியாகவும் சென்றன. ஒரு கிராமத்தில் நிறைய உணவுப் பொருட்கள் சேமித்து வைக்கப்பட்டிருப்பதை அறிந்த மேஜர் ஷெப்பாடின் படைகள் அந்தக்கிராமத்துக்குள் அதிரடியாக நுழைந்தன. மருது பாண்டியருக்கு ஆதரவாகப் பதுக்கி வைத்திருப்பதாகக் குற்றம்சாட்டி அனைத்து உணவுப் பொருட்களையும் பறித்துச்சென்றனர். மருத்துவ உதவி தேவைப்பட்ட மேஜர் கிரகாமையும் மற்ற நோயாளிகளையும் மதுரைக்கு அனுப்பிவைத்தார் அக்னியூ. மற்ற படைகள் அனைத்தும் வெவ்வேறு வழிகளில் வந்து சோழபுரத்தில் ஒன்றுசேர்ந்தன.

"ஒரே எடத்துக்குத்தானே எல்லாப் படையும் வருது, அதை ஏன் துண்டு துண்டாப் பிரிச்சு வெவ்வேற வழியில அனுப்பிச்சாரு கர்னல்?", என்றான் சிங்காரம். "வழியில இருக்கிற கிராமத்தில எல்லாம் கொள்ளையடிக்கத்தான். மருதுபாண்டியருக்குச் சேர்த்து வச்சிருக்கீங்களான்னு மெரட்டி கிராமங்கள்ள இருந்த அரிசியையெல்லாம் பறிமுதல் பண் ணினோமா இல்லையா?", என்று கேட்டான் வேலன். "இந்த ஊரில ஏன் முகாம் போடுறாரு?', என்றான் சிங்காரம். "இது இயற்கையாவே பாதுகாப்பான ஊர். கர்னல் ரொம்பநாள் இங்க தங்கத் திட்டம் போடறாருன்னு நெனைக்கிறேன்", என்றான் வேலன். அவன் கணக்கும் தவறானது. அங்குதான் முடிசூட்டுவிழாவையே நடத்தத்

திட்டமிட்டிருந்தார் அக்னியூ. ஊரெல்லாம் தண்டோரா போட்டு அறிவித்திருந்ததால், பன்னிரண்டாம் தேதி சோழபுரத்தில், பெரும் கூட்டம் கூடியிருந்தது. கௌரி வல்லவத் தேவரின் ஊர்வலத்திற்குப் பாதுகாப்பிற்குச் சென்ற சிங்காரம் மற்றும் வேலனோடு, சிப்பாய் உடையில் முத்தம்மாவும் சேர்ந்து கொண்டிருந்தாள்.

உற்சாகத்தால், இரவெல்லாம் உறக்கம் வராமலிருந்த கௌரிவல்லபத்தேவர், அதிகாலையிலே எழுந்து, குளித்து, அலங்கரித்துக் கொண்டு புறப்பட்டார். கோவிலில் வைத்துப் பகலெல்லாம் அவரை மதச்சடங்குகள் மூலம் பிராமணர்கள் புனிதப்படுத்தினர். மாலையில் தான் கர்னல் அக்னியூவும், கர்னல் இன்னிங்சும் சோழபுரம் வந்து சேர்ந்தனர். மேளதாளங்கள், பூரணகும்ப மரியாதைகளுடன் வரவேற் கப்பட்டு நாற்காலிகளில் இருவரும் அமர வைக்கப்பட்டனர். ஏழையான கௌரி வல்லபத்தேவரிடம் உருப்படியாக உடைகள் எதுவும் இல்லாததால், அதையும் ஆங்கிலேயரே ஏற்பாடு செய்திருந்தனர். இன்னிங்ஸ் தன்னுடன் கொண்டுவந்திருந்த மன்னருக்கான ஆடைகளை கௌரிவல்லபத் தேவரிடம் கொடுத்தார். வல்லபத்தேவர் மகிழ்வோடு உள்ளே சென்று ஆடை மாற்றிக் கொண்டு அரசருக்குரிய கம்பீரத்துடன் வெளியே நடந்து வந்தார்.

“பூ, இவ்வளவுதானா! பளபளன்னு பட்டுச்சட்டை போட்டுக்கிட்டா, பிச்சைக்காரன்கூட ராஜாமாதிரித் தெரியறான். உடையைக் கழட்டிட்டா, ராஜாக்கள்கூடப் பிச்சைக்காரங்க மாதிரித் தெரிவாங்க போல” என்றான் சிங்காரம். “உஷ், மெதுவாப் பேசு” என்று அவனை அடக்கினாள் முத்தம்மா. ஆடைமாற்றிக் கொண்டுவந்த வல்லபத்தேவரிடம் தன் கையிலிருந்த கடிதத்தைக் கொடுத்தார் கர்னல் அக்னியூ. ஒருபுறம் கம்பெனி அதிகாரிகள் நாற்காலிகளில் அமர்ந்திருக்க, எதிரே பாளையக்காரர்கள் தரையில் அமாந்திருந்தனர். நடுவில் நின்ற வல்லபத் தேவர், கடிதத்தைத் தன் கண்களில் ஒற்றிக்கொண்டபின், வக்கீலான ஐயரிடம் கொடுத்தார். ஐயர் ஆங்கிலத்தில் இருந்த கடிதத்தைப் படித்துவிட்டுப் பின் தமிழில் உரக்க அறிவித்தார்.

“இன்று முதல், சிவகங்கைச் சீமையின் மன்னராக, சிறிசிறீ கௌரி வல்லப உடையாத் தேவர் என்ற உதயணத் தேவரை, ஆங்கிலக் கிழக்கிந்தியக் கம்பெனி அங்கீகரிக்கிறது.”

பலத்த கைதட்டலும், குலவை ஒலியும் எழுந்தன. “பேரையும் மாத்தீட்டானுகளா”, என்று முணுத்தான் வேலன். “எவன்

எவனைடா ராஜாவா அங்கீகரிக்கிறது" என்று உரக்கக் கத்தினான் சிங்காரம். நல்லவேளையாக இரைச்சலில் அது யாருக்கும் சரியாகக் கேட்க வில்லை. மீண்டும் அவனை அமைதியாக இருக்குமாறு சைகை செய்தாள் முத்தம்மா. அவர்கள் மூவரும் கோவிலுக்கு வெளியே காவலில் இருந்ததால், சிங்காரத்தின் குரல் உள்ளே இருப்பவர்களுக்குத் துளியும் கேட்கவில்லை. கர்னல்கள் இருவரும் எழுந்து புதிய மன்னரைப் பாராட்டிக் கைகுலுக்கினர். யானை மீது புதிய மன்னரின் பவனி தொடங்கியது. ஒரு தெரு விடாமல் ஊரெல்லாம் சுற்றியபின் யானை மீண்டும் கோவிலுக்கு வந்து சேர்ந்தது. பொதுமக்கள் அனைவரும் போய்விட்டிருந்தனர். யானையிலிருந்து இறங்கிய கையோடு, உணர்ச்சிப்பெருக்கில் கண்ணீர்விட்டுக் கொண்டே கர்னல் அக்னியூ விடம் சென்ற வல்லபத்தேவர், அப்படியே நெடுஞ்சாண் கிடையாக அவரது காலில் விழுந்தார். அருகிலிருந்த கர்னல் இன்னிங்சு தப்பாக நினைத்துக் கொள்வாரோ என்றுபயந்த வல்லபத்தேவரின் அண்ணன், விரைவாக கர்னல் இன்னிங்சின் கால்களில் விழுந்தான். இருவரின் ஆனந்தக்கண்ணீரும், ஆங்கிலேயரின் காலணிகளை நனைத்தன.

"ஐயோ, இனிமேல் என்னால பொறுத்துக்கமுடியாது. அண்ணே, நீங்க அண்ணனைச் சுட்டுத்தள்ளுங்க, நான் தம்பியச் சுட்டுத் தள்ளுறேன்" என்று கத்தினான் சிங்காரம். "நீ அவங்களுக்குத் தூரத்துச் சொந்தம்தானே" என்று கேட்டான் வேலன். "ஆமாண்ணே, அதனாலதான் ரத்தம் கொதிக்குது" என்றான் சிங்காரம். "நீ அவசரப்பட்டுப் புதுராஜாவச் சுட்டுட்டா, கர்னல் உனக்குப் பட்டம்கட்டி உன்னை ராஜா ஆக்கிடுவாரு" என்றான் வேலன். "ஐயய்யோ, அந்தத் துரோக வாழ்க்கை எனக்கு வேண்டாம்", என்று அலறினான் சிங்காரம். "அப்போ வாயை மூடிக்கிட்டு, வேடிக்கை பாரு", என்றாள் முத்தம்மா.

மாட்சிமை தாங்கிய மன்னர் எழுந்து, ஏழைக் குடும்பத்தில் பிறந்த தன்னை மன்னராக்கியதற்காக, என்றும் கம்பெனியின் விசுவாசியாக இருப்பதாக உறுதிகூறினார். வெளியே பீரங்கிகள் இருபத்தியோரு முறை சுட்டு மன்னரைப் பெருமைப்படுத்தின, "இதுமாதிரி ஈனப் பிறவிகளை நான் பார்த்ததே இல்லை" என்றான் சிங்காரம். "அதுதான் உன் ஆசைன்னா, அதுவும் உடனே நிறைவேறப்போகுது" என்றான் வேலன். ஊர்ப் பெரியமனிதர்களும், தலைவர்களும் ஒவ்வொருவராக உள்ளே நுழைந்து, போட்டிபோட்டுக்கொண்டு புதியமன்னரின் காலில் விழுந்து

அவரின் அருளை வேண்டினர். புதியமன்னரும் பெருந்தன் மையோடு அவர்களை ஆசீர்வதித்தார். அன்று இரவாகி விட்டதால், வேலனின் கூடாரத்திலேயே முத்தம்மா தங்கிவிட்டாள். அத்தோடு ஒரு புதிய செய்தியையும் சொன்னாள், "தொண்டிக் கடல்ல மருது பாண்டியருக்குச் சிக்கல் வந்திருச்சு" என்றாள்.

"கடல்ல மருதுபாண்டியாகள் என்ன பண்ணிக்கிட்டிருந்தாங்க?" என்று கேட்டான் சிங்காரம். "கடல்ல தானியம் ஏத்திக்கிட்டுப் போன தோணிகளையெல்லாம் மறிச்சு, தானியங்களைப் பறிமுதல்பண்ணி, போருக்காகச் சேர்த்து வச்சிக்கிட்டிருந்தாங்க" என்றான் வேலன். "கம்பெனி இப்போ அதுக்கு வேட்டுவைச்சிடுச்சு. பாம்பன்ல கெடந்த ஒரு பழைய குட்டிக் கப்பல்ல பீரங்கியை மாட்டித் தொண்டிக்கு அனுப்பிச்சாங்க. அவ்வளவுதான், மருதுபாண்டியா படகுகளையெல்லாம் அது, பருந்து கோழியை வேட்டையாடுற மாதிரி தேடிப்பிடிச்சு, கடலுக்குள்ள மூழ் கடிச்சிட்டுது. தோணியில இருந்தவங்களையெல்லாம் கைது பண்ணி இழுத்துக்கிட்டுப் போச்சு. திரும்பிவந்து தொண்டி கடல்லயே சுத்திக் கிட்டு இருக்கு" என்றாள் முத்தம்மா. "ஓ, பாளையக்காரங்க கடல் வழியாத் தப்பிச்சிடக் கூடாதுன்னு, கடல்லயும் காவல் போட்டிருக்காங்க" என்றான் வேலன்.

"நம்ம ராஜாக்கள் ஏன் கடற்படையே கட்டறதில்லை?" என்றான் சிங்காரம். "அதுக்கான தேவை ஏற்படலை. உலகத்துக்குத் தேவையான எல்லாப் பொருட்களையும் நாம உற்பத்திபண்ணிக்கிட்டிருந்தோம், மத்தநாட்டுக்காரங்க வந்து வாங்கிட்டுப் போனாங்க. அதனாலதான் நாலுலட்சம் தரைப்படை வச்சிருந்த தில்லிப் பாதுஷாக் கிட்ட, ஒரு போர்க்கப்பல் கூட இல்லை. ஒரு காலத்தில சோழர்கள் கடற்படை இருந்தது. ஆனால் அது சோழர்கள் வீழ்ச்சியோட காணாமப் போச்சு", என்றான் வேலன்.

"மராத்தியர்கிட்ட ஒரு கப்பல் படை இருந்ததாகச் சொல்றாங்களே" என்றாள் முத்தம்மா. "சத்ரபதி சிவாஜி முயற்சியால, ஒரு கடலோரக் கப்பல்படையைக் கட்டினாங்க. அந்தக் கப்பல்களால ஆழ்கடலுக்குள்ள போக முடியாது. ஆனால் கரையோரத்தில அம்புமாதிரிப் பாயும். அதைவச்சு இங்கிலீஷ், டச்சு கம்பெனிக் கப்பல்களையெல்லாம் மடக்கிக் கொள்ளை அடிச்சாங்க. பின்னால, மராத்தியா கூட இங்கிலீஷ்காரங்க ஒரு ஒப்பந்தத்துக்கு வந்தாங்க" என்றான் வேலன்.

“ஏன் அது கப்பல்படையா வளரல” என்று கேட்டான் சிங்காரம். “கப்பல் படைத்தளபதி கனோஜி அங்காரே இருந்தவரைக்கும் யாராலயும் அவரைத் தோற்கடிக்கமுடியல. இங்கிலீஷ்காரங்களும், டச்சுக்காரங்களும் மொதல்லே தனித்தனியா தாக்கிப் பார்த்தாங்க, அப்புறம் ஒண்ணாச் சேர்ந்தும் முயற்சி பண்ணினாங்க. எதிரிக்கப்பல்கள் வரும்போது அங் காரே ரத்தனகிரி துறைமுகத்துக்குள்ள பதுங்கிடுவாரு. அங்கேயிருந்த பாறைகளுக்கு நடுவே பெரிய கப்பல்கள் நுழையமுடியாது. ஐரோப்பிய கடல் கொள்ளைக்காரங்ககூட கனோஜிகிட்ட வந்துவேலை செய்ய ஆரம்பிச்சாங்க” “அப்புறம் அவரை எப்படித் தோற்கடிச்சாங்க” என்றாள் முத்தம்மா. “அவரு இறந்து போனப்பறம், அவரு மகன் காலத்தில, இங்கிலீஷ்காரங்க சதிவேலையைத் திரும்ப ஆரம்பிச்சாங்க. மாரத்தா பேஷ்வாவுக்கும், மராத்தா கடற்படைத் தளபதிக்கும் சண்டை மூட்டி விட்டாங்க. பேஷ்வா ரத்னகிரியைத் தரை வழியாத் தாக்கறப்போ, இங்கிலீஷ் கம்பெனி கடல்வழியாத் தாக்கிக் கோட்டையைப் பிடிச்சி டுச்சு. அதோட மராத்தியக் கடல்படையும் அழிஞ்சு போச்சு” என்றான் வேலன்.

“நம்ம கையை வைச்சே நம்ம கண்ணக் குத்திட்டாங்க” என்றான் சிங்காரம். “இது ஒண்ணும் புதுசு கிடையாது. கேரள சாமுத்திரி மன்னர்கள்கிட்ட இதுக்கு நூறுவருஷம் முன்னாலேயே கப்பல்படை இருந்தது. அதை ஓட்டறவங்களை மரக்கல நாயானு கூப்பிடுவாங்களாம். அதுதான் பின்னால மரக்காயராச் சுருங்கிடுச்சின்னுவாங்க”. என்றான் வேலன். “ஆமா நானும் கேள்விப்பட்டிருக்கேன். நாலைஞ்சு தலைமுறையா குஞ்சாலி மரக்காயர் பரம்பரை அதுக்குத் தளபதிகளா இருந்தாங்களாமே” என்றாள் முத்தம்மா.

“ஆமா, நூறுவருஷம் போர்ச்சுக்கீஸ்காரங்களை கேரள மேற்குக் கடற் கரையைப் பிடிக்கவிடாம வச்சிருந்தாங்க. ஆனால் அங்கேயும் இதே மாதிரி, சாமுத்திரி ராஜாவுக்கும், குஞ்சாலி மரக்காயருக்கும் நடுவே சண்டையை மூட்டினாங்க. சாமுத்திரிராஜா தரைவழியாத் தாக்க, போர்ச்சுக்கீசியர் கடல்வழியா உள்ளபுகுந்து, குஞ்சாலி மரக்காயரைக் கொலைபண்ணி, அவரு கப்பல் படையை அழிச்சாங்க” என்றான் வேலன்.

“கப்பல்படையும், வியாபாரமும் எவ்வளவு பெரிசா இருந்தாலும், கரையிலயிருக்கும் அரசும் அரசியல்ல முன்னேற்றம் அடைஞ்சு இருக்கனும்னு புரியுது” என்றாள் முத்தம்மா “அதனாலதான் சோழர்

கப்பல்படையும் சுவடே இல்லாமப் போச்சா" என்றான் சிங்காரம். "இங்கிலாந்துக்கும், பிரான்சுக்கும்கூட வித்தியாசம் இதுதான். இங்கிலாந்தில பேருக்குத்தான் ராஜா, நாட்டை ஆளறது பாராளுமன்றம். அதைக் கட்டுப்படுத்தறது வியாபாரிங்க. பிரான்சில இன்னும் நிலப் பிரபுக்களுக்கு, வியாபாரிகளை விட அதிக அதிகாரம் இருக்கு. அதனாலதான் இங்கிலாந்து மாதிரி அது வலிமையாக முடியலை" என்றான் வேலன். "ஓ, இதுக்குள்ள இவ்வளவு அரசியல் இருக்கா?" என்றான் சிங்காரம்.

சில நாட்களில் பிரான்மலை சென்ற படைப்பிரிவோடு சிங்காரம் மட்டும் சென்றான். திரும்பிவந்து, அங்கு நடந்தவைகளை வேலனுக்கும் முத்தம்மாவுக்கும் விவரமாகச் சொன்னான். "பிரான்மலைக்குப் போன படையில கொஞ்சப்பேர்தான் கம்பெனிச் சிப்பாய்ங்க. மீதி எட்டயபுரத்துச் சிப்பாய்ங்க. மலையடிவாரம் வரைக்கும் எதிர்ப்பில்லாமப் போயிட்டோம். அப்புறம் தான் வேடிக்கை நடந்தது" என்றான்.

"என்ன வேடிக்கை?" என்றாள் முத்தம்மா. "மலை உச்சியில ஊமைத்துரையே படையோட காத்துக்கிட்ட இருக்காருன்னு ஒரு செய்தி வந்துச்சு. அவ்வளவுதான், எட்டயபுரத்து ஆளுங்க மலைமேல ஏற மாட்டோம்னுட்டாங்க. எங்க இங்கிலீஷ் ஆபிசரும் உருட்டி மெரட்டிக் கெஞ்சிப் பார்த்தாரு. எட்டயபுரம் ஆளுங்க அசையறதா இல்லை. பிரான்மலை மேல கால்வச்சா, அது சாமிக்குத்தம் ஆயிடும்னு சாக்குச் சொல்லிட்டாங்க" என்றான் சிங்காரம்.

"அப்புறம் எப்படி ஊமைத்துரையைச் சமாளிச்சீங்க" என்றான் வேலன். "கம்பெனிச்சிப்பாய்ங்க மட்டும் துணிஞ்சு மேல ஏறினோம். அங்கே ஊமைத்துரையும் இல்லை, பெரிய படையும் இல்லை. ஏழெட்டுப்பேருதான் காவல்ல இருந்தாங்க. எங்களைப் பார்த்தவொடனே அவங்களும் சரணடைஞ்சிட்டாங்க. அங்கே இருந்து ஏராளமா அரிசி மூட்டைகளையும், ஆயுதங்களையும் தூக்கிட்டு வந்தோம்" என்றான் சிங்காரம்.

"அவ்வளவு முக்கியமான கிடங்கை எப்படிக் காவல் இல்லாமல் வச் சிருந்தாங்க?" என்றாள் முத்தம்மா வியப்போடு. "நெறையப்பேரு மொதல்லே காவல்ல இருந்தாங்களாம். கௌரி வல்லப உதயணத் தேவருக்குப் பட்டம் கட்டின உடனே, அங்கே இருந்தவங்களுக்குள்ள ரெண்டுகட்சி ஆயிடுச்சாம். நம்ம சாதிக்காரரே ராஜா ஆனப்புறம், வேற சாதி ராஜா மருது பாண்டியருக்கு ஆதரவாப் போராடறது

தப்புன்னு ஒரு கூட்டம் பிரிஞ்சு போயிட்டாங்களாம்'' என்றான் சிங்காரம். "ஓ, இந்தச் சதியால மூணுமாசமாக் கஷ்டப்பட்டுச் சேர்த்து வச்சிருந்த ஆயுதமும் உணவுப்பொருளும் பறிபோயிடுச்சே'' என்றாள் முத்தம்மா சாதிப்பிரச்சனையால் பறிபோனவை சிறிது ஆயுதங்களும், உணவுப் பொருட்களும் மட்டுமல்ல என்பது நாள் செல்லச் செல்ல அனைவருக்கும் புரியத் தொடங்கியது.

சில நாட்களுக்குப்பின், கர்னல் அக்னியூ தலைமையில் நடந்த ஆலோசனைக் கூட்டத்தில், அவர்கள் பேசுவதை ஒட்டுக்கேட்க வேலனுக்கு வாய்ப்புக் கிடைத்தது. போர்த்தந்திரங்கள் வகுப்பதில், தாங்களும் யாருக்கும் மட்டமல்ல என்று நிரூபித்தார் எட்டயபுரப் பிரதிநிதி. அவர் இரண்டு முக்கிய ஆலோசனைகளைக் கூறினார்.

"மழைக்காலம் தொடங்கறதுக்குள்ள காளையார் கோவிலைப் பிடிச்சாகனும். தவறினா, இன்னும் நாலு மாசம் காத்திருக்கணும். அதுக்குள்ள நாம தூண்டிவிட்ட சாதிப்பிரச்சனை அடங்கிப் போயிடலாம். ரெண்டாவதா, காளையார் கோயிலை நாலாபக்கமும் தாக்கணும். மருதுபாண்டியரும், கட்டபொம்மன் தம்பிகளும் பிடிபடாமத் தப்பிச்சிட்டா, பின்னால அவங்களைப் பிடிக்க வருசக் கணக்காகலாம். அதுக்குள்ள அவங்களுக்கு மக்கள் ஆதரவு அதிகமாயிடும்.'' கர்னல் அக்னியூ இரண்டு ஆலோசனைகளையும் உடனே ஏற்றுக்கொண்டார்.

109

புதுக்கோட்டைமன்னர் மேலும் படைகளை கர்னல் அக்னியூவிற்கு அனுப்பியதோடு திருமயம் கோட்டையையும் அவரிடம் ஒப்படைத்தார். அதேபோல் மற்ற கம்பெனி ஆதரவுப் பாளையக்காரர்களும், மேலும் படைகளைக் கம்பெனிக்கு உதவியாக அனுப்பி வைத்தனர். மறுபுறம், கௌரிவல்லபத் தேவரின் முடிசூட்டு விழாவிற்குப் பின், மருதுபாண்டியா அணியில் பாளையக்காரர்கள் வந்து சேருவது முற்றிலும் நின்று விட்டது.

செப்டம்பா கடைசி நாள் வேலன் விழித்தெழுந்த பொழுது, சிங்காரம் இருந்த படைப்பிரிவு இரவோடு இரவாகக் காணாமல் போயிருந்தது. எவ்வளவு முயன்றும் அது எங்கே போனதென்று யாராலும் கண்டு பிடிக்க முடியவில்லை. அத்தனை ரகசியமாக அது அனுப்பப்பட்டிருந்தது. சிலநாட்களில் கர்னல்இன்னிங்சு தலைமையிலான படைப் பிரிவு கீரனூர் வழியாக காளையார் கோவில் நோக்கிப் புறப்பட்டது. இறுதியாக கர்னல் அக்னியூ

தலைமையிலான பெரும் படைப்பிரிவு காளையார் கோவிலின் மேற்குப்புறமாக, நேரடியாகத் தாக்குவதற்குப் புறப்பட்டது. படையில் நிறையப் பேர் நோய்வாய்ப் பட்டிருந்ததால், புதிதாக ஆட்களைச் சேர்க்கத் தொடங்கியிருந்தனர். மருதுபாண்டியர் படையில் இருந்தவர்களில் பலரும் கம்பெனிப் படையில் வந்துசேரத் தொடங்கியிருந்தனர். அந்தநேரத்தில் முத்தம்மாவையும், முத்தப்பத் தேவன் என்று சொல்லித் தன் பீரங்கிப்படைப் பிரிவிலேயே சேர்த்து விட்டான் வேலன். முக்கூர் வழியாக நேர் பாதையில் காளையார் கோவிலை நோக்கிச் சென்றது கர்னல் அக்னியூயின் படை. காட்டிற்குள், வழியெங்கும் எண்ணற்ற தடைகளையும், தற்காப்பு நடவடிக்கைகளையும் மருதுவின்படைகள் செய்துவைத்திருந்தன. ஆனால் வெள்ளமெனப் பெருகிவந்த அக்னியூவின் படைகளைத் தடுப்பது, மழை வெள்ளத்தை வெறும் கைகளால் தடுக்க முயல்வது போலிருந்தது. உண்மையில், சில இடங்களில் மட்டும்தான் பாளையக்காரர்கள் கடுமையாகப் போராடி உயிரை இழந்தனர். பெரும்பாலான இடங்களில் தற்காப்புக்கு நிறுத்திவைக்கப்பட்டிருந்த படைகள் காணாமல் போயி ருந்தன. “தேவர், அகமுடையார் சாதிப்பிரிவினை வேலை செய்யத் தொடங்கிடுச்சு” என்று முத்தம்மாவிடம் கூறினான் வேலன்.

இறுதியாக காளையார்கோவிலின் பதினெட்டடி உயர மதிற்சுவர்கள் இவர்களது படைப்பிரிவின் கண்களுக்குக் கம்பீரமாகத் தெரிந்தன. கோவிலின் உச்சியில் கம்பெனியின் கொடி பறந்து கொண்டிருந்ததை அனைவரும் வியப்போடு பார்த்தனர். அவரது முக்கியப் படைப்பிரிவு வந்துசேருவதற்கு முன்பே, காளையார் கோவில் கம்பெனியின் வசம் ஆகியிருந்தது. போர் முடிந்து விட்டிருந்தது. கர்னல்ஷெப்பர்டின் தலைமையில் இரவோடு இரவாகச்சென்ற சிறியபடை கோவிலினுள்ளே நுழைந்திருந்தது. கர்னல் அக்னியூ கோவிலுக்குள் நுழையும்போது, கூடவே வேலனும் முத்தம்மாவும் நுழைந்தனர். உள்ளே ஏராளமான வெடிமருந்தும், உணவுப்பொருட்களும், இருபத்தியாறு பீரங்கிகளும் இருந்தன, ஆனால், பாளையக்காரர்கள் ஒருவர்கூட இல்லை. பீரங்கிகளைப் பார்த்து கர்னல் அக்னியூ பலமாகச் சிரித்தார்.

“இத்தனை பீரங்கிகளும், உணவும் இருக்கும்போது, ஒருவருடம்கூட எதிரிகளைத் தூரத்திலேயே நிறுத்தி வைத்திருக்க

முடியுமே" என்று சொல்லிவிட்டு ஏற்கனவே கோவிலுக்குள்ளிருந்த ஆங்கில அதிகாரிகளைச் சந்தித்தார். "அவர் சொல்றதும் சரிதானே வேலா, மருதுபாண்டியர் ஏன் கோட்டையை விட்டுட்டுப் போயிட்டாங்க" என்றாள்.

"ஒரு காரணம், அவங்ககிட்டப் பீரங்கிகளை இயக்க, அனுபவம் உள்ள ஆளுங்க போதுமான அளவு இல்லாதது" என்றான் வேலன். "ஏன் பாளையக்காரங்க, எப்பவுமே சில பீரங்கிகளைக் கோட்டையில வச்சிக்கிட்டுத்தானே இருந்தாங்க" என்றாள் முத்தம்மா.

"கத்தியைத் தூக்குறவன் எல்லாம் வாள்வீசத் தெரிஞ்சவன் இல்லை. பீரங்கியைப் பயன்படுத்தறதையும் ஒரு கலையாப் படிக்கணும், பாளையக்காரங்களை விடு, திப்புசுல்தான், மராத்தியா, தில்லிபாதுஷா எல் லோருமே வெளிநாட்டுக்காரங்களை நம்பித்தான் பீரங்கிப்படை கட்டுறாங்க. நம்ம ஆளுங்களுக்குப் பயிற்சி குடுக்குறதில்லை", என்றான் வேலன். "சரி, அது ஒரு காரணம், அதில்லாமல் வேற காரணங்களும் இருக்குமா" என்றாள் முத்தம்மா. "நிச்சயமாயிருக்கணும். மாதக்கணக்காப் போர்நடத்துற நோக்கத்திலதான் இவ்வளவு உணவுப்பொருளைச் சேர்த்து வச்சிருக்காங்க. திட்டத்தை திடீர்னு மாத்திக்கிட்டு வெளி யேறியிருக்காங்க. அது தான் ஏன்னு புரியல?" என்றான் வேலன். வெளியே வந்த வேலனும் முத்தம்மாவும் நம்பமுடியாமல் எதிரே நின்றவனைப் பார்த்தனர். சிங்காரம் அவர்களை வரவேற்றான்.

"கோவிலை நாங்கதான் மொதல்ல பிடிச்சோம்"என்றான் சிங்காரம் "நீ ராத்தியோட ராத்திரியா காணாமல் போனே, திடீர்னு இங்கே எப்படி வந்தே?" என்று கேட்டான் வேலன். "எங்க படை கர்னல்ஷெப்பர்ட் தலைமையில ரகசியமாகச் சிறுவயலுக்குத் திரும்பப் போச்சு. அங்கே இருந்து, முன்னே ஒரு மாசமாக் கஷ்டப்பட்டுப் போட்டுட்டு, பாதியில விட்டுட்டுப் போனோமே அந்தச் சாலையிலேயே திரும்ப நடந்தோம். புளியமரம்வரைக்கும் சாலை போட்டது ஞாபகம் இருக்கா? இப்போப் போய்ப்பார்த்தா, அங்கேயிருந்து பல ஒத்தையடிப் பாதைங்க காட்டுக்குள்ள போகுது. மருது ஆளுங்க அதுவழியா நடமாடியிருக்காங்க. முகமது கலீல்னு ஒரு வழிகாட்டி, ஏற்கனவே கர்னல் ஷெப்பர்டோட தொடாபிலயிருந்திருக்கான். அவன்தான் ஒரு ஒத்தையடிப்பாதை வழியா எங்களைக் கோவில் பக்கத்தில கூட்டிக்கிட்டு வந்தான்" என்றான் சிங்காரம்.

"அப்போ கோவில்ல இருந்து உங்களுக்கு எதிர்ப்பு இல்லையா" என்று கேட்டான் வேலன். "கடுமையா வெளியே நின்னு எதிர்த்தாங்க. ஆனால் கிழக்குப் பக்கம் தாக்குதல் வரும்னு எதிர்பார்க்காததால பீரங்கிகள் எதையும் இந்தப்பக்கம் வச்சிருக்கலை. மூணுபக்கமும் படைவருதுன்னு தெரிஞ்வொடனே கோவிலைக் காலிபண்ணிட்டுப் போயிட்டாங்க", என்றான் சிங்காரம்.

"கோவில்ல கொறைஞ்சது அஞ்சாயிரம் பேராவது இருப்பாங்கன்னு எங்களுக்கு ரகசியத் தகவல் வந்ததே" என்றான் வேலன். "அஞ்சாயிரமா? பத்தாயிரம்போ இருந்தாங்களே" என்றாள் முத்தம்மா. "எனக்குச் சில விவரங்கள் தெரியும். மருதுபாண்டியரும், ஊமைத்துரையும் செவத்தையாவும் தப்பிச்சுப்போக நேரம் வேணுங்கறதுக்காகப் பத்துப் பேருமட்டும் ஒரு சுவத்துக்குப்பின்னால நின்னு சுட்டுக்கிட்டிருந்தாங்க. மாட்டிக்க இருந்தாங்க. அவங்க தப்பிச்சுப்போக நான்தான் ரகசியமா உதவிசெஞ்சேன். அவங்க மூலமாக் கெடைச்ச தகவலைச்சொல்றேன் என்று தொடங்கினான் சிங்காரம்.

"எல்லாப் பீரங்கிகளையும் இயக்குற துக்கு அனுபவமுள்ள ஆளுங்க கோயிலுக்குள்ள இருந்தாங்களாம். ஆனால் கௌரி வல்லபத்தேவருக்குப் பட்டம் கட்டினவொடனே குழப்பம் ஆரம்பிச்சுடுச்சாம். நம்ம சாதி ராசாவுக்கு எதிரா எப்பிடிச் சண்டை போடறதுன்னு, தேவரு ஆளுங்க கூடிப்பேசினாங்களாம். மறுநாள்ல இருந்து கொஞ்சம் கொஞ்சமாத் தேவரு ஆளுங்க காணாமப்போக ஆரம்பிச்சாங்களாம். ஓடாம இருந்தவங்க மேலேயும் மத்தவங்களுக்குச் சந்தேகம் வந்திடுச்சாம். கள்ளருங்க கொஞ்ச நாளு நடுநிலையா இருந்தாங்களாம். அப்புறம் அவங்களும் குழம்பிப்போய் வெளியேற ஆரம்பிச்சிட்டாங்களாம்", என்றான் சிங்காரம். "அதுதான் நாம வந்த வழியில நெறையத் தடுப்புக்கள் காலியா இருந்தது. யாருமே நம்மை எதிர்க்கலை", என்றாள் முத்தம்மா. "படையைக் கலைச்சிட்டு வெளியேற ராசாக்கள் முடிவு பண்ணினாங்களாம். ஆளுக்கு ஐநூறு நம்பிக்கையான ஆட்களோட செவத்தையா, ஊமைத்தொரை ஒருபக்கமும், சின்னமருதும், பெரியமருதும் வேற பக்கமுமாத் தப்பிச்சுப் போயிட்டாங்களாம்" என்றான் சிங்காரம்.

"இது கர்னலுக்குத் தெரியுமா?", என்றான் வேலன். "இதுவரைக்கும் இதை நான் யாருக்கும் சொல்லலை", என்றான் சிங்காரம். "இனிமேயும் சொல்லாத", என்றான் வேலன். "வேலா,

அவங்க செஞ்சது சரியா?", என்று கேட்டாள் முத்தம்மா. "எந்த நேரத்தில எவன் காட்டிக் குடுப்பான்னு தெரியாதே?. அதனால அவங்க வேற என்ன செஞ்சிருக்க முடியும்?", என்றான் வேலன். "ஏன், ஒண்ணாப் போகாம, தனித்தனியாப் பிரிஞ்சு போறாங்க?", என்றாள் முத்தம்மா. "துரத்திக்கிட்டு வரப்போற கம்பெனிப் படைகளைக் குழப்பத்தான்", என்றான் வேலன். "மக்கள் ஆதரவு இல்லாத ஒரு ஆளுக்குப் பட்டம்கட்டறதால இவ்வளவு பாதிப்பு ஏற்படும்னு நான் நெனைக்கவே இல்ல", என்றாள் முத்தம்மா.

"மக்கள் ஆளைப் பார்க்கறதில்லை, அவன் சாதியை மட்டும்தான் பார்க்கறாங்க. அதுதான் நம்ம நாட்டோட சாபக்கேடு", என்றான் சிங்காரம்.

மறுநாள் தன் படைப்பிரிவுகளைத் தேடுதல் வேட்டைக்காக நான்கு திசைகளிலும் அனுப்பினார் கர்னல் அக்னியூ. அவ்வாறு கர்னல் ஷெப்பர்ட் தலைமையில் ஒரு பிரிவு மங்கலம் கிராமம் வழியாக அனுப்பப்பட்டது. வேலன், முத்தம்மா, சிங்காரம் மூவரும் அதில் சேர்ந்துகொண்டனர். வேலனுக்கும், முத்தம்மாவிற்கும் அரைகுறையாக ஆங்கிலம் தெரியும் என்று சிங்காரம் பரிந்துரை செய்ததால் அந்தப் பிரிவில் அவர்கள் இருவரும் சேர்த்துக்கொள்ளப் பட்டிருந்தனர். கிராமத்தின் குளக்கரையில் அவர்களது படைகள் முகாமிட்டுக் கொண்டிருந்த பொழுது சில கிராமத்து ஆட்கள் முகாமிற்கு வந்து, "உங்க பெரிய ஆபிசரைப் பார்க்கணும்" என்றனர். கர்னல் ஷெப்பர்ட் வேலனை அழைத்து விசாரிக்கச் சொன்னார்.

"உங்களுக்கு என்ன வேணும்?" என்று கேட்டான் வேலன். "பெரிய ஆபிசரைப் பார்க்கணும்" என்றான் அவர்களில் ஒருவன். "என்ன விசயமா?" என்று கேட்டான் வேலன். "நாங்கள்லாம் சுத்துவட்டாரக் கிராமத்துத் தலைவருங்க. காடு வெட்டற வேலையைக் குத்தகைக்குக் கேட்கவந்திருக்கோம்", என்றார் தலைவர்களின் தலைவர். "இனிமேல் காடுவெட்ட எங்களுக்கு ஆள்தேவையில்லை. அதுதான், காளையார் கோவிலையே பிடிச்சிட்டோமே" என்றான் வேலன் வியப்போடு. "நாங்க வேலைகேட்டு வரல. பணம் குடுத்து மரம் வெட்டிக்க, குத்தகை எடுக்க வந்திருக்கோம்" என்றார் தலைவர். "உங்கள்ள யாராச்சும் ஒருத்தர் பேரைச் சொல்லுங்க" என்று கேட்டான் வேலன். "சுப்பையாத்தேவர்னு சொல்லுங்க" என்றார் அதுவரை பேசிக் கொண்டிருந்தவர்.

வேலன், கர்னல் ஷெப்பாடிடம் தகவலைத் தெரிவித்தான். முகாம் அமைக்கும் பணியை மேற்பார்வையிட்டுக் கொண்டிருந்த கர்னல் சற்று நேரம் குழப்பத்தில் ஆழ்ந்தார். "காலையிலே வரச் சொல்லு பார்க்கலாம்" என்று சொல்லிவிட்டுத் தன் வேலையில் மூழ்கினார். மறுநாள் காலை அவர்கள் வந்தபொழுதும் கர்னல் ஷெப்பர்ட் கிராமத்தினரிடம் பேசவில்லை. "கர்னல் அக்னியூ மதராஸ் பொறப்பட்டுப் போயிட்டார். அவரு வந்தப்பறம் பார்த்துக்கலாம்", என்று சொல்லி வேலனை அனுப்பிவிட்டார். வேலன் திரும்பவும் ஊர்த் தலைவர்களிடம் சென்று "கர்னல் இன்னைக்கு உங்களப் பார்க்க விரும்பல, ஒரு வாரம்கழிச்சு வாங்க" என்றான். அதற்குள் ஊர்த்தலைவர்களின் கூட் டம் சுமார் ஐம்பது போகள் ஆகியிருந்தது. ஒவ்வொரு ஊரிலிருந்தும் இரண்டு, மூன்று தொழிலாளர்களையும் அழைத்து வந்திருந்தனர்.

"இவ்வளவு பேரு கூட்டம்போட்டா, கர்னலுக்கு கோபம் வரப்போகுது, உடனே இங்கேயிருந்து போங்க" என்று விரட்டினான் வேலன். பிறகு தானும் அங்கிருந்து சென்று விட்டான். ஊர் ஆட்கள் சற்றுத் தூரம் சென்று தங்களுக்குள் கூடிப் பேசத்தொடங்கினர். முத்தம்மாவிடம் பேசிக் கொண்டிருந்த வேலனிடம், சற்று நேரத்தில் சிங்காரம் வந் தான். "அண்ணே, ஊர்த்தலைவருங்கெல்லாம் உங்ககிட்டக் கொஞ்சம் தனியாப் பேசணுமாம்" என்றான். அவன் கூடவே முத்தம்மாவும் வேலனும் சென்றனர். சுப்பையாத்தேவர், கிராமத்தலைவர்கள் அனைவரின் சார்பாகவும் பேசினார். "ஐயா, நீங்க நெனச்சா பெரிய ஆபிசருக் கிட்டச் சொல்லிக் குத்தகை வாங்கிக் குடுக்கமுடியும். கிடைக்கிறதில பாதிய உங்களுக்குத் தந்திடறோம்" என்றார். "மரத்தில பாதியை எனக்குக் குடுத்திட்டா அப்புறம் உங்களுக்கு வெட்டுக்கூலிகூட மிஞ்சாதே" என்றான் வேலன் மெதுவாக. பிறகு, "நீங்க நெறையப்பேரு வந்திருக்கீங்க. உங்களுக்குள்ள நிச்சயம் சண்டை வரும். அதைத்தீர்த்து வைக்கவே எங்களுக்கு நேரம் சரியாப்போயிடும். அதெல்லாம் வேண்டாம், நீங்க எடத்தைக் காலி பண்ணுங்க. புதுக்கோட்டைக் காடுவெட்டிங்க இருக்காங்க, தேவைப்பட்டா அவங்கள வச்சு வெட்டிக்கறோம்" என் றான் வேலன். "எங்க பொதயலை வெளியூர்க்காரங்க எடுத்துக்கறதா? உயிர்போனாலும் அனுமதிக்க மாட்டோம்" என்று பல குரல்கள் எழுந் தன. வேலனுக்குப் பைத்தியம் பிடித்து விடுவது போல் இருந்தது. அதுவரை கூட்டத்தினரின் இடையில் ஓசையில்லாமல் கலந்திருந்த முத்தம்மாவும் சிங்காரமும் வேலனிடம் வந்தனர்.

"அண்ணே, அவங்க பொதையல் எடுக்கத்தான் வந்திருக்காங்க" என்றான் சிங்காரம்.

"ஏகப்பட்ட பணம், நகையெல்லாம், தூக்கிட்டுப் போகமுடியாம, மரப் பொந்துகள்ல மருதுபாண்டியர் ஒளிச்சிவச்சிட்டுப் போயிருக்காங்க ளாம். அதையெடுக்கத்தான் அலையறாங்க" என்றாள் முத்தம்மா. "ஊர் ஆளுங்களை மட்டமா எடைபோட்டுட்டேன்" என்று முனகியவாறே வேலன் கர்னல்ஷெப்பாடின் கூடாரத்தை நோக்கிச் சென்றான். அவரிடம் புதையலைப்பற்றி எதுவும் கூறாமல், விறகுவெட்டிக் கொள்ள அனுமதி கேட்பதாகக் கூறினான். "சரி, நீயே பார்த்து ஏலம்விடு. ஏலத் தொகையை அரிசி மூட்டையா வாங்கு. நம்மகிட்ட உணவு கொஞ்சம் தான் இருக்கு" என்ற கர்னல் ஷெப்பாட், "மொதல்லே எல்லோரையும் இங்க கூட்டிக்கிட்டு வா. நான் அவங்ககிட்டக் கொஞ்சம் பேசணும்" என்றார். வேலன்வந்து அழைத்ததும் ஊர்த்தலைவர்களுக்கு மகிழ்ச்சி தாங்கவில்லை. வேலனைக் கடவுள்போல் நினைத்துக் கையெடுத்துக் கும்பிட்டனர். கர்னல் கூடாரத்தின் அருகே தலைவர்களை மட்டும் நிற்கவைத்து விட்டுக் கர்னலை வெளியே அழைத்து வந்தான் வேலன். "வேல், பாளையக்காரங்க படை எந்தப் பக்கம் போச்சுன்னு அவங்களுக்குத் தெரியுமான்னு கேளு" என்றார் கர்னல். வேலன் அதைத் தமிழில் மொழிபெயர்த்துச் சொன்னான்.

சுப்பையா தேவர் உட்பட எல்லோரும் தெரியாதென்று ஒன்றுபோல் தலையாட்டினர். கர்னல் ஏமாற்றத்தோடு, "சொல்லியிருந்தா பரிசு கொடுத்திருப்பேன்", என்றார் ஆங்கிலத்தில். திடீரென்று கூட்டத்திலிருந்த சுமார் பதினாறு வயது இளைஞன் ஒருவன் எழுந்தான். அரைகுறை ஆங்கிலத்தில், "எஸ், ஐ சீ சார்" என்றான். கர்னல் அவன் முதுகில் தட்டிக் கொடுத்து, "கமான், சொல்லு", என்றார். ராசாக்களும், கட்டப்பொம்மன் தம்பிகளும் மொத்தப் படைகளையும் கலைத்து விட்டதாகவும், தங்களோடு ஐநூறுபேர்களை மட்டும் வைத்துக் கொண்டு, ராமநாதபுரம் பக்கம் போய்க்கொண்டிருப்பதாகவும் அரைகுறை ஆங்கிலத்தில் சொல்லி முடித்தான் அந்த இளைஞன். "ராமநாதபுரம் எங்க ஏரியாவாச்சே? அங்கே இருக்கு எல்லாக் கோட்டைகளும் எங்க கட்டுப்பாட்டில இருக்கே? எங்கே போய் ஒளிவாங்க?" என்று வியப்புடன் கேட்டார் கர்னல். அதை மொழிபெயர்க்காமலேயே புரிந்து கொண்ட இளைஞன் "சங்கரபதிக் காடு" என்றான். "என்ன

சத்தமாச் சொல்லு" என்றார் கர்னல். "சங்கரபதிக் காட்டுக்குள்ள, புதுசா ஒரு கோட்டை கட்டி இருக்காங்க" என்றான் இளைஞன்.

கர்னல் முகத்தில் உற்சாகம் பிறந்தது, "வேல், நான் சொல்றதை ஊர் ஆளுங்களுக்கெல்லாம் சத்தமாச் சொல்லு. காடு வெட்ட அனுமதிக்கிறேன். மருதுபாண்டியரோ, ஊமைத்துரையோ, செவத்தையாவோ கண்ணிலபட்டா, உடனே, உயிரோடவோ பொணமாவோ என்கிட்டக் கொண்டு வரணும். கொண்டு வர்றவங்களுக்குப் பத்தாயிரம் ரூபா பரிசு" என்றார். வேலனை முந்திக்கொண்டு அந்த இளைஞன் கானலின் அறிவிப்பை உரத்த குரலில் தமிழில் கத்தினான். ஊர்மக்கள் முகத்தில் வியப்பும் மகிழ்ச்சியும், குழப்பமும் ஒரே சமயத்தில் பரவி யது. இளைஞனின் நடவடிக்கையில் மகிழ்ச்சியடைந்த கர்னல் "சங்கரபதிக் கோட்டை இருக்கிற எடம் உனக்குத் தெரியுமா" என்று கேட்டார் இளைஞனிடம். "ஐ, வேலை செஞ்சேன், ஐ நோ" என்று ஆசையோடு உற்சாகமாக அவன் பதில் கூறினான் "நல்லது, மிக நல்லது, வேல், நீ குத்தகை விஷயங்களைப் பார்த்துக்கோ" என்றவர், "தம்பி நீ என் கூட வா" என்று இளைஞனை அழைத்துச் சென்றார்.

வேலன் ஊர்க்காரர்களிடம், "காடுவெட்டுற குத்தகை வேணும்னா ஒவ்வொரு கிராமமும் பத்து மூட்டை அரிசி தரணும்" என்றான். எல்லோரும் உடனே சம்மதித்தனர். அப்போது தான் கூட்டத்தில் பாதிப்பேர் காணாமல் போயிருப்பதைக் கவனித்தான். "மீதிப் பேரு எங்கே போனாங்க" என்று கேட்டான் வியப்புடன். "பாளையக்காரங்களைப் புடிச்சுக் குடுத்தா பத்தாயிரம் ரூபா பரிசுன்னு அறிவிச்சீங்கள்ல, எல்லாரும் வீட்டுக்குப் போய்த் துப்பாக்கியை எடுத்துக்கிட்டுத் தேடப் போயிட்டாங்க", என்றார் ஒரு தலைவர். சொல்லிவிட்டுத் தானும் விரைந்தார். "இந்தச் சுத்து வட்டாரம் மொத்தமும் தரிசாக் கெடந்திச்சு. காட்டில நரியும், மொசலும், எலியுங்கூட வேட்டையாடிக்கிட்டுத் திரிஞ்சோம். மருதுராசாக்க வந்து வாய்க்கால், கண்மாயெல்லாம் வெட்டித் தந்தப்பறம்தான் வெவசாயிகளா ஆனோம். நன்றி கெட்ட உலகம். தூ..", என்று தரையில் காரி உமிழ்ந்துவிட்டுச் சென்றார்", சுப்பையாத் தேவர்.

விருப்பாச்சியில் கம்பெனிப் படையைத் தோற்கடித்து விட்டுத் தப்பிய மருதுசகோதரர்கள், இரண்டு குழுக்களாகப் பிரிந்து. சோழவரம் காட்டிற்குள் தப்பிவிட்டனர் என்று கம்பெனிக்குக் கடைசியாகத் தகவல் வந்திருந்தது. கம்பெனிப்படைகள் மேலும் சிறுகுழுக்களாகப் பிரிந்து தேடுதல் வேட்டையில் ஈடுபட்டன. சிங்காரம் இருந்த படைப்பிரிவு கேப்டன் வெல்ஷ் தலைமையில் சென்றது. வெல்ஷ் ஓரளவு ஆங்கிலம் தெரிந்த சிங்காரத்திடம் முனகிக் கொண்டே வந்தான். “பெரிய மருது ஒத்தையாளாக் காட்டுக்குள்ள ஓடிட்டாராம், அதனாலதான், தேட என்னை அனுப்பி இருக்காங்க”.

“பெரியமருதுவை உங்களுக்குத் தெரியுமா” என்று கேட்டான் சிங்காரம்.

“பெரியமருது, சின்னமருது ரெண்டுபேருமே எனக்கு நண்பர்களா இருந்தவங்கதான். சின்னமருது எனக்கு வளரி எறியச் சொல்லிக் கொடுத் தாரு. பெரியமருது வேட்டையாடஉதவிசெய்வாரு. அப்பா, என்ன ஒரு வீரம்? சிறுத்தைப்புலியைக் கையாலயேபிடிப்பாரு” என்றார் வெல்ஷ்.

சற்று நேரம் அமைதியாக இருந்துவிட்டுத் தொடர்ந்தார், “அடிக்கடி எனக்குக் கூடை கூடையா ஆரஞ்சுப்பழம் அனுப்புவாங்க. அவங்க அனுப்பிச்சமாதிரி ஆரஞ்சுப்பழத்தை நான் வேற எங்கயும் சாப்பிட்டுப் பார்த்தில்லை”, என்றார் சோகமாக. மருதுசகோதர்களைக் கலகக்காரர் களென்று கம்பெனி தாண்டேராப் போட்டுக் கொண்டேயிருந்ததால், மக்கள் போட்டிபோட்டுக் கொண்டு அவர்களின் நடமாட்டத்தைக் கம் பெனிப் படைகளுக்குத் தெரிவித்தவண்ணம் இருந்தனர். “ஒருஆளைக் கலகக்காரன்னு அரசாங்கம் தண்டோரா போட்டுட்டாப் போதும். எந்த மக்களுக்காகப் போராடினானோ அந்த மக்களே பிடிச்சிக் குடுத்துடுவாங்க, உயிரோடவோ, பிணமாவோ” என்று ஒருநாள் கேப்டன் வெல்ஷ் சொல்லிக்கொண்டிருக்கும்பொழுதே ஊர்மக்கள் அவரைப் பார்க்க வந்தனர். அவர்களிடம் பேசிவிட்டு வெல்ஷ் சிப்பாய்களை அழைத்தார், “மருது பக்கத்துக் கிராமத்துக்குள்ள போறதாத் தகவல் வந்திருக்கு. இந்த முறை தப்பவிடக்கூடாது. வெள்ளமருது வோட தான் திரும்பணும், உயிரோடவோ, பிணமாகவோ”, என்றார்.

“வெள்ளை மருதா, பெரிய மருதா?” என்று கேட்டான் சிங்காரம்.

“பெரியமருதுக்கு, இன்னொரு பேரு வெள்ளமருது, சின்னமருதுக்கு இன்னோரு பேரு கருப்பு மருது” என்ற வெல்ஷ், “பேச நேரமில்லை, பொறப்படு” என்றார். பத்துப்பதினைந்து சிப்பாய்களுடன் கால்நடையாகவே சென்றனர். இவர்கள் வரும் தகவல்தெரிந்து பெரியமருது காட்டுக்குள் மறைந்து விட்டதாகத் தகவல் வந்தது. பல குழுக்களாகப் பிரிந்து காட்டிற்குள் தேடினர். திடீரென்று துப்பாக்கி சுடும் சத்தம் கேட்டது. அனைத்துக் குழுக்களும் வெடிச்சத்தம் கேட்ட இடத்திற்கு ஓடினார். தொடையில் துப்பாக்கிக் குண்டு பாய்ந்து ரத்தவெள்ளத்தில் கிடந்தார் பெரியமருது. வெல்ஷ் உடனே அவருக்கு முதல் உதவி செய்யுமாறு தன் சிப்பாய்களுக்குக் கட்டளையிட்டார். “ஐயா, உங்களைக்காட்டு விலங்கைப் பிடிக்கற மாதிரி சுட்டுப்பிடிக்க வேண்டிய தாப் போச்சே” என்று உண்மையிலேயே வருத்தப்பட்டார் வெல்ஷ். ஆனால் அவனது ஒப்பாரியைக் கேட்கும் நிலையில் பெரிய மருது இல்லை. ரத்தப்போக்கினால் நினைவை இழந்து கொண்ருந்தார். அந்தப் பெரிய உருவத்தைச் சுமந்து வந்து முகாமில் சேர்ப்பதே சிப்பாய்களுக்குப் பெரும்பாடாய் இருந்தது. ஆயினும் பத்திரமாகக் கொண்டு வந்து சேர்த்தனர்.

எந்த மருத்துவ உதவியும் இல்லாமலே பெரியமருது தானாக மயக்கத்திலிருந்து மீண்டார். “உங்களுக்கு உதவி எதுவும் வேணுமா?” என்று கேட்டார் வெல்ஷ் . “ஆமாம், ஒரு நல்ல வக்கீல் வேணும்” என்று சொல்லிவிட்டு மீண்டும் மயங்கி விழுந்தார். திருப்பத்தூர் கோட்டையில் அவரைச் சிறைவைக்க ஏற்பாடு செய்யப்பட்டிருந்தது. “ஏன் சிவகங்கைக்குப் போகாம, திருப்பத்தூருக்குத் தூக்கிக்கிட்டுப் போறோம்” என்று வெல்ஷிடம் சந்தேகம் கேட்டான் சிங்காரம். “சிவகங்கையில அவரு ஆளுங்க உணர்ச்சிவசப்பட்டு அவரை மீட்க ஏற்பாடு பண்ணிடுவாங்க” என்றார் வெல்ஷ். உண்மையான காரணத்தைப் பின்பு தெரிந்துகொண்டான் சிங்காரம். திருப்பத்தூர் கோட்டை யிலிருந்துதான் மருதரசர்கள் முதன் முதலாகத் தமிழக மக்களை விடுதலைப் போருக்கு அழைத்திருந்தனர். விடுதலை வேட்கையுள்ள மக்களை மிரட்டத்தான் மருதரசர்கள் அங்கு சிறைவைக்கப்பட்டனர்.

சின்னமருதுவைப் பிடிப்பது அவ்வளவு எளிதாக இல்லை. ஆனால் அவரும் ஒரு நாள் பிடிபட்டுத் திருப்பத்தூருக்குக் கொண்டுவரப்பட்டார். அவரது வேலையாள் கருத்தன் காட்டிக் கொடுத்து விட்டதாகப் பேச்சு அடிபட்டது, ஆனால் அக்டோபா

இருபத்தி நான்காம் நாள் மருதரசர்களோடு தூக்கில் தொங்கும் பெருமை கருத்தனுக்கும் கிடைத்தது. "காட்டிக் கொடுத்தவனையும் ஏன் தூக்கில போடறாங்க" என்று கேட்டான் சிங்காரம். "பரிசுப் பணத்தை மிச்சப்படுத்தத் தான்" என்றார் வெல்ஷ் வெடிச்சிரிப்புடன்.

சங்கரபதிக்கோட்டையில் பிடிபட்ட சிவத்தையாவையும், ஊமைத் துரையையும் பாஞ்சாலங்குறிச்சிக்குக் கொண்டு சென்றனர். பாஞ்சாலங்குறிச்சி மக்களின் மனதில் நிரந்தரமாக அச்சத்தை விதைக்க வேண்டும் என்பது அக்னியூவின் திட்டம். இடித்துத் தரைமட்டமாக்கப் பட்டிருந்த கோட்டையின் இடது வாசலருகே சிவத்தையாவையும், வலது வாசலருகே ஊமைத்துரையையும் தூக்கிலிட்டுக் கம்பெனி தன் வலிமையைக் காட்டிக் கொண்டது. அந்த நவம்பர் பதினாறாம் நாளோடு ஒருசகாப்தமும் முடிவிற்கு வந்தது. அதன்பின்னும் பல பாளையக்காரர்கள் அடங்க மறுத்தாலும், மருதுசகோதரர்கள் போன்ற வலிமையான அரசர்களோ அல்லது ஊமைத்துரை, சிவத்தையா போன்ற அனுபவம் வாய்ந்த தளபதிகளோ இல்லாததால், அந்தக் கிளர்ச்சிகள் எளிதில் அடக்கப்பட்டன.

பீரங்கிப்படை சென்னைக்குத் திரும்பியதும், வேலனும் முத்தம்மாவும் ஆங்கிலப் படையிலிருந்து விலகி வீடுதிரும்பினர். சிங்காரம் இருந்த படைப்பிரிவு தொடர்ந்து மற்ற கிளர்ச்சியாளர்களை அடக்கச் சென்றது. மணிவாசகம் வேலனை வீட்டில் வந்து சந்தித்தார்.

"இந்தத் தடவையாவது கிளர்ச்சி பெரிய அளவில பரவும்னு நெனச்சேன், ஆனால் நடக்கலையே" என்றார் மணிவாசகம். "மக்கள் பக்குவப்படறதுக்குள்ள போராட்டத்தைத் தொடங்கிட்டாங்க. அரசாங்கம் மக்களையே அவங்களுக்கு எதிராச் சுலபமாத் திருப்பி விட்டிருச்சு" என்றான் வேலன். "பாஞ்சாலங்குறிச்சிங்கிற பாளையமே இப்போ இல்லாமச் செஞ்சிட்டாங்களாமே?" என்று கேட்டாள் முத்தம்மா.

"ஆமா, பாஞ்சாலங்குறிச்சியோட நூத்தி ஆறு கிராமங்களையும், கம்பெனிக்கு ஆதரவா இருந்த எட்டயபுரம், மணியாச்சி, மேலமடை பாளையங்களுக்குப் பிரிச்சுக் குடுத்திட்டாங்க" என்றார் மணிவாசகம். "கம்பெனி எந்தக் கிராமத்தையும் தனக்கு வச்சுக்கலையா" என்றாள் முத்தம்மா வியப்போடு. "இனிமேல் எல்லாக் கிராமங்களுமே கம்பெனிக்குத்தானே சொந்தம். பாளையக்காரனுக்கு இனிமே வெறும் வரி வசூல் பண்ற உரிமை

மட்டும் தான். அதையும் ஒழுங்காச் செய்யலைன்னா, ஜமீனை வேற ஆளுக்கு ஏலம் விட்டுருவாங்க" என்றான் வேலன்.

"ஆமா, பாளையங்களுக்கு இனிமேல் பரம்பரை அரசுரிமை கிடையாது. தங்களோட கோட்டைகளையெல்லாம் இடிச்சுப் போட்டிடணும், சொந்தமாப் படைவச்சிருக்கக் கூடாது, சாதாரண மக்கள் ஆயுதங்களே வச்சிருக்கக்கூடாது. குறிப்பா வளரியை யாருமே வச்சிருக்கக் கூடாது", இதுதான் எட்வர்ட் கிளைவோட புதுச்சட்டம்" என்றார் மணிவாசகம். "மருதுவோட கைதான மத்த கலகக்காரங்களை என்ன பண்ணினாங்க? மருதுவோட மகன் துரைசிங்கமும் கைதியா இருந்தாரே" என்று கேட்டாள் முத்தம்மா.

"வழக்கமா வாரிசுகளை விடுதலை பண்ணிடுவாங்க. ஆனா பாளையக்காரங்க ரொம்ப ஆபத்தானவங்கன்னு கம்பெனி நினைக்குது. அதனால எல்லாரையும் வேல்ஸ் தீவுக்குக் கப்பலேத்திட்டாங்க" என்றார் மணிவாசகம். "வேல்ஸ் தீவு எங்கேயிருக்கு?" என்றாள் முத்தம்மா.

"பழைய பினாங்கு தான். அங்கே காட்டைஅழிச்சு ஒருபுது நகரத்தை உருவாக்குறாங்க. அதுக்கு வேலை செய்ய அந்தமான்ல இருந்து எழுநூறு கைதிகளை அனுப்பியிருந்தாங்க. இப்போ பாளையக்காரங்களையும் கைதிகளாக்கி அங்கே அனுப்புறாங்க" என்றான் வேலன். "அடிமை வேலை, அடைபட்ட வாழ்க்கை, விஷக்காய்ச்சல். இதுதான் அவங்க எதிர்காலம். இது மரண தண்டனையைவிடக் கொடுமையானது" என்றார் மணிவாசகம். இரண்டு நாட்களுக்குப்பின் கிளர்ச்சியைப் பற்றிய தன் அறிக்கையுடன் கோட்டைக்குச் சென்று ராபின்சனைச் சந்தித்தான் வேலன். வழக்கம் போல் விரைவாக வேலன் கொடுத்த அறிக்கையை படித்து முடித்தார் ராபின்சன். "நீ கம்பெனியோட சாதனையை ஓகோன்னு புகழறே, ஆனா கேப்டன் வெல்ஷ் எழுதின அறிக்கையைப் பாரு, கண்ணீர் விட்டு அழுறார்", என்று சொல்லிக்கொண்டே வெல்ஷ் கொடுத்திருந்த அறிக்கையைக் காட்டினார் ராபின்சன். "ரெண்டரை நூற்றாண்டுகளா இருந்த பாளையக்காரார்கள் முறையை ரெண்டரை மாசத்தில கம்பெனி ஒழிச்சிருக்கு. அப்புறம் ஏன் வருத்தப்படறாரு" என்றான் வேலன்.

"பெரிசா வருமானம் வராத, விளைச்சல் இல்லாத பிரதேசத்தைப் பிடிக்க, கம்பெனிக்கு ஏகப்பட்ட செலவு, ஏகப்பட்ட உயிரிழப்பு. அதை விட முக்கியமா, வேறெந்தப் போரிலயும் இல்லாத அளவு அதிகமா அதிகாரிகளை இழந்திருக்கோம். பாளையக்காரங்க

எப்பவும் அதிகாரிகளைக் குறிவச்சே தாக்குதல் நடத்தியிருக்காங்க. வெல்ஷுக்கு அதுதான் வருத்தம்”, என்றார் ராபின்சன். “எப்படியோ, வெற்றிகரமா எல்லாப் பாளையக்காரங்களையும் உங்க கட்டுபாட்டுக்குள்ள கொண்டுவந்திட்டீங்க” என்றான் வேலன்.

“இனிமே அவங்க பாளையக்காரங்க இல்லை, ஜமீன்தார்கள்”, என்ற ராபின்சன், ஆனால் மழைவிட்டாலும் தூறல் நிக்கலை. குலசேகரப்பட்டினம் மூப்பன், தளவாய்ப்பிள்ளை மாதிரி கொஞ்சப் பேரு இன்னும் கிளர்ச்சி பண்ணிக் கிட்டுத்தான் இருக்காங்க. நல்ல வேளையா அவங்களுக்குத் தலைமை தாங்க மருது, ஊமைத்துரை மாதிரி யாரும் இல்லை. அதனால பெரிசாப் பயப்பட வேண்டியதில்லை” என்றார் ராபின்சன். “ஆனால் நாங்குநேரியில பிரச்சனை வேற மாதிரிப் போகுதே” என்றான் வேலன். “நாங்கு நேரியில மட்டும் இல்ல, இதுவரை ஊர்க்காவல், திசைக்காவல் பண்ணிக் கிட்டிருந்த வங்க எல்லாருமே குழப்பத்தில இருக்காங்க” என்றார் ராபின்சன். “அவங்கள என்ன பண்ணப்போறீங்க, வேலையில்லாம இருந்தாக் கொள்ளைக்காரங்களா மாறிடுவாங்க. கொஞ்சப்பேர், ஏற்கனவே அப்படி மாறிட்டாங்க” என்றான் வேலன்.

“கலெக்டர் லூஷிங்டன் அதைப்பத்தி ஒரு யோசனை சொல்லியிருக்காரு. அவங்கள எல்லாம் கம்பெனிச் சேவகர்களா ஆக்கிருவோம்” என்றார் ராபின்சன். “முன்னே காவல்வேலை பார்த்து வசூல்பண்ற பணத்தைப் பாளையக்காரரோட பங்குபோட்டுக்குவாங்க. இப்போ என்ன பண்ணுவாங்க” என்று கேட்டான் வேலன். “இனிமே காவல் மட்டும் பார்ப்பாங்க. மக்கள்கிட்ட இருந்து எதுவும் வசூல் பண்ணக் கூடாது. கம்பெனியே அவங்களுக்குச் சம்பளம் கொடுக்கும். அதனால எப்பவுமே கம்பெனிக்கு விசுவாசமா இருப்பாங்க” என்றார் ராபின்சன்.

“இனிமேல் கம்பெனியை எதிர்க்கத் தமிழ்நாட்டில எந்த சக்தியும் இல்லாமல் பண்ணீட்டீங்க. சரி பிரபு, இனிமேயாச்சும் நான் என் சொந்தத் தொழிலைக் கவனிக்கலாமா?” என்றான் வேலன். “அது தான் எனக்கும் ஆசை. நம்ம கம்பெனி நல்லாப் போய்க்கிட்டு இருக்கு. ஏற்கனவே ஊரில என் கடனை எல்லாம் அடைச்சு என் பரம்பரைச் சொத்தெல்லாம் மீட்டுட்டேன். கையில இன்னும் கொஞ்சம் பணம் சேர்ந்த தும், ஊருக்குத் திரும்பிடுவேன்”

என்றார் ராபின்சன் மகிழ்ச்சியான குரலில். பின்பு, "சரி நீ போலாம், வெல்ஷ் எழுதின ரிப்போர்ட்டை நானே கவர்னர்கிட்ட குடுக்கப்போறேன்" என்று புறப்பட்டார்.

கோட்டைக்குள்ளிருந்த மணிவாசகத்தைத் தேடிச்சென்றான் வேலன். அவர் இறக்கிய சரக்குகளுக்கு ரசீது வாங்குவதற்காகக் கம்பெனி அலுவலகத்தில் காத்திருந்தார். வேலனைப் பார்த்ததும் மகிழ்ச்சியுடன், "வேலா, ராபின்சன்கிட்ட வேலை முடிஞ்சுதா, இனிமேயாச்சும் தொழிலைக் கவனி. என் உடம்பு முன்ன மாதிரி இல்லை" என்றார். "மெகருன்னிசாவுக்குத் தொழில் புரியுதா?" என்று கேட்டான் வேலன். "புரியுதாவா? அவ நமக்கு வியாபாரம் கத்துக் குடுப்பா போலயிருக்கு" என்றார் அவர். அதற்குள் அங்கு வந்துவிட்ட டேவிட், "ஆனால் இனிமேல் கொஞ்சநாளைக்கு அவளுக்கு ஓய்வுகொடுத்தாகனும்" என்றான் புன்னகையுடன். வேலன் உடனே ஊகித்து விட்டான். "அப்பா அம்மா ஆகப்போறீங்களா" என்றான் மகிழ்ச்சியுடன். "நாங்க ஆகறது இருக்கட்டும். நீயும் முத்தம்மாவும் எப்போ அந்தப் பதவிக்கு வரப்போறீங்க" என்று கேட்டான் டேவிட். "அதைத்தான் நானும் ரொம்ப நாளாக் கேட்டுக்கிட்டு இருக்கேன்" என்றார் மணிவாசகம்.

"எங்க ரெண்டுபேரு லட்சியத்துக்கும் இடைஞ்சலா இருக்கும்னுதான், அந்தப் பதவியை ஏத்துக்காமலே இருந்தோம். இனிமே கொஞ்சநாள் ஓய்வுதான். அந்த ஆசையும் நிறைவேறிடலாம்" என்றான் வேலன். அந்தநேரத்தில் சிப்பாய் ஒருவன் வேலனைத் தேடிவந்து, ராபின்சன் அழைப்பதாகச் சொல்லிக் கையோடு கூட்டிச் சென்றான். ராபின்சனே சோகமான குரலில் பேசத் தொடங்கினார். "வேலா, நாம ஒண்ணு நினைச்சா வேற ஒண்ணு நடக்குது. இப்போ கவர்னர் எட்வர்ட் கிளைவுக்காக நீ ஒரு வேலைசெய்யணும்" என்றார். "கவர்னர் பிரபுவுக்கு நான் என்ன வேலை செய்ய முடியும்?" என்றான் வேலன்.

"தீர்த்தகிரிக் கவுண்டர் பேரைக் கேள்விப்பட்டிருக்கியா" என்றார் ராபின்சன். "கொங்கு நாட்டுச் சின்னமலையோடே பேருதான் அது" என்றான் வேலன். "அவரைப் பார்த்துதான் கம்பெனி இப்போ பயப்படுது, ஊமைத்துரை, மருதுபாண்டியர் எல்லாம் போயிட்டாலும், எல்லாக் கலக்காரங்களையும் ஒண்ணுதிரட்டற அளவுக்கு வலிமையான தலைவனா கவுண்டர் உருவாகிக்கிட்டு வர்றாராம்" என்றார் ராபின்சன். "திப்புசுல்தான் இறந்தப்பறம், சின்னமலைக்கிட்ட கம்பெனி பயப்படற அளவு பெரிய அளவில

ஆட்கள் கிடையாதே" என்றான் வேலன். "ஆனாலும், பெரிய அளவில தொல்லை குடுக்குறார். திருச்சிக்கும், மைசூருக்கும் நடுவே இருந்துக்கிட்டு எங்க போக்குவரத்தைத் தடுத்துக்கிட்டு இருக்கார்" என்றார் ராபின்சன்.

"அப்போ, கொங்கு நாட்டுக்குப் படைகளை அனுப்பப் போறீங்களா" என்றான் வேலன். "படைகளுக்கு இப்போ வேற வேலை இருக்கு. அவர் இருக்கறதோ மலைப்பிரதேசம். தாக்குறது அவ்வளவு சுலபம் இல்லை. அதனால, மொதல்லே அவரை எங்க பக்கம் இழுக்க முயற்சிக்கப் போறோம்" என்றார் ராபின்சன்.

"ஓ புரியுது பிரபு. மராத்தியரோட போருக்குத் தயாராயிட்டீங்க. படைபோற வழியில சின்னமலை குறுக்க நிற்கிறாரு" என்றான் வேலன். "சரியாச் சொல்லிட்டே. அவரு ஒரு பாளையக்காரரே இல்லை. தானா ஒரு கூட்டத்தைச் சேர்ந்துக்கிட்டுக் கோயம்புத்தூர் மேல, திரும்பத்திரும்பத் தாக்குதல் நடத்திக்கிட்டே இருக்காரு" என்றார் ராபின்சன். "அவரு கம்பெனிப் பக்கம் வர்றதால, அவருக்கு என்ன லாபம். நான் போய் வெறுங்கையால முழம்போட முடியாதே" என்றான் வேலன். "அவரையே கொங்கு நாட்டுக்கு ஜமீன்தார் ஆக்கிடறோம்" என்றார் ராபின்சன். "நல்ல யோசனைதான் ஆனால் அதுக்கு நான் எதுக்கு? இதை ஒரு அதிகாரியை அனுப்பிச்சே சொல்லிடலாமே" என்றான் வேலன். "பல தடவை அனுப்பிச்சாச்சு. ஆளு இறங்கி வரல. எங்களை நம்பலைன்னு நெனக்கிறேன். அதனால நீதான் போகணும், எங்க தூதுவனா இல்லை, அவரோட ஆதரவாளனா. நேரம் பார்த்து, சொல்ற மாதிரிச் சொல்லி, எங்க பக்கம் கொண்டு வரணும்" என்றார். "சரி பிரபு, நீங்க சொல்லி நான் மாட்டேன்னு சொல்லுவேனா" என்றான் வேலன். "நன்றி வேலா நன்றி. இன்னைக்கு ராத்திரி உன்னைப் பார்க்க எங்க சுபேதார் ஒருத்தனை அனுப்பி வைக்கிறேன். முன்னால அவன் தீர்த்தகிரிக் கவுண்டர்கிட்ட சிப்பாயா இருந்தவன். அவரைப் பத்தின நிறைய ரகசியங்களைச் சொல்லுவான்" என்றார் ராபின்சன்.

வீட்டிற்கு வந்த வேலன் முத்தம்மாவிடம் இதைப் பற்றிக் கூறினான். இரவு இருவரும், ரகசியமாக வரப்போகும் சுபேதரை வரவேற்கத் தயாராயினர். இரவு தொடங்கும் பொழுதே குதிரையில் வந்து இறங்கிய ஒரு உருவம் வீட்டிற்குள் நுழைந்தது. முத்தம்மாவும் வேலனும் ஒரு சிறிய விளக்கை மட்டும் ஏற்றி வைத்துவிட்டு நாற்காலிகளில் அமர்ந்திருந்தனர். அந்த உருவம்

அருகில் வந்ததும் முத்தம்மா வரவேற்றாள். "வாங்க வேலப்பன் அண்ணே, நல்லாயிருக்கீங்களா?"

தன் பெயரைச்சொல்லி முத்தம்மா அழைத்ததால் அந்த உருவம் திடுக்கிட்டு நின்றது.

111

தடுமாறி நின்ற வேலப்பன் சமாளித்துக் கொண்டு வெளிச்சத்துக்கு வந்தார். "ஓ.. ராபின்சன் என் பேரையும் சொல்லிட்டாரா" என்றார். "அவரு சொல்லித்தான் உங்க பேரை நாங்க தெரிஞ்சுக்கணுமா, படாலிக் காட்டில எங்க கல்யாணத்தை நடத்தி வச்சதே நீங்க தானே" என்று சொல்லியவறே வேலனும், முத்தம்மாவும் எழுந்து நின்றனர். மூவரும் அமா்ந்தபின் விளக்கைச் சற்று தூண்டிவிட்டான் வேலன். இப்பொழுது அவர்கள் முகத்தை நன்றாகப் பார்த்த வேலப்பன், ஆ, இப்போ ஞாபகம் வருது. கோட்டை வியாபாரியும், மைசூர் ஒற்றனும் என்று சொல்லிச்சிரித்தார் வேலப்பன். ஆனால் சிறிதுநேரத்தில் அவர் சிரிப்பு மறைந்தது, "நான் கம்பெனிக்கு உளவாளியா மாறிட்டேன்னு என்னை நீங்க அசிங்கமா நினைக்கிறது புரியுது." என்றார் வேலப்பன். "நீங்க இரட்டை உளவாளின்னு எங்களுக்குத் தெரியும். கம்பெனிக்கு உதவறமாதிரி நடிச்சிக்கிட்டு சின்னமலைக்கு உளவு வேலை பார்க்கறீங்க"என்றான் வேலன். வேலப்பனுக்கு லேசானபயமே வந்துவிட்டது, "இதை யார் சொன்னது" என்று கேட்டார்.

"இதோ, என் மனைவி முத்தம்மாதான். அதுக்காக நீங்க பயப்படத் தேவையில்லை. நாங்களும் உங்கள மாதிரி தான்" என்றான் வேலன். "நீங்க செருப்பு உள்ள சீட்டு வச்சுத் தச்சு, சின்னமலைக்குத் தகவல் அனுப்புற விஷயம்கூடத்தெரியும். நான் மைசூர் ஒற்றனா இருந்தேங்கிறதை மறந்திட்டீங்களா. இப்பவும் கிளர்ச்சிக்கு ஆதரவாத்தான் வேலை செஞ்சுக்கிட்டிருக்கேன்" என்றாள் முத்தம்மா. வேலப்பனின் முகத்தில் இறுக்கம் தளா்ந்து, ஒரு நிம்மதி பரவியது. "அப்ப கொஞ்ச நேரம் மனம் விட்டுப் பேசமுடியும். கம்பெனிப் படை முகாமுக்குள்ள எப்போ மாட்டிக்கப் போறோமோங்கற பயத்தோடவே எல்லா நேரமும் எச்சரிக்கையாப் பேசணும்" என்ற வேலப்பன், "சரி, நான் கம்பெனிச் சிப்பாயா ஏன் மாறினேங்கறதைச் சொல்லிடறேன். மழவல்லிப் போரில, ஆங்கிலப்படைக் கிட்டக் கைதியா மாட்டிக்கிட்டேன். அவங்க கம்பெனிப் படையில் சேரச்சொல்லிக் கட்டாயப் படுத்துனாங்க. அவங்களைப் பத்தி உளவு சொல்ல

வாய்ப்பா இருக்குமேங்கறதால நானும் உடனே சம்மதிச்சிட்டேன்" என்றார் வேலப்பன். "மழவல்லிப் போரில என்ன தப்பு நடந்தது" என்று கேட்டான் வேலன்.

"நெறையத் தவறுகள் நடந்துச்சு. துப்பாக்கி, பீரங்கிகளுக்கு எதிரா யானையை அனுப்பிச்சாங்க. பல நூற்றாண்டுகளுக்கு முன்னாலயே, பாபா வெடிமருந்தோட இந்தியாவிக்குள்ள வந்தவொடனேயே யானைப் படைகளைக் கலைச்சிருக்கணும். நம்ம ராஜாக்கள் இன்னும் அதைக் கட்டிக்கிட்டு அழறாங்க" என்றார் வேலப்பன். "யானையால நடந்த குழப்பத்தை நான் நேரிலயே பார்த்தேன். மைசூர் டைகள் சுலபமா தோத்துப் போனதுக்கு வேற காரணங்கள் இருக்கா. கவர்னர் ஜெனரல், ரிச்சர்ட் வெல்லெஸ்லியோட தம்பி, ஆர்தர் வெல்லெஸ்லியோட திற மையாலதான், சின்னக் கம்பெனிப் படை, பெரிய திப்புசுல்தான் படைகளைத் தோற்கடிச்சதுன்னு கம்பெனி ஆவணங்கள்ள எழுதியிருக்கு" என்றான் வேலன். "எல்லாம் பச்சைப்பொய். கம்பெனிப் படைகளைவிட குறைவான படைகளோடதான் நாங்க வெல்லெஸ்லிய மழவல்லியில தடுத்து நிறுத்த முயற்சி செஞ்சோம். மைசூர் படையில திடீர்னு ஏகப்பட்ட குழப்பம். துரோகிகள் புகுந்து சதி பண்ண ஆரம்பிச்சிருந்தாங்க. பிரெஞ்சு ஜாக்கோபின்களும், எங்க கொங்குப்படையும் மட்டும்தான் அன்னைக்கு உண்மையா எதிர்த்து நின்னது" என்றார் வேலப்பன்.

"நீங்க எப்பிடிக் கைதியானீங்க" என்று கேட்டாள் முத்தம்மா. "கொங்கு நாட்டுக் குதிரைப்படைக்குத் தலைமை தாங்கிச் சின்னமலை முன்னால போனாரு, நான் கடைசிவரிசையில வந்தேன். கம்பெனிப்படைகளுக்குள்ள புகுந்துட்டோம். ஆனால் "எங்களுக்குப் பின்னால வர வேண்டிய மைசூர் படைங்க வரல. நாலு பக்கமும் கம்பெனிச் சிப்பாய்ங்க சூழ்ந்துக்கிட்டாங்க. நடுவில கூர்மையா ஒருவழி ஏற்படுத்திக்கிட்டுத் தப்பிச்சுப் போறதுன்னு முடிவு பண்ணினோம். சின்ன மலை தலைமையில, எங்க படை அப்படித் தப்பிச்சிப் போக ஆரம்பிச்சுது. துரத்திக்கிட்டு வந்த கம்பெனிப் படைகளைத் தடுத்து நிறுத்த றதுக்காக நானும் சிலபேரும் மட்டும் நின்னு போராடினோம். எங்க படை தப்பிச்சிருச்சு. நாங்க நாலஞ்சு பேருமட்டும் மாட்டிக்கிட்டோம்" என்றார் வேலப்பன். "உங்க தியாகத்தைத் தமிழ்நாடே ஒரு நாள் பாராட்டும் " என்றாள் முத்தம்மா.

“மக்களோட பாராட்டை எதிர்பார்க்கிறவங்க ஒற்றனா வரக்கூடாது. அவங்கள ரெண்டுநாட்டு மக்களும் நம்பமாட்டாங்க. அது எனக்கு முக்கியமும் இல்லை. நம்ம போராட்டம் வெற்றி பெறணும். அது மட்டும்தான் எனக்கு முக்கியம்” என்றார் வேலப்பன். மேலும் “சீரங்கபட்டினம் கோட்டை பிடிபட்டப்போ நீங்க எங்கே இருந்தீங்க?” என்றார் வேலப்பன். “நான் கோட்டைக்கு உள்ளே, வேலன் வெளியே” என்றாள் முத்தம்மா. “அப்போ கோட்டை எப்படிப் பிடிபட்டுச்சுன்னு விவரமா சொல்லுங்க. பல வதந்திகள் உலவுது. அவ்வளவு பாதுகாப்பான கோட்டையை எப்படி ரெண்டுமணி நேரத்தில பிடிச்சு, திப்புசுல்தானையும் கண்டுபிடிச்சுக் கொலைபண்ணினாங்க” என்று கேட்டார் வேலப்பன்.

“துரோகத்தால உடைக்க முடியாத ஒரு கோட்டையை, மனுசங்க இதுவரைக்கும் கட்டலை. தாக்குதல் கோட்டைக்கு வடக்கே நடக்கறப்போ, பெரும்பாலான படைகளைத் தெற்கே அனுப்பிச்சிருந்தார் மீர்சதக், மீதிப்படைகளைச் சம்பளம்தாறேன்னு கூப்பிட்டுத் தாபார் மண்டபத்தில உட்கார வச்சிருந்தார் பூர்ணையா”, என்றாள் முத்தம்மா. “தற்காப்புக்கு மைசூர் ராக்கெட்டுகளைத்தான் அதிகம் நம்பியிருந்தார் திப்புசுல்தான். ஆனா ராக்கெட்டுகளும் வெடிமருந்துகளும் இருந்த கிடங்கு தீப்பிடிச்சு எரிஞ்சு போச்சு. அதுவும் மீர்சதக்கோட சதிவேலையாத்தான் இருக்கும்னு பேசிக்கிறாங்க” என்றான் வேலன். “திப்பு சுல்தானைக்கூட அவங்களே கொலைபண்ணிப் பிணமா வெல்லெஸ்லிக்கிட்ட ஒப்படைச்சிருந்தாலும் நான் ஆச்சரியப் பட்டிருக்கமாட்டேன். ஆனால் திப்புசுல்தான் களத்தில இறங்கி வீர மரணம் அடைஞ்சுட்டாரு” என்றாள் முத்தம்மா.

சற்று நேரம் அமைதி நிலவியது. “சரி, இனிமே ஆக வேண்டியதைப் பார்ப்போம்” என்று அமைதியைக் கலைத்த வேலப்பன், “நீங்க சின்ன மலையோட தொடர்பு கொள்றதுக்கு நான் சில ஏற்பாடுகள் பண்ணித் தர்றேன்” என்றார். “அதை நாங்க பார்த்துக்கறோம். உண்மையிலேயே கம்பெனிக்கும், சின்னமலைக்கும் கொஞ்சநாளைக்குச் சமாதானம் ஏற்படுத்த விரும்பறேன். அதுக்குச் சின்னமலை ஒத்துக்குவார்னு நீங்க நினைக்கிறீங்களா?” என்று கேட்டான் வேலன். “நான் நினைக்கறது இருக்கட்டும் அதைப்பத்தி நீங்க என்ன நினைக்கிறீங்க. இப்போ கம்பெனிப் படையில நான் இருக்கிறதால, கம்பெனி எவ்வளவு பிரம்மாண்டம்னு எனக்குத் தெரியுது” என்றார்

வேலப்பன். “கம்பெனியோட சக்தி எவ்வளவு?” என்று கேட்டாள் முத்தம்மா.

“இங்கிலாந்து அரசாங்கத்தோட படையே ஒரு லட்சம்தான். ஆனா கம்பெனியோட சொந்தப் படைமட்டும் இரண்டுலட்சம். தேவைப்படும் போது ரெண்டு படைகளும் ஒண்ணாச் சேர்ந்து, மூணுலட்சம் ஆயிடு வாங்க” என்றார் வேலப்பன். “அவ்வளவுதானே. தில்லிபாதுஷாக்கிட்ட நாலுலட்சம் படைகள் இருந்துச்சு. இப்போ நம்ம மராத்தியர்கள்கிட்ட அதைவிட அதிகம் இருக்குமே” என்றாள் முத்தம்மா. “ அது ரெண்டும் ஒண்ணு இல்லை”, என்ற வேலப்பன் தொடர்ந்து, “இங்கிலீஷ் ராணுவ அதிகாரிகள், போரைப் பாடமாப் படிச்சிட்டு வர்றாங்க. அவங்க சிப்பாய் களுக்கு நவீன ஆயுதங்களை இயக்கப் பயிற்சி குடுக்கறாங்க. அவங்க படை, ஒரு தளபதியைமட்டும் நம்பியில்லை. நிரந்தரவேலை, மாதச் சம்பளம், செத்துப்போன வீரனோட குடும்பத்துக்கு ஓய்வூதியம்னு, பல வேறுபாடுகள் இருக்கு” என்றார் வேலப்பன்.

“நம்ம ராஜாக்களோட படைகள்ல, ஒவ்வொரு பிரிவும் யாராவது ஒரு தளபதிக்கு மட்டுமே விசுவாசமாயிருக்கும். மராத்தியர், நாலு அரசுகளாப் பிரிஞ்சு அவங்களுக்குள்ளயே சண்டை போட்டுப் பலவீன மாகிட்டு வர்றாங்க” என்றான் வேலன். “அப்போ நாம ஜெயிக்கவே முடியாதுன்னு சொல்றியா” என்றாள் முத்தம்மா கோபமாக “உன் ஆசைப்படி தென்னிந்தியப் பாளையக்காரங்க, மராத்தியா, ராஜபுத்திரர் எல்லாம் ஒண்ணு சோந்து கிழக்கிந்தியக் கம்பெனியைத் தோற்கடிச்சிட்டாங்கன்னே வச்சுக்குவோம், இந்தியாவில எந்த மாதிரி ஆட்சி அமையும். திரும்ப ஒரு ராணுவ சர்வாதிகாரம். இதனால போராடின மக்களுக்கு என்ன லாபம்” என்று கேட்டான் வேலன்.

வேலனை வியப்புடன் பார்த்த வேலப்பன், “பதிலும் நீங்கதான் சொல்லணும்” என்றார். “எனக்கும் முழுசாப் பதில் தெரியாது. மக்கள் மத்தி யில படிப்பறிவு வளரணும், வணிகாகளும் ஆட்சியில பங்கெடுத்துக்கணும், சின்னமலை, பழசிராஜாமாதிரி ராஜகுடும்பத்தைச் சேராதவங்களையும் ஆட்சியில ஏத்துக்கிற மனப்பக்குவம் மக்களுக்கு வரணும். அதுவரைக்கும் மோதல்களைத் தவிர்க்கணும், ரகசியமாப் பிரச்சாரம் மட்டும் செய்யணும்கிறது என்னோட கருத்து” என்றான் வேலன். “உங்க கருத்து சரின்னுதான் தோணுது. ஆனால், சின்னமலையை மீறி நான் எதுவும் செய்யமாட்டேன்” என்றார் வேலப்பன்.

“இந்தியா முழுக்க ஒண்ணுசேர்ந்து சண்டை போடணும்கிறியே, அது நடக்கிற காரியமா? தில்லிபாதுஷா, சோத்துக்கே லாட்டரியடிக்கிறதை நாம கண்ணாலயே பார்த்தோம். முஸ்லீம்பிரபுக்களோ ஈரானி, துரானி, பிரியாணின்னு பிரிஞ்சு கெடக்கறாங்க. ராஜபுத்திரர்ளும், சீக்கியரும், மராத்தியரும் ஜென்ம விரோதிங்க. இவங்கள்லாம் எப்போ ஒண்ணு சேருவாங்க” என்றாள் முத்தம்மா.

“கம்பெனியோட கோரமுகம் தெரி யத்தெரிய ஒண்ணு சேருவாங்க. ஆனால் அது மட்டும் பத்தாது, இந்தியாவில கம்பெனிக்கு ஆதரவா இருக்க மிகப்பெரிய சக்தியை அவங்களுக்கு எதிராத் திருப்பணும்” என்றான் வேலன். “எது அந்த மிகப்பெரிய சக்தி?” என்றார் வேலப்பன். “வியாபாரிங்க, ஜகத்சேத், ஓமிசந்த் மாதிரி பெரிய நிதிமுதலாளிங்க. அவங்க பணத்திலதான் கம்பெனி நம்ம நாட்டையே பிடிச்சிக்கிட்டிருக்கு” என்றான் வேலன்.

“துரோகிங்க” என்றார் வேலப்பன். “நம்ப ராஜாக்கள் வியாபாரிகளுக்குப் பண்ணின கொடுமைகள் தாங்காமத்தான் அவங்க கம்பெனிப் பக்கம் ஓடினாங்க” என்றான் வேலன். “நீ நெனைக்கிற மாதிரி இந்தியாவே மாறி, ஒண்ணு சேர்ற வரைக்கும், சின்னமலை தலைமறைவாவே இருக்கணும்னு சொல்றியா” என்று கேட்டாள் முத்தம்மா. “தலைமறைவா இருக்கலாம், தேவைப்பட்டா ஜமீன்தாராவே மாறி, ரகசியமாப் பிரச்சாரம் பண்ணலாம்” என்றான் வேலன். “உங்க முயற்சி வெற்றியடையணும்கிறதுதான் என்னோட ஆசை. ஆனால் இதைச் சின்னமலை ஒருநாளும் ஒத்துக்க மாட்டார்” என்றார் வேலப்பன். “வேலா, நீ சொல்றது சரின்னுதான் எனக்குத் தோணுது. வா ரெண்டு பேருமே ஒண்ணாப் போயிச் சின்னமலைக்கிட்டப் பேசிப் பார்ப்போம்” என்றாள் முத்தம்மா. வேலப்பன் அத்தோடு விடைபெற்றுச் சென்றார்.

சில நாட்களுக்குப்பின் வேலனும், ஆண் உடையில் முத்தம்மாவும் பழனிமலை அடிவாரத்திற்குக் குதிரைகளில் சென்று சேர்ந்தனர். அங்குமிங்கும் சற்றுக் கடைவீதிகளில் சுற்றிவிட்டு, இரவு கவியத் தொடங்கிய பின், ஊரைவிட்டுத் தள்ளியிருந்த மாளிகைபோன்ற ஒரு வீட்டை நோக்கிச் சென்றனர். இருவரும் குதிரையிலிருந்து இறங்கி, வீட்டின் கதவைப் பலமாகத்தட்டினர். கதவைத்திறந்த வேலையாளிடம், “இது பழவியாபாரி சுப்பிரமணியம் வீடுதானே, மதராசிலயிருந்து வியாபாரிங்க வந்திருக்கோம்னு சொல்லு” என்றாள் முத்தம்மா. அவர்களை

உள்ளே அழைத்துத் திண்ணையில் அமரச்சொல்லிவிட்டு வேலையாள் வீட்டிற்குள் சென்றார். சற்று நேரத்தில் வெளியே வந்த பழ வியாபாரிக்கு வயது ஐம்பதிலிருந்து அறுபதிற்குள் இருக்கலாம், தொந்தி பெருத்த குண்டான உடல். "வாங்க, வாங்க. பகல்பூராவும் மண்டியிலதானே இருந்தேன். அங்கே வந்திருந்தீங்கன்னா வியாபாரம் பேச வசதியா இருந்திருக்குமே" என்றார் சுப்பிரமணி. "ஆனால் சின்னமலையைப் பத்திப்பேச வீடுதான் வசதியா இருக்கும்னு நினைச்சேன்" என்றாள் முத்தம்மா. ஒரு நொடி சுப்பிரமணியின் முகம் கருத்து விட்டது. முத்தம்மா தன் தலைப்பாகையை அகற்றினாள். உடனே அவளை அடையாளம் கண்டுகொண்ட சுப்பிரமணி, "வெள்ளையம்மாவா? பார்த்து ரொம்பநாளாச்சில்ல, அதுதான் அடை யாளம் தெரியலை" என்றார். "இங்க இவபேரு வெள்ளையம்மாவா, ஞாபகம் வச்சிக்கணும்" என்று மனதிற்குள் சொல்லிக் கொண்டான் வேலன். "கூட வந்திருக்கிறது,........" என்று இழுத்தார் சுப்பிரமணி. "என் கணவர்தான். அவரு உண்மையிலேயே மதராசில வியாபாரியாத்தான் இருக்காரு" என்றாள் முத்தம்மா.

உடனே பெரும் குரலில் வேலையாளை அழைத்த சுப்பிரமணி, "நம்ம வீட்டுக்கு ரெண்டு விருந்தாளிங்க வந்திருக்காங்க, அம்மாக்கிட்ட சாப்பாடு தயார் பண்ணச்சொல்லு, அப்படியே அவங்க தங்கறதுக்கு ஒரு அறை தயார்பண்ணு" என்றார். பிறகு வேலனிடம், "என்ன வாங்க வந்தீங்க" என்று கேட்டார். "நான் வியாபாரிதான், ஆனால் உங்களத் தேடிவந்தது சரக்கு வாங்க இல்லை. நான் சின்னமலையைச் சந்திக்க நீங்க ஏற்பாடு பண்ணனும்" என்றான். சுப்பிரமணியின் முகம் மீண்டும் கருத்தது. "அவரைச் சந்திக்கறது சுலபம் இல்லை. அவரும் என்கூட ரொம்ப நாளாத் தொடர்பில இல்லை. அவரைப் பிடிக்கறதுக்குக் கம்பெனி ஆளுங்க பேயா அலையறாங்க" என்றார். "நானும் கம்பெனி ஆளுதான்" வேலன் சொல்லிமுடிப்பதற்குள் சுப்பிரமணிக்குத் தூக்கி வாரிப்போட்டது. வேலன் தொடர்ந்து, "பயப்படாதீங்க, நான் சமாதானத் தூதுவனா அவரைத் தேடிவந்திருக்கேன்" என்றான்.

"கம்பெனி எந்தநேரத்தில எதைச் செய்யும்னே புரியலயே. சின்ன மலையைப் பிடிக்க ரகசியமா ஆளுங்க அலைஞ்சுக்கிட்டு இருக்காங்க. இப்போ உங்களைச் சமாதானம் பேச அனுப்பியிருக்காங்க. பக்கத்தில, பழசிராஜாக்கிட்டேயும் இப்படித்தான். மொதல்ல பழசி ராஜாவோட கூட்டுச் சேர்ந்துக்கிட்டு ஹைதா அலியோட சண்டை போட்டாங்க. இப்போ பழசிராஜாவை

அழிச்சிடறேன் பாருன்னு அலையறாங்க" என்றார் சுப்பிரமணி.

"அரசியல்ல இதெல்லாம் எப்பவும் நடக்கறதுதானே. பழசிராஜாவும் இடையில கட்சிமாறித் திப்புசுல்தானோட சேர்ந்துக்கிட்டுக் கம்பெனியை எதிர்த்தாரு இல்லையா" என்றான் வேலன். "அவரு கட்சி மாறினது தப்புன்னுசொல்றீங்களா?" என்றார் சுப்பிரமணி. "தாராளமாக் கட்சி மாறலாம், கொள்கைதான் மாறக்கூடாது. பழசிராஜாவும் சரி, சின்னமலையும் சரி, கட்சி மாறினாலும், கொள்கை மாறலை. மக்களுக்காகப் போராடணும்கிற ஒரே கொள்கைதான் அவங்களுக்கு எப்பவும்" என்றான் வேலன்.

"கம்பெனியோட கொள்கைதான் புரியமாட்டேங்குது. அதிலயும், கம்பெனி வேறயாம் அவங்க அரசாங்கம் வேறயாம்" என்றார் சுப்பிரமணி. "இங்கிலாந்தில கம்பெனிதான் அரசாங்கத்தையே வழி நடத்துது. ரெண்டு பேருக்கும் ஒரே கொள்கைதான். இந்தியாவோட ரத்தத்தை உறிஞ்சி இங்கிலாந்துக்குக் கொண்டு போகணும்" என்றான் வேலன். வேலனைச் சற்று நேரம் வியப்புடன் பார்த்துக் கொண்டிருந்த சுப்பிர மணி, "உங்க மேல எனக்கு நம்பிக்கை வந்திருச்சு. நீங்க என் வீட்டில தங்கி ஓய்வெடுங்க. சின்னமலையோட நான் மொதல்லே தொடர்பு ஏற்படுத்திக்கிட்டு, நீங்க சந்திக்கவும் சீக்கிரத்தில ஏற்பாடு பண்றேன்" என்றார்.

112

இரவு உணவிற்குப்பின் வேலனுக்கும் முத்தம்மாவிற்கும் ஒதுக்கப்பட்டிருந்த அறைக்கு அவர்களை அழைத்துச்சென்றார் சுப்பிரமணி. "சின்னமலையும், அவரு ஆட்களும் எப்பிடியிருக்காங்க" என்று கேட்டாள் முத்தம்மா. "உற்சாகமாத்தான் இருக்காங்க. கேரளவர்மா பழசி ராஜாவில இருந்து மராத்திய பேஷ்வா வரை எல்லோர் கூடவும் தொடர்பில இருக்காங்க" என்றார் சுப்பிரமணி. "அவரைப் பிடிக்கப் பலமுறை கம்பெனி, படைகளை அனுப்பிச்சதே, எப்பிடித் தப்பிச்சாரு" என்று மீண்டும் கேட்டாள் முத்தம்மா.

"அதுக்கு வேலப்பனுக்குத் தான் நன்றி சொல்லணும். கம்பெனிப் படைங்க வரப்போறதைப்பத்தி முன்கூட்டியே அவர் தகவல் அனுப் பிச்சிதால சின்னமலை தயாரிப்போட இருந்தாரு. மொதல் தடவை நொய்யல் ஆத்தங்கரையில திடீர்த்தாக்குதல் நடத்தி கம்பெனிப் படைகளை விரட்டியடிச்சாரு. ஆனால் அடுத்து

ஓடா நிலையில நடந்ததுதான் ரொம்பப் பிரமாதம்", என்றார் சுப்பிரமணி. "அதைப் பத்தி விவரமாச் சொல்ல முடியுமா?" என்று கேட்டான் வேலன்.

"ஓ சொல்றேனே" என்று மகிழ்ச்சியுடன் ஆரம்பித்தார் சுப்பிரமணி, "அன்னைக்குக் கோவில் திருவிழா. சின்னமலை ஆளுங்கள்லாம் திருவிழாவுக்குப் போயிருக்கிறப்போ, கோட்டையைச் சுலபமாப் பிடிச்சிடலாம்னு கம்பெனி திட்டம்போட்டுது. எச்சரிக்கையா, முன்னை விடப் பெரிய படையை அனுப்பிச்சது. ஆனால், இந்த சதித்திட்டம் எல்லாம் சின்னமலைக்கு எப்பவோ வந்து சேர்ந்திடுச்சு" என்று நிறுத்தினார் சுப்பிரமணி. "வேலப்பன் மூலமாவா" என்றாள் முத்தம்மா. "அப்படித்தான் இருக்கணும். ஆனால் தகவல் தெரிஞ்சதைச் சின்ன மலை காட்டிக்கலை. வழக்கத்தைவிட ஆடம்பரமாவே திருவிழாவுக்கு ஏற்பாடு பண்ணச் சொன்னாரு. திருவிழாவும் ஓகோன்னு நடந்தது. நேரம் பார்த்து, ஓடாநிலைக் கோட்டையைப் பிடிக்கக் கம்பெனிப்படை போய்ச் சேர்ந்தது. கோட்டையில சின்னமலையோட கொஞ்சப் பேருதான் இருந்தாங்க. சின்னமலை மட்டும் ஒரு குதிரை யில ஏறித் தனியாக் கீழே வந்தார். சமாதானம் பேசவர்றாருன்னு நினைச்ச கம்பெனிப் படைத் தளபதியும் தனியே குதிரையில அவ ரைச் சந்திக்கப் போனார். இரண்டு குதிரைகளுக்கும் இடையே சரியாப் பத்தடி தூரம் இருக்கறப்போ, சின்னமலை அவரு மறைச்சு வச் சிருந்த கையெறி குண்டை எடுத்து எதிரிமேல வீசினாரு. வெடிச்சத் தத்தில தளபதியோட குதிரை மிரண்டு வந்தவழியே திரும்பி ஓடுச்சு. சின்னமலையோடு படை திடீர்னு பாறைகள் பின்னாலயிருந்தும், மலையில இருந்தும் குதிரைகள்ல வந்துச்சு. ஆமா, அவங்க யாருமே உண்மையில கோவில் திருவிழாவுக்குப் போகலை. புரட்சிப் படையைக் கண்டு மிரண்டுபோன கம்பெனிப் படை சிதறி ஓடுச்சு. அதைக் கட்டுப்படுத்தவேண்டிய தளபதியோ தன் குதிரையையே கட்டுப்படுத்த முடியாம திரும்பி ஓடிக்கிட்டிருக்கான். அப்புறமென்ன, சின்னமலை ஆளுங்களுக்கு ரத்த வேட்டைதான். கம்பெனிப்படைத் தளபதியோட தலையை ஈட்டியில குத்தி ஊர்வலம் வந்தாங்க" என்று ஆனந்தமாகச் சொல்லி முடித்தார் சுப்பிரமணி.

"அது தப்பு, தலையை ஊர்வலமா எடுத்திட்டுப் போயிருக்கக்கூடாது" என்றான் வேலன். "அதில என்ன தப்பு? பாஞ்சாலங்குறிச்சியில கம்பெனிப்படை அதைத்தானே செஞ்சுது.

கணக்கப்பிள்ளை தலையை, பலாக் கம்பில குத்தி ஊர்வலமா எடுத்துக்கிட்டுப்போகலையா" என்றார் சுப்பிரமணி. "அவங்க பண்பாடு வேற, நம்ம பண்பாடு வேற" என்றாள் முத்தம்மா. "வெள்ளைக்காரங்ககிட்ட இருந்து அரசியல் கத்துக்குவோம், விஞ்ஞானம் கத்துக்குவோம், காட்டுமிராண்டித்தனத்தைக் கத்துக்க வேண்டாம்" என்றான் வேலன்.

அத்தோடு அவர்களை உறங்கச் சொல்லிவிட்டு அங்கிருந்து சுப்பிரமணி சென்று விட்டார். பயணக் களைப்பில் இருவரும் நன்றாக உறங்கத் தொடங்கினர். அதிகாலையில் திடீரென்று முத்தம்மாவை வேலன் எழுப்பினான். "என்ன ஆச்சு வேலா, நான் உன் பொண்டாட்டின்னு திடீர்னு ஞாபகம் வந்திடுச்சா" என்றாள் முத்தம்மா சோம்பல் முறித்துக் கொண்டே. "வெளியே ஆட்கள் நடமாடற சத்தம் கேட்குதே" என்றான் வேலன். அவன் சொல்லி முடிப்பதற்குள் அவர்கள் அறைக் கதவு மெதுவாகத் தட்டப்பட்டது. வேலன் விரைந்துசென்று கதவைத் திறந்தான். வாசலில், விளக்குடன் சுப்பிரமணி நின்றுகொண்டிருந்தார். அவருக்குப் பின்னால் இளைஞன் ஒருவன் நின்று கொண்டிருந்தான். உடனே நடப்பதை ஊகித்துவிட்ட முத்தம்மா, "அரை மணி நேரத்தில புறப்படலாம்" என்று சொல்லிவிட்டுக் கதவைச் சாத்தினாள். "என்ன நடக்குது?" என்று கேட்டான் வேலன். "சின்னமலைக்கிட்ட இருந்து அழைப்பு வந்திருச்சு" என்றாள் முத்தம்மா. இருவரும் தயாராகி, வேகமாக உடைமாற்றிக் கொண்டு புறப்பட்டனர். வெளியே அவர்கள் குதிரைகள் ஏற்கனவே தயாராக நிறுத்தி வைக்கப்பட்டிருந்தன. வேலனும், முத்தம்மாவும். இளைஞனின் குதிரையைப் பின்தொடர்ந்தனர். இருள் நீங்குவதற்குள் ஊரைத்தாண்டி காட்டுப்பகுதிக்குள் நுழைந்து விட்டனர். ஆயினும், ஓடையின் அருகே இருந்த முகாமை அடைவ தற்குள் நண்பகல் ஆகிவிட்டது. அவர்கள் பல ஆண்டுகளுக்கு முன்பு இளைஞனாகப் பார்த்த சின்னமலையை, நடுத்தரவயதுத் தோற்றத்தில் பார்த்தனர். காதோரம் சற்று நரைத்திருந்தாலும், அவர் உடல்வலிமை மேலும் கூடித்தானிருந்தது. அவரைச் சுற்றி எப்போதும் போலவே இளைஞர்கள் கூட்டம் அதிகமாயிருந்தது.

"வேலன்,முத்தம்மா நல்லாயிருக்கீங்களா" என்று வரவேற்றார் சின்ன மலை. "நாங்க நல்லாயிருக்கோம். உங்க கருணையால கொங்குநாடும் நல்லாத்தான் இருக்குன்னு கேள்விப்பட்டோம்" என்றாள் முத்தம்மா.

"என் கருணையாலயா? நான் ஒரு பாளையக்காரனே இல்லைன்னு கம்பெனி பிரச்சாரம் பண்ணிக்கிட்டு இருக்கு தெரியுமில்லையா" என் றார் சின்னமலை. அங்கிருந்த பாறைகளே அனைவருக்கும் இருக்கைகளாயின. "நீங்க சரணடைஞ்சா, உங்களையே கொங்கு நாட்டுக்கு பாளையக்காரனா அங்கீகரிக்கிறதாச் சொல்லத்தான் என்னைக் கம்பெனி அனுப்பிச்சிருக்கு" என்றான் வேலன்.

"கம்பெனி என்ன அங்கீகரிக்கிறது. எங்க ஐயாதான் எப்பவுமே கொங்கு நாட்டுப் பாளையக்காரர்" என்றான் ஒரு இளைஞன். மற்ற இளைஞர்கள் கைதட்டினர். எல்லோரையும்விடப்பலமாகச் சிரித்த சின்னமலை, "இனிமே ஏது பாளையக்காரங்க. எலலோரையும்தான் வெறும் வசூல் மன்னர்களாக்கிட்டாங்களே" என்றார். "கம்பெனி உங்களையும் ஒரு ஜமீன்தாராக்கத் தயார்" என்றான் வேலன். "வெள்ளைக்காரங்களை நம்பித் தன்மானத்தை அடகுவச்ச ஆற்காட்டுநவாப் என்ன ஆனான்? கடைசியாத் தமிழ்நாட்டையே அடகு வச்சிட்டான். வட்டி கட்டமுடியாம அரசுரிமையையே எழுதிக் குடுத்திட்டான்", சொல்லிவிட்டுச் சிறிது நேரம் அமைதியா இருந்த சின்னமலை, "வழக்கமாப் பெரிய படையோடவந்து நாடுகளப் பிடிப்பாங்க. உள்நாட்டுப் போரால அடிமையான நாடுகளும் உண்டு. ஆனால் கடனுக்காக ஒரு நாடு பிடிபடறது இந்தியாவிலேயே, ஏன் உலகத்திலேயே தமிழ்நாடுதான்" என்றார்.

"கடனுக்காகன்னு சொல்லிக்கிட்டாலும், வாள்முனையிலதான் தமிழ்நாட்டை அடிமையாக்கிறாங்க", என்ற வேலன், "கம்பெனிக்கு என்ன பதில்சொல்ல?" என்றான். "திப்புசுல்தான்போல கையில வாளோட சாவேனே தவிர, ஒரு வாலாட்டிநாயா என்னைக்கும் மாறமாட்டேன்" என்றார் சின்னமலை கோபமாக. "சரி, அப்பிடியே இதைக் கம்பெனி அதிகாரிகள்கிட்டச் சொல்லிடறேன்" என்றான் வேலன். "கம்பெனி வேலை முடிஞ்சுதா? சரி, இனி நீ என்னைச் சந்திக்க வந்ததுக்கு உண்மையான காரணத்தைச் சொல்லு", என்றார் சின்னமலை. "நீங்க சரணடையவும் வேண்டாம், சாகவும் வேண்டாம். மூணாவதா ஒரு வழியைத் தேர்ந்தெடுங்கன்னு கேட்கத்தான் வந்தேன்" என்றான் வேலன். "அது என்ன மூணாவது வழி" என்று முத்தம்மா கேட்டாள்.

"இனி ஏது மூணாவது வழி. தமிழ்நாட்டு விடுதலைப் போராட்டத்தில மிச்சமிருக்கது நாங்க மட்டும்தான். லட்சக்கணக்கான

கம்பெனிப் படைகளை எதிர்த்து, ரொம்ப நாள் போராட முடியாதுன்னு எனக்கும் தெரியும். என் தோழர்களுக்கும் தெரியும்'' என்றார் சின்னமலை சோர்வான குரலில். "கம்பெனிக்கிட்ட இரண்டுலட்சம் சிப்பாய்கள் இருக்கலாம். ஆனால் இந்தியாவில இருபது கோடி மக்கள் இருக்கோம். எல் லோரும் கம்பெனியோட திருட்டுத்தனத்தைப் புரிஞ்சிக்கிட்டு ஒண்ணு சேரணும். சத்ரபதி சிவாஜி தன்கூட எத்தனை பேரை வச்சுக்கிட்டு, ஔரங்கசீப்போட நாலுலட்சம் சிப்பாய்களை எதிர்த்தாரு?'' என்றான் வேலன். "அந்த மகாராஷ்டிராவோட நிலைமை இப்போ என்ன தெரியுமா? பேஷ்வா ரெண்டாவது பாஜிராவ் கம்பெனியோட கூடிக் குலாவிக்கிட்டு இருக்காரு. நாங்களும் மராத்தியத்தோட தொடர்பில தான் இருக்கோம்'' என்றார் சின்னமலை. அதுவரை பேச்சில் கலந்து கொள்ளாமலிருந்த முத்தம்மா குறுக்கிட்டாள், "பேஷ்வாவும் கம்பெனியும் திரும்ப ஒண்ணாயிட்டாங்களா?'' "ஒண்ணாயிட்டாங்கன்னு சொல்றதுகூடத் தப்பு. ஒண்ணுக்குள்ள ஒண்ணாயிட்டாங்க. மராத்திய ராஜாக்கள்கிட்ட இருந்து மராத்திய பேஷ்வாவைக் காப்பாத்தறதுக்காக, கம்பெனியோட படைப்பிரிவு ஒண்ணு, நிரந்தரமா பூனாவில தங்கியிருக்கு. ஆர்தர் வெல்லெஸ்லி, ஆரவாரமே இல்லாமக் காய்நகர்த்துறாரு'' என்றார் சின்னமலை.

"எனக்கு இப்போக் குழப்பமா இருக்கு. பேஷ்வாதானே எல்லா மராத்திய ராஜாக்களுக்கும் தலைவர்'' என்றாள் முத்தம்மா. "பரவாயில்லையே, மராத்தியர்பத்தி இவ்வளவு தெரிஞ்சு வச்சிருக்கியே. உனக்குத் தெரிஞ்சதெல்லாம் மொதல்லே சொல்லு. என்ன மாற்றம் வந்திருக்குன்னு நான் அப்புறம் சொல்றேன்'' என்றார் சின்னமலை. "மகாராஷ்ட்ராங்கிறது நாலுநாடுகள் சேர்ந்தது. நாக்பூர்ல போன்ஷ்லே, பரோடாவில கேய்க்வாட், குவாலியால சிந்தியா, இந்தூரில ஹோல்கா் குடும்பங்கள் ராஜாக்களா இருந்து ஆட்சி செய்யறாங்க. இவங்க நாலு பேருக்கும் தலைவரா, பூனேயில பேஷ்வா இருக்காரு'' என்று முடித்தாள் முத்தம்மா. "பிரமாதம் முத்தம்மா. தமிழ்நாட்டில இருக்கிற எல்லாப் பெண்களுக்கும் உன்னை மாதிரி அரசியல் தெரிஞ்சா, நம்ம பலமே ரெண்டு மடங்கு ஆயிடும்'', என்றார் சின்னமலை. "பேஷ்வா பதவியிலதான் முன்னே சிவாஜி மகாராஜாவும் இருந்தாரா'' என்று சந்தேகத்தைக் கிளப்பினான் ஒரு இளைஞன். "சிவாஜி சத்ரபதியா, மொத்த மராத்தியருக்கும் ஒரே மன்னரா இருந்தார். அவரோட முதல் மந்திரிதான் பேஷ்வா'', என்றான் வேலன்.

“அப்போ பேஷ்வா சிவாஜியோட வாரிசு இல்லயா, அவங்க எங்க போனாங்க” என்று கேட்டான் இன்னொரு இளைஞன். “சிவாஜியோட பரம்பரை இன்னும் சத்ரபதிங்கற பதவியோட சதாராவில இருக்கு. ஆனால் அதிகாரம் எப்பவோ பேஷ்வாக்கள் கைக்கு மாறிடுச்சு” என்றான் வேலன். “இப்போ சத்ரபதியோட வேலை என்ன?” என்று கேட்டான் மூன்றாவது இளைஞன். “ஏதாவது மராத்திய ராஜாவோ, பேஷ்வாவோ புதுசாப் பதவிக்கு வரும்போது, அவங்களை அங்கீக ரிச்சு, அவங்களுக்கு ராஜஉடை ஒண்ணு அனுப்புவாரு. அதுக்குக் கணிசமா காணிக்கையையும் வசூல் பண்ணிடுவாரு” என்றான் வேலன் சிரித்துக்கொண்டே.

“மராத்தியரோட இன்னைக்கு நிலைமை என்னன்னு நான் சொல்றேன்” என்று குறுக்கே புகுந்தார் சின்னமலை. “குஜராத்தில இருக்கிற கேய்க்வாடை மத்த மராத்திய ராஜாக்கள் மதிச்சதேயில்லை. அதனால அந்த நாட்டு ராஜா ஆனந்தராவ், எப்பவோ கம்பெனி கூடச் சமாதான உடன்படிக்கை செஞ்சுக்கிட்டாரு. அடுத்த பேஷ்வா யாருன்னு பூனாவில பங்காளிச்சண்டை வந்தப்போ, கம்பெனி புகுந்து, அவங்காளு இரண்டாம் பாஜிராவைப் பேஷ்வா ஆக்கிட்டாங்க. அவருக்குப் பாது காப்பா பூனாவில ஒரு பெரிய கம்பெனிப் படையையும் நிறுத்தி வச் சிட்டாங்க” என்றார். “சத்ரபதியை ஒருகாலத்தில பேஷ்வா பொம்மை ராஜா ஆக்கினாரு. இப்போ பேஷ்வாவைக் கம்பெனி பொம்மைராஜா ஆக்கிடுச்சு” என்று சிரித்தான் வேலன். “ஹோல்கர், போஸ்லே, சிந்தி யாவெல்லாம் சண்டைக்குப் போகலயா?” என்றாள் முத்தம்மா.

“ஓ பயங்கரமாச் சண்டை போடறாங்க, ஆனா, வெள்ளைக்காரன் கூட இல்லை, தங்களுக்குள்ள யாரு பெரியவன்னு மோதிக்கிறாங்க. ஒரு காலத்தில நம்ம மூவேந்தர்கள் மோதிக்கிட்ட மாதிரி” என்றார் சின்ன மலை. “காலம் இப்படியே இருந்திடாது. வெள்ளைக்காரங்கள எதிர்த்து மக்களைத்திரட்டிப் பழசிராஜா போராடுற மாதிரி, இந்தியாமுழுக்க மக்கள் தலைவர்கள் உருவாகிக்கிட்டுயிருக்காங்க” என்றான் வேலன். “அப்படி மக்கள் பொங்கி எழறதா அறிகுறி எதுவும் என்கண்ணில பட லையே. மராத்தியர்கள் தங்களுக்குள்ளயே மோதிப் பலவீனமானதும், உள்ள நுழையலாம்னு வெல்லெஸ்லி காத்துக்கிட்டிருக்காரு” என்றார் சின்னமலை. “ஏன் அறிகுறி இல்லைன்னு சொல்றீங்க. எப்பவோ இந்தியா முழுக்க மின்னல்கள் அடிக்கத் தொடங்கியாச்சு. அதுக்கு ஆதாரம் காட்டத்தான் இந்தக் கடிதத்தை எடுத்துக்கிட்டு வந்தேன். இது ஆற்காட்டுமக்கள், கம்பெனி ஏஜெண்டோட கொடுமை தாங்காம கம்பெனிக்

கவர்னருக்கு எழுதின கடிதம். அவங்க வழக்கம் போல இதை மூலையிலபோட்டுட்டாங்க" என்று சொல்லிக் கொண்டே ஒரு கடிதத்தை வேலன் சின்னமலையிடம் கொடுத்தான். கடிதத்தைப் படித்துப் பார்த்த சின்னமலையின் முகம் இறுகியது. "உண்மைதான். மின்னல் வெட்டத் தொடங்கிடுச்சு" என்றார். "மின்னல் மழையா மாறும். அதுவரைக்கும் நீங்க பொறுமையா இருக்கணும். தேவைப் பட்டா சமாதானம் பண்ணிக்கிட்டு ஜமீன்தாராக் கூட மாறலாம். முடியாதுன்னா, தலைமறைவாவது இருக்கலாம்" என்றான் வேலன்.

"சமாதான நாடகம் எல்லாம் எனக்கு ஒத்துவராது. தலைமறைவா இருந்து பிரச்சாரம் பண்ணலாம், ஆயுதப்பயிற்சி குடுக்கலாம். ஆனால் அதுக்கும் பணம் நிறையத் தேவைப்படுமே" என்றார் சின்னமலை. "வெள்ளைக்காரங்களால இந்திய வியாபாரிகள் பாதிக்கப்படறாங்க. அவங்க ஆதரவைத் திரட்டினா பணம் தாராளமாக் கிடைக்கும். மதராசில அதை நான் தொடங்கறேன்" என்றான் வேலன்.

"வேலா, ஹீராபிஜ்லி" என்றாள் முத்தம்மா. "எங்ககிட்ட ஹீரா பிஜிலின்னு ஒரு வைரம் இருக்கு. மதிப்பு ஒரு கோடியாவது தேறும். நாங்க அதைத் தேடிக் கண்டுபிடிச்சதே உங்களுக்காகத்தான். அதை மட்டும் விற்கமுடிஞ்சா?" என்றான் வேலன். "மராத்தியர்கள் கிட்ட முயற்சி பண்ணினா என்ன?. அவங்க கிட்டத்தான் பணம் குவிஞ்சு கிடக்கே. எங்களுக்கு அங்கே ரகசியத் தொடர்பு இருக்கு. உங்களைப் பூனாவுக்கு அனுப்ப நான் ஏற்பாடு பண்றேன்" என்றார் சின்னமலை.

113

அன்று இரவுவரை பல்வேறு விஷயங்களை விவாதித்து விட்டு முகாமிலேயே வேலனும் முத்தம்மாவும் உறங்கினர். காலையில் புறப்படும் முன்பு பூனாவிற்குச் செல்வதற்குத் தொடர்பை ஏற்படுத்திவிட்டு இருவரையும் அழைப்பதாகக் கூறிய சின்னமலை, ஹீராபிஜிலியை விற்பது மட்டுமல்லாமல், தங்களது போராட்டத்திற்கு ஆதரவு திரட்டுமாறும் கேட்டுக்கொண்டார். பிறகு இளைஞர்கள் அனைவரையும் அழைத்து அமரச்சொல்லிவிட்டு, முந்தைய நாள் வேலன் தன்னிடம் கொடுத்த கடிதத்தை முத்தம்மாவிடம் கொடுத்து அனைவருக்கும் உரக்கப் படித்துக் காட்டுமாறு கூறினார். "ஏன், தோழர்கள்ல ஒருத்தருக்கும் படிக்கத் தெரியாதா?" என்று கேட்டாள் முத்தம்மா.

“நாங்க எல்லோரும் ஏழை விவசாயக் குடும்பத்தில் இருந்து வந்த பசங்க. எங்க வீட்டுக்கெல்லாம் யாரு வந்து சொல்லித் தருவாங்க” என்றான் ஒரு இளைஞன். “போராட்டத்துக்கு ஆயுதம் எவ்வளவு அவசியமோ, அவ்வளவு அவசியம் படிப்பறிவு. இனிமே அதிலயும் அக்கறை காட்டுங்க” என்றான் வேலன். அதற்குள் கடிதத்தைப் படிக்கப்போன முத்தம்மா, “இதென்ன இவ்வளவு பிழையா இருக்கு”, என்றாள். “இதை எழுதினவங்க சாதாரண உழவர்கள், பண்டிதர்களில்லை. முடிஞ்சவரை புரியறமாதிரி திருத்திப் படி”, என்றான் வேலன்.

“*1778* ஆம் ஆண்டு செயின்ட் ஜியார்ஜ் கோட்டைக்கும், கவுன்சிலுக் கும் தலைவரும், கவர்னரும் ஆன, மேன்மை தாங்கிய சர் தாமஸ் ரம்போல்டு அவர்களுக்கு, பூந்தமல்லி ஜில்லா கம்பெனி ஜாகீரைச் சேர்ந்த மக்கள் எழுதும் தாழ்மையான விண்ணப்பம்”.

“யாரு இந்த ரம்போல்டு” என்றான் ஒரு இளைஞன். “பதினஞ்சு வருசத்துக்கு முன்னால மதராசுக்குக் கவர்னரா இருந்தாரு. ராபாட்கிளைவ் மாதிரியே, கம்பெனியில கிளார்க்கா சேர்ந்து ராணுவத்துக்கு மாறி, திரும்ப நிர்வாகத்துக்கு மாறி, கவர்னரானார். ராபர்ட் கிளைவோட தீவிர பக்தர். லஞ்ச ஊழல்ல குருவையும் மிஞ்சின சீடர்” என்றான் வேலன். முத்தம்மா மீண்டும் படிக்கத் தொடங்கினாள்.

“எங்களது முன்னோர்கள் நானூறு ஆண்டுகளுக்கு முன்பு சோழ மண்டலத்திற்குக் குடிபெயர்ந்தனர். காட்டைத் திருத்திக் கழனியாக்க சோழ மன்னர் அனுமதியளித்தார். அதற்கு வரியாக விளைச்சலில் ஆறிலொரு பங்கு தானியத்தை அவருக்குக் கட்டிவந்தோம். நூற்றி ஐம்பது ஆண்டுகளுக்கு முன்னால் துலுக்காகள் ஆட்சி ஏற்பட்டது. எங்கள் விளைச்சலில் பத்தில் ஆறுபங்கை அவர்கள் கட்டாயப்படுத்தி வரியாக எடுத்துக் கொண்டனர். அவர்களிடமிருந்து கம்பெனியின்கைக்கு எங்கள் பகுதி மாறியபொழுது, இத்தோடு அநியாயங்கள் மறையும், இனி நல்ல காலம் பிறக்கும் என்று அகமகிழ்ந்தோம், ஆனால் நடந்ததே வேறு,

“அவங்க யாராயிருக்கும்” ஒரு இளைஞன் குறுக்கிட்டான், “தெலுங்குக்காரங்களா, கன்னடத்துக்காரங்களா?” என்றான். “காட்டைத் திருத்திக் கழனியாக்கி, உணவு உற்பத்தியைப் பெருக்கின விவசாயிங்க. என்றான் வேலன் குறுக்கிட்டு. முத்தம்மா தொடா்ந்தாள்.

"எங்கள் எதிர்பார்ப்பிற்கு மாறாக, கம்பெனி ஆட்கள் நவாபை விட மோசமாக எங்களைக் கொடுமைப் படுத்துகிறார்கள். மிகக்குறைந்த விலைக்குக் கட்டாயப் படுத்தி எங்கள் ஆடு, மாடு, கோழிகளைத் தூக்கிச் சென்று விடுகின்றனர். இது கட்டுபடியாகததால் எங்களால் கால்நடைகளை வளர்க்க முடியவில்லை. அவற்றின் சாண எரு கிடைக்காததால் முன்பு நூறுமரக்கால் விளந்த வயல்களில் இப்பொழுது இருபது மரக்கால் கூட விளைவதில்லை.

"இது என்ன கொடுமையாயிருக்கு" என்று பல குரல்கள் எழுந்தன. "கொடுமையெல்லாம் இனிமேத்தான் வரப்போகுது கேளுங்க" என் றான் வேலன்.

"கம்பெனியின் சுண்ணாம்புக் காளவாய்க் குத்தகைக்காரர்களும், கட்டிடம் கட்டும் குத்தகைதாரர்களும் எங்களது கூலியாட்களைக் கட்டாயமாக இழுத்துச் சென்று விடுகிறார்கள். வேலைமுடிந்து அவர்கள் கிராமத்திற்குத் திரும்பும் பொழுது கூலியாட்களின் முதுகெல்லாம் வரிவரியாகச் சவுக்கால் அடிப்பட்ட தழும்புகள். அவர்களின் முகம் மற்றும் உடலெங்கும் காயங்கள். இவற்றால் எங்களுக்கு ஒரு தம்பிடி லாபமும் கிடையாது. அவர்களுக்கு நாங்கள் தினக் கூலி, ஒரு நாளுக்கு மூன்றுபணம் வீதம் எட்டு நாட்களுக்கு, இருபத்திநான்கு பணம் தரவேண்டும். கம்பெனிக் குத்தகைக்காரர் களோ, ஒரு நாளுக்கு அரைப் பணம் மட்டுமே கூலியாகத் தருகிறார் கள். மீதிக்கூலிப் பணத்தையும், வேலையாட்களின் சாப்பாட்டுப் படி யையும் நாங்கள் தான் ஏற்றுக்கொள்ள வேண்டியுள்ளது.

"இவ்வளவு கொடுமை நடக்குதுன்னு எனக்கே தெரியாது?" என்றார் சின்னமலை. "பூந்தமல்லி ஜாகீர் முழுசும் கம்பெனிக் கட்டுப்பாட்டில இருக்கிறதாலதான் இவ்வளவு கொடுமை" என்றான் வேலன். முத்தம்மா தொடர்ந்து படித்தாள்.

"வேலையாட்களை அடிக்கடி கம்பெனி வேலைக்கு இழுத்துச் சென்று விடுவதால், விவசாய வேலைகளுக்கு ஆள் போதவில்லை. விவசாயமே குறைந்துவிட்டது. எங்கள் மாடுகளுக்குப் போதுமான வைக் கோல் கிடைப்பதில்லை. அதனால் ஒரு பகோடாவிற்கு ஏழுகட்டு வீதம் அண்டை அயல் நாடுகளிலிருந்து வாங்கி வருகிறோம். ஆனால் எங்களது வயல்களில் விளையும் வைக்கோலை ஒரு பகோடாவிற்கு முப்பதுகட்டு வீதம் கம்பெனிக் கிட்டங்கியில் கொண்டுவந்து கொடுக் கச் சொல்லிக் கட்டாயப்படுத்துகின்றனர். பின்பு, அதே வைக்கோலை

பகோடாவிற்கு ஒன்பது கட்டு வீதம் கிட்டங்கி முதலாளிகள் எங்களுக்கே விற்கின்றனர்.

"பகல் கொள்ளையா இருக்கே?" என்று பல குரல்கள் எழுந்தன. "ஊரான் ஊரான் தோட்டத்தில ஒருத்தன் போட்டான் வெள்ளரிக்கா; காசுக்கு ரெண்டு விக்கச்சொல்லிக் கடுதாசு போட்டானாம் வெள்ளக்காரன்", ன்னு ஒரு பாட்டை எங்கப்பா அடிக்கடி முணுமுணுப்பாரு. அதுக்கு அர்த்தம் இப்பத்தான் புரியுது. நம்மபொருளை நமக்குக் கட்டுபடியாகாத விலையில கட்டாயப் படுத்தி நம்மை விற்கச்சொல்றான். அதனாலதான் அவன் நாட்டில பணம்குவியுது. நம்ம நாடு ஏழையாகிக்கிட்டே போகுது" என்றாள் முத்தம்மா. "தெக்கத்திப் பக்கத்தில யிருந்து வந்தவங்க, நாங்க பருத்தி போட்டுப் பாழாப்போனோம்னு சொல்லுவாங்க", என்றான் ஒரு இளைஞன். "எப்படிப் பாழாப் போனாங்க?", என்றான் மற்றொரு இளைஞன்.

"வெள்ளைக்கார மொதலாளிங்க மொத வருஷம் பருத்திக்கு நல்ல வெலை குடுப்பாங்களாம். ஒடனே எல்லா விவசாயிகளும் கடனை ஒடனை வாங்கிப் பருத்தியாப் போடுவாங்களாம். நெறைய வெளஞ்ச வொடனே, வெலையைப் பாதியாக் கொறைச்சிருவானாம். அவங்களை விட்டா வாங்க வேற ஆளும் கெடையாது. செஞ்ச செலவு கூடக் கிடைக்காம வெவசாயிங்கள்ளாம் நொடிச்சுப் போயிட்டாங்களாம்", என்றான் அந்த இளைஞன். "வங்காளத்தில அவுரி போடச் சொல்லிக் கட்டாயப் படுத்தி, விவசாயிங்கள நொடிக்க வச்சதை நாங்க நேரிலேயே பார்த்தோம்" என்றான் வேலன். "வங்காளத்திலயும் இந்தக் கொடுமை நடக்குதா" என்று கேட்டான் ஒருஇளைஞன். "வங்காளத்திலதான் இந்தக் கொடுமை தொடங்குச்சு" என்றான் வேலன். "இந்தச் சிந்திரவதைகளுக்கு எப்பத்தான் முடிவு" என்றான் மற்றொரு இளைஞன். "கொஞ்சம் பொறுமையாயிருப்பா, சித்திரவதைகளே இனி மேத்தான் ஆரம்பிக்கப்போகுது, நீ மேல படி" என்று முத்தம்மாவிடம் கூறினான் வேலன். முத்தம்மா தொடர்ந்துபடித்தாள்,

"பால்மாடுகளைப் பிடித்துச் சென்று பால்வற்றும் வரை, கிட்டங்கிகளிலேயே அடைத்துவைக்கின்றனர். அவர்களுக்கு நாங்கள் கூலியில்லா மல் விறகுவெட்டிக் கொண்டு போய்க்கொடுக்க வேண்டும், ஆடுமாடு, கோழியென்று எது கண்ணில்பட்டாலும் பேருக்கு ஏதாவது பணம் தந் துவிட்டுக் கிட்டங்கிக்குப் பிடித்துச்சென்று விடுகின்றனர். கமாண்டர் அனுப்பும் ஆட்கள்

எங்களூர் ஏரி, குளங்களைப் பாழாக்கி மீன்களை அள்ளிச் சென்று விடுகின்றனர். தட்டிக் கேட்டவர்களை கமாண்டர் அனுப்பிய சிப்பாய்கள் அடித்துத் துவைத்தனர்.''

"ஊர்த்தலைவருங்க இதை ஏன் கமாண்டர்கிட்ட புகார் பண்ணல" என்று கேட்டான் ஒரு இளைஞன். "புகார் பண்ணியிருக்காங்க, மேல படிக்கறப்போ புரியும்" என்றாள் முத்தம்மா.

"ஊர்தலைவர்கள் இருவரைப் பூந்தமல்லிக் கோட்டைக்குக் கட்டி இழுத்துச் சென்றனர், ஒவ்வொரு ஊர்த்தலைவருக்கும் பன்னிரண்டு சவுக்கடிகள் கொடுக்கும்படி ஆணையிட்டான் கோட்டைத் தளபதி. இதுபோன்ற கொடுமைகளை நாங்கள் இது நாள்வரை கண்டதில்லை. கருப்புமனிதர்களை விலங்குகள் போல் நடத்துவது நியாயமல்ல. இந்த நிலைமை தொடர்ந்தால் நாங்கள் விவசாயம் செய்யமுடியாது. அமுல்தாரருக்கு வரிகட்டமுடியாது. வேறெங்காவது ஓடிச்சென்று தான் உயிர்வாழ வேண்டியிருக்கும்''.

முத்தம்மா படித்து முடித்து விட்டுக் கடிதத்தை சின்னமலையிடம் கொடுத்தாள். வேலன் எழுந்து நின்று கேட்டான். "இப்போச் சொல்லுங்க, இந்தக் கடிதத்தை எழுதின மனுசங்களோட பூர்வீகம் தமிழா, கன்னடமா, தெலுங்காங்கறது முக்கியமா?''.

"தங்களை யாருன்னு அவங்களே அடையாளம் காட்டியிருக்காங்க" என்ற சின்னமலை, "தங்களைக் கருப்புமனிதர்கள்னு தான் கடிதத் திலே எழுதியிருக்காங்க" என்றார்.

"ஆமா எங்களை மாதிரியே வெயில்ல வேலை செஞ்சு, தோல் கருத்துப்போன விவசாயிகளும், தொழிலாளர்களும் தான் அந்தக் கருப்பு மனிதர்கள்" என்றான் ஒரு இளைஞன் தெளிவாக.

"விடுதலைப் போராட்டங்கள் எல்லாம் ராஜாவோடயும், மந்திரியோடயும் முடிஞ்சு போயிடல. உண்மையில பாதிக்கப்படறது ஏழைச்சனங்கதான். அவங்ககிட்டத்தான் நாம பிரச்சாரத்தை எடுத்துக்கிட்டுப் போகனும்" என்றான் வேலன்.

"இந்த மனு மேல கவர்னர் என்ன நடவடிக்கை எடுத்தார்" என்று கேட்டார் சின்னமலை. "அவரு எப்படி நடவடிக்கை எடுப்பார்? பூந்தமல்லிக்கு மறைமுக அமுல்தாரரே அவருதான். அவருக்கு லாபம் சம்பாதிச்சுக் குடுக்கத்தான் அந்த அநியாயங்களும், கொடுமைகளும் நடந்தது. நூறுரூபாய் சம்பளத்துக்குக் கிளார்க்கா வந்த தாமஸ் ரம்போல்ட் அதனாலதான் கோடீஸ்வரனா இங்கிலாந்துக்குத் திரும்ப முடிஞ்சது" என்றான் வேலன். "இந்த

மனு எழுதிப் பதினைஞ்சு வருசத்துக்கிட்ட ஆயிடுச்சே, இப்போ நிலைமையில மாற்றம் எதுவும் இருக்கா?" என்று கேட்டார் சின்னமலை. "அந்தக் கடிதத்தோட கடைசி வரியில என்ன இருக்கு, திரும்பப் படிங்க" என்றான் வேலன்.

"வேறெங்காவது ஓடிச் சென்றுதான் உயிர்வாழ வேண்டியிருக்கும்", தன் நினைவிலிருந்தே கூறினார் சின்னமலை.

"ஆமா, அது மட்டும் தான் மாறி இருக்கு. முன்னே கொடுமை தாங்க முடியாம தெற்கே ஓடுவாங்க, இல்லன்னா மேற்கே மைசூர் நாட்டுக்குள்ள ஓடுவாங்க. இப்போ எங்கேயும் ஓடமுடியாது. எல்லா எடமும் கம்பெனியோட கட்டுப்பாட்டில" என்றான் வேலன். "கடல்கடந்துபோனா" என்றான் ஒரு இளைஞன். "அதுகூட வெள்ளக்காரன் கப்பல்லதானே போயாகனும்" என்றான் மற்றொரு இளைஞன்.

"மக்கள் பொறுமைக்கும் ஒரு எல்லையிருக்கு. அப்புறம் பொங்கி எழ ஆரம்பிப்பாங்க. அந்தநேரத்தில கம்பெனி என்ன செய்யும்தெரியுமா?" என்று நிறுத்தினான் வேலன். "கம்பெனியோட இரண்டுலட்சம் துப்பாக்கிகள் பேச ஆரம்பிக்கும்" என்றாள் முத்தம்மா. "இரண்டுலட்சம் துப்பாக்கிகள், இந்திய ராஜாக்களைத் தோற்கடிக்கலாம், ஆனால் இருபது கோடி இந்திய மக்களை அடக்க முடியாது", என்றான் வேலன். "அப்போ கம்பெனி என்ன செய்யும்?" வியப்புடன் கேட்டாள் முத்தம்மா. "பிரச்சாரத்தை ஆரம்பிக்கும். நீ தமிழன், தெலுங்கன், கன்னடன், வங்காளி, பஞ்சாபி, மராத்தா, இந்து, துலுக்கன், மேல்சாதி, கீழ்சாதின்னு நம்ம அடையாளங்களையே நம்மைப் பிரிக்கிற ஆயுதங்களாக்கும். அந்த நூற்றாண்டில அவன் அதைப் பண்ணினான், அடுத்த நூற்றாண்டில இவன் இதைப்பண்ணினான்னு கடந்த காலத் தவறுகளைச் சுட்டிக்காட்டி, தான் இப்போ அடிக்கற கொள்ளையை மறைக்க முயற்சி பண்ணும். இதையெல்லாம் முறியடிக்க நாம அறிவுபூர்வமாத் தயாராயிருக்கணும்", என்றான் வேலன். "எப்படி?", என்றார் சின்னமலை. "அவங்க பொய்களை வெல்ற உண்மைத் தகவல்களை நாம தெரிஞ்சு வச்சிருக்கணும். நாமளும் நெறையப் படிக்கணும், மக்களையும் படிக்க வைக்கணும்" என்றான் வேலன்.

சின்னமலை கைதட்டத் தொடங்கினார். மற்றவர்களும் உற்சாகமாகக் கைதட்டலில் கலந்து கொண்டனர். முத்தம்மாதான் அனைவரையும் விட அதிகமாகக் கைதட்டினாள். "இத்தனை நாளா

இவன் கூட இருந்தும், இன்னைக்குத்தான் இவனை முழுசாப் புரிஞ்சிக்கிட்டேன்" என்று தனக்குள் முணுமுணுத்துக் கொண்டாள் முத்தம்மா.

இளைஞர்களிடையே வேலனின் பேச்சிற்கு மதிப்பு இருப்பதையும், அவர்கள் அவன் பேச்சை மேலும் கேட்க விரும்புவதையும் புரிந்து கொண்ட சின்னமலை, "இப்போ புறப்பட வேண்டாம். பொழுது சாயறப்போ புறப்பட்டா, இருட்டில பழனிக்குப் போய்ச்சேரச் சரியா இருக்கும்" என்று கூறி அவர்களை நிறுத்தி வைத்தார். இளைஞர்கள் மதிய உணவு தயாரிக்கும் வேலையில் இறங்கினர். இப்பொழுது தங்களுக்குள் நிறையப் பேசிக் கொண்டிருந்தனர். சின்னமலை வேலனை தனியே அழைத்துச்சென்று விட்டார். முத்தம்மா இளைஞர்களுக்குச் சமையலில் உதவிசெய்யச் சென்றாள். "ஐயோ, நீங்க ஏன் அக்கா சிரமப்படறீங்க. இதை நாங்க பார்த்துக்கறோம்" என்றான் ஒருவன். "நீங்கதான் சிரமப்படற மாதிரித் தெரியுது" என்றாள் முத்தம்மா கிண்டலாக. "வழக்கமாப் பொம்பளைங்க கொஞ்சப் பேரு, சமையல் செய்ய, பாத்திரம் கழுவ வருவாங்க. இது அவசரக்கூட்டம்கிறதாலே அவங்களைக் கூட்டிக்கிட்டு வரல" என்றான் மற்றொருவன்.

"சமையல் பண்றதும், பாத்திரம் வெளக்கறதும் பொம்பளங்கதான் செய்யணும்னு ஒதுக்கினீங்கன்னா, அப்புறம் உங்ககூடப் போராட பொம்பளைங்க எப்பிடி வருவாங்க", என்று கேட்டுக்கொண்டே அவர்களுக்குச் சமையலில் உதவி செய்தாள் முத்தம்மா. மதிய உணவிற்குப்பின், சின்னமலை தான் கேட்க நினைத்திருந்ததை அனைவர் முன்னிலையிலும் கேட்டார்.

"இப்போ ஜமீன்தாரிமுறையைத் தமிழ்நாடு முழுக்கக் கம்பெனி கொண்டுவந்திருக்கு. இதை எப்பிடிச் செயல்படுத்தறாங்க" என்றார். "மதராசில ஒவ்வொரு ஜமீனாப் பிரிச்சு ஏலம் விடுவாங்க" என்றான் வேலன். "ஏலம் எதுக்கு? பரம்பரை ஜமீன்தாருதான் இருக்காரே" என்றார் சின்னமலை. "பரம்பரை ஜமீன்தாருக்கு முன்னுரிமை தருவாங்க. ஆனால் வேற ஆள் ஏலம் அதிகமாக் கேட்டா அவன் புது ஜமீன்தார் ஆயிடுவான்" என்றான் வேலன். "ஓ ஏலம் எடுத்த தொகையை வரியா வசூலிச்சுக் கட்டுவாங்களா" என்றான் ஒரு இளைஞன். "கம்பெனி அத்தனை நாள் காத்துக்கிட்டிருக்காது. ஏலம்கேட்டு முடிச்சவொடனேயே முழுப்பணத்தையும் கட்டிடணும். அதுக்குக் கடன் குடுக்கறத்துக்கு,

கம்பெனியோட வெள்ளக்கார அதிகாரிகள், பணத்தோட அங்கேயே காத்துக்கிட்டிருப்பாங்க. அங்கேயே கடன் வாங்கி அப்பவே ஏலத்தொகையைக் கட்டிடுவாரு ஜமீன்தார்" என்று சொல்லிமுடித்தான் வேலன்.

"ஜமீன்தார் எப்போ கடனைத் திருப்பிக் குடுப்பாரு" என்றாள் முத்தம்மா. "அவரு ஏலம் எடுக்கறப்பவே சில நிபந்தனைகளோட தான் எடுக்கறாரு. அவரு பகுதியில அவரு சொல்ற ஆளுங்களைத்தான் அமுல்தாரர், தாசில்தார், சிப்பந்தி வேலைகளுக்கு நியமிக்கணும். வசூலுக்குப்போறப்போ கம்பெனிச் சிப்பாய்களைக் கூட அனுப்பணும். அடுத்து, ஜமீன்தார் தன்னோட ஜமீனைப் பல ஜாகீர்களாப் பிரிச்சு அங்கேயே மறுஏலம் விடுவார். அமுல்தாரருங்க ஏலம் எடுத்து, அப்பவே ஜமீன்தாருக்குப் பணம் கட்டிடுவாங்க. ஜமீன்தார் தன்னோட கடனை அடைச்சிட்டுப் போயிடுவார். அமுல்தார்களுக்குக் கடன் கொடுக்கறதும் வெள்ளைக்கார அதிகாரிங்கதான். அமுல்தாரா, அறுவடையப்போ வரிவசூல் பண்ணுவாரு. ஏலமெடுத்ததொகை, அவரு லாபம், வட்டிச் செலவு, விவசாயிகளை ஒதைக்கிற சிப்பந்தி, சிப்பாய்களுக்குக் கட்டணம், லஞ்சம் எல்லாத்தையும் சேர்த்து வசூல்பண்ணுவாரு. போனவருசம் திருநெல்வேலிச்சீமை நாலுலட்சத்துக்கு ஏலம் போச்சு. ஆனா வரிவசூல் அஞ்சு லட்சம்", என்றான் வேலன்.

"தெற்குச் சீமையில எல்லாம் கடையம்னு ஒரு வழக்கம் இருக்றதாச் சொல்றாங்களே, அது என்ன?" என்று கேட்டான் ஒரு இளைஞன்.

"அறுவடையப்போ நெல்லைக் கொறைச்ச வெலைக்குக் கணக்குப் போட்டு வரிவசூல் பண்ணுவாங்க. அதைக் கிடங்கில பதுக்கிவச்சு வெலையேறினதுக்கப்பறம், அதிகவிலைக்கு வித்து ஏஜெண்டுங்க லாபம் சம்பாதிப்பாங்க. ஏதாவது காரணத்தால, பின்னால வெலை கொறைஞ்சிருச்சின்னா, நெல்லை வரியாக் கொடுத்த விவசாயி பழையவிலைக்கே நெல்லைத் திருப்பியெடுத்துக்கணும். விலை கூடினா லாபம் அமுல்தாரருக்கு, விலை கொறைஞ்சா நஷ்டம் விவசாயிக்கு" என்று விளக்கினான் வேலன்.

"இந்த அநியாயத்துக்கெல்லாம் விவசாயிங்க ஒத்துக்காட்டி?" என்றான் ஒரு இளைஞன். "அப்புறம் சிப்பாய்ங்க வருவாங்க, விவசாயிங்கள ஜெயில்ல அடைச்சுப் பட்டினி போடுவாங்க, தரையில உருட்டிவிட்டு பூட்ஸ் காலால மிதிப்பாங்க.

ஊர்த்தலைவர்களா இருந்தா அவங்க மொகத்தில காரித்துப்பி அவமானப்படுத்துவாங்க, தலையில கனமான கல்லைத் தூக்கிவச்சுப் பணம் கட்டற வரைக்கும் வெயில்ல நிக்க வப்பாங்க" என்றான் வேலன்.

"நல்ல வேளை எங்க ஊர்ப்பக்கம் இதெல்லாம் நடக்கிறதில்லை" என்றான் ஒரு இளைஞன். "சின்னமலையும், நீங்களும் இருக்கதாலதான் கொங்கு நாட்டில அது நடக்கிறதில்லை. அதனால தான் கம்பெனி உங்களை அழிக்கத் துடிக்குது" என்றான் வேலன்.

114

மாலையில் வேலன் மற்றும் முத்தம்மாவிற்கு வழிகாட்டியாக அவர்களோடு சின்னமலை, குதிரையில் வந்தார். மூவரும் காட்டில் சென்று கொண்டிருந்தனர். " நிலவரியிலயே கம்பெனிக்குக் கோடி கோடியா லாபம் குவிஞ்சிருக்குமே" என்றார் சின்னமலை. "அதுதான் இல்லை, கம்பெனிக்கு கிடைக்கற மாதிரி ரெண்டுபங்கு லாபத்தை அதிகாரிகள் திருடிக்கிறாங்க" என்றான் வேலன். அப்படி எவ்வளவு திருடிக்கிட்டாங்க", என்றார் சின்னமலை. போன வருஷம் தமிழ் நாட்டில மட்டும் கம்பெனியோடலாபம், இருபது லட்சம் பவுண்டு, சென்னை அதிகாரிங்க சம்பாரிச்ச வட்டி, நாற்பத்திநாலு லட்சம் பவுண்டு", என்றான் வேலன். "அதை லண்டன்ல இருக்கக் கம்பெனி மேலதிகாரிகளோ, அவங்க அரசாங்கமோ தடுக்க மாட்டாங்களா?" என்று கேட்டார் சின்னமலை. "ஒரு திருடன், இன்னொரு திருடனை ஒரு நாளும் காட்டிக் குடுக்க மாட்டான், ஆனால் காட்டிக் குடுக்கிறதாப் பயமுறுத்திக் கொள்ளையில பங்கு கேட்பான். அதில்லாம இங்கிலாந்தும், ஸ்காட்லாந்தும் சேர்ந்து தர்ற வருமானத்தைவிட இந்தியா தர்ற வருமானம் அதிகம். அதனால அவங்க அரசாங்கமும் பெரிசாக் கண்டுக்கறதில்லை", என்றான் வேலன்.

"ஆற்காட்டு நவாப் எப்படி இவ்வளவு கடன்காரரர் ஆனார். ஆடம்பரத்தினாலயா?", என்றார் சின்னமலை. "அவருக்கு வர்ற வருமானத்துக்கு அவரால இதைவிட ஆடம்பரமாக் கூடச் செலவு பண்ண முடியும். ஆனால், பொய்க்கணக்குக் காட்டித்தான் அவரை ஏமாத்துறாங்க" என்றான் வேலன். "அது எப்படி?", என்றார் சின்னமலை. "அவரு குடுத்த கடன் பத்திரங்கள்னு, முப்பத்தாறு சதவீத வட்டியில இருபத்தி நாலு லட்சங்களுக்குப் பத்திரங்கள் சந்தையில சுத்திக்கிட்டிருக்கு. வருசம் ஒன்பது லட்சம் அவரு

பென்சன்ல இருந்து வட்டிக்காகப் பிடிக்கிறாங்க. ஆனால், அவரு கடன்வாங்கினதென்னமோ வெறும் ஒரு லட்சம்தான். மத்ததெல்லாம் அவரு திவானும், வெள்ளைக்காரங்களும் சேர்ந்துதயாரிச்ச போலிப்பத்திரங்கள். அதில இன்னொரு வேடிக்கையும் இருக்கு", என்றான் வேலன். "என்ன வேடிக்கை?", என்றாள் முத்தம்மா. "இந்த ஒரு லட்சத்தில, ஒரு பைசாக்கூட பென்பீல்டு தன் கையிலயிருந்து குடுக்கலை. செலவுகட்டுபடியாகாம தன்னோட ராணுவத்தைக் கலைச்சாரு நவாப். ராணுவத்தோட சம்பளப் பாக்கியைக் குடுக்கத்தான் கடன் கேட்டாரு. உடனே நவாபோட பல கிராமங்களை ஈடா எடுத்துக்கிட்டுக் கடன்பத்திரமும் எழுதி வாங்கினாங்க. அப்புறம் சம்பளப் பாக்கியையெல்லாம் ரெண்டு வருசம் கழிச்சுத்தான் தருவோம்னு கலெக்டர் ஆர்டர் போட்டுட்டாரு. ஆனால், ஈடாக் கொடுக்கப்பட்ட கிராமங்கள்ல வரி வசூலை உடனே ஆரம்பிச்சிட்டாங்க. ரெண்டு வருசம் வசூல் பண்ணின வரிவருவாயை வச்சே சம்பளப்பாக்கிகளைக் குடுத்திட்டாங்க. ஒரு பைசாச் செலவில்லாம ஒரு லட்சம் கடன். போலிப்பத்திரங்கள்மூலமா அதை இருபத்திநாலு லட்சங்கள் ஆக்கினாங்க. அந்தக் கடனை வசூல் பண்ணணும்கிறதுக்காகத்தான் இப்போ மைசூரைப் பிடிச்சாங்க, முன்னே தஞ்சாவூரைப் பிடிச்சாங்க", என்றான் வேலன் தொடர்ந்து.

"இந்தக் கணக்கெல்லாம் கேட்டா, எனக்குத் தலை சுத்துது", என்றாள் முத்தம்மா. "பொழைப்புத் தேடி ஒருகாலத்தில தெக்கத்திஆளுங்க தஞ்சாவூர் வருவாங்க. வெள்ளைக்காரன் நிர்வாகத்துக்குப் போனப்புறம், தஞ்சாவூருச்சீமையே நாசமாப்போயி, தஞ்சாவூர் ஆளுங்க பொழைப்புத்தேடி எங்க ஊர்ப்பக்கம் வர்றாங்க", என்றார் சின்னமலை. "நீ சொன் னது சரிதான் வேலா. விவசாயிகளுக்குத்தான் பாதிப்புஅதிகம். தெற்கே நெறையப்பேருக்கு வெறும் நீராகாரம்தான் சாப்பாடுன்னு ஆகிப்போச்சு" என்றாள் முத்தம்மா. வேலனுக்குச் சிரிப்பு வந்தது. "நீராகாரத்தைப் பத்தி ஒரு கதை இருக்கே? ஞாபகம் இருக்கா. நீ தானே அதை எனக்குச் சொன்னே" என்றான் வேலன். "ஆற்காடு முற்றுகையில நடந்ததைச் சொல்றியா" என்றாள் முத்தம்மா.

"அதென்ன கதை... எனக்கும் சொல்லுங்க" என்றார் சின்னமலை.

"ராபர்ட் கிளைவ் ஆற்காட்டைப் பிடிச்சிக்கிட்டவொடனே, அதை மீட்கறதுக்குத் திருச்சியில இருந்து சந்தாசாகிப் தன்னோட

மகன் தலைமையில ஒரு படையை ஆற்காட்டுக்கு அனுப்பிச்சு முற்றுகை போட்டான்", என்றான் வேலன்.

"நானும் கேள்விப்பட்டிருக்கேன்", என்றார் சின்னமலை.

"உள்ளே மாட்டிக்கிட்ட கம்பெனிப் படைகளுக்கு உணவுப்பஞ்சம் வந்திருச்சு. அப்போ சோத்தை வெள்ளைக்காரங்களுக்குக் குடுத்துட்டுத் தமிழ்ச் சிப்பாய்ங்க நீராகாரத்தை மட்டும் குடிச்சிச் சமாளிச்சாங்களாம். இதை வெள்ளைக்கார அதிகாரிங்க பேசும் போது நான் பலமுறை கேட்டிருக்கேன்" என்றாள் முத்தம்மா. "சபாஷ், ராபர்ட்கிளைவ் நன்றிமறக்காதவன். அன்னைக்கே முடிவு பண்ணிட் டான், தமிழர்களுக்கு இனிமே நீராகாரம்மட்டும் போதும்னு" என்றார் சின்னமலை. சிறிது தூரம் சென்றதும் சின்னமலை மீண்டும் பேசினார்,

"நீங்க மராத்தியரைச் சந்திக்கிறப்போ, வேற ஒரு விஷயத்தையும் கேட்கணும். அவங்க சொந்தமாப் பீரங்கி தயாரிக்க முயற்சி பண்ண றாங்களாம். எங்களுக்கு ஏற்கனவே அந்தத் தொழில் தெரியும். எங்க ஆளுங்களை அங்கே அனுப்பத் தயார்னு சொல்லுங்க", என்றார் சின்னமலை. "பீரங்கி தயாரிச்சு என்ன பிரயோசனம். மராத்தியருங்க யாரும் அதில பயிற்சி எடுத்துக்கறதில்ல. இசுலாமியர்களையும், ஐரோப்பியர்களையும் வச்சுத்தான் பீரங்கிப்படையை இயக்குறாங்க. வெள்ளைத் தோலோட ஒருத்தன் வந்திட்டாப் போதும், உடனே அவனைப் பீரங்கிப் படைக்கே தலைவனாப் போட்டுடுவாங்க" என்றான் வேலன்.

களுக்கென்று சிரித்தாள் முத்தம்மா. இருவரும் அவளைத் திரும்பிப் பார்த்ததும், "ஒண்ணுமில்லை, ஆற்காட்டு நவாப்போட பீரங்கிப் படையைப் பத்தின கதை ஒண்ணு ஞாபகம் வந்தது. அதை நீதானே எனக் குச் சொன்னே" என்றாள். சின்னமலை கேட்கும் முன்பாக, முத்தம்மா தானே அந்தக் கதையைச் சொல்லத் தொடங்கினாள். "ஸ்ட்ரிங்கர் லாரன்சை ஞாபகம் இருக்கா?", என்றாள்.

"எப்பிடி மறக்க முடியும். தமிழர்களை வச்சுக் கம்பெனிக்குப் படைகளை உருவாக்கின முதல் ஆங்கிலத் தளபதி, ராபர்ட் கிளைவ்கிட்ட இருந்த போர்த்திறமையைக் கண்டுபிடிச்சு, கிளார்க்கை ராணுவ அதிகாரியா மாத்தினவராச்சே" என்றார் சின்னமலை.

"இப்போ பென்சன் வாங்கிட்டு இங்கிலாந்தில இருப்பார்" என்றாள் முத்தம்மா. "கம்பெனி அவருக்குப் பென்சன் தரல. கம்பெனிக்கும் அவருக்கும் ஏதோ சண்டையாம். ராபர்ட் கிளைவ் தன்னோட சொந்தப்பணத்தில இருந்து லாரென்சுக்குப் பென்சன் குடுக்க ஏற்பாடு செஞ்சாரு" என்றான் வேலன்.

"அந்த ஸ்ட்ரிங்கர் லாரென்ஸ், ஒரு தடவை ஆற்காட்டு நவாப்புக்கு உதவி செய்றதுக்காகக் கம்பெனிப்படையோட போனாராம்" முத்தம்மாள் சொல்லத் தொடங்கினாள். "என்கிட்ட நிறைய பீரங்கிகள் இருக்குன்னு நவாப் பெருமையடிச்சுக்கிட்டாராம். ஆனால் போர்க்களத்தில ஒரு பீரங்கிகூடக் கண்ணில படலையாம். வழக்கமாப் பீரங்கிகளை மேடான இடத்திலதானே நிறுத்துவாங்க. அப்போத்தானே சுட வசதியாயி ருக்கும். லாரென்ஸ் மேடாயிருந்த பகுதியெல்லாம் தேடி அலுத்துப் போய், கடைசியா அந்தப் பீரங்கிப் படைத்தலைவரைக் கண்டுபிடிச்சுப் பீரங்கிகள் எங்கேன்னு கேட்டாராம். அவன் ஒரு ஐரிஷ்காரன். பீரங்கிகளைப் பத்தித் தனக்கு எல்லாம் தெரியும்னு சொல்லி நவாப்புக்கிட்ட பெரிய சம்பளத்தில வேலைக்குச் சேர்ந்தவன். பீரங்கிகளையெல்லாம் பள்ளமான இடத்தில புதருக்குள்ள மறைச் சுவச்சிருந்தானாம். ஏண்டா இதையெல்லாம் மேட்டுல ஏத்தலைன்னு கோபமாக் கேட்டாராம் ஸ்டிரிங்கர் லாரென்ஸ். இவ்வளவு விலைகுடுத்து வாங்கின நவாப்போட பீரங்கிகளையெல்லாம் எதிரி கண்ணில படற மாதிரி நிறுத்தறதுக்கு நான் என்ன முட்டாளான்னு கேட்டானாம் ஐரிஸ்காரன்" என்று முடித்தாள் முத்தம்மா. பலமாகச் சிரித்த சின்னமலை, "இது கேட்க வேடிக்கையா இருந்தாலும் வேதனையான விஷயம். எவ்வளவோ செலவு பண்ணி திப்புசுல்தான் கப்பல்படையையும், பீரங்கிப் படை யையும் கட்டினாரு. ஆனால் போர் வந்தப்போ, அதுக்குத் தளபதிகளா இருந்த வெள்ளைக்காரங்க எல்லாம் கம்பெனிக்கு ஆதரவா மாறி ஓடிப்போயிட்டாங்க. அதைவிட அந்த ஐரிஸ்காரனே மேல்" என்றார். காடு முடிகின்ற இடம் வந்துவிட்டதால் அங்கிருந்து விடைபெற்றுக் கொண்டு தன்னந்தனியாகக் காட்டிற்குள், வேறுதிசையில் விரைந்தார் சின்னமலை. "கம்பெனி இவரை வலை வீசித் தேடிக்கிட்டு இருக்கு. இவரோ தன்னத்தனியாக் பயமில்லாமச் சுத்தறாரு" என்றாள் முத்தம்மா. "இளங்கன்னு பயமறியாதுங்கறது பழமொழி. சின்னமலை எப்பவும் இளங்கன்னாவே இருக்காரு" என்றான் வேலன்.

“சரி வேலா, இப்போ ஹீராபிஜ்லியை எடுத்துக்கிட்டு வர உடனே நாம மதராசு போறமா?” என்று கேட்டாள் முத்தம்மா. “வைரத்தோட பூனாவுக்குப்போனா, வைரமும்திரும்பாது, நாமளும் உயிரோட திரும்பிவர மாட்டோம். வைரத்தோட படம் வரையச் சொல்லி எடுத்துக்கிட்டு வந்திருக்கேன். அதைக் கொண்டு போவோம். பிடிச்சவங்க பணத்தோட மதராசுக்கு வந்து வாங்கிட்டுப் போகட்டும்” என்றான் வேலன்.

சின்னமலையைக் காட்டில் சந்தித்து ஒரு வாரத்திற்குப் பின் குதிரை களிலேயே வேலனும் முத்தம்மாவும் பூனா வந்துசேர்ந்தனர். இவர்க ளுக்கு வழிகாட்டிகளாக நான்கு இளைஞர்களை அனுப்பியிருந்தார் சின்னமலை. ஆறு குதிரைகளும் பூனாவின் மையப்பகுதியிலிருந்த ஒரு பெரிய வீட்டின் முன்பு சென்று நிற்கும்போது இருள் பரவத் தொடங்கியிருந்தது. அவ்வாறு திட்டமிட்டுத் தான் ஊருக்குள் நுழைந்திருந்தனர். இளைஞர்கள் கதவைத் தட்டியதும் பைஜாமா, ஜிப்பாவில், உயரமான, தொந்தி பருத்த உருவம் ஒன்று கதவைத் திறந்தது. அவருக்குச் சுமார் ஐம்பது வயதிருக்கலாம் என்று முத்தம்மா கணித்தாள். இளைஞர்களிடம் பேசியபின் அந்த உருவம் வெளியே வந்து வேலனையும் முத்தம்மாவையும் மேலும் கீழும் பார்த்தது. “உள்ளே வாங்க” என்று தமிழில் வரவேற்றது. அத்தோடு, நான்கு இளைஞர்களும் பதிலெதுவும் பேசாமல் குதிரைகளைத் திருப்பிக் கொண்டு, வந்த வழியே விரைந்தனர். வீட்டிற்குள்ளிருந்து வேலையாள் ஒருவன் வந்து இரண்டு குதிரைகளையும் உள்ளே அழைத்துச்சென்றான். தங்கள் பொருட்களைத் தோளில் போட்டுக் கொண்டு அந்த உருவத்தை இருவரும் பின் தொடர்ந்தனர். வெளி வாசல் கதவிலிருந்து, சிறிய தோட்டத்தைத் தாண்டி, அதன் நடுவிலி ருந்த வீட்டிற்குள் அழைத்துச் செல்லப்பட்டனர். ஒரு அறையைக் காட்டி, “கொஞ்சம் வசதிக்குறைவா இருக்கும், என்னால முடிஞ்சது அவ்வளவு தான். கை கால் கழுவிட்டு வாங்க. அதுக்குள்ள உங்களுக்குச் சாப்பாட்டுக்கு ஏற்பாடு பண்றேன்” என்றது.

“வேண்டாம் ஐயா,....” என்று இழுத்தாள் முத்தம்மா.

“என் பேரு நாகராஜ சர்மா” என்றது அந்த உருவம்.

“நீங்க ஜோதிடசிகாமணி நாகராஜசர்மா, பூர்விகம் தஞ்சாவூர். அதெல்லாம் எங்களுக்கு ஏற்கனவே தெரியும்” என்ற முத்தம்மா, “எங்களுக்குச் சாப்பாடு எதுவும் இப்போ வேணாம். குடிக்கத்

தண்ணி மட்டும் குடுங்க போதும்'' என்றாள். சரி கூடத்துக்கு வாங்க என்றார் அவர்.

சற்றுநேரத்தில் குளித்து உடைமாற்றிக் கொண்டு வேலன் முதலில் கூடத்திற்கு வந்தான். அங்கே மேஜையில் தயாராக சர்பத்துடன் காத்திருந்த நாகராஜ சர்மா, ''நான் ஜோதிட சிகாமணின்னு கேள்விப் பட்டுத்தான் மதராசில இருந்து வந்திருக்கீங்களா? சின்னமலை ஆளுங்க உங்களப்பத்தி முழுசா விவரம் சொல்லலை. அவருக்கு ரொம்பத் தெரிஞ்சவங்கன்னு மட்டும்தான் சொன்னாங்க. நான் சாதாரண ஜோசியன் இல்லை, நாடி ஜோசியம் பார்க்கறவன். அதுக்கு என்னை விட்டா இந்தப் பூனாவிலயே ஆள் கிடையாது. ஒரு காலத்தில தஞ்சாவூரு அரண்மனையிலயே ஜோசியரா இருந்தவன். அந்த ராஜா சிபாரிசிலதான் பூனாவுக்கே வந்தேன். அப்படியே, இங்கேயே தங்கிட்டேன். சர்பத் எடுத்துக்குங்கோ'' என்றார். ''நன்றி ஜோசியா ஐயா'' என்று சொல்லிவிட்டு சாபத்தை எடுத்துக் கொண்டான் வேலன். ''சொல்லுங்க வேலன் ஐயா, அதுதானே உங்க பேரு? என்ன கஷ்டத்தினால என்னைப் பார்க்க வந்தீங்க? எல்லாக் கஷ்டங்களுக்கும் பரிகாரம் இருக்கு'' என்றார் நாகராஜ சர்மா. ''எனக்கு சாதாரணக் கஷ்டம் இல்லை, பணக்கஷ்டம். ஏராளமாப் பணம் வேணும்'' என்றான் வேலன். அவனைக் குழப்பதுடன் பார்த்த சர்மா, ''சொல்றது புரியலையே'' என்றார். ''இப்போ புரிய வைக்கிறேன்'' என்ற வேலன், நாற்காலியில் வசதியாக அமருவதற்காகத்தன் இடுப்பில் உறையுடன் இருந்த குறுவாளை எடுத்து மேஜையில் வைத்தான். வேலனின் உருண்டு திரண்ட உடலும், அவன்மேஜையில் எடுத்துவைத்த குறு வாளும் இணைந்து சர்மாவின் மனதில் அச்சத்தைத் தோற்றுவித்தது.

''நீங்க நினைககிற மாதிரி நான் பணக்கார ஜேசியா் இல்லை'' என்றார் நடுக்கத்துடன். வேலன் பலமாகச் சிரித்துக்கொண்டே, ''நீங்க நினைக்கிற மாதிரி நானும் கொள்ளையடிக்க வந்தவன் இல்லை. நான் ஒரு வியாபாரி. என்கிட்ட ஒரு வைரம் இருக்கு. தாராளமா அதை ரெண்டு கோடிக்கு விற்கலாம். ஒரு கோடிக்கே விற்க நாங்க தயாராயிருக்கோம். அதுக்குமேல வர்ற லாபம் உங்களுக்கு'' என்றான். சர்மாவிற்கு இன்னும் நம்பிக்கை வரவில்லை.

''எங்கே... வைரத்தைக் கட்டுங்க பார்க்கலாம்'' என்றார். ''வைரம் மதராஸ்ல இருக்கு. விருப்பம் இருக்கறவங்க அங்கவந்து

வாங்கிக்க ணும்'' என்றான் வேலன். "வைரத்தைப்பார்க்காம யார் வாங்கவருவா?'' என்றார் சர்மா. வேலன் ஏதோ சதிசெய்கிறான் என்றுதான் இன்னும் நம்பிக்கொண்டிருந்தார். வேலன் தான் கொண்டு வந்திருந்த ஹீரா பிஜ்லி படத்தைக் காண்பித்தான். ஓவியத்தின் அழகிலேயே சர்மா மயங்கிவிட்டார். "படமே இவ்வளவு அழகா இருக்கே, இவ்வளவு நாளா எங்கே ஒளிஞ்சிக்கிட்டு இருந்தது'' என்றார். வேலன் சுருக்கமாக ஹீரா பிஜ்லியைப் பற்றிக் கூறினான்.

"இருந்தாலும் வைரத்தைக் கண்ணில காட்டாம விற்கறது கஷ்டம்'' என்றார் சர்மா. "தெரியும், அதுக்குத்தான் உங்க உதவி தேவை. அதில மந்திரசக்தி இருக்கறதா ஒரு வதந்தியைப் பரப்பணும். அப்புறம் எல்லோரையும் மதராசுக்கு ஓடிவர வச்சிடலாம்'' என்றான்.

"ஓ அது எனக்குக் கைவந்த கலை. ஆனால்,..... அதுக்காகப் பல பேரைப் பார்த்துப் பேசணும். தட்சணை வச்சுத்தான் அவங்களைச் சந்திக்கவே முடியும் அதுக்கெல்லாம் செலவுக்குப் பணம் வேணுமே'' என்றார். அதை எதிர்பார்த்து வந்திருந்த வேலன், கனமான ஒரு பையை எடுத்து சர்மாவிடம் கொடுத்தான். ஒரு நிமிடம் வியப்பால் அதிர்ந்துபோன சர்மா, இரண்டு கைகளாலும் பணப்பையை வேலனிடமிருந்து வாங்கிக் கண்களில் ஒற்றிக் கொண்டார்.

"இப்போ சொல்லுங்க, ஹீராபிஜ்லியை விக்க யார்யாரைப் பார்க்கலாம்?'' என்றான் வேலன். சர்மா அதற்குப் பதில் சொல்லவில்லை. "பைக்குள்ள எவ்வளவு இருக்கு?'', என்றார். "அஞ்சாயிரம் வராகன்'' என்றான் வேலன். சர்மா அந்தப்பையை மீண்டும் கண்களில் ஒற்றிக் கொண்டு, ஒன்றும் பேசாமல் வீட்டிற்குள் சென்று விட்டார். திரும்பி வரச் சற்றுநேரம் பிடித்தது. பையைப் பத்திரப்படுத்தியிருப்பாரென்று வேலன் ஊகித்தான். திரும்பி வந்தபின், "இப்பவே சொல்லிப்புடறேன். எனக்குத் தரகு எதுவும் வேண்டாம். விலையை நீங்களே பேசிக்குங்க. ஒருவேளை விக்கமுடியலைன்னாலும், இப்பக் குடுத்த பணத்தில இருந்து ஒரு தம்பிடிகூடத் திரும்பக் கிடைக்காது'' என்றார்.

"அதுக்கு எனக்கு முழுச்சம்மதம்'' என்றான் வேலன், ஒரு நொடியும் தயங்காமல். சர்மாவின் முகத்தில் உற்சாகம் கரைபுரண்டு ஓடியது.

“என்ன கேட்டீங்க? யார்கிட்ட விக்கலாம்னா? பேஷ்வாக்கிட்டயே விக்கலாம். இதனால உன் கஷ்டமெல்லாம் போயிடும்னு சொன்னா யார்தான் வாங்க மாட்டாங்க. ஹோல்கா, சிந்தியா போன்ஷ்லே, கெய்க்வாட் யாருக்கிட்ட வேணும்னாலும் விக்கலாம்” என்றார் சர்மா. “இவங்கள்ளாம் பூனாவுக்கு வந்திருக்காங்களா?” என்று வியப்புடன் கேட்டான் வேலன். “பேஷ்வாவைத் தவிர ஒருத்தரும் இல்லை. ஆனால் ஒவ்வொருத்தரும் ஒரு பிரதானியை நிரந்தரமா பூனாவில வச்சிருக்காங்க”, என்றார் சர்மா.

“அவங்க எல்லோரும் எங்கே தங்கியிருக்காங்க?” என்று கேட்டான் வேலன். “ஆளுக்கு ஒரு மூலையில இருக்காங்க. ஆனா ஒருநாள் தவறாம, சாயந்தரம் சனிவார் வாடாவுக்கு வந்திருவாங்க. ராத்திரி யெல்லாம் அங்கேதான் இருப்பாங்க”, என்றார் சர்மா. “ஓ பேஷ்வா வோட அவ்வளவு ஆலோசனை பண்ணுவாங்களா? நாட்டுமேல நெறைய அக்கறை வச்சிருக்காங்களே” என்றான் வேலன்.

“இவங்களா, அக்கறையா? ஒருத்தன் காலை ஒருத்தன் வாரி விடறதுக்கே அவனுங்களுக்கு நேரம் பத்தாது. பகல்பூரா இவனுங்க பஞ்சாயத்துக்கே பேஷ்வாவுக்கு நேரம் சரியாப்போயிடும். இருட்ட ஆரம் பிச்சதும் சனிவார் வாடாவே தலைகீழா மாறிடும். பாட்டு என்ன, ஆட்டம் என்ன? ஒரே குடியும் கும்மாளமும் தான். அந்தமாதிரி ஒரு திருவிழா நடக்கறப்போ நாமளும் அரன்மனைக்குள்ள போய், அவங்களையெல்லாம் பார்த்துப் பேசினா விஷயம் முடிஞ்சிடும்”, என்றார்.

“இந்த நாலு பிரதானிகள்ல யாருகிட்டப் பணம் நெறைய இருக்கும்? சனிவார் வாடாவில திருவிழா நடக்கற நல்ல நாள் எது” என்று கேட்டான் வேலன். “நல்ல நாளாவது, கெட்ட நாளாவது? சனிவார் வாடாவில எல்லா நாளும் திருவிழாதான். நாலுபேருமே வைரத்தை அவங்கவங்க ராஜாவுக்குத்தானே வாங்கிக் குடுக்கப் போறாங்க, பணம் அவங்க எல்லார்கிட்டயும் இருக்கு. பேஷ்வாகிட்டயும் இருக்கு, பேஷ்வாவோட மந்திரிகள் கிட்டயும் இருக்கு” என்றார் சர்மா.

“மந்திரிகள்கிட்ட கோடிக்கணக்கில இருக்குமா” என்று வியப்புடன் கேட்டான் வேலன். “ஓ... தாராளமா இருக்கும். கொஞ்சமா கொள்ளையடிக்கறாங்க? ஆனா வசதியை வெளியே காட்டிக்க மாட்டாங்க. வெளியே தெரிஞ்சதுன்னா, பேஷ்வா,

மந்திரி சொத்தையெல்லாம் பறிமுதல் பண்ணிட்டு, ஜெயில்ல போட்டுருவாரு" என்றார் சர்மா. "நாட்டுக்கு நல்லது தானே" என்றான் வேலன். "இதில நாட்டுக்கு என்ன நல்லது? மந்திரி திருடிவச்சிருக்கறதையெல்லாம் பேஷ்வா திருடிக்கப் போறாரு" என்றார் சர்மா.

"சொந்த மந்திரிகள்கிட்டயே பேஷ்வா பறிமுதல் பண்ணுவாரா?" என்றான் வேலன். "சொந்த அண்ணன் பையனையே கொன்னுட்டுத் தான் இந்தப் பேஷ்வாவோட அப்பா பேஷ்வா ஆனார். இப்போக்கூடச் சனி வார் வாடாவில ராத்திரியெல்லாம் சின்னப் பையனாச் செத்துப்போன பேஷ்வாவோட குரல் கேட்குமாம், 'சித்தப்பா, சித்தப்பா... என்னைக் காப்பாத்துங்கன்னு" என்றார் சர்மா. "சித்தப்பா ஏன் காப்பத்தலை?" என்று கேட்டான் வேலன். "எப்படிக் காப்பாத்துவாரு? கொலைபண்ண ஆளனுப்பிச்சதே அவரு தானே. இன்னொரு நாள் ஆதியோடந்தம் சொல்றேன். இன்னைக்கு ஓய்வெடுத்துக்குங்க" என்றார் சர்மா.

"அரண்மனைக்குள்ள போறதில என்ன கஷ்டம்?" என்றான் வேலன். "வெள்ளைக்காரன் அங்கங்கே ஆள்வச்சு வேவு பார்க்கிறான். அவன் கண்ணில மண்ணைத் தூவிட்டுப் போகணும். அதை என்கிட்ட விடுங்க, நான் ஏதாவது வழி கண்டுபிடிக்கிறேன்" என்றார் சர்மா. அப்போது பெண் உடையில் முத்தம்மா உள்ளே நுழைந்தாள். சர்மா அவளை வியப்புடன் பார்த்தார். "என் மனைவி தான். பாதுகாப்புக்காக ஆண் உடையில வந்தா" என்றான் வேலன். "அம்சமா இருக்காங்க, அரன்மனைக்குள்ள போக வழி கெடைச்சிருச்சு" என்றார் சர்மா.

115

மறுநாள் நண்பகல் வரை உறங்கி எழுந்த வேலனும் முத்தம்மாவும் நாகராஜசர்மாவைத்தேடினர். அவர் காணாமல்போயிருந்தார். ஆனால் தன் வேலையாட்களிடம், விருந்தினர்களைத் தடபுடலாகக் கவனித்துக் கொள்ளச்சொல்லிவிட்டுச் சென்றிருந்தார். இரவு உணவின்போது தான் வந்து சேர்ந்தார். சாப்பிட்டபின் தோட்டத்தில் அமர்ந்து பேசும்பொழுது, "நம்ம ஊர் மாதிரி சாம்பாரெல்லாம் வைக்க ஏற்பாடு பண் ணிட்டீங்களே" என்றாள் முத்தம்மா. "உங்களுக்கு ஒரு விஷயம் தெரியுமோ. சாம்பாரைக் கண்டுபிடிச்சதே மராத்திக்காரங்கதான். ஆனால் மகாராஷ்ட்ராவில கண்டுபிடிக்கலை. சரியாச் சொன்னா இது தமிழ் மராத்தா கூட்டுத் தயாரிப்பு. தமிழ்நாட்டுப் புளிக்குழம்பில துவரம்

பருப்பைச் சேர்ந்துட்டாங்க, அவ்வளவு தான்" என்றார் சர்மா உற்சாகமாக. "அதுக்கு முன்னால தமிழ்நாட்டில யாரும் சாம்பாரே வைக்கலையா" என்றாள் முத்தம்மா "எங்கே ஏதாச்சும் ஆதாரம் இருந்தாச் சொல்லுங்க. தமிழ் இலக்கியத்தில தீம்புளிப்பாகானு புளிக்குழம்பைப் பத்திக் குறிப்பு இருக்கு, வரகரிச் சோறும், வழுதுணங்காய் வாட்டும் கரகரனெவே புளித்த மோரும்னு, கத்திரிக்காய் வருவல் பத்திக் குறிப்பு இருக்கு. ஆனால் சாம்பரைப்பத்தி எங்கேயுமே இல்லையே." என்றார்.

"ஆகா... எந்த விஷயத்தை எடுத்தாலும் ஆதியோடந்தமா ஆராய்ச்சி பண்ணி வச்சிருக்கீங்க. அப்போ மராத்திய அரசியலும் நல்லாத் தெரியும்னு நினைக்கிறேன்" என்றான் வேலன்.

"தெரியாம என்ன, நீங்க ஆசைப்படற மாதிரியே ஆதியோடந்தமா சொல்றேன் பாருங்கோ" என்று உற்சாகமாகத் தொடங்கினார் சர்மா. நிலவொளியும், மெல்ல வீசிய தென்றல் காற்றும் அவரை மேலும் பேசத் தூண்டியது.

மகாராஷ்ட்ரா, குஜராத் எல்லாம் தில்லி பாதுஷாவுக்குக் கீழே இருந்துச்சு இல்லையா, அப்போ யாராவது முஸ்லிம் தளபதி இல்லை இளவரசனை இந்தப் பகுதிக்குக் கவர்னராப் போடுவாங்க. ராணுவம்மட்டும்தான் கவர்னர் கையில. நிர்வாகம் எல்லாம் இங்கேயிருக்க பிராமிண அதிகாரிங்க, நிலப்பிரபுக்கள் கையிலதான். கவர்னரும், நிலப்பிரபுக்க ளும் அதிகாரிகளும்சேர்ந்து மக்களைக் கசக்கிப் பிழிவாங்க. ஏற்கனவே இது விவசாயத்துக்கு லாயக்கில்லாத மலைப்பகுதி. மக்கள் பொறுக்க முடியாமப் போராட ஆரம்பிச்சப்போத்தான் சிவாஜி அதுக்குத் தலைமை தாங்கினாரு. மொகலாயப் படைகளை விரட்டி அடிச்சதோட, நிலப்பிர புக்களையும் ஒழிச்சாரு. மக்களை நேரடியா அரசாங்கத்துக்கிட்ட வரி கட்டச்சொன்னாரு. ஆனால், அந்த ஏழைகள் சாம்ராஜ்யமெல்லாம் அவருக்கு அடுத்த தலைமுறையோட முடிஞ்சுபோச்சு. சம்பாஜிக்கு அப்புறம் சத்ரபதி வெறும் அலங்காரப் பதவி ஆகிப் போச்சு. அதிகாரம் அதிகாரிகள், நிலப்பிரபுக்கள் கைக்குத் திரும்பப் போயிடுச்சு. பிராமண பேஷ்வாதான் இப்போ உண்மையான சத்ரபதி". சர்மாவின் பேச்சில் முத்தம்மா குறுக்கிட்டாள். "அப்போ பழைய சத்ரபதி என்ன ஆனார்?". ஷோலாப்பூர்ல ஒருத்தரும், சதாராவில ஒருத்தரும் சம்பிரதாயத்துக்கு இருக்காங்க. பேஷ்வாக்கள் தலைமையிலதான் லாகூரிலயிருந்து மைசூர்வரைக்கும், குஜாராத்லயிருந்து கல்கத்தா வரைக்கும் மராத்தா ஆட்சியும், கொள்ளையும் கொடிகட்டிப் பறக்குது" என்றார் சர்மா.

“ஆட்சி எங்கே நடத்தறாங்க? கொள்ளையடிக்கறாங்க இல்லைன்னா கொள்ளையடிக்காம இருக்க வரி கேட்கிறாங்க” என்றாள் முத்தம்மா. “தில்லி பாதுஷாவும் அதைத்தானே செஞ்சுக்கிட்டிருந்தார்” என்றார் சர்மா கோபப்படாமல். “விவசாயிகளையும், தொழிலாளர்களையும் கொள்ளையடிக்கிறதைத் தான் உலகம் முழுக்க ஆட்சி செய்யறதுங்கறாங்க. வெள்ளைக்காரங்க அதை ராணுவ சாவாதிகாரம்கிறாங்க”, நீங்க மேல சொல்லுங்க” என்றான் வேலன்.

“கோடிகோடியாச் செல்வம் திரட்டின பேஷ்வா ஆட்சியும் வாரிசுச் சண்டையில பலவீனமாச்சு. மாதவராவ் ஆட்சிக்கு, அவரு சித்தப்பா, தளபதி ரகுநாதராவ் போட்டியா வந்தார். அதனால அவரை வீட்டோட காவல்ல வைச்சாரு மாதவராவ். அவரு நோய்வந்து இறந்தவொடனே அவரு தம்பி பதினேழு வயசு நாராயண ராவைப் பேஷ்வா ஆக்கினாங்க. அவருதான் இப்போ சனிவார்வாடாஅரண்மனையில ஆவியாச்சுத்திக் கிட்டிருக்காரு” என்றார் சர்மா. “ஏன்... பதினேழு வயசிலயே ஆவியானார்?” என்றாள் முத்தம்மா. “கார்தி சிப்பாய்ங்க அவரைக் கண்ட துண் டமா வெட்டிப் போட்டுட்டாங்க” என்றார் சர்மா. “கார்திங்கன்னா யாரு” என்றாள் முத்தம்மா.

“கார்திங்க ராஜஸ்தான் பக்கம் இருந்து வந்த முசல்மான் சிப்பாய்ங்க. பானிபட்டில, மராத்தா பீரங்கிப்படைக்குத் தலைவரா இருந்தது ஒரு கார்திதான். பேஷ்வாக்களுக்கு மெய்க்காப்பாளருங்களா இன்னைக்கி வரைக்கும் இருக்கிறது, கார்தி முசல்மான் ஆளுங்கதான். மராத்தா சிப்பாய்ங்களை பேஷ்வாக்கள் நம்பி அரண்மனைக்குள்ள விடமாட் டாங்க” என்றார் சர்மா. “என்னது, இந்துச்சிப்பாய்களையே நம்பாம இந்து ராஷ்ட்ரம் கட்டப் போறாங்களா” என்றாள் முத்தம்மா. “அதுதான் சம்பாஜியோட முடிஞ்சு போச்சே” என்றார் சர்மா. “நீங்க மேல சொல்லுங்க” என்றான் வேலன்.

“பேஷ்வா நாராயண ராவுவுக்குக் காவலாயிருந்த கார்திச் சிப்பாய்களே அவரைக்கொல்ல வந்தாங்க. அவரு, சித்தப்பாவும்,சித்தியும் இருந்த அறைக்குள்ள கத்திக்கிட்டே ஓடிவந்தாரு” என்றார் சர்மா.

“என்ன கத்தினாரு?” என்று கேட்டாள் முத்தம்மா.

“காகா மாலா வாச்சாவா, சித்தப்பா என்னைக் காப்பாத்து”

“காப்பாத்தினாரா சித்தப்பா?” என்று கேட்டான் வேலன்.

“சித்தாப்பாவும் காப்பாத்தலை, சித்தியும் காப்பாத்தலை. கொல்றதுக்குத் திட்டம்தீட்டினதே அவங்கதானே. கார்திங்க பேஷ்வாவைப் பிடிச்சுத் துண்டு துண்டா வெட்டிப் பானையில போட்டுத் தூக்கிட்டுப்போயி ஆத்தில வீசிட்டாங்க” என்றார் சர்மா. “யாருமே தடுக்கலையா” என்று கேட்டாள் முத்தம்மா. “வேலைக்காரங்க பத்துப்பேரு மௌன சாட்சிகளா இருந்தாங்க. கொலைகாரங்க அவங்களையும் வெட்டித் தள்ளிட்டாங்க” என்றார் சர்மா. “அதிகாரத்தைப் பிடிக்க இவ்வளவு அநியாயமா?” என்றாள் முத்தம்மா

“அநியாயமாவது, அசிங்கமாவது. அதுக்கப்பறம் நடந்ததுதான் அசிங்கமே. நாராயணராவ் செத்தவொடனே கொலைக்கு ஏற்பாடு செஞ்ச சித்தப்பா ரகுநாதராவே பேஷ்வா ஆனாரு. ஆனால், அவருதான் கொலைகாரர்னு தெரிஞ்சதும், அவரைக் குடும்பத்தோட ஜெயில்ல போட்டாங்க” என்று நிறுத்தினார் ராவ். “யாருக்கு அவ்வளவு அதிகாரம் இருந்துச்சு” என்றான் வேலன். “ஒரு சாதாரண மந்திரியா இருந்த நானா பட்னாவிஸ், மத்த மந்திரிங்க எல்லாரையும் தன்பக்கம் இழுத்து மந்திரிசபை ஒண்ணை ஏற்படுத்திக்கிட்டாரு. அதுக்குப்பேரு பாராபாய், பன்னிரண்டு பேர் குழு, அதுதான் ஆட்சி பண்ணிச்சு. திவானா இருந்த நானா பட்னாவிஸ்தான் அதுக்குத் தலைவர்”, என்றார் சர்மா. “அப்போ பேஷ்வா பதவி” என்றாள் முத்தம்மா .

“ஆமா, பேருக்காவது ஒரு பேஷ்வா கண்டிப்பா வேணுமே, அதுவும் பழைய பேஷ்வா குடும்பத்து இரத்தமா இருக்கணும். அங்கே தான் அசிங்கமே நடந்தது. செத்துப்போன பேஷ்வாமனைவி கர்ப்பமாயிருக்கிறதை கதைக் கண்டுபிடிச்சாரு பட்னாவிஸ். கருவிலயிருந்த குழந்தையைப் பேஷ்வா ஆக்கிட்டாரு” என்றார் சர்மா. “பெண் குழந்தை பிறந்திருந்தா?” என்றான் வேலன். “அடுத்த அசிங்கம் அங்கேதான் நடந்தது. உண்மையில பேஷ்வா மனைவி கா்ப்பமாவே இல்லை. வேற ஒரு பிராமண ஆண் குழந்தையை ரகசியமாத் தத்து எடுத்துக்கிட்டாங்க. குழந்தையோட கோத்திரமே தெரியாது. ஆனால் பட்னாவிஸ் அந்தக் குழந்தைக்குப் பேஷ்வா பட்டம் கட்டி வச்சாரு. அவருதான் பேஷ்வா இரண்டாம் மாதவராவ், நானா பட்னாவிஸ் கைக்கு அடக்கமான ஒரு பொம்மை”.

“இருபத்தி இரண்டு வருசம் ஒரு பொம்மையை வச்சே ஆட்சிபண்றதும் சாதாரண விஷயம் இல்லையே” என்றான் வேலன்.

“ஒரு கஷ்டமும் இல்லை. சிந்தியா, ஹோல்கர், போன்ஸ்லே, கேய்க் வாட் எல்லோருக்குமே இது வசதியா இருந்திருக்கணும். அதனால எல்லோரும் சேர்ந்து நடிச்சாங்க. ஆனால் அதுக்கும் முடிவு வந்துச்சு. திவான் பட்னாவிசோட கொடுமை தாங்க முடியாம ரெண்டாம் மாதவராவ் எதிர்த்துப் பேச ஆரம்பிச்சாரு. அப்போ அவருக்கு வயசு இருபத்தி ஒண்ணு. ஒருநாள் மாடியில இருந்து குதிச்சித் தற்கொலை பண்ணிக்கிட்டாரு. அதைக் கொலைன்னும் சொல்றாங்க”, என்றார் சர்மா. “அவரை ஏன் கொலை பண்ணனும்” என்றாள் முத்தம்மா..

“காசிராம் கோத்வால்னு ஒருத்தன், பட்னாவிசுக்கு வலது கையாயிருந்தான். அவருக்குச் சொந்தக்காரன்தான். கோத்வால்னா நகரத்துக்குப் பாதுகாப்பு அதிகாரி. நெனைச்சா யாரை வேணும்னாலும் ஜெயில்ல போடலாம். இவன் பிராமணர்களையே கொடுமைப்படுத்தின பிராமணன். அவன் செஞ்ச அநியாயம் தாங்கமுடியாம, பட்னாவிஸ் ஊரில இல்லாத நேரத்தில, அவனைக் கொல்லச் சொல்லிட்டாரு பேஷ்வா ரெண்டாம் மாதவராவ். அதுதான் பட்னாவிசோட கோபத்துக்குக் காரணம், அழிவுக்கும் காரணம். பேஷ்வா மரணத்தோட பட்னாவிஸ் அதிகாரமும் ஆட்டம்கண்டு போச்சு” என்றார் சர்மா.

“அவரு, யாரை அடுத்த பேஷ்வாவா ஆக்கினாரு?” என்று கேட்டான் வேலன்.

“பேஷ்வா குடும்பத்து ரத்தம் வேணுமே. அதனால ஜெயில்ல இருந்த, சதிகார ரகுநாதராவோட கடைசிமகனைக் கூட்டடிக்கிட்டுவந்து, ரெண்டாம் பாஜிராவுன்னு பேருவச்சு பேஷ்வா ஆக்கிட்டாரு. அவருதான் இப்போ பேஷ்வாவா இருக்காரு” என்றார் சர்மா. “இவரும் பொம்மையாத்தான் இருக்காரா?” என்றாள் முத்தம்மா. “அதுதான் இல்லை. என்ன இருந்தாலும் தளபதி ரகோபாவோட, அதாவது ரகுநாத்ராவோட, பிள்ளையாச்சே. வெள்ளைக்காரன் கூடவும் கூட்டு, சிந்தியா, போன்ஷ்லே ஹோல்கர் கூடவும் கூட்டுண்ணு, அடிக்கடி கட்சிமாறிப் பட்னாவிஸ் கண்ணில விரலைவிட்டு ஆட்டினார்”, என்றார் சர்மா.

“பட்னாவிஸ் எப்படிச் செத்தார்?” என்று கேட்டாள் முத்தம்மா.

“அவரு பணத்தைப் பல இடங்கள்ள மலைமலையாக் குவிச்சு வச்சிருந்தாரு. அதுவே அவருக்கு ஆபத்தா முடிஞ்சுது. சிந்தியா மொதல்ல அதில கைவச்சாரு. அடுத்து மத்த மராத்திய ராஜாக்களும் மெரட்டிக் கொள்ளையடிக்க ஆரம்பிச்சாங்க. அதிகாரமும்போய், பணமும் போய் மனசு வெறுத்துப்போய் இருந்தாரு. அவரு கட்டிக்காத்த மராத்தா சாம்ராஜ்யமும் சிதைய ஆரம்பிச்சது. அத்தோட மனசொடைஞ்சு செத்துப் போனாரு”.

“கம்பெனிப் படை எப்படிப் பூனா உள்ளே வந்துச்சு?” என்று கேட்டாள் முத்தம்மா. “மராத்தா ராஜாக்கள்ல, பேஷ்வாவுக்கு விசுவாச மான ராஜா யாரும் இப்போ இல்லை. ராணி அகல்யாபாய், மகாத்ஜி ஷிண்டேயெல்லாம் இறந்ததுக்கு அப்புறம், ஒவ்வொரு மராத்திய நாட்டிலயும் வாரிசுச் சண்டை அனல் பறக்குது. இன்னொரு பக்கம் மத்த மராத்திய அரசுகளோட சண்டை. இடையில மாட்டிக்கிட்ட பேஷ்வாவை வெள்ளைக்காரன் சுலபமா வளைச்சுப் போட்டுட்டான். அவரு பாதுகாப்புக்காக ஒரு ரெசிடெண்ட் ஆபீசா, ஆயிரம் சிப்பாய்களோட எப்பவும் பூனாவில இருப்பாரு. அவங்களுக்கு வருசம் இருபத்தாறு லட்சம் சம்பளம். அதையும் பேஷ்வா குடுக்க வேண்டாம், வெள்ளைக்காரங்களே மக்கள்கிட்ட வரியா வசூல்பண்ணிக்குவாங்க” என்றார் சர்மா. “இது அநியாயம்” என்றாள் முத்தம்மா. “பேசின ஒப்பந்தப்படி அதுதான் நியாயம்” என்றார் சர்மா.

“இப்போ கம்பெனியை எந்த மராத்தா அரசுமே எதிர்க்கலயா?” என்றாள் முத்தம்மா வருத்தமாக. “ஏன் எதிர்க்கலை?, பேஷ்வாவிலயிருந்து சிந்தியா, போன்ஷ்லே, ஹோல்கர் எல்லோருமே எதிர்க்கறாங்க, ஆனால் ரகசியமா, தனித்தனியே” என்றார் சர்மா. “மராத்தா அரசுகளுக்குள்ள என்ன சண்டை?” என்று கேட்டாள் முத்தம்மா. “ஒருத்தர் நாட்டுக்குள்ள இன்னொருத்தர் படைபுகுந்து கொள்ளையடிக்குது. அதனாலதான் சண்டை” என்றார் சர்மா. “தமிழ்நாட்டுப் பாளையக்காரங்க மாதிரியே மராத்தியரும் ஆயிட்டாங்களா. முன்னே வேற நாடுகள்ல கொள்ளையடிப்பாங்க. அந்த நாடுகள் எல்லாம் கம்பெனிக் கட்டுப்பாட்டில வந்தாச்சு. அதனால இப்போ அவங்களுக்குள்ளேயே கொள்ளையடிச்சுக்க ஆரம்பிச்சிட்டாங்க” என்றான் வேலன். அத்தோடு சர்மா தன் அறைக்குச் சென்றுவிட்டார்.

"விடுதலைக்கு யாரோட உதவியையும் கேட்க முடியாது" என்றாள் முத்தம்மா. "ஆமா, ஹீரா பிஜிலியை விற்கிற வேலையை மட்டுமாவது முடிப்போம்" என்றான் வேலன். அடுத்த சில நாட்களுக்கு நாகராஜ சர்மா காணாமல் போய் விட்டார். பிறகு, திடீரென்று ஒருநாள் வீடுவந்து சேர்ந்தார். "முக்கியமான வேலையா பம்பாய்ல அலைஞ்சுக்கிட்டிருந்தேன்" என்றார் சர்மா. "என்ன வேலை" என்று கேட்டான் வேலன். "பேஷ்வா வேலையாத்தான். சீக்கிரம் அரண்மனையில பெரிய கொண்டாட்டம் வரப்போகுது. அதுக்கு பாட்டு, டான்சுக்கு ஆளுங்களை ஏற்பாடு பண்ணப்போயிருந்தேன்" என்றார்.

"ஏன், அதுக்குப் பூனாவில ஆளுங்க இல்லையா?" என்றான் வேலன்.

"பூனாவுல இருக்கற நடனக்காரிங்க எல்லாரையும் பேஷ்வா அனுபவிச்சாச்சு. அதினாலதான் பம்பாய் ஏற்பாடு" என்றார் சர்மா. திடீரென்று முத்தம்மா இருப்பதை உணர்ந்து "மன்னிச்சுக்கங்க, ஒரு குடும்பப் பொண்ணு இங்கே இருக்கறதை மறந்துட்டேன்" என்றார். "பரவாயில்லை, உண்மை தெரியறது தான் முக்கியம்" என்றாள் முத்தம்மா.

"அப்போ இன்னொரு உண்மையையும் சொல்லிடறேன். நல்ல குடும்பத்துப் பெண்கள் யாரும் இப்போ அரண்மனைக்குள்ள நுழையறதேயில்லை. அரண்மனையோட பேரு அவ்வளவு கெட்டுக்கிடக்கு" என்றார் சர்மா. "அந்த அளவுக்குச் சீரழிஞ்சு போயிட்டாங்களா?" என்றான் வேலன். "ஆனால் இந்த ஏற்பாடுக்கு நீங்க ஏன் பம்பாய் போறீங்க", என்றாள் முத்தம்மா. "ஜோசியனுக்கு ஏன் இந்த வேலைன்னு கேட்கிறீங்களா? இன்னும் என்னென்ன வேலையெல்லாமோ நான் செய்ய வேண்டியிருக்கு. வெளியே சொன்னா வெட்கக்கேடு. சிலசமயம் நடனமாடப் பொண்ணுங்களக் கூட்டிக்கிட்டு வர, நான் தில்லிக்குக் கூடப் போக வேண்டியிருக்கும்" என்றார் சர்மா. "அப்படியா? தில்லியிலயும் உங்களுக்குத் தொடர்பு இருக்கா?" என்றான் வேலன்.

"என்ன அப்படிக் கேட்டுட்டீங்க, பாதுஷா ஷா ஆலத்துக்கே ஜோசியம் பார்த்திருக்கேன். கம்பெனிக்கிட்ட தில்லி பிடிப்பட்டப்போ, கோட்டைக்குள்ள நானும் இருந்தேன்" என்றார். "அப்படியா" என்று முத்தம்மா நம்ப முடியாமல் கேட்டாள். "அப்போ தில்லி பிடிபட்டதை வெவரமாச் சொல்ல முடியுமா?" என்று கேட்டான் வேலன். "நான் இப்போ அரண் மனைக்கு

அவசரமாப் போறேன். ராத்திரிவந்து உங்களுக்குத் தில்லி யில நடந்ததை ஆதியோடந்தமாச் சொல்லிடறேன்" என்ற சர்மா, "ஹீராபிஜ்லியைப் பத்தியும் அரண்மனைக்குள்ள கொளுத்திப் போட்டு, எல்லோருக்கும் ஆசையைத் தூண்டிவிட்டுட்டேன். கூடிய சீக்கிரம் நெறையப்பேரை நீங்க சந்திக்க ஏற்பாடு பண்றேன்" என்றார்.

"உங்க வீட்டிலயா, இல்லை அவங்க வீட்டிலயா" என்று கேட்டான் வேலன். "ரெண்டும் இல்லை, சனிவார்வாடா அரண்மனையில. நாலு பேர் ஒரே சமயத்தில விலைகேட்டாத்தானே, அவங்களுக்குள்ள போட்டி வரும், என்ன வெலைன்னாலும் வாங்குவாங்க, நான் சொல்றது சரி தானே" என்றார் சர்மா. "நீங்க வியாபாரத்தில இறங்கினா பெரிய ஆளாயிடுவீங்க" என்றான் வேலன். "வியாபாரிக்கு வேண்டிய சாமர்த்தியம் எனக்கு இருக்கு. ஆனால் அதுக்கு வேண்டிய துணிச்சல் இல்லையே" என்றார் சர்மா. அன்று இரவு உணவு முடிந்தபின் மறக்காமல் முத்தம் மாவையும் வேலனையும் தோட்டத்திற்கு அழைத்துச் சென்று தன் தில்லி அனுபவத்தை விளக்கினார்.

"அப்போ தௌலத்ராவ் சிந்தியா கட்டுப்பாட்டில தில்லி இருந்துச்சு. ஆனா, அவரு அங்கே இல்லை. தன் வாரிசு உரிமையைக் காப்பாத்திக்கக் குவாலியர் போயிட்டாரு. ஜெனரல் லூயீஸ் பூர்குயின்கற பிரெஞ்சுத் தளபதியும், அவருக்கு உதவியா வாபின் சாதார்னு இன் னொரு வெள்ளைக்காரனும் தில்லிக்கோட்டை நிர்வாகத்தைக் கவனிச்சிக்கிட்டிருந்தாங்க. "ரெண்டு பேரும் வெளிநாட்டுகாரங்களா?" என்றாள் முத்தம்மா. "அப்போ மராத்தியர் படையில தளபதிங்க எல்லோருமே பெரும்பாலும் வெளிநாட்டுக்காரங்கதான். ஜெனரல் லேக் அஞ்சாயிரம் சிப்பாய்களோட டில்லியைப் பிடிக்க வர்றார்னு தகவல் வந்துச்சு. லூயிஸ் கொஞ்சமும் பயப்படலை. அவருக்கிட்ட குதிரைப் படை மட்டுமே அஞ்சாயிரம்பேர் இருந்தாங்க. தரைப்படை பன்னிரண் டாயிரம்பேர், புத்தம்புதுசா நூறு பீரங்கிகள். யமுனை ஆத்தைக்கடந்து, மறுகரையில பீரங்கிகளைக் கம்பீரமா நிறுத்திட்டு இருபதாயிரம் படைகளோட அஞ்சாயிரம் ஆங்கிலக் கம்பெனிப் படைகளை வேட்டையாடக் காத்துக்கிட்டு இருந்துச்சு மராத்தியப் படை.

நாகராஜ சர்மா கண்களை மூடிக்கொண்டு தில்லியில் நடந்ததை நினைவுகூர்ந்தார், “பட்பார் கஞ்ச் கிராமத்துக்குப் பக்கத்தில, தவ்லத் ராவ் சிந்தியாவோட நூறு பீரங்கிகளும் முழங்க ஆரம்பிச்சது. எதிரே கம்பெனிக் குதிரைப்படைகளுக்குத் தலைமைதாங்கி ஜெனரல் லேக் வர்றாரு. அவருக்கு ஏகப்பட்ட மதிப்பு, மரியாதை. அப்போ உலகத்திலேயே சிறந்த தளபதிகள்ள அவரும் ஒருத்தரு. ஸ்காட்லாந்து, அயர்லாந்து, அமெரிக்கா பிரான்சுன்னு பல நாடுகள்ல சண்டை போட்ட அனுபவம் உள்ளவர். மராத்தாவோட பீரங்கிக்குண்டு அவங்க இருந்த தூரத்துக்குப் போகல. ஆனால் அவங்க பக்கத்தில வரவர பீரங்கிக் குண்டுங்க மழை மாதிரி அவங்க மேல விழுகுது. ஆனால் அவரும், படையும் நிக்காம வந்துக்கிட்டேயிருக்காங்க. ஒருகட்டத்தில லேக்கோட குதிரை அடிபட்டு விழுந்தது. உடனே பக்கத்தில இருந்த அவரோட மகன் தன்னோட குதிரையைக் குடுக்கறான். கொஞ்சநேரத்தில அதுவும் அடிபட்டு விழுகுது. மூணாவதா ஒரு குதிரையில ஏறி வந்துக்கிட்டே இருக்காரு. இப்போ சிந்தியாவோட துப்பாக்கிப்படை சுட ஆரம்பிச்சுது.

உடனே குதிரையைத் திருப்பிக்கிட்டு ஓட ஆரம்பிச்சாரு லேக். அவரோட மொத்தக் குதிரைப் படையும் பின்வாங்கி ஓடுது. சிந்தியா ஆளுங்க சிரிச்சுக்கிட்டே பீரங்கிசுடறத நிறுத்திட்டுத் தங்களோட குதிரைப் படையை அவங்க பின்னால ஏவி விட்டாங்க. தலைதெறிக்க ஓடின கம்பெனிக் குதிரைப்படை, திடீர்னு பாதி வலது பக்கமும், பாதி இடதுபக்கமுமாப் பிரிஞ்சு ஓடுறாங்க. எதிரே பார்த்தா, கம்பெ னியோட பீரங்கிப்படை அணிவகுத்து ரெடியா நிக்குது. முன்னால ஓடின குதிரைப்படை விலகினப்பறம்தான் இங்கிலீஷ் பீரங்கிப்படை மராத்தா கண்ணில படுது. மராத்தா குதிரைப்படை சுதாரிக்கிறதுக்குள்ள, இங்கிலீஷ்காரன் பீரங்கி பேச ஆரம்பிச்சிடுச்சு. அதுக்கப்பறம் குண்டால நெறையப்பேரு காலி. அடுத்து இங்கிலீஷ் தரைப்படை சுட்டுக்கிட்டே மராத்தாப் பீரங்கிகளுக்குப் பக்கத்தில வந்து, துப்பாக்கி முனையில கத்தியைச் செருகிக்கிட்டு கண்ணில படற எதிரிங்களை யெல்லாம் குத்திக் கொல்றாங்க. கரையோரம் இருந்த சிந்தியாவோட மத்த படைங்க எல்லாம் இதைப்பார்த்து தப்பியோட முயற்சி பண்றாங்க. ஆத்தில இறங்கி ஓட ஆரம்பிக்கிறாங்க. ஆனால் அதுக்குள்ள கம்பெனியோட குதிரைப்படை திரும்பி ஆத்துக்குள்ளேயும் விரட்டிக்கிட்டுவருது.

இருட்டாகிக் கண்ணே தெரியாத வரைக்கும் மராத்தா படைகளை ஆத்துக்குள்ள வெட்டிச் சாய்ச்சிக்கிட்டேயிருக்கு கம்பெனிப்படை. கொஞ்சப்பேரு மட்டும் தப்பிச்சுக் கோட்டைப்பக்கம் ஓடி வந்தாங்க. சிந்தியா படையில அன்னைக்கு மட்டும் மூவாயிரம் சிப்பாய்ங்க செத்துப்போயிட்டாங்களாம்" என்றார் சர்மா.

"கம்பெனிப் படையில சேதம் எவ்வளவு?" என்றான் வேலன். "மிஞ்சிப் போனா ஐநூறு பேரு இருக்கும்னு சொல்லிக்கிட்டாங்க. மராத்தாப் படைகளோட எழுபது பீரங்கிகள் கம்பெனிக்குக் கிடைச்சுதாம்" என்றார் சர்மா. "ஜெனரல் லுயீஸ்பூர்குயின் அப்புறம் கோட்டையைப் பாதுகாக்க என்ன நடவடிக்கை எடுத்தார்?" என்று கேட்டாள் முத்தம்மா.

"போர் விஷயத்தில உங்களுக்கும் ஆர்வம் ரொம்ப இருக்கே" என்று வியப்புடன் முத்தம்மாவைப் பார்த்த சர்மா, "பாதிச் சண்டையிலயே பூர்குயின் கோட்டைக்குள்ள ஓடிவந்துட்டான். நேரே பாதுஷாகிட்டப் போயி, வாங்க நாம தப்பிச்சு வேற ஏதாவது கோட்டைக்கு ஓடிப் போயிடலாம். கருவூலத்தைக் காலிபண்ணி, அதில இருக்கிற பணம் நகையெல்லாம் மூட்டைகட்டித் தயாரா வைங்கன்னு சொல்லிட்டு மிச்சம் இருந்த தன் படைகளை ஒண்ணு திரட்டக் கோட்டையை விட்டு வெளியே போனான்" என்றார் சர்மா. "அடடா, சந்தடி சாக்கில கருவூலத்தைக் கொள்ளையடிக்கத் திட்டம் போட்டுட்டானா?" என்றாள் முத்தம்மா. பலமாகச் சிரித்த சர்மா, "பாதுஷாவா ஏமாறுவாரு? சரணடையறதா ரகசியமா ஜெனரல் லேக்குக்குத் தகவல் அனுப்பிட்டுக் கோட்டைக் கதவைச் சாத்தச் சொல்லிட்டாரு. இதுக்குக் கோட்டைத் தளபதி டிராஜியான் அவருக்கு உடந்தையா இருந்தான். பாவம் ஜெனரல் பூர்குயூன், ராத்திரி யெல்லாம் வாசலுக்கு வெளியே நின்னு, கதவைத் தொறக்கச் சொல்லிக் கெஞ்சினான். கோட்டை மேலே பீரங்கித் தாக்குதல் கூட நடத்திப் பார்த்தான். பொழுது விடிஞ்சதும், ஜெனரல் லேக் படையோட யமுனையைக் கடந்து வந்துட்டார். எல்லா பிரெஞ்சுத் தளபதிகளும் சரணடைஞ்சிட்டாங்க". சர்மா சொல்லி முடிப்பதற்குள் முத்தம்மா குறுக்கிட்டாள், "மேளதாளத்தோட பாதுஷா, ஜெனரல் லேக்குக்கு வரவேற்புக் குடுத்து, ஏதாச்சும் பட்டமும் குடுத்திருப்பாரே".

"அட அப்படியே நேர இருந்து பார்த்தமாதிரிச் சொல்றியே" என்ற சர்மா மீண்டும் கண்களை மூடிக்கொண்டு பேசினார். " கோட்டைக் கதவை அகலத் திறந்து விடச்சொன்னாரு பாதுஷா.

ஜெனரல் லேக், கோட்டைக்குள்ள நுழைஞ்சதும், தாரை தப்பட்டைகளோட ஆரவாரமா வரவேற்க ஏற்பாடு பண்ணிட்டு, பாதுஷா இரண்டாவது ஷா ஆலம் கம்பீரமா சிங்காசனத்தில உட்கார்ந்திருந்தாரு, ஆனாபாவம், ரெண்டு கண்ணும் பொட்டை, சட்டையெல்லாம் ஓட்டை. அழுக்குப்படிஞ்சு, சுருக்கம்விழுந்த சட்டையில அசல் பிச்சைக்காரன் மாதிரியிருந்தாரு. அவரு மேடைமேல தொங்கின அலங்காரப் பந்தலோட பட்டுத்துணியில பல்லாயிரம் ஓட்டைங்க, துணியும் அங்கங்கே கிழிஞ்சு தொங்குது. ஆனால் கம்பீரமான குரல்ல அவரு அதிகாரிங்க, “எம்மை மராத்தியரிடமிருந்து காப்பாற்றியதால், உமக்கு இன்று முதல், சம்சுத் உத் தௌலா அஸ்கா உல்முல்க் ஜெனரல் லேக்பகதுார் பத்தேஜங்” என்ற பட்டத்தை அருள்கிறோம்”னு படிச்சாங்க. சர்மா சொல்லி முடிப்பதற்குள் முத்தம்மா களுக்கென்று சிரித்தாள். “ஏன் சிரிக்கிறீங்க” என்றார்.

“இதே பட்டத்தை வேலனுக்கும் ஒரு தடவை ஷா ஆலம் குடுத்திருக்காரு” என்றாள். “நெஜமாவா?, ஜெனரல் லேக், பாதுஷாவுக்கு மாசம் தொன்னூறாயிரம் பென்சன் தர்றேன்னு ஒத்துக்கிட்டார். நீங்க எவ்வளவு குடுத்துப் பட்டம் வாங்கினீங்க” என்று கேட்டார் சர்மா. “மூணு வண்டி அரிசியும், பருப்பும், கோதுமையும். அப்போ தில்லிக் கோட்டையே பட்டினி கெடந்துச்சு. பின்னால விவரம் சொல்றேன். இப்போ நீங்க லேக் படையெடுப்பைப் பத்திச்சொல்லுங்க” என்றான் வேலன்.

“லேக் தில்லிக்கோட்டையில ஒரு ஆபிசரை, அவன் பேரே வாயில நுழையாது, ஆக்டெர் லோனி, ரெசிடெண்ட் ஆபீசராப் போட்டுட்டு, ஆக்ராவைப் பிடிக்கப்போயிட்டார். அங்கே நடந்ததையும் பின்னால ஒரு சிப்பாய்கிட்டக் கேட்டுத் தெரிஞ்சிக்கிட்டேன்” என்றார் சர்மா. “கேட்டவரைக்கும் சொல்லுங்க” என்றான் வேலன்.

“1803 ஆவது வருசம், செப்டம்பர் பதினாறாம்தேதி தில்லிக் கோட்டையைப் பிடிச்ச கம்பெனிப்படை, செப்டம்பா இருபத்தி நாலாம் தேதி ஆக்ராவை முற்றுகைபோட்டுது. உள்ளே மூவாயிரம்சிப்பாய்ங்க, ஏராளமா வெடிமருந்து, ஆயுதம், பணம், உணவுப்பொருள்னு சிந்தியா நெறையச் சேர்த்து வச்சிருந்தார்” என்றார் சர்மா. “அப்போ, வருசக் கணக்கா முற்றுகையைத் தாக்குப்பிடிக்கலாமே” என்றாள் முத்தம்மா. “சிந்தியா ஆக்ரா கோட்டைக்குள் இருந்திருந்தா நிச்சயம் தாக்குப் பிடிச்சிருப்பார்.

வெளியே வந்து சண்டையும் குடுத்திருப்பார். ஆனால் அங்கே இருந்தது, தௌலத்ராவ் சிந்தியா இல்லையே. கோட்டைத் தளபதிகளா ரெண்டு வெள்ளைக்காரங்களப் போட்டிருந்தாரு. கர்னல் ஹெஸ்லிஸ்னு ஒரு டச்சுக்காரன், கர்னல் சுதர்லாந்துன்னு ஒரு ஸ்காட்லாந்துக்காரன். ரெண்டுபேரும் உடனே சரணடையனும்னு துடிச்சாங்க. உள்ளே இருந்த சிப்பாய்ங்க, அவனுங்க ரெண்டு பேரையும் தூக்கி ஜெயில்ல போட்டுட்டுத் தாங்களே போர் நடத்தினாங்க. தளபதிகள் இல்லாம அவங்களால திறமையாச் சண்டைபோட முடியலை. மொத்தப்பேரும் கம்பெனிப் படையிலயே சேர்ந்திட்டாங்களாம். கோட்டையில அடிச்ச கொள்ளையில அவங்களுக்கும் பங்குகெடச் சுதாம். ஆக்ரா கோட்டையில பணம், தங்கம் ஏகப்பட்டது இருந்ததாம். எனக்கு இதையெல்லாம் சொன்ன கம்பெனி லெப்டிணன்டுக்கே இரண்டாயிரம் ரூபா கிடைச்சுதாம்" என்றார் சர்மா.

"மராத்தியர் ஒண்ணுசேர்ந்து திருப்பித் தாக்கலயா?" என்றாள் முத்தம்மா. "முன்னால, பேஷ்வாவும், சிந்தியாவும் சேர்ந்து ஹோல்கரைத் தாக்கினதால, அவரு இப்போ வரமாட்டேனுட்டாராம். சிந்தியா கம்பெனிக்கிட்ட தோத்துப் போனதில ஹோல்கருக்கு உண்மையில ரொம்பச் சந்தோஷமாம். அதனால சிந்தியாவும் போன்ஷ்லேயும் மட்டும் சேர்ந்து ஒரு பெரிய படையைத் திரட்டி ஜெனரல் லேக்கை எதிர்த்து அனுப்பிச்சாங்க. அதைத்தான் லாஸ்வாரிச் சண்டைன்னு சொல்றாங்க" என்றார் சர்மா. "ரெண்டு பெரிய படைகளும் சேர்ந்தா, பிரம்மாண்டமான படையா இருந்திருக்குமே" என்றாள் முத்தம்மா. "ஆமா, பன்னெண்டாயிரம் தரைப்படை, அஞ்சாயிரம் குதிரைப்படை, நூறுக்குமேல புதுப்பீரங்கிங்க. ஜெனரல் லேக்கும் பெரிய படையோட தான் போயிருக்காரு, பத்தாயிரம் சிப்பாய்ங்க" என்றார் சர்மா. "சண்டையில யாருக்கு வெற்றி" என்றாள் முத்தம்மா.

"போருக்குத் தலைமை தாங்கின, மந்திரி அம்பாஜி இங்லேக்கும், மராத்தாப்படையில இருந்த ஐரோப்பியத் தளபதிகளுக்கும் ஒத்துப் போகலை. சண்டை தொடங்குறதுக்கு முன்னாலேயே, மராத்தாப் படைகளோட தலைமைத் தளபதியா வந்த துக்ரானெக் கோபமா விலகிட்டார். அடுத்தடுத்து ஸ்மித், லார்சென்சின்னு இன்னும் ரெண்டு வெள்ளைக்காரத் தளபதிகள் விலகிட்டாங்க. கடைசியாத் தலைமைத்தளபதி பொறுப்பை அம்பாஜிஇங்கிலே தானே ஏத்துக்கிட்டாரு. இன்னொரு மகாத்ஜி சிந்தியாவா ஆகப்போற கனவோட போர்க்களத்துக்குப் போனார்", என்றார் சர்மா.

"பொருத்தமான ஆள்கிட்டத்தானே தலைமைபோயிருக்கு" என்றாள் முத்தம்மா. "பொருத்தமான தலைமையா? அம்பாஜி இங்க்லே அன்னைக்கு வரைக்கும் போர்க்களத்தைக் கண்ணால கூடப் பார்த்ததில்ல. எதிர்த்து வர்ற ஜெனரல் லேக்கும் மத்த இங்கிலீஷ் தளபதிகளும், உலகம் முழுக்கப் போரில அனுபவப்பட்டவங்க" என்றார் சர்மா. "ஆனால் அம்பாஜிக்குக் கீழே அனுபவப்பட்ட மராத்தியச் சிப்பாய்ங்க இருபதாயிரம் பேர் இருந்தாங்களே. இங்கிலீஷ்காரன் படை அதில பாதிதானே இருந்துச்சு" என்றாள் முத்தம்மா. "மராத்தியப்படையில, வெறும் ஆயிரத்தி இருநூறு குதிரை வீரர்கள் மட்டும்தான் மராத்தி யச் சிப்பாய்ங்க. அவங்களும் எப்பவும் தலைமைத் தளபதிக்குப் பாதுகாப்பா, அவரைச் சுத்தியே இருந்தாங்க. மத்த படையெல்லாம் பிரெஞ்சுத் தளபதி ஜெனரல் போய்ன் அவசரப் பயிற்சிகுடுத்து வச்சி ருந்த பூர்பியா, ஜாட், முஸ்லீம், மதம்மாறின கிறிஸ்தவங்க. இதில கொடுமை என்னன்னா கம்பெனிப்படைகள்லயும் நூத்துக்குப் பத்து பேருதான் வெள்ளக்காரங்க. மத்தவங்கெல்லாம், இதே பூர்பியா, ஜாட், முசல்மான், மதம் மாறினகிறிஸ்தவங்கதான். உண்மையில இந்தியனும் இந்தியனும்தான் அன்னைக்கி மோதி ரத்தம்சிந்தினாங்க, கடைசி வரைக்கும் போராடி உயிரையும் குடுத்தாங்க" என்றார் சர்மா.

"போர் எப்பிடிப் போச்சு?" என்றான் வேலன். "அம்பாஜி போரை ஒரு சதுரங்க வெளையாட்டா நினைச்சார். மராத்தியப்படைகளை நீளமாச் சுவருமாதிரி நிறுத்தி வச்சாராம்", என்றார் சர்மா. "அலாவுதீன் கில்ஜியைப் பத்திப் படிச்சிருப்பார் போல", என்றான் வேலன். "அது யாரு?", என்றாள் முத்தம்மா.

"ஐநூறு வருசங்களுக்கு முன்னால தில்லியை ஆண்ட சுல்தான். ஒரு ராணுவமேதை. அப்போ பெர்சியா, ஐரோப்பா, சீனா, ரசியாவை யெல்லாம் மங்கோலியர் பந்தாடிக்கிட்டு இருந்தாங்க. இந்தியா மேலயும் அவங்க கண்ணு விழுந்துச்சு. அவங்க கால்வச்ச இடமெல்லாம் சுடுகாடாகும். அவங்களை நினைச்சு உலகமே நடுங்குச்சு. ஸ்பெயின் எல்லையிலயிருந்து ரஷ்யா, சீனா எல்லை வரைக்கும் அவங்க ராஜ்யம்தான். உடனே சரணடையச் சொல்லி அலாவுதீன் கில்ஜிக்கு மங் கோலியர் மிரட்டல் கடிதம் எழுதினாங்க. தில்லியைவிட்டு ஓடிப்போயிடுங்கன்னு கில்ஜிக்கு அவரு மந்திரிங்கெல்லாம் ஆலோசனை சொன்னாங்க. வரட்டும், மோதிப் பார்த்திடுவோம்னாரு கில்ஜி. தில்லிக்கு வெளியே, ஒரு ஆத்தங்கரையில இருந்து இன்னொரு பக்கம் இருந்த அடர்ந்த

காடு வரைக்கும், இடைவெளியில்லாமத் தன்னோட படைகளைச் சொவருமாதிரி நீளமா நிக்கவச்சாரு. மங்கோலியரோட அத்தனை போர்த் தந்திரங்களும் கில்ஜிக்கு அத்துபடி. தன்னோட படைகளைப் பிரிக்க முயற்சி செய்வாங்கன்னு அவருக்குத் தெரியும். அதனால, யாரும் தானாப்போய்த்தாக்கக்கூடாது. மங்கோலியர் ஓடுற மாதிரி நடிப்பாங்க, அவங்களைத் தொரத்தக்கூடாதுன்னு தன்னோட படைகளுக்கு உத்தரவு போட்டுட்டாரு. அவரு சொன்ன மாதிரியே மங்கோலியர் நடிச்சுப் பார்த்தாங்க. ஆனா எதுவும் பலிக்கலை. அவங்களாப் போரை ஆரம்பிக்க மங்கோலியருக்குத் துணிச்சலில்ல. ஒவ்வொரு நாளும் கில்ஜியோட படைங்க அதிகமாகிக்கிட்டே போச்சு. பயந்து போன மங்கோலியர் திரும்பிப் போயிட்டாங்க. அதுக்கப்புறம் அவங்க இந்தியாப் பக்கம் தலைவைச்சுக் கூடப்படுக்கலை", என்று சொல்லி முடித்தான் வேலன்.

"ஆனா அம்பாஜி கட்டின மனிதச்சொவரு அகலம் ரொம்பக் குறைவாயிருந்ததால வெள்ளக்காரங்க சுலபமா ஓட்டைபோட்டுகிட்டு உள்ளே போயிட்டாங்களாம். உடனே வழியிலயிருந்த அணையை உடைச்சுத் தண்ணியைக் கம்பெனிப் படைங்க மேல ஓட விட்டாராம் அம்பாஜி. "அருமையான யோசனை", என்றாள் முத்தம்மா. "ஆனால் தண்ணி முழங்கால் உயரம்கூட வரலையாம். எதைப் பத்தியும் கவலைப் படாம ஜெனரல் லேக் எல்லோருக்கும் முன்னால குதிரையில வந்துக்கிட்டேயிருந்தாராம்", சர்மா சற்று இடைவெளி விட்டார்.

"அம்பாஜி இங்லே புதுசாத் திட்டம் எதுவும் போடலயா?" என்றாள் முத்தம்மா. "உடனே திட்டத்தை மாத்தி மொத்தப் படையையும் மையத்தில, சதுர வியூகத்தில திரட்டி வச்சாராம் அம்பாஜி", என்றார் சர்மா. "அது பலன் குடுத்திருக்குமே", என்றான் வேலன். "ஒருவேளை அம்பாஜி துணிச்சலா நின்னு சண்டை போட்டிருந்தா பலன் குடுத்திருக்கலாம். அவரு மராத்தியக் குதிரைப்படை மொத்ததையும் கூட்டிக் கிட்டுத் தப்பிச்சு ஓடிப் போயிட்டார். பாவம், தளபதிகள் இல்லாம சிப்பாய்ங்க மட்டும் கடைசி வரைக்கும் நின்னு சண்டை போட்டாங்க. மராத்தியர் பக்கம் மட்டும் ஏழாயிரம் சிப்பாய்ங்க அன்னைக்குச் செத்துப்போயிட்டாங்க. திரும்பவும் ஏகப்பட்ட பீரங்கிகளை வெள்ளைக்காரனுக்குக் குடுத்துட்டு ஓடினாங்க. ஜெனரல் லேக்குக்குத்தான் வெற்றி. ஆனால், அவரு சொந்தமகனே அந்தப்

போரில இறந்து போயிட்டான். நாலைஞ்சு பெரிய ராணுவ அதிகாரிகளும் இறந்து போயிட்டாங்க", என்றான் வேலன்.

"கம்பெனி பெரிய திட்டத்தோடதான் ஐம்பதாயிரம் சிப்பாய்ங்களைத் திரட்டி, தெற்கே வெல்லெஸ்லி, வடக்கே லேக்குன்னு ஒரே நேரத்தில அனுப்பியிருக்கு", என்றாள் முத்தம்மா. "அத்தோட மராத்தா எதிர்ப்பும் முடிஞ்சு போச்சுன்னு நினைக்கிறேன்", என்றான்வேலன். "நீங்க சொல்றது சரிதான். அதிலயிருந்து மராத்தாப் படைகளுக்குத் தோல்விமேல தோல்வி. கடைசியா தவ்லத்ராவ் சிந்தியாவும், எக்கோஜி போன்ஸ்லேயும் கம்பெனியோட சமாதான உடன்படிக்கை பண்ணிக்கிட்டாங்க. அப்போ அவங்க உதவிக்குபோகாத ஹோல்கா இப்போ வெள்ளைக் காரங்களோட மோதப் படைதிரட்டிக்கிட்டிருக்காராம், பீரங்கியெல்லாம் கூடச் சொந்தமாத் தயாரிக்கிறாராம்" என்றார் சர்மா. "தும்பை விட்டு வாலைப் பிடிக்கறாரு" என்றாள் முத்தம்மா. "சொந்தமா ஆயுதம் தயாரிக்கலாம். அஞ்சுரூபாச் சம்பளத்துக்கே இந்தியச் சிப்பாய்களையும் திரட்டலாம். டச்சுக்காரனையும், பிரெஞ்சுக்காரனையும் வச்சு ஐரோப்பியப்படை மாதிரிப் பயிற்சியும் குடுக்கலாம். ஆனால் அதைமட்டும் வச்சுக் கம்பெனியை ஜெயிக்க முடியாது" என்றான் வேலன். "ஏன் அப்படிச் சொல்றீங்க? கம்பெனிப்படையும் இந்தியச் சிப்பாய்களுக்குப் பயிற்சி குடுத்து, அவங்களை வச்சுத்தானே ஜெயிக்கிறாங்க" என்றார் சர்மா

"லாஸ்வாரிப்போர் முடிஞ்சப்பறம் ஜெனரல் லேக் சொன்னாராம், "மராத்தியப்படைகள் கிட்டே ஆயுதத்துக்கும் பஞ்சமில்லை, வீரமான ஆட்களுக்கும் பஞ்சமில்லை. அவங்களுக்கு நல்ல தளபதிகள் மட்டும் இருந்திருந்தா, அன்னைக்குப் போரோட முடிவே தலைகீழா மாறிப் போயிருக்கும்". அதுதான் வித்தியாசம். அவங்ககிட்ட முறையாப் போர்க் கலையைப் படிச்ச, போரில அனுபவம் உள்ள தளபதிங்க ஏராளம்" என்றான் வேலன். "ஏன் நம்ம இந்தியத் தளபதிகளுக்கு போரில அனுபவம் இல்லையா" என்றாள் முத்தம்மா. "இல்லை. ஆயுதமேந்தாத மக்கள்கிட்டத்தான் நூறுவருசமா இந்தியப்படைகள் வீரத்தைக் காட்டிக்கிட்டு இருக்கு" என்றான் வேலன்.

"சரி இப்போ நான் தூங்கப்போறேன். சீக்கிரம் உங்களை அரண்மனைக்குள்ள மாறு வேஷத்தில கூட்டிக்கிட்டுப் போறேன்" என்றார் சர்மா, "மாறுவேஷம் இல்லாமப் போக முடியாதா?"

என்றான்வேலன். "கம்பெனி ஆளுங்க ரகசியமா, அரண்மனைக்குள்ள போறவங்க வர்றவங்களையெல்லாம் கண்காணிச்சிக்கிட்டிருப்பாங்க. அப்புறம் நான் ஏதோ சதி செய்யுறதா நினைச்சிடுவாங்க, ஏன் வம்பு?" என்றார்.

மேலும் சிலநாட்கள் கழித்து அரண்மனைக்குள் நுழைய அவர் சொன்ன யோசனை வேடிக்கையாயிருந்தது. "பௌர்ணமி வரப் போகுது. அன்னைக்குச் சனிவார்வாடா அரண்மனைக்குள்ள ஆட்டம்பாட்டமெல் லாம் பெரிசாயிருக்கும். பம்பாயில இருந்து நான் ஏற்பாடு பண்ணின ஒரு லாவாணிக் குழுவும் வரும்" என்றார் சர்மா. "லாவாணிக் குழுவுக்காகப் பம்பாய் போகணுமா? பூனாவைச்சுத்தியே நெறையக் கலைஞர்கள் இருக்கிறதாக் கேள்விப் பட்டிருக்கேனே" என்றான் வேலன்.

"ஓ இங்கே இருக்க குழுவெல்லாம் பிரமாதமாப் பாடுவாங்க பாட்டுக்குப் பாட்டுன்னு விறுவிறுப்பா இருக்கும். ஆனா பம்பாய் குழு மாதிரி ஆபாசமாகப் பாடமாட்டாங்க. சாதராணப் பாட்டெல்லாம் கேட்டு பேஷ்வாவுக்கு அலுத்துப் போச்சு. அதனாலதான் பம்பாய்ல இருந்து ஆபாசமாப் பாடறதில பேருவாங்கின லாவணிக் குழுவைத் தேடிப்பிடிச்சு ஏற்பாடு பண்ணியிருக்கேன்" என்றார் சர்மா. " எங்களை எப்படி அவங்களோட கூட்டிக்கிட்டுப்போவீங்க?" என்றாள் முத்தம்மா.

"நீங்க நாட்டியக்காரி மாதிரியும், வேலன் ஐயா வாத்தியக்காரன் மாதிரியும் வேஷம் போட்டுக்கிட்டு வரவேண்டியது தான்" என்றார் சர்மா பலமாகச் சிரித்துக் கொண்டே.

"வேஷம் போடலாம். ஆனா பாடச் சொல்லிடமாட்டீங்களே?" என்றாள் முத்தம்மா. "உள்ளே நுழைஞ்சிட் டாப் போதும். அப்புறம் உங்க ரெண்டு பேரையும் ஹீராபிஜ்லி வாங்கத் தயாரா இருக்கிற ஆளுங்கக்கிட்ட கொண்டு போயிடுவேன்" என்றார் சர்மா.

மறுநாள் பம்பாயிலிருந்து கலைக்குழு வந்து சேர்ந்தது. அவர்களைத் தனது வீட்டில் தங்கவைத்துக் கொண்ட சர்மா, மதிய உணவிற்குப் பின் அரண்மனைக்குச் செல்ல ஒரு இரட்டை மாட்டுவண்டியும், ஒரு குதிரை வண்டியும் ஏற்பாடு செய்தார். மாலை, லாவணிபாடும் பெண் களின் பளபளப்பான உடைக்குமாறினாள் முத்தம்மா. வேலன் இசைக் கருவி வாசிப்பவன் போல் உடை மாற்றிக் கொண்டான். இருவரும் ஜோடியாக வருவதைப் பார்த்த நாகராஜ சர்மா, "நான்

சொல்றேன்னு தப்பா நினைக்காதீங்க. முத்தம்மா இந்த உடையில ரொம்ப அழகா இருக்காங்க. அரண்மனைக்குள்ள ஆபத்து அதிகம், கவனமாயிருக் கனும்" என்றார். "கேட்டியா முத்தம்மா ஆபத்து அதிகம். அவசரப்பட் டுக் கத்தியைத் தூக்கிடாதே", என்றான். "கத்தியா" என்றார் சர்மா குழப்பத்துடன். "ஆமா ஜோசியர் ஐயா. முத்தம்மா கோபக்காரி. ஆபத் துன்னு வந்துட்டா பேஷ்வா, பாதுஷா யாராயிருந்தாலும் பயப்பட மாட்டா, இரக்கப்படவும் மாட்டா" என்றான் வேலன். "ஐயய்யோ அவசரப்பட்டு என்னை வம்புல மாட்டி விட்டறாதீங்க" என்றார் சர்மா. "பயப்படாதீங்க நான் அடக்கம் ஒடுக்கமா நடந்துக்கறேன். ஹீராபிஜ் லியை எப்படியாவது விக்கணும்கிறதுதான் என் லட்சியம்" என்றாள் முத்தம்மா. பின்பு வண்டிகளில் ஏறிச்சென்று சனிவார்வாடா அரண் மனைவாசலில் லாவாணிக்குழுவோடு இறங்கிய வேலனும் முத்தம் மாவும், அந்தப் பிரம்மாண்டமான ஏழடுக்கு அரண்மனையின் கம்பீரத்தைப் பார்த்து வியந்துபோய் நின்றனர்.

117

"**மொ**தல் ரெண்டு அடுக்குக்கும், அதுக்கு மேல இருக்கிற மத்த அஞ்சு அடுக்குகளுக்கும் பெரிய வித்தியாசம் தெரியுதே" என்றான் வேலன். "மொதல் இரண்டு அடுக்கும் கல்லால கட்டினது. மத்த அஞ்சு அடுக்கும் செங்கல்வச்சுக் கட்டினது" என்றார் நாகராஜ சர்மா. "ஏன் கல் லுக்கு பஞ்சம் வந்துடுச்சா" என்று கேட்டாள் முத்தம்மா. "பேஷ்வா பாஜிராவ் ஏழு அடுக்கையும் கல்லால கட்டணும்னுதான் வேலையை ஆரம்பிச்சாராம். ஆனால் அப்போ சத்ரபதியா இருந்த சாஹூ மகாராஜா அதுக்குத் தடை விதிச்சிட்டாராம். சத்ரபதியைத் தவிர வேற யாரும் கல்லால அரண்மனை கட்டிக்க அனுமதியில்லைன்னு சொல்லிட்டாராம். அதுக்குள்ள ரெண்டு அடுக்கு கட்டிமுடிஞ்சு போச்சு. மீதி அடுக்குகளை மட்டும் செங்கலால கட்டி முடிச்சாங்களாம்" என்றார் சர்மா. "இதுக்கு சனிவார் வாடான்னு ஏன் பேரு வச்சாங்க" என்று கேட்டான் வேலன். "கட்டத் தொடங்குனதும் சனிக்கிழமையில, கட்டிமுடிச்சதும் சனிக்கிழமையில, அதனால அதுக்கு சனிவார்வாடான்னு பேர் வந்ததாச் சொல்லிக்கிறாங்க" என்ற சர்மா, "வாசல் வந்திருச்சு. கொஞ்ச நேரம் எதுவும்பேசாம வாங்க" என்று எச்சரித்தார். காவலில் இருந்தவர்கள் அனைவரும் சர்மாவைப் பார்த்து லேசான புன்முறுவலுடன் உள்ளே அனுமதித்தனர். "ஜோசியருக்கு

அரண்மனையில நல்ல செல்வாக்குத்தான்'', என்று வேலனின் காதிற்குள் முணுமுணுத்தாள் முத்தம்மா. லாவணிக் குழுவினருடன் அரன்மணையின் நடன அரங்கிற்குள் சென்றனர்.

உள்ளே தடபுடலாக மதிய உணவிற்கு ஏற்பாடு செய்யப்பட்டிருந்தது. ஆங்காங்கே பல கலைக்குழுக்கள் தரையில் அமர்ந்து உணவை ஒரு கை பார்த்துக் கொண்டிருந்தனர். அங்கிருந்த நடனமேடைக்கு அனைவரையும் அழைத்துச் சென்றார் சர்மா, “ஒரே நேரத்தில நுறுபேர் நட னமாடலாம்'' என்றார் பெருமையுடன். ஏற்கனவே அங்கு பல கலைக் குழுக்கள் பயிற்சியில் ஈடுபட்டிருந்தன. சர்மாவுடன் வந்த லாவணிக் குழுவும் தங்கள் பயிற்சிக்காக ஒரு மூலையைத் தேடிப்பிடித்தது. அவர்களை விட்டுவிட்டு வேலனையும் முத்தம்மாவையும் தனியே அழைத்துச் சென்றார் சர்மா. வழக்கமான பெரிய வாசல்களைவிட்டு, ஏதேதோ பின்புற வழிகளில் பல மாடிகள் ஏறி மீண்டும் ஒரு விசாலமான இடத்திற்கு வந்து சேர்ந்தனர். “இதெல்லாம் ரகசிய வழிகள் போல இருக்கே'' என்றான் வேலன்.

“ஆமா... அரண்மனைக்குள்ள எத்தனை ரகசிய வழி இருக்குன்னு கட்டினவங்களுக்குக் கூடத்தெரியாது'' என்று சொல்லிக் கொண்டே பல அறைகளைத் தாண்டி ஒரு பெரிய அறையின் முன்னே போய் நின்றார் சர்மா. அங்கே காவலில் நின்றவனைப்பார்த்த வேலன்,

“இவங்க, வாசல்ல இருந்த சிப்பாய்ங்க எல்லாருமே முஸ்லீம்போல இருக்கே'' என்றான். “ஆமா சனிவார்வாடாவில இப்பவும் மராத்தியச் சிப்பாய்ங்கள நம்பி வேலைக்கு வைக்க மாட்டாங்க, கார்தி ஆளுங்களை மட்டும் தான் வைப்பாங்க'' என்றார் சர்மா. காவலாளி சர்மா விற்கு வணக்கம் வைத்தான். பிறகு கதவை மெல்லத் தட்டி விட்டுத் திறந்தான். சர்மா, வேலன், முத்தம்மா மூவரும் உள்ளே நுழைந்தனர். அங்கே காரசாரமான விவாதத்திலிருந்த நால்வரும் இவர்களைக் கவனிக்கவில்லை. அதனால் மூவரும் தூரத்திலேயே நின்றனர். “இந்த நாலுபேரும்தான் போன்ஷ்லே, சிந்தியா, ஹோல்கா், கெய்க்வாட் ராஜாக்களோட பிரதிநிதிகளா'' என்று கேட்டாள் முத்தம்மா.

‘‘இவங்க நாலுபேருமே மந்திரிங்கதான். கூடவே ஆளுக்கொரு ராஜாவுக்குப் பிரதானியாவும் ஆயிட்டாங்க. அப்புறம் இன்னொரு விஷயம், கேய்க்வாட்டோட பிரதானி வரலை. ஆனா கோலாப்பூர் சத்ரபதி சிவாஜியோட ஆளு வந்திருக்காரு'' என்றார் சர்மா. “ஓ... அங்கே வேற ஒரு சத்ரபதி இருக்காரா?'' என்று கேட்டாள் முத்தம்மா. “ராஜகுடும்பத்தில பங்காளிகளுக்கு ஏது பஞ்சம்''

என்றார் சர்மா. “கேய்க்வாட்டோட ஆளு ஏன் வரலை?” என்றான் வேலன். “மத்த பிரதிநிதிங்க அவரை மதிக்கிறதேயில்லை. அதனாலதான் அவரு இங்கிலீஷ் கம்பெனி கூட மொதல்ஆளா ராணுவ ஒப்பந்தம் போட்டாரு” என்றார் சர்மா. “இப்போத்தான் யஷ்வந்த்ராவ் ஹோல்கரைத் தவிர எல்லோருமே துணை ராணுவ உடன்படிக்கையை ஏத்துக்கிட்டாங்களே” என்றான் வேலன். “பாவம், குஜராத் ஜனங்க, கம்பெனியோட கொடுமையை முதல்லே அனுபவிக்கிறாங்க” என்றாள் முத்தம்மா. “அப்படிச் சொல்ல முடியாது. கெய்க்வாட் ராஜா சண்டை சச்சரவு எதிலயும் கலந்துக்காததால குஜராத்தில தொழிலும், விவசாயமும், வியாபாரமும் நல்லா வளர்ந்திருக்கு” என்றார் சர்மா. “தமிழ்நாட்டிலயும் மக்கள் அப்படித்தான் நம்பி ஏமாந்தாங்க. மொத்த மராத்தாவும் கம்பெனி கைக்கு வரட்டும். அப்புறம்தான் கம்பெனியோட உண்மையான உருவத்தை மராத்தியாகள் புரிஞ்சுக்குவாங்க” என்றாள் முத்தம்மா. அதற்குள் மேஜைகளைச்சுற்றி அமர்ந்து பேசிக்கொண்டிருந்தவர்களில் உயரமாக இருந்தவர் இவர்கள் நிற்பதைக் கவனித்தது விட்டார்.

“ஓ பண்டிட் சர்மாஜி! வாங்க, வாங்க உங்களுக்காகத் தானே காத்துக்கிட்டு இருக்கோம்” என்றார் இந்தியில். “அவருதான் ஹோல்கரோட ஆளு ஆனந்த் ராவ்” என்று வேலன் காதிற்குள் முணுமுணுத்த சர்மா, “நமஸ்தே, நமஸ்தே” என்று அனைவருக்கும் வணக்கம் வைத்தார்.

இருந்தவர்களிலேயே சற்று அடக்கமானவராக, உயரம் சற்றுக் குறைந்தவராகக் காணப்பட்டவர், நாட்டியக்காரி உடையிலிருந்த முத்தம்மாவை ஏறஇறங்கப் பார்த்தார். அதைக் கவனித்த சர்மா “இவருதான் ஷோலாப்பூர்ல இருக்கிற சத்ரபதி ரெண்டாம் சிவாஜியோட பிரதிநிதி, சம்பாஜி” என்று முத்தம்மாவிடம் முணுமுணுத்தார்.

மிடுக்காக இவர்கள் மூவரையும் பார்த்த மூன்றாவது பிரதிநிதி, “என்ன பண்டிட்ஜி, பேஷ்வா வர்றவரைக்கும் எங்க பொழுதுபோக்குக்கு ஏற்பாட்டோட வந்திட்டிங்க போலயிருக்கே” என்றார். “இவருதான் சிந்திவோட பிரதிநிதி மாதவ்ராவ்”, என்று பலமாகவே சொன்னார் சர்மா. நிமிர்ந்துகூடப் பார்க்காமல் தன் குவளையிலிருந்த மதுவை அருந்திக் கொண்டிருந்த நாலாவது ஆளைப்பார்த்து வேலன், “அப்போ மிச்சம் இருக்கிற இவருதான் போன்ஷ்லேயோட பிரதிநிதியா” என்றான். “ஆமா, பேரு

நாராயணராவ்" என்றார் சர்மா. திடீரென்று நாராயண ராவ் நிமிர்ந்தார். "நெறம் கருப்பா இருந்தாலும், செதுக்கிவச்ச சிலை மாதிரி இருக்கா" என்றார். நல்ல வேளையாக அதை மராத்தியில் சொன்னார். பதறிப்போன சர்மா, "அவங்க ரெண்டு பேரும் நாட்டியம் ஆட வரலை. மாறு வேஷத்தில, வைரத்தை விக்கத் தமிழ்நாட்டிலயிருந்து வந்திருக்கிற வியாபாரிங்க" என்றார்.

உடனே ஆனந்தராவ் மராத்தியில், "வாங்க வாங்க, என்ன இது, பொம்பளை வியாபாரம் பண்ணுதா?" என்றார். அவர் மராத்தியில் பேசினாலும் முத்தம்மாவிற்குப் புரிந்தது, "ஏன் ராணி அகல்யாபாய் ஹோல்கா நாட்டையே ஆளலையா" என்று இந்தியில் சொல்லிக் கொண்டே நாற்காலியில் அமர்ந்தாள், வேலனும் அமர்ந்தான். "அப்படிப் போடு", என்றார் ஆனந்தராவ் ஆனந்தமாக. அவர்கள் நீட் டிய மதுவையும், உணவுப்பண்டங்களையும் தலையை ஆட்டிப் புன்னகையுடன் மறுத்த வேலன், "நாங்க வெறும் வைர வியாபாரிகள் இல்லை. இங்கிலீஷ் கம்பெனியை எதிர்த்துப் போராடப் பணம் திரட் டிக்கிட்டு இருக்கோம்" என்றான். "போராடுறதுக்கு நெறையத் தமிழர் கள் தயாராக இருக்காங்க. ஆனால் அவங்களுக்குப் பயிற்சி குடுக்க ணும். அதோட பீரங்கி, துப்பாக்கிகள், வெடிமருந்து எல்லாம் நெறைய வேணும்" என்றாள் முத்தம்மா. அதற்குள் தொண்டையைக் கனைத்த சர்மா, "நான் போய் பேஷ்வாவைச் சீக்கிரம் கூட்டிக்கிட்டு வர்றேன்" என்று வெளியே கிளம்பினார். "உங்க ஆளுங்களுக்குப் பயிற்சி குடுக்கறதுக்குப் பதிலா, ஐரோப்பாக்காரங்களையே வேலைக்கு வச்சிக்க லாமே. அப்படித்தான் மகாத்ஜி சிந்தியா, இந்துஸ்தான் மொத்தத்தையும் பிடிச்சார்" என்றார் மாதவ்ராவ். "அது மத்த இந்திய ராஜாக்க ளோட சண்டை போடறவரைக்கும்தான் உதவும், கம்பெனியோட மோத ஒத்துவராது" என்றாள் முத்தம்மா. "ஆமா சரியாச் சொன்னே "கம்பெனியோட மோதறப்போ நம்மகிட்ட இருக்கிற வெள்ளைக்காரங்க துரோகம் பண்ணிட்டு ஓடிப்போயிடறாங்க", என்று சொல்லிக் கொண்டே வியப்புடன் முத்தம்மாவைப் பார்த்தார் நாராயண ராவ்,

"சரி, ஏதோ வைரம் இருக்குன்னு சொன்னாரே பண்டிட்ஜி அதைப் பத்திப் பேசுவோமா" என்றார் சாம்பாஜி. "ஆமா, ஹீராபிஜ்லி வைரம் எங்ககிட்டத்தான் இருக்கு" என்றான் வேலன். "எடு பார்க்கலாம்" என்றார் சாம்பாஜி. "வைரம், இங்கேயில்லை, மதராசில இருக்கு. அதோட படத்தைப் பார்க்கலாம்" என்று

சொல்லிக் கொண்டே ஹீராபிஜ்லியின் படத்தை மேஜையில் விரித்தான் வேலன். படத்தின் அழகிலேயே அனைவரும் மயங்கியது தெரிந்தது.

“மாசு, மருவில்லாதது, ஒரு ரேகை கெடையாது, நிறம் கிடையாது, அறுபது கேரட் எடை” என்றான் வேலன். “என்னது அறுபது கேரட்டா” பல குரல்கள் ஒன்றாக ஒலித்தன.

“ஏன் கையோட கொண்டு வரலை” என்றார் ஆனந்தராவ். “அவ்வளவு மதிப்புள்ள வைரத்தைக் கொண்டு வரப் பாதுகாப்புக்கு நிறைய ஆட்களையும் கூட்டிக்கிட்டு வரணுமே. அதனால, யாரு வாங்கணும்னு முடிவு பண்றீங்களோ அவங்க மதராசுக்கு ஆட்களோடவந்து தாராளமா வைரத்தைப் பரிசோதிச்சிட்டு வாங்கிக்கலாம். இரண்டு கோடி மதிப்புள்ள வைரத்தை நாங்க ஒருகோடிக்கு விற்கத் தயாரா இருக்கோம். பணமாக் குடுத்தாலும் சரி, ஆயுதங்களாகக் குடுத்தாலும் சரி” என்றான் வேலன். “அப்போ நீங்க வரவேண்டிய இடம் இந்தூர் தான். ஆயுதங்களாவே எங்களால தரமுடியும்” என்றார் ஆனந்தராவ். “குவாலியர்லயும் பணத்துக்கு ஒண்ணும் பஞ்சம் இல்லை” என்றார் மாதவ்ராவ். “ஆனால் பேஷ்வாவுக்குத்தானே முதல் உரிமை” என்றார் நாராயணராவ். “இல்லை, எங்க சத்ரபதிக்குத்தான் முதல் உரிமை” என்றார் சம்பாஜி.

அந்நேரம் கதவு திறந்தது. “பேஷ்வா வர்றதுக்கு நேரம் ஆகும்” என்று சொல்லிக்கொண்டே நுழைந்தார் சர்மா. வாசலில் மேலும்பலர் வரும் ஓசை கேட்டது. பேஷ்வாதான் வந்துவிட்டாரென்று அனைவரும் எழுந்து நின்றனர். ஆனால் வந்தவர் பேஷ்வா அல்ல. இரண்டு கார்தி வீரர்களுடன், உடலெங்கும் தங்க நகைகள் புரள உள்ளே நுழைந்த உருவத்தைக் கண்டு அறையில் இருந்த அனைவரும் முணுமுணுத்தனர் “மோரோபா”. அனைவரும் வணக்கம் செலுத்தினர். மோரோபா அவர்களின் கைகூப்பல்களையும் அலட்சியம் செய்தான். நாகராஜ சர்மாவை மட்டும் பார்த்துப் புன்னகைத்துத் தலையை ஆட்டினான். அவன், “ம்” என்று கார்தி வீரர்களைப்பார்த்து உறுமியதும் வீரர்கள் இருவரும் அறையிலிருந்த நால்வரையும் சோதனையிட்டனர்.

“ஆயுதம் எதுவும் இல்லை”, என்றான் ஒரு கார்தி வீரன்.

ஆனால் சர்மாவையோ, வேலன் மற்றும் முத்தம்மாவையோ சோதனையிடவில்லை. “சரி, அறையைச் சோதனை பண்ணுங்க” என்று கட்டளையிட்ட மோரோபா, “இவங்கள்ல யாரு எப்போ

பேஷ்வாவுக்குத் துரோகியா மாறுவாங்கன்னு யாருக்குத் தெரியும்?" என்று சர்மாவிடம் மெல்லிய குரலில் கூறினான்.

"பேஷ்வா வரப் போறாரா?" என்று கேட்டார் ஆனந்தராவ். "பம்பாய் காரங்க லாவணிப்பாட்டு ரொம்ப ஜோராப் போய்க்கிட்டிருக்கு. அது முடிஞ்சதும் வரப்போறார், அதுக்காகத்தான் முன்னால என்னை அனுப்பிச் சோதனைபோடச் சொன்னார்". மிடுக்கான குரலில் பதில் சொன்னான் மோரோபா. அறையைச் சோதனையிட்ட இரண்டு கார்திகளும், "ஆயுதம் எதுவும் இல்லை" என்று மோரோபாவிடம் கூறினர். அதற்குச் சரி என்று தலையை ஆட்டிக் கொண்டே சர்மா பக்கம் திரும்பிய மோரோபா, "பண்டிட்ஜி, நீங்க கூட்டிக்கிட்டு வந்த பம்பாய் ஆளுங்க பிரம்மாதம். அனேகமா பேஷ்வா இன்னைக்கு ராத்திரி அவங்ககூடத் தான் தங்கப்போறாருன்னு நினைக்கிறேன். உங்களுக்கும் பெரிய பரிசு நிச்சயம்" என்றான், கண்களைச் சிமிட்டிய படியே. பிறகு வாசலில் ஏற்கனவே காவலில் இருந்த சிப்பாயை அழைத்தான். "இப்ராகிம், உனக்கு இப்போ வேலை முடிஞ்சுது. போயிட்டுக் காலையில வா போதும்" என்றான். இப்ராகிம் வணங்கிவிட்டுச் சென்றான். தன்னுடன் கூட்டிவந்த இரண்டு சிப்பாய்களையும் வாசலில் காவல் வைத்துவிட்டு மோரோபா சென்றுவிட்டான்.

"இருந்தாலும், இந்தப் பயலுக்கு இவ்வளவு திமிரு இருக்கக்கூடாது" என்றார் ஆனந்தராவ். "யாரு இவரு?" என்று மெல்லிய குரலில் கேட் டாள் முத்தம்மா. அது காதில் விழுந்து விட்ட நாராயணராவ் தானே கோபமாகப் பதில் சொன்னார், "பேஷ்வாவுக்கு காலு கை அமுக்கிட்டு இருந்தபய, இப்போவும் அவருக்கு எடுபிடிதான்".

"கூட்டிக்குடுக்கற வேலை செய்யறான், பொறுக்கி" என்றார் மாதவ்ராவ். "ஆனால் இப்போ பேஷ்வாவுக்கு வலதுகை, இடதுகை எல்லாம் இவன்தான். கவனமாப் பேசுங்க" என்றார் ஆனந்த ராவ். "நானா பட்னாவிசுக்கு, கன்ஷிராம் கோத்வால் மாதிரி, நம்ம பேஷ்வாவுக்கு மோரோபா" என்றார் நாராயணராவ். "கன்ஷிராமால நானா அழிஞ்சமாதிரி, இவனால தான் பாஜிராவுக்கு அழிவு வரப்போகுது" என்றார் சம்பாஜி.

அவர்கள் காரசாரமாக விவாதித்துக் கொண்டிருக்கும் பொழுது, வேலனையும் முத்தம்மாவையும் தனியே அழைத்துச் சென்ற சர்மா, "கேய்க்வாடு ஆளும் அரண்மனைக்குள்ளே வந்திட்டார், ஆனால்

இவங்களோட சேரமாட்டார். வாங்க நாம அவரைப் போய்த் தனியே பார்க்கலாம்” என்றார். வேலன் முத்தம்மாவைப் பார்த்தான். “நான் இங்கே இவங்ககூடப் பேச்சுக்குடுத்துக்கிட்டு இருக்கேன். நீ மட்டும் போயிட்டு வா” என்றாள் அவள். வேலன் மேஜையிலிருந்த ஹீரா பிஜிலி படத்தை ஓசையில்லாமல் எடுத்துக் கொண்டு சர்மாவுடன் வெளியேறினான். முத்தம்மா ஒரு நாற்காலியைச் சற்று தூரத்தில் போட்டுக் கொண்டு அமர்ந்தாள். பிரதிநிதிகள் நால்வரும் தங்கள் விவாதத்தில் மும்முரமாயிருந்தனர். லேசாக உறங்கத் தொடங்கி விட்ட முத்தம்மா பலமான குரல்கள் கேட்டு விழித்தாள்.

“எங்க ராஜா மட்டும் தான் இப்போ கம்பெனியை எதிர்த்துக்கிட்டு இருக்கார். நீங்க எல்லோரும் மகாராஷ்டிரத்துக்குத் துரோகம் பண்ணீட்டீங்க” என்று ஆனந்தராவ் குரல் பலமாக ஒலித்தது. “நீங்க தானே எங்க பகுதிக்குள்ளே வந்து மொதல்லே கொள்ளையடிச்சீங்க” என்று இன்னும் பலமாக ஒலித்தது மற்றொரு குரல். “எங்க அரச குடும்பத்து ஆட்களை நீங்க இன்னும் கைதியா வச்சிருக்கீங்க” என்றது மேலும் ஒரு குரல். திடீரென்று நான்கு பெரிய மனிதர்களும், சிறுவர்களைபோல் தரையில் உருண்டு புரண்டு ஒருவரையொருவர் தாக்கத் தொடங்கினர். முத்தம்மா வெளியே ஓடிவந்தாள். வெளியே காவலில் நிற்க வேண்டிய இரண்டு கார்திவீரர்களும், கத்தி கேடயங்களைச் சுவற்றில் சார்த்திவைத்து விட்டுப் பகடை உருட்டி விளையாடிக்கொண்டிருந்தனர். “உள்ளே பயங்கரமாச் சண்டைநடக்குது, உடனே போய் விலக்கிவிடுங்க” என்று இந்தியில் கத்தினாள் முத்தம்மா. அறை உள்ளே எட்டிப்பார்த்த காவலர்கள் சிரித்துக் கொண்டே கதவுகளை மூடினர். “கட்டிப்பிடிச்சுத் தரையில உருள்றது, அவங்களுக்குப் பிடிச்ச, வழக்கமான வெளையாட்டுத்தான்” என்றான் ஒருவன். “நாம மூணுபேரும்கூட அந்த வெளையாட்டை வெளையாடிப் பாக்கலாமே” என்று கூறிக் கண்களைச் சிமிட்டினான் இரண்டாம் சிப்பாய். இருவரும் முத்தம்மாவை நெருங்கினர்.

சிப்பாய்கள் சொன்னது காதில்விழாததுபோல், “நான் நடன அரங்கத்துக்குப் போறேன், சர்மாஜிக்கிட்ட சொல்லிருங்க” என்று சொல்லிக் கொண்டே மெல்ல நடந்தாள் முத்தம்மா. திடீரென்று அவளது இயக்கம் தடைப்பட்டது. அவளுக்குப் பின்னால் நின்ற சிப்பாய் அவளது நீண்ட ஜடையைப் பிடித்திருந்தான். அடுத்த சிப்பாயைப் பார்த்து, “சிக்கந்தர், பௌர்ணமியில அரண்மனைக்குள்ள என்ன நடக்கும்னு இந்தப் பொண்ணுக்குச் சொல்லு” என்றான்.

“சொல்றேன், அப்துல்லாபாய். ஏய் பொண்ணு, இங்கே இன்னைக்குச் சாராயம் ஆறா ஓடும். ஆட்டம் பாட்டம் மட்டும் இல்லை, மூலைக்கு மூலை ஜல்சாவும் நடக்கும். நீ எதிர்க்காம ஒத்துழைச்சா உனக்குக் காயம் எதுவும் படாது, உடையும் கிழியாது” என்றான். சிக்கந்தரின் இடுப்பில் குறுவாள் இருப்பதைப் பார்த்துவிட்டாள் முத்தம்மா. வேறு இடமாக இருந்தால், குறுவாளால் அவர்கள் இருவரின் கதையையே முடித்திருப்பாள். சர்மாஜி வம்பில் மாட்டிக் கொள்ள வேண்டாம் என்று நினைத்ததால், மின்னல் வேகத்தில் அந்தக் குறுவாளை எடுத்துத் தன் ஜடையை மட்டும் வெட்டிவிட்டுத் தப்பித்து ஓடினாள். “இங்கேயிருந்து அவ்வளவு சுலபமாகத் தப்பிக்கமுடியாது” என்று கத்தினான் அப்துல்லா. இருவரும் முத்தம்மாவைப் பின் தொடர்ந்து ஓடி வந்தனர். அரண்மனைக்குள் ஏகப்பட்ட குறுகியவழிகள், அறை கள் இருந்தன. இருட்டான பகுதிகளைத் தேடி ஓடினாள். ‘‘மொதல்ல இவங்க ரெண்டுபேரையும் பிரிக்கணும்” என்று தனக்குள் சொல்லிக் கொண்டே முத்தம்மா வரிசையாக அறைகள் இருந்த ஒரு குறுகலான வழிக்குள் ஓடினாள். ஆனால் அது வெளியே செல்ல வழியில் லாமல் முட்டுச் சுவரில் முடிந்தது. இரண்டு பக்கமுமிருந்த அறைக் கதவுகளைத் திறந்துபார்த்தாள். அனைத்திலும் உபயோகமற்ற பழைய பொருட்கள், தச்சுவேலை செய்யும் கருவிகள், கட்டிட வேலைக்கான மரச்சாமான்கள் கிடந்தன. ஆறு அறைக்கதவுகளையும் திறந்துபோட்டு விட்டுக் கடைசியறைக்குள்சென்று மரச்சாமான்களுக்கிடையே பதுங்கிக்கொண்டாள். துரத்திக் கொண்டு வந்த இரண்டு சிப்பாய்களும் அந்த அறைகளுக்குச் சற்று தூரத்திலேயே நின்று விட்டனர்.

முன்னால் சென்ற சிக்கந்தர், “அப்துல்லாபாய் ஏன் நின்னுட்டீங்க” என்றான். “அந்தப்பக்கம்தான் பேஷ்வா நாராணராவ் ஆவியா

அலையறதாச் சொல்லுவாங்க" என்றான் அப்துல்லா. உடனே சிக்கந்தரும் பின்வாங்கினான். இருந்தாலும் கையில் கிடைத்த இரையை இழக்க இருவருமே தயாரில்லை. "ரெண்டு பேரும் ஒண்ணாவே போயித் தேடுவோம்" என்றான் அப்துல்லா. ஒவ்வொரு அறையாகத் தேடத் தொடங்கினர். ஜன்னல்வழியாக அறைக்குள் மங்கலான நிலவொளி விழுந்து கொண்டிருந்தது. ஐந்து அறைகளில் தேடி முடித்துவிட்டனர். கடைசியாக முத்தம்மா இருந்த அறையின் வாசலில் வந்துநின்றனர். அதுவரை அறைவாசலருகே நின்று சிப்பாய்களின் நடமாட்டத்தை எட்டிப் பார்த்துக் கொண்டிருந்த முத்தம்மா அறையின் உள்ளே ஓடினாள். அறையில் நிறையப் பலகைகள் அடுக்கி வைக்கப்பட் டிருந்தன. அங்கே தச்சுவேலை நடந்து ஏனோ பாதியிலேயே நிறுத் தப்பட்டிருந்தது. ஒருவேளை, பேய் உலாவுகிறதென்ற பயம் காரண மாகவும் இருந்திருக்கலாம் என்று நினைத்துக் கொண்டே சுவரில் சார்த்தி வைக்கப்பட்டிருந்த ஒரு பலகைக்குப் பின்னால் ஓடினாள். பலகை ஒன்று காலில் இடறியது. அவ்வளவுதான், தடதடவென்று பலகைகள் சரிந்து விழுந்தன. வாசலுக்கு வந்துவிட்ட சிக்கந்தரும் அப்துல்லாவும் ஒருவரையொருவர் பார்த்துக் கொண்டனர். "அந்தப் பெண்ணு இந்த அறைக்குள்ள தான் இருக்கா" என்றான் அப்துல்லா.

திடீரென்று முத்தம்மாவுக்கு ஒருயோசனை வந்தது. பயமுறுத்தும் குரலில், "சாச்சா முஜே பச்சாவோ, "சாச்சா முஜே பச்சாவோ" என்று கத்தினாள். இரண்டு சிப்பாய்களும் வாசலிலேயே திடுக்கிட்டு நின்றனர். "பேஷ்வா நாராயணராவ் ஆவி அறைக்குள்ளயிருக்கு" என்றான் சிக்கந்தா. திடீரென்று அறைக்குள், தரையிலிருந்து ஒரு உருவம் எழுந்து, முத்தம்மாவைப் பார்த்துத் திடுக்கிட்டு நின்றது. அரையிருட்டில் முத்தம்மாவைக் கண்டு மிரண்டு போன அந்த உருவம் வாசலை நோக்கி ஓடியது. நிலவொளியில் அந்த உருவத்தை முத்தம்மா அடையாளம் கண்டு கொண்டாள். அறைவாசலில் முதலில் காவலில் இருந்த இப்ராகிம் தான் அந்த உருவம். வாசலை நோக்கி வந்த இப்ராகிமைப் பார்த்து ஏற்கனவே மிரண்டு போயிருந்த இரண்டு சிப்பாய்களும் மேலும் மிரண்டு போயினர். "பேஷ்வா பேய் நம்மைத் தொரத்துது அப்துல்லா பாய்" என்று கத்தினான் சிக்கந்தா.

"என் பேரைச் சொல்லாம ஓடுறா" என்று கத்திக்கொண்டே தானும் ஓட்டமெடுத்தான் அப்துல்லா. "பேய் பேய்" என்று கத்திக் கொண்டே ஓடினான் சிக்கந்தா. வாசலுக்கு வந்து மூச்சு வாங்கிய

இப்ராகிம், அவர்கள் இருவரும் கத்திக் கொண்டு ஓடுவதைப் பார்த்ததும், தன் பின்னால்தான் பேய் வருகிறது என்று நினைத்துப் பயந்து அவர்கள் பின்னாலேயே மீண்டும் ஓடத் தொடங்கினான். “டேய் நில்லுங்கடா வர்றேன்” என்று கத்தினான். அதனால் முதலில் சென்ற சிப்பாய் களின் கால்கள் மேலும் வேகமெடுத்தன. இன்னும் சற்றுத் தூரம் ஓடியபின் முதல் இரண்டு சிப்பாய்களும் ஒரு மூலையில் ஒளிந்து கொண்டனர். இப்ராகிம் ஓடிச்சென்று அவர்கள் தோள்களில் நட்புறவோடு கைவைத்தான். அவ்வளவுதான், “எங்களை விட்டுரு”, என்று கத்திக்கொண்டே இருவரும் துள்ளிக் குதித்து மீண்டும் ஓடினர். ஒரு குறுகலான பாதையில் இருவரும் ஒரே சமயத்தில் முண்டியடித்துச் செல்லமுயல்வதற்குள், இப்ராகிம் ஓடிச்சென்று அவர்கள் தோள்களில் மீண்டும் கைகளை வைத்தான். இனித் தப்பிக்க முடியாதென்று முடிவு செய்த இருவரும், பேயோடு சமாதானம் பேசத்திரும்பினர். பின்னால் மூச்சிரைக்க இப்ராகிம்தான் நின்று கொண்டிருந்தான். “டேய் நீ தான் எங்களைத் துரத்திக்கிட்டு வந்தியா” என்றான் அப்துல்லா கோபமாக.

“ஆமா, என்னை மட்டும் பேய்க்கிட்டத் தனியே விட்டுட்டு ஓடலாமா” என்றான் இப்ராகிம். “நீ மட்டும் தானடா நிக்கறே, பேய் எங்கடா?” என்றான் அப்துல்லா. “பேய் அறைக்குள்ளயிருந்துச்சு. என் கண்ணால பாத்தேன்” என்றான் இப்ராகிம். “நீ அங்கே என்ன பண்ணிக்கிட்டிருந்தே” என்று கேட்டான் சிக்கந்தா். “ராத்திரியில வீட்டுக்குப் போறதுக்குச் சோம்பலா இருந்துச்சு. அதனால அந்த அறைக்குள்ள போய்த் தூங்கிட்டேன்” என்றன் இப்ராகிம். “பேயை எப்போ பார்த்தே?” என்று கேட்டான் சிக்கந்தா். “உள்ளே தடபுடன்னு பலகைங்கெல்லாம் சரிஞ்சு என்மேல விழுந்துச்சு. உடனே தூக்கம் கலைஞ்சு முழிச்சா, ஒரு குரல், “சாச்சா முஜே பச்சாவோ...”. “நிறுத்து” என்றான் அப்துல்லா. “ஆவி இந்தியில கத்துச்சா, பேஷ்வாவோட ஆவி காகா மாலா வச்சாவா”ன்னு மராத்தியிலதானே கத்தணும்”, என்றான் அப்துல்லா. “ஆமா” என்ற இப்ராகிம் தானும் குழப்பத்தில் ஆழ்ந்தான். பேஷ்வா ஆவியாயிருந்தா என்னைப் பார்த்து இந்தியில கத்தியிருக்காதே, பொம்பளஒடையில இருந்தப்பவே நான் சந்தேகப்பட்டேன்” என்றான். “என்னது பொம்பள ஒடையிலயா? நாட்டியக்காரி உடையிலதானே?” என்றான் அப்துல்லா. “ஆமா, நேரே பார்த்தமாதிரிச் சொல்றியே! சாயந்திரம் சர்மாவோட ஒரு பொண்ணு வந்தாளே அதே மாதிரிதான் இதுவும் உடை போட்டிருந்துச்சு” என்றான் இப்ராகிம். “அதே மாதிரி இல்லடா

முட்டாள்! அதேபொண்ணுதான். ஆவி மாதிரிக் கத்தி நம்மை ஏமாத்திட்டா. வாங்க போய்ப்பிடிப்போம்'' என்றான் அப்துல்லா. மற்ற இருவருக்கும் அதில் ஆர்வம் குறைந்து விட்டிருந்தது. இருப்பினும் அப்துல்லாவோடு சென்றனர். "நீ உள்ளேபோய்ப்பாரு, அவ தப்பிச்சு ஓடிப்போயிடாம நாங்க ரெண்டுபேரும் வாசல்ல நிற்கிறோம்'' என்றான் அப்துல்லா. அரைமனதோடு உள்ளே சென்றான் இப்ராகிம். நெடுநேரம் ஆகியும் இப்ராகிம் திரும்பி வரவில்லை. "அந்த மடையன் திரும்பத் தூங்கிட்டான் போல இருக்கு, சிக்கந்தர் நீ போய்ப் பாரு'' என்றான் அப்துல்லா. சிக்கந்தருக்கும் அச்சம், இருந்தாலும், அப்துல்லாவின் கட்டளையை மீறமுடியாமல் மெல்ல அறைக்குள்சென்றான்.

உள்ளே அவன் கண்ட காட்சி எரிச்சலூட்டியது. இப்ராகிம் மூலையில் படுத்துக் கிடந்தான். முகத்தைத் துணியால் மூடிக் கொண்டிருந்தான். "அப்துல்லா சொன்னது சரியாப் போச்சு. எழுந்திரிடா தூங்குமூஞ்சி'' என்று சொல்லிக்கொண்டே இப்ராகிம் முகத்தை மூடியிருந்த துணியை விலக்கினான் சிக்கந்தர். இப்ராகிம் தலையில் இருந்து லேசாக ரத்தம் வழிந்து உறைந்திருந்தது. "ஆ யாரோ தலையில அடிச்சிருக்காங்க. பேஷ்வாப் பேயா?'' என்றான். "இல்லை, நான்தாண்டா'' என்று ஒரு மெல்லிய குரல் கேட்டது. பின்புறம் முத்தம்மா நின்றுகொண்டிருப்பதை அவன் உணரும்பொழுதே தன் தலையிலும் ஆயிரம் மின்னல்கள் தாக்கியதைப் போல் உணர்ந்து சுருண்டு விழுந்தான்.

நெடுநேரம்வெளியே, தனியே காத்திருந்த அப்துல்லா, "ஏதோ தப்பு நடக்குது. என்னை ஏமாத்திட்டு அவனுங்களே அனுபவிக்கறங்களா?'' என்று முனகிக் கொண்டே உள்ளே சென்றான். உள்ளே இரண்டு சிப்பாய்களும் முகத்தைத் துணிகளால் மூடியபடி படுத்துக் கிடப்பதைக் கண்டான். "டேய் வேலைய முடிச்சுட்டுத் தூங்கறீங்களா? அந்தக் குட்டி எங்கடா?'' என்று கத்திக் கொண்டே அவர்களைத் தன் கால்களால் எட்டி உதைத்தான். பின்புதான் இருவரின் தலைகளிலும் இரத்தம் உறைந்திருப்பதைக் கண்டான். மிரண்டு போன அப்துல்லா சுற்றிலும் பார்த்தான். அறைக்குள் யாரும் இல்லை. "எதால அடிச்சிருப்பா?'' என்று தனக்குத் தானே கேட்டுக் கொண்டான். "இதால தாண்டா'' என்று ஒரு மெல்லிய குரல் கேட்டது. பலகையின் பின்னால் ஒளிந்திருந்த முத்தம்மா அவன் பின்னே வந்து இரண்டு கைகளையும் ஓங்கினாள். இப்ராகிம் தலையிலும் இடிபோல் அடி இறங்கியபோது

தான் முத்தம்மாவின் கையிலிருந்தது பெரிய சுத்தியல் என்பதை இப்ராகிம் பார்த்தான். பாவம், அதை வெளியில் சொல் லும் நிலையில் அவன் இல்லை. இனி ஆபத்தில்லை என்றுணர்ந்த முத்தம்மா, அங்கிருந்து பிரதானிகள் தங்கியிருந்த அறையை நோக்கி மூச்சிரைக்க ஓடிவந்தாள். அங்கே வாசலில் வேலனும் சர்மாவும் நின்று கொண்டிருந்தனர். “முத்தம்மா எங்கே போனீங்க? ஆபத்து ஒண்ணும் இல்லையே?” என்று பதற்றத்துடன் கேட்டார் சர்மா.

“ஆபத்து வந்துச்சு”, சிரித்துக் கொண்டே சொன்னாள் முத்தம்மா. “தலைக்குவர்ற ஆபத்து சிலருக்குத் தலைப்பாகையோட போகும். எனக்கு ஜடையோட போயிடுச்சு” என்று பாதி அறுந்துதொங்கிய தன் ஜடையைக் காட்டினாள். பின்பு, “நல்ல வேளை அது பொய்முடி” என்றாள். வேலன் சந்தேகத்துடன், “இங்கே இருந்த சிப்பாய்ங்கள்ளாம் எங்கே?” என்று கேட்டான். “பௌர்ணமி நிலாவில ஓடிப் பிடிச்சு விளையாடலாம் வா” ன்னு என்னைக் கூப்பிட்டாங்க. முன்னால இங்கே காவல்ல இருந்த இப்ராகிம், நானும் வெளையாட்டுக்கு வருவேன்னு அடம்பிடிச்சான். எல்லாரும் நல்லா வெளையாடினோம். இப்போ ஒரு அறைக்குள்ள மூணு பேரும் களைச்சுப்போய்த் தூங்கிக் கிட்டு இருக்காங்க” என்றாள். வேலனுக்கு என்ன நடந்திருக்குமென்று புரிந்தது. “எந்த அறையில?” என்றார் சர்மா குழப்பத்துடன். “பேஷ்வா நாராயணராவ் ஆவியா அலையறாரே, சாச்சா முஜே பச்சாவோன்னு கத்தினாரே அந்த அறையிலதான்.” என்றாள் முத்தம்மா.

“அவரு ஆவி, காக்கா மாலா வச்சாவா” ன்னு மராத்தியில தானே கத்தும். எப்போவில இருந்து ஆவி இந்தி பேசக் கத்துக்குச்சு?” என்றார் சர்மா. “ஓ, அதனாலதான் அவனுங்களுக்குக் குழப்பம் வந்து, திரும்பி வந்தானுங்களா?” என்று தனக்குத்தானே கூறிக்கொண்டாள் முத்தம்மா. “உண்மையில என்ன நடந்துச்சு?” என்று கேட்டார் சர்மா. முத்தம்மா சுருக்கமாகத் தன்னைக் காப்பாற்றிக்கொண்டதை விவரித்தாள். சர்மா முகத்தில் கலவரம் பரவியது. “பயப்படாதீங்க சர்மாஜி, உங்களுக்கு எந்தப் பிரச்சனையும் வரக்கூடாதுங்கிறதுக்காக, மூணு பேர் தலையிலும் லேசாத்தான் தட்டினேன்” என்றாள். முத்தம்மா

“மூணு முஸ்லீம் சிப்பாய்களும் மண்டை ஒடஞ்சு செத்தே போயிருந்தாலும், இங்கே யாரும் அலட்டிக்கப் போறதில்லை. ஆனா, பிரதானிகளுக்கு எதுவும் ஆகலையே?”

என்றுகேட்டுக்கொண்டே ஓடிச்சென்று அறைக்கதவைத் திறந்து பார்த்தார். உள்ளே நான்கு பிரதானிகளும் நாற்காலிகளில் அமர்ந்தவாறே, ஒருவர் மீது ஒருவர் தோழமையுடன் சாய்ந்து, மது மயக்கத்தில் குறட்டைவிட்டு உறங்கிக் கொண்டிருந்தனர். “அடப்பாவிங்களா, அப்பிடி அடிச்சிக்கிட்டீங்க! உங்களுக்குள்ள சமாதான உடன்படிக்கை ஏற்பட்டுருச்சா?” என்றாள் முத்தம்மா. பின்பு, “சரி நீங்க போன விஷயம் என்ன ஆச்சு?” என்று கேட்டாள்.

“கேய்க்வாட் பிரதிநிதி வைரத்தைக் காட்டிறியா இல்லையான்னு மிரட்ட ஆரம்பிச்சிட்டார்” என்றான் வேலன். “நல்லவேளையா நீங்க வைரத்தை எடுத்துக்கிட்டு வரலை. உங்களைக் கொன்னுட்டு ஹீரா பிஜிலியை எடுத்துக்கிட்டுப் போறதுக்குத் தயாரா சிப்பாய்களை ஒளிச்சி வச்சிருந்தார் கேய்க்வாட் பிரதிநிதி” என்றார் சர்மா. “ஆமா, வைரத்தை விலைக்கு வாங்கினதாப் பொய் சொல்லி, பரோடாவில கொண்டு போய் விக்கத் திட்டம் போட்டிருக்காங்க போலயிருக்கு” என்றான் வேலன். “எப்பிடித் தப்பிச்சே” என்று கேட்டாள் முத்தம்மா.

“ஹீரா பிஜ்லியோட, பரோட வர்றதா சத்தியம் பண்ணிக் குடுத்திருக்கேன்” என்றான் வேலன். “இனி பேஷ்வாவைப் பாக்கறதுதான் ஒரே வழி” என்றார் சர்மா. மூவரும் நடனஅரங்கிற்குச் சென்றனர். அங்கே பம்பாய்க்குழுவினர் இன்னும் லாவணி பாடிக் கொண்டிருந்தனர். ஆனால் அதைக் கேட்பதற்குத்தான் ஆள் இல்லை. பேஷ்வா ஆழ்ந்த தூக்கத்திலிருந்தார். அவரது காவலர்கள் அரைத் தூக்கத்தில் இருந்தனர். நடன அரங்கமெங்கும் மற்ற கலைக்குழுவினர் ஆளுக்கொரு பக் கமாகப் படுத்து உறங்கிக் கொண்டிருந்தனர். பேஷ்வா பாட்டை நிறுத்தச் சொல்லாமல் உறங்கி விட்டதால், பாடுவதை நிறுத்தப் பயந்து லாவணிக்குழு பாடிக் கொண்டே இருந்தது. சர்மாதான் துணிச்சலாகச் சென்று பாடுவதை நிறுத்தச்சொன்னார். ஓசை அடங்கிய பின்பும் பேஷ்வா எழுந்திருக்கவில்லை.

“மராத்தா சிங்கம் எழுந்திரிக்க ரொம்பநேரம் ஆகும்.”என்றார் சர்மா. “இல்லை ரொம்பக் காலங்கள் ஆகும்” என்றான் வேலன்.

கலைக்குழுவைத் தன்னோடு அழைத்துக்கொண்டு வீடு திரும்பினார் சர்மா. “ஹீராபிஜ்லி சீக்கிரம் உங்களைவிட்டுப் போகாதுபோல. சில வைரங்கள் அப்பிடித்தானாம். தங்களோட எஜமானர்களைத் தாங்களே தான் முடிவு பண்ணுமாம்”, என்றார்.

"பரவாயில்லை சர்மாஜி, நீங்க செஞ்ச உதவிக்கு நன்றி. ஹோல்கர்பிரதிநிதி ஆனந்தராவ்கிட்டமட்டும் திரும்ப ஒரு தடவை பேசிப்பாருங்க. யஷ்வந்த ராவ் ஹோல்கரை நேரிலே சந்திக்க விரும்பறேன்" என்றான் வேலன். "அவர்கிட்டத்தான் பணம் இருக்குன்னு நினைக்கிறீங்களா?", என்றார் சர்மா. "வெள்ளைக்காரன்கிட்ட இருந்து விடுதலைபெறணும்கிற உணர்வு மராத்தா மன்னர்கள்ல, அவரு ஒருத்தருக்கிட்டத்தான் மிச்சம் இருக்குன்னு நினைக்கிறேன்" என்றான் வேலன். "இனிமே நீங்க இங்கே தங்கியிருந்து பிரயோஜனம் இல்லை. நானா வைரத்தை விற்க முயற்சிபண்றேன். நீங்க நாளைக்கே புறப்படறதுதான் நல்லது" என்றார் சர்மா. "பொழுது ஏற்கனவே விடிஞ்சாச்சு சர்மாஜி, நாங்க புறப்படறோம்" என்றான் வேலன். "இப்பவே புறப்பட்டீங்கன்னா எப்படி? உங்களுக்குப் பயண ஏற்பாடு, பாதுகாப்புக்கு ஆளுங்க எல்லாம் ஏற்பாடு செய்ய வேண்டாமா?" என்றார் சர்மா. "கூட முத்தம்மா இருக்கா, போதாதா?" என்றான் வேலன். அரண்மனையில நடந்தது சர்மாவிற்கு நினைவுக்கு வர, "ஓ போதும் போதும், தாராளமா போதும்" என்றார்.

வேலனும் முத்தம்மாவும் தங்கள் உடைமைகளை எடுத்துக்கொண்டு குதிரைகளில் ஏறி இருளில் மறைந்தனர். சிலநாட்களே பழகியிருந்தாலும் அவர்களைப் பிரிவது நாகராஜ சர்மாவிற்குக் கஷ்டமாயிருந்தது. "இனித் தமிழில் பேசமுடியாதே", என்று வருந்தினார். ஏமாற்றும் மனிதர்களை மட்டுமே தினமும் சந்திக்கும் சர்மாவிற்கு, நேர்மையான மனிதர்களுடன் சில நாட்களாவது பழகமுடிந்ததே என்ற மகிழ்ச்சி மட்டும் மிஞ்சியது.

"நேரா சென்னைக்கா?" என்றாள் முத்தம்மா. "இல்லை, வழியில சுப்பிரமணி மூலமா, திரும்பவும் சின்னமலையைச் சந்திச்சிட்டுப் போவோம். அவரு நமக்காகக் காத்துக்கிட்டிருப்பாரு", என்றான் வேலன். பழனிமலை அடிவாரத்தில் அவர்களுக்காக ஒரு புயலே காத்திருந்தது.

பழனிமலை வந்து சேரும் போது முத்தம்மாவிற்கு உடலெல்லாம் வலிப்பது போலிருந்தது. சுப்பிரமணியின் வீட்டிற்குச் சென்றதும் வைத்தியரை வரவழைத்தனர். வைத்தியா மருந்து கொடுத்து விட்டு, நல்ல ஓய்வு தேவை என்றார். மருத்துவர் சென்றதும் சின்னமலை பற்றிக் கேட்டான் வேலன். "நானே உங்ககிட்ட சொல்லனும்னு துடிச்சுக்கிட்டு இருக்கேன்" என்று தொடங்கினார் சுப்பிரமணி.

"இதுவரைக்கும் சின்னமலையைப் பிடிக்க சின்னச்சின்னப் படைகளை அனுப்புன கம்பெனி, இப்போ பெரிய படையைக் கோயம்புத்தூர்ல இருந்து அனுப்பி இருக்கு, ஆயிரம் பேருக்கு மேல இருப்பாங்க" என்றார். "இதை உடனே சின்னமலைக்கிட்டச் சொல்லணுமே" என்றாள் முத்தம்மா. "அதை நான் பாத்துக்கிறேன். நீ கொஞ்ச நாளைக்கு அலையமுடியாது" என்றான் வேலன். "ஆமா அவங்க ஓய்வெடுக்கட்டும்" என்றார் சுப்பரமணி.

வேலன் தனியே அரசனூர் நோக்கிச் சென்றான். அவன் அங்கு சேர்வதற்கு முன்பே கோயம்புத்தூரிலிருந்து வந்த கம்பெனிப் படைகள் அரசனூரில் முகாமிட்டிருந்தன. ஊர்முழுவதும்நிச்சயம் ஒற்றாகள் அலை வார்கள் என்று மனதிற்குள் எண்ணிக்கொண்டே, ஓடாநிலைக் கோட் டைக்கு இரவில் செல்லத்திட்டமிட்டான். ஓய்வெடுப்பதற்காகச் சாலையோரம் ஒதுங்கி மரநிழலில் சிறிதுநேரம் கண்களைமூடினான். "டேய், எந்திரி" என்று பலமாக யாரோ அதட்டும் குரல் கேட்டது. கண்விழிக் கும்போது எதிரே ஏழெட்டுக் கம்பெனிச்சிப்பாய்கள் நின்றனர். வேலன் எழுந்து பணிவோடு நின்றான். "இங்கே என்ன பண்ணிக்கிட்டிருக்கே?" என்றான் தலைமைச் சிப்பாய். "பழனிக்கு ஒரு வேலையா வந்தேன், அப்படியே பக்கத்து ஊரெல்லாம் சுத்திப்பார்க்கலாமுன்னு தோணுச்சு" என்றான். "அதுக்கு ஓடாநிலைக்குப்போற பாதைதான் வசதியாயிருக்கோ" என்ற சுபேதார், "எதுக்கும் எங்க கூடவா. கமாண்டர் சாகிப் முடிவு பண்ணட்டும்" என்றான். வேலன் மறுப்பெதுவும் சொல்லாமல் தன் குதிரையில் ஏறினான். "நடந்து வாடா", என்று கத்திய சிப்பாய், வேலனை அவன் குதிரையின் பின்னேயே கட்டினான். வேலன் எந்த எதிர்ப்பும் தெரிவிக்காமல் அவர்களோடு நடந்தான். உண்மையில் அவனே ஆங்கில முகாமைப் பார்வையிட விரும்பினான். முகாமை அடைந்ததும் வேலனை முகாமின் தலைமை அதிகாரியின் முன் அழைத்துச்

சென்றனர். கம்பெனிப் படையின் கமாண்டரான இளம் வெப்டிணன்ட் வேலனை ஏற இறங்கப் பார்த்தான். "உன் பேரு", "வேலன்" "எங்கே போறே" "சின்னமலையை சந்திக்க". வேலன் பட்டென்று ஆங்கிலத்தில் சொன்னது லெப்டிணன்டுக்கே தூக்கிவாரிப் போட்டது. "அப்போ நீ ஒரு உளவாளின்னு ஒத்துக்கிறியா" என்று ஆங்கிலத்தில் கேட்டான். "ஆமா, ஆனால் சின்னமலையோட உளவாளி இல்லை. கம்பெனியோட உளவாளி. கவர்னர் ஜெனரலுக்காக, மிஸ்டர் ராபின்சனுக்குக் கீழே வேலை செய்யறேன்" என்று சொல்லிக் கொண்டே ராபின்சன் கொடுத்திருந்த கடிதத்தை எடுத்துக் காட்டினான் வேலன். கடிதத்தைப் படித்து முடித்த லெப்டினன்ட் "நீங்க உட்காரலாம்" என்றான். "நன்றி" என்று சொல்லிவிட்டு அமர்ந்தான் வேலன்.

வெளியிலிருந்து நடப்பவற்றை எட்டிப் பார்த்துக் கொண்டிருந்த சுபேதாரை அழைத்த லெப்டினன்ட், "இவரு நம்ம ஆளு நீ போகலாம்" என் றான். சுபேதார் சென்றபின் லெப்டினன்ட்கேட்டான், "சின்னமலையை நீங்க ஏன் பார்க்கணும் மிஸ்டர் வேலன்". "அவரைச் சரணடையச் சொல்றதுக்குத்தான்" என்றான் வேலன். "உயிரோடவோ, பிணமாவோ சின்னமலையைப் பிடிச்சிக்கிட்டுவான்னு ஒரு பக்கம் என்னை அனுப்புறாங்க. இன்னொருபக்கம் சமாதானம்பேச உங்களை அனுப்புறாங்க" என்று அலுத்துக் கொண்டான் லெப்டினன்ட். "சின்னமலையைக் கொல்றதவிட, கம்பெனி ஆதரவாளரா மாத்தினா, கம்பெனிக்குப் பெரிய லாபம்" என்றான் வேலன். "சரி உங்களுக்கும் ஒரு வாய்ப்பு தர்றேன். சின்னமலைய நாங்க சுத்தி வளைக்கறப்போ நீங்க போய்ப் பேசிப்பாருங்க" என்றான் அதிகாரி..

அப்பொழுது கையில் சில கடிதங்களுடன் உள்ளே நுழைந்தார் வேலப் பன். வேலனைக் கண்டுகொள்ளாமல் கடிதங்களை லெப்டிணன்டிடம் கொடுத்தார். ஆனால் வேலப்பனோடு இணைந்து வேலை செய்வது நல்லது என்று நினைத்த வேலன், "ஐயா, நீங்க வேலப்பன் தானே? செயின்ட் ஜியார்ஜ் கோட்டையில நாம சந்திச்சிருக்கோமே, ஞாபகம் இல்லையா?" என்றான். வேலனின் எண்ணத்தைப் புரிந்துகொண்ட வேலப்பன் "அட ஆமா. மிஸ்டர் வேலன், நல்லா இருக்கீங்களா" என்றார். அவர்களைக் கவனித்த லெப்டினன்ட், "ரெண்டு பேரும் ஏற்கனவே அறிமுகம் ஆனவங்களா. நல்லதாப் போச்சு. வேலப்பன் இவர் தங்கறதுக்கு ஒரு இடம் ஏற்பாடு பண்ணுங்க" என்றான். "ஓ தாராளமா, இவரு என்கூடவே தங்கிக்கலாம்" என்றார் வேலப்பன்.

தன் கூடாரத்திற்குள் சென்றதும் மெல்லிய குரலில் வேலப்பன் கேட்டார், “திடீர்னு எப்பிடி எங்க முகாமுக்குள்ள குதிச்சீங்க?”. “நானாக் குதிக்கலை, உங்கபடை வர்றதைப்பத்திச் சின்னமலைக்கு எச்சரிக்கை பண்ணப்போய்க்கிட்டிருந்தேன். வழியில உங்க சிப்பாய்ங்ககிட்ட மாட்டிக்கிட்டேன். ஒருவழியாக் கடிதத்தைக் காட்டித் தப்பிச்சேன்” என்றான் வேலன். “ஏன் திரும்பவும் பழனிக்கு வந்தீங்க” என்று மீண்டும் கேட்டார் வேலப்பன். வேலன் தன் மராத்தியப் பயணத்தையும், முத்தம்மாவிற்கு உடல் நலம் சரியில்லாமல் போனதையும் சுருக்கமாகக் கூறினான். “சின்னமலையைச் சரணடைய வைக்க ராபின்சன் அனுப்பினதாப் பொய் சொல்லிச் சமாளிச்சிட்டீங்க” என்றார் வேலப்பன், “பொய்யில்லை, அதுவும் உண்மைதான். முன்னால ஒரு தடவை ராபின்சன் என்கிட்டக் கேட்டிருந்தாரே, மறந்திட்டீங்களா” என்றான் வேலன். வேலப்பனுக்கு அவர்களது முந்தைய சந்திப்பு நினைவிற்கு வந்தது. சற்று நேரம் சிந்தனையில் ஆழ்ந்த வேலப்பன், “சின்னமலை, என்ன செய்யனும்னு நீங்கநினைக்கிறீங்க” என்று கேட்டார். “புலி, சர ணடையறதா நடிக்கலாம், இல்லை பதுங்கலாம். மக்கள் தயாராகிற துக்கு முன்னால இவரு போராடக்கூடாது. அது தோல்வியிலதான் முடியும்” என்றான் வேலன். “நானும் அப்படித்தான் நினைக்கிறேன். அவரைப்பிடிக்க வர்றது இந்தப்படை மட்டும் இல்லை. கள்ளிக் கோட் டையிலிருந்து பெரிய பீரங்கிகளும் வந்துக்கிட்டிருக்கு. அதை ஓடா நிலைக்கோட்டை தாக்குப் பிடிக்காது” என்றார் வேலப்பன். “அதை உடனே சின்னமலைக்குத் தெரியப்படுத்தணுமே” என்றான் வேலன். “அதெல்லாம் எப்பவோ தெரியப்படுத்தியாச்சு” என்றார் வேலப்பன்.

மறுநாள் காலை பத்துமணி ஆகும் பொழுது மொத்த முகாமும் புறப்பட்டுக் கொண்டிருந்தது, முக்கால்வாசிப் பேர் ஏற்கனவே போய்விட்டனர். “இந்த லெப்டிணன்ட் எப்படிப்பட்டவன்” என்று கேட்டான் வேலன். “உடனே பதவி உயர்வு வாங்கணும்னு துடிக்கிற வன். அதுக்காக எதையும் செய்வான், புத்திசாலி, துணிச்சலானவன்” என்றார் வேலப்பன். அவர்கள் இருவரையும் கமாண்டர் அழைப்பதா கத்தகவல் வந்தது. இருவரும் நடந்தே லெப்டிணண்டிடம் சென்றனர். லெப்டினன்ட் ஏற்கனவே குதிரையில் அமர்ந்து புறப்படுவதற்குத் தயாராய் இருந்தான். வேலன் அவனுக்கு ஆங்கிலத்தில் வணக்கம் கூறினான். “குட்மார்னிங் மிஸ்டர் வேலன், ஓடா நிலக்கோட்டைக்குப்

புறப்படறோம். ராத்திரியே அதைச்சுத்திப் பீரங்கிகளை நிறுத்தியாச்சு. நீங்களும் எங்ககூட வரலாம். உங்களுக்கு ஒருமணி நேரம் தர்றேன். சின்னமலைக்கிட்டச் சரணடையச் சொல்லிக் கேட்டுப் பாருங்க. அவன் ஒத்துக்கிட்டாலும், இல்லன்னாலும் ஒரு மணி நேரத்துக்குள்ள கீழ ஓடி வந்திடுங்க" என்றான் லெப்டினன்ட்.

அதிகாரியைச் சந்தோஷப்படுத்துவதற்காக, "ஆமா, உங்க பேச்சை சின்னமலை கேட்கலைன்னா, அப்புறம் எங்க லெப்டினன்ட் பேச ஆரம்பிச்சிடுவார்" என்று ஆங்கிலத்தில் கூறினார் வேலப்பன். "ஒரு மணி நேரத்திற்கு அப்புறம் நான் பேசமாட்டேன், எங்க பீரங்கிகள் தான் பேசும்" என்றான் லெப்டினன்ட் ஆணவமான குரலில். "மிஸ்டர் வேலன்கூட நானும் போகலாமா" என்று கேட்டார் வேலப்பன். "அவரு பாதுகாப்புக்கு நீ கட்டாயம் போகணும். கூடவே நம்ம சுபேதாரையும், நாலு சிப்பாய்களையும் கூட்டிக்கிட்டுப் போ" என்று கூறிச் சிரித்தான் லெப்டினன்ட். படைகள் ஓடாநிலைக்கோட்டையைநோக்கி நகர்ந்தன. வேலனும், வேலப்பனும் தங்கள் குதிரைகளில் ஏறிப் படைகளோடு சென்றனர். கோட்டைமேலிருந்த சின்னமலையின் பீரங்கிகள் அவர்களை வரவேற்பது போல் கீழ்நோக்கித் திரும்பியிருந்தன.

மலைஉச்சிக்குச் செல்லும் பாதையில் வேலனும், வேலப்பனும் முன்னால் நடந்துசெல்ல, நான்கு சிப்பாய்களோடு, முதல்நாள் வேலனைக் கைதுசெய்த சுபேதார் பின்தொடர்ந்தான். அவர்கள் மிகவும் பின்தங்கி வருவதைக் கண்ட வேலப்பன், "ஏன்டா இவ்வளவு மெதுவா நடந்து வர்றீங்க, நடையை எட்டிப் போடுங்கடா" என்றார். "நீங்க ரெண்டு பேரும் வேகமா நடங்க, நாங்க கொஞ்சம் இடைவெளி விட்டே வர்றோம்" என்றான் சுபேதார். அவனைக் குழப்பத்துடன் பார்த்த வேலப்பன், "ஓ சின்னமலையோட பீரங்கிகளைப் பார்த்துப் பயப்படறீங்களா? அவரு ஒருநாளும் தூது வர்றவங்களைச் சுட மாட்டாரு" என்றார். "ஆனா உங்களை மாதிரித் துரோகிகளைச் சுடலாம்ல. நீங்க அவரை ஏமாத்தின கதையெல்லாம் எனக்குத் தெரியும். நடுவில நாங்க வந்து ஏன் மாட்டிக்கணும்?" என்றார் சுபேதார். "சுபேதார் ரொம்ப வெவரமான ஆளுதான்" என்றான் வேலன்.

கோட்டையை நெருங்க நெருங்க வேலனுக்கு ஒரு சந்தேகம் தோன்றத் தொடங்கியது. கோட்டையிலிருந்து சத்தமே கேட்கவில்லை. உச்சிக்குச் சென்றதும் அவனது சந்தேகம்

உண்மையானது. பீரங்கிகள் அருகே குண்டுகள் இல்லை. கோட்டையில் மனிதர்களே இல்லை. தூரத்தில் பின் தொடர்ந்து வந்து கொண்டிருந்த சுபேதாரைப் பார்த்து வேலப்பன் கத்தினார், "தப்பிச்சுப் போயிட்டாங்க". சுபேதாரும் மற்ற வீரர்களும் அதை லெப்டிணன்டிற்குத் தெரிவிப்பதற்காக கீழே ஓடினர். "இப்போ மட்டும் என்ன வேகமா ஓடறாங்க பாரு" என்றார் வேலப்பன் சிரித்துக் கொண்டே. "உங்க தகவல் சின்னமலைக்குச் சரியான நேரத்தில கெடைச்சிருக்கு. கோட்டையைக் காலிபண்ணிட்டு போயிட் டாரு. உளவாளிகளை ஏமாத்துறதுக்காக பீரங்கிகளை மட்டும் நிறுத்தி வச்சிட்டுப்போயிருக்காரு" என்றான் வேலன். இவர்கள் பேசிக்கொண் டிருக்கும்போதே நிறையச் சிப்பாய்களுடன் லெப்டினன்ட் கோட்டைக்குள் நுழைந்தான். அனைவரும் கோட்டையெங்கும்தேடினர்.

"எதையுமே விட்டுட்டுப் போகல" என்றான் சுபேதார். "கோட்டையை எப்போ காலி பண்ணியிருப்பாங்க?" என்று கேட்டான் லெப்டினன்ட். "நாம அரசனூருக்குள்ளே நுழைஞ்சதுமே, காலி பண்ணியிருப்பாங்க" என்றார் வேலப்பன். "இருக்க முடியாது. அரசனூருக்கு வந்ததுமே, கோட்டையைச் சுத்தி நின்னு கண்காணிக்க நான் ஒரு குழுவை அனுப்பிச்சிட்டேனே" என்றவன் சுபேதாரை அழைத்து, "உங்க கண்ணில படாம தப்பிச்சிப் போயிட்டாங்களா" என்று கேட்டார். "நாங்க சின்னச்சின்ன குழுவாப் பிரிஞ்சு ரெண்டு நாளாக் கோட்டையைக் கண்காணிச்சிக்கிட்டு தான் இருக்கோம். ரெண்டு நாளும் இந்தப் பீரங்கிகள் மட்டும் தான் கண்ணில பட்டுச்சு. ஆளுங்க கோட்டைக்குள்ள பதுங்கியிருப்பாங்கன்னு நெனச்சோம்" என்றான் சுபேதார்.

"இந்தக் கோட்டைக்குள்ள ஆயுதங்கள், பணம், உணவுப் பொருட்கள் எல்லாம் ஏராளமா இருந்தது எனக்குத் தெரியும். அவ்வளவையும் நம்ம கண்ணில் படாம எடுத்துக்கிட்டுப் போயிருக்க முடியாது. நாம கோயம்புத்தூரில இருந்து புறப்படறப்பவே சின்னமலைக்குத் தகவல் கெடைச்சுக் கோட்டையைக் காலிபண்ணியிருக்கணும்" என்றான் லெப்டினன்ட். ஒரு சிப்பாய் அப்போது சிறிய காகிதத்துண்டு ஒன்றை எடுத்து வந்து லெப்டிணன்டிடம் கொடுத்தான். "தரையில கிடந்துச்சு" என்றான். அதைப் பார்தததும் லெப்டிணன்டின் கண்கள் கோபத்தில் சிவந்தன. "சுபேதார் இதைப்படி" என்றான்.

“சுமார் ஆயிரம் சிப்பாய்கள், ஐநூறு...” என்று தடுமாறினான் சுபேதார். “கேவல்ரின்னு இங்கிலீஷ்ல எழுதியிருக்கு, மேலே படி என்றான் அதிகாரி. “12/2, 18/1ன்னு அர்த்தமேயில்லாம எழுதியிருக்கு” என்றான் சுபேதார். “இரண்டு 12 பவுண்ட், ஒரு 18 பவுண்ட் பீரங்கின்னு ரொம்ப விவரமா எழுதியிருக்கு. கோயம்புத்தூர்ல இருந்தே நம்மகூட இருக்கிற யாரோதான் இதை எழுதி அனுப்பிச்சிருக்காங்க. யாராயிருக்கும், நம்ம சிப்பாய்கள்ல, எழுதப்படிக்கத் தெரிஞ்சவங்கள்ல நீ ஒருத்தன்” என்று சுபேதாரைக் கோபமாகப் பார்த்தான் அதிகாரி. “பிரபு என்னை சந்தேகப்படாதீங்க. எவ்வளவு பணம் குடுத்தாலும் நான் கம்பெனிக்குத் துரோகம் பண்ண மாட்டேன்” என்று அலறினான் சுபேதார்.

“பயப்படாத, நீயில்லைன்னு எனக்குத் தெரியும். உன் கையெழுத்து சின்னப்பிள்ள கிறுக்கின மாதிரி இருக்கும். அதோட, இதில இங்கிலீஷ்லவேற கொஞ்சம் எழுதியிருக்கு. இந்த அழகான கையெழுத்தை நான் ஏற்கனவே பார்த்திருக்கேன்” என்றான் அதிகாரி. “நல்லா வெவரம் தெரிஞ்சவன்தான் இதை எழுதியிருக்கான்” என்றார் வேலப்பன். “இன்னொரு விஷயம் என்னன்னா, கள்ளிக்கோட்டையிலிருந்து பீரங்கிகள் வர்ற விஷயம், நாம கோயம்புத்தூர்லயிருந்து புறப்படறப்பத்தான் கடிதம் மூலம் வந்துச்சு. அது உடனே சின்னமலைக்குத் துல்லி யமான வெவரங்களோட கெடைச்சிருக்கு” என்றான் லெப்டினன்ட்,

இனிமேலும் மறைக்க முடியாதென்று உணர்ந்து கொண்ட வேலப்பன், “இதை எழுதினது நான்தான் பிரபு. சின்னமலை இதைப் பார்த்தாவது பயந்து சரணடைவார்னு நெனைச்சேன்” என்றார். “முட்டாள், நெத்திப் பொட்டில துப்பாக்கியை வச்சுக்கேட்டா, தானா சரணடையறான். அப்படியும் முரண்டு பிடிச்சா, பீரங்கிவாயில கட்டிவச்சு சுடப்போறேன்னு மிரட்டினா, கால்ல விழுந்து சரணடைவான்” என்றான் லெப்டினன்ட். “பிரபு, எங்க பாளையக்காரங்களைப் பத்தி உங்களுக்குத் தெரியாது. அதுக்கெல்லாம் துளியும் பயப்படமாட்டாங்க. அதனாலதான் பெரிய படைருதுன்னு சொல்லிப் பயமுறுத்தப் பார்த்தேன். தன் நண்பர்கள் உயிர் போகக் கூடாதுங்கறதுக்காகவாவது சரணடைவாருன்னு நினைச்சேன்” என்றார் வேலப்பன்.

சுபேதார் ஓடிவந்து லெப்டினன்ட் காதில் ஏதோ முணுமுணுத்தான். “ஓ இப்போ புரியுது. நீ சின்னமலைக்கிட்ட முன்னே வேலைபார்த்த வனாமே. சாப்பிட்ட வீட்டுக்கே துரோகம் பண்ணிட்டே, நீ ஒரு

துரோகி" என்றார் அதிகாரி. "பிறந்ததில இருந்து இன்னைக்கு வரைக்கும், தமிழ்நாட்டில விளையற அரிசியைத்தானே பிரபு சாப்பிடுறேன். உங்க நாட்டில இருந்து ஒருபிடி அரிசி கூடத் தமிழ்நாட்டுக்கு வந்த தில்லையே பிரபு. நான் எப்பிடித் துரோகி ஆவேன்" என்றார் வேலப் பன் கிண்டலாக. அவர் குரலில் இருந்த கிண்டலைக் கவனிக்காத அதிகாரி, "நீ துரோகி இல்லைங்கிறியா?" என்று கத்தினான்.

"நான் துரோகி இல்லை பிரபு. பழைய நண்பனுக்கு ஆலோசனை சொல்ல முயற்சி செஞ்சேன், அவ்வளவு தான்" என்றார் வேலப்பன். "துரோகின்னு ஒத்துக்கிறியா இல்லையா?" என்று கத்திய அதிகாரி சுபேதாரின் கையிலிருந்த துப்பாக்கியை வாங்கினான். "பிடிங்கடா அவனை" என்று மீண்டும் கத்தினான். பல சிப்பாய்கள் ஓடிவந்து வேலப்பனின் இரு கரங்களையும் பிடித்துக்கொண்டனர். வேலப்பனின் நெஞ்சில் துப்பாக்கியை வைத்துக் கேட்டான் அதிகாரி, "இப்போ ஒத்துக்கிறியா நீ துரோகின்னு? நான் மூணு எண்ணுறதுக்குள்ள ஒத்துக் கிட்டா நீ கைதி, இல்லைன்னா பொணம்" என்றான்.

வேலனின் கையில் ஆயுதம் எதுவும் இல்லை. இருந்திருந்தாலும் அத்தனை சிப்பாய்கள் நடுவில் ஒன்றும் செய்திருக்கவும் முடியாது. வேலப்பன் பதில்பேசாமல் நின்றார். அதிகாரி எண்ணத் தொடங்கி னான், ஒன்று, இரண்டு,... ". வேலப்பனின் முதுக்குக்குப் பின் நின்ற சிப்பாய்கள் விலகிக் கொண்டனர். குண்டு உடலைத் துளைத்துக் கொண்டு பின்னால் நிற்பவரையும் சாய்த்து விடும் என்று பயந்தனர். மூன்று எண்ணாமலேயே துப்பாக்கியின் விசையை அழுத்தினான் அதிகாரி. குண்டு வேலப்பனைத் துளைத்துக் கொண்டு பின்னாலிருந்த சுவரில் மோதித் தெறித்தது. குண்டுபாய்ந்த வேகத்தில் வேலப்பன் கீழே விழுந்தார். அவர் ஏதோ முனகுவதைக் கண்ட அதிகாரி, "மொதல்லேயே துரோகின்னு ஒத்துக்கிட்டிருந்தான்னா சுடாமக் கைது பண்ணியிருப்பேன், இப்போ ஒத்துக்கிட்டு என்ன பிரயோசனம்" என்றான். வேலப்பன் சாகும்முன்பு சொன்னதை குனிந்து கேட்டவேலன், இறந்து விட்ட வேலப்பனின் கண்களை மூடினான்.

"என்ன சொன்னான், சொல்லு" என்று கத்தினான் அதிகாரி.

"இப்படிச் சாகறதுக்குப் பதிலாப் போரிலேயே செத்துப் போயிருக்கலாம்னு சொன்னாரு" என்றான். வேலன். அதை முழுமையாகப் புரிந்து கொள்ளாத அதிகாரி, "ஆமா, அப்போ

அவன் குடும்பத்துக்கு பென்சன் கிடைச்சிருக்கும்" என்று சொல்லிவிட்டுப் படைகளோடு புறப்பட்டான். தனியே பிரிந்து சென்ற வேலனைப்பற்றி யாரும் கவலைப்படவில்லை.

120

பழனிக்குத் திரும்பிய வேலன் சின்னமலை தப்பிவிட்ட நல்ல செய்தியோடு, வேலப்பன் கொல்லப்பட்ட துயரச் செய்தியையும் சுப்பரமணியத்திடம் தெரிவித்தான். மதராசிலிருந்து பழனிமலை வந்து சென்ற பக்தர்கள் கூட்டத்தோடு முத்தம்மாவும் சென்னை அனுப்பி வைக்கப்பட்டிருந்தாள். அன்று இரவு ஓய்வெடுத்துக் கொண்டு மறுநாள் தானும் புறப்பட முடிவு செய்தான் வேலன். நீண்ட நாட்களுக்குப்பின் சற்று உறங்கலாமென்று படுத்தவனுக்குத் திடீரென்று தூக்கம் கலைந்தது. வெளியே ஆட்கள் நடமாடும் ஓசை தெளிவாகக் கேட்டது. ஜன்னல் வழியே எட்டிப் பார்த்தான். சுற்றுச் சுவர் வாசலருகே ஒற்றை மாட்டு வண்டியுடன் ஒரு ஒல்லியான, உயரமான உருவம் கையில் சாட்டையோடு நின்று கொண்டிருப்பது மங்கலாக நிலவொளியில் தெரிந்தது. சுப்பிரமணியும் அருகில் நின்று கொண்டிருந்தார். அவரது ஆட்கள் சில மூட்டைகளை அந்த வண்டியில் ஏற்றிக் கொண்டிருந்தனர், வேலை விரைவாக நடந்தது. சற்று நேரத்தில் வேலைமுடிந்து அந்த வண்டி அங்கிருந்து புறப்பட்டுச் சென்றது. வேலையாட்களும், சுப்பிரமணியும் வீட்டிற்குள் திரும்பி விட்டனர். "சுப்பிரமணி ராத்திரியிலகூட வியாபாரம் பார்க்கிறாரா" என்று தனக்குத்தானே கேட்டுக்கொண்டு வேலன் மீண்டும் உறங்கி விட்டான். அவரிடம் மறுநாள், "அது என்னா வியாபாரம், ராத்திரியில கூட நடக்குது" என்று கேட்டான்.

"ஓ நீங்க விழிச்சிருந்தீங்களா. உங்களை எழுப்ப வேண்டாம்னு பார்த்தேன். அது வியபாரம் இல்லை, ஒருத்தருக்கு உதவியா அரிசி பருப்பு மத்த சமையல் சாமான்களெல்லாம் வாங்கி அனுப்பினேன்" என்றார் சுப்பிரமணி. "சின்னமலை அப்போ பக்கத்தில தான் இருக்காரா? ஆனா இதெல்லாம் அவருபடைக்கு ஒரு நாளுக்குக்கூடப்பத்தாதே" என்றான் வேலன். "அவரு படையைக் கலைச்சு அவங்கவங்க ஊர்களுக்குப் போகச் சொல்லிட்டாரு. ரெண்டு தம்பிங்க மட்டும் தான் இப்போ அவரு கூட இருக்காங்க. பகலெல்லாம் கருமலைப் பக்கம் பதுங்கி இருப்பாங்க. ராத்திரி மட்டும் அடிவாரத்துக்கு வந்து சாப்பிட்டுட்டுத் தகவல் தெரிஞ்சுக்கிட்டு போயிருவாங்க", என்றார் சுப்பிரமணி. "எங்கே

போய்ச் சாப்பிடுவாங்க? நேத்து வண்டி ஓட்டிக்கிட்டு வந்தானே அவன் வீட்டிலயா?" என்று கேட்டான் வேலன். "ஆமா, அவனே தான். பேரு நல்லப்பன். சின்னமலைக்கு தூரத்துச் சொந்தம். ரொம்ப நாளா அவருக்குச் சமையல்காரனா இருக்கான், ரொம்ப விசுவானமானவன்" என்றார் சுப்பிரமணி. "சின்னமலைக்கு நானும் உதவி செய்ய நினைக்கிறேன். அவரைச் சந்திக்க ஏற்பாடு செய்ய முடியுமா?" என்று கேட்டான் வேலன். "முடியாதுன்னுதான் நினைக்கிறேன். என்னாலகூடச் சந்திக்க முடியாது. பணம் எதுவும் குடுக்கறதா இருந்தா நல்லப்பன் மூலமாகவே குடுத்தனுப்பலாம்" என்றார் சுப்பிரமணி. "பணம் நல்லப்பனையும், கெட்டப்பன் ஆக்கிடும். அவருக்கிட்ட நேராப் பேசவேண்டிய விஷயமும் நெறைய இருக்கு. நான் அவரைச் சந்திச்சாகணும்" என்றான் வேலன். "வேண்டாம் அது ஆபத்தான வேலை. ஊருக்கு வெளியே கம்பெனிப்படை முகாம் போட்டுத் தங்கியிருக்கு. சில சிப்பாய்ங்க மாறுவேஷத்தில ஊரெல்லாம் அலையிறாங்க" என்றார் சுப்பிரமணி. "அப்போ நானும் வேஷத்தை மாத்திக்க வேண்டியது தான்" என்றான் வேலன்.

பக்தரைப்போல் காவிஉடையில் தாடிமீசையுடன் பழனியில் சுற்றுவது வேலனுக்கு எளிதான வேலையாயிருந்தது. ஆனால் ஒரேயொரு சிக்கல். குதிரையில் செல்வது அந்தவேஷத்திற்குப் பொருத்தமாயில்லை. எனவே குதிரையைச் சுப்பிரமணியின் வீட்டிலேயே விட்டு விட்டுக் கால்நடையாகச் சுற்றினான். ஊருக்கு வெளியே கம்பெனி முகாமிட்டிருப்பதையும், தான் அரசலூரின் சந்தித்த அதேலெப்டினன்ட் இங்கேயும் கமாண்டராக இருப்பதையும் கண்டுபிடித்தான். சிப்பாய்கள், கூட்டம் கூட்டமாகத் தேடுதல் வேட்டைக்குச் செல்வதோடு, சில சிப்பாய்கள் சீருடையின்றிப் பழனியில் சுற்றித்திரிவதையும் கண்டான். மாலை சுப்பிரமணியிடம், "இனிமே சின்னமலை இங்கே இருக்கிறது பாதுகாப்பு இல்லை. எப்படியாச்சும் மதராசுக்கு வந்திட்டா, ரகசியமாத் தங்க நான் இடம் ஏற்பாடு செய்வேன்" என்றான். "எங்கே தங்கவைப் பீங்க?" என்று கேட்டார் சுப்பிரமணி. "தேவைப்பட்டா செயின்ட் ஜார்ஜ் கோட்டைக்குள்ளேயே ஒளிச்சுவைக்க முடியும்" என்றான் வேலன். பிறகுதான் சுப்பிரமணி நல்லப்பன் வீடு இருக்கும் இடத்தைக்கூறினார். மறுநாள் பழனிக்கு வெளியே, காட்டையொட்டி இருந்த நல்லப்பனின் வீட்டை நோக்கிப் புறப்பட்டான் வேலன்.

வீட்டைக் கண்டுபிடிப்பது ஒன்றும் கடினமாயில்லை. ஆனால் நீண்ட தூரம் நடந்தேசெல்வதுதான் நேரம்பிடித்தது.

ஒற்றையடிப்பாதை வழியாக நடந்து நல்லப்பனின் வீட்டை வேலன் கண்டுபிடித்த பொழுது, நல்லப்பன் தன் ஒற்றைமாட்டு வண்டியில் பழனி நோக்கிப் புறப்பட்டிருந்தான். குதிரையில் வந்திருந்தால் நல்லப்பனைச் சில நொடிகளில் பிடித்திருக்கலாம். சரி குறுக்குவழியில் சென்று அவனை எப்படியும் மடக்கி விடலாம் என்று விரைந்தான் வேலன். குறுக்கு வழியில் ஏறியிறங்கி மீண்டும் வேலன் வண்டிப்பாதை வந்து சேரும்பொழுது, நல்லப்பனின் வண்டி சாலை இரண்டாகப் பிரியும் இடத்தில் சென்று கொண்டிருந்தது. சரி பழனிக்குத்தானே செல்கிறான் அங்கே போய்ப் பிடித்து விடுவோம் என்று நினைத்தான் வேலன். ஆனால், மற்றொரு பாதையில் நல்லப்பனின் வண்டி செல்லத்தொடங்கியது. அந்தப்பக்கம் ஆங்கிலேயரின் முகாம் இருப்பது வேலனுக்கு நினைவிற்கு வந்தது. அவன் இதயத்துடிப்பு ஒரு கணம் நின்றது. ஆங்கிலேயரின் முகாமில் சின்னமலையின் சமையல்காரனுக்கு என்ன வேலை இருக்கமுடியும், காட்டிக் கொடுப்பதைத் தவிர? விரைவாக வேலனும் ஆங்கிலேயர் முகாமை நோக்கி நடந்தான். ஆங்கிலப்படையினரின் முகாம் எப்போதும் ஒரே அமைப்பில் தான் இருக்கும் என்று வேலனுக்கு தெரியும். பின்புறம் தான் கமாண்டரின் கூடாரம் இருக்கும் என்பதால் வேலனும் முகாமின் பின்புறம் வந்தான். சிறிய புல்புதர்களைத் தாண்டி தளபதியின் முகாமிற்குச் சற்று தூரத்தில் இருந்த, பெரிய புதர் ஒன்றின் பின்னே ஒளிந்து கொண்டான். மொத்த முகாமும் காலியாயிருந்தது. தளபதியின் கூடாரத்தின் முன்புறம் மட்டும், அரசலூரில் பழக் கமான சுபேதார் நின்றுக் கொண்டிருந்தான். தன்னிடமிருந்த நீண்ட குழாய் போன்ற தொலைநோக்கியால், வேலன் சுற்றிலும் பார்த்தான். அப்பொழுது தான் வண்டியைச் சாலையோரம் நிறுத்திவிட்டு நல்லப்பன் முகாமின் முன்புறவழியாக உள்ளேநுழைந்தான். சுபேதார் நல் லப்பனைப் புன்னகையோடு வரவேற்றான். பின்பு சுபேதார்மட்டும் உள்ளேசென்று லெப்டினன்டுடன் வெளியே வந்தான். லெப்டினன்ட் நல்லப்பனைக் கைகுலுக்கி வரவேற்றுக் கூடாரத்தினுள்ளே அழைத் துச் சென்றான். சுபேதாரும் கூடவே சென்றான். "துரோகிகளுக்கு எப்போதுமே வெள்ளையா கூடாரத்தில் நல்ல மதிப்புத்தான்", என்று மனதிற்குள் எண்ணிக்கொண்ட வேலன், மேலும் அருகே சென்றால் தான் அவர்கள் பேசுவதைக் கேட்க முடியும் என்பதால், மெல்ல நடந்து முகாமின் பின்புறம் சென்று தரையில் அமர்ந்து கொண்டான். இப்பொழுது உள்ளே பேசுபவர்களின் குரல்கள் தெளிவாகக் கேட்டன.

"பரிசுப் பணத்தை ரெண்டுமடங்காக்கிறோம். ஆனால் அவங்களை உயிரோடு பிடிச்சுத் தரணும், முடியுமா?" லெப்டிணன்டின் குரல் வேலனுக்கு அடையாளம் தெரிந்தது. "உங்க பரிசுப்பணம் எனக்கு முக்கியமில்லை. என்னையும் ஒரு ஜமீன்தாராக்கணும். நானும் ஒரு சர்க்கரை மன்றாடியார் தான்". அதுதான் நல்லப்பனின் குரலாயிருக்க வேண்டுமென்று வேலன் ஊகித்தான். "மன்றாடியார் வீட்டுச் சமையல்காரனையெல்லாம் ஜமீன்தாராக்க முடியாது" என்று ஒரு கிண்டலான குரல் கேட்டது. அதைச் சுபேதாரின் குரல் என்று வேலனால் உணர முடிந்தது. "நான் அவங்களுக்குத் தூரத்துச் சொந்தம். என்னை ஜமீன்தாராக்கிறதா உங்க மேலதிகாரிங்க வாக்குக் குடுத்ததாலதான், சின்ன மலையைக் காட்டிக் குடுக்க நான் ஒத்துக்கிட்டேன்" என்றான் நல்லப்பன் கோபமாக. "நீ என்கிட்டக் குடுத்திருந்த ஆதாரங்களை யெல்லாம் மதராசுக்கு எப்பவோ அனுப்பிட்டேன். எங்க மேலதிகாரிங்க வாக்குத் தவற மாட்டாங்க" என்றான் லெப்டினன்ட். "அப்போ, நீங்க ஆசைப் பட்டது இன்னைக்கே நடக்கும். சாயந்திரம் என் வீட்டுக்கு வந்திடுங்க. வீட்டுக்குப் பின்னால ஒரு பள்ளம் தோண்டிவச்சிருக்கேன், அதுக்குள்ள பதுங்கி இருங்க" என்றான் நல்லப்பன். "நாங்க வெளியே வர என்ன சிக்னல் குடுப்பே" என்றான் லெப்டினன்ட். "நான் தோட்டத்துப் பக்கம் இருக்கிற பின்கதவைத் திறக்கிறது தான் சிக்னல்", என்றான் நல்லப்பன். "நீ கதவை எப்போத் திறப்பே?" என்று கேட்டான் சுபேதார். "அவங்க கையில இருக்கிற கத்தி, துப்பாக்கிகளை வாங்கி, உடனே எடுக்க முடியாத இடத்தில வச்சிடுவேன். அதுவரைக்கும் முட்டாள்தனமா எந்த முயற்சியும் பண்ணாதீங்க. ஒரு சின்னச்சத்தம் கேட்டாலும் தப்பிச்சு ஓடிடுவாங்க. அப்புறம் காட்டுக்குள்ள நீங்க எத்தனைபேரு தேடினா லும் அவங்களை உயிரோடவும் பிடிக்க முடியாது, பொணமாவும் பிடிக்க முடியாது. நீங்கதான் பொணமாவீங்க" என்றான் நல்லப்பன்.

"அவங்க எத்தனைபேரு வருவாங்க" என்று கேட்டான் அதிகாரி. "சின்னமலையும் அவரு ரெண்டு தம்பிங்களும் மட்டும்தான். ஒருத்தர் பேரே தம்பி, இன்னொருத்தர் பேரு கில்லேதார்" என்றான் நல்லப்பன். "அவங்ககிட்ட ஆயுதங்கள் என்ன இருக்கு?" என்றான் அதிகாரி.

"துப்பாக்கி, கைத்துப்பாக்கி, வாள், கேடயம், குறுவாள் எல்லாம் வச்சி ருப்பாங்க. வெடிகுண்டு கூட வச்சிருப்பாங்க"

என்றான் நல்லப்பன். "நல்லாத்தான் சதி பண்றே, நீ ஜமீன்தார் ஆகவேண்டிய ஆளுதான்" என்றான் சுபேதார். "பாராட்டுறது இருக்கட்டும், நான் கேட்டது எங்கே? என்றான் நல்லப்பன்.

இனிமேல் கூடாரத்தின் அருகே இருப்பது பாதுகாப்பில்லை என்று கருதிய வேலன் மெல்ல ஊர்ந்து முன்புபோல் தூரத்தில் இருந்த புதர்மறைவிற்குள் சென்றான். கூடாரத்தின் உள்ளேயிருந்து முதலில் நல்லப்பன் வெளியே வந்தான். சிறிது நேரத்தில் வெளியே வந்த சுபேதார் இரண்டு விஸ்கி பாட்டில்களை நல்லப்பனின் கையில் கொடுத்தான். அவற்றை மகிழ்ச்சியோடு வாங்கிக் கொண்டு தன் வண்டியை நோக்கிச் சென்றான் நல்லப்பன்.

சூரியன் மேற்கே சரியத் தொடங்கியிருந்தது. வேலன் மனதிற்குள் விரைவாகத் திட்டம் தீட்டினான். சின்னமலையைச் சந்திக்க நேரமில்லை. நல்லப்பனைப் பின்தொடர்ந்து சென்று முதலில் தீர்த்துக் கட்ட வேண்டும். பிறகு நல்லப்பன் வீட்டிற்கு நெருப்பு வைத்து விட்டால் ஏதோ ஆபத்து என்று சின்னமலை தூரத்தில் வரும்போதே எச்சரிக்கையாகி விடுவார். விரைவாக ஒற்றையடிப் பாதையில் நடந்து வண்டிப்பாதையில் ஏறினான் வேலன். நல்லப்பனின் வண்டி சற்றுத் தூரத்தில் வளைவில் திரும்பியது. விரைவாக ஓடி அதைப் பிடித்து விடலாம் என்று முடிவு செய்து வேலன் ஓடத் தயாரானான். ஆனால் வண்டி திரும்பிய திசையிலிருந்து இருபதிற்கு மேற்பட்ட குதிரைகளில் கம்பெனிச் சிப்பாய்கள் வந்து கொண்டிருந்தனர். நிச்சயம் தன்னைப் பார்த்திருப்பார்கள், ஓடினால் வீணாகச் சந்தேகப்படு வார்களென்று நினைத்த வேலன், சாலையோரமாக மெல்ல நடந்து சென்றான். சிலநிமிடங்களில் குதிரைவீரர்கள் வேலனை நெருங்கினர்.

"ஓய் பண்டாரம், இந்தப் பக்கம் என்னய்யா பண்ணிக்கிட்டிருக்கே?" என்று அதட்டினான் ஒரு சிப்பாய். "அவங்கிட்ட என்ன பேச்சு, முகாமுக்கு இழுத்துக்கிட்டுவாங்க, அங்கே விசாரணை பண்ணிக்கலாம்" என்று அதட்டினான் இன்னொரு சிப்பாய். "யோவ், பேசாம எங்ககூட வா" என்று அதட்டினான் முதல் சிப்பாய். வேலன் பதில் பேசாமல் மீண்டும் முகாமை நோக்கி நடந்தான். முகாமின் முன்புற வாசல் வழியாக அவனை இழுத்துச் சென்றனர். ஒரு கம்பத்தில் வேலனைக் கட்டிப் போட்டு விட்டு, கமாண்டரை அழைத்து வரச்சென்றான் ஒரு சிப்பாய் .சிறிதுநேரத்தில் திரும்பிவந்து, "கமாண்டர் சார் தூங்கறாரு" என்று மற்றவர்களிடம் கூறினான். அதற்குள்

சிப்பாய்கள் உணவருந்தத் தொடங்கியிருந்தனர். ஒரு இளம் சிப்பாய் மட்டும் வேலனைப் பார்த்துப் பரிதாபப்பட்டு, "ஏதாச்சும் சாப்பிடுறீங்களா" என்று கேட்டான். "கொஞ்சம் தண்ணி குடுப்பா போதும்" என்றான் வேலன்.

வேலனை அவர்கள் லெப்டினன்ட் முன்பு கூட்டிச்செல்லும் பொழுது மாலையாகி விட்டிருந்தது. லெப்டிணண்டிற்கும், சுபேதாருக்கும் சாமியார் உடையிலிருந்த வேலனை அடையாளம் தெரியவில்லை. "டேய், நீ யாரோட உளவாளி?" என்று மிரட்டினான் சுபேதார். "கம்பெனியோட உளவாளிதான்", என்று சொல்லிக்கொண்டே, தாடிமீசைகளை அகற்றி னான் வேலன். "அட திரும்பவும் நீங்களா?" என்று வியப்புடன் கேட் டான் லெப்டினன்ட். "நீங்க, எங்க கேம்பில என்ன பண்ணிக் கிட்டிருக்கீங்க?" என்றான் சுபேதார். "நானா உங்க கேம்புக்கு வரலை. சின்னமலையோட சமையல்காரன் நல்லப்பனைப் பின்தொடா்ந்து போயிக்கிட்டிருந்தேன். உங்க ஆளுங்க குறுக்கவந்து என்வேலையைக் கெடுத் திட்டாங்க. இல்லைன்னா இந்நேரம் நல்லப்பன் வீட்டைக் கண்டுபிடிச் சிருப்பேன்" என்றான் வேலன் கோபமான குரலில்.

"இனிமேல் அந்தக் கஷ்டம் உங்களுக்கு வேண்டாம். இன்னும் கொஞ்ச நேரத்தில நாங்களே அங்கேதான் போய்ச் சின்னமலையைப் பிடிக்கப் போறோம்" என்றான் லெப்டினன்ட். "அப்போ பரிசு எனக்குக் கிடைக்காதா?" என்றான் வேலன். "எனக்கே பாதிதான் கிடைக்கும்" என்றான் லெப்டினன்ட். "மீதி யாருக்கு?" என்றான் வேலன். "மீதி நல்லப்பனுக்குப் போயிடும்" என்றான் சுபேதார் வருத்தமான குரலில். "ஓ, அப்பிடி ஏற்பாடா?" என்ற வேலன், லெப்டிணன்டைப் பார்த்து, "பிரபு எனக்கு ஒரு உதவி செய்ய முடியுமா?" என்று கேட்டான். "மன்னிக்கனும், இனிமே உங்களுக்குச் சின்னமலையோடபேச வாய்ப்புத்தர முடியாது" என்றான் அதிகாரி. "அதுக்கான காலம் கடந்து போச்சுன்னு புரியுது. ஆனால் நீங்க சின்னமலையைப் பிடிக்கிறப்போ நானும் கூட இருக்க அனுமதிக்கணும். அதை நான் கவர்னல் ஜெனரலுக்கு அனுப்புற அறிக்கையில விவரமா எழுதிடுவேன்" என்றான் வேலன். அந்த ஏற்பாடு லெப்டினன்ட்டிற்கு மிகவும் பிடித்திருந்தது. "ஓ தாராளமா எங்ககூட வரலாம். ஆனால் பயத்தில சத்தம் எதுவும் போட்டுக் காரியத்தைக் கெடுத்திடக்கூடாது" என்றான். "ஒரு உளவாளிக்கு இதெல்லாம் சொல்லித்தான் தெரியணுமா பிரபு" என்றான் வேலன். "சரி அப்போ பொறப்படத் தயாராகுங்க"என்றான்

லெப்டினன்ட். “எப்போ பொறப்படப்போறோம்?” என்றான் வேலன்.

“ஏற்கனவே பாதிப்படை பொறப்பட்டுப்போய் காட்டுக்குள்ள அங்கங்கே ஒளிஞ்சிருக்காங்க. நாமளும் உடனே பொறப்படறோம்” என்ற லெப்டினன்ட், “சுபேதார், நம்ம விருந்தினருக்கு குதிரை ஒண்ணு ஏற்பாடு பண்ணு” என்றார். சுமார் இருபது குதிரைகளுடன் லெப்டினன்ட் தலைமையில் சென்றனர். கடைசி வரிசையில் வந்த வேலனிடம், “அது என் சொந்தக்குதிரை. பத்திரமாத் திருப்பிக் கொடுத்துடுங்க” என்றான் சுபேதார். “ஓ... ரெண்டு குதிரை வச்சிருக்கியா” என்றான் வேலன். “ரெண்டு இல்லை, அஞ்சாறு குதிரை வச்சிருக்கேன். குதிரை இல்லாம குதிரைப் படையில சேர வர்ற சிப்பாய்களுக்கு வாடகைக்கு விடுவேன். ஒரு நாளைக்கு ரெண்டு ரூபாதான்” என்றான் சுபேதார். “ஏன், கம்பெனியே வீரர்களுக்குக் குதிரை தராதா?”, என்றான் வேலன்.

“தரும், ஆனால், சம்பளத்தைக் கொறைச்சிடும். குதிரையோட வந்தா ஒரு நாளைக்கு அஞ்சு ரூபா சம்பளம். இல்லைன்னா ரெண்டுரூபாதான். எனக்கு ரெண்டு ரூபா வாடகை கொடுத்தாலும் சிப்பாய்க்கு ஒரு நாளைக்கு ஒரு ரூபா லாபம்தானே”, என்றான் சுபேதார்.

“வேலன் தன் சட்டைப்பையில் தேடினான். மூன்று வெள்ளிக் காசுகள் அகப்பட்டன. மிக மகிழ்ச்சியோடு அவற்றை வாங்கிக் கொண்ட சுபேதார், “அடுத்த தடவை இதை விடப் பிரமாதமான குதிரை ஏற்பாடு பண்ணித்தர்றேன் சார்” என்றான்.

அவர்களது படைப்பிரிவு நல்லப்பன் வீட்டை அடையும் பொழுது இருள்கவியத் தொடங்கியிருந்தது. வீட்டிற்குச் சற்று தூரத்திலிருந்த பிரம்மாண்டமான புளிய மரத்தருகே படையை நிறுத்தினான் லெப்டினன்ட். “பத்துப்பேர் நடந்து போய், வீட்டுக்குப் பின்னால இருக்கிற பள்ளத்தில ஒளிஞ்சுக்குங்க. கொல்லைக் கதவு திறக்கிற சத்தம் கேட்ட வுடனே வீட்டுக்குள்ள ஓடிப்போய் அவங்க மூணுபேரையும் துப்பாக்கி முனையில வளைக்கணும்” என்றான் லெப்டிண்ண்ட். சல்யூட் அடித்துவிட்டுப் பத்துச் சிப்பாய்களும், சுபேதாரும் துப்பாக்கிகளுடன் வீட்டிற்குப் பின்புறம்சென்றனர். வேலனும் அவர்கள் பின்னால் சென்றான். அவன் கையைப் பிடித்து நிறுத்திய லெப்டினன்ட், அங்கேயே நிற்குமாறு சைகை காட்டினான். “நாம இப்போ போகவேண்டாம்,

அது சிவிலியன்களுக்கு ஆபத்தான இடம். எப்பவும் என்கூடயே இருங்க'', என்றான். சிறிது நேரம் கழித்து, "எனக்கு மட்டும் அதிகாரமிருந்தா இந்தப் புளிய மரத்திலேயே, அந்த மூணுபேரையும் தூக்கில ஊஞ்சலாட விட்டிருவேன்'' என்று முணுமுணுத்தான்.

நெடுநேரம் அமைதி நிலவியது. கிட்டத்தட்ட நள்ளிரவானபோது, தூரத்தில் குதிரைகளின் குளம்படி ஒலிகள் கேட்டன. லேசான நில வொளியில், மூன்று குதிரைகள் வீட்டைநோக்கி வந்து கொண்டிருந் தன. நல்லப்பன் விளக்குடன் கதவைத் திறந்து கொண்டு வந்து நின் றான். அதுதான் சின்னமலைக்குச் சைகை போலும் என்று நினைத் துக் கொண்டான் வேலன். குதிரைகள் வீட்டின் முன்பு வந்து நின்றன. அதிலிருந்து இறங்கிய மூவரும் சின்னமலையும் அவரது தம்பிகளும் தான் என்பதை அனைவராலும் ஊகிக்க முடிந்தது. லெப்டிணன்டோடு இருந்த சிப்பாய்கள் துப்பாக்கிகளைத் தங்கள் தோள்களில் ஏற்றினர். வேண்டாமென்று சைகையால் தடுத்தான் லெப்டினன்ட். மூவரும் வீட்டிற்குள் சென்றனர். நல்லப்பன் மூவரின் குதிரைகளையும் வீட்டின் வேலியில் கட்டிவிட்டுத் தானும் உள்ளே சென்றான். அப்போது கூச்சல் போட்டு மூவரையும் எச்சரிக்கலாமா என்று நினைத்தான் வேலன். ஆனால் உடனே முடிவை மாற்றிக் கொண்டான். அன்று காடுகளெங்கும் துப்பாக்கிகளுடன் நூற்றுக்கணக்கான சிப்பாய்கள் மறைந்திருப்பதால், இங்கு தப்பினாலும் வேறெங்காவது மூவரும் குண்டுகளுக்கு இரையாவது நிச்சயம் என்று தோன்றியது. மூவரும் உள்ளே சென்றதும், லெப்டினன்ட் மற்ற சிப்பாய்களை, வீட்டின் முன்புறக் கதவருகே சென்று நிறுத்தினான். பிறகு வேலனுடன் நடந்து வீட்டின் பின்புறம் சென்றான். சிறிது நேரத்தில் வீட்டின் கொல்லைப்புறக் கதவு திறந்தது.

121

நல்லப்பன் கொல்லப்புறக் கதவைத் திறந்து விட்டு வேகமாக மீண்டும் வீட்டிற்குள் சென்று விட்டான். பள்ளத்தில் ஒளிந்திருந்த சுபேதாரும், சிப்பாய்களும் ஓசையில்லாமல் எழுந்து வீட்டிற்குள் நுழைந்தனர். சமையல் அறை வழியாகக் கூடத்திற்குள் தடதட வென்று நுழைந்து உணவருந்திக் கொண்டிருந்த மூன்று சகோதரர்களையும் துப்பாக்கி முனைகளில் சுற்றி வளைத்தனர். "லெப்டிணன் டும், வேலனும் சமையலறையிலேயே நின்றனர். அத்தனை துப்பாக்கி களுக்கு முன்னால் தன்னால் எதுவும் செய்ய முடியாது என்பதால் சமையலறையிலிருந்து நடப்பதை வேலன்

அமைதியாகப்பார்த்துக் கொண்டிருந்தான். சின்னமலையும் அவரது தம்பிகள் கில்லேதாரும், தம்பியும் திடுக்கிட்டு எழுந்தனர். தங்களது ஆயுதங்களைத் தேடினர். உணவருந்துவதற்கு இடைஞ்சலாயிருக்கும் என்று நல்லப்பன் ஆயுதங்களனைத்தையும் வாங்கிப் பக்கத்து அறையில் வைத்தது நினைவிற்கு வந்தது. அந்த அறை மூடிப் பூட்டப்பட்டிருந்தது. அதன் வாசலில் நல்லப்பன் நின்று கொண்டிருந்தான்.

“நல்லப்பா, எப்போ எங்களுக்கு நயவஞ்சகம் பண்ணத் துணிஞ்சே” என்று கோபமாகக் கேட்டார் சின்னமலை. “நான் எப்பவும் உங்களுக்கு நல்லதுதான் நினைப்பேன் பிரபு. விவரமா கமாண்டர் சாகிப் சொல்லுவாரு”, என்றான் நல்லப்பன். சமையலறையிலிருந்து கூடத்திற்குள் கையில் கைத்துப்பாக்கியுடன் நுழைந்த லெப்டினன்ட், “உங்க கஷ்டமெல்லாம் முடிஞ்சு போச்சு தீர்த்தகிரிக்கவுண்டா. அரண்மனையில இருக்க வேண்டியவரு, ஏன் காட்டுக்குள்ள அலைஞ்சு கஷ்டப்படறீங்க” என்றான்.

“நாங்க கஷ்டத்துக்கும் பயப்படலை, சாவுக்கும் பயப்படலை, சுடு” என்று நெஞ்சை நிமிர்த்திக் காட்டினார் சின்ன மலை. அவரது தம்பிகளும் நெஞ்சை நிமிர்த்தி நின்றனர். “வாட் நான்சென்ஸ், உங்களைச் சுடறதா இருந்தா உள்ளே நுழையறப்பவே சுட்டிருக்க மாட்டோமா” என்ற லெப்டினன்ட், “நீங்க தப்பிக்க முயற்சி பண்ணாதவரைக்கும், உங்களைப் பத்திரமாக் கூட்டிக்கிட்டுப் போறது என் பொறுப்பு” என்றான் அதிகாரி. “வெள்ளைக்காரங்க வார்த்தை தவற மாட்டாங்க பிரபு” என்றான் நல்லப்பன். “உன்னையுந்தான் நம்புனோம். நீ காட்டிக்குடுக்கலையா?” என்றார் கில்லேதார். “எங்களைக் காட்டிக் குடுத்ததுக்கு உனக்கு என்ன தரப் போறதா வாக்குக் கொடுத்திருக் காங்க” என்றார் தம்பி. “நல்லதுக்குக் காலமே இல்லாமப்போச்சு. நான் உங்களைக் கொல்லணும்னு நினைச்சிருந்தா, உங்க சாப்பாட்டில நஞ் சைக்கலந்திருக்க முடியாதா பிரபு? உங்களோட பெரிய அதிகாரிங்க பேசி நல்ல முடிவுக்கு வர்றதா வாக்குக் குடுத்திருக்காங்க” என்றான் நல்லப்பன்.

“சரி உனக்கு என்ன வாக்குக் குடுத்திருக்காங்க அதைச் சொல்லு”, என்றார் தம்பி. “பிடிச்சுக்குடுத்தா பரிசுப்பணத்தை மொத் தமா உனக்கே தர்றேன்னு சொல்லியிருக்காங்களா” என்றார் கில்லே தார். “இல்லவே இல்லை. எனக்குப் பாதி, ஆபிசருக்குப் பாதிதான். ஆனால் என்னை ஜமீன்தாராக்கிறதாச் சொல்லியிருக்காங்க” என் றான் நல்லப்பன் மகிழ்ச்சியான குரலில்.

“அப்படிப்போடு, ஜமீந்தார் நல்லப்ப மன்றாடியார் ஆகப்போறே. அப்போ கம்பெனி அதிகாரிகளோட உனக்கு நல்ல பழக்கம்னு நினைக்கிறேன்” என்றார் சின்னமலை. “ஆமா பிரபு, இன்னைக்கு நேத்து இல்லை. நீங்க கருமலைக்கு வர்றதுக்கு முன்னால இருந்தே என்கூடப் பேச்சுவார்த்தை நடத்திக்கிட்டு இருந்தாங்க” என்றான் நல்லப்பன் பெருமிதமான குரலில். “அப்போ நீ சொன்னாக் கேப்பாங்க. சரி, கம்பெனி மேலதிகாரிங்ககிட்ட எங்களுக்காகப் பரிஞ்சுபேச முடியுமா?” என்று கேட்டார் சின்னமலை. “என்ன பிரபு இப்படிக் கேட்டுட் டீங்க, நான் நன்றி மறப்பனா? மேலதிகாரிங்கக் கிட்டப் பேசி உங்க மூணு பேருக்கும் விடுதலை வாங்கித் தர்றனா, இல்லையா பாருங்க என்றான்” நல்லப்பன். அவனது தன்னம்பிக்கை லெப்டிணன்டிற்கே வேடிக்கையாயிருந்தது. அதற்குள் சின்னமலையின் பணிவான பேச்சிற்கான காரணத்தை அவரது தம்பிகள் ஊகித்து விட்டனர்.

“எனக்கும் ஒரு ஜமீன் வாங்கிக் குடுங்க. முடியலன்னா, உங்க ஜமீன்ல என்னை வேலைக்காவது வச்சுக்குங்க” என்றார் கில்லேதார். “என்னையும் மறந்திடாதீங்க பிரபு” என்றார் தம்பி. “நான் யாரையும் மறக்க மாட்டேன். என்னை எப்பவுமே நம்பாத கருப்ப சேர்வையைக் கூட மறக்கமாட்டேன். நிச்சயமா நாலுபேருக்கும் என்னால் முடிஞ்சவுதவி செய்வேன்” என்றான் நல்லப்பன். சின்னமலை லெப்டினன்ட்டைத் திரும்பிப் பார்த்தார். “நாங்க மூணுபேரும் நல்லப்பன் கூடக் கொஞ்ச நேரம் தனியே பேசணும். எங்க எதிர்காலமே அதிலதான் அடங்கி யிருக்கு. அதுக்கு அனுமதி தர முடியுமா?” என்று கேட்டார்.

அதிகாரி சின்னமலையின் கண்களை நேருக்குநேர் சந்தித்தான். அவன் உதட்டோரம் லேசான புன்னகை அரும்பியது போல் வேலனுக்குத் தோன்றியது. லெப்டினன்ட் லேசாகத் தலையை ஆட்டிக்கொண்டே, “நல்லப்பன், பூட்டியிருக்கிற அந்த அறைச் சாவியைக் குடு” என்றான். சின்னமலை மற்றும் தம்பிகளின் ஆயுதங்கள் இருந்த அறையின் சாவியை லெப்டிணன்டிடம் கொடுத்தான் நல்லப்பன். அதை வாங்கி சுபேதாரிடம் கொடுத்த அதிகாரி, “சுபேதார், அந்தக் கதவைத் திறந்து நாலு சிப்பாய்களோட போய்ச் சோதனை போடு. மத்தவங்க எல்லாம் வீடுமுழுக்கச் சோதனைபோடுங்க. அஞ்சுநிமிசம் இந்த அறைக்குள்ள யாரும் வரக்கூடாது. என்ன நடந்தாலும் தலையிடக்கூடாது. ஆனால் யாராச்சும் தப்பி ஓட முயற்சி பண்ணினா, உடனே சுட்டுத் தள்ளணும் புரியுதா?” என்று பலமான குரலில் கத்தினார்.

சுபேதாரும் நான்கு சிப்பாய்களும் அறையைத் திறந்து கொண்டு உள்ளே சென்றனர். மற்ற சிப்பாய்கள் கூடத்திலிருந்து வெளியே சென்றனர். லெப்டினன்ட் மீண்டும் சுபேதாரை அழைத்தான். “சுபேதார், இவங்கள நம்ப முடியாது. மொதல்ல மூணுபேரு கையிலயும் வெலங்கை மாட்டு” என்றான். மூவரும் எதிர்ப்பின்றிக் கைகளை நீட்டினர். சுபேதார் தயாராக வைத்திருந்த விலங்குகளை மூவரின் கைகளிலும் பூட்டினான். பின்பு சின்னமலையின் கண்களை ஊடுருவிப்பார்த்த லெப்டினன்ட்,

“என்ன பேசுறதா இருந்தாலும் அஞ்சுநிமிஷத்துக்குள்ள முடிச்சிடணும் புரியுதா?” என்றான் ஆங்கிலத்தில். “நன்றாகப்புரிகிறது ஆபிசர், நன்றி” என்றார் சின்னமலையும் ஆங்கிலத்தில். சுபேதாருடன், அறைக்குள் சோதனை போடச்சென்ற லெப்டினன்ட் கதவை மூடிக்கொண்டான். நல்லப்பன் புன்னகையோடு, “தாராளமா என்ன வேணும்னாலும் கேளுங்க பிரபு. நான் உங்களுக்கு என்ன செய்யணும்” என்றான்.

“இனிமேல் நாங்கதான் உனக்கு நெறையச் செய்ய வேண்டியிருக்கு. நீ கொஞ்சம் ஆடாமஅசையாம இருந்தாப் போதும்” என்று சொல்லிக் கொண்டே அவனருகில் சென்ற சின்னமலை, நல்லப்பனின் கழுத்தை தனது விலங்குபூட்டிய, வலிமைவாய்ந்த இரும்புக்கரங்களின் நடுவே வளைத்துப் பிடித்து நசுக்கத் தொடங்கினார். கில்லேதாரும் தம்பியும் ஓடிவந்து நல்லப்பனின் கால்களையும்கைகளையும் பிடித்துக் கொண்டனர். சமையலறையிலிருந்து அனைத்தையும் பார்த்துக்கொண்டிருந்த வேலனுக்குத் தக்கிகளின் நினைவு வந்தது. சற்றுநேரத்தில் மூன்று சகோதரர்களும் அசைவு நின்று போன நல்லப்பனின் உடலை மெதுவாகக் கீழே சரிய விட்டனர். சரியாக ஐந்து நிமிடம் கழித்து அறையிலிருந்து லெப்டினன்ட், சுபேதார் மற்றும் சிப்பாய்கள் வெளியே வந்தனர். ஆனால் சின்னமலைக்கும் அவர் சகோதரர்களுக்கும் தங்கள் வேலையை ஓசையின்றி முடிக்க மூன்று நிமிடங்கள் தான் தேவைப்பட்டிருந்தன. கீழே கிடந்த நல்லப்பனின் பிணத்தைப் பார்த்த லெப்டினன்ட், “பிடிங்கடா அவங்களை. கம்பெனியோட விசுவாசமான ஏஜெண்ட்டைக் கொன்னுட்டாங்க, என்ன துணிச்சல்?” என்று கத்தினான். சிப்பாய்கள் ஓடிவந்து மூவரையும்பிடித்து அடித்து உதைத்தனர். ஆனால் மூவரும் அதற்கு மேல் எதிர்ப்பு எதுவும் காட்டவில்லை. மௌனமாக அடிகளைத் தாங்கிக் கொண்டனர்.

“மூணு பேரையும் வண்டிக்குள்ள ஏத்துங்க. நிச்சயம் இதுக்கும் சேர்த்துத் தண்டனை அனுபவிப்பீங்க” என்று அவர்களைப் பார்த்துக் கத்தினான் லெப்டினண்ட். மூவரையும் சிப்பாய்கள் வெளியே இழுத்துச் சென்று நல்லப்பனின் மாட்டு வண்டியில் ஏற்றினர். மற்ற சிப்பாய்கள் நல்லப்பனின் பிணத்தைத் தூக்கிக் கொண்டு வெளியே சென்றனர்.

“மிஸ்டர் வேலன், நீங்க தைரியமா வெளியே வரலாம்” என்றழைத்த லெப்டினன்ட் குரலில் கிண்டல் கலந்திருந்தது. ஆயினும் வேலன் தொடர்ந்து பயந்தவனாகவே நடிக்க முடிவு செய்தான். “நான் பயந்தே போயிட்டேன் பிரபு. நீங்க எப்படித் துணிச்சலா அவங்களை மிரட்டறீங்க” என்றான் வேலன். “ஒரு வெள்ளை அதிகாரி மேல கைவைக்க எந்தத் தமிழனுக்கும் துணிச்சல் வராது” என்றான் லெப்டினன்ட் “இதுக்கு முன்னால வந்த வெள்ளை அதிகாரி தலையை வெட்டி ஈட்டியில குத்தி, சின்னமலை ஆளுங்க ஊர்வலம் வந்தது உனக்குத் தெரியாது” என்று மனதிற்குள் நினைத்துக்கொண்ட வேலன், “இதுக்கு முன்னால எத்தனையோ பேர் எவ்வளவோ முயற்சி செஞ்சும் பிடிக்க முடியாத சின்னமலையைப் பிடிச்சிட்டதுக்காக உங்களுக்கு நிச்சயம் பாராட்டும், பரிசும் கிடைக்கும். பதவி உயர்வும்கூடக் கெடைக்கும்” என்றான்.

“அதைத்தான் நானும் சொல்ல வந்தேன். ராபின்சனுக்கு அனுப்புற ரிப்போர்ட்டில என்னைப் பத்தி நீங்க, நாலுவரி நல்லதா எழுதுவீங்கன்னு நம்பறேன்” என்றான் லெப்டினன்ட். “நிச்சயமா பிரபு, உண்மையிலேயே நீங்க பாராட்டப்பட வேண்டியவரு” என்றான் வேலன்.

“நன்றி, நன்றி என்று ஆங்கிலத்தில் கூறிய லெப்டினன்ட், “வாங்க கேம்புக்கு போகலாம். நாம இதைக் கொண்டாடனும்” என்றான். “நன்றி பிரபு, ஆனால் நான் இப்படியே புறப்படறேன்” என்றான் வேலன். இந்த ராத்திரியில, தனியாவா” என்றான் லெப்டினன்ட் வியப்போடு. “இரவும், தனிமையும்தான் ஒரு உளவாளியோட உற்ற நண்பர்கள்” என்றான் வேலன். “உங்க இஷ்டம்” என்ற லெப்டினன்ட், “சுபேதார், நம்ம விருந்தாளி திரும்பிப் போக உதவி செய்யுங்க” என்று சொல்லிவிட்டு வெளியேறினான். லெப்டினன்ட் சென்றதும் சுபேதார் வேலனிடம், “பழனி வரைக்கும் உங்க கூடவே வர்றேன். அப்புறம் என் குதிரையைத் திருப்பிக் குடுத்துடுங்க” என்றான். இருவரும் குதிரையிலேறிப் பழனிசெல்லும் வழியில் திரும்பினர். ஏதாவது பேச வேண்டுமென்பதற்காக,

"உங்க கமாண்டர் ஏமாந்திட்டாரு. நல்லப்பனைச் சாக விட்டுட்டாரே", என்றான் வேலன். "எங்க கமாண்டரா ஏமாந்தவரு? நல்லப்பன் உயிரோட இருந்திருந்தா பரிசுப் பணத்தில பாதி அவனுக்குப் போயிருக்கும். இப்போ முழுசும் கமாண்டருக்குத் தானே", என்றான் சுபேதார். "வெள்ளைக்காரங்களுக்கு அறிவு அதிகம்தான்" என்றான் வேலன். பழனியருகே குதிரையிலிருந்து இறங்கி, குதிரையைச் சுபேதாரிடம் ஒப்படைத்துவிட்டுச் சுப்பிரமணி வீட்டை நோக்கி நடக்கத் தொடங்கினான் வேலன். மறுநாளே அங்கிருந்து சென்னை புறப்பட்டான்.

பல நாட்களுக்குப் பின் சென்னைக்கு வந்த சுப்பிரமணி, தான் நேரில் பார்த்த மற்றும் கேட்ட விவரங்களை வேலன் மற்றும் முத்தம்மாவிடம் பகிர்ந்து கொண்டார்.

"சின்னமலை, தம்பி, கில்லேதார் மூணுபேரையும் சங்ககிரிக் கோட் டையில அடைச்சு வச்சாங்க. இனிமேயும் தலைமறைவாக இருக்க முடியாதுன்னு நெனச்சாரோ இல்லை சின்னமலை பிடிபட்டதுக்கு அப்புறம் போராட்டம் முடிஞ்சுபோச்சுன்னு நினைச்சாரோ தெரியலை, கருப்பசேர்வையும் தானாவந்து சரணடைஞ்சுட்டாரு" என்றார் சுப்பிரமணி. "உடனே தூக்கில போடணும்னு யார் முடிவு பண்ணினது" என்று கேட்டான் வேலன். "கம்பெனி அவங்களைத் தூக்கில போடவே விரும்பலை. மதராசிலயிருந்து அதிகாரிங்கவந்து பேச்சு வார்த்தை நடத்தினாங்க. அதைப்பத்தி சில கம்பெனி வேலைக்காரங்க எனக்கு முழு விவரம் சொன்னாங்க" என்ற சுப்பிரமணி, அதை விவரித்தார்.

"மிஸ்டர் தீர்த்தகிரி, உங்களால கம்பெனிக்கு நெறைய நஷ்டம், நெறையக் கஷ்டம். நீங்க கம்பெனியோட எதிரி, திப்பு சுல்தானுக்கு ஆதரவா எங்களை எதிர்த்துச் சண்டை போட்டிருக்கீங்க, உங்களைப் பிடிக்கவந்த எங்க சிப்பாய்கள் மற்றும் அதிகாரிகள் நெறையப் பேரை கொலை பண்ணியிருக்கீங்க", அப்பிடீன்னாங்களாம்.

"கொல்ல வர்ற எதிரியோட என்ன பல்லாங்குழியா வெளையாட முடியும்?", அப்படீன்னு திருப்பிக் கேட்டாராம் சின்னமலை.

இரண்டாவதா அவங்க வச்ச குற்றச்சாட்டு, அஞ்சாறு வருசமா கொங்கு நாட்டில வரி வசூலே செய்யமுடியாமப் போனது. இது எல்லாத்தையும் மன்னிச்சு, உங்களையே கொங்கு நாட்டு ஜமீன்தாரா ஆக்கிடறோம் அப்பிடீன்னு ஆசை காட்டினாங்களாம்.

“அப்பிடி நம்பித்தான் நல்லப்பன் எங்களைக் காட்டிக்குடுத்தான். அவனுக்குக் கடைசியா என்ன கிடைச்சது” என்றார் கில்லேதார்.

“நல்லப்பனை நீங்கதான் கொலை செஞ்சீங்க. அதுக்காக அவரோட சேவையைக் கம்பெனி மறந்திடாது. நல்லப்ப சர்க்கரை மன்றாடியார் குடும்பத்து வாரிசுகள் மனுகுடுத்திருக்காங்க. அவங்களுக்கு ஒரு சின்ன ஜமீனையாவது குடுக்கறதா முடிவு பண்ணியிருக்கோம்” என்றார் தலைமை அதிகாரி. அதுக்கப்பறம் நடந்தது தான் பெரிய வேடிக்கை, “உங்களுக்குப் பெரிய ஜமீன் கிடைக்கும்”, என்றனர்.

“இந்தக் கருணைக்கு நாங்க என்ன கைமாறு செய்யனும்” என்று கேட்டார் சின்னமலை.

“உங்க கடமையைச் செஞ்சா போதும். ஒரு ஜமீன்தாரா வரியை ஒழுங்கா வசூல் பண்ணிக் கட்டணும். இதுவரை வசூலாகாத, அஞ்சு வருச வரிபாக்கியை உடனே கட்டணும். தேவைப்பட்டாக் கடனுக்கு நாங்க ஏற்பாடு பண்றோம். அதுக்கு ஈடா உங்க சொத்துகளைத் தரணும். பின்னால மீட்டுக்கலாம்” என்றான் ஒரு அதிகாரி.

“ஓ, பணத்தை உங்ககிட்ட வட்டிக்கு வாங்கி உடனே கட்டிடணும். அப்புறம் மக்களைக் கசக்கி பிழிஞ்சு வசூல்பண்ணி, எங்க சொத்தை மீட்டுக்கணும்” என்றார் சின்னமலை.

“ஆமாண்ணே, மழையே இல்லைன்னாலும் மக்களைச் சித்தரவதை பண்ணி வசூல் பண்ணிக் குடுக்கணும்”, என்றார் கில்லேதார்.

“அப்போ மக்களுக்கு நம்ம மேல மதிப்புப் போய் வெறுப்பு வந்திடுமே”, என்றார் சின்னமலை.

“அதுதான் அவங்களுக்கு வேணும். அப்போ நம்மைத் தூக்கி எறிஞ்சிட்டு, ஜமீனை வேற ஆளுக்குக் குத்தகைக்கு விடுவாங்க”, என்றார் கில்லேதார்.

“இப்படித்தான் வங்காளத்தில மீர்ஜாபரை வச்சு ஆட்சியைப்பிடிச்சு, கருவூலத்தைக் கொள்ளையடிச்சீங்க. அவரு செல்வாக்குக் குறைஞ்ச வொடனே அவரு மருமகன் மீர்காசிமை நவாப் ஆக்கி, பரம்பரை ஜமீன்தாருங்களையெல்லாம் ஓட்டாண்டி ஆக்கினீங்க. அவருமேலயும் மக்களுக்கு வெறுப்பு வந்தவொடனே, அவரை வெரட்டீட்டு அடகுக்கடை வச்சிருந்தவங்க, அடியாளாவேலை செஞ்சவங்களையெல்லாம் இப்போ ஜமீன்தார் ஆக்கியிருக்கீங்க. அது மாதிரியா?” என்று கேட்டார் சின்னமலை.

“திருநெல்வேலிச் சீமையில வரிவசூல் செய்ய முடியாதப்போ கான்சாகிப்பை மதுரை, திருநெல்வேலிக்கே ராஜா ஆக்கினாங்க. கம்பெனி நிலைமை கொஞ்சம் சரியானதும் அவரையே கைது பண்ணி ஆற்காட்டு நவாப்புக்கிட்ட ஒப்படைச்சாங்க இல்லையா? அதுமாதிரி”, என்றார் தம்பி.

“ஆற்காட்டு நவாப் குடும்பத்திலேயே மூணுபேரு மர்மமான முறையில செத்திருக்காங்க. தமிழ்நாடு மொத்தத்தையும் கம்பெனிக்குத் தாரை வார்த்துக் குடுத்ததால, ஒரே ஒருத்தனை மட்டும் பென்சன் குடுத்து ஆற்காட்டு நவாப்புன்னு இன்னும் உயிரோட வச்சிருக்கீங்க. எங்களுக்கும் அரசியல் தெரியும்” என்றார் தம்பி.

அனைத்தையும் பொறுமையாய்க் கேட்டுக் கொண்டிருந்த கம்பெனி அதிகாரி, “நீங்க கோபப்படலாம், கிண்டல்பண்ணலாம். ஆனால் வரி வசூலை ஜமீன்தாரிமுறைக்கு மாத்தியமைச்சதால வரிவசூல் ரெண்டு மடங்கு ஆகியிருக்கு. மழையே பெய்யாட்டியும் கூட எங்களுக்கு வரி வந்துடுது” என்றார். “அதனால மக்களுக்கு என்ன லாபம்?” என்றார் சின்னமலை. “பஞ்சம் வந்தப்போ கஞ்சிக் தொட்டி திறந்தோம்ல” என்றார் ஒருஇளநிலை அதிகாரி. “நீங்க அதிகவரி வசூலிக்கலைன்னா, ரெண்டுவருசம் பஞ்சம்வந்தாலும் சமாளிக்கிற அளவு மக்கள்கிட்டயே உணவு தானியம் இருக்கும்” என்றார் சின்னமலை. “முடிவா என்னதான் சொல்றீங்க” என்று கேட்டார் தலைமை அதிகாரி

“எங்க முன்னால இரண்டு வழிகள் இருக்கு. கருப்பு மனுசங்களைக் கசக்கிப்பிழிஞ்சு வசூல்பண்ணி உங்களுக்குக் குடுத்திட்டு, நீங்க போடற எலும்புத் துண்டில வயிறு வளர்க்கிற ஈனப்பிறவியா உயிர் வாழலாம். நாங்க ஒருநாளும் அதை ஏத்துக்க மாட்டோம்” என்றார் சின்னமலை.

“வேற வழி எதுவும் உங்களுக்கு இல்லை” என்றார் அதிகாரி

“இருக்கு, வீரமரணம். அதைத்தான் நாங்க தேர்ந்தெடுக்கறோம்” என்றார் சின்னமலை. “உங்களுக்கு ஏது வீரமரணம்? கோட்டை வாசல்ல இருக்கிற புளியமரத்திலயே தூக்கில போடப்போறேம்” என்றார் அதிகாரி.

“போர்க்களத்தில சாகிறப்போ மரணம் எப்போ வரும், எப்படி வரும்னு தெரியாது. அது சாதாரண மரணம்தான். ஆனால் சாவைநோக்கிப் புன்னகையோட, தூக்கு மரத்துக்கு நடந்து போறதுதான் உண்மையிலேயே வீரமரணம். எப்படித்

தன்மானத்தோட சாகிறதுன்னு கட்டப் பொம்மன் எங்களுக்கு வழிகாட்டிட்டுப் போயிருக்காரு" என்றார் சின்னமலை.

மறுநாள், நான்கு விடுதலை வீரர்களும், கம்பீரமாக நடந்து சென்று, தூக்குக் கயிற்றைத் தாங்களே தங்கள் கழுத்தில் மாட்டிக் கொண்டு, கீழே தாவிக்குதித்து, அமரர்களாயினர்.

122

முதலில் அரசல்புரசலாகக் காதில் விழுந்தது. பின்பு கோட்டையெங்கும் அதேபேச்சு. தனது பழைய தொடர்புகள் மூலம் முத்தம்மாவும் அதை உறுதிப்படுத்தினாள். ஒருநாள் கோட்டையில் தன் அலுவல்கள் முடிந்தபின் அதைக் கேட்டு உறுதிப்படுத்திக் கொள்வதற்காக, ராபின்சனிடம் சென்றான் வேலன். "உன்னைத்தான் நினைச்சேன் நீயே வந்திட்டே. நம்ம வியாபாரம் எப்படி போகுது" என்றார் ராபின்சன். "கொஞ்சநாளா எங்கேயும் அலையாததால, வியாபாரத்தை ஒழுங்குபடுத்திட்டேன். இப்போ மெகருன்னிசா தான் கணக்குவழக்கெல்லாம் பார்க்கிறா" என்றான் வேலன். "டேவிட் குடுத்துவச்சவன்" என்ற ராபின்சன், "நான் உன்னைப் பார்க்க நினைச்சது அதுக்காக இல்லை, புது வேலை ஒண்ணு குடுக்கறதுக்கு" என்றார். "திரும்பவும் வியாபாரம் அடிபடுமே பிரபு" என்றான் வேலன். "நீ கோட்டையவிட்டு எங்கயும்போக வேண்டாம். வெறும் மொழிபெயர்ப்பாளன் வேலை தான்" என்றார். "ஓ தாராளமாச் செய்யறேன். விவரம் சொல்லுங்க" என்றான் வேலன்

"வேலூர் கோட்டையிலயிருக்கிற இந்தியச்சிப்பாய்ங்க கலகம் பண்ணினது தெரியுமில்லையா?" என்றுகேட்டார் ராபின்சன். "அரைகுறையாத் தெரியும் பிரபு, முழுசாச் சொல்லுங்க" என்றான் வேலன் "என்னோட மொத்த உளவுத்துறையே நீதான். நீ என்கிட்ட விவரம்கேட்கிறே" என்று சிரித்த ராபின்சன், "நம்ம தளபதி கிராடாக்குக்கு ஏதாவதுசெஞ்சு பேரு வாங்கணும்னு எப்பவுமே ஆசை. கர்னல் அக்னியூ அந்த நேரம்பார்த்து, இந்தியச் சிப்பாய்களோட சீருடையை மாத்தி அமைக்கணும்னு ஒரு திட்டம் போட்டு, அதை கிராடாக்குக்கிட்ட அனுப்பிச்சாரு", என்றார். "வேண்டாத வேலை தான்" என்றான் வேலன். "எனக்கு அப்பிடித் தோணலை. நம்ம படையில இருக்கிற இந்தியச் சிப்பாய்களுக்கு உருப்படியா சீருடையே கிடையாது. ஒருத்தன் நெத்தியில பட்டையோட வர்றான், இன்னொருத்தன் நாமத்தோட வர்றான். ஒருத்தன் காதில கடுக்கன் போடறான், இன்னொருத்தான்

வளையம் மாட்டிக்கிட்டு வர்றான். அதனால சீருடையில சீர்திருத்தம் பண்ணவேண்டியது அவசியம்தான். அதனாலதான் கவர்னர் பெண்டிங் பிரபுவும் அதில கையெழுத்துப் போட்டுட்டாரு" என்றார் ராபின்சன்.

"இதில சிப்பாய்களுக்கு என்ன கோபம்?" என்று கேட்டான் வேலன். "புதுசாக் கொண்டுவந்திருக்கிறதொப்பி, பேண்ட் மாஸ்டர் தொப்பி மாதிரி இருக்குன்னு ஒரு புகார். தங்களைக் கிறிஸ்தவங்களா மாத்த முயற் சிக்கறதா இன்னொரு புகார்" என்றார் ராபின்சன். "அது ஏன் வேலூர்ல மட்டும் எதிர்ப்பு வந்துச்சு?" என்றான் வேலன். "வேலூர்ல மட்டும்னு யாரு சொன்னது ஹைதராபாத் ஏரியாவில தான் ஆரம்பிச்சது, மதுரை திருச்சியெல்லாம் பரவஆரம்பிச்சுது. அதிகாரிங்க மிரட்டினவொடனே அடங்கிப்போச்சு. ஆனால் வேலூர்ல மட்டும் அடங்கலை. கீழதிகா ரிங்க சிலர், எதிர்ப்பு அதிகமாயிருக்கு, இந்தத்திட்டதைக் கொஞ்சம் தள்ளிப்போடலாம்னு யோசனை சொல்லியிருந்தாங்க. அதை ஆமோ திச்சு வேலூர்க் கோட்டைத்தளபதி கர்னல் பான்கோர்ட்டும் ஒரு கடிதம் எழுதி நமக்கு அனுப்பிட்டாரு. ஆனால் அக்னியூ மாட்டேன்னு அடம் பிடிக்கிறார்" என்றார் ராபின்சன். "கர்னல் அக்னியூ எப்பவுமே அப்படித்தான்" என்றான் வேலன்.

"ஆமா, இப்போ இதுக்கு ஒத்துக்கிட்டா, ஆபிசர் மேல் இருக்கிற பயம் இந்தியச் சிப்பாய்களுக்குப்போயிடும், ராணுவத்தில ஒழுங்கீனத்தைக் கொண்டுவந்திடும்கறார். கலாட்டாப் பண்ணினவங்களையெல்லாம் கைதுபண்ணி மதராசுக்கு அனுப்பிவையுங்க. ஒழுங்கீனத்துக்கு ராணுவத்தில என்ன தண்டனைன்னு அவங்களுக்குப் புரியவைக்கிறேன்னு பதில் எழுதிட்டாரு", என்றார் ராபின்சன்.

"கவர்னர் இதில என்ன முடி வெடுக்கறாரு?" என்றான் வேலன். "கவர்னர், கிராடாக் எல்லோரும் இதில ஒரேகட்சி தான். இருபத்தியோரு சிப்பாய்ங்களை வேலூர்ல கைது பண்ணி, நேத்தே இங்கே அனுப்பிச்சிட்டாங்க. விசாரணைக்கு ஏற்பாடு பண்ணப்போறாங்க" என்றார் ராபின்சன்.

"அதுக்குத்தான் நான் மொழிபெயர்ப்பாளனா வரணுமா" என்று கேட்டான் வேலன். "ஆமா தெலுங்கு, கன்னடம், உருது எல்லாம் தெரியனும். அதுக்கு நீதான் பொருத்தமான ஆள். கவர்னர் ஜெனரலுக்கு ரிப்போர்ட் அனுப்பறதுக் கும் நமக்கு வசதியாயிருக்கும். ஒரே கல்லில ரெண்டு மாங்காய்" என்றார் ராபின்சன். "அப்படியே

ஆகட்டும் பிரபு. ரெண்டு மாங்காய்களையும் பத்திரமா உங்களுக்குப் பறிச்சுக் குடுத்திடறேன்” என்று சொல்லிவிட்டு வெளியேறினான் வேலன்.

வேலன் கோட்டை வாசலருகே வரும்பொழுது, அங்கு காவலில் இருந்த ஜமேதார் முத்தையா அருகில்வந்து நலம் விசாரித்தான். வேலன் “ஐயா, சவுக்கியமா”, என்றான். “ஓ, நீங்க சௌக்கியமா முத்தையா” என்று பதிலுக்குக் கேட்டுவிட்டு வேலன் கோட்டையை விட்டு வெளியேறினான். தெருவில் செல்லத் தொடங்கும் பொழுது இருட்டத் தொடங்கி விட்டது. குதிரையின் ஓட்டத்தை விரைவு படுத்தினான். தன் பின்னால் வந்து கொண்டிருந்த ஒரு குதிரையும் விரைவாக ஓடத் தொடங்கியதைக் கவனித்தான். திடீரென்று வேகத்தைக் குறைத்தான். பின்னால் வந்தவனால் அவ்வாறு திடீரென்று தன் வேகத்தைக் குறைக்கமுடியாமல் வேலனைத் தாண்டிச்சென்று, பின் சிரமப்பட்டுத் தடுமாறித் தன்வேகத்தைக் குறைத்துக் கொண்டான். குதிரையில் ஒரு இளம் இசுலாமியப் பக்கீர் இருப்பதைப் பார்க்க முடிந்தது. வேலன் மீண்டும் குதிரையை மிக விரைவாக ஓட்டத் தொடங்கினான். பக்கீரும் விடாமல் பின்தொடர்ந்தான். மரங்களடர்ந்த பகுதியை நெருங்கியதும், வேலன் சாலையோரத்திலிருந்த மரத்தில் குதிரையைக் கட்டிவிட்டு, மரத்தில் ஏறி மறைந்துகொண்டான். சற்று நேரத்தில் அந்த பக்கீரும், அங்கு வந்துசோ்ந்தான். வேலனின் குதிரை தனியே நிற்பதைப் பார்த்தவிட்டுக் குதிரையிலிருந்து தடுமாறி இறங் கினான். வேலனின் குதிரையருகே வந்து நின்று சுற்றும் முற்றும் பார்த்தான். திடீரென்று மரத்திலிருந்து குதித்த வேலன், பக்கீரின் பின்புறமாக வந்து, தன் இரும்புக் கரங்களால் பக்கீரின் கழுத்தை வளைத்துக் கொண்டான். “சொல்லுங்க பக்கீர்சாகிப், இந்த அடிமை உங்களுக்கு என்ன சேவை செய்யணும்” என்றான்.

“வேலன் ஐயா அவசரப்படாதீங்க. உங்க வீட்டைக் கண்டு பிடிக்கத் தான் பின் தொடர்ந்து வந்தேன்” என்று அலறினான் பக்கீர். அதற்குள் அவனது தாடிமீசைகள் கழன்று விழுந்தன. இருபதுவயது இளைஞ னின் அழகான, குழந்தைபோன்ற முகம் வெளிப்பட்டது. “இதில மாறு வேஷம்வேறயா” என்று அலுத்துக்கொண்டேவேலன் இளைஞனைத் தன்பிடியிலிருந்து விடுவித்தான். “நாங்க வேலூர்லயிருந்து வந்திருக்கோம். ரெண்டு நாளா உங்களைத் தனியே சந்திக்க முயற்சி பண்ணிக் கிட்டிருக்கோம்”

என்றான் இளைஞன். "நாங்கள்னா, மத்தவங்கள்ளாம் எங்கே?" என்றான் வேலன். "அவங்க ஆயிஷா அக்காவைத் தேடிக்கிட்டிருக்காங்க. கோட்டையிலயிருக்கிற எங்க ஆதரவாளர்கள் மூலமா நான் உங்களைக் கண்டுபிடிச்சேன்" என்றான் இளைஞன். "உன் பேரென்ன?" என்று கேட்டான் வேலன். "ரகீம்" என்றான் இளைஞன் தயங்காமல்.

"உனக்கு ஜமேதார் முத்தையாவை எத்தனை நாளாத் தெரியும்", என்று கேட்டான் வேலன். "முத்தையா அண்ணன்தான் உங்களை அடையாளம் காட்டினாருன்னு எப்பிடிக் கண்டுபிடிச்சீங்க" என்றான் ரகீம். "வழக்கமா தூரத்தில இருந்தே குசலம் விசாரிக்கிற முத்தையா, இன்னைக்குப் பக்கத்தில வந்து விசாரிச்சிட்டுப் போனப்பவே, எனக்கு ஒரு சந்தேகம் வந்திருச்சு. சரி என்னை எதுக்குத் தேடறீங்க" என்றான் வேலன். "கலகக்காரங்களை விடுவிக்க உங்க உதவி தேவை", என்றான் ரகீம். ரகீமை ஏற இறங்க பார்த்த வேலன், "நீயும் கலகம் பண்ணின சிப்பாய்கள் ஒருத்தனா?" என்று கேட்டான். "நான் கலகக்காரன் தாய்யா, ஆனா சிப்பாயில்லை. கவிதை எழுதுவேன், பொம்ம லாட்டக்குழுவில பாட்டுப்பாடுவேன்" என்றான் ரகீம். "குதிரைச்சவாரி செய்யற அழகிலயே நீ சிப்பாயில்லைன்னு தெரியுது" என்ற வேலன், "சரி புறப்படு, உன் ஆயிஷா அக்காக்கிட்ட நானே உன்னைக் கூட்டிக்கிட்டுப் போறேன்" என்றான். "ஆயிஷா அக்காவை உங்களுக்குத் தெரியுமா?" என்றான் ரகீம் மகிழ்ச்சி கலந்த வியப்போடு. வேலன் பதிலெதுவும் சொல்லாமல் குதிரையில் ஏறினான். ரகீமும் ஓடிச் சென்று தடுமாறிக் குதிரையில் ஏறினான். இரண்டு குதிரைகளும் விரைவில் வேலன்வீட்டை நெருங்கின.

வீட்டு வாசலில் இருந்த காவல்காரன், வேலனிடம், "ஐயா, அம்மாவைத் தேடி நெறையப்பேரு வந்திருக்காங்க" என்று தகவல் கொடுத் தான். வேலனும் அவன் பின்னால் ரகீமும் உள்ளே சென்றபோது, வராந்தாவில் தாடிமீசையுடன் நான்கு பக்கீர்கள் அமர்ந்து பேசிக் கொண்டிருந்தனர். உள்ளிருந்து தேநீர்க் குவளைகளுடன் வந்த முத்தம்மா வேலன் நுழைவதைப் பார்த்து, "இவரு தான் வேலன்" என் றாள். நால்வரும் எழுந்து நின்றனர், "உட்காருங்க" என்ற வேலன், "நீங்க வேலூர்ல இருந்து மதராசுக்கு வந்து எத்தனை நாளாச்சு" என்று கேட்டான். "இவங்க வேலூர்ல இருந்து வந்திருக்கிறது உனக்கெப்படித் தெரியும்?" என்று வியப்புடன் கேட்டாள் முத்தம்மா. "ரகீம் சொல்லித் தான்"

என்றான் வேலன். பின்னாலிருந்து ரகீம் வெளிச்சத்திற்கு வந்தான். “நம்ம ரகீம் திறமையான ஆள்தான். ஐயா பின்னாலே வந்து நாமயிருக்க எடத்தைக் கண்டு பிடிச்சிட்டானே” என்றார் நால்வரில் தலைவர் போல் தோன்றியவர். “இவருதான் அப்துல்லா. இவங்க தலைவர்” என்று அறிமுகப்படுத்தினாள் முத்தம்மா. ஒன்றும் புரியாமல் நின்றுகொண்டிருந்த ரகீமிடம், “ரகீம், இவங்க தான் நீ தேடி வந்த ஆயிஷா அக்கா, ஒரு காலத்தில மைசூர் சுல்த்தானோட உளவாளி. ஆனால் மதராசில, என் மனைவி முத்தம்மா” என்றான் வேலன். “ஐயாவை நீ எங்கே கண்டுபிடிச்சே” என்றுகேட்டவரை, “திருவேங்கட நாயக்கர்” என்று அறிமுகப்படுத்தினாள் முத்தம்மா.

“நான் எங்கே கண்டுபிடிச்சேன். அவரு தான், நான் பின் தொடர்ந்து வந்ததைக் கண்டுபிடிச்சிட்டாரு. ஆயிஷா அக்கா பேரைச் சொன்னதால உயிரோட விட்டாரு” என்றான் ரகீம். “சொல்லுங்க அப்துல்லா, நாங்க உங்களுக்கு என்ன உதவி செய்யணும்?” என்றான் வேலன். “கோட்டைக்குள்ள, எங்களோட வேலூர்ல கலகம் பண்ணினதா இருபத்தியோரு பேரைக் கைதியா அடைச்சிவச்சிருக்காங்க. எங்களுக்கு ஆதரவான சிப்பாய்ங்க மூலமா அவங்களோட தொடர்புலயிருக்கோம். ஆனால் அதிகாரிகள் மட்டத்தில என்ன திட்டம் போடறாங்கன்னு தெரிஞ்சிக்க, உங்க உதவி தேவைப்படுது” என்றார் அப்துல்லா.

“சீக்கிரம் ராணுவகோர்ட் அமைச்சு விசாரணை பண்ணப் போறாங்க. இது மாதிரி இந்தியச்சிப்பாய்ங்கள்ளாம் எதிர்க்க ஆரம்பிச்சா, அவங்க அடித்தளமே ஆட்டங்கண்டு போயிடும்னு பயப்படறாங்க. அதனால எல்லாச் சிப்பாய்களையும் பயமுறுத்தற மாதிரிக் கடுமையான தண் டனை குடுக்கத் திட்டம் போட்டிருக்காங்க” என்றான் வேலன்.

“அப்போ தூக்கில போட்டுருவாங்களா” என்று படபடப்போடு கேட்டார் ஒருவர். “மாட்டாங்கன்னுதான் நினைக்கிறேன். அப்புறம் கலகம் பெரிசாயிடுமோன்னு ஒரு பயம் இருக்கு. அது இருக்கட்டும், வேலூர்ல என்ன நடந்ததுன்னு முழுசா எங்களுக்குச் சொல்லுங்க” என்றான்.

“எங்களை மதம்மாத்த முயற்சி பண்றாங்க, பன்றித்தோல்ல செஞ்ச தொப்பியைப் போட்டுக்கச் சொல்றாங்க. அது எங்கதத்தில ஹராம்” என்றார் அப்துல்லா. “அதில பசுமாட்டுத் தோலும் இருக்கு. அது நம்ம இந்துமதத்தை அவமதிக்குது” என்றார் இன்னொருவர். “பன்றி அசுத்தமானதுன்னு முசல்மான்

எதிர்க்கறாங்க, பசு புனிதமானதுன்னு எதிர்க் கறாங்க இந்துக்கள். நல்ல வேடிக்கைதான்", என்றான் வேலன். "தலை முடியும், மீசையும் நீளமா வளர்க்க கூடாது, தாடியையே எடுத்திட ணும், காதில கடுக்கன், வளையம் எதுவும் போட்டுக்கக் கூடாது, நெத்தியில திருநீறுபூசக் கூடாது, நாமம் போடக்கூடாது" என்றார் திருவேங்கட நாயக்கர். "அடேய்யப்பா இவ்வளவு கட்டுப்பாடுகளா?" என்றான் வேலன். "அது மட்டும் இல்லை, நெஞ்சில சிலுவையைத் தொங்கவிடச் சொல்றாங்க" என்று சொல்லிக் கொண்டே சிலுவை போன்ற ஒன்றை வேலனிடம் கட்டினார் அதுவரை பேசாமலிருந்த நாலாவது பக்கீர். "மதம்மாறச் சொல்லிக் கட்டாயப் படுத்தறாங்களா?" என்று கேட்டான் வேலன். "இதுவரைக்கும் இல்லை. ஆனால் அதுக்கு ஆரம்பம்தான் இது" என்றார் அப்துல்லா.

"கிழக்கிந்தியக் கம்பெனி ஒரு நாளும் நம்மை மதம்மாறச் சொல்லாது. நம்மைப் பிரிச்சுவைக்கிறதுக்கு சாதிப்பிரிவினை இருக்கிற இந்துமதம்தான் வசதியானது. அதனாலதான் அவங்களுக்கு முன் னால ஆண்ட மொகலாயர்களோ, தில்லி சுல்தான்களோ கூட நம்மை மதம்மாறச் சொல்லலை" என்றான் வேலன். "அப்புறம் ஏன் எங்களைச் சிலுவை போடச்சொல்றாங்க" என்று சொல்லிக்கொண்டே தன் கையிலிருந்த பொருளை எடுத்துக் காட்டினான் ரகீம். "நீ வச்சி ருக்கது சிலுவையில்லை, துப்பாக்கியைச் சரிபண்ற திருப்புளி ரகீம்" என்ற வேலன், "கிறிஸ்தவ பாதிரியாருங்க வந்தா படிப்பும் கூடவே வந்திடுமோன்னுதான் கம்பெனி எல்லைக்குள்ள அவங்களையே அனுமதிக்கறதில்லை" என்றான்.

"ஆனால், மதம்மாத்த முயற்சி பண்ணறதாத்தான் சிப்பாய்ங்க நம்புறாங்க. வேலூர்ல மட்டுமில்ல, மைசூர் ராஜ்யம் முழுக்க ரகசியமா எங்களுக்கு ஆதரவு இருக்கு. எல்லோரும் முன்னால திப்புசுல்தான் படையில இருந்தவங்க. நாங்க வேலூர்க் கோட்டையைப் பிடிச்சு ஒருவாரம் எங்க கட்டுப்பாட்டில வச்சிருந்தாப் போதும். மைசூர்நாடு முழுக்கயிருந்து எங்களுக்குப் படைகள் உதவிக்கு வந்துடும். அப்புறம் காட்டுத்தீ மாதிரி கலகம் இந்தியா முழுக்கப் பரவிடும்" என்றார் அப்துல்லா, கண்கள் பளபளக்க.

"விதைக்காமலே அறுவடை பண்ணமுடியும்னு நினைக்கிறீங்க. இப்படிக் காட்டுத்தீயை நம்பி ஏமாந்த கதை வரலாற்றில ஏராளம். இன்னும் தொடாந்துக்கிட்டுத்தான் இருக்கும் போல" என்ற

வேலன், “சரி இசுலாமியச் சிப்பாய்களை மட்டும் வச்சுக் கலகத்தை நடத்தப் போறீங்களா” என்று கேட்டான்.

“யார் சொன்னது. இந்துச் சிப்பாய்களும் முழுசாக் கலகத்தில எறங்கப் போறோம். நாங்க எல்லாம் முன்னால பாளையக்காரங்க படையில இருந்தவங்க, சரியான நேரம்பார்த்து வெள்ளைக் காரங்களைப் பழி வாங்கப் போறோம்” என்றார் திருவேங்கட நாயக்கர். “கலகம் ஆரம்பிச்சப்பறம், இந்து முஸ்லீம்னு நமக்குள்ள சண்டை வந்திடாதே” என்று கேட்டாள் முத்தம்மா. “அப்படியெல்லாம் ஒண்ணும் வராது. சுபேதார் ஷேக் காசிமையும், ஜமேதார் ஷேக் ஹுசேனையும் எங்க தலைவர்களா ஏத்துக்கிறதா இந்துக்களும் சத்தியம் செஞ்சு கொடுத்திருக்கோம்” என்றார் திருவேங்கடநாயக்கர். “கலகம் வெற்றியடைஞ்சா, அவங்க ரெண்டு பேரில யாரு அதிகாரத்துக்கு வருவாங்க” என்று கேட்டான் வேலன். “ரெண்டு பேருமே இல்லை. மூத்த இளவரசர் பத்தே ஹைதா தான் மைசூருக்கு மன்னரா முடிசூட்டிக்குவாரு” என்றார் அப்துல்லா “ஓ திப்பு சுல்தானோட மூத்த மகன்தான், இதையெல்லாம் திட்டம் போட்டு நடத்தறாரா” என்று கேட்டாள் முத்தம்மா. “பத்தேஹைதர் பேருக்குத்தான் தலைவர். அவரு தம்பி மொகைதீனும், ஒண்ணுவிட்ட தம்பி அலாவுதீனும் தான் சுறுசுறுப்பாக் கலகத்தை நடத்தறாங்க”, என்றார் அப்துல்லா. “அவங்களே வராட்டியும், கலகத்தை நடத்தத்தான் போறோம்” என்றார் மற்றொரு பக்கீர். “ஏன்” என்று வியப்போடு அவரைப்பார்த்தான் வேலன்.

“சம்பளம் தான் பெரிய பிரச்சினை. இந்தியச் சிப்பாய்க்கு மாதச் சம்பளம் வெறும் ஆறு ரூபா. இங்கிலீஷ் சிப்பாய்களுக்கு நாற்பத்தி ரெண்டு ரூபா. ஆயிரமாயிரம் சிப்பாய்களுக்குத் தலைமை தாங்கற எங்களுக்குச் சுபேதார் பதவிக்கு மேல கொடுக்க மாட்டேங்கறாங்க,” என்றார் அந்தப் பக்கீர். “அது மட்டும் இல்லை வேலன் ஐயா, அடிக்கிறாங்க, சாட்டையால அடிக்கிறாங்க. கீழ் சாதிக்காரங்களை அடிக்கிறமாதிரியே எங்களை, ஆண்ட பரம்பரையைச் சவுக்கால அடிக்கிறாங்க”, கண்களில் கோபம் கொப்பளிக்க உறுமினார் திருவேங்கட நாயக்கர்.

“திருவேங்கடநாயக்கர் ரொம்பக் கோபமா இருக்காரு போல இருக்கே” என்றான் வேலன். “அவரு சாதியென்ன? பரம்பரை என்ன? அவரைப் போய்க் கீழ்சாதிக்காரங்களை அடிக்கிற மாதிரி வெள்ளைக்கார ஆபிசருங்க, சவுக்கால அடிச்சாக் கோபம் வரத்தானே செய்யும்”என்றார் அப்துல்லா. “அப்போ கீழ்சாதிக்காரங்களை அடிச்சாப் பரவாயில்லை, அவங்களுக்குக் கோபம் வராதுன்னு நினைக்கிறீங்க. நாம மேல பேசறதுக்கு முன்னால நீங்க சந்திக்கவேண்டிய ஒரு ஆள் இருக்காரு” என்றான் வேலன். “அவரை எங்கே போய்ச் சந்திக்கணும்?” என்றார் அப்துல்லா “எங்கேயும் போக வேண்டாம், நானே கூப்பிடறேன். ரகீம், வாசலுக்குப் போய் அங்கே காவல்ல இருக்க ஆளைக் கூட்டிக்கிட்டு வா” என்றான் வேலன். முத்தம்மாவைத் தவிர அங்கிருந்த யாருக்கும் வேலனின் செயலுக்குக் காரணம் புரியவில்லை. அவள் மட்டும் புன்னகை பூத்தாள். சில நிமிடங்களில் ரகீமுடன் வந்த காவல்காரன், “கூப்பிட்டிங்களா அய்யா” என்றான்.

“ஆமா, நீ காவல் காத்தது போதும், கொஞ்சம் இப்படி வந்து உட்காரு” என்றான் வேலன். காவல்காரனும் நொடியும் தயங்காமல் வந்து ஒரு நாற்காலியில் அமர்ந்துகொண்டான். முதலாளி முன்னால் ஒருகாவல்காரன் சமமாக அமாவது வந்தவர்களுக்கு ஆச்சரியமாயிருந்தது. பட்டணம் கெட்டுப்போச்சு என்று மனதிற்குள் நினைத்துக் கொண்டனர்.

“முத்து, உன்னோட கதையை இவங்க முன்னால சொல்ல முடியுமா?” என்றான் வேலன். “அதைவிடச் சந்தோசம் என்னய்யா இருக்கு?” என்று தன் தொண்டையைத் கனைத்துக்கொண்ட முத்து, “அம்மா, எனக்கு குடிக்கறதுக்குத் தண்ணி கெடைக்குமா” என்றான். முத்தம்மா புன்முறுவலோடு உள்ளே சென்றாள். முதலாளியம்மாவுக்கு வேலைக்காரன் வேலைகொடுப்பது வந்தவர்களுக்கு மேலும் வியப்பாக இருந்தது.

பலமுறை அந்தக் கதையைச்சொல்லி அனுபவப்பட்டவன் போல் முத்து தொடங்கினான். “எங்க பூர்வீகம் தெக்கத்திப் பக்கம்னு அப்பன் ஆத்தா சொல்லிக் கேட்டதுதான். நான் பொறந்து வளாந்ததெல்லாம் மதராசோட கருப்பு நகரம்தான். அப்பனும் ஆத்தாவும் கூலி வேலைக்குப் போனாங்க, பத்துவயசிலயே நானும் பரங்கிமலையில ஒரு அதிகாரிவீட்டில வேலைக்குச் சேர்ந்துட்டேன்.

அவரு மிலிட்டரி ஆபிசா் இல்லை, கோட்டை ஆபிஸ்ல வேலை பார்த்தார். என் பேரைச் சேவி யா் முத்துன்னு மாத்தினார். ஒருநாளு என்கிட்ட, "சேவியர், மனுச னுக்கும் மிருகத்துக்கும் என்ன வித்தியாசம்"னு கேட்டார். எனக்குப் பதில் சொல்லத்தெரியலை. கொஞ்சம் யோசிச்சு, அதுங்க வாயில்லா ஜீவன்னுங்க, மனுசனால மட்டும் தான் பேச முடியும்"னேன் "அப்பிடி யில்லை சேவியா். அதுங்களும் பேசிக்கும், நமக்குத்தான் அது புரியாது. உண்மையான வித்தியாசம், மிருகங்களுக்கு எழுதப்படிக்கத் தெரியாது, அதனால தங்களோட எல்லா அறிவையும் அடுத்த தலை முறைக்குக் கடத்தமுடியாது"ன்னார். நானும் ஆமாமாஸ்டானு தலை யாட்டினேன். "தலையாட்டினாப் பத்தாதுடா, நீயும் எழுதப்படிக்கக் கத் துக்கணும்னார். எனக்கு ரொம்ப சந்தோசம். சுறுசுறுப்பா தமிழ் இங்கிலீசு, ரெண்டுமே எழுதப் படிக்கக் கத்துக்கிட்டேன். எங்க ஆபிசருக்கும் தமிழ் நல்லாஎழுதத் தெரியும்". அப்போது முத்தம்மா சூடான தேநீரோடு வந்தாள். முத்து பேச்சை நிறுத்திவிட்டு ஆவலோடு தேநீரைப் பருகினான். "எல்லாச் சாதிக்கும் ஒழுங்காச் சொல்லிக் கொடுத்தாப் படிப்பு வரத்தான் செய்யும். ஆனால் எங்கசாதிப் பசங்கதான் ஒழுங் காப் படிக்கறதில்லை" என்றார் திருவேங்கட நாயக்கா்.

அதற்குள் தேநீரை அவசரமாகக் குடித்து முடித்த முத்து, மிக ஆர்வமாக மீண்டும் தன் கதையைத் தொடர்ந்தான். "என் கெட்ட காலம், அந்த ஆபிசரு சொந்த நாட்டுக்குத் திரும்பப் போயிட்டாரு. போறப்போ வேற ஒரு ஆபிசர்கிட்ட வேலைக்குச் சோ்த்து விட்டுட்டுப் போயிட்டாரு. அப்போவில இருந்து என் தலைவலி ஆரம்பிச்சது. அந்த மிலிட்டரிஆபிசரு, ரொம்பத் திமிரு பிடிச்சவன். எப்பவும் கையில பிரம்போடவே சுத்துவான். எதுக்கெடுத்தாலும் அடி, உதைதான்". முத்து நிறுத்திய பொழுது திருவேங்கட நாயக்கா் ஆரம்பித்தார். "வேலூர்க் கோட்டையிலயும் அந்த மாதிரி ரெண்டு ஆபிசருங்க இருக்காங்க. கலகம் நடக்கறப்போ பாருங்க, அவங்களைத் தனியாக் கவனிக்கப் போறேன்" என்றார் பற்களைக் கடித்தபடி. முத்து தொடர்ந்தான். "இந்த ஆபிசரு என்னை முட்டு, முட்டுன்னு தான் கூப்பிடுவான். ஒரு நாளு நான் அடி பொறுக்க முடியாம, "அடிச்சீங்கன்னா கோட்டையில போய் கம்ப்ளெயிண்ட்பண்ணிடுவேன்"னேன். "என்னடா கம்ப்ளெயிண்ட் பண்ணுவே?"ன்னு கேட்டான். "இந்திய வேலைக்காரங்களை அடிச்சாக் கடுமையான நடவடிக்கை எடுப்போம்னு அப்போ கோட்டையில ஒரு சுற்றறிக்கைவிட்டிருந்தாங்க. அதையவன்

மேஜையிலயிருந்தே எடுத்துக் காட்டினேன். "முட்டாள், யாரு புகாரெழுதித் தருவாங்க" ன்னான். "நானே எழுதுவேன், எனக்கு இங்கிலீஷ் எழுதத்தெரியும்னேன். கொஞ்சம் பயந்து போனவன், "அப்பிடி எழுதினாலும் சாட்சி இல்லாம எதுவும்செய்யமுடியாது"ன்னான். "உனக்கும் பக்கத்து வீட்டுக்காரனுக்கும் ஆகாது. அவன் சந்தோஷமாச் சாட்சி சொல்லுவான்"னேன். "வேலையை விட்டுப் போடா நாயேன்னான். என் சம்பளப் பாக்கியக் குடுத்தாப் போயிக்கிட்டேயிருப்பேன்னு சொன்னேன். ரெண்டுமூணு நாள்ல தாறதாச் சொல்லிட்டு வேலைக்குப் போயிட்டான். நல்லாத் திட்டம் போட்டிருப்பான் போலயிருக்கு, ஒருநாள் சாயந்திரம் வந்தவொடனே "எனக்கு வேறவீடு தர்றாங்க, அதைச் சுத்தம் பண்ணனும் வான்னு பறங்கி மலையில தனியா இருந்த ஒரு வீட்டுக்குக் கூட்டிக்கிட்டுப் போனான். எனக்கு உள்மனசில, ஏதோ ஒண்ணு சரியில்லைன்னு தோணுச்சு. வீடடுக்குள்ள போனதும் கதவைச் சாத்தி தாப்பா போடுன் னான். நானும் சாத்தித் தாப்பாளைப்போட்டேன். உடனே பலமாச் சிரிச்சுக்கிட்டே அந்த வீட்டுக்குள்ள ஒழிச்சுவச்சிருந்த சவுக்கை எடுத்தான். புதுசா வாங்கியிருப்பான் போல. "டேய் முட்டு. இப்போ சாட்சிக்கு என்னடா பண்ணுவே" ன்னு சவுக்கை ஓங்கினான். "வேண்டாம் மாஸ்டர் சத்தம் போட்டு ஊரைக் கூட்டுவேன்னேன்". "நீ கரடியாக் கத்தினாலும் யாரும் வரமாட்டாங்க. அக்கம் பக்கத்தில ரொம்ப தூரத்துக்கு வீடுகளே இல்லை",ன்னான். "அதுதான் மாஸ்டா் எனக்கு வேணும்னுட்டு அவன் முகத்தில ஒரு குத்து விட்டேன். நெஞ்சில எட்டி உதைச்சுக் கீழே தள்ளினேன். சவுக்கைப் பறிச்சு கண்ணுமண்ணு தெரியாம அடிச்சு நொறுக்கினேன்". ரகீம் உற்சாகத்தை அடக்க முடியாமல் கைதட்டினான். அதைப்புன்னகையால் அங்கீகரித்த முத்து தொடர்ந்தான். "அப்புறம் அந்த வெள்ளைக்காரன், என்காலைக்கட்டிப்பிடிச்சுக் கெஞ்சறான். முட்டு என்னைக் கொன்னுடாதே, எனக்குக் குடும்பம் இருக்குன்னு அழுதான். "சரி, சம்பளப் பாக்கியைக் குடுன்னேன். அவன் கையிலிருந்த மொத்த பணத்தையும் என்கிட்டக் குடுத் துட்டுக் கெஞ்சுறான், "முட்டு, மொத்தப் பணத்தையும் நீயே வச்சுக்க. நான் அடிவாங்கினதை மட்டும் யாருகிட்டேயும் சொல்லாதே". நான் அதோட மெட்ராசைவிட்டே ஓடிப் போயிட்டேன். அவன் சொந்தநாடு திரும்பிட்டான்னு தெரிஞ்சப்பறம்தான் மதராசுக்குத் திரும்ப வந்தேன்" என்று தன் கதையைச் சொல்லி முடித்தான் முத்து.

இப்பொழுது அனைவருமே கைதட்டினர். முத்து எழுந்து தன் பணியைத் தொடர வெளிவாசலுக்குச் சென்று விட்டான்.

“பார்த்தீங்களா நாயக்கரே, தன்மானம் எல்லாச் சாதிக்கும் பொதுதான். வாய்ப்புக்கிடைக்கிறப்போ எரிமலை வெடிக்கும்” என்றான் வேலன். “நாங்க எல்லோரையும் அரவணைச்சுப்போகத்தான் முயற்சி பண்றோம். வேலூர் சுத்து வட்டாரமெல்லாம் பாட்டுப்பாடியும் பொம்ம லாட்டம் நடத்தியும் பிரச்சாரம் பண்றோம்” என்றார் அப்துல்லா. “மைசூர்லயிருந்து திப்புசுல்தான் சொந்தக்காரங்க, வேலைக்காரங் கன்னு வேலூரைச் சுத்தி ஆயிரம் பேருக்கு மேல இருக்காங்க” என் றான் ரகீம். “அது மட்டுமில்லை. இந்தியாவில இருக்கிற எல்லா ராஜாக்களுக்கும் ரகசியமாத் தூது அனுப்பிச்சிருக்கோம்” என்றார் அப்துல்லா.

“இனிமே ராஜாக்களை நம்பிப் போராட முடியாது. எல்லோரும் திப்பு சுல்தான் கிடையாது. மக்களை நம்பித்தான் போராட்டத்தில இறங்க ணும்” என்றான் வேலன். “சரி, இவங்களுக்கு எப்படி நாம உதவப் போறோம்” என்று கேட்டாள் முத்தம்மா. “நிச்சயமா அவங்க நினைக்கிற மாதிரி இல்லை. தந்திரமாத்தான் செயல்படணும்” என்ற வேலன் அப்துல்லாவைப் பார்த்து, “ஜெயில்ல இருக்கிற உங்க ஆளுங்களுக்குத் தகவல் அனுப்புங்க. ராணுவ விசாரணை நடக்கறப்போ, நான்சொல்ற மாதிரி நடந்துக்கணும்” என்றான். “நீங்க அவங்களைப் பார்க்க முடியுமா?” என்று வியப்புடன் கேட்டார் அப்துல்லா. “ராணுவ விசாரணை நடக்கறப்போ எப்படியும் நான் அங்கே இருப்பேன். மறக்காமல் நான் சொன்ன தகவலை அனுப்பிச்சிருங்க” என்றான் வேலன். வேலூரிலிருந்து வந்தவர்கள் அனைவரும் வியப்போடு விடைபெற்றனர்.

“வேலா, நீ எப்பிடி ராணுவ விசாரணை நடக்கற எடத்துக்குப் போகப் போறே” என்று கேட்டாள் முத்தம்மா. “நான் மட்டும் இல்லை, நீயும் வரப்போறே. நான் மொழிப்பெயர்ப்பாளனாப் போறேன், நீ என் உதவியாளன் முத்தப்பாவா வர்றே” என்றான் வேலன். இரண்டு நாட்களுக்குப்பின் ராணுவ விசாரணையில், மொழிபெயர்ப்பாளனின் உதவியா ளனாகச் செல்ல ஆண் உடைக்கு மாறிய முத்தம்மா, “நான் ஏன் பொடவை கட்டிக்கிட்டே உன் உதவியாளனா வரக்கூடாது” என்று அலுத்துக் கொண்டாள். “பல விஷயங்கள்ள நம்மைவிட முற்போக்கான வெள்ளைக்காரங்க, பெண்களை ஏனோ சமமா நடத்தறதில்லை. அதிலயும்

தமிழ்ப்பொண்ணு ஒருத்தி படிச்சு வேலை பார்க்கறான்னு நம்பவே மாட்டாங்க",என்றான். இருவரும் கோட்டைக்குச்சென்று, ராணுவ விசாரணை நடக்கும் அறைக்குள் முதல் ஆட்களாக நுழைந்தனர். அடுத்து இரண்டு விசாரணைஅதிகாரிகளும் உள்ளேவந்தனர். வேலன் எழுந்து மிக மரியாதையாக ஆங்கிலத்தில் வணக்கம் செய்தான். முத்தமாமாவும் எழுந்து வணக்கம் சொன்னாள். சற்று நேரத்தில் தலைமை அதிகாரி வந்து சேர்ந்தார். வேலனைப்பார்த்து, "நீ மொழி பெயர்த்தால் மட்டும் போதாது, அவற்றை வாக்கு மூலமாக எழுதிக் குற்றவாளிகளிடம் கையெழுத்து அல்லது கட்டைவிரல் ரேகையும் அதில் வாங்க வேண்டும்" என்றார். "தமிழ் போதுமா இல்லை வாக்கு மூலம் ஆங்கிலத்தில வேணுமா பிரபு" என்றான் வேலன். "ரெண்டிலயும்வேணும்" என்றார் அதிகாரி. "அப்படியே செய்யறேன் பிரபு" என்று சொல்லி விட்டு அமர்ந்தான் வேலன். கைதிகள் கொண்டுவரப்பட்டு பக்கத்து அறையில் அடைக்கப் பட்டார்கள். ராணுவ வீரர்கள் என்ப தால் யாருக்கும் விலங்கிடப்பட்டிருக்கவில்லை. வேலன் எழுந்து, "நான் கைதிகளைப் பார்த்து, விசாரணையில் எப்படி மரியாதையா நடந்துக்கணும்னு சொல்லிட்டு வர்றேன்" என்றான். உடனே அனுமதி வழங்கப்பட்டது. வேலன் கைதிகள் இருக்கும் அறைக்குச் சென்றான். சற்று ஆடம்பரமான உடையணிந்து வந்திருந்த வேலனை அனைவரும் சந்தேகத்தோடு பார்த்தனர். சிலர் அருவறுப்போடும் பார்த்தனர்.

"உங்களுக்கு ஜெயில்ல சாப்பாடு ஒழுங்காக் கிடைச்சுதா" என்று கேட்டான் வேலன். "வெள்ளைக்காரன் பூட்சை நக்குற நாய்க்கு, எங்கமேல என்ன திடீர் அக்கறை" என்றான், இருந்தவர்களிலேயே உயரமாய் இருந்தவன். "உன் பேரென்ன?" என்று கேட்டான் வேலன். "நரசய்யா", என்று மிடுக்கான பதில் வந்தது. "நரசய்யா, நான் நாயா, நரியாங்கிறது முக்கியமில்லை. இப்போ விசாரணையில நீங்க எல்லோரும் நரிமாதிரித் தந்திரமா நடந்துக்கணும். அப்போத்தான் நான் அப்துல்லாவுக்கு வாக்குக்குடுத்தபடி உங்களைக் காப்பாத்த முடியும்" என்றான் வேலன். அப்துல்லா என்ற வார்த்தை மந்திரம் போல் வேலை செய்தது. சற்று குட்டையான ஆனால் உருண்டு திரண்ட உடலுடன் இருந்த மற்றொரு கைதி முன்னால் வந்தான். "நாங்க அப்துல்லா சொல்றதுக்கு கட்டுப்படறோம்" என்றான்.

"உன் பேரென்ன?" என்று கேட்டான் வேலன். "சபியுல்லா" என்றான் அந்தச் சிப்பாய். "சபியுல்லா, நான் சொல்றதைக்

கவனமாக் கேட்டு எல்லோருக்கும் புரியவை. நடக்கப்போறது ராணுவ விசாரணை. நீங்க சல்யூட் அடிச்சிட்டுத்தான் விசாரணை அறைக்குள்ள நுழைய ணும், சல்யூட் அடிச்சிட்டுதான் வெளியே போகணும். இங்கிலீஷ் தெரிஞ்சிருந்தாலும், தெரியாதது மாதிரி நடிக்கணும். இது சிங்கம் மாதிரி உறுமுற நேரம் இல்லை. புலி மாதிரிப் பதுங்க வேண்டிய நேரம். விசாரணை முடிஞ்சதும் உங்கவாக்கு மூலத்தை நான் எழுதி எடுத்துக்கிட்டு வருவேன். அதில நம்பிக் கையெழுத்துப் போடணும்" என்றான் வேலன். "நீங்க எங்க ஆளுன்னு தெரியாம, திட்டுனதுக்கு மன்னிச்சிக்குங்க. கொஞ்சம் கோபப்பட்டுட்டேன்" என்றான் நரசய்யா

"என்கிட்ட கோபப்பட்டதால ஒண்ணுமில்லை. ஆனால், விசாரணை நடக்கறப்போ கோபப்படக்கூடாது" என்றுசொல்லிவிட்டு வேலன் தன் இடத்திற்குத் திரும்பினான். விசாரணை தொடங்கியது. முத்தம்மா குறிப்பெடுக்கத் தயாரானாள். சபியுல்லா முதல் ஆளாக அழைத்து வரப்பட்டான்.வாக்குக் கொடுத்தது போலவே அடக்க ஒடுக்கமாக அதிகாரிகளின் கேள்விகளுக்குப் பதில் சொன்னான். கடைசியாக, "நீயா எதுவும் சொல்ல விரும்புறியா" என்று கேட்டார் தலைமை அதிகாரி. "ஆமா, எனக்கு ரெண்டுபொண்டாட்டி, அஞ்சாறுபிள்ளைங்க மைசூர்ல இருக்காங்க. நீங்க என்னைத் தூக்கில போட்டாலும், அவங்க வந்து உங்களைப் பழிவாங்குவாங்க", என்றான். வேலன் அவசரமாக அவனிடம், "சபியுல்லா, விசாரணை முடிந்தது. நீ போகலாம்" என்று வெளியே அனுப்பிவிட்டான். தலைமை அதிகாரி சந்தேகத்தோடு ,

"மிஸ்டர் வேலன், கடைசியா ரொம்ப நீளமா ஏதோ சொன்னானே, என்ன அது?" என்றார். நல்ல வேளையாக சபியுல்லா உருது மொழியில் சொல்லிட்டுச்சென்றிருந்தான். "அது ஒண்ணும் இல்லை பிரபு. அவனுக்கு மைசூர்ல ரெண்டு பொண்டாட்டிகளும், அஞ்சாறு பிள்ளைகளும் இருக்காங்களாம். அதினால அவனைத் தூக்கில போட்டா, அவங்கள்ளாம் அனாதை ஆயிடுவாங்கன்னு கெஞ்சிட்டுப்போறான்" என்றான் வேலன். வேலன் பச்சையாகப் பொய் சொல்வதைக்கேட்டு முத்தம்மா களுக்கென்று சிரித்து விட்டாள். "உன் அசிஸ்டெண்ட் ஏன் சிரிக்கிறான்? இதில சிரிக்கறதுக்கு என்ன இருக்கு?", என்று கோபமா கக் கேட்டார் தலைமைஅதிகாரி. எப்படிச்சமாளிப்பதென்று வேலனும் தடுமாறினான். அதற்குள் முத்தம்மா எழுந்து ஆங்கிலத்தில், "அந்தக் கைதி அஞ்சாறு பிள்ளைங்க

இருக்காங்கன்னான். தனக்கு எத்தனை பிள்ளைங்க இருக்காங்கன்னு கூடச் சரியாத் தெரியலை யேன்னு நினைச்சுச் சிரிப்பு வந்துச்சு'' என்றாள். தலைமை அதிகாரி ஒரு நிமிடம் யோசித்து விட்டு, ''ஆமா அது ஒரு வேடிக்கையான விஷயம் தான்'' என்று அங்கீகரித்தார். உடனே மற்ற இரு அதிகாரி களும் பலமாகச் சிரிக்கத் தொடங்கினர். சிரித்துக் கொண்டே ஒரு அதிகாரி கூறினான், ''எலி குட்டிபோடற மாதிரி இந்தியர்கள் பிள்ளை பெத்துக்கறாங்க'' என்றார். ''கணக்குவழக்கே கிடையாது'' என்றார் இரண்டாவது அதிகாரி. அறையெங்கும் சிரிப்பலைகள் பரவின.

அடுத்தடுத்துக் கைதிகள் வரவழைக்கப்பட்டு விசாரிக்கப்பட்டனர். அவர்கள் என்ன சொன்னாலும் அவற்றை வேலன் மாற்றிச் சொல் லிச் சமாளித்தான். தாங்கள் கலகம் எதுவும் செய்யவில்லையென் றும், தங்களை மதம்மாற்ற முயற்சி நடப்பதாகத் தவறாகப் புரிந்து கொண்டதாகவும், அதற்குத்தான் கீழ்நிலை அதிகாரிகளிடம் புகார் தெரிவித்ததாகவும் அனைவரின் வாக்குமூலமும் அமையுமாறு பார்த்துக்கொண்டான் வேலன். விசாரணையின் தொடக்கத்திலேயே சிரிக்கத் தொடங்கியிருந்ததால், விசாரணை அதிகாரிகளும் பின்பு கோபமான மனநிலையில் இல்லை. ஒரு வழியாக அனைவரையும் விசாரித்து முடிக்கும் போது மதியம் ஆகியிருந்தது. வெற்றிகரமாக அனைவரையும் சமாளித்து விட்டதாக வேலன் பெருமூச்சு விட்ட பொழுது, கடைசி ஆளாகக் கம்பீரமாக உள்ளேநுழைந்தான் நரசய்யா. ஆங்கில உயர் அதிகாரிகளைப் பார்த்தவுடனேயே நரசய்யாவிற்குக் கோபம் தலைக்கேறியது. வேலன் விரலை உதட்டில் வைத்து எச்சரித்தான். ''நீ கோபமாப் பேசினா, எல்லோருக்கும் ஆபத்து. நான் சொல்றதுக்கெல்லாம் ஆமான்னு தலைய மட்டும் ஆட்டு'' என்று மெல்லிய குரலில் எச்சரித்த வேலன், ''நீ கலகம் எதுவும் செய்யலை''. தலையை ஆமென்பது போல் ஆட்டினான் நரசய்யா. ''மதம் மாத்த நெனக்கிறதா தவறுதலாப் புரிஞ்சிக்கிட்டே'', என்றான் வேலன். மீண்டும் தலையாட்டினான் நரசய்யா. ''செஞ்ச தப்புக்கு ஐயாகிட்ட மன்னிப்பு கேட்டுக்கறே''. நரசய்யா கோபத்தை அடக்கிக்கொண்டு அதற்கும் தலையாட்டினான். ''சரி நீ போகலாம்'' என்றான் வேலன். ''கொஞ்சம் நில்லு'' என்றார் ஒரு அதிகாரி. தன் கோப்பிலிருந்து ஒரு கடிதத்தை எடுத்துத் தலைமை அதிகாரியிடம் கொடுத்தார். தலைமை அதிகாரி அதைப் படித்துவிட்டு, நரசய்யாவைப் பார்த்துக்கேட்டார், ''லெப்டினன்ட்கூம்ஸ், வேலூர்ல இருந்து இந்தக் கடிதத்தை அனுப்பிச்சிருக்கார்.

நரசய்யாங்கற கைதியை மட்டும் ஸ்பெசலா கவனிக்கணும்னு கேட்டிருக்கார் ஏன்?'' என்றார். "ஏன்னா, நான்தான், பேரேடில, எல்லோர் முன்னாலை யும், லெப்டினன்ட் கூம்ஸோட மொகத்தில காரித்துப்பினேன்" என்று புன்னகையோடு கூறினான் நரசய்யா,

"எல்லாத்தையும் பாழாக்கிட்டானே", என்று திடுக்கிட்டாள் முத்தம்மா.

124

ஆனால் வேலன் சற்றும் தடுமாறவில்லை. என்ன சொல்கிறான் கைதி என்று தலைமை அதிகாரி கேட்பதற்கு முன்பாகவே, "லெப்டிணன்ட் கூம்சுக்கு நான் வலதுகை மாதிரிப் பிரபு, அவருக்காக என் உயிரையும் குடுப்பேன்னு சொல்றான்" என்று ஆங்கிலத்தில் மொழி பெயர்த்தான். "சரி கைதிபோகலாம்" என்றார் தலைமையதிகாரி. நரசய்யா கம்பீரமாக நடந்து சென்றான். "யாரோட சிபாரிசையும் நாம ஏற்க முடியாது" என்றார் தலைமை அதிகாரி. வேலனும் முத்தம்மாவும் வாக்குமூலங்களைத் தயாரிப்பதில் மும்முரமாயினர். மூன்று அதிகாரிகளும் தங்கள் ஆலோசனையைத் தொடங்கினர். "தவறு செஞ்சோம்னு எல்லோரும் ஒத்துக்கிறாங்க, திருந்த ஒரு வாய்ப்புக் குடுப்போம். சீருடை விஷயத்தைக் கொஞ்சநாளைக்குத் தள்ளி வைக்கச் சொல்லிச் சிபாரிசு பண்ணுவோம்", என்றார் முதல் அதிகாரி. "அது தவறான முன்னுதாரணமாயிடும். ராணுவத்தில ஒழுங்கீனம் மிகப் பெரிய தவறுன்னு உணரவைக்கணும். ஆளுக்குநூறு சவுக்கடியாவது கொடுக்கணும்", என்றார் இரண்டாம் அதிகாரி. "விட்டா, இருபத்தி யோரு பேருக்கும் பதக்கமே கொடுக்கச் சொல்லிச் சிபாரிசு பண்ணுவீங்க போலருக்கே. இவங்களுக்குக் கொடுக்கற தண்டனையைப் பார்த்துக் கம்பெனியோட ரெண்டுலட்சம் சிப்பாய்ங்களுக்கும் பயம் வரணும் புரியுதா" என்றார் தலைமையதிகாரி.

"எல்லோரையும் கடுமையாத் தண்டிச்சாக் கலகம் அதிகமாயிடலாம். ரெண்டு தலைவர் களை மட்டும் கடுமையாத் தண்டிப்போம்" என்றார் முதல் அதிகாரி. "அதிலயும் ஒருத்தன் இந்துவாயிருக்கணும், இன்னொருத்தன் முஸ்லீமாயிருக்கணும்" என்றார் இரண்டாம் அதிகாரி. அவர்களது ஆலோ சனைகளை ஏற்றுக்கொண்ட தலைமையதிகாரி வேலனிடம், "மிஸ்டர் வேலன், ரெண்டு கைதிகளைக் கூட்டிக்கிட்டு வாங்க" என்றார்.

"எந்த இரண்டு கைதிங்க பிரபு" என்று வேலன் கேட்டான். "யாரை வேணும்னாலும் கூட்டிக்கிட்டு வாங்க. ஆனால் அதில

ஒருத்தன் இந்துவா இருக்கணும், இன்னோருத்தன் முஸ்லீமா இருக்கணும்" என்றார் தலைமை அதிகாரி. வேலனுக்குப் புரிந்தது. நேரே கைதிகள் இருந்த அறைக்குள் சென்றான். "ஒரு இந்து, ஒரு முஸ்லீம் என் கூடத் திரும்ப விசாரணைக்கு வரணும்" என்று அறிவித்தான். "நான் வர்றேன், நான் வர்றேன்" என்று பல குரல்கள் ஒலித்தன. "அவசரப்படாதீங்க, அந்த ரெண்டுபேரையுந்தான் கலகத்தைத் தூண்டிவிட்ட தலைவர்களா அறிவிச்சுக் கடுமையான தண்டனை குடுக்கப் போறாங்க" என்றான் வேலன்.

"அப்போ நான் வர்றேன்" என்று இருபத்தியோரு குரல்களும் ஒன்றாக ஒலித்தன. அவர்களின் ஒற்றுமையுணர்வு வேலனுக்குப் பெருமையாயிருந்தது. "இந்தியா முழுவதும் இந்த உணர்வு பரவி விட்டால்", என்று மனதிற்குள் கற்பனை செய்து கொண்டான்.

"திரும்ப அவசரப்படறீங்க, தண்டனை ரொம்பக் கடுமையாயிருக்கும். அதைத் தாங்கிக்கிற உடல்வலிமையும், மனவலிமையும் இருக்க ரெண்டு பேரை நீங்களே தேர்ந்தெடுத்து அனுப்புங்க" என்றான் வேலன். சிறிய விவாதத்திற்குப் பின், நரசய்யாவும், சபியுல்லாவும் தேர்ந்தெடுக்கப் பட்டனர். அதனால் அவர்கள் இருவர் முகத்திலும் மகிழ்ச்சியும், பெருமிதமும் பொங்கி வழிந்தது. இருவரையும் வேலன் அழைத்துக் கொண்டு போய்த் தலைமையதிகாரி முன்பு நிறுத்தினான். இருவரையும் ஏறயிறங்கப் பார்த்த மூன்று அதிகாரிகளும் சரியென்று தலையசைத்தனர். "கலகத்திற்குத் தலைமை தாங்கியதாக ஒப்புக் கொள்கிறீர்களா" என்று கேட்டார் தலைமை அதிகாரி. வேலன் கேள்வியை மொழிபெயர்த்தான். இருவரும், "ஒப்புப்கொள்கிறோம்" என்றனர். வேலன் அதையும் மொழிபெயர்த்தான்.

"அவங்க ரெண்டு பேரு வாக்குமூலத்திலயும் தலைமை தாங்கினதா ஒரு வரி சேர்த்துக்கோ, எல்லாருக்கிட்டேயும் கையெழுத்து வாங்கி, வாக்குமூலங்களை நாலு மணிக்குக் கொண்டுக் கிட்டு வா. இத்தோட கோர்ட் ஒத்தி வைக்கப்படுது", என்றார் தலைமை அதிகாரி. கைதிகள் அனைவரும் மீண்டும் சிறைகளில் அடைக்கப்பட்டனர். மதியஉணவும், உறக்கமும் தேடி அதிகாரிகள் சென்றனர். வேலனுக்கும் முத்தம்மாவுக்குமோ வேலை நிறையவிருந்தது. இருவருக்கும் அறைக்கே உணவைக் கொண்டு வர ராபின்சன் ஏற்பாடு செய்தார். வெறும் கேக் குகளும், தேநீரும்தான். வேலை தடைப்படாமல் சாப்பிட்டுக்கொண்டே வாக்குமூலங்களைத் தமிழிலும், ஆங்கிலத்திலும்

எழுதத்தொடங்கினர். இடையில் அக்னியூவும், ஜெனரல் கிரடாக்கும் உள்ளே நுழைந்தனர். உடனே வேலனும், முத்தம்மாவும் மரியாதையாக எழுந்து நின்றனர். விசாரணை திரும்பவும் எத்தனை மணிக்குத் தொடங்கும் என்று கேட்டார் கிரடாக். "நாலு மணிக்குப் பிரபு" என்று பதிலளித்தான் வேலன். அவர்களை உட்காரச் சொல்லிக் கைகாட்டி விட்டுச் சற்று தூரத்தில் சென்றமாந்த கிரடாக்கும், அக்னியூவும் தங்களுக்குள் உரத்துப் பேசிக் கொண்டிருந்தனர்.

அவர்கள் பேசுவதைக் கவனிக்காதது போல் வேல னும் முத்தம்மாவும் தங்கள் வேலைகளில் கவனம் செலுத்தினர். சிறிது நேரம் பேசிக் கொண்டிருந்துவிட்டு இரண்டு அதிகாரிகளும் வெளியேறினர். மாலை நாலுமணிக்குக் கைதிகள் மீண்டும் அங்கே அழைத்து வரப்பட்டனர். ஒவ்வொருவராக அறைக்குள் அழைத்து வாக்குமூலங்களில் வேலனும், முத்தம்மாவும் கையெழுத்து வாங்கினர். நாலைந்து பேர்தான் கையெழுத்துப் போட்டனர். மற்றவர்கள் கட்டைவிரல் ரேகைகளைத்தான் பதித்தனர். யாரும் வாக்குமூலத்தில் என்ன எழுதி இருக்கிறதென்று கேட்கவில்லை. கைதிகளை வேறு அறைக்கு அனுப்பிவிட்டு வாக்குமூலங்களை அதிகாரிகளின் மேஜையில் வைத்தான் வேலன். சற்று நேரம் கழித்து உள்ளே நுழைந்த மூன்று அதிகாரிகளும், ஆங்கிலத்தில் இருந்த வாக்குமூலத்தை மட் டும் படித்துப் பார்த்தனர். "நல்ல வேலை செய்து இருக்கிறீர்கள் மிஸ் டர் வேலன், நன்றி" என்ற தலைமைஅதிகாரி. "அந்த ரெண்டு தலைவர்களை மட்டும் கூட்டிக்கிட்டு வாங்க" என்றார். வேலன் சென்று நரசய்யாவையும், சபியுல்லாவையும் கூட்டி வந்தான். தீர்ப்பை அதிகாரிகள் உணவு இடைவேளையிலேயே எழுதி வைத்திருந்தனர் போலும், முதலதிகாரியிடம் கொடுத்துப் படிக்கச் சொன்னார் தலைமையதிகாரி. அதில் முக்கியமான பகுதிகளை மட்டும் தமிழில் உரக்க மொழிபெயர்த்தான் வேலன்.

"கலகத்தைத் தூண்டிவிட்டதற்காக நரசய்யாவிற்கும், சபியுல்லாவிற்கும் ஆளுக்கு தொள்ளாயிரம் சவுக்கடிகள் கொடுக்கப்படுவதோடு, ராணுவத்திலிருந்தும் நீக்கப்படுகிறார்கள். மற்றவர்கள் மன்னித்து விடப்பட்டாலும், எச்சரிக்கைக்காக, ஆளுக்கு ஐநூறு சவுக்கடிகள் கொடுக்கப் படுகின்றன. தண்டணைக்குப்பின் அவர்கள் ராணுவத்தில் பணியைத் தொடரலாம்."

சபியுல்லா "இன்ஷா அல்லா" என்றார். நரசய்யா எதுவும் பேச வில்லை. மூன்று அதிகாரிகளும் தீர்ப்பில் கையொப்பமிட்டனர். தலைமை அதிகாரி தீர்ப்பினைத் தன் கையில் எடுத்துக் கொண்டார். மூவரும் அறையைவிட்டு வெளியேறினர். காவலாகள் உள்ளே நுழைந்து கைதிகளை அழைத்துச் சென்றனர். ராபின்சன் உள்ளே நுழைந்தார். "வேலா, நீங்க ரெண்டு பேரும் போகலாம். கையோட இன்னைக்கே இதை ரிப்போர்ட்டா எழுதிடு. நான் அதை உடனே கல்கத்தாவுக்கு அனுப்பிடறேன்" என்றார். "தண்டனையை எப்ப நிறைவேத்துவாங்க?" என்று கேட்டான் வேலன். "நாளைக்கே நிறைவேத்த அக்னியூவும், கிராடாக்கும் ஏற்பாடு பண்ணிட்டாங்க. தண்டனை ரொம்பக் குறைவா இருக்கேன்னு அவங்க ரெண்டு பேருக்கும் ரொம்ப வருத்தம்" என்றார் ராபின்சன். "அவங்க எதிர்பார்த்தது மரணதண்டனை. ஆனால் இது அதைவிடக் கொடுமையா இருக்கே" என்றாள் முத்தம்மா. "ஆமா நான் ஒரு தடவை பார்த்திருக்கேன்" என்ற ராபின்சன், "நூறுஅடி வாங்கறதுக்குள்ளேயே மயக்கம் போட்டுருவாங்க" என்றார். "அப்புறம் தண்ணீரை முகத்தில ஊத்தி மயக்கத்தில இருந்து விழிக்க வைப்பாங்களா" என்று கேட்டாள் முத்தம்மா. "தண்ணியெல்லாம் தேவையில்லை. முதுகில இருக்கிற காயத்தில உப்பைத் தடவுவாங்க. எரிச்சல் தாங்காம விழிப்பு வந்திடும். இந்திய ராஜக்கள்ளாம் காயத்தில மிளகாய்ப்பொடி தூவுவாங்களாம், நாங்க அந்த அளவுக்கு மோசம் இல்லையே" என்றார்.

வேலனும் முத்தம்மாவும் வீடு வந்து சோந்தனர். மறுநாளே தண்டனையும் நிறைவேற்றப் பட்டது. இந்தியச் சிப்பாய்களின் மனவலிமையும், உடல் வலிமையும் அந்தக் கொடிய தண்டனைகளையும் தாங்கி அவர்களை உயிர் பிழைக்கவைத்தது. பத்தொன்பது சிப்பாய்களும் கோட்டைக்குள்ளேயே மருத்துவ சிகிச்சைக்கு அனுப்பப்பட்டனர். சபியுல்லாவும், நரசய்யாவும் மட்டும் முதல்உதவிகூடக் கொடுக்கப்படாமல் வெளியே விரட்டப்பட்டனர். மற்ற சிப்பாய்கள் கோட்டை வாசலுக்கு அவர்கள் இருவரையும் தூக்கி வந்தனர். ரகீம் வாசலில் காத்திருந்து அவர்களை, வேலன் ஆட்களின் உதவியுடன் வண்டியில் சித்தவைத்தியா வீட்டிற்குக் கொண்டு சென்றான்.

சில நாட்கள் இடைவெளிவிட்டு, வேலனும் முத்தம்மாவும் வைத்தியா வீட்டிற்குச் சென்றனர். சபியுல்லாவும், நரசய்யாவும் உடலில் கட்டுக்களுடன் உறங்கிக் கொண்டிருந்தனர். "பச்சிலை வச்சுக் கட்டியிருக்கேன். காயம் ஆற ஆரம்பிச்சிருச்சு, நிச்சயமாப்

பிழைச்சு குவாங்க” என்றார் வைத்தியர். “சித்திரவதை செய்யறதில மனுசனுக்கு என்னதான் சந்தோஷமோ” என்றாள் முத்தம்மா. ரகீமும், அப்துல்லாவும் பக்கீர்களின் உடையில் வைத்தியரின் வீட்டிற்கு வந்து சேர்ந்தனர். பக்கத்து அறைக்குச் சென்று சிகிச்சை பெறுபவர்கள் உறங்குவதைப் பார்த்துவிட்டுக் கூடத்திற்கு வந்தனர். “வைத்தியர் ஐயா, உங்களுக்கு எப்படி நன்றி சொல்லறதுன்னே தெரியல. ரெண்டு பேரும் பிழைக்க மாட்டாங்கன்னே நினைச்சோம்” என்றார் அப்துல்லா. “கொஞ்சம் தாமதமாக் கொண்டு வந்திருந்தாக் கூடப் பிழைச்சிருக்க மாட்டாங்க. ரெண்டு பேருக்கும் உடம்பு மட்டுமில்லை, மனசும் இரும்புமாதிரி வலிமையானது. எப்படியாவது வெள்ளைக்காரங்களைப் பழிவாங்கணும்கற வெறிதான் இப்போ அவங்களை உயிரோடவச்சிருக்கு” என்றார் வைத்தியர். “ஆனால் கம்பெனிப்படையில இருந்து அவங்களை வெலக்கிட் டாங்க” என்றாள் முத்தம்மா. “ரெண்டுபேரும் மராத்தியர் படையில சேர்ந்திடலாம்னு திட்டம் போட்டிருக்காங்க” என்றார் வைத்தியர்.

அதுவரை பேசாமலிருந்த ரகீம், “வேலன் ஐயா, உங்களை மலைபோல நம்பியிருந்தோம். கடைசியா இப்படிக் கடுமையான தண்டனை வாங் கிக் குடுத்தீட்டீங்களே” என்றான் கோபமாக. முத்தம்மா பலமாகச் சிரித்தாள். “ஏன் அக்கா சிரிக்கிறீங்க” என்று மேலும் கோபமாகக் கேட்டான் ரகீம். “ரகீம், அங்கே மொழிபெயர்ப்பாளனா இருந்து வேலன் சாமர்த்தியமா வாக்குமூலத்தையெல்லாம் மாத்திச் சொல்லாம இருந்திருந்தா, இந்நேரம் வேலூர்கோட்டைவாசல்ல இருபத்தியோருபேரும் தூக்குக்கயித்தில பிணமா ஊஞ்சலாடிக்கிட்டு இருந்திருப்பாங்க” என்றவள், விசாரனை இடைவேளையின் பொழுது என்ன நடந்ததென்பதை விளக்கினாள். “நாங்க விசாரணை அறையிலே உட்கார்ந்து எழுதிக்கிட்டிருந்தப்போ, ஜெனரல்கிராடாக்கும், கர்னல் அக்னியூவும் நுழைஞ்சாங்க. அப்போ என்ன பேசினாங்க தெரியுமா?” என்று கேட்டு நிறுத்தினாள் முத்தம்மா.

“என்ன பேசினாங்க?” என்று ஒரே குரலில் கேட்டனர் அப்துல்லாவும், ரகீமும். “நிச்சயமா எல்லோருக்கும் மரண தண்டனைதான்” என்றார் ஜெனரல் கிராடாக். “எப்படி நிச்சயமாச் சொல்றீங்க” என்றார் கர்னல் அக்னியூ. “இந்தக் கைதிகள்ல ஒருத்தனுக்கும், ஒரு ராணுவ விசாரணையில எப்பிடி நடந்துக்க ணும்னு தெரியாது. ராணுவகோர்ட்டில ஒருத்தன் குற்றவாளியா

இல்லையாங்கிறது முக்கியமில்லை. தலைமை விசாரணை அதிகாரி யைக் கோபப்படுத்தாமப் பேசணும். இவனுங்க வீராவேசமாப் பேசி நிச்சயமா அவருக்குக் கோபம் வர வச்சிடுவானுங்க" என்றார் கிராடாக். "மரண தண்டனையை எப்பிடி நிறைவேத்தறது, கோட்டைச் சுவர் ஓரமா நிற்க வைச்சு சுட்டுத் தள்ளிடலாமா?" என்றார் கிராடாக் "அது சீக்கிரம் முடிஞ்சிடும். தூக்கில தொங்கவிட்டா, நெறைய நாள் அப்படியே ஊஞ்சலாடவிடலாம். மத்த சிப்பாய்களுக்கும் ஒரு பாடமா இருக்கும்" என்றார் அக்னியூ.

"சரி அப்போ உடனே அதுக்கு ஏற்பாடு பண்ணுங்க", என்றார் கிரடாக். "அவசரப்படாதீங்க, தண்டனைய எங்கே நிறைவேத்தறோம்கிறதும் முக்கியம். இவனுங்களை வேலுருக்குக் கூட்டிக்கிட்டுப் போய்க் கோட்டை வாசல்ல ஊஞ்சலாட விடணும். அப்போத்தான் மத்த சிப்பாய்களுக்கும் பாடமாயிருக்கும். ஊரைச்சுத்தியிருக்கிற வங்களுக்கும், கம்பெனியைப் பார்த்தலே ஒரு பயம் வரும்" என்றார் அக்னியூ. முத்தம்மா ஒரு நிமிடம் பேச்சை நிறுத்திவிட்டுப் பின் கேட்டாள், "புரியுதா? இருபத்தியோரு பேரையும் தூக்கில போடணும்னு ஆசையா இருந்தவங்க ரொம்பப்பேரு".

அதன் பின்புதான் பிரச்சினையின் முழுப்பரிமாணத்தையும், அதை மாற்றியதில் வேலனின் பங்கு எத்தனை என்பதையும் ரகீமால் உணரமுடிந்தது. "மன்னிச்சிக்குங்க ஐயா, அவசரப்பட்டுக் கோபமாப் பேசிட்டேன்" என்றான் ரகீம். "அவசரப்படறதும், அப்புறம் மன்னிப்புக் கேட்கிறதும் உங்களுக்குச் சாதாரணமாப் போச்சு, பரவாயில்லை. ஆனால் அவசரப்பட்டுக் கலகத்தை ஆரம்பிச்சிடாதீங்க, மன்னிப்புக் கேட்கவெல்லாம் வாய்ப்புக் கிடைக்காது" என்றான் வேலன். "எத்தனை காலம்தான் காத்துக்கிட்டு இருக்கணும்" என்றான் ரகீம். "அதையும் காலம் தான் முடிவு செய்யும். ஆங்கிலக் கிழக்கிந்தியக் கம்பெனி ஒரு உலகளாவிய சக்தி. உள்ளூர்ல மட்டும் தாக்கி அதை அழிச்சிட முடியாது", என்றான் வேலன். "அப்போ நம்மால அதை ஒண்ணுமே செய்ய முடியாதுங்கிறீங்களா?" என்றான் ரகீம். "நான் அப்படிச் சொல்லலை. உலகளவிய சக்திக்கு, உலகளாவிய எதிர்ச்சக்திகளும் இருக்கும். மற்ற இடங்கள்ளே இவங்களை எதிர்த்த போர்கள் பலமாகிறப்போ, நாமளும் இங்கே அடிகொடுக்க ஆரம்பிக்கணும். அதோட அஞ்சு வெரல்களையும் ஒரே சமயத்தில

நசுக்கணும்" என்றான் வேலன். "அதென்ன அஞ்சு வெரல்கள்?" என்று முத்தம்மா கேட்டாள்.

"பம்பாய், டெல்லி, கல்கத்தா, சென்னை, மைசூர் இப்பிடி அஞ்சு இடங்கள்ல இப்போ கம்பெனி படைகளைக் குவிச்சு வச்சிருக்கு. ஒரு மூலையில சண்டை வந்தா, மத்த மூலைகள்ள இருக்கிற படை களையெல்லாம் மொத்தமா அந்த ஒரு இடத்துக்குத் திரட்டிக்கிட்டு வந்திடறாங்க. நாம ஒரே சமயத்தில அஞ்சு இடத்திலையும் தாக்க, மக்களைத் திரட்டித் தயாரா இருக்கணும். ஐரோப்பாவில அதுக்கு அடிமேலஅடி விழறப்போ, இந்தியாவிலயும் நாம தாக்க ஆரம்பிக்கணும். அப்பிடித்தான் இங்கிலாந்தோட பிடியில இருந்து அமெரிக்கா விடுதலை அடைஞ்சுது", என்றான் வேலன். "ஆனால் அமெரிக்கா விஞ்ஞானத்திலயும், அரசியல்லயும் நம்மைவிட முன்னேறினதுன்னு சொல்லுவியே" என்றாள் முத்தம்மா. "உண்மை தான். அதிலையும் நாம கவனம் செலுத்தணும்" என்றான் வேலன்.

"சிப்பாய்ங்க மத்தியில இருக்கிற கோபம் உங்களுக்குத் தெரியாது. அது வேலூர்ல மட்டும் இல்லை, இந்துஸ்தான் முழுக்கயிருக்கு. நாங்க கூடியசீக்கிரம் கலகத்தைத் தொடங்கப் போறோம். இந்தியாவில யிருக்க கம்பெனிப்படை முழுக்க அது உடனே பரவும். அந்த நேரம் பார்த்து மராத்தியர், சீக்கியர் தலைமையில எல்லா ராஜாக்களும் போர்ல குதிப்பாங்க. அதுக்கப்பறம் கம்பெனியால ஒருநாள் கூட இந்தியாவில தாக்குப் பிடிக்க முடியாது" என்றார் அப்துல்லா கண்கள் பளபளக்க. "அதற்கப்பறம் இந்தியாவை யாரு ஆளப்போறா?" என்று கேட்டான் வேலன். "மைசூரை இளவரசா பத்தேஹைதா ஆளப் போறார். மத்தபகுதிகளை அந்தந்தப் பகுதி பழைய ராஜாக்கள் ஆளப் போறாங்க" என்றார் அப்துல்லா. "அப்போ தில்லியை யார் ஆளப் போறா?" என்றான் வேலன். "பாதுஷா இரண்டாவது ஷா ஆலம் தான். அவரு திரும்பவும் மொகலாய சாம்ராஜ்யத்தைத் தில்லியில ஆளுவார், தயங்காமல் சென்னார் அப்துல்லா.

"போரை எப்போத் தொடங்கறதா உத்தேசம்" என்றான் வேலன். "அதை அல்லாதான் முடிவு செய்வார்" என்ற அப்துல்லா, "நீங்க எங்களுக்கு உதவி செய்யறதனால, தமிழ்நாட்டில உங்களுக்கும் நிச்சயம் பெரிய பதவி கிடைக்கும்" என்றார், "உங்க பைத்தியக்காரத் திட்டத்தில நான் ஒருநாளும் சேரமாட்டேன்", என்றான் வேலன். "அல்லா உங்க மனசையும் மாத்துவார்", என்றார் அப்துல்லா தயங்காமல். வேலன், "முத்தம்மா, வா போகலாம். வீட்டில சிலர்

காத்துக்கிட்டு இருப்பாங்க" என்றான். "யாரு பாதிரியாருங்களா?" என்றாள் முத்தம்மா. "எப்படி அவ்வளவு சரியாகச் சொல்றே?", என்றான் வேலன். "கொஞ்சநாளா அவங் கதானே உன்னை அடிக்கடி சந்திக்கிறாங்க. ஏன் பாதிரியார்கள் மேல திடீர்னு இவ்வளவு அக்கறை" என்றாள் முத்தம்மா, "அக்கறை பாதி ரியாருங்க மேலயில்லை, அவங்க நடத்தற பள்ளிக்கூடங்கள்மேல. நம்ம நாட்டு விடுதலைக்கு எல்லா மக்களும் படிக்கிறது அவசியம்", என்றான் வேலன்.

125

மீண்டும் மொகலாய சாம்ராஜ்யங்களை ஏற்படுத்தும் கனவுகளை வேலன் ஆதரிக்காவிட்டாலும், முத்தம்மாவின் வற்புறுத்தலுக்காக அவளோடு ஒருமுறை வேலூர் சென்றான். கோட்டையின் வாயில் வரை ரகீம் கூட்டிச் சென்றான். கோட்டையைப் பார்த்ததும் முத்தம் மாவிற்கு உள்ளுணர்வில் ஏதோபொறி தட்டியது. "எனக்கென்னமோ இந்தக் கோட்டையில ஆபத்து வரப்போதுன்னு தோணுது" என்றாள் "பிரிட்டிஷ் சாம்ராஜ்யத்துக்கா?" என்று கேட்டான் வேலன். "இல்லை உனக்கு" என்றாள் முத்தம்மா. நிறையப்பேர் கோட்டைக்குள் எளிதா கச் செல்வதைக் கண்டு இருவரும் வியப்படைந்தனர். கோட்டைக் குள்ளே சுலபமாப் போக முடியுமா?" என்று கேட்டாள் முத்தம்மா.

"ஓ, அதில ஒன்னும் கஷ்டமே இல்லை. இளவரசர் பத்தேஹைதா ஒரு சீட்டுக்குடுத்தாப் போதும்" என்றான் ரகீம். "பத்தே ஹைதா சீட்டுக் குடுத்தாக் கம்பெனிச் சிப்பாய்ங்க விட்டுருவாங்களா" என்றாள் முத்தம்மா. "கோட்டைக்குள்ள, திப்பு சுல்தானோட பன்னெண்டு இளவரசர்கள், ஆறு இளவரசிகள் கைதிகளா வீட்டுக் காவல்ல இருக்காங்க. அவங்களுக்கு வேலை செய்யறதுக்கே தினம் நூத்துக்கணகக்கில ஆளுங்க கோட்டைக்கு வந்திட்டுப் போகணும். அதனால யாராச்சும் ஒரு இளவரசர் சீட்டுக் குடுத்தாப் போதும்" என்றான் ரகீம். "இங்கிலீஷ் சிப்பாய் கள்தானே காவல்ல இருப்பாங்க?" என்றான் வேலன். "அவங்க ஒரு பக்கமா தனியே இருக்காங்க. திப்புவோட குடும்பம் இருக்கிற மாளி கைக்கு வெளியே ஒரு இங்கிலீஷ்காரன்கூடக் கெடையாது. அதே மாதிரி கோட்டைத் தளபதி வீட்டு வாசல்ல ஒரு இந்தியச் சிப்பாய்கூடக் கெடையாது. மத்த இடங்கள்ள எல்லாம் ரெண்டு சிப்பாய்ங்களும் கலந்து இருப்பாங்க. ஆபிசருங்க மட்டும் எல்லோருமே இங்கிலீஷ்காரங்க தான்" என்றான் ரகீம்.

“தளபதி, கர்னல் பான்கோர்ட், பத்தேஹைதர் சொன்னாக் கேப்பாரா?” என்றாள் முத்தம்மா. “பான்கோர்ட் நேரடியா எதிலயும் தலையிடற தில்லை. கர்னல் மரியாத்துன்னு ஒரு ஆபிசர் இருக்கார். எல்லாம் அவரு மூலம்தான். தினம் வந்து பத்தேஹைதரைப் பார்த்துட்டுப் போவாரு. திப்புசுல்தான் குடும்பத்துக்குத் தரவேண்டிய பரமாரிப்பு பணத்தைக் குடுத்துட்டுப் போவாரு. மத்தபடி அவங்க விஷயத்தில மரியாத்தும் தலையிடறதில்லை” என்றார் ரகீம். “மைசூர் ராஜ்யத்தோட ஆட்சி, வரிவசூல் எல்லாம் கம்பெனி கைக்குப் போயாச்சு. அப்புறம் ஏன் திப்புவோட குடும்பத்துக்காக வெள்ளைக்காரன் இவ்வளவு செலவு பண்றான்” என்று கேட்டாள் முத்தம்மா. “அதுதான் அவங்க ராஜதந்திரம். திப்புவோட குடும்பம் வசதியா இருக்கிறவரைக்கும் அவரோட ஆதரவாளர்கள் கலகம் பண்ணமாட்டாங்க. அதைவிட முக்கியமான காரணம், இப்போ வெள்ளைக்காரன் தயவில மகாராஜா வாப் பட்டம்கட்டிக்கிட்ட உடையார்குடும்பம், ஒருவேளை வெள்ளைக் காரங்களை எதிர்த்தா, திப்புவோடவாரிசு யாருக்காச்சும் ராஜாப்பட்டம் கட்டிடுவாங்க. அவங்ககையில எப்பவும் நாலைஞ்சு பொம்மை வாரி சுகள் இருக்கணும். மக்களுக்கு ஒரு பொம்மை பிடிக்காமப் போனால், இன்னொரு பொம்மையைக் காட்டுவாங்க” என்றான் வேலன்.

வேலூரின் பல இடங்களுக்கு இருவரையும் அழைத்துச் சென்றான் ரகீம். திப்புசுல்த்தானின் வேலையாட்களின் குடும்பங்கள் மட்டுமல்லாது, உறவினர்களின் குடும்பங்களும் சேர்ந்து சுமார் மூவாயிரம் குடும்பங்கள் வேலூரைச்சுற்றிலும் குடியேறியிருந்தனர். தெருமுனை களில் ஆங்கங்கே சில பக்கீர்கள் டேப்பில் தாளம் போட்டுப் பாட்டுப் பாடுவதையும், கூட்டம் சேர்ந்தபின், வெள்ளையர்களை எதிர்த்துப் பிரச்சாரம் செய்வதையும் காட்டினான் ரகீம். “பார்த்தீங்களா, நாங்க மக்கள்கிட்ட பிரசாரம் பண்ணாம இல்லை. அவங்க பாடறதெல்லாம் நான் எழுதின பாட்டு” என்றான் பெருமிதமான குரலில். “கலகம் நடக்கிறப்போவும் பாட்டுத்தான் பாடுவியா” என்று கேட்டாள் முத்தம்மா. “ஆயுதம் ஏந்தணும். ஆனால், ரத்தத்தைப் பார்த்தாலே எனக்கு மயக்கம் வருதே” என்றான் ரகீம். மதிய உணவிற்காக இருவரையும் தன் சிறிய வீட்டிற்கு அழைத்துச்சென்றான் ரகீம். “இதை என் வீடுன்னு சொல்ல முடியாது. கலகக்காரங்க நெறையப் பேரு வருவாங்க, போவாங்க” என்றான். மாலையில் இசுலாமியா இருந்த பகுதிகளில் பொம்மலாட் டம் மூலமாகப் பிரச்சாரம் செய்யப் படுவதைக்

காட்டினான். "இந்துக்கள் இருக்கும் பகுதியில பிரச்சாரம் பண்றது இல்லயா" என்று கேட்டான் வேலன். "முயற்சி பண்றோம், பெரிசா ஆதரவு இல்லை" என்றான் ரகீம். "மாலை அவர்கள் ரகீமின் வீட்டிற்குத் திரும்பும்போது, வாசலில் ஒரு பல்லக்கு நின்றது. வீட்டிற்குள்ளிருந்து பல நீண்ட சாக்குப்பைகளைத் தூக்கிச் சிலர் பல்லக்கில் ஏற்றினர். பைகளின் தோற்றத்தைவைத்தே, அவை ஆயுதங்கள் என்று ஊகித்தான் வேலன். சற்று நேரத்தில் நன்கு அலங்கரித்துக்கொண்டு வந்த இளம் பெண் ஒருத்தி பல்லக்கிலமாந்தாள். பல்லக்கு தூக்கிச் செல்லப் பட்டது. "ஓ, ஆயுதங்களையெல்லாம் அரண்மனைக்குக் கடத்துறீங்களா" என்று கேட்டான் வேலன். "சொல்லாமலே, கண்டுபிடிச்சிட்டீங்களே! ராத்திரியில நெறையக் கலைக்குழு ஆட்கள் கோட்டைக்குள்ள போவாங்க, கூடவே ஆயுதங்களும் போய்ச் சேர்ந்திடும்" என்றான் ரகீம்.

சென்னை திரும்பலாம் என்றான் வேலன். "இல்லை, நீ போ, எனக்கு கொஞ்சம் வேலையிருக்கு. நான் ரெண்டுநாள் கழிச்சு வர்றேன்." என்று சொல்லிக் கொண்டிருக்கும் பொழுதே முத்தம்மா வாந்தியெடுக்கத் தொடங்கினாள். பின்பு, "லேசாத் தலை சுத்துது" என்று சொல்லிக் கொண்டே வீட்டிற்குள் சென்று கட்டிலில் அமாந்தாள். ரகீம் எப்பொழுது வெளியே ஓடினானோ தெரியாது, கையோடு ஒரு வயதான இசுலாமியரைக் கூட்டி வந்தான். வந்தவர் வேலனிடம் எதுவும் கேட்காமல், முத்தம்மாவின் நாடியைப் பரிசோதித்தார். பின்பு சிரித்துக் கொண்டே, "ஒண்ணும் பயப்படாதம்மா, உங்களுக்கு வாரிசு பிறக்கப்போகுது", என்றார். ரகீம் ஓடிச்சென்று வெல்லம் இருந்த பாத் திரம் ஒன்றைத் தேடி எடுத்து வந்து, வெல்லத்தை உடைத்துத் தட் டில் போட்டு வேலனிடம் நீட்டினான். அனைவரும் மகிழ்ச்சியோடு வெல்லக்கட்டிகளை வாயில் போட்டுக்கொண்டனர். "இனிமே நீ குதிரையேற முடியாது. சென்னக்குத் திரும்ப ஒரு வண்டி ஏற்பாடு பண் றேன்" என்றான் வேலன். "என்வேலை இதுக்காக நிக்காது. நீ பொறப்படு" என்றாள் முத்தம்மா. இருவர் முகத்திலும் புன்னகை பூத்தது. அதற்குமேல் இருவரும் உணர்ச்சிகளைக் காட்டிக் கொள்ளவில்லை. வேலன் சென்னைக்குப் புறப்பட்டான். ஒருவாரம் கழித்துக் குதிரையிலேயே பிடிவாதமாகப் பயணித்து, முத்தம்மாவும் சென்னை வந்து சோ்ந்தாள். நுழையும்போதே உற்சாகமாக "வேலா, புரட்சிக்குத் தயாரிப்பு படுவேகமாக நடந்துக்கிட்டு இருக்கு" என்றாள். "கடல் அலையை வெறும்

கைகளால நிறுத்த முயற்சி பண்றீங்க'' என்றான் வேலன். ஒரு நொடி அவனைக் கோபமாகப் பார்த்த முத்தம்மா, "அதைவிடு, இப்போ நெறைய இடங்கள்ள சிப்பாய்ங்க புதுச்சட்டத்தை எதிர்க்க ஆரம்பிச்சிட்டாங்கன்னு பேசிக்கறாங்களே, அது உண்மை தானா?'' என்று கேட்டாள்.

"உண்மை தான். ஆனால் பெரிய அளவில இல்லை. சிறீரங்கம், வாலாஜா, ஹைதராபாத் திருச்சியில எல்லாம் லேசாக் கிளர்ச்சி தொடங்கிச்சு. அதிகாரிங்க உடனே அதையெல்லாம் அடக்கிட்டாங்க. ஹைதராபாத்திலயிருந்து வேங்கட நாயர்னு ஒருத்தரைக் கைது பண்ணி, மதராசுக்குக் கொண்டு வந்திருக்காங்க'' என்றான் வேலன். "நம்ம திருவேங்கட நாயக்கரு எப்போ ஹைதராபாத் போனாரு'' என்று வியப்போடு கேட்டாள் முத்தம்மா. "நாயக்கரு இல்லை, வேங்கடநாயா். முன்னால மைசூர்படையில தளபதியா இருந்தவர். இப்போ கம்பெனிப் படையில சுபேதாரா இருக்காரு'' என்றான் வேலன்.

"இவ்வளவு கலாட்டா நடந்தும் கவர்னர் பெண்டிங் பிரபு ஏன் சட்டத்தை நிறுத்தி வைக்க மாட்டேங்கிறாரு'' என்றாள் முத்தம்மா. "அவருக்கு முழுவிவரம் போறதில்லை. அக்னியூவும் கிராடாக்கும் சொல்ற எல்லாத்துக்கும் அவரு தலையாட்டுறாரு'' என்றான் வேலன். "மத்த கம்பெனி அதிகாரிங்க, டைரக்டருங்க கூடத் தலையிடலையா'' என்று கேட்டாள். "எல்லோருக்குமே என்ன நடக்குதுன்னு தெரியும். ஆனால் ஒண்ணும் தெரியாத மாதிரி நடிச்சா, பழி அவங்க மேல விழாதுன்னு நினைக்கிறாங்க. வேலூர்ல இருந்து கர்னல் பான்கோர்ட் எப்பவோ, புது உத்திரவை நிறுத்தி வைக்கணும்னு கடிதம் எழுதிட்டாரு. தணிக்கைக்குப் போன தலைமைத் தணிக்கை அதிகாரி மார்க் பிரெண்டன், புதுசட்டத்துக்கு எதிர்ப்பு வலுக்குதுன்னு ஒரு கடிதம் அனுப்பிச்சிருக்காரு'', என்றான் வேலன். "அப்படியுமா டைரக்டருங்க நடவடிக்கை எடுக்கலை'' என்றாள் முத்தம்மா. "விஷயத்தை இயக்குனர் மட்டத்துக்கே கொண்டுபோகலை. ஏன்னா, புதுச்சட்டத்தைச் சுற்றறிக்கையா அனுப்பும் போது, இயக்குனர் குழுக்கிட்ட முன் அனுமதி வாங்கலை. பெண்டிங்பிரபு, புதுச்சீருடை சட்டத்தைக் கொஞ்சநாள் நிறுத்தி வைக் கணும்னு எல்லாயிடத்துக்கும் அனுப்பச் சொல்லி, ஒரு சுற்றறிக்கையைக் கிராடாக்குக்கு அனுப்பிச்சாரு. ஆனால் கிராடாக்கும் அக்னியூவும் அதை அனுப்பவேயில்லை'', என்றான் வேலன். "அது கவர்னர் உத்தரவை

அவமதிச்சதா ஆகாதா" என்று கேட்டாள் முத்தம்மா. "அதுக்கும் ஒரு சாக்குப்போக்குத் தயார் பண்ணி வச்சிருக்காங்க. வேலூர்ல சிப்பாய்களைக் கூப்பிட்டு, புதுச்சட்டங்களை எதிர்க்கிறவங்க யாரும் இருக்கீங்களான்னு ரெண்டு ஆபிசருங்களை விட்டுக் கேட்கச் சொல்லியிருக்காங்க" என்றான் வேலன். "ஏற்கனவே எதிர்ப்புத் தெரிவிச்ச இருபத்தியோரு பேருக்கும் கெடைச்ச தண்டனையைப் பார்த்தப்பறம், யாரு எதிர்க்கிறதாச் சொல்லுவாங்க?" என்று கேட்டாள் முத்தம்மா. "அதுதான் அக்னியூவுக்கும் வேணும். புதுச்சட்டத்தை யாரும் எதிர்க்கலைன்னு ரெண்டு அதிகாரிகள்கிட்டயும் ரிப்போர்ட் எழுதச் சொல்லி, வாங்கி வச்சிருக்காரு" என்றான் வேலன்.

"தளபதி கிராடாக் இதை ஆதரிக்கிறாரா" என்று கேட்டாள் முத்தம்மா.

"அவரு ஒருபடி மேல போயி, ரெண்டு இந்துசாமியாருங்க, ரெண்டு முஸ்லீம் சாமியாருங்களைப்பிடிச்சு, எங்க மதத்துக்கு எதிரா புதுச் சீருடையில எதுவும் இல்லைன்னு எழுதி வாங்கி வச்சுக்கிட்டாரு. முன்வைச்ச காலைப் பின் வைக்க மாட்டோம்கறதில ரெண்டு பேரும் உறுதியாயிருக்காங்க" என்றான் வேலன். "இருக்கட்டும் இருக்கட்டும். அதுதான் எங்களுக்கும் நல்லது" என்றாள் முத்தம்மா. "இந்துச் சிப்பாய்ங்க கலகத்துக்கு ஒத்துழைப்புத் தர்றாங்களா" என்று கேட்டான் வேலன். "ஓ தர்றாங்க. அவங்க வச்ச கோரிக்கைதான் வேடிக்கையா இருக்கு" என்றாள் முத்தம்மா, "அப்படி என்ன கோரிக்கை வச்சாங்க" என்று கேட்டான் வேலன். "சிப்பாய்களுக்கெல்லாம் சம்பளத்தை ரெண்டு மடங்காக்கணும்கிறதுதான் முஸ்லீம் சிப்பாய்களோட முக்கியமான கோரிக்கை. இந்துச்சிப்பாய்கள் சார்பா பேசின முத்துச் சாமி நாயக்கா, முத்து லிங்கம், ஜகந்நாத நாயக்கர் மூணு பேரும்....", நிறுத்தினாள் முத்தம்மா. "தங்களைத் திரும்பப் பாளையக்காரங்களா ஆக்கணும்னு கேட்டாங்களா?" என்றான் வேலன். "அவங்க பணம், பதவி எதுவுமே கேட்கலை. வெள்ளைக்கார ஆபீசருங்களைச் சுட்டுத் தள்ளுற வேலையை, முழுசா அவங்ககிட்ட விட்டுரணுமாம்" என்றாள் முத்தம்மா. வேலன் ஒருநொடி அமைதியாயிருந்தான். "சிலருக்குப்பணம், பதவியை விடத் தன்மானம்தான் பெரிசு. தங்களைச் சவுக் காலடிச்ச ஆபிசருங்களைப் பழிவாங்கத் துடிக்கிறாங்க" என்று விளக் கமும் சொன்னாள் முத்தம்மா. "உண்மைதான், ஆனால் அதுமட்டும்

காராணமில்லை. கட்டபொம்மன், ஊமைத்துரை, மருதுபாண்டியர், சின்னமலை படுகொலைகளுக்கும் பழிவாங்க நினைக்கிறாங்க. இவங்கள்ளாம் முன்னால அவங்கக்கிட்ட வீரர்களா இருந்தவங்க தானே" என்றான் வேலன்.

"நீ சொல்றதுதான் சரி. அப்புறம் வேலா, நாளைக்கு ரகீமும், அப்துல்லாவும் ஒரு கூட்டத்தோட நம்மைத் தேடி வருவாங்க. அவங்க இந்தியா முழுக்கப் போய் புரட்சிக்கு ஆதரவு திரட்டப் போறாங்க. செலவுக்கு நிறையப்பணம் வேணும்" என்றாள். "அது ஒண்ணும் பிரச்சினை யில்லை. நாளைக்குக் கிடங்குக்கு நீயும் வா, உடனே ஏற்பாடு பண்றேன்" என்றான் வேலன். "இன்னொரு விஷயம், அவங்ககூட நானும் போகப்போறேன்" என்றாள் முத்தம்மா. "வயித்தில சுமையோட அலையமுடியுமா?" என்று கவலையுடன் கேட்டான் வேலன். "அதெல்லாம் ஒண்ணும் பிரச்சினையில்லை. ஓய்வெடுக்க இன்னும் பல மாதங்கள் இருக்கு. அதுவரைக்கும் தாராளமாப் பயணம் போகலாம்", ஒரு நொடி பேச்சை நிறுத்திவிட்டு வேலனைப் பார்த்துக் கண்களைச்சிமிட்டினாள் முத்தம்மா, "இன்னைக்கு ராத்திரி உன் கூடவும் தங்கலாம்" என்றாள்.

மறுநாள் காலை, பயணத்தைத் தவிர்க்குமாறு முத்தம்மாவிடம் மீண்டும் கேட்டான் வேலன். "நேத்து ராத்திரி உன்கூடத் தங்கினது தப்பாப் போச்சே" என்று சிணுங்கினாள் முத்தம்மா. அப்துல்லாவும், ரகீமும் வீட்டிற்குள் நுழைந்தனர். "பணம் இன்னைக்கு ஏற்பாடு பண்ணிடுவோம். நாம உடனே பயணத்தைத் தொடங்கிடலாம்" என்றாள் முத்தம்மா.

"நன்றிம்மா, ஆனால் நீ எங்ககூட வரமுடியாது. உனக்கு வேலூர்ல ஒரு முக்கியமான வேலை இருக்காம். அடுத்த வாரம் நீ வேலூர் போய் சுபேதார் ஷேக் உசேனைச் சந்திக்கணும்" என்றார் அப்துல்லா. முகத்தில் வழிந்த ஏமாற்றத்தை மறைத்துக்கொண்டு "சரி அப்படியே செய்யறேன்" என்றாள் முத்தம்மா. "நீங்க கொஞ்ச நேரத்தில கிடங்குக்கு வாங்க பணம் தர்றேன்" என்றான் வேலன். அவர்கள் சென்ற தும் கோபமாக வேலனைப் பார்த்துக் கேட்டாள் முத்தம்மா, "உன் ஆசைப்படியே நடந்துருச்சு. இப்போ சந்தோஷமா?" என்றாள்.

"ஆமா, எனக்குச் சந்தோஷம் தான், உனக்கு" என்று கேட்டான் வேலன். "எனக்கும் சந்தோஷம் தான்" என்றாள் முத்தம்மா குறும் பாகச் சிரித்துக் கொண்டே.

ஒரு வாரம் கழித்து வேலூரில் ரகீமின் வீட்டில் முத்தம்மாவைச் சந்தித்தார் ஷேக் காசிம். "முத்தம்மா உனக்கு இங்கீலீசு தெரியும்னு சொல்றாங்களே உண்மையா" என்று கேட்டார். "ஆமாம் பாபா, இங்கிலீசு எழுத, படிக்க, பேசத் தெரியும்" என்றாள் முத்தம்மா. "உன்னால ஒரு ஆபீசர் வீட்டில வேலைக்காரியா வேஷம் போடமுடியுமா?" தயக்கத்துடன் கேட்டார். "அது நான் ஏற்கனவே பலதடவை போட்ட வேஷம் தான் பாபா" என்றாள் முத்தம்மா. "நல்லது, லெப்டினன்ட் கர்னல் போபார்ஸ்,னு ஒருஆபிசா. அவனுக்கு உடனடியா ஒரு வேலைக்காரி வேணும்னு கேட்டுக்கிட்டு இருக்கான். கமாண்டா சாகிப்புக்கு அவன் வலது கை மாதிரி. இங்கேயிருந்து போற வர்ற தபால் எல்லாம் அவன் மூலமாகத்தான் நடக்கும். அவன் பெரும்பாலும் வீட்டில உட்கார்ந்துதான் வேலை செய்வான். நீ அவன்கிட்ட வேலைக்காரியாச் சேர்ந்து, தபால்களை எல்லாம் படிச்சுப்பார்த்து, எங்களுக்கு உடனே தகவல் சொல்லணும். முடியுமா உன்னால?" என்றார் ஷேக் காசிம். "அதுவும் எனக்குப் பழக்கமானதுதான் பாபா" என்றாள் முத்தம்மா.

மறுநாள் மிக மலிவான புடவை ஒன்றை அணிந்து கொண்டு, ஷேக் காசிமுடன் லெப்டிணன்ட் கர்னல் போபார்சின் வீட்டிற்குச் சென்றாள் முத்தம்மா. அவளை ஏறயிறங்கப் பார்த்த போபாஸ், ஆங்கிலத்தில், "உனக்கு ஆங்கிலம் தெரியுமா" என்று கேட்டான். முத்தம்மா தயங் காமல், "ஐ இங்கிலீஷ் நோ சார். யூ இங்கிலிஷ் எஸ் சார்" என்றாள்.

"ஓ, ஒனக்குப் பேசத் தெரியாது, ஆனால் நான் பேசினால் புரிஞ்சுக்குவியா" என்றான். "எஸ் சார், எஸ்சார்" என்று தலையாட்டினாள் முத் தம்மா. "கவலைப்படாதே. நானும் தமிழ் கொஞ்சம் பேசுவேன்" என்ற வன், "நன்றி சுபேதார் நீ போ" என்றான். ஷேக்காசிம் சல்யூட் அடித்து விட்டு வெளியேறினார்.

"நான் ராத்திரி சாப்பிட நேரம் ஆகும். அதனால நீயும் ராத்திரி வீட்டுக்குப் போக நேரம் ஆகும். வேணும்னா இங்கேயே தங்கிடு, ஓகே" என்றான் போபார்ஸ்.

அன்று இரவு பத்தேஹைதா் சிறை வைக்கப்பட்டிருந்த அரண்மனை யின் ஒரு அறைக்குள் நடந்த ரகசியக் கூட்டத்தில் கலந்து கொண்ட ஒரேபெண் என்றபெருமை முத்தம்மாவிற்குக் கிடைத்தது. "இதுவரை கம்பெனிக்குப் புரட்சியைப் பத்தி எந்த சந்தேகமும் வந்த மாதிரித் தெரியலை" என்று தெரிவித்தாள் முத்தம்மா.

"கோட்டையைப் பிடிச்சு நம்ம கட்டுப்பாட்டில கொண்டு வந்திட்டா, கோரங்கொண்டாவில இருந்து பத்தாயிரம் சிப்பாய்ங்க நம்மோட வந்து சேர்ந்துப்பாங்கன்னு இளவரசர் மொய்சுதீன் உறுதியான தகவல் குடுத்திருக்காரு" என்றார் உசேன். ஆனால் அவங்க வேலூர் வந்து சேர, ஒரு வாரத்துக்கு மேல ஆகுமே" என்றார் ராம்சிங்.

"ஒருவாரம் முன்னாலயே ஆதரவாளர்களுக்குத் தகவல் போயிடும்", என்றார் உசேன். "ஜூன் பதினாறாம்தேதி புரட்சியைத் தொடங்கறோம்" என்றார் சுபேதார் ஷேக் காசிம் மகிழ்ச்சியான குரலில். பலமான ஆர வாரம் எழுந்தது. "வெள்ளைக்கார நாய்களை ஒண்ணுவிடாம சுட்டுத் தள்றோம்" என்றார் முத்துநாயக்கா். "எல்லா வெள்ளைக்காரங்களையும்னா; பொம்பளைங்க, குழந்தைங்க, வேலைக்காரங்களையுமா?" என்று கேட்டாள் முத்தம்மா. "நாம என்ன வெள்ளைக்காரங்க மாதிரி நாகரீகம் இல்லாதவங்களா? சரணடைய மறுக்கிற சிப்பாய்களையும், அதிகாரிகளையும் மட்டும்தான் வெட்டிச் சாய்க்கப் போறோம்" என்றார் ஷேக் ஆடம்..

"இங்கே பேசறது, கேட்கறது எதையும், உயிர் போனாலும் வெளியே சொல்லமாட்டேன்னு எல்லோரும் சத்தியம் பண்ணுங்க" என்றார் ஜமேதார் ஷேக் உசேன். இசுலாமியர் அனைவரும் குரான் மீது சத்தியம் செய்தனர். இந்துக்கள் கட்டைவிரலைக் கத்தியால் கீறி நெற்றி யில் திலகமிட்டுச்சத்தியம் செய்தனர். ஒவ்வொருவரும் ஜெய்காளி, பவானி, துர்கா, ஜக்கம்மா என்று வெவ்வேறு பெண்தெய்வங்களின் பெயர்களில் சத்தியம்செய்தது முத்தம்மாவிற்கு வேடிக்கையாயிருந்தது. நல்ல வேளையாக அவளை யாரும் சத்தியம் செய்யச் சொல்ல வில்லை. வேலனோடு சேர்ந்து அவளுக்கும் கடவுள் நம்பிக்கை மறைந்து கொண்டிருந்தது. மறுநாளிலிருந்து கோட்டைக்குள் இரவில் நுழையும் பல்லக்குகளின் எண்ணிக்கை அதிகமானது. பான்கோர்ட் ஒருநாள், கர்னல்

மரியத்தை அழைத்து அதைச்சுட்டிக் காட்டினார். கர்னல் மரியத் உடனே சுபேதார் ஷேக் காசிமையும், ஜமேதார் ஷேக் உசேனையும் தன் அலுவலகத்திற்கு அழைத்தார். “ஷேக் உசேன், என்ன திடீர்னு ராத்திரியெல்லாம் ஒரே பல்லக்குகளாக் கோட்டைக்குள்ள போகுது” என்று கேட்டார். “ஒவ்வொரு பல்லக்கிலயும் ஒரு பச்சைக்கிளி இருக்கும் சாகிப். பாட்டுப்பாடறவங்க, நடனமாடறவங்க, வாத்தியம் வாசிக்கிறவங்க” என்று குறும்பாகச் சிரித்துக் கொண்டே பதில் சொன்னார் ஷேக் காசிம். “ராஜ குடும்பத்துப் பசங்களைப்பத்தி உங்களுக்குத் தெரியாதா கர்னல் சாகிப். குடி, கும்மாளத்தைத் தவிர வேறயெதுக்கும் லாயக்கில்லாதவங்க” என்றார் ஷேக் உசேன்.

“இன்னையிலயிருந்து எல்லாத்தையும் நிறுத்த ஏற்பாடு பண்றேன்” என்றார் காசிம். “வேண்டாம், வேண்டாம், தாராளமா எல்லாக் கிளிகளையும் உள்ளேவிடு. இளவரசருக்கு இந்தச் செலவுக்கெல்லாம் பணம் பத்தலைன்னாக்கூட, நான் ஏதாச்சும் ஏற்பாடு பண்றேன். அவனுங்க மயக்கத்திலேயிருக்கறவரைக்கும் நமக்குத்தலைவலி மிச்சம்” என் றார் மரியாத். ஒருவேளை கர்னல் மரியாத் சந்தேகப்பட்டுப் பல்லக்குகளைச் சோதனை போட்டிருந்தால், அதில் ஆயுதங்கள் கடத்தப்படுவதையும், திப்புசுல்தான் வாரிசுகளின் அறிவும் அந்த ஆயுதங்களைப் போன்றே கூர்மையானவை என்பதையும் கண்டுபிடித்திருப்பார்.

புரட்சிக்கான வேலைகள் ஓசையின்றி நடந்ததால் கர்னல் பான் கோர்ட்டின் அலுவலகத்தில் அமைதி நிலவியது. அவர் பேசுவதை விட எழுதும் நேரமே அதிகம் என்பதால், பெரும்பாலும் அவர் அலுவலகம் அமைதியாகவே இருக்கும், அவரைச் சந்திக்க வருப வர்களின் வேலைகளை அவரது உதவி அதிகாரியான அட்ஜுடண்டே கவனித்துக் கொள்வார். தலைமை அலுவலகத்தின் பணியாளுக்கு உடல்நிலை சரியில்லாததால், சில நாட்களாக முத்தம்மாவை அங்கு அனுப்பியிருந்தார் லெப்டினன்ட் கர்னல் போபார்ஸ். அன்றும் வழக்கம் போல் தேநீர் தயாரித்துக் கோப்பைகளில் ஊற்றிவிட்டுத் தட்டில் பிஸ்கட்டுக்களை அடுக்கிக் கொண்டிருந்தாள் முத்தம்மா. ஆங்கிலேய ரின் கடிதப் போக்குவரத்துகளை அறிந்து கொள்ள அவளுக்கு இது மேலும் வசதியாக இருந்தது,

அன்று திடீரென்று ஒரு நடுத்தர வயது வெள்ளைக்காரப்பெண் வேகமாக பான்கோர்ட் அலுவலகத்திற்குள் நுழைந்தாள். வெள்ளைக்காரி என்பதால் வெளியே காவலில் இருந்த வெள்ளைச்

சிப்பாய்களும் எளிதாக அனுமதித்துவிட்டனர். ஆனால் பான்கோர்ட்டின் உதவி அதிகாரி அனுமதிக்கவில்லை. அவரது அறையைத் தாண்டித்தான் பான்கோர்ட்டின் அறைக்குள் செல்ல முடியும். அந்தப்பெண்மணி நுழைந்தவுடனேயே, "நான் உனக்கு என்ன செய்ய முடியும்" என்று மென்மையான குரலில் கேட்டார் உதவி அதிகாரி. "லெப்டினன்ட், உன்கிட்டப் பேசவெல்லாம் எனக்கு நேரம் இல்லை. உடனே கோட்டைத் தளபதியைப் பார்க்கணும்" என்றாள் அந்தப் பெண். எதாயிருந்தாலும் என்கிட்ட சொல்லு, நான் தீர்த்து வைக்கிறேன்", என்றார் உதவி அதிகாரி. "அப்படியா, பிரிட்டிஷ் சாம்ராஜ்யத்தையே அழிக்க, வெளியே சதி நடக்குது" என்றாள்.

முத்தம்மாவிற்கு நெஞ்சில் அச்சம் பரவியது. சதித்திட்டம் எப்படியோ அந்தப் பெண்ணிற்குத் தெரிந்திருக்கிறது. அதைச்சொல்லத்தான் பான் கோர்ட்டைத்தேடிவந்திருக்கிறாள் என்பதைப் புரிந்துகொண்டாள். நல்லவேளையாக அது உதவிஅதிகாரிக்குப் புரியவில்லை. அவன் சிரித்துக் கொண்டே, "அது எங்களுக்கு நல்லாத் தெரியும். நாம இந்துஸ் தான்ல கால்வச்ச நாள்ல இருந்தே, நம்ம சாம்ராஜ்யத்தை அழிக்க சதித்திட்டமும் நடந்துக்கிட்டுத்தான் இருக்கு" என்ற லெப்டினன்ட். "அதைச் சொல்ல மட்டும் தான் வந்தியா?", என்றான். சற்றுத் தடு மாறிய பெண்மணி, "என் கணவர் போரில் இறந்துட்டார். அவருக்கு வரவேண்டிய பரிசுத் தொகையும் வரலை, எனக்குக் குடும்பப் பென்சனும் இன்னும்வரலை" என்றாள். "ஒரு மனு எழுதிக்கிட்டு வந்து குடு போதும். நான் பார்த்துக்கறேன்" என்றான் அதிகாரி.

"நான் சொல்ல வர்றது உனக்குப் புரியலை. நான் உன் மேலதிகாரியைப் பார்த்துச் சொல்லிக்கறேன், வழியை விடு. இல்லன்னா செயின்ட் ஜார்ஜ் கோட்டைக்கே போய் உன்னைப் பத்தியும் புகார் குடுத்துடுவேன்" என்றாள் அந்தப்பெண் கோபமாக. அந்தப்பெண் கோட்டைத் தளபதி பான்கோர்ட்டிடம் சென்று விட்டால், புரட்சி ரகசியம் வெளியே வந்து விடுமே என்று முத்தம்மாவின் இதயம் படபடத்தது. அந்த நேரம் பார்த்துக் கர்னல் பான்கோர்ட் எழுதுவதை நிறுத்திவிட்டு நிமிர்ந்தார். அதுதான் சமயம் என்று முத்தம்மா தேநீர் சிற்றுண்டிகளுடன் கர்னலின் அறைக்குள் நுழைந்தாள். "அங்கே என்ன சத்தம்?" என்று அமைதியாகக் கேட்டார் கர்னல். "யாரோ ஒரு பொண்ணுக்கு அவ

கணவனோட பரிசுத்தொகை கிடைக்கலையாம். செயின்ட் ஜியார்ஜ் கோட்டைக்குப் போய்க்கம்ப்ளெயின்ட் பண்ணப் போறாளாம்'' என்றாள் முத்தம்மா. அதற்குள் உதவி அதிகாரியைத் தள்ளி விட்டுக் கானலின் அறைக்குள் வேகமாக நுழைந்தாள் அந்தப்பெண். "கர்னல் நான் உங்ககூடப் பேசியே ஆகணும்'' என்றாள். "எஸ்.. நீ பேசலாம்'' என்றார் கர்னல் அமைதியாக. அதற்குள் உதவிஅதிகாரி உள்ளே ஓடி வந்து அந்தப் பெண்ணைப் பிடித்து வெளியே தள்ள முயற்சித்தார்.

"லெப்டினன்ட், அந்தப் பெண்மணியை நான் சமாளிச்சுக்கிறேன்'' என்றார் பான்கோர்ட். உதவி அதிகாரி தன் பிடியைத் தளர்த்தினான். அந்தப்பெண் பேசுவதற்கு முன்பே, "உனது கணவன் எங்கே?'' என்றார் பான்கோர்ட். "அவர் போரில் இறந்து விட்டார். அதற்குத் தரப்பட வேண்டிய பரிசுத் தொகையும், எனக்குக் குடும்ப ஓய்வூதியமும் இன்னும் தரப்படவில்லை'' என்றாள் அந்தப்பெண் ஆங்கிலத்தில்.

"அதற்கு நீ எங்களது பணம் வழங்கும் அதிகாரியைப் பார்த்தால் போதுமே, வீணாக எங்களைத் தொந்தரவு செய்யாதே'' என்றவர் சற்று உரத்த குரலில், "லெப்டினன்ட், இந்தப் பெண்மணிக்கு வெளியே செல்ல வழிகாட்டு'' என்றார். லெப்டினன்ட் ஓடி வந்து அந்தப் பெண்ணின் ஒரு கையைப் பிடித்து இழுத்தார். அந்தப் பெண்ணோ பலமான குரலில், "கர்னல் நான் சொல்ல வர்றதை முழுசாக் கேளுங்க. இல்லைன்னா......'' அவள் சொல்லி முடிக்கும் முன்பாக கர்னல் குறுக்கிட்டார், "போ, செயின்ட் ஜார்ஜ் கோட்டை யிலே போய்ப் புகார் பண்ணிக்க. எனக்கு அதில எந்த மறுப்பும் இல்லை'' என்று சொல்லிவிட்டு, மீண்டும் அமைதியாக எழுதத் தொடங்கினார். அதற்குமேல் அப்பெண்ணைப் பேசவிடாமல் ஒரு கையால் வாயைப்பொத்தினாள் முத்தம்மா. மறுகையால் அவளைப் பலமாக இழுத்தாள். லெப்டினன்ட் இன்னொரு கையைப் பிடித்து இழுத்து அப்பெண்மணியை வெளியே தள்ளினான். அதிர்ச்சியடைந்த அந்தப்பெண்மணி உரக்கத் திட்டிக் கொண்டே வெளியேறினாள். அவள் சென்ற பின் மூச்சுவாங்கிக் கொண்டு தன் நாற்காலியில் அமா்ந்தான் உதவிஅதிகாரி. அவனுக்குத் தேநீரையும் சிற்றுண்டி யையும் எடுத்துச் சென்று மேஜையில் வைத்தாள் முத்தம்மா. "நல்ல வேளை நீ உதவிக்கு வந்தே. அந்தப் பொம்பளைக்குப் பைத்தியம் பிடிச்சிருச்சு. எப்பிடியோ கர்னல் கோபத்திலயிருந்து தப்பிச்சேன்'' என்றான் உதவி அதிகாரி. "ஆமா பிரபு, பெரிய

ஆபத்திலயிருந்து தப்பிச்சோம்'' என்றாள் முத்தம்மா. "உனக்கு என்ன ஆபத்து'' என்று கேட்டான் அதிகாரி. ஒரு கணம் திடுக்கிட்ட முத்தம்மா, "கர்னல் சாகிப் கோபம், உங்களோட நின்னுடுமா? என்னை வேலைய விட்டு எடுத்திட்டா, நான் என்ன பண்ணுவேன்'' என்றாள். "ஓ அதைச் சொல்றியா. அதுவும் நடந்திருக்கலாம்'' என்றான் தேநீரைக் குடித்துக் கொண்டே.

முத்தம்மா அன்று வேலை முடிந்து போகும் பொழுது புரட்சிக்குழு உறுப்பினர்களில் ஒருவரான ஜகந்நாத நாயக்கரைச் சந்தித்து நடந்த விவரங்களைக் கூறினாள். "அந்தம்மா தங்கியிருக்க இடத்த உடனே கண்டுபிடிக்கணுமே'' என்றார் ஜகந்நாதன். "தேவையில்லைன்னு நினைக்கிறேன். கர்னல் மேல பயங்கரக் கோபத்தில போயிருக்கா. திரும்பவும் வரமாட்டா'' என்றாள் முத்தம்மா. "அப்படிச் சொல்ல முடியாது. பென்சன் வரலைன்னு சொன்னாளா? இப்போ எனக்கு அவளை ஞாபகம் வந்திருச்சு. அவளுக்கு உடனே பென்சன் கிடைக்க ஏற்பாடு பண்ணி, இனிமே அவ தொந்திரவு இல்லாம நாங்க பார்த்துக்கறோம்'' என்றார் ஜெகந்நாதன். "அப்பாடா, தலைக்கு வந்தது தலைப்பாகையோட போச்சு'' என்று சொல்லிக் கொண்டே லெப்டிணன்ட் கர்னல் போபார்சின் வீட்டிற்கு விரைந்தாள் முத்தம்மா. அவனுக்கு இரவு உணவு தயார் செய்து வைத்து விட்டுத்தான் அவள் உறங்கப் போகவேண்டும். போபார்ஸ் தன் வீட்டிலேயே அவளுக்கொரு அறை கொடுத்திருந்தான். போபாசும், பான்கோர்ட்டும் அண் ணன் தம்பிகளாக இருப்பார்களோ என்று கூட முத்தம்மாவிற்குச் சிலசமயம் தோன்றும். போபார்சும் எந்நேரமும் எழுதிக் கொண்டே யிருப்பான். மதியம் சற்று உறங்குவான். மாலை எழுந்து பான்கோர்ட் டின் அலுவலகத்திற்குச் செல்வான். வீடுதிரும்பியதும், குளித்துவிட்டு மதுபாட்டிலைத்திறந்து வைத்துக் கொண்டு ஓய்வெடுக்கத் தொடங்கு வான். இரவு உணவைத் தயார் செய்து சமையலறையில் வைத்து விட்டு முத்தம்மா தன் அறைக்குப் போய் விடுவாள். தேவையில்லாமல் அவளிடம் பேசக்கூட மாட்டான். அவன்மதியம் உறங்கும் நேரத் தில், அறையைச் சுத்தம் செய்யும் சாக்கில், அவனது மேஜையிலிருக்கும் கடிதங்கள் அனைத்தையும் முத்தம்மா படித்து விடுவாள்.

சில நாட்களுக்குப் பின் லெப்டினன்ட் கர்னல் போபார்சுக்காக இரவு உணவைத் தயாரித்துக் கொண்டிருந்தாள். பகலெல்லாம் ஓய்வின்றி வேலைசெய்திருந்த போபார்ஸ் குளித்துவிட்டுத்

தளர்வான உடைகளுடன் மதுபாட்டிலை ரசிக்கத்தொடங்கியிருந்தான். வேலை முடிந்து முத்தம்மா உணவை அழகான பீங்கான் பாத்திரங்களில் போட்டுமூடி வைத்துக் கொண்டிருக்கும் பொழுது, வெளிக்கதவு தட்டப்படும் ஓசை கேட்டது. முத்தம்மா சென்று கதவைத் திறந்தாள். வாசலில் குடிமயக்கத்தில் தள்ளாடியபடி நின்று கொண்டிருந்தான், முஸ்தாபா பெய்க். நிலவொளியில் முத்தம்மா அவனை எளிதில் அடையாளம் கண்டு கொண்டாள். போபார்சிற்கு எடுபிடிவேலைகள் செய்வதற்காக, தானே வீட்டிற்கு அடிக்கடி வருபவன்தான் சிப்பாய் முஸ்தபாபெய்க். ஆங்கிலேயர்கள்மீது, குறிப்பாக போபார்ஸ்மீது, கண்மூடித்தனமான பக்தி உள்ளவன். ஆனால் இரவு நேரத்தில் அதுவரை அவன் போபார்சைத் தேடிவந்ததில்லை. "இந்த நேரத்தில இங்கே என்ன பண்றே", என்று அதட்டினாள் முத்தம்மா. அதிகாரிகளுக்குப் பயப்படுவது போலவே அதிகாரிகளின் வேலையாட்களுக்கும் இந்தியச் சிப்பாய்கள் பயப் படுவார்கள் என்று முத்தம்மாவிற்குத் தெரியும். ஆனால் இம்முறை சிப்பாய் முஸ்தபா பெய்க் பின்வாங்குவதாகத் தெரியவில்லை. "நான் உடனே போபார்ஸ் சாகிப்பைப் பார்க்கணும்" என்றான். "குடிச்சிட்டு வந்து கலாட்டாப் பண்ணாதே. அவருக்குச் சத்தம் கேட்கறதுக்குள்ள ஓடிப்போயிரு" என்றாள் முத்தம்மா.

"உனக்குக் கோட்டைக்குள்ள என்ன நடக்குதுன்னு தெரியாது. பெரிய சதித்திட்டம் நடக்குது. புரட்சி வெடிக்கப்போகுதாம்" என்றான், மெல்லிய குரலில். முத்தம்மாவிற்கு இதயம் ஒருகணம் துடிப்பதை நிறுத்தியது. வெள்ளைக்காரப் பெண்மணி மூலம் ரகசியம் வெளியே பரவ விடாமல் தடுத்து விட்டோமென்று நிம்மதியாக இருந்த நேரத்தில், மீண்டும் எப்படியோ ரகசியம் வெளியே வந்திருக்கிறது. "உனக்கு எப்படித் தெரியும், குடிச்சிட்டு உளாறியா?" என்றாள் முத்தம்மா.

"நான் உளர்றல, என்கூடக் குடிச்சிக்கிட்டு இருந்த இன்னொரு சிப்பாய்தான் உளறினான். அதை உடனே சாகிப்புக்கிட்டச் சொல்ல ணும்னு தான் ஓடிவந்தேன்" என்றான் பெய்க்.

வாசலில் பேச்சுக்குரல்கள் கேட்டதால் வியப்படைந்த போபார்ஸ், தன் கையிலிருந்த மதுக்குவளையை மேஜையில் வைத்துவிட்டு வெளிவாசலுக்கு வந்து, "யாரது" என்று அதட்டினான். முத்தம்மா அவசரமாக பெய்க்கை விரட்டியடிக்க முயற்சித்தாள். "போ, போ, இப்போ ஆபிசரைப் பார்க்க முடியாது.

காலையில வா" என்றாள். அதற்குள், தள்ளாடியபடி வந்த போபார்சுக்குத் தள்ளாடியபடி நிற்கும் பெய்க்கைப் பார்த்து உற்சாகம் பிறந்தது. ஒரு குடிகாரனைப் பார்த் தால் இன்னொரு குடிக்காரனுக்குப் பிறக்கும் உற்சாகம். "ஹேய் முஸ்தபா பெய்க், எப்பிடி இருக்கே? இங்கே என்ன பண்றே?" என்றார். முத்தம்மா மெல்லப் பின்வாங்கிச் சமையலறைக்குள் சென்றாள். அங் கிருந்தபடி நடப்பதைக் கவனித்தாள். தேவைப்பட்டால் சிப்பாய், ஆபிசர் இருவரையுமே அப்பொழுதே கொன்றுவிடுவதென்று முடிவு செய்தாள். போபார்சின் கைத்துப்பாக்கி வழக்கம்போல் மேஜை இழுப்பறை யில் இருக்கும் என்று அவளுக்குத்தெரியும். இழுப்பறை திறந்திருந்த தால் கைத்துப்பாக்கி தெளிவாகத் தெரிந்தது. சமையல் அறையிலும் கத்திகளுக்குப் பஞ்சமில்லை. திடீரென்று மேலதிகாரி தன்னை நலம் விசாரித்தவுடன், விசுவாசமான சிப்பாய் முஸ்தபாபெய்க்கிற்குக் கண்ணீர் வந்துவிட்டது.

"போபார்ஸ்சாகிப் சாகப்போறோம். நீங்க, நான், எல்லோரும் சீக்கிரம் சாகப்போறோம்" என்றான் அழுதுகொண்டே. லெப்டினன்ட் கர்னல் போபார்சுக்கு முஸ்தபாவின் அழுகை வேடிக்கையாயிருந்தது. அவர் அருந்தியிருந்த மதுவும் வேலை செய்யத் தொடங்கி யிருந்ததால் அவரும் வேடிக்கையாகப் பேசினார். "சரியாச் சொன்னே பெய்க். இந்த உலகத்தில பொறந்த எல்லோருமே ஒருநாள் சாகத்தான் போறோம். வாழ்க்கை என்னும் விருந்தில் கலந்து கொள்ளும் அனைவரும், இறுதியில் மரணம் என்னும் கோப்பையில் மது அருந்தியே ஆக வேண்டும்னு ஒரு கவிதை படிச்சிருக்கேன். எழுதினது பாபாரா, இல்லை ஷோஷா சூரியான்னு தான் ஞாபகம் இல்லை" என்றார். "பாபரும் இல்லை, ஷோஷாவும் இல்லை சாகிப். திப்புசுல்தான் படையெடுத்து வரப்போறாராம்" என்றான் பெய்க். "திப்புசுல்தான் உயிர்தெழுத்துட்டாரா" என்று கேட்டார் போபார்ஸ் பலமான சிரிப்புடன். "திப்புசுல்தானுக்காகப் பூரணய்யா படையெடுத்துக்கிட்டு வர்றாரு. குர்ரம் கொண்டா கோட்டையிலயிருந்து, பத்தாயிரம் குதிரை வீரர்களோட வர்றாரு. ஒரு வாரத்துக்குள்ள வேலூருக்கு வந்துடுவாரு" என்றான் பெய்க் தடுமாற்றத்துடன். "ஓ அப்பபடியா பெய்க், எனக்காக ஒரு வேலை செய். போய்க் கோட்டைவாசல்ல நில்லு. தூரத்தில ஏதாவது படை வந்தா, உடனே ஓடி வந்து என்னை எழுப்பு. குட்நைட் பெய்க்" என்றவர் முத்தம்மாவிடம், "இவனைக் கொண்டுபோய் கார்டு ரூமில விடமுடியுமா" என்றான்.

முஸ்தபா பெய்க் உளறினாலும் புரட்சியின் தேதியெல்லாம் சரியாகச் சொன்னதால் முத்தம்மாவிற்கு வியர்த்துக் கொட்டிக் கொண்டிருந்தது. ஓடிச் சென்று தடுமாறிக் கொண்டிருந்த முஸ்தபா பெய்க்கைத் தன் கைகளால் பிடித்துக் கொண்டு வெளியே நடக்கத் தொடங்கினாள். அவளது இடுப்பில் ஒரு குறுவாளை மறைத்து வைத்திருந்தாள். "அப்படியே, ஜமேதார் ஷேக் உசேனைக் காலையிலே என்கிட்ட வரச்சொல்லு. இவன் உளறினதை விசாரணை பண்ணனும். நெருப்பில்லாமப் புகையாது" என்று சொல்லிவிட்டு அறைக்குள் சென்று கதவைச் சார்த்திக் கொண்டான், லெப்டினன்ட் கர்னல் போபார்ஸ். முத்தம்மா தள்ளாடும் பெய்க்கைப் பிடித்துக்கொண்டு நடந்தாள். இனி பெய்க்கை உயிருடன் விடுவது ஆபத்து என்று உணர்ந்த முத்தம்மா எங்காவது தனியிடத்திற்கு அழைத்துச் சென்று அவனைக் கொன்றுவிட முடிவு செய்தாள்.

அவள் தேடிய இருட்டு மூலை விரைவில் கிடைத்தது. ஒரு கையால் தடுமாறும் பெய்க்கைப் பிடித்துக் கொண்டு மறுகையால் தன் குறுவாளை அவன் கழுத்தருகே கொண்டு சென்றாள்.

127

"இதோ இருக்கான் பெய்க்" என்று கத்தினார் உசேன். "இந்த மடையனைத்தான் தேடிக்கிட்டு இருந்தோம். அங்கே குடிச்சிட்டுச் சண்டை போட்டுட்டு வந்திருக்கான்" என்றார் காசிம். அவர்கள் இருவரும் அருகில் வருவதற்குள் குறுவாளை மீண்டும் தன் இடுப்பிற்குள் மறைத்துக்கொண்டாள் முத்தம்மா. ஆனால் அதைப் பார்த்துவிட்ட இருவரும் புன்னகைத்தனர். "இவன் போபார்ஸ்கிட்டே அரைகுறையாப் புரட்சியைப்பத்தி உளறிட்டான். நல்லவேளை அவரு அவனை நம்பலை. ஆனாலும் உங்களைக் காலையிலே வரச்சொல்லியிருக்காரு" என்றாள் முத்தம்மா. அதனால பரவாயில்லை. இனிமே இவனை நாங்க பார்த்துக்கறோம்" என்றனர்.

அவர்கள் இருவரும் முஸ்தபா பெய்க்கின் இரு கைகளையும் பிடித்து மெல்ல நடத்திச் சென்றனர். பெய்க் இன்னும் அரைத் தூக்கத்தில்தான் இருந்தான். அவனை நேராகச் சிறைக்கூடத்திற்கு அழைத்துச்சென்று காலியாக இருந்த ஒரு சிறைக்குள், சுவரில்சாய்த்து அமர வைத்தனர். எதிரே அவர்கள் அமர்ந்து கொண்டனர். அவர்கள் சொல்லியிருந் தபடி ஒரு கையில் மதுபாட்டிலும், மறு கையில் தண்ணீர் பாட்டிலு மாக உள்ளே நுழைந்தார் முத்து

நாயக்கா. தண்ணீரைவாங்கி பெய்க் முகத்தில் அடித்தார் உசேன். பெய்க் கண்விழித்தான். “ஜமேதார் சாப், நான் எப்படி இங்கே வந்தேன்” என்றான். “போபார்ஸ் அனுப்பிச்சாரு. ஏதோ ரகசியம் சொன்னியாமே, அதை முழுசாக் கேட்கச்சொன்னாரு” என்றார் உசேன். “ஜமேதார் சாப்” என்று பலமான குரலில் தொடங்கியவன், பின் ரகசியம் பேசுவது போல் மெல்லிய குரலில் “பழைய பாளையக்காரச் சிப்பாய்ங்களும், மைசூர் சிப்பாய்ங்களும் சேர்ந்து ஜூன் பதினாறாம் தேதி, நம்ம கோட்டையைப் பிடிக்கப் போறாங்க ளாம். அப்போ ஆபிசருக்கு விசுவாசமா இருக்க என்னைக் கொல்லப் போறாங்களாம்” என்று அழத்தொடங்கியவன், “என்னைவிட நீங்க ரெண்டுபேரும்தான் ஆபிசருக்கு ரொம்ப உதவியாயிருக்கீங்க. இந்தியச் சிப்பாய்ங்களை நிர்வகிக்கற பொறுப்பையே உங்ககிட்டத்தான் குடுத்தி ருக்காங்க. நிச்சயம் உங்களையும் கொல்லப் போறாங்க” என்று சொல்லிவிட்டு மேலும் அழுதான்.

முத்து நாயக்கா மதுபாட்டிலை பெய்க்கிடம் நீட்டினார். பெய்க் மிக மகிழ்ச்சியோடு அதை வாங்கிக்குடிக்க ஆரம்பித்தான். திடீரென்று நினைவு வந்தவனாக, “நாம எல்லாம் ஜெயில்ல ஏன் இருக்கோம். கோட்டை பிடிபட்டுடுச்சா?”என்று கேட்டான். “பயப்படாதே, சதிவேலை பண்றவங்களை எல்லாம் கைது பண்ணி இப்போ ஜெயிலுக்கு இழுத் திட்டு வரப்போறோம். அவங்களை நீ அடையாளம் காட்டணும்” என்றார் காசிம். “ஓ கண்டிப்பா காட்டிக் குடுக்கிறேன். சரி, அவங்க வர்ற வரைக்கும் கொஞ்சம்தூங்கறேன்”, என்று சொல்லி முஸ்தபா காலை நீட்டிப் படுத்துக் குறட்டைவிட்டு உறங்கத் தொடங்கினான்.

“புரட்சி நடக்கப்போற தேதி வரைக்கும் சரியாத் தெரிஞ்சு வச்சிருக்கான். அதனால புரட்சி முடியிறவரைக்கும் இவன் ஜெயிலவிட்டு வெளியே போயிடக்கூடாது.” என்றார் காசிம். “ஏன் அவ்வளவு சிரமம். அவன் கழுத்தில ஒரேமிதி, கதை இப்பவே முடிஞ்சு போயிடும்” என் றார் முத்து நாயக்கா. “அப்பிடி எதுவும் செஞ்சிடாதே. லெப்டினன்ட் கர்னல் போபார்சுக்கு சந்தேகம் வந்திடும்” என்றார் ஷேக் காசிம். “முத்து நாயக்கரே, இன்னைக்கு ராத்திரி நீங்களும் இவன்கூடவே ஜெயில்ல தங்கணும். இவன் தூக்கத்தில நிச்சயம் உளறுவான். என்னென்ன உளறான்னு கேட்டு வையுங்க” என்றார் ஷேக் உசேன். முத்து நாயக்கா பொறுப்பில் முஸ்தபா பெய்க்கை விட்டுவிட்டு ஷேக் உசேனும், ஷேக் காசிமும் வெளியேறினர்.

மறுநாள் காலை இருவரும் லெப்டினன்ட் கர்னல் போபார்சு வீட்டிற்குச் சென்றனர். அவன் அறைக்குள் சென்று சல்யூட் அடித்து நின்றனர். தான் எழுதுவதை நிறுத்திவிட்டு தலையை உயர்த்திய போபார்ஸ், "ஷேக் உசேன், என்ன இது? பத்தாயிரம் குதிரைகளோட வேலூர்மேல படை எடுத்து வர்றாங்களாம், நீ எனக்கு ஒரு வார்த்தை கூடச் சொல்லலையே" என்றான். "முஸ்தபா பெய்க் வீட்டில ஒரு பிரச்சனை பிரபு, அவன் பொண்டாட்டி யாரோடவோ ஓடிப்போயிட்டா. அப்போவில இருந்து அரைப்பைத்தியம் ஆயிட்டான். நேத்து ஓவராக் குடிச்சதால முழுப்பைத்தியம் ஆயிட்டான்" என்றார் உசேன். "ஓ, ஐ சீ" என்ற போபார்ஸ், "சரி அவன் இப்போ எங்கேயிருக்கான்?" என்றார். "ஜெயில்ல அடைச்சு வைச்சிருக்கோம் பிரபு" என்றார் ஷேக் காசிம். "ஏன், முஸ்தபா பெய்க் என்ன தப்புப்பண்ணினான்" என்றார் அதிகாரி. "பாவம், அவன் ஒருதப்பும் பண்ணல பிரபு. தப்புப்பண்ணினதெல்லாம் அவன் பொண்டாட்டிதான். ஆனால், மூளைகொழம்பினவனை எப்பிடி ஆயுதத்தோட வேலையில வச்சுக்கமுடியும். அது மத்தவங்களுக்கும் ஆபத்தாச்சே" என்றார் ஷேக் காசிம்.

"ஜெயில்ல அவனுக்கு எல்லா வசதிகளும் செஞ்சு குடுத்திருக்கோம். நாட்டு வைத்தியத்துக்கும் ஏற்பாடு பண்ணியிருக்கோம்" என்றார் ஷேக் உசேன். "என்னது, பைத்தியத்துக்குக்கூட உங்ககிட்ட வைத்தி யம் இருக்கா?" என்றான் போபார்ஸ் வியப்புடன். "ஆமா பிரபு, எங்க நாட்டிலதானே பைத்தியங்க அதிகம். அதினால அதுக்குச் சித்த வைத்தியம் இருக்கு" என்றார் ஷேக் உசேன், "அது உண்மைதான். நீங்க ரொம்பப் பேரு பைத்தியமா இருக்கிறதாலதான் நாங்க சுலபமா உங்க நாட்டையே அடிமையாக்குறோம்" என்று சிரித்துக் கொண்டே கூறிய போபாஸ், "சரி, இதை ஒரு ரிப்போர்ட்டா எழுதிக் கொண்டு வாங்க. இப்போ நீங்க போகலாம். பெய்க்கை நல்லாக் கவனிச்சுக்குங்க" என்று சொல்லிவிட்டுத் தன் வேலையில் மூழ்கினான் போபாஸ். அவனுக் குச் சல்யூட் அடித்துவிட்டு, ஷேக் காசிமும், ஷேக் உசேனும் வெளியேறினர். அன்று மாலையே போபர்ஸ் கேட்ட ரிப்போர்ட்டுடன் இருவரும் வந்தனர். பான்கோர்ட்டின் அலுவலகத்திற்குப் புறப்பட்டுக் கொண்டிருந்த போபாஸ் ரிப்போர்டை வாங்கிப் பார்த்தான். "ஓ டமில்ல இருக்கா? பரவாயில்லை, நான் அட்ஜுடன்ட்கிட்ட குடுத்து ,இங்கிலீஷ்ல எழுதி வாங்கிக்கறேன்" என்று சொல்லிக் கொண்டே அதையும் கையோடு எடுத்துக்கொண்டு புறப்பட்டான்.

அன்று இரவே புரட்சியாளர்கள் ரகசியக் கூட்டத்திற்கு ஏற்பாடு செய்தனர். "நம்ம ரகசியம் எப்படியோ வெளியே தெரிஞ்சு போச்சு" என்று தொடங்கிய ஷேக் காசிம், முஸ்தபா பெய்க் பற்றிய விவரங்களைக் கூறினார். பின்பு, "இனிமே அந்தத் தேதியில புரட்சியைத் தொடங்கறது சரியில்லை, தள்ளி வைக்கணும்" என்றார். நீண்ட விவாதத்திற்குப் பின், ஜூலைமாதம் பதினான்காம் தேதி என்று முடிவானது. "இதை வெளியே நம்ம ஆளுங்ககிட்டக்கூட இப்போச் சொல்ல வேண்டாம். கடைசி நேரத்தில சொன்னாப் போதும்" என்றார் காசிம். "ஆனால் மத்த கோட்டைத் தளபதிகளுக்கு உடனே சொல்லியாகணுமே" என்றார் உசேன். "அதுக்கு மட்டும் ஒரு குழுவை அனுப்புவோம்" என்றார் முத்து நாயக்கர். "ஒரு குழு போதாது, ரெண்டு குழுவாவது வேணும்" என்றார் முத்துலிங்கம். கூட்டம் முடிந்து புறப்படும் பொழுது, "முத்தம்மா, நீ கொஞ்சம் இரு" என்றார் ஷேக் காசிம்.

மற்றவர்கள் சென்றபின் ஷேக் காசிமும், ஷேக் உசேனும் மட்டும் இருந்தனர். "முத்தம்மா, நீ இனிமே போபார்ஸ் வீட்டுக்கு வேலைக்குப் போக வேண்டாம். நாளையில இருந்து அந்த வேலைக்கு வேற ஆள் ஏற்பாடு பண்ணிட்டோம்" என்றார் உசேன். "ஏன் பாபா எனக்கு ஆபத்து வரும்னு நினைக்கிறீங்களா?" என்று கேட்டாள் முத்தம்மா. "நீ ஆபத்தைப் பார்த்தெல்லாம் அஞ்சற ஆள் இல்லைன்னு எங்களுக்குத் தெரியும். ஆனா புரட்சித்தேதியை மாத்தினதை, வெளியேயிருக்கிற நம்ம ஆதரவாளர்களுக்குச் சொல்லப்போற குழுவோட நீ போகவேண்டியிருக்கும். மொதல்லே மதராஸ் போய்ச்சேரு. அப்புறம் நாங்களே தொடர்பு கொள்றோம். மறக்காம வேலனய்யாக்கிட்ட கேட்டுப் பணத்துக்கு ஏற்பாடு பண்ணு" என்றார் ஷேக் காசிம். "என் மேல வச்சிருக்கிற நம்பிக்கைக்கு நன்றி" என்று சொல்லிவிட்டு போபார்ஸ் வீட்டிற்குத் திரும்பினாள் முத்தம்மா. மறுநாள் காலை, தனக்கு உடல்நிலை சரி யில்லை என்று போபார்சிடம் கூறிவிட்டுச் சென்னை நோக்கிப் புறப் பட்டாள் முத்தம்மா.

தூதுக்குழுவுடன் எங்கெங்கோ சுற்றிவிட்டு, ஜூலை மாதத் தொடக்கத்தில் மீண்டும் வீடுவந்து சேர்ந்தாள் முத்தம்மா. அவளது காய்ந்து கருவாடான தோற்றத்தைப் பார்க்கவே வேலனுக்குப் பரிதாபமாக இருந்தது. ஆனால் முத்தம்மா குரலிலோ உற்சாகம் பொங்கியது. "வேலூர், காஞ்சிபுரத்தில தொடங்கி மகாராஷ்டிரா எல்லையைத் தாண்டிக் கூடப் போய் ஆதரவு திரட்டிட்டு

வந்தோம். வேலூர் கோட்டையைப் பிடிச்சுடுங்க, ஒரு வாரத்தில நாங்க படையோட உதவிக்கு வர்றோம்னு எல்லோரும் சொல்லியிருக்காங்க. ஒரு விஷயம் தெரியுமா? கம்பெனி சார்பா மைசூர் ராஜ்யம் முழுக்கக் கோட்டைத் தளபதிகளா இப்போ இருக்கவங்க எல்லோருமே, முன்னால திப்புசுல்தான் கிட்ட வேலை செஞ்சவங்கதான்'' என்றாள் முத்தம்மா.

''ஓ, அவங்க யாருன்னும் தெரியும், அவங்க வீரம், விசுவாசம் எல்லாம் எவ்வள வுன்னும் தெரியும். நானும் ராபின்சனும் சேர்ந்துதானே பேரம்பேசி னோம். மின்னல்வேகக் குதிரைப் படையைத்தான் திப்புசுல்தான் மலை போல நம்பியிருந்தாரு. அவங்களோ கம்பெனிகூட ரகசிய உடன்படிக்கை பண்ணிக்கிட்டு, கம்பெனிப் படைகளைத் தாக்காமப் போகவிட்டாங்க. கோட்டைத் தளபதிகளா இருந்தவங்களும், பணம் வாங்கிக்கிட்டுத்தான் சரணடைஞ்சாங்க. இந்த மண்குதிரைகளை நம்பியா ஆத்தில இறங்கப் போறீங்க'' என்றான் வேலன்.

''இப்போ நிலைமை வேற. பத்தேஹைதா ஆட்சி வரப்போறது உறுதியாத் தெரியறதால அவங்க எல்லோரும் புரட்சிக்கு ஆதரவு தெரிவிச்சிருக்காங்க'' என்றாள் முத்தம்மா. ''மைசூர்ல பத்தேஹைதா ஆட்சி. மத்த நாடுகள் யாரோட ஆட்சி வரும்? மகாராஷ்டராவில பேஷ்வா, சிந்தியா, ஹோல்கா, போன்ஸ்லே, கெய்க்வாட்; ஹைதாராபாத்ல நிஜாம், தமிழ்நாட்டில ஆற்காட்டுநவாப், பாளையக்காரங்க. கடைசியா தில்லியில, கண்பார்வையில்லாத ஷா ஆலம். ஆகா கற்பனைசெய்யறப்பவே உடல் புல்லரிக்குது'' என்றான் வேலன்.

''நீ எப்பவுமே புரட் சியை முழுமனசோட ஆதரிச்சதில்லை'' என்ற முத்தம்மா, ''சரி அதை அப்புறம் பேசுவோம். நான் இப்போ அலைஞ்சு திரிஞ்சு களைச் சுப்போய் வந்திருக்கேன். என்னை வீட்டுக்கு வந்திருக்கிற விருந்தாளி மாதிரி, நீதான் ரெண்டு நாளைக்குக் கவனிச்சுக்கணும். அப்புறம் வேலூர் போயிடுவேன்'' என்றாள் முத்தம்மா.

விருந்தாளி என்று சொல்லிக் கொண்டாலும், தானே சுறுசுறுப்பாகச் சிற்றுண்டி தயாரிக்கும் வேலையில் இறங்கினாள். ''உளவுவேலைக்கு நடுவேயும் இவ்வளவு அருமையாச் சமைக்க எப்படிக் கத்துக்கிட்டே?'' என்று சாப்பிடும் பொழுது கேட்டான் வேலன். ''உளவுவேலைக்காக, பெரும்பாலும் வீட்டுவேலைதான் செஞ்சேங்கிறதை மறந்திட்டியா'' என்றாள் முத்தம்மா. ''இன்னும்

கொஞ்ச நாளைக்கு இந்தச் சாப்பாட்டைத் தினமும் சாப்பிடணும்னு எனக்கு ஒரு ஆசையிருக்கு" என் றான் வேலன். முதன்முறையாக வேலன் அவ்வாறு பேசுவதைக் கேட்பதற்கு முத்தம்மாவிற்கு வேடிக்கையாயிருந்தது.

"அது பேராசை" என்றவள், "எப்பவும் நாடுதான் முக்கியம்ணுவே, இப்போ என்ன திடீர்னு மாறிட்டே" என்று கேட்டாள். "நான் கேட்கிறதில நாட்டு நலனும் அடங்கியிருக்கு. நீ இங்கேயிருந்து நாட்டுக்காக இன்னும் முக்கியமான வேலைகளைச் செய்யலாம்" என்றான். "வேலூர்ல புரட்சிவெடிக்கறப்போ, அதில கலந்துக்காம, இங்கே அப்பிடி என்ன முக்கியமான வேலை எனக்கு" என்றாள் முத்தம்மா. "புரட்சிக்கு அப்புறம் எந்த மாதிரி ஆட்சியைக் கொண்டு வரப்போறாங்கன்னு நான் கேட்டதுக்கு நீ பதிலே சொல்லலையே" என்றான் வேலன். "எனக்குத் தெரிஞ்சா சொல்லியிருப்பேன்" என்றாள் முத்தம்மா. "திரும்பவும் ராஜா, பேஷ்வா, நவாப், பாதுஷாவெல்லாம் வர்றதால மக்களுக்கு எந்தப் பிரயோஜனமும் இல்லை" என்றான் வேலன். "அதினால" சற்று குழப்பத்தோடு கேட்டாள் முத்தம்மா. "மக்களாட்சியைக் கொண்டு வரணும், ஐரோப்பிய நாடுகள் மாதிரி. நான் நெறைய ஐரோப்பிய நண் பாகள்கிட்ட அரசியல் பேசிக்கிட்டிருக்கேன்", என்றான் வேலன்,

"அது என்ன மக்களாட்சி? நீ சொல்றது எனக்கே புரியலை, சாதாரண மக்களுக்கு ஒண்ணுமே புரியாது", என்றாள் முத்தம்மா. "உண்மைதான். அதைப் புரிஞ்சுக்க மொதல்லே கொஞ்சமாவது கல்வி அறிவும் அவசியம். அதனாலதான் மொதல்லே நம்மால முடிஞ்ச அளவு கல்வியறிவைப் பரப்ப முயற்சி பண்ணணும். கூடவே மக்களாட்சியைப் பத்தியும் பிரச்சாரம் பண்ணணும்" என்றான் வேலன். "அதுக்கு இப்போ என்ன அவசரம். மொதல்லே புரட்சி பண்ணி வெள்ளைக்காரங்களை நாட்டைவிட்டு வெரட்டுவோம். அப்புறம் நீ சொல்ற ஆட்சிமுறை யைப் பத்தி ஆராய்ச்சி பண்ணுவோம்" என்றாள் முத்தம்மா.

"இந்துஸ்தான் முழுக்க ஏன் நம்ம ராஜாக்கள் வெள்ளைக் காரங்கக் கிட்ட தோத்துக்கிட்டே வர்றாங்க. நம்மகிட்டே வீரத்துக்குப் பஞ்சம் இல்லை, வீரர்கள் எண்ணிக்கைக்கும் பஞ்சம் இல்லையே" என்றான் வேலன். "அவன்கிட்ட துப்பாக்கியும் பீரங்கியும் இருக்கு" என்றாள் முத்தம்மா. "அதெல்லாம் மொதல்லே கண்டுபிடிச்சதே நாம தானே?" என்றான் வேலன்.

"ஆனால் அவன்கிட்ட இருக்கிற துப்பாக்கி, பீரங்கி, வெடிமருந்தெல்லாம் நம்ம ஆயுதங்களை விடப் பலமடங்கு சக்தி வாய்ந்தது" என்றாள் முத்தம்மா. "அதைத்தான் ஏன்னு கேட்கறேன். நம்மால ஏன் அடுத்த கட்டத்துக்கு வளர முடியலை. பதிலையும் நானே செல்றேன். அவன் நாட்டில மக்களுக்கு கொஞ்சமாச்சும் அதிகாரத்தில பங்கு இருக்கு, கல்வி பரவலாயிருக்கு, மதம் ஆட்சி யைக் கட்டுப்படுத்தலை. அதனால விஞ்ஞானம் வளருது. அவன் அரசியல் மொறையே வேற. ஐரோப்பியச் சிப்பாய்ங்க நாட்டுக்காகப் போருக்குப் போறாங்க. நம்ம சிப்பாய்ங்க ராஜாவுக்காகப் போருக்குப் போறாங்க. இதுதான் நம்ம தோல்விக்குக் காரணம். அரசியலமைப்பையே மாத்தாம ஒரு காலத்திலயும் நாம வெற்றிபெறமுடியாது" என்றான் வேலன்.

"நீ திடீர்னு என்னென்னவோ உளர்றே. உனக்குக் குடிப்பழக்கம் கூடக் கெடையாதே" என்ற முத்தம்மா, "நானே அரைத்தூக்கத்தில இருக்கேன். மொதல்லே நல்லாத் தூங்கி எழுந்திரிக்கிறேன். அப்புறமா நீ சொன்னதையெல்லாம் யோசிச்சுப் பார்க்கறேன்", என்று சொல்லிவிட்டுப் படுக்கயறையை நோக்கிச் சென்றாள் முத்தம்மா.

வேலன் கிடங்கை நோக்கி புறப்பட்டான், அங்கிருந்து கோட்டைக்குச் சென்றான். மற்ற வேலைகளை முடித்துக்கொண்ட பின் ராபின்சனிடம் சென்றான். வியாபார விஷயங்கள் பேசிமுடிந்தபின், ராபின்சனே சீருடை விவகாரத்தைப் பற்றிப் பேசத் தொடங்கினார்.

"பிரிட்டிஷ் சாம்ராஜ்யத்தை அழிக்க அக்னியூவும், கிராடாக்குமே போதும். சீருடை விஷயத்தைத் தள்ளி வைங்கன்னு எல்லா ராணு வத் தளத்துக்கும் ஒரு சுற்றறிக்கை அனுப்பச் சொன்னோமில்லையா, அதையிப்பவும் அனுப்பமாட்டேன்னு அடம்பிடிக்கிறாங்க" என்றார். "கவர்னர் ஜெனரல் இதில ஏன் தலையிடாம இருக்காரு" என்றான் வேலன். "இங்கே இருக்கிற கவர்னர் பெண்டிங்கே கண்டுக்கலை, கல்கத்தாவில இருக்கிற கவர்னர் ஜெனரல் கவலைப்படப் போறராக்கும். அவன் ஒரு கஞ்சப்பிரபு வேற" என்றார் ராபின்சன். "என்ன பிரபு, புதுக் கவர்னர் ஜெனரலை மதிக்காமப் பேசறீங்க" என்றான் வேலன். "நான் மட்டுமா மதிக்கிறதில்லை. கம்பெனியில யாருமே மதிக்கறதில்லை. நிரந்தர கவர்னர் ஜெனரல் இங்கிலாந்திலயிருந்து வர்றவரைக்கும், தற்காலிகமாகத்தான் அவரை இந்தப் பதவியில உட்கார வச்சிருக் காங்க" என்றார் ராபின்சன். "பாலே பிரபு பெரிய நிர்வாகி, பத்து

வரு சமா கல்கத்தா ஆபீசையே அவரு தான் பார்த்துக்கறாருன்னு கேள் விப்பட்டேனே" என்றான் வேலன். "ஆமா, ஆபிசில உட்கார்ந்து எழுத்தர் வேலை பார்க்கத்தான் லாயக்கு. கவர்னர் ஜெனரலா வந்ததிலயிருந்து, எங்க சம்பளத்தைக் கொறைக்கிறதும், சலுகைகளை வெட்டறதும் தான் வேலை, கஞ்சப்பய..." என்றார் ராபின்சன்.

"ஆனால் ஒரு விஷயத்தில அவரு ரொம்பத் தாராளம்னு கேள்விப் பட்டேனே" என்றான் வேலன். ராபின்சன் பலமாகச் சிரித்தார். "நீ கேள்விப்பட்டது உண்மைதான். அவருக்குப் பிள்ளைங்களுக்கு மட்டும் கொறைச்சலே இல்லே. ஒரு டசனுக்கு மேல இருக்கும்" என்றார். "கவர்னர் ஜெனரலுக்கு எப்படி அத்தனை பிள்ளைங்களைப் பெத்துக்க நேரம் கெடைக்குது" என்று வேலனும் சிரித்துக்கொண்டே கேட்டான். "பார்லே பிரபு நிர்வாகத்தில பெரிய ஆளு. எங்கெங்கே வேலைப்பளு அதிகமாயிருக்கோ அங்கேயெல்லாம் உடனே அதிகமா ஆளுங்களைப் போட்டுருவாரு. தன்னோட வீட்டுவிஷயங்களைக் கவனிக்கவும் ஜியார்ஜ்னு ஒரு சொந்தக்காரனைக் கொண்டு வந்து வீட்டோட வச்சிருக்காரு. ஜியார்ஜும், கவர்னர் ஜெனரல் பொண்டாட் டிய ஓய்வு ஒழிவு இல்லாமக் கவனிச்சிக்கிறானாம்", என்று சொல்லி விட்டு வெடிச்சிரிப்புச் சிரித்தார். பிறகு, "ஆனால் அவருக்கும் வேலூர் விஷயம் கொஞ்சம் பயமாத்தான் இருக்கு. என்கிட்ட இருந்து ஒரு அறிக்கை கேட்டிருக்காரு. நான்தான் அதை அலட்சியப்படுத்திட்டேன். ஆயிரம் ரூபாயில எப்படி வேலையை முடிக்க முடியும்" என்றார்.

"உங்களுக்காக நான் அதை முடிச்சுத் தர்றேன்" என்றான் வேலன்.

128

மாலையில் வேலன் வீடு வந்து சேரும் பொழுது, முத்தம்மா காணாமல் போயிருந்தாள். ஒரு வகையில் வேலன் அதை எதிர்பார்த்திருந்தான். சமையலறையில் உணவு சமைத்து வைத்துவிட்டுப் போயிருந்தாள். தலையணை அடியில் வழக்கம் போல் கடிதம் ஒன்றையும் விட்டுச் சென்றிருந்தாள். "வேலா, நீ சொல்வதையெல்லாம் ஏற்றுக் கொள்கிறேன். ஆனால் புரட்சியிலிருந்து என்னால் இந்தக் கட்டத்தில் பின்வாங்க இயலாது. ஒருவேளை உயிரோடு மீண்டால் நீ செல்லும் பாதையில் நானும் வருகிறேன், மீண்டும் இணைந்து பயணிப்போம்". அதற்குமேல் அவள் எதுவும் எழுதவில்லை.

கடிதத்தை வழக்கம் போல் எரித்துவிட்டு, வேலன், தான் கொண்டுவந்திருந்த கடிதத்தை மீண்டும் ஒருமுறை படித்துப்பார்த்தான். வேலனைத் தன் ஏஜெண்ட் என்று அறிவித்து, ராபின்சன் வேலூர் கோட்டைத் தளபதி பான் கோர்ட்டுக்குக் கொடுத்திருந்த கடிதம் அது. வேலூர் சென்று சீருடை எதிர்ப்பு பற்றிய நிலைமையை ஆய்வு செய்து அறிக்கை கொடுப்பதற்காக அவனை உடனே வேலூர் போகச் சொல்லியிருந்தார் ராபின்சன். "இதுதான் கடைசி வேலா, இனிமேல் உன்னைத் தொந்திரவு செய்ய மாட்டேன்" என்று ராபின்சன் சொன்னதும், "யார் கண்டது பிரபு, உண்மையில், இதுவே என் கடைசிப் பயணமாகவும் இருக்கலாம்" என்று தான் பதில் கூறியதும் நினைவிற்கு வந்தது.

எப்படியாயினும் முத்தம்மாவைத் தனியே விடுவதில்லையென்று அன்று காலையே வேலன் முடிவு செய்திருந்தான். அதற்கேற்பத் திட்டம் போட்டுக் காய்களை நகர்த்தித்தான், தானும் வேலூர் செல்வதற்கு ஒரு வாய்ப்பை ஏற்படுத்திக்கொண்டிருந்தான். "அடுத்தமுறை நீ, என் வழியில வர்றது இருக்கட்டும் முத்தம்மா, இந்தத் தடவை உன்வழியில நான் வர்றேன்" என்று முனகிக்கொண்டே, முத்தம்மா ஆசையாகச் செய்து வைத்துவிட்டுப் போயிருந்த உணவுகளை ருசி பார்க்கத் தொடங்கினான். "என்ன அருமையான சமையல். இதுக்கா வாச்சும் உன்னைப் பத்திரமாத் திருப்பிக் கூட்டிக்கிட்டு வந்திடணும். அதோட, நம்ம வாரிசையும் வயித்தில சுமந்துக்கிட்டிருக்கியே, தனியா விட்டுருவனா என்ன?" என்று தனக்கு தானே முனகிக்கொண்டு விரைவாகப் படுக்கையில் விழுந்தான். மறுநாள்காலை வேலூரை நோக்கிக் குதிரையில் பறந்தான்.

நண்பகலில் வேலூர் போய்ச்சேர்ந்த வேலன், முதலில் ரகீமைச் சந்தித்து முத்தம்மாவைக் கண்டுபிடிக்க முயற்சிசெய்தான். ரகீம் தங்கியிருந்த வீட்டைக் கண்டுபிடிப்பதில் சிறிய குழப்பம் ஏற்பட்டது. சிறிது நேரத்தில் ரகீமே வேலனைக் கண்டுபிடித்து அந்தப் பிரச்சனையைத் தீர்த்தான். தன் வீடு இருக்கும் பகுதியில் வேலன் சுற்றித்திரிவதைப் பார்த்து வியப்புடன், "வேலன் ஐயா, நீங்க எப்பிடித் திடீர்னு இங்கே?" என்றான். "உன்னைப் பார்க்கத்தான். முத்தம்மா எங்கே?" என்று கேட்டான் வேலன். "அக்கா வீட்டில தான் இருக்காங்க, வாங்கபோகலாம்", என்று வேலனைக்கூட்டிச் சென்றான் ரகீம். வீட்டின் உள்ளே சில பெண்களுடன் தரையில் அமர்ந்து பேசிக் கொண்டிருந்த முத்தம்மாவிற்கு வேலனைக் கண்டதும் மகிழ்ச்சிபொங்கியது. "பார்த்தீங்களா,

நான் ஒரு நாள் வீட்டில இல்லைன்னவொடனே என் கணவர் என்னைத் தேடிவந்திட்டாரு" என்றாள். கூடவே இருந்த இசுலாமியப் பெண்கள் சிரித்துக் கொண்டே வெளியேறினர். முத்தம்மாவின் வயிறு லேசாக உப்பத் தொடங்கியிருந்ததைக் கவனித்தான் வேலன். அவன் பார்வையைப் புரிந்து கொண்ட முத்தம்மா, "இந்த நிலமையில நான் கத்தி, துப்பாக்கியெல்லாம் தூக்கவேண்டாம்னுட்டாங்க" என்றாள். "நல்ல யோசனை தான்" என்றான் வேலன்.

"அதுக்காக நான் வீட்டுக்குள்ளேயே முடங்கிடப் போறதில்லை. செய்தித்தொடர்புக்காக பெண்கள் படையைத் திரட்டிக்கிட்டிருக்கேன். அரண்மனைக்குள்ள ஒண்ணு, வெளியே ஒண்ணு" என்றாள் உற்சாகமாக. பின்பு, "நீயேன் திடீர்னு ஓடி வந்தே", என்றாள். "ரெண்டு பேரும் ஒண்ணாவே பயணம் செய்யலாம்னுதான்" என்றான் வேலன். இவர்கள் பேசிக் கொண்டிருக்கும் பொழுதே, சாப்பிட ஏதாச்சும் வாங்கி வருவதாக வெளியே சென்றி ருந்த ரகீம், ஜமேதார் ஷேக் உசேனுடன் உள்ளே நுழைந்தான். ஷேக் உசேன் வேலனைக் கட்டித்தழுவிக் கொண்டார்.

"வேலன் ஐயா நீங்க செஞ்ச உதவிகளுக்கெல்லாம் எப்படி நன்றி சொல்லறதுன்னே தெரியலை" என்றார். "அது உதவியில்லை, எங்க கடமை" என்றான் வேலன். "நீங்க வருவீங்கன்னு எதிர்பார்க்கலை. அதனால உங்களுக்குப் புரட்சியில என்ன வேலை கொடுக்கறதுன்னும் புரியலை" என்றார் ஷேக் உசேன். "நீங்க வேலை எதுவும் தரவேண்டாம். நான் இங்கே வந்திருக்கறதே கம்பெனி வேலையாத் தான்", என்றான் வேலன். "புரட்சியில பங்கெடுத்துக்கத்தான் வந்திருக்கேன்னு நினைச்சேன், என்ன வேலையா வந்திருக்கே?" என்றாள் முத்தம்மா ஏமாற்றத்துடன். "வழக்கம் போல உளவு வேலை தான்" என்றான் வேலன். ஷேக் உசேன் திடுக்கிட்டார். "பதறாதீங்க பாபா, வேலன் எப்பவும் நம்ம ஆளு தான்" என்றாள் முத்தம்மா.

"உளவு வேலைன்னவொடனேயே உங்களப்பத்தி உளவு சொல்ற வேலைன்னு நினைச்சிட்டீங்க. அதெல்லாம் இல்லை. சீருடை விஷயமா கவர்னர் பெண்டிங் பிரபு கல்கத்தாவுக்கு ஒரு அறிக்கை அனுப் பியிருந்தாரு. அது சரிதானான்னு இங்கேயிருக்கிற சிப்பாய்களையும் ஆபிசருங்களையும் பார்த்துப்பேசி, நானும் ரகசியமா ஒருஅறிக்கை குடுக்கணும், அவ்வளவு தான். இதைப் பாருங்க கர்னல் பார்ன்கோர்ட்டைச் சந்திக்க எனக்கு செயின்ட்ஜார்ஜ்

கோட்டை அதிகாரி ராபின்சன் குடுத்த அனுமதிக் கடிதம்" என்று சொல்லிக் கொண்டே ராபின்சனின் கடிதத்தைக் காட்டினான். "இப்போ உங்க திட்டம் என்ன" என்று கேட் டார் ஷேக் உசேன். "நான் உடனே போய்க் கோட்டைத் தளபதியைச் சந்திக்கணும்" என்றான் வேலன். "அதை நான் அனுமதிக்க முடியாது" என்றார் ஷேக் உசேன். "ஏன்? என்மேல சந்தேகமா?" என்று வியப்புடன் கேட்டான் வேலன். "உங்கமேல துளியும் சந்தேகம் கிடையாது வேலன் ஐயா, நீங்க உள்ளே இருந்தா எங்களுக்குத்தான் கூடுதலாத் தகவல் கிடைக்கும்னு எனக்குத் தெரியும்" என்றார் ஷேக்உசேன். "அப்புறம் ஏன் பாபா வேலன் கோட்டைக்குள்ள போகக்கூடாது" என்றாள் முத்தம்மா.

"அவரு உயிருக்கு ஆபத்து வரலாம்" என்றார் ஷேக் உசேன். "யாரால" என்று வியப்புடன் கேட்டான் ரகீம். "நம்மால தான்" என்றார் ஷேக் உசேன். மூவரின் முகத்திலும் தெரிந்த குழப்பத்தைப் பார்த்துவிட்டுச் சிரித்த ஷேக் உசேன், "சரி உங்களுக்கும் உண்மையைச் சொல்ல வேண்டிய நேரம் வந்தாச்சு. புரட்சி நாளைக்கே தொடங்கப் போகுது" என்றார். கேட்ட மூவரும் அதிர்ச்சியில் உறைந்தனர். "பதினாலாம் தேதி தானே தொடங்கணும், நாளைக்குப் பத்தாம் தேதி தானே" என்றான் ரகீம். "நேத்துக் கோட்டையில ஒரு தப்பு நடந்து போச்சு. தமிழ்ச்சிப்பாய் ஒருத்தன் கோபத்தில ஒரு ஆபிசரைப் பார்த்து, உன் ஆட்டம் எல்லாம் இன்னும் நாலு நாளைக்குத்தான்னு கத்திட்டான். நல்ல வேளையா அந்த ஆபிசருக்குத் தமிழ் சரியாத் தெரியாது. நான் ஒரு மாதிரிச் சமாளிச்சிட்டேன். ஆனால் அந்த ஆபீசர் மத்த ஆபிச ருங்கக்கிட்ட இதைப் பத்திப் பேசினால் சந்தேகம் வந்திடும்" என்று சொல்லி நிறுத்தினார் ஷேக் உசேன்.

"ஆனால் இந்தியா முழுக்க நம்ம ஆதரவளாகள்கிட்ட, பதினாலாம் தேதின்னு தகவல் கொடுத்திருக்கோமே. அவங்க நமக்கு உதவிக்கு வர இன்னும் பன்னிரண்டு நாள் ஆயிடுமே அதுவரைக்கும் கம்பெ னிப் படைங்க நம்மை விட்டு வைக்குமா?" என்றாள் முத்தம்மா. "நேத்து ராத்திரியே முக்கியமான இடங்களுக்குத் தகவல் அனுப்பிச்சாச்சு. அதுமட்டுமில்ல, நாளைக்குப் புரட்சியைத் தொடங்கறதில சில வசதிகள் இருக்கு" என்றார் ஷேக்உசேன். "என்ன வசதி பாபா?" என் றாள் முத்தம்மா. "நாளைக்குக் காலையில சிறப்பு அணிவகுப்புக்கு ஆர்டா குடுத்திருக்காங்க. அதினால இன்னைக்கு ராத்திரியே, கோட்

டைக்கு வெளிய இருக்கிற சிப்பாய்களை யெல்லாம் கோட்டைக்குள்ள தங்கவைக்கச் சரியான சாக்குக் கெடைச்சு இருக்கு” என்றார் ஷேக் உசேன். “இரண்டாவது வசதி என்ன?” என்று கேட்டான் ரகீம். “இன்னைக்கு ராத்திரி எல்லா ஆபிசருங்களுக்கும் விருந்துக்கு ஏற்பாடு பண்ணியிருக்காரு தளபதி பான்கோர்ட். நாம புரட்சியைத் தொடங்கறப்போ, ஆபிசருங்க எல்லாம் குடிச்சிட்டுக் கொறட்டை விட்டுத் தூங்கிக்கிட்டு இருப்பானுங்க” என்றார் ஷேக் உசேன்.

“அது தான் ஆற்காட்டுக்கோட்டையில இருந்து கர்னல் கில்லெஸ்பி யெல்லாம் வந்திருக்கானா. நமக்கு அருமையான வாய்ப்பு” என்றாள் முத்தம்மா. சற்று யோசனையில் ஆழ்ந்த வேலன், “அப்போ நான் பான்கோர்ட்டைச் சந்திக்கிறதால பிரயோஜனம் எதுவும் இல்லை” என்றான். “ஆமா, வீணா ஏன் உயிருக்கு ஆபத்தை வரவழைச்சுக்கறீங்க. அப்புறம் உங்க இஷ்டம்” என்றவர், “இப்போ நாம பேசினதைப்பத்தி விடியற வரைக்கும் யாருக்கிட்டயும் மூச்சு விடக்கூடாது” என்று சொல்லிவிட்டு அங்கிருந்து சென்றார்.

அவர் சென்றவுடன் ரகீம் உற்சாகமாக, “பார்ட்டி முடிஞ்சு ஆபிசருங்க எல்லாம் தூங்குவானுங்க. அப்போ அவனுங்க கை காலையெல்லாம் கட்டி ஜெயிலுக்குள்ள போட்டு அடைச்சிடணும். அதுக்கப்பறம் வெளியயிருந்து படைவந்தாலும், உள்ளே இருக்கிற ஆபிசருங்களைக் கொன்னுடுவோம்னு பயமுறுத்தலாம்” என்றான். “நீ ராணுவ அதிகாரியா யிருக்க வேண்டியவன். பாட்டெழுதி உன் திறமையை வீணாக்குறே” என்றான் வேலன். மூவரும் மதியச்சாப்பாட்டை முடித்தனர். பயணக் களைப்பினால் சிறிதுநேரம் உறங்கியெழுந்தான் வேலன். விழித்துப் பார்க்கும் பொழுது முத்தம்மாவைக் காணவில்லை. “அக்கா அரண் மனைக்குப் போயிட்டாங்க” என்றான் ரகீம்.

“ரகீம், சிப்பாய் உடை ஒண்ணு கெடைக்குமா” என்றான் வேலன்.

“ஓ அதுக்குப் பஞ்சமேயில்லை” என்று சொல்லிய ரகீம், அலமாரியிலிருந்து பல சிப்பாய் உடைகளை எடுத்துக் கொடுத்தான். தனக்குப் பொருத்தமான ஒன்றைத் தேர்ந்தெடுத்து அணிந்து கொண்ட வேலன், “வா போய்க் கோட்டையைச் சுத்திப் பார்க்கலாம்” என்றான். ரகீம் சாதாரண உடையிலேயே வந்தான். கோட்டை மதில் சுவர்களைச் சுற்றிவிட்டு வாசலுக்கு வந்தபின்,

உள்ளே நிறைய வீரர்கள் வருவதும் போவதுமாயிருப்பதைப் பார்த்த வேலன், "நாமளும் கூட்டத்தோட கூட்டமா உள்ளே போயிட்டு வந்திடலாமா" என்றான்.

"ஏன் கூட்டத்தோட கூட்டமா? வாசல்ல காவல் இருக்க எல்லோரும் நம்ம ஆதரவுச் சிப்பாய்ங்கதான். அந்த மாதிரி ஆளுங்களை மட்டும் தான் சுபேதார் ஷேக் காசிம் வாசல்ல போடுவாரு. இப்போ அவரே தான் அங்க நிற்கிறாரு. வாங்க, உள்ளே போறதுன்னா தாராளமா போகலாம்" என்றான். "வெள்ளைக்காரச் சிப்பாய்ங்க யாரும் தடுக்க மாட்டாங்களா?" என்று கேட்டான் வேலன். அந்தச் சோம்பேறிங்க, எல்லா வேலையையும் இந்தியச் சிப்பாய்ங்க பார்க்கட்டும்னு விட்டுருவாங்க. கோட்டைத் தலைவர் வீடு, ஆபிசில மட்டும் தான் முழுக்க முழுக்க வெள்ளைக்காரச் சிப்பாய்ங்க" என்றான் ரகீம்.

அவன் சொன்னது போலவே அவர்கள் இருவரும் உள்ளேசெல்வதை இந்தியச் சிப்பாய்கள் யாரும் தடுக்கவில்லை. ரகீமை அனைவருக் கும் தெரிந்திருந்தது. ஆங்கிலச் சிப்பாய்கள் நாலுபோ தூரத்தில் அமாந்து சீட்டு விளையாடிக்குக் கொண்டிருந்தனர். உள்ளே சென்று தடையின்றிக் கோட்டையைச் சுற்றிப் பார்த்தனர். பத்தேஹைதா அரண்மனைவாயிலில் ஒரு ஆங்கிலச் சிப்பாய்கூட இல்லாததை வேலன் கவனித்தான். அருகில் இருந்த பெரிய கட்டிடத்தை எட்டிப் பார்த்தான். "அது தான் ஆஸ்பத்திரி. ஆனால் நம்ம சிப்பாய்ங்க ஒருத்தனைக்குக் கூட உள்ளே சேர்க்க மாட்டானுங்க. எல்லாப் படுக்கையும் வெள்ளைக்காரனுக்குத் தான்" என்று எரிச்சலோடு சொன்னான் ரகீம். அங்கிருந்து அணிவகுப்பு மைதானத்திற்கு வந்தனர். உயரத்தில் காற்றில் படபடத்துக் கொண்டிருந்த கம்பெனிக் கொடியைப் பார்த்த வேலன், "மிளகு வாங்க இந்தியாவுக்கு வந்தவனுங்க, இப்போ நம்ம தலையிலயே மிளகாய் அரைக்கிறானுங்க" என்றான். "ரொம்ப சூடா இருக்கே போல இருக்கே, குளுகுளுன்னு சாபத் வேணுமா" என்று முத்தம்மாவின் குரல் கேட்டது. வேலன் திரும்பிப் பார்த்தான். ஒரு தட்டில் நான்கு கண்ணாடிக் குவளைகளில் சர்பத்துடன் முத்தம்மா நின்று கொண்டிருந்தாள். ஆவலுடன் வேலனும் ரகீமும் சர்பத்தை எடுத்து ஒரே மூச்சில் உறிஞ்சினர். "இன்னும் கூட ஒண்ணு குடிக்கலாம் போலருக்கே" என்றான் ரகீம். "முடியாது, ரகீம், இந்தத்தட்டைக்

கொண்டு போய்ச் சுபேதார் ஷேக் காசிம்கிட்டக் கொடுத்திட்டு வா" என்றாள். தட்டை வாங்கத் தட்டின் அடியில் கை வைத்த ரகீம், "கீழே ஏதோ பொட்டலம் மாதிரி இருக்கே" என்றான். "ஆமா திப்பு சுல்த்தானோட கொடி. இளவரசர் பத்தேஹைத கொடுத்து விட்டிருக்காரு", என்றாள் முத்தம்மா. ரகீம் தட்டையும் அதன் அடியில் மறைத்துக் கொடியையும் எடுத்துக் கொண்டு சென்றான்.

"ரகீம் எப்படிக் கோட்டைக்குள்ள சுதந்திரமாச் சுத்தறான்" என்று கேட்டான் வேலன். "அதுதான் அவன் வேலை. ரொம்பநாளாக் கோட்டைக்குள்ள எடுபிடியா வேலை செஞ்சுக்கிட்டிருக்கான்" என்றாள் முத்தம்மா. சிறிது நேரத்தில் ரகீம் திரும்பி வந்தான். "கோட்டையை இன்னும் பிடிக்கலை, அதுக்குள்ள கொடிக்கு என்னக்கா அவசரம்?" என்றான். "தவறாம, போர்முரசும். கொடியும் போர்தொடங்கும் போதே இருக்கணும். அது ரெண்டும் இருக்குறவரைக்கும்தான் சிப்பாய்கள் தைரியமாச் சண்டை போடுவாங்க. கொடி கண்ணிலபடலைன்னா தோத்துப் போனதா நெனச்சுச் சிதறி ஓடிடுவாங்க" என்றான் வேலன். "அனேகமாக் கொடியேற்றம்தான் புரட்சி தொடங்குறதுக்கு அடையா ளமா இருக்கும்னு நினைக்கிறேன்" என்றாள் முத்தம்மா. ஒரு சுவர் ஓரமாக அவர்கள் நின்று பேசிக்கொண்டிருக்கும்போது, திடீரென்று பல குதிரைகள் தூரத்தில் வரும் ஒலி கேட்டது. முதல் குதிரையில் அமர்ந்திருந்தவாட்ட சாட்டமான ஆபிசர். கர்னல் பதவியில் இருப்பவன் என்பதை அவனது உடைமூலம் வேலன் புரிந்து கொண்டான். கானலின் பின்னால் ஆறுகுதிரைகளில் ஆங்கிலச் சிப்பாய்கள் வந்து கொண்டிருந்தனர். சிப்பாய் உடையில் இருந்ததால், வேலன் சல்யூட் அடித்தான். குதிரையில் இருந்த கானலின் கண்ணில் இருந்து அது தப்பவில்லை. அவன் பதிலுக்குத் தன் உடலை விறைப்பாக நிமிர்த்தினான். ஏழு குதிரைகளும் அவர்களைக் கடந்து சென்றன. "இது என்ன வழக்கம்" என்றாள் முத்தம்மா. "குதிரையில் இருக்க வங்க உடலை நிமிர்த்தினா, திருப்பிச் சல்யூட் அடிச்சதா அர்த்தம்", என்றான் வேலன். "அது சரி, போறது யாரு தெரியுமா, அவருதான் கில்லெஸ்பியாம், ஆற்காட்டுக் கோட்டைக்குத் தளபதியா, புதுசா வந்திருக்கா ராம்" என்றாள் முத்தம்மா. "இதுவரைக்கும் நேரில பார்த்தது இல்லை. ஆனா நெறையக் கேள்விப் பட்டிருக்கேன்" என்றான் வேலன்.

"இன்னைக்கு ராத்திரிப் பெரிய விருந்து நடக்கப்போகுது. அதில

கலந்துக்காம இப்பவே போறானே", என்றான் ரகீம். "அவருக்கு ஆற்காட்டில முக்கியமான வேலை இருக்காம். மரியாதைக்காக இந்தக் கோட்டைத் தளபதியை வந்து பார்த்துட்டு, உடனே கௌம்புறாரு" என்றாள் முத்தம்மா. "அடடா, இவன் ராத்திரித் தங்கியிருந்தான்னா, இவனைப் புடிச்சு இங்க ஜெயில்ல போட்டுட்டு, ஆற்காட்டுக் கோட்டையையும் நாம சுலபமாப் பிடிச்சிடலாமே" என்றான் ரகீம். "நீ உண்மையிலேயே ராணுவ அதிகாரியா ஆக வேண்டியவன்தான்" என்றாள் முத்தம்மா.

"கில்லெஸ்பி இங்கேயிருந்து போனதுதான் நல்லது. இல்லைன்னா, கட்டுச் சோத்தில எலியை வச்சுக் கட்டின மாதிரி ஆயிடும், ரொம்ப ஆபத்தானவன்" என்றான் வேலன். "அவனைப்பத்தி உங்களுக்கு நெறையத் தெரியும் போல இருக்கே" என்றான் ரகீம். "ஆமா. மதராஸ் கோட்டை முழுக்க அவனைப்பத்தித் தான் பேச்சு. அவன் முழுப்பேரு ஹியூக் ராபர்ட் ரோலோ கில்லெஸ்பி, ஐரிஸ்காரன்" என்றான் வேலன். "மீசை வச்சிட்டா அவனும் உன்னைமாதிரி தான் இருப்பான் போல இருக்கு, தோல் மட்டும் தான் வெள்ளை" என்றாள் முத்தம்மா.

"அவனுக்கு, அவங்க ஊரிலயே வலிமையானா ஆளுன்னு, ஒரு பட்டமே இருக்கு. பயம்னா என்னென்னே தெரியாதவன். அமெரிக்காவில தனியா இருக்கிறப்போ, அவனைக் கொல்றதுக்கு வீட்டுக்குள்ள எதிரிங்க எட்டுப் பேரு நுழைஞ்சிருக்காங்க. வாள்வீச்சில இவன் பெரிய ஆளாம். வந்தவங்கள்ல ஆறு பேரை வெட்டி வீசிட்டானாம். ரெண்டு பேரு மட்டும்தான் தப்பிச்சு ஓடினாங்களாம்" என்றான் வேலன். "அப்போ பயங்கரமான ஆளுதான்" என்றான் ரகீம்.

"இப்போச் சொன்னது சின்ன விஷயம். கடற்கொள்ளைக் காரங்ககிட்ட தனியே மாட்டிக்கிட்டானாம். ஆனால் அவங்க தலைவன் கழுத்தில கத்திவச்சு மிரட்டி, கப்பலைக் கரையோரம் நிறுத்தச் சொல்லித் தப்பிச்சு வந்திட்டானாம். வழியில அரேபிய அடிமைவியாபாரிகள்கிட்ட மாட்டிக்கிட்டானாம். இருந்தும் தன்னோட திறமையால தப்பிச்சு, பம்பாய் வரைக்கும் கப்பல்ல வந்தவன், தனியாவே குதிரையில மதராஸ் வந்து சேர்ந்திருக்கான். புரட்சியில அவன் குறுக்கிடாமயிருக்கறது தான் நமக்கு நல்லது" என்றான் வேலன்.

ஆனால் புரட்சியில் மட்டுமல்ல, வேலனின் வாழ்க்கையிலும் கர்னல் கில்லெஸ்பி விரைவில் குறுக்கிட்டான்.

“நமக்குத்தான் இங்கே இனிமே வேலையெதுவுமில்லையே, வீட்டுக்குப் போகலாமா” என்று முத்தம்மாவிடம் கேட்டான் வேலன். “வீட்டுக்குப் போகலாம். ஆனால் வேலை இல்லாமயில்லை. வெளியேயிருந்து கம்பெனிப்படைங்க எதுவும் உதவிக்கு வருதான்னு காலையில கண்காணிக்கணும்” என்றாள். “ரகீம், உனக்கு வேலையேதாச்சும் தந்திருக்காங்களா” என்று கேட்டான் வேலன். “நான் பிரச்சாரக்குழுவில இருக்கிருக்கவன். புரட்சியில வேலைஎதுவும் இல்லை” என்றான் ரகீம். “ரெண்டுபேரும் முத்தம்மா குழுவில சேர்ந்திடுவோமா?”, என்றான் வேலன். “ஓ நான் தயார்” என்றான் ரகீம் உற்சாகமாக

“சரி, காலையிலே புரட்சி தொடங்கினப்புறம் ஏதாவது தகவல் சொல்லணும்னா, நாங்க எப்பிடி உள்ளே வர்றது” என்று கேட்டான் வேலன்.

“நல்லவேளையாக் கேட்டே, கோட்டைச் சுவர் மூலையில, ரகசியமா ஒரு கயிறு கட்டித் தொங்கவிட்டிருக்கோம். அதுவழியா ஏறி உள்ளே வரலாம்”, என்ற முத்தம்மா, “வாங்க அந்த இடத்தை உங்களுக்குக் காட்டுறேன்” என்று இருவரையும் கோட்டைச் சுவர் அருகே அழைத்துச் சென்றாள். “அதோ அங்கே சுவத்தில வெளிப்பக்கம் கட்டித் தொங்க விட்டிருக்காங்க” என்றாள். “யார் நீங்க” என்று ஒரு குரல் அதட்டியது. மூவரும் ஒருகணம் திகைத்துநின்றனர். அவர்களை நோக்கி, தோள்களில் துப்பாக்கிகளுடன் இரண்டு உருவங்கள் வந்து கொண்டிருந்தன. ரகீம் அவர்களை அடையாளம் கண்டுகொண்டான். “உங்க அடிமை ரகீம்”, என்றான் உரத்த குரலில். ஷேக் காசிமும், ஷேக் உசேனும் அருகில் வந்தனர். தங்களது திட்டத்தை வேலன் விளக்கினான்.

“இந்த ஏற்பாடு எனக்குப் பிடிச்சிருக்கு. ஆனால் ஒரு சின்ன மாற்றம். முத்தம்மாவுக்கு உள்ளேயே வேலை இருக்கு. நீங்க ரெண்டு பேரும் மட்டும் வெளியே இருந்து கண்காணிக்க முடியுமா?” என்று கேட்டார் ஷேக் உசேன். “தாராளமா, நாங்க உடனே வெளியேபோறோம்'' என்றான் வேலன். அப்போது தூரத்தில் இரு அதிகாரிகள் நடந்து வந்தனர். “ஆகா, ரெண்டு தொரைங்க வர்றானுங்களே” என்றார் ஷேக் காசிம். “நீங்க மூணுபேரும் சீக்கிரம் எங்கேயாச்சும் ஒளிஞ்சுக்கங்க” என்றார் ஷேக் உசேன். மூவரும் சற்று தூரத்தில் இருந்த புதரின் பின்னே ஒளிந்து கொண்டனர். லேசாக இருட்டத் தொடங்கியிருந்தது. இரண்டு

ராணுவ அதிகாரிகளும் அருகில் வந்தனர். “பிரபு, நீங்க பார்ட்டியில கலந்துக்கலையா?” என்றார் ஷேக் காசிம். “ஏன் வயித்தெரிச்சலைக் கிளப்பறே, எங்க ரெண்டு பேரையும் இன்னைக்கு ட்யூட்டி ஆபிசராப் போட்டுட்டாங்க. ராத்திரிபூராச் சுத்திக் கிட்டேயிருக்கணும்” என்றான் ஒருவன்.

“உங்களுக்கு ஏன் அந்தக்கஷ்டம்? அதை நாங்க பார்த்துக்க மாட்டமா?” என்றார் ஷேக் காசிம். “ஆமா பிரபு. எப்பவாச்சும்தான் கர்னல் விருந்து தருவாரு. நீங்க போய்க் கலந்துக்குங்க. இன்னைக்கு ராத்திரி உங்க ட்யூட்டியை நாங்க பார்த்துக்கறோம்” என்றார் ஷேக்உசேன். இரண்டு அதிகாரிகளும் ஒருவரையொருவர் பார்த்துக் கொண்டனர். “ஷேக் காசிம் கோட்டையைப் பத்திரமாப் பார்த்துக்குவீங்களா, தூங்கிட மாட்டீங்களே?” என்றார் இரண்டாவது அதிகாரி. “நாங்க எப்படி தூங்க முடியும் பிரபு. நாளைக்கு நடக்கப்போற அணிவகுப்புக்கு நெறைய ஏற்பாடுகள் செய்ய வேண்டியிருக்கு ” என்றார் உசேன். “நன்றி, நிச்சயமா பின்னால உங்களுக்கு ஏதாவது சலுகை தருவோம். ஆனால் காவல்ல கவனமா இருங்க” என்றார் முதல் அதிகாரி “கோட்டையைப் பத்திரமாப் பார்த்துக்கறோம் பிரபு. இனிமே வெளியேயிருந்து காத்துக்கூட உள்ளே நுழையாது” என்றார் ஷேக் காசிம். அதிகாரிகள் இருவரும் விருந்தில் கலந்து கொள்ள விரைவாகச் சென்றனர். ஷேக் உசேன் சிரித்துக் கொண்டே சொன்னார். “உண்மையைத்தான் சொல்லியிருக்கோம். இனி வெளியே இருந்து கம்பெனிப் படைக்கு எந்த உதவியும் கோட்டைக்குள்ள வராமப் பார்த்துக்கணும்” என்றார்.

அதிகாரிகள் மறைந்ததும் வேலனும் மற்றவர்களும் புதர் மறைவிலிருந்து வெளியே வந்தனர். “வேலன் ஐயா, நீங்களும், ரகீமும் இந்த நேரத்தில வெளியே போகணும்னு அவசியம் இல்லை. இப்போ எல்லோருக்கும் சாப்பாடு வரப்போகுது, படா கானா” என்றார் உசேன். “அது என்ன படா கானா” என்றாள் முத்தம்மா. “விருந்துச்சாப்பாடு, நாளைக்கு அணிவகுப்பு இருக்கிறதால அந்த ஏற்பாடு. சாப்பிட்டு ரெண்டுபேரும் கோட்டைக்குள்ளயே தூங்குங்க. அதிகாலையில சுவத்தில கயிறுவழியா ஏறிக்குதிச்சு வெளியே போயிடுங்க. கோட்டைக்கு வெளியே இருந்து எங்களுக்குத் தகவல் குடுங்க” என்றார் உசேன். முத்தம்மாவைத் தங்களுடன் அழைத்துக் கொண்டு பத்தே ஹைதர் அரண்மனையை நோக்கி ஷேக் காசிமும், ஷேக் உசேனும் சென்று

விட்டனர். ரகீம் சென்று இரண்டு தட்டுகளில் விருந்துச் சாப்பாட்டை வாங்கி வந்தான். மறுநாள் அணிவகுப்பு என்பதால், பணிமுடிந்த சிப்பாய்களும் வீடுசெல்லாமல் கோட்டைக்குள்ளேயே தங்கினர். ஆங்காங்கே கிடைத்த இடங்களில் படுத்துத் தூங்க ஆரம்பித்தனர். வேலனும் ரகீமும் ஒரு மரத்தடியைத் தேர்ந்தெடுத்துப் படுத்தனர். நன்றாகக் கால் கைகளை நீட்டிப் படுத்த ரகீம் கேட்டான், "வேலன் ஐயா, நம்ம ரெண்டு பேரையும் இப்போ வெளியே போகவேண்டாம்னு அவங்க சொன்னது, நம்ம மேல இருக்கிற அன்பாலயா, இல்லை எதை யாச்சும் வெளிய உளறிடுவோம்கிற சந்தேகத்தினாலயா?"

"ரெண்டும் தான்" என்று சிரித்துக் கொண்டே பதில்கூறிய வேலன், "ஆமா ரகீம், நாளைக்கு ஆயுதம் எடுக்க வேண்டிய கட்டாயம் வந்தா, உனக்கு எது பிடிக்கும், துப்பாக்கியா இல்லை கத்தியா?" என்றான்.

"எனக்குக் கத்தியும்பிடிக்காது, துப்பாக்கியும்பிடிக்காது. வன்முறையே பிடிக்காது. ரத்ததைப் பார்த்தாலே மயங்கி விழுந்திடுவேன்" என்றான் ரகீம் அரைத்தூக்கத்தில். "அப்போ நாளைக்கு நெறையத்தடவை மயங்கி விழப் போற" என்று சொல்லிவிட்டு வேலனும் உறங்கப் போனான். திடீரென்று விழித்துக் கொண்ட ரகீம், "அடடா... புரட்சி எப்போ தொடங் கும்னு கேட்க மறந்திட்டேனே?" என்றான். "கேட்டாலும் சொல்லியிருக்க மாட்டாங்க. நாம எப்படியும் பொழுது விடியறதுக்கு முன்னால வெளியே போகனும். அதனால சீக்கிரம் தூங்குவோம்" என்றான் வேலன். இருவரும் நன்றாக உறங்கத் தொடங்கினர்.

அப்பொழுது தான் உறங்கியது போலிருந்தது. திடீரென்று கோட்டையின் மணி இரண்டு முறை அடித்தது. வேலன் திடுக்கிட்டு எழுந்தான். ரகீம், அரைகுறையாகக் கண்விழித்தான். "ரகீம் இப்போ ஏன் மணி அடிக்குது" என்றான் வேலன். கோட்டைச் சிப்பாய்ங்க காவல் மாத்தற நேரம். பகல் ரெண்டு மணியில இருந்து பணியில இருக்கிறவங்களுக்கு இனி ஓய்வு. இப்போ காவலுக்கு வர்றவங்க நாளைக்குப் பகல் ரெண்டு மணி வரைக்கும் காவல்ல இருப்பாங்க. அதுக்காகக் கோட்டையில மணி அடிப்பாங்க" என்றான் ரகீம். அதற்குள் அணிவகுப்பு மைதானத்தில் கொஞ்சப் பேர் அணிவகுக்கத் தொடங்கியிருந்தனர். அனைவரும் துப்பாக்கிகளுடன் வரிசையில் நின்றனர். ஷேக் காசிம்

அனைவரிடமும் துப்பாக்கிக் குண்டுகளைக் கொடுத்துக் கொண்டு வந்தார். “அணிவகுப்புக்கு ஏன் துப்பாக்கிக் குண்டு தர்றாங்க?” என்றான் வேலன்.

“சாதாரணமாத் தரமாட்டாங்க. ஆனா அலங்கார அணிவகுப்புன்னாத் தருவாங்க. வானத்தை நோக்கிச் சுடணுமே” என்றான் ரகீம். “அது எனக்கும் தெரியும். ஏழு பேரு முன்னால வந்து, மூணு தடவை வானத்தை பார்த்துச் சுடுவாங்க. இருபத்தியோரு கன்சல்யூட்டு. ஆனா அதுக்கு டம்மி குண்டு தானே குடுப்பாங்க. இப்போ குடுத்துக்கிட்டிருக்கதெல்லாம் உயிருள்ள ரவையாச்சே” என்றான் வேலன். “ரெண்டுக்கும் என்ன வித்தியாசம்” என்றான் ரகீம். “சுடும்போது எதிரே போய் நில்லு. உன் வயித்தில ஓட்டை போட்டுக்கிட்டுப் போச்சுன்னா அது உயிருள்ள ரவை, இல்லன்னா டம்மி” என்றான் வேலன். “அப்படியெல்லாம் போய் நின்னுடாதே ,எல்லாம் உயிருள்ள ரவைதான்” என்று பின்புறமிருந்து ஷேக் உசேன் குரல் கேட்டது.

வேலனும் ரகீமும் திரும்பிப் பார்ப்பதற்குள் மைதானத்தை நோக்கி நடந்தார் ஷேக் உசேன். அங்கே ஏற்கனவே நின்ற ஷேக் காசிமுடன் சேர்ந்து, பத்து வீரர்களடங்கிய பல குழுக்களை வெவ்வேறு திசைகளில் அனுப்பினார். அவர் உத்தரவிற்காகக் காத்திராமல் ஒரு குழு தானாகப் பிரிந்து எங்கோ சென்றது. “அது முத்துநாயக்கரும், மத்த பாளையக்காரங்களும்” என்ற வேலன், “ரகீம், நாம ரெண்டு பேரும் வெளியே போயிடலாம் வா” என்றான். அவர்கள் வாசலை நெருங்கும் போது காவல் வேலையில் நிற்பதற்கான புதிய குழு சற்றுமுன்னால் போய்க் கொண்டிருந்தது. முன்னால் இரண்டு வெள்ளைச்சிப்பாய்களும், அவர்களின்பின்னே நான்கு இந்தியச் சிப்பாய்களும் வாசலருகே சென்றனர். இனிமேல் வாசல் வாழியாகச் செல்வது கடினம் என்று நினைத்த வேலன், ரகீமின் கையைப் பிடித்து நிறுத்தினான். அப்பொழுதுதான் அந்த எதிர்பாராத சம்பவம் நடந்தது. பணி முடிந்து திரும்பிக்கொண் டிருந்த இரண்டு ஆங்கிலேயச் சிப்பாய்கள் கையை உயர்த்திப் புதிதாகக் காவலுக்கு வந்த ஆங்கிலேயச் சிப்பாய்களை வரவேற்றனர். அந்நேரம், அவர்களுக்குப் பின்னே இருந்த இந்தியச் சிப்பாய்கள் தங்கள் துப்பாக்கிகளில் குண்டுகளை நிரப்பி பாதுகாப்புக் கம்பியை இழுக்கும் லேசான சத்தம் கேட்டது. ஆங்கிலச் சிப்பாய்கள் குழப்பத்துடன் பின்புறம் திரும்பிப் பார்த்தனர், உடனே இந்தியச் சிப்பாய்கள் அவர்கள் நெஞ்சில் குறி

பார்த்துச் சுட்டனர். அவர்கள் சுருண்டு விழுவதைக் கண்டு எதிரே நின்ற ஆங்கிலச் சிப்பாய்கள் அதிர்ச்சியடைந்தனர். தங்களது தோளில் இருந்த துப்பாக்கிகளை எடுத்துக் குண்டு நிரப்ப முயன்றனர். அதற்குள் அவர்களின் பின்னே வந்து கொண்டிருந்த இந்தியச் சிப்பாய்கள், ஆங்கிலச் சிப்பாய்களின் முதுகில் சுட்டனர். இப்பொழுது அங்கு எட்டு இந்தியச் சிப்பாய்கள் மட்டுமே நின்றனர். வாசல்கதவு மூடப் பட்டிருந்தது. வேலன் ரகீமை இழுத்துக்கொண்டு சுவற்றில் கயிறு கட்டியிருந்த இடத்தை நோக்கி ஓடினான். அதற்குள் கோட்டையெங்கும் பல மூலைகளில் துப்பாக்கிகள் முழங்கின.

கயிறைப் பிடித்துக் கொண்டு சுவற்றில் ஏறி வெளியே குதித்தபின், தூரத்தில் இருந்த இரண்டாவது வாசல் திறந்து கிடப்பதை வேலனும் ரகீமும், கண்டனர். அதன் வழியே வெளியேறும் போது இரண்டாவது சுவரிலிருந்து யாரே கைதட்டிக் கூப்பிடும் சத்தம் கேட்டது. சுவரில் சிப்பாய்களுடன் நின்ற ஜமேதாரை ரகீம் அடையாளம் கண்டு கொண்டான். “அவருதான் அலிகுரி, புரட்சியில தீவிரமானவரு” என்றான்.

இருவரும் அலிகுரி நிற்குமிடத்திற்கு அருகே சென்று, கீழிருந்தவாறு பேசினர். “நாங்க வெளியே இருந்து யாரும் வாரங்களான்னு பார்க்க, கோட்டையைச் சுத்தி வரப் போறோம்” என்றான் ரகீம். சரியாக அந்த நேரத்தில், “யாருடா அங்கே” என்ற அதட்டலான குரல், சற்று தூரத்திலிருந்து கேட்டது. அங்கே வழக்கம்போல் நடைப்பயிற்சிக்காகப் பல்லக்கில் வந்து கொண்டிருந்த வெள்ளை அதிகாரியை, ரகீமும் அலிகுரியும், அடையாளம் கண்டுகொண்டனர். “அவருதான் மேஜர் ஆர்ம்ஸ்டிராங்க். தினம் காலையில பல்லக்கில நடைப்பயிற்சிக்கு வருவாரு” என்றான் ரகீம் லேசான சிரிப்போடு. பல்லக்கை நிறுத்தச் சொல்லி இறங்கி வந்த மேஜர் ஆர்ம்ஸ்டிராங் ரகீமை அடையாளம் கண்டு கொண்டார். “உள்ளே என்னடா சத்தம்?” என்றார். “தெரியலை பிரபு, அதைத் தான் நாங்களும் கேட்டுக்கிட்டு இருக்கோம்” என்று சுவர் மேலிருந்த அலிகுரியைக் காட்டினான் ரகீம். ஆர்ம்ஸ்டிராங் அலிகுரியைப் பார்த்துக் கத்தினார், “கோட்டைக்குள்ள என்னடா சத்தம்?”. அலிகுரி தனக்கு மேஜர் சொல்வது கேட்கவில்லை என்று சைகை காட்டினார். மேஜர் மேலும் அருகில் சென்று கேட்டார், “கோட்டைக்குள்ள ஏண்டா குண்டுச்சத்தம் கேட்குது?”. “துப்பாக்கியால சுடறாங்க பிரபு”

என்றார் அலிகுரி. “முட்டாள், அதைத்தாண்டா கேட்க றேன், ஏன்டா சுடறாங்க” என்றார். “வெள்ளைக் காரங்களையெல்லாம் சுடச் சொல்லி உத்தரவு” என்றார் அலிகுரி. “என்னது! யாரு அப்படி ஆர்டர் குடுத்தது?” என்றார் மேஜர் குழப்பத்துடன்.

“நாங்க தான் பிரபு” என்று சொல்லிக் கொண்டே, அலட்சியமாக மேஜரின் நெஞ்சைக் குறிவைத்துச் சுட்டுத் தள்ளினார் அலிகுரி. மேஜரின் உயிரற்ற உடல் தரையில் விழுந்தது. பல்லக்கைப் போட்டுவிட்டு வேலைக்காரர்கள் ஓட்டம்பிடித்தனர். “ரகீம், மேஜர் ஆர்ம்ஸ்ட்ராங்கை, அலிகுரி போட்டுத் தள்ளிட்டான்னு போய் ஷேக் காசிம் கிட்டச் சொல்லிடு” என்றார் அலிகுரி. அதற்கு ஏதோ முக்கியகாரணம் இருக்கிறது என்று நினைத்த ரகீம், வேலனுடன் மீண்டும் உள்ளே சென்றான். இருவரும் கயிற்றின் மூலம் உட்புறச்சுவரில் ஏறினர். அங்கிருந்து சுவரிலேயே நடந்து மைதானத்தின் அருகே வந்தனர். அங்கே குழுமியிருந்த இந்தியச் சிப்பாய்கள் அணிவகுக்காமல், குழப்பத்துடன் கூட்டமாக நின்றுகொண்டிருந்தனர். ஷேக் காசிம் கத்தினார்.

“உடனே எல்லோரும் சிப்பாய் விடுதிக்கு ஓடுங்க. இந்தியச் சிப்பாய்களை வெள்ளைக்காரச் சிப்பாய்ங்க கொன்னு குவிக்கறாங்க”. சிப்பாய்கள் அனைவரும் ஓடினர். மைதானமே காலியானது. “இனிமேயும் ஒதுங்கியிருக்க முடியாது, வா இந்தியச் சிப்பாய்களைக் காப்பாத்துவோம்” என்று கீழே குதித்து ஓடினான் வேலன். ரகீமும் கூடவே ஓடி, ஆங்கிலச் சிப்பாய்கள் தங்கும் விடுதியை நோக்கி வேலனை அழைத்துச் சென்றான். சில சிப்பாய்கள் இரண்டு சிறிய பீரங்கிகளை இழுத்துச் சென்று விடுதியின் கதவிற்கு நேரே நிறுத்திக் கொண்டிருந்தனர். ஷேக் காசிமுடன் ஓடிய சிப்பாய்கள் விடுதியின் திறந்தி ருந்த ஜன்னல்கள் அருகே சென்று அதன் வழியாகச் சுடத் தொடங்கினர். உள்ளே இருந்த வெள்ளைச் சிப்பாய்கள் அவசரம் அவசரமாகக் கட்டில்களுக்கு அடியில் பதுங்கினர். தங்களிடமிருந்த குண்டுகள் தீர்ந்ததும், இந்தியச் சிப்பாய்கள் பின்வாங்கி, பீரங்கிகள் இருக்கும் இடத்திற்கு வந்தனர். அந்த இடைவெளியில், ஆங்கிலச் சிப்பாய்கள் விடுதியின் ஜன்னல்களையும், இரண்டு வாசல்களையும் மூடினர். பீரங்கித் தாக்குதல் நடத்தப்படப் போவதால் தங்கள் உதவி தேவையில்லை என்று நினைத்த இந்தியச் சிப்பாய்கள், வெவ்வேறு பக்கங்களில் செல்லத் தொடங்கினர். விடுதியின் உள்ளே வெள்ளைச்சிப்பாய்கள் என்ன செய்வதென்று புரியாமல்

குழப்பத்தில் இருந்தனர். ஆனால் ஏதோ கோளாறால், பீரங்கிகள் செயல்படவில்லை. ரகீம் வேலனின் கையைப் பிடித்து இழுத்தான். "வேலன் ஐயா, அங்கே கொஞ்சப் பேரு ஆபீசர் குவார்டாஸ் பக்கம் போறாங்க. இதென்ன அநியாயம்! குடும்பத்தை ஒண்ணும் செய்ய மாட்டோம்னு சொல்லியிருந்தாங்களே" என்றான் ரகீம்.

"என்ன திட்டம் போட்டாலும், புரட்சி தொடங்கினப்பறம், அது தன் போக்கிலதான் நம்மை இழுத்துக்கிட்டுப் போகும். இப்போ போனவங்களோட ஷேக் காசிமும் போனாரா?" என்றான் வேலன். "பெரிய தலைவர்கள் யாருமே அதிலயில்லை" என்றான் ரகீம். "அப்போ ஆபத்து. வா தடுத்துப் பார்ப்போம்", என்று கூறிய வேலன் குடும்பங்கள் வசித்த பகுதியை நோக்கி ரகீமுடன் புறப்பட்டான்.

கோட்டைத்தளபதி கர்னல் பார்ன்கோர்ட் வெளியே வெடித்த குண்டுகளின் ஒலிகேட்டு படுக்கையில் இருந்து எழுந்து வந்தார். மாடியிலிருந்து எட்டிப் பார்த்தார். துப்பாக்கிக் குண்டு ஒன்று சீறிக் கொண்டு வந்து அவர் அருகே சுவற்றில் மோதி விழுந்தது. உடனே உள்ளே சென்றவர், படிகளில் இறங்கிக் கீழே வந்தார். வெளியே கதவு தட்டப் படும் ஓசை கேட்டது. தயக்கமின்றிக் கதவைத் திறந்தார். வெளியே அவரது பாதுகாப்பு அதிகாரி ஓரெய்லியும், வாத்தியக்குழுவில் டிரம் வாசிக்கும் ஒரு சிறுவனும் உள்ளே ஓடிவந்தனர். "என்ன நடக்குது ஆபிசர்?", என்று அமைதியாக கேட்டார் பான்கோர்ட். பதற்றத்துடன் கதவைச் சார்த்தித் தாழ்போட்ட ஓரெய்லி, "வெளியே பெரிய கலகம் நடக்குது. வெள்ளைக்காரங்களைத் தேடித்தேடிச் சுடறாங்க. எனக்குக் கீழே காவல் இருந்த வெள்ளைச் சிப்பாய்ங்க எல்லோரையும் சுட்டுட்டாங்க. நானும், இந்தப் பையனும் மட்டும்தான் தப்பிச்சு ஓடிவந்தோம்" என்றார். அதை அமைதியாகக்கேட்ட பான்கோர்ட், "அப்புறம்" என்றார். "மத்த சிப்பாய்ங்க வர்றதுக்காகக் காத்துக்கிட்டு இருக்காங்க, வந்ததும் நம்மையும் கொல்லப்போறாங்க" என்றார் ஓ ரெய்லி நடுக்கத்துடன்.

ரகீமோடு விரைவாக நடந்துகொண்டே வேலன் கேட்டான், "கர்னல் பார்ன்கோர்ட் வீடு எங்கே இருக்கு?"

"அது வேறபக்கம். கல்யாணம் ஆகிக் குடும்பத்தோட இருக்க வங்க வீடெல்லாம் தனி. இப்போ நாம போற பக்கத்தில குடும்பம் இல்லாத ஆபிசருங்க இருக்காங்க. அதுக்குப் பக்கத்திலதான் பத்தே ஹைதரைக் காவல்ல வச்சிருக்கிற அரண்மனையும் இருக்கு", என்றான் ரகீம். முதலில் அரண்மனைக்குச் சென்றனர். அங்கு இந்தியச் சிப்பாய்கள்மட்டுமே காவலில் இருந்தனர். பல பெண்கள் உள்ளேயும் வெளியேயும் ஓடிக்கொண்டிருந்தனர். "இதுதான் முத்தம்மா தயார் பண்ணின தகவல் தொடாபுப்படை போல இருக்கு" என்று ரகீமிடம் சொல்லிக்கொண்டிருந்தான் வேலன். திடீரென்று கூச்சல் கேட்டது, ஆங்கிலத்தில் குரல்கள் அலறின. குரல் வந்த திசையில் இருந்த கட்டிடத்தைப் பார்த்தான் வேலன். "அது ஆஸ்பத்திரி, வெள்ளைக்கார நோயாளிங்க மட்டும்தான் இருக்காங்க, அங்கேயிருந்து ஏன் சத்தம் வருது?" என்று குழம்பினான் ரகீம். கட்டிடத்தை நோக்கி ஓடினான் வேலன். அங்கே இரக்கமற்ற படுகொலைகள் நடந்து கொண்டிருந்தன. சிகிச்சையில் இருந்த ஆயுதங்களற்ற வெள்ளைச் சிப்பாய்களை இழுத்து வந்து வெளியே போட்டு, கோவிலில் பலியாடுகளை வெட்டுவது போல் வெட்டித் தள்ளிக்கொண்டு இருந்தது ஒரு இந்தியச் சிப்பாய்கள் கூட்டம். அதைக் காண முடியாமல் கண்களை மூடிக்கொண்டான் ரகீம். காலம் கடந்துவிட்டது புரிந்ததால் அங்கிருந்து கால்போனபோக்கில் ரகீமை இழுத்துக்கொண்டு நடந்தான் வேலன். வேறொரு சிப்பாய்கள் கூட்டம் வேறெங்கோ ஓடிக் கொண்டிருந்தது. "அவங்க எங்கே போறாங்கன்னு எனக்குத் தெரியும், லெப்டினன்ட் கோம்ஸ் வீட்டுக்கு" என்றான் ரகீம். "எதை வச்சு அவ்வளவு உறுதியாச் சொல்றே" என்று கேட்டான் வேலன்.

"அவன் தான் இருக்கறதிலயே மோசமான ஆபீசா. கையில எப்பவும் சவுக்கோடவே அலைவான்" என்றான் ரகீம். ரகீம் நினைத்ததைத்தான் கோம்சும் நினைத்தான். அதனால், விழுந்தடித்துக் கொண்டு வீட்டை விட்டு வெளியே ஓடினான். இந்திய வீரர்கள் அவன் வீட்டைச் சூழ்ந்துகொண்டு கோம்சை வெளியே வரச் சொல்லிக் கூப்பாடு போட்டனர். ஆனால் அந்தநேரத்தில் கோம்ஸ்,

கர்னல் மரியாத்தின் வீட்டு மாடிப் படியின் கீழே நடுக்கத்தோடு ஒளிந்திருந்தான். கொடூரமான அதிகாரி கோம்ஸ் தப்பி விட்டதை அறிந்த இந்திய வீரர்கள் தங்களது மொத்த கோபத்தையும் அவன் வீட்டின்மீது காட்டினர். துப்பாக்கிச்சூடு மற்றும் கல்வீச்சிற்குப் பிறகு வீட்டிற்குத் தீ வைத்தனர். பலமுறை அந்த வீட்டைச் சுத்தம் செய்யச் சொல்லி கோம்ஸ் அவர்களைச் சவுக்காலடித் திருக்கிறான். எரிகின்ற வீட்டிற்குள் அவனையும் தூக்கிப்போட முடியவில்லை என்றவருத்தத்துடன் அடுத்தவீட்டை நோக்கிச் சென்றனர். அந்த வீட்டில்தான் மூத்த அதிகாரி கர்னல்மரியாத்தும், அதே பெயருடன் ஒரு இளைய அதிகாரி லெப்டினன்ட் மரியாத்தும் தங்கியிருந்தனர். துப்பாக்கிச் சத்தம்கேட்டு இருவரும் கதவைத் திறந்து பார்த்தனர். வெளியே நடுக்கத்துடன் நின்று கொண்டிருந்த கோம்ஸ் உள்ளே ஓடிவந்தான். மூவரும் கதவைச் சார்த்திய சிறிது நேரத்திலேயே சிப்பாய்கள் அந்த வீட்டின் முன்புறம் வந்துசோ்ந்தனர்.

ஆபத்தைப் புரிந்துகொண்ட மூன்று அதிகாரிகளும் மாடிக்கு ஓடினர். அவர்களது நல் வாய்ப்பாக உள்ளே நுழைந்த வீரர்கள், அங்கிருந்த விலை உயர்ந்த பொருட்களைத் திருடுவதில் இறங்கினர். அந்த இடைவெளியில் பின் புறப்படிகள் வழியாக மாடியிலிருந்து மூவரும் தப்பிச் சென்று விட்டனர். இந்திய வீரர்களால் அங்கும், வீட்டை மட்டும் தான் கொளுத்த முடிந்தது. அதற்குள் அதிகாரிகள் மூவரும் அட்ஜுடண்ட் எனப்படும் கோட்டைத் தலைவரின் உதவி அதிகாரி வீட்டிற்குள் சென்று விட்டனர். அங்கே ஏற்கனவே ஏழெட்டு அதிகாரிகள் வந்து சேர்ந்திருந்தனர். இந்திய வீரர்கள் அந்த வீட்டையும் சூழ்ந்தபோது உள்ளிருந்த அதிகா ரிகள், துப்பாக்கிகளாலும், கைத்துப்பாக்கிகளாலும் எதிர்த்தாக்குதல் நடந்த ஆரம்பித்தனர், அதனால் தயங்கி நின்ற சிப்பாய்கள் மேலும் அதிக எண்ணிக்கையில் துப்பாக்கிகள் ஏந்திய சிப்பாய்களைக் கூட்டி வருவதற்காக அங்கிருந்து சென்றுவிட்டனர்.

நிலைமையை ஆய்வு செய்வதற்காகத் துணிச்சலாக வெளியேவந்த இளம் அதிகாரி ஜான் பிராடி, அங்கு வீரர்கள் இல்லாததைக் கண்டதும் வீட்டிற்குள் சென்று நிலைமையை அறிவித்தான். “நிச்சயம் நிறையப்பேரைக் கூட்டிக்கிட்டுத் திரும்பவும் வருவாங்க” என்றார் கர்னல் மரியத். “என்ன செய்ய லாம்?” என்று கேட்டான் அட்ஜுடன்ட். “எல்லோரும் என் வீட்டிலபோய் ஒளிஞ்சிக்கலாம்” என்றான் ஜான்பிரேடி.“அது ரொம்பப் பழைய கட்டிடம் ஆச்சே” என்றார் கர்னல்மரியத். “அதனாலதான் பாதுகாப்பானது. அதை

பீரங்கி வச்சுக்கூட இடிக்க முடியாது" என்றான் பிராடி. அனைவரும் அதற்குமேல் தாமதிக்காமல் பிராடியின் வீட்டை நோக்கி ஓடினர். அந்தப் பகுதியில் ஆரவாரம் ஓய்ந்ததைக் கண்ட வேலன், "பேசாம நாம கோட்டையை விட்டு வெளியே போயிடலாமா" என்றான்.

"வேலன் ஐயா, தளபதி பான்கோர்ட் வீடு இருக்கிற பக்கமும் நம்ம ஆளுங்க போயிருக்காங்க. அங்கே பான்கோர்ட் குடும்பத்தோட தங்கியிருக்காரு" என்றான் ரகீம். "நம்ம ஆளுங்க குடும்பத்தையெல்லாம் ஒண்ணும் செய்ய மாட்டாங்க", என்றான் வேலன். "ஆஸ்பத்திரியில நடந்ததைப் பார்த்தீங்கள்ள", என்றான் ரகீம். "சரி, எதுக்கும் அங்கே போய்ப் பார்க்கலாம்" என்றான் வேலன். இருவரும் பான்கோர்ட் வீடு இருந்த திசையில் நடக்கத் தொடங்கினர். அந்நேரம் பான்கோர்ட், ஓ ரெய்லியையும், சிறுவனையும் கீழே, வரவேற்பறையிலேயே நிற்கச் சொல்லிவிட்டு மாடிக்குச் சென்றார். அதற்குள் கோட்டையெங்கும் துப்பாக்கிகள் முழங்கத் தொடங்கின. பான்கோர்ட் அமைதியாகத் தன் மேஜையில் அமர்ந்து கடிதம் எழுதத் தொடங்கினார். படுக்கையறையிலிருந்து அப்பொழுது தான் விழித்துக் கொண்ட பான்கோர்ட்டின் மனைவி, மாடிக்கு ஓடி வந்தாள். "பிரபு. என்ன நடக்குது" என்றாள்.

"அமீலியா, இன்னொரு விளக்கு எடுத்துக்கிட்டு வா, வெளிச்சம் பத்தலை" என்றார் பான்கோர்ட். அமீலியா ஓடிச்சென்று விளக்குடன் வந்தாள். "நன்றி, கோட்டையில கலகம் நடக்குது. நீ இப்போப் படுக்கையறையில இருக்கிறதுதான் குழந்தைகளுக்குப் பாதுகாப்பானது" என்றார் அமைதியாக. அமீலியா படுக்கையறைக்கு ஓடினாள். உள்ளே அவளது மூத்த மகன் ஜான் பயத்தோடு அவளைப் பார்த்தான். இளைய மகன் சார்லஸ் அழத் தொடங்கியிருந்தான். அமீலியாவின் கைக்குழந்தையான பெண்குழந்தை, தமிழ் ஆயாவின் மடியில் உறங்கிக் கொண்டிருந்தது. கடிதத்தை எழுதி முடித்த பான்கோர்ட், கை தட்டினார்.

கீழே நின்றுகொண்டிருந்த, ஓ ரெய்லியும், சிறுவனும் மேலே ஓடிவந்தனர். பான்கோர்ட் சிறுவனிடம் கேட்டார், "இளைஞனே, உனக்குப் பயமாயில்லையா". "பயம்நெறைய இருக்குபிரபு" என்றான் அந்த ஆங்கிலோ இந்தியச்சிறுவன். "நல்லது, பயம் இருக்கிறது இயல்பு, அதையும்மீறிப் போராடறவன்தான் வீரன். நீ நிச்சயம் பெரிய வீரனா வருவே. இப்போ நம்ம சாம்ராஜ்யத்துக்கே பெரிய ஆபத்து வந்திருக்கு. காப்பாத்த நீ தயாரா?" என்றார்.

"என்னால முடிஞ்ச எதை வேணும்னாலும் செய்யறேன் பிரபு"

என்றான் சிறுவன் உறுதியான குரலில். “நல்லது, ரொம்ப நல்லது. நீ டிரம் வாசிக்கற பையன்தானே. உன் டிரம்மை எடுத்துக் கிட்டு வெளியே போ. ஏதாவது உயரமான இடத்தில ஏறி டிரம்மை பலமா அடிச்சிக்கிட்டே இரு” என்றார் பான் கோர்ட்.“எவ்வளவு நேரம் அடிக்கணும் பிரபு” என்றான் சிறுவன். “நம்ம உதவிக்கு கர்னல் கில்லெஸ்பி வர்ற வரைக்கும்” என்றார் பான்கோர்ட். சிறுவன் உற்சாகமாக வெளியே வெளியே ஓடினான்

“கில்லெஸ்பிக்குத் தகவல் தெரியுமா பிரபு?” என்றார் ஓ ரெய்லி. “இனிமேல் தான் தெரிவிக்கப் போறோம். அதுக்குத்தான் இந்தக் கடிதம். இதை எப்படியாச்சும் ஆற்காட்டில கொண்டு போய்ச் சேர்க்கணும். உங்களால முடியுமா மிஸ்டர் ஓ ரெய்லி?” என்றார் பான்கோர்ட். “என் ஆர்டர்லி முருகன்னு ஒருத்தன் இருக்கான். அவன் மூலமா கோட்டைக்கு வெளியே அனுப்பிச்சிடறேன். ஊருக்குள்ள மேஜர் கோட்ஸ் வீட்டுக்குப் பக்கத்தில, கேப்டன் ஸ்டீவன்சன் தங்கி இருக்கான். குதிரைப்படை ஆபிசர். அவனால குதிரையில சீக்கிரமாப் போகமுடியும். முருகன் எப்படியும் ஸ்டீவன்சன்கிட்ட இந்தக் கடிதத்தைச் சேர்த்திடு வான்” என்றார் ஓ ரெய்லி.

“உங்க திறமையில எனக்கு நம்பிக்கை இருக்கு மிஸ்டர் ஓ ரெய்லி என்றார்” பான்கோர்ட். “இந்த நேரத்தில ஏன் பையனை டிரம் வாசிக்க அனுப்பிச்சிங்க” என்று கேட்டார் ஓ ரெய்லி. “ஓ! அது இந்தியச் சிப்பாய்களை அமைதிப்படுத்த. டிரம் சத்தம் கேட்டவொடனே நிலைமை மாறிடுச்சின்னு நினைச்சிக்குவாங்க” என்றார் பான்கோர்ட். சரியாக அந்த நேரத்தில் மைதானத்தில் டிரம் ஒலிக்க ஆரம்பித்தது. ”நல்ல பையன்”, என்று முணுமுணுத்தார் பான் கோர்ட். ஓ ரெய்லி பான்கோர்ட்டிமிருந்து கடிதத்தை வாங்கிக் கொண்டார். “இதைக் குடுத்தனுப்பிச்சிட்டு நான்உடனே திரும்பிவந்திடுவேன். உங்களைப் பாதுகாக்கிறதுதான் என்னோட முதல் கடமை” என்று சொல்லிவிட்டுக் கதவைத் திறந்து வெளியேறினார்.

கதவைச் சார்த்தி விட்டு மாடிக்குச் சென்றார் பான்கோர்ட். திறந்திருந்த ஜன்னல்களை யெல்லாம் ஒவ்வொன்றாகச் சார்த்தினார். திடீரென்று டிரம் ஒலிப்பது நின்றது. சிறுவன்கொல்லப்பட்டிருக்கலாம் என்பதை அவரால் ஊகிக்க முடிந்தது. “ஒருவீரமான சிறுவன்” என்று சொல்லிக்கொண்டேகடைசி ஜன்னலை மூடக் கைகளை நீட்டினார். எங்கிருந்தோ பறந்து வந்த துப்பாக்கிக்குண்டு, அவரது

நெற்றியில் பாய்ந்தது. தனது நாட்டைக் காக்க இறுதிவரை போராடிய நிம்மதியோடு தரையில் சுருண்டு விழுந்தார் பான்கோர்ட். அறையெங்கும் ரத்தம் வழிந்தோடியது.

உள்ளே படுக்கயறையிலிருந்த அவர் மனைவி அமீலியாவிற்கும் துப்பாக்கிக் குண்டின் ஒலி கேட்டது. உடனே கணவரின் அறைக்கு ஓடிச்செல்ல நினைத்தாள். ஆனால் திடீரென்று நாலாபுறமிருந்தும் அவளது வீட்டை நோக்கிக் கற்கள் பறந்து வந்தன. குழந்தைகளைக் காப்பாற்ற வேண்டுமென்ற வெறியில் படுக்கையறைக்குள் போய்ப் பதுங்கிக்கொண்டாள். திடீரென்று, கீழிருந்து யாரோ அழைக்கும் ஒலி கேட்டது. “மேடம், மேடம், சார். சார்”, என்று கூவிக்கொண்டே ஓடிவந்தார் ஓ ரெய்லி. “ஆற்காட்டுக்கு லெட்டரை அனுப்பியாச்சு” என்று சொல்லிக் கொண்டே இரண்டு படிகளில் ஏறினார். அவர் மூன்றாவது படியில் கால்வைக்கும் முன்னரே, முதுகில் குண்டுபாய்ந்து கீழே விழுந்தார். அமீலியா ஓடிச்சென்று தன் படுக்கையறைக் கதவைச் சார்த்தினாள். “தாழ் போடாதீங்கம்மா” என்று அரைகுறை ஆங்கிலத்தில் எச்சரித்தாள் வேலைக்காரி. அவள் ஏற்கனவே கட்டிலுக்கடியில் குழந்தைகளோடு பதுங்கியிருந்தாள். அமீலியாவும்சென்று அவளோடு பதுங்கிக்கொண்டாள். அழுதுகொண்டிருந்த சார்லஸை சமாதானப் படுத்தினாள். திடீரென்று அறைக்கு வெளியே கனத்த பூட்சுகளின் ஓசைகள் கேட்டன.

படாரென்று படுக்கையறைக் கதவு திறந்தது. யாரோ எட்டி உதைத்திருக்க வேண்டும். பல தோட்டாக்கள் உள்ளே சீறிப் பாய்ந்தன. நல்லவேளையாக அனைத்தும் கட்டிலுக்கு மேலே சென்றன. கட்டிலுக்கு அடியில் ஒளிந்திருந்தவர்கள் பூட்ஸ் கால்களை மட்டுமே பார்த்தனர். கதவு உள்ளே தாழிடப்படாமல் இருந்ததால், உள்ளே யாருமில்லை என்று நினைத்தார்கள் போலும், தேடி வந்த இந்தியச் சிப்பாய்கள் படிகளில் இறங்கிச் செல்லும் ஒலி கேட்டது. கிட்டத்தட்ட ஐந்து நிமிடங்களாக மாடியில் வேறுஒலிகள் எதுவும் கேட்கவில்லை. அமீலியா ஓசைப் படாமல் மெல்ல வெளியே சென்று எட்டிப் பார்த்தாள். கீழே இந்தியச் சிப்பாய்கள் சுறுசுறுப்பாக வீட்டிலிருந்த பொருட்களையெல்லாம் கொள்ளையடித்துக் கொண்டிருந்தனர். ஓசைப்படாமல் மீண்டும் படுக்கையறைக்குத் திரும்பிச் சென்றாள். தன் இரண்டுமகன்களையும் இரண்டு கைகளில் பிடித்துக்கொண்டு பின்புறப்படிக்கட்டுவழியே வீட் டைவிட்டு வெளியேறினாள்

அமீலியா. கைக்குழந்தையைத் தூக்கிக் கொண்டு, வேலைக்காரியும் அவளைப் பின் தொடர்ந்தாள். வீரர்கள் அவளைப்பற்றிக் கவலைப் படுகின்ற நிலையில் இல்லை. ஜன்னல் திரைகளையும், வாசல் திரைகளையும் விரித்துக் கொள்ளையடித்த பொருட்களை அவற்றில் மூட்டையாகக் கட்டிக் கொண்டிருந்தனர். அமீலியாவும், ஆயாவும் கடைசிப்படியில் இறங்கும்போது, அதுவரை ஒளிந்திருந்த சில இந்தியச் சிப்பாய்கள் ஓடிவந்து அவர்களைச் சூழ்ந்து கொண்டனர். திடீரென்று சுற்றிலும் கத்திகளும், துப்பாக்கிகளும் சூழ்வதைக் கண்டு பயந்துபோன அமீலியா ஆங்கிலத்தில் ஆயாவிடம் கத்தினாள். ஆயா அதைத் தமிழில் மொழிபெயர்த்தாள். "வீட்டில இருக்கிற எல்லாப் பொருட்களையும் தாராளமாக் கொள்ளையடிச்சிக் குங்க, எங்களையும் குழந்தைங்களையும் மட்டும் விட்டுடுங்க". சிப்பாய்கள் பலமாகச் சிரித்தனர். "கொள்ளையடிக்க அனுமதி தர்றாங்களாம்", என்றான் கூட்டத்தின் தலைவன். அந்த நேரத்தில் வேலனும் ரகீமும் அங்கு ஓடிவந்தனர்.

"தள்ளுங்க, தள்ளுங்க, ம்... சொல்றது காதில விழலை" என்று அதிகாரமான குரலில் அதட்டிக்கொண்டே வாள், கேடயத்துடன் சிப்பாய்களின் வட்டத்திற்குள் நுழைந்தான் வேலன். ஒரு நிமிடம் சிப்பாய்கள் குழப்பமடைந்தனர். "ரகீம், இவங்களைக் கூட்டிக்கிட்டுப் போ" என்று கட்டளையிட்டான் வேலன். "மேடம், பயப்படாம என்னோட வாங்க" என்று சொல்லியவாறே ஒரு சிறுவனின் கையைப் பிடித்துக் கொண்டு முன்னே சென்றான் ரகீம். அவனைத் தொடர்ந்து அமீலியாவும் ஆயாவும் குழந்தைகளுடன் சென்றனர். வேலனையும், ரகீமையும் தங்கள் தலைவர்கள்தான் அனுப்பியிருக்க வேண்டுமென்று சிப்பாய்கள் நினைத்தனர். பலமுறை ரகசியக் கூட்டங்களில் தலைவர்கள் எச் சரிக்கை விடுத்திருந்தனர், "பெண்களையும்,குழந்தைகளையும் துன் புறுத்தக் கூடாது. நாம் வெள்ளைக்காரர்களை விட நாகரீகத்தில் உயர்ந்தவர்கள் என்பதை உலகிற்குக் காட்ட வேண்டும். மீறி, யாரும் பெண்களைத் துன்புறுத்தினால், பின்பு மரணதண்டனை நிச்சயம்". ஷேக் உசேன் பலமுறை இதைக்கூறியிருந்தார். அதோடு, ரகீமையும் அந்தச் சிப்பாய்களுக்கு நன்றாகத் தெரியும். எனவே இனிமேல் அங்கிருப்பதால் பலனில்லை என்று உணர்ந்தனர். கிடைத்தவரை கொள்ளையடிக்கலாம் என்று பான்கோர்ட் வீட்டிற்குள் ஓடினர். அவர்கள் சென்ற பின் அருகில் இருந்த ஒரு குதிரை லாயத்தைக் காட்டி அமீலியாவை அங்கே ஒளிந்து கொள்ளுமாறு கூறினான் வேலன். குழந்தைகள் மற்றும் ஆயாவுடன்

அமீலியா குதிரை லாயத்திற்குள் சென்று ஒளிந்தாள். பான்கோர்ட் வீட்டிற்குள் ஓடியவர்களில் கடைசியாகச் சென்றவன், திரும்பிப் பார்த்துக் கொண்டே ஓடினான். வேலனுக்கு மனதில் சந்தேகம் பிறந்தது. "ரகீம், இப்போ போனவங்க, நிச்சயம் திரும்பி வருவாங்கன்னு நினைக்கிறேன்" என்றான். "ஏன் ஐயா அப்படிச் சொல்றீங்க" என்றான் ரகீம். "கானலோட பொண்டாட்டி நிறையப்பணம், நகையோட வருவான்னுதான் அந்தக் கும்பல் காத்துக்கிட்டு இருந்திருக்கும், அதனால சமயம் பார்த்துத் திரும்பி வரும். இவங்க இங்கே இருக்கிறது கூட ஆபத்து தான்" என்றான் வேலன். ரகீம் அருகில் ஒரு சுற்றுச்சுற்றி விட்டு வந்து, பக்கத்தில ஒரு சின்ன வீடு இருக்கு. இவங்களை அங்கே ஒளிஞ்சுக்கச் சொல்லலாம்" என்றான்.

வேலன் அமீலியாவின் பக்கம் திரும்பி ஆங்கிலத்தில், "இந்த இடம் பாதுகாப்பானது இல்லை, என் பின்னால வாங்க" என்று மெல்லிய குரலில் கூறினான். ரகீம் அனைவரையும் அவன் கண்டுபிடித்திருந்த சிறிய ஓட்டு வீட்டிற்கு அழைத்துச் சென்றான். வீடு பூட்டியிருந்தது. ஆனால் வெளியே நீண்ட வராந்தா இருந்தது. வராந்தாவில் மூங்கில் தட்டிகள் கட்டப்பட்டிருந்தன. அதற்குள் செல்லுமாறு சைகை காட்டினான் வேலன். ரகீம் ஓடிச்சென்று எங்கிருந்தோ ஒரு நீண்டபாயை எடுத்து வந்தான். வேலைக்காரி அதை மூங்கில் தட்டியின்மீது விரித்துக்கட்டி ஓரளவு மறைப்பை ஏற்படுத்தினாள். வெளியே சென்று ஒரு ரொட்டியையும், ஒருபானை நிறையத் தண்ணீரையும், ஒரு குவளையையும் மீண்டும் தேடிக் கண்டுபிடித்துக் கொண்டுவந்தான் ரகீம். அமீலியாவும், ஆயாவும் குழந்தைகளுடன் தட்டிக்குப்பின் மறைந்த னர். ரொட்டித்துண்டுகள் சிறுவர்களின் அழுகையை அடக்கின. வேலன் ரகீமைப்பார்த்து, "கவிஞரே, நான் உடனே மைதானத்துக்குப் போய், தலைவருங்க யாரையாச்சும் பார்த்து இவங்க பாதுகாப்புக்கு ஏற்பாடு பண்றேன். நான் வர்ற வரைக்கும்...."

"நான் இவங்களுக்கு காவலா இங்கேயே நிற்கிறேன்" என்றான் ரகீம்.

"அதுதான் பெரிய தப்பு. உன் னைவச்சே அவங்களையெல்லாம் கண்டுபிடிச்சிருவாங்க. நீ திரும்பப் போய் குதிரை லாயத்துக்கிட்டே நில்லு. இந்தப் பக்கம் திரும்பிக்கூடப் பார்க்காத. சிப்பாய்ங்க திரும்ப வந்து கேட்டா...." மீண்டும் வேலன் முடிப்பதற்குள் ரகீம் உற்சாகமாகப் பதில் சொன்னான். "அவங்க எப்பவோ தப்பிச்சுப்

போயிட்டாங்கன்னு சொல்லிடறேன். வேலன் ஐயா, நான் ஒரு கவிஞன், பிரச்சாரக்குழுவில நடிகன். இதெல்லாம் புதுசாக் கத்துக்கணுமா என்ன. நீங்க கத்திதூக்கச் சொல்லுவீங்களோன்னுதான் பயந்துக்கிட்டு இருந்தேன்" என்றான். ரகீமைக்குதிரை லாயத்திற்கு அனுப்பிவிட்டு, வேலன் மைதானத்தை நோக்கி ஓடினான்.

மைதானத்தின் உயரமான இடத்தில் டிரம் வாசித்த சிறுவன் இறந்து கிடந்தான். கீழே சிப்பாய்களின் பெரும் கூட்டமொன்று கூடியிருந்தது. வெற்றி முழக்கங்கள் காதைப் பிளந்தன. ஆனால் ஒரே முழக்கமாக இல்லை. ஒரு மூலையில 'தீன், தீன்' என்று ஒலித்தது, மறுபுறம் 'ஜெய் காளி, ஜெய்வானி', எல்லாவற்றிக்கும் மேலாக 'ஜெய் ஜக்கம்மா' என்ற முழக்கங்கள் கேட்டன. அங்கிருந்த பாஞ்சாலங்குறிச்சி வீரர்களை வேலனால் அடையாளம் கண்டுகொள்ள முடிந்தது. திடீரென்று ஷேக் காசிமின் குரல் கேட்டது. "பத்தேசிங் சாகிப் தலைமை தாங்க வாருங்கள். வெள்ளை நாய்களை விரட்டிவிட்டோம். பத்தேசிங் சாகிப், உடனே மேடைக்கு வாருங்கள்".

ஆனால் பத்தேசிங் ஹைதரைத்தான் எங்கும் காணவில்லை.

131

வேலனால் தலைவர்கள் யாரையும் தொடர்பு கொள்ள முடியவில்லை. ஆனால் சிப்பாய் உடையிலிருந்த முத்தம்மாவைக் கண்டு பிடித்து விட்டான். அவளோ உற்சாகமாக இல்லை. "வேலா, ஒரு தவறு நடந்து போச்சு" என்றாள். "என்ன தவறு" என்றான் வேலன். "கோட்டை இன்னும் நம்ம கட்டுப்பாட்டில கொண்டு வரலை, ஆனா அதுக்குள்ள இங்கே புரட்சி நடக்கிற செய்தி வெளியே போயிடுச்சு" என்றாள் முத்தம்மா. "எப்படிப் போச்சு, எங்கே போச்சு?" என்று கேட்டான் வேலன். மேஜர்கோட்ஸ் வீட்டு ஆர்டர்லி நம்ம ஆளு. அவன் எனக்குத் தகவல் அனுப்பிச்சிருக்கான். கோட்டைத்தளபதி பான்கோர்ட் குடுத்த கடிதத்தோட கேப்டன் ஸ்டீவன்சன் குதிரையில பறந்திட்டானாம். அனேகமா ஆற்காட்டுக்குத்தான் போயிருப்பான்" என்றாள் முத்தம்மா. "ஆற்காடு பதினாறுமைல் தூரம்தான். ஆனால் படையெல்லாம் திரட்டிச் சேர்ந்து இங்கே வர்றதுக்கு ஒரு நாளாவது ஆகும்" என்றான் வேலன். பொழுது புலரத் தொடங்கியிருந்தது.

வேறு யாரும் தளபதியாக இருந்திருந்தால் வேலன் கூறியது போல் ஆற்காட்டிலிருந்து படைகள் மறுநாள் காலையில்தான் வந்திருக்கும். ஆனால் கேப்டன் ஸ்டீவன்சன் மிகவேகமாகக் குதிரையில் சென்று பொழுது புலருவதற்கு முன்பே ஆற்காடு சேர்ந்துவிட்டான். கர்னல் கில்லெஸ்பி சில நிமிடங்கள்கூடத் தாமதிக்கவில்லை. தனது உதவி அதிகாரியை அழைத்து, "மொத்தப் படையையும் திரட்டிக் கிட்டு பீரங்கிகளோட உடனே வேலூருக்கு வந்து சேருங்க" என்று கட்டளையிட்டான். தன்னோடு ஒரு சில அதிகாரிகளை மட்டும் துணைக்கு அழைத்துக்கொண்டு, உடனே குதிரையில் ஏறி வேலூரை நோக்கிப் பறந்தான். மறக்காமல் காலோப்பா கன் என்ற குதிரை வண்டியில் இணைக்கப்பட்ட சிறிய ரகப் பீரங்கி ஒன்றையும் கொண்டு சென்றான்.

இது எதுவும் தெரியாத வேலனிடம், முத்தம்மா கேட்டுக் கொண்டிருந்தாள். "நம்ம படையில ஏன் ஆளுங்க கொறஞ்சிட்ட மாதிரியிருக்கு. பெரிய வாசல்ல காவலுக்குக் கூடக் கொஞ்சப் பேருதான் இருக்காங்க" என்றாள்.

"நெறையப்பேரு கொள்ளையடிக்கப் போயிட்டாங்க" என்றான் வேலன். முத்தம்மா அதிர்ச்சியடைந்து வேலனைப் பார்த்தாள். "நாம கோட்டைத் தளபதியோட குடும்பத்தைக் காப்பாத்தணும். வா உடனே போகலாம். தாமதிச்சா அவங்களுக்கும் ஆபத்து, அவங்களைக் காவல்காக்கிற நம்ம ரகீமுக்கும் ஆபத்து" என்றவன், பான்கோர்ட் வீட்டின் அருகே நடந்தவற்றைச் சுருக்கமாக முத்தம்மாவிடம் கூறினான். "அப்போ, அவங்களை எப்படியாச்சும் இளவரசா அரண்மனைக்குள்ளே கூட்டிக்கிட்டுப் போயிடுவோம்" என்றாள் முத்தம்மா. மைதானத்திலிருந்து ஒரு குரல் பலமாக ஒலித்தது, "இந்தியச் சிப்பாய்களுக்குச் சம்பளம் இரண்டு மடங்கு ஆக்கப்படும்"

"பேசுறவர் பத்தே ஹைதரா" என்றுகேட்டான் வேலன்.

"இல்லை, அவருஒண்ணு விட்ட தம்பி அலாவுதீன்" என்றாள் முத்தம்மா. வேலன் உடனடியாகத் துப்பாக்கிகள் தேடினான், அதற்குப்பஞ்சமிருக்கவில்லை. தரையிலும், சுவர்களில் சார்த்தப்பட்டும் பல துப்பாக்கிகளும், நிறையத் தோட்டாக்களும் கேட்பாரற்றுக் கிடந்தன. வேலன் ஓடிச்சென்று ஒரு துப்பாக்கி யையும், கிடைத்தவரை தோட்டாக்களையும் அள்ளிக்கொண்டான்.

"வேலா, இனித் துப்பாக்கி அவசியமா, எல்லாயிடத்திலயும் நம்மாளுங்கதானே இருக்காங்க, வெள்ளைக்காரங்கதான் ஓடி ஒளிஞ்சிட்டாங் களே" என்றாள் முத்தம்மா.

"வெள்ளைக்காரங்க ஓடியிருக்கலாம், ஆனால் நம்ம ஆளுங்கள்ளயே கொஞ்சப் பேரு கொள்ளைக்காரங்க ஆயிட்டாங்களே" என்றான் வேலன். அதற்குமேல் தயங்காமல் முத்தம்மாவும் துப்பாக்கி தோட்டாக்களை எடுத்துக் கொண்டாள். இருவரும் அமீலியா மறைந்திருந்த பகுதிக்கு விரைந்தனர். ஆனால் கொள்ளையர்களாய் மாறி விட்டிருந்த இரண்டு சிப்பாய்கள் இவர்களைச் சற்று முந்திவிட்டனர். முன்பு அமீலியாவைச் சூழ்ந்திருந்த சிப்பாய்களில் இருவர் துப்பாக்கிகளைத் தோளில் மாட்டிக் கொண்டு மீண்டும் குதிரைலாயத்தின் அருகே வந்தனர்.

எச்சரிக்கை உணர்வால் உந்தப்பட்ட ரகீம், லாயத்தின் பின்புறம் ஒளிந்து கொண்டான். குதிரைலாயத்தில் அமீலியாவைக் காணாத தால் ஏமாற்றமடைந்த சிப்பாய்கள் இருவரும், "மேடம், மேடம், எங்கே இருக்கீங்க? உங்களைக் காப்பாத்திக் கூட்டிக்கிட்டுப் போக வந்திருக்கோம்" என்று உரக்கக் கத்திக்கொண்டே தேடத் தொடங் கினர்.

"நம்பாதீங்க மேடம், நம்மைக் கொலைபண்ணத்தான் தேட றாங்க" என்று பேச்சிலும் சைகையிலுமாகச் சொன்னாள் தமிழ் வேலைக்காரி. "புரிகிறது" என்று தலையை ஆட்டினாள் அமீலியா, சிறுவர்களைப் பார்த்து, வாயைத் திறக்கக் கூடாது என்று சைகை காட்டினாள். அதுவே சிறுவர்களை மேலும் பயமுறுத்தியது. இருவ ரும் அழத்தொடங்கினர், "அப்பா எங்கேம்மா?" என்றான் சார்லஸ். "துப்பாக்கி எடுக்கப் போயிருக்காரு, இப்போ வந்திடுவாரு" என்று சமாதானப் படுத்தினாள் அமீலியா.

ஆயினும் சிறுவர்களின் அழுகை ஓயவில்லை. மறைவிலிருந்த ரகீமிற்குப் பயம் அதிகமானது. அழுகைச்சத்தம் சிப்பாய்களின் காதில் விழுந்துவிட்டால் என்ன ஆவது? அதற்குள் சிப்பாய்கள் அமீலியா இருந்த வீட்டின் பக்கம் செல்லத் தொடங்கினர். அவர்களை வேறுபக்கம் இழுத்துச் செல்ல வேண்டும் என்று முடிவு செய்த ரகீம், மறைவிலிருந்து வெளியே வந்து ஓடத் தொடங்கினான். சிப்பாய்கள், "டேய் ரகீம். நில்லு" என்று கத்திக் கொண்டே துரத்தினர். சற்று நேர ஓட்டத்திற்குப் பிறகு, மூச்சிரைத்ததால் ரகீம் ஒரு நிமிடம் நின்று மூச்சு வாங்கினான். அந்த நேரத்தில் சிப்பாய்களில் ஒருவன் ரகீமின் கால்களைப் பார்த்துச் சுட்டான். குண்டு ரகீமின் தொடையில் பாய்ந்தது. ரகீம் "அம்மா" என்று அலறிக் கொண்டு கீழே விழுந்தான்

குரல் வந்த திசையை நோக்கி வேலனும். முத்தம்மாவும் ஓடினர். ரகீம் ரத்த வெள்ளத்தில் கீழே விழுந்து கிடந்தான். இரண்டு சிப்பாய்களும் ரகீமின் அருகே ஓடி வந்தனர். ஒரு சிப்பாய் ரகீமின் உடைக ளில் பணம், நகை எதுவும் இருக்கிறதா என்று தேடினான். எதுவும் கிடைக்காமல் ஏமாந்தான். இரண்டாவது சிப்பாய் துப்பாக்கி முனை யில் இருந்த கத்தியை ரகீமின் நெஞ்சில் வைத்துக்கொண்டு உறுமினான். "கர்னல் பொண்டாட்டி இருக்கிற இடத்தைச் சொல்லு, இல்லைன் னா...."

"போடா முட்டாள்" அந்த அரை மயக்கத்திலும் ரகீமால் சிரிக்காமல் இருக்க முடியவில்லை, "ஏற்கனவே செத்துக்கிட்டு இருக்கிறவனைக் கொல்லப் போறேன்னு பயமுறுத்தறே" என்றான். "அவளைப் பணத்தோட தப்பிக்க விட்டுட்டீங்களே, நீங்க தாண்டா முட்டாள்" என்றான் இரண்டாவது சிப்பாய்.

"ஆமா, உங்களை மாதிரி ஆளுங்க ளையெல்லாம் நம்பிப் புரட்சியில இறங்கின நாங்க முட்டாளுங்க தான்" என்றான் ரகீம். அதைச் சொல்வதற்கே அவனுக்கு சக்தி போத வில்லை. தூரத்தில் ஓடிவந்த வேலனும், முத்தம்மாவும் சிப்பாய்களைப் பார்த்துச் சுட்டனர். அரை இருட்டில் குறிபார்த்துச்சுடுவது இயலாததாயிருந்தது. சிப்பாய்கள்மேல் குண்டுகள் படவில்லை. ஆனால் சிப்பாய்கள் மிரண்டு, ஓடி மறைந்தனர். ரகீமின் அருகில் வேலனும் முத்தம்மாவும் வருவதற்குள் ரகீம் உலகத்தைவிட்டே போயிருந்தான். மௌனமாக ரகீமின் விழிகளை மூடினான் வேலன். இருவரும் ரகீமின் இருபுறமும் மண்டியிட்டு அமர்ந்திருந்தனர். "கொஞ்சம் தாம தமா வந்திட்டோம்" என்றான் வேலன். "வன்முறையையே வெறுத்த ரகீம்கூட வன்முறைக்கே பலியாயிட்டான் பாரு. தற்காப்புக்காகவா வது வன்முறை அவசியம்" என்றாள் முத்தம்மா. அப்பொழுது இருவர் முதுகிலும் கூரான கத்திகள் அழுத்தின. தலையை உயாத்தித் திரும்பிப் பார்த்தனர். ஓடி மறைந்த இரண்டு சிப்பாய்களும் ஓசைப்படாமல் திரும்பி வந்திருந்தனர். தங்களது துப்பாக்கி முனைகளில் கத்தியைச் செருகி அவற்றை வேலன் மற்றும் முத்தம்மாவின் முதுகுகளில் அழுத்திக் கொண்டிருந்தனர். "அப்போ அவங்கக்கிட்ட தோட்டா தீர்ந்து போச்சு" என்று மெல்லிய குரலில் கூறினான் வேலன். "கர்னல் பொண்டாட்டியை எங்கே ஒளிச்சு வச்சிருக்கே" என்று கத்தினான் முதல் சிப்பாய். "அவங்களைக் கொன்னு பணம், நகையைப் பறிச்சிக்கிட்டிருந்தா எங்களோட பங்குபோட்டுக்கங்க,

ஆளுக்குப் பாதி”, என்றான் இரண்டாவது சிப்பாய். வேலனும் முத்தம்மாவும் இதைவிட மோசமான நிலைமைகளைச் சமாளித்தவர்கள். “ஆளுக்குப் பாதிங்க றான், என்ன சொல்றே?” என்று முத்தம்மாவைக் கேட்டான் வேலன். “எனக்குச் சம்மதம்” என்றாள் முத்தம்மா. எதிரிகளை ஆளுக்குப் பாதியாகப் பிரித்துக் கொள்ள இருவரும் உடன்பட்டவுடன், கண்களைச் சிமிட்டினான் வேலன்.

வேலனும் முத்தம்மாவும் ஒரே சமயத்தில் முதுகு தரையில் படுமாறு புரண்டனர். இரண்டு கைகளாலும் துப்பாக்கியைப் பிடித்து ஒருபக்கம் தள்ளிவிட்டு, தங்கள் எதிரே நின்ற சிப்பாய்களின் கால்கள் நடுவே மர்ம உறுப்பில் பலம்கொண்டமட்டும் எட்டி உதைத்தனர். வேலனால் உதைபட்டவன் பிணமாகத் தரையில் விழுந்தான். ஆனால் முத்தம்மாவின் பின்னால் நின்றவன் விலகிக் கொண்டு தப்பித்தான். துப்பாக்கி முனைக் கத்தியால் முத்தம்மாவின் வயிற்றில் ஓங்கிக் குத்தி னான். முத்தம்மா உருண்டு தப்பித்தாள். இருப்பினும் இடது கையில் கத்தி பலமாகக் கீறியது. ரத்தம் கொட்டத் தொடங்கியது. அதற்குள் வேலன், இறந்து கிடந்தவனின் துப்பாக்கியை எடுத்து கீழே படுத்திருந்தவாறே, இரண்டாவது சிப்பாயின் வயிற்றில் பாய்ச்சினான். இரண்டாவது சிப்பாயும் பிணமாகி விழுந்தான். “உனக்கு வயசாகிப்போச்சு, வேகம் குறைஞ்சிடுச்சு” என்றான் வேலன் லேசான சிரிப்புடன்.

“வயித்தில நம்ம குழந்தையைச் சுமந்துக்கிட்டிருந்தா, வேகம் குறையாம என்ன செய்யும்” என்றாள் முத்தம்மா, லேசாக உப்பத் தொடங்கியிருந்த தன் வயிற்றைத் தடவிக்கொண்டே. “வா,மொதல்லே, கர்னல் பான்கோர்ட் குடும்பத்தைக் காப்பத்தி அரண்மனைக்குள்ள கொண்டு போய் விட்டுருவோம்” என்றான் வேலன். இருவரும் அமீலியா மறைந்திருந்த வீட்டிற்கு வந்தனர். ஆனால் அமீலியாவும், ஆயாவும் குழந்தைகளுடன் அங்கிருந்து எங்கோ போய் விட்டிருந்தனர். “அவங்க வேறெங்கயோ பத்திரமா ஒளிஞ்சிக்கிட்டிருப்பாங்கன்னு நினைக்கிறேன். இப்போ உன் காயத்துக்கு உடனே கட்டுப் போடணும்”, என்றான் வேலன். “பயப்படாதே, சின்னக் கீறல்னாலயெல்லாம் நான் செத்துப் போயிட மாட்டேன். ஆஸ்பத்திரியில மருந்து இருக்கும் வா” என்றாள் முத்தம்மா. “ஆஸ்பத்திரியெல்லாம் புரட்சித்தீயில எப்பவோ பொசுங்கிப்போச்சு” என்றான் வேலன். “ஆசுபத்திரிக்கு ஏன் நெருப்பு வச்சாங்க. அங்கே நோயாளிங்க தானே இருந்தாங்க”

என்றாள். “அம்பது வருசமா நம்ம ஆளுங்க அடிவயித்தில எரிஞ்சிக்கிட்டிருந்த நெருப்புத்தான் புரட்சியா வெடிக்குது. அதுக்குக் கண்ணு மண்ணு தெரியாது” என்றான் வேலன். சற்று நேரம் அமைதியாயிருந்த முத்தம்மா, “சரி, அரண்மனைக்குள்ள போகலாம். அங்கே மருந்துவச்சுக் கட்டுப்போட்டுக்க வசதியிருக்கும்” என்றாள்.

இருவரும் மைதானத்தின் அருகே வந்தபோது கோட்டைச்சுவரில் நிறைய வெள்ளைச் சிப்பாய்கள் ஓடிச் சென்று சுவரின் கொத்தளத்தில் பதுங்குவது தெரிந்தது. அதைப்பார்த்தும் கவலைப்படாமல் இந்தியச் சிப்பாய்களின் ஒரு கூட்டம் வேலனும் முத்தம்மாவும் இருந்த திசையில் வந்துகொண்டிருந்தது. அவர்கள் சற்றுப்பக்கத்தில் வரும் போது, “ஜெய் ஜக்கம்மா” என்ற அவர்களின் முழக்கத்தை வைத்தே பாஞ்சாலங்குறிச்சி ஆட்கள் என்று வேலனும் முத்தம்மாவும் அடையாளம் கண்டு கொண்டனர்.

“முன்னால வர்றது முத்துச் சாமி நாயக்கரும். முத்துலிங்கமும்” என்றாள் முத்தம்மா. அவர்கள் மேலும் அருகில் வந்ததும், “ஆ... ரெண்டு பேரையும் ஒண்ணாப் பார்த்தவொடனே, எனக்கு ஞாபகம் வந்திருச்சு. நீங்க ரெண்டு பேரும் எங்க கட்டபொம்மு ராஜாவைப் பார்க்கறதுக்குப் பாஞ்சாலங்குறிச்சிக் கோட்டைக்கு வந்திருக்கீங்க”. கட்டபொம்முவின் பெயரைச் சொல்லும் பொழுதே முத்துச்சாமி நாயக்கருக்குத் தொண்டைய டைத்து, கண்களில் நீர்வழிந்தது.

“சொவரு மேல எத்தனை வெள்ளைக்காரங்க இருக்காங்க?” என்று கேட்டான் வேலன். “சரியாத் தெரியலை. நூறோ, இருநூறோ. ஆனால், அதில ஆபீசருங்க யாரும் இல்லை” என்றார் முத்துலிங்கம். “ரெண்டு டாக்டருங்க இருந்தாங்களே. அவங்க ஆபீசர் தானே” என்றது ஒருகுரல். “நம்ம ஆளுங்களை ஊசிபோட்டுக் கொன்னுடுவாங்களா” என்றது மற்றோரு குரல். சிரிப்பலை பரவியது.“ அவங்களைத் தப்பிச்சு ஓட விடப் போறீங்களா?” என்றான் வேலன். “யாரு விடப்போறா? வாசல்ல பெரிய காவல் இருக்கு. சுவரு, வெளியே ரொம்ப உயரம், வெளியே குதிக்க முடியாது. ஷேக் காசிம் ஒரு படையைத் தயார் பண்ணிக்கிட்டு இருக் கார். கொஞ்ச நேரத்தில அது சுவரு மேல ஏறப்போகுது” என்றார் முத்துச்சாமி நாயக்கர்.

“அந்தப் பசங்க தூங்கிக்கிட்டிருந்தப்பவே போட்டுத் தள்ளியிருக்கணும். ஷேக்காசிம் சோதாப் பயலுகளை அனுப்பிச்சிட்டாரு. அவனுங்க பேருக்குச் சுட்டுட்டு அவசரம்

அவசரமாக் கொள்ளையடிக்க ஓடிட்டானுங்க'' என்றார் முத்துலிங்கம்.

"அப்பிடியும் அவனுங்க சொவத்தில ஏறும்போது ஒருத்தன் தொடையில சுட்டுச் சாகடிச்சோமில்ல, எங்க வெள்ளை மருதுவை அவனுங்க சுட்டமாதிரியே'' என்றது ஒரு குரல். "நீங்க கால்ல தானே சுட்டிய, நாங்க காலுக்கு நடுவிலயே சுட்டுச் சாகடிச்சோமில்ல'' என்றது இன்னொரு குரல். மீண்டும் சிரிப்போலி எழுந்தது.

"இப்போ நீங்கெல்லாம் எங்கே போறீங்க'' என்று கேட்டான் வேலன். "குடிக்கப் போறோம், தாகம் தீரக் குடிக்கப்போறோம்'' என்றார் முத்துச்சாமி நாயக்கர் பலமான சிரிப்புடன். சற்று தூரத்தில் இருந்த ஒரு கட்டிடத்தைக் காட்டினார் முத்துலிங்கம் "அதோ அங்கே ஒளிஞ்சிருந்து குடிக்கப்போறோம்'' என்றார். "இந்த நேரத்திலயா?'' என்றான் வேலன் குழப்பத்துடன் "இப்போ விட்டா, குடிக்க வேற எப்போ வாய்ப்புக் கிடைக்கும்?'' என்றார் முத்துலிங்கம். "இப்போ சுவத்து மேல ஒளிஞ்சிருக்கிற வெள்ளைக்காரங்க எல்லாம் ஷேக்காசிம் தன் படையோட சொவத்து மேல போனவொடனே கீழே குதிச்சு இந்தப் பக்கம் தான் ஓடிவருவாங்க. அதுவும் அந்தக் கட்டிடத்துக்குள்ள ஒளியத்தான் முயற்சி பண்ணுவாங்க. அப்போ அவங்க உயிரை நாங்க குடிக்கப் போறோம். ஆத்தா ஜக்கம்மா, தாகம் தீர இன்னைக்கு அவனுங்க ரத்தத்தைக் குடிக்கப் போறா'' என்றார் முத்துச்சாமி நாயக்கா.

பிறகு அவர்கள் கட்டிடத்தைக் நோக்கி நடை போட்டனர். முத்தம்மாவுடன் அரண்மனையை நோக்கி நடந்தான் வேலன். அங்கே மருத்துமனை அருகில் வெட்டிச் சாய்க்கப்பட்டிருந்த நோயாளிகளின் பிணங்களைக் கண்டு நிலைகுலைந்து போனாள் முத்தம்மா. "இனிமேயும் இங்கேயிருக்க எனக்குப் பிடிக்கலை. வா கோட்டையை விட்டு வெளியே போவோம்'' என்றாள்.

"இப்போ வெளியே போக ஒரே வழி, சுவத்தில கயித்தைப்பிடிச்சு ஏறி அந்தப்பக்கம் குதிக்கணும். நீயிப்போ குதிக்கற நிலைமையில இல்லை, கையில காயம், வயித்தில கணம்'' என்றான் வேலன். ஒரு கனம் அமைதியாக இருந்தாள் முத்தம்மா. "முத்தம்மா, நீ அரண்மனைக்குள்ள போ, சிப்பாய் உடையைத் தூக்கிப் போட்டுட்டு சேலைக்கு மாறு, கைக்குக் கட்டுப் போட்டுக்க'' என்றான் வேலன். சரியென்று தலையாட்டிய முத்தம்மா, "நீ பத்திரமா வெளிய போ'' என்றாள். வேலனும் சரியென்று

தலையாட்டினான். முத்தம்மா அரண்மனையை நோக்கி நடந்தாள்.

வேலன் மைதானத்தை நோக்கி நடந்தான். புரட்சியைப் பாதியில் விட்டுவிட்டுச் செல்ல அவனுக்கு விருப்பமில்லை. மைதானத்தின் அருகே ஷேக் உசேனையும், ஷேக்காசிம்மையும் கண்டுபிடித்தான். “ஆற்காட்டுக்குத் தகவல் போயிருச்சின்னு கேள்விப் பட்டேனே அது உண்மையா” என்று கேட்டான் வேலன். “உண்மையாத்தான் இருக் கணும். சாயந்திரத்துக்குள்ள ஆற்காட்டுப் படைங்க இங்கே வந்திடும்னு எதிர்பார்க்கறோம். வாசல்ல நெறையப் பேரைக் காவல் போட்டுக் கதவை மூடிட்டோம்” என்றார் ஷேக் காசிம். “ஆனால் நம்ம சிப்பாய்ங்க பதட்டப்படற மாதிரி தெரியலயே?” என்றான் வேலன். “நம்ம சிப்பாய்ங்ககிட்ட நாங்க அதை இன்னும் சொல்லலை. மேல நம்ம கொடி பறக்கிற வரைக்கும் நம்ம சிப்பாய்ங்க தைரியமாத்தான் இருப்பாங்க” என்றார் உசேன். வேலன் கொடிக்கம்பத்தை நிமிர்ந்து பார்த்தான். புள்ளிகளுக்கு நடுவே புலி கம்பீரமாக நிற்கும் ஹைதரின் முக்கோண வடிவக் கொடிக் கம்பத்தில் பறந்து கொண்டிருந்தது.

“மதில் சுவர்ல எத்தனைபேரு இருக்காங்க” என்று கேட்டான் வேலன். “இருநூறு பேரு இருப்பாங்க. உயிர் தப்பிச்ச எல்லா வெள்ளைக்காரங்களும் எப்பிடியோ ஒண்ணாச் சேர்ந்துட்டாங்க. அவங்களை விரட்ட ஒரு படையைச் சுவர் மேல அனுப்பிச்சிருக்கோம். ஆனா, நம்மக்கிட்ட தோட்டா கொஞ்சம் தான் இருக்கு. அது தீர்ந்து போற வரைக்கும் போக்குக் காட்டிட்டு, அதுக்கப்புறம் தாக்குதல் நடத்தச் சொல்லியிருக்கேன். நாம குண்டுகளை வீணாக்க முடியாது” என்றார் ஷேக் உசேன். இவர்கள் பேசிக் கொண்டிருக்கும் போது, கோட்டைச் சுவர் உச்சியிலும் பெரிய விவாதம் நிகழ்ந்து கொண்டிருந்தது.

கோட்டைக்கு வெளியே செல்ல ஒரு கயிறு தொங்குவதைக் கண்டு பிடித்த வெள்ளைச்சிப்பாய்களில் ஒரு பிரிவினர், அதன் வழியே வெளியே குதித்து, கோட்டையின் பின்புறமிருந்த பழைய மாளி கைக்குள் தஞ்சமடையலாம் என்றனர். கோட்டையை விட்டுவிட்டு செல்வது ஆபத்து, மாளிகையையும் இந்திய வீரர்கள் சூழ்ந்து கொள்ளலாம் என்றான் சார்ஜெண்ட் ஒருவன். கடைசியில் பாதி வீரர்களும், அனைத்து அதிகாரிகளும் கயிறு வழியே தப்பி ஓடினர். எஞ்சியிருந்தது அறுபது வீரர்களும், சில வீரமான சார்ஜெண்டுகளும், ஜோன்ஸ் மற்றும் டீன் என்ற இரண்டு மருத்துவ அதிகாரிகள் மட் டுமே. சார்ஜெண்டுகளின் உதவியுடன்,

இரண்டு இளம் மருத்துவ அதிகாரிகளும் தலைமையேற்கச் சம்மதித்தனர். மேலே பறந்த கொடியைச் சுட்டிக்காட்டிய சார்ஜெண்ட் பிலிப், "அதைக் கிழிச்சு எறிஞ்சிட்டு, கம்பெனிக் கொடியை அங்கே பறக்கவிட்டா, எதிரி களுக்குள்ள குழப்பம் வந்திடும்" என்றான். "நம்மகிட்ட குண்டுகளும் தீரப்போகுது, ஆயுதக்கிடங்கைப் பிடிக்க முடிஞ்சா, தேவையான குண்டுகளும், துப்பாக்கிகளும் கிடைக்கும்", என்றான் சார்ஜெண்ட் மேக்னஸ்.

இரண்டு குழுக்களாகப் பிரிந்து ஒன்று ஆயுதக் கிடங்கைப் பிடிப்பதென்றும், மற்றொன்று கொடிக்கம்பத்தைப் பிடித்து, மைசூர் கொடியைக் கிழித்தெறிவதென்றும் முடிவு செய்தனர். முதல் குழு சுவற்றிலிருந்து குதித்து ஆயுதக்கிடங்கை நோக்கிச் சென்றது. அவர்களுக்கு வசதியாக, அந்த நேரத்தில் மைதானத்தில் இந்தியச் சிப்பாய்கள் யாருமே இல்லை.

132

ஆங்கிலச் சிப்பாய்களின் ஒரு கூட்டம் சுவரிலிருந்து இறங்கிச் செல் வதைக் கண்ட வேலன் கத்தினான்: "தோழா ஷேக் காசிம், அவங்க ஆயுதக்கிடங்கை நோக்கிப் போறாங்க".

வீரர்களைத் திரட்டிக் கொண்டிருந்த காசிம் திரும்பிப் பார்த்தார். "ஓ தாராளமாப் போகட்டும். நாங்க காலையிலேயே ஒரு ஓட்டைத்துப்பாக்கிகூட மிச்சமில்லாம ஆயுதக் கிடங்கைக் கொள்ளையடிச்சிட்டோம்" என்றார்.

"ஒரு வேளை உள்ளே போய்க் கதவைச் சார்த்திக்கிட்டு, உதவி வர்ற வரைக்கும் பதுங்கிக்கலாம்னு நினைக்கிறாங்களா?" என்றான் வேலன். ஷேக் காசிம் பலமாகச் சிரித்தார், "தோழா, ஆயுதக்கிடங்கு உள்ளே திரும்புற பக்கம் எல்லாம் வெடிமருந்து சிதறிக்கிடக்கு. ஒரு தீக்குச்சியைக் கொளுத்திப்போட்டாப் போதும். வெள்ளைக்காரன் ஒருத்தனுக்கும் எலும்பு கூட மிஞ்சாது" என்றார். ஆனால் சிறிது நேரத்தில் மற்றொரு வெள்ளைச் சிப்பாய்கள் கூட்டம் கொடிமரத்தை நெருங்கியது. ஒரு சார் ஜெண்ட் கொடிமரத்தில் விறுவிறுவென்று ஏறினான்.

இப்பொழுது ஷேக் உசேன் கத்தினார், "அதைத் தடுத்து நிறுத்துங்க". இந்தியச் சிப்பாய்கள் பலர் ஓடி வந்தனர். கொடி மரத்தின் கீழே நின்ற வெள்ளைச்சிப்பாய்கள் ஓடிவிட்டனர். ஆனால் கொடி மரத்தின் மேல் ஏறிய சார்ஜெண்ட் அஞ்சாமல் மேலேமேலே ஏறத்தொடங்கினான். இந்தியச் சிப்பாய்கள் அவனைப் பார்த்துச் சுடத் தொடங்கினர். குண்டுகள் அந்த

வீரனைச் சுற்றிலும் சீறிப்பாய்ந்தன. ஆனால் எதுவும் அவன்மேல் படவில்லை. அந்த அஞ்சாநெஞ்சன் விடாமல் கம்பத்தின் பாதி தூரத்தை அடைந்து விட்டான். ஷேக் காசிம் கையிலிருந்த துப்பாக்கியைப் பறித்த வேலன், குண்டு இருப்பதை உறுதி செய்து கொண்டு, கொடிமரத்தில் இருந்தவனைக் குறிபார்த்துச் சுட்டான். குண்டு சரியாகத் தன் இலக்கை அடைந்தது. ஏறிக்கொண்டிருந்த வீரன் பிணமாகக் கீழே விழுந்தான். புரட்சி வீரர்கள் அனைவரும் ஓடிச்சென்று பார்த்தனர்..

“பாவம், சார்ஜெண்ட் பிலிப். ஒரு நல்ல வீரன்” என்றார் ஷேக் காசிம். “கொடியைச் சேதப்படுத்தியிருந்தான்னா. புரட்சி தோல்வி அடைஞ்சதா நினைச்சு நம்ம சிப்பாய்களுக்குள்ள குழப்பம் வந்திருக்கும்” என்றார் ஷேக் உசேன். “உங்களை வெறும் வியாபாரின்னு நினைச்சிருந்தோம். இவ்வளவு நல்லாக் குறிபார்த்துச் சுடறீங்களே” என்றார் ஷேக் காசிம். “இதுக்குமேல காத்துக்கிட்டிருக்கவேண்டாம். சுவத்தில அந்தக் கும்பல் திரும்பவும் ஏறிடுச்சு, அதைத் துரத்திட்டுப் போக ஆளனுப்புங்க” என்றார் ஷேக் உசேன். ஷேக் காசிம் வேலனிடம், “நீங்களும் விருப்பப்பட்டா வரலாம்” என்று கூறிவிட்டு மேலும் வீரர்களைத் திரட்டச் சென்றர். ஷேக் உசேனும் அதே யோசனையில் வேறுபக்கம் சென்றார். வீரர்களைத் திரட்டுவது அத்தனை சுலபமாய் இருக்க வில்லை. கொள்ளைக்காரர்களாய் மாறிய வீரர்கள் திருடிய பொருட் களுடன் கோட்டையின் பின்புறம் சென்று அங்கு தொங்கிய கயிறு வழியாக ஓசைப்படாமல் வெளியேறத் தொடங்கியிருந்தனர். புரட்சியில் தீவிர ஈடுபாடு கொண்டிருந்தவர்கள் மட்டுமே போராட முன்வந்தனர். சிறிது நேரம் மைதானத்தில் யாருமே இல்லை. சரியாக அந்த நேரத்தில் ஆயுதக்கிடங்கிற்குச் சென்ற வெள்ளைச் சிப்பாய்கள் கூட்டம் வெறும் கையுடன் திரும்பிக் கொண்டிருந்தது. மைதானத்தைக் கடந்தவர்கள், அங்கு யாரும் இல்லாததைக் கவனித்தனர். உடனே ஒரு ஆங்கிலச்சிப்பாய் துணிச்சலாகக் கொடி மரத்தில் ஏறினான். உச்சியை அடைந்துவிட்டாலும் ஹைதரின் கொடியைச் சுலபமாக அகற்ற முடியவில்லை. உச்சியில் ஆணியால் அடிக்கப்பட்டிருந்தது. ஆயினும் வெற்றிகரமாகச் சிறிய கத்தியால் அதைக் கிழித்தெறிந்தான். இந்தியச் சிப்பாய்கள் வருவதற்குள் அவனும் கீழே இறங்கித் தப்பிவிட்டான். ஆங்கிலேயச் சிப்பாய்கள் அனைவரும் மீண்டும் சுவற்றில் ஏறிக் கொத்தளத்திற்குள் பதுங்கி விட்டனர்.

இந்தியச் சிப்பாய்களுடன் வந்து சேர்ந்த ஷேக் உசேனும், ஷேக் காசிமும் சுவரில்ஏறித் தாக்குதல் நடத்துமாறு கூறினர். ஒரு சில ரிடம் மட்டுமே குண்டுகள் எஞ்சியிருந்தன. மற்றவர்கள் கத்திகள் மட்டுமே வைத்திருந்தனர். "கீழேயிருந்து சுட்டுப் பிரயோஜனம் இல்லை. கொத்தளத்துக்குள்ளே இருக்கிறவங்களுக்குப் பாதிப்பு எதுவும் வராது" என்றார் ஷேக் காசிம். கோட்டைச் சுவரில் ஏறிச்சென்று தாக்குவது என்று முடிவாயிற்று. அந்தச் சிப்பாய்களோடு வேலன் தானும் கலந்து கொண்டான். "முடிஞ்சவரைக்கும் அவங்களை மிரட்டிச் சரணடைய வையுங்க" என்றார் ஷேக் உசேன். "நிச்சயமாச் சரணடையத்தான் போறாங்க. இப்போ அவங்க வெறும் அறுபது பேர்" என்றார் ஷேக் காசிம். வெள் ளையர்களில் பெரும்பகுதியினர் கோட்டையின் பின்புறம் இருந்த சிறிய அரண்மனைக்குள் சென்று ஒளிந்து கொண்டிருந்தனர். ஆனால் அப்பொழுது யாரும் எதிர்பாராத ஒன்று நடந்தது. தூரத்தில் தூசிபறக்க, மின்னல் வேகத்தில், கர்னல் கில்லெஸ்பி குதிரையில் கோட்டையைநோக்கி வந்துகொண்டிருந்தான். அவனுக்குச் சற்று பின்னே நாலைந்து வீரர்கள் மற்றும் குதிரைவண்டிப் பீரங்கியுடன் லெப்டினன்ட் கென்னடி வந்து கொண்டிருந்தான். காலை பத்து மணி ஆகும் பொழுது, சுவரில் இருந்த ஆங்கில வீரர்கள் சற்று அச்சத்துடன்தான் இருந்தனர். கீழே இந்தியச் சிப்பாய்கள் திரட்டப்படுவதைப் பார்த்ததும் அச்சம் அதிகமாகியது. வாய்ப்புக்கிடைத்தால் சரணடைந்து விடலாம் என்ற மனநிலைக்கு வந்தனர். ஆனால், சரணடைந்தாலும் கொல்லப்படலாம் என்ற அச்சம்தான் அவர்களைப் போராடத் தூண்டியது.

அப்பொழுதுதான் கில்லெஸ்பி குதிரையில் வருவதைக் கண்டனர். சுவற்றிலிருந்தவர்களில் முன்பு கில்லெஸ்பியோடு பணிபுரிந்திருந்த ஒரு சார்ஜெண்ட் உற்சாகமாகக் கத்தினான், "கடவுள் நம்மைக் கை விடவில்லை. ஒரு தேவதையை அனுப்பி விட்டார்".

கில்லெஸ்பியின் குதிரைதான் முதலில் வந்து சேர்ந்தது. முதல் வாசல்கதவு காவலற்றுத் திறந்து கிடந்தது. இரண்டாவது கதவு மூடப்பட்டிருந்தது. அதற்குள் அங்கு வந்து சேர்ந்துவிட்ட அவரது இளநிலை அதிகாரிகளும், சிப்பாய்களும் முயற்சி செய்து சுவற்றில் ஏறி கில்லெஸ்பியோடு உள்ளே குதித்தனர். சில நிமிடங்களில் அங்கிருந்த இந்தியச் சிப்பாய்கள் சுட்டு வீழ்த்தப் பட்டனர். கதவை

உள்ளிருந்து திறந்து கொண்டனர். குதிரை வண்டிப் பீரங்கியும் அருகில் வந்தது. ஆனால் மூன்றாவது கதவுதான் வலிமையான கதவு. சுவரும் மிக உயரம். "பீரங்கியைச் சுடுவதற்குத் தயார்செய்யச் சொல்லிவிட்டு, சுவரிலிருந்த சார்ஜெண்ட்டை அழைத்தார் கில்லெஸ்பி. "ஏதாவது கயிறு இருக்கிறதா? நான் உடனே மேலே வரவேண்டும்". சார்ஜெண்டும் மற்றசிப்பாய்களும் தங்கள் பெல்ட்டுக்களை இணைத்து ஒரு குட்டிக்கயிறு தயார் செய்தனர். கில்லெஸ்பி அதனைத் தாவிப் பிடித்துக் கொண்டார். மேலே இருந்தவர்கள் பலமாக இழுத்தனர். பின்பு ஒரு கையால் சுவரின் விளிம்பைப் பிடித்து அலட்சியமாகச் சுவரில் ஏறினார் கர்னல் ரோலோ கில்லெஸ்பி. ஏறிய நிமிடமே தலைமைப் பொறுப்பை ஏற்றுக் கொண்டார். அதற்குள் இந்தியச் சிப்பாய்களின் படை சுவரில் ஏறி இவர்களை நோக்கிச் சுட ஆரம் பித்தது. மிகத் தூரத்திலிருந்து சுட்டதால் அந்தக் குண்டுகளால் ஆங்கிலச் சிப்பாய்களுக்குப் பாதிப்பு எதுவும் ஏற்படவில்லை. சுவரிலிருந்த ஆங்கிலச் சிப்பாய்களிடமோ ஒரு குண்டு கூட மிச்சம் இல்லை. அவர் கொண்டுவந்திருந்த குதிரைவண்டிப் பீரங்கியால் வாசற் கதவை உடைக்க முடியவில்லை என்று கையை விரித்தார் கென்னடி. பெரிய பீரங்கிகள் வரும் வரை காத்திருக்க வேண்டும், அல்லது உள்ளே குதித்துக் காவலில் இருந்த வீரர்களைக் கொன்று விட்டு, கதவை உள்ளிருந்து திறக்க வேண்டும். அதற்கும் முன்பாக சுவரில் தங்களைத் தாக்கவரும் இந்தியச் சிப்பாய்களிடமிருந்து தப் பிக்க வேண்டும், தோட்டாக்களின்றி. "விஷயம் சற்றுப் பெரியது தான்", என்று முனகினார் கில்லெஸ்பி.

வேலன் சுவரின் மீது ஏறவில்லை. நல்ல வெளிச்சம் வந்துவிட்ட தால், தனது முகத்தை ஆங்கில அதிகாரிகளோ, சிப்பாய்களோ கூடப் பார்த்து விடக்கூடாது என்று நினைத்தான். தலைப்பாகையால் முகத்தின் பெரும்பகுதியை மூடிக்கொண்டு தூரத்திலிருந்தே நடப்பதைக் கவனித்தான். இந்தியச் சிப்பாய்கள், கொத்தளத்தை நோக்கி விரைவாக நடந்து சென்றனர். திடீரென்று கில்லெஸ்பியின் தலைமையில், துப்பாக்கி முனையில் செருகிய கத்திகளோடு ஆங்கிலச் சிப்பாய்கள் இந்தியச் சிப்பாய்களை நோக்கிப் பெரும் ஆரவாரத்துடன் ஓடி வந்தனர். திடுக்கிட்டுப் போன இந்தியச் சிப்பாய்கள் பின்வாங்கி ஓடினர். அதற்குள் ஆங்கிலச் சிப்பாய்கள் கொத்தளத்திற்குள் பின்வாங்கினர். இவ்வாறு பலமுறை சுவரின் உச்சியில் ஓடுவதும், விரட்டுவதும், பதுங்குவதும், பாய்வதும் நடந்தன. அதற்குள் வெளியே ஆற்காட்டிலிருந்து படைகள் வந்து

குவியத் தொடங்கின. அவர்களது துப்பாக்கிச் சூட்டிற்கு ஈடு கொடுக்க முடியாமல், சுவற்றிலிருந்து இந்தியப் படைகள் கீழே குதித்தன. இனி கதவைக் காப்பாற்றுவதுதான் முதல் வேலை என்று முடிவு செய்த இந்தியச் சிப்பாய்கள் அனைவரும், உட்புறம் கதவின் அருகே சென்று திரண்டனர். அதற்குள் பெரிய பீரங்கிகள் வந்து சேர்ந்தன. பீரங்கியை மிக அருகில் வைத்து, கதவின் மையப்பகுதியில், அதன் உட்புறத் தாழ்ப்பாள்கள் இருக்கும் பகுதியை உத்தேசமாகக் கணித்து அங்குசுடுமாறு, பீரங்கி அதிகாரி ஒருவன் வாளால் கதவில் தட்டிக் காட்டினான். சரியாக அந்த இடத் தில் பீரங்கியால் சுட்டனர். உட்புறம், கதவின் தாழ்ப்பாள் கழன்று, பறந்தோடியது. குதிரைப்படையை வெளியே அணிவகுத்து நிற்கு மாறு, சுவற்றிலிருந்தபடியே கட்டளையிட்டார் கில்லெஸ்பி. பத்து நிமிடம் கழித்து உள்ளே வருமாறு சொல்லிவிட்டு, அவர் உள்ளே எட்டிப் பார்த்தார். உள்ளே நுழையப் போகும் ஆங்கிலப்படையை எதிர்க்கத் தாயாராய், இந்தியச் சிப்பாய்கள் கதவருகே திரண்டிருந்தனர். முதலில் அவர்களை விரட்டி விட்டுத்தான் குதிரைப்படைகள் உள்ளே நுழைய வேண்டுமென்று முடிவு செய்த கில்லெஸ்பி, "கத்தி வச்சிருக்கிறவங்க எல்லாம் என்கூட வாங்க" என்று உரத்துக் கட்டளை யிட்டார். பின்பு சுவற்றிலிருந்து குதித்து, வாளை உருவிக் கொண்டு இந்தியச் சிப்பாய்களை நோக்கி ஓடினார். அவரது கட்டளை சரியாகக் காதில் விழவில்லை போலும். நாலைந்து ஆங்கிலச் சிப்பாய்கள் மட்டுமே அவர் பின்னால் சென்றனர்.

"இது தற்கொலைக்கு ஒப்பானது" என்று நினைத்தான் வேலன். ஆனால் அடுத்து நடந்ததை வேலனின் கண்களே நம்பமறுத்தன. எதிரே இருந்த சிப்பாய்களிடம் ஆயுதங்களே இல்லாதது போல், அலட்சியமாக, வரிசையாக அனைவரையும் வெட்டிச் சாய்த்துக் கொண்டு முன்னேறினார் கில்லெஸ்பி. பெரும்பாலான இந்தியச் சிப்பாய்களிடம், குதிரை வீரர்களை எதிர்ப்பதற்காக வேல் மட்டுமே கையிலிருந்தது. மிகஅருகாமையில் நின்று சண்டையிட வேலைவிட வாள்தான் வசதியான ஆயுதமாய் இருந்தது. கில்லெஸ்பி வாள்வீச்சில் தேர்ந்தவர் என்பதும் வேலனுக்கு நினைவிற்கு வந்தது. இனியும் வேடிக்கை பார்த்துக் கொண்டிருக்கக்கூடாது என முடிவு செய்த வேலன், முகத்தை முண்டாசால் நன்றாக மறைத்துக் கொண்டு, கத்தியும் கேடயமும் ஏந்தி, கில்லெஸ்பியின் எதிரே ஓடிச்சென்று வழியை மறைத்தான்.

இந்தியச் சிப்பாய்கள் அனைவரும் தன் வாள்வீச்சிற்குப் பயந்து பின்வாங்கிக் கொண்டிருந்த பொழுது, தன்முன்னே துணிச்சலாக, தன்னந்தனியே வந்து நின்ற வேலனை பார்த்ததும் கில்லெஸ்பிக்கு வியப்பாக இருந்தது. முதலில் அலட்சியமாக, ஓரிருமுறை வாளால் அவனை வெட்ட முயற்சித்தும், அவனும் அலட்சியமாகத் தடுப்பதைக் கண்டதும், எதிரே நிற்பவனும் தன்னைப் போல் பயிற்சி பெற்ற, அனு பவம் உள்ள வாள்வீரன் என்பதை உணர்ந்து கொண்டார். அந்தப் புரிதலுடன் வீரமாக, அதே சமயம் கவனமாகச் சண்டையிட்டார். ஆயினும் சில நிமிடங்களில் வேலனின் வாள்வீச்சு வேகமாகியது. கில்லெஸ்பியின் வாளைத் தன் வாளால் சுழற்றி வானத்தில் பறக்க வைத்தான் வேலன். எதிரியின் வாள் தனது கழுத்தையோ, நெஞ்சையோ அடுத்துக் குறிபார்க்கும் என்று நினைத்த கில்லெஸ்பி சட்டென்று கீழே முழங்காலிட்டு அமர்ந்தார். தன் இடுப்பிலிருந்த குறுவாளை உருவினார். சரியாக, அந்த நேரத்தில் கதவின் மீது மீண்டுமொரு பீரங்கிக் குண்டு பாய்ந்தது, பாதி திறந்திருந்த கதவு, நிலையிலிருந்து பிய்த்துக்கொண்டு பறந்து வேலனுக்கும், கில்லெஸ்பிக்கும் நடுவில் வந்து விழுந்தது. அதே சமயம், ஆற்காட்டுக் குதிரைப்படைகள் திபு, திபு வென்று உள்ளே நுழைந்தன. வேலன், கில்லெஸ்பி இருவருமே குதிரைகளின் கீழே மாட்டிக் கொண்டனர். பலமாக அடிபடாத கில்லெஸ்பியை வீரர்கள் சூழ்ந்து தூக்கி நிறுத்தினர். அவர் உடனே ஒரு குதிரையிலேறி படைகளை மைதானத்தை நோக்கி ஓட்டிச் சென்றார். வேலனின் நிலைமை மிகவும் மோசமாயிருந்தது. அவன் கீழே தள்ளப்பட்டிருந்தான். உடலெங்கும் குதிரைகளின் குளம்புகள் மிதித்தன. அவை முடிவே இல்லாது ஓடிக்கொண்டேயிருப்பது போல் தோன்றியது. சில நிமிடங்கள் கழித்துத் தட்டுத்தடுமாறி எழுந்தான் வேலன். உடலில் வெளியே பெரிதாகக் காயங்கள் இல்லை. ஆனால் உள்ளே விலா எலும்புகள் வலித்தன. வலியைப் பொறுத்துக்கொண்டு எழுந்து தடுமாறி நடக்கத் தொடங்கினான். மேலும் படைகள் தன்மீது ஏறிச்செல்வதிலிருந்து தப்புவதுதான் அவனது முதல் நோக்கம். வலியைப் பொறுத்துக் கொண்டு, மைதானத்தின் ஒரு புறம் சென்று புதர்களுக்குள் வீழ்ந்தான். பிறகு மீண்டும் தட்டுத்தடுமாறி எழுந்து, முத்து நாயக்கரும், மற்ற பாஞ்சாலங்குறிச்சி ஆட்களும் முன்பு ஒளியச் சென்ற கட்டிடத்தை நோக்கி நடந்தான். ஆனால் தொடர்ந்து நடக்க முடியாமல் விலாஎலும்புகள் வலித்தன. எலும்புகள் பலமாக அடிபட் டிருக்கலாம், அல்லது நொறுங்கியே போயிருக்கலாம் என்று தோன்

றியது. தன் உயிரைக் காத்துக் கொள்ளும் இறுதி முயற்சியாக எதிரே இருந்த மரத்தில் ஏறினான். அதன் அகன்றகிளைகளில் சாய்ந்து படுத்துக்கொள்ள முடிந்தது. அத்தோடு கண்கள் இருண்டு மயக்கமானான்.

மைதானத்திற்குள் குதிரைப்படையை அணிவகுத்து நிற்கச்சொன்னார் கில்லெஸ்பி. தூரத்திலிருந்து இந்தியச் சிப்பாய்கள் அவர்களை இடைவிடாது சுட்டனர். ஆனால் அவர்கள், குண்டுகளின் பாதிப்புக்கு அப்பாற்பட்ட தூரத்தில் நின்றனர். மேலும் மேலும் ஆற்காட்டுப் படைகள் மைதானத்தில் வந்து அணிவகுத்து நிற்கத் தொடங்கின. அவற்றில் இருந்தவர்களில் பலர் இந்தியச்சிப்பாய்கள்தான் என்றாலும் அவர்கள் கலகத்தில் பங்கெடுக்காதவர்கள். மேலும் ஆங்கிலச்சிப்பாய்கள் அதிக எண்ணிக்கையில் இருந்தனர். கடைசிக் குதிரைவரை அணிவகுப்பில் சேர்ந்தவுடன், கட்டளையிட்டார் கில்லெஸ்பி, "சார்ஜ்". அவ்வளவு தான், புரட்சிப்படைகள் சிதறி ஓடின. ஆற்காட்டு இந்திய மற்றும் ஆங்கிலச் சிப்பாய்கள் குதிரைகளில் அவர்களை விரட்டிச் சென்றனர். வேலூர் சிப்பாய்களில் கொஞ்சப்பேர் சுவற்றில் ஏறி, கயிறு மூலமாக இறங்கித் தப்பிச் சென்றனர். பெரும்பாலோர், கோட்டையின் பின்புறமிருந்த மாளிகையை நோக்கி ஓடினர். ஆனால் உயிருடன் ஒருவர்கூட மாளிகைவரை சென்று சேரவில்லை. வழியிலேயே, பின்புறம் துரத்திவந்த குதிரை வீரர்களால் வெட்டிச் சாய்க்கப் பட்டனர்.

சிறிது இடைவெளிக்குப் பின் கண்களைத் திறந்த வேலனால் கண்களை மட்டுமே திறக்க முடிந்தது. கைகால்களை அசைக்க முடிய வில்லை. உடலெங்கும் பயங்கரமான வலி. பல இடங்களில் எலும்பு முறிவு ஏற்பட்டிருக்கும் என்று தோன்றியது. தன்னைச் சுற்றிலும் பார்வையை ஓட விட்டான். நாலாபுறமும் வேலூர்ச் சிப்பாய்கள் ஓடுவதையும், ஆற்காட்டுச் சிப்பாய்கள் அவர்களைக் குதிரையில் துரத்திக் கொண்டு சென்று வெட்டிச் சாய்ப்பதையும் கண்டான்.

குதிரையில் சென்றுகொண்டிருந்த ஆற்காட்டுச் சிப்பாய் ஒருவன் திடீரென்று கீழே விழுவதைக் கண்டான். அடுத்தடுத்த பல சிப்பாய்கள் குதிரைகளிலிருந்து குண்டடிபட்டு அவன் இருந்த மரத்திற்கு அருகே விழுந்தனர். எதிரே கட்டிடத்திலிருந்து குண்டுகள் வருவதைக் கண்டுபிடித்தான் வேலன். "ஓ, பாஞ்சாலங்குறிச்சி ஆளுங்க ஜக்கம்மாவுக்கு விருந்து வைக்க

ஆரம்பிச்சிட்டாங்க" என்று தனக்குள் சொல்லிக் கொண்டான். முதலில் சிறிதுநேரம், கீழே விழும் வீரர்களை யாரும் கவனிக்கவில்லை. படிப்படியாக இருபது, முப்பது குதிரை வீரர்கள் பிணமாகக் கீழே விழுந்தபின்பு தான், ஆற்காட்டுத் தளபதிகள், கட்டிடத்திற்குள் இருப்பவர்களால் தங்களது வீரர்கள் சுடப்படுவதைக் கண்டுபிடித்தனர். உடனே ஒரு படைப்பிரிவைக் கட்டிடத்தின் பின்புறம் கால்நடையாக அனுப்பி வைத்தார் கில்லெஸ்பி. அந்தப் பிரிவு பின்புறக் கதவை உடைத்துக் கொண்டு திடீரென்று கட்டிடத்தின் உள்ளேபுகுந்தது. சில நிமிடங்களுக்குப்பின் அங்கிருந்து குண்டுகள் சீறிப் பாய்ந்து வருவது நின்றது. பாஞ்சாலங்குறிச்சி ஆட்கள் வாட்களுக்கு இரையாகியிருப்பார்கள் என்பதை வேலன் யூகித்தான். ஆற்காட்டு வீரர்கள் பின்பு அரண்மனையை நோக்கிச் சென்றனர். மைதானமே காலியாக இருந்தது. ஆனால் தரையெங்கும் சிப்பாய்களின் பிணங்கள் சிதறிக் கிடந்தன.

கழுகுகள் பறந்து வந்து வட்டமடிக்கத் தொடங்கின. "முத்தம்மா என்ன ஆனாள்? இவர்கள் அரண்மனைக்குள் சென்று தாக்குதல் நடத்துவார்களா? இரண்டு கேள்விகளும் வேலனைத் துளைத்தன. வலி சற்றுக் குறைந்ததுபோல் தெரிந்தது. மிகச் சிரமப்பட்டுக் கீழே இறங்கினான். கீழே இறந்து கிடந்த சிப்பாயின் துப்பாக்கி ஒன்றை எடுத்து அதைக் கைத்தடிபோல் பயன்படுத்தி நடக்க முயற்சித்தான். அது உயரம் சரியாக வரவில்லை. தூரத்தில் கிடந்த ஒரு வேலையும் எடுத்துக் கொண்டான். இரண்டின் உதவியுடன் நடப்பது கொஞ்சம் சுலபமாயிருந்தது. வலியைப் பொறுத்துக் கொண்டு, அரண்மனைக்கும் மருத்துவமனைக்கும் அருகே சென்று விட்டான். அங்குதான் மொத்த ஆற்காட்டுப் படையும் குவிந்திருந்தது. விரைவாக ஒரு புதரின் பின்னே மறைந்து கொண்டான் வேலன்.

அங்கு ஒரு எரிமலையே குமுறிக் கொண்டிருந்தது. ஆற்காட்டு வீரர்கள் அனைவரும் அங்கு தான் நின்றனர். மருத்துவமனையருகே துண்டுகளாகச் சிதறிக்கிடந்த வெள்ளைச் சிப்பாய்களின் பிணங்களைக் கண்டு, ஆற்காட்டுப் படைகளுடன் வந்திருந்த வெள்ளைச் சிப்பாய்கள், "பழி, பழிக்குப் பழி", என்று கூச்சலிட்டனர். வெள்ளைச் சிப்பாய்களின் கோபம் தங்கள்மேல் திரும்பிவிடக்கூடுமென்று பயந்த ஆற்காட்டு இந்தியச் சிப்பாய்கள், தனியே ஒதுங்கி நின்றனர். தனது படைக்குள்ளேயே கலகம் வந்துவிடும்போல் இருந்ததை உணா்ந்த கில்லெஸ்பி இந்தியச்

சிப்பாய்களைப் பார்த்து, "கோட்டையெங்கும் கலகக்கார்களைத் தேடுங்கள்" என்று ஆங்கிலத்தில் கத்தினார். "வாங்க போய்க் கலகக்காரங்களைத் தேடுவோம்" என்றார் ஒரு சுபேதார் தமிழில். இந்தியச் சிப்பாய்கள் அனைவரும் அங்கிருந்து சென்றனர்.

"நோயாளிகளைக் கொன்னவங்களை, பழிவாங்காம விடக்கூடாது. அரண்மனைக்குள்ள போய்ச் சிப்பாய்ங்க ஒளிஞ்சிருக்காங்களான்னு பாருங்க" என்று கத்தினார் கில்லெஸ்பி. வெள்ளைச்சிப்பாய்கள் ஆரவரத்துடன் அரண்மனைக்குள் புகுந்தனர். சிறிது நேரத்தில் ஒன்றல்ல, இரண்டல்ல, சுமார் நூறு இந்தியச் சிப்பாய்களை வெளியே இழுத்து வந்தனர். "இவங்களை என்ன பண்ணலாம்?", வெள்ளைச் சிப்பாய்களிடம் கேட்டார் கில்லெஸ்பி. "இவங்க முக்கியமில்லை, இவங்களைத் தூண்டிவிட்ட திப்புசுல்தான் குடும்பத்தைத்தான் ஒருத்தர் விடாம மொதல்லே கொல்லணும்" என்று பல குரல்கள் ஒன்றாக முழங்கின. வீரர்களின் கோபத்திற்கு வடிகால் கட்டாயம் தேவை என்பதை கில் லெஸ்பியால் உணர முடிந்தது. அதற்கு அணைபோட்டால் கோபம் வெடித்துச் சிதறி, தனது அதிகாரத்தையே மதிக்காமல் போய்விடும் என்பதை அவரது அனுபவத்தில் பலமுறை கண்டிருக்கிறார். "உயிரோடவோ, பிணமாகவோ, இழுத்து வாருங்கள், திப்புவின் புதல்வர்களை" என்று கட்டளையிட்டார் கில்லெஸ்பி.

133

எங்கிருந்தோ ஓடிவந்த கர்னல்மரியாத், அரண்மனை வாயிலை மறைத்துக் கொண்டார். "வீரர்களே, இங்கிருந்து உடனே செல்லுங்கள். அரண்மனைக்குள் செல்ல யாருக்கும் அனுமதியில்லை" என்று கட்டளையிட்டார். யாருடைய கட்டளையை நிறைவேற்றுவது என்று வீரர்கள் குழம்பினர். கர்னல் மரியாத் தான் இருவரில் மூத்த அதிகாரி.

"கர்னல் மரியாத் சார், வீரர்களின் பொறுமையைச் சோதிக்காதீர்கள்" என்றார் கில்லெஸ்பி. "நீங்கள் துணிச்சலான அதிகாரிதான், ஆனால் இது அரசியல். திப்புசுல்த்தானின் இளவரசர்கள் உயிருக்கு ஆபத்து ஏற்பட்டால், இந்தியா முழுவதிலும் கம்பெனிக்கு எதிர்ப்புக் கிளம்பும். அதற்குப் பொறுப்பேற்றுக் கொள்ளப் போகிறீர்களா? கில்லெஸ்பி" என்றார் கர்னல் மரியாத். அப்படிப் பொறுப்பேற்றுக் கொள்ள கில் லெஸ்பியும் தயாரில்லை. எனவே, தனது வீரர்களைப் பார்த்துக் கத்தினார், "அந்தச் சிப்பாய்களை முதலில் சுட்டுத்தள்ளுவோம்

வாருங்கள்''. பத்தே ஹைதரைக் கொல்ல முடியாத ஏமாற்றத்தில் இருந்த வீரர்களின் கோபத்திற்கு வடிகாலாக, சரணடைந்த சுமார் நூறு இந்தியச் சிப்பாய்களைப் பயன்படுத்த கில்லெஸ்பி முடிவு செய்துவிட்டார். "ஜான், இரண்டு பீரங்கிகளை இங்கு கொண்டு வந்து நிறுத்து'' என்றார் கில்லெஸ்பி. மிகவிரைவாக இரண்டு ஆறுபவுண்டு பீரங்கிகள் அங்கு வந்து சேர்ந்தன. சுவரருகே வரிசைகளில் நிற்கவைக்கப்பட்டிருந்த, சரணடைந்த இந்தியச் சிப்பாய்களைக் குறிபார்த்து நிறுத்தப்பட்டன.

"ஜான்... அவற்றில் கொத்துக் குண்டுகளை நிரப்பு'' என்றார் கில்லெஸ்பி மீண்டும். வழக்கமாகப் பீரங்கியில் போடப்படும் ஒரு பெரிய குண்டிற்குப் பதிலாக, பல சிறிய குண்டுகள் ஒரு பையில் அடங்கிய, திராட்சைக்குண்டுகள் என்று அழைக்கப்பட்ட, கொத்துக்குண்டுகள் இரண்டு பீரங்கிகளிலும் நிரப்பப்பட்டன. பீரங்கி இயக்குபவர்களைப் பார்த்து கில்லெஸ்பி கத்தினார். "நான் ஒரு முறைதான் சுடுவதற்கு கட்டளையிடுவேன். கடைசி ஆள் சாகும்வரை மீண்டும், மீண்டும் சுட வேண்டும். எதிரிகளில் ஒருவன் பிழைத்தாலும் அடுத்து உங்கள் அனைவரையும் அங்கேயே நிற்கவைத்துச் சுட்டுத் தள்ளுவேன், ரெடி, ஃபயர்'' என்று கட்டளையிட்டார்.

ஒரு பீரங்கி முதலில் முழங்கிச் சிறிய உருண்டைக் குண்டுகளை இந்தியச் சிப்பாய்களின் மேல் மழைபோல் பொழிந்தது. உடனே அடுத்த பீரங்கி அந்த வேலையத் தொடர்ந்தது. இரண்டு பீரங்கிகளும் மாறி, மாறிக் கொத்துக் குண்டுகளால் இந்தியச் சிப்பாய்களின் உடல்களைக் துளைத்தன. போதாதென்று, பழிவாங்கும் வெறியோடு சுற்றிலும் நின்றுகொண்டிருந்த வெள்ளைச் சிப்பாய்கள், தங்களது துப்பாக்கிகளாலும் கைதியான இந்தியச் சிப்பாய்களைச் சுட்டுத்தள்ளினர். அவர்களது வெறி மெல்ல மெல்ல அடங்கிய போது நுற்றுக்கு மேற்பட்ட இந்தியச் சிப்பாய்கள் பிணங்களாகச் சரிந்து கிடந்தனர். ஏற்கனவே கோட்டையெங்கும் விருந்து சாப்பிட்டுக் கொண்டிருந்த கழுகுகள் விரைந்து அந்தச் சுவரோரம் வரத் தொடங்கின. சரணடைந்தவர் களைச் சுடுவதில் விருப்பமில்லாத சீனியர் மரியாத் கண்களை மூடிக் கொண்டிருந்தார். பீரங்கி, துப்பாக்கிகளின் ஓசைகள் முற்றிலும் நின்றபின்தான் கண்களைத் திறந்தார். வேலனின் கண்கள் களைப்பாலும், கண்முன்னே கண்ட கொடுமையாலும் தாமாக மூடின. அவனது உலகம் மீண்டும் இருண்டது.

மீண்டும் வேலன் கண்விழிக்கும் பொழுது, தன்னை இரண்டு முரட்டு மீசைகள் உற்றுப்பார்ப்பதை உணர்ந்தான். சிறிது நேரத்தில், மீசைகளின் சொந்தக்காரர்களையும் அடையாளம் கண்டு கொண்டான். "ஒரு வழியாப் பட்டணத்துக்காரரு கண்ணு முழிச்சிட்டாரு" என்றார் முத்துலிங்கம். "நீங்க பிழைக்க மாட்டீங்கன்னே நினைச்சோம்" என்றார் முத்துச்சாமி நாயக்கர். "நாம எங்கே இருக்கோம்" என்று கேட்டுவிட்டு வேலன் சுற்றிலும் பார்த்தான். ஒரு நீண்ட அறையின் மூலையில் படுத்திருந்தான். "சொர்க்கத்திலயும் இல்லை, நரகத்திலயும் இல்லை. இந்த உலகத்திலேயே அதுவும் வேலூர் ஜெயில்லயே தான் இருக் கோம். எங்களை அடையாளம் தெரியுதா?" என்றார் முத்துச்சாமி நாயக்கர். "நல்லா அடையாளம் தெரியுது" என்றான் வேலன்.

"எங்க ரெண்டு பேருக்கும், பேரும் ஒரே மாதிரி, மீசையும் ஒரே மாதிரி. அதினால எல்லோரும் குழம்பிப் போயிடுவாங்க" என்றார் முத்துலிங்கம். "நீங்க கலகத்தில, கொறைஞ்சது ஐம்பது பேரையாச்சும் சுட்டுருப்பீங்க" என்றான் வேலன். "ஓ... அதெல்லாம் கூடப் பார்த்தீங்களா?" என்றார் முத்துச்சாமி நாயக்கர் மகிழ்ச்சியாக. "அதை மட்டும் இல்லை. அப்புறம் ஆற்காட்டுப் படை கும்பலா நீங்க இருந்த கட்டிடத்துக்குள்ள நுழையறதையும் பார்த்தேன். உங்களை உயிரோட விட்டுட்டாங்கன்னே நம்பவே முடியலை" என்றான் வேலன்.

"அவனுங்க எங்க உயிரோட விட்டானுங்க?. இஷ்டத்துக்கு வெட்டித் தள்ளுனானுங்க. எங்க உயிருதான் சீக்கிரமாப் போக மாட்டேங்குது. நாங்க ரெண்டு பேரு மட்டும் காயத்தோட பிழைச்சுக்கிட்டோம்", என்றார் முத்துச்சாமி. "ஆனாலும் நம்ம தமிழ் ஆளுங்களே எங்களை வெட்டினதைத் தான் என்னால பொறுத்துக்க முடியலை" என்றார் முத்துலிங்கம். "அதுக்குத்தான். மொதல்ல நீண்ட பிரச்சாரம், அப்புறம் போராட்டம்னு நான் எப்பவும் சொல்லிக்கிட்டே இருக்கேன்" என்றான் வேலன். "அடவிடுங்க, ஆறுலயும் சாவு, நூறுலயும் சாவுன்னு, மீசை மொளைக்கிறதுக்கு முன்னாலயே கத்தியைத் தூக்குற சாதி நாங்க" என்றார் முத்துச்சாமி நாயக்கர்.

"இந்த அறையைப் பார்த்தா ஜெயில் மாதிரி தெரியலையே" என்றான் வேலன். "சரியாச் சொன்னா, இது ஆசுபத்திரியாம். அடிபட்டவங்களையெல்லாம் இங்கே தூக்கிட்டு வந்து போட்டதோட சரி. காயத்துக்குக் கட்டுக்கூடப் போட்டு விடலை.

நாங்க கண் விழிச்சுப் பார்த்தப்போ நீங்களும் பக்கத்தில கெடந்தீங்க. கையிலகிடைச்ச துணியைக்கிழிச்சு, எங்களுக்குக் கட்டுப் போட்டுக்கிட்டு, உங்களுக்கும் போட்டு விட்டோம்" என்றார் முத்துலிங்கம். "எத்தனை நாளா இங்கேயிருக்கோம்?" என்று கேட்டான் வேலன். "மூணு நாளாச்சு" என்றார் முத்துலிங்கம். இடையே வாசல்வரை போயிருந்த முத்துச்சாமி நாயக்கர், ஒரு சிறிய மண்கலயம் நிறையச் சூடான கஞ்சியுடன் வந்தார். "நீங்க மதராசுல பெரிய பணக்காரருன்னு எங்களுக்குத் தெரியும். ஆனா இங்கே இதுதான் கிடைக்கும். சூடாக் குடிங்க, தெம்பு வரும்" என்றார் முத்துச்சாமி நாயக்கா. "இங்கே இதுகிடைக்கிறது கூடக் கஷ்டமாச்சே" என்று கேட்டுக்கொண்டே வேலன் ஒரே மூச்சில் சுடு கஞ்சியைக் குடித்து முடித்தான். உடலில் மெல்லச் சக்தி பரவியது.

"இது என்ன பெரிய விஷயம், நாளைக்கு உங்களுக்குக் கோழிக் குழம்பே கொண்டுவரச் சொல்றேன். காவல்ல இருக்கிற ஆளுங்கள்ள நமக்கு ஆதரவு ஆளுங்களும் இருக்காங்க" என்றார் முத்துச்சாமி நாயக்கா. அவர் சொல்லியது போலவே அடுத்தடுத்த நாட்களில் ரகசியமாக பல உணவுப்பொருட்கள் உள்ளே வந்தன. கூடவே வெளியே என்ன நடக்கிறது என்ற தகவல்களும் வந்து சோ்ந்தன. "கலகத்தில வெள்ளைச் சிப்பாய்ங்க இருநூறு பேரு செத்துப் போயிட்டாங்களாம். ஆபீசருங்க இருபது பேரு காலியாம்" என்றார் முத்துச் சாமி நாயக்கா.

"நம்ம ஆளுங்க எத்தனை பேர் பலியானாங்க?" என்றான் வேலன். "கோட்டைக்குள்ள ஆற்காட்டுப் படைங்க கொன்னு குவிச்சதே எண்ணூறு பேராம். அதுக்கப்பறம் ஊருபூராத் தேடி வீட்டில ஒளிஞ்சிருந்தவன், காட்டில ஒளிஞ்சிருந்தவன் எல்லாத்தையும் சேர்த்து ரெண்டாயிரம் பேருக்கு மேல கைது பண்ணியிருக்கானுங்க. கலகத்தை முன்னால நின்னு நடத்துனவங்கன்னு சந்தேகப்பட்டவங்களை மட்டும் இங்கே அடைச்சி வச்சிருக்கானுங்க. மத்தப்பேர எல்லாம் திருச்சிக்குக் கொண்டுபோயிட்டானுங்க" என்றார் முத்துலிங்கம்.

சில நாட்களுக்குப்பின் வேலன் எழுந்து ஓரளவு நடமாடத் தொடங்கினான். "பெசல் கமிசன் போட்டிருக்காங்களாம்" என்றார் முத்துலிங்கம் ஒருநாள். "எதற்கு" என்று கேட்டான் வேலன். "ஏன் கலகம் நடந்துச்சுன்னு கண்டுபிடிக்கிறதுக்கு" என்றார் முத்துச் சாமி நாயக்கா. மூவரும் பலமாகச் சிரித்தனர். "அதில என்ன குழப்பம் அவனுகளுக்கு?" என்று கேட்டார் முத்துலிங்கம். "மூணு பெரிய

ஆபிசருங்க, ஒருத்தன் மேல ஒருத்தன் பழியைப் போடறானுங்களாம்" என்றார் முத்துச்சாமி. "ஓ, அது தலைமைத் தளபதி கிராடாக், கர்னல் அக்னியூ, மேஜர் பயாசு. இந்த மூணு பேரும்தான் மொத்தக் குழப்பத் துக்கும் காரணம்" என்றான் வேலன். "உங்களுக்கு எப்பிடி இவ்வளவு வெவரம் தெரியுது", என்றார் முத்துலிங்கம்.

"அவரு கோட்டையில பெரிய வியாபாரிடா" என்றார் முத்துச்சாமி நாயக்கர். "உஷ்" என்று தன் வாயில் விரலை வைத்துக் காட்டினான் வேலன். "அதை வெளியே சொல்ல மாட்டேன்னு வாக்குக் குடுத்திருக்கீங்க இல்லயா" என்றான். முத்துச்சாமி அமைதியானார். முன்பே அதுபற்றி அவர்கள் பேசியிருந்தனர். "உங்களுக்குத் தெரிஞ்ச ஆபீசா மூலமா நீங்க விடுதலை ஆயிப்போயிடலாமே அய்யா" என்று ஒரு தடவை முத்துச்சாமிநாயக்கரே கேட்டார். "அப்புறம் என்னைத் துரோகி கள் பட்டியல்ல சேர்ந்திடுவாங்க. வெள்ளைக்காரனுக்கு வேவு பார்க்க வந்ததாப் பதிவு பண்ணிடுவாங்க. நானும் ஒரு விடுதலை வீரனாச் சாக விரும்பறேன்" என்றான் வேலன். அதற்குமேல், தன்னைப்பற்றி யாரிடமும் சொல்லக் கூடாது என்று அவர்களிடம் சத்தியம் வாங்கி யிருந்தான்.

புரட்சியின் மறுநாள் சென்னைப்பட்டணம் சென்றுவிட்ட முத்தம்மா, அங்கு வேலன் இல்லாததைக் கண்டு குழம்பினாள். பல நாட்கள் காத்திருந்தும் வேலன் வராததால் கவலையடைந்தாள். பின்பு ராபின்சனின் அனுமதிக் கடிதத்தோடு, டேவிட்டின் துணையோடு வேலூரிலும், திருச்சியிலும் தேடினாள். சிறைக்கைதிகளின் பெயர்ப் பட்டியல்களை யெல்லாம் வாங்கிச் சோதித்தனர். ஆனால், வேலன் என்ற பெயரில் யாருமே அடைத்து வைக்கப்பட்டிருக்கவில்லை. இறந்தவர்களின் பட்டியலிலும் வேலன் என்ற பெயர் இல்லை. துயரத்தோடு முத்தம்மா வீடு திரும்பினாள். முதல் முறையாக வாழ்க்கையில் கண்ணீர் சிந்தத் தொடங்கினாள். மெகருன்னிசா அவளுக்குத் துணையாக வீட்டிற்கு வந்திருந்தாள். ஆயினும் கண்ணீர் நிற்க மறுத்தது.

சில நாட்களுக்குப்பின் முத்துநாயக்கர் உற்சாகமாக ஓடிவந்தார். "சேதி தெரியுமா, புதுத் தொப்பி போட்டாக் கோமாளிமாதிரி இருக் குன்னு சொல்லித் தொப்பிகளை ஹைதராபாத் சிப்பாய்ங்க தரையில தூக்கி வீசிட்டாங்களாம். பயந்து போன கம்பெனி, பழைய தொப்பியையே போட்டுக்கச் சொல்லிட்டாங்களாம்" என்றார்.

“அத்தனை சுலபமாக் கம்பெனி பணிஞ்சிருச்சா? பழிவாங்காம விடமாட்டாங்களே?” என்றான் வேலன். “அதுவும் உண்மைதான். கலகத்தைத் தூண்டிவிட்ட தலைவருங்கன்னு நாலு சிப்பாய்களை மட்டும் பிடிச்சு, பினாங்குக்கு தீவாந்தரம் பண்ணிட்டாங்க” என்றார் முத்துலிங்கம். மேலும் உற்சாகமான செய்திகள் வந்தன. “வாலாஜாபாத், நந்தியா துர்க்கம், பெங்களூர், பெல்லாரி இந்த நாலு இடத்திலயும் தொப்பிக்கும், சிலுவைக்கும் கடுமையான எதிர்ப்பு வந்திருச்சாம்” என்று ஒரு தகவல் வந்தது. அதற்குள், மதவிஷயத்தில் தலையிடக் கூடாதென்று லண்டனில் இருந்தே கடிதம் வந்து விட்டது என்ற அடுத்த தகவல் வந்தது. “அப்போ நம்ம போராட்டம் வெற்றிதான். நம்மளையும் விடுதலை பண்ணிருவாங்களா” என்று கேட்டார் முத்துச்சாமி.

“அது வேற விஷயம். இதுவேற விஷயம். ராணுவத்தில தப்பிச்சு ஓடினாவே சுடறவனுங்க, எதிர்த்துப் புரட்சி பண்ணினவங்களை, அத்தனை வெள்ளைக்காரங்களைக் கொன்னவங்களை நிச்சயம் உயிரோட விடமாட்டாங்க. எவ்வளவு முடியுமோ, அவ்வளவு கொடூரமான தண்டனை குடுப்பாங்க” என்றான் வேலன். அடுத்த நாள் முத்துலிங்கம் வரும்போதே சிரித்துக் கொண்டு வந்தார். “மதராஸ்காரன் போட்ட கமிசன் அறிக்கை குடுத்துடுச்சாம். நாம கலகம் பண்ணினதுக்கு நம்ம மூட நம்பிக்கைகள் தான் காரணமாம்” என்றார்.

“வெள்ளைக்காரங்கதான் முட்டாப் பசங்க, அவனுங்க அறிக்கை தான் மூட நம்பிக்கை” என்றார் முத்துச்சாமிநாயக்கர். “அவனுங்க முட்டாளும் இல்லை, அந்த அறிக்கை மூடநம்பிக்கையும் இல்லை. அவங்க நிர்வாகம் பண்ணின தவறை அவங்க நாட்டு மக்கள்கிட்ட இருந்து மூடிமறைக்கத்தான் இந்த அறிக்கை” என்று விளக்கினான் வேலன். “வெள்ளைக்காரனுங்க மூளையேமூளை” என்றார் முத்துச்சாமி நாயக்கா். “வெள்ளைக்கார அதிகாரிங்க விசாரணைக்குழு வேலூருக்கு வந்தாச்சு. நாளையில இருந்து விசாரணை தொடங்கப் போகுது” என்ற தகவல் அடுத்து வந்தது. தகவல் வந்த மூன்றாம் நாள், வேலனும் முத்துச்சாமி நாயக்கரும், முத்துலிங்கமும் ஒன்றாக விசாரணைக்கு அழைத்துச் செல்லப்பட்டனர். விசாரணைக் கூடத்தின் வெளிப்புறம் மூவரும் அமரவைக்கப் பட்டனர். கைகளில் விலங்கு பூட்டியிருந்ததால், காவல் பலமாக இல்லை. முதல் அறையில் மூன்று இந்திய சுபேதார்கள் அமாந்திருந்தனர். உள்ளேயிருந்த அறையில் மூன்று வெள்ளை அதிகாரிகள் அமர்ந்திருந்தனர்.

“எல்லாம் வெறும் நாடகம், யாருக்கு என்ன தண்டனைன்னு ஏற்கனவே முடிவு பண்ணிட்டுத்தான் மதராசை விட்டே பொறப்பட்டிருப்பானுங்க” என்றார் முத்துச்சாமி நாயக்கா. முதல் ஆளாக அவர்தான் அழைக்கப்பட்டார். மூன்று இந்தியச் சுபேதார்கள்தான் விசாரணை நடத்தினர். ஆங்கிலஅதிகாரிகள் உள்அறையிலிருந்து, முதலறையில் நடப்பதை வேடிக்கைமட்டும் பார்த்துக் கொண்டிருந்தனர். மூன்று இந்தியச் சுபேதார்களிலும் நடுநாயகமாக வீற்றிருந்த ஆளைக் கண்டதும், முத்துச்சாமியால் வியப்பை அடக்க முடியவில்லை. “எலே மருது. நீ அதுக்குள்ள ஆபீசா ஆயிட்டியாலே, இன்னும் ஒழுங்காக் குறி பார்த்துச் சுடக்கூடத் தெரியாதே உனக்கு” என்றார்.

“நாயக்கரே, எழுதப்படிக்க தெரிஞ்சிருந்தா கம்பெனிப் படையில சீக்கிரம் சுபேதார் ஆக்கிருவாங்க” என்றார் சுபேதார் மருது. “ஆமாமா, நீ கணக்கப் புள்ளை மகனாச்சே, ஒனக்குப் படிப்புத் தானா வரும்” என்ற முத்துச்சாமி. “இவங்க ரெண்டு பேருங்கூட சின்ன வயசாத் தெரியறாங்களே” என்றார், மற்ற இரண்டு சுபேதார்களையும் பார்த்துக்கொண்டே. இடது பக்கம் இருக்கிறவரு சுபேதார் சிங்கமுத்து, வலது பக்கம் இருக்கிறவரு சுபேதார் அழகப்பன்” என்று சிரித்துக் கொண்டே அறிமுகப்படுத்தினான் மருது. “நீங்க விசாரிச்சு முடிச்சப்பறம், உள்ளேயிருக்கிற வெள்ளைக்கார ஆபீசருங்களும் திரும்ப விசாரிப்பாங்களா” என்று கேட்டார் முத்துச்சாமி. “தேவைப்பட்டா விசாரிப்பாங்க” என்ற மருது, “சரி நாயக்கரே, நீங்க விசாரணை நடத்தினது போதும், இனி நாங்க விசாரனை நடத்தறோம். கேட்கிற கேள்விக்குப் பதில் சொல்லுங்க, கலகத்தைத் தூண்டிவிட்ட தலைவர்கள்ள நீங்களும் முக்கிய மானவருங்கறது உண்மையா?” என்றான் மருது.

“யாருலே தூண்டிவிட்டா, அதுவா பத்தி எரிஞ்சுது” என்றார் முத்துச்சாமி. “அப்போ குற்றச்சாட்டை மறுக்கறீங்களா” என்றார் சிங்கமுத்து. “நீங்க எந்தத் தப்புமே பண்ணலைங்கிறீங்களா” என்றார் அழகப்பன். “ஒரே ஒரு தப்புத்தான் பண்ணினேன். கட்டபொம்மு ராசாகூடவே இருந்திருக்கணும். தப்பிச்சுப்போனது தப்பு. அப்புறம், உங்க படையில சேர்ந்து இவ்வளவு நாள் உண்மையாஉழைச்சது அதைவிடப் பெரிய தப்பு” என்றார் முத்துச்சாமி. “கம்பெனிமீது வன்மம் உள்ளதைக் குற்றவாளி ஒத்துக் கொள்கிறார்” என்றார் சிங்கமுத்து. “என்னத்தை வேணா லும்

எழுதிக்குங்கடா. எப்படியும் என்னை தூக்கில போடறதுங்கற முடிவோட தானே வந்திருக்கீங்க" என்றார் முத்துச்சாமி. "அப்படி உறுதியாச் சொல்ல முடியாது. கலகத்தைத் தூண்டிவிட்டவங்களுக்கு மூணு மாதிரித் தண்டனைகள் கொடுக்கப் போறாங்க" என்றார் அழகப்பன். அதுவரை வெளியே நின்று, உள்ளே நடப்பதைக் கவனித்துக் கொண்டிருந்த முத்துலிங்கம் திடீரென்று உள்ளே நுழைந்து, "அது என்னலே மூணு மாதிரித் தண்டனை?" என்றார்

"கூப்பிடும் போது தான் உள்ளே வரணும், போ வெளியே" என்று கத்தினார் அழகப்பன். சிங்கமுத்து எழுந்து வந்து முத்துலிங்கத்தை வெளியே தள்ள முயன்றார். அதற்குள் சுபேதார் மருது, "அவரை விடுங்க, எங்க பக்கத்து ஊரு ஆளுதான். நான் பார்த்துக்கறேன்" என்றவன், முத்துலிங்கத்தைப் பார்த்து, "உங்க மேலயும் அதே குற்றச்சாட்டுத் தான். கலகத்துக்குத் தலைமை தாங்கியிருக்கீங்க. அதை ஒத்துக்கிறீங்களா" என்று கேட்டான். "ஏற்கனவே முத்துச்சாமி என்ன சொன்னாரோ, அதையே நானுஞ் சொன்னதா எழுதிக்கடா. அது என்ன மூணு விதமான தண்டனை, அதைச் சொல்லு மொதல்லே" என்றார். "குற்றவாளி குற்றத்தை ஒத்துக்கிட்டாருன்னு எழுதிக்குங்க" என்று அழகப்பனைப் பார்த்துச் சொன்ன மருது, முத்துலிங்கத்தைப் பார்த்து, "இப்போ உங்க கேள்விக்குப் பதில் சொல்றேன். தலைவர்களா இருந்தவங்களை மட்டும் தான் தூக்கில போடுவாங்க, அவங்களோட சேர்ந்து சதி பண்ணினவங்களைத் துப்பாக்கியால சுட்டுத் தள்ளப் போறாங்க" என்றார். "அப்போ, சரியா வெவரம் தெரியாமயே கடைசி நிமிசத்தில கலகத்தில கலந்துக்கிட்டவங்களை மன்னிச்சு விடுதலை பண்ணிருவாங்களா?" என்று கேட்டார் முத்துச்சாமி.

"இல்லை நாயக்கரே, அந்தமாதிரி ஆளுங்களைத்தான் அதிகமாப் பயமுறுத்தணும். அவங்களையெல்லாம் பீரங்கி முனையில கட்டி வச்சுச் சுடப்போறாங்க" என்றான் சுபேதார் மருது.

முத்துச்சாமி நாயக்கரையும் முத்துலிங்கத்தையும் அனுப்பிவிட்டு வேலனைத் தனியே உள்ளே அழைத்தனர். ஒரு நிமிடம் மூன்று சுபேதார்களும் வேலனைக் கூர்ந்து பார்த்தனர்.

“உன்னைப் பார்த்தா நாயக்கா மாதிரித் தெரியலையே” என்றார் மருது. “வெள்ளைக்காரன் மாதிரி தெரியுதா?” என்றான் வேலன் வியப்பான குரலில். “உண்மையிலேயே உன்பேரு ஜகந்நாத நாயக்கர் தானா” என்று கேட்டார் சிங்கமுத்து. “ஆமா” என்று மட்டும் சுருக்கமாகப் பதிலளித்தான் வேலன். “ஆனால் அதில ஒரு சிக்கல் இருக்கே. ஜூலை பத்தாம் தேதி, கலவரத்தில ஜகந்நாத நாயக்கா இறந்து போயிட்டதா எங்க ஆவணத்தில இருக்கே” என்றார் அழகப்பன். “ஜகந்நாத நாயக்கானு ஒரே ஒருத்தன் தான் இருக்கணுமா” என்றான் வேலன். மருது, சிங்கமுத்துவை அழைத்தார். “வெளியே இருக்கிற ரெண்டு கைதிகளையும் உள்ளே கூப்பிடுங்க”. சிங்கமுத்து சென்று முத்துச்சாமியையும், முத்துலிங்கத்தையும் மீண்டும் உள்ளே அழைத்து வந்தார். “இவரு தான் ஜகந்நாத நாயக்கரா, உங்களோட வேலை பார்த்தாரா?” என்று இருவரையும் பார்த்துக் கேட்டார் மருது.

“எங்கபக்கத்தில, ஆசுபத்திரியில கெடந்தாரு. எனக்கு வேற ஒண்ணும் தெரியாது. பேரு ஜகந்நாத நாயக்கருன்னு தான் சொன்னாரு” என்றார் முத்துலிங்கம். “ஆயிரக்கணக்கான சிப்பாய்ங்க வர்றாங்க, போறாங்க. எல்லாரோட பேரு, ஊரெல்லாமா ஞாபகம் வச்சிக்க முடியுமா?” என்றார் முத்துச்சாமி நாயக்கர். “சரி, நீங்க ரெண்டு பேரும் வெளியே உட்காருங்க”, என்று அவர்களை அனுப்பிய மருது, வெள்ளை அதிகாரிகள் இருந்த அறைக்குள் சென்றார். அவர்கள் தங்களுக்குள் சிறிது நேரம் ஆங்கிலத்தில் விவாதித்து விட்டு, “கைதியை உள்ளே அனுப்பு” என்று ஆங்கிலத்தில் கூறினார். உள்ளே நுழைந்த வேலனை மூன்று வெள்ளை அதிகாரிகளும் கண்களால் அளவெடுத்தனர். அவர்களின் தலைமை அதிகாரி கேட்டார், “உனக்கு ஆங்கிலம் தெரியுமா?” அவர் பேசுவது புரியாதது போல் வேலன் கண்களை உருட்டி விழித்தான்.

“இவனுக்கு ஆங்கிலம் தெரியாதென்பது புரிகிறது” என்றார் இரண்டாவது அதிகாரி. “இவன் ஏதோ காரணத்திற்காக தன் உண்மையான பெயரைச் சொல்ல மறுக்கிறான்”, என்றார்

மூன்றாவது அதிகாரி. "உனது உண்மையான பெயரைச் சொல்வதனால் ,உனது குடும்பத்திற்கு எந்தப் பாதிப்பும் வராது. பயப்படாமல் சொல்" என்றார் மூத்த அதிகாரி. மீண்டும் அவர்கள் ஆங்கிலத்திலேயே கேட்டதால் வேலன் அது புரியாதது போல் தொடர்ந்து நடித்தான். "இவன் திப்புசுல்தானின் குடும்பத்தைச் சேர்ந்தவனாக இருக்கலாம். அதனால்தான் உண்மையைச் சொல்ல மறுக்கிறான்" என்றார் ஒரு அதிகாரி. "நிச்சயமா இல்லை, இவர் தமிழர் தான்" என்றான் அருகில் நின்ற மருது. "ஏதாவது பாளையக்காரனோட நேரடி வாரிசா இருக்கலாம்" என்றார் அடுத்த அதிகாரி. "இவன் யாராயிருந்தாலும், நாகரிகமான ஒரு சமுதாயத்தில வாழத் தகுதியில்லாதவன், ரொம்ப ஆபத்தானவன்" என்றார் தலைமை அதிகாரி. "சரணடைஞ்சவங்களைப் பீரங்கியால சுட்டுக் கொல்ற நீங்களாடா நாகரிக சமுதாயம்" என்று கேட்கத் துடித் தது வேலனின் நாக்கு. மிகச் சிரமப்பட்டு அமைதியாயிருந்தான்.

"மர்தூ..... இவனுக்கு மிகக் கடுமையான தண்டனை தரணும். ஜகந்நாத நாயக்கராச் சாக விரும்பினா, அப்படியே சாகட்டும், அதில எங்களுக்கு எந்த ஆட்சேபமும் இல்லை" என்றார் தலைமை அதிகாரி. விவாதம் முழுவதும் ஆங்கிலத்தில் நடைபெற்றது. வேலன் வெளியே அழைத்து வரப்பட்டான். மூன்று கைதிகளும் மீண்டும் சிறைக்கு வந்து சேர்ந்தனர். உள்ளே நுழைந்ததும் முத்துச்சாமி நாயக்கா பேச்சைத் தொடங்கினார்.

"என்னை நிச்சயம் தூக்கில தான் போடுவானுங்க, பந்தயம் எவ்வளவு" என்றார். "உங்களுக்குத் தூக்கில தொங்குறதில என்ன அவ்வளவு ஆசை" என்று கேட்டான் வேலன். "எங்க கட்டபொம்முராஜா மாதிரியே துணிச்சலாச் சாவேன்ல" என்றார் முத்துச்சாமி. "என்னைத் துப் பாக்கியால சுட்டுச் சாகடிச்சா பெருமைப்படுவேன், திப்பு சுல்தான் மாதிரி வீரமாச் சாவேன்ல" என்றார் முத்துலிங்கம். "பீரங்கிமுனையில கட்டிவச்சுச் சுட்டாங்கன்னா?" என்றான் வேலன்.

"அது தான் பெரிய சாவு, சங்கிலி அவனுக்குத் தான் போகணும்" என்றார் முத்துச்சாமி. "அது என்ன சங்கிலி" என்றான் வேலன். முத்துச்சாமி நாயக்கர் தன் இடுப்பு வேட்டியில் மறைத்து வைத்திருந்த கனமான தங்கச் சங்கிலி ஒன்றை எடுத்து வேலன் கையில் கொடுத்தார். அதை வாங்கிப்பார்த்த வேலன், "எப்படியும் பத்துப் பவுன் தேறும், சொக்கத் தங்கம்" என்றான். "செத்துப்போன ஒரு வெள்ளைக்கார ஆபீசர் கழுத்தில இருந்துச்சு. இதை ரெண்டு

பேரும் சேர்ந்துதான் எடுத்தோம். இது யாரு குடும்பத்துக்குச் சேரணும்னு எங்களுக்குள்ள ஒரு குழப்பம் இருந்துச்சு. இப்போ அது தீர்ந்திடுச்சு. யாரைப் பீரங்கியில கட்டிவச்சுச் சுடுறாங்களோ, அவங்க குடும்பத்துக்கு இதுபோய்ச் சேரட்டும். அப்படிச் சேர்க்கறது உங்க பொறுப்பு" என்றார் முத்துச்சாமி நாயக்கர். "அப்படி யாரையுமே பீரங்கியில கட்டிவச்சுச் சுடலைன்னா?" என்று கேட்டான் வேலன். "ஒருவேளை ரெண்டு பேரையுமே பீரங்கியில கட்டிவச்சுச் சுட்டாங்கன்னா?" என்று கேட்டார் முத்துலிங்கம். "அப்போ சங்கிலியை ரெண்டு துண்டாக்கி, ரெண்டு குடும்பத்துக்கும் பாதிபாதியாக் குடுத்துடுங்க" என்றார் முத்துச்சாமி.

"வேண்டாம், இதே மாதிரி இன்னொரு சங்கிலி செஞ்சு, இரண்டு குடும்பத்துக்கும் ஆளுக்கு ஒன்னாக் குடுத்திடறேன்" என்றான் வேலன். "ரொம்ப நன்றி ஐயா, எங்க குடும்பங்களுக்குப் பரம்பரை நகை ஆயிடும்" என்றார் முத்துலிங்கம்.

"வெளயாட்டாச் சொன்னேன். உங்களுக்கு முன்னால எனக்குத் தண்டனையை நிறைவேத்திடுவாங்க" என்றான் வேலன். "உங்க விஷயத்தில தான் குழப்பத்தில இருக்கானுங்களே. அவனுங்க முடிவெடுக்கிறதுக்குள்ள என்ன அதிசயம் வேணும்னாலும் நடக்கலாம்" என்றார் முத்துச்சாமி நாயக்கர்.

ஆனால் அப்படி அதிசயம் எதுவும் நடக்கவில்லை. செப்டம்பர் இருபத்து மூன்றாம் நாள், தண்டனைகள் நிறைவேற்றப்பட ஏற்பாடுகள் நடந்தன. முதல் நாள் மேடைகள் அமைக்கப்படும் பொழுதே, கழுகுகள் வானில் வட்டமிடத் தொடங்கி விட்டன. இரண்டு மாதங்களுக்கு முன்பு சரியாக ஜூலை பத்தாம் நாள் வயிறு புடைக்கச் சாப்பிட்ட விருந்து அவைகளுக்கு நினைவு வந்துவிட்டது போலும். பறவைகளின் எதிர்பார்ப்பைவிடப் பலத்த எதிர்பார்ப்புடன் மனிதக் கூட்டங்களும் தூக்கு மேடையைச் சுற்றி விரைவாகத் திரண்டன. விடுதலைக்காகப் போராடிய வீரர்களை ஒரு முறை பார்த்துவிடுவது என்று வந்தவர்கள் சிலர் என்றாலும், மனிதர்கள் கொடூரமாகக் கொல்லப்படுவதைப் பார்த்து ரசிப்பதற்காக வந்தவர்களே அதிகம். கூட்டம் கூடுவதைக் கம்பெனி நிர்வாகம் தடுக்கவில்லை. நிறையப் பேர் பார்க்க வேண்டும், ஆங்கில ஆதிக்கத்தை எதிர்ப்பதற்கு அஞ்ச வேண்டும் என்பதுதான் அவர்களின் நோக்கமே. கிழக்கிந்தியக் கம்பெனி அரசே அல்ல, ஒருவணிக நிறுவனம் என்பதையே மக்கள்

சிந்தித்ததாகத் தெரியவில்லை. இதைப்பற்றி முன்பு ஒரு முறை முத்தம்மா தன்னிடம் கேட்டது வேலனுக்கு நினைவிற்கு வந்தது.

"வேலா, வியாபாரத்துக்கு வந்த ஒரு கம்பெனி, நான்தான் ராஜான்னு அதிகாரம் பண்றதை ஏன் மக்கலெல்லாம் ஏத்துக்கிட்டாங்க, முட்டாள் ஜனங்க" என்றாள். "மக்கள் முட்டாளில்லை. ராஜாவோ, மந்திரியோ, வியாபாரியோ; அதிகாரம் அவன் வாள்முனையில இருந்து தான் பொறக்குது. எவன் கையில ராணுவம் இருக்கோ, அவன் கையில தான் அதிகாரமும் இருக்கு. இது படிச்சவங்களுக்குத் தெரியாட்டியும் பாமர மக்களுக்கு நல்லாத் தெரியும்", என்றான் வேலன்.

நினைவுகளில் மூழ்கி இருந்த வேலனையும், மற்ற கைதிகளையும் தண்டனை நிறைவேற்ற ஏற்பாடு செய்திருந்த பகுதிக்கு இழுத்து வந்தனர். கைதிகள் செய்த பயங்கரமான ராஜத் துரோகக் குற்றங்கள், சட்டப்படி நிறுவப்பட்ட அரசாங்கத்திற்கு எதிராகச் சதி செய்தது, பொது அமைதிக்குப்பங்கம் விளைவித்தது, மற்றவர்களை அரசுக்கு எதிராகத் தூண்டிவிட்டது, பொது நலனுக்காகக் கொண்டுவரப்பட்ட புதிய சட்டங்களை எதிர்த்தது, ராணுவத்தினரிடையே அவற்றைப் பிரச்சாரம் செய்தது, மீண்டும் ஆட்சியைக் கைப்பற்ற இந்தியர்கள் சதி செய்தது, என்று அடுக்கடுக்கான குற்றச்சாட்டுக்கள் வாசிக்கப் பட்டன. கைதிகள் அனைவருக்கும் மரண தண்டனை கொடுப்பது நியாயமான செயல்தான் என்று அக்குற்றச்சாட்டுகள் மூலம் மக்களை நம்பவைப்பதில் அதிகாரிகள் வெற்றி பெற்றார்கள் என்று தான் கூற வேண்டும். இந்தச் சமூக விரோதிகளுக்கு இன்னும் கடுமையான தண்டனைகள் கொடுக்கப் படவேண்டும் என்று நினைத்த இந்திய அறிவாளிகளும் அக்கூட்டத்தில் இல்லாமலில்லை. ஆயினும் ஆங்கிலத்திலும், பின்பு அப்படியே தமிழிலும் நிகழ்த்தப் பட்ட நீண்ட உரைகள் மக்களுக்குச் சலிப்பை ஏற்படுத்தின. பெரும்பாலான மக்கள் எதையும் கேட்க வரவில்லை, பார்க்க வந்திருந்தனர். மனிதர்கள் கொல்லப்படும் குரூரமான நிகழ்ச்சியைப் பார்த்து ரசிப்பதற்காகவே, வெளியூர்களிலிருந்து ஆவலோடு நண்பர்கள் மற்றும் உறவினர்களையும் அழைத்துக் கொண்டு வந்திருந்தனர்.

நாடகத்தின் முதல் காட்சி போல் எட்டுக் கைதிகள் மேடைக்கு அழைத்து வரப்பட்டுத் தூக்கில் தொங்கவிடப்பட்டனர். அவர்களும், பூமாலை போல் தூக்குக்கயிற்றைப் பெருமையுடன்

ஏற்றுக் கொண்டு மக்களின் பாராட்டைப் பெற்றனர். ஒரு கைதிகூடக் கடைசி நிமிடம் வரை அஞ்சி நடுங்கவோ, விட்டுவிடும்படி கெஞ்சவோ செய்யாதது பொது மக்களில் சில பிரிவினருக்கு ஏமாற்றமாகக் கூட இருந்தது.

"இப்பக்கூடக் கொழுப்பு அடங்கலை பாரு" என்று அவர்கள் முணுமுணுத்தனர். கைதிகளின் உடல்களைத் தூக்கிலேயே ஊஞ்சலாடு மாறு விட்டுவிட்டுத் துப்பாக்கியால் சுட்டுத் தள்ளும் இரண்டாவது அங்கத்திற்கு ஏற்பாடுகளைத் தொடங்கினர். இம்முறை ஐந்துகைதிகள் இழுத்து வரப்பட்டுச் சுவரில் சாய்ந்தவாறு நிறுத்தப்பட்டனர். முகங்கள் கறுப்புத் துணிகளால் மூடப்பட்டன. கைதிகள் கடைசி நிமிடத்தில் துணிச்சல் இழந்து கெஞ்ச வேண்டுமென்று நினைத்த கம்பெனி அதிகாரிகள், வேண்டுமென்றே தாமதித்தனர். ஆயினும் ஒரு புரட்சி வீரன்கூடத் துணிச்சலை இழக்கவில்லை. திமிராக நெஞ்சை நிமிர்த்திக் காட்டினர். தண்டனைகளை நிறைவேற்றும் பொறுப்பை ஏற்றுக் கொண்டிருந்த கேப்டன் ஜியார்ஜ், "பயர்" என்று கட்டளையிட்டு விட்டு உயர்த்தியிருந்த தன் வாளைக் கீழே இறக்கினான். ஐந்து துப்பாக்கிகளும், எந்த முரண்டும் பிடிக்காமல் தங்கள் குண்டுக ளைச் சரியாகக் குறி பார்த்துத் துப்பின. இம்முறை மக்களில் பலா கண்களை மூடிக் கொண்டனர். ஆனால் மேடையின் ஒரு பக்கத்தில் நாற்காலிகளில் அமர்ந்திருந்த ஐரோப்பியர்கள் அனைவரும் குண்டு துளைக்கப்பட்டுக் கீழேசரிந்த புரட்சிக்காரர்களின் பிணங்களையும் கூடக் கோபத்துடன்தான் பார்த்தனர். தங்களுக்குச் சோறு போட்ட கம்பெனிக்கே துரோகம் செய்த இந்தியச் சிப்பாய்களை, ஆங்கிலேயரின் தன்னம்பிக்கையையே ஆட்டம் காண வைத்துவிட்ட புரட்சிக்காரர்களை, அவர்களால் எப்படி மன்னிக்கமுடியும். இந்தியச் சிப்பாய் களுக்கு எப்படி வெள்ளைக்காரனை எதிர்க்கத் துணிச்சல் வந்தது. இது எங்கே போய் முடியும்? என்ற குழப்பத்திலிருந்தே பெரும்பாலான வெள்ளையாகள் மீளவில்லை.

நாடகங்களில் முக்கியமான காட்சியைக் கடைசியில் வைப்பது போல், மக்கள் பெரும் எதிர்பார்ப்புடன் காத்திருந்த, பீரங்கி முனையில் மனிதர்களைக் கட்டி வைத்து, பீரங்கிக் குண்டால் உடலைப் பிளந்து துண்டுகளாக்கும் காட்சியை இறுதியில் நிறைவேற்ற முடிவு செய்திருந்தனர். துப்பாக்கியால் சுடப்பட்ட ஐந்து உடல்களையும் அப்புறப்படுத்தாமல் அப்படியே விட்டு

விட்டுப் பீரங்கிகளை அங்கே இழுத்து வருவதற்கு ஏற்பாடு செய்தான் கேப்டன் ஜியார்ஜ். ஒரு வெள்ளை சார்ஜெண்டும், உதவிக்கு ஆறு இந்தியச் சிப்பாய்களும் சேர்ந்து இரண்டு பீரங்கிகளை மேடைக்கு இழுத்து வந்தனர். "இரண்டு கைதிகளையும் இழுத்து வாருங்கள்" என்று கத்தினான் கேப்டன் ஜியார்ஜ்.

கூட்டம் முண்டியடித்துக் கொண்டு முன்னால் வந்தது. இரண்டு கைதிகளும் பீரங்கி முன் இழுத்து வரப்பட்டு, பீரங்கிகளின் வாய்களில் வைத்துக் கயிறுகளால் இறுக்கமாகக் கட்டப்பட்டனர். இருவரும் ஒருவரையொருவர் பார்த்துச் சிரித்துக் கொண்டனர். "ஒருவன் தமிழ் மறவன், மற்றவன் கன்னடத்து இசுலாமியன். இருவரின் மதமும் வேறு, மொழியும் வேறு. ஆனால் அவர்களை இணைத்தது என்ன? தன்மானம்" என்று முணுமுணுத்தான் வேலன்.

அவன் சிந்தித்து முடிப்பதற்குள், "பூம்","பூம்". பலத்த ஒலியுடன் பீரங்கிகள் முழங்கின. இருவரின் உடல்களும், கட்டியிருந்த கயிற்றையும் இழுத்துக் கொண்டு நூறு துண்டுகளாகச் சிதறி வானில் பறந்தன. அதுவரை வட்டமிட்டுக் கொண்டிருந்த கழுகுகளும், மரங்களில் அமர்ந்து கத்திக் கொண்டிருந்த காக்கைகளும் மனித மாமிசத் துண்டுகள் தரையில் விழும்வரை காத்திருக்க வில்லை. ஆயிரக் கணக்கான பறவைகளாயிற்றே, போட்டிகள் அதிகம். பெரும் கூச்சலுடன் வானில் பறந்து சென்று, காற்றிலேயே சதைத் துண்டுகளை அலகுகளால் கவ்விப் பிடித்தன. ஒரு துண்டுகூடத் தரைக்கு வந்து சேராதது போல் இருந்தது. ரத்தம் மட்டுமே மண்ணில் மழையாகப் பொழிந்தது. பறவைகளின் கூக்குரல்கள் காதைப் பிளந்தன.

"இப்படி ஒரு சாவை நான் இதுவரைக்கும் பார்த்ததில்லை" என்றார், மற்ற கைதிகளுடன் மரணத்திற்குக் காத்திருந்த முத்துச்சாமி. "நம்ம புள்ளைங்க இதைப்பெருமையாச் சொல்லிக்குவாங்க" என்றார் முத்துலிங்கம். "பெருமையாச் சொல்லிக்கக் கூடாது, உங்க புள்ளைங்க இதைக் கோபமாச் சொல்லிக்கணும். அவங்க தலைமுறையில யாவது விடுதலையை வாங்கணும்" என்றான் வேலன்.

"புள்ளைங்கன்னவொடனே ஞாபகம் வருது. நீங்க வாக்குக்குடுத்த மாதிரி இன்னோரு தங்கச்சங்கிலி செஞ்சு, எங்க ரெண்டு பேரு குடும்பத்துக்கும் குடுத்திடணும்" என்றார் முத்துச்சாமி நாயக்கர்.

"நான் உயிரோட இங்கேயிருந்து போனால்தானே அது முடியும்" என்றான் வேலன். "எங்களால ஆன எல்லாம் செஞ்சிட்டோம். இன்னும் நேரம் இருக்கு. அதிசயம் எப்ப வேணும்னாலும் நடக்கலாம்" என்றார் முத்துச்சாமி. "உங்களால ஆன எல்லாத்தையும் செஞ்சிட்டீங்களா! என்ன செஞ்சீங்க?" என்று கேட்டான் வேலன். "பூம்,பூம்" இவர்கள் பேசிக் கொண்டிருக்கும் போதே அடுத்த இரண்டு விடுதலை வீரர்களின் உடல்கள் துண்டுகளாகி வானில் சிதறின. சென்ற தடவை இரை கிடைக்காமல் கோபத்திலிருந்த பறவைகள், இம்முறை முந்திக் கொண்டு மாமிசத் துண்டுகளைக் கவ்விப் பிடித் தன. வேறொன்றையும் வேலன் கவனித்தான். தூக்கில் போடப்படும் பொழுதோ, துப்பாக்கியால் சுடப்படும் பொழுதோ, மௌனமாகப் பார்த்துக் கொண்டிருந்த மக்கள், பீரங்கியால் வீரர்கள் சுடப்படும் பொழுது மட்டும் தங்களையறியாமல் "ஐயோ" என்று கத்தினர். மக்கள் மட்டுமல்ல, சுற்றியிருந்த இந்தியச் சிப்பாய்களும் கத்தினர். ஆங்கிலச் சிப்பாய்களும் கூடத் தலையைக் குனிந்து மெல்ல ஏதோ முணுமுணுத்தனர். அனேகமாக "ஓ மை காட்" என்று தான் முனங்கியிருப்பார்கள், என்று வேலன் ஊகித்தான். தூக்கிலிடுதலும், துப்பாக்கிக் குண்டுகளால் துளைத்தலும், பீரங்கியில் கட்டிவைத்துச் சுடுதலும் மாறிமாறி நடத்தப்பட்டன.

இறுதியாக முத்துச்சாமி நாயக்கரும், முத்துலிங்கமும் அழைத்துச் செல்லப்பட்டனர், இழுத்துச் செல்லப்படவில்லை. அவர்களே கம்பீரமாக நடந்து சென்றனர். தெருக்கூத்தில் நடிக்கத் தயாராவது போல் தங்களது தலைமுடிகளைச் சரிசெய்து, உடைகளை இறுகக் கட்டிக் கொண்டு பீரங்கிகளில் முதுகைப் பதித்துக் கொண்டு உற்சாகமாக மக்களைப் பார்த்துக் கையசைத்தனர். ஆனால் பீரங்கிகள் அதையெல்லாம் ரசித்துக் கொண்டிருக்கவில்லை. "பூம்" "பூம்". அந்த இரண்டு வீரர்களின் உடல்களும் நொடியில் ஆயிரம் துண்டுகளாகப் பிளந்து வானில் சிதறின. அது போன்ற தூய வீரர்களை இனிமேல் மண்ணில் பார்க்க முடியாதென்று வேலனுக்குத் தோன்றியது. அவர்களுக்குத் தெரிந்ததெல்லாம் வீரமும், நட்பும்தான். மற்ற அனைத்தும் அவர்களுக்கு வெறும் விளையாட்டு. எஞ்சியிருப்பது தான் ஒருவன்தான் என்பதை அப்பொழுதுதான் வேலன் கவனித்தான். அன்றைய ஆட்டத்தின் கடைசி நடிகனான வேலனைப் பீரங்கியின் முன்னே அழைத்து வந்தனர். வேலன் தலைகுனிந்தபடியே வந்தான். மக்களில் யாரும் தன்னை அடையாளம் கண்டு கொள்ளக்கூடாதென்பது அவன் எண்

ணம். ஜெயிலில் இருந்தபோது தாடிமீசையுடன் இருந்தான். ஆனால் விசாரணைக்காகத் தாடியை எடுத்து விட்டிருந்தார்கள். அதனால் மக்களோ, சென்னையில் அவனோடு பழகிய அதிகாரிகளோ, சிப்பாய்களோ அடையாளம் கண்டு கொள்ள வாய்ப்பிருந்தது. அப்படியே கண்டுகொண்டாலும் இனி அவன் மரணத்தை எதுவும் தடுத்துநிறுத்த முடியாது. சில நிமிடங்களில் தானும், தன்னோடு தன் லட்சியமும் மறைந்துவிடுமோ என்ற சிந்தனையோடு பீரங்கிக் குழலின் முன் புறம் சென்றான் வேலன்.

“ஏய், இங்கே வா, அப்படி என்ன அவசரம்” என்றான் பீரங்கிப்படை சார்ஜெண்ட். வேலனுக்கு அது வியப்பாயிருந்தது. “பீரங்கியெல்லாம் ரொம்பச் சூடாயிருச்சு. இது ரெண்டும் பிரெஞ்சுநாட்டுப் பீரங்கி. இங்கிலீஷ் பீரங்கி மாதிரி அவ்வளவு ஸ்ட்ராங்க் கிடையாது. கொஞ்சம் காத்திக்கிட்டிரு, சூடு ஆறட்டும்” என்றான் சார்ஜெண்ட். “புரியுது சார்ஜெண்ட். நானும் பீரங்கிப் படையில சிப்பாயா இருந்திருக்கேன், ஒரு காலத்தில” என்றான் வேலன். அவனைச் சற்றுத் தோழமையோடு பார்த்த சார்ஜெண்ட், ஒரு முக்காலியை அவன் பக்கம் தள்ளினான். “கால் வலிச்சா கொஞ்சம் உட்காரு. உன் காலத்திலயும் பீரங்கிப்படைக்குக் கொறைச்சுத்தான் சம்பளம் குடுத்தாங்களா. நம்ம அருமை ஒரு பயலுக்கும் தெரியறதில்லை. ஏன்னா, ஆபீசா யாரும் பீரங்கிப் படையில வேலை பார்க்கறதில்லை” என்றான் சார்ஜெண்ட் எரிச்சலோடு.

உண்மையில் வேலனுக்கு கால்கள் வலித்தன. சார்ஜெண்ட் கொடுத்த முக்காலியில் அமர்ந்து ஒரு நிமிடம் கண்களை மூடினான். உடனே முத்தம்மாவின் உருவம் தோன்றியது. “முத்தம்மா, உனக்கு மட்டும் தான் நான் துரோகம் செய்கிறேன். ஒரு முறை, ஒரே ஒருமுறை உன்னைப் பார்க்க முடிந்தால் உன்னிடம் நேரிலேயே மன்னிப்புக் கேட்டு விடுவேனே. நம் குழந்தையிடம் என்னைப்பற்றி என்ன சொல்வாய். ஏமாற்றி விட்டு எங்கோ மறைந்துவிட்டேன் என்றா?”

வேலனின் தோளைப்பிடித்து சார்ஜெண்ட் உலுக்கினான். “முட்டாள்... கண்ணை ஏன்டா மூடுறே. கடைசியாக உலகத்தை ஒரு தடவை பார்த்துக்க” என்று ஆங்கிலத்தில் கூறினான்.

“நீ கத்தறதெல்லாம் வீண். அவனுக்குத்தான் ஆங்கிலம் தெரியாதே” என்றான் ஜியார்ஜ். “இந்த உலகத்தில் கடைசியாக யாரைப்பார்க்க வேண்டுமென்று நினைக்கிறேனோ அவளை,

கண்களை மூடினால் தான் நான் பார்க்க முடியும், கேப்டன் ஜியார்ஜ்" என்று தெளிவான ஆங்கிலத்தில் பதிலளித்தான் வேலன். கேப்டன் மற்றும் சார்ஜெண்ட் இருவருமே திடுக்கிட்டனர். அதற்குள் சிப்பாய்கள் வேலனை இழுத்துச் சென்று பீரங்கியின் முன் நிறுத்தினர்.

"பக்கத்துப் பீரங்கியில் வைத்துச் சுடுவதற்கு ஆளில்லை. நீ உன் இறுதிப் பயணத்தைத் தனியாகத் தான் தொடர வேண்டும்" என்றான் கேப்டன் ஜியார்ஜ்.

135

"கேப்டன் சார். ப்ளீஸ் ஸ்டாப், மேடம் காலிங்", ஒரு நடுத்தர வயது தமிழ்ப் பெண் கேப்டன் ஜியார்ஜ் அருகில் வந்து கெஞ்சும் குரலில், பதட்டத்தோடு கூச்சலிட்டாள். "என்ன மேடம்" என்றான் கேப்டன் ஜியார்ஜ் கோபத்தோடு. சுடுவது தடைப்பட்டதால் உண்மையில் அவனுக்குக் கோபம் எதுவும் இல்லை. பார்வையாளாகளைத் தவிப்புடன் காக்க வைப்பதில் அவனுக்கு ஒரு இன்பமிருந்தது. "அதோ, அந்த மேடம் தான், கொஞ்சம் தள்ளி வாங்க... காட்டறேன்" என்றாள் அந்தப் பெண். "சார்ஜெண்ட் கொஞ்சம் வெயிட்பண்ணு" என்று சொல்லிவிட்டு கேப்டன் ஜியார்ஜ் மேடையில் அந்தப் பெண் காட்டிய ஓரத்திற்குச் சென்றான்.

"அதுவும் நல்லதுதான், பீரங்கி நல்லாச் சூடு ஆறட்டும்" என்றான் சார்ஜெண்ட். "பீரங்கி கொஞ்சம் சூடா இருக்கறதால எனக்கு ஒண்ணும் பிரச்சனை இல்லை" என்றான் வேலன். "முட்டாள்... உனக்குப் பிரச்சனை இல்லை. ஆனா சூடா இருக்கிற பீரங்கியைத் தொடாந்து பயன்படுத்தினா, சில சமயம் பீரங்கியே வெடிச்சிடும். உன் இறுதிப் பயணத்தில கூட வர நாங்க ஆசைப்படலை" என்று கோபமான குரலில் அதட்டினான் சார்ஜெண்ட். அப்பொழுது, தமிழ்ப் பெண் கைகாட்டியதிசையில் பார்த்த கேப்டன் ஜியார்ஜ் அதிர்ச்சியடைந்தான்.

"அந்த மேடமா? அவங்க மிசஸ் அமீலியா பான்கோர்ட், பழைய கமாண்டரோட ஒய்ப் ஆச்சே" என்றான்.

"ஆமா, அவங்களையும், அவங்க குழந்தைங்களையும், என்னையும் கலகக்காரங்க கொல்ல வந்தப்போ, இவரு தான் காப்பாத்தினாரு" என்றாள் அந்தப் பெண். இப்பொழுது அந்தப் பெண்ணை வேலனும் அடையாளம் கண்டுகொண்டான், அமீலியா பான்கோர்ட்டின் ஆயா. புரட்சியன்று கொலை செய்ய

வந்தவர்களிடம் இருந்து தானும், ரகீமும் அவர்களைக் காப்பாற்றியது நினைவிற்கு வந்தது. அதற்குள் அமீலியா கையசைத்துக் கூப்பிட்டதால் கேப்டன் ஜியார்ஜ், அமீலியாவிடம் ஓடினான். அமீலியா அருகில்தான் புதிய கோட்டைத் தளபதியும் அமாந்திருந்தார்.

“ஏம்மா, கர்னல் குடும்பம் பத்திரமாயிருக்கா” என்று கேட்டான் வேலன். கொடுமையான மரணத்தைத் தழுவப் போகும் நேரத்திலும் சாதாரணமாக அவன் நலம் விசாரிப்பது அந்தப் பணிப் பெண்ணுக்கு வியப்பாயிருந்தது. “மாஸ்டரைக் கொன்னுட்டாங்க. உங்க தயவால, மத்தவங்க எல்லாம் பத்திரமாத் தப்பிச்சிட்டோம்” என்றவள், “உங்களோட இருந்த பையன் எங்கே, அவரும் கைதியா இருக்காரா?” என்று கேட்டாள் .

“இல்லம்மா, அவன் விடுதலை ஆயிட்டான், இந்த உலகத்தில இருந்தே நிரந்தரமா விடுதலை ஆயிட்டான்” என்றான் வேலன். வேலனுக்குத் தொண்டை கரகரத்தது.

“ஐயய்யோ, வெள்ளைக்காரங்க கொன்னுட்டாங்களா?” என்று கேட்டாள் பணிப்பெண். “வெள்ளைக்காரங்க இல்லம்மா, கொள்ளைக்காரங்க. நீங்க ஒளிஞ்சிருந்த எடத்தைக் காட்டிக் குடுக்கமாட்டேன்னு சொன்னதுக்காக, கொள்ளையடிக்க வந்த இந்தியச் சிப்பாய்களே அவனைக் கொன்னுட்டாங்க” என்றான் வேலன். கேப்டன் ஜியார்ஜ் திரும்பி வந்தான்.

“சார்ஜெண்ட், இந்தக் கைதியை மறுவிசாரனை பண்ணப் போறாங்க. அவன் விலங்கைக் கழட்டி விடு” என்றான்.

சார்ஜெண்ட், முகத்தில் நிம்மதி பரவியது. சிறிது நேரம் தான் வேலனோடு பேசியிருந்தாலும், தன்னைப் போல், பீரங்கிப் படையில் பணியாற்றியவன் என்பதால் அவன் மனதிலும் ஒரு நட்பு துளிர்த் திருந்தது.

“மர்து..” என்று ஓரத்தில் நின்ற சுபேதார் மருதுவைக் கூப்பிட்டான் கேப்டன் ஜியார்ஜ். மருது ஓடிவந்து, “எஸ் சார்” என்றான்.

“ஷோ முடிஞ்சு போச்சு, கூட்டத்தைப் போகச் சொல்லு. கைதியை நம்ம ஆபீசுக்குக் கூட்டிக்கிட்டு வா” என்று சொல்லிவிட்டு முன்னே நடந்தான். வேலைக்காரப் பெண்ணிற்கும், வேலனுக்கும் இடையே நடந்த உரையாடல்களைக் கேட்டுக்கொண்டிருந்ததால், சுபேதார் மருதுவிற்கும், வேலன் மேல் அக்கறையும், மதிப்பும் பிறந்திருந்தது.

வேலனின் கைவிலங்கைக் கழற்றிவிட்ட சார்ஜெண்ட், "பெரிய அதிசயம் தான் நடந்திருக்கு" என்றான் ஆங்கிலத்தில். "அதிசயம் நடக்கலாம்னு சொன்ன நண்பர்கள் தான் கூட இல்லாமப் போயிட் டாங்க" என்றான் வேலன் வருத்தமான குரலில். கேப்டன் ஜியார்ஜ் திரும்பி வந்து, தானே வேலனை அழைத்துக் கொண்டு சென்றான்.

இன்னும் கலையாமல் நின்ற கூட்டத்தைப் பார்த்து சார்ஜெண்ட், அரைகுறைத் தமிழில், "ஷோ முடிஞ்சு போச்சு, டிஸ்பாஸ்" என்றான். வேலன் பீரங்கியால் துண்டுகளாகச் சிதறிப் போவதைக் காண ஆவலுடன் நின்ற பலருக்கு அது ஏமாற்றமாயிருந்தது. சிலர் மட்டுமே கலைந்து சென்றனர். சார்ஜெண்டைப் பின்னுக்குத் தள்ளிய சுபேதார் மருது,

"மகாஜனங்களே, நீங்க ஏன் போகாம நிற்கிறீங்கன்னு எனக்குப் புரியுது. மருந்து, குண்டு எல்லாம் போட்டுப் பீரங்கியும் தயாராத்தான் இருக்கு. உங்க கூட்டத்தில இருந்தே யாராச்சும் ஒருத்தர் தானா முன்னால வாங்க. பீரங்கியில கட்டி வச்சு, ஷோவை முடிச்சிடலாம்" என்றான் சிரிக்காமல். கூட்டம் ஓரடி பின்னால் சென்றது.

"நல்லா யோசிங்க, ஒரு வீரனாச் சாகலாம். இது போல வாய்ப்புத் திரும்பக் கெடைக்காது", என்றான் மருது. திடீரென்று ஒல்லியான ஒருவன் மருதுவின் காலில் வந்து விழுந்தான். "சபாஷ், நீ ஆளு முருங்கைகாய் மாதிரி இருந்தாலும், உன் வீரத்தைப் பாராட்டுறேன்", என்று சொல்லிக்கொண்டே அந்த மனிதனைப் பிடித்துப் பீரங்கி அருகே கொண்டு சென்றான் மருது. "என்னை விட்டுருங்க ஐயா, நானா வரலை. யாரோ பின்னால இருந்து என்னைத் தள்ளி விட்டுட்டாங்க", என்று நடுநடுங்கிக்கொண்டே கதறினான் அந்த ஒல்லி மனிதன்.

"இவனை யாரு தள்ளி விட்டது?", என்றான் மருது.

"வேற யாரு, அவன் பொண்டாட்டியாத்தான் இருக்கணும்", என்றது கூட்டத்தில் ஒரு குரல். "அவன் பக்கத்து வீட்டுக்காரன்தான் தள்ளி விட்டிருக்கணும்", என்றது மற்றொரு குரல். "ரெண்டுபேரும் சேர்ந்தே தள்ளி விட்டிருப்பாங்க", என்றது மூன்றாவது குரல். கூட்டத்தில் சிரிப்பலை பரவியது.

"இது சரியா வராது. பீரங்கியில கட்டி வைச்சுச் சுடறதுக்குப் பொருத்தமான ஆளை நானே தேர்ந்தெடுக்கிறேன்", என்று சொல்லிக்கொண்டே மருது கூட்டத்தை நெருங்கினான்.

அவ்வளவு தான், ஒருவரையொருவர் தள்ளிக் கொண்டு, கூட்டம் பின்னால் சென்றது. பின்பு கலைந்து ஓடியது.

சுபேதார் மருது, தன்னோடு மற்ற இரண்டு சுபேதார்களையும் அழைத்துக்கொண்டு, முன்பு விசாரணை நடந்த அறைக்குள் சென்ற போது கேப்டன் ஜியார்ஜ் நாற்காலியில் அமர்ந்து கோப்புகளைப் புரட்டிக் கொண்டிருந்தான். வேலன் அமைதியாக வெளியே நின்று கொண்டிருந்தான்.

“கைதியை உள்ளே அனுப்பு” என்று கட்டளையிட்டான் கேப்டன். வேலன் தானே உள்ளே சென்று அமைதியாக நின்றான்.

“ஜெகந்நாத நாயக்கர், நீ மேடம் அமீலியா குடும்பத்தைக் காப்பாத்தினது உண்மையா?” என்றான் கேப்டன் ஜியார்ஜ் அதிகாரமாக. வேலன் ஆமென்று தலையை ஆட்டினான். அவன் மனம் இன்னும் குழப்பத்தில் இருந்தது. விடுதலை செய்யப்படுவோம் என்பதை உணர முடிந்தது. ஆனால், முத்தம்மா முகத்தில் எப்பிடி விழிப்பது. முதலில் தவறான முடிவு எடுத்துவிட்டோமோ என்று குழம்பினான். அப்பொழுது வெளியே காலடி ஓசைகள் கேட்டன. “தீதி, அதோ இருக்காரு பாருங்க” என்று ஊருக்கே கேட்கும் அளவு பலமான குரலில் கத்தினாள் மெகருன்னிசா. குரலின் எதிரொலி முடிவதற்குள் ஓடி வந்து வேலனைக் கட்டிப்பிடித்துக் கொண்டாள்.

“மாதுா,,, யார் இந்தப்பொண்ணு? ஏன் இவளை உள்ளே விட்டே? வெளியே கூட்டிக்கிட்டுப் போ” என்று கத்தினான் கேப்டன் ஜியார்ஜ். மருதுவும், சிப்பாய்களும் ஓடிவந்து மெகருன்னிசாவை வெளியே அழைத்துச் சென்றனர். அதற்குள் ராபின்சனும், டேவிட்டும் உள்ளே நுழைந்தனர். கருவுற்று வயிறு லேசாகப் பெருத்திருந்த முத்தம்மா, சற்று தூரத்தில் மெதுவாக நடந்து வந்தாள். செயின்ட் ஜியார்ஜ் கோட்டையின் உயரதிகாரிகளில் ஒருவரான ராபின்சனை அடையாளம் கண்டு கொண்டு, உடனே எழுந்து நின்றான் கேப்டன் ஜியார்ஜ். உள்ளே நுழைந்து, தான் ஒரு நாற்காலியில் அமர்ந்து கொண்டு, கேப்டனையும் அமருமாறு கையசைத்தார் ராபின்சன். ஜியார்ஜ் நாற்காலியில் அமாந்தான். டேவிட் பக்கத்து அறைக்குச் சென்று மேலும் இரண்டு நாற்காலிகளை எடுத்து வந்து போட்டான். தானும் அமாந்து கொண்டு, வேலனையும் அமருமாறு சைகை காட்டினான். வேலனும் தயங்காமல் அமாந்து கொண்டான். அது கேப்டன் ஜியார்ஜுக்கு எரிச்சலூட்டியது.

“ஜகந்நாத நாயக்கா இன்னும் ஒரு கைதிதான்” என்றான் ஜியார்ஜ் கோபமாக.

“அவரு கைதியுமில்லை, ஜகந்நாத நாயக்கரும் இல்லை. அவரு மிஸ்டர் வேலன். எங்க உளவுப் பிரிவுக்குத் தலைவர்” என்றார் ராபின்சன்.

“அதுக்கு ஏதாச்சும் அத்தாட்சி இருக்கா?” என்று கேட்டான் ஜியார்ஜ்.

“கேப்டன் ஜியார்ஜ், அதுக்கான அத்தாட்சியையெல்லாம் உன் லெவல்ல பார்க்க முடியாது. உங்க கமாண்டர்கிட்ட கொடுத்திட்டேன். கொஞ்ச நேரத்தில அவருகிட்ட இருந்து உனக்கு உத்தரவு வரும்” என்றார் ராபின்சன். அவர் சொல்லி முடிப்பதற்குள் ஓட்டமும் நடையுமாக சுபேதார் சிங்கமுத்து வந்து சேர்ந்தான். முதலில் சுபேதார் மருதுவிடம் பேசினான். பிறகு இருவரும் உள்ளே வந்து கேப்டன் ஜியார்ஜைத் தனியே அழைத்துச் சென்று பேசினர். முகத்தில் குழப்பத்துடன் ஜியார்ஜ் மீண்டும் வந்து அமர்ந்தான். அவனுக்கு இருபக்கமும் இரண்டு சுபேதார்களும் நின்றனர்.

“மிஸ்டர் வேலன், நீங்க ஏன் ஜகந்நாத நாயக்கருங்கற பேரில ஜெயில்ல இருந்தீங்க” என்று ஆங்கிலத்தில் கேட்டான் ஜியார்ஜ்.

“நான் கம்பெனி உளவாளின்னு தெரிஞ்சா, மத்த கைதிகளால என் உயிருக்கு ஆபத்து வந்திருக்கும்” என்று ஆங்கிலத்திலேயே பதிலளித்தான் வேலன்.

“விசாரணையப்போவாச்சும் உண்மையைச் சொல்லியிருக்கலாமே” என்றான் மருது. “சொல்லியிருந்தா, நம்பியிருப்பீங்களா?” என்று திருப்பிக் கேட்ட வேலன் தொடர்ந்து, “ஆனா, மத்த கைதிகள் நம்பியிருப்பாங்க. எனக்கு ஆபத்து அதிகமாயிருக்கும். என்மேல குறிப்பா குற்றம் எதுவும் இல்லாததால விடுவிச்சிருவீங்கன்னு நம்பிக்கிட்டு இருந்தேன்” என்றான்.

“கர்னல் பான்கோர்ட் குடும்பத்தைக் காப்பாத்தினதையாவது சொல்லியிருக்கலாமே” என்றான் சிங்கமுத்து. “அவங்க உயிரோட இருக்காங்கன்னே எனக்கு அப்போத் தெரியாது” என்றான் வேலன்.

கேப்டன் ஜியார்ஜ் ராபின்சன் பக்கம் திரும்பி, “மிஸ்டர் ராபின்சன்! இவரை விடுவிக்கறதினால, பின்னால எனக்கு ஆபத்து எதுவும் வந்திடாதே” என்று கேட்டான்.

“உனக்கு ஏன் ஆபத்து வருது. உன் கமாண்டரோட கட்டளையைத் தானே நீ நிறைவேத்தறே” என்றார் ராபின்சன்

“ஆனால் கட்டளை எழுத்தில வரலயே. உங்களுக்குத் தெரியாததா? பின்னால பிரச்சனை எதுவும் வந்தா என்னை மாதிரிச் சின்ன அதிகாரிகள் தான் மாட்டிக்குவோம். இந்தச் சீருடை விஷயத்திலயே சென்ன கவர்னர் தப்பிச்சிட்டாரு. கிரடாக்கையும், அக்னியூவையும் தான் லண்டன் வரச்சொல்லியிருக்காங்க” என்றான் ஜியார்ஜ்.

“அப்பிடிப் பிரச்சனை எதுவும் வந்தா, நீ என்னை வந்து பாரு. நான் உன்னைக் கவர்னர் கிட்டயே நேரா கூட்டிக்கிட்டுப் போறேன்” என்றார் ராபின்சன்.

“நன்றி மிஸ்டர் ராபின்சன்” என்ற கேப்டன், “மர்தூ... ஜகந்நாத நாயக்கரை விசாரணை பண்ணின பேப்பரெல்லாம் எடு” என்றான். அதை எதிர்பார்த்து ஏற்கனவே தேடி எடுத்து வைத்திருந்தான் சுபேதார் சிங்கமுத்து.

“இதோ ரெடியா இருக்கு சார். ஜகந்நாத நாயக்கா, நன்னடத்தைக்காக விடுதலை செய்யப்பட்டார்னு எழுதவா” என்றான். அவன் கையில் இருந்த காகிதங்களைப் பட்டென்று பறித்துச் சுக்கல் சுக்கல்களாகக் கிழித்தெறிந்தான் கேப்டன் ஜியார்ஜ்.

“நோ, ஜகந்நாத நாயக்கர்னு ஒரு கைதியே விசாரணைக்கு வரலை. அவரு ஜூலை பத்தாம் தேதியே செத்துப் போயிட்டார், புரியுதா” என்று கத்தினான். இரண்டு சுபேதார்களும் “எஸ் சார்” என்றனர், ஒரே குரலில். வேலனிடம் சென்று கை குலுக்கிய கேப்டன் ஜியார்ஜ், எதுவும் பேசாமல் அறையிலிருந்து வெளியேறினான். கூடவே வெளியேறிய சுபேதார்கள் இருவரும் வாசலில் சென்று நின்றனர். “நாங்க போய் கானலுக்கு நன்றி சொல்லிட்டு வர்றோம்” என்று ராபின்சனும், டேவிட்டும் புறப்பட்டனர்.

அறையில் தனித்து விடப்பட்ட வேலனைச் சந்திக்க முத்தம்மா மெதுவாக உள்ளே நுழைந்தாள். தான் யாரைக் கடைசியாகப் பார்க்க நினைத்தானோ, அந்த முத்தம்மாவை மீண்டும் சந்தித்த மகிழ்ச்சியில், அவளை அணைக்க இரு கரங்களையும் நீட்டினான் வேலன். ஓடிவந்து அவனது இருகரங்களுக்குள்ளும் முத்தம்மா புகுந்து கொள்ளவில்லை. பலம் கொண்ட மட்டும் வேலனை எட்டி ஓர் அறை விட்டாள். அவளது கை, வளைக்கரம் அல்ல, வாள் பிடிக்கும் கரம் என்பது தனது உதட்டோரம் ரத்தம் வழிந்த

பொழுது அவனுக்கு நினைவு வந்தது. ஒரு கணம் தான் அந்த ஊடல் நிலைத்தது. மறுகணம் அவனது விரிந்த கைகளுக்குள் புகுந்தாள் முத்தம்மா. இருவரும் ஒருவரையொருவர் மெல்ல அணைத்துக் கொண்டனர். அவர்களது கண்களிலிருந்து வெள்ளம் போல் கண்ணீர் பெருகி வழிந்து கொண்டேயிருந்தது. ஒருவருக்கொருவர் எத்தனை தேவைப்படுகிறார்கள் என்பதை அன்றுதான் இருவரும் முழுமையாக உணர்ந்தனர்.

அப்படியே எவ்வளவு நேரம் நின்றிருந்தார்கள் என்பதே அவர்களுக்கு நினைவில்லை. காலடியோசைகளும், குரலோசைகளும் கேட்டு விலகி நின்றனர். டேவிட், ராபின்சன், மெகருன்னிசா மூவரும் மீண்டும் அறைக்குள் நுழைந்தனர்.

“இங்கே கைதியாயிருக்கேன்னு, உங்களுக்கு எப்படித் தெரியும்” என்று கேட்டான் வேலன்.

“முத்துச்சாமி நாயக்கருங்கவரு எனக்கு தகவல் அனுப்பிச்சிருந்தாரு. நானும், டேவிட்டும் உடனே மிஸ்டர் ராபின்சனைப் போய் பார்த்தோம்” என்றாள் முத்தம்மா. “நான் ராத்திரியோட ராத்திரியா கவர்னரை அவரு வீட்டில போய்ச்சந்திச்சு, என் உளவுப் படைத் தலைவரு வேலூர்ல மாட்டிக்கிட்டாருன்னு சொல்லி, உன்னை உடனே விடுதலை செய்ய உத்தரவு வாங்கிக்கிட்டு வந்தேன்” என்றார் ராபின்சன். அப்பொழுது இரண்டு சிப்பாய்கள் அறைக்குள் தேநீர், சிற்றுண்டிகளைக் கொண்டு வந்து வைத்தனர். வெளியே பார்த்த வேலன், அங்கு நின்ற சுபேதார் மருதுவிற்கு நன்றி தெரிவித்துக் கையசைத்தான். “புரட்சிக்காரங்களையெல்லாம் புதைகுழிக்கு அனுப்பிச்சிட்டு இப்போ என்ன பிராயச்சித்தம் பண்றானா” என்றாள் முத்தம்மா கோபமாக.

“அவங்களும் நம்மை மாதிரி, காலத்தின் கைதிகள்தான். உதவி எங்கேயிருந்து வந்தாலும், நம்ம லட்சியத்தை அடைய அதைப் பயன்படுத்திக்கத் தெரியணும்” என்றான் வேலன்.

“நீங்க ஏன் உண்மையைச் சொல்லாம, சாக முடிவு பண்ணுனீங்க” என்று கோபமாகக் கேட்டாள் மெகருன்னிசா.

“புரட்சிக்காகச் செத்தா, முத்தம்மா பெருமைப்படுவாளேன்னுதான்” என்றான் வேலன். “இனிமே அப்படி நினைக்கமாட்டேன் வேலா. புரட்சிசெய்யறதுக்கு முன்னால, நாம கத்துக்க வேண்டியதும், மக்களுக்குக் கத்துக்குடுக்க

வேண்டியதும் எவ்வளவோ இருக்கு. இனிமே நீ போற வழியிலதான் நானும் வரப்போறேன்" என்றாள் முத்தம்மா.

"நீங்க எந்த வழியில போனாலும், எங்க சாம்ராஜ்யத்தை அசைக்க முடியாது. கல்கத்தாவில ஜூன் மாசம் ஒரு பேங்கு திறந்திட்டோம் தெரியுமா" என்றார் ராபின்சன்.

"தெரியும், பேங்க் ஆப் கல்கத்தா" என்றான் வேலன்.

"அங்கே அதிகாரியா வரமுடியுமான்னு என்னைக் கேட்டிருக்காங்க. நானும் சரின்னுட்டேன். சீக்கிரம் கல்கத்தா போகப்போறேன்" என்றார் ராபின்சன்.

"ரொம்ப வசதியாப் போச்சு. நம்ம கம்பெனியையும், அங்கே இருக்கிற எங்க நண்பர்கள் கம்பெனியையும் ஒண்ணா இணைச்சு, பெரிய நிறுவனம் ஆக்கிடலாம்" என்றான் வேலன்.

"சரி வேலா, இன்னைக்குக் கோட்டையில ஒரு பார்ட்டி நடக்கப் போகுது. அதுல நம்மையும் கலந்துக்கச் சொல்லிக் கூப்பிட்டிருக்காங்க. அமீலியா பான்கோர்ட் உன்னை அங்கே சந்திச்சு, எல்லார் முன்னாலயும் நன்றி சொல்ல விரும்பறாங்க" என்றார் ராபின்சன்.

"புரட்சி வீரர்களையெல்லாம் கொடூரமாக் கொன்னதைக் கொண்டாடப் போறாங்க. அதில நாம எப்படி கலந்துக்க முடியும்" என்றாள் முத்தம்மா. "சரி, நீங்க மதராஸ் பொறப்படுங்க, நானும் டேவிட்டும் பார்ட்டியிலே கலந்துக்கிட்டே ஆகணும்" என்றார் ராபின்சன். ராபின்சனும், டேவிட்டும் மீண்டும் வெளியேறினர்.

"ஜூன் ஒன்பதாம் தேதி, மேஜர் கில்லெஸ்பி பார்ட்டியில கலந்துக் கிட்டு இருந்தா, புரட்சி வெற்றி அடைஞ்சு இருக்கும், சரித்திரமே மாறியிருக்கும்" என்றாள் முத்தம்மா. "சரித்திரம் தனி மனிதர்களால எப்பவுமே மாற்றப்படறதில்லை, தலைவர்களுக்குத் துணையா நிக்கிற பொது மக்களாலதான் மாற்றப்படுது. ஒருவேளை அன்னைக்குக் கில்லெஸ்பி வரலன்னா, புரட்சியோட தோல்வி இன்னும் கொஞ்சம் தள்ளிப்போயிருக்கும் அவ்வளவுதான்" என்றான் வேலன்.

"ஆமா, அது என்ன பேங்க் ஆப் கல்கத்தா, இங்கிலாந்து மொதலாளிங்க இந்தியாவுக்கு வந்து பணத்தைப் போட்டுத் தொழில் தொடங்கப் போறாங்களா?" என்றாள் முத்தம்மா.

"பணம் ஒரு நாளும் பணக்கார நாட்டில இருந்து ஏழை நாட்டுக்கு வராது. இங்கே இருந்துதான் அங்கே போகும்.

இந்தியாவில அடுத்து மிச்சம் இருகிறது மராத்தா சாம்ராஜ்யம்தான். அவங்களோட போருக்குப்போக, கம்பெனி இந்திய மொதலாளிகள்கிட்ட நெறையக் கடன் வாங்கப் போகுது. அதுக்குத்தான் வசதியா பேங்க் திறக்கிறாங்க" என்றான் வேலன்.

"போருக்குப் போக கம்பெனிக்கு யாரு கடன் கொடுக்கப் போறாங்க" என்றாள் முத்தம்மா.

"இதுவரைக்கும் கம்பெனிக்குக் கடன் கொடுத்துக்கிட்டிருந்த அதே ஜகத்சேத்தும், ஓமிசந்தும், மத்த மார்வாடிகளும் தான். இதுவரை கவர்னர் ஜெனரலோட சொந்த கியாரண்டியில குடுத்தாங்க. இனிமே பேங்க் கியாரண்டியில குடுக்கப் போறாங்க" என்றான் வேலன்.

மெகருன்னிசாவும் முத்தம்மாவும் சென்னையிலிருந்து வந்திருந்த மாட்டு வண்டியிலேயே வேலனும் ஏறிக் கொண்டு மதராஸ் நோக்கிப் புறப்பட்டான். "தீதி, இப்போ நான் வண்டி ஓட்டறேன்" என்று சாட்டைக்கம்பை வாங்கிக் கொண்டு உற்சாகமாக மாடுகளை விரட்டினாள் மெகருன்னிசா.

"வேலா, நீ பேங்கைப் பத்திச் சொன்னது இன்னும் குழப்பமா இருக்கு. நம்ம நாட்டைப்பிடிக்க நம்ம நாட்டு வியாபாரிங்களே ஏன் பணம் கொடுக்கிறாங்க" என்றாள் முத்தம்மா.

"வங்காளத்தைப் பிடிக்கச் சொல்லி ராபர்ட்கிளைவுக்கு அழைப்பு விடுத்து, சதித்திட்டம் தீட்டினது, படைதிரட்டப் பணம் ஏற்பாடு பண்ணிக் கொடுத்தது எல்லாமே ஜகத்சேத்தும், ஓமி சந்தும்தான், தெரியுமில்லையா" என்றான் வேலன்.

"அது தான் ஏன்னு கேட்கறேன்" என்றாள் முத்தம்மா.

"நம்ம நாட்டு ராணுவ சர்வாதிகாரம் வியாபாரிங்க வளர்ச்சிக்குத் தடையா இருக்கு. ஆசியா முழுக்க அப்படித்தான். ஐரோப்பாவில அரசியல் அதிகாரம் என்னைக்கோ மொதலாளிங்க கைக்குப் போயாச்சு. இன்னும் பிற்போக்கா இருக்கிற, இந்தியா மாதிரி நாடுகளோட ராணுவ சர்வாதிகார ஆட்சிகள் எல்லாம், அழிஞ்சு போறதைத் தவிர்க்க முடியாது" என்றான் வேலன்.

. "வேலா, நம்ம மக்கள் எப்போ விழிச்சிக்குவாங்க?" என்று கேட்டாள் முத்தம்மா. அப்போது திடீரென்று வண்டியை நிறுத்தினாள் மெகருன்னிசா. வண்டிக்கு எதிரே மேள, தாளங்களுடன் சாமிஊர்வலம் ஒன்று போய்க் கொண்டிருந்தது. மிகநீண்ட ஊர்வலம், நெடுநேரம் காத்திருக்க வேண்டியதாயிற்று. "மக்கள்

விழிக்க இன்னும் ரொம்ப காலம் பிடிக்கும்'' என்றான் வேலன். முத்தம்மா தன் இடுப்பில் மறைத்து வைத்திருந்த துணிப்பையை வேலனிடம் காட்டினாள். வேலன் பையை வாங்கி அதைக் கவிழ்த்து, உள்ளிருந்த ஹீரா பிஜ்லியை எடுத்தான். "உன் விடுதலைக்கு லஞ்சம் கொடுக்க வேண்டியிருக்குமோன்னு எடுத்துக்கிட்டு வந்தேன்'' என்றாள் முத்தம்மா.

"நாட்டு விடுதலைக்கு உதவத்தான் ஹீரா பிஜ்லியை அத்தனை கஷ்டப்பட்டு எடுத்துக்கிட்டு வந்தோம். அதுக்கு மட்டும்தான் அதைப் பயன்படுத்தணும்'' என்று சொல்லிக் கொண்டே ஹீரா பிஜ்லியைத் தன் உள்ளங்கையில் வைத்து உற்றுப்பார்த்தான் வேலன்.

"நாட்டு விடுதலை எப்போ வரும்னு நினைக்கிறே?'' என்றாள் முத்தம்மா.

"வேலூர்ல இப்பத்தான் முதல் மின்னல் வெட்டியிருக்கு. மின்னல் இந்தியா முழுக்க வெட்டணும், அப்புறம் தான் மழை வரும்'' என்றான் வேலன்.

ஒரு வழியாக ஊர்வலம் கடந்து சென்றது. மெகருன்னிசா வண்டியை மீண்டும் ஓட்டத் தொடங்கினாள்.

முற்றும்

* 9 7 8 8 1 9 6 0 9 7 5 0 9 *
FCW - #0271 - 061026 - C0 - 216/140/56 - PB - 9788196097509 - Matt Lamination